அரசியலின்
இலக்கணம்

அரசியலின் இலக்கணம்

ஹெரால்டு ஜே. லாஸ்கி

தமிழில்

க. பூரணச்சந்திரன்

NTM

எதிர் வெளியீடு

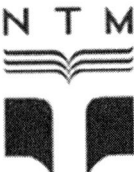

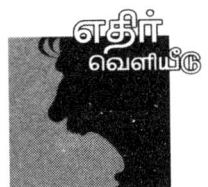

arasiyalin ilakkaNam
Tamil translation of
A Grammar of Politics
By Harold J Laski

அரசியலின் இலக்கணம்
ஹெரால்டு ஜே. லாஸ்கி
தமிழில்: க. பூரணச்சந்திரன்

© தமிழ் மொழிபெயர்ப்பு: National Translation Mission, 2018

This translation is published in collaboration with
National Translation Mission
Central Institute of Indian Languages
Manasagangotri, Mysore - 570006
www.ntm.org.in

by
Ethir Veliyeedu,
96, New Scheme Road. Pollachi - 642 002.
Email: ethirveliyedu@gmail.com
www. ethirveliyedu. in

எதிர் வெளியீடு,
96, நியூ ஸ்கீம் ரோடு, பொள்ளாச்சி - 642 002.
தொலைபேசி: 04259 - 226012

Price: ₹ 570

Wrapper Design: Santhosh Narayanan
            Nandakumar, L.

ISBN : 978-93-87333-39-0

Layout : Publishing Next
Printed at Jothy Enterprises, Chennai.

லண்டன் பொருளாதார, அரசியல் அறிவியல் புலத்திற்கும்
அதன் நிறுவனர்களாகிய
சிட்னி வெப், பியாட்ரிஸ் வெப் இருவருக்கும்

உள்ளடக்கம்

அறிமுக இயல் - அரசு பற்றிய கோட்பாட்டில் உள்ள நெருக்கடி ... 23

பகுதி ஒன்று

இயல் ஒன்று - சமூகச் சீரமைப்பின் நோக்கம்

   I. அளவுகோலின் மாற்றம் ... 59

   II. அரசாங்கத்தின் தேவை ... 62

   III. அரசின் இறுதி ... 73

   IV. அரசும் சமூகமும் ... 78

   V. அரசியல் அதிகாரத்தின் இயற்கை ...85

இயல் இரண்டு - இறையாண்மை

   I. இறைமையின் பொது இயல்பு ... 97

   II. சட்டத்துறை இறைமை ... 104

   III. அரசியல் இறைமை ... 111

   IV. சர்வதேச விஷயங்களில் இறையாண்மை ... 123

   V. அரசும் சங்கமும் ... 124

   VI. பொறுப்புள்ளதாக அரசு ... 136

   VII. ஆலோசனைக்குரியதாக அரசு ... 143

   VIII. கட்டுப்படுத்தும் காரணிகள் சில ... 149

இயல் மூன்று - உரிமைகள்

    I. உரிமைகளின் இயல்பு ... *155*

    II. உரிமைகளும் அரசும் ... *165*

    III. குறித்த உரிமைகள் ... *172*

    IV. உரிமைகளை அடைதல் ... *207*

    V. உரிமைகளும் அதிகாரமும் ... *212*

இயல் நான்கு - சுதந்திரமும் சமத்துவமும்

    I. சுதந்திரத்தின் இயல்பு ... *221*

    II. சுதந்திரத்தின் பாதுகாப்புகள் ... *229*

    III. சுதந்திரமும் சமத்துவமும் ... *234*

    IV. சர்வதேசக் கூறு ... *249*

    V. சுதந்திரமும் அரசாங்கமும் ... *255*

இயல் ஐந்து - தனிச்சொத்து

    I. இன்றைய அமைப்புமுறை ... *259*

    II. சொத்தின் ஒழுக்க அடிப்படை ... *273*

    III. சொத்தும் முயற்சியும் ... *280*

    IV. தொழில்துறைச் சீரமைப்பின் கோட்பாடாகத் தனிச்சொத்து ... *295*

    V. ஊக்க ஊதியப் பிரச்சினை ... *307*

    VI. புதிய அமைப்புமுறையை நோக்கிய நகர்வு ... *313*

இயல் ஆறு - தேசியமும் நாகரிகமும்

    I. தேசியத்தின் இயல்பு ... *317*

    II. தேசியமும் உரிமையும் ... *327*

    III. சர்வதேசியத்தின் இடர்ப்பாடுகள் ... *333*

இயல் ஏழு - கூட்டுப் பொறுப்பில் தலைமையதிகாரம்

    I. அரசியலில் ஒப்புதலளித்தலின் இடம் ... *345*

    II. தலைமையதிகாரமும் விசுவாசமும் ... *354*

    III. தலைமையதிகாரத்திற்காகப் பிரதிநிதித்துவம் ... *373*

    IV. ஒருங்கிணைத்தலும் கூட்டாட்சியும் ... *382*

    V. தலைமையதிகாரத்தின் மூலாதாரமாகச் சட்டம் ... *402*

பகுதி இரண்டு

இயல் எட்டு - அரசியல் நிறுவனங்கள்

    I. அரசியல் அதிகாரத்தின் வடிவங்கள் ... *411*

    II. குடிமக்களின் அமைப்பு ... *431*

    III. குடிமகனும் அவன் பிரதிநிதியும் ... *439*

    IV. சட்டமன்ற அமைப்பு ... *451*

    V. சட்டமன்றம் - உறுப்பினர் தேர்ந்தெடுப்பும் உறுப்பினர் பணிகளும்... *465*

    VI. செயல்துறை - அரசியல் ... *483*

    VII. செயல்துறை - நிர்வாகம் ... *498*

    VIII. நிர்வாகியைக் கட்டுப்படுத்தல் ... *520*

    IX. அரசுத்துறை அதிகாரிகளின் தரம் ... *531*

    X. உள்ளாட்சியின் கொள்கைகள் ... *548*

    XI. முடிவுரை ... *570*

இயல் ஒன்பது - பொருளாதார நிறுவனங்கள்

    I. தொழில்துறைச் சீரமைப்பின் நோக்கம் ... *575*

    II. தேசியமயமாக்கப்பட்ட தொழில்கள் ... *581*

    III. நுகர்வோர் கூட்டுறவின் வட்டம் ... *608*

    IV. தனியார் தொழில்முனைவுகள் ... *624*

V. தனியார் தொழிலை முறைப்படுத்தல் ... *639*

VI. தொழில்வகையின் சீரமைப்பு ... *663*

VII. சமூகக் காப்பீட்டின் கொள்கை ... *676*

VIII. சொத்தும் வழிவழியாய் அடைதலும் ... *681*

IX. முடிவுரை ... *697*

X. ... *699*

இயல் பத்து - நீதிச் செயல்முறை

I. நீதித்துறையின் முக்கியத்துவம் ... *701*

II. நீதித்துறையும் செயல்(நிர்வாகத்)துறையும் ... *712*

III. நீதித்துறையும் சாதாரண மனிதனும் ... *721*

IV. சட்டத்தின்முன் சமத்துவம் ... *728*

V. சட்டத்துறைச் சீர்திருத்தம் ... *736*

VI. செயல்துறையில் பகுதிநீதிமுறை அதிகாரங்கள் ... *747*

இயல் பதினொன்று - சர்வதேச ஒழுங்கமைப்பு

I. சர்வதேச ஒழுங்கமைப்பின் அடிப்படை ... *753*

II. சர்வதேச ஒழுங்கமைப்பின் பணிகள் - அரசியல் ... *755*

III. சர்வதேச ஒழுங்கமைப்பின் பணிகள் - சமூகம் ... *775*

IV. சர்வதேச ஒழுங்கமைப்பின் பணிகள் - பொருளாதாரம் ... *780*

V. சர்வதேச ஒழுங்கமைப்பின் நிறுவனங்கள் ...*797*

VI. முடிவுரை ... *839*

சுட்டி ... 847

ஐந்தாம் பதிப்பின் முன்னுரை

இந்தியாவுக்கு அண்மையில் நான் வந்திருந்தபோது எனக்கு வந்தனம் தெரிவிக்கவும், நாற்பதாண்டுகளாக இந்தப் புத்தகம் எவ்வளவு அவர்களுக்கும் இந்தியாவிலும் பிற இடங்களிலும் உள்ள அடுத்தடுத்த தலைமுறை மாணவர்களுக்கும் முக்கியமாக உள்ளது என்பதைக் கூறவும் வந்த என் கணவரின் பழைய மாணவர்களின் எண்ணிக்கையால் நான் உணர்ச்சி மீதூரப் பெற்றேன். அதனால்தான் இந்தப் புதிய பதிப்புக்கு எனது சில சொற்களைச் சேர்க்கவேண்டும் என்ற வெளியீட்டாளர்களின் வேண்டுகோளுக்கு இணங்கினேன்.

இந்த நூல் என் கணவரால் 1924இல், அவர் கட்சி அரசியலில் ஈடுபடுவதற்கு முன்பாக எழுதப்பெற்றது. ஆனால் ஏற்கெனவே மாற்றத்துக்கான தேவையில் நம்மை ஈடுபடுத்திக்கொள்ளவில்லை என்றால் ஏற்படக்கூடிய தவிர்க்கவியலாத பேரிடர்களைப் பற்றி வலியுறுத்திவந்தார்; மரபுவழி அரசாங்கம் என்பது ஒப்புதலினால் ஏற்படும் அரசாங்கத்தினால் இடம் பெயர்க்கப்பட வேண்டும்.

கடந்த பத்தாண்டுகளில் உலகம் முழுவதும் புரட்சிமிக்க மாற்றங்கள் ஏற்பட்டுள்ளன. இந்தப் புரட்சி தொடர்ந்து நடைபெறுகிறது. மிகுந்த கஷ்டத்துடன் பல இடங்களில் ஏகாதிபத்தியம் அழிக்கப்பட்டுள்ளது. காலனியாதிக்கம் மறைந்துவிட்டது, ஆனால் அணுயுகம் வந்துவிட்டது. இதுவரை கல்வி மறுக்கப்பட்டுள்ள வளரும் நாடுகளில் எழுச்சியுள்ள தலைமைக்கும் இயங்காற்றலுக்கும் மேலும் அதிகமான தேவை ஏற்பட்டுள்ளது. இரண்டாம் உலகப்போரின் இறுதிவரை உலகம் பெறாத, ஏழ்மையை வென்றுவிடலாம் என்ற அறிவினை இப்போது உலகம் பெற்றுள்ளது. இந்த இலக்கை நோக்கி நம்மை ஈடுபடுத்திக்கொள்வோமா என்பதைப் பொறுத்திருந்துதான் காண வேண்டும்.

முதலாளித்துவம் இதைச் செய்யாது. ஏனெனில் அதன் மதிப்புகளின் தரங்கள், உலகத்தின் தேவைகளுக்கு நேர் எதிராக உள்ளன. அது உலகம் முழுவதும் வேண்டுமெனக் கூச்சல் எழுப்பும் விஷயங்களைக் கொண்டு-அதாவது உலகின் மூன்றில் இரு பகுதியினருக்கு கௌரவம்,

அடிப்படைத் தேவைகளிலிருந்து விடுபடுதல், உணவு, கல்வி ஆகியவற்றைக் கொண்டு நமக்கு மிகக் குறைந்த தேவையுள்ளவை (அதாவது தேவையற்றவை)களை அளிக்கிறது. யாவருக்கும் கல்வி என்பது கிடைக்கும் வரை, தனி மனிதருடைய தேவைகள் சமுதாயத் தேவைகளினால் இடப்பெயர்ச்சி செய்யப்படும்வரை, சமுதாயக் கூட்டு முயற்சியும் ஒன்றே உலகம் என்பதும் ஒரு மனப்பூர்வமான நம்பிக்கை என்ற அளவிலேயே இருக்க இயலும்.

இவையெல்லாம் 1924இல் என் கணவரின் சிந்தனைகள். இன்றும் அவை பொருத்தமானவை என்றே நினைக்கிறேன். ஆனால் இலாபநோக்கம் என்ற ஒன்றிலேயே குறியாக இருக்கும்போது இந்தப் போராட்டம் இன்னும் கடினமாகிவிடுகிறது. இந்தப் போராட்டம் நமது முயற்சிகளுக்கு ஏற்ற ஒன்றுதான். இல்லாவிட்டால் இந்த வளமான யுகத்தில் நாம் தூக்கத்தில் நடப்பவர்களாகவும் நவீன உலகத்தின் தீமைகளுக்கு ஒழுக்க அளவில் உணர்ச்சியற்றவர்களாகவும் மாறிவிடுவோம். அநீதிக்கு எதிராக அறிவுஜீவிகள் குரல் எழுப்ப வாய்ப்புக் கிடைத்து ஆனால் அவர்கள் அமைதியாக இருக்கும் ஒவ்வொரு தடவையும் இந்த வளமான உலகத்தைப் பற்றியிருக்கும் அறச் செயலின்மைக்கும் அறிவார்த்த வெறுமைக்கும் பங்களிக்கிறார்கள் என்று என் கணவர் ஒருமுறை கூறினார். மேலும் மேலும் புரிந்துகொள்வதற்குக் கடினமாகிவருகின்ற, அதனாலேயே தீவிர சிந்தனைக்குத் தேவையிருக்கின்ற ஓர் உலகத்தில், உலகக் குடிமையின் கடமைகளைப் புரிந்துகொள்ள இன்றைய மாணவர்கள் பலருக்கும் இந்தப் புத்தகம் எழுச்சி தரும் என்பது என் நம்பிக்கை.

- ஃப்ரீடா லாஸ்கி

“ஏனெனில், அன்பைப் போலவே, சுதந்திரமும் நாம் தினந்தோறும் நமக்காகப் புதிதாகக் கைப்பற்றிக்கொள்ள வேண்டிய ஒரு விஷயம் என்று நமக்குத் தெரியும்; நாம் எப்போதும் அன்பை இழப்பது போலவே சுதந்திரத்தையும் இழந்துகொண்டிருக்கிறோம்; ஏனெனில் ஒவ்வொரு வெற்றிக்குப் பின்னரும் நாம் மேலும் எவ்விதப் போராட்டமும் இன்றி அங்கேயே நிலையாகத் தங்கி மகிழ்ச்சியோடு இருந்துவிடலாம் என்று நினைக்கிறோம்...சுதந்திரத்திற்கான போர் என்றைக்கும் முடிவதும் இல்லை, போராட்டக்களம் அமைதியடைவதும் இல்லை.”

- ஹென்றி டபிள்யூ. நெவின்சன்
சுதந்திரத்திற்கான கட்டுரைகள், ப. xiv.

நான்காம் பதிப்பின் முன்னுரை
(ஏழாம் அச்சு)

1925 முதலாகக் கொள்கையில் ஏற்பட்டு வரும் மாறுதல்களை மேலோட்டமாக ஆய்வுசெய்ய முனையும் அறிமுக இயல் ஒன்றை இந்த மறுஅச்சு ஒன்றில் சேர்க்கும் ஆதாயத்தை நான் கைக்கொண்டேன். மற்றப்படி இந்தப் புத்தகம் மாற்றமின்றி இருக்கிறது.

மூன்றாம் பதிப்பின் முன்னுரை
(ஆறாம் அச்சு)

இந்தப் புத்தகம் வெளிவந்து முடிந்த ஒன்பது ஆண்டுகளில் இதன் அடிப்படைக் கொள்கையில் மாற்றம் செய்யத் தேவையான அளவுக்கு எதுவும் நிகழவில்லை என்று எனக்குத் தோன்றுகிறது. இது முன்வைக்க முனைந்த மையக் கருத்துகளின் உண்மையைக் குறைப்பதற்கு மாறாகக் காலம் வலுப்படுத்தியிருப்பதாகவே தோன்றுகிறது. சமூகத்திற்குத் தேவையான கூட்டாட்சிப் பண்பு; பிறக்க வலியுடன் போராடிக் கொண்டிருக்கும் பொருளாதார உலக ஒழுங்குடன் இறையாட்சி அரசின் பொருந்தாமை; அடிப்படை உற்பத்திக் கருவிகளின் தனிச் சொத்து உரிமைகளுக்கும் ஜனநாயகச் சிந்தனையின் பூர்த்திக்கும் இடையிலான முரண்பாடு; சமத்துவத்தின் பின்னணியில் அன்றிச் சுதந்திரம் என்ற கருத்து மெய்யான அர்த்தம் அற்றது என்ற முடிவு; முறைசார்ந்த அதிகாரத்திலிருந்து தோன்றுகின்ற விதமான சட்டத்தைச் சரியானது எனக் கருத மறுப்பது; எந்தச் சமூகத்திலும், சமமான, யாவருக்குமான வாக்குரிமையின் அடிப்படையில் அமைந்தாலும், கடுமையான பொருளாதாரச் சமமின்மைகள் இருப்பது அரசாங்கத்தைப் பணக்காரர்களின் ஆதரவுக்காகச் செயல்பட வைக்கிறது என்ற வாதம்; இவை யாவும் கடந்த பத்தாண்டுகளின் சம்பவங்களிலிருந்து வெளிப்படையான ஏற்பினைப் பெற்றிருப்பதாகவே எனக்குத் தோன்றுகிறது.

இந்தக் காலப்பகுதியின் விளக்கம் இரண்டு யூகங்களிலிருந்து தோன்றுவதாக உள்ளது. (1) முதலாளித்துவத்தின் ஆக்கப்பூர்வமான விரிவுபடும் காலத்தின்போது வெற்றிகரமாக ஜனநாயக அரசியல் அடிப்படையுடன் தொடர்புபடுத்தப்படுமாறு இருந்தது. இப்போது அவதிக்குள்ளாகின்ற முதலாளித்துவத்தினால் அந்த ஜனநாயக அடிப்படையைத் தோற்கடிக்கக் கடைப்பிடிக்கப்படுகின்ற பொருத்தமான வழி மட்டுமே பாசிசத்தின் பல்வேறு தேசிய வடிவங்கள். டோக்வில் ஒரு நூற்றாண்டுக்கு முன்பே வலியுறுத்தியதுபோல, ஜனநாயக நிறுவனங்கள் பொருளாதாரச் சமத்துவத்துக்கான இயக்கத்துடன் பிரிக்கமுடியாதபடி

இணைந்துள்ளன; இப்போது உள்ளதுபோல அந்த இயக்கம் பொருளாதார வீழ்ச்சியின் ஒரு காலப்பகுதியைச் சந்திக்கும்போது சொத்துடைமையாளர்கள் தங்கள் செயல்களுடைய விளைவுகளால் பாதிக்கப்படாமல் பாதுகாக்கப் படும்படியாக ஜனநாயக நிறுவனங்கள் தாக்குதலுக்குட்படுகின்றன. இவ்வகையில் மட்டுமே நாம் பேச்சுச் சுதந்திரம், அரசியல் குற்றங்களுக்கான உரிய செயல்முறைகள் (ஹிட்லருடைய சட்டநிறுவனங்கள், அவற்றின் செயல்பாடுகள் ஆகியவற்றில் மிகக் குறிப்பிடத்தக்க அளவில் வெளிப்பட்டவை), உழைப்பாளர்கள் வேலைநிறுத்தத்திற்கான உரிமை மீதான தாக்குதல் போன்ற கோட்பாடுகளின்மீதான பரவலாகக் காணப்படும் கடுமையான தாக்குதலை விளக்க முடியும். எங்கெல்லாம் ஜனநாயகக் கருத்துக்கான இயக்கம் பொருளாதாரத் தனிமனித வாதத்தை மறுபரிசீலனைக்கு உட்படுத்துமாறு முனைகிறதோ, அங்கெல்லாம் சொத்துடைமையாளர்கள் அந்த இயக்கத்தைச் சாத்தியப்படுத்துகின்ற ஒழுங்கமைவை மாற்ற முனைகிறார்கள். உலகம் முழுவதும் இன்று அரசியல் ஜனநாயகம், பொருளாதார ஆதிக்கத்தின் மையக் கோட்டையைக் கைப்பற்றாமல் உயிர் வாழ இயலாது. ஒரு வாக்கியத்தில் சொன்னால், சமதர்மம் இன்றி ஜனநாயகம் இல்லை. அதனால் ஜனநாயகம் தேவையான வெற்றியைப் பெற்றதாகவும் ஆகி விடாது. உலகப்போருக்குப் பிந்திய சம்பவங்களை வைத்துப் பார்க்கும்போது பத்தொன்பதாம் நூற்றாண்டில் அது ஓர் உலக இலட்சியமாக விரிவடைந்தமை வளமான காலத்தில் முதலாளித்துவத்தின் செயல்பாடு என்றே இன்று தோன்றுகிறது. முதலாளித்துவத்தின் மறைவு நிகழும் என்றால், சர்வாதிகாரங்களின் முறைசார்ந்த கருத்தேற்புகள் உண்மையில் பொருள்முதலீட்டாளர்களின் ஆர்வங்களின் நன்மைக்கென சமத்துவ நிறுவனங்களின் எழுச்சியைத் தடுக்க முற்படுவதாக இருப்பினும், அச் சர்வாதிகாரங்களின் ஒரு காலப்பகுதியை உலக நாகரிகங்கள் கடந்து சென்றே ஆகவேண்டும் என்பது சாத்தியமற்ற கருத்தாகாது.

(2) மேலும், அவதிக்குள்ளாகும் நிலையில் முதலாளித்துவம் சர்வதேச நிறுவனங்களின் திறன்மிக்க செயல்பாட்டை இயலாமற் செய்துவிடுகின்றது என்பதும் அதனால் சர்வதேசக் கழகத்தின் ஆக்கப்பூர்வமான செயல்பாட்டுக்கு அது அபாயமானது என்பதும் தெளிவு. ஏனெனில் (பலவிதங்களில் அது சர்வதேசத் தன்மை உடையதாக இருந்தாலும்) முதலாளித்துவம் தேசிய அடிப்படையிலேயே ஒழுங்கமைக்கப்படுகிறது. இப்படி இருப்பதனால், ஒவ்வொரு தேசியச் சமுதாயத்திலும் முதலீட்டை உடையவர்கள், அரசு அதிகாரச் சட்டகத்தைத் தங்கள் பாதுகாப்புக்கெனப் பயன்படுத்திக் கொள்கிறார்கள். முதலாளித்துவம் நாளுக்கு நாள் அயல்நாட்டுச்

சந்தைகளைக் கைப்பற்ற மேலும் மேலும் அழுத்தம் கொடுப்பதனால் அவர்களுக்குப் பாதுகாப்பைத் தருவதற்கும், அயல்நாடுகளில் தங்கள் முதலீடுகளை விஸ்தரிப்பதற்கும் அரசு ஒரு கருவியாகி விடுகிறது. தங்கள் ஆதாயத்துக்கெனத் தங்களை முற்றிலும் ஆயத்தப்படுத்திக் கொள்ளுகின்ற, போட்டியிடுகின்ற பொருளாதார வல்லாதிக்கங்களின் மோதல்தான் இப்போக்கின் விளைவு. இந்தச் சூழலில் பயம், சந்தேகம், வெறுப்பு ஆகியவையே பிறக்கின்றன. இச்சமயத்தில், ஓர் இறைமைமிக்க அரசு, தனக்கு வெளியேயுள்ள ஒரு சக்திக்குத் தனது விருப்புறுதியை அடிபணிய வைக்க விரும்புவதில்லை. 1933இன் உலகப் பொருளாதாரக் கருத்தரங்கம், 1934இன் ஆயுதநீக்கக் கருத்தரங்கம் ஆகியவை தோற்றுப்போனதற்கு இதுவே அர்த்தம். உலகச் சமுதாயத்தின் ஆர்வம் பலம்மிக்க அரசுகள், தங்கள் தேசிய முதலாளிகளுக்கு அவர்கள் காப்பாற்ற அல்லது பெற விரும்பும் ஏதேனும் சிறப்பு ஆதாயம் ஏற்படும் வகைக்கு, வழியமைத்துக் கொடுக்க வேண்டியிருந்தது. இதுதான் ஜப்பான் மஞ்சூரியாவின்மீது கொண்ட ஆதிக்கத்தின் வரலாறும் ஆகும். தனது ஆதிக்க வகுப்பினரின் ஏகாதிபத்திய ஆர்வங்களுக்கு சமாதானம், சர்வதேசப் பாதுகாப்பு ஆகியவற்றின் நம்பிக்கையைப் பலியிடுவதை ஜப்பான் சந்தோஷமாக ஏற்றுக்கொண்டது. சுருங்கச் சொன்னால், உரிமைக்கு அடிப்படையாக அதிகாரத்தையும், போரினை அதிகாரத்தின் இறுதி வெளிப்பாடாகவும் ஆக்குகின்ற ஓர் ஒழுங்கமைவில் முதலாளித்துவம் வேர்கொண்டுள்ளது. அதன் அடிப்படையான கொள்கைகளுக்கும், இறைமை அரசு தனது செயல்களுக்குத் தானே நீதிபதியாக இருக்கின்ற உரிமையைச் சமர்ப்பித்து விடுவதால் ஏற்படுகின்ற உலகச் சமுதாயம் என்னும் சிந்தனைக்கும் இடையில் எவ்விதச் சமரசமும் சாத்தியமில்லை.

இப்புத்தகத்தின் முதல் பதிப்பு வெளிவந்த பிறகு இந்த விஷயங்கள் பற்றி அதிக அளவிலான நூல்கள் தோன்றியுள்ளன. சிறப்பு முக்கியத்துவம் உள்ளவை என்று எனக்குத் தோன்றுகின்ற சில நூல்கள்மீது மட்டும் கவனத்தை ஈர்க்க விரும்புகிறேன். திரு. எச். என். பிரெயில்ஸ்ஃபோர்டின் Property or Peace (செல்வமா, சமாதானமா?-லண்டன் 1934), டாக்டர் எச். லௌடர்பாக்டின் The Function of Law in an International Community (சர்வதேசச் சமுதாயம் ஒன்றில் சட்டத்தின் செயல்பாடு-லண்டன், 1933), பேராசிரியர் ஆர். எச். டானியின் Equality (சமத்துவம், 1931) ஆகியவை அடிப்படை அரசியல் பிரச்சினைகளின்மீது மிகுந்த ஒளியைத் தருவனவாக அமைந்துள்ளன. அவை தனியாக இல்லை. ஃபிரான்சில் குர்விட்சின் படைப்பு, வியன்னாவில் கெல்சன், வெர்ட்ராஸ், குன்ஸ் ஆகியோரின் நூல், ஜெர்மனியின் காலஞ்சென்ற ஹெர்மன் ஹெல்லரின் நூல் ஆகியவை ஆழமான முக்கியத்துவம் உள்ளவை. சட்டச் சீர்திருத்தத்தின் புதியதொரு காலத்தின் வருகையை

முன்னறிவிக்கும் ஆங்கில நீதியமைப்பின் சிந்தனையில் ஏற்பட்டுள்ள மாற்றத்தின் முக்கியத்துவத்தை அழுத்திச் சொல்லத் தேவையில்லை. இந்தப் பின்னணியில், எனது நண்பரும் பணித் தோழருமான டாக்டர் டபிள்யூ. ஐ. ஜெனிங்ஸின் நூல், குறிப்பாக அவரது Law and the Constitution (சட்டமும் அரசியலமைப்பும்-லண்டன், 1933) அடிப்படைப் பிரச்சினைகளில் முடிவான மாற்றத்தை முன்வைக்கிறது.

- ஹெரால்டு ஜே. லாஸ்கி

லண்டன்.

இரண்டாம் பதிப்பின் முன்னுரை

இந்நூல் முதன்முதல் அச்சாகி நான்காண்டுகள் கடந்துவிட்டன; எனினும் எவ்வித தீர்க்கமான திருத்தத்தையும் மேற்கொள்ள வேண்டிய காலம் இன்னும் வரவில்லை என்றே நினைக்கிறேன். ஆனால் எங்கெல்லாம் உதவும் என்று தோன்றியதோ அங்கெல்லாம் நூலடைவுத் தன்மையுள்ள சில குறிப்புகளை மட்டும் சேர்த்திருக்கிறேன்.

இரண்டு குறிப்பான விஷயங்களில் என் மனத்தை மாற்றிக் கொண்டிருக்கிறேன். 1925இல் சுதந்திரம் ஓர் எதிர்மறை விஷயம் என்பதற்கு மேலாகப் பயனுள்ளது என்று கருதலாம் என எண்ணியிருந்தேன். இப்போது அது ஒரு தவறு என்று உணர்கிறேன். இப்போது ஒரு குடிமகனின் ஆளுமையைப் பாதுகாக்க அதன் பழைய நோக்கான கட்டுப்பாடு இன்மை என்பதே உதவும் என்பதில் உறுதியாக உள்ளேன். பிரவுன் பல்கலைக்கழகத்தில் கோல்வர் சொற்பொழிவுகளை நிகழ்த்த எனக்குக் கிடைத்த ஒரு வாய்ப்பினை இந்த முழுப் பிரச்சினை பற்றியும் புதிதாகவும் மேலும் விளக்கத்தோடும் இந் நூலில் ஆராயச் சாத்தியப்படுவதைவிட ஜனநாயக அரசில் சுதந்திரம் என்ற ஒரு புதிய நூலில் வெளிப்படுத்த நினைத்துள்ளேன். இது 1930 வசந்தத்தில் வெளியிடப்பட இருக்கிறது.

கடைசி இயல், முந்திய அச்சுகளில், சர்வதேசச் சங்கத்தை ஓர் உயர் அரசாக நோக்கியுள்ளது (ப.588). மெய்யாகவே, இது தவறுதான்; எனவே அப்பகுதியைக் களைந்துவிட்டேன். சங்கத்தின் பணியில் அடுத்துக்கிடைத்த அனுபவமும், குறிப்பாக, என் நண்பர்கள் பேராசிரியர் டபிள்யூ. ஈ. ராப்பார்ட், டாக்டர் எச். லௌட்டர்பாக்ட், திரு. கே. ஜில்லியாகஸ் ஆகியோருடன் நடத்திய விவாதமும் இது தொடர்பான கடுமையான பிரச்சினைகள் சர்வதேசச் சட்டத்தின் தத்துவத்தை மீளமைப்புச் செய்வது வாயிலாக மட்டுமே முழுமையாகப் புரிந்துகொள்ளப்பட முடியும் என்பதை அறிவுறுத்தியுள்ளன. நான் கடந்த சில ஆண்டுகளாகவே இந்தப் பிரச்சினை பற்றி ஆராய்ந்து வருகிறேன்; ஒரு நியாயமான கால அளவுக்குள் அதன் முடிவுகளை

வெளியிடமுடியும் என்று நம்புகிறேன். டாக்டர் லௌட்டர் பாக்டின் ஒளிமிக்க Private Analogies in International Law (1927), டாக்டர் ஏ. வெர்த்ராஸின் Die Einheit des Rechtilichen Welstbildes (1923) ஆகிய நூல்களின் உட்குறிப்புகளை அறியமுற்படும் வாசகருக்கு இந்த விவாதம் எந்தத் திசையில் சென்றுகொண்டிருக்கிறது என்பதைப் புரிந்து கொள்ள முடியும் என்று ஒருவேளை தைரியமாக நான் குறிப்பிடலாம்.

1920இன் மாண்ட்-டர்னர் கருத்தரங்கம் ஒரு தேசியத் தொழில் மன்றம் தேவை என்று வேண்டுகோள் விடுத்தாலும், குறிப்பாக இப்போதுள்ள ஜெர்மானியச் சான்றின் ஒளியில், நான் அதை ஏற்கமுடியாதவனாக உள்ளேன். அதனால் ப.72இலும், 83இலும் உள்ள அடிக்குறிப்புகளில் உள்ள வாதத்தை நான் மாற்றவில்லை.

இந்த நூல் இங்கிலாந்தில் மட்டுமன்றி, ஜெர்மனியிலும் அமெரிக்காவிலும் பெற்றுள்ள அன்பான ஏற்பு நான் நம்ப முடியாத அளவுக்கு அதிகமாக உள்ளது. அது அடைந்த இந்த அதிர்ஷ்டம் என் நண்பர்களின் ஏற்புடைய தகுதியினால் உருவான ஒன்று. நண்பர் ஹால்டேன் பிரபுவின் மறைவு இந்த நூல் எவ்வளவு அவருக்குக் கடமைப்பட்டுள்ளது என்பதைச் சேர்க்கத் தூண்டுகிறது. இது விவரிக்கும் மிக முக்கியமான சில பிரச்சினைகளைப் பற்றிய விவாதங்களில் அவருடைய அன்பான விவேகமும் பாசமிக்க தாராளமும் பற்றிய கருத்துகளின் முத்திரை பதியவில்லை என்பது வருத்தமே.

- எச். ஜே. லாஸ்கி
லண்டன்.

முதற்பதிப்பின் முன்னுரை

இந்த நூல், பெரும் சமூகத்தில் அரசின் இடத்தைப் பற்றியதொரு கோட்பாட்டைக் கட்டமைக்க என்று 1915இல் தொடங்கிய முயற்சியினைப் பூர்த்திசெய்கிறது. இதற்கு முந்திய நூல்கள் (இறைமையின் பிரச்சினை, 1917; நவீன அரசில் அதிகாரம், 1919; இறையாண்மையின் அடித்தளங்கள், 1921) முக்கியமாக விமரிசனத் தன்மை உடையனவாகவோ, அரசியல் தத்துவத்தின் செயல்நுட்பப் பிரச்சினைகளை ஒருவாறு விவாதிப்பனவாகவோ அமைந்திருந்தன. விரும்பத்தக்கவை என்று எனது ஆய்வுகள் காட்டிய நிறுவனங்களின் முக்கிய அம்சங்களை எடுத்துரைக்க முனைவதால் இந்தப் புத்தகம் அவற்றைவிட நேர்முகமானதும், பொதுவானதும் ஆகும். முந்திய நூல்களை விமரிசித்தவர்கள் எழுப்பிய தடைகளை என்னால் இயன்ற அளவு இதில் விவாதிக்க முயன்றிருக்கிறேன். அவை ஏற்கப்பட்ட தாராளத்தன்மைக்கு எனது கடப்பாடுகளைக் குறிப்பிடவும் ஆவலாக உள்ளேன். நான் ஆராய வேண்டிய பிரச்சினைகளைச் சுட்டிக்காட்டிய அமெரிக்கப் பேராசிரியர்கள் எம். ஆர். கோஹன், டபிள்யூ. ஜே. ஷெப்பர்ட், எஃப். டபிள்யூ. கோக்கர் ஆகியோருக்கும், இங்கிலாந்தின் திரு. எல். எஸ். வுல்ஃப், திரு. பெர்ட்ரண்ட் ரஸல் ஆகியோருக்கும், தி டைம்ஸ் லிடரரி சப்ளிமெண்ட்டின் (எனக்கு அறிமுகமில்லாத) ஓர் எழுத்தாளருக்கும் நான் கடமைப்பட்டிருக்கிறேன். அவர்களுடைய நோக்குகளை எல்லாச் சமயங்களிலும் நான் ஏற்றுக் கொள்ளாதது பற்றி அவர்கள் பிடிவாதம் என்று கருதாமல், பொதுவான கருத்து வேறுபாடு என ஏற்றுக்கொள்வார்கள் என்று உறுதியாக நம்புகிறேன். சரியான முறைகளைக் கற்றுக்கொள்ள என்னால் இயன்ற முயற்சி செய்திருக்கிறேன்.

உட்புகும் முன்னரே வாசகருக்கு இந்த நூலில் உள்ளதொரு இடைவெளி பற்றி எச்சரித்துவிட விரும்புகிறேன். இந்தப் புத்தகத்தில் விவசாயம் பற்றியும் நிலப் பிரச்சினை பற்றியும் நான் விவாதிக்கவில்லை. ஏனென்றால் எனக்கு நேரடியாக அவற்றைப் பற்றி எதுவும் தெரியாது; அனுபவத்துக்குத் தொடர்பற்ற ஒரு காகிதக் கட்டுரையை நூல்களிலிருந்து உருவாக்குவதைவிட அறியாமையை

வெளிப்படையாக ஒப்புக்கொள்வதே மேலானது என்று எனக்குத் தோன்றியது.

எனது நூல், பெரும் அளவில் நண்பர்களுக்குக் கடன்பட்டுள்ளது. எனது சக பேராசிரியர்களில் எல். டி. ஹாப்ஹவுஸ், கிரஹாம் வாலஸ், மற்றும் திரு. எம். கின்ஸ்பெர்க், திரு. ஆர். எச். டானி ஆகியோர் தங்கள் நூல்கள் வாயிலாகவும், உரையாடல் வாயிலாகவும் எல்லையின்றி உதவினார்கள். பிறருள், குறிப்பாக ஹால்டேன் பிரபு, திரு. ஜஸ்டிஸ் ஹோம்ஸ், டாக்டர் ஜோசஃப் ரெட்லிக், பேராசிரியர் ஃபெலிக்ஸ் ஃப்ராங்ஃபர்ட்டர், டீன் பவுண்ட் ஆகியோருக்கு நன்றிகளைத் தெரிவிக்க விரும்புகிறேன்.

எட்டாம் இயல், முதலில் கேம்பிரிட்ஜின் மெக்தலீன் கல்லூரியில் சொற்பொழிவுகளாக அளிக்கப்பட்டது. குறிப்பாக ஆக்ஸ்ஃபோர்டைச் சேர்ந்த எனக்கு அங்குள்ள தலைவரும் ஆய்வாளர்களும் சிறப்புமிக்க விருந்தோம்பல் அளித்தமையை நான் பதிவுசெய்வது தனித்த மகிழ்ச்சியை அளிக்கிறது.

இந்த நூலின் ஒவ்வொரு நிலையிலும் என் துணைவி எனக்கு உதவியுள்ளார். கழிந்த நீண்ட மௌனமான நேரங்களுக்கு எனது ஓர் வருத்தத் தெரிவிப்பாக இதை அவர் ஏற்றுக்கொள்வார் என்று நம்புகிறேன்.

- எச். ஜே. லாஸ்கி

லண்டன் ஸ்கூல் ஆஃப் இகொனொமிக்ஸ் அண்டு பொலிட்டிக்கல் சயின்ஸ்

இரண்டாம் அச்சின் முன்னுரை

இந்த நூல் வெளிப்பட்டு ஆகியுள்ள சில மாதங்களில் எவ்வித முக்கியமான மாற்றங்களையும் செய்ய நேரமோ வாய்ப்போ கிடைக்கவில்லை. ஆனால் இந்தப் புத்தகம் அச்சில் இருந்தபோது திரு. பால்ட்வினால் உருவாக்கப்பட்ட குடிமக்கள் ஆய்வுக் குழு, இதில் (ப.373)இல் முன்வைக்கப்பட்ட மாதிரியையே ஏறத்தாழத் துல்லியமாகப் பின்பற்றுகிறது என்பதை இங்குக் குறிப்பிடலாம். அதேசமயம், பிராட்பரி பிரபுவின் சிறந்த தலைமையின்கீழ் உள்ள உணவு மன்றம், இந் நூலில் வலுவாக முன்வைக்கப்பட்ட (ப.377) ஆலோசனைக் குழுக்களின் மதிப்பினை ஏற்கெனவே எடுத்துக்காட்டியுள்ளது. பல்வேறு நண்பர்களும் அன்புடன் சுட்டிக்காட்டிய வெளிப்படையான சில தவறான அச்சுகளையும் ஓரிரண்டு முக்கியமற்ற பிழைகளையும் நான் சரிப்படுத்தியுள்ளேன்.

இம்மாதிரி ஒரு பரந்த, கருத்து மாறுபாடுகளுக்கிடமுள்ள ஒரு துறையினைப் பற்றிய நூல் பலவேறுபட்ட பார்வைகள் கொண்ட விமரிசகர்களுக்குப் பல தூண்டுதல்களை அளிக்கிறது. எனவே இந்த நூல் ஒரே சீரான அன்புடன் ஏற்கப்பட்ட விதத்தைப் பற்றிய என் ஆழமான நன்றியை ஒருவேளை அழுத்திக் கூறலாம்.

- எச். ஜே. லாஸ்கி

அறிமுக இயல்

அரசு பற்றிய கோட்பாட்டில் உள்ள நெருக்கடி

I

எந்த அரசுக் கோட்பாடும் தனது காலப் பின்னணியில் அன்றி அர்த்தப் படுவதில்லை. மக்கள் தாங்கள் மூழ்கியுள்ள அனுபவங்களை வைத்தே அரசைப் பற்றிச் சிந்திக்கிறார்கள். செயின்ட் பார்த்தலோமியூவின் படுகொலை, 'விண்டிசியே'வின் ஆசிரியரிடத்தில் 'விக்கியியத்தைத்' தூண்டுகிறது; ப்யூரிடன் கலகம், ஹாப்ஸைச் சமூக அமைதிக்கான சூத்திரத்தைத் தேட வைக்கிறது; 1688இன் "புகழ்மிகு புரட்சி", 'அரசனின் அதிகாரம் அவன் குடிமக்களின் ஒப்புதல் அடிப்படையிலேயே அமைகிறது' என்பதை லாக் உறுதிப்படுத்த வைக்கிறது. ரூஸோ, ஹெகல், டி.எச். கிரீன் எல்லாரும் 'தங்கள் காலத்தின் மனநிலையே எக்காலத்துக்கும் ஏற்றது' என்ற கொள்கையைக் கொண்டிருந்தார்கள். நாம் வாழும் காலத்தின் விமரிசனம் அதிகரிக்கும்போது உலகளாவிய தன்மையை வலியுறுத்தலும் ஆழம் கொள்கிறது. தாங்கள் நிலைநிறுத்த முனைகின்ற அனுபவம் தங்கள் எதிரிகளால் மறுக்கப்படலாகாது என்பதற்காக, மக்கள், கருத்தியல்களின் அந்தஸ்துக்குக் கடுமையாகப் போராடுகிறார்கள்.

இந்த விதத்தில் நமது காலம் தனக்கு முந்திய காலத்திலிருந்து வேறுபட்டதன்று. பதினைந்தாம், பதினெட்டாம் நூற்றாண்டுகளின் இறுதிகளில் ஒரு புதிய சமூக முறைமை பிறப்பதற்குத் தீர்க்கமாகப் போராடிக் கொண்டிருந்தது. அதுபோன்ற முக்கிய மாற்றம் ஏற்படும் காலம் இது. நமது மதிப்புகளின் திட்டம் ஓர் உருகு-கலத்தில் உள்ளது. அதை மறுசீரமைக்கும் விதிகள் இன்னும் நிர்ணயம்

ஆகவில்லை. இப்படிப்பட்ட காலத்தில் எப்போதுமே மக்கள் அரசியலின் அடிப்படைகளுக்குத் திரும்பியிருக்கிறார்கள்; அரசின் இயல்பு, பணிகள் ஆகியவற்றைப் புதிதாக விளக்க முனைகிறார்கள். ஒரு புரட்சிகரமான காலத்தின் வருகையை முன்னறிவிக்கின்ற விவாதச் சூழலில் குழப்பம் நிலவுகிறது. போரும், போரிலிருந்து பிரித்தறிவதற்கு எளிதற்ற ஒரு சமாதானமும், இதுவரை காணாத தீவிரம் கொண்ட பொருளாதார நெருக்கடியும், ரஷ்யாவில் சமதர்மச் சமூகத்தின் அடிப்படை அமைந்ததும், தூரக்கிழக்கில் ஒரு புதிய ஆதிக்கமிக்க ஏகாதிபத்தியமும், இவையெல்லாம் பிரச்சினைகளுக்குப் புதிய அணுகு முறைகளின் கட்டாயத்தை உருவாக்கியுள்ளன. ஒரு நூற்றாண்டுக்கு முன் மக்களுக்கு எவ்விதச் சர்ச்சைக்கும் இடமற்றவகையில் இவை யாவும் தீர்க்கப்பட்டு விட்டவையாகத் தோன்றியிருக்கும். அரசின் வடிவம் என்ற ஒரு சிறிய விஷயமல்ல, அரசின் இயல்பு என்ன என்பதே இப்போது பிரச்சினையாகியுள்ளது; ஒரு சமூக அமைப்பு என்பதின் இறுதியான பொருளையே உள்ளடக்கிய பிரச்சினை இது என்று நாம் அறிந்தாலொழிய இந்த விவாதத்தின் முக்கியத்துவத்தை நாம் புரிந்துகொள்ள முடியாது என்று நினைக்கிறேன்.

இது நுழையாத அரசியலின் பாதைகள் எதுவுமில்லை. அரசு குறுக்கிடுதலின் எல்லைகள், ஜனநாயகம் என்னும் கருதுகோளின் நியாயம், அரசாங்கத்தின் திட்டத்தில் செயற்குழுவின் இடம், நிர்வாகம் மற்றும் சட்டமியற்றல் செயல்முறைகளில் நிபுணர்கள் முதல் ஆர்வலர்கள் வரை கொண்டுள்ள உறவு, பொதுவாக சட்டத்தின் இயல்பும் குறிப்பாக சர்வதேசச் சட்டத்தின் இயல்பும், அரசியலில் பகுத்தறிவின் கோரிக்கைகள், தலைமை செயல்படுவிதம் - இவை யாவும், மறுமதிப்பீடும், மறுவரையறையும் தேவைப்படும் விஷயங்களுக்குச் சில தன்னிகரற்ற உதாரணங்கள். இவை யாவற்றிலும், அரசியல் தத்துவத்தின் வரலாற்றில் இறுதி முக்கியத்துவம் உள்ள காலப்பகுதியாக நிரூபிக்கப்பட இருக்கின்ற ஒன்றின் தொடக்கத்தைச் சந்தேகமின்றி நாம் காண இயலும்; எந்தவித உறுதித்தன்மை அடையப்படும் என்பதை உறுதிப்படக் கூறுவதற்கான காலம் இன்னும் வரவில்லை. தாராளவாத அரசு என்னும் சிந்தனை முதிர்ந்த வெளிப்பாட்டைப் பெற ஏறத்தாழ முன்னூறு ஆண்டுகள் தேவைப்பட்டன. தாராளவாதத்தின் மேன்மை ஒரு நூற்றாண்டுக்குள்தான் நீடித்தது. இப்போது நமது காலத்தைப் பற்றி நம்மால் நிச்சயமாகக் கூறமுடிவது, தாராளவாதக் கோட்பாட்டுக்கான சவால் என்பது தெளிவாகவே உள்ளது என்பதுதான். எந்தப்பக்கம் வெற்றி நிலைக்கும் என்பதைத் தெளிவாகக் காட்டக்கூடிய சான்று எதுவும் இல்லை.

நான் சொல்வது போல, மாறிக்கொண்டிருக்கும் காலம் ஒன்றின் தனிப்பண்பான குழப்பத்தைப் பற்றிய யூகங்களில் ஈடுபடுவது நமது காலப்பகுதியின் முக்கியத்தன்மை. ஒரு புதிய சமூகத் தத்துவத்திற்கான அழைப்பு உரக்க ஒலிக்கிறது; தீர்க்கதரிசிகள் பலர் இருக்கிறார்கள். போட்டியிடும் கொள்கைகளின் குழப்பத்தை மதிப்பிடுவது ஒரு புறமிருக்க, அதை வெளிப்படுத்தும் முயற்சியையே மிகச் சுருங்கிய ஓர் இடத்துக்குள் செய்ய இயலாது. எவ்வளவு வெளிப்படையாக முடியுமோ அவ்வளவில், இப்போது எழத்தொடங்கி இருக்கின்ற அடிப்படைப் பிரச்சினையாக எனக்குத் தோன்றுவதை எடுத்துச் சொல்ல இந்த இயல் முனைகிறது; அதற்குப் பிறகு ஆய்வின் நான்கு இன்றியமையாத களங்களை வைத்து அதன் பண்பினை விளக்க முயலுவேன். அவை, *(1)* சட்டத்தின் இயல்பு; *(2)* பன்மைவாதம்; *(3)* ஜனநாயக அரசின்மீதான தாக்குதல்; இறுதியாக *(4)* ஒரு சர்வதேச முறைமையின் எழுச்சியினால் உண்டாகியிருக்கும் சிறப்பான பிரச்சினைகள். நல்லதற்கோ கெட்டதற்கோ, நாம் எல்லாம் அம்முறைமையின் தலைவிதியில் உள்வாங்கப்பட்டிருக்கிறோம்.

II

குறைந்தபட்சம், அடிப்படை விவாதப்பொருள் நேரானது; அரசின் தாராளமயக் கொள்கை சவாலுக்குள்ளாகி யிருக்கிறது. இது மூன்று நூற்றாண்டுகள் விவாதத்தினால் உருவான விதத்தில், அரசுவேண்டாக் கொள்கையைத் தவிர்க்கவேண்டிய ஒவ்வொரு அரசியல் சமூகத்திலும், எல்லாருக்கும் கட்டளையிடுகின்ற, ஆனால் எவர் கட்டளைகளையும் தான் ஏற்காத ஒரு மீயுயர் அதிகாரம் இருக்கவேண்டும் என்ற சிந்தனை ஏற்பட்டுள்ளது. இந்தத் தலைமையதிகாரம்தான் இறையாண்மை; இது ஓர் அரசின் செயல்பாட்டுக்கான அரசாங்கத்தினால், அந்த அரசின் பெயரால் செயல்படுத்தப்பட வேண்டும். இந்த அதிகாரத்துக்குரிய நியாயம் வெவ்வேறு வகையாகக் கருதப்படுகிறது. பரந்த நோக்கில் நாம் இவ்வாறு சொல்லலாம்: முதல் உலகப் போருக்கு முன்னரே, பொது வாக்குரிமையின் அடிப்படையில் அமைந்த தாராளவாத ஜனநாயகம் மேற்கத்திய நாகரிகத்தின் முக்கிய இலட்சியம் ஆகிவிட்டது. அதனால், அரசுக்குக் கீழ்ப்படிவதற்கு, மூன்று பணிகளை அரசு நிறைவேற்றவேண்டும் என்று வாதிடப்பட்டது. 1. அரசு ஒழுங்குமுறையைப் பாதுகாத்தது 2. அமைதியான மாற்றத்துக்கான ஒரு உத்தியை அது அளித்தது 3. எந்த அளவுக்குச் சாத்தியமோ அந்த மிகப் பரவலான அளவில் தேவைகள் பூர்த்தி செய்யப்பட அது வழிவகுத்தது.

விவரங்களிலும், கொள்கையிலும் இந்தப் பார்வைக்கு எதிர்ப்புகள் இருக்கவே செய்தன. ஆனால் அவற்றைவிட இந்தப் பார்வைக்குத்தான் பெரும்பான்மை ஒப்புதல் இருந்தது. மேலும் இந்நோக்குதான் கடந்த இருபதாண்டுகளாக மிக அதிகமாகத் தாக்குதலுக்குள்ளாகி வருகிறது. ஆகவே முதன்மைக்கான அதன் தகுதியைச் சந்தேகத்துக்கிடமானது என்று தள்ளிவிடலாம். அரசு அதிகாரம் ஒழுங்குமுறையைப் பாதுகாப்பது என்பதை யாவரும் ஒப்புக்கொள்ளவே செய்கிறார்கள். அதற்கான தாக்குதல் இதை மறுப்பதில் இல்லை. அரசு நிலைநிறுத்தும் ஒழுங்குமுறை எதைப் பாதுகாக்கிறதோ அது, அமைதியான மாற்றத்துக்கு எந்த உத்தியையும் அளிக்கவில்லை, எந்த அளவுக்குச் சாத்தியமோ அந்த அளவுக்கு மிகப் பரவலான அளவில் தேவைகள் பூர்த்தி செய்யப்பட அது வழிவகுக்கவில்லை என்பதுதான் விவாதிக்கப்படும் விஷயமாகிறது.

எந்த அரசியல் சமூகத்திலும், மீயுயர் ஒடுக்குமுறைச் சக்தி மெய்யாகவே, அரசுதான் என்று சொல்லப்படுகிறது; அந்தச் சமூகத்தில் அதன் உற்பத்திக் கருவிகளின் சொந்தக்காரர்களின் ஆர்வங்களைப் பாதுகாத்து மேம்படுத்துவதற்கு இச்சக்தி பயன்படுத்தப்படுகிறது. வர்க்க உறவுகளின் குறித்த ஒரு அமைப்பை நிலைநிறுத்துவதற்கு அரசு தன் விருப்பத்தை வெளிப்படுத்துகிறது. இந்த நோக்கத்திற்காகத் தனது மீயுயர் ஒடுக்கும் அதிகாரத்தைப் பயன்படுத்துகிறது. இறுதியாக, இந்தச் சக்தி, அரசின் பாதுகாப்பு ஆயுதங்களில்தான் (காவல்துறை, இராணுவம்) உள்ளது. இறுதிச் சவாலில், உற்பத்திக்கருவிகளின் உடைமையாளர்கள், அவற்றுக்கு விலக்கப்பட்டவர்கள் மீது தங்கள் நலன்களைத் திணிக்கவே இவை பயன்படுத்தப்படுகின்றன. அரசு அதிகாரத்திற்கு எவ்விதத் தத்துவ நோக்கங்கள் கூறப்பட்டாலும், இவைதான் வெளிப்படை உண்மைகள். உற்பத்திக்கருவிகளின் உரிமையிலிருந்து விலக்கப்பட்டவர்களின் நன்மைக்காக அளிக்கப்படும் பொருளியல் நல்வாழ்க்கைச் சலுகைகளினால் உருவாகும் பொருளாதார நிலைக்கேற்ப (எந்த ஒரு குறிப்பிட்ட நேரத்திலும்) ஒடுக்குமுறை அதிகமாகவோ குறைவாகவோ இருக்கலாம். ஆனால் உற்பத்திக்கருவிகள் தனியாருக்குச் சொந்தமாக உள்ள எந்த ஓர் அரசிலும், அதன் உள்இயல்பு காரணமாகவே, நான் மேலே குறிப்பிட்ட இரண்டாம், மூன்றாம் நோக்கங்கள் அடையப்பட இயலாதவை.

இது அமைதியான மாற்றத்துக்கு ஓர் உத்தியை அளிக்கவில்லை. காரணம், சொத்து என்னும் முன்னுரிமையை வைத்திருக்கும் மனிதர்கள், அதை அப்படியே வைத்திருக்கவும், செல்வம் சுருங்கும்போது இன்னும் அதிக ஆவேசத்துடன் அதைக் காப்பாற்றவும் முனைகிறார்கள். அவர்கள் தங்களால் விலக்கப்பட்டவர்களின்

(ஏழைகளின்) எதிர்ப்புக்குள்ளாவது உறுதி. ஏனெனில் அவர்களால் விலக்கப்பட்டவர்களுக்குத் தங்கள் பொருளியல் நலத்தை மிகுதிப்படுத்திக் கொள்கின்ற எதிர்பார்ப்பு தோல்வியுறுகிறது. ஏமாற்றத்தைத் தவிர்க்க விரும்பினால், அவர்கள் அரசு அதிகாரத்தைக் கைப்பற்ற வேண்டும்; பின் அந்த அதிகாரத்தை வர்க்க உறவுகளை மறுவரையறை செய்யப் பயன்படுத்த வேண்டும். இதுதான் அவர்களுக்கு இருக்கும் ஒரே வழி. அனைவர்க்குமான வாக்குரிமை அடிப்படையில் அமைந்த அரசியல் அமைப்பில் கோட்பாட்டுரீதியாக இதை அமைதியான விதத்திலேயே செய்ய இயலும். ஆனால் வரலாற்றில், அப்படிப்பட்ட மறுவரையறை முயற்சி நடந்தபோதெல்லாம், உடைமையாளர்கள் எப்போதும் அதைத் தடுத்தே வந்துள்ளனர். அவர்களிடம்தான் அரசு அதிகாரம் ஏற்கெனவே இருக்கிறதே! அரசு அதிகாரத்தை எப்படிப் பயன்படுத்தவேண்டும் என்பது பற்றி இருசாராரின் பார்வைகளும் ஒத்துச்செல்ல முடியாததன் விளைவுதான் புரட்சி. உண்மையில், அரசு அதிகாரம் இயல்பாகத் தனக்கு விசுவாசமாக உள்ள நோக்கங்களை அப்படியே காப்பாற்றுவதா அல்லது மாற்றுவதா என்பது பற்றிய போர்தான் இது. சமூகத்திலுள்ள சட்டவிதிகள், வர்க்க உறவுகளின் அமைப்பை அப்படியே இருப்பதை நகலெடுக்க முனைகின்ற நிலையில், அரசு அதிகாரம் அவற்றை உறுதிப்படுத்த முற்படுகிறது என்பதில் ஐயமில்லை. அரசு பாதுகாக்கின்ற முன்னுரிமைகளால் தங்களுக்கு ஆதாயம் இல்லை என்று நினைப்பவர்கள், அவற்றின் பொருளாதார, உளவியல் விளைவுகள் அநீதியானவை என்றுதான் கருதுவார்கள். அப்படிப்பட்ட நிலைமையில், (அதன் விளைவுகள் எதுவாக இருப்பினும்) இந்தப் போரைத் தவிர்க்க முடியாது.

மேலும் அரசு, இந்தச் சூழலில், சாத்தியமாகின்ற தேவைகளை மிகப் பரவலான அளவில் பூர்த்தி செய்யும் நோக்கத்தை அடைய இயலாது. ஏனெனில் அரசுக்கு, தன் சட்ட விதிகளினால் பூர்த்திசெய்யப்பட்ட எந்தத் தேவையும், திறன்மிக்க தேவையே ஆகும். இதன் தன்மை, ஒரு குறித்த சமூகத்தில், சொத்தின் பரவலைச் சார்ந்திருக்கிறது. முதலாளித்துவ சமுதாயத்தில் இலாபம் ஈட்டுவதுதான் உற்பத்திக்கான அடிப்படை ஊக்குவிப்பு. இதன் விளைவாக, விநியோகச் செயலில்

(அ) பொதுவான நலத்தின் அடிப்படையில் உரிமைகளைச் சரிசமமாகக் கோருதல் இருக்காது; அல்லது,

(ஆ) அடித்தட்டில் இருப்பவர்களின் நன்மைக்கென அவர்களுக்குத் தரப்படும் ஊதியங்களில் காணப்படும் வித்தியாசத்திற்கான பகுத்தறிவுப் பூர்வமான நியாயம் இருக்காது.

சுருங்கச் சொன்னால், இப்படிப்பட்ட ஒரு சமூகத்தில் பகிர்வுச் செயல்முறைக்கும் நீதிக்கும் உள்ளார்ந்த தொடர்பில்லை. அதாவது வெவ்வேறு வகுப்புகளின் தேவைகளைத் திருப்திப்படுத்துவதில் அநீதி நிலவக்கூடும் (மெய்யாகவே பெரும்பாலும் அப்படித்தான் இருக்கிறது). இப்படிப்பட்ட சமூகத்தில் அரசின் ஒடுக்கும் அதிகாரம் இந்த வேற்றுமைகளை அதிகரிக்கவே பயன்படுத்தப்படுகிறது. இந்த நிலையைச் சீர்திருத்த வேண்டும் என்றால், அரசைக் கைப்பற்றி, அதன் சட்டவிதிகளை மறுவரையறை செய்தாக வேண்டும்.

நான் புரிந்துகொண்ட விதத்தில், அண்மை ஆண்டுகளில், அரசு பற்றிய செவ்வியல் கோட்பாடுகளுக்கு ஏற்பட்டுள்ள சவால் இதுதான். பொதுவான அடிப்படையில், இதை முதன்முதலில் முன்வைத்தவர்கள் மார்க்ஸும் எங்கெல்ஸும் ஆவர். பிறகு அது செவ்விய வடிவத்தில் லெனின் எழுதிய 'அரசும் புரட்சியும்' (ஸ்டேட் அண்ட் ரிவல்யூஷன்) என்னும் நூலில் மறுபடி எடுத்துரைக்கப்பெற்றது. இந்தச் சவாலை எதிர்கொள்பவர்களால் இதற்கான சரியான விடை எதுவும் தரப்படவில்லை. உதாரணமாக, பொசாங்கே முன்வைத்த புகழ்பெற்ற சூத்திரப்படி, அரசின் இலட்சியவாதக் கோட்பாடு, உள்ளார்ந்த நிலையில் ஒரு கற்பனை அரசு பற்றியதாக இருக்கிறதே ஒழிய, நாம் அறிந்த உண்மையான எந்த அரசைப் பற்றியதாகவும் இல்லை. எல்.டி. ஹாப்ஹவுஸ் வெளியிட்ட இலட்சியவாதத்திற்கு எதிரான தாராளவாதப் பார்வை, உரிய நேரம் கிடைக்குமானால், சமூக மோதல் விஷயங்களில் பகுத்தறிவுதான் எப்போதும் வெற்றி பெறும் என்ற கருத்தைக் கொண்டிருந்தாலும் அது நிரூபிக்கப்படவில்லை. பொசாங்கேயின் அல்லது ஹாப்ஹவுஸின் பார்வை வருவதுரைத்தல் என்பதன் அறிவியல் அடிப்படைவிதிகளைப் பூர்த்திசெய்யவில்லை. பரந்துபட்டதொரு நோக்கில், அரசின் செயல்முறைகள் எந்த வழியில் செல்லும் என்பதை உறுதியுடன் முன்னுரைக்க இயலும்படியாக அரசு பற்றிய மார்க்சியக் கொள்கை அரசின் இயற்கையையும் செயல்படு விதத்தையும் வரையறுத்துள்ளது. எனது முடிவுப்படி, நமது காலப் பிரச்சினைகளைச் சுட்டிக்காட்டுவது என்ற முறையில், அதுதான் முடிவாகக் களத்தில் நிற்கிறது.

இந்த அடிப்படையில், அரசு பற்றிய செவ்வியல் கோட்பாடுகளின் காப்பாளர்கள், தங்கள் மனத்தில் கட்டமைத்த ஓர் இலட்சிய அரசினைச் சான்றாகக் காட்டக்கூடாது, மாறாக, நிஜமான அரசுகளாகிய இங்கிலாந்து, ஃபிரான்ஸ், ஜெர்மனி, அமெரிக்க ஐக்கிய நாடு போன்றவற்றில் அக்கொள்கைகள் உள்ளார்ந்த நிலையில் சாத்தியம் என்று காட்ட இயலவேண்டும் என்றாகிறது. தங்கள் உறுப்பினர்களின் விசுவாசத்துக்குப் பதில் சொல்ல வேண்டிய அறத்துக்கு அவர்கள்

ஆட்பட்டிருப்பதால், அவை காப்பாற்றுகின்ற வர்க்க உறவுகள் அப்படியே இருக்கும் நிலையில், அக்கொள்கைகள் மிகப்பரந்த அளவில் தேவைகளைப் பூர்த்திசெய்யும சாத்தியம் கொண்டவை என்பதைக் காட்டவேண்டும். ஹிட்லரின் ஜெர்மனியிலிருக்கும் சிலருக்கோ, அன்றி ஃபாசிஸ இத்தாலியில் உள்ள ஒரு சமதர்மவாதிக்கோ தர்க்கரீதியாக எப்படி இந்த விவாதத்தைக் கொண்டு செல்வது என்பதை என்னாலேயே நோக்க இயலவில்லை. அரசு என்பது மனிதனின் மெய்யான நன்மைக்குத் தொடர்பான நோக்கங்களைக் கொண்டுள்ளது என அறிவிக்கப்பட்ட நோக்கங்களையே ஏற்க இருவரும் மறுக்கின்றனர். அரசு தன் நோக்கத்தைப் பறை சாற்றுவதிலிருந்து அல்ல, அந்த நோக்கம் நடைமுறையில் எப்படிச் செயல்படுத்தப்படுகிறது என்ற தனது சொந்த அனுபவத்தினைக் கொண்டு எந்த அரசியல் சமூகத்தின் தனிஉறுப்பினனும் அதன் மதிப்பை யூகித்துக்கொள்ளலாம். நான் கூறியது போல, இந்தக் கோணத்திலிருந்து, நிலவுடைமைக் கால இறுதியிலோ, ஃபிரெஞ்சுப் புரட்சியின் காலத்திலோ சமூகத்தின் அடித்தளங்களை மறுசீரமைக்க மனிதர்கள் முயன்ற காலத்தை ஒத்த நிலையிலான ஓர் உளவியல் நிலையில் நாம் இருக்கிறோம். அன்று போலவே இன்றும், அவர்கள் வர்க்க உறவுகளை மறுவரையறை செய்ய இயலாவிட்டால் இதைச் செய்ய இயலாத நிலையில் உள்ளனர். அரசு அதிகாரத்தைக் கையில் வைத்திருந்தாலன்றி அவர்களால் அவற்றை மறுவரையறை செய்ய இயலாது. காரணம், அரசு அதிகாரத்தின் ஒடுக்கும் ஆதிக்கத்திலிருந்தே மறுவரையறை செய்வதற்கான வழிகள் காணப்பட முடியும்.

III

நான் பார்க்கின்ற அளவில், இதுதான் நாம் எதிர்கொள்ளும் பொதுப் பிரச்சினை. இப்போது என் வாதத்தின் முடிவைச் சட்டத்தின் இயல்பு பற்றிய பிரச்சினைக்குப் பயன்படுத்த முனைகிறேன். தன் அதிகார வரம்புக்குள் வருகின்றவர்களைக் கட்டுப்படுத்துகின்ற விதிகளின் ஒரு அமைப்பாகச் சட்டத்தை வழக்கறிஞர் அணுகுகிறார். இந்தக் கட்டுப்படுத்துகின்ற சக்தியைப் பற்றிய விளக்கம், மாறுகின்ற பண்பை உடையதுதான். ஹாப்ஸுக்கும் ஆஸ்டினுக்கும் இச்சக்தி என்பது, விதிகளின் பின்னாலுள்ள அதிகாரம். கடைசிபட்சமாக, இதன் ஒடுக்கும் தன்மையைச், சட்டத்தை மீறுபவர்களுக்கு எதிராகப் பயன்படுத்த முடியும். நமது காலத்தில் கெல்சன் செய்ய முனைந்தது போல, தனக்குள் ஒழுக்கவியல் அல்லது சமூகவியல் அக்கறைகள் ஊடுருவ

முடியாத தூயசட்டம் ஒன்றிற்கான, சுயமுரண்பாடற்ற கோட்பாடு ஒன்றை அமைக்க அவர்கள் முயன்றார்கள். இந்த நோக்கின்படி, சட்டத்துக்கு அப்பாலான, சட்டத்தின் இயற்கைக்கு அயலான நிபந்தனைகளை நீதி கொண்டுவருகிறது என்ற அடிப்படையில், நீதியிலிருந்து சட்டம் முற்றிலும் பிரிக்கப்பட்டுவிட்டது. இந்த நோக்கில், சட்டத்தின் அதிகாரம் என்பது (ஒரு தொடரின் இறுதி விதிமுறையான) அரசிலிருந்து வருகிறது. மீண்டும், இந்த விதிமுறை, சோதித்துப் பார்க்கவியலாத ஒரு உருமாதிரியாக உள்ளது. காரணம், ஆதிக்கத்தின் உச்சபட்ச மூலம் என்ற முறையில், அதை எவரும் கேள்விக்குள்ளாக்க முடியாது.

அதற்கான நிபந்தனைகளை ஒப்புக்கொண்டாலும், தூயசட்டக் கொள்கை பதில்சொல்ல முடியாதது என்றே நான் நம்புகிறேன். அதேசமயம், அதன் பொருள், வாழ்க்கைக்குத் தொடர்பற்ற வெறும் தர்க்கப் பயிற்சி என்றும் நம்புகிறேன். ஏனெனில் எந்த ஒரு சமூகத்திலும் சட்டம் என்பது அந்தச் சமூகத்திலுள்ள சமூகவிசைகளின் அழுத்தத்தின் வெளிப்பாடு என்று நமக்குத் தெரியும். அந்த விசைகளைக் கவனிக்காமல் சட்டத்தின் பொருளையோ செயல்முறையையோ விளக்கமுடியாது. அதனால்தான் கடந்த நாற்பது வருடங்களில் முறைசார்தன்மை குறைந்த, மேலும் யதார்த்தமான சட்டவியல் தேவை என்ற இயக்கம் வளர்ந்து வருகிறது. சமூகவியலுக்கும் சட்டத்துக்குமான உறவு, இதுவரை இல்லாத அளவு மேலும் நெருக்கமாகிவிட்டது; முறைசார் சட்டவியல், இப்போது முந்தைய தலைமுறையின் நிபுணர்கள் சிலருக்குத் தவிர வேறு எவருக்கும் ஏற்புடையதாக இல்லை.

அதை இடம் பெயர்க்க எதனால் இயலும்? சட்டம் பயனுள்ளது; அல்லது அது தர்க்க அறிவை உட்கொண்டுள்ளது; அல்லது சமூகத்தின் பொதுவான இலக்குகளைக் குறித்த விதிகளாக வெளிப்படுத்துகிறது; அல்லது தேவையைப் பூர்த்திசெய்வதை உச்சமாக்குகின்ற நடத்தைச் சட்டகங்களுக்கான ஒரு தேடல் என்பதால் கட்டுப்படுத்தும் தன்மை கொண்டுள்ளது. இந்த இயலின் கோணத்திலிருந்து, இந்த விடைகளில் எதுவும் திருப்திகரமாக இல்லை. சட்டம் பயனுள்ளது என்றால், உடனடியாக, அது யாருக்குப் பயனுள்ளது என்ற கேள்வி எழுகிறது. எப்போதும் மிகப்பல வெவ்வேறான விடைகளைத் தரமுடிகின்ற ஒரு கேள்வி இது. அது தர்க்க அறிவை உட்கொண்டுள்ளது என்றால், ‘யாருடைய தர்க்க அறிவை’ என்ற கேள்வி எழுகிறது. சமூகத்தின் பொதுவான இலக்குகளை விதிகளாக அது வெளிப்படுத்துகிறது என்றால் அந்த இலக்குகளை நிர்ணயித்தது யார்? சுருங்கச் சொன்னால், ஒவ்வொரு நிலையிலும், சட்டத்தின் இலட்சிய நோக்கம் என்பது அதன்

உண்மையான நோக்கங்களுடன் ஒன்றுபடத் தேவையில்லை, ஏனெனில் இவை சட்டத்தை ஏற்பவர்களால் அனுபவிக்கப் படுகின்றன.

ஆனால், பொதுவாகச் சட்டத்திற்கு யாவரும் கீழ்ப்படிகிறார்கள். இந்த இயல்பான கீழ்ப்படிதலை எப்படி விளக்குவது? அதற்குக் காரணம் பயமா, பழக்கமா, ஒப்புதலா, பயன்பாடா? சந்தேகமின்றி, இவை யாவற்றிலும் கொஞ்சம் கொஞ்சம் இருக்கவே செய்யும். ஆனால் இவற்றை விளக்குவது, சட்டத்தின் இயல்பினை விளக்கவில்லை. அதைப் புரிந்து கொள்ள, அது அமர்ந்திருக்கும் ஆதிக்கத்தின் இயல்பினை நாம் புரிந்து கொள்ளவேண்டும். இறுதி நோக்கில், இது அரசின் உச்சமான ஒடுக்கும் சக்தியாகவே எப்போதும் இருக்கிறது. சட்ட மீறல்கள் ஏற்படும்போது அவற்றைத் தடுக்கவோ தண்டிக்கவோ பயன்படும் சக்தி அதுதான். மீண்டும், இறுதி நோக்கில், அரசின் நோக்கம் சமூகத்தில் குறித்த ஒரு வர்க்க உறவுகளின் அமைப்பைக் காப்பதாகவே இருக்கிறது. அதன் பின்னிருக்கும் சட்டங்களுக்காக தன் உச்சபட்ச ஒடுக்கும் சக்தியைச் செலவிடுகிறது என்றால் அந்த வர்க்க உறவுகளின் நோக்கமும் அதுவாகவே இருக்க வேண்டும். இறுதியாக, அரசின் நோக்கத்தைப் பூர்த்தி செய்ய முனைகின்ற விதிகளின் ஓர் அமைப்புதான் சட்டம். இந்த விதிகளிலிருந்து கருத்து மாறுபடுபவர்கள் இவற்றின் பின்னாலுள்ள அதிகாரத்தைச் சவால் விடும் நிலையில் இயல்பாகவே இருப்பதில்லை என்பதால்தான் இந்த விதிகள் நிலைத்துள்ளன.

இந்த நிலைப்பாட்டிலிருந்து, நான் ஏற்கெனவே முன்வைத்த கேள்விகளுக்கு விடையளிக்க முடியும். நிலவுடைமை அரசில், நிலவுடைமையாளர்களுக்குப் பயனுள்ளதாக இருப்பதால் சட்டம் உருவாக்கப்படுகிறது; அது உள்ளடக்கியிருக்கும் தர்க்கம், அவர்களுடைய தர்க்கம்தான்; சட்டம் பூர்த்திசெய்ய முனையும் சமூகத்தின் பொது இலக்கு என்பது, அந்த இலக்கு என்னவாக இருக்கவேண்டும் என்பது பற்றிய அவர்களுடைய கருத்தாக்கம்தான்; அது கட்டாயமாக்க முனையும் நடத்தை விதித் தொகுப்புகள் எவ்விதம் தேவையை உச்சமாக்கலாம் என்ற அவர்களின் கருத்தாக்கத்திலிருந்து வருவிக்கப் படுபவைதான். இதுபோலவே பிரிட்டன் போன்ற ஒரு முதலாளித்துவச் சமூகத்தில், உதாரணமாக, சட்டத்தின் சாராம்சம், முதலாளிகளால் முதன்மையாகத் தீர்மானிக்கப்படுகிறது. ரஷ்யா போன்றதொரு சமதர்மச் சமூகத்தில் சட்டத்தின் சாராம்சம், 'உற்பத்திக் கருவிகளின் பொதுவுடைமை சமூகத்தின் ஒட்டுமொத்தமான நோக்கங்களுக்கு ஒரு வர்க்கத்தின் நோக்கங்களைக் கீழ்ப்படுத்துகிறது' என்ற மெய்ம்மையால் தீர்மானிக்கப்படும்.

சட்டவியலில் அண்மைப் பணி, இந்தப் பார்வைக்கு முந்திய தலைமுறைக்கு பரிச்சயமாகாத ஓர் அந்தஸ்தைக் கொடுக்கிறது. குறித்த உதாரணம் தர வேண்டுமானால், தடையாணை பயன்படுத்துவதில், பதினான்காம் திருத்தத்தின் விளக்கத்தில், பெருந்தொழிலகங்களின் சதியை அக்கிரமச் செயல் என்ற வகையில் வாசிக்கும்போது, அமெரிக்க நீதிமன்றங்களின் செயல்முறைகளை நோக்குவோம். தனிப்பட்ட நடுவர்களிடம் பிரக்ஞைபூர்வமாக இது வெளிப்படுவதில்லை என்றாலும், சுதந்திரமான பேச்சு, சுதந்திரமாக ஒன்று கூடுதல் போன்றவை பற்றிய நீதிமன்றத்தின் மனப்பான்மையில், சட்டத்தின் நோக்கமும் அதன் இலட்சியப்பூர்வமான உறுதிப்படுத்தல்களும் எவ்வாறு இருப்பினும், இருக்கும் வர்க்க உறவுகளை மாறாமல் காப்பாற்ற வேண்டும் என்ற கருத்து ஊடுருவியிருக்கிறது. இந்த இலக்கிற்காக மட்டுமே, வேறு எந்த இலக்கிற்காகவும் அல்ல, அரசின் உச்சமான ஒடுக்குதல் சக்தியைப் பயன்படுத்துவதை இது காட்டுகிறது. அமெரிக்க அரசியல் சட்டம், பரந்த அளவிலான கொள்கைகளின் எடுத்துரைப்பு என்ற முறையில் சந்தேகமின்றி நெகிழ்ச்சி உடையதுதான். ஆனால் பொதுவாக, நடுவர்களால் செயல்படுத்தப் படுகின்றபோது, சட்டத்தின் இடைவெளிகள் வாயிலாக வர்க்க உறவுகளில் ஒரு மாற்றம் ஏற்படுவதைத் தடுக்கும் அளவுக்கு ஒரு தத்துவத்தினால் அது ஆக்கிரமிக்கப்பட்டிருக்கிறது.

இதுவே பிரிட்டனுக்கும் பொருந்தும். தொழிலாளர்களின் சம்பளத்தைப் பற்றிய பெரும்பான்மைச் சட்டவியல், தேடலின் சட்டம், பேச்சுச் சுதந்திரம் மற்றும் ஒன்றுகூடுதலின் சுதந்திரம் (குறிப்பாக இந்தக் கடைசி நெருக்கடியான ஆண்டுகளில்) ஆகியவற்றை உள்ளடக்கிய தொழிற்சங்கச் சட்டத்தின் விளக்கம், 'இருக்கும் சமூக முறைமை (அதாவது இருக்கும் வர்க்க உறவுகளின் அமைப்பு) அப்படியே காப்பாற்றப்பட வேண்டும்' என்ற நீதித்துறை நம்பிக்கையிலிருந்து தனது அர்த்தத்தைப் பெறுகிறது. அடிமட்டத்தில், சட்டத்தின் சாராம்சத்தை மார்க்சியச் சட்ட விளக்கம்தான் தெளிவாக்க இயலும். அதாவது, வர்க்கபேதமற்ற சமூகம் என்பது இல்லாவிட்டால், ஒரு குறுகிய, முறையான அர்த்தத்தில் அன்றி, சட்டத்தின் முன் சமத்துவம் என்பது இருக்க இயலாது. ஏனெனில், உற்பத்திக் கருவிகள் தனியார் கைகளில் உள்ள எந்தச் சமூகத்திலும், சொத்துரிமைகள் சொந்தக்காரர்களான தனியாரிடம் பாதுகாப்பாக இருக்கவேண்டும். இந்த அடிப்படையிலான வர்க்க உறவுகளின் அமைப்பைக் காக்கவேண்டும் என்பதே எல்லாச் சட்டங்களுக்கும் அடியிலுள்ள சொல்லப்படாத கற்பிதமாக இருக்கிறது.

இந்த முடிவு, இரு சிந்தனைகளில் எந்த ஒன்றாலும் சரியென ஏற்றுக்கொள்ளப்படாமல் இல்லை என்பதைக் கூறியாக வேண்டும். முரண்பாடு இன்மை குறித்த வழக்கறிஞரின் தேடல் எப்போதுமே தனக்குள் தர்க்க ரீதியாக அமையும் ஒரு சட்ட அமைப்பைக் கட்ட முனைகிறது. குற்றச்செயல் சட்டத்தின் வரலாறு இந்த முயற்சியின் ஆர்வமூட்டும் ஓர் உதாரணம் ஆகும். இருக்கும் பொருள்களில் முரண்பாடின்மையைத் தேடுவதன் எதிர்வினை ஒருபுறம் இருந்தாலும், இந்த முயற்சியின் அடிப்படை உருவம், எந்தச் சமூகத்திலும் எந்தக் குறிப்பிட்ட காலத்திலும் தவிர்க்கவியலாமல் உற்பத்தி உறவுகளால்தான் உருவாகிறது. வழக்கறிஞர்களும், பிற பெரும்பான்மை மக்களைப் போல, தாங்கள் உருவாக்குகின்ற விதிகளில் சமூகத்தின் நன்மையைத் தேடுகின்றனர் என்ற மெய்ம்மையால் இது சரியென ஏற்கப்படாமலும் இல்லை. தாங்கள் காணும் சமூகத்தில் அவர்கள் அதன் நன்மையைத் தேடுகின்றனர். ஒரு பரந்த நோக்கில், தங்களை மலரச்செய்த உற்பத்தி உறவுகளுக்குள் அவர்கள் வைக்கப்பட்டிருப்பதால் கிடைக்கின்ற ஓர் அனுபவத்தின் வாயிலாக, அவர்கள் நன்மை என்பதைக் காண்கிறார்கள். நெப்போலியச் சட்டத்தை உருவாக்கிய முதன்மைத் தலைமை நடுவர் பேரன் பிராம்வெல் மற்றும் ஃபார்வெல் பிரபு என்போரின் பொருளாதாரத் தத்துவம், அவர்களின் பணியின் முத்திரையினைச் சற்றும் தவறின்றிப் பெற்றிருக்கிறது. மேற்கண்ட ஒவ்வொருவரும் தங்கள் சிறந்த திறமையினால் சட்டத்துக்குத் தங்கள் பணியைச் செய்தார்கள். ஆனால் அந்தப் பணிக்குள் ஒவ்வொருவரும் தான் சிறைப்பட்டிருந்த வர்க்க முன்சிந்தனைகளைக் கொண்டுவரவே செய்தார்கள். எங்கேயாவது ஓரிடத்தில், ஜஸ்டிஸ் ஹோம்ஸைப் போன்ற, மிகக் குறிப்பிடத்தக்க ஒரு மனிதர், இந்தக் கட்டுப்பாடுகளை மீறுகின்ற சிறப்பான சக்தியைப் பெற்றிருக்கலாம். ஆனால் வழக்கறிஞர் மன்றத்தை அடைவதற்குரிய சட்டப்பூர்வ நியமனம் மற்றும் பணிமேம்படுத்தலுக்கென வகுத்துள்ள நமது உத்திமுறைகள் அடிப்படையில், அப்படிப்பட்ட குறிப்பிடத்தக்க தனிமனிதர்கள் மிக அபூர்வமாகவே வெற்றிகரமான வழக்கறிஞர்களாக இருக்கிறார்கள்.

ஆகவே அரசு பற்றிய கோட்பாட்டில் நெருக்கடி இருப்பதைப்போல, சட்டத்தின் கோட்பாட்டிலும் நெருக்கடி இருக்கவே செய்கிறது. சட்டத்தின் சிறப்பு மிக்க பிரதான அடையாளங்கள் எதுவும் சவாலுக்கு உட்படாமல் போனதில்லை. இதில் குறிப்பாக கவனிக்கவேண்டியது, புதிய சமூகவியல் உறவுகளைப் பயன்படுத்திக்கொள்ள முனைகின்ற சட்டத்தின் தாராளவாதக் கோட்பாடுகள், மையப் பிரச்சினையைப் பற்றிக்கொள்ளப் பழைய கொள்கைகள் தடுமாறுவதற்கு இணையாகத் தாங்களும் உதவியற்று தடுமாறிக்கொண்டுதான் இருக்கின்றன. சான்றாக, டீன் பவுண்ட், மிகப்பெரிய கல்வியுடனும் ஆற்றலுடனும்,

சட்டத்தின் பொறியியல் கொள்கை ஒன்றை முன் வைத்தார். இதை "மனித விருப்பங்களை அருவமாக ஒருசீர்ப்படுத்துவது பற்றிச் சிந்திப்பது அல்ல, மனித ஆர்வங்களைப் பருமையாக ஒன்று சேர்த்தல் அல்லது அவற்றை நிறைவேற்றுவது பற்றிச் சிந்திப்பது" என்று அவர் வரையறுக்கிறார் (*Spirit of the Common Law, p.195*). ஆனால் இந்தச் சமூகத்தின் வர்க்க அமைப்பு, யாருக்கு மிகத்திறம்பட நன்மைகள் செய்யமுடிகிறதோ அவர்களுக்கு, (அதாவது சொத்துடைமை கொண்டவர்க்கு) நிறைவேற்றப்பட்ட அல்லது ஒன்றுசேர்க்கப்பட்ட மனித ஆர்வங்களை முதன்மையாகக் கட்டுப்படுத்திவிடுகிறது. டீன் பவுண்ட் எங்குமே இந்தப் பருமையான ஒன்றுசேர்த்தலுக்கும் அல்லது அவற்றை நிறைவேற்றுதலுக்கும் மேற்கண்ட விதமான சமூகத்தின் தப்பமுடியாத விளைவுகளுக்கும் உள்ள உறவினைப் பற்றி விவாதிக்கவில்லை. அடிமட்ட அளவில், அவருடைய முழுத் தத்துவமும், கோலருடையது போன்று, 'புதிய காலத்தின் உத்வேகம்' என்ற இரகசியப் பொருளினால் சட்டம் ஊடுருவப்பட வேண்டும் என்ற ஒரு ஹெகலியப் பரிந்துரைதான். சட்டம் காலத்துக்கேற்றவாறு மேம்படுத்தப்பட வேண்டும் என்று அவர் விரும்புகிறார். ஆனால் ஹெகலியத் தத்துவம் எதையும் போலவே, இதுவும் எந்த ஒரு குறித்த காலத்திலும் எந்த ஒரு குறித்த சமூகத்தினதுமான இருப்பு நிலையை வெறுமனே அழகுபடுத்திப் பார்ப்பதுதான் என்பதைக் காண்பதில் டீன் பவுண்ட் முற்றிலும் தோல்வியடைந்துவிட்டார். 'சட்ட உறவுகள் யாவும் வர்க்க உறவுகளில் வேர்கொண்டுள்ளன' என்பதை மார்க்ஸுடன் சேர்ந்து காண மறுப்பதன் மூலம், டீன் பவுண்ட், குறித்த வர்க்க உறவுகள் நிலவும் ஒரு சமூகத்திலோ அல்லது ஒரு வர்க்கத்தின்மீது மற்றொரு வர்க்கம் ஆதிக்கம் செலுத்துவது அழிக்கப்பட்ட சமூகத்திலோ எந்த மனித ஆர்வங்கள் பாதுகாக்கப்படும் அல்லது அடையப்படும் என்ற பிரச்சினைக்கான முக்கியமான விடையை வீசி எறிந்துவிட்டார்.

புதிய அணுகுமுறை, பகுப்பாய்வின் தேவைக்கெனவே, ஒரு மாறுபட்ட உத்தியைக் கொண்டுள்ளது. குறித்த வர்க்க உறவுகளின் அமைப்பை ஆதரிக்கும் ஓர் அரசின் சூழலில் வைத்தே அது சட்டத்தை நோக்குகிறது. இந்தச் சூழலில் வைத்துத்தான் எப்போதும் அது தேவையான பொருளுக்கான குறிப்பையும் கண்டறிகிறது. இந்த நோக்கில், சட்டம் என்பது 'சமூகத்தின் வர்க்க அமைப்பின் நோக்கங்களைப் பாதுகாக்கும் நடத்தை விதிகளின் தொகுதி'. தேவைப்பட்டால் அரசின் ஒடுக்கும் சக்தியினால் அது செயல்படுத்தப்படும். உற்பத்தி உறவுகள் பயன்படுத்தப்படும் சமூகத்தின் முழு உள்ளாற்றல்களை இயலச் செய்யும் வரை அவற்றிற்குக் கீழ்ப்படிதல் நிகழும். உற்பத்திச் சக்திகள் உற்பத்தி உறவுகளுடன் முரண்படும்போதும், இந்தப் பயன்பாடு இனி இயலாது

என்ற நிலை வரும்போதும், இவை சவாலுக்குள்ளாகும். இந்த முரண்பாடு தோன்றும்போதெல்லாம், சட்டத்தின் அடிப்படைகள் கேள்விக்குள்ளாக்கப் படுகின்றன. அவற்றை மீளமைக்கும் போராட்டம் நிகழ்கிறது. சட்டத்தைச் சவாலுக்கு உட்படுத்துபவர்கள் தங்கள் முயற்சியில் வெற்றிபெற்றால், அவர்கள் சமூகத்தின் அடிப்படைச் சட்ட நிபந்தனைகளை மறுவரையறை செய்ய, அரசுச் சக்தியைப் பயன்படுத்திக்கொள்ளச் சொல்கிறார்கள். இந்தக் கருத்தாக்கத்தின் அடிப்படையில் மட்டுமே சட்டவியல் சிந்தனையின் இயக்கம், அதன் அடிப்படையைக் கோடிட்டுக்காட்டுதலில் விளக்கப்பட இயலும்.

IV

முதல் உலகப்போரின்போதும், அதை உடனடியாகத் தொடர்ந்த காலத்தின் போதும், பன்மைவாதிகள் என்று வழக்கமாக அழைக்கப்பட்ட சிந்தனைக் குழுவினர், அரசின் இறையாண்மைமீது ஒரு தாக்குதலைத் தொடுத்தனர். பிற எவரையும் போலவே இக்கொள்கையின் உருவாக்கத்தில் நானும் அக்கறை கொண்டவன் ஆதலின், ஒருவேளை இந்தத் தாக்குதலின் இயல்பையும் நோக்கத்தையும் இங்கே விளக்குவது முற்றிலும் பொருத்தமற்றது என்று கூற இயலாது.

அது இரண்டு விஷயங்களின் அடிப்படையில் தோன்றுகிறது. (1) அரசு சட்டத்துறையில் அனைத்துத்-தகுதியை வேண்டியது. (2) தான் தனது பிரதேசச் சட்ட எல்லைக்குள்ளாகக் குடிமக்களின் ஒட்டுமொத்த ஆர்வங்களின் சார்பாகவும் நிற்கிறது என்ற அடிப்படையில் அதன் குடிமக்களிடம் விசுவாசத்தையும் வேண்டியது.

(1) சட்டத்துறையில் அனைத்துத்-தகுதி என்பது வெறும் முறைசார்ந்த கருத்து, மெய்யாகவே அது செல்லக்கூடியதல்ல என்பதைப் பன்மைவாதிகள் சுட்டிக்காட்டினார்கள்.

(2) மேலும் மக்களின் விசுவாசம் என்பது பலவிஷயங்களில் இருக்கக்கூடியது, அது ஒற்றைப் பொருளல்ல என்பதனால் 'விசுவாசத்தை வேண்டுவது' என்பது முன்னரே இருக்க இயலாது என்றார்கள். மக்களுக்கு அவ்வப்போது தேர்வு-வாய்ப்புகள் பல அளிக்கப்படுகின்றன. அரசின் முறைசார்ந்த, முன்சிறப்பைக் கருத்தில் கொள்ளாமலே அவர்கள் அவற்றிலிருந்து தேர்ந்தெடுத்தார்கள்.

ஆகவே எவ்வளவுதான் மாட்சிமையும் அதிகாரமும் கொண்டதாக இருந்தாலும், அரசு என்பது உண்மையில், சமூகத்திலுள்ள பல

கூட்டமைப்புகளில் ஒன்றுதான் என்றும், அனுபவத்தில் அதன் அதிகாரங்களுக்கு எப்போதுமே எல்லைகள் இருந்தன என்றும், அரசு பூர்த்தி செய்ய முனைகின்ற நோக்கங்களுக்கும் அந்த நோக்கங்கள் பற்றி மக்கள் செய்யும் முடிவுக்கும் இடையிலான உறவினால் அந்த எல்லைகள் அமைகின்றன என்றும் பன்மைவாதிகள் வாதிட்டார்கள். மக்கள் தங்கள் அனுபவத்திலிருந்து பிறக்கின்ற தேவைகளைப் பூர்த்திசெய்ய முனையும்போது அந்த அனுபவத்தைச் சந்திக்கின்ற அரசின் விருப்பத் தேர்வின் சாராம்சத்தில்தான் இருக்கிறதே ஒழிய, 'அது விரும்புகிறது என்ற மெய்ம்மையின் அடிப்படையில் தனக்குக் கீழ்ப்படிதலாகிய அரசின் உரிமை என்பதில்லை' என்று அவர்கள் வலியுறுத்தினார்கள்.

வரலாற்றுச் செய்தியின்படி, ஒரு பகுதியில், இந்தப் பன்மைவாதம் போர்க் காலத்தில் அரசின் மோலாக் போன்ற கோரிக்கைகளுக்கு எதிர்வினையிலிருந்து பிறந்தது என்பது தெளிவாகவே தெரிகிறது. மற்றொரு பகுதியில், 'அரசின் ஒப்புயர்வற்ற தன்மைக்கான கோரிக்கை, மெய்யாகவே, தவறுதலுக்கு ஆளாகக்கூடிய மனிதர்களினால் ஆன ஓர் அரசாங்கத்தின் இறையாண்மை என்று எப்போதுமே அர்த்தப்படுகிறது' என்ற புரிந்துகொள்ளலிருந்து பிறந்தது. அம்மனிதர்களுடைய உள்நோக்கங்கள் மட்டுமே அப்படிப்பட்ட கோரிக்கைக்குப் போதுமானதன்று. திருச்சபைகளுக்கும் அரசுக்கும், தொழிற்சங்கங்களுக்கும் அரசுக்கும், இராணுவ சேவையைப் பிரக்ஞைபூர்வமாக எதிர்ப்பவர்கள் விஷயத்தில் தனிமனிதருக்கும் அரசுக்கும் ஆகிய மோதல்களினால் ஏற்பட்ட ஒரு வரலாற்றுப் பகுப்பாய்வே பன்மைவாதத்தின் உருவாக்கத்திற்குள் நிகழ்ந்துள்ளது.

இப்போது நான் நினைப்பதுபோல், பன்மைவாதக் கொள்கையில் எது சரியானது என்றால்,

(1) ஓர் அரசின் தூய சட்டவியல் கொள்கை அரசின் தத்துவத்திற்குப் போதுமான அடிப்படையாக அமைவதில்லை;

(2) ஒழுக்கவியல் உரிமை அல்லது அரசியல் ஞானம் என்பதன் அடிப்படையில் வேறு எந்த அமைப்பையும்விட அதிகமான விசுவாசத்தை எதிர்பார்ப்பதற்கு அரசுக்கு உரிமையில்லை;

(3) அறவியல் அடிப்படையில் நடுநிலையான ஓர் ஒடுக்குதலைப் பயன்படுத்துகின்ற அதிகாரக் கருத்தின் அடிப்படையில்தான் அரசின் இறையாண்மை தங்கியிருக்கிறது. ஒரு சிக்கலான முழுமை என்ற விதத்தில் சமூகம் பன்மைத்தன்மை வாய்ந்தது;

நாம் இறையாண்மை என்று அழைக்கின்ற அரசின் ஒட்டுமொத்தமான அதிகாரம், போடின் சொல்வதுபோல, எல்லாருக்கும் ஆணைகள் இடவும், எவரிடமிருந்தும் ஆணை ஏற்காமலிருக்கவுமான அந்தச் சட்டவுரிமை, (செவ்வியல் சட்டக்கோட்பாட்டில் போல), எல்லா இயல்பான சந்தர்ப்பங்களிலும், தன் விருப்பத்திற்கு எவரும் கீழ்ப்படிந்தாக வேண்டும் என்ற ஒடுக்குதல் அதிகாரம், 'அதன் விருப்பத்திற்குப் பின்' என்ற ஒற்றைத் தன்மையால் சாத்தியப்படுத்தப்படுகிறது.

இப்போது, பன்மைவாதத்தின் பலவீனம் மிகத் தெளிவானது என்பதைக் காணமுடிகிறது. வர்க்க உறவுகளின் வெளிப்பாடு என்ற வகையில் அரசின் இயல்பினை அது போதிய அளவு புரிந்துகொள்ளவில்லை. வேறுவிதமாக அது சமூகத்தின் சட்ட அடிப்படைகளை வரையறுக்கவோ கட்டுப்படுத்தவோ இயலாது என்பதால், பிரிக்கமுடியாத பொறுப்பற்ற ஒரு இறையாண்மையை அரசு வேண்டுகிறது என்ற மெய்ம்மையை அது போதுமான அளவு வலியுறுத்தவில்லை. தங்கள் வரையறை, கட்டுப்பாடு ஆகியவற்றின் மூலமாகத்தான் எந்த ஒரு வர்க்க உறவுகளின் அமைப்பும் புரிந்து ஏற்றுக்கொள்ளப்படுகிறது. அரசு இறையாண்மை மிக்கதாக இல்லாவிட்டால், இந்த நோக்கங்களை நிறைவேற்றுகின்ற நிலையில் இல்லாமல் போகிறது. எந்த ஒரு குறிப்பிட்ட காலத்திலும் இடத்திலும் உற்பத்தி உறவுகளின் வெளிப்பாட்டைப் பூர்த்திசெய்ய வேண்டும் என்ற அரசிலக்கின் பாதுகாப்புப் பூச்சினைத்தான் ஹெகல் போன்ற தத்துவ ஞானிகள் அரசின் ஒழுக்கவியல் பண்புகள் என்று அளித்தார்கள்.

இதைப் புரிந்துகொண்டால், பன்மைவாதத்தின் நோக்கம் ஒரு பெரிய நோக்கத்திற்குள் கலந்துவிடுகிறது என்று கூறலாம். நான் இங்கு வாதிட்டது போல, அதுதான் மெய்ம்மை என்றால், அரசு தவிர்க்க இயலாமல் உற்பத்திக் கருவிகளை வைத்திருக்கும் (ஆதிக்க) வர்க்கத்தின் கருவியாக மாறிவிடுகிறது. அதனால் பன்மைவாதியின் இலக்கு ஒரு வர்க்கமற்ற சமூகமாக இருக்கவேண்டும். அப்படியிருந்தால், அதன் உச்சமான ஒடுக்கு முறைச் சக்தியின் தேவையும் இல்லை, அதற்கு இடமும் இல்லை. இதற்குப் பிறகு,

(அ) மனிதர்கள் பொது நன்மையினைச் சமமாகக் கோருகின்ற ஒரு சமூகத்தைக் கருதுவது சாத்தியமாகிறது.

(ஆ) அந்தச் சம கோரிக்கை அடிப்படையில் ஒரு பிரிவினை செய்யமுடியும், அவ்விதம் பிரிக்கப்பட்டவர்களுக்கு எதிரானவர்களின் நன்மை, பிரிக்கப்பட்டவர்களின் சார்பானவர்களின் நன்மையில்

உள்ளடங்கியிருக்குமாறு செய்யமுடியும், என அமைகின்ற, ஒரு சமூகத்தைக் கருதுவது சாத்தியமாகிறது.

அப்படிப்பட்ட ஒரு சமூகத்தில் உடைமை அடிப்படையிலான முரண்பாடுகளை நாம் களைகிறோம். ‘சொத்துகள்தான் பிரிவினைக்கு ஒரே மெய்யான காரணம்’ என்று ஜேம்ஸ் மாடிசன் கூறினார். இந்த முரண்பாடுகள்தான் அரசு ஒடுக்குமுறை என்னும் பரந்துபட்ட கருவியை இயல்பாகவே தேவையாக்குகின்றன. இப்படியாக, முரண்பாட்டின் முக்கிய அடிப்படையை அகற்றிவிட்டால், சமூகத்தின் உண்மையான கூட்டாட்சி, இயல்பை ஒரு நிறுவனமாக வெளிப்படுத்தும் சமூக அமைப்பைக் கருதுவது சாத்தியமாகிறது. அப்படிப்பட்ட ஒரு சமூக அமைப்பில் உருவத்திலும் வெளிப்பாட்டிலும் சட்டப்படியான அதிகாரம் என்பது பன்மை இயல்போடு இருக்கமுடியும். அளவற்ற நிறுவன மாற்றங்களின் வாய்ப்பு உடனடியாக நம் பார்வைக்குள் வருகிறது.

இந்தப் பார்வை எழுப்புகின்ற பிரச்சினைகளைப் பற்றிய முழு சர்ச்சைக்குள் நான் ஈடுபட முயற்சி செய்வதற்கு இது இடமில்லை. ஒருவேளை இங்கு (என்னைப் பொறுத்தவரை), அரசுக்கும் சட்டத்திற்குமான பன்மைவாத மனப்பான்மை, அவற்றிற்கான மார்க்சிய மனப்பான்மையை ஏற்றுக் கொள்வதன் பாதையில் ஒரு நிலைதான் என்பதைச் சொன்னால் போதுமானது. மார்க்சியத்தின் வாயிலாகத்தான் பாசிஸ நாடுகளிலுள்ள அரசு போன்ற நிகழ்வுகளை விளக்கமுடியும். அப்படிப்பட்ட அரசு குறிப்பாகத் தனது ஒடுக்குமுறைக் கருவியின் சட்டகத்திற்குள்ளாகத் தனிமனிதனை முழுமையாக உறிஞ்ச முனைகிறது. ஏனெனில் பிரிட்டன், அமெரிக்க ஐக்கியநாடு ஆகிய முதலாளித்துவ ஜனநாயகங்களில் மறைவாகவும் மழுப்பலாகவும் உள்ள அரசு, இங்கு நிர்வாணமாகவும் நாணமின்றியும் காணக் கிடைக்கிறது. அதன் அதிகாரத்தைக் கட்டுப்படுத்த வேண்டுமானால், பன்மைவாதிகள் முனைந்தது போல, சமூகத்தின் வர்க்க அமைப்பை நாம் அழிக்க வேண்டும். ஏனெனில் சமூகத்தில் உற்பத்திக் கருவிகளைச் சொந்தமாக்கி வைத்திருக்கும் வகுப்பினரின் செயல்பாட்டுக் கருவிதான் அரசு. இந்த அர்த்தத்தில் ஒரு வர்க்க சமூகம் அழிக்கப்பட்டால், ஓர் ஒடுக்குகின்ற இறையாண்மைக் கருவியாக அரசின் தேவை அற்றுப்போகிறது. மார்க்ஸின் சொற்களில், “வாடி உதிர்ந்துபோகிறது”. இதைச் சாதிக்கும்போது அதிகாரத்தலைமையின் இயல்பும் அது கொண்டுள்ள சட்டத்தின் இயல்பும் ஓர் அடிப்படை மாற்றத்திற்குள்ளாகின்றன.

V

முதல் உலகப்போரின்போது உலகளாவிய ஜனநாயகத்தை அடைவதுதான் மனித இனத்தின் முன்னாலுள்ள மிக உயர்ந்த அரசியல் இலக்கு என்று பரவலாகக் கருதப்பட்டது. ஆனால் போருக்குப் பிறகு மனிதர்களின் மனத்தில் அதன் செல்வாக்கு குறைந்துள்ளது. அரசியல் கோட்பாட்டில் இப்போதுள்ள குழப்பத்தில் மிகச் சிறிய அளவுகூட, எதிலும் நமது காலம் உண்டாக்கியுள்ள மனநிலை மாற்றத்தினால் ஏற்பட்ட பிரச்சினைகளைப் போதுமான சொற்களில் எடுத்துரைப்பதில் ஏற்பட்ட ஒரு தோல்வியின் விளைவல்ல. ஒரு முறைசார் ஜனநாயகத்தில் அடங்கியுள்ள பொருளாதார உறவுகளின் கூட்டமைவைப் பற்றிக் கருதாமலே மனிதர்கள் அது தன்னளவில் நல்லது என்று ஏற்றுக் கொள்ளுமாறு ஆக்கப்பட்டிருக்கிறார்கள்.

சோவியத் ரஷ்யாவைத் தவிர நவீன உலகில் ஒவ்வொரு அரசிலும் அங்கு நிலவுகின்ற முதலாளித்துவ உற்பத்திமுறைதான் அரசியல் பகுப்பாய்வின் தொடக்கப் புள்ளியாக இருக்க வேண்டியுள்ளது. உற்பத்திக் கருவிகளின் உரிமை, ஒப்பளவில் மிகச் சிலரிடமே இருக்கிறது. இங்கிலாந்து, அமெரிக்க ஐக்கிய நாடு போன்றவற்றிலுள்ள, அனைவர்-வாக்குரிமையால் அமைந்த பரந்த அடிப்படையிலான, அரசியல் ஆதிக்கத்துக்கு இந்தக் குறுகிய அடிப்படையிலான பொருளாதார ஆதிக்கம் என்பது முரண்பாடாக இருக்கிறது. ஒரு ஜனநாயகம் அடைய உதவும் கொள்கை ரீதியான இலக்குகளுக்கு அந்த முதலாளித்துவச் சமூகத்தின் உற்பத்தி நோக்கங்கள் எதிராக இருக்கின்றன என்பது இதற்கு அர்த்தம், இந்த முரண்பாடு முக்கியமானது. ஒரு முதலாளித்துவச் சமூகத்தில், உற்பத்திக்கான நோக்கம் என்பது உற்பத்திக் கருவிகளை வைத்திருப்பவருக்கு இலாபம் ஈட்டித் தருவதே ஆகும். ஒரு ஜனநாயகத்தில், தனது அரசியல் சக்தியைப் பயன்படுத்தி, ஒரு குடிமகன் தனக்குக் கிடைக்கக்கூடிய பொருளியல் நலத்தினை அதிகரித்துக்கொள்ள அரசின் அதிகாரத்தைப் பயன்படுத்திக் கொள்ள முனைகிறான்.

பொருளாதாரச் சிலராட்சியும், அரசியல் ஜனநாயகமும் இதுபோன்று இணைந்து செல்வது, முதலாளித்துவம் விரிவடையும் நிலையில் இருந்தவரை சரியாக நடந்தது. பிரிட்டனிலும், அமெரிக்க ஐக்கிய நாட்டிலும் அது அடைந்த வெற்றிகள் யாவரும் அறிந்தவை ஆதலின் இங்கே குறிப்பிட வேண்டிய அவசியமில்லை. ஆனால் பொதுவாகக் கடந்த முப்பதாண்டுகளிலும், குறிப்பாகப் போருக்குப் பிறகும், முதலாளித்துவம் ஒரு குறுக்கக் காலப்பகுதியில் நுழைந்துள்ளது. அதிலிருந்து அது மீண்டெழ முடியாததாகவும், எழாது என்றுமே

தோன்றுகிறது. பொருள்களை உற்பத்தி செய்யும் அதன் வலிமை எல்லையற்று அதிகரித்துள்ளது. தொடர்ந்து அதை விநியோகம் செய்யும் சக்தி அவ்வளவு திறன்மிக்கதாக இல்லை. உற்பத்தி உறவுகளைத் தோற்றுவிக்கின்ற சொத்துடைமையின் அமைப்பு, உற்பத்திச் சக்திகளுக்கு எதிராக இருக்கிறது. நமது கையிலிருக்கும் மூலவளங்களை முழு அளவில் பயன்படுத்த வேண்டுமானால் நிலவுடைமைக்கால இறுதியில் நடந்தது போல வர்க்க உறவுகளின் மறுவரையறை ஒன்று தேவைப்படுகிறது.

ஆனால் இங்கு முதலாளித்துவ ஜனநாயகத்தின் இடர்ப்பாடுகள் குறுக்கிடுகின்றன. முதலாளியின் அக்கறை இலாபம். வெகுமக்களின் அக்கறை பொருளியல் நல்வாழ்க்கை. பொருளாதார ஒழுங்கமைவின் குறுக்கம் இலாபத்தைக் குறைத்தால் அதன் விளைவாக வேலைவாய்ப்பு இன்மையும் வாழ்க்கைத்தரம் குறைதலும் ஏற்படுகின்றன. ஏதோ கொஞ்ச காலத்துக்கு இதைச் சரிப்படுத்தலாம். ஆனால் ஏதோ ஒரு நிலையில் தங்கள் பொருளியல் நல்வாழ்க்கை மேம்பட வேண்டுமென்று வலியுறுத்த வெகுமக்கள் அரசியல் சக்தியைப் பயன்படுத்துவதால், அதை அடையத் தாங்கள் உள்ளடங்கியுள்ள வர்க்க உறவுகளைத் தாக்கும் நிலைக்குத் தள்ளப்படுகிறார்கள். அப்போது அவர்களுடைய அரசியல் சக்தி உடைமை வகுப்பினரின் பொருளாதார சக்திக்குச் சவாலாக மாறுகிறது. அப்போது உடைமை வகுப்பினருக்கு இரண்டு தேர்வுகள் இருக்கின்றன. ஒன்று, அவர்கள் அரசின் சட்ட அடிப்படைகளை அமைதியாக மறுவரையறை செய்வதற்கு ஒத்துழைக்கலாம். அல்லது வெகுமக்களின் வாக்குச் சக்தியால் தங்கள் முன்னுரிமைகள் பயமுறுத்தலுக்குள்ளாகும் ஜனநாயக ஒழுங்கமைவைத் தாங்களே நசுக்க முனையலாம்.

ஜனநாயக ஒழுங்கமைவை நசுக்குதல் என்பது என்ன என்பதற்கு இத்தாலியிலும் ஜெர்மனியிலும் நுழைந்திருக்கும் ஃபாசிஸம் ஓர் உதாரணம். எப்படித் தாங்கள் ஆளப்பட விரும்புகிறார்கள் என்பது பற்றிய பெரும்பான்மையினர் உரிமை அழிக்கப்படுகிறது. உழைக்கும் வர்க்கத்தினரின் சிறப்பு நிறுவனங்களான தொழிற்சங்கங்கள், கூட்டுறவுச் சங்கங்கள், சமதர்மக் கட்சி ஆகியவை தூக்கி எறியப்படுகின்றன. பெருவணிக நிறுவனங்களுடனும், அரசின் தற்காப்புக்கான இராணுவம் போன்றவற்றுடனும் தவிர்க்கவியலாமல் ஒன்றுசேர்ந்திருக்கும் பாசிஸக் கட்சி பொருளாதாரச் சக்தியை வைத்திருப்பவர்களின் ஆர்வங்களுக்கு ஏற்ப அரசின் அமைப்பினை மாற்றக்கூடிய நிலைக்குச் செல்கிறது. சர்வாதிகாரம் நிறுவப்படுகிறது. இவையெல்லாம் சமூகத்தின் நன்மைக்காகச் செய்யப்படுகிறது என்று அறிவிக்கப்பட்டாலும் அதன் விளைவுகள் எப்போதுமே (1) கீழ்ப்படியாத மக்களை

வலுவாக நசுக்குவது, (2) வெகுஜனங்களுக்குக் கீழான வாழ்க்கைத் தரத்தினைத் தருவது என்பவற்றின் மீதுதான் கட்டப் படுகின்றன என்பது குறிப்பிடத்தக்கது. பாசிஸச் சர்வாதிகாரம் முதலாளித்துவத்திற்கும் ஜனநாயகத்திற்கும் இடையிலான ஓர் இடரார்ந்த இணைப்பை உருவாக்குகிறது. கூடுதலான பொருளியல் நல்வாழ்க்கையை நாடும் வெகுமக்களின் கோரிக்கையை பயமுறுத்திக் கட்டாயமாகக் கைவிட வைப்பது என்னும் எளிய உகந்த வழியின் வாயிலாக அந்த இணைப்பு அவிழ்க்கப்படலாம். அதன்கீழ், முதலாளித்துவத்திற்கே உரிய வர்க்க உறவுகள் மாறாமல் இருக்கின்றன என்பதைப் புரிந்துகொள்வது, இந்தச் செயல்முறையைப் புரிந்துகொள்வதற்கு அடிப்படையானது.

இந்தக் கோணத்திலிருந்து நமது காலத்திய ஜனநாயகப் பிரச்சினை, ஒப்பளவில் எளிய ஒன்றுதான். அரசாங்கத்தை நடத்தும் வழிமுறை என்ற அளவில், கடந்தகாலத்தில் இருந்த ஆட்சிகளைவிட ஜனநாயகம் எந்தவிதத்திலும் திறன் குறைந்தது என்று கூற எவ்விதச் சரியான சான்றும் கிடையாது. குறுக்கப்பகுதியில் முதலாளித்துவத்தின் நுழைவு என்பது, ஒருதளத்தில் பொருளாதாரச் சிலராட்சியின் இலக்குகளுக்கும், மற்றொரு தளத்தில் அரசியல் ஜனநாயகத்தின் இலக்குகளுக்குமான முரண்பாட்டை உயிர்ப்புள்ள பார்வைக் கோணத்தில் கொண்டுவந்து நிறுத்தியிருப்பதுதான் நிகழ்ந்த செய்தி. இந்த முரண்பாடு, பணக்கார வகுப்பினரின் பாதுகாப்பை அச்சுறுத்தியிருக்கிறது. தங்கள் பாதுகாப்பிற்கு அச்சுறுத்தல் என்ற எண்ணத்தில் ஜனநாயக அமைப்பை அவர்கள் பார்க்கத் தொடங்குகின்றனர். முதலாளித்துவம் சேவிக்க முனையும் இலக்கிற்கு ஜனநாயகம் ஒத்துவரவேண்டும் என்று அவர்கள் வலியுறுத்துகின்றனர். இதெல்லாம் தற்காலிகம் என்ற நம்பிக்கையில் தியாகம் செய்யவேண்டும் என்று கேட்கின்றனர். அவற்றின் தற்காலிகத் தன்மையைப் பற்றிய சந்தேகம் எழுப்பும்போது தாங்கள் பயப்படுகின்ற விமரிசனம் அல்லது தாக்குதலை ஒடுக்க அரசு ஆதிக்கத்தைப் பயன்படுத்தத் தொடங்குகின்றனர். தாங்கள் பயப்படுகின்ற சவால் அல்லது பாதுகாப்பை மீட்க இந்தச் செயல்முறைகள் போதாது என்றால், இத்தாலியிலும் ஜெர்மனியிலும் நடந்ததுபோல, அரசியல் ஜனநாயகத்தில் தங்கள் நம்பிக்கையை வெளிப்படையாகவே கைவிடுகின்றனர்.

நான் இங்கே முன்வைக்க முயன்றதைவிட, மிகப் பெரிய சிக்கலான ஒரு சூழலை, குறிப்பாக அதன் உளவியல் கூறுகள் வெளிப்படுமாறு, ஒளிவு மறைவற்றுக் கூறுவதுதான் இது. ஆனால் அதன் பரந்துபட்ட முக்கிய அம்சங்களில்தான், நமது கால ஜனநாயகப் பிரச்சினையின் அடிப்படையான திறவுகோல் இருக்கிறது என்று நான் நம்புகிறேன். 1927இன் பிரிட்டிஷ் தொழிற்சங்கச் சட்டத் திருத்தம்; குடியரசுத்

தலைவர் ரூஸ்வெல்ட் கொண்டுவந்த சட்டங்களின் பெரும்பகுதியை அரசியலமைப்புக்கு முரணானது என்று அறிவிக்க உச்சநீதிமன்றத்தைப் பயன்படுத்தியது; ஆகியவற்றை இது மட்டுமே விளக்குகிறது. ஐந்தாவது சட்டத்திருத்தத்தின் கீழ் "கடைப்பிடிக்கப்பட்ட வழிமுறைகள்", அதிகாரத்தை "அநியாயமான முறையில் கையாண்டதற்கு எவ்வித நியாயமான தொடர்பையும் கொண்டிருக்கவில்லை" என்ற அடிப்படையில் 1934இன் இரயில் ஊழியர்கள் ஓய்வுச் சட்டத்தை அரசியலமைப்புக்கு முரணானது என்று திரு. ஜஸ்டிஸ் ராபர்ட்ஸ் அறிவிக்க முடியும்போது, *(Railroad Retirement Board v. Alton R. R. (1935) 295 U.S. 330, 347-8. On the pungent comments of Professor T. R. Powell in the Harvard Law Review for November, 1935, p. 1 f.)* மெய்யாகவே அவர் காங்கிரஸுக்கு எது "சரியானது" எது "உண்மையற்றது" என்பது பற்றிய தனது கருத்தாக்கத்தைப் பதிலீடுசெய்கிறார்: இந்தச் சொற்கள் காங்கிரஸின் அதிகாரத்தை மட்டுப்படுத்திக் காட்டுகின்ற அதேசமயத்தில் சட்டவியல் விளக்கமளித்தலின் பரப்பை விரிவுபடுத்துகின்றன. வேறுவகையில் சொன்னால், தான் விரும்புகின்ற வகையில் ஐந்தாம் திருத்தத்தைப் படித்துவிட்டு, ரயில்வேயின் பங்குதாரர்கள் மெய்யாகவே தங்கள் பணியாளர்களுக்கு ஓய்வூதியம் வழங்குகின்ற சட்டக்கடமையை மேற்கொள்ளவேண்டும் என்று காங்கிரஸ் நம்புகின்றபோதிலும், பங்குதாரர்களுக்கு எவ்விதச் சட்டப்பூர்வமான கடமையும் இல்லை என்று திரு. ஜஸ்டிஸ் ராபர்ட்ஸ் காப்பாற்றுகிறார். இந்தக் கோணத்திலிருந்து, உச்சநீதிமன்றத்தின் பணி, வெகுஜனங்களுக்கான பொருளியல் நலங்களைப் பெருக்குவதற்கான சட்டப்பூர்வ முயற்சியின் பயன்களிலிருந்து முதலீட்டாளர்களைக் காப்பாற்றுவதாகிவிடுகிறது. ஜனாதிபதி ரூஸ்வெல்ட்டின் சட்டத்தை முழுமையாக நோக்கும்போது, அதற்கு எதிராக நீதிமன்றங்களின் மனப்பான்மை, ஒரு முதலாளித்துவச் சமூகத்தின் வழக்கங்களில் ஜனநாயக அரசியல் தீவிரமாகக் குறுக்கிடக்கூடாது என்று வலியுறுத்துவதாக இருக்கிறது என்று பெரும்பாலும் கூறலாம். இந்த மனப்பான்மை மிகவும் முக்கியமானது. காரணம் ஜனாதிபதி ரூஸ்வெல்ட் முதலாளித்துவச் சமூக வழக்கங்களை வேரறுக்க எவ்வித முயற்சியும் செய்யவில்லை. அச் சமூகத்தின் நிலைத்தன்மையைக் காப்பாற்றுகின்ற அளவில், அவருடைய முடிவின்படி, எந்த அளவு சலுகைகளை வெகுமக்கள் நன்மைக்கென வழங்கமுடியுமோ அதைத்தான் செய்ய முற்பட்டார். சாராம்சத்தில், ஜனாதிபதியும் காங்கிரஸும் கருதுவதற்குத் தான் எதை நியாயமானது என்று கருதுகிறதோ அதைப் பதிலீடு செய்யலாம் என்றுதான் உச்சநீதிமன்றம் சொல்கிறது. சுருக்கமாக, அது, ஜனநாயகத்தின் மீதான தாக்குதலில் தான் வெறுக்கும் எந்த முயற்சியிலிருந்தும் முதலாளித்துவத்தைக் காக்கும் கோட்டையாகிவிடுகிறது.

பிரிட்டிஷ் நிலைமை, வடிவத்தில் வேறுபட்டாலும், சாராம்சத்தில் ஒன்றுதான். அங்கிருக்கும் தொழிற்கட்சி பொதுமக்கள் அவையில் பெரும்பான்மை பெற்றால், அது சமதர்மச் சட்டங்களைக் கொண்டுவர முயற்சி செய்தாலும் அந்தச் சமயத்தில் அதன் பிரச்சினை, ஜனநாயகத்தின் நியாயத்தைக் காப்பாற்றுவதாக இருக்கிறது. முடியாட்சியின் அதிகாரம், பிரபுக்கள் சபை, முதலீடு செய்யும் வகுப்பினர் ஆகிய அதன் எதிரிகள் அப்படிப்பட்ட முயற்சிகளுக்கு எதிராகப் பிரச்சாரம் செய்து ஆதரவு திரட்ட விருப்பமாகவே உள்ளனர். தான் அரசாங்கம் அமைக்கும்போது இந்தச் சக்திகளின் சேர்க்கைக்கு வெற்றிகரமாகச் சவால்விட தொழிற்கட்சியினால் முடியுமா என்பது தீவிரமான கேள்வி. விவரங்களில் வேறுபட்டாலும், இதற்கு இணையான நிலைமை, ஃபிரான்சிலும் நிலவுகிறது; ஸ்காண்டி நேவியாவில் சமதர்ம அரசாங்கங்கள் இருந்தாலும், அவற்றில் எதுவும் சமதர்ம நடவடிக்கைகளை அறிமுகப்படுத்த முனையவில்லை என்பது முக்கியமானது. ஒரு ஜனநாயகத்தில் நிலவும் வர்க்க உறவுகளின் ஊடாக, சொத்துடைமைக்கு மேலும்மேலும் சேரும் முன்னுரிமைகளை விட்டுத் தருவதைவிட, ஜனநாயகத்தையே ஒடுக்கிவிடலாம் என்றுதான் முதலாளித்துவம் விரும்புகிறது என்று போருக்குப் பிந்திய அனுபவத்திலிருந்து நமக்குத் தெரிகிறது. உண்மையில், நவீன வரலாற்றில் எந்த அரசும் தனது வர்க்க அடிப்படையைப் புரட்சியின்றி மாற்ற முடிந்ததில்லை. ஜனநாயகத்தின் நெருக்கடிக்குக் காரணம், ஜனநாயகத்துடன் கூட்டுச்சேர்ந்துள்ள முதலாளித்துவக் குறுக்கத்தின் இன்றைய கட்டம், சொத்துடைமையாளருக்கு மிகவும் அபாயமானது. அவர்கள் கடந்தகாலத்தில் செய்தது போலவே, ஜனநாயகத்துக்கு வழிவிடுவதைவிட, தங்கள் முன்னுரிமைகளுக்குப் போராடுவது மேலானது என்று நினைக்கிறார்கள். 1910 தொடங்கி சோவியத் ரஷ்யாவின் வரலாறு இந்த விளக்கத்துக்குக் கூடுதல் பலத்தைத் தருகிறது.

VI

போருக்குப் பிந்திய சர்வதேசச் சட்டத்தின் மையப் பிரச்சினைகள், அவை தொடர்பான பொருளாதார உறவுகளில் உள்ளன. தொடர்புத் துறைச் சாதனங்களில் குறிப்பாக ஏற்பட்டுள்ள அறிவியல் முன்னேற்றம், உலகளாவிய சந்தையை உருவாக்கியுள்ளது. இம்மாதிரிச் சூழலில் எந்த அரசும் தன்னைத்தான் மட்டுமே பாதிக்கின்ற ஒரு தனித்த

வாழ்க்கையை வாழ இயலாது. அமெரிக்க வெள்ளிக் (உலோகம் பற்றிய) கொள்கை சீனாவின் பொருளாதார நிலையைப் பாதிக்கலாம்; டங்ஸ்டனின் ஒற்றையுரிமையைக் கனடா வைத்திருப்பது ஜெர்மானிய மறு-போர் எழுச்சியின் திறனைப் பாதிக்கலாம்; பிரிட்டன் தங்கத்தர நிர்ணயத்திலிருந்து விலகுவதோ, அதன் சுங்கவரிக் கொள்கையோ ஸ்காண்டிநேவிய நாடுகளின் பொருளாதார வாழ்க்கையை உருவாக்கலாம். குரோடியஸூம் அவரது பின்னோர்களும் சர்வதேசச் சட்டத்தின் அடிப்படைத் தளங்களை அமைத்த காலப்பகுதியைவிட மிக வேறுபட்ட பண்புகளை இன்று அயல்நாட்டு உறவுகள் கொண்டுள்ளன. இறையாண்மைக் கொள்கைமீது தாக்கம் உண்டாகும் அளவுக்கு நாம் மிக தீவிர அளவிலான சர்வதேசப் பரஸ்பரச் சார்புநிலையை அடைந்துள்ளோம்.

உலகம் இறையாட்சி கொண்ட அரசுகளாகப் பிரிந்துள்ளது. அவற்றில் ஒவ்வொன்றும் தான் பின்பற்றும் கொள்கைக்குத் தானே முழுப் பொறுப்பாளியாக இருக்கும் நிலை உள்ளது. உதாரணமாக, சமாதானத்தையோ போரையோ உருவாக்குதல், தனது தளவாடங்களின் அளவு, தனது நிதி மற்றும் பொருளாதாரக் கொள்கைகள், காலனி விரிவாக்கம் பற்றிய தனது மனப்பான்மை, இவற்றை மட்டுமே கொண்டாலும், எந்த அரசும் தனக்கு மேலாக மற்றொன்றின் விருப்பத்தை ஏற்காது. அப்படியானால் சர்வதேசச் சட்டம் என்றால் என்ன, அது எந்த அளவுக்கு அரசுகளைக் கட்டுப்படுத்தக் கூடியது? "அரசுகளுக்கிடையிலான உறவுகளை நிர்வாகம் செய்யக்கூடிய விதிகளின் ஒரு தொகுதி" என்று சர்வதேசச் சட்டத்தை வரையறுக்கலாம். தான் சுமத்துகின்ற விதிகளைக் கடைப்பிடிக்க அந்த அரசுகளின் ஒப்புதலைத்தான் அதன் கட்டுப்படுத்தும் சக்தி சார்ந்துள்ளது. இங்கு எல்லா நாடுகளும் தாங்கள் கொண்டுள்ள நன்கு நிலைநிறுத்தப்பட்ட விதிகளின் தொகுதியின் இருப்பைக் கணக்கிலெடுத்துக் கொள்வதில் சர்வதேசச் சட்டத்தின் இயல்பைப் பற்றிய இந்த மனப்பான்மை தோல்வியடைகிறது என்ற ஆட்சேபணை எழுப்பப்படுமானால் அதற்கு விடை இதுதான்: எந்த இறுதி ஆய்விலும், தாங்கள் எப்போது விரும்பினாலும் தாங்கள் ஒப்புக் கொண்டுள்ள கடப்பாடுகளை உடைக்கின்ற சுதந்திரம் உள்ளவையாக அரசுகள் தங்களை நினைத்துக்கொள்கின்றன. சட்டவியல் விதித்தொகுதி இருப்பதைச் சிறிய விஷயங்களில், அரசுகள் ஏற்றுக் கொள்கின்றன ஏனெனில் அப்படிச் செய்வது அவற்றுக்கு வசதியாக இருக்கிறது. இந்த நிலை, அவற்றின் விருப்பத்திற்கு மாறாக சர்வதேசச் சட்டத்திற்குச் சுதந்திரமான ஓர் அந்தஸ்து தரப் போதுமானதல்ல. மஞ்சூரியாவுடன் ஜப்பானும், அபிஸீனியாவுடன் இத்தாலியும் நடந்து கொண்டது போன்ற பெரிய விஷயங்களில் தங்கள் இறையாண்மை ஆர்வங்களுக்கு

உடன்பாடானவற்றை அவை சர்வதேசச் சட்டத்தின் விதிகளுக்கு ஏற்பத் தியாகம் செய்யத் தயாராக இல்லை. தாங்களே தங்களுக்கென உருவாக்கும் நலன்களைவிட சர்வதேசச் சட்டம் மேம்பட்டது என்று அவை ஏற்கவில்லை. அவற்றின் சொந்தச் சட்டங்கள் மட்டுமே கீழ்ப்படிவதற்கு உரியவை, அதற்கு மேற்பட்ட சட்டம் ஒன்றைக் கொண்ட உயிருள்ள சமுதாயம் எதுவும் இல்லை. எனவே சர்வதேசச் சட்டம் செயல்படுவது அதன் செயல்பாட்டுக்கு அந்த அரசுகள் தரும் ஒத்துழைப்பைச் சார்ந்திருக்கிறது.

சர்வதேசச் சங்கத்தின் இருப்பினாலோ, குறைந்தபட்சம் முக்கியமான போர்கள் நிச்சயமாக தவிர்க்கப்பட்டாலொழியப் போதிய சர்வதேச வாழ்க்கை என்பது இன்று சாத்தியமில்லை என்பதாலோ, மேற்கண்ட நோக்கு அழிந்துவிடுவதாக நான் நினைக்கவில்லை. ஏனெனில் சர்வதேசச் சங்கத்துக்கும் இறையாட்சி அரசுகளுக்கும் ஒத்துவரவில்லை என்பதைக் கடந்த பதினாறு ஆண்டுகளின் அனுபவம் உறுதிபடக் காட்டியிருக்கிறது; அரசுகள் தங்கள் இறைமையைக் கைவிடுகின்ற எந்தத் தீவிர விருப்பத்தையும் காட்டும் அறிகுறி இல்லை. போர் என்ற உத்தியின் மூலமாக அன்றி மேம்படுத்தவோ காப்பாற்றவோ முடியாத நலன்களைப் பாதுகாக்கவேண்டி அவற்றுக்கு இறைமை தேவைப்படுகிறது. நன்கறிந்த சில உதாரணங்கள்: ஜப்பான், மற்றும் ஜெர்மனியின், இத்தாலி மற்றும் ஹங்கேரியின் பேராசைகள் பிற அரசுகள் மீது கோரிக்கைகள் வைப்பதற்கு குறிப்பிட்ட காலத்தைக் கருத்தில் வைத்துள்ளன. அவற்றை வாளின் வன்முறை மட்டுமே கட்டாயப்படுத்த முடியும்; சட்டக் கட்டுப்பாடுகள் அறநோக்கில் எவ்வளவுதான் மேம்பட்டவையாக இருந்தாலும், தங்கள் நோக்கங்களை அடைவதற்கு அவற்றை உடைக்கவே அவை விரும்புகின்றன என்பதை அண்மை அனுபவம் முடிவாகக் காட்டுகிறது. கூட்டுப்பாதுகாப்பின் அடிப்படையில் இவற்றை எதிர்ப்பது சர்வதேசச் சங்கத்தின் செயலாக இருக்கவேண்டும். ஆனால் ஆக்கிரமிக்கும் நாட்டுக்கு எதிராகச் செயல்படக்கூடிய ஒரு திறன்மிக்க அலகாக ஒரு சர்வதேசச் சமுதாயம் இருப்பதுபோல் அந்தக் கூட்டுப்பாதுகாப்பு நினைத்துக் கொள்கிறது என்பதை மஞ்சூரிய, அபிஸீனியச் சம்பவங்கள் காட்டுகின்றன. இன்றைய அமைப்பின் வரைமுறைக்குள் அவ்விதச் சாத்தியம் இருப்பதாகத் தோன்றவில்லை. அது இல்லாதிருப்பதால், அதை உடைக்கும் ஆதிக்கச் சக்தியின் பலத்துக்கு ஏற்றாற்போலவே பெரியதாகவோ சிறியதாகவோ சர்வதேசச் சட்டத்தில் பலம் இருக்கிறது. இது, அரசுகளின் நவீன உறவுகளை வெளிப்படுத்துகின்ற அதிகார அரசியலின் செயல்முறைகளில் ஒன்றாகும். மேலும் தன்னை ஏற்றுக்கொள்கின்ற அரசுகளைச் சார்ந்திராத ஓர் அந்தஸ்தினை

சர்வதேசச் சட்டத்திற்கு அளிக்கும் சமூக முறைமை ஒன்றை அதிகார அரசியலால் தோற்றுவிக்க இயலாது.

குறிப்பிட்ட சட்டத்தின் கீழ் வாழ்பவர்கள், தங்கள் சொந்த விருப்பத்திலிருந்து விடுபட்டு அதன் ஆணைகளுக்குக் கண்டிப்பாகக் கட்டுப்பட்டாக வேண்டும் என்பதும், அதன் விதிகளை மீறினால் அவர்களுக்கு அபராதம் விதித்து தண்டிக்கப்பட வேண்டும் என்பதும் சட்டம் பற்றிய சிந்தனையில் உள்ளதுதான். ஆனால் இப்படிப்பட்ட விதிகளுக்குக் கட்டுப்பட வேண்டும் என்று தனிப்பட்ட அரசுகள் தாங்களாகவே ஏற்றுக்கொண்டால் தவிர சர்வதேசச் சட்டத்திற்கு வழியில்லை. எனவே சர்வதேசச் சட்டத்தின் விதிகள் தங்கள் இயல்பில் மெய்யான சட்டத் தன்மை கொண்டவை என்பதை விட மீச்சட்டவியல் விதிகள்மீது கட்டப்பட்டவை எனலாம். சர்வதேச விதிகளை ஏற்றுக்கொண்டால், பிறகு அவற்றைத் தொடரும் எல்லா விளைவுகளும் மெய்யாகச் சட்டப்பூர்வமானவைதான். ஆனால் அச்சர்வதேச விதிகள் மிக முக்கியமான சந்தர்ப்பங்களில் சட்டத்தின் முழுப் பண்பினை ஏற்க முனையும்போது, அரசுகளின் இறையாட்சித்தன்மை, அவற்றை மலட்டுத்தன்மை கொண்டதாக்கி விடுகிறது.

ஏன் இப்படி நிகழ்கிறது? விடை, அரசின் இயற்கையைப் புரிந்துகொள்வதில் அடங்கியிருக்கிறது என்று நான் கருதுகிறேன். குறிப்பிட்ட வர்க்க உறவுகளைப் பாதுகாக்கவே அரசு இருப்பதனால், அவற்றில் அடங்கியுள்ள கட்டளைகளிலிருந்து அது தப்ப முடியாது. ஒரு சமூகம் வெறும் லாபநோக்கம் கருதியே வாழ்வதானால், தனது திருப்திக்காக அயல்நாட்டுச் சந்தைகளை அதற்காக ஏற்பதானால், தன் சொந்த நலனுக்காகவே அந்த ஏற்பைப் பாதுகாக்க வேண்டிய கடப்பாட்டுக்குள்ளாகிறது. அதனால் அது ஏகாதிபத்தியத்தின் சிக்கலான வலைக்குள் சிக்கிக் கொள்கிறது. அதாவது, அதன் ஆதாயங்களைக் காப்பாற்றுகின்ற இராணுவ, கப்பற்படைச் சக்திகள் மீது செல்வாக்கினைச் செலுத்துகின்ற காலனிகள், பிற செல்வாக்கு வட்டங்களை அடைவதில் ஈடுபடவேண்டியிருக்கிறது. உலகத்தின் வளராத பகுதிகள் சுருங்கும்போது, அரசுகளிடையே சந்தைக்கான போட்டிகள் மிகவும் கூர்மைப்படுகின்றன. அரசின் நோக்கம், மக்களிடையிலான முழு உளவியல் தொடர்பைக் கைப்பற்றுவதாகவும், அதன் வண்ணத்தை மாற்றுவதாகவும் ஆகிறது. மிகக் குறிப்பாக, 1914 போரில், அரசியலாளர்களின் கருத்துகளை மீறித் தன்னிச்சையாக நோக்கங்களின் மோதலைச் சமாதான முறையில் தீர்க்கமுடியவில்லை. ஏதோ ஒரு நிலையில் இந்த அமைப்பிற்குப் போர் மிகத் தேவையான விளைவாகிறது. போர்தான், அரசின் இறைமையின் மிக உச்ச வெளிப்பாடு என்பதை நினைவில் கொள்ளவேண்டும்.

அரசிடமிருந்து இறைமையை நீக்குவதென்பது, சுருக்கமாக, அதன் பொருளாதார அமைப்பில் உள்ளார்ந்திருக்கும் தர்க்கத்தைத் திணிக்கும் அதன் ஆற்றலை நீக்குவதாகும். இப்பின்னணியின்றி, இந்தியாவிலும் எகிப்திலும்- பிரிட்டன், மொராக்கோவிலும் இந்தோசீனாவிலும்- ஃபிரான்ஸ், கொரியாவிலும் மஞ்சூரியாவிலும்- ஜப்பான் ஆகியவை செயல்படுவதை நீக்கமுடியாது. இறைமை என்பது மிக உச்ச ஒடுக்கும் சக்தியாகும். தான் காப்பாற்ற முனையும் வர்க்க உறவுகள் கட்டாயப் படுத்துகின்ற ஒரு நலனைத் திணிக்க இறையாண்மையின்றி எந்த அரசினாலும் முடியாது.

சந்தேகமின்றி ஒவ்வொரு அரசுக்கும் அமைதி தேவைப்படுகிறது. ஆனால் அதன் வர்க்க உறவுகளின் விளைவுகளின்படி, அவற்றுக்காகப் போரிடுகின்ற சக்தியின்றித் தன்னால் பெற முடியாத அல்லது காப்பாற்ற இயலாத இலக்குகளை அரசு விரும்புகிறது. போர்செய்யும் உரிமையைத் தக்க வைத்துக்கொள்ள அது இறைமையைத் தக்க வைத்துக்கொள்ள வேண்டும். ஆனால் இறைமையைத் தக்கவைத்துக் கொண்டால், தன் சொந்த ஒப்புதலின்றி அது சர்வதேசச் சட்டத்தின் எந்த விதிக்கும் கட்டுப்பட இயலாது. அப்படிக் கட்டுப்பட்டால், வரையறைப்படி, அது இறைமை அற்றதாகிவிடும்.

இந்த நோக்கிலிருந்து இருவித முடிவுகளுக்கு வரலாம். ஒன்று, நவீன அரசின் வர்க்க உறவுகள் மாறாதிருக்கும்போது, ஒரு திறன்மிக்க சர்வதேசச் சமுதாயம் என்ற இலட்சியத்தை அடைய இயலாது என்பது பெறப்படுகிறது. சர்வதேசச் சங்கம் போன்ற ஒரு சர்வதேச அமைப்பு, தனது அமைப்பு செயல்பாடு இரண்டிலும் குறைபட்டும், முழுமை பெறாமலும் இருந்தாக வேண்டும். காரணம், தனது நோக்கங்களை அடைய, அது தனது உறுப்பு நாடுகளின் இறைமையைக் கடந்துசெயல்படும் திறன் வேண்டும். இப்படி அதனால் செய்ய இயலாது. அவை தங்கள் இறைமையைச் சமர்ப்பித்துவிட்டால், எந்த வர்க்க உறவுகளைக் காப்பாற்ற அவை மிக உச்சமான ஒடுக்கும் சக்தியைக் கையாளுகின்றனவோ அதைச் செய்ய இயலாது. மாறாக, சர்வதேசச் சட்டத்தின் ஒப்புதல்களும் பின்னமாகவும், முழுமையற்றும்தான் இருக்கமுடியும் என்ற அர்த்தமும் அதிலேயே இருக்கிறது. மாறாக, மீறுகின்ற நாடு ஒப்புதலை மறுத்தால், சர்வதேசச் சட்டத்தை மீறுகின்ற அந்த அரசுகளையே அதற்காகச் சார்ந்திருக்க வேண்டும். விதிமீறும் நாடு, ஒப்புதலைத் தர மறுத்தால், அந்நாட்டின்மீது பிற அமைப்புகள் பலத்தைச் செலுத்தியாக வேண்டும். ஆனால், மஞ்சூரியா, அபிஸீனியா ஆகிய நாடுகளின் உதாரணம் காட்டியுள்ளதுபோல, பிற அரசுகள் அதற்கு முன்வராது. ஆஸ்டின் சொல்வதுபோல அரசு-இறைமையை விட்டொழிக்கின்ற

நேர்முக அறத்தை ஏற்கும் இனங்கள் (நாடுகள்) தோன்றினாலொழிய இப்போதிருப்பதைவிட சர்வதேசச் சட்டத்தை வலிமையாக்க வழியில்லை; இது நவீன உலகின் பொருளாதார அமைப்பில் ஒரு புரட்சி தோன்றுவதை உள்ளடக்கியிருக்கிறது.

உள்நாட்டுச் சட்டத்தைவிட சர்வதேசச் சட்டம் முதன்மையானது என்ற சிந்தனையினால் அதன் அடிப்படைகளைப் புத்தமைக்க முற்பட்ட ஆஸ்திரிய சர்வதேசச் சட்ட நிபுணர்களின் சிந்தனைப்புலத்தின் முயற்சி, மேற்கண்ட முடிவை வலுவிழக்கச் செய்யவில்லை. அவர்களுடைய முயற்சி, தனக்குரிய அடிப்படையில், தர்க்கரீதியாகச் சரியானது, ஆனால் யதார்த்தத்துக்குப் புறம்பானது. அது, நடைமுறையில் நோக்கும்போது, ஒரு விருப்பநோக்கு முயற்சியாகும். ஒரு தனித்த அரசு இறைமை பெற்றிருக்கும் நிலையில், முதன்மை பற்றிய பிரச்சினை இல்லை; எந்த ஒரு தனித்த நிகழ்விலும் தானே அது பற்றி முடிவெடுக்கும் சுதந்திரம் அந்த அரசுக்கு உண்டு. அச்சுதந்திரம், தான் அடிப்படையெனக் கருதும் நலன்களை அபாயத்துக்குள்ளாக்கும் என்று ஓர் அரசு கருதினால், அப்படிப்பட்ட விருப்ப முதன்மை எந்த அரசினாலும் (இயலுமாயின்) புறக்கணிக்கப்படும் என்பதைப் போருக்குப் பிந்திய அனுபவம் உறுதியாகக் காட்டுகிறது. நவீன அரசுகளில் ஸ்பெயின், தனது அரசியலமைப்பில், உள்ளாட்சிச் சட்டத்தைவிட சர்வதேசச் சட்டம் முதன்மை வாய்ந்தது என்று ஏற்றுள்ளது என்பது சந்தேகமின்றி உண்மை. முதலில், இந்த விதத்தில் ஸ்பெயின் ஒரு தனித்து நிற்கும் புகழைக் கொண்டுள்ளது என்பதையும், இரண்டாவது, கெலாக்-ப்ரியாண்ட் ஒப்பந்தத்தில் அல்லது விருப்பப் பகுதியில் கையெழுத்திட்டிருக்கும் அரசுகள், பெரும்பாலும், மிக முக்கியமான விதிவிலக்குகளுடன்தான் அப்படிச் செய்துள்ளன என்பதையும் புரிந்துகொள்ள வேண்டும். அந்த விதிவிலக்குகள், தெளிந்த நோக்கில், அந்த அரசுகள் தாங்கள் தக்கது என்று நினைக்கும் சூழ்நிலைகளில் போர் தொடுப்பதற்கான, அல்லது சமரசத்தை மறுப்பதற்கான உரிமையைத் தக்க வைத்துக் கொள்ளவே சேர்க்கப்பட்டன. அதாவது, தாங்கள் போரிடுவது தகுதியில்லை என்று நினைக்கின்ற விஷயங்களில் அவை தங்கள் இறைமையை விட்டுத்தர ஒப்புகின்றன. ஆனால் அடிப்படை விஷயங்கள் எதிலும் அவை முன்னைவிட இறைமை குறைந்தனவாக இல்லை.

சர்வதேசப் பொருளாதாரப் பரஸ்பரச் சார்புநிலை என்ற மெய்ம்மை நிலவும்போது இது ஒரு திருப்தியற்ற நிலை என்பதில் நாம் உடன்படலாம். உற்பத்தி உறவுகள், உற்பத்திச் சக்திகளுடன் முரண்படும் ஓர் உலகத்தில் வாழுகிறோம் என்பதால் இது திருப்தியற்றது. தன் ஆரம்பக் காலத்தில், ஓர் இறையாட்சி-அரசு, மத்தியகால நடத்தை விதிகளின் தடைகளிலிருந்து பூர்ஷ்வாச் சமூகத்தை

விடுவிக்கின்ற முக்கியமான பணியினைச் செய்தது. இப்போது அது பூர்ஷ்வா சமூகத்தின் முரண்பாடுகளை மீறிச் செல்வதைத் தடுக்க முனைகிறது. ஒரு பெரிய நாட்டின் இறைமை என்பது இன்று அதன் ஏகாதிபத்தியத்தைக் காப்பாற்றிக்கொள்ளும் ஓர் உத்திதான். அந்த ஏகாதிபத்தியம் என்பது, அதன் அகஉறவுகளின் விளைவேயாகும். தனது எல்லைகளுக்குள் திறன்மிக்க தேவைக்கான விநியோகம் நிகழும்போது அதிகமான இலாபத்தைப் பெறவேண்டி, அந்த அரசு, சந்தைகளைத் தேடி அலையும் போட்டியில் ஈடுபடுகிறது. அந்த முனைப்புக்குப் பாதுகாப்பு அரணாக இருப்பது அதன் இறைமை. எனவே அது ஏற்கமுடிகின்ற சர்வதேசச் சட்டம் என்பது, ஏகாதிபத்தியத்தின் தர்க்கரீதியான தேவைகளால் எப்போதுமே தடுக்கப்பட்ட அல்லது முறியடிக்கப்பட்ட ஒன்றாகத்தான் இருக்கும். தனது எந்த முக்கியச் செயல்பாட்டின் கட்டுப்பாட்டையும், தளவாடத்தின் அளவையும், போர் நடத்துவதற்கான உரிமையையும், தன் காலனிகளையும், தன் செல்வாக்கிற்குட்பட்ட நாடுகளையும், சுங்கவரி, நாணயம், குடிபெயர்தல், தொழிலாளர் நிலைமைகள் மீதான தன் கட்டுப்பாட்டையும் அது கைவிடாது. அவ்வாறு கைவிடுவது, நாட்டுக்குள், அதன் இறைமை நிலைநிறுத்துகின்ற உற்பத்தி உறவுகளை அது அச்சுறுத்துவதாகும். ஆனால் அரசுகளின் நலன்களிலிருந்து விலகித் தனக்கான பகுதிக்கூறுகளில் இந்தச் செயல்பாடுகளைத் தானாகக் கட்டுப்படுத்த இயலாவிட்டால் எந்த ஒரு சர்வதேசச் சமுதாயமும், அப்படிப்பட்ட சமுதாயம் ஒன்றின் சட்டமும் மெய்யாகவோ திறனுள்ளதாகவோ இருக்க முடியாது. தேவையான பயன்களை - அதாவது, உலகச் சந்தையின் விளைவுகளைப் பெற, நாம் தனித்த அரசுகளின் ஆற்றலைத் தாண்டி சர்வதேசச் செயல்களைத் தடைசெய்ய முனையவேண்டும். ஆனால் தனித்த அரசு இறையாண்மை மிக்கதாக இருக்கும்வரை அந்த ஆற்றலைத் தாண்டிச் செல்ல முடியாது. சோவியத் ரஷ்யாவுக்கு வெளியே, சமூகத்தில் இன்று நிலவுகின்ற வர்க்க அமைப்பு தொல்லைக்குள்ளாகாமல் இருக்கும் வரை அதன் இறைமையைக் குலைக்க முடியாது.

நவீன காலத்தில் குறிப்பாகப் போருக்குப் பிந்திய காலத்தில், சர்வதேசச் சட்டத்தின் வளர்ச்சி, அதை முழுமையாக அடையும் சாத்தியத்தை அதை மறுக்கின்ற விதிகளுடன் ஒத்திசைக்க முயலும் சட்ட வல்லுநரின் முயற்சிக்கு ஒரு போற்றத்தக்க உதாரணம். சமீப ஆண்டுகளில் இந்த முயற்சியைச் சிறப்பாகச் செய்தவர்கள் இங்கிலாந்தில் லௌட்டர்பாக்ட், (பார்க்க: அவரது *Private Law Analogies in International Law (1924), and the Function of Law in the International Community (1935); for the Austrian School, cf. especially A. Verdross, Die Einheit des rechtlichen Weltbildes, 1923. On the whole the problem cf. my State in Theory and Practice (1935). ch. iii.),*

ஆஸ்திரியச் சிந்தனைப்புலம் ஆகியோர். மேற்கண்டவர்கள், குடிமக்கள் விருப்பத்தை அசட்டை செய்து அவர்களைக் கட்டுப்படுத்தும் வழி கண்டுபிடிப்பதன் வாயிலாக சர்வதேசச் சட்டத்தை ஓர் உண்மையான சட்ட அமைப்பாக ஆக்குவதற்கு முயன்றுள்ளனர். ஒவ்வொருவருக்கும் அவரவர் சார்பை நிலைநிறுத்தக்கூடிய விளக்கச் சான்றுகளின் தொகுதியும் உள்ளது; சர்வதேசக் கொத்தடிமைத்தனத்தின் நீடிப்பு ஒரு குறிப்பிடத்தக்க உதாரணம். ஆனால் அச்சட்டம் ஆரம்பமாகவேண்டிய அடிப்படை விதிகள், தங்கள்மீது கட்டப்பட்டுள்ள மேற்கட்டுமானத்தின் சுமையைத் தாங்கும் அளவுக்கு போதுமான அளவுக்குப் பரந்தவையாக இல்லை என்ற மிக முக்கியமான மெய்ம்மையினால் ஒவ்வொரு முயற்சியும் உடைபட்டுள்ளது. ஏதோ ஒரு சமயத்தில் தான் ஏற்றுக் கொண்டுள்ள கடப்பாடுகளை அரசு தவிர்க்கக்கூடும். அந்தச் சமயத்தினால், அந்தக் கடப்பாடு சுயமாக நிர்ணயிக்கப் பட்டது என்பது தெளிவாகிறது. இந்நிலை ஒருமுறை ஏற்பட்டுவிட்டால், சர்வதேசச் சட்டத்தின் பின்னுள்ள அதிகாரங்களின் முழுமையின்மை பெருவிளைவுகளை உண்டாக்கவல்ல தெளிவோடு தோன்றுகிறது. அரசுகள் அந்த அதிகாரங்களை எவ்வளவு தொலைவு செல்லுபடியாகுமாறு வைத்திருக்கின்றனவோ, அந்த எல்லைவரை மட்டுமே அவை செல்லத்தக்கவை. ஆனால் இந்த விருப்பம், உள்ளாட்சிச் சட்டத்தைப் போன்று ஒரு முழுமையான, சுயநிறைவுள்ள அமைப்பாக சர்வதேசச் சட்டம் ஆவதைத் தடுக்குமளவுக்கு ஆற்றல் கொண்ட காரணிகளைச் சார்ந்துள்ளது.

இந்தப் போதாமைக்கான காரணம் எளிய ஒன்றுதான். எவ்வுறவுகளை வலிந்து செயற்படுத்தும் நோக்கத்துடன் சட்டம் கொண்டுவரப்பட்டதோ அவற்றுக்கப்பால் அது செயல்பட முடியாது. அதன் இறுதியான விதிகள், ஒருபோதும் சுயமாக நிர்ணயம் செய்யப்பட்டவை அல்ல, அது எந்தப் பொருளாதார அமைப்பின் வெளிப்பாடாக இருக்கிறதோ அதனால் அளிக்கப்பட்டவை. ஓர் அரசினுள் உற்பத்திக் கருவிகளைத் தனியார் வைத்திருப்பதால் அவர்களிடமிருந்து அடையக்கூடிய லாபத்தைப் பொருளாதார அமைப்பின் இயக்கச் சக்தி சார்ந்திருக்குமானால், அந்த நோக்கத்திலிருந்து பிறந்த அமைப்புமுறைக்குள்ளாகவே அரசு உற்பத்தி உறவுகளை ஒழுங்கு செய்தாக வேண்டும். அதன் விளைவுகளுக்கேற்ப, அரசின் ஆதிக்கத்தின் கீழிருக்கும் சமூகத்தின் எல்லாப் பழக்கங்களும், உள்ளாட்சி வட்டத்தில் இருப்பதுபோலவே சர்வதேச வட்டத்திலும், கண்டிப்பாக ஒத்திசைக்கப்படும். அந்தப் பழக்கங்களை மாற்ற, அவை சார்ந்திருக்கும் உற்பத்தி உறவுகளிலும் மாற்றம் ஏற்பட வேண்டும். இதுவரை நவீன உலகத்தில் ரஷ்யாவைத் தவிர்த்து வேறெங்கும் இந்த முயற்சி செய்து பார்க்கப்படவில்லை. இதன் விளைவு, தொடங்கும்

கருத்துகள் தம்மளவில் ஒரு முழுமையான அமைப்பாக இல்லை என்ற காரணத்தினாலேயே ஒரு சர்வதேச வழக்கறிஞரின் பணியும் தவிர்க்கவியலாமல் முழுமை அடையவியலாத ஒரு சாதனத்திற்குள் அவரை அடைத்து வைப்பதாகிறது. இந்த முழுமையை அடைய, ஓர் உள்ளாட்சிச் சமுதாயத்தின் குடிமகன் முழுமையாக ஏற்றுக்கொள்வதைப் போல, சட்டத்தின் கண்டுபிடிப்புகளை முழுமையாக ஏற்றுக் கொண்ட அரசுகளை அவர் நோக்க வேண்டும். அவருடைய இந்த முனைப்புச் செயலின் தொடக்கப் புள்ளி, தற்காலத்திய உற்பத்தி உறவுகளுக்குள் இவ்வாறு நிகழ முடியாது என்பதுதான். அவர் இயக்க முனைகின்ற சர்வதேசச் சட்டம் சந்தேகமின்றி, தான் பூர்த்திசெய்ய முனைகின்ற நோக்கங்களுக்குப் போதுமானதல்ல. ஆனால் நமது பொருளாதார அமைப்பு சந்திக்கின்ற புதிய தேவைகளுக்கேற்பத் தனது கருத்துகளை ஒத்துச்செல்ல வைக்குமளவு அதன் அடித்தளங்களில் முழுமையான மாற்றம் அதற்குத் தேவைப்படும்.

VII

அரசியல் விஞ்ஞானத்தில் இங்கு ஏற்பட்டுள்ளதாக நான் விவரித்துள்ள நெருக்கடி வெறும் விவாதத்தினால் தீர்க்கப்படக்கூடியதன்று; சிந்தனைகள் தங்களுக்குப் பிறப்பளித்த சம்பவங்களுக்கு ஏவல் புரிய வேண்டும். பழைய உலகத்திலும், புதிய உலகத்திலும், தாராளவாதக் கருத்தியல் இப்போது சவாலுக்குள்ளாக்கப் பட்டிருக்கிறது. வரலாற்றின் பார்வையில் தன் எதிர்கால நிலைக்குத் தான் எந்தப் பொருளாதார அமைப்பினைச் சார்ந்துள்ளதோ அதன் வெளிப்பாடாக அது ஆகியுள்ளது. அந்த அமைப்பு, உற்பத்திக் கருவிகள் தனிமனிதச் சொத்தாக வழிவகுத்தது. இதுவே அதன் வாழ்க்கை வழியின் மையமாகியது. அந்த இலக்கை அடைய, தான் இடப்பெயர்ச்சி செய்த இடைக்கால உலகத்தின் கலாச்சாரத்தையும், பிறகு அரசியல் நிறுவனங்களையும் உருமாற்றியது. இப்படித் தனிமனிதச் சொத்துரிமையை வலியுறுத்திய தனது இலக்கிற்கேற்ப அது பொது மற்றும் தனித்த சட்டத்தின் அடித்தளங்களை உருவாக்கியது. ஒரு கருத்தியல் என்ற முறையில் அதன் நியாயம், தான் எதிர்கொண்ட தேவைகளை மிகப் பெரிய அளவில் திருப்திப் படுத்துகின்ற உற்பத்திச் சக்திகளைப் பயன்படுத்திக் கொள்ளும் அதன் வலிமையைச் சார்ந்திருந்தது. அந்த நிபந்தனையைப் பூர்த்திசெய்ய இயலுவதாகத் தோன்றியவரை, உண்மையில் அது ஒரு குறித்த சூழலினால் வரையறுக்கப்பட்டதாக இருந்தாலும், உலகளாவியதாகத்

தன்னைக் காட்டிக் கொள்ளவும் ஏற்கச் செய்யவும் அதனால் இயன்றது. ஆனால் ஏறத்தாழ சமகாலத்தில் அதன் உற்பத்தித் திறனுக்கும் விநியோகத் திறனுக்குமான முரண்பாடு ஏற்பட்டது. அதனால் அதன் திருப்திப்படுத்தும்-சக்தி குறையத் தொடங்கியது. அதன் செயல்பாடுகளினால் பொருளியல் நன்மையை எதிர்பார்த்த எல்லாரும் ஏமாற்றம் அடைந்தனர். அதனால் ஒரு கருத்தியலாக அதன் போதுமான தன்மை சந்தேகத்திற்குள்ளாயிற்று.

அதன் சாதனைகள் சந்தேகமின்றிப் பெரியவை; உலகமுழுவதும் வாழ்க்கைத்தரத்தில் அது ஏற்படுத்திய உயர்வு விவாதத்திற்கு அப்பாற்பட்டது. ஆனால் பொருளியல் குறுக்கக் காலப்பகுதியில் அது நுழைந்ததும், அது நிலைகொண்டிருந்த நிறுவன அமைப்பின் குறுகிய, முறைசார்ந்த பண்பு வெளிப்பட்டுவிட்டது. அதன் அரசியல் ஜனநாயகம், யாவருக்குமான வாக்குரிமை அடிப்படை கொண்டதாக இருந்தாலும், பொதுநன்மைக்கான பட்சத்தில் ஒரு பொது உரிமையை ஏற்பதை ஒப்புக்கொள்ள, ஏன் ஒப்புக்கொள்வதாக நடிக்கக்கூடத் தயாராக இல்லை. அரசியல் ஜனநாயகம் அதனால் அடையமுடிந்தவை யாவும் எப்போதும் ஒரு பொருளாதாரச் சிலராட்சி ஆதிக்கத்துக்குக் கட்டுப்பட்டதாக இருந்தது. அந்த ஆதிக்கம், வெகுமக்கள் நன்மை அடைகின்ற வேண்டுதல்களுக்கு முன்னால் தங்கள் முன்னுரிமைகளைக் கட்டாயப்படுத்திப் பெறுகின்ற தன்மை உடையது. சட்டத்தின்முன் அதன் சமத்துவமும், ஏறத்தாழ ஒருபோதும் நடைமுறையில் இல்லை, வடிவத்தில் மட்டுமே அர்த்தமுடையதாக இருந்தது. சட்டத்தின் அடிப்படை நோக்கம் தனிமனிதச் சொத்துடைமையைப் பாதுகாப்பது ஒன்றே என்ற கருத்தில் சட்டத்தின் கொள்கைகள் எப்போதும் (மிக அரிதாகப் பிரக்ஞைபூர்வமாக) ஊறியிருந்ததுதான் அதற்கு மிக எளிய காரணம். சுருக்கமாக, பகுத்தறிவு, சகிப்புத்தன்மை என்ற உள்ளார்ந்த நிபந்தனைகள்மீது ஒரு தாராளவாத அரசின் கருத்தியல் இயங்கினாலும், ஏற்கெனவே இருக்கும் பொருளாதார அடித்தளங்களைப் பாதிக்கலாகாது என்ற அடிப்படையில்தான் அவற்றை ஆதரித்தது.

ஆனால் பகுத்தறிவும் சகிப்புத்தன்மையும் மனிதர்களின் மனத்திலுள்ள மனப்போக்குகள். எழுச்சிப்பூர்வமாக மனிதர்கள் உணர்கின்ற ஒரு சூழலை அவை சார்ந்திருக்கின்றன. தங்களை உண்டாக்கிய நிலைமைகளால் நியாயமான எதிர்பார்ப்புகள் பூர்த்திசெய்யப்படும் என்ற அளவில் மட்டுமே அவற்றின் அதிகாரம் செயல்படுகிறது. அந்த எதிர்பார்ப்புகளின் பூர்த்தி நிச்சயமற்ற நிலையில் இருக்கும்போது (பழைய காலங்களில் இருந்ததைவிடக் கூடுதலான) பகுத்தறிவுக்கும் சகிப்புத்தன்மைக்கும் மனிதர்கள் ஆட்படுவதில்லை. சமூகத்தில் அவர்கள் நிலைமையைப் பொறுத்துதான் பெருமளவு

அவர்களின் சரி-தவறு என்ற சிந்தனைகள் உருவாகின்றன; கடந்த காலத்தில் போலவே, இப்போதும், அவர்கள் நிலைமை ஆழமிக்க மனப்போக்குகளுடன் சேர்ந்து சவாலுக்கு உட்படும்போது, சரி-தவறு என்ற கருத்துகளுடன் அது போருக்குச் செல்கிறது. பதினைந்தாம் நூற்றாண்டின் இறுதியில் நிலவுடைமை முறை எக்காரணத்தினால் சவாலுக்குட்பட்டதோ அதே காரணத்துக்காகவே நமது காலத்தில் தாராளவாதம் சவாலுக்குட்படுத்தப் படுகிறது; தான் சுமத்துகின்ற வர்க்க உறவுகளின் சட்டகத்துக்குள் உற்பத்திச் சக்திகளைப் போதிய அளவு அதனால் பயன்படுத்த முடியவில்லை. சவாலுக்கு எதிராகத் தன்னைத் தற்காத்துக் கொள்கிறது; அதன் சார்பாக இருக்கும் சக்திகளுக்கும், அதைத் தாக்கும் சக்திகளுக்கும் இடையிலுள்ள போராட்டமே இங்கு ஆராயப்பட்ட அரசுக் கொள்கையில் ஏற்பட்ட நெருக்கடிக்கு இட்டுச்சென்றுள்ளது.

இந்த நெருக்கடியின் விளைவு என்னவாக இருக்கும் என்பதைச் சொல்லுவதற்கான காலம் இன்னும் கனியவில்லை. இதன் விடை, தெளிவாகவே, முதலாளித்துவ அமைப்புக்கு இதுவரை தெரியவந்த அதன் சக்திகளைவிட இன்னும் அதிகமான உள்ளார்ந்த மீள்ஆற்றல்கள் உண்டா என்பதைச் சார்ந்துள்ளது. சோவியத் ரஷ்யாவின் சோதனை, குறிப்பிட்ட அளக்கக்கூடிய காலத்துக்குள்ளாக, முதலாளித்துவத்துடன் ஒப்பிடும்போது நல்லதொரு வாழ்க்கைத் தரத்தினை மேம்படுத்தித்தர முடியுமா என்பதையும் இது பொறுத்திருக்கிறது. முதலாளித்துவ அமைப்பு, தனது ஏகாதிபத்தியக் காலத்தின்போதே தாராளவாதச் சிந்தனைகளின் எச்சங்கள் எவற்றையும் காப்பாற்றி வைக்க வேண்டுமானால் போர் அபாயத்தைத் தவிர்க்கவேண்டும் என்பதும் நிச்சயம். ஏனெனில் போர் என்பது சமூகவாழ்க்கையை மிகத்திட்டவட்டமாகச் சீரமைப்பது. அது வந்து விட்டால் தனிமனித உரிமைகள் பற்றிய கருத்தாக்கம் பிழைத்திருக்க முடிவதில்லை. ஒருவேளை போர் ஏற்பட்டால், உற்பத்திக் கருவிகள் மீதான தனியார் உரிமையை ஒரு பாசிஸச் சர்வாதிகாரத்தினால் மட்டுமே காப்பாற்றிக்கொள்ள முடியும். தனது தீவிரத்தின் கடுமையில் அது கீழைத்தேயச் சர்வாதிகாரங்களின் மிக மோசமான வடிவங்களை ஒத்திருக்கும். அப்போதும், குறித்தகாலம் வரை நீடித்தாலும் அப்படிப்பட்ட சர்வாதிகாரம் நிலைத்தன்மையை அடையுமா என்பது சந்தேகமே என்று வாதிடலாம். ஏனெனில் இப்போதுள்ள நெருக்கடியின் காரணமான, உற்பத்தி உறவுகளுக்கும் உற்பத்திச் சக்திகளுக்கும் இடையிலான முரண்பாட்டினை அது வெளிப்படுத்திக்கொண்டுதான் இருக்கும். மிகவெளிப்படையான ஒடுக்குமுறை கொண்ட அரசாங்கமாகத்தான் அது இருக்கும். ஒடுக்கும் செயல்முறைகளை ஒப்புதல் செயல்முறைகளாக ஏதோ ஒரு நிலையில்

மாற்றுவது என்பது எல்லா அரசாங்கங்களுக்கும் உள்ள அடிப்படையான சோதனை. அதைச் சந்திப்பதில் அந்த அரசாங்கம் தோல்வியுறும். ஆனால் வரலாற்றுரீதியாக, இந்த மாற்றம், உற்பத்தி உறவுகள் உற்பத்திச் சக்திகளோடு ஒத்துச்செல்லும் காலப்பகுதிகளில்தான் சாதிக்கப்பட்டுள்ளது. ஒரு பாசிஸ அரசு இந்த ஒத்துச்செல்லலை உள்ளார்ந்து அடைய முடியாது. ஆகவே அதன் எழுச்சி, பொருளாதாரச் சக்தியை வைத்திருப்பவர்களுக்கு, அவர்கள் புதியதொரு சவாலைச் சந்திப்பதற்கு முன், மிகத் தற்காலிகமான, இடரார்ந்த, மூச்சுவிடும் நேரத்தை மட்டுமே அளிக்கிறது. ஏனெனில், வெகுமக்களுக்குப் பொருளியல் நன்மைகளை அதிகரிக்கும் விதமாக அதிகாரத்தை வைத்திருப்பவர்கள் செயல்பட முடியும் என்ற நிபந்தனையின் பேரிலேயே அந்த அதிகாரம் அவர்களுக்கு அளிக்கப்படுகிறது. ஆனால் இந்த அதிகரிப்பைச் சாத்தியமாக்கப் பொருத்தமற்ற ஒரு முற்கோளின் அடிப்படையிலேயே பாசிஸ அமைப்பு தொடங்குகிறது என்ற எளிய காரணத்தினாலேயே இதைச் செய்ய இயலாமல் போகிறது. அது, தன் இயற்கையில், முன்னுரிமையின் ஆர்வத்தினால், முதலாளித்துவ முயற்சி தனது இறுதிக் குறுக்கத்திற்குள் சென்றடையும் வீழ்ச்சியைத் தடுக்கின்ற விதமான முயற்சியாகவே இருக்கிறது.

இந்த நிலைப்பாடு நமக்கு வியப்பு உண்டாக்கத் தேவையில்லை. நமது காலத்தின் பண்புகள் யாவும் நலிந்துகொண்டிருக்கும் ஒரு பொருளாதார அமைப்பின் கடைசிக் கட்டத்தையே எப்போதும் சுட்டிக் காட்டுகின்றன. ஏற்கப்பட்ட மதிப்புகளின்மீது சந்தேகம், ஆளும் வர்க்கத்தின் மீது நம்பிக்கையின்மை, மரபான அதிகாரத்தலைமை மீது அதிகரிக்கும் வெறுப்பு, புதிய தேவைகளுக்குப் பொருத்தமான புதிய சமூகக் கொள்கைகளை உருவாக்குதல், பழைய முறைமையின் அடித்தளங்கள் மீதான தாக்குதல், இவையெல்லாம் சீர்திருத்தக் காலம், ஃபிரெஞ்சுப் புரட்சி ஆகியவற்றின் அடையாளங்களாக இருந்தன, இப்போதும் நமது காலத்திலும் இவை உள்ளன. இப்போது போலவே அப்போதும், மரபான சமூக ஒழுங்கு (வர்க்க உறவுகளின் அமைப்புக்கு இது மற்றொரு பெயர்) அறிவியல் கண்டுபிடிப்புகளை முழுவதும் பயன்படுத்துவதைத் தடை செய்தது. இப்போது போலவே அப்போதும், தங்கள் நிலைகளுக்கு உரித்தான முன்னுரிமைகளுடன் கூடிய மரபான வழிகளில் வாழ்ந்து வந்தவர்களின் உரிமைகளை ஓர் எழுகின்ற சமூக வகுப்பு மறுத்து அவமதிப்பை ஏற்றது. இப்போது போலவே அப்போதும்கூட, உரிமை மறுக்கப்பட்டவர்கள் எப்போதும் போலவே தாங்கள் விரும்பிய கோரிக்கைகளின் சட்டப்பூர்வத் தன்மையில் மிகுந்த உறுதிகொண்டு, வழிதருவதை விடப் போராடவே முற்பட்டார்கள். சாராம்சத்தில், சீர்திருத்தக் காலத்திலிருந்து ஃபிரெஞ்சுப் புரட்சிக்கு மாறிய வரலாற்று இயக்கம், மத்தியதர

வகுப்பினர் முழு அரசியல் அந்தஸ்திற்கு முன்னேறிய வரலாறுதான். அப்படி முன்னேறியபோது, தான் உருவாக்கிய கோரிக்கைகளைத் திருப்திப்படுத்தும் விதமாக அரசியல், சட்டத் தத்துவங்களை அது மாற்றிக் கொண்டது. அரசை அது கைப்பற்றியபோது, எல்லா வர்க்கங்களும் செய்வதுபோலவே, தன் பேரரசு எல்லைகளைப் பிறர் தாக்கமுடியாத அளவு இறுக்கமாக்கவும் அது முற்பட்டது. ஏறத்தாழ அறுபதாண்டுகள் வரை அந்த முயற்சியில் அது வெற்றிபெறவும் செய்தது. ஏனெனில் அப்போது அதனால் உழைப்பாளர்களுக்குப் பொருளியல் ஆதாயங்களை மேன்மேலும் அளிக்கமுடிந்தது. எனவே அக்காலப்பகுதியில் அது பாதுகாப்பு உணர்ச்சியையும், தன்னம்பிக்கையையும் பெற்றது. ஆனால் கடந்த தலைமுறையில் ஏற்பட்டதுபோலவே, போரிலிருந்து அதிவேகமான வீதத்தில், தனது மற்றும் உழைப்பாளர்களின் கோரிக்கைகளைத் திருப்திப்படுத்தும் அதன் திறமை வீழ்ச்சியடைந்தது. நிஜமான வீழ்ச்சியுடன் சேர்ந்து, தான் உயிர்வாழ்கின்ற அமைப்பின்மீது சந்தேகம், அளவில் அதிகரித்தவாறு வந்துசேர்ந்தது. ஒரு மாற்றுச் சமூகக் கருதுகோள் களத்தில் வந்தது. சோவியத் ரஷ்யாவில் இருப்பதைப் போல அது, ஓர் போர்-வல்லரசு என்ற குறிப்பிடத்தக்க கவசத்தை அணிந்துகொண்டது. மரபான முறைமையின் முதன்மையை பயமுறுத்தும் அடிப்படைகள்மீது கட்டப்பட்ட, ஒரு புதிய வாழ்க்கை வழியை ரஷ்யா முன்வைக்கிறது. அதன் சவால், அந்தச் சமூக முறைமையில் பாதுகாப்பின்மை, அபாயம் ஆகியவற்றை விழித்தெழச் செய்கிறது. இவை எப்போதுமே முன்னுரிமை பெற்ற ஒரு வகுப்பினரைத் தங்கள் தற்காப்புக்கென ஆயுதம் ஏந்த வைத்துள்ளன. அரசின் கோட்பாட்டில் ஏற்பட்டுள்ள நெருக்கடி, மரபுக்கும் சோதனைக்குமான போராட்டத்தின் தர்க்கரீதியான வெளிப்பாடு என்பதற்கு மேல் ஒன்றும் இல்லை. அரசின் கோட்பாட்டில் ஒரு நெருக்கடி போன்று அது தன்னை வெளிப்படுத்திக் கொள்ளக் காரணம், ஒரு புதிய வர்க்கம் அதிகாரத்தை நோக்கி முன்னேறும்போது, தனது இலக்குகளை அடைவதற்காக அது அரசைக் கைப்பற்ற முனைகிறது. சமூகத்தில் அது இறுதியான அதிகாரத் தலைமையையும் பெறுகிறது. அதாவது, அது எல்லாருக்கும் ஆணையிட முடியும், எவரின் ஆணையையும் ஏற்கத் தேவையில்லை. அரசு அதிகாரத்தைக் கைப்பற்றுவது என்பது, சமூகத்தின் சட்டங்களைப் புதிய நோக்கங்களுக்காக, மறுவரையறை செய்யும் அதிகாரத்தைக் கொள்வதாகும். இவை எப்போதும் அடிப்படையில், சமூக உற்பத்தி எவ்விதத்தில் விநியோகம் செய்யப்படும் என்பதை நிர்ணயம் செய்கின்ற கொள்கைகள்தான். சமூகத்திலுள்ள ஒடுக்கும் சக்தி வலியுறுத்தித் திணிக்க முடிவதற்காக மனிதர்கள் முதன்மைப்படுத்தும் கோரிக்கைகளோடு இவை சேர்ந்துகொள்கின்றன. நமது காலம்,

சட்டத் தத்துவத்தில் ஒரு விவாதத்தை நோக்கிக் கொண்டிருக்கிறது. அரசு அதிகாரத்தின் மரபான கருத்தாக்கம் அபாயத்துக்குள்ளாகின்ற வீதத்தைச் சற்றே துல்லியமாக அளக்கின்ற தீவிரத்தை இது கொண்டுள்ளது. கடந்தகாலத்தில் எப்போதும் நிகழ்ந்தது போலவே, சட்டக் கருத்துகளுக்கு ஏற்படும் சவால், புரட்சிக் காலத்துக்கு ஒரு முன்னறிவிப்பே ஆகும். இந்தக் காலத்தின் சட்ட நிபுணர்கள் எதிர்கொள்ளும் உச்சமான சவால், தாங்கள் எதிர்கொள்ளும் பிரச்சினையின் பொறுப்புகளை விழித்தெழச் செய்வதன் தேவைதான். ஏனெனில் அப்பிரச்சினையின் உள்ளர்த்தம் பற்றிய நிஜம் சார்ந்த விழிப்புணர்வுதான் ஒரு புதிய இருண்ட காலத்தின் கடுந்துயர்களிலிருந்து நம்மைக் காப்பாற்ற முடியும்.

- ஹெரால்டு ஜே. லாஸ்கி

லண்டன் ஸ்கூல் ஆஃப் இகொனொமிக்ஸ் அண்டு பொலிட்டிக்கல் சயின்ஸ்

பகுதி ஒன்று

இயல் ஒன்று - சமூகச் சீரமைப்பின் நோக்கம்

I. அளவுகோலின் மாற்றம்

ஒரு புதிய உலகத்திற்குப் புதியதொரு அரசியல் தத்துவம் தேவைப் படுகிறது. கடந்த நூற்றாண்டில் பெந்த்தமும் ஹெகலும் சமூகச் சிந்தனைக்கு வகுத்த அறிவெல்லையை விட்டு வேறொரு திசைக்கு அதன் பார்வைக்கோணம் மாறியிருக்கிறது. நம் பார்வையிலிருக்கும் பெரிய இலட்சியங்கள் அவர்களுடையதினின்றும் வேறாக இல்லாமல் இருந்தாலும், நமக்குக் கிடைத்திருக்கும் பொருள்கள், நாம் வாழும் அளவு இரண்டும், நல்லதற்கோ கெட்டதற்கோ, முன் எப்போதிருந்ததையும் விட மிகப் பரந்தவை. எல்லாவற்றுக்கும் மேலாகப், பழைய சிந்தனையாளர்களின் எளிமையில் நாம் நம்பிக்கை இழந்துவிட்டோம். சிக்கல்தன்மையைத் தவிர்க்கும் சமூகத்தின் எந்தக் கோட்பாடும், தான் சுருக்கிக்கூற முனையும் மெய்ம்மைகளுக்கு உண்மையாக இருக்காது என்று நாம் கருத முற்படுகிறோம். உலகத்திலிருந்து விலகி ஓய்வாக வாழ்ந்த ஒரு தத்துவவாதி பெந்த்தம்; தன்னைத் தலைவராகக் கருதிய விரல்விட்டு எண்ணக்கூடிய ஆர்வமுள்ள பகுத்தறிவுவாதிகளின் பார்வைக்குக் கிடைத்த தரவுகளிலிருந்து தனது யூகங்களை வருவிக்கின்ற அளவுக்கு உலகளாவிய நடத்தைவிதித் தொகுதி ஒன்றை முன்வைப்பது அவருக்கு எளிதாக இருந்தது. ஹெகலுடைய காலத்தில் அர்த்தப்பூர்வமானவை எனக் கருதப்பட்ட நலவிருப்பங்களின் எண்ணிக்கை ஒப்பளவில் எவ்வளவு குறைவு என்பதை நாம் நினைவில் கொண்டால் ப்ரஷ்யன் முடியாட்சியை அந்தக் கால-ஆன்மாவின் இறுதி வெளிப்பாடாகப் பொதுமைப்படுத்துவது ஹெகலுக்கும்கூட எளிதாகத்தான் இருந்தது எனலாம். ரூஸோவுக்கும் கார்ல் மார்க்ஸுக்கும்கூட அப்படித்தான்.

அரசில் சாதாரண ஆளுமைகள் இடம்பெற வேண்டிய அவசியத்தை ரூஸோ நன்கு உணர்ந்து கொண்டார். ஆனால் அந்த நுண்ணறிவினை நிறுவன வாயிலாக வெளிப்படுத்த முனைகின்ற பிரச்சினை வந்தபோது அவருடைய தீர்வு, மெய்யாகவே அதைத் தவிர்ப்பதாகத்தான் இருந்தது. மார்க்ஸ், தமது காலத்தில், பணக்காரர் ஏழைகள் என்ற உறுதியற்ற பாகுபாட்டின் அடிப்படையில் அமைந்த ஓர் அரசின் பலவீனத்தைச் சளைக்காத ஆற்றலுடன் சுட்டிக்காட்டினார். ஆனால் அவர் முன்வைத்த மீள்கட்டமைப்பு, தவிர்க்கவியலாமல், மோதலின் தீர்க்கதரிசனமாகத்தான் இருந்தது. அவர் கற்பனை செய்து கண்ட எதிர்காலமோ, ஆராய்ந்தறியப்படாத ஒரு சூத்திரம் என்பதற்கு அப்பால் ஒரு பயன்படு மருந்தாக இல்லை.

நமது கடமை இங்கே மிகப் பலதரப்பட்டதாகவும், நேரடித்தன்மை குறைந்தததாகவும் இருக்கிறது. இன்று நாம் சந்திக்கின்ற உலகத்தில் பத்தொன்பதாம் நூற்றாண்டின் மக்கள் போராடிய பல கருத்துகள் பழையதாகி விட்டதால், அவை முன்வைத்த புதுமையையோ, அவற்றின் பின்னிருந்த கோபத்தையோ இன்றைய மக்கள் பெரும்பாலும் கருத்தில் கொள்வதில்லை. குறைந்தபட்சம், மேற்கு ஐரோப்பாவைப் பொறுத்தவரை, ஜனநாயக அரசாங்கம் என்பது விவாதத்திற்கு அப்பாற்பட்டு ஏற்கப்பட்ட ஒரு பொருளாகிவிட்டது. கோட்பாட்டளவிலேனும், அரசியல் அதிகாரம் என்பது, பிறப்பினாலோ, செல்வத்தினாலோ அன்றி, மனித ஆளுமையினால் பெறப்படும் ஒன்றாகியிருக்கிறது. பிறப்பின் சிறப்பு அதன் முக்கியத்துவத்தை இழந்துவிட்டது என்றோ, செல்வத்திற்குத் தலைமை வாய்ந்த செல்வாக்கு அரசில் இல்லாமல் போய்விட்டது என்றோ இதற்குப் பொருளில்லை. சாதாரண மனிதர்களுக்கும் குடியுரிமை உண்டு என்ற கருத்துக்காக இனிமேலும் போராட வேண்டியதில்லை என்பதுதான் இதற்கு அர்த்தம். ஒரு மிகப் பெரிய சாதனை இது. தன் சொந்தக் கருத்து எதுவாக இருந்தாலும், நம் கால அரசியல்வாதி யாரும், “பன்றித்தனமான கும்பல்” என்று மக்களைக் குறிப்பிடமுடியாது. அரசியல் கோட்பாட்டின்படி இந்தப் “பன்றித்தனமான கும்பல்”தான் ஆட்சிப்பீடத்தில் அமர்ந்திருக்கிறது. ஆனால் அது கவனம் செலுத்தவேண்டிய இலக்குகளை நிர்ணயிக்கின்ற பயனுள்ள விஷயத்திற்கு ஆதிக்கத்தைப் பயன்படுத்துவது எப்படி என்ற பிரச்சினை இன்னும் இருக்கிறது. அந்த இறுதி இலக்குகளை அடைய வேண்டிய வழிமுறைகளைக் கண்டறிவது எப்படி என்ற அடுத்த பிரச்சினையோடு ஒப்பிட்டால் இலக்குகளின் பிரச்சினை எளியதுதான்.

தெளிவாகவே, பெந்த்தமைப் பின்பற்றியோர் இந்தப் பிரச்சினையை அணுகிய மகிழ்நோக்கு முறையை நாம் கைவிடவேண்டும்.

வாக்களிப்புரிமை கொண்ட உலகும் மனித குலத்தின் இயற்கையான பகுத்தறிவும் ஒன்று சேர்ந்த முயற்சி, சுதந்திரமும் சமத்துவமும் பரிசாக அளிக்கப்படும் ஓர் நல்லுலகை உருவாக்கிவிடும் என்பதில் அவர்களுக்குச் சந்தேகமே இல்லை. இப்படிப்பட்ட உறுதி நமக்கு இன்று இல்லை. அரசியலில் பகுத்தறிவின் பங்கு நாம் நினைத்ததைவிட மிகக்குறைவானது என்று நமது நீண்ட அனுபவத்தால் நாம் கற்பிக்கப்பட்டிருக்கிறோம். அல்லது சமூக அந்தஸ்து ஒன்றே அரசாங்கச் செயல்முறைச் சாத்தியத்தைத் தரும் என்ற ஹெகலின் எளிய சமன்பாடு, அவரை முழுதுமாக ஏற்றுக்கொண்ட சீடர்களுக்குக்கூட சமாதானம் அளிக்காது. அந்தந்தக் காலச் சமூக அமைப்புக்கும் அரசியல் கலைக்கும் தொடர்பே இருப்பதில்லை. உறுதியாகவே, நமது கடமை, விஷயங்களை நடத்துவதில் பகுத்தறிவுக்கு மிக அதிகமாகச் சாத்தியப்பட்ட இடத்தை அளிப்பதுதான். நாம் நமது நாகரிகத்திற்கென திட்டமிட வேண்டும், அல்லது அழிய வேண்டும். ஆனால் மிகமிகப் பெரிய அளவிலும், சிந்தனையின் முடிவு, தேர்தல் நிகழ்வின்போது அதற்கு இறுதித் திசையினை அளிக்கின்ற ஆண்கள் பெண்கள் என்னும் வெகுஜனங்களை அரசியல் செயல்பாட்டின் அதிகார எல்லைக்குள் கொண்டுவருவதல்ல. அவர்கள் தங்கள் தேவைகளை வெளிப்படுத்தும் வாக்குவன்மை பெற்றிருப்பதில்லை. அப்படி வெளிப்படுத்துகின்ற தன்மையைப் பெற்றிருந்தாலும், முன்வைக்கப் படுகின்ற தீர்வுகள் உண்மையில் அவர்களுடைய விழைவுகளுக்குப் போதிய எதிர்வினைகள்தானா என்பதைத் தீர்மானிக்கின்ற பயிற்சி அவர்களுக்கு அளிக்கப்படுவதில்லை.

ஒருமுறை அதிகாரத்தை ருசிகண்டவர்கள் போராட்டமின்றி அதைத் திருப்பித் தரமாட்டார்கள் என்ற அர்த்தத்தில் நோக்க, ஜனநாயக அரசாங்கம் என்பது சந்தேகமின்றி ஒருவகை அரசியல் அமைப்பொழுங்கின் இறுதி வடிவம்தான். ஆனால் ஜனநாயக அரசாங்கம் என்பது ஆராய்ச்சிக்குரியதே அன்றிப் புகழ்ச்சிக்கு உரிய விஷயம் அன்று என்பது அவ்வளவு நிச்சயமாக உணரப்படவில்லை. எந்தவிதமான செயல்படு கருதுகோளை அது கொண்டிருக்கிறது, அதில் எந்த நிறுவனங்கள் தங்கள் நோக்கங்களைத் திறனுடன் உள்ளடக்கலாம் என்பவற்றை நாம் கண்டறியவேண்டிய தேவை இருக்கிறது. நவீன அரசின் நிர்வாகம் என்பது ஒரு தொழில்நுட்பரீதியான விஷயம்; அதன் இரகசியங்களை ஊடுருவி அறியக்கூடியவர்கள் ஒப்பளவில் மிகக் குறைந்த எண்ணிக்கையினரே என்ற புரிந்துகொள்ளலின் நோக்கிலிருந்துதான் நாம் இவற்றை அறிய முனைய வேண்டும். ஓர் அரசுக்கு நன்மை தரும் வகையில் தாங்கள் பயன்படுத்தக்கூடிய திறன்களைக் கொண்ட அரசர்களின் சந்ததியினைக் கண்டறிவதற்கு ஒரு முடியாட்சியில் எப்படிப்பட்ட திறமை தேவையோ அதைவிட

ஜனநாயக அரசாங்க எந்திரத்தைச் சரிவரக் கையாளக்கூடிய மனிதர்களைக் கண்டுபிடிப்பது ஒன்றும் குறைந்ததல்ல என்பதுதான் ஜனநாயக அரசாங்கத்தின் பிரச்சினை. நவீன அளவில், எந்த அரசாங்கத்தின் அமைப்புக்கும், மிகப் பெரிய மக்கள் திரளுக்குத் திருப்தி ஏற்படுமாறு பணி செய்கின்ற நிபுணர்களின் அமைப்பு ஒன்று தேவைப்படுகிறது. இந்த மக்கள் திரள் இறுதிப்பயன்களை வைத்து முடிவெடுப்பவர்களே அன்றி, அந்தப் பயன்கள் எவ்விதச் செயல்முறைகளால் அடையப்படுகின்றன என்பதைப் பற்றிய அக்கறையோ ஈடுபாடோ அற்றவர்கள். ஆகவே ஓர் அரசியல் அமைப்புச் செயல்முறையின் நுட்பங்களைத் தெரிந்துகொள்ள நேரமோ விருப்பமோ அற்றவர்களின் கையில்தான் இறுதி அதிகாரத்தை அளிக்க வேண்டும் என்ற அடிப்படை நிபந்தனைக்கேற்ப நமக்கு ஒரு அரசியல் அமைப்பின் திட்டம் வேண்டுமென்றால் நாம் அரசின் அடித்தளங்களுக்குள் அதனைத் தேட மீண்டும் தள்ளப்படுகிறோம் என்பது தெளிவு.

II. அரசாங்கத்தின் தேவை

நவீன உலகில், மனிதன் அரசாங்கங்களின் ஆதிக்கத்தின்கீழ், தான் வாழ வேண்டியிருப்பதைக் காண்கிறான்; அவற்றின் ஆணைகளுக்குக் கீழ்ப்படிய வேண்டிய கடப்பாடு, அவன் இயல்பின் மெய்ம்மைகளிலிருந்து எழுகிறது. ஏனெனில் மனிதன் சமுதாயங்களை அமைக்கும் பிராணி. மரபாகப் பெற்ற இயல்பூக்கத்தினால் தன் சகாக்களோடு வாழுமாறு உந்தப்பட்டவன். யாருமற்ற தீவில் வாழ்ந்த குரூஸோவோ, தூணின் உச்சியில் வாழ்ந்த புனித சிமியோனோ தங்களை மனிதர்களாக்கிய இயல்பான உந்துதல்களைத் தவிர்த்திருக்கலாம்; ஆனால் பெருந்திரளான மக்களுக்கு, பிறரோடு சேர்ந்து வாழ்வதுதான் அறிவுப்பூர்வமான இருத்தலுக்கான நிபந்தனை.

இதனால் ஓர் அரசாங்கத்திற்கான தேவை குறிப்புணர்த்தப்படுகிறது. அமைதியான வாழ்க்கைக்கான பழக்கங்கள் நிலைநிறுத்தப்பட வேண்டுமானால், நடத்தையில் சில ஒரேமாதிரித் தன்மைகள் கடைப்பிடிக்கப்படவேண்டும். நாகரிகச் சமுதாயத்தின் செயல்பாடுகள் மிகவும் சிக்கலானவை, பலதரப்பட்டவை. அவற்றைக் குருட்டு மனஎழுச்சியின் வழிகாட்டலுக்கு விடமுடியாது. ஒவ்வொரு மனிதனும் தன் நுண்ணறிவின் வழிகாட்டலின்படி ஒரேசீராக நடக்கலாம் என நம்புவதற்கு இடமிருப்பினும், சமூகம் தனது அமைப்புற்ற வடிவத்தில் எது சரி, எது தவறு என்பதை வேறுபடுத்திப் பார்க்க

ஒப்புகின்ற ஒரு வழக்காற்று முறையிலான அளவுகோலுக்குத் தேவை இருக்கும். மனிதர்கள் எதிரெதிரான விழைவுகளை அடைவதற்காக மாறுபட்ட முறையில் இயங்கும்வரை தத்துவார்த்தமான அரசிலிநிலை என்பது இயலாதது. அமைதியான முறையில் பொதுவாழ்க்கையைப் பேணும் முயற்சி, சமூகத்தின் இருப்புக்காக அவசியம் எனக் கருதப்படுவனவற்றில் தனித்த முடிவெடுப்புகளை அனுமதிப்பதில்லை. அதாவது ஏதோ ஒரு புள்ளியில் தன்னிச்சையான நடத்தை, நடை முறைக்கு ஒவ்வாதது ஆகி, செயல்களின் பொதுவான வழிமுறை ஒன்றை ஏற்றுக்கொள்வது ஒரு கூட்டு நாகரிகத்திற்கு அவசியமான நிபந்தனை ஆகிவிடுகிறது.

தன்னிச்சைத் தன்மையின்மை என்பது சுதந்திரத்தைக் கட்டுப்படுத்துவது அல்ல. மாறாக, அதன் முதன்மையான பாதுகாப்பே அதுதான். தன்னளவில் ஒரு மனிதன் தன்னளவில் தனக்குப் போதுமானவன் அல்ல என்பதை ஒப்புக்கொண்டால், அவனது உறவாடலுக்கான பழக்கங்களை நிர்வகிக்கும் விதிகள் தேவை என்றாகிறது. இந்த விதிகளைக் காப்பாற்றுவதிலிருந்து தான் மனிதனின் சுதந்திரம் பெரும்பாலும் பிறக்கிறது. அவை தனிமனிதப் பாதுகாப்புக்கான எல்லைகளை வரையறுக்கின்றன. அவை அவனது உடல் நலத்தைக் காப்பதோடு, பொருளியல் சார்ந்த தரங்கள் மட்டுமல்ல, ஆன்மிகத் தரங்களையும் நிலைநிறுத்துகின்றன. அவை இல்லாவிட்டால் தனது அனுபவக் கடலின் ஒருசீர்மைகள் ஒருபுறமிருக்க, மிகவும் பயங்கரமான நிச்சயமின்மைகளுக்கு அவன் பலியாகிவிடுவான். தனிமனிதன், எந்த ஒரு நிச்சயமான விதத்திலும், தனது ஆசைகளுக்காக மரபினை வளைக்கும் நிகழ்ச்சி எந்தச் சமூகத்திலும் நடைபெற்றதில்லை. எங்கும் வரலாற்றுச் சூழல் அதன் சாராம்சத்திற்கு உருக்கொடுக்கிறது. அதன் சாத்தியங்களைக் கட்டுப்படுத்துகிறது. நிலாவின்மேல்தான் மனிதன் நிலவுக்காக அழவேண்டும்.

மனிதன் சுதந்திரமாகப் பிறப்பதில்லை, தான் எல்லா இடங்களிலும் தளைப் பட்டிருப்பதற்குத் தனது கடந்தகாலத்திற்கு அவன் தருகின்ற விலை அது. இந்த அடிமைத்தனத்திலிருந்து உறுதியான விடுவிப்பு என்ற மாயை, தனது சூழலை நன்கு ஆராய்ந்து பார்க்கின்ற பொறுமை இருக்கின்ற எவரையும் ஏமாற்ற இயலாது. பெருமளவு தனது தனிப்பட்ட கட்டுப்பாட்டுக்கு அப்பாற்பட்ட நிறுவனங்கள் இருக்கின்ற ஒரு சமூகத்தில்தான் மனிதன் பிறக்கிறான். அவன் எதிர்கொள்ளக்கூடிய வாழ்நிலைகளின் பொதுவான எல்லைகளுக்கேனும் தவிர்க்க இயலாமல் அவைதான் உருக்கொடுக்கும் என்பதை அவன் தெரிந்துகொள்கிறான். மன உறுதிகொண்ட மனிதர்களின் நெறிப்படுத்திய முயற்சி,

பொறுமையுடன் செயல்பட்டால், அந்த நிறுவனங்களின் பண்பினை மாற்ற முடியலாம்; ஆனால் தனது சகாக்களுடன் சேராமல் தனித்து நிற்கின்ற ஒருவன் அவர்களுக்குத் தலைவனாக வாய்ப்பில்லை. பெரும்பாலான மனிதர்களின் திறமைகள், வெறும் வாழ்க்கை முயற்சியிலேயே வீணாகிப் போய்விடுகின்றன; வாழ்க்கையைப் புரிந்துகொள்வதற்கான தேடல், அவர்களைப் பெரிய சிக்கல்களுக்குள் கொண்டுசெலுத்தும். அவற்றை ஊடுருவிப் பார்க்கத் தேவையான ஆற்றலோ, ஓய்வுப்பொழுதோ மிக அபூர்வமாகவே அவர்களுக்குக் கிடைக்கின்றன. குறைந்தபட்சம், செயலூக்கத்துடனும் தொடர்ச்சியாகவும் மனிதர்கள் பொதுவாக அரசியல் பிராணிகளாக இருக்கிறார்கள் என்று ஏற்பது மிகப்பெரிய தவறாகும். பெரும்பான்மையினருக்குத் தங்கள் வாழ்க்கையின் பின்னணிச் சூழலில் மிக முக்கியமானது அந்தரங்கச் சூழலே. அவர்கள் தங்கள் அண்டை அயலார் இருப்பதைப் பிரக்ஞையில் கொண்டிருக்கிறார்கள்; ஆனால் தங்கள் அண்டைஅயலார்தான் முழு உலகமுமே என்ற அடிப்படை மெய்ம்மையை அவர்கள் பெரும்பாலும் புரிந்துகொள்வதே இல்லை. நிறுவனங்களின் நலன்களுடன் தங்கள் நலன்களை இசைவிக்கிறார்கள். ஆனால் மிக அபூர்வமாகவே அவற்றுக்குள் நோக்குகிறார்கள். அந்த நலன்களுடன் தங்களுடைய நலன்களுக்கு ஒரு தர்க்கரீதியான உறவிருக்கிறதா என்பதைச் சோதிப்பதில்லை. தங்கள் செயலற்ற தன்மை காரணமாக அவர்கள் அரசாங்கத்தின் கட்டளைகளுக்குக் கீழ்ப்படிகிறார்கள்; அவர்களுடைய எதிர்ப்பும்கூடப் பெரும்பாலும் ஒரு மாற்றைத் தேடுகின்ற பகுத்தறிவுப்பூர்வமான விழைவாக அன்றி, குருட்டுத்தனமான சீற்றமாகவே இருக்கிறது. மிகச் சில சிந்தனையாளர்கள் - ஹாப்ஸ், லாக், ரூஸோ, மார்க்ஸ் போன்றோர் - தங்கள் சிந்தனையளவுக்குத் தங்கள் சகாக்களை இயக்குகின்ற சாத்தியம் பெற்றவர்கள். அவர்களை இயங்க அனுமதிக்கும் ஓர் அரசைவிட மிக அபூர்வமான மனோசக்தி ஏதுமில்லை. பெரும்பாலோர்க்கு அவர்கள் வெளிப்பாட்டைப் புரிந்துகொள்வதற்கான ஆர்வம் கூட அசாதாரணம்தான். சமூக வாழ்க்கையின் தனிப்பண்பே, மிகச்சிலரின் விருப்பங்களுக்குச் சிந்தனையற்ற பலரின் கீழ்ப்படிதலாகத்தான் இருக்கிறது. நமது வாழ்க்கையில் நிகழும் பழக்கப்படாத அனுபவங்களின் திடீர்ப் படையெடுப்புதான் நாம் உள்ளடங்கியிருக்கின்ற துறையின் பெரும்பரப்பினைப் புரிந்துகொள்ள நம்மில் பெரும்பாலோரைத் தூண்டுகிறது.

ஒருவகையில், நாகரிகத்தின் சிக்கலான தன்மையை உணர்பவர்களுக்கு, இந்தப் பிரக்ஞையின்மை மனிதர்களுக்கு ஏற்புடையதே என்று தோன்றும். அமெரிக்காவில் ஏற்படும் ஒரு உள்நாட்டுப்போர், லங்காஷயரின் பருத்தி நகரங்களில் பட்டினியை

ஏற்படுத்தக்கூடும். ஈதரின் இயற்கை பற்றி ஓர் இயற்பியலாளன் மேற்கொள்ளும் ஆய்வு, லண்டனுக்கும் நியூயார்க்கிற்கும் உள்ள தொலைவை உட்கொண்டதாக இருக்கலாம். ஜெர்மனியில் உள்ள கடன்தரும் அமைப்பிற்கு ஏற்படும் ஒரு ஊறு, பாரிஸ் நகரின் பங்குச் சந்தையில் ஒரு பிரளயத்தையே ஏற்படுத்தலாம். மாற்றம் நிகழ்கின்ற வேகமும் முக்கியத்துவம் குறைந்ததல்ல. நிலவுடைமை ஆட்சி கொண்ட ஜப்பான், ஓர் இரவிலேயே ஒரு நவீன அரசாக மாறிவிடலாம். மக்கள் பலருக்கும் இரயில்வே இன்னும் ஒரு நம்பமுடியாத புத்தாக்கமாக இருக்கிறது. கட்டாயக் கல்வியைத் தனிப்பட்ட பொறுப்புடைமைமீது தொடுக்கப்பட்ட தாக்குதலாகக் காணுகின்ற மக்களும் இல்லாமல் இல்லை.

நாம் வாழுகின்ற வாழ்க்கையின் முழு அளவையும் அறிவியல் மாற்றி விட்டது என்று சுருக்கமாகக் கூறலாம். வாட்டர்லூவுக்குப் பிறகு நமது முன்னோர்கள் நோக்கிய விதமான இழைவமைதிக்கு வேறானதொரு உலகத்தில் நாம் ஒரு நூற்றாண்டுக்குள் நுழைந்துவிட்டோம். லண்டனிலிருந்து வருகின்ற ஒருவனை வேற்று கிரகவாசி போலப் பார்க்கும் மந்தமான கிராமப்புறங்களில் இப்போது நாம் வாழவில்லை. கடந்த யுகத்தில் நோய்க்கு எதிராகப் பிரார்த்தனையையும் ஜெபத்தையும் ஆயுதங்களாக நம்பினோம். இப்போது நுண்ணோக்கியையும் சுகாதார ஆய்வாளரையும், விவேகமிருந்தால், பயன்படுத்துகிறோம். வாழ்க்கைத் தேவைகளுக்கு நாம் இப்போது நமது உற்பத்தி அமைப்பையே சார்ந்திருப்பதும் இல்லை. புதிய சமூகத்தில் வாழ்பவனுக்குப் பூமியிலுள்ள எந்த தேசமும் உண்டாக்குகின்ற சரக்குகள் கூப்பிட்டபோது கிடைக்க வேண்டும். தனது முன்னோன் ஒருவன் லண்டனிலிருந்து பாரிஸுக்கோ ரோமுக்கோ செல்வதை மிகப் பெரிதாக எண்ணியதிலிருந்து மாறி, இப்போது பெருவுக்குச் செல்வதைக் கூடப் பெரிதாக நினைப்பதில்லை. ஒருவரை ஒருவர் சார்ந்துவாழும் ஒருமைக்கு உலகம் குறுக்கப்பட்டுவிட்டது; சிகாகோவிலோ வாஷிங்டனிலோ எடுக்கும் சமூக முடிவுகள் நியூயார்க்கைப் பாதிப்பதற்கு சற்றும் குறையாமல் டோக்கியோவிலுள்ள அரசியல்வாதிகள் எடுக்கும் முடிவுகளும் பாதிக்கின்றன. இந்த பரஸ்பர பௌதிகச் சார்பை ஆதரிக்கும் விதமாக ஒரு பொருளாதார அமைப்பும் தோன்றியுள்ளது. அதன் பண்பிலோ அதன் செயல்பாடுகளின் விளைவிலோ திறன்மிகு நிபுணர்களும் ஒருமித்த முடிவுகளுக்கு வர முடிவதில்லை என்ற அளவுக்கு அதை வெறுமனே வருணிப்பதே கடினமாக இருக்கிறது.

மிகப் பெரிய உலகம் இது. நம்மை ஆபத்துக்கு உட்படுத்திக் கொண்டுதான் இதற்குள் நமது பாதையைத் தேடவேண்டும்.

சமூகச் சீரமைப்பின் நோக்கம் | 65

ஏனெனில் நாம் கீழ்ப்படிகின்ற அரசு செயல்படுகின்ற கோட்பாடு, அதன் நலனுக்குள் நம் எல்லாருடைய நலங்களும் எப்படியோ உள்ளடங்கியிருக்கின்றன என்பதாகவே இருக்கிறது. மிக விவரமாக இல்லாவிட்டாலும், குறைந்தபட்சம் பரந்த அடிப்படைகளிலேனும், நாம் மிகத் தெளிவான பிரக்ஞையுடன் இருக்கும் கணங்களில் உள்ளடக்கியிருப்பதாகக் கருதுகின்ற தனிப்பட்ட நோக்கங்களைத் தனது பொதுவான நோக்கத்திற்குள் உள்ளடக்கியிருப்பதாக அரசு உறுதியாக நினைக்கிறது. மேலும் மேலும் அதிகமான எண்ணிக்கையிலான மனிதர்கள் தங்கள் மிகவுயர்ந்த திறன்களைப் புரிந்துகொள்ளும் செயல்பாடுகள் நிகழ்கின்றன என்ற ஏற்பின்மீதுதான் நாகரிகத்தின் மீதான நம்பிக்கை கட்டப்பட்டுள்ளது. அந்தச் செயல்பாடுகள் எந்த அளவுக்குத் தோல்வி அடைகின்றனவோ, அந்த அளவுக்கு நமது திறன்களும், அவற்றின் சிறந்த தன்மையில், நிறைவேறும் சாத்தியமற்று நிற்கின்றன. இப்படிப்பட்ட பின்னணியில், நாகரிகத்தின் வெற்றிவாய்ப்புகள், பெரிய அளவுக்கு, அரசின் நிறுவனங்களை நாம் எவ்விதம் பணிசெய்ய வைக்கப்போகிறோம் என்ற நமது திறமையில்தான் அடங்கியிருக்கிறது. அவற்றின் இயல்புகளை நாம் விழிப்போடு அறியும்போதுதான், அவற்றின் பலவீனத்தின் அளவையும் உணர்கிறோம். ஏனெனில், ஒரு நூற்றாண்டுக்கு முன், நாம் எவ்விதத் தவறுகள் செய்தாலும், முன்னேற்றம் உண்டு என்ற உறுதியில் நம் முன்னோர் ஆறுதலாக இருந்ததுபோல நம்மால் இருக்க இயலாது. நமது நாகரிகம், நன்னம்பிக்கையின் அடிப்படையில் அல்ல, பயத்தின் அடிப்படையிலேயே அமைந்திருக்கிறது. அரசுகளின் போட்டிச்சண்டை, வர்க்கங்களின் போராட்டம், நிற அடிப்படையில் மோதல் - இவை பேரழிவுடன் பிணைந்து இந்நாகரிகத்தின் எதிர்காலமாக உள்ளன. தங்கள் சகதோழர்களின் நன்மையைத் தங்கள் தனிப்பட்ட இலக்குகளுக்கு பலியிடுவது இன்றைய மனிதர்களுக்கு இயலாததல்ல. நவீன நாகரிகம் ஒழுக்கச் சீர்கேடுகளின் அடிப்படையில்தான் அமைந்துள்ளது என்று மனித உறவுகளைப் பகுத்தாராய்வதிலிருந்து அவ்வப்போது கௌரவத்திற்குரிய, சுயநலமற்ற மனிதர்கள் முடிவுக்கு வருகிறார்கள். ஆக்கப்பூர்வமான வாழ்க்கைக்கான ஆயுதங்களை அறிவியல் நமக்குத் தந்திருக்கிறது; ஆனால் அவை அழிவுக்குரிய ஆயுதங்களாக உள்ளன என்பதை நாம் உணர்ந்திருக்கிறோம். எவ்விதமான ஒத்திசைந்த வடிவத்திலும், மோதலுக்கான இலக்குகளுக்கு அவை விசுவாசமாக இருப்பதிலிருந்து சமூகம் தப்பிப்பது சாத்தியமாகத் தோன்றவில்லை.

இப்படிப்பட்ட ஆய்வில், நவீன அரசியல் கல்வி, சமாதானத்தின் இயங்கியல் மீதான விசாரணையாக மாறுவதைத் தவிர்க்க இயலாது. அதை நிலைத்திருக்கச் செய்யவும் பெரிதாக்கவும் மனிதர்களின்

விசுவாசத்தை எது ஒன்றாக இணைக்கும் என்பதை உணர்ச்சியற்று அல்ல, பேரார்வத்தோடு நாம் அறிய முனைகிறோம். மனிதர்களாக அவர்களின் உள்ளுணர்வுகளைத் திருப்திப்படுத்துகின்ற, பொதுவாழ்க்கையை வளப்படுத்துகின்ற விதமான தளத்தில் நாம் வழிகளைக் கண்டறிய முனைகிறோம். அரசின் நிறுவனங்களின் பின்னணியில்தான் மனிதர்களின் வாழ்க்கைச் சூழல் மிக உறுதியாகப் பதிக்கப்பட்டுள்ளது என்பதால்தான் நாம் அரசிலிருந்து தொடங்குகிறோம். ஏனெனில் குறைந்தபட்சம் கோட்பாட்டளவிலேனும், எந்தச் செயலின் பரப்பும் அரசின் கட்டுப்பாட்டு அதிகார எல்லைக்குள்தான் உள்ளது. நவீன அரசு என்பது அரசாங்கமாகவும் குடிமக்களாகவும் தனித்தனிப் பகுதிகளாகப் பிரிந்திருக்கும் ஒன்று. தனக்கென அளிக்கப்பட்டுள்ள பரப்பிலேனும் அது மற்ற எல்லா நிறுவனங்களையும்விட ஒப்புயர்வற்ற நிலை பெற்றுள்ளது. மெய்யாகவே, அதுதான் சமூக நலன்களின் இறுதிச் சட்டப்பூர்வக் களஞ்சியம். மற்ற எல்லா நிறுவனங்களின் பார்வைக்கோணத்தையும் நிர்ணயிப்பது அதுதான். தான் கட்டுப்படுத்த விரும்பவேண்டும் என்று கருதுகின்ற மனிதச் செயலின் எல்லா வடிவங்களையும் அது தன் ஆதிக்கத்தின் கீழ்க் கொண்டுவருகிறது. மேலும், எதெல்லாம் அதன் கட்டுப்பாட்டிலிருந்து சுதந்திரமாக இருக்கிறதோ, அதுவும்கூட அதன் அனுமதிக்குட்பட்டே அவ்வாறுள்ளது என்பது இந்த ஆதிக்கத்தின் உட்பொதிந்துள்ள தர்க்கம். ஆடவர்கள் தங்கள் சகோதரியரைத் திருமணம் செய்ய அரசு அனுமதிப்பதில்லை; ஆனால் அவர்கள் தங்கள் தாய் அல்லது தந்தையின் உடன் பிறந்தவர்களின் மகள்களைத் திருமணம் செய்ய அதன் கருணை அனுமதிக்கிறது. சமூகக் கட்டுமானத்தின் அடிக்கல் அரசுதான். தன் பொறுப்பிலுள்ள எண்ணற்ற மனித வாழ்க்கைகளின் விதிகளின் வடிவத்திற்கும் சாராம்சத்திற்கும் அதுதான் உருக்கொடுக்கிறது.

இதற்கு அரசு ஒரு மாறாத ஒழுங்கமைப்பு என்று அர்த்தமல்ல. எவ்விதத்திலும் தடைப்படாத ஒரு பரிணாமத்தின் சட்டங்களுக்கு ஒவ்வொரு விஷயத்திலும் அது கட்டுப்பட்டுள்ளது. புதிய சொத்து வடிவங்கள், மதநம்பிக்கையின் பண்பில் ஏற்படும் மாற்றம், தாங்கள் பிறக்கும்போது தங்கள் கட்டுப்பாட்டுக்கு அப்பாலான பௌதிக நிலைமைகள், இவையும் இவை போன்றவையும் அதன் உள்ளடக்கத்தை உருவாக்கியுள்ளன. அதன் வடிவங்களும் இயக்கமற்றவையல்ல. அது அரசனின் ஆட்சியாகவும், பிரபுக்கள் ஆட்சியாகவும், மக்களாட்சியாகவும் இருந்துள்ளது; செல்வமிக்கவர்களின், ஏழைகளின் கட்டுப்பாட்டிலும் அது இருந்துள்ளது. தங்கள் பிறப்பின் அதிகாரத்தினாலோ, மதத்

சமூகச் சீரமைப்பின் நோக்கம் | 67

தோழமையினால் உருவாகும் தங்கள் அந்தஸ்தினாலோ மனிதர்கள் அதை ஆட்சி செய்துள்ளனர்.

வரலாற்றுநோக்கில், அரசைப்பற்றி முன்னறிவிக்கக்கூடியது என்னவெனில், ஒப்பளவில் மிகச்சிறிய எண்ணிக்கையிலான மனிதர்களுக்கு மிகப் பெரிய திரளான மக்கள் விசுவாசமாக இருக்கும் நிகழ்வினை அரசு எப்போதும் காட்டியுள்ளது. இந்த விசித்திரத்தை சாக்ரடீஸ் காலத்திலிருந்து சிந்தனையாளர்கள் விளக்க முயன்றுள்ளனர். குறைந்த பட்சம் இறுதி நிலையிலேனும், சிலபேரின் விருப்பமே கீழ்ப்படிதலை உருவாக்குவதற்குப் போதுமான பெரும்பாலோர் விருப்பமாகவும் ஆகிறது என்பதே மனிதர்கள் தங்கள் எஜமானர்களுக்குக் கீழ்ப்படிவதன் காரணம் என்று சிலர் கருதுகிறார்கள். ஒப்புதலே (இசைந்து ஒன்றை ஏற்பதே) அரசின் அடிப்படை எனப்படுகிறது. ஆனால் இசைந்தேற்பு என்பதற்கு எவ்வித ஆராய்தலுமின்றி ஆணைகளுக்கு உணர்ச்சியற்றுக் கீழ்ப்படிதல் என்பதற்குச் சற்றுமேலாக எதைக் கருதினாலும் சரி, அது உண்மையாக இருந்ததற்கான எந்தக் கால கட்டமும் அரசின் வரலாற்றில் இருந்ததில்லை. அல்லது மனிதர்கள் அரசுக்கு பயத்தின் காரணமாகவே கீழ்ப்படிகிறார்கள் என்பது வெளிப்படை என்ற ஹாப்ஸின் கருத்தை நாம் ஏற்கவும் முடியாது. சில குறித்த சட்டங்களுக்கு வேண்டுமானால் இதுமாதிரி ஒன்று காரணமாக இருக்கலாம். விளைவுகளை அழகாகச் சமப்படுத்தி ஆராய்ந்து, நான் கொலையில் ஈடுபடாமல் இருக்கலாம். ஆனால் பயத்தின்மீது கட்டப்பட்ட சுயஆய்வு என்பதற்கும் மேலாக மிகவும் சிக்கலான பல உள்தூண்டல்களால்தான் நான் என் குழந்தைகளைப் பள்ளிக்கு அனுப்புகிறேன். அதே மாதிரி சர் ஹென்றி மேய்ன் நம்மை ஏற்கச்சொல்லுவதுபோல, அரசு என்பது பழக்கத்தின் அடிப்படையில் உருவானது என்று ஓரளவு வற்புறுத்தவும் செய்யலாம். ஆனால் பழக்கத்திற்குள் எந்த எந்த உளச்சார்புகள் உள்ளன என்பதையும், புரட்சிக்கால ஃபிரான்சில் போல, எந்தப் புள்ளியில் அவற்றின் மீறல்கள் நிகழ்கின்றன என்பதையும் இது ஆராயாமல் விடுகிறது. பெந்த்தமையும், பிற பயன்வழியாளர்களையும் போல, எல்லாமே பயன்பாட்டுக்காகவே என்று நாம் கூறினால், குறிப்பாக யாருக்கு ஒரு குறிப்பிட்ட அரசு பயன்படுகிறது, (புரட்சிக்கு முந்திய ரஷ்யாவில் போல) அதன் பயன்பாட்டுப் பண்பு ஏன் கீழ்ப்படிதலுக்கு பதிலாக இசையாத் தன்மையை ஏற்படுத்தவில்லை என்பவற்றை விளக்குவதில் கஷ்டம் ஏற்படுகிறது.

முற்றிலும் தர்க்கரீதியான விதத்தில் கீழ்ப்படிதலை விளக்க முயலும் எல்லாக் கோட்பாடுகளுமே தங்கள் இலக்கை இயல்பாகவே அடையத் தவறுகின்றன என்பதே இப்பிரச்சினைக்கு விடை;

ஏனெனில் எந்த மனிதனும் முற்றிலும் ஒரு பகுத்தறிவுப் பிராணி அல்ல. இருந்ததும் இருந்து வருவதுமான அரசமைப்பு, மனித இயற்கையின் எல்லாச் சிக்கலான மெய்ம்மைகள் அடியிலும் தன் விசுவாசத்துக்கான வேர்களைக் காண்கிறது; உண்மைக்கு அருகில் செல்லவேண்டுமாயின், வரலாற்றின் ஒவ்வொரு காலகட்டத்திலும் அவை ஒவ்வொன்றிற்கும் வெவ்வேறான அளவில் கனம் தந்து விசுவாசக் கோட்பாட்டை நோக்கவேண்டிவரும். பதினெட்டாம் நூற்றாண்டின் ஒழுக்கவாதி, செயல்களின் அடிப்படை ஊற்றாக இரக்கத்தை மட்டுமே முன்வைத்ததுபோல, சிந்தனையே ஆபத்தானது என்ற ஒரு சமூகச்சூழலில், மனிதச் செயல்களுக்கான இறுதி மூலம் பயம்தான் என்று ஹாப்ஸ் கருதினார். உண்மையாகவே, சமூகத்தில் முக்கியமானவை என இம்மாதிரித் தனித்தனிக் காரணங்களை யூகமாக வைப்பதால் எந்த இலாபமும் இல்லை. எந்த வகையினதாக இருப்பினும், அரசிற்குக் கீழ்ப்படிய இட்டுச்செல்லச் செயல்படும் தனித்த உந்துவிசைகள் பற்றிய எந்த விளக்கமும், தீயின் பண்பைப் பற்றிய எந்தத் தீக்கொள்கையும் பயனற்றது போலப் பயனற்றதே ஆகும். மனிதனுடைய முழு ஆளுமையாகச் செயல்படுகின்ற உந்துவிசைகளின் மொத்தத் தொகுதியே மனிதனாக நாம் சந்திக்கிறோம். தன் சகாக்களோடு வாழ அவன் விரும்புவான். வழிபாடு நடத்துவதற்காகத் தேவாலயங்களைக் கட்டுவான். மௌனத்தின் அமைதியில் மகிழ்வதற்காகக் கழகங்களை அமைப்பான். காதல் கொண்டு திருமணம் செய்து குழந்தைகளைப் பெறுவான்; அவர்களுடைய நலங்களாகக் கருதுவனவற்றை அவர்கள் மீது திணிக்கும் உலகத்தின் கோரிக்கைகளுக்கு எதிராக பயங்கரமாகப் பாதுகாப்பான். இயற்கைக்கு முன்னால் வியந்து நிற்பான். அந்த வியப்பார்வம் பெரும்பாலும் ஆக்கத்திறனுக்கு அவனைக் கொண்டு செல்லும். தேனீக்கும் பீவருக்கும் (உழைப்புக்குப் பெயர்பெற்ற ஒரு பிராணி) இருப்பது போன்று மனிதனிடம் உள்ள அசலான, தடுக்கவியலாத இயல்பூக்கம் என்று அப்படிப்பட்ட ஆக்கத் திறனைத்தான் வில்லியம் ஜேம்ஸ் கூறுகிறார். பொருள்களைச் சேகரிக்க மனிதன் முனைவான். அப்படிச் சேகரிப்பவனின் உற்சாகம், பெரும்பான்மையோரிடம், சமூகம் மிக உயர்ந்த மதிப்பில் வைத்திருக்கும் எவ்வித வடிவமாகவும் மாற்றம் பெறும். பாதுகாப்பின்மையை வெறுத்தல், ஓர் இல்லத்தை உருவாக்க ஆசை, தான் பிறந்த இடத்திலிருந்து அறியப்படாத பிரதேசங்களுக்குச் செல்வதில் பேரார்வம், ஆப்பிரிக்கப் பாலைவனத்திற்கும் அவனைக் கொண்டு செல்கின்ற ஒரு வேட்டைக்கார உந்துதல், அல்லது அவ்வளவு சாகசமின்றி, துப்பறியும் கதைகளில் மூழ்குவதால் ஏற்படும் திருப்தி - இவை யாவும் நமது நிறுவனங்களின் இழைவமைதிக்குள் எழுதப்பட்டிருக்கும் பேராவல்கள். மனிதன்

ஒரு போரூக்கமுள்ள விலங்கு; அழிவுக்கான பயனுள்ள மூலத்தின் புறவழியைக் கண்டுபிடிக்கும் வேலை எங்கும் நிறைந்திருக்கிறது. தனது சூழலை நன்கறிய அவன் விரும்புகிறான், தனது படைப்பிரிவுக்குத் தலைவனாக விரும்புகிறான். ஆனால் பொருத்தமான சந்தர்ப்பங்களில், கீழ்ப்படிவதிலும் இன்பம் காண்கிறான். இராணுவ அமைப்பில் இருப்பதுபோல பயன்மிக்க இலக்குகளுக்கும் அப்பண்பைப் பயன்படுத்தலாம். அவன் ஒரு பகட்டான பிராணி. வெப்லன் காட்டியதுபோல, திடமான சாதனைக்குப் பதிலாகத், தன்னைப் பிறர் நன்றாக எடைபோட வேண்டி அவர்கள் கவனத்தைக் கவரும் வகையில் மாறுகின்ற பகட்டுக் காட்சிப்படுத்தலில் தனது பொருளை வீணாக்குபவன்; ஆகவே ஓர் உழைப்பாளி தான் இசைக்க இயலாத பியானோவை, பொறுப்பின் அடையாளமாக வாங்குவான். சமூகத் தலைவி ஒருத்தி, தனது குழந்தைகளைப் படிக்கவைத்துச் சமூகப் பயன்பாட்டுக்கு உதவச் செய்வதற்கு மாறாக, மோஸ்தர் என்னும் நரபலிக் கடவுளுக்குத் தன் வருமானத்தை அர்ப்பணிப்பாள்.

பசி, தாகம், பாலுறவு, உறைவிடம், உடை ஆகியவற்றின் தேவை - இவைதான் மனிதத் தேவைகளில் இன்னும் குறைக்கமுடியாத குறைந்தபட்சத் தேவைகள் என்று தோன்றுகிறது. பிற எல்லாம் சமூகத்தின் வரலாறு போல வேறுவடிவங்களுக்கு மாறக்கூடியவை. நமக்கு நிச்சயமாகத் தெரிவது இந்தத் தேவைகள் இருக்கின்றன என்பதே. இவற்றில் சில, பசி போன்றவை, சமூகம் வாழவேண்டுமானால், பொதுநிலையில் நாம் மறுக்க முடியாதவை. பிறவற்றை உள்ளாழத்தின் மெய்யான ஆசையை மறைக்குமளவுக்குச் சிக்கலான எதிர்வினையுடன் நாம் சந்திக்கலாம். ஆனால் இந்த உந்துதல்களின் முழுமைக்குமான எதிர்வினையே நமது நிறுவனங்கள் என்பதை நாம் புரிந்துகொள்வதுதான் எல்லாவற்றிற்கும் மேலாக அவசரமானது. தங்கள் வலிமைமிக்க சிக்கல்தன்மையிலன்றி அவற்றை விளக்குவதற்கு ஆகாது.

ஆனால், ஒரு அரசியல் தத்துவத்தின் அமைப்புக்கு, மனிதன் வெறும் உந்துதல்களின் பிராணியாக மட்டுமன்றி, பகுத்தறிவைக் கொண்டிருப்பவன் என்பதும் மிக முக்கியமானது. தனது நடத்தையைப் பற்றி அவனால் சிந்திக்க முடியும். அவனால் இசைவின்மைகளைக் கவனிக்க முடியும், வழிகளையும் இலக்குகளையும் இணைத்துப் பார்க்கமுடியும். அதாவது, தனது சுயபூர்த்தியின் வாய்ப்பை அதிகரிக்குமளவுக்கு அவற்றிற்குள் ஒரு நடத்தைக் கொள்கையை வகுப்பதன் வாயிலாக, தான் துயருறும் கெடுதிகளைச் சரிசெய்துகொள்ளும் அளவுக்குத் தனது செயல்களின் விளைவுகளைத் தானே உற்றுநோக்க முடியும். ஒரு புலியோ, குயிலோ அந்தக்

கொள்கையைத் தற்செயலாக ஒருவேளை அடையமுடியுமோ என்னவோ, மனிதன் சிந்தனையின் முயற்சியினால் அதைக் கண்டுபிடிப்பதைச் சாதிக்கமுடியும். இங்குதான் சமூக நன்மை என்ற கருத்து நுழைகிறது. நன்மை என்பது, சமூகத்திற்கானதாகத்தான் இருக்க முடியும், இல்லையெனில் அது நன்மையே அல்ல. மனிதன் தன் சகாக்களோடு சமுதாயத்தில் வாழவேண்டுமானால், குறைந்தபட்சம் நீண்டகால அளவிலேனும், மற்றவர்களுக்குமான நன்மையை உள்ளடக்கியிருக்க வேண்டும் என்பது அவன் வாழ்க்கையின் மிகத் தேவையான நிபந்தனை. ஆகவே நமது உள்ளுந்தல்களின் செயல்பாடு ஒரு திருப்திகரமான செயலில் முடிவடையும்போது, நமது இயற்கை அடைகின்ற ஒருமையில் சமூக நன்மை அடங்கியிருப்பதாகத் தோன்றுகிறது. நம்மைச் சுற்றியுள்ள எண்ணற்ற பல மனிதர்களின் வாழ்க்கையில் மனித இயற்கையின் விசைகள் செயல்படும்போது அதற்கான முழு எதிர்வினையாக அது தோன்றுகிறது. அந்த நன்மையின் உள்ளடக்கம் வேறுபடலாம்; மரபின் மாற்றம் என்பது காலத்துக்குக் காலம் நிகழும் வேற்றுமையைக் குறிக்கிறது. நமது அறிவின் தொகுதி வளரும்போது, கொள்கை அளவிலேனும், எதிர்வினைக்கான முறையையும் அளவையும் நாம் புத்திசாலித்தனமாக அமைப்புறச் செய்ய முடியும். இப்படி அடையப்பட்ட ஒருமைப்பாடு, பொய்யை உண்மையெனத் தவறாக எண்ணிக்கொள்ள இயலாதபடிக்கு உண்மையாகவே நுணுக்கமான ஆய்வுநோக்கினை வேண்டுகிறது. சான்றாக, நீண்டகால அளவில், சொத்துகளை அடையும் ஆசை, ஏமாற்றுக் குழுமங்களின் தொடர்ச்சியான, முரண்பாடற்ற பங்கு வெளியீடுகளினால் திருப்தியுறுவதில்லை. மாறாக நமது இயற்கைக்குள் இருக்கும் சக்திகளின் குறிப்பிட்ட சமநிலை தேவைப்படுகிறது. அதை அடையும்போது, அது அரித்துத் தின்னும் தேவைகளின் அழுத்தத்திலிருந்து நிவாரணம் அளிக்கிறது, மேலும் நேர்முகமாக, முன்னெடுப்புகளின் தொடர்ச்சியான திருப்தியைச் சாத்தியமாக்குகிறது. அசையாத பழக்கங்கள் திருப்தியுறுகின்ற ஓர் இயக்கமற்ற சூழலை அடைகின்ற பிரச்சினை அல்ல அது. நாம் எதிர்கொள்ளுகின்ற எல்லாச் சூழல்களுமே இறுதியாக, தனித்தன்மை உடையவை; மேலும் சோதனை செய்தலே தொடர்ந்து வாழ்தலின் நிபந்தனையாக இருக்கிறது. ஒரே நன்மை இருமுறை நிகழாத காரணத்தினால், மாறும் உலகில் அசையாத்தன்மை என்பது அழிவையே குறிப்பதாகும்; நாம் காணமுனையும் ஒருங்கிணைப்பு என்பது, கடந்த காலத்திற்கு நியாயமாக விளக்கமளிப்பது போலவே, புத்திசாலித்தனமாக எதிர்காலத்தையும் முன்னோக்க வேண்டும்.

இவை எல்லாமே, நமது காலத்தின் சிறப்புத் தேவைகளுக்கு ஏற்ப பெந்த்தமின் கோட்பாட்டைச் சிறப்புவகையில் மாற்றியமைப்பது

என்பதைக் குறித்துக்கொள்ள வேண்டும். சமூக நன்மை என்பது ஒருங்கிசைந்த நுண்ணறிவின் விளைபொருள் என்பதை வலியுறுத்துவதில் இது பெந்த்தமைப் பின்பற்றுகிறது; அதாவது, எதிர்பார்க்கும் வகையில் இடர்ப்பாடுகள் மிக அதிகமாக இருப்பினும், நம் பார்வையிலுள்ள இலக்கிற்கு நமது வழியைத் திட்டமிடவேண்டும். 'துன்பநிலையைத் தவிர்த்து, மகிழ்ச்சி நிலையை அடைவது என்பதே சமூக நன்மை' என்பதை வலியுறுத்துகின்ற விதத்தில், வேறொரு அடிப்படையிலிருந்தும், அது பெந்த்தமைப் பின்பற்றுகிறது. அதாவது, தேவைகளைத் திருப்திப்படுத்துவதன் வழிகளைக் கண்டுபிடிக்கும் பணியில் அது பகுத்தறிவைப் பயன்படுத்துகிறது; மேலும் திருப்தி அடைந்தவுடன், முழுச் சமுதாயத்தின் நிலைத்த மகிழ்ச்சிக்கு எவ்விதம் அவை தொண்டாற்றுகின்றன என்ற அளவுக்கேற்பத் தேவைகளின் தன்மைகளை அது மதிப்பிடுகிறது. உள்ளுந்தல்களின் சுயநலத் தன்மை என்பதைப் புறக்கணிப்பதிலும், வலிகளையும் இன்பங்களையும் விரிவாகக் கணக்கிடுமுறையிலும் அது பயன்பாட்டு நோக்கிலிருந்து வேறுபடுகிறது. இந்தக் கணக்கீடுகள், தொழிற்புரட்சியின் சொற்களில் வெளிப்பட்டாலும், உண்மையில் அவை திருச்சபை சார்ந்த யூகங்களின்மீது அமைந்தவை. முதலில், நீண்ட காலத்துக்கான தனிமனித நன்மை என்பது, மற்ற மனிதர்களின் நன்மையிலிருந்து நல்லவிதத்தில் பிரித்தெடுக்க முடியாதது. இரண்டாவது, உள்ளுந்தல்களின் உடனடி ஒத்திசைவு என்பதைவிட, எதிர்காலத்தை எந்த அளவுக்குச் சாத்தியப்படுத்துகிறது என்பதிலேயே பகுத்தறிவின் மதிப்பு அறியப்படவேண்டும். இவையே நமது நோக்கு. இல்லாவிட்டால், இவை நமக்கும் மற்றவர்களுக்கும் மிகச் சிறந்ததை அடைவதை முறிக்கின்ற வகையில் நமக்குள் போரிடுகின்றன. ஆகவே நாம் பெறுவதற்குத் தகுதியான விஷயங்களைத் தேடுவதற்காக உந்தப் படுவதன்றி, அதனால் நாம் பணிபுரிகின்ற மாபெரும் தோழமையை (சமூகத்தை)யும் வளப்படுத்துகிறோம் என்பதற்காக நமது ஆளுமையை ஒழுங்குபடுத்திக் கொள்வதே சமூக நன்மை.

III. அரசின் இறுதி

இப்படிப்பட்ட பார்வையிலிருந்து, அரசு என்பதில் உள்ளடங்கியிருக்கின்ற நோக்கத்தைப் பற்றிய ஓர் அர்த்தத்தை நாம் பெறமுடியும். இந்த அர்த்தத்தில், அது மனிதர்களின் திரளுக்குச் சமூக நன்மை என்பதை ஆகப் பெரிய அளவில் சாத்தியமாக்குவதற்கான ஓர் அமைப்பாகிறது. தவிர்க்கவியலா வகையில் அதன் செயல்கள், நடத்தையில் குறிப்பிட்ட சில ஒரேமாதிரித் தன்மைகளை மேம்படுத்தும் அளவில் உள்ளவை என்பது தெளிவு. சோதனை உறுதிப்படுத்துவதாகத் தோன்றும் அளவில் அது கட்டுப்படுத்த முனையும் பரப்பு சுருங்கும் அல்லது விரிவடையும். வெளிப்படையாகவே, அது நுழைவதற்கு எண்ணாத வாழ்க்கையின் பகுதிகளும் உள்ளன. அண்டை வீட்டார்களிடையில் குறைந்த அளவு மரியாதையை அது மேம்படுத்தும்; அந்தக் குறைந்த அளவு என்பது ஒழுங்குமுறைமை யின் கடைப்பிடிப்பில் வருவது. ஆனால் திருமதி ராபின்சனின் சமூக விழைவுகள் எவையாக இருப்பினும், பெல்கிரேவியாவில் உள்ள ஜோன்ஸையும் பிரிக்ஸ்டனில் உள்ள ராபின்சனையும் விருந்துக்கு அழைக்குமாறு அது கட்டாயப்படுத்தாது. காலம் செல்லச் செல்ல, அதன் குடிமக்களின் மதக்கருத்துகளைக் கொண்டு சிறப்புச் சேமிப்புகளை வைக்க மேன்மேலும் இயலாமல் போகும்; சமூக நலம் என்பது மதச் சகிப்பின்மைகளால் சிந்திக்க இயலாதது என்பதை அது துயர்மிக்க அனுபவங்களால் கண்டறிந்துள்ளது. நன்கறிந்த பொருள்களான நீர், ஆற்றல், போக்குவரத்து போன்றவைமீதுதான் சமூக உறுப்பினர்களின் நலம் மிக நெருக்கமாகச் சார்ந்துள்ளது; அவற்றைத்தான் ஏதோ ஒரு முறையில் அல்லது வடிவத்தில் மேலும் மேலும் கட்டுப்படுத்த அது முனைகிறது; மேலும் அதே அளவில், வாசனைப் பொருட்கள், அழகுசாதனங்கள் ஆகியவற்றின் உற்பத்தியை, குறித்த எல்லைக்குள், தனியார் தொழிலுக்கு விடலாம் என்றும் அது கருத முனைகிறது. அது எதிர்கொள்ளும் வரலாற்றிலிருந்துதான் அது என்னவாக இருக்கிறது, என்ன செய்யும் என்பவை தீர்மானமாகும்.

எனவே, அரசு, மனிதச் செயல்பாடுகளின் முழு வீச்சையும் அளந்தறிய முற்படுவதில்லை. அரசுக்கும் சமூகத்திற்கும் ஒரு வேறுபாடு இருக்கிறது. சமூக முறைமையின் முக்கியாம்சத்தை அரசு முன்வைக்கலாம், ஆனால் அம்முக்கியாம்சமும் அரசும் ஒன்றல்ல. இந்த வேறுபாடு இருப்பதை நாம் அறிவது, அரசைப் புரிந்துகொள்வதற்கு மிக அடிப்படையானது. அரசு செயல்படும் முறையை ஆராய்வதிலிருந்து இது வெளிப்படும்; பார்வைக்கான மூலம் என்ற வகையில், அரசின் விருப்பம்தான் அரசாங்கத்தின் விருப்பமும்.

ஒன்றுசேர்கின்ற கோடிக்கணக்கான மக்களை அரசு ஒழுங்குபடுத்த முனைகிறது. அவர்கள் தங்களுக்குத் தேவைப்படும் விஷயங்களின் தொகுதிகளை வெளிப்பட எடுத்துரைக்கும் திறன் பெற்றவர்கள் அல்ல; பெருமளவில், நிகழ்வுகள் எந்த திசையில் செல்லவேண்டும் என்பதை மங்கலாகச் சுட்டிக்காட்ட முனைவதற்குமேல் அவர்களால் எதுவும் செய்ய இயலுவதில்லை. வீடுகள் மக்களுக்குத் தேவை; ஆனால் வீடுகளைக் கட்டுவதற்கான கொள்கையை இரண்டு கோடிப்பேர் சேர்ந்தாலும் வகுக்க முடியாது. இதை ஏற்றால், எந்த ஒரு இறுதி ஆய்விலும், ஓர் அரசை மெய்யாக ஆட்சி செய்பவர்களைக் கண்டுபிடிக்க இயலாது. சட்டம் இயற்றுபவர்களிடம் தினசரி அதிகாரத்தின் சட்டமூலம் உறைகிறது. பழங்கால ஏதென்ஸ் சந்தைவெளியில் அரசின் உறுப்பினர்களை ஒன்று சேர்த்ததுபோல, முழுக் குடிமக்கள் தொகுதியும் முடிவுகள் எடுப்பதில் பங்கேற்கும் ஓர் அரசை நாம் கற்பனை செய்யலாம். ஆனால் பலகோடிப்பேர் அல்லது பல இலட்சக்கணக்கான பேர் பங்கேற்கும் நவீன அரசில் எவ்விதத் தொடர்ச்சியான வழியிலும் அந்த அனுபவம் சாத்தியமற்றது. ஆகவே, சிறிய எண்ணிக்கையிலான மனிதர்களின் முடிவுகள் சமுதாயத்தை நடைமுறை வாழ்க்கையில் சட்டப்பூர்வமாகக் கட்டுப்படுத்துவதுதான் அரசு செயல்படுகின்ற திறன்மிக்க முறை ஆகிறது. சமூகம் முழுமைக்குமான அறக்காவலர்களும் ஆளுநர்களும் ஒரேசமயத்தில் இருக்கவே செய்கின்றனர். அதன் தேவைகளைத் திரட்டித் தொகுத்து, அவற்றைப் பயன்மிக்க நிரந்தரச் சட்டங்களாக்குவது அவர்களுடைய வேலை. அரசின் நோக்கத்தின் மனிதவடிவங்கள் அவர்கள்.

ஆனால் அவர்கள் உள்ளடக்கியிருக்கும் நோக்கத்திற்கும், அதற்கு அவர்கள் தருகின்ற உண்மை அர்த்தத்திற்கும் ஒரு வேற்றுமை இருக்கிறது. ஃபிரான்சின் பழைய மன்னராட்சி நிறுவனங்களை நியாயப்படுத்த முனைந்த தத்துவக் கோட்பாட்டிற்கும், அந்தக் கோட்பாட்டை நடைமுறைப்படுத்துவதற்கும் ஒரு வேறுபாடு இருந்தது. சட்டம் ஒருபுறமிருந்தாலும், நாம் அரசுக்குக் கீழ்ப்படியவேண்டிய கடப்பாடு என்பது, அரசு எவ்வளவு தூரம் தனது நோக்கத்தை நிறைவேற்றுகிறது என்ற அளவைச் சார்ந்திருக்கிறது. அந்தச் சாதனையைத் தீர்மானிப்பவர்கள் நாம்தான். அது என்ன, அது என்னவாக ஆவதற்கான மெய்யான சக்தியைப் பெற்றிருக்கிறது என்பதற்குள்ள வித்தியாசம், இதெல்லாம் நமது வாழ்க்கையின் உள்ளார்ந்த அமைவுக்குள் எழுதப்பட்டுள்ளது. ஓர் அரசின் கொள்கையின் நோக்கம் மிகச் சிறப்பானதாக இருப்பதனால் அல்ல, அது அந்த நோக்கத்தை மெய்யாகவே நிகழ்வுகளில் நிறைவுபடுத்த முனைகிறது என்று நாம் உறுதியாக நம்பும்போதுதான் அரசுக்குக் கீழ்ப்படிய வேண்டும். ஆகவே அதிகாரம் என்பது ஒழுக்கநோக்கில்

தன்னளவில் நடுநிலையானது; அது எந்தப் பயனை அளிக்கப் போகிறது என்பதில்தான் அதற்கு ஒரு வண்ணம் (சார்பு) கிடைக்கிறது. நமது இறுதி விசுவாசம் இலட்சியத்துக்குத் தான்; நமது விசுவாசத்தைச் சேர்த்து இணைக்கக்கூடிய சட்ட அதிகாரம், அந்த இலட்சியத்தின் முயற்சியில் நாம் கண்டுபிடிக்கக்கூடிய நோக்கம், பொருள் ஆகியவற்றால் கட்டுப்படுத்தப்படுகிறது.

மேலும், அரசின் செயல்நிகழ்த்துமுறை, நம்மில் ஒவ்வொருவருக்கும் முக்கியமானது. ஆகவே ஒவ்வொரு குடிமகனுடைய சமூக மதிப்பையும் நாம் முன்கூட்டியே அறியும் அறிவைப் பெற்றிருந்தால் அன்றி, அரசு ஜனநாயகத் தன்மையோடு இருக்கவேண்டும் என்றாகிறது. ஜனநாயகம் என்ற கருத்தின் உள்ளடக்கம் என்ன என்பதில் நாம் வேறுபடலாம். ஆனால் இந்தக் கணத்தில் இங்கு விவாதத்தில் ஒவ்வொரு ஆணும் பெண்ணும் அரசு என்பதில் அவர்களுக்குள்ள அனுபவத்தை வைத்துச் செயல்படலாம் என்பதைத்தான் கூறமுனைகிறேன். ஒருவரது அல்லது சிலரது அரசாங்கத்திற்கு எதிரான குற்றச்சாட்டு, இறுதியில், அதில் எது ஒன்றாவது அவர்களுடைய தனித்த நன்மையை சமூக நன்மையுடன் அடையாளப்படுத்திப் பார்க்குமா என்பதுதான். வயதுவந்தோர் தொகை அன்றி வேறெந்த வகுப்பும் தனது அனுபவத்தை இறுதியானது என்று கருதத் தகுதியில்லை. மேஃபேரின் தீர்ப்பு போலவே போப்லாரின் தீர்ப்பும் (இரண்டு தனிநபர் வழக்குகள்) அவசரமானதும் தவிர்க்க இயலாததும் ஆகும். தனது செயல்பாட்டில் அரசின் நோக்கம் ஒவ்வொருவரையும் ஒன்றுபோலவே பாதிக்கிறது, ஆகவே அதன் நிகழ்த்தல் ஒவ்வொருவருக்கும் சம ஆர்வமுள்ளதே ஆகும். இதுதான் வரலாற்றின் வெளிப்படையான பாடம். அதிகாரத்தின் பங்கிலிருந்து விலக்கப்படுகின்ற வர்க்கங்கள், ஆதாயங்களின் பங்கிலிருந்தும் விலக்கப்படுகின்றன. சமூக நன்மை அளிக்கப்படுபவர்களின் எண்ணிக்கைக் கட்டுப்பாடு, அதாவது அரசியல் நிறுவனங்களின் செயல்பாட்டில் திருப்தியடைபவர்களின் ஆளுமை, இறுதியில் அதன் இயக்கத்திலிருந்து விலக்கப்பட்டவர்களினால் அரசின் அடிப்படைகள்மீதான தாக்குதலாகவே எப்போதும் அர்த்தமாகிறது. ஏனெனில், மனிதர்களுடைய தேவைகளுக்கான பொதுவான குறைந்தபட்சப் பூர்த்தியையேனும் அவர்களுடைய இயற்கையின் அடையாளம் நாடுகிறது. அந்தப் பொதுவான குறைந்தபட்சம் என்பதன் அர்த்தம், அவர்கள் தங்கள் விழைவுகளின் பூர்த்தியைப் பாதுகாக்க வேண்டிய அதிகாரத்தில் ஒரு பங்குதான்.

ஆக, மனிதர்கள்மீது அரசின் செயல்பாட்டின் விளைவுகளில் சம அக்கறை காட்டுவது ஒரு பொறுப்புள்ள அரசின் அடையாளம். நிபந்தனைகள் இன்றி அது அதிகாரத்தை வைத்திருக்கவில்லை.

அதற்குக் கடமைகள் இருப்பதால் தான் அது அதிகாரத்தைக் கொண்டிருக்கிறது. உள்ளார்ந்த விதத்திலேனும் மனிதர்கள் தங்களுக்குள் மிகச் சிறந்ததாக இருப்பதை அடையச்செய்யவே அரசு இருக்கிறது. அது கோட்பாட்டளவில் என்னவாக இருக்கிறது என்பதால் அல்ல, நடைமுறையில் என்ன செய்கிறது என்பதால்தான் மதிப்பிடப்படுகிறது. அதன்படி, போதுமானதன்மை என்ற ஒழுக்கச் சோதனைக்கு அது உட்பட வேண்டியதே ஆகும். அதன் முடிவுகளில் முன்பேயுள்ள சரியான முடிவு என்பதொன்றும் இல்லை. பொது வாழ்க்கையை வளமாக்கக்கூடிய உந்துதல்களின் வெளிப்பாட்டினைத் தொடர்ந்து சாத்தியமாக்கக் கூடிய விதங்களைத் தேடுவது என்ற பின்னணியில் அது ஆணைகளைப் பிறப்பிக்கிறது. இந்த அடிப்படையில் அது தன் அதிகாரங்களை மிகுதிப்படுத்திவிடும் ஆபத்தும் இருக்கவே செய்கிறது. வாழ்க்கையில் மிகச் சிறந்தவற்றின் நலத்தை அனுபவிக்கத் தன் உறுப்பினர்களுக்கு நேரடியாக எந்த அரசும் வழிகாட்டாது. ஆனால் அதன் குறைந்தபட்சச் செல்வாக்கினையும் குறைத்து மதிப்பிடுவது அதே அளவு ஆபத்தேயாகும். உதாரணமாக, பிளேட்டோ விரும்பியதுபோல, தனது குடிமக்களை அடிமைகளாக அல்லாமல், மனிதர்களாகக் கருதுகின்ற ஒரு கல்விமுறையை உருவாக்குகின்ற அரசில், போர்மந்திரியைவிடக் கல்விமந்திரியே முக்கியத்துவம் பெறுவார். அந்த அரசு, முடிவாக, மிகச் சிறந்ததைத் தனது உறுப்பினர்கள் யாவர்க்கும் அனுபவிக்கும் வாய்ப்பு கிடைக்குமாறு ஒரு சூழலை உருவாக்கமுடியும். ஆகவே அதன் ஆணைகளை அதன் அதிகாரங்களின் அடிப்படையில் நுணுக்கமாக நோக்கவேண்டும். அதன் மெய்யான நோக்கம் என்பது அதன் செயல்கள் உட்கொண்டிருக்கும் சாதனைகளில் உள்ளடங்கியிருப்பதாகும்.

அரசின் செயல்களை விவாதிப்பது, முதலில் துல்லியமாக அது என்ன என்பதை அறிந்துகொள்வதை உள்ளடக்கியிருக்கிறது. இங்குச் சமூக நிறுவனங்களின் மொத்தப் படிநிலை அமைப்புடன் அரசினை அடையாளப்படுத்திக் குழப்பிக் கொள்ளும் எளிய தவற்றினை நாம் தவிர்க்க வேண்டும். அரசியல் செயலின் மெய்யான எந்தக் கோட்பாடும், அதன் எந்திரங்களின் தினசரி நிர்வாகத்தை இயக்கும் மனிதர்களைக் காட்சிப்படுத்திப்பார்க்கும் ஒரு கோட்பாடாக இருக்கவேண்டும். அதாவது, ஓர் அரசு பற்றிய கோட்பாடு என்பது, சாராம்சத்தில் அரசாங்கச் செயலின் கோட்பாடே ஆகும். பின்னதைப் புரிந்துகொள்ள, நாம் சந்தேகமின்றி அதன்மீது செயல்படும் எல்லாச் செல்வாக்குகளையும் கணக்கிலெடுக்க வேண்டும். அது வெளிப்படுத்துவது, சாதாரணமாக நாம் சந்திக்கும் விருப்பங்களில் மிகப் பெரிய ஒன்றாக இருக்கலாம். ஆனால் அது முழுச் சமூகத்தின் விருப்பம் அன்று. ஒரு நாகரிகத்தின் சாராம்சத்தை உருவாக்கும் சமூக, கலை, மத,

தனிப்பட்ட, அரசியல் ஆர்வங்களை எல்லாம் ஓர் ஒற்றை வகைக்குள் அடக்கிவிட இயலாது. அரசின் விருப்பம் என்பது முழுமையின் ஒரு தனிச்சிறப்புக் கூறு ஆகும். உடலுக்கு எலும்புக்கூடு எப்படியோ அது போல அதுவும் மிக அடிப்படையான கூறு. ஆனால் உடலின் உயிர் என்பது அதைத் தாங்கும் எலும்புக்கூடு மட்டுமே அல்ல என்பதுபோல, அரசின் விருப்பம் என்பது முழுமையாகச் சமூகத்தின் விருப்பம் அல்ல.

சமூகத்துடன் அரசை ஒன்றுபடுத்தி நோக்குவது குறித்துக்காட்டுவது போன்ற ஓர் அனைத்தளாவிய தன்மையை அரசு கோர முடியாது. ஏனெனில் திருச்சபைகள், தேச எல்லைகளைத் தாண்டி மட்டுமல்ல, குறித்த சமூக முறைமைக்கு அப்பாலும் சென்று செயல்படும் உலக இலட்சியம் ஒன்றை வெளிப்படுத்துவதில் தங்கள் உரிமையை எப்போதுமே வலியுறுத்துகின்றன. ஓர் ஆங்கில ரோமன் கத்தோலிக்கர், தனது அரசியல் விசுவாசத்தின் விளிம்புகளுக்குள் தனது மதச்சார்பு உள்ளடங்கியிருப்பதாகக் காண்பதில்லை. பன்னாட்டு உழைப்பாளர் நிறுவனம் போன்ற நிறுவனங்களுக்கும் இது பொருந்தும். அதன் உறுப்பினர்கள் அரசுக்குக் குறித்த அளவு விசுவாசத்துடன் இருப்பதை ஏற்பார்கள்; ஆனால் அரசின் எல்லைகளுக்கு அப்பாலும் விரிந்துசெல்லக்கூடிய ஒரு நிறுவனத்துக்குள் உருக்கொடுக்கப்பட்டுள்ள உரிமைக் கோட்பாட்டிற்கும் அவர்கள் விசுவாசம் காட்டவேண்டும் என்று வலியுறுத்துவார்கள். அரசின் விருப்பத்தோடு அவர்கள் ஒத்துச் செல்லக்கூடும். ஆனால் ஒத்துச்செல்லாமைக்கான வாய்ப்பு, அவர்களிட மிருந்து கீழ்ப்படிதலை அரசு வற்புறுத்தி வாங்கும் இறுதியான ஒழுக்க உரிமை என்பதைக் கொண்டிருக்கவில்லை. அவர்களுடைய இறுதியான கீழ்ப்படிதல், உரிமை பற்றியதொரு கருத்தாக்கத்திற்குத்தான். அதை அடைய அரசு முற்படலாம், ஆனால் அதை வெளியிடும் திட்டவட்டமான அளவில் அது தோற்றும் போகலாம்.

ஆகவே, அரசின் விருப்பம் என்பது அரசாங்கத்தின் விருப்பத்தையே குறிப்பதாகத் தோன்றுகிறது. ஏனெனில் அந்த விருப்பத்தின் ஆணைகளைக் குடிமக்கள் அமைப்பு ஏற்றுக் கொள்கிறது. தெளிவாகவே, அப்படிப்பட்ட விருப்பம் எவ்வளவு முக்கியமானதாக இருந்தாலும், அதற்குச் சிறப்பு ஒழுக்க உரிமைகள் எதுவும் இல்லை. சந்தேகமின்றி அந்த விருப்பத்துடன் ஒரு தனித்த கம்பீரமான சக்தி இணைந்துள்ளது. ஆனால் அந்தச் சக்தியைப் பயன்படுத்துவது எப்போதுமே ஓர் ஒழுக்கப் பிரச்சினை என்பதோடு அதன்மீது செலுத்தப்படும் தீர்ப்பு, நம்மில் ஒவ்வொருவரும் செய்கின்ற தீர்ப்புதான். அதாவது, குடித்தன்மை என்பது நமக்குக் கற்பிக்கப்பட்ட முடிவெடுத்தலைப் பொதுநன்மைக்காகக் கொடையளிப்பதாகிறது. அது நம்மை அரசை ஆதரிப்பதில் ஈடுபடுத்தலாம்; ஒருவேளை

சமூகச் சீரமைப்பின் நோக்கம் | 77

எதிர்ப்பதிலும் கொண்டு செலுத்தலாம். அதைச் செயற்படுத்துவதற்கு எனது தீர்ப்பினைச் சுதந்திரமாகத் தரும்வரையில்தான் அரசின் விருப்பம் என் விருப்பமாக இருக்கும். அதன் கோரிக்கைகளை ஆராய்ந்து பார்ப்பதன்மூலமாக என் சொந்தக் கடப்பாடுகளை உருவாக்கிக் கொள்கிறேன். அவ்வாறில்லை எனில், எந்த மெய்யான அர்த்தத்திலும், அவை கடப்பாடுகளே அல்ல. சரி-தவறு என்பதை எடையிடுவதில் நான் குற்றம் காணப்படுவேன் என்றால் தெளிவாகவே, என் ஆதரவு சுதந்திரமாக வழங்கப்பட வேண்டும். இல்லை எனில், இப்போதோ பிறகோ நான் முடிவுகளை மட்டுமே பெறுகின்ற தபால்பெட்டி ஆகிவிடுவேன், என்னைத் தனித்த மனிதனாக்குகின்ற பண்புகளை இழந்துவிடுவேன். நான் அரசின் ஒரு பகுதி, ஆனால் அதை முழுமையாக ஏற்றவனல்ல. சமூக ஒழுங்கமைப்பிற்குப் போதுமான எந்தக் கோட்பாடும் தனிமனிதன்தான் முடிவானவன் என்பதை உணர்ந்தே தொடங்க வேண்டும். அவன் ஒரு மந்தையின் உறுப்பினனாக இருந்தாலும், அவன் அதற்கு வெளியிலும் இருந்து அதன் செயல்கள்மீது தீர்ப்புகளைச் சொல்லக்கூடியவனாக இருக்கிறான்.

IV. அரசும் சமூகமும்

இது, மெய்யாகவே, அரசு பற்றிய ஓர் யதார்த்தமான நோக்கு. இதற்கு எதிரான நோக்கில் என்ன உள்ளடங்கியுள்ளது என்பதை விசாரித்தறிவது பயனுள்ளது. பரந்த நோக்கில், இந்த நோக்கு, அரசையும் சமூகத்தையும் சமப்படுத்தி நோக்கும் கிரேக்கரிடம் இட்டுச்செல்கிறது. இது அடுத்தடுத்த தலைமுறைகளில் ரூஸோ, ஹெகல், பொசாங்கே போன்றாரால் மறுவரையறையும் செய்யப்பட்டுள்ளது. தனிமனிதரிடம் அது ஒரு நிஜமான விருப்பத்தை எதிர்நோக்குகிறது. அரசைப்பற்றிய எல்லா மெய்ம்மைகளும் தெரிந்தால், சந்தேகமின்றி மனிதன் அதன் வெளிப்பாடாகி விடுவான். ஏனெனில் நம்மில் ஒவ்வொருவரும் மோசமானதன் விலையைக் கணித்தால், அதன் அர்த்தத்தை விளக்கமாக எடைபோட்டு அதன் விளைவை எடைபோட்டால், நாம் சரியானதையே தேர்ந்தெடுக்கவேண்டும் என்பது வெளிப்படை. இந்த உண்மை நமது செய்கைகளின் ஊடாக இடம்பெறும்போதுதான் நாம் நமக்கே மிகவும் உண்மையாக இருக்கிறோம் என்று வலியுறுத்தப்படுகிறது. மேலும், சமூகத்தின் ஒவ்வொரு உறுப்பினருக்கும் இது ஒரேமாதிரியாக உள்ளது. இந்தச் சரிசமத்தன்மை இருப்பதற்குக் காரணம், அடிப்படையில், நமக்குள்ளிருக்கும் மெய்யான விருப்பம் என்பது ஒரு பொதுவிருப்பத்தின் பகுதியாக உள்ளதுதான்.

அந்தப் பொதுவிருப்பம்தான் அரசில் தனது மிக உயர்ந்த வடிவத்தைக் காண்கிறது. நாம் விழையும் விருப்பங்களிலிருந்து தற்காலிகமானவை, உடனடியானவை, அறிவுசாராதவை நீக்கப்பட்டால், அது என்ன, எதைச் செய்கிறது என்பது நாம் இருக்கவேண்டி முயற்சிக்கும் பொருளைப் பிரதிநிதித்துவப்படுத்துகிறது. தவறான திசையையும், பிழைபட்ட ஆசையையும் கொண்ட ஒரு அந்தரங்க அனுபவத்திற்குப் பிறகு, நீண்ட கால அளவில், நாம் தனிமனிதர் என்ற முறையில் விரும்புகின்ற நீண்ட, நிலையான இறுதி அதுதான் எனலாம்.

இந்த நிலைப்பாட்டிலிருந்து, அரசியல் கடப்பாடு என்ற பிரச்சினை எளிதாகவே தீர்க்கப்படமுடியும். இறுதியில் அரசு மிகமிக உண்மையாக நம்மையே பிரதிநிதித்துவப் படுத்துகிறது என்பதால் நாம் அரசுக்குக் கீழ்ப்படிகிறோம். நாம் சமூக உறவுகளின் இயல்பினைத் தெளிவாக அறியும் போது நாம் நமது விருப்பம், அதன் சொந்த விருப்பம் ஆகியவற்றின் சரிசமத்தன்மையைக் கண்டுபிடிக்கிறோம். எல்லா மெய்ம்மைகளும் நமக்கு வெளிப்படையாகக் கிடைத்தால், அந்த நன்மையின் வெளிப்பாட்டில் அது என்ன செய்கிறது, எப்போதும் என்ன செய்துகொண்டிருக்கிறது என்பதை நாமே தேடுவோம். நாம் அதற்குக் கீழ்ப்படியும்போது, உண்மையில் நமக்கே கீழ்ப்படிந்துகொள்கிறோம்; அல்லது ஒருவேளை, நம்மை நமது சகாக்களோடு ஒன்றாக்குகின்ற மிகச் சிறந்த சுயத்திற்கு நாம் கீழ்ப்படிகிறோம் என்றும் சொல்லலாம். ஆகவே தனியர்களான நாம் எல்லாம், நமது அர்த்தங்களைக் கண்டறியும் உலகளாவிய ஒன்றுதான் அரசு எனலாம். நமது அறிவும், அதன்மீது கட்டப்படும் விருப்பமும் வீச்சிலும் நோக்கத்திலும் வரையறைக்கு உட்படும்போது, சமூக ஒழுங்கமைப்பு தனது இறுதி வடிவத்தைப் பெறுகின்ற பலவகையான நுண்ணறிவுகளின் உள்தொடர்புகளுடன் ஒன்று சேர்க்கப்படுகிறது. இப்படிப்பட்ட பின்னணியில், சுதந்திரம் என்பது அரசிற்குள் பொதிந்துள்ள நிஜமான சுயத்திற்கு ஒருவகை நிரந்தரப் பாதுகாப்பாளராகிறது; உண்மையில், நான் கட்டாயப்படுத்தப்படும் உணர்வில் மூழ்கியிருந்தாலும், அப்போது சுதந்திரமாகவே இருக்கலாம்.

இந்த வாதம் கவர்ச்சிகரமானது; அதற்கு ரூஸோ கொடுத்த வடிவத்தில், குறிப்பாக, அது அரசுச் செயல்பாட்டின்மீது மிக ஆழமான செல்வாக்கைச் செலுத்தியது. ஆனால் இப்பொழுதே, அரசியலின் ஓர் உண்மையான கோட்பாடு, எல்லாவற்றையும்விட, தனது நிராகரிப்பினைச் சார்ந்துள்ளது என்பதை வலியுறுத்தவேண்டும். ஏனெனில், குறைந்தபட்சமாக இறுதியில், அடிப்படையில் விருப்பத்தின் செயலற்ற தன்மை. அதன் ஏற்பில் உள்ளடங்கியிருக்கிறது. ஒரு குடிமகன், தனது தீர்ப்புரைத்தல்களுக்கு மூலத்தைத் தனக்கும்

வெளியுலகிற்குமான தொடர்பில் காணமுடியவில்லை என்றால், அதாவது மந்தையில் பிறரிடமிருந்து அவனைப் பிரிக்கின்ற ஒரு தனித்த விதமெனப்படுகின்ற அந்த அனுபவத்தில், அவன் எந்த ஒரு ஆக்கப்பூர்வமான அர்த்தத்திலும் தான் ஒரு தனிநபர் என்பதற்கான அர்த்தத்தை இழந்துவிடுகிறான். அவன் பிறருடன் பகிர்ந்துகொள்ளும் உலகத்துடனான தொடர்புகளால் அன்றி அவன் இல்லாமல் போகிறான். எல்லாவற்றிற்கும் மேலாக, அந்தத் தொடர்புகள் அவன் மட்டுமே அறியக் கூடிய ஒரு பாதையின் வழியே அடையப்படுகின்றன என்பதாலும் அவ்விதம் ஆகிறது. அவனுடைய மெய்யான சுயம், அதாவது அவனுடைய சகாக்களிடமிருந்து தனிப்படுத்தப்பட்ட ஒன்று, தனித்த தியானத்தின் பயனைப் பொதுநன்மைக்கு அளிக்கிறது. அப் பொது நன்மையைத்தான் அவர்கள் இருப்பிற் கொண்டுவரத் தேடுகிறார்கள்.

இந்தக் கோட்பாட்டின் ஒவ்வொரு யூகத்தையும் தனித்தனியே எடுத்துக் கொள்வோம். எனது உண்மையான சுயம் என்பது வழிமுறைகளும் இலக்குகளும் எப்போதும் முழுமையாக நன்மைக்கென இணைக்கப்பட்ட முறையில் நான் மிகுந்த தர்க்கரீதியாக நடந்துகொண்டால் நான் இருக்கக் கூடிய சுயம் என்று சொல்லப்படுகிறது. ஆனால் இப்படிப்பட்ட சுயம் ஒன்று எனக்குள் இருப்பதில்லை. அப்படி இருந்தால், நான் அதை அறிந்து கொள்வது என்பது இயலாதது. நான் ஒரு பகுதியாக இருக்கின்ற சமூகக் குழுவில் உண்டாக்கும் ஒட்டுமொத்த மனப்பதிவே எனது உண்மையான சுயம். நல்ல, கெட்ட, இரண்டுமற்ற எனக் குழப்பத்தை உண்டாக்கக்கூடிய பலவகையான செயல்களினால் அந்த மனப்பதிவு உருவாக்கப்படுகிறது. அவற்றில் சிலவற்றின் ஞாபகத்திற்கு நான் நன்றியுடைவனாகிறேன்; மற்றவை ஒரு குறித்த மனநிலையிலிருந்து, ஒருவேளை சில கோபத்தின் ஒரு திடீர் வெடிப்பிலிருந்தும் பிறக்கின்றன, அக்கோபம் பின்னர் வருத்தப் படுவதற்கான ஒரு நிரந்தர மூலமாகிவிடுகிறது. ஆனால் அவை எல்லாமே என்னை எனது அண்டை அயலாரிடம் தொடர்புறுத்துகின்ற எனது சுயம்தான்; நான் எவ்வாறிருக்கிறேனோ அந்த இயல்பான அனுபவத்திற்கு அப்பாலிருக்கக் கூடியவையும்கூட, அவ்வாறிருப்பதற்குக் காரணம், புரிந்து கொள்வதற்கான ஒருசீர்மையான போதியதொரு எதிர்பார்ப்பு, சில சமயங்களில், வழக்கமான நிறைவேற்றத்தைக் கொண்டுவருவதில் தோல்வியுறுவதுதான்.

இந்த நிஜமான சுயத்தினால் விரும்பப்படுகின்ற விருப்பம் சமூகத்தில் ஒவ்வொரு உறுப்பினருக்கும் ஒரே தன்மையதாக உள்ளது என்பதும் உண்மையல்ல. ஏனெனில், ஒவ்வொரு அரசியல் தத்துவத்தின் தொடக்கப்புள்ளியும் தூக்கி எறிய இயலாத பன்முகத்தன்மை கொண்ட

மனித விருப்பங்கள்தான். அவற்றிற்கிடையில் தொடர்ச்சி என்பது கிடையாது. பொதுவாக ஆசைப்படும் பொருள்கள் உள்ளன. ஒரு நகரத் தந்தை சமமான தீவிரத்துடன் மிகக்குறைந்த ஒரு நகராட்சிக் கட்டணத்தை விரும்பலாம். தலைமை நிதியமைச்சர்கள் எதிர்பாராத உபரி என்னும் வரத்தை விரும்பலாம். ஆனால் ஒவ்வொரு நகரத் தந்தையும், நிதியமைச்சரும் மற்ற ஒவ்வொருவரிடமிருந்தும் வேறுபட்டவர்தான். அவர்கள் சந்திக்கும் விஷயங்கள் ஒன்றுபோல அவர்களைப் பாதிக்கலாம். அந்த விஷயங்கள் எழுப்புகின்ற விருப்பங்கள் தங்களுக்குள் உறவு கொண்டவையாக இருக்கலாம். ஆனால் உறவுள்ள உணர்ச்சியும் விருப்பமும் ஒன்றாகச் சேர்ந்து ஓர் ஒற்றை விருப்பத்தை, உருவகம் அற்றதை உருவாக்குவதில்லை. விருப்பங்கள், ஒரு பொது நோக்கத்தில் குவிகின்றன; ஆனால் விருப்பத்திற்குட்பட்ட பொருளின் சாராம்சத்துக்கு அப்பால் அவை ஒவ்வொரு விஷயத்திலும் தனித்தவை.

சமூகத்தின் ஒவ்வொரு உறுப்பினருக்குள்ளும் விருப்பம் தனித்தனியாக உள்ளதென்றால், அது ஓர் ஒற்றைப் பொது விருப்பமாக அமையவில்லை என்பது மேலும் தெளிவாகிறது. நவீன வாழ்க்கையின் இயல்பை நோக்கும் எவரும், தாங்கள் ஒன்றுபடுவதற்குச் செலுத்துகின்ற பொதுவான நோக்கங்கள் எவையும் அற்ற பன்மைத்தன்மை கொண்ட விருப்பங்களின் இருப்பினை அதன் தனித்த வேறுபடுத்தும் பண்பாகக் காண்பார். தனது ஈடேற்றத்தை நிபந்தனையாகக் கொண்டு திருச்சபையில் உறுப்பினராக இருக்கும் ஒரு நல்ல ரோமன் கத்தோலிக்கர் ஒருவரின் ஈடேற்ற விருப்பம்தான் அவருடைய மிக மெய்யான பகுதியாக இருக்கிறது; ஒரு மதச்சார்பற்ற சமூகத்தின் உறுப்பினரின் விருப்பத்துடன் அதில் எதுவும் பொதுவாக இல்லை. ஒரு சராசரி ஆங்கில வங்கியாளரின் விருப்பத்துக்கும் மூன்றாம் அகிலத்தின் விஷயங்களை மேம்படுத்துவதில் ஈடுபட்டுள்ள தெற்கு வேல்ஸின் ஒரு பொதுவுடைமையாளருக்கும் அடையாளம் காணக்கூடிய தொடர்பு எதுவுமில்லை. ஆனால், சந்தேகமின்றி, இந்த விருப்பங்கள் ஒன்றின் மீதொன்று செயல்படுகின்றன. அவற்றின் மோதல் ஒவ்வொருவரின் நோக்கத்திலும் கண்டுபிடிக்கக்கூடிய சாராம்சத்தை மீள்கூற்றுச் செய்யச் செயல்படுகிறது. ஆனால் எந்த ஒரு புள்ளியிலும் அவை யாவர்க்கும் உரிய ஒரு பொது நோக்கத்தின் பகுதி அல்ல. அப் பொது நோக்கம், எவ்விதத்திலோ, பொதுச் செயல்பாட்டின் செல்லுகையில் கண்டுபிடிக்கக்கூடிய பலவகை நோக்கங்களின் பின்னால் உறைகின்றது. அரசியலில் நாம் எதிர்கொள்ளும் விருப்பங்களை வகைப்படுத்தும்போது நாம் அவற்றை ஒருமையின் தன்மைகளால் வருணிக்கிறோம் என்பது உண்மை. பழமரபுக் கட்சியின் விருப்பத்தைப் பற்றி, இங்கிலாந்தின் விருப்பத்தைப் பற்றி, ஆங்கிலிகன் திருச்சபையின் விருப்பத்தைப் பற்றி நாம் பேசுகிறோம்.

அவ்விதம் ஒருமையை வலியுறுத்திக்கூறுவது, ஒரு முதன்மையான தோற்றத்தைத் தருமாறு ஒன்றிணைந்த விருப்பங்களை வலியுறுத்திக் காட்டுவதாகும். அதில் இணைந்துள்ள தனித்த விருப்பங்களுக்கு மேலாகவோ, கீழாகவோ எந்த ஒரு விருப்பத்தையும் வைப்பதல்ல. இந்த ஒருமை என்பது என்பது நான் சந்திக்க இருக்கும் விருப்பங்கள் எவ்வாறு ஒன்றுக்கொன்று தொடர்புபட்டுள்ளன என்பதை நான் அறிகின்ற விதம் ஆகும். கலைச்சொல்லில் கூறினால், அது, பொருளின் ஒருமையல்ல, தன்னிலையின் ஒருமை. என் ஆளுமையோ, அல்லது பிரவுனின், ஜோன்ஸின் ஆளுமையோ ஒன்றுசேர்க்கப்பட்டுள்ளது என்ற அர்த்தத்தில் காணும் ஒருமையல்ல. கூட்டு ஆளுமையும் அது உள்ளடக்கியிருக்கும் விருப்பமும் தான் செயல்படும் மனிதர்களை முன்பிருந்த விதத்திலிருந்து வேறாக மாற்றுகிறது என்ற விதத்தில் மெய்யானது. ஆனால் பிரபஞ்சத்தின் பிறவற்றிலிருந்து என்னைத் தனித்துக் காட்டும் தனித்தன்மையிலிருந்து அது வேறாகவே இருக்கிறது. இங்கிலாந்தின் ஒருமை என்பது பெரும் எண்ணிக்கையிலான விருப்பங்களை ஒருமித்து திசைப்படுத்துகிறது என்ற வரலாற்றுப் பாரம்பரியத்தில் உள்ளது; அவ்விருப்பங்கள் உருகியிணைவதனால் உண்டாக்கப்படும் மனித அறிவுக்கெட்டாத ஏதோ ஒரு மீவிருப்பத்தில் அது இல்லை.

ஒரு பொதுவிருப்பம் என்ற கருத்தை ஏற்காமை, சுதந்திரமாகிய பிரச்சினைக்கு முக்கியமான ஒரு தொடர்புக்கூறினைக் கொண்டுள்ளது. எனது நிஜமான விருப்பம் என்பது காட்சிப்படுகின்ற ஒன்றல்ல, அது அரசிற்குள் பொதிந்துள்ள பொதுவிருப்பம்தான் என்றால், சட்டப்பூர்வமாகவே நான், ரூஸோவின் பிரசித்தமான சொற்களில், 'சுதந்திரமாக இருக்க வற்புறுத்தப்பட்டவன்' என்றாகும். ஏனெனில் நான் உண்மையாக விரும்புவதென்பது, எனக்கு நானே மிக உண்மையாக இருப்பதாகும்; எனக்கு நானே மிக உண்மையாக இருப்பதென்பதுதான் சுதந்திரத்தின் சாராம்சம். ஆனால், ஆன்மாவின் வாழ்க்கைக்கு மிக அடிப்படையான ஒன்று, வற்புறுத்தப்படுதல் இன்மையாகும். இங்கு எதிர்க்கப்பட்ட நோக்கில், கூண்டிலிருக்கும் கைதி கட்டாய உழைப்புக்குத் தண்டிக்கப்படுவது என்பதில் இறுதியில் எந்த மெய்யான முரண்பாடும் இல்லை. உண்மையில் அவன் விருப்பத்துக்கு அடிப்படையாக உள்ள மெய்ம்மைகள் முழுவதுமாக அவனுக்குக் கிடைக்குமானால், அவன் சிறைப்படுவதையே விரும்பவும் கூடும். ஆனால் உறுதியான உண்மை என்னவெனில், எனக்கு நானே விதித்துக் கொள்ளும் கட்டுப்பாட்டுக்கும், என்மேல் பிறர் சுமத்தும் கட்டுப்பாட்டுக்கும் உலக அளவிலான வேற்றுமை இருக்கிறது. இருபத்து நான்கு மணி நேரத்துக்கு நான் புகையிலை பயன்படுத்துவதில்லை என்று என்மேல் நான் சுமத்திக்கொள்ளும்

கட்டுப்பாட்டினால் என் சுதந்திரம் மீறப்படுகிறது என்று தோன்றுவதில்லை. நானே எனக்குள் சில உந்துதல்களின் ஒத்திசைவை விரும்பியுள்ளேன்; அந்த ஒத்திசைவு வேலை செய்யாவிட்டால், நான் என் விருப்பத்தின் விஷயத்தை மாற்றிக் கொள்ள முடியும். அதாவது, வேறு சொற்களில், நான் எய்த முனையும் உந்துதல்களின் சமநிலையை மாற்றிக்கொள்ள முடியும். ஆனால் எனதென்று நான் கருதாத வேறொரு விருப்பத்தினால் நான் புகையிலை பயன்படுத்தக்கூடாது என்று தடைசெய்யப்படுவது அதே மாதிரியல்ல. கட்டாயப்படுத்தல் என்பது புறத்திலிருந்து திணித்தல் என்ற முறையில், சுதந்திரத்திற்கு முற்றிலும் எதிரானது. ஏனெனில் அது சுயவிருப்பத்தினால் வரவேற்கப்படுவதில்லை. தான் தன்னிச்சையாகப் பகிர்ந்துகொள்ள விரும்பாத ஓர் அனுபவத்துக்கு ஒரு தனிநபரை அது கட்டாயமாக உட்படுத்துவதாகும்.

அதனால், கட்டாயத்தைப் பயன்படுத்துவது தவறு என்று ஆகாது. உதாரணமாக, நான் ஒப்புக் கொள்ளாவிட்டாலும், பள்ளி-வருகை பற்றிய விதி இருக்கிறது. அதை நான் கடைப்பிடிக்கவே வேண்டும்: ஏனெனில், ஒவ்வொருவரும் தன் உள்ளுந்துதலை அது எங்குக் கொண்டு செல்கிறதோ, அவ்விதமே பின்பற்றத் தொடங்கினால், ஒழுங்குற்ற சமூக வாழ்க்கை என்பது இயலாததாகிவிடும். சமூகத்தின் பொதுப்புத்தி எந்தவகை நடத்தைகளில் கண்டிப்பின் சார்பாக இருக்கிறதோ அந்தத் திசைகளில் மட்டும் கட்டாயத்தைப் பயன்படுத்தலாம் என்பது இதற்கு அர்த்தம். அதே சமயம், மிக தீவிர விஷயங்களில், நான் சட்டத்திற்குக் கீழ்ப்படியாமல் இருக்க முடிவு செய்து, அது தருகின்ற தண்டனையை ஏற்றுக் கொள்ளலாம் என்பதும் அதற்கு அர்த்தம்தான். குறைந்தபட்சம், சமுதாயத்தின் வாழ்க்கைக்கு எனது ஆளுமையின் வாயிலாக நான் அளிக்கக்கூடிய தனித்த கொடையை அளிப்பதற்கு இறுதியாக அது ஒன்றுதான் வழி. வார்ம்ஸில் ரோமன் திருச்சபையை எதிர்த்து நின்றதால்தான் லூதர், லூதராக இருக்கிறார்; தான் தனது நாட்டை நேசித்த காரணத்தினால் நெவில் பியூசாம்ப் தனது நாட்டுக்கு எதிராகப் போரிட்டபோது அவர் உண்மையான குடிமகன் என்ற தகுதியிலிருந்து குறைந்து விடவில்லை. உண்மையில், சமூகத்தில் என்னைத்தவிர மீதிப் பகுதியிலிருந்து என் வேறுபாடுகளை வற்புறுத்துவதிலும், அந்த வேறுபாடுகளின் அடிப்படையில் செயல்படுவதிலும்தான் என் சுதந்திரம் அடங்கியிருக்கிறது. அவற்றில் சில, பெரும்பாலும் எல்லாமே கூட, ஒரு மோதல் ஏற்பட அற்பக் காரணமாக இருக்கலாம்; ஆனால் அவற்றில் மிக அடிப்படையானவையாக நான் கருதுவனவற்றை எனது சொந்த விருப்பம் தெளிவாகவே ஒன்றுபட முடியாத ஒன்றிற்குப் பணிந்தளிப்பது ஆளுமையின் முறிவே அன்றி அதன் பூர்த்தி அன்று.

ஒரு பொது விருப்பம் என்ற கருத்தைவிட, நாம் அரசுக்குள் அதற்கு உருக்கொடுக்கும் கொள்கையைக் குறைவாகவே ஏற்கமுடியும். டாக்டர் பொசாங்கேயின் ஒரு தொடரைப் பயன்படுத்தினால், "அரசுச் செயல்கள் யாவும் அடிப்படையில், சமூகத்தின் நிஜமான விருப்பத்தின் நிறைவேற்றமே ஆகும்" என்று வாதம் செய்யப்படுகிறது. ஆனால் இது இறுதியில் ஓர் ஒற்றைப் பகுத்தறிவு மனம் தன் செயல்பாடுகளைத் தர்க்கரீதியான செயல் முறையில் ஒழுங்கமைப்பதன் விளைவே சமூக வாழ்க்கை என்று அர்த்தப்படுமானால், நாம் அன்றாட வாழ்க்கையில் சந்திக்கும் ஒவ்வொரு மெய்ம்மைக்கும் எதிரானது. நம்மைச் சுற்றியுள்ள விஷயங்கள், வழக்காறுகள், நிறுவனங்கள், நம்பிக்கைகள் ஆகியவை தாறுமாறான, அரைப் பிரக்ஞையிலான வழியில் வளர்கின்றன. ஆலோசனை அவ்வப்போது நிகழ்கிறது, ஆனால் முழுவதும் அவ்வழியில் நிகழ்வதில்லை. நாகரிகத்தை நிர்வகிக்கும் கொள்கைகளின் ஒழுங்கமைவைக் கண்டுபிடிக்கக்கூடிய ஒருவர் உண்மையிலேயே மகிழ்நோக்குடையவர்தான். நாம் நடக்கும் பாதைகள் பெரும்பாலும் தற்செயலான அனுபவத்தின் விளைவுகளாகவே இருப்பதால் அவற்றைச் சரியான திசைக்கான அறிவுப்பூர்வத் தேடல்களாக உயர்த்திவைக்க முடியாது.

அவை ஏதோ ஓர் ஒருங்கிணைந்த விருப்பத்தின் முயற்சியின் அடிப்படையில் அமைந்தவையும் அல்ல. மாறாக, இருப்பது என்னவெனில், ஒன்றின் மேலொன்று அழுந்திக்கிடக்கும் விருப்பங்களின் வியக்கத்தக்க ஓர் அலங்கோலம்தான். நாம் அரசு என்று அழைக்கக்கூடியது, தான் போதுமானவை என்று கருதும் தளங்களின்மீது முடிவெடுப்பதற்கு இறுதிச் சான்றுக்கான ஒரு மூலமாக உள்ளது. சான்றாக, ஒரு புத்தக விற்பனையாளரின் பட்டியலில் நான் கண்ட ஒரு புத்தகத்தை அனுப்புமாறு கேட்பதில் எனது விருப்பம் ஒருங்கிணைந்துள்ளது என்பதுபோல அது ஓர் ஒருங்கிணைந்த ஒன்றல்ல. அங்கு நான் வாங்கும் செலவையும், அதை வாங்காவிட்டால் ஏற்படும் நஷ்டத்தையும் சீர்தூக்கி மீதியை ஆதாயம் என்று எடை போடுகிறேன். ஆனால் செயல்படுகின்ற அரசின் முடிவில் அப்படிப்பட்ட எளிய சூழல் எதுவுமில்லை. இங்கிலாந்து 1914இல் போர் தொடுத்தபோது, அமைச்சரவையில் பெரும்பான்மையினர் முதலில் ஃபிரான்ஸ், பெல்ஜியத்தின் படையெடுப்பைத் தடுத்து நிறுத்தவேண்டும், இரண்டாவது அவ்வாறு செய்யும்போது தங்கள் சக-குடிமக்களை உடன் கொண்டுசெல்ல வேண்டும் என்று முடிவெடுத்தனர். ஆனால் இந்த முடிவு ஓர் ஒருங்கிணைந்த செயல் அல்ல, ஆனால் ஒற்றை இலக்கை அடைவதற்கெனச் செயல்படுவதற்கான தனித்த விருப்பங்களின் பலவேறு அளவுகளிலான ஒருங்கிசைவு. அவை இலக்காக வைத்த புறவயநோக்கில் அவற்றின் ஒருமை அடங்கியிருந்தது. மேலும், ஒரு

விதியாகவே, போர் செய்வதற்கான முடிவு என்பது எளிய ஒன்று. ஏனெனில் அது உட்குறிக்கும் உணர்ச்சியின் புறநிழல், கருத்து வேறுபாடுகளுக்கு எதிரானது. நாம் உள்ளாட்சிச் சட்டங்களை எடுத்துக் கொள்வோம், உதாரணமாக, ஒரு காப்பீட்டுச் சட்டத்தை, அது உள்ளடக்கியுள்ள விருப்பத்தை உருவாக்குவதில் எவ்வளவோ செல்வாக்குகள், சமரசங்கள், திருத்தங்கள், அழுத்தம். இவை யாவும் அதன் மூலப்பொருள் எவ்வளவு குழப்பமானது, நிர்ணயிக்க இயலாதது என்பதை வெளிப்படுத்துகின்றன. பலவண்ண விருப்பங்கள் சமூகச் சக்திகளைக் கட்டுப்படுத்தப் போட்டியிடுகின்றன. சுருங்கச் சொன்னால், அவற்றின் மோதலிலிருந்து ஏற்றுக்கொள்ளப்படுகின்ற ஒன்றுதான், அரசின் விருப்பம். அது அறிவுப்பூர்வமான மனங் கொள்ளுதல்களிலிருந்து எப்போதுமே நிர்ணயிக்கப்படுகிறது என்ற அர்த்தத்தில் அது ஒருபோதும் ஆழ்ந்த ஆலோசனை கொண்டதல்ல. உரியதாகக் கருதப்படுவோரின் ஏகமனதான உடன்பாட்டிலிருந்து அது வருவிக்கப்படுகிறது என்ற அர்த்தத்தில் அது ஒருபோதும் தனித்ததல்ல. ஃபிரான்சின் பழைய மன்னராட்சியில் போன்று, அவ்வப்போது, அது நல்லெண்ணத்தோடுகூடிய இயல்பூக்கமும் அல்ல. இவ்விதமிருக்கும் நிலையில், அரசின் விருப்பத்திற்கு, அந்த விருப்பம் எப்படிச் செயல்படுகிறது என்பதன் விளைவுகளைக் கணித்து முடிப்பதற்கு முன்னர், நாம் எவ்வித சிறப்பான ஒழுக்கப் பண்பையும் அளிப்பதற்கு உரிமையில்லை. ஒரு ஆதாயமுள்ள விளைவைத் தரும் நன்னோக்குடன் கூடியபோது அது ஒரு நல்லுணர்வு ஆகிறது. ஆனால் அது நடைமுறையில் செய்யும் முயற்சியிலிருந்துதான் அதை மதிப்பிடவேண்டுமே ஒழிய, கோட்பாட்டளவில் அது உள்ளடக்கியுள்ள நோக்கத்திலிருந்து அல்ல.

V. அரசியல் அதிகாரத்தின் இயற்கை

அரசின் செயல்படு கோட்பாடு, மெய்யாகவே, அதன் நிர்வாக வழிகளிலிருந்துதான் உருவாக்கப்பட வேண்டும். முடிவுகளை எடுக்கும் சட்ட அதிகாரம் ஒப்படைக்கப்பட்டுள்ள சிறிய எண்ணிக்கையிலான மனிதர்களால் அடையப்படும் முடிவே அதன் விருப்பம். அந்த அதிகாரம் எவ்விதம் ஒழுங்கமைக்கப்படுகிறது என்பது பெரும்பாலும் உள்ளடக்கத்தின் விஷயம் என்பதை விட வடிவத்தின் விஷயமேயாம். ஜார்மன்னரின் ரஷ்யாவில் கோட்பாடு முன்வைத்த இலக்கை அடைந்த முறைப்படி, அதை ஒழுங்கமைக்க இயலாது. அதாவது, அதிகாரம் என்பது ஒரு நம்பிக்கைப் பொறுப்பு.

நிபந்தனைகளால் அது வைத்திருக்கப் படுகிறது. அரசின் முடிவுகளின் அதிகார எல்லைக்குள் வருகின்ற யாவரின் நுண்ணாய்வுக்கும் அரசின் விருப்பம் உட்படுவதற்குரியது. அவர்களின் வாழ்க்கையின் பொருளை அது உருவமைப்பதால், அவர்களுக்கு அதன் முயற்சியின் பண்பு மீது தீர்ப்புக்கூறும் உரிமை இருக்கிறது. உண்மையில், அப்படித் தீர்ப்பளிக்கும் கடமையே அவர்களுக்கு இருக்கிறது; ஏனெனில் மனிதர்கள் எவ்வளவு சக்தியுடன் வெளிப்படுத்துகின்றார்களோ, அந்த அளவு வரைதான் அவர்களுடைய தேவைகள் உணரப்படும் என்பது வரலாற்றுப் பதிவுகளிலிருந்து கிடைக்கும் வெளிப்படையான பாடம். அரசு செய்கின்ற காரியத்துடன் நாம் நம்மை அடையாளம் கண்டாலன்றி, நாம் அரசு அல்ல. நமது தேவைகளுக்கும் விழைவுகளுக்கும் வெளிப்பாடு தரமுனையும் போது அரசு 'நாம்' ஆகிறது. நமது ஆளுமைகளை வளப்படுத்துவதைச் சாத்தியமாக்கும் நடத்தைகளின் சீர்மைகளை நிறுவவேண்டி அது நம்மீது அதிகாரம் செலுத்துகிறது. அந்த இலக்கை நோக்கிய செயல்களில் ஈடுபடும் சில மனிதர்களின் அமைப்பு அது. அதாவது, பரந்த நோக்கில், அரசாங்கத்தின் செயல்கள் எந்த மூலத்திலிருந்து வருகின்றன என்பதை அறியும்போது நாம் அரசின் விருப்பத்தை அறிகிறோம்.

ஆனால் அந்த மூலங்கள் தம்மளவில் நல்லவையோ கெட்டவையோ அல்ல என்பதால், அரசின் விருப்பம் தன்னியல்புப்படி ஒழுக்க அளவில் நடுநிலையானது. பரந்த பலவேறுபட்ட காரணங்களினால் அதன் உறுப்பினர்களிடமிருந்து அது ஏற்பைப் பெறுகிறது. ஒரு குறித்த செயல் நல்லது என்பதற்காகச் சிலர் அதற்குக் கீழ்ப்படிகிறார்கள். இன்னும் சிலருக்கு அந்தச் செயல் மிக இலேசான உணர்ச்சியை எழுப்புவதால், ஆதரவு அல்லது எதிர்ப்பு என்ற உணர்வை அவர்களின் அலட்சியம் உருவாக்குவதில்லை. 1902இன் கல்விச்சட்டத்தில் நிகழ்ந்ததுபோல, பிறர் குறித்த அந்தச் சட்டம், அதிகாரத்தின் துஷ்பிரயோகம் என்பதால் அதை ஊக்கத்தோடு எதிர்க்கிறார்கள். எப்போதுமே நமக்கு அளிக்கப்படுவது, செயல்களின் தொடர்ச்சிதான். அவற்றைப் பற்றி நம் அபிப்பிராயத்தை உருவாக்கிக் கொள்ளவேண்டும். அரசாங்கத்தை அமைக்கின்ற மனிதர்களின் விருப்பங்கள் ஒரு முடிவைச் செய்யக் கலந்திசைகின்றன. தினசரி நிர்வாகத்தின் செயல்களாக அது மாற்றம் பெறும்போது அது பிறகு அரசின் விருப்பமாக மாறுகிறது.

இம்மாதிரி ஒரு பார்வை, குறைந்தபட்சம் யதார்த்தமாக இருக்கிறதென்ற உச்சபட்சச் சிறப்பையேனும் கொண்டுள்ளது. மனிதர்களிடமிருந்துதான் செயல்கள் வெளிப்படுகின்றன என்று அது ஒத்துக்கொள்கிறது. அந்த மனிதர்கள், தங்கள் சக-குடிமக்களின் ஆய்வுக்கு உட்படவேண்டியவர்கள் என்றும் அது வலியுறுத்துகிறது.

அவர்களின் செயல்கள் சரியா தவறா என்று அது கணிப்பதில்லை. விசாரிக்கும் கடமையும் ஒப்புதலளித்தலும் மக்கள் திரளினால் செய்யப்படும் என்ற கணிப்பைக்கூட அது செய்வதில்லை. அரசின் குடிமக்களுக்குத் தங்களின் 'மிகச்சிறந்ததை அறிந்தடைய முழு வாய்ப்பு இருக்கவேண்டும்' என்பதற்கு அவர்கள் பாடுபடவேண்டும் என்ற கடப்பாட்டின்மீதுதான் அரசாங்கத்தின் செயல்கள் அமையவேண்டும் என்று மட்டும்தான் அது வாதிடுகிறது. அரசாங்கத்தின் கொள்கைக்கு ஓர் ஒழுக்க ஆதரவை அளிப்பது அதுதான். ஆனால் இது ஒரு கருதுகோள்தான். இதை வரலாற்று அனுபவத்தின் வாயிலாகத்தான் உண்மையென நிரூபிக்க இயலும். சமூக வாழ்க்கையின் இலக்கிற்கென அரசாங்கத்தின் உரிமை பயன்படுத்தப்படும் அளவுக்கு அரசாங்கத்தின் அதிகாரம் அமைகிறது. ஒவ்வொரு அரசாங்கப் பிரகடனத்தின் இறுதியிலும் கேள்விக்கான ஒரு இடம் இருக்கிறது. கேள்விக்கு எந்தத் தன்மையில் விடையளிக்க வேண்டும் என்பதை முடிவெடுப்பது குடிமக்களின் கையிலுள்ளது.

இந்த மனப்பான்மையின் மிகப் பெரிய சாதகம், தனிப்பட்ட ஆளுமைக்கு அது தருகின்ற முக்கியத்துவத்தில் உள்ளது. சமூக அனுபவங்களின் பயன்களை அடைய அரசு முனைகின்ற காரணத்தால், தனக்குத் திறந்திருக்கும் மிகப்பேரளவிலான அனுபவ விளக்கத்தின் அடிப்படையில் அது செயல்படவேண்டும் என்பது தெளிவு. தனக்குக் குறிப்புகளையும் சிந்தனைகளையும் உள்ளார்ந்த நிலையிலும் தர இருக்கும் எந்த மூலத்தையும் அது புறக்கணிக்க முடியாது. இதுதான் ஜனநாயக அரசாங்கத்திற்குச் சார்பான மெய்யான வாதம். சமுதாயத்தின் ஒவ்வொரு வயது முதிர்ந்த உறுப்பினரும் சுயவெளிப்பாட்டுக்கான வாய்ப்பைத் தடையின்றிப் பெறும்போது, அதை அடைவதற்கான பாதை குறைந்தபட்சம் திறந்தாவது இருக்கிறது. இது இரண்டு விஷயங்களை உள்ளடக்கியுள்ளது. மனிதர்கள் தங்கள் வாழ்க்கையில் காணும் அர்த்தத்தினை அரசுக்குப் பிரக்ஞைபூர்வமாக அளிக்க முற்படும் அளவையே எந்த அரசினுடைய தரமும் சார்ந்திருக்கும் என்பது முதல் அர்த்தம். அரசின் முதல் முயற்சியே அதன் உறுப்பினர்களை அவர்களின் அனுபவப் பகுப்பாய்வு என்பது ஆக்கப்பூர்வமாகச் சாத்தியப்படுகின்ற சூழலில் அவர்களை வைக்கவேண்டும் என்பது இரண்டாவது அர்த்தம். சான்றாக, அன்றாட உணவுக்காகவே தினசரி போராடுகின்ற நிலையில் வைக்கப்படுகின்ற மனிதர்கள் எந்தப் பெரிய அளவிலும் அந்த உணவு ஏன் ஒரு கசப்புத் தானியத்திலிருந்து அரைத்து அளிக்கப்படுகிறது என்பதை விளக்கும் வகை அறியமாட்டார்கள். ஒவ்வோர் அரசும் தனது குடிமக்களின் பண்பு அடிப்படையில் அமைகிறது; அறிவு வெளிப்படுத்தப்படுகின்ற தன்மையளவுக்கே அந்தப் பண்பை அது பயன்படுத்திக்கொள்ள இயலும்.

ஆக அரசு என்பது ஒரு மனிதத் தோழமையமைப்பு. பொது வாழ்க்கையை வளப்படுத்துவது அதன் நோக்கம். திருச்சபைகள், தொழிற்சங்கங்கள், இன்னும் பிறவற்றைப் போல அதுவும் ஒரு சங்கம்தான்: அதன் பிரதேச எல்லைக்குட்பட்டு வாழ்பவர்கள் எல்லாரும் அதில் உறுப்பினர்களாக இருப்பது கட்டாயம் என்பதிலும், கடைசிநிலையில், தன் குடிமக்கள்மீது அது தனது கடப்பாடுகளைச் சுமத்த முடியும் என்பதிலும்தான் அது பிற சங்கங்களிலிருந்து வேறுபடுகிறது. ஆனால் வேறெந்த சங்கத்தை விடவும் அதன் ஒழுக்கப் பண்பு மாறுபட்டதல்ல. ஒரு மனிதன் தன் நண்பர்களிடம் கடுமையாக விசுவாசத்தைக் கோருவதுபோலவேதான் அதுவும் தனது விசுவாசத்தைக் கோரிப்பெறுகிறது. தன் உறுப்பினர்கள் தங்களுக்கு நன்மையென நினைக்கின்ற விஷயங்களை அளிப்பதன் வாயிலாக அது மதிப்பிடப்படுகிறது. அதன் வேர்கள் அவர்கள் மனங்களிலும் இதயங்களிலும் படர்ந்துள்ளன. தான் அறிவிக்கின்ற கோட்பாட்டுத் திட்டத்தினால் அல்ல, அதன் விருப்பத்திற்கு விசுவாசமாக இருப்பது தங்கள் சொந்த நலனுக்குத் தேவையான நிபந்தனை என்ற சாதாரண மக்களின் உணர்வினால்தான் நீண்டகால அளவில் அது தன் ஆதரவைப் பெறும். அந்த நலனை அது பாதுகாக்க முனையும் என்ற உறுதிப்பாட்டை அது மக்களுக்கு அளிக்கவேண்டும். அவர்கள் நலத்தைச் சரிவர அளிப்பதன் நிரூபணத்தை அரசு அளிக்க வேண்டுமே அன்றி, அவர்கள் தங்கள் விசுவாசத்தினைக் கட்டாயம் அளிக்கவேண்டும் என்ற ஒழுக்க நிர்ப்பந்தம் எதுவும் இல்லை.

அரசு முயற்சியைப் பற்றிய மதிப்பீடு, பிற சங்கங்களைப் பற்றிய மதிப்பீட்டினை விடக் கடுமையாக இருக்கவேண்டும் என்று சொல்வதில் அர்த்தம் உண்டு. அது செயல்படும் பணிக் களங்களின் பரிமாணம், அவற்றைக் கட்டுப்படுத்த அது கொண்டுவரும் அதிகாரத்தின் விரிவு, மனிதர்களின் மகிழ்ச்சியில் அது உண்டாக்கக்கூடிய வேற்றுமை - இவை யாவும் வேறெந்த அமைப்பையும்விட அதன் செயல்களுக்கு மிகுமுக்கியத்துவம் வாய்ந்த பரப்பினை அளிக்கின்றன. திருச்சபையின் ஆணைகளுக்கு நான் கீழ்ப்படியாவிட்டால், எச்சமயத்திலும் நான் அதைவிட்டு வெளியேற முடியும். நான் போற்றுகின்ற நண்பர்களின் நட்பினை விட்டுவிட்டால் சமூக விலக்குதலை எதிர்கொள்ள நேரலாம். நான் நடுங்குகின்ற சாபங்களால் பயமுறுத்தப் படலாம். ஆனால் குறைந்தபட்சம் இதுவரை, நடப்புலகம் சார்ந்த, உணரக்கூடிய விளைவுகளைப் பொறுத்தவரை, எனது இயல்பான நடத்தை முறையில் எனக்கு எல்லாச் சட்ட ஒழுங்கு மூலங்களால் பாதுகாப்பு அளிக்கப்படும். நான் தேர்ந்தெடுக்கின்ற வேறெந்தத் தோழமை அமைப்பிலும் அதுதான் விதி. அது தன் அதிகார எல்லையை ஏற்றுக் கொள்ளுமாறு என்னைக் கட்டாயப் படுத்த

முடியாது. சில விஷயங்களில் எனது செயல்களில் அதன் குறுக்கீடு நிகழும்போது அதற்கெதிராகச் சமூகத்தின் மூலங்களை எழுப்பவும் முடியும். ஆனால் அரசுடன், நிலைமை வேறு. தண்டனைக்கான விலை கொடுத்தே அதன் முடிவுகளிலிருந்து நான் மாறுபட முடியும். எந்தவித அடிப்படை வழியிலும், அதன் ஆட்சியெல்லையிலிருந்து என்னால் ஒதுங்க முடியாது. இப்போது உலகம் அமைப்புற்றிருக்கும் விதத்தில், அது உருவாக்கியிருக்கும் தீர்ப்பு மன்றங்களிலிருந்து முறையீடு செய்ய முடியாது. எனது வாழ்க்கை நடக்கின்ற இயல்பான சூழ்நிலைக்குள் அதன் முடிவுகள்தான் இறுதியானவை. ஆகவே பிற இடங்களைவிட அதன் விருப்பத்திற்குத் தெளிவாகவே அதிக முக்கியத்துவம் தரவேண்டி யிருக்கிறது. எனது இருப்பே இயலாமல் போகுமளவுக்கு அது எனக்குக் கடும் தொல்லையளிக்கலாம். எனது மதத்தை நான் கடைப்பிடிக்க அனுமதி மறுக்கலாம். ஒழுக்க அடிப்படையில் தவறானது என்று நான் கருதுகின்ற ஒரு போருக்கு என் வாழ்க்கையை அர்ப்பணிக்க அது என்னை வற்புறுத்தலாம். நவீன உலகத்தில் நான் என்னைத் தெளிவாக உருவாக்கிக் கொள்ளத் தேவையான நுண்ணறிவுப் பயிற்சிக்குத் தேவையான வழிவகைகளை எனக்கு அது அளிக்க மறுக்கலாம். இப்படிப்பட்ட பின்னணியில், அதிகாரத்தைப் பயன்படுத்துவதற்கு ஒரு சிறப்புக் கண்காணிப்பு என்ற விலையை அது தரவேண்டும்.

மேலும் உறுதியாகவே இப்படிப்பட்ட கண்காணிப்பு அமைப்புற்றால் ஒழிய இன்று அர்த்தமற்றது என்பது வெளிப்படை. நவீன அரசு பழைய ஏதென்ஸைவிடப் பெரியதல்ல என்றால், தனிக் குடிமகன் தனது குரலை அதிகார இருக்கையின் செவியில் விழுமாறு செய்ய முடியும். நமக்குள் அப்படிச் செய்ய இயலாது. பிறருடன் ஒன்றிணைந்து ஓர் அழுத்தத்தைக் கொடுக்க முடிந்தால், இறுதியில் ஏதேனும் ஒரு சமரசம் அளிக்கப் படலாம். அதைவிட அரசாங்கத்தின் அதிகாரம், ஒவ்வொரு நிலையிலும், பொறுப்புள்ளது ஆக்கப்பட வேண்டிய அளவுக்கு அரசின் வடிவங்கள் தக்க வடிவத்தைப் பெறவேண்டும் என்பது முக்கியமானது, இங்கு நாம் கடைப்பிடிக்க வேண்டிய முறைகளுக்கு வரலாற்றின் அனுபவம் பெரிய அளவுக்கு வழிகாட்டவேண்டும். அரசாங்க வாழ்க்கையின் சில வழிகள் ஒப்புதல் களத்திலிருந்து விலக்கு அளிக்கப்பட்டுள்ளன. ஏனெனில் அவை பொறுப்பு என்பதுடன் ஒத்துச்செல்லவில்லை என்று காட்டிக்கொண்டுள்ளன. உதாரணமாக, குறிப்பிட்ட சில வகுப்புகளுக்கு மட்டுமே வாக்குரிமை அளிக்கப்பட்டுள்ள அரசுகளைச் சொல்லலாம். தங்களுடைய அந்தரங்க நன்மையை மற்றவர்களுடைய நலன்களுடன் சேர்த்துக் குறுகிய காலத்திற்குள் அடையாளம் காண்பது மனித இயற்கையாகும். பொதுமக்கள் நன்மையைப் பற்றிய அவர்களின் கருத்தாக்கம் வெளித்தடைகளுக்கு உட்பட்டால், அதைத் தவறாகப்

பயன்படுத்துவது சாத்தியமே. அதிகாரம், தன் இயற்கைப்படியே அதைச் செலுத்துபவர்களுக்கு ஆபத்தானது. அதன் பரவு-எல்லைக்கு என்ன காரணங்கள் இருப்பினும், அதைத் தவறாகப் பயன்படுத்தாமல் இருப்பதற்கான பாதுகாப்பு அமைவுகளை உருவாக்கவும் காரணங்கள் உள்ளன.

இப்படிப்பட்ட கொள்கையில் குறைந்தபட்சம் அரசிலி நிலைக்கான ஒரு குறிப்பு உள்ளது. முதற்கண், அது ஒரு தனிமனித அடிப்படையிலான கொள்கை. அது நிறுவனங்களின் தகுதியைச் சோதிப்பதற்கு எனது உள்ளுந்தல்களின் நியாயமான திருப்தியை ஆதாரமாக வைக்கிறது. பிற நபர்களின் ஆர்வங்களைக் காப்பதற்கு அரசு இருக்குமானால், எனது ஆர்வங்களை அதுவே பாதுகாக்கவும் உள்ளது என்று அது வலியுறுத்துகிறது; அவ்வாறு செய்யத் தவறினால், தோல்வியின் அடிப்படைகளை ஆராய்வதற்கு என் பங்கில் ஓர் ஒழுக்கக் கடமை உண்டு என்று கொள்கிறது. மேலும் அந்த ஆய்வின் முடிவுகளின் அடிப்படையில் எனக்குச் செயல்படும் கடப்பாடு உண்டு என்றும் வலியுறுத்துகிறது. இதனால், அரசைப் பற்றிய எனது ஆய்வு, ஒழுக்கநிலையில், அதைக் கவிழ்க்க முற்படுமாறு என்னைத் தூண்டலாம். அதன் அதிகாரம், அதன் இயல்புக்குள் உட்குறிப்பாக அமைந்துள்ள இலக்குகளுக்கெனப் பயன்படுத்தப்படாமல், அதற்குப் பொருந்தாத இலக்குகளுக்கெனப் பயன்படுத்தப்பட்டால், அப்படிப்பட்ட நோக்கின் மக்கள்சார் விளைவு அதை எதிர்ப்பதே ஆகும். ஏனெனில், என் சகாக்களோடு பொதுவாக, எனக்கென நானே சிறப்பாக அமையவேண்டும் என்பதற்காகத் தான் அரசின் உறுப்பினராக இருக்கிறேன். அரசு தனது பங்கினைச் சிறப்பான நிலையில் செயல்படுத்துகிறது என்று எனக்கு உறுதியாகத் தோன்றினால் நான் அதை எதிர்க்கவேண்டியதில்லை; பெரும்பாலோர்க்குத் தங்கள் விசாரணையில் இப்படிப்பட்ட உணர்வுதான் தோன்றும் என்பதில் சந்தேகமில்லை. மேலும், நான் முன்வைக்கும் மாற்றங்கள் நான் பார்வையில் கொண்டுள்ள இலக்கினை அடைய உதவும் என்ற நம்பிக்கைக்குத் தக்க ஆதாரம் இருந்தால், அரசை நான் எதிர்க்கவேண்டியதில்லை; மேலும் எனது இலக்கை அடைய நான் முன்வைக்கும் முறைகள், அவ்விதம் அடையும் போது, அதன் அடிப்படையான பண்பை மாற்றிவிடலாகாது என்பதிலும் எனக்கு உறுதி வேண்டும்: மனிதர்கள் பெரும்பாலும், நன்மைக்காக அதிகாரத்தைத் தேடி, இறுதியில் அதற்காகவே அதைச் செலுத்துவதில் முடிந்திருக்கிறார்கள். இந்த முன்னெச்சரிக்கைகளின் எல்லைக்குள் எனது குடிமை என்பது ஒரு ஒழுக்க சாகசச் செயலாக இருக்கவேண்டும், அல்லது அது ஒன்றுமே அல்ல. அது அறிவிக்கின்ற

ஒழுக்க உறுதிப்பாடுகளின்படி நான் செயல்படும்போது நான் அதன் நோக்கத்திற்கு உண்மையாகச் சேவை செய்பவனாகிறேன்.

இந்த நோக்கை வேறுவழியிலும் எடுத்துக்கூறலாம். ஒரு குடிமகன் என்ற முறையில், மற்றவர்களுடன் பொதுவாகச் சேர்ந்து, எனது மிகச் சிறந்த சுயத்தை அடையவேண்டும் என்று சமூகத்தின்மீது எனக்குக் கோரிக்கை உள்ளது. கிரீனின் சொற்களில், நான் என்னை ஓர் ஒழுக்க மனிதனாகச் சாத்தியப்படுத்திக் கொள்ள உதவுகின்ற பொருள்களை எனக்கு அளித்தாக வேண்டும் என்ற உரிமை அதில் உள்ளடங்கியுள்ளது. அதாவது, சமூகத்தின் உறுப்பினன் என்ற முறையில், எனக்கென உள்ளுறையும் உரிமைகள் உள்ளன; அந்த உரிமைகளின் சாராம்சத்தை எனக்கு, சமூகத்தின் அடிப்படைக் கருவி என்ற முறையில் அரசு எவ்விதத்தில் அளிக்க முனைகிறது என்பதைக் கொண்டு நான் அதை மதிப்பிடுகிறேன். அதற்குப் பதிலாக நான் அரசுக்குச் செய்யவேண்டிய கடமைகளால் அவை சமப்படுத்தப்படுகின்றன. நான் பொது வாழ்க்கையை வளப்படுத்த வேண்டுமென்று எனக்கு உரிமைகள் அளிக்கப்படுகின்றன. பொது நன்மையைத் தவிர வேறு இலக்குகளுக்கு அரசின் விருப்பம் நெறிப்படுத்தப் படுகிறது என்ற கருதுகோள் அடிப்படையில் நான் அதைச் சோதிக்க இடமிருக்கிறது. அதன் அதிகாரத்தை அந்த உரிமைகளைப் பெறுவதற்காகப் பயன்படுத்தப்படும் சக்தி என்று நான் எடுத்துக் கொள்கிறேன். அது நிலைநிறுத்துகின்ற உரிமைகளால் எனக்கு அதன் ஒழுக்கப் பண்பு தெரிகிறது. மற்றவர்களுக்கு ஒரு முழுமையான வளமான இருப்பை அது இயலச் செய்தால், அவ்வித வாழ்க்கை எனக்கும் திறந்துள்ளதா என்று அறிய முனைவதற்கு எனக்கு நியாயம் உள்ளது. சுருக்கமாக, நான் ஒரு குடிமகன் என்பதால் அரசுக்கு எதிராக எனக்கு உரிமைகள் உள்ளன. எந்த ஒரு குறித்த கணத்திலும், அது என் ஒழுக்க சுயத்திற்கு அளிக்கக்கூடிய மிகமுழுமையான சாத்தியப்பாடுகளுக்கும், நான் அடையக்கூடிய மிகத் திருப்திகரமான உள்ளுந்தல்களின் ஒத்திசைவுக்கும் நான் உரியவன். இந்த உரிமைகளின்றி, ஓர் அடிமை என்பதன்றி எனக்கு வேறு அர்த்தமில்லை. ஆகவே இவற்றை எனக்கு அளிப்பதில் தோல்வியுறுகின்ற அரசு என்னைப் பொறுத்தவரை அர்த்தமற்றதே.

இந்த அர்த்தத்தில், அரசின் அடித்தளமாக உரிமைகள் இருக்கின்றன. அதன் அதிகாரத்தைச் செலுத்துவதற்கு ஓர் ஒழுக்கச் சாயையை அளிப்பது உரிமைகள் என்னும் பண்புதான். நல்வாழ்க்கைக்கு இன்றியமையாதவை என்ற முறையில் இயற்கையான உரிமைகளாக அவை உள்ளன. அவை பூர்த்தி செய்யப்படாவிட்டால், நானும் முழுமையடைவதில்லை, தனிப்பட்ட முறையில் அல்லாது, மனிதர்களின் தோழமைக்குப் பணிசெய்யும் வாய்ப்பு எனக்குப்

சமூகச் சீரமைப்பின் நோக்கம் | *91*

பறிக்கப்படுகிறது. உரிமைகளைப் புறக்கணிக்கும் அரசு, தன் அடித்தளங்களை மக்கள் இதயத்தில் நிறுவுவதில் தோல்வியடைகிறது. அது வைத்திருக்கின்ற உரிமைகளால்தான் மனிதர்களுக்கு அரசு தெரிய வருகிறது. எந்த ஒரு நீண்ட காலப்பகுதியிலும், மேலும் மேலும் அர்த்தபூர்வமாக அந்த உரிமைகளை அளிப்பதற்கு அது செய்யும் முயற்சியினால் அது அவர்களுடைய விசுவாசத்தைப் பெறுகிறது. சரியான வாழ்க்கைக்கு அவற்றின் தேவையை விளக்கிக் காட்டுவதற்கு அறிவியல் புலனாய்வு பயன்படலாம் என்ற அர்த்தத்தில், அவை நோக்கமுள்ளவையாகவும், இயற்கையானவையாகவும் உள்ளன. மேலும் அவற்றினை அடைவதற்குச் சமூகச் செயல்பாடு நியாயமாக முனையலாம் என்ற நோக்கும் உள்ளது.

இங்குக் கோடிட்டுக் காட்டப்பட்ட கருத்தாக்கத்திலிருந்து இவ் உரிமைகள் பற்றிய பார்வை செயல்படும் ஒன்று என்பது தெளிவு. தனிப்பட்ட இன்பத்துக்கான பாதைகளாக அவற்றை நாம் கொண்டிருக்கவில்லை. நமக்குள், நமக்கான வெறும் இலக்குகள் நாம் என்பதால் அவற்றை நாம் அடையவில்லை. நம்மின் ஒவ்வொரு பகுதியும் சமூக உட்குறிப்புகளால் நிறைந்துள்ளது என்பதால் நாம் அவற்றைக் கொண்டுள்ளோம். நாம் எதைச் செய்தாலும், நம்மைச் சுற்றியுள்ள வாழ்க்கையை அது பாதிக்கிறது. நமது மகிழ்ச்சிகளும் துன்பங்களும் ஒரு நிஜமான அர்த்தத்தில் வரலாற்று நிகழ்வுகள். அரசியல் கட்டமைப்பின் பதிவில் அவை மிகச் சிறியவையாக இருக்கலாம். ஆனால் அதன் எதிர்காலத்தின் சோதனையில் அவை கூட்டுநிலையில் முக்கியமானவை. நமது சமூகப் பாரம்பரியத்தின் வளத்தைக் கூட்டும் முறையில் நாம் இயங்கவேண்டும் என்பதற்காகவே நமக்கு அதிகாரங்கள் வழங்கப்பட்டுள்ளன என்பது உரிமைகளின் செயல்- கொள்கை ஆகும். நாம் பயன்படுத்தவேண்டும் என்பதற்காக அன்றி, நாம் பெறலாம் என்பதற்காகவே உரிமைகள் கிடையாது. நாம் ஏற்றத்தாழ்வான முறையில்தான் சமூக நன்மையின் களஞ்சியத்திற்குக் கொடையளிப்போம் என்பது இருந்தாலும், கொடைக்கான வழிவகைகள் இருக்கவேண்டும் என்பது கண்டிப்பானது. சிலபேர், தங்கள் பாதையில் எத்தனை தடைகள் இருந்தாலும், சாதனைக்கான தங்கள் பாதையைச் செதுக்கிக் கொள்வார்கள் என்பதில் சந்தேகமில்லை. பிறருக்கு எவ்வித அதிகாரங்களை அளித்தாலும் தங்கள் சகாக்களின் கும்பலிலிருந்து வரலாற்றில் பிரித்தறிய இயலாத வகையில் இருப்பார்கள். ஆனால் பயன்படுத்திக் கொள்ள விழைவோருக்கு ஆக்கப்பூர்வமான சேவையின் பாதைகளை எவ்வகைகளில் அளிக்கிறது என்பதில்தான் ஒரு சமூகம் இறுதியாகச் சோதிக்கப்படுகிறது. பெரும்பாலும் அந்தச் சோதனையில்தான் 1789இன் ஃபிரான்சும், 1917இன் ரஷ்யாவும் தவறிவிட்டன. அவர்கள் உணர்ந்தேற்ற

உரிமைகள், அவர்களுடைய குடிமக்களில் பெரும்பாலோரின் வாழ்க்கைகளுக்குத் தொடர்பற்றவையாக இருந்தன. அரசு சவாலுக்கு உட்படுத்தப்பட்டபோது, அவர்களின் ஆர்வங்களின் ஒழுங்கமைப்புக்குத் தொடர்பற்ற ஒரு கட்டமைப்பைப் பாதுகாக்க அது அவர்களை நம்பியிருக்க முடியவில்லை.

இந்த உரிமைக் கோட்பாடு, அரசுக்குக் கற்பிக்கப்படும் அதிகாரங்களின் பார்வைக் கோணத்தை அறுதியிடுகிறது. அது ஓர் இறையாண்மை நிறுவனமாகத் தனக்கு உரிமை கோருகிறது; அதாவது, அதற்குத் தன் செயல்களின் எல்லைகளை வரையறுக்க இறுதி உரிமை இருக்கிறது. இப்படிப்பட்ட உரிமைகோரலுக்கான சோதனை, இங்கு முன்வைக்கப்பட்ட பார்வையில், முற்றும் நடைமுறை சார்ந்த ஒன்றுதான். தன் தத்துவத்தில் குறிக்கப்பட்ட இலக்கினை அடைய வேண்டுமானால், அரசு என்னென்ன அதிகாரங்களை அனுபவிக்க வேண்டும், அவற்றை எப்படி ஒழுங்கமைக்க வேண்டும், என்பதை நாம்தான் தீர்மானிக்கவேண்டும். முன்னதாகவே அளிக்கப்பட்ட ஒரு முழுமையான தர்க்கத்தை அல்ல, மாறாகத் தான் கொண்டுள்ள தர்க்கத்தினை எப்படித் தன் உறுப்பினர்களுக்கு அனுபவப்படுத்துகிறது என்பதுதான் எந்த ஒரு சமூக அமைப்புக்குமான சோதனையாகும். இந்த விதத்தில், ஒவ்வொரு உரிமை கோரலின் பின்னும் வேறு எந்தக் காரணத்தையும்விட, அதன் பொருளை விளக்கக்கூடியதான ஒரு வரலாற்றுச் சூழல் இருக்கிறது என்பதை ஞாபகத்தில் கொள்வது முக்கியமானது. இங்கு புறக்கணிக்கப்பட்டக் காரணங்களுக்காக, ஏதோ ஒரு இரகசியமான முறையில் அரசை நமது மிகச் சிறப்பான பகுதியாக ஏற்கிறோம் என்பதைவிட, அரசு என்பது தன் விருப்பத்தை மெய்யாக நிறைவேற்றும் பொறுப்பைக் கொண்டுள்ள சிறிய எண்ணிக்கையிலான மனிதர்களின் அமைப்பு என்பது மெய்யானால், இறையாண்மை போன்ற அதன் இறுதியான அதிகாரத்தைப் பகுத்தாராய்வது மிகக் கடுமையான ஒரு பொறுப்பு என்பதை அது உட்குறிப்பாகக் கொண்டுள்ளது என்பதை நினைவில் கொள்வதும் முக்கியமானது. நேரிய சிந்தைகொண்ட மனிதர்களின் இனத்தை உற்பத்தி செய்யக்கூடிய தன்மைகொண்ட சமூகத்தின் அமைப்பே மிகச் சிறந்தது. இப்படிப்பட்ட முயற்சியில் இறுதியான ஒற்றைக் கட்டுப்பாட்டு மையம் உள்ளடங்கியிருக்கலாம். அதிகாரத்தைப் பயன்படுத்துவதை ஒழுக்க எல்லைக்குட்படுத்துவது என்பது ஒரு நிர்வாக எல்லைப்படுத்துவதையும் உள்ளடக்கியிருக்கலாம். அதிகாரம் என்பது தொடர்ச்சியாகத் தவறான பயன்பாட்டுக்குள்ளாகக்கூடிய ஒன்று என்பதால், தொடர்ச்சியான நுட்ப ஆய்வுக்குட்படுத்தப்படும் ஒரு பொறுப்பு அது என்று கருதும் ஒவ்வொருவரும் நிச்சயம் இந்த நோக்கைப் போற்ற வேண்டும். தான் பேணுகின்ற உரிமைகளால் ஓர்

அரசு அறியப்படுமானால், தெளிவாகவே அதற்கான அதிகாரமும் அதற்கு வேண்டும். ஆனால் நன்மையை அடையப் பயன்படுத்தப்படும் அதிகாரம் எப்போதுமே தன் பலத்தினால் அதை முறிக்கவும் பயன்படுத்தப்படலாம் என்ற அபாயம் எப்போதுமே இருக்கிறது. நல்ல உள்நோக்கம் இருக்கிறது என்ற உறுதிப்பாடு மட்டும் இங்குப் போதுமானதன்று. எளிய சாதாரண மக்களை உயர்த்துவதனால்தான் அரசாங்கத்தின் பதவிகளில் அமர்பவர்கள் மதிப்பிடப்பட வேண்டும்.

மேலும் ஒரு கருத்தைச் சொல்லவேண்டியுள்ளது. இம்மாதிரியான ஒரு கொள்கைமுடிவு, சாதாரண மனிதன், ஒரு அரசியல் விலங்கு என்ற யூகத்தின் அடிப்படையைக் கொண்டுள்ளது. அவன் அரசின் செயல்களில் ஆர்வம் காட்டுபவனாக இருப்பான், அந்த ஆர்வம் ஜனநாயக முறைப்படி செயல்களை நடத்துவதற்கான போதிய புரிந்துகொள்ளலுடன் ஒன்றிணைவதாக இருக்கும் என்ற வாதத்தின் அடிப்படையில் இது அமைகிறது. எந்தவித அரசியல் விவாதத்தின் முன்னாலும், இவையெல்லாம் ஆகப் பெரிய யூகங்கள் என்பதை ஒப்புக்கொள்ள வேண்டும். நவீன சமூகத்தின் எந்தப் பார்வையும் அரசு பற்றிய உணர்வே இல்லாத மனிதர்களின் எண்ணிக்கை எவ்வளவு பெரியது என்பதை வெளிப்படுத்துகிறது. அவர்கள் பிடிவாதமாகத் தங்கள் அந்தரங்க ஆர்வம் என்னும் குறுகிய வட்டத்திற்குள் அடைபட்டிருக்கிறார்கள். சமூகப்போக்கு என்னும் பொது நிகழ்வோடையைப் புரிந்துகொள்ளவோ, அந்த ஓடை தாங்கள் கொண்டிருக்கும் குறித்த இருப்புநிலைகளில் எவ்விதம் பாய்கிறது என்பதைப் பற்றியோ அறிகின்ற முயற்சியை அவர்கள் மேற்கொள்வதில்லை. அரசியல் மோதலைத் தங்களுக்கு எவ்விதப் பங்கும் இல்லாத ஒரு நாடகமாகவே அவர்கள் காண்கின்றனர். அதன் நடிகர்களிலோ காட்சிகளிலோ அவர்கள் எவ்வித ஆர்வமும் காட்டுவதில்லை. தங்கள் சொந்த விஷயங்கள் பொதுக் குறுக்கீட்டினால் தளைப்படாமல் இருக்கவேண்டும் என்று மட்டுமே அவர்கள் கேட்கிறார்கள்.

இப்படிப்பட்ட சூழ்நிலை இரண்டு விஷயங்களில் ஏதோ ஒன்றை அர்த்தப் படுத்தலாம். இயல்பானதாகவே, அரசின் பாதுகாப்புப் பொறுப்பினை ஒப்படைக்கக்கூடிய நபர்களின் அமைப்பொன்றை நாம் கண்டுபிடிக்க இயலும் என்பதை அது குறிக்கலாம். அரிஸ்டாடில் பாராட்டிய எஜமான்-அடிமை உறவு, இந்த நோக்கில், இந்த இடர்ப்பாட்டுக்கு இலட்சியபூர்வத் தீர்வு ஆகலாம். ஆனால், பலமுறைகளைச் சோதித்து ஒவ்வாதவற்றை நீக்கும் வழியினால் அன்றி, நாம் இயற்கையான எஜமானர்களையும் இயற்கையான அடிமைகளையும் கண்டுபிடிக்க இயலாது; அதற்கு ஒரு ஜனநாயக

முறைப்படியான அரசாங்கம் வேண்டும். இரண்டாவது நிலையில், மனிதர்களின் சொந்த விஷயங்களுக்கும் உண்மையில் ஒரு பொதுக் குறிப்பர்த்தம் உண்டு என்பது தெளிவு; அவர்களை அரசியலில் அக்கறைகொள்ள வைப்பதால் மட்டுமே தளையிலிருந்து நீக்க முடியுமே அன்றி அலட்சியப்படுத்துவதால் அல்ல. ஒருவேளை அதைவிடப் புரிந்து கொள்ளல் பற்றிய பிரச்சினை மிக முக்கியமானது. நவீன அரசின் சிக்கல் தன்மை, நீண்ட அறிதல் முயற்சியால் அன்றித் தனது இரகசியங்களை வெளிப்படுத்துவதில்லை. ஆனால் மனிதர்களுக்குப் பயிற்சிதரக் கூடியதாகக் குடிமை என்பதை நாம் கருதினால், வாழ்க்கையில் ஆர்வமுள்ளவர்களுக்கு அதன் பரந்த எல்லைக்கோட்டு நோக்கேனும் புரியவேண்டும். கடந்த காலத்தில் அருவ மனிதன் ஒருவனை அருவச் சமுதாயத்துக்கு எதிர்நிலையில் வைத்துப் பார்ப்பது நமது தவறாக இருந்தது. அது இரண்டுக்குமே தீங்குசெய்தது. நாம் ஏற்கிறோமோ இல்லையோ, பொது விஷயங்களில் நாம் மூழ்குதல் நமது வாழ்க்கையின் அந்தரங்க விஷயங்கள் வரை விரிகிறது என்பது உண்மை. மனிதன் அடையக்கூடிய ஒரே அந்தரங்கம், மதிப்பிடுவதனால் வருவதுதான்; ஆனால் மதிப்பிடுவதும் கூட சமூக முக்கியத்துவம் வாய்ந்த விளைவுகளை உள்ளடக்கியிருக்கலாம்.

உண்மையில் மனிதர்கள், ஒவ்வொரு பின்னணியிலும் அரசியல் முடிவுகளை எடுத்தவாறே இருக்கின்றனர்; அந்த முடிவை எந்தத் தலைமைப் பொறுப்பிடம் ஒத்திட்டுக் கொள்வது என்பதுதான் அவர்களுக்கு மெய்யான கேள்வி. பெரிய அளவிலான பிரச்சினைகளுக்குத்தான் அவர்களுடைய மதிப்பீடு கேட்கப்பட முடியும் என்பது ஐயமின்றிச் சிக்கல் நிலையின் அர்த்தம்; மிக நிச்சயமாகவே, அந்தப் பிரச்சினைகள் முடிவெடுக்கப்பட வேண்டுமானால், மிக எளிய நிலைக்கு முரண்பாடற்றுக் குறைக்கப்பட வேண்டும். ஒரு ஜனநாயகம் இயங்க வேண்டுமானால், அதாவது, தேர்ந்தெடுக்கப்பட்ட உயர்மக்கள் ஆட்சியாக இருக்கவேண்டும். ஆனால் தேர்ந்தெடுத்துப் பொறுப்புத் தருதல் என்ற விஷயம் மிகமிக முக்கியமானது. பொறுப்புகள் உள்ள சூழலில்தான் மக்கள் தங்கள் முழு அளவுக்கு வளர்ச்சி பெறுகிறார்கள். கெதே கூறியவாறு, அவர்களின் பண்பு உலகின் அலைகளிலேதான் உருவாக்கப்படுகிறது. வாழ்க்கையைப் புரிந்துகொள்ள, அவர்கள் வாழ்க்கையைக் கட்டுப்படுத்த வேண்டும்; அதைக் கட்டுப்படுத்த வேண்டுமானால், தங்கள் சக குடிமக்களுக்கு அவர்கள் தாங்கள் அனுபவித்தவற்றால் பெற்ற உள்ளுணர்வு என்ன என்பதை வெளிப்படுத்த வேண்டும். தங்கள் அனுபவங்கள் தருகின்ற உட்குறிப்புகளை இசைவுள்ள கூற்றுகளாக வெளிப்படுத்துவதற்குப் பயிற்சி அளிப்பதே நாகரிகத்தின் முன்னால் உள்ள மிகப் பெரிய கடமையாக இருக்கிறது.

இயல் இரண்டு - இறையாண்மை

1. இறைமையின் பொது இயல்பு

நவீன அரசு என்பது இறைமை கொண்ட அரசாகும். அதனால் பிற சமுதாயங்களுக்கு முன்னால் அது எவ்விதச் சார்புமின்றி நிற்கமுடிகிறது. அதாவது அது வேறெந்த புறச்சக்தியின் விருப்பத்தினாலும் பாதிக்கப்படத் தேவையில்லாத தன்மையைக் கொண்டுள்ள தனது விருப்பத்தை மற்றவர்கள்மீது சுமத்தலாம். மேலும் தான் கட்டுப்படுத்துகின்ற பிரதேசத்திற்குள் அது மீயுயர்வு பெற்றது. அந்த எல்லைக்குள் இருக்கும் எல்லா மனிதர்களுக்கும் சங்கங்களுக்கும் அது ஆணையிடுகிறது; அவர்கள் எவரிடமிருந்தும் அது ஆணைகளை ஏற்பதில்லை. அதன் விருப்பம் எவ்விதச் சட்ட எல்லைக்கும் உட்படுவதில்லை. அது எதை இலக்காகக் கொண்டுள்ளது என்பதைப் பற்றிய உள்நோக்கத்தை அறிவித்தால் மட்டுமே போதுமானது.

இப்படிப்பட்ட இறைமைக் கோட்பாட்டைக் குறைந்தபட்சம் மூன்று விஷயங்களிலேனும் எச்சரிக்கையான ஆய்வுக்கு உட்படுத்த வேண்டும். முதலில் அதுபற்றிய ஒரு வரலாற்றாய்வு தேவை. இன்றிருக்கும் அரசு, காலத்தின் பல பிரிவுகளைத் தாண்டி வந்திருக்கிறது. ஒரு வரலாற்றுப் பரிணாமத்தின் வாயிலாகத்தான் அது இப்போதிருக்கும் நிலையை எய்தியுள்ளது. அந்தப் பரிணாம வளர்ச்சி அதன் இன்றைய ஆற்றலின் தன்மையை விளக்குவதோடு, இறுதியில் அதற்குச் சாத்தியப்படக்கூடிய எதிர்காலத்தைப் பற்றிய குறிப்புகளை அளிக்கவும் செய்கிறது.

இரண்டாவது, அது ஒரு சட்டக் கோட்பாடு. அது ஒரு குறிப்பிட்ட விருப்பத்தை வெளியிட்டாலே அது சரியானதுதான். அந்த விருப்பம் எதைக் குறிக்கிறது என்பது பற்றிய கவலை இல்லை. இப்படிப்பட்ட

வரையறை ஒரு கேள்விமுறையற்ற தர்க்கத்தை உட்கொண்டுள்ளது என நாம் காணப்போகிறோம்; ஆனால் அதை உருவாக்குவதற்கென நிர்ப்பந்திக்கப்படும் அதன் யூகங்கள் அரசியல் தத்துவத்திற்கு அதை எவ்வித மதிப்பும் அற்றதாக்குகின்றன.

மூன்றாவதாக, இறைமை பற்றிய நவீனக் கோட்பாடு, அரசியல் அமைப்பொழுங்கைப் பற்றியது. ஒவ்வொரு சமூக முறைமையிலும் இறுதிநோக்கிற்கான ஏதோ ஒரு ஒற்றை மையம், கீழ்ப்படிவதற்கான கடைசி ஆணையை இடுவதனால் சச்சரவுகளைத் தீர்க்கமுடிகின்ற ஏதோ ஓர் அதிகாரம், இருக்கவேண்டும் என்று அது வலியுறுத்துகிறது. அரசியல் கோணத்திலிருந்து, மெய்ம்மைகளின் உறுதியில் இது தெளிவற்ற நோக்கு என்று வாதிக்கப்படலாம்; குறைந்தபட்சம் அதற்கு அபாயகரமான ஒழுக்க விளைவுகள் இருக்கக்கூடும். இறைமை என்ற கருத்தை முழுதுமாகவே கைவிட்டால், அரசியல் அறிவியலுக்கு அது நீடித்த நன்மையைத் தரும் என்று இங்கு வாதிக்கப்படும். மெய்யாகவே நாம் நோக்கிக் கொண்டிருப்பது அதிகாரத்தைப் பற்றித்தான்; அதிகாரத்தின் தன்மையில் முக்கியமானது, அது எந்த இலக்கிற்காக, எந்தவழியில் பணி செய்கிறது என்பதுதான். இவையிரண்டும் சான்றுகள் பற்றிய வினாக்கள். இவை சட்ட அமைப்பினால் பிறக்கும் உரிமைகளுக்குத் தொடர்புடையவை, ஆனால் அவற்றிலிருந்து தனித்தவை. ஏனெனில், வரலாற்றுப்பூர்வமாக, அதிகாரத்தின் பயன்பாடு ஒழுங்கமைக்கப்படுகின்ற பலவித வழிகளுக்கு எல்லையே இல்லை. வரலாற்றுப்படி, அந்த வழிகளில் ஒன்றுதான் இறையாட்சி அரசு. வரலாற்றின் பரிணாமத்தில் ஒரு நிகழ்வு. அது தன் உச்சத்தை இப்போது அடைந்துள்ளது. நமக்கு முன்னுள்ள பிரச்சினை, மனித இனத்தின் ஒருங்கிணைந்த ஆர்வங்கள் காரணமாக, மனிதகுலத்தின் ஆர்வங்களுக்கேற்ப நவீன அரசை வளைப்பதாக அது ஆகியுள்ளது. மெய்யாகவே அந்த இலக்கை நாம் அடைய முடியும் என்றால் ஒப்பளவில், அந்த இலக்கை அடைய நாம் பயன்படுத்தும் தத்துவ அடிப்படைகள் பற்றிக் கவலையே இல்லை.

பதினாறாம் நூற்றாண்டின் மதப் போராட்டங்களின் விளைவே குறித்த- பிரதேசம் சார்ந்த, சர்வ வல்லமையுடைய அரசு ஆகும். அதற்கு முன்பாக, மேற்கின் நாகரிகம் ஓர் ஒற்றைப் பொதுநல அமைப்பாக இருந்தது. நவீன அர்த்தத்தில் இறைமை என்பது அங்கு இல்லை. கோட்பாட்டளவிலேனும், இறுதியான அதிகாரம் என்பது, 'சரியானது எது' என்பதைப் பற்றிய பார்வை, போப்பாண்டவரின் வடிவத்திலும் பேரரசனின் வடிவத்திலும் இருப்பதாகக் காணப்பட்டது. இந்த இரு சக்திகளும் மோதின; ரோமின் உடனடியான வெற்றி, தேசியத்தின் வளர்ச்சியோடு ஒன்றாக ஏற்பட்ட

ஓர் ஒழுக்கச் சீர்குலைவினால் முறியடிக்கப்பட்டது. சீர்திருத்தத்துக்கான கோரிக்கைகளுக்கு விடாப்பிடியாகச் செவிசாய்க்காதிருந்த ஒரு திருச்சபையிடம் வைக்கப்பட்ட முறையீடு தேசிய அரசு உருவாக்கத்திற்குக் காரணமாயிற்று. தெய்விகத் திருச்சபைக்கு எதிராக லூத்தர் முறையிட்டபோது, குறுக்கிடுவதற்கு மதச்சார்பற்ற ஓர் அமைப்பின் உரிமையை வெளிப்படச் செய்வதற்கென அவர் அரசுகளின் தெய்விகத்தன்மையை உறுதிப்படுத்துமாறு ஆகியது. ஐரோப்பிய அரசர்கள் அவர் நோக்கினை ஏற்கத் தயாராக இருந்தார்கள்; புத்தெழுச்சி பெறும் திருச்சபைக்கான சவாலை அவர்கள் சந்தித்தபோது, அவர்கள் கண்டுபிடிக்கக்கூடிய மிக எளிய கோட்பாட்டு ரீதியான நியாயப்படுத்தலாகத் தங்கள் இறைமையையும், அதற்குள் அடங்கியிருந்த ஒருமைப்படுத்திய விசுவாசமும் இருந்தன. அரசன்தான் அரசின் அவதாரம் என்றாகியது. அவன் கருதியதெல்லாம் சரியானவை, ஏனெனில் அவை அவனது விருப்பங்கள். மத்தியகாலத்தில் இருந்ததுபோல, உலகளாவிய நீதியின் ஓர் குறித்த அம்சமாக உரிமை கருதப்பட்ட நிலை இல்லாமற்போயிற்று; அரசமைப்பின் ஒற்றை மையத்திலிருந்து வெளிப்படுவதாக அது அர்த்தப்படலாயிற்று. தனது ஆதிக்கம் செலுத்துகின்ற ஒருமையால் சமுதாயத்தின் ஆற்றல்மிக்க சக்திக்கு வலிமையும் முடிவுத் தன்மையும் கொடுப்பதாக அமைந்தது. போடினுடைய 'குடியரசு' நூலில்தான் முதன்முதலாக நவீன அர்த்தத்தில் இறையாண்மை என்பது இடம்பெறுவதோடு மேற்கண்ட பார்வையின் முக்கியத்துவத்தை அவருடைய தலைமுறையினர்க்குத் தெளிவாகக் காட்டுகிறது. ஏனெனில் போர்க் காலகட்டத்தில் போடின் அமைதிக்காக வேண்டிக்கொண்டிருந்தார். "வற்புறுத்தப்படாமல் விடப்பட்ட உரிமை" என்பதுதான் அந்த இலக்கிற்கு நேர்ப்பாதை. இறையாண்மை-அமைப்பின் விருப்பத்தை மிக முதன்மை வாய்ந்ததாக ஏற்றுக்கொள்ளுமாறு மனிதர்கள் வயப்படுத்தப்பட்டால், எதிர்க்கட்சி தனது முக்கிய உரிமைகளை இழக்கவேண்டியிருக்கிறது. உதாரணமாக மதத்தின் மோதல் ஆபத்துக்குட்படுத்திய வளங்களை நான்காம் ஹென்றி ஃபிரான்சுக்கு மீட்டுவிடலாம்.

ஆகவே இறையாட்சி அரசு மதத்தின் உரிமை கோரல்களுக்கு எதிராகச் சமயச்சார்பற்ற முறைமையின் மேலாதிக்கத்தை நியாயப்படுத்த எழுகிறது; மேலும் அது படித்தவர்கள் சமூகத்தை கீழ்ப்பட்ட நிலைக்குத் தள்ளுகிறது. ஆனால் அச் சமூகத்திலிருந்துதான் இருண்ட காலங்களுக்குப் பிறகு மிகக் கஷ்டப்பட்டு எழுச்சி தோன்றியது. போடின் காலத்துக்குப் பிந்திய அதேபோன்ற ஒரு சிதைவுக்காலத்தில், பின்னர் ஹாப்ஸ் வாதிட்டதுபோல, அரசு உயிர்வாழ வேண்டுமென்றால் ஒவ்வொரு அமைப்புற்ற அரசியல் சமுதாயத்திலும் ஏதோ ஒரு குறிப்பிட்ட அதிகாரத்திற்கு அதற்காகவே கீழ்ப்படியும் நிலை

இருக்கவேண்டும், ஆனால் அந்த அதிகாரம் பிற ஆதிக்கத்திற்கு எட்டாத உயரத்தில் இருக்க வேண்டும் என்று போடினும் வாதிடுகிறார். இதுதான் ஹாப்ஸின் வாதத்திற்கும் வேர். அரசின் விருப்பம் எல்லாமாக இருக்கவேண்டும், அப்படியில்லையேல் இல்லை என்பதுதான் பொருள். அதற்குச் சவால் எழுந்தால், அரசிலிநிலை வரப்போவது தெளிவு. இப்படித்தான் தங்கள் தங்கள் வழியில் ரூஸோ, தலைமை நீதிபதி மார்ஷல் ஆகியோர் பார்வைகளும் உள்ளன. இறையாண்மை கொண்ட மக்கள், அதன் கருவிகளின் திறன்மிக்க சக்தியினால் மதிப்புக் குறைவுக்கு ஆளாக மாட்டார்கள் என்று அவர்கள் வாதிட்டார்கள். அதன் விருப்பம் குறைகாணத்தக்கதாக இருக்கலாகாது தன்னிடம் ஒப்படைக்கப் பட்டவற்றின் தலைவிதிகளை இயக்கவேண்டும் என்றால் அதன் விருப்பம் குறைகாணத் தக்கதாக இருக்கலாகாது. இறையாண்மைக் கொள்கை பிறந்த சூழலை மட்டுமல்ல, அதன் சிறந்த ஆதரவாளர்கள் ஒவ்வொருவரும் அதற்கு அளித்த புதிய அழுத்தத்தையும் நாம் மறந்துவிடக் கூடாது. போடின் முதல் ஹெகல் வரை இருந்த நெருக்கடிமிக்க காலகட்டங்களில், தனது உறுப்பினர்களின் ஒருங்கிணைந்த விசுவாசத்தை அரசு பெறவில்லை என்றால் அது அழியக்கூடிய வாய்ப்பிருந்தது. இறையாட்சி அமைப்புக்குள் சட்டத்தின் முதன்மையைச் சேர்த்துவிட்டால் அந்த விசுவாசத்தைப் பெறமுடியும். மதச் சகிப்பின்மை ஐரோப்பியப் பழக்கமாக இருந்தவரை, ஒடுக்கப்பட்ட சிறுபான்மையினருக்குச் சட்ட மேலாதிக்கம் ஒழுக்க ஆதிக்கத்தையும் உள்ளடக்கியது என்பதை ஒப்புக் கொள்வது கடினமாக இருந்தது. சகிப்புத்தன்மை வந்தபிறகு அந்தக் கஷ்டம் நீங்கி விட்டது. மதவேற்றுமையை இப்போது நிரந்தரமாக ஏற்றுக்கொள்ள வேண்டும் என்ற மெய்ம்மை, தனது எல்லைகளுக்குட்பட்டு வாழ்பவர்களிடம் ஓர் ஒத்த உரிமைகோரலைக் கொண்ட ஒரே சங்கமாக அரசை ஆக்கிவிட்டது. குடியுரிமை பெற்ற யாவருமே பொதுவாகச் சந்திக்கக்கூடிய களத்தை அரசு அளித்ததாகத் தோன்றியது. குறைந்தபட்சம் யூதனோ கிரேக்கனோ, அடிமையோ சுதந்திரனோ இருப்பதாகத் தோன்றவில்லை. குறிப்பாக ஜனநாயக அரசின் வடிவங்கள் ஒன்றன்பின் ஒன்றாக வந்தபோது, சமூகப்பிணைப்பு, பிற சங்கங்களிலிருந்து வேறுபட்டு, தனக்கென ஓரச்சாய்வுப் பண்பு எதுவும் அற்றதாக, அரசில் அதன் இறுதி வெளிப்பாட்டைக் கண்டறிந்தது போலத் தோன்றியது. தான் மட்டுமே சங்கத்தின் ஒரே கட்டாயமான வடிவம் என்பதால் அரசு எல்லா மக்களையும் தழுவிக் கொண்டது. அதன் இறைமையை ஒப்புயர்வு-இன்மைக்குச் சமமாக அடையாளப்படுத்த முடிந்தது.

மற்றொரு காரணமும் இந்த மேலுயர்வுக்கு வழியளித்தது. சீர்திருத்த இயக்கத்தினால் ஓர் உலகளாவிய தகுதியினால் தள்ளப்பட்டு, போப்பதிகாரம் ஒரு சர்வதேசச் சரியீட்டை நோக்கியது.

அயல்நாட்டிலிருக்கும் ஃபிரெஞ்சுக்காரனுக்கு ஃபிரெஞ்சு அரசர் எப்படியோ, அவ்விதமே ரோமன் கத்தோலிக்கர்களுக்குப் போப்பின் தலைமை என்று இயேசு சபையினர் வாதிட்டனர். இந்த உரிமைகோரலுக்குப் பின்னால், மெய்யாகவே, சில குறித்த மேலாதிக்க அறிகுறிகள் ஒளிந்திருந்தன. அவை மதச்சார்பற்ற அரசில், வருத்தத்திற்குரிய முறையில், நிலையான இடத்தை ஏற்றபிறகே மறைந்தன. இறையாண்மைச் சக்திகளின் உறுப்புகளுக்கிடையில் விஷயங்களைக் கட்டுப்படுத்த விதிகள் தேவை என்ற கருத்து முக்கியத்துவம் பெற்றது. தேசங்களுக்கிடைப் பிரதேசங்கள், அரசுகளின் விருப்பங்கள் தங்கள் குடிமக்கள்மீது கட்டுப்படுத்தும் விதத்தைவிட எவ்விதத்திலும் குறைவான ஒழுக்கக் கட்டுப்பாட்டுக்கு உட்படுத்தாத நிலையில் ஒப்பந்தங்களுக்கான விஷயமாக மாறலாம் என்று அதிகாரப்பூர்வமாக குரோஷியஸ் அறிவித்தார். அவ்வித ஒப்பந்தத்தைச் செய்வதற்கு இயல்பான அலகு, அரசின் ‘அரசாங்கம்’ என்ற உறுப்பே ஆகும் என்று ஒப்புக் கொள்ளப்பட்டது. பதினேழாம் நூற்றாண்டினூடாக, அரசுகள் பிறநாடுகளிலிருக்கும் தங்கள் குடிமக்களின் உரிமைகளுக்கான ராஜதந்திர உறவுகளுக்கு இயல்பான, இறுதியான வாயில்களானபோது, அவற்றின் முதன்மை ஆதிக்கத்திற்கான சங்கிலியின் இறுதிக்கண்ணி இணைவு பெற்றது. அது முதலாகக் குறைந்தபட்சம் சட்டப்பூர்வமாக, எவ்விதப் புறத் தடையும் அவற்றின் விருப்பங்களுக்கு இல்லை. சர்வதேசச் சட்டத்தின் அனுமதி அதற்கான மேலிட ஒப்புதலாயிற்று; அசலான ஒப்புதலைப் போலவே இந்த ஏற்பின் குறிப்பும் ஒரு பின்வாங்குதலாக இருந்தது. ஒவ்வொரு தேசமும் அடுத்த நாட்டுக்குக் காட்டும் சட்டமரியாதைப் பண்பு, ஓர் உருவகமாக அன்றி, இடைக்கால கிறித்துவச் சமுதாயத்தினரின் முழுமையான மீட்டெடுத்தலை உட்குறிப்பாகக் கொள்ளவில்லை என்பது சுருக்கமாக உணர்த்தப்பட்டது. அரசுகள் கடைப்பிடிக்க ஒப்புக்கொண்ட விதிகளே மனித இனத்திற்குரிய ஏற்கப்பட்ட உரிமைகள் ஆயின. 1914இன் பெல்ஜியம் செய்ததுபோல, அந்த விதிகளை அவை இஷ்டப்பட்டால் சட்டப்பூர்வமாக மீறலாம். ஆக, சங்கிலி முழுமைப்பட்டது. தான் வாழும் அரசாங்கத்தினால் வலியுறுத்தப்பெறும் ஆணைகள் மற்றும் தடைகளின் பட்டியலில் தனது உரிமைகள், கடமைகளின் விவரங்களைத் தனிமனிதன் வாசித்துக் கொள்ளலாம். வீட்டில் அந்தக் கட்டமைப்பின் சட்டங்களால் அனுமதிக்கப்பட்ட, உட்குறிப்பான அந்த அதிகாரங்களை வைத்திருக்கலாம். அயல்நாட்டில், பிற அரசுகளின் மரியாதைப்பண்புகளிலிருந்து இந்த அரசின் சாமர்த்தியம் பறித்துக் கொண்ட முன்னுரிமைகளை அவன் பயன்படுத்தலாம்.

இது ஒரு முழுமையான தர்க்கத்தை அல்ல, வரலாற்று தர்க்கத்தையே பிரதிநிதித்துவம் செய்கிறது என்பது பார்வையாளனுக்கு இவற்றில் மிக முனைப்பாகத் தெரிகிறது. சர்வதேச அளவில், அரசின் எல்லைகளுக்கு அப்பால் சென்றடையக்கூடிய ஒரு விசுவாச ஒழுங்கமைப்பினைக் கருதுவது கடினமல்ல. சான்றாக, போரினை ஏற்படுத்தும் அதிகாரத்தை விரல்விட்டு எண்ணக்கூடிய சிலபேரிடம் விடுவது, போரின் விளைவுகளை ஆழ்ந்து கருதுபவர்களுக்குக் காலத்துக்கு ஒவ்வாததாகத் தோன்றலாம். சர்வதேச விவகாரங்களில் அரசின் இறைமை ஏற்கப்பட்டபோது, அம்மாதிரியான கட்டுப்பாடு நம்பிக்கையுடன் ஒப்படைக்கப்படக்கூடிய எந்த ஓர் அதிகாரத் தலைமையும் இல்லை. இப்போது தேசிய ஆர்வங்களுக்கு அப்பாலான விஷயங்களை ஒப்படைக்கக்கூடிய, அரசுகளுக்கும் மேம்பட்ட ஒரு தலைமையதிகாரத்தைக் கண்டுபிடிக்கலாம் என்று குறைந்தபட்சம் வாதிடமுடியும். இது போர்விஷயத்தில் தெளிவாகியது. உதாரணமாகப் பெரும்பாலோர்க்கு நவீன வர்த்தகர்களின் மேதைமைகளின் சுரண்டலுக்குத் திறமையில் எதிர்நிற்கமுடியாத தேச இனங்கள் விஷயத்திலும் இது தெளிவாகத் தெரிந்தது. சுருக்கமாக, ஓர் ஒருங்கிணைப்புற்ற, பரஸ்பரச் சார்புடைய உலகத்தின் ஆர்வங்கள் ஒரு சர்வதேச நடத்தைத் தரத்தினை வேண்டுவது போன்ற இடங்களில், அந்தத் தரத்தினைக் கூட்டாக ஒழுங்கமைப்பதும், அதன் கூட்டுப் பயன்பாடும் குறைந்தபட்சம் கருதக்கூடியவையே. இப்படிப்பட்ட கருத்தில் என்ன உட்குறிப்பு இருக்கிறதென்று நாம் பின்னர் விவாதிக்கலாம். எவ்விதத்திலும் சர்வதேசத் தரப்பிலேனும் அரசின் இறையாண்மையை இல்லாமற் செய்வதை இது உள்ளடக்கியிருக்கிறது என்று இங்கு வலியுறுத்துவது போதுமானது. அரசுகளின் சமூகத்தில் அரசினை ஓர் அலகு மட்டும் என்றே அது காண்கிறது. அதன் விருப்பம் பிறகு தான் எதுவும் இறுதியாகச் சொல்ல இயலாத ஒரு செயல்முறையினால் நிலைநிறுத்தப்படும். இந்தக் கொள்கையை ஒப்புக்கொள்வது அதிகரித்தால், கட்டுக்கடங்காத ஓர் அரசின் தனிக்குடிமகனின் கடமை, தேசபக்தி என்னும் உணர்ச்சிமய நிழலைத் தாண்டியும் நோக்கி மோதல் பிரச்சினையை நோக்குவதுமாக இருக்கிறது. அந்தக் குறிப்பிட்ட நேரத்தில், ஒருவேளை அவன், தான் அறிந்த மிக உயரிய கடமையாக அரசுகளின் சமூகத்திற்கான விருப்பத்திற்குக் கீழ்ப்படிவதை அறிவிக்க முற்படக்கூடும்.

இந்தப் பரிணாமத்தின் தர்க்கம் உள்ளிருந்து நிகழ்வதற்கு ஒத்தே இருக்கிறது. அரசின் இயக்கம் பற்றிய எந்த ஆய்வும் அதிகாரத்தைச் செலுத்துவதன் எல்லைகளின் வரலாற்றின்மீது தனது கவனத்தைக் குவிக்கின்ற கட்டாயத்துக்குள்ளாகும். இறையாண்மையின் கோட்பாட்டுப் பொருளை நடைமுறைப்படுத்துபவர்கள்

அண்மையிலோ பிறகோ அதனை இழப்பதற்கு ஆளாகிறார்கள். ஏனெனில் அரசு தனிநபர்கள் வாயிலாகவே இயங்கவேண்டும். அதன் இறையாட்சி உறுப்பாகச் செயல்படுகின்ற அரசாங்கம், வரலாற்றில் பொதுவாக, தான் முழுமையதிகாரத்துடன் செயல்பட முற்பட்டால், நிரந்தரமாக இருக்கமுடிவதில்லை. உள்நாட்டுப் போரும், இங்கிலாந்தின் புரட்சியும், ஃபிரான்சின் 1789 புரட்சியும், ரஷ்யாவின் 1917 புரட்சியும், இவை யாவுமே இறையாண்மைப் பிரச்சினையின் அடிக்குறிப்புகள் ஆகும். விதிகளின்படியே எப்போதும் அதிகாரம் செயலுக்காக அமைப்புறச் செய்யப்பட வேண்டும், அந்த விதிகளின்படியே நடக்கும்போதுதான் அரசாங்கத்துக்குச் சமுதாயத்தின் கீழ்ப்படிதல் வழங்கப்படும் என்ற மெய்ம்மையை அவை அர்த்தப்படுத்துவதாகத் தோன்றுகிறது. அதாவது, அதிகாரம் என்பது அதிக எண்ணிக்கையிலான நபர்களிடம் தரப்பட்டால், அது செயல்படும் முறைமையில் மட்டுமின்றி, அது திசைப்படக்கூடிய பொருள்களிலும் கட்டுப்படுத்தப்படுகிறது. அதாவது, இறையாண்மை, தான் சந்திக்கும் சூழலினால் வரலாற்றுரீதியாகக் கட்டுப்படுத்தப்படுகிறது. அது பொறுப்புடன் செயல்படுத்தப்படும்போதுதான் பாதுகாப்பாக இருக்கிறது. ஆனால் இறையாண்மையின் வரையறையோ அது எல்லைக்குட்படாதது, பொறுப்பற்றது என்பதுதான்; ஆகவே அதன் கருதுகோளின் தர்க்கம், நேரடியாக அது சந்திக்கும் அனுபவத்திற்கு நேரெதிராக இருக்கிறது.

ஆர்வத்தைத் தூண்டும் இன்னொரு விஷயத்தையும் இங்குக் கூறலாம். இறையாண்மைக் கொள்கையை மிக வலிமையாக உருவாக்கியவர்களான போடின், ஹாப்ஸ், ரூஸோ, பெந்த்தம், ஆஸ்டின் யாவரும், ஆஸ்டின் விதிவிலக்காக, ஒரு கூட்டாட்சி அரசின் இயற்கை முழுவதுமாக ஆராய்ந்து அறியப்படும் முன்னரே எழுதிக் கொண்டிருந்தவர்கள். அவர்கள் போடின் போல அரசனுக்குரிய, அல்லது, பெந்த்தம் போல சட்டசபைக்குரிய, எல்லையற்ற அதிகாரத்தை வைத்துச் சிந்தித்தார்கள்; ஒருவேளை அவர்கள், ரூஸோ போல, ஒரு பிரதிநிதித்துவ உறுப்பிலிருந்து வெளிப்படும் எந்தச் செயலுக்கும் சட்டத்துக்குட்பட்ட முறைமையை மறுத்திருக்கலாம். அவர்களுடைய யூகங்களை அமெரிக்க ஐக்கிய நாடு போன்ற ஒரு அரசுக்குப் பொருத்துவதில் உள்ள கஷ்டம் வெளிப்படையானது. காங்கிரஸ் என்பது தனது அதிகாரங்கள் எச்சரிக்கையாக வரையறுக்கப்பட்ட ஓர் அமைப்பு; தனித்த அரசுகளும் அதுபோலவே அரசியலமைப்பின் நான்கு மூலைகளாலும் கட்டுப்படுத்தப்பட்டுள்ளன; அரசியலமைப்பின் திருத்தமும்கூட, எந்த அரசும் தனது சொந்த ஒப்புதலின்றி, செனட்டில் (அமெரிக்க மேலவை) தன் சம வாக்குரிமையை இழத்தலாகாது என்ற

விதிவிலக்கினால் கட்டுப்படுத்தப்பட்டுள்ளது. ஆகவே, கோட்பாட்டு அர்த்தத்தில், அமெரிக்க ஐக்கிய நாட்டுக்கு இறையாட்சி உறுப்பு எதுவும் இல்லை; ஏனெனில் உச்சநீதிமன்ற நடுவர்களும், அரசியல் சட்டத்திருத்தத்தினால் மீதூரப்பட்டு, தெளிவாகவே, கலந்தாய்வில் இறுதிக்கு முந்திய அவையாகவே உள்ளனர். ஆகவே இறைமை என்ற கருத்தாக்கம் இல்லாத ஓர் அரசை உருவாக்கும் வழியை மிக விசித்திரமான ஒரு வரலாற்று (அமெரிக்க) அனுபவம் அளித்திருக்கிறது. நாமும், சில ஜெர்மன் கோட்பாட்டாளர்கள் செய்தது போல, இறையாண்மை பெறாத ஒரு சமூகம் அரசே அல்ல என்று வாதாடும் அளவுக்கு அக்கோட்பாட்டை உயர்வாக மதிப்பிடலாம். ஆனால் அமெரிக்க ஐக்கியநாட்டை அரசுத்தன்மை கொண்டதல்ல என்று புறக்கணிக்கக்கூடிய ஓர் அரசியல் தத்துவம் யதார்த்த உலகிற்கு ஏற்புடையதாக இருக்கச் சாத்தியமில்லை.

II. சட்டத்துறை இறைமை

இறையாண்மையின் சட்டத்தன்மையை ஜான் ஆஸ்டின் அதற்குக் கொடுத்துள்ள வடிவத்தை எடுத்துரைப்பதன் வாயிலாகச் சிறப்பாக ஆராயலாம். அரசின் சட்டப்பூர்வமான ஒவ்வொரு பகுப்பாய்விலும், முதற்கண் அந்தக் குறிப்பிட்ட சமூகத்தில் மக்கள்திரள் எந்தக் குறிப்பிட்ட திட்டவட்டமான தலைமைக்குத் தனது வழக்கமான கீழ்ப்படிதலைச் செய்கிறது என்று கண்டுபிடிப்பது தேவையானது என்று அவர் வாதிட்டார். அந்தக் குறிப்பிட்ட தலைமை தன்னைவிட உயர்வான வேறு எந்த ஒரு தலைமைக்கும் கீழ்ப்படியலாகாது. வழக்கமாக, தான் எந்த ஆணையையும் பெறாமல், தனக்குக் கீழ்ப்படியத்தக்க ஆணைகளை வெளியிடக்கூடிய அந்தத் தலைமையை நாம் கண்டுபிடித்தால், அந்த அரசின் இறைமைச் சக்தியைக் கண்டுபிடித்தவர்கள் ஆவோம். சுதந்திரமான ஓர் அரசியல் சமுதாயத்தில், அந்த இறையாட்சி திட்டமானதும் முழுமையானதும் ஆகும். அதன் விருப்பத்திற்குக் கட்டுப்பாடுகள் இல்லை. ஏனெனில், செயலுக்கு அது பலவந்தப்படுத்தப்படுமானால், அப்படிக் கட்டாயப்படுத்தும் சக்திக்கு அது கீழ்ப்படுவதால் அது உயர் தலைமைமிக்கதாக இருக்காது.

அதன் விருப்பம் பிளவுபடாதது. ஏனெனில் சில குறிப்பிட்ட நிகழ்வுகள், மனிதர்கள் மீதான ஆதிக்கம் முழுமையாகவும் மாற்ற இயலாத முறையிலும் வேறொரு குறிப்பிட்ட அமைப்புக்கு ஒப்படைக்கப்பட்டால், அந்த இறையாட்சி அமைப்பு உலகளாவிய உயர்தலைமையை அனுபவிக்க இயலாது, அதனால் வரையறைப்படி

அது இறையாண்மையாக இல்லாமல் போகிறது. அதன் விருப்பமும் தெளிவாகவே எவ்விதப் பிரித்தலுக்கும் உட்பட இயலாதது. ஏனெனில் ஓர் இறைமை ஆதிக்கம் தனது இறையாண்மையைத் தர முடியுமானால், தனது சுயவிருப்பத்தினால் அதை மீண்டும் பெற இயலாது. எனவே இறையாண்மையின் விருப்பமே சட்டம் ஆகும். தனக்குக் கீழ்ப்பட்டவரை ஏதேனும் சில செயல்களைச் செய்யவோ, அல்லது செய்யாமல் தடுக்கவோ இடப்படும் ஆணை அது. அந்த ஆணைக்குக் கீழ்ப்படியாமை அதை ஒரு தண்டனைக்கு உட்படுத்துகிறது. இறையாட்சியே நேர்முகச் சட்டத்தில் எல்லையற்றது, ஏனெனில் அதை உருவாக்குவதே அதுதான். ஆகவே சட்டத்தின் வரம்புக்குள், ஹாப்ஸ் கடுமையாகச் சொன்னதுபோல, நீதியற்ற ஆணை என்பது எதுவும் இல்லை. இறையாட்சி மேற்கொள்பவன் வரம்புக்குட்படாதவன் ஆகையால், நடக்க விழைவனவற்றை எல்லாம் தான் விரும்புவதற்கான சட்ட உரிமை அவனுக்கு இருக்கிறது.

இந்தப் பார்வையில் அடங்கியுள்ள மூவிதக் குறிப்புகளை அழுத்திச் சொல்வது பயனுள்ளதாக இருக்கும்.

ஆஸ்டினைப் பொறுத்தவரை, அரசு என்பது இறுதி அதிகாரத்தைச் செலுத்தக் கூடிய ஒரு திட்டவட்டமான தலைமை கொண்ட ஒரு சட்ட முறைமை.

இரண்டாவதாக, அதன் அதிகாரம் என்பது கட்டற்றது. அது அறிவற்ற முறையிலும், நேர்மையற்ற முறையிலும், ஒழுக்கநோக்கில் நீதியற்ற முறையிலும் நடக்கலாம். சட்டக் கோட்பாட்டின் நோக்கத்தில், அதன் செயல்களின் தன்மை முக்கியமற்றது. அவை ஒரு குறிப்பிட்ட ஆணையை வெளியிடத் தகுதியுடைய ஒரு தலைமையிடமிருந்து வெளிப்படுமானால், அவை சட்டங்கள் ஆகின்றன.

மூன்றாவதாக, சட்டத்தின் சாராம்சம், ஆணையிடுதல். நீங்கள் சில குறித்த செயல்களைச் செய்யவேண்டும்; வேறு சிலவற்றைச் செய்யலாகாது. இரண்டிலும், உங்கள் கடப்பாட்டைச் செய்யத் தவறுவதற்குத் தண்டனை உண்டு.

தனது குறுகிய களத்திற்குள்ளாக, ஆஸ்டினின் பார்வை, சில குறித்த இறுதியான ஏற்புகளிலிருந்து என்ன விளைவு ஏற்படுகிறது என்பது பற்றிய ஒரு சரியான பகுப்பாய்வு. ஒரு சட்ட வல்லுநர், ஆணையிடுவதன் வடிவம் என்ற வகையிலேயே இறைமையை முக்கியமானது என்று கருதினால், அதன்படி அதை விவாதிக்க அவர் முற்படலாம். மேலும் அவர், இறைமையைச் செயல்படுத்தக்கூடிய அதிகார பலம் என்பது எல்லையற்றது என்று கருதலாம். அந்த பலம், தற்கால, ஒப்புநோக்கில் முறையான அரசுகளின் நீதிமன்றங்களில்

எவ்விதம் பயன்படுத்தப்படுகிறது என்ற வகையிலேயே கருத்தில் கொள்ளப்பட வேண்டும். ஆனால் இந்த ஆலோசனைகள் அரசியல் நோக்கங்களுக்கென நவீன அரசு பற்றிய விளக்கங்கள் என்ற முறையில் அதைப் பயனற்றதாக்குகின்றன. ஓர் இறையாட்சி அரசு செயலில் ஈடுபடும்போது வெறுமனே ஓர் ஆணை என்ற வடிவத்திற்குக் குறைக்கப்பட இயலாதது என்பது தெளிவு. மேலும், எவ்வித ஒழுங்கமைப்பும் எல்லையற்ற ஆற்றலை மெய்ம்மையில் வெளிப்படுத்துவதில்லை என்பதும் தெளிவு; இறையாட்சி என்பது, சட்டத்தில் தனக்கு மிகக் கீழான அமைப்புகளும் விழைகிற விஷயங்களை விரும்புகின்ற கட்டாயத்துக்குள்ளாகிறது என்பதை திட்டவட்டமாகத் தெரிந்துகொள்ள முனையாவிட்டால் நாம் சமூகத்தின் பண்பினைப் புரிந்துகொள்வதில் முழுமையாகத் தோல்வியடைவோம்.

ஆஸ்டினின் கொள்கை, அபத்தமாகச் செல்கின்ற அளவுக்குச் செயற்கையானது என்பதைப் போதிய அளவு வரலாற்று ரீதியில் மெய்யாகவே, சர் ஹென்றி மெய்ன் காட்டியுள்ளார். பாராளுமன்றத்தைக் கொண்ட அரசனின் இறைமைக்கும், கீழைநாட்டு மதஆட்சிக்கும், பழங்கால ஏதென்ஸின் மக்களுக்கும் இடையே ஒப்பிடக்கூடியது எதுவுமில்லை. அல்லது நாம் ஏற்கெனவே அமெரிக்காவின் விஷயத்தில் கண்டதுபோல, ஒரு நிர்ணயமான இறையாட்சி அமைப்பை எப்போதும் காணவும் முடியாது. எந்த இறையாட்சியும் எங்கும் எல்லையற்ற அதிகாரத்தைப் பெற்றிருந்ததில்லை; அப்படிப்பட்ட அதிகாரத்தை வெளிப்படுத்துகின்ற முயற்சியெல்லாம் எப்போதும் பாதுகாப்பு நடவடிக்கைகளை நிறுவுவதிலேயே முடிந்துள்ளன. துருக்கியின் சுல்தான் தன் ஆதிக்கத்தின் உச்சநிலையில் இருக்கும்போதுகூட, பாரம்பரியமாகக் கடைப்பிடிக்கின்ற ஒரு விதித்தொகுதியினால் கட்டுப்படுத்தப்பட்டான். அதற்குக் கீழ்ப்படிவது நடைமுறையில் அவனுக்குக் கட்டாயமாக இருந்தது. சட்டத்தில், சமூக மெய்ம்மைகளின் களத்தில் அவனால் மாற்ற இயலாத எந்தப் பகுதியும் கிடையாது; தன்னை ஆஸ்டினியச் சட்டவியலின் இறைமையாளனாக மாற்றக்கூடிய அந்த மாற்றங்களை விரும்புவதை விரும்பாமலிருந்த காரணத்தினாலேயே நடைமுறையில் அவன் அரசனாக எஞ்சியிருந்தான்.

மேலும் சட்டம் என்பதை ஓர் ஆணையாக எளிமைப்படுத்துவது என்பது, சட்டநிபுணனுக்கும் மரியாதையின் விளிம்பில் வரையறையை வலிந்து கொள்வதாகவே அமையும். ஏனெனில் சட்டத்தின் ஒருமையில் ஆணை என்னும் கூறு, நடைமுறையில் பார்க்கும்போது, நம் பார்வைக்கு அப்பால் செல்கின்ற ஒரு பண்பிருக்கிறது. அமுலுக்கு வருகின்ற எல்லாச் சட்டவிதிகளுக்கும் இது உண்மை. வேந்துத் தகைமையாளர் (லார்ட் சான்ஸலர்) தன்னிடமுள்ள ஆங்கிலிகன்

திருச்சபையில் ஓர் நிரந்தரத் திருச்சபைப் பதவி நியமனத்துக்குப் பரிந்துரைக்கும் உரிமையை (M,.C.120இல், 26, 27இன்படி)த் தான் முடிவுசெய்து விற்கவேண்டும் என்று இயக்கப்பட்டால், அந்தச் சட்டவிதி சந்தேகமின்றி ஒரு சட்டம்தான், ஆனால் அதில் ஆணையின் கூறு என்பது மிக மறைமுகமாகவே உள்ளது. வேந்துத் தகைமையாளரை யாரும் இயக்க இயலாது. அவர் குறித்த நடவடிக்கையில் இறங்காமைக்கு எவ்விதக் கடப்பாடும் அவர் மீது இல்லை. அவர் சட்டமுறைமைக்கு எதிராகச் செயல்பட்டால், அவரது நிரந்தரத் திருச்சபைப் பதவி நியமனத்துக்குப் பரிந்துரைக்கும் உரிமை சட்டப்படி செல்லாததாகவே கருதப்படும். வாக்குரிமைச் சட்டம் ஒன்று பெண்களுக்கு வாக்குரிமை அளிக்கும்போது, அதை ஆணை என்ற விதத்தில் பகுத்துநோக்குவது, அதன் இயல்பை மிகவும் சுற்றிவளைத்து விளக்குவதாகும். ஒருவேளை அதை மீள்பார்வை செய்யும் வழக்கறிஞர் பெண்களையும் வாக்காளர்களாகக் கொள்ளும் கடமையை ஒரு கடப்பாடாக நாம் கருதினாலொழிய இங்கு எவ்விதக் கடப்பாடும் சுமத்தப்படவில்லை. ஷெல்லியின் வழக்கின் விதியைப் போல வேறு எந்தச் சட்டமும் ஒருவேளை அவ்வளவு விவாதத்தைத் தூண்டவில்லை எனலாம். ஒப்புமையான விஷயம் ஒன்றில், குறித்த வார்த்தைகள் குறித்த விதத்தில் பொருள் கொள்ளப்படும் என்று அந்த விதி வகுக்கிறது. ஆணை பற்றிய கருத்து, தற்செயலாகவும் மறைமுகமாகவும் உள்ளது; தண்டம் பற்றிய சிந்தனையும், மிகச் சுற்றான வழியில் அன்றி, குறிப்பாக இல்லவே இல்லை. ஒப்படைக்கப்பட்ட அதிகாரத்தைச் செயல்படுத்துதல் எப்படி ஆஸ்டினின் வரையறைக்குள் கொண்டுவரப்பட இயலும் என்று நோக்குவது மிகவும் கடினமாக உள்ளது. அரச உறுதிப்பத்திரம் ஒன்று இராணுவத்தின் ஊதியத்தையும் ஓய்வூதியத்தையும் ஒழுங்குபடுத்துகிறது. இது தகுந்த ஒரு அதிகாரத் தலைமையிடமிருந்து வெளிப்படுகின்ற ஓர் ஆணையாகும்; ஆனால் அரசின் போர்ச்செயலர் அதற்குக் கீழ்ப்படிய வேண்டும் என்று வற்புறுத்த முடியாது.

ஆஸ்டினின் நோக்கிற்கு மிகப் பொருத்தமான உதாரணம், பாராளுமன்றத்தில் அரசன் பெற்றுள்ள இடம் ஆகும். அங்கிருந்து இடப்படும் எவ்வித ஆணைக்கும், ஒரு சிறந்த பகுப்பாய்வில் பேராசியர் டைசி சுட்டிக் காட்டுவது போல, நீதிமன்றங்களின் மூலம் செயற்படுத்தல் வாயிலாகக் கீழ்ப்படிதல் நிகழும். ஆனால் ஆஸ்டினிய நோக்கில் பாராளுமன்றத்தில் அரசரை ஓர் இறைமை மிக்க அமைப்பாகக் கருதுவது அபத்தம் என்பது எல்லாருக்கும் தெரியும். ரோமன் கத்தோலிக்கர்களுக்கு வாக்குரிமை இல்லாமற் செய்யவோ, தொழிற்சங்கங்களின் இருப்பைத் தடைசெய்யவோ எந்தப் பாராளுமன்றமும் முற்படாது. அப்படிப்பட்ட முயற்சியில்

ஈடுபட்டால், அது பாராளுமன்றமாக இல்லாமல் போய்விடும். அதாவது, நடைமுறையில், 'சட்டப்படியான எல்லையற்ற அதிகாரம்' என்பது ஒவ்வொரு தலைமுறையினரும் பெரும்பாலும் 'நன்கறிந்த நிபந்தனைகளின்கீழ் செலுத்தப்படும் அதிகாரம்' என்றாகிறது. ஒருவேளை இறைமை மிக்க பாராளுமன்றத்திடமிருந்து அதன் பகுதியுறுப்புகளுக்குக் கீழ்ப்படிதல், எதிர்திசையில் நிகழ்வதைவிட அதிகமாக இருக்கிறது என்று சொல்லலாம்; உதாரணமாக, தொடர்ச்சியான இடைத்தேர்தல்கள், இறையாட்சியாளரின் விருப்பத்திலும் மனநிலையிலும் வியக்கத்தக்க வேகத்துடன் ஒரு மாற்றத்தை உருவாக்குகின்றன. அதாவது, சட்டப்பூர்வமான சர்வ வலிமை மிக்க தலைமையின் பின்னால், தங்கள் அபிப்பிராயங்களுக்கும், விழைவுகளுக்கும் 'அதிக-அதிகமான மரியாதை' காட்டப்பட வேண்டும் என்று கருதும் வாக்காளர்கள் இருப்பதை உய்த்துணர முடியும். இந்த அதிக-அதிகமான மரியாதை என்ற கருத்து முக்கியமானது. அரசாங்கத்தின்மீது அழுத்தத்தைச் செலுத்தக்கூடிய இலக்குடைய சங்கங்களாகச் சமுதாயம் ஒழுங்கமைப்பு அடையும்போது, இறையாட்சி உறுப்பு, ஒரு பொதுச் செயல்முறையில், வேறெங்கோ உருப்பெறுகின்ற முடிவுகளைப் பதிவு செய்யும் கருவிக்குமேல் ஒன்றுமில்லை என்று ஆகிவிடுகிறது. ஆஸ்டினிய ஏற்பாட்டின் எல்லா வடிவங்களும் போற்றப்படுகின்றன; ஆனால் அவற்றின் பொருள் அவற்றைக் காப்பாற்றவேண்டிய நிபந்தனைக்குச் சமர்ப்பிக்கப்படுகிறது.

ஒரு கூட்டாட்சி அரசில் இறைமையைக் கண்டுபிடிப்பது, யதார்த்தத்தில், இயலாத ஒரு சாகசம் என்று சுட்டிக்காட்டப்பட்டுள்ளது; ஆனால் இந்த இடர்ப்பாடு கூட்டாட்சி அரசுகளுக்கு மட்டும் இல்லை. சான்றாக, ஆஸ்டினிய அர்த்தத்தில், பெல்ஜியத்தை ஓர் இறையாட்சி அரசாகக் கொள்ள முடியுமா என்பது சந்தேகம்தான். ஒவ்வொரு பெல்ஜியக் குடிமகனுக்கும் அதன் அரசியலமைப்பு குறித்த உரிமைகளை உத்திரவாதம் அளிக்கிறது. அவர் தனக்குச் சரியெனத் தோன்றும் மதத்தைப் பின்பற்றலாம்; தகுந்த நஷ்ட ஈடின்றி அவருடைய சொத்தினை ஒருவரும் அபகரிக்கலாகாது; ஆயுதங்கள் இன்றி, வெட்டவெளியில் அன்றி, எங்கு வேண்டுமானாலும் அவருக்குக் கூட்டமாகச் சேரும் உரிமை இருக்கிறது. பெல்ஜியச் சட்டமன்றத்தினால் இந்த உரிமைகளும் இதுபோன்றனவும் மாற்றப்பட முடியும் என்பது முற்றிலும் உண்மைதான். ஆனால் அரசியலமைப்பை மாற்றுவதற்கு முன்னால், ஒரு சட்டமன்றத்தின் முடிவு, அதே நோக்கத்திற்காக வாக்காளர்களால் புதிதாக மறுதேர்வு செய்யப்பட்ட மற்றொரு சட்டமன்றத்தினால் ஒப்புதல் அளிக்கப்பட வேண்டும். புதிதாகக் கூடும் பேரவையின் மூன்றில் இருபங்கு உறுப்பினர்கள் வருகைதந்து,

அவர்களில் மூன்றில் இருபங்கினர் அரசியலமைப்புச் சட்ட மாற்றத்துக்கு ஆதரவாக வாக்களிப்பார்கள் என்பதற்கு எவ்வித உறுதியும் இல்லை; மேலும், புதிய சட்டமன்றத்தில் பழைய மன்றத்தில் இருந்தது போன்ற அதே மாதிரியான உறுப்பினர்கள் இருப்பார்கள் என்றும் சொல்லமுடியாது. அதனால், கோட்பாட்டளவில், அரசியலமைப்புச் சட்டத்தை மாற்ற இயலாமலே போகலாம். இந்த அர்த்தத்தில், (சர்வதேசச் சட்டத்தின் நோக்கில் பெல்ஜியம் ஓர் இறையாட்சி அரசாக இருந்தாலும்), தனது உள்நாட்டு விஷயங்களில் பெல்ஜியம் ஓர் இறையாட்சி அரசாக இருக்க இயலாது, அல்லது அதன் இறைமை அதன் வாக்காளர்களிடம் உறைகிறது. ஆனால் எந்த வாக்காளர் தொகுதியும், எல்லை நிர்ணயிக்க முடியாத ஓர் அமைப்பு. அது தனது உறுப்புகள், முகவர்கள் வாயிலாக இயங்கச் சட்டத்தினால் கட்டுப்பட்டது; ஆஸ்டின் கருத்தின்படி, இறைமையின் தனித்தபண்பே, தானே நிர்ணயிக்கக் கூடியதாகவும், எல்லைக்கு உட்படுவதாகவும் இருப்பதாகும்.

இம்மாதிரி இடர்ப்பாடுகளைப் பேராசிரியர் டைசி, இறைமை பற்றிய கருத்தை இரண்டாகப் பகுப்பதன் வாயிலாகச் சமாளிக்க முயற்சி செய்தார். பாராளுமன்ற அரசன் சட்டப்படியான இறையாட்சியாளனாகவும், வாக்களிப்போர் தொகுதி அரசியல் இறையாண்மை உள்ளதாகவும் கருதப்பட வேண்டும் என்று அவர் ஆலோசனை கூறினார். ஆனால் இந்தக் கருத்தின்படி, இறைமை என்பது பிளவுபடுவதாகிறது, இது அசல் வரையறைக்கு முற்றிலும் மாறுபட்டதாக இருக்கிறது. அல்லது இங்கிலாந்தில் தங்கள் பிரதிநிதிகளால் அதிகாரத்தைச் செலுத்துகின்ற வாக்காளர்களே இறையாட்சியாளர்களாக உள்ளனர் என்ற ஆஸ்டினுடைய சொந்தக் கருத்தினாலும் இந்த விஷயம் மேம்படவில்லை. முதலில், அரசரும் பிரபுக்கள் அவையும் எந்த அர்த்தத்திலும் பொதுமக்களுடைய பிரதிநிதிகள் அல்ல என்பதால் இந்தக் கருத்து பொருத்தமல்ல. இரண்டாவது, இறையாட்சிமிக்க வாக்காளர்களின் தொகுதி, தனது அதிகாரங்களை ஒரு பொறுப்பவை அல்லது பொறுப்பவைகளின் கீழ்ப்பட்டதற்கு, முழுமையாகவும் நிபந்தனையின்றியும் ஒப்படைக்கலாம் என்று ஆஸ்டின் வாதிட முனையும்போது, அவர் முன்னர்க்கூறிய வரையறையின் தர்க்கரீதியான அர்த்தத்தை - அதாவது இறையாண்மை பிளவுபட இயலாதது என்பதை மறந்துவிடுகிறார். வாக்காளர்த் தொகுதி ஒரு பொறுப்பவையை வெறுமனே உருவாக்கினால், அது ஓர் இறையாட்சி அமைப்பாக இருக்காது. இறைமைக்கு ஆஸ்டின் தந்த அர்த்தத்தின்படி, அது தானே ஓர் இறையாட்சிமிக்க அமைப்பை உருவாக்கினால், அது இறையாட்சி மிக்க அமைப்பாக இல்லாமல் போய்விடும்.

ஆஸ்டினியம் இறுதியாக இட்டுச்செல்லும் இந்தத் திகைப்பு வழி, இக்கால அரசில், ஜனரஞ்சக இறையாண்மைக் கோட்பாட்டினை உட்கொண்டுள்ளது. இதனுள் செல்வதற்கு முன்பாகவே, இந்த நோக்கிற்கு நுட்பம் அளிப்பது இயலாதது என்று முக்கியமாகச் சொல்லிவிடலாம். தொடர்ந்த ஓர் அலகாகச் செயல்படுவது என்ற அர்த்தத்தில் மக்கள் அரசாட்சி செய்ய இயலாது; ஏனெனில், நவீன அரசின் செயல்பாடு மிகவும் சிக்கலானது, அதை நிரந்தரத் தொடர்புகோள் வாயிலாக நடத்த முடியாது. ஜனரஞ்சக இறைமை என்பது பொதுமக்கள் கருத்தின் உயர்தலைமை என்று அர்த்தப்படுமானால், அது மிக ஒழுக்கக்கேடான வகையில் அருவப்படுத்துதல் ஆகும். ஏனெனில் மக்கள் கருத்து எப்போது மக்களுக்கானதாகவும் எப்போது கருத்தாகவும் இருக்கிறது என்பதை நாம் கண்டறியவேண்டும். ஒரு ஜனரஞ்சக விருப்பத்தை வெளிக்கொணர்தல் என்பது எப்போதுமே ஒரு மென்னயம் வாய்ந்த பணியாகும். அதில் கடுமையான நிச்சயமின்மை உள்ளது. அமெரிக்க அரசியலமைப்பு சில கருத்துகளை அடிப்படையாக ஆக்க முயற்சி மேற்கொண்டது போல, அதை நிறுவன வடிவங்களுக்குள் வைத்துப் புனிதமாகப் பாராட்ட முயற்சிசெய்தால், நாம் பொதுமக்கள் கருத்தை அரசபீடத்தில் வைப்பதற்கு மாறாக, முற்றிலும் வேறொரு விஷயமாக ஒன்பதுக்கு ஐந்து என்ற நியாயத்தினை அடைவதில் முடிவடைவோம். 1791இன் ஃபிரெஞ்சுப் புரட்சியில், தேசமே எல்லா அதிகாரங்களுக்கும் மூலம், அவற்றைச் சட்டமன்றமும் அரசனும் நிகழ்த்த வேண்டும் என்று கூறப்பட்டது போலக் கூறினால், நாம் ஜனரஞ்சக இறைமை என்பதை ஓர் உருவகமாகக் குறுக்கிவிடுவோம். அப்போது ஒருபுறம் நாம், ஒப்புயர்வற்ற அதிகாரத்தைக் கையாளாமல் விடுவது அதற்கு துரோகம் இழைப்பதாகும் என்ற ரூஸோவின் வாதத்தை எதிர்கொள்ளவேண்டும். அல்லது பிரதிநிதித்துவத்தின் ஒழுக்கப் பண்புக்கு வாக்காளர்கள் அளிக்கும் வரையறுக்கப்பட்ட ஒரு அதிகாரம் ஆபத்தானது என்ற பர்க் மற்றும் மில்லின் கருத்தைச் சந்திக்கவேண்டும். இறுதியளவில், ஜனரஞ்சக இறைமை என்ற கோட்பாடு, மேலோங்கும் ஆர்வங்கள் என்பன, சமுதாயத்தின் ஏதோ ஒரு குறித்த பகுதியின் ஆர்வங்களுக்கு பதிலாக, மொத்த மக்கள் திரளின் ஆர்வங்களாக இருக்கவேண்டும் என்பதைத்தான் அர்த்தப்படுத்துகிறது; மேலும் இப்பொது ஆர்வம் மேலோங்குதலே அரசியல் நன்மைக்கான காரணமாகும் என்று உட்குறிப்பாக வலியுறுத்துவதும் ஆகும். ஆனால் இது விவாதத்தைக் கிளப்புவதாக ஆகுமே அன்றி அதை முடித்துவைப்பதாகாது; ஏனெனில் இந்தக் கொள்கையின் பொருளை அறிவிப்பது அல்ல, அதை செயற்படுத்துவதே உண்மையான பிரச்சினையாகும்.

இப்படிப்பட்ட இடர்களின் பின்னணியில், இறைமையின் சட்டக் கொள்கையை அரசியல் தத்துவத்திற்கு ஏற்புடையதாக்க முடியாது. அரசு என்பது இருக்கிறது; அதன் இருப்பினால் அதன் உறுப்புகள் என்னென்ன என்றும், எந்த விதத்தில் அரசின் நோக்கத்திற்குப் பணி புரிகின்றன என்றும் நாம் விவாதிக்க முற்படலாம். ஆஸ்டின் செய்ததுபோல, இறையாட்சியைக் கண்டுபிடிக்கும் எந்த முயற்சியும் கடினமான, பெரும்பாலும் சாத்தியமற்ற சாகசமாகும். இறையாட்சியாளர் உண்மையில் பயன்படுத்த இயலாத பண்புகளைக் கொண்டிருக்க வேண்டும் என்று விதிப்பதாகவே இது அமையும். மிகமுக்கியமான கருத்துகளின் அர்த்தங்களை அது ஒரு உட்பொருளாகக் குறுக்கிவிடுகிறது. அதை நிலை நிறுத்தினால் சமூகத்தின் இருப்புக்கு ஆபத்தாகவே முடியும். அரசியல் தத்துவம், சந்தேகமின்றி, அரசின் வாழ்க்கையில், சட்டத்தை மிக முக்கியக் காரணியாகக் கருத வேண்டும். ஆனால் சட்டத்தின் இயற்கைக்கான அணுகுமுறை, தன்னளவில், மாண்டெஸ்க்யூ கூறிய ஆலோசனைக்கு இசைந்திருக்க வேண்டும், அல்லது அதனால் உதவி செய்வதைவிட ஏமாற்றவே முடியும் என்பதை அது இடைவிடாது மனத்தில் கொள்ளவும் வேண்டும். அரசியல் மாணவனைப் பொறுத்தவரை, சட்டம் என்பது பொது சமூகச் சூழ்நிலையின் மீது கட்டப்பட்டது. குறித்த ஏதோ ஒரு காலத்தில் ஓர் அரசின் தேவையான சமூக உறவுகளாக வைத்திருப்பனவற்றை அது வெளிப்படுத்துகிறது. அரசியலுக்கு, சட்டம் என்பது எந்த உறுப்பினால் அறிவிக்கப்பட்டது என்பது, அந்த உறுப்பைக் குறித்த விதத்தில் செயல்படவைத்த சக்திகள் யாவை என்பதைவிட மிகவும் முக்கியத்துவம் குறைந்தது.

III. அரசியல் இறைமை

நாம் இறைமையின் அரசியல் தன்மையை இங்கு அணுகுகின்றோம். எந்த ஒரு அரசிலும், எந்த விதமான எல்லைக்கும் உட்படாத ஓர் அதிகாரம் இருக்கவேண்டுமா என்பது அடிப்படையாக எழும் கேள்வி. ஆனால் எல்லையற்ற அதிகாரம் என்பது எங்குமே இல்லை என்பதை நாம் முதலில் நினைவு கொள்ளவேண்டிய தேவையுள்ளது. இறையாண்மை விருப்பத்தின் தன்மைக்கு உருக்கொடுக்கும் ஆயிரக்கணக்கான மாறுபடும் செல்வாக்குகள்மீது நாம் எப்போதுமே கவனம் செலுத்த வேண்டியுள்ளது. இங்கு நாம் கோட்பாட்டைவிட மெய்ம்மையின் களத்தில் இருக்கிறோம்; எந்த ஒரு தனி முடிவின் மூலங்களையும் தேடுகின்ற முயற்சி, ஜான் சிப்மன் கிரே வலியுறுத்தியது

போல, சமூகத்தை மெய்யாக ஆள்வது யார் என்பதைக் கண்டுபிடிக்க முடியாது என்று மிகப் பலரையும் கூற வைக்கும். நடைமுறை நோக்கங்கள் அளவில் அரசின் விருப்பமானது பிற விருப்பங்கள் வாழ்கின்ற எல்லைகளை நிர்ணயிக்கும் விருப்பமாகும் என்று சொல்லித் திருப்தியடைவதோடு யதார்த்தப்பூர்வமான ஒரு பகுப்பாய்வு நின்றுவிடும். அரசின் விருப்பம் என்பது, தான் எந்தக் குடிமக்கள்மீது ஆட்சி செய்கிறதோ அந்த அரசாங்கத்தின் விருப்பமே ஆகும்.

தெளிவாகவே, இப்படிப்பட்டப் பின்னணியில், அரசின் விருப்பம் என்பது பொறுப்பற்ற ஓர் விருப்பமாக இருக்க இயலாது. ஆட்சியின் கடிவாளங்கள் ஒழுங்கான வழியில் ஒப்படைக்கப்பட்டுள்ள, ஒருசிலர் கொண்ட சிறிய அமைப்பு செய்யும் தீர்ப்பு என்பதற்கு மேல் ஒன்றுமில்லை. அவர்கள் சரி என்று நினைப்பது, சமுதாயம் சரி என்று நினைப்பதற்கு எதிராகவும் இருக்கலாம். வரலாற்று அனுபவத்திற்கு முரணான யூகங்களின்மீதும் அது கட்டப்பட்டிருக்கலாம். எனவேதான் எந்த அரசாங்கமும் அனுபவிக்கும் அதிகாரத்தின் காலஅளவு, காலமுறைப்படி புதுப்பித்தலுக்கு உட்பட வேண்டும் என்பது இக்காலச் சமுதாயங்கள் பெரும்பாலானவற்றின் தீர்ப்பாக இருக்கிறது. அவர்கள் தலைமை வகிக்கும் சமுதாயம், வேறொரு மனிதர்களின் அமைப்பினை ஆள்வோராகத் தேர்ந்தெடுக்கின்ற முடிவு செய்ய வாய்ப்பளிக்கப்பட வேண்டும். அதாவது, அதிகாரத்திற்கு நிரந்தர உரிமை என்பதில்லை. ஒவ்வொரு அரசாங்கமும் அதன் செயல்களின் விளைவுகளை அனுபவிப்பவர்களின் தீர்ப்புக்குத் தன்னை உட்படுத்திக் கொண்டே ஆகவேண்டும். நிபந்தனையற்ற அதிகாரம் என்பது எப்போதுமே, குறைந்தபட்சம் இறுதியிலேனும், யார்மீது அது பயன்படுத்தப்படுகிறதோ அவர்களுக்குப் பேரழிவைத் தருவதாகவே அமைகிறது என்ற எளிய வரலாற்று உண்மைதான் இப்படிப்பட்ட கீழ்ப்படிதலுக்குக் காரணம் ஆகிறது.

காலமுறைப்படிப் பணிதல் என்ற கருத்து இரண்டு விஷயங்களைக் குறிக்கிறது. முதலாவதாக, பணிகின்ற முறையில் அது அளவற்ற முக்கியத்துவத்தை உள்ளடக்கியுள்ளது. ஜனரஞ்சகத் தீர்ப்பை அடைகின்ற விதம், பொதுமக்கள் கருத்தின் சரியான வெளிப்பாட்டைப் பெறும் விதமாக இருக்கவேண்டும். இரண்டாவதாக, ஓர் இயல்பான அரசாங்கம், தனது பணிக் காலத்தில், பொதுமக்கள் தீர்ப்பினைத் தனக்குச் சாதகமான நிலையில் தன்னால் இயன்ற அளவு வைத்திருக்க முயலவேண்டும் என்ற உறுதிப்பாட்டை அது உள்ளடக்கியுள்ளது. இது, அதன் விருப்பம் என்பது பெரும்பாலும் அதற்கு வெளியிலிருந்தே தீர்மானிக்கப்படுகிறது என்று கூறுவதே ஆகும். சான்றாக, பிரிட்டன்அரசு தனது சமுதாயத்திலுள்ள ஒவ்வொரு இறைச்சிக்

கடைக்காரருக்கும் பிரபுப்பட்டம் அளிக்க அதிகாரம் உண்டு. ஆனால் அது அப்படிச் செய்யாது. காரணம், அதன் எதிரிகள் தன்மீது குவிக்கும் ஏளனத்தில் அது உறுதியாக மூழ்கடிக்கப்பட்டுவிடும். ஆகவே எந்த அரசாங்கமும் பெருமளவு தனக்கு வெளியிலுள்ள விருப்பங்களுக்கு மதிப்பளித்தாக வேண்டிய கட்டாயத்தில் இருப்பதனால், நாம் இரண்டு கேள்விகளைக் கேட்கவேண்டும். எந்த ஒரு மெய்யான அரசிலும், அரசாங்கத்தின் விருப்பத்தை வேறு எந்த விருப்பங்கள் இயக்குகின்றன என்பதையும், அரசின் இலக்கு எந்தப் பெரிய அளவிலேனும் அடையப்படவேண்டும் என்றால் எந்தச் சூழல் அதற்கு முக்கியமானது என்பதையும் அறியவேண்டும்.

இரண்டாவது கேள்வியை முதலில் எடுத்துக்கொள்வது நல்லது. "ஒவ்வொரு தனிமனிதனும், குறைந்தபட்சம் உள்ளார்ந்த நிலையிலேனும், தனக்குள் சிறந்தவற்றை அடைவதை நம்புகின்ற ஒரு சூழலை அரசின் செயல்பாடுகள் உருவாக்கித்தர வேண்டும் என்ற தகுதிக்குரியவன்" என்று இங்கே வாதிடப்பட்டது. எந்த ஓர் அரசும் இந்த நோக்கத்திற்காகத் தனது உறுப்பினர்களிடையே வேறுபாடு காட்டுகின்ற விதமாக அதிகாரத்தைச் செலுத்தினால், அந்த அரசாங்கங்களைச் சட்டப்பூர்வமாகச் செல்லுபடி ஆக்கும் நிபந்தனையை நாம் மறுக்கவேண்டி வருகிறது. ஆகவே அரசாங்க அதிகாரத்திற்கு அடிப்படை எல்லையாகச், "சட்டரீதியாகச் செல்லத்தக்க தன்மைக்கான நிபந்தனைகளை இயற்றவேண்டும்" என்பது தேவையாகிறது. நாம் அவற்றை உரிமைகளின் ஓர் ஒழுங்கமைவாக ஆக்கி அவற்றை இயற்றுகிறோம்: இதற்கு, கோரிக்கைகளின் கணம் ஒன்று, தான் அடையப்படாவிட்டால், அரசின் நோக்கத்தின் பூர்த்தியைத் தடைசெய்யும் என்பது அர்த்தம். இந்தக் கோரிக்கைகளின் உட்பொருளைப் பின்னால் நாம் விவாதிக்க வேண்டும். இங்கு, ஒவ்வொரு அரசாங்கமும் தனது பணியினால், அந்தக் கோரிக்கைகளை மனிதர்களின் வாழ்க்கையின் தினசரி சாராம்சமாக மாற்ற வேண்டும் என்று சொல்வது, இப்போதைக்குப் போதுமானது. ஆகவே ஒவ்வொரு அரசாங்கமும் ஓர் ஒழுக்கக் கடப்பாட்டினைச் சார்ந்தே உள்ளது. அதன் செயல்கள், உரிமைகளை நிலைநிறுத்துகின்ற அளவுக்குச் சரியானவை. அவற்றைப் பற்றி அது கவலை கொள்ளாதபோது, அல்லது அவற்றை எல்லைக்குட்படுத்த முயலும்போது, அதன் உறுப்பினர்களின் விசுவாசத்தைப் பெறுகின்ற உரிமையை அது இழந்து விடுகிறது.

இம்மாதிரிக் கருத்தாக்கத்திலிருந்து நாம் அரசுகளின் நிஜமான பண்புக்குத் திரும்பினால், இந்தச் சிந்தனை இறையாண்மையின் சட்டக் கோட்பாட்டைவிட அவ்வளவாக அருவத்தன்மை குறைந்ததன்று. ஒரு குறிப்பிட்ட உரிமை ஏற்க மறுக்கப்படலாம். ஓர் அரசாங்கம்,

நேர்மையாகவோ, நேர்மையின்றியோ அதன் விவேகத்தைச் சந்தேகப்பட்டு அதற்குச் சட்டவடிவத்தை மறுக்கலாம்; எந்த இயல்பான அரசாங்கமும் தனக்குக் கிடைக்கின்ற பலத்தின் மிகப் பெரும்பான்மை அளவைப் பயன்படுத்தக் கூடும் என்பதால், ஒரு பெரும்புரட்சியினால் அன்றி, தனது மறுப்பை நிலைநிறுத்தவே முயலும். அதனால் அது செய்வது சரி என்று ஆகி விடாது. மாறாக, சமுதாயத்தின் பெரும்பான்மை பௌதிகச் சக்தி உரிய செயல்பாடுகளைச் செய்ய மறுக்கிறது என்றே அதற்கு அர்த்தம். இம்மாதிரி மறுப்புக்கான காரணங்கள் வழக்கமாக மிகச் சிக்கலான தன்மை கொண்டவை; ஆனால் பெரும்பாலும் எப்போதும், அரசின் ஆதாயங்களைப் பெறுகின்ற சமமான பங்கேற்பு வாய்ப்பு அரசின் ஒரு குறித்த பகுதிக்கன்றி மற்ற யாவருக்கும் மறுக்கப்படுகிறது என்ற உரிமை பற்றிய ஒரு பார்வையிலிருந்தே அவை வருவிக்கப்படுகின்றன. இம்மாதிரி மறுப்பு நீண்ட காலம் நீடிக்குமானால், அது எதிர்ப்புக்கான ஓர் அமைப்பை உருவாக்குகிறது. இறுதியில் அதுவே வலிமை மிக்கதாகி, அரசாங்கத்தைக் கைக்கொள்ளலாம். ஓர் இலட்சிய உரிமை, தனக்காகவே அதிகாரத்தை மிகுத்துக்கொண்டே சென்று, கடைசியில் அது இலட்சியத் தன்மையையே இழந்துவிடுகிறது என்பது அதன் வரலாற்றுப் பண்பு.

ஆனால் இந்த அர்த்தத்தில் வருணிக்கப்பட்ட, நிறைவேற்றத்துக்காகக் காத்திருக்கும் ஓர் உரிமை, இப்படிப்பட்ட மறுப்பு குறிப்புத்தருகின்ற அளவுக்கு ஒரு வெற்று, ஒன்றுமற்ற விஷயமாக இல்லை. உரிமைகள் இரு வழிகளில் ஒழுங்கமைப்புக்கு உட்படுகின்றன; ஒவ்வொன்றும் அரசாங்கத்தின் செயல்களின்மீதான கட்டுப்பாடுதான். அவை, முதலிலேயே அரசின் அரசியலமைப்புக்குள் எழுதிவைக்கப்படலாம். அதாவது, இறையாட்சிச் சக்தி சில குறித்த வழிகளில்தான் நடந்தாக வேண்டும் என்று கட்டாயப்படுத்தப் படலாம். பெல்ஜியத்தில் உள்ளதுபோல, மத உரிமையைக் கட்டுப்படுத்த இயலாமல் இருக்கலாம்; அல்லது இங்கிலாந்தில் உள்ள மரபில்போல, தனது அலுவலர்களைச் சாதாரணக் குடிமக்கள் கொண்டிருக்கும் இடத்தில் அல்லாமல் வேறொரு வகையில் வைக்க இயலாதிருக்கலாம். இந்த வகையில், ஒவ்வொரு அரசாங்கமும், தன்னால் மாற்றச் சக்தியற்ற சட்டவிதிகளின்கீழ் வைக்கப்படலாம். சமூக ஒருங்கிசைவின் அடிப்படையின்கீழ் மேலும் இப்படிப்பட்ட விதிகள் இருந்தால், அந்த அளவுக்கு அரசாங்கத்திடம் அவற்றை மாற்றச் சக்தி இருக்காது. இம்மாதிரி இவற்றை மாற்றக்கூடிய தன்மையில் அரசாங்கத்திற்குத் தடையிருப்பதால், அமெரிக்க ஐக்கிய நாட்டில் உள்ளதுபோல, அரசியலமைப்பு மற்றும் சாதாரணச் சட்ட விதிகளுக்கிடையில் சட்டப்பூர்வமான வேறுபாடு ஏற்கப்பட்டிருப்பது போல இது

இருக்கவேண்டுமா என்பது வரலாற்று விளக்கம் தேவைப்படுகின்ற ஒரு நுட்பமான விஷயம். இப்படிப்பட்ட வேறுபாடற்ற இங்கிலாந்தில், இந்த வேறுபாடு ஏற்கப்பட்ட அமெரிக்காவைவிடப் பேச்சுரிமை மிகப் போதுமான அளவு பாதுகாக்கப்பட்டிருக்கிறது. அரசியல்தன்மையில் சுயவெளிப்பாடு பெறப் பழக்கப்பட்டுள்ள பொதுக் கருத்துக்கு ஓர் அரசு மேலும் நேரடியாகத் தொடர்புபட்டிருந்தால், அந்த அளவுக்குக் குடிமக்கள் அமைப்பு எதிர்பார்க்கின்ற நடத்தைத் தரத்தினைக் கடைப்பிடிப்பதை அது தவிர்க்க இயலாது என்பது வரலாற்று அனுபவத்தின் பயனாகத் தோன்றுகிறது. சான்றாக, பாராளுமன்ற அரசன் என்ற அமைப்பு, பொதுக்கருத்தைச் சட்டப்பூர்வமாக ஏற்கமறுக்கலாம்; ஆனால் நடைமுறையில் அது பாராளுமன்ற அரசனாக இல்லாமல் போகின்ற நிபந்தனையை ஏற்றுதான் அப்படிச் செய்யமுடியும். ஆகவே, அரசாங்கத்தின் விருப்பம் அல்லாத வேறுபிற விருப்பங்கள் இடம் கொண்டிருக்கின்ற சுற்றுவட்டத்தைச் சட்டம் வரையறுக்கும்போது, அவை கலகத்தில் ஈடுபடுவதைத் தூண்டாமல் இருக்கப் போதிய அளவுக்கு அந்த விருப்பங்களின் ஒப்புதலைக் கொண்டே அவ்வாறு அது செய்கிறது.

ஆனால், இரண்டாவது இடத்தில், உரிமைகளை அவற்றை ஒப்புக் கொள்கின்ற விஷயத்தில் ஓர் அரசாங்கத்தின் மனப்பான்மையை எண்ணுவ தென்பது, உண்மையிலேயே அது எந்த அளவு சுதந்திரமாக இருக்கிறதோ அதைவிட அதிகம் கொண்டிருக்கிறது என்று கற்பனை செய்வதாகவே உள்ளது. மனிதர்கள், அரசின் உறுப்பினர்கள்; ஆனால் அவர்கள் வேறுபிற எண்ணற்ற சங்கங்களின் உறுப்பினர்களும்கூட. அவை தங்கள் உறுப்பினர்கள் மீது அதிகாரம் செலுத்துவது மட்டுமல்ல, அரசாங்கத்தின் நடத்தை மீதே செல்வாக்குச் செலுத்தவும் முனைகின்றன. தங்களுக்கே உரித்தான தீர்வுகளை எல்லாத் தன்னார்வச் சமூகங்களும் அரசு ஏற்கின்ற பொதுத் தீர்வுகளாக்க முனைகின்றன. சட்டப்பூர்வமான வழிகளின்படி பெரும்பான்மைச் சட்டத்தில் அறிவிக்கப்பட்ட விருப்பங்களாக மாற்ற முற்படுகின்ற சிறுபான்மை விருப்பங்கள். 1906இன் வணிகப் போட்டிச் சட்டம் போன்றவை இவ்விதத்தில் என்ன சாதிக்கமுடியும் என்பதற்கான உதாரணங்களாக உள்ளன; அல்லது, வேறொரு வட்டத்தில், உழைப்பாளர் கல்விச்சங்கம் போன்ற ஒரு சிறிய அமைப்பு தனது கொள்கைகளுக்கு அரசின் ஏற்பினைப் பெற்றுள்ள விதம், தனக்கு வெற்றியைத் தேடிக்கொள்ள ஒழுங்கமைப்புக் கொள்ளும் கருத்தின் வலிமைக்கு ஓர் அசாதாரணச் சான்று ஆகும். இது இங்கிலாந்துக்கு மட்டுமான உண்மையல்ல. அமெரிக்காவின் தேசிய நுகர்வோர் மன்றம், உழைப்பு நேரத்தைக் குறைக்கவும், பெண்களுக்குக் குறைந்தபட்ச ஊதியம் நிறுவவும் ஒவ்வோர் அரசையும் தூண்டி ஏற்கச்செய்துள்ளது. ஓர் அரசாங்கத்தின்மீது

நேரடி நடவடிக்கை வாயிலாக அதன் விருப்பத்தை மாற்றுவதற்கு இவை சான்றுகளாகும். இதைவிட வெவ்வேறு சங்கங்கள் தங்கள் சொந்தச் செயல்படு வட்டங்களுக்குள் கட்டுப்பாட்டை மேற்கொள்வதால் அரசாங்கத்தின் சுயநிர்ணயச் சக்திக்கு முட்டுக் கட்டையிடுவதில் முக்கியத்துவம் குறைந்தவை அல்ல.

ஏனெனில், எந்த ஒரு குறிப்பிட்ட சமூகத்தையும் முறையாகப் புரிந்து கொள்வதற்கு அதை இயல்பிலேயே கூட்டாட்சித் தன்மை கொண்டதாக ஏற்பது முக்கியமாகும். சமூகத்தின் ஒவ்வொரு உறுப்பினரும் ஆர்வம் கொள்ளும் தன்மையுடைய, தங்கள் நிகழ்வுகளில் முதன்மையாகக் குறித்த தன்மையுள்ள செயல்பாடுகளை அது கொண்டுள்ளது. முதல் வகையைச் சேர்ந்த பொதுச் செயல்பாடுகள், அவை சமவடிவம் கொண்ட அமைப்பாக இல்லை என்றாலும் அரசுக்குச் சொந்தமானவை. இரண்டாவது வகையைச் சேர்ந்த செயல்பாடுகள், அவை மீதிச் சமூகத்தின் மீது விளைவுகளை ஏற்படுத்துகின்ற வகையிலே அரசின் ஆர்வத்துக் கேற்றவை. இப்படிப்பட்ட பின்னணியில், திருச்சபைகளின் சமயக் கொள்கைகளுக்குள் குறுக்கிட எந்த அரசுக்கும் உரிமையில்லை. சான்றாக, ரோமன் கத்தோலிக்கத் திருச்சபை, தனது உறுப்பினர் வட்டத்துக்கு வெளியில் இருப்பவர்கள் பாவ விமோசனத்திற்குத் தகுதியிழந்தவர்கள் என்று கூறலாம். ஆனால் பழங்கால மதவிசாரணை போன்று அவர்கள் இவ்வுலக வாழ்விலும் வெறுக்கத்தக்கவர்கள் என்ற முடிவின்படி திருச்சபை நடக்காமல் இருந்தால் அதன் நம்பிக்கையை அரசு மாற்றுவதென்பது அதன் சக்திக்கு அப்பாற்பட்ட விஷயம். சுருக்கமாகச் சொன்னால், பொது விளைவுகளை உருவாக்காத எந்த நடத்தையிலும் குறுக்கிடுவதென்பது அரசின் அதிகாரத்திற்கு அப்பாற்பட்ட விஷயம். நண்பர்-கழகத்தைச் சேர்ந்தவர்கள், கட்டாய இராணுவப் பணி விதியாக்கப்பட்டுள்ள உள்ள ஒரு சமூகத்தில் இராணுவப் பணியின் ஒழுக்கக்கேட்டைப் போதித்தால், அந்த அதிகார விதிக்குப் பணிய மறுக்கும் ஒருவரை தண்டிக்க அரசுக்கு உரிமையுள்ளது. ஆனால் நண்பர்-கழகத்தையே தண்டிக்க அதற்கு உரிமை கிடையாது. இங்கிலாந்தில் வசிக்கும் அயல்நாட்டு யூதர்கள், பைபிளின் மணவிலக்குச் சட்டப்படி வாழ முனைந்தால், அரசுக்குத் தனது திருமணச் சட்டங்களைப் புறக்கணிக்கின்ற தனிநபர்களை தண்டிக்க உரிமை உள்ளது, ஆனால் யூதர்களின் திருச்சபைக் கூட்டத்தையே தண்டிக்கும் உரிமை இல்லை. அவர்களைப் பொறுத்தவரை, உடல்சார்ந்த தண்டனைகளைத் தங்கள் உறுப்பினர்களுக்கு வழங்கும் அதிகாரம் இல்லை என்பதில்தான் அரசிடமிருந்து அவர்கள் வேறுபடுகிறார்கள். அவர்கள் தங்கள் உறுப்பினர்களுக்கு அபராதம் விதிக்கலாம், ஆன்மிகத் தண்டனைகளைத் தரலாம், குறித்த சமூகத்திலிருந்து அவர்களை வெளியேற்றலாம்.

இந்த அளவில் அரசினை ஒத்த அவர்களின் அதிகாரம் அசலாகவும் முழுமையாகவும் உள்ளது, அவ்விதம்தான் இருக்கவும் வேண்டும். அவர்களிடையில் அரசு குறுக்கிடுவது, சரியான அல்லது எதிர்பார்த்த விளைவுகளை ஒருபோதும் ஏற்படுத்துவதில்லை. ஏனெனில் இந்தச் சங்கங்கள், தங்கள் வட்டங்களுக்குள், அரசைவிட இறைமையில் குறைந்தவை அல்ல; அதேசமயம், அரசிலுள்ளது போலவே, அந்த இறையாண்மை, தனித்த உறுப்பினர் அவற்றின் முடிவுகளை ஏற்கவோ மறுக்கவோ முடிவுசெய்வதால் எல்லைக்குட்படுகிறது என்ற நிலை இருக்கிறது.

நாம் இங்குக் கூறமுனைகின்ற அரசாங்கத்தின் "விருப்பம்" என்பதைப் பேசும்போது, முக்கியமாக ஒரு ஜனநாயக அரசில், உண்மையில் இல்லாத ஒரு செயற்கையான ஒருமை என்பதை மறக்கலாகாது. ஒரு சமூகத்தின் மொத்த விஷயங்களின் திசைப்படுத்தலையும் ஓர் ஒற்றைக்குழுவினரின் கைகளுக்குள் தர எந்த அரசாங்கமும் முயற்சிசெய்வதில்லை. ஃபிரான்ஸ், அமெரிக்கா ஆகிய இருதுருவங்களுக்கிடையில் போல மைய அதிகாரக் குவிப்புநிலை வேறுபடலாம்; ஆனால் அதிகாரங்களைப் பரவலாக்குவதே பரவலான பொறுப்புணர்ச்சியை உருவாக்குகிறது என்பது பொதுநிலையில் ஏற்கப்பட்டு வருகிறது. மற்றவர்களின் விருப்பத்தைச் செயல்படுத்துவதற்கு மேல் வேறொன்றையும் செய்யாத மனிதர்கள் தாங்கள் பகுதியாக இருக்கின்ற செயல்முறையில் ஆர்வம் இழந்துவிடுகிறார்கள். பயன்படுத்தப் போகும் விருப்பத்திற்குத் தாங்கள் உருக்கொடுக்க முனையும்போதுதான் அது மெய்யாக எந்த அளவிலேனும் ஆக்கப்பூர்வமாகிறது. தானாகச் செயல்பட்டுத் தவறு செய்கின்ற ஓர் உள்ளாட்சி அமைப்பு, ஒரு மைய அமைப்பின் விருப்பத்தைச் செயல்படுத்துகின்ற உள்ளாட்சியைவிடப் பயனுள்ள பணி செய்ய வாய்ப்பிருக்கிறது. இவ்வாறு தவறிழைக்கக்கூடிய விஷயங்களைக் கண்டறிவது உண்மையிலேயே தேவையானது. சான்றாக, ஒரு நகரம் தனக்கேற்ற மின்சார அமைப்பைப் பெற வேண்டுமா என்று முடிவுசெய்ய விடுவது முறையானது; ஆனால் ஒரு கல்வியமைப்பு வேண்டுமா என்று தீர்மானிக்க விடுவது நியாயமற்றது. அதாவது, ஆர்வ நிகழ்வு ஏறத்தாழ முழுவதுமாக உள்ளாட்சியின் பகுதியாக இருக்கும் சேவைகளில், மைய அரசாங்கம் குறுக்கிடுகின்ற உரிமை மிகக் குறைவாக இருக்குமளவுக்குச் சிறப்பாகப் பயன்படுத்தப்படலாகிறது. உண்மையான திசைப்படுத்தலை விடத் தேவையாக இருப்பவை அறிவுரையும், கருத்துரையும், புலனாய்வுமே ஆகும். இன்னும் தெளிவாகச் சொன்னால், மான்செஸ்டரில் டிராம் சேவை போதிய அளவு இருக்கிறதா என்பது பாராளுமன்ற அரசரின் கவனத்துக்கு வரவே கூடாது. அது சரியாகச் செயல்படுவது

என்பது பற்றிய ஆர்வம் ஒரு குறித்த பிரதேசத்தினதுதானே ஒழிய, பொதுவட்டத்தைச் சேர்ந்ததல்ல. அதாவது, நடைமுறையில், பிரதேசச் செயல்பாடுகளுக்கான, உள்ளாட்சிப் பகுதிகளுக்கு அதிகாரங்களை மைய அரசாங்கம் பிரித்து இறுதியாக அளிப்பதற்கான ஓர் ஒழுங்குமுறையை நாம் ஏற்படுத்தலாம். அதுதான் பொறுப்புள்ள அரசாங்கத்தை ஏற்படுத்துவதற்கான மிகச் சிறந்த முறையாகும்.

இது பிரதேசப் பகுதிகளுக்கு மட்டும் உண்மையல்ல. அவற்றின் உள்நாட்டு வாழ்க்கையின் கட்டுப்பாட்டை மேற்கொள்கின்ற, பிரதேசப் பகுதிகளற்ற ஒரு வகையிலும் பணிகளை ஒப்படைக்க இயலும். இங்கிலாந்தில் சட்டம், மருத்துவம் போன்ற பணிகளில் இது உண்மை. அவை, தங்கள் சொந்தக் கல்வித் தகுதிகளைத் தாங்களே கட்டுப்படுத்தவும், அதனால் அத்தொழிலுக்குள் நுழைவதற்கான விதியை மேற்கொள்ளவும் அனுமதிக்கப் பட்டுள்ளன. தங்கள் தொழில் நடத்தைக்கான தரங்களைத் தாங்களே அவை உருவாக்கிக் கொள்கின்றன. முன்பே நிர்ணயித்த வழிகளில், அந்த விதிகளைக் குறித்த காலத்திற்கு நிர்வகிக்கின்றவர்களை அவைகளே தேர்ந் தெடுக்கின்றன. தாங்கள் வந்தடைந்த முடிவுகளுக்கு மேல்முறையீடு செய்யும் வழி எதுவும் இருக்கலாகாது என்பது இம்மாதிரி அமைப்பு முறைக்கு அடிப்படைத் தேவை. சான்றாக, வழக்கறிஞர்த் தொழிலுக்குத் தேவையான தேர்வுகளில் ஒரு மாணவர் தவறிவிட்டால், அரசின் வழக்கு மன்றங்கள், ஏதோ ஒரு பிறழ்வான சூழலில் ஏற்படக்கூடிய விசாரணைக்குத் தவிர அவருக்காகத் திறக்கப்பட மாட்டாது. இப்படிச் செயல்படுகின்ற சுயநிர்வாகங்களின் பரப்பு தொடர்ந்து அதிகமாகி வருகிறது. ஒவ்வொரு தொழிலிலும் ஈடுபட்டுள்ளவர்கள் தங்கள் தொழிலுக்கான வழக்காறுகளை வகுத்து வருகின்றனர். மிகப் பரந்த பலவகைத் துறைகளில் சட்டங்களைத் தங்களுக்கென இயற்றிக்கொள்ளும் அதிகாரம் ஒப்படைக்கப்படும் தொழில்களை நாம் இனி மனங்கொள்ளவும் கூடும். இவை சட்டமியற்றுதலின் முடிவுகளை அரசு இறுதியென ஏற்றுக் கொண்டால் போதும். பணிகளைப் பரவலாக ஒப்படைத்தல், பிரதேச மையமழித்தலுக்கு இணையான தன்மை கொண்டது. அது ஒரு கூட்டுப் பொறுப்புணர்வை உருவாக்குகிறது. சுயநிர்வாகத்தில் அது ஒரு பயிற்சியாகும். எந்த அதிகாரங்களால் தாங்கள் மிக நேரடியான விளைவுகளை உணர்கிறார்களோ, அந்த அதிகாரங்களின் நிர்வாகங்களை அவர்களிடமே ஒப்படைக்கிறது இந்த வழிமுறை.

இம்மாதிரி ஒப்படைக்கப்பட்ட நிர்வாக அதிகாரத்தின் பின்னணியில் அரசின் இறுதியான அதிகாரக் கட்டுப்பாடு இருக்கவேண்டும் என்பது உண்மையும் முக்கியமும் ஆகும். ஆனால் அம்மாதிரிக்

கட்டுப்பாட்டுச் சக்தி எப்போது செயல்பட வேண்டும் என்ற சூழல்களைக் காண்பதும் குறைந்த முக்கியத்துவம் உள்ளதல்ல. சட்டத்தகுதி இருப்பதனாலேயே தனக்குக் குறைந்த விருப்புறுதியின்மீது செயல்படுகின்ற ஒரு விருப்பமல்ல அது, ஒப்படைக்கப்பட்ட அதிகாரத்தின் கட்டுப்பாட்டைத் தான் வைத்திருப்பதால், அதில் சீர்திருத்தத்தின் தேவையை வற்புறுத்துகின்றவர்களால் விசாரணையை மேற்கொள்ளவோ தேவையான மாற்றத்தை முயற்சி செய்யவோ அரசாங்கத்தைத் தூண்டுமாறு செயல்படுத்தப்படுகின்ற விருப்பம். இங்கும், மீண்டும், எதிரெதிரான பார்வைகளுக்கிடையிலான ஒரு சமரசமாகவே பெரும்பாலும் அரசாங்கத்தின் விருப்பம் உள்ளது; அப்படிப்பட்ட சமரசத்தில் அரசாங்கத்தினால் கொடுக்கப்பட்ட பணியை அது நேரடியாகவே மேற்கொள்வது அபூர்வம். இருக்கின்ற ஒரு திட்டத்தின்கீழ் சமுதாயத்தின் சமூக ஆர்வங்கள் போதிய அளவு பாதுகாப்பு உறுமாறு அரசாங்கத்திற்கு ஆலோசனை வழங்குகின்ற மனிதர்களால் கொள்ளப்படவில்லை என்று அதற்கு அர்த்தம் கொள்ளலாம்; அந்தச் சமூக ஆர்வம் இன்னும் முழுமையாக அடையப்படுகின்ற விதத்தில் ஒரு புதிய சோதனையை நோக்கி அந்த மாற்றத்தின் திசை இருக்கிறது.

இப்படிப்பட்ட பார்வைக் கோணத்தில், தன் பழமையான கோரிக்கைகள் அர்த்தப்படுத்தும் விதத்திலிருந்து மிக வேறான வடிவத்தை இறையாண்மை தனது அரசியல் பகுதியில் மேற்கொள்கிறது. அரசு ஒழுக்கம் சார்ந்ததாக இருக்கவேண்டுமானால், தனது உறுப்பினர்களின் ஒழுங்கமைக்கப்பட்ட தடையற்ற இணக்கத்தின்மீது அது கட்டப்பட வேண்டும் என்பது தெளிவு. அதேசமயம் அந்த உறுப்பினர்கள் அரசாங்க ஆணைகளை நன்கு ஆய்வு செய்யவேண்டும் என்ற தேவையும், அதனால் அது, கீழ்ப்படியாமைக்கான உரிமையும் அதில் உள்ளடங்கியுள்ளன. ஆனால் அப்படிப்பட்ட உரிமை, அரசியல் நடத்தையின் விளிம்புகளிலேயே நியாயமாகப் பயன்படுத்தப்பட வேண்டும். கலகம் என்பது ஒரு மக்கள்தொகுதியின் நிலையான பழக்கமாக இருந்தால் எந்தச் சமுதாயமும் தனது நோக்கத்தைப் பூர்த்திசெய்ய இயலாது. அதேபோல தனது அரசாங்கத்தின் விருப்பமும் பலவிதமான வழிகளில் கட்டுப்படுத்தப்பட்டால் ஒழிய, எந்தச் சமூகமும் தனது நோக்கத்தைப் பூர்த்தி செய்யவும் இயலாது. நிர்ணயிக்கப்பட்ட காலப் பகுதிகளில் யாரிடமிருந்து தன் அதிகாரங்களை அது பெறுகிறதோ அவர்களுக்கு அது பதில்சொல்லியாக வேண்டும். சில குறித்த அடிப்படைகளை அது தொடுவதற்கு அனுமதிக்கப்படலாகாது. (இதற்குப் பேச்சுச் சுதந்திரம் ஒரு மிகஉயர்ந்த எடுத்துக்காட்டு). இந்த அடிப்படைகள் இன்றி, சமூக வாழ்க்கையின் ஆதாயங்கள், வரலாற்று நிலையில், மக்களின்

திரளுக்குள் பரவலாகப் பகிர்ந்துகொள்ளப்பட முடியாது. அது தனது தவறுகளுக்குச் சட்டப்பூர்வமாகப் பொறுப்பேற்க வேண்டும். அதாவது, அதன் அலுவலர்கள், தனிப்பட்ட முறையில், நீதிமன்றங்களில் வழக்குத் தொடரப்பட ஏதுவானவர்களாக இருக்கவேண்டும்; அவர்கள் தெளிவாகவே காரணமின்றி ஒரு தரப்பினர் காயமடைவதற்கான காரணர்களாகச் செயல்பட்டிருப்பின் அத்தரப்பினர் பொது நிதியிலிருந்து இழப்பீடு பெறுவதற்கான வாய்ப்பிருக்க வேண்டும்.

எந்த ஒருவனும் அரசின் விஷயங்களில் தானே அக்கறை காட்டாவிட்டால் அவன் நல்ல குடிமகனாக இருக்கவியலாது என்பது இங்கே வலியுறுத்தப்படுகிறது. அரசியல் செயல்முறையின் முடிவுகளில் சம அக்கறை என்ற கருத்தை, எந்த ஒரு ஒழுங்கமைப்புற்ற வழியிலும் நாம் நிகழ்த்திக்காட்ட வேண்டுமானால் இந்தக் கருத்தாக்கம் முக்கியமானது. சிறுபான்மையினர் செயல் எப்போதும் சுயநலச் செயல் என்று கூறுவது மிகை என்றாலும், சிறுபான்மையினர் தடையற்ற அதிகாரத்தை அனுபவிப்பதென்பது எப்போதுமே அதிகாரத்தின் சுயநலப் பயன்பாட்டுக்குள்ளாக்கும் என்பதில் சந்தேகமில்லை. அதனால்தான், அரசியல் தத்துவத்திற்கு அதிகாரத்தின் கருத்தாக்கம் வெறுமனே அடிப்படையாக இருக்கிறது என்பதைவிட, இருக்க வேண்டும். மனிதர்கள் சேர்ந்த ஓர் அமைப்பு எல்லையற்ற அதிகாரத்தை அனுபவிக்க முடியும் என்று நாம் ஏற்றுக் கொண்டால், நிலவியல் அடிப்படையில் நாம் மனிதத் தோழமைத் தன்மையின் பிற கூறுகளைவிட அதன் வட்டாரப் பகுப்புகளை உயர்த்துகிறோம் என்று பொருள். தர்க்கரீதியாக, எந்த ஒரு மனிதக்குழுவுக்கும் எதிராக மற்றொரு குழுவின் நிலைப்பாடு சரியாக இருக்கும் என்று கருதுவதற்கு இடமில்லை. நம் மீதுள்ள நிஜமான தடைச்சக்தி என்பது அரசாங்கத்துக்குச் சட்டப்படி கீழ்ப்படிய வேண்டும் என்பதல்ல, நாம் நீதி என்று எதைக் கருதுகிறோமோ அதைப் பின்பற்ற வேண்டிய ஒழுக்கக் கடப்பாடுதான். இப்படிப்பட்ட ஒழுக்கக் கடப்பாடு என்பது முன்னேற்கப்பட்ட எவ்வித நடத்தையையும் உட்கொண்டது அல்ல. இங்கு சொல்லக்கூடியதெல்லாம், தனிமனிதன்தான், இறுதியாகத் தனது நடத்தையின் மிக உச்சமான நீதிபதி; தனது தீர்ப்பின் பொருளை, அது எதுவாக இருப்பினும், அரசுக்கு அளிக்கும்போது அவன் முழுவதுமாக அரசின் நோக்கத்தைச் சாதிக்கிறான்.

தர்க்கத்தை ஓர் இயலாத புள்ளிக்குத் தள்ளுவது இது என்று கூறலாம். எந்த ஆங்கிலேயனும் இங்கிலாந்திற்கு எதிராக ஃபிரான்ஸின் நிலைப்பாடு சரியானது என்று ஒருபோதும் கருதமாட்டான்; மிக உச்சமான தேவைக்காலத்தில் தனது நாடு உதவி கேட்கும் நிலையில் எந்த ஃபிரெஞ்சுக்காரனும், ஃபிரான்ஸின் வெளியுறவுக்

கொள்கையின்மீது தனக்கிருக்கும் வெறுப்பை வெளிக்காட்டமாட்டான். தேசிய அரசுக்கான விசுவாசம் என்பதைச் சூழ்ந்திருக்கும் உணர்ச்சியின் சாயையை மறுப்பது மெய்யாகவே மதியீனமாகும். நியாயமோ, நியாயமில்லையோ, அதன் காரணத்தைப் புரிந்துகொள்வது இயலாத போதிலும்கூட, இங்கிலாந்தின் போர்க்களத்தில் அதற்காக மனிதர்கள் உயிரைக் கொடுப்பார்கள். அப்படிப்பட்ட விசுவாசம் உள்ளது என்பதை நாம் ஏற்காமலிருக்க முடியாது. மாறாக, சமூகம் முழுமைக்கும் பயன்படக்கூடிய வாயில்களில் ஓர் இலட்சியத்தை நோக்கி இப்படிப்பட்ட தியாகத்தின் ஆற்றலைத் திசைப்படுத்துகின்ற ஓர் ஒழுங்கமைப்பு முறையை நாம் தேடவேண்டும். ஏனெனில் நன்கறியப்படாத, வெறும் உள்ளுணர்வின் மீது கட்டப்பட்ட எந்தச் செயலும் எப்போதுமே, அடிப்படையில், சமூகத்திற்கெதிரான செயல்தான். இப்படிப்பட்ட தெளிவற்ற உள்ளுணர்வைத் தனது நோக்கங்களுக்காகப் பயன்படுத்தும் கொள்கையும் சமூகத்தின் நலனுக்கு எப்போதுமே எதிரானதுதான். அதனால்தான், தங்கள் அரசாங்கம் போர் தொடுத்துள்ளது என்ற உடனே அதற்குக் கீழ்ப்படியும் மக்கள் ஒழுக்கமற்றவர்கள் ஆகிறார்கள். பெல்ஜியத்தினூடாகப் படையெடுத்த ஜெர்மானியர்களும், தங்கள் தோழர்களான சுதந்திர சக-குடிமக்களை வேண்டுமென்றே போரில் சாகவிட்ட ஹங்கேரியர்களும், தங்கள் மனிதத்தன்மையைக் கைவிட்டுவிட்டார்கள். எதிர்ப்பு என்பது கடுமையான தண்டனை விளைவுடையது என்று சொல்வது விடையும் அல்ல. ரோயர் கொலார்ட் கூறியதுபோல, சாவதுகூட ஒரு தீர்வுதான்; குறிப்பாக ஒரு நெருக்கடியின் போது, தங்கள் இயல்பின் ஆதனாசியஸ் கூறுக்கு (கொள்கைக்காகப் போரிடும் கூறுக்கு) உணர்ச்சியமான எதிர்வினை புரிபவர்கள்தான் நாகரிகத்தின் மிக உண்மையான பணியாளர்களாக இருப்பது சாத்தியம்.

புறவயமாக, உறுதியாக, தனது உறுப்பினர்களிடமிருந்து நிபந்தனையற்ற விசுவாசத்தை வேண்டுகின்ற, அந்த விசுவாசத்தைத் தனது ஆணையின் அதிகாரத்தினால் கட்டாயப்படுத்துகின்ற ஒரு முழுமையான, சார்பற்ற இறையாட்சி அரசு என்பது மனித இனத்தின் ஆர்வங்களுக்குப் புறம்பானது. அரசியல் கடப்பாட்டிற்கு ஒழுக்கச் சார்பாகப் போதிய கோட்பாடு ஒன்றை நாம் பெற வேண்டுமென்றால், இந்தப் பிரச்சினையை நாம் வேறொரு கோணத்திலிருந்து அணுகவேண்டும். ஓர் ஆக்கப்பூர்வ நாகரிகத்தில், பல்வேறு தனித்த அரசுகள் இருக்கும் வரலாற்றுத் தற்செயல் நிகழ்வு முக்கியமல்ல, பரஸ்பரச் சார்புடைய உலகம் என்ற அறிவியல் உண்மையே முக்கியமானது. நம் சகமனிதர்களின் முழுமையான ஆர்வத்திற்குத் தான் கீழ்ப்படிகின்ற கடப்பாடு இருக்க வேண்டும். அந்த ஆர்வம் எங்கு உறைகிறது என்று கண்டுபிடிப்பது கடினம் என்பதை ஏற்றுக்

கொண்டால், அது எல்லாவிதமான மிகச் சிக்கலான உணர்ச்சிகளாலும் மறைக்கப்படுகிறது என்பது உண்மை, அதனால்தான் அந்தக் கடப்பாடு மிக மெய்யானதும் முக்கியமானதும் ஆகிறது. இங்கிலாந்தின் ஆர்வத்துக்கு மனித இனத்தின் ஆர்வத்தை ஒத்துப்போக வைப்பது நமது பிரச்சினை அல்ல; மனித இனத்தின் நன்மையை இயல்பாகவே இங்கிலாந்தின் கொள்கை உட்கொண்டுள்ள விதத்தில் நடப்பதுதான் நமது பிரச்சினை. அந்த இலக்கை அடையவேண்டுமானால், நாம் சமூகத்தைச் செயல்பாடுகளின் ஒரு கூட்டிணைவு என்று கருதவேண்டும். அந்தச் செயல்களில் எதுவும், தனது நிர்வாகத்திற்கு, குறித்த அரசுக்கான இறுதி விசுவாசம் என்னும் கருத்தினால் தடைப்படுவதல்ல. சுயநிர்வாகம் மிகப் பெரிய அளவில் இருக்கும்போது ஏதோ ஒரு குறித்த செயல்பாட்டின் குறிப்பிட்ட பகுதியை நம்பி ஒப்படைக்கும்போது, அது சிறப்பாக நிர்வகிக்கப் பெறும் என்று கருதலாம். ஆனால் எவ்விதச் செயல்பாடும் எந்த இறுதி வழியிலும் இறுதியான அதிகாரங்கள் கொண்டது ஆக்கப்படலாகாது என்பதையும் நாம் கருதவேண்டும். ஒரு செயல்பாட்டின் ஏதோ ஒரு புள்ளியில், முடிவுகளைச் செய்வதால் வாழ்கின்றவர்களின் ஆர்வங்களைவிட அவற்றினால் வாழ்கின்றவர்களின் ஆர்வங்களின் ஒருசீர்மைப்படுதல் அடிப்படையானதாகிறது. எளிய உதாரணத்திற்கு, ஒரு திருச்சபையின் நிர்வாகத்தை அதன் சமயகுருக்களிடமே விட்டுவிடவோ ஒரு சுரங்கத்தின் நிர்வாகத்தை அதன் சுரங்கத் தொழிலாளர்களிடம் விட்டுவிடவோ முடியாது. அதுபோல, சர்வதேச மெய்ம்மைகளின் களத்தில், இங்கிலாந்தையோ ஃபிரான்சையோ எப்படி ஒவ்வொரு நாடும் வாழ வேண்டும் என்பதை முழுமையான விதத்தில் நிர்ணயிப்பதற்கு விட முடியாது. மனித இனத்தின் மீது தாக்கத்தை ஏற்படுத்தும் பிரச்சினைகள் பல இருக்கின்றன. அவற்றிற்கான தீர்வுகளைத் தானே நிர்ணயிப்பதை எந்த ஒரு அரசுக்கும் தனியே அளித்துவிடமுடியாது என்பது முக்கியமானது. சார்பற்ற இறைமை என்பது, உதாரணத்திற்கு, எப்போது, எப்படி இயலுமோ அப்போது ஜெர்மனிமீது படையெடுக்கும் உரிமையை ஃபிரான்ஸுக்கு அளிக்கிறது; இதற்கு எழக்கூடிய எதிர்வினை, இந்த நிகழ்ச்சியை மாற்ற இயலாத ஒரு மறுப்போ, அல்லது நாகரிகத்தை அழிக்கின்ற ஒரு போரோ தான். பரந்த பிரச்சினைகளில், உலகமுழுவதன் நன்மையும் ஒன்றுதான், பிரிக்க இயலாததுதான் என்பதை நாம் உணர்ந்தால், அவற்றை ஒன்றிணைந்து நிச்சயப்படுத்துவதே சமூக சமாதானத்திற்கு முதன்மையான நிபந்தனை ஆகிறது.

IV. சர்வதேச விஷயங்களில் இறையாண்மை

இம்மாதிரி நிலையில், சார்பற்ற இறைமை கொண்ட ஓர் அரசு என்பது, சர்வதேச நோக்கில், மனித இனத்தின் நல்வாழ்வுக்குப் பேரிடர் விளைவிப்பதாகும். மற்ற அரசுகளுடன் தொடர்கொண்ட வகையில் ஒரு அரசு தன் வாழ்க்கையை வாழ்வதென்பது அந்த அரசு மட்டுமே முழுஅளவில் நடுவராக இருக்கத் தகுதியுள்ள விஷயமல்ல. அங்குதான் மிக்க அழிவுண்டாக்கும் போர் நடவடிக்கைகளுக்கான நீண்ட பாதை உள்ளது. இதற்குத் தற்காலத்தில் பெல்ஜியம் அடைந்த வன்முறையே மிக உச்சமான ஒழுக்க முடிவுச் சான்றாகும். அரசுகளின் பொதுவாழ்க்கை என்பது, அரசுகளுக்கிடையிலான பொது உடன்பாட்டுக்கான விஷயமாகும். ஆகவே சர்வதேச நலனுக்கான எந்தத் திட்டத்திலும் சர்வதேச அரசாங்கம் என்பது அடிப்படைக் கொள்கையாகிறது. ஆனால் சர்வதேச அரசாங்கம் என்பது அரசுகள் ஒழுங்காக ஒரு தலைமைக்குக் கட்டுப்படுவதைக் குறிக்கிறது. அதில் ஒவ்வொரு அரசும் கருத்துக் கூற இயலும். ஆனால் அவ்விதக் கருத்துக்கூறல் ஒருபோதும் சுயநிர்ணய முடிவின் ஆதாரத்திலிருந்து வருவதல்ல. இந்தக் கருத்தாக்கத்தை எவ்விதம் சிறப்பான நிறுவன அமைப்பாக மாற்றுவது என்பது பின்னால் விவாதிக்கப்பட வேண்டிய விஷயம். இப்போதைக்கு, அரசு இறையாண்மை மறைகின்ற நிபந்தனையின்றி அரசுகள் அறிவுரீதியான வாழ்க்கை வாழ்வது சாத்தியமில்லை என்ற கருத்தை முன்வைப்பது போதுமானது. தனக்கு என்ன ஆயுதங்கள் வேண்டும், தான் என்ன வரிகளை விதிக்கப்போகிறது, தான் அனுமதிக்கப் போகும் குடிபெயர்வோர் யாவர் என்று இங்கிலாந்து நிர்ணயிக்க வேண்டியதில்லை. இவை சாதாரணமனிதர் வாழ்க்கையைப் பாதிக்கும் விஷயங்கள்; தங்களை நிர்வகிக்க ஒருங்கிணைந்த ஓர் உலகம் வேண்டும் என்ற குறிப்பை இவை தருகின்றன.

இப்பார்வைக்கு எதிரான வாதம், இறுதியில் ஒரு துயர்நோக்கு வாதமாகவே முடிகிறது. தாங்கள் பிறந்த சிறுகுழுவை மட்டுமே எப்போதும் குருட்டுத்தனமாக மக்கள் நேசிப்பார்கள் என்று அது கொள்கிறது; பயன்படுத்த மிக அபாயகரமான ஆயுதங்களைக் கொண்டுவருகின்ற அறிவற்ற பேருணர்ச்சியை அது மறந்துவிடுகிறது. தன் தேவைகளை வெளிப்படுத்தக் கூடிய நிறுவனத்திற்குள் உலகத்தின் ஆர்வங்களைப் பொருத்துவது கடினமான காரியம் என்பதை எவரும் சந்தேகிக்கவில்லை. ஆனால் மக்கள் கருத்தை விலக்கி முடிவெடுக்கும் அதிகாரத்தைக் கைவிடுவதே நமக்கு முன்னாலுள்ள மிக முக்கியத் தேவை என்ற உணர்வின்றித் தங்கள் தனிப்பட்ட நலத்தையே மிக உச்சமான இலக்காகக் கருதிய அரசுகளின் வரலாற்றை எவரும் வாசிக்க

இறையாண்மை | 123

இயலாது. ஒரு பெரிய சமூகத்தில் மக்கள் வாழ நேரிட்டால், அவர்கள் கூட்டுறவுச் செயல்பாட்டு முறையின் பழக்கங்களைக் கற்றுக்கொள்ள வேண்டும். தங்கள் சிறிய குழு, பெரியதொரு மக்களினப் படையின் ஒரு பகுதி என்று சிந்திக்கக் கற்க வேண்டும். சமாதானத்தினால் வரும் நீடித்த ஆதாயத்திற்காக உடனடியான, தற்காலிக நன்மையைக் கைவிடும் பழக்கத்திற்கு அவர்கள் வளரவேண்டும். ஏனெனில் நீண்டகால அளவிலேனும், சர்வதேச உறவுகளில் வன்முறையினால் பெற்ற வெற்றிகள் மிக அரிதாகவே நிரந்தர மதிப்புடையவையாக உள்ளன. *1871*இல் ஆல்சேஸ்-லொரெய்ன் பகுதியைத் தன்னுடன் சேர்த்துக் கொண்டதால் ஜெர்மனி இலாபமடையவில்லை; பாஸ்னியா, ஹெர்சிகோவினா மீது இறையாண்மை செலுத்தியதால் ஆஸ்திரியாவும் இலாபம் அடையவில்லை. இம்மாதிரி நடத்தையினால் நிறுவப்பட்ட மரபுகள் இறுதியில் பொருளியல் நோக்கில் மரண அடியாகவும், ஒழுக்க நோக்கில் அழிவைத் தருபவையாகவுமே உள்ளன. பிற அரசுகளுக்கு எதிராகத் தனது அரசின் இறைமை என்ற கருத்தின் அடிப்படையில் அவை கட்டப்பட்டுள்ளன. ஹாப்ஸ் கூறியதுபோல, அமைப்புற்ற மக்களுக்கு இடையிலான களம், எல்லாரும் எல்லாருக்கும் எதிராகப் போரிடுவது என்று அவை கருதுகின்றன. இந்தக் கருத்து, மனிதனை விலங்குகளிலிருந்து பிரிக்கின்ற மனிதத் தன்மைக்கு வஞ்சகம் புரிவதாகும்; அல்லது மனிதனையும் விலங்கையும் பிரிக்கின்ற வேறுபாட்டை அழிக்கும் முயற்சிக்கான இலக்குகளில் பகுத்தறிவைப் பயன்படுத்துவதாகும். டோக்கியோவும் பாரிஸும் ஒற்றைச் சமுதாயத்தின் நகரங்களாகும் அளவுக்குப் பெருஞ்சமூகத்தில் செயல்பாடுகள் பலகிளைகளாக விரிவடைகின்றன என்பது அச்சமுதாயத்திற்கான அரசுத்தன்மையை எவ்விதம் அமைப்புறுத்தவேண்டும் என்பதை உணர்த்துகிறது. ஓர் உலக அரசில், அது எப்படிக் கட்டப்பட்டாலும், எவ்வித அளவில் மையமழிப்பு நிகழ்ந்தாலும், தனித்த இறையாண்மைகளுக்கு அங்கு இடமில்லை. பெருஞ்சமூகத்தின் வாழ்க்கைமீது செல்வாக்குச் செலுத்துகின்ற செயல்கள் மனிதர்களின் பொதுவான, ஒருங்கிசைந்த முடிவுக்கு விடப்படவேண்டும்.

V. அரசும் சங்கமும்

இறையாண்மையின் புறப்பகுதியிலிருந்து அகப்பகுதிக்கு வரும்போது நாம் மேலும் சிக்கலானதொரு சூழ்நிலையைச் சந்திக்கிறோம். தனது சொந்த உறுப்பினர்கள் மீதான ஓர் அரசின் அதிகாரம் என்பது

பெருமளவில், விருப்பங்களைப் பிரதிநிதிப்படுத்துவதில் உள்ள பிரச்சினையாகும். எனது உள்ளுணர்வுகளின் திருப்திகரமான சமநிலையை என் வாழ்க்கை ஆக்கப்பூர்வமான அர்த்தத்தில் அடைகின்றவாறு என்னை நான் வெளிப்படுத்திக் கொள்ளுமளவுக்குச் சமூக நிறுவனங்கள் அனுமதித்தால் அப்போது நான் சுதந்திரமானவன். ஆனால் எனது விருப்பத்தோடு வெளிப்பாட்டுக்குப் போட்டியிடுகின்ற பல்வேறான விருப்பங்களுக்கு இடையில் வெறும் தனிமனிதனான எனது விருப்பம் இழக்கப்படும் என்பதும் வெளிப்படையானதுதான். இணைகின்ற விருப்பங்களின் கூட்டு பலத்தினால் தங்கள் சுயநிர்ணய வாய்ப்பைப் பெறலாம் என்பதனால்தான் மனிதர்கள் சங்கங்களை அமைக்கிறார்கள். ஒரு குழுவாக மக்கள் கொண்டிருக்கும் பொது நோக்கங்களைப் பூர்த்திசெய்வதற்காகச் சங்கங்கள் உள்ளன. அவை செயல்பாடுகளை உட்கொண்டுள்ளன, அவற்றை ஆதரிக்கின்றன. ஆகவே அரசின் வாயிலாக வெளிப்படுகின்ற விருப்பங்கள், அடிப்படையில் இரு வகையானவை. இறுதி அலகாகத் தனிமனிதன் இருப்பதால் அவனது விருப்பம் என்பதும், தன் அகண்டத்திற்குள் ஒவ்வொரு செயலும் உள்நோக்கமும் தனித்தடக்கம் என்ற வகையில் உள்ளது. அதேபோல் தனிமனிதன் ஏதோ ஒரு சிறப்புச் சங்கத்தின் உறுப்பினன் என்ற முறையில், அதன் வாயிலாக ஒரு குறித்த நோக்கத்தைப் பூர்த்திசெய்கின்ற விருப்பம் என்பதும் உள்ளது.

இங்கு இரண்டு விஷயங்களை முக்கியமாகக் கருதவேண்டும். ஒரு மனிதன் உறுப்பாக இருக்கின்ற சங்கங்களை முற்றிலும் சொல்லித் தீர்ப்பது என்பது அவனையே சொல்லித் தீர்ப்பதல்ல. ஜோன்ஸ் என்பவர் ஒரு வெஸ்லிய பாரிஸ்டர் என்றோ, அவர் சீர்திருத்தக் கழகத்திலும் விசித்திரத் தோழமையின் பழமை யமைப்பிலும் உறுப்பினராக உள்ளார் என்றோ சொல்லுவதால், அவரது முழு இயல்பும் சொல்லித் தீர்க்கப்படுவதில்லை. தனது வாழ்க்கையின் மாறுகின்ற பல்வேறு கூறுகளிலிருந்து, அவற்றிற்கிடையில் ஓர் ஒருங்கிசைவை விளைவிக்கின்ற, அல்லது விளைவிக்க முனைகின்ற ஒரு சுயத்தைக் கட்டுகின்ற ஜோன்ஸையும் நாம் கணக்கில் கொள்ளவேண்டும். இந்தச் சங்கம் ஒவ்வொன்றிலும் தனது ஏதோ ஒவ்வொரு பகுதி வாழ்கிறது என்பதைப் புரிந்துகொள்கின்ற, அவற்றின் வாயிலாகத் தனது தேவைகளையும் நம்பிக்கைகளையும் உருப்படுத்துகின்ற ஜோன்ஸ்தான் தனக்கே சொந்தமான இறுதியான ஜோன்ஸ் ஆவார். அந்த நெருக்கமான, பிறவற்றால் உறிஞ்சப்படாத ஆளுமையைத்தான் தான் ஏற்கும் உறவுகளின் ஒழுங்கமைவிலிருந்து அவர் திருப்திப்படுத்த முனைகிறார். சந்தேகமின்றி, அவர் புரியும் எண்ணற்ற தனித்த செயல்களிலிருந்து அதன் விருப்பம் கூட்டுருவாக்கப்படுகிறது. இருப்பினும் அது அவற்றிலிருந்து

விலகி அவற்றின் மீதும், மேலுமாக உள்ளது. வெறும் செயல்களை மட்டுமல்ல, அவை செல்வாக்கிற்கு உட்படுத்தும் சமூகத்தையும் பற்றி, எந்த அளவுக்கு அவை ஒரு திருப்திகரமான, ஒருங்கிணைந்த வாழ்க்கையைத் தங்கள் விளைவாக உருப்பெற வைக்கின்றன என்பதை வைத்து அது தீர்மானிக்கிறது.

இரண்டாவதாக, எந்த ஓர் ஒற்றைச் சங்கத்தின் விருப்பமும் இறுதி விருப்பமாக ஆக்கப்பட முடியாது. சான்றாக, வழக்கறிஞர் தொழிலை அதன் இறுதிக் கட்டுப்பாட்டுக்குள் விடுவது என்பது மனிதனின் ஒட்டுமொத்தப் பகுதியையும் கட்டுவதற்கான அதிகாரத்தையும் ஓர் ஒற்றைக் கூறுக்கு விட்டுவிடுவதாகும். மனிதன் ஒரு வழக்கறிஞன் மட்டுமல்ல. கொடுக்கப்பட்ட ஒரு செயல், ஒரு முழுமையான மனிதனாக்குகின்ற சாதனையைச் செய்வதன் அருகில் எப்போதுமே ஒரு குறுகிய நோக்கமாகத்தான் இருக்கும். ஆகவே நாம் யாவற்றையும் தழுவிய முடிவெடுக்கும் மனிதமையங்களின் கூறுகளில், இந்த மையங்கள் கூட்டுச்சேர்வதால் ஏற்படும் தனித்த முடிவுகளுக்கு எதிர்நிலையில், அவர்களது விருப்பங்கள் வெளிப்பாடு பெறுகின்ற ஒரு தளத்தைக் கண்டுபிடிக்க வேண்டும்.

இப்படிக் கூறும்போது, மெய்யாகவே இந்தப் பிரச்சினை தேவைக்குமீறிய அளவில் எளிமைப்படுத்தப்படுகிறது. யாவற்றையும் தழுவிய ஒரு தளத்தில் விருப்பத்தைச் செய்யவேண்டிய ஜோன்ஸ், தனது சிறப்புக் கூறு ஒன்றில் உள்ளடங்கியுள்ள முழுமையாக உள்வாங்கும் தன்மையின் உணர்வு ஒன்றிலிருந்து விடுபடமுடியாமல் இருக்கலாம். ஒருவன் தனது சொந்த மனத்திற்குள் நோக்கித் தனது முயற்சிகள் யாவும் முறைப்படுத்தப்பட்ட ஒட்டுமொத்தத் தன்மையின் முழுமையையும் தீர்மானிக்கும் சக்திக்கு எந்த ஒரு தகைமையும் ஈடில்லை. ஒருவன் தன் சகமனிதர்களின் நலம் என்ற முழுமையுடன் தனது பகுதிக்கூறுகளைத் தொடர்புறுத்தும்போதுதான் சமூக தர்க்கத்தின்படி நன்மை விளைய முடியும். செயல்படுகின்ற எந்தச் சங்கத்தின் நோக்கத்திற்குள்ளும் உறைகின்ற உட்கருத்துகளின் சிக்கல்நிலையால் மேற்கண்ட தகைமை மிக அபூர்வமாக்கப்படுகிறது. செல்வம் சேர்ப்பதையே தங்கள் இயல்பாகக் கொள்கின்ற சங்கங்கள் சமூக நலன்மீது கொள்ளும் நோக்கில் அவற்றின் சேவை ஒரு பசியாக மாற்றமுறுகிறது. மனிதர்களின் அந்தரங்க உறவுகளிலிருந்து மட்டுமே எழுகின்ற செயல்பாடுகளைப் பற்றி நோக்குகின்ற அமைப்பு என்ற விதத்தில், முழுமையான அரசியல் சங்கம் என்று ஒன்று கிடையாது. ஏனெனில் அந்த அந்தரங்க உறவுகள் ஒவ்வொரு நிலையிலும் சமூகத்தின் ஒட்டுமொத்த முறைமையின் விசையினால் பாதிக்கப்பட்டு நிறம் கொள்கின்றன. பிரக்ஞைபூர்வமாகவோ, பிரக்ஞையின்றியோ,

ஒவ்வொரு நிலையிலும், பொருளாதார, சமூக மெய்ம்மைகளும், அறிவுப்பூர்வமான, மதச் சார்புள்ள சிந்தனைகளும் அவற்றைப் பாதிக்கின்றன. ஆகவே எல்லாவற்றையும் உள்ளடக்கிய தளம் என்று நாம் முன்பு குறிப்பிட்டது, தனது தூய வடிவத்தைப் பொறுத்தவரையில் ஒரு கட்டுக்கதையே ஆகும். பொருள்களின் இயற்கைப்படி, தன் உள்தூண்டுதல்கள் இறுதிவடிவம் பெறுகின்ற தனித்த முடிவுகளுக்கு மேலும் அப்பாலுமான ஆர்வங்கள்மீது அங்கு வெளிப்பாடு பெறும் விருப்பம் திசைப்படுத்தப்பட முடியாது. ஆகவே ரூஸோவின் கருத்தின்படி, ஒரு பொது விருப்பம் என்பது சாத்தியமற்றது.

நாம் இலட்சிய வடிவத்தில் இம்மாதிரி ஒரு பொது விருப்பம் என்பதைப் புறக்கணிப்பதால், சமூகத்தின் இலக்கு மிகச் சிறந்தமுறையில் அடையப்படுகின்ற சங்கங்களின் ஒழுங்கமைவினால் ஏற்படும் ஒரு முறைமையைச் சார்ந்திருக்கும் நிலைக்குத் தள்ளப்பட மாட்டோம். ஒவ்வொரு சங்கமும் சமூக முறைமையின் நடத்தைமீது செல்வாக்குச் செலுத்தும் வாய்ப்பைப் பெறவேண்டும் என்று நாம் ஒப்புக்கொள்ள முடியும். ஆனால் முழுமையாகச் சமூக முறைமையின் தன்மையை நிர்ணயிக்கக்கூடிய ஆணைகள் வெளியிடப்படும்போது, அவை திரும்பப் பெறப்படும் வரை, நாம் அவற்றைச் சமூகச் சமத்தன்மையின் தளத்தில் ஆய்வுக்கு உட்படுத்த ஏற்கவே வேண்டும். அதாவது, சமூகத்தில் ஒவ்வொரு மனிதனும் மற்றொரு மனிதனுக்குச் சம-மதிப்பு வாய்ந்தவனாகவே கொள்ளப்படவேண்டும். சங்கங்களுக்கிடையில் ஒத்திசைவை உண்டாக்கும் விருப்பம் அவற்றால் மட்டுமே கூட்டி இணைக்கப்பட்டிருந்தால், இந்தச் சமத்துவம் சாத்தியமில்லை. சுரங்கத் தொழிலாளி ஒருவன், தான் அவ்வாறிருப்பதனால் சமூகத்தின்மீது செலுத்துகின்ற அதே அளவு செல்வாக்கினை ஒரு வைரம் செதுக்குபவன் தான் அவ்வாறிருப்பதால் செலுத்த இயலாது. ஒவ்வொருவரும், சமமான அல்ல, தனக்குரிய இடத்தைப் பெறுகின்றபோது அவர்களை உறையச் செய்து ஒருமைப் படுத்துகின்ற ஒரு நிறுவனம் ஒன்றினால் இப்படிச் சங்கங்களை எடையிடுகின்ற பிரச்சினையைத் தீர்க்கமுடியாது. தனது விருப்பத்தின் துண்டுதுணுக்குகள் ஒவ்வொன்றுக்கும் அவற்றுக்குச் சொந்தமான வட்டத்தில் முடிவுகள்மீது செல்வாக்குச் செலுத்தும் அதிகாரத்தைக் கொடுத்து, தனது முழு விருப்பமும் குறிவைக்கின்ற ஒரு பொருளை அடைய முடியாது. ஏனெனில் அவருக்கு அந்தத் துண்டுகள் எப்படி ஒன்றிணைக்கப்படுகின்றன என்ற விதமே முக்கியமானது. அவற்றின் தனிமைப்படல்கள் அல்ல, அவற்றின் தொடர்பே அவரது இயல்பு எந்த அளவுக்குத் திருப்திப்படுகிறது என்பதை நிர்ணயிக்கிறது.

இரண்டாவதாக, எந்த ஒரு சங்கத்தினுடைய விருப்பத்தையும் இறுதி விருப்பமாக ஆக்க முடியாது. சான்றாக வழக்கறிஞர் தொழிலுக்குத் தன் இறுதிக் கட்டுப்பாட்டை விட்டுவிடுதல் என்பது மனிதன் தன் ஒட்டு மொத்தப் பகுதியையும் உருவாக்க ஓர் ஒற்றைக் கூறுக்குச் சக்தி அளிப்பதாகும். ஒரு முழு மனிதனாகத் தன்னைச் சாதித்துக் கொள்கின்ற முழு இலக்கில் ஒரு குறித்த செயற்பணி என்பது ஒரு குறுகிய நோக்கமாகவே உள்ளது. ஆகவே மனிதர்களின் விருப்பங்கள், யாவற்றையும் அடக்கிய முடிவுகளின் மையங்களின் (தனித்த முடிவுகளின் மையங்களின் ஒன்றுசேர்க்கைக்குப் பதிலாக) கூறுகளின் வெளியீட்டுச் சக்தி பெறுகின்ற ஒரு தளத்தை நாம் கண்டுபிடிக்க வேண்டும்.

இவ்வாறு கூறும்போது பிரச்சினை காரணமின்றியே மிகு எளிமைப்படுத்தப்படுகிறது. யாவற்றையும் அடக்கிய ஒரு தளத்தில் விரும்புவதைச் செய்கின்ற ஜோன்ஸே, தனக்குள் இருக்கின்ற ஏதோ ஒரு சிறப்புக் கூறில் உள்ளடங்கியுள்ள மீதூரும் பண்பின் உணர்விலிருந்து தன்னை விடுவித்துக் கொள்ள இயலாமல் இருக்கலாம். தனது மனத்துக்குள் நோக்கி, தனது முயற்சிகளின் முழுமையைத் தீர்மானிக்கும் முயற்சியை ஒரு முறைப்படுத்தப்பட்ட முழுமையாகக் காண்பதைவிட அபூர்வமான சக்தி எதுவும் இருக்க இயலாது. அதில் சமூக தர்க்கத்தின்படி, ஒருவனது சக மனிதர்களின் நலத்துக்குப், பகுதிகள் தொடர்புறும்போதுதான் நன்மை பிறக்க இயலும். எந்த ஒரு சங்கமும் பணிசெய்யும் நிலையில் அதன் நோக்கத்திற்குள் உறையும் உள்தூண்டல்களின் சிக்கலான தன்மையால் அந்தத் திறமை மேலும் அபூர்வமாக்கப்படுகிறது. பொருள் சேர்ப்பதையே தங்கள் முழுநோக்கமாகக் கொண்ட சங்கங்கள் தங்கள் சேவைகளைப் பசியாக மாறச்செய்கின்ற ஒரு சமூகநலம் பற்றிய பார்வையைப் பெறுகின்றன. மனிதர்களின் தனிப்பட்ட உறவுகளிலிருந்து பிறக்கும் செயல்களைப் பற்றியே கவனம் செலுத்துகின்ற ஓர் அமைப்பைத்தான் நாம் குறிக்கிறோம் என்றால் அப்படிப்பட்டத் தூய அரசியல் சங்கம் என்ற ஒன்று கிடையவே கிடையாது. ஏனென்றால் அந்த உறவுகள் ஒவ்வொரு நிலையிலும் சமூகத்தின் முழு முறைமையின் அழுத்தத்தினால் பாதிக்கப்படுகின்றன, வண்ணம் பெறுகின்றன. ஆகவே ஒரு தூய வடிவத்தில் இருக்கின்ற, நாம் குறிப்பிட்ட யாவுமளாவிய தளம் என்பது ஒரு கட்டுக்கதைதான். ஆகவே பொருள்களின் இயல்பில், அங்கு வெளிப்பாடு பெறுகின்ற விருப்பத்தை, அதன் உள்தூண்டல்கள் இறுதி வடிவம் பெறுகின்ற தனிப்பட்ட முடிவுகளின் மேலும் மீதுமாக திசைப்படுத்த முடியாது. எனவே ரூஸோவின் அர்த்தத்தில், ஒரு பொது விருப்பம் என்பது சாத்தியமின்மையே.

ஆனால் இந்த இலட்சிய வடிவத்தில் ஒரு பொது விருப்பத்தை நாம் புறக்கணிக்கிறோம் என்பதால், சங்கங்களின் ஒழுங்கமைவு ஒன்றைச் சமூகத்தின் இலக்கினைச் சிறந்த முறையில் அடைவதற்கு முறைமையாக ஏற்றுச் சார்ந்திருக்குமாறு நாம் செலுத்தப்படுவதில்லை. ஒவ்வொரு சங்கமும் சமூக முறைமை நடத்தல்மீது செல்வாக்குச் செலுத்த அதற்குரிய வாய்ப்புப் பெறவேண்டும் என்பதை நாம் ஒப்புக் கொள்ளலாம். ஆனால் அந்தச் சமூக முறைமையின் பண்பை முழுமையாக நிர்ணயிக்கும் ஆணைகள் இடப்படும்பொழுது, அவை திரும்பப் பெறப்படும் வரை, அவற்றை ஒரு சமத்துவத்தின் தளத்தில் நுண்ணாய்வு செய்யப்பெற வேண்டும். அதாவது சமூகத்தில் ஒவ்வொரு மனிதனும் மற்ற ஒவ்வொரு மனிதனுக்கும் சம மதிப்புடையவனாகவே கொள்ளப்பட வேண்டும். சங்கங்களுக்கு இடையிலான ஒத்திசைவை சாத்தியப்படுத்தும் விருப்பம் இவர்களால் மட்டுமே ஆக்கப்பட்டிருந்தால், சமத்துவம் என்பது சாத்தியமாகாது. ஒரு சுரங்கத்தொழிலாளி தனது செயலால் சமூகத்தை பாதிப்பதுபோலவே ஒரு வைரம் இழைப்பவனும் அதே அளவுக்கு பாதிப்பை உருவாக்க இயலாது. இப்படிச் சங்கங்களை எடையிடுகின்ற பிரச்சினை, அச்சங்கங்கள் சமமாக அல்ல, ஒருமைப்பாட்டில் அவற்றை உறையச் செய்கின்ற ஒரு நிறுவனத்தில் தனக்குரியதைவிட அதிகமாகப் பெற்றால் அதைத் தீர்க்கமுடிவதில்லை. ஜோன்ஸ் என்பவர், தனது விருப்பத்தின் துண்டுதுணுக்குகளை எடுத்து அவை எந்த வட்டத்துக்குச் சொந்தமானவையோ அதில் முடிவுகள்மீது செல்வாக்குச் செலுத்த அனுமதித்தால் தனது விருப்பம் இலட்சியமாக வைத்துள்ள விஷயத்தை அடைய முடியாது. ஏனெனில் அவருக்கு அந்தத் துண்டுப்பகுதிகள் எவ்விதம் ஒருங்கிசைகின்றன என்ற முறைதான் முக்கியமானது. அவற்றின் தனித்த நிலைகளல்ல, உறவுகள்தான் அவருடைய இயல்பு எவ்வளவுக்குத் திருப்தி அடைகிறது என்பதைத் தீர்மானிக்கிறது.

சமூக அமைப்புறுத்தல், ஆகவே, தனது அரசாங்கத்தைப் பொறுத்தவரை, ஓர் ஒற்றைப் பிரச்சினையை முன்வைப்பதில்லை. ஒருபுறம், தான் உள்ளடக்கியுள்ள குறித்த நோக்கத்தின் அடிப்படையில் சமூகத்தில் ஒவ்வொரு செயலுக்குமாக ஓர் அரசாங்கத்தை உருவாக்குவது ஏறத்தாழ எளிதானது. ஆனால் எந்த மனிதனின் செயல்பாடுகளும் ஒற்றைப் பணிக்குள் அடங்குவதில்லை. தான் விளைவிக்காத செயல்களைப் பயன்படுத்துவதில் ஒரு பயன்பாட்டாளரின் ஆர்வத்தை நாம் பாதுகாக்க வேண்டும். அதாவது ஒரு நுகர்பவர் என்ற முறையில் அவரைப் பாதுகாப்பது இன்றியமையாதது. அந்த இலக்கிற்காக, அரசு செயல்பட வேண்டிய வட்டம் பணிகளை ஒருங்கிணைப்பதுதான். தாங்கள் மனிதர்களாகச் செயல்பட இன்றியமையாத சரக்குகளை நியாயமாக அரசின் தனித்த உறுப்பினர்கள் அடைவதற்கு அவர்களின்

வாழ்க்கை நிலைமைகளை அது அமைப்புறச்செய்ய வேண்டும். வேறுபடுத்தப்படாத மனிதர்கள் என்ற முறையில், குறைந்தபட்சத் தளத்திலேனும் அவர்களின் தேவைகள் சமமாக இருக்கும்போது அவற்றைச் சாதிக்க ஒற்றைக் கட்டுப்பாட்டு மையமேனும் இருக்கவேண்டும். கட்டுப்படுத்தும் அமைப்பு என்ற முறையில் அரசே முன்வந்து பணிகளை இப்படிப்பட்ட தேவைகளுக்கான பதிலை நேரடியாகத் தரும் என்று அர்த்தமில்லை. எதிர்வினைக்கான திறன்மிக்க நிலைகளை ஏற்கின்றவாறு தேவையான சேவைகளை அளிக்கின்ற அப்பணிகளை இயக்கும் என்பதுதான் இதற்கு அர்த்தம்.

இம்மாதிரியான ஒரு கூறில், அரசு என்பது வெளிப்படையாகவே ஒரு பொதுச்சேவைக் கழகமாகத்தான் இருக்கிறது. அது பிற ஒவ்வொரு சங்கத்திலிருந்தும் வேறுபடுவது, உறுப்பினர்த் தன்மை என்பது எவருக்கும் கட்டாயம் என்பதில்தான். இரண்டாவதாக, அது அடிப்படையில் பிரதேசத் தன்மை உள்ளதாகும். நுகர்வோர் என்ற முறையில் மனிதர்களின் ஆர்வங்கள் பெருமளவு அண்டை அயல் சார்ந்த ஆர்வங்களே; அவற்றிற்குப் பெரும்பாலும் குறிப்பிட்ட இடத்தில்தான் திருப்தியடைதல் தேவை. ஒரு குறித்த தளத்தில், அதன் உறுப்பினர்களின் ஆர்வங்கள் ஒரேமாதிரியான ஆர்வங்களே. எல்லாருக்கும் உணவு, உடை, கல்வி, உறைவிடம் தேவை. அரசுதான் நுகர்வோர் தாங்கள் விரும்புகின்ற பொருள்களைப் பெறுகின்றார்கள் என்பதில் அவர்களது ஆர்வங்களை ஒழுங்கமைக்கும் அமைப்பு. அரசுக்குள் அவர்கள் மனிதர்களாகச் சந்திக்கிறார்கள். அவர்களின் கோரிக்கைகள், சமமான கோரிக்கைகள். அவர்கள் பாரிஸ்டர்களோ, சுரங்கத் தொழிலாளர்களோ, கத்தோலிக்கர்களோ, சீர்திருத்தக் கிறித்துவர்களோ, வேலைதருபவர்களோ, வேலையாளர்களோ அல்ல. சமூகக் கொள்கையின்படி, அவர்கள் தாங்கள் தங்களை உணரும் செயலில், பெறவேண்டிய சில சேவைகளைத், தாங்களே உற்பத்தி செய்யமுடியாத மனிதர்கள், அவ்வளவுதான். எப்படி ஒழுங்கமைக்கப்பட்டாலும், இம்மாதிரியான ஒரு பணி, பிற பணிகளைவிட முதன்மை தரப்பட வேண்டியது. மனிதர்கள் மனிதர்களாக வாழக்கூடிய தளத்தைக் கட்டுப்படுத்துவது அரசுதான். நிர்வாக விஷயத்தில், ஓர் அரசாங்கம். அதன் செயல்பாடுகள் அதன் உறுப்பினர்களின் பொதுத் தேவைகளால் உருவமைக்கப்படுகின்றன. அந்தப் பொதுத் தேவைகளைப் பூர்த்திசெய்ய, அந்தத் தேவைகளைப் பெற்றுத்தரத் தேவையான சேவையை அவற்றிடமிருந்து பெறும் அளவுக்கு அது பிற சங்கங்களைக் கட்டுப்படுத்தவேண்டும். ஒரு குறித்த பணி, உதாரணமாகக் கல்வி அல்லது நிலக்கரி, எதுவாயினும், எந்த அளவுக்குச் சமூகத்தின் இதயத்துக்கு நெருக்கமாக இருக்கிறதோ அந்த அளவுக்கு அது நெருக்கமாகக் கட்டுப்படுத்தப்பட

வேண்டிய தேவை இருக்கிறது. அதாவது, ஒவ்வொரு பணியும், நுகர்வோருக்கு ஒரு முழுமையான குடிவாழ்க்கை கிடைக்கும் விதமாக அமைப்புறவேண்டும். ஒரு மனிதன், தான் மனிதனாக இருக்க, இத்தனை மணிநேரம்தான் வேலைசெய்ய இயலும் என்ற எல்லை இருக்கிறது. ஒரு நாகரிகமான குடிமகனாக வாழ்வதற்கு ஒரு மனிதனின் வருவாய் இவ்வளவுக்குக் கீழ் செல்லவிடக் கூடாது என்ற வரம்பு இருக்கிறது. நேரடியாகவோ, மறைமுகமாகவோ சமூகம் தனது பொது இலக்கை அடைய இன்றியமையாதது என்று கருதும் தளத்தில் பொதுத் தேவைகளை அளிக்குமாறு அரசு நெறிப்படுத்துகிறது.

இதுதான் சமூகத்தில் அரசின் பணி. மனிதர்களின் ஆக்க முயற்சியின் விவரங்களில் அல்ல, அந்த ஆக்க முயற்சி செய்யப்படுகின்ற பெரியதொரு எல்லைக்கோட்டுக்குள் குடிமக்களாக அவர்களின் ஆர்வங்களைப் பாதுகாக்கின்ற ஒரு சங்கம் அது. ஆனால் நாம் அரசையும் அரசாங்கத்தையும் நன்கு வேறுபடுத்த வேண்டும். அரசின் பணிகளை வரையறுப்பதென்பது அரசாங்கத்தின் அதிகாரங்களை வரையறுப்பதாகாது; அரசாங்கத்தின் இறுதி இலக்கை அடைய அதன் நோக்கத்தை மட்டுமே வரையறுப்பதாகும். இங்குதான் உள்நாட்டு இறைமைப் பிரச்சினையை நாம் அதன் வெகுகூர்மையான வடிவத்தில் சந்திக்கிறோம். ஜேம்ஸின் தொடரின்படி, மனிதனின் உலகளாவிய கூறு என்பதை அரசு உள்ளடக்கியிருக்கிறது என்பதால் அதன் முகவர்களின் கட்டளை தன்னளவில் போதுமானது என்று நாம் வாதிட முடியும். அதை இறுதியாக்குவது என்பது தங்கள் சொந்தக் காரணத்துக்கு அந்த முகவர்களையே நடுவர்களாக்குகின்ற செயல் என்பதால், அவர்கள் அரசின் பெயரால் எடுக்கும் ஒவ்வொரு செயல்பாடும் இறுதியில் அரசுக்கும் ஏதோ ஒரு குறித்த பணிக்கும் இடையிலான கேள்வியாதலின் அந்த முகவர்களின் கட்டளை போதுமானதல்ல என்றும் நாம் வாதிட முடியும். கேள்வியின்றி, இதுதான் உள்-அதிகாரத்தை ஒழுங்கமைப்பதன் மையப் பிரச்சினை ஆகும். இங்கு வாதிட்டது போல, அரசு தனது வீச்சில் வித்தியாசமாகவும், மிகப் பெரிதாகவும் இருந்தாலும், அதன் இயற்கை பிற சங்கங்களுடன் ஒத்ததாக அதை ஆக்குகிறது என்பதால், அதன் முகவர்கள் தாங்கள் எவ்விதமான செயல்பாட்டைத் தேர்ந்தெடுப்பது என்ற இறுதி முடிவை அவர்களுக்கே விடுவதென்பது, சட்டத் தொழிலைத் தனது இலக்குகளின்மீது முழுக் கட்டுப்பாடு கொள்ள அனுமதிப்பதற்குச் சமமாகும். ஏனெனில் அதன் உள்ளர்த்தம், அரசின் முகவர்கள் எடுக்கும் முடிவுகள் பிற சங்கங்களின் முகவர்கள் எடுக்கும் முடிவுகளிலிருந்து அரசின் உறுப்பினர்களின் நலன்களுக்காகத் தனிச்சிறப்புக்குரியவை என்று கருதுவதாகும். மேலும் நாம் சமூக வாழ்க்கையில் சந்திக்கும் எந்த ஒரு விருப்பத்தையும் அதற்கு இணையாக உறுதிசெய்ய இயலாது என்ற அர்த்தத்தில் அவர்களின்

விருப்பம், முதன்மையாக, ஒரு பொது விருப்பம் என்ற கருத்தை முன் வைப்பதுமாகும். ஆனால் உண்மையில் அப்படி இல்லை. எந்த அரசின் முகவர்களும் அதன் மீதி உறுப்பினர்களிடமிருந்து பண்பில் எவ்விதத்திலும் வேறுபட்டவர்கள் அல்ல. அதே காரணங்களால் அவர்கள் தவறிழைக்கவும் இடமிருக்கிறது. அவர்களுடைய பார்வையும் வேறெந்த மனிதரையும் போலவே தாங்கள் சந்திக்கின்ற அனுபவங்களால் கட்டுப்படுத்தப் பெறுகிறது. தங்களைச் சுற்றியுள்ள சூழலிலிருந்து வருவிக்கப்பட்ட யூகங்களின் ஒழுங்கமைவினால் எப்போதும் கட்டுப்படுத்தப்படுகின்ற நோக்கங்களுக்காகவே அவர்கள் அதிகாரத்தைச் செலுத்துகிறார்கள். நாட்டுப்புறத்தைச் சேர்ந்த ஒரு மனிதர், தனது ஆர்வம் பொது ஆர்வத்துக்குச் சமமானது என்று முழுமனத்தோடு நம்புவதை அலுவலில் உள்ள நிலவுடைமை ஆட்சி பாதுகாக்கிறது. உழைப்பின் காலஅளவைக் கட்டுப்படுத்துவதன் அடிப்படை என்ன என்பதை ஜான் பிரைட்டினால் தன் வாழ்நாள் இறுதிவரை உணரமுடியவில்லை. உழைக்கும் வர்க்கங்களுக்கும் கல்வி வசதிகள் பெறும் உரிமை இருக்கிறது என்பதை வில்லியம் விண்டாமினால் புரிந்துகொள்ள முடியவே இல்லை. அரசு எப்போதுமே தன் முகவர்களால்தான் செயல்பட வேண்டும்; அந்த முகவர்கள் ஒரு குறித்த அனுபவ அமைப்பிலிருந்து வருபவர்கள்; அந்த அனுபவ அமைப்பு சமுதாயத்தின் பொது ஆர்வத்துடன் ஒன்றுபட வேண்டுமென்ற தேவை இல்லை என்ற காரணத்தினால்தான் மற்றச் சங்கங்களுக்கிடையில் அரசுக்கு இறைமை நிலையை விடுவதன் ஆபத்து உள்ளது. கண்டிப்பாக, அவர்கள் தாங்கள் நன்மை என்று கருதும் அனுபவத்தை மனித இனத்தின் பொதுத் தேவைகளுடன் சமமென அடையாளப்படுத்துவார்கள்; ஏனெனில், ரூஸோ கூறியதுபோல, “சீர்கேடு உறுவதே எல்லா அரசாங்கங்களினதுமான இயற்கையான போக்கு ஆகும்”. அதிகாரத்துக்குத் தன்னைச் செலுத்தும் மிகமிக உயர் பண்புடையவரையும் கெடுக்கும் பழக்கம் உண்டு; ஆகவே சமுதாயத்தின் பிற எல்லா விருப்பங்களையும் இறுதியாகக் கட்டுப்படுத்துகின்ற தன்மையை அளிப்பது, உண்மையில், தாங்கள் தவறாகப் பயன்படுத்துவதைத் தவிர்க்கமுடியாத ஓர் அதிகாரத் தலைமையைச் சிற்றளவிலான மனிதர்களுக்கு அளிப்பதாகும் என்பது பெறப்படுகிறது.

ஆகவே எந்த ஓர் அரசும், தன் ஆட்சிக்குள், ஒரு பொறுப்புள்ள அரசாக இருக்கவேண்டும். இப்படிப்பட்ட பொறுப்பை ஆக்கப்பூர்வமாக்குகின்ற பிரச்சினையை இரு வழிகளில் அணுகமுடியும். அரசுக்குரியதல்லாத பிற பல பணிகள் தங்கள் இறுதி முடிவுகளை ஆக்குவதற்கு ஓர் ஒத்த தரமுள்ள அமைப்பினை அரசுடன் இணைக்க வேண்டும் என நாம் சீரமைக்க முனையலாம். இதுதான் பெரும்பாலும்

வணிகச்சங்க சமதர்மக் கோட்பாட்டில் வலியுறுத்தப்பெறும் பார்வையாகும். ஆனால் இதன் இடர்ப்பாடுகள் சமாளிக்கக்கூடியவை அல்ல. முதலில் பிற அலகுகளுடனான விகிதத்தில் போதிய பிரதிநிதித்துவ அமைப்பு ஒன்றை உருவாக்குகின்ற பணியலகுகள் கட்டப்பட முடியுமா என்ற கேள்வி எழுகிறது. சுமாராக எந்தக் குறித்த உற்பத்தியாளர்கள் வகுப்பின் தேவைகளையும் உள்ளடக்கிய பிரதிநிதித்துவ அமைப்பொன்றைக் கட்டுவது இயலும்; ஆனால் இங்கு பிரச்சினை மிக வேறானது, ஒரு எண்ணிக்கை உறவை மட்டும் அடையவேண்டி பணிகளில் ஒன்றுக்கு எதிராக மற்றொன்றை எடையிடுவது என்பது அப்பிரச்சினை. இதைச் செய்ய முடியுமா என்பது மிகுந்த சந்தேகத்திற்குரியது. உதாரணமாக, ஜெர்மன் பொருளாதார மன்றத்தை உருவாக்கும்போது எழுந்த இடர்ப்பாடுகளைப் பார்த்த எவரும், அதில் அடையப்பட்ட சுமாரான இணக்கமே அதை ஓர் ஆலோசனை அமைப்பு என்பதற்குமேல் பணிபுரிய விடவில்லை என்று நம்பத் தலைப்படுவார்கள். குறித்த தொழில்சார்ந்த பிரச்சினைகளில் ஓர் அறிவுரைக்கும் சாதனமாக அது பயனாவதுபோல் தோன்றுகிறது; ஆனால் ஒட்டுமொத்தத் தொழில்சார் உலகிற்கும் சார்பாகப் பேசும் தகுதியுடைய உறுப்பென்ற முறையில் நன்னெறிப்படுத்தும் தலைமை அதனிடம் இல்லை.

இங்கிலாந்தின் தொழிற்சங்க உலகிலும் இதுவே உண்மை என்பதைச் சுட்டிக் காட்டலாம். நிலக்கரி சம்பந்தப்பட்ட எல்லாச் சிக்கல்களிலும், தனது உறுப்பினர்களின் சார்பாகச் சுரங்கத் தொழிலாளர் கூட்டமைப்புக்குப் பேசும் அதிகாரம் உண்டென்பதை எவரும் சந்தேகிப்பதில்லை; ஆனால் தொழில்களின் ஒரு குறுகிய பரப்புக்கு அப்பால், தனது தனிப்பட்ட உறுப்புகள்மீது எந்தவிதக் கட்டுப்படும் சக்தியையும் தொழிற்சங்கக் காங்கிரஸின் தீர்மானங்கள் கொண்டுள்ளனவா என்று சந்தேகப்படுவது நியாயமானது. அதேபோல், குறிப்பாக, ஒரு முதலாளித்துவ ஆட்சியின் தவிர்க்க இயலாத முறைப்படி, சமவிகிதத்தில் வணிகர்களும் தொழிற்சங்கவாதிகளும் சேர்ந்திருக்கும் ஓர் அமைப்பு, எவ்வளவு திட்டமாக ஒரு பொதுவான தொழிற் சட்டத்தைப் பயனுள்ள வகையில் உருவாக்கும் என்று நோக்குவதும் கடினமே. இது, இம்மாதிரி ஓர் அலகினையும் அதில் தொழிலாளர்களுக்கு நியாயத்தைத் தக்கவிதத்தில் வலியுறுத்துகின்ற முறையையும் சேர்ப்பது எப்படி என்ற கடுமையான யதார்த்தப் பிரச்சினையை விட்டுவிடுவதாகும் என்பதையும் கவனிக்க வேண்டும். சான்றாக, ஒரு மருத்துவச் சங்கத்தில், சந்தேகமின்றி பொதுமருத்துவர்களே ஆதிக்கம் பெற்றிருப்பார்கள்; ஆனால் அவர்கள் செவிலியர், பல்மருத்துவர்கள், எலும்புமருத்துவர்கள், தசைபிடித்துவிடுவோர் போன்ற திறனாளர் ஆர்வங்களைப் பற்றிய

பிரச்சினைகள் பற்றிய அறிவின் இறுதிக் கூற்றாகத் தங்கள் குரலை முன்வைக்கத் தகுதியில்லை.

அதாவது, வேறுசொற்களில், தொழில்சார் ஒழுங்கமைவுகளின் மதிப்பு, அது பொதுவான சமூகக் கேள்விகளுக்கு அளிக்கக் கூடிய உதவியில் இல்லை, அந்தந்தத் தொழில் தொடர்பான குறிப்பிட்ட பிரச்சினைகளுக்கு அளிக்கக் கூடிய கொடையில்தான் இருக்கிறது. பொதுவான பிரச்சினைகளில், குறித்த ஒரு தொழிலைச் சேர்ந்த உறுப்பினர்கள், தங்கள் தொழிலின் அனுபவத்தின் வாயிலாக அதை அணுகுகிறார்கள். அப்போது அவர்கள் தீர்ப்புக்குச் சிறப்பான நியாயம் எதுவும் இல்லை. அவர்களால் அதைப் பரந்த நிலைப் பாட்டிலிருந்தும் அணுகமுடியும். அப்போது அவர்களைத் தங்கள் குறித்த தொழிலின் உறுப்பினர்கள் என்ற நிலையிலிருந்து பேசுபவர்களாகக் கருத இயலாது. ஆகவே, தொழிலமைப்புகள் பணிசார் பிரச்சினைகளுக்குத் தீர்வுகாண்பதில் மதிப்புப் பெறுகின்றன. ஆனால் அவை, தங்கள் இயல்பிலேயே, சமூகம் ஒட்டுமொத்தமாகச் சந்தித்தாக வேண்டிய பொதுப் பிரச்சினைகளைத் தீர்ப்பதற்கென அமைந்தவை அல்ல.

இந்தக் கேள்வியில் அடங்கியுள்ள இரண்டாவது பிரச்சினை அமைப்புப் பிரச்சினையைவிடச் சிக்கலில் குறைந்தது அல்ல. ஒரு திருப்திகரமான பணிசார் பிரதிநிதித்துவத்தை அடைவதில் வெற்றி காண்பதாக வைத்துக் கொண்டாலும், அரசியல் அரசுடன் அதன் உறவுகளை எப்படி வளர்த்துக் கொள்வது என்ற கேள்வி இருக்கிறது. முதலில் குறித்த துறை பற்றிய எல்லைகளைத் தங்களுக்கிடையில் எப்படி அமைத்துக் கொள்வது என்ற முடிவெடுக்கும் கேள்வி எழுகிறது. இது ஒரு சட்டப் பிரச்சினை. அமெரிக்க ஐக்கிய நாட்டின் உச்சநீதிமன்றம் போன்றதொரு அமைப்புதான் சிறப்பாக இதனைத் தீர்க்கமுடியும். இந்தப் பின்னணியில், இறுதி முடிவுகள் தேர்ந்தெடுக்கப்பட்ட சட்ட அவைகளின் திறமையினால் அமைபவை அல்ல. ஒரு நியமிக்கப்பட்ட அமைப்பே ஒரு குறித்த விதி, சட்ட அதிகாரத்துக்கு உட்பட்டதா இல்லையா என்பதை முடிவுசெய்ய வேண்டும். ஏனெனில் நாம் தேர்தல் நடைமுறைகளைப் பற்றி மிக நன்றாகவே அறிந்திருக்கிறோம். சமூகக் கடமைகளில் மிக நுட்பம் வாய்ந்தனவற்றை முடிவுசெய்யக் கூடியவர்களைத் தேர்ந்தெடுக்கும் உறுதியற்ற நிலைகளை நம்பி, விடமுடியாது. சட்டம், காவல்துறை பற்றிய நடைமுறைகளை "இன்றியமையாத" பணிசார் அமைப்புகளினால் அமைந்த ஒரு கூட்டமைப்பின் கட்டுப்பாட்டில் விடுவதால் இந்தச் சிரமத்தைக் கடக்கமுடியும் என்று திரு. கோல் சொல்லுகிறார். அது, பிரச்சினையின் சிக்கல்தன்மையை அதிகரிக்கவே செய்கிறது. "இன்றியமையாத" பணிசார் அமைப்புகள் என்பவை

எவை? இம்மாதிரி ஒரு கூட்டமைப்பின் எண்ணிக்கை என்ன? அவர்கள் ஓர் உச்சநீதிமன்றத்தின் உறுப்பினர்களை வாக்கெடுப்பினால் தேர்ந்தெடுப்பார்களா? நியமித்தலின் ஆரம்பச் சடங்குகள் எங்கே தொடங்கும்? சுரங்கத் தொழிலாளர்களின் கூட்டமைப்புப் போன்ற அதே அடிப்படையில் ஓர் அரசியல் நிறுவனத்தையும் நாம் உருவாக்க முனைகிறோம் என்றால், ஒரு ஜனநாயக அமைப்பாக இருக்கவேண்டிய சமூக ஒழுங்கமைப்பின் மிக முக்கியமான தேவையான நேரடிப் புரிந்துகொள்ளும் தன்மையின் வாய்ப்பை நாம் அழித்து விடுகிறோம் என்பது உடனடியாகத் தெளிவாகிறது. ஏனெனில் சாதாரண வாக்காளனால் புரிந்துகொள்ளக்கூடிய எந்த அரசாங்க அமைப்பும், அண்மையிலோ பின்னாலோ, அதைக் கையாளக்கூடிய இரகசியத்தை அறிந்தவர்களால் கெடுக்கப்படுவது நிச்சயம்.

சமூக அமைப்புகளில் பணிகளின் இடம் பற்றிய இது போன்ற எந்தப் பார்வையும் முதலாளித்துவம் என்னும் மிகமுக்கிய மெய்ம்மையைக் கணக்கில் கொள்ள வேண்டும். எல்லாத் தொழில்களும் அரசுடைமை ஆக்கப்பட்டால், அமைப்பைப் பொறுத்தவரையிலேனும், ஒப்பளவிலாவது அவற்றின் நிர்வாகம் ஒரு நேரடியான விஷயமாக இருக்கும். ஆனால் முக்கியமான எந்தப் பெருந்தொழிலிலும் நாம் வேலையளிப்பவர்கள் (எஜமானர்கள்) - வேலைக்கு நியமிக்கப்படுபவர்கள் (பணியாளர்கள்) என்ற பிளவைச் சந்திக்கிறோம். புரட்சியென்னும் பேரழிவின்றி, இவற்றில் பெரும்பாலானவை எந்தக் காலத்திலும் தனியார் வட்டத்திலிருந்து வெளிக் கொண்டுவரப்படும் என்பது இயலாதது. அதைப் பற்றி இப்போது நாம் சிந்திக்க வேண்டிய தேவை ஏற்பட்டுள்ளது. இன்றிருக்கும் நிலையில், பொதுவாக நிர்வகிக்கப்படாத எந்தப் பெருந்தொழிலின் நிர்வாகத்திலும் ஒரே சமயத்தில் பணியமர்த்துவோர் - பணிசெய்வோர் என்ற இருசாராரின் பிரதிநிதித்துவமும் தேவைப்படுகின்றது; எல்லாத் தொழில்களிலிருந்தும் பெறப்படும் பணிசார்ந்த அவையின் சிக்கல்தன்மை அதன் திறன்மிக்க வேலைக்கு மிகவும் இடையூறு விளைவிப்பதாகவே இருக்கும்.

அதாவது, வேறு சொற்களில், மனிதர்கள் மனிதர்களாகவே வாக்களிக்கின்ற பொழுது வாக்குரிமையின் முற்கோள், தேவைக்குச் சமமாகின்றபொழுது, தானாக ஓர் எளிமை வாய்க்கிறது. செல்வாக்கின் விஷயத்தில், ஒரு தனி உழைப்பாளரைவிடப் பெருமுதலாளி, மிகுதியான அதிகாரம் கொண்டவராக இருக்கிறார்; ஆனால் அரசாங்கத்தின் பார்வை அலகென்ற முறையில், அவர்கள் சமமான தளத்தில் சந்திக்கிறார்கள். ஆனால் வாக்குரிமையின் முற்கோள் வேறுபாடுதான் இது, சமத்தன்மை அல்ல என்னும்போது, வேறுபடுதல்களின் சாயைகள் மிகப்பலவாக இருக்கின்றன, அதனால்

கிடைக்கின்ற அமைப்பும் பயன்படுத்த இயலாத வகையில் புதிராகவும் கையாள இயலாததாகவும் போகிறது. தொழிற்சங்கக் கூட்டமைப்பு போல, அதுவும் தனது கொள்கைமீது ஆதிக்கம் செலுத்தக்கூடிய பெரிய அமைப்புகளில் ஒருசிலவற்றின் கையிலோ, அன்றி, வாக்காளர்களை ஈர்க்கும் கலையில் திறன்மிக்க, அமெரிக்கக் கட்சிகளின் "எஜமானர்கள்" போன்ற ஒரு குழுவின் கைகளிலோ விழுந்துவிடுகிறது,

VI. பொறுப்புள்ளதாக அரசு

இந்த வாதம் சரியானதாக இருந்தால், நாம் வேறு திசைகளில், ஒரு பொறுப்புமிக்க அரசின் நிறுவனங்களில் தேடவேண்டும். அதிகாரத்தைக் கட்டுப்படுத்தும் வழிமுறையாகப் பொறுப்பைப் பகிர்ந்தளிப்பது என்பது அதை முழுமையாக அழித்துவிடும் என்பதை முதலில் குறித்துக்கொள்வது முக்கியம். அமெரிக்காவின் அதிகாரப் பிரிவினை போல அதைப் பிரிப்பது, அதை முற்றிலும் ஒதுக்குவதாகவே ஆகும். எந்த ஒரு திறன்மிக்க நிர்வாகத்திலும், இடப்படும் ஆணைகள், இறுதியாக ஒரு சிறிய குழுவின் வேலையாகவே அடையாளம் காணப்பட வேண்டும் என்பது முக்கியம். அதன் பொறுப்பு மூன்று வழிகளில் அடையப்படுகிறது. முதலில், அதை அதிகாரத்திலிருந்து அப்புறப்படுத்துகின்ற போதிய வழிகளாலும், இரண்டாவதாக, அதைச் சுற்றியிருக்கும் ஒழுங்கமைப்புற்ற ஆலோசனை மூலங்களாலும் அது திறன் மிக்கதாக்கப்படுகிறது. மூன்றாவதாக, அரசின் செயல்கள் மீதான இறுதியான தீர்ப்பை வழங்குபவர்கள் அந்தத் தீர்ப்பை அறிவுப்பூர்வமாகவும் தெளிவாக விளங்கும் வகையிலும் ஆக்கும் முழுத் திறன் பெற்றவர்களாக இருக்கவேண்டும் என்பது அடிப்படையானது. அதாவது தங்களுக்கிடையில் கல்வியிலும், பொருளாதாரச் சக்தியிலும் பரந்த வேறுபாடுகள் அற்ற குடிமக்களால் ஆக்கப்பட்டதாக ஓர் அரசு இருக்கவேண்டும்.

இந்த நோக்கில், தனது சொந்தப் பரப்பைவிடக் குறைந்த அளவிலான பரப்பிலிருந்து வரும் விருப்பங்களுடன் அரசின் விருப்பம் சட்டப்பூர்வமாக ஒருங்கிசைக்கப்பட முடியாது. இவற்றிடையே நன்னெறி நோக்கிலான ஒருங்கிசைவை அடைய முடியும்; சட்டப்பூர்வ ஒருங்கிசைவு சாத்தியமற்றது. ஏனெனில், தன் முகவர்கள் மூலமாக அரசு தொழில் வாழ்க்கையின் பாணியை வரையறுக்கிறது. மனிதர்களின் பொதுவான தேவைகளுக்கான சேவைகளை வழங்கும் பொறுப்பில் அரசு இருக்கிறது. உலகளாவிய அர்த்தத்திலேனும், எந்த ஒரு அமைப்பும் அதனுடன் போட்டியிட

முடியாத அளவுக்கு அது மனிதர்களின் ஆர்வங்களைத் தன் பொறுப்பில் கொண்டுள்ளது. அரசியல் விஷயங்களில் அரசின் நேரடி நிர்வாகத் திறமையை நாம் எவ்வளவு குறைத்து மதித்தாலும் மேற்கண்ட உண்மை இருக்கவே செய்கிறது. நவீன அரசிடமிருந்து சர்வதேச விஷயங்களின் இறுதிக் கட்டுப்பாட்டினை இல்லாமற் செய்தாலும், மக்கள் விஷயங்களான உள்விவகாரங்களின் பரப்பு அதனிடம் விடப்பட்டுள்ளது. எந்த மேம்போக்கான பார்வையிலும் அது மிகமிகப் பெரியதாகவே இருக்கிறது. கல்வி, பொது சுகாதாரம், வீட்டுவசதி, சட்டம் ஒழுங்கைக் காப்பாற்றுதல், பொதுமக்கள் ஆர்வங்களுக்குக் கேடுசெய்யும் அளவுக்கு இறங்கிவிடாத வகையில் குறிப்பிட்ட புள்ளிக்குமேல் பொதுச்சேவைகளைக் கட்டுப்படுத்துதல், என்று இந்தப் பணிகளைப் பரந்த அளவில் எடுத்துரைப்பதே மிகத் தனித்த முறையில் அரசாங்கத்தின் குரலை முக்கியமெனக் காட்டுவதற்குப் போதுமானது. நடைமுறை நோக்கில், மனிதன் சேவைகளை உற்பத்தி செய்பவன் என்பது இல்லாமல் போகும் புள்ளியில் அவன் வாழ்வதற்காக, அந்த உற்பத்தியின் விளைவிலிருந்து அவன் வாழ்க்கைக்கு அர்த்தம் தருவதற்கு, அவன் ஒரு குடிமகன் என்ற முறையில் அவனது ஆர்வத்தை அது மேலாய்வு செய்கிறது.

எந்த மனிதனையும் தன்னளவில் நிறைவடையச் செய்யாமல் உழைப்புப் பிரிவினைத் தடுக்கும் வரை உற்பத்தியும் நுகர்வும் சரிசமமாக வைக்கப்பட முடியாது என்று இங்கு வாதிக்கப்படுகிறது. பரந்த நோக்கில் கூறினால், குடிமகனாக ஒரு நுகர்வோனின் ஆர்வங்களைப் பாதுகாப்பதுதான் மிக முக்கியமானது. மையமழித்தல் எவ்வளவு தூரம் சென்று உற்பத்திப் பணிகளைத் தாங்களே நிர்வகித்துக் கொள்ளுமாறு விட்டாலும், குறிப்பிட்ட ஒரு புள்ளியில் தங்கள் ஓய்வுக்காலத்தில் சிறப்பானதொரு பணியைப் பூர்த்தி செய்தலின்றி, வாழ்க்கையைக் கலையாக மாற்ற முற்படுபவர்களின் நலனுக்கு அவர்களுடைய விருப்பம் ஏவல்செய்ய வேண்டி வருகிறது.

இந்த நோக்குநிலையைப் பற்றுவதற்கு ஒரு தனித்த குடிமகனை எடுத்துக் கொண்டு அவனுடைய உறவுகளிலிருந்து சமுதாயத்தைக் கட்டுவது மிகப் பயனுள்ளது. அவன் மற்ற மனிதர்களின் சேவைகளால் வாழ்கிறான். அவனைப் பொறுத்தவரை, தனது ஓய்வுநேரம் வளமாகவும் பயனுள்ளதாகவும் இருக்கும்பொருட்டு மற்றவர்கள் இருக்கிறார்கள். அவர்கள் முழு அளவில் அவனுக்குத் தேவையான பண்டங்களை அளிக்கும்போதுதான் அவன் தனது இயற்கை உள்ளுணர்வுகளின் தேவைகளைச் சாதிக்கமுடியும். அவனிடம் நுகர்வுப் பண்பே முதன்மையான கூறாக உள்ளது. அவன் அதில் மகிழ்ச்சியடைவான், ஆனால் அப்பண்பை உற்பத்தி செய்ய அவனால்

இயலாது, அது அவனைப் பூர்த்திசெய்துகொள்ள முக்கியமானது. வேறு பலருக்கு உற்பத்தியாளர்களின் பண்பே அடிப்படையான கூறாக உள்ளது என்பது உண்மை, அதை வலியுறுத்தவும் வேண்டும். கலைஞன், அரசியல் தலைவன், எழுத-நிர்வகிக்க-போதிக்கப் பிறந்தவர்கள் ஆகியோர் தங்கள் தினசரிப் பணியில் தங்களில் மிகச் சிறந்ததைப் பெறுகிறார்கள். அதிலிருந்து தங்கள் பிழைப்புக்கான வழியையும் வருவித்துக் கொள்கிறார்கள். அந்த ஆக்கப்பூர்வத் திறனின் வெளிப்பாட்டுக்குப் போதிய வழி செய்ய முயலாத சமூக ஒருங்கமைப்பின் எந்தக் கோட்பாடும் முழுமையாகாது.

எனினும் சிறுபான்மையினரிடமே உற்பத்தியின் முயற்சி தங்கள் ஆளுமையைப் பதிவுசெய்யும் அச்சாணியைக் கொண்டுள்ளது. பேரளவு உற்பத்தியின் மீது கட்டப்பட்ட நமது சமூகம் போன்றதொரு நாகரிகத்தில், மிகப் பெரும்பான்மையோர், தவிர்க்கவியலாமல் தங்கள் பிழைப்புக்கான தொழில்களில் அன்றி அதற்கு வெளியேதான் தங்கள் சிறந்த சுயங்களைக் கண்டறியும் தலைவிதியைக் கொண்டுள்ளனர். ஒரு வரவுசெலவுப் புத்தகத்தில் பதிவுகளைச் செய்யும் எழுத்தர், ஓர் இதழுக்கான அச்சினை அமைக்கும் அச்சாளர், சமையலறையிலிருந்து மேசைக்கும் மேசையிலிருந்து சமையலறைக்கும் தட்டுகளைக் கொண்டுசெல்லும் பணியாளர், ஒரு பெரிய கப்பலின் எந்திரங்களுக்கு எரியூட்டும் பணியாளர் போன்றவர்கள், தாங்கள் ஆக்கப்பூர்வமான பணியாற்றும் நேரத்தில் அல்ல, அதற்கு அப்பால்தான் தங்கள் சுயமாகச் சிறப்பாக இருக்கிறார்கள். ஆகவே அவர்களுக்கு மிகவும் உச்சமான முக்கியத்துவம் கொண்ட விஷயம் அவர்களின் ஓய்வுநேரங்கள் அளிக்கும் வாய்ப்புதான். அவர்கள் விரும்புவது, தங்கள் சக்தியின் மிகக்குறைவான பகுதியையே தங்கள் ஆக்கப்பணி பயன்படுத்தவேண்டும், பிறகு அந்த ஆற்றலைத் தங்களைச் சிறப்பாக மகிழ்ச்சிக்குள்ளாக்கும் விதத்தில் பயன்படுத்தும் வழிவகைகளில் செலுத்த வேண்டும் என்பதே. அவர்களுக்கு, சமூகம் அந்த இலக்கை நோக்கி எதைத் தருகிறதோ அடிப்படையில் அதன் வாயிலாகவே தீர்மானிக்கப்படுகிறது. உற்பத்திக்கான குழுக்களைச் சமரசப்படுத்தும் ஒன்றாக அரசாங்கம் இருக்கிறது. உற்பத்தி என்பது தனக்காகவே அல்ல, மனிதர்கள் உற்பத்திசெய்கின்ற இலக்கினை அடையும் வழியாகவே உள்ளது.

இதனால், மனிதர்கள் தங்கள் தினசரி உழைப்பில் வெறும் எந்திரங்களைக் கையாளுபவர்களாக இருக்கிறார்கள் என்றாகாது. ஆனால், இன்றுள்ள நிலையிலேயே நமது நாகரிகம் தொடர்ந்தால், எந்தவிதத் தொழிலமைப்பு இருந்தாலும், தங்கள் தினசரி வேலையில் ஆக்கப்பூர்வமான வழியைக் காண்கின்ற மக்களின் எண்ணிக்கை

தவிர்க்கவியலாமல் மிகச் சிறியதாகவே இருக்கும் என்பதைப் புரிந்து கொள்வது முக்கியம் என்பது அர்த்தமாகும். ஒரு கைவினைஞனுக்குத் தனது முயற்சியில் திருப்தி ஏற்படுகிறது என்று நாம் ஏற்றுக் கொண்டாலும், எந்தப்பணியின் வாய்ப்பு வளமும் ஒரு வழக்கமான நடைமுறையின் வெறும் திரும்பச்செய்தலே என்பதால், அதை எந்திரத் தொழில்நுட்பம் பெரும்பாலோர்க்கு அழித்து விடுகிறது. தொழில் செல்லவேண்டிய திசையை நடத்துகின்ற பணி, ஏதோ ஒரு புள்ளியில், ஒரு சிலரிடம் ஒப்படைக்கவே படுகிறது; ஆனால் தனது சொந்த ரசனையைச் சிலருக்காகச் சமர்ப்பிப்பதில் திருப்தி கண்டு வாழ்கின்ற திறனற்ற கைவினைஞர்கள் எப்போதுமே இருப்பார்கள். எனினும் இந்த எண்ணிக்கையைத் தோளோடு தோள் நெருங்கிவாழும் பொது மனிதர்கள் தொகையுடன் ஒப்பிட்டால் அது மிகப் பரிதாபமாகக் குறைவுதான். அவர்கள்தான் பெருமளவு திருப்தியின்மையின் மூலங்கள்; ஆக்கப்பூர்வமான மறுசீரமைப்பு என்ற வகையில் சமூக மாற்றம் என்பது, இன்றைய ஒழுங்கமைவில் தலைமையின் உந்தல்களைத் திருப்தியடையச் செய்வதற்குப் போதிய வாய்ப்பில்லாத சிலரின் முக்கியமான ஒரு முயற்சியாக உள்ளது. மற்றவர்களுக்கு, செயல்முறையில் ஆர்வம் கிடையாது, செயல்முறையின் விளைவுகள்மீது மட்டுமே ஆர்வம். அவர்கள் செயல்தந்திரத்தின் அம்சங்களைக் காண்பது கிடையாது, வெற்றியின் பயன்களை மட்டுமே நோக்குகிறார்கள். அவர்களால்தான் அரசு தன் வெற்றியில் மிகச் சிற்றளவுதான் அடைந்ததா போதிய அளவு அடைந்ததா என்பது மதிப்பிடப் படுகிறது.

ஆக, தனது உறுப்பினர்கள் சார்பாக நுகர்வுக்கான வழிவகைகளை அரசு ஒழுங்குபடுத்துவதன் வாயிலாகப் பணி செய்கிறது. அந்த இலக்கின் ஒரு பகுதியை அது வரிவசூல் வருவாயை நேரடியாகச் செலவுசெய்தலின் வாயிலாகவும் மறுபகுதியைச், சரக்குகள் உற்பத்தி செய்யப்படும் நிலைமைகளை ஒழுங்குபடுத்துவதன் வாயிலாகவும் அடைகிறது. பலவித வழிகளில் தனது உறுப்பினர்களுக்குப் பொறுப்பாக அது இருக்குமாறு ஆக்கப்படுகிறது. அதன் அரசாங்கம், முதலில், அதன் பகுதி உறுப்பினர்களால் அகற்றப்படும் நிலைமையில் உள்ளது. இந்த அகற்றலைப் பல வழிகளில் செய்யலாம். அலுவல் காலம் வரையறைக்கு உட்பட்டதாக இருக்கலாம்; தன்னால் நியமிக்கப்பட்ட நிர்வாக நடைமுறையையே பொதுமக்கள் கருத்தின் அழுத்தத்தினால் அது நீக்க வேண்டி வரலாம். அலுவல் கால வரையறை என்பது, அரசின் விஷயங்களைச் சட்டப்பூர்வமாகத் தீர்மானிப்பவர்கள் ஒரு வாக்காளர் தொகுதியினால் குறித்த காலத்திற்குத் தேர்ந்தெடுக்கப்படுபவர்கள் என்பதைக் குறிக்கிறது. பொதுவாகப் பார்த்தால், இவ்வாக்காளர் தொகுதி நவீன நாகரிகத்தின் பாதுகாப்பில்

வாழும் பெரும்பாலான சமுதாயங்களின் வயதுவந்த மக்கள் தொகையினராக உள்ளனர்; முறையான அரசாங்கம் பொது வழக்காக இருக்கும் அரசுகளில் புரட்சி என்ற தண்டனையினால் அன்றி இந்தச் சோதனையிலிருந்து தப்பமுடியாது. ஆகவே தாங்கள் அதிகாரத்தில் இருக்க வேண்டுமென்றால், மெய்யான முக்கியத்துவத்தின் எல்லைகளுக்குட்பட்டு, அரசாங்கங்கள் பொதுமக்கள் விழைவுகளுக்கு இணங்கவேண்டி வருகிறது.

மக்கள் விழைவுகளுக்கு இணங்குவது என்பது ஒரு தெளிவற்ற சொல்; அது எந்த அளவுக்குத் திறனுள்ளதாக இருக்கிறது என்பது இயற்கையாகவே பொதுமக்கள் கருத்து ஒழுங்குற வைக்கப்படுகிறது, அதன் ஒழுங்கமைப்பினால் தன் விருப்பத்தை அறியப்படச் செய்கிறது என்ற அளவைப் பொறுத்துள்ளது. இந்தக் கருத்தை ஒரு சட்டசபையில் எவ்விதம் திருப்தியுறச் செய்யலாம் என்ற பிரச்சினையைப் பின்னர் பார்ப்போம்; அவர்கள் தேர்ந்தெடுக்கப்படும் முறைகள் மிகமிக முக்கியமானவை என்பது தெளிவு. தேர்தல் என்பது, ஜோன்ஸ் என்ற ஒருவரை, அவரது விருப்பத்திற்குள் எனது நலன் அடங்கியிருக்கிறது என்பதால் எனக்குச் சார்பாக நான் தேர்ந்தெடுக்கிறேன் என்று அர்த்தமல்ல என்பதை மட்டும் இங்குக் கூறினால் போதும்; அவரது செயல்களை மதிப்பிட இயலுகின்ற குறித்த காலஅளவுக்குப் பிறகு, அந்த ஜோன்ஸ் நான் பொதுவாக ஒப்புகின்ற ஒரு கொள்கைக்கு அவர் வாக்களிப்பார் என்பதற்காகவே தேர்ந்தெடுக்கிறேன்.

ஆனால் அவரை நான் மதிப்பிட வேண்டுமானால், எனது மதிப்பீடு போதிய தெளிவுள்ளதாகவும், கருத்தைச் சரிவர வெளிப்படுத்துவதாகவும் இருக்குமாறு தெளிவாகவே எனக்குப் பயிற்சி அளிக்கப்பட்டிருக்க வேண்டும். அதாவது நவீன அரசில், குடிமக்களுக்குக் கல்வியளிப்பது என்பதுதான் அதன் இதயம். ஜனநாயக அரசாங்கத்தை ஆதரிப்பவர்களும்கூட, அதன் செயல்களில் வெறுப்படைவது, அதன் பணிகளைப் புரிந்துகொள்ளுமாறு அதற்கு ஒருபோதும் பயிற்சியளிக்கப் படவில்லை என்பதால்தான்; மேலும், சமூகக் கோட்பாட்டாளர்கள் இந்த இடர்ப்பாடுகளைச் சந்திக்க அரசாங்க எந்திரத்தில் மாற்றங்கள் செய்து பார்க்கிறார்கள். அவை எந்திரத்திலுள்ள குறைபாடுகளால் பெரும்பாலும் ஏற்படுபவை அல்ல, மாறாக, அரசாங்கம் என்ற ஒன்று இருப்பதே தெரியாமல் தங்கள் வாழ்க்கையைக் கழிக்கும் ஒரு மக்கள்தொகையைச் சமாளிக்க முனைகிறார்கள் என்பதால்தான். இந்த அறிவின் கவர்ச்சி துளிர்விடுகின்ற பருவத்தில், தொழிலகங்களில் பதினான்கு வயதில் மந்தைபோலச் சேர்க்கப்படும் சிறுவர்கள், நவீன தொழில் வாழ்க்கையின் நிலைமையில், தங்கள் நலம் சார்ந்த சிக்கலான தொழில்நுட்பத்தில் பணிசெய்வது

ஒருபுறமிருக்க, அவர்களால் அதைப் புரிந்துகொள்ளவே முடியாது. ஜனநாயகத்தின் குறைபாடுகள் பெரும்பாலும் ஜனநாயகத்தைப் பற்றிய அறியாமையினால்தான் எழுகின்றன; அந்த அறியாமையைத் தாக்குவதுதான் இந்தக் குறைகள் கட்டப்பட்டுள்ள அடிப்படையைத் தாக்குவதாகும். இப்படிப்பட்ட அறியாமை இருக்கும் வரையில், அறிவின் ஆடம்பரத்தை அடைகின்ற வாய்ப்புப் பெற்ற ஒரு சிலரே தங்கள் விழைவுகளைத் திறன்மிக்கதாக்க முடியும் என்பது தவிர்க்க இயலாதது. கல்விபெற்ற வாக்காளர்கள் இல்லாவிட்டால் ஒரு பொறுப்புள்ள அரசு என்பது இருக்க இயலாது.

ஆனால் ஒரு கல்வியறிவுள்ள வாக்காளர் அமைப்பும் கூட பொறுப்பின் அடிப்படை நிபந்தனைகளை உருவாக்க முடியாது. நவீன அரசில், தனிமனிதன் என்பவன், தனக்கு ஒத்த விருப்பங்களைக் கொண்டவர்களுடன் சேர்ந்து செயல்படாதவரை, பரந்த பாழிடத்தில் ஒலிக்கும் ஒரு குரலே ஆவான். சான்றாக, ஒரு தனித் தொழிலாளி, தனது நியாயமான கோரிக்கைகளுக்காக ஒரு முதலாளியுடன் பேரம் பேசுவது இயலாதது; சுதந்திரமான ஒப்பந்தத்திற்கு பேரம் பேசுவதில் சமத்தன்மை வேண்டும் என்பது மிகத் தேவையான முற்கோள். இப்படிப்பட்ட பேரத்தின் சமத்துவம் சங்கத்தினால் மட்டுமே அடையப்படக் கூடியது. பொருளாதார எஜமானனிடம் தனித்தே சென்று தனது விருப்பத்தை வைக்கும் ஒரு உழைப்பாளன், அவனது சக தொழிலாளர்கள் ஒன்று சேர்ந்து அடைய நினைக்கும் திருப்தியின் தரத்தை அழித்து விடுகிறான். ஒரு தேவையான குறைந்தபட்சத்தை அடையமுயலும் ஒரு தரத்திற்குப் போட்டியாகக் கையாளப்படும் சக்தியின் களஞ்சியமாக அவன் ஆகிவிடுகிறான்; தனியார் தொழில்களே ஆதிக்கம் செலுத்துகின்ற, வேலைகிடைக்காதவர்களின் தொகுதியைத் தங்களுக்காகவே காப்பாற்றி வைத்திருக்கின்ற, ஓர் அமைப்பில் இது மேலும் உண்மையாகிறது. நியாயமான பணி நிலைமைகள் பாதுகாக்கப்பட வேண்டுமானால், தொழிலாளர் சங்கங்களின் கட்டாய அங்கீகாரம் என்பது இன்றியமையாதது. மிக அதிகக்கூலி கொடுக்கும் ஒரு சந்தையில் ஒரு சங்கம்சாரா உழைப்பாளன் தன் உழைப்பை விற்கமுடியும் என்ற விரும்பத்தகாத கட்டுக்கதையின் மறைவையும் இது குறிக்கிறது. தனது சகதோழர்களுடன் நிற்காத ஒரு உழைப்பாளன், நியாயமான வாழ்க்கைத் தரங்கள் அவர்களுக்குக் கிடைக்கும் வாய்ப்பை அழிப்பவனாகிறான்.

மறுபுறம், நவீன தொழில்களில் நிகழும் அராஜகம் தொழிலாளர் நிலைமைகளை வெற்றிகரமாகச் சமாளிக்கச் செய்யும் எந்த முயற்சியையும் அழிப்பதாகவே இருக்கிறது. தொழிலகங்களின் சுகாதாரத் தரத்திலும், கணக்கு வைப்பிலும், செலவினங்களை

மதிப்பிடுவதிலும், விற்பனை முறைகளிலும், உற்பத்தித் தொழில்நுட்பத்தில் செய்யப்படும் ஆய்வுகளிலும், வேலையளிப்பிலும் பணிமேம்படுத்தலிலும், தொழிலின் இலாபத்தில் கொஞ்சம் பங்கினை உழைப்பாளர்களுக்கு அளிப்பதிலும் எல்லாம் காணப்படும் வேறுபாடுகள், தொழிலைச் சரிவர நடத்துவதில் அழிவுண்டாக்குவதாக இருக்கின்றன. உற்பத்தியில் தனக்குரிய பகுதியை அடையலாம் என்று நம்பும் உழைப்பாளனின் பங்கை மிகக் குறைக்கின்ற அலுவல் நடைமுறைகள் உள்ளன. ஆனால் ஏதோ ஒரு தொழிலில் பொதுமக்கள் சேவை என்று அறியத்தக்க ஒன்றைக் கட்டமைக்கும் சேர்க்கைகள் எவையும் இல்லை. அரசுக்கும் தொழிலுக்கும் இடையிலுள்ள உறவுகள் சமத்தன்மையில் இருக்கவேண்டுமானால், அரசாங்கத்திடம் ஒழுங்கான, ஒருசீர்மைத்தான ஆலோசனைகளை நடத்துகின்ற சங்கங்கள் ஒவ்வொரு தொழிலிலும் இருக்கவேண்டும் என்பது தெளிவு. தொழிலாளர்களின் அமைப்பு போலவே எஜமானர்களின் அமைப்பும் தேவையாக இருக்கிறது. இந்த அமைப்புகள் இன்றி, அபிப்பிராயங்கள் போதிய அளவு ஆராயப்படுவதில்லை. அதற்கேற்பவே அரசாங்கம் தனது கொள்கையை உருவாக்குகிறது. மேலும் அதிகாரத்தின் மூலங்கள் செல்வாக்குள்ள மனிதர்களின் கையில் கிடைப்பதைச் சாத்தியமாக்குவதால் அவர்கள் தொடர்ச்சியாக அதை துஷ்பிரயோகம் செய்வதில் ஈடுபடுகிறார்கள்.

இக்காலச் சமூகத்தில் இப்படிப்பட்டத் தொழில் ஒழுங்கமைப்பு தன் பணிசெய்தலில் ஓர் அமைப்புற்ற அரசாங்கத்தின் பண்பையும் பொறுப்பையுமே அளிப்பதாகக் கருதலாம். சட்டவிதிப்படியும், மரபுப்படியும் அது காப்பாற்றவேண்டிய தரநிர்ணயங்கள் இருக்கும்; அந்தத் தரநிர்ணயங்களைக் கட்டாயமாக்குகின்ற வழிகளும் அதற்கு இருக்கும். இம்மாதிரித் தரநிர்ணயம், இறுதி வரையறையின்படி, எப்போதுமே அரசின் விஷயமாகத் தான் உள்ளது என்பதை அறுதியிட்டு வலியுறுத்த முடியாது. ஏனெனில் நிர்வாகத்தின் சாதனங்கள் எவ்விதம் இருப்பினும், அந்தத் தரநிர்ணயங்கள் நுகர்வோரின் ஆர்வங்களைப் பாதுகாக்கவே காப்பாற்றப்படுகின்றன. அதாவது இக்காலச் சொல்வழக்கில், எந்த ஒரு மனிதனும் தனது சொந்தத் தொழிலைத் தானே நடத்தி விடமுடியாது; அது நிர்வகிக்கப்படும் முறைகளை எப்போதுமே குடியுரிமையின் பின்னணி தீர்மானிக்கிறது. அந்தப் பின்னணியை வரையறுப்பது அரசுதான். ஆகவே அரசுக்கும் தொழில்சார் பணிகளுக்கும் இடையிலான உறவு, மனிதர்களின் குடியுரிமை ஆர்வங்களைத் தொடர்ந்து வெளிப்படையாக ஆக்குகின்ற வழிமுறைகளே இப்போது பிரச்சினைகளாக உள்ளன.

VII. ஆலோசனைக்குரியதாக அரசு

இதற்குத் தெளிவான மூன்று வழிகள் உள்ளன. நவீன அரசின் முதல் மிகப்பெரிய தேவை, போதிய அளவு ஆலோசனைக்கான நிறுவனங்களை ஒழுங்கமைப்பதாகும். இப்போதைய ஒழுங்கமைவின் பலவீனமும் இதன் பொறுப்பின்மையின் மெய்யான வேர்களில் ஒன்றாக இருப்பதும் எதுவெனில், ஓர் அரசாங்கம், ஏதோ ஒரு சட்டவிதியினால் பாதிக்கப்பட்ட ஆர்வங்களைக் கொண்ட குழுவினரோடு ஆலோசனை நடத்துவதற்கு மாறாக, தான் முக்கியமென்று நினைத்துத் திணிக்க முயலும் செயலுக்கு எதிராகக் கிளர்ச்சி செய்பவர்களுடன் ஆலோசிக்கக் கட்டாயப்படுத்தப்படுவதாகும். இங்கே நாம் கோடிட்டுக் காட்டிய அளவுக்கு அரசியலமைப்பு வடிவம் தொழிலுக்குத் தருவதாயின், எந்தக் கொள்கையும் சட்ட வடிவம் பெறும் முன்னர் அதிகாரப்பூர்வ அமைப்புகளுடன் முதலிலேயே கலந்தாலோசிப்பது சாத்தியமாகும்.

இப்படிப்பட்ட முறையின் ஆதாயங்கள் வெளிப்படை. முதலில், சம்பந்தப்பட்ட ஆர்வங்கள் அரசாங்கத்துக்குள் திறம்படப் புகுமாறு இது செய்கிறது. அதாவது அவற்றின் விருப்பங்கள் குறைந்தபட்சம் அதிகாரப்பூர்வ வெளிப்பாட்டினைப் பெறுகின்றன. தாங்கள் விரிவாகவும், கொள்கையளவிலும் அரசாங்கம் கொண்டுள்ள நோக்கத்தைக் கற்கும் நிலையில் வைக்கப்படுகின்றன. ஆக, இப்படிப்பட்ட நடவடிக்கைகளை மிகத் திறனுடன் எதிர்க்கவும் ஆதரிக்கவுமான தன்மை அளிக்கப்படுகின்றன. அறிவின் தன்னுறுதியுடன் அவை வெளி அபிப்பிராயங்களை வேண்டலாம். உறுதிப்படுத்தப்பட்ட தளத்திலிருந்து அரசாங்கத்தின் ஆதரவாளர்களையும் எதிர்ப்பாளர்களையும் சட்டசபையில் செல்வாக்கிற்கு உட்படுத்த முனையலாம். அமைச்சருக்குத் தகுதியான அளவில் கட்டமைத்துக் கொள்ளுமாறு மெய்யான மதிப்புடைய தகவலை அளிக்கலாம். அதன் வேலைச் சாத்தியத்திற்கான முறையில் அவருக்கு ஆலோசனைகளை வழங்கலாம். அவை கொள்கையின் பலவேறு கூறுகளில் ஆழ்ந்த அறிவின் ஒரு சேமிப்பினை உருவாக்கலாம். அது திறனோடு பயன்படுத்தப்படும்போது அரசாங்கத்தின் பணிகளில் பொறுப்புடன்கூடிய ஒரு சூழலை உருவமைக்கலாம். அமைச்சர், அவர்களின் அபிப்பிராயப்படி நடந்தால், அவர் குறைந்தபட்சம் அனுபவ அடித்தளத்தின்மீதே கட்டமைக்கிறார்; அவற்றைப் புறக்கணித்தால், எதிர்ப்பு உருவாகிறது. அதன் விளைவாக ஜனநாயக நிர்வாகத்தின் உயிராகிய விவாதம் என்பது போதிய அளவு உறுதிப்படுத்தப்படுகிறது.

இங்கு விவாதத்திற்குள்ளாகும் பிரச்சினை என்பதைப் பயனுள்ள வகையில் வேறொருவழியில் எடுத்துரைக்கலாம். நவீன அரசாங்கங்களின் பொறுப்பு என்பது பெருமளவில் ஒரு அகவயமான பொறுப்பு. மேலோங்கும் விளக்கம் என்பது தான் நேரடியாக பாதிக்கும் ஆர்வங்களினால் எந்த ஒரு முறை சார்ந்த வகையாலும் கட்டுப்படுத்தப்படுவதல்ல. அந்த ஆர்வங்களுக்கு முடிவெடுக்கும் தலைமையுடன் உடனடி நிறுவன ஏற்பு கிடைத்தால்தான் இப்படிப்பட்ட கட்டுப்பாடு அறிமுகப்படுத்தப்பட முடியும். ஆலோசனைக் குழுக்களை கூட்டி அவற்றின் முன்னால் தான் கையாளப் போகும் கொள்கைகளை வைக்கவேண்டிய, அமைப்புற்ற சங்கங்களின் சார்பாகப் பேசுகின்ற தகுதியுடைய நபர்களின் விமரிசனங்களுக்குச் செவி கொடுக்கின்ற ஓர் அரசாங்கம், குறித்த காலஅளவுக்குப் பதவியிலிருக்கக் கூடிய அமெரிக்க அரசாங்கம் போலவோ, தன் ஆதரவாளர்களைப் பொதுத் தேர்தல் என்ற பயமுறுத்தலினால் ஒப்புக்கொள்ள வைக்கக்கூடிய இங்கிலாந்து அரசாங்கம் போலவோ அன்றி வேறான நிலையில் இருக்கிறது. பொறுப்புடன் நடக்கச் செய்வதற்காக, அதிகாரத்தைப் பிரிக்கவேண்டிய அவசியமில்லை; அந்த அதிகாரம் இணங்கவேண்டிய மேல் நோக்கு உறுப்புகளை சீர்மைப்படுத்துவதே இன்றியமையாதது.

ஏனெனில் எந்த ஒரு அரசாங்கமும் அதிகாரத்துடன் பேசத் தகுதியுடைய மக்கள் அமைப்புகளுடன் தொடர்பு கொண்டு அவற்றால் பாதிக்கப்படாமல் இருக்க இயலாது. ஆராய்ந்து அளிக்கப்படாத ஒரு வாக்கு சரியான இடத்திற்கு அளிக்கப்படவில்லை என்ற உணர்ச்சியின்றிச் சட்ட மன்றத்தின் எந்த உறுப்பினரும், ஒரு அரசாங்க முடிவு பரவலான திறனாளர்களின் மறுப்பினை எழுப்பியுள்ளது என்பதைத் தெரிந்து கொள்ள இயலாது. நன்கு ஆராய்ந்த பொதுக்கருத்து அரசின் செயல்களைச் சுற்றியிருக்குமானால், அந்தக் கருத்துக்கு அதிகாரத்தின் இருக்கைக்குச் செல்வதற்கான பாதைகள் திறக்கப்பட வேண்டும். ஒரு இதழுக்கான கடிதம், ஒரு பிரசுரத்தின் வெளியீடு, ஒரு பொதுக்கூட்டத்தை நடத்துதல், இவையெல்லாம் சில சிறப்பான பார்வைகளை வெளியிடும் பயனுள்ள வழிகள்தான். ஆனால் இவை அரசாங்கத்தின் விருப்பத்தை நேரடியாகச் சென்று அடைவதில்லை. பொறுப்புள்ள காரியத்தின் வேர்களான அதிகாரப்பூர்வ எதிர்வினை அளித்தலாகிய கடமை, விளக்குவதற்கான ஒழுக்கத் தேவை ஆகியவற்றை இவை கண்டிப்பாக எழுப்பியாக வேண்டுமென்ற அவசியமில்லை. இவை போன்ற ஆலோசனை தரும் அமைப்புகளின் சூழல், உதாரணமாக, தற்கால அமைச்சரவையிலிருந்து பெரிதும் வேறுபட்டது. அங்கு அமைச்சர் பொது நன்மையுடன் அடிப்படையில் தொடர்புறாத பிரச்சினைகளைப்

பற்றியும் சிந்திக்க வேண்டும். உதாரணமாக, கட்டாய இராணுவ ஆட்சேர்ப்பு என்பது அரசியல் தற்கொலை என்பதால், அதை ஏற்க முடியாது என்று ஒருவன் சொல்லவேண்டும்; இங்கே கட்டாய இராணுவ ஆட்சேர்ப்பு என்பது அடிப்படைப் பிரச்சினை அல்ல, அரசாங்கம் உயிருடன் இருப்பதே மிக உயரிய நன்மை என்று நாம் யூகிக்கிறோம். அமைச்சரவையில் ஓர் அமைச்சர், பொது நன்மைக்கு ஏற்காத ஆர்வங்களைப் பற்றியும் சிந்திக்கும் கட்டாயத்துக்கு ஆளாகிறார். கட்சி ஒற்றுமையைக் காப்பாற்றுவதன் தேவை, சக்தி வாய்ந்த ஒரு சக அமைச்சரின் இராஜினாமா தடுக்கப்பட வேண்டும் என்ற எண்ணம், மற்றும் தனிப்பட்ட உறவுகளில் தலையிடக் கூடிய நூற்றுக்கணக்கான கவனத்தைச் சிதைக்கின்ற விசித்திரமான நிகழ்வுகளின் சாயைகள் போன்றவற்றைப் பற்றிச் சிந்திக்க வேண்டும். திறனாளர்களின் ஆலோசனைக் குழு ஒன்று நிரந்தர நிறுவனத்தின் தன்மையைப் பெற்றிருந்தால் இம்மாதிரித் தொல்லை தரும் செல்வாக்குகள் இல்லாமல் போகும். விவாதம் அந்தந்த விஷயத்தின் கொள்கைகளுக்குள் அடங்கியதாக இருக்கும்; தனிநபர் விஷயங்கள், முதலாவதாக, இல்லாமல் போகும். அமைச்சர் நேரடியாக மனங்களுடன் தொடர்பு கொள்கிறார், மறைமுகமாகவே வாக்குகள் பற்றிய எண்ணம். தர்க்க அறிவுக்கு எதிராகத் தர்க்க அறிவினைப் பயன்படுத்துவதற்கு அவர் செலுத்தப்படுகிறார். தனது விருப்பத்தை உருவாக்குபவர்களின் விழைவுகளுக்குப் பொறுப்பாக இருக்கும் விதமாக அவருக்குப் பயிற்சி கிடைக்கிறது.

இப்படிப்பட்ட ஆலோசனை நிறுவனங்கள் நியாயமாக ஏற்கக்கூடிய வடிவங்களைப் பற்றி நாம் பின்னர் ஆராய்வோம். வணிகக்குழு சமதர்மத்தில் போல ஒரு செயல்படு அமைப்புக்கு அதிகாரத்தை அளிக்கலாம், அல்லது ஜெர்மன் பொருளாதார மன்றத்தில் போல, ஆலோசனைக் கோட்பாட்டை வைத்துக் கொண்டு அதை ஒரு தனி நிறுவனமாகக் கட்டமைக்கலாம், நாம் கூறியதுபோல, இதுபோன்ற தனித்தனி ஆலோசனை உறுப்புகளை அரசாங்கத்தின் வெவ்வேறு அலகுகளுக்குச் சேர்க்கலாம். எப்படியெனினும் ஓர் அரசின் அரசாங்கம் தானாக முடிவெடுப்பதைக் கைவிட்டு ஆலோசனையில் ஈடுபடுவதைக் கட்டாயமாக்க வேண்டும் என்பது சமூகஒழுங்கமைவுக்கு நல்லதாகத் தோன்றுவது ஏன் என்பதை இங்கு விளக்குவது பயனுள்ளதாக இருக்கும். வணிகக்குழுக் கோட்பாட்டின் இடர்ப்பாடுகள் நான்கு விதங்களில் உள்ளன. முதலாவதாக, ஆலோசனைக்கான போதிய அலகுகளைக் கண்டறிவது நடைமுறையில் சாத்தியம் என்றாலும், அரசாங்கத்திற்கான நடைமுறை அலகுகளைக் கண்டறிவது நடைமுறைச் சாத்தியமாக இல்லை. இரண்டாவதாக, எல்லாச் சங்கங்களையும் ஒற்றைச் செயல்படு அமைப்பாக ஒன்றுசேர்ப்பது, அதனிடம்

உற்பத்தியின் இறுதிக் கட்டுப்பாட்டுப் பொறுப்பினை ஒப்படைப்பது என்பது, உதாரணமாக, பொதுமக்கள் அவையினைவிட (ஹவுஸ் ஆஃப் காமன்ஸைவிட) உயர்ந்த பண்புத்தகுதி பெற்றதாக இருக்கும் என்று நினைக்கக் காரணமில்லை. வணிகக்குழு அதிகாரிகளும், அமைச்சர்களைப் போலவே, அதிகாரிகளின் ஆட்சிக்கும், பழமைவாதத்திற்கும் இணங்கிப் போவார்கள். இப்போதிருப்பது போலவே பெருமளவு அவர்கள் தங்கள் பகுதியுறுப்புகளுடனான தொடர்பை இழந்து விடுவார்கள். பெரும்பான்மை ஆட்சியிலும் இதேபோன்ற இடர்ப்பாடுகள் இருந்துகொண்டுதான் இருக்கும். அல்லது திரு. கோல் சிந்திப்பதுபோல, திரும்ப அழைப்பது என்ற உத்தியினால் (கீழே ஆலோசிக்கப்பட்டுள்ள வரையறுத்த அர்த்தத்தில் அன்றி) இவை எதையும் சரிப்படுத்தவும் முடியாது. (எட்டாம் இயலைக் காணவும்). அது தேர்ந்தெடுத்த நபர்களின் பொறுப்புணர்ச்சியைக் குறைக்கிறது என்பது நாம் அனுபவத்தில் பெற்ற வெளிப்படையான பாடம். அது, அவர்கள் ஆற்றல்மிக்கவை என்று நம்புகின்ற ஆர்வங்களுக்கு அவர்களை மேலும் கீழ்ப்படிபவர்கள் ஆக்குகிறது. அது அவர்களது தற்போதைய தீர்மானத்தின் உள்நோக்கங்கள் போலவே, குறைந்தபட்சம், போதாத உள்நோக்கங்கள் வாயிலாக அவர்கள் முடிவுகளை அது தள்ளாட வைக்கிறது. அமெரிக்க ஐக்கியநாட்டில் இருப்பதைப் போல, சிறந்த பீடங்களை அடைவதற்கான ஆசைக்கு மக்கள் அக்கறையைக் கீழ்ப்படுத்தும் மனிதர்களின் இனத்தைத் தோற்றுவிக்கிறது. மூன்றாவதாக, வணிகச்சங்கக் கூட்டமைப்புக்கும் பிரதேசச் சட்டசபைக்கும் இடையில் வேறுபாடு எதையும் காட்டக்கூடிய கோட்டை இழுப்பதற்கு வழியும் இல்லை. மக்களுக்கு வரிவிதிக்கும் அமைப்பே அண்மையிலோ பின்னரோ பிறவற்றைவிட மேலோங்கும். நான்காவதாக, இந்த வேறுபாட்டை நீதிமன்ற விளக்கங்களின் வாயிலாகச் செய்ய முற்பட்டால், ஒருபுறம், இந்த இரு அமைப்புகளுமே அலங்கோலமான நியமிப்புகளின் மூலங்களாக உள்ளன, இரண்டு, நீதிமன்ற நடுவர்கள் சமூக அதிகாரத்தின் இறுதி ஏற்புக்களஞ்சியங்களாக ஆகிவிடுகிறார்கள். அமெரிக்க உச்சநீதிமன்ற நடுவர்கள் சட்டங்கள் என்ன சொல்கின்றன என்பதை விளக்குவதற்கு மிக மதிப்புவாய்ந்த கருவிகளாக இருந்தாலும், சட்டங்கள் இயற்றப்படுவது தேவையா என்ற நிர்ணயத்துக்கு வரும்போது அவர்கள் நன்மையைவிட அதிகமாகத் தீமையையே இழைக்கிறார்கள். இந்த இரண்டாவது அலுவல் என்பது மெய்யாகவே, பொதுச்சமுதாய விருப்பத்தைச் சமூகநீதி பற்றிய தங்கள் சொந்தச் சிந்தனைகளால் இடப்பெயர்ச்சி செய்வதாகும்.

ஜெர்மன் முறைக்கான ஆட்சேபணைகள் வேறொருவகைச் சிந்தனைகளின்மீது அமைந்திருக்கின்றன. அதன் பொருளாதார

மன்றம் என்பது வெறும் ஆலோசனை அமைப்புதான். அதற்கு இப்போதுதான் மூன்று வயது ஆகியுள்ளது. இருப்பினும் அதன் மிகச்சிறந்த வேலை பொதுவிஷயங்களில் அல்ல, குறித்த விஷயங்களில்தான் என்பதும், முழுநிறைவான அமர்வுகளில் அல்ல, பலவேறு குழுக்களுடனான நெருக்கமான விவாதத்தில்தான் என்பதும் ஏற்கெனவே தெளிவாகியிருக்கிறது. அதன் பலவீனங்கள் பலவேறு திசைகளில் செல்கின்றன. அதன் தொடக்கிவைக்கும் சக்தி, சட்டங்களை இயற்றுவதற்கு, ஆனால் அவற்றை நிறைவேற்றுவதற்கான பொறுப்பு இல்லாமல், ஆலோசனைகளைப் பெருக்கும் விதமாகச் செயல்படுகிறது. அமைச்சர்களுக்கு அதிகப்படி உழைப்பின் கடுமையான சுமையை அது விதிக்கிறது. அந்த அமைப்புக்கு முன்னால் தோன்றிப் பேசுவதும், அதன் செயல்பாடு எப்போதுமே ரெய்க்ஸ்டேகின் திறமைத்தகுதியின் விளிம்புகளில் அத்துமீறுகிறது என்பதும், ஆவணங்கள் - தகவல் பற்றிய அதன் அளக்கவியலாத பசியைத் திருப்திப்படுத்துவதும் நேரான நிர்வாக வழிகளுக்கு உதவிபுரிவதைவிட அவற்றுக்குத் தடங்கலாகவே உள்ளன. ஏதேனும் ஒரு நடவடிக்கை பொருளாதார மன்றத்துக்கு அனுப்பப்பட்டால், அதன் பொருத்தமான குழு, அதற்குரிய அமைச்சருக்குத் தன் சிறப்பு அறிவினால் உதவமுடியும் என்பது தெளிவு. அந்த மன்றம் முழுமையாக அந்தப் பணியைச் செய்வதாகச் சமமாகத் தோன்றவில்லை. அதன் தன்னிச்சை அதிகாரநிலை அமைச்சர்களுக்கும் அவர்களின் அதிகாரிகளுக்கும் அது உதவிக்கான ஒரு பாதை என்பதைவிட ஒரு போட்டிக்கான மூலமாகவே தோன்றுமாறு செய்கிறது. கட்சிகள் இன்மையால், பிரதிநிதித்துவ சபைகளின் வெற்றிக்கு இன்றியமையாத ஒருங்கிணைக்கப்பட்ட முடிவுகளின் ஒற்றுமையை அது பெற்றுத் தரவில்லை. ராதினூ என்பார் அறிவித்தது போல, பொதுமக்களின் தேர்வு என்ற கொள்கையிலிருந்து நாம் விடுபட்டுத் திறனுடைமைக் கொள்கையை நோக்கி நாம் நகர வேண்டியிருக்கலாம். ஆனால், ஒரு ஜனநாயகத்தில் இறுதிக் கொள்கை என்பது சுய ஆட்சியே ஆகும் என்பதை ஞாபகப்படுத்திக் கொள்வது தேவை; கடைசி கடைசியாக, இறுதி முடிவுகள் தேர்ந்தெடுக்கப்பட்ட மனிதர்களால் செய்யப்பட வேண்டும் என்பதுதான் அதற்கு அர்த்தம். தேர்ந்தெடுக்கப்பட்ட மனிதர்களுக்கு ஆலோசனை கூறுவதில்தான் திறமை என்பது தேவைப்படுகிறது; பத்துக்கு ஒன்பது விஷயங்களில் அந்த ஆலோசனையும் பொதுவானதாக அன்றிச் சிறப்பானதாகத் தேவைப்படுகிறது. அதாவது, மிகக்குறுகிய திறன் வட்டத்திற்குள் திறமையை இணைக்கக்கூடியதாக அது இருக்கவேண்டும்; வேறுபிற திறனாலோசனைகளுடன் உறைந்து உந்துசக்தியற்ற ஓர் ஒருமைக்குள் இறுகுவதால் அது எந்தப் பயனும் பெறுவதில்லை. மேலும், ஒட்டுமொத்த பொருளாதார மன்றத்தின் கூட்ட விவாதங்கள்,

விவாதத்திற் குட்படும் சூத்திரங்களைக் கவனமாக ஆராய்கின்றவையாக இருப்பதைவிட, வார்த்தை ஜாலமிக்க வர்க்கக் கருத்தியல்களின் வெளிப்பாடுகளாக உள்ளன என்பதைக் குறித்துக் கொள்ளவேண்டும். இப்படிப்பட்ட அமைப்பு 'பேபராசெரி' (சிவப்புநாடாத் தன்மை என்பதைக் குறிக்கும் ஃபிரெஞ்சுச் சொல்) பெருகுவதற்கு அளவற்ற வாய்ப்பைத் திறந்து விடுகிறது என்பதையும் நாம் மறக்கலாகாது. இன்றிருக்கும் வீதத்தில் ஜெர்மன் பொருளாதார மன்றம் தனது கவனத்திற்குரிய விஷயங்களைப் பெருக்கிக் கொண்டே சென்றால், விரைவில் அரசின் ஒவ்வொரு துறையும் வெவ்வேறு குழுக்களுக்குத் தேவையான தகவல்களை வெறுமனே அளிப்பதற்கே ஒவ்வொரு சிறப்புக்குழுவைக் கட்டமைக்க வேண்டிய ஒரு காலம் வரும். எனினும் எந்த ஓர் அரசும் அளிக்கக்கூடிய அலுவலர்களின் எண்ணிக்கைக்கு ஒரு எல்லை இருக்கிறது; ஆய்வுக்குரிய பகுதி, அரசின் விருப்பத்திற்குத் தொடர்புடைய கொள்கையுடன் நேரடித் தொடர்பை தனக்கு ஒரு நியாயமான எல்லையாகக் கொள்ளவேண்டும். இன்றைய ஒழுங்கமைவு, திட்டங்களைப் பெருக்கிச் செல்கிறது. அவை, அமெரிக்க சட்டசபையின் மசோதாக்களைப் போல, வெற்றிடத்தில் கிடக்கின்றன. அரசாங்கப் பொறுப்பை மெய்யாக்குவதற்கு நமக்கு வேண்டுவது, சட்டசபை விவாதத்தில் உள்ள அல்லது உடனடியாக இருக்கப்போகின்ற திட்டங்களைத் தெளிவுபடுத்துவதுதான்.

ஆகவே, எல்லாருக்குமான வாக்குரிமை என்பதன்மீது அமைந்த பிரதேச சட்டசபை என்பதுதான் சமுதாயத்திற்குள் விருப்பங்களின் மோதல்களில் இறுதி முடிவுகளை எடுக்கச் சிறந்த வழியாகத் தோன்றுகிறது. அந்தச் சட்ட மன்றம், குறைந்தபட்சம் கொள்கையளவிலேனும், பொறுப்பற்ற முறையில் நடந்து கொள்ள இயலாது என்பதைக் குறிப்பிடவேண்டும். முதலில், அது வாக்காளர் விருப்பத்திற்குரிய ஒரு அமைப்பாக இருக்கும்; அந்த வாக்காளர் அமைப்பு நன்றாக விஷயமறிந்த ஒன்றாக இருப்பதற்கேற்ப, சட்ட மன்றமும் அதன் விழைவுகளுக்கு எதிர்வினை புரியும். இரண்டாவதாக, அது சமுதாயத்தின் அமைப்புற்ற விருப்பங்களின்மீது செயல்படுவதற்கு முன்பாக அவற்றுடன் ஆலோசனை புரியும் கட்டாயத்திற்குள்ளாகும். வேறு எவ்வித குடிமக்களையும் போலவே அதன் நிர்வாகமன்றமும் நீதிமன்றங்களின்முன் பொறுப்புக்கு நிற்கவேண்டி வரும். இந்தக் கட்டுப்பாடுகளுடன், நிலப்பகுதி, பணி இரண்டின் மையமழித்தலையும் சேர்த்துவிட்டால், அரசியல் அதிகாரத்திற்குரிய எல்லைமீது எவ்வளவு பாதுகாப்புச் சட்டப்பூர்வமாகச் சேர்க்கமுடியுமோ அதைச் சேர்த்ததாகும்.

VIII. கட்டுப்படுத்தும் காரணிகள் சில

இந்த வாதத்தின் கீழிருக்கும் யூகம் ஒரு சமுதாயத்தை முழுவதுமாகப் பிரதிநிதித்துவப்படுத்தாத ஒரு அமைப்பு, கில்டு(வணிகக்குழு) சமதர்மத்தில் இருப்பதுபோல உற்பத்தியாளர்களைப் பிரதிநிதித்துவப் படுத்தினாலும், அல்லது பிரதேசச் சட்டமன்றங்களில்போல நுகர்வோர்களைப் பிரதிநிதித்துவப் படுத்தினாலும், தன்னைச் சாதித்துக் கொள்ளத் தனிமனிதனின் உரிமைகளைப் போதிய அளவு தன்னளவில் ஒருபோதும் பாதுகாக்காது என்பதேயாம். கடைசிநிலையில் அரசாங்கத்தின் விருப்பத்தை எதிர்க்கின்ற விதமாக ஆயத்தப்படுத்தப்படும் ஒரு சங்கத்தின் வாயிலாக ஏதோ ஒரு சிறப்பு ஆர்வத்தைச் சாதிக்கமுனைகின்ற ஒருசிலரை ஒருங்கமைப்பதனால் மட்டுமே இதனைச் செய்யமுடியும். எந்த ஓர் அரசிலும் தங்கள் ஆள்வோர்மீதான விமரிசன நோக்கு குடிமக்களின் மனப்பான்மையில் தோன்றவில்லையானால், உரிமைகளைப் பாதுகாப்பது என்பது கடினமான விஷயம் ஆகிவிடும். தற்செயலாக நிகழ்கின்ற தாக்குதல் மனப்பான்மை ஒன்று ஏற்படலாம். அது ஒழுங்கின்மையின் சாத்தியத்தை உள்ளடக்கியிருக்கலாம், ஆனால் அது அரசாங்கத்தையே தன்னைப் பற்றிய அபிப்பிராயத்திற்கு விழிப்பாக இருக்கச் செய்கிறது; ஓர் அரசின் உள்வாழ்க்கையில் ஒழுங்கமைக்கப்பட்ட எதிர்ப்புக்கு மாறாக நிரந்தர சமாதானத்தை மட்டுமே விரும்புகின்றவர்கள் அண்மையிலோ பின்னரோ சுதந்திரம் என்னும் பழக்கத்தை இழந்துவிடுவார்கள். ஏனெனில், இறுதியாக, அரசாங்கங்கள் தாங்கள் கீழ்ப்படிய வேண்டிய சட்டங்களைவிட தாங்கள் எதிர்கொள்ளும் தகைமைக்கே பொறுப்புக்கு உள்ளாக்கப் படுகின்றன. நன்கு தெளியப்பட்ட, சீரமைக்கப்பட்ட ஒரு பொதுக்கருத்து, இந்த நோக்கத்திற்கு, அரசியல் தத்துவவாதிகளால் எக்காலத்திலும் விளக்கப்பட்டுள்ள எல்லாத் தடைகள்-சமநிலைகளுக்கும் தகுதியானது. ஓர் உயர்ந்த நிலையில் வாழ நிர்ப்பந்திக்கப்படாத அரசாங்கங்கள் சீரழிவதுபோலவே, மனிதர்களின் எச்சரிக்கையான, நிமிர்ந்த நுண்ணறிவை அவை சந்திக்கும்போது அவை மேம்படவும் செய்கின்றன.

இந்த அரசியல் பொறுப்புடைமை என்னும் எந்திரநுட்பக் கருத்தாக்கத்துடன் ஒவ்வோர் அரசும் ஒரு உற்சாகமான, தன்னிச்சையான நீதி அமைப்பினைப் பெற்றிருக்கவேண்டும் என்பது ஒன்றிணைந்ததாகும், அக்கிரமக் குற்றங்களுக்காகவும், ஒப்பந்த மீறல்களுக்காகவும் சமுதாயத்தின் ஒரு சாதாரண உறுப்பினன் நீதிமன்றத்தில் நிறுத்தப்படுவதுபோலவே அரசாங்கமும்

வழக்குத்தொடரத் தக்க நிலையில் இருக்கவேண்டும். நடுவர்களும், அவர்கள் அதே நிர்வாகத்தினால் நியமிக்கப்பட்டிருந்தாலும் அதனால் அகற்றப்பட இயலாத நிலையில் இருக்கவேண்டும். அதேபோல் அரசாங்க அதிகாரிகள் சட்டங்களுக்குத் தரும் விளக்கங்களும் இறுதி என ஏற்றுக் கொள்ள அனுமதிக்கும் நிர்வாகச் சட்டம் எதுவும் இருக்கலாகாது. குறிப்பாக, நிர்வாகத் தன்விருப்புரிமையின் மிகப் பரந்த வளர்ச்சியைக் கண்ட ஒரு காலப்பகுதியில், அவற்றின் அதிகாரங்கள் ஒரு சட்டவிதிக்கு உட்பட்ட அதிகாரங்களாகவே இருக்கவேண்டும். தங்கள் செயல்பாட்டில், நியாயத்தன்மையின் வெளிப்படையான விதிகளைப் பூர்த்தி செய்யும் விதமாகவே அவை பயன்படுத்தப்பட வேண்டும். இது ஓர் உரிமை மசோதாவை அரசியலமைப்புக்குள் எழுதவேண்டிய தன்மையைக் கொண்டுள்ளதா, அந்த உரிமைகள் ஒரு சிறப்புச் செயல்முறை வாயிலாக அடையப்படவேண்டியவையா என்பது ஒரு நுட்பமான கேள்வி. அவ்வுரிமைகள் மிக மதிப்புள்ள பொருள்களுக்கான ஞாபகங்களாக நிற்கின்றன என்பதாலும் அவற்றை மீண்டும் அடைய மனிதர்கள் போராட வேண்டியிருக்கும் என்பதாலும் அமெரிக்க ஐக்கிய நாட்டில் உரிமை மசோதாக்கள் இப்படிப்பட்ட நோக்கத்தை அடைய உதவி செய்திருக்கின்றன. தனது பழக்கங்கள் மதிப்புக்குரியவையாக இருக்கும் ஒரு நடத்தை மரபை அவை உருவாக்குகின்றன. எந்த மனிதனும் தனது வழக்கிற்குத் தானே நடுவராக இருக்க இயலாது என்பது அரசாங்கத்திற்கும் சமுதாயத்திலுள்ள மற்ற எந்த நிறுவனத்திற்கும் பொருந்தக்கூடியது என்பதை இங்குக் கூறுவது போதுமானது. நீதித்துறைக்குப் பிறவற்றைவிட சிறப்பு முதன்மை தரும்போதுதான் அது, மிகச்சிறிய சார்பினைக் கொண்டிருந்தாலும் ஆக்கிரமிப்புக்குள்ளாகக்கூடிய ஒரு சுதந்திரத்திற்குப் பாதுகாவலனாக இருக்க முடியும்.

இங்கு முதல் முக்கியத்துவம் உடைய வேறு இரண்டு கருத்துகள் உள்ளன. பொறுப்புக்கான பாதை, விமரிசனப் பலரறிநிலை என்னும் சாலை வழியாகத்தான் செல்கிறது. ஒரு நாட்டு மக்களின் சுதந்திரம், தனக்கு அளிக்கப்படும் செய்தியின் பண்பைப் பொறுத்தே அமைகிறது. நாம் இப்போதுதான் அதன் அளவைப் புரிந்துகொள்ளத் தலைப்பட்டுள்ளோம், அதன் பத்திரிகைகள் அதிகாரத் தலைமையைத் தாம் எந்தவிதத்தில் ஏற்புடையது என்று கருதுகின்றதோ அந்த விதத்தில் தாக்குகின்ற, தமக்குப் பிடித்தமானவற்றை வெளியிடுகின்ற, தாம் விழையும் திட்டத்தைத் தற்காத்துக் கொள்ள, சுதந்திரம் பெற்றிருக்க வேண்டும். இதற்கு ஒரே விதிவிலக்கு அவதூறு தொடர்பான சட்டம் மட்டுமே. போதுமான, உண்மையான செய்தியளிப்பை எவ்விதம் பெறுவது என்பது பின்னால் விவாதிக்க வேண்டிய பிரச்சினை. ஆனால், உதாரணமாக, செய்தித்தாள்கள் பொதுமனத்தைத் தங்கள்

உரிமையாளர்களுக்கு வேண்டிய திசையில் எவ்விதம் திருப்ப முடிகிறது என்பதை நோக்கும் யாரும் அரசாங்கத்திற்கும் பத்திரிகைத் துறைக்குமான ஒரு நெருங்கிய சம்பந்தம் ஜனநாயக அரசாங்கத்தின் இதயத்திற்கே ஊறு விளைவிப்பதாக அமையக்கூடும் என்பதை நன்குணர்வார்கள்.

மற்றச் சிந்தனையும் இதற்குச் சமமான முக்கியத்துவம் உள்ளதுதான். சேவைகளைப் பயன்படுத்துபவர்கள் என்ற முறையில் மனிதர்களின் ஆர்வங்கள் ஒப்பு நோக்கில் சமத்தன்மை உடையனவாக உள்ளன என்ற நிலையில் அவர்கள் வாழ்க்கைத் தளத்தைச் சீரமைக்கின்ற மிக நேரடியான முறையை அளிக்கிறது என்ற விதத்தில் நாம் பிரதேச அரசு என்ற கருத்தை நியாயப்படுத்தியிருக்கிறோம். அதாவது இந்த வாதத்தின்படி, கோட்பாட்டளவில் பிரதேச அரசுதான் வேறெந்தச் சங்கத்தையும்விட நுகர்வோர்களின் ஆர்வங்களைப் பாதுகாக்க முடியும். ஆனால் அது அவ்விதம் செய்ய, பரந்த நோக்கிலேனும் ஏறத்தாழச் சமுதாயத்தில் பொருளாதார சமத்துவம் நிலவ வேண்டும் என்பது இன்றியமையாத நிபந்தனை. ஏனெனில், இறுதியாக, செல்வத்தைப் பெற்றிருப்பது என்பதன் அர்த்தமே நுகர்வுக்கு எதை உற்பத்தி செய்வது என்பதை நிர்ணயம் செய்வதுதான்; ஆனால் இப்போதிருப்பது போல மிகச் சிறிய எண்ணிக்கையிலான பணக்காரர்கள், வறுமையின் விளிம்பில் கஷ்டப்பட்டுக் கொண்டிருக்கக்கூடிய மிகப் பெரும் எண்ணிக்கையிலான மக்கள் திரள் என்று சமூகம் பிளவுபட்டிருந்தால், எவ்விதக் கோட்பாட்டு நோக்கம் கொண்ட அரசாக இருப்பினும், ஏழைமக்களின் ஆர்வங்களுக்கு எதிராகவே அந்த அரசினால் செயல்பட முடியும் என்பது வெளிப்படை. வாழ்க்கையை வாழத் தகுதியுள்ளதாக்குகின்ற எந்தப் பொருளும் கிடைக்காத நிலைக்கு அவர்கள் ஆளாகிறார்கள். அவர்கள் வீடுகள் மிக இழிவாக இருக்கும், அவர்கள் கல்வி மிகத் தாழ்ந்த தரம் உடையதாக இருக்கும். பொருளியல் வசதியைப் பெற்றிருப்பதன் காரணமாக வரும் அந்த உற்சாக மனநிலையை அவர்களின் வாழ்நிலைகள் ஒருபோதும் அவர்களுக்கு அளிக்க இயலாது. நிரந்தரத்தை வேண்டுகின்ற எந்த அரசும் குறைந்தபட்சம் உணவுக்கான போராட்டத்தை இல்லாமல் செய்யவேண்டும்.

இது, ஏதோ ஒரு வகையான பொதுவுடைமை வடிவத்தை, அல்லது தனியார் சொத்துடைமையின் செயல்பாட்டினால் விளையும் கொடிய விளைவுகளை எல்லாத் திசைகளிலும் குறைக்கின்ற மாதிரியான கட்டுப்பாட்டினை உள்ளடக்கியிருப்பதாகத் தோன்றுகிறது. ரஷ்யாவின் அனுபவம், பொதுவுடைமையை நிறுவுவது அவ்வளவு வேகமாக வருவதற்கு வாய்ப்பில்லை என்பதைக் காட்டியிருக்கிறது;

மனிதர்கள், தங்கள் உயிரைவிட்டாலும் விடுவார்களே தவிர, சொத்துகளை விடமாட்டார்கள். சமத்துவ திசைநோக்கிய சமூக மாற்றம் என்பது மிக மெதுவான, அதிக வலியைத் தருகின்ற ஒரு சோதனையின் விளைவாகவே இருக்க இயலும். குறைந்தபட்சம் வெகுநீண்ட காலத்திற்கேனும், செல்வத்தைச் சமுதாயத்தின் பொது உரிமையாக்குகின்ற நிலையை எண்ணிப்பார்க்க முடியாது. ஆனால் அரசாங்கம் அறத்தின் அடிப்படையில் நியாயமானது என்றால், சமுதாயத்தின் பொது ஆர்வம் என்பது வெறுமனே தனித்த ஆர்வங்களின் கூட்டுத்தொகையாக அன்றி, அதில் ஒவ்வொரு குடிமகனும் சரிசமமான பங்கினைக்கொண்ட ஏற்கப்பட்ட குறைந்த பட்சமாக இருக்கவேண்டும் என்ற விதத்தில் நாம் செல்வத்தின் உற்பத்தியையும் விநியோகத்தையும் கட்டுப்படுத்தும் தேவையை நிச்சயமாக எதிர்கொள்ள வேண்டியிருக்கிறது.

இந்தச் சமத்துவ நோக்கின் நிறுவன உட்கோள்களுக்குள் நாம் பின்னர் சென்று ஆராய்வோம். எல்லாச் சொத்துடைமை அமைப்புகளையும் தாங்கள் இயங்குவதில் ஒவ்வொரு குடிமகனும் தான் குடிமகனாக இருப்பதற்குரிய குறைந்தபட்சத் தேவைகளைப் பெற உதவுகின்ற அளவுக்கே நியாயப்படுத்த முடியும் என்பதுதான் அரசைப் பொறுத்தவரை, சமத்துவத்திலிருந்து முக்கியமாகத் தொடர்கின்ற கொள்கை. இந்தத் தேவைக்குக் கொடையளிக்காத எந்த சட்ட உரிமைகளும் ஒழுக்க அடிப்படையில் நியாயமானவை அல்ல. நான் செய்கின்ற சேவைகளின் விளைவாகவே நான் பெறுவது அமைய வேண்டும். அரசியல்நீதியின் நிலைப்பாட்டிலிருந்து, எனது சொத்து என்பது அந்த இலக்கை அடைவதற்கான எனது சொந்த முயற்சியின்மீது அரசு வைத்திருக்கின்ற பொருளாதாரத் தகுதிக்கான அளவுதான். தெளிவாகவே, எனவே, பணிசெய்தல் இன்றி எவ்விதச் சொத்துரிமைகளும் இருக்க இயலாது. நான் பணி செய்வதால் மட்டுமே நான் சொத்தினை வைத்திருக்க இயலும்; வேறொருவர் பணிசெய்ததால் ஒழுக்க அடிப்படையில், நான் சொத்தினைப் பெற இயலாது. தனது சில உறுப்பினர்களின் வாழ்க்கைக்கான விலையாக அவர்களின் உழைப்பைப் பெற்று, உழைப்பில் எவ்விதப் பங்குமின்றி மற்றவர்கள் வாழ அனுமதிக்கின்ற ஓர் அரசில் எவ்வித நீதியும் இருக்க இயலாது. எனவே பர்க் நம்பியதுபோல, சொத்துடைமை என்பதை அரசின் சிறப்புப் பிரதிநிதித்துவத்திற்கு எவ்விதத்திலும் நியாயப்படுத்த முடியாது. அங்குப் பிரதிநிதித்துவம் கொள்ளக்கூடிய ஒரே இடம் என்பது, மனிதர்கள் பிரதிநிதிகளாக இருப்பதுதான்; பொதுத் தேவைகளுக்காக, இவர்கள் சம மதிப்புடையவர்களாகக் கருதப்படும் தகுதியிருக்கிறது. இதற்கு, ஒரு செங்கற் கொத்தனுக்கும் மிகப் பெரிய கலைஞனுக்கும் சமமான பரிசோ சமமான மதிப்போ கிடைக்கும் என்று அர்த்தமல்ல; ஆனால்

சமூக அமைப்பைத் திருப்தி செய்யுமென நாம் நம்புகின்ற மனித உந்துசக்திகள், அவை செங்கற் கொத்தனிடமிருந்து கிடைத்தாலும், கலைஞனிடமிருந்து கிடைத்தாலும் சம முக்கியத்துவம் உடையவை என்பதே இதற்கு அர்த்தம். அந்த நிகழ்வில் சமத்துவத்தை உணர முடிகின்ற சக்தியினாலேயே ஓர் அரசு எய்த முடிகின்ற வெற்றியின் அளவு அளக்கப்படுகிறது.

கடைசியாக ஒரு குறிப்பைக் கூறலாம். ஏதோ ஒரு வித வடிவத்திலான அரசு என்பது தவிர்க்கமுடியாத ஓர் அமைப்பு என்பது நாம் தினசரி வாழ்க்கையில் சந்திக்கின்ற மனித இயற்கையை ஆராயும் எவருக்கும் வெளிப்படையாகத் தெரிவது. ஆனால் அதன் தவிர்க்கவியலாமையை ஒப்புக் கொள்வதென்பது அது எவ்வித ஒழுக்க முன்னுரிமைச் சிறப்புக்கும் உரியதென்பதல்ல. ஏனெனில் அரசு என்பதே இறுதி இலக்கல்ல. வேறொரு இலக்கிற்கான வழிமுறைதான். மனித வாழ்க்கைகளின் வளத்தினாலேதான் அது அடையப்படுகிறது. அந்த வளத்தினை அடைவதற்கு அது எதைச் சாதிக்கிறது என்பதைப் பொறுத்துத்தான் அது அடைகின்ற அதிகாரமும் நம்பிக்கையும் சார்ந்திருக்கிறது. அதாவது, அரசுக்காக அல்ல, நமக்காகவே தான் நாம் அரசின் குடிமக்களாக இருக்கிறோம். மனிதர்களின் வாழ்க்கைகளுக்குப் பெறக்கூடிய ஏதோ ஒரு மகிழ்ச்சியில்தான் சாதிக்கின்ற நன்மை என்பது உள்ளது, இல்லாவிட்டால் அது ஒன்றுமே இல்லை. ஆகவே அதிகாரம், அப்படிப்பட்ட மகிழ்ச்சியின் மிகப் பரந்த பகிர்மானச் சாத்தியத்தைத் தேடவேண்டும். அதன் காரியங்கள் அப்படிப்பட்ட வளர்ச்சியின் குறுக்கே நிற்கக்கூடிய சக்திகளை முனைந்து தோல்வியுறச் செய்கின்ற விஷயத்தில் பயன்படுத்தப்படாவிட்டால் நமக்கு அதைக் கண்டனம் செய்யும் தகுதி உண்டு. குறைந்தபட்சம், இறுதியாக மனிதர்களின் மனங்கள் தங்களுக்குள் ஆகச் சிறந்ததை அடைகின்ற இலக்கினை அன்றி அதற்குக் குறையாத வேறொன்றுக்கும் சேவை செய்யாது. இதைவிடக் குறைந்த இலட்சியம் எதற்கும் அவர்களால் கட்டுப்பட இயலாது. அதிகாரத்தின் துஷ்பிரயோகத்தினால் பிறக்கின்ற பொருளியல், ஆன்மிக அடிமைத்தனத்திலிருந்து விடுதலை பெறும் ஞானத்தை அவர்கள் தேடும்போது, அவர்கள் தங்கள் குடியுரிமையை மிக உண்மையாகப் பயன்படுத்துகிறார்கள்.

இயல் மூன்று - உரிமைகள்

1. உரிமைகளின் இயல்பு

ஒவ்வோர் அரசும் தான் நிலைநிறுத்திக் காக்கின்ற உரிமைகளினால் அறியப்படுகிறது. மானிட மகிழ்ச்சியின் சாராம்சத்திற்கு அது அளிக்கின்ற கொடையினால்தான் யாவற்றுக்கும் மேலாக, அதன் பண்பை மதிப்பிடும் முறை அமைகிறது. ஆகவே, அரசியல் தத்துவத்திற்காகவேனும், ஓர் அரசு என்பது தனது விருப்பத்திற்கு அனைவரையும் கீழ்ப்படிய வைக்கின்ற இறையாண்மை அமைப்பு அல்ல. மிகக் குறுகிய சட்ட அர்த்தத்தில் அன்றி, அது தனது குடிமக்களிடமிருந்து விசுவாசத்தை, அந்த விசுவாசம் எதற்குச் சேவை செய்ய இருக்கிறது என்ற கருத்தின்றி, எதிர்பார்க்க முடியாது. அதாவது, ஒரு குடிமகனுக்கு, தான் குடிமகனாக இருக்கின்ற காரணத்தினாலேயே, அரசாங்கச் செயல்களின் உள்நோக்கம், பண்பு ஆகியவற்றை நுணுக்கமாக ஆய்வு செய்கின்ற கடமை இருக்கிறது. ஒரு தலைமையதிகாரத்திடமிருந்து அவை வெளிப்படுகின்ற காரணத்தினாலேயே அவை உரிமைகளல்ல. அவை குறிப்பிட்ட தரஅளவையினால் சோதித்துப் பார்க்கப்பட வேண்டும். அவற்றுக்கென்று குறிப்பிட்ட நோக்கம் தரப்பட்டிருக்க வேண்டும். சுருக்கமாக, அரசு, உரிமைகளை உருவாக்குவதில்லை, ஆனால் அவற்றைப் புரிந்தேற்றுக்கொள்கிறது. அதன் இயல்பு, எந்த ஒரு குறிப்பிட்ட சமயத்திலும், இவ்வித ஏற்பினைப் பெறுகின்ற உரிமைகளால் தெளிவாகிறது.

உரிமைக் கோட்பாடு என்பது என்பது அரசியலின் ஓர் ஆக்கப்பூர்வ நோக்கத்திற்கான வழிமுறை. எனவே அது உட்கொண்டுள்ள அர்த்தத்தைச் சிறிது கவனத்துடன் வரையறுப்பது இன்றியமையாதது.

உரிமைகள் என்பதால், ஓர் இனத்தின் இளம்பருவத்தில் பெற்றிருந்து பிறகு காலப்போக்கில் இழக்கப்பட்ட சில வரலாற்று நிலைமைகளைப் பெறுவதை நாம் குறிப்பிடவில்லை. இழந்த பாரம்பரியச் சொத்தினை மீண்டும் அடைவது என்ற கருத்தினைவிட வேறு எந்தக் கோட்பாடும் தத்துவத்திற்கு மிகப்பெரிய தீங்கினையோ தான் சுருக்கிச்சொல்ல முயலும் மெய்ம்மைகளுக்கு வன்முறையையோ இழைத்ததில்லை. நாம் திரும்பிச் செல்ல முயலக்கூடிய பொற்காலம் எதுவும் இல்லை. குறைந்தபட்சம் மேற்கத்திய நாகரிகத்திலேனும், மக்களுக்கு நவீன அரசினால் அளிக்கப்படும் பாதுகாப்பு, முன்பு எப்போதும் இருந்ததைவிட எல்லா விஷயங்களிலும் போதுமானதாக உள்ளது.

அல்லது, உரிமைகள் என்பதால் சமகாலச் சமூகத்தின் மாறுகின்ற தோற்றத்திற்குப் பின்னுள்ள ஓர் இயற்கை முறைமையின் ஆழ்சிந்தனையை நாம் குறிக்கவில்லை. ஏனெனில் அறிவியலினால் மிகவேகமாக மாறுகின்ற ஓர் உலகத்தில் அப்படிப்பட்ட ஓர் முறைமை நிரந்தரமாக இருக்க இயலாது. பதினெட்டாம் நூற்றாண்டில் இல்லினாய்ப் பகுதியில் ஒரு சதுப்புநிலத்திற்கான இயற்கை முறைமையாக இருந்த ஒன்று, நமது காலத்தில் சிகாகோவின் இயற்கை முறைமையாக முடியாது. இயற்கை முறைமை என்ற சிந்தனை, உரிமைகளின் தவிர்க்கவியலாத தன்மைக்கு மேலும் தரமளிப்பதற்காக ஏற்பட்டது. ஆனால் இவையெல்லாம் காலம், இடம் ஆகியவற்றின் மெய்ம்மைகள் மாறும்போது மாற வேண்டியவையே. அவை ஆங்கிலோ சாக்சனிய இங்கிலாந்திற்கும் இருபதாம் நூற்றாண்டின் இங்கிலாந்திற்கும் சமம் என்ற யூகத்தினை வலியுறுத்தலாகாது. அதேபோல ஆங்கிலேயர்களின் ஒரு தலைமுறையின் இயற்கை முறைமை என்பது, மெலனீசியாவின் பூர்வகுடியினங்களுக்கே உரிய அதே உரிமைகளைக் கொண்டுள்ளது என்று கருதுவதும் அபத்தமானது. நமது இயற்கை முறைமை என்பது, எந்தச் சமயத்திலும், நடைமுறைப் பயன்வழி ஆய்வுக்கு உட்பட்ட ஒன்று. அதன் ஓரே மாறாத் தன்மை என்பது அது மாறக்கூடியது என்ற நிச்சயத்திலேயே அடங்கியுள்ளது.

அல்லது, ஹாப்ஸ் கூறியதுபோல, 'விழைவினைத் திருப்தி செய்யக்கூடிய சக்திதான் உரிமைகள்' என்றும் நாம் கொள்ளவில்லை. உதாரணமாகக் கொலை செய்யக்கூடிய விழைவு என்பதை நாம் உரிமைகளில் சேர்க்க இயலாது. சமூகம் முழுவதுமே, பூர்த்திசெய்ய வேண்டிய சில விழைவுகளைச் சார்ந்தே இருக்கிறது என்பதை நாம் ஏற்கிறோம். ஆனால் அவை சமஅளவில் நியாயத்தன்மை கொண்டவை அல்ல; ஓர் அரசு அவற்றைத் திருப்தி செய்வதற்கு மேற்கொள்ளும் முயற்சி என்பது பெருமளவில் அம்முயற்சியினால் ஏற்படும் விளைவுகளைச் சார்ந்துள்ளது. ஏனெனில், மக்களின்

கொலையுணர்வைத் திருப்திசெய்யும் விதமாகச் சட்டத்தை மேற்கொள்ளும் எந்த அரசும் நீண்டகாலம் நிலைத்துவாழ முடியாது. இயல்பான வாழ்க்கையின் முதல் நிபந்தனையே உயிருக்கான பாதுகாப்புதான்; ஆகவே உரிமைகளை வரையறுப்பதில் முதல் நிபந்தனையே விழைவுகளைக் கட்டுப்படுத்துவது ஆகிறது.

இம்மாதிரிப் பின்னணியில், ஹாப்ஸூம் பெந்த்தமும் கூறியதுபோல, உரிமைகளை 'அரசு அறிந்தேற்கும் கோரிக்கைகள்' என்று வரையறுக்க நாம் முற்படலாம். அப்படியானால், எனது உரிமை என்பது, அரசு தனது அதிகாரத்தின் மூலமாக, நீதிமன்றங்களின் ஆணையினால் ஏற்கப்படுகின்ற என் கோரிக்கை ஆகும். குறைந்தபட்சம், இதில் நிச்சயத்தன்மை இருக்கிறது; ஏனெனில் ஒவ்வோர் அரசின் ஒவ்வொரு குடிமகனும் தான் அனுபவிக்க எதிர்பார்க்கக் கூடிய சரியான உரிமைகள் என்ன என்பதைச் சற்றே துல்லியமாக முன்வைக்கின்ற வழியைச் சட்ட அதிகாரங்கள், விதிகள் போன்றவற்றின் தொகுதி ஒருவருக்கு அளிக்கிறது. சட்டத்தில் ஏற்படும் மாற்றங்கள் உரிமைகளின் அர்த்தங்களில் மாற்றங்களை ஏற்படுத்துகின்றன. சட்டவிதிகள், முடிவுகள் போன்றவற்றை ஆண்டுதோறும் ஆராய்வது நமக்குத் தீர்ப்பின் வழியைத் தெரிவிக்கிறது.

இது ஒரு கவர்ச்சிகரமான கோட்பாடு; ஏனெனில் அரசின் விருப்பம் எனத் தாங்கள் கண்டறிவதை நீதிமன்றங்கள் பின்பற்றச் செய்ய முனைகின்றன என்பதால் நமக்கு நம் எந்தக் கோரிக்கைகள் உடனடி அறிந்தேற்புக்குத் தகுதியானவை என்பது தெரியும். ஆனால் இவ்வளவு சட்டப்பூர்வமான ஒரு பார்வை போதிய அரசியல் தத்துவத்திற்குச் சற்றும் கொடையளிக்காது. உரிமைகளின் சட்டக்கோட்பாடு, ஓர் அரசின் பண்பு என்ன என்பதை நமக்குத் தெரியப்படுத்தும்; ஆனால் ஓர் அரசு அறிந்தேற்ற உரிமைகள் யாவும் அறிந்தேற்புக்குத் தேவையானவையா என்பதை நாம் குறித்த ஓர் அரசின்மீது வைக்கும் தீர்ப்பினால் அன்றித் தெரியப்படுத்த இயலாது. உதாரணமாக, 1923இன் இங்கிலாந்தில், உரிமைகளின் சட்டக் கோட்பாடு என்பதைப் புரிந்துகொள்ள, அதற்குப் புறத்திலுள்ள ஓர் அளவுகோலினால் ஆகிய சோதனை தேவையாகிறது. ஒரு மனிதர் தனது உடைமைகளைத் தனக்கு விருப்பமானவர்க்குத் தரும் உரிமை இருக்கிறது என்றால், நாம் ஒரு மெய்ம்மையைச் சொல்லுகிறோம்; ஆனால் அந்த உரிமையை அவர் பயன்படுத்த வேண்டுமா என்பதை நாம் நிர்ணயிக்க முடியாது. செவிட்டூமையான ஒருவர் திருமணம் செய்து கொள்ளும் உரிமை இருக்கிறது என்று சொல்லும்போது, உரிய சூழலில், தேவையான சடங்கினை நடத்தித் தருவதை எந்தத் திருச்சபையும் அல்லது பதிவாளரும் மறுக்க இயலாது என்பதை அர்த்தப்படுத்துகிறோம்; ஆனால் அவருக்கு அவ்வுரிமை

வேண்டுமா என்று நாம் எண்ணுவதாகக் கருதமுடியாது. எந்தச் சட்டக்கோட்பாட்டின் பின்னாலும், முன்யூகங்களின் அமைவு ஒன்று இருக்கிறது. அவற்றில் ஒவ்வொன்றையும் அரசியலுக்கு நியாயமானது என ஏற்பதற்கு முன்பு ஒவ்வொன்றையும் மிக எச்சரிக்கையாகச் சோதனை செய்ய வேண்டியுள்ளது. மாண்டெஸ்கியூ கூறியதற்கு மாறாக, மெய்ம்மையில், சட்டங்கள் சமூகத்திற்குத் தேவையான உறவுகள் அல்ல. அவற்றைச் செயல்படுத்துவதற்குரிய தகுதியுடைய அதிகாரத் தலைமையின் வெற்று விருப்பத்திற்குப் பின்னால் இருக்கும் ஏதோ ஒன்றை அவை பிரதிபலிக்கும்போது அவ்வித உறவுகள் ஆகின்றன.

பொதுவாக, ஒரு மனிதன் தனது சிறப்பான தன்மையை வெளிப்படுத்த முனைவதற்கு இன்றியமையாத சமூகவாழ்க்கையின் நிபந்தனைகளே உண்மையில் உரிமைகள் எனப்படுகின்றன. அந்தச் சாதனையைச் சாத்தியம் ஆக்குவதற்காகவே அரசு இருக்கிறது. அதனால் உரிமைகளைப் பாதுகாப்பதன் வாயிலாகவே அந்த இலக்கை அது அடையமுடியும். அரசிடமிருந்துதான் தங்கள் நியாயத்தன்மை பெறப்படுகிறது என்ற அர்த்தத்தில், ஏற்றுக்கொள்ளப் பட்டாலும் படாவிட்டாலும், அவை அரசுக்கு முந்தியவை. தங்கள் ஏற்பினை ஏற்கெனவே முன்னொரு சமயத்தில் பெற்றுவிட்டவை என்ற அர்த்தத்தில் அவை வரலாற்றுப் பூர்வமானவை அல்ல. அவற்றின் நிரந்தரமான, மாறாத பட்டியல் ஒன்றைத் தயாரிக்க முடியும் என்றவிதத்தில் அவை இயற்கையானவையும் அல்ல. குறித்த ஒரு காலத்தில், ஓர் இடத்தில் தனது நாகரிகத்தின் பண்பினால் அவை வேண்டப்பட்டவை என்ற விதத்தில் அவை வரலாற்றுப் பூர்வமானவை; அதே எல்லைகளுக்குட்பட்டு மெய்ம்மைகளுக்குத் தங்கள் ஏற்பு வேண்டும் என்ற விதத்தில் அவை இயற்கையானவை. அதனால் அவை ஏற்கப்படும் என்பதும் இல்லை. ஃபிரான்சில் பதினெட்டாம் நூற்றாண்டில் நிகழ்ந்தது போல, இருக்கும் சட்ட முறைமையிலிருந்து அவற்றின் ஏற்பைப் பிழிந்தெடுக்கப் புரட்சி போன்ற ஒரு சாதனம் தேவைப்படலாம். ஆனால் சட்ட ஒழுங்கமைவை, அது அடையக்கூடிய இலட்சியத்தின் சுற்றுச்சாயை ஒன்று சூழ்ந்துள்ளது. தன்னைக் காப்பாற்றிக்கொள்ள அது அதை அடைந்தே ஆக வேண்டும். சட்டத்தின் அறிவெல்லைக்குள் உரிமைகள் போதுமானவையல்ல அல்லது காலத்தில் தேய்ந்துவிட்டவை என்ற நிலை ஏற்படும்போது அவை புதிய வடிவத்தில் உறுதிப்படுத்தப்படுகின்றன. அவற்றின் உள்ளடக்கம் காலத்திற்கும் இடத்திற்கும் தகுந்தாற்போல் மாறுபடுகிறது. தங்களுக்கும் அப்பாற்பட்ட மெய்ம்மைகளினால் தங்களை நியாயப்படுத்திக் கொள்ள முடியும்போது அவை மிகப் பாதுகாப்பாகத் தங்கள் வெற்றிப்பாதையில் செல்கின்றன.

அரசு அடைய முனையும் இலக்கிற்கு அவை பயனுள்ளவையாக இருப்பதால்தான் அவை உரிமைகள். அவை ஏற்கெனவே இருக்கும் சட்ட உரிமைகளுக்கு மாறாகவும் இருக்கலாம்; ஏனெனில், இருக்கும் மெய்ம்மைகளினால் தற்காத்துக்கொள்ள முடியாத முன்னுரிமைகளைப் பாதுகாக்கும் விதமாக ஓர் முறைமை இருக்கலாம். உதாரணமாக, 1832இன் சீர்திருத்தச் சட்டத்திற்கு முன்னால் இருந்த தேய்ந்து போன அரசியல் அமைவுடன் வாக்களிக்கும் உரிமைக்கான கோரிக்கை குறுக்கிடுவதாக இருந்தது; அந்தக் கோரிக்கையின் பின்னிருந்த மெய்ம்மைகளின் அழுத்தம்தான் புதிய உரிமையை அறிந்தேற்குமாறு செய்தது. இதேவிஷயம், 1844இன் பத்துமணி நேரச் சட்டத்துக்கும் பொருந்தும். ஒரு பரந்த அளவில் இதே விஷயம் 1776இல் அமெரிக்கக் குடியேற்றங்கள் தங்கள் வரிவிதிப்பு முறையின் இயல்பைத் தாங்களே நிர்ணயிக்க வேண்டும் என்ற உரிமைக் கோரிக்கைக்கும் பொருந்தும். எந்த ஓர் அரசும் ஏற்கெனவே ஏற்கப்பட்ட உரிமைகளுக்கும், ஏற்பினை வேண்டுகின்ற உரிமைகளுக்கும் இடையில் நிற்குமாறு வைக்கப்படுகிறது. அதன் போதுமான தன்மைக்குப் புதிய கோரிக்கைகளைச் சந்திக்க முனையும் அதன் உறுதிநிலைக்கும் மேலான சிறந்த வரலாற்றுச் சோதனை இல்லை.

நாம் உரிமைகளுக்குப் பயன்பாட்டுச் சோதனையை வைக்கிறோம்; அந்த உரிமைகள் யாருக்குப் பயன்படப் போகின்றன என்ற கேள்வியை அது உள்ளடக்கியிருக்கிறது என்பது தெளிவு. ஒரே ஒரு சாத்தியமான விடைதான் உள்ளது. எந்த ஓர் அரசிலும் தனது சிறந்த சுயத்தைப் பூர்த்தி செய்யவேண்டி எந்தக் குடிமகன் வைக்கும் கோரிக்கைகளும் சமமதிப்புள்ளவையாகவே கருதப்பட வேண்டும்; ஆகவே ஓர் உரிமையின் பயன்பாடு என்பது அரசின் எல்லா உறுப்பினர்களுக்கும் அதன் மதிப்பில் உள்ளது. உதாரணமாக, பேச்சுரிமை என்பது, அதிகாரத்தில் உள்ளவர்களுக்கோ ஏதோ ஒரு சிறப்புத் திருச்சபை அல்லது வகுப்பைச் சேர்ந்தவர்களுக்கோ அர்த்தமில்லாதது. எந்த வேறுபாடும் கருதாமல், எல்லாக் குடிமக்களுக்குமே பேச்சுரிமை என்பது பயனளிக்கத் தக்கதாக இருக்கவேண்டும், அல்லது எவருக்குமே அது இல்லை என்று பொருள். ஏனெனில் மக்கள், பொது நன்மைக்காக ஒத்த கோரிக்கைகளுடன் சந்திக்கின்ற தளமே அரசு உறுதிப்படுத்துகின்ற பார்வை எல்லையாகவும் உள்ளது. அந்த உரிமைகளை அனுபவிக்க வழங்கப்படப் போகின்றவர்களின் மீது அது எல்லைகளைத் திணிக்க முடியாது. தனது கொள்கையின் ஏதோ ஒரு நிலையில், ஒத்த எதிர்வினைகளை உருவாக்குவதற்கான போதிய ஒத்த இயற்கைப் பண்பு மனிதர்களிடம் இருக்கும் என அது ஏற்க வேண்டும். அது ஒருவேளை ஒரு நிலவுடைமைச் சமுதாயத்தில்போல, எவ்விதச் சொத்தினை அவர்கள் வைத்திருக்கிறார்கள் என்ற அடிப்படையிலோ,

அல்லது ஃபிரான்சின் பழங்கால ஆட்சியின்போது இருந்ததைப்போல, எந்த மதத்தைச் சார்ந்திருக்கிறார்கள் என்பதையோ வைத்து அது மக்களை வேறுபடுத்தி நோக்கலாம். அச்சமயத்தில் உரிமைகளை அனுபவிப்பதிலிருந்து விலக்கப்பட்டவர்களின் விசுவாசத்தின் மீதான தனது கோரிக்கையை அது மறுக்கலாம். குடியுரிமை பற்றிய எந்தப் போதிய பார்வையிலும், மற்றொருவனுடைய நல்வாழ்வுக்கு இன்றியமையாதது என்று அறிவிக்கும் ஒன்றை எனக்கு ஓர் அரசு மறுக்குமாயின் அது என்னை ஒரு குடிமகன் என்பதற்கும் கீழாகவே ஆக்குகிறது. தனக்கு அதிகாரம் அளிக்கின்ற ஒன்றுக்கு அது ஒழுக்கவியல் ஆதிக்கத்தை வழங்க மறுக்கிறது. என்மீது அதன் ஆதிக்கம், ஒழுக்க அடிப்படையில் அல்ல, பலத்தின் அடிப்படையிலானது என்று அது ஒத்துக் கொள்கிறது.

இப்படிப்பட்ட நோக்கில், குடிமகனுக்கு அரசின்மீது உரிமைக்கோரிக்கைகள் உண்டு என்பது தெளிவு. அது அவனுடைய உரிமைகளைப் பாதுகாக்க வேண்டும். தான் எவ்விதச் சிறந்த சுயமாக முடியுமோ அதற்கான நிலைமைகளை அது அவனுக்கு வழங்கவேண்டும். அதனால் அவன், தான் தனது மிகச் சிறந்த சுயமாக வெளிப்படுவான் என்பது நிச்சயமில்லை. அவ்வாறு சாதிப்பதற்கானத் தடைகள் அரசைப் பொறுத்தவரை நீக்கப்படுகின்றன என்பதுதான் அர்த்தம். இங்கு வெளிப்படையாகவே, உரிமைகளின் விளக்கத்துக்கான ஏதுக் குறிப்பு, வரலாற்றுத் தன்மை கொண்டதாகிறது. நாம் ஏற்க வேண்டிய கோரிக்கைகள், வரலாற்றின் வெளிச்சத்தில், தாங்கள் பூர்த்திசெய்யப்படும்போது ஓர் இடரை உட்கொண்டுள்ளன. உதாரணமாக, அந்த அடிப்படையில்தான் ஒரு ஜனநாயக நிர்வாக அரசியல் பாதுகாப்பாகக் கட்டப்பட வேண்டும். ஏனெனில் அதிகாரத்துடன் சேர்ந்த அனுபவம் வயதுவந்த மக்கள் தொகைக்குக் குறைவாக இருந்தால், அடையப்பட்ட மக்கள் நலமும் ஏறத்தாழ எப்போதுமே குடிமக்கள் அமைவுக்குக் குறைவாகவே இருக்கும் என்பது வரலாற்றின் வெளிப்படையான பாடம். அதாவது, என்னைத் தவிர மற்றவர்கள் அதிகார மூலங்களைப் பெறமுடிகிறது என்றால் எனது ஆளுமை போதிய அளவு பாதுகாக்கப் படுவதில்லை. அதாவது என் அனுபவத்தினால் கட்டப்படுவதை விட மற்றவர்களின் அனுபவங்களின்மீது கட்டப்படும் அரசியல் நடத்தையின் இறுதி விதிகளின்படி அமைந்துள்ள சமநிலை இல்லாவிட்டால் நான் எனக்கென உள்ளுணர்வுகளின் ஒத்திசைவினைப் பெறமுடியாது. இந்த அர்த்தத்தில், உறுதியாக வரலாறு என்பது உதாரணங்களின் அடிப்படையில் அமைந்த உரிமைகளின் தத்துவமேயாகும். அதன் மேலாய்விலிருந்து நாம் மனிதர்கள் செய்யக்கூடிய துல்லியமான முயற்சியினை முன்னுரைக்கும் ஆற்றலை நாம் பெறுவதில்லை

என்றாலும் குறித்த காலப்பகுதியில், ஓர் அரசினை ஆள்வோரின் நடத்தையில் உள்ள ஒருசீர்த்தன்மைகள் தாங்கள் ஆளுகின்ற மக்கள் நடத்தையிலும் குறித்த ஒருசீர்த்தன்மைகளை உருவாக்கும் என்ற அறிவையேனும் குறைந்தபட்சம் பெறுகிறோம். கிடைக்கும் பதிவுகளிலிருந்து நாம் உரிமைகளின் ஒரு தொகுதியை வரைய முடியும். அதன் பொது வரைபடம் மட்டுமே நியாயம் உள்ளதாக இருக்கும்; அதன் முறைமையும் பயன்படு நிலையும் ஒவ்வொரு அரசின் சிறப்பு நிலைமைகளைச் சார்ந்திருக்கும். ஆனால் குறைந்தபட்சம், மேற்கத்திய நாகரிகத்திற்கேனும், அப்படிப்பட்ட தொகுதியின் கோட்டு வடிவங்கள் ஓரளவு தனித்துவத்துடன் தங்களை உருப்படுத்திக் கொள்ளத் தொடங்கியுள்ளன.

ஆனால் இங்கு நாம் பயன்படுத்தும் அர்த்தத்தில் உரிமைகளைக் கைக்கொள்வது கடமைகள் எதுவுமே அற்ற உரிமை வேண்டுதல்களைப் பெறுவதாகாது. நமது ஆளுமையைப் பாதுகாக்கவும் வெளிப்படுத்தவும் நமக்கு உரிமைகள் தரப்படுகின்றன. சமூக விசைகளின் பேரழுத்தத்திற்குள் நமது தனித்தன்மையைப் பாதுகாத்துக் கொள்ளவே அவை உள்ளன. ஆனால் நமது உரிமைகள் சமூகத்தைச் சாராதவை அல்ல. அந்தத் தனித்தன்மையின் கொடையை ஓர் அமைப்பின் வழியாகச் செய்ய முடியும் என்ற காரணத்தினாலேயே அவை அளிக்கப்பட்டுள்ளன. நமது உரிமைகள் சமூகத்தைச் சாராதவையோ தனித்து நிற்பவையோ அல்ல, சமூகத்தினுள்ளாகவே பொதிந்திருப்பவை. அதாவது, நாம் சமூகத்தையும் நம்மையும் பாதுகாத்துக் கொள்ளவே உரிமைகளைப் பெறுகிறோம். நான் எனது சிறந்த சுயமாக இருப்பதற்கான நிலைமைகளை எனக்கு அளித்தல் என்பதே, நான் எனது சிறந்த சுயத்தைத் தேடுவதற்குக் கட்டுப்படுத்துவது ஆகிறது. எனக்குக் கல்வியின் ஆதாயத்தை அளிப்பது என்பது, உதாரணமாக, அந்த ஆதாயத்தை மக்களுக்கென நான் பயன்படுத்துவேன் என்ற குறிப்பை உட்கொண்டதுதான். நான் அரசுக்காகவே முழுவதுமாக இருப்பதில்லை; அரசும் எனக்காக மட்டுமே இருப்பதில்லை. ஒரு பொது இலக்கினை மற்றவர்களோடு நான் பகிர்ந்து கொள்கிறேன் என்ற மெய்ம்மையிலிருந்தே என் கோரிக்கை வருகிறது. அந்தப் பொது இலக்கை அடைவதற்கு மற்றவர்களுடன் சேர்ந்து நான் முயற்சி செய்யவேண்டும் என்பதற்காகவே எனக்கு உரிமைகள் எனப்படும் அதிகாரங்கள் அளிக்கப்படுகின்றன. ஆக, அரசின் சட்டத்தை எனது ஆளுமை எல்லைக்குட்படுத்துகிறது, கட்டுப்படுத்துகிறது. ஆனால் மற்றவர்களின் நல்வாழ்க்கை எனது சொந்த நல்வாழ்க்கையில் அமைந்துள்ளது என்பதால் நான் மற்றவர்களோடு பகிர்ந்துகொள்ளும் பொது இலக்கிற்கென நான் என் சிறந்த சுயத்தைத் தேடும் சாத்தியத்தைத்

தேடவேண்டும் என்ற நிபந்தனையின் பேரிலேயே அந்த எல்லையும் கட்டுப்பாடும் சுமத்தப் படுகின்றன.

ஆகவே உரிமைகள், பணிகளுடன் ஒத்தியங்குபவையாக உள்ளன. சமூக இலக்கிற்காக நான் எனது பங்களிப்பை அளிக்கவேண்டும் என்பதற்காகவே அவற்றைப் பெறுகிறேன். சமூகத்திற்கு எதிராக நடக்க எனக்கு உரிமை கிடையாது. எனக்கு அளிக்கப்படுவதற்கு நான் உரிய மதிப்பைத் திரும்பத் தரவேண்டும் என்ற முயற்சியும்கூட இன்றி, நான் உரிமையைப் பெறுவதற்கு பாத்தியதை இல்லை. ஆகவே பணி என்பது உரிமையில் உள்ளடங்கியிருக்கிறது. எனக்கு அளிக்கப்படுகின்ற நிலைமைகளுக்குப் பதிலாக நான் பொதுநன்மையை வளப்படுத்துவதற்கு என்னாலான பங்களிக்க முனைகிறேன். அந்தப் பங்களிப்பும் என்னுடையதாக இருக்க வேண்டும், இல்லையென்றால் அது பங்களிப்பே அல்ல. என் பெற்றோருக்குக் குழந்தையாக இருக்கும்போது நான் பங்களிப்பதில்லை. நான் எனது சகமனிதர்களிடமிருந்து விலகியிருந்தால் பங்களிப்பதில்லை. மகிழ்ச்சியோடு அனுபவிக்கத் தகுதியானது என்று வரலாறு நிரூபித்த ஒன்றை நான் அனுபவிப்பதற்காகச் செய்யத் தகுதியான ஒன்றை நான் செய்ய வேண்டும். அரசுக்கு எனது கடனை நான் ஒரு செங்கற் கொத்தனாகவோ, கலைஞனாகவோ, கணிதவல்லுநனாகவோ இருந்து செலுத்தலாம். எனது செலுத்துகை எந்த வடிவத்தில் இருந்தாலும், சில குறித்த கடமைகளை நான் ஆற்றுகிறேன் என்பதற்காகவே எனக்குரிய உரிமைகள் அளிக்கப்பட்டுள்ளன என்பதை நான் உணரவேண்டும். எப்படி வேலை செய்யாதவன் எவனும் உணவைப் பெறுவதற்கு இயலாதோ அதுபோலவே பணிகளை ஆற்றாத யாரும் உரிமைகளை அனுபவிக்க முடியாது. நான் அரசின் சார்பாக என்ன செய்கிறேன் என்பதை வைத்தே அரசு சமூக முறைமைக்கு என் ஆளுமையின் பயனுடைமையை அறிந்துணர முடியும். நான் பகுதியாக இருக்கின்ற குடிநிலைச் சமன்பாட்டை நான் உணர வேண்டும், அல்லது என் குடியுரிமையை இழக்க வேண்டும்.

எனவே நான் விரும்பியபடி செய்ய எந்த உரிமையும் எனக்கு இல்லை. சமூகத்தின் நல்வாழ்க்கைக்கு நான் ஆற்றும் பணியின் உறவின்மீதுதான் என் உரிமைகள் கட்டப்பட்டுள்ளன; நான் செய்ய வேண்டிய கோரிக்கைகள், தெளிவாகவே, நான் முறையாக ஆற்றவேண்டிய பணிக்குத் தேவையானவை ஆகவே இருக்கமுடியும். இந்த நோக்கில், நான் சமூகத்தின் மீது வைக்கும் கோரிக்கைகள், கண்டிப்பாக ஏற்கப்பட வேண்டியவை. ஏனெனில் அவற்றின் ஏற்பில் புரிந்துகொள்ளக்கூடிய ஒரு பொது ஆர்வம் அடங்கியிருக்கிறது. அதற்காக நான், பிராட்லி கூறியதுபோல, எனக்கு அளிக்கப்பட்ட

நிலைமைக்கேற்ற கடமைகளைக் குறைகூறாமல் ஏற்கவேண்டும் என்று அர்த்தமில்லை. ஆளுமையில் உள்ள முதன்மையான மெய்ம்மை என்னவெனில், அதற்கு அளிக்கப்பட்ட நிலைமை என்ற ஒன்று இல்லை. தன்னை முழுமையாகப் பூர்த்தி செய்துகொள்ளும் ஒரு நிலைமையை அது வெல்கிறது அல்லது வென்றாக வேண்டும். இதைச் சோதனை மூலமாக மட்டுமே கண்டறிய முடியும். அச்சோதனையின் அர்த்தத்தை அது விளக்க இயலும் என்ற வகையில் அதற்குப் பயிற்சி அளிக்கப்பட வேண்டும். ஏனெனில் எந்த உரிமைகளின் அமைப்பிலும், மனிதன் இறுதியான தனித்தன்மை பெறுதல் என்பது அடிப்படைத் தொடக்கப் புள்ளியாகும். அதற்கு மனிதனைத் தனிமைப்படுத்தல் தேவைப்படுகிறது. இயற்கையான பணிகளைக் கொண்ட இயற்கையான வர்க்கங்களாகச் சமூகத்தைப் பிரிக்கும் எந்த முயற்சியும் தோல்வியுறவே செய்யும். நாம் என்ன ஆகவேண்டுமென்று முனைகிறோமோ அவ்விதமாகவே நாம் இயற்கையாக யார் என்பதைக் கண்டறிகிறோம். அந்தக் கண்டுபிடிப்பு நெருக்கமாகவே நம்முடையதுதான். மற்றவர்கள் தோல்வி அல்லது வெற்றி பற்றிய நமது உணர்வினை வெறுமனே ஒரு பார்வைக்குட்படுத்தலாம். ஆனால் நமது அனுபவத்தின் மெய்யான அர்த்தம் நமக்கு மட்டுமே தெரியும். இதுதான் நவீன அரசில் உரிமைகள் அறிந்தேற்கப்படுகின்ற ஒரு குறைந்தபட்ச அடிப்படையைத் தேவையாக்குகிறது. நான் யாராக இருப்பினும், பொதுநல அரசு அமைப்பையே இயக்குகின்ற ஓர் அரசியலாளனாக இருப்பினும் அல்லது எளிய மரம்வெட்டியாக இருப்பினும், எனது அனுபவத்தை எனக்கு விளக்கிக் கொள்ளச் சாத்தியப்படுத்தும் தளத்தில் என் உரிமைகளை நான் சாதிக்கவேண்டும். அதாவது எங்கு நான் என் வாழ்க்கை ஒவ்வொன்றாக விரிக்கும் விழைவுகளை வெளிப்படுத்துகின்றேனோ அந்தப் புள்ளிவரையிலேனும் எனக்குப் பயிற்சி அளிக்கப்பட வேண்டும். இது எனக்கு உண்மை என்றால், எல்லாருக்குமே உண்மையானதுதான். ஆகவே தாங்கள் செய்கின்ற துல்லியமான பணி எது என்பது பற்றிய கவலையின்றி, மனிதர்களுக்கு உரிமைகள் குறைந்தபட்ச அடிப்படையில் சரிசமமானவை. அந்தக் குறைந்தபட்ச அளவிலேனும் தனது குடிமகன் ஒவ்வொருவனுக்கும் அரசு அவற்றை அளிக்க வேண்டும். ஒவ்வொரு தனிமனிதனுடைய மிக எளிய தேவைகள் திருப்தியுற்ற பிறகுதான் வேற்றுமைகள் பற்றிய கேள்வி எழுகிறது.

தனிமனிதருடைய ஆளுமையின்மீது உரிமைகளை நாம் கட்டமைக்கிறோம். காரணம், இறுதியாக தனிநபருடைய மகிழ்ச்சியின்மீதுதான் சமுதாயத்தின் நல்வாழ்வு என்பது கட்டப்படுகிறது. பொது நல்வாழ்வுக்கு எதிராக எனக்கு உரிமைகள் இருக்க இயலாது. ஏனெனில் அது இறுதியில் பொது நலனுக்கு எதிராக

எனக்கு மட்டுமே நெருக்கமாக, பிரிக்க முடியாதவாறு இணைக்கப்பட்ட ஒரு நலனுக்கு உரிமைகள் தருவதாகும். அதனால் அரசுக்கு எதிராக எனக்கு உரிமைகள் இருக்க இயலாது என்றில்லை. ஏனெனில், எந்த ஒரு குறிப்பிட்டச் சமயத்திலும், அரசு என்பது மெய்யான அதிகாரத்தை உடைய ஆடவர் பெண்டிருடைய அமைப்பைக் குறிப்பதாகும்; அவர்களால் ஏற்க முடிகின்ற உரிமைகள் பற்றிய முடிவு தவறானதாக இருக்கலாம். உதாரணமாக, கத்தோலிக்க மதத்தின் ஏற்கப்பட்ட கொள்கைகளுக்கு எதிரான கருதுகோள்களை முன்வைப்பதற்கு கலிலியோவுக்கு எவ்வித உரிமையும் இல்லை என்று தீர்ப்பளிக்கப்பட்டது; ஆனால் இன்று நாம் கலிலியோவின் உரிமையைத்தான் ஒப்புக் கொள்கிறோம். இந்த நிலை பரஸ்பரம் சமமானது. அரசுக்கும் எனக்கு எதிராக உரிமைகள் உண்டு. எனக்கு அரசு அளிக்கும் உரிமைகளின் மகிழ்ச்சியைப் பிறரும் அனுபவிப்பதற்கேற்ப நான் நடந்துகொள்ள வேண்டும் என்று கட்டாயப்படுத்த அதற்கு உரிமை உண்டு. சமுதாயத்தில் ஒவ்வொரு குடிமகனுடைய நலமும் சம முக்கியத்துவம் உடையது. ஒருவர் நன்றாக வாழ மற்றொரு மனிதர் தனது சிறந்த சுயமாக வாழமுடிவதற்குத் தேவையான உரிமைகளைச் சமர்ப்பிக்கத்தான் வேண்டுமெனில் அப்படிப்பட்ட அவரது குறைந்தபட்சக் கோரிக்கைகளை அரசு ஏற்கவேண்டும் என்பதில்லை. எல்லாருடைய நலன்களையும் உள்ளடக்கிய பொதுநன்மையை அடிப்படையாக வைத்தே ஓர் அரசு மற்றும் அதன் குடிமக்களின் பரஸ்பரக் கோரிக்கைகளைத் தெளிவாக நியாயப்படுத்த முடியும்.

ஓர் அர்த்தத்தில், மெய்யாகவே, பொது நன்மை என்பதை ஓர் அரசு ஏற்கவேண்டும் என்பதில்லை. அது ஏற்கப்படுவதுபோல நினைத்து நடந்து கொள்வது என் கடமையாகும். எங்கு அந்த ஏற்பு மறுக்கப்படுகிறதோ அதைக் கட்டாயமாக நடத்திக் காட்டுகின்ற முயற்சிக்கான நடத்தையில் ஈடுபடுவதை என் குடியுரிமை உள்ளடக்கியுள்ளது. இப்படிப்பட்ட செய்கையில், நான் ஒருவேளை அரசின் கடுமையான அதிகார அமைப்புகளை எதிர்கொள்ள வேண்டிவரலாம். ஒருவேளை எனக்கு நம்பிக்கையற்ற தோல்வி ஏற்படலாம், ஏற்படும். அல்லது பயங்கரமான விலைகொடுத்தே எனது வெற்றி பெறப்படலாம். எனினும் எனது குடியுரிமை உள்ளடக்கியுள்ள அந்த நடத்தையை நான் தேர்ந்தாகத்தான் வேண்டும். இதற்கு மாறாக நடப்பது, உண்மையை அதிகாரத்துக்குப் பணியச் செய்வதாகும்; இப்படிப்பட்ட பணியச்செய்யும் பழக்கம் அதிகாரத்தலைமையின் ஆணைகளை அவை என்ன சொல்கின்றன என்பது பற்றிய அக்கறையின்றி மனிதர்களை அசிரத்தையுடன் ஏற்கவைக்கிறது என்பது வரலாற்றின்மூலம் தெளிவாகிறது.

ஆகவே எனது கடமை என்பது, மெய்யான ஓர் அரசு, சேவைபுரிய முனையவேண்டிய இலட்சியத்துக்கான கடமை ஆகும். எனவே உரிமைகளுக்கான கோரிக்கைகளுக்கு நியாயம் வழங்கப்பட வேண்டுமானால், அரசை எதிர்ப்பது ஓர் கடப்பாடு ஆகின்ற சூழல்கள் இருக்கவே செய்கின்றன. இதில் நாம் காலம் அல்லது சூழலைப் பற்றி எவ்விதப் பொதுமையான விதிகளையும் முன்வைக்க இயலாது. புரட்சியின் வரலாற்றைப் பற்றி அக்கறையுடன் படிக்கின்ற எவரும் இவ்வாறு முன்னுரைத்தலுக்கான வாய்ப்புக் கூறு மிகவும் அதிகமாக இருக்கிறதென்பதை ஏற்றுக்கொள்வார்கள். தனது குடிமக்களின் பிரக்ஞைக்குள் ஒரு பொது முறைமை கட்டப்படுகின்ற அளவுக்கு அது அறமாக மாறுகிறது என்ற அளவுதான் நாம் சொல்லமுடியும். அதிகாரத்தின் வேண்டுதல்களை எதிர்ப்பதென்பது வரலாற்றில் ஒரு விதிவிலக்காகவே எப்போதும் இருக்க இயலும்; ஆனால் அந்த வேண்டுதல்கள், ஒருவேளை குறித்தகாலப் பகுதியில் அவை அரசின் கோட்பாட்டு நோக்கத்திற்குச் சேவைபுரிய முனைந்தாலன்றி, தங்கள் வழியினைச் செயலூக்கமுள்ள ஒப்புதலுக்கு மாறாகக் கையற்ற ஏற்பினாலேயே அடையமுடியும். ஏனெனில், ஆளுமையின் கோரிக்கைகளைத் தொடர்ச்சியாக ஏற்கத் தவறுகின்ற எந்த ஒரு சமூக முறைமையும் வெறும் மணல்வீடாகவே அமையும். அதன் கொள்கையினால் தங்கள் இயல்பு முறிக்கப்படுகின்ற மனிதர்களின் ஒப்புதலின்மையை உடனேயோ பின்னரோ உருவாக்கியே தீரும். அதன் இடர்ப்பாடுகள் அவர்களின் நல்வாய்ப்புகளாக மாறும். ஏனெனில் உரிமைகளின் கோரிக்கைகளை மறுப்பது என்பது விசுவாசத்திற்கான கோரிக்கையை பலிகொடுப்பதாகும். வேறு எந்த அடிப்படையிலும் அரசு ஒழுக்க அடிப்படையில் அதிகாரத் தலைமையைக் கொள்ள முடியாது.

II. உரிமைகளும் அரசும்

இவ்விதம் விவாதிக்கப்பட்ட உரிமைகள், அரசுக்கும் ஒரு தனிமனிதனுக்குமான பரஸ்பரக் கோரிக்கைகளில் ஒரு சமரசத்தை உருவாக்குவதை உட்கொண்டிருக்கின்றன. ஆனால், இது நாம் எதிர்கொள்கின்ற சூழலைத் துல்லியமாக வெளிப்படுத்துவதற்கு முடியாத அளவு மிகக் குறுகிய விதத்தில் உரிமைகளின் பிரச்சினையை எடுத்துரைப்பதாகும். ஏனெனில் ஓர் அரசின் உறுப்பினனாக இருப்பதால்தான் தனிமனிதனுக்கு உரிமைகள் உண்டு என்பதல்ல. அவனுடைய ஆளுமை இன்னும் நூறுவகைச் சங்கங்களின் வாயிலாகத்

தன்னை வெளிப்படுத்திக் கொள்கிறது. மனிதர்கள் தங்கள் பொது நன்மைக்காக உருவாக்கிய ஓர் அமைப்பின் பகுதியாக அமைந்த கடமை ஒன்றை நிகழ்த்தக் கூட்டாக முனையும்போது, அவ்வாறு உருவாக்கப்பட்ட அமைப்புக்கு அரசின் உரிமைகள் போலவே நிஜமான, கட்டாயமான உரிமைகள் உள்ளன. அதாவது, சமுதாயம் என்பது ஒரு கூட்டமைப்புச் செயல்முறையாகும்; மனிதனின் பொருள் சேர்ப்பு உந்துதல் கொள்கின்ற இயற்கையான வெளிப்பாட்டினால்தான் அதிகாரப் பகிர்வு ஏற்படுகிறது. தனக்கு உறுப்பினனாக இருக்கும் அளவுக்கு மட்டும் மனிதனின் உரிமைகளை ஓர் அரசு கட்டுப்படுத்துவது, அவன் ஆளுமையைச் சிதைப்பதாகுமே அன்றிப் பாதுகாப்பதாகாது. உதாரணமாக ரோமன் கத்தோலிக்கத் திருச்சபை, அரசின் குறுக்கீடு இன்றித்தான் தனது வாழ்க்கையை வாழவேண்டும். அதன் வட்டத்திற்குள் குறுக்கிடுவதென்பது அதன் உறுப்பினர்களின் வாழ்க்கைக்கு அது அளிக்கின்ற தனிப்பண்பை அழிப்பதாகும். அதுபோலவே, மற்றச் சங்கங்களைவிட அரசின் உரிமைகள் உயர்ந்தவை என்று வலியுறுத்துவதால் எவ்விதப் பயனும் இல்லை. இப்படிப்பட்ட எந்த முடிவும் பயன் சார்ந்ததாகவே இருக்கும்; குறிப்பிட்ட ஒரு முரண்பாடு எழுந்ததை வைத்தே அது செய்யப்பட இயலும். மேலும் இப்படி ஒரு முரண்பாடு எழுந்தால், சட்டம் எதுவாக இருந்தாலும், தனிமனிதன் தனது சொந்தச் செயல்படு முறையைத் தேர்ந்தெடுத்துக் கொள்வான் என்ற அறிவின் பின்னணியிலேதான் அது செய்யப்பட வேண்டும்; ஒருவர் ஒருவழியில் முடிவெடுக்க, மற்றொருவர் வேறுவித முடிவெடுக்கலாம். எந்த ஒரு கூட்டமைப்பினாலும் அனுபவிக்கப்படும் உரிமைகளின் வட்டங்களை முன்னதாகவே தீர்மானிக்க முடியாது. அந்த அதிகாரங்கள் எவ்விதம் பயன்படுத்தப்படும் என்ற நமது அறிவின் ஒளியில்தான் அவற்றின் அதிகாரங்கள் வைக்கப்படவேண்டும்.

இதனால் சமுதாயத்தில் ஒருங்கிசைவு ஏற்படுத்துகின்ற அரசின் பொறுப்பிலிருந்து அதை இறக்கிவிடுகிறோம் என்பதல்ல. குறைந்தபட்சம் அதன் ஒருங்கிசைவுப் பொறுப்பு எத்திசையில் பயன்படுத்தப்பட வேண்டும் என்பதையே இது சுட்டிக்காட்டுவது ஆகும். உதாரணமாக, ஒரு மத அமைப்பு, அதன் குழுவினரைச் சேராதவர்களின் நம்பிக்கையைத் தீர்மானிக்க அரசு அனுமதிக்கலாகாது. ஆனால் அரசுக்கென்று தனி ஒழுக்கமில்லை. ஆகவே குறைந்தபட்சம் இலட்சியப் பூர்வமாகவேனும், ஒரு குறித்த சங்கத்தின் உறுப்பினர்கள் எவ்வித நம்பிக்கை வைப்பது என்பதை நிர்ணயிக்க அதற்குச் சட்ட உரிமை எதுவும் இல்லை. உதாரணமாக, ஸ்காட்லாந்தின் சுதந்திரத் திருச்சபையின் மதக்கோட்பாட்டைப் பிரபுக்கள் சபை தீர்மானிப்பது என்பது கேலிக்குரியதாகும்; இது உரிமைகளின்மீது நிகழ்த்தும் குறுக்கீடு, இதற்கு எவ்வித நியாயமும் கற்பிக்க இயலாது.

திருச்சபை அரசாக இருக்கும் தன்மையை இழந்துவிட்ட நிலை. அரசு தன்னையும் உணர்ந்து, திருச்சபையின் பண்பையும் தக்க வைத்துக்கொள்ள முடியாது என்பதை மக்களும் இதுவரை காணாத ஒரு காலப்பகுதியின் எச்சம் அது. ஒரு தொழிற்சங்கத்தை எடுத்துக் கொண்டாலும் இப்படித்தான். இப்படிப்பட்ட ஓர் அமைப்பின் உறுப்பினர்கள் தாங்கள் ஆதரிக்க முனையும் ஒரு செயல் அரசியல் பிரதிநிதித்துவம் என்று முடிவுசெய்தால், இந்தக் கொள்கையை ஏற்காத உறுப்பினர்களுக்கான தீர்வு என்பது, அரசின் நீதிமன்றங்களில் இல்லை, மாறாக அவர்களின் விலகலில்தான் உள்ளது. தான் கொண்டுவரும் செயல் எல்லைக்குள் எந்தச் சங்க உரிமையும், அரசு போலவே நிஜமானதும், அசலானதும், கட்டுப்படுத்துவதும் ஆகும். சமுதாயத்தின் ஒவ்வொரு உறுப்பினனுக்கும் தனது சிறந்த சுயத்தை அடைவதற்கான வாய்ப்புகளுக்கான தவிர்க்கவியலாத உரிமைகள் வழங்கப்பட்டுள்ளன என்பதை நாம் திட்டவட்டமாக அறிந்தால் மட்டுமே எல்லா அமைப்புகளுக்கும் மேலாக அரசின் அதிகாரங்களை உயர்த்துவதென்பது சாத்தியம்.

இது, இப்போது உரிமைகள் அடையப்படும் முறையில் பாரபட்சம் உள்ளது என்பதைச் சுட்டிக்காட்டுவதே ஆகும். மனிதர்கள் வாழ்க்கையின் கடின உழைப்பையோ இலாபத்தையோ மனிதர்கள் சமமாகப் பகிர்ந்து கொள்வதில்லை. இப்போது மனிதர்களின் ஆளுமை முன் எந்தக் காலத்தையும் விட விரிவான வெளிப்பாட்டைப் பெறுகின்ற நம்பிக்கை உள்ளது என்று நாம் பரவலாகக் கூறினாலும், ஓர் ஆக்கப்பூர்வமான அர்த்தத்தில் எத்தனை பேருக்கு மகிழ்ச்சி வாய்ப்பு இன்றும் திறந்திருக்கிறது என்பது பரிதாபகரமாக மிகச் சிறிய அளவிலேயே உள்ளது. அதாவது, உரிமைகளை அடைவதில் தான் தருகின்ற அழுத்தத்தில் அரசு ஒருதலைச் சார்பாக உள்ளது என்பது இதன் அர்த்தம். தனது உறுப்பினர்களுக்கிடையில் அரசு பாரபட்சமின்றி நியாயம் வழங்குவதில்லை. அதன் முடிவு அதிகாரத்தை மெய்யாக வைத்திருப்பவர்கள் பக்கமே சாய்கிறது. தனக்குப் பழக்கப்பட்டுவிட்ட விஷயத்தையே சரியான விஷயமாக அது அடையாளம் காண்கிறது. குறிப்பாக அறிவையும் பொருளாதாரச் சக்தியையும் ஏற்கெனவே கடைப்பிடிக்கும் கொள்கைமீது செல்வாக்குச் செலுத்துவதற்கான வழிமுறைகளை அது சமமாகப் பகிர்வது கிடையாது. சுதந்திரம், ஒழுங்குமுறை பற்றிய பழைய பார்வைகள் வெகுமக்களுக்கு ஆதாயம் அளிப்பதாகக் கூறமுடியாது. சமுதாயத்தின் செல்வம் அதிகரிக்கிறது. ஆனால் அது ஒரு குறிப்பிட்ட வழியில் அவர்களுடைய தேவையைப் பூர்த்தி செய்வதில்லை. நமது அறிவு பெரும் பெரும் தாவல்களில் மிகுதியாக வளர்ச்சியடைகிறது. ஆனால் இந்த அறிவுப் பாரம்பரியத்தை உண்மையாக உரிமை கொள்பவர்கள் மக்களில்

மிகச் சிறு பங்கினரே. சந்தேகமின்றி, மதமும் தனது விசுவாசிகளுக்கு அளவற்ற வசதியைத் தந்துள்ளது; ஆனால் அது, ஓர் உயிருள்ள அர்த்தத்தில், சமூக முறைமையின் சாராம்சத்தைப் பெருமளவு பாதிக்கவில்லை. நிலக்கிழார்களோ, தொழில்-முதலாளிகளோ எவராயினும் - பணக்காரர்களின் சட்டம், முதலில் செல்வத்தைச் சேகரிப்பதாகவும் பிறகு அது பரவலாவதைத் தடுப்பதாகவுமே இருக்கிறது. சமூக வாழ்க்கையின் மொத்த இயல்பும், அதனால், மிகப் பணக்காரர்களாக உள்ள சிலர், வாழ்க்கையின் விளிம்பில் வாழ்ந்து கொண்டிருக்கும் மிகப் பலர் ஆகிய பிரிவினையினால்தான் அரசின் மொத்த இயல்பும் நிர்ணயிக்கப்படுகிறது. நாம் பாதுகாப்பையும் ஒழுங்கையும் அனுபவிக்கிறோம். ஆனால் நாம் அனுபவிக்கும் பாதுகாப்பு, மிகப்பலரை இயலாமையில் வைத்திருப்பதாக உள்ளது. அதேபோல் ஒழுங்கு என்பதும், மிகப் பெரும்பாலும், ஒரு வளமான முழுமையான வாழ்க்கைக்குத் தேவையானவற்றை நாடும் மிகப் பலருக்கு எதிராகச் சிலரைக் காப்பதாகிறது.

ஆகவே அரசின் விதிமுறைகள், எப்போதுமே இறுதியான விதிப்புகள் அல்ல. அதிகாரத்தின் முடிவுகள் ஒருவேளை இலட்சியப்பூர்வமான நியாயத்தினை அடைவதற்குப் பயன்பட்டாலொழிய நமது நடத்தைக்கான வழிகாட்டி அதிகாரத்தின் குரல் அல்ல. ஓர் அரசு, குறைந்தபட்சமான ஒரு நீதியோடு, மக்களின் விசுவாசத்தைக் கேட்பதற்கு முன்னால் மனிதர்களாக அவர்களுக்கு உரியதை வழங்க வேண்டும். செயலூக்கமுள்ள குடியியல் தன்மை, வயதுவந்த மக்கள்தொகையுடன் இணைந்துள்ள ஒரு காலத்தில், முந்திய எக்காலத்தையும்விட, பெரும்பாலும் அரசுக்கு அளிக்கப்படுகின்ற சோதனை மிகக் கடுமையாகிறது. அரசியல் அதிகாரம் பெற்றுள்ள மக்கள் அண்மையிலோ பிறகோ அதிகாரத்தின் விளைவான உரிமைகளைப் பெற வலியுறுத்தத் தொடங்குகிறார்கள். மிகச் சிறந்த வழியில் உரிமைகளின் சாராம்சத்தை அடைவதற்கு வழியாக உள்ள நிறுவனங்களை அவர்கள் தேடக்கூடும். அவர்கள் யாவருக்கும் முன்னுரிமைகளைப் பொதுவாக்க வேண்டும் அல்லது அவற்றை நீக்க வேண்டும். ஒரு ஜனநாயக அமைவின் தவிர்க்கமுடியாத கிளைத் தேற்றங்கள் சுதந்திரமும் சமத்துவமும் என்று அவர்கள் வலியுறுத்துவார்கள். குறைந்தபட்சம் அரசின் அதிகாரம் செல்லுகின்ற எல்லைவரை, சமுதாயத்தின் முழு நெசவினூடும் உள்ள கருத்துகளை ஏறத்தாழச் சமமான நியாயத்துடன், எல்லாருக்கும் கிடைக்குமாறு அவர்கள் பரவலாக்க முனைவார்கள். இறுதியில், இப்படிப்பட்ட கோரிக்கைகளுக்கான எதிர்ப்பு என்பது கடினமாகும்; ஏனெனில், ஆக்டன் சுட்டிக்காட்டியவாறு, மிகச் சிறுபான்மையினரை வெற்றிகொள்ளக் கூடிய பலமோ, செறிவோ அற்றதொரு உள்ளார்ந்த

ஆற்றலின் சேமிப்புக் காப்பு மக்களிடம் உள்ளது. ஆகவே தொடர்ந்து உயிர்வாழவேண்டிய ஓர் அரசு, தான் மேம்படுத்தவேண்டிய இலட்சிய நோக்கமான பொது நன்மையின்மீது சமமான கோரிக்கைகள் கொண்ட மனிதர்களின் வேண்டுதல்களுக்கு ஏற்பத் தொடர்ச்சியாகத் தன்னை மாற்றிக் கொள்ள வேண்டும்.

நாம் இங்கு அக்கறை கொள்வது, அரசிலிநிலையைக் காப்பாற்றுவதற்காக அல்ல, அதை விலக்கும் நிலைமைகளைக் காப்பாற்றுவதற்குத்தான். மக்கள், பொதுநலத்திற்காகத் தங்கள் சுயநலத்தைக் கீழ்ப்படுத்தக் கற்றுக்கொள்ள வேண்டும். எல்லாருடைய உரிமைக்காகவும், சிலபேருடைய முன்னுரிமைகள் வழிவிட வேண்டும். அந்தச் சிலபேர் பெற்றிருக்கும் நலங்கள் என்பதே அந்தப் பலபேர் உரிமைகளின் சாதனைதான் என்பது வலியுறுத்தப்படவேண்டும், ஏனெனில், வேறெந்தச் சூழலிலும் அரசின் நிலைத்தன்மையை உறுதிப்படுத்த இயலாது. ரஷ்யப் பிரபுக்கள், 1789இன் அகதிகளைப் போல, அதிர்ஷ்டத்தினால் பாழாக்கப்பட்ட மக்களாக இருந்து பிறகு ஓர் இடரார்ந்த வாழ்க்கைநிலைக்குத் தள்ளப்பட்டபோது, மனித இனத்தின் தொகுதி அதன் பாரம்பரியத்தைப் பெறாத நிலைக்குத் தள்ளப்பட்டதால் இறுதியாகத் தாங்கள் செலுத்தவேண்டிய அபராதத்தைத் தெரிந்துகொண்டார்கள். ஒரு நிலையான நாகரிகத்திற்குரிய உறுதிப்பாடு என்பது மக்கள் தாங்கள் மனிதர்களாக இருப்பதற்காகப் பொதுவாகப் பெறவேண்டியவற்றைக் குறைந்த பட்சமேனும் பெறுவதுதான். மிகத் திறன்வாய்ந்த சர்வாதிகாரத்தைவிட உரிமைகள் ஆகிய சிந்தனைகள் மிகவும் வலுவான ஆயுதத்தினைப் பெற்றவை; எல்லாவற்றுக்கும் மேலாக, ஒரு ஜனநாயகத்தில் மிகவும் சக்தி வாய்ந்தவை. அங்கு அவற்றின் பயன்பாட்டின் உலகளாவிய பண்பு என்ற யூகத்தின்மீதுதான் அவை கட்டப்பட்டுள்ளன. ஒரு ஜனநாயக நாகரிகத்தில் சுதந்திரம், சமத்துவத்தினுடைய அளவுகளைக் காப்பது சாத்தியம், மிகவும் விரும்பத்தக்கதுமாகும். ஆனால் சுதந்திரம், சமத்துவம் இவற்றின் குறைந்தபட்ச அளவு ஒவ்வொரு குடிமகனுக்கும் தனிப்பட்ட வளர்ச்சிக்கான முழு வாய்ப்பையும் உறுதிப்படுத்தும் விதமாக இருக்கவேண்டும் என்பது நிச்சயம் தேவையானது. இப்போது அதற்கான வாய்ப்பு மிகவும் அரிதாகவே உள்ளது. மிகக்கீழான சுற்றுச்சூழல்கள், மிகக்கீழான குழந்தைகளையே உருவாக்குகின்றன. காலம் கனியக்கனிய அவர்கள் மேலும் அழுகிப் போகிறார்கள். நவீன நிலைமைகள் உருவாக்குகின்ற எதிர்ப்புணர்ச்சி, வாழ்வதற்குத் தகுதியான விஷயங்களைப் பிறரால் இழந்த மனிதர்களின் இயற்கையான சவால் ஆகும்; பர்க் சுட்டிக்காட்டியதுபோல, பொதுமக்களின் வன்முறைக்குப் போராட்டம் என்றோ சதித்திட்டம் என்றோ பெயர்வைத்து ஒன்றும்

ஆகப் போவதில்லை. பெரும்பாலும், மனிதன் ஒரு பொதுப்பிராணி அல்ல. எந்த அரசாங்கத்தின் கையிலுமுள்ள அதிகாரமும் எப்போதும் மிகவும் சக்தி வாய்ந்ததாக இருக்கிறது. ஏற்கெனவே அதை ஏற்றுக் கொள்ளத்தக்க மனம் முறிந்த உள்தூண்டுதல்கள் நிறைந்த சூழல் இருந்தாலொழிய போராட்டமோ சதித் திட்டமோ வெற்றிபெறும் அளவுக்கு அரசாங்க அதிகாரம் விட்டுவிடாது. உரிமைகள் இன்மை ஒரு அநீதியாக உணரப்படும் சமயத்தில்தான் உரிமைகளைப் பெறுவதற்கான கோரிக்கை என்பது ஒரு கேட்பினைப் பெறச் சாத்தியமாகிறது. அந்தக் கோரிக்கை ஒத்திப்போடப் படலாம்; ஆனால் மனிதர்களின் அடிப்படை உள்தூண்டுதல்களுடன் நேர்மையாகத் தொடர்பு கொண்ட எந்தக் கோரிக்கையும், அண்மையிலோ சில நாள் கழித்தோ எதிர்வினை பெற்றே தீரும். மெக்காலே சொன்னது போல, நாம் சீர்திருந்த வேண்டுமானால், மிகப் பெரும் நிகழ்வுகளின் குரலைப் பாதுகாக்க வேண்டும்.

ஒரு ஜனநாயகத்தில் மக்களுக்கு அதிகாரம் இருக்கிறது, மக்களின் விருப்பங்களின் இருப்பினை சட்ட உரிமைகள் எவை உள்ளனவோ அவை பெற்றுத் தருகின்றன என்ற வாதத்தினால் இந்தச் சச்சரவுக்கு விடையளிக்க முடியாது. நன்கறியப்பட்ட தனது வலிமையை நன்குணர்ந்த அதிகாரத்திற்கும், மிகவும் உள்ளார்ந்து, ஒடுக்கி வைக்கப்பட்டுள்ள, அதை வைத்திருப்பவர்கள் அது என்ன என்றே அறிந்து பயன்படுத்த முடியாத அதிகாரத்திற்கும் பெரிய உலக அளவிலான வேறுபாடு இருக்கிறது. நவீன குடிமக்கள் அமைப்பு போன்றதொரு அறியாமை நிரம்பிய மக்கள், நமது சமூக அமைப்பினால் தங்களுக்கென ஒரு சித்திரத்தை உருவாக்கிக் கொள்ளுமாறு விடப்படுகிறார்கள். அது அவர்களுடைய துரதிருஷ்டத்திற்கான காரணங்களைப் பற்றிய தேடலில் அவர்களைத் தவறான வழியில் செலுத்துகிறது. அவர்கள் காரணகாரிய உறவில் பயிற்சி பெற்றவர்கள் அல்ல. நிறுவனங்கள் என்பவை வரலாற்று ஆக்கங்கள், அவற்றுக்குப் பிறப்பளித்த சூழ்நிலைகள் மறைந்துபோகும்போது அவற்றின் பயன்பாடும் மறைந்து போகிறது என்று நோக்க அவர்கள் கற்பிக்கப்படவில்லை. அவர்கள் பெரும்பாலும் தாழ்வுமனநிலை கொண்ட சூழலிலேயே வளர்க்கப்படுபவர்கள். தங்கள் நிலைமைக்கு அடிபணிதல் என்ற ஒரு கொள்கையைத்தான் அவர்கள் நம்புமாறு பயிற்சியளிக்கப்படுகிறார்கள். கட்டுக்கதைகளும் பழங்கதைகளும் அவர்களின் எல்லாப் புறங்களிலும் சூழ்ந்துள்ளன; அதன் எல்லைக்குள் பிறந்தவர்கள்மீது அவநம்பிக்கை கொள்ளுகின்ற திறனை அவர்களுக்கு அளிக்க நவீன கல்வி முயற்சியின் ஒரு பகுதியேனும் இன்னும் முன்வரவில்லை. ஆகவே இருக்கும் ஓர் அமைப்பைப் பாதுகாப்பவர்களுக்கும் அதை எதிர்ப்பவர்களுக்கும் இடையிலான

செல்வாக்கின் வித்தியாசம் அளவில் மிகப் பெரியது. முதல் தரப்பினர் திடமான, உற்றுணரக்கூடிய ஒரு யதார்த்தத்தில் தஞ்சமடைய முடியும்; மற்றவர்கள், புரிந்துகொள்வதற்கு முயற்சியும் கற்பனையும் தேவைப்படுகின்ற ஓர் இருண்ட பின்னிலத்துக்குள் தாவுதலைத்தான் செய்ய வேண்டும். ஒரு ஜனநாயகத்தின் உறுப்பினர்கள், தங்களுக்கான அதிகாரத்தை அறிந்து பயன்படுத்தப் பயிற்சிதரப்படும் வரை அவர்கள் அதிகாரத்தைக் கொண்டிருப்பதாகக் கருதவே முடியாது. அப்படிப்பட்ட நற்காலம் நமக்கு மிகத் தொலைவாகவே இருக்கிறது.

ஆகவேதான் இலட்சியப்பூர்வமான சட்டங்களின் அமைப்பிற்கு நவீன அரசின் அஞ்சத்தக்க மையமாக்கல் மிகப் பெரிய பகையாக இருக்கிறது. ஏனெனில் அதிகாரம் பரவலாகப் பகிரப்படும் இடத்தில்தான் அதைக் கையில் வைத்திருப்பவர்மீது எவ்விதத் திறன்மிக்க கட்டுப்பாட்டையும் கொண்டுவர முடியும். அதிகாரத் தலைமையின் மையங்களைப் பரவலாக்குவது என்பது விவாதத்தின் பாதைகளை அதிகரித்து, அதனால் ஆரோக்கியமான, சுதந்திரமான அபிப்பிராயங்களைப் பரவலாக்க உதவுவதாகும். ஆனால் இந்த இலக்கிற்கு, சமூக முறைமையை ஓர் முழுமை எனக் கருத வேண்டியுள்ளது. அரசியல் அதிகாரத் தலைமையை ஜனநாயகப்படுத்த முயற்சிசெய்து நாம் அத்துடன் விட்டுவிட முடியாது. போதிய அளவு வேலை செய்கின்ற ஒரு சாதனத்தை நாம் உருவாக்கிவிட்டோம்; அந்தக் கருவியை எந்த ஒரு முக்கிய வழியிலும் பாதிக்கக்கூடிய துணைச் சக்திகள் எவையாயினும் அவற்றை ஜனநாயகப்படுத்த வேண்டும். அதாவது, நாம் விவாதித்துக் கொண்டிருக்கக்கூடிய குறைந்தபட்ச உரிமைகளின் அடிப்படைகளுக்கு நேரடியாகத் தொடர்புள்ள எந்த ஒன்றாயினும், அது ஒரு சிலரின் கட்டுப்பாட்டிற்குள் விடப்பட முடியாது. குடிமக்கள் தொகுதியின் ஓர் உறுப்பினனாக, நெருக்கமான வழியில், எந்த ஒன்று ஆக்குவதாயினும் அதன் ஏற்பாட்டிற்குள் பகிர்ந்துகொள்ளக்கூடிய வாய்ப்பினை மனிதன் தெளிவாகவே பெற வேண்டும்; ஆகவே அரசியல் அமைப்பின் வெகு அடித்தளமாகவே சுதந்திரமும் சமத்துவமும் உள்ளன.

சுதந்திரம், சமத்துவம் இவற்றின் உள்ளர்த்தங்களை நாம் பின்னர் விரிவாக விவாதிப்போம். இங்கு இரண்டு செய்திகளை வலியுறுத்துதல் போதுமானது. அவற்றில் எதுவும் மாறாத ஒரு கருத்தன்று. ஒரு குறித்த காலம் இடம் என்னும் சிறப்புச் சூழலுக்குத் தொடர்புபடுத்துகின்ற ஒரு சிறப்பான நோக்குநிலையை ஒவ்வொன்றும் பெற்றுள்ளது. பதினாறாம் நூற்றாண்டின் பிற்பகுதியில் ஃபிரான்சில், சுதந்திரம் என்பது ஒரு குடிமகன் கடவுளைத் தனது தனிப்பட்டமுறையில் வழிபடும் அதிகாரத்தைக் குறித்தது, அதுவே பதினேழாம் நூற்றாண்டு இங்கிலாந்தில், ஒரு முடியரசன் தன்னிச்சையாக வரிவிதிக்க இயலாது

என்று அர்த்தமாயிற்று. ஒவ்வொரு தனிமனிதனின் ஆளுமையும் தலைமையதிகாரத்தினாலோ வழக்காற்றினாலோ, தனது வளர்ச்சியில் தடைப்படாதிருக்கவேண்டும்; தனக்குத்தானே திருப்திகரமாகத் தனது உள்ளுந்தல்களை அது ஒத்திசைவுபடுத்த வேண்டும் என்பதே சுதந்திரம் என்பதன் நிரந்தர சாராம்சமாக இருப்பதாகத் தோன்றுகிறது. இந்த நோக்கில் மிக முக்கியமானது, அந்த ஒத்திசைவு தனக்குத் தானே உருவாக்கியதாக இருக்கவேண்டும். அரசினால் செய்யப்பட்ட விதிகள் எந்த ஒரு தனிமனிதனையும் மற்றவனிலிருந்து பிரித்து அவனது வழியைத் தடைசெய்யலாகாது. முயற்சி, தவறு நிகழ்தல் (பிறகு சரிப்படுத்தல்) என்னும் முறைக்கு அவை இடமளிக்கவேண்டும். இப்போது உள்ளவாறு, தனது பெற்றோரைத் தான் தேர்ந்தெடுக்காமைக்காக எந்த ஒரு தனிமனிதனையும் அவை காரணமின்றித் தண்டிப்பதாக இருக்கலாகாது. வேறு சொற்களில், சமத்துவம் என்பது நமது இன்றைய சமூக முறைமை சுமத்துகின்ற தடைகளைக் குறைப்பதாகவே தோன்றுகிறது. வாய்ப்பின் சமத்தன்மையை நம்மால் அளிக்க இயலாது. சராசரியாக, சார்லஸ் டார்வினுடைய மகனுக்கு, ஒரு பங்குவர்த்தகத் தரகர் அல்லது துணி தைப்பவருடைய மகனைவிட அறிவியலில் ஆர்வம் கொள்வதற்கு மேலான வாய்ப்பிருக்கும். ஆனால் பங்குவர்த்தகத் தரகரின் அறிவியல் ஆர்வமுடைய மகன் பத்திரங்களை விற்பதற்குத் தள்ளப்படாமல் இருக்கப் பொதுவாகத் தேவையான வாய்ப்பினைப்பெற நாம் வழிசெய்ய முனையலாம். அரசின் ஒவ்வொரு உறுப்பினரும் தனது சிறப்பான திறன்கள் என நம்புபவற்றை முயன்று பார்க்கின்ற சாத்தியத்தை நாம் அளிக்க வேண்டும். சந்தேகமின்றிப் பெரும்பாலோர், பாதுகாப்பையும் வழிமுறையையும் பெறுவதில் திருப்தியடைவர். கண்டுபிடிப்புத் திறனுக்கு என்ன வழிமுறை உள்ளதோ அதில் முனைவதற்கான உறுதிப்படுத்தலை நாம் அளிப்பதே நமது கடமையாகும்.

III. குறித்த உரிமைகள்

எனினும் இவை யாவுமே கோட்பாட்டின் உச்சத்தில் ஒருவர் கற்பனை செய்வதாகச் சொல்லப்படலாம். ஓர் அரசு தனது நோக்கத்தைச் சாதிக்க வேணடுமானால் அது ஏற்க வேண்டிய கருத்துகளை எடுத்துக்காட்டுவது ஒரு விஷயம்; அந்த நோக்கத்தை மெய்யாகவே எப்படி அடையலாம் என்று காட்டுவது வேறு விஷயம். அண்மையிலோ பிறகோ குறித்த காலத்திற்குள் அடையக்கூடிய தங்கள்

இலட்சியங்களின் தரத்தினைக் காப்பாற்ற இயலாமல் தொடர்ச்சியாக விழுகின்ற அரசுகளையும் அவற்றின் அடிப்படைகளிலேயே சவால் விடுக்கலாம் என்று வலியுறுத்துவதும் சுலபமானதே. இவ்வித உரிமை அறிவிப்பு, ஏற்பதற்குரிய மெய்யான உரிமைகளின் பட்டியலையும் தருவதில்லை, அவற்றைக் கைப்பற்றுவதற்கு வாயிலாக இருக்கக்கூடிய நிறுவனங்களையும் சொல்லுவதில்லை. இந்த வாதம், முக்கியமானதாயினும், மேற்பார்வைக்குத் தோன்றுவது போலச் சமாளிக்க இயலாததல்ல. உரிமைக் கோரிக்கையை எந்த அளவில் திருப்திப்படுத்த வேண்டும் என்பதை ஒருபோதும் நாம் மிகத் துல்லியமாக நிர்ணயிக்க முடியாவிட்டாலும், குறைந்தபட்சம், வரலாற்றுப் பதிவிலிருந்து எந்த எந்த உரிமைகள் ஏற்பினை வேண்டுபவை என்பதை யூகிக்கலாம். எந்த நிறுவனங்கள் அவற்றின் ஏற்பினால் உருவாகும் என்று நம்மால் திட்டமாகச் சொல்ல இயலாவிட்டாலும் குறிப்பிட்ட சில நிறுவனங்கள் இன்றித், தங்கள் பூர்த்தியை நாடும் உரிமைகள் அவற்றை அடைய இயலாது என்று நம்மால் யூகமாகச் சொல்லமுடியும். அதாவது, அரசு நோக்கத்தின் பூர்த்தியை நேர்முகமாக எப்போதும் நம்மால் உறுதிப்படுத்த முடியாது; ஆனால் எதிர்மறையாகவேனும் அப்படிப்பட்ட பூர்த்தியை அழிக்கக்கூடிய நிலைமைகளை நம்மால் சுட்டிக்காட்ட முடியும்.

இந்த அளவில், வலியுறுத்தப்பட வேண்டியது என்னவெனில், உரிமைகள், வெறுமனே அல்லது அதிக அளவில், எழுதப்பட்ட பதிவுகளின் விஷயங்கள் அல்ல. உதிர்ந்து போகக்கூடிய பழங்காலப் பத்திரங்கள் சந்தேகமின்றி அவற்றுக்கு மேலும் அதிகமான புனிதத்தைத் தரமுடியும்; ஆனால் அவற்றைப் பெறுவதற்கு அவை உதவமாட்டா. அமெரிக்க அரசியலமைப்பின் முதல் திருத்தம் சட்டப்பூர்வமாகப் பேச்சுரிமையையும் மக்கள் அமைதியாகக் கூடலாம் என்பதையும் உறுதிசெய்கிறது; நான்காவது திருத்தம் ஒரு குறித்த காரணத் தேவையின்றி, ஒரு குடிமகனின் வீடு சோதனையிடப்படாது என்பதைச் சட்டப்படி உறுதிசெய்கிறது; எட்டாவது திருத்தம் மிக அதிகமான ஜாமீனுக்கு எதிராகச் சட்டப்பூர்வ உறுதியை அளிக்கிறது. எனினும் பைத்தியம் பிடித்த ஒருவாரத்தில் இந்த எல்லாத் திருத்தங்களையும் நிர்வாக அதிகாரத்தின் பணி தகுதியற்றவை ஆக்கி விட்டது; *(Cf. L. Post, The Deportations Delirium, 1923)*. தெற்கின் கருப்பு நிறக் குடிமக்களின் அரசியல் சமத்துவத்திற்கு முனைந்த பதினைந்தாவது திருத்தம், நிர்வாகத்தினாலோ நீதிமன்றங்களினாலோ ஒருபோதும் பயன்படுத்தப்படவே இல்லை. இங்கிலாந்தில் *Ex Parte O' Brien (2 K.B. 13, 361)*, ஃபிரான்சில் *Pluchard Case (Sirey, 1910, p.1029)* ஆகிய இரண்டு வழக்குகளும் உரிமைகளைக் காப்பது என்பது, எழுத்து வடிவிலான சட்டம் என்ற சடங்கினைவிட பழக்கம், பாரம்பரியம் ஆகியவற்றையே

கூடுதலாகச் சேர்ந்த பிரச்சினை என்பதைக் காட்டுகின்றன. அதனால் எழுத்துச் சட்டத்திற்கு மதிப்பில்லை என்பதல்ல. ஒரு நிர்வாகம் தெளிவாகவே மீறிய ஒரு சட்டத்தின் வாயிலாக அதைத் தாக்குதலுக்கு உள்ளாக்குவது என்பது மதிப்புள்ள செயல்தான்; மேலும் எழுதப்பட்ட சட்டவடிவம் எப்போதும் மக்களுக்கு அவர்கள் தங்கள் உரிமைகளுக்குப் போராட வேண்டியிருப்பதை நினைவுபடுத்தவும் உதவுகிறது. ஆனால் குறைந்தபட்சம், இறுதியாக, ஓர் அரசாங்கம் சட்டத்துக்கு எதிரான நடத்தையில் முனைந்து ஈடுபடுமானால் அந்த நோக்கத்தை நேரடியான சவால் ஒன்றே அதை முறியடிப்பதாக அமையும். சட்டத்தின் எழுத்துவடிவத்தைவிட, குடிமக்களின் பெருமிதமிக்க ஆற்றல் ஒன்றே உரிமைகளின் மிக மெய்யான பாதுகாப்பாகும்.

லாக்கும், மாண்டெஸ்கியூவும் சுதந்திரத்தின் இரகசியம் என்று கருதிய அதிகாரப் பிரிவினையில் (இந்தப் பொதுவான கேள்விக்குப், பார்க்க: Artur, Separation des Pouvoirs, and Fairlie. The Separation of Powers in the Michigan Law Review for 1922.) இதற்குத் தேவையான பாதுகாப்பைக் காண இயலாது. ஒரு நீதியமைப்பு எவ்வளவுக் கெவ்வளவு சுதந்திரமாக இருக்கிறதோ அந்த அளவுக்கு உரிமைகளின் பாதுகாப்புகளும் போதியவையாக இருக்கின்றன என்ற உயிரான உண்மையைச் செவ்வியல் கொள்கை கோயில் கொள்ளச் செய்திருக்கிறது; ஆனால் எந்த நீதியமைப்பும் இறுதியாக நிர்வாகத்தினால்தான் நியமிக்கப்படுகிறது என்பதால் அதன் சுதந்திரம் என்பது மிக அபூர்வமாகவே இறுதியாகிறது. ஒவ்வொரு குறித்த அதிகாரத் தலைமைக்கென அளிக்கப்பட்ட வட்டத்தினுடைய தேவையற்ற விரிவினைத் தடுப்பதற்கு அதிகாரப் பிரிவினை உதவுகிறது; ஆனால் அளிக்கப்பட்டுள்ள அதிகாரங்களின் தன்மை, விரிவெல்லை ஆகியவற்றை அது நிர்ணயிப்பதில்லை. மேலும் அரசின் அதிகாரங்களை வழக்கமாகப் பிரிக்கின்ற மூன்று பகுப்புகளின் பிரிவெல்லைகளைத் துல்லியமாக வரையறுப்பதும் இயலுவதில்லை. நடுவர்கள் சட்டங்களை இயற்றுமாறு கட்டாயப்படுத்தப்படுகிறார்கள்; (Cf. J. Holmes, in Jensen v. Southern Pacific, and B. Cardozo, The Nature of the Judicial Process, lect. iii.) சட்டமன்றங்கள் பதவிக்கான நியமனத்தை உறுதிப்படுத்தும்போது அவர்கள் தங்கள் நிர்வாக வட்டத்திற்குள் செயல்படுகிறார்கள்; நவீன நிர்வாகத்தின் அதிகாரச் சக்தி மெய்யாகவே சட்டப்பூர்வமானது மட்டுமல்ல, பாராளுமன்றத்தின் வலிமை மிக்க பரிமாணங்களையும் தாண்டிய எல்லையை அது அடைந்துவிட்டது. (Cf. Carr., Delegated Legislations, lect.i.) அமெரிக்க அரசியலமைப்பின் கோட்பாட்டு நுண்ணயத்தோடு அதிகாரங்களைப் பிரிப்பது அவற்றைத் தெளிவுபடுத்துவது என்பதைவிடக் குழப்புவதாகவே அமையலாம். சிறந்த நிலையில், இப்படிப்பட்ட பிரிப்பு என்பது தகுதியுடைமையின் ஒரு காட்டியாக இருக்கிறது; ஆனால் இந்தக் காட்டியைப் பயன்படுத்திக்

கொள்வது குறித்த அரசில் நிலவும் சூழலைச் சார்ந்ததாகவே இருக்கும். நவீன இத்தாலியின் சட்டமன்றம் முஸோலினியை நிர்வாகியாகவும் சட்டமன்ற நிறுவனமாகவும் ஒரே அமைப்பாக்கிவிட்டது.

சுருக்கமாக, உரிமைகளைப் பெறுவது என்ற பிரச்சினையைத் தனிப்பட்ட உரிமைகளை விவாதிப்பதன் வாயிலாகச் சிறப்பாக அணுக முடியும். பிறகு அவற்றின் கூட்டுத் தொகையிலிருந்து அரசின் அதிகாரங்களுக்குரிய எல்லைகளின் அமைப்பு ஒன்றை நாம் கட்டமைக்க முடியும். இப்படிப்பட்ட முறை, பல நோக்கங்களுக்கு உதவுகிறது. முதலில், இது தனிமனிதன் சமுதாயத்தில் பெற்றுள்ள இடத்தைக் குறிப்பிடுகிறது. பொது நன்மைக்குத் தனது பங்கினை அவன் ஏதோ ஓர் ஆக்கப்பூர்வமான வகையில் செலுத்துவதாக இருந்தால், அவன் எதைப் பெற்றிருக்க வேண்டும் என்று காட்டுகிறது. இரண்டாவதாக, சுதந்திரத்திற்கும் சமத்துவத்திற்குமான அர்த்தத்திற்கும் இதுதான் அணுகுமுறை. நாம் பாதுகாக்க விழைகின்ற உரிமைகளை நாம் தெரிந்துகொள்ளும்போது அந்தக் கருத்துகள் உள்ளடக்கியுள்ள நேர்முகமான நிறுவனங்களை மதிப்பிட நமக்கு நல்ல வாய்ப்புக் கிடைக்கும். மூன்றாவதாக, கோட்டுருவில் குறித்த உரிமைகளை வரையறுத்துக் காட்டுவது, ஒரு பொதுவான வழியில் குறைந்தபட்சம், அரசியல் கட்டமைப்பின் மிகத் தேவையான பண்பாகும். இம்மாதிரிக் கோட்டுருவிலிருந்து அரசின் ஒன்றிணைக்கின்ற அதிகாரம் எந்த வழியில் நடைமுறைப்படுத்தப்பட வேண்டும் என்பதை நாம் உருவாக்கத் தொடங்கலாம். இப்படிப்பட்ட பின்னணியில், அரசு என்பது சாராம்சத்தில், ஒரு சமுதாயங்களின் சமுதாயம் *(communitas communitatum)* மட்டுமே, ஒரு படிநிலை அமைப்பின் உச்சப் புள்ளி அல்ல. பிற அமைப்புகள் வருவிக்கப்படுகின்ற ஓர் அமைப்பு அல்ல அது; அவற்றுக்குள் அதன் உறவு மிகச் சிறந்ததாக இருப்பது குடிமக்கள் ஒழுக்க உரிமைகளின் அடிப்படையில் அதை அவ்வாறாகக் கருதுவதால்தான். அதற்கேற்ப, இங்குக் கோடிட்டுக் காட்டப்பட்டதுபோல, அப்படிப்பட்ட உரிமைகளின் ஒழுங்கமைவு ஒன்றை அது நிலைநிறுத்துகின்ற முறையைச் சார்ந்துதான் அதன் தலைமை உள்ளது. ஆகவே இவை அரசிலிருந்து பிறப்பதில்லை, அதனுடன் சேர்ந்து பிறக்கின்றன. அதன் இருப்பு இல்லை எனினும், குறைந்தபட்சம் அதன் தன்மை சார்ந்திருக்கும் முதன்மை நிபந்தனை அவைதான். நாம் அதன் இருப்பு என்று சொல்லவில்லை; ஏனெனில், ஜாரின் ரஷ்யா போன்ற ஓர் அரசு, எல்லாவித பண்பார்ந்த நீதிமுறைக்கும் எதிராக இயங்கலாம், அதேசமயம் எவ்விதக் கடுமையான சவாலுக்கும் உட்படாமல் தன்னை நீண்டகாலம் தற்காத்து நிறுத்திக் கொள்ளும் சக்தியையும் பெற்றிருக்கலாம்.

இப்போது பருமையான வெளிப்பாடு கொடுக்க முனைகின்ற ஓர் உரிமைக் கோட்பாட்டில் என்ன உள்ளடங்கியிருக்கும் என்பதை முதலில் நாம் நினைவுபடுத்திக் கொள்ளலாம். ஓர் அரசு என்பது அரசாங்கமாகவும் குடிமக்களாகவும் பிரிக்கப்பட்டிருக்கின்ற ஒரு குறிப்பிட்ட நிலப்பகுதியின் சமூகம். அதன் குடிமக்கள் தங்களுக்கு இயலுகின்ற வகையில் தங்கள் வாழ்க்கையில் மிகச் சிறப்பானதைப் பெறுவதற்காக அது இருக்கிறது, அதிகாரத்தைச் செலுத்துகிறது, விசுவாசத்தைக் கோருகிறது. அந்த இலக்கிற்காகவே அவர்களுக்கு உரிமைகளும் இருக்கின்றன. ஒவ்வொரு குடிமகனும் தனக்குள் இருக்கும் மிகச் சிறந்ததைப் பெற நினைக்க இயலாது என்பதற்கான நிபந்தனைகள் என்று இவை வரையறுக்கப்படுகின்றன. ஆகவே வெளிப்படையாகவே, உரிமைகள் என்பவை சட்டத்தின் பிறப்புகள் அல்ல, அதற்கு முன்னிருக்கும் நிபந்தனை ஆகும். சட்டம் எவற்றைச் சாதிக்க முனைகிறதோ அவைதான் உரிமைகள். உரிமைகளின் நோக்கத்தை மேம்படுத்துவதில் அவை எவ்வளவுக்குத் தோல்வியடைகின்றன அல்லது வெற்றியடைகின்றன என்னும் விகிதத்திற்கேற்ப நிறுவனங்கள் மோசமானவை அல்லது நல்லவை எனப்படுகின்றன. இந்தக் கருத்தாக்கங்களின் பின்னால் சமூகம் என்பது எல்லையுள்ள சுயங்களின் அமைப்பு என்ற பார்வை இருக்கிறது. அந்தச் சுயம் ஒவ்வொன்றும் தனித்தன்மை வாய்ந்தது, தனது தனித்தன்மையின் காரணமாகவே மிகவும் மதிப்புள்ளது. அந்தச் சுயம் ஒரு சமூகத்தில் ஓர் உருவம்பெற முனைகிறது. சமூகத்தின் கெட்டித்தன்மை அச்சுயத்தின் சிறப்புத் தனித்தன்மையின் பாதுகாப்பிற்கு அபாயமாக இருக்கிறது. அப்போது அது தன் உரிமைகளைக் நிலைநிறுத்துவதனால் தனது சொந்த வெளிப்பாட்டிற்கான வழியை அமைத்துக்கொள்ள முடிகிறது. அது தனது உரிமைகளை வெறும் காலியான, முறைசார்ந்த கோரிக்கையாகச் சொந்தம் கொள்வதில்லை. வேற்றுமையின் பூர்த்தி சமூக முயற்சியின் வளத்தை உச்சபட்சமாக்கும் காரணத்திற்காக அது அவற்றை வைத்திருக்கிறது. அதற்குக் கடமைகள் இருப்பதனால், உரிமைகளும் இருக்கின்றன. கட்டமைப்பின் சோதனை என்பது சமூகம் அளிக்கக் கூடிய சேவை என்ற வகையில் நமது சமூகம் ஒரு செயல்படு சமூகம். சேவை என்பது தனிப்பட்ட சேவையே ஆகும். அது வேண்டுமென்றே பிரக்ஞையோடு ஒவ்வொரு தலைமுறையிலும் ஒவ்வொரு சுயமும் செய்யக்கூடிய ஒரு முயற்சி. அதுதான் நமது சமூகப் பாரம்பரியத்தை மிகுவிக்க உதவுகிறது. நாம் எதுவாக இருக்கிறோம் என்பதால் அல்ல, எதுவாக ஆகிறோம் என்பதை வைத்துத்தான் நியாயப்படுத்தப்படுகிறோம். நமது சக்திகளைக் கொண்டு நாம் சோதனை செய்கிறோம். அந்தச் சக்திகள் மேலும் போதிய செயல்களத்தைப் பெறுகின்ற ஒரு சுற்றுச்சூழலை

உருவாக்குகிறோம். ஒரு குடிமகனுக்கு வேலை செய்ய உரிமை இருக்கிறது. பகுத்தறிவுப்பூர்வமாகச் சீரமைக்கப்பட்டால், தான் தனது உழைப்பினால் வாழக்கூடிய ஓர் உலகில் அவன் பிறந்திருக்கிறான். அவன் தனது பணியைச் செய்யக்கூடிய சந்தர்ப்பத்தைத் தரச் சமூகம் கடமைப்பட்டிருக்கிறது. தனது வாழ்க்கைக்கான வழிகளை அவனுக்குக் கிடைக்காமல் விடுவது அவன் ஆளுமையைப் பூர்த்தியடையச் செய்யும் அவனது வாய்ப்பினைப் பிடுங்கிக் கொள்வதாகும். இது ஏதோ ஒரு குறித்த வேலையைச் செய்யும் உரிமையைக் குறிக்கவில்லை. பதவியிலிருந்து தூக்கி எறியப்பட்ட ஒரு பிரதம மந்திரிக்கு அதே போன்ற தன்மையுடைய ஒரு உழைப்பினைப் பெறுவதற்கான உரிமை இல்லை. ஒவ்வொரு மனிதனும் தான் செய்யக்கூடிய முயற்சிக்கான வாய்ப்புத் தேர்வினைச் சமூகம் அவனுக்கு அளிக்க இயலாது. எந்த ஒரு இறுதி வழியிலும், ஒரு கைம்மாறினைப் பெறும் சிறப்புத் தகுதியை உடைய தொழில்களுக்குத் தேவையற்ற அழுத்தத்தைத் தரவும் முடியாது. சமூகம் தனது வாழ்க்கையை நிலைநிறுத்திக் கொள்ள சரக்குகளையும், சேவைகளையும் அளிப்பது தேவை. வேலைசெய்யும் உரிமை என்பது இம்மாதிரி சரக்குகள், சேவைகளில் ஏதோ ஒரு பகுதியை உற்பத்தி செய்வதில் ஈடுபடும் உரிமை என்பதற்குமேல் எதையும் குறிப்பதில்லை. மாறாக, இப்படிப்பட்ட பகிர்வினைச் செயலூக்கத்தோடு உற்பத்தி செய்யும் வாய்ப்பு கிடைக்காமல் போகின்ற ஒருவனுக்கு அதற்குச் சமமான வாய்ப்பு அளிக்கப்பட உரிமை இருக்கிறது. எந்த ஒரு சமூகமும், மிக நீண்டதொரு காலத்துக்கு, தனது உறுப்பினர்களில் மிகப் பெரிய ஒரு விகிதத்தினருக்கு இப்படிப்பட்ட சமவாய்ப்பினை அளிக்கும் செலவுத் தொகையினைத் தாங்க முடியாது. ஆகையால் அரசு என்னும் கருத்தாக்கத்துடன் வேலையின்மைக்குக் காப்பீடு வழங்குதல் என்பது ஒன்றாக இணைந்துள்ளது. ஆண்டுக்கு ஆண்டு நாம் உற்பத்தி செய்வதில் மொத்தத்தையும் நுகர்ந்துவிடாமல் கொஞ்சத்தை ஒதுக்கிவைக்க வேண்டும். நெருக்கடி மிக்க ஆண்டுகளில் தற்காலிகமாகவோ நிரந்தரமாகவோ உழைப்புக்கான வாய்ப்பு கிடைக்காமற் செய்யப்படும் மனிதர்களுக்கு நாம் வாழ்க்கைக்கான வழிகளும் கிடைக்காமல் செய்யலாகாது. இப்படிப்பட்ட ஒரு காப்பீட்டு அமைப்பை அதற்குரிய முக்கியத்துவத்தோடு மிகப் பரவலாகச் சீரமைப்பது என்பது கொள்கைப் பிரச்சினை அல்ல, விவரத்தைப் பற்றிய பிரச்சினைதான். தனது சிறந்த சுயமாக இருக்க ஒரு மனிதன் உழைக்க வேண்டும், அப்படிப்பட்ட உழைப்பு கிடைக்காத நிலையில் மீண்டும் வாய்ப்புக் கிடைக்கும்வரை அவனுக்குத் தேவையானவை அளிக்கப்பட வேண்டும். இங்கு நாம் புல்லுருவித்தனத்தை ஆதரிக்கவில்லை, சமூக வாழ்க்கையின் இயற்கையில் சேவை செய்வது என்பது உள்ளார்ந்து இருக்கிறது என்பதை ஏற்கச் செய்ய முனைகிறோம்.

ஒரு மனிதனுக்கு வேலைசெய்யும் உரிமை மட்டும் இல்லை. தனது உழைப்புக்குப் போதிய ஊதியம் வழங்கப்படவும் அவனுக்கு உரிமை இருக்கிறது. அவன் செய்யும் உழைப்பின் பயனாக அவன் ஒரு வருவாயைப் பெற வேண்டும். அதன் வாயிலாக அவன் ஆக்கப்பூர்வமான குடியுரிமையைச் சாத்தியமாக்கக் கூடிய ஒரு வாழ்க்கைத் தரத்தினை வாங்க முடிய வேண்டும். இப்படிப்பட்ட கருத்தில், எந்த ஒரு குறிப்பிட்ட பணத்தின் தொகையும் நிலையாகக் கொள்ளப்படுவது இயலாது. அவனுக்குத் தன் உடலைத் தகுதியாக வைத்துக்கொள்ளத் தக்க உணவு தேவை. தனது ஆற்றல்கள் முழுமையாகத் தனது உடல்சார் தேவைகளுக்கே பயன்படுவதற்கு மேலாக ஒரு நிலையில் குறைந்தபட்சம் தனது வாழ்க்கையைத் தொடங்குவதற்கான உடையும் உறைவிடமும் அவனுக்கு வேண்டும். வெறும் மோசமான தேவைகளைத் திருப்திப்படுத்துவதே வாழ்க்கை என்பதற்குச் சற்றே மேலாக வாழ்க்கையை ஆக்குகின்ற சிறுசிறு வசதிகள் அவனுக்குத் தேவை. போதிய ஊதியம் என்பது வருவாயில் சமத்தன்மை என்பதைக் குறிக்கவில்லை; அது ஒரு சிலருக்கு மிதமிஞ்சிப் பொருள் கிடைப்பதற்கு முன்னர், யாவருக்கும் போதிய தேவைப்பூர்த்தி இருக்கவேண்டும் என்பதைக் குறிக்கிறது. இன்றைய உலகில், இயற்கைச் சக்திகளிலிருந்து காப்பாற்ற ஓர் ஒழுங்கான வீடு, ஒழுங்கான உணவு, உடை ஆகியவை கிடைக்கப் பெறாத ஆடவருக்கும் பெண்டிருக்கும், அதேசமயம் தனது சொத்தினால் பூர்த்தி அடையமுடியாத எந்தத் தேவையுமே இல்லை என்று சொல்லக்கூடிய ஒரு சிலருக்கும் இடையில் உள்ள முரண்பாடு என்பது பொறுத்துக் கொள்ள இயலாதது.

ஒழுக்க ரீதியிலேனும் உலகத்தின் உற்பத்தி முறை இந்த உரிமை யாவருக்கும் கிடைக்காமல் செய்கிறது என்ற வாதம், குறைந்தபட்சம் இப்படிப்பட்டக் கோரிக்கைக்குச் சரியான விடையல்ல. தொழிலுற்பத்தியின் சமமான பகுப்பு என்பது பணிபுரிபவர்களின் நிலைமையை எவ்விதத்திலும் மேம்படுத்த இயலாது என்பதற்கான புள்ளியியல் நிரூபணம் (A.L. Bowley, The Division of the Producto of Industry) இன்றைய உற்பத்தி அமைப்பினைக் குற்றம் காண்பதாகவே முடியும். நமது இலக்கினை அடைவதற்குத் தேவையான வழிமுறை, நாம் இப்போது பயன்படுத்தும் வழிமுறையைவிட வேறானது என்பதையே இது காட்டும். தங்கள்மீது வைக்கப்படுகின்ற மானிடத் தேவைகளைப் பூர்த்தி செய்யும் விதமாக உற்பத்திக்கான கருவிகளை நாம் சீரமைக்க வேண்டும். இந்த உரிமையைப் பெறுவதில் மிகக் கடுமையான ஒன்றாக மக்கள்தொகைப் பிரச்சினை உள்ளடங்கியிருக்கிறது என்பதும் வெளிப்படை. நாம் நமது தேவைகளைப் பூர்த்தி செய்ய வேண்டுமானால், ‘மால்தூஸின் பேயை’க் கட்டுப்படுத்தியே

தீரவேண்டும். போதிய வாழ்க்கைத் தரத்தினை மக்கள் எண்ணிக்கைக்கு அளிக்கின்ற நமது திறனுக்கேற்பவே நமது எண்ணிக்கையை அதிகரிக்க வேண்டும். இங்கு வாழ்க்கைத் தரத்துக்கும் மக்கள்தொகைப் பிரச்சினைக்கும் எவ்வளவு நெருக்கமான தொடர்பு இருக்கிறது என்பதைப் புரிந்துகொள்வது என்பது முக்கியமானது. எங்கு எண்ணிக்கை மிகுதியாக இருக்கிறதோ, அங்கே மானிடத் தேவைகளும் திகைப்பூட்டும் அளவுக்கு உள்ளன. (As shown clearly by investigations like those of Booth and Rowntree.) தூய்மையான பொருளியல் பசியினைத் தீர்க்கப் போதுமானதாக வாழ்க்கைத் தரம் உடனடியாக இருப்பினும், குழந்தைகளின் எண்ணிக்கை பொருளாதார மந்தநிலைக்கான காரணமாகச் செயல்படுவதில்லை. இந்தப் போதிய தன்மைக்கான உரிமையை நாம் மிக விரைந்து நாம் புரிந்துகொண்டால் அதற்கேற்ற வேகத்தோடு அதை நிலைநிறுத்தவேண்டிய மிகுந்த திறன்மிக்க நிபந்தனையையும் புரிந்து கொள்ளலாம் என்பது தர்க்கரீதியான வருவிப்பாகத் தோன்றும்.

நாம் மக்கள்தொகைப் பிரச்சினையைக் கட்டுப்படுத்துவதாக வைத்துக் கொண்டாலும், தொழில்துறை உற்பத்தி போதிய தரம் என்ற நிலையை எட்டுவதற்குப் போதுமானதாக உள்ளதா என்பது ஐயத்திற்கிடமானதே. இந்த ஐயத்திற்கு பதில் குறைந்தபட்சம், இரண்டுவிதமான விடைகளாகும். நமது தொழில்துறை ஒழுங்கமைப்பு இதுவரை, இப்படிப்பட்டத் தேவையைச் சந்திப்பதற்காக ஏற்பட்டதல்ல. அது முதலீட்டின் சொந்தக்காரரைத் திருப்திப்படுத்துவதற்காக ஏற்பட்டது; அது இதுவரை சேவைப் பணியைப் பூர்த்திசெய்ய முனைந்ததில்லை, பொருள்குவிப்புப் பணியைப் பூர்த்திசெய்யவே முனைந்துள்ளது. நாம் நமது தொழில்துறை அமைப்பை இலாபத்துக்காக அன்றிப் பயன்பாட்டுக்கென வடிவமைத்தால் ஒழிய, அதன் சாத்தியப்பாடு என்ன என்று நமக்குத் தெரியாது. உதாரணமாக, பிரிட்டனின் நிலக்கரித் தொழில் பற்றிய மெய்ம்மைகளைக் கற்கும் எவருக்கும் இப்போதுள்ள சொந்தக்காரர்கள் கையாளும் தொழில்நுட்பத்தில் காணப்படும் வீணாக்கல் அதிர்ச்சியைத் தரும். அதேபோல், பொதுமை நோக்கில், நவீன வணிகத்தொழிலின் தற்செயலான, தாறுமாறான இயல்பைக் காண்போருக்கு எந்த அளவுக்குத் தனது தொழிலை முறையான நடத்த அந்தத் தொழிலதிபன் தகுதியற்றவன் என்பது புரியும். ஒரு வழக்கறிஞன் அல்லது மருத்துவனிடம் நாம் தொழில்தகுதிக்கான நிரூபணத்தை வேண்டுகிறோம்; ஆனால் ஒரு வணிகனிடம் சொத்துடைமை, கடன்வாங்குவதற்கான ஆற்றல் இவற்றுக்குமேல் எவ்விதத் தகுதியையும் வேண்டுவதில்லை. ஒரு மருத்துவன், தனது தொழிலைத் தன் மகன் அதற்கேற்ற தகுதி பெற்றிருந்தாலொழிய அவனுக்கு விட்டுச் செல்ல நாம் அனுமதிப்பதில்லை; ஆனால் ஒரு வணிகத் தொழிலதிபனின்

மகன், மனத்திறனோ, வணிகச் செயல் முறையின் அறிவோ இன்றித் தனது தந்தையின் தொழிலுக்கு வந்துவிட முடியும். சமூகத்திற்குத் தேவையான உற்பத்தியில் முதலீடு செல்வதற்கான திசையில் திருப்புகின்ற முயற்சியில் நாம் ஈடுபடுவதில்லை. அறிவியல் எப்படி நவீன போர்த் தொழில்நுட்பத்தின் அழிவுக்கான ஆற்றலை எப்படி அதிகரித்திருக்கிறதோ அவ்விதமே உற்பத்தியின் செயல்முறையில் செய்யப்படும் ஆய்வும் அதை மேம்படுத்தும் என்பதை இப்போதுதான் புரிந்துகொள்ளத் தொடங்கியிருக்கிறோம். சுருக்கமாக, தொழிலின் பண்பு, கட்டமைப்பு ஆகியவற்றுடனான சோதனை இன்று நமக்குத் தெரிந்த அளவைவிட மேலும் மிகுதியாகப் பரந்த அளவில் நடைபெற்றாலொழிய, அதன் விளைவுகளால் வாழ்கின்றவர்களுக்குப் போதிய தரங்கள் அளிக்கப்பட வேண்டும் என்பதைப் பூர்த்திசெய்வதே நாம் முனைகின்ற பணியாக இருக்கும்.

அது மட்டுமல்ல. தொழில்துறையின் உற்பத்தியளவு எல்லாக் குடிமக்களுக்குமான போதிய வாழ்க்கைத் தரத்தினை அளிக்கும் சாத்தியம் இல்லை என்பது உண்மை என்றால் நாம் ஒரு தர்மசங்கடத்தினை எதிர்கொள்கிறோம். இப்படிப்பட்ட ஈரடிநிலையை அரசியல் தத்துவத்தின் வரலாற்றில் ஹாப்ஸ் மட்டுமே எதிர்கொள்கின்ற தைரியம் மிகுந்தவராக இருந்தார். இப்படிப்பட்ட நிலையில், சமூகச் செயல்முறை என்பது ஒழுக்க நோக்கம் எதுவும் இன்றி, பொருள் சேர்ப்பதற்கான குருட்டுத்தனமான போராட்டமாக இருக்கவேண்டும், அல்லது போதுமான தன்மையைப் பெற்றிருப்பவர்கள் ஏதோ ஒரு தர்க்கரீதியான கொள்கை அடிப்படையில் தேர்ந்தெடுக்கப்பட்டவர்களாக இருக்கவேண்டும். முதல் விஷயத்தைப் பொறுத்தவரை அரசியல் தத்துவம் முழுவதுமே தேவையற்றதாகி விடும். நம்மிடம் மெய்யாகவே மாக்கியவெல்லியின் ஒழுக்கவிதிகளுக்கு ஒத்த பண்பைக் கொண்ட ஓர் அரசியல் கலை இருக்கலாம், ஆனால் அதில் ஒழுக்க உள்ளடக்கம் எதுவும் இருக்காது. இரண்டாவது விஷயத்தில், இன்றைய அமைப்பு சுயகண்டனத்துக்கு ஆளாகிநிற்கும். ஏனெனில் எந்த ஓர் அறியப்பட்ட சீரமைக்கப்பட்ட அடிப்படையிலும் நவீன அரசின் பயன்கள் பகிர்ந்துகொள்ளப்படுகின்றன என்று எவரும் தீவிரமாகச் சொல்லவே முடியாது. மக்கள் திரளுக்கு, அவை பண்புக்கோ, திறனுக்கோ, சேவைக்கோ ஆன ஊதியம் அல்ல. மக்கள் வெற்றி பெறுகிறார்கள் என்றால் அதற்கு, அவர்கள் தங்கள் பெற்றோரை முன்னறிவுடன் தேர்ந்தெடுத்திருக்கிறார்கள் அல்லது அவர்களின் உற்பத்திப் பொருள் ஏதோ ஒன்று, பொதுமக்கள் தேவையினைப் பூர்த்திசெய்துள்ளது என்பதே காரணம். மெரடித் போன்ற ஒரு பெரிய கலைஞனும், சர் ஜோசப் பீச்சாம் போன்ற பெரிய மருந்துக்காரர் ஒருவரும் பயனடைவதில் எவ்விதச் சரியான விகிதமும் அற்ற வேற்றுமை

காணப்படுவது, குறைந்தபட்சம் ஒழுங்கான பகுத்தறிவு முறைப்படி இன்றைய மதிப்பீட்டு முறை செல்லவில்லை என்பதற்குச் சான்றாக இருக்கிறது.

நாம் இதுவரை சமூக அமைப்புகளின் பிரக்ஞைபூர்வமான கட்டுப்பாட்டை மிகமிகக் குறைவாகவே முயற்சிசெய்து பார்த்திருக்கிறோம் என்ற உறுதியான மெய்ம்மை இருக்கிறது. எனவே அவற்றில் உள்ளடங்கியுள்ள கொள்கைகளையும் நாம் விசாரணை செய்து பார்த்ததில்லை. குறித்த காலப்பகுதிக்கு மனிதர்களின் அடிப்படை உந்துதல்களைப் பூர்த்திசெய்ய வேண்டும் அல்லது அழிவைத்தான் சந்திக்க வேண்டும் என்ற யூகத்திலிருந்து நாம் தொடங்கினால், அந்த அடிப்படை உந்துதல்களைத் திருப்தி செய்யும் நோக்கத்திலேயே உற்பத்திச் செயல்முறையைச் சீரமைக்க வேண்டும் என்பது தெளிவாகிறது. அந்த இலக்கிற்காக நாம் நவீனத் திட்டத்தின் அராஜகத்திற்கு முற்றுப்புள்ளி வைத்தாக வேண்டும். தனிப்பட்ட, சுயநல நோக்கிலான ஆர்வங்களின் வெறும் போட்டியினால் நாம் நல்லொழுங்குடைய ஒரு சமூகத்தை நிறுவ முடியாது. நாம் இப்போது விவரமாகக் கற்றுக்கொண்டதுபோல *(Cf. Report of the Committee on Trusts (Great Britain), 1918)* இவற்றின் விளைவான சேர்க்கையால் சமூகத்தின் தேவைகளிலிருந்து நிதிசார்பான மிரட்டலை வைப்பதால் நீதிமுறையிலான சேவையை ஒருபோதும் நாம் பெறமுடியாது. ஒன்று, குடிமக்களின் நலனுக்காகத் தொழில்சார் ஆதிக்கத்தை அரசு கட்டுப்படுத்தவேண்டும், இல்லையெனில் தொழில்சார் ஆதிக்கம், தன்னைக் கொண்டிருப்பவர்களுக்காக அரசைக் கட்டுப்படுத்தும். தங்கள் முயற்சிகளுக்காகப் போதிய ஊதியத்தைப் பெறுவதாகிய உரிமையைப் பெறுவது வெகுமக்களின் முதல் தேவை. ஆகவே தொழில்துறைச் சீரமைப்பின் முதல் விஷயமே இந்த இலக்கை நோக்கிய நிறுவனங்களின் அமைப்பாகத்தான் இருக்கவேண்டும்.

இப்படிப்பட்ட நிறுவனங்கள் எவ்வித வடிவங்களைக் கொள்ளும் என்பதை நாம் பின்னர் விவாதிக்கலாம். இங்கே உள்ளடங்கியுள்ள சில வெளிப்படையான சாத்தியங்களை மட்டும் சுட்டிக்காட்டுவது போதுமானது. துணிகரத் தொழில்துறை முனைவுகளின் தரங்களைக் காப்பாற்றுநராகவே அரசை நாம் கருதவேண்டும். போதிய ஊதிய விகிதங்களைத் தருமளவுக்கேனும் அது முதலீட்டின் செயல்பாடுகளைக் கட்டுப்படுத்த வேண்டும். கடுமையான சட்டங்கள் அசுத்த உணவின் விற்பனையைத் தடைசெய்வது போல, குறிப்பிட்ட நியாயமான வாழ்க்கைத் தரத்துக்குக் கீழான ஊதியம் வழங்குவதைக் கடுமையான சட்டங்கள் தடைசெய்ய வேண்டும். ஏற்கெனவே பிரிட்டனுடைய வணிகக்கழக அமைப்பிலும் *(Dorothy Sells, The British Trade Boards System),*

அமெரிக்க ஐக்கிய நாட்டின் குறைந்தபட்ச ஊதியச் சட்டத்திலும் (Cf. the evidence collected in Professor Frankfurter's brief in Stetteler v. O' Hara, published separatedly by the National Consumers' League in New York) இந்தக் கொள்கையை ஏற்றதன் விடியலைக் காண்கிறோம். கோட்பாட்டளவில் இதன் அர்த்தம், குறித்த களப்பரப்பிலுள்ள ஒப்பந்தத்தின் சுதந்திரத்தைக் கட்டுப்படுத்துவதாகும். சர் ஃபிரடெரிக் போலக்கின் கருத்துப்படி, தொழில்துறை என்பது நிபந்தனைகளுக்குட்பட்டு நுழையவேண்டிய ஒரு அபாயகரமான வணிகமாகும். அரசு தனது பணிகளை நிகழ்த்துவதற்குத் தேவையான ஊதிய அளிப்புக்கான நிலைக்குமேலாகவே மக்கள் வேலைக்கு ஒப்புக் கொள்ளவேண்டும், அல்லது வேலைக்கு ஊதியம் வழங்க வேண்டும். இப்படி நிலைநிறுத்தப்படும் இந்தக் குறைந்தபட்சம் காலத்தையும் இடத்தையும் நோக்கி வேறுபடும்; ஒருவேளை சர்வதேசக் கட்டுப்பாட்டின் வளர்ச்சி, மிக உயர்ந்த அரசு ஊதியச் சராசரியை நாகரிகத்துக்கான பொதுவான சராசரி ஆக்க முனையலாம். ஆனால் குடிமக்களின் அடிப்படை வாழ்நிலைகளைத் தியாகம் செய்யக்கூடிய அளவில் உழைப்புக்கு ஊதியம் தருகின்ற அளவில் எந்த ஓர் அரசும் வணிகர்களை ஒரு தொழிலை நடத்த அனுமதிக்கலாகாது. உழைப்பாளர் ஓர் மனிதர் என்பதால் அவருடைய ஊதியத்திற்கு அவர் தகுதியானவர். தனது மனித நிலையைச் சாத்தியப்படுத்தக்கூடிய ஊதியத்தை அவர் கண்டிப்பாகப் பெற்றாக வேண்டும்.

இதில் ஊதியம் வழங்கும் நுட்பம், ஒத்த தன்மையை அல்லது அதன் முறைமையில் ஒருசீர்த் தன்மையை உள்ளடக்கியிருக்கவில்லை என்பதை நோக்கலாம்; துணிகரத் தொழில்முனைவின் அடிப்படையில் போதிய ஊதியத்தை நிறுவுதல் என்பது ஒன்றையே இது உள்ளடக்கியுள்ளது. உழைப்புக்கான ஊக்குவிப்பு என்பது போதிய அளவில் இருக்க வேண்டுமானால், இந்த அடிப்படை நிலைக்குமேல் ஊதியச் சமத்துவமின்மை வேண்டப்படலாம். மிக நீண்ட காலத்துக்கு ஒரு சிலரின் அபூர்வமான திறமைக்கு வேறுபட்ட ஊதிய விகிதங்களை அளிப்பதன் தேவையை ஒருவேளை பழக்கத்தின் நீட்டிப்பு தேவைப்படுத்தலாம். எங்கெல்லாம் சாத்தியமோ, அங்கெல்லாம் உடலுழைப்புக்கான ஊதியமேனும் போதிய தன்மை, அவ்வப் போதான உழைப்புக்கு அளிப்பு ஆகியவற்றில் ஒரு குறித்த சராசரித் தரத்துக்கு மேலான ஓர் அடிப்படை ஊதியமாக இருக்கவேண்டும். அவ்வாறாயின், அந்தத் தரத்தை நிர்ணயிப்பதற்கான ஒருதலைச் சார்பற்ற அதிகாரத் தலைமையை உருவாக்குதலே முதல் முக்கியச் செயலாகும். அந்தத் தரத்தை அளவுக்கு அதிகமாக நிர்ணயிக்க முதலாளி விடமாட்டார் என்பதால் அவரிடம் இந்தப் பணியை விடமுடியாது. அதேபோல மிகக் கீழான நிர்ணயத்துக்கு ஓர் உழைப்பாளி விடமாட்டார் என்பதால்

அவரிடமும் இந்தப் பணியை விடமுடியாது. ஒவ்வொருவருக்கும் அவருடைய ஆற்றலுக்கேற்ப ஊதியம் அளிக்கின்ற வகையில் ஒரு முயற்சியை மேற்கொள்வதற்கான அடிப்படையை ஆய்வினால் கண்டுபிடிக்கக்கூடிய ஒரு புற அமைப்பு இதற்குத் தேவை. ஆனால் இந்த ஆற்றல்கள், அவை மிகக் குறிப்பிடத்தக்க அளவில் இருக்கின்ற இடங்களில், எல்லாருடைய பொதுவான தேவைகளும் அளிக்கப்பட்ட பிறகே திருப்திப்படுத்தப்பட வேண்டும்.

போதிய ஊதியம் என்பதன் ஒரு தெளிவான கிளைவிதி, நியாயமான கால அளவுக்கு உழைப்பதற்கான உரிமை. ஒரு மனிதனைக் குடிமகனாக ஆக்குவது சிந்தனை. ஆகவே அவனுக்கு ஆக்கப்பூர்வமான பணிகளுக்கான ஓய்வுநேரம் இருக்கின்ற வகையில் உழைப்பின் கால அளவைப் பகிர்ந்தளிக்க வேண்டும். வெளிப்படையாகவே, ஒரு மனிதன் உழைப்புக்குச் செலவிடக்கூடிய உடல்சார் ஆற்றலுக்கு ஓர் எல்லை இருக்கிறது. ஆனால் ஓர் அரசு, தனது நிலையில், அவன் செலவிடக்கூடிய ஆற்றலை குடியுரிமை சார்பான ஓர் எல்லையில் நிர்ணயிக்கலாம். ஓர் எந்திரத்துக்கெனத் தங்கள் ஆற்றலைச் செலவிடும் மனிதர்கள், எந்திரக் காப்பாளர்கள் என்பதற்கு மேலாகப் போதிய ஓய்வுநேரத்தைப் பெற்றால் அன்றி, அரிஸ்டாடில் கண்டவாறு, வாழ்க்கையின் மேன்மையான அலுவல்களுக்குத் தகுதியற்றவர்கள் ஆகிவிடுகிறார்கள். உதாரணமாக, பதினெட்டாம் நூற்றாண்டின் முதற்பகுதியில் இயல்பாக இருந்த நீண்ட நேர உழைப்பின் விளைவு பற்றிய ஆய்வுகளால் வெளிப்படையாகத் தெரிய வந்ததுபோல, ஆளுமையின் நலக்குலைவும் இதில் அடங்கியிருக்கிறது. தங்கள் தினசரி உழைப்பை முடித்துவிட்டு ஆடவரும் பெண்டிரும் சிந்தனையோ, இன்னும் மேலாக, உணர்ச்சியோகூட இயலாத நிலையில் வீட்டுக்குத் திரும்பினார்கள். அவர்களுடைய எந்திரங்கள்தான் அவர்களுடைய எஜமானர்கள். அவர்களுக்கென அனுபவிக்க எவ்வித ஓய்வு நேரமும் இல்லை. முடிவற்ற உழைப்பினைக் கொண்ட வாழ்க்கையே அவர்கள் அறியவந்தது. உழைப்புக்கான நியாயமான நேர அளவு என்பது மனதின் பரப்பைக் கண்டறிவதற்கான உரிமையாகும். ஓர் இனத்தின் அறிவார்த்தப் பாரம்பரியத்திற்கானத் திறவுகோல் அது.

இந்த உரிமை பற்றிய ஆய்வில், நியாயமான என்பதன் விளக்கத்திற்குக் குறிப்பிட்ட நிர்ணயம் ஏதுமில்லை. எந்தச் சமயத்திலும் உற்பத்தித் தொழில் நுட்பத்தைச் சார்ந்தே அதன் உள்ளடக்கம் அமையும். இன்றுள்ளது போன்ற மிகச் சிக்கலான உலகத்தில், ஒரு நாளுக்கு எட்டு மணிநேரம் என்பது உடலுழைப்பில் மனிதன் மெய்யாக ஈடுபட்டு, தன்னைச் சுற்றிய வாழ்க்கையையும் புரிந்துகொள்வதற்கான உச்சபட்சமாக ஆகியுள்ளது. ஏறத்தாழ நிச்சயமாகவே, எந்திரத்துறைக்

கண்டுபிடிப்புகள் முன்னேறினால், அந்த உச்சத்தைக் குறைப்பதும் சாத்தியமாகலாம்: தொழில்துறையில் அறிவியல் பயன்படுத்தப்படுவது ஏறத்தாழ நூற்றைம்பது வருடங்களாகத்தானே? ஆனால் இங்கு நாம் எதிர்பார்க்கக்கூடிய முன்னேற்றங்கள் எதுவாக இருப்பினும், உச்சபட்ச நேரம் என்பது பற்றிய கருத்து மிகவும் அவசியம். ஒரு மனிதன் எழுதவோ, வண்ணம் தீட்டவோ, நிர்வாகம் செய்யவோ, அல்லது போதிக்கவோ செய்யலாம். தனிப்பட்ட காரணி முக்கியத்துவம் பெறுகின்ற கைவினைக் கலைகளில் பணி மேற்கொள்ளலாம், இருப்பினும் படைப்பாற்றல் பற்றிய பிரக்ஞையையும் வைத்திருக்கலாம். அவன் தனக்காகத் திட்டமிடும் போதெல்லாம், அவனது உழைப்பினைச் செயலற்றதாக்கும் விளைவு குறைகிறது. அதன் விளைவாக நிகழ்கின்ற அவனது சமூகப் பயன்பாடும் அதிகரிக்கிறது. ஆனால் அவன் முயற்சியின் வட்டம், எந்திரத்தனமான வழக்க நடைமுறையையே திரும்பத்திரும்பச் செய்வதாக இருந்தால், அப்படிப்பட்ட உழைப்பு மகிழ்ச்சிக்குத் தடையாகவே உள்ளது என்பதற்கான சான்று முடிவாகக் கிடைக்கிறது. தற்சோதனைகளில் அவன் ஈடுபடச் சாத்தியமில்லாமல் போகிறது. வெளியிலுள்ள உலகம், அவன் முனைந்து ஆராய்வதற்கான ஓர் இரகசியமாகத் தோன்றுவதில்லை. அழகின் பரப்பிற்குள் அபூர்வமாக நிகழ்வதுபோல, அவன் தனது உழைப்பின் வலியை மறப்பதற்காக உணர்ச்சிகளை மரத்துப்போகச் செய்யவே அவன் விரும்புகிறான். தொழிற்புரட்சியின் தொடக்கக் காலத்தில் ஒரு தொழிலகப் பணியாளரைப் பற்றிய விவரிப்பினைப் (Cf. J. L. and Barbara Hammond, The Town Labourer and the Skilled Labourer) படிக்கின்ற எவரும், மனிதர்களின் ஆக்கப்பூர்வப் படைப்பாற்றல்கள் விரிவடைய இடமளிக்கும்போது அவர்களுக்கு வருகின்ற நுட்பமான, சுதந்திரமான புலனாற்றலின் மரணத்தை விளைவிக்கின்ற விலங்குத்தனமான முரட்டுத்தனமாக அந்தப் பெருஞ்சோர்வினை உணர்ந்துகொள்வார்கள்.

ஆனால் தொழில்துறையில், உழைப்பின் நேரத்தை வரையறைப்படுத்தி, வாழ்க்கையின் அடிப்படைத் தேவைகளுக்குப் போதிய அளவில் உழைப்புக்கான ஊதியத்தை வழங்கினால் போதாது. இந்த இரு உரிமைகளையும் ஒருவன் பெற்றும் கூட, தனது பணி நிலைமைகளால் தளைப்பட்டிருக்கலாம். நவீன அரசின் உரிமைகள் பற்றிய எந்தக் கோட்பாடும் மிகப் பேரளவிலான தொழில்மயமாக்கத்தின் உட்குறிப்புகளைக் கணக்கில் கொள்ளவேண்டும். தனிச்சொத்துடைமை என்ற நிறுவனத்தின் விளைவுகளைப் பற்றி நாம் பிறகு ஆராய இருக்கிறோம். அது தொழில்துறை எந்திரத்தினை முதலீட்டாளர்களின் கட்டுப்பாட்டில் விட்டுவிடுகிறது. அதனால், ஒரு தனித்த கைவினைஞன் தன்

எஜமானனுக்காகப் பணியாற்றியபோது கிடைத்த தனிமனித சுதந்திரம் இப்போது சாத்தியமில்லாமல் போயிற்று. இப்படிப்பட்ட பின்னணியில், முதலீட்டை வைத்திருக்கும் நிலை, சர்வாதிகாரமாக வீழ்ச்சியடைவதை நாம் தடுத்தாக வேண்டும். ஓர் அரசியல் அதிகாரத்தின் பரிணாம வளர்ச்சி, அதிகாரத்தைச் செலுத்துவதன் எல்லைகளை வகுப்பது பற்றி அக்கறை கொள்கிறதோ, அதுபோலவே பொருளாதார ஆதிக்கமும் அவ்வித அக்கறைக்கு ஆளாக வேண்டும். அதாவது, அரசியலின் நிர்வாகம் பற்றி அக்கறை கொள்வதற்கு உரிமை இருப்பது போலவே தொழில்துறை நிர்வாகம் பற்றி அக்கறை கொள்வதற்கான உரிமையும் இருக்கவேண்டும். லிங்கன் குறிப்பிட்டது போல, "எந்த அரசும் பாதி அடிமைப்பட்டும் பாதி சுதந்திரமாகவும் இருக்கவியலாது" என்பது மிகவும் முக்கியமானது. தொழில்துறை அலகின் ஒரு பகுதி என்ற முறையில் குடிமகன் ஒருவனுக்கு எவ்விதத்திலாயினும், அவன் தனது சுதந்திரத்தை உச்சமாக அதிகரித்துக்கொள்ளும் நிலையில் இருக்கவேண்டிய உற்பத்தியாளன் என்ற வகையில் அவனைப் பாதிக்கின்ற முடிவுகளை எடுப்பதில் அதிகாரம் பகிர்ந்து கொள்ளப்பட வேண்டும்.

அவன் பெறுகின்ற அதிகாரத்தை நாம் தேவையின்றி உச்சப்படுத்தத் தேவையில்லை. உலகத்தின் வேலை செய்யப்பட்டாக வேண்டும்; சிலர் கற்பனைசெய்து கொள்ள ஆவலாக இருப்பதைவிட, தங்கள் தினசரி உழைப்பில் உண்மையான அர்த்தத்தைக் காண்கின்ற மக்களின் எண்ணிக்கை ஒருவேளை மிகக் குறைவாகவே இருக்கக்கூடும். நாம் நிச்சயமாக முதலீட்டின் உரிமை அளித்துள்ள எல்லையற்ற அதிகாரத்தைக் குறைக்கத்தான் வேண்டும். உதாரணமாக, ஓர் உழைப்பாளரைப் பணியிலிருந்து நீக்குவது என்ற நடவடிக்கை எடுக்கப்படுவதற்கு முன்னால், நாம் ஒரு விவாதத்தைக் கட்டாயம் உருவாக்கவேண்டும். உற்பத்தித் தொழில் நுட்பத்தில் மாற்றங்கள் செய்யப்படும்போது நாம் விவாதங்களைக் கட்டாயம் உருவாக்க வேண்டும். தொழில் நிர்வாகத்தில் பணியாளர்களும் பிரதிநிதிகளை அனுப்பும் வகையில் நிறுவனங்களை நாம் ஏற்படுத்த முடியும். பெருந்தொழில் முறைமையில் பிரச்சினைகளைத் தீர்க்க அவர்களையும் உட்படுத்திக் கொள்ளவேண்டும். தொழில்துறையை திசைப்படுத்தலில் தரங்களை நாம் உலகளாவியதாக்க வேண்டும். அந்தத் தரங்களை நிர்ணயம் செய்வதில் பணியாளர்களுக்கு எவ்விதப் பங்கினை அளிக்க முடியுமோ அதை அளிக்கவேண்டும். இப்போது தொழில்துறை முதல் என்பது தொழில்துறைச் செயல்பாட்டில் எஞ்சிய பூர்வபரம்பரைச் சொத்தாகப் பெறுவதாக இருக்கிறது. அதற்குப் பதிலாக அந்த முதலீடு செய்யும் சேவைக்கு ஏற்ப அரசாங்கத்துடன் உடன்பாட்டின்படி ஒரு குறிப்பிட்ட நிலையான

ஊதியம் பெறுமாறு செய்யவேண்டும். அரசின் பத்திரங்களை வைத்திருப்பவர்களுக்கு அரசாங்கக் கொள்கைமீது எவ்விதக் கட்டுப்பாடும் இல்லாதது போலவே தனித்ததொரு தொழிலின் இயக்கத்திற்குள்ளும் முதலீட்டுக்குக் கடனளித்தவர்கள் குறுக்கீடு இல்லாமல் செய்யலாம். அதாவது தொழிலுற்பத்தியின் திசைப்படுத்தல் நுட்பத்தினை ஒருசிறிதும் இன்றைய தனிச்சொத்து அமைப்புமுறை உள்ளடக்கியிருக்கவில்லை என்பதுதான் இங்கு முக்கியமாகச் சொல்லப்படுகிறது; அந்தத் தொழில்நுட்பம், யாவற்றுக்கும் மேலாக, தான் கொண்டிருக்கும் வேலைக்கு அமர்த்துவது, வேலையை விட்டு நீக்குவது என்பவற்றுக்கான தகுதியற்ற உரிமையால் சற்றே குறைந்த அடிமைத்தனத்தின் வடிவமே அன்றி வேறல்ல. தொழிலுற்பத்திக்கான பிரதிநிதித்துவ நிர்வாகத்தில் உரிமை என்பது வாழ்க்கையில் தேவைப்படும் உழைப்பினால், பணியாளனின் ஆளுமை வெளிப்பாட்டைக் காண்கின்ற வாயில்களுக்கான உரிமைதான். ஒரு ஜனநாயக அமைப்பில், அரசியல் சுதந்திரத்தையும் தொழில் துறைச் சர்வாதிகாரத்தையும் ஒன்றாகக் கொண்டிருப்பது சாத்தியமாகாது; அதுவும் மிகத் தெளிவாகவே சொத்துடைமை அமைப்பு பெருமளவு அரசுக் கொள்கையின் சாராம்சத்தைக் கட்டுப்படுத்துவதாக இருக்கிறது.

குடியுரிமை என்பது ஒருவனுக்குக் கற்பிக்கப்பட்ட முடிவுரைத்தலினால் பொது நன்மைக்கு அளிக்கப்படும் கொடை என்று வரையறுக்கப்படுகிறது. ஆகவே குடிமகனுக்குக் குடியுரிமை சார்ந்த கடமைகளுக்குப் பொருத்தமான கல்விக்கு உரிமை இருக்கிறது என்பது பெறப்படுகிறது. அவனுக்கு வாழ்க்கையைப் புரிந்துகொள்வதைச் சாத்தியமாக்கும் கருவிகள் அளிக்கப்படவேண்டும். தனது ஆர்வங்கள், தான் எதிர்கொண்ட அனுபவத்தின் அர்த்தம் ஆகியவற்றுக்குச் சரியான வெளிப்பாடு அளிக்க அவனுக்குத் திறமை வேண்டும். நவீன அரசிலுள்ள அடிப்படையான வேறுபாடு, அறிவின் கட்டுப்பாட்டை வைத்திருப்பவர்கள், அப்படிப்பட்ட கட்டுப்பாடு இல்லாதவர்கள் என்பதன்றி வேறில்லை. நீண்டகால அளவில், சிந்தனைகளைத் தெளிவாக வெளிப்படுத்தவும் புரிந்துகொள்ளவும் செய்கின்றவர்களுக்கே அதிகாரம் உரியது. இப்படிப்பட்ட திறன் சமமின்மையின் மிகப் பெரிய பரவலில் இருக்கிறது என்று வைத்துக் கொண்டாலும், மறுபடியும், சராசரி நுண்ணறிவுடைய ஒருவன் செல்லக்கூடிய மிகக் கீழான கல்வி அடிப்படை என்பது உள்ளது. ஏனெனில் நான் அரசியல் செயல்முறையைப் புரிந்துகொண்டு பின்பற்றாவிட்டால், எனது வாழ்க்கையைப் பாதிக்கக்கூடிய விஷயங்கள், விளைவிற்குள் எனது விருப்பத்தை நுழைக்கக்கூடிய வாய்ப்பு இன்றியே நடைபெற்றுவிடும். ஆண்டிஃபோன் என்ற சாதுரியப் பேச்சுவாதி, "எல்லாவற்றுக்கும் முதலாக நான் கல்வியை வைக்கிறேன்" என்றார்; நவீன உலகில்

கல்வி இல்லாதவன் மற்றவர்களுக்கு அடிமையாக இருப்பதைத் தவிர்க்கமுடியாது. தனது சகாக்களைத் தன் கருத்துக்கு ஈர்க்க அவனால் இயலாது. அவனால் தனது இயற்கையை அது மிகச் சிறப்பாகப் பயணம் செய்யக் கூடிய பாதைகளில் ஒழுங்குபடுத்திச் செலுத்த இயலாது. அவனால் தனது ஆளுமையின் முழு உயரத்துக்கு எழுச்சிபெற முடியாது. அவன் வாழ்க்கை முடக்கப்பட்ட ஒன்றாகவே அமையும். அதன் உள்ளுந்தல்கள் ஆக்கப்பூர்வமான சோதனைக்குள் தர்க்க அறிவினால் ஒழுங்குபடுத்தப்படாமலே இருக்கும்.

கல்விக்கான உரிமை என்பது, எல்லாக் குடிமக்களுக்கும் சரிசமமான அறிவுப் பயிற்சியினைப் பெறுவதற்கான உரிமை அல்ல. அது ஒருவனது இயலுமையைக் கண்டுபிடித்து, வெளிப்படுத்தப்பட்ட இயலுமையின் வகைக்கேற்ற அறிவுத்துறை அளிக்கப்படுவதாகும். (இயலுமை=இயலுகின்ற தன்மை, இதன் எதிர்ச்சொல்தான் இயலாமை). வெளிப்படையாகவே மெரடித்துக்கும் (எழுத்தாளர்), கிளார்க் மேக்ஸ்வெல்லுக்கும் (இயற்பியலாளர்) ஒரேவிதப் பயிற்சியைத் தருவது முட்டாள்தனமான வீணடிப்பாகும். ஆனால் மீண்டும், வெளிப்படையாகவே, ஒரு குறித்த கீழ்நிலை உள்ளது. அதற்குக் கீழாக நமது நாகரிகத்தின் தேவையான அறிவுசார் கருவிகளைப் பயன்படுத்தும் எந்தக் குடிமகனும் செல்லமுடியாது. முடிவெடுத்தலைச் செய்ய அவன் கற்க வேண்டும். சான்றுகளை எடைபோட அவன் கற்கவேண்டும். எந்த மாற்றுகளுக்கு இடையில் அவனது முடிவு வேண்டப்படுகிறதோ அவற்றில் ஒன்றைத் தேர்ந்தெடுக்க அவன் கற்க வேண்டும். இந்த உலகில்தான் புறக் கோட்டுருவையும் அதன் சாராம்சத்தையும் தனது மனத்தினைப் பயன்படுத்தி உருவாக்க முடியும் என்பதை அவன் உணருமாறு செய்ய வேண்டும்.

இங்கே நவீன அரசுகள் அடைந்துள்ள தரங்களை ஆராய்ந்து சோதிப்பது அவற்றின் போதாமையை வெளிப்படுத்தும் என்று நாம் இங்குக் கூறலாம். ஒரு சிறுவன் பதினான்கு வயதில் ஒரு தொழிலில் புகுத்தப்படுகிறான். அதில் ஒருசிலர் இயக்குகின்ற வழியிலன்றி அவனது மனத்தின் ஆக்கத்திறன் செயல்பட வழியில்லை. பொதுவாகவே அவனுக்குத் தனது சொந்த நுண்ணறிவைத் தக்கவாறு பயன்படுத்துவதற்குத் தேவைப்படுகின்ற கருவி வழங்கப்பட்டிருக்க இயலாது. முதல்தரமான ஒரு மனம்கூட, தனது ஆற்றல்களைப் பிரக்ஞையில் கொள்ளுகின்ற நிலை அளவுக்குப் பயிற்சி அளிக்கப்படாததால் அவற்றை அறிந்துகொள்வதில் தோல்வியடையலாம். எவ்விதப் பயிற்சி அளித்தாலும், அல்லது பயிற்சி இருந்தும், மேதைமை தனது வழியைக் கண்டுபிடித்துச் செல்லும்; ஆனால் சராசரி மனிதனின் திறனுடைமை தனக்குரிய

உரிமைகள் | 187

பலனை அளிக்கவேண்டுமெனில் அதற்கு மிகக் கவனமான பயிற்சியை அளிக்கவேண்டியது தேவையாகிறது.

சராசரிக் குடிமகன் ஒருவனின் விருப்பம் அதிகாரத் தலைமையின் மூலங்களை நேராகச் சென்றடையும் வாய்ப்புகள் கிடைக்கின்ற ஒன்றுதான் ஜனநாயக அமைப்பு என்று வாதிடப்படுகிறது. ஆகவே அரசியல் அதிகாரத்துக்கான உரிமையும் உள்ளது. இந்த உரிமைக்குள் மூன்று துணை உரிமைகள் உள்ளன எனலாம்.

முதலில், எவ்விதம் சீரமைக்கப்பட்டிருந்த போதிலும், வாக்களிப்பதற்கான உரிமை உள்ளது. ஒவ்வொரு வயது வந்த குடிமகனுக்கும் அரசாங்கத்தின் பணியை இன்னார்தான் ஏற்கவேண்டும் என்று குறிப்பிடும் அதிகாரம் உண்டு. இந்த உரிமை நிறுவனங்களுக்குள்ளாகத் தேர்ந்தெடுக்கும் வாய்ப்பினைக் கொண்டுள்ளது. வாக்குரிமைக்கான அடிப்படை தொழில்சார்ந்தோ, நிலப்பகுதி சார்ந்தோ இருக்கலாம்; ஹேர் என்பவர் விரும்பியதுபோல, குடிமக்களை அவர்களுடைய தன்னிச்சையான தேர்வின் வாயிலாகவும் குழுக்களாகப் பிரிக்கலாம். இறுதியான அரசியல் முடிவுகளுக்கு, நிலப்பகுதி முறையே மிகவும் ஆதாயமானது என்று நான் பின்னர் கூறுவேன்; இந்தத் தொடர்பில் உலகளாவிய உரிமை இருப்பதனை நிறுவுவது இதற்குப் போதுமானது. பாலியல்போ, சொத்துடைமையோ, இனமோ, மதக்கொள்கையோ தனது ஆட்சியாளர்களை ஒரு குடிமகன் தேர்ந்தெடுக்க உதவுவதைத் தடுக்க இயலாது. பலசமயங்களில் அவனது தேர்வு தவறாகப் போகிறதே என்றால், தவறுதல் - திருத்திக்கொள்ளல் என்ற அடிப்படையில்தான் ஜனநாயகம் வாழ்கிறது என்பது அதற்கான விடை. தர்க்கப்பூர்வமான ஒரு தேர்ந்தெடுப்பிற்குத் தேவையான அறிவு அவனுக்கு இல்லை என்றால், அவன் சார்பாக அப்படிப்பட்ட அறிவை அளிப்பதற்கு அரசு முனைய வேண்டும் என்பதுதான் பதில். எப்போதெல்லாம் வாக்காளர் அமைப்பு அளவுக்குட்பட்டதாக உள்ளதோ, வழக்கமாக 'விலக்கப்பட்ட' மக்களின் நலன்களும் விலக்கப்படவே செய்கின்றன. குடிமைசார் மேன்மையையும் அதைக் கொண்டுள்ள தன்மையையும் சமப்படுத்தும் விதத்தில் வாக்குரிமையைக் கட்டுப்படுத்தும் விதமாக எந்தச் சோதனையும் உருவாக்கப்படவில்லை. சொத்துடைமையாளர்களுக்கு மட்டுமே அதைக் கட்டுப்படுத்தினால் சொத்து அற்றவர்களுக்கு அது தீங்கு செய்வதாக முடிகிறது. ஒரு மதத்துக்கோ சாதிக்கோ அதைக் கட்டுப்படுத்துவது, அந்த மதத்திற்கு அல்லது சாதிக்குச் சிறப்பு உரிமை தருவதாகிறது. மில்லின் கல்வியளவுச் சோதனைகூட (Representative Government, chap. viii) எளிய எழுத்தறிவுக்கு அப்பால், நமக்குத் தேவையான பண்புகளுடன் உறவு கொள்ளவில்லை.

உதாரணமாக, ஒரு வரலாற்றாளன், முன்னரே இருக்கும் சாசனங்களை ஆராய்வதில் மிகவும் திறன்பெற்றவன் என்று கொண்டாலும், இன்றைய சுங்கவரிச் சீர்திருத்தத்தின் நன்மைகளைத் தீர்மானிப்பதில் அவனுக்குச் சான்றுணர்வே முழுமையாக இல்லாமல் இருக்கலாம். ஆழ்கடல் தந்திமுறையின் வளர்ச்சியை இயலச்செய்யும் ஒரு விஞ்ஞானிக்குத் தன் சிந்தனைகளை நடைமுறையில் வெளிப்படுத்தும் திறன் அறவே இல்லாமல் இருக்கலாம். (E. St. J. Hankin, The Mental Limitations of the Expert). மனித இயல்பு பற்றி நாம் பெற்றிருக்கின்ற அறிவின் இன்றைய நிலையில் எந்தப் பொதுவகைக் குறைபாடுகளுக்கும் உத்தரவாதம் இல்லை.

ஆனால் எல்லையற்ற பொதுவான வாக்குரிமையை அளித்தால் மட்டும் போதாது. என்னை நிர்வகிப்பவர்களைத் தேர்ந்தெடுப்பதற்காக நான் வாக்களிக்கிறேன். ஏதோ ஒரு நிலையில் பாராட்டப் பயிற்சி பெற்ற பண்புகளை வைத்து நோக்குநிலைகளுக்குள் ஒன்றை முடிவு செய்கிறேன். தேர்ந்தெடுப்பவர்கள் எப்படிச் சமூகத்தில் ஒரு குறிப்பிட்ட வகுப்பை மட்டும் சேர்ந்தவர்களாக இருக்கமுடியாதோ, அதுபோலவே தேர்ந்தெடுக்கப்படுபவர்களும் சமூகத்தின் ஏதோ ஒரு வரையறுக்கப்பட்ட பகுதியைச் சேர்ந்தவர்களாக மட்டும் இருக்க முடியாது. முதலில், நமக்கு மிகப் பரந்த அனுபவ சாத்தியங்களைப் பிரதிநிதித்துவப்படுத்துகின்ற நிர்வாகிகள் தேவை. எந்த ஒரு வகுப்பும் மற்றொரு வகுப்புக்கு எப்போதும் வெற்றிகரமாகச் சட்டங்களை விதிக்க முடியாது; எந்த ஒரு வகுப்பும் மற்றொரு வகுப்புக்குச் சட்டங்களைச் செய்கின்ற அளவுக்கு மெய்யாகவே, நல்லதாகவும் இருக்க முடியாது. வெகுமக்களிடம் அதிகாரத்தை ஒப்படைப்பது என்பது கடந்தகாலத்தை விடச் சட்டமியற்றலின் விளைவுகளை மிகக் கடுமையாக நுண்ணாய்வு செய்வது தவிர்க்கவியலாதது என்ற காரணத்தினால், முந்தைய காலங்களைவிட இப்போது வகுப்பு எல்லைகள் எதுவும் இல்லாமலிருப்பது மிகவும் முக்கியமானது. மேலும் அதிகாரத்தைப் பயன்படுத்துவதற்கான உரிமையைப் பகிர்ந்துகொள்வதற்குக் கட்டுப்பாடு விதிப்பது என்பது, குறைந்தபட்சம், இறுதியாக அதிகாரங்களின் பயன்களைப் பகிர்ந்துகொள்பவர்களின் எண்ணிக்கையைக் கட்டுப்படுத்துவதாகும். உதாரணமாக, உடன்படாக் கட்சியினருக்கு (நான்-கன்ஃபார்மிஸ்டுகள்) வாக்குரிமை அளிக்காமல் புறந்தள்ளுவது பிரிட்டனின் பழைய பல்கலைக்கழகங்களின் இயல்பின்மீது தனது நிலையான பதிவை விட்டுச் சென்றுள்ளது. இங்கிலாந்தின் நிலக்கிழார் வகுப்பினரின் அரசியல் பழக்கங்கள் அதன்மீது வரிவிதிக்கும் முறைகளை ஆழமாகப் பாதித்துள்ளன. வரலாற்று அனுபவத்தின் பின்னணியில், பிரதிநிதித்துவத்திற்கான உரிமை என்பது, தேர்ந்தெடுப்பதற்கான உரிமையின் தர்க்கரீதியான விளைவாகிறது.

இதனால், எந்தப் பண்புகள் இல்லை என்றாலும், ஒருவன் நிபந்தனைகளின்றித் தன்னைத் தேர்ந்தெடுக்க நிறுத்திக் கொள்ளலாம் என்று ஆகாது. முன்பே வலியுறுத்தியது போல, உரிமைகள், எப்போதுமே பணிகளோடு தொடர்புடையவை; ஆகவே பிரதிநிதித்துவப் பணி ஏன் பதவி ஏற்பவர்களின் நிபந்தனைகளை ஏன் வரையறுக்கலாகாது என்பதன் உட்குறிப்புகளுக்கான தெளிவான காரணம் எதுவும் இல்லை. வகுத்த எல்லைகள் மக்கள்தொகையின் வெவ்வேறு பிரிவுகள்மீது சமமற்ற அழுத்தத்தைத் தரவில்லை என்றால், தங்களுக்கான பணியை மேம்படுத்துவதற்கு அவை முற்பட்டால், தங்களைத் தற்காத்துக்கொள்ள அவற்றுக்குச் சாத்தியமுண்டு. ஓர் உதாரணம் இதைத் தெளிவாக்கும். ஆங்கிலப் பிரபுக்கள் வம்சத்தில், தங்கள் மகன்களைப் பொதுமக்கள் அவைக்கு இளம் வயதிலேயே அனுப்புகின்ற வழக்கம் உண்டு. பயிற்சி என்பது பெரும்பாலும் கிடையாது; திறமை பற்றிய அறிவும் இல்லை; ஆனால் வழக்கமாகப் பாராளுமன்றத்தில் புகுவதற்கு ஒரு வழியைக் கண்டுபிடிக்கக் குடும்பத்தின் அதிகாரமே போதுமானதாக இருந்தது. இந்த அமைப்பில் வெளிப்படையாகவே நிஜமான ஆதாயங்கள் இருந்தன; ஃபாக்ஸ், இளைய பிட் போன்றவர்களின் உதாரணம் அது முற்றிலும் பயனற்றதாக இல்லை என்பதைக் காட்டுகிறது. ஆனால், உதாரணமாக, ஓர் உள்ளூர்ப் பொது அதிகார அமைப்பில் மூன்றாண்டுகள் சேவை செய்வதைச் சார்ந்து பொதுமக்கள் அவைக்குத் தேர்ந்தெடுக்கப்படுவது உரிமைக் குறுக்கீடு ஆகாது. பிரதிநிதி ஆவதற்கான உரிமைகோரலை ஒப்புக் கொள்வதற்கு முன்பாக திறமை, அனுபவம் ஆகியவற்றிற்கான நிரூபணத்தை அளிக்கவேண்டும் என்பதனால், மையச் சட்டமன்றத்தில் அந்தச் சேவையை அளிப்பது என்பது அதன் விளைவுகளுக்கு முக்கியமானது என்பது முழுமையாக நியாயமானதே. இம்மாதிரி ஒரு எல்லை வகுப்பது சமுதாயத்தின் எல்லா உறுப்பினர்களுக்கும் பொருந்துவதாகும்; அது குறித்த எந்த வகுப்பினருக்கும் ஆதாயம் அளிக்காது. ஓர் உரிமையின் பயன்பாடு இம்மாதிரி விதத்தில் மேம்படுத்தப்பட முடியும் என்றால் அதனால் அது பலவீனமாகிவிட்டது அல்லது அழிந்துவிட்டது என்று கருதவேண்டிய தேவையில்லை. நிரூபிக்கப்பட்ட திறன்மிக்க சேவையின் மூலங்களை எந்த ஜனநாயகமும் புறக்கணிக்க இயலாது. அதன் வாழ்க்கையின் அடிப்படையே அதுதான். இவ்விதத்தில்தான் அது முடியாட்சியிலிருந்தும் பிரபுக்கள் ஆட்சியிலிருந்தும் வேறுபடுகிறது. இவை ஜனநாயகம் பெற்றிராத ஒரு மறைபொருளான தன்மையைத் தாங்கள் நிலைநிற்பதற்குப் பயன்படுத்துகின்றன. சான்றாக, பதினெட்டாம் நூற்றாண்டின் ஃபிரான்ஸ் போல, ஒரு முடியாட்சி, தனது நிறுவனங்கள் மீது, அவை காலாவதியாகி விட்டிருந்தாலும்,

நேசத்தை ஏற்படுத்தலாம். ஏனெனில் அவற்றைப் பற்றிய விஷயங்கள் யாருக்கும் தெரியாது. பொதுமக்கள் தேர்ந்தெடுப்பு என்ற களத்திலிருந்து தனது அடிப்படையை அது நீக்கிவிடுகிறது. ஆனால் ஜனநாயகத்தின் அடிப்படைகள், பொருள்களின் இயல்பின்படி, பொதுப் பகுப்பாய்வின் தேவையில் வெளிப்படுத்தப்படுகின்றன. ஆகவே, தவிர்க்கவியலாமல், ஒரு குடிமகனின் உரிமைகள் தான் பகுதியாக இருக்கின்ற சமுதாயத்தின் தேவைகளால் வரையறுக்கப்படுகின்றன. (இம்மாதிரி வரையறை பிற எல்லாக் குடிமக்களுக்கும் சமமாகச் செய்யப்படுகிறதா என்பதை மட்டுமே அவனால் கேட்கமுடியும்.)

ஓர் ஆட்சியாளனாகத் தேர்ந்தெடுக்கப்படும் உரிமை என்பது அரசியல் பதவிக்கும் தேர்ந்தெடுக்கப்படும் உரிமையை உள்ளடக்கியுள்ளது. வாக்களிக்கும் உரிமை என்பது ஓர் அரசியல் அவைக்கான பிரதிநிதிகளைத் தேர்ந்தெடுப்பதற்கு மேலாக எதையும் குறிக்கும் என்று நாம் வாதிடவில்லை என்பது நோக்கத்தக்கது. அப்படித் தேர்ந்தெடுக்கப்பட்டால், ஒரு நிர்வாகத்துக்கான உறுப்பினராகத் தேர்ந்தெடுக்கப்படும் உரிமைக்குக் கட்டுப்பாடுகள் இருக்கஇயலாது. ஆனால் ஜனநாயக அமைப்புகளுடைய அனுபவம், பன்முக வாக்குச் சக்திக்கான நம்பிக்கைக்கு இடம் அளிக்கவில்லை. இம்மாதிரி நேர்முக அரசாங்கம், மனிதர்களுடைய அல்லது நடவடிக்கைகளின் தேர்ந்தெடுப்பினால் நிகழ்ந்தாலும், நகர அரசு என்னும் குறுகிய பகுதிக்குள் சிறிது வெற்றிகரமாக வேலைசெய்திருக்கலாம். அங்கே ஒரு மனிதனை அவனுடைய அண்டைஅயலார் யாவருக்கும் தெரியும். அதனால் போதிய நெருக்கத்தினால் உண்டான தீர்ப்பு என்பது சாத்தியமாகும் நிஜத் தன்மை பெற்றிருந்தது. நவீன அளவு கொண்ட அரசுகளுக்கு இது பொருந்தாது. அமெரிக்கப் பொதுநல அரசின் நேரடி வாக்குக்கூட ஓர் ஆட்சியாளனை நேர்முக நற்பண்புகளால் தேர்ந்தெடுக்காவிட்டாலும், எதிர்மறைப் பண்புகளால் தேர்ந்தெடுக்கப்படுவதில் முடிகிறது; இந்த அமைப்பு ஒரு லிங்கனை உருவாக்கலாம், ஆனால் அது தற்செயலாக ஏற்படுவதே ஒழிய உணர்வுப்பூர்வ வடிவமைப்பினால் நிகழ்வதல்ல. நவீன அரசின் ஆட்சியாளனை மக்கள் தினசரி அரசியலின் நெருக்கமான தோழமையில் அவனைச் சோதித்துத் தங்கள் மனப் பரிச்சயத்தின் காரணமாகத் தேர்ந்தெடுக்க வேண்டியிருக்கிறது. கோடரிக் பிரபுவின் விஷயம் காட்டுவதுபோல அவர்கள் தவறும் செய்வார்கள். ஆனால் நேரடி முறையைவிட மறைமுக முறையில் பண்பை அறிவதற்கு அதிக இடமிருக்கிறது. இது அமெரிக்க மக்கள் தங்கள் நீதிமன்ற அமைப்புகளை மக்கள் தேர்ந்தெடுக்கும் அமெரிக்க அரசுகளில் முழுமையாகத் தெளிவாகியிருக்கிறது. அவர்கள் தேர்ந்தெடுக்கும் பிரதிநிதிகளிலிருந்து தலைவர்கள் தேர்ந்தெடுக்கப்படுவதால்,

கட்டுப்படுத்தல் என்பது ஒருசிலரின் முன்னுரிமையை மட்டுமே உள்ளடக்கியுள்ள குறைபாடாக இல்லை. சமத்துவம் இங்கே இருக்கிறது, ஆனால் அதற்குச் செல்லும் பாதைதான் மிகச் செங்குத்தாக உள்ளது.

வாக்காளனின் ஆர்வங்களைப் பற்றிய வெளிப்பாட்டு உரிமையை அச்சாக வைத்துச் சுழலும் ஓர் அரசியல் அமைப்பு, அவனது வெளிப்பாட்டுத் தன்மையைக் கட்டாயம் பாதுகாத்தாக வேண்டும். அதாவது, பேச்சுரிமையைத் திறன்மிக்கதாக மாற்றுகின்ற அனைத்துக் கருவிகளோடும் சேர்ந்த பேச்சுரிமை வேண்டும். அப்படிப்பட்ட சுதந்திர உரிமைக்கான சாராம்சம் என்ன? ஒருவன் என்ன சொல்கிறான் என்பதைக் கேட்பதாக மட்டுமே அது இருக்க இயலாது. ஏனெனில் சிந்தனை என்பது செயலுடன் மிக நெருக்கமாகப் பிரிக்க முடியாதவாறு பின்னப்பட்டுள்ளது. அது தனிமனிதனைப் பாதுகாப்பதாகவும் மட்டும் இருக்க இயலாது, ஏனெனில் அவனுக்குப் பிறரோடுள்ள ஒத்திசைவின் காரணமாகவே அவன் கூறுவனவற்றில் மிக முக்கியமானவை வெளிப்படுகின்றன. ஆகவே பேச்சுரிமை என்பது தெளிவாகவே, அது எந்தப் பணிக்குச் சேவை செய்கிறதோ அதை வைத்தே வரையறுக்கப்பட வேண்டும். ஒரு மனிதனின் குடியுரிமை என்பது, அவனுக்குக் கற்பிக்கப்பட்ட முடிவினைப் பொது நன்மைக்குப் பயன்படுத்தும் கடமை என்று நான் முன்பே வாதித்திருக்கிறேன். அவனுடைய சிந்தனையை வெளிப்படுத்துவதற்கு ஒரு தண்டனை கிடைத்திருக்குமானால் அவன் அந்தப் பங்களிப்பை ஆற்ற இயலாது. கருத்துரிமைக்கு தண்டனைக்கு எதிராக இருப்பது தவறு என்பது ஒரு குறிப்பிட்ட சமயத்தில் வரலாற்றின் முழு நிகழ்விலும் மிகத் தெளிவான பிரச்சினையாக இருந்தது. வழக்காறு, மரபு இவற்றின் ஐயத்துக்கிடமான தடைச்சுவர்கள், ஒருவேளை மிக அசாதாரணமான வகையான பண்புகளைப் பெற்றிருந்தாலொழிய, எப்போதுமே மனிதர்களைத் தங்கள் அசலான தன்மையிலிருந்து விலக்குவதற்குப் போதுமானவை. ஒரு மனிதன் தான் சிந்திப்பதை வெளியிடுவதற்கு அனுமதி தருவது என்பது மட்டுமே இறுதியாக முழு வெளிப்பாட்டுக்கான வழி என்பதோடு, அவனுடைய குடிநிலையையும் ஒழுக்கஅளவில் போதியதாக்கும் வழியுமாகும். இதற்கு மாறாக நடப்பதென்பது இருப்பதை அப்படியே காப்பாற்றுகின்ற தன்மையை ஆதரிப்பவர்களுக்குச் சார்பாக இருப்பதாகும். அதாவது மனிதர்களின் செயல்பாடுகளை அந்தரங்கமாக்கி, அதனால் அபாயகரமான பாதைகளில் செலுத்துவதாகும், அல்லது பிறவற்றைவிடக் குறைந்த முறையில் வெளிப்பட அனுமதிக்கப்படாத அனுபவங்களைப் பொதுவாக அர்த்தத்தை விளக்குவதற்கு இயலாமல் ஒடுக்குவதாகும்.

பொதுவாக, மேற்கு உலகம் அரசியலுக்கு வெளியே, பேச்சுரிமையை ஏற்கின்ற தன்மை பெற்றுவிட்டது. இப்போது ஒரு மனிதன் சட்டப்பூர்வ தண்டனைக்கு அஞ்சாமல் நாத்திகனாகவோ, கலை-இயக்கத்தில் வோர்டிசிஸத்தைப் பின்பற்றுபவனாகவோ இருக்கலாம். ஆனால் குறிப்பிட்ட ஒரு திருச்சபையுடன் அரசு சிறப்பு உறவு வைத்திருந்தால் மதச் சகிப்புத்தன்மை என்பதை முழுமையாக அடைய முடியும் என்பதை ஏற்க இயலாதென்று தோன்றுகிறது. இம்மாதிரி நிலையில் சட்டம் எதுவாக இருந்தாலும், அதிகாரத்தொடர்பில் உள்ளவர்களுக்கு சிறப்பு கௌரவம் அளிக்கப்படுவதற்கான வாய்ப்பிருக்கிறது. ஏனெனில் ஒரு தனிப்பட்ட மதக் கொள்கைக்கு அரசு ஒப்புதல் அளிப்பதென்பது நிறுவன வடிவத்தைக் கொள்ளாவிட்டாலும், அந்தக் கொள்கைக்கு முன்னுரிமை தருவதாகும். ஆங்கிலத் திருச்சபை அரசிலிருந்து பிரிக்கப்பட்டால், விஞ்ஞானப்பூர்வ இறையியலுக்கு எதிராக ஆங்கிலிக்கன் இறையியல் ஆக்ஸ்ஃபோர்டிலோ கேம்பிரிட்ஜிலோ தன்னைத் தற்காத்துக் கொள்ள முடியாது. அவ்வாறு நிகழ்ந்தால், மத நம்பிக்கையின் ஒரு குறித்த ஒற்றை வடிவம் சமுதாயத்தின் கல்வியமைப்பில் சிறப்புரிமை பெற்ற இடத்தை வைத்திருக்க இயலாது. ஓர் அரசுத் திருச்சபை, ஏதோ ஒரு உருவில் அல்லது வடிவத்தில் முன்னுரிமைகளைக் கண்டிப்பாகப் பெற்றே தீரும்; நாத்திகம் முதல் ஜொராஸ்திரிய மதம் வரை உள்ள ஒவ்வொரு மத நோக்கையும் அரசு அசட்டை செய்யாதவரை ஒரு குடிமகன் மத நம்பிக்கையில் உண்மையான சுதந்திரத்தைப் பெறமுடியாது.

இந்த உரிமையை ஏற்பதில் முரண்பாட்டுக்கான நிஜமான மூலம் என்பது அரசியல் களத்தில் இருக்கிறது. இருக்கும் முறைமைக்கு எதிரான அபிப்பிராயங்களை சட்டத்துக்கு எதிரானவை அல்லது ஒடுக்கப்பட வேண்டியவை என்று நோக்குவதாகவே நவீன அரசின் நிலைப்பாடு இருப்பதாகத் தோன்றுகிறது. இப்படிப்பட்ட ஒடுக்குதலுக்கான அடிப்படைகள் வெவ்வேறுவித வடிவங்களைக் கொள்கின்றன. சிலசமயங்களில் அந்த அபிப்பிராயம் தன்னளவில் தீமையானது என்று கருதப்படுவதால் தண்டிக்கப்படுகிறது; சிலசமயங்களில் அரசின் கட்டமைப்பைப் பயமுறுத்துவதாக இருப்பதாகக் கருதப்படுவதால் அந்த அபிப்பிராயம் தாக்குதலுக்குள்ளாகிறது; சிலசமயங்களில் ஒழுங்கின்மைக்கு இடமளிப்பதாகக் கொள்ளப்படுவதால் அது தண்டிப்புக்கு வாய்ப்பாகிறது. தனித்த குடிமகனோ அல்லது குடிமக்களின் ஒரு குழுவோ, தங்கள் கருத்தை வெளிப்படுத்துவதற்கும், அவற்றுக்கான வெளிப்படையான செயல்களில் ஈடுபடுவதற்குமான வேறுபாட்டை இங்கே கூர்மையாக நோக்கவேண்டும். மேலும் போர் அல்லது அது போன்ற நெருக்கடி நிலைகளில் கருத்தை வெளியிடுவதைக்

கட்டுப்படுத்தும் அதிகாரம் என்ற முக்கியமான பிரச்சினையைத் தனியாக கவனிக்க வேண்டும். கருத்தின் இயல்பு என்பதிலிருந்து கருத்துக்கும் செய்கைக்குமான தொடர்பு என்பது வேறுபட்ட பிரச்சினை. நமது காலத்தில், ஓர் அசாதாரணமான காலப்பகுதியின் தேவைகள் என்பவை மிக நன்றாக வெளிப்படும் விதத்தில் தீட்டிக்காட்டப்பட்டுள்ளன. அதனால் அவற்றின் விவாதம் பொதுப் பிரச்சினை மீது சிறப்பு ஒளியை அளிப்பதற்கு உதவுகிறது.

அரசின் பார்வைநிலையில், ஒரு குடிமகன் தான் வைத்திருக்கும் அபிப்பிராயம் எதுவானாலும், தனிப்பட்ட முறையிலோ அல்லது பிறருடன் ஒன்று சேர்ந்தோ அதைத் தடையின்றி வெளிப்படுத்த விடப்படவேண்டும் என்பதுதான் இங்கு நான் வலியுறுத்த விரும்புகின்ற நோக்கு. சமூக முறைமையின் முழுமையான போதாமையை அவன் வெளிப்படுத்தலாம். அந்தச் சமூக முறையை ஆயுதப் புரட்சியினால் தூக்கி எறிந்துவிட வேண்டுமென்று அவன் வேண்டலாம். அரசியல் அமைப்பு என்பது முழுமையை மேன்மைப்படுத்துவதாக உள்ளதென்று அவன் வலியுறுத்தலாம். தனது சொந்தக் கருத்திலிருந்து மாறுபடுகின்ற எல்லாக் கருத்துகளும் மிகக் கடுமையாக ஒடுக்கப்பட வேண்டும் என்று அவன் வாதிடலாம். தனிப்பட்ட முறையிலோ அல்லது பிறருடன் சேர்ந்தோ இப்படிப்பட்டக் கருத்துகளை அவன் வலியுறுத்தலாம். எப்படிப்பட்ட வடிவத்தில் வெளிப்படுத்தப்பட்டாலும், அவன் எந்தத் தடையுமின்றிப் பேச அவனுக்கு உரிமை இருக்கிறது. மேலும் தனது கருத்துகளை வெளிப்படுத்த, எல்லா வகையான சாதாரண வெளியீட்டு வழிமுறைகளையும் அவன் பயன்படுத்தவும் உரிமை இருக்கிறது. அவன் அவற்றை ஒரு புத்தகமாகவோ, ஒரு சிறுபிரசுரமாகவோ, செய்தித்தாளிலோ வெளிப்படுத்தலாம்; ஒரு சொற்பொழிவு வடிவத்தில் அதை வெளிப்படுத்தலாம்; ஒரு பொதுக்கூட்டத்தில் அவற்றை வெளிப்படுத்தலாம். இவற்றில் எது ஒன்றையும் அல்லது எல்லாவற்றையும் அரசின் முழுப் பாதுகாப்புடன் செய்கின்ற உரிமை என்பது சுதந்திரத்தின் அடிப்படையாகும்.

வேண்டுமானால், இதற்கு மாற்றுகளை நோக்குங்கள். சமூக நிறுனங்களைப் பற்றிய எல்லா விமரிசனங்களும் அளவின் விஷயங்கள்தான். எக்ஸ் என்பவர் வன்முறைப் புரட்சியை போதிப்பதை நான் தடைசெய்தால், இறுதியாக, ‘ஒரு குறித்த சமூக முறைமை தெய்விக மூலத்திலிருந்து வந்ததல்ல’ என்று அவர் கூறுவதை நான் தடை செய்வதாகும். ரஷ்யப் பொதுவுடைமை அரசியல் ரீதியாக வெறுக்கத்தக்கது என்ற யூகத்திலிருந்து நான் தொடங்கினால், ரஷ்யர்களுக்கு ஆங்கிலத்தை போதிக்கின்ற மொழி வகுப்புகள் யாவும் ஒரு பொதுவுடைமைப் பிரச்சாரமே என்பதில் சென்று முடிவடைவேன்.

(Post, op.cit., p.31). அரசாங்கம் அரசின் பெயரால் ஒரு கருத்தை மட்டும் கண்டிக்கும் அளவுக்குச் சமூக விஷயங்களில் ஒருபோதும் போதிய நிச்சயத்தன்மை இருப்பதில்லை. தாக்கப்படும் ஒரு கருத்து இன்றைக்கு ஒழுங்கின்மையை உருவாக்கும் என்று நிச்சயமாகச் சொல்லும் அளவுக்குப் போதிய வேறுபாட்டுத் துல்லியம் எந்த ஒரு கட்டமைத்த அதிகாரத் தலைமைக்கும் ஒருபோதும் இருக்காது என்பதைக் கடந்த சில ஆண்டுகளின் அமெரிக்க அனுபவம் மிகுந்த வலியுடன் தெளிவாக்கியுள்ளது. தங்கள் அனுபவம் கற்பிக்கும் முறைப்படியாகச் சிந்திப்பதைக் கைவிடுமாறு நிர்ப்பந்திக்கப்படுபவர்கள், பிறகு சிந்திப்பதையே இழந்துவிடுவார்கள். சிந்திப்பதை இழப்பவர்கள், உண்மையான அர்த்தத்தில் குடிமக்களாகவும் இருக்க மாட்டார்கள். தங்கள் அனுபவத்தைத் திறனோடு வெளியிடுகின்ற கருவியைப் பயன்படுத்தாமையால் அது பழமைக்குள் துருப்பிடித்துப் போகிறது.

இது ஒழுங்கின்மைக்கு முடிசூட்டுவதாகும் என்று குறைகூறுவது இந்தப் பார்வைக்கான விடை அல்ல. வன்முறையை உட்கொண்டுள்ள பார்வைகள் ஓர் அரசாங்கத்தின் அடிப்படைகளை அசைக்கும் அளவுக்கு அரசின்மீது அவை செல்வாக்குப் பெற்றவையாக இருந்தால் அந்த அரசின் செயல்பாடுகளில் ஏதோ தீவிரமான கோளாறு இருப்பதாகவே அர்த்தம். மனிதர்கள் தங்கள் பழக்கப்பட்ட வழிகளை மிகவும் கெட்டியாகப் பிடித்துக் கொள்கிறார்கள். அவற்றிலிருந்து வன்முறைக் குறிப்புகளோடு விலகுதல் என்பது எப்போதுமே ஏறத்தாழ ஆழப் பதிந்துள்ள ஒரு நோயின் சான்றாகவே இருக்கிறது. ஏனெனில் ஒரு சாதாரண மனிதனுக்கு ஒழுங்கின்மையில் எந்த ஆர்வமும் இல்லை; புரட்சிகர ரஷ்யாவில் போல அவன் அதைத் தழுவிக் கொள்கிறானோ, அல்லது சின் ஃபேன் அயர்லாந்தில் போல அது நிகழ்வதைப் பற்றியே அக்கறை இன்றி இருக்கிறானோ, எதுவாயினும் அவன் ஆர்வக்குறைகள் மீது தனது பிடிப்பை அரசாங்கம் விட்டுவிட்டதால்தான்; எந்த அரசாங்கமும் ஓர் ஒழுக்கக் காரணமின்றித் தனது குடிமக்களின் நேசத்தை இழப்பதில்லை. தனது தலைமையதிகாரத்தின் மீதான விமரிசனத்தை எந்த அளவுக்கு ஓர் அரசு அனுமதிக்கிறது என்பது அந்தச் சமுதாயத்தின் விசுவாசத்தின்மீது அதன் பிடிப்பைக் காட்டும் மிக உறுதியான காட்டியாகும். தண்டனை வெற்றிகரமாக இருந்ததை மிக அபூர்வமான சான்றுகள் காட்டுகின்றன- ஏறத்தாழ எப்போதும் சுதந்திர வெளிப்பாட்டின் விளைவு, தன் பயன்பாட்டை நியாயப்படுத்தும் அளவுக்குத் தான் குறைகூறிய நிலைமையினைத் தீர்ப்பதாகவே இருந்துள்ளது; ஏறத்தாழ எப்போதும் சுதந்திரமான பேச்சைத் தடைப்படுத்துவது, இரகசியப் போராட்டத்தைத் தூண்டுவதாகவும் ஆகிறது. ஃபிரான்சுக்கு வால்டேரை அபாயகரமானவராக ஆக்கியது, அவரைக் கல்விக்கழகத்தின் (அகாதெமியின்) தலைவராக்கியமை அல்ல,

இங்கிலாந்துக்கு அவரது பயணம்தான். ஜாரின் ரஷ்யாவுக்கு லெனின் டூமாவில் இருந்ததைவிட ஸ்விட்சர்லாந்தில் இருந்தபோதுதான் லெனின் மிகமிக அபாயகரமானவராக இருந்தார். பேச்சுச் சுதந்திரம் என்பது உண்மையில், ஒன்றுகூடுவதன் சுதந்திரத்தையும் குறிக்கிறது. அதனால், அதிருப்தி வெளிப்படையாக விடுபட்டுப் போகிறது, தேவையான சீர்திருத்தம் ஏற்படுவதற்கான நிபந்தனையும் ஆகிறது. ஓர் அரசாங்கம் தனது ஆதரவாளர்களின் புகழ்ச்சியைவிட எதிரிகளின் விமரிசனத்தினால் எப்போதுமே நிறையக் கற்றுக்கொள்ள முடியும். அந்த விமரிசனத்தை மூச்சடைக்கச் செய்வது, குறைந்தபட்சம் இறுதியாக, தனது அழிவைத் தானே தேடிக் கொள்வதாகும்.

தொடர்புடைய இரண்டு கேள்விக்கு இங்கு ஓர் விளக்கக் குறிப்பு அவசியம். பேச்சுச் சுதந்திரம் என்றால் ஒருவர் பொதுவான விஷயங்களைப் பற்றித் தனது பார்வையை வெளியிடுவதற்கான சுதந்திரம் ஆகும். ஓர் அரசின் அரசாங்கத்தினால் எவ்விதத் தணிக்கை அதிகாரமும் அதன்மீது இல்லை என்பதை அது குறிக்கிறது. ஜோன்ஸ் தனது மாமியாரைக் கொலை செய்தார் அல்லது ராபின்சன், உண்மையான நியாயம் கிடைத்தால், பணத்தைக் கையாடல் செய்தார் என்று குற்றம் சாட்டப்படுவார் என்று பிறரை இழிவுபடுத்துவதற்கான உரிமை அல்ல அது. கட்டுப்பாடு இருக்கலாகாது என்று நான் கேட்கக்கூடிய உரிமை பெற்றவை பொது விஷயங்களாகவோ, பொதுமக்கள் உடனடியாகவும் நேராகவும் முக்கியத்துவம் அளிக்கக்கூடிய தனிப்பட்ட விஷயங்களாகவோதான் இருக்க இயலும். சுதந்திரமான பேச்சுக்கான உரிமை என்பது அவதூறு செய்வதற்கான உரிமையை உள்ளடக்கியது அல்ல. தனிமனிதர்கள்மீது நான் உண்டாக்க உரிமைகொண்ட வலி என்பது பொது நன்மைக்கான தேவையை உள்ளடக்கிய வலிதான். ஆகவே, யாரோ ஒரு தனிமனிதர் விஷயத்தில் பேச்சுரிமையை நான் தவறாகப் பயன்படுத்தினால் அவர் நீதிமன்றத்தில் தனக்கான நிவாரணத்தைத் தேடிப் பெற இயலும். நான் அவரது அந்தரங்கத்தில் குறுக்கிட இருப்பதால் அவர் தனது ஆளுமையின் அந்தரங்கம் பற்றிய ஆர்வத்தைப் பாதுகாத்துக்கொள்ள உரிமை உடையவர்; *(Cf. Brandies, The Right to Privacy in 4 Harvard Law Review, 193.)* சராசரியான நடுவர் ஒருவரின் பொதுப்புத்தியே இப்படிப்பட்ட விஷயத்தில் எங்களிடையில் தீர்ப்பளிக்கப் போதுமானது. இந்தக் கட்டுப்பாடு, தெய்வநிந்தனை, ஆபாச நூல்கள் ஆகியவற்றின் வெளியீடு என்பதுபோன்ற பொதுப் பிரச்சினைகளுக்குப் பொருந்தாது என்பதை இங்குக் குறிப்பிட வேண்டும். இவை திருப்திகரமான தீர்ப்புக்கான அளவுகோல்களை எழுப்புவதற்குச் சாத்தியமற்ற சந்தேகத்துக்குரிய விஷயங்களாகும். ஒரு நாடகத்தனமான தணிக்கை 'மிசர்ஸ் வாரன்ஸ்' புரொஃபெஷன் நூலைத் தடைசெய்கிறது. ஓர்

இலக்கியக் கட்டுப்பாடு பொது நூலகத்தில் பொக்காச்சியோவைப் புறக்கணிக்கிறது. அதிகாரத்திலிருந்து தீர்ப்பைக் கேட்பதைவிட, சுற்றிச் சுற்றித் துணியால் போர்த்துவதைவிட, மனத்தின் சுதந்திரமான சிந்தனையை நம்புவது அறிவுசான்றது.

பேச்சுரிமை என்பது ஒன்றுகூடும் உரிமை, பொதுக்கூட்டத்துக்கான உரிமை ஆகியவற்றையும் தன்னுடன் கொள்கிறது என்று நான் வாதிட்டேன். ஒவ்வொன்றையும் பற்றித் தனியே சொல்லவேண்டும். நவீன உலகத்தில் தனிமனிதன் தன் சகாக்களோடு சேர்ந்து செயல்படாமல் தனது கருத்துகளைப் பதிய வைக்க முடிவதில்லை. மிகப் பெரும்பாலான விஷயங்களில், இப்படி நடப்பது எவ்விதத் தீமையையும் செய்வதில்லை. அப்படியானால், பொதுவுடைமையாளர்களுக்குக் கூட்டுச்சேர்வதன் நோக்கமே நிலைநின்றுவிட்ட முறைமையைக் கவிழ்ப்பது அல்லது தொடக்க காலத்தில் மீட்புப் படையினர் (சால்வேஷன் ஆர்மி) சுதந்திரமாகக் கூடிய கூட்டங்கள் எப்போதுமே அமைதியைக் குலைப்பனவாகவே இருந்தது ஆகியவற்றைப் பற்றி என்ன சொல்கிறாய் என்று கேட்பீர்கள். இவற்றில் எந்த உரிமையும் ஒரு பத்தாண்டுகளுக்கு முன்னால் காணப்பட்டதைவிட இப்போது பாதுகாப்பாகத் தென்படவில்லை. அமெரிக்கச் சட்டவிதிகள் புத்தகம், உதாரணமாக, பலவேறு அரசியல் குழுக்களுக்கு எதிரான சட்டவிதிகளால் குப்பையாகியுள்ளது; முன்பைவிட இப்போது பொதுஇடங்களில் கூடுவதற்குத் தடுக்கப்பட்டுள்ள அரசியல் அமைப்புகள் மிகுதியாகி உள்ளன. அரசு பற்றிய ஒரு போதுமான கோட்பாட்டில் இம்மாதிரி எல்லாக் கட்டுப்பாடுகளுக்கும் காரணமில்லை என்பதைத் தெரிவிக்கவேண்டும். பொதுவுடைமையாளர்கள் போன்றவர்களை ஒன்றுசேராமல் சட்டரீதியாகத் தடுப்பதனால் அவர்கள் ஒன்றுகூடாமல் இருப்பதில்லை; பொதுவுடைமைச் செயல்பாடுகள் சார்ந்த அமைப்புகளைக் கண்டுபிடிப்பதைத்தான் இது கடினமாக்குகிறது. அமைதி குலையும் என்ற காரணத்தினால் ஒரு கூட்டத்தைத் தடுப்பது என்பது அதிகாரப் பீடத்தில் அச்சுறுத்தலை அமர்த்துவதாகும்; மற்றவர்கள் அதனால் ஒழுங்கு குலைவதற்குத் தூண்டப்படுவார்கள் என்பதற்காக ஒரு அமைதியான போராட்டம் சட்டத்துக்கு எதிரானது ஆவதில்லை என்ற கருத்தை ஆங்கிலச் சட்டம் ஏற்றுக் கொண்டுள்ளது குறிப்பிடத்தக்கது. *(Cf. Beatty v. Gillbanks, 9, Q.B.D. 308, and the classic comment of Professor Dicey, Law of the Constitution (8th edition), pp.270ff.)*

ஒரு சங்கம் ஓர் அரசைத் தூக்கி எறிவதை இலட்சியமாகக் கொண்டு செயல்பட முடிவெடுக்குமாயின் அப்போது நிலைமை வேறுதான். இந்தப் பிரச்சினையில் ஏற்படும் தொல்லைகள்

அரசியலின் கோட்பாட்டைவிடப் பயிற்சியைச் சேர்ந்தவை. இங்கு கோடிட்டுக் காட்டப்பட்ட உரிமைகளின் அமைப்புக்குள் ஒவ்வொரு அரசாங்கமும் தனது தொடர்ந்த முறையான இருப்பு என்பது ஒரு விழைவுக்குரிய விஷயம் என்பதாக யூகித்துக் கொள்ள வேண்டும்; அந்த எல்லைக்குள், இதன் விளைவாக, தன்னைக் காத்துக்கொள்ளும் நடவடிக்கைகளை மேற்கொள்ள அந்த அரசுக்கு உரிமை இருக்கிறது. ஆகவே அதன் தலைமை அதிகாரத்தைக் கைப்பற்ற மெய்யாகவும் நிச்சயமாகவும் முனைகின்ற எந்தக் குழுவையும் அழிப்பதற்கும் உரிமை இருக்கிறது. ஆனால் எந்த அரசாங்கமும், அதன் உண்மையான நிர்வாகக் கூறில், தனது நடவடிக்கை சரியா என்று தானே தீர்மானித்துக்கொள்ள முடியாது. எப்போதுமே அதற்கான நிரூபணத்தை அது சமர்ப்பிக்குமாறு கட்டாயப்படுத்தப்பட வேண்டும்; அதுவும் மிக முழுமையான நீதியவைப் பாதுகாப்புகளுக்குள் அது தன் நிரூபணத்தைச் சமர்ப்பிக்குமாறு கட்டாயப்படுத்தப்பட வேண்டும். இந்தப் பிரச்சினையின் பகுதிக்குள், யோசனைமிக்க குடிமக்களின் எந்த அமைப்பின் சரித்தன்மையை ஏற்பதையும்விட ஒரு நிர்வாக விருப்பத்தைப் பற்றிய முடிவுகூறல் சரியானது என்று கருதுவதற்கு அதிகக் காரணம் இல்லை. அந்தச் சங்கத்தின் தொடர்ந்த இருப்பில் சட்டத்திற்கு எதிரான செயல்பாடுகளின் உடனடியான ஆபத்து இருக்கிறது என்று ஒரு நீதிமன்றத்தை அந்த நிர்வாகம் ஏற்குமாறு செய்கின்ற இயலுமையாகவே அந்தச் சோதனை இருக்க வேண்டும். அதாவது, நடத்தையின் ஆபத்து நிரூபிக்கப்படும் விதமாக இருக்கவேண்டுமே ஒழிய, வெறுமனே அவ்வித நடத்தை பற்றிய கருத்துரைகளின் செல்வாக்கினால் இருக்கலாகாது. 1794இன் இராஜதுரோகம் பற்றிய விசாரணைகள், அல்லது இன்னும் முடிவாக, அமெரிக்காவில் 1917இன் வேவுபார்த்தல் சட்டங்களின்கீழ் நடத்தப்பட்ட விசாரணைகள் ஆகியவற்றுக்கு இந்தவிதத்தில் காரணமற்ற விஸ்தாரம் அளிக்கப்பட்டது என்பதை அவற்றை ஆராய்கின்ற எவரும் புரிந்துகொள்ள முடியும். *(Cf. P. A. Brown, The French Revolution in English History, especially chap.vi., on the other side, J. Holland Rose, Life of William Piltt. For the Espionage Act, see Chafee,, op.cit., and Post, op.cit. There were in America during 1917-19 over nineteen hundred judicial proceedings relative to freedom of speech.)* ஒரு நெருக்கடி நேரத்தில் நீதிமன்றப் பாதுகாப்பு என்பது சுமாராக பலவீனமான ஒரு பாதுகாப்புதான், ஆனால் குறைந்தபட்சம் அது பாதுகாப்பாகச் செயல்படுகிறது. செயல் திறனற்ற அமைச்சர் ஒருவர் டால்ஸ்டாயின் அராஜகவாதிகள் குழு ஒரு புதிய வெடிகுண்டு சதித்திட்டத்தில் ஈடுபடப் போகிறார்கள் என்று கருதுவதற்கு நாம் இடமளிக்கவேண்டியதில்லை. மரபுசாராத சிந்தனையைக் கொண்ட எந்த இயக்கத்திலும் பழிக்கு அஞ்சாத கொலைகாரன் ஒருவனுக்குப்

பாதுகாப்பு இருக்கிறது என்று கருதும் வியப்புக்குரிய குடிமக்களுக்கு நாம் உரிமம் தருவதற்கு விரும்பவில்லை. அரசுக்குத் தன்னைத்தான் காத்துக் கொள்வதற்கான உரிமை இருக்கிறது, ஆனால் அது நடவடிக்கை எடுக்கும் முன்னர் அது உண்மையிலேயே அபாயத்தில் இருக்கவேண்டும்.

இந்தக் கருதுகோள்களைப் போர் அல்லது அதுபோன்ற நெருக்கடிக் காலங்களில் ஆதரிக்க முடியாது என்று வாதிடப்படுகிறது. ஆயுதப்படைகள் நாட்டுக்குள்ளாகவே அரசைக் கைப்பற்ற முனையும் ஒரு உள்நாட்டுப் போரின் சமயத்தில் இவை இயலாதவை என்பதை நாம் காணமுடியும். எவரும் அவற்றைக் கண்காணிக்க இயலாது என்ற போதிய காரணத்தினாலேயே அவை ஏற்க இயலாதவை. வன்முறை எப்போதும் பகுத்தறிவு செயல்படுவதைச் சாத்தியமற்றதாக்குகிறது; பகுத்தறிவு செயல்படாத ஒரு காலத்தில் அரசியல் தத்துவம் கருதுகோள்களை அளிக்க இயலாது. புரட்சி என்பது இருக்கும் உரிமை அமைப்பினைத் தற்காலிகமாக நிகழ இயலாமல் செய்வதுதான். அதிகாரத்தைச் செலுத்த வருகின்ற தலைமையதிகாரம் எதுவாக இருப்பினும், அதன் அனுமதியோடு குடிமக்களின் புதுப்பிக்கப்பட்டத் தேர்ந்தெடுப்பினால் ஆட்சியாளர்கள் வரும் முன்னர், அது தனது அதிகாரத்தின் மீதுதான் தனது நடவடிக்கைகளை நிகழ்த்துகிறதே அல்லாமல் அது முன்வைக்க முயலும் உரிமைகளின்மீது அல்ல. நவீன காலத்தின் ஒவ்வொரு புரட்சியின் வரலாற்றிலும் இது தெளிவாகிறது. உண்மையில், தர்க்க அறிவின் நடத்துகைச் சக்தி மீது தவறாக வைக்கப்படும் நம்பிக்கைதான் புரட்சிக் கருதுகோள் ஆகிறது. *(Cf. L. Trotsky, The Defence of Terrorism, passim.)* இம்மாதிரிச் சூழ்நிலையில் உரிமைகளை எதிர்பார்ப்பது அபத்தமானதாகும். ஆனால் கலகக்காரர்களை அரசாங்கம் நடத்துகின்ற முறை, புரட்சியை அழித்தவர்களின் செயல்கள் போன்றவை மீது, வெற்றியடையாத ஒரு புரட்சி தங்களைவிட எதுவும் மிகக் கடினமானதோ மென்னயமானதோ கிடையாது என்ற அளவிலான பிரச்சினைகளை ஏற்படுத்துகிறது.

இங்கு உறுதியாக வெவ்வேறு யோசனைகள் எழுகின்றன. தாக்குதலிலிருந்து வெற்றிகரமாகத் தன்னைப் பாதுகாத்துக்கொண்ட எந்த அரசின் கருதுகோளும் அதன் உரிமைகள் அமைப்பின் விரும்பத்தக்க தன்மைதான். அந்த அமைப்பில், உதாரணமாகச் சட்டவிதிப்படியே செல்ல வேண்டும் என்று ஆங்கிலச் சட்டத்தில் இருப்பது போன்ற சட்டத்தின் பாதுகாப்புக் கூறுகள் இருக்குமானால், அந்தக் கொள்கைப்படியே அரசாங்கத்தின் நடவடிக்கைகளின் தன்மை இருக்கவேண்டும் என்பது உடனடியாகத் தெரிகிறது. கடைப்பிடிக்கப்படாத சட்டங்கள் அப்போது தண்டனையையோ,

நஷ்டஈட்டையோ வேண்டுகின்றன; நஷ்டஈட்டை மறுக்கக்கூடிய சந்தர்ப்பங்களும் உள்ளன. இராணுவச் சட்டத்தின் வெற்று வலிமையைவிட மக்கள் நீதியவைகளின் மேன்மைத்தன்மை வலியுறுத்தப் பெறவேண்டும் என்பது எல்லாவற்றிலும் மிக முக்கியமானது; இந்த விதத்தில், வுல்ஃப் டோன் வழக்கு (Robertson, Select Constitutional Documents, p.354) மற்றும் ஓ பிரயனின் எக்ஸ்பார்ட்டி நீதிபதிக் கருத்துகள் (Ut supra.) ஆகியவை உரிமைகளின் மீது கட்டப்பட்ட ஓர் அரசின் சாராம்சத்துக்கு மிகத் தேவையானவை. ஒருவேளை நடக்கவியலாத சம்பவமான நிர்வாகத்தில் சட்டப்பேரவையின் மேலாதிக்கம் நிகழ்ந்தாலொழிய, நிர்வாகத்தின் அதிகாரத்தை எதிர்த்து நிற்கக் குடிமகன் சக்தியற்றவனாக உள்ளான்; இவ்விதக் கட்டுப்பாட்டு முயற்சியைக் கொண்ட மிகப் பெரும்பான்மையான வழக்குகள் காலம் சென்ற பின்னால்தான் வெளிவரும். சுதந்திரமான மனதைக்கொண்ட ஒரு நீதிமன்ற அமைப்பினால் தொடர்ச்சியான நுண்ணாய்வுக்கு உட்படுத்தப்பட வேண்டிய ஒரு நிர்வாகம், ஐரோப்பியப் போரின்போது இங்கிலாந்தின் ஆட்சிப்பரப்புத் தற்பாதுகாப்புச் சட்டத்தின் கீழ், அரசியல் சட்டத்தின் உத்தரவாதங்களை நடைமுறையில் இல்லாமல் செய்த நிர்வாகத்தைவிட உரிமைகளின் சாராம்சத்தைக் கடைப்பிடிப்பதில் கண்ணாக இருக்கும் என்று கூறலாம். 1919 முதல் தொடங்கிய ஆண்டுகளில் ஹங்கேரியின் அனுபவம் இம்மாதிரி உத்தரவாதங்கள் இன்மையில் உள்ளடங்கியுள்ள அபாயத்துக்குச் சான்று.

போர்க்காலங்களில் பேச்சுரிமைப் பிரச்சினை வேறுவித யோசனைகளை எழுப்புகிறது. ஆனால் நடவடிக்கைகளின் அளவு பிரச்சினைக்கு எவ்வித வேறுபாட்டையும் ஏற்படுத்துவதில்லை என்பதை வலியுறுத்துவது முக்கியம். ஜெர்மனி போன்றதொரு முதல்தர ஆதிக்க நாட்டுடன் போராட்டம் நடத்தும்போது ஓர் ஆங்கிலக் குடிமகனின் உரிமைகளும் கடமைகளும் எவ்விதம் உள்ளனவோ, அவ்விதமாகவே தென் ஆப்பிரிக்காவில் போயர்கள் போன்ற சிறு நாட்டுடன் போராட்டம் நடத்தும்போதும் இருக்கவேண்டும். நான் வலியுறுத்தி வந்துள்ளதுபோல, அவனது பணி, பொதுநன்மைக்கெனத் தனக்கு போதிக்கப்பட்டத் தீர்மானத்துக்குப் பங்களிப்பதுதான். அதாவது, தனக்குச் சரியென்று தோன்றினால் அவன் போருக்கு ஆதரவு தரலாம், அல்லது தவறென்று தோன்றினால் போரினை எதிர்க்கலாம். போருக்கு ஆதரவான கருத்தொருமிப்பினை உருவாக்குவது தேவை என்பதற்கென நிர்வாகம் தைரியமாக முனைந்துள்ளது என்பது, அவன் கொண்டுள்ள ஒழுக்க நிலைப்பாட்டினை மாற்ற இயலாது. தனது குடிமக்களின் அபிப்பிராயங்கள் எவ்விதம் இருப்பினும் தன்னிச்சையாக ஒரு நிர்வாகம் தனது வழியில் செல்வதற்கு உரிமை கிடையாது. அதன் நடவடிக்கைகளின் மீது பாதிப்பு ஏற்படுத்த அந்த அபிப்பிராயங்கள்

வெளிப்படுத்தப்பட வேண்டும். எல்லாவற்றுக்கும் மேலாகக் குடியுரிமையின்படி கடமையைச் செய்ய வேண்டிய ஒரு காலத்தில் அவற்றைக் கடுமையாகச் சாடுவது அரசின் ஒழுக்க அடிப்படைகளுக்கு ஊறு விளைவிப்பதாகும். ஜேம்ஸ் ரஸல் லோவல் போன்ற ஒருவர் 'போர் என்பது கொலைக்கு மறுபெயர்' என்று சிந்தித்தால், அதைச் சொல்லுகின்ற காலம் எவ்வளவுதான் வசதியற்றதாக இருந்தபோதிலும் அவ்விதம் சொல்வது அவர் கடமை. இப்படிப்பட்ட கருத்துரைகளின் அர்த்தத்தின்மீது நெருக்கமானதொரு கவனத்தை ஈர்க்க இப்படிப்பட்ட வசதியற்ற நேரங்களே ஏற்றவை என்பது போன்ற பார்வைக்கும் இடமிருக்கிறது. இதற்கு எதிர்த்தரப்பில் என்ன வாதிட்டுவிட முடியும்? போரை வெற்றிகரமாக நடத்துவதற்கு அதற்கு எதிர்ப்புக் கொண்ட விரோதக் கருத்துகளைக் கூறுதல் தடையாக உள்ளது என்று சொல்லப்படுகிறது. ஆனால் இதனால் ஒன்றல்ல, பல பிரச்சினைகள் எழுகின்றன.

"விரோதக் கருத்து" என்பது போரைத் தொடங்குவதற்கு விரோதமானதா, அதை நடத்தும் முறைகளுக்கு விரோதமானதா, அல்லது அதன் இலக்குகளுக்கு விரோதமானதா? கடந்த ஐரோப்பியப் போரில் போரை எதிர்த்தவர்கள் இந்த ஒவ்வொரு நோக்கிற்கும் ஆதரவானவர்களாகப் பிரிந்தார்கள். தரைப்படை, அல்லது கடற்படைத் தளபதிகள் மீதான விமரிசனம் போரை நடத்துவது பற்றிய விமரிசனம் ஆகுமா? பதவியில் இல்லாத ஓர் அரசியலாளர், உதாரணமாக, நிர்வாகத்தின் இராஜதந்திரக் கொள்கை மிக மோசமான விளைவுகளை உருவாக்கும் என்று கருதினால், தனது கருத்தை பகிரங்கமாக வெளியிடுதல் தேச ஒருமைக்குத் தடையாக இருக்கலாகாது என்று கருதி, அவர் தனிப்பட்ட முறையில் தனது கருத்துகளை முன்வைப்பதோடு நிறுத்திக்கொள்ள வேண்டுமா? போர் வெற்றியைப் பெறச் செலவிடும் மனித இழப்பைக் கருதி, போரைவிடப் பேச்சுவார்த்தை மூலமான சமாதானமே நல்லது என்று ஒருவர் நினைத்தால், அந்தப் போர்ச் செலவை அளிப்பவர்களான தனது சக-குடிமக்களுக்கு அவருடைய கடப்பாடு எதுவுமே இல்லையா? போர்க்காலங்களில் போரை நடத்துவதற்கு ஏதுவாகக் கருத்துகளைக் கட்டுப்படுத்திக் கொள்ளுதல் என்பது முதலில், நிர்வாகம் எவ்விதக் கொள்கையைப் பின்பற்றினாலும் அதற்கு ஒரு சுதந்திரமான போக்கினை அளிக்கிறது என்பது வெளிப்படை. இரண்டாவதாக படைகள் களத்தில் இருக்கும்போது ஒரு முழுமையான ஒழுக்கவியல் தடை செயல்படும் என்று எதிர்பார்ப்பதாகும். போர்க்காலத்தின்போது நிர்வாகம் எவ்விதம் செயல்படுகிறது என்று நோக்கியிராத எவருக்கும் அதற்கு எப்போதுமே விமரிசனம் தேவை என்று தோன்றாது. விமரிசனத்தைக் கட்டுப்படுத்துவது என்பது அதை இல்லாமல் செய்வதுதான்.

சுதந்திரமான நடத்தை பெற்ற நிர்வாகம் என்பது சர்வாதிகாரத்துக்கே உரிய எல்லா இயல்பான முட்டாள்தனங்களையும் செய்யும். தான் தெய்விகப் பண்பு உடையது என்பது போன்று அது நடந்துகொள்ளும். தன்னைப் பற்றி முடிவெடுக்கக் கூடிய தகவல்களை அது மக்களுக்குக் கிடைக்காமல் செய்துவிடும். திரு. கார்ன்ஃபோர்டு கூறியது போலத், தனது எதிரிகளை ஏமாற்றாமல், தனது நண்பர்களை ஏமாற்றக்கூடிய பிரச்சாரக் கலையினால் தான் எதிர்கொள்ளும் சூழலைத் தவறான முறையில் முன்வைக்கும். ஆலோசனைகளைப் புரிந்துகொள்வதில் மந்தமாக இருக்கும். கேள்விகேட்பதைக் கேடுவிளைவிப்பதென்று கருதும். உண்மையைப் பற்றிக் கவலைப்படாது. போர்க்கால நிர்வாகம் உண்மையில் தனது கொள்கையின் ஒவ்வொரு கூறிலும் விமரிசன ஆய்வுக்குட்படும் அளவுக்கு மட்டுமே ஒழுக்க அடிப்படையில் இருக்கும். போராட்டம் கடுமையானதாக இருப்பின், விமரிசனம் செய்பவர்களைத் தண்டிப்பது, அரசின் ஒழுக்க அடிப்படைகளுக்கு நஞ்சூட்டுவதே ஆகும்.

ஆகவே போர்க்காலத்தில் பேச்சுரிமை என்பது சமாதானக் காலத்தில் அது எவ்வித உரிமைகளை உள்ளடக்கியிருக்கிறதோ அவ்விதமேதான் உள்ளது. அது அவற்றை முழுவதுமாகவே கொண்டிருக்கிறது. காரணம், தேசம் சோதனைக்குட்படும் காலத்தில்தான் குடிமக்கள் அதற்குச் சாட்சியாக இருக்கக் கடமைப்பட்டவர்கள். சந்தேகமின்றி அவர்களின் செயல்கள் பொதுமக்களால் விரும்பப்படாமல் போகக்கூடும்; இதற்கு விடை, அதிகாரத் தலைமை சிலுவையில் ஏற்றுவதை விரும்பாதபோது, தியாகி ஆவது எளியது என்பதுதான். போரிடுவதில் தன் குடிமக்கள் விருப்பத்தை ஓர் அரசு பொதுவாகப் பெறவில்லை என்றால் அதற்குப் போரில் ஈடுபட எவ்வித உரிமையும் இல்லை. குடிமக்கள் பெரிய அளவில் அதற்கு எதிர்ப்பாக இருக்கிறார்கள் என்றால் அதன் கொள்கை குறைந்தபட்சம், சந்தேகத்துக்கிடமானது. எதிர்ப்போர் எண்ணிக்கை குறைவு என்றால், வெற்றிபெறுகின்ற நிலையில், அவர்களை ஒடுக்க வேண்டிய அவசியம் இல்லை. அதாவது, அந்த உரிமையைப் பெறுவதற்கு ஒரு வழி, சுதந்திரமான விவாதத்தினால்தான்; உரிமையை உணர்வதே கடினமாக இருக்கின்ற நெருக்கடிக் காலத்தில், நாம் சுதந்திரத்தை மேலும் அடிப்படையாக வலியுறுத்த வேண்டியுள்ளது.

வெர்செய்ல் உடன்படிக்கையின் முடிவான காரணங்களில் ஒன்றை வைத்து நாம் இங்கு மேற்கொண்ட பார்வைக்கு உதாரணம் தரலாம். அமெரிக்கா போராட்டத்திற்குள் நுழையும் முன்னரே நேசநாடுகள் ஒன்றிணைந்து கொண்டன. உடன்படிக்கையின் மிக மோசமான கூறுகள், (அமெரிக்காவைத் தவிரப் பிற) நேசநாடுகளின் இரகசிய உடன்படிக்கைகளின் விளைவுகள் என்று வழக்கமாக ஒப்புக்

கொள்ளப்படுகிறது. *(Cf. Gooch, History of Modern Europe, p.661, and the references cited throughout the chapter.)* மேலும் அமெரிக்காவை விட அந்த நாடுகளில் வேறெங்கும் ஒரு நியாயமான சமாதானத்திற்கான விழைவு அதிகமாக இல்லை; வேறெங்கும் போரின் முழு நிகழ்த்தலுக்குத் தடை எனக்கருதி சமாதான இலக்குக் கொண்ட விவாதங்கள் மிக அதிகமாகத் தடைசெய்யப்படவும் இல்லை. அந்த நெருக்கடியான ஆண்டுகளில் சமாதானம் பற்றிய விவாதம் முழுமையாகவும் திறனுள்ள முறையிலும் நடந்திருந்தால், அதிபர் வில்சனின் தாராள மனப்போக்குகள், தகவல் அடிப்படையிலான கருத்துரைகளின் பலத்தினால், குறைந்தபட்சம் அவற்றைக் குறைத்திருக்கவாவது செய்திருக்கும். 1917இல் பெட்ரோகிராடில் இரண்டாவது புரட்சிக்குப் பிறகு இரகசிய உடன்படிக்கைகள் வெளியிடப்பட்டு, பிறகு அவை அமெரிக்கப் பத்திரிகைகளில் வெளியிடப்பட்டன; முழு விவாதம் அவற்றின் போதாமைகளை வெளிப்படுத்தியிருக்கும், அவற்றின் உள்ளடக்கத்திலுள்ள தீமைகளுக்கு எதிராக அதிபரை நடவடிக்கை எடுக்க வைத்திருக்கும். ஆனால் சுதந்திரக் கருத்து வெளிப்பாட்டை அழித்தமை அவற்றை மறைக்க ஓர் கருந்திரையாகப் பயன்பட்டது. திரு. வில்சனுக்குப், பாரிஸுக்கு வரும்வரை அவற்றைப் பற்றித் தெரியாது. (See Chafee, op.cit., p.37). அப்போது அவற்றின் விளைவுகளை எதிர்கொள்ளக் காலதாமதம் ஆகிவிட்டது. கட்டுப்பாடற்ற அதிகாரம், வேறு சொற்களில் கூறினால், உண்மை வெளிப்படுகின்ற சூழலை மறைக்கின்ற நச்சாவி போலச் செயல்படுகிறது. அவற்றின் கடமைகளைப் பற்றிப் பிறவழிமுறைகள் போதித்துக்கொண்டே இருப்பதால், அரசாங்கங்கள் தங்கள் கடமைகளைச் செய்ய முடிவதில்லை.

பேச்சுச் சுதந்திரம் என்பது போரினால் குறைக்கப்பட முடியாத ஒன்று என்று நான் இதுவரை கூறியிருக்கிறேன். அந்த உரிமையின் ஒரு சிறப்புக் கூறினை விவாதிப்பது முக்கியமானது. பெல்ஜியத்தின்மீது ஓர் அயல் நாட்டுப் படையெடுப்பு நிகழ்ந்தால், அரசின் தொடர்ந்த இருப்புக்குச் சுதந்திரமான பேச்சினை அனுமதிப்பது அழிவு உண்டாக்கக்கூடியதாக இருக்கலாம். அவ்வாறாயின், படையெடுப்பு என்பது பொதுவிதிக்கு ஓர் விதிவிலக்கா? போரும் ஜனநாயக அரசாங்கமும் இறுதியாக ஒத்துவராதவை என்பதை முதலிலேயே சொல்லிவிட வேண்டும். போராட்டம் எழுப்புகின்ற உணர்ச்சிகள், தர்க்க அறிவுக்கு இடமளிப்பதில்லை; ஆபத்து அதிகமாக இருக்கும்போது அதை ஒடுக்குவதற்கான கோரிக்கையும் அதிகரிக்கும். இந்த நிலைமைக்குப் படையெடுப்பு ஓர் உச்சமான உதாரணம் ஆகும். ஜெர்மானியப் போர்த்துப்பாக்கிகள் பெல்ஜியத்தின் லீஜ் நகரப் பாதுகாப்பை உடைத்துக் கொண்டிருந்த சமயத்தில் 1914 போரின்

தொடக்கமூலங்களை விவாதிப்பது எவ்விதமாயினும் ஓர் கல்விசார் விஷயமாகவே இருந்திருக்கும். ஆனால் 1914இல் பெல்ஜியத்தின்மீது எவ்விதக் குறையும் கிடையாது. 1870இன் ஃபிரான்ஸைப் பற்றி, பிஸ்மார்க்கை விடக் குறைசொல்ல ஏதுமில்லை. தனது கடமை என்று கருதினால், எந்த ஒரு ஃபிரெஞ்சுக்காரனும் மூன்றாம் நெப்போலியனின் ஆதிக்கத்தன்மையைக் கண்டிப்பது அவனது ஒழுக்க உரிமை. ஒரு விரைந்த சமாதானத்தை அழுத்திக்கேட்க அவனுக்கு உரிமை இருந்தது. அவன் விரும்பினால், ஜூல்ஸ் ஃபாவரின் அகாலமான பேரங்களை வெளிப்படையாகக் கண்டிக்க உரிமை இருந்தது. காம்பெட்டாவைப் போல, ஃபிரான்சின் கடமை, சளைக்கும்வரை போராடுவதே என்று வலியுறுத்தவும் அவனுக்கு உரிமை இருந்தது. ஆனால் எவ்விதத்திலும், தனது முயற்சியில் அவனுக்கு சட்டத்தின் முழுப்பாதுகாப்பை வேண்டுகின்ற உரிமையும் உண்டு. ஒவ்வொரு விதத்திலும், தனது உரிமைகளின்படி, தனக்கு போதிக்கப்பட்ட விஷயத்தின்படி, அவன் பொதுநன்மைக்குப் பங்களிப்பவனாகவே இருந்தான். எதிர்கொள்ள வேண்டிய அபாயம் மிகுதி என்னும்போது, அரசாங்கம் தனக்குக் கிடைக்கக்கூடிய கருத்துரைகளின் அமைப்பினை வைத்துத் தன் பார்வையைக் கொள்வது மேலும் முக்கியமாகும். மக்கள் கருத்துரைகளுக்கு அதிக கவனிப்பு அளிக்கும்போது அரசாங்கத்திற்குக் குடிமக்கள் ஆதரவும் அதிகமாக வாய்ப்பிருக்கிறது. இறுதியாக, திடமான மனமுடைய ஆடவர் பெண்டிருடைய உற்சாகம்தான் ஓர் அரசுக்கு அயல்நாட்டு எதிர்ப்பைச் சமாளிக்கின்ற மிக உறுதியான மூலவளமாகிறது.

நான் சட்டத்தின் பாதுகாப்பைப் பற்றிப் பேசினேன். உரிமையின் அடிப்படையில் கட்டப்பட்ட ஓர் அரசு என்னும் கருத்திற்குக் குடிமகன் முழு அளவிலான நீதித்துறைப் பாதுகாப்புகளினால் சூழப்பட்டிருக்க வேண்டும் என்பது ஒருங்கிணைந்தது. குற்றம் சாட்டப்பட்டால், அவன் ஒருவேளை குற்றமற்றவன் என்றால், அவனுடைய கள்ளமற்றத் தன்மை வெளிப்படுவதற்கு முழு வாய்ப்பு அளிக்கும் வகையில் விசாரணை நடத்தப்படத் தகுதியுடையவன்; ஆகவே, விசாரணையின்றி அவனைச் சிறைப்படுத்த முடியாது. (ஆகவே ஒரு (ஹேபியஸ் கார்ப்பஸ்) ஆட்கொணர்வுச் சட்டம் என்பது உரிமைகளின் சாராம்சம் ஆகும்.) அவனுக்கு வேறொருவருடன் பூசல் இருக்குமானால், தனது சட்டப்பூர்வமான சரிப்படுத்தலுக்கு அவனுக்கு நியாயமான வாய்ப்புக் கிடைக்க வேண்டும். நீதிமன்றங்கள் எளிதில் அடையப்படக் கூடியவையாகவும், விரைவாகவும், உறுதியாகவும் இருந்தாலொழிய எந்த ஓர் அரசும் சுதந்திரமாக இருக்கமுடியாது. இந்த நிபந்தனைகளுக்குத் தேவையான சில வடிவங்களைப் பற்றிப் பின்னர் விவாதிப்பேன். ஓர் அரசு இருப்பின் தன்மைக்குத் தன்

குடிமக்களுக்கு அது வழங்கக்கூடிய நீதியைவிடச் சிறந்த காட்டி எதுவும் இல்லை என்றே இங்குச் சொல்ல முடியும். வேறுபாடற்று நோக்குகின்ற ஒரு நீதியாக அது இருக்க வேண்டும். பணக்காரர்களை விட ஏழைகளைக் கடுமையாக அது தாக்கக் கூடாது. ஓரிடத்தில் வாழும் ஒருவனுக்குச் சிறுதிருட்டு என்று சொல்கின்ற ஒன்றை மற்றோரிடத்தில் வாழும் ஒருவனுக்கு மனநோய் என்று பெயரிடக் கூடாது. குற்றம் சாட்டப்பட்டவர்களின் தற்காப்புக்கு முழு வழி வகைகளையும் அது ஏற்படுத்தித் தரவேண்டும். பிற மனிதர்களுக்கு ஒரு வகையாகவும், தனது பணியாளர்களின் செயல்களுக்கு மற்றொரு வகையிலும் அது பிரித்து நோக்கக்கூடாது. தனது நீதிமன்றங்களில் தானே முன்வந்து அது பதிலளிக்க வேண்டும். ஓர் அரசின் இறைமை என்பது சட்டத்துக்குக் கட்டுப்படாதது என்று ஒருபோதும் அர்த்தப்படக் கூடாது. ஒரு அக்கிரமச் செயல் என்பது இறையாண்மையின் பெயரால் செய்யப்பட்டாலும் அது அக்கிரமச் செயல்தான். மக்களுக்கிடையில் வேறுபாடு நோக்காமல் எந்தக் குற்றப் புகாரையும் நீதித்துறை கையாளுவதாக இருக்கவேண்டும். ஆகவே, சுருங்கச் சொன்னால், சட்டத்தின் விதி என்பது அடிப்படையானது; சட்டத்தின் விதி என்பதற்கு எந்த மனிதனும், எந்தப் பதவியும், எவ்வளவுதான் உயர்வாக இருந்தாலும் விதிவிலக்குகள் அல்ல என்பதுதான் அர்த்தம்.

இந்தக் கொள்கைக்கு இரு கிளைக் கொள்கைகள் உண்டு. முதலாவது நீதித் துறையின் உண்மையான சுதந்திரம். ஏனெனில் சட்டத்தை உருவாக்குகின்ற, பயன்படுத்துகின்ற செயல்முறைகளில் அவர்கள் தங்கள் சொந்த மனச்சாட்சிக்கு அன்றி வேறெவர்க்கும் பதில் சொல்லக்கூடாது. அவர்களுடைய முடிவுகளை நிர்வாகம் வெறுப்பதால் அவர்களை நீக்கலாகாது. அவர்களுடைய ஏதோ ஒரு தீர்ப்பு பொதுமக்களின் ஒரு பிடிவாதக் கருத்துக்கு அவமதிப்பாக இருந்த காரணத்தினால் அவர்கள் மாறறப்படல் ஆகாது. வேறு எந்த விதத்திலும் ஒருபுறச் சாய்வற்ற சட்டமற்ற நிர்வாகத்தைப் பெற முடியாது. அமெரிக்காவில் போல, பொதுமக்கள் கருத்துக்கு ஈடுகொடுக்கும் வகையில் குறுகியகால நியமனங்களைச் செய்வது ஒரு பேரழிவுண்டாக்கும் தவறு என்பதைப் பின்னர் நான் காட்டுவேன். ஓர் அரசாங்கத்தின் எல்லா உறுப்பினர்களுக்கும், எவ்விதமாயினும், தேர்தல் என்பது ஓர் இறையாட்சித் தன்மை பெற்றதல்ல; உரிமைகள் பாதுகாக்கப்பட வேண்டுமென்றால், அவ்வுரிமைகளின் உறுதிப்பாட்டைப் பாதுகாக்கின்ற மனிதர்களின் பாதுகாப்புகளைப் பன்மடங்கு அதிகரிப்பது முதலில் மிக அவசியமானது.

நிர்வாகத்தையும் நீதித்துறையையும் ஒன்றாக இணைப்பது ஏற்புடையதல்ல என்பது இரண்டாவது கிளைக் கொள்கை. ஒரு

ஆட்சியாளன் தான் பயன்படுத்தும் சட்டத்தின் அர்த்தத்தைத் தானே விளக்குகின்ற ஆபத்திலிருந்து ஒவ்வொரு குடிமகனுக்கும் போதிய அளவு உச்சமான பாதுகாப்பு தேவை. ஒரே கைகளில் நிர்வாக அதிகாரத்தையும் விளக்கம் தருகின்ற அதிகாரத்தையும் செறித்தல் என்பது எப்போதுமே கொடுங்கோன்மையோடு தொடர்புபட்டுள்ளது. கீழைத்தேய சர்வாதிகாரத்தின் சிறப்பான அடையாளம் அது. பொதுவாக பிரிட்டிஷ் இந்தியாவினது போன்ற அதிகார ஆட்சியும் மிகக் கடுமையான எதிர்ப்பிலிருந்து தப்பவில்லை. *(See Joseph Chailley, Administrative Problems of British India, pp.442f.)* நிர்வாகம் செய்ய வேண்டிய விஷயம் மிகவும் சிக்கலானதாக இருக்கும்போது, உதாரணமாக, ஒரு நகராட்சியில் எரிவாயுவுக்கென ஒரு "நியாயமான" விலையை நிர்ணயம் செய்ய முனையும்போது, அந்த "நியாயத்தை" வழங்குபவர்கள், அவர்கள் சாதாரண நீதிமன்றங்களாக இல்லாவிட்டாலும், வழக்கமாக அந்தச் சேவையை நிர்வாகம் செய்பவர்களாக இருக்கலாகாது. நவீன அரசின் மிகச் சிக்கலான இயல்பை நாம் ஏற்போம் என்றால், சிறப்பு விஷயங்களுக்குச் சிறப்பு நீதிமன்றங்களை அமைக்கவேண்டும். தீர்வு எதுவாக இருந்தாலும், உரிமைகளைப் பாதுகாப்பதற்கு சட்ட ஆற்றலைத் தனியே பிரித்து எல்லாவற்றையும்விட அதற்கு மேன்மைதருவது முக்கியமாகும். இல்லாவிட்டால், தங்கள் சகுடிமக்கள் எந்த விதிகளின்கீழ் வாழ்கிறார்களோ, அவற்றிலிருந்து வேறுபட்ட விதிகளின்கீழ் அரசுக்குச் சேவைசெய்பவர்கள் நிர்வகிக்கப்படுவார்கள். தங்கள் சொந்த வழக்குகளுக்கு அவர்களே நடுவர்களாவார்கள்; எவ்வளவுதான் நியாயம் செய்ய முயன்றாலும், தங்களுக்கும் பிறருக்குமான சமநிலையை அவர்களால் கடைப்பிடிக்க இயலாது.

சொத்துரிமை என்று ஒன்று உண்டா என்று நாம் விவாதிக்க வேண்டியிருக்கிறது. ஒரு மனிதன் தனது சிறந்த சுயமாகச் சொத்தினை வைத்திருக்க வேண்டுமென்றால், சொத்துரிமை என்பதன் இருப்பு தெளிவானது. ஆனால் அப்படிப்பட்ட ஓர் உரிமை மிகக் கடுமையான எல்லைகளுக்கு உடனடியாக ஆளாகக்கூடியது என்பதும் வெளிப்படை. உரிமைகள், பணிகள் தொடர்பானவை என்று நான் வாதிட்டுள்ளேன். நான் ஆற்றுகின்ற சேவைக்கு என்னிடம் சொத்து இருப்பது முக்கியம் என்றால் எனக்குச் சொத்துரிமை தேவைதான். மக்களின் பொதுவான நல்வாழ்வுக்குத் தொடர்புடையதாக, அதைப் பாதுகாப்பதற்காக என் சொத்து பயனாகிறதென்று காட்டப்பட்டால் எனக்குச் சொத்து வைத்துக் கொள்ளும் உரிமை இருக்கிறது. பிறருடைய முயற்சியினால் விளைந்ததை நேரடியாக நான் ஒருபோதும் நியாயமாக உரிமை கொண்டாட முடியாது. எனது சொத்துடைமை பிறருடைய வாழ்க்கையின்மீது ஆதிக்கம் செலுத்துகின்ற அதிகாரத்தைத் தருகிறது

என்றால் நான் ஒருபோதும் நியாயமாகச் சொத்துரிமை கொண்டாட முடியாது. எனது விருப்பத்தின் மாற்றங்களுக்கேற்ப நேரடியாகப் பிற மனிதர்களின் ஆளுமைகள் கட்டுப்படுகின்றன என்றால், எனது ஒற்றை உரிமைக்கு அவை அடிமைகளாகின்றன என்றால், மெய்யாகவே அவர்களுக்கு விரைவில் ஆளுமை என்பதே இல்லாமல் போகும். இப்படிப்பட்ட பின்னணியில், தனது உள்ளுணர்வின் நேர்மையான திருப்தியை அடைவதற்கு உதவும் அளவுக்கு அப்பால் ஒருவனுக்கும் சொத்தினை வைத்திருக்க உரிமை கிடையாது. அந்த எல்லைக்கு அப்பால், அவனுடைய ஆளுமை சமுதாயத்திற்கு எவ்விதப் பங்களிப்பும் தருவதில்லை, அவனுடைய சொத்தின் ஆளுமைதான் அதைச்செய்கிறது. அவன் தனது ஆர்வங்களால் வழிகாட்டப்படாமல், சொத்துகளின் ஆர்வங்களால் இயக்கப்படுவான். அவன் தனது சிறந்த சுயமாக நடக்கமாட்டான், தனது சொத்துகளால் அவற்றின் பாதுகாப்பினை உச்சமாக்கும் செல்வாக்குகளை அடைவான். இதற்கு விதிவிலக்குகள் உண்டுதான்; அரிஸ்டாடில் பாராட்டிய வள்ளல்தன்மையின் மதிப்பு, இதுவரை தான் பெற்றதைவிட அதிகமான நுண்ணாய்வுக்கு உட்பட வேண்டியிருக்கிறது. *(Politics, ii. 5; and cf. N. Ethics, IV, i. I).* ஆனால் உரிமைகளின் பொது அமைப்பில், பொருள்குவிக்கும் உள்ளுந்தலின் எதிர்வினை என்பது தேவைநிலையே ஆகும், பொருள் குவித்தலின் ஆர்வம் என்பது மட்டுமே ஒரே எல்லை என்ற நிலையை அடையலாகாது. தன்னைக் கொண்டிருக்கும் மனிதனின் பணியின் பின்னணியில் அது வைக்கப்படுகிறது.

IV. உரிமைகளை அடைதல்

இப்படிப்பட்ட கருவிகளைக்கொண்டு, ஒரு குடிமகன் சுயஅறிதல் என்னும் நோக்கத்திற்காவது குறைந்தபட்சம் அரசினை எதிர்கொள்ள நம்பிக்கை வைக்கலாம். இந்த உரிமைகள் இன்றியமையாதவை என்று சொல்வது ஒரு விஷயம்; ஆனால் அவற்றைப் பெறுவதை உறுதிப்படுத்துவது மற்றொரு விஷயம். இது, சமுதாயத்தில் அரசின் நிலை என்ன என்னும் மையமான பிரச்சினையை எழுப்புகிறது. சட்டப்படி, மனிதர்களின் எந்த ஒரு சீரமைப்பிலும், பொதுவான விதிகளைக் கட்டாயமாகக் கடைப்பிடிக்க வைக்கின்ற ஏதேனும் ஒரு அமைப்பிலிருந்து நாம் தப்ப முடியாது. முந்தைய விவாதம் காட்ட முனைந்ததுபோல, அந்த விதிகள் அந்தச் சமுதாயத்தின் உறுப்பினர்களுக்காக ஒரு குறைந்தபட்ச நாகரிக அடிப்படையை எழுப்புவது தொடர்பானவை. அவை மனிதர்களுக்கு வாழ்க்கைக்

கலையை உணர்வுப்பூர்வம் ஆக்க முனைகின்றன. ஆனால் பொதுவிதிகளை ஏற்க வலியுறுத்தும் ஓர் அமைப்பு தேவை என்று கூறுவது வேறு; அந்த அமைப்பு அரசாகத்தான் இருக்கவேண்டும் என்பது வேறு. ஏனெனில், நடைமுறை நிர்வாகங்களின் நோக்கத்தில் அரசு என்பது அரசாங்கம்தான்; இங்கிலாந்தில், தனது தினசரித் தோற்றத்தில் அரசு என்பது பாராளுமன்றத்தில் உள்ள அரசர்தான். தனது பணிகளை அது சட்டப்பூர்வமாக நிகழ்த்தவேண்டுமானால், உரிமைகளைப் பெறத் தொடர்ச்சியாக அது இயங்குகிறது என்ற அடிப்படையில்தான் இருக்கவேண்டும். தனக்குள் பிற சங்கங்கள் இயங்கக் கூடிய நிபந்தனைகளை அது விதிக்கிறது. ஏனெனில், அந்தச் சங்கங்களின் வாயிலாக மனிதன் தனது சிறந்த சுயமாகச் சாத்தியப்படுவதை இயலச் செய்வதுதான் அதன் நோக்கம். அது எல்லையற்ற அதிகாரத்தைச் செலுத்துவதில்லை. ஒரு குறிப்பிட்ட பணியின் தன்மைக்குள் உருவாக்கப்படுகின்ற ஓர் அதிகாரத்தை அது செலுத்துகிறது. மனிதர்களின் ஆர்வங்களும், ஆகவே அவர்களின் உரிமைகளும் சரிசமமாக இருக்கின்ற தளத்தை அது பொதுவாகப் பாதுகாக்கிறது. அந்த இலக்கை நோக்கிப் பிற குழுக்களின் செயல்பாடுகளை அது ஒன்றிணைக்கிறது.

இந்த விதத்தில் சமுதாயத்துடன் சரிசமமாகக் கருதப்பட முடியாத ஓர் அரசு நமது பார்வைக்குத் தெளிவாகத் தோன்றுகிறது. உதாரணமாக, தனது மதக் கொள்கைக்கு மாறான கருத்துக் கொண்டவருக்கு ரோமன் கத்தோலிக்கத் திருச்சபை மரணத்தை விதிப்பதிலிருந்து அரசுதான் காப்பாற்ற இயலும்; ஆனால் அதனால் அத்திருச்சபையைப் போப்பின் தவறாத்தன்மை என்ற கொள்கையிலிருந்து விலகுமாறு கட்டாயப்படுத்த முடியாது. அறியாமையே இன்பம் என்ற நம்பிக்கையைத் தனது குழந்தைகளின் படிப்பில் ஜோன்ஸ் நடைமுறைப்படுத்த இயலாதபடி அரசு தடுக்கலாம்; ஆனால் செலவின் அடிப்படையில், தனது உறுப்பினர்களின் எந்த வகுப்புக்கோ, பிரிவுக்கோ அது கல்வியை மறுக்க முடியாது. நேரடியாகவோ மறைமுகமாகவோ, தனது உறுப்பினர்களுக்குப் பணியையோ அவர்களின் வாழ்க்கைக் காப்பினையோ அளிக்கின்ற கடப்பாட்டிலிருந்து அது தன்னை விடுவித்துக் கொள்ளும் வகையில் சட்டம் இயற்ற முடியாது. தான் நிலைநிறுத்த வேண்டிய உரிமைகளின் அமைப்பினுக்கு வேறொரு சங்கத்தின் செயல்பாடுகள் நேரடியாக எதிராக இருக்கின்றன என்று ஒரு நீதிமன்றத்தில் அது காட்ட முடியாவிட்டால் எந்த ஒரு சங்கத்தின் செயல்பாடுகளிலும் அது தலையிட முடியாது. வேறு எந்தச் சங்கத்தையும் போலவே சமுதாயத்தில் அரசும் ஒரு பணியை நிறைவேற்றுகிறது; அந்தப் பணியின் இயல்பினால் அதன் அதிகாரங்கள் முன்வைக்கப்படுகின்றன. ஆகவே அது சமூகத்தின் காப்புச் சேமிப்பு

ஆற்றல் அல்ல. அதன் விருப்பம் (அதாவது உண்மையில் அதன் மையப் பாராளுமன்றத்தின் விருப்பம்) என்பது சிறப்பான அல்லது முன்சிறப்புப் பெற்ற தலைமை அதிகாரத்தின் ஆற்றலை ஏற்ற விருப்பமன்று. ஆகவே நான் கோடிட்டுக்காட்டிய உரிமைகளின் அமைப்பினை விடுவிக்க, எந்த நிபந்தனைகளின்கீழ் அரசின் தலைமை அதிகாரம் நிறைவேற்றப் படுகின்றது என்பதைக் கவனத்துடன் உருவாக்க வேண்டியுள்ளது.

பொதுவாக, அந்த நிபந்தனைகள் எண்ணிக்கையில் மூன்று ஆகும். அரசு மையமழிக்கப்பட்ட ஓர் அரசாக இருக்கவேண்டும். அதிகாரத்தைச் செயல்படுத்தும் அமைப்புகள் குடிமக்கள் அமைப்பின் ஒரே ஒரு புள்ளியில் செறிந்தவையாக இருக்கலாகாது. வட்டாரப் பிரச்சினைகள் வட்டாரக் கட்டுப்பாட்டிற்கு உட்பட்டவையாக இருக்கவேண்டும். மத்திய மேற்பார்வையின் கடமைக்கு அவை உட்படலாம்; ஆனால் உள்ளூர்ப் பிரச்சினைகள் உள்ளூரிலேயே தீர்க்கப்பட வேண்டும். உதாரணமாக லங்காஷயரில் கலைக்கூடங்கள் நிறுவப்பட வேண்டுமா என்பது அந்த ஊரிலேயே தீர்க்கப்பட வேண்டுமே ஒழிய ஒயிட்ஹாலில் தீர்க்கப்படலாகாது. மேலும், உள்ளூர்த் தலைமை, மத்திய அரசாங்கத்திடமிருந்து குறித்த அதிகார ஒப்படைப்பினால் கட்டுப்படுத்தப்படாத பொதுவான இயல்புள்ள அதிகாரத்தைச் செலுத்தவேண்டும். லண்டன் பிரதேசக் கவுன்சில், உதாரணமாக, தனது பள்ளிகளின் சிறார்களை ஷேக்ஸ்பியரின் நாடகங்களைக் காண அழைத்துச்செல்லப் பணம் செலவிட விழைகிறது என்றால், அப்படிச் செய்ய அதன் தீர்மானமே போதுமான சட்டப்பூர்வ உத்தரவாதமாக இருக்க வேண்டும். ஆகவே, உள்ளூர் அசல் தன்மையைச் செயல்படுத்துவது, மத்திய அரசாங்கத்தைச் சேர்ந்த வட்டத்திற்குள் நுழைவதாக இருக்கலாகாது; சட்டப்பூர்வமாகத் தீங்கான பொருள்களின் பட்டியல், உதாரணமாக, ஒயிட் ஹாலில் ஒருமைப்படுத்தப்பட வேண்டுமே தவிர, அபெர்டீனிலோ ஆபெரி ஸ்வைத்திலோ வெவ்வேறாக எடுக்கப்படலாகாது. ஆனால் மையமழித்தலின் தனிச்சிறப்பு வாய்ந்த நற்பண்பு என்னவெனில், வெவ்வேறான விஷயங்களுக்கு ஒரேசீரான தீர்வுகளைப் பயன்படுத்துவதைத் தடுப்பது மட்டுமல்ல, அரசாங்கத்தின் பொறுப்பான செயல்களில் முழுமையான பங்கேற்பை நிர்வாகச் செயலின் மையங்களைப் பெருக்குவதன் மூலமாக உறுதிப்படுத்துகிறது. அதாவது, அதிகாரத்தைச் செலுத்துவதில் குறித்த அளவுள்ள பங்கேற்பு மூலமாகவே பொறுப்பு பிறக்கிறது. உரிமைகளின் அமைப்புக்குப் பாதகம் இல்லாமல் எங்குப் பரவவைக்க முடியுமோ அங்கே அதிகாரத்தைச் செறித்தல் என்பது அதிகாரத் தலைமையைத் தவறாகப் பயன்படுத்துவதற்கான கதவைத் திறத்தலாகும். மேலும் அதிகாரத் தலைமையைச் சுற்றி ஒருசீரான கட்டுப்பாட்டு அமைப்புகள் சூழ்ந்திருக்காவிட்டால், அது தனது

அதிகாரத்தைத் தவறாகப் பயன்படுத்துவது இயல்பு என்பதை நாம் மனத்தில் வைக்க வேண்டும்.

இரண்டாவதாக, குறிப்பாக மத்திய அரசாங்கத்தை அது ஆலோசிக்கக் கட்டாயப்படுத்தப்படவேண்டிய அமைப்புகளால் சூழவைப்பது தேவையாகும். இதற்கு நிர்வாகம் சட்டமன்றத்தைக் கலந்தாலோசிக்க வேண்டும் என்பது மட்டும் அர்த்தமல்ல. எடுக்கப்பட வேண்டிய ஒரு முடிவினால் பாதிக்கப்படும் எல்லா நலன்களையும் முதலிலேயே சீரான கலந்தாலோசிப்புக்கு உட்படுத்தவேண்டும் என்று அர்த்தம். உதாரணமாக, ஆசிரியர்களின் ஊதியத்தை மாற்றவேண்டும் என்று ஓர் அரசு நினைத்தால், அந்த ஆசிரியர்களின் பிரதிநிதித்துவ அமைப்புகளிடம் அது தனது மொழிதல்களை நுண்ணாய்வுக்குச் சமர்ப்பிக்க வேண்டும். ஆலோசனை என்பது தெரிந்தெடுத்த சிலபேரை மட்டும் ஆலோசிப்பது அல்ல என்பதை வலியுறுத்துவதும் முக்கியம். ஒருசார்பான பிரதிநிதிகளை கவனமாகத் தேர்ந்தெடுப்பதன் வாயிலாக ஓர் ஓரஞ்சாய்ந்த அபிப்பிராயத்தை ஒரு நிர்வாகம் எப்போதுமே பெறமுடியும். ஆலோசித்தல் என்பது சம்பந்தப்பட்ட அமைப்புகளினால் முன்மொழியப்பட்ட பிரதிநிதிகளின் கருத்துகளைப் பெறுவதுதான். பாதுகாப்பினை அளிக்கக்கூடிய ஒரு வரி தேவையா என்பதை அறிவதற்காக ஒரு குழுவை நியமிக்க ஓர் அரசாங்கம் விரும்பினால், பஞ்சுத்தொழிலின் சார்பாக அத்தொழிலின் பிரதிநிதி தேர்ந்தெடுக்கப்பட வேண்டுமே அன்றி, வரிச் சீர்திருத்தம் செய்பவர் என்ற காரணத்துக்காக அங்கிருந்து நியமிக்கப்படக்கூடாது. முதலீட்டின்மீது கட்டாய வரிவிதிப்பைப் பற்றி ஆராய ஒரு தொழிற்கட்சி அரசாங்கம் விழைந்தால், தனது சார்பான ஒரு வங்கியாளரை அது தேர்ந்தெடுக்கக் கூடாது, மாறாக, வங்கியாளர்களின் நிறுவனத்தைத் தனது சார்பாளரைச் சொல்லும்படியாக அது கேட்க வேண்டும். ஆலோசித்தலின் கிளைக் கொள்கை, செயல்படுதலின் ஏதோ ஓர் நிலையில், பிரச்சாரம் ஆகும். ஒரு கொள்கையைச் செயல்படுத்த முனையும் அரசாங்கம், அந்தக் கொள்கையை மதிப்பிடுவதற்கான வழிவகைகளைத் தரவேண்டும். சீரமைந்த விசாரணையின் வாயிலாக அது பெற்ற கருத்துகள் அந்த இலக்கிற்கு அடிப்படையானவை. அது தன் குடிமக்களின் தர்க்கரீதியான முடிவின் அடிப்படையில் தனது அபிப்பிராயத்தைக் கட்ட முனைந்தால், தான் சேகரித்த சான்றுகள், தன்னிடம் உள்ள மெய்ம்மைகள் ஆகியவற்றைத் தன் குடிமக்களுக்கு அது மறுக்கலாகாது.

தனது அதிகாரங்களை முறையாகக் கட்டுப்படுத்துவதற்குத் தேவையான மற்றொன்று, பிற சங்கங்களின் உள்வாழ்க்கையினுள் தன் அதிகாரத் தலைமை குறுக்கிடுவதற்கானத் தடைகளாகும். குடிவாழ்க்கைக்கு ஓர் உரிமை மிகவும் தேவை என்றால் ஒரு சங்கம்

தலையிடலாம் என்ற கொள்கையினால்தான் குறுக்கீட்டுக்கான அதிகாரம் கட்டுப்படுத்தப்பட வேண்டும். சட்டவிரோதமான குறுக்கீட்டுக்கு நாம் ஆதாரங்கள் பெறக்கூடிய மிகச் சிறந்த களம், திருச்சபைக்கும் அரசுக்குமான உறவுதான். திருச்சபைக் கொள்கையினை நிலைநிறுத்துவதில் ஒருபோதும் அரசு திறன் வாய்ந்ததாக இருக்க இயலாது. திருச்சபையின் அறக்கட்டளைகளின் விளக்கத்தை மதச்சார்பற்ற நீதிமன்றங்களில் விடுவது பொருத்தமானதும் அன்று. இது வழக்கறிஞர்களை எப்போதுமே திருச்சபையை உடன் இணைந்த பயனாளர்களின் அமைப்பாகக் *(See Free Church of Scotland Case Report (cd. Orr), p.223; and on the whole question, my paper on the strict interpretation of ecclesiastical trusts in Canadian Law Times, vol.36, pp.190ff.)* குறுக்கும் செயலில் ஈடுபடும்படியாகவும் அதன் உறுப்பினர்களுக்குத் தங்கள் கருத்துகளை மாற்றிக் கொள்ளும் அதிகாரத்தை மறுப்பதாகவுமான முயற்சிசெய்ய வழிவகுத்துள்ளது. சில குறித்த கொள்கைகளை வழிபடும் மாறாத ஒப்பந்தத்தினால் கட்டப்பட்ட மனிதர்களின் அமைப்பாகத் திருச்சபை ஒருபோதும் இருந்ததில்லை; அதன் உறுப்பினர்களின் விருப்பங்கள், கருத்துகளில் குடிகொண்டுள்ளதொரு வாழ்க்கையை, அதன் நோக்கங்கள் பெற்றுள்ளன. பின்னது மாறுமானால், நோக்கமும் மாறும்; அந்தக் கொள்கைக்கு ஆதரவான சொத்துகளின் பகிர்ந்தளிப்பு தெளிவாகவும் தவறின்றியும் திருச்சபையின் தலைமையதிகாரத்தைப் பெற்றவர்களுக்கே உரியது. இறந்தவர்களிடமிருந்து பெறும் சொத்தினைப் பொறுத்தவரை குறைந்தபட்சம் இது தெளிவானது; ஆங்கில நீதிமன்றங்கள் விதித்தது போல விதிப்பது என்பது ஒரு திருச்சபைக்கு அதன் அசலான சொத்துப் பத்திரங்களின் நான்கு மூலைகளுக்கும் அப்பால் செல்வதற்கான உரிமையை மறுப்பதாகும். இதேபோல்தான் தொழில் அமைப்புகளுக்கும். தொழிற்சங்கங்கள் தங்கள் உறுப்பினர்களை அரசியல் சட்டமன்றங்களில் நிலைநிறுத்தத் தங்கள் நிதியைச் செலவிடுமானால் அதில் குறுக்கிடுவதற்கு அரசுக்கு உரிமையில்லை. தாங்கள் வெளிப்படையாகவே சங்கங்களுக்குரிய செயல்களில் ஈடுபட்டு, அரசு பாதுகாக்க வேண்டிய உரிமைகளில் தலையிடாவிட்டால், சங்கங்கள், சுருக்கமாகத் தங்கள் சட்ட எல்லைகளுக்கு அப்பால் செயல்படுவதில்லை; சங்கத்துக்குரிய செயல் என்ன என்ற கேள்விக்கு விடையிறுப்பது அதன் கொள்கை நோக்கங்களை நுண்ணாய்வு செய்வதால் அல்ல, அதன் சார்பாகச் செயல்படத் தகுதியுள்ள உறுப்பமைப்புகளால் ஆய்வு செய்யப்படவேண்டியதாகும். *(Churches could. I think safeguard the problem of minority rights to which this theory gives rise by a provision in their constitution that succession on doctrine shall involve the right to a proportionate share in the church property).*

V. உரிமைகளும் அதிகாரமும்

இங்கு அரசியல் விஞ்ஞானத்தில் உள்ள கடினமான பிரச்சினைகளின் தன்மையைக்கொண்ட ஒரு பிரச்சினையை நாம் அடைகிறோம். ஓர் அரசாங்கம் தான் பணிபுரிகின்ற நோக்கங்களால் கட்டுப்படுத்தப்படுகிறது என்று நான் வாதிட்டுள்ளேன். அந்த நோக்கங்களுக்கு அப்பால் செயல்படுகின்ற ஒழுக்கம் சார்ந்த அதிகாரம் அதற்கு இல்லை. உதாரணமாக, பேச்சுச் சுதந்திரத்தினைத் தடைசெய்யவோ, சாத்தியமற்ற நீண்ட பணிநேரத்தைத் தனது பணியாளர்கள்மீது சுமத்தும் ஒரு எஜமானனைப் பாதுகாக்கவோ அதற்கு அதிகாரம் இல்லை. ஆனால் அதன் செயல்களை - செய்யத் தவறியவையோ, செய்தவையோ - எவ்விதம் போதிய அளவு நுண்ணாய்வுக்கு எப்படி உட்படுத்த முடியும்? அமெரிக்க ஐக்கிய நாட்டில் உள்ளதுபோல, எழுத்துப்பூர்வமான அரசியலமைப்பில் அடிப்படை விதிகளை முன்வைத்துத் தற்காலிகமாக அதிகாரத்தைக் கையில் வைத்திருப்பவர்கள் மாற்றுவதற்குக் கடினமாக்குவதுதான் தீர்வா? ஆஸ்திரேலியாவிலும் அமெரிக்காவிலும் உள்ளதுபோல, அரசியலமைப்பு உரிமைக்குக் காவலனாக நீதிமன்றத்தை வைத்து, அதில் குறுக்கிடுகின்ற சட்டமன்றச் செயல்களைச் செல்லாதவை என்று அறிவிக்கின்ற அதிகாரத்தைத் தருவது தேவையா? திரு. கோல் சொல்வதுபோல நீதிபரிபாலனத்தின் பலாத்கார அதிகாரத்தைச் செயல்படுத்துகின்ற ஒரு சிறப்பு உறுப்பமைப்பைக் கட்டமைத்து அதில் அரசுக்கு அப்பாலுள்ள பணிகளின் பிரதிநிதிகளுக்கு எப்படியாவது இடமளிப்பதை ஆதரிப்பது விடையாகுமா?

பிரைஸ் பிரபு சொல்வது போன்ற நெகிழ்ச்சியுள்ள, நெகிழ்ச்சியற்ற அரசியலமைப்புகளின் ஆதாயங்களை முறையே எடையிடும் முயற்சியும் இயலாத ஒன்று. நன்மையின் சமநிலை, பிற இடங்களில் எங்கும் பயன்படுத்த இயலாத அரசுப் பாரம்பரியக் காரணிகளை எப்போதுமே சார்ந்துள்ளது. நெகிழ்ச்சியற்ற கட்டமைப்புகளின் நன்மைகள் மிக அதிகம். அவை ஓரளவு துல்லியத்தோடு சட்டமன்றத்தின் அதிகார எல்லைகளை வரையறுக்க உதவுகின்றன. நீண்டகால நோக்கில் முக்கியமாகக் காக்க வேண்டியவற்றைப் பொதுமக்களின் திடீர்க் கருத்தினால் தலைகீழாக்கிவிடுவதைத் தடுக்கின்றன. மனிதர்களின் தொகுதி, நிறுவனங்களின் இயல்பை மேலும் எளிதாகப் புரிந்துகொள்ள உதவுகின்றன. அடிப்படை முக்கியத்துவம் வாய்ந்தவை எனக் கருதப்படுகின்ற விஷயங்களை ஒரு தீவிரமுறையில் அவை வலியுறுத்துகின்றன: (See the admirable remarks of Bryce, Studies in History and Jurisprudence, pp.200f.) அமெரிக்க

அரசியலமைப்பின் முதல் திருத்தத்தில் நிகழ்ந்ததுபோல, முடிவான முக்கியத்துவம் வாய்ந்த ஒன்றில் கடுமையான தலையீடு நடந்தால், அது முக்கியமானது என்று முன்வைக்கப்பட்டுள்ள தன்மையால், அது இல்லாதபட்சத்தில் அடையக் கூடிய தாக்குதலையும் குறைக்கிறது, அன்றியும் அதன் ஆதரவாளர்களுக்கு அதன் புனிதத் தன்மையை வேண்டும்போது மரபில் ஒரு மதிப்புமிக்க அடிப்படையையும் அளிக்கிறது.

ஆனால் மெய்யான வரலாற்று அனுபவத்தில், எழுத்துப்பூர்வமான அரசியலமைப்பு அளிக்கக்கூடிய பாதுகாப்புகள் முதலில் பார்வைக்குத் தோன்றுவதுபோல அவ்வளவு நேரடித்தன்மை கொண்டனவாக இல்லை. ஒரு தலைமுறையினருக்கு அடிப்படையாகத் தோன்றுகின்ற விஷயங்கள், மற்றொரு தலைமுறையினருக்குத் தேவையற்றனவாகத் தோன்றுகின்றன; ஒருவேளை விரும்பத்தக்க மாற்றம் என்பதைத் தடுக்கக்கூடிய கடுமையான நெம்புகோலாகச் செயல்படக்கூடியதாக அரசியலமைப்பின் சட்டகத்துக்குள் அவை தோன்றுகின்ற தன்மை இருக்கிறது. இரண்டாவதாக, அரசியல்மைப்புக்கு விளக்கம் தேவைப்படும். ஃபிரான்சிலும் பெல்ஜியத்திலும் போல, அது சட்டமன்றத்திடம் விடப்பட்டால், அதிகாரத்தை வைத்திருப்பவர்களிடமே அது மெய்யாக நம்பி ஒப்படைக்கப்படுவதாகிறது. அமெரிக்காவில் இருப்பதுபோல, அது நீதிமன்றத்திடம் விடப்பட்டால், அரசியல் சட்டத்தை உண்மையாகக் கட்டுப்படுத்துபவர்கள், ஒன்பதில் ஐந்து நடுவர்கள் ஆகிவிடுகிறார்கள்; ஒரு நடுவரின் மரணம், விளக்கமளிப்பதன் முழுச் சமநிலையையும் மாற்றிவிடக்கூடும். நிச்சயமாக, முதல் மற்றும் பதினான்காவது திருத்தங்களின் அர்த்தம் என்ன என்பதில் அமெரிக்க ஐக்கியநாட்டின் உச்ச நீதிமன்றம் வியக்கத்தக்க விதத்தில் பிளவுபட்டுள்ளது; குறைந்தபட்ச ஊதியச் சட்டத்தைத் தடுப்பதில் பின்னதைப் பயன்படுத்தியமை நீதிமன்ற விளக்கம் என்பது ஒரு நிலையில் மெய்யாகவே அரசியல் அறிவிப்பாகிவிடுகிறது என்பதைக் காட்டுகிறது. (*Cf.* Cardozo, *ut supra*; Brooks Adams, in *Centralisation and the Law*). சுருக்கமாகச் சொன்னால், அமெரிக்க முறை என்பதில் சட்டமன்றத்தின் உளச்சார்பு உச்சநீதிமன்றத்தில் நியமிக்கப்படுபவர்களைப் பொறுத்தே இருக்கிறது. சட்டமன்றத்துக்கு வெளியே விழிப்பாக இருக்கக்கூடிய பொதுக் கருத்தின் செயல்பாட்டினால் தடுக்கப்படக்கூடிய ஒரு சட்டமன்றத்தைவிட அமெரிக்க மாதிரியில் உரிமைகளைப் பாதுகாப்பது பலவீனமாகத்தான் இருக்க வேண்டும் என்று தோன்றவில்லை.

உண்மையில், ஒரு நெகிழ்ச்சியான அமைப்பு தீவிர விமரிசனத்திற்கு உட்படாமல் இருக்கமுடியாது. பிரிட்டிஷ் அரசியலமைப்பை

முதன்மையான, இன்று ஏறத்தாழ ஒரேஒரு, நெகிழ்ச்சித்தன்மைக்கான உதாரணமாகக் கொண்டால், சில வெளிப்படையான சிந்தனைகள் எழுகின்றன. பாராளுமன்றத்தின் எல்லையற்ற இறைமை அடிப்படையில் ஆங்கில அரசியலமைப்பு உருவாகியுள்ளது. அடிப்படை விதிகள் என்று அதற்கு எதுவும் இல்லை; அரசவம்சப் பாரம்பரியத்தை நிர்வகிக்கும் சட்டவிதிகளும் போதையூட்டும் சாராயங்களின் விற்பனையைக் கட்டுப்படுத்தும் சட்ட விதிகள் போலவே மாற்றம் அடைகின்றன. அரசாங்கத்தின் அதிகாரத்தைக் கட்டுப்படுத்தும் அமைவுகளை, ஆகவே அரசினைக் கட்டுப்படுத்தும் அமைவுகளையும் தான், ஒரே பார்வையில் சேகரித்துவிட முடியாது. சில சமயங்களில், அவை, ஹேபியஸ் கார்ப்பஸ் (ஆட்கொணர்வுச்) சட்டத்தில் உள்ளதுபோல, ஒரு சட்டத்திற்குள் அடங்கியுள்ளன; எண்டிக்குக்கு எதிராக கேரிங்டன் வழக்கில் போல, சிலசமயங்களில் அவை நீதிமன்ற முடிவில் உள்ளடங்கியுள்ளன. அதாவது, பார்வைக்கான ஒற்றை மையம் இன்மை ஒரு நெகிழ்ச்சியான அரசியலமைப்பில் அதிகாரத்தலைமை என்பதன் அர்த்தத்தைப் புரிந்துகொள்வதைக் கடினமான காரியம் ஆக்குகிறது. ஆகவே அதில் ஓர் இலட்சியப்பூர்வமான உரிமைகள் அமைப்பை நிலைநிறுத்திக் காப்பது, அரசு அப்படிப்பட்ட அமைப்பு ஒன்றைக் கொண்டுள்ளது என்று வைத்துக்கொண்டால், இரண்டு நிபந்தனைகளில் ஒன்று சமுதாயத்தில் இருப்பதைப் பொறுத்திருக்கிறது. *(Bryce, op.cit., p.160)*. நேர்மையான, கற்றறிந்த, சிறுபான்மையினரிடமே அரசியல் அதிகாரம் தங்கியிருக்க வேண்டும்; உச்ச அதிகாரத்தைத் தங்களிடம் வைத்துக் கொண்டு, குடிமக்கள் அரசின் கொள்கை இலக்கினை அடைய ஆர்வமுள்ள ஆட்சியாளர்களைத் தேர்ந்தெடுக்க இயலவேண்டும். பிரிட்டனைப் பொறுத்தவரை, பெரும்பாலும், இந்த நிபந்தனைகளில் இரண்டாவதைத்தான் உடனடியாகப் பின்பற்ற முடியும்.

நேர்முக நிறுவனங்கள் முக்கியம் என்றாலும், இப்படிப்பட்ட அதிகாரம் அவற்றை முழுமையாகத் தாண்டிச் செல்லக்கூடிய விஷயம் என்பதும் தெளிவாக அர்த்தப்படுகிறது. ஆட்சியாளர்களின் தகைமை என்பது மக்களின் பொதுச்சமூகப் பண்பினைச் சார்ந்த விஷயம். நாம் எத்தனை தடைகள்-சமநிலைகளைக் கண்டுபிடித்தாலும், சமுதாயத்திலுள்ள மொத்த விசைகளின் அழுத்தம்தான் அந்தப் பண்பை நிர்ணயிக்கும். வேறு சொற்களில், அரசு, தான் எதிர்கொள்ளும் சுற்றுச்சூழ்நிலையின் ஒரு பகுதியை அல்ல, அந்த முழுமையான சூழ்நிலையையே பிரதிபலிக்கிறது. அதிகாரத் தலைமையைக் கட்டுப்படுத்தும் வழிவகைகளைக் கண்டுபிடிப்பது எளிது; ஜெர்மன் பொதுநல அரசின் புதிய அரசியலமைப்பில் போல, தனக்கு இலக்கான நோக்கங்களாக மிக உயர்வான இலட்சியங்களை மொழிவதும்

எளிதுதான். ஆனால் பொதுமக்களின் தொகுதி அந்த நோக்கத்தின் அர்த்தத்தைப் பாராட்டவும், அதனால் அதை வலிந்து மேற்கொள்ளவும் கற்பிக்கப்பட்டால் அன்றி எந்த அளவான நிறுவன ஆக்கமும் அந்த நோக்கத்தை அடைய இயலாது; மேலும், சமுதாயத்தில் ஏறத்தாழப் பொருளாதார அதிகாரத்தில் சமத்தன்மை காணப்பட வேண்டும். இந்த நிபந்தனைகள் நிறைவேறினால், உரிமைகளின் அமைப்பு சாதிக்கப்பட ஏது இருக்கிறது. இல்லையெனில், நேர்முக இயற்கை உடைய எந்த உரிமையும் ஒரு நிறுவன வகையிலான பாதுகாப்பை அடைய இயலாது. உதாரணமாக, ஒரு தொழிலில் சுயநிர்வாகத்தின் இயல்பைச் சட்டவிதிகளின் சோதனையாகப் பயன்படுத்தும் தன்மையுள்ள உரிமையாக ஆக்க இயலாது. வேலை செய்யும் உரிமை போன்ற உரிமை ஒன்றைக்கொண்டு இதனை அடையவும் இயலாது. இந்த இயங்குதன்மைகளின் பாதுகாப்பினை, அரசிலேயே அல்ல, அரசின்மீது பிற நிறுவனங்கள் கொண்டு வருகின்ற அழுத்தத்தில்தான் தேடவேண்டும் என்பதை நான் பின்னர்க் காட்டுவேன்.

விரிவாகச் சொல்வதைவிடக் கோடிட்டுக் காட்டக்கூடிய சாராம்சத்தைக் கொண்ட உரிமைகளின் விஷயத்தில் இப்படி இல்லை. குறைந்தபட்சம் புரட்சி திடீரென நிகழ்ந்து எல்லா உரிமைகளையும் தற்காலிகமாகத் தடைப்படுத்தும் வரையிலேனும் நாம் வாக்குரிமை பேச்சுரிமை போன்றவற்றைக் காப்பாற்ற முடியும். 1679இன் ஹேபியஸ் கார்ப்பஸ் சட்டத்தை உதாரணமாகக் கொள்வோம். சட்டப்புத்தகத்தில் அது இருப்பது, உதாரணமாக, ஃபிரெஞ்சுப் புரட்சியில் பிட் சுட்டிக்காட்டியது போன்ற பயங்கரச் செயல்களிலிருந்து முக்கியமான பாதுகாப்பு என்று எல்லாரும் ஒப்புக்கொள்கிறார்கள். இப்படிப்பட்ட வகையிலான முக்கியமான சட்டவிதிகளை நாம் உருவாக்குவது சாத்தியம். அவற்றைச் சிறப்புச் செயல்முறையினால் நாம் இடைநீக்கம் செய்யஇயலும். அமெரிக்க ஐக்கிய நாட்டின் செனேட், ஒப்பந்தங்களுக்குத் தேவை எனக் கேட்கின்ற அப்படிப்பட்ட பெரும்பான்மைக்கு இது ஒரு விஷயமாக இருக்கலாம். அவற்றின் கழிவுக்கும் நடைமுறைப்படுத்தலுக்கும் இடையில் ஒரு கட்டாயக் காலதாமதம் இருக்கவேண்டும். அவை ஏற்கப்பட்டால், அவை எழுப்புகின்ற பிரச்சினைகளைப் பற்றி ஆராய ஒரு சிறப்பு நிர்வாக நீதிமன்றம் உருவாக்கப் படலாம். இப்படிப்பட்ட உரிமைகளில் தலையீட்டினுக்குத் தண்டனைகளிலிருந்து விலக்குகள் சட்டங்களின் நடைமுறை நிர்வாகத்துக்குக் கிடைப்பது மிகக் கடினமாக இருக்குமாறு உருவாக்கப்பட வேண்டும். இந்த விஷயத்தில் பொதுமக்கள் வாக்கெடுப்பு உதவியாக இருக்கும் என்று நான் கருதவில்லை. அரசின் ஆர்வங்களைக் கட்டுப்படுத்துகின்ற ஆயுதங்கள் பல அதன் கையில் இருக்கும்போது, நிர்வாக அறிவிப்புகளால் சாதாரண

மக்கள்தொகையினர் கலவரத்துக்கு ஆளாகி நசுக்கப்படவே வாய்ப்பிருக்கறது. உண்மையான தேவைகள் இரண்டு. அதிகாரத் தலைமை மீதான விமரிசனம் கேட்குமாறு செய்யப்பட ஓர் கால இடைவெளி தேவை. சட்டமன்றத்தில் பெரும்பான்மை பெற்றிருப்பது அதிகாரத்தைத் தவறாகப் பயன்படுத்துவதற்கு ஓர் அடிப்படையாகிவிடக் கூடாது என்பதற்கு உத்தரவாதம் வேண்டும். இந்தத் தடைகளுக்கு அப்பால், பொதுமக்கள் கல்வியின் தரத்தினால் தூண்டப்படுகின்ற மனநிலையும், உரிமைகளின்மீது தேவையற்ற படையெடுப்பு நிகழும்போது திறனோடு எதிர்க்கின்ற, அமைப்புற்ற அரசு சாராக் குழுக்களின் சக்தியும்தான் தவறான பயன்பாட்டுக்கு எதிரான முக்கியமான பாதுகாப்புகள்.

திரு. கோல் வலியுறுத்தும் நோக்கு ஒரு மெய்யான கவர்ச்சியுள்ளதாக இல்லாமலில்லை. அரசில் ஒருங்கிணைந்த ஆர்வம் என்பது அடையக் கூடிய ஓர் இலட்சியம் என்ற கருத்தை நிபந்தனையாக வைப்பது ஒரு விஷயம்; அந்த ஒருங்கிணைந்த ஆர்வத்தை நவீன அரசுகள் முன்னிறுத்துகின்றன என்று சொல்வது வேறொரு விஷயம். அது மட்டுமல்ல, மெய்ம்மையின் அடிப்படையும் அற்றது. வாழ்க்கையின் ஊதியத்தில் இவ்வளவு பெரிய சமத்துவமின்மையை மனிதர்கள் பகிர்ந்துகொள்ளும் வரையில், அவர்கள் ஆர்வத்தில் அடிப்படை ஒத்திசைவின்மையே இருக்கும் என்பது தெளிவு; நவீன அரசின் சட்ட நிறுவனங்கள், குறிப்பாக அதன் சொத்துரிமைச் சட்டங்கள், இந்த ஒத்திசைவின்மையை உச்சப்படுத்த ஏற்படுத்தப்பட்ட கருவிகளாகவே தோன்றுகின்றன. ஆகவே அரசியல் நிறுவனங்களில் தனது சட்டச் செறிப்பினைத் தவிர்க்கின்ற சமுதாயத்தின் அடக்குமுறைச் சக்திக்கான அமைப்பு ஒன்றினைத் திரு. கோல் தேடுவதுபோலத், தேடுவது இயற்கையானதே. இன்றைய சமூக வளர்ச்சியின் காலப்பகுதியில், அடக்குமுறைச் சக்தியின் செறிப்பு, அரசின் மாற்றத்துக்கு ஒரு குந்தகமாகச் செயல்படும் என்ற திரு. கோலின் கருத்துடன் நான் உடன்படுகிறேன். இன்றிருக்கும் அரசு, அதன் உறுப்பினர்களின் நலன்களைச் சமமாக முன்னிறுத்துகின்ற அதன் கோரிக்கையை நிறைவேற்ற இயலாத ஒரு நிறுவனமாக உள்ளது என்பதையும் நான் ஒப்புக் கொள்கிறேன். வெளிப்படையாகவே அது பணமுடையவர்களின் சார்பாக, ஏழைகளுக்கு எதிராகச் செயல்படுவதாக உள்ளது.

ஆனால் நாம் எதிர்கொள்ளும் பிரச்சினையைச் "சமூகத்தின் முக்கியப் பணிகள் ஒவ்வொன்றின் சார்பாகவும் இருக்கும் உச்ச அமைப்புகளின்" கூட்டுப் பேரவை (*Social Theory, p.135*) ஒன்று மெய்யாகவே தீர்க்கும் என்று நான் கருதவில்லை. அப்படிப்பட்ட அமைப்பின் காகிதவடிவ உருவாக்கம் என்பது மெய்யான பிரச்சினை அல்ல,

அதன் பகுதியாக இருக்கும் பணிகளின் எடையிடுதலே பிரச்சினை ஆகும். சுரங்கத்தொழில் ஒரு முக்கியமான பணி; மருத்துவமும் அப்படித்தான். கூட்டுப் பேரவையில் இவை ஒவ்வொன்றும் எத்தனை உறுப்பினர்களைக் கொள்வது என்பதை நாம் எப்படி நிர்ணயிப்பது? ஒரு குறிப்பிட்ட அண்மைப் பகுதியின் மக்களின் ஆர்வங்களை நாம் எப்படி எடைபோட முடியும்? உதாரணமாக, ஒரு முக்கிய வடிகால் அமைப்பின் திறன்மிக்க அமைப்பை மக்கள் தேடுகிறார்கள் என்பதை அவர்கள் தங்கள் அண்மைப் பகுதியின் உள்ளேயும் வெளியிலும் பயிலுகின்ற பலவேறு தொழில்களின் உறுப்பினர்களுக்கு எதிராக எப்படி எடையிட முடியும்? நான் முன்னரே வாதிட்டது போல, இந்தத் துணிகரச்செயல், சாத்தியமற்ற ஒன்று. ஒரு நுகர்வோனாக மனிதனின் தேவைகள் அவனது சகாக்களுடையவற்றுடன் பரந்த நிலையில் சமமாக இருக்கும் தன்மையை நாம் ஒருங்கிணைத்தல் நிகழ்வதற்கான களமாகத் தேர்வுசெய்ய வேண்டும் என்பதே இதற்குப் பொருள். ஒரு சிறப்பு கவனத்திற்கு அது உரித்தாக இருப்பதால் அதற்குப் பிறவற்றை விட அதிகமான முக்கியத்துவம் தரப்படவேண்டும் என்று அர்த்தமில்லை. அதாவது மனிதர்களின் பலவேறு பணிகளுக்கிடையே கட்டாயமாகச் சமரசம் செய்விக்கின்ற ஆற்றல் அதனிடம் உள்ளது என்று அர்த்தமில்லை. தேவையான பாதுகாப்புகள் இருக்கின்ற நிலையில், வசதிக்காக வேண்டி, ஒரு சமுதாயத்தின் பொதுவான விதிகளை நிர்வகிப்பது, சிக்கலான ஒரு நிறுவனத்தைவிட ஒரு எளிய நிறுவனத்தால் மேலாக இயலும் என்பதே இதற்கு அர்த்தம்.

உண்மையில் திரு. கோல் அடைய முனையும் விஷயத்தை, அதாவது தலைமை அதிகாரத்தைப் பரவலாகுமாறு கலைப்பதை, அவர் ஒப்புக்கொள்ளத் தயாராக இருப்பதைவிட எளிய முறையிலேயே அடைய முடியும். பதிவுக்கான அமைப்பு ஒரு சட்டமன்றமாகவே இருக்கலாம். அதன் அதிகாரத்தைக் குறைப்பதற்கு வழி, நான் ஆலோசனை கூறியவாறு, *(1)* பணிகள் அடிப்படையிலும் பிரதேச அடிப்படையிலும் மையமழித்தல்; *(2)* அதனைச் சுற்றி முன்பான, கட்டாயமான ஆலோசித்தலுக்கான அமைப்புகளை உருவாக்குதல்; *(3)* பேச்சுச் சுதந்திரம் போன்ற உரிமைகளில் தலையிடுவதை மிகமிகக் கடினமான செயலாக்குதல். போதிய கல்வி அமைப்பு, திருத்தப்பட்ட சொத்துடைமை அமைப்பு ஆகியவற்றின் பின்னணியில், நேர்முக நிறுவனங்கள் பாதிக்கும் என்ற நிலையில், மேற்கண்டவையே இயற்கை உரிமைகளின் உத்திரவாதமாகத் தோன்றுகின்றன. பிரதேசக் கொள்கையைத் தவறாகப் பயன்படுத்துகின்ற இன்றைய நிலையைத் தவிர்க்கும் நமது பேரார்வத்தில், அது கொண்டிருக்கும் வெளிப்படையான நிர்வாக வசதியை நாம் கைவிடத் தேவையில்லை. பணிச் சார்பின்மையையும் தனிமனித சுதந்திரத்தையும் பிரதேச

ஒருமை அழித்துவிடக்கூடாது என்பதே தேவையானது. ஓர் அரசிடமிருந்து அதன் அடக்குமுறைச் சக்தியை எடுத்துவிடுவதால் மட்டுமே அதைப் பொறுப்புடையதாக ஆக்க முடிவதில்லை. எந்தக் கொள்கையின் அடிப்படையில் அடக்குமுறை செயல்படுகிறது என்ற பிரச்சினையை அது இன்னும் திறந்தே வைத்திருக்கிறது. அந்தக் கொள்கையைப் பலவேறாக விளக்கப் படுத்தலாம்; மிகவும் எதிரெதிராக பார்வைகளுக்கு ஆதரவாகவும் நிலைநிறுத்தவும் கட்சிகள் தோன்றும். கட்சிப் பிரச்சினை பற்றிய குறிப்பு எதுவும் இந்தப் பிரச்சினை பற்றிய திரு. கோலின் விவாதங்களில் இல்லை என்பது குறிப்பிடத் தக்கது; இரண்டு உயிரான சிறப்புகளான எளிமை, புரிந்துகொள்ளத்தக்க தன்மை என்பவற்றைக் கொண்ட வாக்குத் திட்டத்தில் அவருடைய கருத்தாக்கம் கிடைக்கப்பெறாதது என்ற மெய்ம்மையில் இதற்கான காரணம் உள்ளது என்று நினைக்கிறேன். ஓர் அரசின் ஒருங்கிணைக்கும் திறனோடு நீதி பற்றிய கருத்துகளைச் சேர்ப்பதால் ஓர் அரசு பொறுப்புடைமை பெறுகிறது. அந்தச் சேர்க்கையினை ஆக்குகின்ற ஆர்வங்களுக்கு அதை நேரடியாக அணுகச் செய்வதன் வாயிலாக அது சமுதாயச் சேர்க்கையில் தனது உரிய பங்கினை ஆற்றுமாறு செய்யப்படுகிறது. பல அதற்குள் புகுந்து அதை மாற்றுவதால், அந்தப் பலவற்றின் இயற்கையை அது பகிர்ந்து கொள்ளும் ஒன்றாக மாறுகிறது.

இவை யாவுமே, அலெக்சாண்டர் ஹாமில்டன் வற்புறுத்தியதுபோல, மனித இயற்கையிலேயே போதுமான கொள்கை ஒன்றிற்கான மூலப்பொருள்கள் கிடைக்கும் என்பதை உறுதிப்படுத்துபவை. ஒருவேளை, மிகவும் சிறப்பாக நம்மால் வகுக்கப்பட்டத் திட்டங்கள். நாம் எதிர்பார்க்கின்ற நன்மைதரும் விளைவுகளின் ஒரு சிறு பகுதியையே தரும் என்று நாம் யூகிக்க வேண்டியுள்ளது. இன்றிருக்கும் அமைப்பை மாற்ற முனைவதில் நாம் சில காரணிகளைக் கொண்டுவர நேரிடலாம், நாம் இப்போது முன்னறிய முடியாத ஒத்திசைவுகளை அக்காரணிகள் சாத்தியப்படுத்தக்கூடும் என்று நாம் நிச்சயமாக வலியுறுத்தவேண்டியுள்ளது. ஆனால் குறைந்தபட்சம், அண்மை எதிர்காலத்திற்காக நாம் பணியலகுகளின் நிர்வாகச் சுயநிர்ணயத்தை அரசின் பிரதேசக் கட்டுப்பாட்டினைச் சுற்றிச் சூழவிட வேண்டும் என்பது தெளிவாகிறது. ஆர்வச் சமுதாயத்துடன் பிரதேச நெருக்கம் என்பது இனிமேலும் ஒன்றிணைவதில்லை என்பது உண்மை. போல்டனில் உள்ள ஒரு நெசவாளருக்கு, போல்டனிலேயே உள்ள ஒரு மருத்துவரைவிட ஓல்டாமிலுள்ள ஒரு நெசவாளருடன் பொதுமை மிகுதி. ஒரு நெசவாளர் என்ற முறையில்தான் அந்தப் பொதுமை மிகுதியாக ஏற்படுகிறது. ஆனால் வடிகால் வசதி, பள்ளிகள் போன்றவை முக்கியமானவை என்ற நிலையில், தனது நெசவாளித்

தோழரைவிட போல்டன் மருத்துவருடன் அவருக்குப் பொதுமைகள் அதிகம். தொழில் செயல்பாட்டுக்குச் சற்றும் குறையாத வகையில் பிரதேசச் செயல்பாட்டை அதற்கான எதிர்வினை வழிவகையுடன் நாம் அளிக்க வேண்டும். சுருக்கமாகச் சொன்னால், பிரதேசவகையிலான உரிமைகள், தொழில் ரீதியான உரிமைகள் என்ற இரண்டிற்கும் இடமிருக்கிறது; ஆகவே பிரதிநிதித்துவத்திற்கு போல்டனின் அடிப்படையும் தேவை, நெசவாளர் சங்கத்தின் அடிப்படையும் தேவை. அதுபோலவே, மருத்துவருக்கும் நல்ல நெசவில் ஆர்வம் இருக்கிறது, நெசவாளருக்கும் தகுதிமிக்க மருத்துவத் தொழிலின் இருப்பில் ஆர்வம் இருக்கிறது என்பதை நாம் மறக்கலாகாது. ஒவ்வொருவரும் தனது சிறப்புத் தொழிலின் நலன்கள்மீது ஆதிக்க நிர்வாகக் கட்டுப்பாடு தேவை என்று இயற்கையாகவே நினைக்கும் அதேசமயம், ஒரு பரஸ்பர நலனைக் காப்பாற்ற ஒரு நிறுவனம் தேவையாகவும் இருக்கிறது என்பது வெளிப்படை. அந்தப் பரஸ்பர நலத்தின் வட்டத்திற்குள்தான் உரிமைகளின் அமைப்பு ஒன்றின் முக்கிய அம்சங்கள் வரையறுக்கப்பட வேண்டும். பிரதேச அரசு என்னும் அலகினுள் போதிய பாதுகாப்புகளின்கீழ், அவை திறன்மிக்க வரையறைகளைப் பெற இயலும் என்று நான் இங்கே வாதிட்டுள்ளேன்.

ஆகவே, எந்த உரிமைகளின் அமைப்பும் மூன்று அடிப்படைக் கூறுகளின் நோக்கிலிருந்து கருதப்பட வேண்டும். எப்போதுமே, குறைந்தபட்சம் இறுதியாக, தனது சகாக்களிடமிருந்து பிரிக்கப்பட்ட தனிமனிதனின் நலம் என்பது உள்ளது. அவனது ஆளுமை வெளியீட்டின் வழிகளைப் பெறுவதற்கான பலவேறு குழுக்களின் ஆர்வமும் உள்ளது. சமூக விசைகளின் முழு அழுத்தத்தின் ஒட்டுமொத்த விளைவான சமுதாயத்தின் நலமும் உள்ளது. நாம் தனிமனிதர்கள் தங்கள் உரிமைகளை மோதலினால் நிர்ணயித்துக் கொள்ளவோ, அதுபோலவே சமுதாயத்திலுள்ள குழுக்கள் தங்கள் உரிமைகளை நிர்ணயிக்கவோ விடமுடியாது. நாம் பொதுவான விதிகளால் வாழவேண்டும். அந்தப் பொதுவிதிகளைக் கட்டாயமாக்கவும், அதற்கு விளக்கம் தரவுமான ஓர் அமைப்பை நாம் கட்ட வேண்டும். குழுக்களும் தனிமனிதர்களும் தங்கள் சுதந்திரத்தில் பாதுகாப்பாக இருக்கவேண்டும், நிறுவனங்கள் அவற்றுக்குப் பாதுகாப்பாக இருக்கவேண்டும் என்ற முறையில் நாம் அதைக் கட்டவேண்டும். எந்த ஒரு அமைப்பும் ஏதோ ஒரு குறித்த சிறப்பு ஆர்வத்தினால் எடையிடப்பட முடியாது என்பதையும் உடனே புரிந்துகொள்வது நல்லது. தங்களை நிலைநிறுத்திக் கொள்ளக் குறைவான பலமுடைய பிறருக்கு எதிராகத் தங்கள் வழியைச் செலுத்தும் அதிகாரம்கொண்ட தனித்த

உரிமைகள் | 219

நபர்களோ, தனித்த குழுக்களோ எப்போதுமே இருப்பார்கள். நமது மூலவளங்களுக்கு ஏற்ற முறையில், மிகப் பெரிய எண்ணிக்கையிலான மக்களுக்கு வாழ்க்கையை அனுமதிக்கின்ற ஒரு சமரசத்தைத் தேடி நமது முயற்சி அமைய வேண்டும்.

இயல் நான்கு - சுதந்திரமும் சமத்துவமும்

1. சுதந்திரத்தின் இயல்பு

தங்கள் மிகச் சிறந்த சுயங்களாகத் தாங்கள் இருக்க வாய்ப்புக் கிடைக்கின்ற சூழலைப் பேராவலுடன் மனிதர்கள் பேணுவதைத்தான் நான் சுதந்திரம் என்று அர்த்தப்படுத்துகிறேன். ஆகவே சுதந்திரம் என்பது உரிமைகளின் விளைபொருள். நமது திறன்களின் முழுவளர்ச்சிக்கும் இன்றியமையாத சூழல்களின்மீது கட்டப்பட்ட அரசு, தனது குடிமக்களுக்குச் சுதந்திரத்தை அளிக்கும். அவர்களுடைய தனித்தன்மையை அது வெளிப்படுத்தும். பொதுக் களஞ்சியத்திற்குத் தனிமனிதர்கள் தங்கள் தனித்த, நெருக்கமான அனுபவங்களைப் பங்களிக்க அது உதவிசெய்யும். தனது உறுப்பினர்களுக்குக் கிடைக்கின்ற மிகப்பரந்த அறிவின்மீதுதான் அரசின் முடிவுகள் கட்டப்படுகின்றன என்ற பாதுகாப்பை அது அளிக்கும். மனிதர்களின் தனித் தன்மையை அழிக்கின்ற படைப்பூக்க முறிவை அது தடுக்கும். உரிமைகள் இன்றிச் சுதந்திரம் இல்லை. ஏனெனில் உரிமைகள் இல்லாவிட்டால் ஆளுமையின் தேவைகளுக்குத் தொடர்பற்ற சட்டத்தின் அடிமைகள் ஆகிவிடுவார்கள்.

ஆகவே சுதந்திரம் என்பது ஒரு நேர்முகப் பொருள். அது கட்டுப்பாடு இன்மையை மட்டும் குறிப்பதல்ல. சேர்ந்துவாழவேண்டும் என்ற பண்பின் விளைவுதான் கட்டுப்பாடு; ஏனெனில் பொது விதிகள் இன்றி நாம் சேர்ந்து வாழ முடியாது. செய்யப்பட்ட விதிகள் நான் பின்பற்றுகின்ற, பொதுவாக ஏற்றுக் கொள்கின்ற ஓர் அனுபவத்துக்கு உருவமளிக்கவேண்டும் என்பதுதான் முக்கியம். தற்கொலை செய்துகொள்வதற்கு என்னை அனுமதிக்காதபோது நான் என் சுதந்திரம் ஆபத்துக்குள்ளாவதாக உணர மாட்டேன்.

சாலையின் குறித்த பக்கத்தில்தான் வாகனத்தை ஓட்டவேண்டும் என்று விதிக்கப்படுவதால் எனது படைப்பாற்றல் உந்துதல்கள் முறிவுக்கு ஆளாவதில்லை. நான் என் குழந்தைகளைப் படிக்கவைக்க வேண்டும் என்று சட்டம் கட்டளையிடும்போதும் என் சுதந்திரம் பறிபோவதாக நினைப்பதில்லை. நமக்காக வரலாற்று அனுபவம் நல்வாழ்க்கை மேம்படுவதற்கு வசதியான விதிகளை எழுப்பியுள்ளது. இவற்றுக்கெல்லாம் கீழ்ப்படியவேண்டும் என்று கட்டாயப்படுத்துவது ஒரு மனிதனைச் சுதந்திரமற்றவன் ஆக்குவதில்லை. பொதுநலத்துக்காக வேண்டித் தடைசெய்ய வேண்டிய நடத்தைவழிகள் மிகுதியாக உள்ளன. கட்டுப்படுத்தப்படாத செயல்களின் வட்டத்திலிருந்து அவற்றை நீக்குவதை சுதந்திரத்தில் தலையிடுவதாகக் கருதவேண்டியதில்லை.

சட்டப்பூர்வமாக அந்தத் தடையை விதிக்கும் அதிகாரி செய்தால் அப்படிப் பட்ட ஒவ்வொரு தடையையும் நியாயப்படுத்த முடியும் என்று வாதிட முடியாது. பொது நன்மைக்காகச் செயல்படுவதாகக் கூறிக்கொண்டாலும் அரசாங்கங்கள் சுதந்திரத்தில் தலையிட முடியும். ஒத்துவராக் கொள்கையினரை முழு அரசியல் உரிமையிலிருந்து விலக்கியது அவர்களின் சுதந்திரத்தில் தலையிட்டதே ஆகும். உடைமையாளர்களுக்கு மட்டும் வாக்குரிமை அளித்தமை ஒரு சுதந்திரத் தடையே ஆகும். 1799-1800இன் இணைவு விதிகள் உழைப்பாளர்களின் சுதந்திரத்தை அழித்தன. தங்களுடைய அனுபவங்களைச் சட்டவிதிகளாகப் பெயர்க்கும் முயற்சியில் அவர்களால் ஒன்றிணைய முடியாததால் அவர்களால் தங்கள் சிறந்த சுயத்தை அடையமுடியவில்லை. அதாவது, விதிக்கப்படும் தடைகள், அவற்றால் பாதிக்கப்படுபவர்களின் விருப்பங்களின்மீது கட்டப்பட்டிருக்க வேண்டும் எனபது சுதந்திரத்துக்கு இன்றியமையாதது. அதிகாரத்தை வைத்திருப்பவர்களின் மீது பதியத்தக்கவகையில் எனது விருப்பத்தைச் சொல்வதற்கான வழிவகைகள் இருப்பதை நான் உணரவேண்டும். இடப்படும் ஆணைகளை என்னால் நுண்ணாய்வு அல்லது விமரிசனம் செய்ய முடியாது என்றால் ஓர் உயிருள்ள அர்த்தத்தில் நான் சுதந்திரமற்றவன்தான்.

ஆகவே சுதந்திரம் என்பது ஒரு விதிக்கு வெறுமனே கீழ்ப்படிவதல்ல. எனது சுயம், பிறரின் சுயங்களிலிருந்து மிகவும் தனித்து வேறுபட்டிருப்பதால் ஓர் ஆணையின் சாராம்சத்தில் எனது நலன் உள்ளடங்கிப் யிருக்கிறது என்று நான் உணர்ந்தாலொழிய அது நல்லதென்று ஒப்புக்கொள்ள இயலாது. ஒருவேளை, எனக்குச் சோர்வளிக்கின்ற கட்டுப்பாடுகளைச் சகித்துக்கொள்ள வேண்டிவரலாம். வருமானவரிப் படிவங்களை நான் பூர்த்தி செய்தாக வேண்டும்; குறித்த சமயத்தில் எனது காரின் விளக்குகளை நான் ஏற்றியாக வேண்டும்.

ஆனால் இயல்பான எந்த ஒருவனும் இதுபோன்ற கட்டுப்பாடுகளை தனது நலனுக்குத் தொடர்பில்லாதது, அதனால் ஒடுக்கக்கூடியது என்று கருதமாட்டான். ஒருவன் தான் செய்வது, 'செய்யவேண்டிய ஒன்றுதான்' என்று அறியும்போது கிடைக்கும் உள்ளுந்தல்களின் ஒருங்கிசைவை அழிக்கும் விதமாக ஒரு தடை செயல்படும்போதுதான் ஒரு கட்டுப்பாடு சுதந்திரத்தில் தலையிடுவதாகிறது. ஆன்மிக வளத்துக்கான வாழ்வை முறிக்கும்போது கட்டுப்பாடு என்பது தீமையாக உணரப்படுகிறது. நமது ஒழுக்க ஆகிருதிக்குத் துணை சேர்க்கும் விஷயங்களில் நமது சொந்த ஆர்வத்திற்கான ஓர் இடம் வேண்டும் என்று நாம் ஒவ்வொருவரும் வாழ்க்கையில் நினைக்கிறோம். அதனுள் அடங்கியுள்ள முன்மையைக் கட்டுப்படுத்துகின்ற தடைகளின் அமைப்புதான் நமது சுதந்திரத்தை அழிக்கக்கூடியது. குடிமக்களின் மனங்கள் செயலூக்கமுடைய மனங்களாக இருக்கவேண்டும். அவற்றுக்குச் சிந்திப்பதில் பழக்கம் அளிக்கப்பட வேண்டும். குடிமக்களாக இருக்கும் தங்கள் பணியில் அடங்கியுள்ள கடமைகளுக்கு அவர்கள் விழிப்பாக இருக்க வேண்டுமென்றால் அவர்கள் விருப்பம், மனச்சாட்சி ஆகியவற்றின் பயிற்சிக்குப் பழக்கப்பட்டிருக்க வேண்டும். எளிய மக்களின் போதிக்கப்பட்ட மனச்சாட்சியை அடிப்படையாகக் கொண்ட விருப்பத்தினை ஊக்கப்படுத்துவது தவிர சுதந்திரம் என்பதில் வேறொன்றுமில்லை.

இந்தப் பின்னணியில் அரசுக் குறுக்கீட்டின் எல்லைகளை வரையறுக்கின்ற மில்லின் புகழ்பெற்ற முயற்சிகளை நாம் ஏற்க முடியாது. நான் செய்கின்ற எந்தச் செயலும் என்மீது ஒரு சமூக உறுப்பினன் என்ற முறையில் விளைவுகளை ஏற்படுத்துவதால் எல்லா நடத்தையும் சமூக நடத்தையே. நான் வெறும் ஜடமாக ஆணைகளை ஏற்பதைவிட மேலாக இருக்கச் சில குறித்த சுதந்திரங்கள் எனக்குத் தேவை; அந்தச் சுதந்திரங்களைப் பேணுவதற்குக் குறித்த விரைந்த விழிப்புமிக்க சூழலும் தேவை. இவ்வாறாகச் சுதந்திரத்திற்குக் கட்டுப்பாடுகள் உள்ளன. ஏனெனில் நான் பயன்படுத்தும் தனித்த சுதந்திரங்கள், என்னுடன் வாழும் மனிதர்களின் சுதந்திரங்களை அழிக்கின்றவை அல்ல. நான் எனது சொந்த நடத்தையின் வழிமுறையை எனக்கென நான் தகுதியென நினைத்து, அமைத்துக்கொள்ள நான் தேர்ந்தெடுத்த பாதைகள் எனது சுதந்திரங்கள். எனது சிறந்த சுயத்தை நான் அடைகின்ற பாதையாக அமைகின்றவை, ஒட்டுமொத்த நிலையில், ஒரு பொதுச் சுதந்திரத்தை நான் அனுபவிக்கப் பெற்றிருக்க வேண்டிய சுதந்திரங்கள். நான் அதை அடைந்துவிடுவேன் என்பதல்ல. நான் மட்டும் தான் எனது சிறந்த சுயத்தை உருவாக்க முடியும் என்று சொல்வதே அது. இந்தச் சுதந்திரங்கள் இன்றி உருவாக்குவதற்கான வழிவகைகள் என்னிடம் இருக்காது.

ஆகவே மனித ஆளுமையின் வளர்ச்சிக்கு இன்றியமையாதவை என்று வரலாறு காட்டியுள்ள வாய்ப்புகள்தான் சுதந்திரங்கள். சுதந்திரங்கள் உரிமைகளிலிருந்து பிரிக்க முடியாதவை. இல்லாவிட்டால், அவற்றை அடையும் சாத்தியங்கள் அவற்றின் பண்பை அழிக்கின்ற ஒரு நிச்சயமின்மையால் தடைப்படுத்தப்படுகின்றன. உதாரணமாக, எனது கருத்துக்கூறலைத் தொடர்ந்து அதற்கு தண்டனை கிடைத்தால் நான் பொதுவாக என் கருத்தை வெளிப்படுத்தாமல் நிறுத்திவிடுவேன். உண்மையில், நான் ஒரு குடிமகனாகவும் இருக்க இயலாது; எனக்கு அரசு அர்த்தம் அற்றதாகிறது. ஏனெனில் எனது அனுபவத்தை என் விருப்பத்திற்குள் அடக்க முடியாவிட்டால், அண்மையிலோ பிறகோ, எனக்கு ஒரு விருப்பம் என்பதே இல்லாமல் போகிறது. உரிமைகளின் தலையீடு கலகத்திலோ, தேவைப்பட்டால் எதிர்ப்பிலோதான் முடியும் என்ற அறிவைவிடச் சுதந்திரத்திற்கு நிபந்தனை என எதுவும் இருக்க இயலாது. கடைசி முயற்சியாக, அமைப்புற்ற, பிரக்ஞைபூர்வமான, எதிர்க்கின்ற சக்தியாக இல்லாவிட்டால் சுதந்திரம் என்பது வேறொன்றுமில்லை. இதைத் தொடர்ந்து வரக்கூடிய அரசிலிநிலை என்பதன் உட்குறிப்பு, அரசாங்கத்தின் தவறான பிரயோகத்திற்கு எதிரான பாதுகாப்பாகும்.

நான் இங்கே சுதந்திரத்தை வாய்ப்பின் பின்னணியில் வைத்திருக்கிறேன். திரும்பவும், வாய்ப்பு என்பது அரசின் பின்னணியில் இருக்கிறது. அது அமைப்புறுவதை ஏற்கின்ற ஒரே சூழல் அதுதான். நாம் பாதைகளை ஏற்படுத்தலாம்; நாம் மனிதர்களை அவற்றின் ஆதாயங்களைப் பெறக் கட்டாயப்படுத்த முடியாது. மேலும் நாம் ஓர் எல்லைக்குள்தான் பாதைகளை உருவாக்கவும் முடியும். ஒருவன் வாழ்க்கையில் தான் அக்கறை கொள்கின்ற யாவும் காதலில் தான் பெறும் வெற்றியைச் சார்ந்துள்ளது என்று உணரலாம்; கடந்த காலத்தில், அவனுக்கு அன்பு கிடைக்காமற்போகக் காரணமான சாதி, இனம், மதம் முதலிய தடைகளை நாம் நீக்கலாம். ஆனால் அவனது வேண்டுகோள் வெற்றியடையும் என்று நாம் உத்திரவாதம் அளிக்க இயலாது. அமைப்பு உருவாக்க முடிகின்ற பாதைகள் ஒருவனுடைய மிக அந்தரங்கமான சாதனை என்பது தனிப் பட்டது, சமூகக் கட்டுப்பாட்டைத் தவிர்க்கின்ற தனிமையாதல்களின் மீதுதான் கட்டப்படுகிறது என்ற மெய்ம்மையால் எப்போதுமே அவை கட்டுப்படுத்தப்படுகின்றன.

இருப்பினும் சமூகக் கட்டுப்பாடு என்பது முக்கியமானது. கடைசி வகைமுறையில், அரசு என்னை மகிழ்ச்சியாக்க முடியவில்லை என்றால், அது விரும்பினால், நிச்சயமாக அதனால் என்னை மகிழ்ச்சியின்மையில் தள்ள முடியும். அது வேண்டுமென்றே என் அந்தரங்க வாழ்க்கையில் குறுக்கிடலாம். மற்ற குடிமக்களிடமிருந்து

என்னைத் தனித்துப் பிரிக்கின்ற வகையில் ஒரு சமூக அலகாக்கி இழிவுபடுத்தலாம். வில்லியம் ஜோன்ஸின் சொற்களில், என்னைச் சுதந்திரமின்மையில் "சிக்க வைக்கின்ற" ஒரு பொருளாதார முறைமையை அது பாதுகாக்கலாம். இவற்றில் எதுவுமே மெய்யாகவே ஒரு தனித்த வகை அல்ல; வேறுபடுத்திப் பார்ப்பது நமது வசதிக்காகவே. சுதந்திரம் என்பது ஒரு நிச்சயமான முழுமை. ஏனெனில், நான் வாழும் வாழ்க்கை ஒரு முழுமை. அதில் முழு ஆளுமையையும் ஒருங்கிசைந்ததாக அடைய முயலுகிறேன். இவற்றில் ஒவ்வொரு கூறினையும் பற்றி நாம் தனியாகப் பார்க்கவேண்டிய அளவுக்குத் தெளிவானவை.

இந்தப் பின்னணியில், அரசுச் செயல்பாடு என்பது அரசாங்கச் செயல்பாடே என்பதை வற்புறுத்த வேண்டியுள்ளது. எனது சுதந்திரத்தை பாதிக்கின்ற விதிகளைப் பேணுகின்ற தன்மை என்பது இதற்கு அர்த்தம். இந்த விதிகள் அரசாங்கம் ஆகமுனைகின்ற ஆட்களால் சுமத்தப்படும். அரசையும் அரசாங்கத்தையும் வேறுபடுத்திப் பார்க்க முனையும் கோட்பாடுகள் எப்போதுமே நிர்வாகச் செயலின் சாராம்சத்தைப் புறக்கணித்துவிடுகின்றன. தடுக்கப்படும் உரிமைகள் என்றால், அதிகாரத்தை வைத்திருப்பவர்கள் தடுத்து வைத்திருக்கும் உரிமைகள் என்று அர்த்தம். ஒரு ஜனநாயகக் கோட்பாட்டில் குடிமக்களின் திரள்தான் அதிகாரத்தை வைத்திருப்பவர்கள் என்று கூறுவது, நவீன அளவுள்ள அரசுகளில், மக்கள் தங்கள் தினசரி வாழ்க்கையின் அழுத்தத்தினால் அந்த அதிகாரத்தைச் செலுத்த முடியாது என்ற உயிரான உண்மையை விட்டுவிடுவதாகத்தான் பொருள்படும். அவர்களிடம் செல்வாக்கும் அபிப்பிராயமும் இருக்கலாம்; ஆனால் அவை அரசாங்கத்தின் அதிகாரத்துக்குச் சமம் அல்ல. நிர்வாகச் செயல்களின் ஒட்டுமொத்தச் சக்திதான் நவீன அரசின் இதயமாக இருக்கிறது. இந்தச் செயல்களின் பின்னாலுள்ள கொள்கைகள் மிக முக்கியமானவை. ஆனால் தங்களைச் செயல்படுத்தும் முறையில், கொள்கைகள் சக்தியிழக்கச் செய்யப்படலாம்; அவற்றின் மெய்யான நிர்வாகம் என்பது அரசாங்கங்களின் கையிலுள்ளது.

ஆகவே அரசாங்கத்தைத் தட்டிக் கேட்கமுடியாவிட்டால் சுதந்திரம் என்பது ஒருபோதும் நிஜமானதல்ல. அது உரிமைகளில் தலையிடும் பொழுதெல்லாம் தட்டிக் கேட்கப்படவேண்டும். தனது அமைப்புற்ற தன்மை ஏதோ ஒரு சிறப்பு நலத்தின் பக்கமாகச் சாய்வது தடுக்கப்படாவிட்டால், அது தலையிட்டுக் கொண்டுதான் இருக்கும். நான் சுதந்திரத்தின் கூறுகளாகக் குறித்த மூன்றும் இந்த நிலைமையைச் சார்ந்தவைதான். உதாரணமாகக், குறைந்தபட்சம் இறுதியிலேனும் என்னைச் சூழ்ந்துள்ள எனது முயற்சியின் விளைவுகள்,

முக்கியமாக என்னைத் தனித்து பாதிக்கின்ற என் வாழ்க்கையின் அந்தந்தப் பகுதிகளில், எனது சுதந்திர வாய்ப்பைச் செலுத்துவதைத் 'தனித்த (தனிமனித) சுதந்திரம்' என்பதால் குறிப்பிடுகிறேன். இதற்கு மதம் ஒரு நல்ல உதாரணம். எந்த வகையான மத விசுவாசத்திற்கும் எந்த தண்டனையும் இல்லாவிட்டால் தவிர, ஏதோ ஒருவகையான மதவடிவத்திற்கு அரசியல் ஆதாயம் எதுவும் சேர்ந்திராவிட்டால் தவிர, எவ்விதத் தடையுமின்றி எனது மதக் கொள்கையை முடிவுசெய்ய உண்மையில் எனக்குச் சுதந்திரம் இல்லை. இங்கிலாந்து அரசாங்கம், வேறுபடு கொள்கையினர்க்கு அரசாங்க வேலை வாய்ப்பை மறுத்த பொழுது அது தனிமனித சுதந்திரத்தில் தலையிட்டது. நேரடியாக அது தண்டிக்கவில்லை; குறைந்தபட்சம், அது மாற்று-மத விசுவாசிகளுக்குச் சிறப்பு ஆதாயத்தைத் தந்தது. நான்டிஸ் பிரகடனத்தை ஃபிரான்ஸ் இரத்துசெய்தபோது, அது தனிப்பட்ட சுதந்திரத்தில் குறுக்கிட்டது; ஏனெனில் மதவிசுவாசமாகிய மதிப்புமிக்க தொழில், அரசியல் பாதுகாப்பு இழப்பையும் உள்ளடக்கியிருந்தது.

இவையெல்லாம் எளிய உதாரணங்கள். சிக்கலான நவீன அரசில், தனித்த சுதந்திரங்களுக்குள் தலையிடுதல் இன்னும் நுணுக்கமாக இருக்கும். ஓர் ஏழைக்குடிமகன் நீதிமன்றங்களில் போதிய சட்டப் பாதுகாப்பு பெற முடியவில்லை என்றால் தனிமனிதச் சுதந்திரத் தலையீடுதான் நிகழ்கிறது. தனது வசதிகளுக்குள் பணக்காரர்களுக்கு மட்டும் வாய்ப்பளித்து, ஏழைகளுக்கு அவை சாத்தியமில்லை என்று இல்லாவிட்டாலும் அவற்றைப் பெறக் கடினமாக்குகின்ற மணவிலக்குச் சட்டம், தனிப்பட்ட சுதந்திரக் குறுக்கீடுதான். அதிக அளவு ஜாமீன் பெறுவதற்கான கேட்பும் அப்படித்தான்; அதேபோல ஏழைச் சிறைவாசி, போதிய சட்ட ஆலோசனை பெற முடியாத நிலையில் அரசாங்கத்திடமுள்ள சட்டச் சாத்தியத்தை எதிர்கொள்வதும் அப்படித்தான். ஆகவே மனிதனின் சுயத்திற்கு முக்கியமாகத் தனித்ததாக உள்ள சாராம்சக் கூறினைக் கொண்டதுதான் தனிப்பட்ட சுதந்திரம். வாழ்க்கையின் அந்தரங்க உறவுகளில் மனிதன் முழுமையாகத் தானாக இருக்கும் வாய்ப்பினை அளிப்பது. அந்த உறவுகளைப் பாதுகாக்க என எழுப்பப்பட்ட பாதுகாப்புகளைத் தான் பெறுவதற்கு நடைமுறையில் கிடைக்கும் வாய்ப்பு அது.

அரசின் விஷயங்களில் செயலூக்கத்தோடு இருப்பதற்கான அதிகாரம்தான் அரசியல் சுதந்திரம். பொதுவிஷயங்களின் சாராம்சத்தில் என் மனத்தை நான் சுதந்திரமாக விளையாட விடமுடியும் என்பது அதற்கு அர்த்தம். அனுபவங்களின் பொதுக்களஞ்சியத்தில் எனது தனித்த அனுபவத்தை எவ்விதத் தடையுமில்லாமல் நான் சேர்க்க முடிய வேண்டும். அதிகாரத் தலைமைப் பீடங்கள் கிடைக்கும் வழியில்

பொதுத் தடைகளன்றி வேறு தடைகள் எனக்கு இருக்கலாகாது. எனது கருத்தை அறிவிக்க என்னால் முடிய வேண்டும், அந்தக் கருத்தை அறிவிப்பதில் பிறருடன் கூட்டுச் சேரவும் முடிய வேண்டும். அரசியல் சுதந்திரம் மெய்யாக இருக்க வேண்டுமானால், இரண்டு நிபந்தனைகள் இன்றியமையாதவை. ஒன்று, நான் பிறருக்குப் புரியும்வகையில் கருத்தை வெளிப்படுத்தும் அளவுக்கு நான் கல்வி கற்றிருக்க வேண்டும். ஏழைகளின் ஊமையான, கருத்து வெளிப்படுத்த இயலாத் தன்மையைப் பார்த்தவர்கள் இந்த விஷயத்தில், கல்வியின் முக்கியத்துவத்தை உணரமுடியும். நமது கல்வி அமைப்புகள் பணக்காரர்கள் அல்லது மேற்குடியில் பிறந்தவர்களின் சிறார்களுக்குத் தலைமையின், அதிகாரத்தின் பழக்கங்களில் பயிற்சி அளிக்கின்றன, ஆனால் ஏழைகளின் சிறார்களுக்கு அடங்கிப்போவதற்குப் பயிற்சி அளிக்கின்றன என்பது மிகவும் அதிர்ச்சியளிக்கக் கூடியது. இப்படிப்பட்ட பிரிவு ஒருபோதும் அரசியல் சுதந்திரத்தைப் பெற்றுத்தராது. நிர்வகிக்கப் பயிற்றப்பட்ட ஒரு வகுப்பினர் தங்கள் அதிகாரங்களைச் செலுத்துவார்கள். ஆனால் பணிவிணக்கத்துக்குப் பயிற்றப்பட்ட மற்றொரு வகுப்பு தனது கோரிக்கைகளை எப்படி முறையாகச் சொல்வது என்று தெரியாத காரணத்தினால் தனது தேவைகளைப் பெற முடியாது. அனுபவக் காலங்களில் தொழிற்சங்கங்கள் போன்றவற்றுடன் இணைவது ஒருவேளை சமநிலையைச் சற்றே சீர்ப்படுத்த ஏதேனும் செய்யலாம்; ஆனாலும் அது சிறுவயதுப் பயிற்சியில் ஏற்பட்ட குறையை முற்றிலும் சீர்ப்படுத்த முடியாது. வேறுபட்ட பழக்கங்களைக் கற்பித்தல் ஒருபோதும் சுதந்திர மக்களை உருவாக்க இயலாது. மனிதர்கள் தாங்களாகவே நிறுவனங்களை உருவாக்கவும் பணிசெய்விக்கவும் முடியும் வழியைக் கற்றபிறகுதான் தங்கள் தேவைகளுக்கேற்ப அவற்றை ஒத்துழைக்க வைக்க முடியும்.

அரசியல் சுதந்திரத்திற்கு இரண்டாவது நிபந்தனை நேர்மையான, நேரடியான செய்தியளிப்பு ஆகும். முடிவெடுக்கின்ற அதிகாரத் தலைமையினர், அதற்குத் தேவையான உண்மையான தகவல்களைப் பெறவேண்டும். ஒருதலையான தகவலளிப்புகளால் அவர்களுடைய முடிவெடுக்கும் திறன் பாதிக்கப்படலாகாது. அண்மைக்காலத்தின் அனுபவங்களால், இது அவ்வளவு எளியதன்று என்பதை நாம் அறிந்திருக்கிறோம். பத்திரிகைத்துறை என்ன ஆக்க வேண்டுமென்று விரும்புகிறதோ அவ்விதமாக ஓர் அரசியலாளரை ஆக்கிவிடப் பெரும்பாலும் முடியும். மிகத்திறமையாகத் தேவையான மெய்ம்மைகளைச் சொல்லாமல் விடுவதன் வாயிலாக ஒரு கொள்கையை முற்றிலும் நல்லதென்றோ தீயதென்றோ ஆக்கிவிடலாம். நமது நாகரிகம் செய்தியை வேண்டுமென்றே தவறாக்கி வாழ்கின்ற முகமைகளைத் தூண்டியிருக்கிறது. பத்தொன்பதாம் நூற்றாண்டில்

கல்விக் கலையினால் சாதிக்கப்பட்டவை எல்லாம் இருபதாம் நூற்றாண்டின் பிரச்சாரக் கலையினால் வீணடிக்கப்பட்டன என்று சொல்வது தவறாகாது. இன்று நமது முடிவெடுப்புக்கு நோக்க வேண்டிய களத்தின் பரப்பினால் பழங்காலத்தை விட மேலும் இப்பிரச்சினை சிக்கலுக்குள்ளாகியிருக்கிறது. அந்தக் களம் முழுவதையும் கருத்திற்கொள்ளக்கூடிய துல்லியத்துடன் மேலாய்வுசெய்ய நமக்குப் போதிய ஓய்வுநேரமில்லை. பெரும் அளவுக்கு, நாம் நம்பித்தான் மெய்ம்மைகளை ஏற்கிறோம். ஆனால் அந்த மெய்ம்மைகள் வேண்டுமென்றே திரிக்கப்பட்டிருந்தால், நமது தீர்மானங்கள் உண்மைக்குத் தொடர்பற்றவை ஆகின்றன. நம்பத்தக்க செய்தியைப் பெற இயலாத மக்கள், அண்மையிலோ பிறகோ, சுதந்திரத்திற்கு அடிப்படை அற்றவர்கள் ஆகிறார்கள். 'திரித்தல்' என்னும் நஞ்சுக்குள்ளாக ஒருவர் தனது தீர்மானத்தை இயற்றுவதென்பது இறுதியில் அழிவுண்டாக்கும் அளவுக்கு விலகிச் செல்வதாக அமைகிறது.

பொருளாதாரச் சுதந்திரம் என்பதில் நான் ஒருவர் தனது தினசரித் தேவைகளைச் சம்பாதிப்பதற்கு நியாயமான வழியைப் பெறுகின்ற பாதுகாப்பையும் வாய்ப்பையும் குறிப்பிடுகிறேன். அதாவது நான், வேறு எந்தவிதப் போதாமைகளையும் விட, வேலையின்மை, போதிய வருமானமின்மை ஆகியவற்றின் நிரந்தர பயத்திலிருந்து விடுபட்டிருக்கவேண்டும். இந்த பயம் ஆளுமையின் முழு பலத்தையும் உறிஞ்சிவிடுகிறது. நாளையின் தேவைகளுக்கு எதிரானப் பாதுகாப்பை நான் பெற்றிருக்க வேண்டும். எனக்கு ஒரு வீடு கட்டிக்கொள்ள முடியும், அந்த வீட்டை எனது சுய-வெளிப்பாட்டின் வழிவகை ஆக்கமுடியும் என்பதை நான் அறிய வேண்டும். சேவைகளை உற்பத்திசெய்பவன் என்ற விதத்தில் எனது முயற்சியின் ஊடாக என் ஆளுமையை நான் பாயச் செய்ய இயல வேண்டும், அந்த முயற்சியில் என்னை வளப்படுத்திக் கொள்ளும் சாத்தியம் வேண்டும். இல்லாவிட்டால் நான் என்னவெல்லாமாக இருக்கிறேனோ, அதன் வண்ணம், இழைவு ஆகியவற்றை அளிப்பனவற்றில் நான் முடமாக்கப் பட்டு சுருங்கிப்போகிறேன். இந்த அர்த்தத்தில் நான் விடுதலை பெற்றிருக்க வேண்டும், அல்லது நாகரிகத்தின் விபத்துகளாகச் சேரிகளிலும் சிறைகளிலும் இருக்கும் அரை-ஆன்மாக்களில் ஒருவனாக வேண்டும். இது மட்டும் அல்ல. நிலக்கரியையும், செருப்பையும், நாற்காலியையும் போன்று எனது உழைப்பும் வெறுமனே சந்தையில் விற்றுவாங்கப்படும் சரக்கு ஆகிவிடுவதால் நான் சிந்தனையின்றிக் கீழ்ப்படியக்கூடிய ஆணைகளை ஏற்பவனாகிவிடாமல், அதற்கு மேலானநிலையில் இருக்கவேண்டும். இந்த விடுதலைகள் இல்லாமல் போனால், குறைந்தபட்சம் இவை கிடைக்காமல் போனால், மக்கள்

வெறும் வாங்கிவிற்கக்கூடிய அடிமைகள் என்ற நிலைக்குமேல் ஒன்றுமில்லை.

ஆகவே பொருளாதாரச் சுதந்திரம் என்பது தொழில்துறையில் ஜனநாயகத்தை உட்கொண்டுள்ளது. இதற்கு இரண்டு அர்த்தங்கள் உள்ளன. ஒன்று, தொழில்துறை நிர்வாகம் என்பது மனிதர்களைக் குடிமக்களாக்கும் உரிமைகளின் அமைப்புக்குக் கீழ்ப்பட்டுள்ளது, இரண்டு, தொழில்துறை இயக்கம் என்பது கூட்டுறவினால் ஏற்பட்ட சட்டவிதிகளைக் கொண்டிருக்க வேண்டுமே அன்றி, கட்டாயத்தினால் ஏற்பட்டனவற்றைக் கொண்டிருக்கலாகாது என்ற பண்பைப் பெற்றிருக்க வேண்டும். மேலும் இந்தச் சட்டங்கள் உற்பத்தியின் தேவைகளைச் சார்ந்து இருக்கவேண்டும். அந்தத் தேவைகள் தனிப்பட்ட அல்லது அரசியல் சுதந்திரத்திற்குத் தேவையானதை விடத் தன்னெழுச்சித் தன்மைக்குக் குறைந்த இடமே விடுகின்றன. ஒரு மனிதன், தனது அரசியல் அல்லது மதத்தில் அசலாக இருக்க உரிமையுள்ளவனாக இருக்கவேண்டும்; அவன் பிறரோடு சேர்ந்து, (உதாரணமாக ஒரு நைட்ரோகிளிசரின் தொழிலகத்தில்) வேலை செய்யும்போது அசலாக இருக்கவேண்டிய அவசியமில்லை. ஆனால் தன்னைப் பற்றித் தீர்மானிக்கக்கூடிய தொழில்சார் தரங்களை நிர்ணயிப்பதிலும், அவற்றைப் பயன்படுத்துவதிலும் அவன் ஒத்துழைக்கக் கடமைப்பட்டவன். இல்லையெனில் அவன் பிறர் கட்டளைக்கேற்ப வாழ்பவன் ஆகிறான். அவனது முன்னெடுப்பு அவனுடைய சொந்தத் தனித்தன்மையின் வெளிப்பாடாக அமையாமல், புறத்திலிருந்து அவன்மீது சுமத்தப்படும் வழமையாகவும், வறுமையின் பயத்தினால் அவன்மீது திணிக்கப்படுவதாகவும் ஆகிறது. பயத்தின் அடிப்படையில் கட்டப்பட்ட ஒரு அமைப்பு, ஆக்கப்பூர்வத்திறன்களை வெளிப்படுத்துவதற்கு எப்போதும் மரண அடியாக இருக்கிறது, அதனால் அது சுதந்திரத்துடன் ஒத்துச்செல்ல இயலாதது.

II. சுதந்திரத்தின் பாதுகாப்புகள்

எனவே மக்கள்திரளுக்கு விடுதலை என்பதைச் சிறப்பு உத்திரவாதங்கள் இன்றிச் சாதிக்க இயலாது. முதலாவதாக, அவ்விடுதலை ஒருபோதும் சிறப்பு முன்னுரிமைகள் தரப்படுமிடத்தில் இருக்க இயலாது. பிறரைப் போன்ற அதிகாரம் எனக்குக் கிடைக்காத இடத்தில், அடுத்து மனமுறிவு நிகழக் கூடிய சூழலில் நான் வாழ்கிறேன். அது கிடைப்பதனாலான முழு ஆதாயத்தையும் நான் ஏற்க விரும்பாமல் இருக்கலாம் என்பது விஷயம் அல்ல. எனக்கு அதன்

மறுப்பு, என் வாழ்க்கையில் எனக்கு அளிக்கப்பட்ட ஒரு இடத்தை நான் நிரந்தரநிலையாக ஏற்றுக் கொள்கிறேன் என்று அர்த்தப்படும்; அது மீண்டும், விடுதலையின் சாராம்சமான தன்னிச்சைத் தன்மை என்பதை அழிக்கக்கூடியதாகும். அரசியலில் ஆங்கில நாட்டுப்புற வாழ்க்கையின் மாறாநிலையைக் காண்பவர்கள், முன்னெடுப்பு என்ற செடி எவ்வளவு மெதுவாக முதிர்கிறது என்பதை அறிவார்கள். ஆங்கில விவசாயத் தொழிலாளி, இதுவரை நீண்டகாலமாகத் தனது உள்ளுந்தல்கள் முறிக்கப்பட்ட சூழ்நிலையில் வாழ்ந்தவன். குடியுரிமை கிடைக்கும்போது, பொதுவாகவே அவனுக்குத் தனது வாய்ப்புகளை எப்படிப் பயன்படுத்திக் கொள்ளவேண்டும் என்பது தெரிவதில்லை. ஜோசப் ஆர்க் போன்ற ஒரு மேதை, சகிக்கமுடியாத நிலைமைகளுக்கு எதிராக அவனைக் கோபமுற்ற திடீர் எழுச்சிக்குத் தூண்டலாம். ஆனால் எதிர்ப்பு வரும்போது அதற்கு எதிரான முயற்சியில் ஈடுபடாத அளவுக்கு அவன் விமரிசனமற்ற இயக்கமற்ற நிலைக்குப் பழக்கப்படுத்தப் பட்டவன். அதேபோலத்தான், கருப்பு அடிமைகள் தாங்கள் ஒடுக்கப்படுவதைச் சகித்துக் கொள்ளும் நிலையும் ஒரு முன்னுரிமை பெற்ற தலைமைக்கு அடிமைப்படுத்தப்படும் பழக்கத்தின் விளைவாகும். ஆக்கும் திறன் என்னும் பழக்கத்தை அவர்கள் இழந்துவிட்டார்கள். அரிஸ்டாடில், இயற்கையான அடிமை என்பவனுக்குச் சிறப்பியல்பு எனக்கூறிய "உயிருள்ள கருவிகள்" என்பதாக மாறிவிட்டார்கள். தங்களால் தேர்வுசெய்யப்படாத ஆட்சியில் மற்றவர்கள் ஈடுபடுவதை நோக்குகின்ற மக்கள், காலப்போக்கில் தாங்கள் இயல்பாகவே ஆட்சிசெய்யப்படப் பிறந்தவர்கள் என்ற முடிவுக்கு வந்துவிடுகிறார்கள். தங்களுக்காகச் செயல்படும் விருப்பத்தையும் சக்தியையும் அவர்கள் இழந்துவிடுகிறார்கள். தங்கள் முன்னோர்களால் அமைக்கப்பட்ட நிறுவனங்களே அரசுக்குத் தேவையான அடித்தளங்கள் என்பதாக நினைக்கக் கற்கிறார்கள். தாங்கள் கேள்வி கேட்க வேண்டிய இடத்தில், பிறர் கூறியதை ஏற்பதைத் தங்கள் கடமையாக நினைக்கிறார்கள். மனிதர்கள் பிறர் கூறியதை ஏற்கும்போது, அவர்கள் பழக்கங்கள், அண்மையிலோ பிறகோ, பிறரின் விருப்பங்களுக்கேற்ப உருவாகின்ற நிலை அடைகின்றன. தங்கள் சொந்த நன்மையை அடைகின்ற தன்மையை இழந்துவிடுகிறார்கள். தன்னுணர்ச்சியினால் அல்ல, உள்ளார்ந்த விதமாகக் குறைந்தபட்சம் எல்லாருக்குமான நன்மை விழைவைக் கொள்ளாத பிறரின் பயன்பாட்டில் அவர்களுடைய ஆளுமை விழுந்து கிடக்கிறது; ஏனெனில், மற்றவர்களின் நன்மையை விரும்புகின்ற யாரும், சிறப்பு முன்னுரிமைகள் என்பவற்றை அழித்த பிறகே தொடங்குகிறார்கள்.

இம்மாதிரி முன்னுரிமைகளை வைத்திருப்பவர்கள்மீது அவற்றின் செல்வாக்கை இங்கே விட்டுவிடலாகாது. தங்கள் கட்டுப்பாடுகளின்

அமைப்பைத் தாங்களே உருவாக்கிக் கொள்ள இயலும் என்ற அளவில் அவர்கள் சுதந்திரமானவர்கள். ஆனால் அவர்களின் கட்டுப்பாடுகள் அவர்களின் சொந்த நலனுக்காகவே இயங்கும். தங்கள் வட்டத்திற்கு வெளியில் இருப்பவர்களைக் கீழானவர்கள் என்று கருத அவர்கள் முற்படுவார்கள். அவர்களுடைய கீழ்மை, இயற்கையின் ஒரு பகுதியாக ஏற்பட்டது என்று வலியுறுத்தவும் முற்படுவார்கள். அமெரிக்கத் தெற்கின் அடிமைச் சொந்தக்காரர்களைப்போல, அவர்கள் உரிமையற்றிருப்பது அவர்களுக்கு நன்மையே என்று வாதிடவும் செய்வார்கள். "மத்தியதர வகுப்பினர்தான் மனித இனத்தின் இயற்கையான பிரதிநிதிகள்" என்று மெக்காலே வாதிட்டதற்கு ஒப்பத் தங்களுக்குள் அவர்கள் சிறப்பு மேன்மைகளைக் கண்டுபிடிக்கவும் செய்வார்கள். அடிமைத்தளையிலிருந்து விடுவிக்கப்படாதவர்களை அதிகாரத்திற்கு அனுமதிக்கும் கோரிக்கைகளை முழுத் தீமையின் வரையறை என்றுதான் நோக்குவார்கள். கத்திமுனையில்தான் பெரும்பாலும் அவர்கள் தங்கள் அதிகாரத்தைப் பிறருக்குத் தருவார்கள்; ஏனெனில், சிறப்பு முன்னுரிமைகளைத் தானாகத் துறப்பது என்பது வரலாற்றில் விதிவிலக்கே தவிர, விதி அல்ல. ஆகவே தங்கள் தலைமை அதிகாரத்தை எவ்விதத்திலேனும் அவர்கள் தக்கவைத்துக் கொள்ளவே முனைவார்கள்; அது பெரும்பாலும், விடுதலையற்றிருப்பவர்கள் மேலும் ஒடுக்கப்படுவதற்கே வழிசெய்யும். எனவே மலட்டுத்தனமான அரசியல் ஆட்சிக்கு எதிராகத் தொல்லைமிக்க விமரிசனம் வந்துவிடக்கூடாது என்பதற்காகவே சிட்மத் பிரபு ஆறு சட்டங்களைப் புகுத்தினார். இப்படிப்பட்ட கொள்கைக்கு ஃபிரான்சிலும் ரஷ்யாவிலும் போல, அது எதிர்கொண்ட ஒடுக்குதலின் அளவுக்கேற்ற வன்முறை எதிர்வினையே கிடைக்கும். சுதந்திரத்துடன் குறிப்பிட்ட வகுப்பினரின் சிறப்பு உரிமைகள் ஒத்துச் செல்வதில்லை. ஏனெனில், சுதந்திரம் என்பது மனிதப் பிறவிகள் என்ற விதத்தில் சமமான யாவருக்கும் உரியது. அதிகாரத்தில் பங்கு பெறுவதிலிருந்து விலக்கி வைக்கப்பட்டவர்கள் தங்கள் சொந்த விருப்பத்துக்கேற்பவே அப்படிச் செய்யப்பட்டார்கள் என்பது நமக்குக் காட்டப்பட்டாலன்றி நாம் மனிதர்களுக்குள் வேறுபாடு காண இயலாது. இவ்வித விளக்கம் செய்யப் படலாம் என்று கொள்வதற்குக் காரணமில்லை.

இரண்டாவதாகச், சிலரின் உரிமைகள் பிறரின் இன்பத்தைச் சார்ந்து இருக்குமிடத்தில் சுதந்திரம் என்பது இயலாது. நமது பொதுவிதிகள், அதிகாரத்தில் இருப்பவர்களையும், அதிகாரத்திற்கு உட்படுபவர்களையும் ஒரே மாதிரியாகக் கட்டுப்படுத்த வேண்டும். குடிமகனாக இருப்பதனால் எனக்குக் கிடைக்கவேண்டிய உரிமைகளை நான் அனுபவிப்பதிலிருந்து என்னைத் தடுக்கும் நிலையில் எந்த மானிடக்குழுக்களும் இருக்கலாகாது. இன்று

அப்படிப்பட்ட நிலைமை இல்லை. ஒரு எஜமானனின் சித்தத்துக்கு ஏற்ப எனது பிழைப்பு அழிக்கப்படலாம். சந்தையில் ஓர் அத்தியாவசியப் பொருளின் பதுக்கலினால் எனது ஊதியத் தரத்தின் அர்த்தத்திற்கு ஊறு விளையலாம். சமுதாயத்தின் செல்வம் விநியோகப்பட்டிருக்கும் முறையினால் எனது குடியுரிமையின் முழுப் பண்புமே பாதிக்கப்படலாம்; அரசியல் சுதந்திரத்தை நான் அனுபவிப்பதாகத் தோன்றும்போது, உத்வேகங்களின் ஒத்திசைவு பற்றிய எனது நம்பிக்கையைப் பொருளாதாரச் சுதந்திரமின்மை மாயையாக்கி விடலாம். ஆகவே உரிமைகளின் செயல்படுத்தலில் மோதுகின்ற ஒரு தனிமனிதனின் அல்லது குழுவின் செய்கை நிகழும்போது அப்படி மோதக்கூடிய அவர்களது அதிகாரத்தை முறிக்கக்கூடிய ஒரு கட்டுப்பாடு தேவையாக இருக்கிறது. அந்தக் கட்டுப்பாடு, முதன்மையாக, ஓர் அரசுக்குரிய விஷயம். ஏனெனில் குடியுரிமை என்ற தளத்தில்தான் மனிதர்களின் வேறுபடுத்தப்படாத ஆர்வங்கள் தெளிவாகப் பார்வைக்குக் கிடைக்கின்றன. தினசரி நடைமுறையில், அரசுக் கட்டுப்பாடு என்பது அரசாங்கத்தின் கட்டுப்பாடுதான். தங்கள் செயலினால் பிறருடைய தலைவிதியைத் தங்கள் கைகளில் கொண்டிருக்கக்கூடிய எல்லா மக்களின் செய்கைகளும் தலைமையதிகாரத்தினால் வரையறைப்படுத்தப்படும் நோக்கில் அமைக்கப்படவேண்டும் என்பது தெளிவாகிறது.

இதனால் தனிப்பட்ட மனிதன் வாழ்க்கையின் ஒவ்வொரு திருப்பத்திலும் திருகலிலும் அரசாங்கம் குறுக்கிட வேண்டும் என்று அர்த்தமில்லை. சமூக நடவடிக்கையின் கொள்கைகளை நாம் திட்டமிடவேண்டும் என்றுதான் இதற்கு அர்த்தம். தனிமனிதர்கள் வேண்டுமென்றே திட்டமிட்டு சமூக இழப்பை ஏற்படுத்துகின்ற நிச்சயமின்மைகள் சமூகத்தைச் சீரமைக்கும்போது இருக்கலாகாது என்பதே இதற்குப் பொருள். நிலநடுக்கங்கள் போன்ற இயற்கை நிகழ்வுகளால் ஏற்படும் நிச்சயமின்மைகளை நம்மால் நீக்க முடியாது; ஆனால் ஸ்டாண்டர்டு ஆயில் டிரஸ்ட் அமைப்பு, பென்சில்வேனியா இரயில்பாதை அமைப்புடன் வெவ்வேறான வீதங்களில் ஒப்பந்தம் செய்துகொண்டு போட்டியாளர்களைக் களத்திலிருந்து துரத்துவதால் ஏற்படக்கூடிய நிச்சயமின்மை போன்ற செயற்கைகளையாவது குறைந்தபட்சம் அழிக்கலாம். *(Cf. H. D. Lloyd, Wealth against Commonwealth, pp.87ff.)* தாங்கள் பணிசெய்யக்கூடிய நிர்வாகிகளைப் புண்படுத்தக்கூடிய சில சொற்களைப் பயன்படுத்தியதால் தங்கள் பணியிலிருந்து ஆசிரியர்கள் நீக்கப்படுவதையேனும் நாம் தவிர்க்கலாம். *(Cf. Lightner Witmer, The Nearing Case, and in general, Upton Sinclair, The Goose Step.)* நமது கட்டுப்பாட்டுக் கொள்கைகள் யாவும் எல்லாருக்குமானவை; ஆனால் அவை சுட்டுகின்ற பிரச்சினைகளின் பலதரங்களுக்கேற்ப அவற்றின்

பயன்பாடும் இருக்கவேண்டும் என்பதால் ஒரு விதிமுறையாகவே, அவற்றுக்கு ஒரு மையமழிந்த நிர்வாகம் தேவை.

மூன்றாவதாக, இதெல்லாம், அரசுச் செயல்பாடு ஒருசார்பற்றது என்பதை ஏற்பதாகும். முழு அர்த்தத்தில், சந்தேகமின்றி, அந்த இலட்சியத்தை நாம் அடைய இயலாது. பலவிதமான ஆளுமைகள் சேர்ந்திருக்கின்ற, வெவ்வேறுவித நலன்களின் எடையிடல்கள் சம்பந்தப்பட்டிருக்கின்ற, வெவ்வேறு அளவுகளில் மனிதர்கள் முயற்சிசெய்கின்ற, வெவ்வேறு அளவிலான அறிவை மனிதர்கள் பெற்றிருக்கின்ற எந்த ஒரு சமூகத்திலும் அதிகாரத் தலைமை ஏதோ ஒரு சிறப்பார்வத்துக்கு ஆதரவாக முனைவது நிச்சயம். சுதந்திரத்தினைப் பேணுவதற்கு நாம் செய்யக்கூடிய மிக அதிகமான காரியம், அந்த அமைப்பே அதன் சார்புநிலையைக் குறைத்துக் கொள்ளும் என்று முனைவதுதான். ஆகவேதான் உரிமைகள் இவ்வளவு பெரிய முக்கியத்துவத்தைப் பெறுகின்றன; மிகக் குறைந்தபட்ச சார்புநிலைக்கு உத்திரவாதம் அவை. அரசு அதிகாரம் ஒரு சிலரின் பயன்பாட்டுக்கெனச் சீரழிக்கப்படாது என்று நமக்கு உறுதிப்பாட்டை அளிக்கின்றன. ஆனால் உரிமைகளைச் செயல்படுத்துவதில் இடைவிடாத விழிப்போடு மக்கள் இருந்தாலன்றி அது முறைகேடான விதத்தில் செயல்பட வாய்ப்பு ஏற்படும் என்பதை வலியுறுத்துவது முக்கியமானது. 1917இன் அமெரிக்க வேவுபார்த்தல் சட்டம் அமலாக்கப்படுவதற்கு ஒப்புதல் அளித்தவர்கள், உலகத்திலேயே மிகச் சக்திவாய்ந்த பெருந்தொழில் தன்னிச்சைத் தன்மைக்கு அதன் அடிப்படைகளை விமரிசனம் செய்யாமல் பாதுகாப்பதற்கான இதைப்போன்ற சட்டமியற்றல்களுக்குத் தாயாக அது மாறும் என்று சற்றும் புரிந்துகொள்ளவில்லை. அயர்லாந்தின் முறைமை மீட்சிக்காகப் பொதுமக்கள் சபையில் வாக்களித்தவர்கள் பிரிட்டிஷ் குடிமக்களுக்கு நீதியின் சாதாரண மூலவளத்தையும் அது இல்லாமற் செய்யப்பயன்படுத்தப்படும் என்று எதிர்பார்த்திருக்கவும் மாட்டார்கள். (Though, of course, Rex. v. O'Brien fortunately prevented the fulfilment of the Home Secretary's desire.) ஆகவே சுதந்திரத்தின் நுண்ணாய்வு பற்றிய பிரச்சினையை விட இம்மாதிரி ஒருசார்புத் தன்மையைத் தவிர்க்க வேண்டுகின்ற முறையில் வேறு எந்த விஷயமும் முக்கியமன்று. இந்நிலை இருப்பதற்கு விரைந்து வெறுப்புக்காட்டுகின்ற, மேலும் கடைசி பட்சமாகவேனும் அதற்குக் கீழ்ப்படிய மறுப்பதைக் கட்டாயப்படுத்துகின்ற, ஒரு குடிமக்கள் அமைப்புக்கு அது குறைக்கப்படும் என்ற மிகத் தெளிவான உத்திரவாதம் இருக்கிறது. ஆனால் பெரிக்ளிஸ் ஒரு பெரும் இறுதிச் சடங்கு உரையில் "சுதந்திரத்தின் இரகசியம் தைரியம்" என்று குறிப்பிட்டதைப் போல், பழைய ஏதென்ஸின்

குடிமக்கள் அமைப்புக்கும் கூட தனது குறித்த நோக்கத்திற்கு தைரியம் பாய்வதற்கான பாதைகளின் தேவை இருக்கிறது.

III. சுதந்திரமும் சமத்துவமும்

அந்தப் பாதைகள் சமத்துவம் என்ற புள்ளியை நோக்கிக் குவிகின்றன. அரசியல் அறிவியலின் முழுப்பரப்பிலும் வேறெந்தச் சிந்தனையும் இதற்கு இணையாகக் கடினம் வாய்ந்ததல்ல. டோக்வில், ஆக்டன் பிரபு போன்று சுதந்திரத்தின்மீது தீவிர ஆர்வம் கொண்ட மனங்களுக்குச் சுதந்திரமும் சமத்துவமும் எதிர்மறையான விஷயங்களாக இருந்தன. இது ஒரு தீவிர முடிவு. ஆனால் இருவருக்குமே, சமத்துவத்தின் உட்பொருளைத் தவறாகப் புரிந்துகொண்டதால் ஏற்பட்ட கருத்து இது. சமத்துவம் என்றால் சரிசமமாக நடத்துவதல்ல. விருப்பம், இயலுமை, தேவை ஆகியவற்றில் மனிதர்கள் வேறுபட்டிருக்கின்ற நிலையில் நடத்துவதில் சமத்துவம் என்பது இறுதிநிலையில் இயலாதது. ஒரு கணிதவியலாளனின் இயல்புக்குச் சரிசமமான எதிர்வினையை ஒரு கொத்தனின் இயல்புக்கான எதிர்வினை பெற்றால், சமூகத்தின் நோக்கம் எடுத்த எடுப்பிலேயே கலங்கிப் போகும். பரிசுகளுக்கிடையிலான வேறுபாடு தனது பேரளவினால் பிறரின் உரிமைகளில் தலையிட எனக்கு உரிமையளிக்காமல் இருந்தால், சமத்துவம் என்பது முயற்சியின் பரிசுகளுக்கான சமத்தன்மை கூட அல்ல.

சமத்துவம் என்பது பரந்த அளவில், சில சிந்தனைகளின் ஒருங்கிணைவு. அந்தச் சிந்தனைகள் ஒவ்வொன்றையும் சிறப்பு ஆய்வுக்கு உட்படுத்த வேண்டும். சந்தேகமின்றி, அடிப்படையில் அது ஒரு சமப்படுத்தும் செயல் முறையைக் குறிக்கிறது. சமூகத்தில் ஒருவனும் தனது அண்டையிலுள்ளவனின் குடியுரிமை மறுக்கப்படும் நிலையளவுக்கு அவனைத் தந்திரத்தால் ஏமாற்றுகின்ற நிலையில் இருக்கலாகாது என்று அதற்கு அர்த்தம். எனது சிறந்த சுயத்தை நான் அடைவது, தனது தர்க்கரீதியான விளைவாக மற்றவர்களும் தங்கள் சிறந்த சுயங்களை அடைவதை உள்ளடக்கியிருக்க வேண்டும் என்று அதற்கு அர்த்தம். வாழ்க்கையின் கடுமுயற்சியின் பங்கிற்கேற்றவாறு அதன் ஆதாயத்திலும் பங்கு கிடைக்கும் என்று சமநிலைப்படுத்துகின்றவாறு சமூகச் சக்திகளை முறைப்படுத்துவது என்று அதற்கு அர்த்தம். அந்த ஆதாயத்தில் எனது பங்கு குடியுரிமையின் நோக்கங்களுக்குப் போதியதாகும் என்று அதற்கு அர்த்தம். மற்றொருவரின் குரலைவிட எனது குரல் கவனிக்கப்பெறாது என்ற நிலை இருப்பினும் எடுக்கப்படும் முடிவுகளில் அது கவனிப்புப்

பெறும் என்ற குறிப்பை அது கொண்டுள்ளது. இறுதிநிலையில், சமத்துவத்தின் அர்த்தம் என்பது, மனிதர்களின் விருப்பங்களில் ஒவ்வொன்றும் தனக்கு உரிய கேட்பினைத் தருகின்றது என்றால் தங்கள் விருப்பங்களை வெளிப்படுத்துவதற்கும் கருவிகள் தேவைப்படுகின்ற மனிதர்களின் இயற்கைகளில் காணப்படும் வேற்றுமைகளில்தான் நிச்சயமாக உள்ளது. இதுவரை மனிதர்களின் விருப்பங்கள் சமமற்ற முறையில் நிறைவேற்றப்பட்டுள்ளன என்ற அரசின் பதிவு, வரலாற்றுச் சாட்சியத்தில் சமத்துவம் என்ற இலட்சியத்தின் சக்தியில் அடங்கியுள்ளது. அவர்களின் சுதந்திரங்கள் அடையப்பட்ட இடங்களில் அதற்கேற்றவாறு பிறரின் சுதந்திரமற்றத் தன்மைகள் மீதுதான் கட்டப்பட்டுள்ளன. சுருங்கச் சொன்னால், சமத்துவமின்மை என்பது குறித்த சில எண்ணிக்கையில் உள்ளவர்களின் ஆட்சி. ஏனெனில் அது கௌரவம் பெறும் விருப்பங்களை உடையவர்களுக்கு மட்டுமே சுதந்திரம் அளிக்கிறது. அவர்கள் அரசின்மீது ஆதிக்கம் கொண்டு அதன் அதிகாரத்தைத் தங்கள் சொந்த நோக்கங்களுக்குப் பயன்படுத்துவார்கள். தங்கள் அந்தரங்க ஆசைகளின் பூர்த்தியை அவர்கள் பொது நன்மைக்கான விஷயங்கள் ஆக்குவார்கள்.

ஆகவே சமத்துவம் என்பது முதன்முதலில், சிறப்பு முன்னுரிமைகள் இன்மையைக் குறிக்கிறது. நான் இந்தத் தொடரின் பொது அர்த்தத்தை முன்பே விவாதித்திருக்கிறேன். சமத்துவத்தின் புறநிழலில், அரசியல் வட்டத்தில், தலைகளை எண்ணுதலில் ஒரு காரணியாக எனது விருப்பம், வேறெந்த ஒருவனின் விருப்பத்திற்கும் சமம் என்று அர்த்தம். அதாவது என்னைத் தேர்ந்தெடுக்க மனிதர்கள் தயாராக இருக்கும் எந்த அரசுப் பதவிக்கும் நான் முன்னோக்கிச் செல்லலாம் என்பது அர்த்தம். அதிகாரத் தலைமையின் பண்பில் என்னுடையதைவிட வேறுபட்ட மனிதர்கள் அரசில் இருப்பதை நான் கண்டறிய வேண்டியதில்லை என்று அர்த்தம். ஒரு குடிமகனாக இருக்கும் தன்மையால் மற்ற ஒருவன் தான் அடைவதற்கு உரிய உரிமைகள் என்னென்ன உள்ளனவோ அவை எனக்கும் அதே அளவுக்கு உள்ளன. இம்மாதிரி நோக்கில் பாரம்பரியமாக வரும் இரண்டாம் அவை ஒன்று இருப்பதற்கு எவ்வித நியாயமும் இல்லை. ஏனெனில் அப்படிப்பட்ட அவையின் இரண்டாம் தலைமுறையில், தங்கள் சொந்தப் பண்புகளின் அடிப்படையில் அல்ல, தற்செயலாக அந்தப் பெற்றோருக்குப் பிள்ளைகளாகப் பிறந்ததால்தான் மனிதர்கள் அரசியல் தலைமையதிகாரத்தைச் செலுத்துகிறார்கள். அதுபோலவே, அதிகாரத்தைத் தன்னுடன் கொண்டிராத எந்தப் பதவியையும், ஜடப்பொருள் சாராத எந்த மரபுரிமையையும் நாம் சரியென மதிக்க முடியாது. அவ்வாறு செய்வது, முக்கியமான பணிகளை நிகழ்த்துவதற்குத் தகுதியைத் தவிர வேறு பண்புகளைச் சார்த்துவதாக முடியும். எந்த ஒரு தனிமனிதனையோ,

சுதந்திரமும் சமத்துவமும் | 235

குழுவினரையோ தலைமையதிகாரத்திற்கான வழிகளைப் பெறாமல் தடுப்பது அவர்களுடைய சுதந்திரத்தை மறுப்பதாகும்.

இரண்டாவதாக, சமத்துவம் என்பது போதிய வாய்ப்புகள் எல்லாருக்கும் கிடைக்குமாறு திறந்திருக்கிறதா என்பதும் ஆகும். போதிய வாய்ப்புகள் என்பதால், அசலான வாய்ப்பின் சரிசமத் தன்மையைக் கூறுவதாகாது. மனிதர்களுக்குச் சொந்தமான திறன்கள் எவ்விதத்திலும் சரிசமமாக இல்லை. மனத்தின் விஷயங்கள் உயர்வாக மதிக்கப்பெறும் சூழலில் பிறந்து வாழ்க்கைப் பந்தயத்தைத் தொடங்குபவர்கள், எந்தச் சட்டமும் அளிக்க இயலாத ஆதாயங்களுடன் அவ்விதம் தொடங்குகிறார்கள். பெற்றோரின் பண்புநலம் தவிர்க்கவியலாமல் தான் தொடும் குழந்தைகளின் பண்புத்தரத்தை ஆழமாகப் பாதிக்கிறது. ஆகவே குடும்பங்கள் வேறுபடும் சூழல்களை நீடித்துப் பொறுத்துக் கொள்ளும் நிலையில் - இதன் மறைவை நாம் எதிர்நோக்கவோ விழையவோ இப்போது சிறிதும் காரணம் இல்லை - சமமான வாய்ப்புகள் என்ற கருத்தே மீக்கற்பனை சார்ந்தது என்ற எண்ணத்தைத்தான் தோன்றச் செய்யும்.

அதனால் உருவாக்கப்பட்ட வாய்ப்புகள் போதியவை அல்ல என்று சொல்வதாகாது. அனுபவத்தின் ஒளியில், மனிதர்களின் திறன்களை முழு அளவில் வளர்ச்சிபெறச் செய்யும் விதமான பயிற்சியைக் குறைந்தபட்சம் யாவரும் பெறுமாறு செய்யவேண்டும். குறைந்தபட்சம் அந்தச் சூழல்களை மனத்தின் பயிற்சி இவையின்றி வெற்றி பெறாது என்று சொல்லக்கூடிய பௌதிக ஊடகங்கள் சூழ்ந்திருக்குமாறு செய்யவேண்டும். எங்கு நாம் திறமையைக் கண்டுபிடித்தாலும், குறைந்தபட்சம் அது ஊக்கப்படுத்தல் இன்மையால் மடிந்துபோகாமல் இருப்பதை நாம் உறுதிப்படுத்த வேண்டும். இன்று இவ்வித நிலைமைகள் இல்லை. பசியோடு பள்ளிக்கு வருகின்ற சிறார்கள், நன்கு உணவுண்டு வருகின்றவர்களின் அளவுக்குக் கல்வியினால் பயனடைய முடியாது. தனது வேலையை வாழ்க்கையின் வெவ்வேறு கடமைகளுக்குப் பயன்படக்கூடிய ஓர் அறையில் பகிர்ந்து செய்ய முயலுகின்ற ஒரு மாணவன், சிந்தனையின் பழக்கம் பண்படுத்தப் படத் தேவையான அந்த அபூர்வமான தனிமைப்படுதலை அனுபவிக்க முடியாது. பதினான்கு வயதில் தாங்கள் தொழில் உலகில் வேலைக்குப் புகுந்தாக வேண்டும் என்ற மனநிலையில் உள்ள பையனோ பெண்ணோ நுண்ணறிவைப் பண்படுத்திக் கொள்ள ஆர்வத்துடன் தேடும் மனச் சட்டகத்தை மிக அரிதாகவே பெறமுடியும். இன்றைய உலகில், பெரும்பாலும், வாய்ப்பு என்பது பெற்றோரின் சூழ்நிலையால் கிடைக்கும் ஒன்றாகவே உள்ளது. குறிப்பிட்ட சமூக அந்தஸ்து கொண்ட பையன்கள் தாங்கள் இடைநிலைக் கல்வியிலிருந்து

பல்கலைக்கழகத்திற்குச் செல்ல இயலும் என்று யோசிக்கிறார்கள். பெரும்பாலும் உடல்சார் உழைப்பினைச் செய்பவர்களின் பையன்கள், உடல்சார் உழைப்புக்கே திரும்பச் செல்லும் நிலையில் தவிர்க்கவியலாமல் வைக்கப்படுகிறார்கள். உடலுழைப்பின் மதிப்பையோ மேன்மையையோ பழித்துரைக்க எவ்விதக் காரணமும் இல்லை; ஆனால் ஓர் ஒழுங்கமைவு ஒவ்வொரு நிலையிலும் கிடைக்கும் மிகச் சிறந்த பயிற்சியை அவற்றால் மிகச் சிறந்த பயனடையக் கூடிய பொருத்தமானவர்களுக்கு அளிக்கமுடியாதபோது அதன் சமூகநிலையிலான தகுதியை நாம் சோதிக்கவேண்டியிருக்கிறது. கல்விக்கான காலஅளவினை நீட்டிப்பதை நாம் விரும்பவில்லை, நீட்டிப்பதைத் தாங்கவும் இயலாது. ஆனால் முதலில், ஒரு குடிமகன் தனது மனத்தை எவ்விதம் பயன் படுத்துவது என்று அறிகின்ற விதமான, இரண்டாவதாக சிறப்புத் திறன் கொண்டவர்களுக்கு அத்திறன்களை வீணாக்காமல் தடுக்கக்கூடிய அடுத்த நிலைப் பயிற்சியை அளிக்க முனைகின்ற விதமான, கல்விக்கான காலம் போதிய அளவு நீளமாக இருப்பதற்கு நியாயமான தகுதியின் நிலைமைகளை எந்த அரசும் இதுவரை உருவாக்கவில்லை.

இன்று இதனால் ஏற்படும் வீணாதல், பாரிய அளவை எட்டியிருப்பதை யாரும் மறுக்கமுடியாது. முதியோர் கல்வி பெற்ற எந்த மாணவரும், மிகவும் காலம் செல்லும்வரை நமது திறமையின் குவிப்பை எந்த அளவுக்குப் பயன்படுத்திக் கொள்ளாமல் விட்டிருக்கிறோம் என அறியாமல் இருக்க இயலாது. சராசரியான ஓர் உடல்-உழைப்பாளர் தன் குழந்தைகளுக்குத் தேவையான கல்வியை அளிக்க முனையும்போது செய்கின்ற விதமான தியாகங்களை அவரிடம் எதிர்பார்க்க நமக்கு எவ்வித உரிமையும் இல்லை. மன்னிக்க முடியாத கடின உழைப்பின் வாழ்க்கைக்கு உரியவன் என்று மற்றவர்கள் கொண்ட உறுதியான நம்பிக்கையின் மீதுதான் ஒரு குழந்தையின் கல்விப்பயிற்சி கட்டப்படுகிறது. தங்கள் நுண்ணறிவின் வேலையை நிகழ்த்துவதற்குத் தேவையான சூழல்களோடு வாழ்பவர்கள், இன்றைய வரையறைப்படி, மிகப் பெரும்பாலான மக்கள்தொகைக்கு அவை மறுக்கப்பட்டுள்ளன என்பதை அறிவார்கள். பயிற்சிபெற்ற நுண்ணறிவைப் பயன்படுத்துவதன் விளைவே குடியுரிமை என்பதனால், அந்த வாய்ப்பு சமுதாயத்தின் மிகச் சிறு பகுதியினருக்கு அன்றிப் பிற யாவருக்கும் மறுக்கப்படுகிறது. ஆகவே எவ்வளவு கீழ்நிலையிலுள்ள பணியைச் செய்தாலும் ஒருவருக்குத் தனது நுண்ணறிவு வாழ்க்கையைத் தடுக்கும் விதமாக அன்றிச் சரியான கல்வியை யாவரும் பெறுவதை உறுதி செய்வது நமது பணியாகிறது. நிச்சயமாக, ஒருவன் பிழைப்புக்கான ஊதியம் சாத்தியப்படுகின்ற ஒரு கால அளவு நீட்டிப்பை அது வேண்டுகிறது. மேலும், பயிற்சிக் காலத்

தொடக்கத்திற்குப் பிறகும் நுண்ணறிவைப் பெறுகின்ற இலக்குகளை ஓய்வுநேரத்தில் மேற்கொள்ள முழு வாய்ப்புகள் கிடைப்பதையும் உறுதிப்படுத்த வேண்டும். மூன்றாவதாக, சமுதாயத்தில் ஆசிரியப் பணிக்குத் தங்களை அர்ப்பணித்துக் கொள்பவர்கள் மிகச் சிறந்த மனம் கொண்டவர்களாக இருக்கவேண்டும் என்பதும் இதற்கு அர்த்தம். இன்றைய அரசில் பிற எந்தக் குடிமக்களுக்கும் அளிக்கப்படாத அளவு மாபெரும் பொறுப்பு ஆசிரியருக்கு உள்ளது; தனது முழு மனத்தையும் இதயத்தையும் கொண்டு போதிக்காவிட்டால் கல்வி தனது கட்டுக்குள் வைத்திருக்கும் ஆற்றல்களை அவரால் வெளிக்கொணர இயலாது.

இதிலுள்ள எதுவும் மனப்பண்புகள் பாரம்பரியமாகப் பெறப்படும் சாத்தியப்பாட்டை மறுக்கவில்லை, பிற விஷயங்கள் சமமாக இருப்பின், சராசரிப் பெற்றோரின் குழந்தைகளைவிடத் திறன்பெற்ற பெற்றோரின் குழந்தைகள் திறமை மிக்கவர்களாக இருப்பார்கள் என்பதையும் மறுக்கவில்லை. ஆனால் இது திறமையையும் பொருள்வளத்தையும் சமப்படுத்தி நோக்குகின்ற நமது இன்றைய அரசுக்கே உரிய சிறப்பியல்பினை மறுக்கிறது. ஒரு சராசரித் தொழிற்சங்கத் தலைவர் தன் மகன்களைப் பல்கலைக் கழகப் படிப்புக்கு அனுப்ப வசதியில்லை; ஆனால் பெரும்பாலும் ஒரு சராசரியான வங்கியாளர் அல்லது பேராயரின் திறமையைவிட ஒரு சராசரி தொழிற்சங்கத் தலைவரின் திறன் குறைந்ததல்ல. அதாவது, இயற்கையானக் காரணங்களால் சமமின்மைகள் ஏற்படும்போது அவற்றைச் சரிப்படுத்துவதற்கான தெளிவான தன்மை இருக்கிறது என்றாகிறது. மேலும் நமது சமூக அமைப்பு திறனைக் கண்டுபிடிப்பதற்கான முறையை அளித்தாலொழிய அதை நாம் கண்டறிவதும் முடியாது. இன்று பணக்காரர்கள் விஷயத்தில் அப்படிக் கண்டறிய அமைப்பு உதவும்; ஆனால் ஏழைகள் விஷயத்தில் அப்படிக் கண்டறிய அது உதவுவதில்லை என்று உறுதியாகச் சொல்லலாம். இயற்கையான திறன்கள் இருந்தாலும் அது திருப்திகரமாகச் செயல்படத் தேவையான சூழலும் இருக்கவேண்டும் என்பதை நினைவில் வைப்பது முக்கியமானது. இன்றைய சமமின்மைகளைக் கொள்கைகளுக்குக் கொண்டுசெல்ல முடியாது. ஆகவே சமூகத்தின் தேவைகளான சமமின்மைகள் என்று நாம் ஏற்பனவற்றின் அடிப்படையிலேயே நாம் கட்டும் அமைப்பின் எல்லைகளை நாம் வரையறுக்கவேண்டியுள்ளது. இன்று, அரசின் அமைப்பின்மீது சொத்துரிமை அமைப்பின் தாக்கத்தினால்தான் அவை பெரும்பாலும் எழுகின்றன. ஆனால் தேவைகளுக்கான அளிப்புகளின் தரத்தைப் பற்றிக் கவலைப்படாமல், சொத்துரிமை அமைப்பினால் பிரதிபலிக்கப்படுவது, சமுதாயத்திற்குப் பணிபுரிவது என்பதைவிட, பொருளாதார ஆதிக்கத்தைப் பெறுவதே ஆகும்.

ஆகவே போதிய வாய்ப்பினை அளிப்பது என்பது சமத்துவத்திற்கான அடிப்படை நிபந்தனைகளில் ஒன்று. அது நமது குடிமக்களுக்கு அளிக்கும் பயிற்சியின் அடிப்படையிலே அமைகிறது. ஏனெனில், இறுதியாக, சமூகத்தில் மதிக்கப்படும் சக்தி என்பது அறிவைப் பயன்படுத்திக் கொள்ளும் ஆற்றலே ஆகும்; கல்வியில் உள்ள வேற்றுமைகள், யாவற்றுக்கும் மேலாக, அந்த ஆற்றலைப் பயன்படுத்துவதில் வேற்றுமைகளில் கொண்டுவிடும். பணியில் சமத்துவத்தை நான் வேண்டவில்லை. நான் வேண்டிக் கூறுவதெல்லாம், கல்வியின்றி ஒரு மனிதன் தனது சிறந்த சுயத்தை அடைவதற்கான சூழலில் வைக்கப்படுவதில்லை, ஆகவே அவனைப் பொறுத்தவரை தொடக்க முதலாகவே சமூகத்தின் நோக்கம் என்பது முறியடிக்கப்பட்டு விடுகிறது என்ற வெளிப்படையான உண்மையைத்தான். மனிதர்கள் தங்களை அறிவதற்கான கல்விச் சூழலில் வைக்கப்படும்போது அவர்கள் தங்கள் வாய்ப்புகளை எந்தவிதமாகப் பயன்படுத்திக் கொள்கிறார்கள் என்பது சமத்துவம் என்பதை உள்ளடக்கிய பல கொள்கைகளுக்கு அடங்கியதாகிவிடுகிறது.

ஒரு ஜனநாயக அரசில் அதன் உறுப்பினர்கள் யாவரும் மகிழ்ச்சிக்குச் சமமாக உரியவர்கள் என்பதை முன்பே நான் வாதிட்டதை ஒப்புக் கொள்வோமாயின், இப்போதிருக்கும் வேறுபாடுகள், தர்க்கஅறிவின் வாயிலாக விளக்கமுடியாதவையாக இருக்கலாகாது. செல்வத்திலோ அந்தஸ்திலோ ஏற்படும் வித்தியாசங்கள் எல்லா மனிதர்களும் அடையக் கூடியவற்றினால் ஆன வித்தியாசங்களாகவும் அவை பொது நலனுக்கென வேண்டப் படுபவையாகவும் இருக்கவேண்டும். ஓர் அரசு பாரம்பரிய உயர்குடிமக்கள் ஆட்சியின் இருப்பை அனுமதித்தால், அப்படிப்பட்ட ஆட்சி ஒவ்வொரு மனிதனும் தனது சிறந்த சுயத்தை அடையும் வாய்ப்புகளைப் பெருக்கும் விதமாக அமைந்துள்ளது என்பதற்கான நிரூபணம் அதனிடம் இருக்கவேண்டும். மிகச்சிலரின் ஆடம்பரம் பலபேருடைய வறுமையுடன் இணைந்த ஒரு பொருளாதார அமைப்பினை நாம் ஏற்க வேண்டுமென்றால், பொதுநலனுக்கு அந்த ஆடம்பரம் தேவையானதாக இருக்கவேண்டும். ஒவ்வொரு சமயத்திலும் இந்தக் கருதுகோள், வரலாற்று நிரூபணம் இன்மையால் தகர்க்கப்படும் வாய்ப்பு உள்ளது. பாரம்பரிய உயர்குடியாட்சி, ஒருவேளை ஃபிரான்சின் உயர்குடிமக்கள் போல ஒரு நிழலான ஞாபகம் ஆகிப் போனாலொழிய, அண்மையிலோ, பிறகோ தனது அரசியல் அதிகாரத்தைப் பொதுமக்கள் ஆதாயமின்மைக்குப் பயன்படுத்தவே செய்யும். சிறிய எண்ணிக்கையிலான பணக்காரர்களையும், மிகப் பெரிய எண்ணிக்கையிலான ஏழைகளையும் கொண்ட ஓர் அரசு, தங்கள் சொத்தினாலாகிய வசதிகளைப் பாதுகாப்பதற்கு முனைகின்ற ஓர் அரசாங்கத்தை வளர்க்கவே செய்யும். ஆகவே

எந்த ஒரு சமூக அமைப்பின் சமமின்மைகளும் அவை பெற்றுத் தருகின்ற சேவைகள் மெய்யாகவே தங்கள் இருப்பினால்தான் மிகுதியாக உள்ளன என்று காட்டப்பட்டால்தான் நியாயப்படுத்தப்படும் என்பது தெரியவருகிறது. ஓர் இராணுவ வீரனைவிட தளபதிக்கு அதிகமான அதிகாரங்கள் இருப்பது ஒரு படையின் நோக்கத்தைப் பூர்த்திசெய்யும் தன்மை இருப்பதனால் நியாயப்படுத்தப்படுகிறது. குறுகிய பொருளியல் தேவைகளின் சுமையால் அழுத்தப்படலாகாது என்பதால் பதவியிலிருக்கும் ஓர் அரசியலாளனின் ஊதியம் அதற்கேற்றவாறு இருக்கலாம் என்பது உண்மை; ஆகவே அவன் ஒரு செருப்புச் செய்பவன் அல்லது கடை ஊழியனைவிட அதிகமான ஊதிய நிலையில் வைக்கப்படத்தான் வேண்டும். ஒவ்வொரு உதாரணத்திலும், வேறுபாட்டின் அளவு, சமூகச் சிந்தனையால் உருவாகிறது. அறிவுப்பூர்வமானது என்று காட்டக்கூடிய கொள்கையில் இது அமைந்துள்ளது. அந்தச் சுற்றுச்சூழலின் தேவைக்கேற்ப அமைந்துள்ளதால் அந்தப் பணியின் சூழல்களுக்கு அது தகுதிதான்.

இப்படிப்பட்டநோக்கு, குறைந்தபட்சம் கோட்பாட்டு ரீதியாக, நிறுவனச் சொற்களில் ஓர் எளிய கூற்றினை அனுமதிக்கிறது. சிலருடைய குறித்த கோரிக்கைகளை நாம் ஏற்கும் முன்பாக எல்லாருடைய முக்கியமான கோரிக்கைகளை நிறைவேற்றியாக வேண்டும். ஒரு சமுதாயம் முழு அளவில் குறைந்தபட்ச நாகரிகத்தை அடிப்படையாக அடைந்த பிறகுதான் மனிதர்களுக்கிடையே சமூக அல்லது பொருளாதார நிலையில் வேறுபாடுகளை நாம் அனுமதிக்கமுடியும். அக் குறைந்தபட்ச நாகரிகம், எனது ஆளுமையின் உள்ளர்த்தங்களை நான் அடைவதை ஏற்றுக் கொள்ள வேண்டும். அந்தத் தளத்துக்குமேல், எனது சூழல்காரணமாக நான் அடையும் ஆதாயங்கள், ஒரு சமூகப் பணியை நிகழ்த்துவதற்குத் தேவையான ஆதாயங்களாக இருக்கவேண்டும். நான் அனுபவிக்கும் நன்மைகள் எனது சொந்த முயற்சியின் விளைவாக இருக்கவேண்டும். எனது சொந்தச் சேவைகளுக்குக் கிடைத்த ஊதியங்கள் அவை. வேறொருவரின் சேவையினால் அவற்றை நான் பெற்று அனுபவிக்க எனக்கு எவ்வித உரிமையும் கிடையாது. எல்லா மனிதர்களுக்கும்போதிய உறைவிட வசதி கிடைக்கும் வரை ஒரு மனிதன் இருபது அறைகள் கொண்ட வீட்டில் இருப்பதற்குத் தகுதியில்லை; தன் தந்தை ஒரு பெரிய வழக்கறிஞராகவோ மாபெரும் தொழிலதிபராகவோ இருக்கும் சூழலினால் இருபது அறைகள் கொண்ட பங்களாவில் ஒருவன் வாழ உரிமை கிடையாது. எனக்குக் கிடைக்கின்ற வசதிகள் நான் குடிமகனாக இருப்பதனால் எனக்குக் கிடைக்கும் உரிமைகளாக இருக்க வேண்டும். கூடுதலாகச் சமூகத்தில் நான் அடையும் ஆதாயங்கள் நான் கொண்ட குறித்த தொழிலில் உள்ளடங்கியவையாக இருக்கவேண்டும். அதாவது,

சமூக நலத்துக்குத் தேவை என்றால் நாம் பெல்கிரேவியர்களை ஏற்றுக் கொள்ளலாம். ஆனால் போப்லார்களின் இருப்பின் சாத்தியமின்மையை உறுதி செய்தாலொழிய பெல்கிரேவியர்களை நாம் ஏற்கும் உரிமையில்லை.

இவையெல்லாம் உண்மை என்றால், சமத்துவம் என்பது பெரும்பாலும் அளவுகள் பற்றிய பிரச்சினைதான். அளவிலோ தரத்திலோ வேறுபாடின்றி, எல்லாருக்கும் கிடைக்க வேண்டிய பொருள்கள் இல்லாமல் வாழ்க்கை அர்த்தமற்றது என்ற நிலை உள்ளது. மக்கள் யாவரும் உணவுண்ணவும் பருகவும் உறைவிடம் பெறவும் வேண்டும். ஆனால் இந்தத் தேவைகள், அவர்கள் என்ன செய்கிறார்கள் என்ற வீதத்திற்கேற்ப அமைபவை. எனது உள்ளுந்தல்களின் ஒத்திசைவினை அடைய உதவும் கோரிக்கைகள்தான் எனது தேவைகள். நான் ஓர் அறுவை மருத்துவராக அன்றி, சுரங்கத் தொழிலாளி ஆயின், அதேவித ஒத்திசைவினை நான் வேண்டமாட்டேன். எனது தேவைகள், வேறு எந்த நபரின் முக்கியத் தேவைகளை விட முக்கியத்துவம் குறைந்தவை அல்ல. சமமமான நிறைவுக்கு அவை தகுதியானவை. முக்கியத் தேவைகளின் பூர்த்தி நிகழ்ந்தபிறகு, மேலதிக வசதி பெறுகின்ற அளவை நிச்சயிப்பது பிரச்சினை ஆகிவிடுகிறது. ஏனெனில் அது சமூகத்திற்கு உச்சபட்ச ஊதியம் அளிக்கின்ற ஒரு பணியை மனிதன் நிகழ்த்துவதற்கு ஏற்றதாக இருக்கவேண்டும்.

இந்த விஷயத்தில், அளவுப் பிரச்சினை என்பது பெருமளவு பொருளாதாரப் பிரச்சினைதான். ஒவ்வொரு குடிமகனுக்கும் சமூகப் பகிர்மானத்தில் எவ்விதக் கோரிக்கை இருக்கிறது என்பதை நிர்ணயிப்பதற்கு நாம் பயன்படுத்தும் முறைகளின் பிரச்சினை அது. மேலும் அந்த முறைகளைச் செயல்படுத்துவதைச் சூழ்ந்துள்ள சுற்றுச்சூழலையும் பொறுத்துள்ளது. இந்தப் பிரச்சினைக்குப் புகழ்பெற்ற விடைகள் உள்ளன. தேவைக்கேற்பவோ, சமூகக் கொடைக்கேற்பவோ எதிர்வினை இருக்கலாம் என்று நமக்குச் சொல்லப்பட்டிருக்கிறது; எதிர்வினையின் சரிசமத்துவம் மட்டுமே போதுமானது என்றும் வலியுறுத்தப்பட்டுள்ளது. இந்தத் தீர்வுகளில், நான் சமூகத்திற்குச் செய்வதற்காக எனக்கு அளிக்கப்படுகின்ற கொடை என்பது மிகக்குறைந்த அளவு திருப்திகரமாகத்தான் நிச்சயம் இருக்கும். ஏனெனில் சேவையை அளக்க எவ்வித நேரான வழியும் இல்லை. நியூட்டன், லிஸ்டர், ஷேக்ஸ்பியர் அல்லது ராபர்ட் அவன் தங்கள் சமகாலத் தோழர்களான குடிமக்களுக்கு எவ்விதத் "தகுதி" கொண்டிருந்தார்கள் என்று நாம் சொல்ல முடியாது. ஒரு கொத்தனாரின் அளிப்பையும் வங்கியாளரின் அளிப்பையும் நாம் மதித்து அளவிட முடியாது. பலசமயங்களில், கலிலியோவின் விஷயத்தில்

போல, மெய்யாகவே அந்தக் கொடையின் பாரிய தன்மை என்ன என்பதைக் காணவும் இயலுவதில்லை. பொதுவுடைமைத் தீர்வும் பொருத்தமல்ல என்றும் வாதிடலாம். ஏனெனில் முதலில், மனிதர்களின் தேவைகளில் முற்றிலும் சரிசமத்தன்மை என்பதில்லை; அவர்களுடைய முயற்சியும் சமமான ஊதியம் பெறத்தகுந்ததாக இல்லை. மனிதரின் முக்கியத் தேவைகளைப் பொறுத்தநிலை வரை, பொதுவுடைமைக் கொள்கை போதுமானதாக உள்ளது; அந்தப் புள்ளிக்குப் பிறகு அது போதுமானதாக இல்லை. குடிமக்கள் பண்புக்கேற்ற பணியில் தங்கள் தேவைகள் திருப்தியடைகின்ற மக்கள் பகுதியினரின் கருத்தூன்றிச் செய்யப்பட்ட முயற்சியின் விளைவினை அதன் பயன்பாடு பெறுகின்ற வரை மட்டுமே அக்கொள்கையைப் பயன்படுத்துவது போதியதாக உள்ளது. குடிமக்கள் பண்புக்கேற்ற வகையில் வேலைசெய்வது பணியில் வேறுபடுத்தலை உட்கொண்டிருப்பதால், எல்லா மனிதரின் அடிப்படைத் தேவைகளும் பூர்த்திபெற்ற பிறகு, அவர்கள் சந்திக்கும் வேறுபாடுகள், அவர்கள் பணிகளின் தேவைக்கேற்ற வேறுபாடுகளாகவே இருக்க வேண்டும் என்பது தெளிவென்று நான் கருதுகிறேன்; சமூகத்தின் நன்மையின் பின்னணியிலேயே தேவை எப்போதும் எழுகிறது.

ஆனால் இது போதுமையை ஏற்பதென்று வாதிடப்படலாம். (போதுமை என்பதன் எதிர்ச்சொல் போதாமை). மெய்யாகவே யாவருக்கும் போதுமானவை உள்ளன என்ற குறிப்பு இதில் இருக்கிறது, ஆனால் நமக்கு மனிதர்களின் உற்பத்தி அவர்களின் தேவைகளுக்குப் போதியவாறு இல்லை என்று தெரியும். இயலுமையின் சுதந்திரமான வெளிப்பாட்டை அனுமதிப்பதும், போட்டியில் வெற்றிபெறும் ஆற்றலைக் காட்டுவோர் வளமடைய அனுமதிப்பதும்தான் நாம் செய்ய வேண்டியவை. இந்த மனப்பாங்கிலுள்ள பதில், நமக்குத் தோன்றுவதைவிட எளியதுதான். அரசு என்பது சமூக நன்மைக்கெனவே இருப்பதாயின், சமூக நன்மையில் மேலும் சேர்க்கின்ற தன்மையே இயலுமை ஆகும். நம்முடையதைப் போன்றதொரு சமூகத்தில் திறனின் வெளிப்பாடு என்பது சமூக நன்மையில்தான் முடிகிறது என்று நிச்சயமே இல்லை. எனவே இயலுமை என்பது கொள்கைக்கு முன் வழிகாட்ட வேண்டும். நமது நிறுவனங்கள் நோக்கத்தில் கொண்டுள்ள இலக்கினை அடைய அது உதவ வேண்டும். அந்த இலக்கு என்பதே ஒவ்வொரு மனிதனும் மகிழ்ச்சியாக இருப்பது என்பதால், நாம் யாவரும், ஆதாயம் போதுமானதாக இல்லை என்றால், அதன் போதாமைகளினால் சமமாகத் துன்பமடையவேண்டும். மனிதர்களின் அடிப்படைக் கோரிக்கைகள் முழு நிறைவேற்றம் பெறும் நிலை வரும்வரை, கொள்கை அடிப்படையில், வேற்றுமைகள் இருப்பதை நியாயப்படுத்த முடியாது. நான் 'கேக்'கினைப் பெறுவதால் எனது அடுத்த வீட்டான்

தனது ரொட்டியை இழக்க நேரிடுகிறது என்றால் அந்தக் 'கேக்'கினைப் பெற எனக்கு உரிமை கிடையாது. இந்தச் சமத்துவத்தை மறுப்பதால் மேற்கண்ட அடிப்படையற்ற எந்தச் சமூக அமைப்பும் மனிதர்களின் ஆளுமைக்கு அர்த்தம் தரக்கூடிய எல்லாவற்றையும் மறுப்பதாகவே அர்த்தம்.

எனவே அடிப்படைத் தேவைகள் நிறைவேற்றத்தின் சமநிலைக்குப் போதிய எல்லைவரை இருப்பதைச் சமத்துவம் உட்கொண்டுள்ளது. அதற்குத்தான் நீதி என்றும் அர்த்தம். ஒரு மனிதன் தான் மனிதனாக இருப்பதற்கு உதவுவதை அளிப்பதன் வாயிலாக அவனது சுயத்தை அவனுக்கு நாம் அளிக்கிறோம். ஆம், நாம் அதனால் பலவீனமானவர்களைப் பாதுகாக்கவும் பலமுடையவர்களின் அதிகாரத்தை வரையறைப்படுத்தவும் செய்கிறோம். இப்படி நாம் செய்வதற்குக் காரணம், பொதுநலம் என்பது பலவீனமானவர்கள், பலமுடையவர்கள் ஆகிய இருபாலாரின் நன்மையையும் உட்கொண்டது என்பதனால்தான். முன்னணியில் செல்பவர்களின் பின்னால் நொண்டிச் செல்வோருக்குச் சமூகம் உதவி அளிப்பதை இது உட்கொண்டுள்ளது என்பதை ஒப்புக்கொள்வோம். ஏனெனில், அவர்கள் வாழ்க்கையைப் பாதுகாப்பது தகுதியானது என்று கருதிச் செயல்படுவதில்தான் அரசின் நற்பண்பு உள்ளது. மாறாக நடப்பது, அவர்களை மனிதர்களாக மதிக்காமல் கருவிகளாக மதிப்பதாகும். அவர்கள் ஆளுமைக்கும் உரிமை உண்டு என்பதை மறுப்பதாகும். சமுதாயத்தின் ஒரு பகுதியினருக்கு எதிராக நிறுவனங்களுக்கு வேண்டுமென்றே பலமளிப்பதாகும். மகிழ்ச்சிக்குப் பிறகு அவர்கள் தங்கள் உள்உந்தல்களை ஒருங்கிசைவிக்க வேண்டுமென்றால் இந்த அடிப்படையை ஏற்க முடியாது. ஏனெனில் அது, அவர்களின் சேவையை அவர்களுடைய சொந்த நலனுக்காக அன்றிப் பிறரின் நலனுக்குப் பயன்படுத்துவதாகும். இதுதான் அடிமைத்தனத்துக்கான அடிப்படை வரையறை.

இந்த நோக்கு வரலாற்றில் இதுவரை செயல்படாத ஒரு தத்துவத்தின்மீது சமூக அமைப்பினை நிறுத்துகிறது என்று வலியுறுத்துவது இதற்கு விடையல்ல. முந்தைய ஒழுங்கமைவுகளின் வீழ்ச்சி, அது பெரும்பாலும் செயல்படாதது என்ற மெய்ம்மைமீதுதான் பெரும்பாலும் அமைந்துள்ளது. மனிதர்கள், தங்களை மனிதர்களாக ஆக்குகின்றவற்றிற்கு எதிர்வினை புரிகின்ற விசைகளை அவற்றில் காணாத ஒரே காரணத்திற்காகவே நிறுவனங்கள் செயல்படாமல் நழுவிச் சென்றதைக் கண்டுள்ளனர், அல்லது அவற்றை அழிப்பதில் ஒத்துழைத்துள்ளனர். நாம் இங்கே எல்லாக் குடிமக்களும் வாழ்க்கையில் சரியொத்த எதிர்வினைகளைப் பெற வேண்டும் என்றும்

கட்டாயப்படுத்தவில்லை. எதுவரை யதார்த்தங்கள் சரிசமத்தன்மையை வேண்டுகின்றனவோ அதுவரை மட்டுமே நாம் சரிசமத்துவத்தை வேண்டுகிறோம். மற்றவர்கள் வளமாக வாழும்போது சிலர் மட்டும் அமைதியாகப் பட்டினியில் வாடக்கூடாது என்பதற்காக நாம் வாதிடுகிறோம். சிலருக்கு மட்டும் அறிவை அளிப்பது, பிறர் அதன் ஆதாயத்தைப் பெறவிடாமல் செய்வது என்பது உண்மையாகவே, அரசின் நோக்கத்திலிருந்து அவர்களைப் புறந்தள்ளுவதாகும் என்று நாம் வலியுறுத்துகிறோம். அரசு தன் பார்வையில் கொண்டிருக்கும் விளைவுகளை வேறு எந்தத் தத்துவமும், பணிசெய்யுமொரு அமைப்பு என்ற முறையில் கொண்டுவர முடியாது. சமமான தேவை என்ற களத்திற்குள் முன்னுரிமை என்பதை உள்ளே விட்டவுடனே அது தன்னிடமுள்ள எல்லா ஆயுதங்களையும் சிறப்பு ஆதாயங்களைப் பெறுவதற்கான வாய்ப்புகளைப் பெருக்கிக்கொள்ளும். சமூக நலத்தின் நோக்கிலிருந்து, முன்னுரிமைகளின் வரலாறு என்பது தன்னிச்சையாக அவற்றைத் துறப்பதன் வரலாறு அன்று; மாறாக, சமூக நலம் என்ற சிந்தனையை அது தரும் வாய்ப்பினை அனுபவிப்பவர்கள் தங்களுக்கென கவனத்துடன் வரையறைப்படுத்திக் கொள்வதன் வரலாறு அது. இதன் விளைவாக, நமது நிறுவனங்களில் சரிசமத்தன்மையையும் சமூகப்பணிகளின் தேவைகளுக்கென வேறுபாடுகளையும் அடிப்படை ஆக்குவதன் வாயிலாகத்தான் மனிதர்களின் தனித் தன்மைகளை வெளிப்படுத்துமாறு சமூகத்தை நம்மால் ஆக்க முடியும்.

இந்த வேறுபாடுகளைச் சீரமைக்கின்ற தத்துவங்களை நாம் பிறகு விசாரணை செய்யலாம். இங்கே, சரிசமத்தன்மையின் அடிப்படையைப் பேணுகின்ற சில குறித்த நிபந்தனைகளை வலியுறுத்துவது உடனடி முக்கியத்துவம் வாய்ந்தது. முதல் இன்றியமையாத் தேவை, செல்வம் ஏறத்தாழச் சமமாக யாவருக்கும் உள்ளது என்ற நிலை. இதனால் நான் முயற்சிக்கெனத் தனித்தனி வீதங்களில் ஊதியம் வழங்கப்படக்கூடாது என்பதை எதிர்க்கவில்லை. இந்த ஊதிய வேறுபாடுகள் காரணமாகவே நிறுவனங்களின்மீது சமமற்ற அழுத்தங்களைத் தருகின்ற விதமாக ஊதியங்களின் வீதம் பெருமளவு வேறுபடலாகாது என்றுதான் சொல்கிறேன்.

இப்படிப்பட்ட சமமற்ற அழுத்தம் இன்று மெய்யாகவே நிலவத்தான் செய்கிறது. மக்கள் என்னவாக இருக்கிறார்கள் அல்லது என்ன செய்கிறார்கள் என்பதன்மீது அவர்கள் அதிகாரம் கட்டப்படாமல், அவர்கள் எவ்வளவு சொத்துகளை வைத்திருக்கிறார்கள் என்பதன்மீது கட்டப்படுகின்ற செல்வந்தர்கள் ஒவ்வொரு சமுதாயத்திலும் இருக்கிறார்கள். அவர்கள் செலுத்தும் அதிகாரம் அவர்களுக்கென அளிக்கும் கொடையல்ல, அவர்களுடைய செல்வத்திற்கு

அளிக்கப்படுகின்ற ஒன்று. சொத்தினை வைத்திருப்பதனால் அவர்கள் இயங்குகிறார்கள். சமூகத்தின் நலனுக்கு அவ்வளவாகத் தேவையற்ற ஒரு தனிப்பட்ட விருப்பத்தின்மீது கட்டப்பட்ட பணிகளை நிகழ்த்துவதற்கு அவர்கள் பிறரின் சேவைகளை வேண்டுகிறார்கள். தங்கள் வீணாக்கத்திற்காக மட்டுமே குறிக்கத்தக்கப் பாதைகளுக்குள் அவர்கள் உற்பத்தி செல்வதைச் செலுத்துகிறார்கள். செய்தி அளிப்புகள்மீது ஆதிக்கம் செலுத்தி, தங்கள் சொந்த இலக்குகளுக்கேற்ப அரசியல் நிறுவனங்கள் செயல்படும்விதமாகச் செல்வாக்குச் செலுத்த அவர்களால் முடியும். தங்கள் உழைப்பைத் தவிர வேறொன்றையும் விற்க முடியாத மக்களின் நலனுக்கு அழிவுண்டாக்கும் விதத்திலான நோக்கங்களுக்குச் சமுதாயத்தின் பொருளாதார ஆதிக்கத்தைச் செயல்படுத்த அவர்களால் முடியும். சான்றாக, ஐரோப்பாவின் பெருந்தொழில்கள்மீது ஆதிக்கம் செய்யும் விதமாக ஃபிரான்சின் மாபெரும் இரும்புத் தொழிலதிபர்கள் செயல்படுகின்ற ஆசை, அடுத்த தலைமுறையினர் போர்க்களத்தில் இறக்குமாறு செய்துவிடமுடியும். வளத்தில் மிகப் பெரிய அளவில் சமமின்மை நிலவும் இடங்களில் நடத்தையின் சமமின்மையும் எப்போதும் நிலவும். தங்கள் சொத்துகளால் மட்டும் அன்றி மனிதர்கள் நடப்புகளின் செல்லுகைமீது செல்வாக்குச் செலுத்தமுடியும் என்ற நிலையில்தான் அரசியல் செயல்முறைகளின் விளைவுகளில் மனிதர்களின் சமமான ஆர்வம் நியாயத்தைப் பெற இயலும். இந்த இலக்கிற்கு ஆகச் சிறந்த வழி, செல்வத்தின் இப்படிப்பட்ட ஏற்றத்தாழ்வுகள் அதிகாரத்தின் வழிமுறைகளை அநியாயமாகக் கையாளாத விதத்தில் அவற்றை வைத்திருப்பவர்களைத் தடுப்பதுதான்.

பொதுவாக, செல்வச்சேமிப்பின் மாபெரும் சமமின்மைகள் விடுதலையை அடைவதைச் சாத்தியம் அற்றதாக்குகின்றன. குறைந்த வாய்ப்பு உள்ளவர்களைச் சூழ்ந்துள்ள உடல்சார்ந்த, மனம்சார்ந்த சூழல்களை விதிப்பதை இது சுட்டிக்காட்டுகிறது. அவர்களின் அழிவுக்காக அரசின் எந்திரங்களைக் கட்டுப்படுத்துவதை இது குறிக்கிறது. அமெரிக்க ஐக்கியநாட்டின் சட்டமன்ற அமைப்பின்மீது பெரும் கூட்டுக்குழுமங்களின் செல்வாக்கு இப்படிப்பட்ட கட்டுப்பாட்டிற்கு மிகச் சிறந்த உதாரணம். தான் எதிர்கொள்ளும் அறிவார்த்தச் சூழலை அது கட்டுப்படுத்துகின்ற விதமும் மிகக் கேடு பயப்பதாகவே அமைந்துள்ளது. தனது நலனுக்கேற்பக் கல்வியமைப்பையும் அது மாற்றியுள்ளது. சொத்தற்ற மூளைப் பணியாளனையும் தான் அளிக்கின்ற ஊதியத்தின் வாயிலாகத் தனது சேவைக்கேற்ப மாற்றியுள்ளது. தன்னிடம் ஊதியம் வாங்கும் வழக்கறிஞர்களில் இருந்தே நீதிபதிகள் பெருமளவு தேர்ந்தெடுக்கப்படுவர் என்பதால் அதன் அனுபவத்தின் பாடங்களைப்

பெருமளவு பிரதிபலிப்பவையாகவே நீதிசார் முடிவுகள் இருக்கும். திருச்சபைகளும்கூட அவை சார்ந்திருக்கும் பணக்காரர்களின் ஆதரவு ஊடுருவியுள்ள நற்செய்தியையே போதிக்கும்.

ஆகவே அரசியல் சமத்துவம் என்பது நேரிய பொருளாதாரச் சமத்துவத்துடன் சேர்ந்து வந்தாலொழிய அது மெய்யாக இருப்பதில்லை; இல்லையென்றால், அரசியல் அதிகாரம், பொருளாதார அதிகாரத்தின் பணிப்பெண்ணாகவே இருக்கும். முக்கியமாக இந்தச் சார்பினை அறிந்தது வரலாற்றுப் பரிணாமத்தின் விளக்கத்தின் வாயிலாகத்தான். அதுவும், அறிவியல் அரசியலின் பிறப்பின் அளவு பழமையானதுதான். ஜனநாயகமும் ஏழைகளின் ஆட்சியும் சமம், சில்லோர் ஆட்சியும் பணநாயகமும் சமம் என இருப்பதை அரிஸ்டாடில் சுட்டிக்காட்டினார். ரோமானிய வரலாற்றின் திறவுகோலாக இருப்பது பொருளாதாரச் சமமின்மையை நீக்கும் போராட்டமே; அதுதான் ஆங்கில விவசாயிகளின் அதிருப்தியின் வேராகவும் இருக்கிறது. ஜான் பாலின் போதனைகள், மூரின் உடோபியா, ஹாரிங்டனின் ஓஷியானா ஆகியவற்றின் அடிநாதமாகவும் அதுதான் உள்ளது. சமதர்மத்தின் தொடக்க வரலாறு என்பது தொழிலாளர் சக்திக்குப் புறம்பான ஒருசிலரிடம் சொத்துக்குவிதல் என்பது அரசின் நோக்கத்துக்கு எதிரானது என்ற உற்றறிதலின் பதிவாகவே பெருமளவு உள்ளது. இந்த உணர்வைத்தான் மார்க்ஸ் தமது பொதுவுடைமை அறிக்கையில் நவீன உலகின் வெல்ல இயலாத அரசியல் தத்துவத்தின் அடிப்படையாக்கினார். காரணகாரியத் தொடர்புச் சங்கிலியில் ஒரே ஒரு கண்ணியை மிக அழுத்திக் கூறுவதாக வரலாற்றின் பொருள்முதல் விளக்கம் அமைந்திருந்தாலும், சாதாரண மக்களின் அனுபவத்திற்கு மிகவும் நெருக்கமான கண்ணி அதுதான். அரசு, சொத்துடைமைமீது ஆதிக்கம் செலுத்தவேண்டும், இல்லையென்றால் சொத்துடைமை அரசின்மீது ஆதிக்கம் செலுத்தும் என்று வலியுறுத்தியதில் அது முடிவாகவே சரியான செய்தியைச் சொல்கிறது.

மாடிசன் எழுதினார்: "கட்சிப்பிளவுக்கு ஒரே நீடித்த காரணமாவது சொத்துடைமைதான்" (The Federalist, No.X). ஆனால் பொருட்செல்வத்தின் போட்டி அடிப்படையில் மனிதர்களுக்கிடையிலான வேற்றுமைகளை அமைப்பது நன்கு முறைப்படுத்தப் பட்டதொரு பொதுநலஅரசின் சாத்தியத்தை அழிப்பதாகும். மேலும் பொறாமை, இறுமாப்பு, வெறுப்பு, பகட்டு போன்ற, சமூகத்தின் ஒருமை உருவாவதைத் தடுக்கக்கூடிய, மனிதனின் எல்லாப் பண்புகளையும் அது எழுப்புவதுமாகும். தங்கள் பரஸ்பர நலங்களின் அடிப்படையிலான ஒரு போட்டிக்கு பதிலாக தங்களின் பிரிவினை அடிப்படையிலான

ஒரு போட்டியை வலியுறுத்துவதாகும். ஏறத்தாழச் சமமான செல்வச் சமநிலையை மனிதர்களில் நாம் விதிக்கும்போது, சமூகச் சீரமைப்புப் பற்றிய நமது முறைகள் மனிதர்களின் தேவைகளின் சாராம்சத்தின் அடிப்படையில் அத்தேவைகளை எதிர்கொள்ள நம்மைச் சாத்தியப்படுத்துகின்றன. யாவருக்குமான வாக்குரிமை என்ற தர்க்கத்தை நாம் ஒப்புக் கொள்ளும்போது நாம் இந்த முயற்சியில் உடனடியாகக் கட்டுப்பட்டவர்கள் ஆகிறோம். ஏனெனில் வெகுமனிதர்களின் தொகுதியிடம் இறுதியான அரசியல் அதிகாரத்தின் கட்டுப்பாட்டை நம்பி ஒப்படைப்பது என்பது, பரந்த அளவில் அரசின் முகமைகள் அவர்களுடைய தேவைகளை எதிர்கொள்ளப் பயன்படுத்தப்பட வேண்டும் என்று ஒப்புக் கொள்வதாகும். அவை திருப்திசெய்யப்பட வேண்டுமாயின், தலைமையதிகாரத்தின்மீது இப்படிப்பட்ட செல்வாக்கின் பரவல் அதன் முடிவுகள் சமூகத்தின் உறுப்பினர்களிடையே நியாயமாகச் சமநிலைப்படுமாறு அமையவேண்டும். இதற்கு, நான் எனது தேவைகளின் அளவுகோலை இணக்கப்படுத்திக் கொள்ள வேண்டும் என்று அர்த்தம். ஏனெனில் அது குடிமக்களின் அடிப்படைத் தேவைகளின் சம கனத்திற்கேற்ப அமைந்த மதிப்பீட்டின் அடிப்படையில் ஒழுங்குபடுத்தப்பட்டுள்ளது; எனது ஆற்றல் என்பது எனது ஆளுமையின் சார்பானது அல்ல, சொத்தின் சார்பானது என்றால் அந்த மதிப்பீடு பயன்படாமல் கிடக்கிறது.

ஆனால் பொருளாதார அதிகாரத்தில் உண்மையான சமத்துவம் என்பது ஏறத்தாழச் சமமான அளவு செல்வத்தைப் பெற்றிருப்பதைவிட இன்னும் அதிகமானது. அந்த அதிகாரத்தைச் செலுத்தும் தலைமை ஜனநாயக நிர்வாகத்தின் விதிகளுக்குக் கட்டுப்பட வேண்டும் என்று அதற்கு அர்த்தம். தடையற்ற, பொறுப்பற்ற விருப்பம் தொழில்துறை உலகில் நிலவுவதை அது தடுத்தொழிக்க வேண்டும் என்று அர்த்தம். விளக்கக்கூடிய விதிமுறைகளின் அடிப்படையில் முடிவுகளைச் செய்வதை அது உள்ளடக்கியுள்ளது. எந்த ஒரு குறித்த தொழிலும் அளிக்க முனைகின்ற சேவைக்கு அந்த விதிமுறைகளின் தொடர்பினையும் விளக்கவேண்டும். நோய் தொற்றிக்கொண்ட ஒரு வீட்டினைத் தனிமைப்படுத்தும் ஆணையைப் பிறப்பிக்கின்ற ஒரு மருத்துவ அலுவலரின் பொறுப்பு நமக்குப் புரிகிறது; அவர் பொது ஆரோக்கியத்தினைப் பாதுகாப்பதற்குத் தனது அதிகாரத்தைப் பயன்படுத்துகிறார். ஆனால் பணியமர்த்துபவர் ஒருவருடைய தலைமையதிகாரம் சுயநல நோக்கங்களை அன்றிப் பிறவற்றால் புரிந்துகொள்ளப்பட இயலாதது. அவருடைய கோரிக்கைகளை நுண்ணாய்வுக்கு உட்படுத்த இயலாது. அவருடைய பதவியின் தகுதியோடு அவை தொடர்புபடுத்தப்படக் கூடியவை அல்ல. அவருடைய பணியாளர்களின் நலத்தோடு அவை தொடர்புடையவை

சுதந்திரமும் சமத்துவமும் | 247

அல்ல. ஒரு முதலாளி தனது உற்பத்திப் பொருளில் கலப்படம் செய்யவேண்டும் என்று கூறுவதை ஒரு பணியாளர் மறுத்தால் அவர் வேலையிழக்கக்கூடும். முதலாளியின் கணக்குகளைப் பொய்யாகக் காட்ட மறுத்தால், அம்மாதிரித் திருத்திக் காட்டுவதால் அரசுக்கு ஏற்படும் வருவாயிழப்பினைத் தானும் ஓரளவு ஏற்பவராக இருந்தபோதிலும், அவர் தண்டிக்கப்படக் கூடும். அதாவது, பொதுநலப் பின்னணியில் முறையாக வைக்கப்பட்ட பணிகளிலிருந்து இயற்கையாக எழுகின்ற அதிகாரத்திற்கும், தனிப்பட்ட பொறுப்பற்ற சுயநலத்தினால் விளைகின்ற அதிகாரத்திற்கும் உலகளாவிய வேற்றுமை இருக்கிறது.

பிந்திய வகை அதிகாரத்தின் இருப்பு, சமத்துவத்தின் குடியுரிமைசார் குறிப்புகளுக்கு அழிவுண்டாக்கக்கூடியது. தொழில் உறவுகளுக்கு அது நஞ்சூட்டுகிறது. எஜமானன்-பணியாளர் நிலையைப் போரின் தொடக்கத்துக்கு ஏவல் செய்ய வைக்கும் ஒன்றாகிறது. யாவற்றுக்கும் மேலாக, சமூகத்தின் வாழ்வுக்கு இன்றியமையாத சேவைகளின் தொடர்ச்சியுடன் சமூகத்துடன் தொடர்புற்ற பணி இணைந்திருக்கும் போது அது சகிக்க முடியாதநிலையிலும் உள்ளது. நமக்கு இன்று இராணுவம் தனிப்பட்ட முதலாளிகளிடம் விடப்படவேண்டும் என்ற கோரிக்கை ஏற்கப்பட முடியாத் தன்மை உடையதுபோல, நிலக்கரி, மின்னுற்பத்தி, வாகனவசதி, வங்கித் தொழில், மாமிச (உணவு) அளிப்பு, வீடளிப்பு போன்ற பெருந்தொழில்கள் தனிப்பட்ட தொழில்முனைவோரின் முயற்சிகளுக்கு விடப்பட வேண்டும் என்பது எதிர்காலத் தலைமுறையினர்க்கு ஏற்கப்பட இயலாததாகத் தோன்றலாம். மருத்துவத்தை நிர்வகிக்கும் கட்டுப்பாடான விதிகள் போன்ற விதிகளுக்கு இவை யாவும் விடப்பட வேண்டும். ஏனெனில் தேசிய வாழ்க்கைக்கு இவை முக்கியத்துவம் குறைந்தவை அல்ல. இதனால் அரசாங்கம் நேரடியாக இவற்றை இயக்குதலே தவிர்க்கவியலாத மாற்று என்பதல்ல. இன்றியமையாத பெருந்தொழில்களின் அமைப்புமுறைகளைத் திட்டமிட வேண்டும் என்பதே அர்த்தம்; பிற இடங்களில்போல இந்த அமைப்புமுறைகளின் சாத்தியப்பாடுகள் மிகவும் பரந்துபட்டவை.

இப்படிப்பட்ட அமைப்புமுறைகள் பயனுள்ள வகையில் கொள்ளத்தக்க வடிவங்கள் பற்றிப் பின்னொரு இயலில் நான் விவாதிப்பேன். இங்கு பெருந்தொழிலில் முக்கியமற்ற என்று கருதப்படும் முடிவுகளாலும் நலன்கள் பாதிக்கப்படாதவகையில் மனித உறவுகளின் சுதந்திரத்தின் முக்கியத்துவத்தினை வலியுறுத்துவது போதுமானது. இதனால் எல்லார் விருப்பங்களுக்கும் சமமதிப்பளிக்க வேண்டும் என்பதல்ல; எல்லா மனிதர்களுமே ஆணைகளை இடச் சமமான அளவில் தகுதிபெற்றவர்கள் அல்ல. ஆனால்,

பதவியில் இருக்கும் அமைச்சர் போலவோ, தொழிற்சங்கத் தலைவர் போலவோ, அதிகாரத்தைச் செயல்படுத்துபவர்கள், தாங்கள் இடும் ஆணைகளுக்குப் பொறுப்பேற்கக் கடமைப்பட்டவர்கள் என்பதை இது எடுத்துரைப்பதாகும். அதிகாரத்தின் மூலத்திற்குச் செல்ல எனக்கு வசதி இருக்கிறது என்னும் உணர்வுள்ள போது என் சுதந்திரத்தில் குறுக்கீடு நிகழ்வதில்லை. தாங்களே தேர்ந்தெடுத்த, தங்களுக்குப் பொறுப்பான மனிதர்களால் நிர்வகிக்கப்படுவதால் ஒரு தொழிற்சங்கத்தின் உறுப்பினர்கள் "சுதந்திரமாக" உணர்கிறார்கள். ஆனால் தனது இயற்கையில் இம்மாதிரி அமைப்பு இன்மைகொண்ட ஒரு பெருந்தொழிலின் தலைமைக்கு இது பொருந்துவதல்ல. அந்தஸ்தின் சமமின்மைகள், அந்தஸ்திலிருந்து பிறக்கின்ற அதிகாரம் ஆகியவை ஆளுமையின் நலங்களுக்குத் தொடர்பற்றவை. ஆன்மார்த்தமான புரிதலற்ற ஒரு படிநிலையில் உழைப்பாளி வைக்கப்பட்டுள்ளான். பல்கலைக்கழக ஆசிரியரோ, மருத்துவரோ, வழக்குரைஞரோ இவர்கள் யாவரும் படிநிலைகளில் வைக்கப்பட்டவர்களே; ஆனால் இப்பதவிகள் கூட்டுறவினால் நிறுவப்பட்டவை ஆதலின் இவை சமத்துவத்தை வளர்க்கின்றன. தங்கள் வாழ்க்கைப் பணியின் அர்த்தத்துக்குத் தாங்கள் பங்களிக்கிறோம் என்று அவற்றின் உறுப்பினர்கள் உணர்கிறார்கள். இப்போதைய பொறுப்பற்ற தன்னிச்சையாதிக்க முறையினை அழிக்கின்ற விதிமுறைகள் தொழில்துறையில் வரும்வரை மேற்கண்ட தொழில்சார் தரமதிப்புகளை அங்கு உருவாக்க முடியாது.

IV. சர்வதேசக் கூறு

இதுவரை சுதந்திரம் சமத்துவம் ஆகியவை பற்றிய கருத்தாக்கங்களை ஏதோ அவை ஓர் ஒற்றை அரசின் எல்லைக்குட்பட்டுத் தீர்க்கக்கூடியப் பிரச்சினைகளை அவை எழுப்பியவை போல விவாதித்துவந்தேன். ஆனால் அந்தப் பிரதேச எல்லையைத் தாண்டியும் சிக்கல்கள் வெகுதொலைவு செல்கின்றன. நான் முன்னர் வாதிட்டதுபோல, உலகக் கூட்டுறவு, நாம் நாகரிக முழுமைக்கும் ஒன்றாகச் சட்டங்களை இயற்ற வேண்டிய நிலைக்கு முன்னேறியுள்ளது. ஆகவே உலகப்பொது அக்கறைகொண்ட விஷயங்களில் ஆப்பிரிக்க பாண்ட்டு இனத்தவரையும், பசிபிக்கின் மெலனீசியரையும், ஆங்கிலேயரையும் ஃபிரெஞ்சுமக்களையும் ஒருசேர பாதிக்கின்ற விதமான முறைமைகளைப் பயன்படுத்த வேண்டும். இப்படிப்பட்ட சிக்கல்தன்மைகள் இடையே சுதந்திரம் சமத்துவம் என்பவை எப்படி அர்த்தப்படுகின்றன? உள்நாட்டு உழைப்பாளர்களால்

பெருஞ்செல்வத்தை உருவாக்கவேண்டி அப்படிப்பட்டவர்களைத் தீவிர உழைப்புக்கு ஆட்படுத்துவதையே தனது சுதந்திரமாக ஜாவாவிலுள்ள டச்சுக்காரன் காண்கிறான். ஜாவாக்காரன், தனக்குத் தேவையான உணவையும் பிறகு தன்னை வெயிலின் மகிழ்ச்சியை அனுபவிப்பதையும் தருகின்ற இடைவிட்ட முயற்சியையே தனது சுதந்திரமாக உணர்கிறான். இம்மாதிரியான வேறுபட்டத் தேவைகளை எப்படி இணக்கப்படுத்துவது? உதாரணமாக, நாம் தொடங்குகின்ற மெய்ம்மை சமமற்ற அதிகாரம் என்பதாக இருக்கும்போது நிலநடுக்கோட்டு ஆப்பிரிக்காவில் வாழும் கருப்பனும் வெள்ளையனும் சமமாக நடத்தப் படுவதை நாம் எப்படி உறுதி செய்வது? ஐரோப்பிய அரசுகளின் விவாத அரங்கில் இங்கிலாந்து, ரஷ்யா அல்லது ஃபிரான்சின் நலங்களோடு ஸ்விட்சர்லாந்தின் நலங்களும் சமமாக ஏற்கப்படும் என்பதை நாம் எப்படி உறுதிப்படுத்துவது?

வார்செய்ல் சமாதானம் வரை, சர்வதேசச் சட்டத்தின் அடிப்படையில் அரசுகளின் சமத்துவத்தை ஏற்று, அந்தந்த அரசையும், தனது இடர்காப்புக்காகத் தான் நினைக்கும் முறையில் தீர்வு காண விட்டுவிடுவதாகப் பொதுமுறை இருந்தது; இந்த அளிப்பு இறுதித் தீர்வைப் பெரும்பாலும் பெறச்செய்யும் என்பதால் படைவலிமை பின்னுக்கிருந்தது. ஆனால், உதாரணமாக, மிக முக்கியமான விஷயங்களில், நிகராகுவாவும் அமெரிக்க ஐக்கியநாடும், வெனிசுவேலாவும் இங்கிலாந்தும், சமமான முறையில் பேரம் நிகழ்த்த முடியாது என்பது வெளிப்படை. சட்டத்தின் மிகுந்த கருணைமிக்க புனைவுகளாலும், ஒரு சிறிய அரசைப் பேரரசு ஒன்றுக்குச் சமமாக்க முடியாது.

சமமான முக்கியத்துவமும், அதனால் சுதந்திரமும் ஆகிய சாத்தியங்கள் இரண்டு விஷயங்களைச் சார்ந்துள்ளன. முதலில் போர் இல்லாமல் செய்யப்பட வேண்டும் என்பதை இது சார்ந்துள்ளது. ஓர் அரசு தன் அண்டை நாட்டின்மீது தனது தீர்வைச் சுமத்த முடிகின்றவரை சுதந்திரம் போன்ற கருத்துகள் அர்த்தமிழக்கின்றன. ஆனால் போரை அறவே நீக்குதல் என்பது, போரில் ஈடுபட்டுள்ள எந்த நாட்டுக்கும் எதிராக உலகத் தலைமையதிகாரத்தைத் தூண்டக்கூடிய திறமை உள்ள சர்வதேச நிறுவனங்களை அமைப்பதைப் பொறுத்தது. இது, போரை உருவாக்கும் பிரச்சினைகளை தர்க்கஅறிவின் அடிப்படையில் பகுத்து ஆராய்கின்ற சர்வதேச நிறுவனங்கள் அமைக்கப்பட முடியும் என்ற நிரூபணத்தின் விளைவாகத்தான் இருக்கும். ஒவ்வொரு அரசும் மற்றதற்கு வாக்களிக்கும் சக்தியில் சமம் என்ற கருதுவதால் இப்படிப்பட்ட நிறுவனங்களைக் கண்டறிய முடியும் என்று நான்

கருதவில்லை. அந்தப் புனைவினைப் பேணுவதால் அரசுகளின் கழகம் ஒன்றை அமைக்க முடியாது. மாறாக, சர்வதேசக் கட்டுப்பாட்டில் உள்ள குடிமக்களைத் தேர்ந்தெடுத்து அவர்களை நிர்வகிக்க விகிதாச்சாரப் பிரதிநிதித்துவத்திற்கான ஒரு முறையைக் கண்டுபிடிப்பதில்தான் தீர்வு இருக்கிறது. உதாரணமாக, இதனால், இங்கிலாந்தின் முதலமைச்சரை ஆங்கிலேயர்கள்தான் தேர்ந்தெடுக்க இயலும், ஆனால் பிரிட்டிஷ் கப்பற்படையின் அளவு சர்வதேச நிர்ணயத்தினால்தான் அமையும் என்ற பார்வை உருவாகும். தனது பள்ளிகளில் எந்தெந்த அயல்நாட்டு மொழிகளைக் கற்பிக்கலாம் என்பதை ஃபிரான்ஸ்தான் முடிவுசெய்யும், ஆனால் அதன் அயல்நாட்டுக் கடன்களின் தன்மை சர்வதேச ஒப்புதலினால்தான் தீர்மானிக்கப்படும். ஒவ்வோர் அரசும் பேரம் பேசவும், விமரிசனம் செய்யவும், மறுக்கவும் வாய்ப்பிருக்கும்; ஆனால் தனக்கு எதிராக முடிவு செய்யப்பட்டால் அது ஏற்றுத்தான் ஆகவேண்டும். சமத்துவம் என்பது, ஆகவே (1) விவாதத்தின் முறைமை, ஒவ்வொரு அரசும் முன்வைக்கின்ற மெய்ம்மைகளுக்கு முழு அழுத்தம் தரும்; (2) படைவலிமையைப் பயன்படுத்துவது என்பது கவனத்திற் கொள்ளப்பட மாட்டாது; இவையே சமத்துவம் என்பதன் அர்த்தமாகும். சுதந்திரம் என்றால் சர்வதேசக் கட்டுப்பாட்டின் எல்லைக்குட்படாமல் ஒவ்வோர் அரசும் தனது வாழ்க்கையைத் தானே நிச்சயித்துக் கொள்ளும் உரிமை பெறும் என்பதாகும். தனது சமூகத்தின் பொது விதிகளுக்கு அப்பால் எப்படி ஒரு தனிமனிதன் சுதந்திரத்தைப் பெற இயலாதோ அதுபோலவே அரசுகளின் சமூகத்தின் பொது விதி உருவாக்கும் கட்டுப்பாட்டிற்குத் தனது இறையாண்மையை உட்படுத்தியே ஒவ்வோர் அரசும் தனது சுதந்திரத்தை அடைய முடியும்.

இம்மாதிரி தர்க்கப்பூர்வமான ஏற்பாட்டின் பழக்கம் மிக மெதுவாகத்தான் உருவாகும் என்பதை அழுத்திச் சொல்லவேண்டிய அவசியமில்லை. இந்தச் சமயத்தில் உலகத்தை ஒரு கூட்டரசாகக் கருதுவதில்தான் தீர்வு இருக்கிறது என்று வாதிடவே நான் முனைகிறேன். ஆனால், அதன் உறுப்பினர்களுக்குச் சம வாக்களிப்புச் சக்தி இருக்காது. ஒரு விசாரணை, முடிவுசெய்தல் என்ற மரபை உருவாக்குவதிலும், ஒரு கூட்டாட்சி அரசு நிர்வகிக்கக்கூடிய பிரச்சினைகளின் வீச்சிற்கான பொருத்தமான நிறுவனங்களைக் கண்டறிவதிலும்தான் விஷயம் இருக்கிறது என்று நான் கருதுகிறேன். ஒரு பெரிய அரசு தனக்கு எதிரான தீர்ப்பை ஏற்றுக் கொள்ளும் நிலையில், அப்படிப்பட்ட மரபை ஆராய்கின்ற பண்பையேனும் நாம் தொடங்கிவிட்டோம் எனலாம். ஒரு பெரிய விஷயம், உதாரணமாக, ஒரு நாட்டிலுள்ள அதற்குரிய இனங்களைப் பாதுகாப்பது என்பதைத்

திறமையாக ஒரு சர்வதேச அதிகாரத்தலைமை கையாளும் போது நாம் அதற்குரிய சாத்தியங்களில் நம்பிக்கையை நாம் உருவாக்கத் தொடங்கி விட்டோம் எனலாம். ஓர் அரசில் அதற்கே உரிய தனித்துவமான விஷயங்களில் சுயநிர்ணயம் என்பதே சுதந்திரம் என்பதற்கு அர்த்தமாகும்; அந்த வட்டத்திற்கு அப்பால் தனது வழக்கினை முன்வைக்கும் சுதந்திரத்தைக் குறிக்குமே அன்றி போரைத் தொடங்கும் உரிமையைக் குறிக்காது. சமத்துவம் என்பது, உதாரணமாகக் கச்சாப் பொருள்களைப் பெறும் அளவில், ஒருவிதப் பிரச்சினைகளின் வீச்சில், அதற்கேற்ற எதிர்வினையைப் பெறும் உறுதியோடு, புள்ளியியல் அளவீட்டைச் செய்து அதன்படி தீர்வுகள் தருவதாக இருக்கும்; மற்றொன்றில், தங்கள் பிரதிநிதிகள் முடிவுகளைச் செய்வதில் உதவிபுரிகின்ற அரசுகளின் சர்வதேச அமைப்பின் இருப்பினாலாகிய பாதுகாப்பைக் குறிப்பதாக அது அர்த்தப்படலாம்.

சர்வதேசத் தலைமைகளிடம் இத்தகைய பிரச்சினைகளை மேன்மேலும் கொண்டுவரும்போது மேன்மேலும் இத்தகைய நடவடிக்கைக்கு (தீர்வு முறைக்கு) இடமளிப்பதாக அமையும். செராஜிவோவில் செர்பியா நடத்திய படுகொலைகளுக்கான பொறுப்பு என்பது அறிவார்த்தமான விசாரணைக்கு உட்பட வேண்டிய விஷயம் ஆகும். ஆஸ்திரியாவின் நடவடிக்கை மெய்ம்மைகளைப் பற்றி எதுவும் நிச்சயிக்கவில்லை; அது தனது அதிகாரத்தையும் கௌரவத்தையும் பயன்படுத்தி தீர்வு சாத்தியமற்றதாகச் செய்துவிட்டது. புலனாய்வின்போது செர்பியா குற்றவாளி எனக் காணப்பட்டிருந்தால், சமத்துவத்தை நிஜமாக்கக்கூடிய விதத்தில் தண்டனை என்பது நிச்சயிக்கப்பட்டிருக்கும். அதில் இரண்டு அரசுகளும், அதிகாரத்தில் சமமாக இல்லை என்றாலும், தங்களுக்குப் புறத்திலுள்ள ஒரு அமைப்பினால் சமமாகக் கட்டுப்படுத்தப் பட்டிருக்கும். செர்பியா குற்றமற்றது என்றால், ஆஸ்திரியா-ஹங்கேரியின் அழிவை உள்ளடக்கிய ஓர் உலகப் போரானது, கௌரவத்தைப் பற்றிய ஒரு தவறான எண்ணத்திற்காகத் தரப்படுகின்ற பெருஞ்சுமையான ஒரு விலையாகியிருக்கும்.

தீர்வு காணமுடியாத தகராறுகளைப் பற்றிப் பேசுகின்றவர்கள், உண்மையில், நாகரிகத்திற்குத் துன்பம் விளைக்கின்ற பணியையே செய்கிறார்கள். உலகத்தின் மெய்ம்மைகளுக்கு இனிமேலும் பொருந்தாத ஒரு வரலாற்று நிலை அடிப்படையில் அவர்கள் பேசுகிறார்கள். தவறிழைத்ததால் ஒரு நாடு அவமானத்துக்குள்ளாகிறது என்பது, போரிட்டுப் பார்ப்பது நீதியை உருவாக்கும் என்று சொல்வதற்குச் சமமாகும். சர்வதேசத் தீர்ப்பினைத் தவிர்க்கும் ஒரு வழியாகத் தனது கௌரவத்தைப் பயன்படுத்தும் ஓர் வல்லரசு, ஏறத்தாழ

நிச்சயமாகத் தவறுசெய்திருப்பதற்கே வாய்ப்பிருக்கிறது. அலபாமா நிகழ்வை நடுவர் தீர்ப்புக்கு இங்கிலாந்து விட்டதனால் அதன் கௌரவம் குறைந்துவிடவில்லை; அந்த நிகழ்ச்சி நடக்க அனுமதித்த நிர்வாகப் பொறுப்பின்மையினால்தான் அதன் கௌரவம் குலைந்தது. மனிதர்களைப் போலவே அரசுகளும், தாங்கள் ஒரு மோசமான விஷயத்தில் மாட்டிக்கொண்டாலொழிய தங்கள் கௌரவத்தைப் பற்றிய கண்டனக்குரலை உரக்க எழுப்புவதில்லை. இது தர்க்க அறிவை அனுமதிக்காத ஒரு பிரச்சினையை அதி-நியாயப்படுத்துவது என்று சொன்னால், அதற்கு விடை, தர்க்க அறிவையும் அதன் கையிலுள்ள ஆயுதங்களால் உருவாகும் அரசிலி நிலையையும் வேண்டுமென்றே ஏற்பதாகிய நமது தேர்வுவாய்ப்பு, நாகரிகத்தையே அதன் கண்டுபிடிப்புகளின் இடிபாடுகளின் கீழ்ப் புதைக்கப்படும் ஒரு கட்டுக்கதையாக மாற்றிவிடுவதாகும்.

மக்கள்-இனங்கள் விஷயத்தில் இந்த நிலை சற்றே வித்தியாசமாகவே இருக்கிறது. உதாரணமாக, ஓர் ஐரோப்பிய இனத்துக்கும், ஆஸ்திரேலியாவின் புஷ்மென் இனத்திற்கும் இடையிலான விவாதத்தில் எந்த நிறுவனங்களும் மெய்யான சமத்துவத்தை அளிக்க முடியாது. பிற்பட்ட இனங்கள் தாங்கள் விழைகின்ற மகிழ்ச்சியின் வழிவகைகளை, அவற்றைப் பயன்படுத்தும்போது, வாழ்க்கையிலிருந்து எடுத்துக் கொள்ள உதவுகின்ற அடிப்படை விதிகளைக் கண்டுபிடிப்பது இங்குள்ள பிரச்சினை ஆகும்; அவற்றுடன் அவர்களுக்கு நாம் வழங்கக்கூடிய அறிவியல் கண்டுபிடிப்புகளின் ஆதாயங்களையும் சேர்க்கலாம். அடிமைத்தனம், மனித உயிர்ப்பலி, இனங்களுக்குள் போரிடுதல் ஆகியவற்றை நாம் தடுக்கவேண்டும் என்பது தெளிவு. அவர்களுக்குத் தேவையான நிலங்களை நாம் ஒதுக்கிவைக்க வேண்டும். சாலைகள் அமைப்பது போன்ற பொது விஷயங்களில் தவிர, எல்லாவிதக் கட்டாய உழைப்பையும் தடுக்கவேண்டும். எவற்றுக்கெல்லாம் நன்கு பொருந்துகிறதோ அந்த விஷயங்களுக்கெல்லாம் பழங்குடியினச் சீரமைப்பைப் பயன்படுத்த வேண்டும். இன மனவுறுதியை அழிக்கக்கூடியதான குடி போன்ற வியாபாரங்களைத் தடுக்க வேண்டும். எந்த வியாபாரிகளும், அதிகாரிகளின் மேற்பார்வையின் கீழ் அன்றி, அதுவும் குறிப்பாக இயற்கை வளங்கள் அரிதாக இருக்கும் நிலையில், பழங்குடிகளுடன் ஒப்பந்தம் செய்துகொள்ள அனுமதிக்கலாகாது. யாவற்றுக்கும் மேலாக, இந்த இனத்தவர் இடையே அரசுப் பணியில் ஈடுபட முனைபவர்கள், அவர்களைப் பற்றிய நிஜமான, மானிடவியல் முடிவுகள் சார்ந்த, அறிவில் முழுமையான பயிற்சி பெற்றிருப்பது இன்றியமையாதது.

அதன் பிரச்சினைகளுக்கான மெய்யான அணுகுமுறையைக் கற்றறியாத ஒருவனை ஆப்பிரிக்காவுக்கு அனுப்புவதில் என்ன பயன்? அங்கிருக்கும் ஐரோப்பியச் சமூகத்திலிருந்து அந்த அறிவை அவனால் பெற முடியாது. அவன் அதை அந்த இனத்தைச் சேர்ந்த மனிதனிடமிருந்துதான் கற்றறிய முடியும். ஆனால் பிரச்சினையைப் பரிவுசார் விளக்கத்துடன் அணுகுகின்ற நோக்குநிலை அவனுக்கு முன்பே அளிக்கப்பட்டிருக்க வேண்டும். அவர்களுக்கே உரிய பெரும்பாலான வழக்காறுகள், ஐரோப்பிய மனத்திற்கு விசித்திரமாகத் தோன்றினாலும், பழங்குடியினப் பிரக்ஞையில் ஆழமாக வேர்விட்டவை. பழங்குடியினத்தவன் ஒருவனுக்கு விளங்காததாகத் தோன்றும் ஒரு நோக்குநிலைக்கு அவனைக் கட்டாயப்படுத்துவது என்பது அவனுடைய வாழ்க்கைக்கு அர்த்தமளிக்கக் கூடிய எல்லாவற்றையும் அழிப்பதாகும். இதன் விளைவு அவனது மகிழ்ச்சியைப் பாழ்படுத்துகின்ற ஓர் உளவியல் வேதனை ஆகும்.

அதேசமயம், எந்த அரசையும் அதற்களிக்கப்பட்ட பிரதேசத்தின் முழுக் கட்டுப்பாட்டையும் மேற்கொள்ளவும் நாம் அனுமதிக்கமுடியாது. அது அங்கு என்ன செய்கிறது, அதன் நிர்வாகத்தின் முறையும் விளைவுகளும் என்ன, என்பவற்றை அது சர்வதேச அமைப்பு ஒன்றுக்கு விடையளிக்க வேண்டும். அதற்கு விதியளிக்கும் அதிகாரத்தின் ஓர் அறிக்கை வெளியீட்டுக்கு அப்பாலும் செல்லக்கூடியது இது என நான் நினைக்கிறேன். அந்தப் பழங்குடிமக்கள் பிரதேசத்தின் தலைநகரத்திலிருந்து ஒரு சர்வதேச அமைச்சர் போன்ற ஏதோ ஒரு நிறுவனத்தின் இருப்பு கண்காணிப்பது அவசியம். எப்படி லண்டனில் உள்ள ஃபிரெஞ்சுத் தூதர் ஒருவர் அங்கிருக்கும் ஃபிரெஞ்சுமக்களின் ஆர்வங்களை கவனித்துக் கொள்வாரோ அதுபோலவே இவரும் அந்தப் பழங்குடியினத்தவரின் நலன்களைக் கவனிப்பார். மேற்பார்வையிடவும் அறிக்கை தரவும் அவருக்கு அதிகாரம் உண்டு. விதிப்பு அதிகாரத்தின் கருத்திற்கும் மேலாக அவரது வார்த்தைக்குப் பலம் உண்டு. நிச்சயிக்கப்பட்ட ஒரு நடவடிக்கையை ஒத்திவைத்தல், எச்சரித்தல், தைரியமளித்தல் போன்றவற்றை அவர் செய்ய இயலும். அபூர்வமாகத்தான் அவர் மெய்யான நிர்வாகத்திலுள்ள அதிகார இனத்தைச் சேர்ந்தவராக இருக்க இயலும். சான்றாக, தெற்காசியா தனது நடவடிக்கைகளைப் பற்றிய அறிக்கையை ஒரு தன்னிச்சையான அதிகாரிக்கு அளிக்கமுடியும் என்ற நிலை இருந்தால்தான், பேண்டில்வார்ட் கலகம் போன்றதொரு எழுச்சியை உறுதியாகவே இயலாமற் செய்ய முடியும்.

இது மேற்கத்திய நாகரிகத்தின் பின்னணியில் சுதந்திரம் சமத்துவம் என்பவற்றின் அர்த்தத்தை வெளிப்படையாகவே கைவிடுவதாகும். எந்த ஒரு நிஜமான பகுப்பாய்விலும், அதைக் கைவிடவேண்டியது அவசியமே. ஒரு பழங்குடியினன் தன் தேவைகளை வெளிப்படுத்த முனைவது, நாம் அளிக்கக்கூடிய அத்தனை எதிர்வினைகளையும் பெறத் தகுதியுடையதாகும்; ஆனால் பிற்பட்ட, முன்னேறிய நாகரிகங்களின் மோதல் என்பது, வெளிப்படுத்தப்பட்ட தேவைகள் சிறப்பு கவனம் பெற வேண்டியவை என்பதை ஒப்புக்கொள்ளவேண்டும். ஒரு ஜுலு அல்லது ஹாட்டன்டோட், மேற்கத்திய நிறுவனங்களுக்குத் தயாரிக்கப்பட்டவன் என்ற அடிப்படையில் நாம் செயல்படுவதைவிட, மேற்கண்ட பாதுகாப்புகளின் நிபந்தனைகளில் தான் எதை முழு வாழ்க்கை என்று நினைக்கிறானோ அதை அவன் அடைய வாய்ப்பிருக்கிறது. எக்ஸிடர் ஹாலின் மகிழ்நோக்கு இனவியல் என்று கிரஹாம் வாலஸ் கூறியதுதான், இந்த வினாக்களை அணுகுவதற்கு மிகவும் அழிவுண்டாக்குகின்ற மனப்பாங்கு ஆகும். எடுத்த எடுப்பிலேயே அது ஒரு பழங்குடியினனுக்கு அவனறிந்த வாழ்க்கைக்கு வண்ணமும் சாராம்சமும் அளிப்பன எவையோ அவற்றை மறுப்பதன் வாயிலாக அவனுக்கு அர்த்தமுள்ளவற்றை அழிக்கிறது. பொதுவாக அவன் அர்த்தத்தை அறியச் சாத்தியமற்ற வேறொரு வாழ்க்கைக்கு அவனைத் தயார் படுத்த அது முனைகிறது. எனவே அவனுடைய சுதந்திரம் என்பது அவனுடைய சிறப்பான சூழலுக்குச் சார்பானதாக இருக்கவேண்டும். அடிப்படை மேற்கத்திய இலட்சியத்தை அழிக்காமல், அவனுக்கு எதையெல்லாம் அளிக்கமுடியுமோ அவற்றை அது அளிப்பதாக அர்த்தப்பட வேண்டும். எல்லாவற்றையும்விட, அந்த இலட்சியங்கள் செயல்படுவதால் விளைவாக அடிக்கடி நாம் காண்பனவற்றிலிருந்து அவனைப் பாதுகாப்பதாக அது இருக்கவேண்டும்.

V. சுதந்திரமும் அரசாங்கமும்

சுதந்திரம் சமத்துவம் பற்றிய இந்த நோக்கு அரசாங்கத்தின் அதிகாரங்கள், பாதிக்கப்பட்டவர்களின் நலன்களுக்கு எதிர்வினை தருமாறு அவற்றினால் அளிக்கப்படும் எந்திரநுட்பங்கள் ஆகியவற்றிற்கு அடிப்படை முக்கியத்துவத்தை அளிக்கிறது. சட்டமியற்றும் செயல் மனிதர்களைச் சுதந்திரமாகவும் சமமாகவும் ஆக்கிவிடும் என்று நான் வாதிடவில்லை; ஆனால் இங்கு வலியுறுத்தப்பட்டவை போன்ற சில நிபந்தனைகள் இருந்தாலொழியப் பெரும்பான்மையினரைச்

சுதந்திரமற்றவர்களாகவும், சமமற்றவர்களாகவும் வைத்திருக்கவே சட்டங்களின் விளைவு பயன்படும் என்பது உறுதி. சாதாரண மனிதனின் ஆளுமை படைப்பாற்றல் பெறுவதற்கு, அப்படைப்பாற்றல் சாத்தியமாகக்கூடிய நிலைமைகளை உருவாக்கவேண்டும். சாதாரண மனிதர்கள், தாங்கள் முக்கியமானவர்களாகக் கருதப்படுகிறோம் என்று உணர்ந்தால்தான் அது நடக்கும். சுதந்திரம் சமத்துவம் அற்ற நிலையில் நாம் இதை அடைவோம் என நம்புவதற்கில்லை. மிக வெவ்வேறாக நோக்கப்பட்ட மனிதர்களின் ஆர்வங்களை ஆக்கும் காரணிகள் இல்லாத ஒரு சமுதாயத்தில் ஆளுமையின் வளர்ச்சிக்கான வழிவகைகள் இருப்பதற்கு இடமுண்டு. அரசு சமத்துவத்தைக் கட்டாயப் படுத்துகின்ற செயல், தனிப்பட்ட ஆள் தனது கைகளில் தனது இலக்குகளுக்காக அதிகாரத்தை எடுத்துக் கொள்வதைத் தடுப்பதன் வாயிலாக சுதந்திரத்தை மேம்படுத்துகின்ற பெரிய சிறப்பினைக் கொண்டுள்ளது. கட்டாயப்படுத்துவது என்பதில் நான் கண்டிப்பாக உடல்சார் வன்முறையை மட்டும் குறிக்கவில்லை, மற்றொருவன் தன்னால் முடிந்த அளவு சிறப்பாக ஆவதற்குத் தடுக்கின்ற சிறப்பு ஆதாயத்தைப் பயன்படுத்துவதைக் குறிக்கிறேன்.

ஆனால் அரசாங்கத்தின் அதிகாரத்தைக் கூட்டுகின்ற எல்லாவற்றுடனும் எப்போதும் உடனடி ஆபத்தும் சேர்ந்திருக்கிறது என்பதை நினைவில் வைப்பது முக்கியம். தான் எதிர்கொள்கின்ற மிகப்பரந்த நிர்வாக எந்திரத்தின் முன்னால் நவீன அரசின் தனிமனிதன் தான் வலுவற்றவனாக உணர்கிறான். அந்த எந்திரம் எல்லாவித முயற்சிகளையும் ஓர் ஒற்றை மையத்தை நோக்கி உறிஞ்சிக்கொண்டது போலவும் பொறுப்புமிக்க முடிவுகளைச் செய்யவோ அல்லது செய்வதில் பங்கேற்கவோ உள்ள ஆற்றலைக் கவர்ந்துகொண்டது போலவும் தோன்றுகிறது. இது ஒரு நிஜமான இடர்ப்பாடு. தன் சகமனிதனின் அதிகாரத்திலிருந்து தனிமனிதனை விடுவிக்கும் நேரத்தில் நாம் அவனை முன்னைவிடச் சுதந்திரமாக இல்லாத நிலை கொண்ட ஒரு கூட்டு ஆதிக்கத்திற்கு உட்படுத்திவிட்டது போல் தோன்றுகிறது. இந்த அபாயத்தினால், சிறிய அரசின் விளைபொருளாக மட்டுமே சுதந்திரம் இருக்கமுடியும், ஜனநாயக முயற்சி சாத்தியமாவதற்கு ஒரு நவீன ஏதென்ஸின் இடப்பரப்பைக் கண்டுபிடிக்க வேண்டும் என்று ரூஸோ வலியுறுத்தினார்.

இந்த நோக்கினை நாம் ஏற்க முடியாது. காரணம், நவீன பொருளாதார அமைப்பு நகர அரசுக்கு நாம் திரும்பக்கூடியதைச் சாத்தியமில்லாமல் செய்துவிட்டது. ஆனால் நவீன அளவுள்ள அரசுகளில் மையமழித்தல் இன்றி வெறுமனே சமத்துவத்தை அடைதல் என்பது தீங்கானது. ரூஸோவின் தர்மசங்கட நிலைக்கு

இதுதான் தீர்வு. பரந்த எண்ணிக்கையிலான மனிதர்களை அவர்கள் அடிமைப்பட்டிருக்கும் அதிகாரத்தின் தலைவர்களாக்கித் தடைப்படுத்தலின் பயத்தை அது தீர்க்கிறது. அந்தத் தலைமையதிகாரத்தின் விளைவாக, தங்களில் உள்ள படைப்பாற்றல் சக்தியை விடுவிக்கும் ஆற்றலைப் பயன்படுத்தவும் உதவுகிறது. இறுதியாகக், குறைந்தபட்சம், மனிதர்கள் தங்களுக்காக உண்டாக்கிக் கொள்ளும் சட்டம் அன்றி வேறெதுவும் அர்த்தமற்றது. ஆனால் போதுமான முறையில் தங்களுக்காகச் சட்டத்தை உண்டாக்கிக் கொள்ள தாங்கள் எவ்விதச் சட்டங்களை இயற்றவேண்டும் என்ற தீர்மானமும், அந்தச் சட்டங்களைச் செயல்படுத்துகின்ற பண்பும் கொண்ட கல்வி அவர்களுக்குத் தேவை. சந்தேகமின்றி, அவர்கள் யாரையேனும் நம்பித்தான் ஆகவேண்டும்; போலீஸ்காரரின் ஒவ்வொரு சட்டத்தையும் நுட்ப ஆய்வு செய்யக் கலைஞனுக்கு ஆசையிருக்காது. ஆனால் அவர்களைப் பாதுகாப்பாக நம்பலாம் என்று அறிகின்ற அளவில் அவை நெருக்கமாக ஓர் அமைப்பின் பகுதியாக இருக்கவேண்டும், அல்லது நம்பிக்கை தவறாகப் பயன்படுத்தப்படுமானால், அதைச் சரிசெய்ய அழுத்தம் தரமுடியவேண்டும். இந்த அர்த்தத்தில், சுதந்திரம் துஷ்பிரயோகத்தைத் தடைசெய்யும் அமைப்பு; தவறாகப் பயன்படுத்தல் எழுதலுக்கு எதிரான முக்கியப் பாதுகாப்பு, கீழ்ப்படிய மறுப்பதன் வருகையை உறுதியாகவும் திறனோடும் செய்யும் வகையில் அமைந்த பரவலான அதிகாரப் பகிர்வுதான்.

ஆனால் அரசாங்கத்தின் நடவடிக்கைக்கு இணையாகத் தனிமனிதர்களின் முயற்சி இல்லாவிட்டால் அந்நடவடிக்கை மிக உச்சமாகச் சாதிக்க முடிவதும் அற்பமாகவே இருக்கும். நாம் நமக்கான உண்மையான சுதந்திரத்தை நிச்சயமாக உருவாக்கிக் கொள்ள, நம் ஒவ்வொருவருக்குள்ளும் ஆதனேசியஸின் போதிய பகுதி இருக்கிறது. அதன் செயல்பாடுகளுக்கு ஒருசீரான விசுவாசம் காட்டுவதன் வாயிலாக மட்டுமே அவர்கள் அதனைத் தங்கள் ஆசைக்கேற்ப மாற்றியமைக்க முடியும் என்ற வகையில் அரசு நிச்சயமாக மனிதர்களின் பண்பின்மீது கட்டப்பட்டிருக்கிறது. மனிதர்கள் அசட்டையாகவோ அக்கறையற்றோ இருந்தால், களத்திலிருந்து விலகுவதில் திருப்தியடைபவர்களாக இருந்தால், மிகமிகத் திறமை வாய்ந்த எந்திரநுட்பங்களும்கூட அதிகாரத் துஷ்பிரயோகத்தை இறுதியாகத் தடுக்க இயலாது. தோரூவின் மிக முக்கியமான வாக்கியமான, "யாரையும் நியாயமின்றிச் சிறைப்படுத்துகின்ற அரசாங்கத்தின்கீழ், ஒரு நியாயமான மனிதனுக்குள்ள உண்மையான இடம் சிறைச்சாலை தான்" என்பதன் அர்த்தம் இதுதான் (Thoreau, On the Dutry of Civil Disobedience). அரசின் நடவடிக்கைகள் தங்கள் சொந்தச் செய்கைகளே என்பதை மக்கள் அறிய வேண்டும். நீதியை உருவாக்கத் தங்கள் முயற்சிகளை எவ்வளவு

குவிக்கின்றார்களோ அந்த அளவுக்குத்தான் நீதியை அவர்களால் அடைய முடியும் என்பதையும் அவர்கள் அறியவேண்டும். ஒரு மனிதனிடம் மனமும் விருப்பமும் இருக்குமானால் ஒவ்வொரு மனிதனும் அரசுக்கு இன்றியமையாதவன்தான். தனது வாழ்க்கை அறிவை அதன் நடவடிக்கைகளுக்கு அடிப்படையாகக் கிடைக்குமாறு செய்வதன் மூலமே ஒவ்வொரு மனிதனும் தான் விரும்புகின்ற விஷயங்களுக்கு அரசு பதில்சொல்ல வைக்க முடியும். இறுதியாக, தான் சுதந்திரமாக இருக்க விரும்புவதனால் மட்டுமே அவன் சுதந்திரமாக முடியும். அதன் வைத்திருப்புகளின் ஒரு பகுதியாகத் தனது மனத்தை ஆக்குவதனாலும் தனக்கு முக்கியத்துவத்தை உத்திரவாதம் செய்கின்ற தர்க்கஅறிவினாலும் அன்றி எந்த அரசும் நிர்வகிக்கப்பட முடியாது.

இப்படி ஒரு தனிமனிதன் சகதோழர்களுடன் கூட்டுச் சேர்ந்தும் தனது சுதந்திரத்தினை ஆக்குபவனாகத் தானே இருக்க இயலும் என்றால், அதன் கட்டுமானத்திற்கு அவன் ஆயத்தமாக இருந்தாலன்றி, அவனால் அதை ஆக்க முயற்சி செய்ய முடியாது. தனது தேடலில் முனையும் முன்பாக அவன் தன்னைக் கண்டறிவதன் அர்த்தம் என்ன என்பதை அறிய வேண்டும். மரபுகளால் தொல்லைக்குள்ளாக்கப் பட்டுள்ள ஓர் உலகத்தில் இது அவ்வளவு எளிதான காரியமன்று. தனிமனிதத் தன்மைக்கு மரியாதை அளிக்காதவரை ஓர் அறிவொளி கொண்ட அரசு இருக்க இயலாது; ஆனால் அதேசமயம், ஓர் அறிவொளி கொண்ட அரசு இல்லாவிட்டால் தனிமனிதத் தன்மைக்கு மரியாதையும் இருக்காது. சமத்துவத்தின்மீது தரும் அழுத்தம் தான் இந்த விஷச்சூழலை உடைக்கமுடியும். அதிகாரத்தின் மூலம் சொத்துக்கு அப்பால் வெளியே இருக்கும்போது, தலைமையதிகாரம் என்பது சேவையின் கௌரவம் என்ற விதியின்மீது சமநிலைப்படுத்தப் படுகிறது. அந்த நிலையில், அரசியலாளனின் முயற்சி என்பது சாதாரண மனிதனின் உயர்ச்சியாகும். சொத்துடைமையைப் பாதுகாக்க முனைகின்ற ஒரு சமூகத்தினை அந்த இனத்தின் ஆன்மிகப் பாரம்பரியத்தைப் பாதுகாக்க முனைகின்ற ஒரு சமூகம் இடப்பெயர்ச்சி செய்கிறது. அந்தப் பாரம்பரியத்து நுழைவாயில் அனுமதி பெற நம்மால் முடியும் என்ற உறுதியில்லை, ஆனால் குறைந்தபட்சம் அந்த இலக்கிற்கான வழியை நாம் கண்டறிய முடியும்.

இயல் ஐந்து - தனிச்சொத்து

1. இன்றைய அமைப்புமுறை

மனிதனின் அடிப்படையான இயல்பூக்கம் தற்பாதுகாப்பு. ஆபத்திலிருந்து தன்னைப் பாதுகாத்துக் கொள்வதற்காக அவன் சொத்துச் சேர்க்கும் திறனை வளர்த்துக் கொண்டிருக்கிறான். அதுவே இன்று மேற்கத்திய நிறுவனங்கள் எல்லாவற்றிற்கும் அடிப்படையாக அமைந்துள்ளது. உலக முழுவதுமுள்ள அரசுகளை இரண்டாகப் பிரிக்கலாம். சொத்துச் சேர்க்கும் உந்துதலினால் செல்வத்தைச் சேர்த்து, நாளையின் தேவைகளுக்குப் பாதுகாப்பாக வைத்திருக்கும் அரசுகள் ஒருவகை. செல்வம் இன்மையால், தங்களுக்கு வாழ்க்கைக்கான வழிகளை அடுத்தநாள் அளிக்கும் என்ற நிச்சயமற்றவை மற்றொரு வகை.

சொத்தினை வைத்திருப்பதற்கும் அப்பால், எல்லாவற்றுக்கும் மேலாக, பாதுகாப்பு என்ற வகையில் மனிதன் ஒத்திசைவுக்கான வழியைத் தேடுவதும் இருக்கிறது. சொத்துள்ளவனுக்கு நாட்டில் ஓர் உறுதிப்பாடு இருக்கிறது. பட்டினியின் பயத்திலிருந்து அவனுக்குப் பாதுகாப்பு உள்ளது. தனக்குப் பிடிக்காத வேலையை அவன் ஒப்புக் கொள்ளவேண்டிய அவசியம் இல்லை. பெரும்பாலான மனிதர்கள் இப்போது அர்த்தமுண்மைக்கான வாய்ப்பினைத் தேடுகின்ற, கண்டறிகின்ற ஓய்வினை அவன் அடையலாம். தான் விரும்பினால், வாழ்க்கையைக் கலைப் பொருளாக மாற்றுகின்ற ஒரு சூழலைத் தன்னைச் சுற்றி அவன் அமைத்துக் கொள்ளலாம். வழக்கமான நடைமுறையைத் தவிர்த்து, படைப்பாக்கத் திறன்கள் உடனடியாகத் தங்கள் சுயவெளிப்பாட்டின் பாதைகளைக் கண்டறிகின்ற அறிவார்த்தப் பின்னிலத்தில் அவன் முனைபவனாகலாம். தேவை என்கின்ற

பயத்திலிருந்து தனது குழந்தைகளை அவன் காப்பாற்ற இயலும். அவர்களுக்கும் படைப்பூக்கத்தினால் வரும் மகிழ்ச்சியை அளிக்கின்ற இரசனைகளை உருவாக்கலாம். அவன் விரும்பினால், மேற்கத்திய நாகரிகத்தின் சமூகப் பாரம்பரியம் அவனுக்கு நேரடியாக, உடனடியாகக் கிடைக்கும்.

சொத்தினை வைத்திருக்கும் ஒருவன் கண்டிப்பாக இவற்றையெல்லாம் பெற்றுவிடுவான் என்று நான் சொல்ல வரவில்லை. அல்லது செல்வமற்ற மனிதன் இவற்றையெல்லாம் கண்டிப்பாக இழந்துவிடுவான் என்பதும் அல்ல. பாதுகாப்புள்ளவர்கள் பலசமயங்களில், அர்த்தமற்ற ஆடம்பர வாழ்க்கை வாழ்கிறார்கள்; ஏழைகளாக இருப்பவர்களும் சிலசமயங்களில் வாழ்க்கை அளிக்கின்ற மிக அரிய விஷயங்களை அறிந்துகொள்கிறார்கள். ஆனால் பின்னவர்கள், விதிவிலக்கானவர்கள்; பெரும்பாலோர் ஏழ்மைக்குள் தள்ளப்பட்டவர்கள்; அவர்களுக்கு, வாழ்க்கை என்பது, கீழ்மைகளுக்கிடையில் இயங்குகிறது; காதலின் முதன்முதல் அனுபவம் போல, வெகுவேகமாகச் சென்றுவிடுகின்ற ஒரு கணப்பொழுது; அப்போதுதான் அவர்களின் படைப்பு உந்துதல் முழு வெளிப்பாட்டையும் பெறுகிறது. பாதுகாப்புமிக்க வாழ்க்கை கொண்டவர்கள், தங்களைச் சூழ்ந்துள்ள பொருள்களை வைத்து ஓர் அழகற்ற மஹோகனி மரம் போல திடமான, அர்த்தமற்ற வாழ்க்கை வாழலாம். ஆனால் குறைந்தபட்சம் அவர்கள் இருப்பு, பயமெனும் பேயுருவிடமிருந்து விடுபட்டுள்ளது.

எந்த ஒரு வகையிலேனும், அவர்கள் தங்களைச் சுற்றியுள்ள நாகரிகத்தைப் புரிந்துகொள்ள முயற்சி மேற்கொண்டால், சில வெளிப்படையான, தங்களைப் பாதிக்கக்கூடிய மெய்ம்மைகளை உணர்வார்கள். எந்த ஒரு சமுதாயத்திலும் குறிப்பிடத்தக்க அளவுக்குச் சொத்து வைத்திருப்பவர்கள் மிகச் சிறிய எண்ணிக்கையினரே என்பதை அவர்கள் காண்பார்கள். சொத்துகளை வைத்திருப்பது, கடமைகளைச் செய்கின்ற அல்லது நற்குணங்களைக் கொண்டிருக்கும் தன்மையுடன் தொடர்பு கொண்டிருக்கத் தேவையில்லை என்பதையும் உணர்வார்கள். இரண்டாம் சார்லஸின் வைப்பாட்டி ஒருத்திக்கு டைனிலிருந்து ஏற்றுமதி செய்யப்பட்ட நிலக்கரி முழுமைக்குமான அரசுரிமைத் தொகை அளிக்கப்பட்டிருக்கலாம். இன்றிருக்கும் சொத்துரிமையாளன், அவளுடைய அதிர்ஷ்டமிக்க வாரிசாக இருக்கலாம். அல்லது அதிர்ஷ்டக்கட்டைகளின்மீது அதிகவட்டி சுமத்திக் கொடும்பொருள் திரட்டிய ஒரு ஈட்டிக்காரனாக அவன் இருக்கலாம். சொத்துரிமை என்பது முதலீட்டைக் கட்டுக்குள் வைத்திருப்பதை அறிவான்; சுதந்திரச் சந்தை நிலவும் ஒரு காலத்தில், முதலீட்டின் கட்டுப்பாடு,

அதனை உற்பத்திக்குப் பயன்படுத்துவதைச் சார்ந்துள்ள மக்களின் வாழ்க்கைகளையும் கட்டுப்படுத்துவதாகிறது என்பதையும் அவன் அறிவான். வேறு எந்தக் காலத்தையும்விட, இந்த அறிவியல் யுகத்தில் ஒரு பகுதி தொழிலுற்பத்தி அலகின் பேரளவுக்கேற்பச் செல்வம் வளர்வதாலும், ஒரு பகுதி சமூக வாழ்க்கையின் ஒருங்கிணைந்த பண்பினாலும் தொழில்துறையின் வளர்ச்சி முதலீட்டின் ஆதிக்கத்தை அளவுக்கதிகமாக வளர்த்துவிட்டிருக்கிறது என்பதையும் அவன் அறிவான். சுருங்கச் சொன்னால், சொத்துரிமையின் ஆட்சி என்பது, அரசினைச் சொத்துடையோர் ஆதிக்கம் கொள்ளும் ஒரு நிறுவனமாக ஆக்கியிருக்கிறது என்பதையும், ஆகவே அரசு சொத்துரிமையாளரின் நலனையும் நோக்கத்தையும் பாதுகாக்கும் ஒன்றாக உள்ளது என்பதையும் அறிவான். மாற்றுப் பண்புகள் எவையும் இல்லாத ஓர் அரசியல் அமைப்பில், சொத்துரிமை மீதே உரிமைகள் கட்டப்படுகின்றன, அதில் சொத்தற்ற மனிதனுக்கு எவ்வித உரிமையும் இல்லை.

ஆனால், பணக்காரர்கள் தங்கள் உரிமைகளை முற்றுமுழுதாக அடைவதைத் தடுக்கின்ற மிதப்படுத்தும் சூழல்களும் உள்ளன. ஒன்றுசேரும் சக்தி, உழைப்பாளர்களுக்குக் குறைந்தபட்ச ஊதியத்தையும், உழைப்புக்கான குறித்த அளவுள்ள நேரத்தையும், போதுமான அளவுள்ளவை என்று சொல்ல இயலாவிட்டாலும், நிறுவிக்கொள்வதற்கான சக்தியை அளித்திருக்கிறது. அது ஒரு உண்மையான இலாபம் எனலாம். பணக்காரர்களிடமுள்ள மனிதாபிமான உணர்வைப் பிழிந்தெடுத்து, தொழிற்சாலைகள் சட்டங்கள், அபாயகரமான பொருள்கள் தடுப்புச் சட்டம், ஓரளவு பொருட் கலப்படத் தடுப்பு ஆகியவை இயற்றப்பட்டுள்ளன. கல்வியானது, ஒவ்வொரு தலைமுறையிலும் ஒரு சிலரையேனும் ஏழ்மையின் பிடியிலிருந்து தப்பிக்கச் செய்யவோ, தங்கள் அறிவை மேலும் சலுகைகளைப் பெறவோ செய்திருக்கிறது. ஆனால் சொத்துரிமை ஆதிக்கம், அடிப்படையாகவே பெருந்தொழிலியத்தின் பின்னணியில், ஏழை- பணக்காரன் பிரிவினையை உறுதியாக நிலைநிறுத்தி, திறன்மிக்க குடியுரிமையைச் சாத்தியப்படுத்தும் நிலைமைகளிலிருந்து ஏழைகளை விலக்கியே வைக்கிறது.

இந்த அமைப்பின் விளைவுகளைச் சுருக்கமாகக் கூறிவிடலாம். தேவையற்ற பொருள்களின் உற்பத்தி, போதிய திட்டமிடுதல் இன்றிச் செய்யப்படுகிறது. சமுதாயத்தின் வாழ்க்கைக்குத் தேவையான சரக்குகளும் சேவைகளும் தேவைகளுக்கு ஏற்பவோ, தங்கள் சமூகப் பயன்பாட்டை உச்சப்படுத்தும் விளைவை உருவாக்கும் முறையிலோ பகிர்ந்தளிக்கப்படுவதில்லை. நமக்கு வீடுகள் தேவையாக

இருக்கும்போது பெருந்திரைப்பட அரங்குகள் கட்டுகிறோம். பள்ளிகளுக்குத் தேவைப்படும் பணத்தில் போர்க்கப்பல்கள் கட்டுகிறோம். ஒரு தொழிலாளியின் ஒருவார ஊதியத்தினை ஒரு பணக்காரன் ஒரே ஒரு உணவுக்குச் செலவிடுகிறான். உழைப்பாளனோ, தன் குழந்தைகளுக்குப் போதிய உணவளித்துப் பள்ளிக்கும் அனுப்ப இயலாத நிலையில் இருக்கிறான். அரங்கேற்றம் நிகழ்த்தும் ஒரு பணக்காரப் பெண், தான் அணியும் ஒரு மாலைநேர உடைக்குச் செலவிடும் பணம், அதை உருவாக்கிய தொழிலாளர்களின் ஓராண்டு ஊதியத்தைவிட அதிகமாக இருக்கிறது. நாம் தவறான சரக்குகளை உற்பத்தி செய்கிறோம், அவற்றைச் சமூக முக்கியத்துவத்திற்கேற்ப விநியோகம் செய்வதுமில்லை. சோம்பேறித் தனமான ஒட்டுண்ணி வாழ்க்கை வாழும் ஒரு பெரிய வகுப்பு நம்மிடையே இருக்கிறது. அவர்களுடைய இரசனைகள் முதலீட்டையும் உழைப்பையும் மனிதத் தேவைகளுக்குத் தொடர்பற்ற விருப்பங்களைப் பூர்த்திசெய்யப்பயன்படுகின்றன. அந்த வகுப்பினர், சமுதாயத்தின் மீதிப் பகுதியிலிருந்து ஒதுக்கி வைக்கப்பட்டுள்ளவர்களும் அல்ல. கோரிக்கைகளைப் பிறர்மீது சுமத்தும் ஆதிக்கம் அவர்களிடம் இருப்பதால், தங்கள் படிநிலைகளுக்குள் வர முனைகின்றவர்கள் அடிமைத்தனமாகப் போலிசெய்வதை அவ்வகுப்பினர் தூண்டுகின்றனர். பணக்காரனாக இருப்பதே சிறப்புத் தகுதியின் அளவீடு ஆகிறது; அந்தப் பணத்தின் வெகுமதி, அதை அடைய முனைகின்றவர்களுக்கான தரங்களை நிர்ணயிக்கும் தன்மையும் ஆகிறது. ஆனால் அந்தத் தர நிர்ணயங்கள், அறவியல் நோக்கத்திற்காக அல்ல, பணக்காரனாக இருப்பதற்கான ஆசையின் திருப்தியினால் உருவாக்கப்பட்டவை. முதன்முதலில் தங்கள் தேவைகளிலிருந்து தங்கள் வாழ்க்கைகளைப் பாதுகாத்துக்கொள்ள மனிதர்கள் சொத்துச் சேர்க்க முனைந்திருக்கலாம், ஆனால் பிறகு அந்தச் சொத்துடைமையினால் தங்களுக்குக் கிடைக்கும் தனிச்சிறப்புக் காரணமாகவே தொடர்ந்து பொருளைச் சேர்க்கத் தொடங்குகின்றனர். அது அவர்கள் படாடோபத்தினையும், அதிகாரத்துக்கான பேராசையையும் திருப்திசெய்கிறது; தங்கள் நலனுக்கேற்பச் சமூகத்தின் விருப்பத்தை இசைவிக்க உதவுகிறது.

இப்படிப்பட்ட சூழலில் தர்க்கரீதியாக எதை எதிர்பார்க்க முடியுமோ அதுதான் விளைகிறது. இந்தப் பணக்காரர்கள், பயன்பாட்டுக்காக அல்ல, தங்களுக்கு மேலும் மேலும் சொத்துச் சேர்க்கவே சரக்குகளையும் சேவைகளையும் உற்பத்தி செய்கிறார்கள். பயனுள்ள கோரிக்கைகளைப் பூர்த்தி செய்வதற்காக அவர்கள் உற்பத்தி செய்வதில்லை. எந்தக் கோரிக்கைகளால் பணம் கிடைக்குமோ அவற்றை உற்பத்தி செய்கிறார்கள். அவர்கள் இயற்கை வளங்களைப் பாழாக்குகிறார்கள். சரக்குகளைக் கலப்படம் செய்கிறார்கள்.

நேர்மையற்ற தொழில்முனைவுகளைத் தொடங்குகிறார்கள். சட்டமன்றங்களைப் பாழாக்குகிறார்கள். அறிவின் மூலங்களைக் கெடுக்கிறார்கள். பொதுமக்களிடையே தங்கள் சரக்குகளின் விலையை அதிகரிக்கச் செயற்கையாகக் கூட்டுச் சேர்கிறார்கள். பல சமயங்களில், மிகக் கொடூரமான கொடுமைகளைச் செய்து பிற்பட்ட மனித இனங்களைச் சுரண்டுகிறார்கள். தங்களிடம் கூலிக்கு வேலைசெய்யும் மனிதர்களைத் தங்கள் நஞ்சுக்கு ஆளாக்குகிறார்கள். பலவேறு வடிவங்களில் நாசவேலைகளைத் தூண்டிவிடுகிறார்கள். சமுதாயத்தில் கடுமையான அழிவினை உண்டாக்குகின்ற போராட்டங்கள் நிகழக் காரணமாயிருக்கிறார்கள். ஆனால் இந்தச் சூழமைவின் கொடிய முரண் என்னவென்றால், இவற்றையெல்லாம் தூண்டிவிடுகின்ற மக்களில் பெரும்பகுதியினருக்குத் தாங்கள் ஆதரிக்கும் செயல்முறைகளினால் நீடித்த இலாபம் எதுவும் பெறுவோம் என்ற நம்பிக்கையும் கிடையாது. அரசியல் வாழ்க்கையின் பண்பையே அவர்கள் அழித்துவிடுவார்கள். அமெரிக்காவில் உள்ளதுபோல, சமுதாயத்தின் கல்விச் சாதனங்களையே தங்கள் கைகளில் ஏற்றுக்கொண்டு விடுவார்கள். தங்கள் எண்ணங்களைப் பாதுகாக்கும் வகையில் மத நிறுவனங்களையும் கெடுத்துவிடுவார்கள். இவ்வாறெல்லாம் செய்தாலும் அவர்களால் ஒரு நல்ல ஒழுங்குமுறைப்பட்ட அரசினை அடைய முடியாது. மிகப் பெரிய எண்ணிக்கையில் ஏழைகளையும் சிறிய அளவிலான பணக்காரர்களையும் கொண்ட ஒரு சமுதாயம், மணல்மீது கட்டப்பட்ட வீடாக உள்ளது என்பதை வரலாறு தெளிவாக்குகிறது.

அரசின் அடிப்படை பொறாமை. பொறாமை, கட்சிபேதங்களின் செவிலித் தாய். பணக்காரர்-ஏழை எனப் பிளவுபட்ட சமுதாயம், ஏழைகளின் தாக்குதலில் இருந்து பணக்காரர்களின் சொத்தினைப் பாதுகாக்க வேண்டித் தனது சாதனங்களைப் பயன்படுத்தும் நிர்ப்பந்தத்திற்கு ஆளாகிறது. சட்ட ஒழுங்கைக் காப்பாற்றுவதே தனது இறுதி இலக்கு என்று நினைக்கத் தொடங்குகிறது. தனது பரந்த இலக்குகளைப் புறக்கணிக்கிறது. சிலபேருக்குச் சிறப்பு ஆதாயங்களைத் தருகின்ற முயற்சியில், தான் யாவருக்கும் சம உதவி செய்யக் கடன்பட்டிருப்பதைத் தவறான வழியில் திசைதிருப்புகிறது. இம்மாதிரி ஆதாயம், உதாரணமாக, பிரிட்டனில் இருப்பதுபோல, சக-பணியாளர் விதி என்ற வடிவத்தையோ, அமெரிக்க ஐக்கிய நாட்டில் தொழிலாளர் வழக்குகளில் நீதிமன்றத் தடையுத்தரவு பயன்படுத்தும் வடிவத்தையோ ஏற்கலாம். குறித்த அளவு சொத்து வைத்திருக்கும் தகுதி ஒன்றின் அடிப்படையிலேயே அரசியல் அதிகாரத்தின் ஒரு பங்கினை அளிக்கும் உரிமையை அது கட்டுப்படுத்தலாம். இருக்கும் ஆட்சியை விமரிசனம் செய்யும் உரிமையைக் கட்டுப்படுத்தும் முறையிலோ, சொத்துச் சேர்க்கும்

அதிகாரத்தைக் கட்டுப்படுத்துகின்ற சட்டவிதிகளைத் தடுக்கின்ற முறையிலோ தனது அரசியலமைப்பை அது வடிவமைக்கலாம். 1810இல் வில்லியம் விண்டாம் ஏழைகளை அறியாமையில்தான் வைத்திருக்க வேண்டும் என்று வலியுறுத்தியதுபோல, அந்த அரசு சொத்தற்ற வகுப்பினரை வேண்டுமென்றே அறியாமையில் மூழ்கடிக்கலாம். ஜார் கால ரஷ்யாவில் மக்கள் திரள்கள் போராட்டத்தில் ஈடுபட்ட போது அப் போராட்டங்களைக் கடுமையாக மூச்சடைக்கச் செய்து, மக்களை ஊமைத் தனமான செயலற்ற நிலைக்கு நீண்டகாலம் ஆளாக்கியதுபோலச் செய்யலாம். ஒருவேளை அது வெகுஜனங்களுக்கு அரசியல் அதிகாரத்தை வழங்கவும் செய்யலாம், ஆனால் கருத்துகளைக் கட்டுப்படுத்துவதன் மூலம் தனது சொந்த இலக்குகளுக்கு அந்த அதிகாரத்தை வெகுமக்கள் முழு அளவில் பயன்படுத்த இயலாதவாறு தடுக்கலாம். நெப்போலியன் செய்ததுபோல, உள்நாட்டு அக்கறைகளிலிருந்து திசைதிருப்புவதற்காகவே இராணுவப் படையெடுப்புகளை மேற்கொள்ளலாம். இப்படியெல்லாம் செய்தாலும், அரசு ஏழை-பணக்காரர் எனப் பிளவுபட்டே இருக்கிறது; சில காலத்துக்குப் பிறகு அமைதியாகத் துன்பங்களைத் தாங்கிக் கொண்டே செல்ல மக்கள் மறுக்கிறார்கள். அப்புறம், அரசின் சமநிலையை மாற்றுவதற்கெனப் புரட்சி நிகழ்கிறது.

இந்த அமைப்பு, சுயநியாயத்துக்கான காரணங்களை ஏராளமாகவே வெளியிடலாம். சிலசமயங்களில் அந்தத் தற்காப்பு உளவியல் ரீதியானது. பொதுவாகவே மக்கள் உழைப்பின் பயனுக்கும் மேலாக ஊக்கப்படுத்தல் ஒன்று தேவைப்படுகிறது. சொத்துச் சேர்ப்பது இப்படிப்பட்ட ஊக்கப்படுத்தலாக அமைகிறது. அதனால் அவர்கள் தொடர்ந்து பணிசெய்கிறார்கள், அப்படிப் பணியாற்றுவதால், சமுதாயத்தில் நன்மை நிகழ்கிறது. ஆனால் இந்த வாதத்தில் இரண்டு முதன்மையான இடர்ப்பாடுகள் உள்ளன. உழைப்பு, சமுதாயத்தின் நலத்தையே உள்ளடக்கி யிருக்கிறது. அதனால் உற்பத்திசெய்யப்படுவது அந்த நலத்தோடு தொடர்புள்ளதாக இருந்தால், அதை விநியோகிப்பதில் நன்மை தருவதாக இருந்தால், தீய போதை மருந்துகளை விநியோகம் செய்பவர்கள் தங்கள் வேலையினால் மிகப் பெரிய செல்வத்தை அடையலாம். ஆனால் அவர்கள் உற்பத்தி செய்வது, சமுதாயத்தின் நன்மைக்கானதல்ல. மேலும், என் வணிகத்தொழிலில், மிக முதன்மையான வெற்றி பெற்றால், நான் சேர்க்கும் செல்வம், எனது சந்ததியினர் உழைப்பதையே முற்றிலும் தடுத்துவிடலாம்; சொத்துச் சேர்க்கும் ஆற்றல், தான் ஊக்குவிப்புகளை உருவாக்குவதை விட அதிகமாக அவற்றைத் தோல்வியுறச் செய்கிறது. சொத்துச் சேர்க்கும் இயல்பூக்கம் இருக்கிறது என்ற மெய்ம்மை, அதன் கோரிக்கைகளுக்கு பதில்தருகின்ற இப்போதைய முறை, அதற்கான

பலவேறு வழிவகைகளில் ஒன்று மட்டுமே அல்ல என்பதை நிரூபிக்க முனைவதல்ல. இப்போதிருக்கும் முறை, ஆராய்ச்சிக்கான பிரச்சினைதானே ஒழிய, பிரச்சினைக்கு அது தீர்வல்ல.

சிலசமயங்களில் ஒழுக்கரீதியாகச் சொத்தினை நியாயப்படுத்துவதும் உண்டு. ஒரு தனிமனிதனுடைய முயற்சிக்கு ஊதியமாக அளிக்கப்படுவதே சொத்து என்று வாதிடப்படுகிறது. ஓர் இரயில்வேயை அமைத்தவன், பாதுகாப்பான மழிப்புக்கருவியைக் கண்டுபிடித்தவன், குறிப்பிட்ட ஒரு நோய்க்கான மருந்தைக் கண்டுபிடித்து உரிமம் பெற்றவன், இவர்களெல்லாம் கடுமையாக உழைத்தவர்கள், அதனால் அவர்களிடம் சொத்துச் சேர்ந்தது என்கிறார்கள். ஆனால் தெளிவாகவே, சில கூடுதல் காரணிகளையும் கவனிக்கவேண்டும். இடைவிடாமல் உழைக்கின்ற பல பேருடைய செல்வம், பலசமயங்களில் ஒன்றுமில்லாமல் போவதில்லை. இச்சமயங்களில் திறனுக்கான ஊதியமாகச் செல்வம் நோக்கப்படுகிறது; அவர்களுடைய தவத்திற்கான கைம்மாறு செல்வம் என்ற வாதம், அறியாமையில் கிடப்பவர்களுக்கன்றி பிறருக்கு வெட்கக்கேடானது என்று வெகுகாலம் முன்னரே கைவிடப்பட்டது. ஆனால் இங்கும், இலாபம் தருகின்ற சாத்தியமுடைய பொருளை உற்பத்தி செய்ததற்காகவே அந்தச் செல்வம் கிடைத்தது என்பது தெளிவு; சமூகத்திற்கு இப்படிப்பட்ட திறமையின் மதிப்பு என்ன என்ற பிரச்சினையையும், இலாபத்தை ஈட்ட வேண்டுமானால் அதற்குத் தேவையான முயற்சியின் வடிவம் என்ன என்பதையும் இது நோக்குவதில்லை.

தன் குடும்பத்தின்மீது அன்பு, தாராள மனப்பான்மை, புதியனவற்றைக் கண்டுபிடிக்கும் திறன், ஆற்றல் போன்ற சமூகத்திற்கு அத்தியாவசியமான நற்பண்புகளின் செவிலித்தாய் செல்வம் என்றும் வலியுறுத்தப்படுகிறது. ஆனால் இது உண்மையாயின், மனித இனத்தின் பெரும்பான்மையினர் சமூக நலத்திற்குத் தேவையான உந்துதல்களைத் திருப்திப் படுத்தவே முடியாது. இக்கூற்று உண்மை அல்ல, காரணம் சொத்துச் சேர்க்காத மக்களிடமும் மேற்கண்ட நற்பண்புகள் உள்ளன. மேலும், இக்கூற்றின்படி, ராக்ஃபெல்லரின் அளவுக்கு ஒருவனிடம் சொத்து இல்லை என்றால் அவன் ராக்ஃபெல்லரைப் போல தயாளகுணம் உள்ளவனாக இருக்க இயலாது; ஆனால் தாராள குணம் சாத்தியமாகும் புள்ளிக்கு வந்து சேரும் செலவுடன் அவ்வாறு தாராளமாக இருக்கக்கூடிய தன்மையைச் சமூகம் எடையிட்டுப் பார்க்கவேண்டியிருக்கிறது. பேராசிரியர் ஹக்ஸ்லி பெரும் செல்வத்தைச் சேர்த்ததில்லை, ஆனால் ஒரு தீவிரமான வயதிலும்கூட அவருடைய சக்தி அபரிமிதமாக இருந்தது. நியூட்டன், கிளார்க்-மேக்ஸ்வெல், லாப்லஸ் போன்ற மனிதர்களின் கண்டுபிடிக்கும் திறன், அவர்களுடைய

சொத்துச் சேர்க்கும் உந்துதலைத் திருப்திப்படுத்தும் முயற்சியின் காரணமாக வந்ததல்ல. அதேபோல, ஏழைகளின் வாழ்க்கைகளை நன்கறிந்தவர்களுக்கு, குடும்பத்தை நேசித்தல் என்பதற்கு மனத்தில் சொத்துச் சேர்க்கும் ஆவல் அடிப்படை அல்ல என்பது தெரியும்.

சிலசமயங்களில், ஹியூ செசில் பிரபுவின் சிந்தனையில் போல, ஒழுக்க அடிப்படைக்கான எந்த முயற்சியும் முற்றிலுமாகக் கைவிடப்படுகிறது. திறன்மிக்க தேவையின் விளைவாகவே சொத்துடைமை எழுகிறது. (Conservatism, chap.V). சமூகக் கோட்பாட்டுக்கு எவ்விதப் பயனும் அற்ற பார்வை இது. ஏனெனில், நாம் தேவைகள் திறன்மிக்கவையாக இருக்க வேண்டுமா, அதற்கான அளிப்புகள் நிகழ்ந்தபின் என்ன விளைவுகள் ஏற்படுகின்றன என்பதை நாம் தெளிவாகவே நோக்கவேண்டும். அபிசீனியாவில் அடிமைகளுக்கான தேவை இருக்கிறது; ஆனால் இந்தக் கோரிக்கைக்கான பூர்த்தி ஒருபோதும் அனுமதிக்கப்படலாகாது என்றே பலரும் நினைப்பார்கள். ஆபாச இலக்கியத்திற்கான தேவை இருக்கிறது; ஆனால் அதை வழங்குவதில் ஈடுபடுபவர்களை ஒரு சிலரே மதிப்பார்கள். வேசிகளுக்கான தேவை இருக்கிறது; ஆனால் அதைத் திருப்திப்படுத்தி வாழ்பவர்களுக்கென சட்டம் ஒரு திட்டமான பதிலை வைத்திருக்கிறது. ஹியூ செசிலின் கோட்பாடு, வேறெந்த வழியிலும் அது ஒழுக்க அடிப்படையில் போதுமானது என்ற நிரூபிக்கப்பட முடியாது என்று ஒப்புக் கொள்கின்ற எளிய செயல்முறையினால், இருக்கும் முறைமையுடன் நன்மையைச் சமப்படுத்திப் பார்க்கிறது.

வரலாற்று வாதம் ஒன்றும் முன்வைக்கப்படுகிறது. முற்போக்கான சமூகங்கள், தனிச்சொத்துடைமையின் ஆதிக்கத்தின் அடிப்படையில் கட்டப்பட்டவை என்று அது வாதிடுகிறது. பொதுவாக, பிற்பட்ட சமூகங்கள், ஏதோ ஒரு வகையிலான கூட்டுடைமை அடிப்படையில் அமைந்தவை. இந்தப் பார்வையில் ஒரு முக்கியமான உண்மை இருக்கிறது என்று நான் கருதுகிறேன். தனிச் சொத்துடைமை அடிப்படையிலான சமூகங்கள் கூட்டுடைமைச் சமூகங்களைவிட தங்கள் சூழலை அதிகமும் கட்டுப்படுத்துவதில் முன்னேறியுள்ளன; சமூகச் சீரமைப்பில் கூட்டுடைமை வடிவங்களைவிட அவை தனித்த ஆளுமைக்கு அதிகமான சுதந்திரத்தை அடைகின்ற சாத்தியத்தைப் பெற்றுள்ளன. ஆனால், தனிமனித அடிப்படையிலான சமூகங்கள், மாற்றுச் சமூகங்களைவிட, மெய்யாகவே அதிக அளவு மகிழ்ச்சியினை அடைந்துள்ளன என்று கூற இயலாது; ஆனால், மெலனீசியாவிலோ, பிரிட்டிஷ்காரர்கள் ஆக்கிரமிப்புக்கு முந்திய இந்தியாவிலோ இருந்ததுபோல அன்றி மேற்கத்திய நாகரிகம் இயற்கையின் கொடுமைக்கு அவ்வளவாக ஆட்படவில்லை என்பதைக் காட்டுகிறது.

ஆனால், தனிச்சொத்தின் பரிபாலனம் ஓர் எளிய மாறாத விஷயம் என்று நினைத்தால், வரலாற்று வாதம் தவறாகப் போகிறது. யாவற்றுக்கும் மேலாக, தனிச் சொத்துடைமை வரலாறு என்பது, அது உள்ளடக்கியுள்ள அதிகாரங்களின்மீது விதிக்கப்பட்ட மிக அதிகமான பலதரப்பட்ட கட்டுப்பாடுகளின் பதிவாகவே உள்ளது. கிரேக்கத்திலும், ரோமிலும் அடிமைகளைச் சொத்தாக பாவித்தல் நியாயம் எனக் கருதப்பட்டது; ஆனால் இன்று அது நியாயமாகக் கருதப்படவில்லை. இங்கிலாந்தில் மரண சாசன ஏற்பாட்டுக்கு அதிக சுதந்திரம் உள்ளது; ஃபிரான்சில், பாரம்பரியச் சொத்துப் பெறுதல் கடுமையான விதிகளின்படி கட்டுப்படுத்தப்படுகிறது. திருமணமான பெண்களின் சொத்துடைமைச் சட்டம் வரும்வரை, கணவன் மனைவி ஆகியோர் ஒன்றாகவே கருதப்பட்ட நிலை, கணவனுக்கு மனைவியின் சொத்தின்மீது முழுக்கட்டுப்பாட்டினை அளித்தது; இன்று அந்தக் கட்டுப்பாடு மனைவியின் விருப்பத்தைச் சார்ந்துள்ளது. சிறப்புமிக்க ஆட்சி அதிகாரத்தின் சக்தி, தனிச்சொத்துடைமை கொண்டவருக்குத் தாராளமான ஈட்டுத்தொகையை வழங்கலாம், ஆனால் அதன் சாராம்சம், நபோத் என்பவருடைய திராட்சைத் தோட்டத்தை நியாயமான நிபந்தனைகளின்படி அரசு தன் சொத்தாக்கிக் கொள்ளலாம் என்பதேயாகும். பொது ஆரோக்கியத்திற்கான சட்டம், என் நாடாக இருந்தாலும் என் விருப்பப்படி வீடு கட்டிக்கொள்ள அனுமதிக்கவில்லை; நான் மையத்தினால் விதிக்கப்பட்ட ஒழுங்கு முறைகளைப் பின்பற்றியதாக உள்ளூர் அதிகாரியைத் திருப்திப்படுத்த வேண்டும். சிவில் சட்டம் ஒருவருக்கு அனுமதி அளிக்கின்ற நிலை வரையில்தான் அவர் தன் விருப்பப்படி சொத்தினைப் பயன்படுத்த முடியும் என்று தனிச் சொத்து நடைமுறை அர்த்தப்படுகிறது; அந்த அனுமதியின் எல்லை மனச்சாட்சியின்படி, மிகப் பரந்ததாக இருந்தாலும், தனிச்சொத்து உரிமையின் வரலாறு என்பது அதை எல்லைப் படுத்துவதன் பதிவாகவே பெரும்பாலும் அமைந்துள்ளது.

ஒருவன், போதிய வசதியுள்ளவனாக இருந்தால், தனது நலத்தினைப் பற்றிய நடுவராகத் தானே இருப்பதையும், அந்த நலத்தினை வெளிப்படுத்துவதற்கான வாய்ப்பு அவனுக்குக் கிடைப்பதன் வாயிலாகவே, சமூகம் பெரும்பாலும் வளம் அடையக்கூடும் என்றுதான் வரலாற்றுவாதம் பொருள்படுகிறது என்று சொல்வதில் தவறில்லை. ஆனால் இது வாதத்தைப் போதுமான தன்மை என்ற பிரச்சினை மீது ஏற்றுவதாகிறது. இது, சொத்துடைமையைப் பாரம்பரியமாக அடைவதில் உரிமைகளின் முழுமையான பிரச்சினை எழுப்புகிறது. எந்தக் காலத்திலும் இவ்வித உரிமைகள் முழுமையாக இருந்ததில்லை. ‘உனது’ - ‘எனது’ என்ற பாகுபாட்டினால் எழுகின்ற அபாயங்களைக் குறைந்தபட்சம் குறைப்பதற்கானக் கட்டுப்பாட்டு விதிகளை

உருவாக்குகின்ற முயற்சியாகவே பெரும்பாலும் அரசியல், மதத் தத்துவங்கள் அமைந்துள்ளன. இந்த அபாயங்களை உணர்ந்ததனால்தான் பிளேட்டோ தனிச்சொத்துரிமை பற்றிய எண்ணத்தைக் கைவிட்டார். புதிய ஏற்பாடும், ஆரம்பகாலத் திருச்சபையின் தந்தைமாரும் கண்காணி என்ற சிந்தனையை வலியுறுத்தியதிலும் இப்படிப்பட்ட ஒரு நோக்கம் தென்படுகிறது. ஆனால் அந்த எண்ணம், முழுவதுமாக ஒருபோதும் நடைமுறைக்குக் கொண்டுவரப்படவில்லை; இடைக்கால வரலாற்றில் அதற்கு அளிக்கப்பட்ட மறுவிளக்கம், பொறுப்பினை மேலும் அழுத்திக் கூறுவதாகவே அமைந்தது. அதற்குச் செயலூக்கமிக்க கட்டுப்படுத்தும் பண்பு அளிக்கப்படவே இல்லை. ஏனெனில் திருச்சபை உலகத்துடன் சமரசம் செய்துகொண்டது. உரிமைக்கு மாற்றாக அறக்கொடை பெறுவதை ஏற்றுக் கொண்டது. காரணங்கள்மீது நடவடிக்கை எடுப்பதற்குப் பதிலாக அறிகுறிகளைத் தணிக்க முற்பட்டது. சந்தேகமின்றி, இந்த விளக்கம் தெளிவாக உள்ளது. மிக பலவீனமான முறையில் தொடங்கியதால் திருச்சபை, அக்காலப் பொருளாதார ஒழுங்கமைவு மீது தாக்குதல் நடத்தியிருந்தால் மிக அவமதிப்பு எய்தி அழிந்து போயிருக்கும்; தானே பலத்தின் மூலாதாரமாக அது மாறிய காலத்தில், மிகுதியான மனிதர்கள் தங்கள் சொத்துகளை விலையாகக் கொடுத்து மீட்பினைப் பெறமுனைகின்ற ஆட்கள் நிறையப் பேர் இருப்பதைக் கண்டுகொண்டது. அதனால் தானே தனிச்சொத்துடமையின் அடையாளங்களுக்குள் வேர்விட்டு நிலைத்து விட்டது. 'ஸ்பிரிச்சுவல் ஃபிரான்சிஸ்கன்'கள் என்ற குழுவினரைச் சித்திரவதைப் படுத்தியமையே இதற்குச் சரியான மைய அடையாளம். இந்தச் செயலினால், திருச்சபை, பாரம்பரியம் அற்ற ஏழைகளுக்கு அறக்கொடை பெறுதல் என்ற செய்தியைத் தவிர வேறொன்றும் தன்னிடம் இல்லை என்பதைத் தெளிவாக்கிவிட்டது.

இன்றைய மனப்போக்கிற்கு வழியாக அமைந்தது ப்யூரிடானிசம் (எளிமையை வலியுறுத்திய சீர்திருத்தக்கிறித்துவ முறைமை). ரோமன் கத்தோலிக்கத் திருச்சபையின் கூட்டுத் தலைமையதிகாரத்தின் வீழ்ச்சியும், ஒரு மனிதனின் அக வாழ்க்கையே முதன்மையானது என்ற வலியுறுத்தலும், மனிதனின் சொத்துக்கிருந்த மதிப்பை மிகவும் குறைத்து விட்டது. மனிதர்கள் தங்களைத் தாங்களே சார்ந்திருக்க வேண்டும் என்று ப்யூரிடானிசம் கற்பித்தது. மதச் சித்திரவதை என்ற விஷயத்தில், அது அரசு கொண்டுவந்த எல்லாக் கட்டுப்பாடுகளையும் அவநம்பிக்கையுடன் நோக்கியது. செல்வத்தை வைத்திருப்பது கடவுளின் கருணைக்கு அடையாளம், ஏழ்மை என்பது கடவுளின் ஆதரவைப் பெறாத நிலை என்ற வாதத்திற்கான மனப்பான்மைக்கு எளிமையாக மாறிச் செல்ல அது வழிவகுத்தது. சொத்துடைமையின் அபாயங்களைப் பற்றிய கூர்மையான உணர்வு அதனிடம் இருந்தது

என்பதில் ஐயமில்லை. வீணான செலவுகள் கூடாது என்ற அதன் வலியுறுத்தல், ரிச்சர்டு பாக்ஸ்டர் கூறியது போல, செல்வத்தை ஏழைகளை ஒடுக்குவதற்குப் பயன்படுத்தலாகாது என்ற கருத்து, ஆகியவை அது விமரிசனமின்றித் தனிமனிதவாதத்தை ஏற்கவில்லை என்பதற்குச் சான்றுகள். ஆனால் தனிமனிதவாதம் என்ற தனது அடிப்படைச் சாராம்சத்தினால், தடைகளற்ற நிலையில் முயற்சியின் பலனாக வெற்றி கிடைக்கிறது என்று கருதிய, சுயஆர்வத்தினால் இயக்கப்படுகின்ற மனிதர்களின் அமைப்பு என்று கருதவே முற்பட்டது. அவர்களின் கருத்துகள், குறிப்பிடத்தக்க முறையில் ஹாப்ஸ் ஆதரித்த அரசியலின் புதிய தத்துவத்திற்கு ஏற்றவாறு இருந்தன. ஹாப்ஸ் முதலாக ஆடம் ஸ்மித் வரை, அந்தக் கொள்கைக்கு வெவ்வேறு நிறுவன வெளிப்பாடுகள் தரப்பட்டாலும், சமூக அமைப்புக்கு சுயநலமே திறவுகோல் என்றானது. தனிப்பட்ட விருப்பத்தை/நலத்தை வெளிப்படுத்துவதற்கான தெளிவான பாதை என்ற அர்த்தத்தில் சுதந்திரத்தைப் பெறுவது அரசின் நோக்கம் ஆயிற்று. பொதுநலம் என்பது தனிமனிதர்களின் நலங்களை மேம்படுத்தவே இருக்கிறது என்றார் லாக். "தனிமனித நலம் என்றால், வாழ்க்கை, சுதந்திரம், அழிவிலிருந்து உடலைப் பாதுகாக்கின்ற தன்மை, பணம், நிலம், வீடுகள், வீட்டுப்பொருள்கள், இவை போன்ற புறச் சாதனங்களைப் பெற்றிருப்பது ஆகும்". *[A Letter concerning Toleration (Works, ed. of 1727, vol. ii. p.239)]*. இங்கு தனது சகமனிதர்களோடு தனிமனிதன் கூட்டுறவினால் உருவாக்கிய ஓர் ஒழுக்கமுறைமையின் ஆதாயங்களை அவன் பகிர்ந்துகொள்வது என்ற அர்த்தமே இடம்பெறவில்லை. பொது நன்மையும் தனிமனித நன்மையும் ஒன்றாக பாவிக்கப்படுகின்றன, பின்னதை மேம்படுத்துவது எதுவும் முன்னதையும் மேம்படுத்துவதாகக் கொள்ளப்படுகிறது. ஆனால் தனிமனித நன்மையை அடைவது என்பது ஒவ்வொரு மனிதனையும் சார்ந்திருக்கிறது; வெற்றியால் பெற்ற செல்வங்களை வெற்றி பெற்றவர்களுக்கு அளித்துக் காப்பதை அன்றி அரசுக்கு வேறு வேலையில்லை. பயன்பாட்டியத்தின் வேராக இருக்கின்ற இன்பநாட்டக் கொள்கையும் (ஹீடனிசமும்) இந்த நோக்கை வலுப்படுத்தியது. ஆக, ஓர் எளிய தெய்விக மகிழ்நோக்கு சொத்துரிமைகளை (இவை எல்லையற்ற உரிமைகள்) சமூகப்பாதுகாப்பின் எல்லைக்கல்லாக ஆக்கிய காலத்தில் மிகச்சரியாகவே தொழிற்புரட்சி வந்து சேர்ந்தது *(Cf. Hammond, The Town Labourer, chap. x)*.

இந்தக் கோட்பாட்டிற்கு எதிரான நிலைப்பாடுகள் இல்லாமல் இல்லை. ப்யூரிடானிசக் கொள்கை உச்சத்திலிருந்த போது, தனிச்சொத்துடைமை என்பது பாவச்செயல் என்ற தங்கள் நம்பிக்கையை வின்ஸ்டன்லியும் விவசாயப் பொதுவுடைமையாளர்களும் வலியுறுத்த

முனைந்தனர். ரூஸோவின் ஆரம்பக் கொள்கைகளின் செல்வாக்கிற்கு உட்பட்ட மேப்லி, மார்லி ஆகியோர், ஒரு பொதுவுடைமைத் திட்டத்தின் ஒழுக்கத் தேவையை வலியுறுத்தினர். ஆனால் சமூகத்தின் படித்தரநிலைகள் மிகவும் திடமாக வேரூன்றியிருந்ததால் அவர்களின் வாதத்தை எவரும் தீவிரமாக எடுத்துக் கொள்ளவில்லை. தனிமனிதவாதம் சாத்தியமற்றது என்ற முடிவினை வலியுறுத்துவதற்கு தொழில்துறையில் புரட்சி, ஃபிரெஞ்சுப் புரட்சி ஆகிய இரண்டின் கூட்டுவலிமை தேவையாக இருந்தது. முன்னது பொருளாதாரச் சமதர்மம், பின்னது ஆளுமையின் நோக்கில் கருதப்பட்ட உரிமைகள் ஆகியவற்றிற்குப் பிறப்பளித்தன. அவற்றின் கூட்டிணைப்பு, அரசில் தனிச்சொத்தினை உரிமைகளுக்கு அடிப்படையாக்கும் எந்த ஒரு நோக்கும் வீழ்ச்சியுற வழிசெய்தது. ஃபிரான்சில் சென்ட் சைமன், ஃபூரியர், இங்கிலாந்தில் ப்ரே, ஓவன் போன்றோர் கொண்ட பார்வைகளின் அர்த்தம் இதுதான். சொத்துடைமை என்பது தனிமனித முயற்சியின் விளைவு என்பதைவிட, சமூகத்தின் ஒட்டுமொத்த விசைகளின் விளைவு என்ற கருத்து உருவாகியது. நிலவுடைமையின் சரிவும், மத்தியதர வர்க்கம் அதிகாரத்தில் ஏற்றம் பெற்றதும் ஆளும் வர்க்கத்தினர் தாங்கள் கொண்டிருப்பதாக நினைத்திருந்த புனிதத் தன்மையை இல்லாமற் போக்கின. ஒருவேளை அரைகுறைப் பிரக்ஞையோடுதான், ஃபிரெஞ்சுப் புரட்சி சுதந்திரம் என்ற கருத்துடன் சமத்துவத்திற்கான கோரிக்கையையும் ஒன்று சேர்த்திருக்கலாம்; எப்படித்தான் சமத்துவம் என்பதற்கான விளக்கத்தை அளித்தாலும், அது தனிமனிதச் சொத்துடைமைக் கொள்கையை மறு ஆய்வுக்கு உட்படுத்தியே ஆகவேண்டும். செவ்வியல் பொருளாதார நிபுணர்கள் தங்கள் படைப்புகளில் இருக்கும் சமூக முறைமையை எவ்வளவுதான் அழகுபடுத்திக் காட்ட முனைந்தாலும், இருக்கும் சமமின்மைகளை உச்சியில் வைக்கவே முனைகிறது என்ற நிலையில் அது இயலாததாயிற்று. புதிய கருத்தாக்கங்களுக்கான மேடை உருவாக்கப்படலாயிற்று.

1848 என்ற அதிசய ஆண்டின் மெய்யான அர்த்தம் இதுதான். மார்க்ஸும் எங்கெல்சும், ப்ரூதோனும் லூயி ப்ளாங்க்கும் பலவகையான தங்கள் வழிகளில் தங்கள் காலத்திய அரசிலிநிலையை இடப்பெயர்ச்சி செய்யக் கூடிய ஒரு சீரமைப்பை வேண்டினார்கள். இந்தச் சீரமைப்பு, மறு-தகவமைப்பினை உள்ளடக்கியிருந்தது, மறு-தகவமைப்போ உரிமைகளின் ஏற்பினை அர்த்தப்படுத்தியது. புதிய கோரிக்கைகளுக்கேற்ப மேற்கு ஐரோப்பாவின் சமூக முறைமை தன்னை மெதுவாகத் தகஅமைத்துக் கொண்டது. தலையிடாக் கொள்கையுடன் தொடங்கியது பத்தொன்பதாம் நூற்றாண்டு. இருபதாம் நூற்றாண்டு தொடங்க இருந்த நிலையில், அது சமதர்மத்துடன் எப்படி ஒத்துச்

செல்வது என்ற அடிப்படையைத் தேடத் தொடங்கியது. சமதர்மம் என்பது அரசின் உற்பத்திமுறைமை, மனிதர்களின் இயல்பான உரிமைகளைப் பூர்த்திசெய்வதில் காட்டும் ஈடுபாட்டைக் குறிப்பதாகும். ஆகவே நவீன அரசின் வரிவாங்கு முறை, அதனைச் செலுத்தும் இயலுமையின் அளவுப்படி மதிப்பிடப்பட வேண்டும் என்ற அடிப்படையில் அமைந்துள்ளது. அதன் வாக்குரிமை, ஏறத்தாழ யாவருக்கும் உரியதாக அமைந்துள்ளது. குறைந்த தரமுடையதாக இருந்தாலும், மக்களுக்கு இலவசக் கல்வியை அது அளித்தது. நோய், வேலையின்மை ஆகியவற்றின் காப்பீடுகளை அளிக்கவும் அது முனைந்தது. வீடுகளை அளிப்பதும், முதியவர்களுக்கு ஓய்வூதியம் வழங்குவதும் கூட்டு அக்கறை என்பதைக் காட்டியது. இந்த மாற்றங்களை எல்லாம், சொத்தினைப் பற்றிய கருத்து ஒரு மாற்றத்திற்குட்பட்டு வந்தது என்பதைக் கொண்டு அல்லாமல் விளக்கமுடியாது. மனிதர்கள் இப்போதும் பணக்காரர்களாக இருக்க முடியும், ஆனால் சமூக வாய்ப்பின் சமமின்மைகளைக் குறைக்கின்ற தனது கடப்பாட்டினை அரசு ஒத்துக் கொண்டிருந்தது.

1914இன் போர் எல்லாச் சமூக அமைவுகளையும் குழப்பத்தில் தள்ளிக் கொண்டிருந்த நிலையில் இந்த முயற்சி நிகழ்ந்து கொண்டிருந்தது. அதன் விளைவுகளினால் எங்கும் அரசின் செயல்பாடுகளில் ஒரு மிகப்பெரிய அளவு அதிகரிப்பு ஏற்பட்டது. சமூகத்தின் காயப்பட்டுப்போன மேலமைப்பை அப்படியே வைத்துக் கொள்ளுதல் 1914ஐவிட மிகப் பெரியதொரு வேலையாக இருந்தது, மேலும் அதிகச் செலவு பிடிப்பதாகவும் இருந்தது; வீட்டு உடைமையாளனிடமிருந்து வாடகையாளனைப் பாதுகாப்பது போல, பல விஷயங்களில், முன்பெல்லாம் சொத்துடைமையின் இயல்பான உரிமைகள் என்று கருதப்பட்டவற்றிற்குள் மிகுதியான உட்புகுதல்களைச் செய்யவேண்டியிருந்தது. ஆனால் இந்தச் செயல்பாடுகளின் கண்ணோட்டம், எல்லாவற்றுக்கும் மேலாக, சமூகக் கருத்தாக்கங்கள் மாறிய அளவின் வாயிலாக நிறுவப்பட்டது. அரசுக்காக மரணமடைய வேண்டும் என்று எதிர்பார்க்கப்பட்ட மக்கள், தாங்கள் அதில் வாழவும் இயலவேண்டும் என்று கேட்கத் தலைப்பட்டார்கள். போரின்போதுதான் முக்கியம் என்று சொல்லப்பட்ட மக்கள் அமைதிக்காலத்திலும் தாங்கள் முக்கியம்தான் என்று வலியுறுத்தலானார்கள். தனிப்பட்ட நிறுவனங்கள், தங்கள் உற்பத்திக்குச் சற்றும் பாடுபடாதவர்களுக்குத் தொழிலுற்பத்தியின் இலாபத்தில் மிக அதிகமான பங்கினைத் தருகின்றன என்ற அடிப்படையில் சவாலுக்கு அழைக்கப்பட்டன. தனக்குக் கிடைத்த ஊதியத்திற்குத் தொடர்பான விதத்தில் தான் எவ்விதக் கொடையை அளித்தது என்று விடையளிக்குமாறு தனிப்படத் தொழில்களை வைத்திருந்தோர் கேட்கப்பட்டனர்.

உரிமைகளின் அடிப்படையாகச் சொத்துடைமையை வைப்பது தெளிவாகவே திருப்தியற்ற ஒன்று என வாதிடப்பட்டது. எல்லாச் சொத்துகளுமே சமூகத்தின் பாதுகாப்புறுதியை வேண்டுபவை. ஆகவே அதன் உரிமைகள் சமூகத்தினால் உருவாக்கப்பட்டவை. ஆனால் சமூகத்தினால் உருவாக்கப்பட்ட உரிமைகள், சமூகத் தேவைகளுக்குத் தொடர்புள்ளவை. இவை யாவும் தனி மனிதர்களின் தேவைகள். ஆனால், நவீன அரசில், பெரும்பான்மையினரின் தேவைகள் நிறைவேறுவதில்லை. மேலும் சொத்தின் உரிமைகள் பரவலாக இருந்தால், சட்டமன்ற ஆதாயங்கள் கிடைப்பது சமமற்ற நிலையில் இருந்தது, சொத்துடைமைக்கும் சேவைக்குமான தொடர்பும் நெருக்கமற்றுப் போயிற்று. பிறரை விலக்கி வைத்து, விஷயங்களைக் கட்டுப்படுத்துவதற்கு ஒரு வழியாகச் சொத்தினைப் பயன்படுத்துவது, பின்வரும் பிரச்சினைகளைக் கூர்மையாக எழுப்பியது.

(1) சமுதாய வாழ்க்கைக்கு மிகவும் முக்கியமான விஷயங்களில், மின்சக்தி போன்றவற்றில், எவ்வெவற்றைத் தனியார் கட்டுப்பாட்டில் விடவேண்டும்; (2) கட்டுப்பாடு உள்ளடக்கியுள்ள அதிகாரத்தினால் குடியுரிமையின் தேவைகளுக்குச் சம வாய்ப்புக் கிடைக்கும் தன்மையைக் கெடுக்காமல், ஒருவன் எந்த அளவு விஷயங்களை அம்மாதிரிக் கட்டுப்படுத்த அனுமதிக்கலாம். இவற்றுக்கு மேலாக, தனிப்பட்ட சொத்துடைமை அறநெறி அடிப்படையில் இயலக்கூடியது என்பதைத் தற்காத்துக் கொள்ளும் விதமான ஒரு சொத்துரிமை பற்றிய தத்துவக் கோட்பாடு தேவையாயிற்று. புரட்சிகரப் பொதுவுடைமையின் வேகமான வளர்ச்சி இருக்கும் நாகரிகத்தின் முழுக் கட்டமைப்பின் வேர்களையும் சவால்விட்ட நேரத்தில், இந்தத் தேவை மிகவும் முக்கியமாயிற்று. இருபதாம் நூற்றாண்டின் ரஷ்யா, பத்தொன்பதாம் நூற்றாண்டின் ஃபிரான்சைப் போல முக்கியத்துவம் பெற்றுவருவது போன்ற நிலைமையை உடனடியாகக் காணமுடிந்தது. பின்னது, அரசியல் முன்னுரிமைகளைச் சமப்படுத்துவதை உள்ளடக்கியிருந்தது போலவே, முன்னது, பொருளாதார முன்னுரிமைகளைச் சமப்படுத்துவதை முன்னறிவித்தது. இந்தத் தலைமுறையின் மையப் பிரச்சினை, மனிதர்களின் ஒழுக்க உணர்வைத் திருப்திப்படுத்துகின்ற ஒரு சொத்துரிமைக் கருத்தினைக் கண்டுபிடிப்பதாகியது.

II. சொத்தின் ஒழுக்க அடிப்படை

மனிதனை உரிமைகள் பெற்ற ஒரு குடிமகன் என்று நோக்க முனைந்தால் அப்படிப்பட்ட சொத்துரிமைக் கருத்து ஒன்றை உருவாக்க இயலும். அப்படிப்பட்ட கட்டுப்பாடு அவனைத் தனது சிறந்த சுயமாக உருவாக இயலச் செய்யும் அளவுக்கு விஷயங்களைக் கட்டுப்படுத்தும் உரிமையை அவன் பெற்றிருப்பான். அதாவது, அப்படிப்பட்ட தேசியப் பகிர்மானத்தின் பங்கு அவனுக்குத் தனது முதன்மையான பொருளியல் தேவைகளான பசி, தாகம், உறைவிடத் தேவை போன்றவற்றைக் குறைந்தபட்சம் பூர்த்திசெய்ய வேண்டும் என்ற அளவுக்கேனும் அவன் கேட்டுப்பெற முடியும். இவை பூர்த்தியடையாவிட்டால் ஆளுமை முழுமையடைவது தடுக்கப்படுகிறது. அப்படிப்பட்ட பங்கின் கோரிக்கைக்கும், அந்தப் பங்கு உள்ளடக்கியுள்ள அந்த அளவுக்கான சொத்தின் உரிமைக்கும் தகுதி என்பது ஒரு தனிமனிதனுக்கான, முழுமையான கோரிக்கையாகப் பயனுள்ள விதத்தில் மதிக்கப்பட முடியும் என்று நான் நம்புகிறேன். ஒரு பிளேட்டோனிய அரசில் இருப்பதுபோல, ஒரு சமுதாய அமைப்பில் ஓர் இருக்கையைப் பெறுவது மட்டுமல்ல இந்த உரிமை. நிறுவனங்களின் பரிணாமவளர்ச்சியிலிருந்து நாம் பழக்கங்களின் வலுக்கட்டாயமான பொதுவுடைமையாக்கம் என்பது எப்போதும் அபாயமானது என்ற பாடத்தைக் கற்றுக் கொண்டிருப்போம். பொதுவான வாழ்க்கையைப் பகிர்ந்துகொள்ளுதல் என்பது பொது வாழ்க்கை ஒரேசீரான அளவின்மீது கட்டப்பட்டிருக்க வேண்டும் என்று அர்த்தப்படுத்தத் தேவையில்லை. ஒரேமாதிரி உணவை உண்ணுதல், ஒரேமாதிரி உடையை அணிதல், வீதியில் தங்கள் இடத்தினால் மட்டுமே வேறுபடுத்தப்படுவதான வீடுகளில் வசித்தல் என்பவற்றை அது குறிக்கவில்லை. வாய்ப்புத் தேர்வினைச் செய்வதற்கு நமக்கு, நாம் வாழும் வாழ்க்கை இடமளிக்கவேண்டும். இல்லையென்றால் அது வாழ்க்கையே அல்ல. நாம் நம்மைக் காண வேண்டும்; பலவாறான சாத்தியங்களில் ஒன்றை முடிவெடுக்க இயலுமாயின் மட்டுமே நாம் நம்மைக் கண்டறிய முடியும். இப்படிப்பட்ட கோரிக்கையைப் பூர்த்திசெய்ய விழைகின்ற பொருள்களைக் குறைந்தபட்சம் தேர்ந்தெடுக்கின்ற உரிமையே, நமக்குத் தேவையான குறைந்தபட்சச் சொத்தின் கோரிக்கையாக இருக்கவேண்டும்.

இந்தக் குறைந்தபட்சக் கோரிக்கை யாவருக்கும் பொருந்துவது. சமூக விசைகளின் அழுத்தத்தினால் ஒரு தனிமனிதன் உதவியற்று, ஆதரவின்றி விடப்படமாட்டான் என்பதற்கான உத்தரவாதம் அது. அதன் எல்லைக்குள்ளாக அவன் ஓர் இடத்தைக் காண முடியும், அவனது

ஆளுமை, அதற்கான சாராம்சத்தைப் பெறும் வாய்ப்பினைப் பெறும் அளவுக்கேனும் முக்கியமானது என்ற உறுதிப்பாடு அது. ஆனால் அந்த உரிமை, ஒரு கடமைக்குத் தொடர்புள்ளது. நான் பெறுவதானால், திரும்பத் தரவும் வேண்டும். நான் சும்மா இருப்பதற்கான உரிமைக்காக என்னைச் சமூகம் காப்பாற்ற இயலாது. நான் செய்கின்ற கடமையினால் எனது வழிக்கென நான் செலவினை அளிக்கவேண்டும். என்னைக் காப்பாற்றத் தேவையான பணத்தை உற்பத்தி செய்யும் அளவுக்கு நான் அளித்தாக வேண்டும். தான் செய்யும் பணிக்கான ஊதியமாக அல்லாமல் ஒருவனுக்கு எந்தச் சொத்தினையும் பெறும் தார்மிக உரிமை கிடையாது. தான் வாழுவதற்கான பணத்தைத் தன்னால் அளிக்க முடியாதபோது அவன் வாழ்வதற்கு உரிமை கிடையாது. அவனைக் காப்பாற்றுவதற்குத் தேவையான பொருளை மற்றொருவன் சம்பாதித்திருப்பதால் அவனுக்கு வாழ்கின்ற உரிமை இல்லை. தனது சொந்த முயற்சியினால் தான் அடைவது மட்டுமே ஒருவனுக்கு தார்மிக அடிப்படையில் சொந்தமானது.

ஆகவே சொத்தினை வைத்திருப்பது, சம்பாதிப்பது ஆகியவற்றிற்கு இடையிலான நவீன வேறுபடுத்தலில் தார்மிக நியாயம் இருக்கிறது. பிறரது முயற்சியினால் கிடைத்த சொத்தினை வைத்திருப்பவர்கள் சமூகத்தில் புல்லுருவிகள் ஆவார்கள். தாங்கள் உற்பத்தி செய்ய உதவி செய்யாத ஒன்றை அவர்கள் அனுபவிக்கிறார்கள். சமூகத்தின் மொத்த உற்பத்திக்கான கொடையை அளிக்காமல் விடுவதற்கான வழியை அவர்கள் பெறுகிறார்கள். அவர்களுக்குச் சட்ட உரிமைகள் உள்ளன; ஆனால் தங்கள் சொந்த முயற்சியின் விளைவாக அந்தச் சட்ட உரிமைகளை அவர்கள் பெறாமையால், தங்களுக்கானக் கௌரவத்தைப் பெறுவதற்கு உரிமையளிக்கும் தார்மிகச் சாயை அவர்களுக்கு இல்லாமல் போகிறது. ஒரு பெரிய கட்டடக் கலைஞன் ஒரு பெரும் செல்வத்தைப் பெற்றதற்குப் பாராட்ட முடியும்; ஆனால் அவனது சாதனையால் வாழ்கின்ற மற்றவர்களை நாம் பாராட்ட இயலாது. பாரம்பரியச் சொத்து வலிந்து பெறுகின்ற அளவுக்கான போற்றுதலை சமூகம் அளிக்க இயலாது. அப்படிப்பட்ட செல்வத்தைப் பெற்றவர்கள், ஃபாக்ஸ் போல, பிட் போல, ஷேஃப்ட்ஸ்பரி போல, பெரிய அளவில் சமூகக் கடப்பாட்டுணர்வு உள்ளவர்களாகப் போற்றப்பட்டாலும், அப்படிப்பட்ட சில மேன்மையாளர்களின் இருப்பு, சமூகத்தில் இயங்காநிலையிலுள்ள பலரை ஈடுசெய்யப் போதுமானதல்ல. பாரம்பரியச் செல்வம் இரண்டு விஷயங்களை உள்ளடக்கியுள்ளது: *(1)* உழைப்பின் கடப்பாட்டிலிருந்து சட்டப்பூர்வமாக விலக்கப்பட்ட ஒரு வர்க்கம் உள்ளது. *(2)* அப்படி விலக்கப்பட்டதால், தனது ஓய்வினைச் சமூகத்தின் பிற உறுப்பினர்களின் உற்பத்தி முயற்சியைக் கடுமையாக பாதிப்பதற்கு அது பயன்படுத்த முடிகிறது. வெப்லன் கூறியதுபோல,

ஏறத்தாழ எப்போதுமே அது அந்த ஓய்வைத் தவறாகப் பயன்படுத்தவே முனைகிறது. ஹென்றி கேவண்டிஷ் போன்ற ஒருவரை அது உருவாக்க முடியலாம், ஆனால், அப்படிப் பட்டவர்களை உருவாக்கச் சமூகம் மிக அதிக அளவில் செலவிட வேண்டிவருகிறது என்பதை அழிக்க இயலாது. அந்த வர்க்கம், பொதுவாக, சோம்பேறியாகவும், வீணாகவுமே இருக்கும். இலக்கற்ற இன்பங்களுக்குத் தன்னை ஆட்படுத்திக் கொள்ளும். அரசியலைப் பொழுதுபோக்காகவும், மதத்தை அழகியல் உணர்வாகவும் அது ஆக்கும். அது கலையை ஆதரிக்கும், ஆனால் அதன் ஆதரவு, கலைஞனின் ஆன்மாவை அழித்துவிடும். இலக்கியத்திற்கு அது ஆதரவு தரும், ஆனால் அது போற்றுகின்ற இலக்கியம் அதன் காலத்தின் நிஜமான தேவைகளுக்குச் செவிடாக இருக்கும். சொத்துடைமையாளர்களை ஆதரிக்கின்ற ஒரு சமூகம் ஒருபோதும் தனது எளிய உறுப்பினர்களின் கோரிக்கைகளைப் போதிய அளவு மதிக்க இயலாது. ஏனென்றால் முன்னவர்களே அதன் நிறுவனங்களில் ஆதிக்கம் பெற்றிருப்பார்கள். செலவழிக்கும் சக்தியைப் பெற்றிருப்பதால் பெறக்கூடிய முன்னுரிமைகளை அவர்கள் கொண்டிருப்பார்கள். அவர்கள்தான் இரசனையின் தரங்களையும் நிர்ணயிப்பார்கள். எந்த ஓர் அரசிலும் பணக்காரர்களைச் சார்ந்து பிழைக்கும் சட்ட வகுப்பினர்களுக்கு அவர்கள் வேலையளிப்பார்கள். அரசியல் அதிகாரத்தின் மூலங்களுக்கு உடனடியாகச் செல்ல அவர்களால் இயலும். தன் சொந்த முயற்சியினால் செல்வத்தை அடையும் வகுப்பினரின் பழக்கங்களையும் இலக்குகளையும் அவர்கள் பெற்றுக் கொள்வார்கள். அவர்களுடைய பொருளாதார நிலை, குறிப்பிட்ட அளவு சமூக ஆதிக்கத்தை உட்கொண்டுள்ளது. தங்கள் கௌரவத்தினால் அவர்கள் அரசின் பார்வைக் கோணத்தை நிறுவ முடியும்.

சமகாலச் சமூக அமைப்பினை ஆராய்ந்தால் யாரும் மேற்கண்ட முடிபுகளைச் சரிபார்த்துக் கொள்ளலாம். நமது பாராளுமன்றம், இன்றளவும் முதன்மையாகப் பிரபுக்கள் அதிகாரத்தைச் சார்ந்ததாகவே தனது உள்ளமைப்பில் உள்ளது. காரணம், ஏறத்தாழச் சொத்துடைமை அற்ற எல்லாருக்குமே இடர்ப்பாடுகளைத் தருவதாக அரசியல் வாழ்க்கை உள்ளது. பெருமளவு ஒருவனது பெற்றோரின் நிலையைப் பொறுத்தே அவனது கல்வி அமைகிறது; ஈட்டன், கிரைஸ்ட் சர்ச் ஆகிய இடங்களுக்குப் படிக்கச் செல்வது ஒருவகைக் குடும்பப் பழக்கம். இராணுவத்தில் மிகச் சிறந்த படைப் பிரிவுகளின் உயர்அதிகாரங்கள் நடைமுறையில், பழங்காலச் சிறப்புடைய குடும்பங்களின் வாரிசுகளுக்காகத் தனிப்பட்ட முறையில் ஒதுக்கப்படுகின்றன. அவர்கள் யாவரும் ஆபத்தின் முன்னிலையில் தைரியம் காட்டுகிறார்கள்; ஆனால் அவர்கள் எல்லாருமே இராணுவ

அறிவியலைப் பற்றிய புரிந்துகொள்ளலில் வளர்ச்சியடைவதில்லை. அதேபோல ராஜதந்திரச் சேவையும் ஒரு குறுகிய வட்டத்தில் பிறந்தவர்களுக்குக் கிடைப்பதே எளிதாக இருக்கிறது, பிறருக்குக் கிடைப்பது மிகவும் அபூர்வம். தங்கள் இருப்பின் நறுமணத்தினை அவர்கள் பிறருக்கு தருமமாக அளிக்கிறார்கள். அவர்களுடைய கடைத்தெருக்களும், சீட்டுவிளையாட்டுக் குழுக்களும், அவ்வப்போது அவற்றில் அரசக்குடும்பத்தின் முக்கியஸ்தர் ஒருவர் கலந்துகொள்வதும், ஏதோ சிலசமயங்களில் அவர்களுக்கும் ஏழைகளுக்காக ஒரு கடமை இருக்கிறது என்பதை நினைவூட்டுகின்றன. லக்ஸரில் ஒரு குளிர்காலத்தைக் கழிப்பதன் வாயிலாக அறிவுநுட்பத்தில் தங்களுக்கிருக்கும் ஆர்வத்தை அவர்கள் காப்பாற்றிக் கொள்கிறார்கள்; நரிக்கும் கவுதாரிக்கும் போட்டி நடத்துவதன் வாயிலாகத் தங்கள் தேசியப் பண்பை அவர்கள் உயிருடன் தக்க வைத்துக் கொள்கிறார்கள். ஆண்டில் ஆறுமாதங்கள் மட்டுமே அவர்கள் லண்டனில் வசிப்பார்கள். 'ஷயர்களுக்கு' (நாட்டுப்புறங்களுக்கு) அல்லது ரிவியராவின் வெப்பத்தை நாடிச் செல்லும்போது, அவர்களை உயிருடன் வைத்திருக்க உழைக்கின்ற அறுபது லட்சம் சாதாரணக் குடிமக்களை அன்றி அவர்களுக்கு லண்டன் காலியாகத் தெரிகிறது. நம்பற்கரிய இவர்களின் ஊர்வலங்களைப் படத்துடன் சாதாரண மக்களுக்குத் தெரி-விப்பதற்கெனவே ஒரு பெரிய இதழியல் நிறுவனம் பேணப்படுகிறது.

சமுதாயத்திற்கு இம்மாதிரிக் குறித்த அளவுள்ள பயன்பாடுடைய இப்படிப்பட்ட ஒரு வகுப்புக்கு, பதினெட்டாம் நூற்றாண்டின் 'நோபிள்'கள் (மேன்மக்கள்) போன்றதொரு அமைப்புக்கு, அதன் மிகச்சில உறுப்பினர்கள் உயர் இலக்குகளில் ஈடுபட்டிருந்த காரணத்தினால் மட்டும், தீவிரமாகத் தற்காப்புச் செய்ய முடியும் என்று நான் கருதவில்லை. ஒழுக்கவியல் அளவைகளின்படி தற்காப்புச் செய்யமுடியாத ஒரு வாழ்க்கையை அவர்கள் வாழ்கிறார்கள். அவர்களுடைய சமூகச் செலவும் மிக அதிகம், செலவழிக்கின்ற ஆற்றல் அவர்களிடம் உள்ள காரணத்தினால் சமூகம் அவர்களது இலக்கற்ற இன்பங்களைத் திருப்திப் படுத்துவதற்கெனத் தன் கொஞ்ச நஞ்சமான முயற்சிகளைச் செலவிடுவதில்லை. அவர்களுடைய வாழ்க்கைச் செலவு அந்த அளவில் நிற்பதுமில்லை. அவர்களைப் பாரம்பரியத்தின் கவர்ச்சி சூழ்ந்திருக்கிறது; தங்கள் சொந்த முயற்சியால் போதுமான வருவாயை அவர்களில் தேடிக்கொள்ளும் ஒரு சிலரும்கூட, போலி செய்தலின் விசைக்குக் கட்டுண்டு சாராம்சத்திலும் இலக்கிலும் தங்களில் மற்றவர்களைப் போன்றதொரு வாழ்க்கையையே மேற்கொள்ள முனைகிறார்கள். உயர்-பிரபுக்களின் குடி, நகரத்துடன் தனது சேர்க்கையினால்தான் புத்துயிர் பெற்றுக்கொள்கிறது. ஒரு தலைமுறையில் மளிகைக் கடைக்காரனாக இருப்பவன் அடுத்த

தலைமுறையில் சீமான் ஆகிறான். இந்த முக்கோணத்தின் உச்சி, எவ்விதப் பணியும் இல்லாமல், வெகுமக்களுக்குள்ளும், சமூகக் கடப்பாடுகள் ஏதுமற்ற அல்லது மிகக் குறைந்த அளவே பெற்ற செல்வராட்சியை நிலைநிறுத்துவதாகிறது. அதே சமயம், தங்கள் குத்தகைதாரர்களின் நல்வாழ்க்கைமீது ஆர்வம்கொண்ட சில குடும்பங்களும் மிக அரிதாக இல்லாமல் இல்லை. ஆனால் சமூகத்தின் பண்பு, விதிவிலக்குகளின் மீது அல்ல, விதிகளின்மீதுதான் கட்டப்படுகிறது. எல்லா மக்களும் சமூகப் பாரம்பரியத்திற்குச் சமமாக உரியவர்கள் என்றால், இயற்கையாகவே, ஒரு வகுப்பினர் மட்டும் இரட்டை வசதிகள் பெறுகின்ற சிறப்புநிலையில் இருக்கமாட்டார்கள். செல்வத்தினால் மட்டுமே ஒரு வகுப்பை வாழ அனுமதிக்கும்போது இப்படித்தான் நிகழ்கிறது. சமூகத்திற்குப் பங்களிக்கின்ற தேவையிலிருந்து அவர்களுக்கு விடுபாடு கிடைப்பது மட்டுமல்ல, சமூகம் அவர்களின் தேவைகளுக்குக் கொடையளிக்க வேண்டும் எனவும் வலியுறுத்தப்படுகிறது. அவர்களுடைய நிலை, பிறப்பினால் வந்த ஒரு தற்செயல் நிகழ்வு; எவ்வளவுதான் சிறப்பாக இருந்தாலும், பிறப்பு மட்டும் சமூக முயற்சியின் மீது ஒரு நிரந்தரச் சுமையை ஏற்றுவதற்குக் காரணமாக அமைய முடியாது. மில்டனின் வம்சாவளியினருக்கு ஒரு நிரந்தரக் கடப்பாட்டினை நாம் கொண்டிருக்கவில்லை; அப்படியிருக்க, எவ்வித விவாதத்திற்குரிய விதிமுறையினாலும், நாம் ஏன் நெல்க்வைனின் சந்ததியினருக்குக் கடமைப்பட்டிருக்க வேண்டும் என்பதற்கு எவ்விதக் காரணமும் இல்லை. நமது சொத்துடைமைச் சமூகத்தின் விளைவு, இந்த அடிப்படையில், எவ்வித நீதிமுறைக்கும் கட்டுப்படாத ஒன்றாகவே உள்ளது. ஆகவே மக்களின் தர்மரீதியான ஒப்புதலைப் பெற முனைகின்ற எவ்விதச் சொத்துரிமைக் கொள்கைக்கும் இது ஒரு பகுதியாக அமைய முடியாது.

இதனால் தனது உடனடிச் சந்ததியினருக்கு ஒருவன் சொத்தினை அளிக்கலாகாது என்று வாதிடுவதாக அர்த்தமில்லை. தெளிவாகவே, மனிதனின் முயற்சியில் பெரும்பங்கு, தனது குழந்தைகளின் பாதுகாப்பினைப் பெறுவதற்கெனவே செலவிடப்படுகிறது. எனவே ஒருவனின் குழந்தைகள், வாழ்க்கைப் போராட்டத்தில் நுழைந்து அதை எதிர்கொள்ளத் தேவையான பயிற்சியையும் ஆதரவையும் பெற வேண்டும் என்ற எதிர்பார்ப்பு இருக்கிறது. ஆனால் அதற்காகப் போரிடுகின்ற முயற்சியே இன்றி இருக்குமளவுக்கு அவர்கள் ஆதரவைப் பெற வேண்டுமென்ற அவசியம் இல்லை. சாதாரண சராசரி மனிதனைப் போலவே அவர்களும் தங்கள் உடலுழைப்பினால்தான் தங்கள் வருமானத்தை ஈட்டவேண்டும். அவர்களுக்குப் பாதுகாப்பு இருக்கவேண்டும். தாங்கள் முதிர்ச்சியடைவதற்கு முன்னாலேயே இறப்பு நேரிடுவதென்பது, தங்கள் வாழ்க்கையே மிக இழிந்தது, சகிக்க

இயலாதது என்ற சூழலுக்கு அவர்களைத் தள்ளக்கூடாது. ஆனால் தங்கள் குழந்தைகள் முதிர்ச்சி பெறுவதற்கு முன்னாலேயே இறந்துவிட நேர்கின்ற பல ஆடவர்களின் நிலை இதுதான். இப்படிப்பட்டக் கொடுமை, இதனை ஏற்பவர்களின் தொகையைப் பெருக்குவதற்கு நமக்குச் சம்மதம் அளிப்பதில்லை. ஒருபுறம் தனது விதவைக்கு ஆதரவும், மறுபுறம் தனது குழந்தைகளுக்குக் கல்வியும் அளிப்பதற்கும் மட்டும் பயன்படுமானால் சொத்துரிமை என்பது எல்லாவிதங்களிலும் நியாயமானதே. இந்தக் கால அளவுக்கு அப்பால் சொத்தினைத் தக்க வைத்துக் கொள்வது என்பதை எவ்வித அறவியல் விதிகளின்படியும் நியாயப்படுத்த இயலாது.

அதேபோல, உணர்வு சார்ந்த மதிப்பினை முக்கியமாகக் கொண்ட தனிப்பட்ட, நெருக்கமான பொருள்களைப் பொறுத்தவரை, சொத்துரிமை என்பதற்கு நான் ஆட்சேபணை தெரிவிக்க மாட்டேன். ஒருவனின் ஆளுமையின் முத்திரையைக் கொண்டிருக்கக்கூடிய சேர்க்கைகளான புத்தகங்கள், படங்கள் போன்றவை இழக்கப்படுவதற்கு அரிய ஞாபகச் சின்னங்கள்; அவை ஒரு நிதியாக மாற்றப் பயன்படுத்தப்படும்போதுதான் அவை அரசு நுண்ணாய்வுக்கு உரிய விஷயம் ஆகின்றன.

இந்தவிதத்தில், சொத்தினை நியாயப்படுத்தல் எழுகிறது. தனிப்பட்ட முயற்சியினால் உருவான ஒன்று என்றால் அது இருப்பதற்கான நியாயம் இருக்கிறது. பணியின் விளைவாக இருக்கும்போது அது அறிவுப்பூர்வமானது ஆகிறது. ஒரு மருத்துவர், ஒரு மாலுமி, ஒரு கண்டுபிடிப்பாளன், ஒரு நடுவர் ஆகியோரின் சொத்துகள் சேவைக்கான குறித்த வருவாயாக அமைகின்றன. கடமைகளைச் செய்வதன் விளைவாக உருவானதால் அந்தச் சொத்து சட்டப்பூர்வமாகவே உரிமைகளை உள்ளடக்கியதாக உள்ளது. அதை வைத்திருப்பவன், சமூகத்தில் ஒரு குறிப்பிட்ட பணியினைப் பூர்த்தி செய்தவன் என்ற மெய்ம்மையிலிருந்து அது வருகிறது. அவன் சமூகத்திற்குத் தனது பங்களிப்பைச் செலுத்தியவாறே முனைந்து வந்துள்ளான். தனது முதிர்ச்சிக்காலத்தினைப் பேணுகின்ற செலவைச் சமூகத்திற்கு அவன் முன்னதாகவே அளித்திருக்கிறான். மக்களமைப்பின் மீது அவன் ஒரு புல்லுருவியாக வாழ்ந்ததில்லை. சமூக முழுமையை வளப்படுத்துவதற்கான தனது முயற்சியினைச் செயல்படுத்தியவன் என்ற வகையில் அவன் ஒரு குடிமகனாக வாழ முனைந்திருக்கிறான். தங்கள் விளைச்சலினால் வாழ்கின்ற சிலரின் உற்பத்தி முனைப்புக்கு அவனும் ஒரு குறித்த சேர்க்கையாக இருந்துள்ளான். பிறரது முயற்சியின் மீதான வெறும் சுமை அல்ல அவன்.

ஆனால் பணியின் விளைவாக ஏற்படும்போது சொத்து நியாயமானது என்று வாதிடுவது மிகவும் பரந்ததொரு கூற்றாகும். சொத்துரிமை என்பதை இரண்டு கோணங்களில் ஆராய்வதற்கான சாத்தியம் உள்ளது. இப்படி நோக்கும்போது, சொத்து என்பது ஒரு உழைப்பூதியக் கோட்பாட்டினை உள்ளடக்கியுள்ளது. இரண்டாவதாக தொழில் அமைப்புப் பற்றிய கோட்பாட்டையும் அது கொண்டுள்ளது. அதாவது, நாம் சொத்துரிமைகளின் எல்லைகளை நிர்ணயிக்கும் ஒரு முறையையும், அந்தச் சொத்து உள்ளடக்கியுள்ள பயன்பாட்டு அமைப்பின் வழிவகையையும் அது கொண்டுள்ளது. உதாரணமாக, மறைந்த ஸ்டின்ஸ் அம்மையார் ஜெர்மனியின் பொருளாதார வாழ்க்கைமீது கொண்டிருந்த ஆக்டபஸ் பிடிபோன்றதொரு ஆதிக்கத்தை ஒருவன் தன் முயற்சியினால் பெறலாமா? முயற்சி என்பது உழைப்பின் அளவைக் குறிக்கிறதா அல்லது கொள்திறனின் அளவைக் குறிக்கிறதா? நாம் ஒரு கொத்தனாரின் முயற்சியின் கூலிக்கும், ஒரு பெரிய மருத்துவரின் முயற்சியின் கட்டணத்திற்கும் வேற்றுமை காணும் வழிவகையைக் கண்டுபிடிக்க இயலுமா? அந்தச் சொத்தினைப் பணமதிப்பாக மாற்றும்போது, எந்த அளவு சொத்துரிமைகள் முதலீட்டுக்குக் கிடைக்கும், எந்த அளவு சொத்துரிமைகள் ஆளுமையின் வெளிப்பாடாக இருக்கும் என்பதை வேறுபடுத்திக் காண முடியுமா? நான் ஓர் ஆண்டுக்கு ஆயிரம் பவுண்டுகள் சம்பாதித்து வாழ்பவனாக இருந்தால், எழுநூற்றைம்பது பவுண்டுகள் செலவிடுபவனாகவும், இருநூற்றைம்பது பவுண்டுகள் ஆண்டுதோறும் முதலீடு செய்பவனாகவும் இருந்தால் அந்த முதலீட்டின் சொந்தக்காரன் என்ற முறையில் என்ன உரிமைகள் எனக்குக் கிடைக்கும்? ஒரு சரக்கினைத் தீர்க்குமாறு அதை வாடகைக்குத் தந்தால், எனக்கு ஒரு திட்டமான, குறித்த வருமானத்திற்கு உரிமை உண்டா? நான் எவ்வித முதலீட்டைத் தேர்ந்தெடுக்கிறேனோ அதற்கான அபாய அளவுக் கேற்றவாறு எனது வருமானமும் மாறவேண்டுமா? மொராக்கோவில் மான்ஸ்மன் சகோதரர்களின் துணிகரமுதலீடுகள் போன்ற, எனது ஆதாயத்தினால் சற்றும் பயன்பெற இயலாத ஒரு முழு நாட்டு மக்களின் விதிகள்மீது எனது முதலீட்டைக் கொண்டு விளையாட எனக்கு உரிமை உண்டா? தெளிவாகவே, சொத்தின் உரிமைகள் எளிய நிபந்தனைகளால் நிர்ணயிக்கப்படும் தன்மை கொண்டனவாக இல்லை. தனது இயல்பினாலே, பிரச்சினையை எடுத்துரைத்தலே சிக்கலாக உள்ளது; தான் எழுப்பும் பிரச்சினைக்கு எளிமையான விடை தருவது போலியாகவே முடியும்.

III. சொத்தும் முயற்சியும்

நடைமுறையில் நோக்கினால், கைம்மாற்று (உழைப்பூதிய)க் கோட்பாடுகள் தங்களை நான்கு வகைகளாக வகுத்துக் கொள்கின்றன. பொதுவுடைமை கேட்கின்ற சமமான வருவாய் என்ற விஷயம் உள்ளது. பொதுவாக ஒப்புக் கொள்ளப்படுவதைவிட அதன் சார்பான வாதம் மிகவும் வலுவானதாகும். சமூகத்தில் ஒரு மனிதனின் “ஈர்ப்பு” என்பது, மிகப் பெரிய அளவில், அவனது வாங்கும் திறனைப் பொறுத்தது; எனவே சமூகத்திற்கு அவன் பயன்படுநிலையை அவனது அண்டைவீட்டானுடைய பயன்படுநிலையோடு சமப்படுத்த வேண்டுமானால், அவனுடைய வருமானத்தை அவன் அண்டை வீட்டானின் வருமானத்துக்குச் சமமாக ஆக்கவேண்டும். நாம் வேற்றுமைகளை அறிமுகப்படுத்துவோம் என்றால், அவை கண்டிப்பாக உறுதியற்ற தன்மை கொண்ட அடிப்படைமீதே அமையும். ஒரு நீதிபதியின் ஊதியத்திற்கும், கொத்தனாரின் ஊதியத்திற்கும் உள்ள வேற்றுமை, அவர்களது சேவைகள் எந்த விலையில் கிடைக்கும் என்பது பற்றிய ஒரு சுமாரான மதிப்பீட்டின் விளைவே ஆகும். பிரிட்டனைவிட, அமெரிக்காவில் நல்ல நடுவர்கள் (நீதிபதிகள்) மிகக்குறைந்த ஊதியத்தில் கிடைக்கிறார்கள். இந்த நாட்டில் உள்ள கொத்தனார்களைவிட அமெரிக்கக் கொத்தனார்களில் வெற்றி பெற்றோரின் ஊதியம் விகிதாசாரப்படி அதிகமாகவே உள்ளது. திரு. பெர்னாட் ஷா எடுத்துரைத்துள்ள, மிகவும் கனமான, மனித மேம்பாட்டுக்கான வாதத்தையும் நாம் புறக்கணிக்கலாகாது. (*The Case for Equality. Publications of the National Liberal Club, 1913*). அவர் வலியுறுத்துவதுபோல, உண்மையில் வகுப்புகளுக்கிடையிலான முக்கிய வித்தியாசங்கள், பொருளாதார வித்தியாசங்களே; ஒருவேளை ஒரு நகரத் தலைவர், ஒரு தொழிலகப் பெண்ணைத் திருமணம் செய்துகொண்டாலும், அவருடைய சகோதரி, அத்தொழிலகப் பணியாளரைத் திருமணம் செய்யக் கனவு காணமாட்டாள். ஓர் அரசகுல மங்கை ஒரு சாமானியனைத் திருமணம் செய்தால், அவர் அதிகத்தகுதி பெற்ற சாமானியனாகவே இருப்பார். ஒருவரின் வகுப்புக்கு அப்பால் திருமணம் செய்வது என்பது செல்வத்தினாலேயே பெருமளவு தீர்மானிக்கப்படுகிறது. ஆங்கிலச் சீமான் வகுப்பினர் அமெரிக்கச் சந்தையில் ஒருவிதச் சரக்கு-விலையையே நிறுவியுள்ளனர். திரு. ஷா சுட்டிக்காட்டியதுபோல, சமமான வருவாய் என்பது முழுச் சமுதாயமுமே கலப்புத் திருமணத்தில் ஈடுபடும் சிறந்த பயனைக் கொண்டதாக உள்ளது. அதனால், அந்த இனத்தின் தரத்திற்கு ஏற்படும் ஆதாயத்தின் அளவில் சந்தேகமே இருக்க இயலாது.

ஆனால் உழைப்பூதியக் கோட்பாடு சில இடர்ப்பாடுகளைக் கொண்டுள்ளது. நமது சூழலில், இப்போது அவற்றுக்குப் போதிய பதில் இல்லை. நாம் நல்ல வாழ்க்கை வாழ்வதற்காக, எல்லாரிடமிருந்தும் உழைப்பு கோரப்பட்டால், சமமற்ற உழைப்புக்கு சமமான ஊதியம் என்பதில் நியாயம் இல்லை எனத் தோன்றுகிறது. அதேபோல, தேவைகள் சமமற்றிருக்கும் போதும், சமமான ஊதியம் என்பது நியாயமல்ல. ஒரு கஞ்சத்தனமான பிரம்மச்சாரியும், திருச்சபைக்கு விசுவாசமான ஒரு கன்னியாஸ்திரீயும், ஐந்தாறு குழந்தைகளைக் கொண்டுள்ள பெற்றோர் அளவுக்கு, நிச்சயமாக ஊதியம் பெற வேண்டியதில்லை. மேற்கத்திய நாகரிகத்தின் மனப் பழக்கங்களை நாம் ஏற்பதாக இருந்தால், ஊதியத்தில் சமத்துவத்தை ஒரு புரட்சியின் வாயிலாகவே அடைய முடியும் என்ற உளவியல் ரீதியான வாதத்தையும் புறக்கணிக்க இயலாது; அப்படிப்பட்டப் புரட்சியின் மிக முக்கியமான பண்புகளில் ஒன்றாக, இராணுவத்தினர் அந்த அரசாங்கத்திற்கு விசுவாசமாக இருப்பதற்குத் தூண்டுவதற்காக, ஒரு சிறப்பு ஊதியத்தை அவர்களுக்கு வழங்க நேரிடும் என்பதைக் காணமுடியும். மேலும் ரஷ்யாவின் அனுபவத்தை வைத்து நோக்கும்போது, புதிய சமூக முறையின் ஆரம்பக் கட்டங்களிலேனும் வேறுபடுத்தலின் பழக்கங்களுக்குச் சலுகைகள் தரப்பட வேண்டும் என்பது தெரிகிறது. இப்போதுள்ள வேற்றுமை நிலைகளில் அணுவளவு தர்க்கமும் இல்லை என்பதைக் காண எவ்விதக் காரணமும் இல்லை. ஆனால் எவ்வளவு பெரிய அளவில் நாம் வேற்றுமைகளுக்கு இடையில் பாலங்களைக் கட்டினாலும், நாம் முழுச் சமத்துவத்திற்கான சாலையில் நடக்கத் தொடங்கிவிட்டதாகக் கூறமுடியாது. பொருளாதார உடைமைகள் அடிப்படையில் முக்கியமாக மனிதர்களை நிர்ணயிக்கும் ஒரு சமூகம் அறவியல் அடிப்படையில் நியாயமற்றது என்ற உயிரான உண்மையைப் பொதுவுடைமைக் கோட்பாடு வலியுறுத்துகிறது; ஆனால் இன்னும் நீண்ட காலத்துக்கு, இன்னும் திறன்வாய்ந்த நிர்ணயத்துக்கான வழிவகைகளை வெவ்வேறு பாதைகளின் ஊடாகவே கண்டுபிடிக்க இயலும்.

சந்தையின் பேரங்களுக்கேற்ப ஊதியம் நிர்ணயிக்கப்பட வேண்டும் என்று வலியுறுத்துகின்ற பொதுவுடைமைத் திட்டத்தின் எதிர்முடிவும் ஓரளவு சரியானதே. அளிப்பும் தேவையும் ஒரு மனிதன் விற்கின்ற உழைப்புக்கான சமூக மதிப்பிடலின் அடையாளம் என்று சொல்லப்படுகிறது. அவற்றின் இயக்கம் அவனது சேவைக்கு ஓர் "இயல்பான" ஊதியத்தை அளிக்கிறது. வெளிப்படையான தர்மத்திற்குச் சமமான மதிப்பு வேறெந்த அடையாளத்திற்கும் இல்லை. (1) குறைந்த அளவு இவை உண்மை என்றால், (2) இவை தர்மரீதியாகப் போதியவை என்றால், இவை யாவுமே போற்றக் கூடியவை

தான். ஆனால், முதலில், அளிப்பும் தேவையும் நேர்மையாகச் செயல்படும் முன்னர் சரிசமஅளவில் எதிர்த்துச் செயலாற்றுகின்ற காரணிகள் யாவும் ரத்து செய்யப்பட வேண்டும். திறன்மிக்க மருத்துவர்களை ஈர்க்கின்ற அளவில் மருத்துவ அதிகாரிகளுக்கான ஊதியம் நிர்ணயிக்கப்படுவதில்லை. மாறாக, பிரிட்டிஷ் மருத்துவச் சங்கம் திறன்மிக்க மருத்துவர்கள் ஈர்க்கப்பட அனுமதிக்கின்ற தொகையில் நிர்ணயிக்கப்படுகிறது. கூட்டக்குழுக்களில் பங்கேற்கும் பெருந்தொழில்களில் சேவைகளின் அளிப்புக்கும் தேவைக்குமான நிலையால் ஊதியம் நிர்ணயிக்கப்படுவதில்லை. ஒருவித ஏகபோக உரிமை அவசியப்படுத்துகின்ற சிறப்பு நிலையால்தான் நிர்ணயமாகிறது. ஒரு நீதிபதியின் சம்பளம் பெரும்பாலும் வழக்காற்றின்படி வருவது; நிதியிழப்பு ஏற்பட்டாலும், அதில் அடங்கியுள்ள கௌரவத்திற்காக அந்தப் பதவியைப் பலரும், இன்றும் பலர் ஏற்பது போல, ஏற்றுக் கொள்கிறார்கள். ஒரு பதவிக்கெனச் சமவாய்ப்பு இருந்தால் மட்டுமே அளிப்பும் தேவையும் உண்மையான அடையாளமாக இருக்கும். உண்மையில், பெரும்பாலான பதவிகள் ஒருவித வழக்காற்றுத் தரத்திலான வாழ்க்கையை வேண்டுகின்றன. ஒரு குறிப்பிட்ட வாழ்க்கைத் தொழிலுக்கான வருமானங்கள் அந்தத் தரத்தின் சராசரியை ஒட்டிய 'காஸ்'ஸிய (Gaussian) வளைவு வரைபடத்தில் பொருந்தக்கூடும்.

தகுதிச் சோதனை என்ற அளவில் சந்தையின் பேரங்கள் ஒழுக்க அடிப்படையில் போதுமானவை என்றும் நான் கூறவில்லை. சராசரித் தொழிற் சமுதாயத்தின் மூன்றிலொரு பங்கினரை பட்டினியளவிலான ஊதியத்தில் அது வைத்துள்ளது. அந்த மூன்றிலொரு பங்கினர்க்கு ஊதியம் என்பது மோசமான உடல்நலம், வளர்ச்சிபெறாத நுண்ணறிவு, வறிய இல்லங்கள் ஆகியவற்றையே குறிக்கிறது. இதில் பெரும்பாலும், பெரும்பான்மையினர், எவ்வித மனிதநலத்திற்கான ஆதாரத்தையும் காணமாட்டார்கள். *(See P. Sargant Florence, Economics of Fatigue and Unrest (1924), p.374, and Wallas, The Great Society, pp.363f.)* சந்தையின் ஏற்றத்தாழ்வுகளுக்கு ஏற்ப வணிகக் கழகங்களும் குறைந்தபட்ச ஊதியச் சட்டமும் ஊதியங்களை நிர்ணயம் செய்வது விடப்பட்டதால், மிச்சத்துக்குப் பரிகாரமானது அவர்கள் பலவீனத்தைப் பொருத்தமற்ற ஆதாயத்துக்கென எடுத்துக் கொள்வதாகிவிட்டது. சந்தையின் பேரங்கள், சமமின்மையை தெய்வநிலைக்கு உயர்த்துகின்றன. ஒரு சராசரி உழைப்பாளி காத்திருக்க இயலாத காரணத்தினால் முதலாளிக்கு ஏற்படுகின்ற எல்லா அனுகூலங்களையும் அவனுக்குச் சாதகமாக்குகிறது. இங்குள்ள போட்டி, ஒரு நியாயமான போட்டியல்ல, காரணம் ஒப்பந்தத்திற்கு அடிப்படையான சுதந்திரம் என்பது இதன் சாராம்சத்தில் இல்லை. பேரம்பேசுவதில் சமமான சக்தி இருக்கும் போதுதான், நான் முன்பே விவாதித்ததுபோல, ஒப்பந்தத்திற்கு

அடிப்படையான சுதந்திரம் உள்ளது. எஜமானனுக்கும் ஊழியனுக்கும் இடையில்போல, பேரம்பேசும் ஆற்றல் என்பதே இருக்கலாகாது என்பதுதான் நவீன தொழில் அமைப்பின் மையத்திலுள்ள கருத்து. சில மையமான தொழில்களில், வெகுமக்கள் நிலையில், இந்த உறவு ஏறத்தாழச் சமமாக உள்ளது என்பது உண்மை. ஆனால் இது விதிவிலக்கே தவிர, விதி அல்ல.

கிடைக்கும் ஊதியத்தில் ஒரு நேர்மையான சமூக மதிப்பினை அளிப்பும் தேவையும் எவ்விதத்திலும் காட்டவும் இயலாது. விளம்பரத் தொழிலில் மிகப் பெரிய செல்வங்கள் குவிக்கப்படுகின்றன; ஆனால் பரந்த நிலையில், விளம்பரத் தொழில், நவீன தொழிலியத்தின் நோய்ப்பட்ட நிலையைக் காட்டுகிறது. விற்பனைக்கலை, உண்மையில் அது கலையாக இருந்தால், ஒட்டுமொத்தத்தில், ஒரு சரக்கு உண்மையில் எதுவாக இல்லையோ அதுவாகக் காட்டுகின்ற இயலுமையைக் குறிக்கிறது. தனிப்பட்ட முறையில், ஒரு வாங்குபவருக்கு உண்மையாகவே தேவையற்ற ஒரு பொருளை விற்கின்ற திறமையைக் காட்டுகிறது. நீதிமன்றச் செயல்முறையின் சீர்திருத்தத்திற்கு முன்னால் திறமைமிக்க சிறப்பான வாதிடுவோரினால் பெரிய அளவிலான வருமானம் குவிக்கப்பட்டது. இது பெருமளவு நீதியின் இலக்குகளைத் தோல்வியுறச் செய்கின்ற முயற்சியில் பெற்ற செல்வத்தையே குறித்தது. தனித்தவீடுகளில் மிகப் பெரும் செல்வங்கள் குவிக்கப்பட்டன; ஆனால் சமூகம் மேலும் மேலும் அவர்கள் செய்த அழிவுகளைச் சரிப்படுத்தவே அவர்களது செல்வத்தைவிட மிகப்பல மடங்கு செலவு செய்திருக்கிறது. கியூபை எனப்பட்ட பொம்மையைக் கண்டுபிடித்த பெண்மணி தனது கண்டுபிடிப்பு உரிமையால் மிகப் பெரும் பணத்தை அடைந்ததாகச் சொல்லப்படுகிறது; ஆனால் அவளுடைய செல்வத்திற்கு மூலகாரணமான பொருளின் சமூக மதிப்பு, எவ்வழியிலும், நமக்கு உடனடியாகத் தெரியவரவே இல்லை. ஒரு குறித்த மாத்திரையை உண்டாக்கியவர் சோப்பையும் நீரையும் ஒரு குறித்த விகிதத்தில் கலந்தார்; ஆனால் அவருடைய கலப்பின் பயனாகக் கிடைத்த சமூக மதிப்பு என்பது அவர் குவித்த மில்லியன் கணக்கான செல்வத்தைவிட மிகக் குறைவே. விலைமதிப்பு ஒழுங்கமைவு அளிக்கப்பட்ட சேவையின் மதிப்பை நிர்ணயிக்கிறது என்ற கோட்பாடு, கருதிய மதிப்பு என்பது பயன்மிக்க தேவையின் உட்குறிப்புதான் என்பதை விட்டுவிடுகிறது. அந்த மதிப்பு சமூகத்திற்கு முக்கியமான மதிப்புகளுடன் எவ்வித அவசியமான உறவையும் கொண்டிருக்கவில்லை. அப்படி இருந்திருந்தால், நமது வீடுகள், நாம் உண்ணும் உணவு, நாம் அணியும் உடைகள், நாம் பயன்படுத்தும் (அரசுப் பள்ளிகளைத் தவிர) பள்ளிகள் யாவுமே இப்போதிருக்கும் நிலையிலிருந்து மிகவும் வேறாக இருந்திருக்கும்.

இப்போது விநியோகிக்கப்படும் உழைப்பூதியம் உண்மையில் பயன் விளைப்பதாகிய தேவைகள் என்ன என்பதைக் காட்டுகின்ற, ஆர்வத்தைத் தூண்டுகின்ற ஓர் அடையாளம் ஆகும்; ஆனால் ஒவ்வொரு தேவையும், அதனால் ஒவ்வொரு உழைப்பூதியமும் பயன் விளைவிக்கக் கூடியதா என்பதை ஒவ்வொன்றாக நுண்ணாய்வு செய்தே காணமுடியும். அப்போதும்கூட, அந்தத் தேவைக் கோரிக்கை, விரும்பக்கூடியதாக இருக்கும் நிலையிலும், தான் உள்ளடக்கியுள்ள உழைப்பூதியத்தை எழுப்பலாகுமா என்பதை நாம் நிர்ணயிக்க வேண்டும். இப்போதுள்ள அமைப்பின் சிறப்பு என்னவெனில், ஒழுக்கச் சலுகைகளை மொத்தமாக அருவப்படுத்தி, எளிமையின் ஒரு தோற்றத்தை அளிக்கிறது. ஆனால் எந்த அமைப்பும் தன் இயற்கையில் சமூக அமைப்புகளுக்கு நிரந்தரத்தை வழங்கும் அந்தக் கூறுகளின் அருவங்களைச் செய்தலுக்கு நீடித்திருக்க நினைக்க இயலாது.

மெய்யாகவே, குறைந்தபட்சம் குறிப்பினாலேனும் நாமாகவே அதைக் கண்டிக்கவும் செய்கிறோம். ஏனெனில், சில சேவைகளின் வரிசைகளில், வருவாயாகக் கிடைக்கும் உழைப்பூதியம், ஒழுக்கவியல் அடிப்படையில் பொருத்தமற்றது என்று நாம் நினைக்கிறோம். அதேபோல் தொழில் துறைக்கும் வாழ்க்கைத் தொழில்களுக்கும் மிக ஆர்வமூட்டக்கூடிய கூர்மையோடு நாம் வித்தியாசப்படுத்துகிறோம். பாஸ்டியர் தமது கண்டுபிடிப்புகளுக்கு அவற்றின் சந்தை மதிப்பினை ஊதியமாகக் கேட்டிருந்தால் நம்மில் ஒருவரும் பாஸ்டியருக்கு மதிப்பளிக்க மாட்டோம். சர் ரொனால்டு ராஸின் புகழ் எவ்வித நிதிசார்ந்த இலாபத்திற்கான நம்பிக்கையும் அற்ற ஒரு பணிக்கான எல்லையற்ற கடும் உழைப்பினையே பெரிதும் சார்ந்துள்ளது. மிகப் பெரிய கண்டுபிடிப்பாளர், மிகப் பெரிய கலைஞர், பெரும் அரசியலாளர் போன்றோரின் உழைப்புக்கு நாம் அறம் சார்ந்த பிரதிபலனையே அளிக்க இயலும்; அவர்களின் சேவைகளை நாம் பணம் சார்ந்து மதிப்பிட முயலுவதே இல்லை. ஒரு வாழ்நாட் பணியின் முழுமையான மனச்சார்பு, தொழில்துறையிலிருந்து வேறுபட்டது. அது தனது முயற்சியின் மதிப்பினைப் பொதுமக்களுக்குத் தான் அளிக்கும் சேவையினால் அளவிடுகிறது. தகுதித்திறன், செயல்முறைமை, நோக்கம் ஆகியவற்றில் காப்பாற்ற அதற்கென நியமங்கள் இருக்கின்றன. குறைந்த பட்சமாக, ஒரு குறிப்பிட்ட அளவு பாரபட்சமற்ற தன்மையின் கூறினை அது உள்ளடக்கியுள்ளது. ஒரு தொழிலிலிருந்து ஒருவரை அது திவால் ஆனாலோ, அவர் ஏதேனும் குற்றம் செய்தாலோதான் நீக்கமுடியும்; ஆனால் நீதிமன்றங்கள் தங்கள் கவனத்தில் கொள்ளாவிட்டாலும், வாழ்க்கைத் தொழில்கள் ஏற்றுக்கொள்ளவே இயலாத நடத்தை முறை வகைகள் உள்ளன. அளிப்பும் தேவையும் திருப்தியுறுகின்ற விதத்திலான உழைப்பூதியத்தின்

கோட்பாட்டின் நோக்கங்களைப் புறந்தள்ளும் முறையில் அமையுமாறு சமூகத்தின் நலம் வேண்டுகிறது என்பதுதான் இந்த விஷயங்களின் சாராம்சமாக உள்ளது.

1914இல் போருக்குச் சென்ற தேசங்கள் தங்கள் நிதிசார்ந்த உள்நோக்கங்களின் செயலியக்கங்களைக் கட்டுப்படுத்துகின்ற கட்டாயத்திற்கு ஆளாயின என்பதையும் இங்கு நான் குறிப்பிடாமல் இருக்கமுடியாது. தங்கள் தேசத்தின் துன்பத்திலிருந்து பணத்தைக் குவித்தவர்களைக் குறித்த 'இலாபம் ஈட்டியவன்' என்ற சொல்லே அவமதிப்பினை ஏற்பதாயிற்று. சரக்கு மிக அருகிய நிலையில் விற்பதும், மிகமலிவாக அது கிடைக்கும்போது வாங்குவதும்தான் ஒரு பெருவணிகனின் இயல்பு என்று அவனைத் தற்காப்புச் செய்யமுனைந்த ஒரு பாராளுமன்ற அமைச்சரின் கௌரவமே அதனால் குறைந்து போயிற்றென மதிப்பிடப்பட்டது. (*Cf.* Zimmern, *Nationality and Government*, p.282n.) அறக்கட்டளைகள், கூட்டுநிறுவனங்கள் ஆகியவற்றின் செயல்பாடுகள் நுகர்வோரின் சார்பாகக் கட்டுப்படுத்தப்பட வேண்டும் என்ற சிந்தனை பரவலாக இருந்தது. சரக்கு முதன்மையும் விலை நிர்ணயமும் ஆகிய எண்ணங்கள், சந்தையின் பேரங்களுக்கான குறிப்பிடத்தக்க ஒப்புதல்களாக அமைந்ததன்றி, அவை சமூக மதிப்பின் அளவாக இல்லாமல், எல்லாச் சமூக ஒழுக்கத்தையும் அழிப்பவை என்ற நிலை எய்தின. அரசின் இலக்கிற்குத் தாங்கள் பங்களிக்கும் சேவையினால் அளக்கப்பட்டவர்களே மதிப்பினைப் பெறுபவர்கள் ஆயினர். இந்தச் சூழலைச் சூழ்ந்து உலகப்போரின் நாடகத்தனமான நிழலும் இருந்தது. ஆயினும் இந்தப் போராட்டத்திலிருந்து பெறப்பட்ட முடிவுகள் சமாதானத்திற்குப் பயனற்றவை அல்ல என்று நம்பிய மிகப் பெரும் எண்ணிக்கையிலான மனிதர்கள் உருவாயினர். உதாரணமாக, ஒரு முதலீட்டைச் சுமத்துவதின் தேவைக்குப் (அதன் பொருளாதார நியாயம் எவ்வாறிருப்பினும்) பின்னாலிருந்த அதன் பலம், தன் குடிமக்களின் வாழ்க்கையினைத் தன் வசம் வைத்திருக்கும் ஓர் அரசு, மிகப் பெரிய அளவில், அவர்களின் சொத்துகளையும் தன்வசம் வைத்திருக்கிறது என்ற பார்வையிலிருந்தே வந்தது. நாம் இப்போது போருக்கு முந்திய மனநிலைக்குத் திரும்பி விட்டோம். ஆனாலும் அந்த ஜுரமிக்க ஆண்டுகளில் வணிகம்சார் நாகரிகம் ஒன்றைப் பற்றிய யூகங்களுக்கு மக்கள் ஆட்பட்டனர் என்பதும் மிக முக்கியமானதாகும். 'சொத்துச் சேர்க்கும் சமூகம்' என்று திரு. டானீ குறிப்பிட்ட ஒன்று, மக்களின் ஒழுக்க விசுவாசத்தில் மெய்ப்பிக்கப்பட இயலாததாயிற்று. பயத்தின் மூலமான ஏற்பினை அது பெறமுடிந்தது; ஆனால் நம்பிக்கையின் விசுவாசத்தை அது பெற இயலவில்லை. ஆனால் மனிதர்கள் உணர்ச்சிப்பூர்வமாக உறுதியான நம்பிக்கை கொள்ளாத எந்தச் சமூகமும் நீடித்திருக்க இயலாது. அதனால்தான் நாம்

பாரம்பரியமாகப் பெற்றதிலிருந்து வித்தியாசமான ஒரு உழைப்பூதியக் கொள்கை தேவைப்படுகிறது, ஒரு புதிய பொருளாதார முறைமை நமக்குத் தேவைப்படுகிறது.

உழைப்பூதியத்தின் மூன்றாவது கோட்பாடு சற்றே மேலும் கவர்ச்சியானது. குறைந்தபட்சம் அதற்கு ஒழுக்கரீதியான அடிப்படையேனும் இருக்கிறது. ஊதியச் சமத்துவக் கொள்கையினையும், அளிப்பும் தேவையும் போதிய அளவு ஒழுங்குறச் செய்ய இயலும் என்பதையும் ஒரேவிதமாக அது புறக்கணிக்கிறது. ஒவ்வொருவரும் தனது சக்திக்கேற்பச் சமூகத்திற்குப் பங்களிக்க வேண்டும், தன் தேவைகளுக்கேற்பச் சமூகத்திலிருந்து உழைப்பூதியம் பெறவேண்டும் என்று அது கருதுகிறது. இந்தக் கோரிக்கை வரலாற்றுப் பூர்வமானது, சிறந்தவர்களின் ஆதரவையும் பெற்றது. ஆனால் இக்கூற்று மிக எளியதான ஒரு தோற்றத்தினைப் பெற்றுள்ளது, அதை ஆராயும்போது யதார்த்தத்திற்குத் தொடர்பற்றுள்ளது என்பது அதன் வெளிப்படையான தீமை. முதலில் நாம் தேவைகளை எடுத்துக் கொள்வோம். தெளிவாகவே, தேவைகள் என்ற எண்ணத்தை நாம் அவற்றின் முகமதிப்பில் கொள்ளமுடியாது. ஓர் எழுத்தருக்கு ஷேக்ஸ்பியரின் நூல்கள் எவ்வளவு முக்கியமாகத் தேவைப்பட்டாலும், அவர் அவற்றை வாங்குகின்ற ஓர் உழைப்பூதியத்தை நாம் அவருக்கு வழங்க முடியாது. நாம் அறிந்தேற்கும் தேவைகள், மனிதர்கள் அனைவருக்குமான பொதுவான தேவைகளாக மட்டுமே இருக்கமுடியும். இங்கும் நாம் கடந்து செல்ல இயலாத ஓர் உச்சஅளவை வைத்துக் கொள்ளவேண்டும். நான்கு குழந்தைகளைப் பெற்ற ஓர் எழுத்தரைவிடப் பதின்மூன்று குழந்தைகளைப் பெற்ற ஓர் எழுத்தருக்குத் தேவைகள் அதிகமாகவே இருக்கும்; இம்மாதிரித் தேவைகளை ஏற்பது வேறுபடுத்திப் பார்க்க இயலாத முட்டாள்தனமான ஓர் அறச்செயல். தேவைகள் என்பவை சராசரித் தேவைகளாகவே இருக்க இயலும். குடியுரிமையின் ஏதாவதொரு சராசரி அளவைத் தேர்ந்தெடுத்து நாம் அதனை நமது உழைப்பூதியக் கொள்கையில் பின்பற்ற வேண்டும். ஆகவே நமது ஊதியத்தின் தரத்தினைத் தனிப்பட்ட மனிதர்களின் தனிமனித மனப்பாங்கிற்கு ஒத்துச்செல்லாத ஓர் அளவில் நிர்ணயிக்க வேண்டும். நமது முயற்சி பொதுமைக்கு மட்டுமே பொருந்தும்; அந்த முயற்சிக்கு அப்பால், குறிப்பிட்ட தனிநிலை, தன்னைத் தானே கவனித்துக் கொள்ளவேண்டும்.

சக்தியைப் பற்றிய சிந்தனையும் இங்கு உதவிகரமாக இல்லை. ஒவ்வொருவரும் தனது பணியைத் தன்னாலியன்ற அளவு சிறப்பாகச் செய்ய வேண்டும் என்றால், அது அனைவருக்கும் தெரிந்த ஒரு செய்தியே ஆகும். அதை யாரும் மறுக்க இயலாது. ஆனால், மிக

உச்சஅளவிலான ஊதியத்தைச் சாத்தியமாக்குகின்ற பணியளவைக் கண்டுபிடிக்கும்வரை ஒருவர் தனது சக்திக்கேற்பத் தனது கடமையில் சோதனை செய்து பார்க்கும் அளவை அது குறிப்பிடுகிறதா? அல்லது ஒருவர் தனது குறிப்பிட்ட வேலையில், குறைந்த அளவு இவ்வளவு பலனையேனும் தர வேண்டும் என்ற நிர்ணயத்தை அது குறிப்பிடுகிறதா? அந்தக் குறிப்பிட்ட அளவுக்குக் குறைவாகச் செய்பவர்களை நாம் தண்டிக்கவேண்டுமா? அல்லது தங்கள் சக்தி தெளிவாகவே பிறரைவிட மிகுதியாக இருப்பவர்களிடமிருந்து நாம் அதிகமான பலனை எதிர்பார்க்க வேண்டுமா? அறிவார்த்தப் பணி போன்ற அளவிடமுடியாத வட்டத்தில் எப்படி ஒருவரது சக்தியை நாம் சோதித்துப் பார்ப்பது? ஒரு வழக்கைக் கேட்கும் நீதிபதி ஒரு முடிவைக் கூறுகிறார், மற்றொருவர் தீர்ப்பை ஒத்திவைத்துக் காலதாமதம் செய்கிறார். அப்படியானால், இரண்டாமவர் தனது சக்திகளின் திறனுக்கேற்பச் செயல்படவில்லை என்று நாம் கருதமுடியுமா? சுருக்கமாக, ஒரு மனிதனது சக்திகளின் உச்ச அளவு, குறிப்பாக, அறிவுத் துறைகளில், எவ்வளவு? அவருடைய சொந்த மதிப்பீட்டின்படி அவரை மதிப்பிடுவதா அல்லது ஏதாவது ஒரு பொதுமதிப்பீட்டின்படியா? உடலுழைப்பிலும்கூட அளவிடுதல் என்பது மிகக் கடினமானது என்பதை உணரமுடியும். உதாரணமாக, ஒரு சுரங்கத் தொழிலாளிக்கு வேலை செய்யும் இடம் என்பது கடினமானது; அவர் நிலக்கரி ஏற்றும் தொட்டிகள் அவர் தேவைக்கேற்ப வராமல் இருக்கலாம். ஒரு நெசவுத் தொழிலகத்தில் கூட, வெளிச்சம், வெப்பம், ஈரப்பதம், வேலைநேரம், ஓய்வுநேரங்கள் கிடைத்தல், கச்சாப் பொருள்களைத் தக்கவாறு அளிக்கும் முறைகள், எந்திரங்களை சரிவர மேற்பார்வை செய்தல் இவை யாவும் ஒரு பணியாளரின் உற்பத்தித் திறனைப் பாதிக்கலாம். உண்மையிலேயே தன் கட்டுப்பாட்டில் இல்லாத நிலைமைகளினால் பாதிக்கப்படும் அவர், தான் வேலைசெய்யாமல் அக்கறையற்றிருப்பதாகக் குற்றம் சாட்டப்படலாம். தெளிவாகவே, ஒருவர் தான் நேர்மையாகத் தன்னால் இயன்ற அளவு சிறப்பாகப் பணியாற்றுவதாக உறுதி கூறும்போதுதான் மனிதர்களின் ஆற்றல்களைச் சரிவர அளவிட முடிகிறது என்று அர்த்தமாகிறது. ஆனால் இப்படிப்பட்ட அகவயச் சோதனையினால் எந்தச் சமூக அமைப்பும் திருப்தியுறாது. அதிலும் பெருந்தொழில்களில் உள்ள எந்திரத் தொழில்நுட்பம் உழைப்பாளரின் நலத்தைக் காப்பாற்ற இயலுவதில்லை என்பதை நாம் மிக நிச்சயமாகவே அறிய முடிகிறது. எந்த மனிதரும் இதயப்பூர்வமான ஈடுபாட்டுடன் செய்தாலொழிய தனக்கு அளிக்கப்பட்ட பணியை அவர் மிகச் சிறப்பாகச் செய்து முடிக்க இயலாது என்பது தெளிவு.

ஆகவே மேலும் சிக்கலானதோர் நோக்கிற்குள் நாம் பின்செலுத்தப்படுகிறோம். எந்த ஓர் உழைப்பூதியக் கொள்கையும் இரண்டு சிக்கலான நிபந்தனைகளைத் திருப்திசெய்ய வேண்டும். ஒவ்வொரு தனிமனிதரும் தனது சிறந்த சுயத்தை நாடிச் செல்ல அது உதவ வேண்டும். அதேசமயம், அது சமூகத்தின் அத்தியாவசியமான பணிகளைக் காத்து வளர்க்கவும் செய்ய வேண்டும். ஏதோ ஒருவகையில் நாம் தனிமனித நலனைச் சமுதாயத்தின் நலனோடு சமரசப்படுத்த வேண்டும். ஆகவே நாம் குடிமக்களின் தேவைகளை அவற்றின் முக்கியத்துவத்தின் அளவுப்படி பூர்த்தி செய்யலாம், அதே நேரம் அவற்றைப் பூர்த்தி செய்யும்போது, பொது ஆக்கம் என்னும் நெசவினைச் சிதைத்துவிடக் கூடாது. மேலும், வகுப்பினரின் தேவைகளையும், சிறார்கள், வயதானோர், இயலாதவர்கள், ஊனமுற்றோர் போன்று பணம் செலுத்த முடியாதவர்களின் தேவைகளையும் பூர்த்திசெய்யவேண்டும். சோம்பேறிகள், குற்றவாளிகள் போன்றோர் இன்னும் தங்கள் நிலையில் கீழிறங்காதவாறு தடுக்கின்ற அளவிலேனும் அவர்களுக்கு வசதிகளை அளிக்கவேண்டும். குடிமக்களின் குறைந்தபட்சத்துடன் சம்பந்தப்பட்ட ஒவ்வொரு தேவையையும், அதாவது, தான் பூர்த்திசெய்யப்படாவிட்டால் திறன்மிக்க குடித்திறனை அடையத் தடைசெய்யக்கூடிய ஒவ்வொரு தேவையையும், நாம் அந்தக் குறைந்தபட்சத்துக்கு மேலாக உள்ளவற்றை நோக்குவதற்குமுன்பு, பூர்த்தி செய்தாக வேண்டும் என்பது நமது அடிப்படை நிபந்தனையாக இருக்கவேண்டும் என்பது தெளிவு. ஆகவே, உழைப்பூதியத்தில் ஓர் அடிப்படைநிலை இருக்க வேண்டும். அதற்குக் கீழ் குடிமக்களாக இயங்கக்கூடிய யாரும் ஊதியம் பெற அனுமதிக்கலாகாது.

ஆனால், இரண்டாவதாக, பயனுள்ளதாக ஏற்கப்படாத ஒரு வேலையைச் செய்யாமல் யாருக்கும் உழைப்பூதியம் அளிக்க அனுமதிக்கலாகாது. ஒருவர் தனது கூலியைத் தனது சொந்த முயற்சிக்குப் பதிலாகவே பெறுகிறார். அவர் செய்வது, தேசியச் செல்வத்தைக் கூட்டும் வகையிலான உழைப்பாக இருக்கவேண்டும். செய்வதற்கு ஒரு பயனுள்ள பணியும் இன்றி அவருக்கு வாழ வகை இருக்கலாகாது என்பதுதான் நிபந்தனை. தேவை என ஏற்றுக்கொள்ளப்பட்ட வேலையை அவர் செய்கின்றபோது அவருக்குக் குடிவாழ்க்கையின் முழுமைக்கான வழியை அளிக்கும் அளவில் அவருக்கு ஓர் உழைப்பூதியம் பெறத் தகுதி உண்டு. அது அவரை உடல்நலத்துடன் வைத்திருக்கவேண்டும். அது அவருக்குத் தனது திறன்களை வளர்த்துக் கொள்ள வாய்ப்பளிக்க வேண்டும். அது அவருக்கு ஒரு குடும்பத்தை ஏற்படுத்திக் கொள்ளவும், சமுதாயத்தினால் அவருக்குக் கிடைக்காத குடும்பச் செலவுகளைச் செய்துகொள்ளவும்

போதியதாக இருக்க வேண்டும். அவர் ஒரு மனிதர் என்ற பண்பிலேயே இத்தகைய உழைப்பூதியம் உள்ளடங்கியுள்ளது.

இப்படிப்பட்ட இலட்சியம் கற்பனையானது என்று சொல்லப்படுகிறது. அதிகரிக்கும் உழைப்புச்செலவில், பல உழைப்பாளர்கள் தங்கள் வழியை உழைத்துச் செலுத்திக்கொண்டே போகமுடியாது, மேலும் அந்த வீதத்தில் வேலையற்றோர் எண்ணிக்கையும் அதிகரிக்கும். (இச்சமயத்தில் இது பற்றிய ஒரு விவாதத்திற்கு A. C. Pig on, *Economics of Welfare*, III, XI-XVII என்பதைக் காண்க.) ஆனால் பத்தொன்பதாம் நூற்றாண்டில் ஊதிய வரலாறு என்பது நிஜமான ஊதியத்தில், அதற்குத் தொடர்பான வேலையின்மையில் ஏற்ற அளவு உயர்வு நிகழாமலே, நல்லதொரு உயர்வைக் கண்டிருக்கிறது. ஊதியம் அதிகமாகும்போது, உழைப்பாளரின் வாழ்க்கையின் தனிப்பட்ட தரமும் உயர்கிறது. அவருடைய தேவைகள் பரவலிலும் ஆழத்திலும் அதிகரிக்கின்றன. சமூகத்தின் பொருளாதாரச் சீரமைப்பு அந்தப் புதிய தேவைகளைப் பூர்த்திசெய்ய முனைகிறது. வாங்கும் சக்தியில் போதுமான, சமமற்ற நிலை நிலவுவதே வேலையின்மையின் முக்கியக் காரணங்களில் ஒன்று என்று ஹாப்சன் காட்டியிருக்கிறார். (J. A. Hobson, *The Economics of Unemployment*). பொதுவாக, ஊதிய உயர்வின் வீதம் அதிகரிப்பது, இலாபம் அல்லது வட்டிவீத அதிகரிப்பைவிட அதிக நன்மை பயக்கிறது. மேலும், இம்மாதிரி நுகர்வின் தரங்களைச் சமன்செய்வதன் மதிப்புமிக்க விளைவுகளில் ஒன்று யாதெனின் அது வணிகத்தொழிலின் அழுத்தத்தை அந்த அமைப்பின் பெரிய குறைகளை முக்கியமாக நோக்கக்கூடிய பிற கூறுகளுக்கு இடப்பெயர்ச்சி செய்கிறது. தவிர்க்கக்கூடிய வீணாக்கலின் சதவீதம் பிரமாண்டமாக இருக்கிறது என்பதை நோக்காமல், எவரும் இங்கிலாந்திலும் அமெரிக்காவிலும் நிலக்கரித் தொழிலின் அல்லது அமெரிக்க ஐக்கிய நாட்டின் இரயில்வேக்களின் விசாரணைகள் போன்ற சாட்சியத்தை வாசிக்க இயலாது. உடல்சோர்வு பற்றிய அறிவியல் ஆய்வு மட்டுமே இப்போதுள்ளதை விட மிகவும் குறைந்த செலவில் முடியக் கூடியது. உழைப்பின் விலைமதிப்பு என்பதும் இன்னமும் மேம்படுத்துவதற்கான ஒரு மூலமாகும். (S. H. Slichter, *The Turnover of Factory Labour* (1919)). விளைபொருள்களைச் சந்தைப்படுத்துவதில் மிச்சப்படுத்துவதற்கான பரந்த சாத்தியங்கள் உள்ளன. அவற்றில் அண்மைக்கால நிலக்கரித்தொழிலின் அனுபவம் ஒரு வெளிப்படையான உதாரணம் ஆகும். (சுரங்கத்தொழில் அமைச்சகத்திற்கும் நிலக்கரிவிநியோக வியாபாரிகளுக்கும் இடையிலான கடிதத்தொடர்பினைக் காணவும். (*The Times*, April 19, 1924.) பணத்தின் மதிப்பையும், கடனையும் நிலைப்படுத்துவது பெரிய நம்பிக்கைகளுக்கான விதைகளைக்

கொண்டுள்ள சாத்தியமும் உள்ளது. *(See E. H. M. Llyod, Stabilisation (1923), and J. M. Keynes, Monetary Reform (1924).)* சுருக்கமாக, பிற திசைகளில் செலவினங்களைக் குறைக்கும் முயற்சியில் போதிய அளவு சோதனை செய்து பார்க்காமல், நாம் ஊதிய உயர்வினால் ஏற்படும் அபாயத்தைப் பற்றி உறுதிசெய்ய இயலாது. அமெரிக்க ஐக்கியநாடு போன்ற ஒரு பணக்காரச் சமுதாயத்தைவிட, நார்வே போன்றதொரு ஏழைச் சமுதாயத்தில் உழைப்பூதியத்தின் தரங்கள் குறைவாகவே இருக்கும் என்பதில் ஐயமில்லை. ஆனால், பொதுவாக, தனது நிறுவனங்களைக் காக்க முனையும் ஒரு சமூகம், தனது தொழில் இருப்பினோடு ஒத்துச் செல்லக்கூடிய மிக அதிக வீதத்தில் உழைப்பூதிய அளவினைத் தரமுயலும். அது விவேகமான ஒன்றாக இருந்தால், அந்த அளவினை நிலைநிறுத்துவதைச் சமூகத்தின் உற்பத்தித்திறன் மீதான முதல் கடமையாக ஏற்கவும் செய்யும்.

நான் ஒரு பொதுக் குடியுரிமைக் குறைந்தபட்சம் என்பதைப் பற்றிப் பேசினேன். ஆனால் சமுதாயத்தின் எல்லா உறுப்பினர்களுக்கும் இந்தக் குறைந்தபட்சம் என்பது ஒரேமாதிரியாக இருக்கும் என என்னால் கருத முடியவில்லை. ஒவ்வொரு குடிமகனுக்கும் தான் பூர்த்திசெய்ய வேண்டிய மானிடத் தேவைகளில் குறைக்கமுடியாத குறைந்தபட்சம் ஒன்று உண்டு என்றாலும், அந்தத் தேவைகள் யாவருக்கும் சரிசமமல்ல. உதாரணமாக, ஒரு விவசாயப் பணியாள், ஒரு சுரங்கப்பணியாள், ஒரு கப்பற்சுமையாள் ஆகியோருக்கு ஒரு எழுத்தர் அல்லது கட்டடக் கலைஞரின் படவரைவாளர் ஆகியோரைவிட விலையுயர்ந்த உணவுமுறை வேண்டும். ஒவ்வொரு தொழிலுக்கும் நாம் வரையறுக்கும் குறைந்தபட்சம் என்பது அந்தந்தத் தொழிலின் செலவினத்தின்மீது அமைகின்ற வேற்றுமைகளை உள்ளடக்கி இருக்கவேண்டும். பயிற்சியின்போது தவிர, அறிவுசார் வேலை கடினமாக இருந்தாலும், உடல்சார்ந்த உழைப்பினைவிட அது அதிகச் செலவினத்தை உள்ளடக்கியிருக்கிறதா என்பது ஐயத்திற்குரியது என்பதை இங்கு சுட்டிக்காட்டுவது ஏற்புடையது. முயற்சிதான் ஊதியத்திற்கான சோதனை என்றால், இப்போதுள்ள ஊதிய அளவுமுறை ஏறத்தாழத் தலைகீழாக மாற்றப்பட வேண்டும் என்பது சாத்தியம் அற்றதல்ல.

உழைப்பூதியத்திற்கு ஒரு நியாயமான விதியை நிர்ணயிப்பதில் இங்கு இரண்டாவது கூறு ஒன்று நுழைகிறது. ஓர் உழைப்பாளிக்கு அவருடைய முயற்சியின் செலவை ஈடுசெய்யும் ஓர் ஊதியத்தை அளிப்பது என்பது ஒரு விஷயம், மிகச் சிறந்த விஷயம். ஆனால் ஒவ்வொரு சமூகத்தேவையான தொழிலுக்கும், அதைச் சரிவர நடத்துகின்ற திறன் போதிய அளவு பெற்ற ஆட்களைக் கவரக்கூடிய

வகையில் நாம் ஊதியங்களை அளிக்க வேண்டும். நமக்குப் போதிய அளவு சுரங்கத் தொழிலாளர்கள் வேண்டும்; அதேசமயம் நமக்குப் போதிய அளவு நீதிபதிகளும் மருத்துவர்களும் தேவையே. வேறுபட்டமாதிரியான உழைப்பு இருந்தாலும், எந்த நீதிபதியும் டர்ஹாமின் கடற்குழிகளில் வேலைசெய்யும் சுரங்கத் தொழிலாளியை விடக் கடினமாக உழைக்கிறார் என்று சொல்லமுடியாது. ஆகவே முயற்சியை மட்டும் அடிப்படையாகக் கொண்டால், சுரங்கத் தொழிலாளிக்கும் நீதிபதிக்கும் சமமான ஊதியமேனும் வழங்கவேண்டும். இந்த முடிவிலிருந்து எவ்வித விலகுதலும் மிகுந்த எச்சரிக்கையுடன் நியாயப் படுத்தப்பட வேண்டும். இதனை நமக்குத் தேவையான சமூகப் பயன் அடிப்படையில் ஆராய வேண்டும் என்பதே உண்மையான அணுகுமுறை என்று நான் கருதுகிறேன். கற்பனையைத் தூண்டுகின்ற பயனை விளைவிக்கும் ஒரு சுரங்கத்தொழிலாளியின் மதிப்பைவிடச் சமூகத்திற்கு ஒரு நீதிபதி அல்லது மருத்துவரின் மதிப்பே மிகுதியானது என்று நாம் ஒப்புக்கொள்ளலாம். முயற்சிகள் ஒருவேளை சமமாகவே இருக்கலாம். அவ்வாறாயின், நமக்கு உழைப்பூதியத்தில் எந்த ஒரு வேறுபாட்டையும் காண்பதற்கு நியாயம் அந்த உழைப்பூதியத்திற்கான சமத்துவத்தைவிட, நமக்கு அதிகமாக எண்ணிக்கையில் தேவைப்படுகின்ற சேவையின் அடிப்படையில் சாத்தியம் என்று நம்பலாம்.

இங்கு, உழைப்பூதியத்தின் பொருளாதார முக்கியத்துவம் பற்றியே அதிகமாக அழுத்தம் தரப்பட்டுள்ளது என்பதை வலியுறுத்தி நாம் தொடங்கலாம். (இந்த விஷயத்தில் கவனத்தை ஈர்க்கும் விதமான சான்றினைத் தேடுவோர், The Problem of Nationalisation என்பதில் மறுஅச்சுச் செய்யப்பட்டுள்ள, 1919இல் நிலக்கரி ஆணையத்தின் முன்பாக ஹால்டேன் பிரபு அளித்த சாட்சியத்தை நோக்கலாம்.) ஒரு பெரிய கலைஞன், அவன் துறை எதுவாக இருந்தபோதிலும், நிதிசார் இலாபத்தை ஒதுக்கிவிட்டே அக்கலையின் முயற்சியை அக்கலைக்காகவே மேற்கொள்கிறான். லெனார்டோ, நியூட்டன், பாஸ்டியர், டார்வின் போன்ற மனிதர்கள் பொருட்செல்வத்தைத் தேடியதில்லை. ஒரு பெரிய இராணுவவீரன், தனது உழைப்பூதியத்தைத் தன் வருமானத்தில் பெறுவதில்லை, மாறாக அவனது மதிப்பினை அளக்கும் விதமான பொதுமக்கள் மரியாதையில் பெறுகிறான். ஓர் உயர் அரசாங்க அதிகாரி, தனது ஊதியத்தைவிட அதிகமான வருமானத்தை வணிகத்தொழில் உலகில் பெறமுடியும்; ஆனால் ஒப்பீட்டளவில் ஓர் அதிக ஊதியம் பெறாத குறைபாட்டை அவருக்குத் தான் ஒரு பெரிய எந்திரத்தினைச் செலுத்த முடியும் என்ற உணர்வே ஈடுசெய்வதாக உள்ளது. சராசரி மனிதனுக்கும் கூட, இலாபத்தைப் பற்றிய ஆசையே தன்னளவில் மிகுதியாக உள்ளது என்பது நாம் கற்பனை செய்வதைவிட

ஒருவேளை மிகவும் அரிதாகவே இருக்கலாம். செல்வத்துக்காகவே செல்வத்தைத் தேடுபவர்கள் உண்மையில், பெரும்பாலும், ஒரு வணிக நாகரிகத்தில் நிலைத்தன்மையும் ஆதிக்கமும் கொண்ட தரங்களையே தேடுகிறார்கள்.

அதேசமயம், திறமைமிக்க மனிதர்களைக் கவரக்கூடிய தூண்டுதல்களை வாழ்க்கைக்கு அளிக்கும் திறன் செல்வத்திற்கு உள்ளது என்பதில் சந்தேகமே இல்லை. நீண்டதொரு உழைப்பின் இறுதியில் கிடைக்கும் தகுதிக்காகவும் அது கொண்டுவரும் வளத்திற்காகவும் கஷ்டங்களையும் வேதனைகளையும் தாங்கிக்கொள்ளும் மனிதர்கள் எந்தச் சமூகத்திலுமே இருப்பார்கள். இன்னும் சிலர் ஏதோ ஒரு துணிகரமான விதி இலகுவான வாழ்க்கையெனும் துறைமுகத்தில் தங்களைக் கொண்டுவிடும் என்னும் நம்பிக்கையில் தைரியத்துடன் அபாயங்களை எதிர்கொள்வார்கள். இம்மாதிரிச் சந்தர்ப்பங்களில், உழைப்புக்கான ஊதியத்திலிருந்து வேறுபட்ட, சாதனைக்கான ஊதியம் என்பதற்கு முழுமையற்ற இந்த உலகில் ஓர் இடம் இருப்பதாகவே தோன்றுகிறது. இந்த அடிப்படையில், தங்கள் வெளியீட்டின் அடிப்படையில் பெரும்பாலான மனிதர்களுக்கு நாம் ஓர் ஊதியத்தை அளிக்கவே வேண்டும் எனலாம். அது தொழிலுக்குத் தேவையான மிகக்குறைந்த திறன்பெற்ற உழைப்பாளர் ஒருவர் தனது குடித்தன்மைக் குறைந்த பட்சத்திற்கான ஊதியத்தினைச் சம்பாதிப்பதை அளவிட்டு அதையொத்து அளிக்கப்படலாம். அளந்தறியக்கூடிய உடல் உழைப்பினைவிட்டு நாம் வெளிச்செல்லும்போது நாம் வெவ்வேறு ஆலோசனைகளுக்கு உட்படுகிறோம். சான்றாக, ஒரு கருவூலத்தின் நிரந்தரச் செயலரின் வேலையையும், ஒரு உயர்நீதிமன்ற நீதிபதியின் வேலையையும் ஒப்பிட நம்மால் எவ்விதத் திருப்திகரமான அடிப்படையையும் நிறுவமுடியாது எனலாம். தேவைப்படும் சேவைகளுக்கு முழு அளவு அளிப்பினைத் தரும் எண்ணிக்கையை வைத்தே நாம் உழைப்பூதியத்தினை இங்கு நிறுவ வேண்டும். இந்தப் புத்தகத்தில் முன்னரே நான் விவாதித்துள்ள ஆலோசனைகளின் அடிப்படையில், அந்த எண்ணிக்கை, இப்போதுள்ளது போன்ற, பணக்காரர்களுக்கும் ஏழைகளுக்குமான ஏற்றத்தாழ்வுகளைக் கொண்டிருக்காது. ஒரு சொத்துச் சேர்க்கும் சமுதாயத்தில் அன்றி, ஒரு பெரிய வழக்கறிஞரை, ஒரு பல்கலைக்கழகத்தின் பெரிய ஆசிரியருக்கு அளிக்கும் ஊதியத்தைப் போன்று ஏழு எட்டு மடங்குப் பணம் கொடுத்தே அமர்த்த முடியும் என்று கருதப்படுகிறது. அதே அடிப்படையில், மிகச் சிறந்த முயற்சியை அளிக்கக்கூடிய ஒருவர் வாய்ப்பின்மை காரணமாக செயல்படாமல் போவது இயலாதவாறு நமது சமூகத்தைச் சீரமைக்க வேண்டியது முக்கியமானது. அமைப்பு அனுமதி அளிக்கின்ற நிலையில் மக்கள் தங்கள் ஓட்டத்தில் சமமாகவே

தொடங்குவார்கள். சட்டமன்றச் சட்டங்கள் சரிசமமாக நடத்தும் நிலையில், பணி அடிப்படையிலேயே செல்வம் சேரும். எல்லாருக்கும் தங்கள் மிகச் சிறந்ததை அளிக்க இயலச் செய்கின்ற, அவர்கள் தாங்கள் விழைந்த நிலையில் இருக்க விரும்பிய அளவுக்கான ஊதியம் வழங்கப்படும். உழைப்பு அல்லது திறமை அடிப்படையில் ஊதிய வேற்றுமைகள் அமையும். ஆனால் இந்த வேற்றுமை, ஊதியத்தை ஒருங்குசேர்த்துப் பிறருக்கு ஆதாயம் அளிக்கின்ற முறையில் இருக்காது. தனது சொந்தச் சாதனை அன்றி ஒருவருக்கும் ஊதியம் அளிக்க முடியாது. சமூக நன்மைக்குப் பங்களிக்காமல் ஒருவரும் ஊதியம் பெறவும் இயலாது. சமூக வாழ்க்கையின் ஒவ்வொரு கூறும் அதிலிருந்து ஆதாயம் பெற விழைபவர்களுக்குத் திறந்திருக்கும் ஆகையால் இப்போதுள்ள முறைமையில் முக்கியக் கூறாக உள்ள பாரம்பரிய ஏழ்மை என்பதை நாம் குறைந்தபட்சம் அழித்துவிடலாம்.

இங்கு வேறிரண்டு குறிப்புகளையும் தரலாம். ஒவ்வொரு குடிமகனும் சம்பாதிக்கின்ற உழைப்பூதியம் தான் விரும்பியவாறு செலவழிக்கின்ற வகையில் அவனுக்கே உரியதாக இருக்கவேண்டும். வகைமாதிரியாக அமெரிக்காவில் இருப்பதைப்போல, ஒருவர் தனது குடும்பத்தின் செலவினங்களை ஒரு கார் வாங்குவதற்காகத் தியாகம் செய்யலாம்; அல்லது லண்டனைச் சேர்ந்த பலரும் செய்வதுபோல, ஒரு தோட்டத்தை வளர்க்கும் இன்பத்திற்காக ஒரு நீண்ட இரயில்பயணத்தின் வசதிக்குறைவைத் தாங்கிக் கொள்ளலாம். தனது சொந்த நுகர்வின் தரங்களில் ஒருவன் சோதனை செய்துபார்க்க ஆசைப்படுவது, சமூகத்திற்குச் சிறப்பானதாகும். ஒரேமாதிரி 'வில்லா'க்களின் நீண்ட வரிசைகள், ஒரேமாதிரி சுவர்த்தாள் ஒட்டப்பட்டு, ஒரே மாதிரி புத்தகங்களைக் கொண்டதாக, ஒரேமாதிரி இன்பத் தரங்களைக் கொண்டதாக அமைந்துவிடலாகாது என்பது மட்டுமே நாம் தவிர்க்க விரும்பும் விஷயம். அனுபவத்தினால் நாம் அறிய வரக்கூடிய ஒரு கலையே வாழ்க்கை. நம்மை நமது சகதோழர்களிடமிருந்து வேறுபடுத்துகின்ற நமக்குள்ளான விஷயங்களை நாம் அறிய வேண்டுமானால் அந்த அனுபவம் என்பது முழுமையாக நமக்கே உரியதாக, நமது தனி ஆளுமையின் இழைவமைதி பெற்றதாக இருக்க வேண்டும். இது உண்மையெனில், ஒரு சமூகம் இப்போதிருக்கும் நுகர்வுத் தரங்களைக் கட்டுப்படுத்தாமல் இருப்பது நல்லது என்று அறிவுரைக்கிறோம். ஓர் உழைப்பாளர் தன்னால் இசைக்கமுடியாத ஒரு பியானோவை வாங்கினால், அது அவருடைய சொந்த விஷயம். அதேபோல, ஒரு பெருந் தொழில் வணிகன், தானே அவை எல்லாவற்றிலும் தங்க இயலாத எல்லையற்ற படுக்கை அறைகளைக் கொண்டதாக ஒரு வீட்டைக் கட்ட விரும்பினால், அதுவும் அவனுடைய சொந்த விஷயம் மட்டுமே. சமூகக் கட்டுப்பாட்டின் வட்டம் உற்பத்தித்

தளம் என்ற அளவில் நிற்கிறது. ஒரு வேளை அது மதுவகைகளின் குடியைத் தடுக்க விரும்பினால், அதன் உற்பத்தியை அது தடைசெய்ய வேண்டும். அது செய்யவேண்டியதெல்லாம் நுகர்வில் வகுப்புத் தரங்கள் நுழைந்து விடலாகாது என்பதைத் தடுப்பதுதான். அது வகுக்கின்ற தடைகள் எல்லார்மீதும் சமமாகச் செல்வதாக இருக்க வேண்டும், இல்லாவிட்டால் அத்தடைகளுக்கு நியாயமில்லை. நாட்டின் நலத்தைக் கருதிச் செலவினங்களைத் தடுக்கும் முறையில் இடைக்காலத்திலிருந்த சட்டங்கள் பொருந்தாதவை. ஏனென்றால், அவற்றை ஏற்கின்ற ஒரு சமூகத்தில், ஜனநாயகத்தின் கருதுகோள்கள் பொருந்த இயலாது. அப்படிப்பட்ட உழைப்பை நாம் ஒழித்திருப்பது கடுமையான உண்மை என்றால், அவற்றை நாம் முழுமையாக நிஜவாழ்க்கையில் ஒழித்துவிடவில்லை. "உன் இடத்திற்குத் தக்கவாறு இரு" என்று நுகர்வுத் தரங்களில் கூறுவது, சமூகத்தின் பலமற்ற வகுப்பினர்கள்மீது குறிப்பாகச் சுமத்தப்படும் கோரிக்கையாகும். சமூகத்தின் எந்த உறுப்பினரும் தனது சக்தியினால் சம்பாதிக்கின்ற இடத்தைத் தவிர வேறு எந்த இடமும் யாருக்கும் இல்லை என்பதால் இக்கூற்று பொருந்தாது.

உழைப்பூதியம் பற்றிய இந்தப் பார்வை, சொத்துச் சேர்க்கும் வகை, சொத்துச் சேர்க்காத வகைச் சமூகங்கள் இரண்டிற்கும் சமமாகப் பொருந்தும். மக்கள் தங்கள் பொது வாழ்க்கையை எப்படிச் சீரமைத்துக் கொள்வது என்பதைப் பற்றிய சிறப்பு அக்கறையின்றி ஒன்றாக வாழ்கிறார்கள் என்ற மெய்ம்மையின் அடிப்படையில் எழுகின்ற ஒரு பொதுநீதிக் கொள்கை இது. (1) எல்லாரும் ஒன்றுபோலவே முழுமையான வாழ்க்கைக்கான வழியைத் தேட உரிமை உள்ளவர்கள், (2) அந்த வாழ்க்கை வழிக்கு அப்பால், சமூகத்தின் பொது நன்மைக்காக வேற்றுமைகள் தேவைப்படும் என்ற யூகங்கள் அடிப்படையில் இக்கொள்கை அமைகிறது. அதாவது, மனிதர்களின் பொது ஏற்பு அடிப்படையிலான ஓர் உழைப்பூதியக் கொள்கையைக் கட்டமைக்க இது முயலுகிறது. அது இன்று பெரும்பாலானவர்களின் வாழ்க்கைகளில் நஞ்சு ஊட்டிவருகின்ற பாதுகாப்பின்மை, போதாமைகளின் பயங்களின் இடைவிடாத் தொல்லைகளையும் எல்லாரிடமிருந்தும் நீக்கி விடுகிறது. உறுதியாகவே, மிகவும் சுமாரானதொரு மதிப்பீடு மட்டுமே செய்யக்கூடிய ஒரு வட்டத்தில், அவர்கள் சமூகத்திற்கு அளிக்கின்ற கொடையின் பெருமதிப்பிற்கு ஏற்ற முறையில் ஊதியமாகச் சற்றே மிகுதியான வசதிகளைப்பெற வாய்ப்பளிக்கிறது. சந்தேகமின்றி, இலட்சியப் பூர்வமான நிலையில், கொடுப்பதன் மகிழ்ச்சிக்காகவே மக்கள் தங்கள் சக மனிதர்களுக்குத் தங்கள் ஆகச்சிறந்ததை அளிக்க வேண்டும். ஆனால், இலட்சியபூர்வமாக, இயற்கை(அன்னை)யும் வலியும் ஆபத்தும் இல்லாத ஓர் உலகத்தினை அமைத்திருப்பாள். நாம்

இம்மாதிரி நிலைமைகளைச் சந்திக்கும் நிலையை அடையவில்லை. நமது உழைப்பின் வியர்வையினால் கிடைப்பதை மட்டுமே இன்று வென்றடைய வேண்டும். நமது உழைப்புப் பகிர்வு முறை, நாம் எச்சரிக்கையாக இல்லாவிட்டால், பெரும்பாலானவர்களின் ஒழுக்கத் தரத்தைக் குறைத்துவிடும். எனவே அது சரிவர அமைந்திருக்கும் ஒரு நாகரிகத்தை நாம் காப்பாற்ற வேண்டும். நாம் கண்டறியும் மெய்ம்மைகளிலிருந்துதான் நமது இலட்சியங்களைக் கொள்ள வேண்டும். பிற தீர்வுகள், இறுதியில், நமது முன்னேற்றத்திற்கு உதவ இயலாமல், நமது நம்பிக்கைகளை மட்டுமே காட்டிக் கொடுக்கும்.

IV. தொழில்துறைச் சீரமைப்பின் கோட்பாடாகத் தனிச்சொத்து

ஒரு சமூகம் ஒரு நியாயமான உழைப்பூதியத்தைத் தனது உறுப்பினர்களுக்கு வழங்கினாலும் அது அடிப்படையில் சுதந்திரமற்ற ஒன்றாகவே இருக்கலாம். மனிதர்கள் தங்கள் அதிகாரங்களைப் பொருளியல் வசதிகளுக்காக மாற்றிக்கொள்ளுமாறு தூண்டுவதைவிட எதுவும் எளிதில்லை. ஆகவே சொத்தின் உரிமைகள் நிலையான அடிப்படையில் அமைவதற்கு, அது ஒரு உழைப்பூதியக் கொள்கைக்குச் சற்றும் குறையாத அளவில் தொழில்துறைச் சீரமைப்புக் கொள்கையையும் உள்ளடக்கியிருக்க வேண்டும். அரசியல் துறையில் ஒரு விடுபாட்டை வேண்டியது போலவே அக் கோட்பாடு தொழில்துறையிலும் ஆளுமையின் விடுபாட்டை இலட்சியமாகக் கொண்டிருக்க வேண்டும். இதனால் ஒழுங்கினை நாம் தள்ளுபடி செய்துவிடுவதாக ஆகாது. ஆனால் பொதுவான மக்கள் நலத்திற்கு ஏற்றதொரு நோக்கத்தைத் தொழில்கள் கொண்டிருக்க வேண்டும், அந்த நோக்கத்திற்கேற்பவே ஆணைகள் இடப்பட வேண்டும் என்றுதான் இதற்கு அர்த்தம். நலவாழ்க்கை என்பது வெறும் விளைவை மட்டும் உள்ளடக்கியது அல்ல, அந்த விளைவை அடையக்கூடிய வழிமுறைகளையும் உள்ளடக்கியதுதான்.

தொழில்துறையில் சொத்து என்பது நாம் வாடகைக்குப் பயன்படுத்தக்கூடிய முதலீடே ஆகும். அதன் உரிமைகளைப் பற்றிய விவாதம் என்பது அதனை வாடகைக்கு ஏற்பவர்களுக்குக் கிடைக்கும் அதிகாரங்களைப் பற்றிய விவாதமாகவே அமையும். இங்கு, தொடக்கத்திலேயே, நமது உழைப்பூதியக் கொள்கையில் அடங்கியுள்ள ஒரு கட்டுப்பாட்டை நாம் சந்திக்கிறோம். தான் உழைத்துச் சம்பாதிக்காத ஒரு செல்வத்திற்கு எந்த மனிதனுக்கும் உரிமையில்லை என்று முன்பே வாதிக்கப்பட்டது. எனவே தன் முயற்சியினால்

உருவானதல்லாமல் முதலீடு என்பது ஒருவனிடமும் இருக்க இயலாது. பாரம்பரியமான தொழில்முனைவுகளில், தந்தை ஓய்வு பெறும் நிலை எய்தியதும் மகன் அதை எடுத்துக் கொள்வான். தகுதி பற்றியதொரு நுட்பமான ஆய்வுக்கு உட்படுத்தாமல், இத்தன்மைக்கும் நீதி பற்றியதொரு கருத்துக்கும் எவ்விதத் தொடர்புமில்லை.

தொழில்துறை, ஒரு வாழ்க்கைத் தொழிலாக ஆக்கப்பட வேண்டும். அது பொதுமக்கள் சேவை பற்றியதொரு கொள்கையின் அடிப்படையில் அமைய வேண்டும். வெறும் இலாபத்திற்காகச் சரக்குகளை உற்பத்திசெய்து தள்ளுகின்ற ஒரு மனித அமைப்பாக இருக்கலாகாது. ஏதோ ஒரு குறிப்பிட்ட தரத்திலான தகுதியுடைய நிகழ்த்துதலை உட்கொண்ட குறித்த சில பணிகளை நிகழ்த்துகின்ற ஒரு மனித அமைப்பாக அது இருக்கவேண்டும். அந்த நிகழ்த்துதலின்போது அவை தங்கள் உறுப்பினர்களை வெளியிலிருந்து தேவையற்ற போட்டிக்கு ஆளாகாதவாறு காப்பாற்றவேண்டும். அவை வெற்றிகரமாக இருக்கலாம், வெற்றி என்பது பெருஞ் செல்வத்தை உள்ளடக்கியிருக்கலாம்; ஆனால் அவற்றின் வெற்றி, ஒரு நல்ல வழக்கறிஞரின், அல்லது திறன்மிக்க மருத்துவரின் வெற்றியைப் போன்று தங்களை வளப்படுத்திக் கொள்ளும் அளவிலேயே பொதுமக்களையும் வளப்படுத்தும் திறன்மீது அமைந்ததாக இருக்கவேண்டும். இம்மாதிரிச் சேவை எண்ணம் ஒரு வாழ்க்கைத் தொழில் என்பதில் உள்ளடங்கியது. ஆனால் இன்னும் தொழில் முனைவு என்னும் சிந்தனையில் அது உள்ளடங்கவில்லை. 'பூட்ஸ்' உற்பத்தியாளர் ஒருவர் மிகச் சிறந்த பூட்ஸ்களை மட்டுமே செய்யக்கூடிய மாதிரியான தோலைப் பயன்படுத்துகிறாரா என்று நாம் அவரைக் கேட்பதில்லை. 'சூட்' தைப்பவர் ஒருவர் போலியான பொருள்களைத் தான் விற்கும் சூட்-களில் பயன்படுத்தியுள்ளாரா என்று நாம் வினவுவதில்லை. தனது தேவைக்குப் புறம்பாகப் பொது மக்களை ஏமாற்றும் நோக்கமுடைய வட்டங்கள் மற்றும் ஏகபோக உரிமைகளின் நிறுவனங்களை நாம் அனுமதித்து விடுகிறோம். ஆனால் நாம் ஒரு நீதிபதியை நீதியின் செலுத்துகையில் தரங்குறைய விடுவதில்லை. மருத்துவரிடமிருந்து நாம் சில வாழ்க்கைத் தொழில் நடத்தைக்கான குறித்த சில தரங்களை எதிர்பார்க்கிறோம். அவர்களுக்குச் சேரும் நிதிசார்ந்த இலாபத்தில் அல்ல, தங்கள் வாழ்க்கைத் தொழிலின் இலக்கு சேவைபுரிதல் என்பதில்தான் அவர்கள் உரிமையின் அடிப்படை அமைந்துள்ளது. அந்த இலக்கைச் சாதிப்பதற்குத் தங்கள் சொந்த நலனை அவர்கள் கீழ்ப்படுத்த வேண்டும் என்று நாம் கேட்கிறோம்.

நமது வெற்றி, அதிகபட்சம், மிகச் சார்புநிலையில் இருப்பது என்பதை நாம் மனந்திறந்து ஒப்புக்கொள்வோம். ஒரு வாழ்க்கைத்

தொழிலின் மிக மோசமான கூறுகளுக்கும் ஒரு தொழில்துறையின் மிகச் சிறந்த கூறுகளுக்கும் இடையில் கோடு கிழிப்பது அவ்வளவு எளிதல்ல என்பதையும் ஏற்றுக் கொள்வோம். பள்ளியில் ஆசிரியராக இருப்பது ஒரு வாழ்க்கைத் தொழில்தான். ஆனால் எந்தத் தொழிலையும் இழிவுபடுத்தும் தன்மையுடைய ஆசிரியர்களும் இருக்கிறார்கள். சட்டம் என்பது ஒரு வாழ்க்கைத் தொழில், ஆனால் தங்கள் வேலையை நிரந்தரமாகக் கேவலப்படுத்தும் நடத்தையுடைய வழக்கறிஞர்களும் இருக்கிறார்கள். அது போலவே பொதுமக்கள் சேவைக்காகவே தொழில்நடத்தும் இலட்சியமுடைய தொழிலதிபர்களும் இருக்கவே செய்கிறார்கள். ஆனால் ஒரு தொழில்துறையில் நிதிசார்ந்த இலாபம்தான் குறிக்கோள் என்பது உண்மை, அதுபோலவே ஒரு வாழ்க்கைத்தொழிலில் ஈடுபட்டவர்க்கு அதுவே முழு இலட்சியமல்ல என்பதும் உண்மை. ஏனெனில், பின்னவர்களுக்குப் பணியின் நோக்கம் என்பது சமூக சேவை, அந்தப் பணிக்கேற்ப அமைந்த விதிகளுக்கு நிதிசார்ந்த இலாபம் கீழ்ப்படுத்தப் படுகிறது.

பெருந்தொழில் என்பது வாழ்க்கைத்தொழில் ரீதியாக மாற்றப்பட வேண்டுமானால் குறித்த சில மாறுதல்கள் உடனடியாகத் தேவை. பரந்தநோக்கில் இவற்றை மூன்று பெரிய வகைகளுக்குள் அடக்கலாம்.

(1) செல்வத்தை வைத்திருப்பவனின் பண்பில் ஒரு மாற்றம் ஏற்பட வேண்டும். தனது செல்வத்திற்காக ஒரு நிலையான ஈவுத்தொகை அவனுக்கு வழங்கப்படுவதை ஏற்கின்ற மனிதனாக அவன் மாறவேண்டும். அதாவது, அவன் சொத்து முதலீடாகப் பயன்படுத்தப்படுகின்ற வணிகத்தொழிலின் கட்டுப்பாடு அவனிடம் இருக்கலாகாது. ஓர் அரசாங்கப் பங்கு வைத்திருப்பவனுக்கு வரவுசெலவுத் திட்டத்தில் உபரியாக உள்ள தொகை பகிர்ந்தளிக்கப் படுவதில்லை. அதேபோல அவன் பணியிலுள்ள அமைச்சரவையின் கொள்கையில் செல்வாக்கும் செலுத்துவதில்லை. அதுபோலவே, தொழில் முதலீடு செய்பவனுக்கும் அவனுடைய மூலதனத்தை அவன் கடனாக அளிப்பதால் அவன் செய்யும் சேவைக்கு ஏற்ற அளவில் சந்தை விலைக்கேற்ப ஊதியம் அளிக்கப்பட வேண்டும். அதற்கு மேல் ஒன்றுமில்லை. இப்போது அவன் இருப்பதைப் போலத் தொழிலின் உரிமை கொண்ட வாரிசாக, மேலாண்மையின் சிறப்புத் திறனுக்கான ஊதியத்தையும் அல்லது விலைஉயர்வின் பலனையும் அல்லது ஒரு ஏகபோகத் தன்மை வலிந்து அளிக்கக்கூடிய சிறப்பு முன்னுரிமையையும் பெறுபவனாக இருக்கலாகாது.

(2) பெருந்தொழில்களில் செலுத்தப்படும் கட்டுப்பாட்டின் பண்பில் ஒரு மாற்றம் ஏற்படவேண்டும். ஒரு வாழ்க்கைத் தொழிலின் விதிகள் சமூகத்தின் விருப்பத்திற்கேற்ப அதில் ஈடுபடுபவர்களால் உருவாக்கப்

படுகின்றன. அதுபோலவே பெருந்தொழிலின் விதிகளும் அதில் இருக்கும் உழைப்பாளர் படையினால் உருவாக்கப்பட வேண்டும். இந்த விதிகள் சந்தேகமின்றி ஒரே மாதிரியாக உருவாக்கப்பட இயலாது. பெருந்தொழிலமைப்பு, சட்டம் போன்றதொரு வாழ்க்கைத்தொழிலைவிட அமைப்பில் படிநிலைத்தன்மை கொண்டதாகவே இருக்கும். ஆனால் மூலதனத்தின் வேலையற்ற சொந்தக்காரன் நீக்கப்பட்ட பிறகு, ஒரு பெருந் தொழில் என்பது எவருக்கும் தெளிவான ஒரு விஷயமாக மாறுகிறது. அதனால் அதில் உள்ள ஒவ்வொரு கூறும் செய்யும் பணிகளுக்கேற்ப நிர்வாகம் செய்யப்படுமாறு விதிகளை நாம் அமைக்கலாம். அதாவது நாம் ஒரு மேலாளருக்கும் எந்திரம் இயக்குபவருக்கும் இடையிலுள்ள உறவைப் புரிந்துகொள்ளத் தக்கதாக ஆக்கலாம். ஏனெனில் ஒவ்வொருவருக்கும் நிகழ்த்த ஒரு பணி இருக்கிறது; ஆனால் உடைமைத்தன்மை என்னும் கூறினைப் புகுத்தும்போது ஒத்திசைவின் சாத்தியம் இல்லாமல் போகிறது. மேலும் நிச்சயமாகவே, ஒரு தொழில் தன்னால் தாங்குகின்ற அளவுக்கு மேலாக ஒரு உழைப்பாளிக்கு எப்படி அதிகக்கூலி கொடுக்க நியாயமில்லையோ அதுபோலவே பெருந்தொழில் மூலதனத்திற்கு அதற்குத் தக்க நியாயமான சந்தை விலையை அளிப்பதற்கு மேல் நியாயமில்லை. இயற்கையாகப் பணியிலிருந்து தலைமையதிகாரத்தைச் செயல்படுத்துவதை எழச்செய்வதன் வாயிலாக நாம் தொழில் உறவுகளை மேலும் ஆக்கப்பூர்வமாக ஆக்கமுடியும். ஒரு பணிக்கு நோக்கத்தைக் கொடுக்கக்கூடிய அர்த்தத்தை இழந்துவிட்ட ஒரு கூறினை மீண்டும் அறிமுகப்படுத்த, இப்போது செய்வது போலவே நாம் முயற்சி செய்வது, ஃபிரெஞ்சு நாட்டின் பழைய ஆட்சியில் ஒரு விவசாயியின் நலத்திற்கு எவ்விதக் கடமைகளும் அற்ற ஆனால் முன்னுரிமைகள் மட்டும் பெற்றுள்ள ஒரு பிரபுவம்சம் மிகத் தேவையானது, அவனது விளைச்சலில் மிகப் பெரும் பகுதியை அவர்கள் பெற்றுக் கொள்ளலாம் என்று தூண்டுவது போலாகும். ஆனால் விவசாயி, மெதுவாகச் சிந்திப்பவன் ஆதலால், விரைவில் நம் மீது நம்பிக்கை இழந்துவிடுவான்.

(3) மேலும் பெருந்தொழில் சமன்பாட்டில் சமூகக் கூறினுக்குப் பழங்காலத்தில் அளித்ததைவிட அதிகமான இடத்தினை நாம் அளிக்கவேண்டும். அது மூன்று விஷயங்களை அர்த்தப்படுத்துவதாக நான் கொள்கிறேன். முதலில், சமூகவயமாக்கப்பட்ட அந்தக் கூறுகளின் உற்பத்தி, சமுதாயத்தின் நலனுடன் ஒன்றிசைந்த பொது நலக்கூறுகளுடன் சேர்ந்தது. சமூகவயமாக்கல் என்பதில் நான் கண்டிப்பாக தேசியமயமாக்கலை அர்த்தப்படுத்தவில்லை. ஆனால் அதுவும் சமூகவயமாக்கலின் ஒரு வடிவம்தான். சில குறித்த அத்தியாவசியச் சரக்குகளின் உற்பத்தியை, உதாரணமாக,

மின்சக்தி, போன்றவற்றைத் தனியார் இலாபத்திற்கு விடலாகாது. பயன்படுத்தும் உத்தி கூட்டுறவு உற்பத்தியை அல்லது நுகர்வோரின் ஒத்துழைப்பை உள்ளடக்கியிருக்கலாம். அல்லது 1919இன் நிலக்கரி ஆணையம் சுரங்கத் தொழிலுக்கு ஆலோசனையாக அளித்த ஒரு கட்டுப்பாட்டு வடிவத்தை ஏற்கலாம். முறை எதுவாக இருந்தாலும், அதிலுள்ள முக்கியமான விஷயம், அத் தொழிலில் சம்பாதிக்கப்படும் இலாபங்கள் சமுதாயத்திற்கு ஆதாயம் அளிக்குமே அன்றி ஒரு தனி முதலாளிக்கு அல்ல. இரண்டாவதாக, சமூகமயமாக்கப்பட்டத் தொழில்களுக்கும், தனியாரிடமே விடப்பட்டிருக்கும் தொழில்களுக்கும் ஒரு நிர்வாகஅமைப்புச் சட்டத்தைப் புகுத்த வேண்டும் என்பது அர்த்தம். ஒரேமாதிரியான தரப்படுத்தப்பட்ட நேரங்களும், ஊதிய வீதங்களும் இருக்கவேண்டும். தன்னிச்சையான மேலாண்மைக் கட்டுப்பாடு (சான்றாக, பணியாளர்களை அமர்த்துவதிலும் விலக்குவதிலும்) என்பதற்கு பதிலாக மேலும் ஜனநாயகப்படியான முறைகளைப் புகுத்த வேண்டும். எந்திரத் தொழில்நுட்பத்திலும் தனிப்பொருள் விலைவீதத்திலும் மாற்றங்களை அறிமுகப்படுத்துதல் ஒரு தன்னிச்சையான விருப்பம் என்ற வட்டத்திலிருந்து நீக்கப்பட்டு பிரதிநிதித்துவ நிர்வாகத்தின் வட்டத்திற்குள் கொண்டுவரப்பட வேண்டும். சான்றாக, பணி உயர்வு, ஒரு மேற்பார்வையாளரைத் தேர்ந்தெடுத்தல் என்பது யாரோ ஒரு மேலாளரின் விருப்பம்போல் நடக்கலாகாது, மாறாக, திறமையுடன் சேர்ந்த ஒருங்கிணைவு ஒன்றினால், அந்தக் குறிப்பிட்ட மேற்பார்வையாளர் கட்டுப்படுத்த வேண்டிய ஆட்களால் தேர்ந்தெடுக்கப்பட வேண்டும். மூன்றாவதாக, பெருந் தொழில்துறை முழுவதும் தகுதியையும் விளம்பரத்தையும் வலியுறுத்த வேண்டும் என்றும் இது அர்த்தப்படுகிறது. அதாவது, ஒருவர் வழக்கறிஞர் தொழிலுக்கோ, மருத்துவராக இருப்பதற்கோ தனது தகுதிகளின் நிரூபணங்களைச் சமர்ப்பிப்பது போலவே, ஒரு சுரங்கத்தின் மேலாளராகவோ, ஒரு கப்பலின் தலைவராகவோ இருப்பதற்குத் தகுதிகளைக் காட்டுவது போலவே, ஒரு தொழிலகத்தின் அல்லது ஒரு விற்பனையகத்தின் தலைவராவதற்கும் தகுதிகளைச் சமர்ப்பிக்க வேண்டும். ஒரு பெருந்தொழில், வாழ்க்கைத் தொழிலின் மேன்மையைப் பெற வேண்டுமானால், வெறும் அதிர்ஷ்டம் அல்லது வேண்டியவர்களுக்கு வேலை தருதல் போன்ற குறைகளைத் தொழில் முனைவிலிருந்தும் நீக்கவேண்டும்.

அதேபோல பொதுவிளம்பரப்படுத்தலும் முக்கியமானது. இன்றைய பொருளாதார முறைமையில் உற்பத்திச் செலவுகள், இலாப வீதங்கள் போன்ற விஷயங்களை இரகசியப்படுத்தல் பெருந்தொழில்களின் பொது நலனுக்கு ஒரு ஆபத்தான தடை என்பதை மெதுவாக நாம் கற்றுக் கொண்டிருக்கிறோம். ஒரு பெருவணிகன் தனது சொந்தத் தொழிலைத்

தன் வழியில் நிர்வகிக்க முனையும் கோரிக்கை, புதிய அறிவையும் பொதுக்கருத்தையும் புறந்தள்ளுவதற்கான ஒரு கோரிக்கையே ஆகும். சுரங்கத் தொழில் கம்பெனிகள், நிலக்கரி வணிகர்கள், பருத்தி நூற்புக் குழுமங்கள், கட்டடக் கம்பெனிகள் போன்றவற்றில் நாம் அவர்களின் செலவினங்களைப் பிரசுரிக்குமாறு கேட்பது போலவே, பெருந்தொழில்களையும் செம்மைப்படுத்த வேண்டுமானால், அதில் பணிசெய்வோருடைய திறமையை அளக்கின்ற வழிவகை நமக்குத் தேவை. பொதுமக்களுக்கு மட்டும்தான் அவை தேவை என்பதல்ல. தங்களைப் பணியமர்த்துபவரின் அற்பத்தனத்தினால் தங்கள் வாழ்க்கை இடருக்குள்ளாக்கப்படும் உழைப்பாளர்களுக்கும் அது தேவையாக இருக்கிறது. இலாபத்தின் நியாயமான வீதம் நேர்மையான விதங்களில் சாத்தியமற்ற நிலை இருக்கும்போது பெருந்தொழில் முனைவுகள் மிகுந்த மதிப்புகளில் விற்கப்படும் திறமைமிக்க கையாளுதல்களைத் தடுக்கவும் இது தேவையாக இருக்கிறது. அந்தப் பொது அறிவிப்புகளைக் கட்டாயப் படுத்தல், அதன் முடிவுகளைப் பயன்படுத்தல் ஆகியவை புதிய பெருந்தொழில் நிறுவனங்களைக் கட்டுவதை அர்த்தப்படுத்தும். ஆனால் உற்பத்தியின் அறிவியல்பூர்வமான சீரமைப்பு, அறிவியல் அடிப்படையிலான அதன் தன்மை பற்றிய முடிவு, இவையே தொழில்துறையை சமூக வாழ்க்கையின் நோக்கத்திற்கு ஏற்பச் செயல்பட வைக்க நம்மைச் சாத்தியப்படுத்தும்.

சொத்துரிமைகள் முடிவுக்கு வந்து கட்டுப்பாட்டு உரிமைகளாக மாறுகின்ற கோணத்திலிருந்து தொழில்துறையை நோக்குதல், ஒரு பெரிய மாற்றத்தை உள்ளடக்கியிருக்கிறது. அதை மிகப்பல வழிகளில் சாதிக்கலாம். தொழில்கள் பல இருக்கின்றன. அவற்றில் குறிப்பிடத்தக்க உதாரணமாகக் கட்டடம் கட்டும் தொழிலைக் எடுத்துக்கொள்வோம். அதில் தொழிலின் சொந்தக்காரரே மேலாளராகவும் முதலீட்டின் உரிமையாளராகவும் இருக்கிறார். முதலாவது பொறுப்பில் அவரது உரிமைகளைக் கட்டுப்படுத்துவது, இரண்டாவது உரிமையை அவரிடமிருந்து பறிப்பது ஆகாது. 1919இன் தங்கள் நினைவுக்குரிய அறிக்கையில் கட்டுநர்கள் தாங்களே கண்டதுபோல, (பார்க்க: *The Industrial Council for the Building Industry, Garton Foundation, 1919)* அவருடைய தொழிலை இயக்குவதில் அவரே பயன்படலாம். ஏனெனில் அவர் அதில் நேரடிப் பணியாளராகத் தனது பொறுப்பைத் தக்கவைத்துக் கொண்டிருக்கிறார். ஆனால் பிற தொழில்களில் இவ்வாறிருக்க இயலாது. உதாரணமாக, நிலக்கரி, இரும்பு, கப்பல் கட்டுதல் போன்ற தொழில்களில் அண்மைக்காலத்தில் சீரமைப்பு வேறொரு வடிவத்தை மேற்கொண்டுள்ளது. உரிமையாளர், மேலாளர் ஆகிய வகைமைகள் ஒன்றிணைவதில்லை. உரிமையாளர் ஒரு

நிதிசார் உருவம். அவர் தொழில்நுட்பச் செயல்பாடுகளில் அக்கறை காட்டுவதில்லை. செயலூக்கமின்றித் தானே ஒரு பங்கீட்டுத்தொகை பெறுபவராகவோ அல்லது தனக்கும் பிறருக்கும் பங்கீட்டுத்தொகை வாங்கித் தருபவராகவோ இருக்கிறார். இலாபத்திற்காக மட்டுமே அங்கிருக்கிறாரே அன்றி வேறல்ல. அத்தொழிலின் செயல்பாடுகளை நிர்வகிக்க உதவிசெய்ய அவரால் இயலாது. ஏனெனில் இன்றுள்ள சராசரி நிலக்கரித் தொழில் உடைமையாளரைப் போல, தொழில் செயல்பாடுகளின் அதிகாரத்தை ஒரு சான்றிதழ்பெற்ற மேலாளருக்கு மாற்றிக் கொடுத்துவிட்டார். அவற்றைப் பற்றி அவருக்கு ஒன்றும் தெரியாது. தொழிலின் அதிகாரத்தைப் பணியாளர்களுடன்- செயல்படும் பணியாளர் முதல் இயக்குநர்வரை- பகிர்ந்து கொள்ள அவரால் இயலாது, ஏனெனில் மெய்யாகவே பகிர்வதற்கு ஒன்றுமில்லை. மற்றவர்கள் சேவை வழங்க ஒன்றிணையலாம். அவர் அங்குக் கொடுப்பதற்காக அல்ல, பெறுவதற்காக இருக்கிறார். அவருடன் சேர்ந்து தொழிலைக் கூட்டாகக் கட்டுப்படுத்துதல் இயலாது, ஏனெனில் தொழிலை நடத்துவதில் அவர் அறநோக்கில் சம்பந்தப்பட்டவர் அல்ல. தனக்கு உரிய வட்டியைக் கேட்க மட்டுமே அவரால் முடியும். தொழிலை நடத்தும்போது உற்பத்தியைச் செய்வதில் அவருடைய நடைமுறைக் குறுக்கீடு தேவைப்படுமானால் அவரும் சுரங்க மேலாளர் போலவே அத் தொழிலை மாற்றியமைப்பதில் உட்கொள்ளப்பட வேண்டிய ஒரு தொழில் நுட்பப் பணியாளர் ஆகிவிடுகிறார். அவர் வெறும் இலாபம் ஈட்டுபவராக இருந்தால், அதை மட்டுமே பெறும்வரை, அவர் இருப்பும் கட்டுப்பாடும் தேவையற்றதாகவே இருக்கிறது.

முதலாளித்துவ ஒப்பந்தக்காரருக்கான செவ்வியல் தற்காப்புவாதம், கோட்பாட்டுக்கும் நடைமுறைக்குமான ஒரு முக்கியக் குழப்பத்தின் அடிப்படையில் அமைந்துள்ளது என்பதை இங்கு சுட்டிக்காட்டுவது பொருத்தமானது. பொருளாதார சக்திகளைக் குறிப்பிட்ட இலக்குகளுக்கு ஒருங்கிணைக்கும் ஏதோ ஒரு காரணி, அளவீட்டுக் கோலின் ஏதோ ஓர் இடத்தில் இல்லாமற் போனால் உழைப்புப் பிரிவினை அராஜகமாக மாறுகிறது என்ற மெய்ம்மை அந்தத் தற்காப்பின் மையமாகும். தேவைகளின் ஒரு குழப்பநிலைதான் உலகம். அந்தத் தேவைகளைப் பூர்த்திசெய்கின்ற மூலப்பொருள்களைப் பெறுவதற்கு ஒவ்வொரு வகைத் தொழிலும் போட்டியிடுகிறது. தொழில்முனைவோனின் பணி அந்த மூலவளங்களின் விநியோகத்தைக் கட்டுப்படுத்துவதாகும். உற்பத்தியின் இயங்குமுறையை அவன் ஒருங்கிணைக்கிறான். சந்தைக் கோரிக்கைகளின் நுட்பமான இயக்கங்களுக்கேற்ப அவன் தனது எதிர்வினைகளை அளந்தறிகிறான். அவன் இல்லாவிட்டால் சொல்ல முடியாத குழப்பம் நிலவும்.

ஏனெனில் சமூகம் மிக உயர்ந்த அளவு வேறுபடுத்தப்பட்டிருந்தால் அவனுடைய செயல்பாடும் மிக அவசரமாகத் தேவைப்படும். ஆகவே அவன் உற்பத்தியின் அவசியமான செலவினத்தை அவன் ஊதியமாகப் பெறுகிறான். ஏனெனில் அது பொருளாதார அமைப்பின் இயல்புக்குள் அடங்கியுள்ளது. ஆகவே அவனைப் பணியற்றவன் என்று ஒதுக்குவது, நாம் வாழும் உலகத்தையே ஒட்டுமொத்தமாகத் தவறாகப் புரிந்துகொள்வதாகும் என்று வாதிடப்படுகிறது.

ஆனால் இன்றைய முறைமையை மிகவும் வலுவாகத் தற்காப்புச் செய்பவரும் இந்த வாதத்தை இலட்சியத்தைச் சுமாராக வெளிப்படுத்துவது என்பதற்குமேல் பயன்படுத்துவதற்கில்லை. நிலைமைகள் போதிய எதிர்வினைக்குச் சாதகமாக இருக்கும்போது மட்டுமே தேவைகளுக்குப் போதுமானதாக எதிர்வினை செய்யப்படுகிறது என்பதை வாதிடுபவர் ஒப்புக் கொள்கிறார். விலை உறவுகளின் ஓர் இலட்சிய உலகத்தில் இலாபமும் சமூக மதிப்பும் விகிதாச்சாரப்படி உள்ளன. ஓர் இலட்சிய உலகத்தில், உழைப்பு உள்ளிட்ட எல்லா மூலவளங்களும் எல்லையற்ற இயக்கத்தினைக் கொண்டிருக்கும். அவை அந்த அளவு விகிதாசாரப்படியும் இயக்கத்திலும் இல்லாவிட்டால், அது அவருடைய தவறல்ல. கடினமான தடைகளுக்கு எதிராக அவர் மிக நன்றாகச் செயல்படுகிறார். அவருடைய செயல்பாடுகளைத் தடுப்பதென்பது ஏதோ ஒரு வழியில் செய்தே தீரவேண்டிய ஒரு பணியினைத் தடுப்பதே ஆகும்.

இது ஐயத்திற்கிடமற்றது. இப்போதிருக்கும் நிலையிலேயே தொழில்துறை தொடர்ந்து நீடித்தால் அது இலாபத்திற்கான கருவியாக இருக்குமே தவிர சேவைக்கான கருவியாக இயலாது என்பதே நான் இங்கு முன்வைத்த விமரிசனக் கருத்து. தேவைக்கான பூர்த்தியைப் பெறுவதற்கான போராட்டத்தில் உள்ள சமமற்ற நிலை என்பதுதான் இப்போதுள்ள ஒழுங்குமுறையின் சாராம்சம். முக்கியமாக, இந்தச் சமமற்ற நிலை என்பது சமூகத்தின் வர்க்க அமைப்பினால் ஏற்படும் விளைவு. மிகப் பெரும்பாலான மக்கள் தங்கள் தேவைகளைத் திறன்மிக்க கோரிக்கைக்கான ஒரு மூலப்பொருளாக மாற்றுகின்ற நிலையில் இல்லை என்பதால் இந்நிலை ஏற்பட்டுள்ளது. பணக்காரனும் ஏழையும் தங்கள் தேவைப்பூர்த்திக்கு முயலும்போது, முன்னவனின் மேம்பட்ட பொருளாதார நிலை தொழில்முனைவோனை இந்த ஒழுங்கமைப்பு பணக்காரர்களின் தேவைகளுக்கேற்ப ஒத்திசைந்து செல்லுமாறு கட்டாயப்படுத்துகிறது. ஆகவே விற்பனை-விலை முறை உண்மையான பயன்பாடுகளுக்கு அல்லாமல், பணவருவாயின் அதிகாரத்தினால் முன்வைக்கப்படும் பயன்பாடுகளுக்கேற்ப நிர்ணயிக்கப்படுகிறது. கூடுதலான ஒவ்வொரு

பணத்தின் வருவாயும் தேவைப்பூர்த்தியை அடைவதில் வித்தியாச ஆதாயத்தை அடையச்செய்யும் வழியாதலின், தொழில்முனைவோன் பொதுநலத்தின் அடிப்படையில் கருதப்பட்ட ஒரு பொருளாதாரத்திற்கு அளிப்பதற்கு பதிலாக வர்க்கங்களின் அதிகாரத்தினால் தங்கள் தேவைக்கேற்ற எதிர்வினையாக வலியுறுத்தப்படும் அடிப்படையில் அமைந்த பொருளாதாரத்திற்குச் சரக்குகளை அளிக்கிறான். இந்த அமைப்பின் போதாமை அதன் தனிமனித வாதத்தினால் கடுமையாக்கப் படுகிறது. போட்டியின் இருப்பும், போட்டியைச் சூழ்ந்திருக்கும் இரகசியமும் சந்தையின் ஏறுமாறுகள், சந்தேகங்கள் ஆகியவற்றின் ஊடாக நிலையான தவறான கணிப்புக்குக் கொண்டுசெல்கின்றன. நடைமுறையில், இந்தத் தற்காப்பின் முடிவுகள் வர்க்கமற்ற ஒரு சமுதாயத்திற்குத்தான் பொருந்தும். அங்கு நுகர்வோரின் கோரிக்கைகள் திறனுள்ள சமநிலையில் இருக்கும். இப்போது அப்படி இல்லை. வர்க்கங்களின் சமமற்ற நிலை, பிழைப்பின் விளிம்பு நிலையில் உள்ள வர்க்கத்திற்கு எதிராகச் சொத்து வைத்திருக்கும் வகுப்பினரின் சிறப்பான அதிகாரத்தைத் தீவிரமாக்க உதவுகிறது. செல்வ வளமிக்க வகுப்பினர் பொருளாதார அமைப்பின்மீது செலுத்தும் இழுவிசை தொடர்ந்து ஏழைகளுக்கு எதிராகத் தனது திறனைச் செலுத்துகிறது. சொத்து மேலும் பாதுகாப்புடையதாகிறது. அதன் கோரிக்கைகள் நிறைவேறுவதற்கேற்ப இலாபத்தின் பாதைகள் பரந்து விரிகின்றன. மூலதனத்தின் உரிமையாளனே நிர்வாகியாக இருப்பதற்கு மாறாக முதலீடுசெய்யும் வர்க்கம் ஒன்று தனியாக வளர்ச்சி அடைகிறது. தொழில்துறைச் செயல்பாடுகளின் மையம் நிதிசார்ந்ததாகிறது. நிதிக் கட்டுப்பாட்டின் நோக்கம் மிக உச்சமான இலாபமாக இருப்பதால், தொழிலின் நோக்கமும் அதுவே ஆகிறது. இந்நிலையில் தொழில்முனைவோன் ஒரு குழுமத்தின் ஊதியம்பெறும் பணியாளனாக மாறுகிறான். தொழில்துறை நிறுவனத்தின் நோக்கிலிருந்து பணி என்ற கருத்து மறைகிறது. இறுதியில், அதுவே மூலதனத்திற்கும் உழைப்புக்கும் இடையிலான ஒத்திசைவின்மைக்கு அடிப்படை வேராகிறது. ஒரு குறிப்பிட்ட தொழில் நிறுவனத்தின் உரிமைக்கும் வேலைக்கும் இடையிலான பிளவு அதன் நோக்கத்திற்குத் தொடர்புள்ளது. அதாவது சீரமைப்புக்கு உதவுகின்ற வகையில் முதலீட்டுக்கும் உழைப்புக்கும் இடையில் போதிய உறவுகளின் அடிப்படை இல்லாமல் போகிறது. (இதற்கு எதிரான பார்வையின் திறம்பட்ட தற்காப்பு வாதத்திற்கு திரு. எச்.டி. ஹெண்டர்சனின் *Supply and Demand (1921)* என்ற நூலைப் பார்க்கவும். ஆனால் ஹெண்டர்சன் இலட்சிய நிலைகளின் அடிப்படையில் தனது கவனத்தைக் குவிக்கிறார். நடைமுறையில் அவற்றிலிருந்து ஏற்படும் விலகல்களைப் பற்றிக் கவனிப்பதில்லை.)

ஆகவே உழைப்பற்ற சொத்து என்பது தொழில்துறை உற்பத்தியின் கட்டுப்பாட்டுக் காரணியாக எங்கெல்லாம் இருக்கிறதோ, அங்கெல்லாம் அதன் உரிமைகளை அழிப்பதே நீதிக்குத் தேவையான பாதையாக இருக்கிறது. இவ்வாறு அழிப்பது எளிய விஷயமல்ல. அதைச் சாதிக்க நேரான நெடுஞ்சாலை எதுவும் இல்லை. உதாரணமாக, இதற்காக உழைப்பாளர்கள் இந்த அமைப்பை இனிமேல் பராமரிக்க முடியாது என்று தங்கள் எதிர்ச் செயலில் ஈடுபட வேண்டும் என்று சிலர் தெரிவிக்கிறார்கள். அவர்கள் மக்கள் வாழ வழி வேண்டும் என்பதை மறந்துவிடுகிறார்கள். தங்கள் உணவைத் தாங்களே உற்பத்தி செய்யும் விவசாயிகள் அமைப்பு மட்டும்தான் நீடித்த காலத்துக்கு இவ்வித மறுப்பைச் செய்யமுடியும். அவ்வாறாயின், 1789இல் ஸ்டேட்ஸ்-ஜெனரல் அமைப்பு ஒரே அடியில் நிலவுரிமை அமைப்பின் சொத்துரிமைகளை வீழ்த்தியதுபோல சொத்துரிமைகளை ஒரே இரவில் அழிக்கும் ஓர் அரசியல் புரட்சியின் வாயிலாகத்தான் வரவேண்டும். அரசியல் புரட்சி இயலாதது என்று கருதுவது பயனற்றது. உச்சமாக, அது ஒரு செலவுமிக்க, சந்தேகத்துக்கிடமான துணிகர முயற்சி என்றுதான் இப்போதைக்குச் சொல்லமுடியும். இப்போதுள்ள அமைப்பின் தளைகளை அதனால் வதைக்கப் படுவோர்மீது மேலும் இறுக்கமாகப் பூட்டுவதில் அது முடிவடையலாம்; அல்லது ஒருவேளை தனது பேரளவினால் நாகரிகத்தின் முழு நெசவையும் அழித்துவிடலாம். ஒரு நவீன சமூக எழுச்சியின் கையிலுள்ள ஆயுதங்கள் மிகவும் அழிவுத்தன்மை கொண்டவை. முன் எப்போதையும்விட நிரந்தரமான அழிக்கும் ஆற்றலைப் பெற்றவை. கருத்தேற்றத்தின் முறைகள் யாவும் வன்முறையால் எதிர்கொள்ளப்படும் போது மட்டுமே நாம் புரட்சிகர ஆயுதங்களைப் பயன்படுத்த அனுமதிக்கப்படுகிறோம். நாகரிகத்தின் மூலவளங்களைக் கடைசி நிலையில் மட்டுமே கைவிட வேண்டும்.

இதற்கு மாற்று, ஒரு மெதுவான செயல்முறை. ஆனால் பெருமளவுக்குப் பயன்விளைவிக்க வல்லது. அது, சட்டப்பூர்வச் செயல்முறையினால், இப்படிப்பட்ட தொழில்அமைப்புகள், சொத்துரிமைகளை வாங்குகின்ற அமைப்பை மாற்றுவதுதான். அப்போது அவர்களுக்கு ஈவுத்தொகையின் உரிமை இருக்கும்; ஆனால் அவர்கள் இலாபங்களையும் கட்டுப்பாட்டையும் ஒப்படைத்து விடுவார்கள். பிறகு அவை ஒருபகுதி, உடல் உழைப்பாளர்கள் முதல் ஆய்வு அறிவியலாளர்வரை பணியாளர்களுக்குச் செல்லும், மற்றுமொரு பகுதி, இன்றியமையாத முறையில், சமுதாயத்திற்குச் செல்லும். மாறிவிட்ட சமூகத்தில் இந்த உரிமைகள் எவ்விதம் விநியோகிக்கப் படும் என்பதை இங்கே விவாதிக்கத் தேவையில்லை. எல்லாவிதத் தொழில்களின் அமைப்புகளுக்கும் ஒரேவித வடிவம் பொருந்தும் என்று நான் கருதவில்லை. இப்படிப்பட்ட மாற்றம் எந்த வரிசையில் நடக்க

வேண்டும் என்பதையும் நாம் இங்கு விவாதிக்க வேண்டியதில்லை. ஒரு விவேகமிகுந்த சமுதாயம் சிறுசிறு அளவுகளிலும் படிப்படியான நிலைகளிலும், தனது அனுபவத்தினால் கற்றுக் கொள்ளும்படியாக மெதுவாக முன்னோக்கிச் செல்லும். தங்கள் பயன்பாட்டில் எவ்வளவு சிக்கலானவை என்றாலும், தேவையின் மிக முக்கியமான விஷயங்கள் எளியவைதான். முதலில் நாம் சொத்துரிமைகளை இப்போதிருக்கும் உரிமையாளர்களிடமிருந்து வாங்க வேண்டும். பிறகு ஒவ்வொரு குறித்த தொழிலின் தேவைகளையும் முன்வைக்கும் ஏதோ ஒருவித அமைப்புக்குள் இவை நிறுவனப் படுத்தப்பட வேண்டும். இவ்வழிகளால், உற்பத்திச்செயல்முறைக்குள் இப்போது தொழில்துறையில் இல்லாத பொறுப்புணர்வைக் கொண்டுவர முடியும். இந்த முழுச்செயல்முறையிலும் சமுதாயத்தையும் ஒரு பங்காளியாக ஆக்கிக் கொள்ளலாம். தொழிலாளர்களை உற்பத்தி செய்யச் சுதந்திரமாக விடுகின்ற முறையில் நாம் புதிய எந்திரங்களைக் கட்டமைக்கலாம். மேலும் சேவையைப் பயன்படுத்தும் பயனாளர்கள் விமரிசனம் செய்யவும் அவர்களின் விமரிசனம் செயல்முறையினுள் கொண்டு வரப்படவும் இது உதவும். இந்த விஷயங்கள் இப்போதுள்ள அமைப்பு முறையில் சாத்தியமற்றவை. ஏனெனில் நிதி சார்ந்த இலாபத்துக்கு அது அடிமைப்பட்டிருப்பது, சேவைக்கான இலட்சியம் தன்னை வெளிப்படுத்திக் கொள்ள இடமளிப்பதில்லை.

மேலும் மூன்று குறிப்புரைகளை அளிக்கலாம். உழைப்புக்கான ஊதியத்தை அளிப்பதன் வாயிலாக உரிமைகளை அவித்துவிடுதல் செயல்பாடற்ற சொத்துரிமையாளர்களின் வகுப்பொன்றை மிக ஊக்கத்துடன் சமூகத்தில் விட்டுவிடுகிறது. அது உண்மைதான்; ஆனால் திட்டவட்டமான ஒரு தர்க்கத்தில் அது நியாயப்படுத்த இயலாதது. ஆனால் ஒரு சமுதாயத்தின் வாழ்க்கை அதன் அனுபவத்திற்குத் தக அமையவேண்டுமே ஒழிய அறுதியான தர்க்கத்துக்குக் கட்டுப்பட்டு அல்ல. இந்தச் சட்டப்பூர்வமான உரிமைகளின் திடீர் அழிப்பு, அவற்றுக்கான நஷ்டஈடு தரப்படவில்லை என்றால், இம்முயற்சியைச் செய்யும் அரசாங்கத்தின்மீது தாக்குதலாக மாறலாம். மாக்கியவெல்லி கூறியதுபோல, மனிதர்கள் தங்கள் உறவினர்களின் இறப்பைக்கூட மன்னித்துவிடுவார்கள், சொத்தினை இழப்பதை மன்னிக்கவே மாட்டார்கள். குடிமக்களின் தொகை முழுவதற்குமே ஒரு நிதி எதிர்பார்ப்பின் திடீர் ஏமாற்றம் நஞ்சு ஊட்டிவிடும். எப்படி இருப்பினும், சமுதாயத்திற்கு அதன் ஊதியங்கள் இருக்கவே செய்கின்றன. நாம் கோடிட்டுக் காட்டிய சமூக அமைப்பில் இருக்கும் சொத்துரிமையாளருக்கு அளிக்கும் தொகைகள் அவருடைய சந்ததியினருக்குச் செல்ல மாட்டா; அதிகபட்சமாக அவருடைய இறப்புவரை அவருக்கு ஓர் ஆண்டுத் தொகை கிடைக்கும். மேலும்,

இரண்டாவதாக, இப்படிப்பட்ட இழப்புக்கான கட்டணங்கள் மிக அதிகமான சுமையாகும் என்று கருதத் தேவையில்லை. 1913இல் பிரிட்டன் தனது நிலக்கரி உரிமையாளர்களிடமிருந்து அவ்வுரிமையை வாங்கியிருந்தால், 1920இன் சுரங்கங்களுக்கான வாங்கும் விலையை அது எளிதாக ஈட்டியிருக்கும். (இது அல்லாமல், சொத்துரிமையின் ஒன்றிணைப்பினால் கிடைக்கும் ஆதாயங்கள் வேறு.) தன்மீதான நல்லெண்ணத்தைக் காப்பாற்றுகின்ற எந்த முதலீடும் ஒருபோதும் இழக்கப்படுவதில்லை. ஒரு புதிய அமைப்புக்கு மாறும்போது, நாம் நல்லெண்ணத்தை அதிகமாகக் கொண்டிருந்தால், அதன் வெற்றிபெறும் சகுனமும் அதிகரிக்கிறது.

மேலும் இங்கு கோடிட்டுக் காட்டியவை ஓர் அரசாங்கத் துறையினுடைய கட்டுப்பாடான சூத்திரங்களை உள்ளடக்கியவை அல்ல. அஞ்சல் அலுவலகம் அல்லது தொலைபேசிச் சேவை இவற்றுக்கு எதிராக வழக்கமாக முன்வைக்கப்படும் வாதங்கள் முற்றிலும் பயனற்றவை. ஏனெனில் முன்வைக்கப்படும் கட்டமைப்பு முறை எந்த வித ஒழுங்கான சீரான அமைப்புக்கும் உட்படாதது. நாம் இங்கு முன்வைப்பது, சமூக நோக்கத்தை வெளிப்படுத்துவதைத் தடுக்கின்ற செயலற்ற சொத்துரிமையின் உரிமைகள் மீது கட்டப்படும் சர்வாதிகாரத்தைக் கொண்டிருக்கும் தொழில்களுக்கென ஓர் அமைப்புச்சட்டத்தை உருவாக்க வேண்டும் என்பதுதான். இன்னும் நெகிழ்ச்சியுள்ள செயல்முறை வடிவத்திற்குத் தொழில்கள் மாறுவதற்கு அரசாங்கக் கட்டுப்பாட்டிற்குள் அவை செல்லும் நிலை ஒருவேளை தேவையாகவே இருக்கலாம். ஆனால் கூட்டாண்மைக்கு எதிரானவர்கள் கற்பனைசெய்யத் தயாராக இருப்பதைவிட பல்வேறு வழிமுறைகளுக்கான சாத்தியங்கள் மிகுதியாகவே உள்ளன. அரசாங்க அமைப்புகளில் போலவே இங்கும் சோதனைசெய்வது சாத்தியமும், சட்டப்பூர்வமானதும் ஆகும். அது எல்லையற்ற தவறுகளைச் செய்யும்தான். இப்போதுள்ள முறைமையிலிருப்பதைவிட அதிகமான அளவு திறனும் பொதுவுணர்வும் அதற்குத் தேவைப்படும். ஆனால் வலியின்றிப் பிரசவம் நிகழ்வதில்லை; மேலும் நல்லதொரு வாழ்க்கையின் சாத்தியத்தைத் தேடுபவர்கள் வழியில் அபாயங்கள் இருக்கின்றன என்று திசைமாறிவிடக்கூடாது.

யாவற்றினுக்கும் மேலாக, மூன்றாவதாக, இப்போதுள்ள ஒழுங்கமைவு உடைந்து கொண்டிருக்கிறது என்பதை முக்கியமாக நினைவில் வைத்துக் கொள்ளவேண்டும். உழைப்பாளர்களின் விசுவாசத்தைக் கவர்வதில் அது தோல்வியடைந்துவிட்டது. இதில் அவர்களுக்கு எவ்வித மகிழ்ச்சியும் இல்லை. தங்கள் உழைப்பிற்கு அவர்கள் மனத்தையோ ஆற்றலையோ செலுத்துவதில்லை.

கட்டுப்பாட்டில் அவர்களுக்குப் பங்கில்லாத நிலை, தொழிலை நடத்துவது என்பது தங்களுக்குப் பங்கற்ற ஒரு செயல் என்ற உணர்ச்சியை ஏற்படுத்தியிருக்கிறது. மேலும் அதன் ஆதாயம் தங்களுக்கும் தங்கள் எஜமானர்களுக்கும் இடையில் நியாயமற்ற முறையில் பங்கிடப்படுகிறது என்ற உணர்வு அவர்களுக்கு ஆழமாக இருக்கிறது. நிலக்கரித் தொழிலில் இருப்பதுபோல, அவர்கள் நிர்வாகம் நடத்தப்படுகின்ற முறையின் திறனின்மை என்று தாங்கள் கருதுவது பற்றி வெறுப்பைக் கொண்டிருக்கிறார்கள். முன்வைக்கப்பட்டத் தீர்வுகள் எவையும், அறிவியல்பூர்வமான மேலாண்மை, விளைவின்போது தரப்படும் மிகையூதியம், கூட்டுப் பங்குததாரராக இருத்தல், இலாபப் பகிர்வு இவை எதுவும் இம்மியளவுகூட வெற்றியடையவில்லை. விசுவாசத்தின் வேர்கள் அற்றுப் போய்விட்டன. இந்த அமைப்பு ஒழுக்கச் சாத்தியத்தின் அடிப்படையில் நடைபெறாமல் போய்விட்டது. அதன் தோற்றத்தினை மாற்ற மிகுந்த அளவு சூழ்ச்சித்திறத்துடன் செயல்படுகின்ற கருவிகளும் அதன் எழுச்சித் தூண்டுதலை மறுவுருவாக்கம் செய்ய முடியாமல் போய்விட்டது. இலாபம் ஈட்டும் உள்நோக்கம் தனது பழைய மந்திரச் சக்தியை இழந்துவிட்டது. அது இன்னும் மெக்குல்லோக், நாஸா சீனியர் போன்ற மனிதர்களின் பக்கங்களில் மட்டும் சுடர்விட்டுக் கொண்டிருக்கிறது. கல்வியின் வளர்ச்சி அனுபவத்தின் மாயைத்தெளிவை முழுமையடையச் செய்துவிட்டது. இருக்கும் முறைமையின் மனிதத்தன்மை யின்மை, போலித்தனம் ஆகியவற்றால் நவீனத் தொழிலாளர் புண்பட்டுப் போயிருக்கிறார். அதன் ஏற்புறுதிகளில் அவருக்கு நம்பிக்கையில்லை. அதன் வெற்றியின் வீழ்ச்சியை அவர் குறித்துக் கொள்கிறார். தொழிற்சங்க முறைமை முதலாளித்துவத்தின் அரணுக்குள்ளிருக்கும் கோட்டையை எப்படி பலப்படுத்தியிருக்கிறது என்பதை அவர் காண்கிறார். அடிப்படைகளைத் தகர்க்கவேண்டும் என்பதில் அவர் அக்கறை காட்டுகிறார்.

V. ஊக்க ஊதியப் பிரச்சினை

இது உண்மையென்றால், சொத்துப் பிரச்சினை என்பது ஓர் உளவியல் பிரச்சினை ஆகும். அரை நூற்றாண்டுக்கு முன்பு, கல்வியின் பரவல் அதன் செயல்பாட்டிற்குப் போதுமானதாக இருந்த உள்நோக்கங்களைப் பயன்படுத்துவதை இயலாமல் செய்ததால் பழைய அமைப்பு மாறிவிட்டது. பெருமளவு அது பயத்தின்மீது கட்டப்பட்டிருந்தது. இப்படிப்பட்ட அமைப்புகள் தங்கள்

முகத்தில் நிலையின்மையின் அடையாளங்களைக் கொண்டுள்ளன. முதலாளித்துவத்தின் வெற்றிமிக்க காலத்தில், அதன் ஒழுக்க வஞ்சகம் என்று திரு. ஷா குறிப்பிட்டதை ஓவன், மார்க்ஸ் போன்ற முன்னோடிகள் கூறியிருந்தனர்; ஆண்டுகள் செல்லுகையில் தங்கள் பாடம் தங்களைத் தேடிவந்தும் தங்களைத் தாங்கள் உணராத மக்கள், ஒரு சிலரே இருந்திருப்பர். இங்கு நாம் விவாதித்த கொள்கைகளின் அடிப்படையில் அமைந்த முறைமை ஒன்று அதற்கு முந்தியிருந்ததை விடப் போதுமானதாக இருப்பது இயலுவதா? அது பெரும்பாலும் எந்த அளவு சராசரி உழைப்பாளருக்கு மகிழ்ச்சியைத் தேடித்தரும் என்ற அளவைப் பொறுத்திருக்கிறது. அது வெளிப்படையாகவே மிகச் சிறந்த பணிக்கு ஊக்கமாக இலாபம் தேடும் நோக்கினைக் கைவிடுகிறது. மிகமிகச் சிறிய பகுதியினருக்கு அல்லாமல் பிற எல்லாருக்கும் ஒரு பெரிய செல்வத்தைச் சேர்ப்பதைக் கடினமாக்குகிறது அல்லது இயலாமற் செய்கிறது. பத்தொன்பதாம் நூற்றாண்டின் முதலாளித்துவம் வெற்றி பெறுவதற்கு இந்த இரண்டு ஊக்கிகளின் செயல்பாடுகளே உதவின. அச்செய்கைகளும் குறித்த அளவு இரக்கமற்ற தன்மையுமே அதன் உச்சத்தின் தலைமைப் பண்புகளாக இருந்தன. ஏனெனில், வில்லியம் மாரிஸ் கூறியதுபோல, "எனது மகிழ்ச்சியான வேலைநேரங்களுக்கும், மிகப் பெரும்பாலான மனிதர்களின் சபிக்கப்பட்ட பாராட்டற்ற, ஊதியமற்ற, வறண்ட கடின உழைப்புக்கும் இடையிலான முரண்பாட்டைச் சிந்தித்தபோது நான் வெட்கப்பட்டேன்" என்பதை உணராத மக்கள் வெகுசிலரே. [Quoted in William Morris, by Mrs. Townshend (1912), p.12 - (Fabian Tract No.167)] கார்லைல், ரஸ்கின் போன்றோரின் கண்டனங்கள், டிஸ்ரேலியின் சிபில் போன்ற சித்திரங்கள், பட்டினிகிடந்த, நாற்பதுகளின் உழைக்கும் வர்க்கத்தின் மறக்கமுடியாத சுயவரலாறுகளின் கசப்புத்தன்மை இவையெல்லாம் முதலாளித்துவச் செழிப்பு தடுக்கமுடியாத அலையினைச் சற்றும் கட்டுப்படுத்துவதாகத் தெரியவில்லை. சாத்தியமற்ற தன்மையை உள்ளடக்கிய இலட்சியவாதத்தினை இங்குக் குறித்த இவ்வளவு பெரிய மாற்றம் வெளிப்படையாக ஏற்றதாகுமா?

பரவலாகச் சொன்னால், வழக்கமாகப் பயன்படுத்தப்படும் ஆராய்வுகளை விடக் குறைந்த சிலவற்றையே இதற்கான விடை சார்ந்துள்ளது. பொருளாதார அமைப்பிலிருந்து ஒரு நஞ்சின்மூலம் நீக்கப்படுகிறது என்பதால் பெருமளவு மாற்றம் நிகழும் என்று நினைக்கிறேன். ஊதியம் பெறுபவர்கள் உழைக்கவேண்டும் என்பதை உழைப்பாளர்கள் மனத்தில் பதிய வைப்பது ஈட்டப்படாத வருமானஉயர்வுக்குத் தொழில்கள் அடிமையல்ல என்பதை வெளிப்படையாகக் கூறுவதேயாகும். ஒட்டுண்ணியாக வாழ்ந்துவந்த ஒரு வர்க்கத்தின் அழிப்பு உறுதியாக நன்மையில்தான் முடியும்.

உற்பத்தியை அதிகரிப்பதற்கான மெய்யான பாதையாகிய எல்லாவிதப் பணியாளர்களின் முழுமனதான கூட்டுறவையும் அடைவதென்பது எந்த ஒரு தனித்த கண்டுபிடிப்பு மூலத்தையும் விடப் பயன்தர வல்லது எனலாம். ஏனெனில் ஒருவர் தனது சிறந்த உழைப்பைச் செய்வதற்குத் தடையாக அநீதியுணர்ச்சியே செயல்படுகிறது. அது மனத்தையும் இதயத்தையும் அரித்துவிடுகிறது. பிரக்ஞையின்றி நிகழுவதாகிய மிக அபாயகரமான போலிசெய்தலை அநீதியுணர்வு காப்பாற்றுகிறது. பலரும் பலசமயங்களில் கோபத்தினால் மோசமாக வேலை செய்வதைத் தொடங்குகிறார்கள். அந்தக் கோபம் அக்கறையற்ற தன்மையாக உறைந்து விடுவதால் தொடர்ந்து மோசமாகவே வேலை செய்கிறார்கள். தொழிலில் ஒரு நேர்மையான, தெளிவாக உய்த்துணரத்தக்க நோக்கத்தை பரவச்செய்வதன் வாயிலாகக் குறைந்தபட்சம் நாம் கோபத்தின் ஒரு வளமான மூலத்தை விலக்கிவைக்க முடியும்.

ஆனால் நாம் வெறுமனே உழைப்பாளரின் ஒழுக்கம்சார் ஒப்புதலைப் பெற்றால் மட்டும் போதாது. அவருடைய தொடர்ந்த ஈடுபாட்டையும் நாம் பெறவேண்டும். ஆனால் வில்லியம் மாரிஸ் விரும்பிய வழியில் நாம் அதைச் செய்யஇயலாது. பெருமளவிலான தொழிலைப் புறக்கணித்துவிட்டு, தனது ஆளுமையை மெய்ப்பித்துக்காட்ட வல்ல தனித்த திறமைகொண்ட கைவினைஞரும் கலைஞரும் ஆனவர்களால் அத்தொழிலை இடம் பெயர்க்க வேண்டும் என்பது மாரிஸின் எண்ணம். ஆனால் நம்மாலும் அதற்குமேல் பலவற்றைச் செய்ய இயலும். உழைப்பாளருக்குக் கல்வியளிப்பது அவருடைய செயல்பாட்டுக்கு ஓர் அர்த்தத்தை அளிக்கும். அவரது வாழ்க்கையைப் பற்றித் தெரிந்துகொண்டால் அவர் எந்திரமாக மாட்டார். வேலையில் ஆர்வத்தை இழக்கச் செய்கின்ற முக்கியக் காரணங்களை நீக்குகின்ற விதங்களை சலிப்பின் விளைவான பெருங்களைப்பினைப் பற்றி ஆராய்ச்சி செய்து கண்டுபிடிக்க இயலும். தொழிலகக் குழுவினரை மையமழித்தல் மூலமாக நல்லதொரு உறவின் சௌகரியத்துடன் ஒருவர் பணியில் ஈடுபடத் தேவையான உகந்த மனிதர்களின் எண்ணிக்கையைப் பெறலாம். (Cf. Wallas, The Great Society (1914), p.354.) இந்தப் பண்பை அச்சுத் தொழிலின் உள்ளகங்களில் நாம் அடிக்கடி காணலாம்; பெரும்படைகளின் சிறுபிரிவுகளின் அடிப்படை இதுதான்; ஒரு நவீன, குறிப்பாக அமெரிக்கப் பல்கலைக்கழகத்தின் பரந்த துறையிடங்களைவிட ஆக்ஸ்போர்டிலோ கேம்பிரிட்ஜிலோ உள்ள ஒரு கல்லூரியின் சிறு பொது அறை, கல்வி முயற்சிக்கான தூண்டுதலாக அதிக வெற்றி பெறுவதன் காரணமும் இதுதான். இந்த வழியில், குழுவேலை மெய்யாவது மட்டுமன்றி இப்போதுள்ள முறைமையில் வெளிப்படையாகவே காணப்படாத பெருமிதம், சுயதியாகம், முன்னெடுக்கும் திறன்

ஆகியவற்றையும் வளர்க்கிறது. ஒரு கூட்டுத்தொழில் ஆளுமை என்பது பிறக்கிறது. ஒரு மாலுமி தனது கப்பலின் குணங்களுடன் நெருக்கமாகி விடுவதுபோல தனது தொழிலுடன் ஒருவன் ஐக்கியமாகி விடுகிறான். சுயநிர்வாகத்தைத் தொழிலில் தோற்றுவிப்பதால், கட்டுப்பாட்டின் மையத்துடன் தான் நேரடித் தொடர்பு கொண்டுள்ளதாக ஒரு தொழிலாளரை உணரவைக்கின்ற விதமான நிறுவனங்களை நம்மால் உருவாக்க முடியும். 'ஸ்டாயிக்கு'கள் மிகவும் நன்றாகப் புரிந்துகொண்ட அந்தச் சுதந்திரத்திற்கு அவருக்கு வழியிருக்கும். அதாவது, மனத்தின் தன்னெழுச்சியான தன்மை வெளியீட்டைப் பெறுவதற்கும், அது பயனுள்ளதாகத் தோன்றுமிடத்தில், அதற்கான செயலையும் உருவாக்குகின்ற பாதைகளை அளிக்கமுடியும். மிக மிக எளியவர்களும் நீதிமன்றத்தில் தனக்கான ஒரு பணியைப் பெறமுடியும் என்ற அறிவினால் பெருமளவு ஏழைகளுக்கிடையில் சட்டத்திற்கான மரியாதை வருவது போலவே, எந்த உழைப்பாளரும் அதிகாரத்தின் நாற்காலிக்குத் தான் ஊடுருவிச்செல்ல இயலும் என்ற அறிவினால் உழைப்பதற்கான விருப்பம் தோன்றும். இதுவும், தொழிற்சங்க அதிகாரத்தின் பெரிய மூலங்களில் ஒன்றாக இருக்கிறது: மையத்திலுள்ள மிகப் பெரிய கருவி, தனது சொந்த நலத்தையும் நோக்கத்தையும் உணரமுடிகிறது என்ற உணர்ச்சி அது. மேலும் ஒரு குடிமகனாக இருப்பதன் அளவினால் அளக்கப்பட்ட தேவைகளினால் உருவானதாகையால், அவருக்கு மேலும் தனது சுயமரியாதையை அனுமதிக்கின்ற ஒரு நல்ல ஊதியத்தையும் பெற முடிகிறது. யாவற்றிற்கும் மேலாக, ஒருவேளை, அவருக்குக் கிடைக்கும் ஓய்வுநேரத்தில் அவர் பெறுகின்ற கல்வியும், மற்றொருபுறம் சமத்துவத்தின் புதிய சூழலும் அவர் விரும்பினால் ஒரு புதிய தகுதியாகவும் ஒரு புதிய படைப்பூக்கமாகவும் மாறக்கூடும். பழைய முறைமையில் இவற்றில் ஒருசிலவற்றையும் அவர் அடையவில்லை. பெருமளவில் ஒன்றையும் அவர் பெறவில்லை. ஆனால் அவரது மனிதத்தன்மையை உருவாக்கக்கூடிய விஷயங்களுடன் இவை யாவுமே மிக நெருக்கமான தொடர்புடையவை. இவை யாவும் உண்மையாகச் செயல்பட வரும்போது தொழில்துறையை உண்மையான குடியியலின் ஒரு கிளையாக மாற்றும் என்பது மிகையான நம்பிக்கையாகத் தோன்றவில்லை.

திரு. டானி கூறியதுபோல, மனித இயல்பில் புறக்கணிக்கப் படுகின்ற கூறுகளை இப்போது வலியுறுத்தவேண்டுமே அன்றி, மனித இயற்கையில் ஒரு மாற்றம் என்பது தேவையில்லை. (The Sickness of an Acquisitive Society (1920), p.74.) ஆனால் இந்தப் புதிய உட்கருத்து, நான் வாதிட்டதுபோல உடல் உழைப்பாளருக்கு ஏற்புடையதாகத் தெரியும். ஆனால் தொழில் துறையிலுள்ள மூளை உழைப்பாளருக்கு

ஏற்புடையதாகத் தோன்றுமா? ஏன் அவ்வாறிருக்கலாகாது என்பதற்கு எவ்விதக் காரணமும் இல்லை. அவரது நிலையைக் கீழிறக்குவதான எந்தச் செயலும் இப்படிப்பட்ட மாற்றத்தில் உள்ளடங்கியில்லை. உண்மையில் இப்போதுதான் அவருடைய நிலை கீழாக உள்ளது. இன்று ஓர் எழுத்தர், வணிகப்பயணி, காப்பீட்டு முகவர், போன்றோர் ஒட்டு மொத்தத்தில் ஒரு திறன்மிக்க கைவினைஞரைவிட வேறுபடுத்தும் விதமான ஊதியம் அளிக்கப்படுவதில்லை என்பது மட்டுமல்ல, தங்கள் போதாத சம்பளத்தில் தங்களது பரிதாபகரமான தோற்றங்களைக் காப்பாற்றுவதிலேயே அவர்கள் வாழ்க்கை ஓர் அலைக்கழிப்புப் போராட்டம் ஆகிவிடுகிறது. ஒரு கௌரவமான, அல்லது இரக்கமிக்க மனிதன் செய்ய மனம் சுருங்குகின்ற கடமைகளைச் செய்யுமாறு அவர்கள் தொடர்ந்து பணிக்கப்படுகிறார்கள்; ஆனால் பிழைப்புக்காக, அவர்கள் சாட்டையின் நுனியைத் தாங்கித்தானே ஆக வேண்டும். தாங்கள் மனத்தில் வளர்த்த ஆசைகளைப் பெரும்பாலும் மற்றவர்கள் விமரிசனமற்ற ஆதரவின் வாயிலாகவோ, எளிய உறவுச் சலுகைகள் வாயிலாகவோ பெறுவதை அவர்கள் காண்கிறார்கள். இந்தக் கடைசி நாட்களிலாவது சுரங்க மேலாளர்கள் கூட்டு உணர்ச்சியையும் போதிய சுய பாதுகாப்பையும் ஒன்றுசேர்ந்து சங்கமாகி அடைந்ததைப் போல அவர்களின் பண்புடைமை அவர்களைச் செய்ய அனுமதிக்காததால், அவற்றை அடைய முடியவில்லை. அவர்கள், தங்களால் உருவாக்க முடிந்த மதிப்புகளால் அல்ல, அவர்கள் சாதிக்கின்ற இலாபங்களினால் மதிப்பிடப் படுகிறார்கள். தங்கள் எஜமானர்களுக்குக் கீழ்ப்படிந்தவர்களாகவும், தங்கள் கீழுள்ள பணியாளர்களுக்கு எஜமானர்களாகவும் இருந்து வந்திருக்கிறார்கள். பெயரில் மட்டுமே அவர்கள் உழைப்பாளர்களாக இருந்திருக்கிறார்கள்.

தங்கள் பொதுவான நலத்தினை உடல் உழைப்பாளர்களுடன் அறிந்தேற்புச் செய்வதாக அவர்கள் மனப்பாங்கு மேலும் மேலும் மாறியுள்ளது. அதனால் அவர்களுடன் பொதுக்காரணங்களுக்கெனச் சேர முற்படுகிறார்கள்: குறிப்பாக அமெரிக்காவில் உள்ள பொறியியலாளர்கள் தொழிலைப் பொறுத்தவரை, இன்றைய ஒழுங்கமைவின் வீணாக்குதல், அவமதிப்பு போன்றவற்றிற்கு எதிராக எதிர்ப்பைக் காட்டத் தொடங்கியிருக்கிறார்கள். [See the report of the Federated Engineering Societies, entitled Waste in Industry (1919)]. பணி நிறைந்த ஒரு சமூகத்தில் அவர்களுக்கு இயலக்கூடிய நிலை என்ன? அவர்கள் ஆற்றக்கூடிய பணிக்குத் தக்கதான அதிகாரத்தை அவர்கள் செலுத்துவார்கள். பார்வையிலுள்ள இலக்கிற்கு நோக்கத்தில் உறவுடையதாகக் கண்டுபிடிக்கப்பட்ட அவர்களுடைய சிறப்பான தொழில்நுட்பத்தை அவர்கள் பயன்படுத்துவார்கள். இப்போது போலவே அவர்கள் ஆணை பிறப்பிப்பார்கள்; ஆனால் அவர்களுடைய

தனிச்சொத்து | 311

ஆணைகளுக்கு அடிப்படையாகக் கொள்கைவிதிகள் இருக்கும். இப்போது போலவே அவர்கள் தங்கள் மேலதிகாரிகளுக்குப் பணிந்து நடப்பார்கள்; ஆனால் அவர்களுடைய மேலதிகாரிகள் அவர்களோடு ஒரு பொதுப்பணிக்கென ஒத்துழைக்கக்கூடிய மனிதர்களாக இருப்பார்கள், தர்க்கப்பூர்வமான தகுதியின் அடிப்படையில் தங்கள் தலைமைஅதிகாரத்தைச் செலுத்துவார்கள். தனிப்பட்ட நன்மை ஒன்றைத் தவிர வேறெதனோடும் தொடர்பற்ற நிதி சார்ந்த இலாபத்திற்குப் பதிலாக, தாங்கள் பகுதியாக இருக்கின்ற சமுதாயத்திற்குப் பயன்தரக்கூடிய ஒரு சமூக மதிப்பிற்குத் தொடர்புடைய செயல்களால் அவர்கள் தங்கள் நிலைகளை உயர்த்திக் கொள்வார்கள். நவீன தொழில்களில் உள்ள ஒரு கைப்பிடியளவான, வளமான மூளைப் பணியாளர்களுக்கு அளிக்கப்படுவது போன்ற மிகப்பெரிய வருமானம் அவர்களுக்கு இருக்காது. ஆனால் அவர்கள் உழைப்பூதியம் அவர்களுடைய திறன்மீதும் பணிமீதும் அமைந்ததாக இருக்கும். அதுமட்டுமின்றி அவர்கள் பதவிக்காலத்தில் பாதுகாப்புடன் இருப்பார்கள். மேலும், அவர்கள் உடல் உழைப்பாளர்களைப் போல, தங்கள் பார்வைகளை எங்கெல்லாம் பதியவைக்கவேண்டும் மேலோங்கவேண்டும் என்று நினைக்கிறார்களோ அங்கெல்லாம் அப்படிச் செய்கின்ற வழிவகைகளைப் பெற்றிருப்பார்கள்.

இந்த நோக்கங்களே மூளைப்பணியாளரைத் தனது சிறந்த சாத்தியத்தை அளிப்பதற்குப் போதுமானவையாக இருக்கும் என்று நம்புவதற்குப் போதிய இடம் இருக்கிறது என்று நினைக்கிறேன். தொழில்களை வாழ்க்கைத் தொழில்களைப் போலாக்குதல் அவரது வினைத்திறனுக்கான உணர்வுக்கு ஓர் உள்ளார்ந்த வேண்டுதலைச் செய்யப் போதுமானதாயிருக்கும். இராணுவத்திற்கும் கப்பற்படைக்கும், ஆசிரியர்களுக்கும் மருத்துவர்களுக்கும் தங்களது பலவேறுபட்ட தன்மைகொண்ட பொதுச்சேவைகளுக்கு இது போதுமானதாக இருந்துள்ளது. ஒரு பெருஞ்செல்வத்தை அடைய வேண்டும் என்பதைப் போலவே ஒரு மூளைப்பணியாளருக்கு, ஹால்டேன் பிரபு கூறியதைப் போல, "அரசின் சேவையில் தன்னைச் சிறப்பாகக் காட்டிக் கொள்கின்ற விழைவும் ஓர் உள்நோக்கத்தைப் போலவே சக்திவாய்ந்தது". (The Problem of Nationalisation (1921), p.20). "தனது கடமையை ஆற்றுவதில் அவருடைய பொதுநல ஆர்வம், விசுவாசம் ஆகியவற்றின் காரணமாக அவருக்கு அங்கீகாரம் கிடைக்கும் என்று அவர் நினைத்தால், அவைகளே அவரை எதையும் செய்யவைக்கும்; அவரால் செய்ய இயலாத தியாகம் எதுவும் இருக்க இயலாது" என்று ஹால்டேன் தொடர்கிறார். தனக்கு ஆற்றுவதற்கு முக்கியப் பணி இருக்கிறது என்று கருதும் எந்த மனிதருக்கும் இக்கூற்று உண்மையானது. இந்தமாதிரி நோக்கங்கள் எவ்வித ஆர்வத்தையும் ஊட்ட இயலாத சிறந்த பகுதியைக்

கொண்ட உடல் உழைப்பாளர்கள் பலரும் இருப்பதைப் போலவே, மூளை உழைப்பாளர்களிலும் தங்கள் பொருளியல் பசியைப் போக்கிக் கொள்வதற்காகவே உழைக்கின்ற பலபேர் இருப்பார்கள் என்பதில் ஐயமில்லை. தான் விழைகின்ற இலக்குகளில் பாதியை அடைகின்ற எந்த அமைப்பொழுங்கும் அதிர்ஷ்டமுடையது. மிகச் சிறந்த தொடக்கநிலைப் பள்ளி ஆசிரியர்கள் செலுத்துகின்ற விசுவாசத்தையும் ஆற்றலையும் கண்டு, அவர்கள் எப்படிப்பட்ட இடர்ப்பாடுகளுக்கு எதிராகச் சாதிக்கிறார்கள் என்பதை உணர்ந்தவர்களுக்கு இந்தச் சோதனையின் சாத்தியப்பாடுகளையும் ஓரளவு உணரமுடியும். இம்மாதிரி நிறுவனங்களை ஆதிக்கம் கொண்டுள்ள பண்புகளை நீக்கி இவற்றைச் சீரமைப்பதால் மட்டுமே சமூகத்திலுள்ள சுயநலத்தையும் சோம்பேறித்தனத்தையும் நாம் போக்கிவிட முடியாது. ஆனால் குறைந்தபட்சம் மனிதர்களின் மனங்கள் நமக்குத் தேவைப்படும் பண்புகளை நோக்கித் திருப்பப்படுகின்ற அளவிலேனும் அவற்றைச் சீரமைக்க முடியும். இலட்சியம் உயர்வாக இருந்தால், அதற்கேற்றவாறு செயலும் உயர்வாக இருக்கும் என்ற நம்பிக்கையின் அடிப்படையில் சேவையின் வாய்ப்பு வளங்களை நாம் மிகப்பெரிய இலக்குகளை நோக்கித் திருப்ப இயலும். நமது இந்த நம்பிக்கை இயலக்கூடியதே என்பதைப் போர்க்களத்தில் நமது படைகள் இயங்குவதைப் பார்த்தவர்கள் நம்புவார்கள்.

VI. புதிய அமைப்புமுறையை நோக்கிய நகர்வு

இப்போதிருக்கும் சொத்துரிமைகளை விமரிசனம் செய்வதைவிட வேறெந்த முயற்சியும் நம் காலத்தில் சந்தேகமாக நோக்கப்படுவதில்லை. அது தலைகீழாக்கக்கூடியது என்பதால் அது தவறானது; அது உடோபிய இலட்சியத் தன்மை உடையது என்பதால் அது பயனற்றது; அது மனித இயற்கையின் நிரந்தர விதிகளுக்கு எதிராக இயங்குவதால் அது பிழையானது. ஆனால், இப்போதுள்ள சொத்துரிமைகள் வரலாற்றுக் காலத்தின் ஒரு சிறு பகுதியை மட்டுமே முன்வைப்பவை. நேற்றிருந்தது போல அவை இன்றில்லை, இன்றிருப்பதிலிருந்து வேறாக அவை நாளை இருக்கும். சமூக நிறுவனங்களில் எவ்வித மாற்றங்கள் நேர்ந்தாலும் இப்போதுள்ள சொத்துரிமைகள் மட்டும் பாதிக்கப்படாமல் நிரந்தரமாக இருக்கும் என்பதை உறுதிப்படுத்த இயலாது. வேறு எதையும் போலவே சொத்தும் ஒரு சமூக மெய்ம்மை; சமூக மெய்ம்மைகளின் பண்பே மாற்றம் அடைவதுதான். மிக வேறுபட்ட மாற்றங்களை அது அடைந்துள்ளது,

மேலும் மாற்றங்களும் இனிமேல் அதில் சாத்தியமாகும். (புகழ்பெற்ற *Doctrine de Saint-Simon (1829)* என்ற நூலில் (ப.179) காணப்படும் சொத்தின் பரிணாமவளர்ச்சி பற்றிய கருத்தின் மேலான குறிப்புரைகளை ஒப்பிட்டுப் பார்ப்பது ஆர்வத்தை ஊட்டக்கூடியதாக இருக்கும்.)

எந்தக் கோணத்திலிருந்து பார்த்தாலும் இன்றைய சமூக அமைப்புமுறை போதுமானதாக இல்லை. பெரும்பாலானவர்களை பயத்தின் காரணமாகவே அது அவர்கள் முழு வாழ்க்கை வாழ இயலச் செய்யக்கூடியதாக இருக்கின்ற சிறந்த பண்புகளைத் தடுப்பதனால், அது உளவியல்ரீதியாகப் போதியதன்று. தங்கள் செல்வத்தைச் சம்பாதிப்பதற்கு எதுவுமே செய்யாதவர்களுக்குச் சொத்துரிமைகளை அளிப்பதால், ஒருபகுதி, அது ஒழுக்கநிலையிலும் போதுமானதாக இல்லை. இம்மாதிரி உரிமைகள் முயற்சியோடு தொடர்புடையவை. மீண்டும் சமூக மதிப்புக்கும், அது பொருத்தமானதாக இல்லை. சமூகத்தின் ஒரு பகுதியினரை மீதியிருக்கும் பகுதியினர் உழைப்பை உறிஞ்சி வாழக்கூடிய ஒட்டுண்ணிகளாக அது ஆக்குகிறது; மற்றவர்களுக்குப் போதியதொரு வாழ்க்கை வாழும் வாய்ப்பை அது அகற்றிவிடுகிறது. தனது செயல்முறைகளால் வாழ்பவர்களுக்கு ஆரோக்கியம், பாதுகாப்பு ஆகியவற்றுக்குத் தேவையான நிலைமைகளை அளிக்குமாறு அது உருவாக்கும் செல்வத்தினைப் பகிர்வு செய்வதில் தோல்வியடைவதால் அது பொருளாதார ரீதியாகவும் போதுமானதாக இல்லை. இதனால் மிகப் பரந்த எண்ணிக்கையிலான, பெரும்பான்மை மக்களின் விசுவாசத்தை அது பெற இயலாமல் போய்விட்டது. சிலர் அதை வெறுப்புடன் பார்க்கிறார்கள்; பெரும்பாலோர் அதை அசட்டையாக மதிக்கிறார்கள். அரசு எவ்வித நோக்கத்துடன் இருந்தால் மட்டுமே வளம்பெற முடியுமோ அத்தகைய நோக்கத்தை அரசுக்குள் இனிமேலும் அது புகுத்த இயலாமல் போய்விட்டது.

தனிப்பட்ட வளம் என்னும் கருத்தில் உள்ளார்ந்து தவறு எதுவும் இல்லை. ஒருவரது ஆளுமையை உண்மையாக வெளிப்படுத்தி அதை மேம்படுத்தலாம் என்னும் அளவில் அர்த்தமும் உண்டு. ஆனால் இப்படியிருக்க, அது தனிப்பட்ட உழைப்பினால் அடையப்பட்டதாக இருக்க வேண்டும். அவ்வுழைப்பு பொது நன்மைக்கு மேலும் சேர்க்கக்கூடியதாக ஒழுங்கமைக்கப்பட்டதாக இருக்கவேண்டும். அதன் மிகப்பெரிய அளவின் காரணமாகவே சொத்தினை வைத்திருப்பவர்கள் அதிகாரத்தைச் செலுத்துவதாக அமைந்துவிடக் கூடாது; தனது சிறப்பான சுயத்தை வெளிப்படுத்த இயலாதவாறு அது மிகவும் குறைவாகவும் இருக்கலாகாது. சொத்தின் பகிர்வு எந்த அளவுக்குச் சமமாக இருக்கிறதோ அந்த அளவுக்குச் சமூக மதிப்பின் அடிப்படையில்

தன்னை அறிந்தேற்பதற்கான வழியில் சமூகத்தின் நோக்கத்தோடு இசைந்து குடிமகனின் பங்களிப்பையும் மதிப்பிட இயலும். உழைப்பின் விளைவு என்று கருதப்படுவதால், சமூகத்தில் அது தனக்குரிய இடத்தில் இயல்பாகவே அமைகிறது. அது நமது மனங்களை ஆதிக்கம் செய்வதில்லை. அதன் மிகையளவு இதற்குமேலும் சோம்பேறித்தனத்தையும் வீணாக்கலையும் உருவாக்குவதில்லை; வாழ்வதற்குப் போதுமான ஊதியத்தைச் சம்பாதிக்க இயலாமை ஒருசிலரிடம் சமூகத்துக்குப் புறம்பான உணர்வுகளையும், பிறசிலரிடம் பொறாமையின் ஜுரத்தையும் ஏற்படுத்துவதில்லை. சமூகத்திலிருந்து ஆதாயத்தைத் தரக்கூடிய வாய்ப்பான விஷயத்தைப் பறித்துக் கொண்டு, அல்லது தங்கள் மனச்சாட்சியே இழிவானது, கௌரவத்திற்குப் புறம்பானது என்று சொல்லக்கூடிய ஏதோ ஒரு இலக்கிற்குத் தேவையான சுரண்டலுக்கு ஆளாகிக் கொண்டு மனிதர்கள் சமூகத்திற்கு எதிராகப் போராடுமாறு நிறுத்தப்படுவதில்லை. அது பலவேறுபட்டத் தன்மையைப் புறந்தள்ளுவதில்லை. ஆனால் பலவேறுபட்ட நன்மை என்பதன் அழுத்தத்தை அது பொருளியல் விஷயங்களிலிருந்து ஆன்மிக விஷயங்களுக்கு மாற்றுகிறது. ஒருங்கிணைந்த செயல்பாட்டிற்குத் தேவையான அடிப்படையை அது தவிர்ப்பதில்லை. ஏனெனில் வேலைக்கு ஒன்றிணைந்து செல்வது மனிதர்கள் பொதுவாகச் சந்திக்கக்கூடிய ஒரு தளத்தை ஏற்படுத்துகிறது. எந்த ஒரு ஒரேசீரான திட்டத்தின் அடிப்படையிலும் அது அமைப்புமுறையின் பணியை ஒழுங்குசெய்வதில்லை. ஒரு அதிகார வர்க்கக் கருவூல அதிகாரி முதல் நேர்த்தியற்ற ஒரு நெசவாளி (இவரது கைநெசவிலான துணிகளை ஒருசிலர் எவ்விதமோ அணியக்கூடும்) வரைமுறைகளில் வேறுபாடுகள் பல இருக்கலாம். இப்போதுள்ள முறைமையிலிருந்து மிக வேறுபட்ட ஒழுக்க மதிப்புகளின் அளவுகோலை ஐயமின்றி அது கொண்டிருக்கும். அப்படிப்பட்டப் பெரியதொரு மாற்றம் நாம் எதை நல்லது எதைக் கெட்டது என்று கருதுகிறோம் என்ற தீர்மானத்தை மாற்றும் என்பதில் ஐயமில்லை. நாம் படைப்பாற்றல் மிக்க கலைஞரைப் பற்றி அதிகமாக யோசிப்போம். ஏனெனில் அவரைப் பாராட்டும் அளவுக்கு ஆன்மிக ஆற்றல் பெற்ற மனிதர்கள் அதிகம் பேர் இருப்பார்கள்; தான் சேர்க்கக்கூடிய சொத்தின் அளவை வைத்துத் தன்னை மதிக்குமாறு கேட்கும் மனிதர்களைப் பற்றி நாம் அவ்வளவாக நினைக்கமாட்டோம். தனது ஆரம்பநாட்களில் அது ஒரு ஏழ்மையான சமூகமாகவும் தோற்றமளிக்கலாம். ஏனெனில் புதிய கொள்கை விதிகளிலிருந்து பிறக்கும் பழக்கங்களுக்கு மனிதர்களைப் பயிற்றுவிக்கக் காலம் தேவைப்படும். சிலர், பயிற்சியை ஏற்க மறுத்து, தங்கள் முயற்சியிலிருந்து அதற்கு ஊக்கம் தருகின்ற ஆற்றலை நீக்கவும் செய்யலாம். மிகச்சில பெருஞ்செல்வர்களே இருக்கின்ற ஒரு

சமூகமாகவும் அது ஆகக்கூடும். அவர்கள் இல்லாமற் போனதால் நமது சமூக வாழ்க்கையை பண்பற்றதாகவும் பகட்டானதாகவும் ஆக்கிய முனைப்பாகத் தெரிந்த ஆடம்பரமும் இருக்காது. ஆனால் ஆழ்ந்த ஆன்மிக மதிப்புகள் கொண்ட சமூகமாக அது இருக்கும். மனிதன்மீது மனிதன் ஆதிக்கம் செலுத்துகின்ற மிக மோசமான கொடுங்கோன்மை அதிலிருந்து நீக்கப்பட்டிருக்கும். ஏனெனில், ஒரு பொதுப் பணிக்கு மக்கள் ஈடுபடுத்தப்படும்போது தோழமையுணர்வு சாத்தியமாகிறது. தாங்கள் வாழும்நிலை நீதிசார்ந்து அமையும்போது அவர்கள் ஒன்றாக இணையவும் முடியும்.

இயல் ஆறு - தேசியமும் நாகரிகமும்

I. தேசியத்தின் இயல்பு

நவீன உலகம் தனது சீரமைப்பைப் பொருளாதார முறையில் மட்டுமே செய்து கொள்ள இயலும் என்றால் ஒரு சர்வதேச முறைமைக்கு மாறுவது ஒரு பெரிய தளர்ச்சி தருகின்ற கஷ்டமாக இருக்காது. பணவரவுசெலவு ஒழுங்கமைவின் உத்திமுறைகள் ஏற்கெனவே எல்லாவித பௌதிக எல்லைகளையும் தாண்டிச் செல்கின்ற ஒரு சார்ந்திருப்பை நிறுவிவிட்டன; நவீன அறிவியல் வளர்ச்சி, குறிப்பாகத் தொடர்பியல் துறை, பொருளாதாரக் கண்டுபிடிப்பு தொடங்கியதை முடித்துவைக்கின்றது. நடைமுறை நோக்கங்களுக்கு, நம்மிடம் ஏற்கெனவே ஓர் உலகச்சந்தை இருக்கிறது. அதன் கிளை நடைமுறையாக முக்கிய அத்தியாவசியச் சரக்குகளுக்கு உலகளாவிய விலை உள்ளது; அதில் ஒவ்வொரு பகுதியும் தான் உற்பத்திசெய்யும் சரக்குகளைச் சிறப்பு ஆதாய நிலைமைகளில் பிற பகுதிகளில் இதுபோலவே உற்பத்தி செய்யப்படும் சரக்குகளுக்குப் பதிலாகப் பரிமாறிக்கொள்ளும் ஓர் ஒழுங்கான அமைப்பினை இதிலிருந்து நாம் வருவிப்பது சாத்தியம். பத்தொன்பதாம் நூற்றாண்டின் தொடக்கப்பகுதியில் சுதந்திர வியாபாரிகள் கனவுகண்ட முறைமை இதுதான். 1842இல் கோப்டன் என்பவர் "சுதந்திர வணிகம் நாடுகளுக்கிடையிலான உறவை முழுமைப்படுத்தி, அவை ஒன்றையொன்று சார்ந்திருக்கும் நிலையினால், அரசாங்கங்கள் தங்கள் மக்களைப் போரில் தள்ளுகின்ற அதிகாரத்தை அரசாங்கங்களிடமிருந்து பறித்துக் கொள்ளும்" என்று எழுதினார். (Morley, Life of Cobden (Eversley edition), i, 248).

ஆனால் சம்பவங்கள் செல்லும் திசை அவ்வாறாக இல்லை. எல்லாவற்றிற்கும் மேலாக, பத்தொன்பதாம் நூற்றாண்டு தேசிய வளர்ச்சியின் காலமாக அமைந்தது; நமது காலச் சம்பவங்கள் அதன் செல்வாக்கு வெகுதொலைவிலும் பார்வையில் படுமாறில்லை என்பதைத் தெளிவாக்கியிருக்கின்றன. நவீன தேசியம் என்பது, பரந்ததொரு பார்வையில், போலந்தின் முதல் பிரிவினையைத் தாண்டி வரவில்லை; அதற்குத் தன்னை வெளிப்படுத்திக்கொள்ள ஓர் இறையாண்மை அரசின் உறுப்புகள் தேவைப்படுவதால் தனது கருத்தியல் அமைந்துள்ள பழைய எல்லாவித வடிவங்களிலிருந்தும் வேறுபடுகிறது. ஆகவே சுயபோதுமையின் தெளிவான அறிகுறிகளை அது நாடுகிறது. ஒவ்வொரு தேசத்திற்கும் அது தன்னாட்சி கொண்டதும் சார்பற்றதுமான ஓர் அரசாங்கத்தை வேண்டுகிறது; இத்தாலியன் ஆஸ்திரியனுக்குச் சேவைசெய்யமாட்டான், பல்கேரியன் துருக்கியனுக்கு வேலைசெய்ய மாட்டான். மிக நுணுக்கமான பாதுகாப்பை வேண்டுகின்ற எல்லைகளை அது தேடுகிறது; ஜெர்மானியப் படையெடுப்பைத் தடுக்க ஃபிரான்சுக்கு ரைன் நதி எல்லை வேண்டும். அது, கால்பெர்ட்டியக் கொள்கைகளுக்குப் புத்தெழுச்சி தந்து வளர்த்திருக்கிறது. வரி முறைமையினால் ஒவ்வொரு தேசத்தையும் ஒரு முழுமையான பொருளாதார அலகு ஆக்க முனைந்திருக்கிறது. தான் வழக்கிற்கு வந்துவிட்டதால், வாழ்க்கையோடு வளர்ச்சியும் ஒருங்கிணைந்து செல்வது என்று வலியுறுத்தியிருக்கிறது. காலனிகள், பாதுகாப்புநாடுகள், செல்வாக்கு வட்டங்கள், நியாயமான ஆசையின் பின்னிலங்கள் - இவை யாவுமே ஒரு தேசம் முதிர்ச்சி யடைந்துவிட்டது என்ற ஊக்கத்தின் பெருவிளைவைக் காட்டும் வெளிப்பாடுகள். நவீன ஐரோப்பாவில் ஒரு காலனியாதிக்க நாட்டை வெற்றிகொள்ளவோ இழக்கவோ செய்கின்ற ஒரு ஆற்றல்மிக்க தேசம் இல்லை என்பது குறிப்பிடத்தக்கது. ஒவ்வொரு விஷயத்திலும், அது குறித்த பகுதிக்குப் பாதுகாப்புப் பொறுப்பினைத் தற்காலிகமாகவோ நீடித்ததாகவோ கொண்டுள்ளது. அவ்வப்போது, அந்தந்தப் பகுதிவாழ் மக்களே, அமெரிக்காவைப் போல, காலனியத்தின் மூடுபோர்வையிலிருந்து விடுபாட்டைத் தேடியுள்ளனர்; அவை, முழுக்கவசம் அணிந்த தேசிய அரசாக எழுச்சி பெற்றுள்ளன, அல்லது எழுச்சியைப் பெற நாடியுள்ளன.

தேசியம் என்ற கருத்தை வரையறுப்பது எளிதல்ல. ஏனெனில் அதைத் தேடிக் கண்டறிகின்ற அளவிடு காரணி எதுவும் இல்லை. இனம் என்பது சந்தேகத்திற்குரிய முக்கியத்துவம் கொண்டது என்பதை அமெரிக்காவின் எழுச்சிமிக்க தேசியம் தெளிவாக்கியுள்ளது. மெய்யாகவே, பழைய ஐரோப்பிய தேசங்கள் எதுவும் இனத்தூய்மைக்கு தீவிரமாகச் சொந்தம் கொண்டாட முடியாது. கேள்விகேட்க முடியாத

முக்கியத்துவம் கொண்டது மொழி; எனினும் ஸ்விட்சர்லாந்து பலமொழிகள் அளிக்கும் தொல்லைகளிலிருந்து கடந்துசெல்ல முடிந்துள்ளது. அரசியல் சார்பும் எதையும் விளக்கமுடியவில்லை. பத்தொன்பதாம் நூற்றாண்டின் வரலாறு, தேசிய அளவிலான சார்பைக் கொண்டு செய்த மாற்றங்களின் வரலாறாகவே பெருமளவு உள்ளது. ஒரு தேசத்தைப் பிரிப்பதற்குச் சொந்த நாடு உடைமை என்ற கருத்து முக்கிய மதிப்புள்ளதாகத் தெரிகிறது. ஆனால் யூதர்கள் உதாரணமாக இருப்பதுபோல, தேசியம் என்பதற்கு மிக அவசியமாக நாட்டுடைமை என்பதைவிட திரும்பப்பெறுதலை நோக்கிய எழுச்சியே முக்கியமாகத் தோன்றுகிறது.

பரந்த பார்வையில், ரேனான் ஒரு கட்டுரையில் வலியுறுத்தியது போல, தேசியம் என்ற கருத்தே அடிப்படைப் பண்பில் ஆன்மிகச் *சார்பானது ஆகிறது. (Renan, Qu'est ce qu' une nation? in Discours et Conferences, especially pp.306-7.)* மனித இனத்தின் பிற மக்களிலிருந்து சிலர் தங்களைப் பிரித்தறியக் கூடிய சிறப்பு ஒருமையை அது உள்ளடக்கியுள்ளது. அந்த விளைவு, ஒரு பொது வரலாறு, பொது வெற்றிகள், கூட்டுமுயற்சியால் உருவாக்கப்பட்ட மரபுகள் ஆகியவற்றினால் ஆனது. மனிதர்களை ஒன்றாக இணைக்கக்கூடிய ஓர் உறவு உணர்ச்சி வளர்கிறது. தங்கள் ஒற்றுமைகளை அவர்கள் உணர்கிறார்கள், பிற மனிதர்களிடமிருந்து தங்கள் வேறுபாட்டினை வலியுறுத்துகிறார்கள். ஒரு மனிதன் தனது சொந்தப் பண்பினைத் தனது வீட்டுக்கு அளிப்பது போல, அவர்களுடைய சமூகப் பாரம்பரியம் அவர்களுக்கே உரிய தனித்தன்மை கொண்டதாக உள்ளது. அவர்களுக்கென பிற தேசங்களிலிருந்து வேறுபட்டுப் பிரித்தறியக்கூடிய ஒரு கலை, ஓர் இலக்கியம் ஆகியவை உள்ளன. இங்கிலாந்து மட்டுமே ஒரு ஷேக்ஸ்பியரையும் டிக்கென்ஸையும் உருவாக்கியிருக்க இயலும்; ஆகவே வால்டேரிடமும் காண்ட்டிடமும் ஃபிரான்ஸ் மற்றும் ஜெர்மனியின் தேசியத்திற்குச் சான்றான பண்புகள் உள்ளன என்பதை நாம் ஒப்புக் கொள்கிறோம்.

இம்மாதிரித் தனித்தன்மையை உருவாக்கும் பண்பாக தேசியம் என்பது கூடி வாழும் தன்மையின் அடிப்படையில் கட்டப்பட்டது என்பதில் சந்தேகமில்லை. அலைந்து திரியும் நாடோடிகளாக உணவு கிடைக்கும் இடங்களைத் தேடி அலைந்த காலத்தில் இத்தகைய கூட்டுறவுத்தன்மை மிக உயர்ந்த பிழைப்பு-மதிப்பை உள்ளடக்கி இருந்திருக்க வேண்டும். வாழ்க்கைக்கான போராட்டத்தில் மிக வலுவான மந்தை-இயல்புடைய குழுக்கள் வெற்றிபெற்றிருக்கும். அவர்கள் தங்களுக்குச் சொந்தமெனச் சொல்லக்கூடிய பிரதேசங்களைப் பெற்றார்கள். தங்கள்மீது படையெடுத்தவர்களை எதிர்த்துப் போரிட்டார்கள். தாய்நாட்டின் மதிப்பை அவர்கள் பெற்ற வெற்றிகள்

தீவிரமாக்கின. மிக அரிய விலைகொடுத்துப் பெற்றவற்றைத் தங்கள் வம்சாவளியினருக்கு அளித்தபோது அந்த மரபுகள் அவர்கள்மீது தாக்கத்தை உருவாக்கின. உண்மையில், நவீன தேசம் என்பதை உருவாக்குவதில் போர்தான் தலையாய காரணியாக இருப்பதாகத் தோன்றுகிறது. இருண்மைகளும் ஒதுக்கிவைக்கப் பெற்றவைகளும் இருக்கவே செய்கின்றன. இங்கிலாந்திற்கே சொந்தமாக உரிய இனங்களும் ஃபிரான்சின் படையெடுப்பாளர்களும் எவ்விதம் கலந்து ஓர் ஆங்கில தேசத்தை உருவாக்கினார்கள் என்றோ, அயர்லாந்தின்மீது படையெடுத்த ஆங்கிலப் படையெடுப்பாளன் தான் ஆளும் நாட்டில் உள்ளவர்களால் எவ்விதம் பெருமளவு ஈர்த்துக் கொள்ளப்பட்டான் என்றோ நம்மால் இன்று முழுவதுமாக விளக்க முடியாது. கடைசியாக எழுவது, நமக்கு முக்கியமானது, மிக முக்கியமாகப் பிரிவினைத் தன்மை வாய்ந்த தேசியம் என்பதுதான். இது பொருளாதார நோக்கங்களுக்காகப் பயன்படுத்திக் கொள்ளப்பட்டாலும் ஒரு எளிய பொருளாதார நிகழ்வு அல்ல. ஆஸ்திரியாவையும் ஹங்கேரியையும் பிரித்தது வெளிப்படையாகவே பொருளாதார நோக்கில் ஒரு வீணான செயல்தான்; ஆனால் தங்கள் தனித்தன்மை வெளிப்பாடு என்ற முறையில் பிரிந்த ஒவ்வொரு பகுதியும் தங்கள் தன்னாட்சியை விரும்பின. பிரிட்டிஷ் நிர்வாகத் திறன் இல்லாவிட்டால் எகிப்து திறன்குன்றிப் போகும் என்பது இயலக் கூடியதுதான்; ஆனால் அதற்கு இலாபமாகத் தனது தன்னாட்சி இருக்கிறது. அமெரிக்க ஐக்கிய நாட்டுடன் இணைந்தால் கனடாவுக்குப் பொருளாதார வகையில் இலாபம் கிடைக்கும்; ஆனால் அது நிலையாக பிரிட்டனுடன் தொடர்பு கொண்டிருக்கவே விரும்புகிறது. அண்மைக்காலத்தில் இந்தியாவிலிருந்து இங்கிலாந்து வந்துவிட்டால் குறிப்பிட்ட காலத்திற்கு அராஜகம் நிகழக்கூடும்; ஆனால் ஆயிரக்கணக்கான இந்தியர்களுக்கு, இந்தியர்கள் உருவாக்கும் அராஜகம், பிரிட்டிஷ்காரர் உருவாக்கிய அமைதியை விட மேலானதென்று தோன்றுகிறது. தேசபக்தி, ஒருவர் தன் நாட்டை நேசிப்பது, என்பது தாறுமாறான பாதைகளில் செல்லலாம்; ஆனால் அடியாழத்தில், வெளிப்படையாகவே தன் மனநிலையில் தனித்திருக்கக்கூடிய ஒரு தேர்ந்தெடுக்கப்பட்ட குழுவோடு அது நேர்விதமான உறவைக் கொண்டிருக்கிறது. பிறரிடமிருந்து தனித்திருப்பதால், அது தனது தன்னாட்சியினால் பொருளாதார இழப்பு ஏற்பட்டாலும் அதை வேண்டுகிறது.

தேசியம் இவ்விதம் தன்னாட்சியைத் தனது உரிமையென வேண்டுகின்ற நிலையில்தான் நாகரிகத்தின் தேவைகள் எழுச்சிபெறத் தொடங்குகின்றன. நவீன உலகத்தில் தன்னாட்சியை வேண்டுவது என்பது, உண்மையில் இறையாண்மை மிக்கதொரு அரசை வேண்டுவதே ஆகும். சில உயிரான உதாரணங்களை நோக்கினால்,

தனக்குரிய இடப்பரப்பிற்குள், தேசிய அரசு என்பது வாழ்க்கைக்கான எல்லாக் கருவிகளின் முழுக் கட்டுப்பாட்டையும் வேண்டுவதாகும். போர்ச்சமயத்தில் நடுவர்தீர்ப்புக்கு உட்படும் சமயத்தில் அன்றி, தனக்கு வெளியிலுள்ள பிறருக்கு அது பதில்சொல்லக் கடமைப் பட்டதல்ல. தனக்குரிய எல்லைகளை அது வகுத்துக் கொள்ளும், தனக்கே உரிய வரிகளை வகுக்கும், தனது எல்லைக்குள் வசிக்கும் சிறுபான்மையினருக்கு வழங்கக்கூடிய முன்னுரிமைகளை நிச்சயிக்கும், எந்தப் புதியவர்களை நாட்டுக்குள் அனுமதிக்கலாம், எந்த நம்பிக்கைகளைப் புறந்தள்ளலாம், எந்த வகையான அரசாங்கத்தை விழையலாம் என்பதைப் பற்றித் தானே முடிவுசெய்யும். எவ்வகையில் ஒரு தேசத்தின் ஒற்றுமை, அதனால் அதன் முழுமைத்தன்மை, பிரக்ஞைபூர்வமாக வளர்க்கப்படுகிறது என்பதையும் நாம் நோக்கத் தவறக்கூடாது. கல்விமூலமாக அதை வளர்க்கலாம். அமெரிக்காவில், குறிப்பாக, தேசியப் பாரம்பரியத்திற்குத் தரப்பட்ட அழுத்தம், மிக வெவ்வேறான கூறுகளை ஒன்றாக்கி, ஒரு பெருமிதமிக்க சுயஉணர்வுள்ள அலகாக மாற்றியுள்ளது. வெளியிலிருந்து வரும் அபாயத்தினால் அதை வளர்க்கக்கூடும். ஃபிரான்சுக்கும் ஜெர்மனிக்கும் எல்லைகளில் உள்ள ஆற்றல்மிக்க அந்நிய தேசங்களின் இருப்பு, தங்கள் அண்டை நாட்டாரிடமிருந்து தங்கள் வேற்றுமையை அவர்கள் மிகக்கூர்மையாக உணருமாறு செய்து தனித்த மக்களாக்கியுள்ளது. அச்சு ஊடகமும் இப்படிப்பட்ட நோக்கத்திற்கெனவே செயல்படுகிறது. ஒவ்வொரு தேசத்தின் மந்தையுணர்வுக்கும் அது உணவிடுகிறது. தேசத்திற்கு நட்பாக இருப்பவர்களை அது பாராட்டுகிறது, எதிரிகளாக இருக்கக்கூடியவர்களைக் கடுமையாகச் சாடுகிறது. இப்படிப்பட்டப் புறமொதுக்கல் தன்மை, குடும்பப் பாசம் போன்றதொரு விசுவாசத்தை உருவாக்குகிறது. அதன் உரிமை அல்லது உண்மைக்குச் சார்பற்ற விசுவாசம் அது. சான்றாக, போரிட முனையும் பிரச்சினையில் தேசங்கள் பிளவுபடலாம்; ஆனால் போர் அறிவிக்கப்பட்டவுடனே, வேற்றுமைகளை ஒதுக்கும் விதத்தில் மந்தை-இயல்பு செயல்படுகிறது. ஒப்புதலளிக்காமல் தொடர்ந்து இருப்பவர்கள் துரோகிகள் என்று நிச்சயமாகப் பழிக்கப்படுவார்கள்; தென் ஆப்பிரிக்கப் போரிலும்கூட தேசிய அரசு என்பது கடுமையாக அச்சுறுத்தப்படாத போதும்கூட, அதிகாரப்பூர்வக் கொள்கைக்கு எதிராக இருப்பது என்பது குடித்தன்மைக்குரிய கடப்பாடுகள் இயலாத் தன்மையோடுதான் சமப்படுத்தப்படும்.

இப்படி நோக்கும்போது, வரலாற்றில் ஒப்பீட்டு அளவில் தேசியம் என்பது ஒரு புதிய சக்திதான். அரசை வேண்டிநிற்கும் அதன் ஆவலில், அதனைப் போலந்தின் முதல் பிரிவினைக்காலத்திற்கு முன்பு கொண்டுசெல்ல முடியாது. ஒரு தேசிய அரசின் ஒடுக்குதல்,

அமெரிக்காவின் தேசிய விடுதலை உறுதிப்பாட்டுடனும், ஃபிரான்சின் தேசிய இறைமையுடனும் ஏறத்தாழக் கால அளவில் ஒன்றுபட்டுவிட்டது. இந்தச் சிந்தனைகளில் ஒவ்வொன்றும் ஓர் அரசியல் வெடிகுண்டுபோலச் செயல்பட்டன. முதலில், ஃபிரெஞ்சுப் புரட்சியின் சக்திகள் ஒரு தேசிய இயக்கம் என்பதை விட ஐரோப்பிய இயக்கம் என்பதை உட்குறிப்பாகக் கொண்டதாகவே தோன்றியது; ஆனால் ஐரோப்பாவின் பிற்போக்குச் சக்திகளின் எதிர்ப்பு ஃபிரெஞ்சுக்காரர்களிடையே ஒரு தனித்த விதியின் உணர்வைப் பிறப்பித்தது. அதற்கு தேசியத்தின் பலம் ஒரு விசித்திரமான அழுத்தத்தைக் கொடுத்தது. நெப்போலியனின் வடிவத்தில் அது வெற்றிபெற்றது; ஆனால் தன் வெற்றியில், பின்னது தோல்வியடைந்த தேசங்களில் தேசியத்தின் சுவாலைகளைக் கிளர்ந்தெழச் செய்தது. அதிலிருந்து ஒரு புதிய நற்செய்தி அறிவிக்கப்பட்டது. இத்தாலியில் போல, அது ஜனநாயகத்தின் பெயரால் முன்னோக்கிச் செல்லலாம், அல்லது துருக்கியின் அடிமைக் குடிமக்களிடையில் போலத் தனது தேசியத்தை ஒரு மதப்போர்வையில் மறைக்கலாம். ஒரு தேசம் மற்றதன்மேல் ஆதிக்கம் செலுத்துவது அரசியல் ரீதியாக ஒவ்வாதது, ஒழுக்கநோக்கில் தவறானது என்ற வலியுறுத்தலே ஒவ்வொரு விஷயத்திலும் வெளிப்பட்ட முடிவு. பல்வேறு தேசிய இனங்கள் கொண்ட அரசுகள் என்பவை பெரிய ராட்சஸக் கலப்புகள், அவற்றிற்கு எவ்விதத் தற்காப்பும் கூற முடியாது என்பதே பத்தொன்பதாம் நூற்றாண்டின் கருத்தியல்முடிவு ஆகியது; ஆகவே, உதாரணமாக, ஆஸ்திரியாவுக்கு எதிராக இத்தாலிய அறப்போருக்கு ஆதரவாக விக்டோரியா கால இங்கிலாந்து உணர்ச்சிப்பூர்வமான பரிவு காட்டியது. "தாங்களாகச் சேர விரும்புகின்ற பலவேறு மானிடக் கூட்டமைப்புகளை நிர்ணயிப்பதைத் தவிர, மனித இனத்தின் எந்தப் பிரிவும் சுதந்திரமாகச் செய்யக்கூடியது வேறென்ன இருக்கிறது...அரசாங்கங்களின் எல்லைகள் தேசிய எல்லைகளோடு முதன்மையாக ஒன்றுபட வேண்டும் என்பது சுதந்திர நிறுவனங்களுக்குப் பொதுவாகத் தேவையான நிபந்தனை" என்று மில் கூறியதனைப் புரிந்துகொள்வது கடினமாக இருந்தாலும், அரசாங்கத்தின் ஜனநாயகக் கொள்கையின் உட்குறிப்பாக அது கொள்ளப்பட்டது. *(Mill, Representative Government (1861), pp.296, 298.)* இந்த நோக்கின் தவிர்க்கவியலாத உப-சிந்தனைகளாக ஒருமைப்பாடும், சுதந்திரமும் இருந்தன; மேலும் ஹெகல், மாஜினி போன்ற முற்றிலும் வேறுபட்ட சிந்தனையாளர்கள் உய்த்துணர்ந்தது போல, தேசிய அரசு என்பதே மானிடச் சீரமைத்தலின் இறுதி அலகு. அதனால் மானிட விசுவாசத்தின் இறுதி அலகும் அதுவே என்பதை நாம் உய்த்துணரலாம்.

இந்த நோக்கிலுள்ள ஒழுக்க இடர்ப்பாடுகளை நான் அடுத்து விவாதிக்கிறேன். அதற்கு முன்பு, இந்தக் காலப்பகுதியின் இரண்டு

பெரிய எதிர்ப் போக்குகளைப் பற்றி விவாதிப்பது முக்கியம். இவை தேசியத்தின் விசையை ஒரேசமயத்தில் வலுப்படுத்தவும், கரைத்தழிக்கவும் ஒன்று பட்டன. ஒன்று, நவீன போர் முறைகள் எடுத்துக் கொண்ட வடிவம். மற்றது, தொழில் முறைமையின் உள்ளார்ந்த பண்பு. இரண்டாவது, ஏதோ ஒரு வகையில், முதலாவதைப் பெற்றெடுத்தது ஆகியது. நாம் வந்து சேர்ந்திருக்கும் சிக்கலான ஒருங்கிசைப்பின் முக்கியக் காரணியாக அதை விவாதிப்பது வசதியாக இருக்கும்.

நவீன தொழிலியத்தின் பண்புதான் அந்தக் காரணியாகும். அது ஒரு உலகச் சந்தையை உருவாக்கியுள்ளது, உலகச் சந்தை என்றால் அயல்நாட்டுப் போட்டி என்று பொருள். மோட்டார் கார் உற்பத்தியில் ஈடுபட்டுள்ள ஆங்கிலேயன், அதேபோன்றதொரு முயற்சியில் ஈடுபட்டுள்ள அமெரிக்கனுடன் போட்டியிட வேண்டும்; லங்காஷயர் பருத்தி மில், இந்தியாவுக்கும், ஃபிரான்சுக்கும், அமெரிக்காவுக்கும், ஜெர்மனிக்கும், ஜப்பானுக்கும் எதிராக இயங்குகிறது. எந்த ஒரு தேசமும் இன்று தான் உற்பத்தி செய்யும் எல்லாவற்றையும் தானே நுகர்ந்துவிட முடியாது. தனது தேவைக்கு அதிகமான சரக்குகளுக்கு அது சந்தைகளைத் தேடும் கட்டாயம் ஏற்பட்டுள்ளது; எந்த ஒரு வணிகத்திலுமே, குறிப்பிட்டதொரு உற்பத்தியாளர் குழுவுக்கு, அந்த வணிகத்தில் தங்களுடைய எதிரிகளின் போட்டியைக் குறைப்பது மிகவும் சிறந்தது. சொந்தநாட்டில், அம்மாதிரிக் குறைப்பதன் வடிவம், ஒரு பாதுகாப்பு வரியாகும்; அயல்நாட்டில், அது காலனியத்தையும், வளர்ச்சியுறாத நாடுகளில் சலுகைகளையும், வர்த்தக ஒப்பந்தங்களில் நட்பு தேசங்களுக்கான உடன்படிக்கைகளையும், இதுபோன்ற வடிவங்களையும் எடுக்கிறது. சர்வதேச வர்த்தகத்தின் சுதந்திரம், வேறு சொற்களில் கூறினால், தேசியத்தின் கோரிக்கைகளால் கட்டுப்படுத்தப்படுகிறது. "வர்த்தகம், 'கொடி'யைத் தொடர்கிறது" என்று இதைச் சுருக்கமாகச் சொல்லலாம். ஏதோ ஒரு சிறப்பான தேசியக் குழுவின் ஆதிக்கத்தைப் பெற்ற சந்தையைப் பெறவேண்டி தேசிய அரசின் அதிகாரம் செலுத்தப்படுகிறது. இந்தியாவிலும் எகிப்திலும் நமது வரலாறு இதுதான்; மொராக்கோவில் ஃபிரெஞ்சு-ஜெர்மன் சிக்கல்களின் வரலாறும் பெருமளவு இதுதான். வர்த்தகம் ஒரு முதலீட்டின் வடிவத்தையும் கொள்ளலாம்; கடன் வாங்கிய நாடு, கடன் பத்திரம் வைத்திருப்பவர்களின் நலனுக்கேற்பப் பாதுகாப்புப் பொறுப்பைக் கட்டாயத்தில் ஏற்க வேண்டி வரலாம். அது ஒரு முழுமையாக உள்ளடக்கிய, அல்லது பாதி உள்ளடக்கிய சந்தையின் வடிவத்தை மேற்கொள்ளலாம். இந்த அதிகாரம் விரிவடையும்போது, தேசியம், ஏகாதிபத்தியமாக மாறுகிறது. தென்ஆப்பிரிக்கப் போரில்போல, ஏதோ ஒரு சிறப்பான குழுவின் நலன்களைச் செறிவு

செய்ய தேசபக்தி என்னும் கனவுப் போர்வை பயன்படுத்தப்படுகிறது. ஒரு குறிப்பிட்ட பகுதியின் பொருளியல் மூலவளங்கள் முழு உலகின் அக்கறைக்கும் உட்பட்டவை என்ற சிந்தனை மறைகிறது. அவை, அந்தப் பகுதிக்கு உரியவை. அந்த தேசிய அரசின் கருத்துக்கு ஏற்ப, அந்த மூலவளங்கள் விவேகத்துடன் பயன்படுத்தப்படலாம் அல்லது வீணாக்கவும் படலாம். அதில் குறுக்கிடுவது தேசத்தின் கௌரவத்தில் தலையிடுவதாகும். பிறகு அந்தப் பிரச்சினை, மானப் பிரச்சினை ஆகிறது, பாக்தாத் ரெயில்வேயில் போல சமாதானம் ஏற்படுத்தப்படாவிட்டால், தேசிய கௌரவம் பற்றிய பிரச்சினைகள் நியாயப்படுத்தப்பட இயலாதவை என்பது தெளிவாகிறது. இம்மாதிரிச் சந்தர்ப்பத்தில் ஒரே தீர்வு போர்தான்.

தேசிய அரசின் அதிகாரம் வணிக நலன்களுக்குச் சேவை செய்யும்வரை இந்த முடிவுகள் தடுக்கப்பட முடியாதவை என்று நான் வலியுறுத்துகிறேன். மந்தை இயல்பூக்கங்கள், ஒரு சிலரின் சிறப்பு நலன்களுக்குச் சேவை செய்யுமாறு தவிர்க்கவியலாமல் ஆக்கப் படுகின்றன. சுய நிறைவு, இளம் தொழில் ஒன்றிற்குத் தேவையான சிறப்புப் பாதுகாப்பு, தேசத்தின் பாதுகாப்புக்கு உயிரான உற்பத்தியாளர்களின் சிறப்பான நிலை, இவை யாவும் அரசியல் அதிகாரமும், வணிகமும் சந்திக்கும் புள்ளியில் உள்ளடங்கியிருப்பவை. அமெரிக்காவில் குடியேறுதல், மலிவான உழைப்பை வேண்டுகின்ற சில வணிகர்களின் நலனுக்குச் சேவை செய்யுமாறு கட்டுப்படுத்தப்படுகிறது; உழைப்பாளியாக இருப்பவர் அமைப்புச் செய்தால், அவரது வாக்களிக்கும் சக்தி அது நுழையும்போதே கட்டுப்படுத்துவதன் வாயிலாகப் பூர்த்திசெய்யப்படுகிறது. அயல்நாட்டு உற்பத்தியாளர்களுக்கு எதிராக, ஆங்கிலநாட்டுக் கார் உற்பத்தியாளர்கள் சிறப்புச் சலுகைகளைப் பெற்றுள்ளனர். தளவாட உற்பத்தி நிலையங்களுக்குத் தங்கள் பணிகளைப் பராமரிக்கவேண்டி, சலுகையாக போர்க் கப்பல்களைக் கட்டும் தொழில் அளிக்கப்படுகிறது. ஒரு திறந்த சந்தையின் கடுமையான நிலைமைகளில் வளராத தொழில்களை வளர்ப்பதற்கென இந்தியாவுக்குச் சிறப்புப் பாதுகாப்புத் தேவை என்ற கோரிக்கை வைக்கப்படுகிறது. 1914இன் போரினால் உண்டாகிய சிறப்பு நிலைமைகளில், இந்தச் சூழல் மிக அதிகமாக தீவிரப்பட்டது. பொருளாதாரத் தடையின் முக்கியத்துவத்தைக் கண்டறிந்தது, வாழ்க்கையின் அடிப்படைத் தேவைகளுக்கு சுயதரிப்புள்ள மக்கள் தேவை என்பது அறியப்பட்டது; பிற காரணங்கள் இல்லாத நிலையில், போரின் அபாயங்களுக்கு எதிரான பாதுகாப்பை உச்சப்படுத்தும் அளவிலான அடிப்படையில் ஒரு வணிகத்தைக் கட்டுவதை அது உள்ளடக்கியிருக்கிறது.

இவ்வளவு மட்டுமல்ல. நவீனப் போர்முறையின் பண்பு, நாகரிகத்திற்கு எதிரான இடர்ப்பாடுகளை மேம்படுத்தும் வகையில் உள்ளது. அதனால் ஏற்படும் அழிவு மிகப் பெரிதாக இருக்கிறது. அதனால் தேசிய அரசு தன்னைப் போரின் அபாயங்களிலிருந்து காத்துக் கொள்ளும் வகையில் தனது மூலவளங்களைக் காத்துக்கொள்ளும் நிலையில் உள்ளது. தனக்கு எதிரான தாக்குதல்களை மிகக் கடினமாக்கும் விதத்தில் அது தன் பிரதேசங்களை வலுப்படுத்த வேண்டும். தன்னால் முடிந்தால், அவற்றின் எல்லைகளில் சந்தைப் பொருள்கள், குறிப்பாக கோதுமை, நிலக்கரி, இரும்பு கிடைக்குமாறு ஆக்கவேண்டும். இவை போருக்கு மிகவும் இன்றியமையாதவை. தனது மூலவளங்கள் நியாயப்படுத்தும் அளவைவிட அதிகமான படைகளை அது பேணிக்காக்க வேண்டும். அப்படிப்பட்ட தன் பாதுகாப்பு முயற்சியின் நலத்திற்காகத் தன்னை வேண்டுமென்றே ஏழ்மைக்கு ஆளாக்கிக் கொள்ளவேண்டும். ஆனால் அதன் அண்டை நாடுகள் ஒவ்வொன்றும் இதையேதான் செய்யும்; அதிகாரத்தின் தளவாடச் சேமிப்பில் சமாதானத்தின் இருப்பை அபாயத்துக் குள்ளாக்கும் போட்டியும், உணர்ச்சிமிக்க பகைமையும் உள்ளடங்கியிருக்கிறது. சிறிய அரசுகள் தங்கள் ஆற்றல்மிக்க அண்டை நாடுகளோடு நட்பில் இணைய வேண்டித் தூண்டப்படுகின்றன. அப்போதுதான் அவை தங்கள் பலத்தைப் பெருக்கிக்கொண்டு பாதுகாப்பினை அடையமுடியும். இப்படி அமைப்புற்றால், தேசிய அரசுகளின் பகிர்வு 1914இல் நிகழ்ந்தது போல, ஒரு வெடிமருந்துக் கிடங்கை ஒத்திருக்கிறது. வாய்ப்பான ஒரு தீப்பொறி பெரியதொரு வெடி விபத்தைத் தூண்டிவிடும்.

பாதுகாப்புக் காரணங்களைக் காட்டி இயற்கை மூலவளங்களை அரசு கட்டுப்படுத்தும் தன்மை இம்மாதிரிச் சூழலின் வெடிப்புத் தன்மையைக் குறைக்கும் என்று நினைப்பதற்கும் காரணம் இல்லை. ஒருவேளை, தவறானப் பயன்பாட்டைத் தவிர்ப்பதற்காக அடிப்படையான கச்சாப் பொருள்களின் மீதான சமூகக் கட்டுப்பாடு பெருமளவு உருவாகலாம் என்று நான் நினைக்கிறேன். ரஷ்யாவில் போல, அந்தச் சமூகக் கட்டுப்பாடும் ஒருவேளை ஒரு பொதுவுடைமை அரசு என்ற வடிவத்தைக் கொள்ளக் கூடும். ஆனால் விடாப்பிடியாகத் தனது உளச்சார்பில் தேசியத் தன்மை உள்ளதாகவும், முழுமையான இறையாண்மைக்கான கருவிகள் வாயிலாகச் செயல்படுவதாகவும் ஓர் அரசு இருக்கும்வரை, அது தன் பார்வையிலுள்ள நோக்கத்திற்கு ஏற்றதைவிட அதிகமான ஆற்றலோடுதான் இருக்கும். ரஷ்யப் பொதுவுடைமை, குறைந்தபட்சம் ஜியார்ஜியாவைக் கைப்பற்றும் அளவுக்கு ஏகாதிபத்தியத் தன்மை வாய்ந்ததாக இருந்தது. சமதர்ம இங்கிலாந்துக்கு இப்போதும் பருத்தியும் எண்ணெயும் தேவைப்படும். தேவைப்பட்டால் அவற்றைப் பெறுவதற்காகப் போரிடவும் தயங்காது.

இன்னும் கேட்டால் இம்மாதிரி சமதர்ம அரசுகள் ஒரு விசித்திரமான வசதியுடன் தங்கள் போர்களை நடத்தும். ஏனெனில் அவை தங்கள் சொந்த நலன்களுக்காகப் போரிடுகின்றன என்று யாரும் குறைசொல்ல முடியாது. முதலாளித்துவம் எந்த அளவுக்குச் சர்வதேசத் தன்மை படைத்ததாக இருக்கிறதோ அதே அளவுக்குத்தான் சமதர்மமும் சர்வதேசத் தன்மை கொண்டதாக உள்ளது. சமதர்ம அரசுகளின் ஓர் உலகமும், ஒவ்வொரு நாடும் தனித்தும், இறையாண்மை பெற்றும் இருந்தால், இக்காலத்திலுள்ள அரசுகளைப் போலவே பரஸ்பரப் பகைமையில் மிக எளிதாக ஈடுபடலாம்.

ஆகவே சுய-நிர்ணயத்திற்கான இறையாட்சி உரிமை பெற்ற ஒரு தேசியம், மாஜினி, மில் போன்றோர் முன்னோக்கிய பண்பைவிட மிக மாறுபட்டதொரு விளைவுகளை உருவாக்கும் கொள்கையை உள்ளடக்கியதாக உள்ளது. அது கௌரவத்தின் அரசியலை உள்ளடக்கியுள்ளது; பதிலாக, இவை தேசங்களுக்கிடையிலான உறவுகள் நீதியினால் நிர்ணயிக்கப்பட முடியாத மாதிரி ஒழுங்கமைக்கப்பட்ட ஓர் உலகத்தை உள்ளடக்கியுள்ளன. சமகால நாகரிகச்சூழலில், அது மிகுந்த அபாயத்தை உள்ளடக்கிய உணர்ச்சிகளின்மீது கட்டப்பட்டுள்ளது என்பதைப் புரிந்துகொள்ளத் தேசிய உணர்ச்சியின் யதார்த்தத்தையோ நியாயத்தையோ நாம் மறுக்கத் தேவையில்லை. ஓர் ஆங்கிலேயனாக இருப்பது நல்லது என்பதில் யாரும் சந்தேகப்படத் தேவையில்லை; ஆனால் யாருக்கு இது நல்லது, எதற்காக நல்லது என்பதை நாம் விசாரணை செய்வது தேவை. ஆங்கிலேயர்களின் தேசியமோ, அல்லது வேறெந்த நாட்டினரின் தேசியமோ, எந்த மாதிரியான காரணத்தை அது ஏற்றுக்கொண்டாலும், விசுவாசத்தை வேண்டுகின்ற ஓர் அரசை உருவாக்கினால், அதில் அரசியல் தத்துவத்தின் வேரை நாடிச் செல்லும் சிந்தனைகள் உள்ளடங்கியுள்ளன. ஒரு தேசம் வாழ வேண்டியுள்ளது. ஆனால் தனக்காகவே அது வாழ முடியாது ஆகையால், எப்படி அது வாழ்வது என்பதும் அது தன்னளவில் மட்டுமே நிர்ணயிக்க முடியாத கேள்வியாகும். தான் எந்த அரசியல் முறைமையின் பகுதியாக இருக்கிறதோ, அதற்குத் தக தேசிய நலன்களும், இன்னும் கேட்டால் தேசிய இருப்பும் கூட இரண்டாம் நிலையினது ஆக்கப்படும் ஒழுக்க நோக்கங்கள் முன்வைக்கப்படுகின்றன. ஒரு குடிமகனின் தேசபக்தி என்பது அவனது தேசிய அரசு எங்கெல்லாம் செல்கிறதோ அங்கெல்லாம் குருட்டுத்தனமாகத் தானும் செல்வதல்ல; ஒரு தேசிய அரசின் உரிமைகளும் மற்றவர்களின் நலனுக்கு எதிராகத் தனது சொந்த நலன்களைப் பாதுகாப்பதில் அடங்கியதும் அல்ல. அரசுகளுக்கிடையிலான உறவில் உரிமையின் சிந்தனையை மறுக்கும் அதிகார அரசியல் இருக்கிறது; வாரன் ஹேஸ்டிங்ஸ் மீது பர்க்

குற்றம்சாட்டியபோது வலியுறுத்திக் கூறியது போல, அயலக உரிமையை மறுப்பதென்பது அண்மையிலோ பிறகோ தன்நாட்டுக்குள் உரிமையை மறுப்பதாகும் என்பது ஆரம்பப் பாடம். மனிதர்கள், இறுதியாக, தங்கள் சகோதரர்களுக்கே நீதியின் கடமையை மறுக்காமல், புதியவர்களுக்கு அநீதியாக நடப்பதற்குத் தங்களை ஆயத்தப்படுத்திக் கொள்ளமுடியாது.

II. தேசியமும் உரிமையும்

அதனால், தேசியத்தை உரிமையுடன் சமப்படுத்துவதுதான் பிரச்சினை. உரிமை என்பதால் நான் அதீத ஒழுக்கவியலின் ஏதோ ஒரு இரகசியமான கருத்தைக் குறிக்கவில்லை: அடையவேண்டிய நலன்கள் ஒன்றாக இசைந்துவாழும் பழக்கமுடைய எல்லா மனிதர்களுக்கும் பொதுவான முறையில் அளிக்கப்பட (பகிரப்பட) வேண்டும் என்பதைத்தான் நான் குறிக்கிறேன். எனது அண்டைவீட்டுக்காரனே முழு உலகமுமாக இருப்பதால், யாருடன் நான் வாழவேண்டுமோ அவர்களுடைய நலத்தைக் குறிப்பதாக அந்த நலத்தை நான் கருத்தில் கொள்ளவேண்டும் என்று வாதிடுகிறேன். அறிவியல் கண்டுபிடிப்பால் வலியுறுத்தப்படுகின்ற புதிய அடிப்படைகளில், எந்த மனிதனும் தன்னளவில் மட்டுமே வாழ்ந்துவிட முடியாது என்பது பழைய உண்மை. நாம் தேசங்கள் என்று அழைக்கும் ‘ஆன்மிக’ அமைவுகளின் தனித்தன்மையை நாம் எப்படித்தான் புரிந்து ஏற்றுக் கொண்டாலும், “ஒன்றாக இருப்பதற்கான” நிறுவனங்களைக் கட்டுகின்ற அவற்றின் செயல்படுதலில் ஓர் சேர்ந்தியல் தன்மை இருக்கிறது என்பதை இது குறிக்கிறது. இந்த நிறுவனங்கள், பொதுவான நலத்திற்கான விஷயங்களில் பொது முடிவு என்பதன் அடிப்படையில் மட்டுமே கட்டப்பட இயலும். உதாரணமாக, இங்கிலாந்தின் செய்கை நேரடியாக ஃபிரான்சைப் பாதிக்கின்ற போது, அச்செயல் நிகழும் பகுதி, இங்கிலாந்தும் ஃபிரான்சும் இணைந்து கூட்டாகத் திட்டமிடுகின்ற ஒரு தீர்வு எழுவதற்கு உதவ வேண்டும். மேலும், பிரச்சினை தெளிவாகவே சொல்லப்பட்டுவிட்ட பிறகு, கலந்தாய்வுக்கான அலகு இந்த இரண்டு நாடுகள் மட்டும் தொடர்பு கொள்வதாக இருக்கஇயலாது. நாகரிகத்தின் பொதுவான பிரச்சினைகளை அணுகும் முறையின் அடிப்படை, தர்க்கரீதியாகவே, சர்வதேச அணுகுமுறையாகவே இருக்கவேண்டும், இல்லையெனில் அது தகுதியற்றது.

ஏனெனில், இறுதியில், நான் ஒத்துழைக்காவிட்டால் என்னைச் சிக்கவைக்கின்ற திறன்மிக்க முடிவுகளை எவரும் எடுக்க இயலாது.

இது தனிமனிதர்களுக்குப் போலவே, தேசிய அரசுகளின் உறவுகளிலும் கொஞ்சமும் உண்மை குறைந்ததல்ல. நான் வெறுக்கின்ற பணிகளை நிகழ்த்துவதில் என்னை வலுக்கட்டாயமாகச் செலுத்த இயலும்; ஆனால் எனது பணி, சுதந்திரமாக இல்லாததால் அது படைப்புத்திறன் உள்ளதாக இல்லாமல் போகிறது. தேசங்களுக்கும் இப்படித்தான். மற்றதுடன் சேர்ந்து அவை வேலைசெய்யலாம்; ஆனால் அவை ஒன்றுக்கொன்று எதிராக இயங்கும்போது அவை தங்கள் நன்மைக்கானவையாக இருக்க இயலாது. அவை வெளிப்படுத்தும் ஆற்றல் பிறருடன் சேர்ந்து செயல்படுவதனால் உண்டான ஆற்றலாக இருக்கவேண்டும், பிறரைக் கட்டாயப்படுத்தி இணங்கச் செய்வதனால் ஆனதாக இருக்கலாகாது. அவை தங்கள் அண்டை நாடுகளுடன் கொண்டிருப்பதான உறவு, தங்களுக்கிடையில் பேணப்படுவதற்குத் தகுதியானது என்பதை அந்த அண்டை நாடுகளுக்கு உணர்த்த வேண்டும். சுயமரியாதையின் அடிப்படையில் கட்டப்படுகின்ற சேவையிலிருந்து கிடைக்கின்ற திருப்தியுற்ற ஒத்திசைவினால் ஒவ்வொரு நாடும் ஆதாயம் அடைய வேண்டும். வலுக்கட்டாயத்தின் அடிப்படையில் அமைந்த ஓர் முறைமை தன்னை நிரந்தரமாகக் காத்துக் கொள்ள முடியாது. குறைந்தபட்சம், இதுதான் குறைந்தபட்சம், அயர்லாந்து, இந்தியா, ஆஸ்திரிய-ஹங்கேரி, வார்செய்ல் உடன்படிக்கையினால் சிதைவுற்ற ஜெர்மனி ஆகியவற்றிலிருந்து நமக்குக் கிடைக்கின்ற பாடம். இடப்படும் ஆணைகளும், நிறுவப்படும் உறவுகளும் அவை பாதிக்கின்ற மக்களின் ஒப்புதலைக் கொண்டு செல்லவேண்டும். இல்லாவிட்டால் அவை நியாயமான ஏற்பினைப் பெறமுடியாது.

இதற்கு இறையாட்சி அரசு மறைய வேண்டும் என்பது அர்த்தம். அதாவது நாகரிகத்தின் எந்த ஓர் அலகும் தனது அர்த்தத்தைப் பெறுகின்ற உலக முறைமைக்கு ஆணையிடும் உரிமையைப் பெறமுடியாது என்பது அர்த்தம். எந்த அலகும் சுயபூர்த்தித் தன்மை உடையதல்ல; தான் முடிவெடுக்கக் கூடிய மிகப் பரந்ததொரு பணிகளின் களத்தில் உலகமுறைமை எதிரிடவே செய்கிறது. இம்மாதிரி முடிவுகள், தாங்கள் உறுதியாகப் பலன்தரத் தக்கபடி பயன்படுத்தப்பட வேண்டுமானால், திரு. லெனார்ட் வுல்ஃப் கூறியதுபோல, “உலகளாவிய சட்டம் இயற்றலை” உள்ளடக்கியிருக்கியிருக்க வேண்டும். இது அவ்வளவு எளிய விஷயமல்ல.

(அ) தங்கள் தாக்கத்தில் உலகளாவிய தன்மை கொண்ட பணிகளைக் கண்டறிதல்;

(ஆ) அந்தப் பணிகள் செயல்படுவதற்கேற்ற நிறுவனங்களை அமைத்தல்; (இ) அந்த நிறுவனங்களின் ஆட்சியைப் பகிர்ந்துகொள்ளும் தேசிய அரசுகளின் பிரதிநிதித்துவத்திற்குப் பொருத்தமான ஏற்பாடு

ஆகியவற்றை இது உள்ளடக்கியிருக்கிறது. இதன் உட்குறிப்பு என்னவெனில், ஒரு வார்த்தையில் கூறினால், உலக அரசாங்கமாகும். இயற்கையாகவே, ஒற்றை அரசின் நிர்வாகத்தைவிட இந்தச் செயல்முறை ஆழமான சிக்கல்கொண்ட ஒன்றாகிறது. கூட்டாட்சியின் மேலான பாரம்பரியம் இனிமேல்தான் உருவாக்கப்பட வேண்டும்; மொழியின் இடர்ப்பாட்டைக் கடக்கவேண்டும்; இதுவரை பெரிதும் சென்று ஆராய்ந்து பார்க்காத ஓர் உத்திமுறைக்குள்ளாக, முடிவெடுத்தல்களின் பயன்பாடு இனிமேல்தான் ஆராய்ந்து ஒப்புக்கொள்ளப் படவேண்டும். நவீனப் போர்முறை மெய்யாகவே ஒரு தற்கொலைக்குச் சமம், ஆகவே அதன் விளைவாக நாம் சேர்ந்து செயல்படுவதா, அழிவதா என்பதற்கிடையில் தேர்வு செய்தாக வேண்டும் என்பது ஒன்றுதான் நமக்கிருக்கும் ஆறுதலின் ஆதாரம். இந்த உணர்வுதான் 1919இல் வெர்செயில் சமாதான உடன்படிக்கை செய்தவர்கள் அதன் அநீதிகளைக் குறைப்பதற்கான முயற்சியில் சர்வதேசச் சங்கத்தினை ஏற்கச் செய்தது. இதுவோ இன்னும் உருப்பெறாத ஓர் அமைப்பின் பகட்டான முகப்பாக இருக்கிறது. ஆனால் ஆனால் ஏதோ ஓர் அரசின் எதேச்சாதிகார ஆணையைக் கடந்து செல்கின்ற நிலையில் கலந்தாய்வதற்குரிய ஓர் மேல் அமைப்பாக இருக்கிறது என்ற வகையில் இதற்கு ஒரு குறித்த முக்கியத்துவமேனும் இருக்கிறது. உண்மையில், அது உலக விஷயங்களில் தேசிய இறைமையை மறுக்கின்ற ஓர் அமைப்பாக இருக்கவேண்டும், அல்லது ஒன்றுமே இல்லை.

தங்கள் தாக்கத்தினால் உலகளாவிய தன்மை உடைய பணிகளைக் கண்டுபிடித்தல் என்பதை முன்னதாகவே அறுதியிட முடியாது. இப்படிப்பட்ட விதிகளை எழுதிய மை காய்வதற்கு முன்னதாகவே அறிவியல் கண்டுபிடிப்பு இப்படிப்பட்ட முயற்சியைக் காலமானதாக்கி விடும். மாறாக, தங்கள் பண்பில் தேசிய எல்லையைத் தாண்டிவிட்ட வகையான சர்வதேசப் பிரச்சினை பற்றிய ஒரு தரிசனத்தை முயற்சி செய்து பார்ப்பது விவேகமானது. சில வெளிப்படையான வகைமைகள் தாங்களாகவே மனத்தில் தோன்றுகின்றன:

(அ) தகவல்தொடர்பு பிரச்சினைகள்.

(ஆ) பிரதேச எல்லைப் பிரச்சினைகள்.

(இ) இன அல்லது தேசியச் சிறுபான்மையினர் பிரச்சினைகள்.

(ஈ) பொது ஆரோக்கியப் பிரச்சினைகள்.

(உ) பெருந்தொழில், வணிகப் பிரச்சினைகள்.

(ஊ) சர்வதேசப் புலம்பெயர்தல் பிரச்சினைகள்.

(எ) போரை நேரடியாகத் தவிர்த்தல் பற்றிய பிரச்சினைகள்.

இந்த வகைகள் ஒவ்வொன்றிலும், நமக்குத் தொடங்குவதற்கு ஏற்கெனவே போதுமான குறித்த அனுபவம் உள்ளது. புலம்பெயர்தலைக் கட்டுப்படுத்துவதை அன்றி, சில நிறுவனங்கள், தங்கள் உண்மையான செயல்பாடுகளில் சோதிக்கப்பட்டும் இருக்கின்றன. இந்த அனுபவத்தினாலும், செயல்பாட்டினாலும் பெறப்படுவது என்ன? எல்லாவற்றுக்கும் மேலாக நான் இரண்டு விஷயங்களை ஆலோசிக்கிறேன். முதலாவது, சர்வதேச அடிப்படையில் நிர்வாகம் செய்வதும், சட்டமியற்றுவதும் சாத்தியம். சர்வதேசக் கடற்படைச் சட்டமியற்றல், மிகச் சிக்கலானதொரு அமைப்பான சர்வதேச அஞ்சல் சங்கம் போன்றவற்றில் இதனைக் கண்டிருக்கிறோம்; சர்வதேச உழைப்பாளர் அலுவகத்தில் அடையப்பட்ட சாதனைகளால் இது மேலும் தெளிவாகிறது; 1902இன் சர்க்கரை ஆணையத்தின் சிறப்புமிக்க பணியினாலும் இது தெளிவாகிறது. இவற்றாலும், இன்னும் எண்ணற்ற இவை போன்ற உதாரணங்களாலும், நாம் தேசிய நலன்களின்மீது சர்வதேசத் தரங்களின் நிர்ணயத்தைச் சுமத்தியிருக்கிறோம். முன்னதாக, அவை அவ்வப்போது இப்படிப்பட்ட தரநிர்ணயங்களைத் தவிர்க்கவோ மீறிச்செல்லவோ முனைந்திருக்கின்றன. இரண்டாவதாக, சர்வதேச ஒத்துழைப்பினால், மிக அந்நியமான, அவ்வப்போது எதிரெதிரான அனுபவங்களைக் கொண்ட மனிதர்கள், தங்கள் அனுபவங்களை ஒரு பொதுத் தீர்வைக் காணும் முயற்சியில் ஈடுபடுத்தியிருக்கிறார்கள் என்பதும் தெளிவு. அதாவது அவர்கள் சர்வதேச முறையில் சிந்திக்கக் கற்றுக் கொண்டிருக்கிறார்கள். அதனால் அவர்கள் ஆங்கிலேயனாகவோ ஃபிரெஞ்சுக்காரனாகவோ ஜெர்மானியனாகவோ இல்லாமல் போய்விடவில்லை; ஆனால் ஒரு வளமான நோக்கிற்கெனத் தங்கள் தேசியத்தை ஒத்துச்செல்லவைக்க அவர்கள் கற்றிருக்கிறார்கள்.

இரண்டாவது முக்கியமான விஷயம், சட்டம் ஒன்றிணைவது வளர்ந்து வரும் நிலை. பாரிஸிலும், டோக்கியோவிலும், லண்டனிலும், நியூயார்க்கிலும், ஒரேவிதப் பொது நடத்தைவிதிகளைக் கண்டறியுமாறு நாம் நாகரிகத்தின் மெய்ம்மைகளால் கட்டாயப்படுத்தப்படுகிறோம். உலகமுழுவதும் நாம் நாற்பத்தெட்டு மணிநேர வாரத்தை நிறுவ வேண்டுமென்று முனையலாம்; பெயிண்ட்டில் வெள்ளைக் காரீயம் பயன்படுத்துவதை உலக முழுவதும் தடைசெய்வதை நாம் காணலாம். உலக முறைமையைக் கடுமையாகப் பாதிக்கக்கூடிய தேசிய அரசுகளின் நடத்தையைக் கட்டுப்படுத்த ஒரு பொதுக் குறைந்தபட்ச நாகரிக வாழ்க்கையை நோக்கி நாம் செலுத்தப்படுகிறோம். இதுவரை நடந்துவந்த ஒன்றிணைப்புகளை மேலும் அதிகமாக நடைபெறுமாறு

முன்னோக்கிச் செலுத்தவேண்டியதன் தேவையை நாம் அறிந்தேற்க வேண்டும். பெருந்தொழில்களின் கச்சாப் பொருள்களை விநியோகம் செய்ய நாம் இதைப் பயன்படுத்த வேண்டும். வரி ஏற்றத்தாழ்வுகளைச் சமன்செய்ய இதனைப் பயன்படுத்த வேண்டும். பிலிப்பைன்ஸ் சுயஅரசாங்கத்திற்குத் தகுதியற்றது என்று தன்னிச்சையாக ஒற்றைநோக்கில் அமெரிக்கா முடிவெடுப்பதை நாம் தடுக்கவேண்டும்; பாராளுமன்றத்தின் முடிவுக்கு அப்பால், சர்வதேச மன்றத்தில் ஒருங்கிணைந்துள்ள உலகின் பொது விருப்பத்திற்கு இந்தியா மேல்முறையீடு செய்ய நாம் அனுமதிக்க வேண்டும். எல்லாவற்றுக்கும் மேலாக, ஒரு தேசிய அரசு மற்றொன்றின்மீது போர் நடத்த முனைவதை நாம் தடுக்க வேண்டும். அவற்றின் பிராதுகளை ஒரு சர்வதேச நீதிமன்றத்தில் முறையிட்டுத் தீர்த்துக்கொள்ளலாம் என்று கூறவேண்டும். அப்படிப்பட்ட சர்வதேச நீதிமன்றத்திற்குத் தன் வழக்கினைச் சமர்ப்பிக்கவும் அது தரும் நீதியை ஏற்கவும் மறுக்கும் அரசினை 'ஆக்கிரமிப்பாளர்' என்று வரையறுத்து தண்டிக்கவேண்டும். இம்மாதிரி ஒன்றிணைக்கும் செயல்முறையின் உட்குறிப்புகளை நாம் புரிந்துகொண்டால், உலகினைச் சார்பற்ற, தனித்த சமுதாயங்களின் அமைப்பாகக் காண்பதை விட்டு, ஒவ்வொரு விஷயத்திலும் வேறானதொரு நோக்கில் காண முற்படுவோம். முன்னிருந்த அமைப்பு, முரண்பாடுகளின் வேராக இருப்பதாலும், இன்று நமது நிறுவனங்கள் ஒத்துச் செல்லவேண்டிய மெய்ம்மைகளுடன் ஒத்திசையாமல் முன்அமைப்பின் உட்குறிப்புகள் இருப்பதாலும், அதை நாம் புறக்கணிக்கிறோம்.

ஆனால் இந்த ஒருங்கிணைப்புச் செயல்முறை வாயிலாக நிறுவனங்கள் கண்டுபிடிக்கப்பட முடியுமா, அவை நிர்வகிக்கப்பட முடியுமா? முடியும் என்று நம்புவதில் எந்தத் தடையுமில்லை. நான் இந்த நூலில் பின்னர் விரிவாக எது ஒரு சரியான நிறுவனப் பாணியாகத் தோன்றுகிறதோ அதன் முக்கிய அம்சங்களைப் பற்றி விவாதிப்பேன். ஒரு ஜனநாயக அரசாங்கத்தின் தனித்தன்மையான உறுப்புகளை - ஒரு சட்டமன்றம், மக்கள் சேவைக்கான ஒரு நிர்வாக அமைப்பு, ஒரு நீதியமைப்பு- இவை யாவும் உலக விஷயங்களின் சிக்கலான அமைப்புக்குப் பொருந்துமாறு மாற்றியமைக்கப்பட முடியுமா என்பதை நாம் அறிந்துகொள்வது தேவை. இங்கு மகிழ்நோக்கிற்கும் சோதனைக்கும் இரண்டிற்குமே இடமிருக்கிறது. சர்வதேச உழைப்பாளர் அலுவலகத்தின் பணி வெளிப்படுத்துவதைப்போல, மிகக் கடினமான பிரச்சினைகளிலும் குறித்த அளவு கருத்தொற்றுமையினை அடையமுடியும் என்று நாம் கருத இடமிருப்பது தெளிவு. பாராளுமன்ற அரசாங்கத்தின் செவ்வியல் அமைப்பினை அப்படியே குருட்டுத்தனமாகப் பின்பற்றுவது என்பது

தேசியமும் நாகரிகமும் | 331

பிரச்சினையின் இயல்பை முற்றிலும் தவறாகப் புரிந்துகொள்வதாகும். குறைந்தபட்சம் நடைமுறையில் எந்த ஒரு எதிர்காலத்திலும், ஓர் உலக அரசின் பிரதம மந்திரி, தனது கொள்கையை ஜெனிவாவிலுள்ள பொதுமக்கள் தேர்ந்தெடுத்த பாராளுமன்றத்தில் வெளிப்படுத்துவார் என்று நோக்கமுடியாது. நாம் எதிர்நோக்கக் கூடியது, அரசாங்கங்களின் தொடர்ந்த ஒரு ஆலோசனை அமைப்பைத்தான். அதில் ஒருபுறம் திறன்மிக்க சமரசத்திற்கும் மறுபுறம் முரண்படுபவர்களை ஒன்றுசேர்ப்பதற்குமான கருவிகள் இருக்கும். இதற்கு அர்த்தம் பெரும்பான்மை ஆட்சி என்ற எளிய சூத்திரமல்ல; ஆனால் சர்வதேச மன்றம் இப்போதுள்ள அடிப்படை அமைப்பான ஒருமித்த கருத்து என்ற கொள்கையைக் கைவிடுவது என்று அர்த்தமாகும் என நினைக்கிறேன். நமது சூழலுக்கு ஒரு அரசாங்கம் தேவை. அரசாங்கம் என்பதன் கருத்தே, சுதந்திரமான, முழுமையான விவாதத்திற்குப் பிறகு செய்யப்படும் முடிவுகளுக்கு ஒரு சிறுபான்மையினர் கட்டுப்படச் செய்வதுதான். இந்த முடிவுகளின் பெரும்பான்மைப் பகுதி அந்தந்த நிலைமைக்குத் தக, சர்வதேச அளவில் அல்ல, தேச அளவிலேயே நிர்வகிக்கப்படும். சர்வதேசத் தலைமையதிகாரத்தின் பொதுமக்கள்சேவை என்பது தீர்வுகளைப் பயன்படுத்தும் அமைப்பாக இராமல், பதிவுசெய்வதற்கும் தகவலளிப்பதற்கும் ஆன அமைப்பாக இருக்கும். ஒரு சர்வதேச நீதியமைப்பு தனது முடிவுகளை தேச நீதியவைகளுக்கு அளிக்கும். அவற்றை ஒரு போலீஸ் படையின் வாயிலாகச் செயல்படுத்துவதற்குப் பதிலாக அந்த நீதிமன்றங்கள் வாயிலாக அவை பணிசெய்யுமாறு விடப்படும். சர்வதேசப் பாராளுமன்றத்தில் எந்த ஒரு அரசாங்கமும் எடுக்கவேண்டிய நோக்கு, அதற்கு முன்பாகவே ஒரு தேசப் பாராளுமன்றத்தில் ஏற்கப்பட்டதாக இருக்க வேண்டும். அது தனது வலியுறுத்தலில் தோல்வியுற்றால், அது தனது தலைமையதிகாரத்தை இழந்து பதவியிலிருந்து வெளியேறும் நிலைக்கு வரும்; ஆனால் அதற்குப் பின் வரும் ஆட்சியைச் சர்வதேசத் தலைமையதிகாரத்தின் விருப்பம் கட்டுப்படுத்தும். செல்வாக்கிற்கும் அரசாங்கத்திற்கும் இடையிலான வேறுபாட்டை வாஷிங்டன் காட்டியுள்ளது. அது சர்வதேச விஷயங்களுக்கும் உள்நாட்டு விஷயங்களுக்கும் முக்கியமானது.

சர்வதேசத் தலைமையதிகாரத்திற்கான பிரதிநிதித்துவப் பிரச்சினை ஒன்றும் அவ்வளவு நேரடியானதல்ல. தேசத்தின் இறைமைக் கொள்கை அதன் உச்சத்தில் இருந்தபோது, அதிலிருந்து அரசுகளின் சமத்துவம் என்ற கருத்தையும், அதனால் சரிசமமான பிரதிநிதித்துவம் வேண்டும் என்பதை வலியுறுத்துவதையும் யூகிப்பது தர்க்கரீதியானதாக இருந்தது. ஆனால் நமது கசப்பான அனுபவங்களால், அரசுகளின் சமத்துவத்தன்மை இயலக்கூடிய தீர்வுகளை அளிக்கவில்லை என்பதை

அறிவோம். அதாவது, ஒரு சர்வதேச அமைப்பில் சமமான உறுப்பினர் தன்மையை அளிப்பதனால் யூகோஸ்லாவியாவை அமெரிக்க ஐக்கிய நாட்டுக்குச் சமமானது ஆக்கிவிட முடியாது. உதாரணமாக, தென் அமெரிக்கக் குடியரசுகளின் வாக்குகள் வல்லரசுகளின் வாக்குகளைவிட அதிகமாக இருந்தாலும் பயன்தரக்கூடிய முடிவுகளை நாம் அடைய இயலாது. ஒரு ஜனநாயகத்தில் குறித்த ஒரு தளத்தில் சமமாக எடையிடப்பட வேண்டிய ஆளுமைகளைக் கண்டறியக்கூடிய சமமான வாக்களிப்பு மண்டலங்களைக் கண்டறிவது நமது பிரச்சினை அல்ல. மாறாக, இங்கிலாந்து, அமெரிக்கா, ரஷ்யா போன்ற, உலக விஷயங்களில் தங்கள் சிறப்புத் தாக்கத்தினால் கிடைத்த சிறப்புத் தலைமையதிகாரத்துடன் கூடிய அரசுகளுடன், நேராகப் பேசக்கூடிய குரலை உறுப்பினராக உள்ள ஒவ்வொரு அரசும் பெறவேண்டும் என்பதை உறுதிப்படுத்துவதுதான் நாம் செய்ய வேண்டியதாகும். சர்வதேசத் தலைமையதிகாரத்தின் பாராளுமன்றத்தை எல்லா அரசுகளுக்கும் கிடைக்குமாறு செய்து, அதன் செயல்படுத்தும் நிர்வாகத்தில் சிலவற்றுக்கு மட்டும் நிரந்தர இடம் ஒதுக்குவது தீர்வாகும் என்று நான் நினைக்கிறேன். மீதியிருக்கும் நாடுகள் தங்கள் பிரதிநிதிகளைப் பெரிய வல்லரசு நாடுகளின் சார்பாளர்களுடன் அமருமாறு தேர்ந்தெடுக்கலாம். ஆனால் தேர்ந்தெடுப்பின் வாய்ப்புகளைப் பொறுத்தது அது. நிர்வாக அமைப்பைத் தற்காலிகத் தடையாணை அதிகாரத்தைக் கொண்ட ஒருவித உயர் அவையாக்க வேண்டும் என்று கருதுவது தேவையே ஆகும். இத் தற்காலிகத் தடையாணையைத் தக்க தனித்தன்மை கொண்ட சூழல்களிலேயே மீறலாம். இந்த விவரங்கள் முக்கியமானவை என்றாலும் இவை விவரங்களே என்பதை வலியுறுத்த வேண்டும். சமமற்ற பிரதிநிதித்துவம் என்ற கொள்கை ஒப்புக்கொள்ளப் பட்டால், நவீன சமுதாயங்களின் மிகச் சிக்கலான வலையமைப்பையும் பொருத்துகின்ற மாதிரியான ஒரு சட்டகத்தைக் கண்டறிவது சாத்தியமற்ற ஒன்றல்ல. ஏனெனில், சமமற்ற பிரதிநிதித்துவம் என்பதை வலியுறுத்துவது என்பது அரசு இறைமைக் கொள்கையை இறுதியாகக் கைவிடுவதாகும்; அதனைக் கைவிடுவதால்தான் ஆக்கப்பூர்வமான சோதனைக்கான வாய்ப்பு எழுகிறது.

III. சர்வதேசியத்தின் இடர்ப்பாடுகள்

ஆனால் இவை யாவும், மிகப் பேருண்மையான தேசபக்தி என்பதைப் புறக்கணிக்கிறது என்று சொல்லப்படலாம்.

தேசபக்தியின் வேர், தேசியச் சுதந்திரத்தினை எல்லா விதங்களிலும் காப்பாற்றுவதற்கான மனவுறுதியில் வெளியாகிறது. இருப்பதை அப்படியே வைத்துக் கொள்ளும் விருப்பமுடையவர்களுக்கு, தேசபக்தி என்பது ஓர் இயல்பூக்கமாகப் படுகிறது. அதற்குத் தக, அறிவார்த்தமான நோக்கத்தைக் கொண்ட சமூக அமைப்பினை ஏற்படுத்தும் முயற்சியும் முன்னதாகவே தேவையற்றதாகி விடுகிறது. இந்த வாதம் முக்கியமானதுதான், ஆனால், அடிப்படையில் நாம் நினைப்பதை விடச் சமாளிப்பதில் எளியதாகவே தோன்றுகிறது. அதன் கட்டமைப்பில் அது உண்மைத் தன்மை கொண்டதாக இருந்தால், சர்வதேச ஏற்பாடுகள் பற்றிய எந்த விவாதத்தையும் அது சாத்தியமற்றதாகச் செய்துவிடும். மேலும் இதுவரை எழுச்சியுற்றுள்ள பரந்த, முழுமையான சர்வதேச ஒப்புதலின் கட்டுமானத்தையும் அபத்தமான முறையில் தர்க்கத்துக்குப் பொருந்தாதது ஆக்கிவிடும். தனிமனிதர்களின் இயல்பூக்கங்களும் தர்க்க ரீதியான கட்டுப்பாட்டின் விஷயங்களாக்கப்படலாம் என்பதை மறக்கலாகாது. செர்வீடஸுக்கு அளித்த சிகிச்சைக்காகக் கால்வினை இப்போது காப்புச்செய்பவர் அரிது; ஆனால் இருநூறு ஆண்டுகளுக்கு முன் சராசரி மனிதர்களின் பெரும்பான்மையினர்க்கு அந்த நடவடிக்கை பாராட்டுக்குரிய ஒன்றாகவே இருந்திருக்கும். இப்போது யாரும் மனிதப் பொறிகளையும் ஸ்ப்ரிங் துப்பாக்கிகளையும் ஏற்புடையதாகக் கருதுவதில்லை; ஆனால் பொதுமக்கள் இடையில், நிரந்தர இயற்கை முறைமையின் ஒரு பகுதியாக அவை பாராட்டப்பட்டு ஒரு நூற்றாண்டுகூட இன்னும் ஆகவில்லை. நாம் மனித இயல்பூக்கங்களை வைத்து என்ன செய்ய முடியும் என்பதை அவற்றைச் சோதனைக்குள்ளாக்கிப் பார்க்காமல் கூறமுடியாது; தேசபக்தியையும் சமூக நலனுக்குக் குறைந்த அபாயமுடைய வடிவங்களாக மடைமாற்றம் செய்யமுடியும் என்ற நம்பிக்கைக்கு இடமிருக்கிறது என்று என்னால் காட்ட இயலும்.

தேசபக்தி என்பது மனிதனின் ஒன்றுசேர்ந்து வாழும் இயல்பூக்கத்தின் அடிப்படையில் ஓரளவும் மறுபகுதி சுய ஆட்சியின் தர்க்கப்பூர்வமான விழைவினாலும் உருவாக்கப்படுகிறது. நான் முக்கியத்துவப்படுத்தும் அமைப்பு இந்த இருகூறுகளையும் அவமதிக்கவில்லை. ஓர் ஆங்கிலேயன், தன் சக ஆங்கிலேயனை நேசிப்பதையோ, போற்றுவதையோ, அவனுடன் சேர்ந்து வாழ்வதையோ, தேவையானால் ஆங்கிலேயர்களுக்காக இறப்பதையோ கூடத் தவறென்று அது கூறவில்லை. பிற தேசங்களின் மனிதர்களைவிட ஓர் ஆங்கிலேயன் உயர்ந்தவன் என்று முயற்சியின்றி நம்புவதைக்கூட கைவிடுமாறு அது கூறவில்லை. தன் சொந்த விஷயங்களைத் தானே நிர்வகித்துக் கொள்ளவேண்டுமென்று அது ஒப்புக் கொள்கிறது. குடியரசைவிட ஓர் அரசாட்சியை ஏற்பதற்கோ,

சோவியத் முறையைவிட ஒரு பாராளுமன்ற ஆட்சியை ஏற்பதற்கோ, மதுவைத் தடை செய்வதற்கு பதிலாகத் தனியார் அதைக் கையாளுவதை ஏற்பதற்கோ, அவனுக்குள்ள சேதப்படாத உரிமையை ஆங்கிலேயனுக்கே அது தந்துவிடும். அவன் விரும்பினால், இப்போதுள்ள மதம்சார் சமரசக் கல்விமுறையையே அவன் பயன்படுத்தலாம். அவனது தீர்வை ஒரேயொரு ஃபிரெஞ்சுக்காரனோ, அமெரிக்கனோ, ஜப்பானியனோ விமரிசனத்துக்கு உள்ளாக்க இயலாது. கலைகளை அரசு ஆதரிப்பதை அவன் தொடர்ந்து இப்போது போலவே மறுக்கலாம். போலித்தனத்திற்கு இடம் தருகின்ற ஒரு மணவிலக்குச் சட்டத்தை அப்படியே வைத்திருக்கவேண்டும் என்று அவன் வலியுறுத்தலாம். அவனது முடிவுகளின் தாக்கம் தெளிவாக உள்நாட்டு விஷயங்களில் புலப்படக்கூடிய இடங்களில், அவனுடைய இப்போதைய நிலைமை முற்றிலும் எவ்விதத்திலும் பாதிப்படையாமல் விடப்படும்.

ஆனால் தனது சொந்த விஷயங்களை நிர்வகித்துக் கொள்ள இருக்கும் உரிமை என்பது மற்றவர்களுடைய விஷயங்களை நிர்வகிக்க உள்ள உரிமையல்ல. சர்வதேசச் சட்டத்தின், உடன்படிக்கைகளின் வளர்ச்சி என்பது, நாம் இரண்டையும் பிரிக்கமுடியாது என்ற புரிந்துகொள்ளலின் விளைவுதான்; நமது முடிவுகளில் சில பிற மனிதர்களை பாதிப்பதனால், அவை செய்யப்படும்போது அவர்களைக் கலந்தாலோசிப்பது நலம் என்பதுதான். தனது ஆளுநர்களைத் தேர்ந்தெடுப்பதில் ஆங்கிலேய மத்தியதர வர்க்கத்தைக் கலந்தாலோசிக்க வேண்டும் என்ற முடிவு 1832இல் ஆங்கில தேச பக்தியைப் புண்படுத்தவில்லை. 1918இல் இறுதியாக உழைக்கும் வர்க்கத்தினர் இப்படிப்பட்ட ஆலோசனையில் இடம்பெறவேண்டும் என்பதும் ஒரு அவமதிப்பாகத் தெரியவில்லை. எல்லாரையும் பாதிக்கின்ற ஒன்று, எல்லாராலும் முடிவுசெய்யப்பட வேண்டும் என்ற உணர்வுதான் -ஆங்கில நிர்வாகத்தில் ஒரு வரலாற்றுக் கொள்கை இது - பழைய அமைப்பின் குறுகிய சுவர்களை உடைத்தது. இருப்பினும் ஒரு சிறிய வழியில், கடந்த நூற்றாண்டின் சர்வதேச ஏற்பாடுகளின் வரலாறு மிக வேறுபட்டதாக இருக்கவில்லை. பொது நலன்கள் பாதிக்கப்படும் இடங்களில் நிர்வாகத்தின் பொது உறுப்புகள் இருக்கவேண்டும் என்ற அறிந்தேற்பினால்தான் சோதனைகள் செய்யப்பட்டன. உதாரணமாக, டான்யூப் ஆணையத்தின் நோக்கம் அதுதான்; இன்னும் பரந்த களத்தில், பாதிதான் அதன் வெற்றி என்றபோதும் கூட, ஏகாதிபத்திய நாடுகளின் மாநாட்டின் நோக்கமும் அதுதான். இந்த ஏற்பாடுகளின் பணியினால் எழுச்சியுற்ற திடமான விளைவு என்பது பின்வரும் அறிவு ஆகும்: நல்லெண்ணம் இருக்குமானால், இவற்றை ஓர் உலக முறைமையின் திறமான சீரமைப்பாக ஆக்கலாம். மனிதப் பாணியிலான ஒன்றுகூடல்களின்

விவேகமான வேறுபாடுகளுக்கு இடமளித்தபோதும்கூட, தேவையான ஒன்றுபடுதல்களுக்கு இடமளிக்கும் அமைப்பு அது. அது பலவற்றில் ஒன்றாக இருப்பது; ஆனால் அந்த ஒன்றான தன்மையை வலியுறுத்துவது என்பது அதன் அழிக்கமுடியாத பன்மைத்தன்மையின் மறுப்பல்ல. இது மட்டும் அல்ல. நவீன அரசு அமைப்பின் நிலவியல் எல்லைகளுக்குட்பட்டு வெகுமக்களின் நல்வாழ்வு எவ்வளவு சாத்தியமோ அதைவிட மெய்யான அழுத்தம் அதற்கு அளிக்கப்படுகிறது என்பது சர்வதேச அரசாங்கத்தின் மிக உயர்ந்த மேன்மைப் பண்பாகும். சர்வதேச உழைப்பாளர் அலுவலகத்தின் மரபுகளில், உதாரணமாக, இது உள்ளடங்கியிருக்கிறது; உலகத்தின் பொதுக் கருத்து வேண்டுகின்ற தொழில்துறை நடத்தையின் தரங்களை அந்த அலுவலகம் பிற்பட்ட அரசின் மீதும் கட்டாயப்படுத்துகிறது. ஒரு குறிப்பிட்ட நிலவியல் பகுதியில் அதிகாரத்தின் தனித்த தாக்கத்தினால் பொதுநலம் என்ற போர்வையில் தனிப்பட்ட நலத்தினை ஆதரிப்பதற்கு மாறாக உண்மையான தேசிய நலனை அது வெளிக்கொணர்கிறது. உதாரணமாக, மொராக்கோவில் மானஸ்மன் சகோதரர்களைக் காப்பாற்றுவது ஆறுகோடி ஜெர்மானியர்களின் நலத்தைச் சேர்ந்தது, அதனால் மொராக்கோவின்மீது ஃபிரான்சுடன் போர்தொடுப்பது நியாயம் என்று யாரும் திட்டமாகச் சொல்ல மாட்டார்கள். அச்சகோதரர்கள் காப்பாற்றப்பட்டார்களோ இல்லையோ, அது மிகக் குறைந்த எண்ணிக்கையிலான, அவர்களால் சில சாதகங்களை அடைந்த முதலீட்டாளர்களுக்குத் தவிரப் பிறரை எவ்விதத்திலும் பாதிப்பதன்று. இம்மாதிரி இடங்களில் "தேசிய நலன்" என்று சொல்லப்படுவதெல்லாம், அயல்நாட்டிலுள்ள தேசிய அலுவலகத்தின் பாதுகாப்புக் கவசத்தின்கீழ் தங்கள் முதலீட்டை தைரியமாகச் செய்யும் ஒரு சில நிதிசார்ந்த துணிகர முதலீட்டாளர்களின் குழுக்களைப் பாதுகாப்பதன்றி வேறல்ல. திறன்மிக்க பிரச்சாரம், அவர்களை "இங்கிலாந்து", "பிரான்சு", அல்லது "அமெரிக்கா" என்று குறிக்கிறது; ஆனால் இந்தக் குறியீடு, வெகுமக்களின் அறியாமையைப் பயன்படுத்துவதே அன்றி, அவர்களின் தேவைக்கான இடங்களில் பயன்படுவதல்ல.

ஆகவே, தேசிய கௌரவத்தைத் தாக்கி, தேசபக்தி என்னும் பாறையை உடைக்கிறது சர்வதேச நிர்வாகம் என்று சொல்லப்படும்போது, அந்தக் குறிப்பிட்ட சந்தர்ப்பத்தில் தேசிய கௌரவம் என்று எது அர்த்தப்படுத்தப் படுகிறது என்பதை நாம் முதலில் அறிந்துகொள்ள வேண்டும். ஆங்கிலேயர்கள் தங்கள் கௌரவம் என்பது, ஒருசில பத்திரதாரர்கள் ஜார் மன்னனின் சர்வாதிகாரத்தைக் காப்பாற்றுவதற்காக அளித்த கடனைக் குறிக்கிறது என்று தெரிந்துகொண்டால், அந்த கௌரவத்தைக் காப்பாற்ற,

பொதுவாக ஆங்கிலேயர்கள் ரஷ்யாவுடன் போரிடுவதை விரும்ப மாட்டார்கள். "அமெரிக்காவுக்குப் பொறுக்கமுடியாத அவமதிப்பு" என்பது, ஓர் அமெரிக்க எண்ணெய்க் குழுமத்திற்குச் சில மெக்சிகோ நாட்டவர்கள் அடிமைப்பட்டிருப்பதை விரும்பாமைதான் என்பதை அறிந்தால், மெக்சிகோ நாட்டில் குறுக்கிட்டு அதன் அரசாங்கத்தை மாற்ற வேண்டும் என்ற தங்கள் மனப்பான்மையை அமெரிக்கர்கள் மாற்றிக் கொள்வார்கள். உண்மையில், அமெரிக்க நீதிமன்றங்கள் எதற்கும் ஆங்கிலேயர்கள் செல்ல முடியாது என்றாலோ, இத்தாலியில் மற்ற தேசத்தவர்கள் பயணம் செய்ய அனுமதிக்கப்படும்போது ஜெர்மானியர்கள் மட்டும் அதற்கு மறுக்கப்பட்டாலோ, அவர்கள் கௌரவம் பாதிக்கப்படும் உணர்ச்சியை ஒருவன் புரிந்துகொள்ள இயலும். ஆனால் இன்று தேசபக்தி என்ற உணர்ச்சி, பெரும்பாலான இடங்களில், அவை எவ்வளவுதான் மேன்மையாக இருந்தாலும், (உண்மையில் அவை மேன்மை கொண்டவையல்ல) இழுக்கப்படும்போது அது தவறாகச் செலுத்தப்படுவதாகிறது. அது காப்பாற்றுவது, நிலவியல்சார்ந்த அந்த ஒட்டுமொத்தச் சமுதாயத்தின் நலனை அல்ல, மாறாகத் தங்களுக்கு அதிக ஆதாயம் தருகின்ற, அந்தச் சமுதாயத்திலுள்ள ஒரு சிறு குழுவின் ஆதிக்கத்தைத்தான். இதற்கு விலை கொடுப்பவர்கள் அந்த தேசத்தின் இளைஞர்கள்தான்; ஆனால் இவ்வளவு கெடுநோக்குள்ள தவறான விளக்கத்திற்கு அந்த இளைஞர்கள் பலியாவது மிகவும் விலைமதிப்பற்ற இழப்பாகும்.

மிக அழுத்தமான பிரதேசத் தன்மை கொண்ட இறையாட்சி அரசு என்பது, அதன் ஒரு சில உறுப்பினர்களின் ஒரு சிறிய பகுதி, தங்கள் சக குடிமக்களுக்கு எதிராக அதன் அதிகாரத்தைப் பயன்படுத்திக் கொள்ள இடமளிக்கிறது என்று நான் வாதிட்டுள்ளேன். இம்மாதிரி அபாயத்துக்கு எதிராக மிக திடமான பாதுகாப்பளிப்பது, சர்வதேச அரசாங்கம் என்ற ஒன்றுதான். ஆனால் நம் கவனத்தைத் திருப்ப வேண்டிய இன்னொரு முக்கியமான கூறு உள்ளது. தேசம் என்பது அரசுத்தன்மை என்று கொள்வது, சமூகம் பிரிக்கப்பட்டுள்ள பலவேறு குழுக்களில், எவ்வளவுதான் முக்கியமானதாக இருந்தாலும், அரசு என்பது ஒன்றே ஒன்றுதான் என்ற மிக முக்கியமான உண்மையை மறைக்கிறது. நான் முன்னரே பின்வருவனவற்றைப் பற்றி வாதிட்டுள்ளேன்:

(1) அரசு என்பது தினசரி நிர்வாகத்தைப் பொறுத்தவரை அரசாங்கம்தான், அரசாங்கம் என்பது ஒரு தனித்த நலத்தின் பிடியில் சிக்கியிருக்கலாம்.

(2) போட்டியிடும் நலன்களுக்கு இடையில் ஒரு நேர்மையான சமரசமாக அதன் விருப்பம் அமைய வேண்டுமானால், பிற

குழுக்களுடன் அமைப்புற்ற ஆலோசனை என்பதை நிர்ப்பந்தப் படுத்தியாக வேண்டும்.

அரசாங்கத்தின் பிரதேசத் தலைமையை அதன் செயல்படு உறுப்புகள் வாயிலாகப் பணி செய்ய வைப்பதன் வாயிலாக சமநிலைப்படுத்துகிறோம். சர்வதேச அரசாங்கத்திற்கும் இதுபோன்ற வகையிலான ஆதாயங்கள் உண்டு. அரசியல்சார் அரசுக்கு அதன் நலத்தினை நாம் பொறுப்புள்ளதாக்க அது உதவுகிறது என்பதோடு, அந்த அரசியல் அரசு தனித்து நின்றால் அதனிடம் போதிய அங்கீகாரம் பெறாத குழுநலன்களுக்கும் பொறுப்புள்ளதாக்குகிறது.

இந்தச் சாத்தியப்பாட்டின் ஆதாயம் ஏற்கெனவே சர்வதேச உழைப்பாளர் அலுவலகத்தின் செயல்பாட்டினால் தெளிவாகியுள்ளது. தேசியப் பிரதிநிதிகளின் மூன்று பிரிவு அமைப்பு - அரசாங்கம், வேலைதருபவர்கள், பணியாளர்கள் என்பது - சாதாரண அரசியல்சார் உறவுகளில் இதுவரை குறிப்பாக இல்லாத குழு நலங்களுக்கு வெளியீடு தருவதில் ஒரு நெகிழ்ச்சித் தன்மையை அளிக்கிறது; மேலும் எந்தக் குழுவிலிருந்தும் சாதாரணப் பிரதிநிதிக்குப் பதிலாக, குறித்த ஒரு பிரச்சினை பற்றிய சிறப்புத் தகுதியுடைய ஆட்களை பதிலீடு செய்கின்ற சாத்தியம் இருப்பதால் அது மேலும் வலுப்படுத்தப்படுகிறது. ஆனால் இந்த அமைப்பு மேலும் விரிவுபடுத்த இடம் அளிக்கிறது. உழைப்பாளர் அலுவலகத்தின் கூட்டத்தில் ஒன்றுபட்ட ஒரு பார்வையினை தேசியப் பிரதிநிதிகள் வெளிப்படுத்த துணைக் கலந்தாய்வுகள் நடத்துவதால் அது இயலுகிறது. இந்தப் பிரதிநிதிக் குழுக்களை அன்றன்றைய தேசிய அரசாங்கத்திற்கு அறிவுரை தருகின்ற இயலுமையில் உள்ள நிரந்தர ஆணையங்களாக மாற்ற முடியும். இப்போது சர்க்கரை ஒன்றியம் போன்ற அமைப்புகள் கொண்டிருக்கும் வகையான அதிகாரங்களை சர்வதேச உழைப்பாளர் அலுவலகத்தின் வாயிலாக சிறப்புப் பணிகளுக்கென ஏற்படுத்தும் நிரந்தர நிர்வாக ஆணையங்களுக்கு அளிக்கலாம்.

இம்மாதிரிச் சாத்தியங்கள் சர்வதேச உழைப்பாளர் அலுவலகம் செயல்படும் களத்தில் மட்டும்தான் முடியும் என்பதல்ல. சர்வதேச மன்றத்திலேயே மக்கள் புலம்பெயர்தல், குடிமக்கள் இனங்களை விவாதித்தல், தீங்கு பயக்கும் போதைமருந்துகளின் கடத்தலை ஒடுக்குதல் போன்ற பிரச்சினைகள் மேற்கண்ட மாதிரியான நடைமுறைக்கு இடமளிக்கின்றன. உறுதியாக, இழப்பதற்கு ஒன்றுமில்லை, அடைவதற்கு நிறைய இருக்கிறது. அதற்கு அரசுகளின் முடிவுகள் தங்களுக்குக் கிடைக்கக்கூடிய மிகப் பரவலான நடைமுறைச் சாத்தியமுள்ள பொதுவிதிக்குச் செல்லும் முறையில் எடுக்கப்பட வேண்டும். மேலும் அவை முன்பேயுள்ள விதிவருமுறையையும்

நியாயமான திறனுடன் கையாளவேண்டும். செல்வாக்கினை நவீன உலகில் நாடுகின்ற அனைத்து அமைப்புகள், அவற்றின் உடன்-சகாக்கள், தொழிற்சங்கத்தினர் ஆகியவை தங்கள் செல்வாக்கு உணரப்படக் கூடியதாக வேண்டும் என்ற தேடலில் தங்களை சர்வதேச முறையில் சீரமைத்துக் கொள்ளத் தூண்டப்படுகின்றன. அவை மேலும் மேலும் வெற்றி பெறும் நிலைகளில் இருப்பதால் அரசு அவற்றின் ஆற்றலைக் கணக்கில் கொள்ள வேண்டிய கட்டாயத்தில் உள்ளது. தங்கள் நோக்கத்தினை வெளியிட முனையும் எல்லா ஆர்வங்களும் ஒன்று சேர்ந்த அனுபவத்தின்மீது அமைக்கப்பட்ட உலக முறைமையை உறுதிப்படுத்துவதற்கு அந்த ஆற்றலை ஒளிக்காமல் நேரடியாகக் கொள்ள வேண்டும் என்பதே இங்கு முக்கியமானது. மூலவளங்களைப் பகைமையாக்குவதற்கு மாறாக, ஒன்றிணைப்பதற்கு ஒரு வாய்ப்பினை அது அளிக்கிறது. ஒற்றை அரசின் எல்லைகளைத் தாண்டிச் செல்கின்ற ஆனால் வரையறுக்கப்பட்ட ஆர்வங்களுக்கு, நிலவியல் அமைப்புறுத்தல் முறையின் வாயிலாக, வீணானவையும் மெய்யற்றவையுமான தகஅமைவுகளுக்கு இணைப்புகளை உருவாக்கும் பாதைகளை அது அளிக்கிறது. இம்மாதிரி சர்வதேசத் தீர்வுகள், தங்கள் உருவாக்கத்தில், தேசிய அரசின் ஆர்வங்கள் தியாகம் செய்யப்படுகின்றன என்ற சமாதானத்திற்கு ஆதரவளிப்பதில்லை என்பதைக் கூற இயலும். நீண்ட கால அளவில், சாத்தியப்படுகின்ற ஒரே தீர்வுகள், அவற்றை உருவாக்குகின்ற குழுவினர் யாவர்க்கும் பரஸ்பர நன்மை அளிக்கும் தீர்வுகள்தான். அதனால், தவிர்க்கவியலாமல் சமரசம் மட்டுமே சாத்தியம்; அதாவது, கூட்டு விவாதத்தினால் கடைந்தெடுக்கப்பட்ட சமரசம். இம்மாதிரிக் கூட்டு விவாதங்களைக் கட்டாயப் படுத்துகின்ற நிறுவனங்கள் நம்மிடம் இல்லாவிட்டால், இவற்றைக் குறைந்தபட்சம் நிரந்தரமான திறன்மிக்க வழியில் நம்மால் பெற முடியாது. தங்கள் விருப்பங்களை நிர்ப்பந்தப்படுத்தும் ஆற்றலின் தாக்கத்திற்கு மேலாக, நியாயமான ஒன்றின் எண்ணிப் பார்த்தல்களின் வெளியீட்டிற்கு வாய்ப்பு வழங்காவிட்டால், சம்பந்தப்பட்ட கட்சிகளின் ஆர்வங்களை நம்மால் சமநிலைப்படுத்தவும் முடியாது.

இவை யாவுமே, இறுதிக் கேள்வியான தேசியச் சார்பின்மை என்பதைத் தொடவில்லை எனலாம். ஏனெனில் இப்படி உருவாக்கப்பட்ட சர்வதேச அதிகாரத்தலைமை, ஏதேனும் ஓர் அரசில் வெறுமனே பிரதேச எல்லை மாற்றங்களை மட்டும் விரும்பாமல், இயலுமாயின் அரசே மெய்யாக மறைந்து போகின்ற சூழலை ஏற்படுத்தலாம். பழைய முறைமையில் ஆஸ்திரியா-ஹங்கேரி, பாஸ்னியாவையும் ஹெர்ஸிகோவினாவையும் இணைத்துக் கொள்ள முடிந்தது; அந்நாடுகளின் விருப்பத்துக்கு எதிராக அவை மாற்றப்படும் என்று சர்வதேச மன்றம் முடிவெடுத்தால் அதைத்

தடுக்கப் புதிய முறைமையில் என்ன இருக்கிறது? ஒரு புதிய ரஷ்யா, உதாரணமாக, ஃபின்லாந்து, லாட்வியா, லிதுவேனியா, எஸ்தோனியா ஆகியவற்றின்மீது தனது ஆதிக்கத்தை மீட்டுக்கொண்டதற்காக ஏன் சர்வதேச மன்றத்தின் உறுப்பினர் ஆகவில்லை? இம்மாதிரி ஆலோசனைகளைச் சந்திக்க எளிய பலவேறு வழிகள் உள்ளன என்று கூறலாம். அமெரிக்க அரசியலமைப்புச் சட்டத்தில் தனது சொந்த ஒப்புதல் இன்றி எந்த மாநிலமும் செனட்டிற்குத் தன் சம வாக்குரிமையைப் பறிக்க முடியாது என்று இருப்பதுபோல, பிரதேச ஒருமைப்பாட்டின் மீதான ஒரு தாக்குதலைச் சம்பந்தப்பட்ட அரசு எந்த ஒரு மாற்றத்துக்கும் ஒப்புதல் அளிப்பதால் முறியடிக்க முடியும். எந்த ஓர் அரசின் சுதந்திரத்துக்குமான விருப்பத்தை ஒடுக்குவது என்பது, மேலும், மன்றத்து அறையில் உட்கார்ந்து பேரம் பேசுகின்ற விஷயம் மட்டும் அல்ல. அந்த ஒடுக்குதலுக்கு அந்த அரசு சுதந்திரமாக ஒப்புதல் அளித்தால் மட்டுமே அதைச் செய்ய இயலும். செவ்ரஸின் உடன்படிக்கை லாசான் உடன்படிக்கையை உள்ளடக்கி யிருந்ததுபோல, நியாயமான தேசியத்தின் புறக்கணிப்பு தன்னுடன் தனது தண்டனையையும் சேர்த்தே கொண்டுவரும். அடுத்த யுகத்தில் சர்வதேசத் தீர்வுகளைச் செய்கின்ற அரசியலாளர்கள், சென்ற தலைமுறையின் அரசியலாளர்களைவிட இந்த மெய்ம்மையைப் புரிந்துகொள்ளாமல் இருக்க இயலாது. அவர்கள் தாங்கள் சட்டமியற்றும் சமுதாயங்களின் ஒப்புதலை மேலும் மேலும் சார்ந்திருக்கத் தங்கள் அனுபவத்தின் தர்க்கத்தினால் செலுத்தப்படுகின்றனர். அவர்கள், ஒன்று அந்த ஒப்புதல் வெளிப்படையாக எடுத்துரைக்கப்படுகின்ற சாதனங்களைக் கண்டறிய வேண்டும், அல்லது தாங்கள் கருத்தில் கொள்ள விரும்பாத மெய்ம்மைகளால் தங்கள் தீர்வுகள் சிதைவதைக் காண வேண்டும். பிரச்சினை இராணுவத்தின் கொடுங்கோன்மைக்கு விடப்பட்டதால் சாத்தியமானதை விட ஒரு சர்வதேசத் தலைமையதிகாரம் மெய்யான கூட்டுத் தீர்வுகளைக் கண்டறிவதில் எச்சரிக்கையாக இருக்கும் என்பதைச் சாத்தியப்படுத்தும் விதமான சான்றுகளாக இத்தாலி-ஆஸ்திரியா, அல்சேஸ்-லோரேய்ன், பால்கன் தீபகற்பம், ஆகியவற்றின் வரலாறு அமையும்.

குறைந்தபட்சம், மாற்று தெளிவாக உள்ளது. ஒன்று, தேசிய அரசுகள் போட்டியிடுவதற்குப் பதிலாக ஒத்துழைக்கக் கற்றுக்கொள்ள வேண்டும், அல்லது சிறிய தேசிய அரசு என்பது திறன்மிக்க சுதந்திரத்தைப் பெற இயலாத நிலை ஏற்படும். வெர்செய்ல் சமாதானத்திற்குப் பிறகு ஏற்பட்ட சுருக்கமான, வெறியார்வமிக்க இடைவெளியும்கூட ஐரோப்பாவின் புதிய அரசுகள் தங்கள் பிழைப்புக்கான வழிகளை விரைவாகத் தேடும் முயற்சியில் பெரிய வல்லரசுகளின்

துணைக்கோள்களாக மாறும் நிலை ஏற்பட்டுள்ளதைக் காட்டுகிறது. இராணுவப் பாதுகாப்புக்காக வேண்டி அவர்கள் தங்கள் உண்மையான சுதந்திரத்திற்குத் தேவையான கூறுகளைப் பரிமாற்றம் செய்துகொள்ளும் நிலை ஏற்பட்டுள்ளது. அவர்களுடைய தளவாடங்கள், சேர்க்கைகள், அவர்களுடைய பொருளாதார வாழ்க்கையின் உள்-சாராம்சமும் கூடத் தங்கள் சொந்தத் தேவைகளின் வெளிப்பாடாக அன்றி, பக்கத்திலுள்ள வலிமைமிக்க நாட்டின் விருப்பமாக மாறியுள்ளது. இந்தச் செயல்முறை தடையின்றி நீடித்தால், தங்கள் தங்கள் பாதுகாப்பைத் தேடும் முயற்சியில், நாகரிகத்தின் முழு நெசவையும் அழித்துவிடும் ஓர் அரை டஜன் சாம்ராஜ்யங்களில் மட்டுமே மக்கள் வாழ்வர்.

நமது பாரம்பரியத்தின் வளங்களைப் பற்றிய அக்கறை நமக்கு இருந்தால் இப்படிப்பட்ட செயல்முறை தொடர்ந்து நடக்க அனுமதிக்க மாட்டோம். சமூகத்தின் வாழ்க்கையில் தனிப்பட்ட அரசின் விருப்பத்திற்கு அப்பால் ஒரு சொல்லும் கிடையாது என்ற கட்டுக்கதையை அழித்தால் அன்றி அதன் வளர்ச்சியை நாம் தடுக்க இயலாது. முழுச் சார்புநிலை, முழுச் சார்பற்ற நிலை (சுதந்திரம்) இவற்றிற்கிடையிலான சொற்களை நாம் கண்டறியவேண்டும். இக் கண்டுபிடிப்பு சாத்தியமே என்று ஆய்வு காட்டுகிறது. அரசு இறைமை என்ற கானல்நீரைத் தேடாமல் ஒரு முழு தேசிய வாழ்க்கையைக் கனடாவும் தென் ஆப்பிரிக்காவும் அடைந்துள்ளன; அவற்றின் குடிமக்கள், போலந்து அல்லது ருமேனியாவின் குடிமக்களுக்கு இணையான உயரத்தையும் அவர்களின் மேன்மைகக்குக் குறையாத இருப்பையும் பெறமுடியும். நவீன உலகத்தின் அமைப்பினால் தேசிய விருப்பம் அடையப்படக் கூடியது என்றால் அதுபோன்ற எந்த அர்த்தத்திலும் அவர்களின் விருப்பங்கள் முழு நிறைவை அடைய முடியும். இந்தப் பிரச்சினையின் அவசரத்தை நாம் புரிந்துகொள்ளாமல் இருக்கலாகாது. அறிவியல் கண்டுபிடிப்பு எஃகினாலான கப்பல்களையும் விமானத்தையும் கண்டுபிடித்தபோதே லாவோடிசிய நாள் கடந்துவிட்டது. மனிதர்கள் தங்களைச் சுற்றியுள்ள வாழ்க்கையைப் பற்றிக் கவலைப்படாமல் திரியக்கூடிய தாமரைத் தடாகங்கள் இன்று இல்லை. உலகம் ஒன்றே, அது பிரிக்க முடியாதது. இவ்விதத்தில் அதன் ஒருமைப்பாட்டை நாம் முன் வைக்க முடிகின்ற முறையைத்தான் கண்டுபிடிக்க வேண்டும்.

வேறிரண்டு குறிப்புரைகளை இங்கே சொல்லலாம். தேசிய அரசு, தன் குடிமக்களிடம் எவ்விதம் நடந்துகொள்கிறதோ அதே முறையில்தான் பிற தேசிய அரசுகளிடமும் நடந்துகொள்ளும்; வெளியுறவுக் கொள்கை என்பது, இறுதியில், எப்போதுமே, உள்நாட்டுக் கொள்கையின் பிரதிபலிப்பாகவும், அதற்கிசைந்து இருப்பதாகவும்

இருக்கிறது. ஒரு நாட்டில் அடிமைத்தனம் நிலவினால், அந்த அரசின் போர்கள், அதன் எதிரிகளை அடிமைப்படுத்துவதற்கான போர்களாகவே உள்ளன. எங்கு மிகக் கசப்பான வர்க்க முரண்பாடு நிலவுகிறதோ, அங்குள்ள ஆதிக்க வர்க்கம், அயல்நாடுகளிலுள்ள ஆதிக்க வர்க்கங்களின் வணிகத்தைக் கட்டுப்படுத்தவும் தடைசெய்யவும் எப்போதும் முயலுகிறது. உலகச் சக்திகளின் ஆடல்களுக்குள், நாம் ஒருவருக்கொருவர் எவ்விதமாக இருப்பதில் நிறைவு அடைகிறோமோ அவ்விதமே மற்றவர்களுக்கும் ஆகிறோம். பத்தொன்பதாம் நூற்றாண்டின் ஐரிஷ் கிளர்ச்சிக்குப் பின்னால் ஐரிஷ் மக்களுடைய மிக முக்கியமான எதிர்ப்புணர்ச்சி இருந்தது என்பதைக் கண்டு கொள்ளாத உல்ஸ்டர், அந்த நிலைமைக்கான தீர்வு கடைசியாக மேற்கொள்ளப்பட்டதும், அது முன்பு புகார் தெரிவித்த அதே சட்டத்திற்கான அவமதிப்பையே கடைப்பிடித்தது. ஓர் அரசின் உள்நாட்டு வாழ்க்கையில் முரண்பாடுகளை விட்டொழித்தலைச் சாத்தியமாக்குகின்ற நிறுவனங்களைக் கண்டாலொழிய நம்மால் சர்வதேச விஷயங்களின் வட்டத்திலும் அவற்றைக் காணமுடியாது.

ஒருவருக்குள்ள எல்லாப் பண்புகளிலும் வெறுப்பே புற்றுநோய் போன்று பாதிக்கக்கூடியது. நாம் பிறரிடம் வெறுக்கக்கூடிய பண்புகளை நமக்குள்ளேயே வளர்த்துக்கொள்ள அது வழிசெய்கிறது. இந்தியாவுக்குச் சுதந்திரத்தை ஆங்கிலேயர்கள் தடுத்தால் அது, அண்மையிலோ பிறகோ, அது ஆங்கிலேயரின் சுதந்திரத்தை அழிக்கும் என்பது பர்க்கின் மிகப்பெரிய எச்சரிக்கை. நமது சமூக வாழ்க்கையின் மையத்திலுள்ள உலகளாவிய உண்மையின் குறிப்பிட்ட வெளிப்பாடு அது. அதனால் ஒரு ஜனநாயகத்தில் என்ன உள்ளடங்கியிருக்கிறது என்பதைப் புரிந்துகொள்வது ஒரு முறையான நாகரிகத்தை அடையத் தேவையான முன்னோடியாகும். ஆனால் நாம் அதை ஒவ்வோர் அரசாக, தனித்தனியாக அடையவைக்க முடியாது; ஏனெனில் ஒவ்வோர் அரசும் தனக்கு வெளியிலுள்ள உலகில் சிக்கிக் கொண்டுள்ளது. அதனால் ஒரே ஒன்றிணைந்த உறவின் இரு கூறுகளாக இவை உள்ளன. ஆனால் ஒரே அரசிற்குள் குடிமக்களுக்கிடையிலான உறவுகளை மேம்படுத்த எந்தெந்த வழிகள் உதவுகிறதோ அவை, வெவ்வேறு சமுதாயங்களின் குடிமக்களுக்கிடையிலான உறவுகளை மேம்படுத்தவும் உதவுகின்றன என்பது தெளிவு. இறுதியாக, ஆன்மிகச் சக்திகள் ஓர் அரசின் வாழ்க்கையின் எஜமானர்களாக இருக்கும்போதுதான் தேசம் என்று நாம் அழைக்கும் ஒரு கூட்டு ஆன்மாவின் தூய்மை காப்பாற்றப்படுகிறது. வேறு அதிகார வடிவங்களுக்கு அடிபணியும்போது மட்டுமே அது இழிவுபடுகிறது; இழிவுபடுவது எப்போதுமே உயர்வதை விட எளியதாக உள்ளது.

மிகப்பெரிய படைகள் வெற்றிபெறுகின்றன, இராணுவ பலத்தைப் புறக்கணிக்கும் ஒரு தேசம், சண்டையின்போது வாளை எறிந்து விடும் மனிதனுக்கு ஒப்பானது என்று சொல்லப்படலாம். ஆனால் முதலில் போர் அவசியமானதுதானா, சமரசத்துக்கான வேறு வழி வகைகள் கிடைக்கவில்லையா என்ற இதற்கு முந்தியே உள்ள கேள்விக்கு இது அழைத்துச் செல்கிறது. நவீன உலகத்தில் வலிமை என்பது, நிரந்தரத்தை அடைகின்ற உறுதி வேண்டுமானால், உரிமை என்னும் உடையை அணிந்துவரவேண்டும். ஐரோப்பாவின் ஆன்மிக வாழ்க்கைக்குத் தலைவர் சீஸரோ நெப்போலியனோ அல்ல, கிறிஸ்துதான்; கிழக்கின் கலாச்சாரம் ஜெங்கிஸ்கான் அல்லது அக்பரால் பாதிக்கப்பட்டதைவிட புத்தரின் செல்வாக்கிற்கு உட்பட்டுள்ளது. நாம் உயிர்தரித்திருக்க வேண்டுமானால், கற்றுக்கொள்ள வேண்டிய உண்மை இதுதான். நாம் வெறுப்பை அன்பினாலும், தீமையை நன்மை செய்வதாலும் வெல்கிறோம்; இழிந்தபண்பு, தன்னைப் போன்ற ஒரு பிள்ளையையே பெற்றெடுக்கிறது. மிகப் பெருங்கனவைச் சாதிப்பதற்கு முன்னால் நமது வீடுகளைச் சரிவர அமைத்துக் கொள்ளவேண்டும்.

இரண்டாவதாக, சர்வதேச அரசாங்கம் மோதல்களைத் தவிர்ப்பது வாழ்க்கையின் வண்ணங்களையும் வீரதீரமனப்பான்மையையும் இழக்கச் செய்கிறது என்பதை நாம் நம்பத் தயாராக இல்லை. ஒரு போரின் கவர்ச்சி என்பது காசுகொடுத்துவாங்கும் பரத்தையின் அன்பைப் போன்றது; போரின் மரணத்துக்கேதுவான சீற்றக் காற்றுகளை அறியாதவர்களின் அனுபவமின்மையில்தான் அக்கவர்ச்சி வாழ்கிறது. வீரதீரங்களால் அருஞ்சாதனை புரிகின்ற ஒரு சிலருக்கு ஒரு வாய்ப்பு போரினால் வருகிறதென்றால், கோடிக்கணக்கான பேருக்கு அது சாவு, நோய், உறுப்பிழந்த வாழ்க்கை போன்றவற்றை அளிக்கிறது. போரின் செயல்பாடுகளை இயக்குபவர்களை, எந்த மெய்யான வகையிலும், அதன் வேதனைகள் தொடுவதில்லை; அதில் மெய்யாக ஈடுபடுபவர்களுக்கோ, மனிதஇனத்தை ஓர் விலை மதிப்பற்ற, அழகான விஷயமாக்குகின்ற எல்லாவற்றையும் வேண்டுமென்றே திட்டமிட்டு அழிப்பதாகிறது. சாதாரண மக்கள் சமூகமும் அதன் தாக்கத்திலிருந்து தப்பிப்பதில்லை. பட்டினிச் சாவு, விஷ வாயுச் சாவு, இரவில் திருடன் உள்நுழைவதைப் போல வரும் விமானங்களின் தாக்குதல் சாவு; மற்றவர்களும் தங்கள் கடமையைத் தவிர்ப்பதாலோ, நியாயமற்ற இலாபங்களில் ஈடுபடுவதாலோ, ஒழுக்கஅளவில் தொழுநோயாளிகள் ஆக்கப்படுகின்றனர். மக்கள் மனங்களுக்குப் போரின் கொடைகளான பயம், வெறுப்பு, பொறாமை, பழிவாங்கல் போன்றவற்றை மறக்கவும் ஆகாது. மனித ஆன்மாக்களைப் போர் வலுப்படுத்துகிறது என்ற மரபில் நமது நம்பிக்கையை அழித்தது, போர் தனது நவீன வடிவில்

அமைதியைத் தனது இருண்ட நிழலாக மாற்றிவிடுகிறது என்ற அறிவுதான்.

தேசிய அரசுக்கு மக்கள் விதிவிலக்கற்ற மனச்சார்பினை அளித்தலாகாது என்பதற்கு இதுமட்டுமே ஒரு குறைந்தபட்சக் காரணமும் அல்ல. மனிதன் தனது அனுபவத்தினால் உருவாக்கக்கூடிய இலட்சியங்களுக்கு மட்டுமே தனது உண்மையான விசுவாசத்தைத் தர வேண்டும். ஒரு மனிதன் போர்வீரனாக இருப்பது, அந்த இலட்சியங்களைப் போதுமானவையாகவும், தாராளமானவையாகவும், கட்டாயமானவையாகவும் ஆக்கச் செய்யும் போரில்தான் இருக்கிறது. அந்தச் சமயத்தில்தான் நவீன நாகரிகத்தின் மெய்யான சாகசமும் நமது சுயப் பிரக்ஞையை இழக்கக்கூடிய மிக உண்மையான கூட்டுறவு முயற்சியும் பார்வைக்கு வருகின்றன. நமது நம்பிக்கைகளின் நிஜமான மூலம் அறிவைக் கைப்பற்றுதலே. அதைக் கைப்பற்றிச் சாதாரணமனிதனுக்கு நீட்டவேண்டும். மோதலின் நிஜமான வேர் அறியாமைதான். தேசிய வெறுப்பின் சேவகர்கள் அறியாமை கொண்ட மனமும், குறுகிய மனமும்தான். ஒரு காலத்தின் தீய சக்திகளால் கையாளப்படுபவர்கள் அவர்கள்தான். அறிவுக்கும் அறியாமைக்கும் இடையிலுள்ள தடையை உடைக்க வேண்டுமானால் அது கல்வியால்தான் இயலும். இந்தப் பணியில் எல்லாக் குடிமகன்களின் சேவையையும் பயன்படுத்துவதால் நமது பிரச்சினைகளை எளிதில் தாண்ட முடியும்; மனித மனங்களுக்குத் தங்களைச் சுற்றியுள்ள உலகத்தைப் பற்றிய பயிற்சி அளிப்பதால் அவர்களைக் குடிமக்கள் ஆக்கமுடியும். வெகுமக்கள் புரிந்து கொள்ளும்போது, தங்கள் புரிந்துகொள்ளல் அடிப்படையில் செயல்பட அவர்களுக்கு தைரியம் கிடைக்கும். கார்லைல் கூறியதுபோல, நுண்ணறிவு என்பது ஒளி; வெறும் குழப்பத்திலிருந்து ஒரு உலகத்தை அது உருவாக்குகிறது.

இயல் ஏழு - கூட்டுப்பொறுப்பில் தலைமையதிகாரம்

1. அரசியலில் ஒப்புதலளித்தலின் இடம்

முன் இயல்களில் விவாதிக்கப்பட்ட அரசு பற்றிய நோக்கு, தலைமையதிகாரப் பிரச்சினை பற்றிய ஒரு புதிய மனப்பாங்கை உள்ளடக்கியுள்ளது. மனிதர்களால் அதிகாரம் செயல்படுத்தப்படுவதை அது உள்ளடக்கியுள்ளது என்பது மெய்; சட்டப்பூர்வமாக அதிகாரம் ஒப்படைக்கப்படுகின்ற நபர்களின் எண்ணிக்கை குறைவாக இருப்பதே நல்லதென்று அது ஒப்புக் கொள்கிறது. ஆனால் அதன் ஆர்வத்தின் மையம், சமூகத்தில் அறுதியான சட்ட மூலங்களாக இருப்பவர்களைப் பற்றியதல்ல. அதைவிட அவர்களால் நிறுவப்பட்ட உறவுகளில்தான் உள்ளது. தங்களுக்கு வெளிப்படையாக மிகப்பெரிய அளவில் அனுபவ விதிவருமுறை மூலமாகப் பெறக்கூடிய முடிவுகளை அவ்வுறவுகள் பெறவேண்டும். அவர்களது அதிகாரங்களால் பாதிக்கப்படுகின்ற எல்லா மக்களின் அனுபவங்களாலும் கட்டப்பட்டதாக அந்த அதிகாரங்கள் இருக்கவேண்டும் என்பது அழுத்தமாகச் சொல்லப்பட வேண்டியது. அந்த அனுபவத்தை ஒருங்கிணைப்பதில் வெற்றி பெறும் அளவுக்கு அவர்கள் அதிகாரம் கட்டுப்படுத்தப்படுகிறது.

அரசியலில் ஒப்புதல் கொள்கையைப் பற்றிய ஒரு மறுவிளக்கத்தை இந்த விவாதம் உட்கொண்டுள்ளது. ஆகவே தற்போது நாம் பயன்படுத்தும் பிரதிநிதித்துவக் கொள்கை பற்றிய மறுவிளக்கத்தையும் அது உள்ளடக்குகிறது. நவீன ஒப்புதற் கொள்கை, ஒரு போலியான நுண்ணறிவியம். நாம் வேண்டுமென்றே தேர்ந்தெடுப்பதனால் சில நபர்களை ஆளவைக்கின்ற ஊக்கமான செயல் என்ற அர்த்தத்தில் நாம் நமது ஆளுநர்களைத் தேர்ந்தெடுப்பதில்லை. நமது தேவைகளின் உணர்வுகளை வெளிப்படுத்துகிறது என்ற முறையில்

நாம் அவர்களது சட்டங்களை ஒப்புக் கொள்வதில்லை. நமக்கும் நமது ஆட்சியாளர்களுக்கும் இடையில் ஒரு பெரிய பாதாளம் இருக்கிறது. அதிகாரமும் அதன் பலவேறுபட்ட கருவிகளும் அந்த பாதாளத்தை நிரப்பியுள்ளன. பொதுக்கருத்து இன்னதை விரும்புகிறது, மற்றொன்றை விழைகிறது என்று நமக்குச் சொல்லப்படுகிறது. ஆனால் பொதுக்கருத்தை நாம் பெறுவதற்கோ, அதன் தேவைகளை முன்வைக்கின்ற ஒரு மாளிகையைக் கட்டுகின்ற பொருள்களை அதன் முன்னால் குவிப்பதற்கோ ஆன திருப்திகரமான வழிகள் நமக்கு இல்லை. நடைமுறையில் ஒப்புதல் என்பது வெற்று அறியாமையிலிருந்து, ஊமைத்தனமான செயலற்ற தன்மை முதலாக வேண்டுமென்றே செய்யப்படும் வலுக்கட்டாயம் வரை பலவேறு விஷயங்களைக் குறிக்கலாம். மெய்ம்மைகளால் கணிக்கப்பட்ட ஒரு நோக்கத்தை அடைவதற்கான விருப்புறுதிகளின் இசைவினை அது குறிக்காமல், முன்மொழியப்படும் விஷயம் தவறானது, தவறாக அறியப்பட்டது அல்லது போதாதது என்பதை ஊக்கத்துடனோ ஊக்கமின்றியோ சொல்லவிரும்புகின்ற விருப்பங்களைக் கட்டுப்படுத்துவதைக் குறிப்பதாகவும் இருக்கலாம். அல்லது மெய்ம்மையில் உண்மையற்ற ஒரு முன்மொழிதலுக்கு ஒப்புதலாகவும் இருக்கலாம். ஏனென்றால் செயலாக மாற்றும் சிந்தனையின் சாதனையைச் சாத்தியமற்றதாகச் செய்வதாகச் சாதிக்கப்பட்டதாக அறிவிக்கப்பட்ட விஷயத்தை நிர்வகித்தல் ஆகிவிடலாம்.

எனவே இப்போதிருக்கும் அமைப்பினைச் சூழ்ந்துள்ள குறித்த சில இக்கட்டான சூழல்களை நமது ஒப்புதற் கொள்கை கணக்கில் எடுத்துக் கொள்ள வேண்டும். நமது சூழலைப் பற்றிய திறப்பட்ட விளக்கத்தின் அடிப்படையில் நமது சட்டமியற்றலை அனுமதிக்கிறோம். ஆனால் அப்படிப்பட்ட திறமையாளரின் விளக்கமும் கூட அதற்கு அவரது சொந்த எதிர்வினையின் சார்பினால் பாதிப்புற்றிருக்கலாம். அந்த எதிர்வினையின் இயல்பு தான் விளக்கப்பட்ட நிலையினால் சூழலை மாற்றிவிடுகிறது. சுருக்கமாக, எந்தச் சூழலும் ஒருபோதும் ஒரு மாறாத பொருளல்ல. அதில் நாம் வாழ்ந்து அதை உருவாக்குகிறோம். நமது அனுபவத்தினால் அது நமதாகிறது, நமதாக இருப்பதால் அது வேறாகிறது. சூழல் எப்படி அர்த்தப்படுகிறது என்பதைப் பற்றிய நமது பார்வை எப்போதும் ஆழமாக நமது தனிமனிதப் பார்வைதான். நாம் உணர்வது போலப் பிறரால் அதை உணர முடியாது. அது நம்மீது ஏற்படுத்தும் பாதிப்பினைப் பிறருக்கு அது உணர்த்துவதில்லை. சட்டமியற்றுபவனுக்குப் புறவயமான முடிவுகளை அளிக்கவல்ல உணர்ச்சியற்ற திறனாளர்களின் குழு பற்றிக் கொள்ளத்தக்க புறவயமான சூழல்கள் எவையுமில்லை. போதிய அளவு நம்முடையதைப் போன்று நியாயமாக உணரத்தக்க அனுபவத்தின்

விளக்கத்தை அவை முன்வைக்கின்ற அளவில், முன்மொழியப்பட்ட தீர்வுகள் வெற்றிகரமாகத் தோன்றுகின்றன. அதனால்தான், சட்டத்தை இயற்றுதல், சமுதாயத்தில் ஓர் ஒற்றை வகுப்பினரிடம் ஒருபோதும் பாதுகாப்பாக அளிக்கப்பட இயலாது. ஏனெனில் அவ்வகுப்பினரின் தேவை அதன் சிறப்பு நலனுக்கென ஏற்பட்டது. அந்த ஆர்வத்தை அது பிற வகுப்பினரின் நலன்களோடு ஒன்றிணைத்து அது நோக்க முற்பட்டதில்லை. அதனால் அவற்றின் இருப்பை ஒருவேளை அது அறிய முடிந்தாலும் அவற்றின் நியாயத்தை அறிய முடியாது. நிலக்கரிச் சுரங்க வழக்குகளில் அண்மை ஆண்டுகளில் இதை மிக நன்றாகக் காண முடிந்தது. தங்களுக்கு விதிக்கப்பட்ட மிக இழிந்த வாழ்க்கைத் தரத்தினைப் பற்றிச் சுரங்கத் தொழிலாளிகள் கவலைப் பட்டபோது, சுரங்கச் சொந்தக்காரர்கள் மிகக் குறைந்த இலாபவீதம் வருகிறதே என்றுதான் கவலைப்பட்டனர். இதனை ஜெர்மனிக்கும் ஃபிரான்சுக்கும் இடையிலான போருக்குப் பிற்பட்ட உறவுகளிலும் காணலாம். முன்னது 1918 முதலாகத் தொடங்கிய காலத்தில் நிகழ்ந்த கொடூரமான இழிவுபடுத்தல்களை நோக்கியது. ஆனால் ஃபிரான்ஸ் போர்க் காலத்தின்போது தனக்கு நிகழ்ந்த இழிவுகளாலும், ஜெர்மன் இழிவுபடுத்தலினால் உண்டான கோபத்திற்கு எதிரான பாதுகாப்புக்கான தேவையாலும் பாதிக்கப்பட்டது. ஒவ்வொரு நாடும் தன் அண்டைநாட்டின் நிலையை எண்ணிப்பார்க்க வேண்டுமென்று கேட்கும் ஒரு வெளிநபர், பிரச்சினையின் இயற்கையைப் புரிந்துகொள்ளாதவர் ஆகிறார். ஒரு தீர்வில் பங்கேற்கும் போது ஒவ்வொருவரும் பிறரின் பிரச்சினையை நோக்க முடியும். ஆனால் அவர்களின் இப்போதைய நிலை தீர்வுக்கான தலைமையாதிக்கத்தின் பரஸ்பர ஏற்பாட்டிற்கு இடமளிக்கவில்லை. அதுபோலத்தான், சுரங்கத் தொழிலாளிக்கும் சொந்தக்காரருக்கும் பொதுவான ஆர்வங்களை உருவாக்கினால்தான் அவர்களுக்குப் பொதுவான நலன்கள் ஏற்படும். ஒவ்வொருவரும் தன் அனுபவத்திற்குத் தரும் விளக்கம், அந்தத் தீர்வுக்கான ஒப்புதல் நிஜமாக ஏற்படும் முன்பாக, அடையப்படும் தீர்வில் சமமான நியாயம் இருக்கவேண்டும். இப்போது, அரசு உறவுக்கான கட்சிகள், முன்னைவிட, சர்வதேச விஷயங்களில் நியாயத்தைக் கேட்கும்போது, தங்களுக்கான நியாயத்தை மட்டுமே கேட்கிறார்கள். எல்லாரும் தங்களுக்கு நலன்களை அளிக்கின்ற செயல்முறையில் பங்கேற்று அவற்றைப் பாதுகாக்க முடியும்போதுதான் இந்தப் புறமொதுக்கலுக்கு அப்பால் நாம் நகரமுடியும்.

இதுதான் சுய ஆட்சிக்கான மெய்யான நியாயம். பெறப்பட வேண்டிய ஒப்புதலை அந்த ஆர்வம் எப்படிப்பட்டது என்பதைத் திறம்பட அறிந்தவர்களின் ஒப்புதலாக மாற்றுவதால் அது பாதிக்கப்பட்ட நலனுக்கு உரிய கவனத்தை அனுமதிக்கிறது. ஆகவே

தலைமையதிகாரம் என்பது, உறவுகளால் ஏற்படும் பணியாகும்; அந்த உறவுகள் சீரமைக்கப்படும் வழியினால் அது தன் நியாயத்தைப் பெறுகிறது. மேலும் இந்த உறவுகள் இயங்கு நிலையில் இருப்பவை என்று நாம் மதிப்பதும் முக்கியமாகும். பிறவற்றின் இயக்கத்தால் அவை மாறுகின்றன. தங்கள் செயல்பாட்டினாலும் மீண்டும் அவை மாற்றமடைகின்றன. இது மாறிமாறி நிகழும் செயல்முறையாகும். நலன்களின் தாக்கம், அந்த நலன்களின் பண்பை மாற்றுகிறது. தீர்வுகள் பயனுடையவை ஆகின்றன, ஏனெனில் அவற்றை உருவாக்கியவர்களின் அனுபவங்களை அவை சேமித்துக் கொண்டுள்ளன. வெளியிலிருந்து திணிக்கப்படும் அதிகாரத்தினால் குறிப்பிட்டதொரு காலத்தைத் தாண்டி இந்த விளைவை உருவாக்க முடியாது. தீர்வை உருவாக்குபவர்களுக்கு அதன் மதிப்புகள் தனிப்பட்ட முக்கியம் வாய்ந்தவை. காலப்போக்கில் தனது முடிவுகளால் பாதிக்கப் பட்டவர்களின் அனுபவங்களை அதனால் ஒருங்கிசைக்க முடியாமல் போகிறது. ஆகவேதான் குறிப்பிட்ட ஓரிடத்தில் முடிவுகளின் நிர்வாகம், அது ஆக்கப்பூர்வமாக இருக்கவேண்டுமானால் மையமழிக்கப்பட வேண்டும். ஏனெனில் அவற்றை நடைமுறைப்படுத்தலின் பாதிப்பு, தனது முடிவின் சாராம்சத்தில் ஒவ்வொரு பகுதிக்கும் மாறுபடுகிறது. அந்த சாராம்சம், தன் செல்வாக்கிற்கான சூழலைச் சந்திக்கும்போது மெய்யாகவே மாறுபட்டுவிடுகிறது; திரும்பவும் தான் சந்திக்கும் சூழலை அது நேரடியாகப் பாதிக்கிறது. பிற விஷயங்களுக்கு ஆகும் செலவினங்களைப் பற்றிப் பிடிவாதமாக இருக்கின்ற உறுப்பினர் தான் அக்கறைகொண்ட விஷயத்திற்குப் போதிய கவனம் அளிக்கப்படவில்லை என்று கருதிப் போரிடும்போது தேர்ந்தெடுக்கப்பட்ட உறுப்பினர் ஒருவரின் மனத்தை மாற்ற ஒரு குழுவின் உறுப்பினர்கள் முற்படுவதைவிட, ஓர் நகராட்சியின் அமைப்பில் மிகச்சில விஷயங்களே ஆர்வமூட்டுபவையாக இருக்க முடியும். ஒப்புதலினால் ஆனது என்பதைவிடச் செயல்பாட்டினால் செய்யப்படும் நலனின் ஏற்பிலிருந்து அதை யூகிக்கலாம். அதுதான் தலைமையதிகாரம் கட்டப்பட வேண்டிய அடித்தளம் ஆகும்.

தலைமையதிகாரம், ஆகவே, மனிதர்களின் அனுபவங்களைத் தீர்வுகளாக ஒன்றிணைக்கிறது. அவை அந்த அனுபவங்களிலிருந்து பெறப்படும் தேவைகளை ஒருங்கிசைக்கின்றன. அந்த அனுபவங்கள் சமூகச் சீரமைப்பில் எவ்விதம் எதிர்கொள்ளப்படுகின்றன என்பதைப் பின்னர் நான் விவாதிப்பேன். இந்த நேரத்துக்கு நான் வலியுறுத்த முனைவது என்னவென்றால், மேற்கூறியபடி அல்லாமல், எந்தத் தலைமையதிகாரமும் உண்மையாக மதிக்கப்படுவதோ, அதாவது சாராம்சத்தின் ஓர் ஒப்புதலைப் பெறுவதோ கிடையாது. இந்த வகையிலும்கூட, அதன் ஒருங்கிணைப்பு இறுதியானது என்று

நான் கூறமாட்டேன். ஏனெனில் அது செய்யப்படும்போதே சூழல் தனது பண்பை மாற்றிக்கொள்ளத் தலைப்படுகிறது. சட்டத்துக்கான மதிப்புக்கு ஒருபோதும் உத்தரவாதம் அளிக்கஇயலாது; நாம் செய்யக்கூடிய தெல்லாம், அது சந்திக்கக்கூடிய அவமரியாதைக்கான களத்தைக் குறைப்பதுதான். நாம் தூண்டக்கூடிய பயத்தினாலோ, அவர்கள் சந்திக்கக்கூடிய விட்டுக்கொடுக்கும் மனப்பான்மையிலான பழக்கங்களினாலோ நமது முடிவுகளை நாம் கட்டமுடியாது. அவை தமக்குள் கொண்டிருக்கும் அனுவத்தின் வீச்சினை வைத்தே எந்த அளவுக்கு நம் முடிவுகளுக்கு வரலாம் எனக் காணமுடியும். அனுபவத்தை மனிதர்கள் வெவ்வேறு விதமாக அர்த்தம் கொள்வதால், முரண்படுதலின் சாத்தியத்தை ஓரளவு குறைக்க முடிந்தாலும், அதை இறுதியில் இல்லாமல் செய்ய முடியாது. பெரும்பாலான ஆணைகளுக்குக் கீழ்ப்படிதலை நாம் உறுதிசெய்ய முடியும். ஆனால் வரலாறு என்பது பெரும்பாலும் ஆணைகளுக்குக் கீழ்ப்படியாமைகளின் பதிவுகளே என்பதை நாம் நினைவில் வைப்பது அவசியம். அந்த ஆணைகள், தங்கள் அனுபவங்களில் முற்றிலும் நிச்சயமானவற்றின் மறுப்புகளாக அம் மனிதர்களுக்குத் தோன்றின.

முரண்பாட்டைக் குறைக்க மிகத் தெளிவானதும் நேரடியானதுமான வழி, முடிவுகளை எடுப்பதற்கு அடிப்படையான சரியான தகவல்களை ஒருங்கிசைத்துக் கொடுப்பதாகும். ஒரு குறித்த பிரச்சினையில் கட்சிகள், முரண்பாட்டின் முடிவு பற்றிய வேறுவேறான நோக்கினைக் கொண்டிருப்பது மட்டுமல்ல, அந்த முரண்பாடே எதைப்பற்றியது என்பது பற்றி வேறான கருத்தைக் கொண்டிருக்கிறார்கள் என்பதால்தான் நமது இடர்ப்பாடுகள் அவ்வப்போது எழுகின்றன. இங்கு மெய்ம்மைகளைத் திறம்பட நிர்ணயிப்பது மிக அடிப்படையான விஷயமாகும்; இதைச் செய்கின்ற திறனாளர்கள், அந்த மோதலில் ஈடுபட்டுள்ள நபர்களிலிருந்து வேறுபட்ட ஓரிடத்திலிருந்து தேர்ந்தெடுக்கப்பட்டவர்களாக இருந்தால்தான் ஏற்றுக்கொள்ளப்படுவர். உதாரணமாக, சுரங்கச் சொந்தக்காரர்கள் நிர்வாகச் செலவுகளைப் பற்றிக் கொண்டிருக்கும் பார்வையைச் சுரங்கப் பணியாளர்கள் மிக அபூர்வமாகவே ஒப்புக் கொள்வார்கள்; அவர்களுடைய ஊதிய விகிதங்கள் பற்றிய புள்ளிவிவரத்தைச் சொந்தக்காரர்கள் மிகக் கடுமையாக மறுப்பார்கள். இங்குச் சமன்பாட்டில் மிக முக்கியமான விஷயம், கிடைக்கும் தகவலைத் துருவி ஆராய்கின்ற வெளிநபரான திறனாளர்தான்: வேறு எவரும் தீர்ப்பு தரப்பட வேண்டிய விஷயத்தைப் போதிய அளவு நிர்ணயிக்க முடியாததால், அவர் அதை நிர்ணயிக்கிறார். ஆனால் அவர் தீர்ப்பை நிர்ணயிக்க வேண்டும் என்ற அவசியமில்லை. தங்களால் ஆக்கப்படாத ஒரு பார்வையைப் புறத்திலிருந்து திணித்தல் என்பது வழக்கமாக இரண்டு கட்சிகளுமே ஒப்புக்கொள்ள மறுக்கின்ற

விவகாரமாகவே முடியும். அல்லது இரண்டு கட்சிகளில் எதற்கு அது பாதகமாக இருக்கிறதோ, அது தீர்ப்பை ஒருதலைச் சார்பானது என்று மறுப்பதில் முடியும். திறனாளர், எப்போதுமே, தீர்ப்பைக் கண்டுபிடிப்பதற்கான விஷயங்களை அளிக்க வேண்டுமே தவிர, கண்டுபிடிப்பையே அளிக்கலாகாது. பின்னது உடனே ஒருவிதமாக அதன் அடிப்படையை ஏற்கச் செய்வதை அழிக்கக்கூடிய வகையில் அகவயமாகி விடுகிறது. அதன் சாதுரியத் திறமைப் பண்பை அது இழந்துவிடுகிறது. முடிவைப் புறக்கணிப்பதற்கு ஏதுவாக அது பழிகூறப்படத் தக்கதாகி விடுகிறது.

இதை சர் வில்லியம் ஹார்கூர்ட் மதிநுட்பத்துடன் சுட்டிக்காட்டினார். *(A. G. Gardiner, Sir William Harcourt, ii, 587.)* அவர் கூற்று இந்த விஷயத்தின் ஆழத்துக்குச் செல்கிறது. "அரசியல் துறைத் தலைவர்களின் மதிப்பு என்பது, மக்கள் எதை ஏற்றுக் கொள்ளமாட்டார்கள் என்பதை அதிகாரிகளுக்குச் சொல்வதில் இருக்கிறது" என்றார் அவர். ஆனால் இவ்வடிவத்தில் இக்கூற்று முழுமையடையவில்லை. ஓர் அரசியல் துறைத் தலைவர் எந்த மூலங்களிலிருந்து தனது பார்வையை வருவிக்கிறார் என்பதை அறிந்துகொள்வதும் குறைந்த முக்கியத்துவம் கொண்டதன்று. பிரிட்டனின் நிதியமைச்சர் ஒருவர் சொத்துடைமையாளர்களை மட்டும் வரிவிதிப்புப் பற்றிக் கலந்தாலோசித்தால் அவருக்குப் பொதுமக்கள் மனத்திலிருப்பதைப் பற்றி எந்தக் குறிப்பும் கிடைக்காது; ஆங்கிலோ இந்தியர்களின் மனைவிமார்களை விசாரித்தறிந்த ஓர் அரசப் பிரதிநிதிக்கு உள்ளூர் மக்களின் கருத்தின் நிலை பற்றித் தகவல் தெரிய வாய்ப்பில்லை. ஆகவே நாம் அரசியலாளருக்கு அப்பால் சென்று, அவர் விளக்கமளிக்க முனையும் அனுபவத்தைச் சீரமைக்க வேண்டும். அந்த அனுபவத்தில் உள்ளடங்கியுள்ள நலன்களை நாம் அவருக்குத் தெரியப்படுத்த வேண்டும். அவை அவருக்குக் கிடைக்கும் வகையில் குறித்த பாதைகளை நாம் கட்டமைக்க வேண்டும். வெறும் கிடைப்பு மட்டுமல்ல. ஏனெனில் இம்மாதிரி உறவுகளைக் கட்டமைக்கும் செயல்முறையில் நம்மால் இயன்றவரை, இந்த நலன்களைச் சமமாக எடையிட வேண்டும். அப்போதுதான் அவை நியாயப்படி மதிப்பிடப்பட முடியும்.

இந்த நோக்கில் தலைமையதிகாரத்தின் சரித்தன்மை பற்றிய சில வரையறைகள் உள்ளடங்கியுள்ளன. அவை எச்சரிக்கையான ஆய்வுக்குட்படுத்தப்பட வேண்டியவை. முதலில், அரசின் ஒவ்வோர் உறுப்பினரின் அனுபவமும் அவராலும், பிறருடன் சேர்ந்தும் வெளியிட இயலுவதாக இருக்க வேண்டும். அது தன்னைப் பற்றிய விழிப்புணர்வை மட்டும் கொண்டிருந்தால் போதாது, அது

விழிப்புணர்வுடன் இருக்கும் பொருள்களைப் பற்றி எடுத்துரைக்கும் வழியும் இருக்கவேண்டும். நான் மேலே விவாதித்த உரிமைகளின் அமைப்புகளை உள்ளடக்கி யிருக்கிறதென்று நினைக்கிறேன்; ஏனெனில் அவை இன்றி, ஒரு குடிமகனுக்குப் போதிய கூற்றுக்கான வழிவகை அவரிடம் இருக்காது. இதிலிருந்து எந்தத் தலைமையதிகாரமும் அந்த உரிமைகளை அறிந்தேற்கவும் செயல்படுத்தவும் செய்யாதவரை சட்டப்பூர்வமானதல்ல என்பது பெறப்படும். அது என்னவாக இருக்கிறது, என்ன செய்கிறது என்பவை தனது முக்கியத்துவத்தை அவற்றிலிருந்து பெறுகிறது. அது அவற்றை மறுக்கும் அளவுக்கு அது தனக்குக் கிடைக்கக்கூடிய அறிவின் அளவை மட்டுமல்ல, குடிமக்களின் தேவைகளைப் பூர்த்தி செய்யக்கூடிய இயலுமையையும் கட்டுப்படுத்திக் கொள்கிறது. இப்படிப்பட்ட எல்லைக்குட்படுவது, அசலாக நனவிலியைச் சேர்ந்ததாயினும், மறுபடியும் நனவிலி நிலையிலேயே ஒழுங்கமைப்புள்ளதாகி விடுகிறது. பேசுகின்ற வழிவகை தரப்படாத காரணத்தினால் மௌனமாக இருக்கும் மக்கள் இருக்குமிடத்தில், எப்போதும் கடைசியாக, அவர்கள் மௌனமாக இருப்பதற்குக் காரணம், அவர்களுக்குச் சொல்ல எதுவுமில்லை என்பதாகவே கொள்ளப்படுகிறது.

அனுபவத்தை எடுத்துரைக்கின்ற ஆற்றல் தேவைகளைப் பற்றிக் கலந்தாலோசிக்கும் உரிமையை உட்கொண்டுள்ளது. எனது அனுபவம், பூர்த்தியைப் பெற வேண்டுமாறு என்னைக் கொண்டுசெல்லாவிட்டால், அதற்கு அர்த்தமே இல்லை. பூர்த்திசெய்யப்பட வேண்டிய தேவைகள், அனுபவத்தின் ஒரு தனிப்பட்ட ஒழுங்கமைவு, அதற்குள் மிகச் சிறப்பான நிலையிலும், மற்றவர்கள் குறைந்த அளவே ஊடுருவிப் பார்க்கமுடியும் என்பதை இங்கே வலியுறுத்த வேண்டும். ஆகவே அனுபவத்தைக் கலந்தாலோசித்தல் என்பது முடிவுகள் எடுப்பதில் பங்கேற்கும் உரிமையைக் குறிக்கும். தன் ஆக்கத்தில் என் பங்கேற்பு இல்லாமல் இடப்படும் எந்த ஆணையும் அதை உருவாக்கியவர்களுக்காகப் பேசுமே அல்லாமல் எனக்காகப் பேசாது. உதாரணமாக, பிரிட்டனில் நிலஉடைமை அமைப்பைப் பற்றிப் பேசும் வரலாறு, அது சுருக்கித் தருகின்ற அனுபவம் எதுவாயினும், அதில் விவசாயி ஒரு பகுதியாக இல்லை என்பதை உணர்த்தும். இதே போல, இந்தியாவில் அரசு எதிர்ப்புக் கிளர்ச்சிச் சட்டம் அழிவுப்பூர்வமான விமரிசனத்தின் அபாயத்திலிருந்து தன் ஆட்சியைப் பாதுகாத்துக் கொள்ள ஓர் அடிமைப்படுத்தப்படும் இனத்தின் விருப்புறுதியின்மேல் கட்டப்பட்டதாகும். அதிகாரம் என்பது அதைச் செலுத்தும் அனுபவத்தினால் வரையறைப்படுகிறது என்பது தெளிவு. அதேபோல, அதன் சட்டப்பூர்வத் தன்மையும் அந்தச் செயல்முறையைப் பகிர்ந்து கொண்டவர்களோடு வரையறைக்குள்ளாகிறது என்பதற்கு

எவ்வித வாதமும் தேவையில்லை. ஜனநாயக அரசின் அடித்தளம் என்பது, ஆகவே, அதன் செயல்முறைகளைச் செயலூக்கத்துடன் குடிமக்கள் பகிர்ந்து கொள்வதில் இருக்கிறது. அரசின் விருப்பம் என்பது, தான் விரும்பும் செயலினால் பாதிக்கபடுகின்ற தனித்தனியான, வேறுபடுகின்ற பிரக்ஞைகளை ஒன்றுசேர்க்க வேண்டும்.

மெய்யாகவே, இங்கு அதன் முடிவுகள் போதியவையாக இருக்க வேண்டுமானால், எவ்வளவு பங்கேற்பு அவசியம் என்பதைக் கண்டுபிடிக்கும் முயற்சியில் ஒரு சிக்கலான பிரச்சினை எழுகிறது. நமது இன்றைய அரசியல் கட்டமைப்பினை மனத்தில் கொண்டும், ஓர் உதவியற்ற, குழம்பிய வாக்கு-வங்கியினர் ஒவ்வொரு சட்டத்தையும், நிர்வாக ஆணையையும் நுண்ணாய்வு செய்து கலந்தாலோசித்தல் என்பதைக் கருத்தில் கொண்டும், அந்தக் கருத்தையே அபத்தமாக்குவது எளிது. உறுதியாகவே பங்கேற்பு என்பது பலவேறு விஷயங்களுக்கு வாக்களிப்பதை உள்ளடக்கியுள்ளது; மக்கள் சில ஆண்டுகளுக்கு ஒருமுறை தங்கள் ஆளுநர்களைத் தேர்ந்தெடுக்க வேண்டும் என்று நான் முன்பே வாதிட்டுள்ளேன். ஆனால் வாக்களிப்பு எந்திரத்திற்கு அப்பால் வேறொரு வித்தியாசமான தளத்தில் பங்கேற்றலின் யதார்த்தத்தைக் கண்டறிய வேண்டும் என்று நான் நினைக்கிறேன். நமது அலுவலர்களைத் தேர்ந்தெடுத்து, பிறகு அவர்களை அவமானப்படுத்திப் பணியிலிருந்து நீக்குவதற்காகக் காத்திருப்பது ஒருபோதும் நமது குடித்தன்மைக்கு அர்த்தம் அளிக்காது. தூய அரசியல் தளத்தைவிட பொருளாதார, நிர்வாகச் செயல்பாட்டில் பங்கேற்பு என்பது முக்கியம். செயல்பாட்டின் களங்கள் என்ற முறையில், இவை தங்கள் அரசியல் செயல்முறைகளுக்குத் திரும்பத் தொடர்புறுத்தக் கூடியவை. ஆனால் நமக்குப் பணிகளைச் சீரமைப்பதிலும் அந்தப் பணிகளுக்கிடையில், தலைமையதிகாரத்தைத் தனது வகைமைகளில் தூய படிநிலைத்தன்மை உடையதாக ஆக்குவதைத் தவிர்க்கும் முயற்சியிலும் புத்தாக்கத் திறமை தேவைப்படுகிறது. ஏனெனில் மனிதர்களை அப்புறப்படுத்தித் தனிமைப்படுத்தலின் சான்று ஒவ்வொன்றும் உள்ளார்ந்த மோதலுக்கான மூலமாகிறது. ஒவ்வொரு அமைப்பிலும் அதிகாரத்தின் மூலம், அந்த அதிகாரத்தைச் செயல்படுத்துவதால் பாதிக்கப்படும் மனிதர்களிடமிருந்து பிரிக்கப்பட்டால், அது தனக்கெனத் தனியொரு வாழ்க்கையை, ஒரு சுயஆர்வத்தைப் பெற்றுவிடுகிறது. ஆகவே தான் பூர்த்திசெய்ய முனைகின்ற நோக்கத்திலிருந்து வேறுபட்ட ஒரு நோக்கத்தையும் அடைகிறது. இவ்வாறு பிரித்தல், நோக்கத்தை மாற்றி விடுகிறது; ஏனெனில் அது தனது சுற்றுச்சூழலுடன் இடைவினை செய்து ஒரு புதிய சூழ்நிலையைக் கட்டமைத்து, அதில் ஒரு புதிய திசைப்படுத்தலை நோக்கி இழுபட்டுச் செல்கிறது.

நவீன சமூகச் சீரமைப்பில், ஒரு தனிமனிதர் எவ்விதம் அரசுடன் தொடர்புறுகிறார் என்ற பிரச்சினையை இது எழுப்புகிறது; குறிப்பாக நான் சட்டத்தின் சட்டபூர்வத்தன்மை- இந்தச் சொற்கள் வெறுமனே திரும்பச் சொல்லல்கள் அல்ல- என்று சொல்ல விரும்புவதைப் பற்றிய பிரச்சினையை எழுப்புகிறது. அரசியல் நோக்கிலிருந்து ஒவ்வொரு குடிமகனுக்கும் மூன்று முதன்மை முக்கியத்துவம் கொண்ட கூறுகள் உள்ளன. முதலில், அந்த மனிதர். இறுதியாக ஒன்றுபட்டிணைய இயலாத ஒரு மானிடர். தனது இனத்தில் பிறரிடமிருந்து தனிமைப்படுதல், அவர் பாதுகாக்க உயிரையும் கொடுக்கின்ற அந்த அந்தரங்கம், எல்லாவகையிலும் மிக முக்கியமானது. இந்தவகையில் ஒரு மனிதரின் மதம் மிகவும் வகைமாதிரியான உதாரணம். ஆனால் மிக அண்மைக் காலம்வரை, இது அவ்வளவு வகைமாதிரியாக இருந்ததில்லை. ஆனால் நவீன அரசைப் பொறுத்தவரை, இந்தத் துறையிலோ அல்லது வேறு துறைகளிலோ, ஒவ்வொரு மனிதனும் ஒரு ஆதனேசியஸ்தான். அவன் உலகத்திற்கு விட்டுக் கொடுப்பதைக் காட்டிலும் அதனால் உடைந்துபோகத் தயாராக இருக்கிறான். ஒரு மனிதனின் சுயம் பற்றிய மிக நெருக்கமான கூறுகளில் அரசு முடிவெடுக்கும்போது தனக்குத் தகுதி என்று தோன்றுகின்ற முறையில் அவன் இயங்குவதற்கான இடத்தை அரசு அளிக்க வேண்டும்; அவனது பிரக்ஞையை அழிக்காமல், அவனது அனுபவம் முழுமையையும் அவனுக்குப் பயனற்றது ஆக்காமல், அவனை விலக வைக்கின்ற எதையும் அது செய்ய இயலாது. ஏனெனில் அந்த அனுபவம்தான் அவனுக்குச் சட்டத்தை உருவாக்குகிறது என்று நான் சொல்ல இயலும்; தனது விளைவுகளில் அவை அவனது அனுபவத்துடன் ஒன்றுபடாவிட்டால் புறத்திலுள்ள தலைமையதிகாரத்தின் முடிவுகள் அவன் மரியாதையை எவ்விதத்திலும் கட்டுப்படுத்த முடியாது. இரண்டாவதாக, மனிதன் ஒரு கூட்டுச்சேரும் விலங்கு. அவன் இந்தத் திருச்சபைக்குச் சொந்தமானவன், அந்தத் தொழிற் சங்கத்துக்குச் சொந்தமானவன், இந்த சர்வதேச அமைப்புக்கு உரியவன், அந்தப் பணியளிப்போர் சங்கத்துக்குரியவன். இவை யாவும் அவன் தானே செய்யும் செயல்பாடுகள். இவையெல்லாம் அவனது சொந்த ஆளுமை வெளிப்பாடு நிகழ்த்தும் கூட்டு ஆளுமைகள். குடிமக்களுக்கு உகந்த கூறில் அவை அடாது நுழைந்தாலும் அவற்றின் முடிவுகள் அவன்மீது தாக்கம் ஏற்படுத்துகின்றன. ஒருவேளை அந்தக்கூறு, முன்பு நான் வாதிட்டது போல, அரசின் சொந்த வட்டத்திற்கு மிக நெருக்கமானதாக இருக்கலாம். இறுதிப் பகுதியில், சமூகத்தின் வாழ்க்கை முற்றிலுமாக இயக்கப்படும் பொது விதிகளை வரையறுக்க அரசு முற்படலாம். நடத்தையில் அது ஓர் இறுதியான ஒருமைப்பாட்டை அல்ல, தேவையான ஒருமைப்பாடுகளைக் கட்டுகிறது; நடத்தையில் அது

மிகக்குறைந்த அளவு இணக்கங்களைக் கண்டறிகின்றது. மிகப் பேரளவில், இந்த நவீன உலகத்தில், மேலே கோடிட்டுக் காட்டப்பட்ட இரண்டாவது, மூன்றாவது கூறுகளுக்கு இடையில் ஒத்திசைவை அது நாடுகிறது.

II. தலைமையதிகாரமும் விசுவாசமும்

இங்குதான் தலைமையதிகாரத்தின் பிரச்சினையின் தலையும் மையமும் இருக்கிறது. அந்தப் பிரச்சினை, இயல்பில் இருவிதமானது என்று நான் நோக்குகிறேன். அதற்கு (1) ஒருங்கிணைக்கும் தலைமையதிகாரத்தின் தீர்வுகள் இறுதியில் குடிமக்கள் விரும்பி விசுவாசத்துடன் ஏற்கப்படுவதாக்குதல் என்பது பகுதி ஒன்று (2) எல்லாவற்றையும் விடச் சிறந்த அந்த இயலுமையை உச்சப்படுத்தும் சாத்தியத்திற்குரிய செயல்முறை ஒன்றைக் கண்டுபிடித்தல் என்பது பகுதி இரண்டு.

ஆகவே பிரச்சினையை எடுத்துரைத்தல் என்பது, அரசியல் விஞ்ஞானத்தின் செவ்வியல் பாதையிலிருந்து விலகிச்செல்லுதல் என்பதை ஒப்புக்கொள்ள வேண்டும். ஏனெனில் ஒன்றிணைக்கும் தலைமையதிகாரம், தான் ஒன்றிணைக்கும் செயலைச் செய்வதனாலேயே அது மேலுயர்ந்ததாக இருக்க வேண்டும் என்று செவ்வியல் கொள்கை கருதுகிறது. அதனால்தான் ஹாப்ஸ், மிகக் கடுமையான சொற்களில், சமூகத்தில் சங்கங்களுக்கான அனுமதியை மறுத்தார். "அவை இயற்கையான ஒரு மனிதனின் குடல்களிலுள்ள புழுக்கள் போன்றவை" என்பது அவர் கூற்று; (Leviathan, ii, 29.) "அவை அரசுக்கான விசுவாசத்தை இழிவுபடுத்தி, அதன் முடிவுகளை ஏற்பதை அபாயத்துக்கு உள்ளாக்குகின்றன". இதேபோல ரூஸோவுக்கும், அரசின் நல்லிருப்பு சார்ந்துள்ள பொது விருப்பத்திற்கு எதிராகக் கூட்டமைவுகள் ஒரு தனிப்பட்ட விருப்பத்தை நுழைக்கின்றன என்ற கருத்து இருந்தது. இதுபோலவே, தனிப்பட்ட பணியில் வேலைநிறுத்தத்தில் ஈடுபடுவது என்பதிலிருந்து பொதுச் சேவைகளில் வேலைநிறுத்தம் செய்வது வேறுபட்ட தளத்தில் உள்ளது என்று வாதிக்கப்படுகிறது. பிற எல்லா அமைப்புகளுக்கும் நிறுவனங்களுக்கும் தத்தம் பண்பினை அளிக்கின்ற அறுதியான சட்டம் இயற்றும் அமைப்பாக அரசு நோக்கப்படுகிறது. அரசிலிருந்துதான் அவற்றின் இருப்பு இல்லையெனினும், அவற்றின் இருப்புக்கான அடிப்படைக் காரணம் வருவிக்கப்படுகிறது. அதன் சட்டத்தை மறுப்பது, அது அநீதியானதாகத் தோன்றினாலும், சமூகத்தை ஒன்றாக இணைக்கின்ற காரையைச் சேதப்படுத்துவதாகும். அது

அரசிலி நிலையை வரவேற்பது மட்டுமல்ல, அதை விட மோசம், மோதுகின்ற கட்சிகளின் பலத்தின் அடிப்படையில் முடிவுக்கு வருமாறு சமூக ஏற்பாடுகளை உடன்படிக்கைக்கு விடுவதும் ஆகும் என்று நமக்குச் சொல்லப் படுகிறது. (இந்தப் பார்வைக்கான ஆர்வமூட்டும் ஒரு தற்காப்புக்கு, எனது முந்தைய புத்தகங்களின்மீது திரு. டபிள்யூ. ஜி. எலியட்டின் தாக்குதலைக் *American Political Science Review, vol. xviii. p.251 (May 1924)* காண்க.) ஆகவே நாம் சமூகத்திலுள்ள வேறு எல்லா நலன்களுக்கும் மேலான உயர்வை அரசின் விருப்பத்திற்கு அளிக்கும் விதியை ஏற்கவேண்டும். அதனால் சமூக அமைதியின் ஊற்றுக்கண் என்ற முறையில் அதற்குச் சட்டப்பூர்வ ஒப்புயர்வு மட்டுமல்ல, ஒழுக்கவியல் ஒப்புயர்வும் அதன் தலைமையதிகாரத்துக்கு உண்டு என்று நான் கொள்கிறேன். ஏனெனில் எந்தத் தூய சட்ட முறைமையை ஆதரிப்பவர்களையும் தங்களுக்கேயான ஒழுக்கவியல் அடிப்படைகளில் அவர்கள் ஆதரிக்கிறார்கள் என்று அவர்களை ஏற்கச் செய்யாமல் அதைக் காப்பாற்ற முடியாது. இப்படி எடுத்துரைப்பதால், தலைமையதிகாரப் பிரச்சினையின் முதல் கூறு ஓர் அநாதியான தீர்வுக்கு வழியளிக்கிறது. இறுதியாக ஒருமைப்படுத்தும் உறுப்பாக அரசு இருப்பதால், நான் அதன் ஆணைகளை ஏற்கவேண்டும், வேறெந்த அமைப்பின் கோரிக்கைக்கும் எதிராக நான் அதற்கு மட்டுமே விசுவாசத்தைத் தர வேண்டும். இவ்விதமாயின் இரண்டாவது கூறு வெறுமனே சிறு முக்கியத்துவத்தை மட்டுமே கொண்டதாகிறது.

இந்தப் பார்வை கருதுவதுபோல பிரச்சினை அவ்வளவு எளியது என்று நான் கருதவில்லை. ஏனெனில், அரசு-விருப்புறுதியை ஒரு நோக்கத்துக்குக் குறையாத தகுதியுள்ளதாகப் பகுப்பாய்வுசெய்ய நம் நிர்ப்பந்தப்படுத்தப்படுகிறோம். அதாவது, அது தன்னை எவ்விதமாக அறிவித்துக் கொள்கிறது என்பதிலிருந்து அன்றி, மனிதர்களின் வாழ்க்கையின் தினசரி சாராம்சத்துக்கு என்ன செய்கிறது என்பதை வைத்து அரசின் இயல்பினை நாம் யூகிக்கவேண்டும். பொதுவாக, அரசு என்பது அரசாங்கம்தான், அரசாங்கத்தின் முடிவுகள்தான் செயல்வடிவம் பெறுகின்றன என்று முன்னரே நான் வாதிட்டிருக்கிறேன். அப்போது பிரச்சினை, அரசாங்கத்தின் தலைமையதிகாரத்தைப் பற்றிய விசாரணை ஆகிறது. மீண்டும் அது, அரசாங்கம் என்னவாக இருக்கிறது என்பது பற்றியதோடு மட்டுமல்லாமல், நவீன சமூகச் சமன்பாட்டில், அரசாங்கம் என்னவாக இருக்கவேண்டும் என்பது பற்றியதாகவும் ஆகிறது. இந்த அனுமானம், முக்கியமாகக் குறிப்பிட்ட அரசின் சொத்து அமைப்பிலிருந்தே வருவிக்கப்பட வேண்டும் என்று நான் கூறியிருக்கிறேன். இந்த அமைப்பு (அதன் கொள்கைசார்ந்த பரவல் எவ்விதமாயினும்) மெய்யான அதிகாரத்தின் இருப்பைக் காட்டக் கூடியது. பொதுவாக,

அதிகாரத்தை வைத்திருப்பவர்கள் அதன் வாய்ப்புகளை தங்கள் சொந்தப் பயன்பாட்டுக்கு மட்டுமே திருப்பிக் கொள்வார்கள். இந்த நெறிபிறழ்தலைத் தலைமையதிகாரத்தைத் தாங்கக்கூடிய சில குறித்த உரிமைகளின் செயல்பாடு மட்டுமே தடுக்கமுடியும், இன்று இருக்கும் அமைப்பு அதிகாரச் சமநிலையின்மையை வழிபடுகிறது என்று நான் வாதிட்டுள்ளேன். இதற்கேற்ப, நான் இரண்டு முடிவுகளுக்குத் தள்ளப்படுகிறேன். முதலாவதாக, என்மீது தலைமையதிகாரத்தின் கோரிக்கை, தனது வேண்டுகோளுக்கான ஒழுக்கவியல் முக்கியத்துவத்தின் விகிதத்திற்கேற்றவாறு நியாயமானதாக இருக்கும்; இரண்டாவதாக, அதன் முடிவுகளை மிக நெருக்கமாக என் சொந்த அனுபவத்திற்குள் நெய்வது முக்கியமானது. அப்போதுதான் அதன் கோரிக்கை உச்சபட்சமாக இருக்கும்.

மெய்யாகவே சட்டம் என்பது சமூக அமைதியின் மூலப்பொருள்தான். சமூக அமைதியின் மதிப்பை ஒரு கணமும் மறுப்பதற்கு எனக்கு எண்ணமில்லை. ஆனால் அது எதை உள்ளடக்கியுள்ளது என்பதை அறியாதவரை, வேறெந்த நிலைமையை விடவும் அது உள்ளார்ந்த நிலையில் மேன்மையானது என்று கருதமாட்டேன் என்று வாதிடுகிறேன்; அதன் உட்குறிப்புகளை என் சொந்த வாழ்க்கையில் அவற்றின் விளைவுகளை அனுபவிப்பதன் வாயிலாக என்னால் அறியமுடியும். அதாவது அதனைப் பாதுகாத்தல், அனுபவத்தின் எந்த அமைப்பினைக் காப்பாற்றுகிறது, அதன் பாதுகாப்பிலிருந்து வேறு எவ்வித அனுபவங்கள் புறந்தள்ளப்படுகின்றன என்பதை நான் காண வேண்டியிருக்கிறது. பொதுவாக, ஒருவித ஆதி-நியாயத்தினால் ஒரு ஒழுக்க முறைமையின் பிரதிபலிப்பாக ஒரு குடிமகனுக்குச் சட்டம் என்பது இல்லை, நேர்மையாக எம்முறையில் பயன்படுகிறதோ அவ்விதமே சட்டப்பூர்வமானதாக அது காணப்படுகிறது. அம்மாதிரி முறைமையினால் அவன் நியாயமானது என்று ஏற்பவை இடம்பெறுவதையும் அனுமதி பெறுவதையும் காண்பான். எங்கு அவை இல்லையோ, அங்கு சட்டத்தின் கோரிக்கைகளுக்கு எதிராகக் கலகம் செய்ய வேண்டிய நிலை தனக்கு ஏற்படுவதையும் உணர்வான். அதாவது, குடிமக்களின் அனுபவமே உண்மையில் சட்டத்தினை உருவாக்குவது. அந்த அனுபவத்துக்கு அவர்கள் உண்மை என்று காண்பனவற்றுக்கு அவர்கள் தலைமையதிகாரம் தருவார்கள். அவர்கள் காண்கின்ற யதார்த்தத்திற்குப் புறம்பான இடங்களிலிருந்து அவர்களுக்கு வருகின்ற முடிவுகளுக்குக் கட்டுப்படுமாறு அவர்களைக் கேட்பதில் பயனில்லை. அவர்கள் பலத்துக்கோ பயத்துக்கோ கட்டுப்படலாம். தாங்கள் புரிந்துகொள்ளாததால் ஒருவேளை அவர்கள் கட்டுப்படலாம். அல்லது ஒரு குறிப்பிட்ட சந்தர்ப்பத்தில், அவர்கள் எதிர்ப்பதனால்

உடனடியாக அதில் உள்ளடங்கியிருக்கின்ற தண்டனைக்கு அந்த எதிர்ப்பு தகுதியற்றது என்று கருதலாம். ஆனால் சுதந்திரமான, தாங்கள் நியாயமென்று கருதிப் புரிந்துகொண்டதால் வழங்குகின்ற அந்த ஒரே தகுதியான விசுவாசத்தை அவர்கள் வேறு எந்த நிபந்தனைக்கும் கட்டுப்பட்டு அரசுக்கு வழங்கமாட்டார்கள்.

இந்த நிலைமை, மிகச் சரியாகவே, அதிகாரத்தைப் பயன்படுத்துவது என்பது அரசிலிநிலையின் நிழலினால் சூழப்பட்டுள்ளது என்ற முடிவை உட்கொண்டுள்ளது. இந்த உண்மையை மறுப்பதனால் பயன் உண்டா? மனிதர்களுக்குச் சட்டம் என்பது ஏதோ ஒரு அமைப்புக்கு நிரந்தரத் தொடர்புள்ள ஒரு தலைமையதிகாரத்தின் குரல் அல்ல, மாறாக, அவர்கள் ஏற்கத் தயாராக உள்ள தலைமையதிகாரத்தின் குரல்தான். உள்ளாட்சிச் சட்டம் அரசியல் அமைப்புச் சட்டத்திற்குப் புறம்பானது என்று உல்ஸ்டர் அறிவித்ததன் அர்த்தம் இதுதான். 1902இன் கல்விச்சட்டத்திற்கு எதிரான ஒத்துழையாமையின் பின்னுள்ள இயக்கு விசையும் அதுதான். அதனால்தான் அரசு அந்தரங்க ஆலோசனை நீதிக் குழுவின் (ப்ரிவி கவுன்சிலின்) முடிவுகளைத் திருச்சபையினர் நியாயமானவை என ஏற்பதில்லை. 1915இன் போர்த்தளவாடச் சட்டத்திற்கு தெற்கு வேல்ஸின் சுரங்கத் தொழிலாளர்கள் காட்டிய எதிர்ப்பினை இது விளக்குகிறது. மேலும் நாம் வாழுகின்ற மொத்தச் சமூக முறைமைக்கும் பொதுவுடைமையாளர்கள் காட்டுகின்ற எதிர்ப்பையும் இது விளக்குகிறது. அவர்களுக்குச் சட்டம் என்பது அதன் சாராம்சத்தினால் வரும் அதிகாரத்தைக் கொண்டதாக இருக்கவேண்டும். மாறாக, தனக்கென உள்ள சட்ட அமைப்பின் தலைமையதிகாரத்தையே அது அதிகாரத்தின் மூலவேராகக் காட்டலாகாது. ஆகவே மனிதர்களின் ஏற்பினைப் பெறுகின்ற எத்தனை அமைப்புகள் சமூகத்தில் உள்ளனவோ அத்தனை தலைமையதிகாரங்களும் உள்ளன. ஒப்பீட்டளவில் எனது அனுபவத்தின் மீது திருச்சபையின் அல்லது தொழிற்சங்கத்தின் தாக்கத்தைவிட அரசின் தாக்கம் போதுமானதாக இல்லையெனில், நான் என் திருச்சபையுடன் சேர்ந்து அரசை எதிர்க்கலாம், என் தொழிற்சங்கத்துடன் இணைந்து அரசுக்கு எதிராக இருக்கலாம்.

ஆகவே மனத்தின் வாயில்கள் வழியாகச் சட்டம் தனது ஒப்புதலுக்கு முயற்சி செய்ய வேண்டும். இந்த அமைப்பின் ஒவ்வொரு மனத்தின் அனுபவமும், அதனால் அதன் தேவைகளும் வெவ்வேறாக இருப்பதால் சட்டம், தான் சந்திக்கின்ற ஒவ்வொரு மனத்திற்கும் ஒவ்வொரு விதமாக அர்த்தப்படுகிறது. ஆகவே தேவைகள் என்பவை பொதுவாக இருப்பினும், இறுதிநிலையில் அவை ஒரேமாதிரித் தன்மை கொண்டனவாக இருப்பதில்லை ஆகையால், தலைமையதிகாரம் தனக்குக் கீழ்ப்படிதலுக்காக வழங்கும் பரிசுகள் இறுதிநிலையில்

ஒற்றைத்தன்மை உள்ளவை அல்ல. ஆகவே நாம் சட்டத்திற்கு மரியாதையை எப்போதும் உறுதிசெய்ய முடியாது. உதாரணமாக, பாராளுமன்றத்தில் அரசர் ஒன்றைப் பற்றிப் பேசிவிட்டதால், அது எல்லாராலும் ஏற்றுக் கொள்ளப்படும் என்று கூற இயலாது. இயல்பாக, மெய்யாகவே, அறிவிக்கப்பட்ட அந்த முடிவு ஏற்கப்படும் என்று கருதுகிறோம். ஆனால் சட்டமியற்றுதலின் சுற்றுத் தளத்தில் அல்ல, விளிம்புகளில்தான் பிரச்சினைகள் உருவாகின்றன. ஆனால் தனது முழுச் சுற்றுச்சூழலுக்கும் உண்மையாக இருக்க முனைகின்ற எந்த ஒரு அரசியல் தத்துவத்திற்கும் இந்த விளிம்புகள்தான் மிக முக்கியமானவை, கட்டுப்படுத்தும் மெய்ம்மைகள். ஒரு தனிமனிதனுக்கு அவனாக அர்த்தமிருப்பதாக ஏற்றுக் கொண்டால் ஒழிய சட்ட உரிமை என்பது அர்த்தமற்றது. தனது அனுபவத்தினால் அதனை வெளிப்படுத்தி அதற்கு அவன் தரும் தலைமையதிகாரத்தைத் தவிர அதற்கு எவ்வித உரிமைகளும் கிடையாது. ஒரு திருப்திகரமான செயல்பாட்டில் அந்த வெளிப்படுத்தல் நமக்கு எவ்வித விளைவுகளைத் தருகிறது என்ற அளவைப் பொறுத்தே நாம் அரசின் கோரிக்கைகளுக்கு விசுவாசமாக இருக்கிறோம்.

இங்கு விசுவாசத்தின் தேவை என்பதை நான் மறுக்கவில்லை என்பதைக் குறிப்பிட வேண்டும். ஒரு செயலற்ற ஏற்பாளனுக்கும் செயல்படுகின்ற முடிவுப் புள்ளிக்கும் உள்ள தொடர்பு அல்ல விசுவாசம் என்பதைத்தான் நான் வலியுறுத்த விரும்புகிறேன். அது ஆக்கப்பூர்வமானதாக இருக்க வேண்டுமானால் தங்களால் ஆன உறவுகளால் ஒவ்வொருவரும் அந்தச் சூழலில் பங்கேற்பாளராக இருக்கவேண்டும். நமது விசுவாசம் உண்மையானதாகவும் அரசுக்குப் பங்களிப்பதாகவும் இருக்க வேண்டுமானால், நமது சுயம் செயலற்று அரசின் ஆணைகளை ஏற்பதாக இருக்கலாகாது. அந்தச் சுயம், அந்த ஆணைகளுக்குப் பங்களிப்பதாகவும் தனது ஆளுமையினால் அதற்கு நிறமளிப்பதாகவும் இருக்கவேண்டும். அதாவது, அரசு தனது குடிமக்களின் அனுபவங்களை ஒன்று சேர்த்து அதிலிருந்து நான் சட்டத்தின் சட்டத்தன்மை என்று சொல்லக்கூடிய பண்பைக் கண்டறிந்து சட்டத்தை நியாயப்படுத்த வேண்டும். அவர்களைச் சட்டமியற்றும் செயல்முறையில் இணைத்துக் கொண்டு மட்டுமே அரசு அதைச் செய்யமுடியும். ஏனெனில் நாம் அரசு சட்டமியற்றுகிறது என்று சொல்லும்போது அரசு, மனிதர்களான முகவர்கள் வாயிலாகவே அதைச் செயல்படுத்த வேண்டும் என்பதை மறந்துவிட முனைகிறோம். அவர்களுடைய தேவைகளும் நோக்கங்களும் அவர்களுடைய சொந்த வாழ்க்கை அனுபவத்திலிருந்து வருபவை. அதனால் இயற்கையாகவே அவர்களுடைய அனுபவத்தின் உட்குறிப்புகளைப் பூர்த்திசெய்பவை என்ற முறையில் அவை நியாயமானவை. ஆனால் அவற்றில்

பிறர் சேர்க்கப்பட்டிருந்தாலும் பிறருக்கு அவை போதுமானவை அல்ல. நமது சொந்தமானவற்றைப் போன்ற தேவைகளும் நோக்கங்களும் அவர்களுக்கும் இருந்தாலொழிய அவர்களைக் கட்டுப்படுத்தும் தலைமையதிகாரம் கிடையாது. ஏதோ ஒரு குறிப்பிட்ட திட்டவட்டமான புள்ளியில் அவர்களுக்கான தலைமையதிகாரத்தை நாம் உண்டாக்கிவிடுவதில்லை, நமது சொந்தச் செயல்பாடுகளால் அரசாங்கத்தின் செயல்முறையின் ஒவ்வொரு நிலையிலும் அது தொடர்ந்து நெய்யப்படுவதால் உருவாக்கப்பட்டுக்கொண்டே இருக்கிறது என்ற அறிந்தேற்பினால் மட்டுமே அது வர முடியும். நாம் அறிந்து கொள்ள முடிகின்ற அளவிலேயே தேவைகளை அவை முன்னிறுத்துகின்றன. நமது சொந்த இருப்பின் மண்ணில் தலைமையதிகாரத்துக்கென வேறு ஆழமான வேர்கள் இல்லை.

இந்த மனப்பாங்கினைச் சில சமகால உதாரணங்கள் ஒருவேளை தெளிவாக்கக் கூடும். எல்லாவற்றிலும் சிறப்பான உதாரணம், வெர்செய்ல் உடன்படிக்கை செய்யப்பட்ட விதம். 1918இன் ஜெர்மன் புரட்சிக்குப் பிறகு ஜெர்மனியில் ஒரு நியாயமான அமைதிக்கான விழைவு பரவலாக இருந்தது என்பது ஒப்புக்கொள்ளப்பட்ட ஒன்று. ஆனால் நியாயமான அமைதி என்பது வெற்றியடைந்தவர்களின் ஆர்வங்களுக்குக் குறையாத நிலையில் வென்றடக்கப்பட்டவர்களின் ஆர்வங்களும் இடம்பெறும் நிலையாகும். உண்மையில் அந்த உடன்படிக்கையில், தோல்வியுற்றவர்கள் எவ்வித கவனத்தையும் பெறவில்லை என்பதோடு, அந்த உடன்படிக்கை அவர்களுக்கு என்னவாக இருந்தது என்ற நோக்கினை வெளியிடுவதுகூடத் தடுக்கப்பட்டது. தாங்கள் அதை மறுத்தால் என்னவாகுமோ என்ற பயத்தினால்தான் அந்த உடன்படிக்கையை அவர்கள் ஏற்றுக்கொண்டனர். விளைவு, நாம் எதிர்பார்த்த ஒன்றாகவே இருந்தது. ஒரு சராசரி ஜெர்மானியன், தான் மதித்துக் காக்கவேண்டிய கடப்பாடுடைய ஒன்றாக அந்த உடன்படிக்கையைக் காணவில்லை. தனக்கு நியாயமான எவ்விதமான அனுபவமும் அதில் பொதிந்துள்ளதாக அவன் காணவில்லை. அதைக் கடைப்பிடிக்காவிட்டால் ஏற்படும் உடனடியான அல்லது ஏற்படப் போகிற தண்டனையிலிருந்து தப்புகின்ற அளவுக்கு மட்டுமே அவன் உடன்படிக்கைக்கு மரியாதை தருகிறான். ஆனால் அவன் மனத்தில் தொடர்ந்து இருப்பது அதை மீளாக்கம் செய்வதுதான். அப்படிப்பட்டத் தகவமைத்தல்களால் ஏற்படும் அமைப்பு, தான் நியாயமானவை என ஏற்கின்ற நிலையினை உருவாக்கும் என்று தொடர்ந்து அவன் முனைந்து கொண்டிருக்கிறான். ஆனால் அவன் உண்மையில் அதில் பங்கேற்றால் ஒழிய அப்படிப்பட்டத் தகவமைத்தல்கள் கிடைக்காது. அவற்றைச் செய்வதற்கான செயல்முறை அவனுக்கு

அவற்றைக் கண்டறிவதில் ஓர் ஆக்கப்பூர்வமான பங்கேற்பை வழங்கவேண்டும். இந்த உடன்படிக்கையை ஒரு புனிதமான ஆவணமாக ஏற்றிருக்கும் அரசியல்வாதிகளுக்கு அந்த நிலை, அதன் தலைமையதிகாரம் போதியதாக இல்லை என்ற ஏற்பிலிருந்தே பெருமளவு வருவிக்கப்பட்டுள்ளது என்ற விஷயத்தைச் சட்டப்பூர்வமாக முக்கியப்படுத்தலாம் என்று நான் நினைக்கிறேன். அவர்கள் தீர்வினைத் தேடவில்லை, ஜெர்மனியின்மீது எப்படி அதிகாரம் செலுத்தலாம் என்பதைத்தான் தேடினார்கள். முன்னரே தங்களுக்கு எதிராக உள்ள அனுபவங்களை ஒத்திசைவில் எப்படி இணைப்பது என்ற கருவியை அவர்கள் வலியுறுத்தவில்லை, தங்கள் சொந்த அனுபவத்தை உள்ளடக்கிய ஒரு கருவியைத்தான் தேடினார்கள். தாங்கள் உருவாக்கிய கருவி அவர்களுக்குத் தலைமையதிகாரம் தருவதாக உள்ளதே தவிர, ஜெர்மானியர்களுக்கு இல்லை என்பது இப்போது அவர்களுக்குக் கற்றுத் தரப்பட்டிருக்கும் எளிய பாடம். ஆனால் அவர்கள் இதற்கு ஜெர்மானியர்களின் இயல்பிலுள்ள உள்ளார்ந்த ஒழுக்கமின்மைதான் காரணம் என்கிறார்கள்; ஆனால் உண்மையில் இது, சாதாரண மனிதனின் தினசரி உறவுகளிலிருந்து நிரூபிக்கக்கூடிய ஓர் எளிய உளவியல் முடிவுதான்.

இதைவிட மூலதனத்திற்கும் உழைப்புக்குமான போருக்குப் பிந்திய உறவு, குறிப்பாகப் பிரிட்டனில் என்பது குறைந்த அதிர்ச்சிதரத் தக்கதல்ல. பிரபுக்கள் சபையில் அண்மையில் ஒரு பெரிய முதலாளி கூறினார்: "வேலையளிப்போர் இன்றிருப்பதுபோல ஒருகாலத்திலும் தங்கள் பணியாளர்களின் நலனைப் பற்றிக் கவலைப்பட்டதில்லை; ஆனால் அதற்கான எதிர்வினையும் இன்றிருப்பதைவிடக் குறைவாக இருந்ததில்லை". (பிரபுக்கள் அவையில் 1924 ஜூலை 7 அன்று எம்மாட் பிரபுவின் கூற்று). ஆனால் எதிர்வினையை உருவாக்குகின்ற ஒரு வழிவகை என்ற முறையில், அது செலுத்தப்படும் விஷயங்கள் ஒத்துழைப்பினால் நிர்ணயம் செய்யப்பட்டால் ஒழிய, நல்லெண்ணம் மட்டுமே போதுமானதாக இருப்பதில்லை. அப்படிப்பட்ட ஒத்துழைப்பு இன்று மூலதனத்துக்கும் உழைப்புக்கும் இடையில் இல்லை. அதை உருவாக்குகின்ற நிறுவனங்களும் இல்லை. தொழில் உலகம் அமைதிக்காக அல்ல, மோதலுக்காகவே உருவமைக்கப்படுகிறது. ராஜதந்திர பூர்வமான ஆதாயம் கிடைக்குமென்றால் ஒரு கட்சி, மற்றதன்மீது நிபந்தனைகளைச் சுமத்துகிறது. ஒன்றிற்கும் அடுத்தகட்சியின் மனத்தில் என்ன இருக்கிறது என்பது தெரியாது. தங்கள் முயற்சிகளுக்குப் பொதுவான நோக்கங்கள் அவற்றுக்கு இல்லை. தனது ஆட்கள் அதிக உற்பத்தி செய்ய வேண்டும் என்று கேட்கின்ற ஒரு முதலாளி, அந்த அதிக உற்பத்திப் பெருக்கத்துக்கான அடிப்படைகள் என்ன என்பதைக் கண்டறிய முனைவதே இல்லை.

பலவேறு கூறுகள் சேர்ந்த சிக்கலான சமன்பாடு அது என்பதை அவன் புரிந்து கொள்ள முனைந்ததே இல்லை. அவனைப் பொறுத்தவரை, "அதிக உற்பத்தியைத் தொடர்ந்து அதிகக் கூலி கேட்பார்கள், அவ்வளவுதான் உழைப்பாளியின் அக்கறை" என்பதோடு சிந்தனை முடிந்துவிடுகிறது. தொழிலாளி ஒருவனுக்கு முக்கியமானது அவனது சொந்த நடத்தை அல்ல, தங்களோடு ஒருங்கிசைந்த ஒரு நடத்தைக்கூறு என்பதை அவன் உணர்ந்ததில்லை. உற்பத்தி அதிகரிப்பு என்பது கூடுதல் ஊதியமளிப்பது பற்றிய பிரச்சினை மட்டுமல்ல. பொருள்களின் சில்லறை விலை நிர்ணயம், வேலையளிப்பின் தொடர்ச்சியும் அளவும், தொழிலகத்தில் ஏற்படும் மிதமிஞ்சிய களைப்பு, அந்த அதிசோர்வின் விளைவான நோய், நோயிலிருந்து பாதுகாப்பு இத்தியாதிகள் பிரச்சினைகளாகின்றன. இவற்றில் எது ஒன்றையுமே முதலாளியை வைத்து மட்டும் தீர்த்துவிட முடியாது. பணியாளருடைய அனுபவத்திற்கும், முதலாளியின் அனுபவத்திற்கும் சமமான மதிப்புத் தரும் தக்கதொரு உறவின் அடிப்படையிலேயே இவற்றில் ஒவ்வொன்றையும் சரியான முறையில் தீர்க்கமுடியும். இன்றைய நிலையில், பணியாளர் நலன் என்று எம்மாட் பிரபு கூறியது ஒவ்வொரு தரப்புக்கும் வெவ்வேறான அர்த்தத்தைத் தருவது. முழு உறவிலும் உள்ள அடிப்படையான கோளாறு, எல்லா முதலாளிகளும் மனத்தில் கொள்வதுபோலவே இவரும் உழைப்பாளர் எதிர்வினையின்மைக்குக் காரணம், போரின்காரணமான நரம்பியல் நோய், அல்லது பொறுப்பின்மை காரணமாக ஏற்படும் உழைப்புக்குறைவு என்று கருதுகிறார். உண்மை என்னவெனில், உழைப்பாளரின் உணர்வினைப் உலகப்போர் கூர்மைப்படுத்தியிருக்கிறது. அவர் இனிமேலும் புறத்திலிருந்து ஆளப்படுவதை, அவ்விதம் ஆளும் சர்வாதிகாரி மிக நல்லுள்ளம் கொண்டவராக இருப்பினும், விரும்பவில்லை. மிக நல்லுள்ளம் கொண்ட சர்வாதிகாரியும் தான் பகிர்ந்து கொள்ளாத (தான் அதன் பகுதியாக இல்லாத) ஓர் அனுபவத்திற்குள் ஊடுருவ முடியாது; அதன் மகிழ்ச்சிகளும் வலிகளும் அவனுக்குப் புரியாதவை. தொழில்துறையில் நாம் காண்பது, புதியதொரு முறைமையின் பிறப்புக்கான பிரசவ வலியை. ஒருவேளை அது எழுவதற்கு முன்னாலேயே மோதல் அதை மூச்சடைக்கச் செய்து விடலாம். தான் எதிர்கொள்ள இருக்கும் சுற்றுச் சூழலைத் தனது தேவைகளுக்கேற்ப மாற்றியமைத்தால் ஒழிய அதன் வாழ்க்கை ஆரோக்கியமானதாக அமையாது.

இங்கு ஒரு குறிப்பிட்ட விவாதம் ஆர்வத்தை ஊட்டக்கூடியது. ஏனெனில் நான் வலியுறுத்த விரும்பும் தலைமையதிகாரத்தின் பிரச்சினைக்கான அணுகுமுறையை வேறெதையும்விட மிக உயிர்த்துடிப்போடு அது விளக்குகிறது. ஒட்டுமொத்தச்

சமூகத்தையும் கடுமையாகப் பாதிக்காத வகையிலான தொழிலக வேலைநிறுத்தங்களைத் தாங்கள் புரிந்துகொள்ள முடியும் என்று பலரும் சொல்கிறார்கள். வாசனைப் பொருள்களை உற்பத்தி செய்பவர்கள் வேலைநிறுத்தம் செய்தால் நாம் அதை அசட்டை செய்யலாம்; வாசனைத் தைலம் இல்லாததால் எந்த சமூகமும் செத்துப் போகாது. ஆனால் ரயில்வேயிலோ, போலீசிலோ ஒரு வேலைநிறுத்தம் ஏற்படுமானால் அது மிகவும் வேறுபட்ட ஒரு விஷயம். ஏனெனில் இத் தொழில்கள் சமூக நோக்கத்தோடு நேரடியாகச் சம்பந்தப்பட்டவை; இவை செயல்படாமல் போகும்போது, சமூக அமைப்பின் இதயத்தின் மீதே நேரடியாக அடி விழுகிறது. ஆகவே, இம்மாதிரியான பணிகளில் கோளாறு என்பதை அனுமதிக்க இயலாது என்று சொல்லப்படுகிறது. *(Cf. Leon Duguit, Le Droit Social, Le Droit Individuel et L'Etat (1908), pp.134 f.)* சேவையில் தொடர்ச்சி இருக்கவேண்டும் என்பதைச் சமூகத்திற்கு அரசு உறுதிப்படுத்தக் கடமைப்பட்டுள்ளது. இம்மாதிரிச் சேவைகளில் வேலைநிறுத்தம் என்பதை திட்டவட்டமாகச் சட்டத்திற்கு எதிரானது என்று ஆக்க வேண்டும், அல்லது சீரற்றுப் போய்விட்ட சேவைகளுக்கு மாற்றாக வேறு சேவைகளை இயக்கும் வழிவகை அதனிடம் இருக்கவேண்டும்.

இந்தச் சேவைகளில் கோளாறு ஏற்படுவதன் தீவிரத்தை நான் மறுக்க வில்லை. ஆனால் நான் மேலே வலியுறுத்தியவற்றின் வாயிலாக வேலை நிறுத்தத்தைச் சட்டப்பூர்வமாகத் தடைசெய்வதால், அவற்றைத் தடைசெய்யும் தலைமையதிகாரத்திற்கு ஓர் இம்மி கூடப் பலனிருக்காது என்பதை உணரலாம். இந்தப் பணிகளின் நோக்கம் சேவைத்தொடர்ச்சி என்றும், அதனால் வேலைநிறுத்தம் என்பது அவற்றின் அடிப்படைத் தன்மையை மறுப்பது என்றும் கூறுவது இந்தப் பிரச்சினைக்கு முற்றிலும் பயனற்ற அணுகுமுறை என்று தோன்றுகிறது. ஏனெனில் ஒரு பணியின் நோக்கம் என்பது வார்த்தைகளின் அசையாத வடிவமல்ல. அதற்குத் தொடர்புடையவர்களின் தினசரி வாழ்க்கையில் அப்பணியின் நோக்கம்தான் அதன் அர்த்தம். இம்மாதிரிக் கோளாறுகளைத் தடுப்பதற்கு வழி வேலைநிறுத்தத்தைத் தடுப்பதல்ல, அந்த வேலையில் தொடர்புடையவர்களைப் பங்கேற்க வைப்பதாகும். அதனால் அவர்களுடைய கட்டுப்பாடு என்பது அவர்களின் அனுபவத்தின் வெளியீடாகும். அவர்களுக்குத் தெரிந்த தேவைகளிலிருந்துதான் இயல்பாகவே அவர்கள் கடைப்பிடிக்கும் ஒழுங்கு உருவாகிறது. வேலைநிறுத்தங்கள் சட்டத்துக்குப் புறம்பானவை என்பதால், உதாரணமாக இரயில்வேயில், மக்கள் அதைச் செய்யமாட்டார்கள்; அவர்கள் வேலைநிறுத்தத்தில் ஈடுபட்டிருக்கும்போது அவர்கள் மனநிலையை மேலும் கசப்பூட்டவே செய்யும். தற்காலிகமான மாற்று ஒன்றை அளிப்பதும் பிரச்சினைக்கு உண்மையாகவே உதவும் என்று

நான் சொல்லவில்லை. அப்படிச் செய்தால், ஒன்று, வெர்சேய்ல் உடன்படிக்கை போல கடப்பாடு உணர்ச்சி அற்ற ஒரு தீர்வை நோக்கி நகர்த்தும், அல்லது மோதலின் ஒரு பக்கச் சார்பாக அதிகாரத்தைப் பயன்படுத்துவதன் வாயிலாக, அது பிரச்சினையை அதிலுள்ள மெய்ம்மைகளைக் கருத்தில் கொள்வதிலிருந்து திசைதிருப்பி, அவற்றுக்குப் பொருத்தமற்ற முறைமை சார்ந்த கேள்விகளுக்கு இட்டுச் சென்று விடும். இம்மாதிரியான தொழில்களில் கோளாறு ஏற்படாமல் தவிர்ப்பதற்கு வழி, உடன்படிக்கைக்குத் தேவையான நிறுவனங்களை அவற்றின் அடித்தளத்தில் வைப்பதுதான். மாறாக, ஒவ்வொரு தற்காலிக வேற்றுமை எழும்போதும் தன்னிச்சையாக அவற்றைத் தோற்றுவிப்பதல்ல. ஏனெனில் அவ்விதம் செய்யும்போது, அந்த உடன்படிக்கைக்கு, தொடர்ச்சியான அறிவிலிருந்து வருவிக்கப்படும் தலைமையதிகாரம் என்ற உடை அணிவிக்கப் படுகிறது; அந்த அறிவு, திரும்பவும், நமக்குக் கிடைக்கின்ற முழு அனுபவத்தின் சார்பாக நிற்பதாகிறது. அதனால் நாம் வேற்றுமைகள் இறுகுவதற்கு முன்னாலேயே தீர்வுக்கான காரணிகளை மதிப்பிட முடியும். ஒரு வேண்டுகோள் கோரிக்கை ஆவதற்கும், கோரிக்கை, அச்சுறுத்தல் ஆவதற்கும் முன்னாலேயே நாம் அதை ஆராய முடியும். யாவற்றுக்கும் மேலாக, நாம் பொதுநிலையிலேயே அதை ஆராய்வோம். நமது இப்போதைய ஏற்பாடுகளில், உடன்பாட்டின் பிரதேசத்தைவிட, பிரிப்பதற்கான கோடுதான் எப்போதும் வலியுறுத்தப்படுகிறது; இப்படிப்பட்ட ஏற்பாடுகள் இருந்தால், இப்படி நடப்பது தவிர்க்க இயலாததுதான்.

நான் கூறும் முறை வேலைநிறுத்தங்களைத் தவிர்த்துவிடும் என்று சொல்ல வரவில்லை; மற்ற எந்த வழியும் செய்யாத அளவுக்கு அது வேலை நிறுத்தங்களின் எண்ணிக்கையைக் குறைத்துவிடும் என்றுதான் வலியுறுத்துகிறேன். ஆனால் இங்கு ஒரு புதிய பிரச்சினை எழுகிறது, அதைப் பற்றி ஏதாவது சொல்லியாகவேண்டும். இதுவரை நான் முக்கியமாக, தனிமனிதனைப் பற்றித்தான் - ஏதோ சமூகச் செயல்முறையில் அவனும் அரசும் மட்டுமே காரணிகள் என்பதுபோலப் பேசி வந்திருக்கிறேன். உண்மையில் பிரச்சினை இதைவிடச் சிக்கலானது; நான் முன்பே கூறியவாறு, மனிதர்களுக்குள் இருக்கும் சேர்க்கைக்கான உந்துதலை அரசு முற்றிலும் போக்கிவிடுவதில்லை. தனிப்பட்ட மனிதனின் செயல்பாட்டினால் பூர்த்தி செய்ய முடியாத உணரப்பட்ட தேவைகளின் வெளிப்பாடாக அவர்கள் குழுக்களைத் தாங்களே அமைக்கிறார்கள். குழு என்பது ஏதோ ஓர் ஆர்வத்தை முன்னிறுத்துவதற்கான முயற்சியாகும். அதில் அதன் உறுப்பினர்கள் தங்கள் அனுபவத்தின் தேவைகளுக்கான விடை கிடைக்கும் என்று எதிர்பார்க்கிறார்கள். சுற்றுச்சூழலின் அசலான சார்புகள் இவை.

அது இல்லாவிட்டால் பட்டினி கிடக்கின்ற அல்லது போதுமான ஊட்டம் பெறாத உள்ளுந்தல்களுக்கு அதன் வழியாகத் தனிமனிதன் உணவளிப்பதற்காக அதைத் தகஅமைத்தல் செய்வதற்கான முயற்சிகள் அவை. அரசு உண்மையானது என்ற அதே அர்த்தத்தில் குழுவும் உண்மையானதே. அதாவது அதற்கும் மேம்படுத்துவதற்கானதோர் ஆர்வமும், சேவை செய்வதற்கான பணியும் உள்ளன. அரசு அதை இருப்புக்குக் கொண்டுவருவதில்லை. சட்டத்தின் வகைமைகளுக்கு அப்பால், அது அரசைச் சார்ந்ததல்ல. குறிப்பிட்டதொரு சுற்றுச்சூழலில் உள்ள காரணிகளுக்கு இயற்கையான எதிர்வினையாக அது முழு சுற்றுச்சூழலிலும் வளர்கிறது. அதனைச் சுற்றியுள்ள சுற்றுச்சூழல்கள் உறுதிப்படுத்துவதாகத் தோன்றுவதற்கேற்ப அது வாழ்கிறது, இயங்குகிறது.

குழு என்பது உண்மையானது என்று நாம் சொல்கிறோம். எதைப் போல உண்மையானது? ஜோன்ஸ் உண்மையான மனிதன் என்பதைப் போல உண்மையானதா? ஸ்மித், ராபின்சன் என்ற மனிதர்கள், முழுமையான எல்லைக்குட்பட்ட உள்பொருள்கள். தங்களைப் போன்ற பிற முழுமையான எல்லைக்குட்பட்ட உள்பொருள்களிலிருந்து உடனடியாக அறியும்படியாக வேறுபடுத்தப்படக் கூடியவர்கள். அந்தமாதிரி ஒரு குழுவின் பண்பு உள்ளதா? ஒரு குழு என்பது ஓர் .உறவு அல்லது செயல்முறையைப் போல உண்மையானது என்று நான் கருதுகிறேன். அது தனது தனித்த பகுதிகளை மக்கள் தாங்கள் அக்கறை கொண்டுள்ள ஆர்வங்களை மேம்படுத்த வேண்டிச் செய்கின்ற சில குறித்த நடத்தை முறைகளுடன் இணைத்துக் கட்டுவதாகும். இந்த அர்த்தத்தில் அதற்கு ஓர் ஆளுமை இருக்கிறது. அது ஒருங்கிணைந்த நடத்தையில் முடிவுறுகிறது. அது தனது உறுப்பினர்களின் திருப்திக்கேற்ற செயல்முறைகளைக் கண்டறியச் செய்கிறது. அச் செயல்முறைகளைக் குழு இல்லாவிட்டால் அடையமுடியாது. இந்த நடத்தை வாயிலாக மட்டுமே அதற்கு வாழ்க்கை உண்டு. தனது உறுப்பினர்களுக்கு அப்பாலுள்ள ஒரு பொருளாக அல்ல, அவர்கள் செய்வதில், செய்வதன் வாயிலாக அது உயிர்வாழ்கிறது. அவர்களுடைய அனுபவம் உறுதிப்படுத்த முனைகின்ற தேவைகளை, பெரிய அல்லது சிறிய அளவில், பூர்த்திசெய்யக்கூடிய பழக்கங்களை அவர்கள் உருவாக்கிக் கொள்ள வைக்கிறது. அவர்களுடைய வாழ்க்கைகளின் பின்னணியை அது வடிவமைக்கிறது, அதேசமயம், அவர்கள் தாங்களாகவே அந்த வடிவமைப்புக்குப் பங்களிப்பதற்கு ஒரு கருவியாகவும் செயல்படுகிறது. தான் கட்டுப்படுத்த முனைகின்ற அனுபவத்தின் களத்திற்கான நடத்தை முறை ஒருங்கிணைப்புக்குத் தனித்தனி நடத்தை இழைகளை அது சேகரிக்கிறது. தங்களுக்கும்

புறவுலகிற்குமான இணைப்புக் கண்ணியை இழந்துவிட்டது போல அதன் இன்மையை மக்கள் உணர்வார்கள்.

தன் வியாபகத்தில் இந்தக் குழு-வாழ்க்கையின் பலவேறுபட்ட தன்மை நம்மைத் திகைக்கச் செய்கிறது. அரசியல் கட்சிகள், திருச்சபைகள், தொழிற்சங்கங்கள், பணியளிப்போர் சங்கங்கள், நட்புக் கழகங்கள், கோல்ஃப் கழகங்கள், ஃபிரெஞ்சு நிறுவனம் போன்ற ஆய்வு அமைப்புகள், நாடகச் சங்கங்கள், இவை போன்றவை சமூக அமைப்பில் குழுக்களுக்கிருக்கும் இடத்தைச் சுட்டிக்காட்டுகின்ற உதாரணங்களேயாம். ஆனால் அவை தனி மனிதனின் விசுவாசத்தைத் தாங்களே முழுவதும் கவர்ந்து கொள்வதில்லை. அவனிடமிருந்து புறத்தில் செல்லுகின்ற, அனுபவம் அவனை அழைக்கின்ற, குழுக்களுடனான தொடர்புக்கோடுகள் கதிர் வீசுகின்றன. பெருமளவுக்குத் தனது நண்பர்களையும் வாய்ப்புகளையும் ஒரு வாழ்க்கைத் தொழிலையும் தேர்ந்தெடுப்பதை அவை நிர்ணயிக்கின்றன. வாழ்க்கையினூடாக அவை இயக்குகின்ற சாலைகளில் சற்றே பயத்துடனும் சந்தேகத்துடனும் அவன் தனது இலட்சியத்தை நோக்கிச் செல்கிறான். மிகப் பெரும்பான்மையினர்க்கு அவை தேவைப்படும் முயற்சியின் சிக்கனத்தை அளிக்கின்றன. அவை அவனது செயல்பாடுகளைத் திட்டமிடுகின்றன, தங்கள் திட்டமிடலில் அவனுக்குத் தனது ஆசையின் வெளிப்படுத்தலுக்கு இடமளிக்கின்றன. அவன் தனது திருப்திக்குத் தட்டுத் தடுமாறும்போது புரிந்துகொள்கின்ற அளவுக்கு, அல்லது, தனக்கு எதிரிலுள்ள பரந்த சமூக விசைகளில் திருப்தியடைகின்ற அர்த்தத்தைக் கண்டறிய முனைகின்ற ஆற்றலை அவனுக்குச் சாத்தியப்படுத்தும் அளவுக்கு அவை வெற்றியோ தோல்வியோ அடைகின்றன. ஒரு நிகழ்வைக் கட்டுப்படுத்தும் திறனைத் தருவதற்கு, ஒத்த மனமுடைய மனிதர்களுடன் இணைந்து தான் விரும்பும் முடிவு இடத்திற்குத் தனது சுற்றுச் சூழலைக் கட்டுப்படுத்துவதற்கான இயலுமையை அளிப்பதற்கு அவை முனைகின்றன. அவன் தானாகவே தேர்ந்தெடுக்கும் முன்னுரிமைகளுக்குப் பாதையாக இருப்பதால் அவ்வப்போது அவனுக்கு ஒரு தனி நியாயமாகவும் உள்ளன. தான் முக்கியமென உணரும் ஒரு மரபினை அவனுக்கு அவை உருவமைக்கின்றன, அம்மரபில் அவன் இயல்பாக இருப்பதாக உணர்கிறான். அதற்கேற்ப, அவை பெரும் அளவுக்கு அவனது இருப்பின் அடிவேர்களுக்குச் செல்லக்கூடிய ஒரு விசுவாசத்தை எழுப்புகின்றன. தனது தனிப்பட்ட ஒத்திசைவினை அடைவதில் விலைமதிப்பற்றதொரு காரணியாக இருக்கின்ற சுயஅறிதலின் ஆற்றலைத் தான் கண்டறிந்து விட்டதான ஓர் உணர்ச்சியை அவனுக்கு அளிக்கின்றன. இதுவரை குழப்பமான ஓர் உலகமாக இருந்தது, அவற்றால் தன்னைப் போன்ற ஒத்த

அனுபவத்தைப் பகிர்ந்துகொள்ளும் பிறருடன் சேர்ந்து செய்யத் தகுதியென நினைக்கின்ற ஏதோ ஒன்றைச் செய்கின்ற வாய்ப்பினால் முறைப்பட்டதொரு உலகமாகிறது.

தனிமனிதனுக்குக் குழுவின் தேவையை இப்படி முக்கியப்படுத்துவது அதில் இயலக்கூடிய குறைகளுக்குக் கண்ணை மூடிக்கொள்வதல்ல. தேசிய அரசைப் போல, அது சுயபாதுகாப்புக்கான ஓர் வழி என்ற முறையில் ஒரு தனித் தகுதியை அது நாடுகிறது. தனது சொந்த மரபினுக்காகப் பிற அமைப்புகளின் மரபுகளை அழித்துவிடும் அளவுக்கு அது வளர்கிறது. தனது வழக்கிலுள்ள மனநிலைக்கும் சூழலுக்கும் ஏற்பத் தன் உறுப்பினர்கள் தங்கள் ஆளுமையைச் சமர்ப்பித்துவிட வேண்டும் என்று அது கேட்கிறது. தனது சிறப்புகளை உரக்கச் சொல்லுமாறும், குறைகளை ஏற்றுக்கொள்ளுமாறும், அல்லது அவை பற்றி மௌனமாக இருக்குமாறும் தன் உறுப்பினனை அது கேட்கிறது. உள்ளிருந்து கூர்மையான விமரிசனம் இல்லாத நிலையில், அது தவறு செய்வது சாத்தியம் என்ற என்பதை உணராத அளவுக்கு அது இறுகித் திமிர் கொண்டதாகிறது. தனது உறுப்பினர்களின் நெகிழ்ச்சித்தன்மையை அழிக்கின்ற விதமான வழிபாட்டு வெறியை ஓர் ஆரோக்கியமான குழுப் பெருமித விசுவாசத்திற்கு பதிலிடுகிறது. சாராம்சத்தைப் பற்றிக் கவலைப்படாமல் அது கருத்து வேறுபாட்டைத் தண்டிக்கவும், விசுவாசத்தைப் புகழவும் செய்கிறது. ஒருபகுதி நன்மையை முழு நன்மை என்றும், தனக்குக் கிடைக்கும் உண்மையின் சிறிய வீச்சை முழு உண்மை யென்றும் அது வலியுறுத்துகிறது. குறிப்பாகப் பிற குழுக்களுடன் முரண்படும் கணங்களில் தன் தீர்வுக்கு மாறான தீர்வுகளைத் தனது உறுப்பினர்கள் காண விரும்புவதற்கு அது பொறுமை காட்டுவதில்லை. ஓர் அரசை ஆள்வோரைப் போலவே, ஒரு குழுவின் தலைவர்களும் அதன் உறுப்பினர்களின் பொதுவான நோக்கங்களுக்கும் ஆர்வங்களுக்கும் பெரும்பாலும் முரண்நிலையில் வேறான நோக்கங்களையும் ஆர்வங்களையும் வளர்த்துக் கொள்ள முனைகிறார்கள். “ஒரு குழுவின் உறுப்பினர்கள் எவ்வளவுதான் திடநம்பிக்கையுடன் பிற உறுப்பினர்களுக்குத் தங்கள் முழுக் கடமையையும் நிறைவேற்ற முனைந்தாலும், அவர்களின் செயல்பாடுகளில் குழுவிசுவாசத்தின் ஒரு சிறு கூறேனும் புகுந்துவிடுகிறது” என்று திரு. கோல் சொல்கிறார். (Social Theory, p.120). தனது கட்சியிலிருந்து மனச்சார்பில் மெய்யாகவே அந்நியப் பட்டிருக்கும் ஓர் அமைச்சரவை, அதனுடன் இல்லாத ஒருமைப்பாட்டை வலியுறுத்த முனையும். ஒத்திசைவின்மையின் உணர்வு அதைத் தனது பகுதியாளர்களுக்குத் திருப்திகரமான கீழ்ப்படிதலைவிட அதிகமாக, எந்திரத்தனமான கீழ்ப்படிதலை வலியுறுத்தச் செய்யும். எந்த ஒரு குழுவிலும் ஈர்த்துக் கொள்ளப்படுதல்,

விரிவுக்குப் பதிலாக குறுகிய தன்மையையும், நெகிழ்ச்சிக்குப் பதிலாக இறுக்கத்தையும், அறிவார்ந்த இசைவுக்கு பதிலாகக் கேள்வி கேட்காத ஒப்புதலையும் நடைமுறைப்படுத்த முனைகிறது.

ஆனால் இவை யாவுமே, குழுக்கள் மனிதர்களுக்காக உருவாக்கப்படுபவை என்பதையும், தனது முறையில் அரசு எவ்விதம் நடந்து கொள்கிறதோ அதே பாணியில்தான் அவையும் செயல்படுகின்றன என்பதையும் சொல்வதற்குத்தான். ஒவ்வொருவரும் புதுமையைவிட வழக்கத்திற்கே முன்னுரிமை தருகின்றனர். ஒவ்வொருவரும் விவாதத்தைவிடக் கீழ்ப்படிவதை சௌகரியமாக உணர்கின்றனர். ஒவ்வொருவரும் தான் முன்வைக்கும் குறிப்பிட்ட தீர்வினை உலகளாவிய உண்மையென ஏற்றுக்கொள்ள வேண்டுமென விரும்புகின்றனர். அரசைத் தவிர, பிற எல்லாக் குழுக்களுக்கும் அடிப்படை முக்கியத்துவம் வாய்ந்த ஒரு பாதுகாக்கும் நிலைமை உள்ளது. அவை தன்னார்வ அமைப்புகள். இறுதியாக ஒடுக்குகின்ற கருவிகள் அவற்றிடம் இல்லை. எனக்கு எனது பொழுதுபோக்குக் கழகம் பிடிக்காவிட்டால், நான் விலகிவிடலாம். எனது திருச்சபையுடன் நான் ஒத்துச் செல்லாவிட்டால் நான் அதை விட்டுச் செல்லலாம். தொழிலக அமைப்புகளும்கூட, மன இணக்கம் என்று சொல்லக்கூடிய அந்தப் புள்ளிக்கு அப்பால் தங்கள் உறுப்பினர்களைக் கட்டாயப்படுத்த முடியாது. அரசு தனது உறுப்பினர்களின் தேவைகளுக்கு எதிர்வினையாற்றுவதை விட மிக்க உயிர்த்துடிப்போடு எதிர்வினை யாற்றுமாறு தனது சந்தர்ப்பத்தின் புறச்சூழ்நிலையால் பெருமளவு குழு இயக்கப்படுகிறது. அக்கறையற்ற ஒப்புதலைத் தருகின்ற உணர்ச்சியற்ற, ஏறத்தாழத் தன்னிச்சையான பழக்கத்திற்குப் பதிலாக, ஒன்றாகச் சேர்ந்து செயலாற்றுவதில் உறுப்பினர்களின் பிரக்ஞைபூர்வமான விருப்பத்தை அது மிக அதிகமாகச் சார்ந்திருக்க நிர்ப்பந்தப்படுத்தப் படுகிறது. அது வெற்றிகரமாக இருக்கவேண்டுமானால், முனைந்து செய்யும் மனச் செயல்பாட்டின் விளைவாக எழுகின்ற ஒப்புதலை அது மிகவும் சார்ந்திருக்கிறது. புதிய நிலைமைகளுக்கேற்ப, அது தொடர்ந்து தன்னைத் தகஅமைத்துக் கொள்ளவேண்டியுள்ளது. தனது தத்துவக் கொள்கைகளையும், தனது நோக்கத்தின் பரந்த விளக்கத்தையும் அது அரசைவிட அதிகமாகத் திருத்தம் செய்யவேண்டியிருக்கிறது. அதற்கான அபராதம் அதிகச் செலவுக்குரியது, தகஅமைத்துக் கொள்ளாமையால் அது அடையும் தோல்வி இன்னும் அதிக அபராதத்தை உள்ளடக்கியுள்ளது. ஏனெனில் அதன் உறுப்பினர்கள் அது மேம்படுத்தும் நலன்கள் மீது மதிப்பினை வைத்திருப்பதால் அதனுடன் இணைந்திருக்கிறார்கள், ஆனால் அவர்கள் யாவருமே அதே மதிப்பை அந்த நலன்கள்மீது வைப்பதில்லை; அந்த விசுவாசம் வேறெங்காவது மாற்றப்படும் என்ற அறிவின் நோக்கில்

இருக்கக்கூடிய அந்த நலன்கள் அவர்களுக்கு ஒரு விளிம்புநிலைப் பயன்பாட்டினைக் கொண்டுள்ளன. இங்கிலாந்தின் ஒரு திருச்சபை அரசுக்குத் தேவைக்குமீறிய அளவில் அடிபணிந்திருந்தால் அது ரோமன் திருச்சபைக்கான உறுப்பினர்களை இழக்கிறது; தனது தொழில் கொள்கையில் தெளிவற்றிருக்கும் ஒரு லிபரல் கட்சி, தனது உறுப்பினர்கள் உழைப்பாளர் கட்சியின் விசைகளுக்கு ஆட்பட்டு இழுத்துச் செல்லப்படுவதைக் காண்கிறது. எலிசபெத் அரசியின் பெருமிதமிக்க தற்பெருமைக் கூற்றான "எப்போதும் ஒரேநிலையில்" என்பதும் கூட ரோமன் கத்தோலிக்கத் திருச்சபை 1864இன் பாடத்திட்டத்தை ஏற்கும் முயற்சியினைத் தன் உறுப்பினர்கள்மீது திணிப்பதற்குத் தூண்டவில்லை: குறிப்பிட்ட விதமான கத்தோலிக்க சமதர்மக் கொள்கையின் வளர்ச்சி என்பது நிர்வாகத்தைவிட மரியாதைப் பண்பில் போப்பாண்டவர்கள் தவறிழைக்காதவர்கள் என்பதற்குச் சான்றாக உள்ளது. தனது எதிர்காலத்தைவிடக் கடந்த காலத்தில் கவனத்தைச் செலுத்தும் ஒரு குடியரசுக்(ரிபப்ளிகன்) கட்சி, தனது சொந்த உறுப்பினர்களே அதற்கெதிரான புரட்சியின் குறியீடுகளைத் தேடுவதைக் காண்கிறது. சுருக்கமாக, இறுதியில் குழுக்கள், தங்கள் உறுப்பினர்கள் தங்களைப் பற்றி என்ன எண்ணுகிறார்களோ அதுதான் தங்களுக்கு வாழ்வை அளிக்கிறது என்ற கருத்துக்குத் தள்ளப்படுகின்றன. தான் வேலைசெய்து தன்னை நிலைநாட்டிக் கொள்ளாத எந்த ஒரு விசுவாசமுமே நிரந்தரமில்லை. தங்களின் தகுதியை நிரூபிக்கின்ற ஓர் அனுபவத்திலிருந்து தன்னிச்சையாகப் பிறக்காத அவர்களின் கடப்பாடுகள் மலடாக்கப்படுகின்றன.

இதனை அருட்தந்தை டிரெல் ஓர் அற்புதமான தொடரில் வெளிப்படுத்துகிறார். "அவர்களின் சிவப்புவண்ண மேலங்கிகள் அல்ல, அவர்களைப் பற்றிய எனது முடிவுதான் இந்த குருமார்களின் கூட்டத்துக்கு எவ்விதச் சிறப்பையும் அளிக்கிறது. எலிசபெத் அரசியைப் போல, அங்கிகள் அவர்களைத் துறவிகள் ஆக்கியுள்ளன, அதனின்று நீக்கியும் விடலாம். அவர்கள்தான் இடர்ப்பாட்டில் இருப்பவர்கள், நாம் அல்ல". (Life of George Tyrrell, by M.D. Petre, ii, 196). மெய்யாகவே, எந்த ஒரு குழுவின் தலைமையாதிக்கமும் அது தன்னைநோக்கி ஈர்க்கவல்ல உயிர்த்துடிப்புள்ள தன்னெழுச்சியான நம்பிக்கையை அடிப்படையாகக் கொண்டுள்ளது. அது நம்பிக்கை துரோகம் செய்துவிட்டாலோ தன்னை வீணாக்கிவிட்டாலோ தனக்கு உயிரான விசுவாசத்தைப் பெற இயலாமல் போகிறது. பிற எங்கும் போலவே, இங்கும் சமூகச் செயல்பாட்டின் மெய்யான களம் தனிமனிதனின் மனம்தான் என்பது வெளிப்படை. அதன் அனுபவம் அதை முடிவெடுக்குமாறு நிர்ப்பந்திக்கிறது, எல்லாத் தீர்மானங்களுமே இறுதியில் தேர்ந்தெடுப்புதானே? இங்கு இந்தத் தேர்ந்தெடுப்பு,

அபராதங்கள் கொண்ட ஒன்று. பலாத்காரப்படுத்தல் என்னும் ஒழுக்கத் தவறில் நம்பிக்கை கொள்கின்ற இராணுவச் சிப்பாய்க்குத், தனது வாளைக் கீழே வைத்துவிடுவதைத் தவிர வேறு வழியில்லை; ஆனால் தனது தீர்மானத்தினால் அவன் தொல்லைப்படுவான். அதேபோலத் தனது மதத்தின் நியாயத்தைச் சந்தேகப்படுகின்ற திருச்சபையாளனும் அதைவிட்டுச் சென்றுவிடுவதைத் தவிர வேறு வழியில்லை. தனிமனித அனுபவத்தில் ஒரு குறிப்பிட்ட சந்தர்ப்பம் வந்தே தீருகிறது. மறுபடியும் அதை டிரெலின் சொற்களில் கூறினால், "அப்போது ஒருவர் தனது வாழ்க்கையின் ஆதிக்கச் செல்வாக்கினைப் பின்பற்றிச் சென்றே தீர வேண்டும், அது முழு உலகின் இதயத்தையும் உடைப்பதாக இருந்தாலும்". (ibid, ii, 142). தன்னார்வத்தினால் எழுவதோ, அல்லவோ, எல்லாத் தலைமையதிகாரமும் வரையறுக்கப்படும் இறுதி மெய்ம்மை அதுதான். விசுவாசம் நம்மிடமிருந்து பெறப்படுகிறது, நம்மீது அது சுமத்தப்பட இயலாது. நமது அனுபவத்திலிருந்து தன்னெழுச்சியாகத், தானே அது வளர வேண்டும்; அதைத் தக்கவைத்துக் கொள்ள முனைகின்ற அமைப்பு, மாறிக்கொண்டே இருக்கும் ஓர் அனுபவத்திற்குத் தகத் தொடர்ந்து தன்னை அமைத்துக் கொள்ளவேண்டும். முற்றிலுமாக அது ஒருபோதும் வெற்றியடையாது. மனிதர்கள் ஒருபோதும் 'அல்லாவின் வாயிலுள்ள உச்சரிப்புகளாக' இருப்பதில் திருப்தியடைய மாட்டார்கள். தங்கள் சகமனிதர்களிடமிருந்து அவர்களின் வேற்றுமைகள் எப்போதுமே அவர்கள் முற்றிலும் உறிஞ்சிக்கொள்ளப்படுவதைத் தடுக்கும். நாம் நமது ஒன்றுபடுதலில் நம்மை உணர்வதில்லை, வேறுபடுவதில்தான் உணர்கிறோம். பிறரிடமிருந்து தனிமைப் படுத்தலை நாம் உணர்கிறோம், அதுபோலவே பிறருடன் சேர்ந்து தழுவிக் கொள்வதையும் உணர்கிறோம். அதன் ஒத்திசைவின்மைகளால் நம்மை விழிப்படைய வைக்கின்ற அந்தத் தனிமைப் படுதலை மெய்யென நாம் நிரூபிக்கிறோம். நமது சகாக்களுடன் ஓரளவுதான் இசைந்திருக்கிறோம் என்ற உணர்வின்றி நம்மால் செயல்பட முடியாது. அவர்களுடன் ஓரளவு இசைந்திருப்பது பகுதிகளால்தானே ஒழிய இறுதி ஒருமை ஒன்றிற்குக் குறுக்கப்படுவதால் அல்ல. எவ்வளவுதான் அசௌகரியமாக இருந்தாலும், இறுதியாக நாம் தனிமைப் படுதலைத் தவிர்க்க முடியாது. அது மிகப் பேரளவினதாகவும் இருக்கிறது. அது பெரியதொரு பிரபஞ்ச அரிச்சுவடியில் எழுத்துகளாக நம்மைக் காட்ட முனைவதில்லை, தொடர்ச்சியற்ற குறியீடுகளின் தொடரில் ஒரு பகுதியாக வைக்கிறது. அதன் ஒருபகுதி மட்டுமே நாம் ஏற்றுக்கொள்ள முடிகின்ற ஓர் அர்த்தத்தைத் தருகிறது.

இது உண்மையெனில், சமூகத்தில் தேவையானதொரு ஒருமைப்பாடு என்பது இல்லை என்பது புலனாகிறது. அதன் கட்டமைப்பிற்குள்ளாக,

சில இடங்களில், அளவில் மாறிச்செல்லும் தன்மை கொண்ட ஒருமைகள் சில உள்ளன. ஆனால் இந்த ஒருமைகள் எப்போதுமே புறத்திலுள்ளவை, அவை தங்கள் விளிம்புகளிலேயே சில புள்ளிகளில் ஒன்றுபடுகின்றன. மனிதர்கள் தங்களைப் புரிந்துகொள்ளும் வழிகள் அவைதான். தங்களைத் தாங்களே காண்கின்ற இறுதிகள் அல்ல. மனிதர்கள் என்ற முறையில் நாம், ஒருபோதும் முழுமையாக எந்த உறவுக்குள்ளும் இழுத்துக் கொள்ளப்படுவதில்லை. நம்மைச் சுற்றியுள்ள சூழல் எப்போதும் நம்மைப் பிறரிடமிருந்து பிரிக்கிறது. அல்லது அதிகபட்சமாக பிறரோடு நமது இணைப்பைப் பகுதித் தன்மை கொண்டதாக ஆக்குகிறது. சமூகக் கொள்கையைப் பொறுத்தவரை, நமது மனங்கள் எல்லைக்குட்பட்டவை. சில விஷயங்களை நாம் அறிகிறோம். ஆனால் எல்லாவற்றையும் அறிய முடிவதில்லை. நாம் அறிகின்றவற்றைப் பிறர் அறிவதினின்றும் வேறாகவே அறிகிறோம். நாம் சந்திக்கின்ற விதத்தில்தான் புலன்களின் உலகத்தை நாம் கொள்ள வேண்டும். அதன் இழப்புகள், இலாபங்கள், அதன் போராட்டங்கள், வெற்றிகள் எல்லாவற்றையும். அதைச் சந்திக்கும்போது, வெளியிலும் காலத்திலும் நிஜமான உலகுதான் என்று அதை ஏற்றுக் கொள்ளவேண்டும். நமக்குத் தீமை என்று தோன்றுவதைத் தீமையென்றே கொள்ளவேண்டுமே தவிர, நன்மையில் இசைவிக்கக்கூடிய ஒன்றெனக் கருதக்கூடாது. சமூக மெய்ம்மைகளின் உலகில் நாம் சந்திக்கும் ஒருமை என்றும் முழுமை பெறுவதில்லை. நாம் எல்லோரும் சர்வசமம் என்று விவரிக்கக்கூடிய ஒரு முடிவைத் தேட முனையலாம், ஆனால் அந்த விளக்கத்திலுள்ள ஒன்றே ஒன்றுதான் முடிவு. நல்வாழ்க்கை பற்றிய என் கருத்து என்பது உங்களுக்கான கருத்து அல்ல. ஆனால் அவை ஒன்று போலத் தோன்றுகின்றன. நன்கு முறைப்படுத்தப்பட்ட ஒரு சமூகத்தில் சமூக அமைதியைத் திறம்படச் செய்வதற்கு இந்த உருவ ஒற்றுமை போதுமானது. ஆனால் தோற்ற ஒற்றுமை என்பது சர்வசமத் தன்மை அல்ல. நாம் வேண்டும் என்னும் விஷயங்கள் ஒன்றாக இணைந்து செல்வதில்லை. நாம் சந்திப்பவை அனைத்தும் பன்மைத்தன்மை வாய்ந்தவையே அன்றி ஒற்றைத்தன்மை கொண்டவை அல்ல. இந்த வேற்றுமைகளை எல்லாம் எவ்விதமேனும் ஒன்றாக்க முடிகின்ற தளம் எதுவும் இல்லை.

இது உண்மையெனில், நமது உறவுகளிலுள்ள ஒருமை ஆதித்தன்மை வாய்ந்தது என்று கூற இடமில்லை என்பது தெளிவாகிறது. நமது குழுக்கள் எல்லாம் ஒன்றுசேர்ந்து ஒற்றைப் பேருருவாக வளர்ச்சியடைவதில்லை. நம்மால் எவ்விதம் முடியுமோ அவ்விதமாக ஒன்றாக இருந்து நாம் அவற்றைக் கட்டுகிறோம். ஒத்த நோக்கம், வேறுபாட்டில் ஒன்று மாதிரியான தன்மை, ஒத்த தோற்றமூலம் ஆகியவற்றைக் கண்டுபிடிப்பதன் வாயிலாக நம்மை

இணைக்கின்ற வழிகளைக் கண்டறிகிறோம். நாம் அடைகின்ற ஒருமை என்பது நமக்கு நாம் அளிக்கின்ற கொடை. ஆனால் அதைப் பகுதியாகவே நாம் செய்கிறோம். ஒருவருடன் நான் தொழில்துறையில் இணைந்திருக்கலாம், ஆனால் அவரது மத உரிமைகளைப் பறிக்க நான் முயற்சி செய்யலாம். செக்கோஸ்லாவகிய இலக்கியத்தின் வாசிப்பினை நான் மனப்பூர்வமாகப் பிரச்சாரம் செய்பவனாக இருக்கலாம், அதேசமயம், மறுஅமைப்புச் செய்யப்பட்ட ஆஸ்திரியா-ஹங்கேரியில் செக்கோஸ்லாவகியாவைப் பழைய இடத்திற்குக் கொண்டுவர விரும்பலாம். அதாவது, நான் முழுமைகளை உருவாக்காத அதேசமயத்தில் அவற்றின் பகுதிகளோடு என்னைத் தொடர்புபடுத்திக் கொள்ளலாம். ஆகவே நாம் எல்லாம் ஓர் ஒற்றைப் பிரபஞ்சத்தில் இல்லை, பலவேறுபட்டதான பிரபஞ் சத்தில் இருக்கிறோம். இறுதியாகச் சேர்த்திணைக்கப் பட்டதோர் ஒருமையின் கோரிக்கைகளை நாம் நியாயம் என ஏற்பதில்லை. நமக்கு இசைந்ததாக உணர்கின்ற ஒருமைகளுடன் நாம் சேர்கிறோம். அந்தக் கோரிக்கைகளுக்கு நாம் எதிர்வினை புரிகிறோம். ஆனால் தனது சிறு துண்டுகளிலிருந்து முழுமைக்கு ஒரு தர்க்கரீதியான தொடர்முறையில் இயங்கும் ஒரு பெரிய அமைப்பின் ஒரு பகுதி என்று அவற்றை நாம் உணர்வதில்லை. நமது உறவுகள் ஒரு பெரிய சிம்ஃபனி(இசைநிகழ்ச்சி)யிலுள்ள கார்டுகள் (இசைக்கோவைகள்) போன்றவை அல்ல. அதில் ஒட்டுமொத்த இனிமை விளைவுதான் முக்கியம். நமது அனுபவத்திலுள்ள ஒவ்வொரு சிறு பகுதியும் நமக்கு நிஜமானதுதான்; ஆகவே, ஒவ்வொரு பகுதியோடுள்ள இணைப்புகளும் நமது ஆளுமைகளுக்கு விசுவாசங்களின் ஓர் அமைப்புக்குள் நடத்திச் செல்கின்றன. எந்த நிமிடத்தில் வேண்டுமானாலும் அழுத்தத்தை வீசிவிடக்கூடிய அந்த அமைப்பு எவ்விதம் தன் சமநிலையைப் பேணுகிறது என்பது நாம் ஒவ்வொருவரும் தீர்மானிக்க வேண்டிய விஷயம். ஏனெனில் அந்த அமைப்பு முற்றிலும் நம்முடையது, நமக்கே உரியது. அதன் தாக்கம் நமக்கு முடிவானது. அது நமது பிரக்ஞையிலும் சொந்த மனத்திலும் அதன் தலைமையதிகாரம் வளர்ந்துள்ளது என்பதால், அது நம் ஒவ்வொருவரின் பகுதியாக உள்ளது. வேறொரு அமைப்பை ஏற்றுக் கொள்வது என்பது நமது சொந்த அனுபவத்தை வேறொன்றிற்கு அடிமையாக்குவதாகும். அது எனது ஆளுமையை, என்னை நானாக ஆக்குகின்ற முற்றிலும் தனியானவற்றை, மற்றொன்றின் விழைவுகளுக்கு, அந்த விழைவுகளின்மீது மற்றொருவன் கட்டியுள்ள விருப்பத்திற்கு அடிபணிவதாகும். ஆனால் எனக்கும் மற்ற ஒருவனுக்கும் ஒருபோதும் போதிய அளவு விழைவுகளின் ஒரேதன்மை இல்லாததால் இப்படிப்பட்ட வகையில் மெய்யான தீர்வைச் செய்ய இயலாது. எனக்குத் தேவை என நான் கண்டுபிடிக்கும் ஒத்துழைப்பு,

ஜேம்ஸின் சொற்களில், கூட்டுத்தன்மை உடையது, ஒற்றை உயர்அதிகாரப் பண்புடையதல்ல. *(A Pluralistic Universe, p.321)*. நானே என்னை இழந்துவிடக் கூடிய செயலூக்கமான விருப்பப்படுதலின் மையத்தை அல்ல, எனது தனித்த சுயத்தினை நானே முனைந்தளிக்கின்ற ஒரு விருப்பத்தின் மையத்தையே தேடுகிறேன்.

இது உண்மையெனில், இதன் உட்குறிப்புகள் அரசியல் தத்துவத்திற்கு முக்கியமானவை என்று நினைக்கிறேன். விசேடத்தின் மையம் இனிமேல் ஒருமையைத் தேடுவதல்ல, அதற்குப் பதிலாக அந்த ஒருமை எதைச் செய்கிறது என்பதாகிவிடுகிறது. அது எனது விசுவாசத்தைப் பெற வேண்டுமானால், அது செய்வது, நான் எனது தேவையை வெளிப்படுத்த முனைகின்ற முடிவுகளை உள்ளடக்க வேண்டும். நான் அது செய்ய உதவிய முடிவுகளைவிட சிறப்பாக ஏற்கத்தக்கதாக இருக்க வேண்டும். நான் வெளிப்படுத்தினாலொழிய என் தேவைகள் வெளிப்படாமலே போகும். என் நடத்தையைக் கட்டுப்படுத்தக்கூடிய முடிவுகளை நானேதான் எடுத்தாக வேண்டும். அவ்வாறில்லையெனில், பெறப்பட்ட இசைவிணைவு எனக்கு மட்டுமல்ல, நான் சுய வெளிப்பாட்டை எக் குழுக்கள் வாயிலாகத் தேடுகின்றேனோ அவற்றிற்கும் தற்செயலாக மட்டுமே ஏற்புடையதாக இருக்கும். எனது பங்களிப்பு இன்றிப் பெறப்பட்ட ஒருமை, அது உருவாக்குகின்ற புதிய சுற்றுச்சூழலுக்கு என்னைத் தகஅமைக்கலாம், ஆனால் அது ஒரு ஆக்கப்பூர்வமான தகஅமைத்தலாக இருக்காது. செய்யப்பட்ட கட்டமைப்பு எனது செயல்பாடுகளை உள்ளடக்கிய நோக்கத்தோடு இருக்கும் என்பதைப் புரிந்துகொண்டால், அதன் கட்டமைப்பில் நான் என் பங்கினையும் அளிக்கவேண்டும் என்பது வெளிப்படை. உருவாகுவது எப்படிப்பட்ட கட்டடம் என்றாலும் அது முழுமையானதாக இருக்காது. எவ்வித ஒருங்கிணைவுகள் செய்யப்பட்டாலும், என்னுடைய சிறுபகுதி விட்டுவிடப் பட்டிருக்கும். ஆனால் அந்த ஒருங்கிணைவு, பிறரின் அளிப்புக்குக் குறையாததாக என்னிடமிருந்தும் செயல்முறையின் ஒரு பகுதியாகப் பெறப்பட்டிருந்தால், ஒரு தவிர்ப்பாகவோ காட்டிக் கொடுத்தலாகவோ தோன்றாது. ஒருவன் தனது வீட்டில் வாழ்வதற்கும், சிறைச்சாலை அறை ஒன்றில் இருப்பதற்குமான வேறுபாடு இதுதான். முன்னதில் நான் என்னைச் சேர்த்துக்கொள்ள முடியும். வாழ்க்கையில் அல்லது அதன் வாயிலாக எனது தனிப்பட்ட பிடிமானத்தைச் சேர்க்கின்ற ஒரு விஷயமாக அது ஆகிறது. பின்னதில் நான் மாற்றுகின்ற சக்தி இல்லாத ஒருசீர்மைகளைப் பெறுகிறேன். வடிவத்தின் வழக்கத்தன்மையும் செயல்பாடும் நான் ஏற்றுக் கொள்வதற்காக அங்கே உள்ளது. எனதின் ஒரு பகுதி அதை வேறு வண்ணமுறச் செய்யவோ மாற்றவோ இயலாது. தொடர்ச்சியாக அது எனது ஆளுமைக்குப் புறத்திலேயே நிற்கிறது.

உலகில் எனக்கு ஒரு இடத்தைத் தருவதற்குப் பதிலாக உலகிலிருந்து என்னைப் பிரிக்கிறது. ஒருமைப்பாட்டை மேம்படுத்துவதற்கு பதிலாக அது விலகலை உறுதிப்படுத்துகிறது.

இதன் அரசியல் யூகம் தெளிவானது என்று நினைக்கிறேன். சமூகச் சீரமைப்பின் கட்டமைப்பு, போதுமானதாக இருக்க வேண்டுமென்றால் அது கூட்டுப் பொறுப்பில் விளைந்ததாக இருக்கவேண்டும். அதன் உருமாதிரி, என்னையும் அரசையும் மட்டுமல்ல, எனது குழுக்களையும் அரசையும் மட்டுமல்ல, இவை எல்லாவற்றுடனும் அவற்றின் உள்தொடர்பு- உறவுகளையும் உள்ளடக்கியுள்ளது. நான் அரசின் கோரிக்கைகளுக்கு எதிர்வினை புரியும்போது, எதிர்வினையையும் கோரிக்கையையும் இரண்டையும் மாற்றக்கூடிய ஒரு செயல்முறை எங்களுக்குள் வளர்கிறது. அந்தச் செயல்முறை எனது அரசுப் பின்னணியிலிருந்து மட்டும் அல்ல, நான் இருக்கின்ற ஒட்டுமொத்தச் சூழலிலிருந்தும் சேர்க்கப்படுவது. எனது விசுவாசத்தைத் தேடுகின்ற அரசு, அவ்வாறு தேடமுனைவதால், திருச்சபையுடன், தொழிற்சங்கத்துடன் மற்றும் எனது பலவேறான தோழமைக்குழுக்கள் எல்லாவற்றுடனுமான உறவை மாற்றிவிடுகிறது. அந்த மாற்றத்தை அது நியாயப்படுத்த வேண்டும். நான் இசைந்து நடப்பதனால் எனது திருப்தி கூடுதலாகிறது என்பதை அது நிரூபிக்க வேண்டும். செய்யப்பட வேண்டிய மாற்றம், அந்தத் தோழமைக் குழுக்கள் மீது சுமத்தப்படுவதல்ல, அவர்களுடைய அனுபவத்திலிருந்தே வளர்ந்தது என்பதை அது விளக்கிக் காட்டுவதால்தான் முடியும். அதன் கோரிக்கை மெய்யான பரஸ்பர நன்மையின் அதிகரிப்பை முன்வைக்கிறது என்பதை அது காட்டவேண்டும். நன்மை என்றால் எனக்கு மட்டுமல்ல, பிறருக்கும் நன்மைதான்; அது ஒரு கூட்டுறவுப் படைப்பாக இருந்தால், நானும் அதில் பங்கேற்கும் எண்ணம் கொள்ளமுடியும். அப்படிப்பட்ட நன்மை என் பங்கில் ஓர் அக்கறையற்ற ஏற்பினை வெளிப்படுத்துவதாக இருக்கலாகாது. எனது சிறந்த சுயத்தை அடைவது வளர்வதற்கான சோதனையைச் செய்ய உதவும் எதிர்வினையாக இருக்கவேண்டும். அந்த அடைதலும் எனது சொந்தமாகவே இருக்கவேண்டும். நான் எனது சுயஅறிவினால் நான் என்ன ஆகக்கூடும் என்ற உணர்வுக்கு வழிகாட்டப் படும்போதுதான் நான் எனது பரம்பரை உடைமைக்குள் மெய்யாகவே புகத் தொடங்குகிறேன்.

III. தலைமையதிகாரத்திற்காகப் பிரதிநிதித்துவம்

இந்த இயலில் முன்னதாக நான் கோடிட்டுக்காட்டிய தலைமையதிகாரத்தின் பிரச்சினையிலுள்ள இரண்டு சிக்கல்களுக்குத்

தீர்வுக்கான வழி குறைந்தபட்சம் இதுதான். இது, அரசியலின் செவ்வியற் கொள்கைப்படி, சமூகத்திற்குத் தேவையான ஒருமையினை நிபந்தனையாக வேண்டித் தொடங்கவில்லை. பிறகு அந்த ஒருமையின் உறுப்பாக அரசின் முதன்மையை வலியுறுத்தித் தொடரவும் இல்லை. வாழ்க்கையின் சமன்பாட்டிலுள்ள வேறுபடுகின்ற காரணிகள் வேற்றுமையை ஏற்றுக் கொள்ளத் தூண்டுவதை இது ஒப்புக் கொள்கிறது. ஒருமை இங்கு இல்லை, ஆனால் உருவாக்கப்பட வேண்டும். ஏதோ ஒரு குறித்த கணத்தில் அரசின் மீது ஆதிக்கம் கொள்கின்ற சூத்திரத்திற்குள்ளாகத் தனிமனிதனின் ஆளுமை குறுக்கப்படுவதாகிய புரோக்ரஸ்டிஸின் ஒருமையை அது வேண்டவில்லை. அதுவும் ஓர் ஒருமைதான்; ஆனால் அது மனித மாமிசத்தை உண்பவனுக்கும் அவனால் உண்ணப்படும் மனிதனுக்கும் உள்ள ஒருமை தான். மாறாக, அது, ஆர்வங்களைச் சேர்க்கும் ஒரு செயல்முறையின் வாயிலாகச் செய்யப்படும் ஒருமைப்படுத்தலை வலியுறுத்துகிறது. ஒவ்வொன்றும், விளைந்த முடிவினால், அந்த முடிவினைச் சோதனை செய்து பார்க்கத் தனக்கே போதிய சலுகையைப் பெறுகிறது. அந்தத் தீர்வு வெற்றிபெறும் என்றோ அல்லது தான் ஒரு தீர்வாக இருக்கின்ற காரணத்தினால் ஏற்றுக்கொள்ளப்பட வேண்டும் என்றோ அது வாதம் புரிவதில்லை. உரிமை என்பது ஓர் நிலையான விஷயமல்ல, அனுபவத்தின் புடக்குகையில் திரும்பத்திரும்பச் செய்யப்படுவது என்பதை அது புரிந்து கொள்கிறது. ஆகவே இதனால், அதன் பார்வையில், தலைமையதிகாரத்துக்கான கோரிக்கை, அதன் கோரிக்கையின் விளைவைச் சோதனை செய்து பார்க்கும் பலவேறு உறவுகளில் மனிதர்கள் எந்த அளவுக்குத் தகுதியானவர்களாக இருக்கிறார்களோ அந்த அளவுக்குத் தகுதியுள்ளதாக இருக்கிறது. பொதுவாக, மோதலின்மீது உருவாகும் ஒழுங்கின் உயர்நிலையை உணர்வதனால் அது கீழ்ப்படிவதின் விருப்பத்தையும் ஏற்றுக் கொள்கிறது. ஆனால் சுயமாக விதித்துக் கொண்ட கட்டுப்பாட்டிலிருந்து எழும்போதுதான் கீழ்ப்படிதல் என்பது ஆக்கப்பூர்வமாக இருக்கும் என்றும் வாதிக்கிறது. சட்டத்திற்குப் பணிய வேண்டிய கூறு, அதைச் சட்டம் என்று அறிவிக்கும் மனிதர்களிடமிருந்து உருவாகுவது அல்ல, அதன் ஆணையினால் பாதிக்கப்படும் மனிதர்கள்மீது அதன் உள்ளடக்கத்தின் தாக்கத்தினால் உருவாகுவது என்று நோக்குகிறது. ஆகவே இந்த நோக்கில், ஆணைகள் ஒழுக்கநோக்கில் நடுநிலையானவை, மனிதர்கள் வாழ்க்கையின் சாராம்சத்தில் அவை வேலைசெய்யும்போது அவை சரியாகவோ தவறாகவோ ஆகின்றன. யாருக்கு ஆணைகள் இடப்படுகின்றனவோ அந்த மனிதர்களால் நிர்வாகம் செய்யவும் இயக்கவும் பட்டால், அவற்றின்படி அவர்கள் பெரும்பாலும் வேலைசெய்ய வாய்ப்பு உண்டு என்று

அது வாதிக்கிறது. எல்லா அனுபவமும் எல்லைக்குட்பட்டது என்ற அடிப்படையில் உருக்கொண்டு, நான் விரும்புவதும் செய்வதும் என்னவெனில், இறுதியாக எனக்குத் தெரிந்த குறுகிய ஒரு துறையினால் கட்டுப்படுத்தப்பட்ட ஒரு விதிவரு முறையாகும். என் அனுபவம் பகிர்ந்துகொள்ளப்பட்டு, மிகப் பெரிய அளவில் கிடைக்கும் அறிவின் ஒரு பகுதிப் பணியாக ஆகும் வரை அது எனது அனுபவத்தை விரிவுபடுத்த முனைகிறது.

இந்த இடத்தில், தெளிவாகவே அது ஒரு பிரதிநிதித்துவக் கோட்பாடாக ஆகிவிடுகிறது. எல்லா இணைந்துசெயல்படுதலும் சிறப்பான அளவிலும் ஒரு பகுதி விஷயம்தான் என்பதை அது வலியுறுத்தினாலும், அது இணைந்து செயல்படுதலின் தேவையை ஏற்றுக் கொள்கிறது. ஆனால் ஓர் அரசின் சட்டமன்றம், உதாரணமாக ஜான் ஸ்டூவர்ட் மில்லின் 'பிரதிநிதித்துவ அரசாங்கம்' நூலில் காணப்படுவதுபோல, இணைந்து செயல்படுவதன் எளிய பார்வையினை அது மறுக்கிறது. அமெரிக்க நிலைப்பாட்டுக்கு இதைப் பொருத்திப் பார்க்கும் திரு. லிப்மன் கூறுகிறார்: "ஒவ்வொரு மாவட்டத்தின் மிகச் சிறந்த மனிதனும் தனது பகுதிகளின் மிகச் சிறந்த ஞானத்தை ஒரு மைய இடத்திற்குக் கொண்டுவருகிறான். இந்த ஞானங்கள் எல்லாம் சேர்ந்ததொரு ஞானம்தான் காங்கிரஸுக்கு (அமெரிக்கச் சட்டமன்றத்துக்கு)த் தேவையாக இருக்கிறது". *(Public Opinion, p.288)*. ஆனால் இப்படிப்பட்ட எதுவும் நடப்பதில்லை. பெரும்பாலான மனிதர்களின் ஞானம் ஒருபோதும் மையச்-சட்டமன்றத்தில் அவர்களின் பிரதிநிதிகளுக்குக் கிடைப்பதேயில்லை. தேர்ந்தெடுப்பவர்கள், பெரும்பாலும், அந்த ஞானம் என்ன என்பதைச் சொல்ல முடிவதில்லை; தானாகத் தன்னை வெளிப்படுத்திக் கொள்கின்ற ஞானத்தையும் சிலசமயம் சுயநலத்தினாலோ, சிலசமயம் முட்டாள்தனத்தினாலோ, தேர்ந்தெடுக்கப்பட்டவர்கள் பலசமயங்களில் விளக்க முடிவதும் இல்லை. எனது விருப்பமும் அனுபவமும் ஏதோ ஒரு இரகசியமான முறையிலே, எனது பிரதிநிதியின் விருப்பத்திற்குள்ளும் அனுபவத்திற்குள்ளும் பொதிந்திருக்கிறது என்ற எண்ணம், நமக்குக் கிடைக்கின்ற அத்தனை மெய்ம்மைகளாலும் மறுக்கப்படுகிறது. ரூஸோ கண்டதுபோல, எனது விருப்பம், பிரதிநிதித்துவம் பெறாமலே போய்விடலாம். எனது அனுபவம் என்னவெனில், அதன் நெருக்கமான பொருள், எனக்கே அந்தரங்கமாக இருக்கலாம். எந்த ஒரு சராசரி சட்ட மன்றத்திலும், எனது ஆதரவைப் பெறுவதற்கான எனது நோக்கத்தைப் போதிய அளவு ஒத்த ஒன்றை வெளிப்படுத்துகின்ற செயல்களைக் கொண்ட மனிதர்களை என்னால் கண்டறியமுடியும். அந்தச் செயல்களிலிருந்து எனது ஆர்வங்களுக்கேற்பச் செல்லும் அவர்களது ஆர்வங்களை, எனது அனுபவங்களுக்கு ஏற்ற அவர்களது

அனுபவங்களை யூகிக்கமுடியும். பிரதிநிதித்துவம் பற்றிய பிரச்சினை என்பது, என்னை அத்தகைய மனிதர்களுடன் தொடர்புகொள்ள வைக்க இயலுகின்ற பிரச்சினையே ஆகும்.

எனது தொடர்பு அபூர்வமாகவே நேரடியாகவும் நெருக்கமாகவும் இருக்கக் கூடும் என்பது புரிந்துகொள்ள இயலக்கூடியதே. அரசியலின் மாறிவரும் காட்சிகளில் ஒருவரையொருவர் ஒருபகுதியளவு காண்பதற்கே நேரம் இல்லை. அரசில் மிக அதிகமான பேர் இருக்கிறார்கள். அதிகமாகச் செய்ய வேண்டிய காரியங்கள் இருக்கின்றன. மையச் சட்டமன்றம் ஒன்று அளிக்கின்ற இணைந்து செயலாற்றும் சூழல்கள் மிகத் தோராயமான முதல்-ஒத்திருப்புகளே ஆகும். அவர்களின் வெளிப்பாட்டைப் பெறும் நோக்குகள் மிகச் சக்திவாய்ந்த, அவசரக் கூக்குரலிடுகின்ற நோக்குகளாகவே இருக்கும். சமூகத்திலுள்ள ஒட்டுமொத்த நலன்களை அக்குரல்கள் பிரதிபலிப்பதாக இருக்காது, ஏனெனில் அது முற்றிலும் சாத்தியமே இல்லை. நவீன அரசின் பிரமாண்டத் தன்மை, கொள்கைகளின் நேரடிக் கட்டுப்பாட்டையும், நிர்வாகத்தின் நேரடிக் கட்டுப்பாட்டையும் மக்களுக்கு இயலாமல் செய்கிறது. பெரிய பரந்த தீர்வுகளுக்கு அவர்களால் ஆம் அல்லது இல்லை என்றே சொல்ல முடியும். சுதந்திர வணிகத்திற்கு ஆதரவாகவும் குழந்தைத் தொழிலுக்கு எதிராகவும் இருக்க இயலும். ஆனால் அவர்கள் தங்கள் சார்பாக ஆம் அல்லது இல்லை என்று சொல்லக்கூடிய மக்களைத் தேர்ந்தெடுத்துத் தங்கள் விருப்பத்தை வெளிப்படுத்த வேண்டும். அவ்வாறு தேர்ந்தெடுக்கப் பட்ட நபர்கள்,

(அ) தங்கள் நோக்குகள் எல்லாவற்றையும் முன்னரே அறியுமாறு தந்திருக்க வேண்டும்,

(ஆ) புதிய பிரச்சினைகளுக்கு அவர்கள் தர இருக்கின்ற நோக்குகளை முதலிலேயே தங்கள் தொகுதி மக்களுக்கு நுண்ணாய்வுக்கும் ஒப்புதலுக்கும் சமர்ப்பித்திருக்க வேண்டும்

என்ற அர்த்தங்களில், சார்பாளர்களாக இருக்க இயலாது என்பதைப் புரிந்துகொள்ள வேண்டும். இந்த வழிமுறை உள்ளடக்கியிருக்கும் நேரம் கொள்ளும் மேலாய்வுக்குச் செயல்களின் அவசரம் இடமளிக்காது. ஒரு சராசரிக் குடிமகன் நம்பிக்கை வைக்கக்கூடிய நேரடி அதிகாரம் எல்லாம், இணைந்து செயலாற்ற வைக்கும் தலைமையதிகாரத்தில் காலத்துக்குக் காலம் ஒரு மாற்றத்தை வேண்டுவதற்கான வாய்ப்பு, பிறகு இடைவெளிகளில் அந்த அமைப்பின்மீது அழுத்தத்தைத் தருவதற்குத் தான் ஒரு பகுதியாக இருக்கக்கூடிய குழுக்களைக் கொண்டுவருவது ஆகியவைதான்.

இம்மாதிரிக் கையற்ற உணர்வில் அக்குடிமகனை விடுகின்ற நிலை, இணைந்து செயலாற்றும் தன்மைக்கு வேறொரு அடிப்படையை அளிக்கின்ற ஆலோசனைக்குப் பல பேரை இட்டுச் சென்றுள்ளது. உதாரணமாக, திரு. கோல், சமூகத்தைப் "பணிகளின் குவியல்" என்று காண்கிறார். இந்தப் பணிகள், பிரதிநிதிகளை அளிக்கின்ற மறைமுக அமைப்புக்குத் தலைமையதிகாரத்தை அளிக்கலாம் என்பார். (Social Theory, chap. viii; Guild Socialism Restated. chap. vii-viii.). இந்த நோக்கினை ஏற்கெனவே நான் புறக்கணித்துவிட்டேன் (இயல் இரண்டு). அதாவது செயலாற்ற இணைக்கும் அமைப்பின் தேர்வின் அடிப்படை, தனிநபர் சார்ந்ததாக இருக்கவேண்டும் என்பது எனக்குத் தெளிவாக இருக்கிறது. ஏனெனில் தனிநபர் என்பவன் வெவ்வேறான பணிகள் இணைந்திருத்தலுக்கான ஓர் அமைப்பு மட்டும் அல்ல. சமூக வாழ்க்கையின் பொது முடிவு ஏதோ ஒரு குறித்த பணிசார் நோக்கின் அடிப்படையில் கூற்றுகளை அனுமதிக்கும் என்றும் நான் நம்பவில்லை. மிகுஅதிகாரமுள்ள, நேரடியாகத் தேர்ந்தெடுக்கப்பட்ட அமைப்பு விஷயங்களினூடாக மனப்போக்கின் பாதையைச் செலுத்துவது என்பதற்கான ஆதரவு என்னைக் குழப்பமுறச் செய்கிறது. என்னை ஒரு குடிமகனாக முழு அளவில் பிரதிநிதித்துவப்படுத்திக் கொள்ள என்னால் இயலாது என்பது உண்மை. ஆனால் என்னை ஒரு பொறியியலாளனாகவோ, மருத்துவனாகவோ, தச்சனாகவோ முன்வைத்து விட முடியாது என்பதும் உண்மை. ஒரு மனிதன் என்ற முறையில் என்னைத் தேர்ந்தெடுக்கின்ற எளிமை மிக முக்கியமானது, இன்றிருக்கின்ற பொதுமக்கள் சபை போன்ற ஓர் ஒருங்கிணைப்பு அமைப்பு என்னை ஒரு மனிதனாகத் தொலைவுபடுத்துகின்ற ஒரு பார்வைக்காக அந்த எளிமை புறக்கணிக்கப் பட்டுவிட முடியாது. அந்த அவை திருப்தி தருவதில் பெறுகின்ற வெற்றி என்பது, அதன் பிரதேச அடிப்படையைத் தவிர்ப்பதில் இல்லை. அது மேலும் பிற, சிக்கலான காரணிகளால் அமைந்துள்ளது.

இவையெல்லாம், பரந்தநோக்கில், மூன்று வகைமைகளுக்குள் அடங்குகின்றன என்று நினைக்கிறேன். மத்தியச் சட்டமன்ற உறுப்பினர்களின் பண்பும் திறமையும் முக்கியமானவை. அவர்களைப் போட்டியாளர்களாக நியமிக்கும் அமைப்பு, அவர்கள் போட்டியாளர்களாக நியமிக்கப்படும் நிலைமைகள், இங்கே முக்கியமாக உள்ளன. ஆட்ரோகார்ஸ்கி, கிரஹாம் வாலஸ் ஆகியோரின் பணிகள், பாராளுமன்றவியத்தின் நோய்க்குறி ஆய்வு என்று சொல்லக்கூடியதன்மீது பேரளவு ஒளியைத் தந்துள்ளன. நமது நாகரிகம், சேவைக்காக அல்ல, சேர்ப்புக்காக அமைப்புற்றுள்ளது என்ற மெய்ம்மையே மிகப் பேரளவிற்கு இந்த நிலைக்குக் காரணம். 'வெற்றி என்றாலே செல்வம்தான்' என்ற பார்வை மேலோங்கியுள்ளது.

அதன்படியே நாகரிகமும் அதன் மூலாதாரத்திலேயே நஞ்சாகியுள்ளது. இங்கு, முன்னரே கோடிட்டுக்காட்டப்பட்ட உரிமைகளின் அமைப்பின் முக்கியத்துவம் எழுகிறது. பிரதிநிதித்துவத்தின் முறையின் போதுமையைக் கட்டுவதில் இரண்டாவது பெரிய காரணியாக அது உள்ளது. ஒன்றுசேர்க்கும் ஓரமைப்பு என்ன செய்யமுடியும் என்பதன்மீது அது ஒரு தடையாகச் செயல்படுகிறது. அது பணி செய்யக்கூடிய எல்லைகளையும் வரையறுக்கிறது. உதாரணமாக அதற்கு வெளியே, நன்கு படித்திருப்பதால் எச்சரிக்கையான மனமுள்ள வாக்காளர்-அமைப்பு உள்ளது, அதன் முடிவுகளை அலைக்கழிக்கக் கூடிய செல்வத்தின் ஆற்றலும் பிரக்ஞைபூர்வமாகக் கட்டுப்படுத்தப்படுகிறது என்பதும் இதற்கு அர்த்தம். கருத்துகளை வெளிப்படுத்துவதில் அது குறுக்கிட முடியாது என்பதும் அர்த்தம். கட்சிகளின் இலக்குகள் மேலும் யதார்த்தமாக இருக்கவேண்டும், கட்சிகளுக்கிடையிலான மோதல்களின் அடிப்படை அரசின் பொது நோக்கங்களின் தோல்வியை உள்ளடக்கிவிடல் ஆகாது என்பதையும் அவ்வமைப்பு உறுதிப்படுத்துகிறது.

மூன்றாவது வகை, ஒன்றிணைக்கும் தலைமையதிகாரத்திற்குக் கிடைக்கின்ற தகவலைப் பற்றியது. இதன் முக்கியத்துவத்தை யாரும் மிகையாக மதிப்பிட்டுவிட முடியாது என்று நினைக்கிறேன். காங்கிரஸ் அவையிலோ பொதுமக்கள் அவையிலோ நிகழும் சராசரி விவாதத்தின் உரைகளைப் படிப்பவர் எவரும் அவற்றைப் பிற விமரிசனங்களோடு, உதாரணமாக, இயற்பியலாளர்கள் பௌதிகக் கொள்கை ஒன்றைப் பற்றிய விமரிசனத்தோடு ஒப்பிட்டால், திகைப்புற்றுவிடுவார்கள். சமூக முடிவுகளுக்காக நாம் சார்ந்துள்ள சான்றுகளின் தகைமை அவ்வளவு மோசமாக இருக்கிறது. அது முக்கியமாக மூன்று வழிகளில் குறைபட்டுள்ளது.

முதலில், அது தகவலைப் பெறும் வீச்சு போதுமானதாக இல்லை. உதாரணமாக, இங்கிலாந்தில் வீட்டுப் பிரச்சினை பற்றி ஆராய்கின்ற எவரும் அந்தப் பிரச்சினை சார்ந்துள்ள பகுதிக் காரணிகள் எவை பற்றியும் துல்லியமான தகவல்கள் இல்லை என்பதைக் காண்பார்கள். நிலக்கரித் தொழில் ஒன்றில்தான் அதன் அமைப்பு ஒழுங்குமுறையோடு மேலாய்வு செய்யப்பட்டுள்ளது. வெற்றிகரமான கல்விக் கொள்கை சார்ந்துள்ள விஷயங்களின் மிக அடிப்படையான புள்ளிவிவரங்களும் கிடையாது. "சமூகச் செயல்முறைகள் பலசமயங்களில் நிர்வாகத்தின் தற்செயல் நிகழ்வுகள் போல விட்டு விட்டுப் பதிவு செய்யப்படுகின்றன. தனது சக-குடிமக்களின் பிரக்ஞைபூர்வமான வாழ்க்கை பற்றியவையாக அந்தத் தகவல்கள் இருப்பினும், மிகத் துயர் விளைவிக்கின்ற அளவுக்கு அவை பலசமயங்களில் கிடைக்காதவையாக

உள்ளன. ஏனெனில் பொதுமைப்படுத்த முயற்சிசெய்கின்ற மனிதருக்குத் தனது தகவல்கள் எவ்விதம் சேகரிக்கப்படுகின்றன என்பதில் எவ்வித மேற்பார்வையும் இல்லை" என்கிறார் லிப்மன். (Public Opinion, p. 374). சரியான முடிவுகள் எழக்கூடிய தகவல்களின் அமைப்பினை நாம் பெற வேண்டுமானால் திறன்வாய்ந்த மெய்ம்மைகாணும் தொழிலை நாம் ஆழமாக வளர்க்க வேண்டும். பொதுப் பத்திரிகைகள் ஒரு தொன்மச் சூழலில் சிக்கியிருப்பதற்குக், கருத்து உருவாகின்ற மிக முக்கியமான வழிகளில் ஒன்றாக இது உள்ளது.

ஆனால் தகவல்களைக் கண்டறிவது ஒரு விஷயம்; அவற்றை விளக்குவது வேறு. யாருக்கு அந்த மெய்ம்மைகளின் அர்த்தம் நேராகவே தேவையோ அவர்களால் அந்த மெய்ம்மைகள் மதிப்பீடு செய்யப்பட வேண்டும். இங்கே முக்கியமானது என்னவென்றால், ஒன்றுசேர்க்கின்ற தலைமையதிகாரம் எவ்வித வழியில் தான் பணி செய்ய முனைகின்ற அனுபவங்களின் அமைப்புடன் இணைப்புப் பெறுகிறது என்பதுதான். இப்போது அந்த இணைப்பு பெருமளவு உறவுகளின் ஒரு குழப்பம்வாய்ந்த குழுவாக இருக்கிறது. ஒழுங்கமைப்பாக முயற்சி கூடச் செய்யப்படவில்லை. வடிகட்டப் பட்டு வரும் கருத்து, அதற்குத் தக ஒன்றிணைக்கின்ற அமைப்பு பெறும் அழுத்தம், யாவும் ஒவ்வொரு புள்ளியிலும் தட்டுத் தடுமாறிப் பெறும் நிலையிலும் தாறுமாறான நிலையிலும் உள்ளன. ஒன்றிணைத்தலின் நியாயத்தன்மை இரண்டு விஷயங்களைச் சார்ந்துள்ளது.

தான் ஒன்றிணைக்க முனையும் அனுபவத்திலிருந்து அது கட்டப்பட்டுள்ள வழியை முதலில் சார்ந்துள்ளது.

இரண்டாவதாக, அது அடையப் போகும் தீர்வு எவ்விதம் பின்னால் செயல்படுத்தப்படப் போகிறது என்பது.

நான் ஏற்கெனவே சிறிதளவு இந்தக் கேள்விகளை விவாதித்துள்ளேன். அவற்றால் எழுச்சியடைகின்ற நிறுவனங்களைப் பற்றிப் பின்னர் நான் விவரமாகக் குறிப்பேன். பிரதிநிதித்துவம் திறம்பட இருக்கவேண்டுமானால், இந்த இணைப்பின் முக்கியத்துவத்தைப் பற்றி நான் வலியுறுத்துகின்ற அடிப்படைகளைச் சுட்டிக் காட்டுவது போதுமானது.

மக்களுக்காகப் பணிசெய்தலின் ஒரே வழி, அவர்கள் தாங்களாகவே அவற்றைச் செய்ய வைப்பதுதான் என்று நான் வாதிடுகிறேன். ஒரு சூழலின் வெளியே நிற்கின்ற மனிதர்களைப் பொறுப்புள்ளவர்களாக ஆக்க முடியும். அதற்கு உள்ளிருப்பவர்களின் மனங்களுடன் சேர்ந்து இவர்கள் மனங்களும் நடைபோட வேண்டும். உதாரணமாக, நவீன அரசாங்கங்கள் தாங்கள் தொடங்கும்

விசாரணைகளில் உழைப்பாளர்களின் சார்பாக, உழைப்பாளர்களுடன் நீண்டகாலமாகத் தொடர்பு விட்டுப்போன தொழிற் சங்கவாதிகளைத் தேர்ந்தெடுப்பார்கள். அப்படிப்பட்ட உள்ளிருப்பவர்களாகத் தாங்கள் நினைப்பவர்களை அவர்கள் தேர்ந்தெடுக்கலாகாது. அப்படித் தேர்ந்தெடுக்கப்பட்டவர்கள் ஆலோசனைக்கெனச் சீரமைக்கப்பட்ட நலன்களுக்காக முன்மொழியப்பட்ட தேர்வுகளாக இருக்கவேண்டும். சுருக்கமாக, முடிவுகளை அடையும் முன்பாகக் கலந்தாலோசிக்கத் தக்க நிரந்தரமான தொடர்ச்சியான அமைப்புகள் நமக்குத் தேவை. சுரங்கங்களைப் பற்றிய சட்டம் ஒன்று புகுத்தப்படுகிறது என்றால், சுரங்கத் தொழிலோடு நேரடியாகச் சம்பந்தப்பட்ட ஒவ்வொரு நலவிருப்பின் மெய்ம்மைகளையும் கருத்துகளையும் சுரங்க அமைச்சர் எடைபோட்டிருக்கிறாரா என்பதை நாம் அறிய வேண்டும். ஒரு வெளிப்படையான உதாரணம் தேவை என்றால், பொது மசோதாக்களுக்குத் தொடர்புள்ள, ஒரேசீரான ஒழுங்கான வழியில், பொதுமக்கள் அவையில் இப்போது தனியார் மசோதாக்களுக்குச் செய்யப் படுவது போன்றதைச் செய்கின்ற ஒரு அமைப்பு தேவை. அதாவது, அதனால் பாதிக்கப்படுகின்ற குழுவுக்கு, இணைக்கின்ற தலைமையதிகாரத்தின் உறவினை ஏற்படுத்தித் தரவேண்டும். அதனால் நாம் அடைகின்ற முடிவில் அந்தக் குழு பகிர்ந்துகொள்ளச் செய்கிறோம். பயன்தருகின்ற ஆவணத்தில் தனது அனுபவத்தைச் சேர்த்துக்கொள்வதை உறுதிப்படுத்துமாறு அப்போது நாம் அந்த முடிவுடன் அக்குழு ஊடுருவ வைக்கிறோம். அந்த ஆவணம் கட்டப்படுவதற்கான தேவையான அடிப்படைகளை அது தேடும் முன்பாக இறுகிவிடுவதை நாம் தடுக்கிறோம். ஒவ்வொரு சமூகப் பணியின் நோக்கங்களையும் நாம் ஓர் ஒருமையாக, அந்த ஒருமையின் சரித்தன்மையை ஏற்குமாறு அவற்றின் நோக்கத்தை அவை புரிந்துகொள்ள ஏதுவாக உருவமைக்கிறோம். நம்மால் அடக்கக்கூடியதாகக் கருத முடிகின்ற மிகப் பெரிய வீச்சிலிருந்து நமது சமூக முடிவுகள் வளரச் செய்வதன் வாயிலாகப் புத்தாக்கத் திறனை நாம் உச்சப்படுத்துகிறோம்.

இம்மாதிரித் தீர்வுகளைச் செய்யும் முறை எல்லாவித ஒப்புதலின்மைகளையும் தவிர்க்க இயலச்செய்யும் என்று நான் சொல்ல வரவில்லை. தங்களுக்குள் கலந்தாலோசிப்பதன் வாயிலாகத் தங்கள் வேற்றுமைகளை எப்போதும் மக்கள் சரிசெய்துகொள்ள முடியும் என்பதை இயலச் செய்யாத அளவுக்கு சமூகத்திலுள்ள ஆர்வங்கள் மிகவும் வேறுபட்டவை. மதச்சார்பற்ற கல்வி அளிக்கத் திட்டம் செய்துகொண்ட ஓர் இணைப்புச் செய்யும் தலைமையதிகாரத்தினால், ரோமன் கத்தோலிக்கத் திருச்சபையினைத் தனது பார்வையை ஏற்றுக்கொள்ள வைக்க முடியாது என்பது தெளிவு. ஆனால் அவர்கள் இருவரும் ஒன்றாகச் சேர்ந்து தேடலில் ஈடுபட்டால் அவ்வேற்றுமைகள்

ஒரு சந்திப்புத் தளத்தைக் கண்டறியும். அப்போது ஒவ்வொருவரும் தங்கள் நோக்கம் ஒரு சரியான ஏற்பினை அடைந்தது என்ற நிலையை அடையலாம். ஒன்றையொன்று விலக்கும் மாற்றுகளின் வடிவத்தில் நாம் இப்போது எடுத்துரைக்கும் பல பிரச்சினைகளுக்கு இது பொருந்தி வரலாம் என்பது சாத்தியம். வங்கிகளின் தேசியமயமாக்கலை விழைகின்றவர்களும் எதிர்க்கின்றவர்களும் கலந்தாலோசித்தல் வாயிலாக ஒரு சீரமைப்புத் திட்டத்தை வகுக்கலாம். ஒருபுறம் அது அதிகார வர்க்கத்தின் பயங்களைத் தீர்க்கும், மறுபுறம் பொறுப்பற்ற நிதிக் கையாளலின் பயத்தையும் தீர்க்கும். பங்கேற்கும் கட்சியினர் தாங்கள் நேர்மையின்றி நடத்தப்பட்டதாக உணர்வதால் பிரச்சினைகள் எழத்தான் செய்யும்; வழிகொடுப்பதற்கு பதிலாக அவர்கள் சண்டையிடவே செய்வார்கள். தீங்கிழைப்பு மெய்யானது, அவர்களது சண்டையிடும் மனப்பான்மையை நாம் புரிந்துகொள்ள இயலும் என்ற மாதிரியான சந்தர்ப்பங்களும் ஏற்படும். ஆனால் குறைந்தபட்சம் நாம் அபாயத்தைக் குறைக்கலாம்.

ஆனால் தீர்வினைச் செய்தபிறகு, அதை நாம் செயல்படுத்தவேண்டும். எதிர்காலப் புத்தாக்கங்களுக்கான மிகப் பெரிய பரப்பு இங்கு உள்ளது என்று நான் கருதுகிறேன். ஒன்றிணைக்கும் தலைமையதிகாரத்தின் முடிவுகளில் சிக்கலான விவரங்கள் குறைவாக இருக்கவேண்டும். அப்போது சிறப்பு விஷயங்களில் ஆக்கப்பூர்வமான தகஅமைவுக்கான நெகிழ்ச்சி அதிகமாக இருக்கும். அந்த முடிவுகளும் மேலும் பயனளிப்பதாக இருக்கும். உதவிக் கொடை என்னும் கொள்கையில் இம்மாதிரி ஏதோ ஒன்றை நாம் கண்டறிந்தோம். பாராளுமன்ற இறைமையை விட்டொழிப்பதில் ஆட்சிக்குட்பட்ட பிரதேசங்களின் விருப்பத்தைப் பொறுத்தவரை நாம் இதைவிட அதிகமாகவே ஏற்றுக் கொண்டோம். தங்கள் வாயிலாகப் பொதுக் குடிமக்கள் தரங்கள் சுற்றுவட்ட எல்லையிலிருந்து உள்ளாட்சிக்குப் பொருந்தும் சட்டவிதிகளாக மாற்றப்படுகின்ற பாதைகளை அதிகரிப்பது நமக்குத் தேவை. சமூகம் பரந்த அளவில் இலக்கு வைக்கும் பொதுத் தளத்தின் எல்லைக்குள், தனக்காகப் பஞ்சுத் தொழிற்சாலை சட்டமியற்றிக் கொள்வது தேவையென நாம் விடவேண்டும். தன்சார்பாக விரிவான முனைதலைச் செய்யும் அமைப்புகளை அது வளர்க்க நாம் அனுமதி தரவேண்டும். இம்மாதிரிச் சாத்தியங்களின்மீது பேரளவு வெளிச்சத்தைப் போர் அனுபவம் அளித்துள்ளது. செய்யப்பட்டத் தீர்வுகள் திறன் மிக்கதாக அமைந்ததற்குப் பருத்திக் கட்டுப்பாட்டு வாரியம் ஒரு நல்ல உதாரணம். அதன் விளைவுகளினால் நேரடியாக வாழ்பவர்களினால் அவை நிர்வகிக்கப்பட்டன என்பதே அதற்குக் காரணம்; அங்கு சீரமைக்கப்பட வேண்டியிருந்த ஆர்வங்களின் பொதுவான எதிரெதிர் இயல்புகளை மனத்தில் கொண்டால், அதன்

வெற்றி இன்னும் அதிரடியாக உள்ளது. *[See H. D. Henderson, The Cotton Control Board (1922); and more generally, E. H. M. Lloyd, Experiments in Certain State Controls (1924).]* பணிக் குழுக்களின் பதிவுகளினால் கிடைக்கும் வெளிப்படையான பாடம் என்னவென்றால், சுயமாக ஏற்றுக்கொண்ட தலைமையதிகாரத்தின் விளைவாக எடுக்கப்பட்ட முடிவுகள், வெளியிலிருந்து சுமத்தப்பட்ட ஒன்றால் எடுக்கப்பட்ட முடிவுகளைவிடச் சிறப்பாகச் செயல்பட்டன. *(Cf. the Report of the Ministry of Labour on Works Committees (1919), especially pp. 32, 117.)* கடைநிர்வாக (ஷாப்ஸ்டீவார்ட்) இயக்கத்தின் ஆற்றலுக்குக் காரணம், சாதாரணப் பணியாளர்களுடனான அதன் தொடர்பு உள்ளிருந்து புறத்தே நோக்கியதே அன்றி வெளியிலிருந்து உள்ளே நோக்கவில்லை. *(Cf. G. D. H. Cole, Workshop Organisation (1923), especially chaps.iv, v, x, xi).* பிறரால் முடியாத ஒரு வழியில் அவர்களுடைய பகுதியுறுப்புகளோடு தங்கள் உறவை ஒருங்கிணைத்துக் கொள்ள அவர்களால் முடிந்தது. பணிமனையிலுள்ளோர் மனத்தினை ஏறத்தாழ உணர்ந்தவர்களாக அவர்களால் பேசமுடிந்தது. (பிறரால் அந்த அளவு இயலாதென்றே கூறவேண்டும்.) ஏனெனில் அவர்கள் அதற்குள்ளும் அதன் சார்பாகவும் இருந்தார்கள். அவர்களுடைய கோரிக்கைகள் ஆதரவைப் பெற்றதற்குக் காரணம் அவை ஒத்த அனுபவத்திலிருந்து அறிந்தேற்கும் படியாக வளர்ந்தவை. அரசுடன் பேசுகின்ற குரல், ஒரு நேர்மையான, உண்மையான பண்பைப் பெற்றதாக இருக்கவேண்டும் என்ற அளவில், நாம் நமது தொழில்துறைச் சீரமைப்பை திட்டமிட வேண்டும்.

IV. ஒருங்கிணைத்தலும் கூட்டாட்சியும்

எனது கருத்தை இவ்வாறு கூறுவது சரியாக இருக்கும். சமூகம் என்பது சாராம்சத்தில் இயற்கையாகவே கூட்டாக அமைந்தது என்பதால், அதன்மேல் தேவையான ஒருமைகளைச் சுமத்தும் அமைப்பும், வேற்றுமைகளுக்கு அதில் இடமிருக்கும் வகையில் அமைப்புற வேண்டும். இது உண்மை என்றால், நான் வாதிட்டது போல, எந்த ஒரு சங்கமும் முழுமையான என்னை உள்ளடக்கியது இல்லை என்னும்போது, முழுமையான எனக்காக எந்தச் சங்கமும் வெற்றிகரமாகச் சட்டமியற்ற முடியாது. ஆகவே என்னிலிருந்து நேரடியாகக் கட்டும் எந்த அமைப்பும் எந்த ஒரு தனிமனிதரிடமிருந்தும் வெளிக்கிளம்பும் பலவேறு உறவுக்கதிர்களை (ஒருவேளை அந்த உறவுகள் அதனுடன் ஓர் அமைப்புற்ற தொடர்பு கொண்டிருந்தால் தவிர) ஒருங்கிணைக்க முடியாது. ஆகவே அந்த அமைப்பைச் சமூகத்திலுள்ள பலவேறு சங்கங்களால் தேர்ந்தெடுக்கப்பட்ட பிரதிநிதிகளால் கட்டப்படும்

அர்த்தத்தில் சார்புகளின் சார்பு என ஆக்குதல் நடைமுறைக்கு ஒவ்வாதது என்று நினைக்கிறேன். அம்மாதிரி ஓர் அமைப்பு கையாள இயலாததாகவும், தொடர்பற்றதாகவும் இருக்கும். அதன் உறுப்பினர்கள், தாங்கள் உறுப்பினர்களாகத் தேர்ந்தெடுக்கப்படுவதற்கு முன்னால் பணிசெய்த வட்டங்களுக்கு இசைவானதாக இல்லாத வினாக்களுக்கு விடைகளை அளிக்கஇயலும். உதாரணமாக, ஒரு பொறியாளர் சங்கம் அயல்நாட்டுக் கொள்கை பற்றிப் பொதுவான பார்வைகளைக் கொண்டிருக்க இயலாது. அது பொறியியல் பற்றிய நோக்குகளையே கொண்டிருக்கும், பொறியாளர்களைப் பொறியாளர்கள் என்ற வகையில் அயல்நாட்டுக் கொள்கை பாதிப்பதாக இருந்தால் அதைப் பற்றிக் கவலைப்படும். பிரதேச அரசுக்கான வாதம் என்பதே பகுதிநோக்கிற்கு அப்பாலும் அந்தப் பகுதிநோக்குகள் பொருந்தக்கூடிய முழுமைக்குச் செல்லக்கூடிய இறுதியான வாதமாயிற்று. அந்த முழுமை ஒருபோதும் வழுவற்றதல்ல, போதுமானதுகூட அல்ல. ஆனால் இங்குக் கோடிட்டுக் காட்டப்பட்ட நிலைமைகளில் அந்தந்தச் சமயத்துக்கான ஒரு அமைப்பை விட அது திறன்மிக்கதாக இருப்பது இயலும். நாம் இப்போது சார்ந்திருக்கும் பிரதேச அமைப்புகளை விட இறுதியில் செயற்கைத் தன்மை குறையாத விஷயங்களிலிருந்து அம்மாதிரி தற்காலிக அமைப்புகள் பெறப்படலாம். ஆனால் அந்த முழுமை நாம் ஏற்றுக் கொள்வது போன்ற இறுதியான தீர்வுகளுக்கு நியாயம் வழங்கக்கூடிய ஒரே சமத்தன்மையின் நிலைமைகளின்கீழ் மனிதர்கள் சந்திக்கக்கூடிய ஒரு தளத்தை அளிக்கிறது.

சமூகம் கூட்டமைப்பாக இருப்பதால், தலைமையதிகாரமும் கூட்டமைப்பாகவே இருக்கவேண்டும். அது தங்களால் பாதிக்கப்படக்கூடிய நலன்களின் வாயிலாக முடிவுகள் செய்யப்படுவதை உள்ளடக்கியுள்ளது என்று நான் வாதிட்டுள்ளேன். பதிலாக, அந்த நலன்களே அந்த முடிவுகளைப் பயன்படுத்த வேண்டும். இதற்கு லங்காஷயரிலேயே சுரங்கத் தொழிலுக்கு ஓர் நிர்வாக அலகு செய்யப்படுவது என்று அர்த்தம். அதுபோலவே, கல்வி அமைச்சகத்தைச் சுற்றிலும் கல்விச் செயல்முறையின் சார்பாகப் பேசக்கூடிய அமைப்புகள் சூழ்ந்திருக்க வேண்டும் என்று அர்த்தம். அவை பேசத் தகுதியுடையவை என்பதால் ஆலோசனை செய்யப்படவும் தகுதி உள்ளவை. சமூகத்துடன் இறையாட்சி அரசைச் சமப்படுத்தி அதன் வாயிலாக சமூகத்துக்குள் இருக்கும் சங்கங்கள் மீது ஆதிக்கம் செலுத்தும் உரிமையை அந்த இறையாட்சி அரசு கைவிடவேண்டும் என்றும் அர்த்தம். இறைமைக் கொள்கையை அது கைவிடுவதால் படிநிலைத் தன்மையையும் அது கைவிடுகிறது என்று அர்த்தம். மனிதனின் விசுவாசம் தொடர்ச்சியான ஒருமைய வட்டங்கள் போன்றது என்றும், அவற்றில் அரசு மிகப் பெரியது, பிற

எல்லா வட்டங்களையும் தழுவியது என்றும் அது நோக்கவில்லை. மனிதனின் அனுபவம் எழுகின்ற ஒவ்வொரு பிரச்சினையிலும் உறுதிப் படுத்துவது போல அது மனிதனை இப்போது இங்கும், அப்போது வேறொரு இடத்திலும் கட்டுப்பட்டவனாகக் காண்கிறது. மனிதனின் இறுதியான விசுவாசம் அவனுக்குப் புறத்திலுள்ள ஏதோ ஒரு கூட்டு விஷயத்திற்கு அல்ல, அவனுடைய பிரக்ஞை ஏற்குமாறு அவனுக்கு போதித்துள்ள அவன் அனுபவத்தில் கண்ட இலட்சியங்களுக்கே என்று அது வலியுறுத்துகிறது. முடிவெடுப்பதை அவனது தொழிலாகவும் தேர்வாகவும் அது ஆக்குகிறது. அப்படி அது செய்யாவிட்டால், மனித மதிப்புகள் பெருமளவு இழக்கப் படுகின்றன. இறுதியில் மிகவும் விலைமதிப்பற்ற தனிப்பட்ட நன்மை என்பதன் உணர்வை நாம் இழந்துவிடுவோம். நமது சாதனைகள் மெய்யாக இருக்க, தனிப்பட்ட ஆடவர் பெண்களின் மகிழ்ச்சிக்கு அவை தருகின்ற சேர்க்கைகளில் நிகழ வேண்டும். அப்போதுதான் அவை நீடித்தவையாகவும் அர்த்தமுள்ளவையாகவும் இருக்கும். ஒரு திருச்சபை தன் உறுப்பினர்களுக்கு மீட்பு அளிக்காவிட்டால், அதனைப் புகழ்ந்து கொண்டே போவதில் அர்த்தமில்லை. ஒரு சமூகம் அடைகின்ற ஆதாயத்தினைக் குடிமக்கள் தனிப்பட்ட மனிதர்களாகப் பகிர்ந்து கொள்ளாவிட்டால், ஒரு சமூகத்தை வளப்படுத்திக் கொண்டே போவதில் பயனில்லை.

இதுவரை நாம் பாரம்பரியமாகப் பெற்ற சீரமைப்பினைவிட இங்கு எழுகின்ற சீரமைப்பு மிகவும் சிக்கலானது என்பதை யாரும் மறுக்க இயலாது. சிக்கலுக்கான அடிப்படைகள் மெய்ம்மைகளில் தங்கியுள்ளன. நமது நாகரிகம் பெரும்-அளவு அதிகாரம் ஒரு சிலருக்கே உரியது என்ற யூகத்தின் அடிப்படையில் கட்டப்பட்டுள்ளது. நமது நிறுவனங்கள் அந்த ஒருசிலர் தங்கள் அதிகாரத்தை அப்படியே வைத்திருப்பதற்காகக் கட்டப்பட்டவையாக உள்ளன. பெருமளவில் அவை ஜனநாயக நிறுவனங்களே அல்ல, ஏனெனில் அவற்றின் வேலையினால் பாதிக்கப்படுகின்ற அனுபவத்தின் ஒட்டுமொத்தத்தை அவை கணக்கில் எடுக்க முயற்சி செய்வதில்லை. ஏதோ ஒரு தத்துவம் அவற்றிற்கு இருப்பதானால், அந்தத் தத்துவம், அதன் செயல்முறையில் சாதாரண மனிதன் மதிக்கப்படாமல் இருந்த வரலாற்றின் தொடக்க காலத்திலிருந்து செய்யப்பட்ட முடிவுகளால் நிறைந்துள்ளது. நாம் வெவ்வேறு இலக்குகளைத் தேடுகிறோம். சுதந்திரம் என்பதால் நாம் எல்லா மனிதர்களுக்குமான செயலாற்றும் முதன்மையை அர்த்தப்படுத்துகிறோமே அன்றி ஒரு சிலருக்கு மட்டும் அல்ல. சமத்துவம் என்பதால் ஒவ்வொரு ஆளுமையும் தனக்குரிய முக்கியத்துவத்தைப் பெற வேண்டும் என்று சொல்கிறோமே அன்றி பிற ஆளுமைகளின் அடிமையாக வாழவேண்டும் என்று அல்ல.

அரசின் நோக்கத்தின் தொடுவானத்தைப் பெரிய மாற்றங்கள் இன்றி விரிவுபடுத்த முடியாது. ஃபிரெஞ்சுப் புரட்சியின் அனுபவத்தினால் பொதுவாக நிர்ணயிக்கப்பட்ட செயல்முறைகளின் உலகத்தில் நாம் வாழ்கிறோம். அதன் நியாயத் தன்மை நம்மளவில் பெருமளவு தீர்ந்துவிட்டது. அல்லது, அதன் உச்சத்தில் அது மேலாய்வு செய்ய முடிந்த அனுபவத்தைவிட இப்போது இன்னும் பரந்த அனுபவத்திற்கு அதன் நியாயம் பயன்படக்கூடியதாகக் கண்டறியப்பட்டுள்ளது. இந்த விரிவுபடுத்தலுக்கு நாம் இடமளிக்க வேண்டும்.

இங்கு எதிர்நோக்கப்படுகின்ற சீரமைப்பின்கீழ் உள்ள கொள்கை எளியது. ஒருவேளை அதனை நடைமுறைப்படுத்தல் சிக்கலாக இருக்கலாம். ஒழுக்க மதிப்புகள் தனிப்பட்டவை, ஒவ்வொரு தனிமனிதனும் தனது அறிவுறுத்தப்பட்ட மனச்சாட்சி எவ்விதம் நடக்கத் தூண்டுகிறதோ அவ்விதம் நடக்கக் கடமைப்பட்டவன் என்று விதிவகுத்ததால், பணி என்ற சிந்தனையில் சமூக அமைப்புகளின் கொள்கையை அது காண்கிறது. ஆடவர்களும் பெண்களும் சேர்ந்து இசைந்து செயல்படுகின்ற ஓர் அமைப்பினை இலட்சியமாகக் கொண்ட நோக்கத்தை அது பணி என்று காண்கிறது. ஒரு பணிக்கென நியாயம் இருப்பதனால், அதற்கு அறிந்தேற்பு தேவை என்று வாதிடுகிறது. ஏனெனில் மனிதர்கள் தாங்களாகவே நிரூபித்துக்கொண்ட ஓர் அனுபவத்திலிருந்து இயற்கையாகவே அது வளர்கிறது. அது ஒரு தேவையின் சார்பாக நிற்கிறது. அத்தேவைக்கான எதிர்வினை மகிழ்ச்சி என்பதாகும். எல்லாப் பணிகளையும் தழுவிய ஓர் கூட்டிணைப்பில் அவற்றுக்குள் இசைவு ஏற்படுத்தலாம் என்று அது வாதிடவில்லை. சிலசமயம் அறியாமை மூலமாகவும், சிலசமயம் உண்மையான, நிரந்தரமான ஒத்துவராமை காரணமாகவும் பலவும் முரண்படுகின்றன என்பதை அது ஒத்துக் கொள்கிறது. மனிதர்கள் பெரிய சமூகங்களில் ஒன்றாக வாழ்வதால் தேவைப்படுகின்ற நிர்வகிக்கப் படத்தக்க ஒத்த நிலைகளை இயலச்செய்யும் ஒன்றிணைத்தலை திட்டமிடுவதற்கான தேவையையும் அது ஒப்புக் கொள்கிறது. ஆனால் அந்த ஒன்றிணைத்தல் உள்ளிருந்து வளரவேண்டும், வெளியிலிருந்து சுமத்தப்படக்கூடாது என்று அது வலியுறுத்துகிறது. இறுதியான அதிகாரங்களை எந்த ஒரு வழியிலும் ஒப்படைக்கக்கூடியதைச் சாத்தியமாக்குகின்ற எந்த மனிதக் குழுவின் அனுபவமும் ஒருகாலத்திலும் போதிய அளவு பரந்ததாகவோ உண்மையானதாகவோ இருந்ததில்லை என்று அது வாதிடுகிறது. நிர்ப்பந்தம் செய்யும் ஒரு தலைமையதிகாரம் தேவை என்று உடன்படுகிறது, ஆனால் அந்த நிர்ப்பந்தம் செய்கின்ற தலைமையதிகாரத்தினை அது அவநம்பிக்கையுடன் நோக்குகிறது. நிர்ப்பந்தப்படுத்தலைச் சுற்றியுள்ள உளவியல் நிழல் பிறரின் தேவைகளுக்கும் அத்தியாவசியங்களுக்கும் அதை முயற்சி

செய்கின்றவர்களை மழுங்கச் செய்கிறது என்பதால் அவநம்பிக்கையுடன் நோக்குகிறது. எடுக்கும் முடிவுக்குள் நுழைகின்ற அனுபவத்தை அது வரையறுக்கிறது. அதன் கருவிகளை வைத்திருப்பவர்கள், அல்லது அவ்வாறு வைத்திருப்பவர்களுடன் பழகக்கூடியவர்கள் ஆகிய ஒருசிலரின் ஆதாயத்துக்காக அது செயற்படுத்தப்படுகிறது. சிலரின் நலத்தினைச் சமுதாயத்தின் மகிழ்ச்சியோடு சமப்படுத்துவதன் வாயிலாக தேவைகளின் நியாயத்தைக் குறுக்குகிறது.

ஓர் ஆக்கப்பூர்வமான ஒன்றிணைப்பினை முயற்சிசெய்வதற்காக அது உத்தரவாதங்கள் அல்லது குறைபாடுகளின் ஓர் ஒழுங்கமைவை ஒன்றிணைக்கின்ற தலைமையதிகாரத்தை அமைக்கிறது. அந்த ஒழுங்கமைவு கண்டிப்பாகச் சிக்கலானதாகவே இருக்கிறது. அதன் சட்டகம் இயற்கையென விதிக்கப்பட்ட உரிமைகளின் அமைப்பு. ஏனெனில், அனுபவம் அவற்றை ஒரு நல்ல வாழ்க்கைக்குத் தேவையான நிபந்தனைகளாகக் காட்டியுள்ளது. ஒரு மனிதன் தனது உடல்சார்ந்த பசிகளைத் திருப்தி செய்யவே நிரந்தரமான போராட்டத்தில் ஈடுபட்டிருந்தால் தனது சிறந்த சுயமாக இருக்க இயலாது என்று நாம் வாதிடுகிறோம். ஆகவே அவன் தனது முயற்சியினால் ஒரு போதிய ஊதியத்தைப் பெறவேண்டும். நியாயமான உழைப்பு நேரம், உறைவிடத்திற்கான நியாயமான நிலைமைகள் ஆகியவையும் வெறுக்கத்தக்க நிலைகளுக்கு அப்பால் அவன் மனத்தை உயர்த்துவதற்குத் தேவை. அவனது சிறந்த சுயம் அடிப்படையில் ஓர் ஆன்மிக உலகத்தில் இருப்பதால், அவனது உரிமைகள் பொருளியல் தேவை என்பதற்கும் அப்பால் நீளுகின்றன. வாழ்க்கை தனக்கு என்ன அர்த்தத்தைத் தருவதாகத் தோன்றுகிறது என்பதை அவன் தனக்கு விளக்கிக் கொள்ள வேண்டும். அது பற்றிய அவனது பார்வை அவனுக்கே உரியது. அவனது சகாக்களிடமிருந்து அவனுடைய தனிமைப்படுதல் என்பது வேறு எவரும் இதை அவன் சார்பாக வெளியிட முடியாது என்பதைக் குறிக்கும். ஆகவே தன் நோக்கினைப் பிறர் கேட்கச் செய்வதற்காக அவனுக்குப் பேச்சுரிமை வேண்டும். அதற்கு சாராம்சம் அளிக்கப் பிறருடன் சேரும் சுதந்திரமும் வேண்டும். அவன் இருக்கும் சமூகத்தின் அரசாங்கத்தில் பங்குகொள்ள அவனுக்கு உரிமை வேண்டும். இதற்கு முதலில் கல்விக்கான உரிமை தேவையானது. அது இல்லாவிட்டால் தனது வாழ்க்கை அனுபவத்தில் உள்ளடங்கியுள்ள அர்த்தத்தை யாரும் வெளிப்படுத்த முடியாது. தான் யாரால் ஆளப்படவேண்டுமோ அவர்களுக்கு வாக்களிக்கச் சுதந்திரம் வேண்டும். அதன் கிளைத் தேற்றமாக, அவனே ஆளுநனாகத் தனது சகாக்களால் தேர்ந்தெடுக்கப்படவும் உரிமை வேண்டும். ஆனால் சுயநிர்வாகம் என்பது அரசியல் இழையின் பண்பினை உறுதிப்படுத்தும் விஷயம் மட்டும் அல்ல. நமது வாழ்க்கைகள் தொழில்சார்ந்த வேலை

ஒன்றில் மிக அதிகமாக உள்ளடங்கியுள்ளன. உயிர்வாழ இது அவசியம். அதனால் அதன் இயற்கையை நமது அனுபவத்துக்கு அப்பால் நிர்ணயம் செய்ய முடிவதில்லை. எனவே அரசியல் ஜனநாயகத்துக்குத் தேவையானதோர் உடன்விளைவாகத் தொழில்துறை ஜனநாயகமும் தேவையாகிறது. ஒன்றில் இருக்கும் சுயநிர்வாகம், மற்றொன்றிலும் அதனைப் பூர்த்தி செய்கிறது. தன் இயற்கையிலிருந்து அது வேறொருவகையான சீரமைப்பைக் கொள்ளும். அது அதிகாரத்தைப் பெறுதல் தொழில்நுட்பத் தகுதியினால் செங்குத்தான தரத்தினால் மதிப்பிடப் பெறும். ஜனரஞ்சகமான நற்பண்புகளுக்கு அது குறைந்த இடமே தரும். தொழில்திறனுக்கு அதிக வாய்ப்புத் தரும். ஆனால் பேணப்படும் உரிமைகளால் அடையப்பட வேண்டிய நோக்கம், சாராம்சத்தில் சமமாகவே உள்ளது.

இந்த உரிமைகள், தங்களைத் தாங்களே காத்துக் கொள்வன அல்ல. ஒரு சமூகத்தின் தலைமை நோக்கம் பணத்தில் இலாபம் ஈட்டும் ஆசையாகவே இருக்கும்போது அவ்வுரிமைகள் பாதுகாக்கப்படுவதில்லை என்பது வரலாற்றின் தெளிவான முடிவு. அதன் உறுப்பினர்களிடையே ஏறத்தாழச் சமமான சொத்துடைமை இருந்தாலொழிய, அவர்களின் உரிமைகள், அவர்கள் வைத்திருக்கும் சொத்துக்குத் தகவே அமைந்திருக்கும். ஆகவே முதன்மையான சமூக உள்நோக்கம் என்பது சேவையாக இருக்கவேண்டும். தனிப்பட்ட முறையில் சேவையின் விளைவாகக் கிடைக்கக்கூடியதாகச் சொத்து இருக்கவேண்டும். நான் தானாகவே, சேவைசெய்ய வேண்டும்; மற்றொருவரின் சேவையினால் கிடைக்கக்கூடியதை வைத்து நான் சொத்துச் சேர்த்து வாழலாகாது. நாம் விவாதிக்கத் தேவையான எந்தக் கால அளவுக்கும் இது ஒரு திட்டவட்டமான பொதுவுடைமையை நீக்கி விடுகிறது என்றாலும், இப்போது சொத்துடன் இணைக்கப்பட்டுள்ள சட்ட உரிமைகளில் மிகப் பெரியதொரு மாற்றத்தை நிச்சயமாக உள்ளடக்கியுள்ளது. சமூகம் வாழத் தேவையான சரக்குகள், சேவைகள் போன்றவற்றின் உற்பத்தி சமூகத்தினால் நேரடியாகச் சீரமைக்கப்பட வேண்டும் என்பதை அது ஏற்றுக் கொள்கிறது. மேலும் பிற எல்லா உற்பத்தியும் நாகரிக வாழ்க்கையின் குறைந்தபட்ச அடிப்படையின் பகுதியாக உருவாக்கப்பட்டு அமல்படுத்தப்படுகின்ற முறையில் செய்யப்படவேண்டும் என்றும் அது கொள்கிறது. தனிப்பட்ட தொழிலை ஏதோ ஒரு குறிப்பிட்டத் துறையின் கட்டுப்பாட்டிற்குள் விடும்போது அந்தத் தனிப்பட்ட தொழில் இயங்கவேண்டிய நிலைமைகளைச் சற்றே ஆற்றலுடன் அது வரையறுக்கிறது. எல்லாவித உற்பத்தி முயற்சியிலும், பொதுமக்கள் கண்ணுக்குப் புலப்படாத பங்காளர்களாக இருக்கிறார்கள், அவர்களின் விருப்பங்கள் அந்தக் கூட்டு வணிகத்தில் மதிக்கப்பட வேண்டும் என்று அது வலியுறுத்துகிறது.

உதாரணமாக, தனிப்பட்ட ஒரு முதலாளி தன் இஷ்டத்துக்குத் தொழிலாளியை அமர்த்தவோ வேலையை விட்டு நீக்கவோ அது அனுமதிப்பதில்லை. இப்போது தொழில்துறையின் பண்பினைச் சீரழித்துவருகின்ற நிதித்துறை இரகசியத்தைக் காப்பாற்ற அது அவனை அனுமதிக்காது. எவ்விதம் தேசியக் கடன் பத்திர உரிமையாளர்களுக்கு அயல்நாட்டுக் கொள்கையை நிர்ணயிக்கவும், அரசாங்கக் கருவூலத்திற்கு எதிர்பாராத உபரியைச் சேர்த்துக் கொள்ளவும் உரிமை இல்லையோ அதுபோலவே முதலீட்டைத் தனிநபர் செய்யும்போது அவனுக்குத் தொழில்துறைக் கொள்கையை நிர்ணயிக்க எவ்வித உரிமையும் இல்லை என்றும், அத்தொழிலைப் பாரம்பரியமாகத் தனது மகனுக்குத் தரவும் உரிமை இல்லை என்றும் அது சொல்கிறது. எந்த ஒரு மனிதனுக்கும் சமூக உற்பத்தியின் ஒட்டுமொத்தத்திற்குத் தனது பங்களிப்பைத் தவிர்க்க உரிமையில்லை என்ற அடிப்படையில் திட்டவட்டமாகப் பாரம்பரியச் சொத்துரிமையை வரையறுக்கிறது. மதிப்புகளின் இப்படிப்பட்ட குறுக்குமதிப்பீடு முன்னெடுப்பையும் தீவிரத்தையும் குறைப்பதற்கு மாறாக இதுவரை வரலாற்றில் அனுகூலமாகக் கொள்ளவே முடியாத வாய்ப்புகளை அளிக்கிறது என்று அது நம்புகிறது. வேறு எந்த முறையும் ஆளுமைக்கு உரிய மதிப்பினைத் தந்து அதன் தனித்த குணங்களைத் தகுதியென வெளிக்காட்டிக் கொள்ள அனுமதிப்பதில்லை என்று உறுதியாக இருக்கிறது.

இப்படிப்பட்ட நோக்கு, சுதந்திரம் என்பதைப் பற்றிச் செவ்வியல் எழுத்தாளர்கள் கொண்டிருந்த மனப்பான்மையை விடச் சற்றே வேறான ஒன்றைக் கொண்டுள்ளது. சுதந்திரம் என்பது கட்டுப்பாடின்மை என்று அது கருதுவதில்லை. எப்போது பரந்த சமூகத்தில் மனிதன் வாழத் தொடங்கினானோ அன்றே நடத்தையில் தேவையான ஒழுங்குமுறைகள் தோன்றி, வெளியீட்டுக்குச் சாத்தியமான பழக்கங்களைக் கட்டுப்படுத்தி விட்டன என்று அது ஒப்புக்கொள்கிறது. ஆனால் அது ஒருசிலர் முதன்மையாகத் தங்களைக் காத்துக் கொள்ளச் செய்யும் முறைமைக்கான ஆர்வத்தில் அவர்கள் செய்கின்ற விதிக்குக் கீழ்ப்படிவதில்தான் சுதந்திரத்தின் அர்த்தம் இருக்கிறது என்றும் கருதவில்லை. சமூகக் கோட்பாட்டில் இங்கு சுதந்திரம் என்று வலியுறுத்தப்படுவது, ஒவ்வொரு மனிதனும் தனது சிறந்த சுயத்தைப் பூர்த்திசெய்துகொள்கின்ற முயற்சியில் முன்னெடுக்கும் முயற்சியாகும். குறித்த இலக்கினை அடைவதற்கு வழிகாண அந்த முன்னெடுப்புக்குப் பாதைகளை வகுத்துத்தர அது உத்திரவாதம் தருகிறது. ஆகவே சுதந்திரம் என்பது சமத்துவத்திலிருந்து பிரிக்கமுடியாதது. ஏனெனில் ஆதிப் பிரிவினைகள் அரசில் அதிர்ஷ்டகரமாக இடம்பெற்றுவிட்ட ஒருசிலரின் சுதந்திரத்திற்கான வாய்ப்பு கிடைப்பதைமட்டும் குறுக்கிவிடும் வேற்றுமைகளை அறிவிக்கின்றன. எந்தச் சமூகத்தில்

மனிதர்களுக்குச் சுயசாதனைக்கான சமமான வாய்ப்பு கிடைக்கிறதோ அந்தச் சமூகமே நீதியுள்ளதும் ஆகும். ஏனெனில் ஒரு புகழ்பெற்ற வரையறையின்படி, நீதி என்றால் ஒவ்வொரு மனிதருக்கும் அவர் கிடைக்கச் செய்வதாகும். சமூகத்தில் அளிக்கப்படும் மொத்தத் தேவைப் பூர்த்திகளில் ஒவ்வொரு தனிமனிதனும் தனக்கானதைப் பெறுவதற்கான உச்சபட்ச உத்திரவாதத்தைத் தக்க சமூக ஏற்பாடுகள் வாயிலாகத் தருகின்ற முறைமை அது. இப்படிப்பட்டப் புரிதல், முழுநிறைவானதாக உள்ளது அல்லது இருக்கமுடியும் என்ற கூறவில்லை. நமது வாழ்க்கையளவின் பேரளவு குழப்பமும் தவறும் ஏற்படுவதற்கு உத்திரவாதமாக இருக்கிறது. ஆனால் குறைந்தபட்சம் இருக்கும் சமூக அமைப்பின் உள்ளார்ந்த சாத்தியங்களைத் தாண்டியேனும் நாம் முன்னேறிப் போகலாம்.

நீதி சட்டத்தை உள்ளடக்கியுள்ளது. ஆனால் இங்குக் கோடிட்டுக் காட்டப்படும் சட்டம் பற்றிய நோக்கு அதன் வரையறைக்கு ஒரு சம்பிரதாயமற்ற அணுகுமுறையைக் கொண்டுள்ளது. வினோக்ரடாஃப் கூறியவாறு, "சட்டம் என்பது அரசின் உறுப்பினர்களின் உறவையும் நடத்தையையும் திசைப்படுத்துகின்ற விதிகளின் கணமாகும்". (Historical Jurisprudence, i. 52). இங்குள்ள முக்கியப் பிரச்சினை, ஏன் அந்தக் குறித்த விதிகள் தேர்ந்தெடுக்கப்பட்டு கடைப்பிடிக்கப்படுகின்றன, சமூகத்தின் வாழ்க்கையில் அவை எப்படி வேலை செய்கின்றன என்பதுதான். நாம் உய்த்துணர்கின்ற சட்டங்கள் என்பன ஒழுக்க அளவில் நடுநிலையானவை; சமூக விசைகளின் சந்நிதியில் ஏற்றுக் கொள்ளப்படும் முடிவுகள்தான் அவை. தனது மூலத்தின் காரணமாகவே சட்டம் நீதியானது என ஏற்கின்ற நோக்கினை நாம் புறக்கணிக்கிறோம். அது நல்ல எண்ணத்திலிருந்துதான் செயல்பட முனைகிறது என்ற அதன் கோரிக்கையின் மதிப்பீட்டையும் நாம் முக்கியமானதென ஏற்க மறுக்கிறோம். ஏனெனில் நல்ல எண்ணம் என்பது அறியாமை அல்லது தவறிலிருந்தும் பிறக்கலாம். போதுமை கிடைக்கும் என நம்பாத அளவில் அது மிகக்குறுகிய உண்மைகளிலிருந்து வரவும் கூடும். தான் திருப்திசெய்யும் தொழிலாகக் கொண்டுள்ள விசைகளின் அளவு வரை அது குருடாக இருக்கவும் கூடும். ஏனெனில் சட்டத்தின் இலக்கு என்பது மனிதத் தேவைகளின் திருப்திதான். அதற்கு ஒருசிலரின் தேவைகள் என்றோ, சட்டத்தைப் பயன்படுத்துபவர்கள் சரியென எதைச் சொல்கிறார்களோ அந்தத் தேவைகள் என்றோ அர்த்தமில்லை, சட்டம் எதிர்கொள்ளும் தேவைகளின் முழுமையாகும். எனவே, சட்டம் நீதியாக இருப்பதற்கு, அது மனிதர்களின் அனுபவத்தில் போதுமானதாக உள்ள உறவுகளின் வெளிப்பாடாக இருக்கவேண்டும்.

அந்தப் போதுமையினை நிர்ணயிக்கச் செயல்படுபவர்கள் யார் என்று கேட்கலாம். இந்தக் கேள்விக்கு ஒரே ஒரு விடைதான் இருக்கிறது என நினைக்கிறேன். யாருடைய விழைவுகள் எல்லாம் பூர்த்திசெய்யப்பட

வேண்டுமோ அவர்கள், அதாவது குறித்த சமூகத்தின் உறுப்பினர்களின் அமைப்புதான் நீதிபதிகள். ஆகவே சட்டம் போதுமானதாக இருக்க, அது தான் அறிய முடிகின்ற மிகப் பரந்த சாத்தியமான அனுபவத்தின் ஏற்பிலிருந்து கட்டப்பட வேண்டும். செல்வி ஃபாலெட்டின் சிறந்த சொற்களில், "ஒருவருக்கொருவர் பரஸ்பரத் தேவைகளைப் பொருத்திக் கொள்வது" என்பதற்கு முயற்சிசெய்யவேண்டும். *(Creative Experience, p. 264)*. பரஸ்பர அனுசரிப்பின் செயல்முறையை நாம் தொடங்கிவிட்டோம் என்றால், நாம் முந்தைய அந்தஸ்து அல்லது உறவு என்ற வட்டத்தின் ஒப்பந்தத்திலிருந்து விலகிச் செல்கிறோம். அப்போது, மெய்னின் நோக்கின் படி, சமூகங்களின் இயக்கம் அந்தஸ்திலிருந்து ஒப்பந்தத்திற்குச் செல்லும் ஒன்றல்ல, ஒப்பந்தத்திலிருந்து தொடர்புக்குச் செல்லும் இயக்கமாகிறது. தேவையான பணிகளிலிருந்து உரிமைகளும் கடமைகளும் தோன்றிப் பரவுவதை உறுதிப்படுத்தும் ஒரு முயற்சியாகும். உதாரணமாக, அது ஒரு முதலாளியின் சட்டப் பொறுப்பு, தனது விருப்பம் ஒன்றிற்கு அல்ல, பொதுவான சமூகத்தின் நெசவில் ஒரு முதலாளி வகிக்கின்ற உறவுகளில் அடங்கியுள்ளதாகக் கருதப்படுகின்ற அனுபவத்தின் விருப்பத்திற்கானதாகும். *(Cf. my Foundations of Sovereignity, chap. viii)*. முகமை என்றால் ஓர் ஆணையின் ஒப்பந்தம் என்று அல்ல, ஒரு முதல்வனுக்கும் முகவனுக்கும் உள்ள உறவில் எழுகின்ற உரிமைகள், கடமைகளின் அமைப்பு என்று நாம் விளக்குகிறோம். இது ஒரு குறித்த சந்தர்ப்பத்தில் சம்பந்தப்பட்ட செயல்படுவோரின் விருப்பங்களுக்கு வடிவம் கொடுக்க முனையும் ரோமானியச் சட்டத்தின் மையக்கருத்துக்கு மாறாக, இது நிலவுடைமையின் அடிப்படைக்குத் திரும்புவதாகும். *(Cf. Pound, The Spirit of the Common Law, especially lecture i, where this view is fully discussed)*. இந்த உறவுமுறையின் சித்தாந்தத்தில் நமக்கு முக்கியமானது, அதில் சம்பந்தப்பட்ட கட்சிகளின் விகிதாச்சார அதிகாரம் ஆகும். அதாவது சட்டத்தை மதிப்பிடும்போது நாம் ஆர்வங்கள் ஒன்றிணைகிறதா என்பதை மட்டும் கருதுவதில்லை, அவை எந்த வழிமுறையில் ஒன்றிணைகின்றன என்பதையும் கருதுகிறோம். ஏனெனில் அந்த வழிமுறைதான் எவ்வித உறவை அடைகிறோம் என்பதை நிர்ணயிக்கிறது. ஒரு கட்சிக்கு மற்றதைவிடச் சாதகம் அதிகமாக இருந்தால், சட்டத்தின் சாராம்சம் அதன் சார்பாக பாதிக்கப்படுகிறது. உதாரணமாக, இது விளையாட்டுகளின் சட்டங்களில் தெளிவாகவே இருக்கிறது; எஜமானர்-பணியாளர் சட்டத்தின் பொதுவான அடிப்படையிலும் தெளிவாக உள்ளது. சட்டம் என்பது "தேவைகளின் பரஸ்பரப் பொருத்துதல்" என்றால், அது, ஆக்டன் கூறியதுபோல, "ஒரு கட்சி மட்டும் தனது கைகளில் சட்டத்தை இயற்றுவதையும், நிலைமைகளை ஆள்வதையும், சமாதானத்தை வைத்திருப்பதையும், நீதியை நிர்வகிப்பதையும், வரிகளை விதிப்பதையும், செலவுகளைக் கட்டுப்படுத்துவதையும் ஒட்டுமொத்தமாகத் தொடர்ந்து வைத்திருக்க

இயலாது". (*Letters to Mary Gladstone, pp.194-5*). அனுசரிக்கப் போகின்ற கட்சிகளுக்கு இடையில் சமமான அதிகாரம் இருந்தால் மட்டுமே பரஸ்பரப் பொருத்துதல் நிகழும்.

மனித உறவுகளைச் சரிவர முறைப்படுத்துவதாகச் சட்டம் இருக்குமானால், அப்போது, அதுமனித அனுபவத்திலிருந்து சரியானவற்றைப் பெறுவதன் அடிப்படையில் கட்டப்படவேண்டும். ஆனால் ஒழுங்குமுறையுடன் சீரமைக்கப்பட்டு, ஒழுங்குமுறையுடன் பதிவு செய்யப்பட்டால் ஒழிய, அது போன்ற அனுபவம் சரியாக விளக்கப்பட முடியாது. எண்ணற்ற, அவ்வப்போது தங்களுக்குள் மோதுகின்ற சமூக ஆர்வங்களை ஒழுங்குமுறைமையின் நோக்கத்தில் ஒரு போதுமான முழுமைக்குள் ஒன்றிணைப்பது என்பது எல்லாக் கடப்பாடுகளிலும் மிகவும் நுணுக்கமானதும், மென்னயம் வாய்ந்ததும் ஆகும். ஒரு தனிமனிதரோ, ஒரு வகுப்பினரோ கூட, அவற்றின் வீச்சு அர்த்தம் இவற்றுடன் போதிய நெருக்கம் கொண்டிருப்பார்கள் என்று நாம் நம்புவதற்கில்லை. மேலும் கடந்தகாலத்தில் உழைப்புப் பிரிவினையில் உள்ளடங்கியிருந்த உயர்- திறமைத் தேர்ச்சியின் காரணமாக இது இன்னும் மிகக் குறைவாகவே இருந்திருக்க இயலும். இவ்வித ஓரினப்படுத்தலுக்கு மிகப் பொருத்தமாக இருப்பது, தொழில்துறையினரே. ஏனெனில் பத்தொன்பதாம் நூற்றாண்டின் தொடக்கத்திலிருந்து, இதனைச் செய்துவந்திருப்பதோ, செய்வதைக் கட்டுப்படுத்தி வந்திருப்பதோ அவர்கள்தான். உலகச் சந்தையின் மிகச் சிக்கலான நிலைமைகளின்கீழ் செல்வத்தைச் சேர்ப்பதற்குச் சிறப்பான மேதைமை உடைய மக்களால் ஆகியது அது. இயற்கையாகவே, அவர்கள் மட்டுமே புரிந்துகொள்ளக்கூடிய சொற்களின்கீழ் வாழ்க்கையை வெறுமனே அல்லது முக்கியமாக ஒரு செல்வத்துக்கான போராட்டமாகவே பாரக்கிறார்கள். காரணம், அவற்றை உருவாக்கியதே அவர்கள்தான். அந்தச் சொற்களுக்கு என்ன அர்த்தம் கொள்கிறார்கள் என்பது நீதிமன்றத்தில் மொகலாய நீராவிக்கப்பல் கம்பெனி x மெக் கிரகர் என்ற வழக்கின் தீர்ப்பில் விளக்கப்பட்டது [*(1892) A.C. 25*]. அது பரந்த அளவில் சுட்டிக்காட்டுவது வணிக உறவில் எவ்வித சமூகப் பின்னணியும் இல்லை என்பதைத்தான். தொழில்வகுப்பினர் தங்கள் சேவையைத் தங்களால் இயன்றவரை, எவ்வளவுக்கு முடியுமோ அவ்வளவுக்கு விற்பார்கள். அவர்களுடைய செயல்களால் பொதுமக்களுக்கு இடர்ப்பாடு ஏற்பட்டால் அதில் அவர்கள் அக்கறை காட்ட மாட்டார்கள். ஒருவேளை சட்டம் அவர்கள் செயல்பாடுகளைக் கட்டுப்படுத்த முற்பட்டால், அமெரிக்க அனுபவம் காட்டுவது போல, அதை முடிவுக்குக் கொண்டுவரவோ தவிர்க்கவோ அவர்கள் செய்யும் முயற்சிகளுக்கு எல்லையே இல்லை. இவை எல்லாவற்றிலும் அவர்கள் மிகச் சிறந்த கணவன்மார்களாக அல்லது முன்மாதிரியான பெற்றோராக இருக்கிறார்கள்

அல்லது நான் கூறியதுபோல வணிகத்தில் தவிரப் பிறவற்றில் நடந்து கொள்கிறார்கள் என்ற பார்வையை விலக்குகின்ற விஷயம் எதுவும் இல்லை. ஆனால் அவர்கள் ஒரு சிறப்பு நலன் குறித்த குறுகிய வட்டத்தில் ஈடுபட்டிருப்பதால், அவர்களுக்குப் பலவடிவ உறவுகளைக் காண்கின்ற பார்வை இல்லை, அவ்வுறவுகளுக்குச் சட்டம்தான் வெளிப்பாடாக இருக்க வேண்டும். அதாவது, அவர்கள் அரசினை ஆதிக்கம் செய்யப் பொருத்த மற்றவர்கள். ஏனெனில் அவர்களுடைய ஒரு பகுதி அனுபவத்தை மொத்தச் சமூகத் தேவைக்குச் சமப்படுத்தும் அதிகாரம், திறன்மிக்க ஒத்துச்செல்லல்களைச் செய்வதில் அல்ல, தேவையற்ற மோதல்களை உருவாக்குவதில் தவிர்க்கவியலாமல் முடிவடைகிறது.

அதனால்தான் ஏறத்தாழச் சமமான சொத்துடைமை தனிமனிதனைத் தனது அனுபவத்தை உரியவாறு உணரவைக்க ஏதுவாக இருக்கும் என்று நான் வாதிட்டேன். அதனால்தான், அவனது அனுபவம், அது தனது சகாக்களின் அனுபவங்களுடன் சேரும்போது, சட்டம் நீதியுடன் சேர்ந்து வரவேண்டும் எனில், அரசுடன் ஓர் அமைப்புற்ற உறவினைக் கொண்டிருக்கவேண்டும். ஏனெனில் சட்டம் கண்டுபிடிக்கப்படுவதல்ல, செய்யப்படுவது. அதன் இறுதியான வரையறையைக் கையில் வைத்திருப்பவர்களுக்குக் கொண்டு வரப்படும் அனுபவத்தின் வாயிலாக எழுதப்படுவது அது. சமூகச் செயலின் மொத்த அழுத்தத்தில் அவர்கள் உணர்கின்ற தேவைகள், விழைவுகளினால் அதை அவர்கள் நிறைந்திருக்கச் செய்திருக்கிறார்கள். நீதித்துறை அல்லது சட்டமன்ற இயங்காற்றலின் விளைவாக உருவான அருவ வெளிப்பாடு அல்ல அது. யாரோ ஒருவரின் நிர்ப்பந்தம் அதை ஒருமாதிரியாகவோ வேறு மாதிரியாகவோ உருவாக்கியிருக்கிறது. திரு. நீதிபதி ஹோம்ஸ் நுட்பமாகச் சொல்லியதுபோல, அதன் வாழ்க்கை அதன் அனுபவத்தில் உள்ளதே தவிர, தர்க்கத்தில் அல்ல. அதன் "சொல்லப்படாத முக்கியக் கூற்று", அந்த வாழ்க்கைக்கு அர்த்தமளிக்கப் போதுமான ஆற்றலுள்ள விருப்பமாகவே எப்போதும் உள்ளது. நிலவுடைமைக் காலத்தில் அந்த அளவு ஆற்றல் பெற்றிருந்தவர்கள் நிலம் வைத்திருந்தவர்கள்தான்; நமது காலத்தில் அவர்கள் முக்கியமாக, தொழில் முதலீடு வைத்திருப்போர் களான முதலாளிகள். திருப்திக்கெனப் போரிடும் பல தேவைகளின் ஒரு பகுதியை மட்டுமே அவர்களின் விருப்பங்கள் முன்வைப்பதால், சட்டம் ஒரு சார்பானதாகி, தங்கள் பேச்சு கேட்கப்படாமல் செல்பவர்களுக்கு எதிராக நிற்கிறது. தங்கள் சொந்த விழைவுகளின் சாராம்சத்துடன் உள்ளடங்கியிருப்பதாக அவர்கள் ஏற்காமையால் அது தன் தலைமையதிகாரத்தை இழந்துவிடுகிறது. அது ஆணையிடுவது அவர்களுக்கு நன்மை அளிக்காமல் பிறருக்கு அளிப்பதால் அவர்களுடைய விசுவாசத்தைப் பெறுவதில் தோல்வியடைகிறது. சமுதாயத்தில் ஒவ்வொரு நலனுக்காகவும் தேர்ந்தெடுக்கப்படும் வருவிப்பின்

அடிப்படையில் இருக்கும்போதுதான் அது ஒரு நேர்மையான, ஏனெனில் பொதுவான திருப்தியை மெய்யாக ஒன்றிணைக்கிறது.

ஆகவே எல்லா மனிதர்களுக்கும் சட்டத்தைச் செய்வதில் பங்குபெறும் சம உரிமை இருக்கிறது என்று நான் சொல்கிறேன். நமது சமூக ஏற்பாடுகள் தான் அம்மாதிரிப் பங்குபெற வழிசெய்யவேண்டும். அப்போதுதான் அவர்கள் குடிமக்களின் விசுவாசத்தைப் பெறமுடியும். அவ்வாறில்லை என்றால், சட்டமென ஏற்கப்படும் விதிகள் அரசு என நாம் அழைக்கும் ஒன்றிணைக்கும் தலைமையதிகாரத்திலிருந்து வருவிக்கப்படாமல், ஏதோ ஒரு குழுவிடமிருந்து வருவிக்கப்படுவதாகிவிடும். அந்தக் குழுவின் விதிகள் ஒன்று அல்லது அதற்கு மேற்பட்ட குடிமக்களுக்குத் தங்கள் தேவைகளின் மெய்யான வெளிப்பாடு என்று தோன்றும். ஏனெனில் சட்டம் இயற்றும் செயல்முறைக்குத் தேவையான அனுமதிக்கு எல்லாரும் பகிர்ந்து பங்களித்தல் முக்கியமானது. நாம் விழைவுகளை மக்களிடையில் நெய்வதற்கான முறைகளைக் கண்டுபிடிப்பதை அது இயலச்செய்கிறது. நாம் முழுவதுமாக எதிர்கொள்ளும் தேவைகளை ஏதேனும் சாராம்சம் குறுகலான அல்லது ஒருசார்புத் தன்மை கொண்ட சிறப்புத் தீர்வுகளால் ஆதிக்கம் கொள்ளாமல் அவற்றிலிருந்து நமது சட்டம் வளருமாறு அது நமக்கு உதவுகிறது. சட்டவியல் கருத்துகள் வாழ்க்கையின் மெய்ம்மைகளிலிருந்து வளருமாறு அது செய்கிறது. அதனால் அந்த மெய்ம்மைகள் கொண்டுவரக்கூடிய மாற்றங்களுக்கு ஏற்பத் தகஅமைத்துக் கொள்ளுமாறும் செய்கிறது. நீதியாளனின் சிறப்பான பார்வையுடன் அவன் சொந்தச் சூழலுக்கு அந்நியமான அனுபவங்களையும் இலட்சியங்களையும் நாம் இணைக்கவும் உதவுகிறது. பரந்தநோக்கில், சட்டத்திற்கு வேறு எந்த அடிப்படையிலும் ஒழுக்கத்தன்மை கிடையாது என்பது என் வாதம். சமூக முறைமையின் வெளிப்பாடாக இருப்பதனால்தான் சட்ட முறைமை தன்னை நியாயப்படுத்திக் கொள்கிறது; சமூக முறைமை என்பது ஒன்று மட்டுமே அல்ல, நமது மத்தியிலுள்ள, தங்கள் தேவைகளைப் பூர்த்தி செய்துகொள்ள முயற்சிசெய்கின்ற பலவேறான சக்திகளின் முழுமையையும் குறிக்கிறது.

இங்கு ஒருவேளை, ஒரு கருத்தை நான் இடையில் கொண்டுவரலாம். ஒரு சட்ட முறைமை, எப்போதுமே, ஒரு குறிப்பிட்ட காலத்தின் இலட்சியங்களுக்கு ஒழுக்க அடிப்படையில் கீழானது என்று சிலசமயம் சொல்லப்பட்டாலும், அது தனது தோல்வியை எப்போதுமே மேம்படுத்திக் கொள்ள முனைகிறது. மனிதாபிமான மனநிலை, நியாயத்தின் ஆற்றல், புதிய மெய்ம்மைகளின் வலுவான சக்தி ஆகியவை சட்டமன்றத்தையும் நீதிபதியையும் புதிய தேவைகளுக்கேற்பத் தாங்கள் ஒத்துச்செல்ல வைக்கின்றன என்று சொல்லப்படுகிறது.

இதில் மெய்யாகவே உண்மை இருக்கிறது. தலையிடாக் கொள்கைக் காலத்தின் உச்சத்தில் நாம் தொழிலகச் சட்டத்தைப் பெறுகிறோம்; பாராளுமன்றத்தில் சமூக மேம்பாட்டு நடவடிக்கை ஒவ்வொன்றையும் எதிர்த்த எல்டன் பிரபு, அரை மனத்துடன் ஆனாலும், நீதிவழங்கும் பெஞ்ச்சில் ஒரு பெரிய சீர்திருத்த நியாயாதிபதியாக இருந்தார் (லாயிட் X லோரிங் 6, வெசீ 773, என்பதன் தீர்ப்பில் எல்டன்தான் நீதிபதியாக இருந்து மாநகராண்மைச் சட்டத்தின் உருவாக்கத்தினைப் பத்தொன்பதாம் நூற்றாண்டில் சாத்தியமாக்கியவர். *Cf. my Foundations of Sovereignity, chap. iv*). இவ்வாறே, ஒப்பந்த வட்டத்தில், அரசின் பொறுப்பின்மையையை வணிகத்தின் அழுத்தம் குறைத்துள்ளது; ஃபிரெஞ்சு நாட்டு அரசுக் கவுன்சில் அந்தச் சட்டவிதிகளை மீறிச் செல்வதற்காக ஏற்பட்ட நிர்வாக நீதியவைகளில் அதன் சொந்தத் தவறுகளிலிருந்து அந்நாட்டு அரசாங்கத்தைக் காப்பாற்றாமல் போய்விட்டது. (*ibid, chap. iii, especially pp.130 ff.*) ஆனால் இது இன்னும் போதுமானதல்ல. ஒரு தொடர்ச்சியான செயல்முறை என்ற அளவில், எதிர்கொள்ளும் தேவைகளுக்குச் சமமாக நிகழ்த்திய ஒத்துச் செல்லல்கள் பலவிதமாக உள்ளனவா என்பதை உறுதிப்படுத்திக்கொள்ளும் அளவுக்கு அது மிகவும் தற்செயலானதாகவும் தாறுமாறானதாகவும் உள்ளது. உதாரணமாக, புதிய சிந்தனைகள் அரசியலமைப்பில் சோதனையை உள்ளடக்கியுள்ளன என்பதைத் திரு. நீதிபதி ஹோம்ஸினால் காண இயலும். ஆனால் அமெரிக்க ஐக்கிய நாட்டின் உச்சநீதிமன்றத்திலுள்ள அவருடைய தோழர்களில் பெரும்பான்மையினர் புதிய சிந்தனைகளுக்கு அந்நியமான உள்ளார்ந்த அனுபவத்தினால் கட்டுப்பட்டிருப்பார்கள். (Cf. Frankfurter, The Constitutional Opinions of Mr. Justice Holmes, Harvard Law Review, Junde 1916.) பள்ளிச் சிறார்கள் ஷேக்ஸ்பியரின் நாடக நிகழ்த்தல்களைக் காண்பது கல்வியில் ஒரு சிறந்த சோதனை என்று லண்டன் மாவட்ட மன்றம் ஒப்புக் கொள்ளலாம்; ஆனால் அதன் அதிகாரத்திற்குள் சட்டமுறைப்படியான வரையறைக்குள் அந்தப் புதுமை இல்லாவிட்டால், நீதிமன்றங்கள், பழைய, மேலும் முறைப்பட்ட நோக்கின் அடிப்படையிலேயே கல்விபற்றிய கருத்தைக் கட்டுப்படுத்தும்.

அதனால்தான் நான் அனுபவத்தின் முறைப்படியான பதிவையும் சீரமைப்பையும் வலியுறுத்துகிறேன். ஒன்றிணைக்கும் தலைமையதிகாரம் இன்னும் வேறுபடுத்தப்படாத தாங்கள் புகும் தொழிலினால் தேர்ந்தெடுக்கின்ற ஆட்களால் தேர்ந்தெடுக்கப்படலாம். இம்மாதிரி வேறுபடுத்தல் இன்மை மிகவும் தேவையானது, ஏனெனில் அது எளியது, அரசாங்கத்தின் பிரதேச அடிப்படையை உள்ளடக்கியுள்ளது. ஆனால் சமூக, தொழிலியல் வாழ்க்கையில் நாம் எதிர்கொள்ளும் குழுக்கள் அரசாங்கத்துடன் கூட்டுறவினால் தொடர்புபடுத்தப்பட வேண்டும். அப்போதுதான் அரசாங்கம் செய்யும்

முடிவுகள் விவேகத்துடன் இருக்கும். ஒன்றிணைப்பின் பிரச்சினைகள் பற்றி அரசாங்கம் பேசுவதற்கு முன்னரே அந்தக் குழுக்களுக்கு முந்தைய, நன்கிணைந்த செல்வாக்கு அரசாங்கத்தில் இருக்கிறது என்று அர்த்தம் என்று நான் வலியுறுத்தியிருக்கிறேன். அவர்களுடைய கருத்துகளை எடையிடுதல், அவர்களுடைய விமரிசனங்களைக் கேட்டுப் பெறுதல், அவர்களுடைய சிறப்புத் தேவைகளை நிறைவேற்றுதல் என்று அதற்கு அர்த்தம். மேலும் தங்கள் சொந்த வாழ்க்கையில் அவர்களுக்குப் பொறுப்பளித்தல் என்றும் அர்த்தம். அவர்களின் அந்தரங்கமான விஷயங்களில் அவர்களுக்கு இருக்கும் அதிகாரத்தினால் அந்தப் பொறுப்பு வருகிறது. இதற்குப் பாராளுமன்ற அனுமதியின்றியே மான்செஸ்டரில் ஓர் நகர அரங்கத்தை ஏற்படுத்திக் கொள்ளமுடியும் என்று அர்த்தம். சுரங்கத் தொழிலின் நிர்வாகக் குழு அதன் பகுதிக் கூறுகளின்மேல் தான் விரும்பினால் தேசிய மூத்தோர் ஓய்வூதியத்தைவிட மேலாக, அதிகமாக ஓர் ஓய்வூதியத் திட்டத்தை சுரங்கத் தொழிலாளர்களுக்குக் கொண்டு சுமத்தலாம் என்றும் இதற்கு அர்த்தம். பரந்த பார்வையில் கூறும்போது, அரசின் நேரடி நிர்வாகம் குறைவாகிறது, அதன் சட்டவிதிகளை அவை பொருந்துமிடங்களில் வேறுபடும் சூழல்களுக்கேற்ப மேலும் நெகிழ்ச்சியுடன் பயன்படுத்துதல் என்றும் அர்த்தம். அதற்கேற்ப, அரசு-சட்டவிதிகள் என்பதைக் குறைந்தபட்சத் தீர்வுகளாக அது நினைக்கிறது என்றும் அர்த்தம். அவை பாதிக்கின்ற நலன்களுக்கு, அவை சீரமைக்கப்படும்போதே, அதிகாரத்தையும், அபூர்வமாக அன்றி, அவற்றுடன் சேர்க்கின்ற கடமையையும் விடுகிறது. இதன் விளைவு மேலும் சிக்கலான ஓர் உலகமாகும்; ஆனாலும் அதன் செயல்பாடுகளுக்கு ஆக்கப்பூர்வமான துணிகரச் செயல்களின் வாய்ப்பு இருப்பதால் அது மேலும் சிறந்ததாகவும் இருக்கும்.

எல்லாவற்றுக்கும் மேலாக, முதல்முறையாக, அது அரசின் ஒன்றிணைக்கும் வேலையை கொள்கையடிப்படையிலான விஷயம் என்று ஆக்கும் எனக்கூறலாம். இப்போது சொல்வதுபோல, எப்படியோ ஒருவிதமாக ஒழுங்கு காப்பாற்றப்பட வேண்டும் என்றும் ஒழுங்கைக் காப்பாற்றுதல் ஒப்படைக்கப்பட்ட ஓர் அமைப்புதான் அரசு என்றும் சொல்லாது. முக்கியமான செயலாகிய ஒழுங்கைக் காப்பாற்ற வேண்டுமானால், அது சமூகத்தின் நோக்கங்களுக்குத் தகுதியானவை என்னும் எல்லாவற்றையும் கீழ்ப்படுத்திக் கொள்ளலாம்; அப்படிப்பட்ட விழைவினைப் பகுதியாகவோ முழுதாகவோ அறியவரும் அரசு தனது அதிகாரத்தைத் தன் குடிமக்களின் ஒழுக்க ஆகிருதியைக் குறைக்கப் பயன்படுத்தலாம். அதிகாரத்தைச் செலுத்துவோருக்கு அது நஞ்சு என்பதை அடிக்கடி வலியுறுத்தவேண்டிய தேவை இல்லை. அவர்களுடைய தலைமையதிகாரம் எப்போதும் கடுமையான

விமரிசனத்தினாலும் அல்லது தேவை ஏற்பட்டால், இறுதியில் எதிர்ப்பினாலும் தடைப்படுத்தப்படாவிட்டால் அது விபரீதமாகும். அந்த அதிகாரம், இப்போது அதனிடம் உள்ள ஆயுதங்களினால், மிகவும் பரந்து பட்டது, அதனால் நிச்சயத்தின் பிறகான முயற்சியில், மனிதர்களிடம் எந்தவிதமான தனித்தன்மை இருந்தாலும் எளிதில் அழித்துவிடமுடியும். நாம் விழிப்பாக இல்லாவிட்டால், மௌனம் என்பதைத் திருப்தி என்றும், கிளர்ச்சி என்பது, அதை உண்டாக்கிய மனக்குறையின் ஆராய்ச்சியைக் குறிக்காமல், அதன் வடிவம் உருவாக்கிய தொல்லைகளைத் தண்டிப்பது என்றும் அது கருதிக் கொள்ளும். எழுச்சியற்றவர்களாகவும், ஒரேதன்மை உடையவர்களாகவும், இயங்காதவர்களாகவும், அறியாமை கொண்டவர்களாகவும் அது மனிதர்களை வைத்திருக்கும். புரட்சிக்கு முந்திய ரஷ்யாவில் இருந்ததுபோல, ஒரு பாலைவனத்தை உருவாக்கி விட்டு அதை அமைதி என்று அழைக்கும். இவ்விதம் பயன்படுத்தினால் அதிகாரம் அழிவை உண்டாக்கக்கூடியது. ஏனெனில் அது வெறுமனே தீர்ப்பு நாளைக் காலந்தாழ்த்தி வைக்கிறது. அதனிடம் ஒரு பரந்த நோக்கமின்மை அதன் அமைப்புகளை அவை வாக்குக் கொடுத்த கொள்ளைப் பங்குகளுக்காக மோதும் பங்காளிகளாக்கிவிடுகிறது. பிறகு அவை உள்ளிருந்து தாக்கப்படுகின்றன: பிறகு ஒன்றுபோல அவர்களுடைய ஆதரவாளர்களும் எதிர்ப்பவர்களும் தலைமையதிகாரத்தின் வெளியிலே இருக்கின்றவர்களின் ஆதரவை இதுவரை மறக்கப்பட்டிருந்த கொள்கைகளின் பெயரால் முறையீடு செய்து தேடுவார்கள். மனிதர்களின் மனங்கள் மேன்மையான விழைவுகளுக்கு எதிர்வினை செய்பவை ஆதலின், அந்த முறையீடு வீணாகப் போகாது.

இங்கு கோடிட்டுக் காட்டப்பட்ட அரசு, இம்மாதிரி குறைகளுக்கு அவ்வளவாக ஆட்படக்கூடியதல்ல என்று நினைக்கிறேன். அது தான் ஓர் இயற்கையான பணியை நிகழ்த்துவதாகக் கோரிக்கை விடும். குறைந்தபட்ச குடியுரிமைகள் இல்லாமல் எந்த மனிதனும் தனது சிறந்த சுயத்தை அடையமுடியாது என்று நான் கூறியதற்கு ஒப்ப, அந்தக் குறைந்தபட்சக் குடியுரிமைகளைக் காப்பதற்குத்தான் அரசு கட்டப்பட்டுள்ளது. அது கைப்பற்றியிருக்கும் இடப்பரப்புக்குத் திட்டமான எல்லைகள் இல்லை. ஏனெனில் வாழ்க்கை கணிதத் துல்லிய வகைமைகளுக்குள் அடக்க இயலாதது. செயல்படுதலின் எந்த ஒரு குறித்த கணத்திலும் ஆதிமுன்னதான சொற்களில் அந்த எல்லைகளைக்கூட அதனால் வரையறுக்க முடியாது. அதனால் அதன் பணிஎந்த அளவிலும் மெய்ம்மைத்தன்மையில் குறைந்த தல்ல. ஏனெனில் எந்தக் குறித்த நோக்கமும், தனது இலக்கை அடைய வளர்ந்து, பிற நோக்கங்களுடன் ஒத்துச்செல்கைகளைச்

செய்யவேண்டும். மனிதர்கள் தங்களைச் சிறப்புப் பண்புள்ள குழுக்கள் மூலமாக வெளிப்படுத்திக் கொள்கின்ற அந்தப் பகுதிகளுக்கு மேலாகவும் அப்பாலும் அரசு அவர்களின் முழுமையைப் பாதுகாக்கிறது. அவர்களுக்கு மேலும் அப்பாலும் உள்ள ஏதோ ஒன்றினால் அது அப்படிச் செய்யவில்லை. அது தன்னை அவர்களுடன் இணைத்துக் கொண்டு அவர்களை ஒன்றிணைக்கிறது. அவர்கள் ஒரு பொதுவான வெளிப்பாட்டு ஊடகத்தை அடைவதற்கான வழிமுறையாக அது இருக்கிறது. அந்த இலக்கில் அதற்குக் கிடைக் கின்ற மிகப் பெரிய அறிமுகங்களை அது உள்ளடக்க முனைகிறது. சில பேருக்காக அல்ல, எல்லாருக்காகவும் அது பேசுகிறது. சிலருக்காக மட்டுமல்ல, முழுமைக்காகவும் அது தீர்மானிக்கிறது. அது அனுபவத்தை உள்ளடக்குகின்றது, வெளியேற்றுவதில்லை. உதாரணமாக, ரோமன் கத்தோலிக்கத் திருச்சபை தனக்கு வெளியே உள்ளவர்களுக்கு மீட்பினை மறுக்கலாம்; அதுதான் அதன் இருப்பின் நிபந்தனை. ஆனால் ஓர் அரசு, தன்கீழ்க் குடிமக்களாக உள்ளவர்கள் யாவருக்கும் இந்த பூமியிலான மீட்பினை வழங்கியே ஆகவேண்டும். தனது குடிமக்களின் ஆளுமைகளைத் தகுதியில் சமம் என்று கருதியே அது அவ்வாறு செய்யமுடியும். அதற்கு இந்தத் தளத்தில், யூதனோ கிரேக்கனோ இருக்கலாகாது. அடிமையானவனோ, சுதந்திரமானவனோ இருக்கலாகாது. தான் எதிர்கொள்ளும் முழுச் சூழலிலிருந்து பொது நன்மைக்கான தனது கருத்துகளை அது சேர்த்துக் கொள்ளவேண்டும்.

இப்படிப்பட்ட நிலையில், சமூக ஒன்றிணைப்புக்கு ஒரு நேர்மையான தேடலாக அரசு ஆகலாம். ஒருசிலரின் கருவியாக அது இருக்காது. ஏனெனில் பலபேரின் விழைவுகளுடன் தொடர்புள்ளதாக அது மாறிவிடும். தங்கள் கோரிக்கைகளை உடனடியாக முக்கியமானதாக ஆக்குகின்ற அதிகாரம் படைத்தஒரு சிலரின் நோக்கங்களுக்கு அது எதிர்வினை புரியாது. தாங்கள் ஒவ்வொருவரும் தனித்த மனிதத்தன்மை பெற்று அதைக் காத்துப் பெரிதாக்க முனைகின்ற எல்லாருக்கும் அது எதிர்வினை செய்யும். அவர்கள் தங்கள் விழைவுகளை எடுத்துரைக்க முடியும் தங்கள் விழைவுகள் அவை குறிக்கின்ற பொருளாதார அழுத்தத்தினால் அல்ல, அவை கொண்டுள்ள சமூக மதிப்புக்காக எடைபோடப்பட்டன என்பதை அவர்கள் உணர்வார்கள். அவர்களுடைய வாழ்க்கை அனுபவம், அவர்கள் அதன் அர்த்தத்தைத் தங்களுக்கென உணரும் முறை, எல்லாம் கணக்கில் கொள்ளப்படும். இப்படிப்பட்ட அரசுதான் ஒரு சமுதாயத்தின் மெய்யான அமைப்பாக இருக்கும். அதுவே தன்மீது தன் பொது-வளப்படுதலுக்குப் போதுமான ஒருமைக்கான வழியைக் கண்டறிந்த பலவேறு நோக்கங்கள் சந்திக்கும் களமாகவும் இருக்கும். அது ஒரேசீரான விதியை யாவருக்கும் சுமத்தாது. அப்படிப்பட்ட

எளிமை இல்லாத அளவுக்குப் பொருள் மிகவும் பலதரப்பட்டதாக உள்ளது என்பதை அது புரிந்துகொள்ளும். அது நன்னம்பிக்கை நிரம்பியதாக இருக்கும். அப்படிப்பட்ட ஒரு மேன்மை நமது காலத்து அரசிடம் இல்லை. (அதனால்தான், திரு. எலியட் நவீன அரசு பற்றிக் கொண்டுள்ள நோக்கு, அதாவது சமூகப் போராட்டத்தில் அது ஒரு நடுவராக இருக்கும் என்பது, போதியதன்று என்று நினைக்கிறேன். அது தனது முகவர்களின் சார்பு நோக்கின்மையை ஏற்கிறது. op.cit.) அதன் உரிமை பற்றிய கூற்றுகள் இப்போதுள்ளதை விட மிகவும் கடினமாகவே அடையப்படும், சற்றே செயல்திறன் குறைந்த நிலையில் ஏற்கப்படும் என்பதால் சந்தேகமின்றி அது பாதுகாப்பு குறைந்ததாக இருக்கும். ஆனால் அது ஒரு வேளை அதன் விதிகளை உருவாக்குவதில் மேலும் கவனமாக இருக்கச் செய்யும். அவ்விதிகளின் அடிப்படைகளைக் கட்டுவதில் மேலும் விழிப்போடும் அவை கட்டுப்படுத்த முனைகின்ற சக்திகளுக்கு அவற்றைப் பொருத்துவதில் நெகிழ்வோடும் இருக்கும்.

ஆனால் இவையாவும் இரண்டு நிபந்தனைகளால்தான் நடக்கும் இப்படிப்பட்ட மிக உயர்வான பேராசையை அடைய நினைக்கும் அரசு முதலில் தன்னைப்பற்றிய விமரிசனத்தைச் சீரமைக்க வேண்டும். தனது அடித்தளமாகத் 'தவறுகின்ற தன்மையைக்' கொள்ள வேண்டும். தான் விரும்பியதால் தான் செய்வது சரியானதல்ல, தான் வேலைசெய்வதால் சரியானது என்பதை உணரவேண்டும். அது தனது விருப்பம் நியாயமாக வேலை செய்கிறது என்பதைத் தனது முடிவுகளால் பாதிக்கப்பட்டவர்களின் வாழ்க்கைகளை மதிப்பிடுவதால் மட்டுமே அறிய முடியும். இப்படிப்பட்ட அறிவு இரண்டு விஷயங்களை அர்த்தப்படுத்துகிறது. முதலில், அரசாங்கத்தின் தவறுகளை எச்சரிக்கையுடன் கண்காணிக்கும் குடிமக்கள் அமைப்பு அங்கு இருப்பதாக அர்த்தம். அதன் உறுப்பினர்கள் மனத்தில் ஒழுங்கிற்கு ஆட்பட்டவர்களாக இருக்கவேண்டும். அவ்வாறாக இருந்தால் அவர்கள், செய்யப்பட்ட ஒருங்கிணைப்பைப் பாராட்டுவார்கள், அதைச் செய்வதற்குத் தாங்களாகவே பங்களிப்பும் செய்வார்கள். அரசியல் கலையைப் பொதுவான முறையில் ஒரு சிலர் மட்டுமே புரிந்துகொள்ளும் நிலை ஓர் அரசில் இருந்தால் அது பலபேரின் வாழ்க்கையை வளப்படுத்த முடியாது. ஏனெனில் அது அந்தப் பலரின் தேவைகளை உண்மையாக உணர முடியாது. தனது சொந்த இயக்குநர்களின் தேவைகளோடு அப்பலரின் தேவைகள் சமமாக இருக்கும் என்று தோராயமாகக் கற்பனை செய்து கொள்ளவே அதனால் முடியும். ஆனால் அந்தச் சமத்தன்மை என்பது நிரூபிக்கப்படாத ஒரு யூகம் நிரூபிக்கப்படாத என்பதற்குக் காரணம் முதன்மையாக அது பொய்யானது. அது செய்யும் தவறான விளக்கத்திற்கு அளவு, அதன் அறியாமையின் அளவுதான். அந்த அறிவு அரசுக்குத் தேவையாக

இருப்பதால், அரசின் வாழ்வுக்கான இரத்தமே, பேச்சுரிமை தான். மனத்தின் முயற்சிகளுக்கு எல்லைகள் விதிப்பது குறைந்தபட்சம் இறுதியில் அந்த முயற்சியைத் தடை செய்துவிடும். அரசுக்கு வசதியாக இல்லாத சிந்தனையை இராஜத்துரோகம், நிந்தனை செய்தல், தீமை என்றெல்லாம் இழிவுபடுத்துவது, அந்தச் சிந்தனையையே இறுதியில் மூச்சடைக்கச் செய்துவிடும். மரபுக்குப் புறம்பான சிந்தனையே பொதுவாக 'வசதியற்ற சிந்தனை' எனப்படுகிறது மரபினை மீறும் சிந்தனையே சமூகக் கண்டுபிடிப்பின் தாயாகும்.

நாம் செயல்படுவதற்கு அடிப்படையான தகவலின் தன்மையை மேம்படுத்த மேலும் அதிக வாய்ப்பினைக் கொள்கிறோம் என்பது இரண்டாவது நிபந்தனை. நமது முடிவுகள் வெற்றிடத்தில் எடுக்கப்படுவதில்லை. நாம் செய்கின்ற எதனாலும் அதன் விளைவுகள் பலவேறுபட்ட மனித வாழ்க்கைகளைப் பாதிக்கலாம். ஓர் அரசியலாளனின் மனத்தில் இருக்கும் ஜப்பானின் உள்நோக்கம் பற்றிய சித்திரம், அத் தராசினைப் போரின் பக்கமோ சமாதானத்தின் பக்கமோ திரும்பச் செய்யும் சிறு துரும்பாக இருக்கக்கூடும். நாம் நமது சூழலின் முடிவுகளை அளக்க வேண்டுமானால், அச்சூழ்நிலைகளை நன்கு பகுப்பாய்வு செய்யவேண்டும். நம்மைச் சுற்றியுள்ள உலகத்தின் சித்திரங்களை எந்த அளவுக்குப் புறவயமாக்க முடியுமோ அவ்வாறு புறமாக்கல் செய்து அது எழச்செய்யும் முற்சாய்வுகளையும் நாம் நமது சுய-மைய அனுபவங்களையும் கடந்து செல்லவேண்டும். உதாரணமாக, நமக்கு சுரங்கத் தொழிலாளரின் கூலிகள் பற்றிய புள்ளிவிவரங்கள்தான் வேண்டுமே ஒழிய, சுரங்கத் தொழிலாளரின் கூலிகள் பற்றிய சுரங்க முதலாளிகளின் பார்வைகளின் புள்ளிவிவரங்களோ, சுரங்கத் தொழிலாளர்களின் பார்வைகளின் புள்ளிவிவரங்களோ தேவையில்லை; இவற்றிலிருந்து நாம் வருவிப்பதெல்லாம் இவ்விவரங்கள் இன்றி நாம் ஏற்கெனவே செய்து விட்ட முடிவு ஒன்றை வலுப்படுத்தும் வாதங்களே. சுயநலம் தன்னைப் பற்றிய தணிக்கையினால் தனது உள்ளார்ந்த சுயத்தன்மையை வெளிப்படுத்திக் கொண்டால் ஒழிய அதை அதன் அகவயத்தன்மையிலிருந்து அப்புறப்படுத்த முடியாது. நாம் பத்திரிகைகளாலும் கட்சியாலும், திருச்சபையாலும் அரசாலும் ஏமாற்றப்படுகிறோம். ஏனெனில் நம்மிடம் ஒன்றிணைக்கப்பட்ட அறிவின் கருவி இல்லை. நமக்கு நமது செயல்பாடுகளின் அர்த்தம் தெரிவதில்லை, காரணம் நாம் எவ்விதப் பொறுப்புள்ள வழியிலும் அவற்றைப் பதிவுசெய்ய முனைவதில்லை. எனினும் இப்பதிவு இன்றி, நவீன சமூக வாழ்க்கையின் முரண்பாடுகளைத் தேடுவது ஓர் இருட்டறையில் குருட்டுத்தனமான தேடல்தான்.

இதுபோன்ற ஒரு அரசியல் ஒழுங்கமைவு, எந்த ஓர் இறுதியான வழியிலும் நமது சந்தேகங்களையும் இடர்களையும் தீர்க்க முடியும்

என்று நான் கூறவோ நம்பவோ இல்லை. வாழ்க்கை என்பது ஓர் இயக்கம். நாம் செய்யும் தீர்வுகள் புதிய பிரச்சினைகளுக்கு இடம் தருகின்றன. நாம் ஆசைகளைப் பூர்த்தி செய்வதன் வாயிலாக ஆசைகளை உருவாக்குகிறோம். ஆனால் இன்றுள்ள அரசுக்குத் தனது முடிவுகளை மக்கள் ஏற்பார்கள் என்று நம்ப உரிமையில்லை, ஆனால் அப்படி ஓர் அரசு நம்ப முற்படலாம். ஏனெனில், எந்த ஒரு முற்காலத்தையும்விட, இன்றுள்ள அரசு அதிகமான அனுபவங்களைச் சேர்த்துவைத்து அவற்றை கவனமாக அளந்துள்ளதாகக் கூறமுடியும். நாம் இப்போது ஓர் உச்சநிலையில் ஒருங்கிணைக்கப்பட்ட அரசு மெதுவாக அரிக்கப்படுவதைக் காண்கிறோம். இது போன்றதல்லாத ஓர் அரசு, தனிமனிதச் செயலுக்கும் கூட்டுச் செயலுக்கும் இதைவிட அதிக இடமளித்திருக்கும். மனிதர்கள் தங்கள் இதயத்தின் பாடலை ஒரு தலைவனின் பேச்சில் உணரும்போது அவனுக்கு அளிக்கும் உணர்ச்சிமயமான விசுவாசத்தை இந்த அரசு பெற்றிருக்கும்.

எனினும் தனது முடிவுகளை இது எப்போதுமே ஏற்கச் செய்திருக்க முடியாது. மனிதன் இயற்கையின் கலகக்காரன். தனது மனத்தைக் கட்டுப்படுத்த முனையும் விருப்பத்திற்கெதிராகக் கலகம் செய்வது அவனது பழக்கம். ஒப்புதலை மறுக்கும் நிலை இருக்கும்போது, அரசாங்கத்தின் பண்பு எவ்விதமாக இருந்தாலும், அந்த மறுப்பு தவறென்று கருதுதல் ஆகாது. விருப்பம் நிறைவேறாமை, ஓர் தவறானதாக உணர்ச்சியின் அடிப்படையில் அமைந்திருந்தால் ஒழிய அது கலகத்திற்குச் செல்வதில்லை. அதன் அறிகுறிகளை அடக்கிவிடுவதால் அது போதிய அளவு சந்திக்கப்படுவதும் இல்லை. அரசின் வடிவமும் சாராம்சமும் எப்படி இருந்தாலும், அதன் கொள்கையை மதிப்பிடுவது, அது தனக்கு எதிர்ப்பைச் சந்திக்கும்போது முரண்பாட்டைக் களைவது ஆகியவை தனிமனித மனத்தின் செயல்களாகவே உள்ளன. திறன்மிக்க தேர்வுகளைச் செய்யலாம் என்றே அது இருக்கிறது. உறுதியான நம்பிக்கையிலிருந்து விசுவாசம் பிறக்கிறது. ஆதனாசியஸ் ஒரு கட்டளை இடப்பட்டதால் இணங்கிவரவில்லை; தான் விழைவதை உள்ளடக்கும் விதமாகச் சட்ட முறைமை இசைவிக்கப்பட முடியும் என்பதைக் கண்டறிந்ததால் சமாதானத்திற்கு உடன்பட்டார். உண்மைக்கு மாறாகத் தலைமையதிகாரத்திற்கு முன்னுரிமை தரும்போது ஒவ்வொரு சூழலிலும் ஆதனாசியஸ் சரியாக இருப்பார் என்பதை நாம் கவனியாது விடலாம். அப்படி முன்னுரிமை தருகின்ற பழக்கம் இறுதியாக, தலைமையதிகாரத்தைவிட நமக்கு முன்னுரிமை தருவதே ஆகும். இதுதான் அராஜகத்திற்கு நிச்சயமான வழி. ஒரு சமூக முறைமையின் அழிவு நிகழ்வதற்கு ஓர் உணர்ச்சி மயமான கருத்துவேறுபாடு இருப்பது காரணமாவதில்லை, அந்தக் கருத்து வேறுபாட்டினைப் பூர்த்திசெய்ய

வாய்ப்பு மறுக்கின்ற உறுதிப்பாடுதான் காரணமாகிறது; அந்த மறுப்பே கண்டிப்பாக அக் கருத்து வேறுபாடு தன்பக்கம் நியாயத்தைக் கொண்டுள்ளது என்ற சந்தேகத்திற்கு வழிவகுக்கிறது.

ஓர் அரசின் உள்நாட்டு உறவுகளைப் பற்றி இங்குக் கூறிய அனைத்துமே வெளிநாட்டுச் சூழலுக்கும் பொருந்தும். தேசிய அரசு என்பது சமூக அமைப்பின் இறுதி அலகு அல்ல. இறையாண்மை மிக்க ஓர் அமைப்பாக அதன் அதிகாரம் என்பது வரலாற்று அனுபவத்தின் ஒருபகுதிதான். உலகச் சக்திகளின் அழுத்தம் ஏற்கெனவே அதன் இறைமையை எவ்வித ஆக்கப்பூர்வமான நோக்கத்திற்கும் பயனற்றதாக்கி விட்டது. உள்நாட்டு விவகாரங்கள் பற்றிய அக்கறைகளில் தேசிய அரசு தன்னாட்சி கொள்ள அனுமதி உண்டு. ஆனால் அதற்கு என்ன தேவை என்பதும் அது செய்வதும் அதைச் சுற்றியுள்ள வெளியுலகின் நலன்களுடன் மோதுவதாக இருக்கிறது. அங்கே ஒரு முடிவினைச் செய்கின்ற பல காரணிகளில் அதன் விருப்பம் என்பது அவற்றில் ஒன்றே ஒன்றாகவே உள்ளது. அது தனது பிரதமரைத் தேர்ந்தெடுக்கலாம்; ஆனால் தனது போர்த்தளவாடங்களின் அளவைத் தானே நிர்ணயிக்க முடியாது. தனது நிலக்கரியைத் தானே தோண்டி எடுக்கலாம்; ஆனால் பிற தேசிய அரசுகளின் நலன்களை பாதிக்கும் விதத்தில் அது தனது நிலக்கரியை விற்க இயலாது. நவீன நாகரிகத்தின் இன்றைய நிலைமைகள், குறிப்பாகப் பொருளாதார நிலைமைகள் சீரமைக்கப்பட்ட சர்வதேச ஒத்துழைப்பின் பழக்கத்தை வலியுறுத்துகின்றன. தனது நியமிக்கப்பட்ட நோக்கத்தை வளரச் செய்கின்ற நிறுவனங்களைக் கட்டுவதன் வாயிலாகவே அந்தப் பழக்கத்தை இயலச் செய்ய முடியும். இப்படிப்பட்ட நிறுவனங்கள், பிற அரசுகளின் விருப்பங்களுக்கு மாறாகத் தனியாகத் தங்கள் விருப்பத்தை நிலைநாட்டுகின்ற அரசுகளின் இருப்போடு ஒத்துச் செல்ல இயலாது. இந்தப் பொருந்தாமை இன்னும் அதிகமாகிறது. ஏனெனில் அந்த விருப்பம் அடிப்படையாகக் கொள்கின்ற அனுபவத்தின் வீச்சு அதில் பொதிந்துள்ள தேவைகளின் ஊடாக நோக்குவதற்கு இயலாதவகையில் குறுகலாக உள்ளது. தனக்கு அப்பாலுள்ள ஒரு கட்டுப்பாட்டின் தன்னிலையாகத் தன்னை ஆக்கிக் கொள்வதன் வாயிலாக, சர்வதேச விஷயங்களின் வட்டத்தில் தன்னைத் தவறாகப் பயன்படுத்திக் கொள்கின்ற அபாயத்தைத் தடுக்க மட்டுமே நம்மால் முடியும். அரசுகளின் சமத்துவம் என்ற காலங்கடந்த புனைவினை இந்த இலக்கிற்காக நம்மால் விதிக்க முடியாது. ஆனால் அரசுகளின் அளவு எவ்விதம் இருந்தாலும், அவற்றின் கோரிக்கைகளை உரிமைகள் அடிப்படையில் சந்திக்கிறோமே ஒழிய பலத்தின் அடிப்படையில் அல்ல என்பதை நாம் உறுதிப்படுத்தலாம். ஆகவே போரே இல்லாமல் செய்ய வேண்டும்; தங்கள் நோக்கங்களை அடையும்

கருவிகளாகப் போரை நம்புகின்ற அரசுகளுக்கு எதிராக நாகரிகத்தின் முழு முயற்சியையும் திருப்ப வேண்டும். அதற்கு அரசுகளின் ஒரு கூட்டமைப்பு வேண்டும். அதாவது ஒரு மாநாட்டில் அவற்றின் ஆர்வங்களை ஒருங்கிணைத்து அதிலிருந்து கட்டப்பட்ட விருப்பத்தை ஏற்கவேண்டும். அந்தப் பெரிய அரசினை அதற்குப் புறத்தில் உள்ள இலக்குகளுக்குக் கீழ்ப்படுத்துவதை இது கொண்டுள்ளது என்பதில் சந்தேகமில்லை. அதன் கௌரவத்தை அது பணிந்து தருவதை உருப்பெறச் செய்வது மிகவும் கடினம்தான். ஆனால் ஒருபுறம் போரினைத் தடுக்க வேண்டும், மறுபுறம் மக்களுக்கு இடையில் பொருளாதார நீதியை வழங்க வேண்டும் என்றால் வேறு வழி எதுவும் இருப்பதாகத் தெரியவில்லை.

V. தலைமையதிகாரத்தின் மூலாதாரமாகச் சட்டம்

சட்டம் என்பது ஓர் எளிய ஆணை என்றும், அது எழுதப்படுகின்ற மூலத்தினால் அதன் சட்ட-ஏற்பு கிடைக்கிறது என்றும் இருப்பவர்களுக்கு இப்படிப்பட்ட சிக்கல்கள் அவர்கள் மனத்தில் பிரதானமாகத் தோன்றாது. சட்டம் என்பது அரசின் விருப்பம் அல்ல என்பதையும் அரசு, எவ்வித ஒழுக்க அதிகாரத் தலைமையைப் பெற்றிருப்பினும் அதிலிருந்துதான் அரசின் விருப்பம் வருகிறது என்பதையும் நாம் வலியுறுத்துகிறோம். இது உண்மையில் எளிமையைக் கைவிடுவதாகும். ஏதோ ஒரே ஒரு குழுவிலிருந்து அல்ல, சமூகச் சீரமைப்பின் எல்லாச் சிக்கலான மெய்ம்மைகளிலிருந்தும் கீழ்ப்படிவதற்கான காரணம் வருவிக்கப்படுகிறது என்று அது கருதுகிறது. அரசின் இறையாண்மையையும் அது மறுக்கிறது. சில குறித்த சோதிக்கப்பட்ட நடத்தை விதிக்கேற்ப அரசு என்பது சட்டத்தின் எஜமானனாகவும் சேவகனாகவும் ஒரே சமயத்தில் இருப்பதான நுணுக்கமான கொள்கையையும் அது மறுக்கிறது. சட்டத்தில் முக்கியமானது, ஆணை அல்ல, அந்த ஆணைக்கான இலக்கும், அந்த இலக்கை எவ்விதம் அது அடையப்போகிறது என்பதும்தான். அரசு உச்சியில் உட்கார்ந்திருக்கும் சமூகத்தைத் தனிமனிதன் ஒரு பிரமிடு வடிவமாகக் காணவில்லை. அரசு என்பது ஒத்துழைக்கும் ஆர்வங்களின் ஒழுங்கமைவு. அதன் வாயிலாகத் தனிமனிதன் மதிப்புகளின் திட்டத்தைக் கண்டறிகிறான். அப்படிக் கண்டறியப்பட்ட ஒவ்வொரு தனிமனித திட்டமும் சட்டத்திற்கு அது எவ்வித ஒழுக்கவியல் நேர்மையைக் கொண்டிருந்தாலும் அதை அளிக்கிறது. அதாவது, சட்டம், அதைப் பற்றிய எனது அனுபவத்தினால் நியாயப்படுத்தப்படுகிறதே ஒழிய, எனக்கான சட்டம்

என்று அது அளிக்கப்படுவதால் அல்ல. இப்படிப்பட்ட அனுபவம் மிகப் பெரும்பாலும் தனியானதாக இருப்பதில்லை (அளவில் அது தனிநிலையில் இருந்தாலும்) ஏனெனில் அது சமூகத்தின்மீது ஒரு தாக்கத்தை ஏற்படுத்துகின்ற முயற்சியில் அது பிறருடன் பகிர்ந்து கொள்ளப்படுகிறது. அடையப்படுவதன் புறவயத்தினைத் தேடுகின்ற ஓர் ஆர்வமாக அது வடிவம் கொள்கிறது. தனது தேவையின் உணர்வை சட்டத்திற்குள் கொண்டுவர முயற்சிசெய்கிறது. அந்த உணர்வு திருப்திப்படுவதென அறிகின்ற தன்மையில் அது சட்டத்தை மதிப்பிடுகிறது. அதில் அடையப்படும் இலக்கு அவ்வாறு அடையப்படுவதற்குத் தகுதியானதாகவும், தனக்குப் பொருத்தமாகவும் இருக்கின்ற சமூக நிலைகளின் ஓர் அமைப்பு தேவைப்படுகிறது. இங்குதான் உரிமைகள் பற்றிய சிந்தனையின் முக்கியத்துவம் எழுகிறது. ஏனெனில் இவை சட்டத்தின் பாதையை விழைவுகளின் பூர்த்திக்கு இட்டுச் செல்கின்ற ஒரு பாதையாக மாற்றுகின்றன. அவ்வாறு பூர்த்தியை விரும்புகின்றவர்கள் தங்கள் தேவைகளைப் பிறருடைய தேவைகளுடன் சமமான முக்கியத்துவம் கொண்டதாகக் கருதவேண்டியுள்ளது. அச்சமயத்தில் அந்த ஆர்வங்களை ஒன்றுடன் ஒன்று வைத்துப்பார்த்து அவற்றை மதிப்பிடுவதாகச் சட்டம் எழுகிறது. முழுச் சமூக அமைப்பின் பணியே அன்றி அது ஒரு குறிப்பிட்ட கூறு மட்டுமல்ல. முழுச் சமூக அமைப்பும் தான் விழைவது என்ன என்று அறிவிக்கும்போது அதற்கு உதவுகின்ற அளவுக்கு அதன் ஆற்றல் நிர்ணயிக்கப் படுகிறது. (க்ராப்பின் *The Modern Idea of the State (1922)* என்ற நூலுக்கு அதன் மொழிபெயர்ப்பாளர் அளித்துள்ள முன்னுரையில் இது நன்கு சொல்லப்பட்டிருப்பதைக் காணலாம். குறிப்பாக pp. xlv. f.)

ஆர்வங்களின் மதிப்பீடு என்ற வகையில் சட்டத்தைக் கருதுவதிலிருந்து நாம் சமூகத்தில் தனிமனிதனுக்குக் கிடைக்கும் இடம் பற்றிய மிகப் பயனுள்ள பார்வைக்கு நாம் வந்துசேர்கிறோம். சில ஆர்வங்கள் மனிதனின் சுயத்திற்கு மிகவும் அந்தரங்கமானவை எனவும், அவை தனிமைப்படுதலில் தான் பூர்த்திபெறும் என்றும் நாம் ஒப்புக் கொள்ளலாம். மனிதனை ஏதோ ஒரு சமூக முழுமையின் பகுதி மட்டுமே, இல்லையெனில் அவனுக்கு அர்த்தமில்லை என்று ஒவ்வொரு மனிதனையும் நோக்கும் அந்தத் தத்துவத்தின் தவற்றை இவ்விதமாக நாம் விலக்கமுடியும். மேலும் ஆர்வங்கள் ஒன்றுக்கொன்று பொருந்தாதவையாக இருக்கும், ஒத்திசைவு சாத்தியமான இடத்திலும் ஒத்துச்செல்வதன் முயற்சி நீண்டும் நுணுக்கமாகவும் இருக்கும் என்பதையும் நாம் ஒப்புக் கொள்ளலாம். ஒன்றிணைத்தல் சாதிக்கப்படும்போதெல்லாம் தியாகமும் நிகழ்கிறது; அப்படிச் செய்யப்பட்ட தியாகம் அடையப்பட்ட மதிப்புக்குத் தகுதியானதா

என்பதை அதைச் செய்த தனிமனிதர்கள் மட்டுமே மதிப்பிடமுடியும் என்பதை உணர்வதும் முக்கியமானது.

அவர்களுடைய முடிவு சந்தேகமின்றி வேறானதாகத்தான் இருக்கும். ஏனெனில் அவர்களுடைய உறவுகள் ஒருபோதும் சரிசமமானவை அல்ல. அவர்களுடைய நோக்குநிலை எண்ணற்ற ஆளுமைகளுடைய மாறும் நிலையினால் ஆக்கப்பட்டது. மனிதர்கள் தங்களுடைய தேவைகளைப் பிறரின் தேவைகளுடன் எவ்விதம் ஒன்றிணைக்க முனைகிறார்கள் என்ற அவர்களின் அக்கறையையும் அறிவையும் பொறுத்து அவர்களுடைய முடிவின் சரித்தன்மை அமையும். அவர்களது முடிவு ஒருபோதும் பூர்த்தியோ முழுமையோ அடையாது, ஏனெனில் அது கடந்தகாலத்தில் வேர்கொண்ட ஒரு செயல்முறையின் பகுதியாகவும், அறியப்படாததோர் தொடுவான எல்லையை நோக்கி நீள்வதாகவும் இருக்கிறது. ஒவ்வொரு மனிதனும் சாதிக்கும் கூட்டிணைப்பு பழக்கங்களின் ஒரு ஒழுங்கமைவை உருவாக்குகிறது. அவை பிறரின் பழக்கங்களுடன் சேர்ந்து வெளிப்படுவதற்கு முனையும்போது மனஅழுத்தத்தையும் வலியையும் உருவாக்கவே செய்யும். அதற்கேற்ப, உயிர் தரித்திருத்தலுக்கான போராட்டத்தில் ஆர்வங்கள் முண்டியடித்து மோதும்போது ஏற்படும் போராட்டத்தைக் குறைப்பது தேவையானது. அதன் முடிவுகளால் செல்வாக்குப் பெற்ற மிகப் பெரிய எண்ணிக்கையிலான மனங்கள் போதியது என்று சொன்னாலொழிய இங்கு அடைகின்ற எந்தத் தகஅமைதலும் தகுதியானதென்று கூறமுடியாது.

அந்தப் போதுமை வெறுமனே தனிப்பட்டது என்றோ சுயநலமுடையது என்றோ அர்த்தப்படாது. தனிமனிதன் மதிப்புடையது என்று தீர்மானிக்கின்ற எதுவும் சம்பவங்களின் நெருக்கடியில் மதிப்புடையது என்றே பதிவுசெய்யப்படும் என்பதுதான் அர்த்தம். அவனுக்காகச் சமூக அமைப்பின் அர்த்தத்தை நியாயப்படுத்துவது மட்டுமே அவனால் சரியென்று உணரப்படும் என்று அர்த்தம். அவனிடமிருந்து நியாயப்படுத்தலைப் பெறுவதற்கு வேறு எந்த வழியும் இல்லை. ஆகவே அது ஒழுக்கம் சார்ந்தது என்ற தனிமனித நியாயத்தின் ஒப்புதலைப் பெற்றிருந்தாலொழிய பணிவு என்பதே ஒரு ஒழுக்கக் கடப்பாடு ஆகாது. அரசிடமிருந்து அது என்னவாக இருக்கிறதோ அதுவாகத்தான் இருக்கிறது என்பது கிடையாது. ஒரு திருப்திகரமான ஒழுக்க முனைப்பைப் பெற்றிருந்தாலொழிய ஒழுக்கவியலுக்குப் புறத்திலுள்ள ஒரு தளத்தில் ஓர் அரசினால் எதையும் கட்டாயப்படுத்த முடியாது. அது அப்படி இருக்கும் என்ற உறுதி இல்லை. ஒப்புதலுக்காகத் தயாரிக்கப்பட்டத் தீர்மானங்கள், அவை முழுவதுமாகக் கொண்டிருக்கும் உட்பொருளுக்கு உரிய மதிப்பளித்து

பொறுப்புடன் நுண்ணாய்வுக்கு உட்படுத்தப்படும் என்று நாம் நம்புவதை மட்டுமே செய்யமுடியும்.

நம்மைச் சுற்றியுள்ள மெய்ம்மைகளுக்குப் பொருத்தமாக வேறு எந்தப் பார்வையும் இல்லை. வேறு எந்தப் பார்வையும் ஒழுக்க உள்ளடக்கத்துடன் சேர்த்து ஒடுக்குகின்ற தலைமையதிகாரத்தைச் செலுத்த முனைகிறது. ஆனால் பகுப்பாய்வு ஒடுக்குதலுக்கான அதிகாரத்தின் இருப்பினை மட்டுமே அங்குக் காட்டுகிறது. அந்த அதிகாரம் வெற்றிக்குத் தன்வழியை வெட்டி உருவாக்கிக் கொண்டு செல்லலாம், ஆனால் வெற்றி பெற்றதால் மட்டும், அது ஒழுக்கத்திற்கான முகவர் ஆகிவிட முடியாது. தாங்கள் வாழ்க்கையில் பயன்படும்போது மட்டுமே நமது நடத்தைவிதிகள் தங்களுக்கான விசுவாசத்திற்கு நியாயப்படுத்தப்படுகின்றன. அவற்றால் பாதிக்கப்பட்டவர்கள் அந்த அடிப்படையில் மட்டுமே தாங்கள் ஏற்றுக் கொண்டார்கள் என்று அறிவித்தாலொழிய இப்படிப்பட்ட முடிவு எதுவும் தெரியவராது. ஆனால் தங்களைப் பிறர் மதிக்கின்ற அதிகாரத்தை அவர்கள் பெற்றாலொழிய பாதிக்கப்பட்டவர்கள் அறிவிக்கும் நிலையில் இருக்கமாட்டார்கள். முடிவுக்கு முன்னால் செய்யப்படும் பேரங்களில் தங்களுக்குரிய இடத்தை அவர்கள் பெறுவதில் வெற்றியடைந்திருந்தால் மட்டுமே அவர்களால் அவ்வாறு செய்ய இயலும். அந்த இடத்தை அவர்களுக்குத் தர இயலும். அதை பலத்தினால் அல்ல, ஒரு கொடுக்கல்-வாங்கல் முறையினால் நாம் அதை வென்றதாகக் கொள்ளலாம். அப்படிச் செய்யும்போது உதாரணமாக, சொத்து எவ்விதம் ஒத்திசைவின்மையை உறுதிப்படுத்துகிறது என்று நாம் அறியும் போது அந்த அறிவினால் ஆர்வங்களின் சமமற்ற அழுத்தம் என்பது குறைக்கப்படுகிறது. பெந்தம் சொல்லுவதுபோல, ஒவ்வொரு மனிதனும் தனது ஆர்வங்களின் மிகச்சிறந்த நீதிபதி என்று அதனால் நாம் கொள்ள முடியாது; ஆனால் ஒவ்வொரு மனிதனும் தனது சொந்த ஆர்வங்களை உணர்தல் என்பது நாம் புறந்தள்ள முடியாத ஓர் மெய்ம்மை, அதனை அறிந்தேற்கின்ற நமது விருப்பம் அதில் உள்ளடங்கியிருக்கிறது என்று நான் நினைக்கிறேன். ஆகவே நமது இறுதியான முடிவுகளைப் பதிவு செய்கின்ற கருவிகள் அவனது ஆளுமைக்குக் கிடைக்க நாம் அனுமதிக்கவேண்டும். அவன் வெளிப்படுத்த விரும்பும் விருப்பத்தினை ஏற்கின்ற அந்தக் கருவிகளின் பொறுப்பினை நாம் உச்சப்படுத்த வேண்டும். அவனது மனத்தினைத் தனது தேவைகளை வெளிப்படுத்துமாறு கட்டுக்குள் கொண்டுவருவதே நமது முக்கிய முயற்சியாக இருக்கவேண்டும். மனத்தின் அப்படிப்பட்ட வளப்படுத்தலினால் அந்தத் தேவைகள் வெறும் தனிப்பட்ட ஒன்றை மட்டும் அடையாமல் நல்லதொரு விஷயத்தை அடைவதற்கான

சாத்தியம் இருக்கவேண்டும். நாம் இதில் வெற்றியடையலாம், ஆனால் ஒரு பகுதியளவே அது சாத்தியம். காரணம், நவீன நிர்வாகத்தின் அழுத்தம் மற்றும் அளவில் அவனது தேவையின் ஒரு பகுதியை மட்டுமே நம்மால் உணரமுடியும். ஆகவே அவனது தேவையின் உணர்வு நமக்குக் கிடைக்குமாறு மிக உறுதியாகப் பாடுபட்டால், அவன் தனது சக்தியின் முழுச் சாதனையை அடையுமாறு நம்மால் சாத்தியப்படுத்த முடியும். வேறு எதுவுமே அரசாங்கத்தின் செயல்முறையை நியாயப்படுத்த முடியாது.

வேறு இரு குறிப்புகளைச் சொல்லலாம். நாம் இதுவரை சொல்லியவற்றிலிருந்து மனிதர்கள் தங்கள் சுயசாதனையை அடையச் செய்ய இயலாத ஓர் அரசுக்குக் கீழ்ப்படிய மக்கள் மறுக்க நியாயமுண்டு என்பது புரியும். ஆகவே டி. எச். கிரீன் வலியுறுத்தியவாறு, கலகம் என்பது ஒரு குடிமகனின் கடமையில் தேவையான ஒரு பகுதியே ஆகும். பலபேருக்கு இது அராஜகக் கொள்கைபோலத் தோன்றுகிறது. ஆகவே விவாதத்தின் வாயிலாக அதன் உட்குறிப்புகளைத் தவிர்க்கவே பலரும் முயன்றுள்ளனர். உதாரணமாக, கிரீனே கூறியது போல, ‘அரசு இன்றி நான் என் சுயசாதனையை அடைய முடியாது’ என்று சிலர் சொல்கின்றனர். இன்னும் சிலர், என்னுடைய கருத்தைப் பலபேரும் பகிர்ந்துகொண்டு என்னுடன் சேர்ந்து செயல்பட விரும்பும் வரை அரசை நான் எதிர்க்கலாகாது என்று கூறுகின்றனர். இந்த இரு கூற்றுகளுக்குமே சரியான ஆதாரமில்லை என்று நான் நினைக்கிறேன். நான் எந்த அரசில் எனது ஒழுக்கப் போதுமையை நான் கண்டறிகிறேனோ அதற்கு மட்டுமே நான் விசுவாசம் செலுத்தக் கடமைப்பட்டிருக்கிறேன்; ஓர் அரசு அந்த நிபந்தனையைச் செயல்படுத்தத் தவறினால், நான் எனது ஒழுக்க இயல்புக்குத் தக்கவாறு, சோதனை எதுவும் நிகழ்த்திப் பார்க்கலாம். ஓர் இலட்சிய அரசில்தான் நான் என்னை அறிந்துகொள்ளமுடியும் என்பது மெய்தான்; ஆனால் தன் அதிகாரத்தைப் பயன்படுத்தித் தான் அந்த இலட்சிய நிலையை அடைய முனைவதாக நிரூபித்தால் மட்டுமே நாம் அதனை ஒப்புக் கொள்ளமுடியும். கிரீனின் நோக்கு மிக விவேகமானதுதான்; ஆனால் அவர் வலியுறுத்துவது, திட்டவட்டமான தர்க்கம் என்பதை விட ஓர் விரும்பத்தக்க நிலையே ஆகும். இம்மாதிரிச் செயல்களின் பெரும்பகுதி தவிர்க்கவியலாமல் சிறுபான்மைச் செயலாகிறது. மிகச் சிறுபான்மைச் செயல், தன் பக்கமாகச் செயலற்ற மக்கள் கும்பலைச் சேர்த்துக் கொண்டாலொழிய அது தோல்வியுறும். நமது முதல்கடமை நமது மனச்சாட்சிக்கு உண்மையாக இருப்பதுதான். நாம் அந்தக் கடமையை அதிக அளவு பூர்த்திசெய்தால் நாம் அரசை நல்லதன் சேவையில் மேலும் ஈடுபடுமாறு வலியுறுத்த முடியலாம். அதை நாம் செய்யாவிட்டால் அதற்கான அபராதத்தையும்

அடைந்ததாக வேண்டும். நாம் தொல்லையளிக்க நினைத்த அளவை விட மிகப் பரந்ததொரு முயற்சிக்குள் ஒருவேளை நாம் காலைவைத்து விடலாம். ஆனால் நாம் நமக்குள்ளிருப்பதைச் செய்யாவிட்டால், நமது குடியியல்பு எந்த இடத்தில் முக்கியமானதாகிறதோ அந்த இடத்தில் அது இல்லாமல் ஆகிவிடுகிறது. நாம் எப்போதுமே நமது ஆபத்துக்குள்தான் செயல்படுகிறோம்; ஆனால் கலகத்தினால் கிடைக்கும் தண்டனையைவிட கீழ்ப்படிதலினால் ஏற்படும் அபாயம் இறுதியில் மிகப் பெரிதாக இருக்கலாம்.

எந்தத் தனிமனிதனது சிறந்த சுயத்துக்காக அரசு இருக்கிறதோ அவன் நாம் குறிப்பிடத்தக்கது என்று கருதுகின்ற விஷயம் எதையும் பங்களிப்பதில்லை என்றும் சொல்லப்பட்டிருக்கிறது. அவன் யாராக இருக்கிறான், என்ன செய்கிறான் என்பது மனித இனத்தின் பதிவில் ஒரு சிறு அழுத்தத்தையும் தருவதில்லை. சமூக முயற்சியின் தன்மையை ஒரு சாதாரண மனிதனுக்கு ஒத்துச் செல்ல வைப்பது சாதாரணத்தன்மைக்கு முடிசூட்டுவதாகும். தரம் என்பது ஒரு சிலருக்கு மட்டுமே உரியது என்பதை நாம் ஏற்றுக் கொண்டாக வேண்டும், அந்தப் பண்புக்கு ஏற்பப் பணிசெய்தலைச் சமப்படுத்த வேண்டும். இல்லாவிட்டால், செயல்பாட்டில் மதிப்பு வேறுபாட்டினை நாம் மறுப்பதாகும். குறிப்பாகக் கலைகளிலும் அறிவியலிலும், ஒருவேளை அவை நமக்கு அளவிடக்கூடிய நடைமுறை ஆதாயத்தை அளித்தாலொழிய நமக்கு எளிதில் புரியாத விஷயங்களை நாம் போற்றத் தயங்குகிறோம். வெறும் எண்ணிக்கை அடிப்படையில் மதிப்பிடுவது வாழ்க்கையில் மிகச் சிறந்ததற்கு அது தேடுகின்ற அந்த தனித்தன்மையான மேன்மையைத் தியாகம் செய்துவிடுவதாகும். மாறாக, நாம் செய்யவேண்டியது, அதிகாரத்தை, அதைச் செலுத்தத் தகுதியான ஒருசிலரிடம் மட்டுமே தக்கவைப்பதாகும். அவர்கள், தங்கள் உள்ளார்ந்த தகுதியினால், மனித இனத்தின் பாதுகாப்பாளர்களாகச் செயல்படுவார்கள்.

பிளேட்டோ உயர்குலத்தினர் ஆட்சியின் மிகப்பெரிய வடிவத்தை உருவாக்கிய நாள்முதலாக அந்த இலட்சியம் மிகக் கவர்ச்சிகரமானதாகவே இருந்து வருகிறது. ஆனால் ஆராய்ந்து பார்க்கும்போது, ஒரு துரிதமான பார்வை அனுமானிக்கும் அளவில்கூட அதன் மேன்மைகள் வெளிப்படுவதில்லை என்பதை உணரலாம். வரலாறு முழுவதுமே, உணர்த்துவது என்னவெனில் ஒரு குறிப்பிட்ட காலத்திற்கு அதிகமாக பிறரது வாழ்க்கைகளைத் திசைப்படுத்தும் அளவுக்குப் போதிய ஒழுக்க முழுமை பெற்றிருக்க இயலாது என்பதுதான். அண்மையிலோ பிறகோ அவர்கள் அந்த வாழ்க்கைகளைத் தங்கள் சுய இலக்குகளுக்கெனத் திருப்பிக் கெடுத்து விடுகிறார்கள். ஒரு மிகவிரைந்த பார்வையில் மக்களில் பெரும்பான்மையினர் தனித்தன்மையற்றவர்களாக, தங்கள் சகாக்களிலிருந்து பிரிக்கப்பட

முடியாதவர்களாகத் தோன்றினாலும், அவர்களுக்குள் அப்படிப்பட்ட பிரிப்பு என்பது முக்கிய முதன்மை வாய்ந்தது என்பது உண்மை. அவர்கள் மகிழ்ச்சியைக் கற்பனையில் அடைய முடியாது. அதைத் தங்கள் சொந்த மனங்களாலும் சொந்த இதயங்களாலும் அவர்கள் உணரவேண்டும். தங்களுக்குள் நேர்த்தியும் மேன்மையுமாக எவையெல்லாம் உள்ளனவோ அவற்றை அவர்கள் அடையச் சிறப்பாக நம்பிக்கை வைக்கலாம் என்றுதான் படைப்பின் கலையில் இருக்கிறது. எனவே அவர்கள் தங்கள் வாழ்க்கையைத் தாங்களே ஆக்கிக் கொள்ளவேண்டும். மேலும் நம்மை ஆட்சிபுரிய வருபவர்கள் எழுச்சி பெறுவதற்கு நாம் வாய்ப்பளிப்பதற்கு முன்னால் அவர்களிடம் எந்தப் பண்புகளை நாம் காண விரும்புகிறோமோ அவற்றை அளந்துபார்க்க நம்மிடம் எந்த வழியும் இல்லை. ஒரு குறித்த வகுப்பிற்கோ இனத்துக்கோ அவர்கள் கட்டுப்பட்டவர்கள் அல்ல. அவர்கள் தங்களை நிரூபித்துக் கொள்ளும் வேளையில் நாம் அவர்களைப் புரிந்து ஏற்றுக்கொள்கிறோம்; தங்களை அவர்கள் நிரூபித்துக் கொள்வதற்கு அவர்களுக்கு மிகப் பெரிய இடத்தை அளிப்பதன் வாயிலாக அவர்கள் இருப்பவற்றில் நமக்கு மிக வளமானவற்றை அளிப்பதை உறுதிப்படுத்துகிறோம். இவ்விதம் கருதும்போது, மக்கள் அந்தந்த சந்தர்ப்பத்தின் எஜமானர்களாகத் தங்களை ஆக்கிக்கொள்ள முயற்சி செய்யலாம். ஏனெனில் அவர்களுக்கு வாழ்க்கையின் சவாலைச் சந்திக்கும் வாய்ப்புக் கிடைத்துள்ளது. அவர்களுக்கு வெளியே உள்ள உலகம் இரகசிய மயமானதாக இருக்கலாம். ஆனால் அவர்களுக்குள் அந்த இரகசியத்துக்குள் ஊடுருவிப் பார்ப்பதற்கான அழைப்பு இருக்கிறது. பூர்த்தியடைவதை விடத் தியாகம் செய்வது குறைந்ததல்ல என்பதற்கான அழைப்பு அது. அல்லது, அது பூர்த்தியை (முழுமையை) அடையத் தியாகம் செய்வதற்கான அழைப்பு எனலாம். ஆன்மாவின் விஷயங்களை நாம் போற்றி மதிக்கிறோம் என்பதற்கான கோரிக்கை அது; எளிய நடைபாதைப் பழக்கங்களின்மீது அது புதுமைசெய்யும் நோக்கத்தைப் பூசுவதாகும்; நாம் சொத்துச் சேர்த்திருப்பதின் குட்டி வேற்றுமைகளுக்காகச் சண்டையிடவில்லை, மனத்தின் மாபெரும் பிரச்சினைகளுக்காகத்தான் போரிடுகிறோம். கட்டற்ற (சுதந்திர) மனிதர்களைப் போல சவால்களை நாம் சந்திக்க வேண்டுமாயின், நம்மிடம் உள்ள கற்பனை, சிந்தனை ஆகியவற்றை முழுமையாகப் பயன்படுத்துவது தேவைப்படும். மேலும், ஸ்பினோசா கூறியதைப் போல, மிகச் சிறந்த பொருள்கள் யாவும் அரியவை, ஆகையால் அவை கடினமானவை. முன்னோக்கி நடக்கும் தைரியத்தை நாம் கண்டடைந்தால் இறுதியில் நாம் உச்சியை அடைய முடியும்.

பகுதி இரண்டு

இயல் எட்டு - அரசியல் நிறுவனங்கள்

1. அரசியல் அதிகாரத்தின் வடிவங்கள்

நவீன அரசில், நடைமுறையில், மிகச் சிறிய எண்ணிக்கையிலான நபர்களே ஆணையிடுகின்றனர், அவற்றை நிறைவேற்றுகின்றனர். ஆனால் அவர்கள் உள்ளிட்ட மிகப் பெரிய எண்ணிக்கையிலான மக்கள் அவற்றினால் பாதிக்கப்படுகிறார்கள்; அதற்கென்று வகுக்கப்பட்ட பிரதேச எல்லைக்குள் எல்லாக் குடிமக்களும் அந்த ஆணைகளுக்குச் சட்டப்பூர்வமாகக் கட்டுப்பட்டவர்களாக இருக்கிறார்கள் என்பது அந்த அரசின் பண்பின் சாராம்சமாக இருக்கிறது.

அவர்கள் தங்களுக்கென நியமிக்கப்பட்ட இலக்கினை நோக்கி நகர்வதற்கென உள்ள வழிவகைகள் என்ன? அரிஸ்டாடில் காலத்திலிருந்தே அரசியல் அதிகாரம் மூன்று பரந்த வகைகளுக்குள் அடக்கம் என்று பொதுவாக ஒப்புக் கொள்ளப்பட்டுள்ளது.

முதலில் சட்டமியற்றும் அதிகாரம். சமூகத்திற்கான பொது விதிகளை அது ஆக்குகிறது. சமூகத்தின் உறுப்பினர்கள் தங்கள் வழியை அமைத்துக் கொள்ள வேண்டிய கொள்கைகளை அது வகுக்கிறது.

இரண்டாவதாக வருவது நிர்வாக (செயல்படுத்தும்) அதிகாரம். வகுக்கப்பட்ட விதிகளைக் குறித்த சந்தர்ப்பங்களுக்குப் பயன்படுத்த முனைகிறது; உதாரணமாக வயதுமுதிர்ந்தோர் ஓய்வூதியச் சட்டம் இயற்றப்பட்டிருப்பதாகக் கொள்வோம். அதைப் பெறத் தகுதியானவர்களுக்குக் குறித்த தொகையை அது வாங்கித் தருகிறது.

மூன்றாவதாக இருப்பது நீதியின் அதிகாரம். நிர்வாகத்தின் வேலை எவ்விதம் பூர்த்தி செய்யப்படுகிறது என்ற வழிமுறையை இது

நிர்ணயிக்கிறது. சட்டத்தினால் விதிக்கப்பட்ட பொது விதிகளை நிர்வாகத் தலைமையதிகாரம் நிறைவேற்றுகிறதா என்பதை அது காண்கிறது; ஓ' பிரயன் வழக்கின் (Ut supra) ஒருபுறத்தீர்ப்பில் கண்டதுபோல வழங்கப்பட்ட குறிப்பிட்ட ஆணை தனது அதிகார வரம்புக்கு அப்பால் உள்ளது என்றும் அது அறிவிக்கலாம். ஒருபுறம் தனிப்பட்ட குடிமக்களுக்கிடையிலும், மற்றொருபுறம் குடிமக்களுக்கும் அரசாங்கத்துக்கும் இடையிலுமான உறவுகளை, அவை பிரச்சினைக்குள்ளாகும்போது ஒப்புதலினால் தீர்வு ஏற்படாவிட்டால், அது தீர்மானித்துச் சரிப்படுத்துகிறது.

இந்த வகைகள் எல்லாம் இயற்கையானவை அல்ல, செயற்கையானவை என்பதை இங்கேயே ஒப்புக்கொண்டு விடலாம். இந்தப் பணிகள் எல்லாவற்றையும் ஒரே ஒரு அமைப்பு, அல்லது ஒரே ஒரு நபரும் கூடச் செய்வதாகக் கருதுவது முற்றிலும் சாத்தியம்; நவீன ஜனநாயக அரசில் இவற்றுக்கிடையிலான வேறுபாடுகளை முரண்பாடற்ற நிலையில் காப்பதும் கடினம்தான். அமெரிக்க ஐக்கிய நாட்டின் செனேட், குடியரசுத் தலைவருக்கான விண்ணப்பங்களை உறுதிப்படுத்துகின்ற செயலைப் போல, சட்டசபைகள் பலசமயங்களில் நிர்வாகச் செயல்களில் ஈடுபடுகின்றன. அவை நீதி நிர்வாகப் பணிகளையும் ஆற்றுகின்றன; பிரபுக்கள் சபை, பொதுமக்கள் சபை சட்டரீதியாக உரிமையளித்த குற்றச்சாட்டுகளை விசாரிக்கும் நீதிமன்றமாகவும் இருக்கிறது. நிர்வாக அமைப்புகள், குறிப்பாக அண்மைக் காலங்களில், ஒருபுறம் சட்டமியற்றும் பணியிலிருந்து வேறுபடுத்தக் கடினமானப் பணிகளை இயற்றுகின்றன, மறுபுறம் நீதிமன்றப் பணிகளையும் ஆற்றுகின்றன; இதற்கு இங்கிலாந்திலுள்ள தற்காலிக முறைமை ஒழுங்கும், ஆர்லிட்ஜுக்கு எதிராக உள்ளாட்சி அரசாங்க வாரிய வழக்கில் உடல்நல அமைச்சுத்துறையின் ஆற்றலும் போதிய உதாரணங்களாகும். [(1916) A. C. 120]. நீதித்துறையும் தொடர்ச்சியாக நிர்வாகத்துறை போன்றே இயங்கிக் கொண்டிருக்கிறது. ஆங்கில நீதிபதிகள் நீதிபரிபாலனச் சட்டங்களின்கீழ் விதிகளை வெளியிடுகிறார்கள். ஒரு நிரந்தர விதியினால் முறைப்படி செய்யப்படாத சட்டத்தின் குறிப்பிட்ட பகுதியை வெளிப்படுத்தும்போது அவர்கள் சட்டமன்றம் போலவும் செயல்படுகிறார்கள்; (Cf. J. Holmes in Jensen v. Southern Pacific, 244 U.S. 205). ஃபிரெஞ்சு அரசின் பொறுப்பு, அரசமன்றத்தின் சட்ட ஆய்வுத்துறை மூலமாகப் பெருமளவு உருவாக்கப்பட்டது என்பது குறிப்பிடத்தக்க மெய்ம்மையாகும். (Cf. Duguit, Les transformations du Droit Public, chap. vii, and my Foundations of Sovereignty, chap. iii.) மேலும் ஒவ்வோர் அரசிலும் போரை அறிவித்தல், உடன்படிக்கை ஏற்படுத்துதல், ஏற்கெனவே உள்ள அரசுகளைச் சட்டப்பூர்வமாக அங்கீகரித்தல்,

ஒரு நிர்வாகத் தலைமையதிகாரம் கொண்டுவரும் சட்டத்தினைத் தடுத்தல் போன்ற துல்லியமாகப் பகுக்க முடியாத பணிகள் உள்ளன. எனவே, உதாரணமாக, நிர்வாகத் தலைமையதிகாரத்தின் ஒரு பகுதியாக வெறுமனே நீதிமன்ற அதிகாரத்தை ஆக்குவது போன்ற முயற்சியால் எதுவும் இலாபமில்லை, அதாவது இங்கே மேற்காட்டப்பட்டவை போன்ற பணிகளை வெவ்வேறு வகைகளில் வேறுபடுத்திப் பார்ப்பதிலும் பயனில்லை. ஏனெனில், குறிப்பிட்ட செயல்களை நிர்வகிக்க உருவாக்கப்பட்ட விதிகள் திருப்திகரமாகப் பயன்படும்போது, அவை பொதுவிதிகள் ஆகின்றன; அதுபோலப் பொதுவிதிகளும் தங்கள் முறைக்கு, தாங்கள் பயன்படும் விதத்தினால் அல்லது விளைவினால் வழக்கிறந்தவை ஆகின்றன.

என்றாலும், ஒவ்வோர் அரசிலும், சுதந்திரத்தைப் பேணிக்காக்க இந்த மூன்று அதிகாரங்களுக்கும் இடையில் கொஞ்சமேனும் வேறுபாடு இருப்பது அவசியம் என்று நியாயமாக வாதிடலாம். லாக், மாண்டெஸ்கியூ காலம் முதலாக, நாம் மாடிசனின் கூற்றைப் பொதுவாக ஏற்றுக் கொண்டு வந்திருக்கிறோம், அதாவது, "ஒரே கைகளில்... எல்லா அதிகாரங்களின் குவிப்பும்... நிகழ்வது கொடுங்கோன்மையின் மிகச் சரியான வரையறை என்றே குறிப்பிடலாம்." (Federalist, No. 46 (ed. Ford), p.319). இந்த வலியுறுத்தலுக்கான காரணத்தை அதிகமாகத் தேடத் தேவையில்லை. ஏதோ ஒருவகையில் பகுக்கப்படாத அதிகாரம், முழுமையானதாக முயலுகிறது; தன் இயல்பினாலேயே அதிகாரம் அதைச் செலுத்துபவர்களுக்கு அபாயமானது ஆகையால், அது பாதுகாப்புடன் செயல்படுத்தப்படுவதற்கு முன்பே அதைக் கட்டுப்படுத்த வேண்டியதாகிறது. இதனை மாண்டெஸ்கியூ சில புகழ்மிக்க வாக்கியங்களில் சுருக்கமாக வெளிப்படுத்தினார். அவர் கூறினார்: "சட்டமியற்றும் அதிகாரமும் நிர்வாக அதிகாரமும் ஒரே நபரிடமோ அல்லது அமைப்பிடமோ ஒன்றுபடுமாயின், அங்குச் சுதந்திரம் என்பது இருக்க இயலாது. ஏனெனில் அந்த முடியரசன் அல்லது சட்டமன்றம், கொடுமையான முறையில் அமுல்படுத்தவேண்டிக் கொடுங்கோன்மைச் சட்டங்களை இயற்றக்கூடும் என்ற சந்தேகம் எழலாம்...நீதிப் பணி சட்டமியற்றும் பணியோடு ஒன்றுசேர்க்கப்பட்டால் குடிமகனின் வாழ்க்கையும் சுதந்திரமும் தன்னிச்சையான கட்டுப்பாட்டிற்குக் கீழ் வந்துவிடும், ஏனெனில் நீதிபதிதான் அப்போது சட்டமியற்றுபவராக இருப்பார். அது நிர்வாக அதிகாரத்துடன் சேரும்போது, அந்த நீதிபதி, ஒரு கொடுங்கோன்மையாளனின் முழு வன்முறை ஆற்றலோடும் நடந்து கொள்ளலாம்." (Esprit des Lois, Bk. xi. chap. vi).

ஆகவே தனக்கு விதிக்கப்பட்ட பிரதேசத்திற்குள் சுதந்திரமாகவும் ஒப்புயர்வற்றதுமாக இயங்குகின்ற மூன்று தலைமையதிகாரங்களில் ஒவ்வொன்றின் எல்லையையும் வரையறுக்க முடியும் என்று நான் கருதவில்லை. அதிகாரங்களைப் பிரிப்பது என்பது அதிகாரங்களைச் சமமாக சமநிலைப்படுத்துவதும் அல்ல. சட்டமன்றத்தினால் உருவாக்கப்பட்ட பொதுவான கொள்கையின் விதிகளை அமுல்படுத்துவது நிர்வாக அமைப்பின் பணியென்றால், அது சட்டமன்றத்தின் நம்பிக்கையைத் தக்கவைத்திருக்க வேண்டும்; அப்படிப்பட்ட நம்பிக்கை, அதன் விருப்பத்திற்கு நிர்வாகத்தைக் கீழ்ப்படிய வைக்கும் நிர்ப்பந்தத்தின் அதிகாரத்தைக் கொண்டுள்ளது. அதாவது, சட்டமன்றம், தனது உரிமைப்படியே, நிர்வாகச் செய்கைகளின் சாராம்சம் தனக்குள் தன் நோக்கங்களின் கருத்தினைக் கொண்டுள்ளதா என்பதைக் காணமுடியும். இப்படியே, ஆனால் சற்றே மறைமுகமான முறையில் நீதியமைப்பையும் கட்டுப்படுத்தலாம். ஒரு குறிப்பிட்ட வழக்கில் நீதித்துறை அடைய வேண்டிய முடிவுகளின் இயற்கை பற்றிச் சட்டமன்றம் அதற்கு போதிக்க வேண்டிய அவசியமில்லை; ஆனால் நீதிமன்ற முடிவு, சட்டமன்றக் கொள்கைகளுக்கு மாறாகத் திரும்பத் திரும்ப வரலாகாது என்ற சட்டவிதியை அளிக்க, பின்வரும் விவாதத்தில் முன்வைக்கப்படும் எல்லைகளுக்குள், அதற்குத் தகுதி உண்டு. அதுபோலவே, ஒரு குறிப்பிட்ட முடிவு, ஸ்காட்லாந்தின் சுதந்திரத் திருச்சபை வழக்கில் நிகழ்ந்ததுபோல், அநீதியாக இருக்குமானால், எழுப்பப்பட்ட பிரச்சினைகளுக்கு ஒரு சட்டமன்றச் சமரசம் நியாயமற்ற தீர்வு எனச் சொல்லவியலாது. *(See the separate report by Orr.)* ஆகவே, பொதுவாக, நிர்வாக அதிகாரமும் நீதிமன்ற அதிகாரமும் சட்டமியற்றும் அவையின் அறிவிக்கப்பட்ட விருப்பத்திற்குள்ளாகத் தங்கள் எல்லைகளைக் கொண்டுள்ளன.

நிர்வாக, நீதிமன்ற அமைப்புகளின் உறவில் இந்த விஷயம் மாறுபடுகிறது. ஒரு நீதிபதியின் கடமை, நிர்வாகத் துறையை வேலைவாங்குபவராக இருப்பதாகும். அதன் அதிகாரங்களின் விளக்கம் நெகிழ்ச்சியுற்றதாகி, தானாகவே புதுமையை ஏற்றுக் கொள்ள முற்படுகிறதா அல்லது குடிமக்களின் அமைப்பின்மீது சமத்தன்மையின்றிச் செயல்படுகிறதா என்பதைக் காண வேண்டிய பொறுப்பு நீதிபதிக்கு இருக்கிறது. இம்மாதிரி நிகழ வேண்டுமானால், ஒவ்வொரு நிர்வாகச் செயலும் நீதிமன்ற அவைகளின் நுண்ணாய்வுக்கு உட்படுவதாக இருக்க வேண்டும்; சட்டமன்றம் வேறுவகையாக முடிவெடுத்தால் ஒழிய, நீதிமன்றத்தின் முடிவே நிர்வாகத்துறையின்மீது செயல்படுவதாக இருக்கவேண்டும். ஒரு நிர்வாகசபையின் அதிகாரம் அதன் விருப்பத்தையும் தலைமையதிகாரத்தையும் ஒன்றாகக்

கருத ஆசைப்படாத மனிதர்களின் நுண்ணாய்வுக்கு அது தப்பிவிட முடிய உதவுகின்ற மாதிரியாக இருக்கலாகாது. பேராசிரியர் டைசி ‘சட்டத்தின் விதிமுறை’ என்று கூறுவது, அதன் எல்லாக் குறிப்புகளும் உட்பட, அடிப்படையானதாக இருக்கவேண்டும். அதாவது அரசு பிற அமைப்புகளுக்குச் சமமாக பாவிக்கப்பட வேண்டும், அது தன் செயல்களுக்கு பதில் சொல்லியாக வேண்டும் என்பது அர்த்தம்; மேலும் எந்த இரகசியமான தனிச் சலுகையும் குறுக்கிட்டு நீதியைப் பெறுவதில் தடைசெய்யலாகாது என்பதும் அர்த்தம். எனவே நிர்வாகத்துறையின் மீது நீதித்துறையின் அதிகாரம் அவ்வப்போது செயல்படுவதாக இருந்தாலும், கண்டிப்பாக அவசியமானதாகும். ஆனால் சாராம்சத்தில் இதற்கு எல்லை என்னவெனில் வழக்குமன்றங்கள் தாங்களாகவே இயங்கமுடியாது. முடிவெடுக்கும் முன்னால் முறையீடு இருக்கவேண்டும், அந்தப் புகார் குடிமக்கள் அமைப்பிலிருந்து வரவேண்டும். ஆனால் புகார் நிரூபிக்கப்பட்டால், நீதிமன்ற விருப்பத்தினை மீறிச் செல்லும் அதிகாரம் நிர்வாகத்திற்கு இருக்கலாகாது. பரிகாரம் வேண்டுமானால், அந்தப் பரிகாரம் சட்டமன்றத்தின் பணியாகும்.

பணிகளின் இந்தப் பிரிவினை, அலுவல் ஊழியர்களின் முழு அளவுப் பிரிவினையையும் உட்கொண்டது என்று கருதலாகாது எனினும் அவ்வாறே கருதப்படுகிறது. இங்கிலாந்தின் நிர்வாகத்துறை, சட்டமன்றம் ஆகியவற்றிடையே உள்ள உறவினை மாண்டெஸ்கியூ தவறாகப் புரிந்துகொண்டு கூற, அதை பிளேக்ஸ்டோன் புனிதமானதாக்கி விட, இந்த வெவ்வேறான அதிகாரங்களின் சார்பான அமைப்புகளிடையே எவ்வித இணைப்புப் பாலங்களும் கட்டப்படலாகாது என்ற கொள்கை உருவாகிவிட்டது. ஆனால் டுகுவிட் சுட்டிக்காட்டியிருப்பதுபோல, எந்த ஆணையைச் செயல்படுத்துவதும் அரசிலுள்ள எல்லா இறுதியான அதிகாரங்களின் உதவியையும் உள்ளடக்கியுள்ளது; அமெரிக்க அரசியலமைப்பில் உள்ளது போல, இம்மூன்று அதிகாரங்களையும் திட்டவட்டமாகப் பிரிக்கின்ற முயற்சி, அவற்றுக்கிடையே அரசியலமைப்புக்குப் புறம்பான உறவினைக் கட்டுவதாகவே அர்த்தமாகியுள்ளது. புரவலர்த்தன்மையும், கட்சிகளின் விசித்திரமான அமைப்பும் நிர்வாகத் துறைக்கும் சட்டமன்றத்துக்கும் இடையில் இணைப்பு வேண்டுமா என்ற ஒரு தீவிரமான கேள்வியையும் எழுப்பியுள்ளது. எவ்விதத்திலாயினும் இந்த இணைப்பு, செய்தாக வேண்டிய ஒன்றே. அதனைச் செய்யும் சிறந்த வழிமுறை, இங்கிலாந்திலும் ஃபிரான்சிலும் இருப்பதுபோல, நிர்வாகத் துறையை சட்டமன்றத்தின் ஒரு பகுதி ஆக்கி விடுவதுதான். இதனால் பல இலக்குகள் நிறைவேறுகின்றன. சட்டமன்றத்தின் நம்பிக்கையைப் பெற்றிருக்கும் வரையில்தான் நிர்வாகத் துறை

அலுவலில் இருக்கமுடியும். இவ்விதமாக அதன் கொள்கையில் ஒரு நெகிழ்ச்சித்தன்மை உறுதிப்படுத்தப்படுகிறது. அமெரிக்க ஜனாதிபதிக்கு தனது சட்டமன்றத்துடன் (காங்கிரஸுடன்) மோதல் ஏற்படும்போதெல்லாம், தனது சொந்தக் கட்சியே ஆட்சியில் இருந்தாலும், ஒரு செயல்படாத்தன்மை ஏற்படுவதைப் போன்ற தன்மையை அது தடுக்கிறது. சட்டமன்றத்தில் நிர்வாகத்துறை இருப்பதால் அது தனது கொள்கையை விளக்க முடிகிறது. அந்த ஒரு வழியினால் போதிய கவனமும் அமைப்புற்ற விமரிசனமும் உறுதிப்படுத்தப்படுகிறது. அது வெற்றிடத்தில் நிகழும் கவனமோ விமரிசனமோ அல்ல. தன்னைச் சரியென நிரூபித்துக் கொள்ளாவிட்டால் அந்த நிர்வாகத்தை இடம்பெயர்க்க ஆவலாக இருக்கின்றவர்களின் கவனமும் விமரிசனமும் அவை. ஆகவே அது பொறுப்புடன் நடந்தாக வேண்டும். சட்டமன்றம் நிர்வாகத்தில் நேரடி ஆர்வம் இன்றி, மனம்போன போக்கில் விதிகளில் அலைவுறுவதை அது தடுக்கிறது. ஓர் அமைச்சகத்தின் கொள்கை தனதாக இல்லாதபோது இயல்பாக நிகழக்கூடிய நிர்வாகத்துறையின் சீரழிவையும் அது தடுக்கிறது. திறன்மிக்க அரசாங்கத்தின் நிபந்தனையான அமைப்புகளின் ஒருங்கிசைவினால் நிகழும் ஆக்கப்பூர்வமான ஊடாட்டத்தை அது ஏற்படுத்துகிறது.

அது மட்டுமல்ல. சட்டமன்றத்தின் ஒரு குழுவாக நிர்வாகத்துறை இருப்பதால் விஷயங்களினூடே மனப்போக்கின் ஓட்டத்தைச் செலுத்துவதற்கான வாய்ப்பு அதற்கு ஏற்படுகிறது. இது ஒரு முக்கியமான பணி. நவீன சட்டமன்றம், அளவில் மிகப்பெரியது; தன்னைத்தானே இயக்கிக் கொள்ள அதனால் முடிவதில்லை; ஒன்று, விஷயங்களின் இருப்புக்குத் தொடர்பற்ற மொத்தமான விதி முறைகளுக்குள் தனது தன்னிறைவு அமைதியின் மையத்தினை அது இழந்துவிடுகிறது, அல்லது வாக்காளர்களின் ஆதரவைப் பெறுவதற்காகவேண்டி ஒன்றுக்கொன்று எதிரான நிலையில் சட்டமன்றமும் நிர்வாகமும் இருக்கும்படியாக நிர்வாகத்திற்கு எதிரான முயற்சியில் ஈடுபடத் தொடங்கிவிடுகிறது. சட்ட மன்றத்தைத் தன் முயற்சிகளை ஏற்கச் செய்வது அல்லது புறக்கணிக்கச் செய்வது என்ற நிர்ப்பந்தத்திற்கு ஆளாக்குகின்ற ஒரு நிர்வாகத்துறையின் மதிப்பு என்பது, சட்டமன்றத்தின் முயற்சிகள் ஓர் அமைப்புற்ற கொள்கையாக நெறிப்படுத்தப் படுவதாக மாறுவதில் இருக்கிறது. சிந்தனைகளின் ஆட்டம் தடைப்படுவதில்லை, ஆனால் அது மனிதர்கள் தங்கள் அரசியல் இருப்பைத் துணிந்து செயலாற்ற எடுக்கும் நடவடிக்கைகளில் மட்டும் வரையறைப்படுத்துகிறது. தான் தவறென்று கருதுகின்ற நடவடிக்கைகளை நிர்வகிக்க ஏற்பட்டதல்ல நிர்வாகத் துறை; கடைப்பிடிக்கப்படும் கொள்கையைத்தான் தனக்குப் பொறுப்புள்ளதாக

அது ஆயத்தப்படுத்திக் கொள்ளவேண்டும். அல்லது மாற்றாக, வேறொரு நிர்வாகம் பார்வைக்குள் வருகிறது.

இந்த உறவு, மேலும், நிர்வாகத்துறையின் உறுப்பினர்களாகப் பொருத்தப்பட்ட மனிதர்கள் தங்கள் திறமையை வெளிக்காட்டுவதற்கு ஒரு எளிய வழியைத் தருகிறது. பொதுமக்கள் சபையின் குறைகள் என்னவாக இருப்பினும், அதன் சிறப்புப் பணிகள் என்று சொல்லப்படுவது மிக வியக்கத்தக்க முறையில் நன்றாகவே இயற்றப்படுகிறது. அது தன் பண்பையும் திறனையும் நிரூபித்துள்ளது. பேச்சுத் திறனுக்கும் நிர்வாக ஆழ்நோக்கிற்கும் இடையிலுள்ள பின்னிலத்தை அது மிகுந்த மதிநுட்பத்துடன் அளந்துள்ளது. இதனை அணுகக்கூடிய வேறு எந்த மாற்று முறையும் எனக்குத் தெரியாது. போர் போன்ற நிலைமைகளில், மிகச் சிறந்த செயல்படு திறனுடன் அல்லது தொழிற்சங்க உலகில் குறிப்பிட்ட உயர்நிலையில் இருக்கவேண்டும் என்ற அளவில் உயர் நிர்வாகப் பதவிகளுக்கு நபர்களைத் தேர்ந்தெடுத்தல் மிக மோசமான தோல்வியையே பெற்றிருக்கிறது. மிகச் சிறந்த நிலையிலும், ஒரு சராசரி அமெரிக்க ஜனாதிபதித் தேர்வு என்பது இருட்டில் தாவுவதுபோல் தான் இருக்கிறது; அவரது சராசரி அமைச்சரவை எதையும் பிரதிநிதிப்படுத்துவது இல்லை. ஆனால் ஆங்கில அமைச்சரவையின் சராசரி உறுப்பினர் பொது மக்களின் பார்வையில் நீண்ட காலமாகச் சோதிக்கப்பட்டவர். தன் கடமைக்கு அவர் வருவதற்கு முன்னாலேயே அவருக்கு அந்தக் கடமையின் தன்மை நன்கு புரிந்திருக்கிறது. இப்போது அவர் இயக்க இருக்கும் செயல்பாடுகளுக்கு நெருக்கமுள்ள பதவிகளில் முன்பே அவர் வாழ்க்கையைச் செலவிட்டிருக்கிறார். இவ்வாறாக நிர்வாகத்திற்குச் சட்டம் இயற்றும் பணியில் முன்னெடுப்பைத் தருவதும், சட்டமன்றத்தில் அந்த முன்னெடுப்பினை வெற்றிகரமாகப் பயன்படுத்தி அதன்மீது தன் வாழ்க்கையைக் கட்டுவதும், வரலாற்று அனுபவத்திலிருந்து பெறப்படும் அடிப்படையான தூண்டுதலாகும்.

இதுவரை கூறிய எதுவும், சட்டமன்றத்தை நிர்வாகத்துறை விஞ்சுகின்ற குறிப்புடன் இல்லை. ஆனால் இந்த அமைவின்கீழ், பிரிட்டன், ஃபிரான்ஸ் ஆகியவற்றில் உள்ளவைபோல பலவகை வெவ்வேறான அனுபவங்கள் வளர்ச்சிபெற்றுள்ளன. மிகத் தேவையாக இருப்பது அறிவின் ஒருங்கிணைவு. அதனால் அரசாங்கத்தின் துணிகரச் செயலின் ஒவ்வொரு கூறும் மற்றொன்றை வளப்படுத்த உதவுகிறது. நீதித்துறையின் இருப்பு வேறானது. அதன் முழுநோக்கமுமே நடுவுநிலைமைதான். சட்டம் எழ உதவுகின்ற மோதல்களின் இயல்பான செயல்முறையிலிருந்து அது வேண்டுமென்றே ஒதுக்கி வைக்கப்பட்டுள்ளது. ஏனெனில், அதன்

நோக்கமே, யாவற்றுக்கும் மேலாக, நிர்வாகத்தின் அத்துமீறலில் இருந்து குடிமக்கள் அமைப்பினைப் பாதுகாப்பதுதான். எந்த வகையில் அதை நிர்வாகத்துறைக்குக் கீழ்ப்படுத்தினாலும் அதன் பிரதேசத்திலுள்ள முக்கியமான பணியை நிகழ்த்துவதைச் சாத்தியமின்றி ஆக்குவதாகவே முடியும். ஆகவேதான் பெரும்பாலான அரசியல் அமைவுகள் நீதிபதிகளின் சுதந்திரத்தைப் பாதுகாப்பதற்காகவே உள்ளன. அமெரிக்காவின் கூட்டு நீதித்துறை, இங்கிலாந்தின் நீதிமன்ற அமர்வு இவையெல்லாம் தனித்தன்மையான, கடினமான செயல்முறை வாயிலாகவே நீக்கப்பட முடியும்; அமெரிக்க அரசுகளில், நீதிபதிகளைத் தேர்ந்தெடுக்கும் முறை வழக்கமாக நிலவுவதால், திறமையின் உயர்தரத்தில் குறைவு ஏற்படுகிறது. நீதிப்பணியின் முறையான நிகழ்த்தலில், எல்லாவற்றுக்கும் முதல்படியாக உடல்நலம் காரணமாக அல்லது ஊழல்காரணமாக அன்றி எந்த ஒரு நீதிபதியையும் நீக்கலாகாது என்பது தெளிவாக உள்ளது. நிர்வாகம் அவரது தீர்ப்புகளை வெறுக்கலாம். அவரது முடிவுகள் மக்கள் இடையில் ஆதரவைப் பெறாமல் இருக்கலாம். தான் சரியென்று காண்பதைச் சரியாகச் செய்வதால் எவ்வித அபராதமும் இல்லை என்பதை அவர் அறியும் நிலையில் இருந்தால் அன்றி, அவர் மக்கள் கருத்தின் கடந்துசெல்லும் நிலைகளுக்குள் சிக்கிக் கொண்ட நபர் ஆகிவிடுவார். இரண்டாவதாக, அது சட்டத்தின் விதிமுறை என்பதையும் குறிக்கிறது. அமெரிக்காவில் இருப்பதுபோல, பெட்ரோலின் விலையை நிர்ணயிப்பது போன்ற தொழில்நுட்பப் பிரச்சினைகள் இருக்கும்போது, அந்த விதிமுறை சிறப்பு அதிகார அமைப்புகளால் அமுல்படுத்தப்படலாம்; ஆனால் நீதிமுறையின் ஆய்வுக்கு உட்படாத எந்த நிர்வாக அமைப்பும் இருக்கலாகாது. மேலும், நிர்வாகத் துறையே அரை-நீதித்துறைப் பணிகளில் ஈடுபட்டு வரும்போது, அவற்றை நுண்ணாய்வுக்கு உட்படுத்துகின்ற அதிகாரம் நீதித் துறைக்கு இருக்கவேண்டும். அப்போது தான் நிர்வாகத் துறை கடைப்பிடிக்கும் விதிமுறைகள் நீதிப்படியே அமைந்திருக்கிறதா என்று அது நோக்கமுடியும். நீதிமுறையின் தரங்களுக்கு ஏற்பக் கருதப்பட்டாலொழிய நிர்வாகத் துறையின் தன்விருப்புரிமை என்பது சாத்தியமற்ற விதிதான்.

சிலசமயங்களில் கூறப்பட்டதுபோல, நிர்வாகத் துறையிலிருந்து விடுபட்டு நீதித் துறை சுதந்திரமாக இருப்பது, நிர்வாகத் துறையிடம் மன்னிப்பு என்ற தனிச்சலுகையினால் தாக்குதலுக்குள்ளாகிறது என்று நான் நினைக்கவில்லை. (Duguit, Separation des Pouvoirs, p.99). நடைமுறையில் இப்போதுள்ள அதன் வடிவத்தில் அது இருப்பதற்கு மூன்று தெளிவான காரணங்கள் இருக்கின்றன. முதல் காரணம், நீதித்துறையிலும் தவறுகள் நடக்கவே செய்கின்றன. ஒருவேளை அவை குறைவாக இருக்கலாம், ஆனால் பெக் வழக்கு போன்றவை,

அவை கண்டுபிடிக்கப்பட்டால், உடனே சரிசெய்தலுக்கான வழிவகை வேண்டும் என்பதைக் கட்டாயம் ஆக்குகின்றன. இரண்டாவதாக, தண்டனையைத் தவறாக மதிப்பிடுவதற்கான வாய்ப்பு இருக்கிறது. தண்டனை அளிப்பதன் கடுமையில் நீதிபதிகள் மிகமோசமாக வேறுபடுகின்றனர்; தேவைப்படும் வழக்குகளில் நீதியைக் கருணையினால் சமப்படுத்தும் வழிவகை தேவை. மூன்றாவதாக, சில வழக்குகளில், அளிக்கப்பட்ட தண்டனை செயல்படுவதாக இருக்கலாகாது என்று அவை தீர்ப்பிடப்பட்டப் பிறகுதான் தெரியவருகின்ற காரணங்களால் தெளிவாகிறது. இம்மாதிரி வழக்குகளில் மறுபார்வை செலுத்துகின்ற அதிகாரம் வெளிப்படையாகவே தேவையானது. முதல் விஷயத்தில் நீதித்துறையே மன்னிப்பு அளிப்பது மிக அதிகமான கஷ்டங்களை ஏற்படுத்தாது என்று ஒப்புக் கொள்ளலாம். ஆனால் இரண்டாவது, மூன்றாவது விஷயங்களில் நீதித்துறையின் செயல்பாடு சந்தேகமின்றிப் பொதுமக்களின் விமரிசனத்துக்கு இடமளிக்கும். அதனால், நீதித்துறை தனது செயல்பாட்டுக்குச் சாதகமற்ற விசித்திரமான சூழ்நிலைக்குத் தள்ளப்படும். மாறாக, இந்த அதிகாரம் நிர்வாகத்துறையிடம் தரப்பட்டால், பொதுமக்கள் விமரிசனத்திற்கு திட்டமான இடம் இருக்கிறது. மன்னிப்புக்கு (அல்லது தண்டனைக் குறைப்புக்கு) இடமளிக்கும் அதிகாரம் வசதிக்காகச் செய்யப்படும் விஷயம் தான், அதன் பயன்பாடு பற்றி விவாதிக்கவே தேவையில்லை.

நீதிபதிகளை நியமிக்கும் முறை கேள்விகளை எழுப்புகிறது. அவற்றைப் பற்றிப் பின்னால் விளக்கமாக விவாதிப்பேன். அமெரிக்காவிலுள்ள பொதுமக்கள் தேர்வோ, ஸ்விட்சர்லாந்தில் உள்ளது போன்ற சட்டமன்றத் தேர்வோ இரண்டுமே போதியதாக இல்லை என்பதை இங்கு நான் வலியுறுத்துகிறேன். நிர்வாகத்துறை நியமிப்பதுதான் மொத்தத்தில் மிகச் சிறந்த விளைவுகளை ஏற்படுத்தியுள்ளது. ஆனால் அரசியல் சேவைகளுக்காக நீதித்துறைப் பதவிகளைப் பரிசாக அளிப்பதைத் தடுக்க வேண்டும் என்று நான் வலியுறுத்துவது அவசியம் என நினைக்கிறேன். ஆகவே சட்டமன்றத்தின் ஓர் உறுப்பினரோ, அரசியல் நிர்வாகியோ நீதித்துறைப் பதவிக்குத் தகுதியில்லாதவர் என்பது மிக அடிப்படையான ஞானம். உதாரணமாக, ஆங்கில மரபின்படி அரசரின் சட்ட அலுவலர்களுக்கு இம்மாதிரி நீதிமன்றக் காலியிடங்கள் ஏற்படும்போது அவற்றை அளிப்பது கடுமையான தவறு. நீதித்துறைப் பணிக்குத் தேவையான பண்புகளை ஒருவன் கொண்டிருக்கலாம். அந்தப் பண்புகள் வெற்றிகரமான தலைமை வழக்கறிஞராக அவனுக்குத் தேவையாக இருக்க வேண்டிய அவசியம் இல்லை; இது நீதிபதிகளின் பதவிக்கு அந்தத் தேவையைப் பூர்த்திசெய்யும் முயற்சியில் ஆழமான

நுண்ணாய்வுக்கு உட்படுத்தும் பழக்கமுள்ள மனிதர்களுக்குப் பதிலாக நிர்வாகத் தேவையின் சிறப்புக் கோணத்திலிருந்து பிரச்சினைகளை ஆலோசிக்கும் பழக்கமுள்ள மனிதர்களைக் கொண்டு வருகிறது. மேலும் பிரதம அமைச்சரின் பதவியில் உள்ளது போன்ற இப்படிப்பட்ட நிர்வாக-நீதிமுறை ஒருங்கிசைவு இதேபோலத் தவறான கணிப்பினால் ஏற்பட்டது என்பதும் புலப்படுகிறது. அரசியலிலிருந்து எந்த அளவு முழுமையாக நீதித்துறை விலகியிருக்கிறதோ அந்த அளவுக்கு அதன் தரமும் சுதந்திரமும் சிறப்பாக இருக்கும். இதன் மறுதலையும் தர்க்கரீதியாகப் பெறப்படுகிறது. நீதிமன்றப் பதவியில் சேவைசெய்யும் ஒரு மனிதன் அரசியல் பதவிக்குத் தகுதியானவனாக இருக்கத் தேவையில்லை. உதாரணமாக, அமெரிக்க ஐக்கிய நாட்டின் உச்சநீதிமன்ற நடுவர் குடியரசுத் தலைவராக ஆகுவது என்பது தவிர்க்கவியலாமல் அவரது முடிவுகளுக்குள் விசித்திரமாகவே வேண்டாத வகையிலான கூறுகளைப் புகுத்துவதாகும்.

இந்த விவாதத்தில், நீதித்துறை நிர்வாகத்தின் செயல்களைக் கட்டுப்படுத்தலாம் என்றாலும், சட்டமன்றச் செயல்களைக் கட்டுப்படுத்தத் தேவையில்லை என்று நான் கொள்கிறேன். இது மேலும் பகுத்து ஆராய வேண்டிய சில சிக்கலான சிந்தனைகளை எழுப்புகிறது. தவிர்க்கவியலாமல் நீதிமன்றங்களின் நுண்ணாய்வுக்கு உட்படுத்த வேண்டிய விஷயங்களாக சட்டமன்றத்தின் பணிகளில் இரண்டு இருப்பது வெளிப்படை.

(1) அரசியலமைப்பு எழுதப்பட்டு, சட்டமன்றத்தின் அதிகாரங்கள் அதனால் வரையறுக்கப்பட்டிருந்தால், அதன் அதிகாரங்களின் திறமைக்குள் எதை நீதிமன்றங்கள் கொள்கின்றனவோ அந்த அளவுடன் சட்டமன்றத்தின் தலைமையதிகாரம் நின்றுவிடும்.

(2) எந்த ஒரு கூட்டாட்சி அரசிலும், அமெரிக்க அரசியலமைப்புக்குப் பதினான்காம் திருத்தம் போன்றவற்றின் கட்டுப்பாடுகளால் சட்டமன்றம் தடைக்குள்ளாக்கப்படாமல் இருந்தாலும்கூட, கூட்டாட்சியில் வெவ்வேறு கூறுகளின் திறனுக்கான பகுதி எது என்ற கேள்வி, நீதிமன்றத்தினால் முடிவு செய்யப்பட வேண்டிய விஷயமே ஆகும்.

பிரிட்டனுக்கு வெளியில் பெரும்பாலான அரசுகளில் ஒரு சட்டமன்றத்தின் அதிகாரங்களைச் சற்றே திட்டமாக வரையறுப்பது வழக்கமாக உள்ளது. அமெரிக்க ஐக்கிய நாட்டில், அந்த அதிகாரங்களின் வரையறையுடன் உரிமைகளின் மசோதாவுக்குள் அடங்கியுள்ள வரையறைகளின் அமைப்பினைச் சேர்ப்பதும் வழக்கமாகும். பொதுநல அரசின்கீழ் இங்கிலாந்தில் ஓர் எழுதப்பட்ட அரசியலமைப்பின்

அனுபவத்தை நாம் பெற்றுள்ளோம்; ஆனால் தொடக்கத்திலிருந்தே அரசியலமைப்புச் சார்ந்த மற்றும் சாதாரண சட்டமியற்றலுக்கு வேறுபாடு காணும் முயற்சி செய்யப்பட்டதில்லை. இதனால், கடுமையான சட்டத்தின்படி, சாராயக் கடத்தல் பற்றிய சட்டங்களை மாற்றுவது போலவே ஆட்கொணர்வுச் சட்டத்தையும் பாராளுமன்றம் எளிதில் நீக்கிவிடலாம். இப்படிப்பட்ட முயற்சியைத் தடுப்பது, ஹேபியஸ் கார்ப்பஸ் போன்ற சட்டவிதிகளுக்கு தனித்தன்மையோடு கூடிய ஆழமான ஒரு கம்பீரத்தைத் தரக்கூடிய மரபுதான். நிச்சயமாக இந்த வேறுபடுத்தலின்மை மிகப் பெரிய சமூக மாற்றங்களின் காலத்தில் பிரமாண்டமான ஆதாயங்களைக் கொண்ட ஒரு நெகிழ்ச்சித்தன்மையை அளிக்கிறது. இதற்கு முந்திய காலத்தில் அடிப்படையாகக் கருதப்பட்ட சிந்தனைகளைப் பாதுகாக்க வகுக்கப்பட்ட சிக்கலான சல்லடையின் ஊடாகச் செல்ல நிர்ப்பந்திக்கப்படாமல் புதிய சிந்தனைகள் வர இயலும் என்பதுதான் இதற்கு அர்த்தம். இங்கிலாந்து குழந்தைத் தொழில்களை ஒழிக்க விரும்பினால், அந்த மாற்றம் நேரடியாகவே செய்யப்படும்; ஆனால் அமெரிக்கக் காங்கிரசின் விருப்பம் உச்சநீதி மன்றத்தினால் குலைக்கப்பட்டது. இம்மாதிரிச் சட்டங்களின் கொள்கைகள் இயற்கையாகவே அரசியல் சட்டத்தை உருவாக்கிய காலத்திலிருந்த தலைமுறைக்குத் தெரிந்திருக்க வாய்ப்பில்லை ஆதலின், ஆங்கில முறைமை சட்டங்களின் விரும்பத்தக்க தன்மையை முடிவுசெய்தலிலிருந்து நீதித்துறையைத் தெளிவாகவே தடுக்கிறது. இப்படிப்பட்டத் தன்மை மீது நீதியவைகள் சட்டங்களை இயற்றுவதிலிருந்து காப்பாற்றப்பட்டால், அவை குடிமக்களின் மரியாதையைத் தக்கவைத்துக்கொள்ள முடியும் என்பதை மறக்கக்கூடாது. உச்ச நீதி மன்றத்தினால் அரசியல்சட்டத்துக்குப் புறம்பானவைகளாக நோக்கப்பட்ட பல சட்டங்கள் உண்மையில் திட்டமான சட்டக்கொள்கையின் விதிமுறைகள் அடிப்படையில் அவ்வாறு செய்யப் படவில்லை, மாறாக, எது நியாயமானது என்ற நோக்கின் அடிப்படையில் செய்யப்பட்டது. நியாயத்தன்மை பற்றிய கருத்து, மேகங்களில் ஒளிந்திருக்கவில்லை, அதை மதிப்பிடுபவர்களின் பழக்கங்கள், தொடர்புகள் வாயிலாகவே பெரும்பாலும் முழுமையாகச் செய்யப்பட்டன. ஒரு சிலர் வேண்டுமானால், தங்கள் வரையறுத்த அனுபவங்களின் சிறப்பு வட்டத்தைத் தாண்டித் தங்களை வைத்துக் கொள்ளும் அளவுக்குப் பற்றற்றுச் செயல்படலாம்; மிகப் பெரும்பாலோர் உறுதியாக, அவற்றில் சிறைப்பட்டு அந்த அடிமைத்தனத்திலேயே திருப்தி யடைபவர்களாகத்தான் இருப்பார்கள். உதாரணமாக, நீதிபதி திரு. பிராக்ஸ்ஃபீல்டு, ஸ்காட்லாந்து நாட்டின் தீவிரவாதிகள் எல்லாரும் குற்றவாளிகள் என்பதில் ஓர் இம்மியளவுகூட சந்தேகம் அற்றவர். தர்க்கரீதியாகக் குற்றம் எனப்படும் செயல்களை

அவர்கள் செய்ததால் அப்படிக் கருதவில்லை. மாறாக, அவரது சூழலில் இருந்த மனிதர்கள் அப்படிப்பட்ட கருத்தையே வைத்திருந்தார்கள். நீதிபதி திரு. கிரந்தாம் டோரி வேட்பாளருக்கு ஆதரவான ஒரு முடிவு நீதியின் தேவைகளைப் பூர்த்தி செய்தது என்ற எளிய நம்பிக்கையினால் தேர்தல் மனுக்களைத் தள்ளுபடி செய்தார். *(Hansard, 4th series, vol. 160, p. 370; 5th series, vol. 22, p.366).* கடந்த பத்தாண்டுகளில் அரசியல் விசாரணைகளில் அமெரிக்க நடுவர்கள் தந்த குறிப்புரைகளைப் பார்க்கும்போது மெய்ம்மைகளிலிருந்து நடுநிலையான ஒரு தீர்ப்புக்கு வர ஆவலாக இருப்பதைவிட ஒரு குற்றத் தீர்ப்புக்கு வர முடிவு செய்துகொண்ட வழக்கறிஞர்களைப் போன்றே பெரும்பாலும் உள்ளது. *(Cf. the citations in Chaffee, Freedom of Speech, passim.)* சட்டமன்றத்தின் விருப்பத்தை மீறிச் செயல்படும் அதிகாரத்தை ஒரு நடுவரிடம் தருவது, பெருமளவில் அவரையே அரசின் மிக முடிவான காரணி ஆக்குவதாகி விடும்.

இந்த அர்த்தத்தில், ஒரு எழுதப்பட்ட அரசியல் சட்டத்தில் சட்டமன்றம் மிகத் தீவிரமாகக் கட்டுப்படுத்தப்படும் நிலை, ஒரு பெரிய தவறாகவே எனக்குத் தோன்றுகிறது. ஏனெனில் அரசியல் சட்டம், அது எழுதப்பட்ட காலத்தின் ஆன்மாவைத்தான் எப்போதும் பிரதிபலிக்கும். சராசரியாக ஒரு நடுவர், அந்த ஆன்மாவுடன் நன்கு தொடர்பு கொண்டவராக இருப்பார். பின்னாளைய, மேலும் புதிதான, ஒரு கருத்தியலுடன் நெருக்கத்தோடு இருப்பதைவிட அவர் அந்த அரசியலமைப்பு பிரதிபலிக்கும் சிந்தனைகளுக்குக் கட்டுப்பட்டவராகத்தான் இருப்பார். ஒரு பொருளாதாரச் சட்டத்திற்கான அறிவுரை தருவது பற்றிய அவர் பார்வைகள் சட்டமன்றத்தின் கருத்துகளைவிடச் சரியானவையாக இருப்பதற்கு வாய்ப்பில்லை. எனவே அவரது கருத்துகளை மேலோங்கவிடுவதில் எந்தப் பொதுப்புத்தியும் இருப்பதாகத் தெரியவில்லை.

இதேபோலவே, ஒரு சட்டமன்றம் எந்தவிதக் கட்டுப்பாடும் இல்லாமல் மிகப் பெரிய விஷயங்களைப் பற்றித் தனது விருப்பத்தை அமுல்படுத்த முனைவதற்கு நல்லதொரு காரணம் இல்லை என்றுதான் தோன்றுகிறது. ஒவ்வோர் அரசிலும் மிக அடிப்படையான கற்பிதங்கள் உள்ளன. அவற்றிற்குச் சிறப்புப் பாதுகாப்பு தேவைப்படுகிறது. உரிமம் வழங்கும் சட்டங்களுக்குள் தலையிடுவதைப் போலப் பேச்சுரிமையில் மிக எளிதாகக் குறுக்கிட்டுவிடக் கூடாது. பெருந்துரோகத்திற்காக உரிமைகளை இழக்கும் பின்னோக்குப் பார்வையிலான சட்டங்கள் மசோதாக்கள் ஆகியவை, எவ்வித விதிவிலக்கும் இன்றி, கொள்கையிலும் விளைவிலும் ஒழுக்கம் கெட்டவை என்று நினைக்கிறேன். இழப்பீட்டுச் செயல்கள் பெரும்பான்மை ஆட்சி

என்ற எளிய செயல்முறையினால் கிடைக்கலாகாது. இராணுவச் சட்டம், 1919இன் பஞ்சாப் எழுச்சியில் நடந்தது போல, சாதாரணச் சூழ்நிலைகளில் ஒரு வழக்கு, கோரிக்கைக்கெனச் சேர்க்கமுடியாத வழக்குகளைச் சேர்ப்பதற்காக முன்தேதியிடப்படலாகாது. (*In the cases of Kitchloo and Satya Pal, cf. the evidence in O' Dwyer v. Nair, May 1924*). ஒரு சிறப்பான வகுப்பு அல்லது இனத்தின் அரசியல் உரிமையினை நீக்குவதற்கான சட்டம் கொண்டுவருவது, குடிமகனாக இருப்பதான முழு முடிவு மீதும் தொடுக்கப்படும் அட்டூழியம் ஆகும் இவை போன்ற அதிகாரங்கள் எல்லாம், தங்கள் செயல்படுத்தலுக்குக் கடுமையான கட்டுப்பாடுகள் இல்லாமல் சட்டமன்றத்தின் எல்லைக்குள் கொண்டு வரப்படலாகாது.

ஒரு சட்டமன்றம் தனது அதிகாரத்தைத் தக்கவைத்துக் கொள்ள வேண்டிய காலப்பகுதி போன்ற விஷயங்களில், அது தனது இருப்பை நீட்டித்துக் கொள்ள இயலக்கூடாது என்று நான் வலியுறுத்துவேன். நிர்வாகத் துறைக்கு ஓராண்டுக்கும் மேலாக ஒருசமயத்தில் நிதிகளை ஒதுக்க இயலக் கூடாது. அது ஏதோ ஒரு குறித்த திருச்சபையுடன் தன்னை இணைத்துக் கொள்ளலாகாது. சுருங்கச் சொன்னால், அரசின் அடிப்படைச் சட்டக அமைப்பை, (இதை நேரடியாகப் பெறுவது எவருக்கும் கடினமாக்கப் பட்டுள்ளது) விசேஷமான நிலைமைகள் இல்லாதபோது மாற்ற இயலக்கூடாது.

இதற்கு ஓர் எழுதப்பட்ட அரசியலமைப்புச் சட்டம் தேவை என்று நினைக்கிறேன். இம்மாதிரி அடிப்படையான சிந்தனைகள் சட்ட மன்றத்தில் ஏதோ ஒரு தற்செயலான பெரும்பான்மையின் இடையூறுகளுக்கு விடப்படலாகாது. பேச்சுரிமை தொடர்பான வழக்குகளில் உச்சநீதிமன்றத்தின் செயல்பாடு நீதித்துறை மீள்பார்வை போதுமான பாதுகாப்பு அல்ல என்பதைக் காட்டியுள்ளது; ஆட்சிப்பிரதேசப் பாதுகாப்புச் சட்டத்தினால் வளைக்கக்கூடிய சுற்றெல்லை, ஓர் ஆற்றல்மிக்க நிர்வாகத்துறை சட்டமன்றத்தைக் காலைப்பிடித்துப் புரட்டித் தள்ளிவிடும் என்பதைக் காட்டுகிறது. அவ்வாறாயின், அடிப்படைச் சுதந்திரங்கள் யாவும் நிர்வாகத் துறையின் மதிநுட்பத்தின் பிராணிகள் என்று விடப்பெறும். நாம் பாராளுமன்றத்தின் எல்லையற்ற அதிகாரத்தை ஒருபுறம் புறக்கணிக்க வேண்டும், மறுபுறம் தனித்தன்மை வாய்ந்த அமெரிக்க அரசியலமைப்பின் திருத்தத்துக்கு வாய்ப்புக் கிடைக்காமை. சட்டமன்றத்தின் மூன்றில் இருபங்கு பெரும்பான்மையினரால் திருத்தப்படமுடிகின்ற ஓர் எழுதப்பட்ட அரசியலமைப்பு ஒரு நல்ல தீர்வாகத் தோன்றுகிறது. இது வாக்காளர்களின் சுதந்திரங்கள் மீது தாக்குதல் நிகழும் என்ற அபாயத்தினைத் தடுக்கிறது.

அதேசமயம் நீதித்துறையையும் அரசியல்வட்டத்தின்மீது ஓரளவு மட்டுமே கட்டுப்பாடு செய்ய இடம் தருகிறது. ஓர் உறுதிப்பட்ட பொதுக்கருத்து தங்கள் பக்கத்தில் செய்யக்கூடிய தேவையான மாற்றங்களைச் செய்வதற்கு இடம் அளிக்கிறது. நமது காலத்தைப் போன்ற ஒன்று பிரதிநிதித்துவ அரசாங்கத்தின் செவ்வியல் பாதுகாப்புகள் எல்லாப் புறத்திலிருந்தும் தோற்கடிக்கப்படுவதைக் கண்டிருக்கிறது. அது அவற்றின் முக்கியத்துவத்தின் ஏற்பினை வலுப்படுத்திக் கொள்ளவேண்டும் என்று நாம் சேர்க்கலாம். உதாரணமாக, முஸோலினியின் மாதிரியானதாக ஒரு புரட்சி அரசியலமைப்பு வடிவங்களின் வாயிலாகத் தன்னை வெளிப்படுத்திக் கொள்ள இடமிருக்கலாகாது. எவ்விதமாயினும், சுதந்திரம் என்பது மிக எளிதாக நொறுங்கக்கூடிய ஒன்று. அதனால் அதன் ஒடுக்குதலை அண்மைக்காலத்தில் நிகழ்ந்ததைவிட எளிதாக்க இயலாது. வன்முறையின் வாயிலாக இத்தகைய மாற்றத்தினைத் திணிக்க முற்படுகின்ற மக்கள் சந்தேகமின்றி வேறு வழி எதுவும் கிடைக்காவிட்டால் இதையே நாடுவார்கள். ஆனால் அவர்கள் அரசியலமைப்பினைத் தங்கள் நோக்கத்துக்காகக் கெடுப்பதைவிட அவர்களுடைய முயற்சி புரட்சிகரமானதாகவே இருக்கவேண்டும் என்பதை வலியுறுத்தலாம். ஒரு கோயிலின் மேடையிலிருந்து நாத்திகம் பிரச்சாரம் செய்யப்படக் கூடாது, பாருங்கள்!

ஒரு கூட்டாட்சி அரசின் சூழல் சற்றே வேறுபட்டது. ஏற்கெனவே அரசில் அங்குள்ள பிரச்சினைகள் இருக்கவே செய்கின்றன. அதற்குமேல், ஒற்றை அரசில் திறமையின் கடுமையான விநியோகம் செய்யப்படுவதற்குமேல், சிறப்புப் பிரச்சினைகளும் உள்ளன. இந்தப் பிரச்சினைகள் பண்பில் வேறுபடுபவை என்று நான் நம்பவில்லை; ஆல்பெர்ட்டாவோ டெனஸ்ஸீயோ தனது சிறப்புத் தேவைகளைக் கட்டுப்படுத்துவது போலவே மாஞ்செஸ்டரும் கட்டுப்படுத்துவது அவசியம். ஆனால் ஒரு கூட்டாட்சி அரசில் திறமையின் வீச்சு பிற இடங்களைவிட அதிகமாக இருக்கும். அதற்கான சிறப்பு ஏற்பாட்டினை அளித்தாக வேண்டும். இங்கு அனுபவத்தின் பாடம் கூடிய அளவுக்குத் தெளிவாக உள்ளதென்று நினைக்கிறேன். ஒரு கூட்டாட்சியின் பகுதியுறுப்புகளுக்குப் பகிர்ந்தளித்த அதிகாரங்களின் திறம்பட்ட கட்டுப்பாட்டினை அவற்றுக்கு உத்திரவாதத்துடன் அளிப்பதற்கு, எழுதப்பட்ட அரசியலமைப்பு ஒன்றே வழியாகும்; ஒரு நியாயமான சமநிலையைப் பேணுவதனை அடைவதற்கு மிக நிச்சயமான வழி, அந்த அதிகாரங்களைச் செயல்படுத்துவது பற்றிய நீதித்துறை மேற்பார்வையாகும். புறத்திற்குச் செலுத்தும், உள்ளே இழுக்கும், இருவிதப் போக்குகளிடையிலும் சமநிலையைக் காப்பதில் குறிப்பிடத்தக்க அளவு வெற்றியினை அமெரிக்க ஐக்கிய நாட்டின்

உச்சநீதிமன்றம் உறுதியாகவே பெற்றுள்ளது; ஒருபுறம் மெக்ரேவுக்கு எதிராக அமெரிக்க நாடு, (195 U.S. 27) மறுபுறம் நோபிள் ஸ்டேட் வங்கிக்கு எதிராக ஹாஸ்கெல் (219 U.S. 104) போன்ற வழக்குகளின் முடிவுகள், இந்த அமைப்பில் எவ்வளவு நெகிழ்ச்சித்தன்மை அளிக்கப்பட்டுள்ளது என்பதைக் காட்டுகின்றன.

ஆனால் அதிகாரங்களின் அசலான விநியோகம் எதுவும் மிக நீண்ட காலப்பகுதிக்குப் போதியதாக இராது என்பது வெளிப்படை. இது வலியுறுத்தப்படுவதற்கு ஒரு மிகப் பரந்த பொதுமையாக்கல் ஆகலாம். ஆனால் பேராசிரியர் டைசிக்கு ஒருமைக்கான வழியின் ஒரு நிலையே கூட்டாட்சி என்பது. வளரும் ஒரு தேசிய அரசின் ஆர்வங்களுக்குத் தங்களுக்கு அளிக்கப்பட்ட அதிகாரங்களின் தொடர்ந்த மறு-தகவமைப்பு தேவை என்பது நிச்சயமான உண்மை. இதுதான் அமெரிக்க ஐக்கியநாட்டின் அனுபவமாகவும் உள்ளமை தெளிவு. மிகக் குறிப்பிடத்தக்க விஷயம், அமெரிக்காவில் தொழில்துறைச் சட்டத்தின் கட்டுப்பாடு இன்றைக்குள்ள மிகப்பெரிய தொழில்களுக்கான ஒருசீரான உற்பத்தி நிலைமைகளுக்குப் பொருந்துவதைவிடப் பெருந்தொழில் காலத்திற்கு முந்திய காலத்திற்கே மிகவும் பொருந்தக்கூடியது. இதே கூற்று குழுமச் சட்டத்திற்கும், பணத்தின் தாள்களுக்கும், மிக வேறான ஒரு வட்டத்தில், சட்டம் மருத்துவம் போன்ற தொழில்துறைகளில் புகுவதற்கான விதிகளுக்கும் பொருந்துகிறது. எந்த ஒரு முக்கியமான விஷயத்தையும் பலவேறு அரசுகளும் விவாதத்தினால் பேசி ஒருசீரான முடிவினை அடைவதென்பது பெரும்பாலும் சாத்தியமில்லாத ஒன்று. இதை மறைமுகமான வழியினால் அடையலாம் என்றால், உதாரணத்திற்குக் குழந்தைத் தொழிலை வைத்து நோக்குவோம். வணிகப் பிரிவு போன்ற அதிகாரங்களின் பயன்பாடு தவறாக எடுத்துக் கொள்ளப்படுகிறது. ஏனெனில் அது அரசியலமைப்பு தருகின்ற கருவிகளைச் சட்டத்துக்குப் புறம்பான பயன்பாடுகளுக்கு திசைதிருப்பிக் கெடுக்கிறது. கடைசியாக, திருத்தம் மிக எளிமையாக எவருக்கும் கிடைக்காமல், ஆனால் நியாயமாகக் கிடைக்குமாறு இருக்கவேண்டும் என்பதே நமக்கு இன்றியமையாதது எனப் புலப்படுகிறது.

திருத்தம் கொண்டுவருவதில் அமெரிக்க முறை, திருப்திகரமாக இருப்பதற்கு இயலாத அளவுக்குக் கடினமாக இருக்கிறது என்பதை உடனே கூறவேண்டும். அமெரிக்க அரசுகளின் எல்லைக்கோடுகள் குறிக்கும் பகுதிகள் இன்னும் ஆக்கப்பூர்வமான நிர்வாகம் என்ற நோக்கத்துக்கு உண்மையான விஷயங்கள் என்ற யூகத்தின் அடிப்படையில் அது செய்யப்படுகிறது. 1787இல் இது உண்மையாக இருந்திருக்கலாம்; ஆனால் இன்று இது உண்மையில்லை. மேலும் திருத்துகின்ற செய்கையில் அரசுகளைத் திறன்மிக்க

அதிகாரங்களாக்குவது, அதற்கேற்ப, கருவித் தேவைகளின் மைய அதிகாரத்தை அதன் இலக்குகளைப் பூர்த்திசெய்வதிலிருந்து தடுப்பதுமாகும். மாநிலச் சட்டங்களைக் கூட்டாட்சி அனுமதிக்காமை என்ற கனடாவின் முறையும் அவ்வளவாகத் திருப்திகரமாக இல்லை. முதலில், அனுமதிக்காமைக்கான அடிப்படைகள் என்ன என்ற பிரச்சினையை அது எழுப்புகிறது. ஒவ்வொரு விஷயத்திலும் அது ஒருதலைச் சார்பான விளக்கத்துக்கு இடமளிக்கக்கூடிய கொள்கைப் பிரச்சினையும் ஆகிறது. இரண்டாவதாக, அது ஒரு எதிர்மறை அதிகாரம். ஆனால் அங்கு உண்மையில் தேவைப்படுவது நேர்முக மறுசீரமைப்புக்கான வழிமுறைதான். *(Keith, Responsible Government in the Dominions, 725-49).* ஆஸ்திரேலிய முறை, பொதுமக்கள் கருத்தை ஒரு பொது வாக்கெடுப்பின் வாயிலாகப் பெறுவதாகும். *(Moore, The Commonwealth of Australia, 597-606).* ஆனால் தனது பண்புப்படியே திறன்வாய்ந்த விசாரணை தேவைப்படுகின்ற ஒரு பிரச்சினையை அது வேறுபடுத்திப் பார்க்க இயலாத, தகவல் அளிக்கப் பெறாத ஒரு வெகுமக்களிடம் அளிப்பதென்னும் தவற்றினைச் செய்கிறது. இதற்குத் தீர்வு, மையத் தலைமையதிகாரத்தைத் தனக்கேற்ற தகஅமைத்தலை மூன்று நிபந்தனைகளின் அடிப்படையில் செய்யவிடலாம் என்பதுதான் என்று நினைக்கிறேன். தனது மொழிவின் ஆதரவை அது சட்டமன்றத்தின் மூன்றில் இருபங்குப் பெரும்பான்மையினால் பெற வேண்டும்; அதே பெரும்பான்மையினால் அந்தத் தீர்மானத்தைச் சட்ட மன்றத்தின் தொடர்ச்சியான இரு அமர்வுகளில் கொண்டுவரவேண்டும்; அந்த மாற்றத்துக்கு எதிராக பகுதியுறுப்பான அரசுகளின் மூன்றிலிரு பங்கு உறுப்பினர்கள் முறையான எதிர்ப்பு ஒன்றை அளிப்பதாக இருந்தால், மூன்றாவது முறை, மையப் பாராளுமன்றத்தில் மூன்றிலிரு பங்கு வாக்குகளால் அதன் ஒப்புதலைப் பெற வேண்டும். இப்படிப்பட்ட திருத்த முறையின் நன்மைகள் தெளிவாக உள்ளன. மாற்றத்தின் சுமை, தேசிய நலனைப் பாதுகாக்கின்ற அமைப்பின் கட்டுப்பாட்டிற்குள் வருமாறு விட்டுவிடுகிறது. மாற்றத்திற்கான காலம் மிக மெதுவாக இருப்பதால், அவசரமான, அல்லது தவறான எண்ணத்தோடு கூடிய முன்மொழிதல் எதுவும் சட்டவிதிப் புத்தகத்தில் உடனடியாக இடம்பெறாது. பகுதியுறுப்பான அரசுகளுக்கு எதிர்ப்புக்கும் வழிவகை அளிக்கிறது. அதன் விளைவுகள் சீர்தூக்கிப் பார்க்கப்படும் என்பதால் அவற்றின் வலியுறுத்தலுக்கும் தக்க தகுதி அளிக்கப்படும் என்ற உறுதிப்பாடும் உள்ளது. இந்த வழிமுறையில் எந்த இடத்திலும் நீதித்துறை மறுநோக்கிற்கான அதிகாரமும் குலைக்கப்படவில்லை என்பதையும் காணலாம்; நீதியவைகள் இப்போதும் கூட்டாட்சி அல்லது அரசு சட்டமன்றச் சட்டத்தைத் தங்கள் அதிகார வரம்பிற்கு அப்பாற்பட்டும் புறக்கணிக்கலாம்.

ஆனால் அமெரிக்க ஐக்கிய நாட்டில் முடிவதுபோல, ஒரு நீதிமன்ற முடிவு சட்டவிதிகள் செய்யப்படுவதைத் தடுக்க முடியாது. ஏனெனில் அவற்றுக்குப்பின்னால் மையப் பாராளுமன்றத்தின் நன்காலோசித்த கருத்து இருக்கிறது.

ஒற்றை அரசுக்கு பதிலாகக் கூட்டாட்சி அரசில் அதிகாரங்களைப் பகிர்ந்து கொள்வது அளவு அடிப்படையில்தான் வேறுபட்டது என்று மேலே கூறினேன். பெரும்பாலான நாடுகளில் உள்ளாட்சி அதிகாரங்கள் மத்திய சட்டமன்றத்தின் கட்டுப்பாட்டிற்குள்தான் முழுமையாக உள்ளன. ஜெர்மனியில் நடைமுறையில் ஒற்றை அரசில் உள்ள எல்லா உள்ளாட்சிகளும் குறித்த அதிகாரங்களை மட்டுமே கொண்டுள்ளன; ஓர் உள்ளாட்சி அமைப்பு தனக்குக் கூடுதல் அதிகாரம் வேண்டுமென்றால், மையச் சட்டமன்றத்தை அதற்காக ஒரு தனிச் சட்டத்தை நிறைவேற்றுமாறு கூறித்தான் அதனைப் பெற முடியும். ஓர் அமைப்பு என்ற முறையில் இது உள்ளாட்சிச் சோதனைமீது அவநம்பிக்கை கொள்வதாகும். புதிய பிரதேசங்களின் புதிய சிந்தனைகள் தங்கள் அளவிலேயே மதிப்புமிக்கவை. அது மட்டுமன்றி, அவை உள்ளாட்சி அரசியலில் பொறுப்பையும் கவர்ச்சியையும் கூட்டுகின்றன. ஆனால் இப்படி உள்ளாட்சி அமைப்புகள் செய்யும் முன்னெடுப்பை இவை தடுக்கின்றன. ஃபுல்ஹாம் என்ற பரோ (நகராட்சி) ஒரு துணிவெளுப்புக் கடையை நடத்த விரும்பினால், அதற்குப் பாராளுமன்ற ஒப்புதல் ஏன் வேண்டும் என்று தெரியவில்லை; பாஸ்டன் நகரம் தனது டிராம்-பாதைகளை வாங்க விரும்பினால், அதற்காக மஸாசூசெட்ஸ் மாகாணச் சட்டமன்றத்தின் விருப்பத்திற்காகக் காத்திருக்கலாகாது. ஆகவே எந்த ஒற்றை அரசிலும், அதிகாரங்களைப் பகிர்வதில் இரண்டு அதிகார வகைகள் தேவை என்று தோன்றுகிறது.

(அ) ஒரு குறிப்பிட்ட தரத்தில், உள்ளாட்சி அமைப்பு தான் கவனம் செலுத்த வேண்டிய துறைகள்;

(ஆ) மையச் சட்டமன்றத்திற்கு என ஒதுக்கி வைக்கப்பட்டுள்ள துறைகள். இவையிரண்டும் தேவை. இரண்டாவதில், சிலசமயங்களில், கட்டுப்பாடு என்பது வெறும் மேற்பார்வை செய்யும் அளவில் இருக்கலாம். மெய்யான நிர்வாகம், உதாரணமாக இங்கிலாந்தில் கல்வித்துறையில் இருப்பது போல, உள்ளாட்சி அமைப்புகளிடம் விடப்படலாம். மீதமிருக்கும் பகுதியில், உள்ளாட்சி அமைப்புக்குப் பெரிய அளவில் முன்னெடுப்புக்கான அளவு விடப்பட்டால், அவற்றை நிகழ்த்துவதில் அதிகப் பயன்கிடைக்கக்கூடும். மைய நிர்வாகத்திற்கும் உள்ளாட்சி அமைப்புகளுக்கும் எவ்விதம் அதிகாரங்களைப் பகிர்ந்துகொள்வது என்ற உத்திமுறையை மத்தியச் சட்டமன்றம் திருத்தம் செய்ய இன்னும் இடமிருக்கிறது. ஆனால்

அந்த உத்திமுறை எளிதாகத் திருத்தம் செய்ய முடியலாகாது என்று வலியுறுத்துகிறேன். முன்வைக்கப்பட்ட மாற்றத்தைச் செய்வதற்கான பெரும்பான்மை, சாதாரணச் சட்டமியற்றலுக்குத் தேவையானதைவிடக் கூடுதலாகவே இதற்கு வேண்டும். எல்லா அரசுகளிலும், சமூக முக்கோணத்தின் உச்சியிலுள்ள சமுதாயத்தைவிட அடிப்பகுதியிலுள்ள பகுதி மக்களுக்கு அதிக வாய்ப்புக் கொடுத்தால் அந்தச் சமுதாயத்தின் வாழ்க்கை முழுமையாகவும் வளமாகவும் இருக்கும். சாதாரணமாக, பரவலாக, மையக் கட்டுப்பாடு என்பது திறனில் மேம்பட்டதாக இருக்கும்; ஆனால் சாதாரணமாக, பரவலாக, அப்படிப்பட்ட கட்டுப்பாடு, உள்ளாட்சி முன்னெடுப்புகள் அடையும் அளவுக்குச் சட்டம் இயற்றுவதற்கான செயல்முறையில் அதே அளவு ஆர்வத்தை இப்படிப்பட்ட (அடித்தளக்) கட்டுப்பாடு ஒருபோதும் எழுப்ப முடிவதில்லை.

இங்கே அதிகாரத்தை மாற்றிக் கொடுப்பதின்போது அதிகாரங்களைப் பகிர்தல் பற்றி ஒரு வார்த்தை அறிவுரையாகச் சொல்லலாம். நமக்கு மைய அமைப்பும் உள்ளாட்சி அமைப்புகளும் மட்டும் போதாது, இடைநிலை அமைப்புகளும் வேண்டும் என்று அரசியல் விவாதங்களில் அடிக்கடி கூறப்படுகிறது. உதாரணமாக இவை பிரிட்டனுக்கும் லிவர்பூலுக்கும் இடையில் இருக்கின்ற பகுதிகளின் கட்டுப்பாட்டினை மேற்கொள்ளும். பிரிட்டனையே உதாரணத்துக்கு எடுத்துக் கொள்ளலாம். பாராளுமன்றம் எப்போதுமே அதன் வேலைகளின் சுமையால் அழுத்தப்படுகிறது என்று சொல்லப்படுகிறது. காரணம், அதன் நுண்ணாய்வுக்குத் தகுதியற்ற மிகக் குறுகலான கேள்விகளுடன் அது தொடர்ச்சியாகப் போராட வேண்டியிருக்கிறது. உள்ளாட்சி அரசாங்கத்துக்கு அப்பால் அமெரிக்க ஐக்கிய நாட்டுக்கு நாற்பத்தொன்பது சட்டமன்றங்கள் அதன் பிரச்சினைகளைத் தீர்க்க உதவிக்கு உள்ளன. ஆஸ்திரேலியாவில் ஏழு சட்ட மன்றங்கள், கனடாவில் எட்டு உள்ளன. ஆகவே பிரிட்டனில் நான்கேனும் இருக்க வேண்டும். அப்போதுதான் மேலாதிக்கப் பாராளுமன்றம் தனது நேரத்தை முக்கியப் பிரச்சினைகளுக்கு மட்டுமே ஒதுக்கமுடியும். அண்மைக்கால ஆண்டுகளில் விரைவாக வளர்க்கப்பட்ட பல பிரதேசத் திட்டங்களில், ஒன்று அல்லது பலவற்றைப் பொறுத்தவரை, இதுவே ஃபிரான்சுக்கும் பொருந்தும். பெல்ஜியப் பிரச்சினையும் அதனால் தீர்க்கப்படும், ஏனெனில் ஃபிளெமிங்ஸ் மற்றும் வாலூன்ஸ் குழுமமும் உள்நாட்டு நிறுவனங்களில் தன்னாட்சி பெற்றதாகும்.

தனது பகுதிக் கூறுகளுக்கிடையில் கசப்புணர்ச்சியால் கூர்மையாகப் பிளவுபடாத இயல்பான ஒற்றை அரசின் பிரச்சினையிலிருந்து பெல்ஜியப் பிரச்சினையை தேசியத்தின் கூறு தனித்தன்மை கொண்டதாக்குகிறது என்பதை ஒப்புக் கொள்ளலாம். ஆனால்

பின்னதன் அதிகாரப் பரவலாக்கத்தை விரிவாகப் பகுப்பாய்வு செய்யும்போது அதன் ஆதி எளிமையை முற்றிலுமாகக் காணவில்லை. கூட்டாட்சி அரசுடன் இங்கு ஒப்புமை செய்வது கொஞ்சமும் நியாயமற்றது. அமெரிக்கா, ஆஸ்திரேலியா, கனடா யாவும் நாடுகள் என்பதைவிடக் கண்டங்களாகும்; ஜெர்மனியின் தனித்தன்மை வாய்ந்த பிரச்சினைகள் மூலஇடத்தினாலும் கலப்பினாலும் உருவானவை; ஸ்விட்சர்லாந்து, முன்னவற்றுடன் ஒப்பிடக் கூடிய பிரச்சினைகளை முன்வைக்கவேண்டுமானால், அது மிகச் சிறிய நாடக அரங்கு. எவ்விதமாயினும், இயல்பான கூட்டாட்சிச் சட்டமன்றத்தின் மீதுள்ள அழுத்தம், பாராளுமன்றத்தின் மீதானதைவிடக் குறைந்ததல்ல; விவாதிக்கவேண்டிய வரையறுத்த களத்தினால் அடையும் ஆதாயத்தை அது தனக்கு விதிக்கப்பட்ட களத்திற்குள் தீவிரத்தன்மையால் இழந்துவிடுகிறது. உண்மையில், இந்த அழுத்தம் என்பது, ஓர் எதிர்மறை அரசு, நேர்முக அரசாகின்ற மாற்றத்தின் இயல்பான விளைவுதான். மேலும் உள்ளாட்சி அமைப்புகளுக்கு மாற்றித்தரவேண்டிய துறைகளின் பட்டியலைப் பார்க்கும் ஒருவர், அவற்றின் ஒப்பளவிலான முக்கியத்துவம் அற்ற தன்மையால் அதிர்ச்சியடைவார். (Conference on Devolution (Cmd. 692), 1920, Appendix III, pp. 16-17.) கல்வி, சிறைகள், பொது ஆரோக்கியம் ஆகியவை தவிர, அவற்றில் பெரும்பாலானவை பாராளுமன்ற நேரத்தில் இருபதில் ஒரு பங்கிற்கும் காணாது; பின்னதில், வீட்டுவசதி, தேசிய உடல்நலக் காப்பீடு ஆகியவை நிதி சம்பந்தமான கேள்விகளைக் கொண்டுள்ளன. இவற்றை எந்த உள்ளாட்சி மன்றமும் அதன் முடிவுகள் பற்றி மத்தியக் கட்டுப்பாடு (ஆகவே பாராளுமன்ற மேற்பார்வை) இன்றி தீர்க்க முடியாது. இப்படி அதிகாரங்களைப் பிரிப்பது, மேலும், ஒவ்வொரு நிலையிலும் கீழுள்ள மன்றங்களால் செய்யப்படும் சட்டங்கள் பற்றி நீதித்துறை மேற்பார்வையை உள்ளடக்கும். அதனால் நீதியவைகளின் வேலை பன்மடங்கு ஆகும். (நீதித்துறைக் குழுவைச் சுட்டுகின்ற மரே மெக்டொனால்டின் திட்டம் (ibid, p.13) ஏற்றுக் கொள்ளப்பட்டாலும் இதே நிலைதான்; அவர், தனிநபர்கள் நீதியவைகளின் உதவியை நாடுவதைத் தடுக்கவில்லை.) மேலும், இப்போது மையத்தில் நிகழ்த்தப்படும் பணிகளுக்குக் குறைந்தது மூன்றுமடங்கு பணியாளர்கள் தேவைப்படுவதால், பொதுமக்கள் சேவைத் துறையின் அளவு மிகப் பெரிதாகும். இது தேர்தல்கள் மிகுதியாவது போன்ற சிறிய கேள்விகளைத் தவிர்த்து விடுவதும் ஆகும். இத்தேர்தல்களில், பாராளுமன்றத்துக்கு வெளியில், உள்ளூர் ஆர்வத்தைத் தூண்டுவது மிகவும் கடினமாகிவிட்டது. அதற்கு முக்கியமாகத் தொழில்நுட்ப வகையான புதிய பிரச்சினைகளைத் தீர்க்கத் தருவதால் அதன் ஆர்வம் நிச்சயமாக அதிகரிக்கப்போவதில்லை.

போதுமான சட்டமன்றத்தினைப் பெற இரண்டு விஷயங்கள் தேவை என்பது அரசியலில் மிகத் தெளிவான பொது உண்மை என்று நான் நினைக்கிறேன்.

முதலில், சட்டமன்றத்தில் முக்கியமான கேள்விகளைத் தீர்க்க அதிகாரம் இருக்கவேண்டும்.

இரண்டாவது, ஒரு தனி உறுப்பினரின் அந்தஸ்திற்கு ஏற்ற கவனத்தைத் தரவேண்டும்.

இந்த இரண்டுமே, நவீன அரசின் பாராளுமன்றத்தில் பூர்த்திசெய்யப்பட்டு விடுகின்றன; ஆனால் மேற்சொன்ன உள்ளாட்சி மன்றங்களில் இவற்றில் எதுவும் பூர்த்தியாவதில்லை. ஏனெனில், நான் வாதிட்டதுபோல, கல்வி, வீட்டுவசதி போன்ற முக்கியமான பிரச்சினைகள் அங்கு விவாதிக்கப்பட்டால், நிதிநிலை அதன் திறமான கட்டுப்பாட்டினை மையச் சட்டமன்றத்துக்கே திரும்பக் கொண்டு சென்றுவிடுகிறது; உரிமம் வழங்குதல், கோயில்கள் சம்பந்தமான நடவடிக்கைகள் போன்றவற்றில் காட்டும் ஜனரஞ்சக ஆர்வம், ஒரு சராசரி உறுப்பினருக்குப் பெரிய கேள்விகளைக் கையாளும் அதிகாரத்தினால் வரும் கௌரவத்தைத் தருவதில்லை. நாம் இப்போது தீர்க்க முனைகின்ற வகையான பிரச்சினைக்குப் பிரதேச அதிகார மையங்களைப் பெருக்கிக் கொண்டே செல்வது எவ்விதத்திலும் பயனளிக்கவில்லை. மெய்யான பிரதேசப் பிரச்சினைகள் இருக்கவே செய்கின்றன; பிரதேசம் என்ற நிலையை விட்டுவிட்டால், மையஆட்சி, உள்ளாட்சி என்ற இருவகைப் பகுப்பு அவர்களுடைய தேவைகளுக்குப் போதுமானதெனவே தோன்றுகிறது. வேறு பிரச்சினைகள் எழுந்தால், அவற்றைப் பற்றிய எண்ணங்கள் வேறானதாக இருக்கும் என்று நான் நினைக்கிறேன். இப்போதுள்ளது போல, பொதுக் கொள்கை பற்றிய மையத் தீர்மானம் நமக்குத் தேவை. ஆனால் பொதுக் கொள்கையைப் பயன்படுத்துவது, பிரதேசத்தின் பிரச்சினை அல்ல, பணிகளைப் பிரித்துக் கொடுத்தலில் உள்ளதாகும். பிரதேச அலகுகளை மையச் சட்டமன்றத்துடன் தொடர்பு படுத்துவது போலவே மெய்யான பெருந்தொழில் அலகுகளை மையச் சட்டமன்றத்துடன் எப்படித் தொடர்புபடுத்துவது என்பதைக் கண்டுபிடிப்பதில்தான் நமது எதிர்காலம் உள்ளது. இந்த இயலில் முன்னதாகவே விவாதிக்கப்பட்ட பிரச்சினைகளிலிருந்து கடுமையாக வேறுபட்டனவற்றை அந்த அலகுகளுக்கும் சட்டமன்றத்துக்கும் ஆன அதிகாரப் பகிர்வு எழுப்பவில்லை. ஆனால் நமது பெருந்தொழில் நிறுவனங்களை நாம் கட்ட முனையும் முன்பாக இந்த உறவைப் பற்றி விவாதிப்பதைத் தள்ளிவைப்பது சிறப்பானது.

II. குடிமக்களின் அமைப்பு

குடிமக்கள் அமைப்பினால் ஓர் அரசின் சட்டமன்றம் தேர்ந்தெடுக்கப்படுகிறது. எப்படி இந்தத் தேர்வினைச் செய்யலாம்? தேர்ந்தெடுக்கப்படும் நபர்களுக்கும், தேர்ந்தெடுத்த வாக்காளர்களுக்கும் இடையிலான தொடர்புகள் என்னவாக இருக்கவேண்டும்? நவீன ஜனநாயக அரசில் யாவர்க்குமான வயதுவந்தோர் வாக்குரிமை அன்றி வேறு வழியில்லை என்பதை இந்தப் புத்தகத்தில் முன்னரே வாதிட்டுள்ளேன். ஓர் அரசாக, அதன் உறுப்பினர்களில் ஒவ்வொருவரும் தனது சிறந்த சுயத்தைக் கண்டறிய உதவுகின்ற நிலையில் இருக்கிறது; ஆகவே தர்க்கரீதியாக, அவன் வாக்களிக்கத் தகுதியானவன். அந்த வாக்கினால் அவன் விஷயங்களின் நடப்பில் அவனது அனுபவம் அளிக்கும் அதிகாரத்தினால் தனது கருத்தை வெளிப்படுத்தலாம். உள்ளார்ந்த விதத்தில் அனைவர்க்கும் வாக்குரிமை முறைக்கு நடைமுறைச் சிறப்புகள் பிற அமைப்புகளைவிட எதுவும் இருப்பதாக நான் வாதிடவில்லை. ஆனால் கொள்கை ஒருபுறம் இருக்க, தனது இலக்கை அடைய அரசுக்கு உதவக்கூடிய புறமொதுக்கல் சோதனைகள் எவையும் கிடைப்பதாகத் தெரியவில்லை. வாக்குக்குச் சொத்துடைமையை அடிப்படையாக வைத்தல், அந்தச் சொத்துகளை வைத்திருப்பவர்களின் மீது மட்டுமே அரசு அக்கறை காட்டுவதில் முடிந்துவிடும். அரசியல் தகுதிக்கு வேறு சொல்லாக அமைந்த கல்வித்தகுதி எதையும் வைப்பதற்கான உத்தி எதுவும் தெரியவில்லை. பொது நிவாரணத்தை ஒருவர் பெறுகிறார் என்பதற்காக அவரை விலக்குவது என்பது பொருளாதார துரதிருஷ்டத்தை ஒரு குற்றமாக்குவதாக முடியும். குற்றங்களின் வீச்சு குறைவாக இருந்தால், குற்றத்தீர்ப்பு பெற்றவர்கள் விலக்கப்படுவது என்பது சரியானதுதான். ஆனால் இங்கும், காலஎல்லை என்பது செயல்பட வேண்டும்; ஏனெனில் ஜீன் வால் ஜீன் (விக்டர் ஹியூகோ நாவலின் நாயகன்) போன்ற மனிதர்கள் பொது வாழ்க்கையில் முழு அளவு தங்கள் பங்கினை வகிப்பதிலிருந்து அவர்களை ஒதுக்க விரும்பவில்லை. பைத்தியநிலையும், மனக்குறைபாடும் வேறு விஷயங்கள். இம்மாதிரி நிலைகளில், சமூக அர்த்தத்தில் உள்ளடங்கிய சிறந்த சுயத்தை எந்த அர்த்தத்திலும் அடைதல் இயலாதது என்ற எளிய அடிப்படையில் ஒதுக்குதல் நிகழ்கிறது.

ஆனால் தேர்ந்தெடுப்பதற்கு வாக்காளர்கள் அமைப்புற்றிருக்க வேண்டும். வயதுவந்த மக்கள் அனைவரும், தாங்கள் யாரை விரும்புகிறோம் என்ற ஒரு பரந்த பட்டியலில் இருந்து பொறுக்கியெடுக்க இயலாது. சட்டமன்ற உறுப்பினருக்கும் அவரது

வாக்காளர் தொகுதிக்கும் இடையில் ஒரு வட்டாரத் தொடர்பு இருக்கவேண்டும் என்பது தெளிவு. அந்தத் தொடர்பு எப்படிப்பட்டதாக இருக்கவேண்டும்? பரந்த அளவில், நமக்கு இரண்டு வித அமைப்புகளில் ஒன்றைத் தேர்ந்தெடுக்கும் வாய்ப்பு இருக்கிறது.

நாம் சமமான வாக்களிப்பு மண்டலங்களை வைத்துக் கொள்ளலாம். ஒவ்வொன்றிலிருந்தும் ஒரு உறுப்பினர் தேர்ந்தெடுக்கப்படுவார்;

அல்லது சமமான அலகுகள் கொண்ட ஒரு பெரிய அமைப்பினை வைத்துக் கொள்ளலாம். விகிதாச்சாரப் பிரதிநிதித்துவ முறைப்படி பிரதிநிதிகளைத் தேர்ந்தெடுக்கலாம்.

சட்டமன்ற உறுப்பினர் ஒருவர், ஏதோ ஒரு கட்சி அல்லது குழுவின் சார்பாகத்தான் தேர்ந்தெடுக்கப்பட முடியும் என்பதை இந்த இடத்திலேயே புரிந்துகொள்ள வேண்டும். ஜனநாயக அரசின் வாழ்க்கை, கட்சியமைப்பின் மீது கட்டப்பட்டுள்ளது. ஆகவே இப்போதே விஷயங்களின் அமைப்பில் ஒரு கட்சி என்ன விதமான பங்கு வகிக்கிறது என்பதை விவாதிப்பது முக்கியமானது. சுருக்கமாக அதை இப்படி விளக்கலாம். கட்சிகள், மக்கள் வாக்களிக்க வேண்டிய பிரச்சினைகளை ஒழுங்குபடுத்தித் தருகின்றன. நவீன அரசின் குழப்பமான கொந்தளிப்பு நிலையில் சில பிரச்சினைகளைப் பிறவற்றை விட முக்கியமானவை என்று தேர்ந்தெடுத்துக் காட்டுவது நல்லது. அவற்றை முக்கியமானவை என்று தேர்ந்தெடுப்பதோடு அவற்றுக்கு ஏற்புடைய தீர்வுகளையும் குடிமக்கள் அமைப்புக்கு முன்வைப்பது தேவையானது. இந்தத் தேர்ந்தெடுப்புப் பணியைத்தான் கட்சிகள் மேற்கொள்கின்றன. கட்சி என்பது சிந்தனைத் தரகனைப் போலச் செயல்படுகிறது என்று திரு. லவல் கூறுகிறார். கருத்துகள், உணர்ச்சிகள், நம்பிக்கைகள் ஆகியவற்றின் ஒட்டுமொத்தப் பெருந்திரளில் இயங்கும் வாக்காளர்களுக்குப் பொதுநிலையில் ஏற்புடையதாக இருக்கும் விஷயங்களைக் கட்சி தேர்ந்தெடுக்கிறது. வாக்காளர்களது அர்த்தத்தைப் பற்றி அதன் சொந்தப் பார்வையை ஆதரிக்கவேண்டி அது அவர்களை ஒன்றுதிரட்டுகிறது. வாக்காளர் தனது மனத்தைச் சரிசெய்துகொள்ள வேண்டிய பிரச்சினையாக தனது நோக்கினை அது கூறுகிறது. தனது நோக்குடன் ஒன்றுபட விரும்புகின்ற நபர்களைத் தேர்தல் போட்டியாளர்களாக முன்னிறுத்த அதன் அதிகாரம் உதவுகிறது. அதன் எதிரிகளும் அதையே செய்வார்கள் ஆதலின் ஒட்டுமொத்த கும்பலாக வாக்காளர்கள் வாக்களிக்க முடிகிறது. இல்லை என்றால், இம்மாதிரி முடிவு குழப்பமாக இருக்கும். இப்போது அது கொஞ்சம் சீர்மையும் திசையும் பெறுகிறது.

கட்சிகளின் தோற்றத்தினை விளக்கும் முயற்சியில் அதிக நேரம் செலவிடப் பட்டுள்ளது. சிலபேரைப் பொறுத்தவரை, பழையனவற்றைப் பிடித்துக் கொண்டிருப்பவர்க்கும், புதியனவற்றைத் தழுவிக் கொள்பவர்க்கும் இடையிலுள்ள இயற்கையான முரண்பாட்டில் கட்சிகள் பிறக்கின்றன. பிறருக்கு, அவை மனிதனின் போர்செய்யும் இயல்பூக்கத்தினால் பிறக்கின்றன. ஆனால் எந்த ஒரு விளக்கமும் போதியதல்ல என்பது வெளிப்படை. சமூகத்தில் விருப்பங்களின் மோதல் இருக்கிறது. அந்த மோதல், எந்த ஒரு பொதுவான காரணத்தின் உண்மையையும் திடமாக ஏற்றுக் கொள்ளாத இடைநிலை மனிதக் கும்பலால் தீர்மானிக்கப்படுகிறது. இக்கும்பலின் ஆதரவைப் பெறத் தன் கருத்தை ஒருவர் விளம்பரப்படுத்துவது அவசியம். அந்த இலக்கினை அடைய உதவுகின்ற இயற்கையான முறையாகக் கட்சிகள் உள்ளன. பதினாறாம் நூற்றாண்டு ஃபிரான்சில் போல அவை மதப்பிரச்சினைகளை ஒட்டித் தங்களைக் குழுப்படுத்திக் கொள்ளலாம்; நமது காலத்து இங்கிலாந்தில் போல அவை பொருளாதாரப் பிரச்சினைகளைச் சுற்றித் தங்களை அமைத்துக் கொள்ளலாம். இயல்பாகவே அவை சண்டையிடும் இயல்பூக்கத்தை எழுப்புகின்றன; இயல்பாகவே இளைஞர்களைக் கவர தீவிரமான தீர்வுகளை நாடும் போக்கும் இருக்கும். குறைந்தபட்சம் தெளிவாக இருக்கின்ற விஷயம், கட்சிகள் இல்லை என்றால், அரசியல்ரீதியாகத் திருப்திகரமானவை என்று விளக்கம் அளிக்கத்தக்க தீர்வுகளைப் பற்றி பொதுமக்கள் முடிவினைக் கண்டறிய நமக்கு வேறு வழிவகை இல்லை.

கட்சிகள் இயற்கையானவை என்று சொல்வதற்கு அவை முழுமையானவை என்ற அர்த்தம் இல்லை. முன்னொரு இயலில் நான் விவாதித்த 'குழுப் பிரித்தலின்' எல்லாத் தீமைகளையும் அவை கொண்டுள்ளன. தாங்கள் உருவாக்கும் பிரச்சினைகளை அவை திரிக்கின்றன. வாக்காளரிடையே பிளவுகளை ஏற்படுத்துகின்றன. அப்பிளவுகள் மக்களிடையே கருத்து எவ்விதம் பரப்பப் பட்டுள்ளது என்பது பற்றிய மிக மேம்போக்கான பார்வையை அளிக்கின்றன. மிகச் சிறப்பாக, அவை ஒரு முழுமையற்ற, சமரசப்படுத்தக்கூடிய விசுவாசத்தைப் பெறுகின்றன. அவை உருவாக்கும் பிரச்சினைகளின் பார்வைக் கோணத்தைத் திரிக்கின்றன. சிந்தனைகளுக்குச் செல்லவேண்டிய விசுவாசத்தை அவை மனிதர்கள் பக்கம் திருப்பிவிடுகின்றன. நனவிலியில் தாக்கத்தை ஏற்படுத்தி, தங்கள் ஒருதலைச் சார்பான எண்ணங்களின் சேவையில் மனிதர்களை ஈடுபடுத்துகின்றன.

இவ்வாறு விமரிசனம் செய்தாலும், ஒரு ஜனநாயக அரசுக்குக் கட்சிகள் செய்திருக்கும் சேவைகள் மதிப்பிட இயலாதவை.

ஜனரஞ்சகமான மனப்பிறழ்வுகள் சட்டவிதிப் புத்தகத்திற்கு வராதவண்ணம் தடுக்கின்றன. சிசேரியத்தின் ஆபத்துக்கு எதிராக நமக்குக் கிடைத்திருக்கும் மிக திடமான எதிர்ப்பு, கட்சிகள்தான். எல்லாவற்றுக்கும் மேலாக, அவை வாக்காளர்களை மாற்றுக் கருத்துகளிடையில் தேர்ந்தெடுக்க வைக்கின்றன. இந்த மாற்றுகள் செயற்கையான ஈரடிநிலையில் இருந்தாலும், ஓர் அரசாங்கத்தைப் பெறுவதற்கு இதைத் தவிரத் திருப்திகரமான முறை வேறில்லை. நடைமுறையில் நவீன அரசில் உள்ள எந்த ஒரு பிரச்சினைக்கும் தோளோடு தோள் ஒன்றி நிற்கும் கோடிக்கணக்கான வாக்காளர்கள் தீர்வுகளை ஏற்பது அல்லது புறக்கணிப்பது தவிர வேறொன்றும் செய்ய இயலாது. பொதுமனத்தின்மீது மிகத் துல்லியமான அளவீட்டு வேறுபாடுகளின் சாயைகளைப் பதிவுசெய்ய அனுமதிக்கும் அளவுக் கருத்துகளின் அரங்கம் சிறியதல்ல. தங்கள் விருப்பத்தின் பொதுப் போக்கினைச் சுட்டிக்காட்டுகின்ற அளவுக்கு அப்பால், பொது மக்களுக்கு ஓய்வோ, ஆராய்வதற்குத் தகவல்களோ கிடைப்பதில்லை. இன்னும் நுட்பமாக, தகஅமைத்தல்களைச் சட்டத்தின் செயல் முறையில்தான் விளைவிக்க முடியும்.

இது உண்மையெனில், ஓர் அரசியல் அமைப்பு திருப்திகரமாக இருக்க வேண்டுமெனில் இரண்டு பெரிய கட்சிகளின் எதிர்நிலையில்தான் அது தன்னை நன்கு வெளிப்படுத்திக் கொள்ள இயலும் என்பது தெரிகிறது. ஒவ்வொன்றும் குறிப்பிட்ட அளவு பலரகமான கருத்துகளை வைத்திருக்கலாம். அரசியல் விஷயங்களில் தன்னை ஈடுபடுத்திக்கொள்ள விருப்பமுள்ள செயலூக்கமுள்ள சிறுபான்மை மக்களை அன்றி அதிகமான மக்களை இரண்டு கட்சிகளுமே கவரும் வாய்ப்பில்லை. ஆனால் பலவேறு குழுக்களைவிட இரண்டுகட்சி அமைப்பின் உயர்வு என்னவெனில், தேர்தலின்போது மக்கள் நேரடியாகத் தங்கள் அரசாங்கத்தைத் தேர்ந்தெடுக்கும் ஒரே முறை இதுதான். அரசாங்கம் தனது கொள்கையைச் சட்டவிதிப் புத்தகத்தில் ஏற்றுவதற்கு இது வாய்ப்பளிக்கிறது. தனது தோல்வியின் விளைவுகளை அது தெரிவித்து அர்த்தப்படுத்துகிறது. உடனடியாக ஒரு மாற்று அரசாங்கத்தை இருப்பில் கொண்டுவருகிறது. ஆனால் குழுக்கள் முறையில் எந்த அரசாங்கத்தையும் மக்கள் சட்ட மன்றத்தைத் தேர்ந்தெடுத்தால் அன்றி அமைக்க முடியாது. இப்படியாகுமானால் நிர்வாகம் கருத்திற்கான ஒரு பொது அமைப்பிற்கு மாறாக அதிகாரத்துக்காகத் தங்கள் நேர்மையைச் சமரசப்படுத்திக் கொள்ளும் கொள்கைகளின் ஒட்டுவேலையைத்தான் பிரதிநிதித்துவம் செய்யமுடியும், இதனால் குறுகியகால நிர்வாகங்கள்தான் உருவாகும். ஏனெனில் குழுக்களை மாற்றிமாற்றி அமைத்து அரசாங்கத்தைக் கவிக்கும் வேலைதான்

சட்டமன்றம் ஈடுபடக்கூடிய மிக ஆர்வமுள்ள வேலையாக இருக்கும். குறுகியகால நிர்வாகங்கள் என்றால் எப்போதும் ஒருசீரான கொள்கை எதையும் பின்பற்ற முடியாது என்று அர்த்தம். குழுக்கள் அமைப்பு முறை ஒருவேளை பொதுமக்கள் மனம் மெய்யாகவே பிரிந்திருக்கும் வழியினைத் துல்லியமாகப் பிரதிபலிக்கும் என்றாலும், நடைமுறைக்கலை என்ற முறையில் அரசாங்கத்திற்கு அது கடுந்தீங்கு விளைவிக்கக் கூடியது. ஏனெனில் நிர்வாகத்தின் அடிப்படைத் தேவை, நிச்சயமின்மை இன்றி இருப்பதுதான். ஒரு நிர்வாக அமைப்பு தொடர்ச்சியாக கொள்கையின் முறைப்பட்டதொரு திட்டத்திற்கேற்பத் தனது வழியைத் திட்டமிடமுடிய வேண்டும். அதற்கு ஒரு பெரும்பான்மை தேவை. ஏனெனில் அப்போதுதான் வலுவான அரசாங்கம் அமையமுடியும். இவ்வாறில்லாவிட்டால், நிர்வாகம் பெரிய நடவடிக்கைகளை முயற்சி செய்ய இயலாத அளவுக்குத்தான் அதற்குச் சட்டமன்றம் எஜமானனாக இருக்க முடியும். அவற்றுக்கெனச் செலவழிக்கவேண்டிய நேரம் பதவிகளை அடைவதற்காகச் செலவிடப்பட்டு, அப்பதவிகளையும் பெற்றவுடன் இழக்கும் நிலைக்குக் கொண்டு செல்லும்.

ஆக, எந்த ஒரு வாக்காளர் அமைப்பும் நான்கு பொதுவான ஆலோசனைகளைத் திருப்தியுறச் செய்யவேண்டும்.

பொதுமக்கள் ஆர்வம் காட்டும் மிகப் பெரிய பிரச்சினைகளில் பெரும்பான்மையினர் கருத்துகளையும் சிறுபான்மையினர் கருத்துகளையும் உள்ளடக்குமாறு சட்டமன்றத்தை அது இயலச் செய்யவேண்டும். அது திறன்மிக்கதாக இருக்க வேண்டுமானால், ஒட்டுமொத்தக் கருத்துஅலைகளையும் மிக நுட்பமான கணிதத் துல்லியத்துடன் உள்ளடக்க வேண்டியதில்லை. எல்லாக் குழுக்களைச் சேர்ந்த மனிதர்களும் சொல்லுவதைக் கேட்க அது அனுமதிக்க வேண்டும்; ஆனால் அரசாங்கத்தின் நடப்பு, ஒருசீர்மைத்தாகவும் தொடர்ச்சியாகவும் இருக்க வேண்டுமெனில் அது முக்கியமான குழுக்களின் பொதுவான தேர்ந்தெடுப்பினைச் செய்ய முடியும் என்ற கட்டாயத்திற்குள்ளாகிறது.

இரண்டாவதாக, தாங்கள் தேர்ந்தெடுக்கப்படும் பிரதேசப்பகுதிகள் வேட்பாளர்களுக்கு மிக நன்றாகத் தெரிந்திருக்க வேண்டும். தேர்தலுக்குப் பிறகு அப்பிரதிநிதிகள் தங்கள் பகுதிகளோடு நெருக்கமான உறவு உருவாகும் அளவுக்கு நன்கு பழகவேண்டும்.

மூன்றாவதாக, தேர்தல்களுக்கிடையில் ஒரு பொதுத் தேர்தலின் முடிவைச் சரிபார்ப்பதற்கான வழி இருக்கவேண்டும். அதாவது வாக்காளர்களின் கருத்தில் மாற்றமிருப்பின் அதனை

வெளிப்படுத்துவதாக அது இருக்கவேண்டும்; இங்கிலாந்திலும், அமெரிக்காவிலும் இது உபதேர்தல்களின் வழியாக மிகச் சிறப்பாகச் செய்யப்படுகிறது.

நான்காவதாக இந்த அமைப்பு, பதவியிலுள்ள அரசாங்கத்துடன் வாக்காளர்கள் எந்த அளவு முடியுமோ அந்த அளவுக்கு நேரடியாகத் தொடர்பு கொள்ளுமாறு இருக்க வேண்டும். இது தங்களால் தேர்ந்தெடுக்கப்பட்ட ஒன்று, பதவிக்காலம் முடிந்தவுடனே அது தங்கள்முன் ஆய்வுக்கு வரவேண்டிய ஒன்று என்று மக்கள் உணருமாறு இருக்கவேண்டும். [See all this excellently put in Dr. H. Finer's pamplhlet, The Case against Proportinal Representaion (Fabian Society, 1924)].

இந்த அடிப்படைகளில் பெரும்பான்மைக் கொள்கையின் குறைகளை நிவர்த்திப்பதற்காக ஏற்பட்ட விகிதாச்சாரப் பிரதிநிதித்துவ முறையை நாம் புறக்கணிக்கிறோம். அம்முறையைத் தற்காத்துக்கொள்ள ஏற்பட்ட வாதங்களை நான் இங்கே நோக்க முடியாது; ஏன் புறக்கணிக்கிறோம் என்பதற்கான பொது அடிப்படைகளைக் கூறினால் மட்டும் போதுமானது. இவை நடைமுறைத் தன்மை உடையவை என்பதைக் குறிப்பிடலாம். இப்போதுள்ள பகுதிகளுக்கு மிக அதிக எண்ணிக்கை உறுப்பினர் கொண்ட தொகுதிகளை நாம் பதிலீடு செய்யவேண்டி வரலாம். அதனால் தேர்வின் சிக்கல்தன்மையை நாம் ஆழமாக்கலாம், அரசியலில் தொழில்முறை அமைப்பாளரின் அதிகாரத்தை மேம்படுத்தலாம். உறுப்பினருக்கும் அவரது தொகுதி மக்களுக்கும் இடையில் எவ்விதத் தனிப்பட்ட உறவுகள் இருப்பினும் அவற்றின் வாய்ப்பை நாம் அழிக்க நேரிடும்; அவர் ஒரு பட்டியலில் உள்ள ஒரு பொருளாகவே இருப்பார், கட்சி அடிப்படையில் மட்டுமே தேர்ந்தெடுக்கப்படுவார். மிகப் பெரிய திட்டத்தைச் செயல்படுத்தக் கூடிய உறுப்பினர்கள் அமைப்பின் ஆதரவற்ற ஒரு பலவீனமான அரசாங்கமே நமக்குக் கிடைக்கும். நிஜமான பிரச்சினைகளின் மோதலை மூடிமறைத்த டிக்பார்ன் வாரிசுக்கும் திரு. பாட்டம்லீக்கும் இருந்த ஆதரவாளர்களைப் போல நாம் வீண்தன்மைகளைப் பெருக்கிக் கொண்டே செல்லும் நிலைமை ஏற்படும். கருத்து மாற்றங்களைக் கணிக்கும் விதமான உபதேர்தல்களை நாம் நடத்த முடியாது; கட்சியிலுள்ள கருத்து வேறுபாட்டாளர் அனைவரையும் குழுஅமைப்புக்குக் கொண்டு செல்கின்ற சுதந்திரமான அமைப்பினைத் தேடுமாறு நாம் ஊக்கப்படுத்த வேண்டியிருக்கும். ஒரு நாட்டின் அரசாங்கங்கள் உருவாக்கப்படுகின்ற இடத்தை சட்டமன்றங்களின் ஒதுக்குப்புற இடங்களுக்கு ஒட்டுமொத்தமாகக் கொண்டு செல்ல நேரிடும். அது மட்டுமல்ல, ஒரு தனிப்பட்ட உறுப்பினரின் உணர்வை அதிகரித்துப் பொறுப்பினைக் குறைக்கவேண்டிவரும்.

ஏனெனில் அவருடைய தனிப்பட்ட முயற்சி எதுவாக இருப்பினும், வேட்பாளர்களின் பட்டியலை வைத்திருக்கும் கட்சி அமைப்பாளர்கள் அவர் திரும்பிவருமாறு பார்த்துக் கொள்வார்கள். தேர்தல் எந்திரத்தில் செய்யப்படும் இவ்விதமான ஒவ்வொரு முயற்சியும் அரசியல் செயல்முறையில் பொது மக்கள்மீதான ஆர்வத்தைக் குறைவுபடுத்துவதில் கொண்டுசெல்லும் என்று நான் கருதுகிறேன்.

விகிதாச்சார முறை இந்தக் குறைகளின் கடுமையைக் குறைக்க என்ன விதமான இழப்பீடுகளை அளிக்கிறது? இப்போதிருப்பதைவிட தேசியக் கருத்தினை நன்கு வெளிப்படுத்துகின்ற விதமாக தேசிய மன்றம் முன்னேறும் என்று கூறப்படுகிறது. ஆனால் தேசிய மன்றத்தில் இதுவரை வெளியீடு பெறாத தேசியக் கருத்துச் சாயை எதுவும் ஏறத்தாழ இல்லை; அப்படியிருப்பினும், இந்தப் பலவேறான தன்மைகள், மிகச் சந்தேகத்திற்குரிய ஒரு தியாகத்தின் பலனாகவே கிடைக்கும். மேலும் இப்போதுள்ள அமைப்பில் பெரும்பாலும் இல்லாத விஷயமான, தனிநபர் வாய்ப்புக்கு அது வாய்ப்பளிக்கும் எனப்படுகிறது. ஆனால் இப்பார்வையில் எந்த அர்த்தமும் இல்லை. ஏனெனில் இந்த அமைப்புமுறை பின்பற்றும் பெரிய தொகுதி முறையில், தனிப்பட்ட வேட்பாளர் முக்கியமல்ல, அவர் இடம் பெற்றிருக்கின்ற பட்டியல் தருகின்ற மொத்த மனப்பதிவே முக்கியமானது. இப்படியிருந்தால், ஒரு வேட்பாளர் மேலும் சுதந்திரமானவராக இருந்தால், வாக்காளர்களுக்கு அந்தப் பட்டியல் ஒரு திடமான மனப்பதிவை ஏற்படுத்தும் வாய்ப்பு குறையும்; கட்சி அமைப்பாளரின் மனப்போக்கு, தினசரி நடைமுறையை பாதிக்காதவர்கள் என்று நம்பப்படுகின்ற நபர்களை வேட்பாளர்களாகத் தேர்ந்தெடுப்பதாக அமையும். ஒற்றை உறுப்பினர் தொகுதியில், சிறுபான்மையினருக்குப் பிரதிநிதித்துவம் கிடைக்காமல் போகும், விகிதாச்சார முறையில் இந்த அபாயம் அறவே இல்லை என்ற பார்வைக்கும் எந்த அடிப்படையும் இல்லை என்று என்னால் வலியுறுத்த முடியும். "சிறுபான்மையினர்க்குரிய தொடுவான் எல்லை, ஒரு தொகுதியின் எல்லைகளால் கட்டுப்படுத்தப் படுவதில்லை" என்று டாக்டர் ஃபைனர் குறிப்பிடுகிறார். ஒரு சட்டமன்றத்துக்கு முழுமையாக ஏற்கப்படுகின்ற அல்லது புறக்கணிக்கப்படுகின்ற மாற்றுகளை அளிப்பதால் அரசாங்கம் நடப்பதில்லை. அங்கு நிகழும் கொடுக்கல்-வாங்கல் செயல்முறை ஒவ்வொரு சிறுபான்மையினரும் தங்கள் பார்வைகளை வெளிப்படுத்தவும், எடுக்கப்படும் நடவடிக்கைகளின் மொத்த அழுத்தத்தில் தங்கள் இழுவிசையைக் குறிப்பிட்ட அளவு செயல்படுத்தவும் இடம் அளிக்கிறது. அரசியல் முடிவுகள் வாக்குகளை எண்ணுகின்ற கணித முறையினால் தீர்மானிக்கப்படுவதில்லை. சட்டம் இயற்றும் செயல்முறையில் செல்வாக்குகளை எடையிடுவதுதான் அதைவிட முக்கியமானது.

இதற்குள்ளாகவே சிறுபான்மைப் பார்வைகள் தங்கள் கருத்துகளையும் விழைவுகளையும் வெளிப்படுத்தத் தேவையான நிறுவனங்களைப் போதிய அளவில் பெற இயலும்.

மிகவும் குறைந்த அக்கறையே செலுத்தப்பட்ட இந்த அமைப்பின் ஒரு கூறு பற்றி ஒரு வார்த்தை சொல்லப்பட வேண்டும். ஒற்றை உறுப்பினர் தொகுதியில் நான் ஆதரிக்க விழைகின்ற எந்த வேட்பாளரையும் காண இயலாது என்ற வாதிக்கப்படுகிறது. ஆனால் இது பல உறுப்பினர் தொகுதியிலும் சமமாக ஏற்படக்கூடும். ஒற்றை உறுப்பினர் தொகுதியில் எந்தக் கட்சி வரவேண்டும் என்று நான் விரும்புகிறேனோ அதற்கு என் வாக்கின் முழு பலத்தையும் என்னால் அளிக்கமுடியும். பல உறுப்பினர் பகுதியில் அந்த பலத்தின் ஒரு சிறுபகுதியை மட்டுமே அளிக்க இயலும். எனது நேர்முக விழைவுக்கும் எனது குறைந்த அளவு முன்னுரிமைக்கும் விகிதாச்சார நிலையில் தொடர்பில்லாமலே போகலாம். ஒற்றை உறுப்பினர் தொகுதியில் மாற்று ஓட்டுக் குறித்தும் சொல்லியாக வேண்டும். அங்கு நிரந்தரமாக இருக்கக்கூடிய மூன்று கட்சிகள் உள்ளன. ஆனால் அங்கும் வெளிப்படுத்தப்படும் முன்னுரிமைகளுக்கு எவ்வித மெய்யான உறவும் கிடையாது; அங்குள்ள அமைப்பும் உண்மையான தீர்க்கமான கருத்து சூழப்பெற்ற மனிதரைவிடக் கடைசிநேரத் தேர்வாக யாரோ ஒருவரைத் தேர்ந்தெடுக்கும் நிலை ஏற்படலாம். இதில் ஓர் அபாயம் இருக்கிறது. வாக்காளர் போக்கின் முக்கியப் பார்வைகளுக்குப் பதிலாக, சிறப்புப் பிரச்சினைகளுக்காக வேட்பாளராக நிற்கின்ற நபர்கள் அதிகமாக இருந்தால், அவர்கள் தேர்ந்தெடுக்கப்பட்டால், சட்டமன்றத்தின் அமைப்புமுறை அணுத்தன்மை பெறும் வாய்ப்பிருக்கிறது, அவர்கள் தோல்வியுற்றால், அவர்கள் அன்றைய அரசாங்கத்துடன் தங்களை அல்லது தங்கள் ஆதரவாளர்களைத் தொடர்புபடுத்திக் கொள்ளும் முயற்சியினைத் தோல்வியுறச் செய்யக்கூடும்.

இவ்விஷயத்தில் ஓர் இறுதிக் குறிப்பினைச் சொல்லலாம். தேர்தல் எந்திரத்தின் சீர்திருத்தங்களால் நன்கு திருத்தப்படக் கூடிய விதமான இடர்ப்பாடுகள் நவீன அரசைச் சூழ்ந்துள்ளன என்பதல்ல. முக்கியமாக, அந்த இடர்ப்பாடுகள் தன்மையில் ஒழுக்கம் சார்ந்தவை. கருத்து அளவின் தெளிவான வரிசையில் வைக்கப்பட்ட விகிதத்துக்குப் பொருத்தமாக மனிதர்களைத் தேர்ந்தெடுப்பதற்கு பதிலாக நாம் அறிவுத்திறனில் மக்கள் தரத்தை உயர்த்துவது, பொருளாதார அமைப்பைச் சீர்திருத்துவது போன்ற விஷயங்களால் தான் அவர்களைச் சந்திக்க இயலும். விகிதாச்சார முறை முயற்சிசெய்யப்பட்ட இடங்களில் பொதுவாழ்க்கைத் தரங்கள் போதிய அளவு முன்னேற்றம் பெற்றதாகத் தெரியவில்லை. பெல்ஜியத்தில் அது சுதந்திரத்தை

இல்லாமற் செய்ய முயன்றுள்ளது. ஸ்விட்சர்லாந்தில் அது மீச்சிறு குழுக்களைப் பெருக்கிவிட்டது. அதனால் அங்கு ஒருசீரான கருத்து எழ முடியவில்லை. அது எப்போதுமே பலவீனமான அரசாங்கத்தையே குறிக்கிறது. பலவீனமான அரசாங்கம் என்பதற்கு இறுதியாகப் பொறுப்பற்ற அரசாங்கம் என்றுதான் பொருள். சிறுபான்மையினர் தங்கள் பார்வைகளை வெளிப்படுத்தும் தன்மையும், அவற்றின் சீரமைப்பு அவர்களுக்கு உந்துசக்தியை அளிக்கும் தன்மையும் கொண்டிருந்தால் எப்போதுமே தங்களுக்கு அரசில் நியாயமான பிரதிநிதித்துவம் கிடைக்கும் என்று நம்பலாம். பொதுவாக, இரண்டு கட்சி முறை பொதுமக்கள் ஆதரவைத் தாங்கள் பெறுவதற்குத் தேவையான சிந்தனைகளுக்கான கவலையில் கட்சிகளை ஈடுபடுத்தி, அவர்களுக்கிடையில் போதிய அளவு கூர்மையான முரண்பாட்டை உருவாக்கிவிடுகிறது. ஆகவே சிந்தனைகள் சாதாரணமாக இயங்க வேண்டிய பாதை, கட்சிகளின் பரவுதலே அன்றி, குழுக்களை உருவாக்குதல் அல்ல. ஒருவேளை ஒன்றுக்குள் ஒன்றை ஜீரணித்தல் இயலாதது என்பதையும் காரியமாற்றும் ஒரேவழி, வாக்காளர்களுக்குச் சுதந்திரமான முறையீட்டைச் செய்வதுதான் என்பதையும் புரிந்து கொள்ளும் காலம் வரலாம். உதாரணமாக 1906ஆம் ஆண்டு முதலாக இது இங்கிலாந்தில் தொழிற்கட்சி வருகையுடன் நிகழ்ந்தது. ஆனால் தொழிற் கட்சியின் போதுமைக்கான சோதனை, எல்லாக் கிளர்ச்சியாளர்களுக்கும் போல, ஒரு புதிய இருகட்சிச் சமநிலையை உருவாக்கும் திறனில்தான் இருக்கிறது.

III. குடிமகனும் அவன் பிரதிநிதியும்

ஓர் அரசு சமமான வாக்குத் தொகுதிகளாகப் பிரிக்கப்படுவதும் அவை ஒவ்வொன்றும் ஓர் உறுப்பினரைச் சட்டமன்றத்துக்கு அனுப்புதலும்தான் வரலாற்று அனுபவத்தின் பொதுவான பாடமாகத் தோன்றுகிறது. தனது தொகுதியாளர்களுடன் அந்த உறுப்பினரின் தொடர்பு எப்படி இருக்க வேண்டும்? முதலில் சட்ட மன்றத்தின் தரத்துக்கு அழிவு உண்டாக்கக் கூடிய ஒரு பார்வையை நாம் கைவிடுவது நல்லது. எந்த ஒரு தொகுதியும் அமெரிக்க ஐக்கிய நாட்டில் இருப்பதுபோல, தன் இடத்திற்குள் வசிப்பவர்களுக்கு மட்டுமே தேர்தலில் நிற்கும் வாய்ப்பு உள்ளது என்று கட்டுப்படுத்தலாகாது. இதைவிடக் குறுகிய மனப்பான்மையை வளர்ப்பது நிச்சயமாக எதுவும் இல்லை. தனது அரசியல் வாழ்க்கையைத் தன் தோல்வி முடிவுக்குக் கொண்டுவரும் என்பதைவிட ஓர் உறுப்பினரைக் கெடுநோக்குள்ள

ஆர்வங்களுக்குச் சேவைசெய்யவைப்பது எதுவும் இல்லை. மேலும் இது எதிர்ப்புறத்திற்கும் ஒரு கடுமையான இழப்பு ஆகும். ஓர் அரசை ஆட்சி செய்யும் திறன் தேர்ந்தெடுப்புப் பகுதிகளுக்குக் கணிதத் துல்லியத்துடன் தன்னை விநியோகித்துக் கொள்வதில்லை. டிலாவேர் அல்லது நிவேடாவை விட நியூயார்க்கில் உள்ள மக்களில் அதிகம் பேர் அமெரிக்க செனேட்டில் (மேலவையில்) சிறந்த பங்கு வகிக்கக் கூடியவர்களாக இருக்கலாம். தோல்வியை நடைமுறையில் நிரந்தர வெளியேற்றத்துடன் சமப்படுத்தும் ஒரு கோட்பாடு தனது சமுதாயத்தின் ஆதாயங்களை அதிகப் படுத்துவதில்லை. திரு. கிளாட்ஸ்டன் ஆக்ஸ்ஃபோர்டில் தோல்வியுற்றபோது தெற்கு லங்காஷயரில் தஞ்சமடைந்ததும், திரு. சர்ச்சில் மான்செஸ்டரிலிருந்து டண்டீக்கு இடம் பெயர்ந்ததும் நன்மைக்கே. அரசியலில் அனுபவம் வாய்ந்த தலைமைத் தன்மையின் முக்கியத்துவத்தை மிக தீவிரமாகக் கீழாக மதிப்பிடுகின்ற வேறு எந்த நோக்கும் அதைச் சாத்தியமானதாக்கலாம். அடித்தளத்தில், எல்லா மக்களும் ஏறத்தாழ திறமையில் சமமாக இருப்பதால் ஓர் சட்டமன்றத்தின் அமைப்பு ஒரு தீவிரமான பிரச்சினை அல்ல என்ற நம்பத்தக்க மூட நம்பிக்கையினால்தான் இது சாத்தியப்படுகிறது. இது மிகமோசமான தவறு. உதாரணமாக, அமெரிக்க ஐக்கிய நாட்டின் காங்கிரஸின் (கீழவையின்) கௌரவம் வீழ்ச்சியடைவதற்குக் குறைந்தபட்சக் காரணம், அது மக்களிடையே தோன்றுகின்ற இயற்கையான தலைவர்களை உள்ளடக்குவதில் அடைந்த தோல்விதான். வாக்காளர் தேர்ந்தெடுப்பின் சுற்றெல்லை பரவலாகும்போது அரசியல் நிறுவனங்களின் செயலியக்கமும் சிறப்பாக இருக்கும் எனலாம்.

சட்டமன்றத்தின் ஓர் உறுப்பினர், தொகுதியின் சார்பாளராக (பிரதிநிதியாக) இருக்கவேண்டும், ஒன்று தனக்குக் கற்பித்தபடி அவர் வாக்களிக்க வேண்டும், அல்லது அவர் முடிவுசெய்ய வேண்டிய பிரச்சினைகள் மீது தனது சிறந்த நுண்ணறிவைப் பயன்படுத்தவேண்டும் என்று சிலசமயங்களில் சொல்லப்படுகிறது. இது மெய்யாகவே, மிகத் தவறானதொரு எதிர்முடிவு. ஏனெனில் எந்த உறுப்பினருமே தனது ஒட்டுமொத்தப் பார்வைகளை எடுத்துரைக்க முடியாது; காரணம், அவ்விதம் செய்ய நேரமிருப்பதில்லை, மேலும் புதிய சிக்கல்களும் எழுந்தவாறே உள்ளன. இம்மாதிரிப் புதிய சிக்கல்கள் எழும்போது, அவர் ஒவ்வொன்றாகத் தனது தொகுதி உறுப்பினர்களிடம் அவர்களது நன்காலோசித்த தீர்வைப் பெறும் விதமாகச் சிந்திக்க முடியாது. எந்த ஒரு தொகுதியும் ஓர் உறுப்பினரின் பொதுவான மனப்பாங்கினால் பெறமுடிகின்ற முழு அளவிலான வெளிப்பாட்டுக்கு உரிமை பெற்றிருக்கிறது. அன்றன்றைய வினாக்களுக்கு அவரது பார்வை என்ன என்பதை அறிய அதற்கு உரிமை உண்டு. அவரது அரசியல்

செயல்களுக்கான விளக்கத்தை எந்தத் தேர்ந்தெடுப்பாளனும் கேள்வி கேட்கலாம். ஆனால் எந்த உறுப்பினனும் தனது தொகுதியில் பெரும்பான்மையாக உள்ள கட்சியின் சேவகன் அல்ல. தனது நுண்ணறிவு, மனச்சாட்சி ஆகியவற்றின் வெளிச்சத்தில் தன்னால் இயன்ற மிகச் சிறந்தவற்றைச் செய்ய அவன் தேர்ந்தெடுக்கப்படுகிறான். தனது உள்ளூர்க் கட்சிக் கூட்டத்தினால் போதிக்கப்பட்டவற்றைச் செய்கின்ற பிரதிநிதியாக மட்டும் அவன் இருப்பானாயின், அவனுக்கு ஒழுக்கமும் இருக்காது, ஆளுமையும் கெட்டுவிடும். அவன் ஒரு சுதந்திர வர்த்தகனாகத் தேர்ந்தெடுக்கப்பட்டு உடனே தன்னைப் பாதுகாக்கும் 'வரி'க்காக வாக்களிப்பவன் அல்ல. தேர்ந்தெடுக்கப்பட்டு உடனே ஓராண்டுக்கு உலகம் முழுவதையும் சுற்றிப்பார்க்க முடிவுசெய்பவன் அல்ல அவன். தனது கருத்தில் நாகரிகமான அளவு பொருத்தமுடைமையும், தனது கடமையைச் செய்வதில் நியாயமான அளவு விடாமுயற்சியும் கொண்டவனாக இருக்க வேண்டும். இவை குறிப்பவற்றுக்கு மேல் எந்தத் தொகுதிக்கும் அவனிடம் அதிக சேவை எதிர்பார்க்க நியாயமில்லை. தனது உறுப்பினனை நம்புகின்ற தொகுதி, மொத்தத்தில், அதற்குத் தக அவன் திருப்பித் தருவதைக் காணலாம். தவறான நெறிசென்ற பிரிஸ்டலின் வாக்காளர்களுக்கு அவர்களிடையிலான தொடர்பைப் பற்றி முதன்முதலில் பர்க் அளித்த சிறந்த விளக்கம் (*Speech to the Electors of Bristol. Works (ed. of. 1815) vol. iii. pp.11 f.*) இன்றும் மெய்யாகவே இருப்பதைக் காணலாம்.

ஆனால் இன்னுமொரு பாதுகாப்பு தேவை என்று நான் நினைக்கிறேன். தான் தேர்ந்தெடுத்த உறுப்பினன்மீது அதிருப்தி கொண்ட ஒரு தொகுதி மக்கள் அடுத்த தேர்தலில் அவனைப் புறக்கணித்துவிட முடியும். அமெரிக்க ஐக்கிய நாட்டில் போல தேர்தல்களுக்கிடையில் இரண்டு ஆண்டுகள் மட்டும்தான் இடைவெளி என்றால், அந்தத் தவறான தேர்ந்தெடுப்பு மிகப்பெரிய பாதிப்புகளை ஏற்படுத்தப் போவதில்லை. ஆனால் சட்டமன்றத்தின் பணிக்கு இரண்டாண்டுகள் மிகக் குறைந்த அவகாசம் என்று பின்னர் நான் வாதிட இருக்கிறேன்; அந்தக் காலப்பகுதிக்குள் அது ஒரு பரந்த கொள்கையைச் சட்டவிதிகளாக மாற்ற முடியாது. ஐந்தாண்டுக் காலம் என்பது அதற்குப் போதுமான பகுதியாகத் தோன்றுகிறது. ஐந்தாண்டுகளில் வாக்காளர்கள் சில தேவையான அதிருப்திகளை அந்த உறுப்பினருக்கு எதிராகவோ அல்லது அவன் ஆதரிக்கும் அரசாங்கத்துக்கு எதிராகவோ பதிவுசெய்கின்ற விழைவினை உணரலாம். அந்தப் பார்வையை உணரவைக்கக் கூடிய வழிவகைகள் அவர்களிடம் இருக்கவேண்டும் என்று நான் நினைக்கிறேன்.

ஆகவே, திரும்ப அழைத்துக் கொள்ளுதல் போன்ற ஏதாவதொரு கருவி நமது தேர்தல் எந்திரத்திற்கு ஒரு மதிப்புமிக்க சேர்க்கையாக இருக்கும் என்று நினைக்கிறேன். அது மிக எளிதில் பயன்படுத்தத் தக்க ஆயுதமாக இருக்க வேண்டிய தேவையில்லை. அப்படியிருந்தால், உறுப்பினர் குறிப்பாக அழகற்ற 'டாமகிள்ஸின் வாளின்' நிழலின் கீழ் வாழும் சார்பாளர் ஆகிவிடுவார்; அவருடைய தொகுதியிலிருக்கும் மிகவும் வேண்டப்படாத கூறுகள் அவரைப் பழிவாங்குவதற்காக அது எப்போதும் அவர் தலைமீது விழ வைக்கலாம். ஆனால் சரியான பாதுகாப்புகளைச் செய்ய இயலும்; அவை இப்போதுள்ள அமைப்பு அனுமதி அளிப்பதைவிட இன்னும் நெருக்கமான முறையில் வாக்காளர்கள் அமைப்பு அந்த உறுப்பினர்மீதும் அவருடைய கட்சிமீதும் பார்வையைச் செலுத்த உதவுகின்றன. ஓர் உறுப்பினர் தேர்ந்தெடுக்கப்பட்டு ஓராண்டுக்குள்ளாக அவர் திரும்ப அழைக்கப்படத் தேவையில்லை என்பது தெளிவு; அந்தச் சட்டமன்றமே ஓராண்டினைக் கடக்கும் முன்பு இந்த விதியை அமல்படுத்தலாகாது. ஆகவே ஒரு பாராளுமன்றம் மூன்றாண்டுகளுக்குத் தொடர்ந்தால், அது பின்னர் மதிப்பிடப்படப் போகும் விஷயங்களை எப்படிச் செய்து கொண்டிருக்கிறது என்பதனால் அதை எடையிட முடியும். வாக்களித்த மக்கள் பாதிப்பேரின் பலமாவது திரும்ப அழைத்தலின் பின் இருந்தால்தான் அதைச் செய்வது நல்லது. அவ்வாறாயின் தங்கள் தொகுதியில் வாக்காளர்கள் மறுதேர்தல் வைக்கவேண்டுமா என்பதைத் தீர்மானிக்கலாம். தங்கள் உறுப்பினரின் சேவையைத் தொடர்ந்து பயன்படுத்தலாமா வேண்டாமா என்பதையும் தீர்மானிக்கலாம். ஏறத்தாழ மூன்றிலிரு பங்கு மக்களேனும் மாற்றத்தை விரும்பினாலொழியத் திரும்ப அழைத்தல் தேவையில்லை என்பது என் கருத்து. இம்மாதிரி வரையறைப்பட்ட வடிவத்தில் திரும்ப அழைத்தல் என்பது மிக தீவிரமான சில விஷயங்களில் மட்டுமே நடக்கும்; அதில் அடங்கியுள்ள பிரச்சினைமீது முழு அரசையும் கவனம் செலுத்தவைக்கும் பெரிய சிறப்பும் அதற்குக் கிடைக்கும். ஒருவேளை அவர் ஆதரிக்கும் கட்சி மக்களின் பொதுக்கருத்து செல்லும் திசைக்கு எதிராக இருந்தாலொழிய தனது கடமையை ஒழுங்காகச் செய்துகொண்டிருக்கும் உறுப்பினரை அது பாதிக்காது. இம்மாதிரித் தன்மையில் அது அந்தக் கட்சி அடுத்த பொதுத் தேர்தலில் அடையப் போகும் தலைவிதியை அளக்கின்ற மதிப்புமிக்க காட்டியாகவும் பயன்படும். இப்படிப் பயன்படுத்தும்போது, திரும்ப அழைத்தல் என்பது பிரதிநிதித்துவ அரசாங்கத்தின்மீது அவநம்பிக்கை கொள்வதாகாது. மாறாக, சட்டமன்றத்துக்கு அது இன்னும் நம்பிக்கை உண்டாகும் வகையில் நடந்து கொள்ளவேண்டும் என்று எச்சரிக்கை

தரும் வழியாக அமையும். *(For adverse comment on the recall see Lowell, Public Opinion and Popular Government, p.47.)*

பொதுமக்கள் வாக்கெடுப்பும், அவர்கள் முன்னெடுப்பும் மிக உயர்வான வாக்களிப்புக் கருவிகள் என்று பரவலாக ஒரு நம்பிக்கை இருக்கிறது. ஆனால் இவை சட்டமன்ற அதிகாரத்தைப் புதுப்பிப்பதில் செய்யப்படும் பொதுவான, பரந்த நோக்கிலான கொள்கை பற்றி நோக்குவதற்கு வேறாக (தேர்தலில் போல), பொதுவாக்கெடுப்பும் முன்னெடுப்பும் மக்களின் பொதுக்கருத்தைச் சில குறிப்பிட்ட விஷயங்களில் நேரடியாக வெளிப்படுத்துவதற்கான எதிர்மறை, உடன்பாட்டு விழைவைக் குறிக்கின்றன. குறிப்பாக ஸ்விட்சர்லாந்திலும், அமெரிக்க ஐக்கிய நாட்டிலும் மக்கள் வாக்கெடுப்பிற்கும் முன்னெடுப்பிற்கும் குறிப்பிடத்தக்க ஒரு வரலாறு இப்போது இருக்கிறது; ஜனநாயக அரசாங்கத்தின் தீமைகளுக்கு இவற்றின் வாயிலாகப் பரிகாரம் கண்டுபிடிக்கின்ற உற்சாகமிக்க சிந்தனையாளர்களும் இருக்கிறார்கள். கடந்த அரை நூற்றாண்டாக இருந்துவரும் மாபெரும் அரசியல் தனிப்பண்புகளில் ஒன்றான சட்டமன்றத்தின்மீது வளர்ந்துவரும் அவநம்பிக்கையை அவர்களின் எழுச்சி காட்டுகிறது எனலாம். அவர்கள் சார்பாகக் குறித்த ஒரு மேலோட்டமான நியாயமும் இருப்பதாகத் தோன்றலாம். மக்கள் கருத்து மேம்பட வேண்டுமென்று விரும்பினால், அந்த விருப்பத்தின் நேரடி வெளிப்பாட்டுக்கு இடமளிக்கின்ற வகையில் தர்க்க அடிப்படையைக் கட்டுவது ஒன்றும் நியாயமற்றதாகத் தோன்றவில்லை. ஆகவே ஏதோ ஒரு சிறப்பான மாற்றத்தை குறிப்பிடத்தக்க அளவு சட்டமன்ற உறுப்பினர்கள் விரும்புகிறார்கள் அல்லது எதிர்க்கிறார்கள் என்றால், தங்கள் பார்வைகளுக்கு அனுமதி பெறும் வகையில் அவர்கள் மக்களின் வாக்குகளைப் பெறும் தன்மை வேண்டும்.

இந்த முறைகளைப் பற்றிய விவாதம் எதுவும் அவை வேலை செய்யும்போது ஏற்படும் அனுபவத்தின் அடிப்படையில் அமைய வேண்டுமே தவிர, அடிப்படைக் கொள்கைகளின் மீது அமையலாகாது. முதலில், அவை எவ்விதப் பரவலான மாற்றங்களுக்கும் கொண்டு செல்லவில்லை என்பது தெளிவு; மாறாக, அவற்றின் சில ஆர்வமிக்க ஆதரவாளர்கள் சுட்டிக் கூறியதுபோல, சமூகத்தின் முற்போக்குச் சக்திகளைவிட அவை பழமைவாதச் சக்திகளின்பின் செல்பவை. அவை பெரிய அளவில் மக்கள் ஆர்வங்களைக் கொண்டவையும் அல்ல; சராசரியாக, அவற்றுக்கு வாக்களிக்கும் மக்களில் பாதிப்பேர் பொதுத் தேர்தல்களில் எந்தப் பதவிக்கும் நிற்கும் வேட்பாளர்களுக்கு வாக்களிப்பார்கள். மேலும் வாக்களிக்கும் நபர்களின் எண்ணிக்கை மிகச் சிறிதாக இருப்பது அபூர்வமல்ல, அதனால் வாக்களிக்காமல்

விடுபவர்கள் எண்ணிக்கையை வைத்து, முடிவெடுக்க வேண்டிய கேள்விகள்மீது எந்த ஒரு பொதுக்கருத்தும் உள்ளதா என்பதை அறிவதும் கடினம். நேரடி அரசாங்கம், சட்டமன்றத்தின் தரத்தின் மேம்பாட்டுக்கோ அல்லது எதிர்மறையாகவோ எவ்விதத்திலும் பங்களித்திருக்கிறதா என்பதே சந்தேகமானது. பொதுமக்கள் முடிவுக்கு விடப்பட்ட நடவடிக்கைகள் பல, தங்கள்மீது நடைமுறைக்கு ஒவ்வாத உற்சாகி ஒருவன் சட்டமன்றத்தின் வெறுப்புக்கு ஆளான பதிவுகளைக் கொண்டுள்ளன. நேரடி அரசாங்கத்தின் மெய்யான வேலையைப் பொறுத்தவரை, நமது பிரச்சினைகளுக்கு அது எவ்வித சிறப்புப் பங்களிப்பும் தருவதற்கு வாய்ப்பு இல்லை என்றே கருத முடியும்.

உண்மையில், நான் சொல்வதற்கான காரணங்களைத் தேடி வெகு தொலைவு செல்லவேண்டிய அவசியம் இல்லை. மக்கள் திரளின் வாக்கெடுப்பினால் பொதுமக்கள் முடிவினை வேண்டுகின்ற குறிப்பான கேள்விகளின் எண்ணிக்கை மிகச்சிறியது. ஏனெனில், எப்போதுமே அவை கிளப்பும் சிக்கல்களில் மிக முக்கியமானது, அவற்றுக்கான உடன்பாட்டு அல்லது எதிர்மறை எதிர்வினை அல்ல, மிகச் சிக்கலான சட்ட வார்த்தைகளில் சொல்லப்பட்டுள்ள ஒரு குறிப்பிட்ட தீர்வின் தேவை பற்றிய சிக்கலான பிரச்சினைதான். ஒரு குறிப்பிட்ட பாதுகாப்பு வரி பற்றி ஒரு மனிதனிடம் அதை ஆதரிக்கிறானா இல்லையா என்று கேட்பது கடினமல்ல; ஆனால் இனவாரியாக வகைப்படுத்தப்பட்ட ஒரு வரியினை ஏற்புக்கோ மறுப்புக்கோ விடும்போது அது மெய்யான பொதுமக்கள் கருத்தை அந்தச் சொல்லின் எந்த அர்த்தத்திலும் வெளிப்படுத்துவதில்லை. ஒருவன், தான் அயர்லாந்துக்குத் தன்னாட்சி கொண்ட குடியேற்ற உரிமையுள்ள அந்தஸ்தினை விரும்புவதாகச் சொல்லலாம்; ஆனால் அவன் விருப்பம் அடங்கியிருக்கும் வடிவங்கள் மிக அதிக மாற்றங்களுக்கு உரியவை என்பதால் தேர்ந்தெடுக்கப்பட்ட குறிப்பிட்ட வடிவத்தை தனது விருப்பத்தின் சரியான வடிவம் என்று அவன் கருத மறுக்கலாம். நேரடி அரசாங்கம் எதிர்கொள்ளும் இடர்ப்பாடு, உண்மையில் அரசாங்கக் கலையில் உள்ளடங்கியுள்ள மிக நுட்பமான வேறுபாடுகளைக் கொள்ளும் அளவுக்குத் துல்லியமான ஒரு கருவி அல்ல என்ற இறுதி இடர்ப்பாடுதான். ஒரு சட்டமன்ற அவையில் நீங்கள் திருத்தம் கொண்டுவரலாம், மாற்றலாம். ஆனால் உங்கள் சட்டமன்றம் பல லட்சம் உறுப்பினர்களைக் கொண்டதாக இருந்தால் திருத்தம் செய்யவோ மாற்றம் செய்யவோ இயலாது. நிர்வாக விவரத்தின் திரளுக்குள் அடங்கியுள்ள ஒரு கொள்கையைப் பெரும்பாலான சட்டங்கள் கொண்டுள்ளன. கொள்கை, ஒப்புநோக்கில் எளியதாக இருக்கலாம், ஆனால் அதற்குப் பொருள் தருகின்ற விதிகளின்படி அல்லாமல் அதை மதிப்பிடுவது மிகவும் அபூர்வம். அந்த விதிகளும் பெரும்பாலும் எப்போதும் ஒட்டுமொத்தமான ஒரு

வாக்காளர் அமைப்பு கொண்டிருக்க இயலாத தொழில்நுட்ப அறிவை உள்ளடக்கியிருக்கும்.

இதுவே இறுதியும் அல்ல. முதல் முக்கியத்துவம் வாய்ந்த விஷயங்கள் மிகுதியாக உள்ளன. இயற்கையாக அவற்றின்மீது, நீண்ட, உழைப்புமிக்க ஆராய்ச்சிக்குப் பிறகே ஒரு கருத்தை உருவாக்கிக்கொள்ள முடியும். மின்சாரம் வழங்குவதற்கான தேசியக் கட்டுப்பாட்டின்மீது கொள்கையளவில் பொதுமக்களுக்கு உடன்பாடு இருக்கலாம்; ஆனால் அந்தத் தேசியக் கட்டுப்பாடு செலுத்தப்படும் முறைகள் மீதான ஆராய்ச்சியை மேற்கொள்ளும் அளவுக்குப் பொதுமக்கள் செல்லமாட்டார்கள். ஒரு திருப்திகரமான சட்டம் என்பது, அது வேலை செய்யும் அளவில் தொழில்திறனுக்குத் தொடர்புள்ள கொள்கையைச் சார்ந்திருக்க வேண்டும், தவிர்க்கவியலாமல் அது ஒரு சிறப்புத் திறனாளரின் முடிவைப் பொறுத்தது. இங்கு வேறிரண்டு ஆலோசனைகள் எழுகின்றன.

பொதுவாகவே, நேரடி அரசாங்கத்துக்கான இயக்கம் மிகப் பரவலாக இருக்கும் இடங்களில் சட்டமன்றம் மீதான அவநம்பிக்கையும் மிகுதியாக இருக்கும் என்பதைப் பார்க்கலாம். ஆனால் உண்மையில், போதாமை கொண்ட சட்ட மன்றத்திற்கு மாற்று என்பது வெறும் எந்திரங்களைப் பெருக்கிக்கொண்டு செல்வதில் இல்லை. இது ஒரு ஒழுக்கச் சிக்கல். எந்திரத் தடைகளுக்கு இங்கு இடமில்லை.

இரண்டாவதாக, நேரடி அரசாங்கத்தின் அடிப்படையிலுள்ள முதன்மையான யூகம், நிர்வாகம் என்பது எளியதோர் விஷயம் என்பதே. அதன்மீது வாக்காளர் எவரும் எவ்வித முயற்சியுமின்றி, உறுதியான நம்பிக்கைகளை வைத்திருக்கலாம். எந்த நவீன அரசிலும் வெளியிடப்படும் ஆண்டுச் சட்டத் தொகுப்புகளைப் படிக்கும் ஒருவருக்கு இந்தப் பார்வை எந்த அளவு போதாமை உடையது என்பது தெளிவாகும். மேலும் எழுகின்ற நுட்பமான பிரச்சினைகளின்மீது வாக்களிக்க ஆர்வம் காட்டுபவர்களின் எண்ணிக்கை நேரடி அரசாங்கத்தின் கொள்கை யூகங்களை நியாயப்படுத்தும் அளவுக்குப் போதுமானதாக இருப்பதில்லை. இவற்றைப் பயன்படுத்தும்போது ஒருவேளை அவை ஒரு சட்டமன்றத்தின் பொறுப்புணர்ச்சியை அழித்துவிடும் சாத்தியமிருக்கிறது என்ற வாதத்தை நான் இங்கு முக்கியப்படுத்த விரும்பவில்லை; மெய்யாக இருப்பதைவிட அதிக எண்ணிக்கையிலான மக்களைச் சுட்டும் நிகழ்வெண் இதில் மிக அதிகமாக இருக்கும். ஆனால் நேரடி அரசாங்கத்தின் ஆதரவாளர்கள், ஒரு விசித்திரமான உற்சாகிகளின் குழுவைச் சேர்ந்தவர்கள். அவர்கள், எல்லா அரசியல் குறைகளுக்கும் எங்கோ ஓரிடத்தில் நடைமுறையில் பயன்படுத்தக்கூடிய மருந்தாக ஏதோ ஒரு தீர்வு உள்ளது என்ற

நம்பிக்கை உள்ளவர்களாக இருக்கிறார்கள். உண்மையில் வாக்காளர் திரளின் ஒழுக்கத் தரத்தையும் அறிவுத் தரத்தையும் உயர்த்துவதுதான் உண்மையான மருந்து என்பதை அது உணர்ந்தால்தான் மேல்கருத்து மெய்யாகும்.

பொதுத் தேர்தல்களுக்கு இடைப்பட்ட நேரத்தில் வாக்காளர்கள் வேறு என்னதான் செய்யலாம்? நாம் நேரடி அரசாங்கத்தை மறுத்துவிட்டோம், எல்லைக்குட்பட்ட திரும்ப அழைக்கும் முறையை இறுதிநிலையில் மட்டுமே கையாளக்கூடிய ஒரு மருந்தாக ஏற்றுக் கொண்டோம். தனிநபர்கள் என்ற முறையில் அவர்கள் செய்யக்கூடியது ஒன்றுமில்லை என்றே கூறலாம். இன்றைய உலகம் மிகப் பெரியது, சிக்கலானது. சராசரி மனிதனின் செயல்பாடு எதுவும் அதன் வேலையைக் கடுமையாகப் பாதிப்பதற்கு எவ்வித வழியும் இல்லை. ஒரு சிறப்புமிக்க அரசியலாளர், அல்லது புகழ்பெற்ற சிந்தனையாளர், சந்தேகமின்றி ஒரு செல்வாக்கு மிக்க விவாதத்தை எழுப்பலாம்; போர் பற்றி லான்ஸ்டவுன் பிரபுவின் கடிதம், கீயின்ஸின் நூலான 'சமாதானத்தின் பொருளாதாரப் பின்விளைவுகள்', இரண்டுமே, பலவிதமான தங்கள் வழிகளில், வரலாற்று நிகழ்வுகள். ஆனால் பொதுமக்கள் திரளுக்கு, விளைவுகளை உள்ளடக்கும் நடவடிக்கை என்றால் அமைப்புற்ற நடவடிக்கைதான்; அமைப்புற்ற நடவடிக்கை என்றால், பொதுவான பணிகள் என்பதற்கு மாறாக, ஒரு குறிப்பிட்ட பணிக்கானத் தொடர்புகளை வளர்ப்பதுதான். குறைந்தபட்சம் அதற்கு ஒரு விதிவிலக்கு அளிக்கலாம். இப்போதிருப்பதைவிட அரசியல் கட்சிகள் தங்கள் கட்சிகளில் எல்லாத் தரங்களிலும் உள்ள கட்சிக்காரர்களின் விருப்பங்களுக்கு அதிக மதிப்பளிப்பதாக ஆக்கலாம் என்று நான் நினைக்கிறேன். இங்கிலாந்தின் தாராளவாத, பழமைவாதக் கட்சிகள் முறையே ஹோம்ரூல், வரிவிதிப்பு சீர்திருத்தங்களை ஏற்றுக்கொண்ட முறையையும், பிரிட்டிஷ் தொழிற்கட்சியின் இலட்சியங்கள் ஒழுங்கு செய்யப்பட்ட முறையையும் பார்த்து வியப்படையாதவர்கள் ஒருவரும் இருக்க இயலாது. முந்தையதில், ஒரு தலைவரின் விருப்பம் நடைமுறையில் அவரது தொண்டர்கள்மீது சுமத்தப்பட்டது. அதை ஏற்றுக் கொள்வதைத் தவிரத் தொண்டர்களுக்கு வேறு வழியில்லை, இல்லையெனில் திரு. கோஷ்சன், திரு. சர்ச்சில் இருவரும் கட்சியை விட்டுச் சென்றிருப்பார்கள். பின்னதைப் பொறுத்தவரை, ஆலோசனைக் குழுக்கள், மாநாடுகள் போன்றவற்றின் சிக்கலான இயக்கத்தினால், தலைவர்களுக்கும் சராசரித் தொண்டர்களுக்கும் இடையில் தொடர்ந்த சிந்தனைத் தொடர்பு இருந்துகொண்டே இருக்கிறது. அதனால், ஒவ்வொரு அமைப்புற்ற கருத்திற்கும், அது ஏற்கப்படவில்லை என்றாலும், ஏற்கப்படுவதற்குப் போராடுவதற்கான வாய்ப்பு இருக்கிறது. இவ்வாறு வெளிப்படுத்துதல்

உண்மையில் முழுமையற்றதுதான்; அதை எப்போதும் ஆளுமையின் செல்வாக்கினால் ஆன ஓர் அறியவொண்ணாத தடை சூழ்ந்திருக்கிறது. ஆனால் முன்பைவிடக் கட்சிகள் தங்கள் சாதாரண உறுப்பினர்களின் விருப்பத்திற்கு மேலும் நன்றாக எதிர்வினை புரியுமாறு பிரிட்டிஷ் தொழிற்கட்சி ஒரு வழியைக் கண்டுபிடித்திருக்கிறது என்பதில் சந்தேகத்திற்கு இடமில்லை.

கட்சிக்கு அப்பால், வாக்காளரின் முக்கிய வட்டம் பலவேறு திசைகளில் பரவுவதாக அமைந்திருக்கிறது. இவற்றை மூன்று முக்கியப் பிரிவுகளில் அடக்கலாம் என்று நினைக்கிறேன்.

முதலில், குறிப்பிட்ட பிரச்சினைகளுடன் தொடர்புடைய பலவிதமான பிரச்சாரச் சங்கங்கள் இருக்கும். நமது சமூகம் போன்ற ஒன்று உருவாக்க முனைகின்ற பிரச்சினைகளை - உதாரணமாக, பரிசோதனைக்காக விலங்குகளைக் கூறிடுதலை ஒழித்தல், பிற்பட்ட நாடுகளின் ஆதிக்குடிகளை முறையாக நடத்துதல், எழுத்துக் கூட்டலை எளிமைப்படுத்துதல் போன்ற எண்ணற்றவற்றை வலியுறுத்தும்.

இரண்டாவதாக, உற்பத்தியாளர்கள், பொறியியலாளர்கள், மருத்துவர்கள், ஆசிரியர்கள், சுரங்கத்தொழிலாளர்கள் போன்ற பலதரப்பு மனிதர்களின் சங்கங்கள் இருக்கும். தங்கள் தங்கள் தொழில்களின் சிறப்பான பிரச்சினைகளின் பரிகாரங்கள் பற்றி இவை சட்டமன்றத்தில் அழுத்திக்கூற முனையும். ஆனால் பின்னர் நான் காட்டப்போவது போல, இவர்களின் செயல்மேடை, இன்றைவிட அரசியல்தன்மை கொண்டதாக இருக்காது. அரசாங்கத்திலுள்ள தங்கள் தொழில்களின் செயல்படு அமைப்புகள்மீது செல்வாக்குச் செலுத்த முனைவதாக அமையும். அதாவது, இப்போதைவிட அவர்களது முயற்சி இன்னும் குறுகிய களத்தில் கவனம் செலுத்துவதாக இருக்கும்; அவர்கள் சட்டமன்றத்திற்கு நேரடி முறையீடு செய்வதைவிட இடையிலுள்ள செயல்படு நிறுவனங்கள் வாயிலாகவே அடைவார்கள்.

மூன்றாவது குழுவில்தான், நாம் மிக அதிகமான செயல்பாடுகளின் வளர்ச்சியைக் காணமுடியும் என்று நம்புகிறேன். உற்பத்தியாளர்கள் தங்கள் சிறப்பு நலன்களைப் பாதுகாத்துக் கொள்ள சங்கம் அமைப்பதுபோலவே, நுகர்வோர் குழுக்களும் ஒத்த நோக்கங்களுக்காக, வேண்டிய மாறுதல்களுடன், வட்டார அளவிலும் தேசிய அளவிலும் சங்கங்கள் அமைப்பார்கள். உதாரணங்கள் இதை எளிதாக்கும். தொலைபேசியைப் பயன்படுத்துவோர், ஃபிரான்சில் இருப்பவர்கள் போல, அந்தச் சேவையின் செயல்பாட்டைக் கண்காணிக்க ஓர் சங்கத்தை ஏன் வைக்கலாகாது? (அண்மையில் (1924இல்) பிரிட்டனில் இதுபோன்ற சங்கம் அமைக்கப்பட்டதாக நம்புகிறேன்.) மிக

அண்மையிலான கண்டுபிடிப்புகளும் முறையாகப் பயன்படுத்தப் படுகின்றனவா என்பதை அவர்கள் நோக்கலாம். புகார்கள் முறையாக விசாரணைக்கு உட்படுத்தப்படுகிறதா என்பதை வலியுறுத்தலாம். செயல்படு சேவையின் திறமையைச் சோதிக்கத் தங்கள் சொந்த ஆய்வாளர்களை அவர்கள் நியமிக்கலாம். இங்கிலாந்து போலவே தேசியமயமாக்கப்பட்ட அஞ்சல் அலுவலகத்தில் தொலைபேசி ஆலோசனைக் குழுவில் தங்களுக்குப் பிரதிநிதித்துவம் கேட்கலாம். அல்லது தனியார் தொலைபேசி நிறுவனமாக இருந்தால், அதனுடன் சேர்ந்து சேவையின் வளர்ச்சிக்கென ஒரு ஆலோசனைக் குழுவை நியமிக்கலாம்.

தேசிய உடல்நலக் காப்பீடு போன்ற பணியிலும் இப்படித்தான். இப்போது இங்கிலாந்தில் காப்பீடு செய்த ஒருவன் தனது நலன்கள் முறையாகப் பாதுகாக்கப்படுகின்றதா என்பதற்குக் காப்பீட்டுக் குழுக்கள் மட்டுமே உத்திரவாதமாக உள்ளன; புகார் செய்பவர் ஒருவர் தமது வழக்கை முழுமையாக எடுத்துரைக்க முடியுமா அல்லது அதன் புலனாய்வின் போதுமையைச் சோதிக்கமுடியுமா என்பவை அபூர்வமே. ஆனால் தங்கள் சொந்தச் சட்ட அலுவலர்களோடும் ஆய்வாளர்களோடும் கூடிய காப்பீடு செய்தவர்களின் சங்கம் ஒன்று இருந்தால் நிலைமை மிக வேறாக இருக்கும். காப்பீடு செய்தவரைப் பாதுகாக்கும் பணியிலிருக்கும் அலுவலர்களால் புகார்கள் புலனாய்வு செய்யப்படும். மருத்துவத் தொழிலை முறையாகக் கண்காணிப்பதன் மூலம் அவர்கள் ஓர் உயர்தரமான சேவையை உறுதிப்படுத்த முடியும். ஒரு மருத்துவர் தன்னால் கவனிக்கக்கூடிய நோயாளிகளின் எண்ணிக்கையை விட அதிகமாக மேற்கொள்ளாமல் அவர்கள் நோக்க முடியும். காப்பீட்டு ஆணையர்கள்முன் வைக்கப்படும் முறையீடுகளுக்கான ஆலோசகர்களாக அவர்கள் செயல்பட முடியும். காப்பீட்டாளர்கள் தங்களுக்குரிய எல்லா ஆதாயங்களையும் பெறுகிறார்களா என்பதை அவர்கள் காண முடியும். அல்லது, மாறுபட்ட வேறொரு களத்தைப் பார்க்க வேண்டுமென்றால், நவீன அரசின் கலைச் சேவையை எடுத்துக் கொள்ளலாம். இப்போது, நாம் தேசியக் கலையரங்குகளையும் பொருட்காட்சி சாலைகளையும் பெரும்பாலும் சிறந்த அறங்காவலர்களால் நிர்வாகம் செய்கிறோம். ஆனால் அவர்கள் அந்த நிறுவனங்கள் பூர்த்தி செய்ய முனைகின்ற குறித்த பணியில் சிறப்புத் திறன் பெற்றவர்கள் அல்ல. இங்கிலாந்தில், வழக்கமாகக் கலைகளின் புரவலர்களாக அறியப்பட விழைகின்ற தாராள சிந்தையுள்ள உயர்குடிப் பிறப்பாளர்களை நாம் அறங்காவலர்களாகத் தேர்ந்தெடுக்கிறோம்; அமெரிக்காவில் அந்த நிறுவனத்துக்குப் புதிய செல்வங்களை நன்கொடையாகத் தருவார்கள் என்று எதிர்பார்க்கக்கூடிய நபர்களைத் தேர்ந்தெடுப்பது

வழக்காறாக உள்ளது. குறிப்பாக உள்ளூர்க் கலையரங்குகள் பொருட்காட்சி சாலைகள் ஆகியவற்றில் நம்மிடம் வாழ்க்கையில் கலை முக்கியமான பங்கு வகிக்கின்ற நபர்கள் அடங்கிய சங்கங்கள் இருந்தால் பெரும்பாலும் நடைபெறுவதுபோல, அந்தக் கலையரங்கம் அங்கீகரிக்கப்பட்ட கலைகளின் அடக்கம் செய்யுமிடமாக மாறாமல் தடுக்கலாம். ஒருபகுதியாக, அந்தச் சங்கமே பொருட்களை வாங்க முனையலாம், மற்றொரு பகுதியாக, வாங்கப்பட்ட பொருள்கள், மாதிரிகளின் வரிசையமைப்பு, அந்த நிறுவனம் பயன்பட்டவிதம் ஆகியவற்றை அச்சங்கம் விமரிசனம் செய்யலாம். தனது பிரதிநிதிகளை அது அந்த நிறுவனத்தின் நிர்வாக அமைப்பில் நியமிக்கலாம். மிகச் சிறந்த நிபுணர்களை, குறிப்பாக அயல்நாட்டிலிருந்து, அந்த நிறுவனத்தின் கொள்கை பற்றி அறிக்கையிடுமாறு பணிநியமனம் செய்யலாம். ஜனநாயக அரசு எப்போதேனும் தேசிய மற்றும் நகர அரங்குகளின் முக்கியத்துவத்தை உணருமாறு செய்யப்படுமானால், அந்தச் சங்கத்திற்கு மேலும் பயன்பாட்டுக் களம் ஒன்று கூடுதலாகக் கிடைக்கும். பல்கலைக்கழகங்களிலும் இப்படித்தான். அமெரிக்கப் பல்கலைக்கழகங்களின் முன்னாள் மாணவர்கள் அமைப்புற்றிருக்கும் விதத்தில் செயல்படுமாறு ஆக்ஸ்ஃபோர்டு, கேம்பிரிட்ஜ், மான்செஸ்டர் பல்கலைக் கழகங்களின் முன்னாள் மாணவர்கள் ஏன் செயல்படக்கூடாது, அங்குக் கற்றுத் தரப்படும் கருத்துகளைப் பற்றி ஏன் விமரிசனம் செய்யக்கூடாது என்ற ஒரு அடிப்படை நிபந்தனையின் பேரில், பல்கலைக்கழக வாழ்க்கையின் பல கூறுகளில் அவர்களின் உதவியும் ஆலோசனைகளும் உதவிகரமாக இருக்கும்; இங்கும் அவர்களின் பிரதிநிதிகள் பல்கலைக்கழகங்களின் நிர்வாக அமைப்புகளில் நியமிக்கப்பட்டால், அது வெளியுலகத்துடன் மதிப்புமிக்கத் தொடர்பினை உருவாக்க உதவும்.

இப்படிப்பட்ட பண்புடைய அமைப்புக்கு ஏதோ ஓர் அளவில் உடன்படாத பொதுச் சேவைகள் ஒருசிலவே இருக்கமுடியும். இதன் நன்மைகள் மூன்று விதமானவை. எங்கு அவை பயன்படுமோ அங்கு கருத்துகள் பரவிச் செல்வதற்கான பாதைகள் வாயிலாகப் பரவுகின்ற ஒரு வழியை அது அளிக்கிறது. அதில் செயல்படும் சேவைமுயற்சியின் தரத்தைப் பற்றிய புறச் சோதனைவழி ஒன்று நமக்குக் கிடைக்குமாறு செய்யும். சேவையைப் பயன்படுத்துவோர் தாங்கள் நடைமுறையில் கட்டுப்படுத்த முடியாத சரக்குகளுடன் செய்யக்கூடியதைச் செய்கின்ற மோசமான சூழ்நிலையை அது முடிவுக்குக் கொண்டுவரும். மேலும், இந்த முடிவுகளின் பொதுவான வேலை, நேரடியாக அரசியல் கட்சிகளின் முயற்சியைப் பாதிப்பதாக அமைகின்ற, அவற்றின் மூலமாக, சட்டமன்றத்தையே பாதிப்பதாகவும் அமைகின்ற கருத்தாகும். சட்டமன்றம், இருவிதங்களில் பாதிக்கப்படுகிறது. சங்கங்கள் தங்கள்

பார்வைகளை அரசியல் கட்சிகள் உணருமாறு செய்வதால் அது கீழிருந்து பாதிக்கப்படுகிறது; அவை இன்றியமையாத தொடர்பினை நிர்வாகத்துடன் பெறுவதால் மேலிருந்தும் பாதிக்கப்படுகிறது. பின்னது ஒரு சாத்தியமற்ற கடப்பாடும் அல்ல. ஏற்கெனவே நவீன நிர்வாகம் ஆலோசனைக் குழுக்களை அமைக்கிறது. அது செய்யக்கூடிய வேலைக்கெனக் கட்சிகள் அங்கே அமர்கின்றன. உணவு அமைச்சகத்தில், இங்கிலாந்தில் போர்ச்சமயத்தின் போது, நுகர்வோர் மன்றம் மிக மதிப்புள்ள ஒரு பணியைச் செய்தது. அதாவது பொதுவான செயல்பாட்டுக்கு ஒரு கொள்கையைப் பயன்படுத்துவதற்கு முன்னால் அதைச் சோதித்துப் பார்க்கக்கூடிய ஒரு அமைப்பை அதிகாரிகளுக்கு அது அமைத்துக் கொடுத்தது. (*Cf.* Beveridge, *The Public Service in War and Peace*). நாம் இந்தச் சோதனையை ஒவ்வொரு நிர்வாகத் துறைக்கும் பயன்படுமாறு ஆக்கினால் ஏதாவது ஒன்றில் அது ஆக்கப்பூர்வமாக உதவக்கூடும். ஏனெனில், குடிமக்கள் அமைப்பினை அரசியல் செயல்முறையில் அவர்களின் நேரடி ஆர்வம் செலுத்துமாறு எந்த அளவுக்கு நம்பவைத்துக் காட்டுகிறோமோ அந்த அளவுக்கு அரசியல் முயற்சியின் முடிவுகள் சிறப்பாக அமையும்.

இப்படிப்பட்ட அமைப்பு, பொதுமக்கள் கல்வியின் தரங்களில் ஓர் உயர்வை ஏற்படுத்துவதோடு இணைந்தமையும் என்ற கருத்தின்படி, அரசியல் உத்திமுறையில் ஏதேனும் பரவலான ஆர்வம் ஏற்பட்டுள்ளதா என்று எதிர்பார்ப்பது பயனற்றது. ஏனெனில் அதற்கு அத்துறையில் மிக நெருக்கமான அறிவு தேவைப்படுகிறது. தாங்கள் புரிந்துகொள்ளப் பயிற்சி பெறாத விஷயங்களில் மக்களுக்கு ஆர்வத்தினை ஊட்டமுடியாது. இப்போது வாக்களிக்கும் மிகப் பெரும்பாலான மக்களுக்கு அரசியல் செயல்முறை என்பது மிக இரகசியமான நிகழ்வுகளின் தொகுதியைக் கொண்ட அமைப்பு. இது, தங்கள் தினசரி வாழ்க்கையிலிருந்து மிகத் தொலைவில் இருப்பதாக அவர்கள் தவறாகக் கருதுகின்ற, விதிகள், சிந்தனைகளின் அடிப்படையில் அமைந்துள்ளது. இந்த உணர்ச்சியை நாம் அழித்தாக வேண்டும். அந்தச் செயல்முறையைப் புரிந்துகொள்ளத் தக்கதாக ஆக்கினால்தான் நாம் அதை அழிக்க முடியும். அந்தக் கல்விக்கான காலம் நீண்டதாக இருந்தால்தான் அது புரிந்துகொள்ளத்தக்கதாகும். அதன் தரங்களும் சாதாரண மனிதனின் குடியியல்பு ஒரு வாழும் யதார்த்தமாக அவனுக்கு ஆகும் அளவுக்கு மிக உயர்வாக இருக்க வேண்டும். பொதுமக்கள் கல்வியின் வரலாற்றுடன் பரிச்சயமுடைய எவருக்கும் இது ஒரு சாத்தியமற்ற துணிகரச் செயலாகத் தோன்றாது. அது கடினமாக இருக்கும்தான்; ஏனெனில் மனிதர்கள் சிந்தனைக்குள் நுழைவதற்குக் கடைசியாகவே விருப்பப் படுகிறார்கள். ஆனால் அதற்கு அவர்கள் தூண்டப்பட்டு விட்டால், ஏற்கெனவே இவ்வித முயற்சியில்

ஈடுபட்ட மற்றவர்களைப் போல, சிந்தனையின் கவர்ச்சியை உணரமுடியும். இதுதான் நமது நம்பிக்கைகளுக்குரிய நிஜமான நாற்றங்கால் ஆகும்.

IV. சட்டமன்ற அமைப்பு

இப்படித் தேர்ந்தெடுக்கப்பட்ட சட்டமன்றம் எது போன்றதாக இருக்கும்? அரசியல் விஞ்ஞானத்தின் அறுதியான கொள்கைப்படி, அது இரண்டு அவைகளைக் கொண்டிருக்க வேண்டும். ஒற்றை அவை அரசாங்கம், ஜனநாயக மூர்க்கத்தனத்தின் உச்சமாக்கல் என்று கருதப்படுகிறது. வாகனத்துக்கு ஒரு தடைக்கருவி (பிரேக்) வேண்டும். அதுபோலவே, ஓர் அமைப்பு, வாக்காளர்களால் தேர்ந்தெடுக்கப்பட்டு முதன்முதலாக வந்தது, அனுபவமின்மையால் எவ்வகையான புதுமையையும் தழுவிக் கொள்ளத் தயாராக இருப்பதனுடைய கரடுமுரடான உள்ளுந்தல்களைத் தாமதம் செய்யவும் ஓர் அமைப்பு வேண்டும். இரண்டாவது அவை இந்தப் பாதுகாப்பைத்தான் மிகச்சரியாகத் தருகிறது; நவீன உலகத்தில் முக்கியமான எந்த அரசும் நடைமுறையில் இரண்டு சட்டமன்ற அவை அமைப்பு முறையையே ஏற்றுக் கொண்டுள்ளது என்பது குறிப்பிடத்தக்கது.

ஆனாலும் இரண்டு அவை அமைப்பு என்பது பெருமளவு ஒரு வரலாற்றுத் தற்செயல் நிகழ்வு என்பதைக் குறிப்பிட வேண்டும். பிரித்தல் என்பது, பெரும்பாலும், ஆங்கில அரசியலமைப்பு முறையின் பழக்கத்திலிருந்து வந்தது; ஆனால் ஆங்கில வரலாற்றில் நமக்குக் குறைந்தபட்சம் மூன்று, இயன்றால் நான்கு பாராளுமன்ற அவைகளேனும் வேண்டும் என்று தோன்றிய காலங்கள் உண்டு. இரண்டாவது அவை என்ற பிரச்சினையை அது எடுக்கக்கூடிய வடிவங்களை மனத்தில் கொண்டு சிறப்பாக அணுகலாம். அப்போதுதான் அதை மறுபார்வைக்கு உள்ளாக்குவதன் தேவையையும் நியாயத்தையும் பற்றி முடிவு செய்யமுடியும். ஒரு கூட்டாட்சி அமைப்பிலுள்ள மையப் பாராளுமன்றம் என்பதன் பிரச்சினை வேறானது; இந்தப் பொதுப் பிரச்சினையிலிருந்து வேறாக, தனியாக அதை நான் விவாதிக்க விரும்புகிறேன்.

இரண்டாவது அவையும் தேர்ந்தெடுக்கப்படலாம், முதல் அவையைத் தேர்ந்தெடுக்கும்போதே இதையும் செய்யலாம், அல்லது மத்தியில் ஏதோ ஒரு சமயத்தில் தேர்ந்தெடுக்கலாம்; முதல் அவையைப் போன்றே இதற்கு அதே அதிகாரங்கள் இருக்கலாம்

அல்லது கீழ்ப்பட்ட அதிகாரங்களும் இருக்கலாம். எந்த மாதிரி அமைப்பாக இருந்தாலும் அது திருப்திகரமாக இருக்காது. சமமான அதிகாரங்களைத் தருவது என்பது பின்னால் ஒரு சமமான கைகலப்பில் முடியும். சமமான கைகலப்பு என்பது எப்போதுமே ஒரு திருப்தியற்ற கொள்கைச் சமரசத்தில் முடியும். ஒரே சமயத்தில் இரு அவைகளையும் தேர்ந்தெடுப்பது என்பது உறுப்பினர்கள் பதவியை இரட்டிப்பாக்குவதாகும். வெவ்வேறு சமயத்தில் தேர்ந்தெடுத்தாலோ, அமெரிக்க அனுபவம் காட்டியுள்ளமாதிரி, ஒவ்வொரு நிலையிலும் நிர்வாகத்தின் திறனைக் குறைப்பதாகும். இரண்டாவது அவைக்குக் குறைந்த அதிகாரம் இருந்தால், அது ஓர் ஒத்திவைக்கும் அல்லது மறுவடிவம் தருவதற்கான அவையாகவே இருக்கமுடியும். இந்தப் பணிகள் மிகவும் நிலைநிறுத்த இயலாத யூகங்களின்மீது அமைந்தவை என்பதைப் பின்னால் நான் காட்டுவேன்.

இங்கிலாந்தில், இரண்டாவது அவை என்பது, சில சட்டச்சீமான்களை உள்ளடக்குவதை அன்றி முழுஅளவில் பாரம்பரிய வசப்பட்டது. இந்தப் புத்தகத்தின் தொடக்கப் பகுதியில் விவாதிக்கப்பட்ட முடிவின்படி, அந்த முறையைப் பற்றி எதுவுமே சொல்ல இயலாது. அரசில் ஒரு சிறு வகுப்பினரை மட்டும் தனியாக நிரந்தரமாக ஒதுக்கிவைத்து, அவர்களுக்குக் கொள்கைமுடிவுகள்மீது சிறப்புக் கட்டுப்பாடுகள் அளிப்பதாகவே இது இருக்கும். இது குடிமக்களின் சமத்துவத்தை மறுப்பதாகும். அரசின் அடிப்படையே தனது முடிவுகளில் உறுப்பினர்களின் சமமான ஆர்வத்தைப் பாதுகாப்பதற்கான திறமைதான். பிரபுக்கள் அவையின் வரலாறே, இயற்கையாகவே ஒரு அரசியலமைப்புக் கொள்கைப் படி ஆகட்டும், தனது முகத்தை மிக உறுதியாகப் பழமையை நோக்கியதாக வைத்துக் கொண்ட ஓர் அவையின் வரலாறுதான். அது பழமைவாத நிர்வாகங்களின்கீழ் தூங்கி வழியக்கூடியது, தாராளவாத நிர்வாகங்களுக்கு ஊக்கமாக இருக்கக் கூடியது. தனது அமைப்பை எண்ணிக்கையில் மிகக் கேலிக்கிடமாக ஆக்கியதன்றி, தொழிற்கட்சியின் போதிய சார்பாக அதில் ஓர் உறுப்பினருக்கும் இடமிருக்க இயலாது. பாராளுமன்றச் சட்டம் போன்ற ஒன்றினால் அதன் அதிகாரங்கள் கட்டுக்குள் கொண்டுவரப்பட்டாலும், அதன் உறுப்பினர்களைத் தங்களின் சார்பாகத் தாங்கள் இருப்பதைத் தவிர வேறொன்றின் சார்பாகவும் இருக்கவைக்க இயலாது.

வெறும் நியமித்த உறுப்பினர்களையே கொண்ட இரண்டாம் அவை ஒன்றைக் கொண்டிருப்பது சாத்தியமே. இதில் உறுப்பினர்கள் காலியாகும்போது அந்த இடங்கள் நிர்வாகத்துறையினால் தேர்ந்தெடுக்கப்பட்டு நிரப்பப்படும். உறுப்பினர் பதவி, வாழ்நாள்

பதவியாக, அல்லது ஒரு குறிப்பிட்ட காலத்திற்கு மட்டுமாக இருக்கலாம். மீண்டும் பதவி ஏற்புக்கான தகுதியும் அப்படியே. தேர்ந்தெடுக்கும் களமும் கட்டுப்பாடுகள் அற்றதாக இருக்கலாம், அல்லது பெருந்தொழில், வாழ்க்கைத் தொழில்கள், பொதுச் சேவைகள் களங்களில் சிறப்புகளை வென்றவர்களாக இருக்கலாம். ஆனால் இந்த அவை, இது தேர்ந்தெடுக்கப்பட்டது அல்ல, நியமிக்கப்பட்டது என்பதனாலேயே மக்கள் அவையின் அதிகாரங்கள் இதற்கு இல்லாமல் போகும். மீண்டும், இது ஒத்திவைக்கவோ மறுபார்வை செய்யவோ மட்டுமே பயன்படும். மேலும், தான் ஏதோ ஒரு துறையில் அடைந்த அனுபவங்களைப் பொதுவான சமூக அனுபவங்களாக நினைத்துக் கொள்ளும் உறுப்பினர்களைக் கொண்ட அவையாக இது இருக்கும். இவ்வாறு நியமிக்கப்பட்ட அவைகளுக்கு ஒரு உதாரணம் கனடா நாட்டு செனேட் (மேலவை). அதற்குத் தன் சொந்த அலுவல்களை மேற்கொள்ளும் சக்தியும் கிடையாது. மேலும் ஒரு நிர்வாகம் தனது சொந்த ஆதரவாளர்களிலிருந்தே நியமனங்களைச் செய்யும் என்பதற்கு கனடா மேலவை ஓர் உதாரணமாக இருக்கிறது. இப்படிப்பட்ட அவையைக் கொண்டு முதல்தர முக்கியத்துவம் வாய்ந்த நடவடிக்கைகளை எதிர்க்க முடியாது. அப்படி எதிர்த்தால், ஒன்று அது நிர்வாகத்தை பலவீனப்படுத்துவதாகும் அல்லது தக்க சூழல்களில் பொதுமக்கள் கருத்துக்கு எதிராக இருப்பதால் ஒரு பொதுத்தேர்தலுக்கு வழிவகுப்பதாகும். இப்படிப்பட்ட ஓர் அமைப்பில் எந்த ஒரு திடமான மதிப்பையும் காண்பது அரிது. (இந்த நாட்டுக்கு பிரைஸ் பிரபு பரிந்துரை செய்த சிக்கலான இரண்டாம் அவையைப் பற்றி நான் இங்கு விவாதிக்கவில்லை. ஒரேசமயத்தில் அது இயல்புக்கு மாறானதாகவும், இருக்கும் இரண்டாம் அவைகள் யாவற்றினுடைய மிகமோசமான பண்புகளை ஒருசேரக் கொண்டதாகவும் தோன்றுகிறது. அதன் முன்மொழிவுகள் பற்றிய ஓர் விவாதத்துக்கு திரு. எச். பி. லீஸ்-ஸ்மித்தின் Second Chambers in Theory and Practice, pp. 216 f. காண்க.)

இரண்டாவது அவை மறைமுகமாகத் தேர்ந்தெடுக்கப்படுவதாகவும் இருக்கலாம். ஃபிரெஞ்சு செனேட் இப்படித்தான் இப்போது உள்ளது, 1913க்கு முன் அமெரிக்க ஐக்கிய நாட்டின் செனேட்டும் இவ்வாறே இருந்தது. இங்கும், இப்படிப்பட்ட அவை, தான் தேர்ந்தெடுக்கப் படும்போது, அச்சமயத்திலுள்ள அரசாங்கத்துக்கு எதிராக இருந்தால், அது வேலையின் தன்மையைக் கெடுப்பதாகிறது, அன்றி அதற்கு ஆதரவானதாக இருந்தால், அது பெரும்பாலும் மிகையான ஒன்றாகிறது. மேலும், ஊழலை உச்சப்படுத்தும் எல்லா வழிகளிலும், மறைமுகத் தேர்தலே மிகவும் மோசமானது என்பதை அனுபவம் வருத்தத்தற்குரிய வழியில் காட்டியுள்ளது. அதனால்தான் அமெரிக்க ஐக்கிய நாடு, பொதுத் தேர்தலாக அதை மாற்றுமாறு அரசியலமைப்பைத் திருத்தியது;

இதற்கு முந்தியிருந்த முறை, அதன் சாதாரண உறுப்பினரும்கூட ஏதேனுமொரு பெரிய வணிக நலன் வாயிலாக வருபவர் என்பதைக் காட்டியது. மறைமுகத் தேர்தல், கீழான சட்டமன்றங்கள்மீது அன்றி, வணிகங்கள், வாழ்க்கைத் தொழில்கள் மீது கட்டப்பட்டதாக இருந்தால், திரு. கிரஹாம் வாலஸ் குறிப்பிட்டது போல, பலவித வணிகங்கள், வாழ்க்கைத் தொழில்களில் இருந்து எப்படிச் சிலவற்றை எடையிட்டு, போதிய விகிதாச்சார உறுப்பினர்கள் அமையுமாறு ஒரு அவையை எவ்விதம் அமைப்பது என்ற தீர்க்கமுடியாத பிரச்சினையில் சிக்கிக் கொள்கிறோம். *(The Great Society (1914). p. 288)*. அப்போதும், ஒரு மருத்துவர், மருத்துவர்களின் சார்பாகத் தேர்ந்தெடுக்கப்படும்போது, பணநிதி, வங்கிகள் பற்றி அவர் கருத்துரைப்பதில் என்ன சிறப்புத்தன்மை இருக்கப் போகிறது என்ற அடுத்த இடர்ப்பாடு எழுகிறது. அவரிடம் எவ்வித சிறப்புத் தன்மையும் இல்லை என்றால், அவர் அவைக்கு எவ்வித மதிப்புமற்றவர்; ஒருவேளை இருந்தால், அது அவருடைய தொழிலினால் அவருக்கு ஏற்பட்ட தகுதியாக இருக்க இயலாது.

முன்மொழியப்பட்ட மற்றொரு முறை, நார்வேயில் ஏற்கெனவே பயன்பாட்டில் இருப்பது, திரு. லீஸ்-ஸ்மித் அண்மையில் முன்வைத்தது. *(Second Chambers in Theory and Practice, pp. 249 f.)* இந்த நோக்கில், இரண்டாவது அவை, முதல் அவையினால் தேர்ந்தெடுக்கப்பட்டு, அதன் விகிதாச்சாரத்துக்கு ஏற்ப அமைந்த ஒரு சிறிய அமைப்பாக இருக்கும். ஆகவே அதிகாரத்திலுள்ள கட்சியின் செல்வாக்கு பயனடைவதில் குறையாமல் இருக்கும்; இரண்டாவது அவையின் காலப்பகுதியும், முதல் அவையின் காலப்பகுதியோடு முடிந்துவிடுவதால், எது முதலில் வந்தது என்ற ஆதித்தோற்ற முரண்பாடு ஏற்படாது. அதன் பணிகள் ஒத்திவைப்பதும், மறுபார்வைக்கு உட்படுத்துவதும் ஆகவே இருக்கமுடியும்; இதனால் அவசரத் தன்மை, தவறுகள் ஏற்படுதல் ஆகியவற்றைத் தடுக்க முடிந்தாலும், குறிப்பிட்ட நடவடிக்கையை அழிக்க இயலாது என்பதில்தான் அதன் மதிப்பு இருக்கிறது.

பொதுவான நிலையில் இவ்வளவுதான் சொல்லமுடியும். எங்கெல்லாம் இரண்டு அவைகள் சட்டமன்றத்தில் இருக்கிறதோ, அங்கெல்லாம் ஏதோ ஒன்று தலைமை பெறுவதைத் தவிர்க்க முடியாது. ஆகவே இரண்டில் ஏதோ ஒன்று மையத்தில் இருக்கும். அதை நோக்கித்தான் அரசியல் திறன் தவிர்க்கவியலாமல் இறங்கும். இதன் விளைவாக, இரண்டாவது அவை, இயக்கமின்றித் தற்காலிகமாக நிறுத்தப்பட்ட நிலையில் இருக்கும், அல்லது ஏதோ ஓர் அளவில் கவனத்தைப் பெறவேண்டி, தான் செய்ததென்று மதிப்புப் பெற

முடியாத நடவடிக்கைகளுக்கும் எதிர்ப்பைக் காட்ட வேண்டி யிருக்கும். தன்னை மலடெனக் கருதிக் கொள்ள முடியாமல், தான் நிறைவேற்ற வேண்டிய மசோதாக்களுக்கு எதிராக, பெந்தமின் சக்திமிக்க தொடரில் கூறினால், "போலிவாதங்களின் படையை நிறுத்திப்" போரிட வேண்டிவரும். *(Constitutional code, Bk. I, ch. xvi.)* பயனற்ற வாதங்களில் காலத்தை வீணாக்கும்; அதனால் நிர்வாக அதிகாரிகளை அதைவிட முக்கியமான பிற கடமைகளைச் செய்வதிலிருந்து தடுக்கும். பொதுவாகக் கூறினால், முதலாவது அவையுடன் ஒத்துச் செல்லும் இரண்டாவது அவை மிகை; ஒத்துச் செல்லாவிட்டால், அது வெறுப்பினை ஏற்படுத்தக்கூடும். தேர்ந்தெடுக்கப்பட்ட ஒற்றை அவையின் தவறுகளின் மடத்துணிவைத் தாமதப்படுத்துவது தேவை என்ற வாதம், நவீன அரசியலின் நிலைமைகளைப் புறக்கணிக்கிறது. சட்டமியற்றல் சூனியத்திலிருந்து வருவதில்லை; நிர்மலமான வானத்திலிருந்து திடீரென்று சட்டங்கள் சட்டப் புத்தகத்திற்குள் குதித்துவிடுவதில்லை. சட்டமாகும் எந்த நடவடிக்கையும் விவாதம், பகுப்பாய்வு ஆகியவற்றின் நீண்ட செயல்முறைகளின் விளைவாகவே உருவாகிறது. அயர்லாந்தின் தன்னாட்சிப் பிரச்சினை அது சட்டமாவதற்கு முன்னால் முப்பதாண்டுகள் விவாதிக்கப்பட்டது; பிரபுக்கள் அவையின் சீர்திருத்தம் பொதுமனத்தில் ஒரு தலைமுறைக் காலம் இருந்தது. குறைந்தபட்ச ஊதியம், ஏழைச்சட்டத்தை ஒழித்தல், நகரத் திட்டமிடல், சுரங்கங்களை தேசியமயமாக்கல், இவைபோன்ற பெரிய பிரச்சினைகள் யாவும் சட்டமன்றத்தில் கட்சிகள் எடுத்துக் கொள்வதற்கு முன்னால் பொதுமக்கள் முன்னிலையில் பல ஆண்டுகள் இருந்தன. 1902இன் கல்விச்சட்டத்திற்குப் பிறகு அதன் அமைப்பை திரு. ஃபிஷர் முழுமைப்படுத்த முற்படுவதற்குள் பதினாறாண்டுகள் சென்றுவிட்டன. ஆஸ்திரேலியக் கூட்டமைப்பை உருவாக்க ஏறத்தாழ இருபதாண்டுகள் பிடித்தது. இம்மாதிரிப் புள்ளிவிவரங்களை நோக்கும் பார்வையாளருக்கு, நிர்வாகத்துக்கும் சிந்தனைகளின் சாத்தியத்திற்கும் இடையிலான காலத்தின் சிறுமை அல்ல, பெருக்கம்தான் அதிர்ச்சி தருவதாக இருக்கும். *(Cf. the table in Systems of Government within the British Empire, p. li).*

எவ்விதமாயினும் இரண்டாவது அவை ஒன்று தருகின்ற தடை கிடைக்கக் கூடிய வடிவங்களில் சிறந்த ஒன்று அல்ல. ஓர் அரசியல் கட்சி போன்ற பேரமைப்பு, ஒரு புதுமையை ஏற்கத் தூண்டப்படும் செயல் மிக மெதுவாக நிகழ்வதிலேயே தேவையான காலதாமதம் என்பது உருவாகிறது. குறிப்பிட்ட ஒரு சட்டம் யாரின் நலன்களைத் தொடுகிறதோ அவர்களை அரசாங்கம் முன்னால் கலந்து ஆலோசிக்கும்போது தேவையான திருத்தம் வந்துவிடுகிறது. இரண்டாவது அவையில் சொல்லப்படும் பெருமளவு விமரிசனம்,

ஏற்கெனவே முதல் அவையில் எடுத்துக்காட்டப்பட்டதாகவே இருக்கும். தற்செயலாக அன்றி, அது சொல்லப்போகின்ற விஷயம் சாதுரியம் பெற்றதாக இருக்காது. முதல் அவையுடன் தொடர்பில்லாத அறிவு மூலங்களையோ கருத்துகளையோ இரண்டாம் அவை நாடுவதில்லை. இப்படிப்பட்ட முயற்சிக்கான உண்மையான இடம், நிர்வாகத் துறைகளைச் சூழ்ந்திருக்கின்ற ஆலோசனை அமைப்புகள்தான். உதாரணமாக, அங்கே, உள்ளக அமைச்சர் ஒருவர், கடைக்காரர்கள், கடைப் பணியாளர்கள், வாடிக்கையாளர்கள் மூன்று தரப்பையும் கலந்தாலோசித்து, தனது கடைகள்நேரச் சட்டத்தை வடிவமைக்கலாம். விவாதத்தில் தெளிவு பெறுவதைவிட தன் திட்டத்தின் சாத்தியமான விளைவு என்ன என்பதைக் கற்றறிந்து விடலாம். அவர்களுடைய தனித்த அறிவின் ஒளியில் தேவையான தகஅமைத்தல்களைச் செய்து கொள்ளலாம். ஓர் அவை செய்யும் திருத்தம் என்பது வெறும் படியெடுப்பதாக இருக்கலாம், அச்சமயத்தில் அது பாராளுமன்றக் கவுன்சில் போன்ற ஏதேனும் ஓர் அமைப்புக்கு விடப்படலாம். அதன் சாராம்சத்திற்குள் செல்வதாக இருந்தால், இரண்டு அவைகளில் செய்வதும் ஒன்றில் செய்வதும் ஒன்றுதான். ஒத்திவைக்கும் அதிகாரம் என்பது, வாக்காளர்கள் பதவிக்குத் தேர்ந்தெடுத்த ஒரு கட்சி தேவையென்று கருதுகின்ற மாற்றங்களைத் தோற்கடிக்கும் ஒரு முயற்சிதான். இந்த அதிகாரம் வாக்காளர்களுக்கு மட்டுமே உரியது. அதுவும் தன் தலைமையதிகாரத்தை எவ்விதம் அக்கட்சி பயன்படுத்தியுள்ளது மதிப்பிடுகின்ற சமயத்தில்தான். திருத்துதலுக்கான அதிகாரமும் பெரும்பாலும் வாய்மொழியானதுதான். அப்போது இரண்டாவது அவை போன்ற முக்கியமானதொரு அவை அதற்குத் தேவையில்லை. அல்லது திருத்துதல் முக்கியமானதென்றால், அது, தேர்ந்தெடுக்கப்பட்ட அவையின் தளத்தில் பதவியிலிருக்கும் கட்சிக்கு விடப்படும் நேரடிச் சவால் ஆகும். பதவியிலிருக்கும் கட்சி தவறுகள் செய்யும் என்பதை ஒப்புக் கொள்கிறேன். மேலும், குறிப்பாக, வாக்காளர்கள் மெய்யாக எவற்றை எதிர்க்கிறார்களோ அவற்றை அவர்கள் சார்பாகச் செய்ய ஒரு விழைவு அதற்கு ஏற்படும். ஆனால் வாக்காளர் விருப்பத்தை மதிப்பிடுவதில் இரண்டாவது அவை முதல் அவையைவிடச் சரியாக இருக்கும் என்று சொல்லமுடியாது. வெகுமக்களின் செயலறுதன்மையிலும் அழிவை உண்டாக்கக்கூடிய பெரிய மாற்றங்களைத் தவிர்ப்பதில் அரசாங்கத்திற்கு இருக்கும் விழைவிலும் தேவையான தடைகள் உள்ளன. வேறெந்தத் தடைகளும், தவிர்க்கவியலாமல், முன்னேற்றத்துக்கான உதவியாக இல்லாமல், சொந்த நலத்துக்கான எதிர்ப்புகளின் சார்பாகவே இருக்கும்.

மிகத் திருப்திகரமான ஒரு இரண்டாம் அவை கிடைத்தாலும் இது உண்மைதான். ஏற்கெனவே அது இயலாது என்று நான்

வாதிட்டுள்ளேன். நார்வேயின் முறையே மிகவும் திருப்திகரமான ஒன்று; ஆனால் அதுவும், திறன்மிக்க சட்டமன்றத்தின் ஒரு வெளிறிய வடிவம்தான். பாரம்பரியமான இரண்டாம் அவை என்பது அரசு நோக்கத்தின் முதல் விதிகளின்படி ஒதுக்கப்படுகிறது. தேர்ந்தெடுக்கப்பட்ட அவை, முதலாவது அவையுடன் ஒருங்கே இருக்குமானால், அது வெறும் திரும்பச்செய்தல்தான்; வேறு சமயத்தில் செய்யப்பட்டால் அது சரியான கொள்கை உருவாக்கத்திற்கு அது ஒரு தடை. நியமிக்கப்பட்ட ஓர் இரண்டாம் அவை, அது கட்சிக் கொள்கைகளின்படி நியமிக்கப்பட்டால், கனடாவில் இருப்பதுபோல், தீமை பயப்பதாகவே இருக்கும், அல்லது மிகச் சிறந்த சேவை என்ற அடிப்படையில் தேர்ந்தெடுக்கப்பட்டால், ஒருவர் சிறப்பாக ஆற்றும் சேவையை அரசியல் செயல்முறையோடு தொடர்புபடுத்துவதில்லை. லிஸ்டர் பிரபு ஒரு பெரிய அறுவைமருத்துவர்தான். ஆனால் அத்தகுதி சமூகக் காப்பீடு பற்றிய விவாதத்தில் பங்கெடுக்கின்ற தகுதியை அளிப்பதில்லை. பிரீ பிரபு ஒரு பெரிய கப்பல் கட்டுநர்; அதற்காக ஆப்பிரிக்க அடிமைத்தனம் பற்றிய அவரது கருத்துகள் முக்கியமாகிவிடாது. இப்படிப்பட்ட மன்றத்தில் இருக்கும் ஒவ்வொரு பணக்காரரும் சொத்துச் சேர்க்கும் நலத்திற்கான ஒரு பிரதிநிதியாகத்தான் இருப்பார்; ஒவ்வொரு பெரிய பொதுச்சேவைக்காரரும், இந்தியாவிலிருந்தோ எகிப்திலிருந்தோ வருகின்ற ஓய்வுபெற்ற ஆளுநர்போல, ஜனநாயகப் பாணிச் சிந்தனைக்கு எதிராகக் கருத்தேற்றம் பெற்றவராக இருப்பார்; அல்லது பிரபுக்கள் அவைக்கு நியமிக்கப்படும் முன்னாள் கருவூல அதிகாரிகள் போல, மசோதாக்கள் மீதான விவாதங்களைவிட விசாரணைக் குழுக்களில் பயனுடையவர்களாக இருப்பார்கள். ஆகவே நேரடியான ஒற்றை அவை அரசாங்கத்தைக் கொண்டிருப்பது சிறப்பானது. கட்டுப்படுத்தும் சுமையை அந்த அவையைத் தேர்ந்தெடுத்த மக்கள்மீதும், அதன் செயல்பாடுகளைத் திசைப்படுத்தும் நிர்வாகஅமைப்பின் மீதும் தள்ளிவிடுவது நல்லது. *(On the whole question see the remarks of Mr. J. Ramsay MacDonald, Socialism and Government, vol. ii, pp. 50 f.)*

ஒரு கூட்டாட்சி அரசிலுள்ள பிரச்சினை பண்பில் சற்றே வேறுபட்டது. அங்கே நம்மிடம் வெவ்வேறு அளவுகளுள்ள பகுதிகளின் ஒருமிப்பு இருக்கிறது. பல சமயங்களில், அவை ஆர்வங்களிலும் வேறுபட்டு மேலும் அதிக மக்கள் எண்ணிக்கையுள்ள அண்டை மாநிலங்கள் கூடுதல் வாய்ப்பு பெறாத வண்ணம் சற்றே சிறப்பான பாதுகாப்பை வேண்டியும் வருகின்றன. அமெரிக்காவிலும் ஆஸ்திரேலியாவிலும் இந்த இடர்ப்பாட்டை செனேட்டில் சமமான பிரதிநிதித்துவம் கொடுத்துத் தீர்த்தனர்; ஜெர்மனியில், இது கூட்டாட்சி மன்றத்தினால் சமாளிக்கப்பட்டது. இருந்தாலும் ஜெர்மனியைத்

தவிர்த்து (அங்கு இந்தச் செயல்முறை, முடியாட்சிக் கொள்கையினால் பிற இடங்களில் இல்லாத கருத்துகளை அறிமுகம் செய்துள்ளது) அரசு சமத்தன்மையின் விளைவைக் கட்சி அமைப்பின் செயல்பாடுகள் பெருமளவு பலவீனமாக்கி விட்டன என்பதை மனத்தில் கொள்வது தகுதியானது. அமெரிக்க செனேட்டிலுள்ள குடியரசுக் கட்சிக்காரர்கள், பிரதிநிதிகள் சபையிலுள்ள குடியரசுக் கட்சிக்காரர்களைப் போலவேதான் வாக்களிக்கிறார்கள்; ஆஸ்திரேலிய செனேட்டிலுள்ள லிபரல் கட்சிக்காரர்கள் அரசைப் போலவே அதே அளவு தங்கள் கட்சியையும் நினைவில் வைத்துள்ளார்கள். ஒருமுறை கூட்டாட்சி அரசு வந்துவிட்டால், தேசியத்தின் உணர்வு அங்கு வளர்கிறது. தகவல்தொடர்பின் வளர்ச்சியினால், அது பழைய அசல் பிரதிநிதித்துவ அலகுகளைப் பெருமளவு காலத்துக்கு ஒவ்வாததாக ஆக்கி விடுகிறது. உதாரணமாக, மஸாசூசெட்ஸின் ஆர்வங்கள், அட்லாண்டிக் கடல்தள அரசுகளின் ஆர்வங்களிலிருந்து வேறுபடுத்தி நோக்கக்கூடியவையாக இல்லை; மின்னசோட்டாவின் ஆர்வங்கள், வடமேற்குமத்தியப் பகுதியின் விவசாய அரசுகளின் ஆர்வங்களைப் போன்றே உள்ளன. அரசு எல்லைகளின் நிஜமற்ற தன்மையை மேற்கு வர்ஜீனியா எவ்விதம் தனது தாய் அரசிலிருந்து வெட்டி எடுக்கப்பட்டது என்பதில் கண்டோம். இரு டகோட்டா அரசுகளும் ஒன்றாகவே இருக்கலாம். அல்லது அவை அதே போல நெப்ராஸ்காவுடனும் மின்னசோட்டாவுடனும் சேர்ந்திருக்கலாம். அமெரிக்காவிலும் ஆஸ்திரேலியாவிலும் கூட்டாட்சிப் பிரச்சினைகளில் இனவேறுபாட்டுத் தன்மை இல்லை என்பதில் அதிர்ஷ்டமிக்கவைதான். கனடா, ஜெர்மனி, ஸ்விட்சர்லாந்து நாடுகளில் இப்படி இல்லை. ஃபிரெஞ்சுக் கனடாக்காரனுக்குப் பாதுகாப்பதற்கெனத் தனி ஆர்வங்கள் உள்ளன. தெற்கு ஜெர்மானியன் பிரஷ்யனிலிருந்து வேறுபட்டவன். ஸ்விஸ்காரர்கள் சிறப்பு மத நோக்குகளை சமரசப்படுத்த வேண்டும். ஆனால் இப்படிப்பட்ட வேற்றுமைகள் பிரச்சினையாக இருக்கும் இடங்களில்கூட ஓர் இரண்டாவது அவை பெரிய உதவி செய்வதாக நான் காணவில்லை.

ஆனால் கனடாவில் இப்படி இல்லை. சர் ஜே. எஸ். வில்லிசன் பின்வருமாறு எழுதுகிறார்: "காமன்வெல்த் தொடங்கப்பட்டதிலிருந்து, பழமைவாதக் (கான்சர்வேடிவ்) கட்சியின் சட்டமன்ற அமைப்பின் உசிதத்தையும் நியாயத்தையும் கேள்விகேட்பது வட அமெரிக்காவிலுள்ள பிரிட்டிஷ் நிறுவனங்களுக்கு படுமோசமான இராஜத்துரோகம் என்ற கொள்கை அடிப்படையிலேயே செனேட் செயல்பட்டு வந்திருக்கிறது". *(Sir Wilfrid Laurier and the Liberal Party, i. 412, quoted in MacDonald, op.cit.)* ஆஸ்திரேலிய செனேட்டும் ஏற்கெனவே ஆக்கப்பூர்வமான முக்கியத்துவத்தின் எந்தக் கோணத்திலிருந்தும் தன்னை விடுவித்துக் கொண்டுவிட்டது. அமெரிக்க செனேட்,

எவ்வாறாயினும், உள்நாட்டுப் போர் தொடங்கி, அரசுகள் வாரியாகப் பிளவுபடவில்லை என்றாலும், பிரதேசப் பொருளாதார நலன்கள் அடிப்படையில் பிளவுபட்டுள்ளது. இதே நலன்கள், பிரதிநிதிகள் அவையையும் சமமாகப் பிளவுபடுத்தியுள்ளன. ஒரு கூட்டாட்சியின் அலகுகளுக்கு எவ்விதப் பாதுகாப்பும் தேவையில்லை, அதனால் இரண்டாவது அவையின் பாதுகாப்புக் கவசமும் தேவையில்லை என்று நான் நம்புகிறேன். தேவையான எல்லாப் பாதுகாப்பும் (அ) அரசியல் அமைப்பில் உள்ளடங்கியுள்ள அதிகாரங்களின் அசலான விநியோகத்தினாலும் (ஆ) நீதிமன்றங்கள் வைத்திருக்கும் நீதிசார் மறுநோக்கிற்கான உரிமையினாலும் அடையப்பட முடியும் என்று நான் ஆலோசிக்கிறேன். அந்த விநியோகத்தின் திருத்தம், தேவைப்பட்டால், சட்டமன்றத்தில் அதைச் செல்லவைக்க மூன்றில் இருபங்கு பெரும்பான்மை பலத்தினாலும், அதற்குமேலும், பெரும்பான்மை ஒப்புதலினாலும், அல்லது பகுதியரசுகளின் மூன்றிலிரு பங்கினாலும் அடையப்பட முடியும். பிறகு இவர்கள் தங்கள் தற்பாதுகாப்புக்குத் தேவைப்படும் போதிய பாதுகாப்புகளை வைத்திருப்பார்கள். சட்ட மன்றத்தில் இவர்களுடைய பிரதிநிதிகள் இவர்களைத் தங்கள் வாக்குகளால் பாதுகாக்க இருப்பார்கள். அவர்களுடைய தலைமையதிகாரம் சிறப்பாக அமைக்கப்பட்டதொரு தேசியச் சட்டத்தினால் ஒழிய மாற்றப்பட மாட்டாது. செனேட்டில் அவர்கள் சமமான பிரதிநிதித்துவத்திற்கான உரிமையைச் சந்தேகமின்றி இழந்துவிடுவார்கள்; ஆனால் அப்படிப்பட்ட உரிமை, கட்சியமைப்பு முறையினால், பெருமளவு மாயையானது என்று நான் வாதிட்டுள்ளேன். ஃபிரெஞ்சுக் கனடாக்காரர்களுடையது போன்ற சிக்கலான இனப் பிரச்சினைகளும்கூட, இப்படிப்பட்ட வழிகளால் போதிய பாதுகாப்புக்கு வழிவிடுகின்றன.

திரு.வெப் மற்றும் திருமதி. வெப்பினால் இரண்டு அவைகள் கொண்ட அரசாங்கத்தின் முற்றிலும் வேறுவித முறை ஒன்று மிகக் கவர்ச்சியாக முன் வைக்கப்பட்டுள்ளது. *(A Constitution for the Socialist Commonwealth of Great Britain, Part II, chap. i, pp. 108 ff.)* பெரும்பாலும் அவர்கள் இப்போதுள்ள வடிவத்தில் இரண்டாம் அவை ஒன்றை ஏற்றுக் கொள்கிறார்கள். ஆனால் நவீன சட்டமன்றத்தின் சுமை மிகப் பெருகியிருப்பதால், அதன் பணியை இரண்டு பகுதிகளாகப் பிரித்துக் கொள்ளலாம் என்கிறார்கள். அதில் ஒவ்வொன்றும் தனது கட்டுப்பாட்டில் ஒரு பாராளுமன்றத்தை வைத்திருக்கும். அவர்கள் எழுதுகிறார்கள்: "தேசத்தின் பாதுகாப்பு, சர்வதேச உறவுகள், நீதி நிர்வாகம் போன்ற பணிகளைச் செய்கின்ற அரசியல் ஜனநாயகம் என்று நாம் கூறும் ஒன்றிடம் தொழில்களின் தேசிய நிர்வாகம், சமுதாயத்தின் வாழ்க்கைக்குத் தேவையான சேவைகள் ஆகியவற்றை

ஒப்படைத்துள்ளோம். ஒன்றின் வட்டம், நிர்வாகம், ராஜரீதியான தலைமையதிகாரம், காவல்துறை அதிகாரம்; மற்றதன் வட்டம், பொருளாதார நிர்வாகம், உள்துறை வேலைகள். நாளைய கூட்டுறவுக் காமன்வெல்த்தும் இதன்படி அதனதன் விஷயங்களைக் கொண்ட இரண்டு தேசிய மன்றங்களைக் கொண்டிருக்க வேண்டும். ஆனால் பரஸ்பர உறவுகள் இரண்டிற்கும் இடையில் இருக்கும். அவற்றை இனிமேல்தான் கண்டுபிடிக்க வேண்டும். ஆனால் உடன்சமமாகவும், தன்னிச்சையாகவும் இருக்கும். இரண்டில் எதுவும் முதல் அல்லது கடைசி என்றல்ல. ஒன்றிணைந்த இரண்டு தேசிய மன்றங்கள், ஒன்று குற்றச் சட்டம், அரசியல் களம் ஆகியவற்றைக் கொண்டது, மற்றது பொருளாதார, சமூக நிர்வாகத்தைக் கொண்டது. இப்போதுள்ள பாராளுமன்றப் பணிகளின் தேக்கத்தைப் போக்கக்கூடிய திறன்மிக்க வழியாக நாம் கருதுவதோடன்றி, தனிப்பட்ட முதலாளிக்கான சமுதாயத்தின் முழுமையை நோக்கிய அணுகுமுறை கொண்ட முற்போக்கான பதிலீட்டுக்குத் தேவையான அடிப்படை நிலைமையாகவும் காண்கிறோம்.'' *(op. cit., p. III)*.

திரு.வெப், திருமதி. வெப் இருவராலும் முன்வைக்கப்பட்ட இந்தத் திட்டத்தில் அரசியல் பாராளுமன்றம் இப்போதுள்ளது போலவே தேர்ந்தெடுக்கப்படும். அதன் செயல்முறைகளுக்கு ஆங்கில அமைச்சரவையின் மாதிரியில் அமைந்த ஒரு நிர்வாக அமைப்பு வழிகாட்டும். சமூகப் பாராளுமன்றமும் இதுபோலவே தேர்ந்தெடுக்கப்படும்; அது குறிப்பிட்ட ஆண்டுகளுக்குப் பதவியில் இருக்கும். சிறப்பு நிலைமைகளில் மட்டுமே அது கலைக்கப்படுவது சாத்தியமாகும். அது தனது பணியை முக்கியமாகக் குழுக்களின் வாயிலாகச் செய்யும். அவற்றுக்குத் தலைவர்கள் இருப்பார்கள். குறைந்தபட்சம் அவர்கள் மற்றக் குழுக்களின் பார்வைகளை ஏற்றுக் கொள்ள மாட்டார்கள். தங்கள் சொந்தக் குழுக்களுக்கு மட்டுமே அவர்கள் பொறுப்பாவார்கள். இவற்றுக்கு முன்மாதிரி, லண்டன் மாவட்ட மன்றத்தின் அமைப்பு ஆகும். சமூகப் பாராளுமன்றத்துக்கு, இப்போதுள்ள பொதுமக்கள் அவையின் நிதி அதிகாரங்கள் அனைத்தும் மாற்றப்படும் என்பது முக்கியமானது. இந்த இரு அமைப்புகளும் ஒன்று இன்றி மற்றொன்று தனியே வாழ்வது இயலாது. ஒவ்வொன்றின் சிற்சில முடிவுகள் மற்றதின் வட்டத்திற்குள் ஆக்கிரமிக்கவே செய்யும். சான்றாக, அரசியல் பாராளுமன்றம், தான் கட்டுப்படுத்தும் துறைகளுக்கு எவ்வளவு நிதி ஒதுக்குவது என்பதை முடிவு செய்யவேண்டியிருக்கும். அதை சமூகப் பாராளுமன்றத்துக்கு அளிக்கும். இந்த அறிக்கையின் மிக விவரமான நுண்ணாய்வு நிகழ்வதற்கு எதிராக ஆசிரியர்கள் இருவரும் உள்ளனர். ஒன்று அதை ஏற்க வேண்டும், அல்லது அதைப் புறக்கணிக்க வேண்டும். ஒப்புதலின்மை ஏற்பட்டால், இரண்டும்

சேர்ந்து கூட்டம் நடத்தும். கூட்டமும் பயனின்றி முடியுமானால், இரண்டு பாராளுமன்றங்களும் சேர்ந்து ஒரு கூட்டு அவையை நடத்தும் அதில் கிடைக்கும் ஒட்டுமொத்த வாக்குகள் விஷயத்தை முடிவுக்குக் கொண்டுவரும். இந்த அமைப்பை அரசியலமைப்பில் மாற்றங்கள் செய்யவும் பயன்படுத்திக் கொள்ளலாம். ஆண்டுக்கு ஒருமுறை இணைந்த பேரவை நிதிநிலைமைகளை ஆராயத் தேவைப்படும். நிதி பற்றிய கூட்டுநிலைக்குழு ஒன்று மதிப்பீடுகளைத் தயாரிக்கும். இரண்டிற்குமிடையில் தீர்வுகாண முடியாத முட்டுக்கட்டை நிலை ஏற்பட்டால், ஒரு பொதுமக்கள் வாக்கெடுப்பு அல்லது இரட்டைக் கலைப்பு தீர்வினை உருவாக்கும். (op. cit., pp. 110-28).

இந்தத் திட்டத்தில் அமைந்துள்ள அடிப்படைக் கருத்துகள் இரண்டு. முதல் கருத்து, சட்டமன்றம் அதிகப்பணியால் மூழ்கடிக்கப்படாமல் இருக்க வேண்டும் என்றால், அரசாங்கம் அந்தப் பணியை இரண்டாகப் பிரித்து நிர்வகிக்க வேண்டும் என்பது. இரண்டாவது இப்படிப்பட்ட தன்னிச்சையான அமைப்புகள் உருவாக்கத்தினால் ஏற்படும் அதிகாரச் சமநிலை சுதந்திரத்தைப் பாதுகாக்கும் என்பது. "எவ்விதத்தில் தகுதியானதோ அவ்வாறு பொதுச் சேவைகளைச் சீரமைப்பது, சமூகப் பாராளுமன்றத்துக்குத் திறந்தே இருக்கும்....(ஆனால்) எந்த ஒரு பொதுச் சேவையைப் பயன்படுத்துவதும் தண்டனையின்கீழ் சட்டப்பூர்வமாகக் கட்டாயப்படுத்தப்படலாம் அல்லது அந்தச் சேவைக்குத் தேவையானவற்றைப் பிறவழிகளில் அளிப்பதைக் குற்றம் ஆக்கலாம். இது போன்றவை, அரசியல் பாராளுமன்றத்தின் ஒப்புதல் பெறாமல் அது சமூகப் பாராளுமன்றத்தின் அதிகாரத்துக்குள் வராது". (op. cit., p. 129). அதுபோலவே அரசியல் பாராளுமன்றமும், அதிக அளவு ஆயுதங்களைப் பெருக்கும் கொள்கை, அல்லது சர்வதேச எல்லைகளை விரிவுபடுத்தல் போன்றவற்றில், அரசின் நிதியிருப்பைத் தனது சொந்தத் திட்டங்களின் வளர்ச்சிக்குப் பயன்படுத்தும் சமூகப் பாராளுமன்றத்தின் ஒப்புதல் இன்றி ஈடுபடக்கூடாது. (op. cit. pp. 136f., and especially the important note on parties in the Socialist State on p. 144).

நவீன அரசில் சட்டமன்றப் பிரச்சினை பற்றி விவாதிக்க முன்வைக்கப்பட்ட திட்டங்களில் இதுவே மிகவும் மிகப் பொறுப்பானது என்று நான் நினைக்கிறேன். அதற்கு மிகப் பெரிய சிறப்புகள் இருந்தாலும், நடைமுறைக்கு ஒத்துவராத திட்டம் என்றும் கருதுகிறேன். வரிவிதிக்கும் அதிகாரத்தைக் கொண்ட பாராளுமன்றம், அண்மையிலோ பிறகோ அத்தியாவசியமான கட்டுப்பாட்டைத் தன்னிடம் ஈர்த்துக் கொள்ளும் என்பது வரலாற்றின் அனுபவத்திலிருந்து பெறப்படும் ஆரம்பப் பாடம்; அதனால், அரசியல் பாராளுமன்றம், மிக விரைவில் ஒரு குறுகிய களத்தில்

பகுதிக் கட்டுப்பாடு பெற்ற, அதற்குக் கீழ்ப்பட்ட ஓர் மன்றமாக மாறிவிடும். மேலும் திரு. மற்றும் திருமதி வெப் கோடிட்டுக் காட்டியுள்ள தலைமையதிகாரத்தின் பிரிவு இயற்கையான ஒன்றல்ல. அயல்நாட்டுக் கொள்கையைப் பொருளாதாரக் கொள்கையிலிருந்து பிரிக்க முடியாது; ஒரு வரிவிதிப்புத் திட்டம், கச்சாப் பொருள்களை அரசு வாங்குவது, சர்வதேசக் கடன் ஒன்றுக்கு ஒரு பகுதி உத்தரவாதம் இவை போன்றவை யாவும் எந்த ஒரு மன்றத்தின் கட்டுப்பாட்டிற்கும் உட்பட்டது. அயல்நாட்டுத் துறைக்குப் பணம் சேர்க்க ஒரு சமூகப் பாராளுமன்றத்தை நடவடிக்கை எடுக்குமாறு கூறமுடியாது. அவ்வாறு செய்தபின், அந்த அயல்நாட்டுத் துறை தனது விஷயங்களை நடத்தும் முறையை விமரிசனம் செய்யாமல் அது இருக்கமுடியாது. அதிலும் அம்மாதிரி நடத்தை தனது வட்டத்திற்குள்ளான விஷயங்களையே தனது நடத்தையினால் ஆழமாகப் பாதித்திருக்கும்போது அவ்வாறு செய்ய இயலாது. 1918 முதல் ஐந்தாண்டுகள் பொதுச் சபையிலுள்ள உழைப்பாளர் கட்சி, ஓர் ஆங்கிலோ-ரஷ்ய உடன்படிக்கை, விவாதத்திலிருக்கும் வேலையின்மைத் திட்டத்திற்குப் பகுதித் தீர்வுதான் என்று கிளர்ச்சி செய்தது. காரணம், ஆங்கிலோ-ரஷ்ய விஷயங்கள் ஒரு பாராளுமன்றத்திற்கு உரியவை, வேலையின்மை மற்றொரு பாராளுமன்றத்திற்குரியது. தேசிய மின்சாரம் வழங்கும் ஓர் அமைப்பின் தேவை பற்றி வெளிப்படையாகவோ குறிப்பாகவோ விவாதம் இல்லாமல், அரசியல் பாராளுமன்றம் ஒரு தேசிய மின்சார சப்ளையை ஆதாயம் கொள்ள மறுப்பதை ஒரு தண்டனைக்குரிய குற்றமாகக் கொள்ள முடியுமா என்பதை ஓர் அரசியல் பாராளுமன்றத்தினால் திறம்பட விவாதிக்க முடியவில்லை. அதாவது, சட்டம் இயற்றலை ஆழ்ந்து நோக்க இருப்பதால், அதைக் கட்டுப்படுத்தும் எந்த ஒரு முயற்சியும் வெறும் சொல்லளவில்தான். மேலும் அதிகக் கஷ்டங்களும் இதில் உள்ளடங்கியுள்ளன. சமூகப் பாராளுமன்றம், அரசியல் பாராளுமன்றத்தின் இராணுவ மதிப்பீடுகளைப் புறக்கணித்தால், அது கூட்டுமன்றத்தில் உயர்த்திப் பிடிக்கப்படலாம். அதற்கு அரசியல் உறுப்பினர்களின் வாக்களிப்பு தேவையில்லை, பதிலாகப் பின்னதன் சிறுபான்மையைத் தனது பெரும்பான்மை உறுப்பினர்களுடன் சேர்த்துக் கொள்வதனாலேயே முடியும். இம்மாதிரி நிலைமையில் அரசியல் பாராளுமன்றம் இராஜிநாமா செய்ய வேண்டும்; அது யாருக்குப் பொறுப்பானதோ அவர்களுக்கு அதன் கொள்கை ஏற்றுக்கொள்ள முடியாமல் போனதால் அல்ல, அதன் விவரங்களை விமரிசனம் செய்ய முடியாமல் போன, அதன் பயன்பாட்டுக்கு எவ்விதத்திலும் பொறுப்பாகாத மனிதர்களால் அது விரும்பப்படாமல் போனதால்தான்.

இது மட்டும் அல்ல. இந்தத் திட்டத்தின்படி, இரண்டு பாராளுமன்றங்களுக்கும் இடையில் ஒவ்வொரு முக்கியமான

விஷயத்தைப் பற்றியும் கூட்டுக் குழுக்களை நியமிக்க வேண்டிவரும்; கூட்டுக்குழுக்களின் அறிக்கையை இரண்டு சட்டமன்றங்களும் ஏற்கவேண்டும், அப்படியானால் அவை மெய்யான அதிகாரத்தின் நிலையங்களாகும். அல்லது புறக்கணித்தால், இரு அவைகளும் தொடர்ச்சியாகக் கூட்டுஅவையில் இருக்க வேண்டிவரும். ஆனால் இவற்றில் எதுவுமே, இறுதியாக இவற்றின் அடிப்படையிலுள்ள கொள்கை, கொள்கையே அல்ல, எந்தப் பொது விதிகளின் அடிப்படைகளும் அற்ற தனித்தனியாக சட்டவிதிகளின் வரிசை என்பதைத் தெளிவாக்குகிறது. ஒரேசமயத்தில் நீங்கள் உடல்நலத்துக்கென ஒரு தாராளமயக் கொள்கையையும், கல்விக்கென ஒரு பிற்போக்கான கொள்கையையும் கடைப்பிடிக்க இயலாது. ஆனால் திரு. மற்றும் திருமதி வெப் குறிக்கும் சாத்தியம் இதுதான். மேலும் எந்தப் பிரச்சினைகளுக்கெனச் சமூகப் பாராளுமன்றம் தேர்ந்தெடுக்கப்பட வேண்டும் என்று அவர்கள் சொல்லவில்லை. அது தேர்ந்தெடுத்து முடியும் வரை அதன் தலைவர்கள் யார் எனத் தெரியப்போவதில்லை; அதனால் அதன் கொள்கையைப் பொது மக்கள் கையாளுவது என்பது பெருமளவு மறுக்கப்படுகிறது. இந்த இரு பாராளுமன்றங்களும் ஒருங்கே தேர்ந்தெடுக்கப்படாவிட்டால், அவற்றின் ஒழுக்க அடிப்படைகள் முற்றிலும் வெவ்வேறாக இருக்கலாம், அதனால் மற்ற இடர்ப்பாடுகள் ஒருபுறம் இருக்க, இரண்டும் ஒன்றின் நோக்கங்களை மற்றொன்று முறியடித்துவிடலாம்; அவை ஒன்றாகவே தேர்ந்தெடுக்கப்பட்டால், அவை ஒருபோதும் அரசுக் கொள்கையை ஒருங்கிணைக்கும் வாய்ப்புக் கிடைக்காத ஓர் ஒற்றை மன்றத்தின் இரண்டு பெரிய கிளைகளாகவே பெருமளவு இயங்கும். மேலும், தனிநபர் சுதந்திரம் பாதுகாப்பாக இருக்கவேண்டும் என்பதற்காக, ஒரு பாராளுமன்றம் பொதுச் சேவைகளைக் கட்டுப்பாட்டில் கொண்டிருப்பதனால், மற்றது நீதியின் இயக்கங்களைக் கட்டுப்பாட்டில் கொண்டிருக்க வேண்டும் என்று நான் நம்பவில்லை. அஞ்சல் துறையினரும், சுரங்கத் தொழிலாளரும், இரயில்வேத் தொழிலாளரும் தேசிய உடைமையான பிறகு வேலைநிறுத்தத்தில் ஈடுபடுகிறார்கள் என்றால், அவர்கள் சமூகப் பாராளுமன்றத்துக்குப் பொறுப்பானவர்கள், அரசியல் பாராளுமன்றத்துக்குப் பொறுப்பானவர்கள் அல்ல என்பதால், இரண்டாவதற்கு அதில் தொடர்பே இல்லை என்று கூறிவிட முடியாது. அப்போதும் அது சட்டம் ஒழுங்கைப் பராமரிக்க வேண்டும் தான், அதுவும் வேலைநிறுத்தத்தை முடிவுக்குக் கொண்டுவர இயலாத நிலையிலும், சமூகப் பாராளுமன்றம் உதவியை எதிர்பார்க்கும்போது மறுக்கமுடியாத நிலையிலும் ஆன மிகவும் கடினமான சூழல்களில் அதைப் பராமரிக்க வேண்டி வரும். (வேலைநிறுத்தத்தை முடிவுக்குக்

கொண்டுவருவது, சமூகப் பாராளுமன்றத்தின் நிலைக்குழுவின் வேலை.) மேலும் சட்டம் ஒழுங்குப் பராமரிப்பு என்பதன் முடிவு என்ன? இங்கு எடுத்துக் கொண்ட உதாரணத்தில், பொது ஒழுங்கிற்குத் தேவை என்ற முறையில் அஞ்சல்களை அளிப்பதும், சுரங்கங்களையும் இரயில்வேயையும் இயக்குவதும்தானே? (இதுவும் திரு. மற்றும் திருமதி வெப்பின் சொந்த உதாரணம்தான். *op. cit., p. 142*). இந்நிலையில், தனிநபர் சுதந்திரத்தை நுட்பமாகப் பாதுகாக்கப் பிரிவுபடுத்திக் கொண்ட தனிப்பட்ட அதிகாரங்களின் நிலை என்ன ஆகும்?

ஆகவே கொள்கை உருவாக்கம் என்பது, முழு நிர்வாகத்தையும் மேற்பார்வை செய்யக்கூடிய ஓர் ஒற்றை மன்றத்தை உருவாக்குவது என்பதே ஆகிறது. அத்தகைய மன்றத்தின் அதிகாரத்திலுள்ள துறைகளிலிருந்து அதன் அக்கறைப்பட்ட விஷயங்களை நீக்கிக் கொள்வது விரும்பத்தக்கது என்ற திரு. மற்றும் திருமதி வெப்பின் கருத்துடன் நான் உடன்படுகிறேன். மேலும் சுதந்திரத்தை உச்சப்படுத்துவதே மிகவும் அதி முக்கியத்துவம் கொண்டது என்பதுடனும் உடன்படுகிறேன். ஆனால் நிர்வாகத்தில் திட்டவட்டமான வகைமைகளைப் புகுத்துவது அதிகாரப் பிரிவினைக் கொள்கை பற்றி நாம் நோக்கியபோது பார்த்த அதே இடர்ப்பாடுகளை இங்கும் காண்பதாகவே ஆகிறது. பாலங்கள் கட்டித்தான் தீரவேண்டும், அந்தப் பாலங்களைப் பாதுகாப்பவர்கள் அத்துறையின் எஜமானர்களாக இருப்பார்கள். இந்தத் திட்டத்தின் இரட்டையாட்சி எழுப்புகின்ற சிக்கல்கள் இன்றியே நமது நோக்கிலுள்ள விஷயங்களை வேறு வழிகளில் அடைய முடியும். உறுதியாகவே, சுதந்திரம் என்பது தான் குறிக்கின்ற எளிய எந்திரக் கருவியின் மூலம் எழுப்பப்பட இயலாதது. அமெரிக்காவில் மனிதர்கள் குற்றங்களுக்கெனச் சிறைக்கு அனுப்பப்பட்டிருக்கிறார்கள். அக் குற்றங்கள் அரசியலமைப்புச் சட்டத்தின் முதல் திருத்தத்தின் களத்திற்குள் தெளிவாகவே உள்ளன; ஆனால் நீதிமன்றங்கள் நிர்வாகத்தின் நடவடிக்கை மீது கேள்வியெழுப்ப மறுத்துவிட்டன. இந்தக் கொடுஞ்செயல்களுக்கு மெய்யான தீர்வு அரசியலமைப்பின் வடிவங்களில் இல்லை; இறுதியாக அது எப்போதுமே, குடிமக்கள் அமைப்பின் ஆன்மாவுக்குள் இருக்கிறது. லண்டன் மாவட்டக் கவுன்சில் போன்ற அமைப்பு எப்படி வெற்றியடைகிறது என்பது அதன் அதிகாரம் மிக வரையறுக்கப் பட்டுள்ளதால் தான் என்பதை இங்குக் குறிப்பிடலாம். தான் பயணம் செய்யவேண்டிய களம் என்பது பெருமளவு அறியப்பட்டதாகலின், அது அரசாங்கத்தின் செயல்படு முகமையாக ஒரு குழு அமைப்பைக் கையாளமுடிகிறது. தலைமையதிகாரத்தின் பொறுப்புகள் பெருமளவு வரையறுக்கப்படாத சட்டமன்றத்திற்கு இது பொருந்தாது. ஒத்த பார்வை நோக்குக் கொண்டவர்களால் முன்வைக்கப்படுகின்ற

எல்லைகளை மேற்பார்வை செய்கின்ற மனிதர்களால் அந்த எல்லைகள் பிரிக்கப்பட வேண்டும். குறித்த மனப்போக்கின் பரந்த ஓட்டத்தின் பகுதியாக அவர்கள் செய்யும் ஒவ்வொரு செயலுக்கும் அவர்கள் பொறுப்பாகிறார்கள் என்ற விதத்தில் அவர்கள் தங்கள் கடப்பாடுகளை இப்படிப்பட்டப் பாணியில் செய்ய இயல வேண்டும். அவர்கள் இன்னும் அதிக ஊதியம் வேண்டுமென்று கேட்க வேண்டும், ஏனெனில் அவர்களுக்கு சிறந்த கல்வி வேண்டும், சிறந்த கல்வியைக் கேட்கக் காரணம், அவர்களுக்குத் தங்கள் தொழிலில் சுயநிர்வாகம் வேண்டும். இந்தக் கூட்டுப் பொருத்தநிலை நமக்குக் கிடைக்க, திரு. மற்றும் திருமதி. வெப் உதவிபுரியவில்லை. ஒருவேளை அவர்களுடைய திட்டத்தில், அரசியல் பாராளுமன்றத்தின் அமைச்சரகத்துடன் சந்திக்க அமர்கின்ற குழுக்களின் தலைவர்கள் அதை அடைய முடியும்; ஆனால் அவர்கள் அப்போது பொது நோக்கில் ஒப்புக்கொள்ளப்பட்ட முறையில், தங்கள் இசைவுகளை இரண்டு அவைகளின் வாயிலாகத்தான் ஓர் அமைச்சரவையை அமைப்பார்கள். ஆனால் இரண்டில் எதற்கும் உறுதிப்பாடு இல்லை என்பது திட்டத்தில் உள்ளடங்கியிருக்கிறது. கொள்கை என்பது ஒன்றுக்கொன்று தொடர்பற்ற சிந்தனைகளின் இணைப்பாக அமையும். ஆனால் இப்படிப்பட்ட நிலையில், கருத்தில் கொள்ளப்படுகின்ற, சட்டம் இயற்றல் என்பது நல்ல நிர்வாகத்திற்குக் குந்தகமாக அமையும். ஆனால் நல்ல நிர்வாகத்தை இயலச் செய்வதே சட்ட மன்றத்தின் முதல் பணியாகும்.

V. சட்டமன்றம் - உறுப்பினர் தேர்ந்தெடுப்பும் உறுப்பினர் பணிகளும்

ஆகவே, ஒற்றை அவை கொண்ட மீப்பெரும் அதிகாரமுள்ள சட்ட மன்றமே நவீன அரசின் தேவைகளுக்கு மிகச் சரியாக ஈடுகொடுப்பதாகத் தோன்றுகிறது. அதன் உறுப்பினர்களாகத் தேர்ந்தெடுக்கப்பட வேண்டிய திறன் கொண்டவர்கள் யார்? குடிமக்களின் எந்தச் சிறப்பு நிலையினருக்கும் எதிராகத் தராசை எடையிடா வண்ணம், பொதுநிலையில் அது புறந்தள்ளாதவாறு எல்லைப்படுத்தல் வேண்டும், தேவையானால், பாதுகாக்கப்பட வேண்டும். ஆனால் நாம் மனிதர்களின் அனுபவங்களை மதிக்காமல் அவர்களை ஏன் தேர்ந்தெடுக்கவேண்டும் என்பதற்குக் காரணமில்லை. எல்லைப்படுத்தல் இன்மை நமக்கு ஒரு இளைய பிட் பிரவுவைத் தரலாம். ஆனால் அது சட்ட மன்றத்துக்கு, அது தருகின்ற கௌரவத்திற்காக மட்டுமே செல்கின்ற அதிக எண்ணிக்கையிலான உறுப்பினர்களையும் தருகிறது. ஒரு பணக்காரன், தேர்தல் செலவுகளைத்

தன்னால் ஏற்க முடியும் என்ற காரணத்திற்காகத் தன் மகனை வேட்பாளனாக ஏற்றுக் கொள்ளுமாறு ஒரு தொகுதியை ஏற்கச் செய்கிறான்; ஓய்வுபெற்ற ஒரு வணிகன், தனக்கு ஒரு ஆசைமிக்க மனைவி வேண்டும் என்பதற்கான சமூக நிபந்தனைகளுக்காக ஒரு வேட்பாளன் ஆகிறான்; ஓர் உறுப்பினரின் மனைவி, தன் தகுதி பற்றிய பிரச்சினையின்றி, வெறும் உணர்ச்சிப் போக்கில் அவனுக்குப் பிறகு பிரபுக்கள் அவையில் உறுப்பினராகத் தேர்ந்தெடுக்கப்படுகிறாள். தேர்தலில் நிற்பவர்கள், தங்களுக்கு உண்மையான சமூக ஆர்வம் இருக்கிறதென்று உறுப்பினர் ஆவதற்கான ஒரு சிறிய தகுதியைக் காட்டுவது என்பது விவேகமுள்ளதாகத் தோன்றுகிறது. அப்படிப்பட்ட தகுதியைக் காண்பதும் கடினமல்ல. உறுப்பினர்கள், தங்கள் வேட்பாளர் நிலை சட்டப்பூர்வமானது என்பதற்கான நிலைக்கு முன்னால், உள்ளாட்சி அமைப்பு ஒன்றில் மூன்றாண்டுகள் கட்டாயம் பணி செய்யவேண்டும் என்றால், அவர்களது வெற்றிக்கு மிகவும் தேவையான நிறுவனங்கள் பற்றிய உணர்வு அவர்களுக்குத் தோன்றிவிடும். அப்போது உண்மையிலேயே அவர்களுக்குப் பொதுவேலையின் பண்பைப் புரிந்துகொள்ள அவர்களிடம் உண்மையாகவே ஒரு விருப்பம் இருக்கிறது என்பதற்கான கொஞ்சம் ஆதாரத்தையும் நாம் பெறமுடியும்; மேலும் தேசிய மன்றத்துக்குத் தேவையான பாதையாக உள்ளாட்சி அமைப்பு வாழ்க்கையையும் நாம் சற்றே புத்துயிர்ப்பு ஊட்டலாம். அதனால் நாம் எந்தப் பொறுப்புள்ள மனிதரையும் ஓர் அரசியல் தொழிலிலிருந்து அப்புறப் படுத்தவும் வாய்ப்பில்லை. மேலும் உள்ளாட்சி உறுப்பினர் ஆவது முதலிலேயே சாத்தியமற்ற ஒருவருக்கு மாற்றுத் தகுதிகளை (பொதுமக்கள் சேவையில் உறுப்பினராக இருத்தல் போன்றவை) வகுப்பது கடினமாக இருக்காது.

தேர்ந்தெடுக்கப்பட்டுவிட்டால், பிறகு ஓர் உறுப்பினருக்குச் சட்ட மன்றத்தில் அவர் மறு தேர்ந்தெடுக்கப்படும் காலத்திற்கு ஓர் எல்லை தேவையில்லை என்று கருதுகிறேன். அந்த உறுப்பினர் அனுபவத்தை அடைய முற்படும்போது அவருடைய சேவைக் காலத்துக்கு முற்றுப்புள்ளி வைத்துவிட்டால் தனக்குப் பயன்படும் விதமாக அவரிடமிருக்கும் மிகப் பயனுள்ள கருவியை இழந்துவிடுகிறது. ஏனெனில் ஒரு சட்ட மன்றத்தில் அனுபவம் இன்மையை ஈடுசெய்யக் கூடிய விஷயங்கள் மிகமிகக் குறைவு. செயல்முறை என்பது தவிர்க்கவியலாமல் தொழில்நுட்பப் பண்பு படைத்தது; ஆகவே எந்த எல்லையும் அவர் தனது பயன்பாட்டின் உச்சத்திலிருக்கும் நேரத்தில் அவரது காலப்பகுதியை முடிவுக்குக் கொண்டு வந்துவிடுகிறது. மேலும் அமெரிக்கப் பிரதிநிதிகள் அவை போன்ற அவைகளில், சட்டமன்றத்தில் விலகுபவர்களுக்கு பதிலாக வருபவர்களின் எண்ணிக்கை மிகப் பெரிய அளவில் இருப்பதோடு,

காலத்தை வீணடிப்பதும் பொதுமக்கள்மதிப்பில் தாழ்வதும் இருப்பது கெட்டபெயரை உருவாக்கி உள்ளது. இதற்குக் காரணம், ஒவ்வொரு காலத்திலும் அவை முற்றிலுமாகப் புதுப்பிக்கப்படுகின்றன. பொதுமக்கள் அவை போன்றவற்றின் பலத்தில் பெரும்பகுதி, அவற்றின் தலையாய நபர்கள் மிக நீண்ட காலமாகத் திறம்படச் செயல்படுகின்றவர்கள் என்பதால் வருகிறது. எட்மண்ட் பர்க் முப்பதாண்டுகள் உறுப்பினராக இருந்தமை, திரு. கிளாட்ஸ்டனின் அறுபதாண்டுச் சேவை, திரு. டிஸ்ரேலியின் நாற்பதாண்டுப் பணி இவை யாவும் அரசாங்கத்தின் தொழில்நுட்பத்தில் ஒப்பிடவே இயலாத நுழைபுலத்தினை அளித்துள்ளன. பிரிட்டிஷ் தொழிற்கட்சி போன்ற புதியதொரு கட்சி அதிகாரத்திற்கு வரும்போதும், அதன் தலைவர்கள் பொது விஷயங்களின் மையத்துடன் இருபதாண்டுகளாகப் பரிச்சயம் கொண்டுள்ளனர். ஆகவே எல்லையற்ற காலத்தகுதி என்ற நிபந்தனையின் அடிப்படையில்தான் ஒரு சட்டமன்றம் தனது தேர்ந்தெடுத்த பணியைச் சரியாக நிறைவேற்ற முடியும். அவ்வளவு எளிதாக ஒருவன் அங்குத் தனது அடையாளத்தை ஏற்படுத்திவிட முடியாது. உலகத்தின் வேறெந்த சூழலையும்விட, சட்டமன்ற விவாதத்தின் சூழல் மிகவும் வேறுபட்டது. பிரைட் போன்ற சில தலைசிறந்த மனிதர்கள் ஓர் உடனடி கௌரவத்தை அங்கு ஏற்படுத்திக் கொள்ளலாம்; ஆனால் பெரும்பான்மையோருக்குச் சட்டமன்றத்தில் தங்களை வெளிப்படுத்திக் கொள்ளவும் அதனால் அரசின் தலைமைப் பொறுப்பு அவர்களிடம் ஒப்படைக்கப்படலாம் என்று தெரியவரவும் காலம் அதிகம் தேவைப்படும்.

ஒரு சட்டமன்றத்தின் அதிகாரக் காலம் நான்காண்டுகளுக்குக் குறையாமல், ஐந்தாண்டுகளுக்கு மேற்படாமல் இருப்பது நல்லதென்று தோன்றுகிறது. நான்காண்டுகளுக்குக் குறையாமல் என்று சொல்லக் காரணம், சிறிய காலப்பகுதி இருப்பின் இரண்டு மோசமான குறைபாடுகள் உள்ளன; புதிய உறுப்பினருக்குச் சட்டமன்ற வழிகளில் போதிய பரிச்சயம் ஏற்படுவதில்லை, ஒரு சரியான திட்ட நிறைவேற்றத்துக்குத் தேவையான காலம் இருப்பதில்லை. இங்கு அமெரிக்க அனுபவம் முடிவானது என்று கொள்ளலாம். காங்கிரஸை (சட்டமன்ற அவையை)ச் சேர்ந்த உறுப்பினன் தனது பணியைச் செய்யக் கற்றுக் கொள்ளமுனைகின்ற நேரத்தின்போது அநேகமாகத் தான் தேர்ந்தெடுக்கப்படச் சாத்தியமற்ற மறுதேர்தலுக்கு அவன் உட்பட வேண்டிவருகிறது; மேலும் நிர்வாகத்துறையும் அதன் முயற்சிகளை நிறைவேற்றும் உறவுகள் கட்டப்பட இருக்கும் நிலையில் முதலிலிருந்து தொடங்கவேண்டியிருக்கிறது. ஐந்தாண்டுகளுக்கு மேற்பட்ட காலப்பகுதியும் தவறுதான், ஏனெனில் சட்டமன்றத்துக்குத் தனது மக்களுடன் தொடர்புவிட்டுப் போகிறது. ஒரு கட்சிக்குத்

தனது தவறுகளை மக்கள் மறந்துவிடுவார்கள் என்ற எண்ணம் வருகின்ற ஒரு நீண்ட காலத்துக்கு, மக்களின் தீர்ப்பிலிருந்து அது பாதுகாக்கப்படுவதில்லை என்பது தெரியவேண்டும். காலத்தைத் திட்டமாக நிர்ணயிப்பது வேண்டுவதற்குரியது என்று நான் நினைக்கவில்லை. புதிய பிரச்சினைகள் தோன்றியவண்ணமே உள்ளன. அவற்றின்மீது சட்டமன்றத் தலைமை யதிகாரம் புதுப்பித்துக் கொள்ள வேண்டும். ஒரு சட்டமன்றத்தின் நம்பிக்கையைப் பெறாத ஓர் அரசாங்கம், பொதுத் தேர்தலினால் தனக்கு அதிகாரத்தின் ஒரு புதிய குத்தகையுரிமை கிடைக்கும் என்று கருத இடமிருக்கிறது. உதாரணமாக, 1909இல் பிரபுக்கள் சபை அந்த ஆண்டின் நிதிமசோதாவைத் தூக்கி எறிந்தபோது, திரு. ஆஸ்குவித்துக்கு, ஒரு பொதுத் தேர்தல்தான் இரண்டு அவைகளின் அதிகாரச் சமநிலையில் அவ்வளவு பெரியதொரு மாற்றத்தை ஏற்படுத்தத் தேவையான தலைமையதிகாரத்தைத் தந்திருக்க முடியும்; 1911இன் பாராளுமன்றச் சட்டத்தை நிறைவேற்றத் தேவையான அதிகாரத்தை அளித்த 1910இன் பொதுத் தேர்தலுக்கும் இது பொருந்தும். தனது பதவிக்காலத்தை வாழ்ந்து தீர்க்கவேண்டிய கட்டாயத்துக்கு ஆட்படும் சட்டமன்றம் இரண்டு விரும்பத்தகாத பண்புகளைக் கொண்டிருக்கும். அது நிர்வாகத்தின்மீது தனது மேன்மையை நிறுவிக்கொண்டு, அதைத் தனது கருவியாக்கிக் கொள்ளும்; தனது மனப்பாங்கிற்கு அஞ்சத்தக்க அரசியல் சாசனப் பாதுகாப்பு இருக்கிறதென்ற அறிவினால் அது பொதுமக்கள் கருத்துக்கு அதிக அளவு மதிப்புத் தராது.

சட்டமன்றக் கலைப்புரிமை இப்படிப்பட்டத் தீமைகளைத் தடுக்க ஓர் அரிய கருவியாகும். அது மிகவும் நுட்பமான கருவியாகையால் அதன் பயன்பாடுகள் பற்றி ஆழமான கருத்துவேறுபாடுகள் உள்ளன. *(Cf. my State of Parties and the Right of Dissolution (Fabian Society, 1924) for a full discussion of the whole question.)* அந்தச் சமயத்திலிருக்கும் நிர்வாகத்திடம் இந்த உரிமையைக் கையாளுவதை ஒப்படைப்பது மிகவும் அவசியம் என்று நானே நம்புகிறேன். அதைத் தவறாகப் பயன்படுத்துவதற்கு எதிரான பாதுகாப்புகள் மிகவும் தேவையானவை, ஆற்றல்மிக்கவை. தனது பதவியும் உடனடியாகப் போய்விடும் என்பதால், காரணமின்றி ஒரு மன்றத்தை எந்த நிர்வாகமும் கலைக்காது. தன்னை ஆதரிப்பவர்களிடையே ஏற்படும் அதிருப்திக்கு அது பயப்படும். ஒவ்வொரு வாக்காளர் தொகுதியும் ஒரு பொதுத் தேர்தலினால் ஏற்படும் தனிப்பட்ட வணிக இடப்பெயர்ச்சியை விரும்பவில்லை என்று அதற்குத் தெரியும். பொதுமக்களின் உடன்பாட்டினைக் கவரக்கூடிய ஏதாவதொரு திடமான சாதனை இல்லை என்றால், அறியாததன் இடர்ப்பாடுகளை நம்புவது பயனற்றது என்பதும் அதற்குத் தெரியும். 1874இல் திரு. கிளாட்ஸ்டன் ஒரு காரணமற்ற அவைக்

கலைப்புக்குக் காரணமானார்; அதன் விளைவு, அண்மைக்காலத்தில் கான்சர்வடிவ் கட்சியின் மிகப் பெரிய பெரும்பான்மை ஏற்பட்டது. திரு. பால்ட்வின் அதுபோலவே 1923இல் செய்தார்; அதன் விளைவு தொழிற்கட்சி பதவிக்கு வர நேர்ந்தது. கலைப்புக்கான உரிமையைச் சட்டமன்றத்திடமே விடவும் முடியாது. எந்தச் சட்டமன்றமும் தன் அழிவுக்குத் தானே வாக்களிக்கும் என்று நம்ப இயலாது. மேலும், கலைப்புக்கான மொழிவு சட்டமன்றத்தில் தோல்வியுற்றால், அது புதியதொரு நிர்வாகத்தினை உருவாக்கக் கேட்பதாகவும் அமைந்துவிடும். இதற்கு எந்த வெளிமுகமையையும் நம்பமுடியாது. ஒரு முகமைக்குச் சட்டமன்றக் கலைப்பு போன்ற அதிகாரத்தைத் தருவது கொள்கைக்கும், நிர்வாகத்தின் தலைவிதிக்கும் அதைத் தலைமை ஏற்கச் செய்வதாகிவிடும். இத்தலைமை சட்ட மன்றத்திற்கு மட்டுமே உரியது. கலைப்புக்கான எவ்வித அதிகார அமைப்பும் இல்லாமல் இருப்பது எல்லா நிர்வாக அறத்தையும் தலைகீழாக்குவதாகும். ஒவ்வொரு காற்றுக்கும் சட்டமன்றம் அலைபடுமாறு அது ஆக்கிவிடுகிறது. வெர்செய்ல் ஒப்பந்தத்தில் கையெழுத்திட்ட பிறகு ஜனாதிபதி விலசன் அமெரிக்காவுக்குத் திரும்பியபோது இருந்த செயலற்ற நிலை வகைக்கு அது ஆளாக்கிவிடும். சட்டமன்றக் கலைப்பிற்கான அதிகாரம் என்பது, இறுதியில், வாக்காளர்கள்தான் அரசின் மிக உச்சமான அதிகாரம் படைத்தவர்கள் என்பதை அறிவதாகும். அந்த அதிகாரத்தின் அனுமதியின்றி எந்த நிர்வாகமும் அதிகாரப்பீடத்தில் அமர்வது கூடாது. அச்சமயத்திலுள்ள அரசாங்கத்தின் பிரத்தியேக உரிமையாகக் கலைப்புரிமை இல்லாவிட்டால், ஒருசீரான பிரதிநிதித்துவ அமைப்பு என்பது சாத்தியமாகாது.

ஒருசீரான பிரதிநிதித்துவ அமைப்பு என்பதன் தேவையே நமக்குச் சட்டமன்றத்தின் அமைப்பு, நிர்வாகத்துடன் அதன் உறவுகள் என்பவற்றிற்கான குறிப்புகளைத் தருகிறது. பொதுவாக, சட்டமன்றத்தின் அளவு என்பது நடை முறை சார்ந்தது, கொள்கை ஆலோசனைகளுக்கு அங்கு இடமில்லை என்றாலும் அது பற்றி ஒரு வார்த்தை கூறத் தகும். தொகுதிகளின் அளவு பெரிதாக இருந்து அதனால் வாக்காளர்களோடு பிரதிநிதிகள் உண்மையான தனிப்பட்ட உறவுகள் இன்றிப் போகும் அளவுக்குச் சட்டமன்றம் சிறிதாக இருக்கலாகாது; அது மிகப் பெரிதாக இருந்து, திறமான விவாதமே அற்றுப் போகும் நிலைக்கும் செல்லலாகாது. பொதுமக்கள் அவை போன்று அறுநூறு உறுப்பினர்களுக்கும் மேலாகக் கொண்ட அவை ஒன்றில், விவாதம் நடத்துவது கடினமாகி, எவ்வித வாதத்தையும் உருப்படியாக முன்வைக்க இயலாது, அல்லது அந்த விவாதம் ஒரு சில உறுப்பினர்கள் இடையில் மட்டும் நடப்பதாக மாறி, மீதி உறுப்பினர்கள் மௌனமான பார்வையாளர் ஆகிவிடுகிறார்கள்.

ஆனால் எந்த அமைப்பிலுமே அதன் உறுப்பினர்களில் பெரும்பகுதி மௌனமாக்கப் பட்டால், அவர்கள் வெறும் பார்வையாளர்களாக இருக்கமாட்டார்கள் என்பது அனுபவம். அவர்கள் தங்கள் வாக்குகளைத் தர முன்வருவார்கள். ஆனால் விவாதம் என்பது பெரும்பாலும் வாக்காளர்களுக்கு அறிவுறுத்துவதற்காகச் செய்யப்படுவது. ஆகவே முடிவெடுப்பவர்களின் வாக்குகளை அது சாதாரணமாகப் பாதிக்காது. பொதுவாக, எந்தச் சட்டமன்றமும் தனது பணியைத் திறம்பட ஆற்ற வேண்டுமானால், ஐந்நூறு உறுப்பினர்களுக்கு மேல் கொண்டிருக்கலாகாது என்பது எனது வாதம்.

சட்டமன்றத்தின் நோக்கத்தைப் ‘பொதுவான விதிகளை முன்வைக்கும் கடமை’ என்று நான் ஏற்கெனவே வரையறுத்திருக்கிறேன். அந்த நோக்கத்தை எப்படிப் பூர்த்தி செய்வது? இந்த இலக்கை நோக்கிய எல்லா முறைகளும் சட்டமன்றத்துக்கும் நிர்வாகத்துக்குமான உறவை நோக்கியும், அந்த உறவுக்குப் பின்ஏற்படும் விளைவுகளை நோக்கியும் திரும்புகின்றன. ஓர் அடிப்படை அளவுகோலாக அண்மைக்கால அனுபவத்தை மட்டும் போதுமானதாக ஏற்பதாக இருந்தால், மூன்று சாத்தியங்கள் எழுகின்றன.

(1) அமெரிக்க ஐக்கியநாட்டில் போல எவ்வித அமைப்புற்ற உறவும் முற்றிலும் இல்லாமல் இருக்கலாம் *(2)* ஃபிரான்சில் போல, பலவேறு வழிகளால் சட்ட மன்றம் நிர்வாகத்தை ஆதிக்கம் செலுத்துவதாக, முற்றிலும் அமைப்புற்ற உறவும் இருக்கலாம் *(3)* முற்றிலும் அமைப்புற்ற ஓர் உறவில் நிர்வாகம் சட்டமன்றத்தை இயக்குவதாக, ஆனால் முழுமையை நோக்கிய எந்த வேடமும் இன்றி, அதன்மீது ஆதிக்கம் செலுத்தாத நிலையில் இருக்கலாம்.

அமெரிக்க முறை, சட்டம் இயற்றலின் எல்லா இடர்ப்பாடுகளையும் உச்சம் ஆக்குகிறது. ஒருசீரான திட்டம் எதன்மேலும் அச்சட்டமன்றம் அமைக்கப்படவில்லை; சட்டம் இயற்றுவதற்கான உண்மையான முன்னெடுப்புப் பொறுப்பு ஒருவரிடமும் இல்லை. சட்டத்தைப் பயன்படுத்துதல் வேறு பிற கைகளுக்கு அளிக்கப்பட்டுள்ளது. அதனால் அச் சட்டமன்ற உறுப்பினர்கள் ஏதோ வெற்றிடத்தில் சட்டம் செய்கிறார்கள். வெற்றிகரமான நிர்வாகத்துக்கு இன்றியமையாத தன் உணரப்பட்ட தேவைகளின் போதிய ஆலோசனை நிகழ்வதை எதிர்பார்க்க நிர்வாக அமைப்புக்கு எவ்விதக் காரணமும் இல்லை. அது நிதியை நிர்வகிக்கவில்லை. அதனால் உறுப்பினர்கள் தொடர்ச்சியாக அரசின் தேவைகளுக்குத் தொடர்பற்ற அல்லது தொலைவிலுள்ள விஷயங்களுக்குச் செலவினங்களைச் செய்கிறார்கள். விவாதம், உண்மைக்குத் தொடர்பில்லாமல் இருக்கிறது; ஏனெனில் அதனால் நிர்வாகத்தின் வாழ்க்கையை பாதிக்க இயலாது. ஆகவே அது தனது

செல்வாக்கை தீவிரமாக நிர்வகித்தலின் உறுதிநிலையைப் பாதிக்குமாறு செய்ய இயலாது. மேலும், இவ்வளவு திட்டமான பிரிவினால், இந்த இரு உறுப்புகளும் இருவேறு கட்சிகளால் ஆதிக்கம் செய்யப்படலாம் என்றும் அர்த்தமாகிறது. அதனால் ஒன்றின் செயல்பாடுகள், மற்றதன் வெறுப்பினால் முடக்கப்படலாம், முடக்கவும்பட்டுள்ளன. இந்த அவைகள் மெய்யாகவே ஒரு பகுதி தேர்ந்தெடுக்கப்பட்ட பணிகளை ஆற்றவும் முடியாது. ஏனெனில் அவற்றின் முதன்மை மிக உயர்ந்த நிர்வாக அலுவலுடன் பொறுப்பாக இணைக்கப்படவில்லை. காங்கிரஸ் (அமெரிக்கச் சட்டமன்ற) முறை, அரசியல் வாழ்க்கையை நாடகப் படுத்துவதில் தோல்வியுறுகின்ற மிக முக்கியமான குறையைக் கொண்டுள்ளது. இதன் விளைவாக அதன் சட்டமன்றங்களின் மீது ஒரு கொடிய செயலற்றதன்மை படிந்துள்ளது. அது என்ன செய்கிறது என்பது பொது மனத்திற்கு வெளிச்சம் தருவதில்லை. செய்தித்தாள்களில் அது முக்கியமான விமரிசனங்களை வெளியிடுவதில்லை. ஏனெனில் அதன் பணியில் பட-விளைவுகளின் முடிவுகள் எவையும் தொடர்வதில்லை. அது அலுவலர்களின் பண்பை அழித்துவிடுகிறது, காரணம் அவர்களின் நிலையிலிருந்து, ஒரு தொடர்ந்த ஆக்கப்பூர்வமான கொள்கையை நிர்வாகம் ஏற்பதை நோக்கிச் செல்வாக்குச் செலுத்த முடிவதில்லை. சட்டமன்றம் தனது அலுவலைப் பெருக்கிக் காட்டுவதற்காகத் தொடர்ந்து நிர்வாகக் களத்துக்குள் குறுக்கிடுமாறு தூண்டப்படுகிறது; பின்னதன் நேரம், அதன் விமரிசனத்தை முறியடிக்க வேண்டிய பயனற்ற முயற்சியில் வீணடிக்கப் படுகிறது. ஆக, சுருக்கமாக, இந்த அமைப்பு, பொறுப்பை முழுமையாகத் தட்டிக்கழிக்கும் விதமாக உள்ளது. தோல்விக்கான பொறுப்பை ஏற்கக்கூடிய மனிதர்களின் அமைப்பு எதுவும் இல்லை. சட்டமன்றம் தனது தகுதி வட்டத்திற்கு வெளியே இருக்கிறதென்று நிர்வாகம் எப்போதுமே வலியுறுத்த முடியும். தனது மனப்பாங்கு எப்படியிருப்பினும், சட்டமன்றத்திற்குத் தனது பணிக்காலம் அறுதியிடப்பட்டு உறுதியாக உள்ளதென்று தெரியும். உள்ளிருப்பின் ஆட்சியினால் ஏற்படும் சிக்கல் இந்தக் கடினங்களுக்கு மிகவும் தற்செயலானது; ஆனால் சட்டமன்ற வெற்றி சாத்தியமாகக் கூடிய நிலைமைகளைச் சந்திக்கும் தோல்வியை அது முழுமை செய்கிறது.

மேற்கண்ட அமெரிக்கத் திட்டத்தில் உள்ளார்ந்திருக்கின்ற குறைகள் எதனையும் ஃபிரெஞ்சு அமைப்பு கொண்டிருக்கவில்லை. சந்தேகமின்றி, அதன் போதாமையின் பெரும்பகுதி அதிகாரம் பெற்ற பிரதிநிதிகளின் அவையிலுள்ள குழுக்களின் பெருக்கத்தினால் ஏற்படுகிறது. இதனால் அரசாங்கத்தின் காலப்பகுதியில் நிச்சயமின்மை உடனடியாக ஏற்படுகிறது. தனது பணி எவ்வளவுதான் போற்றத்தகுந்த மாதிரியில் இருந்தாலும், இரண்டு ஆண்டுகளுக்குமேல் அமைச்சரவை,

தான் பதவியில் இருப்பதற்கு எதிராகவே வாய்ப்புகள் பிரமாண்டமாக உள்ளன என்பதை அறிந்துள்ளது. அது பதவியேற்கும் நாளே, அது நிச்சயமாக அதிகாரத்திலிருந்து இறங்க அமைப்புறும் நாளாகவும் உள்ளது. சட்டமன்றத்தின் பணிகளுக்குத் திறமையுடன் வழிகாட்டவும் அதனால் முடிவதில்லை. எந்த ஒரு தனி உறுப்பினரின் மொழிவுகளையும் போலவே இதன் திட்டங்களும் அலுவல் அவைக் குழுக்களுக்கே செல்கின்றன. அவை முழு மாற்றம் அடைந்தவையாக எழுகின்றன; அதன் நிதி நடவடிக்கைகள் கூட தங்கள் திட்டத்திற்குரிய சீர்மைக்கு மதிப்புத் தரப்படாமல் அடையாளமே இன்றித் திருத்தப்படுகின்றன. ஃபிரெஞ்சு முறையின் இடர்ப்பாடுகள் முக்கியமாக இரண்டுதான். எந்த ஒரு ஃபிரெஞ்சு அமைச்சரவைக்கும் ஒரு நல்ல திட்டத்தை நிறைவேற்றப் போதுமான நேரம் கிடைக்காது என்பது உறுதி; அதற்குப் பின்னிருந்து ஆட்டிவைப்பது ஆணையங்களின் நிழல்- அமைச்சரவை. சட்ட அமைச்சகத்தினை ஆதிக்கம் செய்கின்ற அளவுக்கு அதிலிருந்து அவை செல்வாக்குப் பெறுகின்றன. இதனால் அந்த ஆணையங்களின் அதிகாரப் பிரதிநிதி, உதாரணமாக, பொதுமக்கள் அவையின் ஒரு சராசரி உறுப்பினரை விட மிக முக்கியமான மனிதராகிறார். ஆனால் அது அவரை முக்கியமான நபராக்குவது, அமைச்சர்களின் சார்பில் எந்த உண்மையான பொறுப்பையும் சட்டமியற்றலில் எந்த உண்மையான சீரமைப்பையும் அவருக்கு பலி கொடுப்பதன் வாயிலாகத்தான். இதற்கு வேறு சோதனைகளே தேவையில்லை, நிதிச் சோதனை ஒன்று போதும். அந்தக் குடியரசின் அரை நூற்றாண்டில் ஒரே ஒரு ஃபிரெஞ்சு அமைச்சர்தான் வரிவிதித்தல், அதன் விளைவுகள் பற்றி தீவிரமாக முயற்சி செய்து பார்த்திருக்கிறார்; இப்படிச் செய்வது, சட்டமன்றத்தில் விரவிக் கிடக்கும் மாற்று அமைச்சரகங்களை வெளிக்கொண்டுவருகிறது. இந்த அமைப்பின் மற்றொரு விளைவையும், அது மிக அபூர்வமாகவே பார்வைக்கு அளிக்கப்பட்டாலும் நாம் குறிப்பிடவேண்டும். அமைச்சரகம் சட்டமன்றத்திற்குப் பகுதியளவே பொறுப்பில் இருப்பதனால், அது, ஓர் ஆங்கில அமைச்சரைப் போல, ஃபிரெஞ்சு ஆட்சிப்பணியிலிருந்து விசுவாசமானதென்றோ, மதிப்புடையது என்றோ உதவி பெற முடிவதில்லை. ஃபிரெஞ்சு ஆட்சிப்பணி அலுவலருக்குத் தனது எஜமானரின் ஆட்சி எவ்வளவு தற்காலிகமானது என்று தெரியும் அதனால், குறிப்பாக அரசியல் விஷயங்களில், தான் வேறுபடுகின்ற எஜமானர்களின் கட்டுப்பாட்டினைத் தவிர்ப்பதற்காக, பிரதிநிதிகள் அவையிலும், பத்திரிகைத் துறையிலும் தன்னளவில் சொந்தமான கொள்கை, தொடர்புகள் ஆகியவற்றை அவர் வகுத்துக் கொள்கிறார்.

பிரிட்டிஷ் அமைப்பும், நான் காட்டப்போவது போல, குறைகள் அற்ற ஒன்றாக இல்லை. ஆனால் அதன் மாற்றுகளைவிட அதன்

உயர்வினை நிறுவச் சோதனையே தேவையில்லை. அது மூன்று உயர்ந்த கொள்கைகள் அடிப்படையில் அமைந்துள்ளது. பொது விஷயங்களில் மனப்போக்கின் வழியைச் செலுத்துவது நிர்வாகத்தின் பணி என்று கொள்ளப்பட்டுள்ளது. அது ஒரு திட்டத்தைச் சட்டமன்றத்துக்குச் சமர்ப்பித்து அது ஏற்றுக் கொள்ளப்படுவதை ஒட்டி நடந்து கொள்ளவேண்டும்; ஏதாவதொரு கடுமையான விஷயத்தினால் அது புறக்கணிக்கப்பட்டால், அது இராஜிநாமாச் செய்ய வேண்டும், அல்லது வாக்காளர்களிடம் முறையிட வேண்டும். இரண்டாவதாக, நிதிவிஷயத்தில் அதுதான் இறுதித் தலைமை கொண்ட அமைப்பு. அந்தச் சமயத்திலிருக்கும் அரசாங்கத்தினால் போதியதென்று கருதப்பட்ட மதிப்பீடுகளை எந்தத் தனிப்பட்ட உறுப்பினரும் மாற்றி வேறொரு திட்டத்தை முன்வைக்கவோ, அவற்றை அதிகரிக்கவோ முடியாது (குறைக்குமாறு முயற்சி செய்யலாம்). இதன் விளைவாக, மூன்றாவதாக, இந்த இரு கொள்கைகளினால், ஒரு தனிப்பட்ட உறுப்பினரின் முன்னெடுப்புக்கு மிகக்குறுகிய அளவிலான செயல்பாடே உள்ளது. அமெரிக்காவிலும், ஃபிரான்சிலும் உள்ளதுபோல, அவர் எல்லையற்ற எண்ணிக்கையில் மசோதாக்களை சமர்ப்பிக்கலாம்; ஆனால் அவருக்குக் கால அட்டவணையும் சட்டமன்றத்தின் செயல்பாடும் அரசாங்கத்தின் கட்டுப்பாட்டின்கீழ் உள்ளது என்று முன்னரே தெரியும். ஆகவே, பொதுவாக, அரசாங்கத்தின் ஆதரவைப் பெற்றால் ஒழிய, எந்த ஒரு முக்கியமான நடவடிக்கையும் சட்டவிதித் தொகுப்பு நூலில் இடம்பெற வாய்ப்பில்லை என்பதும் தெரியும். இந்த முறையின் சிறப்புகள் வெளிப்படை. முதலில், ஒருசீர்மைத்தான சட்டமன்ற அமைப்புக்கு இது வழிவகுக்கிறது என்பதன்றி, அதற்கு திட்டமிட்டவர்கள், அதன் ஒப்புதலைப் பெறமுடியுமானால், அதைச் செயல்படுத்த முடியும். இரண்டாவதாக, அது பொறுப்புடைமையை உடனடியானதாகவும், நேரடியானதாகவும், முடிவானதாகவும் ஆக்குகிறது. யாரைப் பாராட்ட வேண்டும் அல்லது பழிசொல்ல வேண்டும் என்று எல்லாருக்குமே தெரியும். எங்கு நடவடிக்கைகள் தொடங்க வேண்டும் என்பது யாவருக்கும் தெரியும். யாரைத் தண்டிப்பது என்பதும் எல்லாருக்கும் தெரியும். மூன்றாவதாக, நிதியும் சட்டமியற்றலும் குறித்த ஓர் உறவைத் தமக்குள் கொண்டுள்ளன. யாரும் தனது சிறப்பான சீர்திருத்த திட்டத்தையோ, தனது சொந்தத் தொகுதியின் ஆதாயத்தையோ மேம்படுத்த முடியாது. அமெரிக்கச் சட்டமன்றத்தில் நடப்பதுபோன்ற பரஸ்பர உதவி உடனடியாகவே நீக்கப்படுகிறது.

இந்த முறைமையின் வெளிப்படையான மேன்மைகள், அதன் குறைகளை நாம் காணாமல் செய்துவிடலாகாது. உறுதியாகவே, நிர்வாகத்துக்குச் சர்வாதிகார வாய்ப்பை இது அளிக்கிறது. தான்

விரும்பினால் மிகவும் சிறிய பிரச்சினையையும் ஓர் முக்கிய இரகசியச் சிக்கலாக்கி விடும். ஆகவே அதற்கு முழு அளவில் இல்லாத ஓர் ஆதரவையோ, வசதியற்றதான ஒரு கலைப்பையோ மாற்று என அன்புடன் வழங்கும். அதனால் விவாதத்தை நிஜமற்றதாக மாற்றும்; ஏனெனில் அதிகாரத்திலுள்ள கட்சி தனது உறுப்பினர்களை ஒழுங்கிற்குக் கட்டுப்பட்டு வைத்திருக்க வேண்டும். ஏனெனில் சில உறுப்பினர்கள் உண்மையில் ஒரு கொள்கையைப் பேச்சில் எதிர்க்கலாம், ஆனால் சட்டமன்ற உறுப்பினர்களின் பிளவில் கட்சியில் வெறுப்பு ஏற்படுமே என்ற பயத்தில் உடன்பட்டு வாக்களிக்கலாம். ஒரு தனிப்பட்ட உறுப்பினரின் நல்ல முன்னெடுப்பும்கூட ஒரு வலுவான நிர்வாகத்தினால் ஒடுக்கப்பட்டு, அவர் ஒன்றுமில்லாமல் ஆக்கப்படலாம். அவர் வேறுவழியின்றிக் கலகம் செய்ய நேரிடும், அவ்வாறு செய்யும்போது தன் எதிரிகளை அதிகாரத்தில் வைத்துவிடுவார். அதன் விளைவாக, திரு. லாயிட் ஜியார்ஜின் ஆட்சிக்காலத்தில் இருந்ததைப் போன்று, சட்டமன்றம், தான் விமரிசனம் செய்யவோ மாற்றவோ சக்தியற்ற முடிவுகளைப் பதிவு செய்கின்ற ஒரு களமாகிவிடும். அப்போதும்கூட தான் தேர்ந்தெடுத்தப் பணிகளை ஆற்றும் இயலுமையை அது வைத்திருக்கும்; ஆனால் ஏதோ ஒரு சமயத்தில் சட்டமன்றம் செயலற்றுப் போனால், நிர்வாகம் தனக்கான அலுவலர்களை வேறிடத்தில் தேடுவதில் முடியும் என்பதை எந்த ஒரு எச்சரிக்கையான பகுப்பாய்வும் காட்டும் என்று நான் நம்புகிறேன். (Cf. my analysis in the Nation, October-December 1920.)

இந்தக் குறைகள் இருந்தாலும்கூட, சட்டமன்றத்துக்கும் நிர்வாகத்துக்கும் இடையிலான உறவைக் கட்டுவதற்கான மாதிரியை பிரிட்டிஷ் அமைப்பு அளிக்கிறது என்று நான் நம்புகிறேன். பொதுவாகக் கொள்கை உருவாக்கும் செயலுக்குப் பொறுப்பாக நாம் நிர்வாகத்தை ஆக்கிவிட்டால் போதும். அதனால், அதன் உறுப்பினர்கள், சட்டமன்றத்தின் தேர்ந்தெடுக்கப்பட்ட உறுப்பினர்களாகவே இருக்க முடியும். அவர்கள் முன்வைக்கின்ற முக்கியமான நடவடிக்கைகளுடன் ஒத்து அவர்கள் நிற்பார்கள். அவர்களுக்கு முழுமையான நிதிப் பொறுப்பும் இருக்கவேண்டும். இல்லா விட்டால், அவர்களது செயல்முறைமைகள் புறக்கணிக்கப்படலாம். ஆகவே அவர்கள் சட்டமன்றத்தின் கால அட்டவணையைக் கட்டுப்படுத்த வேண்டும்; மிக முக்கியமான சட்டத்தைச் சட்டவிதிகளின் புத்தகங்களில் ஏற்றும் தனி உறுப்பினர் அதிகாரம் பெருமளவு இல்லாமல் செய்யப்பட வேண்டும். காலத்தைச் செலவழித்தல் பற்றி அவர்கள் செய்யும் திட்டத்தில் மூன்று வட்டங்களுக்கும் போதுமான இடம் இருக்கவேண்டும். அவற்றில் தனி உறுப்பினர் தனது மிகப்பெரிய கொடைகளை அளிக்கலாம். நிர்வாகத்திலிருந்து முழுத் தகவலையும் கேள்வி-பதிலாகப் பெறுவதற்கு

முழு வாய்ப்பு இருக்கவேண்டும்; அவ்வாறு விடை தரப்பட முடியாத சந்தர்ப்பங்கள் நிச்சயமாக ஏற்படும். அப்போது அவற்றை நிர்வாகத்தில் ஓர் இரகசியக் கேள்வியாக, முறையாக வைக்கலாம். இரண்டாவதாக, மன வருத்தங்களை வெளிப்படுத்துவதற்கான நேரம் இருக்கவேண்டும். புகார்களை அளிப்பதற்கான வாய்ப்பு என்பது சட்டமன்றத்துக்குச் சிறப்பு மதிப்பினை அளிக்கின்ற சந்தர்ப்பங்களில் ஒன்றாகும். இந்த வாய்ப்பு மிகுதியாக இருந்தால் அது இன்னும் திறம்பட இருக்கும் என்று பொதுவாகச் சொல்லலாம். மூன்றாவதாக, எதிர்க்கட்சிகளுக்கு விவாதப் பொருள்பற்றித் தங்கள் கருத்துகளை நன்கு தெரிவிப்பதற்கான விவாதத்துக்கான வாய்ப்பினை அளிப்பது அவசியம். பணிகளின் கால அவகாசம் குறைவாக இருப்பதால், விவாதத்துக்கான கால எல்லையை நிர்ணயிப்பது இன்றியமையாதது; சட்டமன்றத்தின் கால அட்டவணையைக் கையாளமுடியாத ஒரு நிர்வாகம் ஒரு கொள்கையை முன்னெடுப்பது என்ற விதத்தில் தோல்வியுறுவது நிச்சயம்.

ஆனால் இம்மாதிரி எளிய வடிவத்தில், இந்த விதிகள் மூன்று வழிகளில் இணைப்புச் செய்யப்படாவிட்டால், போதியவையாக அமையாது. முதலில், சட்டமன்றத்தில், சட்டமியற்றும் விவரங்களில் கருத்து வேற்றுமைக்கான இடம் இருக்கவேண்டும். தனிப்பட்ட எந்த உறுப்பினருக்கும் தனது ஆலோசனைகள், உண்மையில் மேம்படுத்தல்களே என்று சட்டமன்றத்தினருக்குக் கருத்தேற்புச் செய்ய ஊக்கமூட்ட வேண்டும். மேலோங்கியிருக்கும் சிந்தனைகள் அமைச்சரவையின் சிந்தனைகளே என முழுமையாக ஆகிவிடக் கூடாது. அவ்வாறெனில், நிர்வாக உரிமையை இரத்து செய்வதாகும். உதாரணமாக, இப்போது பிரிட்டிஷ் அமைச்சரவைக்கு, எந்தக் கேள்வியையும் அன்றைய அரசாங்கம் தனது இருப்புக்குக் காரணமாக வைத்திருக்கும் இரகசியக் கேள்வியாக மாற்றிக் கொள்ளும் உரிமை இருக்கிறது. அதை விட்டுவிட நேரும். இம்மாதிரி உரிமை இருப்பின் அதனால் ஏற்படும் அபத்தங்களை நன்றாக நாம் அறிவோம். 1900இன் பால்ஃபர் நிர்வாகத்தில் பெட்டிக் கம்பங்கள் பச்சைநிறமாக இருக்கவேண்டுமா என்ற கேள்வி இரகசிய விஷயமாக்கப்பட வேண்டுமா என்ற பிரச்சினை எழுந்தது; அந்த நிர்வாகத்தின் துரதிருஷ்டவசமான விமரிசகர் (அவர் உண்மையில் அதன் ஆதரவாளரும்கூட) தனது சொந்த நிறத் தேர்வினை மறுக்க வேண்டிய நிலை ஏற்பட்டது. இரகசிய வாக்கெடுப்பின் உடனடியாக உள்ளடங்கியிருக்கும் ஒறுப்புகளைத் தன்னிடம் சேர்த்துக் கொள்ளும் அளவுக்கு அதிகாரத்தை எந்த விருப்புறுதிக்கும் தரலாகாது. அதற்கு அது தகுதியில்லை. முன்மொழியப்பட்டத் திருத்தங்கள் உடனடி விவாதத்துக்கு எடுத்துக்கொள்ளப்படும் அளவுக்கு உண்மையில் அவ்வளவு அடிப்படையானவையா என்பதை நடுநிலைமையோடு

தீர்மானிக்கவல்ல சுதந்திரமான அதிகாரம் படைத்த ஒருவர் சட்டமன்றத்தில் இருக்கவேண்டும். இங்கிலாந்தில், சபாநாயகர் இவ்விதம் செயல்படலாம். பிரபுக்கள் அவையின் கட்டுப்பாட்டிற்குச் செல்லாவண்ணம் ஒரு மசோதா நிதி சம்பந்தப்பட்டது என்று சான்று வழங்கும் அதிகாரம் அவருக்கு இருக்கிறது. இம்மாதிரி நடந்து கொள்கின்ற அதிகாரம், எதிர்க் கட்சிகளுக்கு மட்டுமன்றி, பொதுவாக நிர்வாகத்தை ஆதரிக்க விரும்புகின்ற, ஆனால் பொது விவகாரங்களின் விவரங்களைச் சுதந்திரமாகத் தாங்கள் வைத்திருக்க விரும்பும் நிர்வாக விமரிசகர்களுக்கும் ஒரு சட்டமன்றத்தில் மிக மதிப்புள்ள ஒரு பாதுகாப்பாக அமையும் என்று நான் நம்புகிறேன். அவைத் தலைவர் போன்ற ஓர் அலுவலர் பொதுவாக உள்கட்சி மோதல்களின் உஷ்ணத்திற்குச் சம்பந்தப்படாதவர், பொதுவானவர். ஒரு சட்ட மன்றத்தின் நடைமுறைக்கு இப்படிப்பட்டவர் எவ்வளவு அவசியம் என்பதற்கான காரணங்களை நான் இங்கு விரிவாக விளக்க முடியாது. ஆனால் அமெரிக்கப் பிரதிநிதித்துவச் சபையின் சபாநாயகர் வரலாற்றை ஆராயும் ஒருவருக்கு நான் எந்த அடிப்படைகளில் மேற்கண்ட பார்வையை வலியுறுத்துகிறேன் என்பது நன்றாகப் புரியும் என்று நினைக்கிறேன். (Cf. M. P. Follett, The Speaker of the House of Representatives.)

இரண்டாவதாக, சட்டமன்றத்தின் உறுப்பினர்களை நிர்வாகத் துறைகளுடன் ஏதாவதொரு இன்றியமையாத தொடர்புக்குள் கொண்டுவருவது தேவையானது. ஒவ்வொரு தனித்த துறையுடனும் சம்பந்தப்பட்ட தொடர் ஆணையங்களை அமைக்கலாம். அவற்றில் ஒவ்வொன்றிலும் ஏறத்தாழ ஒரு டஜன் உறுப்பினர்கள் இருக்கலாம். அவர்கள் நேரடிக் கட்சிப் பிரதிநிதிகளாக இருக்கவேண்டிய அவசியமில்லை, ஆயினும் சட்டமன்றத்தின் முன்வைக்கப்பட்ட குறிப்பான கேள்விகளுக்குக் கட்சிக் கருத்துகள் அவர்களால் சிறப்பான திறனுடன் முன்வைக்கப்படும். கொள்கைகளை உருவாக்குவது அமைச்சர்களின் பணி என்று நான் முன்னமே கூறியிருக்கிறேன். ஆகவே அவர்கள் கொள்கைகளை உருவாக்குபவர்களாகச் செயல்பட மாட்டார்கள். ஒரு பகுதி அவர்கள் ஆலோசனை அமைப்பாகவும், மற்றொருபகுதி நிர்வாகச் செயல்முறையின் இயக்கத்தின்மீது ஓர் உறுதியான தகுதிமிக்க கருத்தினைச் சட்டமன்றத்துக்குத் தருகின்ற வழியாகவும் செயல்படுவார்கள். மிக இரகசியமான வகையிலான விஷயங்களைப் பற்றியவை தவிரப் பிற எல்லாத் தாள்களும் அவர்களுக்குக் கிடைக்கும் நிலை இருக்கவேண்டும். அவ்வத் துறைகளில் விசாரணைகளை முன்னெடுக்க அவர்களுக்கு அதிகாரம் வேண்டும். குறிப்பிட்ட கேள்விகளில் சான்றளிக்கத் தங்கள்முன் அரசு அலுவலர்களை அழைக்கின்ற உரிமை வேண்டும். அமைச்சர்களுடன் அவர்கள் கால முறைப்படியான சந்திப்புகளை நிகழ்த்தவேண்டும்.

அவற்றில் அவரது கொள்கையும், குறிப்பாகச் சட்டமியற்றலும் தன்னிச்சையாக விவாதிக்கப்படவும் விளக்கப்படவும் வேண்டும். ஒவ்வொரு நிர்வாகமும் தனது சொந்தவிருப்பத்தை ஒட்டி வெளியிடவேண்டி நிர்ப்பந்தப்படுத்தப் படுகின்ற, ஆனால் உடனடியாக சட்டமன்ற அனுமதிபெறாத அதிகாரப்பூர்வ உத்தரவுகள் அவர்களிடம் சமர்ப்பிக்கப்பட வேண்டும். அவர்களுடைய மேலனுமதி தேவை என்று வேண்டப்பட்டால் ஒழிய, அவர்களுடைய பணி, சட்டமன்றத்துக்கென அவர்களுக்கு எவ்விதக் குறிப்பிட்ட கடமைகளையும் அளிக்காது என்று நான் வலியுறுத்த விரும்புகிறேன். இங்கிலாந்தில் அதிகாரம் பெற்ற சட்டமியற்றல் (delegated legislation) என்போமே அதனிடம் இப்படிப்பட்ட மேலனுமதி பயனுள்ள வகையில் தேவை என வலியுறுத்தப்படலாம். (Cf. C. T. Carr, Delegated Legislation, and my paper on Administrative Discretion in Journal of Public Administration, April 1923. See also Parliamentary Debate, 5th series, vol. 144, col. 429, where some interesting statistics are given.) இல்லாவிட்டால் அவர்கள் நிர்வாகத்துடன் தங்கள் உடன்பாடு இன்மையை சாதாரண விவாதத்திற்கான வழிவகைகளில்தான் செய்தாக வேண்டும். அவர்களுக்கு சட்டம் ஒன்றை அறிமுகப்படுத்துவதைத் தடுக்கும் அதிகாரமும் இருக்காது, அமைச்சரவை முறைமைகளை ஆணையிடும் தலைமையும் இருக்காது. இங்கிலாந்தின் அரசரைப் போல, அவர்களின் பொறுப்பும் அறிவுரை கூறவும், ஊக்கப்படுத்தவும், எச்சரிக்கவும் ஆனதாகிவிடும். ஆனால், கூடுதலாக, அந்தச் செயல்முறையின்போது, அவர்களும் கற்றுக் கொள்வார்கள்.

இப்படிப்பட்ட அமைப்பின் ஆதாயம் எனக்கு மிகப் பெரிதாகப் படுகிறது. முதலில், சட்டமன்ற அமைப்புக்கு நிர்வாகம் உடனடியாக மதிப்புக் கொடுத்துச் செயலாற்றுகின்ற தன்மையை உறுதிப்படுத்துகிறது. வெளிப்படையான வெறுப்பினைக் காட்டாமல், நிர்வாகம் தனது கருத்துகளை வலியுறுத்தவும் ஆலோசனைகளை அளிக்கவும், அறிவினைச் சேகரிக்கவும் இது உதவி செய்கிறது. அமைச்சரகக் கொள்கைக்கு உடன்பட்டோ, எதிர்மறையாகவோ விவாதிக்கக்கூடிய புரிந்துகொள்ளும் தன்மையுடைய ஒரு மனித அமைப்பினை இருக்குமாறு செய்கிறது. தெளிவான அறிவுடைய பொதுமக்கள் ஓர் அமைச்சரின் திட்டங்களை எவ்விதம் எதிர்கொள்வார்கள் என்பதை அவர் சோதித்துப் பார்த்துக் கொள்ளக்கூடிய வாய்ப்பையும் இது அளிக்கிறது. நாடகங்களில் வரும் தெய்விக அசரீரி போலத் தனது அறிவிப்புகளை அறிவிக்கின்ற சர்வாதிகாரியாக அமைச்சர் மாறிவிடாமல் அது பாதுகாக்கிறது. அவருடைய அலுவலக அதிகாரிகள் வெளியுலகத்துடன் தொடர்பு கொள்ளச் செய்து சட்டமன்றத்தைத் தனது இயல்பான எதிரியாக நினைக்கின்ற அதிகாரவர்க்க ஆட்சியின் இயல்பான அந்தப் பழக்கத்தின்

வளர்ச்சியைத் தடுக்கிறது என்பது அதைவிடக் குறைந்த முக்கியத்துவம் உடையதல்ல. தனிமனிதச் சார்பற்ற பொது நிறுவனங்கள் எப்போதுமே உளவியல் ரீதியாகக் குறையுடையவை; ஆனால் அவை இரத்தமும் சதையும் உள்ள முகவர்களாக மாற்றப்படும்போது ஒரு கூட்டுத்தன்மை கொண்ட புரிந்துகொள்ளல் சாத்தியமாகிறது. உதாரணமாக, சர்வதேச உறவுகளுக்கு மிகப் பெரிய தீங்கு செய்கின்ற விளம்பரத்திற்காகச் சிற்சில சமயங்களில் நிகழ்கின்ற கோபமான வெடிப்புகளின் தேவையின்றி, இப்படிப்பட்ட சட்டமன்றம்தான் கொள்கையில் ஒரு நியாயமான தொடர்ச்சியை வெளியுறவில் பேணிக் காப்பதற்கான உறுதியான வழி என்று நான் நம்புகிறேன்.

இப்படிப்பட்டக் குழுக்களை அமைக்கவேண்டும் என்று ஆலோசனை சொல்வது உடனடியாக இரண்டு பெரிய கஷ்டங்களைச் சந்திக்க வைப்பதாகும். ஒரு குறிப்பிட்ட குழு அமைச்சரின் பணிகளில் குறுக்கிடுமா? காங்கிரஸின் குழுக்களும் ஃபிரெஞ்சு அமைச்சரவையின் குழுக்களும் துறைகளின் நிர்வாகத்துடன் குமட்டும் அளவுக்குக் குறுக்கிடுகின்றன என்பது நன்கறியப்பட்ட ஒன்று. அவை அமைச்சரின் விருப்பத்தைத் தங்கள் சொந்த விருப்பத்தினால் இடப்பெயர்ச்சி செய்ய முனைகின்றன. புலனாய்வில் எல்லையற்ற நேரத்தை வீணடிக்கின்றன. முன்னெடுப்பைத் தடுத்து, பொறுப்பை பலவீனப்படுத்துகின்றன. ஆனால் இந்தத் தொல்லைகளின் வேர் நாம் கோடிட்டுக்காட்டிய திட்டத்திலிருந்து வேறான ஒன்றில் இருக்கிறது என்று நான் நினைக்கிறேன். அமெரிக்க ஐக்கிய நாட்டிலும் ஃபிரான்சிலும் குழுக்கள் சட்டமன்றத்திற்குக் கடமைப்பட்டவை. அவற்றின் வேலை அமைச்சரைக் காட்டிக் கொடுப்பதேயாகும். அவரைக் காவல் புரிய அவை ஏற்படுத்தப்பட்டுள்ளன. அவை முறையாக அவரது செயல்களைப் பற்றி அறிவிக்கின்றன. அவரது நடவடிக்கைகள் பற்றிய தங்கள் கூட்டுநோக்கினை அவை அறிவிக்கின்றன. நான் பார்வையில் கொண்டுள்ள குழுக்களுக்கு அப்படிப்பட்ட வாய்ப்பு இருக்காது. நியமிக்கப்பட்ட உறுப்பினர்களைக் கொண்ட அவை என்ற ஒரே சமயத்தில் மட்டுமே இக்குழுக்கள் அறிக்கை தரும், அதுவும் அமைச்சருடன் கருத்து வேறுபாடு நிகழும்போது மட்டுமே. இவற்றின் செயல்முறைகள் அந்தரங்கமாக இருக்கும். அவர் ஒப்புக்கொள்ளாத எந்த மசோதாவையும் இவை அறிமுகப்படுத்தாது. ஒருவேளை எதிர்ப்புணர்வு தொடங்கினால், நிர்வாகத்திற்குச் சட்டமன்றத்தில் போதிய பெரும்பான்மை இருக்கிறது என்ற பாதுகாப்பு போதுமானது. அமெரிக்காவில் இரண்டிற்குமான பிரிவு, ஃபிரான்சில் குழுஅமைப்பு, இவைதான் அதன் முடிவுகளில் பெருங்கேடு பயப்பதாக உள்ளன.

உண்மையான இடர்ப்பாடுகள் அமைச்சரைப் பொறுத்தே அமையும். அவர் வலுவாக இருந்து நிர்வாகச் செயல்பாட்டை நன்கு அறிந்தவராக இருந்தால் அந்தக் குழு அவருக்கு மதிப்பிற்கரிய ஒன்றாக இருக்கும். அதனை ஆலோசனைக்கு மட்டுமன்றி, தனது கொள்கை சட்டமன்றத்தில் அறிவார்ந்த ஏற்பினைப் பெறுவதற்கான ஒரு பாதையாகவும் பயன்படுத்த முடியும். தனது கொள்கை பற்றிப் பொதுமக்கள் பார்வையை அறியவும் அதனைப் பயன்படுத்திக் கொள்வார். உயர்ந்த மதிப்புள்ள ஆலோசனைகளையும் விமரிசனங்களையும் அதிலிருந்து அவர் பெறுவதற்கு வாய்ப்பிருக்கிறது. அதேபோல் அவருடைய அதிகாரிகளும், சட்டமன்றத்தில் ஓர் அமைச்சரின் பணிகளைப் பற்றி நன்கறிந்த உறுப்பினர்களின் ஓர் அமைப்புக்குப் பயிற்சியளிப்பதன் முக்கியத்துவத்தைப் புரிந்துகொள்வார்கள். சட்டமன்றம் நிகழ்த்துகின்ற தேர்ந்தெடுக்கப்பட்ட பணியை அது மிகப் பேரளவு மேம்படுத்தும்; ஏனெனில் அந்தக் குழுக்களே எதிர்கால அமைச்சர்கள் எழப்போகும் மையக்கருவாகலாம். அமைச்சரகங்களில் இப்போது காணப்படும் பதவிகளின் தேர்வு பற்றிய தொல்லையும் எழாது. அமைச்சர் பலவீனமாக இருந்தால் நிலைமை மிகக் கடினமாகிவிடும். சந்தேகமின்றி, அவரது மனப்போக்கு, பொறுப்பின் சுமையைத் தனது குழுவின்மீது தள்ளுவதாக இருக்கும். அவ்விதமாயின், இயல்பாகவே, அது அவரது பணிகளைப் பயன்படுத்திக் கொள்ளும். அந்த நோய்க்கு எதிரான மருந்து, பொதுச் சேவையின் தரத்தைப் பெருமளவு பொறுத்துள்ளது. அவர்களால் தங்கள் துறையின் மரபினை ஆக்கப்பூர்வமாகச் செய்ய முடியுமானால், தொல்லை மிகக் குறைந்த அளவினதாக இருக்கும்; துணிவற்ற ஓர் அமைச்சரின் நோய்க்கு சர் ராபர்ட் மோரான்ட் போன்ற மனிதர் ஒரு பெரிய மருந்தாகவே இயங்கமுடியும். ஆனால் தொல்லை மிக உச்சபட்ச அளவில் இருந்தாலும், இந்தச் சோதனை மிக உயிரானது என்றே நான் நினைக்கிறேன். நிர்வாகத்தின் பெரும்பாலான விஷயங்களில், தனது வழக்கமான பணியில் ஆழ்ந்துள்ள நிபுணரின் கண்ணுக்குப் புலப்படாத, அதற்குக் கொடையளிக்கக் கூடிய ஒரு பொதுப்புத்தியின் வளம் சாதாரண மனிதர்களின் பொதுப்புத்தியில் இருக்கிறது. தினசரிப் பணிகளின் விவரங்களில் இந்த இருவித மனங்களின் பரஸ்பரத் தாக்கம் புத்தாக்கத் தன்மையின் வளத்தைச் சேர்க்கும். ஓர் அலுவலரை அவரது மரபுகளின் சிவப்புநாடாத் தன்மையின் மந்தமான வழக்கத்தன்மை மூச்சடைக்கச் செய்யும்போது அவரைக் காப்பாற்றுவது இந்தமாதிரியான முக்கியமற்ற விவரங்களின் புத்தாக்கத் தன்மைதான். கடைசியாக, இம்மாதிரிக் குழுக்கள் அளிக்கக்கூடிய ஏதோ கொஞ்சம் அறிவு தனிப்பட்ட உறுப்பினருக்குக் கிடைக்காவிட்டால், சட்ட மன்றத்தை மிக உறுதியான திறனின் நோக்கிலிருந்து நடத்துபவரை விமரிசனம்

செய்கின்ற வழியே இல்லாமல் போய்விடும். தொழில்நுட்ப அறிவு கிடைப்பதற்கு வாய்ப்பில்லாத ஒரு சட்டமன்றம், ஒரு இரகசிய நிர்வாகத்துறையின் கருணையின்கீழ் நிற்க வேண்டிவரும். குறைந்தபட்சம் இங்கேயாவது அந்த வேறுபாட்டினைக் குறைக்கும் வழிவகைகள் உள்ளன. *(Cf. my lecture in The Development of the Civil Service, from which I have borrowed some sentences in these paragraphs.)*

இந்தப் பொதுக் கொள்கைகளுக்கு மூன்றாவது சேர்க்கை மேலும் புரட்சிகரமானது. சட்ட மன்ற விவாதங்கள் யாவும் குறைந்தபட்சம் இரண்டு நிலைகளை உள்ளடக்கியுள்ளன. முதலில் ஒரு பொதுக் கொள்கை பற்றிய விவாதம். பிறகு ஒரு நடவடிக்கையின் பகுதிகளில் அது எப்படிப பயன்படுததப்படுகிறது என்பது பற்றிய விவரமான கூறுபாட்டு ஆய்வு. நவீன சட்டமன்றங்கள் எதிர்நோக்கும் மிகப்பெரிய பணிச்சுமையினால் அவை இந்த இரண்டாம் நிலையை மேலும் மேலும் சட்டமன்றக் குழுக்களிடம் தள்ளிவிடுகின்றன. அவை மொத்த மன்றத்திற்கும் தங்கள் கண்டுபிடிப்புகளைச் சமர்ப்பிக்கும். ஆனால் இந்தக் குழுக்கள், தங்கள் அமைப்பாக்கம் செயல்முறைகள் ஆகியவற்றைச் சட்டமன்றத்தின் முன்மாதிரியில் அமைத்துக் கொள்வதால் தங்கள் பணியின் மதிப்பினை இல்லாமற் செய்துவிடுகின்றன. அக் கொள்கையின் விவாதத்திற்குத் தேவையான முறைமைகளையே நிர்வாகத்துறையின் வாழ்க்கை சார்ந்திருக்கிறது. அவை விவாதத்தை விவரமாகக் கையாள்வதற்குப் பொருத்தமானவை அல்ல. பின்னதின் விஷயத்தில், எழுப்பப்படும் பிரச்சினைகள் ஏறத்தாழ எல்லாமே தொழில்நுட்பம் சார்ந்தவை, அதனால் இயல்பான கட்சிமோதல் நிகழச் சாத்தியமில்லை. எல்லா மசோதாக்களின் குழு நிலையிலும் முதல்தரத்தன்மை இன்மை, பெருமளவு மேம்பாட்டுக்கு உரியது என்று மேலும் மேலும் நான் எண்ணுகிறேன். 1922இன் ஐரிஷ் சுதந்திர அரசுச் சட்டத்துடனான ஒப்பந்தம் போன்ற மசோதாக்கள் இருக்கவே செய்கின்றன. புறக்கணிப்பினை அன்றி, அதற்குத் திருத்தத்தினைச் சட்டமன்றம் கொண்டுவருவது சாத்தியமற்றது. ஏனெனில் இருக்கும் மசோதாவின் ஒவ்வொரு காற்புள்ளி அரைப்புள்ளிக்கும் நிர்வாகத் துறை பொறுப்பேற்றுள்ளது. ஆனால் ஒரு சில நடவடிக்கைகள் அன்றிப் பிறவற்றிற்கு இது பொருந்தாது. பெரும்பான்மையானவை, மாற்றத்திற்கு வசப்படுபவை. அவை சட்டவிதிப் புத்தகத்திற்குச் செல்வதற்குள் செயல்துறையே அவற்றைத் திருத்திவிடும்.

இப்படிப்பட்ட சட்டமன்றக் குழுவுக்கு ஒரு மசோதா அனுப்பப் பட்டால், அதன்மீது நடைபெறும் செயல்முறைகள், பிரிட்டிஷ் நகரசபைகளின் குழுக்களில் நடைபெறுகின்ற செயல்முறைகள்

போல மாற்றம் அடைய வேண்டும் என்று நான் நம்புகிறேன். அங்கே விவாதத்தின்போது, நிரந்தர அதிகாரி எப்போதும் இருப்பார்; அவர் கேள்விகளுக்கு பதிலளிக்கிறார், ஆலோசனைகளை அளிக்கிறார், இடர்ப்பாடுகளை விளக்குகிறார், தகவல்களை அளிக்கிறார். ஒரு நகரமன்ற அமைப்பில் ஒரு நல்ல குழுவுக்கும் மோசமான குழுவுக்கும் முழுவித்தியாசம் என்னவெனில், முன்வகையான குழு, தனது கூட்டத்தில் தன் அலுவலர்களைப் பணியில் பயன்படுத்திக் கொள்கிறது, இரண்டாவதில் தேர்ந்தெடுக்கப்பட்ட உறுப்பினர்களுக்கு சம்பளம் வாங்கும் ஊழியர் கீழ்ப்பட்டவர் என்பதை எடுத்துக்காட்டுவதில் முனைகிறது. அமைச்சர்கள் தங்கள் நிரந்தர அதிகாரிகளை சட்டமன்றக் குழுக்களுக்கு அழைத்துச் சென்று விவாதத்தின் போது அவர்கள் பயன்படுவதற்கான ஒரு முழு வாய்ப்பினை அளிப்பது, ஒரு நல்ல முன்னோக்கிய நடவடிக்கையாக இருக்கும் என்று நம்புகிறேன். முதலில் பெரிய அளவில், வேண்டுமென்றே செய்யப்படும் தடைகளை மறைவதற்கு அது இட்டுச் செல்லும். கேள்விகளை அவற்றின் இயல்புப்படி அல்லது முக்கியமாக விவாதிக்கும்போது நுட்பக் கேள்விகள், அவற்றின் நுட்பமுறைக்கேற்றபடியே விவாதிக்கப்படும் என்ற உறுதிப்பாட்டினை அளிக்கும். இப்போது தேவையற்ற இடங்களிலும் பிரச்சினைகளில் ஊடுருவியிருக்கும் கூட்டாளித் தன்மை என்னும் கூறினை அது நீக்கும். இப்போதிருக்கும் அளவைவிட தனிப்பட்ட உறுப்பினரின் பார்வைகள் மேலும் அதிகமான அளவு ஏற்கப்படுவதற்கு உறுதியை அளிக்கும். ஏனெனில் இப்போதுள்ள மனப்போக்கு, பொதுமக்கள் அவையிலுள்ள தனிப்பட்டமசோதாக் குழுவைப் போலவே எல்லாக் குழுக்களையும் ஆக்குவதாகவே அமைந்துள்ளது. அங்கு ஒரு மசோதா, எவ்வளவுதான் கொள்கையளவில் ஏற்க இயலாததாக இருந்தாலும், அதைப் போதுமானதொரு நடவடிக்கை ஆக்குகின்ற நோக்கத்தில் மிக விவரமாக விவாதிக்கப்படும். விவாதத்தின் கீழுள்ள மசோதாவுக்குப் பொறுப்பான அமைச்சர் அனுமதித்தால் மட்டுமே நிரந்தர அதிகாரி பேசமுடியும் என்பது தெளிவு. ஆனால் இந்தச் செயல்முறையின் பயன்பாட்டில், இன்று கட்சிகள் கண்டிப்பாகச் சண்டையிட்டே ஆகவேண்டும் என்று நினைக்கும் பல விஷயங்கள் சண்டையிடத் தேவையற்றவை என்பது கண்டுபிடிக்கப்படும் என்று கருதுகிறேன். ஆகவே •சட்டமியற்றல் விரைந்தும் திறம்படவும் நிகழும் என்றும் நினைக்கிறேன். அந்தந்தச் சந்தர்ப்பத்திற்கேற்ற நிலையில், கொள்கை பற்றிய ஆய்வு என்ற அளவிலேயே பெரும் விவாதம் என்பது திட்டப்படுத்தப்படும். அங்குதான் அது பயனுள்ள வகையிலும் இருக்கும்.

நிர்வாகத்துறைக்கும் சட்டமன்றத்திற்கும் உள்ள உறவில் மேலும் ஒரு பிரச்சினை பற்றிச் சொல்லவேண்டும். செயல்துறை, தனிப்பட்ட

உறுப்பினர் மீது ஊழல் வாயிலாகச் செல்வாக்குச் செலுத்துவதைத் தவிர்ப்பது எப்போதுமே மிகவும் முக்கியம். இம்மாதிரிச் செல்வாக்கு மிகவேறுபட்ட பல வடிவங்களை எடுக்கமுடியும். அமெரிக்காவில் உள்ளதுபோல, ஏதேனும் ஒரு தொழில் ஆதரவினைத் தந்து அதற்கான பங்கினைச் சாமர்த்தியமாக அளிக்கலாம்; உறுப்பினரின் வாக்கிற்கு பதிலாக அவரது நண்பர்களுக்கும் உறவினர்களுக்கும் ஏதாவது பதவியை, சில சமயங்களில் உயர் நீதியவைப் பதவிகளை அளிக்கலாம். அரசியல் நிர்வாகத்துறையின் அளவு மிகப் பெரியதாக இருக்கும்போது, அதன் உறுப்பினர்களுக்குத் தங்கள் பெரும்பான்மை மீது நேரடிச் செல்வாக்கு இருக்கும்நிலை நேரிடும்போது, அதன் கொள்கை எதுவாக இருப்பினும், அதை ஆட்சியில் வைத்திருக்க வேண்டி ஒரு நேரடி ஆர்வம் இருக்கும்போது அதன் மிக நயவஞ்சகமான வடிவத்தைக் காணலாம். சராசரி பிரிட்டிஷ் நிர்வாகத்தில் இன்று, உதாரணமாக, குறைந்தது ஐம்பது உறுப்பினர்கள் இருக்கிறார்கள்; ஒரு ஃபிரெஞ்சு அமைச்சரவையில் இன்னும் சற்று அதிகமாக இருக்கலாம். அதிகாரத்தில் இருக்கும் கட்சியின் முழு அளவில் ஐந்தில் ஒரு பங்கு பதவியில் இருக்கும்போது ஒரு உச்ச அளவு அமைச்சரவைக்குத் தேவைப்படுகிறது. இது போன்ற காரணங்களுக்காகவே, எந்த அரசு அலுவலரும் சட்டமன்றத்தின் உறுப்பினர் ஆகக் கூடாது; ஏனெனில் அவர்கள்மீது ஊழல் வாயிலாகச் செல்வாக்குச் செலுத்தும் வசதிகள் மிக அதிகமாகவே உள்ளன, அவற்றைக் கண்டுபிடிப்பதும் மிகவும் கடினம். இன்னொரு வகையான ஊழல், நிர்வாகத்துறையினர், கௌரவப் பட்டங்களை அளிப்பது. மனிதன் ஒரு வீண்-தற்பெருமைப் பிராணி. "அவனது கோட்டில் செருகப்படும் ஒரு ரிப்பன், அதிகாரப்பூர்வக் கருத்துக்கு ஒரு மரியாதையை அளிக்கிறது". ஆகவே அரசியல் அடிப்படையில் பட்டங்களை அளிப்பதற்கு எதிரான திட்டவட்டமான சட்டமியற்றலோ அவை கிடைக்காமற் செய்வதற்கான அவசரச் சட்டமோ மிகவும் பயனுள்ளதாக இருக்கும் என நான் நினைக்கிறேன். எந்த ஒரு சட்டமன்ற உறுப்பினருக்கும் ஊதியமுள்ள அரசாங்க நிர்வாகப் பதவியை அளித்தல் சட்டத்திற்குப் புறம்பானதாக இருக்கவேண்டும். *(For some useful remarks on this general question see Sidgwick, Elements of Politics, pp.462-3.)* எந்தப் பதவிக்குச் சட்டமன்ற அனுபவம் உதவியாக இருக்குமோ (உதாரணமாக, ஒரு குடியேற்றப் பகுதியின் ஆளுநர் பதவி) அவற்றின் விதிவிலக்குப் பட்டியல் ஒன்றை எளிதாகவே தயாரித்துவிடலாம்.

சட்டமன்றத்தின் உறுப்பினர்கள் வாதம் செய்வதற்கு மிக உச்சபட்ச சுதந்திரம் அளிக்கவேண்டும் என்பதைச் சொல்லவே தேவையில்லை. பேச்சு காரணமாக ஒரு நீதிமன்றத்திற்குச் செல்வதற்கான எல்லைகளால் அவர்கள் தடைப்படுத்தப் படலாகாது. அவர்களுடைய பேச்சுகளும்

ஆலோசனைகளும் பெயர்கெடுப்பு, அவதூறு என்பவற்றின் சட்டத்திற்குள் வருமானால் அவற்றின் மதிப்பைப் பற்றி ஒரு விவாதத்தில் அதிகமாகச் சொல்ல இயலாது. நிரூபணச் சங்கிலி சட்டப்பூர்வமாகப் போதியதாக இல்லாவிட்டாலும் அவர்கள் ஊழல் செய்ததை மக்கள் நம்புவதைக் குறிப்பாக வெளிப்படுத்த அனுமதிக்க வேண்டும். உதாரணமாக, ஒரு காலனியின் ஆளுநரின் நடைமுறைகள் கொடுங்கோன்மையுடன் இருக்கின்றன என்பதைப் பெயர்-கெடுப்பு வழக்கின் தொல்லையின்றி வெளிப்படுத்தும் சுதந்திரம் வேண்டும். சட்டமன்றத்திற்கு வெளியிலும் இத்தகைய பாதுகாப்பு அவர்களுக்குத் தேவையா என்பது முடிவுசெய்யக் கடினமான ஒன்று. ஓர் உறுப்பினரின் பெரும்பாலான பணி, பத்திரிகைகளுக்கு எழுதும் கடிதங்களிலும் பொதுக்கூட்டங்களிலும் செலவாகிறது. அவருக்கு வெளியிட வேண்டிய முக்கியமான பார்வைகளும் கருத்துகளும் இருக்கலாம், எனினும் சட்டமன்றத்தில் அவற்றை உணர்ச்சி பூர்வமாக வெளியிட அவருக்கு சந்தர்ப்பம் கிடைக்காமல் இருக்கலாம். அதற்காக, அவருக்கு மனம் போனபடி அவதூறு பேச அனுமதி கொடுத்துவிடலாகாது; ஆனால் ஓர் ஆங்கில உதாரணத்தை எடுத்துக் கொள்வோமானால், அரசியல் அவதூறு வழக்கில் ஒரு லண்டன் வழக்கறிஞரிடம் இருந்து அழைப்புப் பெறுவதிலிருந்து அவர் தன்னைப் பாதுகாத்துக் கொள்ள ஓர் இடம் இருக்கிறது. ஆளுநர் அயர் (செல்வாக்குப் பெற்ற முன்னாள் பிரிட்டிஷ் ஆளுநர் ஒருவர்) கொள்கை தவறானதென்று மிக வலுவாகக் கருதி அதைப் போதியவாறு களங்கப்படுத்திய ஒருவர், பொதுமக்கள் அவையின் சாதகமான ஆதரவைப் பெற்றிருந்தால் ஒழியத் தப்புவது கடினம்தான்.

VI. செயல்துறை - அரசியல்

நவீன அரசில், செயல்துறையில் பொதுவாக மூன்று கூறுகள் உள்ளன. அது, முதன்மையாக, நான் ஏற்கெனவே காட்டியிருப்பதைப் போல, சட்ட மன்றத்தின் அதிகாரத்திலுள்ள கட்சியின் ஒரு குழு ஆகும். அந்தச் சட்டமன்றத்துக்கு ஆலோசனைகள் அளிக்கும். அந்த ஆலோசனைகளுக்கு ஆதரவு கிடைக்கும் பட்சத்தில் அது பதவியில் இருக்கும். இரண்டாவதாக, அது சட்டங்களைப் பயன்படுத்தும் ஒரு நிர்வாக அமைப்பு. நிர்வாகப் பணி திறம்படச் செயல்படுத்தப்பட வேண்டுமானால், தேவைப்படும் மிகப் பெரிய எண்ணிக்கையிலான அதிகாரிகளைக் கொண்ட அமைப்பினை அது மேலாண்மை செய்ய வேண்டும். மூன்றாவதாக ஒரு நிர்வாகி

என்ற முறையில் அது எப்போதும் தொடர்ந்து குடிமக்களின் திரளுடன் உறவு கொண்டிருக்கிறது; அதன் நிர்வாகத்தின் தரம் பெருமளவில் அது செய்யும் பணிகளில் எவ்விதம் அந்தக் குடிமக்கள் சங்கமித்திருக்கிறார்கள் என்பதைச் சார்நதுள்ளது என்று இந்தப் புத்தகத்தில் முன்னமே வாதிட்டுள்ளேன்.

இந்தக் கூறுகளை ஒவ்வொன்றாக எடுத்துக் கொள்வோம். அரசியல் சார்ந்த அமைப்பு என்ற முறையில் நிர்வாகத்திற்கு மூன்று முக்கியப் பணிகள் உள்ளன. முதலில், சட்ட மன்றத்தின் ஏற்புக்குச் சமர்ப்பிக்கப்படும் கொள்கையின் இறுதித் தேர்வில் அது அக்கறை காட்டுகிறது. அந்தக் கொள்கையின் தலைவிதியைப் பொறுத்தே ஒரு நிர்வாக அமைப்பு என்ற முறையில் அதன் இருப்பு இருக்கும். பொதுவாகச் சட்டமன்றம், அதன் திறம்பட்ட தன்மையில், இரண்டு கட்சிகளாக இருப்பதால், இந்த வகையில், நிர்வாகம் என்பது அதிகாரத்திலுள்ள கட்சியின் தலைவர்களைக் கொண்டதாகவே இருக்கம் என்பது தெளிவு. கட்சி அறிவித்துள்ள விருப்பத்தினை நடவடிக்கைகளாக மாற்றுவதுதான் அதன் பணியாகும். அந்த விருப்பத்தைப் பற்றிய தனது அறிவினை அது ஒரு பகுதி, கட்சியின் அறிவிப்புகளிலிருந்து பெறுகிறது, ஒரு பகுதி கட்சியின் ஆதரவாளர்கள் அக் கொள்கையை எவ்விதம் ஏற்கிறார்கள் என்பதிலிருந்து பெறுகிறது, ஒரு பகுதி, யாவற்றுக்கும் மேலாக, அது இயங்குகின்ற வழியில் சந்திக்கின்ற கருத்துகளின் எல்லாச் சிக்கலான அழுத்தத்தினாலும் பெறுகிறது. அது கொள்கையை முடிவுசெய்கிறது; கொள்கை ஏற்கப்பட்டால், உடனே பொதுச் சேவைகள் அந்தக் கொள்கையை அதன் உணர்விலும் விவரங்களிலும் சட்டமன்றம் கருதிய விதத்திலேயே பயன்படுத்துகின்றனவா என்று காண்பது அதன் பொறுப்பாகிறது. ஏனெனில் கொள்கை எவ்விதம் நடைமுறைப்படுத்தப்படுகிறது என்ற விமரிசனத்தை அது சந்திக்க வேண்டியிருக்கும். செய்யப்பட்டவற்றிற்கான பொறுப்பு அதனுடையதே அல்லவா? தவறு நிகழ்ந்தால் அது அதன் தவறுதான்; அதன் பழியை அதுவே சுமக்க வேண்டியிருக்கும். மேலும், கொள்கையை ஒற்றை மையத்திலிருந்து விரிவாக நடைமுறைப்படுத்த இயலாது. தனது பலவேறு கூறுகளில் அது வரையறைப்பட வேண்டும். உடல்நலத்துறைக்குப் பொறுப்பாக இருக்கும் ஒருவரே கடற்படை மற்றும் இராணுவப் பாதுகாப்புக்கும் பொறுப்பாக இருக்க முடியாது என்பது தெளிவு. அயல்நாட்டுக் கொள்கைக்குப் பொறுப்பாக உள்ள ஒருவரே கல்வி நிர்வாகத்தின் விரிவான பொறுப்புகளையும் தாங்க முடியாது. ஆகவே அரசியல் நிர்வாகத்துறையின் மூன்றாவது பணி, அரசின் வெவ்வேறு துறைகளை வகுப்பதும், பிறகு அவற்றின் செயல்பாடுகளை ஒருங்கிணைப்பதும்தான்.

இந்தச் செயல்துறையின் அரசியல் கூறினை நான் அமைச்சரவை என்றே அழைப்பேன், ஏனெனில் நவீன அரசுகளில் பெரும்பாலானவற்றில் இந்தப் பெயரினால்தான் அது அழைக்கப்படுகிறது. அது எப்படித் தேர்ந்தெடுக்கப்படும், யாரால் ஆக்கப்பட்டிருக்கும், அதன் அளவு என்னவாக இருக்கும்? இவை வடிவம் பற்றிய கேள்விகளாகத் தென்பட்டாலும், இவை உண்மையில் அரசியல் கொள்கையின் இதயத்துக்குள் செல்லக்கூடிய கேள்விகள். உதாரணமாக, அமெரிக்காவில் உள்ளதுபோல, அரசின் முறையான தலைவரே, அமைச்சரவையின் முதன்மை உறுப்பினராக இருக்கலாமா? அங்கு அவருடைய சகாக்கள், கீழ்ப்பட்டவர்களாக இருப்பார்களா அல்லது ஒரு பொதுவான கடமையில் சமத்தன்மை கொண்டவர்களாக இருப்பார்களா? அனுபவம் என்னவெனில், ஒவ்வொரு அரசிலும், அமைச்சரவையின் செயல்தன்மை கொண்ட தலைவரிலிருந்து வேறுபட்ட ஒருவர்தான் ஓர் அதிகாரப்பூர்வத் தலைவராக இருக்க வேண்டும் என்பது. ஃபிரான்சிலுள்ளதுபோல அவர் ஒரு குடியரசின் தலைவராக இருக்கலாம், அல்லது இங்கிலாந்திலுள்ளது போல வெறும் சடங்கு அதிகாரத்தைத் தவிர வேறொன்றும் அற்ற ஓர் அரசியலமைப்புத் தலைவராக இருக்கலாம். அமெரிக்க அமைப்பில் கட்டாயம் இரண்டு விளைவுகள் ஏற்படும்: (1) தலைமை நிர்வாகியின் பதவிக்காலம் நிலையானதாக இருக்கும்; (2) அவருடைய சகபணியாளர்கள் அவருக்குச் சட்டப்பூர்வமாகவும், மெய்யாகவும் கீழ்ப்பட்டவர்களாக இருக்கும் நிலையில் அவருடைய அதிகாரத்தின் இயல்பு அமையும். இங்கிலாந்திலும் ஃபிரான்சிலும் உள்ள முறை, அரசியல் கட்சிகள் தங்கள் தலைவரைத் தேர்ந்தெடுக்க இயலச் செய்கின்றது, தன் சக பணியாளர்களைக் கொண்ட அமைச்சரவை ஒன்றை அமைக்க அனுமதிக்கின்றது, ஒருவேளை அந்த அமைச்சரவை தோல்வியடைந்தால், தன் எதிர்க்கட்சிகளுக்கு இடம் தரவோ, வாக்காளர்களைத் தங்கள் வாக்குகள் மூலமாக அதிகாரத்தைப் புதுப்பிக்கவோ செய்கிறது.

இப்படித் தேர்ந்தெடுக்கப்பட்ட கட்சியின் தலைவர் பிரதம அமைச்சர் ஆகிறார். தனது சகபணியாளர்களை அவரே தேர்ந்தெடுக்கச் சுதந்திரம் இருக்கவேண்டும், அவருடைய கட்சி அவருடன் பணிபுரிபவர்களைத் தேர்ந்தெடுக்கலாகாது என்பது அடிப்படை விதியாக இருக்கவேண்டும் என்று நான் நினைக்கிறேன். பிந்திய வழிமுறை, தேர்வின் நெகிழ்ச்சித் தன்மையை அழிக்கிறது, அது தகுதியைவிட கிடைக்கக்கூடியவர்களைத் தேர்வுசெய்வதன் வெற்றியைக் குறிக்கும் என்ற குறைகள் கொண்டது. எந்தக் கட்சியிலுமே மாறுபட்ட கருத்துகள் கொண்ட அலகுகளின் சேர்க்கையாகவே இருக்கும். பிரதமரின் சகாக்களைக் கட்சி தேர்ந்தெடுக்க அனுமதிப்பது, ஒரு கொள்கையை உருவாக்கச்

அரசியல் நிறுவனங்கள் | 485

சிறப்பாகத் தகுதியானவர்களைத் தேர்ந்தெடுக்க உதவுவதாக இருக்காது, பதிலாக ஒவ்வொரு அலகின் உறுப்பினர்களிலும் ஓர் ஒருங்கிசைந்த கொள்கையை உருவாக்கத் தங்களால் ஆனதைச் செய்பவர்களைத் தேர்ந்தெடுப்பதாக அமையும். ஒரு பொதுவான எதிரி மீதான வெறுப்பு என்பதே வாழ்க்கை விதியாகக் கொண்ட எதிர்க்கட்சிகளில் இப்படிப்பட்ட ஒருமை கடினமல்ல. ஆனால் கட்சிக்குப் பெரும்பான்மை இருக்கும்போதுதான் உச்சபட்சக் கஷ்டம் ஏற்படுகிறது. எப்படியாயினும், பிரதமருக்குத் தேர்ந்தெடுத்தலின் சட்டப்பூர்வ உரிமை தருவதென்பதனால், அவர் தனக்குத் தோன்றியவர்களை இஷ்டப்படி தேர்ந்தெடுக்கலாம் என்பதாகாது. ஒவ்வொரு கட்சியிலும், சட்ட மன்றத்தில் திறன்பெற்றவர்களின் ஓர் அமைப்பு இருக்கும். அவர்களுடைய கோரிக்கைகளைக் கட்டாயம் ஏற்றுத் தீரவேண்டிய அவசியம் இருக்கும். திரு. கிளாட்ஸ்டனுக்குத் திரு. சாம்பர்லெய்னைப் பிடிக்காது, ஆனால் தனது அமைச்சரவையில் அவருக்கு இடம் தரவேண்டியிருந்தது. ரேண்டால்ஃப் சர்ச்சில் பிரபுவுக்குப் பொதுமக்கள் சபையின் தலைவர் பதவியைத் தருவதில் சந்தேகமின்றி சாலிஸ்பரி பிரபுவுக்கு மகிழ்ச்சி ஏற்பட்டிருக்காது, ஆனால் அவருக்கு வேறு வழியில்லை. பதவிகளை அளிப்பதில்தான் உண்மையாகவே பிரதம அமைச்சருக்குச் சுதந்திரம் இருக்கிறது; ஆனால் இங்கும், அவர் அளிக்கும் பதவிகளைப் பெறுபவர்களைத் தனது சகதோழர்கள் ஏற்றுக் கொள்ளவேண்டும் என்பதில் அவர் பெருமளவு கட்டுப்படுத்தப்படுகிறார். 1845இல் ஜான் ரஸல் பிரபு கிரே, பாமர்ஸ்டன் ஆகியவர்களுக்குப் பதவிகளைத் தாமே அளித்தார். ஆனால் அவற்றை அவர்கள் ஏற்க விரும்பவில்லை. அதனால் அரசாங்கம் அமைக்கும் அவரது முயற்சி வீணாயிற்று. இது நாம் மேலே கூறிய கட்டுப்பாடு மெய்யானது என்பதற்குச் சான்று. *(Trevelyan, Life and Letters of Lord Macaulay (Nelson edition), ii, 142.)* மேலே நான் விவாதித்த, துறைகளுக்கென ஏற்படுத்தப்படும் சட்டமன்றக் குழுக்கள் செயல்படுமானால் தவறுகளைத் தடுக்கின்ற மற்றொரு தடையும் கிடைக்கும். ஏனெனில் அவற்றின் இயக்கம், மெய்யாகவே ஆர்வமுள்ள உறுப்பினர்களுக்கு அவ்வப் பணிகள் கிடைக்குமாறு பார்த்துக் கொள்ளும். அவை ஒரு பிரிப்பு அலுவலகம் போலச் செயல்படும். கொள்கையின் பரந்த விதிகளில் ஆர்வம் காட்டும் ஜான் பிரைட், பிற நாடுகளில் காலடின், ரூன் போல, இங்கிலாந்தில் நிர்வாகத்தின் குறித்த விவரங்களில் நேர்முகத் திறமை காட்டும் சர் ஜேம்ஸ் கிரஹாம் அல்லது கார்டுவெல் போல அவரவர் ஆர்வத்துறைக்குப் பிரிக்கப்படுவார்கள்.

இந்த எல்லைகளுக்கு அப்பால், எந்த அளவுக்கு அதிகமான நெகிழ்ச்சி இருக்கிறதோ அந்த அளவுக்கு அந்த அமைப்பின் இயக்கத்திற்கு நல்லது; இந் நெகிழ்ச்சித்தன்மைக்கு மிகச்

சிறந்த உத்திரவாதம், பிரதமரின் கைகளில் தேர்வின் செறிப்பு இருப்பதேயாகும். இப்படி அமைக்கப்பட்ட அமைச்சரவை இரு வகைகளில் இருக்கலாம். ஒன்று, திரு. லாயிட் ஜியார்ஜின் போர்க்கால அமைச்சரவை போன்று நான்கைந்து பேர் கொண்ட அமைப்பாக இருக்கலாம். அவர்கள் பொதுக் கொள்கையில் மட்டும் கவனம் செலுத்தினர். அதன் நடைமுறைப்படுத்தலைத் தங்கள் கீழுள்ள சிற்றமைச்சர்களிடம் விட்டுவிட்டனர். அல்லது அது பிரிட்டனிலும் உள்ளதுபோல, பெரிய அமைப்பாக இருக்கலாம். அதில் பெரும்பான்மையினர் தங்கள் தங்கள் துறைகளின் ஊக்கமிக்க நிர்வாகத்தில் அக்கறை காட்டுபவர்களாக இருக்கலாம். *(On the system of Mr. Lloyd George see the Report of the War Cabinet for 1917 (Cd. 9005) and Lord Curzon's speech in the House of Lords on June 19, 1918).* பிந்திய முறையின் உயர்வு பற்றி எந்த தீவிரமான கேள்வியும் இருக்க வாய்ப்பில்லை என்று நினைக்கிறேன். கொள்கையை மெய்யாகவே நிர்வாகத்திலிருந்து பிரிக்க முடியாது; நடவடிக்கைகளின் சாராம்சம் அவற்றை நடைமுறைப்படுத்துவதில்தான் இருக்கிறது. விவரங்களைத் தவிர்க்க முனையும் நபர்கள், ஒன்று, விவரங்களின் புறக்கணிப்பினால் தங்கள் கொள்கைகள் தோல்வியடைவதைக் காண்பார்கள், அல்லது மெய்யாகவே அவர்கள் விவரங்கள்மீது கவனம் செலுத்தவேண்டுவது மட்டுமல்ல, நிர்வாகத்தின் தொழில்நுட்பத்தில் ஆழ்வதனால் வரும் அறிவிலிருந்து பெறப்படுகின்ற அந்த விவரங்கள் எந்தத் துறைகளுக்குரியவை என்ற சச்சரவுகளையும் தீர்க்க வேண்டிய முயற்சிக்கு ஆளாகிறார்கள். மேலும் துறைசார் அமைச்சர்கள் கீழ்ப்பட்டவர்களாகவே இருப்பார்கள் என்பதால், சட்டமன்றத்தின் போக்கு அவர்களை மதிக்காமல், அதற்கு அப்பால், கொள்கையுருவாக்கும் சிறிய அமைச்சரவை மீதே செல்வதாகக் காணப்படும். இது நிர்வாகத்தில் சீர்மையின்மையை உருவாக்கும். ஏனெனில் அப்போது அமைச்சரவையின் முயற்சி அதன் துணை அமைச்சர்களை விட்டு சட்டமன்றத்தை சமாதானப்படுத்துவதில் இருக்கும். புற ஆர்வங்களின் அழுத்தங்களும் இவ்விதமே செயல்படும்; அண்மையிலோ பிறகோ, செயல்துறையில் அந்தந்த நிர்வாகங்களின் தலைவர்களாக இருப்பவர்கள் விஷயங்களைச் செய்து முடிப்பதில் பொறுப்பான பங்களிப்பு அற்றுப் போவார்கள்.

ஆகவே இரண்டாவது மாதிரியிலான அமைச்சரவை நல்லதெனத் தோன்றுகிறது. அதனால் அது ஒரு பெரிய அமைப்பாக இருக்கவேண்டும் என்பதில்லை. கொள்கையையும் நிர்வாகத்தையும் முழுமையாக முறைப்படுத்துவதில் கூட்டுப் பொறுப்பினை அது ஏற்கவேண்டும். அதனது முடிவுக்கெனப் பிரச்சினைகள் எழுகின்றபோது, விரைந்தும் திறம்படவும் செயல்படுவதற்காக

அது தனது பார்வையில் ஓர் ஒருமைப்பாட்டினை வளர்த்துக் கொள்ளவேண்டும். இந்த நோக்கத்தில் ஒரு பத்து அல்லது பன்னிரண்டு அமைச்சர்கள் இருந்தால் ஏற்றதாக இருக்கும். நிர்வாகத்தின் பொதுவான களத்தை நோக்குவதற்கு இது போதுமானதாக இருக்கும். தான் சந்திக்க நேர்கின்ற பெரிய பிரச்சினைகளைப் பற்றிய மெய்யான கூட்டு மனத்தை உருவாக்கிக் கொள்ளும் அளவு சிறியதாகவும் இருக்கும். தங்கள் நிர்வாகத்துக்காக அமைச்சர்களுக்குத் தேவையான எல்லாத் துறைகளையும் பன்னிரண்டு பதவிகள் மட்டுமே கையாண்டுவிட முடியும் என்று நான் கூறவில்லை. ஆனால கொள்கையின் பரப்பினை அதிகபட்சமாக ஒரு பன்னிரண்டு பெரிய வகைகளாகப் பகுப்பது சிறந்த முடிவுகளைத் தர இடமளிக்கும். அண்மை அனுபவங்களைப் பலவாறாகக் காண்பதில் இது வெளிப்படுகிறது என்று நினைக்கிறேன். கொள்கை உருவாக்கத்தில் மிகப்பெரிய துறைகளுக்குப் பங்கு இருக்குமாறு இந்தச் சிறிய எண்ணிக்கை செய்யாது; ஒரு பெரிய எண்ணிக்கை, அமைச்சரவைக்குள் மற்றொரு சிறிய அமைச்சரவை உருவாகி முடிவை ஏற்றுக் கொள்ள வைப்பதாக மேலும் மாறிவிடும். அல்லது மாற்றாக, இந்தப் பெரிய எண்ணிக்கை, அமைச்சரவையின் வேலையை மிகுதியாக்குவதால், கொள்கையை ஒருங்கிணைப்பது புறக்கணிக்கப்படும், ஒவ்வொரு அமைச்சரும் தனது துறையில் கட்டுப்பாடற்ற வசப்படுத்தலைப் பெருமளவு ஏற்கவேண்டியிருக்கும்.

இப்படிப்பட்ட அமைச்சரவையின் உறுப்பினர்களுக்கிடையில் எவ்வித உறவு இருக்கவேண்டும்? இரண்டு விதிவிலக்குகள் தவிர, இது அரசியல் கோட்பாட்டுப் பகுதியைவிட அதன் நடைமுறைக் கலைப் பகுதியைச் சேர்ந்த விஷயம். பிரதமருக்குக் குறித்த முதன்மை இருக்கிறது என்பது வெளிப்படை. அவர்தான் கட்சியின் தலைவராகவும் சட்டமன்றத்தின் தலைவராகவும் இருக்கிறார். வேறு எவரையும்விட, அரசியல் தந்திரோபாயத்தின் பொறுப்பு அவருக்குத்தான் அதிகம். குழுவை இயக்க வேண்டும், கீழ்ப்படியாத சகாக்களை இசைவிக்க வேண்டும், வாக்காளர்களுக்கு சரியான அதிகாரப் பொறுப்பிலிருந்து பிரச்சினைகளை எடுத்துரைக்க வேண்டும். தனது விருப்பத்தைத் தனது சகாக்களின் மீது வேறெந்த உறுப்பினரும் கருதவும் செய்யாத ஒரு தலைமையதிகாரத்துடன் திணிக்க இயலுகின்ற பிரதமரைக் கொண்ட அமைச்சரவைகளே மிகவும் வெற்றிகரமானவை என்று நினைக்கிறேன். ஏனெனில் முடிவுகளை எடுப்பதில் தலைகளை எண்ணுவதைவிட அவற்றை எடையிட்டுப் பார்ப்பதே அமைச்சரவை செய்யவேண்டியதாகும்; வெறும் வாக்குகளைச் சேர்ப்பதால் அதன் பிரச்சினைகளில் பொறுப்பு போதிய அளவு எழுவதில்லை. பிரதமரின் நோக்கிற்குச் செல்வாக்கு மிகுதியாக இருந்தால் ஒட்டுமொத்த நோக்கிலும் ஒருமையைக் கொண்டுவருவது

எளிதாக இருக்கும். அதற்காகப் பிரதமர், அமெரிக்க ஜனாதிபதியைப் போலத் தனது சகாக்களிடமிருந்து தன்னைத் தொலைவுபடுத்திக் கொள்ளவேண்டும் என்று அர்த்தமல்ல. அம்மாதிரிச் செய்வது, மையத்தில் தலைமையதிகாரத்தைக் குவிப்பதற்கு உதவுவதோடு முடிவுகள் எப்போதும் அறியாமையின் அடிப்படையில் எடுக்கப்படச் செய்கிறது; கீழ்ப்பட்டவர்கள் தலைமைக்கு முகஸ்துதி செய்வதில் கொண்டுவிடுகிறது. தவிர்க்கவியலாமை பற்றிய கொள்கைக்குக் கொண்டுசெல்கிறது. அது இறுதியாகத் தலைமை தவறு செய்யாமை என்ற கொள்கை குறைந்தபட்சம் உள்ளகத்திலேனும் நிலவக் காரணமாகிறது. தலைமைத் தவிர்க்கவியலாமை பற்றிய விதி சாத்தியமற்றது. ஏனெனில் எந்த நபரும் தவிர்க்கவியலாதவர் அல்ல என்ற அடிப்படையில் ஆன ஒரு ஜனநாயக அமைப்புக்கு அது முரணானது.

இரண்டாம் நிலையில், நிதியமைச்சருக்கு ஒரு குறித்த முதன்மை இருக்கிறது. ஏனெனில் நவீன அரசின் இதயமாக வரிவிதிப்பு உள்ளது, மேலும் அவ்வாறே மையத்தில் அது அமையும். குடிமக்களின் பாக்கெட்டுகளைத் துழாவும் அதிகாரம் கொண்ட ஓர் அமைச்சர் உண்மையிலேயே ஒரு விசித்திரப் பரிமாணமுள்ள தலைமையதிகாரம் பெற்றவர்தான். வங்கி, கரன்சி அமைப்புகள், வணிகத்தின் மீதும் தொழில்கள் மீதும் அதிகாரம் வாயிலாக தேசியக் கடன் கட்டுப்பாடும் அவரிடத்தில்தான் இருக்கிறது. இவை யாவும் எந்தக் கோணத்திலிருந்து பார்த்தாலும் பிரமிக்க வைக்கக்கூடியவை. தவிர்க்கவியலாமல் இந்த வட்டம் அரசின் செலவினங்களில் ஒரு தனி மனப்பாங்கை உள்ளடக்கியுள்ளது; ஏனெனில் அது செலவினங்களைக் குறைந்தபட்சம் வரிவிதிப்பு தன் பண்பில் பறிமுதல் செய்யும் நிலைக்குச் செல்லும் விவாதத்துக்குரிய புள்ளியிலாவது நிறுத்தவேண்டும், பிற துறைகளின் செலவழிக்கும் ஆற்றலுடன் அதன் தொடர்பினால் அது அவர்களின் கொள்கையைக் குறித்த அளவு மேற்பார்வை செய்வதை உள்ளடக்கியிருக்கும். அது கொள்ளவேண்டிய மேற்பார்வை எந்த அளவு என்பது நான் இங்கு அக்கறைப் படாத பல காரணிகளைச் சார்ந்துள்ளது. நிச்சயமாக, கருவூலத்தைக் கட்டுப்படுத்தும் பிரிட்டிஷ் முறையில் பல ஆதாயங்கள் உள்ளன. விரும்பப்படும் இலக்கிற்குப் போதிய செலவைவிட முன் மொழியப்பட்ட செலவு அதிகம் ஆகாமல் அது பார்த்துக் கொள்கிறது. ஆனால் பிரிட்டிஷ் கருவூலத்திற்கு வெளியில் இருக்கும் நிபுணர்கள் பலரும் அது ஊதியம் வழங்குவதில் மிகப் பெரிய குறைகளைக் கொண்டிருக்கிறது என்று ஒப்புக் கொள்வார்கள் என்று நினைக்கிறேன். குறிப்பாக, நாம் இப்போது நுழைந்திருக்கும் நேர்முக அரசின் காலத்தில் துறைகளின் செலவினால் வரும் அழுத்தத்தைத் தடுப்பதில் ஒரு நிதியமைச்சருக்கு மிகுந்த தைரியமும் மனவுறுதியும்

தேவைப்படுகிறது. ஆனால் நடைமுறையில் செலவுசெய்யாத ஒரு துறையின் கோணத்திலிருந்து கூட்டாக விமரிசனம் செய்யப்படுகின்ற மதிப்பீடுகளின் ஒற்றை அமைப்புக் கொள்கை ஒரு சிறந்த நிதிநிலைக்குத் திறவுகோல் ஆகும்; அது நிதிப் பொறுப்பில் இருக்கும் அமைச்சர், பிரதமருக்கு அடுத்த நிலையில் இருக்கச்செய்கிறது.

மற்றப்படி அமைச்சரவையின் எல்லா உறுப்பினர்களும் சமநிலையில் உள்ளவர்கள்தான்; தோன்றுகின்ற வேறுபாடுகள், கொள்கை, அதன் தேவைகள் ஆகியவற்றின் விளைவு அல்ல, கணிக்கவியலாத ஆளுமையின் ஊடாட்டத்தினால் வருவதாகும். ஓர் அமைச்சரவையின் அடிப்படை முடிவுகள் மெய்யான கூட்டு விவாதத்தினால் உருவாகுவதாக இருப்பின் அமைச்சரவை மிகவும் வெற்றி பெற்றதாகிறது. ஒவ்வொரு துறைக்குமான அமைச்சர் சர்வசக்தி வாய்ந்தவர் என்ற கருத்துக்கு எவ்வளவு குறைவாக மதிப்பளிக்கப்படுகிறதோ அந்த அளவுக்கு அமைச்சரவை சிறப்பாகத் தனது வேலையைச் செய்யமுடியும். இல்லையென்றால், அண்மைக் காலத்தில் மிக அழுத்தமாக வெளிப்படுகின்ற இரண்டு அபாயங்களை அது சந்திக்க நேர்கிறது கொள்கையின் முழு மேலாய்வுக்கும் திறமையாகப் பொறுப்புள்ள நபர்களின் அமைப்பு எதுவுமே இல்லை என்பது ஒன்று; மற்றொன்று, ஓர் அமைச்சரின் கொள்கையாகத் தோன்றுவது, அவ்விதமாக மதிப்பளிக்கப் படுவது, உண்மையில் அவரது நிரந்தர அதிகாரிகளின் கொள்கையாக உள்ளது என்பது. இந்த வேறுபாடு முக்கியமானது. எவ்வளவுதான் தாராளமாக இருப்பதற்கு ஆவலாக இருந்தாலும், ஒவ்வொரு அதிகாரவர்க்க ஆட்சியும் தனது சொந்த முறைகளுக்கும், மரபுகளுக்கும் மிகையான வழிபாட்டை அளிக்கிறது; புதுமையான ஆலோசனைகளை அது எதிர்கொள்ளும்போது, அதன் பழக்கம், அவற்றைச் சாத்தியமற்றவை என்று வலியுறுத்துவதும், அவற்றின் அவிவேகத்தை அழுத்திக்கூறித் தொடர்வதாகவுமே உள்ளது. துறைசார்ந்த பழமைவாதத்தை வெற்றி கொள்வதற்கு மிக வலுவான அமைச்சர் தேவை; புற முகமைகள் ஒருபுறம் இருக்க (இந்த விஷயத்தைப் பற்றிப் பின்னர் விவாதிக்கிறேன்) துறைசார்ந்த பழமைவாதம் ஒருபோதும் இறுதியானது என ஏற்கப்பட்டதில்லை என்று அழுத்திக்கூற அமைச்சரவையில் ஏதேனும் வழியிருக்க வேண்டும். துறைகளின் வேலைகளில் குறுக்கிடத் தன்னைச் சுதந்திரமாகக் கருதிக் கொண்டு அமைச்சரவை தனது முடிவுகளின் மிக உயர்ந்த பண்பினை அழுத்திக் கூறும்போதுதான் இப்படி நிகழும். அது தவறாக இருகக்கலாம்; பெரும்பாலும் அது தவறாகவும் இருக்கும்; ஆனால் அது இப்படித் தன் பணியை விளக்கவில்லை என்றால் கொள்கையை ஒருபோதும் ஒருங்கிணைக்க முடியாது. இல்லாவிட்டால், அது சட்டமன்றத்தின் வேலையையும் அதன் முடிவுகளையும்

வெறுமனே ஒழுங்குபடுத்துகின்ற ஓர் அமைப்பாகிவிடுகிறது; அதனால் அதன் பாதி மதிப்பு போய்விடுகிறது.

தன் சகாக்கள் இடையில் பிரதமர் ஒரு தனிச்சிறப்பான இடத்தில் இருக்கிறார் என்பதை நான் முன்னமே சுட்டிக்காட்டியிருக்கிறேன். அந்த அலுவலின் நவீன வரலாற்றில் அந்த நிலையின் இரண்டு கிளைத் தேற்றங்கள் உட்குறிப்பாக உள்ளன என்று தோன்றுகிறது. அவர் துறை வேலைகளால் சுமை எய்தக் கூடாது என்பது முக்கியமானது. அவருடைய வேலை அரசாங்கத்தின் பொதுப் பிரச்சினைகளில் ஒரு புத்தம்புதிய திறந்த மனத்தினை வைத்திருப்பதாகும். அமைச்சரவையில் பொதுவாக மென்மையாக்கும் ஒரு மூலமாக அவர் நடந்துகொள்ள வேண்டும். அரசின் எல்லாத் துறைகளிலும் நிகழும் நிகழ்ச்சிகளின் பரந்த ஒரு தகவலைத் தெரிந்துகொள்ளும்படியாகத் தன்னை வைத்துக் கொள்ள வேண்டும். இந்தப் பணிகளை, உதாரணமாக, அயல்நாட்டு உறவுகள் போன்ற ஒரு பணியுடன் ஒரு பிரதமர் இணைத்துக் கொண்டால், இவற்றில் ஏதாவது ஒன்றைப் புறக்கணிக்க நேரும்; ஆனால் இவற்றில் எதுவும் புறக்கணிக்கக் கூடிய அளவு முக்கியம் அற்றதல்ல. சட்டமன்றத்தின் ஊக்கமிக்க தலைவராக அவர் இருக்க வேண்டும். அங்கு அவருடைய இருப்புக்கு இருமடங்கு முக்கியத்துவம் உள்ளது. ஒன்று, சட்டமன்றத்தில் அவருடைய சகாக்களின் பணியை வேறெந்த வகையிலும் இயலாதவாறு ஒருங்கிணைக்கிறது. சட்டமன்றத்திற்கு அவர் வருவது அரிதாகிவிட்டால், அவருடைய அமைச்சரவையில் மீதியுள்ளவர்கள் அவரை ஒரு முறையீட்டு அவை போலக் கருத நேரிடும். அவர் பிரதமர் என்பதற்குப் பதிலாக ஒரு ஜனாதிபதி ஆகிவிடுவார். அவருடைய இன்மை, இரண்டாவதாக, முடிவு எடுக்கும் மையத்தைச் சட்டமன்றத்திற்கு அப்பால் மாற்றிவிடுகின்ற அழிவைத் தருகின்ற விளைவை உண்டாக்கிவிடும். அவர் அங்கு கிடைக்காததால் எங்கு கிடைக்கிறாரோ அங்குத் தேட வேண்டிய நிலை ஏற்படும். அவருடைய அலுவலகம், அங்கு வரக்கூடிய திறன் பெற்ற ஆற்றல்மிக்க ஆர்வங்களின் அழுத்த மையமாகிவிடும். அவர்களுடன் ஒப்பந்தம் செய்துகொள்ள அவர் தூண்டப்படுவார். அவற்றைச் சட்ட மன்றத்தில் ஏற்கெனவே அதன் ஒப்புதலோடு நிகழ்ந்துவிட்ட நிகழ்ச்சிகளாகத்தான் முன்வைக்க முடியும். அதனால் அவற்றை ஏற்க மறுப்பவர்கள் அவரது அரசாங்கத்தைக் கலைக்க வலுக்கட்டாயம் செய்ய நேரிடும். இப்படிப்பட்ட நிலைக்கு ஆளாகும் ஒரு சட்டமன்றம் குடிமக்கள் மதிப்பில் மிக விரைந்து தரமிறங்க நேரிடும். அதன் விவாதங்கள் நிஜமற்றவை ஆகிவிடும், ஏனெனில் முடிவின் உண்மையான மூலத்தினை பாதிக்காதவையாக அவை உணரப்படும். கொள்கைகள் பகலில் செய்யப்பட மாட்டா; ஆனால் தான் அடையக்கூடிய ஒரு கொள்கையினால்தான் ஒரு சட்டமன்றம்

உயிர்வாழ்கிறது. இரு கட்சி அமைப்பின் மேன்மைக்கு இதை மற்றொரு காரணமாகக் கொள்ளலாம். புதுப் புதுச் சேர்க்கைகளை உருவாக்கிக் கொள்கின்ற பலகட்சிக் கூட்டணிக்குத் தலைமை தாங்கும் ஒரு பிரதமர், தனது பணியின் நேர்மைக்கு பங்கம் விளைவிக்கின்ற ஒரு நிலைத்தன்மை யின்மையால் எப்போதும் தொல்லைக்குள்ளாவார். சிந்தனைகளால் கட்டப்படும் கொள்கை சூழ்ச்சியினால் உருவாகும் ஒரு கொள்கையாகிவிடுகிறது; சட்டமியற்றலின் பரந்த கோட்டுருக்களுக்குக் கொடுக்கவேண்டிய கவனம், இன்றியமையாமல், அந்தக் கூட்டணி கலையாமல் தடுக்கப்படுகின்ற சிறுசிறு தந்திரோபாயங்களுக்கு அளிக்கப்பட வேண்டியதாக மாறிவிடுகிறது.

வெளிப்படையாகவே, இந்நிலைமை சட்டவிதிப்புத்தகத்தில் சட்டமியற்றலின் ஒருசீரான திட்டம் ஒன்றை வலிந்து செயல்படுத்தக் கூடிய ஒரு வலுவான செயல்துறையை எதிர்நோக்குகிறது. முதலில், சட்டமன்றத்துக்கு தனது சொந்தத் தாக்கத்தை செயல்துறையின்மீது ஏற்ற எவ்வித வாய்ப்பு அளிக்கப்படுகிறது? இரண்டாவதாக, இங்கு கோடிட்டுக் காட்டப்பட்ட அமைப்பிலுள்ள ஒரு சமூகத்தின் பலவேறு நலன்களுக்குத் தரப்படும் இடம் என்ன? ஒரு சட்டமன்றம் தனக்குள்ளாகவே மூன்று பாதுகாப்புகளைப் பெற்றுள்ளது என்று நான் நினைக்கிறேன். அது எப்போதுமே அமைச்சரவையைப் பதவியிலிருந்து இறக்கிவிட முடியும். இவ்வாறு பதவியிறக்கம் செய்வதற்கான அதிகாரம் மிக அபூர்வமாகப் பயன்படுத்தப்பட்டாலும், அது எப்போதும் உயர்மதிப்புப் பெற்ற, உடன் நிகழக்கூடிய ஒரு எச்சரிக்கையாகவே உள்ளது. இரண்டாவதாக, அரசின் அரசியலமைப்பு அடிப்படையைப் பாதிக்கும் வகையிலான சட்டங்களை இயற்ற அதைக் கட்டாயப்படுத்த முடியாது. விதிவிலக்கான சிறப்புச் சூழல்களில் சட்டமன்றத்தின் மூன்றிலிரு பங்கு வாக்களிப்பு இருப்பின் அவ்வாறு செய்யலாம். ஆனால் மிகத் தீவிரமான ஒரு தேவையைக் கொண்ட ஒரு சூழல் இருந்தாலொழிய இவ்வாறு நிகழச் சாத்தியமில்லை. இங்கு நாம் கொண்ட பார்வையின்படி, ஆட்கொணர்வுச் சட்டத்தை நீக்கவோ, அமெரிக்க ஐக்கிய நாட்டின் உளவுச் சட்டம் போன்ற ஒரு நடவடிக்கையை மேற்கொள்ளச் செய்யவோ அல்லது நிர்வாகத் தலைமைக்கு அறிவிப்பின்படி சட்டங்களை இயற்றும் அதிகாரத்தைத் தரவோ முடியாது. மூன்றாவதாக, ஒவ்வொரு துறைக்குமான சட்ட மன்றக் குழு இருக்கிறது. அது நிர்வாகத்தின் விவரங்களின் நெருக்கமான அறிவைத் தரும். ஆகவே அது முறைசாரா வகையிலும் முறைசார்ந்த வகையிலும் அமைச்சரின் மனத்தில் என்ன இருக்கிறது என்பதை அறிந்து கொள்ளும். எவ்வித விஷயங்கள் அவர் தனது முடிவுக்குக் காரணமானவை என்பதைக் கவனிக்கும். இராஜிநாமா செய்வது அல்லது கலைப்பது என்ற முடிவு இல்லாத ஒரு சூழலில் இருந்து

அது விமரிசனம் செய்யவும் எதிர்க்கவும் முடியும். துறைகளின் செலவினங்களின் மதிப்பீடுகளின் சோதனைக்கு வழிசெய்யாத இப்படிப்பட்ட குழுக்களின் அமைப்பு எதுவும் போதியதாக இருக்காது என்பதை இங்கு நாம் வலியுறுத்த வேண்டும். இப்போது ஃபிரெஞ்சு ஆணையங்களும் காங்கிரஸின் குழுக்களும் வைத்திருக்கும் உன்னிப்பான கட்டுப்பாடு நமக்குத் தேவையில்லை. ஆனால் பணம் செலவு செய்யப்பட்ட பிறகுதான் தேசியச் செலவுகளை விமரிசனம் செய்யக்கூடிய, இப்போது பிரிட்டிஷ் பொதுமக்கள் சபை இருக்கும் உறைநிலையினை நாம் தவிர்க்கத்தான் வேண்டும். துறைகளின்மீது சோதனைசெய்யும் உரிமைகொண்ட, நிர்வாகத்திற்குத் தொடர்பற்ற நிபுணர்களைப் போதிய அளவு அலுவலில் கொண்ட மதிப்பீடுகளின் மீதான குழுக்கள் ஆகவே நமக்குத் தேவை. அவற்றின் தேவை பற்றி இதுவரை எவ்வித விமரிசனமும் செய்யப்படாமல் இருப்பதே அவற்றின் இன்மையால் ஏற்படும் அபாயத்தை அவை அறிந்துள்ளன என்று எனக்குத் தோன்றுகிறது. (See the Ninth Report (H.C. 121 of 1918) of the Select Committee on Natikonal Expenditure, especially the appendices of evidence. I note that its conclusions are in the main approved by the Report of the Machnery of Government Committees (Cd. 9230 of 1918), pp. 14-15.) மேலும், அமெரிக்காவில் சட்டமன்றப் பார்வையதிகாரம் என்று அழைக்கப்படுகின்ற ஒன்றைத் தனக்குள் உருவாக்கி வைப்பது சட்டமன்றத்துக்குத் தேவையான மேலும் ஒரு பாதுகாப்பாகும். (Cf. McCarthy in P. S. Reinsch, Readings in American State Government, pp.63 ff.) இது இல்லாவிட்டால், தனித்த உறுப்பினர் அமைச்சரவையுடன் போட்டியில் ஈடுபடும்போது அடிக்கடி ஓர் ஆதாயமற்ற நிலையில் இருக்கிறார். தான் பயன்படுத்த வேண்டிய பொருட்கள் என்ன என்று அவருக்குத் தெரியாது; தனது விசாரணைகளுக்குத் தேவையான சோதனைகள் பற்றியும் அவருக்குத் தெரியாது. தனது நிபுணர் படை சூழக் கவசப் பாதுகாப்புக் கொண்ட அமைச்சர், அந்த உறுபினருடைய ஆர்வத்தின் முறையான சீரமைப்பு அவரை எப்போதுமே தவிர்க்க இயலச்செய்யும் என்று அந்தப் பிரச்சினையை முடித்துவிடுவார்.

குடிமக்கள் அமைப்பில் மிக வேறுபட்ட ஒருவித உறவு செயல்துறையுடன் நிலவுகிறது. தங்களுடைய விருப்பத்தைத் தெரியப்படுத்துவதுதான் அவர்கள் பிரச்சினை. அவர்களின் விருப்பங்கள் வெளிப்படையாக நன்கு தெரியவும் வேண்டும், அதற்குப் பின்னால் ஒரு வலுவான கருத்துக் கொண்ட அமைப்பு இருக்கிறதென்று காட்டவும் வேண்டும். தற்போது குடிமக்கள் அமைப்பு தனது அழுத்தத்தைப் பலவகையான வழிகளில் கொண்டுவருகிறது. தேர்தல் சமயத்தின்போது, தனது பொதுச் சிந்தனைகளுடன் எந்தக் கட்சியின் கருத்துகள் ஒத்துச் செல்கிறதோ அதற்குப் பதவியை அளிக்கிறது. தேர்தலுக்குப்

பிறகு, வெவ்வேறு சங்கங்கள் தீர்மானங்களை நிறைவேற்றுகின்றன, மனுக்களைத் தயாரிக்கின்றன, சட்டமன்ற உறுப்பினர்களின் ஆதரவைத் திரட்டுகின்றன, அமைச்சர்களுக்குத் தூது அனுப்புகின்றன. சிலசமயங்களில் ஏதாவது சிறப்பான பிரச்சினை ஒன்றின்மீது விசாரணை நடத்தச் செய்யும் அளவுக்கு அவர்களுடைய அழுத்தம் வலுவாக அமைகிறது; அபூர்வமாக, 1906இன் வணிகத் தகராறுகள் சட்டத்தில் போல, தங்கள் சார்பாகச் செயல்துறையை இயக்கும் அளவுக்கு வலிமை பெறுகிறார்கள். ஆனால் பொதுவாக, பொதுமக்கள்கருத்து இரண்டு பெரிய கஷ்டங்களால் தொல்லைப்படுகிறது. அரசாங்கத்துடன் ஒரு தொடர்ந்த தொடர்பில் அது சீரமைக்கப்படுவதில்லை; அதன் இணைப்புகள் நிறுவனமுறைப்படியானவை அல்ல, கண்டபடி விட்டுவிட்டு நிகழ்பவையாக உள்ளன. மேலும் குறித்த சில செயல்களின் ஒளியில் அரசாங்கம் என்ன செய்துகொண்டிருக்கிறது என்பதைத்தான் அது விமரிசனம் செய்ய முடியும். அந்த அரசாங்கச் செயல்கள் ஏற்கெனவே ஒரு கௌரவமிக்க சூழலில் உள்ளன என்பதால் அவற்றில் விசாரணை செய்வது எளிதல்ல. முதல் இடைஞ்சலைப் பற்றி நான் பின்னர் பேசுகிறேன். ஏனெனில் அதன் தீர்வு நிர்வாகத்துறை, வெறும் அரசியல் அமைப்பாக அல்ல, ஆட்சி செய்யும் அமைப்பாக இருப்பதைப் பொறுத்தது. இரண்டாவதை, அதற்கு அரசியல் அனுபவத்தில் போதிய முன்னுதாரணம் கொண்ட ஓர் எளிய உகந்த கருவியினால் தீர்த்துக் கொள்ளலாம் என்று நான் ஆலோசிக்கிறேன்.

அந்தக் கருவி இரண்டு வடிவங்களைக் கொள்ளலாம் என்று கருதுகிறேன். பொது மசோதாக்களைப் பொறுத்தவரை, அது மஸாசூசெட்ஸில் ஒரு "பொதுக் கேட்பு" என்று அழைக்கப்படுவதனை உள்ளடக்கியிருக்கலாம். (*Cf. Lowell, Public Opinion and Popular Government, pp. 250 f., for some interesting details.*) மசோதா எதுவும் அறிமுகப்படுத்தப்படாத நிலையில் உள்ள பிரச்சினைகளில், அதன் விளைவுகளால் திட்டமான கருத்தினை அடைகின்ற நோக்கத்தில் ஒரு விசாரணையை அமைக்கலாம். நாம் முதல் வடிவத்தைத் தனியே முதலில் நோக்கலாம். சட்டமன்றக் குழு ஒன்றிற்கு ஒரு மசோதா அனுப்பப் பட்டதாகக் கொள்வோம். அந்தக் குழு விரும்பினால், விதிமுறைப்படி அல்ல, எடுக்கப்பட்ட நடவடிக்கையின் விவரங்களை வைத்து அது பொதுமக்களிடமிருந்து, தனிநபர்கள் என்ற முறையிலோ, அமைப்புற்ற சங்கங்கள் வாயிலாகவோ சான்றுகள் திரட்டலாம். உதாரணமாக, வாடகைக் கட்டுப்பாட்டுப் பிரச்சினையில், அது வீட்டுச் சொந்தக்காரர்களிடமும், வாடகைக்கு இருப்போரிடமும் சான்று திரட்டலாம்; ஒரு வணிக அமைப்புச் சட்டத்தின் நிபந்தனைகள் குறித்து அது வேலையளிப்போரிடமும், வேலைசெய்வோரிடமும் கேட்கலாம்; பயிற்சிபெறாத நபர்கள் பல்மருத்துவத்தில் ஈடுபடுவதைத் தடுப்பது

பற்றிய மசோதாவில் பல் மருத்துவர்கள், பொது மருத்துவர்களிடம் கேட்டறியலாம். அந்தக் குழுஅமைப்பில், நிரந்தர அதிகாரிகள் இருந்தால், இப்படிப்பட்ட "கேட்பு"களின் மதிப்பு ஆழமாகும் என்று நினைக்கிறேன். அந்தக் குழு, திரு. லவல் கூறுகின்றபடியாக, ஓர் அரைநீதிமன்ற மனப்பான்மைக்கு வளரும். அவர் எழுதுகிறார்: "தனது சொந்த முன்னெடுப்பினால் செயல்படுவதைவிட, அது தனக்கு முன்வைக்கப்பட்ட விஷயங்களின் மீது தீர்ப்புச் சொல்லும் தகுதியில் இருப்பதாக அது நினைத்துக் கொள்ளலாம்; சமயங்களில், இது செல்லக்கூடிய எல்லை வியப்பளிக்கக் கூடியது. சிறந்தநிலையில், இந்தச் செயல்முறை மிகவும் ஜனநாயகத் தன்மை வாய்ந்தது. ஏனெனில் எல்லா மக்களுக்கும் சட்டமியற்றலில் உருவாக்க நிலையில் பங்குகொள்ள அது வாய்ப்பளிக்கிறது. ஆனால் எல்லா மனிதர்களின் கருத்துகளுக்கும் சமமான முக்கியத்துவம் அளிக்கப்படும் என்ற தவறான அர்த்தத்தில் அது ஜனநாயக முறைப்படியானது அல்ல." (op.cit., p. 252.) நடவடிக்கைகளின் விவரங்களுக்கு இம்மாதிரிச் சான்றின் குறைகள் அமைச்சரவைக் கொள்கைக்குத் தன்னைப் பொறுப்பாக ஆக்கிக் கொண்டதால் ஏற்படுகிறது. அதனால் அதன் விவேகத்தைச் சரிப்படுத்தல் சட்டமியற்றலின் விஷயம் ஆகிறது. ஆனால் விவரங்களின் விவாதத்தின்போது பயன்படும் சிறப்பு அறிவின் வாய்ப்பு பொது மக்களுக்கு ஏன் கிடைக்கலாகாது என்பதற்கு எவ்விதக் காரணமும் இல்லை. கேட்கப்பட இருக்கின்ற சாட்சிகளின் எண்ணிக்கை, அவர்களை ஆராய்கின்ற முறை, இன்ன பிற போன்றவை எல்லாம் விவரங்களின் விஷயங்கள்; மஸாசூசெட்ஸில், 13 சதவீதக் "கேட்பு"களுக்கு மட்டுமே ஒரு நாளுக்குமேல் தேவைப்பட்டது என்பது கருதவேண்டிய ஒன்று.

இந்தக் கருவியின் இரண்டாவது வடிவம், ஏற்றவாறு சற்றே பெரிய சுற்றெல்லையைக் கொள்ளலாம் என நினைக்கிறேன். மிகக் குறைந்த அளவீட்டு அறிவு மட்டுமே இருக்கக்கூடிய மிகப் பல வகையான பிரச்சினைகள் இருக்கின்றன. அல்லது தங்கள் தீர்வுக்கு அரசாங்கச் செயல்பாடு தேவை எனக் கருதப்படாத பிரச்சினைகளும் உள்ளன. இங்கு குடிமக்களின் கருத்திற்குப் பரந்த எல்லைகள் தருவது விரும்பத்தக்கது என்று நான் நினைக்கிறேன். அமைச்சரவை சட்டமன்றத்தின் கால அட்டவணையைக் கட்டுப்படுத்துகின்ற அதே நேரத்தில் தனிப்பட்ட உறுப்பினர்களின் முன்னெடுப்புக்கும் கொஞ்சம் இடமளிக்க வேண்டும் என்று முன்பே வாதிட்டிருக்கிறேன். உதாரணமாக, அந்த முன்னெடுப்பின் வீச்சினால்தான் தனிப்பட்ட உறுப்பினர்கள் பொதுமக்கள் அவையில் மசோதாக்களை அறிமுகப்படுத்த முடியும்; இம்மாதிரித் தனிப்பட்ட மசோதாவின் பரந்த பயன்பாட்டினால் நான் பரிந்துரை செய்கின்ற உறவுக்கு ஒரு

வழிவகை காணலாம். சட்டமன்றத்தின் ஏதேனும் ஒரு உறுப்பினர் ஒரு மசோதாவை அறிமுகப்படுத்தும்போது நூறு உறுப்பினர்கள் (அல்லது வேறு ஏதேனுமொரு தக்க எண்ணிக்கை) அதை ஆதரித்தால் அவர் அதை ஒரு குறிப்பிட்ட தனிக்குழுவுக்கு அனுப்பி வைக்கலாம் என்று சொல்ல விரும்புகிறேன். அந்தத் தனிக்குழு பிறகு அந்த மசோதாவைப் பொதுமக்கள் கேட்புகளின் வாயிலாக ஆராய்ந்து தனது கண்டறிதல்களை சட்டமன்றத்திற்குத் தெரியப்படுத்தும். அமைச்சரவை அதற்குப் பின் தன் மனத்திற்கேற்ப, அதனைச் சட்டப்புத்தகத்தில் ஏற்றலாம் அல்லது விட்டுவிடலாம். எப்படியிருப்பினும், பதிவேட்டில் மசோதாவின் விஷயத்தைப் பற்றி ஒரு மதிப்புமிக்க சாட்சியம் விடப்பட்டிருக்கும்; பொதுக் கேள்விகள் பற்றிய அறிவை மேம்படுத்திக் கொள்வது மிகமிக முக்கியத்துவம் உடைய விஷயம் என்பதை நான் முன்னரே வாதிட்டிருக்கிறேன். ஒரேவழி, சந்தேகமின்றி, இப்படிப்பட்ட ஒரு குழுவின் கண்டறிதல்கள்மீது உடனடி நிர்வாகச் செயல்பாடு தேவைப்படலாம்; ஏறத்தாழ பதினைந்து ஆண்டுகளுக்கு முன்பு கிரேட்லி ஹீத்தின் சங்கிலி செய்பவர்கள் நிலைமை பற்றிய வெளிப்பாடு கிடைத்ததைப் போன்று ஒன்று நிர்வாகத்துறையை முடிவுகள் எடுக்க நிர்ப்பந்தப் படுத்தலாம். *(Cf. R. H. Tawney, Minimum Rates in chain-making Industry)*. பொதுவாக, ஒருவேளை, இதன் விளைவு, பொதுமக்கள் கருத்தின் உருவாக்கமாக இருக்கலாம். அது திறக்கின்ற புதிய பாதையில், பின்னர் அரசாங்கச் செயல்பாடு தொடரலாம். உதாரணமாக, பள்ளியைவிடும் வயதினைப் பதினான்கிலிருந்து பதினாறாக மாற்றலாமா என்பதன் முடிவுகளில் இப்படிப்பட்ட ஒரு விசாரணையின் முடிவுகள் மதிப்புமிக்கதாக இருக்கும். மேற்சொல்லப்பட்ட முறை, அறிவியல் முடிவுகளுக்கு எதிரான உணர்ச்சிபூர்வ சூழலில் தனது பணியைச் செய்கின்ற, எதிர்பாராத ஒரு சிக்கலைச் சந்திப்பதற்காக ஏற்படுத்தப்பட்ட அப்படிப்பட்ட விசாரணை முறையின் அபாயத்தைத் தவிர்க்கும். இப்படிப்பட்ட திட்டம் ஒவ்வொரு சங்கமும் ஒரு சர்வரோக நிவாரணியைத் தேடி இப்படிப்பட்ட விசாரணையை நியாயப்படுத்த முனையும் என்று வழக்கமாக வாதிப்பதுபோல் ஆகாது ஓர் உறுப்பினர் தான் விரும்பும் எந்த மசோதாவையும் அறிமுகப்படுத்துவதை எதுவும் தடுக்கவில்லை; சட்ட மன்றத்தின் ஐந்தில் ஒரு பங்கு உறுப்பினர்கள் அந்த மசோதாவின் விசாரணைத் தேவைக்கு உறுதி செய்ய வேண்டும் என்பது தேவையற்ற பெருக்குதல்களுக்கு எதிரான பாதுகாப்பாகும். ஏனெனில் சாட்சியத்திற்கு நடுவர்களாகச் சட்டமன்ற உறுப்பினர்களே செயல்படுவார்கள். அவர்களுக்குள்ள காலமும் எப்போதுமே போதிய அளவு வரையறுக்கப்பட்டுள்ளதால் தங்கள் முன்னால் தோன்றுகின்ற ஒவ்வொரு தவற்றையும் தேடிக்கொண்டிருக்க மாட்டார்கள். சில

குறிப்பிட்ட நதிகளில் சால்மன், ஸ்டர்ஜன் மீன்களைப் பிடிப்பதற்குத் தடைவிதிக்க; அல்லது சில குறிப்பிட்ட ஊர்திகளின் தலைவிளக்குகள் குறிப்பிட்ட சக்தியோடு இருக்கவேண்டும் என்பதற்காக; அல்லது ஆடுகளின் காப்பீட்டிற்கு சிறப்பு வசதிகள் செய்யப்பட வேண்டும் என்பதற்காக; அல்லது போதை தரும் மதுபானங்களில் எவ்வளவு சாராயம் இருக்கவேண்டும் எனத் தரப்படுத்துவதற்காக மசோதாக்கள் முன்வைக்கப்படும் என்று நான் கருதவில்லை. இவையெல்லாம் அமெரிக்காவிலும் ஸ்விட்சர்லாந்திலும் மக்கள் கருத்துக்கேட்பு அல்லது முன்னெடுப்பின் விஷயங்களாக இருந்தவைதான். ஆனால் இதன் வழியாக, குடும்பக் கட்டுப்பாட்டுக்கும் தாய்சேய் நலத்துக்கும் உள்ள தொடர்பை, அல்லது ஜூரிகள் பணிபுரியும் வழக்குகளில் ஒருமனத்தீர்ப்புக்கான விதியை நீக்குவதற்கான விரும்பத்தக்க தன்மையை, அல்லது சமூகக் காப்பீட்டினை ஒருங்கிணைப்பதை ஆராய முடிந்தால், சமூக மேம்பாட்டுக்கான பாதையை இப்போதிருப்பதை விட மிகவும் எளிமைப்படுத்தலாம். மேலும் சிறப்பு அனுபவம் கொண்ட ஒவ்வொரு குடிமகனுக்கும் சட்ட மன்றத்துடன் நேரடித் தொடர்பு கொள்ள இயலுமாறு நாம் செய்ய வேண்டும். அப்படிப்பட்ட அனுபவம், அந்தத் தொடர்பினால், நல்ல பலன்தரும் விளைவுகளை அளிக்கும் என்று கருத நமக்கு உரிமையிருக்கிறது.

இங்கு நான் சட்டமன்ற நிகழ்வுகள்மீது அதிக அழுத்தம் தந்திருக்கிறேன். சர் ஹென்றி மெய்ன் நீதிப்பணி பற்றி வலியுறுத்திக் கூறிய உண்மை சட்டமன்ற நிகழ்வுகளுக்கும் பொருந்தும் என்பதுதான் காரணம். சட்டமன்றச் செயல்முறையின் உள்வயணங்களுக்குள் சமூக முன்னேற்றம் உற்பத்தியாகிறது. ஒருபுறம் தனது நெகிழ்ச்சித்தன்மையினாலும், மறுபுறம் யாவருக்கும் அறிவரும் தன்மையினாலும்தான் ஒரு சட்டமன்றம் தனது வெற்றிக்கான வழியைக் கண்டுபிடிக்க வாய்ப்பிருக்கிறது. நிர்வாகத்திலிருந்து அதைப் பிரிக்கத் தேவையில்லை. ஏனெனில் அவ்வாறு இருப்பின், பின்னது மெய்யாக ஆக்கப்பண்புடன் இருக்கும் ஆற்றலை இழந்து விடுகிறது. சட்டமன்றம் பின்னதன் ஆதிக்கத்திற்குட்படவும் தேவையில்லை. அவ்விதம் நிகழ்ந்தால் தனிப்பட்ட உறுப்பினர் ஒரு பிரிப்புப் பட்டியலில் ஓர் அலகு என்பதற்குமேல் மதிப்பின்றிப் போகிறார். அரசாங்கத்தின் நடவடிக்கைகளை விமரிசனம் செய்யவும் திருத்தவும் அதற்குத் திறன்மிக்க ஆற்றல் வேண்டும். ஏனெனில் அரசாங்கத்தின் வேலை தவறின்றி நடக்கும் என்பதற்கு உறுதியில்லை. தனது முயற்சியில் அது பொதுமக்களையும் இணைத்துக் கொள்ள வேண்டும். ஒரு பகுதிக் காரணம், அவர்களிடமிருக்கும் பொதுப்புத்தி, அனுபவம் ஆகிய நிதிகள் பயன்படுத்தப்படாமல் போகலாகாது. மறுபகுதிக் காரணம் அதன் அமைப்பு என்ற வட்டத்தில் தனிப்பட்ட உறுப்பினரின்

முன்னெடுப்புக்கு ஒரு சிறப்பான இடம் இருக்கிறது என்பது. எல்லாவற்றுக்கும் மேலாக, அப்படிப்பட்ட சீரமைப்பு பொதுமக்கள் கருத்தின் கல்விக்கும், பொதுமக்கள் தேவையினை வலியுறுத்துவதற்கும் ஓர் நிச்சயமான வழிவகையை அளிக்கிறது. பிற எங்கும் போலவே இங்கும் பெருமளவு விஷயம் வாக்காளர்களின் அறிவுநுட்பத்தின் தரத்தைச் சார்ந்துள்ளது; ஆனால் அந்தத் தரம் நான் கோடிட்டுக் காட்டிய நிறுவனங்களுக்கு எதிர்விகித உறவில் உள்ளது. அவை தாங்களாகவே அரசு உள்ளடக்க முனைகின்ற நோக்கத்தின் சாதனையை உறுதிப்படுத்த முடியாது, ஆனால் அவை அந்த நோக்கத்தின் பூர்த்தியைவிட இப்போது அதிகமாக இயலச்செய்ய வாய்ப்பிருக்கிறது.

VII. செயல்துறை - நிர்வாகம்

அமைச்சரவை கொள்கையை உருவாக்கிய பிறகு, அதைச் சட்டமன்றம் ஏற்றுக் கொண்ட பிறகு, அதைச் செயல்படுத்த வேண்டும். இங்கு நிர்வாகத்தின் இரண்டாவது பெரும்பணி எழுகிறது. அதாவது அரசின் நிர்வாகத்தை ஒன்றிணைத்தலும் கட்டுப்படுத்துவதும். அதன் முதல் பெரும் பிரச்சினை எந்த விதியின் அடிப்படையில் பணியின் இயக்கம் துறைகளுக்கிடையே பகிர்ந்தளிக்கப்பட வேண்டும் என்பது. எல்லா வேலைகளையும் இயற்கையாகவே பகிர்ந்து வைக்கக்கூடிய திட்டவட்டமான வகைகள் கொண்ட ஒழுங்கமைவு எதுவும் இல்லை. ஆனால் பொதுவாக எந்த நிர்வாகமும் சந்திக்கும் தேர்வுவாய்ப்பு, பணிகளை மக்களுக்காகப் பிரிப்பதா, அல்லது சேவைகளுக்காகப் பிரிப்பதா என்பதே என நான் நம்புகிறேன். சிறார்களுக்காக ஓர் அமைச்சரகம், வேலையற்றோருக்காக ஒன்று, முதியோர்க்காக ஒன்று, இராணுவம் மற்றும் கப்பற்படை ஓய்வூதியக்காரர்களுக்கென ஒன்று என்று பிரித்துக் கொண்டே செல்லலாம். ஒவ்வொன்றும் தனக்கான வகுப்பினரின் தேவைகளை நிறைவுசெய்ய முனைகின்றது. மாறாக, இப்போது போல இராணுவ அமைச்சரகம், கல்வி அமைச்சரகம், உடல்நல அமைச்சரகம் என்று பிரிக்கலாம். முன்னதன் குறை தெளிவாக இருக்கும் என்று நான் நம்புகிறேன். அது ஒவ்வொரு வகை வகுப்பினருக்கும் பலவேறு சேவைகளை அளிக்க முனைகிறது. அது ஒவ்வொரு துறையிலும் நகலெடுக்கப்படும். பதிலாக, ஒரு கல்வி அமைச்சரகம் குழந்தைக் கல்வி முதல் எல்லாருடைய கல்வித் தேவைகளையும் கவனித்துக் கொள்வது நல்லது. அப்போது நமக்கு சுமாராக ஒரு குறித்த செயல்பாட்டுக் களம் கிடைக்கிறது. அது நிர்வாகத்தின் ஒவ்வொரு துறைக்குமான சமுதாயத்தின் பொதுவான தேவைகளைக் கவனிக்க இயலும். இந்த விதிக்குத்தான் அதிக

நன்மைகள் உள்ளன. முதலில், ஒரு துறையின் உறுப்பினர்கள் தங்கள் முயற்சிகளை உயர்ந்த தரமுடைய ஒரு பொதுத் தளத்தை அனுமதிக்க இயலாத ஒரு பெரிய பரப்பின்மீது செலுத்திச் சிதறவிடாமல் அம்முயற்சிகளை ஒரு குறித்த விஷயத்தின்மீது நிலைக்க விடுகிறது; இரண்டாவதாக, தன் பல்வேறு கூறுகள் சீரான உறவை ஒன்றுக் கொன்று கொண்டிருக்கும் ஒரு தளத்தில் புலப்படக்கூடியதாக சிறப்பான அறிவை நன்கு பயன்படுத்திக் கொள்ள இயலச் செய்கிறது. *(See this worked out in detail in the Machinery of Government Report, pp. 8 f.)*

ஆகவே துறைகளில் சேவைகளை அடிப்படையாகக் கொண்ட சீரமைப்புக்கான முறை வெளிப்படையானது. அதனால் அந்தச் சேவைகள் மிக இறுக்கமான பெட்டிகளில் இருக்கின்றன (தனித்தனியானவை) என்றாகாது. கல்வி அமைச்சகம் பள்ளிக் குழந்தைகளின் உடல்நலப் பிரச்சினைகள் பற்றி அக்கறை கொள்ளவேண்டியிருக்கும். அவை நேரடியாக வீட்டுவசதி நிலைமைகள், பெற்றோரின் ஊதியங்கள் இவற்றோடு உறவு கொண்டிருப்பதைக் காணலாம். இம்மாதிரி உறவுகளை அது கணக்கில் கொள்ளவேண்டும், ஆகவே பிற துறைகளுடன் தொடர்பு மிகவும் இன்றியமையாதது. ஒவ்வொன்றும் தனக்கென முதன்மை ஆர்வங்கள், இரண்டாம்நிலை ஆர்வங்கள் இருப்பதைக் காணலாம். அது தனக்குள்ளாகவே இவற்றை அவ்வவற்றின் வலிமைமிக்க சிக்கல் நிலையுடன் சமாளிக்க வழிவகைகளை வளர்த்துக் கொள்ளவேண்டும். ஒவ்வொன்றும் தனது எல்லையில் சில பிரச்சினைகள் இருப்பதைக் காணலாம். அவை போதிய அளவில் தீர்க்கப்பட வேண்டுமென்றால், பிற துறைகளுடன் ஒத்துழைப்பு தேவை. மேலும் மீண்டும் மீண்டும் ஏதாவது ஒரு குறிப்பிட்ட பிரச்சினை இந்தத் துறையைச் சேர்ந்ததா அல்லது வேறொரு துறையைச் சேர்ந்ததா (இது வெளிப்படையாகவே ஒரு அமைச்சரவைக் கேள்வி) என்ற கஷ்டம் எழுந்துகொண்டே இருப்பதைக் காணலாம். உதாரணமாக, ஒரு கடல் விமானச் சேவை, கப்பற்படை அமைச்சரகத்தினால் கட்டுப்படுத்தப்பட வேண்டியதா அல்லது வான் பாதுகாப்புத் துறையினாலா? இரண்டையுமே நியாயப்படுத்த மிகுதியான வாதங்கள் செலவழிக்கப்பட்டுள்ளன. நான் சொல்ல விரும்புவதெல்லாம், நாம் சந்திக்க இருக்கும் பொருள்களில் இம்மாதிரி இரட்டைநிலை மிகுதியாகக் காணப்படுவது என்பதே. பொது ஆர்வ விஷயங்கள் அவற்றுக்குத் தொடர்பான துறைகளுக்கிடையிலான ஒத்துழைப்பின் வாயிலாகவே போதிய அளவு சமாளிக்கப்பட முடியும் என்ற முடிவினை நாம் அடையலாம்.

ஒருவேளை நமது துறைகள் வரையறுக்கப்பட்டவை என்று வைத்துக் கொள்வோம். உடனே இரண்டு பிரச்சினைகள் எழுகின்றன. ஒவ்வொன்றும் எப்படி ஒழுங்கமைக்கப்பட வேண்டும், யார்

அதன் பணியிடங்களை நிரப்புவது? ஒழுங்கமைப்பின் விஷயத்தில், ஐந்து தெளிவான விதிகளைக் கடைப்பிடிக்க வேண்டும் என்று நினைக்கிறேன். முதலில், சட்டமன்றத்தில் ஒவ்வொரு துறையின் பணிக்கும் ஓர் அமைச்சர் பொறுப்பாக இருக்க வேண்டும். அதன் தவறுகளின் சுமையை அவர் ஏற்கவேண்டும், ஒருவேளை அது தனக்கெனச் சில மேன்மைகளைக் கொள்ளுமானால் அதற்கான சாதகத்தையும் பெறலாம். வேறு எந்த ஒழுங்கமைவும், உதாரணமாக, ஒரு குறித்த சேவையை ஒரு வாரியத்தின் மூலமாகப் பெற முயற்சி செய்வதும், பொறுப்பினை மறைவுப் புள்ளிவரை இழக்கச் செய்கிறது. சட்டமன்றம் எப்போதுமே ஒரு குறித்த தனிமனிதரைச் சுட்டி, அவரிடமிருந்து துறைசார்ந்த கொள்கைக்கான நியாயத்தைப் பெற இயல வேண்டும். ஒருவேளை அவர் வாயிலாகவே அமைச்சரவையையே தாக்க வேண்டிய கட்டாயமும் ஏற்படலாம்; ஆனால், துறையின் கட்டமைப்பில் ஒரு குறித்த புள்ளியில், முடிவுகளைக் கூட்டுஅமைப்பில் அல்ல, ஒரு தனிமனிதரிடத்தில் தேடிச்சென்று பெறுதல் அவசியம்.

இரண்டாவதாக, ஒவ்வொரு துறையிலும் நிதி மேற்பார்வைக்குப் போதிய சிறப்பு வசதி வேண்டும். இதற்கு, துறையின் நிரந்தரத் தலைவருக்கு அடுத்த நிலையில் முக்கியத்துவத்தில் இரண்டாம் நிலை பெற்ற ஓர் அதிகாரி வேண்டும் என்பது அர்த்தம். (அ) துறையினால் செய்யப்படும் எல்லாப் பணச்செலுத்துகைகளுக்கும் (ஆ) அதிலிருந்து எழுகின்ற எல்லாச் செலவுசார் மொழிவுகளுக்கும் அவர் பொறுப்பாக வேண்டும். ஆகவே அவர் நிதியமைச்சகத்துடன் சிறப்புத் தொடர்பு உள்ளவராக இருப்பார். ஏனெனில் அதன் சார்பாளர்களுக்குத் துறையின் மதிப்பீடுகளை விளக்கும் பொறுப்பு அவருடையது. மேலும் அவர் செய்யும் பணிகளை அவரே மேற்பார்வை செய்யவும் வேண்டும். அதனால் அவரது துறையின் சேவைகள் பிற துறைகளால் நிகழ்த்தப்படும் அதேபோன்ற சேவைகளுடன் உடனடியாக ஒப்பிடத்தக்கதாக இருக்கவேண்டும். ஒரு கடற்படை மருத்துவமனையில் ஒரு படுக்கையின் செலவினம் ஏன் அதேபோன்ற இராணுவ மருத்துவமனையின் படுக்கைச் செலவைவிட அதிகம் என்பதை அவரால் காட்ட இயலவேண்டும். அல்லது பள்ளிகளில் ஏற்படும் பல் பராமரிப்புச் செலவுக்கும் தரைப்படை, கப்பற்படையில் அப்படிப்பட்ட செலவுக்கும் வேறுபாட்டை அவர் நிதித்துறை அறியவும் விளக்கவும் இயலச் செய்ய வேண்டும். துறையின் பணியாளர்கள் அளவைக் குறைந்த பட்சமாக வைத்திருக்க எங்கு முயற்சி நடந்தாலும், அந்த ஆட்குறைப்பின் கடைசியிடம் நிதிப் பிரிவாகவே இருக்கவேண்டும்; ஏனெனில் இங்குதான் வரி கட்டுபவரின் கண்காணிப்பு இறுதியாகச் செயல்படுகிறது.

மூன்றாவதாக, ஒவ்வொரு அமைச்சகமும் தான் ஒழுங்கான உறவினைக் கொண்டுள்ள சட்டமன்றத்தின் உறுப்பினர்களைக் கொண்ட ஒரு குழுவைக் கொண்டிருக்க வேண்டும். ஏற்கெனவே இந்தக் குழுக்களின் இயல்பும் பணிகளும் பற்றி நான் கூறியுள்ளேன். நிர்வாகத்தின் இயற்கையை நாம் தெளிவாகக் காண வரும்போது இந்தக் குழுக்கள் தங்கள் சாத்திய முக்கியத்துவத்தில் மேலோங்கும் என்பதை இங்கு மேலும் சுட்டிக்காட்டலாம்.

நான்காவதாக, துறைகளுக்குள்ளான ஒத்துழைப்புக்குத் திட்டமான ஏற்பாடுகளைச் செய்வது முக்கியமானது. இப்படிப்பட்ட ஒத்துழைப்புக்குப் பல வடிவங்கள் இருக்கலாம். உதாரணமாக, வணிக வாரியத் துறைக்கும் தொழில்துறை அமைச்சகத்திற்கும் இடையில் தங்கள் கூட்டுப் பிரச்சினைகளைத் தீர்க்கத் தொடர்ந்த ஆலோசனை வளர்ச்சிக்கான தேவை இருக்கிறது. ஒரு பகுதி, அந்தப் பிரச்சினைகள் குறித்த தன்மை கொண்டிருக்கலாம், உதாரணமாக, ஒரு முன்மொழியப்பட்ட மசோதா இரு துறைகளின் ஆர்வங்களையும் உட்கொண்டிருக்கலாம். மறுபகுதி, அவை பொதுவாகவும் இருக்கலாம், உதாரணமாக இரண்டு துறைகளையும் தொடக்கூடிய பொதுப் பிரச்சினை ஒன்றைப் பற்றி இரு துறைகளின் தலைவர்களும் ஆராயலாம். அனுபவங்களை ஒழுங்கான வழியில் திரட்டிவைக்க மிகமிகச் சிறு அளவு முயற்சியே மேற்கொள்ளப்பட்டுள்ளது என்ற உணர்வின்றி நவீன அரசுகளின் அரசாங்கங்கள் கையாளும் முறைகளைப் பற்றி எவரும் இன்று மேலாய்வு செய்ய முடியாது. இங்கிலாந்தின் ஏகாதிபத்தியப் பாதுகாப்புக் குழு போன்று இந்த இலக்கிற்கென சில இயங்குகருவிகள் உள்ளன. ஆனால் கடல்தாண்டிய வணிகத்துறையின் அதிகாரிகள் அயல்நாட்டுத்துறையின் அதிகாரிகளைச் சந்திப்பது முறையான பழக்கமாக இருக்கவேண்டும். பொதுச் சேவைகளின் உறுப்பினர்கள் தங்கள் சிறப்புத்திறன் வெறும் வழக்கச் செயலாகப் போகாமல் அதற்கும் மேலாக இருக்கவேண்டுமானால் ஒன்றாக வாழவும் ஒன்றாகச் சிந்திக்கவும் கற்றுக்கொள்ளவேண்டும். இது துறைக்குள்ளாகவும் பொருந்தக் கூடிய ஒன்றுதான். இந்தவகையில், ஒரு பிரிட்டிஷ் அமைச்சகம் தன்னிடம் உள்ள பரந்த திறமைகளை ஒற்றைத் தளத்தில் பயன்படுத்தத் தன்னைத் தானாகவே மறுசீரமைப்புச் செய்துகொண்டுள்ளது. (The Board of Trade. Cf. Cd. 8912 of 1918.) மக்கள் விவாதத்தின் முக்கியத்துவத்தை தங்கள் அனுபவத்தின் எளிய மெய்ம்மைகளிலிருந்து தெரிந்துகொள்வார்கள் என்று நினைப்பதைவிட, நிகழக்கூடிய குறிப்பிடத்தக்க அளவிலான முறைசாரா விவாதங்களின் மதிப்பினைக் குறைத்து மதிப்பிடச் சந்தேகம் தேவையில்லை என்றாலும், இம்மாதிரி விவாதம் நிர்வாகத்தில்

பழக்கமான ஒன்றாகிவிட்டது, அதற்குத் திட்டவட்டமான இடம் கண்டறியப்பட்டுள்ளது என்பதை அறிந்து கொள்வது நல்லது.

இவற்றுள் எதையும்விட ஆராய்ச்சிக்கும் விசாரணைக்கும் சிறப்பு ஒதுக்கீடு செய்ய வேண்டியதன் முக்கியத்துவம் சற்றும் குறைவாக மதிப்பிடத் தக்கதல்ல. நாம் இப்படிப்பட்ட சேவைகளுக்குத் தருகின்ற மிகச்சிறிய இடம், நவீன அரசாங்க முறையின் மிகப் பெரிய பலவீனங்களில் ஒன்று. ஓர் அரசாங்கம் முன்னோக்கிச் சிந்திக்க வேண்டும். பொதுப் பணியாளர்கள் போரின் பிரச்சினைகள் பற்றி ஆராய்வதுபோலவே அது சமாதானத்தின் பிரச்சினைகள் பற்றியும் ஆய்வு செய்ய வேண்டும். இயலக்கூடிய கொள்கையின் கோட்டுருவை திட்டமிட வேண்டும், தங்கள் உறவுகள் எல்லாவற்றிலும் அந்தக் கோட்டுருக்களை வளர்த்தெடுக்கத் தேவையான மெய்ம்மைகளைச் சேகரிக்க வேண்டும், அவை எப்படிப்பட்ட முக்கியத்துவம் உடையனபோலத் தோன்றுகிறதோ அந்த அளவுக்கு அவற்றை எடையிட வேண்டும். போர்க்களத்தின் பொது அதிகாரி ஒருவர் தனக்குத் தேவையான தளவாடங்களைச் சேகரிக்கும் பணியில் ஈடுபடுவது எவ்விதம் முடியாதோ அதுபோலவே நிர்வாகக் கடமைகளின் சுமையில் ஏற்கெனவே தளர்ந்திருக்கும் அதிகாரிகளிடம் இம்மாதிரிப் பணிகளைத் தருவதும் இயலாது. துறைகளின் தலைவர்கள் கொள்கையின் இடைத் தொடர்புகளைப் பற்றிச் சிந்திக்க நேரமுள்ளவர்களாக இருக்குமாறு நாம் விட்டால், அதன் கொள்கையும் மிக உயர்வாக இருக்கும். ஆனால் ஒவ்வொரு துறையிலும் அதன் பிரச்சினைகளை ஆராய்வதை முக்கியப் பணியாகக் கொண்ட அதிகாரிகளின் குழு ஒன்றும் நமக்குத் தேவை; துறைகளின் நிகழ்வுகளுக்குள்ளான சிறப்புப் புலனாய்வுகளுக்கு அப்பால், நமக்கு சிறப்பு ஆராய்ச்சிகளைத் தொடர்புபடுத்திப் பார்ப்பதற்கும், விசாரணைகளை மேற்கொள்வதற்கும் எல்லாத்துறைகளுடனும் துடிப்புள்ள தொடர்பு வைத்திருக்கக்கூடிய ஒரு இயங்குகருவி தேவை. அந்த ஆய்வுகளின் முக்கியத்துவம் உடனடியாகக் கொள்கை உருவாக்கத்தைவிடப் பரந்துபட்டதாக இருக்கும். இப்படிப்பட்ட தேவை இங்கிலாந்திலும் அமெரிக்க ஐக்கிய நாட்டிலும் உள்ளார்ந்து அறியப்பட்டுள்ளது என்பதற்கு மருத்துவ ஆராய்ச்சி பற்றிய அந்தரங்கக்குழு, வாஷிங்டனில் உள்ள நிலவியல் மேலாய்வுக்கழகம் போன்ற அமைப்புகளின் இருப்பே போதுமானது. ஆனால் எங்கேயும் அவர்களிடையில் ஒருங்கிணைப்பு இல்லை; வணிக வாரியம் மருத்துவ ஆய்வுக் குழுவினை அழைத்து கப்பலில் செல்லும் மாலுமிகளின் வசிப்பிடங்களின் ஆரோக்கிய நிலைமைகள் பற்றிப் புலனாய்வு நடத்துவதை இயலச் செய்கின்ற அளவுக்கு அவர்கள் இதுவரை துறைப்பணிகளுடன் தொடர்பினை வளர்த்துக் கொள்ளவும் இல்லை; தீயுலை வேலையாட்கள் வெப்பத்தினால் பாதிக்கப்படுவதை

எந்த அளவுக்குக் குறைக்கலாம் என்ற பிரச்சினைமீது அறிவியல், தொழில்சார் ஆராய்ச்சிக் குழு தனது ஆற்றலைச் செலுத்தவும் இல்லை. ஓர் அரசில் (அ) ஒழுங்கான சீரமைக்கப்பட்ட ஆராய்ச்சியின்மை, (ஆ) சமூகச் செயல்முறைகள் மீது தாக்கத்தை ஏற்படுத்தக்கூடிய பொருட்கள் சேர்க்கை இன்மை ஆகியவற்றை எதுவும் ஈடுசெய்யவே முடியாது.

இப்படிப்பட்ட ஏற்பாடுகள் எவற்றை உள்ளடக்கியிருக்கும்? அரசாங்கத்தின் தலைமையதிகாரத்தின்கீழ் முக்கியமான ஆய்வு நடத்தப்படும் விதத்தில் மூன்று பொதுவான வழிகள் இருக்கின்றன என்று நான் நினைக்கிறேன். துறைகள் தாங்களாகவே நேரடி விசாரணையில் ஈடுபடலாம். இம்மாதிரி நிறைய வேலை ஏற்கெனவே மேற்கொள்ளப்பட்டுள்ளது. நவீன அரசின் ஒவ்வாரு துறையும் தான் ஈடுபடும் விஷயங்கள்மீதான பதிவுசெய்யப்பட்ட அறிவின் அமைப்பு தனது வேலைக்குக் கிடைக்குமாறு இருக்கவேண்டும் என்பதை உணரத் தொடங்கியிருக்கிறது. சட்டமன்றத்தின் உறுப்பினர்கள் அதன் தகுதியெல்லைக்குள் உள்ள வினாக்கள்மீது இடைவிடாமல் கேள்வி கேட்கும்போது அதற்குப் பதிலளிக்கக்கூடிய விஷயங்களைக் குறுகியகால அறிவிப்பில் அது சேகரிக்க வேண்டும். மேலும் தன் வேலையை நேரடியாகப் பாதிக்கின்ற விஷயங்களில் விசாரணையை ஓர் எல்லைக்கு உட்பட்டேனும் நடத்த இயலவேண்டும். இவ்வகையான வேலைக்கு ஒரு போற்றத்தக்க உதாரணம், இங்கிலாந்தில் கல்வி வாரியம் நடத்திய சிறப்பு விசாரணைகளின் பல பெருந்தொகுப்புகள் ஆகும்.

இரண்டாவது வகையான ஒரு ஆராய்ச்சியும் முக்கியத்துவம் குறைந்ததல்ல. எந்த ஒரு துறையும் நேரடியாக நடத்தாத விசாரணைகள் இருக்கலாம். அவற்றைப் பிற துறைகளுடன் சேர்ந்து ஏதேனும் ஒரு துறை மேற்பார்வை செய்யலாம். உதாரணமாக, இங்கிலாந்தின் உள்துறை அலுவலகம், பிரிவியூ கவுன்சிலின் கீழுள்ள ஆராய்ச்சித் துறையின் சுரங்கக் காப்பாற்றுகைக் கருவிக் குழுவுடன் சேர்ந்து ஒத்துழைத்து சுரங்கங்களில் பாதுகாப்பினை அதிகரிக்கும் முயற்சியில் ஈடுபடலாம். இராணுவ மருத்துவப் படை, போர் அலுவலகத்தின் வாயிலாக அதே துறையுடன் ஒத்த பிரச்சினைகளில் ஒத்துழைக்கலாம். விவசாய அமைச்சகம் உணவுப் புலனாய்வு வாரியத்துடன் ஒத்துழைக்கலாம். (Cf. Report of the Machinery of Government Committee. P.32). முதலாவது, இரண்டாவது விதமான ஆய்வுகளுக்கு இடையிலான வேறுபாடு அவற்றைச் செய்யும் அலுவலர்களால் ஏற்படுவது மட்டுமல்ல, இரண்டாவது வகையில், அறிக்கையைத் தயார் செய்பவர்களுக்கு அதை நடைமுறைப்படுத்துவதில் எந்தப் பொறுப்பும் இல்லை. தங்கள் முடிவுகளை வெளியிட்டதுமே அவர்கள் வேலை

முடிந்துவிட்டது. அவர்கள் முழுவதுமாக வெறுமனே ஒரு மெய்ம்மை கண்டறியும் அமைப்பாகவே செயல்படுகிறார்கள். இப்படிப்பட்ட ஆய்வை எப்படி ஒழுங்குபடுத்துவது? அதற்கு வழிகாட்டுவதற்கு, ஏகாதிபத்தியப் பாதுகாப்புக்குழு போன்ற அமைப்புக் கொண்ட ஒன்றின் துணை தேவைப் படுகிறது. (1) ஆராய்ச்சியை ஒருங்கிணைத்தல் (2) தன்னைப் போன்ற அதேவிதமான பணிகளில் ஈடுபட்டிருக்கும் அரசு-சாரா, மற்றும் அயல்நாட்டு அமைப்புகளுடன் தொடர்புகளை வளர்த்துக் கொள்ளுதல் (3) தன் முடிவுகளாலும் அறிவாலும் முக்கியமாக பாதிக்கப்படக்கூடியத் துறைகளுக்கு அத்தகவல்களை அளித்தல் ஆகிய பொறுப்புகள் அவ்வமைப்பிடம் ஒப்படைக்கப்படும். தெளிவாகவே, அதிகாரப்பூர்வ, அதிகார முறைமை சாராத இருவகை ஆலோசனை நிபுணர் குழுக்களாலும் அது இயங்கும். பல்கலைக்கழகங்களுடனும், பல்கலைக்கழகங்கள் போன்ற கொஞ்சம் அறிவியல் தன்மையுடைய ஆய்வு அமைப்புகளுடனும் அது மிக நெருக்கமான தொடர்புகளை வளர்த்துக் கொள்ளும். தனது பணியின் முக்கியத்துவத்தை வலியுறுத்துவதற்காகவும், அதனுடைய மிக முக்கியமான கண்டுபிடிப்புகள் முறையாக மிக உயர்ந்த மட்டத்தில் எடுத்துரைக்கப்படுவதை உறுதிப்படுத்தவும் அது பிரதமரின் நேரடிக் கட்டுப்பாட்டில் இருக்கவேண்டும் என்று நான் நினைக்கிறேன். இப்படிப்பட்ட ஒழுங்கமைப்பு, புலனாய்வைத் திறம்பட நடத்துவதில் பிரதமரைச் சட்டமன்றத்துக்குப் பொறுப்பாக்குகின்ற சிறப்பான ஆதாயத்தைக் கொண்டுள்ளது.

மூன்றாவது வகையான ஆராய்ச்சி, மேற்கோடிட்டுக் காட்டப்பட்ட குழு போன்ற ஒரு அமைப்பினால் செயல்பாட்டுக்குத் தூண்டப்பட்டால் அதைச் சாராமல் தன்னிச்சையாகச் செய்யப்படும். புலனாய்வில் முழுமையான சுதந்திரத்தோடு, குறிப்பாகச் சமூக அறிவியல்களில் மிக அதிகமான பணி செய்வது விரும்பத்தக்கது. ஒருதலைச் சார்பு இடம் பெறுகின்ற சந்தேகம் சிறிதும் இன்றி காட்டிலாகா, அல்லது வானிலையியல் பற்றிய தனது முடிவுகளை ஓர் அரசாங்கத் துறை அறிவிக்கலாம். ஆனால் நாம் தனிநபர்க் காரணிகள் அதிகமாக இருக்கின்ற பிரச்சினைகளுக்குச் செல்லும்போது, விஷயங்களைச் சேகரிப்பதற்கு உதவிசெய்யவும், முக்கியத்துவத்தன்மை வெளிப்படையாகவே தெரிகின்ற பிரச்சினைகளின் புலனாய்வைச் சுதந்திரமாக நடத்துவதற்கு வசதிகளை (நிதிசார் வசதிகள் உட்பட) அளிப்பதற்கும் மட்டும் தனது பங்குபற்றலை நிறுத்திக் கொள்ள வேண்டும் என்பது பற்றி அரசாங்கத்துக்கு நாம் நிறையச் சொல்ல வேண்டியுள்ளது. ஓரிரண்டு உதாரணங்கள் இதனைத் தெளிவாக்கும். உதாரணமாக, தொழிற் சங்கங்களில் சீரமைப்புக்கான மிகப் பொருத்தமான அலகில் பிரச்சினைகள் இருக்கலாம். அதில்

ஓர் அரசாங்கத் துறையைவிட, விஷயங்களை முற்றிலுமாக அறிந்துகொள்ளக்கூடிய ஒரு சுதந்திரமான குழு மிக நன்றாக வேலை செய்யலாம்; தனித்திறன் கொண்ட உழைப்பாளர்களைக் குறைத்தல், நிலக்கரியைச் சேமித்தல் போன்ற பிரச்சினைகளுக்கும் இதேபோன்று கூறலாம். தேவைப்பட்டால் அதிகாரிகளின் பணியைச் சோதிக்கவும் உறுதிப்படுத்தவும் பல்கலைக்கழகங்கள் போன்ற அமைப்புகள் உணர்வுபூர்வமாக இம்மாதிரி வேலைகளில் ஈடுபட நாம் தூண்டும்போது, நம்மிடமுள்ள தகவல்களின் தரம் சிறப்பானதாக இருக்கும். தனது பிரச்சினையின்மீது அரசாங்கம் அறிக்கை தரும்போது அதுதான் இறுதியான ஒன்று என்று நாம் சற்றே திருப்தியடைந்து ஆசுவாசமாக இருக்கலாம். கண்டறிதலின் அமைப்பு என்ற முறையில் நேர்மை என்ற பிரச்சினை எழும்போது குறைந்தபட்சம் இங்கிலாந்திலேனும் கேள்விக்கு நிறைய இடமிருக்கிறது. ஆனால் ஒரு இயற்பியலாளரோ, உயிரியலாளரோ திரும்பத் திரும்பத் தங்கள் சகதோழர்களின் சோதனைகளைப் பற்றி எல்லையற்றுச் சொல்லிக் கொண்டே இருப்பதைப்போலவே, நமக்குச் சமூக ஆய்வுகளின் திரும்பக் கூறலும் தேவைப்படுகிறது. பணி, அறிவியல் நோக்கில் மேற்கொள்ளப்பட்டுவிட்டது என்ற நியாயமான உறுதிப்பாடு அரசாங்கத்துக்கு ஏற்பட்டு விட்டால், விசாரணையின் முடிவு என்னவாக இருக்கலாம் என்ற கேள்வியின்றித் தனது அதிகாரத்திலுள்ள எல்லா உதவிகளையும் அது அளிக்க வேண்டும். வேறெந்த வழியிலும் அவர்கள் சொல்வதற்குத் தகுதியுள்ள மாறுபடும் எல்லா நோக்குநிலைகளின் எடுத்துரைப்புகளையும் நம்மால் அடைய முடியாது. இன்றுள்ளநிலையில், ஓர் அரசாங்கத்தின் மனப்போக்கு, வெளியிலுள்ள நிபுணர்கள் உதவியை நாடும்போது, தங்களுக்குக் கிடைக்கும் ‘நிபுணத்துவத்தினை’ மிகப் புகழ்பெற்ற ‘பாதுகாப்பான’ முடிவுகளை அளிப்பவர்கள் என நம்புபவர்களுக்கு மட்டுமே அளிக்கிறார்கள். இருப்பினும் ஓர் அரசாங்கத் துறையில்கூட, ஒரு புத்திசாலித்தனமான தீவிரவாதியின் கொந்தளிப்புக்கு ஆதாயங்கள் இல்லாமல் போகாது. உதாரணமாக, பிரிட்டிஷ் கருவூலம், ஓர் இரகசிய உண்மையான தங்கத்தரம் என்பதை உறுதியாகக் கடைப்பிடிப்பதில் சரியாக இருக்கலாம்; ஆனால் அதனிடம் ஓர் ஆராய்ச்சிப் பிரிவு உள்ளது, அதில் அந்த உண்மை பற்றிய சந்தேகம் அதிகாரப்பூர்வமாகத் தேடப்படும் என்பதை அறிவது ஆறுதலளிப்பதாக இருக்கும்.

மேலும், செயல்துறை, ஒரு நிர்வகிக்கும் அமைப்பு என்ற முறையில் பொதுமக்களை ஒழுங்கமைக்கப்பட்ட உறவுகளுக்குள் கொண்டுவருவது இன்றியமையாதது. நான் நம்புகின்ற மாதிரியாக, இங்குதான் நாம் கொண்டிருக்கும் மிகப் பெரிய சோதனைக் களம் உள்ளது; இங்குதான் ஒருவேளை அரசாங்கங்கள் தங்களை வேறு எந்தச் செயற்பகுதியையும்

விடப் பழமைத்தனம் வாய்ந்தவையாகக் காட்டிக் கொள்கின்றன. அவற்றினுடைய மனப்பாங்கு அரசர்களுக்கே உரிய குறித்த இரகசியச் சூழலைப் பெறுகிறது. இத்தன்மை ஒரு ஜனநாயக அரசுக்குரியதைவிட அதிகாரவர்க்க ஆட்சிக்கே உரியதாகும். நாம் முன்னிறுத்தும் முடிவுகள் மிக எளிமையானவை. ஒரு கொள்கையை வகுக்கும்போது, அதனால் பாதக்கப்படக்கூடியவர்களில் மிகப் பலரின் ஆலோசனை அதில் இருந்தால் அது மேலும் வெற்றிகரமாக அமையும். அரசாங்கத்தின் வேலை, அவர்களின் அனுபவங்களிலிருந்து பயன்பெறுவதுதான். அந்த அனுபவங்களைத் தான் விளக்குகின்ற மாதிரியாக அல்ல, அவற்றுக்குரியவர்களே எப்படி அவற்றை வெளியிடுகிறார்களோ அதுபோல அரசாங்கம் பயன்படுத்தவேண்டும். இரண்டாமிடத்தில், கொள்கையை நிர்வகிப்பது, அதன் முடிவுகளின் நேரடிச் செல்வாக்கிற்கு உட்படுகின்ற எல்லா அமைப்புகளையும் அதனுடன் சேர்த்துக் கொள்வதாக இருக்கவேண்டும். அதை நடைமுறைப்படுத்துவதில் மிகப் பெரிய நெகிழ்ச்சித் தன்மைக்கு இடமளிக்கும் வகையில், சாத்தியப்படும் இடங்களில் எல்லாம் மையமழித்தலைச் செய்ய வேண்டும்.

ஒரு நவீன அரசாங்கத்தினால் மேற்கண்ட முடிவுகளுக்கு அளிக்கப்படும் திருப்தியின் வகையை முதலில் நாம் கவனிப்போம். இதற்கு இங்கிலாந்தினை ஓர் உதாரணமாக எடுத்துக் கொள்வோம். நம்மிடம் சட்டரீதியான ஆலோசனைக் குழுக்களைக் கொண்ட எண்ணற்ற அமைச்சகங்கள் உள்ளன. அவற்றுக்குக் கல்வி வாரியமும், ஸ்காட்லாந்து கல்வித் துறையும் மிகக் குறிப்பிடத்தக்க உதாரணங்கள். சட்டரீதியாக இல்லாத பிற குழுக்களும் உள்ளன. அவை அந்தந்த அமைச்சரின் உசிதப்படி இயங்குபவை. அஞ்சல் அலுவலகத்தின் தொழில்வணிகர்கள் குழு, போரின்போது உணவு அமைச்சகத்தின் நுகர்வோர் மன்றம் ஆகியவை இப்படிப்பட்டவை. நம்மிடம் சில சிறப்புக் குழுக்களின் வகைகளும் உள்ளன. கல்வி வாரியத்தின் முதியோர் கல்விக்குழு, உள்துறை அலுவலகத்தின் சிறைக் கல்விக்குழு ஆகியவை இவற்றுக்கு நல்ல உதாரணங்கள். இந்தக் குழுக்களைப் பற்றிக் குறிப்பிட வேண்டியது என்னவெனில், அந்தந்த அமைச்சருக்குத் தன் அலுவலரைப் பற்றியும், அவர்களுக்குச் சமர்ப்பிக்கவேண்டிய விஷயத்தைப் பற்றியும் முழுமையான சுயேச்சை இருக்கிறது, அவர் விருப்பப்படி அவர்கள் செயலூக்கம் உள்ளவர்களாகவோ அற்றவர்களாகவோ இருக்கிறார்கள். அவர்களுக்கென உரிமைகள் கிடையாது. அவர்களைக் கலந்தாலோசிக்கத் தகுதியான விஷயங்கள் என்று அவர் கருதுகின்றவை அளவில் அவர்கள் கடமைகள் எல்லைக்குட்படுகின்றன. தெளிவாகவே அவர் அவர்களுடைய அறிவுரைகளைத் தன் விருப்பப்படி ஏற்கவோ புறக்கணிக்கவோ

முறைமை உடையவராக இருக்கிறார், இருக்கவேண்டும்; இல்லாவிட்டால் சட்டமன்றத்தில் அவருடைய அமைச்சுப் பொறுப்பு கடுமையாகப் பாதிக்கப்படும். ஆனால் இந்தக் குழுக்களின் முதன்மையான பண்பு அவற்றின் ஆவியுரு போன்ற தன்மைதான். துறையின் பணியில் பொதுமக்கள் நம்பிக்கையைப் பெறுவதற்கான வழிகள் என்னும் உணர்வினால் ஏற்பட்ட சலுகைகள் அவை; ஆனால் எந்த வகையிலும் அவை உண்மையானவை என்பதற்கான சான்று கிடையாது.

இரண்டாவது, நிர்வாகம் மையமழிக்கப்பட்ட தன்மை கொண்ட அமைச்சகங்கள் நம்மிடம் உள்ளன. ஒருபுறம், உள்ளாட்சியின் சாதாரண முகமைகளின் வாயிலாகப் பணிசெய்யும் கல்வி வாரியம் போன்றவற்றில் அது உண்மைதான்; மறுபுறம், ஓய்வூதியங்களின் அமைச்சகம், அதிக அதிகாரங்கள் கொண்ட உள்ளாட்சி ஆலோசனைத் தீர்ப்பாயங்களின் படிநிலை அமைப்பின்மீது கட்டப்படுகின்ற தன்மை கொண்டது; ஆனால் இறுதித் தலைமையதிகாரம் அமைச்சகத்துக்கே ஒதுக்கப்பட்டுள்ளது. ஆனால் பொதுவாக, நிர்வாகத்தைப் பற்றிய உறைப்பான மெய்ம்மை, ஒயிட்ஹாலில் உள்ள மைய அரசாங்கத்தின் ஆற்றல்தான். தொடர்ந்து கொள்கைவிதியின் ஒருசீர்த்தன்மைக்கு மட்டுமல்ல, செயல்பாட்டின் ஒருசீர்த்தன்மைக்கும் முயற்சி செய்யப்படுகிறது, இது நல்லவேளை, ஃபிரான்சின் வியக்கத்தக்க மையப்படுத்தல் போல் ஆகவில்லை. அங்கு, லெமன்னாய் கூறியதுபோல, மையத்தில் மூளைச் செயலிழப்பு, ஓரங்களில் இரத்தசோகை. ஆனால் அது போதிய அளவு மிகுதியாகச் சென்றுவிட்டதால் ஆர்வத்தைத் தூண்டுகின்ற, முக்கியமான கிளர்ச்சியை எழுப்பிவிட்டது; *(Reports of Commissions on Industrial Unrest (1917), Bulletin 237 of the U.S. Bureau of Labour, p.49.)* அதன் வாயிலாக எல்லாத் தலைமைகளுக்கும் இயற்கையாக உள்ள, தனக்காக மட்டுமே அதிகாரத்தைத் திரட்டும் பண்பை ஆனால் அத்தகைய திரட்சியின் விளைவுகளைப் பற்றிச் சற்றும் கவலைப்படாமலே செய்கின்ற இயற்கையான போக்கினை எடுத்துக்காட்டியுள்ளது.

ஆலோசனைக் குழுக்களின் மதிப்புப் பற்றி இப்போது சந்தேகத்திற்குச் சற்றும் இடமில்லை. அரசாங்க எந்திரத்தைப் பற்றிய ஹால்டேன் பிரபுவின் குழு அறிவித்தது: “ஒரு துறையின் இயல்பான அமைப்பின் ஒருங்கிணைந்த பகுதியாக அவை மேலும் மேலும் கருதப்பட்டால், அமைச்சர்கள் பாராளுமன்றத்தின் நம்பிக்கையையும், மேலும் சமுதாயத்தின் பெரும்பிரிவுகளை அதிக அளவில் பாதிக்கின்ற தன்மை கொண்ட சேவைகளின் நிர்வாகத்தில் பொதுமக்களின் நம்பிக்கையையும் அதிகமாகப் பெறுவார்கள் என்று நினைக்கிறோம்.” *(Report, p.12.)*

சர் ஆர்தர் சால்ட்டர் எழுதுகிறார்: "நிர்வாக நடவடிக்கைகளைப் பிரித்து மக்களின் முதுகிலேற்ற உதவும் மதிப்பிற்கரிய கருவிகள், குழுக்கள்." நவீன அரசாங்கம் சமுதாயத்தின் பெரும்பிரிவுகளின் அல்லது முழுச் சமுதாயத்தின் நலன்களைப் பாதிக்கின்ற நன்மதிப்பு தேவைப்படுகின்ற செயல்களையும் பெரும்பாலும் உள்ளடக்கியுள்ளது. *(The Development of the Civil Service, p.220.)* இப்படிப்பட்ட தேவையின் விரிவான விளக்கம் இன்றி செயல்களை ஏற்றுக் கொள்ள வைக்க முடியாது. இதற்குப் பத்திரிகைகளில் வெறும் அறிவிப்புகளைச் செய்தல் போதுமானதல்ல. இப்படிப்பட்ட சமயங்களில், சமுதாயத்தின் வழிகாட்டிகள் எனக் கருதப்படுகின்ற பிரதிநிதிகள் அச்செயல்கள் நல்லவை என நம்பினால், அப்பிரதிநிதிகள் குழுக்களின் முந்தைய விளக்கமும் ஒப்புதலும் சமுதாயத்தின் பல பிரிவுகளின் ஏற்பினைக் கிடைக்கச்செய்யும். அது மிகப்பெரிய இயலக்கூடிய நன்மையாக இருக்கும்." பொதுத் தொலைபேசிகள்மீது தொழில் வணிகர்களின் ஆலோசனைக் குழுவினைச் சேர்ந்த சர் ஆண்ட்ரூ ஓகில்வீ சொல்கிறார்: "மாகாணங்களில் மிகச் சிறந்த பணிகளைச் செய்தனர். (அவர்கள்) தங்கள் முன்னால் வந்த விஷயங்கள் பற்றிய அறிவார்ந்த, வணிகத்தன்மை சார்ந்த பார்வையைக் கொண்டனர். வெவ்வேறான, சம்பந்தப்பட்ட மக்கள் அமைப்புகளிடையே காணப்பட்ட ஒரு குறித்த போட்டி மனப்பான்மை நல்ல பிரதிநிதிகளைத் தேர்ந்தெடுக்க வைத்தது. ஆதாரமற்ற புகார்கள் தடைசெய்யப்பட்டன. நிர்வாகம் அறிவுப்பூர்வமானது, பரிவுள்ளது என்று அவர்கள் திருப்தியடைந்தனர். பிரிட்டிஷ் பொதுமக்கள் எல்லா அரசு அதிகாரிகள்மீதும் கொண்டுள்ள பொதுவான அவநம்பிக்கை உணர்ச்சி பெருமளவு முறியடிக்கப்பட்டது." *(Ibid., p.108.)*

இப்படிப்பட்ட குழுக்களின் பணிகள் என்ன, எப்படி அவற்றை அமைப்பது? முதலில் அவை பூர்த்திசெய்ய வேண்டாத பணிகளை நான் வலியுறுத்திச் சொல்கிறேன். நிர்வாகத்தைப் பற்றி அவை ஆலோசனை தரவேண்டும்; ஆனால் அதை திசைப்படுத்தவோ கட்டுப்படுத்தவோ கூடாது. இதற்கு ஒரு பகுதிக் காரணம், சட்ட மன்றத்துக்கு அமைச்சகத்தின் பொறுப்பு பற்றிய எண்ணம் சிதையாமல் இருக்கவேண்டும். மறுபகுதிக் காரணம், ஒரு தனிமனிதர்மீது பொறுப்பைச் சுமத்துவதே திறன்மிக்க நிர்வாகம் எல்லாவற்றுக்கும் வேர் என்று நான் நம்புகிறேன். இரண்டாவது, அவர்கள் கொள்கைத் தயாரிப்பில் இறங்கக்கூடாது. அது தயாரிக்கப்பட்டுவிட்டால் அவர்கள் ஆலோசனைகளைத் தரலாம், அதில் கவனம் செலுத்தவேண்டிய விஷயங்கள் பற்றிச் சுட்டியும் காட்டலாம்; ஆனால் நடவடிக்கைகளின் வரையறை அடிப்படையில் அமைச்சருக்கும் அவரது கீழமைவாளர்களுக்கும் உரிய விஷயம். மூன்றாவதாக ஒப்புதலுக்குப் புற அமைப்புகளை ஈடுபடுத்தக்கூடாது. எவ்விதக் குறித்த

திட்டங்களுக்கும் மேலிட ஆணை கொண்டுவருதல் என்ற அர்த்தத்தில் அவை பிரதிநிதிகள் அமைப்பல்ல; தங்கள் அதிகாரத்திற்காக அல்ல, ஆலோசனைக்காகவே அவை அழைக்கப்படுகின்றன. நான்காவதாக, அரசாங்கம் தான் ஒரு வணிகஅமைப்பு என்ற இயலுமையால் பொருள்களை வாங்குவது பற்றிய மொழிவுகளைப் பற்றிய தகவல்கள் அவற்றுக்குக் கிடைக்கலாகாது; உதாரணமாக, இங்கிலாந்தில், அந்நியச் செலாவணி பெறுதல், கருவூலப் பணப்பத்திரங்களின் வெளியீடு போன்ற விஷயங்களில் கருவூலத்தின் பணிகளை நோக்கும் எவருக்கும் அந்த விஷயங்களின் செயல்பாட்டில் இரகசியத்தன்மை எவ்வளவு இன்றியமையாதது என்பது தெரியவரும். மேலும், அரசாங்கத்துக்கும் வேறொரு அயல் நாட்டுக்கும் இடையிலான பேரங்கள் பற்றி அவற்றிடம் ஆலோசனை கேட்க வேண்டிய அவசியம் இல்லையென்று நான் நினைக்கிறேன்; முற்பட்ட வெளிப்படுத்தல் அபாயகரமானதாக இருக்கும் ஒரு மென்மையான செயல்முறையில் அடையப்பட்ட முடிவுகளைப் பின்னேற்புச் செய்தலை விளம்பரப்படுத்தலே சரியென்று தோன்றுகிறது. எல்லாவற்றுக்கும் மேலாக, குழுக்கள் என்ற முறையில் கூட்டாக எடுக்கப்பட்டத் தீர்மானங்களைப் பொதுமக்களுக்கு வெளிப்படுத்தும் அதிகாரமின்றி அவை இரகசியப் பண்பு கொண்டவையாக இருக்கவேண்டும். அவற்றை வெளியிடுதல் வேண்டத்தக்கது என்று அமைச்சரும் அந்தக் குழுவும் நினைத்தால், வெளியிட்ட பிறகு அதற்கு அங்கீகாரம் அளிக்க அமைச்சருக்கு உரிமை இருக்கவேண்டும்.

இவை எளிய, அடிப்படைக் கட்டுப்பாடுகள். இப்படிப்பட்ட குழுக்கள் என்ன செய்ய முடியும் என்பதை விவாதிக்கும் முன்பு அவற்றின் உள்ளமைப்பின் இயல்பை நிறுவுதல் முக்கியமானது. துறையின் தகுதியின் முழுக் களத்தையும் ஈடுசெய்கின்ற ஆலோசனைக் குழுக்கள் பொதுவாக ஒரு தவறான செயல் என்று முதலில் விதிக்கப்பட வேண்டும் என்று நினைக்கிறேன். சிறப்பு ஆர்வங்களை பாதிக்கின்ற விஷயங்களைப் பற்றித்தான் ஆலோசிக்கும் அதிகாரம் வேண்டும்; உதாரணமாக, பொறியியலின் தொழில்நுட்பப் பிரச்சினைகள் பற்றி ஒரு தொழில்வணிகருடைய கருத்து மிகுந்த தகுதி உடையதாக இருக்காது. கல்வி வாரியம் உள்ளடக்கும் ஒரு விஷயத்தில்கூட நமக்குத் தேவையானது பொதுவான அறிவல்ல, சிறப்பு அறிவுதான்; அமைச்சகம் அக்கறைப்படும் பலவேறு பிரச்சினைகளைக் கல்வியில் புகழ்வாய்ந்த பலபேரைத் தேர்ந்தெடுத்து அவர்கள்முன் இடுவதைவிட நமக்கு இடைநிலைப் பள்ளிகள், பல்கலைக்கழகங்கள், தொடக்கப் பள்ளிகள் ஆகியவற்றின் ஆசிரியர்களின் அனுபவம் நமக்கு வேண்டும். இப்படிப்பட்ட குழுக்களை அமைக்கும்போது இரண்டு விஷயங்கள் முக்கியமானவை. முதலில், குழு சிறியதாக இருக்கவேண்டும்;

இல்லாவிட்டால் அது ஒரு சிறிய கருத்தரங்கமாகிவிடும். அதில் விவாதத்திற்குப் பதிலாகப் பேச்சுகள்தான் இருக்கும். இரண்டாவதாக அது பிரதிநிதித்துவத் தன்மை கொண்டதாக இருக்கவேண்டும். குறித்த துறையின் பணியினால் பாதிக்கப்படுகின்ற நலன்களைச் சார்ந்த மக்களின் நம்பிக்கையைப் பெற்ற நபர்களாக அவர்கள் இருக்கவேண்டும். இப்படிப்பட்ட அமைப்புக்குப் பொதுவாக இருபது பேர்கள் இருப்பது நல்லது. அதில் இரண்டு பகுதிகள் இருக்கவேண்டும்: (அ) நிர்வாகத்தினால் பாதிக்கப்படும் பெருந்தொழில்கள் போன்ற பலவேறு ஆர்வங்களின் பிரதிநிதித்துவச் சங்கங்கள் தேர்ந்தெடுத்த ஒரு பெரும்பான்மை நபர்கள் அமைப்பு; (ஆ) தேர்ந்தெடுத்தலைப் பாதுகாப்பதன் தேவைக்கென, மறைமுகமாக, பொது மற்றும் சிறப்பு அமைப்புகளின் சார்பாகத் தேர்ந்தெடுக்கப்பட்ட சிறுபான்மை அமைப்பு. உதாரணமாக, கல்வி வாரியத்தின் தொடக்கப் பள்ளிகளைப் பற்றிய ஒரு குழுவில், தேசிய ஆசிரியர்கள் ஒன்றியம், துணை ஆசிரியைகளின் சங்கம், இடைநிலைப் பள்ளிகளில் ஆசிரியர்களின் பிரதிநிதிகளைக் கொண்ட அமைப்புகள் போன்றவற்றின் பிரதிநிதிகள் இருக்கவேண்டும். உள்துறை அலுவலகத்தின் ஒரு குழு தொழிலகங்கள் பற்றிய சட்டமியற்றலைப் பற்றியதாக இருக்கவேண்டும் என்றால், அதில் தொழிற்சங்கங்களின் பிரதிநிதிகள், தேசிய உற்பத்தியாளர்களின் ஒன்றியத்தின் பிரதிநிதிகள் இருக்கவேண்டும்; இவர்களுடன் தொழில்சார் சோர்வின் உடலியங்கியல், தொழிற்சட்டம் ஆகியவற்றின் வல்லுநர்கள் இருக்கவேண்டும். காப்புரிமைகள் பற்றிய வணிக வாரியத்தின் குழுவில் காப்புரிமை பெறுவோர் நிறுவனத்தின் பிரதிநிதிகள், காப்புரிமைச் சட்டத்தில் நிபுணத்துவம் பெற்ற வழக்கறிஞர்கள் போன்றவர்களோடு வேத்தியற் கழகம், மின் பொறியாளர்கள் நிறுவனம் போன்றவற்றின் நியமனர்களும் இருக்கவேண்டும் என நாம் கருதலாம். உதவிக்கொடை நிர்வாகம் பற்றிய உடல்நல அமைச்சகத்தின் குழுவில் பொதுமக்கள் அமைப்புகளின் சார்பாக மாவட்ட மன்றங்களின் சங்கம் போன்றவற்றின் பிரதிநிதிகளும், தொழில்சார் அமைப்புகளின் சார்பாக நகர்மன்றக் கருவூலர்களின் நிறுவனம், உள்ளாட்சி அரசாங்கத்தின் அலுவலர்களின் தேசியச் சங்கம் போன்றவற்றின் நுகர்வோர் அமைப்புகளின் சார்பாக வரிகட்டுவோர் சங்கங்களின் பிரதிநிதிகளும் இருக்கவேண்டும். தெளிவாகவே இங்கே என்னால் தேவைப்படும் குழுக்கள் அல்லது அவற்றிற்காக அமைப்புகளுடைய பட்டியலைத் தரமுடியவில்லை. எப்படியிருந்தாலும், அம்மாதிரிப் பட்டியல்கள் வரையப்பட்டு முடிக்கப்படும் முன்பே அவை காலாவதி ஆகிவிடும். எல்லாவற்றிற்கும் மேலாக, நான் சிறப்புத் தகுதி, நியமிக்கப்பட்ட பிரதிநிதித்துவம் என்ற இரண்டு விதிகளை வலியுறுத்த அக்கறை கொள்கிறேன்.

முதலாவதை நான் வலியுறுத்தக் காரணம், முன்பு நான் ஒரு தொழில்சார் அமைப்பு என்னும் கருத்தைப் புறக்கணித்தேன். காரணம், பொதுவான பிரச்சினைகள்மீது ஒரு குறித்த தொழிலுக்கு எவ்விதப் பொருத்தமும் இல்லை. அதுபோலவே, பொதுக் குழுவுக்கும் எவ்விதப் பொருத்தமும் இருக்காது என்று நம்புகிறேன். இந்தக் குழுக்கள் ஆக்கப்பூர்வமான நிறுவனங்களாகப் பணி செய்ய வேண்டுமானால், தங்கள் உறுப்பினர்களுக்கு மிக முக்கியமான ஆர்வத்துக்கான விஷயத்திற்கான களத்தைப் பற்றி அவை இருக்க வேண்டும். மேலும் அந்த விஷயங்கள் பற்றிய உறுப்பினர்களின் கருத்தினை மிகத் துணிவுமிக்க அதிகாரியாலும் இலேசாக எடையிட இயலக்கூடாது. ஒரு குழுவுக்குமேல் அக்கறை காட்டத் தக்க பிரச்சினை எங்கு எழுந்தாலும், அதை இரண்டு குழுக்களுக்குமே சமர்ப்பிப்பது எளியது, அதைப் பற்றி இரண்டு குழுக்களும் இணைந்து கூட்டம் நடத்துவது தேவையெனில் அதைச் செய்யலாம். நியமிக்கப்பட்ட பிரதிநிதித்துவம் என்பதை இரண்டு அடிப்படைகளில் நான் வலியுறுத்துகிறேன். முதலில், சுய உரிமையோடு ஒரு குழுவில் வந்த உறுப்பினர்போல ஓர் அமைச்சர் நியமித்த உறுப்பினர் சுதந்திரமாக இருக்க முடிவதில்லை. அவர் சிக்கலான உணர்ச்சிகளால் தடைப்படுத்தப்படுகிறார், அவற்றைப் புறத்திலேயே குறைப்பது நல்லது; இரண்டாவது, அமைச்சரின் தேர்வு என்பதனால் மறுபதவியளிப்பும் பதவிநீக்கலும் கடினமானவை ஆகின்றன. நியமித்த பிரதிநிதித்துவம் மூன்றாண்டுகளுக்கு இருக்க வேண்டும் என்று எதிர்நோக்குகிறேன். நியமிப்பின் புதுப்பித்தல், நியமிக்கும் அமைப்பினுடைய முழுசுயேச்சைக்குள் இருக்கும். தனக்குப் பிடித்தமில்லாத ஒரு தேர்வினை அமைச்சர் தடுக்க இயலக்கூடாது. அவருக்குக் குழு தேவைப்படுவது நுண்ணாய்வு செய்வதற்காகத் தானே தவிர, வெறுமனே அவர் கொள்கைக்கு ஒப்புதல் தருவதற்காக அல்ல. சுரங்கத் தொழிலாளர்கள் எனில் சுரங்கத்தொழிலாளர் கூட்டமைப்பிலிருந்து, ஆசிரியர்கள் எனில் தேசிய ஆசிரியர் ஒன்றியத்திலிருந்து, இப்படியாகத் தங்கள் தங்கள் நியமிப்பு அமைப்புகளினால் அந்த உறுப்பினர்கள் தேர்ந்தெடுக்கப்பட்டவர்களாக இருக்கவேண்டும். தாங்கள் சேவைக்கெனச் செலவிடும் காலத்திற்கென அவர்களுக்குப் போதிய ஊதியம் வழங்கப்பட வேண்டும், ஆனால் அந்த வருமானம் மிகுதியாக உள்ளதென்று தேடி வரும் அளவுக்கு இருக்கலாகாது. இப்படிப்பட்ட தேர்வின் முறையின் மதிப்பு (1) நியமிக்கும் அமைப்பு தனது நோக்குகளைத் தன் பிரதிநிதிகளுக்குத் தெரிவிப்பது எளிதாக இருக்கவேண்டும், (2) தான் பிரதிநிதியாக இருக்கும் தொகுதியின் சார்பாக அவரது பணியில் அவருக்குத் தொடர்ந்த ஈடுபாடு இருக்கும் வகையில் இருக்கவேண்டும் என்ற அடிப்படைகளில் அமைய வேண்டும்.

இந்தக் குழுக்களின் பணிகள் என்னவாக இருக்க வேண்டும்? இது ஒரு நுட்பமான பிரச்சினை என்பதை நாம் ஒப்புக் கொள்ளவேண்டும்; மேலே விவாதிக்கப்பட்ட சட்டமன்றக் குழுக்களைப் போலவே, பலவும் அந்தந்த அமைச்சரின் ஆளுமை, அவரது முக்கிய அதிகாரிகள் ஆகியவற்றைப் பொறுத்தவை. ஒரு வலுவான அமைச்சருக்கு இந்தக் குழுக்களை எப்படிப் பயன்படுத்த வேண்டும் என்பது தெரியும், இவற்றை ஆலோசனைகள், கருத்துகளின் மதிப்புமிக்க களஞ்சியமாகப் பயன்படுத்தலாம்; ஒரு பலவீனமான அமைச்சர், துணிவின்மை காரணமாக அவற்றைத் தவிர்க்க முனையலாம், அல்லது அவற்றின் பார்வைகளைப் பொதுமக்கள் கருத்தின் சாராம்சமாக ஏற்றுக் கொள்ள முனையலாம். தான் மறுக்க நினைக்கும் இடங்களிலும் தனக்கெனச் சொந்தமாக ஒரு வலுவான பார்வையை மேற்கொண்டு, விளைவுகளைச் சந்திக்க மறுக்கலாம். ஆனால் ஒரு வலுவற்ற அமைச்சருக்கும் அவரது நிரந்தர அதிகாரிகளுக்கும் உள்ள உறவினைச் சூழ்ந்துள்ள அபாயத்தைவிட இது அதிகமானதாக எனக்குத் தோன்றவில்லை. இந்த இரண்டாவது நிலையில், குழுவின் மதிப்பு, பொதுமக்கள் கருத்தின் வகைமைகளை எப்படியானாலும் எளிதாகத் தவிர்க்கின்ற ஓர் அதிகாரஅமைப்பின் குறைகள் மீதான ஒரு கூடுதலான தடையாக இருப்பதில் இருக்கிறது.

இந்தக் குழுக்களின் பெரும் பணிகள் நான்கு என இருக்கும். முன்மொழியப்படுகின்ற எல்லா மசோதாக்களின் மீதும் முதலிலேயே ஆலோசனை தருவது ஒன்று. ஒரு துறை ஒரு புதிய சட்டவிதியைப் பற்றிச் சிந்தித்தால், அதை அது விமரிசனத்திற்காகக் குழுவுக்கு (அந்தரங்கமாகத்தான்) அனுப்பும். அமைச்சருக்கும் அவரது நிரந்தர அதிகாரிகளுக்கும் இடையில் ஒருபுறமும், அமைச்சருக்கும் குழுவுக்கும் இடையில் மறுபுறமும் கலந்தாலோசனைகள் நிகழும். அந்த மசோதா நன்கு விளக்கப்படும்; குழுவின் அனுபவம், அறிவு ஆகியவற்றின் அடிப்படையில் அதன் பகுதிகள் விமரிசனம் செய்யப்படும்; அமைச்சர் தனக்குக் கிடைக்கும் ஆலோசனைகளைப் புறக்கணிக்கவோ ஏற்கவோ இயலும். ஒருவேளை அவசரச் சட்டமியற்றல்களும் இருக்கலாம். அப்போது குழுவை முறையாகக் கலந்தாலோசிக்க நேரம் இருக்காது. இங்கும் மசோதா அறிமுகப்படுத்தப்படும் நிலையில், தனது மூன்றிலிரு பங்கு (அல்லது இதுபோன்ற ஏதோ ஒரு விகிதம்) உறுப்பினர்களின் வேண்டுதலின் பேரில் அதற்கு அமைச்சரைச் சட்டவிதிப்படிப் பொறுப்பாக்கலாம்; இப்படி நிகழ்ந்தால், அவர்கள் அளிக்க முற்படும் ஆலோசனைகள், சட்ட மன்றத்தில் மசோதாவின் குழுநிலையில் திருத்தங்களாக அறிமுகப்படுத்தப்படுவதற்கு, ஏற்புடைய சட்டமன்றக் குழுக்களுக்குச் செல்லலாம். எவ்விதமாயினும், இதனால் சாதிக்கப்படுவது என்ன? முதிர்ச்சிபெற்ற, அடிப்படையானத்

திட்டங்கள் எல்லாவற்றிலும், உள்ளடங்கியுள்ள நலன்கள், அந்த மசோதாவை அறிமுகப்படுத்திய அமைச்சகத்தின் கௌரவ விஷயமாக அந்தச் சட்டமியற்றல் ஆகும் முன்பு முழுமையாகத் தங்கள் மனப்பாங்குகளைச் சொல்ல முடியும்.

இரண்டாவதாக, இக்குழுக்கள் பொது நிர்வாகக் கொள்கை பற்றியும் கலந்து ஆலோசிக்கப்படலாம். இங்கும், மீண்டும், அதன் விவாதத்திற்கான விஷயங்கள் அந்த அமைச்சரின் தன்மையைப் பெருமளவு சார்ந்திருக்கும். கலந்தாலோசித்தல் இன்றி அவர் செயல்பட விரும்பினால், அவரை எதுவும் தடுக்கவியலாது. ஆனால் ஒவ்வொரு உறுப்பினருக்கும் விவாதத்திற்குரிய விஷயங்களை எடுத்துரைக்கச் சாத்தியமாக்கலாம், அதற்கு ஒரு வேளை அமைச்சரின் ஆட்சேபணை இருக்குமானால் அந்த வெறுப்பான மனப்பாங்கிற்கு ஒரு விளக்கமளிப்பதற்கு அவருக்கு உரிமையளிப்பதன் மூலம் இவ்விஷயத்தில் பெரும்பாலான இடர்ப்பாடுகளை அகற்றலாம் என்றும் நான் நினைக்கிறேன். பல துறைகளிலிருந்து பொதுவான நிர்வாகக் கொள்கைக்கான உதாரணங்களை எடுத்துக் கொள்ளலாம். உதாரணமாக, கல்வி அமைச்சர், சட்டவிதிகளின் அதிகாரத்தின்கீழ், பள்ளியை விட்டுச் செல்லும் வயதைப் பதினாறு ஆக்குகிறார் என்றால், அவர் தனது துறையின் ஏற்புடைய குழுவுடன் இதைக் கலந்து ஆலோசிக்க வேண்டும்; தெளிவாகவே, தொழில் அமைச்சருக்குத் தனது முன்மொழிவைப் பற்றித் தெரிவிப்பது அவருடைய கடமைதான். தொழில் துறையின் ஆலோசனைக் குழுக்களிடமிருந்து அவர்களுடைய சிறப்பு ஆர்வங்களின் கோணத்திலிருந்து தனது கொள்கை பற்றிய கருத்து வெளிப்பாட்டை அவர் பெறவேண்டும். தொழில் அமைச்சர் கம்பளித் தொழிலில் ஒரு வணிக வாரியத்தை அமைக்கவேண்டுமானால் அவரும் இதுபோலவே செய்யவேண்டும். குடியேற்றப்பகுதிகளின் அமைச்சர் அவற்றின் சொந்தக்குடிமக்களுக்குத் தொடக்கக் கல்வியைக் கட்டாயமாக்க வேண்டும் என்றால், சொந்தநாட்டு விஷயங்கள் பற்றிய ஆலோசனைக் குழுவுடன் அவர் கலந்துபேச வேண்டும். பெரும்பாலும் அங்கு, சொந்தநாட்டுக் கல்வி பற்றிய பிரச்சினைகள்மீது சிறப்புத் துணைக் குழு ஒன்று கட்டாயம் இருக்கும். வீட்டுவசதி பற்றியும் இப்படித்தான். உடல்நல அமைச்சகம் தனது தொல்லைகளைக் கட்டடம் கட்டுவோர் குழுக்கள், கட்டுமானத் தொழிற்சங்கங்கள், கட்டட நிபுணர்களின் குழுக்கள், மருத்துவர்களின் குழுக்கள் ஆகியோருக்குத் தெரிவிக்க வேண்டும். தனது தேவைகளுக்கு ஒளி பெறுவதற்காகக் குழுக்களை மிக எச்சரிக்கையாகப் பயன்படுத்தி எந்த ஓர் அமைச்சரும் முடிவுகள் செய்து தோல்வியடையக் கூடும் என்பதற்குக் கொள்கையின் எந்த ஓர் ஆதரவும் இல்லை என்று நினைக்கிறேன்.

மூன்றாவதாக, இந்தக் குழுக்களுக்கு ஆலோசனைகள் வழங்க அதிகாரம் அளிக்கப்படும். இங்குதான் அவர்களினுடைய வேலைகளின் மூலங்களில் ஒன்றில், மிக எச்சரிக்கையான ஆராய்ச்சியில், மிக உயர்ந்த பயன்பாட்டின் வாய்ப்பு தென்படுகிறது. அவர்களுடைய ஆலோசனைகள் மிகப் பரந்த பரப்பெல்லையைக் கொள்வதாக இருக்கவேண்டும். அவர்கள் அமைச்சகத்தின் புலனாய்வுப் பிரிவுக்கு விசாரணையின் தேவையைச் சுட்டிக்காட்ட வேண்டும். அவர்களின் ஆலோசனை துறையின் மொத்தத் தகுதியையும் தாண்டிய ஒரு களத்தைச் சேர்ந்ததாக இருந்தால், அது அரசாங்க ஆராய்ச்சிக் குழுவுக்கு அக்குழு எப்போதுமே தன் சொந்தப் பார்வைகளின் அடிப்படையில் செயல்படலாம் என்ற அமைச்சரின் பரிந்துரையுடன் அனுப்பப்பட வேண்டும். இந்தக் குழுக்களில் தேடலுக்குத் தகுதியுடைய சிந்தனைகளை வெளிப்படுத்த இயலாத சிலர் சேவைக்கெனத் தேர்ந்தெடுக்கப்படுவார்கள். சுரங்கத் தொழிலாளர்களின் குழுவோடு அவர்கள் வேலையைப் பற்றிப் பேசியிருக்கும் எவரும் அவர்களது ஆலோசனையின் களம் எவ்வளவு பரந்துபட்டது, அது சுரங்கத் தொழிலின் ஒவ்வொரு பக்கத்தையும் உள்ளடக்கியது, ஆனால் இப்போது பயன்படுத்தப்படாமல் இருக்கிறது என்பது புரியும். மிகச்சிறந்த ஆசிரியர்களின் அனுபவங்களும் அப்படியே. தொழில்நேர்த்தியின் பழமைவாதத்தின் அபாயத்திலிருந்து நம்மைக் காத்துக் கொள்ள நமக்குத் திறந்திருக்கும் சில வழிகளில் இது ஒன்று என நான் நினைக்கிறேன். உதாரணமாக, நீதி அமைச்சகத்தினுடைய ஒரு குழுவில் சாதாரண மனிதரின் மனங்களுடன் சட்ட வன்மையுடைய மனங்களும் சேர்ந்திருந்தால், சட்டத்தில் திருத்தமும் சோதனையும் அத்தியாவசியமான மிகுதியான இடங்களைச் சுட்டிக்காட்டுவார்கள். குற்ற வழக்குகளில் மட்டுமல்ல, பொதுவான உரிமையியல் வழக்குகளிலும் ஏழைகளுக்குப் பாதுகாப்புத் தேவைப்படும் நிலை *(Cf. R. Heber Smith, Justice and the Poor (New York, 1919), is a mine of information on this question; the nearest English equivalent I know is Judge Parry's The Law and the Poor)*, சிறைகளின் நிர்வாகம், கடனாளிகளை நடத்தும் முறை, பத்திரிகைகளுக்கும் உணர்ச்சியைத் தூண்டும் விதமான குற்றங்களில் நீதி வழங்கலுக்கும் உள்ள தொடர்பு போன்றவை அந்தக் குழு கவனத்தைத் தவறாமல் ஈர்க்கக்கூடிய இப்படிப்பட்ட பல பிரச்சினைகளில் ஒரு சில. இப்போது நாம் அவற்றைப் புலனாய்வு செய்வதற்குக் காரணம், அவை வெளிப்படையாகவே அங்கு இருக்கின்றன என்பதால் அல்ல, ஏதோ ஒரு குறித்த சிறப்பான கணத்தில் ஓர் அழகற்ற நடப்பு உடனடி விசாரணையைக் கட்டாயமாக்கிவிடுகிறது என்பதால்தான். பல ஆண்டுகளாகவே பைத்தியக்காரர்கள் பற்றிய சட்டத்திற்கு மிக உடனடியான திருத்தம் தேவைப்படுகிறது என்பது இங்கிலாந்தில்

தெரிந்ததுதான். அதிகாரப்பூர்வ விசாரணை அப்போதிருந்த நிர்வாகத்தைப் பூசி மெழுகிவிட்டது; பிறகு ஹார்னெட் x ஆடம் மற்றும் பாண்ட் வழக்கின் நாடகத்தனமான இயல்புதான் அரசாங்கத்தை ஒரு வேத்தியல் குழுவை நியமிக்கச் செய்தது. (Though I believe a departmental committee had previously sat. On the whole problem see M. Lomax, Experiences of an Asylum Doctor.) நமது அனுபவத்தை நாம் பயன்படுத்திக் கொள்ளத் தயாராக இருந்தால் இம்மாதிரி விஷயங்களில் முன்னோக்கிச் செயல்பட முடியும். ஆனால் முன்னோக்கிச் செயல்படுதலை நிறுவனங்களில் கட்டாயம் ஆக்கித்தான் நாம் முன்னோக்கிச் செயல்படுவோர் ஆகமுடியும்.

இந்தக் குழுக்களைப் பயன்படுத்தக்கூடிய நான்காவது பயன்பாடு, மேலும் தொழில்நுட்பத் தன்மை உடைய ஒரு விஷயத்தைச் சேர்ந்தது. அதைக் கீழே விளக்குகிறேன். அதிகரித்துவரும் அரசுச் செயல்பாடு, சட்டமியற்றலின் பெரும்பான்மைப் பகுதியை விரிவான முழு அளவிலான சட்டவிதித் தொகுதியாக்கம் என்பதிலிருந்து வெறும் கோட்டுரு அளவிலான செயல்களாக்கிவிட்டது என்பதை யாவரும் நன்கு அறிவர். அக் கோட்டுருக்கள் பலவழிகளில் அந்தந்தத் துறைகளால் நிரப்பிக் கொள்ளப்படுகின்றன. இம்மாதிரிச் சார்பாக்கப்பட்ட சட்டமியற்றல் மிக பிரமாண்ட அளவினதாக வளர்ந்து சட்டமன்றத்திற்கான நேரடிச் சட்டமியற்றலின் அளவினை மிக எளிதாகத் தொலைவுபடுத்திவிடுகிறது. இம்மாதிரி அதிகாரங்களை அதிகாரவர்க்கம் தவறாகப் பயன்படுத்துவதற்கு எதிராகப் பொதுமக்களைக் காக்கவேண்டியது மேலும் மேலும் அவசியம் என்று நான் நினைக்கிறேன். இது ஒரு எதிர்மறைப் பணி. சார்பாக்கப்பட்ட தலைமையதிகாரத்தின் பயன்பாட்டைப் பற்றித் தக்க திறனுடைய ஆலோசனை அமைப்புகள் தங்கள் பார்வைகளை வெளியிட முடிகின்ற மாதிரியான ஒரு விவேகக் கொள்கை நமக்குக் கையிருப்பில் வேண்டும். ஒவ்வொரு விஷயத்திலும் இந்தக் குழுக்கள் இந்த இலக்குகளுக்காக இயற்கையாக அமைக்கப்பட்ட ஒரு கருவி போலத் தோன்றுகிறது. பொருத்தமான ஆலோசனைக் குழுவை முதலில் கலந்தாலோசிக்காமல் எந்தத் துறையும் அதன் பிரதிநிதித்துவ அதிகாரங்களின்கீழ் ஆணைகள் வெளியிடக் கூடாது என்று நான் கூறுவேன்; இக்குழுக்களின் ஆட்சேபணை இருக்குமானால் சட்டமன்றத்தின் குறித்த ஒப்புதல் இன்றி அந்த ஆணை வெளியிடப்படக்கூடாது.

இதுவரை நான் இந்தக் குழுக்களை, அதன் இறுதியான திசையின் மூலப்படி நிர்வாகத்தை அவை பாதிக்கும் தன்மை இருப்பதால் அவற்றின் மையத்தன்மை அளவில் நோக்கினேன். ஆனால் இம்மாதிரி வகையான ஒரு கருவியை ஒயிட்ஹால் மற்றும் வாஷிங்டனுக்கும்,

பாரிஸ் மற்றும் பெர்லினுக்கும் பயன்படுத்தாமலிருக்க எவ்விதக் காரணமும் இல்லை. ஒவ்வோர் அரசும் எண்ணற்ற பல சட்டவிதிகளை வெளியிடுகிறது. அவற்றைப் பற்றிய உள்ளூர்க் கருத்துரையும் ஆலோசனையும் அவற்றைப் பயன்படுத்தும் மையங்களில் மிகவும் மதிப்புள்ளதாக இருக்கும். போருக்கு முன் தொலைபேசிச் சேவைமீது உள்ளூர்க் குழுக்கள் இங்கிலாந்தில் செய்த பணி பற்றி சர் ஆண்ட்ரூ ஓகில்வீ புகழ்ந்து கூறிய மேற்கோளை நான் ஏற்கெனவே தந்துள்ளேன். இதுபோன்ற சான்றிதழ்கள் பிற பலவேறு விஷயங்களிலும், குறிப்பாக போரின்போது இங்கிலாந்தில் உணவுப் பங்கீடு பற்றிய ஒழுங்குபடுத்தலில் உள்ளன. நான் இந்தக் குழுக்களின் பெரும் விரிவாக்கம் வேண்டுமென அறிவுரைக்கிறேன். அது அமைச்சரின் விருப்பத்தின்படி நியமிக்கப்பட்டதாக இருக்கலாகாது. மைய அமைப்புகள் போல, அந்தந்தப் பிரதிநிதித்துவ அமைப்புகளிலிருந்து நியமிக்கப்பட வேண்டும். உதாரணமாக, ஒவ்வொரு உள்ளூர்க் கல்வித் தலைமையிலும் ஆசிரியர்கள், பெற்றோர், மருத்துவர்கள், இன்ன பிறர் கொண்ட ஒரு குழு இருக்கும். அது நேரடியாகக் கல்வி நிர்வாகத்திற்கு அறிக்கை தரும் பணியைச் செய்யும். உதாரணமாக, உள்ளூர் அதிகாரம் சான்றில்லாத ஆசிரியர்கள் பல பேரைப் பயன்படுத்த முனைகிறது என்றோ; பள்ளிகள் போதிய அளவு சரிவர ரிப்பேர் செய்யப்படவில்லை என்றோ; பள்ளிகளுக்கும் பொது நூலகச் சேவைக்கும் இடையில் போதுமான அளவு தொடர்பில்லை என்றோ குழுவினர் சுட்டிக்காட்டலாம். அவர்களுடைய அறிக்கைகளை அமைச்சர் உள்ளூர்க் கல்வி அதிகாரி முன்பு வைப்பார்; இந்த உறவுகளின் வலைப்பின்னலிலிருந்து அளிக்கப்படும் சேவையின் தரம் பற்றிய ஒரு நேர்மையான ஆர்வம் அந்த இடத்திலேயே வளரும் என்று நான் நினைக்கிறேன்.

இதேபோலத்தான் தொழிலகச் சட்டங்கள் போன்ற நடவடிக்கைகளும். அவர்களுக்கான அளிப்புகளை முழுதாகத் தவிர்த்தலைத் தடுப்பது பற்றிய புலனாய்வுச் சேவை போதிய அளவுக்கு எந்த ஒரு அரசிலும் இல்லை என்பது எல்லாருக்கும் தெரியும். இதற்குத் தொழிலகச் சட்டத்தை நடைமுறைப்படுத்தலை மேற்பார்வை செய்ய மண்டலக் குழுக்களின் ஓர் ஒழுங்கமைவு தேவை என்று அறிவுரைக்கிறேன். அவற்றுக்குப் புகார்களை ஏற்பதற்கான தகுதி வேண்டும், தேவைப்பட்டால் தக்க நடவடிக்கை எடுக்க அவற்றைப் பற்றி உள்ளூர் நீதிமன்றத்தில் அறிவிக்கின்ற அதிகாரமும் வேண்டும். அதுபோலவே விவசாயக் குழுக்கள் ஒரு குறிப்பிட்ட பகுதியில் குறைந்த பட்சக் கூலிக்கு வரிவிதிப்பு, கிராமப் பணவருவாய், விவசாயக் கூட்டுறவை மேம்படுத்தல், நிலக்குத்தகை நிலைமைகள் இன்ன பிற பிரச்சினைகளைத் தீர்க்க முனையலாம்.

குழுக்கள் எப்போதுமே மெய்யான நிர்வாகப் பணிகளை மேற்கொள்ள அனுமதிக்கும் அளவுக்குப் பெரிய களமாக எடுத்துக் கொள்ளவேண்டும். இன்று சிறிய வழக்குகளுக்கு நீதி வழங்குவது கீழ்நிலைக் குற்ற நடுவர்களால் செய்யப்படுகிறது. அதை இம்மாதிரிக் குழுக்களிலிருந்து அமைக்கப்பட்ட தீர்ப்பாயங்கள் பயனுள்ள வகையில் செய்யலாம் என்பதற்கு நான் பின்னால் ஒரு இயலில் காரணங்களைத் தருகிறேன்; தொழிலகச் சட்டங்கள், வணிக வாரியச் சட்டங்கள் போன்றவற்றைத் தவிர்ப்பதற்கு அவை அபராதம் கட்டுமாறு விதிக்கலாம். ஆலோசனைக் குறிப்புகளை உள்ளடக்கிய, மக்கள்மீதான நிர்வாக பாதிப்பு அனுபவங்களுக்குப் பிறப்புத் தருகிறதோ அங்கெல்லாம், ரெயில்வே சேவை, மின்சார அளிப்பு, போன்ற ஒவ்வொரு துறையிலும், நமக்கு வட்டார ஆலோசன அமைப்புகள் வேண்டும். இந்த அமைப்புகள் மைய நிர்வாகத்திற்குத் தங்கள் கருத்துகளை எப்போதும் கூறவேண்டும். அவற்றைப் பயனுள்ளதாக்கத் தேவையான அலுவலக உதவிகள் செய்யப்பட வேண்டும். ஒழுங்கான அவகாசங்களில் கூட்டங்கள் நடத்த அவற்றுக்குத் தேவையான வழிவகைகளும் இடமும் வேண்டும். தங்கள் கருத்துரை, ஆலோசனை ஆகியவற்றை வெளியிட அவற்றுக்கு வாய்ப்பு வேண்டும். ஒருபுறம் வெறும் ஆணைகளை வெளியிடுவதாக நிர்வாகச் சூழல் இழிவதையும், மறுபுறம் அசட்டையுடன் அவற்றை ஏற்பதையும் தடுக்க இவை பெருமளவு உதவும் என்று நான் நினைக்கிறேன். அவை தாங்கள் தேர்தல் செயல்முறையில் பங்குகொள்ளும் விருப்பம் இல்லாததினாலோ, அவர்களின் ஆர்வம் அரசாங்கப் பணிகளின் பொதுவான அமைப்புகளில் இல்லாமல் அவற்றின் ஒற்றைக் கூறில் மட்டும் இருப்பதனாலோ பொதுவாழ்க்கையை இப்போது தவிர்க்கின்ற மனிதர்களின் சேவைகளைப் பயன்படுத்திக் கொள்கின்ற வழிவகைகளைத் தரும். அவை திறன்மிக்க ஒரு கோணத்திலிருந்து தனது பொருளை நுண்ணாய்வு செய்ய இயலுகின்ற ஆட்களின் களத்தை விரிவுபடுத்துவதன் வாயிலாக நிர்வாகச் செயல்முறையைப் பிரபலப்படுத்தும். அரசாங்கத்தின் மையத்திற்கும் விளிம்புச் சுற்றுக்கும் இடையில் நிலையான கருத்துகள் சிந்தனைகள் ஆகியவற்றின் பரிமாற்றத்துக்கு அவை வழிசெய்யும். இந்தப் புத்தகத்தில் முன்னால் நான் விவாதித்துள்ள எளிய புரிந்துகொள்ளக்கூடிய நிறுவனங்கள் அரசாங்கத்தில் இருக்கவேண்டிய அந்தத் தேவையை அவை தொடாமல் விட்டுவிடும். அதிகாரத்தை வரையறையின்றிப் பங்கிடுதலின் விளைவாகத் தலைமை வெறும் குழப்பநிலைக்கு இழிவதை அவை தடுக்கும். ஒவ்வொரு நிலையிலும், ஒருபுறம் பொதுவாக நன்கு தெளிந்தறியப்பட்ட ஒரு கருத்து, மறுபுறம் சிறப்புத் தகுதியுள்ள ஒன்று ஆகியவற்றின் அழுத்தத்திற்கு உட்படுத்துவதால் அதிகாரம் சர்வாதிகாரமாக மாறுவதை அவை தடுக்கின்றன. அவை மக்களின்

சீரமைக்கப்பட்ட நலன்களை, அவர்களின் திருச்சபைகளை, தொழிற்சங்கங்களை, இன்னும் பிறவற்றை மைய அரசாங்கத்தோடு வரையறுத்த உறவுக்குள் கொண்டுவருகின்றன. வெளிக் கருத்துகளின் அழுத்தத்தை முற்றிலும் தாங்குவதற்கு அரசாங்கத்தின் செயல்களை அவை சாத்தியப்படுத்துகின்றன. தொடர்ந்து நீடிக்கும் விமரிசனம், விசாரணை ஆகியவற்றின் ஓட்டத்திற்குள் அதைக் கொண்டுவருகின்றன. அது மட்டுமல்ல, வளர்ந்துவரும் பணி மையமழிப்புக்குள் மேலும் மேலும் அவை கொண்டுசெலுத்தும். மைய நிர்வாகத்துடன் வட்டார அலுவலர்கள் போரிடும்போது அவர்களுக்கு ஆதரவின் அமைப்பை அளிக்கும், அதை அமைச்சர்கள் புறக்கணிக்க இயலாது.

பரந்த நிலையில், இந்த அமைப்புகள் செய்வது சட்டத்தை விளக்கும் செயலாகும். பேராசிரியர் கோஹன் எழுதுகிறார்: "சட்டவிதி என்பதன் அர்த்தம் அது இட்டுச் செல்கின்ற சமூக விளைவுகளின் அமைப்புக்குள் இருக்கிறது, அல்லது அதன்கீழ் எழக்கூடிய சாத்தியமான சமூகக் கேள்விகள் எல்லாவற்றின் தீர்வில் இருக்கிறது. இந்தத் தீர்வுகளோ, விளைவுகளின் ஒழுங்குகளோ அவற்றில் பயன்படுத்தப்படும் வார்த்தைகளால் மட்டும் முழு அளவில் நிர்ணயிக்கப்பட முடியாது, அதற்கு அச்சட்டம் பயன்படுத்தப்படப் போகின்ற சமூக நிலைமைகளின் அறிவும் தேவை, அவற்றைப் பயன்படுத்த இட்டுச் செல்லும் சூழல்களின் அறிவும் தேவை. *(The Process of Judicial Legislation, in 48 American Law Review (1914), pp. 161, 183. The italics are Professor Cohen's. I should like here to emphasize the debt I owe to this brilliant paper.)* ...ஒரு சட்டவிதியின் அர்த்தம், ஆக, சமூகத் தேவைகளின் ஒளியில் பிறக்கும் ஒரு நீதித்துறை ஆக்கம். சட்டமன்றம் உண்மையில் நோக்கமாகக் கொண்டிருந்தது என்ன, அல்லது ஒரு சட்டவிதி என்பது சாதாரணமாக என்ன அர்த்தப்படுத்துகிறது என்பதை அல்ல, குறித்த சூழ்நிலை எல்லாவற்றையும் கணக்கில் கொண்டு, பொதுமக்கள் எவ்விதம் செயல்பட வேண்டும் என்பதையே அது முடிவு செய்கிறது." இங்கு ஆலோசனைகளாகச் சொல்லப்பட்ட குழுக்கள், ஒரு சட்டவிதியின் விளைவுகள் என்ன என்பதை விளக்கும். அவை உணர்வு பூர்வமாகவும், அனுபவத்தின் ஒளியிலும் சட்டத்தின் அர்த்தத்தின்மீது மிக முக்கியத் தாக்கத்தை ஏற்படுத்தப்போகின்ற ஒரு மரபுவிதித் தொகுதியை ஏற்படுத்தும். அவற்றின் விளைவுகளை உணர்கின்றவர்களின் அறிவினால்தான் அதன் ஆணைகள் செயல்படுத்தப்படும். அதற்கு வெளிப்பாட்டை வேண்டுமென்றே அளிக்க முனைகின்ற நிறுவனங்கள் வாயிலாக வெளிப்படுத்தப்படும் அனுபவத்திற்குள் அவை புதைந்திருக்கும். இந்த அமைப்புகள், நான் விளக்கியதுபோல, அறிவுரைப்பதற்கானவை; ஆனால் அவற்றின் அறிவுரைகளைப் புறக்கணிப்பது அவ்வளவு எளிதல்ல என்று

நினைக்கிறேன். ஏனெனில் அவை தரக்கூடிய அறிவுரைகள் வேறெவரும் அளிக்கச் சாத்தியமில்லாதவை என்பதை அவற்றின் முகத்திலேயே தெரிந்துகொள்ளலாம். அவை சட்டத்துக்கு விளக்கமளிப்பவை, அதனால் சட்டங்களை ஆக்குபவை. அச்சட்டங்களைச் சுமக்கும் மனிதர்களின் உணர்வுகளைக் காண்பதால் அவை சட்டத்தின் மெய்யான விளைவுகளை வெளிச்சத்துக்குக் கொண்டுவரும். ஆகவே சட்டங்கள் பயன்படுத்தப்பட வேண்டிய வழியை அவை நிர்ணயிக்கும். அதன்படி, தேவையான மாற்றத்தையும் திருத்தத்தையும் அவை சுட்டிக் காட்டும். சமுதாயத்திலுள்ள ஒவ்வொரு ஆர்வத்துக்கும் அவை அரசின் ஆர்வம் போலவே ஒரு நெருக்கமான தொடர்பை உருவாக்கும். அரசின் நோக்கத்தை அவர்களின் சொந்த நோக்கங்களுக்குள் கலந்துவிடச் செய்வார்கள். சமூக அனுபவத்தின் மொத்த அளவின் ஒரு பகுதியான, அரசு கொண்டுள்ள நிறைவற்ற பார்வையைத் தாங்கள் வைத்துள்ள களஞ்சியத்திலிருந்து அறிவு, உணர்வுகள், சிந்தனைகள் ஆகியவற்றுடன் நேரடியாகத் தொடர்புபடுத்தி அவை நிறைவு செய்யும். அதிகாரத்தைத் துண்டுதுண்டாக உடைத்து நிர்வாகத்தைச் செயலிழக்கச் செய்ய அவற்றால் முடியாது; ஆனால் தான் இலக்காக வைத்திருக்கும் நோக்கத்திற்குச் செல்லவேண்டிய வழியில் தேவையான பாலங்களைக் கட்டி நிர்வாகத்தை வளமுறச்செய்யும். நான் வலியுறுத்தியது போல, அரசுக்குச் சமூகத்தில் சிறப்பான இடத்தைத் தருகின்ற குடிமக்கள் வட்டத்தின் முதன்மையை அவை காப்பாற்றும்; ஆனால் மறுப்பின் ஆற்றலை ஒருங்கமைத்து, அந்த முதன்மை போதிய அளவு புரிந்துகொள்ளப்படாத இடங்கள் அல்லது வேண்டுமென்றே புரிந்துகொள்ளப்படாத இடங்கள் ஆகியவற்றை அவை வலியுறுத்திக் காட்டுகின்றன. நிர்வாகத்துக்கு அவை ஒரேசமயத்தில் எச்சரிக்கையாகவும் ஊக்கியாகவும் சட்ட மன்றத்துக்கு உதவியாகவும் இருக்கின்றன. ஒன்றிற்கு ஓர் எச்சரிக்கையும் ஊக்கியுமாக இருப்பது, அது பணி செய்யக்கூடிய எல்லைகளை வெளிப்படையாகவே சுட்டிக் காட்டுவதனால்; மற்றதற்கு உதவியாக இருப்பதற்குக் காரணம், அதற்கு அது மெய்ம்மைகளின் தொகுப்பைத் தருகிறது. அத்தொகுப்பிலிருந்துதான் அதன் பணிகளான விமரிசனமும் சட்டச் செயல்களும் வளர்ச்சியடைய முடியும்.

இத்தொடர்பில் மற்றொரு வார்த்தை சொல்லப்பட வேண்டும். மைய அரசாங்க மற்றும் வட்டாரக் குழுக்களில் அவற்றின் வட்டம், ஹாமில்டனின் வேறுபடுத்தலின்படி, செல்வாக்குதானே தவிர அரசோச்சுதல் அல்ல என்பதை நான் வலியுறுத்தியிருக்கிறேன். அவை நேரடியாக நிர்வகித்தல் அல்லது சட்டமியற்றலைவிட கருத்துகளைத் தெரிவிக்கும். இந்த வகைமைகளுக்குள்ளான எல்லை வசதிக்காக ஏற்பட்ட ஒன்றே அன்றி, மெய்யானதல்ல என்பதை முதலிலேயே

அரசியல் நிறுவனங்கள் | 519

கூறிவிட வேண்டும்; இரண்டாவதாக, இரண்டு குழுக்களும், முக்கியமாக வட்டாரக் குழுக்கள், மேலும் மேலுமாகச் சிறு நிர்வாகம், ஆய்வு ஆகியவற்றின் சட்டவிதிகளின்கீழ் உள்ள கடமைகளைச் செய்யுமாறு ஆக்கப்படும் என்பது அனுபவத்தில் ஒருவேளை தெரியவரும். ஆகவே தவிர்க்கவியலாமல் விதிசெய்யும் அதிகாரம் ஒன்றைத் தங்களுக்கு அவை பெற்றுக் கொள்ளும் என்று நம்புகிறேன். தாங்கள் விதித்த முடிவு தெளிவாக இருப்பதால் மையத்தில் விதித்த மற்றும் செயல்படுத்தப்பட்ட குறித்த கீழ் எல்லைகளுக்கு மேலும் கீழும் அவை தாங்கள் மேலாய்வு செய்யும் பகுதியிலிருந்து புதிய தேவைகளைச் சேர்த்துக் கொள்ளும். சுருங்கச் சொன்னால், அவை பிறமாதிரிக் கிடைக்காத நேரடி அனுபவத்தின் ஒளியில் அதிகாரத்தைச் செலுத்தும் அதிகார மையங்களாகிவிடும். அந்த நிர்வாகத்தின் மேல் ஒருசீரான வார்த்தைகளில் வெளியிடப்பட முடியாத தேவைகளைப் பரப்பிநிரப்பும். அமெரிக்காவில் கூட்டாட்சி அரசியலமைப்புக்கு முன்பும் 1789க்கு முந்திய ஃபிரான்சிலும் ஒன்றிணைப்புக்குரிய தேவையான ஆற்றலின்மை என்பதை வழக்கமாக உணர்த்தியதுபோல, அதுவரை இல்லாத ஒரு நெகிழ்ச்சிமிக்க சொல்லமைப்பை அரசாங்கத்துக்கு அவை தரும். நிர்வாகம் செய்யப்படும் துறையை அதன் தனித் தேவைகளைச் சந்திக்க வைக்குமாறு இடம் மாற்றும் மிகப்பெரிய சிறப்பு அதற்கு உண்டு. நகர அரசுகள் நம் காலத்துக்குக் கொடுத்த மிகப் பெரிய கொடையான, ஆளப்படுவதோடு மட்டுமன்றி ஆளுவதற்குமான தன்மை கொண்ட குடியாட்சித் தன்மைக்கு மறுஉயிர்ப்புத் தரும்.

VIII. நிர்வாகியைக் கட்டுப்படுத்தல்

சட்டமன்றம் உருவாக்கிய சட்டத்தை நடைமுறைப்படுத்தும் செயல்முறை என்று நிர்வாகத்தைப் பற்றிப் பேசியிருக்கிறேன். ஆனால் உண்மையில் இப்படிச் சொல்வது, அதன் இயங்கெல்லை, முக்கியத்துவம் ஆகியவற்றின் முழுமையற்ற பார்வையைத் தருவதாகும். ஏனெனில் உலகம் முழுவதும், நிர்வாகம் என்பது குடிமக்கள் அமைப்பு வாழுகின்ற ஒழுங்குமுறைகளின் அறிவுக்காக எனச் சட்டவிதிகளின் நுண்ணாய்வைச் செய்வது என்பதற்கும் மேலாகப் பலவற்றை உள்ளடக்கியுள்ளது. சிலசமயங்களில் ஓர் அரசாங்கத் துறைக்குப் பரவலான அதிகாரங்கள் அளிக்கப்படுகின்றது. சிலசமயங்களில் இவை ஆட்சிமன்றத்தில் உள்ள அரசர், அல்லது அவசரச் சட்டங்களை ஆக்கும் அதிகாரம் கொண்ட ஃபிரான்சின் ஜனாதிபதி போன்ற தனியுரிமை பெற்ற மூலங்களிலிருந்து வருவிக்கப்படுகின்றன. சிலசமயங்களில் அவை பொது மருத்துவ மன்றம் போன்ற சட்டவிதிஅமைப்புகளுக்கு

வழங்கப்படுகின்றன. பொதுவான சட்டம் ஆக்கும் அதிகாரத்திற்கு மேலும், எண்ணற்ற கீழமை அதிகாரங்கள் தாங்களே சட்டங்களை உருவாக்குவது போலக் குடிமக்களைக் கட்டிப்போடும் அதிகாரங்கள் பெற்றவையாகத் தோன்றுகின்றன என்பது நவீன அரசில் எப்போதுமே வகைமாதிரியாகக் காணப்படும் விஷயம்.

இந்த நிலைமை, நவீன சட்டமன்ற அமைப்பில் வேலையின் அழுத்தம் அதிகரிப்பதனால் வருகின்ற தவிர்க்க இயலாத விளைவு. இங்கிலாந்தின் பாராளுமன்றம், ஜெர்மனியின் ரெய்க்ஸ்டாக், ஃபிரான்சின் சேம்பர்ஸ் போன்ற ஆட்சியமைப்புகளுக்கு எழப்போகின்ற ஒவ்வொரு சாத்தியச் சூழலையும் சந்திக்கின்ற விதமாகச் சட்டவிதிகளை மிக நுண்ணியதாகத் தொகுக்க நேரம் என்பதே கிடையாது. அவற்றுக்கு நேரமும் இல்லை, திறமையும் இல்லை. ஏனெனில் நவீன சட்டமன்றம், அதன் அளவினால், தொழில்நுட்ப விவரங்களைக் கட்டமைக்கத் திறமை அற்றதாக இருக்கிறது என்பது மட்டுமல்ல, எந்தச் சட்டவிதியின் கீழும் எழப்போகின்ற பிரச்சினையின் வகையை முன்னறியக்கூட இயலாதது; முன்னறியப்பட்ட எவ்வித சட்டமன்றத் தீர்வுக்கும் கீழ்க் கொண்டுவரப்பட முடியாத பிரச்சினைகள் பல எழும். இம்மாதிரிச் சமயங்களில் எல்லாம் நிர்வாகத்தின் எந்தத் துறையிடம் அந்த அதிகாரம் ஒப்படைக்கப்படுகிறது என்பதை எப்போதுமே சொல்லமுடியாவிட்டாலும், பொதுவாக அதிகாரங்களை நிர்வாகத்திடம் ஒப்படைப்பது நல்லது. உதாரணமாக, பிரிட்டிஷ் அஞ்சல் அலுவலகம், மொரீஷியஸுக்கு ஒரு கடிதம் அனுப்ப எவ்வளவு தொகை செலுத்தவேண்டும் என்பதைச் சொல்லும். யார் ஒரு வணிகத்தொழிலை ஆரம்பிக்க முன்வந்தாலும் அவர் ஈடுபடப் போகும் உற்பத்தி வகை 1909இன் வணிக வாரியச் சட்டத்தின்கீழ் வருகிறதா, எவ்விதம் அது வருகிறது என்பதைத் தொழில் அமைச்சகம் சொல்லும். ஒருவர் ஹாங்காங்கிற்குப் புலம்பெயர்வதாக இருந்தால், அரசரின் சட்ட மேற்பார்வைக்குக் கீழ்ப்பட்ட எந்த ஒரு அயல்நாட்டுப் பிரதேசமாக இருந்தாலும் 1890இன் அயல்நாட்டுநீதித்துறைச் சட்டத்தின் கீழ்வரும் ஒரு டஜன் சட்டங்களை ஒழுங்குபடுத்தும் மன்றம் அங்கு அமுல் படுத்தியதா என்பதை அயல்நாட்டு அலுவலகம் அவருக்கு எடுத்துரைக்கும். நீதிமன்றக் கட்டணங்கள் பற்றி அவர் நீதித்துறைச் சட்டங்களிடமிருந்து அல்ல, உச்ச நீதி மன்றத்தின் விதிகளால் அறிந்துகொள்வார். எஸெக்ஸில் தனது பண்ணையில் வெங்காயம் அழுகிவிட்டால் என்ன செய்வது என்பதை விவசாய வாரியத்தின் ஒழுங்குமுறைகளிலிருந்து தெரிந்து கொள்வார். அதிகாரப்பூர்வமான விஷங்கள் என்னென்ன என்பதை எந்தச் சட்டவிதியின் பட்டியலிலிருந்தும் அறிய முடியாது, ஆனால் உள்துறை அலுவலகம், மருந்தகச் சங்கம் ஆகியவை வெளியிட்ட,

அவற்றின் நோக்கில் மாற்றக்கூடிய விதிமுறைகளிலிருந்து பெறமுடியும். அவருக்கு ஒரு மகன் இருந்து, உதவித்தொகை கிட்டுமானால், ஆக்ஸ்ஃபோர்டுக்குப் படிக்க அனுப்ப விரும்பினால், இடைநிலைப் பள்ளிகளிலிருந்து பல்கலைக்கழகங்களுக்கு எவ்வித உதவித்தொகைகள் கிடைக்கும் என்பதை அறியக் கல்வி வாரியத்தின் ஒழுங்குமுறைகளைப் பார்க்கவேண்டும். அவர் லண்டனிலிருந்து ஆம்ஸ்டர்டாம் செல்லும் பொதுவான்வழிச் சேவை ஒன்றை நிறுவி அதனால் பிழைக்கவேண்டும் என்றால், அதற்கான ஒழுங்குமுறைகளை அவர் 1920இன் வான்வழிச் செல்லுகைச் சட்டத்தில் காணமுடியாது, ஆனால் அதன்கீழ் உள்ள மன்றத்தில் வெளியிடப்பட்ட பல ஆணைகளில் காணலாம். கடன்தொகை செலுத்தாமைக்கான அழைப்பாணை அபராதத்தைப் பற்றித் தெரிந்துகொள்ள வேண்டுமானால் 1839இல் போல, அவர் அதை நகராட்சிக் காவல்துறைச் சட்டத்தில் காணமுடியாது, உள்துறை அலுவலகத்தினால் தயாரித்து விநியோகிக்கப்படும் அட்டவணைகளில் காணலாம். சுருக்கமாக ஒரு மனிதர் தானிருக்கும் நிலையை அறியவேண்டுமானால், இப்படிச் சொல்லலாம். பாராளுமன்றத்தில் அரசர் சராசரியாக ஒவ்வோர் ஆண்டும் எண்பது சட்டங்களை வெளியிடுவார், ஆனால் நிர்வாகம் வெளியிடும் ஒழுங்கு முறைகளும் விதிகளும் அதைப்போல் முப்பது மடங்கேனும் நிச்சயமாக இருக்கும்.

இதன் விளைவைப் பலவேறு சட்டமியற்றும் அமைப்புகளின் ஆக்கத்திலிருந்து கண்டுகொள்ளலாம் என்பது மட்டுமல்ல. நீதிமன்றங்களின் அதிகாரப்பகுதிகள்மீது வளருகின்ற எல்லைகளிலும் தெரிந்து கொள்ளலாம். நிர்வாக அமைப்புகள் நீதிமன்றக் கடமைகளை மேற்கொள்ளுமாறு வற்புறுத்தப்படுவது மட்டுமல்ல, அவற்றை அவை நிகழ்த்துகின்ற வழிமுறை மிகச் சிறப்பாக அமையவேண்டும், அதனால் அவற்றின் செயல்முறைகளை நுண்ணாய்வு செய்வதிலிருந்து நீதிமன்றங்களே விலக்கப்படும். ஓர் அரசாங்கத் துறை பகுதியளவான நீதித்துறைசார் பணிகளை ஏற்கும்போது, அதை இயலச் செய்கின்ற சட்டத்தில் அதற்கான உடனடி விதிமுறை இல்லை என்றால், அந்தத் துறையே எந்தச் செயல்முறை அதற்குச் சிறந்தது என்பதைத் தானே தொடங்கி நடத்திக் கொள்ளலாம் என்று மிக உச்சமான ஆங்கிலத் தீர்ப்பாணையம் முடிவு செய்திருக்கிறது; அந்தச் செயல்முறை நீதிப்படி முடியுமா அல்லது முடிய இயலுமா என்பது பற்றி நீதிமன்றங்கள் கேள்வி எழுப்பாது. (Arlidge v. Local Government Board (1915), A.C. 120.) அமெரிக்காவின் மிக உச்சமான தீர்ப்பாணையம், புலம்பெயர் விஷயங்கள் யாவற்றிலும், தொழில்துறைச் செயலரின் முடிவுகளே இறுதியானவை என்று முடிவு செய்திருக்கிறது. (U.S. v. Ju Toy, 198 U.S. 253.) உதாரணமாக, அமெரிக்காவில் பிறந்த ஒரு ஜப்பானியன் கனடாவுக்குச் சென்று திரும்பிவந்தால் சட்டவிதிக்கு இனி கட்டுப்படாத ஒரு நிர்வாகத்

துறையின் தடையாணை காரணமாக அமெரிக்க ஐக்கியநாட்டிலிருந்து வெளியேற்றப்படலாம். மேலும் அங்கு, ஒரு நிபுணர் ஆணையத்தின் கண்டறிதல்களே இறுதியானவை, அவை மீண்டும் ஒரு நீதிமன்றத்தில் விவாதிக்கப்பட மாட்டா என்று நிர்ணயிக்கப்பட்டுள்ளது. (Baltimore & Ohio R.R. Co. v. Pitcairn Coal Co., 215 U.S. 481; I.C.C. v. Union Pacific R.R. Co., 222 U.S. 541.) அதேபோல ஃபிரெஞ்சு ஜனாதிபதியின் அவசரச்சட்ட அதிகாரம் நுண்ணாய்வுக்கு அப்பாற்பட்டது. இங்கிலாந்திலுள்ள காப்பீட்டு ஆணையர்களும் பல வழிகளில் நீதிமன்றங்களின் அதிகாரங்களுக்கு அப்பாற்பட்டவர்கள். இப்படிப்பட்ட வளர்ச்சி, பொதுமக்கள் சுதந்திரத்தில் தீவிரமாகத் தலையிடாமல் இருக்க வேண்டுமெனில் அதற்குப் போதிய பாதுகாப்பு அம்சங்கள் வேண்டும். சட்டவிதிகளின் பழமைத் தாயகமான இங்கிலாந்தில், ஆட்சியெல்லைப் பாதுகாப்புச் சட்டத்தின் ஒற்றை ஒழுங்குவிதி, ஆட்கொணர்வுச் சட்டம் போன்ற அடிப்படையான ஒன்றை இல்லாமற் செய்துவிட்டது என்பதை நினைவு கொள்ளும்போது இது மிகத் தெளிவான மனஎழுச்சியோடு புலனாகிறது. (R. V. Halliday (1917), A.C. 226. But note the dissenting opinion of Lord Shaw.)

இந்த வளர்ச்சியில் பெருமளவு முழுமையாகப் புரியக்கூடியதுதான். உதாரணமாக, அரசுக் காப்பீடு போன்றவற்றில் மிகப் பெரிய பிரச்சினைகள் ஏற்படும்போது தங்கள் தினசரி நடவடிக்கையின் ஒரு பகுதியாக அவற்றைத் தீர்க்கின்ற அதிகாரிகளிடமே அவற்றின் விளக்கத்தை விட்டுவிடுவது சந்தேகமின்றி மிகவும் வசதியான ஒன்றுதான். அதன் பயன்படுத்தலில் அவர்கள் மிகப் பெரிய திறனை அடைந்திருக்கிறார்கள். அதற்குச் சமமான திறனிருப்பதாக எந்த நீதியமைப்பும் கருதமுடியாது; அவர்களுடைய விளக்கத்திற்கு ஒரு கனம் இருக்கிறது. அதை எந்தச் சமுதாயமும் புறக்கணிக்க தைரியப்படவும் முடியாது. மெய்யாகவே, அரசின் பணி என்பது இப்போது ஒரு தனிப்பட்ட வணிகம் போல் ஆகிவிட்டது. அதனால் பேராசிரியர் டைசி வலியுறுத்துகிறார்: "தனது சொந்த வணிகத்தின் மேலாண்மையில் ஒரு தனிநபருக்கு எவ்விதச் சுதந்திரம் இருக்கிறதோ அவ்விதச் செயல் சுதந்திரம் அரசு அலுவலர்களுக்கும் வேண்டும்." (31 Law Quarterly Review (1915), p.150.) இந்த அளவு வரை ஓரளவு தெளிவாக இருக்கிறது. ஆனால் விதிகளை அடிப்படையாகக் கொண்ட அதிகாரத்திலிருந்து வருவிக்கப்பட்ட நிர்வாகத்துறை நீதிக்கும் அதிகார வர்க்க ஆட்சிக்கு மெல்ல இறங்குதலுக்குமான தொடர்பு அபாயகரமான அளவுக்கு நெருக்கமானது என்று வரலாற்று அனுபவம் காட்டுகிறது. ஆகவே இந்த அதிகாரங்கள் எந்த அளவுக்கு முக்கியமானவையோ அதே அளவுக்காயினும் இவற்றைத் தவறாகப் பயன்படுத்தலுக்கு எதிரான தடைகளும் முக்கியமானவை. இவற்றுக்கான தீர்வு எங்கே உள்ளது?

பிரச்சினைகளைத் தர்க்க வரிசைப்படி நாம் எடுத்துக் கொள்வோம். நமக்கு (அ) சகிக்கவியலாத அல்லது தேவையற்ற விதிகளைச் செய்வதிலிருந்து பாதுகாப்புகள் தேவை (ஆ) நீதித்துறையின் முன்னுரிமை தேவையற்ற வகையில் குறுக்கீடு நிகழ்த்தா வண்ணம் போதிய தடை தேவை. ஆகவே தெளிவாகவே, எல்லா அதிகார ஒப்புவிப்புகளும் திரும்பப் பெறக் கூடியவை என்பது முதல் தேவை. அது ஒருவேளை மோசமாகச் செயல்படலாம். தன்னளவில் அது சரியாக இருந்தாலும், அது ஒருவேளை தன்னை நிர்வகிக்கத் தகுதியில்லாத அமைப்பிடம் ஒப்படைக்கப்படலாம். அதன் பயன்பாட்டுக்குச் சிறப்பு வரையறைவிதிகள் சேர்க்கவேண்டிய தேவை இருக்கலாம். ஆகவே பொறுப்பு ஒப்படைப்பு என்பது எப்போதுமே சட்டமன்றத்தினால் திரும்பப் பெறுவதாக இருக்கவேண்டும். அளிக்கப்பட்ட அதிகாரங்களின் எல்லைகள் எப்போதுமே கடுமையாக விதிக்கப்பட வேண்டும். அந்த எல்லைகளின் வரையறையை மீற ஒருபோதும் நீதிமன்றங்களுக்கு அதிகாரம் இருக்கலாகாது. இந்த இரண்டாவது கட்டுப்பாட்டிற்குக் காரணத்தை ஷா பிரபு மிக அற்புதமாக விளக்குகிறார். ஆங்கில அமைப்பைப் பற்றி அவர் சொல்கிறார்: "தற்காலத்தில் பிரிவி கவுன்சிலை சட்டவிதிகளுக்கான ஒரு நிர்வாக வழியாகக் கையாளுகின்ற ஒழுங்கு அளவுபடுத்தப் பட்டுள்ளது. அது சட்டமன்றக் கட்டுப்பாட்டின் வரைவெல்லையினால் இன்னும் அறுதியாகக் அளவுபடுத்தப்பட வேண்டும். அந்த நிர்வாக வழியே அந்த நாளுக்குரிய அரசாங்கத்தினுடையது. வாக்காளரின் கட்டளை மீறப்பட்டால் ஒரு தன்னிச்சையான அரசாங்கத்திற்கு மாறுவதற்கும், அதனால் அதீத அரசியலமைப்புச் சட்டத்திற்கும் பொதுமக்கள் அபாயத்திற்கும் காரணம் எழுகிறது. சட்ட மன்ற முயற்சிகளின் நசுக்குதல் அதிகரிப்பு, பிரிவி கவுன்சிலின் ஆணைகள் என்ற கருவிகள் வாயிலாக நிர்வாகம் புகலிடம் தேடுகின்ற வசதி ஆகியவை அரசாங்கத்தின் எந்தச் செயல்பாட்டையும் நீதிமன்றம் தனித்த நுண்ணாய்வு என்ற போக்கில் அல்லாமல் ஒத்துழைப்பு நோக்குடன் அணுகுவதைவிட அந்த அபாயத்தைப் பலமடங்கு அதிகரிக்கும். அது பொதுமக்கள் மனஎழுச்சிக்கும் அபாயத்திற்கும் வழியாகும்." மூன்றாவதாக விதிகளை உருவாக்கும் துறை, அதன் அதிகாரங்களால் பாதிக்கப்படப் போகின்ற குறித்த நலன்களைக் கலந்து ஆலோசிக்காமல் அந்த ஆணைகளை வெளியிடக்கூடாது. மேலே விவாதிக்கப்பட்ட அறிவுறுத்தும் குழுக்கள் இந்த இடத்தில்தான் மிக மதிப்புள்ளவையாக இருக்கும் என்று நினைக்கிறேன். பொருத்தமான குழுக்களிடம் விமரிசனத்திற்கு ஒப்படைக்காமல் எந்தத் துறைக்கும் ஆணைகளை வெளியிட அதிகாரம் இருக்கலாகாது. அங்கு அவை பின்னொப்புதல் வாங்கப்பட்டால், பிறகு அவை தங்கள் வழக்கமான வடிவங்களான விளம்பரம், அறிவிப்பு ஆகியவற்றின் ஊடாகச்

செல்லலாம். குழு அவற்றைப் புறக்கணித்தால் ஆட்சேபணை தங்களால் ஏற்றுக் கொள்ளப்பட்டது என்ற அறிவிப்புடன் அவை உடனடியாகச் சட்டமன்றத்திற்குத் தெரிவிக்கப்பட வேண்டும்; அவ்வாறு நிகழ்ந்தால், சட்டமன்றத்தின் தீர்மானத்தின் வாயிலாக திட்டவட்டமாக உறுதிப்படுத்தப்படும் வரை அவை சட்டப்பூர்வமான செயல்பாட்டுக்கு வரலாகாது. இந்தப் பாதுகாப்பின் ஆதாயம் என்னவெனில் ஆணைகளின் விளைவுகளை அனுபவிக்கின்றவர்களால் பெரும்பாலும் அவை முறையாக நுண்ணாய்வு செய்யப்படும் உறுதியை அளிக்கிறது. அதிகாரிகளின் அமைப்பு தங்கள் மிக வரையறைப்பட்ட அனுபவத்தினால் ஆன அனுமதியை அன்றிப் பிறவற்றால் தங்கள் விருப்புறுதியைச் சமுதாயத்தின்மீது திணிக்காவண்ணம் அது தடுக்கிறது. நான்காவதாக, வெளியிடப்பட்ட ஆணைகளின் முழு விளம்பரத்தையும் உறுதிப்படுத்தப் போதிய ஏற்பாடுகள் இருக்கவேண்டும். கோட்பாட்டின்படி, இன்றைய அரசின் குடிமக்கள் யாவரும் அதன் விதிகள் எல்லாவற்றையும் அறிந்திருக்கிறார்கள் என்றாலும், நடைமுறையில் அவர்கள் அறிவில் குறித்த அளவு புலப்படும்படியான இடைவெளி காணப்படுகிறது; ஆகவே துறைகள் தங்கள் வெளியீட்டுக்கான மொழிவுகளை அறிவுறுத்தும் குழுக்களுக்கு விளக்கச் செய்வது விவேகமானது என்று நினைக்கிறேன். உதாரணமாக, லண்டன் கடைக்காரர்கள் யாவரும் லண்டன் கெஜட்டைப் படிப்பதை வாடிக்கையாக வைத்திருப்பதில்லை; தொழில்சார் இலக்கியத்தைப் படிப்பதற்கான தங்களுடைய ரசனையை எந்த அளவு அவர்கள் அடையமுடியுமோ அவ்வளவுக்கு நல்லது.

அரசாங்கத் துறைகளை விட்டு, விதிகளை உருவாக்கத்தக்க வட்டார மற்றும் சிறப்பு அமைப்புகளை அணுகும்போது சற்றே வேறுவித வீச்சினைக் கொண்ட பிரச்சினைகளை நாம் சந்திக்கிறோம். மான்செஸ்டர் துணைவிதிகளை உருவாக்கிக் கொள்ள இயலும்; இவ்விதமே ஆக்ஸ்ஃபோர்டு, கேம்பிரிட்ஜ் கல்லூரிகளும், தெற்கு இரயில்வேயும். தங்கள் வாய்ப்புகளை அவர்கள் தவறான முறையில் பயன்படுத்தினால் அதற்கு எதிராக நாம் எப்படி நம்மைத் தற்காத்துக் கொள்வது? ஏனெனில், கேள்வியின்றி, அவை விசித்திரமான செயல்களைச் செய்யும்: இங்கிலாந்திலிருந்த ஓர் வட்டாரத் தலைமை ஞாயிற்றுக்கிழமை மாலை நேரங்களில் சோம்பித்திரியலாகாது என்று தடைசெய்தது. ஜெர்மன் நகராட்சிகள் பையன்கள் தெருவில் கால்பந்து விளையாடக்கூடாது என்று தடைவிதித்துள்ளன. இங்கு கஷ்டம் என்னவெனில், முட்டாள்தனமான சட்டமியற்றலையும் தடைசெய்யவேண்டும், ஆனால் வட்டார அமைப்புஒரு முழு முன்னெடுப்பைச் செயல்படுத்தும் அதிகாரத்தின்மீது தேவையற்ற கட்டுப்பாடும் ஏற்பட்டுவிடலாகாது. உதாரணமாக, ஆக்ஸ்ஃபோர்டு

பல்கலைக்கழகம் கட்டாய கிரேக்கப்பாடத்திற்கு எதிராகச் சட்டமியற்றினால் அதைமீறிய சக்தி எங்கும் இருக்கலாகாது; ஆனால் இப்படிப்பட்ட அதிகாரம் கேம்பிரிட்ஜ் பல்கலைக்கழகம் தன் உறுப்பினர்களாகப் பெண்களை விலக்குகின்ற உரிமையை யாரும் ஒப்புக்கொள்ள மாட்டார்கள். இப்போது ஒரு விதிபோல, இரண்டுவகைத் தற்பாதுகாப்புகள் உள்ளன. எந்த ஒரு துணைவிதியின் சட்டப்பூர்வத் தன்மையும் நீதிமன்றத்தில் சோதித்துக் கொள்ளப் படலாம். இங்கிலாந்தின் இரயில்வே குழுமங்கள் போக்குவரத்து அமைச்சகத்துக்குத் தங்கள் துணைவிதிகளைச் சமர்ப்பிப்பதுபோல, புதிய துணைவிதிகள், பின்னொப்புதல் தர மறுக்கக்கூடிய ஏதேனும் ஒரு குறித்த அரசாங்கத் துறைக்குச் சமர்ப்பிக்கப்பட வேண்டும். முதல்வகைக் கட்டுப்பாட்டைப் பொறுத்தவரை, கேள்வி ஏதும் இல்லை; அதிகாரப் பிரிவினைக் கொள்கைக்கு நிறுவுவதற்காக நாம் முனைந்த நியாயப் பாட்டிற்குள் அது உள்ளடங்கியிருக்கிறது. இரண்டாவது வகை, மேலும் கேள்விக்குட்படுத்தக் கூடியது என்று நினைக்கிறேன். ஒரு நகராட்சிக் கழகம் தனது தலைமையதிகாரத்தின் பெரும்பகுதியை வாக்காளர்களின் விருப்பத்திலிருந்து பெறுகிறது. ஓர் இரயில்வே குழுமம் போன்ற வணிக அமைப்பு அதைவிடப் பரவாயில்லை. இரண்டு விஷயங்களிலும் அதிகாரிகளின் கட்டுப்பாடு என்பது ஒரு துறையின் விருப்பத்தை மனிதர்கள்மீது குறுக்கிட வைப்பதாகும். உண்மையில் அந்த மனிதர்களுக்குத்தான் அந்த அதிகாரங்கள் சொந்தமானவை. எனவே ஓர் அதிகார ஆட்சியின் சுயவிருப்பத்திற்குள் அவை இருக்கலாகாது. நான் சொல்லும் தற்பாதுகாப்புகள் இருவகை. ஓர் வணிக அமைப்பைப் பொறுத்தவரை ஒரு விதியின் அனுமதிமறுப்பு என்பது அந்தத் துறையின் சட்டமன்றக் குழுவுக்குத் தெரியப்படுத்திய பின்னரே அவ்விதி அனுமதி மறுக்கப்பட வேண்டும்; அதனால் பின்னது அந்தப் பிரச்சினையைச் சட்டமன்றத்தில் எழுப்புவதற்கு வாய்ப்பாகும். நகராட்சிக் கழகங்கள், பல்கலைக்கழகங்கள் போன்றவற்றில் பின்வரும் இரு வழிகள் தவிர வேறுவழிகளில் அனுமதிமறுப்பு செயல்படலாகாது; (1) அனுமதி மறுப்பு முன்மொழியப்பட்ட விதி அதிகார வரம்பிகந்தது என்ற சட்ட அடிப்படையில் இருந்தால், அது ஓர் எச்சரிக்கை என்ற வடிவத்திலேயே இருக்கவேண்டும். அதை அந்தப் பொதுஅமைப்பு நீதிமன்றத்தில் சோதித்துக் கொள்ள அதிகாரம் உண்டு; (2) முன்மொழியப்பட்ட விதி சாராம்சத்தில் விரும்பத்தக்கதல்ல என்ற அடிப்படையில் அனுமதி மறுக்கப்பட்டால் அந்தத் துறை தனது பார்வைகளை நேரடியாகச் சட்டமன்றத்திற்கு அறிவிக்க வேண்டும். சட்டமன்றம் தகுதி என்று நினைத்தால் அதை இல்லாமற் செய்யலாம். ஏனெனில், ஒரு நகராட்சி ஞாயிற்றுக் கிழமை ஊர் சுற்றலைத் தடுப்பது தகுதியானது என்று கருதினால் அதற்கு மேலான ஓர் விவேகத்தின் தளத்தைக்கொண்டு அதன் முன்னெடுப்பைத் தடுப்பதைவிட அதன்

மனப்பான்மையை அந்த வட்டார வாக்காளர் தொகுதி சோதிக்க விடுவதே மேலானது. சமயங்களில், வட்டார அமைப்புகளின் சிந்தனைகள் ஒரு வினோத வடிவத்தைக் கொள்ள முனைந்தாலும், அவை சிந்திப்பதே மிகவும் சிறந்ததாகும்.

பிரச்சினையின் சட்டப்பூர்வக் கூறு இரண்டு வழிகளில் நோக்கப்படலாம் என்று நினைக்கிறேன். ஒரு நிபுணர் ஆணையத்தின் கண்டறிதல்களை எந்த ஒரு நீதிமன்றச் சோதனையும் அதற்குமேல் சோதிக்காத அளவுக்கு ஒரு நியாயம் இருக்கிறதென்று நான் ஏற்கெனவே கூறியிருக்கிறேன்; உதாரணமாக, நியூயார்க் அரசாங்கச்சேவைத் தேர்வாணையம் ஒரு குறித்த மாவட்டத்திற்கு பெட்ரோல் சேவை அளிக்கவேண்டும் என்று முடிவெடுத்தால், அதைப் போன்ற விஷயத்தில் நீதிமன்றங்கள் அளித்த முடிவை விட முன்னதே தவிர்க்கவியலாமல் சரியானது என்று கொள்ள வேண்டும். இம்மாதிரிக் கண்டறிதல்களை இடர்ப்படுத்துவது தேவையற்றது என்று நினைக்கிறேன். இப்படிப்பட்ட முடிவெடுத்தல்களில் கையாளப்பட்ட முறைகள் சட்டப்படி திருப்திகரமானவை என்ற உறுதிப்பாடு நமக்கு இருக்கவேண்டும் என்பதே முக்கியமானது; அதாவது ஒரு விஷயத்திற்கு முழுநேரத் தயாரிப்பு இருந்ததா, சான்றுகளுக்கான முறையான விதிகள் உண்டா போன்றவை. எனவே மேற்கண்ட முடிவுகள் நீதிமன்றங்களில் நுண்ணாய்வு செய்யப்படுமானால், அது முடிவுகளின் விஷயத்தில் அல்ல, மேற்கண்ட விதிமுறைகள் சரிவர ஆளப்பட்டனவா என்ற அடிப்படையில் மட்டுமே. அமெரிக்க ஐக்கிய நாட்டின் உச்சநீதிமன்றம் இதே மனப்பான்மையைத்தான் கொண்டுள்ளது என்பதைக் குறித்துக் கொள்ளலாம். கிளார்க். ஜே., கூறினார்: "இந்த நீதிமன்றம்... நிர்ணயிக்கத் தேவையான கூட்டாட்சி அரசியலமைப்பு உரிமை மறுக்கப்பட்டுள்ளதா...கேட்புக்கான இப்படிப்பட்ட தேவை இருந்ததா, அல்லது அரசியலமைப்பின் உரிய செயல்முறையைக் குலைப்பதற்கான எவ்விதத் தன்னிச்சையான அல்லது சலனபுத்தி கொண்ட செயல்பாட்டை ஆணையம் செய்ததா என்ற இப்படிப்பட்ட சோதனையை மட்டுமே பதிவின்மீது மேற்கொள்ளும்." (New York etc., v. McCall, 38 Sup. Ct. Rep. 122, 124.) உரிய செயல்முறையின் சாராம்சம் கடைப்பிடிக்கப்பட்டது என்ற இப்படிப்பட்ட உறுதியளித்தல்தான் நமக்கு நிச்சயமாக வேண்டும். ஏதோ ஒரு சிறப்பு நடைமுறையை ஏற்று, அது ஒன்றேதான் முறையான வழி என்று காப்பியடிப்பதை அது குறிக்கவில்லை என்று நினைக்கிறேன்; நிர்வாகச் சட்டம் தனது இயற்கையிலேயே நெகிழ்ச்சியை வேண்டுகிறது. ஆனால் ஒரு நீதிமன்ற நடுவர், ஒரு வழக்கின் பதிவை ஆராயும்போது, அதன் இருதரப்பினரும் முழுமையான நியாயமான கேட்புக்கு உட்பட்டார்கள் என்று தன்னைத் திருப்திப்படுத்திக்கொள்ளலாம் என்பதை அது நிச்சயமாகக் குறிக்கிறது.

இந்த முதல் வழி, ஒப்பளவில் எளிமையானது; வழக்காற்று முயற்சியிலிருந்து அதிக அளவில் விலகலைக் கொண்டிருக்கவில்லை; உண்மையில், ஆங்கிலோ சாக்ஸன் நாடுகளில் அதை நடைமுறைகளின் இயல்பான தரங்களுக்குத் திரும்புதல் என்பதாகவே குறிப்பிடலாம். இரண்டாவது வழிக்கு திட்டமான புத்தாக்கம் என்பது தேவை; அதன் பகுதிகளில் மட்டுமல்ல, முழு நடைமுறைப்படுத்தலின் பரப்புக்கும்தான். பரந்துபட்டு, நான் சொல்லவருவது, அரசும் அதன் குற்றங்களுக்காக ஒரு தனிமனிதனைப் போலவே வழக்குத் தொடரப்பட வேண்டும். அதன் அதிகாரிகள் சட்டவிதிகளின் எல்லைமீறிச் செயல்படும்போது, குற்றம் செய்தால் ஏதோ ஒரு ஜான் ஜோன்ஸிடமிருந்து பணம் தண்டமாக வசூலிக்கப்படுவது போல் நீதிமன்றங்கள் மூலமாக பொதுக் கருவூலத்திலிருந்து வசூல் செய்யப்பட வேண்டும். அரசாங்கத்தின் மையமாக பணிகளில் வேலை செய்வது மனிதர்களைத் தங்கள் தவற்றிலிருந்து விடுவித்துவிடும் என்ற பெரிதும் நியாயமாகக் கருதப்படுகின்ற முடிவை ஏற்கலாகாது என்பதே இங்கு வலியுறுத்தப்படுவது. தனிப்பட்ட முயற்சிகளைப் போலவே அரசின் பொதுமுயற்சிகளும் தவற்றுக்கு ஆட்படுவதில் குறைந்தவை அல்ல. அதனால் ஒன்றும் அதன் பொறுப்பைக் கடுமைகுறைவாகத் தட்டிக்கழித்துவிடலாகாது. சட்டரீதியான பொறுப்பின் வகைமைகளிலிருந்து அரசை விலக்குவதால் ஏற்படும் அபாயத்தைப் பற்றி நாம் போதிய அளவு உணரவில்லை. ஒரு சட்டரீதியான விலக்கம் என்றுதான் அது தொடங்குகிறது, பிறகு கொஞ்ச நாட்களில் சட்டவகைமை என்பது மாறி, ஒழுக்க வட்டத்திற்குள் அது சென்று விடுகிறது. அதனால், சாதனை என்ற ஒன்றே பெரிதாக மாறி, அது எந்த வழியினால் அடையப்பட்டது என்பதைப் புறக்கணித்துவிடுவார்கள். தன்னளவில் ஓர் இலக்கின் பகுதிகள் சட்டத்தின் பிடிக்கு அப்பாற்பட்டவை என்று அதற்குப் பெருமை தரும்போது சுதந்திரத்தின் நிஜமான பாதுகாப்புகள் தூக்கி எறியப்படுகின்றன. பொறுப்பின்மைக்குப் பொதுக் கொள்கை என்ற சந்தேகத்திற்கிடமான விளக்கம் தரப்படலாகிறது. வரலாற்றில் ஒழுக்க அளவில் அருவருப்பான பழக்கமாகிய எதற்கும் அரசியல்-காரணம்கற்பித்தல் என்பதற்கும் இதுவே அடிப்படையாகிறது. அரசினைச் சட்டத்தின் பிடிகளிலிருந்து விடுவிப்பது என்பது நடைமுறையில் வழக்கமாக மற்ற மனிதர்களிடமிருந்து எவ்விதக் கடப்பாடுகளை எதிர்பார்ப்போமோ அவற்றிலிருந்து அரசின் அதிகாரிகளை விடுவிப்பதாகிறது. இவ்வித விடுவிப்பு அதிகாரஆட்சியின் மிகமோசமான கேடுகளை வளர்க்கிறது. அவ்வாறு விடுவிக்கப்பட்டவர்கள் விமரிசனத்தினை ஏற்கப் பொறுமையற்றவர்களாகவும் விசாரணைக்கு உட்பட மறுப்பவர்களாகவும் ஆகிறார்கள். இப்படியாக நன்னடத்தையைக் கட்டுப்படுத்தும் காரணிகள் தளர்த்தப்படுகின்றன; தங்கள் தனிப்பட்ட

வாழ்க்கையில் மேன்மையுடனும் மென்மையுடனும் அன்பாகவும் நடந்து கொள்பவர்கள், அரசுமுறை என்று வரும்போது வேறான மனிதர்களாகி விடுவதை நாம் காண்கிறோம். ஆனால் இதிலிருந்து பெறப்படுவது, அரசு முறை என்பதை நாம் வேறாக மதிப்பிட வேண்டும் என்பதல்ல. மாறாக, இயல்பான நீதிமுறையின் தரங்களையே இன்னும் கண்டிப்பாக நடைமுறைப்படுத்தவேண்டும் என்பதைத்தான் அது குறிக்கிறது.

இதற்கு மாற்றின் முடிவுகளைச் சுருக்கமாக நாம் காண்போம். வணிக வாரியத்தினால் தனிப்பட்டவர் ஒருவருக்கு அளிக்கப்பட்ட காப்புரிமையில் பிரிட்டிஷ் கப்பற்படைத்தலைமை விதிமீறலாம்; *(Feather v. Regina, 6 B. & S. 257.)* ஆனால் இப்படிப்பட்ட விதிமீறலை வேறொரு தனிமனிதர் நிகழ்த்தினால் உடனடியாக அதற்கு இழப்பீடு வழங்கவேண்டிவரும். அஞ்சல்துறைத் தலைமையதிகாரியின் வாகனம் செல்வி பெய்ன்பிரிட்ஜின்மீது மோதிவிடலாம், ஆனால் அரசின் பொறுப்பற்ற தன்மை காரணமாக அவருக்கு ஓட்டுநரின் எளிய கூலி மட்டுமே இழப்பீடாகத் தரப்படுகிறது. வேறெந்த உரிமையும் அவருக்கு இல்லை. *(Bainbridge v. Postmaster-General (1906), I K.B. 178.)* ஒரு தனிமனிதரைத் தனது தொழில்வணிகத்தைக் கைவிட்டுத் தனக்குக் குறித்த ஆண்டுகள் பணிபுரிய வருமாறு அரசாங்கம் அழைத்துவிட்டுப் பின்னர் அவரைப் பணியிலிருந்து நீக்கிவிடலாம். அதற்கு எதிராக எந்த நடவடிக்கையும் இல்லை. *(Dunn v. Regina (1896), I Q.B.C.A. 116.)* செல்வி மிகெல் தான் எளிய ஆல்பர்ட் பேக்கர் என்று நம்பிய ஒருவர் ஜோஹோரின் சுல்தான் என ஆகும் போது வாக்குறுதியின் மீறலுக்கு எவ்வித நிதி ஈட்டையும் பெற முடியாது. *(Mighell v. Sultan of Johore (1894), I Q.B. 149.)* அமெரிக்காவிலும் இதுபோன்ற நிலைமைதான் காணப்படுகிறது. உறுப்பினர்களாக உள்ள அரசுகள் தங்கள் அனுமதியின்றி தங்களுக்கு எதிராக வழக்குத் தொடரப்படுவதிலிருந்து விலக்குப் பெற்றிருப்பது மட்டுமல்ல, கூட்டாட்சி அரசாங்கமும் இதேபோன்ற நிலையில்தான் உள்ளது. *(U.S. v. Lee, 106 U.S. 196, where-at p.206 it is admitted that the exemption from suit rests on "no solid foundation of principle.")* ஃபிரான்சில் மிகவும் தயக்கத்துடன் ஒருவகையான அரசுப் பொறுப்பு எழுப்பப்பட்டுள்ளது. ஆனாலும் எல்லா வரன்முறைகளிலும் அரசு இறையாண்மை என்ற போர்வையைப் போர்த்திக் கொள்ள அதிகாரிகள் முனைந்தால், அவர்கள் நீதிமன்றங்களின் கரங்களுக்கு அகப்படாதவர்கள் என்பதுதான் பரந்த உண்மையாக இருக்கிறது. ஆனால் மைய அரசாங்கத்தின் ஒரு பகுதி என்ற முறையில் அரசின் பகுதிகளாகவே நகராட்சி அமைப்புகளும் அதன் சேவகர்களும் இருந்தபோதும், எவ்விதத் தர்க்கமும் இன்றி, மேற்கண்ட விதிவிலக்குகள் அவர்களுக்குப் பொருந்தாது; *(Cf. R.D. Maguire,*

State Liability for Tort, 30 Harvard Law Review, p.20.) நாம் உள்ளாட்சி அமைப்புகளிலிருந்து மேற்கண்ட பகுதி-அரசாங்க அமைப்புகளுக்கு. நீதிக்குப் பொறுப்பானவர்கள் என்ற முறையில் மறுக்கும்போது, ஒரு தனிமனிதர் ஈடுபட்டிருப்பது போலவே பிழைகளும் தவறுகளும் ஏற்படுவதற்கான தன்மை பரவலாகவே இருக்கிறது. *(Mersey Docks v. Gibbs, II H.C.L.C., 686.)*

இந்தக் கொள்கையின் அடிப்படையாக இருப்பது என்ன? நடைமுறையில், சட்டத்தை உருவாக்குவது என்ற முறையில் அரசு அதை அதன் கையிலிருந்து பெறுபவர்களின் அடைவுஎல்லைக்கு அப்பாற்பட்டதாக இருக்கவேண்டும் என்ற கொள்கையன்றி வேறில்லை. அரசு தீங்கு செய்ய முடியாது, ஏனெனில் அது இறையாட்சி அரசு. இறையாண்மையின் தெளிவான அடையாளமோ, தனது செயல்களுக்கு அது பதில்சொல்ல வேண்டிய அவசியமில்லை என்பதுதான். இங்கிலாந்தில், வரலாற்றுக் காரணங்களால், அரசு என்பது மணிமுடி என்பதாக உருவகப்படுத்தப் பட்டுள்ளது; ஆனால் அதன் நிலை பற்றி, ஒரு வலுவான நீதிமன்றம் கூறியது, எங்கும் நிகழும் அதிகாரச் செயல்கள் யாவற்றுக்கும் பொருந்தக்கூடியது. அந்த நீதிமன்றம் வலியுறுத்தியது (Feather v. Regina, 6 B. & S. 257.): "அரசர் தீங்கு செய்ய இயலாது என்ற கோட்பாடு தனிப்பட்ட மனிதர்கள்மீது இழைக்கப்படும் தீங்குகள் மட்டுமல்ல, அரசியல் தீங்குகளுக்கும் பொருந்தும். மேலும் (இப்படி ஒரு விஷயம் நடப்பதாக வைத்துக் கொண்டாலும்), தனிப்பட்ட முறையில் அரசர் செய்யும் தீங்குகளுக்கு மட்டுமல்ல, அரசின் இறையாண்மைத் தன்மையின்கீழ் ஒரு குடிமகனுக்கு மற்றொரு குடிமகனால் இழைக்கப்படும் தீங்குகளுக்கும் இது பொருந்தும்; அரசர் தீங்கிழைக்க மாட்டார் என்ற கோட்பாட்டினால், அரசர் எவ்விதத் தீங்கும் நிகழ அனுமதிக்க முடியாது என்ற நிர்ப்பந்தமான விளைவு ஏற்படுகிறது; ஏனெனில் ஒரு தீங்கு நிகழ அனுமதிப்பது என்பது தீங்கு செய்வதே ஆகும்; இவ்வாறு செய்யப்பட்ட தீங்கான காரியம் என்பது சட்டத்தில் அதை நிகழ்த்த அனுமதிப்பவர்களின் செயலாகிவிடுவதால், அதிலிருந்து ஒரு குற்றச்செயல் அல்லது தீங்கினை அரசரோ அல்லது அவருடைய பணியாளர்களோ செய்ததாகப் புகார் கொடுப்பது எவ்வித நிவர்த்திச் செயலுக்கும் இட்டுச் செல்லாது, ஏனெனில் சட்டப்படி அப்படிப்பட்ட தீங்கு எதுவும் இழைக்கப்பட முடியாது, ஆகவே அதற்கான எவ்வித உரிமையும் தேவையில்லை". அதாவது, குடிமகன் அரசின்முன்னால் செயலற்ற நிலையில் விடப்படுகிறான். ஆனால் ஒப்பந்த விஷயங்களில், ஒரு வணிக நாகரிகத்தின் நெருக்கடிகள், அரசைப் பொறுப்பேற்குமாறு செய்துள்ளன என்பதை நாம் மனத்தில் கொள்ளவேண்டும்.

இதற்கு மிக எளிய நிவாரணம், தனிப்பட்ட மனிதர்கள்மீது வழக்குத் தொடுப்பதுபோலவே, அரசின்மீதும் வழக்குத் தொடரப்பட அனுமதி இருக்கவேண்டும். இதனால் பொறுப்பேற்பின் மூலாதாரம் அரசாங்கத் துறைகளில் தெளிவாக்கப்பட வேண்டும் என்பதைப் புகுத்துவதாக அமையும். அப்போது அதிகாரிகளால் ஒரு இல்லாத விஷயத்தின் ராஜரீகப் போர்வைகளுக்குள், சட்டத்தின் புனைவு என்ற சாதாரண வசியமும் இன்றிப் பதுங்கிக் கொள்ள முடியாது. எந்த மூலைமுடுக்கிலிருந்து தீங்கு இழைக்கப்பட்டிருந்தாலும், நீதிபதிகள் சாதாரணக் குடிமகனை அவற்றிலிருந்து பாதுகாக்க முடியும். இந்த முடிவின் விளைவை ஒரு சிறிய உதாரணமே தெளிவாக்கும். உதாரணமாக, ஒருவர் தவறாகக் குற்றம் சாட்டப்பட்டு சிறையில் வைக்கப்பட்டிருந்தால், அத் தவறான சிறை தண்டனைக்கு இழப்பீடு கேட்டு அவர் அரசின்மீது வழக்குத் தொடுக்கலாம். இதுதான் தெளிவான நீதி என்று நான் நினைக்கிறேன்; மேலும் அபூர்வமான இதுபோன்ற நிகழ்வுகள் ஏற்படுவது, இம்முடிவுகளுக்கு அழுத்தமான நிவாரணங்களைத் தரச் செய்வதை விரும்பத்தக்கது ஆக்குகிறது. அண்மைக்கால நிகழ்வுகளுக்கு இக் கொள்கை எதிராக இருக்கிறது என்றும் கூறவியலாது. பிரான்சிலும் ஜெர்மனியிலும் ஏற்பட்டு வரும் பரிணாம வளர்ச்சி, பொறுப்பினை விரைந்தேற்கும் மாற்றம்தான்; என்பது குறிப்பிடத்தக்கது. இந்தியாவிலுள்ள மக்கட்பணியாளர்களின் பயங்களைத் தணிக்க முற்பட்ட இங்கிலாந்தின் ஒரு வேத்தியல் ஆணையம், ஒரு நீதிமன்றத்தின் வாயிலாகச் செயலாக்கக்கூடிய ஒப்பந்தப் பூர்த்தியை அரசுச் செயலருக்கு எதிரான உரிமைக் கோரிக்கை வடிவத்தில் அதன் நிவாரணத்தைப் பெறுமாறு அளித்தது. *(See Report of the Lee Commission on the Public Services in India (1924).* ஆகவே ஒரு நேர்முக அரசு என்பதன் கருத்தின்படி, பொறுப்பேற்கும் கடமை என்பது ஏற்கப்பட வேண்டும் என்பது பெறப்படுகிறது. ஏனெனில், எந்த அரசும் தன் அதிகாரிகள் தனிமனிதர்கள் வாழ்க்கையில் ஆழத் தோண்டிவிட்டு அதேசமயம் தங்கள் குற்றங்களுக்கு தண்டனையும் கூடாது என்று தவிர்த்துக் கொள்வதை அனுமதிக்க முடியாது. *(On the whole subject cf. the paper on the Responsibility of the State in England in my Foundations of Sovereignty.)*

IX. அரசுத்துறை அதிகாரிகளின் தரம்

இங்கு சொல்லப்பட்ட எல்லாவற்றினாலும், ஒவ்வோர் அரசும் தனது அரசுத்துறை அதிகாரிகளின் தரத்தைச் சார்ந்தே பெருமளவு உள்ளது என்பது பெறப்படுகிறது. அரசின் சாராம்சம் அதன் நிர்வாகத்தில்

உள்ளது; சட்டத்தின் பயன்பாட்டை உண்மையில் சுமப்பவர்கள் அதன் மேன்மைகளைத் தங்களுக்குள் வைத்திருக்க வேண்டும் என்பது தவிர்க்க இயலாதது. அப்படிப்பட்ட அதிகாரிகளை எப்படித் தேர்ந்தெடுப்பது? அரசியல் நிர்வாகத்துறை மாற்றமுடியாத ஒரு நிரந்தர அமைப்பாக அவர்கள் இருக்கமுடியுமா? அல்லது ஆண்ட்ரூ ஜேக்சனின் கருத்துப்படி, நிர்வாகத்திற்கு அதன்மீதான பரிவும் ஒத்துழைப்பும் உறுதிப்படுத்தப்பட வேண்டி அதன் விருப்பத்திற்கேற்பப் பதவி வகிப்பவர்களாக இருக்கவேண்டுமா?

நிரந்தர அதிகாரிகளை நியமிப்பதில் அரசியல் நிர்வாகம் எந்த அளவுக்குக் குறைந்த கட்டுப்பாடு கொண்டிருக்கலாமோ அவ்விதம் இருப்பது அரசுக்கு நன்மை என்று கொள்வதில் சந்தேகத்திற்கு எவ்வித நியாயமான இடமும் இல்லை என்று இப்போது தோன்றுகிறது. கால இருப்பில் பாதுகாப்பின்மை பொதுச் சேவையின் அதிகாரத்தரங்கள் திறம்படச் செயல்பட வேண்டுவதற்கான அதன் அனுபவத்தை இல்லாமல் செய்துவிடுகிறது என்பது மட்டுமல்ல; திறமையும் பண்பும் கொண்ட மனிதர்கள் தொடர்ந்த பிழைப்புக்கு வழியற்ற இடத்தில் பணியாற்ற உடன்பட மாட்டார்கள் என்பதும் அல்ல; ஒரு மாறாத மரபின் இன்மை எப்போதுமே அரசியல் நிர்வாகத்தைத் தனது ஆதாயத்திற்கேற்பச் சட்டத்தைச் சாதகமாக வளைத்துக் கொள்ள வைக்கும் என்பதும் அல்ல; பொதுச் சேவைக்கு நபர்களை நியமிக்கும் கட்டுப்பாட்டிற்கான அதிகாரம் அரசியல் நிர்வாகத்திடம் இருக்கும்போது, அது பொதுவாழ்க்கையின் போதிய ஊழலாகவே முடிகிறது என்பது ஒவ்வொரு நவீன அரசின் அனுபவத்திலிருந்தும் தெளிவாகிறது. பிரிட்டிஷ் அயல்நாட்டு அலுவலகத்திற்குரிய நியமனத்தை வெளிப்படையான போட்டியிலிருந்து விலக்கி வைத்திருந்தவரை, அது ஜான் பிரைட்டின் சொற்களில், "ஆங்கிலப் பிரபுத்துவ வகுப்பினரின் ஓய்வெடுப்புத் துறையாகவே இருந்துவந்தது". அமெரிக்காவிலுள்ள கொள்ளையடிப்பு முறை அவ்வப்போது போராட்டங்களில் முடிகிறது; அதன் நேர்மையற்ற ஏமாற்றுதல்களின் வெளிப்பாடுகள் மிகமிக இழிந்த வணிகத்தனம் காட்டுவதைவிட மிக அதிகமாக இருக்கலாம் என்று தோன்றுகிறது. தனது துறையின் சேவைக்கான நியமனத்தில் ஃபிரெஞ்சு அமைச்சரின் அதிகாரம், தொடர்ந்த அவமானங்களில் முடிகிறது, அதில் வரலாற்று ஆவணக்காப்பகத்தில் நிரந்தர வாழ்நாள் பதவியில் இருந்த ஒரு பெரிய வரலாற்றாளரை நீக்கிவிட்டு அந்த இடத்தில் அறியாமைமிக்க ஒரு அரசியல் நியமனத்தைச் செய்தது ஒரு குறிப்பிடக்கூடிய உதாரணம் ஆகும். *(On this general problem cf. my Authority in the Modern State, chap. V.)* அதிகாரிகளின் ஓர் அமைப்பு என்ற முறையில் பொதுச் சேவை, நிர்வாகத்தின் எட்டுதலுக்கு அப்பால் இருந்தால் ஒழிய, அமைச்சரின்

மனம் தனது அலுவலகத்தின் பிரச்சினைகளில் ஈடுபட முடியாது, மாறாகத் தன்னைப் பின்பற்றுவோருக்கு எப்படி ஆதாயங்கள் அளிக்கலாம் என்பதன் தேவையில்தான் இருக்கும்; அப்படிப்பட்ட தேவை எதை உட்கொண்டிருக்கும் என்பதற்குக் குடியரசுத்தலைவர் கார்ஃபீல்டின் கொலையே உச்சநிலை என்று கொள்ளலாம். ஒவ்வோர் அரசிலும், அரசின் கட்சிகளில் ஒன்றிற்கோ அதற்கும் மேலாகவோ தங்கள் சேவைகளை அளித்து அதற்குப் பதிலாக அதிகாரியாக ஒரு சுருக்கமான கால அளவு வாழும் ஒரு மனிதர்கள் இனம் வளர்ச்சியடையும். அந்த அதிகாரிப் பதவிக்கான பயிற்சியோ திறமையோ அவர்களிடம் இருக்காது. மேலும் அந்தப் பதவிகளை அவர்கள் தங்கள் கடமைகளைச் செய்வதற்காக நிரப்ப மாட்டார்கள், மாறாகப் பொதுமக்கள் பணத்தைக் கொண்டு தங்கள் பாக்கெட்டுகளை நிரப்பிக் கொள்வார்கள் என்பதும் தெளிவு. அமெரிக்காவில் குடியரசுத் தலைவர் ஹார்டிங்கின் நிர்வாகத்தில் பிரதிபலிக்கும் இந்த அமைப்பின் வரலாற்றை விளக்கமாக நோக்கும் எவர்க்கும் அது சாத்தியப்படுத்தும் உட்குறிப்புகள் தெளிவாகும். *(Cf. The New Republic, 1923-4. passim, for details of the oil scandal, the war hospitals' scandal and their ramifications.)*

ஆகவே, ஓர் அரசின் பொதுச் சேவை இரண்டு திட்டமான விதிகளின் வழிகாட்டுதலின்கீழ் இருக்கவேண்டும். அமைச்சரவையிலுள்ள நபர்களோ, அல்லது அதன் கீழுள்ள அரசியல் பதவிகளில் இருப்பவர்களோ அல்லாத நபர்களால் அது நியமிக்கப்பட வேண்டும்; தனிப்பட்ட பாரபட்சத்தின் வாய்ப்பை மிகக்குறைந்த அளவாகக் குறைக்கும் விதிகளின் கீழ் அது செயல்பட வேண்டும். வெளிப்படையான போட்டி ஒன்றே இந்த விதிகளைத் திருப்திப்படுத்துகிறது என்பதில் கேள்வியில்லை. அதாவது, மிகவும் தொழில்தேர்ச்சி தேவையான சில பதவிகளுக்கு-உதாரணமாக, விவசாயத்தின் ஒரு துறையில் கால்நடை அறுவைமருத்துவர் பதவி போன்றது-தவிர, அந்தச் சேவைக்கு நபர்களை நியமிப்பது, அதற்கேற்ற வகைச் சோதனைகளைத் திருப்திப்படுத்துகின்ற ஒரே அடிப்படையில்தான் அமையவேண்டும். இம்மாதிரித் தேர்வுகள், அயல்நாட்டு விவகாரத் துறையில் உதவியாளராக இருப்பது போன்ற குறிப்பிட்ட பதவிகளுக்குத் தேவையான முறையில் அன்றி, பொதுவான நல்ல நுண்ணறிவினை அளக்கக்கூடிய விதமாக இருந்தால்தான் அவை திருப்திகரமாக அமைகின்றன என்பதை அனுபவம் காட்டுவதாகத் தெரிகிறது. மருத்துவம், கணிதம் போன்றவற்றிற்கான சிறப்புத் திறன் தேவையற்ற எவ்விதச் சிறப்புப் பணிக்கான பழக்கமும் நியமிக்கப்படும் நபர்களுக்குக் கிடைக்கும் விஷயங்களைக் கையாளுவதன் வாயிலாகவே பெறப்பட முடியும். ஆகவே சாதாரண வாழ்க்கையில் ஓர் இளைஞனோ இளம்பெண்ணோ பிழைப்பைத்

அரசியல் நிறுவனங்கள் | 533

தேடுகின்ற பருவத்திலேயே பொதுச்சேவையில் சேர்வதும் இருக்க வேண்டும். அவர்கள் ஓர் ஆணையத்தினால் தேர்ந்தெடுக்கப்பட வேண்டும். அதன் உறுப்பினர்கள், நீதிபதிகள் போலவே சிறப்பான சூழல்களில் மட்டுமே நீக்கப்படக் கூடியவர்களாக இருப்பது அவசியம். குறிப்பிட்ட நிர்வாகிக்கு எவ்வித அதிகாரங்கள் வேண்டும் என்பது அவர் தனது துறையில் நியமிக்கப்பட்ட பின்னரே முடிவாகும். அதன் திறனுக்கும் தேர்ந்தெடுக்கப்படுவதற்கும் முன்னதாகவே எவ்விதத் தொடர்புமில்லை.

ஆனால் இங்கு சில குறித்த முக்கியமான யோசனைகள் எழுகின்றன. ஒவ்வொரு பொதுச் சேவையையும் பொதுவாக இரண்டு பெரிய வகைகளுக்குள் அடக்கலாம். வெறும் சாதாரணப் பணிகளிலேயே தங்கள் பணி அடங்கிவிடுகின்ற பெரிய எண்ணிக்கையிலான நபர்கள் இருப்பார்கள். அவர்கள் கடிதங்களைப் படி எடுப்பார்கள், படிவங்களைப் பூர்த்தி செய்வார்கள், கணக்குகளில் தகவல்களைக் குறிப்பார்கள். இன்னும் மிகக் குறைந்த எண்ணிக்கையிலானவர்கள் மெய்யாகவே ஆக்கப்பூர்வமான பணிகளில் ஈடுபடுவார்கள், கொள்கையைச் சிந்தித்து உருக்கொடுப்பார்கள், புலனாய்வுகளை மேற்கொள்வார்கள், முடிவுகளை எடுப்பார்கள். இந்த இரண்டாவது வகையினருடைய பெரும்பான்மையினர் தங்கள் கல்வியில் இத்தகைய முயற்சிகளுக்குப் பயிற்சி பெற்றவர்களாக இருப்பார்கள்; இப்படிப்பட்ட பயிற்சியின் செலவு சமகால அரசில், அவர்கள் பிறந்து வருகின்ற சமுதாயத்தின் நடுத்தர, மேல் வர்க்க மூலங்கள் அளவில் நின்றுபோகும். உதாரணமாக, மிக அண்மைக்காலம் வரை, பிரிட்டிஷ் பொதுமக்கள் சேவையின் நிர்வாக வகுப்பினர் ஏறத்தாழ முழுவதுமாக ஆக்ஸ்ஃபோர்டு, கேம்பிரிட்ஜ் நிறுவனங்களிலிருந்து பெறப்பட்டவர்கள் என்பது யாவருக்கும் தெரிந்த ஒன்று; ஒரு சராசரி ஊழியம் செய்யும் மனிதனால், அவனுக்குத் திறமை வாய்ந்த மகன் இருந்தாலும், அவனை அங்கே அனுப்ப இயலாது. ஆகவே, பரந்த அளவில், இம்மாதிரித் தடையைச் சரிசெய்யக்கூடிய அளவுக்கு ஜனநாயகத் தன்மை வாய்ந்ததாக ஓர் அரசின் கல்விஒழுங்கமைவு இல்லாமற் போனால், பயன்மிக்க பொதுச் சேவை என்பது சமுதாயத்தின் வசதி மிக்க வகுப்பினர்கள் அளவில் நின்று போகும். அதற்கு இரண்டு அர்த்தங்கள் உண்டு. முதலாவது, இந்த மேல் தட்டு வர்க்கத்தினருக்குள்ளிருந்து வருகின்ற உறுப்பினர்களின் அனுபவம் முழுச் சமுதாயத்தின் சார்பாக நிற்பதாக அமையாது; மேலும் அவர்கள் எதிர்கொள்ளக்கூடிய புதிய மெய்ம்மைகளும் அவர்களின் சிறப்பு அனுபவத்தின் வாயிலாகவே நோக்கப்படும். இரண்டாவது, அரசியல் நிர்வாகத்துக்கு அவர்கள் அளிக்கக்கூடிய அறிவுரை, எவ்விதமாயினும், அவர்களுக்குள் அரிதான, மிகப் பெரிய கற்பனை ஆழ்நோக்கு உடையவர்களாக இருந்தாலொழிய,

மிகக் குறுகிய வீச்சின் பாற்பட்டதாகவே இருக்கும். இப்படிப்பட்ட குறைகளை நாம் எப்படிச் சரிசெய்வது?

ஓரளவுக்கு இந்தப் பிரச்சினை, காலத்தினால் தீர்க்கப்படக் கூடியது: இந்தப் புத்தகத்தில் முன்னதாக நான் விவாதித்த பயிற்சியைப் போதிய அளவு பெறுவதற்கான உரிமையை நாம் விரைந்து ஏற்றால், சமூக வாழ்க்கையின் பலவேறு தரப்புகளிலிருந்து பெறப்படுகின்ற மேலும் பிரதிநிதித்துவத் தன்மை பெற்றதாக நிர்வாகிகளின் பிறப்பிடம் அமையும். ஆனால், மிக முக்கியமாக, இதைச் சரிசெய்தல், நாம் மேலே விவாதித்த ஆலோசனைக் குழுக்களின் அமைப்பிலிருந்து பெருமளவு அளிக்கப்பட வேண்டும். ஏனெனில் இப்போதிருப்பதைவிட அதிகமான பலவேறு தன்மை பொருந்திய பரவலான வீச்சின்பாற்பட்ட அனுபவம், அறிவு ஆகியவற்றுடன் தன்னுடைய திறனை அந்த அதிகாரி அளந்து கொள்ளும் கட்டாயத்துக்கு உள்ளாவார். அவர், தனது முடிவுகளை மென்மேலும் அறிக்கைகளைப் படித்து எடுப்பதும், ஓர் அலுவலகத்தில் சிந்திக்கக்கூடிய வாதங்களை அதற்காகச் சிந்திப்பதும் குறையும்; அம்முடிவுகளை அவர் வணிகத் தொழிலர்கள், தொழிற்சங்கவாதிகள், மருத்துவர்கள், பள்ளி ஆசிரியர்கள் ஆகியோருடன் நேரடியான தனது அனுபவத்தின் வாயிலாக எடுப்பார். வெளித் தொடர்புகளிலிருந்து எப்போதும் பதுங்கிக்கொண்டு அலுவலக நடைமுறை என்னும் கவசத்திற்குள் பாதுகாப்பு அவருக்கு மிகக் குறைவாகவே கிடைக்கும். அவர் இன்னும் நேரடியான தனிப்பட்ட விமரிசனத்தைச் சந்திக்க வேண்டிவரும். அந்த அளவிற்குக் குறைவாகவே தகவலறிவில் அவரது சொந்த நோக்குகள் இருக்கும். இதை வில்லியம் ஜேம்ஸ் சரியான முறையில் "திறமான யதார்த்தத்தின் காரமான நெடி" என்ற தொடரினால் முன்வைத்தார். துறையின் குளிர்ந்த தனிமையில் ஒரு துறைமுக ஊழியருக்கான உணவுத்திட்டத்தைத் தயாரிப்பது ஒரு விஷயம்; ஆனால் துறைமுக ஊழியர்களால் விசாரிக்கப்படும்போது ஒரு குழுவின் முன்னால் அதற்குத் தற்காப்புச் செய்வது, தாராளக் கல்வி சார்ந்த, வேறு ஒரு விஷயம். *(Evidence before Lord Shaw's Commission on Transport Labour, vol. I, pp. 185f.)* சர் வில்லியம் பெவரிட்ஜ் வலியுறுத்தியவாறு, ஒரு ஃபிரான்சிஸ்கன் துறவியைப் போல, அந்த அதிகாரி "ஏழ்மை, யாரென அறிவித்துக் கொள்ளாமை, கீழ்ப்படிதல் என்னும் மூன்று பிரதிக்ஞைகளுக்கு" ஆட்பட்டிருக்கலாம் *(The Development of the Civil Service, pp.231, 244.)* ஆனால் அந்த அமைப்பின் செல்வாக்கும் மதிப்பும், அது உலகத்துடன் கலந்து, குறிப்பாக அதன் ஏழை மக்களுடன் இணைந்திருந்ததால் கிடைத்தவை என்பதை அவர் மறந்துவிடலாகாது. அரசின் தலைமைக்குப் புதிய வர்க்கத்தினர் வரும்போது அவர் தன்னைத் தக அமைத்துக்கொள்ள முனையும்போது மேலும் அதிகமாக அவர் கற்றுக் கொள்வார் என்று நான் நம்புகிறேன்.

ஏனெனில் அவர்கள் தங்களுடன் புதிய பார்வைகளையும் அனுபவங்களையும் கொண்டுவருவார்கள், அவர்களின் தேவைகளுக்கு ஏற்பச் செயல்படும்போது அவர் தனக்கெனப் புதிய ஆழ்நோக்குகளைப் பெற்றுக் கொள்வார் எனலாம். கடந்த காலத்தில் இப்படிப்பட்ட அனுபவம் மிக அரிதாகவே அவருக்குக் கிடைத்திருக்கும். உதாரணமாக, 1914க்கு முந்திய பிரிட்டிஷ் கேபினட் அமைச்சர்களின் பட்டியலைக் காண்பவர்கள், அவர்கள் தங்கள் சார்பாக நிறுத்தும் ஏறத்தாழ ஒரே மாதிரியான ஒரேமாதிரியான அனுபவத்தினால் கவரப்படுவார்கள் என்று நினைக்கிறேன். எந்தக் கட்சி ஆட்சியிலிருந்தாலும், ஈடன்-ஆக்ஸ்ஃபோர்டு கல்வி, சட்டமும் நிலவுரிமையும், மிகப் பெரிய பாரம்பரியமும் பெரிய வணிகத்தொழிலும் அங்கு ஒரே சீராக இடம் பெறுகின்றன. *(Sir Sidney Low has given some lists. Governance of England (ed. of 1914), pp. 191-2.)* பொதுமக்கள் அவையிலும் 1906 வரை இதுவே பெரும்பான்மையும் பொருந்துவதாக இருந்தது. வேண்டிய மாறுதல்களுடன் இந்தக் கருதுகோள் ஃபிரான்ஸ், ஜெர்மனியிலிருந்தும் உதாரணங்களை அனுமதிக்கிறது. அமெரிக்க நிறுவனங்களில் மிகப்பெருமளவு பலவேறுபட்டதன்மை இருக்குமானால், அது, அவற்றின் பண்பிலுள்ள பலவேறு காரணிகளால், அலுவலர்களின் அனுபவத்தை எவ்விதத்திலும் பாதிக்கவில்லை. ஆனால் இந்த மரபு உடைக்கப்பட்டுவிட்டது, நாம் தெளிவாகவே சோதனையின் வாயிலில் நின்றுகொண்டிருக்கிறோம். இந்தப் பின்னணியில், பொதுமக்கள் சேவைகளுக்கு, எவ்விதச் சாத்தியமான வழியிலும் புதுமையாக்கம் ஊக்கப்படுத்தப்படுகின்ற மனப்பாங்குகளை வரவேற்கும் கருவிகள் தேவைப்படுகின்றன.

மற்றொரு வழியிலும் ஏதோ சிலவற்றைச் செய்ய இயலும். அரசியல் நூல்களைப் படிக்கின்ற எவருமே பொது நிர்வாகத்தில் நாமாகச் செய்யக்கூடிய மேம்பாடுகளைப் பற்றிய கல்விக்கான நூல்களின் இன்மை பற்றிக் கவலைப்படாமல் இருக்க இயலாது. வில்லியம் பெவரிட்ஜ் எழுதுகிறார்: “பொதுமக்கள் சேவை என்பது ஒரு வாழ்க்கைத் தொழில், அது நன்கு கற்றறிந்த ஒரு வாழ்க்கைத் தொழிலாவதையும், அவ்வாறு உணரப் படுவதையும் நான் விரும்புகிறேன்.” *(The Development of Civil Service, p.242. The word "learned" is italicised by Sir William Beveridge.)* அதற்கு இதுவரை பொருத்தம் என உணரப்பட்டதைவிட அதிகமான அளவுக்குச் சோதனைகள் பொது நிர்வாகத்தின் தொழில்நுட்பத்தில் தேவை என்று நான் நினைக்கிறேன். இதற்குப் பொது நிர்வாகத்தின் பிரச்சினைகள் பற்றிய கூட்டுச் சிந்தனை வேண்டும். இந்த முயற்சியை மேலும் மேலும் பரவலாக்கிக் கிடைக்கும் அனுபவத்துடன் தொடர்புப்படுத்த வேண்டும்; அதேசமயம், இதற்கு அதிகாரியின் பணியைப்

பற்றிய சிந்தனைக்கான ஓர் அறிவியல் துறையாக மாற்றி அதைக் கற்பிக்கவும் ஆராயவுமான முயற்சியும் வேண்டும். அதாவது, பொது நிர்வாகத்தின் விதிகளை முறைப்படுத்த வேண்டும். அதற்கு அவற்றைச் செயலாகும் கருதுகோள்களின் ஓர் ஒழுங்கமைவாக்கி அதற்குப் பிரக்ஞைபூர்வமான அனுபவம் தொடர்ந்து திருத்தம் செய்துகொண்டே இருக்கவேண்டும். இந்த இலக்கை அடைவதற்கு இரண்டு விஷயங்கள் தேவை என்று நினைக்கிறேன். இதற்கு அந்த அதிகாரியை அவரது வாழ்க்கைத் தொழிலுக்கான அரசாங்கத்துடன் இணைக்க வேண்டும். சட்டத்திலும் மருத்துவத்திலும் எவ்விதம் சிந்தனைத் தரங்கள் ஒழுங்கமைக்கப்பட்டு வெளிப்படுத்தப்படுகிறதோ அதுபோலவே தான் பணிசெய்யும் நிலைமைகள் பற்றி அவருடைய சிந்தனைகளை அவர் வெளிப்படுத்த வேண்டும். பொருத்தமான சூழல்களில், அரசியல் சீரமைப்புப் பற்றி அந்த அதிகாரி எழுதவும் அதனை வெளியிடவும் அனுமதிக்க வேண்டும். தெளிவாகவே, ஒரு கருவூல எழுத்தர், தனது துறையின் வரவுசெலவுத் திட்டத்தை விமரிசனம் செய்ய அனுமதிக்க முடியாது, ஆனால் கருவூல ஒழுங்கின் உள்கட்டமைப்பிற்குள் செய்யவேண்டிய விரும்பத்தக்க மாறுதல்கள் எவை என்று அவர் சுட்டிக்காட்டுவதில் தவறெதுவும் இருக்க இயலாது. சர் இயான் ஹாமில்டன் (*The Soul and Body of an Army, pp.21 f.*) இங்கிலாந்தில் ஓர் இராணுவ அதிகாரி போர் அலுவலகத்தைப் பற்றிய தனது தொழில்சார் விமரிசனத்தை வைப்பதற்கு எதிராக இருக்கும் தணிக்கை முறை பற்றி அண்மையில் சுட்டிக்காட்டியிருக்கிறார். அவர் ஓய்வுபெற்ற பிறகு, அதற்கான நிலைமைகள் காலாவதியான பிறகு தனது தொழில்நுட்பம்சார் விமரிசனத்தை வெளிப்படுத்தலாம். அறிவியல்பூர்வமான பொது நிர்வாகத்தைப் பிரக்ஞையற்ற மரபிற்கோ அல்லது புறத்திலிருக்கும் மிகுந்த ஞானம் படைத்தவர்கள் அதற்கான விதிகளை முறைப்படுத்துவதற்கோ விடுவதன் வாயிலாக அதைச் சீரமைக்க முடியாது. தங்கள் பிரச்சினைகள் பற்றிய தொழில்சார் நிபுணர்களின் கருத்துகள் வெளிவந்து அவை பொதுமக்களால் ஆராயப்படும்போதுதான் அது இயலும். சீரான பகுப்பாய்விலிருந்து தப்பித்து இன்று ஓய்வாக இருப்பது எவ்வித மானிட அமைப்புக்கும் நல்லதன்று. ஆனால், நாமோ நவீன அரசாங்கங்களின்கீழ், இப்படிப்பட்டப் பகுப்பாய்வுகள் நடைபெறவே கூடாது என்பதற்குச் சிறப்பு கவனத்தைச் செலுத்துகிறோம். நிர்வாக முறைகள் இரகசியமான, ஆராயப்படாத வழக்குகளைக் கொண்ட பெரியதொரு அமைப்பாக இதுவரை இருப்பதால் அவற்றைப் பற்றிய விமரிசனம், குறித்த ஓரளவுக்கு அறியாமை மிகுந்து காணப்படுவது இயல்பே. பொதுநிர்வாக அதிகாரிக்குத் தனது விமரிசனத்தைக் கண்டறிந்து வெளிப்படுத்துவது அவ்வழக்குகள் பற்றிய ஒரு மனநிறைவான போக்கினை அளிப்பதால்

அது மோசமானது. தனக்கு அவை பற்றித் தெரியும் என்பதால் அவர் அவற்றின் சார்பாக நிற்கிறார், ஆனால் அவற்றைச் சீரமைப்பதை முன்னெடுப்பதில் ஊக்கப்படுத்தப்படுவதற்கு மாறாக, அவற்றில் தவறில்லை என்று நிறுவும் பழக்கத்தை வளர்த்துக் கொள்கிறார். மாற்றத்திற்கான தேவை என்பது மிகப் பரவலாகவும் உடனடியாகவும் உணரப்படும் நமது உலகத்தைப் போன்ற ஒன்றில் இது மிகவும் ஆபத்தான ஒரு மனநிலை ஆகும். இம்மாதிரி அதிகாரிகளை முழு அளவுக்கு நன்கு நாம் பயன்படுத்த வேண்டுமாயின் பழக்கங்களை உடைக்கின்ற பழக்கத்தை நாம் வளர்த்துக்கொள்ள வேண்டும்.

இந்த முழு ஆதாயத்தை அடைய வேண்டுமாயின், நாம் மேலும் மூன்று உபாயங்களை முக்கியமாகப் பயன்படுத்த வேண்டும். முதலாவதும், மிகக் குறைந்த முக்கியத்துவம் அல்லாததுமான ஒன்று, பொது அலுவலர்களுக்கு ஆண்டுக்கு ஒருமுறை விடுமுறை அளிப்பதாகும். ஏனெனில் அவர்களுக்கு எல்லாவற்றினும் மேலாக, சுறுசுறுப்பும் புதிய தொடர்புகளை ஏற்படுத்திக் கொள்ளவும் புதிய அனுபவங்களைச் சேர்த்துக் கொள்ளவுமான மனமும் வேண்டும். ஆண்டாண்டு தோறும் பிரச்சினைகள் தாள்களிலே பெருமளவு வருகின்ற ஓர் அலுவலகத்தில், இப்படிப்பட்ட புதிய மனநிலை, குறிப்பிடத்தக்க சில மனிதர்களுக்கன்றிப் பெரும்பாலோர்க்கு இருக்க இயலாது. பணிமாற்றமும் இடமாற்றமும் அவருக்கு மிகத் தேவையானவை. அவர் தனது தினசரி வழக்கங்களின் நிலவறைகளின் விவரங்களின் தொல்லைகளிலிருந்து தன் மனத்தை விடுவித்துக் கொள்ள வேண்டும், தனது பயணப் பெட்டியை எடுத்துக் கொண்டு வாழ்க்கை முழுவதும் விரிந்து வெளிப்படும் மலையுச்சியிலிருந்து அதனைக் காணவேண்டும். இதன் ஒரு கூறு மிக முக்கியமானது. ஒயிட்ஹாலிலிருந்து கனடாவுக்குக் கடிதங்கள் எழுதுகின்ற ஒருவர் கனடாவைக் காணவேண்டும்; லண்டனில் ஆண்டுக்கு ஒரு முறை கனடாவின் அதிகாரிகளையும் பொது மனிதர்களையும் சந்திப்பதால் அவர் தான் எப்படிப்பட்ட மனிதர்களுடன் தொடர்பு கொள்ள விரும்புகிறார் என்பதை அறிய முடியாது. சர்வதேச மன்றத்தின் பிரச்சினைகளைப் பற்றிப் பொறுப்பெடுக்கும் மனிதர் கண்டிப்பாக ஜெனிவாவுக்கு ஓராண்டுச் சேவைக்கெனப் பரிந்துரை செய்யப்பட வேண்டும். அதன் அர்த்தத்தைக் கடிதங்களின் பரிமாற்றம் வாயிலாகவோ, எப்போதாவது ஒருமுறை சர்வதேச மன்றத்திற்குச் சென்றுவருவதன் வாயிலாகவோ அல்லாமல் அங்கிருக்கும் சர்வதேச மனத்தினைப் பற்றிய நெருக்கமான உணர்வினை அவர் அடைந்தால் அரசுக்கு இன்னும் நல்ல சேவையை அளிக்க முடியும். பண்ணை உற்பத்திப் பொருள்களைச் சந்தைப்படுத்துவது பற்றி விவசாய அமைச்சருக்கு அறிவுரை கூறும் அதிகாரி, பிறருடைய பார்வையினை

உள்ளடக்கிய அறிக்கைகளைப் படிப்பதற்குப் பதிலாகத் தானே நேரடியாக அங்குள்ள பிற செயல்முறைகளை உற்றுநோக்குவதன் வாயிலாக அடையும் அறிவினால் தனது பணியை ஆக்கப்பூர்வமாகக் கடைப்பிடிக்க முடியும். நாகரிகமடைந்த அரசுகளை விட்டு மேலும் பூர்வகுடியினராக இருக்கின்ற மனிதர்களின் பாதுகாப்பிலுள்ள அரசுகளின் பிரச்சினைகளுக்குச் செல்லும்போது இவை எல்லாம் மேலும் முக்கியமான அழுத்தத்தைப் பெறுகின்றன. ஆனால் இந்தப் பிற்பட்ட அமைப்புப் பற்றி நான் பின்னொரு இயலில் காண விரும்புகிறேன்.

இரண்டாவதாக, பொதுச் சேவைக்கும் பல்கலைக்கழகங்களுக்கும் இப்போதுள்ளதை விடக் கூடுதலாக உள்ளார்ந்த தொடர்பு இருக்க வேண்டும். அதன் மதிப்பு இரு திசைகளில் உள்ளது. பிற இடங்களைவிட மேலான முறையில் அரசியல் விஞ்ஞானத் தளத்தில் மிகத் திறனுடன் நிர்வாகம் தொடர்பான பிரச்சினைகளை ஆராயும் இடம் முதற்கண் பல்கலைக்கழகமாகத்தான் இருக்கமுடியும். தங்கள் உடனடி உளவியல் சூழல் என்ற தொல்லைதருகின்ற புறநிழலிலிருந்து அங்கே இருப்பவர்கள் விடுபட்டிருக்கிறார்கள். சந்தையிடத்திலோ, துறைக்குள்ளாகவோ சாத்தியப்படாத ஒரு வழியில் அவை அங்குத் தங்கள் அருவ வடிவத்தில் அறிவுப்பூர்வமாக ஆராயப்படும். அவர்களுக்கு அவற்றின் வரலாற்றுப் பின்னணி போதிய அளவில் அளிக்கப்பட இயலும். இரண்டாவதாக, அதிகாரிகளுக்குப் பயிற்சி அளிப்பதில் பல்கலைக்கழகங்கள் பெரிய பங்களிப்பினை அளிக்க இயலும். தங்கள் துறையில் கால அண்மையின் குறுக்கீட்டினால் தொல்லையினால் சாத்தியப்படாத அளவு வளமான நோக்கில் அவர்கள் பிரச்சினைகளைத் தீர்க்கும் நிலையில் வைத்துப் பார்க்க முடியும். ஆட்கள் அல்லது சிறப்பு ஆர்வங்களை கவனிப்பதனால் உண்டாகும் முற்சாய்வுகளிலிருந்து அது அவர்களை விடுவிக்க இயலும். இது, ஓரளவுக்கு, நமது அனுபவங்களிலிருந்தே தெளிவாகத் தெரிகிறது. இங்கிலாந்தில் உள்ள பொது நிர்வாக நிறுவனம், அமெரிக்காவின் அரசாங்க ஆராய்ச்சி நிறுவனம், ஃபிரான்சிலுள்ள அரசியல் விஞ்ஞானக் கழகம் போன்ற அமைப்புகள் அதிகாரிகளின் மனங்களும் கல்வித்துறை மனங்களும் சந்திக்கின்ற ஓரிடத்தை அளித்துள்ளன. மிகக் குறுகிய கால அளவிலும், அங்கு மிக மதிப்புக்குரிய அளவிலான பணி எழுச்சி பெற்றுள்ளது; நடைமுறைப் பணிக்காலத்திலும்கூட, பொது நிர்வாக அதிகாரிகளுக்குப் பல்கலைக்கழகக் கல்வியின் மதிப்பிற்கு ஒரு பெரிய போர்ச்செயலரே நற்சான்று அளிக்கிறார். (See the evidence of Lord Haldane before the Royal Commission on the Coal Industry, 1919, reprinted in the Problem of Nationalisation, p.18.)

மூன்றாமிடத்தில், அதிகாரிப் பதவியின் சராசரிக்காலத்தைக் குறைப்பது மிக முக்கியம் என்று நம்புகிறேன். அதன் இயல்பான பண்பான நிரந்தரத் தன்மையில்தான் ஒரு பொதுச் சேவையின் அபாயம் அடங்கியிருக்கிறது; ஏனெனில் அது அதிகாரிகளின் உயர் மட்டத்தைத் தனியொரு சாதியாக்கி, நீண்ட கால அனுபவத்தின் தவிர்க்கவியலாத மாறாத்தன்மை காரணமாக அவர்களின் பழக்கவழக்கங்கள் புதுமையை ஏற்பதற்கு எதிராகக் கெட்டியாகச் செய்துவிடுகிறது. நான் வாதிட்டதுபோல, இதனைப் பெருமளவு ஆலோசனைக் குழுக்கள் போன்ற கருவிகள் வாயிலாகவும் விடுமுறையோடு கூடிய பணியாண்டின் மூலமாகவும் தடுக்கலாம். ஆனாலும் இன்னும் அபாயங்கள் இருக்கத்தான் செய்கின்றன. (அ) சிலபேர் தாங்கள் மிக முதுமை அடைந்ததாலோ, அப்பணியின் சிறப்புச் சூழ்நிலைக்குத் தெளிவாகவே பொருந்தாதவர்களாக இருப்பதனாலோ சேவையில் நீட்டிக்கப்படுவார்கள்; (ஆ) வழக்கமாக மனிதர்கள் ஆக்கப்பூர்வமான பொறுப்புடைய பணிக்குத் தங்கள் வாழ்க்கையின் பிற்பகுதியில் (முதுமையில்)தான் வருகிறார்கள். அச்சமயத்தில் அவர்களின் மனஆற்றல்கள் கெட்டிப்பட்டு விடுகின்றன. அவர்கள் பழக்கங்கள் அதற்குள் வழக்கமான நடைமுறையை நாடுகின்றன, அதிலிருந்து விலகுவதை விரும்புவதில்லை. இந்த அபாயம், மேலும் தனது அரசியல் தலைவருக்கு விசுவாசமாக இருக்கும் தன்மையாலும், அரசியல் பொறுப்பு என்னும் கொள்கையினாலும் ஆழமாக்கப்படுகிறது. அந்த அதிகாரியின் அரசியல் தலைவர் எல்லாத் தவறுகளின் பொறுப்பையும் ஏற்கவேண்டியிருப்பதால், பெரும்பாலும் அந்த அதிகாரி மிகக் குறைந்த முரண்பாடு கொண்ட முடிவையே எடுக்கவேண்டி வருகிறது. ஆகவே அவர் சரித்தன்மை இருந்தால் போதும் எனக் கருதுகிறார். அறிவு விதைகளைத் தூவுவதிலிருந்து அவர் சுருங்கிக் கொள்கிறார், கடைசியில் அவரது பணி வாழ்க்கையின் உச்சத்தில் அவரிடம் அறிவுவிதைகளே இருப்பதில்லை. ஒரு திறமைமிக்க அமைச்சர், சோதனையை வற்புறுத்துவதன் வாயிலாகவும், ஒருவேளை தனது துறையில் தவறு நிகழ்ந்துவிட்டால் அதனைத் தற்காப்பதன் வாயிலாகவும் சந்தேகமின்றி இந்தப் பழமைவாத உணர்வைச் சரிசெய்ய இயலும்; ஆனால் எல்லா அமைச்சர்களும் திறமைசாலிகளாக இருப்பதில்லையே!

அமைச்சர் ஒருபுறமிருக்க, இந்த இடர்ப்பாடுகளைக் களைய நாம் மூன்று வழிகளில் பெருமளவு உதவிசெய்ய இயலும் என்று நினைக்கிறேன். முதலில், ஒரு பணியில் சேர்ந்த எட்டு அல்லது பத்தாண்டுகளுக்குப் பிறகு ஒருவர் தான் அதற்குப் பொருத்தமில்லை என்றோ, தனக்குத் திருப்தியாக இல்லை என்றோ உணர்ந்தால், அச்சேவையை விட்டு விலகுவதை மிக எளிய ஒன்றாக ஆக்கவேண்டும்.

அவருடைய ஓய்வூதிய உரிமைகளை அவரது பணிக்கால இறுதியில் முடிவுசெய்வதற்குப் பதிலாக, கால அளவின் விகிதாச்சாரப்படி வளர்ந்துவரும் ஓய்வூதிய உரிமைகளின் அமைப்பினை நாம் உருவாக்கினால், நிதிசார்ந்த சுமையின்றி அவர் ஒரு புதிய தொழிலைத் தேட நாம் உதவிசெய்யமுடியும். இரண்டாவதாக, நாம் சிறப்பு நியமனங்களை ஒரு சிறிய எண்ணிக்கையிலான தொழில்நுட்பப் பணிகளுக்குச் செய்யும் பழக்கத்தை வளர்த்தால், புதிய ரத்தத்தின் வருகையால் தனது மரபுகளிலிருந்து விடுபட்டு, வேறொருவிதமான உலகத்திலிருந்து பெருமளவு பெறப்பட்ட அனுபவத்தினால், துறை தொடர்ந்து மலர்ச்சியடையும். ஆனால் அமைச்சரின் ஆதரவில் வாழும் பணியாளர்களின் இருக்கையாக அந்தப் பதவிகளை மாற்றிவிடலாகாது; குறைந்த பட்சம் பணிநியமனம் என்பது பொதுப்பணி ஆணையம் அளிக்கும் சுருக்கப்பட்டியலிலிருந்து அமைச்சர் தேர்ந்தெடுப்பதாக இருக்கவேண்டும். உரிய தகுதியுடையவர்கள் விண்ணப்பித்தால் அவர்களிலிருந்து பொதுப்பணி ஆணையம் தேர்ந்தெடுத்து அனுப்பவேண்டும். ஆனால், உதாரணமாக ஓர் அரசாங்கம், தொழிற்பரிமாற்றகங்களின் ஓர் அமைப்பை உருவாக்குமானால், அவற்றின் பணிகளிலும் நடைமுறைகளிலும் சிறப்பான அறிவைக் கொண்ட நபரை அது கையில் வைத்திருக்குமானால், தகுதி என நினைத்தால் அவரது சேவையை அது பெறுமாறு இருக்கவேண்டும். விலங்கு வளர்ப்புக்கான ஒரு துறை அதனிடம் இருந்தால், கீழ்நிலைப் பணியாளர்களிலிருந்து கட்டாயமாக அதன் தலைவரைத் தேர்ந்தெடுக்கும் நிலை இருக்கக்கூடாது. காலியிடங்களை நிரப்பும் துறைக்குப் பொதுப்பணி ஆணையத்தின் வாயிலாக ஆட்களை அளிப்பது அமைச்சரின் பொறுப்பாக இருப்பது நல்லதொரு பாதுகாப்பாகும்; மிகத் தெளிவாகவே பொது நிர்வாகத்திற்கும் சிறப்புத்துறைகளின் நிர்வாகத்திற்கும் இடையில் வேறுபாடு காணப்பட வேண்டும். இந்தப் பாதுகாப்புகளுக்குள், இக்கொள்கை தெளிவாகவே உள்ளதென நினைக்கிறேன்.

மூன்றாமிடத்தில், நாம் ஓய்வுபெறுவதற்கான வயதுவரம்பைக் குறைக்க வேண்டும். இங்கு இதற்குமேல் குறிப்பாக இருப்பதென்பது அபாயமானது; ஆனால் ஒரு அசாதாரண மனிதரின் சிறப்பு விஷயத்தைத் தவிர, வேறு எவரும் பொதுச் சேவையில், குறிப்பாக ஒரு பொறுப்புள்ள பதவியில், ஐம்பத்தைந்து வயதுக்குமேல் இருக்கலாகாது. அதற்குள்ளாகவே அவர் இயல்பாக முப்பது ஆண்டுகளுக்கு மேலான நிர்வாகப் பணியில் ஈடுபட்டு வந்திருப்பார் என்பதை நினைவில் கொள்ளவேண்டும். அவர் இளைஞராக இருந்து, ஒரு முதன்மைப் பதவிக்கு அசலாக நியமிக்கப்பட்டிருந்தால், அவர் இளையவர்களுக்கு அப்பதவி வாய்ப்பை மறித்துக் கொள்கிறார்;

அவர் ஓய்வுபெறும் வயதினராக இருந்தால், அந்த நியமனம், அவருடைய தரத்திற்கு என்பதைவிட அவருடைய பணிமூப்புக்கு அளிக்கப்படும் கொடையாகவே இருப்பதற்கான வாய்ப்புகள் உள்ளன. எந்த ஒரு பொதுச் சேவையிலும் பொறுப்பான பணியைக் குறைந்தபட்சம் முப்பத்தைந்து வயதுக்குள் தரவேண்டும் என்ற எண்ணத்தை வளர்த்துக் கொள்வது முக்கியம். இல்லாவிட்டால், அவர்கள் தங்களுக்கு மேலதிகாரியை ஆணைகள் பெறுவதற்காக விரைந்து வழக்கப்படுத்திக் கொள்ளும் தன்மை வந்துவிடுகிறது. காலம் அவர்களுக்கு முக்கியமான முடிவுகளை எடுக்கும் கடமையை அளிக்கும்போது அவர்கள் தொலைந்துபோனவர்களாகவும் உதவியற்றவர்களாகவும் உணர்கிறார்கள். தாங்களாகவே ஆக்கப்பூர்வமாகச் சிந்திக்கும் பழக்கத்தில் அவர்கள் முதிர்ச்சி அடையவில்லை. மாறாக, பிறருடைய சிந்தனைக்குப் பொருள் அளிப்பதில் வளர்ந்திருக்கிறார்கள். சிலபேர், ஆம், ஆஸ்டின் டாப்ஸன் போல, துறைக்கு வெளியில் தங்கள் வாழ்க்கையின் உண்மையான மையத்தை அமைத்துக் கொள்வதால் இந்த அபாயத்திலிருந்து தப்பித்துக் கொள்கிறார்கள்; ஒருவர் ஒரு பெரிய அதிகாரி என்ற முகமூடியில் ஒரு பெரிய கோல்ஃப் விளையாட்டுக்காரராக இருக்கக்கூடும். ஆனால் இவ்வித விதிவிலக்குகள் அபூர்வமானவை; ஒரு பொதுச் சேவகருக்கு அவருடைய பணி அவரது ஆணைக்குக் கட்டுப்பட்ட மனத்தின், இதயத்தின் எல்லாப் பண்புகளையும் எழுப்பக்கூடியவாறு ஒருவரைக் கண்டுபிடிக்கவேண்டுமென்றால், தனது சுயமரியாதையின் முழுத் திருப்திக்கு ஏற்பப் பூர்த்தி செய்யக்கூடிய பணிகளை அவருக்கு மிகத் தொடக்கத்திலேயே அளிக்கலாகாது. தொழில்துறைத் திறனைப் பெற்றவுடனே ஒருவித ஆக்கப்பூர்வ உணர்வு இருக்கவேண்டும், அல்லது நாம் பயன்படுத்தும் மூலங்களிலிருந்து மிகச்சிறந்த முடிவுகளை அடைவதில் நமக்குத் தோல்வி ஏற்படும். *(On all this, Sir William Beveridge's The Public Service in War and Peace is a mine of informative comment; see especially pp.39-47.)*

விவாதிப்பதற்குரிய இதற்கு இனமான ஒரு பிரச்சினை, பொதுச் சேவையின் கீழ்த்தரங்களில் உள்ளவர்களுக்கும் நிர்வாக வகுப்பினருக்குமான உறவுதான். முன்னவர்கள், மேலும் பொறுப்பான பணிகளுக்குத் தங்கள் தகுதியை நிரூபிப்பதற்கான போதிய வாய்ப்பு அவர்களுக்கு அளிக்கப்படுகிறது என்பதை நாம் எப்படி உறுதிப்படுத்திக் கொள்வது? இதுவரை, நவீன அரசாங்கங்களின் பெருமளவு யூகம், கீழ்ப்பட்ட அதிகாரி என்பவன் தனது மேலிருப்பவர்களுக்கு விறகு வெட்டுபவனாகவும், தண்ணீர் சேந்திக் கொடுப்பவனாகவும் இருப்பதற்கு மட்டுமே நிரந்தரமாக விதிக்கப்பட்டவன் என்பதாக இருக்கிறது; அவனிடம் எவ்விதத்

திறன் இருக்கிறது என்பதைக் கண்டறிய அல்லது எழுப்ப எவ்வித முயற்சியும் மேற்கொள்ளப்படுவதில்லை. ஆகவே, பொதுச்சேவையின் தகுதித்தரங்கள், வகுப்பினர்களுக்கு ஒரு மாறாத படிநிலைப் பண்பை அளிப்பதாகவே மனப்போக்கு இருக்கிறது; இதன் விளைவாக, நவீன உழைப்பாளர் வர்க்கத்தினருக்குரிய நிதிப்பிரச்சினைகள், நுண்ணறிவுப் பிரச்சினைகள் பெரும்பாலும் இவர்களுக்கும் மறுஆக்கம் செய்யப்படுகின்றன. இந்தப் பிரச்சினை, மிகச் சிக்கலானதுதான். ஏற்கெனவே பதவிஉயர்வை எதிர்பார்க்கும் அதிகாரிகளைத்தான் பெருமளவு அதை நிர்ணயிக்கும் அதிகாரிகளும் தொடர்பு கொள்கிறார்கள்; அவர்களோ ஏற்கெனவே நிர்வாக வகுப்பில் இருப்பவர்கள்தான். அந்த நிர்வாக வகுப்பு தேர்ந்தெடுக்கப்படும் மூலங்களின் குறுகிய தன்மையினால் இந்த நிலை மேலும் தீவிரமாக்கப்படுகிறது. நான் ஏற்கெனவே சுட்டிக்காட்டியது போல, அது ஒரே சமூக வர்க்கத்தினரின் மனிதர்களையும் அவர்களின் பழக்கங்களையும் கொண்டுள்ளது; அதனால், பொதுப் பணியைச் சரிவர நிகழ்த்துவதற்குத் தங்கள் பழக்கங்களே மிக அவசியமானவை என்று அவர்கள் கொள்வதில் அவர்களுக்கு கடினமோ இயற்கைக்கு மாறான தன்மையோ இல்லை. அதனால், ஒரு பாரம்பரியப் பிரபுத்துவ நிலையில் இருப்பவர்கள்தான் ஆளப் பொருத்தமானவர்கள் என்பதிலோ, அரசியல் ராஜதந்திரப் பணியை நல்ல குடும்பத்தில் பிறந்தவர்கள்தான் பூர்த்தி செய்ய உகந்தவர்கள் என்றோ கருதுவதில் உண்மையில்லை. ஆங்கிலப் பொதுமக்கள் சேவையின் நிர்வாகமற்ற வகுப்புகளில் அஞ்சல் சேவை, பாதுகாப்புச் சேவை தவிர, இரண்டு லட்சம் பேர் உள்ளனர். இவர்களுக்குள் முதல்தரமான பணியைச் செய்யும் வாய்ப்பு தரப்பட்டால் அதைச் சரிவரச் செய்து போதிய வழியில் திரும்பச் செலுத்தாத ஒரு மனிதர்கள் அமைப்பு இல்லாமலா போய்விடும்? இவர்களைக் கண்டறிவதை நாம் எப்படி ஒழுங்குபடுத்துவது?

எல்லாப் பெரிய அளவிலான தொழில்களிலும் இருப்பதுபோலவே தனது நோக்கங்களை ஓரளவு பூர்த்திசெய்வதற்குமேல் எந்த அமைப்பும் எதுவும் செய்ய இயலாது; ஆகவே கீழ்நிலைப் பணியாளர்களின் பதவி உயர்வுக்குக் குறித்த சதவீதம் காலியிடங்களை ஒதுக்குவது மாதிரியான எந்திரகதியிலான செயல்களைக் கைக்கொள்வது நிச்சயமாக விரும்பத்தக்கதல்ல. பணிமூப்பினாலும் நாம் அழுத்தம் கொள்ளத் தேவையில்லை. அது, உறுதியாகவே, பழமையை அனுபவம் என்று தவறாகப் புரிந்துகொள்வதாகும். துறைசார் வழக்கநடைமுறைகளைப் பற்றிய அறிவை விட நமக்குத் தேவையான பண்புகள் ஆற்றலும், மனத்தின் முன்மைத் திறனும், மனிதர்களை நிர்வகிக்கின்ற அதிகாரப் பண்பு, பெரிய விஷயங்களைக் கையாளுகின்ற திறமை ஆகியவை

ஆகும். பலவிதமான உபாயங்கள் இங்குத் தோன்றுகின்றன. உயர் அதிகாரிகளின் உள்ளார்வமிக்க ஆழ்நோக்கினால் சந்தேகமின்றி ஏதாவது செய்ய இயலும். அவர்கள் மெய்யாகவே ஆற்றலைக் கண்டுபிடிக்க விரும்பினால், அது கண்டுபிடிக்கப்படவேண்டித் தங்களைச் சுற்றி நிறைந்திருப்பதைக் காணலாம். ஆனால் அதிகாரிகளிடமுள்ள இப்படிப்பட்ட வேறுபடுத்திக் காணும் அனுபவத்தை நான் இங்குக் காரணமின்றி நம்பத் தயாராக இல்லை. அவர்களுக்குப் பெரிய பணிச் சுமை இருக்கிறது. ஆகவே இயற்கையாகவே அவர்கள் யார் அதைச் செய்தது என்ற கேள்வியில் ஆர்வம் காட்டுவதைவிட வேலை முடிந்ததா என்பதிலேயே கவலையாக உள்ளனர். குறிப்பாகக் கீழ்நிலைப் பணியிலுள்ள அலுவலர்களின் இளம் உறுப்பினர்களுக்கு மேலும் கல்விபெறும் வாய்ப்புகளை அளிப்பதில் இது குறித்த மேலும் உதவியைப் பெறலாம் என்று எண்ணுகிறேன். அந்த வாய்ப்புகளைத் தங்கள் ஆதாயத்திற்கெனப் பயன்படுத்திக் கொள்ளும் நபர்கள் தங்களை ஆற்றலும் முன்னெடுப்பும் கொண்டவர்களாக வேறுபடுத்திக் கொள்கிறார்கள்; அவர்கள் தங்கள் திறனை வெளிப்படுத்துவதில் நிரூபணம் அளித்தால், அவர்கள் முன்னேற்றத்திற்கான பாதைகள் திறந்திருக்க வேண்டும். உதாரணமாக, பொதுச்சேவையில் இருக்கும் ஒருவர் பல்கலைக்கழகத்தின் உயர் பட்டத்தினைப் பெற்றால் அவரது சாதனைக்கான பயனை அவருக்கு அளிக்கவே வேண்டும்; இதைப் பொறுப்பான பதவிக்கெனத் தகுதிகாண் நிலையில் அவரை வைப்பதன் வாயிலாகச் செய்யலாம்; அவர் வெற்றி பெற்றால் அதை நிரந்தரமாக்கலாம். அல்லது இயல்பாக இருப்பதைவிட முன்னதாகச் சில ஆண்டுகள் கழித்து நிர்வாக வகுப்பினருக்குள் புகுவதற்கான முயற்சிக்கு அனுமதியை அவருக்கு வழங்கலாம். அதுபோலவே அரசாங்கத்தின் ஆர்வங்களுக்குரிய பிரச்சினைகள் பற்றித் தகுதிசான்ற ஒரு புத்தகத்தை எழுதுவதும் துறையின் நுண்ணாய்வின்கீழ் வரவேண்டும். லிவர்பூல் கப்பல்தளங்களில் சிறுவர் உழைப்புப் பற்றிய ஆராய்ச்சி போன்ற ஒன்றைச் செய்ய முடிந்த ஒரு நபரை மீண்டும் வழக்கமான பணியை நிகழ்த்த அனுப்பலாகாது; திறன்மிக்க ஆய்வுக்கான அவரது தகுதி உடனடியாகக் கேள்விக்கு அப்பாற்பட்டு அறியப்பட வேண்டும். *(Boy Labour at Liverpool Docks, 1919 (Ministry of Labour).* அரசாங்கத்தின் சேவையிலுள்ள ஒருவர் பொதுமக்கள் ஆரோக்கிய நிர்வாகத்தைப் பற்றிய ஒரு தகுதியுள்ள புத்தகத்தை எழுதிவெளியிட்டால், தனது விஷயங்களின் பிரச்சினைகளைப் பற்றி ஆராய்கின்ற ஓர் இளம் பல்கலைக்கழக ஆசிரியர் எவ்விதம் பதவி உயர்வுக்குக் கருதப்படுகிறாரோ அவ்விதமே இவரும் பதவி உயர்வுக்குத் தேர்ந்தெடுக்கப்பட வேண்டும். பொதுச் சேவைகளுக்குள் சுய நிர்வாகம் ஓர் இலட்சியமாக மட்டுமன்றி, அதை அடையவும் இயலுமானால்,

மேலும் பலவற்றைச் சாதிக்கலாம். விட்லி மன்றத்தில் இரண்டாம் தரத்திலுள்ள ஒரு சார்பாளர், உதாரணமாக, அங்குத் தனது திறமைக்குரிய சான்று தரப்பட்டால், நிர்வாகப் பணியில் அவர் தகுதிகாண் பருவத்தில் தனக்குரிய இடத்தை உறுதிப்படுத்திக் கொள்ள முடியவேண்டும். துறை ஏற்கெனவே மனிதர்களால் நிரம்பி வழிகிறது என்ற புகார், அவரது வாய்ப்புக்குக் குறுக்கே நிற்கலாகாது. ஏனெனில் எந்த அரசாங்கத் துறையும் தான் விரும்பினாலன்றி, முழுதுமாக நிரப்பப்பட வேண்டிய அவசியம் என்பது அதன் பண்பில் இல்லை.

நமது கையிலிருக்கும் இப்படிப்பட்ட சாத்தியப்பாட்டின் வகைகளைப் பற்றி எல்லையற்று நாம் இங்கு பெருக்கிக்கொண்டு செல்லத் தேவையில்லை. ஆனால் ஒரு திறன்மிக்க நிர்வாகி நல்ல பயன் தரத்தக்க வகையில் வாய்ப்புகளை உள்ளடக்கியிருப்பதாகத் தோன்றுவதால் மேலும் ஒரு ஆலோசனையை நாம் ஆராய வேண்டியிருக்கிறது. கொள்கை உருவாக்கத்தில் துறையின் ஆலோசனை அரங்கத்தின் முக்கியத்துவத்தை நான் ஏற்கெனவே வலியுறுத்தியிருக்கிறேன். தவிர்க்கவியலாமல், முற்று முழுதுமாக, அது தலைமை அதிகாரிகளுக்குள்ளான ஒரு ஆலோசனைக் கூட்டமாகத்தான் அமையும். ஆனால் துறைப் பிரச்சினைகளைப் பற்றி இரண்டாம்நிலை அதிகாரிகளின் கூட்டத்தைப் பற்றிய சிந்தனையை நாம் ஏன் வளர்க்கலாகாது என்று தோன்றுகிறது. அவற்றிற்குத் தலைமை தாங்குவது, அந்தந்த துறைத் தலைவர்களிடம் விடப்பட வேண்டும். அவர்கள் அங்குச் செல்வது தங்கள் அலுவலர்களோடு நல்ல உறவை ஏற்படுத்திக் கொள்ள உதவுவது மட்டுமன்றி, அரசு அலுவலில் ஈடுபட்டிருக்கும் நேரத்தில் கிடைக்காத மாதிரியான, இம்மாதிரித் தளர்ந்த நேரங்களில் அவர்களின் மனங்களின் வீச்சினைக் கண்டறியவும் உதவும். இங்கிலாந்திலுள்ள அரசியல் வாரவிடுமுறைக்காலப் பழக்கம் பற்றி அயல் நாட்டினர் அவ்வப்போது குழப்பமுறுகின்றனர்; ஆனால் இந்தப் பழக்கம், மனிதர்கள் தங்கள் முழுச் சீருடையில் இருக்கும்போது அல்லாமல் சந்திக்கும்போதுதான் இன்னும் ஒருவரைப் பற்றி ஒருவர் நன்றாக அறிந்துகொள்கிறார்கள் என்ற ஆழமான உண்மையின் அடிப்படையில் எழுந்தது. ஆங்கில அரசியல் வாழ்க்கையின் பண்புநலமும், அதன் புத்தாக்கத் திறமையும் கொஞ்சமும் குறைவின்றிப் பொதுமக்கள் அவையின் இருக்கைகளில் சந்திக்கும் மனிதர்களின் வாதங்கள் உடைகின்ற நிலையை எட்டுவதற்கு முன்னர் கடினமான பிரச்சினைகளுக்கு ஒரு பொதுவான தீர்வைக் காணத் தங்கள் மனங்களை ஒன்றுசேர்க்கும் அளவுக்கு அவர்களுக்குள் போதிய சமூக நெருக்கம் இருக்கும் என்னும் மெய்ம்மையின்மீது கட்டப்பட்டுள்ளன. நான் ஆலோசிப்பது என்னவெனில், நிர்வாக வாரஇறுதியில் நிரந்தரச் செயலர் தானாகவே முன்வந்து மனிதர்களின் மனங்களை அறிய

முற்படாவிட்டால், அவர்களை அவர் தன் மேஜையின்மீது தாள்களை வைக்கும் ஆட்களாகவே அறிவார். ஓர் அமைச்சர் தனது அதிகாரிகளை அவர்களோடு உணவுண்டும் புகைபிடித்தும் அறிவதுபோல, அதிகாரியும் தனது கீழுள்ள பணியாளர்களை அலுவலக நேரத்தின் வழக்கப்படிக்கு அப்பால் வெளியில் காண்பதன் வாயிலாகவே அறிய முடியும். அவர் இதற்கு இயலாதவராக இருந்தால், தான் உள்ளடங்கியிருக்கும் படிநிலைகளின் அமைப்பை இந்த எல்லை வரை உடைக்கத் தெரியாதவராக இருந்தால் அவர் அடைய வேண்டிய பண்புகளை என்றைக்கும் பெற இயலாது.

நான் இங்கு ஒரு தேசியமயமாக்கப்பட்ட தொழிலில் உள்ள அதிகாரியைப் பற்றி விவாதிக்கவில்லை; பொருளாதார நிறுவனங்களில் உள்ள ஒரு பிரச்சினை அது. அதைப் பற்றிப் பின் இயல் ஒன்றில் பேசப்படுகிறது. ஆனால் இங்கு மைய அரசுத்துறைகளைப் பற்றிக் கூறப்பட்டவை அனைத்தும் அவற்றின் எல்லா உள்ளர்த்தங்களோடும், உள்ளாட்சி அரசாங்க நிறுவனங்களின் பொதுச் சேவைக்கும் பொருந்தும் என்பதை வலியுறுத்தி முக்கியமாகக் கூறவேண்டியிருக்கிறது. முதலில், அவையும் மைய அரசுத் துறைகளுக்குக் குறைவுபடாமல், பொதுச் சேவை செய்பவைதான்; ஓயிட்ஹாலிலோ, வாஷிங்டனிலோ, பாரிஸிலோ நிகழும் பணிகளுக்குக் குறையாமல் அவற்றிலும் தரங்கள் குறையாமலும், விசுவாசம் சற்றும் விலகாமலும் இருக்கவேண்டும். எனவே ஒவ்வொரு பெரிய நகராட்சியிலும் மைய அரசாங்கத்துக்குச் சற்றும் குறைவின்றி அதற்குரிய மக்கள்சேவை ஆணையம் இருக்கவேண்டும். இங்கிலாந்தில் அப்படிப்பட்ட அமைப்பு லண்டனிலும் மான்செஸ்டரிலும் இருக்கிறது; அமெரிக்காவில் சற்றே குறைவான திறனுடன் நியூயார்க்கில் இருக்கிறது. ஆனால் யாவற்றுக்கும் மேலாக, ஜெர்மனியில்தான் உள்ளாட்சி அரசாங்கத்தின் சேவையில் மிகுந்த உயர்தரத்தின் முக்கியத்துவம் மிக ஊன்றி கவனிக்கப் பட்டுள்ளது. சந்தேகமின்றி, அவர்களது வழக்கநடைமுறைகளில் அதிகார வர்க்கத்தின் மனநிலை அதிகமாகவே இருக்கிறது; அவைகளில் பல தங்களுக்குள் தாங்கள் கடக்கவேண்டிய தேவையற்ற முறைப்பாடுகளைப் பற்றிப் புகார் செய்துகொள்கிறார்கள். ஆனால் அவர்கள் பணியின் தரம் பிற இடங்களைவிடச் சிறப்பாக இருக்கிறது. காரணம், சேவைக்கான நுழைவு நிபந்தனைகள் மிகக் கடுமையாகக் கட்டுப்படுத்தப்படுகின்றன, அது மட்டுமின்றி, அமெரிக்க ஐக்கிய நாட்டிலுள்ளதுபோல அங்குக் கட்சிசார் நியமனங்கள் மிகுந்த அளவு இல்லை, பிரிட்டனில் உள்ளது போன்ற ஒருதலைச் சார்பும் இல்லை.

எவ்வித உள்ளாட்சிச் சேவைக்கும் அதன் உயர் நியமனங்களைத் தவிர, பிறவற்றுக்குத் தேவையான தகுதிகள் வழக்கமாக மைய

அரசாங்கத்தால் நிலைநிறுத்தப்படுகின்றன என்பதும் சேவைக்கான அலுவலர்களும் அந்த வட்டாரத்திலிருந்தே பெருமளவு தேர்ந்தெடுக்கப்பட வேண்டும் என்பதும் கட்டுப்பாட்டுக்குள் அடங்கும் என்பது மிகத் தெளிவாக உள்ளது. ஆனால் வட்டாரத்தில் வசிப்பவர்கள் அந்த வட்டாரத்தில் இருப்பதனால் மட்டுமே நகராட்சிப் பணியில் சேர்க்கப்பட வேண்டும் என்ற அர்த்தமில்லை. குறைந்தபட்சம், ஒரு கல்வித்தேர்வு வைக்கப்பட வேண்டும்; பல்கலைக்கழகச் சேர்க்கைக்குத் தகுதியற்றவர்களுக்கு நுழைவுத் தேர்வு என்பது சாத்தியமில்லை. மீண்டும் இங்கு நவீன அரசுகளுக்கு ஜெர்மனி கற்றுத்தர நிறைய இருக்கிறது. 1914க்கு முன்பிருந்தே டஸல்டார்ஃபிலும் கொலோனிலும் இருந்த உள்ளாட்சி நிர்வாகத்திற்கான அதன் பள்ளிகளும், குறைந்தது அந்தக் காலப்பகுதி முதலாக ஐஸனாக், நெர்ச்சாவிலும் உள்ள பள்ளிகளும் குறிப்பிடத்தக்க சாதனைகள். ஐஸனாக்கில், ஒரு வகுப்புவாரி அதிகாரி, இரண்டு வருடப் படிப்பில், உள்ளாட்சி நிதிமுறை, வரிவிதிப்பு, கல்வி, நகர்த் திட்டமிடல், ஏழ்மை நிவாரணம் ஆகியவை போன்ற பிரச்சினைகளைப் பற்றி அறிந்துகொள்வார்; வேறிடங்களில் ஓர் அதிர்ஷ்டமற்ற அதிகாரிக்கான கல்விக்கு உண்மையாகவே நாம் நன்றி சொல்லவேண்டும் என்று நினைக்கிறேன். பெர்லினைப் போலப் பிற அரசுகள் பள்ளிகளின் தொடர்ச்சியாக உள்ளாட்சித் துறையில் நுழைய விரும்பும் இளைஞர்களுக்கு ஏன் ஒரு பயிற்சியை அளிக்கலாகாது என்பதற்கு ஒரு காரணமும் இல்லை. அல்லது அந்த அரசுகள், பள்ளிக் கல்வியின் இறுதியில் மூன்றாண்டுகள் பொதுப்படிப்போடு நடைமுறைப் பணியும் சேர்க்கப்பட்டால், பள்ளிகளையே தகுதிகாண் பருவத்தினரை அளிக்குமாறு கேட்கலாம். அவர்கள் பணி திருப்திகரமாக இருந்தால், அவர்களை நிரந்தரமாகப் பணிக்கு வைத்துக்கொள்ளலாம். வேறு எந்தவித திட்டத்தினாலும் போதிய தகுதியுள்ள அலுவலர்களைப் பெறமுடியாது; மேலும் அந்த வட்டார அலுவலர்கள் மைய அதிகாரத்தின் இலட்சியங்களையும் முறைகளையும் பற்றி நன்கு அறிந்திருந்தாலொழிய தவிர்க்கவியலாமல் வட்டார ஒத்துழைப்பைப் பெருமளவு சார்ந்திருக்கும் ஒரு மைய அரசின் கொள்கையை முறையாக நடத்திச் செல்வது என்பது சாத்தியமற்றது. இல்லாவிட்டால், அவர்களுடைய கூட்டு முயற்சிகளின் முறையான சேர்க்கையைத் தடுக்கக்கூடியவிதமான உரசலும் பொறாமையும் வளர்கின்றன; இதன் விளைவு, ஒன்று மிகையான மையப்படுத்தல் நிகழ்கிறது, அல்லது மைய அதிகாரத் தலைமையின் இருக்கையில் வட்டாரப் பிரச்சினைகள் பற்றிய மந்த நிலை ஏற்படுகிறது. இது அவற்றின் போதிய தீர்வுக்குப் பேரிடர்களை உருவாக்கக்கூடியது.

X. உள்ளாட்சியின் கொள்கைகள்

திட்டவட்டமான கொள்கைப்படி, அரசாங்கத்திற்குரிய தேவையான எல்லாப் பணிகளையும் ஓர் ஒற்றை அமைப்பு செயல்படுத்தலாகாது என்பதற்கு எவ்விதக் காரணமும் இல்லை. தனது உள்ளாட்சி அலுவலர்களை அதுவே பராமரிக்கலாம். அவர்கள் நேரடியாக அந்த அமைப்புக்கே தங்கள் அறிக்கைகளை அளிப்பார்கள். அதன் வழிகாட்டுதலுக்கேற்பத் தேவையான தீர்வுகளை நடைமுறைப்படுத்துவார்கள். உண்மையான அர்த்தத்தில், இது ஃபிரான்சின் உள்ளாட்சி அரசாங்கத்தின் போதாத ஒரு வருணனை அல்ல. அங்கு, குறைந்தபட்சம், மிகச்சிறிய விவரங்களுக்குப் புறம்பானவை ஆட்சித்துறைத் தலைவரின் நோக்கிற்குக் கீழ் வருவதில்லை. அவரே உள்துறை அமைச்சரால் நியமிக்கப்பட்ட, அவருக்கு அறிக்கை தரவேண்டிய ஓர் அதிகாரியாக உள்ளார்; ஆகவே உள்ளாட்சி நிர்வாகத்தின் எல்லாப் பொறுப்பான மாற்றங்களும் பாரிஸிலிருக்கும் அதிகாரிகளிடமிருந்து உருவாகின்றன, அவர்களால் அனுமதிக்கப்படுகின்றன என்று சொல்வது தகும். எப்போதாவது, லயன்ஸின் தலைவரான ஹெரியாட்டின் புகழ்பெற்ற நிர்வாகத்தைப் போன்று ஒரு தலைசிறந்த நபர் புத்தாக்கங்களை அங்குச் செய்ய முடியும். ஆனால், பொதுவாக, ஃபிரான்சின் ஒரு உயிர்த்துடிப்புள்ள நாட்டுப்புற வாழ்க்கை அரசியல்வகையில் அமைவதல்ல; இன்றிருக்கும் மையப்படுத்தல் முறையே போதிய ஒரேசீரான அமைப்பைப் பாதுகாக்கத் தேவையானது என்று உணரப்படுவதாகத் தோன்றுகிறது. அதனால் அதன் முடிவுகளுக்கு எதிரான கிளர்ச்சி குறைவு என்பதல்ல. ஃபிரெஞ்சுப் பிரதேச இலக்கியம், உயர்வகையில் பாரிஸ் மாகாணங்களின்மீது திணித்த அழிவுக்கு எதிரான கலகத்தைக் கொண்டதுதான்; ஆகவே அங்கு உள்ளாட்சி அதிகாரிகள் செயலூக்கமிக்க அதிகாரங்களைக் கைக்கொண்டாலொழிய மையத் தலைமையதிகாரம் எல்லாவித உள்ளூர் முன்னெடுப்புகளையும் அடக்குவது மட்டுமல்ல, அது தனது பணிகளை ஒருவேளை செயல்படுத்துவதற்குத் தேவையான எல்லா வட்டார அறிவையும் நலனையும்கொண்ட ஊற்றையே அழித்துவிடும் என்று தூண்டப்படுகிறது. *(Cf. Charles Brun, Le Regionalisme.)*

எந்த அரசிலும் ஒரு வலுவான உள்ளாட்சி நிர்வாகத்தின் தேவை என்பது விவாதம் தேவையற்ற அளவுக்கு மிகத் தெளிவானது. எல்லாப் பிரச்சினைகளும் மையப் பிரச்சினைகள் அல்ல என்பதை நாம் ஒப்புக் கொள்ளாதவரை ஒரு ஜனநாயக அரசாங்கத்தின் முழுப்பயனை நாம் அடைய முடியாது. மேலும் மையமல்லாத பிரச்சினைகளின்

விளைவுகள் தாங்கள் நிகழுமிடத்தில் பாதிப்புகளை ஏற்படுத்துபவை. அவை அந்த பாதிப்பு யாரால், எங்கே ஏற்படுகிறது என்பதையும் பொறுத்தவை. அதாவது, ஏதோ ஒரு குறித்த பகுதியில் வாழ்பவர்கள் தங்களுக்குள் பொதுவான நோக்கங்களையும் தேவைகளையும் உணர்வதால், பிற பகுதிகளில் வாழ்பவர்களிலிருந்து வேறுபடக்கூடும். லண்டனின் குடிமகன் என்ற முறையில், நான் லண்டனின் நீர்வழங்குமுறை, பொது நூலகங்கள் ஆகியவற்றைப் பற்றிக் கவலை கொண்டவனாக இருக்கிறேன்; இந்த ஆர்வத்தை ஏறத்தாழ அறுபது லட்சம் என்னைப்போன்ற குடிமக்களுடன் பகிர்ந்துகொள்கிறேன். ஆனால் நானோ இந்த அறுபது லட்சம் பேரோ, மான்செஸ்டரின் நீர்வழங்குதல் மிக விலைமிக்கதாகிவிட்டது என்றோ, சஸெக்ஸில் புதிய புத்தகங்கள் கிடைக்கவில்லை என்றோ கவலைப்பட மாட்டோம். வேறுசொற்களில், பிற எதையும்விட அண்மையிருப்பு நம்மீது மோதக்கூடிய ஆர்வங்களைப் பற்றிய அக்கறையை நேரடியாகக் கொள்ளச் செய்கிறது. அந்த ஆர்வங்கள் பிற அண்மையிடங்களிலிருந்து அளவிலும் தன்மையிலும் வேறுபட்டிருப்பதை நாம் காண்கிறோம். பொதுவான ஆலோசனைகளால் நாம் அந்த ஆர்வங்களுக்குத் திருப்தியின் ஒரு தரத்தினைத் தரும்போது அந்தத் தரத்தினைப் புறத்திலிருந்து பிறர் அளித்தால் கிடைப்பதைவிட அதிகமான மனநிறைவை அது நமக்குத் தருகிறது என்பதையும் காண்கிறோம். ஏனெனில் புறத்திலிருந்து செய்யப்படும் நிர்வாகம் வட்டாரக் கருத்துக்கு எதிர்வினை புரியும் உயிர்த்தன்மையைப் பெற்றிருப்பதில்லை. இயற்கையான நிலையில், அதற்குச் சிந்தனையின் மற்றும் உணர்ச்சியின் சாயைகளும் வெளிப்பாடுகளும் இருப்பதில்லை. ஆனால் இவைதான் நிர்வாகத்தின் வெற்றிக்கு நிஜமான அளவில் மிக முக்கியமானவை. அப்படிப்பட்ட நிர்வாகம், தவிர்க்கவியலாமல், பலதரப்பட்ட தன்மைக்குப் பதிலாக ஒருசீர்த் தன்மையை இலக்காகக் கொள்ளும். லிவர்பூலின் சிறப்புத் தேவைகளை அது பூர்த்தி செய்ய முனையாது, மாறாக, ஹெர்ஃபோர்டு அல்லது லீஸ்டரின் தேவைகள் எவ்விதம் பூர்த்தி செய்யப்பட்டனவோ அது போன்றே பூர்த்திசெய்யவே முனையும். அதாவது, இடத்திற்கென இயல்பாய் அமைந்த உயிர்ப்பு என்பதை அது அறியாது. மேலும் அது புறத்திலிருந்து இயங்கும் நிர்வாகம் என்பதால் அது கட்டுப்படுத்தும் அண்மைப்பகுதிகளின் ஆர்வத்தையோ பொறுப்பையோ எழுப்பவும் அதனால் முடியாது. அது கோபத்தை வேண்டுமானால் எழுப்பலாம்; ஆனால் குடிமக்களின் ஆக்கப்பூர்வமான ஆதரவைப் பெறுவதில் அது வெற்றி பெறுவதில்லை. அதன் தீர்வுகள் கருத்தாக்கத்தில் நல்ல நோக்கமும் நடைமுறைப்படுத்துவதில் திறமையும் பெற்றிருக்கலாம். ஆனால் அவற்றின் மிகச் சிறந்த விளைவினை அடைவதில் ஊக்கத்துடன்

பங்கேற்கக்கூடிய ஓர் விழைவினை அந்த அண்மைப்பகுதியில் எழுப்புவதில் தோல்வியடைகின்றன.

ஒரு வலுவான உள்ளாட்சி நிர்வாகம் ஏன் ஆதாயப்பூர்வமானது என்பதற்கு மேலும் பிற காரணங்கள் உள்ளன. ஒரு சேவை முற்றிலும் ஒரு குறித்த மாவட்டத்தின் நன்மைக்கென அளிக்கப்பட்டால், அந்த மாவட்டத்தில் வாழ்பவர்கள் அதற்கான கட்டணத்தைச் செலுத்தவேண்டுவது முறையானது என்பது வெளிப்படை; அவர்களிடம் கட்டணத்திற்கான நிதியைத் திரட்டினால், அந்தச் சேவையின் கட்டுப்பாடு தங்களிடம் இருக்க வேண்டும் என்பதை அவர்கள் வேண்டுவதும் நிச்சயம். அதனால் அதற்கான செலவையும் அவர்கள் மிகவும் குறைவாக வைக்கும்பொருட்டுத் திறம்பட நிர்வகிப்பார்கள் என்பதற்கான சாத்தியப்பாடு அதிகம். மேலும், ஒரு சராசரி மனிதனுக்கு நான்கைந்து ஆண்டுகளுக்கு ஒருமுறை தேசியத் தேர்தலில் வாக்களிப்பது மட்டுமே அவனது அரசாங்கத்துடன் உள்ள தொடர்பு என்றால் அவனது குடித்தன்மையை எவ்விதத்திலும் ஆக்கப்பூர்வமாக மேற்கொள்ள வைக்க இயலாது. அதன் ஏற்புடைமை அவனுக்கு நேரடியாக வேறுவிதத்தில் உணர்த்தப்பட வேண்டும். இல்லாவிட்டால் அரசியல் செயல்முறையில் அவனது ஆர்வம் மறைந்துவிடும் நிலைக்குச் சென்றுவிடும்; செயல்படுநிலை அற்ற குடிமக்கள் அமைப்பு அதிகமாக இருந்தால் அரசில் ஊழலும் அச்சுறுத்தலான முன்னுரிமைகளும் இருக்கும் என்பது அடிப்படைப் பாடமாகும். தனது நேர்ப்பார்வையின், செல்வாக்கின் கீழுள்ள ஆட்களின் ஓர் அமைப்பு திறமையற்றது என்பதால் தனது தெரு சரிவரத் தளமிடப்படவில்லை என்பதை உணரும் ஒரு மனிதன், தான் உள்ளடங்கிய அந்த ஆர்வத்தின் வலைப்பின்னலின் உணர்வை அடையத் தொடங்குகிறான். அரசாங்கத்தின் வேறு எந்தப் பகுதியையும் விட உள்ளாட்சி நிர்வாகம், ஆகவே குறைந்தபட்சம் தற்செயலான விதத்திலேனும் உயர் அளவில் கல்வி அளிக்க வல்லது. முடிவெடுப்பதற்குப் பொறுப்பான மனிதர்களுடன் நெருக்கமான தொடர்பில் குடிமக்களின் பெருந்திரளைக் கொண்டுவருவதற்கு வேறு எவ்வித வழியும் இல்லை என்பதையும் நினைவில் கொள்ளவேண்டும். அதிக அளவில் மையப்படுத்துவது, ஓர் அதிகாரத்தன்மை கொண்ட அமைப்பையே அர்த்தப் படுத்தும், அர்த்தப்படுத்தவும் வேண்டும். எவ்வளவுதான் அதிகாரத்தில் பேராசை கொண்டதாக இருந்தாலும், உலகத்தின் எவ்விதச் சட்டமன்ற அமைப்பும் வட்டாரப் பிரச்சினைகளின் மிகப்பெரிய கோடிட்டுக் காட்டல்களைவிட அதிகமாக ஒன்றும் முடிவுகளை எடுத்துவிட முடியாது. அவற்றின் விவரங்களின் நடைமுறைப்படுத்தல் துறைகளுக்கு விடப்படும். ஆகவே நியமிக்கப்பட்ட அதிகாரிகள் அவற்றை ஆதிக்கம் கொள்வார்கள்,

அம்முடிவுகள் பொதுமக்கள் கருத்துக்கு உண்மையாக ஒருபோதும் அகப்பட மாட்டாது. ஏனெனில் அவற்றுக்கு எதிரான புகார் பொதுவான நிலையில் மட்டுமே புலனாய்வு செய்யப்பட முடியும்; அதன்விளைவாக, மேலும் பொதுவான நிலையில், திருத்தப்பட்ட ஒரு முடிவுதான் கிடைக்கும். அதை அதே அதிகாரிகள் சந்தேகமின்றி அதே விளைவுகளோடுதான் நடைமுறைப் படுத்துவார்கள்.

வட்டாரப் பிரதேசக் குழுக்களிடம் அதிகாரங்களை அளிப்பதில் அபாயங்கள் உள்ளன என்பது உண்மை. ஒருசீர்த்தன்மை என்பது மலிவானது. ஏனெனில் ஒற்றைத் தீர்வை உருவாக்கி, அதை ஒட்டுமொத்தமாக நடைமுறைப்படுத்துவது என்பது, பலவேறுவிதமான தனித்தனித் தீர்வுகளை உருவாக்கி, அவற்றைத் தனித்தனியே நடைமுறைப்படுத்துவதைவிட எளிதானது. மேலும் ஒரு வட்டாரத் தலைமை என்பதைவிட மையத்தின் கட்டளைக்கீழ் இருக்கக்கூடிய மிகப் பெரிய அறிவையும் இயலுமையையும் சற்றே தியாகம் செய்வதை அது உள்ளடக்கியுள்ளது. உள்ளாட்சித்தன்மை, அத்துடன், ஒரு குறித்த அண்மைப்பகுதியில் இருக்கும் அதிகாரமிக்க மனிதர்கள் அல்லது அமைப்புகளின் கொடிய செல்வாக்கிற்குச் சற்று எளிதாகவே தன்னை ஆட்படுத்திக் கொள்ளும்; இந்தவிதத்தில், அமெரிக்க நகரங்களின் பதிவு, ஏன் அமெரிக்க அரசுகளின் பதிவும்கூட ஒரு தெளிவான பாடமாகும். அதிகாரத்தை அளிப்பதென்பது மெய்யாகவே அதிகாரத்தை அளிப்பதாகும் என்ற மெய்க்கூற்றை நாம் விட்டுவிடலாகாது. ஓர் உள்ளாட்சி அமைப்பைத் தனது அதிகாரத்தைப் போதிய அளவு பயன்படுத்தத் தூண்டுவதற்கு உங்களால் இயலாமலிருக்கலாம். ஒரு பிற்பட்ட நகராட்சிஅமைப்பு, தனது சேவைகளின் செலவுகளைத் தானே குறைப்பதற்கான பேருணர்ச்சியை அன்றி வேறு எவ்விதத் தூண்டுதலையும் தடுக்க முனையலாம். உதாரணமாக, சில ஆங்கில வட்டாரங்களைப் போல, பொது நூலகங்களின் சட்டத்தின் ஆதாயத்தைப் பயன்படுத்திக் கொள்ள மறுக்கலாம்; அமெரிக்க ஐக்கியநாடுகளில் ஜியார்ஜியாவைப் போல குழந்தை உழைப்பு நீக்கத்துக்கு எதிராகப் பிடிவாதமாக இருக்கலாம். ஒரு நாட்டுப்புறச் சமுதாயத்தைத் தனது குழந்தைகளுக்குக் கல்வி அளிக்கும்படி போதிய அளவு வலியுறுத்துவதில் நாம் சந்திக்கும் இடர்ப்பாடுகளை அனைவரும் அறிவர். பலவிதங்களில் ஓர் உள்ளாட்சி அரசாங்க அமைப்பை உருவாக்குவது என்பது பிணையாளிகளுக்குப் பெருஞ் செல்வத்தை அளிப்பதாகும் என்பதை ஒப்புக்கொண்டாக வேண்டும். ஒரு பிற்பட்ட சமுதாயம் எந்த ஒரு மேம்பாட்டுக் கூறுக்கும் எதிர்ப்பாக இருக்கலாம். புதுமைக்கு அதை வலுக்கட்டாயமாக மாற்றுவது திருப்திகரமாக இருப்பது அபூர்வம். கருத்துக்கல்வி, எந்தவிதச் சட்டவிதியையும் விட மிகவும் முக்கியமானது. அதை அமுல்படுத்த

வேண்டுமென்று முன்னெடுப்பவர்களுக்கு எவ்வளவுதான் அது முக்கியமாகத் தோன்றினாலும், எல்லா உண்மையான சுதந்திரத்திற்கும் அடிப்படையாக இருப்பதாகத் தோன்றுகின்ற படிப்படியான கருத்துக்கல்விக்கான ஆதரவை அது கண்டிப்பாகப் புறக்கணிக்கிறது.

உள்ளாட்சி அரசாங்கத்தில் அதற்கானப் பகுதிகளை வரையறுப்பது என்பதைவிட அதில் மிகவும் கடினமான பிரச்சினை வேறு எதுவும் இல்லை. பரிந்துரைக்கும் எந்தக் கொள்கையுமே ஏறத்தாழத் தவிர்க்கவியலாமல் ஏதோ ஒரு புள்ளியில் கைவிட்டுவிடுவதாகத் தோன்றுகிறது. அறிவியல் கண்டுபிடிப்பு, வரலாற்றுப் பாரம்பரியத்துடன் எல்லைகளைக் காலாவதியாக்குகிறது; வடிகால் திட்டம், நீரளிப்பு முதலிய விஷயங்களின் தேவைகள் மரபான விஷயங்களுக்கான முக்கியத்துவத்தை மீறிச் செல்கின்றன. நிலவியல் சிந்தனைகள் எவ்வித இறுதி முக்கியத்துவத்தையும் பெறுவதில்லை; ஏனெனில், ஒரு பாலம் ஆற்றைக் கடக்க உதவலாம், ஒரு சுரங்கப்பாதை அரசாங்கத்துக்கு ஒரு மலையை முக்கியமற்றதாகச் செய்யலாம். தகவல்தொடர்புச் சாதனங்கள் நமது நாகரிகத்தை ரோமானிய நாகரிகத்திலிருந்து பிரித்துக் காணாத ஒரு காலத்தில் போக்குவரத்து மண்டலங்கள் பற்றிய சிந்தனை பயனுள்ளதாக இருந்தது; ஆனால் இரயில்வே, விமானப் போக்குவரத்து ஆகியவற்றின் வருகையால், போக்குவரத்து மண்டலங்கள், பிரைட்டனை லண்டனின் புறநகர்ப்பகுதியாகவும், நியூ ஹேவனை நியூயார்க்கினை அடுத்துள்ள மாவட்டமாகவும் மாற்றிவிடலாம். மிகவும் வசதியான நடைமுறைச் சாதனமாக இருப்பது, மக்கள்தொகை அடர்த்தி காட்டுகின்ற அடையாளமாகும் என்று நான் நினைக்கிறேன். உதாரணமாக, ஒரு நாட்டுப்புறப் பகுதியில் வசிப்பவர்களைவிட நவீன நகரங்களில் வசிப்பவர்களுக்கு நீர், விளக்கு, வடிகால் போன்றவற்றில் சிறப்புச் சேவைகள் தேவைப்படுகின்றன. இக்காரணத்தினால், வசதிவாய்ப்புகள் உள்ளாட்சி அரசாங்கத்துக்கு இயல்பான அலகாக நகரத்தையே காட்டுகின்றன. ஆனால் அதன் எல்லைகள் தவிர்க்கவியலாமல் மாறக்கூடியவையாக உள்ளன. உதாரணமாக, நன்கறியப்பட்ட ஒரு விஷயத்தை எடுத்துக் கொண்டால், ஒரு டிராம் போக்குவரத்து அமைப்பு, பெரும்பாலும் ஒரு நகரத்தை அதைச் சுற்றியுள்ள நாட்டுப்புற மாவட்டங்களுடன் இணைக்கிறது. இது மட்டுமல்ல. மின்சக்தியை அளிப்பது போன்ற ஒரு சேவை தனது விநியோகத்தில் சிக்கனமாக இருக்கவேண்டுமானால், பாதைத்தளமிடல் போன்றவற்றிற்கான பரப்பைவிட மிக அதிகமான பரப்பை வேண்டுகிறது. அதற்கான குறித்த பணிகளுக்கு நிலப்பரப்புகளை அரசாங்கத்தில் ஒரு போதிய அலகாக இணைப்பது ஒரு தீர்க்கமான கஷ்டத்தைத் தரும் விஷயமாகும். ஒவ்வொரு பகுதியும், அது நகர்ப்புறமோ, நாட்டுப்புறமோ

பணிகளின் ஒரு சிக்கலான தொகுதி என்ற முறையில் திட்டமிடப்பட வேண்டும், நிர்வாக முறை, தங்கள் பொது ஆர்வங்களின் தீர்வுகாணும் பகுதிகளுக்கிடையில் ஒத்துழைப்புக்கு இடம் அளிக்க வேண்டும் என்பதைத் தான் நாம் சொல்லமுடியும் என்று நினைக்கிறேன்.

அதாவது, ஒவ்வொரு இடப்பகுதியும் பணிக்கு ஒத்ததாக இருக்கவேண்டும். அதேசமயம் தங்கள் சிறப்புச் சூழலின் தேவைகள் சாத்தியங்களுக்கிடையில் அண்மையில் வாழ்வோரின் ஒவ்வொரு குழுவுக்கும் தங்கள் சிறப்பு ஆர்வத்தைப் பேணவேண்டிய வாய்ப்பையும் நாம் தருகிறோம். இது தெளிவாகவே இரண்டு விஷயங்களை உள்ளடக்கியிருக்கிறது. முதலில், வெவ்வேறு வட்டாரச் சூழல்களில் நிர்வகிக்கப்படுகின்ற பொதுவிதிகளுக்குப் பொறுப்பான மனிதர்கள், குடிமக்கள் அமைப்பினால்தான் தேர்ந்தெடுக்கப்பட வேண்டுமே தவிர நியமிக்கப்படலாகாது என்பதை இது அர்த்தப்படுகிறது; இரண்டாவதாக, அவ்வாறு தேர்ந்தெடுக்கப்பட்டவர்கள் ஒவ்வொரு வட்டாரப் பரப்புக்கும் தொடர்புள்ள சேவைகளின் பொதுத் தொகுதியை மேற்பார்வை செய்ய வேண்டும். இதனால் ஒரே அமைப்பைச் சேர்ந்த மனிதர்கள் தங்களால் சேவை செய்யப்படும் வாக்காளர்களின் எவ்விதப் பணியும் சம்பந்தப்பட்ட அமைப்புகளில் அமர முடியும். உதாரணமாக, தங்களுக்கு அளிக்கப்படும் இடம் சிறியதாகவும், அதேசமயம் திறன்மிக்கதாகவும் சிக்கனமாகவும் இருந்தால், தெருக்களுக்குத் தளமிடுதல், அவற்றைச் சுத்தப்படுத்தல், அல்லது பொதுக் குளியலறைகளை அளித்தல், போன்ற சேவைகளை முழுமையாகக் கட்டுப்படுத்த முடியும்; சீரமைக்கப்பட வேண்டிய பணியின் இடப்பகுதி அண்மைவசிப்பு என்ற விதியைமீறிச் செல்கின்ற சேவைகளான விளக்குகள் அளித்தல், பல்கலைக்கழகக் கல்வி, பொழுதுபோக்கு, நகரத்திட்டமிடல் போன்றவற்றுக்கு வசதிகளை அளித்தல் போன்றவற்றில் சேவைகளின் ஒரு பகுதியை மட்டுமே அவர்களால் கட்டுப்படுத்த முடியும். ஆனால் அந்தந்தத் துறைகளுக்குரிய அமைப்புகளில் தங்களால் தேர்ந்தெடுக்கப்பட்ட நியமனப் பணியாளர் அமருவார் என்பதால் தேர்ந்தெடுத்தவரின் ஆர்வம் பாதுகாக்கப்படுகிறது; அவருக்கும் தனது கருத்தைச் சொல்லத் தேவையான வழிவகைகள் அவரிடத்திலேயே இருக்கும். நகரங்களைச் சிறிய தேர்தல்பகுதிகளாகப் பிரித்துக் கொள்ளலாம். அவற்றின் இடப்பகுதி சிறிதாக இருப்பின் தேர்ந்தெடுப்பவருக்கும் அவருடைய பிரதிநிதிக்கும் போதிய தொடர்பு இருக்கும். அதேசமயம் பணியைத் திறம்பட நடத்த நிர்வகிக்கும் நகர அமைப்பு மிகப் பெரிதாகத் தோற்றமளிக்கும் அளவுக்கு அவை மிகச் சிறிதாகவும் இருக்கலாகாது. நாட்டுப்புற மாவட்டங்களில், இந்த நோக்கில் சிறிய

அரசியல் நிறுவனங்கள் | 553

கிராமங்களை ஒன்றிணைத்து ஒரு அலகாக்க வேண்டும். நகர்ப்புறத் தேர்தல்பகுதிகளை விட இவை மக்கள் தொகையில் சிறியதாக இருந்தாலும், ஒன்றுசேரும்போது இவை சற்றே பெரிதாகி, உள்ளாட்சி நிர்வாகம் என்ற விஷயத்தில் கிராமப்புற வாழ்க்கை இடமளிக்கின்ற பிரச்சினைகளை அணுகுவதற்குத் துணைபுரியும். இவ்வாறு நிர்ணயிக்கப்பட்ட ஒவ்வொரு தேர்தல்வட்டத்தின் பிரதிநிதியும் உள்ளாட்சிக்கு முக்கியமான எந்தப் பணியின் நிர்வாகத்தையும் கவனிக்கும் எந்த அமைப்பிலும் அந்தப் பகுதிக்காக அமர முடியும். உதாரணமாக, அவர் மான்செஸ்டர் ஒரு இயற்கையான, இயல்பான அரசாங்க அலகாக இருக்கும் சேவைகள் யாவற்றிலும் மான்செஸ்டர் நகரமன்றத்தின் உறுப்பினராக இருக்கலாம்; அதேசமயம் வடக்கு இங்கிலாந்தின் மின்சார அளிப்பு தொடர்பான மன்றத்திலும் அவர் உறுப்பினராக இருக்கலாம்.

இப்படிப்பட்ட திட்டத்தில் உள்ளடங்கியிருப்பதென்ன? முதலாவதாக, உள்ளாட்சி அரசாங்கத்தின் தேர்ந்தெடுக்கப்பட்ட பணி, நவீன பிரதிநிதிச் சட்டமன்ற அவைபோல, முழுநேரத்திற்குரிய, ஊதியம் பெறுகின்ற சேவையாக மாறமுடியும் என்று நினைக்கிறேன். தொழில்நுட்பம் சார்ந்தவையாகவும், எல்லாமே சிக்கலானவையாகவும் உள்ள, தனது தீர்மானத்திற்கெனத் தன் முன்னர் வருகின்ற பல பிரச்சினைகளை தீவிரமாகப் புரிந்துகொள்ள விழைகின்ற எந்த ஓர் உறுப்பினருக்கும், தனது தொழிலின் இடைவேளைகளில் மட்டும் அவற்றில் போதிய அளவு அக்கறை காட்டுவதெனில் இயலாது. அவற்றுக்குச் சுறுசுறுப்பான, முழு அளவிலான மனம் வேண்டும். ஊதியமற்ற உழைப்பு என்ற கொள்கையையே நாம் வலியுறுத்தினால் இந்த உள்ளாட்சி மன்றங்களின் உறுப்பினர்களாக வருபவர்கள் பணக்கார வர்க்கத்தைச் சேர்ந்தவர்களாக மட்டுமே இருப்பார்கள்; அவர்களுடைய வேலைத்தரங்களும் அந்தப்பகுதியினரின் தேவைகளுக்கேற்ப அமையாது; அதற்கேற்ற முறையிலேயே இருக்கும்; அதாவது, உள்ளாட்சியை எந்த அளவு மலிவாக்கமுடியுமோ அப்படி ஆக்க விழைபவர்களின் வகுப்புத் தேவைகளுக்கேற்ப இருக்கும். அவர்கள் சிறந்த வடிகால்களை அமைப்பார்கள், ஆனால் போதிய கல்வி இருக்காது, நல்ல சாலைகள் இருக்கும், ஆனால் போதிய நூலகங்கள் இருக்காது. உதாரணமாக, ஏழைகளின் மனம் எவ்விதம் உளவியல் பிரச்சினைகளால் இயக்கப்படுகிறது என்பதை அவர்களால் புரிந்துகொள்ள முடியாது. ஆங்கில நாட்டு ஏழைகள் சட்டப் பாதுகாவலர் வாரியங்களின் சராசரி முயற்சியைக் காண்பவர்கள், உள்ளக நிவாரணத்திற்கான ஏழைகள்மீது காணப்படும் வெறுப்பையும், இறுதிநிலையில் மிக இழிவான ஆதரவற்றவர்கள் மட்டுமே அவற்றில் புகலடைய விரும்புகிறார்கள் என்பதையும் புரிந்துகொள்வார்கள்.

அதேபோல், ஊதியமற்ற உறுப்பினர்களால் அமைந்த உள்ளாட்சி அரசாங்கங்கங்கள், உலக முழுவதும், ஒன்றாக வளர்கின்ற பலவித ஆட்களை, சிறு ஒப்பந்ததாரர்கள், மதுக்கடைக்காரர்கள், கடைக்காரர்கள் போன்றவர்களைக் கொள்கின்றன. இவர்கள் பொதுநலப்பணிகளுக்கான தங்கள் ஒருபுறச்சாய்வற்ற உற்சாகத்தை உள்நோக்கமாக நன்கு வெளிப்படுத்தினாலும் இவர்களது பணியின் தரம் அதற்குத் தக இருப்பதில்லை. ஊதியமற்ற பிரதிநிதிகளின் தாயகமான இங்கிலாந்திலும், பல மாநகரங்களின் மேயர்களுக்கு ஊதியமளிக்க வேண்டியதன் தேவையைக் கண்டிருக்கிறோம்; காப்பீடுகள் மற்றும் இராணுவ ஓய்வூதியங்கள் மீதான குழுக்களின் உறுப்பினர்கள் தங்கள் கடமையைச் செய்வதற்கான செலவுத்தொகைகளை அளிக்கத் தொடங்கியிருக்கிறோம். இதே கொள்கையை அனைவருக்கும் விரிவுபடுத்த மறுப்பது உறுப்பினர்களின் சேவைகளை அஞ்சத்தக்கவிதத்தில் குறுக்குவதாகும்; இவ்வாறு விலக்கப்பட்ட வகுப்பினர் அதிகாரத்திற்கு வருவார்கள் ஆதலின் இது தற்காலிகமான ஒன்றாகவே அமையும்.

இரண்டாவதாக, தேர்ந்தெடுக்கப்பட்ட உறுப்பினர், பொதுத்திறன் மிகுதியாகப் பெற்றவராக இருப்பார்; ஒரு குறிப்பான துறையை மட்டும் கவனிப்பதற்குத் தேர்ந்தெடுக்கப்பட்டவர் என்பதை விட, அவர் பணிகளின் பொதுவான வீச்சின் நிர்வாகத்தை மேற்பார்வை செய்பவராக இருப்பார். தனித்திறமையைவிட பொதுத்திறன்மிகுதிக்கான தேவை தெளிவானது என்று நினைக்கிறேன். பணிகள் ஒன்றுக்குள் ஒன்றாக இட்டுச்செல்கின்றன. கல்வியும் உடல்நலமும், போக்குவரத்தும் வீட்டுவசதியும் மிகக் குறுகலான ஒரு நிர்வாகத்திலன்றி, தனித்தனியாகப் பார்க்கப்பட முடியாது. அவ்வப்போதான அமைப்புகளின் ஒழுங்கமைவும் ஆங்கில அனுபவத்தில் தொடர்ந்து முயற்சி செய்து பார்க்கப்பட்டுள்ளது, ஆனால் இறுதியில் எப்போதுமே அது சீர்குலைந்தே போயிருக்கிறது. உள்ளாட்சி நிதிநிலையின் ஒட்டுமொத்தப் பார்வையை அது தடுக்கிறது; தேர்ந்தெடுக்கும் வாக்காளர் தான் சம்பந்தப்பட்டிருக்கும் வரவுசெலவுத் திட்டம் பற்றிய முறையான பார்வையைக் கொள்வதற்கு இடமில்லாமல் செய்துவிடுகிறது. குமட்டுகின்ற அளவுக்குத் தேர்தல்களின் தேவையைப் பெருக்கிவிடுகிறது; அமெரிக்க அனுபவம் காட்டுவதுபோல, அது வாக்காளரின் அசிரத்தையை உருவாக்குகின்ற ஒரு நிலைமை. அவருக்கு ஜோன்ஸ் பொதுவாகத் திறனுள்ளவர் என்பது தெரியும், ஆனால் கல்லறை வாரியங்கள், நூலகங்கள், நெடுஞ்சாலைகள், பள்ளிகள் ஆகியவற்றை ஒப்பிட்டு அவரது திறனைச் சரிவர அளக்க இயலாது. இப்படிப்பட்ட திட்டம், எப்போதுமே நிர்வாகத்தரத்துக்குப் பொதுவான அக்கறையுள்ள

பிரதிநிதிகளைவிட அதன் ஏதோ ஒரு கூறின்மீது சிறப்பு கவனம் செலுத்துகின்றவர்களையே நிற்கச் செய்வதாகத் தோன்றுகிறது. உதாரணமாக, லண்டனின் பள்ளிக்கழக அமைப்பு, பொதுவாகக் கல்விமீது அக்கறை காட்டுகின்றவர்களை விட எப்படியோ திருச்சபைப் பள்ளிகள்மீது, அல்லது ரோமன் கத்தோலிக்கப் பள்ளிகள்மீது அக்கறை காட்டுகின்ற, கல்வித்திட்டத்தில் திருமறையைச் சேர்ப்பதா நீக்குவதா என்று வாதிப்பவர்களைத் தேர்ந்தெடுக்க வைத்துவிடுகிறது. பள்ளிக்கழகம் மேலும் பெரிய ஆர்வங்களில் அக்கறை காட்டவேண்டி வரும்போது இவர்களுக்குரிய களம் இவர்களின் திறமைக்கு அப்பாற்பட்டிருப்பதை உடனே கண்டுகொள்ள முடிந்தது. இந்த இடர்ப்பாட்டை அவ்வப்போதான அமைப்புகளின் இணைந்த கூட்டங்களின் வாயிலாகத் தீர்த்துக்கொள்ள முனைவது, திரு. வெப், திருமதி வெப் ஆகியோர் கோடிட்டுக்காட்டிய இரண்டு பாராளுமன்றங்களுக்கு எவ்வித ஆட்சேபணைகளுக்கு வழிவகுத்ததோ அதேபோன்ற ஆட்சேபணைகளுக்கு இடம் தருவதாயிற்று. உதாரணமாக, இரண்டிலுமே, உடல்நலம் மற்றும் கல்வி தொடர்பான இரு ஆணையங்கள் பற்றிய விஷயத்தில், நிஜமான அதிகாரத்தைப் பெற்ற நிரந்தரக் கூட்டுக்குழு ஒன்று இருக்கும் அல்லது இரண்டு ஆணையங்களுமே, கொள்கையளவில் பரந்த விஷயங்களில், ஒன்றுசேர்ந்து ஒரே அலகுபோலச் செயலாற்றும்.

இந்த அதி-பொதுத்திறன் அமைப்புகளில் அமரத் தேர்ந்தெடுக்கப்பட்டவர்கள், மூன்றாவதாக, நேரடியாகத் தேர்ந்தெடுக்கபட வேண்டுமே ஒழிய மறைமுகமாக அல்ல. இந்த விஷயம், திடமான அனுபவத்தினாலும் அதற்கேற்ப அருவமான கொள்கையாலும் ஒருசேரக் காணப்பட்ட ஒன்று. கொள்கை வகுக்கும் அமைப்புகளின் தொடர்ந்த ஜனநாயகக் கட்டுப்பாட்டைப் பெறுவதற்கு நாம் செய்யக்கூடிய ஒரே வழி, வாக்காளர்களுக்கும் பிரதிநிதிகளுக்கும் இடையில் நேரடித் தொடர்பைக் காப்பாற்றுவதுதான்; இல்லாவிட்டால், தவிர்ககவியலாத ஒரு தொலைவுத்தன்மை குறுக்கிடுகிறது, அந்தத் தொலைவுத்தன்மையால் கொள்கை வகுப்பதில் பொது ஆர்வம் வீழ்ச்சியடைகிறது. இதன் விளைவாக, பிரதிநிதித்துவ அமைப்பிற்கான கல்வி மதிப்பு குறைவுபடுகிறது. என்ன நிகழ்கிறது என்பதன் முக்கியத்துவத்தைப் பொதுமக்கள் அறிய முடிவதில்லை, ஏனெனில் அதன் சாதனை பற்றிய அவர்கள் அறிவு நேரடியாக விளைந்ததல்ல. தாங்கள் விரும்பாத ஒன்றிற்கான பொறுப்பினை உடனடியாகச் சுமத்துகின்ற எளிமை அவர்களுக்குக் கிடைப்பதில்லை. மறைமுகமாக உறுப்பினர்கள் தேர்ந்தெடுக்கப்படுகின்ற எந்த அமைப்பிலும் இரண்டு கூடுதல் அபாயங்கள் உள்ளன. அது கண்டிப்பாக அதிகாரவர்க்க ஆட்சிக்குக் கொண்டுசெல்கிறது. மக்களின் பொதுக்கருத்தால் அது

தடைசெய்யப்படும் நிலை இல்லாமையால் அதன் முக்கியத்துவத்தை அது அறிந்துகொள்ள முடிவதில்லை. பொதுக்கட்டுப்பாட்டிலிருந்து அது நீக்கப்படுவதால், அது பொதுக்கட்டுப்பாட்டை மேற்கொள்வதில் பொறுமையின்மை கொள்ள முனைகிறது. மேலும் ஒரு மறைமுக அமைப்பு, பெரும்பான்மை ஆட்சியின் எல்லா பலவீனங்களையும் மிகைப்படுத்தவும் செய்கிறது. அது தான் தேர்ந்தெடுக்கப்பட்ட எல்லா அமைப்புகளின் ஒட்டுமொத்தக் கருத்தையும் பிரதிபலிக்காது, வெறும் ஆதிக்கக் கருத்தை மட்டுமே பிரதிபலிக்கும்; அமெரிக்காவிலும், கனடாவிலும் போல, ஆதிக்கக் கருத்து பெரும்பாலும் ஒரு சிறப்பான மதத்தின் சாயலைப் பெற்றிருக்கும். அதனால் கொள்கை உருவாக்கமும் ஒரு விசித்திரமான ஒழுக்கக்கேடான வழியில் சிதைக்கப்படும். கடைசியாக, அமைப்பின் செயல்பாடுகளுக்குப் போதிய விளம்பரம் கிடைப்பது இந்த ஒழுங்கமைவில் மிகக் கடினமாக இருக்கிறது. நகர மற்றும் மாகாண மன்றங்களில் அதிகப்பணி நடப்பதாக இங்கிலாந்தில் கேள்விப்படுகிறோம்; ஆனால் அவற்றின் கூட்டுக்குழுக்கள் பள்ளிகளின் நிர்வாகத்துக்குச் செய்தவற்றைப் பற்றிக் கேள்விப்பட இயலவில்லை. இம்மாதிரி நிர்வாகம் திறமையாக இருக்கும்போதும், நிர்வாகத்தின் கொள்கை குழுவுக்கு வெளியே இருக்கிறது; இலாபம் இருந்தாலும், அந்த இலாபம் முழுப் பொது ஆர்வத்தில் என்ன செய்யப்படுகிறது என்பதிலுள்ள நஷ்டத்தைவிட அதிகமாக இருப்பதில்லை.

உள்ளாட்சி அதிகாரத்தலைமைகளைப் பொதுவாகக் கட்டுப்படுத்துகின்ற ஓர் அதிகாரத்தை மைய அரசாங்கம் வைத்திருக்க வேண்டும் என்பது வெளிப்படை. அந்த அதிகாரம் எந்த அளவுக்கு விரிவுபட்டிருக்கவேண்டும்? முதலில், குறைந்த பட்சம் ஒரேசீரான தரத்தை மிகத்தாழ்ந்த அளவிலேனும் சாதிப்பதை வலியுறுத்த வேண்டிய பல துறைகள் இருக்கின்றன என்பது தெளிவு. கல்வியில், ஆரோக்கியத்தில், வீட்டு வசதியில், வட்டார மக்களின் விருப்பம் எவ்வாறாயினும், அவற்றின் தரங்கள் குடிமக்களின் உரிமைகளைப் பூர்த்திசெய்ய வேண்டிய அளவுக்கு ஒத்திருக்கும் ஓர் அளவிற்குக் குறைவாக வீழ்ச்சியடைய அனுமதிப்பது ஓர் அரசுக்குச் சாத்தியமற்றது. இப்படிப்பட்ட தரங்களைச் சட்டமன்றம்தான் வரையறுக்கவேண்டும்; அவற்றின் நிர்வாகம் உள்ளாட்சி அமைப்புகளுடன் கூட்டுச்சேர்ந்து ஒழுங்கமைக்கப்படுமாயினும், அவற்றை மேற்பார்வை செய்கின்ற, தேவைப்பட்டால் கட்டுப்படுத்துகின்ற அதிகாரம் அவற்றுக்கு அளிக்கப்பட்டுவிடக்கூடாது. சமூகத் தேவையின் மாற்றங்கள், அதிகாரம் செயல்படுத்தப்படும் மூலங்களிலும், அந்த அதிகாரங்கள் செல்லுபடியாகும் பரப்புகளிலும் தொடர்ச்சியான மாறுதல்கள் செய்வதை உள்ளடக்கியுள்ளன; தேவையான மாற்றங்களைச் செயல்படுத்துகின்ற இறுதியான வைப்புத் தலைமையாகச்

சட்டமன்றத்தை ஆக்குவது தேவை. மூன்றாவதாக, உள்ளாட்சி அமைப்புகள் எந்தவிதக் கட்டுப்பாட்டையும் மேற்கொள்ளக் கூடாத சில துறைகள் உள்ளன. அரசு இயற்றும் சட்டங்களின் நோக்கங்களைத் தணிப்பதற்கான செயல்களில் அவை ஈடுபடலாகாது. அதற்கான நிபந்தனைகள் எந்த அளவுக்குச் சட்டமன்றத்திலேயே அளிக்கப் பெற்றுள்ளதோ அதுவரை மட்டுமே செயல்படலாம். தெளிவாகவே மையப் பண்புடைய இரயில்வே, அஞ்சல்துறை போன்றவற்றில் அவை எந்த ஒழுங்குமுறைகளையும் செய்ய அனுமதிக்கலாகாது. வரிவிதிப்பு மேலான அவற்றின் அதிகாரங்கள் சற்றே கடுமையான முறையில் வரையறுக்கப்பட வேண்டும் என்று நினைக்கிறேன். வட்டார வரிவிதிப்பு முறையில் ஃபிரான்ஸ், ஜெர்மனி ஆகியவற்றின் அனுபவம் நாம் இந்த அதிகாரத்துக்கு எழுப்பும் எல்லைகளில் சற்றே கவனமாக இருக்கச் செய்ய உதவும். ஏதாவது ஒரு துறையின் முழுக்கட்டுப்பாடு வட்டாரத்தன்மை உள்ளதாகவே அளிக்கப்பட்டிருந்தாலும், மைய அரசுக்கு அறிக்கையிடுவதற்கும், மேலாய்வு செய்வதற்குமான அனுமதி உரிமை ஒதுக்கிவைக்கப்பட வேண்டும் என்பது எப்போதுமே அறிவுரைக்கக்கூடியது. ஏனெனில் மைய அரசு தனது புலானாய்வுக் கடமையை ஒருபோதும் கைவிட முடியாது என்பது தெளிவு. மிகு பெரும்பான்மையிலான உள்ளாட்சி அமைப்புகளை விட மேலான பார்வையிலிருந்து மைய அரசுக்கு எப்போதுமே அனுபவங்களை மேலாய்வு செய்வதற்கும், முறைகளை ஒப்பிட்டுப் பார்ப்பதற்கும், சோதனைகளைத் தெரிவிப்பதற்கும் கடமை இருக்கிறது. தான் எதிர்கொள்ளும் முடிவுகளை விளக்குவதில் அது நுட்பமாகச் செயல்படுவதாகவும் ஒருதலைச் சார்பின்றியும் இருக்கும். இங்கிலாந்தில் இருப்பதுபோல, உள்ளாட்சி அரசாங்கங்களை மேற்பார்வை செய்யும் கடமைகொண்ட சிறப்பு அமைச்சகம் ஒன்று இருக்கவேண்டும் என்று நான் கருதவில்லை; ஒவ்வொரு பணியின் கட்டுப்பாடும் தான் இயற்கையாகவே இருக்கும் துறையிலேயே இருக்கவேண்டும் என்பது நல்லது. சிறப்பு அமைச்சகம் இருப்பின், தனது பொது அதிகாரங்களை வைத்துத் தனது அதிகார எல்லையின் வீச்சை விரிவுபடுத்திக் கொள்ளவேண்டும் என்ற தவிர்க்கவியலாத மருட்சி அதற்கு ஏற்படும். தனது கட்டுப்பாட்டிற்கு அப்பாற்பட்ட விஷயங்களிலும் தலையிடும் போதகனாகத் தன்னை ஆக்கிக் கொள்ளும். தனது கடமையை எளிதாக்குகின்ற ஒருசீர்த்தன்மையிலிருந்து விலகுதல்களைப் பற்றிக் கவலைப்படும். தானே முன்னெடுக்காத சோதனைகளைப் பற்றி ஐயம் கொள்ளும். தகுதித்திறனின் பொதுக் குறைந்தபட்ச அளவுக்கு மேலாக மையக் குறுக்கீடு குறைவாக இருந்தாலே வட்டார முயற்சியின் தரத்திற்கு நன்மை பயப்பதாக இருக்கும்.

ஆங்கிலோ சாக்ஸன் நாடுகளில் வழக்கமாக அளிக்கப்படுவதைவிட மிக அதிகமான அதிகாரங்களை உள்ளாட்சி அமைப்புகளுக்கு மாற்றுவதில்தான் இது அடங்கியிருக்கிறது என்று நம்புகிறேன். சட்டவிதிப்படி குறித்ததொரு தேவை இல்லாத ஒன்றிற்கு எவ்வித அதிகாரமும் அளிக்கப்படலாகாது என்பது இங்கு விதியாக உள்ளது. ஆகவே சட்டவிதிகளின் வீச்சிற்கு அப்பாற்பட்ட எவ்வித உள்ளாட்சிச் சோதனையும் சட்டமன்றத்திற்கு ஒரு புதிய விண்ணப்பத்துடன் தொடங்கவேண்டியுள்ளது. இவ்விதச் செயல்முறை விளைவில் மிகமெதுவானது மட்டுமல்ல, மிகவும் பொருள் செலவுள்ளதாகவும் இருக்கிறது; லீட்ஸ் நகருக்கான பாராளுமன்றச் சட்டம் ஒன்றினை இயற்ற 1897 முதல் 1913 வரை ஏறத்தாழ ஏழாயிரம் பவுண்டு செலவாகியது. 1901இல் இருந்து ஐந்தாண்டுகளில் சட்டமியற்றுதலுக்கு லண்டனின் இருபத்தெட்டு நகர்ப்பகுதிகள் எழுபதாயிரம் பவுண்டுகளுக்கு மேல் செலவு செய்தன; 1903இலிருந்து மூன்றாண்டுகளில் லண்டன் பிரதேச மன்றமே மசோதாக்களை ஆதரிப்பதிலும் எதிர்ப்பதிலும் ஒருலட்சம் பவுண்டுகளுக்குமேல் செலவிட்டது. சட்டமியற்றல், உண்மையாகவே ஒரு செலவுமதிப்பு மிக்க கேளிக்கைதான்; மேலும் கண்டுபிடிக்கப்பட்ட கருவிகளில் புத்தாக்கத்தை எதிர்க்கக்கூடிய மிகப்பெரிய கருவியாகவும் அதுவே இருந்திருக்க இயலும். தனக்கு ஒரு நகரக் காட்சியரங்கம் வேண்டுமா என்பதைக் கண்டுபிடிக்க லீட்ஸ் நகரம் ஏழாயிரம் பவுண்டு செலவுசெய்வது தேவை என்றால் அதற்கு ஒரு அரங்கமே தேவையில்லை என்று விட்டுவிடலாம்.

ஆகவே அமெரிக்க ஒன்றியத்தில் வாஷிங்டனுக்கும் அரசுகளுக்கும் உள்ள உறவின் முன்மாதிரியைக் கொண்டு வட்டார, மைய அரசாங்கங்களுக்கு இடையில் உறவினைக் கட்டுவது என்பது நல்ல கொள்கை என்று எனக்குத் தோன்றுகிறது. அங்கு ஒதுக்கப்பட்ட அதிகாரங்கள் கூட்டாட்சிகளைச் சேர்ந்தவை. மீதமிருக்கும் அதிகாரங்கள் மைய அரசுக் கட்டுப்பாட்டின் வரம்புக்குள் உள்ளன. இதேபோன்ற முறையிலே, உள்ளாட்சி மன்றங்களுக்குக் குறிப்பாகத் தடுக்கப்படாத அதிகாரங்களை அவை பயன்படுத்த முடியும். இப்படிப்பட்ட அதிகாரங்களைத் தவறான முறையில் பயன்படுத்துவதற்கு எதிராகப் போதிய தடுப்புகளை வகுப்பது எளிதென்று நினைக்கிறேன். வட்டாரஅளவில் மக்கள் வாக்கெடுப்புக்கான வழி ஏதும் இருக்கலாம்; உதாரணமாக மான்செஸ்டரின் குடிமக்கள், ஓர் நகராட்சி அரங்கு கட்டப்படுவதற்கு எதிராக மக்கள் வாக்கின் மூலமாகத் தீர்மானிக்கலாம். எல்லாத் திட்டங்களையும் தற்காலிக ஆணைகளாகவே சட்டமன்றத்திற்குச் சமர்ப்பிக்கலாம். பின்னது தீர்மானத்தின் மூலமாக முன்வைக்கப்பட்ட திட்டத்தை ஒப்புக்கொள்ளாமையைச்

சுட்டிக்காட்டினால், அது செயலிழந்துபோகும்; குறிப்பாக அந்த முன்மொழிதலுக்கான நிதியைப் பற்றி விமரிசனபூர்வமாக விளக்கும் நினைவுக்குறிப்பைச் சட்டமன்றத்தின் மேஜைமீது வைக்கும் தற்காலிக ஆணைகளாகவே எல்லா திட்டங்களையும் வடிவமைக்கலாம். சட்டமன்றம் ஏற்கெனவே அதிகாரங்களைப் பயன்படுத்துவதில் அனுமதி அளித்திருந்தால் இம்மாதிரி அனுமதி தேவையில்லாமல் செய்யலாம். உதாரணமாக, மான்செஸ்டர் பள்ளிவிடும் வயதைப் பதினாறு என உயர்த்தினால் அதற்குப் பாராட்டு தேவையே ஒழிய அனுமதி தேவையில்லை. உசிதத்தின் எல்லைக்குள் இப்படிப்பட்ட சோதனைகள் நிதிசார்ந்த புதுமைகளிலும் இணைக்கப்படச் சாத்தியமிருக்க வேண்டும். தன் குடிமக்கள் ஒப்புக் கொண்டால், ஒரு வட்டாரப்பகுதி தனக்குத் தேவையான விஷயத்தைப் பூர்த்திசெய்ய ஒரு தொகை சேகரிக்க அனுமதியளிக்கலாம், அதேபோல, ஏதேனும் ஒரு சிறப்பு நோக்கத்திற்காக அந்த வட்டாரத்திற்குரிய அளவில் வரிபோடுதல் போன்ற முயற்சிசெய்யவும் அனுமதிக்கலாம். பொதுப்பணிகளான தெருவை அகலப்படுத்துதல், சேரிகளை நீக்குதல், பூங்காக்கள், காலி இடங்களை உருவாக்குதல் போன்றவற்றினால் பொருளாதார முன்னேற்றத்தைப் பெறுகின்ற சொத்துடைய மக்கள்மீது சிறப்புக் கொடைகளை விதிக்க அனுமதிக்கின்ற 1893இன் கோனிக்ஸ்பெர்க் சமுதாய வரிவிதிப்புச் சட்டம் போன்றவற்றின் மதிப்பும் ஏற்றுக் கொள்வதற்குரியது.

எச்ச அதிகாரங்கள் என்ற கருத்தினை, மேற்சுட்டிய எல்லைகளுக்குள்ளாக, வட்டார அதிகாரத்துக்குள்ளாக்குவது ஒருகாலும் இருட்டில் குதிப்பதாகாது. கடந்த ஐம்பதாண்டுகளாக ஜெர்மனியின் நகராட்சி முயற்சிகளில் வெற்றி ஏற்படுவதன் இரகசியம் இதுதான். ஆங்கிலோ-சாக்ஸன் அமைப்பின் எல்லைகளுக்குள் மட்டுமே பழக்கப்பட்டுப்போனவர்கள் ஜெர்மனியின் வட்டார ஆட்சி அதிகாரங்களின் அளவைப் பார்க்கும்போது வியப்படைவார்கள். பிரஷ்யாவின் உச்ச நிர்வாக நீதிமன்றத்தின் ஒரு முடிவு சொல்கிறது: "தனது சொந்த வளத்தைப் பயன்படுத்தி, ஒரு நகர்ப்புற உள்ளாட்சி, முழுச்சமுதாயத்தின் நலத்தையும், பொருளியல் நலங்களையும், அறிவுசார் முன்னேற்றத்தையும் மேம்படுத்துகின்ற யாவும் தன் எல்லைக்குள் வருவதாகக் கோரலாம். ஆனால் எப்போதுமே-இதற்கு அப்பால் அதன் காரியங்கள் யாவும் எல்லைமீறியவை-அதுவும் அதன் உறுப்புகளும் தங்களை வட்டார நலன்களின் பாதுகாப்புக்கு ஒப்படைத்துக் கொள்ளவேண்டும்." இந்த அதிகாரங்களின்கீழ்தான், ஜெர்மன் நகரங்கள் எந்தவிதச் சட்டமன்றத்தின் அதிகாரத்தின் உதவியையும் நாடாமல், தங்கள் அரங்குகளை நிறுவியுள்ளன, டிராம் வழிகளைக் கட்டியுள்ளன, நகர வணிகத்தைத் தொடங்கியுள்ளன, பள்ளி

மருத்துவச் சேவைகளை நிறுவியுள்ளன, பள்ளிக் குழந்தைகளுக்கு உணவளித்துள்ளன; இசை, நாடகம், கல்வி, காசநோயாளர்க்கு மருத்துவமனைகள், நகராட்சிச் சேமிப்பு வங்கிகள், சட்ட ஆலோசனைக்கும், வேலையின்மைக்கும், தீ-காப்பீட்டுக்குமான குழுக்கள் ஆகியவற்றை அமைத்துள்ளன. "இன்றைய ஜெர்மன் நகரம், அறிவுத்துறை, பொருளாதாரம், சமூக முன்னேற்றம் ஆகியவற்றில் முன்னோடியாக அமைந்துள்ளது" என்கிறார் இதுபற்றிய நன்கறியப்பட்ட அதிகாரி ஒருவர். (Most, Die Deutsche Stadt und ihre Verwaltung, vol. i. p.51)

இந்த அமைப்பின் சிறப்பு மதிப்பு மூன்று திசைகளில் விரிகிறது. சமூக விஷயங்களில் முக்கியமான சோதனைகளுக்கு இது வழியமைக்கிறது. அதேசமயம் அந்தச் சோதனைக்குத் தேவையான பரப்பினைக் குறுக்கி, அதனால் அதன் தோல்வியினால் ஒருவேளை ஏற்பட இருக்கும் அபாயத்தைத் தடுக்கிறது. ஆகவே வட்டார முன்னெடுப்பினை ஊக்குவிக்கும் கூட்டாட்சி முறையின் பெரும் ஆதாயத்தையும் இது கொண்டுள்ளது, அதேசமயம் அந்த முன்னெடுப்பினால் சமுதாயத்துக்கு ஏற்படும் செலவினத்தையும் முழுமையாகக் குறைக்கிறது. இரண்டாவதாக, மையச் சட்ட மன்றத்தின்மீது வட்டார விஷயங்களின் அழுத்தத்தினைக் குறைக்கிறது. இந்த வழியினால், கீழ்நிலைப் பாராளுமன்றங்களுக்கு அதிகாரங்களை மாற்றிக் கொடுப்பதால் ஏற்படும் ஆதாயங்கள் அனைத்தும் நடைமுறையில் இதில் உள்ளதென்று நானே நம்புகிறேன்; அதன் நிறுவன எளிமை மேலும் அதற்கொரு பரிந்துரையாகும். மேலும் குடிமக்கள் சார்ந்த சாதனைகளில் வேறுவகையில் அடைய முடியாததொரு வட்டாரப் பெருமையை அடைவதற்குரிய வழியாகவும் இது இருக்கிறது. மேலும் அனுமானிக்கத்தக்க வகையில் இப்போதுள்ளதைவிட ஆக்கப்பூர்வமான வழியில் வட்டார முயற்சியை அரசாங்கத்தின் கடமையோடு இணைப்பதற்கான ஒரு வழியாகவும் இருக்கிறது. ஏனெனில் பெட்ரோல் மற்றும் நீர் அரசியலை நிரந்தரமாகக் கவர்ச்சியற்றதாகக் கருதுபவர்கள் பலர், எதிர்பாராமல் தங்கள் விஷயங்களும் வட்டார நலன் சார்ந்ததாக இருப்பதை அறியும்போது நகராட்சிப் பணிகளுக்குள் ஈர்க்கப்படுவார்கள். இது சாத்தியமாகின்றபோது, உதாரணமாக, உள்ளூர்ச் செயல்பாடுகளில் நாடகத்தை ஒரு இயல்பான கிளையாக ஆக்கினால், ஒவ்வொரு பகுதியிலும் பெரிய அளவில் இதுவரை பயன்படுத்தப்படாத பொதுமக்கள் ஆற்றல் பயன்படுத்தப்படக் காத்திருப்பதை அறியலாம்; தன் நாடகத்தோடு நிறுத்திக் கொள்ளப்படத்தக்க முறையில் தொடங்குகின்ற ஆற்றல், அதைப் பள்ளிகளிலும் பிறகு மக்களின்

வீடுகளிலும் உள்ளூர் நாடக அரங்கத்தின் முறையான பயன்பாட்டுக்கு உதவும்.

இதுவரை நான் அரசின் மையத் துறைகளின் கோணத்திலிருந்தே முதன்மையாக வட்டார நிர்வாகத்தின் பிரச்சினையை விவாதித்து வந்தேன். ஆனால் இங்கு கோடிட்டுக் காட்டப்பட்டது போன்றதொரு கட்டமைப்பு இரண்டு கோணங்களிலிருந்து மேலும் பெருமளவிலான சாத்தியங்களுக்கு இடமளிக்கிறது என்று நான் நினைக்கிறேன். ஒருபுறம், அதன் உறுப்புகளைக் குடிமக்களாகக் கருதப்படும் நுகர்வோரோடு தொடர்புபடுத்த முயற்சி மேற்கொள்ள இயலும், மற்றொருபுறம், தொழில்நுட்ப நிபுணர் எனக் கருதப்படும் உற்பத்தியாளரோடு தொடர்புபடுத்தவும் முடியும். வட்டார மன்றத்தின் ஒவ்வொரு செயல்பாடும் ஏன் அதன் ஆலோசனைக் குழுவினால் சூழப்பட்டிருக்கலாகாது என்பதற்குக் காரணமில்லை. ஒரு தேசிய அமைப்பு என்ற முறையில் அதில் பலவேறு நலன்கள் சார்ந்தவர்கள் அமர்வார்கள். இம்மாதிரி ஒரு கல்விக்குழு, உதாரணமாக, ஆசிரியர்கள், பெற்றோர்கள், அப்பள்ளிகளின் முன்னாள் மாணவர்கள் ஆகியோரை இயல்பாகவே கொண்டிருக்கும். ஏனெனில் ஒருகாலத்தில் ஆங்கில அல்லது அமெரிக்கத் தொடக்கப் பள்ளிக்கும் ஈட்டன் அல்லது கிர்ட்டன் போலப் பழைய மாணவர்களின் சங்கங்கள் தனிச் சிறப்பாகச் சேர்க்கப்படத் தேவை இருக்கிறது என்பது உணரப்படும்; இவற்றைவிடக் குறுகிய அடிப்படைகளில் பழைய மாணவர்களின் சங்கங்களை ஒரு மரபாகக் காப்பாற்ற அம்மாணவர்களும் முனைவார்கள். அதேபோல, தான் கவனிக்க இருக்கும் பெற்றோர்களை, தன்னை வளர்த்துக் கொள்ள அவர்களின் ஆதரவையும் ஊக்கப்படுத்தலையும் பெற நினைக்கும் ஒரு நவீனப் பள்ளி, அவர்களை ஏதோ ஒரு சீரமைப்புக்கான குழுக்களாக்குவதை மேலும் மேலும் பயனுள்ளதாகக் காணும். ஆசிரியரின் மனம் பெற்றோரின் மனத்துடன் சம்பந்தப்படும்போது ஒரு கல்விக்கான அமைப்பு உட்கருதக்கூடிய விஷயங்களைப் பெற்றோரின் நோக்கிலிருந்து காணும் ஆழமான புலனுணர்வுக்குக் கொண்டுசெல்லும்; வட்டாரக் கல்விக் கொள்கையில் இம்மாதிரி ஆலோசனைக் குழுக்களில் பிரதிநிதிகளாக இருப்பவர்கள், தாங்கள் தேர்ந்தெடுக்கும் சார்பாளர்களின் ஆற்றலை வலுப்படுத்தவும், ஆவேசத்தைத் தூண்டவும் பெருமளவில் உதவுவார்கள். அதேபோல் நகரமன்றத்தின் உடல்நலக் குழுவின் ஆலோசனைக்குழுவில் மருத்துவர்களும், பல்மருத்துவர்களும், செவிலியரும் துப்புரவு ஆய்வாளர்களும், நலப்பணியாளர்களும் கட்டுநர்களும் இருப்பார்கள். இவர்கள் நிர்வாகஅமைப்பின் கொள்கையைப் படிப்படியாக கவனிக்கும் பணியில் தங்களை ஈடுபடுத்திக் கொண்டால், உண்மையான முக்கியத்துவம் வாய்ந்த பணிகளை வளர்ப்பார்கள்.

தேர்ந்தெடுத்த மன்றத்திற்கு ஆலோசனைகளை வழங்கவும், விசாரணைகளை மேற்கொள்ளவும், வட்டார முக்கியத்துவம் வாய்ந்த பெரிய பிரச்சினைகளில் அறிவிப்புகளை வெளியிடவும் அவர்களுக்கு அதிகாரம் இருக்கும். தனது பணியைப் பற்றிப் புரிந்துகொண்ட ஒரு நகரமன்ற அமைப்பு, உதாரணமாக, தனது நூலகவேலை, வட்டார அளவில் ஆசிரியர்களோடு கூட்டுச்சேர்தல் ஆகியவற்றைப் புறக்கணிக்க இயலாது; அது ஒரு பல்கலைக்கழக நகரமாக இருப்பின் தனது பணியில் பல்கலைக்கழக உதவியையும் கேட்டுக் கொள்ளும். வட்டாரப் பத்திரிகைகளின் அறிவுரைகளின் முக்கியத்துவத்தையும் அது புறக்கணிக்காது. ஏனெனில் அதன் செயல்பாடுகளுக்கு முறையான விளம்பரத்தைப் பெறுவதும் மெய்யாகவே முக்கியமானதொரு பணிதான். பொதுமக்கள் அறியாமை காரணமாகவே அவர்களின் அக்கறையின்மை ஏற்படுகிறது. இதற்குப் பரிகாரமான மிக நேரான வழிகளில் பத்திரிகைகளைப் பயன்படுத்துவதும் ஒன்று.

இவ்வாறு தேர்ந்தெடுக்கப்பட்ட பிரதிநிதிகள் பயன்படுத்தத் தக்க அரசாங்கத்தின் வடிவம் என்னவாக இருக்கும்? இங்குப் பல தனித்த பிரச்சினைகள் உள்ளன. கொள்கையின் பரந்த கோட்டுருக்கள் பற்றி ஒருபுறமும், நிதி பற்றி மற்றொருபுறமும் மட்டும் பொதுக்கருத்து மெய்யாக இருக்கும் ஒரு திறன்வாய்ந்த நிர்வாகத்தில் நிச்சயமாக வட்டார அரசாங்கத்தின் பங்கு குறைவாக இருக்கப் போவதில்லை. இந்த கவனிப்புதான் ஜெர்மன் நகர அமைப்பை நிபுணர்களால் பெரியதொரு அரசாங்கமாக வளர்க்க உதவியிருப்பதோடு, தேர்ந்தெடுக்கப்பட்ட பிரதிநிதியை சிறப்பு முக்கியத்துவம் கொண்ட ஓர் ஆலோசனைக்கான நபராகவும் ஆக்கியிருக்கிறது. வட்டார நிர்வாகத்தின் ஒவ்வொரு கிளையும் நிச்சயமாகவே நிபுணர்களின் கைகளில் இருக்கவேண்டும், அவர்கள் தேர்ந்தெடுக்கப்பட்ட மன்றத்தின் ஒப்புதலுக்கோ, பொதுக்கருத்தின் அழுத்தத்திற்கோ காத்திருக்காமல் தேவையான நடவடிக்கை எடுத்துத் திறமான செயல்பாட்டை அடையமுடியும் என்பதாகத்தான் அவர்களின் இலட்சியம் இருக்கிறது. நடைமுறையில் தேர்ந்தெடுத்த மன்றத்தோடு அவர்களின் தொடர்பு, பிரிட்டிஷ் அரசாங்கத்துக்கும் பாராளுமன்றத்துக்கும் உள்ள தொடர்பு போல்தான் உள்ளது. பின்னது, முன்னதை விமரிசனம் செய்யலாம், விளக்கம் வேண்டலாம், கடைசியாகப் புறக்கணிக்கவும் செய்யலாம்; ஆனால் அடிப்படையில் தங்கள் மேலுள்ளவர்கள் என்ன செய்யவேண்டும், எப்படிச் செய்யவேண்டும் என்று சொல்வது அமைச்சகத்தின் பணிதான். ஆனால் ஆங்கில-அமெரிக்க முறை, தேர்ந்தெடுக்கப்பட்ட ஆர்வலருக்குக் கொள்கை உருவாக்கத்தில் சர்வ வலிமையையும் அளித்துள்ளது; திறமைமிக்க அலுவலர், ஆங்கில அரசியலமைப்பில் அரசர் பெற்றுள்ள இடத்துக்கு ஒதுக்கப்படுகிறார்.

அவர் ஆலோசனை கூறலாம், ஊக்கப்படுத்தலாம், எச்சரிக்கலாம், ஆனால் சுய நிர்ணயப்பட்ட அதிகாரத்தின் செயல்படுத்தலின் ஆலோசனையைத் தாண்டி மேற்செல்ல முடியாது. திறன்மிக்க நிர்வாகிமீது தங்கள் முழுநேரக் கண்காணிப்பையும் செலுத்துகின்ற சுமார் அரைடஜன் நபர்கள் கொண்ட சிறிய தேர்ந்தெடுக்கப்பட்ட அமைப்புள்ள, பணியளிக்கப்பட்ட அமெரிக்க அரசாங்க முறை, ஆங்கில, ஜெர்மன் முறைகளுக்கு இடையில் ஒரு சமரசமாகத் தோன்றுகிறது. (For government by commission, cf. Professor W.B. Munro's excellent Government of American Cities and his Principles and Methods of Municipal Administration.)

மொத்தத்தில், தேர்ந்தெடுக்கப்பட்ட பிரதிநிதிக்கும், நிபுணருக்கும் இடையிலான சரியான உறவு இருக்கக்கூடிய அமைப்பில், ஆங்கில-அமெரிக்கச் செவ்வியல் மாதிரிக்கே மிகப்பெரிய ஆதாயம் இருக்கிறது என்று நான் கருதுகிறேன். அது அரசாங்கத்துக்கும் பொதுக்கருத்துக்கும் இடையில் ஒரு நேரடியான, தொடர்ச்சியான உறவை உறுதிப்படுத்துகிறது. நிர்வாகப் பிரச்சினைகளுக்கு நிலையான சுறுசுறுப்பான மனத்தைக் கொண்டுவருகிறது. வாழ்க்கைத்தொழில் சார்ந்த மனம் அடிக்கடி வயப்படுகின்ற பார்வையின் இறுகிய தன்மையை அது உடைக்கிறது. தனது தொழில்நுட்பத் திறன் மேம்பட்டது, அதனால் ஆர்வலரின் கருத்து எளிதாகப் பொருத்தமற்றது என்று சிலசமயங்களில் கருதுகின்ற நிபுணரின் மனநிலையை அது தடுக்கிறது. பயிற்சிபெறாத ஆர்வலரின் கட்டுப்பாட்டினால் உள்ள அபாயங்களில் பெருமளவினை நிபுணரின் முறையான பயன்பாட்டினால் நேர்செய்து விடலாம் என்றும், வட்டார அரசாங்க அமைப்புகளின் சேவை, ஊதியம் பெறுகின்ற முழுநேரச் சேவை ஆகும்போது திறனற்ற ஆர்வலர்கள் இல்லாமல் போய்விடுவதற்கான பெரிய வாய்ப்பு இருக்கிறதென்றும் நான் நினைக்கிறேன். பெருமளவு, தேர்ந்தெடுக்கப்பட்ட உறுப்பினருக்கும் நிபுணருக்கும் இடையிலான உறவு என்பது வரையறைக்கு வயப்படாதது; காணும்போது அதில் ஒரு மனப்பழக்கமும் ஒரு மரபும் இருப்பதை உணரலாம், ஆனால் அச்சில் வார்த்தையில் கொண்டுவர இயலாது. அது திரு. நப்கின்ஸுக்கும் அவரது எழுத்தருக்கும் இடையிலான உறவு அல்ல என்பதை நாம் அறிவோம்; ஓய்வு பெறும் வயதினை நெருங்குகின்ற ஆங்கில நகர்ப்புற எழுத்தருக்கே சமயங்களில் இயல்பான எவரையும் அடக்கும் அதிகாரம் போன்றதொரு உறவும் அல்ல. ஆனால் ஒரு ஆங்கில நகராண்மை அமைப்பு பணி செய்வதைக் கண்ட எவரும் திறனுள்ள நிர்வாகத்திற்கும், திறனற்ற நிர்வாகத்திற்கும் இடையிலான முழு வேறுபாடும் தேர்ந்தெடுக்கப்பட்ட நபர்கள் அலுவலர்களை எவ்விதம்

ஆக்கப்பூர்வமாகப் பயன்படுத்துகிறார்கள் என்பதைப் பொறுத்தது என்பதை உணர்ந்திருக்கலாம்.

இங்கு கருதப்பட்ட கட்டமைப்பின் ஆக்கப்பூர்வத் தன்மைக்கு பெரும்பாலும் எளிதாகவே இடமளிக்கலாம். வட்டார நிர்வாகம் என்பது பெரும்பாலும் குழுக்களினால் ஆன அரசாங்கம்; அங்குதான் இறுதியாகக் கொள்கை நிர்ணயிக்கப்படுகின்ற மையத்தைக் காண்கிறோம். நிபுணர்களின் கருத்துகள் முழு அளவு கனம் பெறும் வகையில் இந்தக் குழுக்களின் அமைப்பினை மாற்றிவிட முடியும் என்று நினைக்கிறேன். ஒவ்வொரு குழுவும் தங்கள் பணிக்குத் தொடர்பான வேலைகளுக்கான பிரதிநிதிகளை இணைத்துக் கொள்ள வேண்டும் என்று கட்டாயப்படுத்த வேண்டும். இந்தப் பிரதிநிதிகள் வாக்களிக்க முடியாது; ஆனால் அவர்களால் பேச இயலும், பணியாளர்கள் தங்கள் திட்டங்களை வளர்க்க முழு வாய்ப்புத் தர வைக்க முடியும். அதனால், நாம் கல்விக் குழுவில் ஆசிரியர்கள் இருக்குமாறும், உடல்நலக் குழுவில் மருத்துவர்களும் பல்மருத்துவர்களும் செவிலியர்களும் இருக்குமாறும், கட்டுநர்களும், அளவையாளர்களும், கட்டுகின்ற இயக்கக்காரர்களும் வீடுகட்டும் குழுவில் இருக்குமாறும், நிதிக்குழுவில் கணக்காளர்கள் இருக்குமாறும், நிறுவனக் குழுவில் வட்டார வணிகர் மன்ற, வர்த்தகப் பெருமன்றப் பிரதிநிதிகள் இருக்குமாறும் செய்யலாம்; இவர்கள் எல்லாம், மன்றத்தின் ஆற்றல்களை தொழில்திறன் தகுதியின் முறையான பாராட்டுதலுக்கென வளைப்பார்கள் என்று நினைக்கிறேன். மேலும் அவர்கள் தேர்ந்தெடுக்கப்பட்ட அமைப்புக்கும் அதன் ஆலோசனைக் குழுக்களுக்கும் இடையில் மதிப்புமிக்க இணைப்பை உருவாக்குவார்கள். ஏனெனில் இப்போது பொதுமக்களால் கண்டறியமுடியாத, நிர்வாகத்தில் ஆக்கப்பூர்வமான சிந்தனை இன்மைக்கான நிஜமான பொறுப்பை அவர்களால் கண்டறிய முடியும். தனது எண்ணங்களுக்குப் போதிய கவனிப்பைப் பெற முடியாத, இப்படிப்பட்டப் பாதுகாப்பைப் பெறும் அலுவலர், ஒன்று, தன் காலத்துக்கு முன்னால் சிந்திக்கின்ற மேதையாக இருந்து புரிந்துகொள்ளப்படாமல் இருக்கலாம், அல்லது தனது வேலைக்குத் தகுதியற்றவராக இருக்கலாம். ஏனெனில் அவருடைய முடிவுகளின் முக்கியத்துவத்தை வெளிப்படுத்த முடிவது ஒரு நிபுணரின் பணிகளில் முக்கியத்துவம் மிகக் குறைந்த ஒன்றல்ல. வட்டார ஆட்சியில் கஸாண்ட்ராவாக (நம்பப்படாத தீர்க்கதரிசியாக) இருப்பது அவரது கடமையின் பகுதியல்ல.

வட்டார ஆட்சியில் பணியளிப்பவர்கள், பணியமர்த்தப்படுபவர்கள் இவர்களுக்கிடையிலுள்ள உறவைப் பற்றி நான் பின்னர் சொல்வேன்.

காரணம், அது அரசியல் விஷயம் என்பதற்கும் மேலாக ஒரு பொருளாதார விஷயம். இப்போதிருப்பதைவிட தொழில் சுயநிர்ணயத்திற்கு அதிகமான இடமிருக்க வேண்டும் என்பதையும், இந்த இயலில் முன்னால் வலியுறுத்தப்பட்டதுபோல, மைய அரசாங்கத்தில் சேவைக்கான நியமனத்தின் பிரச்சினைகளுக்கும் சற்றும் வட்டார அரசாங்கத்தின் பிரச்சினைகளும் குறையாதவை என்பதையும் இங்குச் சொல்வது போதுமானது. முற்றிலும் வேறான, ஆனால் முக்கியமான ஒரு பிரச்சினை, இந்த வட்டார அமைப்புகளின் வணிகத் தொழில் வட்டம் ஆகும். வேறுபாட்டுக்கான பிரிப்பு எல்லைகள் இரண்டு சிந்தனைகளால் நிறுவப்படுகின்றன என்று ஆலோசிக்கிறேன். தேசியத் தன்மை கொண்ட தொழில்களின் வகைகள் உள்ளன, இவற்றுக்கு வெளிப்படையான உதாரணம் இரயில்வே, மின்சார அளிப்பு போன்றவை; ஒற்றைத்தன்மை கொண்ட அளிப்பு முறை தேவைப்படுவதற்குப் பலவேறான அளிப்பினை முயற்சி செய்யும்போது எந்த இலாபமும் இருப்பதில்லை, பெரும் அளவு இழப்புதான் ஏற்படும். இரண்டாவதாக, பால் அளிப்பு, ரொட்டி, நிலக்கரி விநியோகம், போன்ற தொழில்வகைகள் நுகர்வோரின் கூட்டுறவினால் ஏற்றுக்கொள்ளப்படலாம்; இந்த வடிவத்திற்கு முக்கியமானதொரு ஆதாயமும் இருக்கிறது, அதாவது உதாரணமாகப் பால் அளிப்பு எனும்போது, நகராட்சி அமைப்பின் உடல்நல ஆய்வாளர்களின் ஒருசார்பற்ற நுண்ணாய்வுக்கு இந்தச் சேவை உட்படுத்தப்படும். இந்த இரு வகைகளுக்கும் இடையில் உள்ளாட்சி மேற்கொள்வதனால் நல்ல ஆதாயம் உள்ள பெரிய சேவை வீச்சு உள்ளது. உதாரணமாக, டிராம் வழிகள், பெட்ரோல், வீடுகட்டுதல், தடுப்பு மருத்துவம் மற்றும் நிவர்த்தி மருத்துவம் இவையெல்லாம், வட்டார அமைப்பு மிகச் சிறப்பாகச் செயல்படக்கூடிய சேவைத் துறைகள். தாங்கள் பயன்படுத்தக்கூடிய மிகப் பேரளவிலான சரக்குகளில் பலவற்றை நகராட்சி அமைப்புகள், நேரடி உற்பத்தி மூலமாகவோ இங்கிலாந்தின் கூட்டுறவு மொத்தப் பரிவர்த்தனைச் சங்கத்தின் மூலமாகவோ உற்பத்தி செய்வதில் ஒத்துழைப்பு அளிப்பது பயன்தரும் என்று கருதுகிறேன். இம்மாதிரித் தொழில் முயற்சியின் தனித்தன்மை கொண்ட மதிப்பு என்னவெனில், சரிவரச் சீரமைக்கப்பட்டால் அது தனிநபர் இலாபத்தை இயலாமற்செய்யும் அல்லது நகர்ப்புற டிராம்வழிகளில் போல, இலாபத்தைப் பொதுமக்கள் நோக்கங்களுக்குப் பயன்படுத்தச் செய்யும். இம்மாதிரி வளர்ச்சியை எந்த அளவுக்கும் கொண்டு செல்லும் வாய்ப்பு மிகுதிகளாக உள்ளது, ஆனால் அது வட்டார அமைப்புகளின் முன்னெடுப்பு மெய்யான, உயிருள்ள விஷயமாக இருப்பதைப் பொறுத்திருக்கிறது. அரசாங்கத் துறையினால் அதன் முயற்சிகள்மீது அவநம்பிக்கை என்னும் நிழல் விழலாகாது. தங்கள்

அண்மையிலுள்ள மேதைமையை அவர்கள் பயன்படுத்திக் கொள்ளச் சுதந்திரம் இருக்கும்போது, அவற்றில், மத்திய கால இத்தாலிய நகரங்களில் அல்லது ஹன்சா நகரங்களில் காணப்பட்டது போன்ற வட்டார நாட்டுப்பற்று முகிழ்ப்பதனை எதிர்பார்க்கமுடியும் என்பதில் ஐயமில்லை.

ஆகவே, வட்டார அரசாங்கத்தின் முக்கியமான இடர்ப்பாடு, இதுவரை ஒரு சமுதாய எழுச்சியை உண்டாக்குகின்ற முயற்சி அரிதாக இருக்கிறது என்பதாகும். ஏதோ ஒரு நகரத்தின் குடிமகனாக இருப்பது ஓரளவு, ஆனால் அதிகமாக அல்ல, அர்த்தபூர்வமாக இருக்கிறது; ஆனால் அந்தக் குடியுரிமையை ஆக்கப்பூர்வமாக்கும் ஆற்றல் இல்லை, பொதுமக்கள் திரள் அரசாங்கச் செயல்முறையுடன் தொடர்பு படுத்தப்படவில்லை. அதன் கலைக் காட்சிக்கூடம், அதன் காப்பாளருக்கும் அவரது குழுவுக்குமான விஷயம் மட்டுமே; கலையை நேசிக்கும் ஒவ்வொரு குடிமகனுக்கான விஷயமாகவும் அது இல்லை. அதன் குழந்தைகள் மரணவீதம், உடல்நல மருத்துவ அதிகாரிக்கான விஷயம் மட்டுமாக இருக்கிறது, அவர் குடிமக்களின் பிரக்ஞைக்கு அதைத் திறம்பட எச்சரிப்பு முறையிலும் போராடும் முறையிலும் எடுத்துச்செல்ல அனுமதிக்கப்படவில்லை. வட்டாரச் சாதனையில் பெருமிதமும் தோல்வியில் வெட்கமும் உருவாக நாம் முயற்சி செய்யவேண்டும். உதாரணமாக, ஓர் ஏழை நகரமான போப்லரைவிட, வளமான பெருநகரமான கென்சிங்டனில் ஏன் குழந்தைகள் இறப்புவீதம் அதிகமாக இருக்கிறது என்ற உணர்வு அதில் வசிப்பவருக்கு ஏற்பட வேண்டும். உதாரணமாக, தங்களுக்கு அண்டையிலுள்ள மான்செஸ்டரில் ஒரு நல்ல கலையரங்கம் இருக்கும்போது, லிவர்பூலில் அவர்களது நகராட்சிமன்றம் வெறும் வணிக நாடகக் கலையுடன் மட்டுமே திருப்தியடைவது ஏன் என்ற உணர்ச்சியை அம்மக்களுக்கு எழுப்பவேண்டும். நாட்டிங் ஹில்லின் நெப்போலியன் என்ற நாவலில் திரு. செஸ்டர்டன் காட்டியிருக்கும் ஒரு முதன்மையான வட்டார நாட்டுப்பற்றை மக்களிடையில் உருவாக்க வட்டாரத் தலைமையதிகாரங்கள் ஒன்றுக்கொன்று இடையறாமல் போட்டியிடுகின்ற நிலையை நாம் உருவாக்க வேண்டும். வட்டாரத் தலைமைகள் பெரிய கொள்கைகளைச் சிந்திக்கவும் அவற்றைச் சுதந்திரமாகச் செயல்படுத்தவும் அவர்களுக்குச் சுதந்திரம் இருக்குமானால் அந்நிலையைச் சாதிக்க முடியும் என்று நினைக்கிறேன். வட்டார வாழ்க்கையின் தரத்திற்கு இவ்விதம் புத்துயிர்ப்புத் தர நம்மால் முடியுமானால் மைய அரசியலின் தரங்களுக்கு அது ஒன்றும் முக்கியமற்றதாகி விடாது.

இப்படிப்பட்ட போட்டி, அரசாங்கத்தின் இண்டு கூறுகளில் அளவற்ற வளர்ச்சியைக் குறிக்கிறது என்பதைக் குறித்துக்கொள்ள வேண்டும். இவற்றின் முக்கியத்துவத்தைப் பற்றி நாம் இப்போதுதான் உணரத் தொடங்கியிருக்கிறோம். இப்படிப்பட்ட முயற்சி ஆக்கப்பூர்வமாக இருக்க வேண்டுமானால் வட்டார விஷயங்களில் புலனாய்வு மிக அதிகமாகப் பெருக வேண்டும் என்பது தேவை. மேலும் வட்டாரத் தலைமைகளுக்குள் ஒத்துழைப்பு கூடவேண்டும், அவற்றுக்கிடையில் அறிவைப் பொதுவாய்த் திரட்டலும் இருக்கவேண்டும். முதல் கூறில் மைய அரசாங்கம் அளவற்ற உதவியைச் செய்யமுடியும். அதன் புலனாய்வு ஆற்றல், எந்த ஒரு வட்டார அமைப்பினதுமானதைவிட எப்போதும் மிகுதியானது. அதன் ஆய்வுரிமை, வேறெவ்வகையிலும் பெறமுடியாத விஷயங்களையும் அடைய உதவுகிறது. தேச வாழ்க்கையில் ஒவ்வொரு வட்டாரத் தலைமையின் அளவிடக்கூடிய ஒவ்வொரு துறையிலும் ஆண்டு ஒப்பீட்டுச் சாதனை அளவினை அறியமுடியுமானால், சாதனைக்கான போட்டியைத் தூண்டுவதில் நாம் வெகுதொலைவு செல்லமுடியும், அத்துடன் அரசினால் வட்டார அமைப்புகளில் எதிர்பார்க்கத்தக்க குறைந்தபட்சச் சேவையின் தரம் என்னவாக இருக்கலாம் என்பதன் குறியீட்டையும் நாம் பெறமுடியும். சான்றாக, நாம் நூலக அமைப்புகளையும் அவற்றின் பயன் எந்த அளவு பெறப்படுகிறது என்பதையும் ஒப்பிடலாம்; ஒவ்வொரு பகுதியிலும் தொடக்கப் பள்ளிகளிலிருந்து இடைநிலைப் பள்ளிகளுக்கும், இடைநிலைப் பள்ளிகளிலிருந்து பல்கலைக்கழகத்திற்கும் செல்லக்கூடிய மாணவர்களின் எண்ணிக்கையை ஒப்பிடலாம்; டர்ஹாமில் நோயாளிகளுக்கு எவ்விதச் சேவை அளிக்கப்படுகிறது என்பதோடு வின்செஸ்டரில் அளிக்கப்படும் இதுபோன்ற சேவையுடன் ஒப்பிடவும் செய்யலாம்; சின்சினாட்டியிலும் கிளீவ்லாந்திலும் டிராம் சேவைகளில் நுகர்வோருக்குச் செலவு எந்த அளவு குறைகிறது என்பதை அளக்கலாம்; பாஸ்டனிலும் கிளாஸ்கோவிலும் உள்ள உள்ளூர் அருங்காட்சியகங்கள் பற்றிய அறிக்கைகளைப் பெறலாம். ஒவ்வொரு நகரத்தின் நிர்வாகமும் போதிய நிலையை அணுக வேண்டுமானால் திரு. மற்றும் திருமதி. வெப் "ஒவ்வொரு நகரத்துக்கும் முழுமையான ஒருதலைச்சார்பற்ற தர நிர்ணயம்" என்று கூறியதை அடைவது மெய்யாகவே மிக முக்கியமான கடமை என்று தோன்றுகிறது. *(A Constitution for the Socialist Commonwealth of Great Britain, p. 240. My obligation to this brilliant chapter will be clear from the degree to which I have adopted Mr. and Mrs. Webb's conclusions on local government.)*

இரண்டாவதாக, நமக்கு வட்டாரத் தலைமைகளின் ஒத்துழைப்பு தேவை. இவ்வித ஒத்துழைப்பு பயனுடையமுறையில் வளர்ச்சியடையக்கூடிய திசைவழிகள் பல உள்ளன. தங்களுக்கெனத் தெரிந்த சில சேவைகளைக் கூட்டாக வட்டாரத் தலைமைகள்

கொள்ளமுடியும். இவற்றில் தீப்பிடித்தலுக்கு எதிரான காப்பீடு மிகத் தெரிந்தது. மேலும், சிலசமயம் நேரடிக் கூட்டுறவு உற்பத்தியின் மூலமாகவும், சிலசமயம், ஒற்றைத் தலைமைக்குக் கிடைக்காத பெரிய அளவிலான சரக்குக் கொள்முதலை மையமாக்கப்பட்ட வாங்குதல் மூலமாகவும் பெறுவதால், தங்களுக்கும் தங்கள் தொகுதிகளுக்கும் தாங்கள் அளிக்கும் சேவையின் செலவைப் பெருமளவு குறைக்கமுடியும். பல்கலைக்கழகங்களுக்கும் ஆதரவாகப் பொதுவான வீதத்தில் ஒவ்வொரு வட்டாரமாக, அளிப்பதில் ஒத்துழைக்க முடியும். இருக்கும் அரசு எதிலும் இப்போது கிடைப்பதைவிட முழுமையான உயிரான புள்ளிவிவரங்களைப் பெறக் கூட்டாக முயற்சி செய்யமுடியும். சிலசமயம் குறித்த பிரச்சினைகளிலும், சிலசமயம் பொதுவான பிரச்சினைகளிலும் தேர்ந்தெடுக்கப்பட்ட பிரதிநிதிகளின், மற்றும் அதிகாரிகளின் ஆலோசனை மன்றங்களை நடத்துவதை வழக்கமாகக் கொள்ளலாம். அவற்றில் அடையப்பட்ட முடிவுகள் தக்க இடங்களில் வலியுறுத்தப்படுகின்றனவா என்பதையும் காணவேண்டும். ஒரு வட்டாரத்தின் நகரத் திட்டமிடலையும், டிராம் போக்குவரத்து முதலியவற்றில் சரியான சேவையளித்தலையும் அவை இணைந்து மேற்கொள்ள வேண்டும். இப்போது டிராம் போக்குவரத்து செயற்கையான எல்லைகளால் அதற்குமேல் செல்லமுடியா நிறுத்தத்திற்கு ஆளாவதால் மிக இடர்ப்படுகிறது. தங்கள் முறைகள் ஒரேமாதிரித் தன்மை உள்ளதாகவும் இறுகியதாகவும் மாறிவிடாதிருக்க, அவை தங்கள் முதன்மை அலுவலர்களைக் குறித்த காலத்திற்கு மாற்றிக் கொள்ளும் பழக்கத்தைக் கொள்ளும் என்றும் நம்பலாம். செலவுமதிப்பீட்டுச் சேவை ஒன்றையும் அவை இணைந்து மேற்கொள்ளலாம். அதில் அரசு முழுவதிலும் நகர்ப்புறச் செலவினம் ஒவ்வொன்றும் எச்சரிக்கையாக ஒப்பிடப்பட்டு அளிக்கப்படும். திரு. மற்றும் திருமதி வெப் சுட்டிக்காட்டுவது போல, மையப்படுத்தலின் அபாயங்கள் இன்றி அதன் ஆதாயங்களைப் பெறுவதற்குரிய வழிகள் பல உள்ளன என்பது தெளிவு. அவற்றில் தாமே மேற்கொள்ளுகின்ற தரம் என்பது மிகக் குறைந்த நன்மையல்ல. இப்படிப்பட்ட ஒத்துழைப்பின் களம் பரவலாகும்போது, தங்கள் அதிகாரிகளிடமிருந்து மக்கள் பெறக்கூடிய சேவையும் சிறந்ததாகிறது; ஒரு மாற்றுச் சாதனையின் அறிவைவிடப் பணிக்குப் பெருமிதம் சேர்ப்பது வேறொன்றுமில்லை. இறுதியாக, மேலும், இப்படிப்பட்ட பரஸ்பரத்தன்மை சர்வதேச அளவில் ஏன் நிகழலாகாது என்பதற்கான காரணமும் இல்லை. சிந்தனைகள் பெறப்படுகின்ற அனுபவத்தின் பொது அடிப்படை நாகரிகத்தின் பொது அறிவு முழுவதையும் முழுமையாகத் தனக்குள் அனுமதிக்கிறது. மதகுரு ஒருவரின் செயற்பகுதி (பாரிஷ்) தனது முறைகளை உலகச் சிந்தனைகளின்

அடிப்படையில் கட்டவேண்டும் என்பதைப் புரிந்து முக்கியமாகப் பெற்றுக் கொள்கின்ற பழக்கத்தைவிட நமக்கு முக்கியமாகத் தேவையானது ஒன்றுமில்லை. இதுவரை இப்படிப்பட்ட முயற்சி மிகவும் அரிதாக இருந்தது. ஆனால் இதன் முக்கியத்துவம் மேலும்மேலும் உணரப்படுகிறது என்பதற்கு ஜப்பானின் முறைப்பட்ட முயற்சியும், அமெரிக்காவின் நகர்ப்புற ஆராய்ச்சிக்கான கழகங்களும் சான்றுகள். தாமே மேற்கொள்ளுகின்ற அறிவின் ஒருங்கிணைப்பு பயனுள்ள விளைவுகளைத் தரலாம் என்பதை அறியாத சமூகச் செயல்பாட்டின் களம் எதுவுமில்லை.

XI. முடிவுரை

அரசின் செயல்பாடு கண்டிப்பாக ஆழமாகச் செல்லக்கூடிய களத்தின் ஒரு சிறிய பகுதியையே இப்படிப்பட்ட அரசியல் நிறுவனங்களின் திட்டம் சுட்டிக்காட்டுகிறது; எனினும் அது சுட்டிக்காட்டும் பகுதி, அரசின் செல்வாக்கு மிகவும் நேரடியாக இருக்கக்கூடிய ஒன்று. அதன் நன்மைகளாக நான் காணக்கூடியவற்றில் மிகப் பெரிய ஒன்று, சட்டப் பதிவின் உறுப்புகளை அது மிக எளிமையாகப் பாதுகாப்பதோடு, சட்டம் என்பது சமூக வாழ்க்கையின் மிகச் சிறிய பகுதியையே பாதிக்கிறது என்பதை ஒப்புக் கொள்வதற்கு வழிசெய்கிறது; ஆகவே சட்டத் தகுதிக்கான ஒவ்வொரு உறுப்பையும் அது ஆலோசனை கூறும் அமைப்புகள் சூழ வழி செய்கிறது, அதனால் அவற்றின் அறிவுரை முழுமையாக கனம் பெறுவதற்கான வழியையும் ஏற்படுத்துகிறது. அரசின் முடிவுகளால் பாதிக்கப்படும் பலவேறு நலன்களின் பார்வைகளும் சிந்தனைகளும் அதன் முடிவு எல்லைக்குள் வருகின்ற விதமாக இப்படிப்பட்ட அமைப்புகள் உருவாக்கப்படுகின்றன. இந்தத் திட்டம் அமைகின்ற அடிப்படைக் கோட்பாடு, முடிவு எடுத்தலின் மூலங்கள் பலவிதமானவை என்ற புரிந்துகொள்ளலின் அடிப்படையில் அமைந்தது. ஆகவே ஒரு சட்டவிதியில் அடையப்படும் முடிவு அதனை உருவாக்குகின்ற பலவேறு மாறிகளின் சார்பின் அடிப்படையில் அமைய வேண்டும். ஆகவே அது விருப்பம் சார்ந்த (தன்னிச்சையான) அமைப்புக்குச் சட்டத்தை உருவாக்குவதில் ஒரு திட்டமான இடத்தை அளிக்கிறது; அதன் வாயிலாக அதன் அனுபவமும் அதன் விழைவுகளும் இறுதி முடிவினைத் தங்கள் கையில் வைத்திருப்பவர்களால் ஏற்றுக் கொள்ளப்படும் என்பதை உறுதிப்படுத்துகிறது. தனது சாராம்சத்தைவிட வேறெந்தப் பண்பும் இறுதி முடிவுக்குத் தேவை என அது ஏற்றுக் கொள்ளவில்லை. தான் தவறுகள் செய்யலாம் என்பதை அது ஏற்றுக்

கொள்கிறது; வேண்டுமென்றேகூட, அரிதாக அது தவறிழைக்கலாம் என்றும் ஒப்புக் கொள்கிறது. ஆனால் இங்கு தன்னைச் சூழவுள்ள தடைகள், சமநிலைப்படுத்தல்களால் தவறிழைக்கும் சாத்தியம் குறைக்கப்படும் என்று அது வாதிடுகிறது. சமூகத்திலுள்ள கடினமான ஒரு சீர்கேட்டைத் தடுப்பதற்கான ஒழுக்க மதிப்பை அது அளிக்கிறது என்று நான் கருதுகிறேன்; ஆனால் தன்னுடையதுதான் இறுதி மருந்தளிப்பு என அது கூறவில்லை, அவ்விதம் ஏற்கவுமில்லை. ஓர் அரசை உணர்ச்சிபூர்வ விசுவாசத்தைப் பெறுவதற்கு உரியதாகச் செய்வது, அப்படிப்பட்ட உணர்ச்சிபூர்வ விசுவாசத்திற்கு அதைத் தகுதியாக்குவதுதான். அந்தத் தகுதிப்பாட்டின் அளவு, சாதாரண ஆடவர், பெண்டிர்களின் மகிழ்ச்சிக்காக அது என்ன சாதிக்கிறது என்பதைப் பொறுத்திருக்கும். இங்கேனும் குறைந்தபட்சமாக அந்தச் சாதாரண ஆண்கள் பெண்களுக்குத் தாங்கள் நம்பியிருக்கும் மகிழ்ச்சிக்கான காரணத்தை முழுமையாக அறிவதற்கான வாய்ப்பு அளிக்கப்படுகிறது. அவர்களின் விருப்பத்தை மறுப்பது அரசின் கையில் உள்ளது, எனினும் இந்த அமைப்பொழுங்கின் இயற்கை அப்படிப்பட்ட மறுப்பை மேலும் கடினமாக்குகிறது. சிலசமயங்களில் இன்றிருப்பதைவிட அதை ஆபத்தான துணிகரச் செயலாகவும் ஆக்குகிறது. ஓர் ஒழுங்கமைப்பாகவும், அது தன்னை எதிர்கொள்ளும் ஒவ்வொருவருக்கும் தனது ஒவ்வொரு கோணத்திலும் தன் பணியினைக் கல்விக்கான கருவியாகவும் ஆக்குகிறது. ஏனெனில் அது ஆட்சி செய்யவும், மறுமுனையில், ஆளப்படுவதற்குமான தகுதி ஒவ்வொரு குடிமகனுக்கும் உண்டு என்ற கிரேக்கச் சிந்தனையின் அடிப்படையில் கட்டப்பட்டிருக்கிறது. இது கொண்டிருக்கும் உண்மையின் முக்கியத்துவத்தை நாம் மறந்துவிடும் அபாயத்தில் இருக்கிறோம். நகர அரசு போன்ற ஒன்றின் எளிமைக்கு நாம் திரும்பிச் செல்ல இயலாது, ஆனால் கிரேக்கர்களின் விவேகத்திலிருந்து நாம் ஏன் ஆதாயம் அடையக்கூடாது என்பதற்கான காரணம் எதுவும் இல்லை.

மேலும் நிறுவனங்களின் திட்டப்படி, அது அதிகாரத்தின் பிரச்சினைகளை விட நிர்வாகத்தின் பிரச்சினைகள்மீது கவனத்தைக் குவிக்கும்படியாகச் செய்ய முனைகிறது. அரசியலின் அருவமான மெய்யியல் எனப்படுவதன் மீது தேவையான அளவுக்கும் மேலாகக் காலம் செலவிடப்பட்டிருக்கிறது என்பது அதன் வாதம். ஓர் அருவமான அரசு என்ற கருத்தைப் பற்றி நாம் விவாதிக்கும் வரையில், அதன் முகவர்களாகச் செயல்படுபவர்களுக்கு இடையில் நிலவும் உறவுகள்தான் மெய்யாகவே முக்கியமானது என்ற மைய உண்மையை நாம் தவறவிட்டுவிடுவோம். அவர்கள் செய்கின்ற, செய்யாத விஷயங்களும், அவர்களின் செயல்கள் உள்ளடங்கியுள்ள செயல்முறைகளும்தான் அரசியல் விவாதத்தின் மெய்ம்மையைக்

கட்டமைப்பவை. தத்துவக் கோட்பாட்டிலுள்ள இறையாண்மை அரசு என்பது தத்துவவாதிகளின் கற்பனைக்கு வெளியே ஒருபோதும் இருந்ததில்லை. தினசரி வாழ்க்கையின் உண்மையான அரசு என்பது, இங்கே நான் வாதிட்டிருக்கும் முறையில், ஆணைகளை இடுகின்ற மனிதர்களைக் கொண்ட அமைப்பு. நாம் கவனிக்கவேண்டியது அவர்களுடைய ஆணைகள் குறிக்கக்கூடிய விஷயங்களின் வீச்சையும் அந்த அதிகாரத்தின் தவறான பயன்பாடு போதிய அளவில் எவ்விதம் தடுக்கப்பட முடியும் என்பதையும்தான். முழுமையாகத் தடுப்பது எப்போதும் இயலும் என்று நான் வலியுறுத்தவில்லை. கண்டிப்பாகத் தவறுசெய்யவேண்டும் என்று முனைபவர்களுக்கு நீதியின் பாதுகாப்புகள் எப்போதுமே போதிய அளவு பலவீனமாகத்தான் இருக்கின்றன. ஆனால் அப்பாதுகாப்புகள் சமுதாய வாழ்க்கையின் இதயத்தில் இப்போதிருப்பதைவிட ஆழமாகப் பதிக்கப்பட வேண்டும், அதன் விளைவாக அவற்றைப் புறக்கணிப்பது கடந்த காலத்தில் இருந்ததைவிட மேலும் அபாயகரமானதாக ஆக்கப்பட வேண்டும்.

இங்குக் காப்புரைக்கப்பட்ட கோட்பாடுகள் பல, சமூகத்தின் ஆட்சியாளர்கள் எந்த ஒரு சிறப்பான மரியாதைக்கும் உரியவர்கள் அல்ல என்ற மறுப்பின் அடிப்படையில் அமைந்தவை. அவர்களின் முகவர்கள் ஒவ்வொரு இடத்திலும் சட்டத்தின் விதிக்குக் கட்டுப்பட்டவர்கள் என்பதை வலியுறுத்த வேண்டிய காரணமும் இதுதான். பேச்சுச் சுதந்திரம் போன்ற அடிப்படை உரிமைகள்மீது அரசின் சட்டமன்றங்கள் தலையிடுவதை மிகக் கடினமான ஒன்றாக்கியிருக்கும் காரணமும் அதுதான். பொதுவாக சமூக நலன்களின் நேர்மையான பாதுகாவலராக ஓர் அரசின் அரசாங்கம் இருக்கவேண்டும் என்பதை நான் மறுக்கவில்லை; ஆனால் இந்தப் பணியை நிகழ்த்துவது, அதன் முடிவுகளை கவனமாக ஆராய்வதன் வழியாக அன்றி, எந்த வகையிலும் போதியதாக இருக்காது என்ற பார்வையின் அடிப்படையில்தான் எனது கருதுகோள்களை அமைத்திருக்கிறேன். அதனால்தான் வெறுமனே சட்டமியற்றுவது என்னை எந்த விதத்திலும் பாதிக்கவில்லை. அதன் விஷயம்தான் மிகவும் முக்கியமானது; அந்த சாராம்சத்தின் தரம், எந்த அளவுக்கு அரசைக் கைக்கொள்வதற்கான போட்டியில் ஈடுபடுபவர்களின் பலதரப்பட்ட, பலசமயங்களில் எதிரெதிரான சமூக ஆர்வங்களைக் கணக்கில் எடுத்துக் கொள்ள சட்டத்தை உருவாக்குபவர்கள் நிர்ப்பந்திக்கப்படுகிறார்கள் என்பதைப் பொறுத்திருக்கிறது.

கடைசியாகப் பொருத்தமுடன் ஒரு வார்த்தை சொல்லவேண்டும். சட்டப்பூர்வமான அதிகாரத்தைப் பலவேறான தொடர்பற்ற குழுக்களாகப் பிரிப்பதுடன் ஒரு சீரமைக்கப்பட்ட ஆலோசனை

முறையையும் வேண்டுகின்ற சிந்தனை பலபேருக்கு ஒரு பேய் போலக் காட்சியளிக்கக் கூடும். இதற்கான விமரிசனமாக இரண்டு விஷயங்களைக் கருத்துரைப்பது முறை என்று கருதுகிறேன். குழுக்களின் தனித்தனியான பணியாற்றல், தங்கள் பணி எல்லைகளில் தொடர்புற்றுப் பிணைந்திருக்கின்ற உறவுகளின் ஏதோ ஒரு ஒழுங்கமைவை உள்ளடக்கியுள்ளது; அதனால் அடையப்படுகின்ற ஒத்திசைவு, இங்கே கோடிட்டுக் காட்டப்பட்டுள்ள முறையினால் அடையப்படுவதைவிட மேலும் செயற்கையாகவும், பொறுப்பற்றதாகவும் எனக்குத் தோன்றுகிறது; இரண்டாவது, ஒழுங்கமைக்கப்பட்ட ஆலோசனை என்பது, குடிமக்கள் அமைப்பின் உற்சாகம், நுண்ணறிவு ஆகியவற்றை முற்றிலும் பொறுத்த விஷயம் என்று எனக்குத் தோன்றுகிறது. நமது சமூகம் போன்ற பணக்காரன்-ஏழை எனப் பிரிவுபட்ட ஒன்றில், அந்தப் பிரிவினையால், அறிவுக்கான பாதைகள் செல்வமுடைய சில பேர் அடங்கிய வகுப்பின் கட்டுப்பாட்டின் கீழ் இருப்பதால், இந்த ஒழுங்கமைவின் முழு ஆற்றல்களைச் சாதிக்க இயலாமல் உள்ளது. ஏனெனில் இப்படிப்பட்ட முழு ஆற்றல்கள் பணக்காரர் ஏழை எனப் பிளவுபட்ட சமூகத்தின் நலன்களுக்கு முரணானவை. ஆனால் நீதியின் விதிகளுக்கு அடங்கி அமைக்கப்பட்ட ஒரு சமூகத்தில் இப்படிப்பட்ட சீரமைக்கப்பட்ட ஆலோசனை மனிதர்களுக்குத் தங்கள் மனித இயல்பின் காரணமாக வைத்திருக்கும் உரிமைகளைப் பாதுகாப்பதற்கு ஒரு வலிமை வாய்ந்த பாதுகாப்பரணாக இருக்கும் என்று நினைக்கிறேன். சமுதாயத்தின் கற்றறிந்த மனச்சாட்சியின் சீரமைக்கப்பட்ட வெளிப்பாடாக அப்போது பொதுக்கருத்து நிலவும்; அப்போது அதன் நோக்கங்களைத் தடுக்க அல்லது அதன் விழைவுகளை முறிக்க நினைப்பவர்களுக்கு இப்போது கிடைக்கும் ஆயுதங்கள் இருக்காது. சுதந்திரமும் சமத்துவமும் இருக்கும் சமூகத்தில் ஏற்கெனவே பிரிவுபட்ட அதிகாரம்தான் உள்ளது. அந்தச் சுதந்திரத்தையும் சமத்துவத்தையும் அடைவதற்கு முன்பு நிகழும் நீண்ட பயணத்திற்கான சாலைதான் அதற்கான இடர்ப்பாடு.

இயல் ஒன்பது - பொருளாதார நிறுவனங்கள்

1. தொழில்துறைச் சீரமைப்பின் நோக்கம்

அரசியலின் நிலைப்பாட்டிலிருந்து, தொழில்துறையின் பிரச்சினைகள் இரண்டு விதங்களில் முக்கியமானவை. முதலில், அதன் செயல்பாடுகள் முழுவதிலும், மனிதர்களின் இயற்கையான உரிமைகள் என்று நான் சொல்லுவனவற்றைக் காப்பாற்றவேண்டிய பிரச்சினை இருக்கிறது. ஒரு தொழில் அமைப்பு என்பது நீதியின் கொள்கைகளைத் திருப்திப்படுத்த வேண்டும்; உழைப்பாளருக்குப் பாதுகாப்பும் போதுமானதுமான பிழைப்பு, பணிக்கான நியாயமான நிலைமைகள், அந்தப் பணியில் அவரது மகிழ்ச்சியைத் தரத்தக்க நிலைமைகளைப் பகிர்ந்துகொள்ளும் முழு வாய்ப்பு ஆகியவற்றை அது அளிக்கவேண்டும். மற்றொரு மனிதனின் நலனுக்காகத் தனது வாழ்க்கை ஆபத்திலிருக்கிறது என்று அவர் உணரக்கூடாது. குறைந்தபட்சம் தனது சுயசாதிப்புக்கான வழிவகைகளை, அவை பொருளியல் காரணிகளைச் சார்ந்துள்ளவை என்ற முறையில் அவர் தனது முயற்சியினால் பெறவேண்டும். அவரது விதியை நிர்ணயிக்கும் தலைமையதிகாரம், ஒழுக்கக் கொள்கை அடிப்படையில் விளக்கப்படக் கூடியதாக இருக்கவேண்டும். இன்றைய சமூக அமைப்பில் இந்த நிலைமைகளில் எதுவும் பூர்த்தியாகவில்லை. ஓர் அமைப்பு என்ற முறையில், உழைப்பாளரிடமிருந்து உழைப்பு ஆற்றலைப் பெறுகின்ற வகையில், உழைப்பாளரின் தேவைகளினால் ஓரளவு நிர்ணயிக்கப்படுவதாகவே அது உள்ளது. அந்த விலையும்கூட, அந்த உழைப்பாளர் செய்யக்கூடிய குறித்த வகையான உழைப்புக்குத் தேவை இருக்கும் வரையில்தான் அளிக்கப்படுகிறது; ஓர் இலாபத்தை உருவாக்கும் தன்மையை அவரது வேலை கொண்டிருக்கவில்லை என்றால், அவரது தேவைகள் எதுவாக

இருப்பினும் அவரது சேவைக்கு அந்த அமைப்பில் இடமிருக்காது. அவருக்குப் பணி அளிக்கப்பட்டிருந்தாலும், அவருடைய உழைப்புக்கு மாற்றாக, உற்பத்தியின் சீரமைப்பில் எவ்விதத் திறன்மிக்க பகிர்ந்துகொள்ளலும் இருக்காது. நவீன தொழிலமைப்பின் மிகப்பெரிய தனிப்பண்பு, மேலாண்மையை உழைப்பிலிருந்து முழுமையாகப் பிரித்துவிட்டமைதான். ஆலோசனைக்கான களம், உழைப்பாளருக்கு அளிக்கக்கூடிய கூலிக்கான நிலைமைகள், அந்தப் பணிக்கான பௌதிக நிலைமைகள் என்ற அளவில் மட்டுமே உள்ளது. உற்பத்தி முறைகள்மீது தனது கருத்துகளைச் சொல்ல உழைப்பாளருக்கு உரிமை கிடையாது. ஆலோசனைகூற அவருக்குச் சீரான, அமைப்புற்ற வாய்ப்பும் இல்லை. அவருக்குத் தனது கோரிக்கைகளை முன்வைக்க வேண்டியிருந்தாலும், அல்லது வேதனைகளைச் சொல்ல வேண்டியிருந்தாலும், அவர் எடுத்துரைக்கும் முறை வழக்கமாக ஒரு அதிகாரச் சோதனையை உட்கொண்டுள்ளது. அதில் முக்கியத்துவம் கோரிக்கையின் ஒழுக்கப்பண்பு பற்றியதாக இருப்பதில்லை, மாறாக, தொழில் உறவில் தொழிலாளர்கள் குழுவின் போராட்ட முக்கியத்துவ நிலைப்பாட்டைப் பொறுத்துள்ளது. அப்படியும் இறுதியில் உழைப்பாளருக்குத் தனது உழைப்பின் விளைபொருள்மீது எவ்வித உரிமையும் கிடையாது. அவருக்குரிய கூலியை வழங்கிவிட்டபிறகு, அத்துடனான தொடர்பில் அவர் முக்கியமற்றுப் போகிறார். அரிஸ்டாடில் அடிமையின் சாராம்சப் பண்பு எனக் கூறிய அந்த உயிருள்ள கருவியாக அவர் முழு அர்த்தத்தில் இருக்கிறார்.

இதற்கு விதிவிலக்குகளைக் காட்ட முடியும் என்பதனால் மேற்கூறிய உண்மையின் தன்மை சற்றும் மாறுபடாது. போதிய ஊதியம் தருவதை எப்போதும் வாடிக்கையாகக் கொண்டுள்ள முதலாளிகள் இருக்கிறார்கள்; உழைப்பின் நிலைமைகளை நிர்ணயிப்பதில் முழுப் பங்கினையும் தருகின்றவர்களும் இருக்கிறார்கள்; கோரிக்கைகள், புகார்கள் ஆகியவற்றைக் கூட்டாக ஆராய்வதற்கான கருவியைக் கண்டறிந்தவர்கள் இருக்கிறார்கள்; தங்களது ஒழுக்க முக்கியத்துவத்திற்கான முதன்மை விஷயமாகத் தங்கள் பணியாளர்களின் நலன்களைக் கருதுபவர்கள் இருக்கிறார்கள். பல முதலாளிகளுக்கு இவை உண்மையாக இருக்கலாம், சிலரை வருணிப்பதற்குப் போதாததாகவும் இருக்கலாம்; ஆனால் தொழில்துறையின் எந்த ஒரு மேலாய்வும் தொழில் உறவுகளின் முழுமையான பொதுப் பண்பிற்கு இவர்களின் எண்ணிக்கையை மிகத் துச்சமாக்கிவிடும். தொழில்துறையின் நலனில் ஒவ்வொரு பெரிய முன்னேற்றமும் அது தொழில்வளத்தின் புகல் அரணைத் தாக்குவதாகக் கொண்டுதான் போரிடப்பட வேண்டியிருக்கிறது; எதிர்காலத்தை அளவிடச் சிறப்புத் தகுதி பெற்ற மனிதர்களின் அனுபவத்தைக் குறிக்கிறது என்ற ஒரு

அழுத்தமான வாதத்தின் ஆதரவினால் செய்யப்படும் ஒவ்வொரு தாக்குதலும் மிகக் குறைந்த காலத்திலேயே அதன் தலைவர்களின் தீர்க்கதரிசனத்தை ஏமாற்றத்திற்குள்ளாக்கி யிருக்கிறது. தொழில் முனைவுகளின் ஒழுக்க உறவுகள் தனிப்பட்ட வாழ்க்கையின் ஒழுக்க உறவுகளிலிருந்து முற்றிலுமாக வேறுபட்டுள்ளன என்பதும் குறிப்பிடத்தக்கது. செய்யப்பட்ட ஒவ்வொரு புலனாய்வும், அதன் மிகத் தேவையான, தவிர்க்க இயலாத சேர்க்கைகளாக ஊழலும் வீணாக்கலும் இருப்பதைப் புலப்படுத்துகிறது. இது முதலாளிக்கு மட்டுமல்லாமல், தொழிலாளிக்கும் பொருந்துவதில் குறையில்லை என்பதையும் கருதவேண்டியுள்ளது. தான் வாழும் நிலைமைகளில், சரியானதைத் தவிர்க்க முனைவதில் தொழிலாளியும் குறைவாக ஈடுபடுவதில்லை. அவர் தனது சிறந்த உழைப்பை அளிக்கத் தவறுகிறார், தன்னை உணர்வதில்லை, ஏனெனில் இந்த அமைப்பு அதன் எழுச்சிக்கோ மீட்புக்கோ சற்றும் இடமளிப்பதில்லை. நவீன கோக்-டவுனின் திரு. பௌண்டர்பை-கள் சரியான முறையில்தான் கருதுகிறார்கள், ஆனால் அவர்களின் சூழல்களில் அவர்களது உள்நோக்கங்கள் முதலிலேயே முறியடிக்கப்பட்டு விடுகின்றன.

இந்தக் கோணத்திலிருந்து, ஓர் தொழில்துறைப் படியமைப்பில் ஓர் உற்பத்தியாளனின் இடம் என்னவாக இருந்தாலும் அரசின் ஆர்வம் அவனைப் பாதுகாப்பதாகவே இருக்கிறது. அவன் ஒரு குடிமகன் என்பதால் அவன் பாதுகாப்பிற்கு அது வருகிறது. குடிமக்கள் வாழ்க்கையின் தளத்தில் சில குறிப்பிட்ட பண்புகள் உற்பத்திச் செயல்முறையில் உள்ளார்ந்து இல்லாவிட்டால் அவனால் குடிமகனாக இயங்க முடியாது. ஆனால் அரசு நுகர்வோரின் பாதுகாப்புக்கெனவும் இருக்கிறது. சில குறித்த சேவைகள் அவருக்குக் கிடைப்பதனால் அவரால் வாழமுடிகிறது. சில குறித்த சரக்குகள் தொடர்ச்சியாகக் கிடைக்காமல் அவரது வாழ்க்கை இயலாது. பொருள்களின் இயற்கைப்படி, அவை ஒதுக்கிவைக்கமுடியாத அவசரங்கள். (முதல்நிலைத் தேவைகள்). மேலும் சில சரக்குகளும் அவருக்குத் தேவை. அவை இல்லாவிட்டால் உயிர்போய்விடும் என்பதல்ல, ஆனால் வாழ்க்கைக்கு அழகு வசதி ஆகிய சுவைகளைத் தருகின்றவற்றை இல்லாமல் செய்துவிடும். (இரண்டாம்நிலைத் தேவைகள்). இறுதியாக, வேறு சில சரக்குகள் அரசின் நோக்கில் இன்னும் சற்றுத் தொலைவில் இருப்பவை. இவை எந்த அர்த்தத்திலும் யாவருக்கும் பொருந்துபவை எனக்கூற முடியாது. ஆனால் மனித இனத்தின் ஒரு பகுதிக்கு உண்மையான பண்பை அளிக்கின்றன. (மூன்றாம் நிலை). இப்படிப்பட்ட நோக்கில், அரசின் ஆர்வம் முதல் விஷயங்களில்தான் இருக்கவேண்டும் என்பது வெளிப்படை. ஏனெனில் அந்தத் தேவைகள் உடனடியானவை, நேரானவை, கண்டிப்பானவை.

பொருளாதார நிறுவனங்கள் | 577

சமுதாயத்தின் முழுமைக்கும் அவற்றின் அளிப்பு கிடைக்குமாறு அரசு உறுதிப்படுத்த வேண்டும். அவற்றின் தரமும் போதுமானதாக இருக்குமாறு அது நோக்கவேண்டும்; நமது நாகரிகம் போன்றதொரு சிக்கலான ஒன்றில் முதன்மையான பொருள்களுக்கு 'வாங்குபவரே பொறுப்பு' என்ற விதி பொருந்தாது. இந்தச் சேவைகளைப் பெறுவதில் தோல்வி என்பது அழிவு உண்டாக்கக் கூடியது என்பதால், அரசு அவற்றின் உற்பத்தியைத் தனியார் நிறுவனங்களுக்கு விடுவது ஆபத்தானது. குடிமக்களின் எந்தப்பகுதியினரும் அவற்றைப் பெறாமல் இழக்கும் ஆபத்து இருப்பதால் அவற்றின் விநியோகத்தையும் உரிய பாதுகாப்புகள் இன்றிச் செய்யலாகாது. இரண்டாம்நிலைத் தேவைகளுக்கு இந்த அளவுக்கு அரசின் தீவிர மேற்பார்வை தேவையில்லை. அவை நிறைவுசெய்யப்பட வேண்டும் என்பது நல்லது; அவை பூர்த்தி செய்யப்பட வேண்டுமென்பது அடிப்படை அல்ல. அதனால், அவற்றின் உற்பத்தியில் அரசின் ஆர்வம் என்பது ஒருபுறம் உற்பத்தியின் விளைவுகளில் உள்ளது, மறுபுறம், உற்பத்தியாளர் மீதும், பிறர்மீதும் உற்பத்திமுறைகளின் விளைவு என்ன என்பதைப் பற்றியது. மூன்றாவதான தேவைகளைப் பற்றி, உதாரணமாக, அழகு சாதனங்களின் உற்பத்தியைச் சொல்லலாம், உற்பத்தியில் அரசின் ஆர்வம் என்பது கருத்திற்குரியதே அல்ல; அங்கு குடிமக்கள் என்ற பண்புக்குத் தேவையான விஷயங்கள் அவற்றை உற்பத்தி செய்பவனின் நலத்தை உள்ளடக்கியிருந்தால் அரசு அந்த நிறுவனங்களின் உற்பத்தியாளனைக் காக்கலாம்.

இந்த நோக்கிலிருந்து, தொழில்துறையில் அரசாங்கத்தின் பங்கு மூன்று பெரிய வகைகளில் பிரிக்கப்படலாம். சில தொழில்கள் பொதுமைப் பண்பு பெற்றிருப்பதால் தனித்தன்மை வாய்ந்தவை, முக்கியமாகப் பாதிக்கப்படுபவை. அவற்றைச் செய்தல் சமுதாயத்தின் நலத்துக்கு மிகவும் அவசியமானது. அவை பயன்பாட்டுக்குரியவையே தவிர, இலாபத்திற்கு உரியவை அல்ல. அவற்றின் சேவை மிக உச்சமாகத் தொடர்ச்சியாக இருத்தல் வேண்டும். உற்பத்தி நிலைமைகளில் மட்டுமல்ல, உற்பத்தியாகும் சரக்கின் விற்கும் விலையில் கூட கண்டிப்பான பொதுக்கட்டுப்பாடு வேண்டும்; (பிற துறையில் போல) திரும்பவும் குறித்த அளவுக்குப் பணம் அதனால் கிடைக்காது என்று தெரிந்தாலும் அப்படிப்பட்ட சரக்குகளின் உற்பத்தியைப் பாதுகாப்பது அவசியமானது. இந்த முதல் வகையில் நிர்வாகத்திற்கான ஒரே முறை, அந்தச் சேவைகளை தேசியமயமாக்குவதுதான். தேசியமயமாக்கல் என்பதில் ஒரு குறித்த வடிவத்தை, இன்றைய அரசுகளில் அஞ்சல் அலுவலகத்தினால் மேற்கொள்ளப்படுவது போன்ற ஒன்றை, நான் அர்த்தப்படுத்தவில்லை. தொழில்களை தேசியமயப்படுத்துகின்ற முறைகளில் மிகுதியாகச்

சோதனை செய்துபார்க்க அரசாங்கத்திற்கு இடமிருக்கிறது. தனிப்பட்ட இலாபம் என்ற நினைவை மட்டும் அது விட்டுவிடவேண்டும் இரண்டாவது வகையில் நமக்கு முக்கியமான சரக்குகளின் உற்பத்திக்கான இடம் இருக்கிறது. அவை இயற்கையாக ஒற்றை உரிமை சார்ந்தவை அல்ல. விவசாயத்தில் போல, அதில் தனிப்பட்ட உற்பத்தியாளருக்கு அதில் தெளிவாக மிகுதியான இடம் இருக்கலாம். அதில் அரசின் ஆர்வம் யாவற்றையும்விட முக்கியமானது; மேலும், முன்னதன் அர்த்தத்தில், உறுதியாகவே விரும்பத்தக்க சரக்குகள், ஆனால் தேவையில் அவ்வளவாக முக்கியமற்றவை உள்ளன. இங்கு அரசாங்கத்தின் வடிவங்கள் மாறுதலில் அதிகமான வீச்சை அனுமதிக்கின்றன என்று நம்புகிறேன். ஆனால் முதல் வகையிலான தொழில்களில், உதாரணமாகப் பால், ரொட்டி முதலியவற்றில், தனிப்பட்ட ஆதாயத்திற்கு அதிக இடமில்லாமல் இருப்பது நல்லது; இம்மாதிரிச் சேவைகள், அவை குடும்பத்தினரை மிகவும் பாதிப்பதால், நுகர்வோரின் கூட்டுறவு இயக்கத்திற்கு இயற்கையாகவும் முறையாகவும் தேவையான வட்டத்தில் உள்ளவை. இப்படிப்பட்ட பண்பை உடைய இரண்டாவது குழுவினை, தொழில்துறைக் கட்டுப்பாட்டினை ஜனநாயகப்படுத்துவதற்கான வலியுறுத்தல் மிகுந்த இக்காலத்தில் நவீனக் குழுமம் போலவோ, உற்பத்தியாளர்களின் வணிகக் குழுப் போலவோ எது சரியாக இருக்குமோ அதைத் தனிப்பட்ட முறையில் அமைத்துக் கொள்ளலாம். அவற்றில் குறித்த அளவுக்கு அரசாங்கக் குறுக்கீடு இருக்கலாம். அவற்றின் வடிவங்களை, தரங்களின் வாயிலாக, நான் பின்னர் விவாதிக்கிறேன். மூன்றாவது வகையில், பொதுத்தன்மையைச் சாராத சரக்குகள் உற்பத்தி செய்யப்படுகின்றன. இங்கு தொழில்துறை நிர்வாகத்தின் வடிவங்களை மனிதனின் புத்திசாலித்தனம் எந்த அளவுக்கு ஆலோசிக்க முடியுமோ அந்த வகைகளில் எல்லாம் வைத்துக் கொள்ளலாம். அரசாங்கம் இங்கு செய்வதெல்லாம், குறித்த சில தரங்களை அவை பின்பற்றுகின்றனவா என்று நோக்குவதுதான். உதாரணமாக ஊதிய அளவு, உழைப்பின் கால அளவு போன்றவை. மேலும் இப்படிப்பட்ட தரங்களை ஏற்படுத்துவதில் உழைப்புச்சக்தியின் விருப்பத்திற்கு இடமிருக்கின்ற வகையில் நிறுவனங்களை அமைப்பதிலும் அரசாங்கத்திற்கு இடமிருக்கிறது. ஆனால் மூன்றாவது வகையில், எந்த அளவு இலாபம் வைக்கலாம் என்ற பிரச்சினை நேரடியாக அரசாங்கத்தைச் சார்ந்ததல்ல. உதாரணமாக ஒரு குழுமம் எல்லாக் குழந்தைகளினுடைய ஆர்வத்தையும் பெறும் விதமான ஒரு சிறந்த பொம்மையைத் தயாரிக்கிறது என்றால், அதன் உற்பத்தியில் கிடைக்கும் இலாபத்தை அரசு கட்டுப்படுத்த முனையாது; அதேபோல் ஒரு புத்தகத்தின் விற்பனை மிகச் சிறப்பாக இருந்தாலும், ஆசிரியரின் நலன்கள்

பாதுகாக்கப்பட்ட பிறகு, எந்த அளவு இலாபத்தையும் தொழிலில் அந்தப் பதிப்பாளர் ஈட்டிக் கொள்ளலாம்.

ஆகவே நான் தனியார் தொழிலின் மறைவு பற்றி இங்கு எதுவும் பேசவில்லை. அதன் அளவெல்லை இப்போதிருப்பதைவிடக் குறைவாகவே இருக்கும். எங்கு அது செயற்பட்டாலும், கடந்த காலத்தைவிட மிகக் கடுமையான கட்டுப்பாட்டுக்கு உட்பட்டிருக்கும்; குறிப்பாக அடிப்படைத் தொழில்களில், இப்போதிருக்கும் ஒழுங்கமைவில் இருப்பதைவிட, முன்னெடுப்பு வெவ்வேறு வடிவங்களில் தன்னை வெளிக்காட்டிக் கொள்ள வேண்டியதாக இருக்கும். ஆனால் எந்தக் குறித்த ஒரு சூத்திரமும் - உதாரணமாக அரசு சமதர்மம், வணிகக்குழுச் சமதர்மம், சிண்டிகலிசம் போன்ற எதுவும் - எல்லாத் தொழில்களுக்கும் எல்லா நிலைகளிலும் பொருந்தும் என்று நான் கருதவில்லை. தொழில்துறையின் துணிகர முயற்சிகளுக்கு இன்னும் இடமிருக்கிறது என்று நான் நம்புகிறேன். ஆனால் பொதுநலம் சார்ந்திருக்கும் பகுதிக்குள் அது வரவேண்டும் என்று நான் எதிர்பார்க்கவில்லை. மேலும், பல தொழில்கள், குறிப்பாகத் தொழில் துறையின் விநியோகப் பகுதி சார்ந்தவை, இந்த ஒழுங்கமைவில் இடம்பெற இயற்கையாக வாய்ப்பில்லை என்று நான் நம்புகிறேன். உதாரணமாக, இப்போது விளம்பரத்துறையில் வணிகத் தரகர்களுக்கு மிகுதியான இடமிருக்கிறது. அவர்கள் உற்பத்தியாளர்களோ, நுகர்வாளர்களோ அல்ல. ஆகவே உற்பத்தியாளருக்கும் நுகர்வோருக்கும் இடையில் உள்ள பாதையை ஒழுங்காகச் சீரமைத்தால் இன்றைய வடிவத்தில் அவர்களைப் பெருமளவு இல்லாமற் செய்யலாம். ஆனால் இன்றைய ஒழுங்கமைவில் உள்ள பிரமாண்டமான பொருளாதார ஏற்றத்தாழ்வுகள் எதுவும் இல்லாத ஓர் உலகத்தை நான் எதிர்நோக்கவில்லை. இருந்தாலும் மனிதர்கள் செல்வத்தைக் குவிக்க இயலும்; ஆனால் மாற்றக் காலத்தின்போது, அவர்கள் வருமானவரியாக மிகுதியாகச் செலுத்த வேண்டிவரும், இன்னும் மரணத்தின்போது தங்கள் சொத்துகள் மீது அதிக வரியைச் செலுத்தவேண்டிவரும். ஏனெனில் உரிமைகளின் ஓர் அமைப்பை உருவாக்குவது அரசின் செலவினங்களை உள்ளடக்கி யிருக்கிறது; அதுவும் குறிப்பாக மாற்றக் காலத்தில், அந்த நோக்கத்திற்காக ஒதுக்கப்படும் செல்வம், செல்வந்தர்களுக்கு வரி விதிப்பதன் வாயிலாகவே பெருமளவு பெறப்பட முடியும். செல்வர்களாக இருப்பதன் தவிர்க்கவியலாத முன்னுரிமைகளில் ஒன்று இது. இது, எப்படியும் ஆழமாக அவர்களை வெறுக்க வைக்கும் என்பதில் ஐயமில்லை; சமூகத்தின் நடைமுறைகளில் ஏற்படும் மாறுதல்கள் அவற்றால் பாதிக்கப்படுபவர்களை எப்போதுமே ஆழமாக கசப்புக் கொள்ளவைக்கின்றன. ஆனால் புதிய நிலைமைகளுக்கு மக்கள்

பழக்கப்படும்போது பணத்திலிருந்து சமூக சேவைக்குச் சமூக முக்கியத்துவம் மாறுகின்ற விளைவு ஏற்படும் என்று நான் நம்புகிறேன்; மக்களும் தாங்கள் என்ன வைத்திருக்கிறார்கள் என்பதற்கு பதிலாக என்ன செய்தார்கள் என்பதற்காக அறியப்படுவதை விரும்புவார்கள். நான் முன்னரே வாதிட்டதுபோல, அப்படிப்பட்ட சமூகம் உண்மையிலேயே இப்போதிப்பதைவிட வளமாக இருக்கும், ஆனால் இப்போது காட்டப்படுவது போல செல்வத்தின் உச்சங்கள் அதில் காணப்படாது. ஏனெனில் முயற்சிகளை மேற்கொள்பவர்களின் வேட்கைகளை அது பிரதிபலிப்பதால் இப்போதிருக்கும் ஒழுங்குமுறை மக்களிடமிருந்து பெறுவதைவிடத் தங்கள் ஆற்றலுக்கேற்ற முயற்சிகளை எல்லாரிடமிருந்தும் பெறலாம் என்பது நீதியினால் பொதுவாகத் தெரியவருகிறது. ஒருவேளை மிகச்சிறிய எண்ணிக்கையிலான சிலர் இதற்கு ஒத்துழைக்காமல் இருக்கலாம். கண்டுபிடிப்புகளின் மிகப்பரந்த பகுதியினை அது பயன்படுத்த முடியும். இப்போதிருப்பதைவிட அழிவுமிக்க விபத்துகள் குறைவாகவே அதில் இருக்கும். இலாப நோக்கத்தில் கட்டப்பட்ட நமது சமூகம் போன்ற ஒன்றைவிட அது உயர்ந்த கௌரவம் மிக்க சமூகமாக இருக்கும். வாழ்க்கையின் உழைப்பில் பங்கு கொள்வதைவிட மக்கள் இலாபத்தைப் பகிர்ந்து கொள்வதற்கான வழியை அது கண்டறிந்திருக்கும்.

II. தேசியமயமாக்கப்பட்ட தொழில்கள்

தேசியமயமாக்கலுக்கான செயல்முறை பற்றிய எந்த விவாதமும் மூன்று விஷயங்களை வலியுறுத்தியே தொடங்கமுடியும். முதலில், இது பேரழிவினை உண்டாக்கக்கூடிய தேசியமயமாக்கல் பற்றிய கேள்வி அல்ல. நாம் பார்க்கின்றவரை, அந்தச் செயல்முறை துண்டுதுண்டான ஒன்றாக இருக்கும். அதன் தன்மை அது அனுபவத்தினால் கற்றுக் கொள்வதை வைத்து மாறிக்கொண்டே இருக்கும். இரண்டாவதாக, தேசியமயமாக்கப்பட்ட தொழில் ஒவ்வொன்றும் ஒரேமாதிரியான நிர்வாக வடிவத்தைக் கொண்டிருக்கவேண்டும் என்று கொள்ளவேண்டிய அவசியமில்லை; அதற்குச் சட்டப்பூர்வமான ஒரு நிர்வாகம்தான் தேவை. அதில் வெவ்வேறு வேடங்களில் குறித்த சில கொள்கைகளும் கூறுகளும் எப்போதுமே காணப்படும். மூன்றாவதாக, என்னாலும் கூட, அத்தகைய அறிவு எனக்கு இருக்குமானாலும், முன்பகுதியில் சுட்டப்பட்ட மூன்று வகைத் தொழில்களில் இயற்கையாகப் பகுக்கப்படக்கூடிய

பட்டியல் ஒன்றைத் தயாரிக்க இயலாது. அப்படிப்பட்ட பட்டியல் ஒன்றில் கருத்தொற்றுமையும் இருக்காது. உதாரணமாக, என்னைப் பொறுத்தவரை, வங்கித் தொழில் தேசியமயமான சேவையாகவே இருக்கவேண்டும் என்று கருதுகிறேன்; ஆனால் அதை ஏதாவதொரு சரியான, ஆனால் இறுதியாக அல்ல, பொதுமக்கள் கட்டுப்பாட்டிலுள்ள தனியார் தொழிலாகவே வைத்திருக்கலாம் என்பதற்கான வலுவான காரணங்களைக் காட்டலாம். சுரங்கத்தொழில் பெட்ரோலியத் தொழில் போன்றவற்றை தேசியமயமாக்குவதற்கு எவ்வித விவாதமும் தேவையில்லை. கப்பல் கட்டுதல் போன்ற சில தொழில்களில் முதன்மையான பகுதி தேசியமயமாக்கப்படத்தான் வேண்டும், ஆனால் அதிலும் உபபொருட்கள், உதாரணமாக, ஒரு நீராவிப்படகுச் சேவை, மார் கேட்டுக்கும் ராம்ஸ் கேட்டுக்கும் இடையில் தனியாரால் அல்லது நகராட்சியால் இயக்கப்படலாம். தேசியமயமாக்கப்பட்டப் பல பெருந்தொழில்களைச் சுற்றி எச்சமாகப் பல தனியார் தொழில்கள் சேர்ந்திருக்கும் என்பது சாத்தியமல்லாதது அல்ல. சிலசமயம் சிறப்பான சில சரக்குகளை உற்பத்தி செய்ய, சிலசமயம் ஏற்றுமதிக்காக, சிலசமயம், தேவை குறைவாக இருப்பதால் தேசியமயமான தொழிலகங்கள் உற்பத்தி செய்ய இயலாத பொருட்களின் உற்பத்திக்காக, அவற்றைப் பயன்படுத்தலாம். மேலும் தேசியமயமாக்கப்பட்ட தொழில்களின் பட்டியல் நீண்ட காலத்துக்கு ஒரே மாதிரியாகவும் இருக்காது. புத்தாக்கமும் கண்டுபிடிப்பும் எப்போதுமே அந்தப் பட்டியலின் சேர்க்கைகளையும் நீக்கங்களையும் மாற்றிக் கொண்டே இருக்கும். ஆகவே நாம் முக்கியமான கொள்கையை நோக்கவேண்டுமே ஒழிய, விவரங்களில் கவனம் செலுத்தத் தேவையில்லை. அடிப்படைகளை முதலில் கட்ட வேண்டுமே ஒழிய மேல்தளங்களை அல்ல.

எந்தத் தொழில்பற்றிய தேசியத்திட்டத்திலும், அரசிடம்தான் உற்பத்திக் கருவிகளின் உடைமை ஒப்படைக்கப் பட்டிருக்க வேண்டும் என்பது அவசியம். இரண்டு காரணங்களுக்காக இது தேவையானது. கட்டுப்பாட்டின் இறுதி வடிவம் எங்கே உறைய வேண்டும் என்பதை அது வலியுறுத்திக் காட்டுகிறது. தொழில்களில் இருக்கும் உற்பத்தியாளர்கள் ஒட்டுமொத்தமாக அது தங்கள் ஆதாயத்துக்கே உரியது என்று கருதுவதற்கு உரியவர்கள் அல்ல என்று நாம் வலியுறுத்துவதற்கும் உதவுகிறது; ஆகவே தங்கள் முயற்சியின் பலனாகவோ அல்லது தங்கள் தேவைக்கோ விகிதத்திற்கு ஒவ்வாத ஊதியத்தைத் தருகின்ற உயர்ந்த விலைகளை வைக்க அவர்களால் முடியாது. மேலும், எந்தத் தொழிலிலும் உற்பத்திச் செலவுக்கும் விநியோகத்துக்கும் மேல் உருவாக்கப்படும் உபரி மதிப்பு இறுதி நுகர்பவரான சமுதாயத்திற்கு உரியது என்பதையும்

அது வலியுறுத்துகிறது. அதேசமயம் தொழிற்சாலைச் சீரமைப்பில் தொழிலாளருக்கே அது உரியது என்ற எந்தத் திட்டத்தையும் நாம் புறக்கணிக்கிறோம். தனியார் உடைமைக்கான எந்தத் திட்டத்தையும் விட கொள்கையில் அது உயர்வானதும் அல்ல. அமெரிக்கச் சுரங்கங்களை நிர்வகிப்பதில் அதன் ஒன்றிணைந்த சுரங்கத் தொழிலாளர் அமைப்பு எவ்விதத்திலும் இப்போதுள்ள உரிமையாளர்களான கூட்டுக்குழுமங்களை விட பொதுமக்கள் நலத்திற்கெனக் கையாளும் என்று சொல்லக் காரணம் இல்லை. இப்படிப்பட்ட எல்லாவித முழுமையான கட்டுப்பாடுகளும் ஒழுக்க அடிப்படையில் சீர்கேடானவை. அதன் உரிமையாளர்கள் அதை மிக மேன்மையான இலக்குகளுக்குப் பயன்படுத்த வேண்டும் என்று செயல்படுவதாக நம்பினாலும், தனது சாராம்சத்தில் ஊழலுக்கு இடம் தருகின்ற ஒரு சிறப்பு முன்னுரிமைக்கு அது இடம் தருகிறது. இதுதான் திருச்சபைகளிலும் நிகழ்கிறது, திருச்சபைகளுக்குள் உள்ள ஃபிரான்சிஸ்கன் குழு போன்றவற்றிலும் நிகழ்கிறது. அவர்கள் தனிப்பட்ட சொத்துகள் ஒழுக்க அடிப்படையில் அபாயகரமானவை என்ற நோக்கத்தில்தான் தொடங்கினார்கள். தொழிற்சங்க அலுவலர்களை அவ்வப்போது நடத்தும் முறையிலும், கூட்டுறவு இயக்கம் தனது பணியாளர்களுக்கென ஒரு திருப்திகரமான கொள்கையை ஏற்க முடியாத இயலாமையிலும் உழைப்பாளர்கள் வர்க்கத்திலும் இது காணப்படுகிறது. "உண்மையான உற்பத்தியின் கட்டுப்பாடு, உற்பத்தியாளரின் சொந்தவிஷயம், நுகர்வோருடையது அல்ல" என்பது போன்ற ஒரு கூற்று, திரு. கோல்- இடமிருந்து வருவது [Self-Government in Industry (ed. of 1919), p. 151] உற்பத்திச் செயல்முறையின் கூறுகளுக்கிடையிலுள்ள சிக்கலான உறவுகளைக் கணக்கில் கொள்ளாமல் விட்டுவிடுகிறது. முதலிலிருந்தே தொழில்களின் உரிமையை நிர்ணயிப்பது சமுதாயத்திற்கான இறுதி அதிகாரம் என்பதை அறிந்தால் மட்டுமே நாம் போதிய உறவுகளை அப்பாலும் கட்டமுடியும்.

ஆக அரசின் வாயிலாக, சமுதாயம் உற்பத்திக் கருவிகளைச் சொந்தமாகக் கொள்ள வேண்டும். அதில் உற்பத்தியாளர்கள் நிர்வாகத்தில் பங்குபெற உரிமை உடையவர்கள். அப்படிப்பட்ட பங்கேற்பு எதைக் குறிக்கிறது? தெளிவாகவே, குறிப்பிட்டதொரு பணியின் உறுப்பினர்கள், அவர்கள் வழக்கறிஞர்களோ, சுரங்கத் தொழிலாளர்களோ, மருந்து விற்பனையாளர்களோ, தச்சர்களோ, தங்கள் பணிகளைச் செய்கின்ற நிலைமைகளை ஆக்குவதில் அதற்கு ஒரு பங்கு இருக்கவேண்டும். உற்பத்தியாளர்கள், அவர்களின் ஊதியங்களையும் அவர்கள் வேலைநேரங்களையும் நிர்ணயிப்பதிலும், அவர்கள் தொழிலகங்களின் துப்புரவிலும், அவர்கள் செய்யும் குறித்த

வேலையின் தன்மையிலும், அவர்கள் யாருடன், இன்னும் மேலாக, யார் கீழ் அவர்கள் வேலைசெய்யப் போகிறார்கள் என்பதிலும் உதவி செய்ய வேண்டும். ஒரு மருத்துவரையும் வழக்கறிஞரையும் போல, அவர்களுக்கு அதேமுறையில் திறம்பட இயங்கச் சுதந்திரம் இருக்க வேண்டும். இந்த வாழ்க்கைத் தொழில்களின் தரம், அவற்றின் உறுப்பினர்களின் சுயேச்சையான தன்மையின் மீது நன்கு கட்டப்பட்டுள்ளன என்பதில் ஐயமில்லை. சுயமாக ஏற்றுக் கொள்வதால் அவர்கள் ஒரு துறையின்கீழ் செயல்படுகிறார்கள். அவர்கள் ஏற்ற வாழ்க்கைத் தொழில் ஒரு பெரிய மரபின் பிரக்ஞை உள்ளவர்களாக அவர்களை ஆக்குகிறது. அத்துறையை அவர்கள் பாதுகாப்பது மட்டுமன்றி, வளர்க்கவும் வேண்டும். அவர்களது சொந்த அனுபவத்திலிருந்து அது ஏற்கப்படுவதால் அது புதியனஆக்கும் தன்மையுடன் உள்ளது. அவர்களுடைய கௌரவத்திற்கான விதித்தொகுதி சுயநிர்ணயத்தினால் பிறப்பது. இதனை ஒத்த ஒரு சுதந்திரத்திற்குத் தொழிலகத்திலும் அலுவலகத்திலும் இடமிருக்க வேண்டும். தங்கள் சக தொழிலாளர்களின் வேற்றுமை காணாத் தொகுதியின் சார்பாகத் தேர்ந்தெடுக்கப்பட்ட ஒருசில தொழிலாளர்களின் பொதுவாக்கப்பட்ட உரிமையல்ல இந்த சுயநிர்ணயம். ஒரு பல்மருத்துவர், பொதுமருத்துவரிலிருந்து எவ்விதம் வேறுபடுகிறாரோ அதுபோலத் தன் ஒவ்வொருவனையும் பிறரிலிருந்து வேறுபடுத்தி உணரக் கூடிய தொழிலாளர்களின் ஒவ்வொரு வகுப்புக்கும் பகுப்புக்கும் இந்த உரிமை உரியது. அவர்களின் கட்டுப்பாடு சிறப்பானதொன்றாக இல்லாவிடில் அதனால் பயனில்லை. தங்கள் தங்கள் சிறப்புத் துறைகளில் பிறர் ஊடுருவாத வண்ணம் அவர்களுக்குப் பாதுகாப்பளிக்க வேண்டிய தேவை இருக்கிறது. எவரையும் அதைப் பயிற்சி பெற்றுச் செய்ய விட்டால் அவர்களுடைய தனித்த தொழில்நுட்பம் எதிரான தகுதியை அடைந்துவிடும் என்ற கோரிக்கை ஏற்படும். வேலை எந்த அளவுக்கு அதிகத் தொழில்நுட்பத் தன்மை கொள்கிறதோ அந்த அளவுக்கு இந்த சிறப்புத்தன்மை மிக அவசியமானது; ஏனெனில் அப்போது அந்தத் தொழிலாளர் ஒரு சிறுகுழுவின் உறுப்பினராகிவிடுகிறார். அவருக்குப் பொதுவான நிலையில் தரப்படும் பாதுகாப்பு என்பது தன்மையில் வெறும் போலித்தோற்றமாகி விடும். இம்மாதிரிப் பாதுகாப்புகள் அத்தொழிலின் அழியாத்தன்மையை தீவிரமாக்கிவிடும் என்று பேராசியர் கிரஹாம் வாலஸ் வாதிட்டுள்ளதையும் நான் நம்பவில்லை. *(Our Social Heritage, chap. vi)*. வாழ்க்கைத் தொழில் பாதுகாப்புப் பேணல் என்பது அனுபவத்தினால் வரும் மரபில் கிடைக்கும் மிகச் சிறந்த பாதுகாப்பு என்பதில் ஓர் அர்த்தம் இருக்கிறது; பரந்தநிலையில், தொழிலின் சுயநிர்ணயத்தில்தான் தொழிலாளர்களின் ஒரு குறிப்பிட்ட குழுவினர்

சுயஉணர்வுள்ளவர்களாக வளரமுடியும். நமக்கு ஒப்புக்கொள்ள மனமிருப்பதைவிட, உண்மையாகவே சுயஉணர்வு என்பதுதான் சுதந்திரம் வளர்வதற்குரிய வேர் என்பது உண்மை என்று நான் நம்புகிறேன்.

மேலும், பங்கேற்பு என்பது தொழிலின் கொள்கையை வகுப்பதில் கலந்து ஆலோசிக்கும் உரிமையை அர்த்தப்படுத்த வேண்டும். ஆனால் இங்குச் சில வேறுபடுத்தல்கள் முக்கியமானவை. கொள்கை வகுப்பது என்பது தினசரி நிர்வாகம் அல்ல. முன்னது என்பது ஒரு நீண்ட திட்டம், குறிப்பிட்ட காலத்தில் நிகழவேண்டியவற்றின் பொதுத் திசை குறித்தது. இங்கு, உறுதியாகவே, குறித்த தொழிலில் உள்ள பணியாளர்களைக் கேட்டுச் செயல்படவும், தங்கள் நோக்குநிலையை அவர்கள் எடுத்துரைக்கவும், சந்தேகங்களை வலியுறுத்தவும், இறுதிநிலையில் முடிவைத் தடுக்கவும் அவர்களுக்கு உரிமை உண்டு. ஆனால் தாங்களாக அவர்கள் கொள்கை வகுக்க முடியாது; சமுதாயத்தின் பேரால் பேசுபவர்களிடம் உறைய வேண்டிய பொறுப்பு அது. உதாரணமாக, சுரங்கத் தொழிலாளர்கள், ஒரு குறிப்பிட்ட ஆண்டில் எவ்வளவு நிலக்கரி எடுக்கப்பட வேண்டும் என்பதைச் சொல்லமுடியாது. ஆனால் வெட்டுபவர்கள் எண்ணிக்கை, குழிகளில் வெட்டவேண்டிய டன்கள் நிலக்கரி அளவு மிகப் பெரிதாக இருக்கிறது என்றோ, அல்லது போதிய வாழ்க்கைத் தரத்தில் வாழ முடியாத அளவுக்குக் கூலி குறைக்கப்படும் அளவுக்குக் குறைவாக இருக்கிறது என்றோ முடிவெடுக்கும்-அமைப்பில் அவர்கள் வலியுறுத்தலாம். இப்படி அவர்கள் முடிவில் பங்கு கொண்டாலும், அதைச் செய்வதென்பது அவர்களுடைய நலன்களை ஒரு பகுதியாகக் கொண்ட பல கவனங்களைப் பொறுத்திருக்கிறது. நிர்வாகத்தின் விஷயம் வேறு. ஒரு கொள்கை முடிவு செய்யப்பட்ட பிறகு, அதைப் பயன்படுத்துவது என்பது உத்திமுறையைப் பொறுத்தது. அதில் பங்கேற்கின்ற ஒவ்வொரு தரத்தினரும் உதவிசெய்ய வேண்டிய உரிமை உண்டு. ஆனால் உதவி என்பது தகுதிக்கேற்றவாறு இருக்கவேண்டும். சுரங்கப் பொறியாளருக்குரிய பிரச்சினைகளைத் தான் தீர்க்கின்ற அறிவைப் பெறவில்லை என்றால், நிலக்கரி வெட்டுபவர் சென்று அவற்றைத் தீர்க்கமுடியாது. புகாரோ ஆலோசனையோ எதுவாயினும் அவர் முன்வைக்கவேண்டும். ஆனால் ஒரு உழைப்பாளரின் தகுதியின் செயல்முறையை மீறி நிர்வாகம் சென்றுவிட்டது என்றால், முடிவெடுப்பதில் அவர் ஆலோசனைக்கான தன் திறமைப்படி பங்கேற்றாலும் அவரால் அம்முடிவைக் கட்டுப்படுத்த இயலாது. அது, ஒரு நோயாளி தனக்குரிய மருந்தைத் தேர்ந்தெடுப்பதில் மருத்துவரைக் கட்டுப்படுத்துவது போன்றதாகும்.

தேசியமயமாக்கப்பட்ட ஒரு தொழிலில் வழக்கமாகக் கையாளப்படுகின்ற முறை, பிரிட்டிஷ் அஞ்சல் அலுவலகத்தில் செய்யப்படுவது போன்றது. பாராளுமன்றத்துக்குப் பொறுப்பான ஒரு அமைச்சர், அதன் செயல்பாடுகளைத் திசைப்படுத்தும் கொள்கையை வகுக்கிறார். இப்படிப்பட்ட எளிய வழிமுறை, நமது தேவைகளுக்குப் போதுமானதன்று என்பது தெளிவு. முதலில் இந்த அமைப்பு அஞ்சல் அலுவலகத்தின் பணியைப் பற்றிய எவ்வித மெய்யான அறிவையும் அனுமதிப்பதில்லை. வரவுசெலவுக் கணக்கின் ஆண்டுச் சோதனை, எப்போதாவது கேட்கப்படும் வினா, மிக அரிதாக ஒரு சிறப்பு விவாதம், இவை பாராளுமன்றம் செய்வதாகச் சொல்லப்படும் கட்டுப்பாட்டினை ஒரு கட்டுக்கதை ஆக்குகின்றன; அஞ்சல் அலுவலகத்தின் வழிமுறைகள் ஒரு அமைச்சரவையின் கொள்கைப்படி நடப்பது என்பது அத்தொழில் முனைவின் முறையான பண்புக்குப் பொருத்தமற்றது. மேலும், அமைச்சரின் பொறுப்பினால் ஆன கொள்கை என்பது இப்படிப்பட்ட களத்தில் செயல்பட முடியாது. அன்றைய அரசாங்கம் அதைக்கண்டு கோபப்படுகிறது; தான் எதிர்கொள்ளவேண்டிய விமரிசனங்களில் பெரும்பாலானவற்றின் அறியாமையை உணரும் அதிகாரியாலும் அது வெறுக்கப்படுகிறது; தனது உசாவல்கள் மிகத் திறமையாகத் தட்டிக்கழிக்கப்படுகின்றன என்பதைக் காணும் தனிப்பட்ட உறுப்பினரும் அதனால் எரிச்சலடைகிறார். நாம் விவாதிக்கின்ற தேசியத் தொழில்கள் தவிர்க்கவியலாதபடி, ஒரு சட்டமன்றத்தின் விவாதத்திற்குரியவை. ஆனால் அன்றைய அரசாங்கத்துடன் அவற்றுக்குள்ள உறவு, வேறொரு வடிவத்தைக் கொள்ள வேண்டும் என்று நான் நினைக்கிறேன்.

அரசாங்க வணிகத் தொழில்கள் பணிகளின்படி விநியோகிக்கப்பட வேண்டுமே தவிர, ஆட்களைப் பார்த்துச் செய்யப்படலாகாது என்று முன்னரே நான் வாதிட்டிருக்கிறேன். அப்படிப்பட்டப் பணிகளில் ஒன்று, அதன் வேறுபட்ட வடிவங்களில் சரக்குகளை உற்பத்தி செய்வதன் மீதுள்ள கட்டுப்பாடு. தனது பரந்த எல்லைகளில் அந்தக் கட்டுப்பாட்டின் பண்பு ஒருங்கிணைந்ததாக இருப்பின், தேசியக் கொள்கை சிறப்பாக இருக்கும். நாம் சுரங்கத்தொழில், விவசாயம், அஞ்சல் சேவை ஆகியவற்றிற்குத் தனித்தனியாக ஒவ்வொரு அமைச்சரைக் கொள்ளத் தேவையில்லை. உற்பத்திக்கென ஒரேஒரு அமைச்சர் இருந்து, தன் கீழுள்ள பல துணை அமைச்சர்களின் கொள்கைகளை அமைச்சரவையில் அவர் ஒருங்கிணைத்தால் போதுமானது. அவ்வாறு ஒருங்கிணைக்கப்பட்ட கருத்துகளை அவர் சட்டமன்றத்தில் கூறலாம். ஒரு தேசியமயமாக்கப்பட்ட தொழிலில், துணை அமைச்சர்கள் அதன் செயல்பாட்டுக்கு நேரடிப் பொறுப்பாக மாட்டார்கள். அவர்கள், சட்டமன்றம் வலியுறுத்துகின்ற பொதுவான

கருத்துகளை நிர்வகிப்பவர்களுக்குத் தெரியப்படுத்துவார்கள். நிர்வாகிகள் அதை நடைமுறைப்படுத்தும்போது கையாளப்போவதாகச் சொல்லும் வழிமுறைகளைப் பற்றிய அறிக்கையை அவர்கள் பெறுவார்கள்; அது அமைச்சரது பகுதியில் விமரிசனம், ஆலோசனை, சமயங்களில் திட்டமான ஆட்சேபணை ஆகியவற்றுக்கு இட்டுச்செல்லும். முன்னரே நான் கூறியதுபோல, துணை அமைச்சர்களுக்கு ஆதரவாகச் சட்டமன்றக் குழு ஒன்று உதவும். தொழில் பற்றிய பிரச்சினைகளைச் சட்டமன்றத்தின்முன் வைத்து ஆலோசனை கூற அது உதவும். சுருங்கச் சொன்னால், அவர்கள் நிர்வாகம் செய்யமாட்டார்கள், ஆனால் கட்டுப்படுத்துவார்கள். அக்கட்டுப்பாடு, சட்டமன்றத்தின் அனுமதிபெற்ற கொள்கையின்படி இருக்கும். அவர்கள் இயக்குகின்ற போக்குகளின் பாங்கில் அவர்களுடைய அறிவு தனது நியமிக்கப்பட்ட இலக்கில் சென்று முடிவடையும். அந்த இலக்கினைத் துறைகளிலுள்ள நிபுணர்கள் குழுவிடமிருந்து அவர்கள் பெறுவார்கள். அந்நிபுணர் குழு அவர்களுக்குச் செலவு, விளைவு ஆகியவற்றின் புள்ளிவிவரங்களைக் கணக்குத் தணிக்கைகள், புலனாய்வுகளின் முடிவு, இவற்றுக்கெல்லாம் மேலாக, நிர்வாகச் சேவையினரின் பார்வைக்கு வைக்கக்கூடிய புதிய சாத்தியங்கள் பற்றிய ஆய்வின் பதிவு ஆகியவற்றைத் தரும். சட்டமன்றம் அனுமதி அளித்த கொள்கை நடைமுறைப் படுத்தப்பட்டுவிட்டது என்று திருப்திப்படுத்துவதோடு அவர்கள் பணி நிறைவடையும். உதாரணமாக, ஒரு உள்ளூர் வணிகமன்றம், தங்கள் தொலைபேசிச் சேவையில் அதிருப்தி அடைந்தாலோ, அல்லது ஒரு திருச்சபை குரு ஒருவர் லண்டனிலிருந்து ஈஸ்ட்பர்ன் செல்லும் வழியில் ஓர் அதிகப்படியான நிறுத்தத்தினால் கோபமுற்றாலோ அவர்கள் அதற்குப் பொறுப்பாக மாட்டார்கள். அவை தொழில்நுட்பப் பிரச்சினைகள் என்று கருதப்படும். அவற்றைப் பற்றிய கருத்துகளை நிர்வாக அலுவலர்கள் கவனிப்பார்கள், அவைதான் அரசாங்கத்தில் மெய்யான காரணிகள்.

இங்கு முதல் முக்கியத்துவத்திற்குரிய இரண்டு கேள்விகள் எழுகின்றன. குறிப்பிட்ட சேவையை நிர்வாகம் செய்வதில் அரசின் நலன்கள் பாதுகாக்கப்படுவதற்கான போதிய உத்தரவாதத்தை இப்படிப்பட்ட கட்டுப்பாடு அளிக்கிறதா? ஏன் இப்படி இருக்கலாகாது என்பதற்கான காரணம் ஒன்றுமில்லை. ஒரு தொழிலின் கொள்கையை வகுப்பதில் சட்டமன்றத்துக்கான இறுதியான அதிகாரம் முழுமையாகப் பாதுகாக்கப் படுகிறது. பிரதிநிதிகள் மன்றத்தின் அல்லது பொதுமக்கள் சபையின் ஒரு உறுப்பினருக்கு இன்று கிடைக்கக்கூடிய அறிவைவிட, மேலும் முழுமையான அறிவைக் கொண்டு இப்போதிருப்பதைவிட அதன் இயக்கத்துக்கு அடிப்படையான விதிகளைக் கட்டுப்படுத்த அதனால்

முடியும். சட்டமன்றத்தின் இயக்கத்தில் முக்கியமான ஒவ்வொரு விஷயத்துடனும் தன் உறுப்பினர்கள் குழுவைத் தொடர்பில் வைத்திருக்க அதனால் இயலும். அதனால் பாதிக்கப்படும் மனிதர்கள்மீது இயங்கும் தாக்கத்தை ஆலோசனைக் குழுக்களிடமிருந்து அது தெரிந்துகொள்ளும். அமைச்சரின் துறையினால் கிடைக்கும் விளம்பரம் அதன் செயல்பாட்டின் தொழில்நுட்பத் திறன் மீது நன்கு வெளிச்சமிட்டுக் காட்டும். தேசியச் சொந்தமாக்கலின் பாதுகாப்புகளை மேலே கோடிட்டுக் காட்டிய அமைப்பு கூட்டுகிறதே ஒழிய நிச்சயமாகக் குறைக்கவில்லை.

இரண்டாவது கேள்வி மேலும் சிக்கலான தன்மையுடையது. இங்குக் குறிப்பிட்டதுபோல, இறுதிக் கட்டுப்பாடு தேசியமயமாக்கப்பட்ட தொழிலின் வெளியில் வைக்கப்படும் என்றால், அங்குள்ள உற்பத்தியாளரின் சுயநிர்வாகம், அதாவது அவர் ஈடுபட்டுள்ள செயல்முறையின் ஜனநாயக இயல்பு திறம்பட இருக்குமா? தொழிலின் சுயநிர்வாகம் என்பதில் எல்லாச் செயல்முறைகளின் ஒட்டுமொத்த, முழுமையான கட்டுப்பாடும், அந்தச் செயல்முறைகளுக்கான கொள்கையும் உற்பத்தியாளர்கள் கையில் இருக்கும் என்றால் அது மெய்யாகவே சாத்தியமற்ற ஒன்று என்பதை இப்போது உடனே சொல்லியாக வேண்டும். ஓர் அஞ்சல் சங்கம் அரசிடம் கடிதங்களை அளிப்பதற்கு எவ்வளவு கட்டணம் வசூலிக்கலாம் என்பதைக் கூறலாம்; ஆனால் இறுதியாகக் கடிதம் அளிப்பதன் விலையை அதுவே நிர்ணயிக்க நாம் விடலாகாது. அது தனது விஷயத்தை மிகத் திறம்பட அழுத்தமாகச் சொல்வதற்குரிய வாய்ப்பை நாம் தரலாம்; ஆனால் கடிதம் அளிப்பதில் ஆர்வம் காட்டுகின்ற பிறரின் பாதுகாப்புக்குப் புறநோக்கு ஒன்று அவசியம். சுரங்கத்தொழிலாளர் சங்கத்தில் சேருவதற்கு எந்தெந்தச் சோதனைகள் போதியவை என அத்தொழிலாளர்கள் உருவாக்கலாம்; ஆனால் அவற்றை மீள்பார்வை செய்யும் அதிகாரம் அரசிடம் இருக்கவேண்டும். மிகப் பெரும்பாலான விஷயங்களில், நடைமுறை முக்கியத்துவம் கொண்ட ஒவ்வொரு பிரச்சினையிலும், தேசியமயமாக்கப்பட்ட ஒரு தொழிலின் நிர்வாகம் அதில் பணிசெய்கின்றவர்களை ஆலோசிக்க விடப்படும். ஆனால் உற்பத்தியாளர்கள் தங்கள் சுயலாபத்துக்காகச் சமுதாயத்தைச் சுரண்டுவதற்கு விடலாகாது, அதற்கான பாதுகாப்புகள் எப்போதுமே இருக்கவேண்டும். ஒரு வணிகக்குழுவினால் ஒரு சமூகம் எப்போதுமே சுரண்டப்படமாட்டாது என்பதற்கு திரு. கோல் கூறுகின்ற அளவுகோல்கள் *(Self-Government in Industry, p. 237)* எவ்விதத்திலும் போதியவை என்று எனக்குத் தோன்றவில்லை. உற்பத்திக் கருவிகளுடைய பயன்பாட்டிற்கென அதனிடமிருநது "பண வாடகைக்குப் பதிலீடு" ஒன்று கட்டணமாகப் பெறப்படுவதால் வணிகக்குழு சுரண்டலிலிருந்து தடுக்கப்படுகிறது என்று அவர்

நினைக்கிறார். ஆனால், அந்த பதிலீடு உற்பத்தியின் செலவுக்கேற்பவே நிர்ணயிக்கப்பட வேண்டும். அந்தச் செலவினங்களில் உதாரணமாக, ஊதியப் பட்டியலும் சேர்க்கப்படும். அதற்கு எவ்வித நியாயமும் இல்லை. இப்படிப்பட்ட சந்தேகத்தை எழுப்புதல், மனித இயற்கையின்மீது வைக்கும் நம்பிக்கைக்குத் துரோகம் செய்வதாகும் என்று திரு. கோல் நினைக்கிறார்; இதற்கு எளிய விடை, நாம் மனித இயற்கையினால் அடிக்கடி துரோகத்திற்கு ஆளாகியிருக்கிறோம், அதனால் நம்மை அதிலிருந்து பாதுகாத்துக் கொள்வது எளிய ஞானமாகும் என்று நான் நினைக்கிறேன். வணிகக்குழுக்களுக்கு வரி விதிப்பதனால் பிரச்சினை தீரும் என்று அவர் வலியுறுத்துகிறார். ஏனெனில் உரிய அதிகாரிகள், தொழிலின் உற்பத்திக்கேற்ப சுமையை நிர்ணயிப்பார்கள். உற்பத்தி விலையைச் சார்ந்திருப்பதால், மிக அதிகமான சுமைகள், மிக அதிகமாகச் சம்பாதிப்பவரைச் சேரும் என்பது அவர் கருத்து. ஆனால் மிக அதிகமாகச் சம்பாதிப்பவர்கள் என்பவர்கள் அந்தத் தக்க அதிகாரிகள்மீது ஆதிக்கம் செலுத்துவார்கள் என்பதை அவர் மறந்துவிடுகிறார். புறக்கட்டுப்பாடு இல்லாவிட்டால், நாம் தொழில் மாற்றங்களுக்கான தேவையான கருவிகளைப் பெறவோ, தொழில் தணிக்கையின் தேவையான அளவைப் பெறவோ இயலாது என்று நான் கருதவில்லை. தொழிலில் சுதந்திரம் என்பது ஒருவரது ஆளுமை தான் மேற்கொண்ட தொழிலில் புதியன புனையும் வாய்ப்பினைக் கொள்வது என்று எனக்குத் தோன்றுகிறது; அப்படிப்பட்ட திறமைக்கு ஒரு தேசியமயமாக்கப்பட்ட தொழிலின் நிர்வாக நிறுவனங்களில் முழு வாய்ப்பிருக்கும் என்பது பின்னால் தெரியவரும்.

அப்படியானால், நிர்வாக நிறுவனங்களுக்குத் திரும்புவோம். ஒவ்வொரு தேசியத் தொழிலின் உச்சியிலும் ஒரு நிர்வாகக்கழகம் இருக்கும். சட்டமன்றம் ஏற்றுக்கொண்ட கொள்கையை நடைமுறைப் படுத்துகின்ற முழு அதிகாரம் அதற்குத்தான் உண்டு. அதன் அமைப்பும் பணிகளும் என்னவாக இருக்கும்? அமைச்சரகத்தைப் போலவே அதுவும் ஒரு சிறிய குழுவாகத்தான் இருக்க முடியும்; நிர்வாகக் கடமைகளைக் கொண்ட எந்தக் குழுவும் ஏதோ ஒரு வகையில் திறனுடையதாக இருக்கவேண்டுமானால் அது பெரியதாக இருக்கமுடியாது. தொழிலில் அது மூன்றுவகையான நலன்களுக்குச் சார்பாக இருக்கவேண்டும். மேலாண்மையினுடைய சார்பான உறுப்பினர்கள் இருப்பார்கள், அதிலேயே தொழில்நுட்பப்பகுதியையும் சேர்த்துக் கொள்ளலாம்; வெவ்வேறு பணிகளை, உடலுழைப்பு, எழுத்துச் சார்ந்த வெவ்வேறு பணிகளைச் சேர்ந்தவர்கள் இருப்பார்கள்; பொதுமக்களைச் சேர்ந்தவர்கள், குறிப்பாக இதற்குத் துணையான தொழிலைச் சேர்ந்தவர்கள் பிறர் இருக்கலாம். எப்படி இவர்களைத் தேர்ந்தெடுக்கலாம் என்பது பற்றி ஒன்றும் இறுதியாகச் சொல்ல

முடியாது; தொழிலின் பண்பையும், அதில் இருக்கும் பலவகைத் தொழில்களையும் பொறுத்தது அது; ஆனால் சில விதிகள் தெளிவானவை என நினைக்கிறேன். ஒவ்வொரு பணியின் சார்பாளரும் அப்பணியிலுள்ளவர்கள் இடையிலிருந்தே தேர்ந்தெடுக்கப்பட வேண்டும். இதற்கு அப்பணியிலுள்ளவர்கள் இடையில் தேர்தல் நடத்தவேண்டும் என்று அர்த்தமில்லை; வேறுபடுத்திப் பார்க்காத ஒரு கும்பல் வாக்கெடுப்பினால் வேட்பாளர்களின் திறன்களைத் துல்லியமாக நிர்ணயிக்கமுடியாது. எனவே அப்பணியின் நிர்வாகக் கழகத்தினாலோ, அன்றி அதற்கேயான ஒரு சார்பாளர்கள் கூட்டத்தினாலோ தேர்ந்தெடுக்கப்படுவது சிறந்த முடிவுகளைத் தரலாம். மேலாண்மையின் சார்பாகத் தேர்ந்தெடுக்கப்படுபவர்கள், மேலாளர்களாலும் தொழில்நுட்பப்பகுதியினராலும் கூட்டாகத் தேர்ந்தெடுக்கப்பட வேண்டும்; ஒவ்வொரு குழுவின் சார்பாகவும் அவரவர் சொந்த உறுப்பினர்கள் இருப்பதை உறுதிப்படுத்திக் கொள்வது நல்லது. பொதுமக்கள் சார்பான உறுப்பினர்கள், எந்தத்துறையின் கீழ் அந்தத் தொழில் வருகிறதோ, அதற்குப் பொறுப்பான துணையமைச்சரால் நியமிக்கப்பட வேண்டும்; அதற்குமுன் அவர் தான் தயாரித்து வைத்திருக்கும் பட்டியலை தனது துறையின் சட்டமன்றக்குழுவிடம் ஒப்புதலுக்கு அளிக்கவேண்டும். அப்பட்டியலில் நுகர்வோரின் கூட்டுறவு இயக்கத்தைச் சேர்ந்தவர்களால் நியமிக்கப்பட்ட ஒரு சார்பாளர் எப்போதும் வேண்டும். சில ஆண்டுகளுக்கு உறுப்பினர்கள் தேர்ந்தெடுக்கப்படலாம், எல்லையின்றி அவர்கள் மறுதேர்வுக்கு உரியவர்கள். தனக்குள் எவ்வளவு பேரை உச்ச அளவாகக் கொள்ளமுடியுமோ அவர்களை அந்தக் குழு ஏற்கலாம்; அது ஒரு பழகுவோர்க்குப் பயிற்சிதரும் முறையல்ல. உறுப்பினர்களுக்கு, அவர்கள் சேவைக்கான ஊதியம் வழங்கப்பட வேண்டும். தங்கள் பணிக்குத் தேவைப்படும்போதெல்லாம் அவர்கள் சந்திக்க வேண்டும்.

இந்நிர்வாகக் கழகத்தின் பணிகள், கொள்கைப்படியேனும், கொஞ்சம் எளிமையாகத், தானே வரையறுத்துக் கொள்ளப்படுபவை. சட்டமன்றத்தின் பொதுக் கொள்கையை நிறைவேற்றும் பணி அதற்கு இருக்கிறது. பரந்த நோக்கில், அதன் அர்த்தத்தை அது விளங்கிக்கொள்ள வேண்டும், அதன் குறிப்புகளை அறியவேண்டும். அத்தொழிலைப் பிரிப்பதற்கெனத் தேவைப்படும் வட்டாரங்களுக்கு ஏற்ப அது பணிகளை ஒன்றிணைக்கும். ஆகவே அந்த வட்டாரங்களுக்கான ஆலோசனைக்குழுவாக அது இயங்கும். அவற்றின் பிரச்சினைகளை கவனிக்கும், அவற்றின் செயல்களை விமரிசனம் செய்யும், அவற்றுக்கு ஆலோசனைகளை அளிக்கும், தங்கள் தங்கள் வட்டாரங்கள் அளவிலோ அல்லது தேசிய அளவிலோ சோதனைகளைச் செய்துபார்க்கச் சொல்லும்.

அதன் பணி போதியவாறு ஒன்றிணைக்கப்பட வேண்டுமானால், மூன்று அத்தியாவசியமான பணிகள் அதற்கு அளிக்கப்பட வேண்டும். தொழிலின் செலவினத்தின் உத்தேச மதிப்பீடுகள், கணக்கு வழக்குகள், தணிக்கை-அதாவது புள்ளிவிவரப் பகுதியின் கட்டுப்பாடு அதனிடம் இருக்கவேண்டும். ஏற்புடைய செலவின மதிப்பீடுகளைச் செய்வதற்கும், அதனால் விலைநிர்ணயத்திற்கும், போதிய இருப்புத்தொகை வைத்திருத்தல், புதிய முதலீட்டைப் பெறுதல் போன்ற வேறுபிற நிதிப் பிரச்சினைகளுக்கும் இது மிக அவசியம். இந்த நிர்வாகக் கழகத்தினால்தான் பிற தொழில்களுடனான உறவுகள் நிர்ணயிக்கப்படும்; உறவுகளின் விவரங்கள் தேவையில்லை, ஆனால் ஒருசீரான நடத்துகையைப் பெறுமளவிலான ஒழுங்கான விதிகள் இருந்தால் போதும். இரண்டாவது, ஒவ்வொரு வட்டாரத்திற்குமான புலனாய்வுப்பணி இருத்தல் வேண்டும். உதாரணமாக, உற்பத்தியில் வீழ்ச்சி ஏற்படுமானால், அப்பணி, தனியாக அதை விளக்கும் திறன் கொண்டிருக்கவேண்டும். மேலாண்மைக்கும் மனிதர்களுக்கும் இடையிலான தொழில்தொடர்புகள் மோசமாக இருக்கும்பட்சத்தில், அது ஏன் ஏற்படுகிறதென அறிய அதைச் சுற்றியுள்ள நிலைமைகளைச் சுதந்திரமாகப் புலனாய்வுசெய்ய வேண்டும். மூன்றாவதாக, அது தனியாக ஓர் ஆராய்ச்சி நிறுவனத்தைக் கொண்டிருக்க வேண்டும். வட்டாரங்கள் செய்யும் புதுமைகளின் முறைகளையும், அயல்நாட்டுச் சோதனைகளின் முடிவுகளையும், புதிய எந்திரங்களுக்கான சாத்தியங்களையும், இதுபோன்ற பிறவற்றையும் அது ஆராயவேண்டும். அதன் கூட்டங்கள், பொதுமக்கள் பங்கேற்பதாக இருக்காது; ஆனால் தேசியக் கணக்குகள் போலவே அதன் கணக்கும் பிறர் காண்பதாக இருக்கவேண்டும், அவற்றின் முடிவுகளைக் கோடிட்டுக் காட்டும்போது அதன் செயல்முறைகள் வெளியிடப்பட வேண்டும். வட்டாரக் கழகங்களின் கருத்தரங்குகளை ஆண்டுக்கொரு முறையோ, அல்லது இன்னும் அதிகமாகவோ அது கூட்ட வேண்டும். அதன் அதிகாரங்களும், தொழிலில் உள்ள பலவேறு பணிகளின் அமைப்புகளும் கீழே சுட்டிக்காட்டப்படும்; அங்கு விமரிசனங்கள், பரிந்துரைகள், கருத்துகள் முதலியன சுதந்திரமாகப் பரிமாறிக் கொள்ளப்படவேண்டும். இங்கிலாந்திலுள்ள தொழிற்சங்கங்களின் ஆண்டு மாநாடு அந்த இயக்கத்திற்கு எவ்விதம் பொறுப்பானதோ, அம்மாதிரியான முறையில் இக்கூட்டத்தின் அமைவும் தொழிலுக்குச் சார்பாக அமைய வேண்டும். அது கட்டுப்படுத்துவதல்ல, ஆனால் அந்த இயக்கத்தை இயக்கும் ஆற்றலுக்குப் பரந்துபட்ட செல்வாக்குகளின் உணர்வினை அளிக்கும். அந்தத் தொழில்துறை சம்பந்தப்பட்ட அமைச்சருக்கு அதன் ஆண்டறிக்கையை அளிக்கும் கடமையும் நிர்வாகக் குழுவுக்கு இருக்கிறது.

இவ்வேலையின் வேறிரண்டு கூறுகளும் முக்கியமானவை. உறுதியாக அதற்கு நியமிக்கும் அதிகாரங்கள் சில இருக்கும். பின்னர் விரிவாகப் பார்க்கப்போகின்றபடி, மாவட்டக் கழகங்களின் பொதுப் பிரதிநிதிகளை அது தேர்வு செய்யும்; தனது சொந்த அலுவலர்களையும் அது நியமிக்க வேண்டியிருக்கும். இந்த இரண்டாவது நோக்கத்திற்கு, அது ஒரு நிறுவனப் பகுதியைப் பராமரிக்க வேண்டியிருக்கும். அதன் வேலை தேவையான தகுதிகள் அற்ற எவரும் நியமிக்கப்படாமல் பார்த்துக் கொள்வதுதான். இவை பெருமளவு தன்மையில் தொழில் சம்பந்தமானவையாகவே இருக்கும்; அதுவே பல வடிவங்களிலான பாரபட்சத் தன்மைக்கு ஒரு பாதுகாப்புதான். ஆனால் நிறுவனப்பகுதியை நிர்வாகக் கழகமும் தனது சொந்த விருப்பத்தின் ஒரு அமைப்பாக மாற்றிவிடலாகாது என்பது முக்கியம் என்று நான் நினைக்கிறேன்; இதற்குப் பின்வருமாறு செய்யலாம். ஐந்து அல்லது ஏழு பேர் கொண்ட கழக உறுப்பினர்கள் தொழிலின் பல்வேறு பகுதிகளால் நிரந்தரமாக மொழியப்பெற்றவர்களாக இருக்க வேண்டும். அவர்கள் அந்தத் துறையின் அமைச்சரால் மட்டுமே கலைக்கப்படலாம். அப்போது அந்த அமைப்பின் உறுப்பினர்கள் கால அளவிலும் பண்பிலும் இங்கிலாந்தின் குடிமக்கள் பணி ஆணையம் எவ்வளவு சுதந்திரம் பெற்றவர்களாக இருக்கிறார்களோ அப்படி இருப்பார்கள். அவர்களிடம் தேசிய நியமனங்கள் மட்டும்தான் அளிக்கப்பட வேண்டும் என்பதல்ல, வட்டார நியமனங்களும்-உதாரணமாக ஒரு தொழிலகத்தின் அல்லது சுரங்கத்தின் மேலாளர் போன்றவையும் அளிக்கப்படலாம். ஒவ்வொரு சமயமும் அவர்களுக்குத் தகுதியின் ஆதாரம் மட்டுமே தேவை; ஆனால் அப்படிப்பட்ட ஆதாரத்தை வேண்டுகின்ற அதிகாரம் தொழிலின் முறையான இயங்குதலுக்கு அவசியமானது.

நிர்வாகக் கழகம், இரண்டாவதாக வேலைநிறுத்தங்கள் அல்லது கதவடைப்புகள் தொடர்பான அதிகாரத்தையும் பெற்றிருக்க வேண்டும். ஒரு தேசியத் தொழிற்சாலையின் தொடர்பு அமைப்பு என்ற முறையில், நிர்வாகக் கழகம் தீர்வுக்கான வழிவகையைக் கண்டறியும்வரை எவ்விதத் தேசிய அளவிலான நிறுத்தமும்/அடைப்பும் நடைபெறலாகாது. மாவட்ட நிறுத்தங்கள், மாவட்டப் பிரச்சினைகள்; ஆனால் நிர்வாகக் கழகத்திற்கு விவாதத்திற்கான பிரச்சினைகள் பற்றிய உடனடி அறிக்கையை வேண்டிப் பெறுவதற்கான உரிமை இருக்கவேண்டும். வட்டாரக் கழகத்தின் செயல்பாடு அதிருப்தியாக இருக்கிறது என உணர்ந்தால், தானே அந்தப் பிரச்சினைகளைக் கையாள எடுத்துக் கொள்ளவேண்டும். இப்படிப்பட்ட வழக்குகளில் எல்லாம் ஒரே வீதமான ஊதியங்களும், ஒரே வேலைநேரமும் தொழிற்சாலைகள் முழுவதிலும் அளிக்கப்பட்டிருக்க வேண்டும் என்பது அவசியமானது;

இந்த விதியை அழிக்கின்ற எவ்விதத் தீர்வுக்கும் கழகம் இடந்தரலாகாது. செய்யப்பட்ட வேலையின் அடிப்படையில் தவிர வேறெந்த வகையிலும் ஊதியத்தை மாற்றக்கூடாது, அல்லது குறைந்தபட்ச எதிர்பார்த்த வெளியீட்டிற்கு குடித்தன்மைக்கான நோக்கத்திற்கென முழு ஊதியம் தரப்பட வேண்டும் என்ற அடிப்படையில்தான் தீர்வு அமையவேண்டும்.

நிர்வாகக் கழகம், தானே நேரடியாக நிர்வாகம் செய்கின்ற அமைப்பாக இல்லாமல், நிர்வாகத்தில் ஒன்றிணைப்புச் செய்கின்ற வகையில்தான செயல்படும். ஏனெனில், மையப்படுத்தப்பட்ட சேவையில் முழு ஒருசீர்மை நிலவினால், நெகிழ்ச்சிக்கு அங்கே இடமே இருக்காது, அல்லது நிர்வாகக் கழகத்திற்கு வெளியே முன்னெடுப்பைக் காட்டுவதற்கான இடமிருக்காது. இப்படிப்பட்டக் கொள்கையின் விளைவாக மிகமோசமான அதிகாரிகள் ஆட்சிதான் நிகழும். தாங்கள் எதிர்கொள்ள வேண்டிய சிறப்பு நிலைமைகள் ஏற்படும்போது அதைச் சமாளிக்க இயலாமல் சுரங்கமும் தொழிற்சாலையும் ஒழுங்குமுறைகளின் வலைப்பின்னலில் அகப்பட்டுத் தத்தளிக்க நேரும். ஆகவே ஒவ்வொரு தொழிலும் பல பிரதேசங்களாகப் பகுக்கப்பட வேண்டும். அந்தந்தத் தொழிலின் இயல்புக் கேற்றவாறு பிரதேசங்களின் எண்ணிக்கையும் எவ்வித விதிகளின் அடிப்படையில் என்பதும் அமையும். நிலக்கரித் தொழில், உதாரணமாக, இங்கிலாந்தில் சுரங்கத் துறையினால் ஆறு மாவட்டங்களாகப் பகுக்கப்பட்டுள்ளது. அதன் நிர்வாகத்திற்கென வகுக்கப்பட்டத் திட்டத்தில் திரு. நீதிபதி சாங்கீயினால் அது பதினான்கு பகுதிகளாகப் பிரிக்கப்பட்டது. ஒவ்வொரு பிரதேச அல்லது மாவட்டக் கழகமும் நிர்வாகக் கழகத்தில் இடம் பெறும் நலன்களுக்கேற்ற பிரதிநிதிகளால் ஆக்கப்பட்டிருக்க வேண்டும். மேலாண்மைக்கான, தொழிற்பகுதிகளுக்கான பிரதிநிதிகளும் இதுபோலவே தேர்ந்தெடுக்கப்பட வேண்டும்; அவற்றில் பொதுமக்களுக்கான பிரதிநிதிகள் நிர்வாகக் கழகத்தினால் நியமிக்கப்பட வேண்டும். பொதுமக்களுக்கான பிரதிநிதிகளில் கூட்டுறவு இயக்கத்திற்கான பிரதிநிதி ஒருவரும் இருக்கவேண்டும்.

பிரதேசக் கழகங்களின் பணிகளும் பண்பில் இதேபோன்றவைதான். வேறுபாடு, பராமரிப்புக்கான பரப்பளவின் அளவு குறைவாக இருக்கும் என்பது ஒன்றுதான். தங்கள் மாவட்டத்தில் தொழிலின் நிர்வாகத்திற்கு அது பொறுப்பாக இருக்கும். தாங்கள் எதிர்கொள்ளும் பிரச்சினைகளில் அந்தப் பகுதிக்கேற்ற நெகிழ்ச்சிகளுடன் தேசியக் கொள்கையை அவர்கள் உடனடியாக அமுல் படுத்துவார்கள். அடிப்படை ஊதியங்கள், அடிப்படை வேலை நேரங்கள் இரண்டிற்கான பிரச்சினைகளிலும் அவர்கள் கட்டுப்பாடு செலுத்த வேண்டிய அவசியமில்லை என்று

நினைக்கிறேன்; இவை அடிப்படையில் தேசியப் பிரச்சினைகள், தங்கள் இயல்பின் அடிப்படையில் கொள்கையின் ஒருசீர்த்தன்மை இவற்றில் வேண்டும். நார்த்தம்பர்லாந்திலுள்ள தொழிலாளி ஒருவர் யார்க்ஷயரின் தொழிலாளி ஒருவரைவிட அதிகமான நேரம் உழைக்கவேண்டும் என்பதற்கு ஒரு காரணமும் இல்லை. அதேவிதமான உழைப்புக்கு வெவ்வேறான ஊதியங்கள் இருக்கவேண்டும் என்பதற்கும் அறிவுப்பூர்வமான காரணம் இல்லை. பிரதேசக் கழகமும் தனது பகுதியிலுள்ள வெவ்வேறு சுரங்கங்களுக்கான மேலாளர்களை நியமிக்கும். ஒவ்வொரு நியமனத்திலும் இரண்டு பாதுகாப்புக்கூறுகளை அவர்கள் ஏற்க வேண்டும். தகுதியுள்ள மனிதர்கள் எல்லாருக்கும் வாயப்புக் கொடுத்த பிறகே அவர்கள் தேர்ந்தெடுக்க வேண்டும். பின்னர் அவர்கள் தங்கள் தேர்ந்தெடுப்பை நிர்வாகக் கழகத்தின் நிறுவனப் பகுதிக்குத் தெரிவிக்க வேண்டுவது அவசியம். போதிய தகுதியின்மை என்ற அடிப்படையில் தவிர, நிறுவனப் பகுதி அவர்கள் நியமனத்தை மறுக்கலாகாது; ஒவ்வொரு பிரதேசக் கழகமும் தனது பகுதியிலுள்ள பணியாளர் பிரச்சினைகளுக்குத் தானே பொறுப்பேற்க வேண்டும். தனது பகுதியிலுள்ள தொழில்சம்பந்தமான எல்லா வழக்குகளையும் தீர்க்கும் முதன்மை அதிகாரியாக அதுவே இருக்கும்; இரண்டு நிபந்தனைகள்தான் - ஒன்று, நிர்வாகக் கழகம் தனது எல்லைக்குட்பட்டப் பகுதியில் வழக்கை மாற்றுவதற்கு உரிமை உண்டு, மற்றது, தொழிலாளர்கள் அதன் முடிவுக்கு எதிராக முறையீடு செய்ய இயலவேண்டும். அதன்கீழ்தான் பொருட்களை வாங்குதல், உற்பத்திப் பொருட்களைக் குறிப்பிட்ட பகுதியில் சந்தைப்படுத்தல் ஆகியவற்றுக்கான துறைகள் இருக்கும். அவை தேவையான வழிகளில் ஒவ்வொரு சுரங்கம் அல்லது தொழிலகத்துடனும் இணைக்கப்பட்டிருக்கும். மொத்தமாகப் பொருள்களை வாங்குதல் சிக்கனம் என்பது வெளிப்படை; சீரமைக்கப்பட்ட சந்தைப்படுத்தல்தான் இப்போது ஒவ்வொரு தொழிலிலும், இன்றியமையாத உண்மையான பணி எதையும் செய்யாமல் மொய்த்திருக்கும் இடைத்தரகர்களை ஒழித்துக்கட்டுவதற்கு உதவும். உற்பத்தியாளருக்கும் நுகர்வோருக்கும் இடையில் நேரடி உறவிருந்தால், அவர்களுடைய உறவும் நன்றாக இருக்கும்.

பிரதேசக் கழகங்களின் கீழ்தான் தனிப்பட்ட சுரங்கங்களும் தொழிலகங்களும் இருக்கும். ஒவ்வொன்றின் விதியமைப்பிலும் இரண்டு விஷயங்கள் தெளிவு. மூலத்தில், ஒவ்வொரு தொழிலகமும் சுரங்கமும் ஒரு மேலாளரின் கட்டுப்பாட்டின் கீழ் இருக்கவேண்டும். அவர்தான் அது பணி செய்வதற்கு முழுப் பொறுப்பு; அவரது தொழிலாளர்களுடன் அவரது உறவு ஒரு பணிக்குழுவின் மூலமாக ஏற்பாடு செய்யப்பட வேண்டும். உற்பத்தியின் ஒவ்வொரு

அலகிலும் தனிப்பட்ட பொறுப்பினை ஏற்று ஒருவர் கட்டுப்பாட்டில் வைத்திருப்பதற்கு மாற்று என்பதே இல்லை. முடிவுகளைச் செயல்படுத்துவதற்கும் அவற்றின் விளைவுக்குப் பொறுப்பேற்பதற்கும் திட்டமிட ஓர் ஒற்றைமனம் வேண்டும். தான் முடிவெடுக்கும் செயல் ஒன்றைத் தடுப்பதற்கும், ஒரு கொள்கையைக் கோடிட்டு வரைவதற்கும்தான் குழுக்கள் திறமையாகச் செயல்படுமே ஒழிய மெய்யான செயல்பாட்டின் முயற்சியில் பயன்படாது. பின்னதற்குத் தான் கற்பிக்கப்பட்ட வழியில்சென்று இலக்கை அடையத் திட்டமிட ஓர் தனியாளின் சுதந்திரச் செயல்தான் பயன்படும். அவருடைய கைகளைக் கட்டிக் கீழ்ப்படுத்துகின்ற தடைகள் அவரை மிகுதியாகச் சூழ்ந்திருக்கலாம். ஆனால் ஒரு தனிப்பட்ட தொழிலகத்தின் மேலாண்மை ஒற்றையாகவும் தனிப்பட்டதாகவும் இல்லை என்றால் அது தோல்வியுறும் என்பது நிச்சயம்.

அதற்காக, அந்த மேலாளர் தனது நியமிக்கப்பட்ட இலக்கிற்குப் பிறரை அடித்து வீழ்த்திக்கொண்டு செல்லும் ஒரு சர்வாதிகாரியாக இருக்கவேண்டும் என்ற அர்த்தமில்லை. நிர்வாகக் கழகம் அல்லது பிரதேசக் கழகத்தின் முடிவுகளால் பாதிக்கப்படுவதைவிட மேலாளரின் முடிவுகளால் சராசரி உழைப்பாளர் மிகுதியாகப் பாதிக்கப்படுவார். தனது பிரதிநிதிகள் மூலமாகக் கொள்கை வகுப்பதில் தான் இறுதியாகக் கொடை அளிக்கிறார் என்ற மனநிறைவினால் சந்தேகமின்றி அவரது பணியின் சுதந்திரம் அதிகமாகிறது. ஆனால் வாழ்க்கையில் அவரை முக்கியமாகத் தொடுவது, அவரது மகிழ்ச்சியுணர்வின்மீது செல்வாக்குச் செலுத்துவது, அவரது தினசரி வாழ்க்கையின் சூழ்நிலைகளைத்தான் முக்கியமாகப் பொறுத்திருக்கிறது. அவர் தொழிலுக்கு மிக நெருக்கமாக உணருமாறு பார்த்துக் கொள்வது மேற்பார்வையாளரின் ஆணையும் பணிமேலாளரின் முடிவும்தான்; இந்த இலக்கை நோக்கித்தான் மேலாளர் பங்கேற்க வேண்டும், அந்த முடிவுகளையும் எடுக்க முக்கியமாக உதவிசெய்ய வேண்டும். ஆகவே பணிக்குழுக்களின் தன்மையும் ஒரே சீரானதாக இருக்காது என்பது தெளிவு. இப்போது ஏற்கெனவே இருக்கும் கட்டமைப்பின் பன்முகத்தன்மையைக் காணும் எவருக்கும் ஒருசீர்த்தன்மை என்பது இயலாதது மட்டுமல்ல, விரும்பக்கூடியதும் அல்ல என்பது புரியும். (Cf. for details in Great Britain the Report on Works Committees of the Ministry of Labour, and for America, the similar report published by the Bureau of Industrial Research in New York. For Germany, see the Report of the International Labour Office January 1921 on Works Councils in Germany.) மேலாண்மையும், உழைப்பாளர்களும் இருவரும் இணைந்த கலப்புக்குழு தேவையான இடங்களும் உண்டு. இன்னும் சில குழுக்களில் உழைப்பாளர்கள் இடையிலிருந்து மட்டுமே பிரதிநிதித்துவம் தேவைப்படலாம்.

இன்னும் சில குழுக்களில், பன்முகத்தன்மையுடைய உழைப்பாளர் கூட்டத்தின் பிரதிநிதிகளைவிட, அவர்களில் சிறப்பு வகுப்பினர் சிலரின் பிரதிநிதித்துவம் தேவைப்படுவதும் உண்டு. சில தொழிலகங்கள், மூன்று வகைக்குழுக்களும் தேவைப்படும் அளவுக்கு அவை பெரிதாக இருக்கலாம்; இவற்றில் ஒன்றே ஒன்று போதும் என்னும் அளவுக்குச் சிறிய தொழிலகங்களும் இருக்கலாம். அவற்றுக்குத் தேவையான மிக அடிப்படையான ஒரே ஒரு தடை, நிர்வாகக் கழகத்துடனோ பிரதேசக் கழகத்துடனோ முறையே செய்துகொண்ட தேசிய அல்லது வட்டார ஒப்பந்தங்களின் விதிகளை அவர்கள் மாற்றக்கூடாது என்பதுதான்; இது தொழிற்குழுக்கள் எல்லாவற்றுக்கும் எப்போதும் பொருந்தக்கூடியது, ஆனால் சம்பந்தப்பட்ட யாவரின் ஒப்புதலும் பெற்று விதிகளில் அந்தந்த வட்டாரத்திற்கேற்ற மாறுதல்களைச் செய்துகொள்ளலாம்.

பணிக்குழுக்களின் வேலைகள் இரண்டு திசைகளில் முக்கியமாக இருக்கும். எல்லா நிர்வாகங்களிலும் தவிர்க்கவியலாமல் நிகழக்கூடிய நியாயமற்ற நடத்துகை, அசாதாரணமான பளுமிக்க வேலை, தொழிலகத்தின் மூலமாகப் போதிய வேலைகளை நெறிப்படுத்தாமல் இருத்தல் போன்ற அன்றாட மனக்குறைகளை மேலாண்மையுடன் அவர்கள் விவாதிப்பார்கள்; உதாரணமாக, நிலக்கரிக்கான போதிய தொட்டிகள் வந்துசேராத அளிப்புத்தோல்வியால் சுரங்கத் தொழிலாளர்கள் காலதாமதத்தினால் அவதிப்படுதல்; அவர்கள் தொழிலகத்தை மேலும் நன்கு சீரமைக்கவும் அல்லது மேம்படுத்தவும் ஆலோசனைகளை மேலாண்மைக்கு வழங்குவார்கள். இப்போதிருக்கும் பணிக்குழுக்களால் நிகழ்த்தப்படும் பணிகளை ஆராய்கின்ற எவரும் குறைந்தபட்சம், தொழில்துறை அமைப்பில் அவை ஏற்கக்கூடிய இடத்தைப் பற்றிய பொதுவான கருத்தையேனும் பெறுவார்கள். இவற்றை விவரமாக வெளிப்படுமாறு எழுதுவது மிகத் தகுதியானது. ஏனெனில் அவற்றின் வீச்சைப் பற்றிய ஒரு புரிந்துகொள்ளல், தானே ஆக்குபவனாகப் பெருமளவு இருக்கக்கூடிய ஒரு செயல்முறையினால் ஒரு தொழிலாளரின் வாழ்க்கை எவ்விதம் திட்டமிடப்படுகிறது என்ற அளவினை அளந்தறியும் ஒரு வழிவகை கிடைக்கும். அமைப்புச் சட்ட உரிமையின் ஒரு பகுதியாக அவை மேலாளருக்குக் கிடைக்கக்கூடிய வாய்ப்பு இருக்கவேண்டும் என்று நினைக்கிறேன்; இதில் அவர்கள் செலவிடும் நேரம் பணிநேரமாகக் கணக்கிடப்படவேண்டும்; அவர்களுடைய பணிகள் அளவில் மிகப் பெரிதாக இருந்தால், அவர்கள் ஊதியம்பெறக்கூடிய தங்கள் உபஅலுவலர்களை வைத்துக் கொள்ளலாம். இதற்கு அப்பால், நிர்வாகத்துடன் அவர்களின் மெய்யான தொடர்பினைப் பற்றித் துல்லியமாக நாம் வரையறுத்துச் சொல்ல இயலாது. ஆனால் இரு விஷயங்களைச் சொல்லலாம். அவர்களின் சேவைகளை மேலாளர் தனக்குக் கிடைக்குமாறு அவர்களுடைய

ஆலோசனையில் அதிகமான நேரத்தைச் செலவிட்டால், அவர்கள் வலியுறுத்தும் நோக்குநிலையைத் தன் மனத்தில் ஏற்றுக்கொள்ள முயற்சிசெய்தால், தொழில்துறையில் நாம் வேண்டுகின்ற முயற்சியின் தன்மையைத் தூண்டுவதற்கான வாய்ப்பிருக்கிறது. மேலாண்மையின் சுபாவத்தைப் பெருமளவு இது பொறுத்துள்ளது; சிலபேருக்கு ஆலோசனை செய்வது என்பது எல்லாப் பழக்கங்களிலும் மிகமிகக் கடினமானது. ஆனால் இப்படிப்பட்ட மனிதர்களை சிறப்பான துறைகளில் நிபுணர்களாக நியமிக்க வேண்டுமே அல்லாமல் அவர்கள் மனிதர்களின் குழுவினை இயக்கப் பொருத்தமானவர்கள் அல்ல. எவ்விதச் சர்வாதிகாரமும் இருக்க இயலாது, இருக்கும் பட்சத்தில் வட்டாரக் கழகத்திற்கு முறையிடுதல் எப்போதும் முறைப்படி இருக்கவேண்டும்.

இந்தப் பின்னணியில் பணிக்குழு கையாண்ட பிரச்சினைகள் குறைந்தபட்சம் பின்வரும் விஷயங்களின் வீச்சினை உள்ளடக்குகிறது என்பதை நமது அனுபவம் காட்டுகிறது என்று நான் ஆலோசிக்கிறேன்: (1) வேலைக்கான விதிகள் (2) வேலை மணிகளின் விநியோகம்; காலத்தைக் கையாளுதல்; வேலை நேரங்களுக்கிடையில் இடைவெளிகள் (3) ஊதியம் அளித்தல் (4) மனக்குறைகளைத் தீர்த்தல் (5) விடுமுறை நாட்கள் ஏற்பாடு (6) சுரங்கத்திலும் தொழிலகத்திலும் உடல்நலம் காத்தல்; உதாரணமாக சுரங்கக் குழிகள் அருகில் குளியல் இடங்கள், பாதுகாப்புக் கருவிகள், வெப்பமாக்கல், தூய்மை செய்தல் போன்ற பிரச்சினைகள் (7) தொழிலக, சுரங்க ஒழுங்குமுறைகள் (8) பயிற்சியாளருக்குப் பயிற்சி (9) தொழிலகத்தில் கல்வி, தொழில்நுட்ப நூலகம் அமைத்தல், விரிவுரைகளை ஒழுங்குபடுத்தல் என்பன போன்றவை (10) வேலையின் முறையை, அதை அமைப்புறுத்தலை மேம்படுத்த ஆலோசனைகளை ஏற்றல் (11) தொழிலக வாழ்க்கையின் சமூகப்பக்கத்தின் சீரமைப்பு, உதாரணமாக விளையாட்டுகள், நாடகக் குழுக்கள் போன்றவை (12) காரணிகளின் புலனாய்வு, உதாரணமாக வீடுகளின் நிலைமை, பள்ளிகள் போதிய அளவு அளிக்காமை போன்றவை தொழிலகப் பணியில் முறையாக ஈடுபடுவதைப் பாதிக்கும். இந்தப் பட்டியலே முழுமையானது என்றோ இறுதியானது என்றோ நான் கூறவில்லை. ஆனால் குறைந்தபட்சம், ஒரு தொழிலாளரின் பங்கு இருக்கக் கூடிய நிறுவனங்களினால் அவரது வாழ்க்கை எவ்வளவு பாதிக்கப்படும் என்பதைச் சுட்டிக்காட்ட இது உதவும்.

இந்தப் பணிக்குழுக்கள் ஆற்றல்மிக்க புத்தாக்கத்திறன் கொண்ட சக்திகள் என்பதைச் சந்தேகிக்க முடியாது. அவற்றின் மதிப்பை உணர்த்துகின்ற சான்றுகள் ஏராளமாக உள்ளன. அவை நன்கு

காலத்தைப் போற்றுதலை அளித்துள்ளன. பெரிய அளவு வெளியீட்டை உற்பத்தியைப் பேணுதலுக்கு உதவிசெய்துள்ளன. தொழிலுற்பத்தியில் பொருள்கள் வீணாதலைத் தவிர்த்துள்ளன. பாதுகாப்பு விதிகள் மீறலைத் தடுத்துள்ளன. இப்படிப்பட்டக் குழுவினால் சிறுதிருட்டுகள் அறவே இல்லாமற்போனதைச் சில சான்றுகள் காட்டியுள்ளன. வேறு சில இடங்களில் பயன்பாட்டு எந்திரங்களில் அவற்றின் புலனாய்வு குறிப்பிடத்தக்க அளவு தொழில்நுட்ப மேம்பாடுகளைத் தந்துள்ளது. வேறு இடங்களில் அலுவலர்கள் வாரந்தோறும் செய்யக்கூடிய பணிநேரத்தைக் குறைத்தும் உற்பத்தியை அதே அளவில் காப்பாற்றிய நிகழ்வுகள் உள்ளன. மற்றொரு குழு, ஒவ்வொரு எந்திரத்தின் உற்பத்தி அளவையும் குறிக்கும் படத்தை அவற்றின் மீது வைத்ததன் மூலம் தொழிலாளர்களே அவற்றின் திறன் மாறுபாடுகளைத் தாங்களே பார்த்துக்கொள்ளுமாறு செய்தது. பிரிட்டிஷ் அரசாங்கத்தின் ஓர் அறிக்கை சொல்கிறது (*Ibid, p. 83*): "தனி நிறுவனங்களில் முதலாளிகளுக்கும் தொழிலாளருக்கும் இடையில் இப்போது அற்றுப்போன நேரடி உறவுக்கு இவை திறன்மிக்க பதிலீடாக அமைகின்றன. மேலும் பலசமயங்களில் தொழில்துறையின், மற்றும் அவர்கள் தொடர்பு கொண்டுள்ள குறித்த நிறுவனத்தின், பொருளாதார நிலைமைகளில் ஓர் ஆழ்நோக்கினையும் அறிவதற்கான உழைப்பாளர்களின் தேவையைச் சந்திக்கும் வழியாகவும் அமைகின்றன. பிரச்சினைகள் கடினமாக இருக்கும் விஷயங்களில், பணிக்குழுக்கள் முதலாளிகளுக்கும் தொழிலாளர்களுக்கும் இடையிலான நம்பிக்கையை உறுதிப்படுத்தியுள்ளன. அது இன்றி, குறித்த பிரச்சினையைப் பற்றி விவாதம் செய்வது சாத்தியமில்லாத ஒன்று."

தொழிலகத்தில் சுதந்திரத்தின் வேர் இந்தப் பணிக்குழுக்கள்தான் என்பது வலியுறுத்தப்பட வேண்டும். நவீன நிறுவனங்களின் பெரிய அளவுக்கு முன்னால் தன்னை நிர்க்கதியானவராகத் தனிப்பட்ட தொழிலாளி உணர்கிறார். அவருடைய விருப்பம் முழு வெளிப்பாட்டுக்கான வாய்ப்பை அளிக்கின்ற நிறுவனங்களின் பரிணாமத்தினால்தான் அவர் தன்னை உணர வைக்க முடியும். இம்மாதிரிப் பணிக்குழுக்களில், இதுதான் முக்கிய விஷயமாக இருக்கும் என்பதை நான் நியாயமானதோர் உத்தரவாதமாகக் காண்கிறேன். அவை அந்தந்த இடத்திலேயே வேலை செய்யும் சகோதர முயற்சியின் நெருக்கத்தில் ஒருவரை ஒருவர் நன்கு அறிந்துகொண்ட நபர்களால் அது அமைந்திருக்கும். அது தேர்ந்தெடுக்கப்படும் அமைப்புதான்; நிர்வாகக் கழகம் அல்லது பிரதேசக் கழகத்தின் பணியாண்டுகளுக்குக் குறைவாகவே இவற்றின் அலுவல் ஆண்டுகள் இருக்குமாறு எவ்விதச் சிரமமும் இன்றிப் பார்த்துக் கொள்ளலாம். முந்திய கழகங்களுக்கும்

இவை மிகவும் மதிப்புள்ளவையாக அமையும். ஏனெனில் பணிக்குழுவுடன் எப்போதும் தொடர்ந்து ஏதோ ஒரு முக்கியமான விஷயத்தில் ஒத்துச்செல்லாத ஒரு மேலாளர் தன் பதவிக்குத் தகுதியற்றவர் என்பது பொதுவாக ஏற்கப்பட்ட உண்மை. அதனால் முன்பு சுட்டிக்காட்டப்பட்ட வீச்சுக் கொண்ட பணிகளை மட்டும் இம்மாதிரிக் குழுக்களுக்கு அளிக்காமல், மேலாளருக்கு எதிராகப் பிரதேசக் குழுவில் எதிர்ப்புத் தெரிவிக்கும் உரிமையையும் அளிக்க வேண்டும். ஒரு தொழிலகத்தின் இயக்கத்திற்குப் பொறுப்பான நபராக மேலாளர் இருப்பதனால், அவருக்கு எதிராக ஒரு முன்மொழிவைத் தொழிலகத்திற்குள்ளாகவே கொண்டுவர இயலாது. மேலும் தான் உடன்படாத ஒரு கொள்கை கீழிருந்து கொண்டுவரப்பட்டால் அதைப் பொறுப்புடன் அவரால் செயல்படுத்த முடியாது. அத்துடன், எதிர்ப்பைத் தெரிவிப்பதற்கான உரிமை தொழிலகத்தின் ஒழுங்கினைக் கெடுத்துவிடும் என்று நான் நம்பவில்லை. ஏனெனில் தோழமை, சமத்துவம் ஆகிய தளங்களில் நடக்கும் விவாதம் ஏறத்தாழ எப்போதுமே ஒரு திருப்திகரமான சமரசத்துக்கு இட்டுச்செல்கிறது என்பது பொதுவான அனுபவம் ஆகும். இதனால் எதிர்ப்புக்கான சமயமும் அபூர்வமாகும்; அது இல்லை என்றால், கூர்மையான உடன்பாடின்மை நிபந்தனையற்ற சரணடைதலில் அல்லது வேலைநிறுத்தத்தில்தான் கொண்டுவிடும். இப்படிப்பட்ட மாற்றுகளை உருவாக்க வைப்பது தவறு என்று நான் நினைக்கிறேன். இவை 1918 முதலாக ஐரோப்பிய தொழில்நிலைமைகளில் காணப்படுகின்ற, தொழில்துறை என்னும் எந்திரம் முறையாகச் செயல்படுவதற்குப் பெரும் தடையான உளவியல் சார்ந்த மனஉலைவுக்கு அழைத்துச் செல்லும். கண்டனத்திற்கான உரிமை ஒருதலைச் சார்பற்ற அமைப்பினால் நிர்ணயிக்கப்படுவதற்கு வழிசெய்கிறது. அதில் மேலாண்மைத் தரப்பும் உழைப்பாளரும் இருசாராரும் இடம் பெறுகின்றனர்; மிகச்சில சந்தர்ப்பங்களைத் தவிர, அந்த அமைப்பின் நிர்ணயங்கள் கஷ்டமின்றி ஏற்றுக் கொள்ளப்படும் என்று நம்புகிறேன். அது மறுப்பைச் சந்திக்கும் இடத்தில் மிகப்பெரிய பிரச்சினை இருக்கிறதென்று அர்த்தம், அதைக் கொள்கையளவில் சட்டமன்றத்தைக் கூட்டியே முடிவுசெய்யஇயலும்.

அடுத்து அலுவலர்களுக்காக ஆட்களைத் தேர்ந்தெடுக்கும் பிரச்சினை மிச்சம் இருக்கிறது. தேசிய மயமாக்கப்பட்ட தொழிலில், பொதுவாகப் பணி நியமனத்திற்கான முறைகள், நீக்குவதற்கான முறைகள், ஒழுங்கிற்கான முறைகள் தேவைப்படுகின்றன. அவை கொள்ளக்கூடிய பலவேறு வடிவங்களை நிர்ணயிப்பது சாத்தியமில்லை என்றாலும், இந்த அடிப்படை விதிகளுக்கு எளிமை என்னும் சிறப்பு இருக்கிறது. காலியிடங்கள் விளம்பரத்தின் வாயிலாகவே நிரப்பப்பட வேண்டும், அவர்கள் செய்யப்போகும் வேலைதான்

தகுதியை நிர்ணயிக்கிறது, எனவே அதற்கெனத் தேர்ந்தெடுக்கப்பட்ட நபர்கள் தகுதி பெற்றவர்களாக இருக்கவேண்டும். இப்போதிருக்கும் முறையில் முதலாளியின் மகன் முதலாளி ஆவதற்கான வழியிருக்கிறது, அதுபோன்ற உரிமை இதில் இருப்பதற்கு நியாயமில்லை. ஒவ்வொரு தொழிலகத்திலும், சுரங்கத்திலும் அல்லது இதுபோன்ற குழுச்சேர்க்கை இடங்களிலும் ஒவ்வொரு நியமனப்பிரிவு மேலாண்மைக்கு நெருக்கமான தொடர்பில் செயல்பட வேண்டும். பிரிக்கமுடியாத விதத்தில் உள்ளூர்ப் பள்ளிகளுடனும் கல்லூரிகளுடனும் அது இணைந்திருக்கும். மக்கள் இதில் தக்க வேலைக்கேற்ற வயதின்படி வந்து சேர்வார்கள். பயிற்சியாளர் அல்ல, நேராகவே உடலுழைப்பாளர் தேவை என்றால், தன் காலியிடங்களைப் பற்றிய விவரங்களை நியமனப் பகுதி, அத்தொழிலமைப்பின் உள்ளூர்க் கிளைக்குத் தரும். அது அப்பகுதியின் வேலைவாய்ப்பகம் போல இயங்கும். எழுத்துப்பணியைப் பொறுத்தவரை, நவீன மக்கள்பணி அமைப்பு, போட்டித் தேர்வே மிகவும் சிறந்த ஆட்சேர்ப்பு முறையெனக் காட்டுகிறது. தொடக்க நியமனங்களிலிருந்து பதவி உயர்வு, தொழில்நுட்பப் பணி நியமனம் என்று செல்லும்போது மேலும் சிக்கலான கவனங்கள் பிற எழுகின்றன.

ஒவ்வொரு தொழிலகத்திலும் உள்ள சிறு பதவிகள் பொதுவாக நான்கு வகைப்படுகின்றன.

(1) மேற்பார்வையாளர் பதவி. இதற்கு ஆட்களை மேலாளர், பணிக்குழுவுடன் ஆலோசனை செய்து நியமிக்கவேண்டும் எனலாம்.

(2) மேலாளர் பதவிக்கு உதவியாளருக்கான இடங்கள் உள்ளன. இங்குப் பணி தொழில்நுட்பம் சார்ந்ததன்று, ஆனால் பொதுவாக திட்டமிடுதலும் மேல்பார்வையும் தேவை. இப்பதவிகள், மேலாளர் தலைமையில் ஒரு சிறப்புத் தேர்வுக்குழுவினால் தேர்ந்தெடுக்கப்பட வேண்டும். அதில் நிர்வாகத்தின் ஆட்களும், பணிக்குழுவின் ஆட்களும் இருக்கவேண்டும். இந்தத் தேர்வுக்குழு, தொழிலகத்தின் ஒரு நிலைக்குழுவாக இருப்பது நல்லது. ஏனெனில் நமது அனுபவம், மனிதர்களைத் தீர்மானிப்பது என்பது அனுபவத்தினால் பெறக்கூடிய பண்பு எனக் காட்டுகிறது.

(3) மூன்றாவதாக, கணக்காளர், வேதியியலாளர் போன்ற தொழில்நுட்பப் பதவிகள் உள்ளன. இவை இரண்டாவது வகைக் குழுவினால் தேர்ந்தெடுக்கப்படலாம், ஆனால் இவற்றில் தேர்வுக்குழுவில் அந்தந்தத் தொழிலுக்கான ஒரு உறுப்பினர் இருந்து உறுதியாக்க வேண்டும்.

(4) இறுதியாக மேலாளர் பதவி. அவர் பிரதேசக் கழகத்தினால் நியமிக்கப்பட வேண்டும் என்று ஏற்கெனவே தெரிவித்துள்ளேன். பிரதேசக் குழு தனக்குத் தேவையான எல்லா விசாரணைகளையும் செய்து அதன் தேர்வு அந்தத் தொழிலகத்தினால் ஏற்றுக்கொள்ளப்படும் என்று திருப்திப் படுத்திக் கொள்ளலாம். ஆனால் தகுதியுடைமை என்பதுதான் முக்கியப் பிரச்சினை. பணிக்குழுவினால் அவர் தேர்ந்தெடுக்கப்பட வேண்டும் என்ற திரு. கோலின் ஆலோசனை, அப்படிப்பட்ட தேர்ந்தெடுப்பு கொண்டுள்ள எல்லா வழக்கமான ஆட்சேபணைகளுக்கும் இடமளிக்கக்கூடியது. *(Self-Government in Industry, p. 217. But all Mr. Cole's suggestions in this matter seem to me to show less than his usual insight)*. அது சதியாலோசனைகளை மிகுதிப் படுத்துகிறது, திறமைக்கு நியாயம் வழங்குவதில் தோல்வியடைகிறது. பழைய சுயநிர்வாகப் பயிலரங்கில், அல்லது இன்னும் அதிகமாக, ஆக்ஸ்ஃபோர்டு, கேம்பிரிட்ஜ் போன்ற கல்லூரிகளில் இந்த அமைப்பு எப்படி வேலைசெய்தது என்பதன் முடிவுகளை ஆராய்கின்ற எவரும் அது சரிவர வேலைசெய்யும் என நம்ப முற்பட மாட்டார்கள். கேம்பிரிட்ஜின் டிரினிடி கல்லூரியில் அரசரால் நியமிக்கப்பட்ட ஆசிரியர்களின் பணியையும், வேறெந்த கேம்பிரிட்ஜ் கல்லூரியுடனும் ஒப்பிட்டுப்பார்த்தால் புறநியமனத்தின் ஆதாயம் தெரியவரும். போதிய அளவுக்கு ஆலோசனைகள் இருக்கலாம், ஆனால் இறுதி அதிகாரம், தொழில்துறையின் கோணத்திலிருந்து பிரச்சினையை நுண்ணாய்வு செய்து நோக்கவேண்டும்.

இவை எல்லாமே வெவ்வேறு உத்தியைக் கையாளலின் எடுத்துக் காட்டுதான். பொதுவாக யாருக்குள்ளிருந்து நியமனங்கள் செய்யப்பட வேண்டுமோ, அவர்கள் கையிலேயே தேர்ந்தெடுப்புக்கான அதிகாரத்தை வழங்குவதை அது தவிர்க்க முயலுகிறது. மிகப் போதுமான முறையில் அவர்களிடம் ஆலோசனை இருக்க இயலும், இருக்க வேண்டும்; பிற எல்லாத் தகுதிகளும் சமமாக இருந்தால், அவர்களுடைய நோக்கைவிட வேறு எதற்கும் அதிக இடமளிக்க வேண்டியதில்லை. ஆனால் நமது அனுபவத்தில் புற நியமன அதிகாரம் இன்மை அமெரிக்க அர்த்தத்தில் கிடைப்புஅருமையை அல்லது பணிமூப்பினைத் தகுதிக்கான காரணியாக்குகிறது என்பதில் சந்தேகம் கொள்ள இடமில்லை; இவற்றில் எதுவும் தொழிற்சாலைப் பணிகளுக்குப் போதியதல்ல. கையாளப்போகும் எவ்வித உத்தியும் இங்குக் கோடிட்டுக் காட்டியதைத் துல்லியமாக ஒத்திருக்கும் என்று நான் கருதமுடியாது; ஆனால் அதன் அடித்தளமாக அமைந்திருக்கும் கொள்கை, வெற்றிகரமான தொழில்முனைப்பின் இதயமாக உள்ளது என்று பெரும்பாலும் உறுதியாகக் கருதுகிறேன்.

பதவி உயர்வு என்பது வேறு விஷயம். பணியாற்றும் எவருக்கும் இரண்டு எதிர்பார்ப்புகளைத் திருப்திப்படுத்திக்கொள்ள உரிமை இருக்கிறதென்று கருதுகிறேன். குறிப்பிட்ட நிலை வரை, ஒருவருக்குத் தனது பணிக்காலம் கணக்கில் கொள்ளப்பட வேண்டும் என்று கருத உரிமை இருக்கிறது; பதவி உயர்வுக்காகத் தான் கருதப்பட வேண்டும் என்ற உரிமையும் இருக்கிறது. கல்விப்பணியில், தகுதிகாண் பருவம் தாண்டிய பிறகு ஒவ்வோராண்டுப் பணிக்கும் ஊதியத்தில் சிறுஉயர்வு (பஞ்சப்படி) அளிக்கப்படும் வழக்கம் இருக்கிறது. ஊதியம் பெறுபவருக்கு அடுத்த நிலைக்கான ஊதிய அளவினை இந்த ஊதிய உயர்வுகளின் கூட்டல் எட்டக்கூடாது. நவீன அரசின் பொதுச் சேவையிலும் இதே கொள்கை பின்பற்றப்படுகிறது. திருப்திகரமாக வேலை செய்தலைப் பொறுத்தே இது அமைகிறது. இதுதான் இருப்பதிலேயே மிகவும் எளிய அமைப்பு, நீதிக்கேற்றவாறு அதன் பொதுவான ஏற்பு உள்ளது என்று கருதலாம். ஒருவரது தகுதித்திறன் மேலும் பொறுப்பான பணியை அளிக்கத் தடையாக இருந்தாலும், கடினமான உழைப்பவருக்குப் பரிசளிக்க இதில் முடிகிறது. ஏனெனில் எல்லாவற்றிலும் மேலாக இயலுமை என்பதே பதவி உயர்வுக்கு அடிப்படையாக இருக்கவேண்டும். நான் சொல்லும் வழிமுறை இருவிதமானது. கீழ்ப்பணிகளுக்கான நியமனங்கள் எல்லாவற்றிலும் தேர்வுக்குழுவுக்குப் பணிக்குழு ஒரு வேட்பாளராக முன்னிறுத்தலாம். பெரும்பாலான சந்தர்ப்பங்களில் அவர்களின் தேர்வே சரியானதாக இருக்கும், ஆகவே தேர்வுக்குழுவின் ஒப்புதலினால், அவர் காலியிடத்திற்கு நியமிக்கப்படுவார். இந்த நிலைக்கு அப்பால் பதவி உயர்வு இப்போது வழக்கமாக நிகழும் முறையில், உதாரணமாக, நகராட்சிச் சேவையில் உயர்பதவிகள் அளிக்கப்படும் முறையில் செல்லவேண்டும். பதவி உயர்வுக்குத் தொழிலகத்தில் உள்ளவரே ஏற்புடையவர் என்று தேர்வுக்குழு கருதினால், உள்ளிருந்து அந்த நியமனத்தைச் செய்யலாம்; ஆனால் அவருடைய தகுதியில் சந்தேகம் இருந்தாலோ அல்லது நிச்சயமாகவே வெளிநபர்தான் தகுதியானவர் என்று நம்பினாலோ, தேர்வுக்குழு அந்தப் பதவியைப் போட்டிக்கு விட்டு வெளியிலிருந்து விண்ணப்பிக்கும் நபரோடு உள்ளிருப்பவரை எடையிட்டுப் பார்க்கலாம். உள்ளினப் பெருக்க முறை என்று தொழில்துறையில் நாம் கூறுவதற்கு எதிரான உத்தரவாதம் இதுதான் என நினைக்கிறேன். அறியப்பட்ட போட்டியாளர் என்ற காரணத்தினாலேயே தேர்ந்தெடுக்கப்படாமல், வெளியாளோடு ஒப்பிடுகையில் இவர் தகுதியானவர் என்று எடையிடுவதற்கு இது உதவும். இதுபோலவே, ஒரு பிரிட்டிஷ் துறையின் சராசரி நிரந்தரச் செயலர் உள்ளிருந்து தேர்ந்தெடுக்கப்படலாம்; ஆனால் வேறு துறையிலிருந்து அதிகாரியை

மாற்றுவது நல்லது என்று கருதுவதற்குரிய நிகழ்வுகள் இல்லாமல் இல்லை.

இப்போதுள்ள அமைப்பிலிருப்பதைவிட தேசியமயமாக்கப்பட்ட தொழிலகத்தின் நடத்தைஒழுங்குப் பிரச்சினை மிக எளியதாகவே இருக்கும் என்று தோன்றுகிறது. இப்போதுள்ள இடர்ப்பாடுகளில் பல, அமைப்பின் சர்வாதிகாரத் தன்மையினால் உருவாகுபவை. முதலாளி, தான் நியமிக்கும் நபர்கள் கட்டுப்படுத்தக்கூடியவர்களின் விருப்பத்தைப் பற்றிக் கவலைப்படாமல் இப்போது நியமிக்கலாம், அல்லது பணியிலிருந்து நீக்கலாம். உதாரணமாக, தொழிற்சாலையில் வெவ்வேறு தரப்புகளின் போராட்ட மனநிலை, வேலைநீக்க பயம், நிர்வாகத்திற்குத் தன்னை வேண்டியவனாகக் காட்டிக் கொள்ளும் வேட்கை ஆகியவை ஒரு மேற்பார்வையாளரை கொடுமைக்காரர் ஆக்குவதோடு, எதிர்கொள்ளும் பிரச்சினை ஒவ்வொன்றையும் கௌரவப் பிரச்சினையாக நினைக்கவும் கொண்டு ஒவ்வொரு தரப்பிலும் போரிட வைக்கிறது. இது புகழ்பெற்ற 1912இன் இங்கிலாந்து வடகிழக்கு இரயில்வேயின் நாக்ஸ் வேலைநிறுத்தத்தில் தெளிவாயிற்று. *(On the Knox Strike, G. D. H. Cole and R. P. Arnot, Trade Unionism and the Railways, p. 33).* ஒருபுறம், தேசியமயமாக்கப்பட்ட தொழிலில், இலாபமே குறிக்கோள் என்ற நோக்கம் நீக்கப்படுவதாலும், மறுபுறம், பணிக்குழு கௌரவப் பிரச்சினையாக மாறுவதற்கு நீண்ட காலம் முன்பாகவே பெரும்பாலான பிரச்சினைகளைத் தீர்ப்பதனாலும் இவற்றில் பெரும்பகுதி நீக்கப்பட்டுவிடுகிறது. ஆனால் உராய்வுகள் இருக்கத்தான் செய்யும்; அந்த நிகழ்வுகளைக் கையாளுவதற்குச் சிறந்தவழி, ஒரு நடத்தைஒழுங்குக் குழுவை அமைப்பதுதான். அதில் நிர்வாகத்தின் சார்பாகவும் உழைப்பாளர் சார்பாகவும் சமமாக ஆட்கள் பங்கேற்பார்கள், அதன் தலைவர் தொழிலுக்கு வெளியிலிருந்து தேர்ந்தெடுக்கப்பட்டால் நல்லது. ஒவ்வொரு நிகழ்விலும் ஒரு முறைப்படியான கேட்பு இருக்கும். சாட்சிகளின்படி, பெரும்பாலான வழக்குகளில், ஒரு தண்டனை சரியான நீதியைத் தருவதாகவே பெரும்பாலும் ஏற்கப்படுவதாகத் தோன்றுகிறது. இப்போதுள்ள பழக்கம், தொழில் நிர்வாகம் ஆட்களை, கேட்பு எதுவும் இல்லாமலும்கூட, அவர்களைப் பணிநீக்கம்வரை தண்டனைகள் தந்து தண்டிப்பதாக இருக்கிறது. இந்தச் செயல்முறை முழுவதுமாக நீக்கப்படுவது மிகமிக அவசியமாகிறது. பலசமயங்களில் தவறுக்கு ஒரு எச்சரிக்கை விடுப்பதே போதுமானதாக இருக்கும். உடனடியான தண்டனை இன்மை, அல்லது அந்த தண்டனை தனது சகதோழர்கள் பகிர்ந்துகொள்ளும் நீண்ட யோசனைக்குப் பின்னரோதான் அளிக்கப்படுகிறது என்பது உழைப்பாளரின் மரியாதை உணர்வுக்கு மிகவும் அவசியமானது. இதை நவீன தொழிலியல் முறைகள் மிக

அடிக்கடி உணர்ந்துகொள்வதில் தோல்வியுறுகின்றன. *(On the working of such Discipline Boards see Cole and Arnot, op.cit., chaps. vii and ix. The court-martial system in the army in time of peace is an approach to a similar idea.)*

தேசியமயமாக்கப்பட்ட ஒரு தொழிலில், ஒவ்வொரு தொழிற்பகுதிக்கும் ஊதிய விகிதம், வேலைநேரம், பயிற்சிக்கான காலம் ஆகியவை நிர்ணயிக்கப்படும் முறைகளைப் பற்றி நான் இதுவரை விவாதிக்கவில்லை. காரணம், இதுவரை மொழியப்பட்ட எந்த நிறுவனமும் இந்த இலக்குக்குப் போதியதாக இல்லை என்பது எனது கருத்து. ஏனெனில் எந்தத் தொழில் துறையும் ஒவ்வொரு பணிக்குமான எல்லா உறுப்பினர்களையும் உள்ளடக்கிக் கொள்ளமுடியாது; சுரங்கத்தொழிலில் மருத்துவர்களும், பொறியியலாளரும், எழுத்தர்களும், கணக்கர்களும், வேதியியலாளரும், வழக்கறிஞர்களும் அதன் இயல்பான அலுவலர்களாக இருப்பார்கள். ஒவ்வொரு பணியிலும் தரங்கள் இருக்கும். தங்கள் தங்கள் ஆற்றல்களைப் பயன்படுத்திக் கொள்ளாவிட்டால், அவர்களின் வெவ்வேறான எண்ணிக்கையால் வெவ்வேறான பேரம்பேசும் திறமைப்படி வெவ்வேறு முடிவுகள் ஏற்படும்; ஏனெனில், நிர்வாகக் கழகத்தில், ஏன், பிரதேசக் கழகத்திலும்கூட, குறைந்த எண்ணிக்கையில் பணிபுரியும் பணியாளர்களுக்கான பிரதிநிதித்துவம் கிடைக்காது. எந்தத் தொழிலாக இருந்தாலும், ஒரே மாதிரி வேலை ஒரேமாதிரிச் சூழல்களில் செய்யப்பட வேண்டும். தான் குடிமகனாக இருக்கும் தன்மையினால் ஒருபுறம் ஒரு உழைப்பாளரின் அடிப்படை ஊதியம் நிர்ணயிக்கப்படுவது மட்டுமல்ல, ஒவ்வொரு பணிக்கான நிலைமைகளும் அந்தப் பணியின் தொழிற்சங்கத்தினால் அந்தத் தொழிலின் நிர்வாகக் கழகத்துடன் பரஸ்பர விவாதத்தின் வாயிலாக நிர்ணயிக்கப்பட வேண்டும். குறைந்தபட்ச ஊதியத்திற்கு மேலாக, ஒப்புக்கொள்ளப்படும் ஊதியம் என்பது அந்தத் தொழிலின் உற்பத்தித் திறனைச் சார்ந்ததாக இருக்கும். முயற்சியும் உழைப்பும் கூட இருந்தால் ஊதிய அதிகரிப்புக்கான ஏற்பாடும் செய்யப்பட்டிருக்கும்; குறிப்பாக அபாயங்கள் கொண்ட பணியாக இருந்தால் சிறப்பு ஊதியங்கள் அளிக்கப்பெறும் என்று நான் நினைக்கிறேன். இம்மாதிரிப் பிரச்சினைகளுக்குத் தீர்வுகாணுதல் கஷ்டங்கள் இல்லாமல் இருக்கும் என்று நான் நம்பவில்லை; இப்படிப்பட்ட கஷ்டம் சிலசமயங்களில் வேலைநிறுத்தம்வரை கொண்டுசெல்லும் என்பதையும் சந்தேகிக்கவில்லை. ஆனால் நிச்சயமாக இந்தச் சச்சரவுகளின் அளவும் பெரும்பாலும் கசப்புணர்வும் ஊதிய உயர்வு என்னும் முக்கியமான காரணியால் குறைவது சாத்தியம். நிர்வாகக் கழகத்தின் சார்பில் ஊதிய உயர்வுக்கு மறுப்பு என்பது தொழிலின் நலனுக்கென எதையும் செய்யாத தொழிலின் பங்குதாரருக்கோ அதன் சேவையைப்பற்றிக் கருதாமல்

அது என்ன பலனளிக்கும் என்பதை மட்டுமே கருத்தில் கொள்ளும் லேவாதேவிக்காரருக்கோ இலாபத்தின் அதிகரிப்பை ஒருபோதும் குறைப்பதில்லை. எந்திரச் சாதனப்பிரிவின் மதிப்புக்குறைவு, எந்திரங்கள் மாற்றுதல் போன்ற நிலையான செலவினங்களுக்கு ஒதுக்கப்படும் தொகை பற்றியும் நிர்வாகக் கழகம் முடிவெடுத்தாக வேண்டும். உற்பத்திச் செலவை ஈடுகட்டும் வகையில் உற்பத்திப் பொருளின் விலை நிர்ணயிக்கப்படும்; விற்பனைச் செலவைவிட மிகக் குறைவான செலவாகியிருந்தால், நிர்வாகத்திற்கும் உழைப்பாளருக்கும் அவர்கள் திறமைக்கான பரிசாக ஒரு சிறப்பு ஊதியம் வழங்கப்பட வேண்டும். ஆனால் இந்தப் பரிசுக்கு ஒரு எல்லை இருக்கவேண்டும். எந்த ஆண்டிலாவது பெறப்பட்ட உபரியானது நிலையாகக் குறித்த வருமான வீதத்தைவிட அதிகரிக்கிறது என்றால் விலைக்குறைப்புக்கு இது பயன்படுத்திக் கொள்ளப்பட வேண்டும். அதனால் பொதுமக்களும் ஏற்படும் ஆதாயத்தில் பங்கு கொள்வார்கள்.

சேவைகளைப் பயன்படுத்திக் கொள்பவர்களில் இருந்து ஆலோசனைக் குழுக்களை அமைப்பது மேலான சேவைக்கு நிலையான தூண்டுகோலாக இருக்கும் என்று அவற்றின் பங்கினைப் பற்றி வேறொரு சந்தர்ப்பத்தில் நான் ஏற்கெனவே விவாதித்துள்ளேன். உதாரணமாக, நுகர்வோர் கூட்டுறவு இயக்கத்தில், மாவட்டக் கூட்டம் நடத்துவது போன்ற முறைகள் வாங்குபவரை பாதிக்கக்கூடிய முக்கியமான விஷயங்களில் உணர்ச்சியற்ற செயலறு நிலையில் அவர் விழுந்துவிடக்கூடிய நிலையிலிருந்து தடுக்க முனைந்துள்ளன. இம்மாதிரி அமைப்புகளினால் பெரிய சாத்தியங்கள் இருப்பதாக நான் நினைக்கிறேன். காரைப் பயன்படுத்துபவர்களில் அதன் உற்பத்திக்கு உதவும் சிந்தனைகளை அளிக்க முடியாதவர்கள் அநேகமாக இருக்க இயலாது. தொலைபேசி, அஞ்சல் சேவை, இரயில்வே இவை யாவும் இப்படிப்பட்ட பாதிப்புக்கு உள்ளாகக்கூடிய நிறுவனங்கள். சில சேவைகள் மிகத் தொழில்நுட்பம் வாய்ந்தவை. அவற்றைப் பற்றி நுகர்வோர் கருத்துகளைக் கேட்பது சாத்தியமில்லை; ஆனால் கப்பல் கட்டுதலில், உதாரணமாக, கடல்செல்வோர் சங்கத்தைச் சேர்ந்தவர்கள் மிக முக்கியத்துவம் வாய்ந்த அனுபவத்தை அளிக்கமுடியும் என்பதைச் சந்தேகிக்க இடமில்லை; நீராவி-இரயில் எந்திரங்களின் கட்டுதலில் அதை ஓட்டுநர், எரிபொருள் உதவியாளர் ஆகியோரின் பார்வைகளைக் கேட்பது அவசியம். தாங்கள் பயன்படுத்தும் குறிப்பிட்டத் தொழிலில் தங்கள் அனுபவத்தைத் தருவதால் தன்னார்வ ஆலோசனை அமைப்புகளின் பெருக்கம் தொழிலியல் வாழ்க்கையின் ஒவ்வொரு துறையிலும் ஏற்படுவதால் நமக்குக் கிடைக்கும் இலாபம் அதிகம். அவர்கள் ஒருவேளை பாரிஸில் உள்ள அபான் தொலைபேசிச் சமூகத்தினர் போல தங்களுக்குச் சேவையளிப்பவர்களின் பணியைச்

சோதிக்கத் தங்கள் சொந்த நிபுணர்களை அனுப்பலாம், கண்டுபிடிப்புத் திறனைத் தூண்டலாம். குறிப்பாக தேசியமயமாக்கப்பட்ட தொழில் யாவருக்குமான பயன்பாட்டுக்குரிய சரக்குகளை உற்பத்தி செய்யும்போது அப்படிப்பட்ட ஆலோசனைக் குழுக்கள் ஆராய்ச்சிச் சங்கங்களின் தேவையைச் சுட்டிக்காட்டலாம். அலுவலக வகைமைகளுக்கு அப்பால் அவற்றில் சிந்தனைகளைப் பரிமாறிக் கொள்ளவும் வளர்த்துக் கொள்ளவும் முடியும். கப்பல் கட்டுநர் நிறுவனம், ஆசிரியர்கள் சங்கம் போன்றவை அபூர்வமாகக் காணப்படுவதால் குறிக்கத்தக்கவை. ஆனால் ஜெர்மனியில் பிற இடங்களைவிட இப்படிப்பட்ட சங்கங்கள் அதிக முக்கியத்துவத்தைப் பெற்றிருப்பதாகத் தோன்றுகிறது. *(Cf. H/ Finer, Representative Government and a Parliament of Industry, p. 54, and especially the survey noted in note 4 on that page. Mr. and Mrs. Webb undertook a survey of professional associations in the New Statesman for October 2, 1915, and April 21-28, 1917; but the situation has much changed since then.)* நம்மிடம் இங்கிலாந்தின் வணிகர் குழாம், அமெரிக்காவின் உற்பத்தியாளர்களின் தேசியச் சங்கம் போன்ற பரந்த அமைப்புகள் உள்ளன; ஆனால் இவை எல்லாம் அரசாங்கத் தொழில்களின் வளர்ச்சியைத் தடுக்கின்றதில் மட்டுமே அக்கறை காட்டுகின்ற தங்கள் வணிகப் பாதுகாப்புச் சங்கங்களாக மாறிவிட்டன. பிற எதையும் பற்றி அவை அக்கறைப்படுவதில்லை. நமக்குத் தேவையானவை அலுவலகம் சாரா ஆய்வு, தேடல் இவற்றை மேற்கொள்கின்ற அமைப்புகள். அவை வெவ்வேறு தொழில்களின் சேவைத் தரங்களை மேம்படுத்தத் தாமாகவே முனையும்.

ஒரு பகுதி, இவை தொழில் அமைப்புகளின் திட்டமான கிளைகளாக வளரும் என்று நம்பலாம், இப்படிப்பட்ட வகை பற்றித் தனித்த புலனாய்வு செய்வதற்குத் தொழிற்சங்க இயக்கத்தில் இடமும் அவகாசமும் இருக்கிறது. உதாரணமாக, பிரிட்டனின் சுரங்கத் தொழிலாளர் கூட்டமைப்பு சுயேச்சையான முறையில் சுரங்கங்களின் பாதுகாப்புப் பிரச்சினை பற்றி ஆய்வு நடத்தக்கூடாது என்பதற்குக் காரணமில்லை. சில குறிப்பிட்ட சமயங்களில், உதாரணமாக, கழிவுப்பொருள்கள் தாமாகவே எரிவது போன்றவற்றைத் தடுத்தல் போன்றவற்றில் தொழிலாளர்களுக்குப் பரந்த, பயன்படுத்திக் கொள்ளத்தக்க அனுபவம் இருக்கிறது. அதேபோல் வழக்கு மன்றங்களில் கீழ்நிலை, மேல்நிலை வழக்குரைஞர்களின் எழுத்தர்கள் மிகவும் நடைமுறை அறிவுடையவர்கள், ஆனால் தங்கள் நிலையிலுள்ள பிற எந்தத் தொழிற் குழுவையும் விடக் குறைந்த அபிமானத்தைப் பெறுபவர்கள். சட்டத்தொழிலை மேம்படுத்த அவர்களுடைய ஆலோசனைகளைப் பெறலாம். ஒரு கூட்டமைப்பு, தங்கள் அந்தஸ்தை உயர்த்திக் கொள்ளமுனைவதோடு,

சட்ட நிர்வாகத்தின்மீது பெரிய வெளிச்சத்தை அளிக்க முடியும். ஆனால் இப்படிப்பட்ட விசாரணைகளை ஒழுங்குமீறல் என்று கருதித் தடுத்துவிடக்கூடாது என்பது முக்கியமானது; இங்கிலாந்தின் அஞ்சல், தந்தி எழுத்தர்களின் சங்கம், ஐரோப்பாவில் அஞ்சல் காசோலை முறையினைப் பற்றி ஆய்வுசெய்தது. இது அலுவலக முறைகள் பற்றிய அக்கறையின்மை பற்றிய விமரிசனம் என்று இந்த முயற்சியை, துரதிருஷ்டவசமாக அது வெற்றியடையவில்லை, அஞ்சல் அலுவலகம் தடைசெய்தது. இப்படிப்பட்ட வகையில் சீரான ஆய்வை நடத்தினால் என்ன செய்யமுடியும் என்பதைக் குறிப்பிடத்தக்க முறையில் மருத்துவத்துறையினரும் பொறியியலாளர்களும் காட்டியுள்ளனர். அவர்களுடைய சாதனையை மீதியுள்ள தொழில் உலகத்தினர் ஏன் பின்பற்றக்கூடாது என்பதற்குக் காரணமில்லை. ஒவ்வொரு தேசியமயமாக்கப்பட்ட தொழிலின் இயக்கத்தின் ஊடாகவும் விமரிசனமும் ஆலோசனைகளும் எந்த அளவுக்குப் பெருகி வருகின்றனவோ அந்த அளவுக்கு நல்ல முடிவுகளை அது அடைய முடியும்.

இங்குதான் தொழில் உலகத்தின் தலைமையதிகாரம் பற்றிய பிரச்சினைக்கு விடையையும் நாம் காணமுடியும் என்று நினைக்கிறேன். நான் கோடிட்டுக் காட்டிய ஒழுங்குமுறை போன்ற ஒன்று, எழுகின்ற கேள்விகளை அளந்தறியக்கூடிய விவாதக்களம் எனக்கூடிய ஒன்றிற்கு மாற்றிவிடுகிறது. சரிபார்த்துக் கொள்ளக்கூடிய ஒரு தேவைக்கான ஆணைகள் வழங்கப்படும். ஒத்துழைப்பின் சூழலில் கோரிக்கைகள் பரிசீலிக்கப்படும். தொழில்துறைப் பணியில் ஈடுபட்டுள்ள ஒவ்வொருவரின் விருப்பமும் தன்னை அடையக்கூடிய ஒரு வழியைக் கண்டறியும். எங்கு முன்னெடுப்புத் தேவையோ அங்கு முன்னெடுப்பு இருக்கும்; ஆனால் பொதுவான ஒப்புதல் இருக்கின்ற சூழ்நிலையில்தான் அந்த முன்னெடுப்பு எப்போதும் செயல்படும். உற்பத்தியாளர், தனது முயற்சியின் அடிப்படை நிபந்தனைகளைச் செய்பவர் என்பதால் அவர் பாதுகாக்கப்படுகிறார்; நுகர்வோரும் முதலில், சட்டமன்றக் கொள்கையின் இறுதிக் கட்டுப்பாட்டினாலும் இரண்டாவது, ஆலோசனைக் குழுக்கள் வாயிலாகத் தனது தேவைகள் குறிப்பிட்ட தொழிற்சாலையின் தலைவர்களுக்கு நேரடியாகத் தெரிவிக்கப்படுவதனாலும் பாதுகாக்கப்படுகிறார்கள். அதாவது, ஒவ்வொரு தொழிலும் பூர்த்திசெய்ய முனையும் பணியைப் பற்றிய எல்லாத் தெளிவுபெற்ற கருத்துகளின் ஒளிகளையும் நாம் வரிசைப்படுத்திப் பார்க்க முனைகிறோம். இப்போது அதன் திறனை இல்லாமற்செய்யக்கூடிய முடிவினைப் பற்றிய ஆதாரமான மெய்ம்மைகளை இரகசியமாக மூடி மறைப்பதைத் தவிர்த்துவிடுகிறோம். இப்படிப்பட்ட மெய்ம்மைகளை ஒருசார்பின்றிக்

கண்டுபிடிப்பதைத் தவிர வேறு கடமையற்ற நிபுணர்களின் அறிக்கைகளில் கண்டறியப்படும் திறமையின்மைகளாகக் கருதப்படும் உதாரணங்கள் ஒவ்வொன்றையும் நாம் சோதித்துப் பார்க்க முடியும். எந்த ஒரு சுரங்கத்திலும் தொழிலகத்திலும் இருக்கக்கூடிய மிகத்தாழ்ந்த ஊதிய நிலையிலுள்ள கீழான ஊழியருக்கும் அந்த நிர்வாகத்துடன் அதன் செயல்பாடுகளை மேம்படுத்துவதில் ஒத்துழைப்புத்தர நாம் வாய்ப்பளிக்கிறோம். தீர்க்கவேண்டும் என்று அவர் விரும்பும் சரியான மனக்குறை எதுவாக இருப்பினும், அவரது நலன்களைப் பகிர்ந்துகொள்ளாத அந்நிய அதிகாரம் ஒன்றினால் அல்ல, உருவாக்குவதில் அவரே பங்கு பெறுகின்ற ஒரு தலைமையினால் அதை ஆராய அனுமதியளிக்கிறோம். இந்த இலக்குகள் அடையப்படுகின்ற வழிமுறைகளின் சிக்கலை நாம் மறுக்கத் தேவையில்லை. இன்றுள்ள பெரிய அளவிலான அரசுகளின் தேவைகளைப் பூர்த்திசெய்ய முனைகின்ற ஒரு சேவை இயல்பாகவே சிக்கல்தன்மையைத் தவிர்க்கமுடியாது. அதை நாம் இப்போதும் தவிர்க்கவில்லை; அவ்வாறு தவிர்ப்பது இன்று மிக அபாயகரமானது, ஏனெனில் அது தன்னிச்சைப் போக்குள்ளதும் இரகசியமானதுமாகும். பழைய காலத்தில் போலவே, இந்தப் புதிய காலத்திலும், உழைப்பாளர் தனது விருப்பத்தைப் பிறரது விருப்பத்திற்கு இணங்கிப் பணியச்செய்யும் தேவையை உணர்வார்; தனது தேவைகளுக்கான கவனத்தை அவர் பெறுவார், அந்த கவனத்தைப் பெறுவதில் அவர் தோல்வியடைந்தால், அது அவரைத் தோல்வியடையச் செய்கின்ற மெய்ம்மைகளின் காரணமாகவே இருக்கும். அந்த நிலையை நியாயமாக ஒரு சிறப்புரிமை பெற்ற குடிமகனின் அந்தஸ்து என்று வரையறுக்கலாம் என நம்புகிறேன். ஏனெனில் அதனால் அவர் பிறருக்குப் பணிபுரிய அல்ல, சமூகச் சீரமைப்பில் உட்பொதிந்துள்ள தர்க்கத்தினால் பணியாளர் ஆக்கப்படுகிறார். உண்மையில், அவரே அந்த தர்க்கத்தை உருவாக்க உதவியும் செய்கிறார், அவர் செய்யும்போதே அவர் ஆற்றலைப் பெருக்குகின்ற ஒன்றாகவும் அவருடைய சேவை ஆகிவிடுகிறது.

III. நுகர்வோர் கூட்டுறவின் வட்டம்

மேலே விவாதிக்கப்பட்ட வடிவத்தில் தேசியமயமாக்கப்பட்ட தொழில்கள் தொழில்துறைப் பரப்பின் ஒரு பகுதியாக மட்டுமே இருக்கும் என்பதை நான் ஏற்கெனவே சுட்டிக்காட்டியுள்ளேன். இவை சுரங்கம் இரயில்வே, கப்பல் போன்ற, சேவையில் இயற்கையான ஏகபோகத்தன்மைக் கூறு அடங்கிய தொழில்களில் தேசியமாக்கல்

முக்கியமாக இடம்பெறும். தொழில்துறையில் இரண்டாவது முக்கியமான பரப்பு இயற்கையாகவே நுகர்வோரின் கூட்டுறவு வடிவங்களின் பிரதேசத்திற்குரியது. இங்கு, அடிப்படையில் கட்டாயச் சேவைகளான நகராட்சியின் எரிபொருள் அளிப்பு போன்ற நுகர்வோர் கூட்டுறவு வடிவங்களைப் பற்றிப் பேசவில்லை. அங்கெல்லாம் சேவை, சொல்லப்போனால், ஒருதன்மை, பிரிக்கமுடியாத் தன்மை பெற்றிருப்பது அவசியம். நுகர்வோருக்கு வேறு மாற்று கிடையாது; தரப் படுத்தப்பட்ட பொருள் ஒன்று நுகர்வோருக்கு இருக்கிறது, அதை ஒரு தலைமையிடமிருந்து ஒரு வடிவத்தில் மட்டுமே நுகர்வோர் பெறமுடியும். ஜனநாயக அரசில் நுகர்வோரின் குறித்த ஒரு கூட்டுறவு வடிவத்தின் இடம், எதிர்காலம் பற்றி மட்டுமே இங்கு நான் அக்கறைப் படுகிறேன். இதற்கான அடித்தளம் ராபர்ட் ஓவனால் இடப்பட்டது, அதன் முன்மாதிரி புகழ்பெற்ற ரோச்டேல் வர்த்தகத்தினால் 1844இல் உருவாக்கப்பட்டது. அந்த இயக்கம் தனது எல்லைக்குள்ளாக இன்று பிரிட்டனின் குடும்பத்தினர்களில் மூன்றிலொரு பங்கிற்குக் குறையாமல் பெற்றுள்ளது; ஐரோப்பாக் கண்டத்திலும், அமெரிக்காவிலும் அது நிரந்தரமான ஒரு தொழில் அமைப்பின் வடிவத்தைக் கொண்டுள்ளது என்று காட்டப்பட்டுள்ளது. *(On the movement as a whole see Sidney and Beatrice Webb, The Consumers' Co-operative Movement; Percy Redfern, The History of the C.W.S. For the statistics of the movement the People's Year Book published by the Co-operative Union, and the Annual Report of the International Co-operative Alliance should be consulted. See also L. S. Gordon and C. O'Brien, Co-operation in Many Lands.)*

நடைமுறையில் பார்த்தால், உற்பத்தியிலும் விநியோகத்திலும் இலாபத்தைத் தவிர்த்த, தங்கள் உறுப்பினர்கள் வேண்டுகின்ற பொருள் எதையும் உற்பத்தி செய்ய முனைகின்ற ஜனநாயக இயக்கம்தான் கூட்டுறவு இயக்கம். அது உற்பத்தி செய்யும் பொருள்களின் வீச்சு பிரமிக்கத் தகுந்தது. அதற்கெனச் சொந்த வங்கிகள் உள்ளன, சொந்தக் காப்பீட்டு நிறுவனமும் உள்ளது; தனது பண்ணைகளை நடத்துகிறது, தேயிலைத் தோட்டங்களை வைத்துள்ளது; சொந்தமாக பூட்ஸுகளையும் ஷூக்களையும் தயாரிக்கிறது; தனது சொந்த ரொட்டியைத் தயாரித்துக் கொள்கிறது; பால், இறைச்சி, வீட்டுச்சாமான்களை விற்கிறது. குடும்பத்தினர்க்கான பொதுத் தேவைகள் என்று சொல்லப்படுபவை, குறிப்பாக எல்லார்க்கும் உரிய தரப்படுத்தப்பட்டத் தேவைகள்மீது கவனம் செலுத்திவருகிறது. மிகக்குறிப்பான வரையறைகளும் அதற்கு உள்ளன. வசதிமிக்க வகுப்பினர்மீதோ, அல்லது மிகுந்த ஏழைகள்மீதோ அது கவனம் செலுத்தியதாகத் தெரியவில்லை. அது திட்டமான உழைக்கும் வர்க்கத்தினருடைய இயக்கம். அதன் செல்வாக்கிற்கேற்ப உற்பத்திகள் நாம் எதிர்பார்க்கும் அளவில் உள்ளன. ஒரு மனிதன் தன் வீட்டைக் கூட்டுறவுக் கடைமூலமாக முழுமையாக

அமைத்துக் கொள்ளமுடியும், ஆனால் உட்புற அழகுபடுத்துபவருடைய ரசனையைத் திருப்திப்படுத்த முடியாது. கூட்டுறவு இயக்க உடைகளை ஒருவர் அணியலாம், ஆனால் அவர் சாதாரணமான ஆளாகத் தெரிவாரே அன்றி கவர்ச்சிகரமான உடையணிந்தவராகத் தோன்ற மாட்டார். அவருடைய மனைவி கூட்டுறவுக்கடையிலேயே வீட்டுக்குத் தேவையான எல்லா உடைகளையும் வாங்கினால், அவள் ஒரு விதிவிலக்கான அழகுடையவளாக இருந்தாலன்றி, மனித ஆசையின் மாறாத பொருளாக இருக்கின்ற சிறப்பான உடைகளை அணிந்து அழகுறத் தோன்றுபவளாக மாட்டாள். மேலும் சேவைகளின் பெரும்பகுதியினைக் கூட்டுறவு இயக்கம் எடுத்துக் கொள்ளவில்லை. அதற்கு அதன் கூட்டுறவு உற்பத்தி இலாபம் அளிக்காது. ஏனெனில் அந்த இயக்கத்தில் அப்படிப்பட்ட பொருள்களின் உற்பத்திக்கான தேவை மிகுதியாக அல்லது போதிய அளவு இல்லை. மேலும் நுகர்வோரின் கூட்டுறவுமுறை விவசாயத் துறைக்குப் பொருந்தாது என்று தோன்றுகிறது. பெரிய அளவு செயல்பாடுகளில், கோதுமை போன்றவற்றின் உற்பத்தியில் ஒருவேளை அது வெற்றியடையலாம்; ஆனால் நிலப்பயன்பாட்டில் விவசாயி தனது சொந்த விருப்பத்தை முதன்மையாக வைத்தால், நுகர்வோர் கூட்டுறவு பொருந்தி வருவதாகத் தோன்றவில்லை. (Woolf, op. cit., pp. 104-5.) அடிக்கடி சொல்லப்படும் வாதமான கூட்டுறவாளர் ஏற்றுமதி வணிகத்தில் ஈடுபட முடியாது என்பது அண்மை ஆண்டுகளில் மறுக்கப்பட்டுள்ளது என்பது அனுபவத்தினால் தெளிவாகத் தெரிகிறது; இந்த இயக்கம் சமூகத்திற்கான பொதுத்தன்மையைப் பெற்றால், இலாபப் பிரச்சினை தானாகவே தீர்ந்து போகும் என்று நினைக்கிறேன். ஏனெனில் ஜெர்மன், டேனிஷ் இயக்கங்கள் செய்வதுபோலச் சரக்குகளை ஒன்றுக்கொன்று மாற்றிக்கொள்ள முடியும், அல்லது ஈட்டிய இலாபத்தை சமுதாய நோக்கங்களான கல்வி போன்றவற்றிற்குப் பயன்படுத்த முடியும்.

சமுதாயத்தில் வகுப்பு வேறுபாடுகளைப் பார்க்காமல், குடும்பத் தேவைகளைப் பூர்த்திசெய்வதற்குத் தேவையான தொழில்களை மேற்கொள்ளும் சிறப்பான அமைப்பாக இருப்பதற்கு அது தகுதியானது என்பதே நுகர்வோர் கூட்டுறவின் ஒழுங்குமுறைப்பட்ட பகுப்பாய்வில், பொதுவாகப் பார்க்கும்போது நமக்குக் கிடைக்கும் செய்தி. ஏனெனில் கூட்டுறவு இயக்கத்தில் தரத்திற்கான பிரச்சினை என்பது தேவைக்கான பிரச்சினைதான். மேஃபேருக்குக் குறையாத, ஒயிட்சேபலின் தேவைகளை அது பூர்த்திசெய்யமுடியும். பொருளாதாரச் சமத்துவம் சுமாராக இருக்கிறது என்று வைத்துக் கொண்டால், இப்போது சமூகத்தில் வெவ்வேறு வகுப்புகளைப் பிரிக்கும் ரசனைகளும் தரங்களும் இல்லாமல் போகும். ஒத்த தேவைகளை உடையதாகச் சமூகம் சந்திக்கும். கூட்டுறவு இயக்கத்தில் அது ஈர்த்துக்கொள்ளப்படும்

நிலையில் அது சமூகத்தை அது எதிர்கொள்கின்ற தேவைகளைப் பூர்த்திசெய்யும் ஒரு முகமையாக அது மாறும். குடும்பத்தின் எல்லாத் துறைகளின் தேவைகளையும் நிறைவு செய்யும் ஒரே அமைப்பாக நுகர்வோர் கூட்டுறவு மாறும் என்று நான் கருதவில்லை. சுதந்திரமான கைவினைஞர்கள் சிறப்புத் தேவைகளை அளிப்பவர்களாக ஏன் மாறக்கூடாது எனக் காரணமில்லை. உடையிலும், வீட்டு அலங்கரிப்புக்கான பொருள்களிலும், வடிவமைப்பிலும், கலைகளிலும் சிறிய எண்ணிக்கையிலான வாடிக்கையாளர்களின் ரசனைகளை நிறைவேற்றியவாறு ஆண்களும் பெண்களும் பிழைக்க முடியும். அந்நிலையில் நுகர்வோரின் கூட்டுறவு தனித்திறத்துடன் தயாரிக்கும் பொதுமைப்பட்ட சரக்குகளிலிருந்து வேறுபட்ட அல்லது அவற்றைவிடத் தரத்தில் உயர்ந்த பொருள்களைத் தயாரிக்கும் உற்பத்தியாளர்களின் சிறிய அமைப்புகள் ஏற்படும். இயல்பாக, உள்ளூர் கூட்டுறவுக் கிளையின் உரிய பகுதி சிந்தித்துச் செயல்படுத்தும் ஓர் எளிய திட்டத்தின் அடிப்படையில் நான் என் வீட்டை அழகுபடுத்திக் கொள்வேன்; ஆனால் ஓர் அறையிலோ, தோட்டத்திலோ, தனித்தன்மையான கூறுகளை வேண்டினால், நான் வில்லியம் மாரிஸ் தன்னைச் சூழ வைத்துள்ள கைவினைஞர்களைப் போன்ற ஒரு குழுவை நாடவேண்டியதுதான்.

மைய அரசு, வட்டாரத் தலைமை ஆகியவற்றுடன் கூட்டுறவு இயக்கத்திற்கான தொடர்பினை ஓர் எளிய வரையறை மூலமாகக் காணலாம். சுரங்கம் போன்ற பெரிய தொழில், நான் முன் பகுதியில் கோடிட்டுக் காட்டியவாறு தேசியமயமாக்கலின் திட்டத்திற்குப் பொருத்தமானது; அப்போது, கூட்டுறவுக் கடை, குறைந்தபட்சம் குடும்ப நுகர்வுக்கேனும் இயல்பாக விநியோகம் செய்யும் முகமை ஆகிறது. அதனால் உற்பத்தியாளருக்கும் நுகர்வோருக்கும் இடையில் புகுந்து விலையை ஏற்றுகின்ற தரகர்களின் கொள்ளையை ஒரே அடியில் இல்லாமல் செய்யமுடியும்; தனது செயல்பாடுகளில் இலாப நோக்கு இன்மை அதற்கு ஆதரவான மற்றொரு விஷயம். கூட்டுறவு உற்பத்திக்கும் அரசு உற்பத்திக்கும் இடையில் கூர்மையான வேறுபாடு ஒன்றும் காணத் தேவையில்லை என்று கருதுகிறேன். ஒன்று மற்றதன் சரக்குகளை வாங்கலாம், அரசு முதுன்மையான உற்பத்தியாளராக இருக்கும்போது, அவற்றைத் தன் உறுப்பினர்களின் தேவைக்கேற்பப் பகிர்ந்தளிக்கலாம். தானே தொழில் உற்பத்தியையும் மேற்கொள்ள முயலலாம்; இலாபம் ஈட்டுதல் இல்லாத இரண்டு உற்பத்தி வடிவங்களிடையே இருக்கும் போட்டியினால் சில ஆதாயங்கள் இருக்கும். கூட்டுறவு இயக்கத்திற்குப் பொருத்தமற்ற உற்பத்தித்துறைகள் சில இருக்கின்றன, அவை அரசின் செயல்பாட்டுக்கு விடப்பட வேண்டும் என்பது தெளிவு; நிலக்கரி,

பெட்ரோல் உற்பத்தியை அரசு தேசச் சொத்தாக வைத்திருப்பது அரசின் ஆர்வங்களில் இறுதியானது என்று எனக்குத் தோன்றுகிறது. கூட்டுறவு இயக்கத்திலுள்ள ஒரு தொகுதியின் உறுப்பினர்கள் அமைப்பு உடனடி நுகர்வில் காட்டும் ஆர்வத்தைவிட அவற்றின் இருப்பைப் பாதுகாப்பது மிகவும் முக்கியமானது. மாறாக, கூட்டுறவு பால் அளிப்பு, நகராட்சிப் பால் அளிப்பு ஆகியவற்றில் தேசியமயமாக்கத்தை ஆதரிப்பவர்கள் இருப்பின், இந்தப் பிரச்சினையைக் கூட்டுறவு இயக்கத்திற்குச் சார்பாகத் தீர்க்க வேண்டும். அப்போது நகராட்சி எல்லாவற்றையும் விட முக்கியமான பணியாகிய தரத்தைக் காப்பாற்றுவதை தொடர்ச்சியான ஆய்வு, கட்டுப்பாடு மூலமாகச் செய்யமுடியும். நுகர்வோரின் நலன்களுக்காக சேவையின் தரத்தைச் சோதிக்கும் சுதந்திரமான, பாரபட்சமற்ற தலைமையாக அது ஆகிறது. பெரிய அளவில் நகராட்சி பால் அளிப்பினை மேற்கொள்வதைக் கூட்டுறவு இயக்க முகமைகள் தனது ஏற்பாடுகளால் எளிதாகச் செய்ய முடியும். இதே விஷயம், நிலக்கரிச் சேவை போன்ற பிறவற்றிற்கும் வேண்டிய மாறுதல்களுடன் பொருந்தும்.

அவ்வாறாயின், கூட்டுறவு இயக்கம் எம்மாதிரி நிறுவனங்களால் நிர்வகிக்கப்படும், குறிப்பாக தனது பணியாளர்களுக்குப் போதிய சுய ஆட்சி இருப்பதை உறுதிப்படுத்தியவாறே, தனது உறுப்பினர்களுக்குத் தொடர்ச்சியான முறையில் தனது செயல்பாடுகளைக் கட்டுப்படுத்த முழு வாய்ப்பு அளிக்கமுடியும்? அளவிலும் விவரத்திலும் தவிர, அந்த இயக்கத்தின் அடிப்படை நிறுவனங்கள் இந்தத் தேவைக்கு முழுஅளவில் போதுமானவை. ஒவ்வொரு மாவட்டமும் இப்போதிருப்பது போலவே, கடைகளின் தனது வட்டார அமைப்பை மாவட்டத்தின் உறுப்பினர்களால் தேர்ந்தெடுக்கப்பட்ட ஒரு மாவட்ட நிர்வாகி நிர்வாகம் செய்ய விட முடியும். அந்த நிர்வாக அமைப்பைத் தனது சொந்தத் தலைவரைத் தேர்ந்தெடுக்கும் ஒரு முழுநேர அமைப்பு ஆக்கவேண்டும்; அந்த இயக்கத்தின் வரலாற்றிலேயே முதல்முறையாக அதன் உறுப்பினர்கள், தங்கள் சேவைக்கென முழு ஊதியத்தைப் பெறுவார்கள். மேலும் சிறப்புப் பொறுப்பேற்கும் பணியாளர்கள் ஒவ்வொரு கிளையிலும் வேண்டும். அவர்கள் தங்கள் கண்டறிதல்களை நேராக உறுப்பினர்களுக்கு முழுமையாக அளிப்பார்கள். கிளைநிர்வாகம் சிறிதாகத்தான் இருக்கும்; அதன் உறுப்பினர்களில் மூன்றில் ஒரு பங்கினர் கிளைப் பணியாளர்களாக இருக்கவேண்டும். கூட்டுறவு இயக்கத்தில் இந்த விஷயத்தில் தீவிர கருத்து வேற்றுமைகள் உள்ளன; [See, for instance, the Report of the General Co-operative Survey Committee, p. 194 (1919)]. ஆனால் இயக்கத்தில் உண்மையான ஜனநாயகம் இருக்கவேண்டும். அதில் பிறப்பிக்கப்படும் ஆணைகள், அவற்றைப் பெறுபவர்களின் நுண்ணாய்வுக்கு உட்படுவதைப் போலவே,

யாருடைய நலனுக்காக அவை இடப்பட்டனவோ அவர்களின் ஆய்வுக்கும் உட்பட வேண்டும். நிர்வாகக் குழுவின் உறுப்பினர்கள் தொடர்ந்து மறுதேர்ந்தெடுப்புக்கு உரியவர்களாக இருக்கவேண்டும்; தவற்றையும் ஊழலையும் தடுப்பதற்காக உறுப்பினர்களின் மூன்றில் இரண்டு பங்கு வாக்குகளால் ஓர் உறுப்பினரை நீக்கலாம் என்ற இப்போதுள்ள முறை தொடர்ந்து நீடிப்பது மிகவும் ஏற்புடையது. ஏற்கெனவே பல கிளைகளில் இருப்பது போல, ஒரு உழைப்பாளர் ஆலோசனைக்குழு இருக்கவேண்டும். அது தேசியமயமான ஒரு தொழிலகத்தில் உழைப்பாளருக்கும் மேலாண்மையினருக்கும் பிரச்சினை வந்தால் எப்படித் தீர்க்கப்படுகிறதோ அதே முறையில் பணியாளர் பிரச்சினையைத் தீர்க்கவேண்டும். கிளையின் காலாண்டுக் கூட்டம் இப்போதிருப்பதுபோலவே நீடிக்கும்; பெண்கள் தொடர்ந்து அதிகமாக இடம் பெறுகின்ற ஆலோசனைக் குழுக்களின் அமைப்பு வாயிலாக அதன் செயல்பாடுகள் அதிகமாக்கப்படவும் தீவிரமாக்கப்படவும் வேண்டும். பயனுள்ள ஜெர்மன் உதாரணமான குழுமுகமை முறையை ஏற்பதால் சமூகத்துக்கான பணியில் உறுப்பினர்களின் ஆர்வத்தைப் பேணமுடியும். *[Cf. Sidney Webb, The Constructional Problems of a Co-operative Society (Fabian Tract No. 202) pp. 16-17].* தங்கள் கடையை வெறும் உதிரிவிற்பனைப் பொருள்களின் தொகுப்பாக ஆக்கிவிடாமல் அதன் உள்ளாற்றல் ஊக்கமுடையதாக இருப்பதால் சராசரி உறுப்பினரும் அதன் பிரச்சினைகளை உணரக்கூடியவராக இருக்கின்ற, ஒரு சமூகத் தத்துவத்தை உள்ளடக்கிய அமைப்பாக ஆக்குகின்ற கூட்டுறவுச் சங்கங்களே மிக வெற்றிகரமானவையாக இருக்க முடியும்.

ஆலோசனைக் குழுக்களும் பொதுக்குழுக் கூட்டமும் பகிர்ந்துகொள்ள வேண்டுகின்ற பல கேள்விகள் உள்ளன. முன்னது, அதன் உறுப்பினர்களுக்கு அந்தக் கிளையின் காலாண்டு முன்னேற்றத்தை அறிக்கையிடும்; அது சமூக முன்னேற்றச் செயல்களை ஏற்பாடு செய்யலாம்; இதுவரை முழுதும் ஆராயப்படாத மூலவளங்களுக்குள் குழு முகவர்கள் வாயிலாக அது தேடலை மேற்கொள்ளலாம்; தனது சொந்தச் சேவையை மேம்படுத்துவதற்காக மற்ற சங்கங்களின் செயல்பாடுகளைப் புலனாய்வு செய்யலாம்; உறுப்பினர்களிடமிருந்து சரக்குகள் போதிய அளவு அளிக்கப்படவில்லை, அல்லது மோசமான சரக்குகளாக உள்ளன என்று புகார் பெறலாம். இந்தச் சிந்தனைகளில் பலவற்றை மேற்கொண்ட லீட்ஸ் கூட்டுறவுச் சங்கம் செய்த சோதனையின் வெற்றி இதற்கான தேவை, இதன் மதிப்பு பற்றிய முடிவான நிரூபணம் ஆகும். ஆலோசனைக் குழுக்களின் உறுப்பினர்கள், கிளையின் உறுப்பினர்களால் ஒவ்வோர் ஆண்டும் தேர்ந்தெடுக்கப்படுவர்.

அவர்களுடைய செலவுகளை அளிப்பது தவிர, அவர்களுடைய சேவைகள் ஊதியமற்றதாகவே இருக்கவேண்டும். கூட்டுறவு இயக்கத்தினைப் பற்றி நெருக்கமாக அறியாத யாரும் இந்தச் சேவையிலிருந்து விலைமதிப்பற்ற அறிவைப்பெற சிறியஅளவு முயற்சி போதும் என்பதில் சந்தேகப்பட மாட்டார்கள். மேலும் லீட்ஸில் போலவே, இந்தக் கிளைகள் தங்களுக்குரிய முழுப்பகுதியின் பிரச்சினைகளை மேலாய்வுசெய்ய ஒவ்வோர் காலாண்டிலும் சந்திக்கின்றன. இங்கு நமக்கு விலைமதிப்புக்கு அரிய பொது விவாதத்திற்கான கருவி கிடைக்கிறது. ஓர் அலுவல்சாரா நிர்வாகத்தின் வாயிலாகத் தங்கள் அமைச்சகத்தைத் தாங்களே அமைக்க இந்தத் தன்னார்வ ஆலோசகர்கள் தேர்ந்தெடுப்பதில் ஒரு பெரிய ஆர்வத்தைத் தூண்டும் சோதனைமுயற்சி உள்ளது. அவர்கள் அக்கறை காட்டாத அல்லது புறக்கணிக்கின்ற பிரச்சினைகளைப் பற்றி சமூக நிர்வாகத்தின்மீது சுமத்துகின்ற வழியொன்றை இது அளிக்கிறது. மேலும் குறிப்பிடத்தக்கதாக, இது சமூகத்தின் எதிர்கால திசையைத் தேர்ந்தெடுக்கக்கூடிய ஒரு விலைமதிப்பற்ற பயிற்சிக்களத்தை அளிக்கிறது. ஆக அமைச்சரகத்துக்கெனச் சட்டமன்றத்தின் தேர்ந்தெடுத்த பணி அளிக்கக்கூடிய சேவை போன்ற ஒன்றை இந்த ஆலோசனைக் குழுக்களின் கூட்டங்கள் கூட்டுறவு இயக்கத்திற்கு அளிக்கின்றன.

கிளைக் கூட்டம் என்ன செய்ய இயலும் என்பது கிளைக்குழு மற்றும் குழுமுகவர்களின் உற்சாகத்தைப் பொறுத்தே இருக்கிறது. இந்த இயக்கத்தைத் தாங்கள் என்னவாக ஆக்குகிறோமோ அப்படி நன்மை தர வல்லது என்ற விஷயத்தை உணர்வுபூர்வமாக உறுப்பினர்களின் மக்கள் திரள்களுக்கு உணர்த்த முடிந்தால், அதைத் திறன்மிக்கதாக்க அவர்கள் தங்கள் அனுபவம் சுட்டிக்காட்டுகின்ற விமரிசனத்தையும் ஆலோசனையையும் அளிக்கவேண்டும் என்பதையும் தெரிவிக்க முடிந்தால், அவர்களுக்குத் தேவையானதைச் சிந்திப்பதை முழு அளவில் வெளிப்படுத்துகின்ற ஒன்றாக இருக்கும். இங்கும் கூட்டுறவுச் சங்கம் என்னும் அமைப்பு அமைந்திருக்கும் களம் மிகவும் பயன்தரத்தக்கதாக இருக்கும் என்று நினைக்கிறேன். இதுவரை அது மிகவும் பக்திப்பூர்வமான தீர்மானங்களைச் செய்யும் ஓர் கூட்டமைப்பாக அல்லது தனது அளவற்ற தொகுதியின் மூலை முடுக்குகளில் எல்லாம் ஒருசீர்த்தான கொள்கைகளின் தொகுப்பைப் புகுத்துகின்ற ஒரு சிறிய அமைப்பாக மட்டுமே இருந்துவிட்டது. கல்வி முயற்சி என்பது கூட்டுறவு முயற்சியின் மையத்தில் உள்ளது என்பதை அது உணர்ந்துகொள்ள வேண்டும்; மேலும் ஒரு உடனொத்த பிரச்சினையாக, ஒரு மனிதன் உற்சாகமான ஒத்துழைப்பாளனாக இருந்தாலே அந்தச் சங்கத்தின் கல்விமுயற்சியைத் திறன்மிக்கதாக்கப் பொருத்தமானவன் என்று நினைக்கலாகாது. எனவே, கூட்டுறவுச்

சங்கத்தின் பணித்தரங்களில் 5 சதவீத உறுப்பினர்கள்கூட இல்லை என்றாலும் மிகவும் பயனுள்ள வேலையைப் பெண்களின் அமைப்பு செய்திருக்கிறது என்பது நிச்சயமாக முக்கியமானதுதான். ஆகவே சாதாரண உறுப்பினர்களுக்குள் உருவாக்கக்கூடிய ஆர்வத்தின் அளவு இந்தக் கல்வியமைப்புகளின் வேலையைப் பொறுத்தது; அதன் தரத்தின் பெருமளவு தனது உள்ளார்ந்த ஆழமான ஆற்றல்களைக் குடித்தன்மையின் பொதுவான தளத்தை உயர்த்துவற்குப் பயன்படுத்துவதில் உள்ளதே அன்றிப் பிரக்ஞைபூர்வமான நேரடிப் பிரச்சாரத்தைப் பொறுத்ததாக இருக்காது என்பதையும் சேர்த்துக் கொள்ளலாம்.

தன் வட்டாரப் பகுதியில், ஒரு கூட்டுறவுச் சங்கத்தின் பிரச்சினைகள் ஒப்பளவில் கொள்கைசார்ந்து மிக எளியவை. ஒரு தேசியமயமான சேவையைப் போல, அவைகளும் தங்கள் பணியாளர்களுக்குப் போதிய சுய நிர்வாகத்தை உறுதிசெய்யத் தேவையான நிறுவனங்களை உருவாக்கும்போது; தங்கள் பணிகளுக்குத் தேவையான திறனைக் கவரத்தக்க நல்ல ஊதியம் தருகின்ற ஓர் இயக்கத்தை அவை உருவாக்கும்போது; இறுதியாக, தங்கள் திறனை ஒருபுறம் நிபுணத்துவம் வாய்ந்த தணிக்கையாலும் மறுபுறம் பொதுமக்கள் கட்டுப்பாட்டினாலும் சோதித்து வரும்போது; அவற்றின் செயற்களம் அவை தேர்ந்தெடுக்கும் அளவுக்குப் பரந்துபட்டதாக இருக்கும். தங்கள் உறவுகளின் கூட்டாட்சிப் பக்கத்தில்தான் எதிர்பார்ப்பதுபோல, மேலும் சிக்கலான பிரச்சினைகள் எழும். நாம் எல்லாம் நன்கு அறிந்தவாறு, நடைமுறையில் எல்லா சில்லறைவிற்பனைக் கடைகளும் ஒரு பெரிய மொத்தவியாபாரச் சங்கத்தில் கூட்டாட்சி முறையில் இணைக்கப்பட்டிருக்கும். இந்த ஒட்டுமொத்தக் கடையிலிருந்துதான் தங்கள் சரக்குகளைப் பெற்றுச் சில்லறையில் அவை தங்கள் உறுப்பினர்களுக்கு விற்பனை செய்யும்; ஒட்டுமொத்த வியாபாரத்தில் பெறப்படுகின்ற இலாபங்களைத் தங்கள் அமைப்பு உறுப்பினர்களுக்கு அவை ஒரு உள்ளூர்ச் சங்கத்தில் போலவே வாங்கும்போது பங்கீடாகத் தருகின்றன. ஒட்டுமொத்தச் சங்கத்தின் நிர்வாகம் மேற்சொன்னது போன்றதே. ஒவ்வொரு உள்ளூர்ச் சங்கத்திற்கும் ஒரு வாக்கு உண்டு, வாங்கும் அலகுகளுக்கு ஏற்பக் கூடுதல் வாக்குகள் உண்டு. இந்தச் சங்கங்கள் மொத்தச் சங்கத்தின் இயக்குநர்கள் முப்பத்திரண்டு பேர்களைத் தேர்ந்தெடுக்கின்றன. வட்டாரச் சங்கங்களின் காலாண்டுச் சார்பாளர் கூட்டத்தில் இந்த இயக்குநர்கள் தங்கள் கொள்கைகளை அறிவிக்கிறார்கள். உள்ளூர்ச் சங்கங்களே இறுதி அதிகாரம் பெற்றவை ஆதலின், அவை தெளிவாகவே ஒட்டுமொத்தச் சங்கத்தின் உற்பத்தி முறைகளை அவற்றின் செயல்களில் ஒவ்வொரு முக்கியப் புள்ளியிலும் கட்டுப்படுத்த முடியும்.

ஒரு வணிகக் கூட்டுநிறுவனம் என்ற முறையில், மொத்தச் சங்கத்தின் பொதுத்திறன், எந்த ஒரு தனியார் நிறுவனத்தையும் விட நன்றாகவே இருக்கிறதென்று நான் நினைக்கிறேன். ஆனால் தங்கள் வியாபாரத்தின் அளவை மட்டுமே பெருக்கவேண்டுகின்ற நிறுவனங்களைவிட அது தீர்க்கவேண்டிய பிரச்சினைகள் வேறுபட்ட இயல்பை உடையவை. குறைந்தபட்சம் இறுதியாக, அதுதான் பகுதியாக உள்ள உள்ளூர்ச் சங்கங்கள் அதன் எதிர்காலத்தின் மெய்யான கட்டுப்பாட்டைக் கொண்டிருக்கும் விஷயம். அது எதிர்கொள்ளக் கற்றுக் கொள்ளவேண்டிய பிரச்சினைகள் பின்வருவனவற்றுடன் இணைந்துள்ளன.

(1) அந்த அமைப்பு, தனக்குள்ளாகவே, தன் பணியாளர்களுடன் ஒரு ஜனநாயக உறவுமுறையில் அமைந்திருப்பது;

(2) புதிய தேவைகளின் வளர்ச்சியை முன்னோக்குகின்ற, இன்னும் ஒருங்கிணைந்த முயற்சி;

(3) அது இப்போது கொண்டுள்ளதைவிட இன்னும் சிறந்த அகவிமரிசனம், மற்றும் ஆலோசனைக்கான அமைப்பு.

இவை ஒவ்வொரு விஷயத்தையும் பற்றி நான் விளக்க முயற்சி செய்கிறேன். முதலாவது: ஒரு தேசியமயமாக்கப்பட்ட தொழிலின் பணியாளர்களுக்கு என்ன உரிமைகள் அளிக்கப்படுகின்றனவோ, அவையெல்லாம் மொத்தச் சங்கத்தின் பணியாளர்களுக்கும் பொருந்தும் என்று நினைக்கிறேன். ஆகவே அவர்கள் தங்கள் படிநிலைகளிலிருந்து தேர்ந்தெடுக்கப்பட்டு இயக்குநர்கள் குழுவின் உறுப்பினர் ஆவதற்குத் தகுதி உடையவர்கள். ஒரு தேசியமயமாக்கப்பட்ட தொழிலின் நிர்வாகக் கழகத்தில் இருப்பதுபோல, இவர்களும் ஒருபுறம் தொழிற்பகுதிகளின் ஆர்வங்களின், மறுபுறம் நிர்வாகத்தின் பிரதிநிதிகளாக இருக்கவேண்டும்; எல்லாமாகச் சேர்ந்து அவர்கள் இயக்குநர் குழுவின் மூன்றிலொரு பங்கினை, இயன்றால் பாதியைத் தேர்ந்தெடுக்க வேண்டும். இவ்வளவு பரந்த ஒரு அமைப்பில் வேறெவ்விதத்திலும் அவர்களின் நலன்கள் முறையாகப் பாதுகாக்கப்பட வழியில்லை. பகுதியாக உள்ள சங்கங்கள் இன்னும் முக்கியமானவையாகவே இருக்கும்; ஆனால் அவை கூட்டுறவு இயக்கத்தில் அதன் மாற்றாந்தாய்ப் பிள்ளைகளாகக் கருதப்பட்டவற்றோடு சமநிலத்தில் சந்திக்கும். இந்தப் பிரதிநிதித்துவ அமைப்புடன் வேறு கட்டமைப்புகளும் சேர்க்கப்பட வேண்டும். ஒவ்வொரு தொழிலகத்திலும் உள்ள பணிக்குழு, விதிகளை மீறிநடந்த பணியாளருக்கான ஒழுங்குமுறைக் குழு ஆகியவையும் பிற இடங்களைவிட முழுமையாகவே கூட்டுறவு உலகிலும் செயல்பட வேண்டும். நியமனங்கள், கொள்கையளவில் இல்லாவிட்டாலும்,

அமைப்பளவில் வேறு பிரச்சினை. உள்ளூர்க் கூட்டுறவுச் சங்கம், பள்ளிகள் மூலமாக, அதன் சேவைக்குள் புக விரும்பும் பையன் அல்லது பெண்ணுடன் ஓர் அமைப்புற்ற உறவை ஏற்படுத்திக் கொள்ளலாம். தேவையான தொழிற்சங்கங்கங்களுடன் இணைந்து அதில் புகுவதற்கான ஒரு முறையான திட்டத்தையும் ஏற்படுத்தலாம். எழுத்தர் தொழிலைப் பொறுத்தமட்டில், முதலிலேயே அவர்கள் போட்டித் தேர்வின் வாயிலாக ஆட்சேர்ப்புச் செய்யவேண்டும்; நன்கு பணிபுரியும் கூட்டுறவுக்காரர்களின் பிள்ளைகள் மட்டுமே தகுதியுடையவர்கள் என்ற விதியை, விரும்பினால் அவர்கள் வைத்துக் கொள்ளலாம். ஒவ்வொரு தொழிலகத்திலும், பொதுவான பணிக்குழுவின் அல்லது சிறப்புத்துறையுடன் விவகாரங்களில் ஈடுபடுகின்ற சிறப்பு அமைப்பின் ஒப்புதலுடன் சிறு பதவி உயர்வுகள் அளிக்கப்பட வேண்டும். முக்கியப் பதவி உயர்வுகள் கழகத்தின் விஷயமாக இருக்கவேண்டும்; ஆனால் எப்போதுமே

(அ) அப்பதவிக்கான விளம்பரம் செய்யப்படுதல்

(ஆ) தேவைப்படுமிடத்தில் சிறப்புத் தகுதிகளின் நிரூபணம்

(இ) பதவி உயர்வு பெற்றவர் யார்மீது ஆதிக்கம் செலுத்துவாரோ அவர்களுடன் கலந்தாலோசனை

ஆகியவை இருத்தல் வேண்டும். இது செய்யப்பட்டால், நியமனங்களில் அலுவலர்களின் நலன்கள் இயக்குநர் குழுவில் உள்ள அலுவலர்ப் பிரதிநிதிகளின் இருப்பு வாயிலாக முறையாகப் பாதுகாக்கப்படும். ஒரு குறிப்பினை ஒருவேளை இங்கு எடுத்துரைப்பது பொருத்தமாகலாம். தான் விரும்புகின்ற திறமையை அது பெற வேண்டும் என்றால் மொத்தச் சங்கம், எப்படியானாலும் அடுத்த சில தலைமுறைகளுக்குள் உச்சமான பதவிகளில் போதிய நிதிப்பரிசுகளை அளிக்கின்ற தனது வரையறைப்பட்டப் பார்வையிலிருந்து தன்னை விடுவித்துக் கொள்ள வேண்டும். சந்தேகமின்றி, சிறந்த ஆட்களை அது எவ்வாறாயினும் தனியார் நிறுவனங்களைவிடக் குறைந்த ஊதிய வீதத்திற்குத் தனது இயக்குநர் குழுவில் பெறமுடியும்; ஆனால் அதன் தொழில்நுட்ப, மேலாண்மைப் பகுதிகளுக்கு அவ்வாறு பெற இயலாது. அலுவலர்களுக்குள்ளாக இருந்தே தேர்ந்தெடுக்கப்படுகின்ற தன்மையின் அபாயத்தைத் தெரிந்து அதிலிருந்து தன்னைக் காத்துக் கொள்ளவேண்டும். ஒரு பருமையான உதாரணத்தைச் சொல்ல வேண்டுமானால், இலாபம் ஈட்டுகின்ற ஒரு வங்கியில் ஓய்வு பெற்ற அரசியலாளர்களை வைத்திருப்பது போல, திரு. கீயின்ஸ் போன்ற ஒரு பொருளாதார அறிஞரைத் தனது இயக்குநர்குழுவில் வைத்திருப்பது இயல்பாக வேண்டும். மேலும், வேண்டிய மாறுதல்களுடன், தனது

செயல்பாடுகளின் ஒவ்வொரு கூறுக்கும் இவ்விதம் செய்யலாம். தனது உயர்நிலை அலுவலர்களை அது தொழில்துறையின் முழுப் பகுதியிலிருந்தும் வருவித்துக் கொள்ள வேண்டும்.

இரண்டாவதாக, புதிய தேவைகளின் வளர்ச்சிக்கான எதிர்வினையைத் திட்டமிட மேலும் சிறப்பான ஒருங்கிணைந்த முயற்சி தேவை என்று குறிப்பிட்டேன். குறிப்பாக இது விளம்பரப்பகுதியில் தெளிவாகும். தனது பிரச்சார இலக்கியத்தையும் சரக்குகளை விற்பதற்கான விளம்பரங்களையும் தயாரிப்பதில் தேர்ச்சி பெற்ற, ஒழுங்குமுறைப்பட்ட ஆற்றல்களை பயன்படுத்திக் கொள்வதில் தோல்வியடைந்ததே மொத்தச் சங்கத்தின் பலவீனமாக இருந்துவந்துள்ளது. அதன் இலட்சியங்கள் உத்திரவாதம் அளிக்கின்ற சேவையின் உயர்வுக்குத் தகுந்தவாறு தரத்தைப் பெற்றதாக அந்த இலக்கியம் இருக்கவேண்டும். இதுவரை வியாபார வளர்ச்சிக்குக் கீழ்ப்பட்டதாகத் தனது கல்விச் செயல்பாடுகளைக் கருதுவதே அதன் போக்காக இருந்துள்ளது. ஆனால் இந்தக் கல்விச் செயல்பாடுகள்தான் வணிக வளர்ச்சிக்கு மெய்யான திறவுகோல் என்பதைக் காணாமல் கூட்டுறவு இயக்கத்தை ஒருவரும் ஆராய முடியாது. புதிய தேவைகளின் இருப்பை அறியாமல் உறுப்பினர்களின் அமைப்பினால் அவற்றை எதிர்கொள்ள முடியாது. அந்த இருப்பை அறியும் விழிப்புணர்வு கூட்டுறவாளருக்கு அவற்றின் முக்கியத்துவத்தைப் பற்றித் தொடர்ச்சியாகச் சிந்திப்பதிலும், அவற்றை அமைப்புற்ற முறையில் அழுத்தமுற மொத்தச்சங்கத்தின் இயக்குநர்களுக்குச் சொல்வதிலும் பயிற்சி வாயிலாகவே வரும். அதனால் கல்வியளிப்பதற்கும் பிரச்சாரத்திற்கும் ஒரு தனி அலுவலர்த்தொகுதி வேண்டும். இவர்களைத் தேர்ந்தெடுப்பின் வாயிலாகச் சேர்க்கலாகாது. வேறெந்தப் பணிக்குமல்லாமல் இதற்கு மட்டுமே நிபுணத்துவம் பெற்ற குழுவாகக் கட்டமைக்கவேண்டும். இந்த இலக்கிற்காக மட்டுமே குறிப்பாக இரண்டு இயக்குநர்களை நியமிப்பது பாராட்டுவதற்குரிய ஒன்றாக இருக்கும்; அவர்கள் இயக்கத்தின் இலக்கியச் செயல்பாடுகளை மேற்பார்வை செய்வார்கள். இவை கூட்டுறவாளரினால் கடமைக்கெனப் படிக்கப்படலாகாது. அவற்றின் தன்மையினால் ஈர்க்கப்பட்டு, திரு. ஜியார்ஜ் ரஸ்ஸலின் தொழில்நுட்பப் பிரசுரங்களை வாசகர்கள் படித்ததுபோல, அயலில் உள்ளவர்கள் ஆர்வத்தினால் படிக்கப்பட்டால்தான் அவை திருப்தியுள்ளவையாகும். இது, இயக்கத்தின் மைய நீரோட்டப்பகுதியிலிருந்து வெளியே உள்ளவர்களின் விமரிசனங்கள், கருத்துரைகளைத் தொடர்ந்து அளித்து கூட்டுறவாளர்களின் மனநிறைவுக்குத் தொல்லை தந்துகொண்டே இருக்கும் முக்கியமான விளைவினைத் தரும். தங்கள் முயற்சிகளை விளக்கவும் மேலாய்வு செய்யவும் அயலில் உள்ள நிபுணர்களைப்

பயன்படுத்தும் பழக்கம் அவர்களுக்கு வர வேண்டும். மாறாதவர்கள்மீது திரு. மற்றும் திருமதி. வெப் ஆய்வுசெய்தால், அது தங்கள் உற்சாகமான உறுப்பினர்களின் நூறு பிரசுரங்களைவிட அது தாக்குதல் நிகழ்த்தும். ஆனால் இந்தச் சேவை வெற்றிபெற வேண்டுமானால் சீரமைக்கப்பட வேண்டும்; இப்போது பாலைவனமாக உள்ள இடங்களில் ஒரு நல்ல நெடுஞ்சாலையை அமைப்பதற்குரிய வழி இது ஒன்றே ஆகும்.

மூன்றாவதாக, அகவிமரிசனங்களுக்கு மேலும் நல்ல கருவிகள் வேண்டும் என்று ஆலோசனை கூறினேன். இயக்கத்தின் பரப்பு பரவலாகிக் கொண்டே செல்லும்போது, செய்யவேண்டிய கடமையாகிய குடும்பச் சரக்குகளை விற்கும் தனியார்களை (கடைக்காரர்களை) தனக்குள் ஈர்த்துக் கொள்ளும் பணியைச் செய்யும்போது, இது மிகவும் முக்கியமாகிறது. இந்த இலக்கினை அடைய, மொத்தச் சங்கம், இப்போதிருப்பதைவிட உள்ளூர்ச் சங்கங்களுடன் மிகப்பெரிய உறவுப் பின்னலை வளர்க்க வேண்டிய தேவை உள்ளது. நவீன அரசின் மைய அரசாங்கம் வட்டார அதிகாரிகளுக்குப் புலனாய்வின் மூலமாக, விமரிசனத்தின் மூலமாக, ஆலோசனையின் மூலமாக உதவவேண்டும் என்று நான் முன்னர்க் கூறியதுபோல, மொத்தச் சங்கமும் தன் பகுதியான உறுப்பினர்களுக்கு உதவ வேண்டும். தங்கள் முயற்சியின் ஒவ்வொரு பகுதியிலும் பணிசெய்வதைப் பாரபட்சமற்ற வகையில் ஒப்பீட்டை நிலைநிறுத்துவதற்குத் தேவையான அளக்கமுடியாத பெரிய தகவலளவு மொத்தச் சங்கத்திடம் உள்ளது. பகுதிச்சங்கங்களின் வணிக வளர்ச்சியை, அவர்களின் கையிருப்பை, அவர்களின் உறுப்பினர்கள் எண்ணிக்கையை மட்டும் அது காட்டினால் போதாது; ஒவ்வொரு பணிக் கூறிலும், ஒவ்வொரு சங்கத்தையும் மற்றச் சங்கத்தோடு ஆண்டு ஆண்டாக அது ஒப்பிட வேண்டும். பயன்படுத்தும் ஒவ்வொரு வழிமுறையும் ஆராயப்பட்டு அதன் சிறப்புகளும் குறைகளும் வெளிப்படுத்தப்படும் ஆய்வை, அமெரிக்க ஐக்கியநாட்டில் தொழில்துறைத் தணிக்கை எனப்படுவதை, அது அமைக்கவேண்டும். தாங்கள் கற்பித்த பாடங்களைப் பயன்படுத்தும் அதிகாரம் அற்ற மனிதர்களாலே இப்படிப்பட்டத் தணிக்கைகள் செய்யப்படும் என்பதைச் சொல்லத் தேவையில்லை; அவை கூட்டுறவுச் சங்கங்களுக்குத் தெரிவிக்கப்படும், அவற்றைச் சங்கம் தனது சொந்த மேம்பாட்டிற்குப் பயன்படுத்திக் கொள்ளும். தனது சக சங்கங்களை விஞ்சும் விதமாகச் செயல்படத் தூண்டுவதற்கு ஒரு வழியாக இவை பிரசுரிக்கப்படும். கூட்டுறவு இயக்கத்தின் கூட்டாட்சித் தன்மையை பலவீனப்படுத்தும் விதமாக நான் எதையும் சொல்லவில்லை; உள்ளூர்ச் சங்கத்தின் சொந்த அக்கறைகளில் அதற்குச் சுதந்திரம் இருக்கிறது, அதை யாரும் தடை செய்ய முடியாது. கூட்டுறவு முயற்சியின் உள்ளர்த்தங்களை

மேலாய்வு செய்து யாவரும் அறியச் சொல்ல வேறெவ்வித முயற்சியாலும் மொத்தச் சங்கத்திற்கு முடியாது என்பதையே நான் சொல்லுகிறேன்; அப்படித் தெரியப்படுத்துவதால், அதைப் பற்றிய அறிவு பரவலாகும், அப்படிப்பட்ட அறிவினால்தான் முன்னேற்றம் என்பது சாத்தியமாகும். இதற்கு அர்த்தம், மொத்தச் சங்கத்தில் ஒரு ஆய்வுப் பிரிவு தனியாகச் செயல்பட்டு, இயக்கத்தின் ஒவ்வொரு கூறினையும் பற்றிய அறிக்கைகளை வெளியிடும். எல்லாப் புதிய முன்னேற்றங்களையும் புதிய முறைகளையும் பற்றி அது அறிவிக்கும். பிற இடங்களில் என்ன நடக்கிறது என்பதை அது விளக்கும். லீட்ஸில் இனவாரியாக ஓர் ஆய்வு நடத்தி, அதே போன்ற ஒன்றை கிளாஸ்கோ அல்லது வுல்விச்சிலும் நடத்தி அதை ஒப்பிட்டுக்காட்டும். ஒவ்வொரு வட்டாரச் சங்கமும் தான் எப்படிப்பட்ட உதவியை வேண்டினாலும் அதை அளிக்க அங்கே இருக்கும். எந்தவிதமான ஒரு முயற்சியாக இருந்தாலும், அதில் பொதுவாக ஏற்கப்பட்ட, பரவலாகப் பிரசுரிக்கப்பட்ட வெற்றிகரமான சோதனை முறைகள் இருந்தால் மட்டும், ஒவ்வொரு மானிடர் குழுவையும் மற்றக் குழுக்களை விஞ்சுமாறு தானாகவே முயற்சிசெய்யுமாறு தூண்ட முடியும் என்று திரு. வெப் எழுதுகிறார். *(The Need for Federal Reorganisation in the Co-operative Movement (Fabian Tract No. 203), p. 25)*. அவற்றின் நிறுவுதலால் மட்டுமே கூட்டுறவு இயக்கம் குடிமக்களின் பொதுவான அமைப்புடன் தன்னை ஒரே அளவில் பொருத்தமாக வைத்துக்கொள்ள முற்பட இயலும்.

இப்படிப்பட்டதோர் ஆய்வில், நுகர்வோரின் கூட்டுறவு எதிர்கால அரசில் எப்படிப்பட்ட பங்கு வகிக்கும் என்பதற்கான எல்லைகள் நிறுவ முடியாது என்பது வெளிப்படை என்று நினைக்கிறேன். இரண்டு உயிரான மெய்ம்மைகளின் முக்கியத்துவம் பற்றி இங்கு மறுபடியும் வலியுறுத்துவது ஏற்புடையது. அவை, (அ) மிகப்பரந்த களத்தில் இலாப நோக்கினைக் கைவிடுவதற்கான கருவியை அளிக்கிறது (ஆ) இப்போது நிகழும் விநியோகச் செயலில் உற்பத்தியாளருக்கும் நுகர்வோருக்கும் இடையில் புகுந்து செயல்படும் இடைத்தரகர்களின் சங்கிலியை அழிப்பதால் அது முழு உற்பத்தியின் செலவையும் மலிவாக்குகிறது. இப்போதுள்ள அமைப்பில் உள்ளார்ந்த வீணாக்கல் அடங்கியுள்ளது. அதற்குக் காரணம் நுகர்வோரின் தேவையை உணர்ந்து உற்பத்தி செய்யாமை. கூட்டுறவில், நுகர்வோருக்குத் தேவையானவற்றை உணர்ந்து பொருள்களை உற்பத்தி செய்வதால் அது நேரடியான, ஜனநாயக முறை ஆகிறது என்ற உண்மையை நாம் புறக்கணிக்கலாகாது. ஓர் எளிய எடுத்துக்காட்டு இதைத் தெளிவாக்க உதவும். கப்புகள், சாஸர்களின் உற்பத்தி பற்றி நோக்கலாம். தனியார் முயற்சியில் அவர்களின் உற்பத்தியை நிர்ணயிக்கக்கூடிய ஒரே ஒரு கேள்வி அவற்றை இலாபத்தில் செய்ய முடியுமா என்பதே. அவற்றின்

உற்பத்திக்கென ஒரு திட்டம் இருக்கிறது என்பது பொதுமக்களுக்குத் தெரியாது; விளம்பரத்தின் பரந்துபட்ட அமைப்பு மூலமாகவே அதைப்பற்றி அறிந்துகொள்கிறது. ஆனால் அதுவும் பொதுமக்கள் இறுதியில் தரும் விலையின் ஒரு பகுதியாகவே ஆகிறது. எவ்வளவுதான் தேவை என்பதைச் சோதனை மூலமாக அன்றி உறுதிப்படுத்த முடியாது. இந்தச் சோதனை மிகவும் செலவுபிடிப்பது, வீணானது என்பதை தொழில்முயற்சிகளின் வரலாறு நிரூபிக்கிறது. நுகர்வோர் கப்புகளையும் சாஸர்களையும் வாங்கலாம்; ஆனால் அதன் உற்பத்தி பற்றி நுகர்வோருக்கு ஒன்றும் தெரியாது. உற்பத்தியாளர் என்ன தெரிவிக்க வேண்டும் என்று நினைக்கிறாரோ அது மட்டுமே தெரியவரும். உற்பத்திச் செலவுக்கும் நுகர்வோர் தரும் விலைக்கும் தொடர்பிருக்க வேண்டிய அவசியம் இல்லை. தனிப்பட்ட உற்பத்தியாளர் இடத்தில் உற்பத்தியாளர் சங்கம் ஒன்றைப் பதிலீடு செய்தாலும் நிலைமை சீராகப்போவது இல்லை. இங்கும் உறுதிப்படுத்தப்பட்ட தேவை என்பதன் அளவு கிடையாது; நுகர்வோரின் விருப்பங்களைச் சுட்டிக்காட்டுதலும் இல்லை; உற்பத்தியாளருக்கும் நுகர்வோருக்கும் இடையில் நேரடித் தொடர்பும் இல்லை. நுகர்வோரின் கூட்டுறவில் இவை எல்லா இடர்ப்பாடுகளும் நீக்கப்படுகின்றன. மொத்தச் சங்கம் உற்பத்திசெய்ய முடிவெடுக்கும்போது, அது உறுதிப்படுத்தப்பட்ட ஒரு தேவையின் அடிப்படையில் அமைகிறது. அது தனக்கான சந்தையைத் தேட வேண்டிய அவசியமில்லை. அந்தப் பொருளை வேண்டிய பொதுமக்களிடமிருந்து விரிவாக அந்தச்சரக்கு எப்படி நுகர்வோர் திருப்திக்கேற்ப அமைகிறது என்பதை நேரடியாகவே கேட்டுக் கொள்கிறது. வேறு எந்த ஒரு தொழில்துறை அமைப்பையும் விட கூட்டுறவு இயக்கத்தின் எல்லைக்குள்தான் பயன்பாட்டுக்கான உற்பத்தி என்பது சாத்தியம் என்று தோன்றுகிறது.

வேறிரண்டு கேள்விகள் இருக்கின்றன, அவற்றைப் பற்றிய ஒரு சொல் அவசியம். கூட்டுறவு இயக்கத்தின் எல்லைகள் அந்த அளவுக்குப் போதியவை என்று கருதினால், ஒட்டுமொத்தமாக எல்லாத் தொழில்களுக்கும் நுகர்வோர் கூட்டுறவே உற்பத்திக்கான இலட்சிய வடிவம் என்று கொள்ளக்கூடாது? மாற்று வடிவங்களைப் பற்றிய படிப்பில் சமூகக் கொள்கையை ஏன் தடைப்படுத்த வேண்டும்? நமக்குக் கிடைக்கக்கூடிய முடிவுகளிலேயே சிறந்ததாக நுகர்வோரின் பொதுவான அமைப்பு முடிவுகளைத் தீர்மானிக்கக்கூடிய நுகர்பொருள்களின் உற்பத்தி மற்றும் கட்டுப்பாட்டளவில் மட்டுமே நிறுத்திக் கொள்வதால் நுகர்வோர் கூட்டுறவு வெற்றிகரமாக இருக்கிறது என்பதுதான் விடை. தொழில் உற்பத்தியில் போல நிபுணத்துவத் தேவைகளுக்கு அது பணிசெய்யவில்லை, அதாவது கருவிகள் எந்திரங்கள் முதலியவற்றின் உற்பத்திக்கு அது துணைசெய்யவில்லை, பொதுவான தேவைகளின்

ஒழுங்கிற்கு மட்டுமே உதவிசெய்கிறது. நேரடியாக ஆர்வமூட்டக்கூடிய செயல்முறைகளில் உடனடியாகக் கவனம் சாத்தியமாகின்ற, வெளிப்படையாகத் தேவையான ஒரு பகுதி அதற்கென இருக்கிறது. பொதுவான நுகர்வுப் பொருள்களிலிருந்து சிறப்பு நுகர்வுக்கான பொருள்களுக்கு நாம் நகர்ந்து செல்லும்போது உடனடியாக அது புலப்படுவதில்லை. அங்கு அவற்றின் பகுதி, வேறுபட்ட தன்மை கொண்டது. உதாரணமாக, குறிப்பிட்ட எந்திர வகைகளைப் பயன்படுத்துபவர்கள் தங்கள் சார்பாக எந்திரங்களைச் செய்பவர்களை ஏன் ஆட்சிசெய்வது ஏன் என்று எனக்குத் தெரியவில்லை. முழுமை பெற்ற எந்திரத்தையும், தங்கள் தேவைகளுக்கேற்ப அதன் விலை, தரம், கிடைக்கின்ற அளவு ஆகியவற்றைத் தவிர வேறெதிலும் அவர்கள் ஆர்வம் கொள்வதில்லை. ஆகவே தேவை ஒரு புறம், முழு உற்பத்திப் பொருளின் நிறைவுநிலை ஒருபுறம் என இரண்டிற்கும் இடையில் நிகழும் செயல்முறையைக் கட்டுப்படுத்த வேண்டியிருக்கிறது. பொறியியல் போன்ற துறைகள் நடைமுறையில் நுகர்வோரின் கூட்டுறவு என்ற வடிவத்தின்கீழ் உற்பத்தியின் மிகச் சிறந்த அலகாக இயங்காது என்று நினைக்கிறேன். இரயில்வேயை தேசியமயமாக்குவது போன்றே கூட்டுறவின் கட்டுப்பாட்டில் வைப்பதும் எளிதானது என்ற திரு. வுல்ஃபின் கருத்து கொள்கையளவில் சந்தேகமின்றிச் சரியானது *(L. S. Woolf, Socialism and Co-opertion, chap. iv, especially p. 103)*. நடைமுறையில், கூட்டுறவினால் கிடைக்கும் எல்லா ஆதாயங்களும் நுகர்வோரின் ஆலோசனைக் குழுக்களினால் பெற இயலும், ஆனால் தேசியமயமாக்கப்பட்ட வடிவம் உற்பத்தியாளருக்கு எல்லாக் கோணங்களிலிருந்தும் ஒரு வாய்ப்புவளத்தினை அளிக்கும் என்று நம்புகிறேன். இரண்டாவதாக, தொழில்துறை அமைப்பின் வடிவங்களைக் குறிப்பிட்ட ஒரே ஒரு வகையில் அடக்குவதில் எவ்வித லாபமும் இல்லை. சோதனைக்கு எப்போதும் இடமளிப்பதால் அதன் பன்முகத்தன்மையில் நேர்முக ஆதாயம் இருக்கிறது; சட்டமன்றத்தின் பாதுகாப்புடன் போதாமை எப்போதுமே வேறொரு மாறிய வடிவத்தில் கட்டுப்படுத்தப்பட முடியும்.

இது கூட்டுறவு இயக்கத்துக்கும் அரசுக்கும் உள்ள உறவைப் பற்றிய கேள்வியை எழுப்புகிறது. அதன் விரிவடைந்த வடிவத்தில் கூட்டுறவு இயக்கத்தின்மீது அரசுக்கு என்ன அதிகாரங்கள் இருக்கும்? தெளிவாகவே அரசினுடைய சிறப்புப் பிரதேசமான குடிமக்கள் உரிமைகளை நடைமுறைப் படுத்துதல் என்பதன் எல்லாக் குறைந்தபட்சத் தேவைகளையும் கூட்டுறவு இயக்கம் பூர்த்தி செய்ய வேண்டும். அது என்ன ஊதிய விகிதத்தை அளித்தாலும், அது அரசு குறைந்தபட்சம் நிர்ணயம் செய்திருக்கும் வீதத்திற்குச் சமமாக இருக்கவேண்டும். தொழில் உற்பத்தியின் விவரங்களிலும் அது

கட்டுப்பாட்டுக்கு உட்பட வேண்டும். உதாரணமாக, போரிக் அமிலம் பதனப் பொருளின் ஒரு விரும்பத்தகாத வடிவம் என்று ஒருவேளை கண்டுபிடிக்கப்பட்டால், சட்டமன்றத்தின் வாயிலாக அதன் பயன்பாடு தடுக்கப்பட்டால், கூட்டுறவுப் பால்பண்ணை வேறு எந்த ஒரு தொழிலையும் போலவே தானும் அரசின் புலனாய்வுக்கு உட்பட வேண்டும். அதன் தொழிலகங்கள் அரசு வேண்டுகின்ற துப்புரவு, பாதுகாப்புத் தேவைகளுக்கு ஒத்துச் செல்ல வேண்டும். எதிர்காலத்தில் தான் இப்போது வணிக வாரியத்துக்குப் பெற்றிருப்பது போன்ற உறவு போன்ற ஒன்றை உற்பத்தி அமைச்சகத்துக்கு அது பெற்றிருக்க வேண்டும்; அங்கேதான் ஆய்வுக்கான அமைச்சகத்தின் ஏற்புடைய அதிகாரிகள் அதன் பணியைப் பற்றி அளிக்கும் ஆண்டுப் பகுப்பாய்வினால் மெய்யான ஆதாயம் என்பது இருக்கும். மான்செஸ்டர் நகரத்துக்கு அது தரம் குறைந்த பாலை வழங்கினால், அது புலனாய்வுக்கு உடனே உட்பட வேண்டிவரும்; ஏற்புடைய கண்டறிதல்களை அது ஏற்கவும் அதற்கேற்பத் தனது முறைகளை மாற்றிக் கொள்ளவும் மறுத்தால், அதற்கேற்ற தண்டனை கிடைக்கும். இங்கே மெய்யாகவே கூட்டுறவு அமைப்பின் மிக உயர்வான ஆதாயங்களில் ஒன்று உள்ளது; ஏனெனில் மான்செஸ்டரின் மருத்துவ அதிகாரி அதன் குடிமக்களுக்கு அளிக்கும் புகார் என்பதே, அதன் கூட்டுறவாளர்களுக்கு அளிக்கும் புகாராகவும் அமையும். பின்னவர்கள் உடனே அதற்கானப் பரிகாரத்தைக் கையில் வைத்திருப்பார்கள். ஆனால் இந்தத் தேவையான குறைகளுக்கு அப்பால், கூட்டுறவு இயக்கத்தின் அலுவல்சாரத் தன்மை அதன் மிகப்பெரிய இலாபங்களில் ஒன்று. வெளிப்படுத்தப்பட்ட தேவைக்கு அதிக அளவு உடனடிப் பிரதிச் செயல் புரிதல், அதிகமான நெகிழ்ச்சித்தன்மை, சாதாரண ஆண்மகனுக்கும் பெண்ணுக்கும் அதிகக் கட்டுப்பாட்டு ஆற்றல் என்று அதற்கு அர்த்தம். இவர்களுக்கு அது நிர்வாகத்தின் கலையில் ஒரு கூடுதலான, முக்கியமான பாடம். இங்கு அவர்கள் செய்வது, தங்கள் சொந்த வாழ்க்கையின் பண்பின்மீது நேரடியாக எதிர்வினை புரிகிறது. பெண்களின் கூட்டுறவுக் கழகம் செய்யும் பணியைக் கண்ட எவரும் கூட்டுறவு முயற்சியில் இந்தக் கூறின் நம்பிக்கை தரும் தன்மையை அறிவார்கள். சமுதாயத்தில் வேறு எந்த காரணிகளும் உதவாத அளவுக்கு ஆக்கப்பூர்வமாகக் குடித்தன்மையை ஆக்குகிறது. அதை மேலும் ஊக்குவித்தால், அதன் சாதனைகளும் பெரியவையாக இருக்கும்.

IV. தனியார் தொழில்முனைவுகள்

தனியார் தொழில்முனைப்புகளின் வடிவங்கள் பலதரப்பட்டவை. ஆகவே இந்தப் புத்தகத்தின் எல்லைக்குள் அதன் கட்டுப்பாட்டிற்குரிய அடிப்படைக் கொள்கைகளைச் சுட்டிக்காட்டுவதற்குமேல் ஒன்றும் செய்ய இயலாது. ஒருபுறம், அவை மனிதர்கள் குடிமக்களாக இருப்பதால் அவர்களுக்கு இருக்கும் உள்ளார்ந்த உரிமைகளைப் பற்றி முன்பு செய்த விவாதத்திலிருந்து அவை பெறப்படுகின்றன. மறுபுறம், அந்த உரிமைகளுக்குத் தொடர்பான சொத்தின் இயற்கை. ஆனால், ஒரு மனிதர் நாட்டுப்புறச் சாலை ஒன்றில் நடத்தும் மோட்டார் பழுதுபார்க்கும் கடை, சிறிய எண்ணிக்கையிலான வாடிக்கையாளருக்குத் துணிகள் நெய்கின்ற நெசவாளர்களின் சங்கம், ஜெனீவிலுள்ள ஜெய்ஸ் ஒர்க்ஸ் போன்ற மிகப்பெரிய கூட்டுறவுத் தொழில், பிரெஸ்டனில் உள்ள ஹாராக்சஸ் போன்ற பருத்தி ஆலைகள் போன்ற பலவேறு தொழில்களின் வித்தியாசங்களைச் சிந்திக்கும் ஒருவர், ஒவ்வொரு வடிவமும் பொது விதிகளின் தனித்தனிப் பயன்பாட்டுக்குரிய விஷயம் என்பதை உணர்வார். அந்தப் பயன்பாடு தொழிலின் இயற்கை மாறுவதற்கேற்ப மாறுபடுகிறது. சிலவற்றில், தனிநபர் உற்பத்தி அனுமதிக்கப்படுவது சாத்தியம்; ஆனால் டேனிஷ் விவசாயம் போல உற்பத்திப் பொருளை கூட்டுறவு முறைகளால் சந்தைப்படுத்தலாம். அல்லது போரின்போது ஆஸ்திரேலிய கம்பளி உற்பத்தியை பிரிட்டிஷ் அரசாங்கம் வாங்கியதுபோல அரசின் மூலமாக அல்லது மொத்தக் கூட்டுறவுச் சங்கத்தின் வாயிலாகக் கூட்டாகக் கொண்டுவரலாம். ஆபரண வணிகம் போன்ற பிறவற்றில், அரசு சொந்தமாக பொன், வெள்ளி, மேலும் சிறப்பான விலையுயர்ந்த கற்கள் போன்றவற்றின் சுரங்கங்களையும் வைத்துக்கொண்டு, பூர்த்தி செய்யப்பட்ட பொருளாகிய ஆபரணங்களின் உற்பத்தி, விற்பனை ஆகியவற்றைத் தனியார் கைகளில் ஒப்படைப்பது நல்லது. மத்தியகாலத்திலிருந்து பழக்கப்பட்டிருப்பது போல ஆலயங்களையும் தனிப்பட்ட வீடுகளையும் கட்டிய கட்டுதல் தொழிலில் ஈடுபட்டவர்கள்போல போல, சிறு உற்பத்தியாளர்களின் சங்கங்கள் தனிப்பட்ட குடும்பத்தினருக்கோ, நகராட்சிக்கோ உற்பத்தியில் ஈடுபடலாம். எந்த நிலையிலும் அரசு அக்கறைப்படாத தொழில்களும் உண்டு. உதாரணமாக அழகுசாதனப் பொருட்களின் உற்பத்தியும் அவற்றின் விற்பனையும். இப்படிப்பட்ட சிக்கல் நிலையின் இருப்பில் நான் சொல்ல முயலுவதெல்லாம் பொதுக் கொள்கையின் ஒரு சுட்டிக்காட்டுதல்தான்; மேலும் இங்கு சொல்லப்பட்ட மாற்றங்கள் யாவும் நான் சொன்ன குறிப்பான வடிவத்திலே நிகழப்போவதில்லை,

அதே இலக்குகளை மனத்தில் வைத்தும் நிகழப்போவதில்லை என்பதை ஒப்புக்கொள்ளத்தான் வேண்டும்.

பொதுவாக நோக்குமிடத்து, தனியார் தொழிலின் அரசுக் கட்டுப்பாடு மூன்று நலன்களைப் பாதுகாக்க வேண்டியிருக்கிறது. முதலிடத்தில் தொழிலில் உற்பத்தியாளர்களின் நலனைப் பாதுகாக்கவேண்டும். அவருடைய உழைப்புக்குத் தக்க வருவாய் அவருக்குக் கிடைக்கச் செய்ய வேண்டும். ஒரு குடிமகன் என்கிற முறையில் அவருடைய பணிகளைச் செய்ய முழு வாய்ப்புத் தர குறைந்தபட்ச நிலைமைகளை அவருக்கு உறுதிப்படுத்த வேண்டும்; சுருக்கமாகச் சொன்னால், அவரது சிறந்த சுயமாக இருக்க உதவ வேண்டும். அவர் உயிருள்ள ஒரு கருவியாக இழிந்துவிடுவதை அது தடுக்க வேண்டும். இன்று தொழில்துறையின் எந்தக் கிளையின் செயல்பாட்டிலும் எண்ணற்ற உழைப்பாளர்கள் இப்படிப்பட்ட நிலையில்தான் இருக்கிறார்கள். இங்கே கோடிட்டுக் காட்டப்பட்ட திட்டத்தில் தானாகவே இயங்குகின்ற தொழில்களில் உழைப்பாளருக்கு எவ்வித நலன் அளிக்கப்படுகிறதோ, அதையே மனிதர்கள் என்ற முறையில் அவர்களுடைய ஆளுமைக்கென உறுதிப்படுத்த வேண்டும். அண்மைக்காலத்தில் எதிர்கால யூகத்தில் ஈடுபடும் நிதியாளர் நிர்வாகத்திலும் தொழில்நுட்பத்திலும் ஆதிக்கம் செலுத்தும் நிலை ஏற்பட்டுள்ளது. இரண்டு புகழ்பெற்ற உதாரணங்களைக் காட்ட வேண்டுமானால், லங்காஷயரில் பருத்தித் தொழிலின் வளத்தையும் அதன் சேவையையும் அழிக்கக்கூடிய நிகழ்வு, அமெரிக்க ஐக்கிய நாட்டில் இரயில்வேயில் நடந்த நிகழ்வு ஆகியவை. இரண்டாவதாக, ஒருபுறம் நுகர்வோரிடம் அதிகமாகப் பணம் பறிக்கும் விலைகளிலிருந்து, மறுபுறம் குறைபாடுள்ள தரமுள்ள உற்பத்திப் பொருளிலிருந்து அவரைக் காப்பாற்ற வேண்டும். உதாரணமாக, அமெரிக்கத் தொழில்களில் நம்பிக்கையைப் பற்றிய வரலாற்றைப் படிப்பவர், நுகர்வோரின் சார்பாக மட்டும் அதன் திட்டவட்டமான கட்டுப்பாடு மிக முக்கியமாகத் தேவை என்பதல்ல, அரசியல் சுதந்திரம் என்பதைப் பாதுகாப்பதற்கே தேவை என்பதை ஒப்புக் கொள்ளத் தயங்கமாட்டார்கள்; ஒரு அமெரிக்கக் கூட்டுக்குழுமத்தின் தலைவர், தானும், தன்னை ஒத்த நிலையிலுள்ள எந்தத் தொழில் வணிகரும் ஊழல் மலிந்த முறைகள் வாயிலாகத் தங்கள் சுயநலனைப் பாதுகாத்துக் கொள்ளக் கட்சிகள்மீது ஆதிக்கம் செலுத்தவே முயற்சி செய்வார்கள் என்று அவராகவே ஒப்புக் கொண்டுள்ளார் (Senate Report No. 606, 53rd Congress, 2nd Season). ஒரு பிரசித்தமான அமெரிக்க விளம்பர அதிகாரி, தெருக்களையும் நெடுஞ்சாலைகளையும் பயன்படுத்துவதற்குரிய குடியுரிமை பற்றிக் கூறுகிறார் (*Testimony of the President of the American Sugar Refining Company, especially at pp. 351-2, quoted by H. J. Ford, The Rise and the Growth of American Politics, p. 318):* "வழிகளின் உரிமைகளை அளிப்பது, தனியுரிமை அளிப்பதற்கான சலுகைகள், கூட்டுக்குழுமப் பணிமேற்கொள்ளல்களுக்கு சட்ட மன்ற அனுமதிப்புகள், பொதுச் சொத்தின் பலவேறு வகைகளில் இலாபகரமாகப் பிறர் உடைமையை அனுபவிக்கும் உரிமை, நகராட்சி மேம்பாடுகளுக்குத் தொடர்பாக அசையாச் சொத்துகளை மேம்படுத்தல் போன்றவை தனியார் முதலீடுகள் பல கோடி அளவில் செய்கின்ற துறைகள். அவற்றின் பிரதிநிதிகளுடன் அவர்கள் நலன்களுக்கென அரசியல் செல்வாக்குள்ளவர்கள் கூட்டாளிகளாகச் சேருகின்ற வெளிப்படையான கொள்கை". ஏற்கெனவே இப்படிப்பட்ட நலன்களுக்காகக் கூட்டாளிகளாகச் சேர்வதன் விளைவுகளை நாம் ஜனாதிபதி ஹார்டிங்கின் நிர்வாக வரலாற்றில் கண்டிருக்கிறோம். வணிகநிலையங்களின் கூட்டமைப்பின் அதிகாரம் அமெரிக்காவுடன் நின்று விடவில்லை. ஆங்கிலச் சேர்க்கைகளான இம்பீரியல் புகையிலைக் கம்பெனி, கோட்ஸ் பருத்தி நூல் நூற்கும் கூட்டமைப்பு முதலியன நுகர்வோரைத் தங்கள் பிடிக்குள் வைத்திருக்கின்றன; அரசாங்கத்தின் ஆய்வினால் அவற்றின் செயல்பாடுகள் ஓரளவே ஆராயப்பட்டுள்ளன. *(Report of the Committee on Trusts (1919) p. 3).* ஜெர்மன் தொழில்களில் தங்கள் நலன்களுக்காகக் கூட்டுச்சேர்தல் என்பது உலகிலேயே அறிவியல்பூர்வமாக ஆக்கப்பட்டுள்ளது; ஒரு தனிமனிதனின் செயல்பாடு அரசாங்கத்தின் அயல்நாட்டுக் கொள்கையைத் தோல்வியுறச் செய்ததையும், ஆயிரக்கணக்கான தொழிலாளர்களின் உழைப்பு நேரத்தை முடிவு செய்ததையும், நுகர்வோரின் அமைப்புக்கு நிலக்கரி, உருக்கு உற்பத்திப்பொருள்களின் விலைகளைத் தானே நிர்ணயித்ததையும், கடைசிச் சம்மட்டி அடி போல, மக்கள் படிக்கவேண்டிய செய்தித்தாள்களைச் சொந்தமாகக் கொள்வதன் வாயிலாக அவர்களின் மனங்களைத் தனக்கு ஆதரவாகத் திருப்பியதையும் நமது தலைமுறையே நேராகக் கண்டுள்ளது.

மூன்றாவதாக, முதலீடு செய்யும் பொதுமக்களை அரசு காக்கவேண்டும். இப்போதிருப்பதைவிட, நாம் கோடிட்டுக்காட்டிய திட்டத்தின்கீழ் மேலும் பரந்த ஒன்றாக இருக்கும் என்பதைச் சொல்லலாம். இன்றைய கம்பெனிச் சட்டங்களின்கீழ், சொந்தக்காரர்களிடமிருந்து எந்தக் குழுவினரும் பணத்தை முதலீடாகப் பெற்றுக் கொள்ளலாம். அவர்கள் மெய்யான சேவையைச் செய்வதற்கு உத்திரவாதம் அளிக்கவேண்டிய அவசியமும் இல்லை, முதலீட்டின்மீது சாத்தியமான வருவாய் என்ன என்பதற்கும் உத்திரவாதம் இல்லை. அந்தக் குழுமம் தனது செயல்பாட்டில் நேர்மையற்றோ திறமையின்றியோ இருக்கலாம். ஆனால் அதைப்பற்றிப் பொதுமக்களுக்கு எந்தச் சமயத்திலும் தெரியவராது. அதன்

செயல்முறைகள் முழுவதும் இரகசியமாகவே வைக்கப்பட்டிருக்கும். அதனுடைய வரவுசெலவுக் கணக்கு பெரும்பாலும் ஒரு திறமைமிக்க கணக்காளருக்கு மட்டுமே புரியும்; அவரும் அது கொண்டிருப்பதாகக் கருதப்படும் உண்மையான பௌதிகச் சொத்துகளை ஒப்பிட்டே அதன் மெய்யான அர்த்தத்தைக் கூற முடியும். மேலும், இன்றைய நிதிசார்ந்த கையாளல்கள், மேலாண்மையையும் தொழில்நுட்பத்தையும் ஓர் இயக்குநர் குழுவுக்கு அடங்கிய உயிரிபோல் ஆக்கிவிட்டது. அவர்கள், அமெரிக்க இரயில்வே வாரிய இயக்குநர்கள் போல, அத்தொழில்துறையின் உண்மையான செயல்பாடுகள் என்ன என்பதை அறியாமலே இருப்பார்கள். முதலீடு செய்தவரின் நலனைப் பற்றிய எந்த அக்கறையும் இன்றி முதலீட்டுப் பெருக்கத்தை நிர்ணயிக்கலாம். அவர் முழுதும் அறியாத சில ஏற்பாடுகள் மூலமாக வெளியீட்டை வரையறைப்படுத்திக் கொள்ளலாம். உடைமையும் கட்டுப்பாடும் முற்றிலுமாகப் பிரிக்கப்பட்டுள்ளன; பொதுவாக நோக்குமிடத்து, மேலாண்மையும் கட்டுப்பாடும்கூடப் பிரிக்கப்பட்டே உள்ளன. முதலீட்டாளர் தனக்குரிய வருவாயைப் பெறும்வரை அவர் திருப்தியாக இருக்கவேண்டும்; உரிய அந்த வருவாய் தவறினால், கம்பெனி மூழ்கிப் போவதை அவர் எதிர்கொள்ள வேண்டும். அப்படிப்பட்ட சமயத்தில் அவர் நாதியற்றவர் ஆகிறார். அல்லது திரும்ப எப்போதாவது வளத்துக்குத் திரும்புவோம் என்று நம்பிக்கையுடன் இருந்து தோற்றுப்போனவர்களை நம்ப வேண்டும். இந்த அமைப்பின்கீழ் முதலீடு வீணாவது மிக அதிகம்; *(See the estimates of Lord Russell of Killowen, quoted in Webb, Decay of Capitalist Civilisation, p. 67)*; இந்த அமைப்பும், இதன்கீழ் அகப்பட்டுத் திணறிக் கொண்டிருப்பவர்களின் விசுவாசத்தைப் பெறுவதற்கு எந்த வழியையும் பெற்றிருக்கவில்லை. அவர்களுக்குரிய கூலியைக் கொடுத்துவிடும்போது அவர்களின் ஆர்வமும் தீர்ந்துவிடுகிறது, அதன் வளம் அவர்களைப் பாதிப்பதில்லை; அல்லது கடந்த காலங்களில் அவர்களுடைய நலனுக்கு எவ்விதப் பொறுப்பும் ஏற்றதாகச் சொல்ல முடியாது. இலாபமுள்ள பணியின் எதிர்பார்ப்பிற்கு ஏற்ப, இதன்கீழ், வாங்குவதற்கோ தூக்கி எறிவதற்கோ உரிய தட்டுமுட்டுப் பொருள்கள் இருக்கின்றன.

நடைமுறையில் பார்க்கும்போது, இங்கு கொடுக்கப்பட்ட திட்டங்கள் வணிகத்தொழில் முனைவின் கூட்டுக்குழுமக் கூறுடன் தங்களை நிறுத்திக் கொள்ளவேண்டும். தனியாள் தொழிலிலோ, சிறிய பங்குதாரர் தொழிலிலோ எந்தப் பொதுத் திட்டத்தினாலும் சந்திக்க முடியாத பிரச்சினைகள் எழுகின்றன; எப்படியிருந்தாலும், கூட்டுக்குழுமம் என்பது தொழில்துறையின் மிகப்பெரும்பகுதியைக் கைக்கொண்டுள்ளது. ஆகவே, நாம் ஒரு குறிப்பிட்ட மக்கள் அமைப்பினர், வேண்டி, ஏதோ ஓர் அரசில் உள்ள கம்பெனிச்

சட்டத்தின் விதிகளுக்கு ஏற்ப ஒரு குழுமத்தை ஏற்படுத்த முனைகிறார்கள் என்று வைத்துக் கொள்வோம். அந்தச் சட்டத்தின் அடிப்படையாக இருக்கவேண்டிய விதிகள் என்ன? ஒவ்வொரு கம்பெனியிலும் அடிப்படையில் முதலீட்டாளர்கள் இருப்பார்கள், மேலாண்மையினர், தொழிலாளர்கள் இருப்பார்கள், ஏனெனில் இயக்குநர்கள் குழுவினர் குறைந்தபட்சம் ஒரு பகுதியேனும், இந்த வகுப்பினர்களில் முதல்வகையைப் பிரதிநிதித்துவப் படுத்துவார்கள். ஒரு குழுமம் (கம்பெனி) தனது பணிக்காலத்தில் கடந்து செல்லும் செயல்முறை இரண்டு பொதுவான விதிகளின்மீது கட்டப்பட்டிருக்கும். முதலிடுபவருக்கு அவருடைய மூலதனத்துக்குச் சமமான முதலீட்டுப் பங்குப்பத்திரம் அளிக்கப்படும்; மொத்தப் பணமும் குழுமத்தின் சொத்தாக முழுமையான பாத்தியதை உடைய சொத்தாக அளிக்கப்படும். ஆகவே எந்திரப்பிரிவுக்கு மேலும் சேர்க்கைகள் செய்யும்போது, அல்லது முதலீடு பிரித்து அளிக்கப்படும்போது, குழுமத்தின் பௌதிகச் சொத்துகளை விட, அசல் முதலீடு அளவில் குறைந்திருக்கும்; முதலீட்டாளருக்கு உறுதிப்பத்திரம் அதற்கேற்ப வலுவடையும். அப்படிப்பட்ட இருப்புப் பங்கு, சாதாரண வழியில் பிறருக்கு ஒதுக்கித் தரப்படலாம், அதனுடன் வாக்களிக்கும் உரிமையும் சேர்ந்து செல்லும். ஆனால் அப்படிப்பட்ட வாக்களிக்கும் உரிமைகளுக்கு இரண்டு பாதுகாப்புகள் வேண்டும். வாக்களித்தலைக் குறிப்பிட்ட நபரே வந்து செய்ய வேண்டுமே தவிர, மற்றொருவர் பதிலாக வந்து வாக்களிக்கலாகாது. அதாவது முதலீட்டாளர், தான் சற்றும் அறியாத இயக்குநர்களை நம்பித் தனது அதிகாரங்களைக் குருட்டுத்தனமாக ஒப்படைக்கலாகாது, அதற்கும் மேற்பட்டவராக இருக்க வேண்டும். இறுதியான பொறுப்பு தனக்கே சொந்தமானது என்ற அழுத்தமான உணர்வோடு அவருடைய பொறுப்புடைமை பயன்படுத்தப்பட வேண்டும். இரண்டாவது, கூட்டுறவு இயக்கத்தினுடைய போற்றத்தக்க உதாரணத்தினால், அவருடைய பங்கு எவ்வளவாக இருந்தாலும் அவருக்கு ஒரு வாக்கு மட்டுமே இருக்கவேண்டும். ஆகவே பொதுக்குழுக் கூட்டம் ஆட்களால் நிர்வகிக்கப்படுமே தவிர இருப்புப் பங்குகளின் அளவினால் அல்ல. இதனால், குழுமத்தின் பொதுக்குழுக்கூட்டம், வெறும் முறைசார்ந்த சடங்காக அல்லாமல், உண்மையான சட்டமன்றம் போலாகும்; இயக்குநர் குழுவின் தன்னாதிக்கம் இதனால் முடிவடையும். பங்குகளுக்கு ஒரு வரையறுத்த, முன்னுரிமைகொண்ட ஈவுத்தொகை, சாதாரணக் குழுமத்தின் முன்னுரிமைப் பங்குகளுக்கு ஒப்ப வழங்கப்படும்.

ஆனால் பொறுப்பாட்சிப் பத்திரங்களில் போல, ஓர் உறுதியான மாறாத வருவாயைத் தேடுகின்ற ஒருவகையான முதலீட்டாளர்கள் இருக்கிறார்கள். அவர்கள் தொழிலின் ஆபத்துகளைப் பகிர்ந்துகொள்ள

விரும்புவதில்லை; மேலாண்மையின் ஒருபகுதிப் பொறுப்பேனும் வகிப்பதில் அவர்களுக்கு ஆர்வம் கிடையாது. இலட்சியபூர்வமாக, அவர்கள் அரசு அல்லது நகராட்சிப் பத்திரங்களில் முதலிடுவார்கள்; ஆனால் கொஞ்சம் அதிக ஆபத்து நிலையைப் பகிர்ந்துகொள்வார்கள் என்றால் விகிதாச்சாரத்துக்கு ஏற்பச் சற்றே அதிகமான வருவாயை எதிர்பார்ப்பார்கள் என்று சொல்லலாம். அவர்களுக்கு முதலீட்டுக்குச் சமமான ஈட்டுப் பத்திரங்கள் வழங்கப்படும். அதற்கு ஒரு குறித்த வட்டிவீதம் வழங்கப்படும், ஆனால் அது முதல் வகுப்புப் பங்குகளைவிடக் கட்டாயம் குறைந்ததாகவே இருக்கும்; அந்தக் குறித்த வட்டிவீதம், குழுமத்தின் உழைப்பு மற்றும் மேலாண்மையின் ஈட்டுதல்கள் தவிர, வேறு எந்த முதலீட்டாளர்களுக்கு அளிக்க வேண்டிய கோரிக்கைகளுக்கும் முன்னதாகப் பூர்த்திசெய்யவேண்டிய முதல் பொறுப்பாக இருக்கும். அவர்களுக்குக் குழுமத்தில் வாக்குரிமை கிடையாது. அவர்களுடைய ஆர்வம் பூர்த்தி செய்யப்பட்டுவிட்டதால், அதில் அவர்களுடைய அக்கறை முடிந்துவிட்டது; குழுமம் அவர்களுக்கான கடமைகளில் தோல்வியுற்றால்தான் அவர்கள் ஊக்கம்பெறுவது இயலும்.

குழுமத்தின் செயல்படு செலவுகள் முடிந்தபிறகு, இருப்புப்பங்குகளை வைத்திருப்பவர், மீதியிருக்கும் மொத்த வருவாய்மீது முதல் கோரிக்கை வைப்பவராக இருப்பார். அவர் விரும்பிய ஈட்டுவீதம், அவருடைய 5 அல்லது 6 அல்லது 7 சதவீதம் அவருக்குக் கிடைக்கும். இதில் ஏதோ ஒன்று குழுமம் தொடங்கப்பட்டபோது அடிப்படைப் பகிர்மான ஈட்டுத்தொகை வீதமாகக் குறிக்கப்பட்டிருக்கும். எஞ்சியிருக்கும் மிகுதித் தொகை மூன்று சம பாகங்களாகப் பிரிக்கப்படும்; ஒரு பகுதி முதலீட்டாளர்களுக்கும், மற்றொரு பகுதி உழைப்பாளருக்கும் மேலாண்மைக்கும், மூன்றாவது பொதுமக்களுக்கும். ஆகவே திறன்மிக்க செயல்பாட்டின் விளைவில் ஒவ்வொருவருக்கும் திட்டமான கோரிக்கை உண்டு. பொதுமக்களுக்கான பகுதியையும் இரண்டாகப் பிரிக்கவேண்டும் என்று ஆலோசிக்கிறேன். ஒருபகுதி, அரசு வருவாய்க்குப் போய்ச்சேரும். அதன் இயல்பு, தெளிவாகவே கூட்டாட்சியின் நவீன வருமான வரியாக இருக்கும்; மறுபகுதி குழுமத்தின் மேம்பாட்டிற்காகப் பயன்படுத்தப்படும். தனது தொழிற்பகுதியின் விரிவாக்கத்தினாலோ, முன்னுரிமைப் பங்குகளினுடைய ஓய்வினாலோ, புதிய தொழில் மேம்பாட்டினாலோ-குழுமத்தின் இயக்குநர்களாலும், தொடர்புடைய அரசாங்கத் துறையாலும் எது சிறப்பென்று கருதப்படுகிறதோ அதன்வழி நடக்கும்.

ஆனால் உழைப்பாளர்களுக்கும் மேலாண்மைக்கும் எஞ்சியிருக்கும் மிகைச் சம்பாத்தியத்தில் ஒரு பகுதியை ஒதுக்குவது போதாது, ஏனெனில் அதனை உருவாக்கியவர்கள் அவர்கள்தான். ஆகவே தொழிலின் திசைப்படுத்தலுடன் அவர்களை இணைப்பது தேவையானது. அதற்காக, எந்த ஒரு குழுமத்தின் இயக்குநர் குழுவிலும், பாதி இடங்களை மேலாண்மை, உழைப்பாளர் ஆகியவர்களிலிருந்து தேர்ந்தெடுக்கப்பட்ட பிரதிநிதிகளுக்குச் சமமாகத் தர வேண்டும். முதலீட்டைச் செய்தவர்களின் பிரதிநிதிகளுக்குச் சமமான அதிகாரம் இவர்களுக்கும் இருக்கவேண்டும். இதனால், குழுமத்தில் அவர்களுடைய நலன்களை முறையாகப் பாதுகாக்க நாம் ஏற்பாடு செய்கிறோம். இது முதலீட்டாளர்களின் நலன்களைவிட மேலும் நிஜமானது. மேலும், குழுமத்தின் இயக்கத்தில் நிதித்துறையை எவரும் தவறாகக் கையாளாமல் இருப்பதற்கான பாதுகாப்பாகவும் இது அமைகிறது. மேலும் முதலீட்டாளர்களுக்குத் தவறான மறுசீரமைப்புகளுக்கு எதிரான முறையீட்டுக்கு வழியையும் சமைக்கிறோம். அப்படிப்பட்ட மறுசீரமைப்புகள் 1920கள் முதலாகப் பருத்தித் துறையில் வேலையின்மைக்குப் பெருமளவு காரணமாக அமைந்தன *(See the Times of August 25, 1924 for comment on this situation).* முதலீட்டாளர்களின் சங்கத்தின் வாக்களிக்கும் சக்தி முதலீட்டுப் பணத்திற்குப் பதிலாக ஆட்களைப் பற்றியிருப்பது கையாடலுக்கு எதிரான மற்றொரு பாதுகாப்பாகும் என்று இங்கும்கூட சுட்டிக்காட்ட முடியும்.

பழைய காலத்தில் கூட்டுக்குழுமங்களில் வழக்கமாக இருந்தது போல, குழுமத்தின் அதிகாரத்தைப் பொதுமக்கள் நலனுக்கு எதிராகப் பயன்படுத்தக் கூடிய சாத்தியத்தைத் தடுக்கவேண்டியது அவசியம். இதற்குப் பொதுமக்கள் தொழிலை ஒழுங்குபடுத்துவது அவசியம். ஆகவே ஒவ்வொரு குழுமமும் தனது கணக்குகளைக் குறிப்பிட்ட வடிவத்தில் வைத்திருப்பது கட்டாயமாகிறது; அதில் செய்யப்பட்ட அசலான முதலீட்டின் மெய்ம்மையைப் பாதுகாக்கும் வகையில் அதன் ஆண்டுமொத்த வருவாயில் ஒருபகுதியைப் பேணுதலுக்கும் மதிப்பிழப்பிற்கும் தனியே ஒவ்வொரு ஆண்டும் ஒதுக்கி வைப்பது தேவை. மைய அரசுக்கு ஆண்டு தோறும் அதன் இயங்குதலைப் பற்றிய ஒரு அறிக்கையையும், அதனுடன் அதன் முழுச் சொத்து, முழுக் கடன்கள், பொறுப்புகள் ஆகியவற்றின் வரவுசெலவுக் கணக்கையும் சேர்த்து ஒப்படைக்கவேண்டும். அதனால் அதன் இரகசியமான ஒதுக்கீடுகளுக்கு மறைப்புக் கிடைக்காது. முதலீடு செய்யப்பட்ட மூலதனத்திற்கு வட்டியைத் தந்தபிறகு ஒரு குறிப்பிட்ட அளவுக்கு அப்பால் ஒட்டுமொத்த உபரி இருக்கிறதென்றால், அந்தந்தத் தொழிலின் சூழல்களின் தேவைக்கேற்ப, அதனைப்

பொதுநல நோக்கங்களுக்காகப் பயன்படுத்தவேண்டும், அல்லது நுகர்வோருக்கு விலையைக் குறைத்துத்தரக் கட்டாயப்படுத்த வேண்டும். மேலும் எந்தச் சமயத்திலும் குழுமத்தைப் புலனாய்வு செய்வதற்கும், அதன் கணக்குகளைத் தணிக்கை செய்வதற்கும், அதன் திறனை அளப்பதற்குமான உரிமையை அரசாங்கம் வைத்திருக்க வேண்டும்; குழுமத்தின் குழுவிலுள்ள உழைப்பாளர் பிரதிநிதிகளும் மேலாண்மைப் பிரதிநிதிகளும் முறையிடும்போது, அதன் இயங்குதலில் ஒரு முழுமையான விசாரணையை முன்னெடுக்க அதற்கு அதிகாரம் இருக்கவேண்டும்.

இப்படிப்பட்ட நோக்கில், இயற்கையாகவே, ஒரு குழுமத்தின் வாழ்க்கை வரலாறு என்பது ஒரு பொதுத் துணிகர முயற்சியாக இருக்கும். அதன் இலாபம் எவ்வளவு என்பது தெரியும்; அதன் செலவினங்கள் பிரசுரிக்கப்படும்; ஓர் அமைச்சர், அவரது அதிகாரிகளுடையது போல அதன் கூலிகளும் ஊதியங்களும் நுண்ணாய்வுக்குள்ளாகும்; அது எவ்விதம் இயங்குகிறதோ அதன் செயல்முறைகளை ஆய்வுசெய்யும் ஆர்வமுடைய எவராலும் அதன் திறன் மதிப்பிடப்படக்கூடிய தன்மை ஏற்படும். இப்படிப்பட்டப் பிரசுரத்தின் முக்கியத்துவத்தைப் போதிய அளவு நாம் இங்குக் கூறிவிட்டதாகாது. முந்திய காலங்களைவிட, நாம் இப்போது வணிக உறவுகளின் அறியாமையும் தொழில் இரகசியத்தன்மையும் எப்படிப்பட்ட ஆசைகளுக்கும் சந்தேகங்களுக்கும் இடந்தருகின்றன என்பதை அறிவோம். இந்த நச்சுப் புகையைப் போக்கினால் ஒழிய, அவற்றைப் பற்றிய தெளிவான கருத்தையோ, ஒத்திசைவான உணர்ச்சியையோ நாம் கொள்ள முடியாது. உற்பத்தியைப் பற்றிய தவிர்க்கமுடியாத விஷயங்களைப் பார்வையிலிருந்து வேண்டுமென்றே மறைத்துவைக்கும்போது முதலீட்டாளருக்கும் உழைப்பாளருக்கும் இடையில் ஒத்துழைப்பை நாம் கேட்கமுடியாது. நவீன தொழில் மோதல்களை ஆராய்கின்ற எவருக்கும் ஒரு மேம்போக்கான பார்வையிலேயே இரண்டுபக்கத்திற்கும் தொழிலின் அடிப்படை நிலைமைகள் பற்றிய அறியாமை காரணமாகவே சண்டையின் ஆரம்பமும் எரிச்சலும் உருவாகின்றன என்பது தெரியும். வணிகத்தொழில் பிரச்சினைகள் பற்றிய உண்மையான பொதுக்கருத்தை நாம் அடைய முடிவதில்லை. ஏனெனில் அப்படிப்பட்ட பொதுக்கருத்தை உருவாக்குவதற்கான மெய்ம்மைகள் நமக்கு அளிக்கப்படுவதே இல்லை. ஒருபுறம் அதிக உழைப்பைப் பற்றியும், மறுபுறம் அடக்கிவாசி என்ற தன்மையையும் கேள்விப்படுகிறோம். முதலாளிகளின் குழு அநியாய இலாபம் ஈட்டுகிறது என ஒருபுறம், மறுபுறம் தொழிலில் தங்கள் முன்னுரிமை நிலையைத் தொழிலாளர்கள் தவறாகப் பயன்படுத்துகிறார்கள் என்று சொல்லப்படுகிறது. இந்த

இயல்புகள் எல்லாம் இப்போதுள்ள நிலையில் அர்த்தமற்றவை, ஏனெனில் இவை திட்டவட்டமாக அளக்கப்பட இயலாதவை. இரண்டுபக்கமும் போராட்டத்திற்குக் கிளர்ச்சியூட்டுகின்றன, ஆனால் நீதியின் வெற்றிக்கு உதவுவதற்கு பதிலாக அதைத் தடுக்கின்றன.

ஒவ்வொரு குழுமமும் அதன் மெய்யான சொத்தையும், நிஜமான இலாபத்தையும் வெளிப்படுத்தவேண்டும் என்று வலியுறுத்தினால், ஒவ்வொரு தொழில் செயல்முறைக்குமான செலவினப்பகுப்பாய்வு நம்மிடம் இருந்தால், இந்த அறியாமையின் பெரும்பகுதி மறைந்துபோகும். தவறான முறையியல் இலாபமீட்டுவது என்ற குற்றச்சாட்டை மெய்ம்மைகள் அடிப்படையில் வைக்கமுடியும். ஒரு சாயத்தின் வேதிப்பகுப்பாய்வு போல, அல்லது ஒரு பாலம் எவ்வளவு சுமையைத் தாங்கமுடியும் என்பதை ஒரு பொறியியலாளர் அறிக்கையிடுவதுபோல, சரியான நிலைமையை ஒருசார்பின்றி முன்வைக்க முடியும். பொதுமக்கள், இந்த எல்லா முடிவுகளின் துல்லியமான உட்பொருளை அறிந்துகொள்வார்கள் என்று நான் கூறவில்லை; ஆனால் நிபுணர்கள் அதைப் பகுத்து ஆராய்வது பொதுமக்களுக்குப் பொதுவான முடிவுகளை விளங்குமாறு செய்யும். பொதுமக்கள் கருத்தின் தாக்கத்தைத் தொழில்துறை ஏமாற்றுகளுக்குப் பாதுகாப்பாக இப்போது நம்மால் அரிதாகவே பயன்படுத்த முடிகிறது, அப்போது நன்கு பயன்படுத்தமுடியும். ஒருபகுதி, பலவீனமான பொருளாதார அலகுகள் மறைவதாலும், மறுபகுதி, அறிவு நமக்குக் கொண்டு தருவதால் அவற்றில் ஏற்படுகின்ற மேம்பாட்டினாலும் வணிகத்தொழிலின் பொதுவான திறனளவையும் நாம் மேம்படுத்த முடியும். இன்று மிக அரிதாகச் சில தொழில்களில் மட்டுமே அவற்றின் பல அலகுகளில் எந்த அலகு மிகத் திறனுடையது என்பதைக் கண்டறிய முடிகிறது என்பதை நாம் அறிவோம்; தேவையான மறுசீரமைப்புக்கு நாம் அழுத்தம் கொடுத்து வேண்டலாம். இங்குச் சுட்டிக்காட்டப்பட்ட அமைப்பு, நுகர்வோருக்கு ஆபத்து என்று கருதவும் தேவையில்லை; ஏனெனில், இங்கு நாம் கொள்ளுகின்ற இப்படிப்பட்ட விளம்பரத்தின் சிறப்பால்தான், அது வெறுமனே இருப்பதால் மட்டும், திறன்மிக்க மக்கள் கட்டுப்பாடு சாத்தியமாகிறது. மேலும், தொழில்துறைச் செயல்முறையில் வந்து ஒன்றாக இணைகின்ற பலவேறு செயலூக்கங்களைச் சரியான முறையில் சந்திப்பதற்கு, முழுமையின் கட்டமைப்பில் ஒவ்வொன்றுக்கும் அதன் சரியான இடத்தைப் பங்கிட்டு அளிப்பதற்கு ஒரே வழியும் இதுதான். தேசியப் பொருளாதாரத்தில் தனது முறையான பங்கினை அரசு வகிக்கச் செய்வதற்கான ஒரே வழியும் இதுதான். ஏனெனில் இப்படிச் செயல்படும்போது, அதன் செயலின் அர்த்தத்தை அளந்தறியும் முறையில் அறியலாகும். உதாரணமாக, ஒரு தொழில்துறைச் சண்டையில் சரியான தீர்வை

அது அளித்தால், தனது தீர்வின் மிகத் துல்லியமான அர்த்தத்தை அது உடனே செயல்படுத்த முடியும்; உழைப்பின் அடிப்படை நேரத்தில் அது ஒரு மாற்றத்தை முடிவுசெய்தால், அதனால் உற்பத்தியில் ஏற்படும் மாற்றத்தை அது உடனடியாக அளக்க முடியும். ஒரு வார்த்தையில் சொன்னால், பலர்அறிநிலை என்பதுதான் அறிவியலுக்குத் தேவையான அடிப்படை நிலைமை; அப்படிப்பட்ட பலர்அறிநிலை அளிக்கின்ற சீரமைக்கப்பட்ட அறிவு இல்லாவிட்டால், தொழில்அமைப்பில் திருப்திகரமான நிலைமைகள் இருக்க முடியாது.

மேற்கண்ட முறையில் தனியார் தொழில்முனைவுகளைச் சீரமைப்பதில் இருக்கும் உள்ளார்ந்த ஆதாயங்களைச் சுருக்கமாக இங்குச் சொல்வது மிகத் தகுதியானது. அது உள்ளடக்கியுள்ள அரசாங்க நிறுவனங்களைப் பற்றி நாம் அடுத்து விவாதிக்கலாம். ஒவ்வொரு தொழிலிலும் முதலில் அது திறன்மிக்க ஒத்துழைப்பை உருவாக்குகிறது. அந்த முயற்சியின் திசையில் உழைப்பவருக்கும், மேலாண்மைக்கும், நிதித்துறைக்கும் ஒரு முழுப்பங்கினை அளிக்கிறது. மூலதனத்தின் சொந்தக்காரருக்கு அவருடைய முதலீட்டின் முழுமையை உச்சஅளவு அதிகப்படுத்துவதால் மட்டுமல்ல, பிற சொந்தக்காரர்களால் அவருக்கு உரிய உரிமைகளை கையாளப்படாமல் பாதுகாப்புகளை உறுதிசெய்வதாலும் உதவுகிறது. தொழிலின் திறன் அதிகரிப்பில் அவரவர்க்குள்ள பங்கினை உறுதிசெய்து, அவரவர்க்குள்ள இடத்தை தொழிலின் முன்னேற்றத் திசையில் தருவதால், அது உழைப்பாளர் நலனையும் மேலாண்மையின் நலனையும் பாதுகாக்கிறது. இயற்கையாக வழிவழி வாரிசுகள் பெறும் சொத்தாக மூலதனத்தை அது காண்பதில்லை. அதற்கு ஒரு நிலையான குறித்த வருவாயை முதலீட்டின்போது அளிக்கிறது; ஆனால் அந்த எல்லைக்கு அப்பால் வரும் வருவாயைத் தொழிலுக்குத் தொடர்புள்ள எல்லாருக்கும் உரிய முறையில் பங்கிட்டு அளிக்கவேண்டும் என்று சொல்கிறது. முதலாவதாகத் தொழிலின் முறையான மேல்நோக்கினை அளித்தும், இரண்டாவதாக இலாபத்தின் நியாயமானதொரு வீதத்திற்கு அப்பால் கிடைக்கும் உபரியிலிருந்து விலையைக் குறைத்தோ, அன்றி அரசு வருவாய்க்குக் கொடையளித்தோ நுகர்வோரை அது பாதுகாக்கிறது. வாங்கும் திறனை முறையற்றுக் குறைப்பது, உற்பத்தியைத் தடுத்து, வேலையின்மைக்குக் காரணமாக அமைவதால், அதன்வாயிலாக அதைத் தடுக்கிறது. இப்போதிருப்பதைவிட, மேலும் சமமான செல்வப் பகிர்வு நல்லதெனும் அடிப்படையில் அது வெளிப்படையாகவே அமைந்திருக்கிறது. அதற்கான தேவையின் அடிப்படைகளை நான் முன்னதாகவே விளக்கியிருக்கிறேன். இப்போதிருப்பதைவிட மிகவும் பரந்த களத்திலிருந்து முதலிடும் பொதுமக்கள் வரவிருக்கும் எதிர்பார்ப்பை அது உள்ளடக்கியிருக்கிறது. இப்போதிருப்பதைவிட,

முதலீட்டாளருக்கும் அவருடைய மூலதனம் வேலைசெய்வதற்கும் இடையிலுள்ள உறவை மேலும் உயிருள்ளதாக்க வேண்டும் என்றும் நான் நினைக்கிறேன். பொருள்களைச் சொந்தமாக்கிக் கொண்டு வாழும் வகுப்பினர் மிகச் சிறிய அளவாகக் குறைவதால், சமுதாயத்தில் நாம் வாழும் வாழ்க்கையின் தரத்தின் உயர்வு நன்றாக அமையும். இங்கு பங்குதாரர்களின் இடையில் தனிப்பட்ட, சமமான வாக்களிப்புக்கு ஏற்கப்பட்ட கருவி, அந்த இலக்கிற்கு உதவும் என்று வலியுறுத்தப்படுகிறது. தனியார் தொழிலில் மிகப்பெரிய மூலதனம் கொண்டவர்கள் ஆதிக்கம் செலுத்துவதை அது தடுக்கும். இம்மாதிரி ஆதிக்கம், குறிப்பாக பத்திரிகை விஷயத்தில் அபாயகரமானது என்பதைக் கூறலாம். இதில் முன்னெடுப்புக்கு முழு சாத்தியம் இருக்கிறது, அந்த முன்னெடுப்புக்குக் காரணமான சிறப்பு முயற்சிக்கான வருவாய்க்கும் இடமிருக்கிறது. ஆனால் யாவரும் ஒப்புக் கொள்ளக்கூடிய வகையில், தொழிலில் கட்டுப்படுத்தும் காரணி சமுதாயத்தின் நலனாகவும், அந்த நலன் சுமத்திய தரங்களாகவும் இருக்கவேண்டும் என்ற கொள்கையின் அடிப்படையில் கட்டப்பட்ட அமைப்பு; ஒருபுறம், அவர்களுக்கு உரிய இடத்தைக் கண்டறிவதை முக்கிய அக்கறையாகக் கொண்டுள்ளது. மறுபுறம், இயல்பாக வணிகத்தொழில் செய்பவரை ஊக்குவிக்குமுகமாக அவரது செயலுக்கு ஒரு நியாயமான களத்தினை அளிக்கக்கூடியது.

இந்தக் கொள்கைகள் செயல்படுவதில் அரசு என்ன பங்கு வகிக்கும் என்பதைத் தொடர்புறுத்துவது பற்றி நான் விவாதிக்கச் செல்வதற்கு முன்பாக இவற்றின்மீது வைக்கப்படும் ஒரு விமரிசனத்தைச் சந்திப்பது ஒருவேளை உடனடியாக இங்கு ஆலோசிக்கத்தக்கது. இவை மட்டிலா அலுவலக அதிகாரத்தை தெய்வமாக்குபவை என்று சொல்லலாம். இருப்பினும், ஓர் அதிகாரி புதிய முறைகளை அறிமுகப்படுத்துவதற்கு எதிராக இருப்பவன் என்பதை நாம் அறிவோம். ஆனால் தனியார் தொழில் எப்போதும் சோதனையின் வாய்ப்புகளுக்கு முனைப்போடும், விழிப்போடும் இருக்கக்கூடியது. மனப்போக்கில் தனிமனிதனாகவும், ஒரு பெரிய கலைஞனைப் போலக் கட்டுப்பாடில்லாதவனாகவும் உள்ள ஒரு பெரிய தொழில்வணிகத் துறையினனுக்கு நாம் எல்லையற்ற இடம் அளிக்காவிட்டால், சமுதாயம் அவனுடைய சேவைகளின் பெரிய ஆதாயத்தைப் பெறமுடியாமல் போகும் என்ற விமரிசனம் மெய்யானதா? நாம் இப்போது வாழ்கின்ற அமைப்பின் ஒரு நியாயமான விவரிப்பாகவேனும் இது அமைகிறதா? நவீன வணிகத்தொழில் அமைப்பில் சராசரி முதலீட்டாளர் தான் இலாபத்தை அடைகின்ற அந்த நிறுவனத்தின் இயக்கத்தில் மிகச்சிறிய ஆர்வத்தையேனும் காட்டுகிறாரா என்று ஒருவரும் பதில்கூற இயலாது. அவர் புதிய முறைகளைத் தேடுவதில்லை. தொழில்நுட்பக்

கண்டுபிடிப்புகளை அறிந்துகொள்வதில் தான் முன்னிருந்துகொண்டு, அவற்றின் பயன்பாட்டை மேலாண்மையில் பயன்படுத்துமாறு அவர் கேட்பதில்லை. தான் எதிர்பார்க்கும் ஈவுத்தொகை கிடைக்காமல் போனாலொழிய அவர் குழுமத்தின் செயல்பாடுகளை விமரிசனம் செய்ய முயற்சிசெய்வதில்லை. திட்டவட்டமான காரணியாக, அவர் நடைமுறையில் பயனற்றுப் போனவர்; ஆடம் ஸ்மித், "உரிமையாளர்களில் பெரும்பான்மையோர், குழுமத்தின் பணியாற்றுகை பற்றி எதையும் புரிந்துகொள்ள முயற்சிப்பதுபோல நடிப்பதுகூட இல்லை...அவர்கள் அதைப் பற்றித் தொல்லைப்படுவதும் இல்லை, ஆனால் இயக்குநர்கள் எது முறையென்று நினைக்கிறார்களோ அப்படி அரையாண்டுக்கு ஒருமுறையோ, ஆண்டுக்கு ஒருமுறையோ ஈவுத்தொகையை மட்டும் திருப்தியாக வாங்கிக்கொண்டு போகிறார்கள்" என்று எழுதிய காலம் முதலாக அவர் நிலை சற்றும் மாறவேயில்லை *(Wealth of Nations (Everyman's Edition), ii. 229)*.

ஏதோ சற்றுப் பெரிய அளவில் பொருளாதார அலகுகள் உள்ள தொழிற்சாலைகளின் இயக்குநர்குழுக்களிலும் நிலை ஒன்றும் வித்தியாசமாக இல்லை. நமது இரயில்வேக்களை நிர்வாகம் செய்கின்ற பலவேறுதரப்பட்ட மனிதர்களின் தொகுப்புக்குப் பொதுவான அவர்களின் பிரச்சினைகளைப் பற்றி எவ்வித நிஜமான அறிவும் இருப்பதாக யாரும் கொள்ளுவதில்லை. தங்கள் செயல்பாடுகளில் எவ்வித நிஜமான மேம்பாடுகளைச் செய்வதற்கும் அவர்கள் பங்களிப்பதும் இல்லை. இன்னும் அதிகமாக இது, சுரங்கங்களின் இயக்குநர்களுக்கும் பொருந்துவதுதான். நன்றாகத் தெரிந்தவாறே, யாரோ ஒரு பிரபு தனது நிர்வாகக்குழுவில் இருக்கிறார் என்று தனது அறிமுகக்கையேட்டில் விளம்பரம் செய்து முதலீட்டாளரை ஈர்ப்பது ஆங்கிலக் கம்பெனியின் வழக்கம்; அவற்றின் மதிப்பு, உண்மையில் அவை ஏற்கும் பங்கு என்பவை நீதிமன்றங்களின் செயல்முறைகளில் ஒன்றிற்கு மேற்பட்ட சமயங்களில் வெளிப்படுத்தப் பட்டிருக்கின்றன *(As in the case of G. L. Bevan and his companies)*. தொழில்வணிக நிலைமைகளைப் பற்றிய எச்சரிக்கையான ஆய்வு மேற்கொண்ட இடங்களில் எல்லாம் இயக்குநர் குழுக்களின் அறியாமை நன்கு வெளிப்படுத்தப்பட்டிருக்கிறது. உதாரணமாக, மின்சக்தி அளிப்புப் பற்றிய நிலக்கரிப் பேணுதல் குழுவின் அறிக்கையில் இது முகத்திலறையும் வகையில் எடுத்துக்காட்டப்பட்டுள்ளது *(Cmd.888o, p. 5)*. தொழிற்சோர்வு ஆராய்ச்சிக் கழகத்தினால் இரும்பு, எஃகுத் தொழிலில் ஆய்வு மேற்கொள்ளப்பட்டபோது இது வெளிப்படுத்தப்பட்டது *(Fifth REport of the Industrial Fatigue Research Board, p. 95)*. அக்கழகம் சொல்கிறது, "இந்த நாட்டின் இரும்பு, எஃகுத் தொழில்கள் யாவும் மிகத் திறனுள்ள முறைகளைக் கையாண்டால்,

சராசரியாக, அவை தங்கள் வெளியீட்டை ஏறத்தாழ 50 முதல் 100 சதவீதத்திற்குள் அதிகப்படுத்தலாம்". இதுபோன்ற விமரிசனங்களை எல்லையற்றுச் சுட்டிக்காட்டலாம். உண்மையில் அமெரிக்க ஐக்கிய நாட்டின் மாகாணங்களுக்கிடையிலான வணிகக் குழுவின் ஒவ்வொரு அறிக்கையும் அமெரிக்க இரயில்வே முறைகளைப் பற்றிய உள்ளார்ந்த கண்டனம்தான். வெளிப்படுத்தப்படும் குறை, சிலசமயங்களில் பெட்டிகள் இன்மை, சிலசமயம் போதிய தண்டவாளங்கள் இன்மை; பிற சில சந்தர்ப்பங்களில் சரக்கு ரயில்பெட்டிகள் போதிய அளவு இல்லை, பிறவற்றில் முடிவிடப் பிரச்சினைகள் (See, for instance, its report for 1916). அமெரிக்காவின் பேணுதல் இயக்கத்தின் முழு உட்செய்தியும் தொழிலைக் கட்டுப்படுத்துபவர்களின் வீணாக்கல், திறமையின்மை பற்றிய கண்டன விமரிசனம்தான்.

நாம் பொறுப்புள்ள மேலாண்மைக்குச் செல்லும்போது, இந்தச் சூழல், சற்றே வேறுபட்ட தளத்தில் இருந்தாலும், மிக ஆழமாக வேறுபட்டதாக இல்லை. வணிக வெற்றியின் மிகப் பெரிய கூறு மூன்று பெரிய பண்புகள்மீது கட்டப்பட்டது. அறிவியலின் முடிவுகளைப் பயன்படுத்தும் விருப்பம், தங்கள் முறைகளை எச்சரிக்கையாக அளப்பதைத் தூண்டக்கூடிய வேட்கை, தொழிலின் உளவியல் காரணிகளின் முக்கியத்துவத்தைப் பற்றிய விரைந்த உணர்வு. இவற்றில் எதுவும் எடுப்பாகத் தெரியக்கூடிய வகையில் பொதுவாக இல்லை. நவீன வணிகத்தொழிலின் மேலாண்மைக்குத் தேவையான பயிற்சி-பொருளாதாரம், நிதியியல், உளவியல் கல்வி போன்றவை- அளிப்பது பற்றியும் பொதுவாக எந்தச் சான்றும் இல்லை. "அப்படிப்பட்டப் பயிற்சியின் தேவை பற்றிய எண்ணமே ஏறத்தாழ அவர்கள் யாவருக்கும் நகைப்புக்கிடமான அறிவுப்பயனியம் பற்றிய இழிந்த அறிமுகம், அது நிஜமான வணிக வாழ்க்கைக்கு மனிதர்களைத் தகுதியற்றவர் ஆக்குகிறது" என்று கருதுவதாக திரு. ஜே. ஏ. ஹாப்சன் எழுதுகிறார் (See his admirable Incentives in the New Industrial Order, especially chap. iv). நடைமுறை அனுபவம் என்று தாங்கள் சொல்லும் ஒன்றோடு அவர்கள் திருப்தியடைந்து விடுகிறார்கள். ஆனால் நடைமுறை அனுபவம் என்பது யூகங்கள்மீது கட்டப்பட்டது, அவை என்ன என்ற விழிப்புணர்ச்சி மிக அவசியம்; மரபின் எளிய முதுமொழிகளுடன் திருப்தி அடைகின்ற தொழில்வணிகன், அதன் வளர்ச்சிக்கான தூண்டுகோலாக அமையாமல், முன்னெடுப்புக்கான தடையாகவே இயங்குகிறான். மெயின் தெருவின் சூழலில் திரு. சின்க்ளெயர் லூயிஸின் பேபிட் போல வாழ்கின்ற மனிதர்கள் தங்கள் உலகத்திற்குள் அனுபவமுறை விதிகளுக்குப் பதிலாக அறிவியல் பழக்கத்தைப் புகுத்துவதால் காயப்படப் போவதில்லை. முன்னெடுப்பு இன்மை என்பது பெரும்பாலும் குறுகிய பிரதேசப்பற்றின் விளைவு.

வணிகத்தொழிலில் தகுதிக்கான தரங்களையும் அளவீட்டுச் செயல்முறைகளையும் அறிமுகப்படுத்துவது போல பிரதேசப் பற்றை அழிக்கக்கூடியது வேறொன்றுமில்லை.

வணிகத்தொழிலின் மெய்யான மிகப்பெரிய துணிகர முனைவோர்கள், இங்கிலாந்தின் ரோண்ட்டா பிரபு, அமெரிக்காவின் ஜே. ஜே. ஹில் போன்றவர்கள், முற்றிலும் வேறுபட்டவர்கள் என்று நினைக்கிறேன். ஆனால் அவர்களுடைய வாழ்க்கைப் போக்கின் ஆய்வு, ஒரு விதியாகவே, அவர்கள் தேடுவது இலாபத்தின் ஊக்கத்திற்கான ஓர் எதிர்வினை அல்ல, அதிகாரத்தின் ஊக்கத்திற்கான எதிர்வினை என்பது புலனாகும். அவர்கள் ஒரு பெரிய செயலில் ஈடுபட்டிருக்கிறார்கள் என்பதை அவர்கள் உணர ஆவலாக இருக்கிறார்கள். தங்கள் ஆககத்திறனுக்கான உந்துதலைத் திருப்தி செய்ய அக்கறை கொள்கிறார்கள். அவர்களுக்குப் பெரிய விஞ்ஞானியின், பெரிய ஆய்வுப்பயணவாதியின் பெரிய கருத்தாக்கங்கள், ஒய்வற்ற மனப்போக்கு, சோர்வுறாத சோதனைசெய்யும் தன்மை உள்ளன. அவர்களைப் பற்றி இரண்டு விஷயங்களைச் சொல்லலாம். அவர்களுடைய திறமைக்குப் போதிய இடம் தேசியமயமாக்கப்பட்ட தொழிலில் இருக்கிறது. தனியார் தொழில்கள் அளிக்கக்கூடிய வாய்ப்புவழியைவிட எல்லைகடந்து பெரியதான ஒன்றை தேசியமயமான தொழிலில் செய்வதற்கு அவர்கள் மூளைத்திறனுக்கு ஒரு வடிகால் கிடைக்கும். அவர்கள் தங்கள் உட்கருத்தையும் திருப்தி செய்துகொள்ளலாம். அதனை ஹால்டேன் பிரபு பிரிட்டிஷ் நிலக்கரி வாரியத்திற்குச் சுட்டிக்காட்டினார். "மிகச்சிறந்த வகுப்பினரான நபர்களுடன் சமமான ஆற்றல்உடையவர், அரசின் சேவையில் தான் தனித்து நிலைநிறுத்திக் கொள்ளும் வேட்கை உடையவர்." இப்படிப்பட்ட மனங்களுக்கு முழு ஆற்றலைப் பயன்படுத்தும் சந்தர்ப்பங்களை நான் ஏற்கெனவே கூறியுள்ள பாதுகாப்புகள் உள்ள இடங்கள் தவிரப் பிற இடங்களில் அளிக்கலாகாது. திரு. ராக்ஃபெல்லர் அல்லது திரு. கார்னீகி போன்ற மனிதர்களின் சேவைகளைப் பெறத்தக்க சமுதாயங்கள் சிலவே இருக்கும்; நாம் அவர்களுக்குக் கொடுக்க வேண்டிய விலை மிக அதிகம். ஜெர்மனியில் ஸ்டின்ஸ் போன்ற மனிதர் விஷயத்தில் இது தெளிவாகவே புலனாகிறது. இந்த மனிதர்களின் மோலாக் போன்ற பேராசையைத் திருப்திப்படுத்த பெரும் மக்கள் தொகையினரை இவர்களுக்கு அளிக்க முடியாது. அவர்கள் தங்கள் திறமைகளைப் பொதுத் தொழில்களுக்கு ஒதுக்கியளிக்க மறுத்தால், அப்படி நிகழாதென்றே நான் நினைக்கிறேன், தனியார் தொழில்களிலும் நிறைய அவர்களுக்கு இடமிருக்கிறது. ஒரே ஒரு நிபந்தனையின்பேரில்தான் அவர்கள் செயலாற்ற அனுமதிக்கப்படுவார்கள்-சமூக வாழ்க்கைக்கு

இன்றியமையாத உணவு, வங்கிக்கையிருப்பு, வாகனம், நிலக்கரி போன்றவற்றை விளையாட்டுப் பொருள்களாக அவர்கள் கருதிவிடக்கூடாது. பொதுமக்களிடையே புகழ்பெறுவதைத் தலையாய பரிசாகக் கொண்ட மிகப்பெரிய பணியைச் செய்யும் அதிகாரம் அவர்களுக்கு வேண்டாம் என்றால், பணத்தின் வாயிலாகத்தான் பரிசு வேண்டுமென்றால், சமூக நலனைப் பாதிக்காத வேறு களங்களில் அவர்கள் அதைச் செய்துகொள்ளலாம். அங்கும்கூட, மற்ற ஒவ்வொரு குடிமகனின் உரிமைகளைப் பாதுகாக்கின்ற பாதுகாப்புகளைக் கொண்டுதான் அதனைச் செய்ய வேண்டும். அமெரிக்க ஐக்கியநாட்டின் தொழில்கழகத்திற்கு வெளிப்படுத்தப்பட்ட (அங்குச் செயல்படும்) முறைகளின் வாயிலாக ஈட்டப்படும் இலாபத்திற்கான விலையை நாம் மறுக்க வேண்டும் (Final Report (1916), passim). நவீன நெப்போலியன் தொழிலில் இறங்க மாட்டார் என்பது அதற்கு அர்த்தமானால், அவருடைய திறமையின்றி நாமே அதைச் செய்தாக வேண்டும் என்பதுதான் பொருள்.

இறுதியாக, அரசாங்கக் கட்டுப்பாட்டை எதிர்த்துச் சொல்லப்படும் விமரிசனத்தில் பெரும்பாலானது, அரசாங்க முறைகளை எதிர்த்துச் சொல்லப்படுவதும் கூட, பொருத்தமான நோக்கில் பார்க்கப்படாமல் சரியாக மதிப்பிடப்பட முடியாது என்பதை இந்த விஷயத்தில் சுட்டிக்காட்டுவது பொருத்தமுடையது. இங்கு இரண்டு விஷயங்கள் நோக்கத் தகுந்தன. இந்த விமரிசனம் பெரும்பாலும் வணிகத் தலையிடாக் கொள்கைதான் இலட்சியப்பூர்வமான நிலை என்ற யூகத்திலிருந்து தொடங்குகிறது. அதிலிருந்து விலகுவது யாவும் சுதந்திரத்தின்மீது தொடுக்கப்படும் தாக்குதல் என்று நம்பப் படுகிறது. மாத்யூ அர்னால்டு கூறியதுபோல, மனம்போன போக்கில் ஒருவன் செயல்படுவது என்பதே அரசின் கட்டுப்பாடு ஏன் தேவை என்பதனை விளக்கக்கூடியது. தொழிலகச் சட்டங்கள், வணிக வாரியங்கள், இது போன்ற யாவும் தலையிடாக் கொள்கையின் தர்க்கரீதியான விளைவுகளே; இவை இன்றி, தனது மிகப் பெரும்பான்மையான குடிமக்களுக்கு ஒரு நல்ல குடிவாழ்க்கையைச் சமுதாயம் தர முடிந்திருக்காது. இரண்டாவது, அரசு முறைகள் முன்னெடுப்புக்கு அழிவுண்டாக்கக்கூடியவை என்பது பெருவணிகர்களால் உருவாக்கப்படக்கூடிய கட்டுக்கதை. அவர்கள் பிறருடைய விருப்பங்களைப் பற்றிக் கவலைப்படாமல் வேகமான முடிவுகளை எடுக்கக்கூடியவர்கள், அவர்கள் தனிப்பட்ட செல்வாக்கினை நம்பியிருப்பவர்கள், அவர்களுடைய சொந்த உலகத்தில், அவர்கள் முடிவின்மீது வைக்கும் நம்பிக்கை அவர்கள் வெற்றிக்கு முக்கியக் காரணங்களில் ஒன்று. ஆனால் இந்தப் பண்புகள் யாவும் நான் ஏற்கெனவே வாதிட்ட ஒழுக்கநீதியினால்

நியாயப்படுத்தப்படாத தொழில்துறைச் சர்வாதிகாரத்தின் அடிப்படை வேர்கள் ஆகும். பலபேருடைய நலனைச் சிலபேருடைய நலனுக்கு அடிமைப்படுத்துவது மேன்மையானது என்ற கருத்தின் அடிப்படையில் எழுவது இது. ஆனால் அந்தச் சிலர் அறிவுப்பூர்வமான அடிப்படையில் தங்கள் செயல்களுக்கு நியாயம் கற்பிக்க வேண்டிய கடமை இல்லை. வணிகர்கள் யூகம் செய்வதுபோல, அரசாங்க முறைகள் கீழானவை என்பது உரிமையும் அல்ல. பொதுவாக, வணிகர் என்ற முறையில் அரசுக்கு எதிராக இருப்பவர் ஒருவரின் வாக்குமூலத்தை இங்கு நான் தருகிறேன். சர் லாரன்ஸ் வீவர் சொல்கிறார், "கடிதப்போக்குவரத்து முறைகள், கோப்புகளைக் கையாளுதல், பிற வழக்கமான அரசாங்கக் கூறுகள் எல்லாம் கடினமானவை அல்லது எரிச்சல் ஊட்டுபவை என நான் காணவேயில்லை. ஒட்டுமொத்தமாக, வணிகத்தைக் கையாளும் அரசாங்க முறைமைகள் வெறும் வாய்வீறாப்பாகப் பேசப்படுகின்ற வணிக அமைப்புகளைவிட மிகத் திறமையானவை." ஒரு பெருவணிகருக்குப் பதிவுகளைப் பேணுகின்ற கடமை, தனது கொள்கைகளை விளக்கவேண்டிய தேவை ஆகியவற்றை விசித்திரமாகவும், எரிச்சல் ஊட்டுவதாகவுமான ஒரு துணிகரச் செயலாகத் தோன்றலாம். அவர் ஓர் உள்ளுணர்வு அடிப்படையிலான அறிவினால் வாழ்பவர், அதை வார்த்தைகளில் வெளிப்படுத்துவது அவருக்கு இயலாது. அவர் வெளியிடும் ஆணைகளை யாரும் மறுப்பின்றி ஏற்றுக் கீழ்ப்படிய வேண்டும் என்று அவர் எதிர்பார்க்கிறார். ஆனால் எந்தக் கொள்கை அடிப்படையிலும் அவர் பதிவுகளை வைக்கவில்லை, பொதுஆலோசனையின் பகுதியாகத் தனது ஆணைகளை ஆக்கவில்லை என்பதுதான் முக்கியமாக நாம் தொழில்அமைப்பிற்கு ஒரு புதிய அடிப்படைக்குச் செல்லவேண்டிய தேவையை அளிக்கிறது.

V. தனியார் தொழிலை முறைப்படுத்தல்

அப்படியானால், அரசு-உறவு எப்படித் தன்னைத் தனியார் தொழிலுக்கு நிறுவனங்கள் வாயிலாக வெளிப்படுத்திக் கொள்ளும்? அப்படிப்பட்ட உறவு தனது பார்வையில் கொள்ளக்கூடிய நோக்கங்களை நாம் முதலில் குறித்துக் கொள்வோம். உற்பத்தித் தரப்பில், அளவுகோலின் ஒருகோடியில் அவர் மேலாளராக இருந்தாலும், மறுகோடியில் வெறும் எந்திரக் காப்பாளராக இருந்தாலும், ஒரு மனிதர் என்ற முறையில் அவருக்குக் குறைந்தபட்சக் குடியுரிமை சார்ந்த உரிமைகள் அத்தியாவசியத் தேவை எனத்

தொழிலாளருக்குப் பெற்றுத் தருவதை அது இலட்சியமாகக் கொள்கிறது. நுகர்வுத் தரப்பில், ஒரு சாதாரணக்குடிமகன் தனது அத்தியாவசியத் தேவைக்கான பொருள்களை வாங்குவதில் அவரைக் காப்பதற்கு அந்த ஒழுங்கமைப்பு செய்யவேண்டியதைச் செய்து அவரைக் காப்பாற்ற முனைகிறது. ஆகவே மூன்று விஷயங்களை அது செய்ய முனைகிறது: (அ) பொருள் அளிப்பின் தொடர்ச்சி; (ஆ) நியாயமான விலை; (இ) தரத்தின் பாதுகாப்பு. இவற்றில் எல்லாம் எதுவும் தொழிலின் கட்டமைப்பில் புரட்சிகரமான கொள்கைகளைப் புகுத்த முற்படவில்லை என்பதை நோக்கலாம். கட்டுப்பாடற்ற போட்டி என்ற கருத்து பொருளாதாரக் கொள்கைக்குப் புறத்தில் இருப்பதல்ல; கவனித்து வாங்குக என்ற விதியும்கூட சுத்தமான உணவுச் சட்டங்கள் என்ற விதிகளின் எல்லைகளுக்குள்தான் பொருந்துகிறது. கட்டுப்பாடு என்பது விதிவிலக்காக இல்லை, விதியாகத்தான் ஆகிவிட்டது; தொழில்துறையின் செயல்பாட்டைப் பற்றிய ஒரு படத்தைத் தீட்டுகின்ற ஒரு பொருளாதார அறிஞன், தனது கருதுகோள்களைவிட, அக்கருதுகோள்கள் எந்த இடர்ப்பாட்டினால் முறியடிக்கப்படுகின்றன என்று அதைப்பற்றித்தான் கவலைப்பட வேண்டும். ஒரு ஒழுங்குமுறையான கொள்கையாக தலையிடாக் கொள்கை என்பது 1914இன் போர் தொடங்கியவுடன் முடிந்து விட்டது; பெரும் சமூகம் என்பதன் பின்னணியில் அது குறித்த முயற்சி என்பது சாதனையின் சாத்தியமற்றதாகிவிட்டது. உண்மையில், அரசாங்கக் குறுக்கீடு விரும்பத்தக்கதா என்பது பிரச்சினை அல்ல. உண்மை என்னவெனில், அரசாங்கக் குறுக்கீடு அவசியம், அது எந்த வழியில் மிக உச்சமான பலனைக் கொடுக்கும் என்பதுதான் பிரச்சினை. நமது வாழ்க்கைக்கு அடிப்படையான தேவையின் அளிப்பினை தடையற்ற பொருளாதாரச் சக்திகளின் விளையாட்டுக்குள் விட்டுவிடுவது என்பது எல்லா ஒழுக்கக் கொள்கைகளும் இல்லாமல் போய்விட்ட ஒரு சமூகத்தைப் பேணுவதாகும்; அப்படிப்பட்ட மிக நிச்சயமாக வரலாற்றின் வேறு எந்தக் காலத்தையும்விட வேகமாக அழிவை நோக்கிச் செல்கிறது என்பது அர்த்தம்.

தனியார் தொழிலில் அரசாங்கத்தின் கட்டுப்பாடு என்பது எதைக் குறிக்கும் என்பதன் கோட்டுருவை மட்டுமே நான் இங்கு அளிக்க முயற்சி செய்ய முடியும் என்று நினைக்கிறேன். அதன் அர்த்தம் அனுபவம் ஆகாதவர்களாக, அதுவும் குறிப்பிட்ட நோக்கத்துக்குத் தொடர்பாக அதன் அர்த்தத்தை அறியாதவர்களாக நாம் இல்லை. 1914 முதல் 1918 வரை தொழிலின் போர்க்கட்டுப்பாட்டின் பதிவை ஆராய்கின்ற எவரும் கட்டுப்பாட்டுக்குத் தேவையான கருவிகளைப் பற்றிய விஷயங்களின் திரளைப் பார்த்து ஆச்சரியம் அடையாமல் இருக்கமாட்டார். இந்த விஷயத் திரளைப் பொதுவாக

ஐந்து பெரிய வகைகளாகப் பிரிக்கலாம். முதலில், நமக்கு இலாபங்கள், ஊதியங்களின் திடப்படுத்தல் செயல்முறை பற்றித் தெரியும். வணிகச் சுழற்சி என்பது ஒரு வால்நட்சத்திரம்போல, பூமியின் நிகழ்வுக்குள் புறத்திலிருந்து வந்து விழுவது, அதனால் மனிதக் கட்டுப்பாட்டுக்கு அப்பாற்பட்டது போன்றது அல்ல என்று நமக்குத் தெரியும். ஒருபுறம், அளிப்பு-தேவை பற்றிய மதிப்பீட்டை நாம் துண்டுதுண்டாக ஆராயலாம். மறுபுறம் மிகவும் ஒழுங்கற்ற ஊசலாட்டத்தின் தீமைகளைச் சரிப்படுத்துவதற்காக பணச்செலாவணியின் நிலைப்படுத்தலைப் பற்றியும் ஆராயலாம். இரண்டாவதாக, நாம் மூலதனத்தின் பிரச்சினையைக் கட்டுப்படுத்த வேண்டும். சமூக முக்கியத்துவத்தின் அளவைப் பொறுத்து நாம் முதன்மைகளை நிறுவுவோம். அதேசமயம், மிக முக்கியமாக, மூலதனத்தின் ஏற்றுமதியை, குறிப்பாக அது விரும்பத்தகாத பாதைகளை எங்கெல்லாம் நாடுகிறதோ அங்கே சோதிப்போம். மூன்றாவதாக, கச்சாப் பொருள்களின் மையப்பட்டக் கட்டுப்பாடு, விநியோகம் பற்றி முயற்சி செய்வோம்; உதாரணமாக, ஆஸ்திரேலியாவில், அரசாங்கக் கணக்கில் கம்பளி, மணிலா நார், ரஷ்யச் சணல் அளிப்பினை வாங்குதல் பற்றி. எவ்வளவுக்கு அவற்றை நுட்பமாக ஆராய்கிறோமோ அந்த அளவுக்கு நம்பிக்கை தரத்தக்கதாக, மேலும் முக்கியமானதாக உள்ள சோதனைகள். நான்காவதாக, ஒவ்வொரு தொழிலையும் அத்தொழில்களின் பிரதிநிதிகள் மன்றங்களின் வாயிலாக கட்டுப்படுத்துவோம். அவற்றைச் சுய நிர்வாகத்தின் மிகப்பெரிய பணிகளுக்கென, நான் விளக்கப்போவது போல, ஒப்படைக்கலாம். உணவு, அத்தியாவசியமான கச்சாப் பொருள்கள் விஷயத்தில் இறுதியாக, நாம் மண்டல விநியோகத்தின் திறன்மிக்க அமைப்பினால் மிக நன்றாகச் செலவினங்களைக் குறைக்கமுடியும்.

இப்படிப்பட்ட எந்தக் கட்டுப்பாட்டின் மையத்திலும் தெளிவாகவே உற்பத்தி அமைச்சகம் இருக்கும். எல்லாவற்றுக்கும் மேலாக, அதன் அதிகாரிகளிடம் இரண்டு அடிப்படைச் சேவைகள் ஒப்படைக்கப்படும்: ஒவ்வொரு தொழிலுக்கும் அவர்கள் உற்பத்தியின் அளவுகள் பற்றிய கணக்கீட்டையும், செலவினங்களின் துறையையும் வைத்திருப்பார்கள். இவை பொருளாதாரப் பொது அலுவலர்களின் கீழ் ஒன்றிணைக்கப்படும். அரசாங்கத்தின் கட்டுப்பாட்டினால் ஏற்படும் பலவகையான செயல்பாடுகளை ஒன்றிணைப்பது அவர்கள் பணியாக இருக்கும். எந்த ஒரு சீரமைக்கப்பட்ட தொழிலிலும் அவர்கள் மெய்யான நிர்வாகப் பணியை நேரடியாக ஏற்பது தேவையில்லை என்று நினைக்கிறேன். அவர்கள் வணிகர்களோடு இசைந்து செயல்படுவார்களே அன்றி அவர்களை இயக்குவார்கள் என்று நம்ப முடியாது; ஆனால் நுகர்வோரின் நலனுக்காக அவர்கள் செய்யும்

விலைக்கட்டுப்பாடு, இறுதியாகச் சட்டமன்றத்தின் கட்டுப்பாட்டுக்கு உட்பட்டு, தெளிவாகவே அவர்களிடம் விலைகளை ஒழுங்கமைக்கும் செயல் ஒப்படைக்கப்படலாம் என்பதை உள்ளடக்கும். ஆனால் தங்கள் கட்டுப்பாட்டில் உள்ள புள்ளியியல் தகவல்களை வைத்து அளிப்பு, தேவை ஆகியவற்றில் உள்ள ஊசலாட்டங்களைச் சமன்செய்து சமமான ஓர் அமைப்பாகத் தருவார்கள் என்றும், உற்பத்திச் செலவு பற்றிய தங்கள் அறிவினால் ஒரு நியாயமான விலைக்கான இயல்பை நிறுவுவார்கள் என்றும் கூறலாம். எங்கு நல்லதாகத் தோன்றுகிறதோ அங்கு மூல இடத்திலேயே பொருள்களை வாங்க முயற்சி செய்வார்கள், அதனால் யூகங்களைக் குறைக்கவும் இடைத்தரகர்களின் குழப்பத்தைத் தவிர்க்கவும் செய்வார்கள். குறிப்பாக உணவு அளிப்பில் அவர்கள் பொருட்களின் தரப்படுத்தலுக்கு முயற்சிசெய்வார்கள். பற்றாக்குறைக் காலத்தில் தேவையைக் கட்டுப்படுத்தும் இயல்பான உறுப்பாகச் செயல்படுவார்கள். அனுபவம் நமக்குச் சொல்லித் தருவதை வைத்து நோக்கும்போது, விவசாயத்தில் நிகழ்வது போல, எண்ணற்ற வியாபாரிகள் எண்ணற்ற உற்பத்தியாளர்களுடன் எண்ணற்ற தனித்தனி பேரங்களைச் செய்வதற்குப் பதிலாக, ஒரு நிலையான விலையில் பல ஆண்டுகளுக்குத் தொடர்ந்து வாங்குவதன் மூலமாக உற்பத்தியை ஊக்கப்படுத்துவார்கள்.

வணிகத்தொழிலின் முழுச் சிக்கலான இயக்கத்திற்கு ஓர் ஒற்றைச் சூத்திரம் எல்லாவற்றுக்கும் பயன்படும் என்று நான் கூறவரவில்லை. உதாரணமாக, கச்சாப்பொருள்களை மையப்படுத்தி வாங்கும் சாதாரண நேரடியான விஷயத்தில்கூட மிகப் பலவிதமான முறைகள் சாத்தியம். அரசாங்கமே தானாக சமுதாயத்தின் ஒட்டுமொத்தத் தேவைகளுக்காக இறக்குமதி செய்து அவற்றை உற்பத்தியாளர்களுக்கு விற்கலாம்; கம்பளி வணிகத்தில், உதாரணமாக, இங்கிலாந்தில் தனியார் வணிகத்தின் எந்திரங்களை முற்றிலும் மாற்றுவது நல்லது என்று காணப்பட்டது. அல்லது ரஷ்யச் சணலை வாங்குவதில் நடப்பதுபோல, அரசாங்கம் தங்கள் பணிக்கு ஒரு நிலையான தரகுத்தொகையைப் பெறுகின்ற தனி முகவர்கள் மூலமாகச் செயல்படலாம். அல்லது, வணிகமே அரசாங்கத்தின் பொதுவான கட்டுப்பாட்டுத் தணிக்கைக்கு உட்படுகின்ற ஓர் ஒற்றை வாங்கும் முகமையாகச் சீரமைக்கப்படலாம். கடைசியாகச் சொல்லப்பட்ட கருத்தில் மையம்நீக்கல் சாத்தியம். ஆகவே ஒட்டுமொத்தமாக, அது அனுமதிக்கும் பரந்த செயற்களத்தினால் உச்சபட்ச ஆதாயங்களுக்கான சாத்தியங்களை அளிப்பதாகத் தோன்றுகிறது. எந்த வடிவமாக இருந்தாலும், முக்கியமான சரக்குகளை மையச் சந்தைப்படுத்துவதே, ஒருபுறம், அளிப்பின் நிலைத்தன்மையை உறுதிப்படுத்துகின்ற வழியாகவும், மறுபுறம், விநியோகத்தின் செலவைக் குறைக்கும் வழியாகவும் தெளிவாகத் தெரிகிறது.

பொதுவாக, ஒவ்வொரு வணிகத்துக்கும் அதற்கேற்ற தனித்த சிறப்பான முறைகள் தேவைப்படும் என்பது தெளிவு. அவை சுயமாக எழுந்தவை என்றால் இன்னும் சிறப்பாக இருக்கும்.

தனியார் நிறுவனமாக இயங்க முனைகின்ற எல்லாத் தொழில்களிலும் வணிகக்கூட்டு நிறுவனம் போன்ற பண்பினை உடைய உற்பத்தியாளர்களின் சங்கம் ஒன்று உருவாக்கப்பட வேண்டும் என்பது தேவையானது எனத் தோன்றுகிறது. இன்று எந்த அளவானாலும், பெரிய அளவில் இணைப்புகள் இடம்பெறாத தொழில் எதுவும் இல்லை (Cf. Report of the Committee on Trusts, Cd. 9236 of 1919, p. 2). ஆனால் அவர்களின் நோக்கம் பொதுமக்கள் நன்மை என்பதைப் பற்றி அக்கறைப்படாததாக இருக்கிறது. சொந்தக்காரர்களின் நலன்கள் முழுமையாகச் சீரமைக்கப்பட்ட பிறகு, அதேபோல, உடலுழைப்பிலும் மூளை உழைப்பிலும் ஈடுபட்டுள்ள உழைப்பாளர்களின் நலன்களும் கவனிக்கப்பட வேண்டும். எந்த வடிவத்திலுள்ள ஒரு தொழிலுக்கும் தொடர்புள்ள கட்சியினரிடமும் நாம் அதன் நிர்வாகத்திற்காக ஒரு மன்றத்தை ஏற்படுத்திக் கொள்ளலாம். அதில் நான்கு கட்சிகள் இருக்கும். முதலாளிகளின் நலன்களைப் பற்றியது; தொழிற்பகுதியின் ஆர்வம் பற்றியது; தொழிலின் உற்பத்திப் பொருள்களை நேரடியாகப் பயன்படுத்துபவர்களின் நலன் பற்றியது; பொதுமக்களின் நலன் சார்ந்த அக்கறை கொண்டது என்ற முறையில் அரசாங்கம் பற்றியது. நிர்வாக மன்றத்தில் ஒவ்வொரு கட்சியின் சார்பானவர்களும் சம அளவில் இருப்பார்கள். வணிகத்தில் ஈடுபட்டுள்ள எல்லாக் குழுமங்களிலும் சொந்தக்காரர்களுக்கும் தொழிற்பகுதியினருக்குமான சங்கங்களிலிருந்து உறுப்பினர்களைக் கட்டாயமாக்குவது தேவையானது; மன்றத்திற்கு ஆணைகளை இட அதிகாரம் இருக்கும் அந்த ஆணைகள் உற்பத்தி அமைச்சகத்தின் ஒப்புதல் பெற்ற பிறகு, சட்டமன்றத்தின் கட்டுப்பாட்டுக்கு உட்பட்ட பிறகும் அத்தொழிலின்மீது கட்டுப்பாட்டினைச் செலுத்துவதாக இருக்கும். அதன் ஆணைகளை மீறுபவர்களுக்கு தண்டனைகளை விதிக்கும் உரிமை கொண்ட ஒரு நீதித்துறை ஒவ்வொரு மன்றத்திலும் இருக்கவேண்டும்; அந்த தண்டனைகள், நீதிமன்றங்களின் சாதாரண உரிமையினால் ஆன ஒப்புதலைப் பெறத்தக்கவையாக இருக்கவேண்டும். சட்ட, மருத்துவத் தொழில்களில் உள்ளதுபோல, இது தொழிலின் மனவுறுதி என்பதற்கான பொறுப்பினை அதில் ஈடுபட்டுள்ளவர்கள் நேரடியாக மட்டுமல்லாமல், வெளிப்படையாகவும் ஒரு விஷயமாகச் செய்து பார்க்க வேண்டிய மிக முக்கியமானதொரு முயற்சி.

இப்படிப்பட்ட மன்றத்தின் பணிகள் என்னவாக இருக்கும்? இங்கும் நாம் மறுபடியும் பொதுவான விஷயங்களையே பேசவேண்டியிருக்கிறது

என்பதை வலியுறுத்த வேண்டும். அவை தொழிலுக்குத் தொழில் வேறுபடும் என்பது இயல்பு. எந்த மன்றத்தினாலும் இங்குச் சுட்டப்பட்ட எல்லாக் கூறுகளும் அப்படியே திரும்பச் செய்யப்படும் அல்லது, அதே முறையில் அவற்றில் எந்த ஒன்றும் செய்யப்படும் என்று சொல்ல முடியாது. பொருளே வித்தியாசமாக இருக்கும்போது, அந்தப் பொருளை வேறுபட்ட அமைப்புகளின் ஆட்கள் கையாளும்போது, எதுவுமே ஒன்றுபோல இருக்கமுடியாது. ஆனால் இப்படிப்பட்ட வரையறைகளுக்கு உட்பட்டு, பின்வரும் திட்டம் அது செயல்படும் எல்லையின் நியாயமான கோட்டுருவமாக இருக்கும் என்று நினைக்கிறேன். அது பின்வருவன பற்றி விவாதித்து ஆணைகளை வெளியிடும்:

(1) ஒட்டுமொத்தமாக, தொழிலில், அளிக்கப்படும் ஊதியம், வேலைக்கான நிலைமைகள், வேலை நேரம் ஆகியவை;

(2) பணிநியமனம் மற்றும் உற்பத்தி ஆகியவற்றை நிலைப்படுத்தல்;

(3) சச்சரவுகளை முடிவுக்குக் கொண்டுவரத் தேவையான ஒரு எந்திரத்தை உருவாக்குதல். தேவைப்பட்டால் எல்லாச் சச்சரவுகளும் கொண்டுசெல்லப்படும் நிரந்தரமான ஒரு சமரச அவையை ஒவ்வொரு மன்றமும் பெற்றிருப்பது வெளிப்படையாகவே ஒரு பெரிய ஆதாயமாக இருக்கும்;

(4) தொழில் தொடர்பான எல்லா விஷயங்களையும் சேகரித்தல். இதில் (அ) செலவின் புள்ளிவிவரங்கள், (ஆ) வெளியீட்டின் (உற்பத்திப் பொருளின்) புள்ளிவிவரங்கள், (இ) தொழிலுற்பத்தி முறைகள், (ஈ) எல்லா விஷயங்களையும் பற்றிய ஆராய்ச்சி. இப்படிப்பட்ட எல்லாத் தகவல்களும் வெளியிடப்பெறும்; பிறகு, விலைகளை நிறுவுவதில் இது மிக முக்கியமானதாக இருக்கும்.

(5) எந்திரங்களிலும் முறைகளிலும் புதுக்கண்டுபிடிப்புகளுக்கான வசதிகள், அவற்றை உருவாக்குபவர்களின் பாதுகாப்புகளுக்கான வசதிகளோடு,

(6) தொழிலின் சிறப்பான பிரச்சினைகள் பற்றிய புலனாய்வு, குறிப்பாக அயல்நாட்டு முறைகளைப் பற்றிய கல்வி இப்படிப்பட்ட புலனாய்வுகளின் முடிவுகளும் மீண்டும், தொழிலின் எல்லா உறுப்பினர்களுக்கும் கிடைக்குமாறு வெளியிடப்பெறும்.

(7) தொழிலின் உடல்நல நிலைமைகள் பற்றிய ஆராய்ச்சி, குறிப்பாக, நச்சுப் பொருள்களின் பயன்பாட்டைக் குறைக்கும் நோக்குடன். உதாரணமாக, பெயிண்டில், வெள்ளை ஈயம்.

(8) அந்தந்தத் தொழிற்பகுதி அமைப்புகளுடன் இணைந்து தொழிலில் பயிற்சியாளர்களின் மேற்பார்வை

(9) பயிற்சிக் காலத்துக்குப் பிறகு தொழிற்கல்வியை, மீண்டும், முறையான தொழில் அமைப்புகளுடன் இணைந்து அமைத்துத் தருதல்

(10) தொழிலுக்குத் தேவையான விளம்பரத்தை அளித்தல், இது மன்றத்தின் பணியைப் பற்றிய ஆண்டு அறிக்கையை உள்ளடக்கி உற்பத்தி அமைச்சகத்துக்குத் தரப்படும்.

(11) தொழிலுக்கும் அரசாங்கத்துக்கும் இடையில் ஓர் இணைப்புச் சங்கிலியாகச் செயல்படுதல்

(12) தேவையானபோது பிற தொழில்களின் மன்றங்களுடன் பொதுவான நலன்குறித்த விஷயங்களில் ஒத்துழைப்பது. *(It will be obvious how much this analysis of functions owes to "the model form" issued by the Ministry of Labour in England. See their report on Joint Industrial Councils, 1923, pp. 204-5).*

நான் சொல்லவருவது, ஒவ்வொரு தொழிலுக்கும் பாராளுமன்றம் போன்றதொரு அமைப்பு தேவை. தொழிலின் ஒவ்வொரு உறுப்பினரையும் கட்டுப்படுத்தும் வண்ணம் நிபந்தனைகளை விதிக்கின்ற அதிகாரம் அதற்கு இருக்கவேண்டும். அப்படிப்பட்ட பாராளுமன்றத்துக்கு எந்தமாதிரியான அலுவலர்களும் அதிகாரிகளும் வேண்டும் என்பதைப் பார்ப்பதற்கு முன்னால், அது செலுத்தப்போகும் அதிகாரத்தின் பண்புகளைப் பொதுவாக வலியுறுத்திக் கூறுவது பயனுடையதாகும். முதலில், தொழிலில் பிரச்சாரப் படுத்தல் என்பது உண்டு. வெளியீடு, உற்பத்திச் செலவினங்கள், அத்தொழிலின் ஒவ்வொரு உறுப்பு அமைப்பும் காட்டும் ஒட்டுமொத்த மற்றும் நிகர இலாபங்கள் ஆகியவை பொதுமக்களுக்கான விஷயமாகும். பெருமளவு இப்படிப்பட்ட விளம்பரத்தின் வாயிலாகத்தான் உற்பத்தி அமைச்சகம் தான் ஒப்புதல் தருகின்ற விலைஅளவீட்டை அடிப்படையாகக் கொள்ளும். இப்படிப்பட்ட விளம்பரம் திறன்மிக்கதாக இருக்கவேண்டும் என்றால், போரின்போது ஒழுங்குவிதி 2ஜியின் கீழ் இங்கிலாந்தின் உணவுக் கட்டுப்பாட்டாளருக்குத் தரப்பட்டிருந்த அதிகாரங்கள் போன்றவற்றை உறுதியாக அமைச்சரகமும், ஒருவேளை தணிக்கை மற்றும் செலவுக் கணக்கீட்டு அலுவலகங்களும் பெற்றிருக்க வேண்டும். அந்த ஒழுங்குவிதியில் மூன்று விஷயங்கள் இருந்தன. ஒன்று, தொழில் உற்பத்தி, வாங்குதல், விற்றல், விநியோகித்தல் எதுவானாலும் தகவலை வேண்டிப் பெறுகின்ற உரிமையை அது அர்த்தப்படுத்தியது; இரண்டு, சரிபார்த்தலுக்காக, அந்த நிறுவனத்தின் கணக்குப் புத்தகங்களை அடைகின்ற அதிகாரம்; மூன்று, இம்மாதிரித் தகவலைத் தரமறுப்பதோ, கணக்குகளைத் தர மறுப்பதோ உடனடிக்

குற்றமாகக் கருதப்படும் என்பது. மேலும் இப்படிப்பட்ட விளம்பரம், கணக்குப் புத்தகங்களைப் பராமரித்தலிலும் பிறவற்றிலும் தரமான வடிவங்களைப் பின்பற்றலை உள்ளடக்கியுள்ளது. இப்படிப்பட்ட அறிவின் அடிப்படையில்தான் தொழிலைப் பொறுத்தவரையிலான சட்டமியற்றல் ஓர் அறிவியல் பண்புடையதாக இருக்கமுடியும்.

இரண்டாவதாக, தரப்படுத்தல் என்ற கருத்து உள்ளடங்கியுள்ளது. இதில் இரண்டு கூறுகள் உண்டு. ஒருபுறம், தொழில் முழுவதும், பொதுவான ஊதிய விகிதம், உழைப்பு நேரம், பௌதிக நிலைமைகள் ஆகியவை இருக்கவேண்டும் என்பதை இது குறிக்கும்; மறுபுறம், உற்பத்திமுறையில் ஒப்பளவில் ஒரு பொதுவான தொழில்நுட்பம் வேண்டும், இயன்றால், விநியோகத்திலும் பொதுத்தன்மை வேண்டும். இதுதான் தொழிற் கூட்டுறவின் பொதுவான வரலாறு. உதாரணமாக, பிரிட்டனின் மிகப்பெரிய சோப்புத்தொழில் கூட்டில் பொருட்களைப் பொதுவாக வாங்கும் முறைமை மேலும் மேலும் அதிகமாகக் காணப்படுவது போன்றவற்றை உள்ளடக்கியுள்ளது.

செய்யப்படும் பொருள் திரும்பத்திரும்ப ஒரேமாதிரி உற்பத்திச் செயல்முறையைக் கொண்டிருந்தால், அந்த எல்லாச் செயல்முறைகளின் தரப்படுத்தலையும் மேலும் அது உள்ளடக்கியுள்ளது; அந்தப் பணி, இந்த நோக்கில், எஞ்சினியர்ஸ் ஸ்டாண்டர்டு அசோசியேஷன்ஸ் போன்ற ஒரு அமைப்பினுடையதாக இருக்கலாம். அப்படிப்பட்ட மாதிரி ஒன்றைத்தான் நான் வலியுறுத்துகிறேன். அது அந்தத் தொழிலுக்குள்ளாகவே மேலும் வளரக்கூடிய ஒரு தனித்துறை நிபுணத்துவத்தையும் உள்ளடக்கியுள்ளது. இதனால் குழுமங்கள் மேலும் மேலும் ஒன்று அல்லது இரண்டு வகைப் பணிகளில் அதிகமான கவனம் செலுத்துகிறார்கள். அவற்றின் வளர்ச்சியில் மேலும் மேலும் நிபுணத்துவம் பெறுகிறார்கள். அது, மையப்பட்ட விநியோகம், கூட்டு விளம்பரம் போன்ற வெளிப்படையான, முக்கியமான சிக்கனங்களையும் கொண்டுள்ளது. மாவட்ட மன்றங்களின் அமைப்பு உடனடியாக வரையறுக்கப்பட்டால், சரிவர அமைக்கப்பட்டால், போக்குவரத்திலும் அது பெரிய அளவு சிக்கனத்தன்மையை அனுமதிக்கிறது. உணவு அமைச்சகம், தெற்கு வேல்ஸிலிருந்து லண்டனுக்கும், அதன் குறுக்காக க்ளூஸ்டரிலிருந்து தெற்கு வேல்ஸுக்கும் பால் மாறிச்செல்வதைக் கண்டது போன்ற வீணாதல் அனுபவங்களை அதன்வழி நாம் தவிர்க்கமுடியும் (*E. M. H. Lloyd, Experiments in State Control, p. 381*). விலையிலுள்ள போட்டியைத் தரத்தின் போட்டியாக அது மாற்றும். இதனால் பொதுமக்களுக்கு ஒவ்வொரு செய்யப்பட்டப் பொருளும் ஒரு குறிப்பிட்ட தரத்தையும் அடையாளம் காணக்கூடிய குறிப்பையும் கொண்டிருக்கும் என

உத்திரவாதம் ஏற்படும். புதிய அறிவின் முழுப்பகுதியும் அத் தொழிலின் பயன்பாட்டுக்கு வைக்கப்படும் என்ற உண்மையும் இருக்கிறது. அந்தத் தொழில் அடைந்துள்ள பொதுமக்களுக்கான பண்பினால் புத்தாக்கங்களை ஒடுக்குவதற்கான மயக்கமும் தீரும்.

இதுவரை கோடிட்டுக் காட்டப்பட்டது போன்ற ஓர் அமைப்பின் வடிவம், தனியார் கைகளில் விடப்பட்ட எந்தத் தொழிலிலும் பெறக்கூடிய உச்சமான பாதுகாப்பினை அளிக்கிறது என்று நான் கருதுகிறேன். ஒரு குறிப்பிட்ட அளவுக்கு அப்பால் செல்லும்போது ஒவ்வொரு நிறுவனமும், தன் எல்லா அதிகப்படி இலாபத்தையும் மக்களுக்குப் பகிர்ந்துகொள்ள வேண்டும் என்ற முறையில் அதன் செயல்முறை கட்டுப்படுத்தப்படுகிறது. அதன் விலைகள் புறத்திலிருந்து கட்டுப்படுத்தப்படுகின்றன. வணிக நிறுவனங்களின் கூட்டாட்சிப்படுத்தலின் தீமைகளுக்கு எதிரான சந்தர்ப்பவசமான பாதுகாப்புகள் என்று சொல்லப்படுபவை *(Report of Committee on Trusts, p. 25)* மதிப்பில் உயர்த்தப்படுகின்றன. தொழிலின் இறுதியான கட்டுப்பாடு அதன் சொந்தக்காரரர்களிடமோ, உடல்-மூளை சார்ந்த உழைப்பாளர்களிடமோ கூட இல்லாமல் இரண்டின் சேர்க்கையினாலும் அமைகிறது என்பதுதான் இதற்குக் காரணம். அரசாங்கம் விலைநிர்ணயிப்புக்கும், உள்நுழைவதற்குமான உரிமையைத் தன்னிடமே வைத்துக் கொள்கிறது. தரத்திலோ வெளியீட்டிலோ தோல்வி ஏற்படுவதை எந்தப் புள்ளியிலும் அது சோதிக்க முடியும். தன் மன்றத்தின் மூலம் அது ஒரு பொதுவான மனத்தையும் பொதுவான மனச்சாட்சியையும் பெறுமாறு முழுமையாக அந்தத் தொழில் செயல்பட வைக்கப்படுகிறது, மிகவும் பின்னடைந்துள்ள நிறுவனங்கள் தொழில்திறனை ஏற்கச்செய்வதில் ஒரு நிலையான விலை என்ற கருவி மிகுந்த மதிப்புள்ளதாக இருக்கிறது. சிறந்த நிறுவனங்களில், அது அதிகமான இலாபத்தை அளிக்கக்கூடியதாகச் செயல்படுகிறது. அந்த இலாபம், நான் ஏற்கெனவே காட்டியபடி, அரசினாலும் நுகர்வோராலும் பகிர்ந்துகொள்ளப்படும்; திறன் குறைந்தவர்கள் நிச்சயமாக, இப்போதிப்பதைவிட மிக வேகமாக வெளியேற்றப்படுவார்கள். சிறிய, திறனற்ற உற்பத்தியாளர் ஆண்டாண்டுதோறும் நிதிவீழ்ச்சியின் விளிம்பில் இருந்துகொண்டிருப்பதும், ஊதியத்திலும் தனது உற்பத்திப் பொருளின் தரத்திலும் இறுக்கிப்பிடித்து எப்படியோ உயிர்வாழ்ந்து கொண்டிருப்பதுமான இன்றைய காட்சி இரசிக்கக்கூடிய ஒன்றல்ல. அப்படிப்பட்டவரிடம்தான் பொதுவான ஊதியநிலையிலிருந்து தன்னை இறக்கிக் கொள்ளும் உழைப்பாளரும், தன் எல்லைக்குமேல் சிறப்பாகச் செயல்படக்கூடிய எழுத்தரும், தங்கள் பணிகளுக்கான நேரம், முறையான பௌதிக நிலைமைகளை அறியாத பயிற்சியற்றவர்களும் வந்துசேர்கிறார்கள். நவீனத் தொழில்கூட்டு அவர்களைச் சிறிதுசிறிதாக

நசுக்குகிறது அல்லது ஓய்வூதியம் கொடுத்து அனுப்பிவிடுகிறது. எவ்வாறாயினும் இம்மாதிரித் தொழில்கள் மிகவிரைந்து நீக்கப்படுவது தொழில்துறையின் ஆரோக்கியத்திற்கு நல்லது.

ஒவ்வொரு தொழிலிலும் உள்ள தேசிய மன்றம் அதன் களத்தில் முழு ஆதிக்கம் செலுத்துவதாக இருக்காது, இருக்கத்தேவையும் இல்லை. பெரும்பாலான தொழில்களில் அதன் பணியுடன் நிறைவு சேர்ப்பதாக மாவட்ட மன்றங்கள் தோற்றுவிக்கப்படும். தகுந்த மாறுதல்களுடன் இவை தங்களுடைய பகுதிகளில் ஒத்த பணிகளை அவை நிகழ்த்தும். ஏனெனில், ஓர் ஒற்றை மையத்திலிருந்து தக அமைக்கப்பட முடியாத குறிப்பிட்ட வட்டார மாறுதல்கள் இருக்கும். வாடகைக்கான சிறப்பு நிலைமைகளைச் சந்திப்பதற்காக ஊதிய விகிதத்தில் மாறுதல்கள், அதிநேரப் (ஓவர்டைம்) பிரச்சினைகள், உள்ளூர்ச் சந்தையின் தனித்த நிலைமைகள் இவையெல்லாம் அந்தந்தப் பகுதிக்குள்ளாகவே தீர்க்கப்படுதல் நல்லது. அவற்றை மைய அமைப்புக்குக் கொண்டுசென்றால் அதன் உறுப்பினர்கள் இப்பிரச்சினைகளின் இயல்பு அறியாதவர்களாக இருப்பார்கள். தெளிவாகவே, எந்த மாவட்ட மன்றமும் தேசியத் தீர்வுகளுக்கு முயற்சிசெய்ய முடியாது; அதேபோல், அதன் முக்கிய முடிவுகள், அவற்றின் இயல்பு தொலைநோக்காக இருக்கும் பட்சத்தில், அவை செயல்பட வருவதற்குமுன்பு மைய மன்றத்தினால் உறுதி செய்யப்பட வேண்டும். பொதுவாக, மாவட்ட மன்றங்கள் ஆராய்ச்சியை மேற்கொள்வது அறிவுடையதன்று. அது தொழில் முழுவதும் சம்பந்தப்பட்ட, தொழிலுக்குத் தகவல்தொடர்பில் முழுவதும் சம்பந்தப்பட்ட ஒரு விஷயம்; ஒரு மாவட்ட மன்றம் முடிவுகளை அடைவதென்பது, தாங்கள் தொடர்புறாத, கேள்வி எழுப்பக்கூடாத பகுதிகளுக்கான தகவல்களைப் பற்றிய கேள்விகளை எழுப்புவதாகும். மேலும், மைய அமைப்புப் போல மாவட்ட மன்றத்தின் உருவாக்கலை மிகச் சிக்கலாக்குவதும் தேவையற்றது. அரசின் பிரதிநிதிகளை ஓர் இணைப்பு அலுவலராகக் குறைத்துவிடலாம்; மேலும், துணைத் தொழில்களுடைய பிரதிநிதிகளும் தங்களுக்கான சிறப்புப் பிரச்சினைகள் எழும்போது மட்டுமே வருகைதந்தால் போதுமானது. ஆனால் மாவட்ட மன்றத்தின் நீதிசார்ந்த பணி மட்டும் அதன் செயல்பாட்டில் ஒரு அடிப்படை விஷயமாக இருக்கும் என்று நான் நினைக்கிறேன். நீதிப்பகுதியையே பெரிய பிரச்சினைகள், சிறிய பிரச்சினைகள் என்று பிரித்து, மிகச் சிறிய தண்டத்திற்குரியவற்றை மூலத்திலேயே கையாளலாம், கடுமையான குற்றத்தை முழுத் தொழில்துறையும் மதிப்பிடலாம்.

மாவட்ட மன்றத்தை, வேறொரு வழியில் அதிகமாகப் பயன்படுத்திக் கொள்ளலாம் என்று நினைக்கிறேன். சாதாரணமாக,

தனியார் தொழிலின் கட்டமைப்பிலும் நான் ஏற்கெனவே தேசியமயமாக்கப்பட்ட, கூட்டுறவுத் தொழில்களில் சுட்டிக்காட்டியது போன்ற அமைப்புக்கொண்ட இதே போன்ற பணிக்குழு அமைக்கப்படும் என்று நான் நம்புகிறேன். அந்தப் பணிக்குழுவிலும் இனமான ஒரு சக்தி, ஏற்புடைய வழக்குகளில், அதன் நிர்வாகத்தைத் தாண்டி மாவட்ட மன்றத்துக்குச் சீர்படுத்துவதற்காக இருக்கத்தான் வேண்டும். உதாரணமாக, தேசிய ஒப்பந்தங்களை மீறுதல், தவறான பணிநீக்கத்தைப் பழைய பதவியில் அமர்த்துவதற்கு மறுத்தல் போன்ற வழக்குகள், வேலைநிறுத்தத்திற்குக் காரணமாக எப்போதும் இருக்கின்ற, இருக்கப்போகும் விஷயங்கள், இவையெல்லாம் ஒரு தொழிலின் பிரதிநிதி அதிகாரத்தோடு குறுக்கிடுவதற்குரிய பிரதேசங்கள், இவற்றில் தலையிடுவது மிகவும் பாராட்டத்தக்கது. தொழிலைச் செயல்படுத்துகின்ற மனிதர்களே தங்களுடைய சொந்த அனுபவத்தினால் ஓர் தொழில் நடத்தை விதிமுறைகளை உருவாக்குகின்ற ஒரு மரபினை நாம் கட்டியமைக்க வேண்டும். அவர்களுடைய தீர்வுகளை இம்மாதிரிப் பல வழக்குகளில் சட்டப்பூர்வமாகக் கட்டுப்படுவதற்கு உரியதாக்க முடியாது என்று நம்புகிறேன். ஆனால் அவற்றை நாம் இரண்டு சிறந்த வழிகளில் பயன்படுத்திக் கொள்ளலாம். முதலில், இவை விளம்பரப்படுத்தக்கூடிய பொது அதிகாரங்கள். ஏதோ ஒரு குறித்த மனக்குறையைப் பற்றி அதை நிச்சயிக்கத் தகுதியுள்ளவர்களால் எப்படி உணரப்படுகிறது என்பதைக் குடிமக்கள் அமைப்பு அறிவதற்கு உதவிசெய்கின்றன. இரண்டாவது, ஒரு மாவட்டத் தொழில்மன்றத்தினால் அதில் சட்டரீதியான நடவடிக்கை தொடரும்போது அதைச் சிறப்புச் சான்றாக நாம் பயன்படுத்தலாம். ஆகவே அதன் விசாரணைகளில், சாட்சிகளைக் கட்டாயமாக வருவிக்கவும், பிரமாணத்தின்படி சான்று கொள்ளவும் அதற்கு உரிமை இருக்கவேண்டும் என்பது பெறப்படுகிறது; அமெரிக்க ஐக்கிய நாட்டில் மக்கள் சேவைக் குழுக்களில் கண்டறியப்படுகின்றவற்றை அந்நாட்டு நீதிமன்றம் ஏற்றுக் கொள்வதுபோலவே, இதுவும் நீதிமன்றங்களால் சட்டப்பூர்வமாகச் சரியான செயல்முறை ஒன்றை அது உருவாக்க வேண்டும். நாம் மேலே கோடிட்டுக் காட்டிய திட்டத்தில் உள்ள நிபந்தனைகளின்படி, தனியார் தொழிலும் நீதிமன்றங்களின் சட்ட நடைமுறைகளை ஏற்றுக் கொள்வதுபோலவே தங்கள் சிறப்பு வட்டத்திற்குப் பொருத்தமானது என்று ஏற்கக்கூடிய தொழில் நடைமுறைகளை வகுக்கலாம் என்று நான் எதிர்நோக்குகிறேன். அதில் தொழில் செயல்முறைக்கு ஒரு தனிமனித அனுபவத்தை முன்வைக்காமல், தொழிலில் உள்ள ஒட்டுமொத்த அனுபவத்தை முன்வைக்கிறது என்ற முறையில் அந்தச் சட்டநடைமுறைகள் மிகவும் மதிப்புக்குரியதாக இருக்கும். கொஞ்சம்

கொஞ்சமாக, சட்ட நடைமுறைப்படுத்தல்களின் சிறு கூறுகளை இந்த மாவட்ட மன்றங்கள் நன்றாக எடுத்துக் கொள்ளலாம். தொழிலகச் சட்ட மீறல்கள், உழைப்பு நேரம் பற்றிய சட்ட மீறல்கள், சுத்தமான உணவு, தீமைபயக்கும் மருந்துகளின் தடுப்பு பற்றிய சட்ட மீறல்கள் போன்றவை இதற்கு வெளிப்படையான உதாரணங்கள்.

இந்த மன்றங்களின் அளவும் அமைப்பும் எப்படியிருக்கும்? சம்பந்தப்பட்ட நலன்களின் ஓர் உண்மையான முழு முன்வைப்பினை ஏற்கக்கூடியவாறு பெரிதாக அது இருக்கவேண்டும். அதேசமயம், ஒவ்வொரு தொழிலுக்குள்ளும் உள்ள கொள்கை விவரங்களை முழுமையாகவும் நெருக்கமாகவும் விவாதிக்க அனுமதிக்கும்படியாகச் சிறியதாகவும் இருக்க வேண்டும். ஏறத்தாழ நூறுபேர் உறுப்பினர்களாக இருப்பது ஒரு நியாயமான அளவு என்று கருதுகிறேன். பிரதிநிதிகளாக வருகின்ற முதலாளிகள் மற்றும் தொழிலாளிகள் என்போர் சம்பந்தப்பட்ட நான்கு கட்சிகளில் இரண்டின் தேர்ந்தெடுக்கப்பட்ட அலகுகளாக இருப்பார்கள்; அரசாங்கப் பிரதிநிதிகள் உற்பத்தி அமைச்சகத்தால் நியமிக்கப்படுவார்கள்; துணைத் தொழில்களின் பிரதிநிதிகள் அவற்றின் சார்பான அமைப்புகளிலிருந்து வருவார்கள். எவ்வளவு நாட்களுக்கு ஒருமுறை அவர்கள் சந்திப்பார்கள் என்பது எனக்குத் தெரியாது. ஆனால் ஆண்டுக்கு நான்குமுறை பொதுக்குழுக்களாகச் சந்திப்பது அவர்களுக்குத் தேவைப்படலாம்; அவற்றின் விவரங்கள், கொள்கையின் பெரிய கோட்டுருக்கள் போல அன்றி, பெரும்பாலும் இங்கிலாந்தின் நகர்மன்ற அமைப்புகளில் செய்யப்படுகின்ற முறையில் குழுக்களில் தீர்மானிக்கப்படும். அவசரமான பிரச்சினைகள் எழுந்தால், ஆண்டின் எந்தச் சமயத்திலும் சிறப்புக் கூட்டம் கூடக்கூடிய ஏற்பாடு அவசியம் இருக்கவேண்டும். வழக்கமான முறையில் அவர்கள் வாக்களிப்பார்கள், ஆனால் முழுத்தொழிலையும் கட்டுப்படுத்தக்கூடிய ஆணைகளை அவர்கள் பரிந்துரைத்தால், அதற்கு ஆதரவாக மூன்றிலிருபங்கு பெரும்பான்மை அல்லது அதுபோன்றதொரு விதி இருக்கவேண்டும். இதேபோன்ற வாக்கு முறையில் அவர்கள் தங்கள் சொந்த அமைப்புவிதிகளைத் திருத்திக் கொள்ளலாம். தங்கள் பணிகளில் சம்பந்தப்பட்ட அரசாங்கத் துறைகளோடு அவர்களுக்கு நேரடியான, தொடர்ந்த சம்பந்தம் இருக்கவேண்டும். அந்தச் சம்பந்தம், அவற்றில் அரசின் பிரதிநிதிகள் இருந்தால் நன்றாக இருக்கும். அவர்களே, தொழிலுக்கும் அரசாங்கத்துக்கும் இடையில் இயல்பான தொடர்புக் கருவிகளாகவும் இருப்பார்கள். அரசாங்கமும் கடமைப்பட்டபடியாக, சட்டமன்றத்தின் எல்லாக் கொள்கைகளிலும் அவர்களைக் கலந்து ஆலோசிப்பார்கள். விலைகளை நிர்ணயித்தல், தேசியஅளவில் குறைந்தபட்ச ஊதியம், வேலைநேர நிர்ணயம் போன்ற விஷயங்களில் பேரங்கள் விவாதங்கள்

போன்றவற்றில் அது ஈடுபடும். மேலும் தொழில் விஷயங்களில் சர்வதேசப் பிரதிநிதிகள் சபைகள் நடத்த இருந்தால் அங்கு அரசு கைக்கொள்ளவேண்டிய மனப்பான்மை பற்றியும் பேசப்படும். இந்த எந்த விஷயங்களிலும் அது அரசாங்கத்தின் கைகளைக் கட்டாது, கட்டக்கூடாது; அது சட்டமன்றச் சபையின் கட்டுப்பாடு அடிப்படையாக இருக்க வேண்டிய விஷயம் அது. ஆனால் அதன் அமைப்பின் இயல்புப் படியே, அதன் கருத்து கனம்பெறும்; உயர்ந்த ஒழுக்க, தொழில்நுட்பத் தரத்தினை தனக்கெனப் பெற்றிருந்தால், அதன் முடிவுக்கான அதிகாரம் மேலும் மிகுதியாக இருக்கும்.

ஒவ்வொரு மன்றத்துக்கும் நிரந்தர அலுவலர்கள் அவசியம்; அது ஏற்கும் விதமான அலுவலர் வகையை நாம் இங்குக் கணித்துப் பார்ப்பது சற்றே ஆர்வத்துக்கான விஷயமாக இருக்கும். இப்போதுள்ள திட்டத்திற்கும் விட்லி கவுன்சில்களின் அமைப்பில் உள்ளார்ந்திருப்பதாகத் தோன்றும் திட்டத்திற்கும் அடியிலுள்ள கருத்தாக்கத்திலுள்ள வேற்றுமையை இங்கு நாம் குறிக்கலாம். பின்னதை அமைத்தவர்கள் ஒரு செயலர், எழுத்து அலுவலர்கள் மட்டும் கொண்டு எந்தக் கஷ்டமும் இன்றி அந்த மன்றம் தனது பணிகளைச் செய்யும் என்று கற்பனை செய்திருப்பார்களோ என்று தோன்றுகிறது (Report on the Progress of Joint Industrial Councils (1923), p. 206). ஆனால் அப்படியிருக்காது என்றே நினைக்கிறேன்; தொழில் உறவுகளில் இப்போதுள்ள அடிப்படையில் மூலதனத்திற்கும் உழைப்புக்கும் இடையிலுள்ள ஒத்துழைப்பின்மீது கட்டப்பட்ட கொள்கையின் தவிர்க்கவியலாத விளைவான கொள்கையின் விளைவாக ஒருவேளை இது இருக்கலாம். ஏற்கெனவே நான் பொதுவாக இது சாத்தியமற்றது என்பதை விவாதித்திருக்கிறேன். அதுவும் ஒரு குறிப்பிட்ட தொழிலில் உழைப்பின் அமைப்பு வலுவானதாக இருந்தால் இப்படிப்பட்ட ஒத்துழைப்பு குறைவாகவே இருக்கும். தொழில் அமைப்பின் அளவு அதிகமாக இருக்கும்போது, தொழிலின் கட்டமைப்பில் ஒழுக்கவிதி இன்மையின் உணர்வு மேலும் பரவலாக இருக்கும்; அந்த நிலைமையைச் சீர்ப்படுத்தினால் மட்டுமே ஒத்துழைப்பு என்பது ஆக்கப்பூர்வமானதாகச் சாத்தியப்படும்.

இந்த மன்றத்தின் நிரந்தரச் செயலகத்துடன் ஆறு பொதுத் துறைகள் இணைக்கப்பட்டிருக்க வேண்டும் என்ற ஆலோசிக்கிறேன். தொழிலின் நிதித்துறை சார்ந்த பகுதியில் தேவையான விசாரணைகளைச் செய்ய ஒரு தணிக்கைத் துறை முனைந்திருப்பது தேவை. இரண்டாவதாக, மன்றம் உற்பத்தி அமைச்சகத்துக்கு விலை நிர்ணயம் பற்றிய தனது பரிந்துரைகளை அளிப்பதற்குத் தேவையான முக்கியமான பொருள்களை அளிக்கும் பணி சுமத்தப்பட்டிருக்கின்ற கணக்கீட்டுத்

துறை. மூன்றாவதாக, முக்கியமாக கனரகத் தொழில்களில் முக்கியத்துவம் வளர்ந்துவரக்கூடிய ஓர் ஆய்வுத் துறை. ஏற்கெனவே இங்கிலாந்திலும் அமெரிக்காவிலும் உள்ள மேலான நிறுவனங்கள், அறிவியல் ஆராய்ச்சிகளுக்குத் தக்க ஏற்பாடுகளைச் செய்வதன் முக்கியத்துவத்தைக் கண்டுள்ளன. அந்தத் துறை, தொழிலின் தொழில்நுட்பம் சார்ந்த பகுதிக்கு மட்டும் தன்னை ஒதுக்கிக் கொள்ள வேண்டியதில்லை; அதன் உளவியல் பிரச்சினைகள், அது விற்பனை செய்யும் முறைகள், தொழிலகத்தில் அதன் அமைப்பு போன்றவை முக்கியத்துவம் குறைந்தவை அல்ல. தொழில்துறையில் ஏற்படும் நோய்கள் என்ற சிறப்பான பிரச்சினையையும் அது புறக்கணிக்கக் கூடாது. சுரங்கத்தொழிலாளர்களின் கண்விழி ஊசலாட்ட நோய், பிளாம்போசிஸ் எனப்படும் நோய், ஷெஃபீல்டு அரவையாளர் நோய் போன்ற பல உள்ளன. இம்மாதிரி நோய்கள் தனி இறப்புவீதத்தினைக் கொண்டுள்ளதால் இவற்றைத் தடுக்கவேண்டிய கடமை தொழில்களுக்கு உள்ளது. ஏற்கெனவே இம்மன்றங்களில் ஒரு சட்டத்துறை இருக்கும், அதன் ஒருபகுதிப்பணி படிஎடுப்பதாக இருக்கும், ஒருபகுதிநீதித்துறைப் பணியைச் சேர்த்துக் கொள்ளலாம் என்று நான் வாதிட்டுள்ளேன். தொழில்களில் கல்விக்கெனவும் ஒரு துறையை வளர்த்துக் கொள்ளலாம். அதிலேயே அதன் நலன் சார்ந்த பொதுப் பிரச்சினைகளான காப்பீடு, ஓய்வூதியம் போன்றவற்றையும் சேர்த்துக் கொள்ளலாம். உழைப்பாளர்களுடைய ஓய்வுநேரம் எந்தவிதத்திலும் இந்த அமைப்புகளுக்கோ மாவட்ட மன்றங்களுக்கோ அக்கறைப்பட்ட விஷயமல்ல என்று நினைக்கிறேன். ஏனெனில் நம்முடையதைப் போன்ற ஒரு காலத்தில் தொழில்துறை எந்திரத் தொழில்நுட்பத்தினால் ஆதிக்கம் செய்யப்படுகிறது வேலைநாளின் வாழ்க்கையளவு தனது எல்லைக்கு அப்பால் நீட்டப்படுவது குறைவது சராசரி குடிமகனுக்கு நல்லது என்று நான் நினைக்கிறேன். அந்த ஓய்வுநேரத்தைப் பயனுள்ளதாக்க அவன் தன் சொந்த வழிகளைக் கண்டுபிடித்துக் கொள்ளவேண்டும்; அதன் பயன்பாட்டுக்குரிய திறவுகோலை முதலில் பள்ளிகளிலும், பிறகு தன்னைச் சுற்றியுள்ள பொதுக் குடிமக்கள் வாழ்க்கையிலும் அவன் தேடவேண்டும்.

இப்படிப்பட்ட அமைப்புப்பாணி சரியாக இருக்கிறதென்றால், நாம் ஒரு தொழில்சார்ந்த குடிமக்கள் சேவையின் வளர்ச்சியை எதிர்நோக்குகின்றோம் என்பது தெளிவு. அதன் வாய்ப்புகளும் இறுதியாக அதன் அதிகாரங்களும் அரசாங்கத் துறைகளினுடையதைவிட முக்கியத்துவம் குறைந்ததாக இருக்காது. அவை போதிய அளவு பணியாற்றவேண்டுமென்றால் புரவலராக அவை இருக்கும் சூழலிலிருந்து அவற்றை நீக்கவேண்டும். இந்தத் தொழில்சார் குடிமக்கள் சேவைக்கும் இதுவே பொருந்தும். நீதியவைகளில்

நடுவர்களுக்கும், அறுவை அறைகளில் மருத்துவர்களுக்கும் தகுதிகளை வகுப்பதைவிட இது தேவை அற்றதாக இருக்காது. தங்கள் பணிகள் பலவற்றுக்கு அவர்களுக்குச் சரியான சிறப்புப் பயிற்சி தேவையானதாக இருக்கும்; அவர்களின் வழக்கறிஞர்கள், உதாரணமாக, ஆங்கிலச் சட்டச் சமூகங்களின் விருந்துகளில் மென்மையாக நிதானமாக நடந்துசெல்கின்ற இணக்கமான இளைஞர்களாக இருக்கமாட்டார்கள். ஒரு மருத்துவர், மருத்துவ அதிகாரியாக வேண்டுமானால் நாம் பொதுமக்கள் உடல்நலத்தில் பட்டயச்சான்று பெற்றிருக்க வேண்டும் என்று சொல்வதுபோல, ஒரு மன்றத்தின் சட்டத்துறைக்கு அனுமதிக்கப்பட தொழில்துறைச் சட்டத்தில் சிறப்புத் தகுதி இருக்கவேண்டும் என்று நாம் கோருவோம். இப்படிப்பட்ட அமைப்பில் தகுதியின்படி அலுவலர்களைத் தேர்ந்தெடுக்கும் ஒரு சிறு நிறுவன ஆட்சிக்குழு இருக்கும் என்று நம்புவோம். சட்டம், மருத்துவம் போன்றே, நாம் சிறப்பு வேலைகளுக்கு சிறப்புப் பயிற்சி தருகிறோம். அதுபோன்ற சிறப்புப் பயிற்சி வணிக நிறுவனங்களுக்கும் வேண்டும். இப்போது மெதுவாக நிகழ்ந்துகொண்டிருப்பதைப் போல, வணிக நிறுவனங்களுக்கான கல்வி பல்கலைக்கழகப் படிப்புக்கான ஒரு பாடம் ஆக எப்போதோ ஆகியிருக்க வேண்டும். வணிகத் தொழிலின் பிரச்சினைகளிலும், சந்தைக்கல்வி போல, செலவினங்கள் பற்றிய கல்வி போல, மனத்தின் கல்விப் பழக்கம் பயனுடையதாக இருந்து நல்ல கொடையை அளிக்கும் என்பது மேலும் மேலும் தெளிவாகிவருகிறது. ஹார்வர்டு வணிகத்தொழிற் புலம் அல்லது ஆக்ஸ்ஃபோர்டின் நாட்டுப்புறப் பொருளாதாரத்துக்கான புலம் ஆகியவை செய்யும் பணிகள் போன்றவை வணிகத்துறை வாழ்க்கையின் ஒழுக்கம், பழக்கவழக்கம் ஆகியவற்றில் ஒரு புரட்சியை உண்டாக்கும் அடித்தளங்களை அமைத்துக் கொண்டிருக்கின்றன.

நான் ஏதோ வரையறுத்த பொறுப்புக் குழுமம் மட்டுமே தனது செயல்பாடுகளில் இயல்பான அலகு என்பதுபோலத் தனியார் தொழிலைப் பற்றி எழுதியிருக்கிறேன். ஆனால் இதுவே விஷயமாக இருக்க வேண்டியதில்லை. வேறு இருவகை அமைப்பு வடிவங்களுக்காவது முக்கியமான எதிர்காலம் இருக்கிறது. கட்டடத் தொழில் போன்ற தொழில்களில், ஒரு பெரிய நிலையான மூலதனம் என்பது ஒப்பளவில் முக்கியமற்றதாக இருக்கின்றவற்றில், வணிகக்குழுக்கள் பற்றிச் சிந்திப்பதற்கு நல்ல எதிர்காலம் இருக்கிறது என்று நினைக்கிறேன். கைவினைஞர்களின் சுயேச்சையான குழுக்கள் ஏன் இப்போது ஒரு தலைமைக் கொத்தனாரைப் போல வீடுகள் கட்டித்தரலாகாது? அவர்களுடைய பிரச்சினைகள், கையிருப்பாகப் பணமிருப்பது பற்றியதும், ஒழுங்கு பற்றியதும்தான். இவை ஒவ்வொன்றும் பெருமளவு அனுபவம், பாரம்பரியம் சார்ந்தவை.

தங்கள் நிர்வாகத்தைப் பற்றிய தொழில்நுட்பத்தை அவர்கள்தான் மிக எச்சரிக்கையோடு வளர்த்துக் கொள்ளவேண்டும். ஒரு தனிப்பட்ட குழுமம் போலவே அவர்களும் தங்கள் தொழிலின் பொது விதிக்குக் கட்டுப்பட்டாக வேண்டும். தங்கள் வேலையினுள் பொதிந்திருக்கும் தரத்தின் நிரூபணத்தாலும், எந்திரம்போல ஒரே மாதிரியாகச் செய்யாமல் சற்றே வேறானதாக ஆக்கும் திறனாலும்தான் அவர்கள் தங்கள் வழியை அமைத்துக்கொள்ள வேண்டும். ஆனால் இப்படிப்பட்டவர்களின் தொழிற்குழுவின் நிர்வாக அமைப்பில் இவர்களே இருக்க இயலாது. அது, சுயநிர்வாகப் பணிமனையின் துயரமான, அழிவுக்குள்ளாக்கும் வரலாற்றுக்கு மறுபடியும் இடம்தருவதாகிவிடும். *(Cf. B. Jones, Co-Operative Production, and C. E. Raven, Christian Socialism, chaps. vi and x).* சம்பந்தப்பட்ட தொழிற்பகுதிகளின் அமைப்புகளின் சார்பானவர்களைக் கொண்ட ஒரு குழுவிடம் கட்டுப்பாடு இருக்க வேண்டும்; ஒரு குறிப்பிட்ட வேலையில் ஈடுபட்டுள்ள மனிதர்கள், ஒரு தேசியமயமாக்கப்பட்ட தொழிலில் உள்ளவர்கள் போல அந்தக் குழுவுடன் தொடர்புபடுத்தப் படவேண்டும். இப்படிப்பட்ட தொழிற்குழுக்களின் எதிர்காலத்தின் பெரும்பகுதி அந்த அமைப்பின் நிபந்தனைகளுக்குக் கட்டுப்படும் சாதாரணத் தொழிலாளர்களின் இயலுமையைப் பொறுத்தது. தனியார் வணிகத்தில் உள்ளதைவிடக் கடுமையாக இந்த நிபந்தனைகள் இருக்கக்கூடும். நிர்வாகத்தின் முக்கியத்துவத்தை முறையாகப் பாராட்டும் இடத்தில் தொழிலின் வெற்றியும் இருக்கிறது என்பதற்கு இது ஒரு சான்றாகும். கையிருப்பில் பணத்தை வைத்திருப்பது பற்றிய பிரச்சினை, இப்போது அமெரிக்காவில் பெருகிவரும் தொழிற்சங்க வங்கிகள் போன்ற முயற்சிகள் வெற்றிபெற்றால் ஒருவேளை தீர்க்கப்பட வாய்ப்பு உண்டு. இந்த விதத்தில், ஃபிலடெல்பியா விரைவுப் போக்குவரத்துக் குழுமத்தின் மறுசீரமைப்பில் தொழிலாளர் வகித்த பங்கு மிகவும் முக்கியமானது. *(On the labour banks in America see Richard Boeckel, Labour's Money, especially chaps. x-xiii. For the Philadelphia instance see pp. 157-61).* தொழிலாளர்கள் அமைப்பு மிக உயர்ந்த உற்பத்தித் திறனை வளர்த்துக்கொண்டால், அதற்கு நிதியும் அளிக்கமுடியும் என்று நிரூபித்தால், அதன் ஜனநாயகக் கட்டுப்பாட்டின் விரிவு, ஒரு புதிய தொழில் முறைமையின் உருவாக்கத்தில் ஒரு நிரந்தரக் காரணியாகலாம்.

இங்குதான், கூட்டு ஒப்பந்தம் என வழக்கில் வந்துவிட்ட ஒன்றிற்கு முக்கியமான இடம் இருக்கிறதென்று நான் நினைக்கிறேன். ஒரு குறிப்பிட்ட தொழிலகத்தில் உள்ள தொழிலாளர்கள் தங்கள் முதலாளிகளிடமிருந்து ஒரு குறித்த வேலைப்பகுதியின் முழு நிகழ்த்துதலைத் தாங்களே ஏன் மேற்கொள்ளக் கூடாது என்பதற்குக் காரணமில்லை. ஒரு குறித்த விலையில் சில குறித்த சரக்குகளின் ஒரு

பகுதி அல்லது முழு உற்பத்தியை அவர்களே தங்கள் முதலாளிகளுடன் பேசி முடிவுசெய்து கொள்ளலாம். பிறகு தங்களுக்குள்ளாகவே வேலைக்குத் தொழிலாளர்களை அமர்த்துதல், நீக்குதல், மேற்பார்வையாளரின் நியமனம், வேலைநேரங்களின் நிர்ணயம் ஆகியவற்றைத் தாங்களே ஏற்பாடு செய்துகொள்ளலாம். வேலை முடிக்கப்பட வேண்டிய காலப்பகுதி, விலையை நிச்சயிப்பதற்குத் தர வேண்டிய ஊதிய விகிதம், பணிசெய்தல் நிகழாவிட்டால் தரவேண்டிய தண்டனைகள் பற்றிய ஏற்பாடுகளை எளிதாகச் செய்துகொள்ளலாம். பருத்தி, பொறியியல் போன்ற தொழில்களில், தங்களுக்கு வழங்கப்பட்ட வீச்சுப் பணிகளைக் கூட்டாகத் தொழிலாளர் குழுக்கள் செய்வது வழக்காறாக உள்ள இடங்களில், பணிமனையில் கட்டுப்படுத்தப்பட்ட ஜனநாயகம் என்று குறிப்பிடக்கூடியதற்குப் போதிய இடம் இருக்கிறது. பணியளிப்பவர் பொருள்களையும் குறிப்புகளையும் அளிப்பார்; அந்த ஒப்பந்தம் முடிக்கப்பட வேண்டிய காலத்தையும் அவர் நிச்சயிப்பார்; விலை நிர்ணயிப்புக்கான பேரத்தில் ஈடுபடுவார்; ஆனால் ஒரு பக்கம், பணிமனை ஒழுக்கத்தின் பலவிதக் கஷ்டங்களின் பொறுப்பிலிருந்தும், தொழிலாளர் அமைப்பு தனது வேலையைச் செய்கிறதா என்ற சந்தேகத்தினால் ஏற்படும் எரிச்சலிலிருந்தும், ஒரு மேற்பார்வையாளர் வெறுப்புக்கு ஆளானால் அவ்வப்போது ஏற்படும் கசப்பிலிருந்தும் அவர் விடுதலை பெறுவார். மறுபக்கம், தொழிலாளர்களுக்கு ஒரு சுதந்திர உணர்வும், தங்கள் முயற்சியில் ஒரு பொறுப்புடைமையும் ஏற்படும். கால இழப்பு, மோசமான வேலை, மோசமான ஒழுங்கு எல்லாம் அவர்கள் பொறுப்பாகிவிடும். ஒரு தவறான நியமனம் நிகழ்ந்துவிட்டால், அது எஜமானரின் தவறாகாது, அவர்களின் தவறே ஆகும். இப்போது தொழில் உறவில் உள்ளார்ந்து இருப்பதாகத் தோன்றுகின்ற நிரந்தரமான சவாலுக்கு வேலையளிப்பும் பணிநீக்கமும் இட்டுச்செல்லாது. “இந்த வேலைத் திட்டத்தின் அடிப்படை முக்கியத்துவம் என்னவெனில், அது எஜமானரின் சேர்ந்து ஒரு பொதுக் கட்டுப்பாட்டைக் கூட்டாகச் செய்யும் பொறுப்புக்கு இட்டுச் செல்வதில்லை, மாறாக, எஜமானரிடமிருந்து தொழிலாளர்களுக்கு சில பணிகளை முழுமையாக மாற்றுவதைக் கொண்டிருக்கிறது என்பதே” என்று திரு. கோல் எழுதுகிறார். *(Chaos and Order in Industry, p. 156. The italics are Mr. Cole's).* இப்படிப்பட்ட கூட்டு ஒப்பந்தம், நான் சற்றுமுன்னர் விவாதித்த தொழிற்குழுப் பாதுகாப்பின் ஒரு மாற்று வடிவமும், வரையறைப்பட்ட வடிவமும் ஆகும். சரியாகவே, ஊதிய வீதங்கள், உழைப்பு நேரம் ஆகியவற்றில் தொழிலின் இயல்பான தரங்களை அது பூர்த்தி செய்ய வேண்டும்; தொழில் அமைச்சகம் வரையறுக்கின்ற அந்த உற்பத்திப் பொருளின் விலையின் அடிப்படையிலான உற்பத்தியின் இயல்பான செலவுக்கு

ஊதிய வீதத்தைக் கீழ்ப்படுத்துவதை அது உட்கொண்டிருக்கும். ஆகவே தெளிவாகவே அந்த ஒப்பந்தம் ஒப்படைக்கப்படும் தொழிலாளர்களின் திறன் அடிப்படையிலேயே இது அதிகமாகச் செயல்படுகிறது. அவர்கள் ஒருவரை ஒருவர் அறிந்திருந்தால், கூட்டுக்குழுமப் பழக்கங்கள் எனப்படுவனவற்றை அவர்கள் கொண்டிருந்தால், அது விலைமதிப்பற்ற ஒரு செயல்முறைவடிவம் என்று நான் நினைக்கிறேன். ஏனெனில் அது எந்திரத்தனமான நடைமுறையை அறிவுசார் முயற்சியுடன் இணைக்கிறது. தனது உழைப்பை அளிப்பதில் பணியாளருக்கு அது நிஜமான வெளிப்பாட்டைத் தருகிறது. சோதனைப் பூர்வமாகவும் நெகிழ்ச்சியுடையதாகவும் இருக்கிறது. தொழிலுற்பத்தியின் ஒற்றை நிலைக்கு அதைப் பயன்படுத்திப் பார்க்கலாம், அது பெறும் வெற்றிக்கேற்ப அதை விரிவாக்கியோ சுருக்கியோ கொள்ளலாம். ஒரு கப்பலில் எஃகுத் தகடுகளை ஆணியடித்து இறுக்கவோ, ஒதுக்கப்பட்ட பிரதேசத்தில் ஒரு குழுமத்தின் உற்பத்தியில் ஒரு பகுதியை விற்கவோ, பருத்திச் சரக்குகளின் சில வகைகளை நூற்கவோ நெய்யவோ அதைப் பயன்படுத்தலாம். கூட்டு ஒப்பந்தம் சாத்தியப்படுத்துவது போன்ற பழக்கங்களைத் தொழிலாளர்களிடையே ஏற்படுத்துவதைவிட தொழிலில் முக்கியமானது வேறொன்றுமில்லை. அதை முறையாகப் பயன்படுத்தினால், வெறும் எந்திரத்தைக் கையாள்பவர்கள் என்ற அவர்கள் நிலையை அது முடிவுக்குக் கொண்டுவருகிறது. ஒரு நடைமுறையின் சேவகர்களாக இருப்பவர்களை அது ஒரு செயல்முறையை ஆக்குபவர்களாக மாற்றுகிறது. அவர்களுடைய சிந்திக்கும், திட்டமிடும் இயலுமை மீதான நம்பிக்கையின்மீது அமைகிறது அது. தங்களால் புரிந்துகொள்ளவோ கட்டுப்படுத்தவோ முடியாத விசைகளின் குருட்டுக் கருவிகள் அவர்கள் என்றிருப்பதைவிட அதிகமாக அவர்களை மதிக்கிறது.

தொழில் அமைப்பின் நோக்கமாக நான் முன்னர் சுட்டிக்காட்டியதை இப்படிப்பட்ட நிறுவனங்களின் ஒழுங்கமைவு பூர்த்திசெய்கிறது என்று நான் நினைக்கிறேன். அதிகாரத்தை மட்டுமன்றிச் செல்வத்தையும் தேடுகின்ற தொழில்துறைப் பெரியமனிதருக்கு இடத்தையும் சேமிப்பையும் அது அளிக்கிறது. தனிமனிதத் தொழிலாளருக்குத் தான் பகுதியாக இருக்கின்ற செயல்முறையை நடைமுறைப்படுத்துவதில் தனது அனுபவத்தை பயன்படச் செய்வதற்கு அது முழு வாய்ப்பளிக்கிறது. இப்போது அவர் சந்தையின் தேவைக்கேற்றவாறு பயன்படுத்தப்படும் அல்லது தூக்கி எறியப்படும் ஒரு சரக்கு அல்ல. அவருடைய பணி, அதன் கட்டாயமான ஏற்பினாலும், தனது தொழிலை நிர்வகிப்பதில் அவருக்கு அளிக்கப்பட்டுள்ள இடத்தினாலும் பாதுகாப்படைகிறது; அந்த நிர்வாகம் ஒப்படைக்கப்பட்டுள்ள அமைப்பில் ஓரிடத்தை அவர்

எதிர்பார்க்கவும் முடியும். நாம் திறமையினால் கிடைக்கும் இலாபத்தை ஒதுக்கவில்லை, ஆனால் அதைத் தரங்களை அடைவது மூலமாகக் கட்டுமாறு நிர்ப்பந்திக்கிறோம். மேலும் மூலதனம் முன்புபோலத் தொழிலின் வெறும் பூர்விகச் சொத்தாக இருக்கும் நிலையைத் தடுக்கிறோம். இப்போதுபோல நுகர்வோரை நாம் ஆதிக்கமிக்க சேர்க்கைகளின் கருணைக்கு விடுவதில்லை. தனது சார்பாளர்கள் வாயிலாக நடைபெறும் தொழில் நிர்வாகத்தில் தனக்குள்ள பங்கின் வாயிலாகவும், விலைகளை நிர்ணயிக்கும் உற்பத்தி அமைச்சகத்தின் அதிகாரத்தினாலும் அவர் பாதுகாக்கப்படுகிறார். இப்படிப்பட்ட திட்டத்தில், ஒரு முதலாளி, தனது சொந்த வழியில் நடத்த இயலாது என்பதை மறுக்கமுடியாது. அவர் முறையான வீதத்தில் ஊதியங்களை வழங்குவார். தனது தொழிலகத்தின் நிலைமைகளில் அவர் கண்டிப்பான கட்டுப்பாட்டுக்கு உட்பட வேண்டும். அவரது இலாபங்கள் நியாயமான வீதத்தில் வழங்கப்படும்; அதற்குமேல் செல்லும்போது அதில் உரிய பங்கினைத் தொழிலாளர்களுக்கும் பொதுமக்களுக்கும் வழங்க வேண்டும். இப்போதுள்ளதுபோல, அவர் தன்னைச் சுற்றித் தான் தனது பணிக்கு மிகத் தேவையெனக் கருதுகின்ற இரகசியத்திற்கான அற்புதமான தடைச்சுவரை எழுப்பிக் கொள்ள இயலாது. தனிப்பட்ட செல்வாக்கினை அவர் மிகுதியாகச் சார்ந்திருக்கத் தேவையில்லை. தனது நிறுவனத்தின் திறனையும் தனது வணிகத்தொழிலின் தரத்தையும் நம்பினால் போதும். அவரது முயற்சியில் பொதுமக்கள் நலத்தினைச் செயல்படுத்தும் கடமையை ஆற்றுகின்ற நபர்களால் அவரது பணியின் கோட்டுருக்கள் நுண்ணாய்வு செய்யப்படும். தனது சொந்த தடையற்ற விருப்பம் செயல்படுகின்ற பகுதி கண்டிப்பாகக் குறுக்கப்படுகிறது, திட்டமாக வரையறுக்கப்படுகிறது.

ஆனால் அதற்குப் பதிலாக முக்கியமான ஈடுசெய் ஊதியங்கள் அவருக்கு உள்ளன என்பதைக் குறிப்பிடலாம். அவரது வணிகத்தொழில் ஒழுக்கக் கொள்கையின் சேவகனாகச் செயல்பட வைக்கப்படுகிறது; அதனால் அவரது சேவையில் வேறுவிதத்தில் கொள்ளமுடியாத உள்ளுணர்வுகளையும் உணர்ச்சிகளையும் ஈடுபடுத்திக் கொள்கிறார். முன்பு பயத்தைச் சார்ந்திருந்த இடத்தில் இப்போது ஒத்துழைப்பைச் சார முடிகிறது. அவரது தொழிலாளர்நிலை தளர்ந்தும் திறமையின்றியும் இருந்தது மாறி, தனது முயற்சிக்காகவும் திறமைக்காகவும் ஊக்கஊதியங்கள் அளிக்கப்படும் நிலை ஏற்படுகிறது, இதை வேறெந்தவழியிலும் அடையமுடியாது. உழைப்பாளர்களால் எவ்விதமான புத்தாக்கத் திறமைகள், ஆற்றல்கள் கிடைக்குமோ அவற்றையெல்லாம் அவர் விரும்பினால் பெறமுடியும். தனது எதிரிகளால் அவர் தோல்வியுற்றால், அந்த எதிரிகளின் வெற்றி போட்டியினால் அல்ல, அல்லது கீழறுப்பதனால் அல்ல, மாறாகத்

தன்னைவிட அவர்கள் முயற்சியின் உயர்ந்த தரத்தினால்தான் என்ற உறுதிப்பாடு இருக்கிறது. மன்றத்தின் ஆய்வுத் துறையில் அவருக்கென ஓர் அமைப்பு இருக்கிறது. அது அவரது தொழிலின் மெய்ம்மைகள் எல்லாவற்றையும் அவருக்கு அளிக்கும். அவரது செலவினங்கள் தேவையின்றி அதிகமாக இருந்தால், அவற்றைப் பற்றிய புலனாய்வினை அவர் மேற்கொள்ளமுடியும்; அவருடைய சரக்குகளுக்கு அயல்நாட்டில் முன்பிருந்த சந்தை இப்போது இல்லை என்றால், தனது போட்டியாளர்களின் பொருள்களின் எந்த அம்சம் கவர்ச்சியைத் தருகிறது என்பதை அவர் கற்றுக் கொள்ளலாம். அவருடைய தொழிலகத்தில் வேலைநிறுத்தமே இருக்காது என்று நான் உறுதியளிக்க இயலாது; முழுமையற்ற ஓர் உலகத்தில் வேலைநிறுத்தமற்ற தொழில் இருக்காது என்று நான் கருதுகிறேன். ஆனால் இப்போதிருக்கும் அமைப்பைவிட அவர் தொழிலின் குழப்பத்தை மிகவும் குறைவாகவே சந்திக்க வேண்டியிருக்கும். இன்று தன்மீது எழுகின்ற சந்தேகங்களை, இரகசிய ஒதுக்கீடுகளை நம்புவது, முறையின்றி அதிக இலாபம் சம்பாதிக்கிறார் என்ற குற்றச்சாட்டு, தன் கட்டுப்பாட்டில் இல்லாத ஒரு பரந்த சந்தையில் நம்பிக்கை வைப்பது-போன்றவற்றை எதிர்கொள்வது போல அப்போது செய்யத் தேவையிருக்காது. ஊதிய உயர்வு பற்றிய கோரிக்கைகள் அவரிடம் எழுந்தால், அவற்றுக்குப் பின்னர் உள்ள திட்டவட்டமான புள்ளிவிவர அளவுகளால் அவற்றின் நியாயம் தீர்மானிக்கப்படும். அவருக்குக் கூடுதல் உழைப்புநேரம் தொழிலாளர்களிடமிருந்து தேவைப்பட்டால், அதற்கும் உற்பத்திக்கும், அதனால் அதற்கும் இலாபத்துக்கும் உள்ள தொடர்பினைத் துல்லியமாகக் கணக்கிட்டு அவரால் காட்டமுடியும். நீதிபதி திரு. பிராண்டீஸினுடைய தொடரில் கூறினால், தொழில்துறை, ஒரு வாழ்க்கைத்தொழிலாக மாறும்; அதன் விதிப்படியே, பொதுமக்களுடன் அதற்குள்ள தொடர்பு சேவையாக மாறிவிடும். இன்றுள்ளதுபோல எஜமானருக்கும் தொழிலாளருக்குமான பொருளாதார வேறுபாடு மிகுதியாக அப்போது இருக்காது; எங்கு இருக்கிறதோ, அங்கு பகுத்தாரயக்கூடிய, அறிவார்த்தமான காரணங்களுக்கு அதைக் கொண்டுசெல்ல முடியும்.

இந்தப் புதிய கூட்டுச்சேர்க்கையின் மற்றொரு கூறினை இங்கு எடுத்துக்காட்ட வேண்டும். மெய்யாகவே, இது ஒரு வெளிப்படையான கூட்டு முறை அமைப்பு. தொழிலின் நோக்கத்தை அடையக்கூடிய வழிமுறைகளின் ஒட்டுமொத்தமான திட்டமிடலை இது முயற்சிக்கிறது. கண்டிப்பாக இப்போதிருப்பதைவிட அதிகமான சமத்துவத்தை உட்கொண்ட ஓர் ஆட்சியில், இழப்புநிலைக்கான பலன்கள் மிகக் குறைந்த அளவில் இருக்கின்றபோது புதிய முதலீட்டுக்குப் போதிய பாதுகாப்புச் செய்யப்படும் என்பது முடியக்கூடுமா? இங்கு நாம்

தீர்க்கதரிசனத்தின் எல்லைக்குள் வந்து விடுகிறோம். பொருளாதார எதிர்காலம் பற்றிய களத்தில் சூதாடுதல் என்பது, ஏற்கமுடியுமானால், அதுவொரு துணிகரச்செயல் ஆகும். ஆனால் முக்கியமான உய்த்தறிதல்களை அடையக்கூடிய சமகால மெய்ம்மைகளைச் சுட்டிக்காட்டுவது அனுமதிக்கப்படக் கூடியது. போர்க்காலத்தில் உற்பத்தி, முதலில் நமக்கு இரு முக்கியப் பாடங்களை போதித்துள்ளது. முதலில், கிடைக்கக்கூடிய உற்பத்திக் காரணிகளை முழுமையாகவும் அறிவியல்ரீதியாகவும் பயன்படுத்துவது உற்பத்தியில் மிக அதிக உயர்வான அளவை எட்டமுடியும் என்று காட்டியது. அந்த அதிகரிப்பின் மையக்காரணம், வெற்றிக்கான உலகளாவிய மனப்பூர்வமான விருப்பம் தொழில்துறையில் புகுத்திய புதிய ஊக்கச்செயல்களால் உருவானது ஆகும். இரண்டாவது, வருமானத்தின் பகிர்வில் ஏற்பட்ட மாற்றத்தின் விளைவாக இந்த உற்பத்தியின் மிகையளவைத் தொடர்ந்து சரக்குகளின் தேவை மிக அதிகமாக ஏற்பட்டது என்பதையும் அது காட்டியது. இந்த அனுபவத்திலிருந்து இரண்டு உய்த்தறி முடிவுகளைப் பெறலாம் என்று கருதுகிறேன். தொழில் அமைப்பைப் போர்க்கால ஊக்க அடிப்படையில் பணியாற்றுமாறு செய்தால், அதாவது, அந்த அமைப்பு தொடர்ச்சியான மூலதனத்தையும் உழைப்பையும் அளிக்க முடிந்தால், இரண்டாவதாக, ஒரு பரந்த களத்திலிருந்து தேவையான சேமிப்பைப் பெற முடிந்தால், அல்லது இப்போது போல அவ்விதம் இயலாவிட்டால், சிறிய எண்ணிக்கையிலான பணக்காரர்களின் எந்திரத்தனமான சேகரிப்பிலிருந்து பெருமளவு பெறமுடிந்தால், இம்மாதிரித் தானாகச் சேகரித்த ஒதுக்கீடுகளிலிருந்து புதிய மூலதனத்தை பொதுமக்களின் சொந்தமான தொழில்களுக்கு அளிக்கமுடியும், அவற்றில் பெறும் வருமானத்தினால் தொழிலாளர் அமைப்புக்கு ஒரு வசதியான ஊதியத்தை அளித்து இன்றிருக்கும் நிலைமைகளில் சாத்தியமற்ற ஒரு சேமிப்புப் பழக்கத்தை உருவாக்க முடியும். *(See on all this the excellent remarks of Mr. J. A. Hobson, Incentives in the New Industrial Order, pp. 50f).* வாழ்க்கைச் சுமைக்கே போதிய அளவு வருமானமில்லாதபோது, அதுவும் மிக அபூர்வமாகவே பாதுகாப்பாக இருக்கும் நிலையில், மனிதர்களால் சேமிக்க முடியாது. ஆனால் ஒருமுறை ஒரு சுமாரான வசதியுடன் கூடிய வாழ்க்கைத் தரத்திற்குக் காலமுறைப்படி ஒழுங்கான குறைந்தபட்ச ஊதியத்தை நிறுவி விட்டால், உடனடி நுகர்வினை மிகக் கவர்ச்சியாக்காத அளவுக்கு சேமிப்புக்கான செலவு மிக அதிகமாக இருக்காது. பாதுகாப்பான முதலீட்டுக்கான பரப்பு அதிகரிக்கப்பட்டால், சேமிப்பதற்கான ஊக்கமும் அதிகமாக இருக்கும். அதிகமான நுகர்வு நிலை, பொது வசதிக்கான பொருள்களின் தேவை அதிகரிப்பதைக் காட்டும்; இந்த நிறுவனம் தானாகவே, திரு. ஹாப்சன் கூறியவாறு "ஆடம்பரப் பொருள்களுக்குப் பணக்காரர்கள் இடையே ஓர் ஒழுங்கற்ற,

நம்பவியலான, போதுமானதற்ற தேவை" என்பதை இடப் பெயர்ச்சி செய்து தொடர்ச்சியை உறுதிசெய்யும் வழிகளில் செயல்படும். நான் பின்னால் காட்டப்போகுமாறு, சமூகக் காப்பீட்டின் வளர்ச்சி இந்தவகையில் சாத்தியங்களை அளிக்கும். இன்றைய முறைகள் அம்மாதிரிச் சாத்தியங்களிலிருந்து ஆதாயம் பெறக்கூடியவை அல்ல.

கடைசியாக ஒரு குறிப்பைச் சொல்லலாம். இப்படிப்பட்டத் திட்டங்களை இறுதியாக ஏற்றுக்கொள்ள முடியாத இருவகையான சிந்திப்போர் குழுக்கள் உள்ளன என்பதை நாம் மறுக்கவியலாது. ஒருபுறம், சமூகத்தைத் திட்டவட்டமான பொதுவுடைமை அடிப்படையில் கருதுவோர்க்கு இவை மந்தமாகவும் பழமைத்தனமாகவும் தோன்றும். அவர்களுக்குத் தவிர்க்கவியலாத பேரழிவின் தர்க்கம் புரிவதில்லை. இன்றைய கட்டத்தில் முதலாளித்துவ அமைப்பின் விரைந்த அல்லது முழு மறைவினை அவர்களால் எதிர்நோக்க முடியவில்லை; மாறாக, பழையதன் ஓட்டுக்குள் புதிய சமூகம் ஒன்று வளர்ச்சியுறுவதைக் காண்கிறார்கள். இன்று சமூக அமைப்பின் வேரில் ஊன்றியிருக்கும் வர்க்கப்போரின் மறைவைக்கூட அவர்களால் கற்பனையில் காண தைரியம் கொள்ளமுடியும். ஏனெனில் தொழில் தொடர்புகளுக்குக் கட்சிகளாயிருப்பவர்களின் ஆர்வங்களைக் கூட ஒருங்கிசைப்பது சாத்தியம் என்று அவர்கள் நினைக்கிறார்கள். இப்படிப்பட்ட விமரிசனத்திற்கு விடை இறுதியான ஒன்று என நம்புகிறேன். புரட்சிகள் தாங்கள் இலக்காகக் கொண்டவற்றை நேரடியான இறுதியாக அடைவதில்லை; அவர்கள் பயன்படுத்தத் தூண்டப்படும் ஆயுதங்கள் தங்கள் இயல்பினால் அவர்கள் பார்வையில் கொண்டுள்ள வாய்ப்புகளை அழித்து விடுகின்றன. ஓர் ஆங்கிலச் சமூகப் புரட்சியை, உதாரணமாக, அது வெற்றிகரமானதாக இருந்தாலும், மிகச்சிலர் மட்டுமே அளிக்க ஆயத்தமாக இருக்கின்ற செலவினால்தான் சாதிக்கமுடியும்; அந்தச் செலவினம், உதாரணமாக, அந்தப் புரட்சி இலக்காகக் கொண்ட இலட்சியங்களின் பூர்த்தியைத் தடுத்துவிடும். மேலும் ஓர் ஆங்கிலச் சமூகப் புரட்சி, வெற்றியைப் பெறுவதாயின், ஒரு பொதுவான ஐரோப்பியப் புரட்சிகர இயக்கத்தின் கட்டமாகவே இருக்கவேண்டும் என்பது சாத்தியம்; ஏனெனில் ஒரு பொதுவுடைமை அரசு, முதலாளித்துவ அரசுகளின் மத்தியில் தனது இலட்சியக் கோட்டுருவின் இறுக்கத்தைக் காப்பாற்ற முடியாது என்பதை ரஷ்யாவின் அனுபவம் வெளிப்படையாக்குகிறது. வேறுசொற்களில், ஒரு வெற்றிகரமான புரட்சியின் நிபந்தனைகள், பூர்த்திசெய்யப்படவே இயலாதவை என்ற முறையில், இந்தத் துணிகரச்செயலின் பூர்த்தியை வெற்றியின் வாய்ப்புகள் மிக எளிதாக இருக்கும்போது நியாயப்படுத்த முடியும், இரண்டாவது, இதைக் கடைசிபட்சமான ஆயுதமாகப் பயன்படுத்தலாம். இன்றைய சூழல்களில் ஒரு பொருளாதாரப்

புரட்சியின் தோல்வி என்பது, முந்தைய காலத்தைவிட அதிகமான அழிவுண்டாக்கக் கூடிய தண்டனைகளைப் பெறக்கூடியதாக உள்ளது. *(On the problem of revolution in general, see L. Trotsky, The Defence of Terrorism; B. Russell, Practice and Theory of Bolshevism, Part II, chaps. ii, vi, vii; and my Karl Marx, an Essay, pp. 38-44).*

ஆனால் இன்று நமக்கு முன்னாலுள்ள பிரச்சினைகளுக்குத் தலையிடாக் கொள்கைதான் முக்கியமான தீர்வு என்ற எளிமையான நம்பிக்கையைவிட மேற்கண்ட பொதுவுடைமைத் துயர்நோக்கு பாதியளவு கூட அழிவு உண்டாக்கக் கூடியது என்று நான் நம்பவில்லை. உலக முழுவதுமுள்ள தொழில்களின் வரலாறு என்பதே, மிக மிக உணர்ச்சிப்பூர்வமான காரணங்களால், ஒவ்வொரு நிலையிலும், தலையிடாக் கொள்கையை விரும்பியவாறு கைவிட்டதைக் காட்டுவதாகவே உள்ளது. பெரும்பான்மையான மக்களுக்கு ஒரு விரும்பத்தக்க வாழ்க்கையை அமைத்துத் தரவேண்டும் என்ற எண்ணம் இருந்தால், ஒரு மனிதன் வேலை செய்யக்கூடிய உழைப்பு நேரம், அவன் பெறக்கூடிய ஊதிய வீதம், அவன் உருவாக்கக்கூடிய சரக்குகளில் பயன்படுத்தக்கூடிய மூலப் பொருள்கள், அவன் உழைக்கவேண்டிய தொழிலகம் அல்லது சுரங்கத்தில் உள்ள துப்புரவு, பாதுகாப்பு நிலைமைகள் ஆகியவற்றை மேலும் மேலும் கட்டுப்படுத்தியே தீரவேண்டும் என்ற நிலை உள்ளது. இவை இன்மைக்கு அர்த்தம் என்ன என்பதை எண்ணற்ற புலனாய்வுகள் காட்டியுள்ளன. 1840களில் இங்கிலாந்தின் நிலை பற்றி எங்கெல்ஸ் வரைந்து காட்டிய சித்திரங்கள், சார்லஸ் பூத் செய்த விக்டோரியாக் கால லண்டனின் நீதிபரிபாலன மேலாய்வு, இருபதாம் நூற்றாண்டின் தொடக்க ஆண்டுகளில் யார்க் நகரம் பற்றிய ரௌன்ட்ரீயின் விவரிப்பு, இவை எல்லாவற்றுக்கும் மேலாக அதன் உச்சத்தில் இரக்கமற்ற முதலாளித்துவத்தின் தன்மை பற்றிக் கார்ல் மார்க்ஸின் துல்லியமான பகுப்பாய்வு போன்றவை *(Engels, Condition of the Working Classes in England in 1844; Charles Booth, London; B. S. Rowntree, Poverty; Karl Marx, Capital, vol. i, especially chaps. x, xv, xxv.)* தலையிடாக் கொள்கை தனது தவிர்க்கவியலாத விளைவாக அரசு தொழில்கள் மீது குறைந்தபட்ச நலத்தின் தரங்களைப் புகுத்த முயன்றதற்குக் காரணம் என்பதற்கான விளக்கங்கள். இன்றும் சர் ராபர்ட் ஹார்ன் போல *(London Times, September 8, 1924)* "தொழில்துறையில் அரசின் குறுக்கீடு ஒருபோதும் ஆதாயமாக இருந்ததில்லை" என்று முழங்கக்கூடியவர்கள், ஒன்று, தொழில்துறை வரலாற்றினை முற்றிலும் அறியாதவர்களாக இருப்பார்கள், அல்லது இன்றைய அமைப்பைச் சற்றும் மனக்கலக்கமின்றிக் காப்பாற்றுவதை எதிர்கொள்ளத் தயாரானவர்களாக இருப்பார்கள்.

தலையிடாக் கொள்கை நல்லது என்ற பார்வைக்கு எவ்வித நியாயமான அடிப்படைகளையும் காட்டமுடியாது. உலகத்தினுடைய உழைப்பாளர் வர்க்கங்கள் முதலாளித்துவத்தில் இனிமேலும் எந்த நம்பிக்கையும் கொண்டவர்களாக இல்லை. அவர்கள் தவிர்க்கக்கூடிய எந்த சேவையையும் அதற்கு அவர்கள் தருவதில்லை. முதலாளித்துவம், தனது இருப்பின் சட்டமாகத் தொழில்துறை ஒழுங்குக்குலைவை உள்ளடக்கியுள்ளது. எந்த ஒழுக்க விதியை வைத்தும் நோக்கமுடியாத சொத்து விநியோகத்தை அது அடிப்படையாகக் கொண்டுள்ளது. அதற்கு வீணாக்கல், ஊழல், திறனின்மை என்பது அர்த்தம். வரலாற்று ரீதியாக அரசியல் அதிகாரம் இன்று அது அளிக்கக்கூடிய ஆதாயங்களைப் பகிர்ந்து கொள்ளாதவர்களிடமே அளிக்கப்பட்டுள்ளது என்ற விஷயத்தைப் புரிந்து கொள்ளும் இடர்ப்பாட்டை அது தவிர்க்க முடியாது; பொருளாதார அதிகாரத்தைக் கட்டுப்படுத்துகின்ற முயற்சி செய்யாமல் மனிதர்கள் அரசியல் அதிகாரத்துக்கு வருவதற்கான சான்று இங்கில்லை என்றே நான் நினைக்கிறேன். அவர்கள் எதிர்க்கப்படும் வாய்ப்பு இருக்கிறது. ஆனால் பெரிய அளவில் அப்படிப்பட்ட எதிர்ப்பின் விளைவு தவிர்க்கவியலாமல் புரட்சியாகவே இருக்கும்; பிறகு பொதுவுடைமைப் பகுப்பாய்வில் முன்னறிவிக்கப்பட்ட சூழல் கண்டிப்பாக விரைவில் நிகழும். அந்தப் புரட்சி வெற்றிபெறும் என்று நான் கூறவில்லை. ஆனால் அதன் தோல்விகூட ஒருபுறம் முதலாளித்துவத்தின் வளத்தை அழித்துவிடும், மறுபுறம் நாகரிகத்தின் எதிர்காலத்தை நிச்சயமாகப் பாழாக்கக்கூடிய கொரில்லாப் போர்முறைக் காலத்தை நுழைத்துவிடக் கூடிய முதலாளியின் இரும்புச் சர்வாதிகாரத்தின் வருகையை அது கொண்டிருக்கும் என்பதை நான் வலியுறுத்த விரும்புகிறேன். அப்படிப்பட்ட ஈரடிநிலை வந்துவிடக்கூடாது என்பதற்காகவே இங்கு முன்வைக்கப்பட்ட பார்வை வலியுறுத்தப்படுகிறது. மனித விஷயங்களின் உயிரானதொரு பகுதியில் பகுத்தறிவு வெற்றி பெறுவதை இயலச் செய்வதற்கான ஒரு முயற்சி இது. தெளிவாகவே, சமூகத்தின் பொருளாதார ஆட்சியாளர்களிடம் இதுவரை செய்வதற்காகக் கேட்கப்பட்ட தியாகங்களை எல்லாம் விடப் பெரியதொரு தியாகத்தை எதிர்பார்க்கிறது. அப்படிப்பட்டத் தியாகத்தை அவர்கள் செய்ய மறுத்தால் நினைக்கமுடியாத ஒரு பேரழிவை ஏற்படுத்தும் என்றும் ஒப்புக் கொள்கிறது. முன்னோக்கியோ, பின்னோக்கியோ நிறுவன மாற்றம் விரைவாக இருந்தாக வேண்டிய ஒரு கட்டத்தை நாம் அடைந்துவிட்டோம். ஒன்று, ஒருசீர்மைத்தான நாகரிகத்தின் இறுதியைக் குறிக்கிறது; மற்றது, குறைந்தபட்சம் நீதியின்மேல் கட்டப்பட்ட ஒழுங்குமிக்க ஒரு சமூகத்தின் இருப்பைக் காட்டுகிறது. அதனால்தான் மாற்றத்தை நோக்கிய இழுப்பை எதிர்க்கின்றவர்கள் பர்க் குறிப்பிடும் பின்வரும் மனிதர்களைப்

போலவே இருக்கிறார்கள் "அந்த பலமான நீரோட்டத்தை எதிர்க்கும்போது, வெறும் மனிதர்களுடைய செயல்களுக்குப் பதிலாக அந்தக் கடவுளுடைய கட்டளைகளையே எதிர்ப்பவர்களாகத் தோன்றுவார்கள்."

VI. தொழில்வகையின் சீரமைப்பு

புதிய அரசில் தொழில்வகை அமைப்புகளுக்கு முதன்மையான முக்கியத்துவம் இருக்குமென்று இங்கே நான் வாதிட்டிருக்கிறேன். தொழில்வகை அமைப்புகளுடைய பண்பு என்ன? பகுப்புக் கோடுகளை எங்கே வரைவது? அவற்றின் நோக்கங்கள் என்னவாக இருக்கும்? அவற்றின் அதிகாரங்களின் இயற்கை எவ்வாறிருக்கும்? நவீன அரசின் தொழிற்சங்கங்கள் ஆக்கிரமித்திருக்கும் இடத்தைப் போன்று அவை பெறப்போகும் இடங்கள் இருக்காது என்பதை முதலிலேயே சொல்லிவிடலாம். ஏனெனில் இன்றைய சங்கங்களின் நோக்கம், எல்லாவற்றுக்கும் மேலாகச் சண்டையிடும் நோக்கம்தான். இது வர்க்க உணர்வின் அடிப்படையில் கட்டப்பட்டிருக்கிறது. தொழில்வகைகளைப் பிரித்து உடைத்து, எங்குச் சாத்தியமோ அங்கே மிக அதிகமான விரிந்த முனையில் போரிடுவதை இது கொண்டுள்ளது. அதனால்தான் இன்றைய சூழ்நிலையில், தொழில்துறைச்சங்க வாதம், கைவினைஞர்ச் சங்க வாதத்தைவிட உயர்வானது, ஒன்றிழைதல், கூட்டமைப்பை விடச் சிறந்தது. அதனால்தான், திரு. மற்றும் திருமதி. வெப், (Constitution for a Socialist Commonwealth) சுட்டிக்காட்டியிருக்கிறார்கள்: "முதலாளித்துவத்தோடு ஏற்படும் போரில் விரும்பத்தக்கது, தொழிற்களத்தில் அல்லது அரசியல் களத்தில் எதில் ஆயினும், 'ஒரு பெருஞ்சங்கம்' ஆகும். உடலுழைப்பில் ஈடுபட்ட தொழிலாளரும், அவர்களுடன் இணைந்த மூளைப் பணியாளர்களும் ஒரு விருப்பம், ஒரு நோக்கம் கொண்டவர்களைப் போல அதில் இணையவும் இயக்கவும் படுவார்கள். அந்தப் படை எவ்வளவு ஒருசீர்த் தன்மையுடையதாகவும், உயர் கட்டுப்பாடு உடையதாகவும் இருக்கிறதோ அந்த அளவுக்கு வேகமாகவும் முழுமையாகவும் வெற்றி கிடைக்கும்."

நான் வேறொரு நிலை பற்றிய அக்கறையில் இருப்பவன். நாம் சந்திக்க வேண்டிய சமூகம், ஏற்கெனவே சமத்துவம் என்ற சிந்தனை ஏற்கெனவே புகுந்துவிட்ட ஒன்று. இந்த யூகத்தில்தான் நாம் வர்க்கப் போராட்டத்திலிருந்து சுதந்திரமான பொதுநல அமைப்பை நோக்கி நகர்ந்துள்ளோம், அதில் நமது தொழில்வகை அமைப்பைக்

கட்டவேண்டும். இப்படிப்பட்ட சமூகத்தில் தொழில்வகை என்பது என்ன? ஒரு குறித்த பயிற்சியினால் உண்டான சிறப்புத் திறனைப் பெற்றிருப்பதால் பிறரிடமிருந்து பிரிக்கப்படுகின்ற மனிதர்களின் நிரந்தரமான, நீடித்த சங்கம் என்று அதை வரையறைப்படுத்தலாம் என நினைக்கிறேன். இப்படிப்பட்ட நபர்களின் அமைப்பு இருக்கும்போது, அவர்கள் தாங்களே சுயமாக நிர்ணயித்துக் கொள்ளும் நிலைமைகளின்கீழ் தங்கள் தொழிலைச் செய்வதைத்தான் தங்களால் இயன்றவரை வலியுறுத்துவார்கள். பிற மறைபொருள்களிலிருந்து வந்த மறைபொருளான அந்நியன் என்று நுட்பமாகக் கூறிய ஒன்றின் உறுப்பினர்களாகத் தங்களை உணர்வார்கள். எப்படித் தாங்கள் வேலைசெய்கிறோம், தங்கள் செயல்களின் தரங்கள் என்ன, தங்கள் வாழ்க்கைப்பணியின் ஒழுக்கஅடிப்படை என்ன, தங்கள் தரங்களுக்குள் சேர்த்துக் கொள்வது எப்படி என்பவற்றையெல்லாம் அவர்களே நிலைநிறுத்திக்கொள்ள விரும்புவார்கள். நவீன தேசிய அரசைப் போல, அவர்கள் தங்களுக்கே சொந்தமான தனித்த மரபுகளின் அமைப்பை உடையவர்கள். அந்த மரபுகளைப் பகிர்ந்துகொள்ளாதவர்கள் ஆளும்போது ஒரு கூட்டமைப்பு ஆளுமை தான் அமைதி குலைக்கப்பட்டதைப் போல உணர்வதுபோல உணர்வார்கள். ஒரு தொழில்வகையின் சிறப்புப் பண்பு என்னவெனில், ஒரு குறித்த பணிக்குள் ஒப்பளவில் நோக்கினால், மிகுந்த நிபுணத்துவத்தோடு செயல்படும், அந்தக் குறிப்பிட்ட பணி எல்லைக்கு அப்பால் ஒரு கூட்டுநோக்கு என்பது அதற்குக் கிடையாது. பிற தொழில்வகைகளிலிருந்து தன் வேறுபாடுகளைக் காத்துக் கொள்ள முயற்சி செய்யுமே அன்றி அவற்றுடனான ஒற்றுமையை அல்ல. ஒரு மருத்துவரின் தொழில்வகைக்கும் வழக்கறிஞரின் தொழில்வகைக்கும் பொது ஆர்வங்கள் கிடையாது; பொறியியலாளரின் தொழில்வகைக்குத் தட்டச்சரின் தொழில்வகையுடன் எந்தத் தொடர்பும் இல்லை. ஒரு தொழில்வகையின் உறுப்பினர்களை ஒன்றாகப் பிணைக்கும் பிணைப்பு, அவர்களுக்குப் பொதுவானதொரு பார்வையைத் தருகின்ற விஷயம், ஆக்குபவர்களாக அவர்களின் பொதுவான வேலை அல்ல, ஒரு வரையறுத்த, சுமாரான திட்டமான சேவையை அளிப்பவர்கள் என்ற சிறப்புப் பணிதான்.

ஆகவே நாம் கவனிக்கப் போகின்ற அப்படிப்பட்டத் தொழில்வகை அமைப்பின் வகையைப் பின்பற்றுவது, ஒரு குறித்த தொழிலின் பொதுவான பரந்த வீச்சின்மீது அல்ல, அந்தத் தொழிலுக்குள் பணிகளின் வகைகள்மீதுதான் என்று தோன்றுகிறது. உதாரணமாக, ஒரு தேசியமயமாக்கப்பட்ட இரயில்வே சேவையில், ஒரு குறிப்பிட்ட ஒற்றை இரயில்வகைத் தொழிலாளர்களின் சங்கத்தைப் பற்றியல்ல, பலவகையான தொழில் அமைப்புகளின், எஞ்சின்

ஓட்டுநர்களின், ஃபயர்மேன்களின், தண்டவாளத்தை இடுவோர்களின், சுமைதூக்குவோரின் இணைந்த அமைப்புப் பற்றித்தான் கவலைப்படும். அவர்கள் பொதுவான ஆர்வங்களின் தற்காப்புக்காக ஒன்றுசேர்ந்தாலும், தங்கள் பணிகளின் உள்ளார்ந்த வெவ்வேறு நோக்கங்களை அறிந்துகொண்டுதான் சேர்கிறார்கள். ஆக்ஸ்ஃபோர்டிலுள்ள தேர்வுப் பள்ளிகளின் சுமைதூக்கியும் பல்கலைக்கழக அலுவலர்களின் ஒரு தேவையான பகுதிதான். ஆனால் பல்கலைக்கழக ஆசிரியர்களின் நலன்களுடன் சம்பந்தப்பட்ட ஓர் அமைப்பில் அவருக்கு ஒரு முறையான இடத்தைத் தரமுடியாது. ஒரு மருத்துவமனை அதன் மருத்துவர்கள் இன்றி இயங்கமுடியாது, ஆனால் செவிலியர்களின் நலன்களைப் பாதுகாப்பதற்கான அமைப்பில் அவர்களுக்கு இடமில்லை. பொதுவான நலன்களுக்காகப் பொதுவான அமைப்பு தேவை என்பதில் எனக்குச் சந்தேகமில்லை. ஆனால் தொழில்வகை சுயநிர்வாகத்தின் சாராம்சம் சமன்பாடுகளைவிட வேறுபாடுகளின்மீது தரப்படும் அழுத்தத்தில்தான் உள்ளது என்று எனக்குத் தோன்றுகிறது. இப்படிப்பட்டத் தனியான பாதுகாப்புத் தேவைப்படும் அளவுக்கு ஓர் அமைப்பிலிருந்து ஒரு தொழில்வகை வேறுபட்டால், அல்லது மறுதலையாக, இரண்டு தொழில்வகைகள் மிக உண்மையாகக் கலந்து ஒற்றைப் பணியைச் செய்யும்போது அது முன்னரே காரணகாரியமுறைப்படி அமைந்தது என்று கூறவியலாது. கணக்காளர்கள், செயலர்கள் எனப் புதிய அமைப்புகள் தோன்றுகின்றன. இவற்றுக்கு அரை நூற்றாண்டுக்கு முன்பு சொந்தமாக அறிந்தேற்கக்கூடிய தொழில்நுணுக்கம் எதுவும் இல்லை; பழைய பிரிவினைகள், உதாரணமாக பரிந்துகேட்பவர் (சொலிசிட்டர்) பெருவழக்கறிஞர் (பாரிஸ்டர்) இடையே, அல்லது பொதுமருத்துவர், அறுவை மருத்துவர் இடையே காணப்படுவன போன்றவை மாறும் நிலைமைகளின்கீழ் உடைகின்றன.

மிக நிச்சயமானது என்னவெனில், பிரிவினைகள் ஏற்படுத்துவதை அந்த அமைப்பிடமே விடக்கூடாது என்பதுதான் என நினைக்கிறேன். முடிவுகளில் பெருமளவு அது பங்கேற்க வேண்டும்; ஆனால் சுய பாதுகாப்பில் அதற்குள்ள ஆர்வம் மிக அதிகமாக இருப்பதால் அதனால் முழுமையான சுயநிர்ணயத்தை ஒருபோதும் தனியுரிமையாகப் பெறமுடியாது. அதேபோல் தொழில்வகைக்குள் நுழைகின்ற நிபந்தனைகளை அது தனியாக நிச்சயிக்கவும் கூடாது. மருத்துவர்களும் வழக்கறிஞர்களும் எவ்விதம் பெண்களைத் தங்கள் தொழிலுக்குள் அனுமதிக்கக்கூடாது என்று எதிர்த்ததைக் கருதும் எவருக்கும் ஒரு புறக் கட்டுப்பாட்டின் இறுதி நோக்கினைத் தக்க வைத்துக்கொள்வது ஏன் அவசியம் என்று புரியும். மேலும், இங்கிலாந்தின் சொலிசிட்டர் பதவிக்கு நுழையக்கூடிய நிபந்தனைகளை ஆராய்ந்தால், அந்த

விதிமுறைகள், அந்தப் பதவிக்குக் குறித்த பாரம்பரியத்தைச் சேர்ந்தவர்கள் வருவதற்காகவே வகுக்கப்பட்டுள்ளன என்பது தெரியும். தொழில்வகையின் நுழைவுக்கு முன்னர் தகுதிக்கான காலமும், திறமைக்கான நிரூபணமும் இருக்கவேண்டும் என்பதை உறுதியாகச் சொல்ல எல்லாக் காரணங்களும் உள்ளன; அத்துடன் இதன் கிளைக்கருத்தாக, வீட்டு வேலைக்காரர் ஆயினும், மருத்துவர் ஆயினும், பொறியியலாளர் ஆயினும் தகுதிமிக்க நபர்களின் பதிவேடு ஒன்றும் இருக்கவேண்டும். ஆனால் அந்த வாழ்க்கைத் தொழிலைச் சுதந்திரம் கொடுத்துத் தானே நுழைவின் நிபந்தனைகளை வகுத்துக் கொள்ளலாம் என்று விட்டால், சிலசமயங்களில் எண்ணிக்கைக் கட்டுப்பாட்டாலும், சிலசமயம் தேவையற்ற உயர்ந்த தரங்களைக் கல்வித்தகுதிக்கு வைப்பதாலும், இப்படியாக அது எப்போதும் இருக்கும் தொழில்முறையாளர்களைக் காப்பாற்றவே முனையும். இங்குதான் இருமடியான கருத்து எழுகிறது என்று நான் ஆலோசிக்கிறேன். புதிய தொழில்வகைகளை அறிந்தேற்பது, அரசாங்கம் நிர்ணயிக்க வேண்டிய விஷயம்: (அ) துணைத் தொழில்வகைகளில் இருப்பவர்கள் (ஆ) தாங்கள் புதிய தொழில்வகை என்று கருதுவதற்கு அறிந்தேற்பு வேண்டுபவர்கள் (இ) பொருத்தமான கல்வித்துறை அமைப்புகள். உதாரணமாக அரசுக் கழகம் அல்லது பொறியியல் தரங்களின் குழு போன்றவற்றின் கருத்துகள் எடையிடத் தகுந்தவை. தொழில்வகைக்குள் நுழைவதற்கான நிபந்தனைகளை நிர்ணயிப்பதும் இதேபோன்ற முறையில், ஒரு அமைப்பினால் செய்யப்படும். அதில் இருப்பவர்கள் (அ) அந்தக் குறிப்பிட்ட தொழில்வகையில் ஏற்கெனவே ஈடுபட்டிருப்போர் (ஆ) அதில் நுழைவதற்காக ஆசைப்படுபவர்களுக்குப் போதிப்பவர்கள் (இ) துணைத் தொழில்வகைகளின் சார்பாளர்கள். பல சமயங்களில், அந்தத் தொழில்வகையில் நுழைபவர்களுக்கு எஜமானர்களாக இருக்கப் போகிறவர்களின் பார்வைக் கோணத்தை முன்வைக்கும் சார்பாளர்களை இப்படிப்பட்ட அமைப்புடன் இணைப்பது இயலக்கூடியது. இப்படிப்பட்டவர்கள் இருப்பது, தனித்தன்மை எதுவும் இல்லாத இடத்திலும் இருப்பதாக வலியுறுத்தும் தொழில்முறைப் பழமைவாதத்துக்கு எதிரான பாதுகாப்பாக இருக்கும்.

கல்வித்தகுதி மட்டும், வேலைபெறுவதற்கு உத்திரவாதமாக இருக்குமெனச் சொல்ல இயலாது. இப்போது பணம்கொடுத்துப் பெற்றுவிடும் வழக்கறிஞர்கள் மருத்துவர்கள் இருப்பதாகச் சொல்லப்படுகிறது. ஆனால் இங்குச் சுட்டிக்காட்டப்பட்ட திட்டத்தில், இப்போதிருப்பதைவிட தொழில்வகையிலுள்ள அளவுக்கும் அதன் ஆண்டு-ஆளெடுப்புக்கும் போதிய தொடர்பினை நிறுவுவதற்கு நம்மிடம் வழிவகைகள் இருக்கும். இப்படிப்பட்டத் தொடர்பினைப் பிரிட்டனிலுள்ள பொதுமக்கள் சேவை ஆணையம்

கடைப்பிடிக்கும் நடைமுறையினால் பெறமுடியும். அங்கு ஒவ்வோராண்டும், தேர்வின் வாயிலாகப் பூர்த்திசெய்யக்கூடிய காலியிடங்களின் எண்ணிக்கை குறிக்கப்படும்; அந்த முறையில், காலியிடங்களுக்கான விண்ணப்பதாரர்களின் எண்ணிக்கையைத் திறமையாகக் கட்டுப்படுத்துவது இயலும். இப்படிப்பட்ட நடைமுறை பொதுவாக மாறினால், மேலும் பல்வேறு சேவைகளின் பொருத்தமான அமைப்புகளுடன் இணைந்து பணியாற்றக்கூடிய ஆசிரியர்கள், பெற்றோர்களின் குழு ஒவ்வொரு கல்வித் தலைமையின் கீழும் நிறுவப்பட்டால், நியாயமான எல்லைக்குள் நிரப்பவேண்டிய பணியிடங்களின் எண்ணிக்கையை அறியமுடியும். ஆனால் குறித்த வாழ்க்கைத் தொழிலில் தங்களைத் தகுதிப்படுத்திக் கொள்ள ஆசைப்படுகின்றவர்கள் அத்தொழிலில் ஈடுபட முடியாவிட்டாலும் விரும்பாவிட்டாலும்கூட அவர்களின் எண்ணிக்கையைக் கட்டுப்படுத்தும் விதமாக அது செயல்படத் தேவையில்லை. மாற்றுக் கல்வித் தகுதியின் வழக்கத்தை நாம் மேலும் மேலும் ஆதரித்தால், அது நமது ஜனநாயகத்தின் தகுதிக்கு நல்லதாகும். இது, பல பதவிகளுக்கு இருவிதமான கல்வித்தகுதிகள் தேவையாக இருக்கின்றன என்பதால் மட்டுமல்ல, குறிப்பாக எந்திரத் தொழில்நுட்பத்தினால் ஆதிக்கம் செலுத்தப்படுகின்ற ஒரு நாகரிகத்தில், தொழிலின் இயக்கத்தை ஆராய்வது உழைப்பில் மாற்றத்தின் முக்கியத்துவத்தைத் தெளிவாக்குகிறது என்பதால் ஒரு சிறப்புவடிவ உழைப்பிலிருந்து மற்றொன்றுக்கு மாற்றப்படுகின்ற மனிதர்கள் இருப்பது முக்கியமானது. ஒரு மனிதர் குறிப்பிட்டதொரு தொழிலில் ஈடுபட்டுவிட்டால், மிகமிக விதிவிலக்கான சந்தர்ப்பங்களில் அன்றி அவர் வாழ்க்கை முழுவதும் அதே தொழிலில் இருக்குமாறு தண்டிக்கப்பட்டு விடுகிறார் என்பது நமது இன்றைய இடர்ப்பாடுகளில் மிகக் குறைந்த ஒன்று அன்று. கட்டாயப் பயிற்சிக்கான காலம் முடிந்ததும், நபர்கள் தொழில்துறை அல்லது வாழ்க்கைத் தொழிலில் நுழைகின்ற காலத்தில் அவர்களுக்குச் சாத்தியமாக அல்லது கவர்ச்சிகரமாகத் தோன்றிய ஒன்றைவிட மிகப் பரந்த ஒரு தொழில்வட்டத்திற்குள் தங்களைப் பொருத்திக் கொள்ள நாம் அதிக எண்ணிக்கையிலான மக்களை இணங்கச் செய்வதை (இங்கு நாம் இணங்கச் செய்தலின் பகுதிக்குள்தான் இருக்கிறோம்) வயதுவந்தோர் கல்வியில் பெருகி வரும் ஆர்வம் மேலும் அதிகமாகச் சாத்தியமாக்குகிறது. மனிதன் தனக்குத்தானே பயன் தருபவனாக இருப்பதற்கு மட்டுமல்ல, தொழில்ரீதியாக வேலையின்மைப் பிரச்சினைக்கும், அறிவுப்பூர்வமாக, குடிமகனாக இருக்கின்ற அவனது மதிப்புக்கும் இது முக்கியமானது. அவனுடைய அனுபவத்தைப் போதிய அளவு விரிவாக்கினால், சமூக முயற்சிக்கு அவன் அளிக்கும் கொடை அதிகமாக இருக்கும்.

ஒவ்வொரு தொழில்வகையும் எப்படி நிர்வகிக்கப்படும்? இங்கு, வெளிப்படையாகவே நான் சில வழிகாட்டு விதிகளைத்தான் கூறமுடியும்; விவரங்கள், தொழில்வகை அமைப்பு அளிக்கக்கூடிய பல்வகைப் பாணிகளின் ஆயிரக்கணக்கான மாறுபடும் பிரச்சினைகளைப் பற்றிய விவாதத்தினால் தீர்மானிக்கப்பட வேண்டியவை. ஆனால் சில விஷயங்கள் தெளிவானவை. ஒரு தொழில்வகை, அதன் உறுப்பினர்களால் தேர்ந்தெடுக்கப்பட்ட ஒரு நிர்வாகக் குழுவினால் ஆட்சிசெய்யப்படும். பிரிட்டனின் சுரங்கத்தொழிலாளர் கூட்டமைப்பில் இருப்பதுபோல அது உறுப்பினர்களின் பொதுவான எண்ணிக்கைக்குக் குறைவின்றி பிரதேச நலன்களைக் கணக்கில் எடுத்துக்கொள்ள வேண்டியிருக்கும். நிர்வாகம் என்பது ஒரு தனிச்சிறப்பான கலை, அதில் நிரந்தர மாற்றத்திற்கு எதிராகத் தொடர்ந்த செயல்பாட்டுக்கான வாய்ப்பு முதல் முக்கியத்துவத்தைப் பெறக்கூடியது என்பதை நினைவில் வைத்துக்கொண்டு அது தேவையான நிரந்தர அதிகாரிகளைத் தேவைப்படுகிற மாதிரியில் தேர்ந்தெடுக்கும் என்று நம்பலாம். தனது நிர்வாகக் குழுவுக்கு அப்பால் அதற்கு வட்டார அமைப்புகளின் தேவை இருக்கும்; வட்டார அமைப்புகளுக்கான முறையான அலகுகளைத் தேர்வுசெய்வது முதல் முக்கியமான விஷயம். பெரும்பாலான தொழில்களில் உண்மையான வட்டார அலகு என்பது உறுப்பினர் வசிக்கின்ற இடம் அல்ல, அந்தத் தொழில்வகை உண்மையில் செயல்படும் இடம்தான் என்பது தெளிவு. சுரங்கத் தொழிலாளரின் வசிப்பிடத்தில், உண்மையாகவே ஒன்றாக வேலை செய்வோர் பழகுவதுபோல, தொழில்வகை வாழ்க்கையின் திறனில் பெருமளவு கலந்தாலோசிப்பதற்கான வாய்ப்பில் இருக்கிறது. (On this see the conclusive argument of Mr. J. T. Murphy in his paper The Unit of Organisation, published in the fifth number of the Re-organisation of Industry Series by Ruskin College). சிலசமயம் கூட்டத்திற்கான தகுந்த நேரத்தைக் கண்டுபிடிப்பதில் உள்ள சிரமம் பற்றிச் சொல்லப்படுகிறது, அதைச் சற்று புத்தாக்கத்திறனுடன் சமாளித்துவிடலாம். கிளஃபாமில் வசிக்கும் இரண்டு பொறி-யியலாளர்களுக்குப் பொதுவான ஆர்வங்கள் குறைவு, தங்கள் அனுபவத்தை உரைப்பதிலும் குறைந்த வழிவகைகளே உண்டு. அவர்களைவிட கிளஃபாமில் ஒரே தொழிலகத்தில் பணியாற்றும் இரண்டு பொறியியலாளர்கள் போப்லாரிலும், பேட்டர்சீயிலும் வசித்தாலும் பரிமாறிக்கொள்ளப் பொது அனுபவம் உண்டு. அவர்கள் தங்கள் அனுபவத்தில் பொதுவாக உள்ளதை வெளிக்கொண்டுவர எனத் தனியே வகுக்கப்பட்ட தளத்தில் சந்திக்கின்றனர். இப்படிப்பட்ட வாய்ப்பைத் தவறவிடுவது மிகவும் கடுமையான தவறாகும். மேலும் அனுபவம் சில அதிகாரங்களை நிர்வாகக்குழுவுக்கென ஒதுக்குகிறது;

அவை இப்போது குறிப்பாகத் தொழிற்சங்க இயக்கத்தில் சாதாரண நிலைப் பணியாளரிடம் ஒப்படைக்கப்பட்டுள்ளன என்று நான் நினைக்கிறேன். உதாரணமாக, மன்றம்தான் தொழில்வகையின் அதிகாரிகளைத் தேர்ந்தெடுக்கவேண்டும்; ஒரு திறமைமிக்க செயலரின் பணிக்குத் தேவையான தொழில்நுட்பத் திறன்களை நபர்களின் ஒரு பெரிய அமைப்பு புரிந்துகொள்ள முடியாது. ஆகவே ஒரு தேசியமயமாக்கப்பட்ட தொழிலின் நிர்வாகக்குழு போன்ற அமைப்புகளில் அமர, தொழில்வகைகளின் பிரதிநிதிகளை மன்றம்தான் தேர்ந்தெடுக்க வேண்டும். தொழிற்சங்க வாக்களிப்பின் புள்ளிவிவரம் பற்றி ஆய்வுசெய்யும் ஒருவர், இப்படிப்பட்டக் கேள்விகளில் சாதாரணத் தொழிலாளர்களின் ஆர்வம் எவ்வளவு குறைவாக இருக்கிறதென்றும் (As given, for instance, by Mr. Murphy in the essay just referred to, p. 15) அப்படிப்பட்ட ஆர்வம் உண்மையான தகுதியுள்ள புரிந்துகொள்ளலுக்கு எவ்வளவு குறைவாகத் தொடர்புபட்டுள்ளது என்பதையும் புரிந்து கொள்வார்கள். மாறாக, முடிவு செய்யப்பட வேண்டிய வினாக்கள் திட்டமாக உறுப்பினர்களின் தனிப்பட்ட அனுபவம் சார்ந்ததாக இருந்தால், உதாரணமாக, எத்தனை மணிநேரம் வேலை செய்யவேண்டும் என்பதைப் பற்றியோ, ஒரு வேலைநிறுத்தத்தின் தேவையைப் பற்றியோ இருந்தால், முடிவு மொத்த உறுப்பினர்களிடமிருந்து பெறும் வாக்குகளால் நிச்சயிக்கப்பட வேண்டும். மேலும் நுகர்வோர் கூட்டுறவு இயக்கத்தின் காலாண்டுக் கூட்டத்தை ஒத்த அமைப்புகள் தொழில்வகை உலகத்திலும் வளர்ச்சியடைய வேண்டும் என்பதும் முக்கியமானது. ஏனெனில், பல சமயங்களில் மைய அல்லது வட்டாரத் தலைமையகத்தில் உள்ள அதிகாரி சாதாரணப் பணியாளர்களுடன் தொடர்பற்று விடுவார் என்ற தீவிர அபாயம் உள்ளது. அவர் அந்த உறுப்பினர்களுடன் தொடர்பு கொள்ளும்போது, ஒவ்வொரு தனி உறுப்பினரும் என்ன நினைக்கிறார் என்பதை அறிய வேண்டும் என்பது மட்டுமல்ல, அமைப்புற்றும் கூட்டாகவும் விவாதம் நிகழும்போது மனக்குறைகளாகவும் ஆலோசனைகளாகவும் என்ன விஷயங்கள் எழுகின்றன என்பதும் முக்கியம். இப்படிப்பட்ட தொடர்ந்த கலந்தாலோசிப்பின் நிறுவனங்களால்தான் ஒரு தொழில்வகைக்குள் தகுந்த வகையான தன்னிச்சையான அமைப்பு ஏற்படும். உதாரணமாக, குடும்பக் கட்டுப்பாட்டின் முக்கியத்துவத்தினால் ஊக்கம்கொண்ட மருத்துவர்கள், ஒரு சங்கத்தை அமைக்கலாம்; அது தனது காலாண்டுக் கூட்டத்தில் அவர்களுடைய பார்வைகளை ஒட்டுமொத்தத் தொழிலுக்கும் அளிக்கும்; அந்தக் கேள்வி பற்றிய பொது விசாரணை ஒன்றில் மருத்துவத் தொழிலைச் சேர்ந்த ஒருவர் பிரதிநிதியாகச் செல்லவேண்டும் என்றால், அந்தச் சமூகம் தனது பார்வைக் கோணத்தை

வெளிப்படுத்துகின்ற மருத்துவரைத் தேர்ந்தெடுக்க ஒரு தேசிய அலகை உருவாக்கும்.

முக்கியமான ஒரு மெய்ம்மையை இங்கே குறிக்கலாம். தொழில்வகையின் நிர்வாகம் தொடர்பான சங்கத்தில் அத் தொழில்வகையின் உறுப்பினர்கள் அனைவரும் கட்டாயமாகச் சேருவார்கள் என்று நான் மனத்தில் கொண்டேன். இருந்தாலும், நான் கூறிய யோசனைகளின் அடிப்படையில், உதாரணமாக, சுரங்கத் தொழிலாளர் கூட்டமைப்போ, பிரிட்டிஷ் மருத்துவச் சங்கமோ தங்கள் தங்கள் தொழில்வகையில் இறுதியான நிர்வாக அமைப்பாக இருக்கும் அளவைவிட ஒன்றும் அச்சங்கமும், தனது துறையில் இறுதியான நிர்வாக அமைப்பாக இருக்க இயலாது. ஒரு சங்கத்தின் விதிகளைக் கண்டிப்பாக உறுப்பினர்கள் கடைப்பிடிக்க வேண்டும் என்ற நிலை இருக்கும்போது கடைப்பிடிக்காதவர்களுக்குச் சட்டப்பூர்வ தண்டனை அளிக்கலாம். அதை அந்தச் சங்கமே உருவாக்குவதற்கு பதிலாக ஒரு புற அதிகாரியுடன் தொடர்புகொண்ட மற்றொரு சங்கம் உருவாக்கலாம். இங்கு அந்தப் புற அதிகாரி நீதித்துறை அமைச்சராகவே இருக்க இயலும். அதாவது, தனது இயல்பினால் சங்கத்தின் விதிகள் அந்தத் தொழிலைச் செய்கின்ற உரிமையைப் பறிக்கும் அளவுக்குச் செல்லும்போது, அச்சங்கத்தின் அதிகாரமே இறுதியானதாக இருக்கலாகாது. அதை நிர்ணயிப்பது அரசு ஏற்றுக்கொண்ட ஒரு அதிகாரமாகத்தான் இருக்கவேண்டும், ஆனால் அதை நடைமுறைப்படுத்துவதை அந்தச் சங்கத்திடமே விட்டுவிடலாம். பொது மருத்துவ மன்றமும் சட்டவல்லுநர் மன்றமும் எவ்விதம் அவற்றைச் சேர்ந்த உறுப்பினர்களை வெளியேற்ற அதிகாரம் உள்ளதோ, ஆனால் அப்படிப்பட்ட வெளியேற்றத்திற்கான காரணங்களைப் பொறுத்தவரை அதிகாரம் குறைவாக உள்ளதோ, அப்படியே ஒவ்வொரு தொழில்வகை மன்றமும் இருக்கவேண்டும். அப்படிப்பட்ட அமைப்புகளிடம் தொழில்முறைக்கு ஒவ்வாத நடத்தைக்காக விலக்குதல் அவசியம் எனச் சாட்டி யுரைக்கப்பட்டவர்கள் மீதான செயலுக்கு எதிர்ப்புத் தெரிவிக்க ஏன் தனிப்பட்ட நபர்களுக்கு வாய்ப்பு அளிக்கப்படலாகாது என்பதற்கு நான் எவ்விதக் காரணமும் காணவில்லை. இந்தத் திசையில் நாம் சுயநிர்வாகத்தை வளர்க்கும் அளவுக்கு அந்தத் தொழில்வகையின் குழுப் பெருமிதத்திற்கும் விசுவாசத்திற்கும் நல்லது. வேறெந்த வகையிலும் அல்லாமல் இம்மாதிரி ஆற்றலினால்தான் பொறுப்புணர்வு வளர்கிறது; ஒரு வழக்கறிஞர்கள் அமைப்புக்கு அந்தக் குறிப்பிட்ட தொழில்தர்மம் புதிதாக இருக்குமாகையால் அவர்களுக்கு அதை விளக்கி நீதிநாடுவதைவிட ஒரு சராசரித் தொழில்நீதிமன்றமே ஒரு நல்லநீதி வழங்குமிடமாக இருக்கும் என்பதை ஒரு பொதுவிதி என நான் நம்புகிறேன். (அ) ஒரு முறையான செயல்முறை

பின்பற்றப்பட்டதா (ஆ) எடுக்கப்பட்ட நடவடிக்கை அதிகார வரம்பிற்கு அப்பாற்பட்டதா என்பவற்றைக் காண, சாதாரண நீதியவைகளுக்குச் செய்யப்படும் முறையீடுகள் பாதுகாத்து வைக்கப்பட வேண்டும். ஆனால் இந்நிபந்தனைகள் சரியாக இருந்தால், தொழில்வகையின் அதிகாரமே பயனுள்ளவகையில் இறுதியானது என்று விடப்படலாம்.

இப்போது நாம் ஒரு தொழில்வகை அமைப்பு எந்த நோக்கங்களை நோக்கிச் செயல்படலாம் என்பதையும், அந்த நோக்கங்களை நிறைவேற்ற அதற்குத் தேவைப்படும் அதிகாரங்களையும் காணத் தொடங்கிவிட்டோம். தொழில்களின் நிர்வாக அமைப்புகளிலும், அரசாங்கத் துறையின் குழுக்களிலும் இதுபோன்ற பிறவற்றிலும் தன் பிரதிநிதிகளாகச் செல்பவர்கள் யார் என்பதை நிர்ணயிக்கக்கூடியது பிரதேசத்தைச் சார்ந்ததாக இருந்தாலும், முழு தேசிய அரசுக்கானதாக இருந்தாலும் இந்தத் தொழில்வகை அமைப்புதான். அது உழைப்பின் நேரத்தைப் பற்றிய பேரமாக இருந்தாலும், அதன் ஊதிய விகிதமாக இருந்தாலும், தன் முயற்சி சார்ந்திருக்கக்கூடிய பொது நிலைமைகளாக இருந்தாலும் அவர்கள், அங்கே செல்வது வெளிப்படையாகவே தங்கள் தொழில்வகையின் நலன்களைக் காப்பதற்குத் தான். அவர்கள் தங்கள் சொந்த நடவடிக்கை எடுக்க அதிகாரம் பெற்றவர்கள் அல்ல, தூதுவர்கள் மட்டுமே. தங்களுக்குக் கொடுக்கப்பட்ட நிபந்தனைகளை ஏற்பதா இல்லையா என்பதை இறுதியில் நிர்ணயிப்பது அத்தொழில்வகைதான். ஏற்கும் உரிமை என்பது புறக்கணிக்கும் உரிமையையும் கொண்டுள்ளது. ஒரு தேசியமயமாக்கப்பட்ட தொழிலிலும்கூட, அளிக்கப்பட்ட நிபந்தனைகளுக்கு உட்படுவதைவிடத் தங்கள் உழைப்பை ஒதுக்கிவைப்பவர்கள் இருக்கலாம். எந்த ஒரு தொழிலுக்கும் வேலைநிறுத்தம் செய்யும் உரிமையை எவரும் மறுக்கமுடியாது என்று நினைக்கிறேன். நாம் கருதுவது போன்ற ஓர் அரசில், வேலைநிறுத்தம் நிகழ்வது அபூர்வமாகவே இருக்கும். ஆனால் மனிதர்களின் அமைப்பு ஒன்று கொடுக்கப்பட்ட நிலைமைகளின்கீழ் பணியாற்றுவதைத் தொடர்வது சாத்தியமற்றது என்று தீவிரமாக நம்பினால், அவர்களின் சட்டப்பூர்வமான நிலைமை எப்படியிருந்தாலும் நான் ஏற்கெனவே வாதிட்டதைப் போல அவர்கள் வேலைநிறுத்தத்தில் ஈடுபடலாம். அப்படிப்பட்ட நிலைமைக்கு எதிரான பாதுகாப்பு என்பது இரண்டுதிசைகளில் இருக்கிறது. முதலில், அந்தத் தொழில்வகையின் நிலைமைகளை பொருளியல்ரீதியாகவும் ஆன்மிகரீதியாகவும் போதுமானவையாகச் செய்வதால் பாதுகாக்கலாம். பொருளாதார முறைமை நீதிமுறையில் அமைந்த விதிகளால் நிரம்பி இருக்கிறது என்று மனிதர்கள் நம்பும்போது வேலைநிறுத்தத்துக்கான விருப்பம் என்பது மிகக் குறைவாகவே இருக்கும்; இரண்டாவதாக, தொழில்வகையின் சுயநிர்வாகத்தை

மிக அதிக அளவுக்கு அளிப்பதுதான் பாதுகாப்பு. அதுதான், பிரிட்டிஷ் மக்கள் சேவையிலுள்ள விட்லி ஒழுங்கமைவின் மதிப்பு என்று நான் ஒருவேளை இங்கு சுட்டிக்காட்டலாம்; அந்தப் பணியை, அந்த இலாகாவின் சட்டமன்றத் துறையிடமே விட்டுவிடலாம். மேலும் மன்றங்கள் பதவி உயர்வு போன்ற விஷயங்களைக் கையாளலாகாது என்பதும் ஒரு தவறுதான். மேலும் பொதுமக்கள் சேவை ஆணையத்தின் பணியை பொதுச்சேவைகளின் தொழில்வகை அமைப்புகளுக்கும் தொடர்புபடுத்துவது அறிவுடைமை யாகும். நுழைவிற்கான தகுதித்தரங்கள், திறமையைச் சோதிப்பதற்கான முறை, ஒன்றிற்கும் மற்றொன்றிற்குமான மதிப்பெண்களைத் தொடர்பு படுத்துவது, இவையெல்லாம் இப்படிப்பட்ட அமைப்புகளின் பார்வைகளும் அனுபவமும் முதல் முக்கியத்துவம் வாய்ந்த கேள்விகள். இவையெல்லாம் பயன்படுத்தப்படுகின்றன என்பதில் நாம் உறுதியாக இருக்கலாம்.

மேலும், ஒரு தொழில்வகை, தனது எல்லைக்குள் உள்ள இயல்பான விஷயம் என்ற முறையில், தனது சொந்தத் தொழில்நுணுக்கங்களைப் பற்றிய கல்வியையும் மேம்பாட்டையும் கைக்கொள்ளவேண்டும். மருத்துவத்திலும் சட்டத்துறையிலும் போல, அந்தத் தொழில்வகைக்குள் தன்னார்வச் சங்கங்கள் இருக்கும், அவை அத்தொழிலின் பிரச்சினைகளைப் பற்றி வேலைசெய்து கொண்டிருக்கும். ஆனால் அதன் தேவைகளுக்கு இது போதுமானதல்ல. ஒரு தொழில்வகையின் தரங்களை ஒழுங்குற மேம்படுத்த வேண்டிய தேவை அதிகாரப்பூர்வமாக அங்கீகரிக்கப்பட வேண்டும் என்பது அவசியம். சுரங்கத் தொழிலாளர்கள் தங்கள் சொந்த மருத்துவர்களுக்கும், தங்கள் பொறியியலாளர்களுக்கும், வழக்கறிஞர்களுக்கும் பணி தருவதை நாம் காணவேண்டும். ஆசிரியத் தொழில், கல்வித் தொழில்நுட்பத்தில் புதிய அறிவைப் பெறவும் அதை அந்தத் தொழிலுக்கு முழுமையாகக் கொண்டு சேர்க்கவுமாக ஒவ்வொரு நாட்டிலும் நியூயார்க்கிலுள்ள ஆசிரியர் கல்லூரி போன்ற ஒன்றை ஒரு திட்டமான மையமாக நிறுவவேண்டும். மருத்துவத் தொழில், பாண்டிங், லிஸ்டர் போன்றவர்களைக் கண்டறிந்து, மருத்துவத்திலும் அறுவையிலும் உள்ள கஷ்டங்களைத் தீர்த்து வைக்க வேண்டும். காப்பீட்டுக் கணக்காளர், எஞ்சின் ஓட்டுநர், கொதிகலன் உருவாக்குநர் போன்ற யாவரும் தங்கள் முயற்சியை தங்கள் வணிகத்தொழிலின் பகுதியாக்கி, அதன் மேம்பாட்டுக்கான வழிவகையை மனப்பூர்வமாகத் தேடுவதன் வாயிலாக அதன் தரத்தினைக் கூட்டமுடியும். தொழில்ரீதியான சுயமரியாதைக்கு மட்டும் அல்ல; அவ்வாறு செய்யப்பட்ட கண்டுபிடிப்புகள், வெறும் இலாபத்துக்கான கருவியாக மட்டுமல்லாமல் அந்தத் தொழில்வகையின்

பொதுச் சொத்தாக ஆகின்றன என்பதாலும் அது முக்கியமாகிறது. உதாரணமாக அறிவியல் மேலாண்மை என்று சொல்லப்படுவதில் திரு எஃப். டபிள்யூ. டெய்லர் போன்ற திறன்துறைப் பொறியியலாளர் ஒருவர் தனக்குத் தொடர்பற்ற தொழிலாளர்கள் அமைப்பு ஒன்றின்மீது ஒரு வழக்கநடைமுறையைப் புகுத்த முனையும்போது சந்திக்கின்ற இடர்ப்பாட்டைத் தவிர்க்க அது நமக்கு வழிசெய்கிறது. கூட்டுறவுத் துறையில் அத்தொழில்வகைக் குள்ளாகவே செய்வதுபோல உள்ளிருந்து செய்யப்படும் மேம்படுத்தல், வேறெந்த வழியிலும் அடையமுடியாத ஒரு பொறுப்புணர்ச்சியின் உயர்பண்பைப் பெற்றுள்ளது. குறிப்பாக வழக்கநடைமுறை வேலையில், அந்தத் தொழில்வகையின் சுயமரியாதைக்கு வழிசெய்கின்ற மிகப்பெரிய காரணி இதுதான். உதாரணமாக, கடை உதவியாளர்களின் உடற்சோர்வு பற்றிய ஆய்வு, அவர்களின் பார்வையின் கீழேயே நடத்தப்பட்டால், கிடைக்கின்ற முடிவுகளுக்கு உடனடி ஆதரவைப் பெருமளவு பெறுகின்ற அளவுக்கு ஒரு சிறப்பு மதிப்பு இருக்கும்; அரசாங்கத் துறை ஒன்றினாலோ எஜமானர்களின் சங்கம் ஒன்றினாலோ செய்யப்படும் விசாரணைக்கு அம்மதிப்பு இருக்காது. சுரங்கத் தொழிலாளர்கள் தாங்களே அறிவியல்பூர்வமாக சுரங்கங்களில் பாதுகாப்புப் பற்றிக் கற்றுக் கொண்டால், கடந்த காலத்தில் இருந்ததைவிட சுரங்கத்தொழில் விபத்துகள் குறையும் வீதம் மிக வேகமாக இருக்கும் என்று நம்புகிறேன். பிரிட்டனின் சுரங்கத் தொழிலாளர் கூட்டமைப்போ, அமெரிக்காவின் ஒன்றிணைந்த சுரங்கப் பணியாளர்களோ நிலக்கரிச் சுரங்கங்களிலுள்ள கருவிகளை அவற்றின் போதுமையை நிர்ணயிக்க ஒரு மேலாய்வு மேற்கொண்டாலே அவை விளைவிக்கின்ற மாற்றம் மிகப் பெரியதாக இருக்கும். ஏனெனில் அப்படிப்பட்ட முயற்சியைப் பயன்மிக்க விளைவாக மாற்றுவது அந்தத் தொழிலின் ஒட்டுமொத்த கௌரவத்தை உள்ளடக்கியிருக்கிறது என்பதால் தனக்கு ஆதரவாக ஓர் இயக்கு விசையை அது பெறுகிறது.

தொழில்வகை, மேலும் தன் தொழில்துறைத் தகுதித்தரங்களை மேம்படுத்திக் கொள்ள வேண்டும். இப்படிச் சொல்வதில் உள்ள அர்த்தம் என்ன? ஒரு தொழில்வகையின் இயக்கத்தில் சேவைக்குமேல் சுயநலம் வெற்றி பெறுவதைத் தடுக்க ஏற்பட்ட விதிகள் என்று தொழில்துறைத் தகுதித்தரங்களை வரையறுக்கலாம். அதனால்தான், உதாரணமாக, இங்கிலாந்திலுள்ள மருத்துவர்களும் வழக்கறிஞர்களும் விளம்பரம் செய்து கொள்வதில் தடுக்கப்பட்டிருக்கிறார்கள். இதற்காகத்தான் ஒரு பரிந்துரை-வழக்கறிஞரின் செலவினத்தின் இரசீது நீதியவைகளின் நுண்ணாய்வுக்கு உட்படுத்தப்படுகிறது. மற்றொரு மருத்துவருக்கு வாடிக்கையாளர் ஒருவரை அளிக்கும் எந்த மருத்துவரும் அதற்காகப் பணம் பெறக்கூடாது என்பது மரபு; ஆனால்,

வணிகத்தொழிலர்கள் ஒரு பங்குத்தரகரிடம் தனது வணிகத் தொழிலை ஒரு வரையறுத்த குழுமமாகச் சேர்த்துக் கொள்ள விரும்புகின்ற ஒரு நண்பரை அறிமுகப்படுத்த முயன்றால் கண்டிப்பாக அந்தப் பங்குத்தரகரிடம் தங்கள் ஊதியத்தைக் கேட்க மாட்டார்கள். அதேபோல் ஒரு தொழில்திறமையர், தனது தொழில்வகையில் அனுபவத்தால் அடைகின்ற அறிவைத் தனது வாடிக்கையாளருக்குக் குந்தகமாகப் பயன்படுத்த மாட்டார். பல தொழில்வகைகள் இன்று இப்படிப்பட்ட பாதுகாப்புகளை உள்ளடக்கிய விதித்தொகுதியை தீவிர அபாயங்களை உள்ளடக்கும் ஒரு எல்லைக்குக் கொண்டுசெல்கின்றன என்பதில் எனக்குச் சந்தேகமில்லை. உதாரணமாக மருத்துவ நன்னடத்தை விதிகள் ஓரிடத்தில் ஏற்கெனவே செய்த ஒரு சிகிச்சை முறை பற்றிய விமரிசனத்தைத் தடுக்கின்றன. அங்கு நோக்கமே, சகமருத்துவர் மீதான விமரிசனங்களைத் தடுப்பதே ஆகும். நியாயமான சட்டத்துறைச் சீர்திருத்தத்துக்கு வழியில் மிகப் பெரிய தடையாக இருப்பது வழக்கறிஞர்களின் தொழில்தர்மமே என்பது பெரும்பாலும் உறுதி. இருப்பினும் ஒரு தொழில் தன் உறுப்பினர்கள்மீது கடைப்பிடிக்க வேண்டிய நடத்தைத் தரங்களை உருவாக்குவது அதன் செயல்பாட்டிற்கு அவசியமானது என்று நான் நம்புகிறேன். அந்த இடரேற்றலில் ஆய்வும் உள்ளடங்கியிருப்பதாக ஏற்கப்படுகிறது என்றால், தொழில்சார் நலன் முன்மைத்தன்மையை எதிர்க்கிறது என்ற குற்றச்சாட்டு பெருமளவு தகர்க்கப் பெறலாம். வாழ்க்கைத் தொழிலர்களில் ஊதியம் பெறும் எந்தப் படிமுறையும் பொருத்தமற்றது. மருத்துவர்களின் தனிப்பட்ட கௌரவம் மற்றும் சுதந்திரத்திற்கு எவ்வித சிறப்புவகையின் உருவாக்கமும் தவிர்க்கவியலாமல் பொதுமருத்துவரின் வட்டத்தைப் பெருமளவு குறுக்கிவிடுகின்றது என்ற வாதத்தின் அடிப்படையில் பிரிட்டிஷ் மருத்துவச் சங்கம் பேற்றுச் செவிலியர், மாவட்டச் செவிலியர், உடல்நல வருகையாளர்கள் ஆகியோரைப் பரவலாகப் பயன்படுத்தலாகாது என்று தடைவிதிக்க நாம் அனுமதிக்க இயலாது. *(See Wallace, Our Social Heritage, p. 130, where the quotation is given in full with a characteristic comment)*. ஆனால் அபாயம் என்பது அதன் சொந்தத் தரங்களை நிர்ணயிப்பதற்கான அகிரத்தை உறுதிப்படுத்துவதற்கான அடிப்படை என்பதைவிட இறுதிக்கட்டுப்பாட்டைத் தொழிலுக்கு வெளியே வைத்துக் கொள்வதற்கான அடிப்படையாகும். மருத்துவர்களின் தொழிற்பழக்கங்களைப் பற்றிய கடைசி வார்த்தை சொல்லியாயிற்று என்றால் அவர்களின் நடத்தைத் தரங்கள் நாமறிந்த வேறெந்த தொழிலிலும் உள்ளதைவிட மிக அதிகமாக இருக்கின்றன என்பது உண்மையென நினைக்கிறேன். மறுநோக்குச் செய்வதற்கான அதிகாரம் என்பது ஒவ்வொரு நாளும் குறுக்கிடுவதற்கான அதிகாரம் அல்ல. எனினும் ஒரு தொழில்வகையின்

தொழிற்பழக்கங்களை ஓர் சிறிய ஆணையம் பத்தாண்டுக்கு ஒரு முறையாவது விசாரணைக்கு உட்படுத்தும் வழக்கம் நல்லது. அந்த ஆணையம், நிபுணர்களினுடையதாக இருக்காது, பொதுநலமனமுள்ள, பற்றற்ற மனிதர்கள் அதில் இருப்பார்கள். தொழில்விதிகள் செயல்படுவது பற்றிச் சான்றுகளை நோக்குவதோடு, அத் தொழில் மேம்படுவதற்கான வழிகளையும் புத்தாக்கம் செய்ய முனைவார்கள். இப்போது அதிகமாகப் புகார்கள் வருகின்ற இறுக்கத் தன்மையை அது பெரிதும் தடுத்துவிடும். வழக்காறுகள் ஏதோ நிரந்தர உண்மையை முன்வைப்பன போன்று அவற்றைக் கிளிப்பிள்ளை போலப் பயன்படுத்தும் பழக்கத்தை அது தடுக்கும். தொழிலில் ஆர்வம் காட்டும் வெளிப்புறத்தினர் அது பற்றிய ஆலோசனைகளைத் தரும்போது இப்போது ஏற்கப்படுவதைவிடத் தகுதியானதொரு சூழலில் அவை ஏற்கப்பட வழிவகுக்கும். உதாரணமாக எலும்பு மருத்துவர் ஒரு தகுதிபெற்ற மருத்துவராக இருக்கவேண்டும் என்றால், தகுதிபெற்ற மருத்துவர்கள்தான் எலும்புமருத்துவத் துறையில் இருக்கிறார்கள் என்ற நிம்மதி பொதுமக்களுக்கு ஏற்படும். தொழிலுக்குள்ளிருந்து வந்தாலன்றி இப்போது ஐயத்துக்கு இடமின்றி விமரிசனம் பதற்றத்துடன்தான் பெறப்படுகிறது. மேற்கண்ட ஆணையம், தங்கள் உரிய இலக்கை அடையமுடிய வழியற்ற, புறத்திலிருந்து உணரப்படும் விமரிசனங்களை அதிகாரப்பூர்வமாக எடுத்துரைக்கும்.

இறுதியாக, ஒரு தொழில்வகைக்குத் தானாகத் தனக்குள்ள தேசியத் தேவையைப் பற்றி எடுத்துரைக்கும் பழக்கம் வரவேண்டும் என்பது முக்கியமென நான் நினைக்கிறேன். ஓரளவுக்கு இது ஏற்கெனவே நான் கூறிய ஆலோசனைக் குழுக்களின் அமைப்பினால் அளிக்கப்பட்டுள்ளது. ஆனால் இவை தாங்களாகவே முழுத் தொழில்வகையின் சார்பாகவும் பேச முடியாது. அவற்றின் பணியும் பெருமளவு அலுவல்சார் இரகசிய நிலைகளின்கீழ் செய்யப்படும். நிரந்தர அதிகாரிகள் தங்கள் வசதிக்காக இயற்கையாகவே கிடைக்கத் தேடுகின்ற, ஆனால் கிடைக்காத, ஏகபோக உரிமை கொண்ட அமைச்சக மனம் என்ற கருத்தை உடைக்க வேண்டும். குழந்தைகள் இறப்பைக் குறைக்கத் தேவைப்படும் குறைந்த பட்சக் கொள்கை பற்றி பொது மருத்துவ மன்றம் தன் தொழிலுக்காகப் பேசமுனையுமானால்; அல்லது ஒவ்வொரு குழந்தைக்கும் பள்ளிக்கூடத்தில் அதன் கல்வித் திறமையை மேம்படுத்தத் தேவையான கனஅடி எவ்வளவு என்று ஆசிரியர் பதிவு மன்றம் ஓர் ஒருங்கிணைந்த கொள்கை வகுத்தால்; அல்லது ஒருங்கிணைந்த சட்டத் தொழில் மன்றம் சிறைச் சீர்திருத்தம் பற்றி ஆர்வத்துடன் பேசமுடியுமானால்; அது ஒரு பெரிய முன்னேற்றமாக இருக்கும். அப்படிப்பட்ட பணி, ஒவ்வொரு தொழில்வகையிலும் கடமைசெய்பவரைத் தனது அனுபவத்தில் பொதுமக்களுக்கான சாராம்சம் என்ன என்பதைப் பின்பற்றுகின்ற

கூடுதல் சிறப்பையும் பெறும். வெளிப்படையாகவே, அரசு அந்த அனுபவத்தை அறிந்துகொள்ள உரிமை இருக்கிறது. ஆனால் பெறுவது அபூர்வமாக இருக்கிறது. மருத்துவத் தொழிலில் உள்ளவர்களைவிட வேறெவருக்கும் குடும்பக்கட்டுப்பாட்டின் தேவை பற்றி அதிக அறிவிருக்க முடியாது; ஆனால் சமுதாயத்திலுள்ள உள்ள மற்றக் குழுக்கள் யாவற்றினாலும் அறிவதைவிட மருத்துவத் தொழிலர்களின் நோக்குகளைக் குறைவாகவே பெறுகிறோம். சட்டத் தொழிலில் இருப்பவர்களைவிட யாரும் அதிக அளவில் பொதுத் தற்காப்பாளர் தேவை பற்றி அறிந்திருக்க இயலாது; ஆனால் அதனுடைய நோக்குகளை நாம் அறியமுடியாமை, குடும்பக் கட்டுப்பாடு பற்றி மருத்துவத் தொழில் நோக்குகளை அறிய முடியாமை போலவே உள்ளது. பல்வேறு இடங்களில் உள்ள தொழில்வகைகளின் காலாண்டுக் கூட்டங்கள் சிறந்த மதிப்புப் பெறுகின்ற ஒரு வட்டம் இது. அந்தந்த வட்டாரத்தில் வாழ்க்கைத் தொழிலர் கருத்துகளைச் சேகரிக்க முடியும்; கருத்துகளைப் பெறுவதில் சற்றே கூர்மதித் திறமையைக் காட்டுவதும், அவற்றில் மேலோங்கியிருக்கக்கூடிய பார்வையை முன்வைப்பதற்குத் தேவையான பெரும்பான்மையை அறிவதும் மிகக் கடினமல்ல. இல்லாவிட்டால் நாம் அறிவின்மையின் உச்சத்தைக் கொண்ட கொள்கைகளை நாம் ஏற்கவேண்டிவரும். தடுப்பூசி போடுதலின் பிரச்சினையை எடுத்துக் கொள்வோம். நேர்மையான விதிவிலக்குப் பகுதி பற்றி முதன்மையான மருத்துவக் கருத்து என்ன? இங்கிலாந்தில் இன்றிருக்கும் பலர் மருத்துவத் தொழிலர்கள் இந்த விஷயத்தில் கருத்து மாறுபட்டுடன் உள்ளனர் என நம்புகிறார்கள்; டாக்டர் மெக்டானலின் முழு இறுதிப் புள்ளிவிவரத்தைப் படிக்கவோ புரிந்துகொள்ளவோ பலராலும் முடியாது. *(Biometrika, vol. i. p. 375, and vol. ii. p. 135).* ஆனால் மருத்துவர்கள் பொதுவகையில் பேசினால், நாம் இப்போது சட்டத்தைச் சூழ்ந்துள்ள தளர்ச்சியைத் தவிர்க்கலாம். அனுபவத்தை வீணாக்குவதைத் தடுப்பதைப் போல வாழ்க்கைத்தொழிலின் நோக்கத்தின் முறையான பூர்த்திக்குச் சிறந்த வழி எதுவும் கிடையாது. இந்த விதத்தில் இப்போதுள்ள குழப்பத்தைத் தொடர்வதைத் தடுப்பதற்கு வழிகளை நாம் வேகமாகப் பயன்படுத்தியாக வேண்டும்.

VII. சமூகக் காப்பீட்டின் கொள்கை

பொருளாதார நிறுவனங்களின் மறுகட்டமைப்பின் அடிப்படையில் சமூகக் காப்பீடு என்ற கருத்தாக்கம் இடம்பெறவேண்டும். உயிர்க்காப்பீட்டின் அடிப்படையில் மரணத்தின் விளைவுகளிலிருந்து

தன்னைச் சார்ந்திருப்பவர்களைப் பாதுகாப்பதற்கு ஒரு தனிமனிதன் முனைவதுபோல, சமூகமும் நவீன வாழ்க்கையின் தவிர்க்கக்கூடிய அபாயங்களிலிருந்து அவற்றிற்கெதிரான காப்பீட்டின் வாயிலாகத் தன்னைப் பாதுகாத்துக் கொள்ள வேண்டும். காப்பீடற்ற ஒரு வகுப்பு சமூகத்திற்கு ஒரு சுமையாகும்; காப்பீடுபெற்ற வர்க்கம் சுமை மட்டுமல்ல, காப்பீட்டை விவேகமாகப் பயன்படுத்துவது சமூகம் முழுமைக்கும் உண்மையில் ஒரு திட்டவட்டமான இலாபம் ஆகும். கொடை பெறும் அடிப்படையில் கட்டப்பட்ட ஒவ்வொரு காப்பீட்டுத் திட்டமும் சேமிப்பு அடிப்படையிலேயே அமைகிறது; முறையான காப்பீட்டுக் கணக்கு முறைகள் அப்படிப்பட்ட சேமிப்பை தனிமனிதப் பாதுகாப்புக்கு மட்டுமின்றி, சமூக வளத்துக்கும் ஒரு மூலமாக ஆக்கமுடியும்.

மேற்கு ஐரோப்பாவின் இரு முக்கிய நாடுகளில் உடல்நலம் வேலையின்மை போன்ற விஷயங்களில் சமூகக் காப்பீட்டுக் கொள்கை ஏற்கெனவே ஏற்றுக் கொள்ளப்பட்டுள்ளது என்பதை நான் சுட்டிக்காட்டத் தேவையில்லை; மிக வெளிப்படையாகவே, புரட்சிக்கு எதிராக முக்கியமாக நமக்கிருக்கும் பாதுகாப்பை எவரும் கைவிடுமாறு கடுமையாகக் கூறுவதில்லை. ஆனால் இந்தக் குறுகிய துறையுடன் சமூகக் காப்பீட்டின் சாராம்சம் வரையறை செய்யப்படத் தேவையில்லை. விபத்து அல்லது நோயினால் தகுதியற்றவராக்கப்படுதல், (அறுபத்தைந்து வயதில் கொடைசாரா ஓய்வூதியங்கள் செயல்பட்டாலும்) மூப்பினால் வேலை கிடைக்காமை போன்றவற்றுக்கு எதிராக ஒவ்வொரு குடிமகனும் நியாயமாகவே ஏன் பாதுகாக்கப்படக்கூடாது என்பதற்கு உலகில் எவ்விதக் காரணமும் இல்லை; மேலும் கைம்பெண், அநாதை, தாய்மை, குறைந்த பட்சம் இடைநிலைக் கல்வி என நாம் வேறுபடுத்தும் எல்லை வரை குழந்தைகளின் கல்வி ஆகியவற்றுக்கு இதே கொள்கை அடிப்படையில் அரசின் அறக்கொடையும் செயல்படும்.

கட்டாயச் சமூகக் காப்பீடு என்று சொல்லும் இடத்தில் இங்கு நாம் இருக்கிறோம். அடிப்படை எச்சரிக்கை என்ற அளவில் ஒவ்வொரு வகையான ஆதாயத்தையும் அரசு நேரடியாகத் தருவதாகவே இருக்க வேண்டும். இப்படிப்பட்ட காப்பீடு கட்டாயமானதாக இருக்கவேண்டும். இல்லாவிட்டால் அரசின்மீது ஏற்படும் நிதிச்சுமை மிக பாரமாக இருக்கும் என்பதோடு, முறையாக நிர்வகிக்கப்பட்டால், அது சிக்கனம் என்னும் பழக்கத்தையும் ஆழப் பதியவைக்கிறது, பிற குடிமக்களோடு பொது நல உணர்வினைக் குடிமகனிடம் ஏற்படுத்துகிறது. சமூகக் காப்பீட்டின் இந்த வடிவங்களின் போதிய செயல்படுதலுக்கு அவை ஒரு தேசியமயமாக்கப்பட்ட தொழிலோடு

இணைக்கப்பட வேண்டும் என்பது மிகவும் அவசியம் என மேலும் சொல்கிறேன். (Cf. Sir W. Beveridge, Insurance for All, passim. His figures are based on the existing English scheme, but there is no reason why they should not be largely increased upon the basis of increased premiums.) வெளிப்படையாகவே பிற தனியார் குழுமங்களுடன் போட்டியிடும் ஒரு தனியார் குழுமத்தில் தனியுரிமையாக இருப்பதற்கு எவ்வித இடமுமில்லை. இவ்வழியில் ஒரு பெரிய வீணாக்கம் நிகழ்கிறது, அதற்கான விலையைத் தேவையின்றிக் காப்பீடு பெற்றவர் தருகிறார். இங்கிலாந்தில் வசூலிக்கப்படும் பிரிமியத் தொகையில் 48 சதவீதம் மட்டுமே காப்பீடு செய்தவர்களுக்கு அளிக்கப்படுகிறது, அதில் பெறப்படும் இலாபங்கள் மிகவும் அதிகமாக உள்ளன என்று தனியார் தொழில்துறைக் காப்பீடு வேலை செய்வதன் புலனாய்வுகள் தெரிவிக்கின்றன. (Cf. the Holman Gregory Report, 1922, Cond. 816, and Sir W. Beveridge's remarks, op. cit., p. 10). மேலும் எத்தனையோ பாலிசிகள் காலம் கழிந்து போகின்றன, அதனால் காப்பீடு கொள்பவர்களுக்கு ஏற்படும் ஆண்டு இழப்பு மிகப் பெரியதொரு தொகையாகிறது. நிர்வாகத்தின் செலவுகள், இயக்குநர்களுக்கு அளிக்கப்படும் ஊதியம், முகவர்களுக்குத் தரகுத்தொகை, பிரிமியங்களைச் சேகரிப்பதில் ஏற்படும் செலவு, விளம்பரச் செலவு, அலுவலகங்களின் தேவையற்ற மிகப் பெரிய பெருக்கம்- இவை எல்லாம் அரசு மேலாண்மையினால் உடனே நீக்கப்படக்கூடிய வீணாக்கங்கள்.

இதற்கு மையப்பட்ட மேலாண்மை தேவை என்று அர்த்தமில்லை. நிதியின் பொதுக்கட்டுப்பாடு ஓர் ஒற்றை அலுவலகத்திலிருந்து நெறிப்படுத்தப்படும் போது நிர்வாகத்தில் வட்டாரத் தன்னாட்சி மிகப் பெருமளவில் இருக்கக் கூடாது. காப்பீட்டின் தேசியக் குறைந்தபட்சம் என்ற கருத்து ஏற்கப்பட்டால் அதன் நிர்வாகத்தின் மிக எளிய வடிவம், உள்ளாட்சி அரசாங்கத்தின் சாதாரண அலகுகளுக்கு அதை மாற்றிவிடுதலாகும். வட்டாரத் தலைமை தேசியக் குறைந்த அளவுக்கு அப்பால் உள்ள திட்டங்களில் சோதனை செய்து பார்ப்பதையும் அதனால் முக்கியத் துறையான சமூக நலத்தில் முன்னெடுப்பை வளர்ப்பதையும் இயலச் செய்யமுடியும் என்ற பெரிய சிறப்பு அதற்கு உண்டு. உதாரணமாக, காப்பீட்டுக் கொள்கையை உடல்நல நடவடிக்கைகளுடனோ ஒரு நகராட்சி மன்றத்தின் வீடுகட்டித்தரும் முயற்சிகளுடனோ ஒருங்கிணைக்க அது அனுமதிக்கும்; மான்செஸ்டரில் நோயாளிகளுக்கு உதவும் நிதிக்கோரிக்கைகள் மிக அதிகமாக இருந்தால், உடல்நலத்திற்குரிய மருத்துவ அதிகாரியைக் கேள்விகள் கேட்க முடியும். இங்கு, எந்த நிலப்பகுதியிலும் அல்லது தொழில்வகையிலும் குறைந்த பட்சக் காப்பீட்டை ஒப்பந்தம்செய்யும் உரிமையை நீக்குவது என்பதை நான் அடிப்படையாகக் கொள்கிறேன். இது போன்ற ஒரு

திட்டத்தின் முழு நோக்கமே அது யாவருக்கும் பொருந்துவதாக இருக்கவேண்டும், தனிப்பட்டவர்கள் இலாபம் அடிக்கும் வட்டத்திலிருந்து வெளிவர வேண்டும் என்பதுதான். எந்த வட்டாரத் தலைமையதிகாரியும் மைய அதிகாரியின் ஒப்புதலின்றிக் காப்பீட்டில் சோதனைகளில் இறங்கிவிட அனுமதிக்கப்படக்கூடாது. இம்மாதிரியான விஷயங்களில் காப்பீட்டுக் கணக்கு மற்றும் முதலீட்டு இடர்காப்புகள் அதிகபட்ச அறிவினால் பாதுகாக்கப்பட வேண்டும்.

கட்டாயக் காப்பீட்டின் வட்டத்தில் இலாபம் தேடும் உள்நோக்கத்திற்கு இடமில்லை என்பதைச் சமர்ப்பித்துக் கொள்கிறேன். தவிர்க்கமுடியாத சமூக இழப்பு ஏற்படுகையில் சமுதாயத்தைக் காப்பாற்றுவது அது. அதற்குத் துணைக்கருத்து என்னவெனில், அப்படிப்பட்ட பாதுகாப்புக் காப்பீடு செய்தவருக்கு, தான் எடுத்துக்கொள்ளும் பகுதியில் உச்சபட்சச் சாத்தியமான இழப்பீட்டை வழங்கவேண்டும் என்பது. இந்த வட்டத்துக்கு அப்பால், பிரச்சினை வேறானது, அதன் எல்லைகளை அனுபவம்தான் வரையறுக்கவேண்டும். தீ, திருட்டு, ஒரு மோட்டார் காரினால் ஏற்படும் விபத்துகள், கல்விப் பயிற்சியில் மிக உயர்ந்த வடிவத்தின் நிச்சயத்தை ஒருவன் தன் குழந்தைகளுக்கு அளிக்கும் ஆர்வம் போன்றவை எல்லாம் காப்பீட்டுக்கான முறைகள். இவற்றைத் தேர்ந்தெடுப்பது சரியாகவே அந்தந்தக் குடிமகனின் விருப்பத்திற்கு விடப்படுகிறது. தனது வீட்டில் கொள்ளையடிக்கப்படும் வாய்ப்பு மிகக்குறைவு, அதனால் அதற்காகக் காப்பீடு தேவையில்லை என்று ஒருவர் நினைக்கலாம். தனது மகன் ஒரு பல்கலைக்கழகக் கல்வியினால் ஆதாயம் பெறமுடியும், அது கிடைக்கும் இயல்பான வழிவகைகள் போதியவை உள்ளன என்று அவர் நினைக்கலாம். ஆனால் அரசின் தேவைகள் பூர்த்திசெய்யப்பட்ட பிறகு எஞ்சியிருக்கும் தனிப்பட்ட காப்பீட்டின் இயல்பான வடிவங்கள் எல்லாவற்றிலும் அதை அரசாங்கத்தின் தனியுரிமையாக ஆக்குவது என்பது இறுதியானது என்று நினைக்கிறேன். அதன் நிர்வாகத்தின் ஒவ்வொரு நிலையிலும் கட்டணங்களின் சிக்கனத்தன்மை பாதிக்கப்படும்; அதன் விளைவாக காப்பீடு செய்துகொண்ட நபருக்கு வருவாயை அதிகரிக்கும் வழி ஏற்படும். அமெரிக்காவில் அதன் இராணுவ வீரர்களுக்குக் காப்பீடு செய்யும் முறையின் அனுபவம் ஒரு தேசிய மயமாக்கப்பட்ட திட்டம் எவ்வளவு திறமையாக நிர்வகிக்கப்படும் என்பதற்கான சான்றாகும். அஞ்சல் அலுவலகத்தின் வாயிலாக நியாயமான இலாபத்தை அரசு ஏன் அடையலாகாது என்பதற்கான காரணம் எதையும் நான் காணவில்லை; இந்த ஆதாயங்களை, ஒவ்வோராண்டும் நிதியமைச்சர் தன் திட்டத்தை முன்வைக்கும்போது அந்தச் சமயத்தில் எதற்கு அளிப்பது மிகுந்த விவேகமாக இருக்குமோ அதற்கு அளிக்கலாம். தேசியமயமாக்கப்பட்ட

காப்பீடு, மேலும் அரசாங்கத்திற்கென ஒரு மிகப் பெரிய தொகையை ஒதுக்கீடாக அளிக்கும் என்பதால் அதை அரசாங்கம் தொழில் வளர்ச்சிக்கு மிகப் பயனுள்ளமுறையில் பயன்படுத்திக் கொள்ளலாம். புதிய வடிவங்களில் சேவையின் தளர்ச்சியையோ போதிய சோதனை இன்மையையோ எதிர்பார்க்கக் காரணமில்லை. அப்படிப்பட்ட துறையைச் சுற்றி, வேறெந்தத் தொழிலிலும் அனுமதிப்பது போலவே விமரிசகர்களைச் சூழ அனுமதிக்கலாம். காப்பீடு செய்துகொண்ட நபர்கள் தங்கள் பாதுகாப்புக்கெனக் கைக்கொள்ளும் எந்த முறையையும் பயன்படுத்திக் கொள்ள முடியும். அப்படிப்பட்ட ஒருங்கிணைப்பு உடனே இல்லாமல் ஆக்கக்கூடிய சேவைக்கான மிக அதிகமான கட்டணங்களின் மறைவினால் அவர்கள் மகிழ்ச்சியடைவார்கள்.

சமூகக் காப்பீட்டின் போதிய திட்டம் ஒன்றின் முக்கியத்துவத்தைச் சமுதாயத்துக்கு மிகைப்படுத்திச் சொல்லத் தேவையில்லை என்று நான் நினைக்கிறேன். அரசின் பண்பு எத்தகையதாக இருந்தாலும், அது தன் இப்போதைய வடிவத்தைக் காத்துக் கொண்டாலும், அல்லது நடைமுறையில் பொதுவுடைமையை ஏற்றுக் கொண்டாலும், வாழ்க்கையின் தவிர்க்கமுடியாத செலவுகளிலிருந்து தன்னை அது பாதுகாத்துக் கொள்ளத்தான் வேண்டும். எப்போதுமே நோயாளிகள் இருப்பார்கள்; மூப்பு என்பது தப்பிக்கமுடியாத ஒரு சுமை; மிகமிக விவேகமுடைய ஒரு சமூகத் திட்டமும் ரஷ்யாவில் ஏற்பட்ட மோசமான விளைச்சலுக்கு இந்தியாவின் பருவமழை மோசம் என்று காரணம் காட்டுவதால் ஏற்படும் பொருத்தமின்மைகளைத் தடுக்க முடியாது. குழந்தைகளுக்குக் கல்வியளிக்கும் பெற்றோர் ஒவ்வொருவரும் அக்கல்விக்கான செலவு அவர்கள்மீது ஒரு வளரும் சுமையாக இருப்பதை அறிவார்கள். ஆகவே இந்தப் பிரச்சினைகளை ஒட்டுமொத்தமாக மிகக் குறைந்த சமுதாயத்திற்கான செலவினால் சமாளிக்க முடியும் என்பது ஒரு தெளிவான ஞானம்தான். அவற்றுக்கிருக்கும் கடப்பாடுகளிலிருந்து எவருக்கும் நம்மால் விலக்கு அளிக்கவும் முடியாது. அப்போது அரசுக் காப்பீடு என்பது அரசு அஞ்சல் அலுவலகம், அரசுக் காவல்படை என்பதுபோலத் தெளிவாகிவிடுகிறது. சேவையின் குறைந்தபட்சம் என்பது வைக்கப்படும் உயர்வான அளவுக்குத் தக, சமுதாயம் இறுதியில் வளமாக இருக்கும். நவீன அரசின் பரந்துபட்ட நிவாரணச் சேவைகள் நமக்குத் தேவையிருக்காது, உதாரணமாக, ஏழைகள் சட்டத்தைத் தேவைப் படுத்துகின்ற பிரச்சினைகளைக் காப்பீட்டின் ஆதாரத்தில் வைத்துவிட்டால் அதன் ஏழைகள் சட்ட முறைக்குத் தேவையிருக்காது. போதிய கருவிகள் இல்லை என்ற பிரச்சினை எப்போதுமே மருத்துவ மனைகளில் இருக்கிறது, அதற்காக, அல்லது சோதனை சாத்தியமில்லை என்ற நிலைக்காக, இனி மருத்துவமனை தற்செயலான நன்கொடைகளை

நம்பியிருக்கத் தேவையில்லை, ஏனெனில் அதற்கு, மருத்துவக் காப்பீட்டு நிதியிலிருந்து தான் அளிக்கும் சேவைக்காகப் பணம் கேட்டுப் பெறும் உரிமை இருக்கிறது; அதேபோல் குடிமக்களும் தாங்கள் செலுத்தியிருக்கும் மருத்துவக் காப்பீட்டுத் தொகையிலிருந்து தங்கள் சிகிச்சைக்கான செலவு பெறப்படும் என்ற தெளிவினால் உரிமையுடன் அங்குச் செல்லலாம். சுருக்கமாக, நாம் வாழ்க்கையின் நிச்சயங்களை இந்த வழியினால் அதிக அளவு பெருக்கிக் கொள்ள முடியும்; தனிப்பட்ட குடிமகனே இவற்றை எல்லாம் உற்பத்தி செய்வதற்கான கருவியாக இருப்பவன் என்ற வகையிலே இதைச் செய்யமுடியும். கடந்த இருபத்தைந்து ஆண்டுகள் இந்தக் கொள்கையை அரசின் வாழ்க்கையில் மிக எளிய ஒன்றாக்கி விட்டது. நமது வேலை, அதன் வாக்குறுதியின் மொத்த அர்த்தத்தையும் ஏற்கவேண்டி அது செயல்படும் வட்டத்தைப் பெரிதாக்குவதுதான்.

VIII. சொத்தும் வழிவழியாய் அடைதலும்

எந்தச் சமுதாயத்திலும் அரசியல் உறவுகளில் சமத்துவத்தின் முக்கியத்துவத்தை இந்த நூல் முழுவதிலும் வலியுறுத்தி வந்திருக்கிறேன். மேலும், அரசியலில் சமத்துவம் என்பதன் கருத்தின் திறவுகோல் எந்த ஓர் அரசின் சொத்துரிமை அமைப்பிலும் இருப்பதைக் காணலாம் என்றும் நான் வாதிட்டிருக்கிறேன். சொத்து பகிர்ந்து கொள்ளப் பட்டிருக்கின்ற முறை, எப்போதுமே, நமது அமைப்புப் போன்ற தனியார்நலன்களுக்கான அமைப்பில், பொருளாதார அதிகாரத்தின் பகிர்மானத்தையும் நிச்சயிக்கிறது. பொருளாதார அதிகாரம் முக்கியமாகத் திரும்பவும் அரசியல் அதிகாரத்தின் பகிர்வையும் நிச்சயிக்கும் என்பது தவிர்க்கவியலாதது. ஏனெனில், எதை உற்பத்தி செய்யவேண்டும் என்பதை மட்டுமல்ல, அது எவ்விதம் உற்பத்தி செய்யப்பட வேண்டும் என்பதையும் நிர்ணயிக்கக் கூடியவர்கள்தான் தெளிவாகவே பிற மனிதர்களுடைய வேலை வாழ்க்கையையும் நிர்ணயிக்கிறார்கள். அவர்களுடைய முடிவுகள், சந்தேகமின்றி, பொருளாதார நோக்கங்கள் ஒரு பகுதி இடம் மட்டுமே பெறுகின்ற அவதானிப்புகளின் செல்வாக்கிற்கு மிக அதிகமாக உட்படும். தொழிலகச் சட்டங்களில் காண்பது போல, அவர்கள் மனிதாபிமானத்தின் கோரிக்கைகளுக்குச் சலுகைகள் அளிப்பார்கள். நிலக்கரிச் சுரங்கத்தில் எடைச்சோதிப்பு ஆளை நிறுவியதுபோல, தொழிலாளர்களுக்குள் இணைதலின் சக்திக்கு விட்டுக் கொடுப்பார்கள். ஆனால் அடித்தளத்தில், அந்த

அரசியலமைப்பு அவர்கள் தங்கள் பிரக்ஞையில் அவற்றிற்காக இணைகின்ற அளவுக்கேற்ப நடைமுறையில் அவர்களது நலன்களை மட்டுமே பிரதிபலிக்கும். நமது காலம் போன்ற தொழில் முதலீடு மிக அதிக அளவில் செறிந்திருக்கும் ஒரு காலத்தில், அப்படிப்பட்ட பிரக்ஞை இல்லாதிருப்பது சாத்தியமில்லை. ஆகவே ஒரு சமுதாயத்தில் ஆளுமையின் உரிமைகள் மீது சொத்தின் அதிகாரம் ஆதிக்கம் செய்யாமல் இருக்க வேண்டுமென்றால், அது ஆதாயம் தேட முனைகின்ற வாய்ப்புகளை வரையறைக்குட்படுத்துவது தேவை.

குறைந்தபட்சம், ஒரு பகுதி அளவிலேனும், இந்நூலில் வரைந்து காட்டப்பட்ட தொழிலியல் சீரமைப்புத் திட்டத்தில் அப்படிப்பட்ட வரையறைகளை ஏற்கெனவே அளித்துள்ளோம். ஏனெனில் ஒரு தேசியமயமாக்கப்பட்ட தொழிலில், வரையறைப்படியே, தனிப்பட்ட ஆதாயம் தேடுதல் என்பது விலக்கப்பட்டுள்ளது. அதன் உறுப்பினர்களுக்குள் பலபேருக்குச் சந்தேகமின்றி ஒரு பெரிய ஊதியம் அளிக்கப்படும் என்றாலும், அவர்களுடைய அதிகாரம் அவர்கள் பெறும் ஊதியத்தினால் வருவதல்ல, அவர்கள் அளிக்கும் சேவையினால் வருவதுதான்; அவ்வாறு சேவை அளிக்கும் முறையிலேயே தன்னிச்சையான கட்டுப்பாட்டை மேற்கொள்வதற்கான சாத்தியம் அவற்றிலிருந்து நீக்கப்பட்டுவிடுகிறது. அந்தத் தொழிலின் வட்டத்திலேயே நுகர்வோரின் கூட்டுறவுக்குமான இயல்பான வட்டமும் இருக்கிறது என்று நான் வாதிட்டுள்ளேன். இங்கும் மீண்டும், இலாபத்தின் வழியாக சொத்துக் குவித்தல் என்பது காரணகாரிய முறைப்படியே, நமது விவாதத்திலிருந்து விலக்கப்படுகிறது. சிறப்பு நிபுணருக்கு அதிக ஊதியம் தரலாம்; ஆனால் அவரால் இப்போதுள்ள தொழில் தலைவர்களுக்கு இயல்பாக இருப்பது போலத் தொழிலை மிகப் பெரிய அளவில் வளைக்க முடியாது.

தனியார் தொழிலைப் பொறுத்தமட்டில், சிலபேர் மிகப்பெரிய செல்வத்தைச் சேர்ப்பார்கள் என்பது சாத்தியம்தான். திரு. பெர்னாட் ஷாவைப்போன்ற திறமை படைத்த ஒரு மனிதர் மிகப்பெரிய செல்வம் சேர்ப்பதைத் தவிர்ப்பதற்குப் பறிமுதல் செய்வதைத் தவிர வேறுவழியில்லை. தொழில் என்று வந்தால், இங்குச் சொல்லப்பட்ட வழிமுறைகளே அந்த அளவுக்கான செல்வத்தை நெறிமுறையோடு சேர்ப்பதற்குப் போதுமானவை என்று நானே நம்புகிறேன். பங்கின் முதலீடு தனக்குரிய விலையை விடச் சந்தையில் மிகுதியாகப் பெறுமானால் பங்கின் மதிப்பு உயர்ந்து நுகர்வோரும் உற்பத்தியாளரும் ஒருசேர நிறுவனத்தின் விளைவுகளில் பங்கேற்க அனுமதிக்கப்படுகிறார்கள். மனிதர்கள் சேமித்து வைத்து, ஒத்திப்போடப்பட்ட நுகர்வின் விளைவினால் இலாபம் அடைந்தால்

ஏன் அவர்கள் அப்படிச் செய்யலாகாது என்பதற்கு எவ்விதக் காரணமும் இல்லை; ஆனால் நிபந்தனை, அவர்கள் சேமிப்பின் முதலீடு தன்னுடன் முழுஅளவிலான தொழில் கட்டுப்பாட்டை மேற்கொள்ளக்கூடாது என்பதே. இப்படிப் பெறப்பட்ட வருவாய் மிக அதிகமாக இருந்தால், அதன் அபாயங்களை முறைப்படுத்திய வருமானவரியின் வாயிலாகச் சரிசெய்யலாம்; நாம் இங்குக் கற்பனை செய்யக்கூடிய சமுதாயத்தில் சிறிய வருமானங்களுக்கு வரிச்சுமை அதிகம் இருந்தால் அதை மிகப் பெரிய வருமானம் உடையவர்கள்மீது மாற்றிவிடலாம். இப்படிப்பட்ட மிக ஊதிய வருமானம் நமது காலத்தில் அமெரிக்காவின் கோடீசுவரர்கள் வகுப்பினருக்குத் தனிச்சிறப்பாகவே உள்ளது.

மெய்யான பிரச்சினைகள், இரு திசைகளில் உள்ளன என்று நம்புகிறேன். முதலில் இப்போது தனியாரிடம் உள்ள தொழில்களை எவ்வித நிபந்தனைகளின் பேரில் பொதுச்சொத்தாக அல்லது பகுதிப் பொதுச் சொத்தாக மாற்றுவது என்பது; இரண்டாவது பாரம்பரியச் சொத்து பற்றிய பிரச்சினை. இரண்டாவது கேள்வியை முதலில் எடுத்துக் கொள்வது சிறந்தது. ஏனெனில் அதன் பகுப்பாய்வில் கண்டறியப்படும் முடிவுகள் அடுத்த கேள்வியின் விடையை மிகப் பெரிய அளவில் நிர்ணயிக்கின்றன என நினைக்கிறேன். தனியார் சொத்து வைத்திருப்பதை நியாயப் படுத்தக்கூடிய ஒரே கொள்கை அதனுடைய நிகழ்த்தல் பயன்தான் என்று ஏற்கெனவே வாதிட்டிருக்கிறேன். நான் சேவைசெய்வதால் எனக்குச் சொத்து இருக்கிறது; வேறொருவர் செய்த பணியின் காரணமாக நான் சொத்து வைத்துக் கொள்ள முடியாது. குறைந்தபட்சம், இலட்சியபூர்வமாக வேனும், நான் வைத்திருப்பதற்கும் நான் பணிசெய்வதற்கும் நேரடித் தொடர்பு இருக்கவேண்டும். உதாரணமாக, சிறந்த கவிதை எழுதும் ஓர் எழுத்தாளர், அந்தச் சிறந்த கவிதையை எழுதுவதற்கு இன்றியமையாத அமைதிமிக்க தனிமைச் சூழலைப் பெற இயலவேண்டும்; மிகக் கடுமையான கிராமப்புற உழைப்புக்கு இடையில் வேண்டுமானால் ராபர்ட் பர்ன்ஸ் பாடலாம், ஆனால் கிளாஸ்கோ நகரச் சேரியின் மனிதக் கும்பல் வசிக்கும் கொடுவறுமையின் அருகிலிருந்து அவரால் பாடமுடியும் என்பது சாத்தியமற்றது. ஒரு பிரதமர், ஒரு சாதாரண போலீஸ் காவலர் வசதியாக வாழ்வதற்குப் போதுமான அளவைவிட மிகுதியான வருமானம் இன்றி தனது வேலையைச் சரியான முறையில் செய்ய முடியாது. அளக்கக்கூடிய பொருத்தப்பாட்டிற்கான சாலை நேரடியானது, எளியது என்று நான் வாதிடவில்லை; ஆனால் இறுதிப்பட்சமாகவேனும் நாம் தேடிக் கண்டறிய வேண்டிய ஒரு சாலை அது.

நான் பணி செய்ததால்தான் பொருள் வைத்துக் கொள்ளமுடியும் என்றால், முன்னோர் விட்டுச் சென்ற சொத்துக்கு முழு உரிமை என்பது இருக்க முடியாது என்பது பெறப்படுகிறது. அதற்கேற்ப, அதை இரு வழிகளில் கட்டுப்படுத்தலாம். நான் பிறருக்கு விட்டுச் செல்லக்கூடிய சொத்தின் அளவுக்குக் கட்டுப்பாடு இருக்கும்; அதேபோல, அதைப் பெறக்கூடிய நபர்களின் எண்ணிக்கையிலும் கட்டுப்பாடு இருக்கும். பணத்தொகையைக் கட்டுப்படுத்துவதையும் இரண்டு நோக்குகளிலிருந்து செய்யலாம். முதலில், மொத்தச் செல்வக் குவிப்பு என்பதற்கு முழுமையான வரையறை இருக்கும்; குறிப்பிட்ட அளவுக்குமேல் சொத்து இருந்தால் அதை யாவர்க்குமான வாரிசு என்ற முறையில் அரசு வைத்துக் கொள்ளும். இரண்டாவது, எந்த ஒரு தனிநபரும் பாரம்பரியச் சொத்து என்ற முறையில் பெறக்கூடிய சொத்தின் அளவுக்கும் ஒரு வரையறை உண்டு.

இப்படிப்பட்ட நோக்கினை இப்போதிருக்கும் சமூக முறைமையினைப் பாதுகாப்போர், இது சொத்துரிமையை இல்லாமற் செய்கிறது என்று கூறுவர். அந்த வாதத்திற்கான விடையை மிக நன்றாக ஜான் ஸ்டூவர்ட் மில் சொல்லியிருக்கிறார். *(Quoted from Mill's posthumous essays on Socialism in the Fortnightly Review for 1879 by Sir W. J. Ashley in note K to his edition of Mill's Principles of Political Economy. p. 989. For Mill's own earlier views on inheritance cf. ibid., pp. 221 ff.)* "சொத்து என்ற கருத்து வரலாற்றில் ஒரேமாதிரியான விஷயம் அல்ல, மாற்ற முடியாததும் அல்ல...எந்த ஒரு குறிப்பிட்ட காலத்திலும், அந்தச் சமயத்திலுள்ள குறிப்பிட்ட சமூகத்தின் சட்டமோ வழக்காறோ அளிக்கும் பொருள்களின்மீதான உரிமையைக் குறிக்கின்ற சுருக்கமான வெளிப்பாடு அது; ஆனால் இந்த விஷயம் பற்றியோ, வேறு எது பற்றியோ, ஒரு குறித்த காலத்தின் சட்டத்துக்கும் வழக்காற்றுக்கும் அதையே பின்னாலும் அப்படியே மாறாமல் பின்பற்ற வேண்டும் என்பதற்கான உரிமை இல்லை. சட்டத்திலோ வழக்காறுகளிலோ ஒரு சீர்திருத்தத்தை முன்வைப்பது என்பது கண்டிப்பாகக் கண்டனத்திற்கு வேண்டியதும் அல்ல, ஏனெனில் அதை ஏற்றுக் கொள்ளுதல், இப்போதிருக்கும் சொத்து பற்றிய கருத்திற்காக எல்லா மனித விஷயங்களையும் தகஅமைப்பது அல்ல, மாறாக, மனித விஷயங்களின் வளர்ச்சிக்கும் மேம்பாட்டிற்கும் இப்போதிருக்கும் சொத்து பற்றிய கருத்தினைத் தக அமைப்பதுதான்." இந்தப் பிரச்சினைக்கு வேறு எந்த அணுகுமுறைக்கும் அறிவியல் பூர்வமானது என்று வேடமிடுகின்ற உரிமைகூடக் கிடையாது. பாரம்பரியச் சொத்து அல்லது மரணசாசனம் மூலமாகப் பெற்ற சொத்தின் உரிமையைப் பற்றி நமது பார்வைகள், ஒரு தலைமுறைக்கு முன்னிருந்த கருத்துகளின்றும்கூட வேறானவை. அவை காலம் இடத்திற்ப மாறுகின்றன. மிக ஆழ்ந்து சிந்தித்த தத்துவக்

கொள்கை ஒன்றின் வெளிப்பாடுகள் அல்ல அவை; புதிய தேவைகள், புதிய சிந்தனைகளின் அழுத்தத்திற்கு ஏற்ப அவை தொடர்ச்சியாக மாற்றியமைக்கப் படுகின்றன.

பரந்த அளவில் பார்க்கும்போது, மேற்கண்ட கட்டுப்பாடுகளின் கீழ், நாம் பாரம்பரியச் சொத்தினை மூன்று சிறப்புக் கோணங்களிலிருந்து காணலாம். (அ) மனைவிக்கும் குழந்தைகளுக்குமான சொத்துரிமை; (ஆ) உடனொத்த உறவினர்கள், நண்பர்கள்; (இ) அறக்கொடைக்குத் தருகின்ற சிறப்புப் பிரச்சினை. மனைவிக்கும் குழந்தைகளுக்குமான சொத்துரிமைக்கு இரண்டு வேறுபட்ட பக்கங்கள் உள்ளன. குழந்தைகள் முதிர்ச்சி பெறாதவர்களாகவோ, வயதுவந்தவர்களாகவோ இருக்கலாம்; நவீன உலகில் அதிகமாகக் காணப்படுவதுபோல, மனைவி தானாகச் சம்பாதிப்பவளாக இருக்கலாம். மிக எளிய உதாரணமாக, நாம் மனைவி கணவரைச் சார்ந்திருப்பவள் என்றும் குழந்தைகள் பள்ளியின் தொடக்க ஆண்டுகளில் உள்ளவர்கள் என்றும் கொள்ளலாம். சொத்து, பணிக்குத் தொடர்புள்ளது என்றால் இவர்களுக்குக் கிடைக்கக்கூடியது என்ன? பெண்ணுக்கு, அவள் தன் கணவனுடன் வாழ்ந்தபோது எப்படிப்பட்ட பழக்கவழக்கங்களோடு வாழ்ந்தாளோ அந்த அமைப்பில், கணவனுடைய கடைசிப் பத்தாண்டுகளில் அவள் பழக்கப்பட்ட அந்த சராசரி வாழ்க்கைத் தரத்தின்படி வாழ்வதற்கான போதிய வருமானத்தைப் பெறவேண்டும். அடிக்கடியும், இயற்கையானதுமான நீடித்த எதிர்பார்ப்பு, வருத்தத்தைத் தந்து கடினமாக்குகின்ற பழைய காலத்துடனான இடைவெளியை அவள் தவிர்க்க வைக்கிறோம். ஆனால் அதற்கு அவள் தனது சொந்த வாழ்க்கை வரை, அல்லது மறுமணம் வரை மட்டுமே உரியவள். அவள் இறப்புக்குப் பின்னர், அச்சொத்தில் அவளுடைய ஆர்வம் மறைந்துவிடுகிறது, ஆக, அது யாவர்க்கும் எஞ்சியிருக்கும் வாரிசு என்ற முறையில் அரசுக்கு அது வந்து சேரவேண்டும். அதன் நோக்கம் பூர்த்தியாகிவிடுகிறது, அவள் சம்பாதிக்காத சொத்துக்குரிய ஒழுக்கரீதியான உரிமை இனிமேல் இருக்கமுடியாது. மறுமணம் செய்துகொண்டால், நியாயப்படி, அவளுடைய இரண்டாவது கணவனுடைய சம்பாத்தியத்துடன் அச்சொத்தின் ஒரு பகுதியும் சேர்ந்து, இருவருடைய வருமானமும் அவள் மறுமணத்திற்கு முன் நடத்திய வாழ்க்கைக்குச் சமமான ஒன்றில் வாழ்வதற்கு ஏற்றவாறு அளிக்கப்பட வேண்டும்; இதன் துணைக்கருத்து, இரண்டாம் கணவனின் வருவாய் விதவையான அவள் வருவாயைவிட அதிகமாக இருந்தால், அவளது சொத்து முழுவதும் அரசுக்குச் சேரவேண்டும்.

இந்த நிலையில் குழந்தைகளின் நிலை என்ன? முதிர்ச்சி பெறும் நிலைவரையுள்ள காலத்தில் அவர்கள் பயனடையக்கூடிய

மிகச் சிறந்த கல்வியை அவர்களுக்கு அளிக்கவேண்டும். தங்கள் தந்தையின் அகால மரணத்தினால் எந்த அளவும் துன்புறாமல் அவர்கள் வாழ்க்கைப் போரில் ஈடுபடத் திறமை வேண்டும். ஆனால் இளமைப்பருவம் முடிந்தவுடன் அவர்களுக்குத் தந்தையின் சொத்தின் பட்டப்பெயர்/தகுதி கிடைக்காது. தாங்கள் சம்பாதிக்காத மேல்வருமானத்தில் அவர்கள் மகிழ்வதற்கு உரிமை இல்லை. எந்தக் குழந்தைக்கும் தாங்கள் உழைக்காமல் விலக்கப்படுகின்ற சூழலில் விடப்பட வேண்டும் என்று தங்கள் பெற்றோரிடமிருந்து கோர உரிமை கிடையாது; அவ்வாறு கேட்பது அவர்கள் சமூகத்தின் புல்லுருவிகளாக வாழ்வதற்கு உரிமை கோருவதாகும். முதிர்ச்சி பெற்ற காலத்திலும் வேலைசெய்வதிலிருந்து தடுக்காத முறையில், கொஞ்சம் மேல்வருமானம் கிடைத்துச் சற்றே வசதியாக வாழலாம் என்ற அளவில் சமூகம் ஒருவேளை உடன்படலாம்; இப்போதுள்ள பாரம்பரியச் சொத்து அடையும் முறையினை ஒழுக்கத் தற்காப்புக்கு உரிய ஒன்றாக மாற்ற இதுதான் வழி என்று நான் நினைக்கிறேன். ஆனால் அவர்கள் அதை வருமானமாக அனுபவிப்பார்களே அன்றி மூலதனமாக அல்ல. அவர்கள் மரணத்தின்போது அது மீண்டும் அரசுக்கே உரியதாகும். தங்கள் உழைப்பினால் சம்பாதித்ததை அவர்கள் தங்கள் சொந்தக் குழந்தைகளுக்கு விட்டுச் செல்ல வேண்டும். அவ்வாறு அளிக்கும்விதமாக அவர்கள் உழைப்பினால் சம்பாதிக்காவிட்டால் அவர்களுக்கு எதையும் அளிக்க அனுமதியில்லை. ஒரு சொத்தினைத் தொடர்ச்சியாக மக்கள் உரிமைபெற்று வேலைசெய்யாத ஒட்டுகளாக அனுபவிக்கும் உயிரியாக நாம் கருத முடியாது.

ஒருவேளை தந்தையின் மரணத்தின்போது பிள்ளைகள் வயது முதிர்ச்சி அடைந்திருந்தால் என்ன செய்யலாம்? அவர்கள் அப்போது தாங்களே சொந்தச் சம்பாத்தியத்தை எய்தியிருப்பார்கள். அப்போது சமூகம் அவர்களுக்குத் தகுதிக்கேற்ப முறைப்படி அளிப்பதைப் பெறுகிறார்கள் அல்லது தந்தையின் ஒட்டுண்ணியாகவும் இருக்கலாம், திருமணமாகாத பெற்றோர் வீட்டின் ஆபரணமாக இருக்கின்ற பெண்ணாக இருப்பதுபோல. முதலாவது விஷயத்தில் அவர்கள் பெறுவது வருமானத்திற்குக் கூடுதலாக இருந்து அதிகரிக்கும் வசதியில் ஒரு சிறிதாக இருக்கும் ஆனால் பிள்ளைகள் அதைப் பெறுவதால் வாழ்க்கையை நடத்தலாம் என்ற அளவுக்குப் பெரிதாக இருக்காது என்பதால் நியாயம் நடைமுறைக்கு வருகிறது. இரண்டாவதில், எங்கு சாத்தியமோ அங்கு, அந்தச் சிறு வருமானம் பெண் தன்னைத் தானே காப்பாற்றிக் கொள்ளப் பயிற்சி தரும், அல்லது அது இயலாத இடத்தில் அவளது வாழ்க்கைக் காலத்தில் நியாயமான வசதியை அளிக்கும். "திருமணம் செய்துகொள்வதற்காகவும் குடும்பத்தை நடத்துவதற்காகவும் தனது சொந்த உழைப்பினைச் சார்ந்திருப்பது எந்த

மனிதனுக்கும் ஒரு துன்பமல்ல", (*Principles of Political Economy (ed. Ashley), p. 225.*) என்று சுருக்கமாக மில் சொல்லுகின்ற எளிய விஷயம், நான் மேலே கூறியதற்கான ஆதாரம்.

தந்தையின் உயில் சார்ந்த மனப்பாங்கு எதுவாக இருப்பினும் நான் இந்தக் கொள்கைகள் நீதியானவை என்று கொள்ளுகிறேன். அவர் உயில் எழுதாமல் இறந்துபோயிருந்தால், மேலே குறிக்கப்பெற்ற சொத்தில் குழந்தைகளுக்குச் சமபங்கு இருக்கும்; அவர் உயிர் எழுதியிருந்தால், காரணமின்றி, மனைவியையோ குழந்தைகளையோ, குழந்தைகள் சட்டப்பூர்வமான வயதுக்குக் கீழ் இருந்தால், அதன் நன்மைகளிலிருந்து பங்குபெறாமல் விலக்கிவைக்க முடியாது. ஆனால் தங்கள் சொந்த உழைப்பை அவர்கள் நம்பியிருக்கும் பட்சத்தில் அவர் அப்படி விலக்கி வைக்கலாம். புரட்சி வரும்வரை நாம் இவற்றின் நடைமுறைப் பயன்பாட்டை ஒரேயடியில் முயற்சி செய்துபார்க்க இயலாது என்று நான் ஒப்புக் கொள்கிறேன். பெரும்பாலும், முற்போக்கான தொடராகப் பல நிலைகளில் பாரம்பரியச் சொத்தைக் குறைக்கலாம். நாம் சாவு வரிகளையும் முன்னோர்ச்சொத்து வரிகளையும் அதிகரிக்கலாம். சொத்துகள் 500 பவுண்டுவரை இருந்தால் பிரிக்காமல் விடலாம். பெரிய சொத்துகளைப் பிரிக்கலாம். உதாரணமாக ஒரு தனிநபர் வாரிசாக இருந்தால் ஒரு பெரிய கோடீஸ்வரனின் சொத்தில் ஒரு சதவீதம் மட்டுமே வாரிசு உரிமை எனச் செய்யலாம். நான் மனைவி குழந்தைகளின் நேரடிச் சொத்துரிமை பற்றியே பேசுகிறேன்; பேராசிரியர் கிளே நன்கு வருணித்துள்ள சூழலைத் தடுக்க முனைகிறேன். (*Property and Inheritance, p. 29*). "ஒரு கோடீஸ்வரன் இறந்தால், அவனுடைய இடத்திற்கு மற்றொரு கோடீஸ்வரன் வருகிறான். இந்த வகையான மொழிதலின் நோக்கம், ஒரு தலைமுறை சேர்த்துவைத்த சேகரிப்பினை அந்தத் தலைமுறையின் இறுதியில் சிதறச்செய்தல், சொத்தின் தொடர்ச்சியான மறுவிநியோகத்தை அமுல்படுத்துதல், சிறிய அளவுள்ள பெரியசொத்துகளுக்கு பதிலாகப் பல சிறிய சொத்துகளை உருவாக்குதல். மேற்கொள்ளும் அளவுகோலுக்கேற்ப மாற்றத்தின் வீதம் நிலைநிறுத்தப்படும். அளவுகோலின் குத்துக்கோட்டுச் சாய்வு, சமூகத்தின் சமத்துவத்திற்கான விருப்பத்தின் வலிமையைப் பொறுத்தது" என்று அவர் எழுதுகிறார்.

உடனொத்த உறவினர்கள் சொத்துரிமையில் பிரச்சினை வேறான ஒன்று. ஒரு மனிதனுக்குத் தன் குழந்தைகள் பொருளாதார நலத்தில் நேரடியான, உடனடி ஆர்வம் இருப்பதாகக் கொள்ளலாம்; அவனுடைய அத்தை-மாமன் மக்களுடனோ, உடன்பிறந்தார் மக்களுடனோ நல்லெண்ணம் என்ற பொது உணர்விற்கு அப்பால் அம்மாதிரி ஆர்வம் இருக்கும் எனக் கூறச் சிறப்புக் காரணம் ஏதுமில்லை. ஆகவே

குழந்தைகளின்றி, ஒரு மனிதன் உயிலும் எழுதாமல் இறந்துபோனால், அந்தச் சொத்து மறைமுக வாரிசுகளுக்குச் செல்வதை அனுமதிப்பதற்கு எந்தக் காரணமும் இல்லை. அவர்கள் சார்பாக அவன் சொத்துச் சேர்த்தான் என்று கூற இயலாது; இப்படிப்பட்டது என்றால், ஒரு உயிலைத் தாக்கல் செய்யும் உள்ளடக்கிய சான்றாக மட்டுமே இருக்கமுடியும். உடனொத்த உறவினர்களுக்கு மரபுவழிச் சொத்தினைப் பெறுவதற்கு எவ்வித உரிமையும் இல்லை; விதிவிலக்காக மரபுரிமைக் கட்டுப்பாடு உள்ள சொத்துகளில் அப்படி நிகழ வாய்ப்பு உண்டு, அது ஓர் ஆச்சரியம்தான். ஆகவே, பொதுவான விதிகள் அடிப்படையில் உயில் அற்ற தன்மை, இறந்த மனிதனுக்குக் குழந்தைகள் இல்லை என்றால், அரசு அதைத் தனக்காக எடுத்துக் கொள்ளும் சுதந்திரம் உண்டு. குடும்பப் பரம்பரை உடைமைகளுக்கும் பிறவற்றுக்கும் சிறப்பு விதிகளை உருவாக்கிக்கொள்வது எளிது; உடனடியாக அவை விற்கப்படாதிருந்தால், பூர்விகச் சொத்து வரி இன்றி அவை ஏன் செல்லக்கூடாது என்பதற்குக் காரணம் இல்லை. அறக்கொடையை அதன் பாதுகாப்பு உயில் இல்லாததன் காரணமாக உறவினர்கள் தற்செயலாகத் தடுப்பதை, இறந்தவரால் ஏற்படுத்தப்பட்ட நோக்கமாக எடுத்துக் கொள்ளக் கூடாது என்பதுதான் இதில் முக்கியமாக உள்ளடங்கியிருக்கின்ற விஷயம்.

உண்மையிலேயே ஒரு உயில் எழுதப்பட்டால் விஷயம் சற்றே வேறாக இருக்கிறதென்று நினைக்கிறேன். இங்கு கொடைக்கான உள்நோக்கம் இருப்பது முழுவதும் பாராட்டக்கூடியது. ஒருவன் தன் நண்பனின் சேவைக்கு அறிந்தேற்பு தர விழையலாம் அல்லது ஓர் உறவினரின் விசுவாசத்திற்கு ஈடுசெய்ய நினைக்கலாம். பொதுவாக, இம்மாதிரி விஷயங்களைப் பற்றி முடிவெடுக்கவேண்டிய விதி இருவகையாக இருக்கலாம் என்று ஆலோசிக்கலாம். எளிய பரிசுகள் தரப்படும்போது வருவாய்க்கு ஒரு மிக அதிகமான கூடுதல் ஏற்படுவதில்லை. அதாவது, அதைப் பெறுபவர் அதனால் வாழ அனுமதிக்கப்படுவதில்லை. அதனால் நியாயமும் அவர்களைத் தொடுவதில்லை, சீர்கெடுவதில்லை. அவை உள்ளடக்கியுள்ள அன்புணர்ச்சிக்கு அப்பால் அவற்றுக்கு ஒரு நிஜ மதிப்பும் இருக்கிறது. உதாரணமாக, ஓர் ஆசிரியைக்கு இருநூறு பவுண்டு கொடையாகக் கிடைத்து அவர் அதைப் பயணத்திற்குப் பயன்படுத்தினால் அவர் வாழ்க்கையே முற்றிலும் மாறுபடலாம். இப்படிப்பட்ட விஷயங்களில் அரசின் குறுக்கீடு தேவை என்று தோன்றவில்லை; இப்படிப்பட்ட பரிசுகள் சமுதாயத்தின் வாழ்க்கையைப் பாதிக்கும் அளவுக்கு தீவிரமான ஓர் அதிகாரத்தை உள்ளடக்கியிருப்பதில்லை. அல்லது ஒருவர் தனது வீட்டைப் பல ஆண்டுகள் உடன் பகிர்ந்துகொண்ட ஒரு சகோதரி அல்லது சகோதரி மகளுக்குப் பரிசாக ஏதேனும்

விட்டுச்செல்லும்போது இந்த விதியை வேண்டிய மாறுதல்களுடன் குறுக்கிடப் பயன்படுத்துவதற்கு வேண்டிய அடிப்படை இல்லை. இப்படிப்பட்ட சேவைகளுக்கு ஒருவர் ஏற்புச் செய்து ஒரு சுமாரான வருவாய் வரும்படியாகப் பணத்தை விட்டுச் சென்றால் அது அவளுடைய இறப்புக்குப் பிறகு அரசினைச் சேர்ந்துவிடும். ஆனால் உடனடிப் பெரிய தொகைகள் கேள்விக்குள்ளாகும். அதற்கான தடை இறுதியானதும் ஆகும். குறிப்பாக ஆங்கிலோ சாக்ஸன் சமுதாயங்களில் இப்படிப்பட்டக் கொடைகளுடன் நிபந்தனைகளும் விதிக்கப்படுவது அபூர்வமல்ல. அவை பெறுபவருடைய செயல்படும் சுதந்திரத்தைத் தடுப்பதாக இருக்கும். பூர்விகச் சொத்துகள், பெறுபவர் குறிப்பிட்ட காலத்திற்குள் திருமணம் செய்துகொள்ள வேண்டும், அல்லது தனது மதத்தை மாற்றிக் கொள்ளக்கூடாது என்பவை போன்ற நிபந்தனைகளுடன் வரும்போது அவை பொதுக் கொள்கையின் அடிப்படையில் சட்டத்திற்குப் புறம்பானதாகவே கருதப்படும்; ஏனென்றால் இப்படிப்பட்ட உயிலுக்குக் கட்டுப்பட்டு ஒருவர் இறந்த ஒருவரின் நிபந்தனைக்காக வாழ்வதென்பது ஒருவித வெறுப்பூட்டுகின்ற வகையான மன அடிமைத்தனம் ஆகும். பொதுவாக, அப்படியானால், நான் வலியுறுத்துவது நண்பர்களுக்கான அல்லது மனமொத்த உறவினர்களுக்கான எல்லாக் கொடைகளும் நான் குறிப்பிட்டவாறு இப்படிப்பட்ட தடைப்படுத்தும் நிபந்தனைகள் இன்றி இருக்கவேண்டும். தொகையும் அதைப் பெறுபவர் தனது உழைப்பினால் வாழாமல் இதை நம்பியிருக்கும் அளவுக்குப் பெரிதாக இருக்கலாகாது.

அறக்கொடைச் சொத்துகள் எனப்படுபவற்றால் மேலும் சிக்கலான பிரச்சினைகள் எழுப்பப்படுகின்றன. சொத்தினைப் பொதுமக்களின் பயன்பாடுகளுக்கென விட்டுச் செல்வது மிகவும் போற்றத்தக்க செயல்தான்; அரிஸ்டாடில் வள்ளன்மை என்று கூறிய பண்புக்கு நல்ல உதாரணம் இது. (*Politics, ii, 5, 1263a*.) ஆனால் பிரச்சினையை ஆராய்ந்தால் அது அவ்வளவு எளிமையாகத் தோன்றவில்லை. உதாரணமாக, ஒருவர் ஓர் இடத்தைக் கல்விக்கென நிறுவி, என்றென்றைக்கும் அங்கு என்னவிதமான கொள்கைகள் போதிக்கப்பட வேண்டும் என்று விதிப்பது மிகவும் அநீதியாகும். மில் கூறியதுபோல (*Principles of Political Economy* (ed. Ashley), 228.) "தான் இறந்து நூற்றாண்டுகள் ஆன பின்பு, என்ன விதமான கொள்கைகள் போதிக்கப்படத் தகுந்தவை என்று அறிவது யாருக்கும் சாத்தியமில்லை." ஒவ்வொரு தலைமுறைக்கும் தனக்குச் சொந்தமான கருத்துகள் இருக்கின்றன; உதாரணமாக, ஒருவர் தான் உயிரோடிருக்கும் காலத்தில் ஒரு ரோமன் கத்தோலிக்கக் கல்லூரி, ஒரு யூதமத போதனைக் கல்லூரியாக மாறிவிடக்கூடாது என்று அறக்கட்டளை நிறுவுகிறார். ஆனால் குறிப்பிட்ட காலத்திற்குப் பிறகு

அதன் போக்குகளை அவர் கட்டுப்படுத்துவதற்கான காரணம் இல்லை. ஆகவே கொடைபெறும் எந்த நிறுவனமும் குறித்த காலத்திற்கு, ஏறத்தாழ ஐம்பதாண்டுகள், பிறகு தன் நோக்கத்தை மாற்றிக் கொள்ள முடியவேண்டும் என்பது தெளிவு; தேவையற்ற மாற்றத்தைப் பற்றிய பாதுகாப்பு வேண்டுமென்றால், முன்னுதாரணமான சார்ஜண்ட் இன் வழக்கில் நடந்ததுபோல (The Times, April 10, 1902) அதனை இங்கிலாந்தில் அறநிலைய ஆணையர்கள் போன்ற அமைப்பில் தகவலைக் கேட்டுப் பெறலாம். அதற்கான நிதியை முழுவதும் தந்தபின்பு அந்தக் கொடையின் மாற்றுப் பயன்பாட்டிற்கான விண்ணப்பங்களைப் பெறுவது முறையானது. அல்லது அதனுடன் வருகின்ற நிபந்தனைகளைத் தள்ளுபடி செய்வதும் தகுந்தது. ஒரு பெரிய அமெரிக்கப் பல்கலைக்கழகத்தில் ஒரு பொருளாதாரப் புலத்தை ஏற்படுத்தும் கொடையாளர் ஒருவர், ஒரு குறிப்பிட்ட பாதுகாப்புச் சுங்க வரியின் மேன்மைகளைப் பற்றி அதில் போதித்தே தீரவேண்டுமென்று நிபந்தனை விதித்தால், பெரும்பாலோர் அவர் நியாயமான சிந்தனையின் எல்லைகளைக் கடந்துவிட்டார் என்றே கருதுவார்கள். மிகமிகக் குறைந்த நிறுவனங்களே தங்கள் பணக்கார நண்பர்களை மகிழ்விக்கும் ஆசையைத் தவிர்க்கும் அளவுக்கு வலிமை கொண்டுள்ளன என்பதை அனுபவம் காட்டியுள்ளது; அமெரிக்கக் கல்வி, அறக் கொடையைத் தேடுகின்ற நாட்டத்தில் குறிப்பாகத் தனது கல்விச் சுதந்திரத்தை இழந்துள்ளது. (Cf. Upton Sinclair, The Goose-step, and the earlier warning of Mr. J. A. Hobson, The Crisis of Liberalism, pp. 218 ff.) குறிப்பிட்ட அறக்கட்டளை, குறிப்பாகவும் நிரந்தரமாகவும் இன்ன நோக்கத்திற்கானது என்று எந்தச் சமயத்திலும் பயன்படுத்தக்கூடாது என்பதை வலியுறுத்தினால்தான் நாம் இறந்தவர்கள் நம்மை ஆட்சி செய்வதிலிருந்து தப்புவோம், அது மட்டுமின்றி, உறுதியான நம்பிக்கைக்காக அல்லாமல் உயிரோடிருப்பவர்களை மகிழ்விக்கும் முயற்சியிலும் ஈடுபடமாட்டோம்.

ஆனால் பூர்விகச் சொத்துகளை இந்தப் பாணியில் எவ்விதச் சமூகக் கட்டுப்பாடும் இன்றி பொதுவாகப் பயன்படுத்த முனைவது அழிவுண்டாக்கக் கூடியது. உயிலெழுதுபவர்களின் விசித்திரத் தன்மைகளுக்கு அளவே இல்லை. முக்கால் நூற்றாண்டுக்கு முன்பு ஒரு நல்ல பெண்மணி தனது முழுஅளவிலான பெரும் சொத்தினையும் ஜோன்னா சவுத்கோட் என்பவருடைய புனித எழுத்துகளைப் பரப்புவதற்காகவே விட்டுச் சென்றமை, ஒரு உயிலெழுதுபவர் எந்த அளவுக்குச் செல்வார் என்பதற்கு நல்ல உதாரணம். ஆகவே எல்லா விஷயங்களிலும் கொடையளிக்கப்பட்ட நோக்கம் அறிவுப்பூர்வமானது, தாராளநிலையில் விளக்கமளித்தாலும் பொதுக் கொள்கைக்கு எதிரானது அல்ல என்று நிறுவப்பட வேண்டும். அது மட்டும் அல்லாமல்,

கொடை ஒரு பெரிய அளவுக்கான தொகையாக இருந்தால், கொடை அளிக்கப்பட்டவர்கள் இம்மாதிரி அறநிறுவனங்களைப் பராமரிக்கின்ற அமைப்பிடம் அதைப் பயன்படுத்துவதற்கான திட்டங்களை சமர்ப்பிக்க வேண்டும். இல்லாவிட்டால், அந்தக் கொடை, பெரும்பாலான ஆங்கிலக் கல்விக்கான கொடைகளைப் போலக் கெட்டநோக்குடன் தவறான வழியில் பயன்படுத்தப்படும் (Cf. H. T. Wilkins and J. A. Fallows, English Educational Endowments, passim.) மேலும், இரண்டாவதாக, அந்தக் குறிப்பிட்ட மூலதனத்திற்கு நியாயமான வருவாய் வராத தேவையற்ற பொருள்களில் அந்தப் பணம் வீணாக்கப்படும். உதாரணமாக, இப்போது அமெரிக்காவில், அமெரிக்கக் கோடீஸ்வரர்கள் பூர்விகச் சொத்தை விட்டுச் செல்லுதல் வாயிலாகப் பெருந்தொகையான நிதியை ஒரு சிறிய எண்ணிக்கையிலான தர்மகர்த்தாக்களின் உசிதத்திற்கு விட்டுச் செல்கின்றனர். இது பின்னவர்களுக்கு அளவுக்கு அதிகமான அதிகாரத்தையும் கௌரவத்தையும் அளிக்கிறது. அதன் விளைவுகள் தீயநோக்கமுள்ளவையாக எளிதாக மாறமுடியும். இப்படிப்பட்ட சாத்தியங்களிலிருந்து சமூகம் தன்னைத் தற்காத்துக் கொள்ள உரிமை இருக்கிறது. ஏனெனில் அப்படிப்பட்ட நிதியங்கள் ஒன்று, தன்மூப்பான தர்மகர்த்தாக்களால் நிர்வகிக்கப் படுகின்றன. அவ்வாறாயின் அவற்றின்மீதான மேற்பார்வை தவிர்க்கவியலாமல் போதுமானதாக இல்லாமல் போகிறது; அல்லது, அவை ஒரு நிரந்தரமான அலுவலர் அமைப்பால் கட்டுப்படுத்தப்படுகின்றன. அவர்களது குறுக்கீட்டு அதிகாரம் காலப்போக்கில் வளர்ந்து, தற்கால அனுபவத்தில் காண்பதுபோல, மிக அபாயகரமான பரிமாணங்களை அடைகின்றன. அந்த அதிகாரம் ஒரு பெரிய பத்திரிகையின் உரிமையாளருடைய அதிகாரத்திற்கு ஒப்பானது. அவர்களின் உதவியைச் சார்ந்திருப்பவர்களின் செயல்களையும் சிந்தனைகளையும், அதற்கு எதிர்த்துச் செயலாற்றும் நிலைமை இல்லாவிட்டால், கட்டுப்படுத்த ஏதுவாகிறது.

ஆனால் இங்குச் சொல்லப்படும் பாதுகாப்புகள் போன்றவை, துணிகர முயற்சிகளுக்கான ஊக்கத்தைக் குறைக்கும், அதனால் சமூகம் வருத்தமடையும் என்று சொல்லப்படுகிறது. பலபேர் தங்கள் குழந்தைகளின் ஆதாயத்திற்காக இப்படிப்பட்ட முயற்சிகளில் ஈடுபடுகிறார்கள் என்பதை நான் மறுக்கவில்லை; ஆனால் இப்படிப்பட்ட உள்நோக்கம், தனது உழைப்பின்றி வாழ முனையும் ஒரு வகுப்பின் வளர்ச்சிக்கு எதிராகச் சமுதாயத்தைப் பாதுகாக்க முனையும் சமூக ஆர்வத்தினால் முறியடிக்கப்படுகின்ற ஒன்று. ஒரு மனிதன் தனது குழந்தைகளுக்கு அப்பால் பிறருக்குக் கொடையளிக்கும் உள்நோக்கம் என்பது மெய்யான முக்கியத்துவம் கொண்ட ஒன்றல்ல என்று நானே நம்புகிறேன்; முன்னதைப் பற்றியும் அது இன்னும் உண்மை. மில்

கூறியதுபோல (*op. cit., p. 224*) "பெரும்பான்மை சந்தர்ப்பங்களில், சமூகத்தின் நன்மை பற்றி மட்டுமல்ல, தனிமனிதர்களின் நன்மையும்கூட, அவர்களுக்கு மிகப் பெரிய அறக்கொடை அளிப்பதைவிட சுமாரான அளவு பணம் அளித்து அதைவைத்து நன்கு கலந்தாலோசிக்கப்பட வேண்டும்." ஒவ்வொரு குழந்தைக்கும் ஒரு வெற்றிகரமான தொடக்கம் வாழ்க்கையில் கிடைக்கவேண்டிய உரிமை இருக்கிறது, ஆனால் அதன் சொந்த முயற்சியின்றி அக்குழந்தையை விடுவது சமூக அளவில் அழிவுண்டாக்கக் கூடியது. தனது குழந்தைகளைப் பாதுகாக்கவேண்டுமென்ற பெற்றோரின் உந்துதலுக்கு அப்பால், சொத்துக் குவிப்பின் நிஜமான நோக்கம் அதிகாரம் என்று பொதுவாக வாதிடலாம்; அப்படிப்பட்ட அதிகாரம், அதன் இயல்புப்படியே சட்டத்துக்குப் புறம்பானது என்று நான் ஏற்கெனவே வாதிட்டுள்ளேன், ஏனெனில் அதை மிக அரிதாகவே எவ்வித ஒழுக்கக் கொள்கையுடனும் இணைத்துப் பார்க்க முடியும். தானாகச் சம்பாதிக்காவிட்டால், வாழ்க்கைக்கான பொருள்கள் யாவும் தனக்குக் கிடைக்காது என்று ஒருவர் கருதக்கூடிய சமூகம் தவிர்க்கவியலாமல் ஒரு சிறந்த, வளமான சமூகமாக இருக்கும். இதனால், இன்று நமது முயற்சிகளைப் பெரும்பாலும் நச்சுப்படுத்துகின்ற விஷயங்களைத் தவிர்க்க முடியும்: முனைப்பாகத் தெரியக்கூடிய சிலவற்றை வீணாக்கல், அந்த வீணாக்கலைப் பின்பற்றவும் நகல்செய்யவும் பலர் மிக வேகமாக உழைத்தல். சமூக கௌரவத்தின் மூலாதாரமாகச் சிலபேருடைய அறிவுக்கொவ்வாத ஆடம்பரத்தை உருவாக்குவது, அது பயன்படுத்திக் கொள்ளக்கூடிய ஒவ்வொரு இடத்திலும் அர்த்தமற்ற வீணாதலைப் பெருக்குவதாகிறது. நாம் வேறுபிற தரங்கள் அடிப்படையில் நமது நடத்தை விதிகளை நிர்ணயிக்க வேண்டும்.

இந்தப் பகுப்பாய்வு நியாயமானதாக இருந்தால், ஒரு தனியார் தொழிலைப் பொது (அரசு)த் தொழிலாக மாற்றும்போது பயன்படுத்தவேண்டிய கருவி நுட்பங்கள் என்ன என்ற பிரச்சினைக்கு நம்மிடம் ஒரு அணுகுமுறை உள்ளது. பரந்தநிலையில், மாற்றத்திற்கு மூன்று பாதைகள் உள்ளன. புரட்சிக்குப் பிந்திய ரஷ்யாவில் போல, பறிமுதல் செய்யலாம். குறிப்பிட்டத் தொழிலுக்கு ஒரு மதிப்புப் போட்டு அதை வாங்குவதன் மூலமாக ஈடு செய்யலாம், பழைய சொந்தக்காரர்களுக்கு சமமதிப்புள்ள பணமோ அல்லது பத்திரங்களோ கொடுத்துவிடலாம். இறுதியாக ஒரு பகுதி ஈடுசெய்யலாம். தொழிலை அரசு எடுத்துக் கொண்டு, சொந்தக்காரர்களுக்கு ஒரு வரையறுத்த அளவு தொகையை மொத்தத் தொகையாகவோ ஆண்டு தோறும் தரப்படுகின்ற தொகையாகவோ தரலாம். இவற்றில் மூன்றாவது முறைதான் நம்மிடம் உள்ள மிகச் சிறந்த முறை என்று வாதிடுவேன்.

இப்போதுள்ள அமைப்பில் பொறுமையின்மை கொண்டவர்களுக்கு ஒரு நாடகத்தனமான தாக்கத்தைத் தருவது பறிமுதல் செய்தல்தான். இந்த அமைப்பு எவ்வளவு அநீதிகளின்மேல் கட்டப்பட்டுள்ளது என்பதை அவர்கள் காண்கிறார்கள். இந்த அநீதிகளுக்கு எவ்விதத் தற்காப்பும் செய்ய இயலாது என்பதையும் காண்கிறார்கள்; தற்காப்புக்கென முன்னரே செய்யப்பட்ட முயற்சிகள், உதாரணமாக, 1919இன் நிலக்கரி ஆணையத்தின் முன்பு சுரங்க உரிமை பெற்றிருந்தவர்கள் செய்தது போன்றவை, எந்த ஆய்வுக்கும் நிற்க இயலாத அளவுக்கு மிக அபத்தமாக இருப்பதைக் காண்கிறார்கள். *(Minutes of Evidence. Evidences of the Duke of Northumberland, Lord Dynevor, the Earl of Durham.)* அமெரிக்க ஐக்கிய நாட்டில், உலகில் வேறு எந்த இடத்தையும்விடத் தனிச் சொத்துடைமை மிக உறுதியாக நிலை கொண்டுள்ள இடத்தில், ஒரு ரூபாய் இழப்பீடுகூடத் தராமல் மது உற்பத்தித் தொழில் ஒடுக்கப்பட்டதைச் சுட்டிக் காட்டுகிறார்கள். பெரும்பாலான நிலக்கிழார்கள், உதாரணமாக, பிரிட்டனில், எந்தவிதமான சேவையும் இன்றியே தங்கள் சொத்துகளை அடைந்தார்கள் என்பதையும் வலியுறுத்துகிறார்கள். முழு அளவு இழப்பீடு தருகின்ற சுமையை அரசு தாங்க முடியும் என்று அவர்கள் கருதவில்லை. ஆனால் இந்த நோக்கிற்கான விடை ஓர் இறுதிவிடையாக இருக்க வேண்டும். பறிமுதல் செய்வது போன்ற ஒரு கடுமையான நடவடிக்கையின் முதல் விளைவு, ஒரு பகைமை எண்ணம் உருவாகுதல். ரஷ்யாவில் நிகழ்ந்ததுபோல, இந்தப் பகைமை எண்ணத்திற்கு இரண்டு அழிவுண்டாக்கும் விளைவுகள் உள்ளன. ஒரு தொழிலின் இயக்கும் நிலைகளிலிருந்து நாசவேலைக்கு, அதுவும் நம்மால் ஏற்கமுடியாத ஒரு சமயத்தில், இட்டுச் செல்கிறது; மிகப் பெரிய அளவிலான பறிமுதலாக இருந்தால், அது பாசிசத்தின் முயற்சிக்கு, அது வெற்றிகரமான முயற்சியாகவும் இருக்கலாம், கொண்டுசெல்கிறது. எதிர்பார்ப்புகளை நிறுவுவதில், அவற்றை நியாயமான பரிமாணங்களுக்குச் சுருக்கும்வரை, ஏமாற்றத்தைத் தவிர்ப்பது எப்போதுமே அரசியலாளர்களுக்கு நல்லது என்பது முதல் முக்கியத்துவம் கொண்ட ஒரு நடைமுறை உண்மை என்று நான் நினைக்கிறேன். சமுதாயம் பணத்தின் வாயிலாக ஒரு அதிக விலையைத் தரமுடியலாம்; ஆனால் அங்கு உருவாகும் நல்லெண்ணம், எப்போதுமே, அந்த விலையைவிட நல்ல இழப்பீடு என்று கருதுகிறேன். ஒத்துச் செல்லவேண்டிய கடப்பாட்டினை மிகக் கடினமாக நினைக்கும் பலருக்கும் அந்தப் பரிமாற்றத்தின் மேன்மைத்தன்மை, ஒரு பெரிய வரமாக அமையும். அமெரிக்காவில் மதுவிலக்கு போன்றதொரு நிகழ்ச்சி உண்மையில் விஷயமே அல்ல, ஏனெனில் அந்தத் தொழில் அங்கு தொடரவில்லை,

மாறாக ஒடுக்கப்பட்டது. மறுபுறம், எவ்வாறாயினும், மேற்கு இந்திய அடிமை உரிமையாளர்களுக்கு 1833இல் இழப்பீட்டை (அடிமைகளுக்கான விலையை) வழங்கிய முன்னுதாரணமும் உள்ளது. ஒழுக்க அடிப்படையில், அந்தப் பணவழங்கலை நியாயப்படுத்துவது சந்தேகமின்றி மிகவும் கடினமான விஷயம்; ஆனால் விவேகமானதொரு விரும்பத்தக்க நிலை என்ற வகையில் அதைக் கேள்விக்குள்ளாக்குவது கடினம். பல சமயங்களில் பறிமுதல் செய்வதற்கான தர்க்கரீதியான அடிப்படை மறுக்கவியலாதது என்பதை நான் மறுக்கவில்லை; ஆனால் அங்கு தர்க்கத்தின் கடுமையான பாதையைப் பின்பற்றுவது, மிகப் பெரிய தவறினைச் செய்வதாகும். ஏனெனில் அரசியலில் சிறந்தது எனப்படுவது சாத்தியமாகின்றவற்றில் சிறந்தது என்பதே; சாத்தியங்களை அளப்பதில் விவேகத்தன்மையைக் காட்டுவதுதான் அரசியலாளனின் முதல் நற்பண்பு.

மாறாக, ஈட்டுத்தொகை என்பது ஒரு ஒப்பீட்டு விஷயம். சொந்தக்காரர்களின் அமைப்பிற்கு எந்த ஒரு சமுதாயமும் அவர்கள் கேட்கும் சொத்திற்கான விலையைத் தர இயலாது. இரண்டு காரணங்களால் இது தெளிவு. முதலில், பெரும்பாலான தொழில்களின் உண்மையான மதிப்பிடுதல் என்பது ஏறத்தாழ இயலாததோர் ஆய்வாகும். அவை உண்மையான மதிப்பைப் பிரதிநிதித்துவப் படுத்துவதில்லை. அவற்றில் பல, உதாரணமாக இரயில்வேயைக் காணலாம்-அவை மிகவும் வீணாகச் செலவு செய்து கட்டப்பட்டவை; (L. C. Money, The Triumph of Nationalisation, pp. 10-15). அவற்றில் பெரும்பாலானவை மூலதனப்படுத்தல் அடிப்படையில் கட்டப்பட்டவை. அவற்றிற்கு உண்மையான ஆதாய மதிப்பு எதுவும் கிடையாது. உதாரணமாக, லங்காஷயர் பருத்தி ஆலைகள், 1919 திடீர் விலையேற்றத்தின்போது மிக வியத்தகு விலைகளில் கைமாறின; அவற்றின் மதிப்பீடு, ஏதாவது ஒருவகையில் நியாயமாக இருக்க வேண்டுமானால், குறைந்தபட்சம் 1913 அளவுக்கேனும் பின்னோக்கிச் செல்ல வேண்டும், பல விஷயங்களில் இன்னும் பின்னோக்கி. நல்லெண்ணம் என்று சொல்லப்படுகின்ற செயற்கையான கூறு, உதாரணமாக, மதுக்கடை உரிமங்களின் வரலாறு சான்று காட்டுவதுபோல, ஒரு பெருங்குழப்பம். அதிலிருந்து ஒரு சமுதாயம் மீண்டுவருவது மிகக் கடுமையான இடர்ப்பாடுகளுக்குப் பிறகுதான் இயலும். பெரும்பாலான தொழில்களில் சொந்தக்காரர்கள் ஏற்கக்கூடிய வகையில் தேசியமயம் ஆக்குவது என்பது அரசுக்கு மிகப்பெரிய கடன்சுமையை ஏற்றும்; அது உற்பத்தியாளருக்கு மிகக் குறைந்த ஊதியம் அல்லது நுகர்வோருக்கு மிக அதிகமான விலை என்பதை உருவாக்கும். இரண்டாவது, அது சொந்தக்காரர்களுக்கு சொத்துரிமையை அளிக்கின்ற கூடுதல் அபாயத்தைக்

கொண்டது. அது வர்க்கங்களுக்கு இடையே உள்ள வேற்றுமைகளைக் குறைப்பதற்கு மாறாக நிரந்தரப்படுத்தும். தேசியக் கடனின் சொந்தக்காரர்கள்தான் இன்று எல்லா உரிமையாளர்களை விடவும் மிகவும் பாதுகாப்பாக இருப்பவர்கள். அதுபோலவே தேசியத் தொழில்களுக்கான பத்திரங்களைக் கொண்டிருக்கும் சொந்தக்காரர்களும் பாதுகாக்கப்படுவார்கள். நாம் அக்கறைப்படும் விஷயம், சமுதாயத்தின்மீது ஒட்டுண்ணிகளாக வாழ்கின்ற ஒரு உடைமையாளர் வர்க்கம் இருக்கின்ற சூழலை ஒழித்துக்கட்டுவதாகும். இந்த விஷயத்தில் இழப்பீடுகளுக்கான சாதாரணச் சூத்திரங்கள் நமக்கு உதவிசெய்ய ஆற்றல் அற்றவை.

ஆகவே மாறுதலுக்கான பாதையில் நாம் மூன்றாவதில் வந்து நிற்கிறோம். ஏற்கெனவே நான் சுருக்கமாகக் குறிப்பிட்டதுபோல, அது சொத்தினுடைய உண்மையான உரிமையாளருக்கு அந்தத் தொழிலின் வாயிலாக அவர் வாழ்நாள் முழுவதும் ஆண்டுத் தொகைகளை அளிப்பதாகும்; அவரது மரணத்திற்குப் பிறகு அந்த உரிமை முழுவதும் அரசுக்குச் சென்றுவிடும் என்பது இதன் கிளைத்தேற்றம். உதாரணமாக, நிலக்கரியில் தாதுப்பொருள் உரிமைகளுக்குச் சொந்தக்காரர், மாற்றத்தை ஒப்புக் கொள்வதற்கு முன்னால், ஐந்தாண்டுகள் என்று கொள்வோம், அந்தக் காலப்பகுதியில் வழக்கமாகப் பெற்றுவந்ததைத் தொடர்ந்து ஆண்டுதோறும் பெறுவார். ஆனால் அவர் மரணத்திற்குப் பிறகு உரிமைத்தொகைகள் எதுவும் வழங்கப்பட மாட்டாது. அதேபோல, இரயில்வே அல்லது கப்பல்களின் அல்லது வங்கிகளின் பங்குகளை வைத்திருப்பவர்களுக்கும் நிகழும். அளக்கக்கூடிய ஒரு குறிப்பிட்ட காலப்பகுதிக்குள் செயல்படாத சொந்தக்காரர்களைப் பேணுவது என்பது எந்த தேசியமயமாக்கப்பட்ட தொழிலிலும் குறையாகச் சொல்லப்படாது என்ற உறுதிப்பாடு அப்போது நமக்கும் ஏற்படும். நாம் எவ்வித நியாயமான எதிர்பார்ப்புகளையும் ஏமாற்றியவர்கள் ஆகமாட்டோம். விதவை அல்லது அநாதை போன்ற கடினமான நிகழ்வுகளுக்கு நாம் சிறப்பு விதிகளையும் ஏற்படுத்தலாம். யார் விரும்புகிறார்களோ அவர்களுக்கு இழப்பீடாக ஒரே தவணையில் மொத்தத் தொகையையும்கூட வழங்கலாம், ஆனால் ஆண்டுத் தொகை முறையைவிட இதில் குறைந்த இழப்பீட்டுவீதமே தரப்படுவது தேவை என்று நினைக்கிறேன். இந்த முறையிலுள்ள முக்கிய விஷயம், நாம் நிறுவப்பட்ட எதிர்பார்ப்புகளை உடனே சந்திக்க முடிகிறது. அதேசமயம், ஒரு குறித்த காலத்திற்குள் வேலையற்ற சொந்தக்காரர் வகுப்பு ஒன்று இல்லாமல் போவதை நாம் காணச் செய்கிறது. ஓர் உரிமையாளரின் திடீர் மரணம் அவரது உரிமையை அகற்றிவிடுவதால் அது பறிமுதல் செய்வதற்கு ஒப்பாகும் என்று கூறினால், அதற்கு விடை, ஆண்டுத்தொகை செலுத்தவேண்டிய காலப்பகுதியைக் குறைந்தபட்சம்

பத்தாண்டுகளாகக் கொள்ளலாம், அந்தப் பகுதிக்கு முன்னர் இறப்பவர் உரிமைகளைத் தன் குழந்தைகளுக்கு மட்டுமே விட்டுச் செல்வார் என்று ஆக்கலாம். சொத்துகள் சம்பந்தப்பட்ட விஷயத்தில் சமுதாயம் தாராள மனப்பான்மையோடு இல்லாமல் இருக்க இயலாது. எந்த ஒரு சமயத்திலும் அது இருக்கும் சொந்தக்காரர்களுக்கு வளத்தின் எதிர்பார்ப்புகளை அடைமானம் வைக்கவும் இயலாது. ஆனால் சமுதாயத்தின் மொத்தப் பொருளாதார ஆர்வங்களுக்குத் தேவைப்படுவது போல, அவர்களுக்கு சொத்து மாற்றத்தை மேலும் கடினமாக்க முயலக்கூடாது.

நான் இங்கு முன்வைத்த நோக்குகள் போன்றவற்றுக்கு எதிராக வழக்கமாக வலியுறுத்தப்படுகின்ற ஒரு வாதத்தைப் பற்றிய ஒருவார்த்தை இங்கே சொல்லப்படவேண்டும். மரணத்திற்குப் பிறகு மனிதர்கள் தங்கள் சொத்துகளைக் குழந்தைகளுக்கு விட்டுச்செல்லக்கூடாது என்றால், அதற்கு ஒரே ஒரு பதில், அவர்கள் சொத்தினைத் தங்கள் சொந்த வாழ்க்கைக் காலப் பகுதிக்குள் பகுத்துக் கொள்ள முடியும் என்பதே; அதனால், இந்தத் திட்டத்தின் ஒட்டுமொத்த நோக்கமும் இழிவுபடுத்தப்படும். முழுமையான கொடையின் விளைவுகள் எளிதாகவே மிகைப்படுத்தப்படக்கூடும் என்பதை நானே நம்புகிறேன். பரிசு சிறியதாக இருந்தால், உதாரணமாக சில நூறு பவுண்டுகள், நாம் இங்கு விவாதிக்கும் பிரச்சினைக்குத் தொடர்பற்றதாகும். அது மிகப் பெரியதாக இருந்தால், அது கண்டுபிடிக்கப்பட்டு, வருமான வரியினால் அடையப்படும். இப்படிப்பட்ட வரிகள், சம்பாதிக்கப்படாத வருமானத்தைப் பொறுத்தவரை, கடந்த காலத்தைவிட எதிர்காலத்தில் அதிகமாக இருப்பதற்கு வாய்ப்பு உண்டு, அதனால் அக்கொடையின் ஆதாயங்கள் தக்கபடி குறைவுபடும். மேலும் இங்கிலாந்தின் பாரம்பரியச் சொத்து அடைதல் பற்றிய இப்போதைய சட்டத்தின் நீட்சி மூலமாகவே முழுமைக் கொடை, உயில் எழுதுபவரின் சொத்தின் பகுதி என்ற முறையில், அவர் இறந்து மூன்றாண்டுகளுக்குள் என்றால் வரிவிதிப்புக்கு உட்படுவதாகும். மேலும் முன்னோரிடமிருந்து பெறப்பட்ட எல்லாச் சொத்தும் அலுவல்முறையான தர்மகர்த்தாக்களின் கட்டுப்பாட்டின் கீழ் வைக்கப்படலாம். அச்சமயத்தில் உயில் எழுதுபவர் வருவாயை மட்டுமே பிரித்துக் கொள்ளமுடியும். அது மட்டும் அல்ல. செல்வந்தர்களின் உயிலே அவர்களின் பழக்கங்களை வெளிப்படுத்துவதாக இருக்கும், அப்பழக்க வழக்கங்களை தினசரி ஆராய்கின்ற ஒருவர், அவர்கள் தாங்கள் உயிரோடிருக்கும் வரை தங்கள் சொத்துகளைப் பகிர்ந்துகொள்ள விழைவதில்லை என்பதைப் புரிந்துகொள்ள முடியும். அவர்களுடைய பொருள் சேர்க்கும் திறன் தங்கள் சொத்துகளைப் பற்றி நினைப்பதனால் தான் திருப்தியடைகிறது.

மரணத்திற்கு முன்னால் அவற்றை விநியோகம் செய்வது அவர்களின் அதிகாரத்தையும், அந்த அதிகாரத்தைச் செலுத்துவதால் வருகின்ற தற்பெருமையையும் குறைப்பதாகும். இவற்றை அறக்கட்டளைக் கொடைகளிலேயே தெரிந்து கொள்ளலாம். மனிதர்கள் தாங்கள் உயிரோடிருக்கும் போது அல்ல, தங்கள் கொடையினால் அந்த நிறுவனங்கள் அடையும் ஆதாயங்களில் வரிவிதிப்பு அடங்கி இருந்தாலும், தங்கள் மரணத்திற்குப் பிறகுதான் நிறுவனங்களுக்குக் கொடை அளிக்கிறார்கள். பொருள்சேர்க்கும் ஆவல் வலுவாக இருக்கின்ற நபர்களை இப்படிப்பட்டப் பழக்கங்கள் எப்போதும் ஆட்டி வைக்கவே செய்யும். இறுதியாக, ஒருவேளை சட்டத்தைத் தவிர்க்க ஒரு பொய்யான விற்பனை ஒப்பந்தத்தினால் முயற்சி செய்தாலும், ஏற்கெனவே நீதிமன்றங்கள், உதாரணமாக திவால் சட்டங்களின் கீழ், அமெரிக்காவின் புகழ்பெற்ற இன் ரெ கோல்ட் தாள் வழக்கில் போல, தாங்கள் அந்தப் புனைவு ஒப்பந்தத்தின் பின் சென்று அது மறைக்கின்ற உண்மையான சாராம்சத்தைக் கண்டறியவே விருப்பப்படுவதைக் காட்டியுள்ளன. (Cf. Dalton, the Inequality of Incomes, pp. 325 f., for a discussion of this question).

IX. முடிவுரை

ஏதோ ஒவ்வொரு தேசிய அரசும் உலகின் நிபந்தனைகள் பாதிக்காத, தன்னளவில் நிறைவுபெற்ற அலகுபோலக் கருதி இதுவரை நான் பொருளாதார நிறுவனங்களை விவாதித்தேன். ஆனால் உண்மையில் அப்படி இருப்பதில்லை. சர்வதேச உறவுகள்தான் எல்லாப் பொருளாதார மாற்றத்தையும் இறுதிநிலையில் நிர்வகிக்கும் காரணி என்பது கடைசியாகத் தெளிவுபட்டுள்ளது. முதலாளித்துவச் சமுதாயங்கள் தன்னைச் சூழ்ந்திருக்கும் நிலையில் ரஷ்யா ஒரு பொதுவுடைமை நாடாக இருக்க இயலாது. இங்கிலாந்து வழக்கமாக ஏற்றுமதி செய்கின்ற நாடுகளும் வளமாக இருந்தாலொழிய அதுவும் பொருளாதார வளம் பெற இயலாது. மேலும் குறித்த சில பொருளாதார வாழ்க்கை வட்டங்களில் சர்வதேசத் தரங்களை நிறுவுவது மேலும் அவசியம் என்பதை நாம் கற்று வருகிறோம். இந்திய மற்றும் ஜப்பானியப் போட்டியாளர்களின் கூலித் தரங்கள் லங்காஷயரில் அளிக்கப்படுவதற்கும் மிகக் கீழாக இருந்தால் இவர்களுக்கிடையில் ஆங்கிலப் பருத்தித் தொழில் பிழைத்திருக்க முடியாது. பிட்ஸ்பர்கிலுள்ள எஃகுத் தொழிற்சாலையின் அமெரிக்கத் தொழிலாளர், போலந்திலிருந்தும் ருதீனியாவிலிருந்தும் மலிவான

உழைப்பு அவரது சந்தையில் கிடைப்பதாக இருந்தால், தனது கூலித்தரத்தினை பாதிப்பின்றிப் பாதுகாத்துக் கொள்ள இயலாது. சுரங்கங்களின் வேலைநேரத்தைப் பொறுத்து நிலக்கரியின் விற்கும் விலை பாதிக்கப்படுவதால், ஜெர்மன் சுரங்கங்களில் ஒருநாளுக்குப் பத்துமணி நேர உழைப்பு இருக்கும்போது, ஏழுமணி நேர உழைப்பைத் தருகின்ற ஆங்கிலத் தொழிலாளர் வேலையின்றித்தான் இருக்க இயலும். மேலும் (அ) தொடர்ந்த, போதிய உணவளிப்பு உலகில் இருக்கும் என்ற உறுதிப்பாடு இல்லாவிட்டால், (ஆ) எந்த ஒரு சமுதாயத்தின் தொழில் வாழ்க்கையும் தான் சார்ந்திருக்கின்ற அடிப்படைக் கச்சாப் பொருள்களின் சர்வதேசக் கட்டுப்பாடு இல்லாவிட்டால் கூலித்தரங்கள் என்பவற்றுக்கும் அர்த்தமில்லாமல் போகும். மேலும் தகவல்தொடர்பு வழிவகைகளுக்கும் சுதந்திரமான, சமமான கிடைப்பு பாதுகாக்கப்பட வேண்டும். உதாரணமாக, பிரிட்டன் அயல்நாட்டுக் கப்பல்கள் சூயஸ் கால்வாயைப் பயன்படுத்தும்போது வெவ்வேறுபட்ட சுங்கவரிகளைச் சுமத்தினால், அல்லது அமெரிக்கா பனாமா வழியைப் பயன்படுத்தும் கப்பல்களுக்கு அவ்வாறு செய்தால், நடுநிலையான வணிக உறவுகள் சாத்தியமாகாது. மேலும் தெளிவாகவே உலகின் காலனிகள், குறிப்பாக ஆளும் இனங்களின் மக்களால் நிரப்பப்பட்ட காலனிகள், எல்லாச் சமுதாயங்களுக்கும் சமமான வணிக உரிமைகளை அளிக்கவேண்டும். சர் ஆர்தர் சால்டர் கூறியதுபோல, "அரசாங்கத்தின் அதிகாரத்தைத் தவறாகப் பயன்படுத்துவதால், முறையற்ற வணிக அல்லது பொருளாதார ஆதாயம் ஒன்றைப் பெறுவதற்காகத் தன் கட்டுப்பாட்டிலுள்ள அரசியல் சக்தியையும் இராணுவச் சக்தியையும் பயன்படுத்துவதால்தான், வெளிப்படையாகவே, உலகத்தின் போர்களில் பெரும்பான்மையானவை ஏற்பட்டுள்ளன." (Allied Shipping Control, p. 268).

அடுத்துவரும் ஓர் இயலில், வேறு வழியின்றி மிகவும் பரீட்சார்த்தமான நிலையில்தான், இந்தக் கருதுகோள்களில் குறிக்கப்படுகின்ற நிறுவனங்களைப் பற்றி ஆராய இருக்கிறேன். அவை உள்ளடக்கியுள்ள பரந்த அக்கறைகளை இங்குச் சுட்டிக்காட்டுவது போதுமானது. சர்வதேசச் சங்கம் போன்ற ஒன்றின் இயற்கையும் பணிகளும் பற்றிய நமது கருத்தாக்கம், எந்த அளவுக்கு அரசியல் சார்ந்ததாக இருக்கிறதோ அந்த அளவுக்குப் பொருளாதாரம் சார்ந்ததாகவும் இருக்கவேண்டும் என்பதை அவை குறிக்கின்றன. மேலும், சர்வதேசத் தொழில் அலுவலகம் போன்ற அமைப்பு ஒன்று, உலகம் முழுவதும் குறைந்தபட்ச உழைப்புத் தரங்களை விதிக்கின்ற, அத்தரங்களை வலியுறுத்துவதனால் தேசிய அரசாங்கங்கள் தங்கள் தங்கள் பொருளாதார நாகரிகங்களின் இறுதித் தீர்ப்பாளராக இருக்கும் அதிகாரத்தைக் கட்டுப்படுத்துகின்ற, திறமான நிர்வாகம்

பெற்ற ஒரு அமைப்பாக வளர வேண்டும் என்பதையும் அவை குறிக்கின்றன. அவை ஒரு நிர்வாக அமைப்பு, அல்லது சட்டமன்ற அமைப்பு என்ற முறையில் அப்படிப்பட்ட பரந்த பிரச்சினைகளைக் கவனிக்கின்ற ஒரே அமைப்பாகத்தான் இருக்கவேண்டும் என்பதல்ல. ஏறத்தாழத் தவிர்க்க வியலாமல், நான் காண்பிக்க முனைவதுபோல, ஒவ்வொரு பணியும் தனக்குத் தனித்த அதிகார, கட்டுப்பாட்டு உறுப்பையும் வேண்டுகிறது. எண்ணெய் பற்றி கவனிக்க ஓர் ஆணையம், நிலக்கரி பற்றி கவனிக்க மற்றொரு ஆணையம், கோதுமை அளிப்பினைப் பற்றி கவனிக்க இன்னொரு ஆணையம் எனப் பல நமக்குத் தேவைப்படுகின்றன. இந்தக் கருத்தாக்கங்களின் பின்னால் தெளிவாகவே முதன்மைத் தன்மை பெற்ற இரண்டு கருத்தாக்கங்கள் உள்ளன. சர்வதேச எதிர்காலப் பாதுகாப்பு என்ற முறையில், போர்ச்சமயத்தில் நேச நாடுகள் அத்தியாவசியச் சரக்குகளின் பயன்பாட்டைப் பகிர்ந்துகொள்ள நிர்ப்பந்திக்கப்பட்டது போல, நாம் நமது மூலவளங்களைக் குறைந்தபட்சமாகப் பகிர்ந்து கொள்ள வேண்டும். மேலும் நாம் முதன்மை விதி என்பதை அடிப்படையாகக் கொள்ளவேண்டும். சர்வதேசப் பொருளாதாரத்தில் மிகத் தெளிவான தேவை "முதன்மையான விஷயங்களுக்கு முதலில்" என்பது. கடலில் சரக்கேற்றிச் செல்லும் கப்பல்களுக்கு எண்ணெய் கிடைக்கவில்லை என்னும்போது மகிழ்வுந்துகளுக்குப் பெட்ரோலைப் பயன்படுத்த அனுமதி அளிக்கலாகாது. சமூகச் சீரமைப்பின் அடிப்படை என்ற முறையில் சர்வதேசப் பயன்பாட்டில் முக்கியத்துவம் உள்ள ஒவ்வொரு சரக்கிற்கும் உற்பத்தி, இருப்புநிலை, நுகர்வு ஆகியவற்றின் முழு அறிவை அளிக்கக்கூடிய புள்ளிவிவரச் சேவை ஒன்றை நாம் ஏற்படுத்த வேண்டும். ஒப்புக் கொள்ளும் விதமாகவே, முன்னேற்றம் என்பது இங்குபோல மெதுவாக இருக்கின்ற சாத்தியம் கொண்ட வாழ்க்கையின் எந்தப் பகுதியும் இல்லை; அதேபோல, முன்னேற்றத்தின் மெய்ம்மை மிகவும் உறுதிப்பட்ட முடிவுகளை அளிக்கின்ற பிரதேசமும் இல்லை.

X

மாத்யூ அர்னால்ட் ஆங்கில மக்களைச் சமத்துவத்தைத் தேர்ந்தெடுக்கும் படியும் பேராசையைக் கைவிடும்படியும் எச்சரித்து அரை நூற்றாண்டு சென்றுவிட்டது. *(Mixed Essays, p. 49)*. இந்த எச்சரிக்கைக்கு ஓர் உலகளாவிய முக்கியத்துவம் உள்ளது. தன் மக்களிடையே பணக்காரர்கள் ஏழைகள் என்ற நிரந்தர வேறுபாட்டை உடைய எந்த தேசமும் பிழைத்திருக்க நம்பிக்கை வைக்க முடியாது,

எந்த தேசமும் பிழைத்திருந்ததில்லை. அச்சின் கண்டுபிடிப்பு அறிவின் பரவலை உலகளாவியதாக்கியிருப்பதாலும் எந்திரப் போக்குவரத்து ஒருங்கிணைந்த பொருளாதார அமைப்பைத் தவிர்க்கவியலாததாக்கி யிருப்பதாலும் அது இறுதியாகச் சாத்தியமுமில்லை. பெரும்பாலான மக்கள் ஒழுக்க யூகங்களால் பாதிக்கப்பட்டிருப்பதால், அவற்றை மக்கள் புறக்கணிக்கின்ற ஒரு அமைப்பில் நாம் வாழ்கிறோம். அது அவர்களின் விசுவாசத்தையோ நேசத்தையோ வைத்திருக்க முடியவில்லை. அதை வேகமாகக் கவிழ்த்துவிட பலபேருக்குள் ஓர் ஆசையை அது எழுப்புகிறது. அவர்களிடம் அதிகாரம் இருப்பதால், அது சலுகைகளுக்கோ புரட்சிக்கோ இட்டுச் செல்ல வேண்டும். பின்னது, நாகரிக வாழ்க்கையைப் பேணுவதற்கு ஒருவேளை ஒத்துவராதது; ஏனெனில் பெரிய அளவில் அது நடப்பதற்கான முயற்சி செய்தால், அதன் அழிவுத்தன்மை மிகப் பரந்த மக்கள் தொகையினரின் வாழ்க்கைத் தரத்தினை இந்தியக் கலகம் அளவுக்குக் குறைத்துவிடும். ஆனால் புரட்சியை நாம் தவிர்க்க வேண்டுமென்றால், அளிக்கப்படும் சலுகைகள், சராசரி மனிதனும் தன் வாழ்க்கையின் சிறந்த சுயத்தை அடையும் வாய்ப்பை உறுதிப்படுத்துக் கொள்ளும் அளவுக்கு மிகுதியாக இருக்கவேண்டும். இதற்குத்தான் அர்னால்டு கூறியது போல, சமத்துவம் என்று அர்த்தம்; சமத்துவம் என்றால், சந்தேகமின்றி, தங்கள் இலாபத்திற்காக மிகக் குறைந்த அளவு சுமையை ஏற்றுக்கொண்டு, வாழ்க்கையின் இலாபங்களை அனுபவிப்பவர்கள் பெரிய தியாகத்தைச் செய்தாக வேண்டும். இங்குக் கோடிட்டுக் காட்டப்பட்ட நிறுவனங்களின் அமைப்பு, பொருளாதார வட்டத்தில், அந்தச் சலுகைகள் எதையெல்லாம் உள்ளடக்கியிருக்கும் என்பதை வரைந்துகாட்டும் ஒரு முயற்சிதான். இதில் அடங்கியுள்ள காலச்சிக்கலை அவை கொள்ளவில்லை. மெதுவாக அவை ஏற்பினைக் கொள்ளும்போது அவை திறன்மிக்கதாக அமையும்; ஏனெனில் புதிய பழக்கங்கள் நிலைபெற்றுப் பலனளிப்பதற்கு குறித்த காலப்பகுதி தேவை; ஆனால் இந்தக் காலப்பிரச்சினையை முழுவதுமாக அதிகாரத்தில் உள்ள வகுப்பினர் நிர்ணயிக்கலாகாது என்பது முக்கியம். இருக்கும் முறைமையின் வகைமைகளுக்குள் மிகப்பெரிய முன்னேற்றங்கள் சாத்தியம் என்பதை, நமது காலத்தின் நிலைமைகளை உணர்த்துவதற்கு அவை தேவை. ஒன்றும் அற்றவர்களுக்கு அவை தங்கள் நல்லெண்ணத்தை நிரூபிக்க வேண்டும். அந்த நிரூபணம் விரைந்தும் அர்த்தமுள்ளதுமாக இருந்தால்தான் நாம் மனித இனத்தின் சிறந்த எதிர்கால வாய்ப்புகளைப் பாதுகாக்க முடியும்.

இயல் பத்து - நீதிச் செயல்முறை

1. நீதித்துறையின் முக்கியத்துவம்

"அரசியல் கட்டுமானத்தில் நீதித்துறையின் முக்கியத்துவம், முனைப்பாகத் தெரியக்கூடியது என்பதைவிட அறிவாழமிக்கது. ஒருபுறம், அரசாங்கத்தின் வடிவங்கள், மாற்றங்கள் பற்றிய பொதுமக்கள் விவாதங்களில் நீதித்துறை கண்காணாமல் போய்விடுகிறது; மறுபுறம், அரசியல் நாகரிகத்தில் ஒரு தேசத்தின் தரத்தை நிர்ணயிக்கும்போது, ஒரு தனித்த குடிமகனுக்கும் மற்றொருவனுக்கும், தனிப்பட்ட குடிமக்களுக்கும், அரசாங்கத்தின் உறுப்பினர்களுக்கும் இடையில் சட்டத்தின் நிர்ணயத்தில், நீதி நிர்வாகத்தில் எவ்விதம் எந்த அளவு நீதி சாதிக்கப்படுகிறது என்பதைவிடச் சரியாக முடிவெடுக்கத்தக்க சோதனை வேறெதுவும் இல்லை" என்று ஹென்றி செட்ஜ்விக் எழுதியிருக்கிறார். (Elements of Politics, p. 481). நிச்சயமாக ஒருவரும் நீதிக்குரிய கருவிகளின் முக்கியத்துவத்தை மிகையாக மதிப்பிட முடியாது. ஹேபியஸ் கார்ப்பஸ் (ஆட்கொணர்வு) மனுவைவிட சுதந்திரத்திற்கு வகுக்கப்பட்ட சிறந்த பாதைகள் மிகமிகக் குறைவு. பூசலுக்குத் தீர்வுகாணும் சட்டத்தில் இங்கிலாந்தின் நீதிபதிகள் "தாங்கள் முறையாக நடந்துகொள்ளும் வரை" பதவி வகிக்கலாம் என்ற பகுதியைவிட நடுநிலைமைக்குத் திடமான உத்திரவாதம் வேறு எதுவும் இல்லை என்றே சொல்லலாம் (12 and 13 of W.III, c.2.III). புறத்தில் முக்கியத்துவமற்ற செயல்முறை மாற்றங்களாகத் தோன்றுபவை, விசாரணைக்கு முன்பு ஒருவர் எந்தக் குற்றத்திற்காக என்ற குற்றச்சாட்டு நகல் அளிக்கப்பட வேண்டும், அல்லது சாட்சிக்கூண்டில், தனக்காகத் தானே சாட்சி சொல்லலாம், ஒரு குற்றநடுவரின் தீர்ப்பு, அதன்வாயிலாக நடுவரின் தண்டனை ஆகியவற்றுக்கு அப்பால் அவர்களுக்கு மேற்பட்ட சட்ட

நிபுணர்களின் அமைப்பிடம் முறையீடு செய்யலாம் போன்றவை, சாதாரண மனிதருக்குப் புரியாத தொழில்நுட்பமான இயல்பைக் கொண்டிருந்தாலும், சுதந்திரத்தைச் சாதிப்பதற்கான நிபந்தனைகளை மிக நேர்த்தியான வாசகங்களால் ரூஸோ எழுதியிருப்பதைக் காட்டிலும் உண்மையில் சுதந்திரத்திற்கு மிக நெருக்கமானவை. எனவே நீதியவைகளில் நீதியைச் செய்கின்ற மனிதர்கள், அவர்கள் தங்கள் பணியை நிகழ்த்துகின்ற வழி, அவர்களைத் தேர்ந்தெடுப்பதில் கையாளக் கூடிய முறைகள், அவர்கள் பதவி வகிப்பதன் அடிப்படையில் இருக்கக்கூடிய நிபந்தனைகள், இவையும், இவற்றுடன் தொடர்புள்ள பிரச்சினைகளும் அரசியல் தத்துவத்தின் இதயத்தில் இருக்கின்றன. ஒரு தேசிய அரசு எவ்விதம் நீதியைப் பரிபாலனம் செய்கிறது என்பதை நாம் அறியும்போது, அந்த அரசின் ஒழுக்கப் பண்பினைக் கொஞ்சம் துல்லியமாகவே அறியலாம்.

செயல்துறையிலிருந்து நீதித்துறை தனித்தியங்குதல் சுதந்திரத்திற்கு இன்றியமையாதது என்று நான் ஏற்கெனவே வாதிட்டிருக்கிறேன். இந்த அர்த்தத்தில், அதிகாரப் பிரிவினைக் கோட்பாடு ஒரு நிரந்தர உண்மையை உள்ளடக்கியுள்ளது. ஏனெனில் நிர்வாகத்துறை தனது விருப்பங்களுக்கேற்ப நீதித்துறை முடிவுகளை வடிவமைக்கமுடியும் என்றால், அது அரசின் எல்லையற்ற எஜமானனாக மாறிவிடும் என்பது தெளிவு. ஆகவே சட்டத்தை விளக்குவதை நிர்வாகத் துறையின் விருப்பத்துக்குக் கட்டுப்படாத மனிதர்களின் ஓர் அமைப்பிடம் எப்போதும் ஒப்படைக்க வேண்டும். அவர்கள் நிர்வாகத்தை விளக்கம் கேட்கத்தகுந்த அதிகாரம் படைத்தவர்களாக இருக்கவேண்டும். தனிப்பட்ட குடிமக்களுக்கிடையே உள்ள வழக்குகளை அவர்கள் தீர்க்கும் விதம் அதேபோன்ற வழக்குகளுக்கு நீதியில் முன்னுதாரணமாக அமையவேண்டும். நீதிபதிகள் என்ற முறையில், மோதுகின்ற சமூக நலன்களுக்கு இடையிலிருந்து பொதுமக்களுக்கான நலத்தினை உச்சப்படுத்துகின்ற தீர்வாகத் தங்களுக்குத் தோன்றுவதை எழுப்ப அவர்கள் முனைகிறார்கள். ஒரு கொடுக்கப்பட்ட குறித்த உதாரணத்திலிருந்து மற்ற மனிதர்களின் நடத்தை உருவாகும், நிர்ணயமாகும் விதத்தில் ஒரு பொதுவான விதியை அவர்கள் சமைக்க முனைகிறார்கள். அவர்கள் நிலை மேலும் சுதந்திரமானதாக இருந்தால், தங்கள் நிறுவனத்தின் நோக்கத்தை அவர்களால் நன்கு சாதிக்க முடியும் என்பது தெளிவு.

ஒரு நீதிமன்றத்தில் நிகழும் செயல்முறைகளின் பொதுவான இயல்பு என்ன? அதன் பணி, ஒரு புகாரைத் தெளிவுபடுத்துவது. அ என்பவர் ஆ-வினால் தீங்கிழைக்கப்பட்டதாகக் கூறுகிறார். அ என்பவர் தனிமனிதராகவோ பொதுமனிதராகவோ இருக்கலாம். முதலில்

மெய்ம்மைகளை ஆராய வேண்டும். அ-வுக்கு ஆ உண்மையிலேயே தீங்கிழைத்தாரா? ஆ செய்தது உண்மையில் தீங்கு என்பதற்குள் வருமா? அப்படி வருவதாயின், இழைத்த தவறுக்கான தண்டனை என்ன? இந்தச் செயல்முறையில் குறிப்பிட்ட இடர்ப்பாடுகள் இருப்பதை மனத்தில் கொள்ள வேண்டும். நீதிமன்றம் சட்டத்தைத் தேடுகிறது, தேடும்போதே அதை ஆக்கவும் செய்கிறது. மனிதனின் சூழ்ச்சித்திறன் இயலச் செய்யக்கூடிய அத்தனை வகையான எல்லையற்ற செயல்களையும் அடக்கியிருக்கின்ற அல்லது அடக்கக்கூடிய எந்தச் சட்டவிதியும் ஒருபோதும் வகுக்கப்பட்டதில்லை. ஒரு மனிதன் கள்ள நோட்டு அடித்து, அதற்கான தண்டனையும் பெறுகிறான் என்பதுபோலச் சிலவற்றுக்கு ஒரு சட்டவிதியை வகுக்கலாம். சட்டமன்றத்தின் உள்நோக்கம் என்ன என்பதை வைத்து நீதிமன்றம் பிறவற்றை உள்ளடக்கலாம். உதாரணமாகத் தனது எல்லைக்குள் இதுவரை உள்ளடக்கப்படாத வழக்குகளின் ஒரு வகையினை ஒரு குறித்த சட்டவிதி உள்ளடக்குகிறது என்று ஒரு நீதிமன்றம் கருதலாம். பிறவற்றைச் சந்திக்கத் தான் சமூக அனுபவத்தின் உட்குறிப்புகள் என்று கருதக் கூடியவற்றிலிருந்து ஒரு கொள்கையை உருவாக்கி ஒரு நடுவர் முடித்து வைக்கலாம். பிற, ஒரு வழக்கின் முன்னுதாரணத்தினால் முடித்துவைக்கப்படும். அது தனது காலத்தில் ஒரு முன்னாளைய நடுவர் முன் அனுபவத்தின் பாடம் என்று நம்பிய ஒன்றிலிருந்து வருவித்தலாக இருந்திருக்கும். அவருடைய நோக்கு, உண்மையில் வழக்கிலிருந்த ஒரு விஷயத்தைக் கட்டுப்படுத்துவதாக அவர் நம்பிய போதிய அல்லது போதாத காரணங்களுக்காக ஏற்பட்டதாகலாம். ஒவ்வொரு வழக்கும் ஒரு பெரிய இனத்தின் ஒரு உதாரணமாக இருக்கக்கூடும்; ஆனால் நோக்குபவர் எப்போதும் அதன் தனித்தன்மையைக் கவனிப்பார். அந்த முயற்சி, அவ்வழக்கின் முடிவைக் கட்டுப்படுத்தும் காரணிகளின் எல்லைக்குள் அதனைக் கொண்டுவரத் தேவைப்படுகிறது.

அந்த முயற்சியின் மெய்ம்மைதான் முதல் முக்கிய விஷயம். நடுவர் அதை இந்தப்பக்கமோ அந்தப்பக்கமோ நகர்த்துகிறார். அவருடைய நகர்த்தலை முடிவுசெய்யக்கூடிய தகவல்களின் மூலங்கள் என்ன? பலபேரும் ஒப்புக் கொள்ள அக்கறைப்படுவதைவிட அவை அதிகமாகவே இருக்கும். சட்டவிதியும் முன்னுதாரணமும் ஒப்பீட்டு அளவில் எளியவை; ஆனால், உதாரணமாக, அமெரிக்க ஐக்கியநாட்டின் உச்சநீதி மன்றம், நியூயார்க்கில் இரவுநேரத்தில் ரொட்டிக்கடைகளில் இரவுநேர வேலையைத் தடுக்கும் ஒரு சட்டவிதியை பதினான்காம் திருத்தத்தின்படி அரசியல் சட்டத்திற்கு முரணானது என்று தீர்ப்பளிக்கும்போது, அந்த முயற்சியை நகர்த்தியது எதுவாக இருந்தாலும், அது சட்டவிதியோ, முன்னுதாரணமோ அல்ல. *(198 U.S. 45)*. அதேபோல, பிரபுக்கள் சபை ஆஸ்பார்ன் தீர்ப்பினை

அளித்தபோது, அவர்கள் முடிவின் நகர்த்துக் காரணம் சட்டத்தின் எளிய மூலங்களுக்குப் புறத்தில்தான் இருந்தது *(See the verbatim report published by the National Union of Railwaymen in 1910)*; சட்டத்தில் பயிற்சி பெற்ற தொழிற்சங்கத்தினர் சொல்லியிருக்க முடியாததை அவர்களில் பெரும்பான்மையினர் சொன்னார்கள். மீண்டும், ப்ளூகார்டு வழக்கில், அரசுச் சட்டமன்றம் தனது முகவர்களின் அக்கறையின்மைக்கு ஃபிரெஞ்சு அரசுதான் காரணம் என்று தீர்ப்பளித்தபோது, அது சட்டவிதிக்கும் முன்னுதாரணத்திற்கும் அப்பால் புதிய சட்டத்தை ஏற்படுத்துவதாக இருந்தது (Ut supra). எவ்வாறு அந்நகர்த்தல் நிகழ்ந்தது? பாலியல் வழக்குகளில் மிகக் குறைவான தண்டனைகள் விதிக்கின்ற நடுவர்கள் இருக்கிறார்கள், அதேபோன்ற வழக்குகளில் மிகக் கடுமையான தண்டனை அளிப்பவர்களும் உள்ளார்கள். இங்கிலாந்தில் தொழிலகச் சட்டங்களை மீறுவதை மிகக் கடுமையாகத் தண்டித்த குற்றநடுவர்களின் பெஞ்சுகள் சில உள்ளன; வேறு பிற பெஞ்சுகள், பெயரளவுக்கு மட்டும் அதற்குத் தண்டனை வழங்கியுள்ளன. நீதிபதி மனத்தின் இயக்கத்தைக் கண்டறிகின்ற நமது முயற்சியில் நாம் எதை எடுத்துக் கொள்வது?

ஒரே சாத்தியமான விடை என்று நான் கருதுவது, நான் முன்பு கூறிய வழக்குகளில்போல, சட்டவிதியினாலும் முன்னுதாரணத்தினாலும் கட்டுப்படுத்தப்படாத பொழுது, தான் எது சட்டமாக இருக்கவேண்டும் என்று கருதுகிறாரோ அதை வைத்து முடிவு செய்வார்; அந்தக் கருத்தாக்கம், வில்லியம் ஜேம்ஸ் கூறிய பிரபஞ்சத்தின் முழுத் தள்ளுதல், அழுத்தத்தின் உணர்வினால் நிர்ணயிக்கப்படுகிறது. அவருக்கு முன்னாலுள்ள எல்லாப் பிரச்சினைகளும் இறுதியில் அந்தச் சோதனைக்குத்தான் கொண்டுவரப்படுகின்றன. ஒரு புகழ்பெற்ற அமெரிக்க நடுவர் கூறுகிறார், "நாம் விரும்புகின்ற முறையிலே புறவயத்தன்மையுடன் விஷயங்களை நோக்க முயற்சி செய்யலாம். இருந்தாலும், அவற்றை நாம் நமது கண்ணால்தான் காணமுடியும்." *(B. N. Cardozo, the Nature of the Judicial Process, p. 13)*. சட்டமும் ஒழுக்கங்களும் வெவ்வேறு தளங்களில் வாழ்க்கை நடத்துகின்றன என்ற நடுவர் திரு. ஹோம்ஸின் வாதத்திற்கு விடை அதுதான். ஏனெனில் நடுவர் சட்டத்தைச் செய்வதற்குச் சுதந்திரமாக இருந்தால், தான் அறிந்த வாழ்க்கை அனுபவம்தான் அவர் பின்பற்றும் வழிகாட்டி, அவர் அளிக்கும் சோதனை. மூவிரின் விசாரணையில், அவர் செய்தது உயர் இராஜத் துரோகம் என்ற தீர்ப்பை எல்லா அரசியல் சீர்திருத்தவாதிகளும் காரணகாரிய முறைப்படி இராஜத் துரோகிகளாகவே இருப்பார்கள் என்ற தனது எளிய வாழ்க்கை விளக்கத்தின் அடிப்படையில்தான் உருவானது என்பதைக் காணாமல் பிராக்ஸ்ஃபீல்டின் சுருக்கத்தினை வாசிக்க இயலாது. *(Rex v. Muir, S. T. xxiii. 237-382)*. டாஃப் வேல்

வழக்கில் பிரபுக்கள் சபையின் முடிவு, தொழிற்சங்கங்கள் எவ்வித நிலைமைகளின்கீழ் இயங்கவேண்டும் என்பதைப் பற்றிய அனுபவமற்ற ஆட்களினுடையது. *(Taff Vale Ry. Co. v. A.S.R.S. (1901), A.C. 426).* கோப்பேஜ்-கான்சாஸ் வழக்கில் திறந்த கடை ஏன் உழைப்பின் கீழான தரங்களைக் கட்டுப்படுத்தும் காரணியாக இருக்க வேண்டும் என்பதை அறிவதற்கு உச்சநீதி மன்றத்தின் பெரும்பான்மையர் உந்தப்படவே இல்லை. ஆகவே சட்டம் என்பது, எப்போதும் அதைச் செய்பவர்களின் வாழ்க்கை அவர்களுக்கு எதை அர்த்தப்படுத்தியதோ அதை வைத்துத்தான் செய்யப்படுகிறது. நடுவர் திரு. ஹோம்ஸ் போன்ற பெரிய நடுவர்கள் அபூர்வமான சந்தர்ப்பங்களில் தங்கள் அனுபவத்தின் எல்லைகளைக் கடந்து பிரச்சினையை ஒரு பரந்த நோக்கில் காணமுடிவதால் மேற்கண்ட முடிவு நியாயத்திலிருந்து விலகியதும் ஆகாது.

ஆகவே, நீதிமன்றங்கள் செய்யும் சட்டம், அரசு முடிவிற்கான இறுதி மூலமாக ஒருபோதும் இருக்க முடியாது என்பதை முதலில் சொல்லியாக வேண்டும். சட்டத்தைச் செய்தவர்கள் என்ன நினைத்தார்களோ அதைத்தான் அது முன்வைக்கிறது. ஒரு சராசரி நடுவரின் குறுகிய அனுபவத்தினால் அது தடைப்படுத்தப்படுகிறது. குறிப்பாகத் தொழில் உறவுகளில் தானே அனுபவத்தில் அறிந்ததைவிட வழக்கமாக வேறுபட்ட ஒரு நோக்கினை அறிவதை ஒரு நடுவர் கடினமாகவும் பலசமயங்களில் இயலாது என்றுமே கருதுவார். ஆகவே சட்டமன்றம் தனது பொது வழிகாட்டுதலுக்கான விதிகளை முன்வைக்கும்போது அது எடுத்துக்கொள்ளும் களம் பரந்து விரிந்ததாக இருந்தால், நீதிமன்றங்கள் மேலும் பொதுமக்கள் நோக்கிலான நீதியைச் செய்ய இயலும். அமெரிக்க ஐக்கிய நாட்டின் உச்சநீதி மன்றத்தை சமூக மாற்றத்தின் திறன்மிக்க எஜமானன் ஆக்குகின்ற அளவுக்கு மிகச் சிக்கலான அரசியலமைப்புச் செயல்முறையால் எந்த ஒரு சட்டமன்றமும் எப்போதும் தடுக்கப்படலாகாது. சோதனைகளுக்குப் பின்னால் ஒரு பெரிய அனுபவக் களஞ்சியமே உள்ளது, அது சட்டமன்றத்தினால் ஏற்கக்கூடிய தன்மையைப் பெற்றது என்பதற்கு அப்பால், அச்சோதனைகளின் சாராம்சத்தின்மீது ஒரு வெறுப்பை ஒளித்திருக்கின்ற தன்மையினால் வெறும் தொழில்நுட்ப அடிப்படையில் அவற்றை நீதிமன்றங்கள் தடுக்கும்போது ஏற்படும் உணர்வை விட வேறெதுவும் சட்டத்தின்மீது அவமரியாதையைப் பிறப்பிக்கத் தேவையில்லை. எந்த அரசியலமைப்பும் ஒருபோதும் அசைதலற்ற (மாறாத) ஒரு தத்துவத்தைச் செயல்படுத்துவதில்லை; அதை நீதிமன்றத்தின் விளக்கத்திற்கு உட்படுத்துபவர்கள் தங்கள் தனிப்பட்ட பாரபட்சமான கருத்துகளை நிரந்தர உண்மை என்று தவறாகக் கருதிவிடாமல் எச்சரிக்கையாக இருக்கவேண்டும்.

இம்மாதிரி நிலைப்பாடு, நீதித்துறையின் இரண்டு கூறுகளுக்குச் சிறப்பு முக்கியத்துவத்தை அளிக்கிறது. முதலில் நடுவர்களைத் தேர்ந்தெடுப்பது சிறப்பு கவனத்தோடு ஆராயப்பட வேண்டும். இரண்டாவது, தேவையான சட்ட மாற்றத்தைக் கண்டறிவதற்கான கருவி என்பது தொடர்ச்சியற்றதாகவும் மனம்போன போக்கிலானதாகவும் இருக்கலாகாது, அது தன் பண்பில் சீரமைப்பையும் தொடர்ச்சியையும் கொண்டிருக்க வேண்டும். நான் முதலில் நீதிபதிகளின் நியமனம் என்ற முதல் கேள்வியை எடுத்துக் கொள்கிறேன். நடைமுறையில் நமக்கு இரு முறைகள் உள்ளன. ஒன்று தேர்வு, மற்றொன்று நியமனம். கூட்டாட்சிக்கான நீதிமன்றத்தைத் தவிர, பிறவற்றில் தேர்வுதான் அமெரிக்காவில் வகைமாதிரியான முறை; பின்னது ஆங்கில முறை. பெரும்பாலும் எல்லா நீதிமன்ற நியமனங்களும் தலைமை ஆளுநரின் கட்டுப்பாட்டில் உள்ளன. ஃபிரான்ஸ், இத்தாலி, ஜெர்மனி ஆகியவற்றில் எல்லா நடுவர்களும் முன்மொழிதல்களால் நியமிக்கப்படுகிறார்கள்; ஆனால் ஸ்விட்சர்லாந்தில் கூட்டாட்சி நீதிமன்றத்தின் பதினான்கு நடுவர்களும் சட்டமன்றத்தினால் தேர்ந்தெடுக்கப்படுகிறார்கள். இந்த முறையை இரண்டு அமெரிக்க அரசுகள் பின்பற்றுகின்றன; ஆறு அரசுகளில், அரசுகளின் ஆளுநர் செய்த பரிந்துரையை மன்றமோ அல்லது பேரவையோ உறுதிப்படுத்துகிறது. பிற அரசுகளில், பொதுமக்கள் தேர்ந்தெடுப்பது, நியூ யார்க்கில் போலப் பதினேழு ஆண்டுகள் வரையிலும் கூட, விதியாக உள்ளது.

எல்லாவித நியமிப்பு முறைகளிலும், பொதுமக்கள் தேர்ந்தெடுப்பதுதான் விதிவிலக்கின்றி மிக மோசமானதாகும். ஏனெனில், அந்த நடுவர் வெறும் அரசியல் காரணங்களுக்காகவே தேர்ந்தெடுக்கப்படுகிறார். உண்மையில் அதுதான் தேர்ந்தெடுப்பதற்கான கடைசி அடிப்படையாக இருக்கவேண்டும். அல்லது அவருக்கு வாக்களிப்பவர்கள், அவருடைய தேர்வு எந்தப் பண்புகள் அடிப்படையில் அமையவேண்டும் என்பதை எடைபோடத் தக்க நிலையில் இருப்பவர்கள் அல்ல. எல்டனுக்கும் எர்ஸ்கினுக்கும் இடையில் ஒரு நீதிபதிப் பதவியை அளிக்க வேண்டிவருகின்ற வாக்காளர்கள் ஏறத்தாழப் பின்னவரையே தேர்ந்தெடுப்பார்கள்; ஆனால் மிக உறுதியாகவே எல்டன் பிரவுவிடம் ஒரு பெரிய நீதிபதிக்கான சரக்குகள் இருந்தன, எர்ஸ்கினிடம் எதுவும் இல்லை. அண்மைக்கால ஆங்கில வரலாற்றில் மிகப் பெரிய நீதிபதிகளாக இருந்தவர்கள், பிளாக்பர்ன், போவன், வாட்ஸன், மெக்னாட்டன் போன்ற மனிதர்கள் வெளியுலக மக்களுக்குத் தெரிந்தவர்கள் அல்ல. மக்கள், ஒருபுறம் நீதிபதியின் புகழைப் பெரும்பாலும் அரசியல் உறவுகள் வாயிலாகத் தேடுகிறார்கள், மறுபுறம் குற்ற வழக்குகளின் முரண்பட்ட பிரச்சினைகள் மக்கள் கவனத்தை ஈர்ப்பதால் கிடைக்கும்

பிரபல்யத்தை வைத்தும் மதிப்பிடுகிறார்கள். நீதிபதிப் பதவிக்கான வேட்பாளர்களை வாக்காளர்கள் முன்பு அவர்கள் செய்யப்போகும் திட்டங்களை வைத்தோ, தனிப்பட்ட வேண்டுகோள் என்பதை வைத்தோ முன்னிறுத்த முடியாது. இவையிரண்டுமே அவர்களது எதிர்கால நடத்தைக்குச் சிறிதும் தொடர்புடையவை அல்ல. மேலும் தேர்தல் முறை நீதிபதிகளின் சுதந்திரத்திற்குக் குந்தகமாக இருக்கிறது, பொதுவாக மன்ற இருக்கைக்குத் தரக்குறைவான வழக்கறிஞர்களையே ஈர்க்கிறது என்பது அமெரிக்க அனுபவம். குறிப்பாகத் தேர்தல் குறைந்த எண்ணிக்கையிலான ஆண்டுகளுக்கு என்றால் இதுதான் நடப்பு. இப்படி நாம் கூறலாம்: வாழ்க்கை முழுவதுமான பதவிக்குத் தேர்தல் என்றால், தவறான மனிதர் தேர்ந்தெடுக்கப்படுவார்: குறைந்த காலத்துக்கு என்றால் பதவியில் நீதிபதியின் நடத்தை குறைந்தபட்சம் அவரது மனத்தில் இருக்கக்கூடாத கருத்துகளால் தீர்மானிக்கப்படும். தாங்கள் மறுபடியும் தேர்ந்தெடுக்கப்படுவது தங்கள் பிரபல்யத்தினால் என்றால், நீதிமன்றப் பிரபல்யம் என்ற கவர்ச்சியை மிகச் சிலரே தடுத்துக் கொள்ள இயலும். அமெரிக்காவில், அரசுகளுக்கிடையில் நீதி விவகாரங்களில் உயர்ந்த மரபு கடைப்பிடிக்கப்படுவது மஸாசூசெட்ஸ் மாகாணத்தில்தான். அங்கு நியமனத்தின் வாயிலாகத்தான் பதவி அளிக்கப்படுகிறது; பொதுவாக, ஜனாதிபதியால் ஆட்சிப் பேரவையின் ஒப்புதலுடன் நியமிக்கப்படுபவர்களான கூட்டாட்சியின் நீதிபதிகளுக்கு மாகாண நீதிமன்றங்களின் நடுவர்களைவிட மிகவும் மரியாதை அதிகம். சுருக்கமாகச் சொன்னால், நீதிமன்றப் பணிக்குத் தொழில்நுட்பத் திறமைதான் தேவை, அங்கு பொதுமக்கள் தேர்ந்தெடுப்பு அதிகப் பயன்தருவதில்லை. பொதுமக்கள் தேர்ந்தெடுப்பை நம்புவது, நடுவர்களின் தீர்ப்புகளில் இருக்கலாகாத விஷயங்களைப் புகுத்தி விடுகிறது.

சட்டமன்றத்தினால் தேர்ந்தெடுக்கப்படுவதில் அவ்வளவாக ஆட்சேபணை இல்லை; இருப்பினும்கூட, அது விரும்பப்படாத நியமன வடிவம் என்று நான் நினைக்கிறேன். ஏனென்றால், மறுபடியும், தேர்ந்தெடுப்புச் சட்டத் தகுதியின் வாயிலாகச் செய்யப்பட வேண்டும் என்றால், சட்டமன்றத்தின் சராசரி உறுப்பினருக்கு அதைக் கண்டுபிடிக்கச் சிறப்புத் தகுதி எதுவும் கிடையாது. எனவே அவர் பிரச்சினைக்குத் தேவையற்ற அரசியல் கருத்துகளால் அலைக்கழிக்கப்பட வாய்ப்பிருக்கிறது. உதாரணமாக, அமெரிக்கக் குடியரசுக் கட்சி ஜனாதிபதிகள், வழக்கமாக அந்தக் கட்சிசார்ந்த பெயர்களையே ஆட்சிமன்றத்திற்கு அளித்தார்கள்; அண்மைக்காலத்தில், நியமிக்கப்பட்ட வழக்கறிஞர் மிகச் சிறந்த சேவையை அமைப்புற்றத் தொழிலாளர்களுக்கு ஆற்றியதனால் ஆட்சிமன்றம் மிக வலுவாக அவரது நியமனத்திற்கு எதிராகப் போராடியது. *(The case of Mr. Justice*

Brandeis. See the extraordinary volume of evidence before the Senate Judiciary Committee on his nomination in 1916). ஆனால் சட்டமன்றம் தேர்ந்தெடுக்கும் ஸ்விஸ் நாட்டு முறை சந்தேகமின்றி நன்றாகவே இருந்துவந்துள்ளது; ஆனால், ஒன்று, அந்நியமனத்திற்குச் சட்டமன்றத்தின் மிகச் சிறிய அளவு உதவுகிறது; இரண்டு, அரசியல்சார் நியமனங்கள் சட்டவிதியினால் அங்கு விலக்கப் படுவதில்லை. மேலும் கூட்டாட்சிச் சட்டமன்றத்தைச் சட்டமுறைமைக்கு மாறானது என்று நீதிமன்றம் அங்கு விலக்கமுடியாது. அதனால் மெய்யாகவே சட்ட வன்மை பெற்ற எந்த ஒரு வேட்பாளருக்கும் ஆழமான எதிர்ப்புணர்வு இருக்கும் என்ற வாய்ப்பு குறைக்கப்படுகிறது. ஸ்விஸ் அரசியலின் உறுதிநிலை, நீதிசார் வட்டத்தில் சட்டமன்றக் குறுக்கீட்டை வேறெங்கும் இருப்பதைவிட மிகவும் தீமை குறைவானதாக்குகிறது.

உதாரணமாக, இங்கிலாந்தில் மக்கள் சபையினர் நீதிபதிகளைத் தேர்ந்தெடுக்க உரிமை பெற்றால் என்ன நடக்கும் என்பதைப் பார்ப்போம். வேட்புமனுக்களைச் சலித்தெடுக்க ஒரு சிறு குழு தேவைப்படும். அந்தக் குழுவின் அறிக்கை ஏற்கப்பட்டால், அந்த நியமனங்கள் முறையாக ஏற்கப்பட்டால், ஒரு நிபந்தனையின் பேரில், நியாயமான முடிவுகள் கிடைக்கும் என்று நம்ப வாய்ப்பிருக்கிறது. அந்தச் சபையின் எந்த உறுப்பினரும் நியமனமாகத் தகுதியில்லை என்பதுதான் அந்த நிபந்தனை. ஆனால் இப்படிப்பட்ட நிபந்தனை தேர்வுக்கான களத்திலிருந்து புகழ்பெற்ற மனிதர்களை உடனே விலக்கிவிடுகிறது; ஒரு வழக்கறிஞர், சட்டப் பணிக்கும் அரசியல் பணிக்கும் இடையில் ஒன்றைத் தேர்ந்தெடுத்தாக வேண்டும் என்ற நிர்ப்பந்தத்தை மிகவும் நியாயமற்ற வழியில் ஏற்படுத்துகிறது. மாறாக, ஒருவேளை மக்களவை அந்த அறிக்கையைப் புறக்கணித்துவிட்டால், நிலைமை சகிக்கமுடியாத ஒன்றாகிவிடும். உணர்வுமிக்க மனிதர் ஒருவர் அந்த வேதனை நிறைந்த அனுபவத்தினால் சுருங்கிப்போகலாம். இந்தக் குழு ஒருபுறம் இருப்பினும், சட்டத்துக்கு ஒவ்வாத முறையில் செல்வாக்கினைப் பெற அரசியல் கௌரவத்தைப் பயன்படுத்துகின்ற முயற்சிகள் நடக்கும். இதனால் நீதிபதி நியமனத்தின் தரம் மிகவும் தாழ்ந்துபோகும். மிகக் கூர்மையான கட்சிமனப்பான்மை ஆட்சி செய்யும் காலத்தில், நீதிபதி அலுவலைக் கட்சியின் விசுவாசத்துக்குப் பரிசாக அளிக்கும் மனப்பான்மையை ஒடுக்குவது மிகவும் கடினமாகிவிடும்.

ஆகவே நாம் மீண்டும் நியமனம் என்பதே மிகச் சிறந்த தேர்வுமுறை என்ற நிலைக்குத் திரும்புகிறோம். ஆனால் இங்கிலாந்தின் சட்ட அதிபர் எளிமையாக நியமிக்கும் முறை போதியதென்று கருத முடியவில்லை. அது நீதித்தன்மையைவிட அரசியல் புகழையே தகுதியாக அளக்கும்

வண்ணம் கதவை மிக அகலமாகத் திறந்து வைக்கிறது. ஹால்ஸ்பரி பிரபு தனது நியமன அதிகாரத்தை இயன்ற நேரங்களில் எல்லாம் தனது சொந்தக் கட்சி உறுப்பினர்களை உயர்த்திவிடுவதற்குப் பயன்படுத்தி அவப் பெயர் பெற்றது யாவருக்கும் தெரியும். கட்சிச் சேவைக்கு ஒரு நல்ல பரிசு நீதிமன்ற பெஞ்சில் பதவி பெறுவது என்று நினைக்கின்றவர்களின் அழுத்தத்திற்கு சட்ட அதிபர் ஒரு கட்சித் தலைவராகவும் இருக்கும் நிலை நல்ல வாய்ப்பாக இருக்கிறது; அந்த அழுத்தத்தைச் சமாளிக்கப் பலமற்ற நிலையில் அவப்புகழுக்கான விஷயங்கள் நிகழ்கின்றன. அதனால் நியமன அதிகாரத்தினைப் பாதுகாப்புகள் சூழ இருப்பது அவசியமாகிறது. அந்த இலக்கினை அடைய சட்ட மன்றக் குழு ஒரு திருப்திகரமான பாதை என்று நான் கருதவில்லை. அமெரிக்காவில், பதவியில் இருக்கும் கட்சிக்கு நியமனங்களை ஒதுக்குவது ஒரு வழியாகப் பயன்பட்டு வருகிறது; ஆங்கில நீதிமன்ற மரபு வேறாக இருந்தாலும், இருப்பதைவிட திருப்திகரமான வழிகள் நமக்குத் திறந்துள்ளன. உதாரணமாக, நீதித்துறை அமைச்சரின் பரிந்துரையின்பேரில் நியமனங்களைச் செய்வது சாத்தியம். அதற்கு உறுதுணையாக, அவர்கள் பணிகளின் எல்லாப் பக்கங்களையும் முன்வைக்கின்ற விதமான நீதிபதிகளின் ஒரு நிலைக்குழு ஒப்புதல் அளிக்க வேண்டும். பிறர் எவரும் அறியாத அளவுக்கு அவர்களுக்கு வழக்கறிஞர்கள் குழுவைப் பற்றி நன்றாகத் தெரியும். அவர்கள் அரசியல் கௌரவத்தால் பாதிக்கப்பட வாய்ப்பில்லை. நீதிமன்ற பெஞ்சில் வெற்றிகரமாகப் பணிசெய்யக்கூடியவர்களின் தகுதியை மதிப்பிட இயலக்கூடிய சிறந்த நிலையில் அவர்கள்தான் இருக்கிறார்கள். பதவியின் தேவைகளை மட்டும் பார்வையில் கொண்டு நியமனங்கள் செய்யப்படும் என்பதற்கு மிகச் சிறந்த உத்திரவாதமாக அவர்கள் இருப்பார்கள்.

நான் இங்கு முதல் நியமனங்களைப் பற்றித்தான் பேசுகிறேன். பதவி உயர்வுப் பிரச்சினை மேலும் பிரச்சினைகளை எழுப்புகிறது. பெரும்பாலான நீதி அமைப்புகளில் படிநிலைப்படி வரிசையான நீதிஅவைகளை வைப்பது அவசியம். அவை உச்சநீதியமைப்பு ஒன்றில் முடிவுபெறும். அதன் முடிவுகளைச் சட்டமன்றத்தினால் மட்டுமே மாற்ற இயலும். இங்கிலாந்தில் சட்ட அதிபர் வழக்கமாகத் தேர்வின் திறமான மூலமாக இருப்பினும் இந்த உச்சமான பதவிகளைத் தொழில்நுட்ப ரீதியாகப் பிரதம அமைச்சர்தான் செய்வார்; (Report of the Machinery of Government Committee, p. 66). அமெரிக்காவில் இந்நியமனங்கள் பேரவையின் ஒப்புதலோடு ஜனாதிபதியால் செய்யப்படுகின்றன. இந்த உயர்பதவிகளின் நியமனங்களின் வரலாற்றை, குறிப்பாக அமெரிக்காவில், இவற்றுக்கும் கீழ்நீதிமன்றங்களின் உறுப்பினர்த் தன்மைக்கும் தொடர்பே இல்லை என்ற உணர்வின்றி எவராலும்

ஆராயமுடியாது. அமெரிக்காவில் கூட்டாட்சியின் தனித்த நடுவர்ப்பதவியை ஏற்கும் எவரும் நடைமுறையில் தன்னை உச்ச நீதிமன்றத்திலிருந்து விலக்கிக் கொள்கிறார். இங்கிலாந்தில், அரசியலில் சிறந்துவிளங்கும் மக்கள் நீதிமன்றப் பதவியைத் தேர்ந்தெடுத்தால் வழக்கமாக அப்படிப்பட்ட நிலைக்கு நேராக முறையீட்டுக் கோர்ட்டின் அல்லது பிரபுக்கள் சபைக்குத் தலைவராகப் போய்ச் சேர்கிறார். அமெரிக்காவில் பொருளாதாரத் துறையில் தாராளமய மனப்பான்மைக்கு கௌரவத்தைப் பெறுவது என்பது பதவி உயர்வு காத்திருக்கும்போது ஒரு நடுவர் தன்னை அதிலிருந்து விலக்கிக் கொள்வதற்குச் சமமாகும். இங்கிலாந்தில் அப்படிப்பட்ட நிலை இல்லை. ஆனால் ஏறத்தாழ அரை நூற்றாண்டாக தலைமை நீதிபதிப் பதவி, அரசியல் சேவைக்குப் பரிசாகக் கிடைத்துவருகிறது. மற்ற இடங்களில் போலவே நீதித்துறையிலும், கீழ்க் கோர்ட்டில் ஒருவருடைய சேவை உண்மையிலேயே சிறப்பாக இருந்தால் அவற்றைப் பாராட்டும் வகையில் பதவி உயர்வு அவருக்கு கிடைக்கும் என்ற உறுதிப்பாடு வேண்டும். நாம் வெறும் பணிமூப்பு அடிப்படையில் பதவி உயர்வை வேண்டவில்லை; ஆனால் சரியான நேரத்தில் தனது கோரிக்கையை வலியுறுத்தத் தெரிந்த ஒரு புத்திசாலி அரசியல் கூலிக்காரனுக்காக ஒரு திறன்மிக்க நடுவர் கடந்து செல்லப்படுகின்ற உணர்வைப் பெறக் கூடாது என்று நாம் நினைக்கிறோம். ஆகவே ஒரு மேல் நீதிமன்றத்தில் (ஆங்கில நாட்டில் முறையீட்டு மன்றம் அல்லது பிரபுக்கள் சபை) ஒரு காலியிடம் ஏற்படும்போது நடுவர்கள் குழு அப்பொறுப்புள்ள அமைச்சருக்கு (நான் இங்கு அவரை நீதித்துறை அமைச்சர் என்று கூறியுள்ளேன்) கீழ்க்கோர்ட்டின் மூன்று நடுவர்கள் பெயர்ப் பட்டியலை அளித்தால் அவர் அதிலிருந்து ஒருவரைத் தேர்ந்தெடுக்க முடியும். ஓர் அரசியல் ஆதரவாளர் மிக விரைந்து முன்வைக்கப்படுகின்ற அபாயத்தைத் தான் இப்போதுள்ள நிலையில் ஐந்தாண்டுகளேனும் சேவைபுரியாத நடுவர் ஒருவர் அப்பதவிக்கு உயர்த்தப்படுவார் என்ற விதியால் எளிதாகச் சந்திக்கலாம்; வெறுமனே பணிமூப்பு எய்திய நடுவர்களைப் பதவி மேம்படுத்துவதை ஓய்வு பெறுவதற்கு ஐந்தாண்டுகளுக்குக் குறைவாக உள்ளவர்கள் பதவி உயர்வுக்குப் பரிந்துரை செய்யப்பட மாட்டார்கள் என்ற நிபந்தனையால் தவிர்க்கலாம்.

நியமனம் பெற்றபிறகு, ஒரு நடுவர் நன்னடத்தை உள்ளவரை பதவியில் இருப்பார்; இல்லாவிட்டால் தனது நிலைக்கேற்ற உள்ளார்ந்த சுதந்திரம் என்னும் பழக்கத்தை அவரால் பெறமுடியாது. நன்னடத்தை என்பது போதிய அளவு பழைய முறை ஒன்றினால் வரையறுக்கப்பட்டுள்ளது. சட்டமன்றத்தில் அவரை நீக்க ஒரு வாக்கு இருந்தால் போதுமானது. ஆனால் நாம் ஒற்றைமன்ற

அரசாங்கத்தைக் கற்பனை செய்வதால், அந்த மன்றத்தின் உறுப்பினர்களில் மூன்றில் இரு பங்கினர் அப்படிப்பட்ட வாக்கிற்கு ஆதரவாக இருக்கவேண்டும். இந்தக் கடுமை முக்கியமானது. ஏனெனில், ஒரு வழக்கில் உயர்அளவு உணர்ச்சி பொதுமக்களிடையில் தூண்டப்பட்டால், அல்லது சிறந்த நோக்கத்துடன்தான், ஒரு நடுவர் ஒரு செய்தியைச் சொல்லும்போது அது ஆழமான கட்சி வெறுப்பினை உருவாக்கினால், சரியான பாதுகாப்புகள் இல்லாத பட்சத்தில், அந்த நடுவர் நீக்கப்படலாம் அல்லது அவர் கௌரவம் பாழ்படுத்தப்பட்டு அந்தப் பதவியில் அவர் இருப்பது கடினமாக்கப்படலாம். மேலும் நியாயமாகவே ஒரு நடுவர் ஓய்வுபெறும் வயது எழுபது என்று வைக்கப்படலாம். ஆனால் எண்பது வயதிலும்கூட மிகச் சிறப்பான பணிபுரியக்கூடிய நடுவர்கள் உள்ளனர். ஆனால் எழுபது வயதுக்குப் பிறகு, சராசரி நடுவர் தன்மீது குறிப்பாக ஒரு புதிய காலத்தினால் முன்வைக்கப்படும் தேவைகளைச் சந்திக்கும் திறனை இழந்துவிடுகிறார். நடுவர் திரு. ஹோம்ஸ் எழுதுகிறார்: "பொதுவாக நடுவர்கள் முதிய வயதடைந்தவர்கள், தாங்கள் பழக்கப்படாத, தங்கள் மனச்சாந்தியைக் குலைக்கக்கூடிய எவ்விதப் பகுப்பாய்வையும் அவர்கள் பார்த்தவுடனே வெறுப்பார்களே தவிர, புதுமைகளை நேசிக்க மாட்டார்கள்" (Collected Papers, p. 230). இந்தப் புலப்பாடு முக்கியமானது. ஏனெனில் நான் ஏற்கெனவே வாதிட்டதுபோல, ஒரு நீதிபதியின் வாழ்க்கை அனுபவம்தான் சட்டப் பிரச்சினைகள் பற்றிய அவரது மனப்பான்மையை நிர்ணயிக்கக்கூடியது. பெரும்பாலான மனிதர்களுக்கு, நனவுப்பூர்வமான கருத்துகளிலும், அதன் மேலும் முக்கியமான நனவிலியின் பாரபட்சங்களிலும் அவர்களின் தத்துவம் பெரும்பாலும் நாற்பது வயதில் நிலைபெற்றுவிடுகிறது: ஆகவே முப்பது ஆண்டுகள் கழித்து, ஒரு சராசரி நடுவர் அதன் பொது நோக்கு தனது சொந்தத் தலைமுறையிலிருந்து மாறுபட்டுவிட்ட ஒரு பழைய தலைமுறையில் இருப்பார். அது மட்டுமல்ல; தன் பணியின் முதல் ஐந்தாண்டுகளில், ஒரு நடுவர், மிக அபாயகரமான வழக்குகளில் தனது பெரும்பான்மைக் கருத்துகள் தவறானவை என்ற முடிவுக்கு வந்திருப்பார்; அடுத்த ஐந்தாண்டுகளில் அவை எல்லாமே சரி என்ற முடிவை அடைந்திருப்பார். அதற்குப் பிறகு சரியோ தவறோ அதைப் பற்றிக் கவலைப்படாமல் அமைதியுடன் தன் வேலையைக் கவனிப்பார். அந்த அமைதி எப்போது பழக்கமாக மாறுகிறதோ அதுதான் அவர் ஓய்வுபெறவேண்டிய நேரம்.

II. நீதித்துறையும் செயல்(நிர்வாகத்)துறையும்

முன் ஒரு இயலிலேயே நீதிப்பணி செயல்துறைச் செல்வாக்கின் வட்டத்திலிருந்து விடுபட்டிருக்க வேண்டும் என்று நான் சுட்டிக்காட்டியிருக்கிறேன். ஆனால் அந்த விடுபாட்டை அதன் புரிந்துகொள்ளலுக்குத் தேவையான சில கருவிகளின், பிரச்சினைகளின் ஒளியில் விவாதிக்க வேண்டும். ஒரு தனிக்குடிமகன் நிர்வாகத்தின் முடிவைக் கேள்வி கேட்கும்போது சட்டத்தின் விளக்கம் பற்றிய எல்லா விஷயங்களிலும் நிர்வாகத்தை நீதிமன்றத்திற்குக் கீழ்ப்பட்டதாக ஆக்குவதுதான் இங்கு அடிப்படையான பிரச்சினையாக இருக்கிறது. நான் இந்தப் பிரச்சினை பற்றி ஏற்கெனவே ஒரு பகுதி விவாதித்திருக்கிறேன். ஒரு தனிமனிதன் தன் செயல்களுக்குப் பொறுப்பேற்பதுபோல, அரசு தன் முகவர்களின் செயல்களுக்குப் பொறுப்பேற்க வேண்டும் என்று நான் வாதிட்டிருக்கிறேன். மேலும் வசதிக்காக வேண்டி, ஒரு துறைக்கு நீதித்துறை அதிகாரங்கள் வழங்கப்பட்டாலும் அது பயன்படுத்துகின்ற முறைகள், அது கையாளுகின்ற செயல்முறைகள், ஆகியவை நீதிமன்றங்களின் நுண்ணாய்வுக்கு உட்படுத்தப்பட வேண்டும். அவற்றின் நோக்கில் தேவையான விசாரணை இன்றி ஒரு முடிவு எடுக்கப் பட்டிருந்தால் அதை நீக்கும் அதிகாரமும் அவற்றுக்கு இருக்க வேண்டும்; பின்னதன் நோக்கு, மெய்ம்மைகளைக் காண்பதில் அல்ல, அவற்றைப் புலனாய்வு செய்கின்ற முறையில் இருக்கவேண்டும். இப்படிப்பட்ட நீதித்துறை உயர்வு காப்பாற்றப்படாவிட்டால், நிர்வாகத்துறை எப்போதுமே ஒரு மேலோங்கும் ஆதாயத்தைத் தனிநபர்க்குடிமகனுக்கு எதிராகக் கொண்டுவிடும்; பிறகு அவர் அலுவல் அதிகாரச் செயல்கள் என்ற போர்வையின் கீழ் செய்யப்படும் செயல்களுக்கு எதிராகத் தனது உரிமைகளைக் காத்துக் கொள்ள இயலாது. (Cf. my Foundations of Sovereignty, chap. iii).

ஆனால் பிற சில குறித்த பாதுகாப்புகள், முக்கியமானவை இருக்கின்றன. இங்கு வலியுறுத்தப்பட்ட நீதித்துறை நியமன முறையின்படி, பதவியில் இருக்கும் எந்த அரசாங்க உறுப்பினரும் நீதித்துறையில் அனுமதிக்கப்பட மாட்டார். நிர்வாகத்துறை ஆர்வங்கள் சம்பந்தப்பட்ட சட்டக் கேள்விகளின் வீச்சுக்கு அவர் ஒரு நீதித்துறை மனத்தைக் கொண்டுவரும் வாய்ப்பை அப்படிப்பட்ட நியமனம் குறைத்துவிடுகிறது என்று நினைக்கிறேன். உதாரணமாக, தலைமை வழக்கறிஞர் என்ற முறையில் ஒருவர், 1920இன் அயர்லாந்து மீட்புச் சட்டம் என்ற சட்டவிதியைக் கொண்டுவந்தவர், நிச்சயமாக ஓ பிரயனின் ஒரு பக்கத் தீர்ப்பு போன்ற வழக்குகளைத் தீர்ப்பதற்குத்

தகுதியான நபர் அல்ல என்று கூறலாம்; ஏனெனில் அவர் மனத்தை உண்மையான ஒருபுறச்சாய்வற்ற கருத்துக்கு ஒவ்வாத ஓர் இருள் மூடியிருக்கிறது. நிர்வாக அதிகாரம் உடைய சட்ட அதிகாரிகளாகப் பணி செய்தவர்கள் நீதித்துறைப் பணியிலிருக்க ஏழாண்டுகள் தகுதியற்றவர் என்று நீக்கப்பட வேண்டும் என்று இன்னும் மேலே சென்று நான் வலியுறுத்துவேன். உதாரணமாக அமெரிக்காவின் அட்டர்னி ஜெனரலாக இருந்து வேவுபார்க்கும் சட்டத்தின்கீழ் நம்பமுடியாத அளவு வழக்குகளைத் தொடர்ந்தவர், மெய்யாகவே ஒரு குறைந்த அளவு காலப்பகுதியில் அதிலிருந்து மீண்டு, அவ்வழக்குகளை நீதிமன்றத்தில் ஆராய்கின்ற மனப்பாங்கினைப் பெறுவார் என்று கூறமுடியாது. இதற்கு மறுதலையும் உண்மை என்று நினைக்கிறேன். ஒருவர் நீதிபதி பதவி என்ற தகுதிக்கு வந்துவிட்டால், அவர் அரசியல் பதவிக்குத் தகுதியற்றவர் என்று நீக்கப்படவேண்டும். அமெரிக்காவின் ஜனாதிபதிப் பதவிக்கு உச்சநீதி மன்ற நீதிபதிகளிலிருந்து தேர்ந்தெடுக்கப்படலாம் என்றால், அங்கிருக்கும் சில நடுவர்களின் மனங்களையேனும் அப்படிப்பட்ட ஒளிவீசும் நற்பேறு அலைக்கழிக்காமல் இருக்காது, அதனால் அவர்களின் முடிவுகள் அந்த விழைவுக்கான பாதையைப் பின்பற்றாமல் இருக்காது. ஓர் ஆங்கில நடுவர் சட்ட அதிபராக முடியும் என்றால் நிர்வாகத்தின் அதிகாரம் கேள்விக்குள்ளாகும் எல்லா இடங்களிலும் அதற்குச் சாதகமாகப் பணிபுரிவது அதற்கான பயனை அளிக்காமல் இருக்காது என்ற எண்ணத்தில் இயங்குவதை அவரால் தவிர்க்க முடியாது. ஒரு நடுவர் அறிவின் தூய ஆன்மாவை உள்ளடக்குவதற்குத் தன்னால் இயன்ற உச்சபட்சத்தைச் செய்யலாம்; ஆனால் நம் தரப்பிலிருந்து அவருக்கு அந்தச் செயல்முறையில் உதவுவதற்கு நம்மாலானதைச் செய்ய அது குறைவான காரணமன்று. இங்கு இப்படிப்பட்ட ஒரு சுயமறுப்புச் சட்டம் நாம் புறக்கணிக்கக்கூடிய ஓர் உதவியல்ல.

செயல்துறையும் நீதித்துறையும் இயன்றவரை ஒன்று மற்றதன் பணியைப் பரஸ்பர விமரிசனம் செய்வதிலிருந்து விலகியிருக்க வேண்டும் என்பது இதிலிருந்து தெரிய வருகிறது. இது சாத்தியமில்லாமல் போகும் சந்தர்ப்பங்கள் சந்தேகமின்றி எழும்; விமரிசனம் என்பது தங்களைப் பற்றி முடிவெடுக்கும் செயலுக்குள்ளாகவே உள்ளடங்கியிருக்கின்ற வழக்குகள் தவிர்க்கவியலாமல் எழுகின்றன. ஆனால் நான் சொல்ல வருவதை விளக்குவதற்கு இரண்டு உதாரணங்களைத் தேர்ந்தெடுக்கலாம். நாயருக்கு எதிராக ஓ'ட்வையர் என்னும் வழக்கில் 1919இல் அமிர்தசரஸில் நடந்த கலகத்தைப் பற்றி மேற்பார்வை செய்யும் அவசியம் ஏற்பட்டது. *(See the daily reports in the London Times, May 1 - June 6, 1924)*. நடுவர்களுக்கு நீதிபதி திரு. மெக்கார்டி சுருக்கியுரைத்தபோது,

முழுமனத்தோடு, அந்த எழுச்சியை அடக்கிய ஜெனரல் டையர், தான் வகித்த பங்கிற்காக, முறையின்றி அரசாங்கத்தால் கண்டிக்கப்பட்டதாகக் கருத்துத் தெரிவித்தார். எவ்விதம் முக்கியத்துவம் வாய்ந்ததாக இருந்தாலும் அந்த நோக்கு அந்த வழக்கிற்கு திட்டவட்டமாகத் தெரிவிக்க ஏற்றதல்ல; ஜெனரல் டையர் சரியாகவோ தவறாகவோ கண்டிக்கப்பட்டதற்கான சான்றுகளை அரசாங்கம் மறுத்துவிட் _தால், அந்த நிர்வாகத்தைக் குறைகூறியபோது அவரிடம் எல்லாச் சான்றுகளும் இல்லை. அவர் உயர்ந்த எண்ணத்தோடுதான் செயல்பட்டார் என்பதில் எவரும் சந்தேகம் கொள்ளமுடியாது; ஆனால் சட்டப்பூர்வமற்ற பண்பினை உடைய, நடுவர்களே எவ்விதக் கண்டறிதலையும் செய்ய இயலாத, உயரளவில் முரண்பாடான கேள்விகளைப் பற்றி ஒரு நீதிபதி அந்த நடுவர்களுக்கும் நடுவர்கள் மூலமாக எல்லாப் பொதுமக்களுக்கும் அறிவுரை கூற இயலாது என்று எவருமே சந்தேகப்பட இயலாது என்று நான் நினைக்கிறேன். *(For Mr. Justice McCardie's summing-up see The Times, June 6, 1924; for criticism in Parliament, see Parliamentary Debates, June 9, 1924; on the trial generally, see the London Nation, June 13, 1924)*. அவருடைய செயல்கள் பொதுமக்கள் சபையில் கடுமையான விவாதத்திற்கு இட்டுச்சென்றன. அவரை நடுவர்அமைப்பிலிருந்து நீக்குவதற்கான தீர்மானம் ஒன்றும் முன்வைக்கப்பட்டது. மிக மோசமான பட்சத்தில் நேர்மையான முறையில் செய்யப்பட்ட தவறு இது என்பதால், முன்மொழியப்பட்ட இந்தப் பரிகாரம் தேவையின்றிக் கடுமையாக உள்ளதென பெரும்பாலான மக்கள் நினைக்கலாம்; அதேசமயம், அந்த நீதிபதி தனது களத்திற்குள் நேரடியாக, தெளிவாக வராத எந்தப் பிரச்சினையைப் பற்றியும் பேசலாகாது என அதிகவனமாக இருந்திருக்க வேண்டும், அப்படிப்பட்டத் தவறுகள் நேர்ந்தால் பெரும்பாலான மக்கள் நீதிபதி திரு. மெக்கார்டியின் செயல் ஏற்படுத்திய விளைவுகளில்தான் முடியும் என்றும் நினைக்கலாம். அதேபோல, ஓ'ஹாராவுக்கு எதிராக அமெரிக்க அரசு என்ற வழக்கில், ஒரு சமதர்மக்கட்சி உறுப்பினர் விசாரணைக்கு ஆட்பட்டார். அப்போது, சமதர்மக் கட்சி, பிரதிவாதியின் பார்வைகளைக் கொண்டதானால், போர்ச்சமயங்களிலும், சமாதானச் சமயங்களிலும் அதற்கு அமெரிக்க மண்ணில் இடமில்லை என்று நீதிபதி கூறியது, அவரது பணியைத் தவறாகப் புரிந்துகொண்டதன் விளைவு. *(Nelles, Espionage Act Cases, p.47)*. குறிப்பாகப் பற்றி எரியக்கூடிய கருத்துகளைக் கொண்ட ஒரு காலப்பகுதியில், தனக்குச் சாதகமாக இல்லாத கருத்துகளை மௌனப்படுத்த பொதுவாக நீதிமன்றங்களைப் பயன்படுத்துவது, குறிப்பாக ஒரு நீதிபதியைப் பயன்படுத்துவது என்பது நிர்வாகத்தை நேரடியாகத் தூண்டுகின்ற ஒரு செயலாகும்.

மாறாக, நிர்வாக அதிகாரத்தின் தாக்குதலினால் ஒரு நீதிபதி தனது கடமைகளை ஆற்றுவதில் தடைப்படக்கூடாது என்பதும்

முக்கியம். மனம்போன போக்கில் அவரை வேலையிலிருந்து நீக்குவதிலிருந்து பாதுகாப்புத் தருவதால் இந்த அபாயம் பெரும்பாலும் தடுக்கப்படுகிறது; இங்கிலாந்திலோ அமெரிக்காவிலோ இரு நூற்றாண்டுகளாக எந்த நீதிபதியும் நீக்கப்பட்டதில்லை, குறிப்பாக சர் எட்வர்டு கோக் நீக்கப்பட்ட விதமாக நிகழ்ந்ததில்லை. (Holdsworth, Hist. of English Law, vol. v. p.440). ஆனால் அமெரிக்காவின் தலைமை வழக்கறிஞர்களில் ஒருவர், புகாரளித்துள்ளார். 1917இன் வேவுபார்க்கும் சட்டத்திலுள்ள ஒரு பகுதியைச் சில நீதிமன்றங்கள் தடைசெய்தது, ஒரு குறுகிய செயல், "நாங்கள் பதிக்க நினைத்த பற்களையெல்லாம் அவர்கள் பிடுங்கிவிட்டார்கள்" என்ற அவரது குறிப்புரை அந்த முக்கியமான சட்டத்தின் திறனை சில நீதிபதிகள் அழித்துவிட்டார்கள் என்ற குற்றச்சாட்டுக்குக் குறையாத ஒன்று; எந்த நீதிபதிகளை அவர் குறிப்பிடுகிறார் என்பதை எளிதில் கண்டறிய முடியும் நிலையில் அவரது விமரிசனம் மிகவும் வருந்தத்தக்கது. அதைவிடக் குறிப்பிட வேண்டியது, மெக்லியாடுக்கு எதிராக மக்கள் என்ற வழக்கில், (1841. N. Y. Hill, 377) டேனியல் வெப்ஸ்டர் அரசின் செயலராக இருந்தபோது ஒரு நீதிமன்றத்தின் கருத்தின்மீது அவரது தாக்குதல் (இப்போது பொதுவாகத் தவறென்று கொள்ளப்படுகிறது). ஒரு புகழ்பெற்ற வழக்கறிஞர் எழுதுகிறார், "அவர் ஒருவேளை நவீன காலங்களில் எந்த ஒரு பொறுப்புள்ள அதிகாரியும் எந்த ஒரு நீதிமன்ற முடிவையும் பற்றிக் கூறியதைவிட மிக வன்மையாகப் பலரறியப் பழிகூறினார்". (W. H. Moore, Act of State in English Law, p. 44). இந்தப் பழியுரை சற்றும் தேவையற்றது; அந்த நீதிபதி அப்படிப்பட்ட ஒரு தாக்குதலினால் பாதிக்கப்பட்ட விதத்தைப் பற்றியோ கூறவே தேவையில்லை.

அரசின் செயல்களுக்குள் முக்கியமான விசாரணையில் நீதிப்பணியின் தொடர்பில் ஒரு கேள்வி வரிசையையே பொருத்தமாகக் கேட்கமுடியும். பல வழக்குகளில், பலவேறு காரணங்களால், நிர்வாக அதிகார ஆணைகளால் நீதிமன்ற விசாரணையைத் தவிர்க்கும் விதமாகச் சூழலைக் கட்டுப்படுத்தும் முயற்சி மேற்கொள்ளப்படுகிறது. அப்படிப்பட்ட வழக்குகள் சிலவற்றில், உதாரணமாக, ஒரு குறிப்பிட்ட அரசு மற்றொரு அரசுடன் போரிடும்போது நிர்வாக அதிகாரத்தின் கருத்தே இறுதியானதாக இருக்க வேண்டும் என்பது வெளிப்படை. (Cf. The Pelican. I. Edwards, Adm. Reports, App. D). ஒரு மெய்யான அரசாங்கத்தை ஏற்கும் விதமான தொடர்பில் பிரச்சினைகள் எழும்போதும் இதுவே பரந்தவகையில் உண்மை. ஆனால் எதிர்காலத்தில் ஒரு தற்காலிக நிர்வாகத்தைவிட ஒரு சர்வதேச அதிகாரத்தினை அடிப்படையாகக் கொண்டு அறிந்தேற்பு இங்கு ஒருவேளை சாத்தியமாகலாம். உதாரணமாக, மெக்சிகோவில் ஓர் அதிகாரக் குழுவினர் அங்கீகரித்த அரசாங்கத்தை மற்றொரு அதிகாரக் குழுவினர் ஏற்காத நிலை

சாத்தியமற்ற சூழல்களுக்கு இடம் தந்துள்ளது போன்றுள்ள பிரச்சினைகள். நான் ஏற்கெனவே அரசின் பெயரால் செய்யப்படும் குற்றச் செயல்கள் பற்றிய பிரச்சினை பற்றி விவாதித்துள்ளேன். எவ்விதப் பொறுப்பின்மையையும் ஆதரிக்கக்கூடிய சுத்தமான வரலாற்றுக் காரணங்களை நினைவில் வைத்திருக்கும் எவரும் இங்கு மாற்றத்துக்குத் தேவையை உணர்வார்கள். இப்போதுள்ள நிலைமையின் சாத்தியமற்ற நிலையைச் சிறப்பாக விளக்கலாம் என்று கூறுவதால் இங்கிலாந்தில் அத்துமீறி நுழைதலுக்குத் தண்டனையின் நோக்கம் வெளியேற்றம்தான் என்றாலும், அந்த தண்டனை அரசின் பணியாளர்களுக்கு எதிரானதாக இருந்தாலும் அவர்களை நீக்குவதற்கான செயல் நிகழாது, (Cawthorne v. Campbell (1790) I Anstr. 205).

இதில் இருக்கும் பிரச்சினைகளின் மெய்யான இயல்பு, இராணுவச் சட்டத்தின் சூழலில் நீதிமன்றங்களுக்குள்ள தொடர்பில் தோன்றுகிறது. ஒழுங்கின்மையை ஒடுக்குவது தேவையாக உள்ளது என்பதை யாரும் சந்தேகப்பட முடியாது. அதன் ஒடுக்குதலுக்கு எல்லாவிதத் தேவையான வழிவகைகளையும் கையாளலாம் என்பது நிர்வாகத்தின் கடமையாகவும் இருக்கிறது. அந்த வழிவகைகளில் இராணுவத்தைப் பயன்படுத்தலும், தன்னைப் பயன்படுத்தும் காரணத்திற்காக இராணுவம் வேண்டிய தண்டனைமுறைகளைப் பயன்படுத்துதலும் நிகழ்கின்றன. செய்யப்பட்டதாகச் சொல்லப்படும் குற்றங்களின் விசாரணைகளை நீதிமன்றங்கள் மேற்கொள்வதையும், ஒருவேளை அவை நிரூபிக்கப்பட்டால் அவற்றின் தண்டனைகளையும் விலக்கும் வண்ணம் எவ்வளவு தூரம் இராணுவச் சட்டம் செயல்படலாம்? இராணுவச் சட்டத்தின் தொழில்நுட்ப இயல்பைப் பற்றி நான் இங்கு கவலைப்படவில்லை. பொது அரசியல் கொள்கையின் நிலைப்பாட்டிலிருந்து நீதிமன்ற அதிகாரம் அக்கறைப்படும் பிரச்சினைகள் இரண்டுதான். ஒன்று, இராணுவத் தேவை என்பதற்காக நீதிமன்றங்கள் எவ்வளவு தொலைவு தங்கள் அதிகார வரம்பினை விட்டுக் கொடுக்கலாம்? இரண்டு, இராணுவச் சட்ட அதிகாரி என்ற முறையில் ஒருவர் தனது கடமையின்போது எடுத்த நடவடிக்கையை எந்த அளவு அவருக்குத் தற்காப்பாக நீதிமன்றம் கொள்ளமுடியும்?

முதல் கேள்விக்கான விடையை ஒரு பொதுவான நிலையிலிருந்தே தரமுடியும் என்று நான் நினைக்கிறேன். மனிதச் செயல் எல்லைக்கு உட்பட்டவரை, எந்த அதிகார வரம்பும் தனது அதிகார வரம்பினை மீறக்கூடாது, தனது நீதிமன்றம் சிறப்பாகச் செயல்படும் வரை, வேறு எந்த நீதிமன்றமும் அங்குச் செயல்படக்கூடாது என்று வலியுறுத்துவது நீதிபதியின் கடமை. இப்படிப்பட்ட நோக்கினை மிகக் கடுமையாக அனுசரிக்காவிட்டால், வரலாற்றின் அனுபவத்தில்,

இராணுவச் சட்டத்தின் பரிபாலனத்தில் அத்துமீறல்கள் கண்டிப்பாக நடைபெறும் என்பது உண்மை. மிகத் தேவையானது என்று நான் வலியுறுத்தும் மனப்போக்கு, வுல்ஃப் டோன் வழக்கில் தலைமை நீதிபதி ஃபிட்ஸ்கிப்பனால் மிக உயர்வாக எடுத்துக்காட்டப்பட்டுள்ளது. *(Ut Supra)*. ஓர் இராணுவத் தீர்ப்பு மன்றம் தண்டிக்க இயலும் என்று நிறுவப்படாவிட்டால், குடிமக்களுக்குரிய நீதிமன்றங்கள் செயல்படாவிட்டால், அதிகாரத்தைத் தவறாகப் பயன்படுத்துவது தவிர்க்க முடியாதது. இப்படிப்பட்ட அத்துமீறல்களுக்கு நம்மிடம் போதிய சான்றுகள் உள்ளன. உதாரணமாக மில்லிகன் ஒருபுறத் தீர்ப்பு வழக்கிலும் *((1866) 4 Wall 2.)* நெல்சன்-பிராண்டுக்கு எதிராக ஆர். வழக்கிலும் *(See separate reports by Cockburn.)* சான்றுகளைப் படிக்கும் எவரும், மில்லிகன் வழக்கில் மனுதாரரின் வழக்கறிஞர் கூறியதுபோல, "அரசாங்கத்தின் நிர்வாகத்துறை... நமது சுதந்திரங்களின், வாழ்க்கைகளின் முழு எஜமானனாக மாறிவிடுகிறது" என்பதை நன்கு அறிய முடியும். *(Loc. cit., p. 22)*. உதாரணமாக ஒரு கலகத்தை ஒடுக்கும்போது, உடனடியாகவும் மிகக் கடுமையாகவும் தண்டித்தாக வேண்டும் என்பதில் எனக்குச் சந்தேகமில்லை. ஆனால் ஒழுங்கின்மை நிகழும் ஒரு காலத்தில், குடிமக்களுக்கான நீதியின் ஒப்புயர்வின்மையைக் காக்கவேண்டுமென்றால் நிர்வாக அதிகாரத்தின்மீது குறித்த அளவு கட்டுப்பாடுகள் தேவை என்பதை எல்லாச் சான்றுகளும் காட்டுகின்றன.

(1) அற்பமான மீறல்களுக்குத் தவிர, இராணுவச் சட்டத்தின்கீழ் எல்லா விசாரணைகளும் நீதிபதிகள் இந்தக் காரணத்திற்காக வழக்கறிஞர்களின் நிலைக்குழு ஒன்றிலிருந்து நியமிக்கப்பட்ட பொதுமக்கள்சார்ந்த அதிகாரிகளால் நடத்தப்பட வேண்டும்.

(2) இந்தத் தீர்ப்பு அமைப்புகளுக்கு ஓராண்டுச் சிறைத் தண்டனைக்கு மேல் தண்டனை அளிக்கும் அதிகாரம் இருக்கலாகாது.

(3) ஓராண்டுக்குமேல் சிறைத்தண்டனை விதிக்கக்கூடிய கடுமையான குற்றங்களுக்கு விசாரணை, சாதாரண மக்களுக்குரிய நீதிமன்றங்களில் நடத்தப்பட வேண்டும். குற்றம் சாட்டப்பட்டவருக்கு வழக்கறிஞர் வைத்துக் கொள்ளும் அனுமதியும் வேண்டும். இந்த விசாரணைகளில் குற்றநீதிக்கான சாதாரண நடைமுறை பின்பற்றப்பட வேண்டும்.

(4) இராணுவச் சட்டத்தின்கீழ்க் கைதுசெய்யப்பட்ட எவரும் அவருக்கு எதிராகக் குற்றப்பத்திரிகை தாக்கல் செய்யாமல் இருபத்துநான்கு மணிநேரத்துக்குமேல் தடுப்பில் வைக்கப்படலாகாது; விசாரணைக்குக் கொண்டுவரப்படாமல் ஒருவாரத்துக்குமேல் காவலில் வைக்கப்படவும் கூடாது. சந்தர்ப்பங்கள் மறுகாவலில்

வைப்பதைத் தேவைப்படுத்தும்போது, குற்றம் சாட்டப்பட்டவர் தனது தற்காப்புக்கான ஆயத்தங்களைச் செய்துகொள்வதற்கு முழு வசதிகளை அளிக்கும்படியான முறையில் அவரை நடத்தவேண்டும்.

(5) ஒரு புதிய குற்றத்தை உருவாக்குவதாகக் கூறுகின்ற ஒவ்வொரு இராணுவச் சட்ட அதிகாரியும் தனது மொழிவுக்கு மேற்கண்ட நீதித்தகுதியில் செயல்படுகின்ற மக்கள் அதிகாரிகள் இருவருடைய ஒப்புதலைப் பெற வேண்டும். அவர்கள் ஆட்சேபணை தெரிவித்தால், அவரது மொழிவு மைய அரசு அதை உறுதிப்படுத்தும் வரை அது செயல்பாட்டுக்கு வரலாகாது.

இவை தீவிரமான முன்மொழிதல்களாகத் தோன்றலாம்; ஆனால் இவற்றுக்கான மாற்றுகளைக் கருத்தில் கொள்ளும் எவருக்கும் இவற்றின் நியாயம் புலப்படும். நான் இங்கு உதாரணமாக, 1919 ஏப்ரல், மே மாதங்களில் பஞ்சாபில் ஒழுங்குக்குலைவை ஒடுக்குவதில் நிகழ்ந்த தொடர் சம்பவங்களை எடுத்துக்கொள்கிறேன். *(I am not, it must be noted, discussing whether martial law was or was not necessary at this time and place. My criticism is limited to a series of occurrences which are the inevitable result of military administration unchecked by full judicial control.)* அமிர்தசரஸில் இராணுவச் சட்டப் பிரகடனத்துக்கு முன்னால் இரண்டுபேர் கைதுசெய்யப்பட்டு, அந்த மாகாணத்தின் ஏதோ ஒரு மூலைப்பகுதிக்குக் கடத்தப்பட்டனர்; இராணுவச் சட்டத்தை அறிவித்த பிறகு அவர்கள் அந்தச் சட்டம் அமலாகியுள்ள லாகூருக்குக் கொண்டுவரப்பட்டு விசாரிக்கப்பட்டு, ஒரு சிறப்பு இராணுவச் சட்டத் தீர்ப்புமன்றத்தினால் தண்டிக்கப்பட்டனர். *(The case of Kitchlew and Satya Pal).* வழக்கறிஞர்கள் பலர் குதாஸ்பூரில் அதிர்ச்சியூட்டும் நிலைமைகளில் கைதுசெய்யப்பட்டு லாகூருக்குக் கொண்டுவரப்பட்டு ஒரு பொதுச் சிறையில் ஒருமாத காலம் வரை அடைக்கப்பட்டனர். பிறகு அவர்கள் மீது எந்தக் குற்றச்சாட்டும் இன்றி விடுதலை செய்யப்பட்டனர்; கிடைத்த சாட்சியங்கள்படி, அவர்கள் என்ன செய்திருக்கமுடியும் என்பதை அறிவது கடினமாக உள்ளது. மறுபடியும் விசாரணையில், ஹர்கிஷன் லாலும் மற்றவர்களும் லாகூரில் பேரரசருக்கு எதிராக இராஜத்துரோகம், போர் தொடுத்தல் ஆகிய குற்றம் சாட்டப்பட்டனர், அவர்கள் தாங்கள் தேர்ந்தெடுத்த வழக்கறிஞர் ஒருவரை வைத்துக் கொள்ள அனுமதிக்கப்படவில்லை; வழக்கின் முழுப்பதிவு செய்யப்படவில்லை; பிரதிவாதிகளுக்கான வழக்கறிஞர் தான் எடுத்த குறிப்புகளை ஒவ்வொரு நாளின் இறுதியிலும் நீதிமன்றத்தில் கொடுத்துவிட வேண்டியிருந்தது. இப்படிப்பட்ட நிலைமையில் எவ்விதம் போதிய தற்காப்பு எவ்விதம் சாத்தியம் என்று தெரியவில்லை. கர்னல் ஜேகப் என்பவனின் கீழ் ஒரு சிறிய தண்டிக்கும் படைப்பிரிவு, ஏதோ சில தந்திக் கம்பிகளை அழித்த

ஒருவரைப் பற்றிச் சொல்லமறுத்த ஆளை வன்முறையோடு சவுக்கால் அடித்தது; அந்த நபர் பிறகு உறுதிப்படுத்தியவாறு, உண்மையிலேயே அவருக்கு யார் தந்திக் கம்பிகளை அழித்ததென்று தெரியாது என்பது தெரியவந்தது. கடைசியாக ஒரு சம்பவம் லாகூரில், பதவியிலிருந்த இராணுவ அதிகாரி தெருக்களில் ஒருசில பேருக்குமேல் கூடலாகாது என்று அறிவித்தான். அப்படியும் சிலர் கூடியபோது அவர்களில் முக்கியமானவர்கள் சவுக்கால் அடிக்கப்பட்டனர். புலனாய்வின்போது, அங்குக் கூடியவர்கள் ஒரு திருமணக்குழுவினர், அப்படிப்பட்ட நிகழ்வுக்குச் சேருபவர்களை ஒத்த கள்ளங்கபடமற்றவர்கள் எனத் தெரிந்தது. (These cases, and many others, will be fofund in the evidence given before the Hunter Commission in 1919, and are supplemented in the evidence given in the case of O'Dwyer v. Nair in the spring of 1924). இந்தச் சம்பவங்களில் சிறப்பாக கொடுமைப்படுத்துவதோ அல்லது குறிப்பிடத்தக்கதோ இருப்பதாக நான் கூறவரவில்லை. தேர்ந்தெடுக்கும் ஒடுக்குதல் சம்பவம் அயர்லாந்திலோ, பவேரியாவிலோ, ஹங்கேரியிலோ, ரஷ்யாவிலோ எங்கிருப்பினும், சாதாரண நீதிமன்றங்களிலிருந்து நீதிச் செயல்முறை நிர்வாகத் துறைக்கு அளிக்கப்பட்டால், இம்மாதிரி அட்டூழியங்கள் கண்டிப்பாக நடக்கும் என்பதே கடைசியாக எப்போதும் வெளிவருவது. ஆகவே ஆட்சியின் அதிகாரம் மறையும்போதுதான் அவை தங்கள் பணிகளையும் செயல்முறைகளையும் துறக்கவேண்டும் என்று நீதிமன்றங்களின் அதிகாரத்தைச் சீரமைப்பது முக்கியமானது.

இராணுவச் சட்டத்தின் காலப்பகுதியில் அதிகாரிகளின் செயல்களுக்கும் அவர்கள் நடத்தைக்கும் எதிரான தற்பாதுகாப்புக்கான முறையீடுகள் தொடர்பாக இரண்டாவது பிரச்சினை எழுகிறது. இங்கேயாவது, பொதுச்சட்டத்தின்கீழ், நமக்கு ஒரு விலைமதிப்பற்ற பாதுகாப்பு இருக்கிறது. ஒழுங்கினைக் காப்பாற்றுவதற்குத் தேவையற்ற எந்தச் செயலும் நியாயப்படுத்தப்பட மாட்டாது என்று நிறுவப்பட்டுள்ளது. "நிர்ப்பந்தம்தான் உரிமையை உருவாக்குகிறது. எனவே செயல் நியாயப்படுத்தப்படும் முன்னர் நிர்ப்பந்தம் இருப்பது காட்டப்பட வேண்டும்" என்று ஓர் அமெரிக்க நீதிமன்றம் சொல்கிறது. (Mitchell v. Harmony, 13 Howard, 115, 134). அதாவது எந்த ஓர் நிர்வாக அதிகாரியும் தனக்கு முக்கியமானதென்று தோன்றியதால் ஒரு செயலின் தற்காப்பை வலியுறுத்தமுடியாது; நீதிமன்றம் திருப்தியடையும் வண்ணம், அவர் மட்டுமல்ல, ஒரு சாதாரண நடுவரும், அவருடைய முடிவுடன் ஒத்துச் செல்லும் வண்ணம் நிரூபிக்க வேண்டும். இதைவிடத் திருப்திகரமான அளவுகோல் கிடைக்கும் என்று கூற முடியாது என ஒப்புக் கொள்ளத்தான் வேண்டும். மிக அமைதியான முறையில் முடிவு செய்தலின் கஷ்டங்களைப் பற்றியும் உணர்ச்சி மயத்தோடு எடுத்துக்கொள்ள வேண்டிய பொறுப்புகளைப் பற்றியும்

சொல்லவேண்டிய அனைத்தையும் சொல்லியாகிவிட்டபிறகு, குற்றம்சாட்டப்பட்டவருக்கு எதிராகத் தீர்ப்பு இருக்குமானால், அவரைக் குற்றத்திலிருந்து விடுவிக்க முடியவில்லை என்றால், அந்தக் கஷ்டங்கள்தான் தண்டனையைக் குறைப்பதற்கான அடிப்படையைத் தருகின்றன. மிக தீவிரமான முறையில் சினமூட்டப்பட்ட நிலையில் ஒருவர் கொலைசெய்வதனை ஒத்ததுதான் இதுவும்; அந்தக் கொலையைப் புரிந்துகொள்ள முடிகிறது, ஆனால் கொலை, கொலைதான். அவருக்குச் சினமூட்டிய செயல், தண்டனையைக் குறைப்பதற்கான அடிப்படை; குற்றத்திலிருந்து விடுவிப்பதற்கானது அல்ல. ஆகவே ஒவ்வொரு வழக்கிலும், நடுவரின் பணி மிக நுட்பமான கவனத்துடன் செய்யப்பட்ட செயலையும், பிரச்சினையைத் தீர்ப்பதற்கான முக்கியமான சூழலாகச் செய்தவர் கருதியதையும் அளப்பது ஆகும். செய்பவர் ஒரு சிறப்பு நிர்வாக அடிப்படையில் இருந்து செயல்பட்டாலும் அவர் நீதிமன்றத்தின் கட்டுப்பாட்டிலிருந்து தப்பிக்க உரிமை கொண்டவர் அல்ல.

அவ்வாறாயின் இது, சட்டவிலக்கு உரிமைச் செயல்களை பற்றிய கேள்விகளை எழுப்புகிறது. நடைமுறையில் நவீன அரசில், ஒரு குற்றம் ஏற்பட்டால், தவிர்க்கவியலாமல், அதை ஒடுக்குவதில் செயல்பட்டவர்களைக் காப்பாற்றுவதற்கான, எவ்விதப் பொறுப்பிலிருந்தும் விடுவிப்பதற்கான சட்டம் உடனே இயற்றப்படுகிறது. இது வெறும் குற்றத்தைப் பொறுத்த அளவில் மட்டுமல்ல; அயர்லாந்தில் குற்றத்தோடு தொடர்புடையவர்கள் எனச் சந்தேகிக்கப்பட்டவர்களும் கைது செய்யப்பட்டு இங்கிலாந்திலிருந்து நாடு கடத்தப்பட்டனர். இதுவும் ஒரு விலக்குச் சட்டத்தினால் தொடரப்பட்டது. (The deportations were declared illegal in Ex parte O'Brien (1923), 2 K. B. 61; the Act of Indemnity is 13 and 14 George V, c. 12. See the debates in Parliament (fifth series), vol. 164, pp. 859, 1682 f., 1703 ff.) இப்படிப்பட்ட செயல்முறையின் பரந்த விளைவு, அந்தச் செயல்களைப் புரிந்தவர்களுக்குக் கடுமையான விளைவுகளை உண்டாக்குவதிலிருந்து எல்லா நீதிமன்ற விசாரணைகளையும் தடுப்பதுதான். நிர்வாக அதிகாரத்தின் தர்மத்தினைச் சார்ந்து அப்படிப்பட்ட செயல்களினால் முறையின்றித் துன்பப்பட்டவர்களாக நம்புபவர்களை விட்டுவிடுவதாகும். ஒரு நிர்வாகம் தனது நியாயமற்ற நடத்தைக்காகத் தொடர்ச்சியான வழக்குகளைச் சந்திக்கவேண்டிய சூழல்கள் ஏற்பட்டால், அவற்றிலிருந்து நிர்வாகத்தை சுமாரான திறமையுடன் தனது நடத்தைக்கான போதிய விசாரணையிலிருந்து தன்னைக் காத்துக்கொள்ள முடியுமாறு செய்கிறது. இராணுவச் சட்டம் பயன்படுத்தப்படும் எல்லா வழக்குகளும் நீதிமன்ற விசாரணை தேவைப்படுகின்ற விநோதமான தேவையை

உடையவை; சட்டவிலக்குச் செயல்கள் எப்போதுமே ஏறத்தாழ நீதிமன்ற விசாரணையைக் கடினமானதாகவும் திருப்தியற்றதாகவும் ஆக்குகின்றன. அவ்வாறாயின், ஏதோ ஒரு நிலையில் நிர்வாகத்திற்கும் நீதித்துறைக்குமான உறவுகளில் பின்னதன் பணி சிறப்பாகச் செய்யப்பட வேண்டுமென்றால், சாதாரண இழப்பீட்டுச் சட்டம் மிகவும் முறையற்ற செயல்பாடாக எனக்குத் தோன்றுகிறது. இப்படிப்பட்ட வழக்குகளில், தான் தவறிழைக்கப்பட்டதாகக் கருதுகின்ற குடிமகன், ஒரு குறிப்பிட்ட காலத்திற்குள் தனது பரிகாரத்திற்கான உரிமையை நிரூபிக்க வாய்ப்பளிக்கப்பட வேண்டும். அப்படிப்பட்ட தவறுகள் நடந்ததை ஒரு குறுகிய காலத்திற்குள் நிரூபிக்கமுடியும் என்று வலியுறுத்துவதற்கு இங்கு அடிப்படை இருக்கிறது. உதாரணமாக, அதற்கான எழுத்து மனு ஒருமாதத்திற்குள்ளாக அளிக்கப்பட வேண்டும்; அப்போது ஒரு இழப்பீட்டுச் சட்டம் நியாயமானதாகும். ஆனால் சட்டமன்றம் காப்பாற்றும் என்ற உறுதியைப் பெற்ற ஒரு நிர்வாகம் நீதிமன்ற நுண்ணாய்வு பற்றிக் கவலைப்படாது, ஏனெனில் தன்னிடம் அந்த நுண்ணாய்வினைத் தவிர்க்கின்ற வழியிருப்பதை அது அறிந்திருக்கிறது; அந்தத் தவிர்ப்பு அதன் மையத்தைவிட விளிம்பிலுள்ள முகவர்கள்மீது அதிகச் செல்வாக்கினைச் செலுத்தும். ஆகவே, எல்லாவித விலக்குச் சட்டங்களும் சட்டமன்றத்தின் நிலையான ஆணையின்படி தாங்கள் வெளிவருவதற்கு ஒரு சிறப்புப் பெரும்பான்மை தேவைப்படுவதாக ஆக்கப்பட வேண்டும்; அந்தப் பெரும்பான்மை என்பதில் சட்டமன்ற உறுப்பினர்களில் மூன்றிலிரு பங்கினரேனும் இருக்கவேண்டும்.

III. நீதித்துறையும் சாதாரண மனிதனும்

ஒவ்வொரு சட்ட அமைப்பிலும் அது பணிசெய்வதில் தொழில்முறையற்ற கூறு ஒன்று உண்டு. அதில் முறைகாண்குழு (பஞ்சாயம்) மிக முக்கியமான உதாரணம். ஏதாவதொரு காலத்திலேனும், நிர்வாகத்தின் தயவில் நீதித்துறை ஒருசார்பாகச் செயல்படும்போது ஒரு பாதுகாப்பு என்ற முறையில் முறைகாண் குழுவின் (பஞ்சாயத்தின்) விசாரணைக்கு உட்படுத்தல், பெரும்பாலான அரசியல் ஒழுங்கமைவுகளின் நோக்கமாக உள்ளது. சுமாராகப் பாரபட்சமற்ற மனிதர்களின் ஓர் அமைப்பு கணக்கில் எடுத்துக் கொள்ளப்பட்டது என்பதற்கு ஒருபகுதியேனும் உத்திரவாதமாக இது உள்ளது. உதாரணமாக 1794இன் இராஜத்துரோக விசாரணைகளின் பதிவுகளைப் படிக்கும் எவரும் அங்கு பஞ்சாயத்தின் இருப்பு இல்லாத நிலையில், பொதுமக்கள் கருத்தையே உயர்கவிழ்ப்புச்

செயலுக்குச் சமப்படுத்தியிருப்பார்கள் என்பதை உணரலாம். மேலும், அரை நூற்றாண்டுக்கு முன்பு குற்ற வழக்குகளில் ஆங்கில நடுவர்களின் பழக்கங்களைப் பற்றிப் படிக்கும் எவரும் ஆங்கில நீதிமுறையின் முன்யூகங்கள் எவையாக இருப்பினும், கூண்டில் நிற்பவரைப் பெரும்பாலும் குற்றவாளி என்றே அவர்கள் கருதினார்கள் என்பது தெரிகிறது; நீதிமன்றத்தில் நிலைகொண்ட ஒருதலைச்சார்புகளிலிருந்து முறையீடுகளுக்கு வழிவகை செய்யும் விலைமதிப்பற்ற கருவியாக இம் முறைகாண்குழு இருந்தனர். அதேசமயம், இந்த முறைகாண்குழு அமைப்பில் மிகக் கடுமையான பாதகங்களும் இருந்தன. அரசியல் கருத்து உள்ளடங்கியுள்ள எல்லா வழக்குகளிலும், அது அப்போதிருக்கும் மனநிலையின் ஓட்டத்தைப் பிரதிபலிப்பதாகவே அமைந்திருக்கும். உதாரணமாக, அமெரிக்காவின் தெற்கு மாகாணங்களில் நீக்ரோ சம்பந்தப்பட்ட வழக்குகளில் முறைகாண்குழுவினர் குறிப்பாக ஒருதலைச் சார்புள்ளவர்களாகவே இருந்தனர்; ஒரு சராசரி லண்டன் பஞ்சாயம், ஓர் அவதூறு வழக்கில் பிரதிவாதி பழமைவாதப் பெரியமனிதராக இருந்தால் ஒருவிதமாகவும், தீவிர தொழிற்சங்கவாதியாக இருந்தால் மறுவிதமாகவும்தான் கருத்துக் கொண்டிருக்கும். நிச்சயமான குற்ற வழக்குகள் என்றில்லாத பட்சத்தில் எல்லா வழக்குகளிலும் சராசரி முறைகாண் மனிதர் தன்னால் ஆய்வுக்கு உட்படுத்தப்படாத கருத்துத் தரங்களின் ஓர் உலகில் வாழ்பவராகத்தான் இருக்கிறார். தனது அண்டை வீட்டுக்காரரின் கருத்துகள்தான் இவருக்கு. நீதிபதியின் கட்டுப்பாட்டுக்குப் புறத்திலுள்ள களத்தில், தான் நோக்க வேண்டிய கருத்துகளுக்கு அதை அப்படியே பயன்படுத்துகிறார். உதாரணமாக, கார்லைல் போல, பெரும்பாலான ஆங்கிலேயர்களுக்கு, ஜமைக்கா கலகத்தை அடக்கிய எதுவும், அது எப்படிச் செயல்பட்டாலும் சிறந்தது என்ற கருத்துதான் இருந்தது என்பதற்கு அப்பால் எந்த உண்மையான அறிக்கையும் கண்டறியப்படவில்லை என்பதைப் புரிந்துகொள்வதை காக்பர்ன் சி. ஜே., ஆர். வி. நெல்சன் மற்றும் பிராண்டின் தகைமைவாய்ந்த ஜூரியாக எப்படி மாறினார் என்பதைப் படிப்பது சாத்தியமற்றதாக்கும். *(Ut supra.)*

இருந்தாலும், பஞ்சாய(ஜூரிகள் அமர்வு) முறை எல்லாக் குற்ற வழக்குகளிலும், தனிநபர் ஆர்வமற்ற நிலைமைக்கு மாறாக, ஒரு தனிப்பட்ட தன்மையை உள்ளடக்கியுள்ள எல்லா சிவில் வழக்குகளிலும் ஒரு முக்கியமான பாதுகாப்பு என்று நான் நினைக்கிறேன்; உதாரணமாக, ஓர் ஒப்பந்த முறிவிலிருந்து வேறாக அவதூறு வழக்கு. பஞ்சாயச் சேவையும், வாக்குரிமை போல எவ்விதச் சொத்துத் தகுதியையும் உள்ளடக்கியிருக்கலாகாது; அது ஒரு சராசரி மனமாக இருந்தால், அதை உண்மையாகவே சராசரியாக்க இது ஒன்றே வழி. மேலும் முறைகாண் உறுப்பினருக்குப் போதிய

ஊதியம் தரவேண்டும் என்பதும் முக்கியமானது. முறைகாண்குழுவில் குறிப்பிட்ட காலம் அமர்ந்துவிட்ட எவருக்கும் அதன் பின், அவர்கள் அக்கறைப்படுவது சான்றின்மீதோ, வழக்கின் முடிவின் மீதோ அல்ல, எப்போது நமது வழக்கமான வாழ்க்கைக்குத் திரும்புவோம் என்ற மிகவேறான பிரச்சினைதான். அவர்கள் மனங்களில் விநோதமான, பொருத்தமற்ற விஷயங்கள் அறிமுகமாவதால் ஏற்படும் நிலைமை இது. அவர்கள் சுருக்கமாக வாதிடும் வழக்கறிஞர் சார்பாக, அவர் என்ன கூறுகிறார் என்பதன் முக்கியத்துவம் பற்றிய கருத்துச் சிறிதும் இன்றி, சாய்வு கொள்கிறார்கள். கையிலிருக்கும் வழக்கைவிட்டு, வார இறுதி ஒத்திவைப்புக்குப் பின்னால் நடுவர் உடனே தொடங்குவாரா, காலதாமதம் செய்து தொடங்குவாரா என்பதில்தான் அவர்கள் மனம் அலைபாய்கிறது. இப்படிப்பட்ட சிரமங்களால், சிலபேர் இந்தச் சேவையில் ஓர் வாழ்க்கைத் தொழிலைப் பெறுகின்ற நிலைக்குழுவாக அவ்வுறுப்பினர்கள் இருக்கவேண்டும் என்று கூறுகிறார்கள். ஆனால் இந்த முறையினால் பஞ்சாய முறையின் தன்மையே பாழாகிப்போகும். ஏனெனில் நாம் இம்மாதிரி விஷயங்களில் நாடுவது, ஒரு பயிற்சிபெற்ற மனத்தின் கருத்தை அல்ல, தெருவில் செல்லும் ஒரு மனிதரின் கருத்தேயாகும்; அதன் முடிவுகளிலிருந்து, குறிப்பாக குற்ற வழக்குகளில், மேல் முறையீட்டுக்கான உரிமை என்பது தக்க வைத்துக் கொள்ளப்பட்டால், இப்போதுள்ள ஆட்சியில் அது பயனின்றி அடையப்படவில்லை. *(I do not, of course, mean that the prosecution should have a right of appeal in criminal cases.)*

ஒரு வழக்கின் பிரச்சினை தனிப்பட்ட முறையிலானதல்ல, ஆனால் பரந்த நிலையில், தொழில்நுட்பரீதியானது என்றால் நிலைமை வேறுபடுகிறது. அது, ஒப்பந்த விஷயத்தில் ஒரு வணிக நடைமுறையாக இருக்கலாம், தொழிற்சங்க வழக்காறுகளாக இருக்கலாம், வணிகச் சின்னத்தின் மீறலாக இருக்கலாம், முகமை பற்றிய சட்டமாக இருக்கலாம், இன்ன பிற எதுவாகவும் இருக்கலாம். ஒருவேளை வழக்கிலுள்ள பிரச்சினைக்குப் பொருத்தமாகக் கட்டமைக்கப்பட்ட ஒரு சிறப்புவகையினது என்றால் தவிர, இப்படிப்பட்ட தொழில்நுட்ப விஷயங்களில், ஜூரிக்கு இடமில்லை என்று நான் கருதுகிறேன். இந்தத் தேவையைப் பூர்த்திசெய்ய மிக எளிய வழி, முறைகாண்குழு உறுப்பினர்களைப் பிரதிநிதித்துவச் சங்கங்களிலிருந்து தேர்ந்தெடுத்து ஒரு நிலையான குழுவாக வைத்துக்கொள்வதுதான். தேவைப்படும்போது அவர்கள் பணி புரிவார்கள். நிபுணரான ஒருவரின் சாட்சியத்தை அதை மதிப்பிடக்கூடிய திறன் பெற்றவர்களால் உண்மையான அறிவின் வாயிலாக மதிப்பிட்டுக் கொள்ளக்கூடிய கூடுதலான மதிப்பும் இதற்கு இருக்கிறது. நடுவருக்கும் அவருடைய வார்த்தைகள் மிகப் பொறுப்பான முறையில் கவனிக்கப்படுகின்ற ஓர்

அமைப்பினால் அவருடைய நோக்கு பரிசீலிக்கப்படும் உறுதிப்பாட்டை அளிக்கிறது. இவற்றில் ஒவ்வொன்றும் ஒரு சிறிய ஆதாயம் அல்ல.

நீதிமுறையில் தொழில்சாராக் கூறு, ஊதியம் பெறாச் சமாதான நடுவர்கள் என்பவர்களின், ஒரு குறிப்பிடத்தக்க பிரதிநிதிகளின் அமைப்பைப் பெற்றுள்ளது. அவர்கள் பணியின் வீச்சை மனத்தில் கொண்டு பார்க்கும்போது, சிறப்பாக இங்கிலாந்தில், அவர்கள் பணிப்பதிவு குறிப்பிடத்தக்கதாக அமைந்துள்ளது. ஆனால் சட்டத்தில் எவ்வித அனுபவமும் வேண்டப்படாதவர்களிடம் ஒரு பொது நீதிபரிபாலனத்தை ஒப்படைப்பது இறுதியான தவறு என்று நான் மிக உறுதியாக நம்புகிறேன். இந்தப் பிரச்சினையில் விவாதிக்கத் தேவையான பல கூறுகள் உள்ளன. முதலில், நியமன அடிப்படையே திருப்தியற்றதாக உள்ளது. ஏறத்தாழ எப்போதும் அந்த அடிப்படை அரசியல் சார்ந்தது. அந்தப் பதவி, எச். ஜி. வெல்ஸ் பொருத்தமாகக் கூறியதுபோல, "கீழ்ப்பட்டவர்களின் திருத்தகைப் பட்டமாக" ஆகிவிடுகிறது. கீழான அரசியல் சேவை பெரியதொரு பரிசுக்குத் தகுதியற்ற நிலையில் அதை ஏற்புச் செய்வதற்கு அளிக்கப்படுவது இது. பிரிட்டிஷ் பேரரசின் சிறப்பளிப்பு முறைமைபோல இது ஒரு சிறிய புகழாக மாறுகிறது. நாளெல்லாம் ஓடியபிறகு வேட்டை நாய்களுக்கு செத்த குள்ள நரியின் உடல் தரப்படுவதுபோல பாராளுமன்றத்தின் ஒரு முக்கியமான உறுப்பினர் தனக்குப் பயனுள்ள கையாளுக்கு இதனைப் பெற்றுத் தரலாம். உறுதியாகவே, இது ஒரு முக்கிய நீதிசார் பணியை நிரப்புவதற்குப் போதுமான வழியல்ல. இரண்டாவதாக, அந்தப் பணியைப் பூர்த்தி செய்யும் முறைகள் போதியதாக இல்லை. வருகின்ற வழக்கிற்குச் சட்ட நுணுக்கம் ஒன்று தேவைப்படுகிறது என்றால், குற்றநடுவர்களின் சட்ட அறிவின்மை, நீதிமன்ற எழுத்தரை முடிவெடுக்கும் எஜமானராக்கிவிடுகிறது. அந்த வழக்கு உசிதப்படி முடிவெடுக்கக்கூடியது என்றால், அதைக் கட்டுப்படுத்தும் உள்நோக்கங்கள் தனது பணியின் உண்மையறிவு ஓராண்டுக்கு இருவார அமர்வினால் பெறப்பட்டஒரு மனிதனின் அனுபவத்தினால் அளிக்கப்படுபவை. இதன் முடிவுகள் கடுமையான விளைவு கொண்டவை. தான் நோக்கும் எல்லா விஷயங்களைப் பற்றியும் கருத்துச் சொல்வதைத் தவிர்க்கமுடியாத குற்றநடுவர்கள் பலர் உள்ளனர். சிலர் சில வழக்குகளில் தேவையின்றிக் கடுமையாகவும், சில வழக்குகளில் தேவையின்றிக் கண்டிப்பற்றவர்களாகவும் உள்ளனர். ஒரு கைதி ஊதியமற்ற குற்றநடுவரால் தீர்ப்பளிக்கப்படுவதற்கும், ஊதியம்பெறும் நடுவரால் அளிக்கப்படுவதற்குமான குற்றத் தண்டனைகளின் மாறுபாடுகளின் ஆய்வு, அக்கைதி ஆட்படக்கூடிய அபாயங்களின் தன்மையை வெளிப்படுத்தும். பெரிய அளவு விலைமதிப்பற்ற சேவை இந்தச் சமாதான நடுவர்களின் சிறு

பிரிவினால் ஆற்றப்படுகிறது என்பதை நான் சந்தேகப்படவில்லை. ஆனால் ஒரு சராசரி நடுவர் தான் வகிக்கும் பதவிக்கான அறிவையோ பயிற்சியையோ பெற்றவராக இல்லை. அவர் முறைகாண் குழுவினருக்குப் பதிலாக நீதிமன்றத்தில் அமர்ந்துவிட்ட தெருவில் செல்லும் சாதாரண மனிதர். உதாரணமாக, அவர் அடாதமுறையில் பிறர் இடத்தில் நுழைபவரைத் தண்டிக்கும் நாட்டுப்புற நடுவராக இருப்பின் நீதியை வழங்கத் தேவையான மன அமைப்போ, அனுபவமோ அவருக்கு இல்லை. ஆகவே எந்த நீதி அமைப்பிலும் சட்டத்தில் பயிற்சிபெற்ற திறனுடைய நபர்களுக்கு மட்டுமே பொது நீதிமுறையில் அதிகாரங்களை வழங்குவது முக்கியமானது.

சிறப்புப் பிரச்சினைகள் வரும்போது நிலைமை வேறு. ஒரு புறம் சட்ட மீறல்களும் இருக்கின்றன. மறுபுறம் பொதுவழக்குகள். எப்போதும்போல முறையீட்டுக்கான உரிமையும் சேர்ந்திருக்க, இங்கு அசலான அதிகார வரம்பையே அளித்தல், பெரிய நன்மையைத் தரும். ஒரு குறிப்பிட்ட தொழில் கிடைக்கும் முடிவில் சிறப்பு ஆர்வம் காட்டுகின்ற நிலைகள் உள்ளன; உதாரணமாக, சட்டத்தில் உணவுக்கடைகள். கெட்ட உணவுக்கு எதிராக மக்களைக் காப்பாற்றுகின்ற நோக்கம் அச்சட்டத்துக்கு உள்ளது. அதேபோல, தொழிலகச் சட்டங்கள். பணியளிக்கும் எஜமானர்களுக்கு ஒரு பொதுவான பொறுப்புணர்ச்சியை உருவாக்கவேண்டிய விழைவு அவற்றுக்கு உள்ளது. இப்படிப்பட்ட நிலைகளில், பிரதிநிதித்துவ நிறுவனங்கள் நியமித்த நபர்களைக் கொண்ட அந்தந்தப் பிரதேசத் தீர்ப்பு மன்றங்கள் அமைப்பது சட்டத்தைப் பயன்படுத்துவதால் மிக நேரடியாகப் பாதிக்கப்படுகின்ற மக்களுக்கு மிகவும் பயனுள்ள வழியாக இருக்கும். ஒரு பகுதி நிர்வாகத்தின் அபாயம் எப்போதுமே முறையீட்டு உரிமையினால் சரிசெய்யப்படும். உதாரணமாக, ஒரு வணிகக் குழு அமைத்த ஊதிய விகிதம் அந்தக் குழுவின் பிரதிநிதிகள் அடங்கிய நீதிமன்றத்தினால் அமுல் படுத்தப்பட்டால், அப்படிப்பட்ட சட்டத்தின் முக்கியத்துவத்தினால் அந்தத் தொழிலில் ஒரு முறையான அறிவை வளர்க்கலாம். அந்தத் தொழிலில் உண்மையான பெருமிதமும் விசுவாசமும் வளரும். நீதிமன்ற வழக்குகள் அடிக்கடி நிகழாமையினால் பிற தொழில்களுடன் சாதகமாகப் போட்டியிடும் விருப்பம் எழும். தடுக்கப்பட்டப் பொருள்களைப் பயன்படுத்துவதிலும் இதுவே உண்மை. நான் முன் இயலில் சொல்லிய அமைப்பில், ஒவ்வொரு தொழில் மன்றத்திலும், அந்தக் குறிப்பிட்ட தொழிலின் முறைப்படியாகச் சட்டத்தின் மீறல்களைத் தண்டிக்கின்ற ஒரு சட்டப்படியான தீர்ப்புக்குழுவை அமைப்பது சாத்தியமென்று நினைக்கிறேன். மருத்துவம் அல்லது சட்டம் போன்ற வாழ்க்கைத் தொழில்களின் நடத்தைத் தரங்கள்

போலத் தொழில்துறையிலும் ஒரு ஒழுக்கநடத்தை முறையை நாம் ஏன் உருவாக்கலாகாது என்பதற்குக் காரணமில்லை. அவ்வாறாயின், உணவுத் தூய்மைச் சட்டத்தினைத் தொடர்ந்து தவிர்க்கும் ஒருவரை அந்தத் தொழிலிலிருந்து விலக்கிவிடலாம். முறைமீறும் மருத்துவர் பதிவேட்டிலிருந்து நீக்கப்படுவதுபோல, தனது கௌரவத் தரங்களை ஒரு குழுமம் காப்பாற்றாவிட்டால் அதையும் கலைத்துவிடலாம். இப்படிப்பட்ட மையமழிக்கப்பட்ட நீதிமுறை, சில சிறப்புக் குற்றங்களுக்கு மட்டும் பயன்படுத்தப்பட்டால், முறையான அதிகாரம் பெற்ற தீர்ப்புக்குழுக்களால் நிறைவேற்றப்பட்டால், இப்போதுள்ள முறையிலிருக்கும் ஊதியம்பெறா நடுவர்களின் தொழில்முறைசாராத் தன்மையைத் தவிர்க்கலாம். தொழிலையே வேறு நோக்கங்களுக்கான உண்மையான அலகாக அமைக்கின்ற சிறப்பையும் அது கொண்டுள்ளது. பிறகு பாதிக்கப்பட்டால், தனது தரத்தை மேம்படுத்துகின்ற வழியில் அது நீதி அமைச்சகத்துக்கு சட்ட நிர்வாகம் பற்றி அறிவுரைக்கலாம். வணிக மன்றங்களில் காணப்படும் தீர்ப்புரைக்கும் அதிகாரத்தினால் ஏற்படும் நற்பயன்களை நாம் ஏற்கெனவே அறிந்துள்ளோம். அதற்குக் காரணம், அந்த வணிகமன்றம் தீர்க்கக்கூடிய தகுதியையுடைய பிரச்சினைகள் மீது மட்டுமே அந்தச் சட்ட எல்லை செயல்படுகிறது; இப்படிப்பட்ட அதிகாரங்களை விரிவுபடுத்துவது நற்பயன்களை அவசியம் தரும்.

மூன்றாவதாக, நீதித்துறைப் பணியில் இப்போது, பயன்படுத்திக் கொள்ளப்படாத தொழில்சாராக் கூறு, குற்றம்-அதன் தண்டனை தொடர்பானது. பல அரசுகளில், இன்று, தண்டனையில் உச்ச அளவு மட்டுமே நிர்ணயிக்கப்படுகிறது. உண்மையான தண்டனை அளவை நிர்ணயிப்பதை நீதிபதியின் கட்டுப்பாடற்ற சுயேச்சைத் தன்மைக்கு அளித்துவிடுகிறது. அதன்பிறகு தண்டனையில் மாற்றம் செய்வது நிர்வாகத் துறைக்கான விஷயமாகிவிடுகிறது. ஒரு நடுவர் தனது முடிவைக் கூறும்போது, அவருக்கு முன்னால் அந்தக் கைதியைப் பற்றிய காவல்துறை அறிக்கை, பிறகு வழக்கில் அளிக்கப்பட்ட சாட்சியங்கள் ஆகியவை உள்ளன. இது போதுமானதொரு நடைமுறை அன்று என்று நான் நினைக்கிறேன். முதலில், குற்றங்களின் இயற்கை பற்றிய உண்மையான அறிவு சாத்தியமற்ற ஒரு காலத்திலேயே அவற்றுக்கான தண்டனை நிர்ணயிக்கப்பட்டுவிட்ட பலவகையான குற்றங்கள் உள்ளன. இதற்கு நல்ல உதாரணம் பாலியல் குற்றங்கள். இப்படிப்பட்ட வழக்குகளில், குறித்த வழக்குப் பற்றிய தகுதியான மருத்துவக் கருத்தினைப் பெறாமல் எந்த நடுவரும் தீர்ப்புரைக்க முடியாது. கப்பற்படை ஆட்சித்துறை வழக்குகளில், ஒரு கடற்படை மதிப்பீட்டாளர் எவ்விதம் ஆலோசனை வழங்குகின்றாரோ அதுபோலவே இயல்பாக இம்மாதிரி வழக்குகளில் ஒரு மருத்துவ

மதிப்பீட்டாளர் ஆலோசனை வழங்கவேண்டும். (Cf. Graham Wallas, Our Social Heritage, p. 192). இரண்டாவதாக, இப்போதைவிட அந்த தண்டனை பயன்படுகின்ற முறையின்மீது மேலும் கவனத்தைச் செலுத்துவது சாத்தியமாக வேண்டும். நவீன ஆய்வு காட்டுவதன்படி, ஒரு திருடனை நடுவர் ஏழு ஆண்டு சிறைத் தண்டனையின் ஒழுங்கிற்கு உட்படுத்துகிறார். ஆனால் இம்முறையில், அந்தத் திருடன் விடுதலையான பிறகு மறுபடியும் திருட்டுத் தொழிலுக்குச் செல்வது ஏறத்தாழ உறுதி. எல்லாச் சாட்சியங்களுக்கும் பிறகு கைதியின் காவல்துறைப் பதிவை அளிப்பது மட்டுமின்றி, அவனுடைய மனநல, சமூக வரலாற்றைப் பற்றி ஒரு பயிற்சிபெற்ற புலனாய்வாளர் அமைப்பினால் கண்டுபிடிக்கக் கூடிய அனைத்துத் தகவல்களையும் நாம் நடுவருக்கு அளித்து உதவி புரிய வேண்டும் என்று எனக்குத் தெளிவாகத் தோன்றுகிறது. இதனால் இப்போதிருப்பதைவிடக் குற்றவாளியைப் பற்றிய மேலும் அதிக உண்மையான அறிவைக் கொண்டு செயல்படக்கூடிய நிலையில் நாம் நடுவரை இருத்த முடியும். ஒரு கைதியின்மீதான அக்கறை அவனுக்கு தண்டனை வழங்குவதோடு முடிந்துவிடக்கூடிய அமைப்பு தவறென்று நம்புகிறேன். சிறை நிர்வாகத்துடன் நடுவரை இணைக்கக்கூடிய வழி கண்டுபிடிக்கப்பட்டால், இப்போது அவரிடம் இல்லாத, அவருடைய பொறுப்புகளின் மேலும் நெருக்கமான பயன்பாடு உருவாகும். ஆண்டுக்கு ஆண்டு சிறைநிர்வாகத்தின் பண்பு பற்றிய கருத்துரையைப் பெறக்கூடிய ஒரு வாய்ப்பாகப் பயன்படுவது அப்படிப்பட்ட இணக்கத்தை உருவாக்கக் கூடிய நல்ல காரணம் ஆகும். அரசு பல பிரதேசங்களாகப் பகுக்கப்பட்டால், உயர்நீதிமன்றத்தின் ஒரு நடுவர் ஒவ்வொரு பிரதேசத்திற்கும் அவ்வப்போது சென்று அறிக்கை தரும் கடமையோடு கூடிய ஆய்வு செய்யும் பொறுப்பை வகித்தால், நமது சிறைத்துறை அமைப்பின் பண்பைப் பற்றிச் சூழ்ந்திருக்கும் அறியாமையை நாம் முடிவுக்குக் கொண்டுவரலாம்; மேலும் தொடர்ச்சியான சீர்திருத்தத்துக்கு வழிவகுக்கும் நிபுணர் கருத்துகளைக் கொண்ட ஓர் அமைப்பினைப் பயன்படுத்திக் கொள்ளும் வாய்ப்பும் உண்டாகும். இப்போது உலகம் முழுவதும் தீவிரமான பண்புடைய குற்றத்துறைச் சீர்திருத்தங்கள் சிறை அதிகாரிகளுக்கு வெளியிலிருந்து எழுகின்றன என்பது குறிப்பிடத்தக்க மெய்ம்மை; அவையும் மிக நீண்ட போராட்டம் இன்றிச் செயல்படுத்தப்படுவதில்லை. தனது தீர்ப்புகளின் விளைவுகளைப் பற்றி ஒரு நடுவருக்குப் பரிச்சயம் உண்டாக்குவது மிக முக்கியமாகத் தேவைப்படுகின்ற ஒரு பகுதியில் ஒரு மிக மதிப்புடைய கருவியைப் பயன்படுத்துவதாகும். *(On this whole question see especially R. Saleilles, The Individualisation of Punishment; Stephen Hobhouse and A. Fenner Brockway, The Prison System; Sidney and Beatrice Webb, English Prisons under Local*

Government; T. Mott Osborne, Society and Prisons; James Devon, The Criminal and the Community.)

IV. சட்டத்தின்முன் சமத்துவம்

நீதியில் சமத்துவம் என்பது நீதியைப் பெறுவதில் அடிப்படை நிபந்தனை ஆகும்; ஆனால் இன்றைய அமைப்பில் அது கிடைக்கிறது என்று எவரும் நம்புவதாக நடிக்கக்கூட இயலாது. இது குற்ற வழக்குகளுக்கு மட்டுமல்ல, பொதுவழக்குகளுக்கும் பொருந்தும். நவீன அரசு குற்றம் சாட்டப் பட்டவர்களை தண்டிப்பதற்காக ஒரு பெரிய அமைப்பினைப் பேணிக் காக்கிறது. அவர்களைக் காப்பதனை உறுதிசெய்கின்ற போதுமான அமைப்பு எதுவும் இல்லை. ஒரு வழக்கில் தற்காப்புக்கான ஆயத்தத்தைச் செய்வது ஒரு வழக்கில் முக்கியத்துவம் பெறும்போது, பணக்காரர்களுக்கு ஒரு சட்டமும் ஏழைகளுக்கு மற்றொரு சட்டமுமாக இருக்கிறது. அது மட்டும் அல்ல. மணவிலக்குப் பெறுவது போன்ற வாழ்க்கையின் தனிப்பட்ட உறவுகளில், உதாரணமாக, பணவசதியின்மை என்பது நீதிமன்றங்களுக்குச் செல்லும் வழிவகையின்மை ஆகிவிடுகிறது. மேலும் பெரும்பாலும் பொது வழக்குகளில், மெய்யான திறமை பெற்ற வழக்கறிஞரை விட்டுவிடுவோம், ஓர் ஏழை தனக்குரிய ஒரு சாதாரண வழக்கறிஞரைக்கூடப் பெற முடியாமை தனக்குரிய நீதியைப் பெறுவதற்கு ஓர் அழிவுண்டாக்கும் தடையாக இருக்கிறது. மற்றொரு சமத்துவமற்ற பகுதியையும் நோக்கலாம். ஓர் ஏழை திருடினான் எனில் உடனே குற்றப்பதிவு நிகழ்கிறது. ஒரு பணக்காரி திருடினால், அவளுக்கு நரம்புக் கோளாறு இருக்கிறதென்ற கோரிக்கை வைக்கப்படும். ஒரு வாடகைக்கார் ஓட்டுநர் குடித்திருந்தால், உடனே அபராதம் விதிக்கப்பட்டுவிடுகிறது; ஆனால் அதே செயலைச் செய்யக்கூடிய பணக்கார இளைஞனை தண்டிப்பதைக் குற்ற நடுவர்கள் விரும்புவதில்லை. ஏனெனில் மேல்முறையீட்டில் தன்மீதான வழக்கைத் திருப்பிவிடுவான் என்பது அவர்களுக்குத் தெரியும். ஒயிட் சேப்பலில் முறையற்ற நடத்தை என்று காவலரைக் கட்டுப்படுத்துவது, மேஃபேரில் உற்சாகத்தின் கிளர்ச்சி என்று நோக்கப்படாமல் இருப்பதில்லை. ஒரு குழுமத்தின் உயர் சமூக அந்தஸ்திலுள்ள இயக்குநர்கள் அந்தக் குழுமத்தின் விஷயங்களில் அக்கறையற்றவர்களாக இருந்தால், அது கண்டிப்பாக திவாலாகும் சமயத்தில் அவர்களைப் பொறுப்பாக்குவதில்லை; ஆனால் ஒரு சிறுஅதிகாரி தனது கணக்குகளில் குழப்பமடைந்தால், மோசடிக் குற்றச்சாட்டுக்கு ஆளாவது நிச்சயம். இப்படிப்பட்ட நிலைமையை நாம் மாற்றியாகத்தான் வேண்டும்.

சட்டம் கொண்டுவருவதால், ஒருபகுதியேனும் இதனைச் சரிசெய்ய முடியாது, ஏனெனில், இந்த நிலைமைக்குக் காரணமான மனப்பான்மை, ஒரு பகுதியேனும், சமூகச் சூழல் மாறும்போதுதான் மாறும். ஏழைத் திருடன் செய்தால் குற்றம், பணக்காரன் செய்தால் நரம்புத்தளர்ச்சி என்று கருதும் நீதிபதி, பொருளாதார ஏற்றத்தாழ்வுகள் ஏறத்தாழ அற்றுப்போகும்வரை தனது வித்தியாசத்தைக் கடைப்பிடிக்கவே செய்வார்; பொதுக் குழுமங்களின் சிறப்புமிக்க இயக்குநர்கள் அசட்டையாக இருக்கும் தவறுக்கு, (உண்மையில் அதை கவனிப்பதற்குத்தான் அவர்களுக்கு ஊதியம் வழங்கப்படுகிறது) அவர்கள் பொறுப்பேற்க வேண்டும் என்பதை நம்பாத ஒரு நடுவர், வருமானத்திற்கும் சேவைக்கும் உண்மையான தொடர்பிருக்கும் வேளையில் அதைக் கவனிக்கிறார். இம்மாதிரி விஷயத்தில், எங்கெல்லாம் சட்ட நிர்வாகத்தில் வேறுபாடுகள் இருக்கிறதோ, சட்டத்தின் மீதன்றி, செல்வத்தின் சமமின்மையால் ஏற்படும் சமூக விளைவுகள் மீது சட்ட நிர்வாகம் இருக்கிறதோ, அங்கெல்லாம் செல்வத்தின் சமத்துவத்தை நோக்கிய இயக்கம் ஒன்றுதான் இம்மாதிரி வேற்றுமைகளை அழிக்க முடியும். இந்தச் சூழல், மேலும் ஒரு பொதுவான பிரச்சினையின் ஒரு தனித்த எடுத்துக்காட்டுதான். பணக்காரர்களிடம் ஒழுக்கக்கேடுகளாகக் காணப்படாதவை, ஏழைகளிடம் மட்டும் அவ்விதம் நோக்கப்படுகின்றன; நாகரிக ஆட்சியாளர்கள், போல்ஷ்விக்குகள் பெருஞ்செல்வர்களைக் கொலைசெய்தபோது மட்டும் அதிர்ச்சியுற்றார்கள், ஆனால் பெருஞ்செல்வர்கள் போல்ஷ்விக்குகளைக் கொலைசெய்தபோது அந்த அதிர்ச்சி ஏற்படவில்லை. சிகாகோவில் ஃபிராங்க் கொலை விசாரணையில் அமெரிக்காவின் பொதுக்கருத்தினால் நான் விவரிக்க முனைகின்ற சூழல், ஒருவேளை சிறப்பாகப் புலனாகும். குற்றவாளிகள் என நிரூபிக்கப்பட்ட போதும், கோடீசுவரர்களின் மகன்கள் நீதிமன்றங்களால் மரணதண்டனை விதிக்கப்பட மாட்டார்கள் என்று அந்தப் பொதுக்கருத்து எதிர்பார்த்தது. *(See an article entitled "The Franks Case" in New Republic, September 24, 1924)*. ஓர் ஆங்கிலப் பிரபுவாக இருந்தால் சிறப்பு விசாரணைக்கு உட்படுத்தும் பிரபுக்கள் சபையின் மனநிலை, அந்தப் பிரபுக்கள் சபை வைத்திருக்கின்ற முன்னுரிமைகளை நீக்கினால்தான் மறையும்.

ஆனால் நேரடிப் பரிகாரத்தை அனுமதிக்கின்ற பிரச்சினையின் குறிப்பிட்ட கூறினை நாம் தேட முடியாமைக்கு இவையெல்லாம் காரணமல்ல. இங்கு இரு கூறுகள் உள்ளடங்கியுள்ளன. குற்றத்தின்போது, இங்கிலாந்தில் நாம் பொது வழக்குத்தொடர்தல் இயக்குநரைக் கொண்டிருப்பதுபோல, அமெரிக்காவில் ஒரு மாவட்ட வழக்கறிஞர் உள்ளதுபோல, நமக்குத் தற்காப்பு இயக்குநர் ஒருவர்

தேவைப்படுகிறது. அவருடைய பணி ஒரு கடுமையான குற்றம் (By which I mean an offence for which the penalty is six months or more) சாட்டப்பட்ட எந்தக் குற்றவாளியும் முறையான தற்காப்பு தயாரிக்கப்படாமல் விசாரணைக்கு உட்படுத்தப்படமாட்டார் என்பதைப் பார்த்துக் கொள்வதாகும். அவருடைய சேவைகளுக்கு நியாயமான கட்டணத்தைத் தர இயலுமென்றால் அவற்றை இலவசமாகத் தரவேண்டிய தேவை இல்லை; ஆனால் பிரதிவாதி கட்டணம் தரமுடியாத அளவுக்கு ஏழையாக இருந்தால், அதற்கான செலவுகள் நீதிமுறைக்கான இயல்பான செலவுகளின் பகுதியாகக் கருதப்படவேண்டும். இப்படிப்பட்ட வழியினால்தான் ஒரு சராசரி கைதி தனது வழக்கு முறையாக நீதிமன்றத்தில் தொடுக்கப்படும் என்பதை உறுதிசெய்ய முடியும். முறைகாண் குழுவினருக்குச் சாட்சியங்களின் முழு அர்த்தத்தை விளக்குவதற்கு நீதிபதி உதவிசெய்வார்; ஆனால் கைதியின் நிதிநிலைமையைப் பொறுத்தே செய்யக்கூடிய புலனாய்வு விஷயங்கள், சாட்சியங்களைக் கொண்டுவருதல் முதலியன பல உள்ளன. ஒரு பெரிய கொலைவழக்கு விசாரணையில், கைதியிடமிருந்து உணர்ச்சிகரமான ஒரு கட்டுரையைப் பெறுவதற்கு மாற்றாக, அக்கைதிக்கான செலவில் ஒரு பகுதியை ஒரு செய்தித்தாள் ஏற்றுக் கொள்வது வழக்கம் என்று கேள்விப்பட்டேன். தெளிவாகவே இம்மாதிரி நடைமுறை ஏற்க இயலாதது. மனித மனத்தின் மிக இழிவான இரசனையைப் பூர்த்திசெய்ய உதவுகிறது. குற்றவாளியை ஒருவிதமான நாயகனாக மாற்றவும் முனைகிறது. ஒரு குற்றம் வழக்கமாக எவ்வளவு இழிவான, வெறுக்கத்தக்க விஷயமாக இருக்கிறது என்று காட்டுவதற்குப் பதிலாக அது குற்றத்திற்கு ஒரு கவர்ச்சியைச் சேர்க்கிறது. இப்படிப்பட்ட இழிதொடர்பை ஒடுக்குவதற்காவது பொதுத் தற்காப்பாளர் நிறுவனம் பயன்பட்டது என்றால், அதற்கு நியாயம் கிடைத்ததாகும். ஆனால் அதன் முக்கியமான நியாயம், ஒருவரைக் குற்றம் சாட்டுகின்ற அரசுக்கு நிகராக அவரை நிறுத்துவதாகும்.

பொதுத் தற்காப்பு அலுவலகம் என்பது தனது இயற்கைப்படியே மையத்தன்மை பெற்றது; பொது நீதிக்காக, ஏழைகளுக்கு அந்த இடத்தில் தகுந்த சட்ட ஆலோசனை தந்து உதவுகின்ற கருவி ஒன்றே தேவையானது. இப்படிப்பட்ட கருவியின் தேவை கொள்கையளவில் பெருமளவு ஏற்கெனவே உணரப்பட்ட ஒன்றுதான்; நடைமுறையில், அந்த ஏழையின் வழக்கறிஞர் நவீன நகரத்தின் நலமுகமைகளின் பகுதியாக இருப்பார். (Cf. R. H. Smith, Justice and the Poor, for a wealth of information upon the whole subject.) ஆனால் தன்னார்வ நிறுவனங்கள் ஒரு பகுதியளவுகூட உதவி புரிந்துவிட்டதாகச் சொல்லமுடியாது. அவற்றிடம் முழு சட்ட வீச்சின் அளவுக்கு உதவி செய்யும் வழிவகை இல்லை என்பதோடு, அவை விண்ணப்பதாரருக்கு அறிவுரை

தருவதுடன் நின்றுவிடுகின்றன, அந்த அறிவுரையை நீதிமன்றம் அளவுக்கு எடுத்துச்செல்வதும் இல்லை; மேலும் பலசமயங்களில் அவை இளம், அனுபவமற்ற வழக்கறிஞரையே தங்கள் அறிவுரை உதவிக்கு அவை நம்பியிருக்கின்றன. ஜெர்மனியில் இந்த அமைப்பு மிகப் பரந்த அளவில் வேரூன்றியிருக்கிறது; நகராட்சிகளால் பகுதியளவில் உதவிசெய்யப்படுகின்ற 110 சட்ட ஆலோசனை அமைப்புகளும் 1912இல் இரண்டரை லட்சம் வழக்குகளுக்கும் மேல் உதவி செய்தன. (Cf. W. H. Dawson, Municipal Life and Government in Germany, p. 308).

ஆனால் இதைவிடப் பரந்த உதவி தேவை. அரசின் ஒவ்வொரு நீதிமன்றத்திலும் அதனுடன் பொதுச் சட்ட அறிவுரை அலுவலகம் இணைக்கப்பட்டிருக்க வேண்டும். அந்த நீதிமன்றம் சேவைபுரியும் உள்ளூர்த் தலைமையதிகாரத்திடம் அந்த அலுவலகமும் இணைந்திருக்க வேண்டும். அந்த உள்ளூர் ஆட்சியினால் அலுவலர்கள் நியமிக்கப்பட வேண்டும். ஏனெனில் அந்த உள்ளூர் ஆட்சியின் வழக்குகளில் மிக அதிக அளவு அதன் தகுதி எல்லைக்குள் இருக்கும் பிரச்சினைகளிலிருந்து எழுவதாக இருக்கும் என்று அனுபவம் காட்டுகிறது. அதில் மூன்று பிரிவுகள் பொதுவாக இருக்கும்; (1) ஆலோசனைக்கான பகுதி; (2) சமரசத்துக்கான பகுதி; (3) நீதிமன்றத்தில் வழக்குகளுக்கு ஆயத்தம் செய்வதற்கான பகுதி. அது வெறும் அதிகார, முறைசார்ந்த அமைப்பாக மாறிவிடுகின்ற அபாயத்தை வழக்கறிஞர்களைக் கொண்ட ஒரு ஆலோசனைக் குழுவினால் தடுக்கலாம். அவர்கள் பணி அதன் வேலையைக் கண்காணிப்பதும் அதை அறிக்கையிடுவதுமாக இருக்கும். சட்டப்பூர்வமான இடங்களுக்கான நியமனங்கள், உயர் நீதிமன்றத்தின் இடங்களாக இல்லாமல் இருந்தால், அல்லது பகுதி-அரசியல் சார்ந்த தலைமை வழக்கறிஞர் போன்றவையாக இல்லாமல் இருந்தால், குறித்த காலப்பகுதியைச் சார்ந்து இப்படிப்பட்ட பதவி அமையாது இருந்தால், சட்டக்கவுன்சிலில் அது தன் அந்தஸ்தை மேம்படுத்திக் கொள்ளவும் முனையும். உதாரணமாக ஒரு பெருநகர உதவித்தொகை பெற்ற வழக்கறிஞர், நான் இங்கு கோடிட்டுக்காட்டும் முதல்தரமான வேலையைச் செய்தவராக இருந்தால், அதன் விளைவாக உயர்மதிப்பு மிக்க பொதுச் சேவகராகக் கண்டிப்பாக இருக்கத் தவறமாட்டார்.

இந்தப் பணியில் நான் பகுத்த பகுப்பு ஒவ்வொன்றையும் தனித்தனியே எடுத்துக் கொள்கிறேன். பொதுச்சட்டத்திலும், தனிச் சட்டத்திலும் இரண்டு விதிவிலக்குகளைத் தவிரப் பிற அனைத்துக் கேள்விகளுக்கும் ஆலோசனையும் தகவலும் தரப்படவேண்டும். விண்ணப்பதாரர் ஏற்கெனவே ஒரு வழக்கறிஞரைக் கலந்து ஆலோசித்திருக்கும் பட்சத்தில் எந்த அறிவுரையும் தரக்கூடாது; சட்டத்தைத் தவிர்க்க விண்ணப்பதாரர்

அறிவுரை கேட்கிறார் என்ற சந்தேகம் எழும் பட்சத்திலும் அதை அளிக்கலாகாது. உதாரணமாக, வருமானவரியை ஏமாற்றுவதோ கூட்டுச் சதியினால் மணவிலக்கு ஏற்பாடு செய்வதோ இம்மாதிரி அலுவலகத்தின் வேலை அல்ல. ஆனால் காப்பீட்டுச் சட்டம், பணியாளர் இழப்பீடு, நிலக்கிழார்-வாடகைதாரர் சட்டம் ஆகியவற்றில் ஆலோசனை கேட்டு வருபவர்களுக்கு அது வழங்கப்பட வேண்டும். அழைப்பாணை பெற்ற ஒருவருக்கு அதன் நிலை என்ன என்பது பற்றி அறிவுரைக்கலாம். ஒரு பணக்காரர் தனது தனிப்பட்ட வழக்கறிஞரைத் தேடிச் செல்வது போலவே, சிறிய கடனைத் திரும்பப் பெறமுடியாத பணம்கொடுத்தவர், கந்துவட்டி லேவாதேவிக்காரரிடம் அகப்பட்ட கடனாளி, ஒரு கார்ஓட்டுநரின் கவனக் குறைவால் இழப்பைச் சந்தித்தவர் போன்றோர் இந்த அலுவலகத்துக்கு ஆலோசனைக்கு வரலாம்.

இரண்டாவதாக, இந்த அலுவலகத்தில் சமரசத்திற்கான ஒரு பகுதி இருக்கும். சமயோசிதமும் அறிவுத்திறனும் இணைந்திருந்தால் நீதிமன்றத்தைத் தேடிவர அவசியமில்லாத நூற்றுக்கணக்கான வழக்குகள் ஆண்டுதோறும் வந்துகொண்டே இருக்கின்றன. அவதூறு, பழியுரைத்தல் வழக்குகள்; கணவனும் மனைவியும் சண்டையிட்டு மணவிலக்குத் தேடுதல்; வாக்குறுதி மீறப்பட்ட சந்தர்ப்பங்கள்; கடனாளிக்கும் கடன் தந்தவருக்கும் சண்டை ஏற்பட்டு கோபத்தினால் பின்னவர் நீதிமன்றத்திற்கு வருதல். ஒரு சராசரி நாளில் ஒரு சராசரி காவல்நிலையத்தில் வரக்கூடிய பிரச்சினைகளின் மிகப் பெரிய வீச்சினைக் கவனமாக ஆராய்பவருக்கு இவற்றின் அளவைச் சொல்லத் தேவையில்லை. இப்படிப்பட்ட அலுவலகத்திற்கு தனிப்பட்டப் பூசல்களின் தீர்வை விட்டால் மிகப் பெரிய அளவு தேவையற்ற துன்பத்தைத் தவிர்க்கலாம். இந்த அலுவலகத்திற்கு இரண்டு கட்சிகளையும் ஒரு தனிப்பட்ட சந்திப்புக்கு அழைக்கும் அதிகாரத்தை அளிக்கலாம். சமரசத்திற்கு உடன்பட்டு, தீர்வு இரண்டு தரப்பினராலும் ஏற்றுக் கொள்ளப்பட்டால், எதிர்கால நடவடிக்கை அதன்படி தடுக்கப்பட வேண்டும். இந்த அடிப்படைகளில், இந்த அலுவலகத்தின் சூழல், ஒரு நீதிமன்றத்தின் கௌரவத் தோற்றத்தைப் பெற்றிருந்தால், இரண்டாவதாக, அங்கு நியமிக்கப்படும் அலுவலர்கள் ஒரு நல்ல லண்டன் குற்ற நடுவரின் எல்லையற்ற பொறுமையைக் கொண்டிருந்தால், நாம் மனிதர்களின் மகிழ்ச்சிக்கு மிகுதியாகச் சேர்க்கமுடியும் என்பதில் ஐயமில்லை.

மூன்றாவதாக, நீதிமன்றங்களின் உண்மையான வழக்குகளைக் கையாளும் பகுதி. இந்த அலுவலகம் விண்ணப்பதாரரின் வருவாய்க்குள் இருக்கக்கூடிய ஒரு கட்டணத்தைப் பெற்று ஓர் வழக்கறிஞர் செய்யத் தேவையான அனைத்தையும் செய்யும். அது விண்ணப்பதாரருக்கு உண்மையில் சட்ட அடிப்படையில் வழக்கே இல்லாவிட்டால், அது

வெறும் வழக்காடலுக்குத் துணைசெய்யாது என்ற அடிப்படையில் பணிபுரியும் என்று நினைக்கிறேன். பணக்காரர்களில் போலவே ஏழைகளிலும் தற்பெருமையும் சண்டையிடும் ஊக்கமும் கொண்ட ஒரு பிரிவு இருக்கிறது. அதை வெளிப்படுத்த சட்டச் செயல்முறை ஒரு வழி. திட்டமிட்டு வழக்காட வருபவர் ஒருபோதும் பொதுச் சுதந்திரத்தின் பாதுகாவலராக இருக்கமாட்டார் என்று நாம் ஒப்புக் கொள்ளலாம், ஆனால் அதற்காக அவருக்கு உதவிசெய்ய இந்த அலுவலகத்தைப் பயன்படுத்தலாகாது என்று சொல்லமுடியாது. பொதுவாக, விண்ணப்பதாரருக்கு உண்மையிலேயே ஒரு கோரிக்கை இருக்கிறதா, வலியுறுத்தவேண்டிய மெய்யான தற்காப்பு இருக்கிறதா என்பதை அலுவலர்கள் தங்களுக்குள் உறுதிப்படுத்திக் கொள்வது நல்லது. அவர்கள் உண்மையான விசாரணை மேற்கொள்ளவேண்டும். விண்ணப்பதாரர் அவர்களால் நியாயமாக நடத்தப்படவில்லை என்று உணர்ந்தால், அந்த அலுவலகத்தின் ஆலோசனை மன்றத்தினை நாடலாம். இம்மாதிரியான ஒரு நிறுவனம், சாதாரணமாக வழக்கறிஞர்களுக்கு வரக்கூடிய அலுவலை மிகவும் குறைத்து அவர்களுடைய வருமானத்தை இழக்கச்செய்துவிடும் என்பதை நான் மறுக்கவில்லை. ஆனால் பொதுமக்கள் நம்பிக்கையைப் பெற்றுவிட்டால் இதற்கு முக்கியமான சில சிறப்புகள் இருக்கின்றன. ஏழைகளின் துரதிருஷ்டங்களைப் பயன்படுத்தி வாழுகின்ற வழக்கறிஞர்கள் ஆட்சியை இது முடிவுக்குக் கொண்டுவரும். நீதியை மனிதப்படுத்த இது மிகவும் உதவும். பொது அதிகாரியின் தற்காப்பினைப் பெற்ற ஓர் ஏழை வழக்காளி அவருக்கு இன்று கிடைக்காத சிறப்பான வரவேற்பைப் பெறும் வாய்ப்பு உண்டு. மேலும் சட்டத்தை மனிதப்படுத்தும்போது அது மக்களின் மனத்தில் மிகுந்த மரியாதையைப் பெற்றுத் தானும் வலுப்பெறும்.

இந்த அமைப்பு வழக்கறிஞர்களும் பொதுமக்களுக்குச் சேவைசெய்ய ஒரு வழியினைத் தருவதால் இதற்கும் மதிப்பு உயர்கிறது. இப்போது இப்படிப்பட்ட சேவைக்குத் தங்களை ஆட்படுத்திக் கொள்கின்ற மனிதர்கள் சிறு எண்ணிக்கையிலேதான் உள்ளனர்; ஆனால் பாஸ்டனில் பலபேர் ஏழை வழக்காளிகளாக இருக்கக்கூடும். அவர்களுக்கு ஹார்வர்டு சட்டப் புலத்தின் சட்ட உதவிப் பணிமனை நீதியின் வடிவமாகக் காட்சி கொடுத்திருக்கும். *(Cf. Smith, op. cit.)* ஒவ்வொரு மாவட்டத்திலும் உள்ள வழக்கறிஞர்கள் ஒத்துழைப்பினால் ஒரு தன்னார்வச் சேவைக்கான குழுவை இப்படிப்பட்ட அலுவலகத்தில் அமைத்தால் இதன் பணிகளுக்கு மிகவும் குறைந்த செலவே இயலுமென்று நினைக்கிறேன். பொதுவாக, ஒரு சராசரியான பெருவழக்கறிஞருக்கு ஒரு நீதிமன்ற வழக்கில் ஆலோசகராக இருப்பது கடினமாக இருக்கலாம். ஆனால் நவீன பொருளாதார வாழ்க்கையின்

நிலைமைகள் இப்படிப்பட்ட அலுவலகங்களின் வேலையை மாலைநேரப் பணியாக்கிவிடும்; வேலைசெய்பவன் மாலையில் வீட்டுக்கு வரும்போதுதான் இம்மாதிரித் தேவைகளில் ஈடுபட முடியும். வழக்கறிஞர்கள், இரவுநேரங்களில் ஆலோசனை கூறவும் சமரசம் செய்யவும் ஒரு உதவியாளர் குழுவினை ஏன் அமைக்கலாகாது என்பதற்கு ஒரு காரணமும் இல்லை. அப்படிப்பட்டத் திட்டம் அவர்களுக்கே வெளிப்படையான ஆதாயங்களைக் கொண்டுள்ளது; இளம் மருத்துவருக்குத் தங்கும் உதவியாளராக மருத்துவமனையில் பணிபுரிவது எப்படிப்பட்டதோ அதுபோலத்தான் இதுவும் இளம் வழக்கறிஞருக்கு. வயதாகிவிட்ட வழக்கறிஞருக்கு இது கவர்ச்சி குறைவாகத்தான் இருக்கும். ஆனால் சட்டத் தொழிலின் இரண்டு பக்கமும் அது ஒரு வாழ்க்கைத்தொழில் என்பதை நினைவில் வைக்க வேண்டும்; வாழ்க்கைத் தொழிலின் முக்கியப் பண்பு வெறும் இலாபத்துக்காகப் பணிபுரிவதல்ல என்பதை நான் இந்த நூலில் வலியுறுத்தியுள்ளேன். நிபுணராகத் தொழில் செய்பவருக்கும் இப்படிப்பட்ட முயற்சியில் வளமான பரிசுகள் உள்ளன என்பதை இதையொத்த ஓர் அனுபவம் காட்டுகிறது. வயதுமுதிர்ந்தோர் கல்வி இயக்கத்தில் பணிபுரிந்த ஒவ்வொரு பல்கலைக்கழக ஆசிரியருக்கும் தான் செலவிடும் நேரம், உழைப்பு ஆகியவற்றிற்கு அப்பால் தான் தூண்டக்கூடிய உற்சாகமும் ஈடுபாடும் எவ்வளவோ பெரியவை என்பது தெரியும். தான் போதிக்கக் கூடியதைவிடப் பலமடங்கு அதிகமாக அங்கே கற்றுக் கொள்கிறார்.

குறிப்பாகத் தனது தொழிலின் பரிந்துரைக்கும் பகுதியில் இதே விஷயம் ஒரு வழக்கறிஞருக்கும் பொருந்தும். தான் அறியாத மனித இயல்பைப் பற்றி மிகப் பெரிய அளவை அவர் கற்றுக் கொள்ளலாம். வெறும் சட்டத் தீர்வுகளை அல்லாமல் மனிதத் தீர்வுகளை நாடுகின்ற சூழலுக்குத் தன் மனத்தை ஒத்திசைக்கச் செய்வது அவர்க்குப் பெரியதொரு ஆதாயம் ஆகும். சட்டத்தின் வெறுமையான உண்மைகள், ஒரு வழக்கிற்கான விஷயங்களாக அல்லாமல், மனிதர்களின் தேவைகளுக்கு ஒத்திசைக்கக் கூடிய பிரச்சினைகளாக அவருக்குப் புலப்படும். சட்டத்தின் ஒழுக்க ஆழ்நோக்குகளைவிட அவருக்குச் சட்டஆழ்நோக்குகள் இப்போது குறைவாகவே தேவைப்படும். இப்படிப்பட்ட அனுபவம் ஓர் வழக்கறிஞருக்கு அவருடைய சாதாரணப் பணியின் மதிப்பை அதிகரிக்க உதவிசெய்யும் என்று நான் கருதுகிறேன். ஒரு குடும்பத்தின் மிகச் சிறந்த வகையான அறிவுரையாளராக ஆகும் வாய்ப்பை, அதாவது தான் தொழில்ரீதியாக ஆலோசனை கூறுபவர்களுக்கு ஒரு மிகச் சிறந்த நண்பராக இருக்கும் நிலையைப் பலமடங்கு இது பெருக்கும், சட்டத்தைப் பற்றி அவரது சொந்தப் பார்வையும் விசாலப்படும். நீதிதான் சட்டத்தின் முடிவு

என்று சொல்லப்படுவதை அவர் மேலும் நன்றாகப் புரிந்துகொள்வார். சில குறித்த கூறுகளில் முறைசார்ந்த வடிவங்களில் அது தன்னைப் போர்த்திக் கொள்ளவேண்டிய தன்மையிலிருந்து விலக்கி, நீதியை மனித ஆசைகளின் எதிர்வினைக்கான ஒரு வழிமுறையாக அவர் காண்பார். மருத்துவமனைச் சிகிச்சையில் நோய்த்தடுப்பு மருந்து இருப்பது போல ஒரு தடுப்பு நீதியாக இந்த முயற்சி வளரும். நான் பின்னர் சுட்டிக்காட்டப் போவதுபோல, இப்படிப்பட்ட முயற்சியில் அவருக்குக் கிடைக்கும் அனுபவம் சட்டத்தின் சீர்திருத்தத்திற்கு மிகவும் முக்கியத்துவம் வாய்ந்ததாக இருக்கும்.

சட்டத்தில் சமத்துவத்திற்கான மற்றொரு கூறினைப் பற்றி இங்கே ஒரு சொல் கூறுவது தகும். அது, ஏழைகளுக்குச் சிறைத்தண்டனை அளிப்பது அல்லது மிகக் கடுமையான அபராதம் விதிப்பது பற்றிய பிரச்சினையாகும்; மேலும் வழக்கறிஞர்களுக்கான செலவிலிருந்து வேறுபட்ட, நீதிமன்றச் செயல்முறைகளுக்கான செலவினங்களால் உண்டாகும் சிறப்பான பிரச்சினையும் உள்ளது. இந்த விஷயங்களால் ஒரு பணக்காரனின் குடும்பம் கடுமையாகப் பாதிக்கப்படுவதில்லை; ஆனால் ஏழைகளுக்குத் தேவைக்கும் தேவைப்பூர்த்திக்குமான வித்தியாசமாகவே இது ஆகிவிடும். ஆகவே மெய்யாகவே கடுமையான குற்றங்களில் தவிர ஒரு குற்றநடுவரின் பணி சிறைத் தண்டனைக்கு எதிராகத் தனது விவேகத்தைப் பயன்படுத்துவதே ஆகும். அபராதத் தொகையை ஒரு பிரதிவாதியின் வருமானத்துடன் இணைத்துப் பார்க்கவேண்டும்; ஏனெனில் பலசமயங்களில் இப்படிப்பட்ட தண்டனை, ஒரு தனிநபரின்மீது விதிக்கப்பட்டது என்பதைவிட ஒரு குடும்பத்தின்மீது விதிக்கப்படுவதாகவே ஆகிவிடுகிறது. பிரதிவாதியின் வருமானம் சிறியதாக இருக்கும்போது, ஒரு பவுண்டுக்கு அதிகமான அபராதங்களைத் தவணை முறையில் செலுத்தலாம் என்ற வாதத்திற்கு அடிப்படை இருக்கிறது; பிரதிவாதியின் மனைவி, குழந்தைகளைப் பாதுகாக்க செல்வி ராத்போன் முன்வைத்த குடும்பஊதியம் போன்றதொரு அமைப்பு இருந்தால் நிவாரணம் மிகுதியாக இருக்கும். (Eleanor Rathbone, The Disinherited Family). ஏனெனில் குற்றம் என்பது தனிநபர் சார்ந்தது. ஆகவே அதன் விளைவுகளால் பாதிக்கப்படக் கூடியவர்களின் எண்ணிக்கையைக் குறைக்க நாம் நம்மால் இயன்றதைச் செய்யவேண்டும். வாதியோ பிரதிவாதியோ, நீதிமன்றத்திற்குக் கொண்டுவரப்படத் தேவையற்ற நிலையில், பொருத்தமான நிலைமைகளில், நீதிமன்றக் கட்டணத்தை ரத்துசெய்ய நடுவருக்கு அனுமதி இருக்கவேண்டும் என்பதைப் பற்றி மிகுதியாகச் சொல்லலாம்; மேலும் தேவையற்ற, நியாயமற்ற வழக்காடலுக்குப் பொறுப்பானவர்கள் மீது இயலுமிடங்களில் கூடுதல் கட்டணம் வசூலிக்கும் வழிகளை உருவாக்கலாம். இதேபோன்ற பிரச்சினை

ஏழைக்கடனாளிகள் சிறையிடப் படும்போதும் ஏற்படுகிறது. பராமரிப்பு வழக்குகளில் போல, இங்கு வேண்டுமென்றே பொறுப்பைத் தட்டிக்கழிக்கும் எண்ணத்தினால் கடனைத் திருப்பித்தர இயலாத நிலை ஏற்படாவிட்டால் விதிக்கப்பட்ட அபராதம் அந்தக் குற்றத்தின் இயல்பைவிட மிக அதிகமாகச் செல்லும் நிலை ஏற்படுகிறது.

இப்படிப்பட்ட வழிமுறைகள் சட்டச் சமமின்மையின் மிக முனைப்பான தீமைகளைச் சற்றுக் குறைப்பதற்குமேல் உதவும் என்று நான் கூறவில்லை. குறிப்பாகச் சட்டத்தில் பணியளிப்பவரின் சட்டக்கடப்பாடு, உழைப்பாளரின் ஊதியம் போன்ற பிரிவுகளில் பெரிய பிரச்சினைகள் இருக்கின்றன. இங்கு சட்டம் அளிக்கின்ற பரிகாரங்கள், படுகின்ற துன்பங்களுடன் ஒப்பிடும்போது மிகவும் போதாதவை என்பது தெளிவு. ஆனால் இப்படிப்பட்ட நிலைமைகளை வெறும் நிர்வாக எந்திரங்களால் சந்திக்க இயலாது. இவற்றின் சீர்திருத்தம், குறிப்பாகச் சமூகக் காப்பீட்டை நோக்கிய சட்டமன்ற முயற்சிகளைச் சார்ந்துள்ளது. இப்போதிருக்கும் அமைப்பின் வகைமைகளுக்குள் நாம் செய்யக்கூடியது மூன்று விஷயங்களை உறுதிப்படுத்துவதுதான். பணக்காரனோ ஏழையோ யாராக இருப்பினும் குற்றம் சாட்டப்பட்டவர்களின் போதிய தற்காப்பினை நாம் உறுதிப்படுத்த வேண்டும். வருபவர்களின் வருமானத்தைப் பொறுத்தன்றி, மிக உயர்ந்த தரத்திலான சட்ட அறிவுரையை அளிக்க வேண்டும். தீர்க்கப்பட வேண்டிய ஒரு மனக்குறையையோ, ஒரு புகாருக்கான சரியான விடையையோ தேடுபவர்கள் அவற்றுக்கான வாய்ப்பில்லாமல் செல்லக்கூடாது. இவற்றைச் செய்யும்போது, நான் ஏற்கெனவே கூறியது போல, ஒரு தடுப்புச் சட்டவியலை உருவாக்கலாம். அது இப்போதெல்லாம் தேவையின்றிச் சட்டத்தினால் தீர்க்கப்படுவதைவிட விவேகத்தினால் பிரச்சினைகளைத் தீர்க்கும். இம்மாதிரியான மாற்றங்கள் உயர் முக்கியத்துவம் வாய்ந்தவை என நான் நினைக்கிறேன். ஏனெனில், இறுதியில், எளிய மக்களின் குறைகளுக்கும் தேவைகளுக்கும் எதிர்வினை புரிகின்ற அளவினைக் கொண்டே நீதியமைப்புகள் அளக்கப்படுகின்றன.

V. சட்டத்துறைச் சீர்திருத்தம்

சட்டமனம் பழமைவாதத்தினை நோக்கிச் செல்வது அதன் தவிர்க்க முடியாத இயல்பு ஆகும். பெரும்பாலும் அது முன்னுதாரணங்களை ஆராய்வதிலேயே நேரத்தைச் செலவிடுகிறது. அது செய்யக்கூடியவை பெரும்பாலும் ஒரு முந்தைய தலைமுறையின் சட்டவிதிகளால்

நிர்ணயிக்கப்பட்டு விடுகின்றன. அதை முதன்மையாக ஆதரிப்பவர்கள், நடுவயதைப் பெரும்பாலும் கடந்து, தலைமையதிகாரங்களுக்கு வருபவர்கள். வெளியிடுவதற்கெனப் புதிய குறைகள் தோன்றியுள்ளன என்பதே அவர்களுக்குத் தெரியாது. சமுதாயத்தில் வேறு எந்த வகுப்பினரையும்விட வழக்கறிஞர்கள் மிக நிச்சயமாக மரபின் பணியாளர்களாக உள்ளனர்; புதுமை விரும்பக்கூடிய ஒன்றுதான் என்பது வழக்கறிஞர்களுக்குச் சமூக வாழ்க்கையின் வேறு எந்தக் கூறினையும்விடக் கடினமானது, மனத்தில் பற்றிக் கொள்ள இயலாதது. மருத்துவத்தில் சீழ்கொள்ளாச் சிகிச்சை போன்று, தொழில்துறையில் எந்திரப் போக்குவரத்தின் வளர்ச்சி போன்று, கல்வியில் தொழிலாளரின் கல்விச் சங்கம் போன்று, இவையெல்லாம் வேகமாகச் சோதனைகளால் நிரூபிக்கப்பட முடியும், சாதாரண மனிதனின் வழக்கமான பழமைவாதத்தை வெல்லக்கூடிய கருவிகள் எளிதில் கைக்குக் கிடைப்பவையாக உள்ளன. ஆனால் சட்டத்தில் இப்படிப்பட்ட நிலை மிகக் குறைவு; அதேசமயம், சட்டம், தனது தலைமுறையின் தேவைகளுக்குப் பின்தங்கிச் செல்கின்ற நிலை மிக ஆழமான விளைவுகளை ஏற்படுத்தக் கூடியது. ஆகவே சட்ட மாற்றத்தின் தேவைகளை ஆராய்தலுக்கான வழிவகைகள் திட்டமாகவும் தொடர்ச்சியாகவும் இருப்பதற்கென வழிவகுக்கவேண்டும். அதனால் ஒரு தலைமுறையின் தேவைகள் மாறுவதற்கெனச் சட்டச் செயல்முறைகள் தக்கபடி மாறுவது இயன்ற வரையில் விரைந்து நிகழும்.

இந்த முடிவு, உதாரணமாக, இங்கிலாந்தில் சட்டத்துறைப் பணியின் வரலாற்றைப் படிக்கும் எவருக்கும் இந்த முடிவு சந்தேகமாகத் தோன்றாது. இங்கிலாந்தில் சமூக மாற்றத்தின் ஒவ்வொரு காலப்பகுதியும் வழக்கறிஞர்களுக்கு எதிரான மனப்பாங்குடன் சேர்ந்தே இருந்தது என்பது குறிப்பிடத்தக்கது. 1381இல் வழக்கறிஞர்கள்தான் தங்களின் அடிமைத்தளைகளை உருவாக்குபவர்கள் என்று கருதிய விவசாயிகளின் வெறுப்பு, அவர்களுக்கு எதிராகத்தான் முதன்மையாக இருந்தது; ஜேக் கேட்-இன் முதல் ஆசையே எல்லா வழக்கறிஞர்களையும் தூக்கில் போட வேண்டும் என்பதுதான்; ப்யூரிடன் கலகத்தின் மிகச்சிறியதல்லாத குறிக்கத்தக்க மனநிலை, சட்டத்தின் முழுச் சீர்திருத்தம் வேண்டும் என்ற கோரிக்கைதான். நாற்பதாண்டுகள் முன்பு பத்தொன்பதாம் நூற்றாண்டில் ஆங்கிலச் சமூக வரலாற்றை மாற்றிய உணர்ச்சி வெறியர்களின் அந்தச் சிறிய குழு பெந்தமின் பொதுப்புத்தியால் தனது சேவைக்கு ஈர்த்தது என்பது முக்கியமற்றதும் அல்ல; அவர்களிலும் இரண்டு வழக்கறிஞர்கள், ரொமிலியும் ப்ரூஹாமும் மட்டுமே எந்த ஒரு முரண்பாடற்ற வழியிலும் முதன்மையாக இருந்தார்கள் என்பது குறிப்பிடத்தக்கது.

நீதிச் செயல்முறை | 737

தண்டனை அமைப்புகளைச் சீர்திருத்த வழக்கறிஞர்கள் ஏறத்தாழ ஒன்றுமே பங்களிக்கவில்லை. தங்கள் தொழிலுக்குரிய கல்வியிலேயே அவர்கள் தொடர்ந்து பிற்போக்குவாதிகளாக இருந்தார்கள்; வெஸ்ட்பரி பிரபுவின் விஷயத்தில் போல *(See his speech in Hansard, March I, 1854)* முன்னேற்றத்திற்கான உடனடி முயற்சி செய்யப்பட்டாலும், அது சுருங்கிய ஓர் உற்சாகக் காலப்பகுதிக்குப் பின் தளர்ந்துவிட்டது. சட்டங்களை முறைப்படுத்துவதன் பிரச்சினைகளுக்கு சரியானவழியில் கவனத்தை ஈர்க்க ஃபிட்ஸ்ஜேம்ஸ் ஸ்டீஃபனின் முயற்சிகளைப் பற்றிய பதிவைப் படிக்கும் எவரும் மேம்பாட்டிற்கான சாத்தியம் எவ்வளவு தற்செயலானது என்பதை அறிந்துகொள்வார்கள். *(Leslie Stephen, Life of Fitzjames Stephen, pp. 351f.)* ஆங்கில வழக்கறிஞர்கள் சட்ட வரலாற்றுக்குப் பெரிய பங்களிப்புகளைச் செய்துள்ளார்கள்; அவர்கள், சட்டத்தின் குறிப்பிட்ட கிளைகளில் உயர்மதிப்புள்ள பாடப்புத்தகங்களை எழுதியுள்ளார்கள். ஆனால் ஆஸ்டினுக்குப் பிறகு, ஆஸ்டினை ஒரு பெரிய நீதிவல்லுநராகக் கருதினால் *(On which see the remark of Professor Maitland in Fisher, F. W. Maitland, p. 117.)* அவர்கள் சட்ட அறிவியலுக்கு அநேகமாக எதுவுமே செய்யவில்லை; சட்டம் ஓர் உண்மையான, பரவலான அறிவியல் புலனாய்வாக மாறும்வரை, அதன் தொடர்ந்த மேம்பாட்டினைச் சாதிக்க முடியாது.

மற்ற நாடுகளை ஒப்பிட்டால், ஆங்கிலச் சூழல் வருந்தத்தக்கதாக உள்ளது என்று நான் வாதிட வரவில்லை. வேறு எந்த நாகரிகமடைந்த சமுதாயத்தையும் விட, இங்கிலாந்தில் சட்டத்தின் நிர்வாகம், குறிப்பாகக் குற்றச் சட்டத்தின் நிர்வாகம் ஒருவேளை சிறப்பாகவே உள்ளது; சட்ட அறிவியல் மிக உயர்ந்த சிறப்பை எய்தியுள்ள ஃபிரான்சில், தனது இருப்பின் நியாயத்தை இழந்த பின்னரும், ஒரு தலைமுறையின் கழுத்தில் நெப்போலியன் சட்டம் ஓர் திரிகைக் கல்லைப் போலத் தொங்குகிறது. *(Cf. G. Moran, La Re'volte des faits contre le Code.)* ஆனால் ஜெர்மனியில் அங்கிருக்கும் சட்ட அறிவியலின்மேல் விசுவாசத்துடன் மனப்பூர்வமான, ஆக்கப்பூர்வமான சட்டச் சீர்திருத்தம் செய்யச் சாத்தியப்பட்டதால்தான் பெருஞ்சிவில்சட்டத்தை ஏற்கப்பட்டது என்பது வரலாற்றைப் படிக்கும் எல்லாருக்கும் தெரியும்; சட்ட அறிவியலில் அமெரிக்க முயற்சி பற்றிய மேலாய்வு, குறைந்தபட்சம் பொதுச்சட்டத்தின் எதிர்காலத்தைப் பொறுத்த வரையிலாவது பெந்த்தமின் வாரிசு மேற்கத்திய அரைக்கோளத்தில் பிறந்துவிடுவார் என்பதைக் காட்டுகிறது.

சட்டத்தில் தொடர்ந்த முன்னேற்றம் ஏற்படும் முயற்சியின் சாத்தியத்திற்கு முன்பு ஐந்து நிபந்தனைகள் உள்ளன. ஒரு பகுதி, வழக்கறிஞர்கள் எவ்விதம் பயிற்சி பெறுகிறார்கள் என்பது

பற்றிய விஷயம் அது. வழக்கறிஞர்களாக அவர்களுடைய படிப்பு மெய்யானதொரு மனித, தத்துவத் துறையாக இருந்தால், சட்டத்தொழில் செய்வதற்குப் போதுமான குறைந்தபட்சத் தகவல்களை ஏற்றுக் கொள்ளுதல் என்ற அளவில் அன்றி, சட்டக் கொள்கைகள்மீது ஒரு அவநம்பிக்கையான மனப்பாங்கை அது பிறப்பிக்க இயலுவதாக இருக்கும். இரண்டாவதாக, ஒரு பகுதி, சட்டத் தொழில் எவ்விதம் அமைப்புற்றிருக்கிறது என்பது பற்றிய விஷயம் அது. அந்தத் தொழிலுக்குள் உள்ள சங்கங்களின் திட்டவட்டமான நோக்கமாக முன்னேற்றம் என்பது ஏற்கப்பட்டிருந்தால், அதாவது சட்ட அறிவின் முன்னேற்றத்தை முயற்சி செய்யும் சங்கங்களாக அவை இருந்திருந்தால் நிலைமை வேறுவிதமாக இருக்கும். எந்திரப் பொறியியலாளர்கள் நிறுவனம் போலவோ, மருத்துவத்தின் ராயல் கழகம் போலவோ, தங்களுக்குள் சட்டத்தின் குறைகளை உணர்வுப்பூர்வமாக அறிந்த, அதன் பரிகாரத்தைத் தேடுகின்ற அளவு பொதுநல மனப்பான்மை கொண்ட வழக்கறிஞர்கள் கூடுமிடமாக அது இருந்திருக்கும். மூன்றாவதாக, ஒரு பகுதி, தேசிய நீதி அமைச்சகத்திற்குள், வழக்கறிஞர்களின் ஒரு நிரந்தர ஆணையத்திற்கான தேவை இருக்கிறது. அவர்களின் பணி, ஒருபக்கம் புகாரின் புலனாய்வு மூலம், மற்றொரு பகுதி சர்வதேச அனுபவத்தின் பாடங்களை ஏற்றுக்கொள்வதன் மூலம், மேலும் மற்றொருபக்கம், சட்டத்தின் புத்தாக்கத்தை மனப்பூர்வமாகச் செய்வதற்கான தூண்டுதல் மூலமாகத் தங்கள் தொழிலை மேம்படுத்துவதன் மூலம் சட்ட மேம்பாட்டிற்கான வழிகளை ஆராய்வது ஆகும். நான்காவது, சட்டத்தின் பொதுமக்களிடை அனுபவத்தின் பக்கம் முறையாக கவனத்தைச் செலுத்துதல் இதைவிட முக்கியத்துவம் குறைந்ததல்ல; மருத்துவர்களிடையிலும், வணிகர்களிடையிலும் போல, பெருமளவு பயன்படுத்தப்படாமல் போகின்ற ஆக்கத்திறனின் ஒரு பெரிய சுரங்கமே அவர்களிடம் உள்ளது. ஒரு வெளிப்படையான உதாரணத்தைச் சொல்வதானால், பணியாளர்கள் ஊதியச் சட்டத்தின் நிஜமான விளைவை நான் அறிய விரும்பினால், வழக்கறிஞர்களைவிட, மருத்துவர்கள், தொழிற்சங்க அலுவலர்கள் ஆகியோரிடமிருந்துதான் அதைப் பற்றிய அறிவைப் பெறவேண்டும். இறுதியாக சட்டத்தின் திருத்தத்தில் நீதிபதிகளின் அனுபவத்தைப் பயன்படுத்துதல் பெரிய முக்கியத்துவம் வாய்ந்தது. பெரும்பாலும் இப்போது நம்மிடம் இருப்பவை எல்லாம் கில்லோவன் ரஸ்ஸல் பிரபுவின் நடுவர்களின் புகழ் போன்ற அவ்வப்போதான மூதுரைகள்தான். அல்லது இங்கிலாந்தில் அசையாச் சொத்துகளின் சட்டத்தில் திருத்தம் கொண்டுவரக் காரணமாக அமைந்த இரகசியமான விசாரணைக்குக் கொடையாக அளிக்கப்பட்ட சிறப்பு அறிவு.

இந்தக் கருத்துகளை ஒவ்வொன்றாக எடுத்து நோக்குவோம். வழக்கறிஞர்கள் பயிற்சி பெறும் முறைதான், சட்டச் சீர்திருத்தத்திற்கு அவர்கள் தங்கள் பணியை எடுத்துச் செல்லும் மனப்பான்மையின் வேரில் இருக்கிறது என்று வாதிட்டுள்ளேன். அதாவது, சட்டப்படிப்பு என்பது ஒரு தொழிலுக்கான வெறும் நடைமுறைப் பயிற்சியாக இருப்பதைவிட மேம்பட்டிருக்க வேண்டும். சட்டம் ஓர் அறிவியல், மனித அனுபவத்தில் ஓர் உயிரான பரப்பு, அதன் வழிகளைப் பயன்படுத்த முனைபவர்களுக்கு அப் பரப்பின் படம் தொடர்ந்து வரையப்பட்டுக் கொண்டிருக்கிறது என்ற முறையில் அக்கல்வி அதில் ஓர் ஆர்வத்தை ஏற்படுத்த முனையவேண்டும். ஆகவே சட்டக்கல்வி, ஒரு தகவல் ஏற்பு என்பதைவிடப் பொதுவான அறிவுப்பூர்வமான கல்வித்துறை என்பதற்குக் குறைவுபடாமல் இருக்கவேண்டும். அது பிரச்சினைகளோடு போரிட வேண்டும், முடிவுகளையும் தரவேண்டும். தனது சாராம்சமாக உள்ள சட்டப்பூர்வமான ஆய்வு முடிவுகளை அவ்வாறிருப்பதனாலேயே அவை சரியானவை என்று கொள்ளக்கூடாது. கற்பவரிடம் விமரிசன மனப்பான்மையை ஏற்படுத்துமாறு அது அமைக்கப்பெற வேண்டும். இவ்வாறிருந்தால், சட்டக்கல்வி என்பது அதன் இயல்பில் ஒரு பல்கலைக்கழகத்தின் முறைகளையும் சூழலையும் பயன்படுத்திக் கற்பிக்கவேண்டிய ஒரு துறை என்று வாதிடுவேன். உதாரணமாக, ஹார்வர்டு பல்கலைக் கழகத்தின் சட்டப்படிப்பு போல, அது ஒரு சிறப்பான, உயர் பயிற்சிக்குரிய கல்வியாகத் தழுவிக் கொள்ளப்பட வேண்டும். அங்குதான் படுவா, பொலோனா போன்ற இடங்களின் பெரும் மரபுகளின் உண்மையான வாரிசுகள் உள்ளனர் என்று மைட்லண்ட் சுட்டிக்காட்டினார். (English Law and the Renaissance, p. 35).

இது எதை உள்ளடக்கியிருக்கிறது? எனது நோக்கத்திற்கு எளிய உதாரணமாக வகைமாதிரியான ஓர் ஆங்கில வழக்கறிஞரைக் கொண்டு செய்யவேண்டிய முக்கியமான மாற்றங்களை முன்வைக்கலாம். இப்போது அக்கல்வி தன் படிப்பில் ஒரு தத்துவப் பிடிமானத்தைக் கொண்டிருக்கவில்லை. அதன் நோக்கம் தொழிலுக்கான ஆர்வலரிடம் குறித்த எண்ணிக்கை கொண்ட, ஒப்பளவில் எளிய தேர்வுகளில் வெற்றி பெற வைப்பதாகும். அவை சட்டம் ஓர் அறிவியல் என்ற முறையிலான ஆழ்நோக்கினையும் அதற்கு நெருக்கமான, அதன் பண்பை நிர்ணயிக்கக்கூடிய பாடங்களுடன் சட்டத்திற்குள்ள தொடர்பையும் கொண்டிருக்கவில்லை. பல வழக்குகளை மனப்பாடம் செய்வதையும், அதே போன்ற விதிகளை (தேர்வு முடிந்தவுடன் இவ்விதிகளை மறந்துவிடலாம்) ஒத்த வழக்குகளில் பயன்படுத்துவதையும் கொண்டிருக்கிறது. ஒரு பரிந்துரைஞருக்கு வேண்டிய பொறுப்பான அறிவு முயற்சியையும்கூட பாரிஸ்டருக்கான பயிற்சி கொண்டிருக்கவில்லை. சட்டத்தின் எதிர்காலம் அவர் கையில்

இருக்கிறது, ஆனால் சட்டத்தின் வரலாறு பற்றியும் அதைவிட சட்ட ஆய்வுத் துறையில் அதன் அடிப்படை எவ்விதம் உள்ளது என்பது பற்றியும் அவருக்கு ஒன்றும் தெரியாது. சிலர் பல்கலைக்கழகங்களில் அத்தகைய ஆழ்நோக்கினைப் பெறுகிறார்கள். ஆனால் சட்டத்துறைச் சங்கங்கள் (இன்ஸ் ஆஃப் கோர்ட்) சட்ட போதனையைப் போதிய அக்கறையுடனும் ஆர்வத்துடனும் நோக்கவில்லை என்பது முக்கியம் என நான் கருதுகிறேன். அதனால் பெந்த்தமுக்குப் பின் இங்கிலாந்தின் மிகப் பெரிய சட்ட மேதையான மைட்லண்ட் போன்றவர்களாலும் அவர்களின் பணியை மேற்கொண்டு தொடரக்கூடிய சீடர்களைப் பெறமுடியவில்லை. மேலும் பொதுவாக, ஆங்கிலச் சட்ட போதனை, குறிப்பாக சட்டத்துறைச் சங்கங்களிலேயே, ஆய்வை விட பழைய விதிகளைக் கற்பிப்பதிலேயே இருக்கிறது. சட்டத்தின்மீது ஆவலைத் தூண்டுகின்ற மெய்யான முயற்சி எதுவும் இல்லை. ஒரு சராசரி வழக்கறிஞருக்கு, அக்கல்வி, நீதிமன்றங்களினால் செய்யப்பட்ட சித்தாந்தங்களின் அமைப்பு. நீதிமன்றங்கள் அந்த அமைப்பை உருச் செய்யும்போது கற்கவேண்டிய ஒன்று. இந்த போதனாமுறை, சிறந்த படிப்பும் சிறப்பும் உள்ள வழக்கறிஞர்களை உருவாக்குகிறது என்பதை நான் மறுக்கவில்லை. ஆனால், மாறுகின்ற சூழலின் தேவைகளுக்குப் பொருந்துகின்ற வகையில் சட்டத்திற்கு மறுவடிவம் தருகின்ற அக்கறை கொண்ட வழக்கறிஞர்களின் ஓர் இனத்தை அது உருவாக்குகிறது என்பதை மறுக்கிறேன்.

இங்கு, ஒருபக்கம், மரபினாலும், கண்டத்தின் பெரிய சட்டப் புலங்களாலும், மறுபுறம் அமெரிக்காவின் பெரிய சட்டப்புலங்களாலும் ஒரு பெரிய உதாரணம் உருவாக்கப்பட்டிருக்கிறது. மேற்கண்ட நிறுவனங்கள் வழக்கறிஞர்களுக்கு வெற்றிகரமாகப் பயிற்சியளிக்கின்றன. ஆனால் அவர்களுக்குப் பயிற்சியளிக்கும் முறைகள் இங்கிலாந்தினதிலிருந்து வேறான முடிவுகளைக் கொண்டுள்ளன. உதாரணமாக, அமெரிக்காவில், தொடக்கத்திலிருந்தே, மாணவர் திரு. வெல்ஸ் மகிழ்ச்சியுடன் கருவி பற்றிய அவநம்பிக்கை என்று சொல்லக்கூடிய ஒன்றைக் கற்றுக் கொள்கிறார். சட்ட வழக்குகள் என்பவை சட்டப் பிரச்சினைகள், அந்தப் பிரச்சினைகளுக்குச் சட்டத்தீர்வுகள், வேறு தீர்வு எதையும் போலவே நிரூபிக்கப்பட வேண்டும் என்று கற்றுக் கொள்கிறார். ஹார்வர்டு பல்கலைக்கழகத்தின் உயர்ந்த சட்டப்புலத்தைப் போலவே அவரது ஆசிரியர்களும் வழக்கமாகச் சட்டத்தின் அடித்தளங்களை மறு உருவாக்கம் செய்வதில் முனைந்துள்ளனர். நான் இறந்தவர்களை மட்டுமே குறிப்பிடுகிறேன்; ஆனால் ஆங்கில வழக்கறிஞர்களுக்கு மத்தியில் லாங்டெல், ஆமிஸ், கிரே போன்றவர்களின் போதனாமரபை ஒத்த ஒன்றை நான் கண்டதில்லை. *(Cf. the Centennial History of the Harvard Law*

School). இங்கிலாந்தில் மைட்லண்ட் அறக்கட்டளைகள், கூட்டுக் குழுமங்கள் பற்றிய தனது பணியில் காட்டியதுபோல, எந்தச் சிறந்த போதனா மரபும், தவிர்க்கவியலாமல் ஒரு பெரிய சீர்திருத்த மரபாகவும் மாறுகிறது. *(See the papers on legal personality in vol. iii. of his Collected Papers).* அப்படிப்பட்டவர்களின் மாணவர்கள் தொழிலுக்கான பயிற்சிக்கு மட்டும் செல்வதில்லை, மேம்படுத்தவும் செல்கிறார்கள். புதிய சிந்தனைகளுக்கான பிரச்சாரத் தொண்டர்களாகிறார்கள். சோதனைகளைச் செய்துபார்க்கிறார்கள். உதாரணமாக, அண்மைக்கால ஃபிரெஞ்சுச் சட்டத்தின் வரலாற்றைப் படிப்பவர்கள் எவரும் ஃபிரான்சில் சலீல்லெஸ், டுகுவிட் போன்ற, ஜெர்மனியில் கீர்க்கே, கோலர் போன்ற மனிதர்களின் செல்வாக்கினைக் காணாமல் இருக்க இயலாது. உணர்வுப்பூர்வமாக, வாழ்க்கையின் வெளிப்பாடாக, வாழ்க்கையின் மாறும் தேவைகளை எதிர்கொள்ளக்கூடிய ஒன்றாகச் சட்டம் என்பது அவர்களால் மாறியுள்ளது.

ஆகவே சட்டப் பயிற்சியைச் சோதனைக்கான சாத்தியத்தை வலியுறுத்துவதற்கு ஒரு பிரக்ஞைபூர்வமான முயற்சி ஆக்கவேண்டும் என்று நான் வாதிடுகிறேன். அது ஏற்கெனவே நம்மிடம் உள்ள அனுபவத்தின் வாயிலாக வழக்கறிஞர்களைத் தங்கள் துறையின் உள்ளார்ந்த தேவைகளுக்கு நேர்படச் செய்யும். ஆனால் நேர்முகச் சட்டத்தின் பயிற்சி மட்டுமே போதுமானதல்ல என்று நான் நம்புகிறேன். நான் பரிந்துரை செய்யும் அறிவுப்பூர்வமான படிப்பிற்குச் சட்ட ஆய்வியல் கல்வி ஒருங்கிணைந்தது. நான் பரிந்துரை செய்யக் காரணம், சட்ட ஆய்வியலின், குறிப்பாக அதன் ஒப்பீட்டுக் கூறின் அறிவின்றி, நடைமுறையில் எவ்வளவு புகழ்பெற்ற வழக்கறிஞராக இருப்பினும், தனது துறைக்கு அடிப்படையாக உள்ள கருத்துகளின் அர்த்தத்தை உண்மையாக அளந்தறிய முடியாது. சட்ட ஆய்வியல் என்பது சட்டத்தின் கண் ஆகும். எந்தச் சூழலின் வெளிப்பாடாகச் சட்டம் இருக்கிறதோ அதைப் பற்றிய ஆழ்நோக்கினை அது சட்டத்திற்கு அளிக்கிறது. சட்டத்தைக் காலத்தின் ஆன்மாவுடன் தொடர்புபடுத்துகிறது. ஒரு குறித்த காலத்தில், குறித்த அமைப்பின் சட்டஆய்வியல் வளமானதாக இருந்தால், அந்த அமைப்பின் சட்டமும் அதன் காலத்தின் தேவைகளுக்கு அண்மையில் இருக்கும். ஆஸ்டினுக்குப் பிறகு ஆங்கிலச் சட்ட ஆய்வியலின் வறுமை, நமது சமூகச் சூழலின் விரைந்த மாற்றங்களை எதிர்கொள்வதற்கு நமது சட்டத்தின் போதாமைக்கான அளவுகோல். நமது வழக்கறிஞர்கள் தாங்கள் உரைக்கும் தீர்ப்புகளின் நீதிசார் முக்கியத்துவத்தைக் காண்பதற்குப் பயிற்சி பெற்றவர்களாக இருந்திருந்தால், ஸ்காட்லாந்தின் திருச்சபை பற்றிய வழக்கு, ஆஸ்பார்ன் வழக்கு போன்றவற்றில் நமக்கு இத்தகைய பிற்போக்கானத் தீர்ப்புகள் கிடைத்திருக்காது.

அது மட்டுமல்ல, சட்டம் வாழ்க்கையின் ஒரு பகுதியாக இருப்பதால், அதை நிர்ணயிக்கின்ற வாழ்க்கைப் பகுதிகளுடன் அது தொடர்பு வைத்துக் கொள்ள வேண்டும். உதாரணமாக, அரசியல் பொருளாதாரத்தின் நெருக்கமான தொடர்பின்றி ஒருவர் சரிவரச் சட்டத்தினைக் கற்க முடியாது. "இப்போதுள்ளது போல அரசியல் பொருளாதாரப் புலத்தைச் சட்டப் புலத்திலிருந்து பிரிப்பது, தத்துவப் படிப்பில் இன்னும் எவ்வளவு முன்னேற்றத்தை நாம் எய்த வேண்டியுள்ளது என்பதற்கான சான்றாக எனக்குத் தோன்றுகிறது" என்று நீதிபதி திரு. ஹோம்ஸ் எழுதுகிறார். (Collected Papers, p. 195). நிச்சயமாகவே கடந்த இருபத்தைந்து ஆண்டுகளில் அமெரிக்க ஐக்கிய நாட்டு உச்சநீதிமன்றத்தின் தீர்ப்புகளை, பொதுவாக அறுபதுகளின் விதிதருவாதத்தினை அந்தக் காலப்பகுதி இயற்கையாகவே சிந்திக்க முடியாத ஒரு சூழலுக்குப் பயன்படுத்த முனைந்த பொறுமையான முயற்சிகள் என்ற உணர்வில்லாமல் படிக்க எவராலும் இயலாது. நியூ யார்க்கிற்கு எதிராக லாக்னர் (Ut supra), அமெரிக்க ஐக்கியநாட்டுக்கு எதிராக அடயர் (208 U. S. 161), கான்சாஸுக்கு எதிராக கோப்பேஜ் (Ut supra), டேகன்ஹார்ட்டுக்கு எதிராக ஹேமர் (247 U. S. 251) போன்ற வழக்குகளில் நீதிமன்றத் தீர்ப்புகளைப் படிப்பது, எந்த அளவுக்கு வழக்கறிஞர்கள் தங்கள் பொருளாதாரக் கருத்துகளை வணிகர்களிடமிருந்து பெற விடப்பட்டார்கள், அவர்கள் தொடர்ந்து தன் அறிவு எல்லைகளை விரிக்கின்ற ஒரு பொருளாதார அறிவியலின் பொது முடிவுகளை அறியாதவர்களாக இருந்தார்கள் என்பதைப் புரிந்துகொள்ள வைக்கும். நீதித்துறைப் புனராலோசனையின் ஆற்றல் அரசியல் பொருளாதாரத்தைக் குறிப்பாக முக்கியத்துவம் வாய்ந்ததாக மாற்றுகின்ற இது அமெரிக்காவுக்கு மட்டும் உண்மையல்ல. தொழிற்சங்க அமைப்பின் அர்த்தத்தைப் புரிந்துகொள்ளப் பயிற்றுவிக்கப்பட்ட ஆங்கில நீதிபதிகள், உதாரணமாக, இரயில்வே பணியாளர்களின் ஒன்றிணைந்த சங்கத்துக்கு எதிராக ஆஸ்பார்ன் (Ut supra), திரு மற்றும் திருமதி வெப்பின் தொழிற்சங்க இயக்கத்தின் வரலாறு ஒன்றாய் இணைக்கப் பெறாத சங்கங்களின் சட்டத்தில் உள்ள பல வழக்குகளைப் போலவே முக்கியமானவை என்பவற்றைப் புரிந்துகொள்ளக் கற்பிக்கப்பட்டவர்கள், இப்படிக் காட்டுத்தனமாக நெறிதவறிச் சென்றிருக்க மாட்டார்கள். ஒப்பந்தம், அக்கிரமக் குற்றம், சொத்து, இவையெல்லாம் அவ்வவற்றின் பொருளாதாரப் பின்னணியின்றி விளக்கமுடியாத நீதித்துறை வகைமைகள். அரசியலமைப்புச் சட்டமும் தான் பாதுகாப்பரணாக இருந்து சேவை செய்யக் கூடிய ஒரு பொருளாதார அமைப்பின் வெளிப்பாடு என்ற வகையில் அல்லாமல் எந்த அரசியலமைப்புச் சட்டமும் விளங்கிக் கொள்ளப்பட இயலாதது. மகா சாசனம் ஒரு நிலவுடைமை ஆவணம் என்பதைச்

சுட்டிக்காட்டியவர் மைட்லண்ட் தான்; தங்கள் விருப்பமற்ற பண்ணை எஜமானர்களிடமிருந்து உரிமைகளைப் பறித்தெடுத்த நற்பண்பு கொண்ட சிண்டிகலியவாதிகளின் பின்னணியைப் பற்றி அறியாமல் அது அளிக்கின்ற உரிமைகளும் அர்த்தமற்றவை.

சட்டச் சீர்திருத்தங்களுக்கான நிபந்தனை என்ற வகையில், வழக்கறிஞர்களுக்கான பயிற்சியைவிட, அவர்களின் அமைப்பு சற்றும் முக்கியத்துவம் குறைந்ததல்ல. இப்போது தங்கள் நலன்களைப் பாதுகாத்துக் கொள்வதற்கு நல்லமுறையில் அமைப்புற்றிருக்கிறார்கள். தங்கள் தொழிலில் நுழைவதற்குரிய நிலைமைகளைக் கட்டுப்படுத்துகிறார்கள். தங்கள் சொந்தத் தொழிலின் கடமைசார் வழிமுறைகளின் தரங்களை ஏறத்தாழ முழுமையாக நிர்ணயிக்கிறார்கள். வேறெந்தப் பணியாளர்கள் அமைப்பும் அவர்களைப் போல முழுமையாகச் சுய நிர்வாகத்தின் அடையாளங்களைப் பெற்றிருக்கவில்லை; இயல்பாகவே அரசியல் தொழில்போக்கிற்கு ஏற்ற திறமை அவர்களிடம் இருப்பதால் அவர்களுக்குச் சட்டமன்றத்தில் மிகுந்த சிறப்பிடம் இருக்கிறது. ஆயினும் இவற்றையெல்லாம் அவர்களுக்கு நியாயப்படுத்திய சமுதாயத்திற்கெனச் சமநிலைப்படுத்துவதற்கு அவர்கள் எவ்விதச் சிறப்பு வேட்கையையும் காட்டுகிறார்கள் என்று சொல்லமுடியாது. இங்கிலாந்தில் மிகச்சில சிறிய சங்கங்கள், ஒப்புச் சட்டமியற்றலின் சங்கம் போன்றவை, ஒருசிலரின் நலன்களைப் பாதுகாக்கச் செயல்படுகின்றன; அமெரிக்காவிலும் முக்கியக் குடியேற்ற நாடுகளிலும், வழக்கறிஞர் சங்கங்கள் போன்ற அமைப்புகள் ஆண்டுதோறும் கொஞ்சநேரம் சந்தித்து உணவுண்டு பருகி, சட்டத்தின் பெரிய பாரம்பரியத்தைப் பற்றிய பெருமிதமான சொற்பொழிவுகளைக் கேட்கின்றன. ஆனால் இடத்துக்கு இடம், மாதாமாதம், சட்டத்தின் பிரச்சினைகளை ஆராய்ந்து அவற்றின் தீர்வுகளுக்கான வழிவகைகளை முன்வைக்கின்ற அமைப்புற்ற முயற்சி எதுவும் இல்லை.

சட்ட அமைப்பின் ஒவ்வொரு அலகும் வெறும் தொழிற்சங்கமாக இல்லாமல் ஒரு ஆராய்ச்சிச் சங்கமுமாக இருந்தால் இந்த இலக்கை நோக்கி ஒரு பெரிய முயற்சியைத் தொடங்கியதாக ஆகும் என்று நினைக்கிறேன். மான்செஸ்டரின் வழக்கறிஞர் சங்கம் வெறும் களிப்பூட்டும் செயல்களில் மட்டும் அன்றி, முன்னேற்றத்திற்கும் தனது கடப்பாடுகளை உணர்ந்தால், மான்செஸ்டர் வழக்கறிஞர்களின் கூட்டு அனுபவத்திலிருந்து சட்ட மாற்றத்துக்கான கருத்துகளைப் பெறுவது கடினமல்ல. அவர்கள் தங்கள் தொழில் நடவடிக்கைகளை வெளியிடலாம். அவர்கள் பொதுவான சட்டப் பிரச்சினைகளுக்கு மட்டுமல்லாமல், தங்கள் சொந்த நகரத்தின் சிறப்புச் சட்டப்

பிரச்சினைகளுக்கும் தீர்வளிக்க முனையலாம். எனது அர்த்தத்தை ஒரே ஒரு உதாரணம் புலப்படுத்தும். சில ஆண்டுகள் முன்பு, ஒரு கடுமையான நீதித்துறை மானக்கேட்டின் கண்டுபிடிப்பால் கிளீவ்லாந்து நகரம் அதிர்ச்சியடைந்தது. அது அங்குள்ள நீதித்துறையின் மோசமான செயல்பாட்டை வெளிச்சமிட்டுக் காட்டியது. ஹார்வர்டிலிருந்து இரண்டு சிறப்புமிக்க வழக்கறிஞர்கள் அங்குள்ள நிலையை விரிவாக ஆராய்ந்து மேம்பாட்டிற்கான ஆலோசனைகளையும் வழங்குவதற்குப் பணியமர்த்தப்பட்டனர். அவர்கள் மிகச் சிறப்பான அறிக்கை ஒன்றை வெளியிட்டனர் (Criminal Justice in Cleveland). அவர்கள் அறிக்கையைவிட முக்கியமானது, எதிர்காலத்தில் சட்ட நிர்வாகத்தினைக் கண்காணிக்கவும் அதைப் பற்றி அறிக்கை அளிக்கவும் ஒரு பகுதி வழக்கறிஞர்களையும், ஒரு பகுதி ஆர்வம்கொண்ட பொதுமக்களையும் கொண்ட நிரந்தர அமைப்பு ஒன்று அமைக்கப்பட்டது. பிற இடங்களிலும் இப்படிப்பட்ட அமைப்புகளை ஏன் தோற்றுவிக்கலாகாது என்பது எனது கேள்வி. ஒருவேளை அவை பொதுவான, நிரந்தர அமைப்புகளானதால், சட்டத்தொழிலுடன் மட்டும் தங்களை நிறுத்திக் கொண்டு, பிற தொழில்களின் அதேபோன்ற அமைப்புகளுடன் பரஸ்பர அறிவையும் ஆலோசனையையும் பரிமாறிக் கொள்ளலாம். ஆனால் எந்த ஒரு முயற்சியிலும் சட்டச் சீர்திருத்தத்தைச் சட்ட மனத்தின் ஒரு பழக்கமாக்குவதற்கு எல்லையற்ற சாத்தியங்களை அது திறக்கிறது என்ற உணர்வு எழாமல் கிளீவ்லாந்தில் செய்யப்பட்டனவற்றின் வரலாற்றை ஒருவரும் படிக்க இயலாது. நீதித்துறைப் புள்ளிவிவரங்களை மட்டும் வெளியிடுதல் சட்ட நிர்வாகத்தின் வெறும் எலும்புக்கோட்டுருவுக்கு மேல் எதையும் நமக்குத் தராது; ஏதோ ஒரு காரணத்திற்காகப் போதிய வேலையின்றி இருக்கும் சில வழக்கறிஞர்களிடம் ஆராய்ச்சியை ஒப்படைப்பது, விலைமதிப்பற்ற பயன்படுத்தப்படாத அனுபவத்தின் உட்குறிப்புகளைக் கைவிடுதலாகும்.

ஆனால் இப்படிப்பட்டத் தன்னார்வப் புலனாய்வு மதிப்புமிக்கதாக இருந்தாலும் போதுமானதல்ல. முடிவுகளைப் பெறுவது மட்டும் முக்கியமல்ல, அவை நிர்வாக அதிகாரத்தின் போதிய கவனத்தைப் பெறுவதை உறுதிப்படுத்துவதும் முக்கியம். இதற்காக, நீதித்துறை அமைச்சகத்தில் சட்டச்சீர்திருத்தத்தை ஆராய்வதை மட்டுமே நோக்கமாகக் கொண்ட ஒரு சிறிய, ஆனால் நிரந்தரமான ஆணையம் இருக்கவேண்டும். அதில் மூன்றுவகைப் பணிகள் செய்யப்பட வேண்டும் என்று காண்கிறேன். உள்நாட்டு, வெளிநாட்டுச் சட்டக் கொள்கைகள், சட்ட நிர்வாகம் பற்றிய தகவல்களை அது சேகரித்துக் கொள்ளும். காலத்துக்குக் காலம், தான் முறை என்று கருதுகின்ற முகமைகளை உருவாக்கி, சட்டத்தின் குறித்த துறைகளைப் புலனாய்வு செய்யும். ஏற்புடைய ஒவ்வொரு மூலத்திலிருந்தும் அது சட்டம்

வேலைசெய்வதைப் பற்றிய விமரிசனம், விசாரணை, ஆலோசனை ஆகியவற்றைப் பெறும். உதாரணமாக, ஏழைகளுக்குச் சட்ட உதவி தருகின்ற அமைப்புகளிலிருந்து அவர்கள் அனுபவத்தில், முறைகேடாகப் பிறந்த குழந்தைகளைப் பற்றிய வழக்குகளின் சட்டத்தில் திருத்தம் தேவைப்படுமா என்ற தகவலை அது கேட்கும்; மாற்றத்துக்கான சாத்தியங்களில் அது விசாரணைகளை நடத்தும். அயல்நாட்டில் ஒரு தண்டனைச் சீர்திருத்தம் வெற்றிகரமாக முயற்சி செய்யப்பட்டதா என்பதை அது கண்டறியும். அந்தப் புதிய முறையின் மதிப்பையும் தனது சூழலில் அது எந்த அளவுக்குப் பயனாகிறது என்பதையும் கண்டறிய ஒரு சார்பாளரை அனுப்பிவைக்கும். மேம்பாட்டிற்கான வழிகளைச் சுட்டிக்காட்டும் எல்லா முடிவுகளையும் சேகரிக்கவும் அவற்றை நீதித்துறை அமைச்சரின் கவனத்துக்குக் கொண்டுவரவும் முனையும். மெதுவாக அதனிடம் மிகப் பரந்த சட்டம் செய்யும் அதிகாரங்களையும் வைத்திருக்க இயலும். சட்ட மன்றத்தின் இறுதி ஒப்புதலுடன் மேலும் பல சட்ட மாற்றங்களையும் அதற்கும் மேலான பரவலான சட்டச் சோதனைகளையும் இயலச் செய்யும். ஆனால் நிர்வாகத்தின் சட்ட அலுவலகங்கள் பெரும்பாலான அரசுகளில் அப்படியே இருந்தால், அதாவது ஒரு நடுவர், வழக்கறிஞர், இவர்களுடன் ஆலோசனைக்கான சட்ட மருத்துவர் ஆகியோரைக் கொண்டிருந்தால், மேற்கண்டது போன்றதொரு கருவியை உருவாக்க இயலாது. ஆனால் அவர்களை உண்மையானதொரு நீதித்துறை அமைச்சகமாக மாற்றுவது, முதல் முறையாக, குறிப்பிட்ட அளவு புதுமையாக்கத்திற்கு சந்தர்ப்பமாக அமையும்.

மேலும் நீதிமன்ற அமைப்புகளின் அறிவு, அனுபவம் ஆகியவற்றை நாம் மேலும் ஆக்கப்பூர்வமாகப் பயன்படுத்தவேண்டும். இங்கு நாம் எச்சரிக்கையுடன் செயல்படவேண்டும்; ஏனெனில் நமது முயற்சி நீதித்துறைக்கும் நிர்வாகத்திற்கும் இடையில் ஒரு தொடர்பினை உருவாக்கி, முன்னதன் சுதந்திரத்தை உடைக்கும் அளவுக்குச் செல்லக்கூடாது. ஏனெனில் அச்சுதந்திரம்தான் நாகரிகம்பெற்ற நீதியின் வேராக அமைந்துள்ளது என்று வலியுறுத்தியுள்ளேன். ஆனால் நீதிமன்றங்களின் செயல்படுவிதம் பற்றி ஓர் ஆண்டறிக்கையைப் பெறுவது இவ்விஷயத்தில் தீங்காகாது, சாத்தியமும் ஆகும். தங்கள் வேலையின் பாடம் அவர்களுக்கு விரும்பக்கூடியதென்று போதித்த குறைந்தபட்சச் சீர்திருத்தங்களை நடுவர்கள் சுட்டிக்காட்டலாம். உதாரணமாக, ஆங்கில மணவிலக்கு நீதிமன்றத்தில், தான் அங்குச் செய்யக் கட்டாயப்படுத்தப் படுவது தனது சுயமரியாதைக்கு ஓர் இகழ்ச்சி என்ற உணர்வின்றி எந்த நடுவரும் அமர்வதில்லை என்று அவர்கள் கூறலாம். எத்தனை அளவுக்கு முறையீடுகளின் செயல்முறை வழக்காடுதலின் காலத்தைப் பொறுக்க முடியாத எல்லைக்குத்

தள்ளுகிறது என்பதை அவர்கள் சுட்டிக்காட்டலாம். குற்றங்களின் சில பிரிவுகளில், உதாரணமாக, பாலியல் வன்முறை போன்றவற்றில், அளிக்கப்படும் தண்டனை, அவர்கள் செய்த குற்றத்திற்குப் பொருத்தமாக அமையவில்லை என்ற தங்கள் உணர்வினை எடுத்துரைக்கலாம். வெளியிடப்படும் ஓர் ஆவணத்தின் அளவுக்கு அவர்கள் அறிக்கை இருந்தால் போதுமானது. ஆனால் அது நீதித்துறை அமைச்சகத்திற்கு முக்கியமான ஆலோசனைகளை அளிக்கும். அது பிறகு அவற்றை ஆராய முனையும்.

அந்த ஆராய்ச்சியின் முடிவுகளுக்கு நடுவர்கள் பொறுப்பாக மாட்டார்கள் என்பது தெரிந்ததே. தங்கள் அனுபவம் சந்தித்த தேவைகளைச் சுட்டிக்காட்டுவதோடு அவர்கள் வேலை முடிந்தது. இப்போது நாம் ஒரு நடுவர் தற்செயலாக ஒரு கருத்துரையை வெளியிடும்போது, அல்லது அவர் ஏதேனும் ஒரு பொதுப்பிரச்சினைக்கு விடையளிக்கும்போது தன் உணர்வினை வெளிப்படுத்தும் பேச்சில் இந்தச் சுட்டிக்காட்டலின் சில அம்சங்களைப் பெறுகிறோம். உதாரணமாக, நடுவர் திரு. ஹோம்ஸ், அமெரிக்கக் கூட்டாட்சிமன்றம் (காங்கிரஸ்) சட்டமியற்றுவது அரசியலமைப்புக்குப் புறம்பானது என்று அறிவிக்கின்ற அமெரிக்க உச்சநீதிமன்றத்தின் அதிகாரத்தை நீக்குவதில் தான் எந்தத் தீங்கையும் காணவில்லை என்று கூறியிருக்கிறார். ஆனால் அவருடைய எட்டு சகாக்களின் பார்வைகள் என்ன என்று நமக்குத் தெரியவில்லை (*Collected Papers, p. 296*). அதேபோல, இங்கிலாந்தின் தலைமை நீதிபதி நீதிமன்றங்களில் நடுவர்கள் நியமன முறையைப் பற்றிக் கருத்துரைத்திருக்கிறார். (*Speech to the Hardwicke Society, London Times, November, I, 1924*). ஆனால் இப்படிப்பட்ட முறைகளின் கடினம், அவை எப்போதாவது செய்யப்படுகின்ற இயல்பில் இருக்கிறது; எவ்வளவுதான் ஆழமாக உணரப்பட்டாலும் அவை ஓர் அனுபவத்தைத் தெரிவித்து, அது செல்ல வேண்டிய நடவடிக்கையின் பாதைக்கு உதவுவதில்லை. நீதிமன்ற அனுபவத்தை ஒருசீரான, தொடர்ச்சியான ஆலோசனையாக அமைப்புச் செய்தால் மட்டுமே அதனுள் அடங்கிய ஞானத்தை நாம் சிறப்பாகப் பயன்படுத்த முடியும்.

VI. செயல்துறையில் பகுதிநீதிமுறை அதிகாரங்கள்

ஓர் இறுதிப் பிரச்சினை மீதியிருக்கிறது. ஒரு சில நிர்வாக அதிகாரிகளிடம் கொஞ்சம் நீதியதிகாரம் நிலவுகிறது. அது, நிர்வாகச் சட்டத்திற்கு முழுதும் அப்பால், முக்கியக் கேள்விகளை எழுப்புகிறது. நீதித்துறை தன்னிடம் தனிப்பட்ட மனிதர்களோ நிர்வாகமோ

சமர்ப்பிக்கப்பட்ட பிரச்சினைகளுக்குத் தீர்ப்பு வழங்குவதன்மூலம் சட்டத்தை உருவாக்குகிறது. நிர்வாகம் சமர்ப்பிப்பதை எவ்விதம் சீரமைப்பது? எல்லா அரசுகளிலும் நீதித்துறை அமைச்சர் இருக்கிறார். அல்லது அந்தப் பொறுப்புக்குச் சமமான ஓர் அதிகாரி இருக்கிறார். அவர் அப்போதைய அரசாங்கத்துக்குச் சட்ட ஆலோசகராகச் செயல்படுகிறார். குற்றத்தரப்பில், குற்றம் செய்தவர்களின்மீது வழக்குத் தொடுக்கிறார். அவருடைய அதிகாரங்களின் எல்லையும் பண்பும் என்ன?

பரந்த நிலையில், மெய்யாக இருக்கும் பிரச்சினை குற்றம்சாட்டும் தரப்பிலிருந்து எழக்கூடியது. குறிப்பாக, அரசியல் குற்றங்களுக்கு. ஒவ்வொரு அரசாங்கத்துக்கும் வழக்குத் தொடராதிருப்பதற்கோ, அல்லது வழக்குத் தொடர்ந்தபின்னர் அதை நீக்கிக் கொள்வதற்கோ அதிகாரம் இருக்கிறது. அந்த அதிகாரம் அரசியல்தன்மை கொண்டதா, அல்லது சட்டவியல் தன்மை கொண்டதா? பிற்பட்டதாக இருப்பின், நீதித்துறை அமைச்சர் போன்ற ஒரு அரசியல்வாதி, தன் பதவியின் காரணமாக அரசாங்கத்துடன் தொடர்ந்த தொடர்பில் இருப்பவர், அந்த அதிகாரத்தைச் செலுத்தலாமா? அப்படிப்பட்டத் தொடர்பின் ஒளியில், அவர் தனது கடமையின் நீதிக்கூறினையும் அரசியல்கூறினையும் வேறுபடுத்த முடியுமா? அப்படியானால் வழக்குத் தொடுத்தல்களை மேற்கொள்ளக்கூடிய அல்லது அவற்றைக் கைவிடக்கூடிய, பிரிட்டனில் கட்டுப்பாட்டாளர் அல்லது உயர் தணிக்கை அதிகாரி போலப் பாதுகாப்புப் பெற்ற, நிரந்தர அதிகாரியிடம் அந்த அதிகாரத்தை ஒப்படைப்பது விரும்பத்தக்கதா?

இதற்கு அரசியல் தீர்வு மட்டுமே சாத்தியம் என்று நான் நினைக்கிறேன். அதற்கு எளிய காரணம், பலவகையான குற்றங்களுக்கு, உதாரணமாக, அரசெதிர்ப்புக் கிளர்ச்சி, அல்லது பழிப்புரை, போன்றவற்றுக்கு உசிதப்படி முடிவெடுக்க முடியுமே தவிர விதிமுறைப்படி அல்ல. ஒரு நிரந்தர வழக்குத்தொடுப்பு அதிகாரியால், பிர்க்கன்ஹெட் பிரபு, கார்சன் பிரபு போன்றோரால் கொள்ளப்படும் அரசெதிர்ப்பையும், புரட்சிகரப் பொதுவுடைமையாளர்களின் முக்கியமற்ற குழு ஒன்றினால் கொள்ளப்படும் அரசெதிர்ப்பையும் வேறுபடுத்தி நோக்கமுடியாது. இரண்டாவது வழக்கில் அவரால் முதல் வழக்கில் ஈடுபடாமல் செயல்பட முடியாது. அவ்வாறு முதல்வழக்கில் ஈடுபடுவது, எந்த அரசாங்கமும் எதிர்கொள்ளத் தயாராக இல்லாத பின்விளைவுகளைக் கொண்டிருக்கும். ஆகவே இப்படிப்பட்ட அதிகாரத்தை ஒரு நிரந்தர அதிகாரியிடம் தருவது, விளிம்புநிலையில், நிர்வாகத்தின்மீது வாழ்வா சாவா என்ற அதிகாரத்தைத் தருவதாகும். நிச்சயமாக அப்படிப்பட்ட அதிகாரத்தைச் சட்ட மன்றத்துக்குப்

பொறுப்புள்ள ஒரு அமைச்சரால் மட்டுமே வகிக்க முடியும். அவர் விவேகம் உள்ளவராக இருந்தால் செயல்பட வேண்டியது, பொதுவான கொள்கை அடிப்படையில்தான்; எழுப்பப்படுகின்ற பிரச்சினை எங்கெல்லாம் மிகுதியான அக்கறைகாட்டுவதை உள்ளடக்கியிருக்கிறதோ அங்கெல்லாம் அவர் தனது சகாக்களிடம் ஆலோசனை செய்தாக வேண்டும். ஒரு தொல்லை பெரிதாகும் என்ற அச்சம் இருந்தால் அதைத் தவிர்க்க குற்றம் சாட்டுவது நல்லது. ஆனால் அப்படி அரசியல் ரீதியாகக் குற்றம் சாட்டப்படுபவர் அரசியல் தியாகி ஆகிவிடுகிறார். அப்படித் தியாகியாவது அவர் வளர்வதற்குக் காரணமாகிவிடுகிறது. இதெல்லாம் நிர்வாகத்துறை அக்கறை காட்டவேண்டிய பிரச்சினைகள். ஏனெனில் ஒவ்வொரு நிலையிலும் அரசாங்கத்தின் வாழ்க்கையைப் பாதிக்கக்கூடிய விளைவுகளைக் கொண்டிருப்பதால் ஒரு நுட்பமான சமநிலையைச் சார்ந்திருக்கின்றன. ஒரு பொதுவுடைமையாளர் அரசெதிர்ப்புக் குற்றம் சாட்டப்பட்டால், அப்படிப்பட்ட முயற்சியின் அறிவுடைமை பற்றிச் சந்தேகப்படுபவர்களால் அது சவாலுக்கு உட்படுத்தப்படும்; அரசாங்கம் அந்தச் சவாலுடன் ஒத்துச் செல்வதாயின், மன்னிப்பு வழங்கப்படலாம். அது குற்றம் சாட்டியதையே நகைப்புக்கு இடமாக்குகிறது. அல்லது ஒரு நிரந்தர அதிகாரியுடன் ஏதோ ஒருவித கள்ளத்தனமான தொடர்புகொண்டு முடிக்க வேண்டும். அவ்வாறாயின் அவருடைய பணி அரசியல் கோணத்திலிருந்து தாக்குதலுக்குள்ளாகும். அந்த அதிகாரியின் மனம் அப்படிப்பட்ட சூழ்நிலையில் தான் கொண்டிருக்கும் முன்கருத்தினால் ஒருதலைப் பட்சமாக ஆவது தவிர்க்கமுடியாதது. ஆகவே இப்படிப்பட்ட வழக்குகள் எல்லாவற்றையும் வெளிப்படையாகவே நிர்வாகத்தின் அதிகாரத்துக்குள் விடுவது சிறந்தது. ஏனெனில் நிகழ்வதற்கு அமைச்சரவை பொறுப்பாகும். அதனால் பிரச்சினையை இருண்மை, பாரபட்சம் என்ற நஞ்சுகள் சூழ விடமாட்டோம். இப்படிப்பட்ட குற்றம் சாட்டுதல்களில், ஒரு நிரந்தர அதிகாரியின் மனம் தனது சொந்தச் சார்புகளால் கடுமையாகப் பாதிக்கப்பட இருக்கின்ற நிஜமான கஷ்டத்தை நாம் தடுக்கமுடிகிறது.

ஆனால் இந்த நோக்கின் உள்ளிருக்கும் இடர்ப்பாடுகளை நான் மறுக்கவில்லை. இதனால் சட்டத்தின் பூர்த்தியை அன்றி, வேறுவித உள்நோக்கங்களால் வழக்குத் தொடர்தல் தொடங்கவோ நிறுத்தவோ படலாம். செல்வாக்குப் பெற்ற மனிதர்களைத் தப்புவிக்க அழுத்தம் தரப்படலாம். அதுவும், அரசியல் என்று கருதப்பட முடியாத குற்றங்களுக்கும் அவ்விதம் செய்யப்படலாம். ஆனால் இப்படிப்பட்ட அபாயத்திற்கு விடை இரண்டு உண்டு. வழக்குத் தொடுக்கும் பொறுப்பில் யார் இருந்தாலும், அழுத்தம் கொண்டுவரப்படும்;

அதனுடன் சம்பந்தப்பட்ட கேள்விகளை அமைச்சுப் பொறுப்பின் கேள்விகளோடு தொடர்புபடுத்துவதால் நாம் குறைந்தபட்சம், அவை சட்டமன்றத்தின் விருப்பத்திற்கு உட்படக்கூடிய உறுதியையேனும் பெறலாம். இரண்டாவதாக, வழக்குத் தொடுத்தலின் அரசியல் கூறினை நாம் வெளிச்சத்துக்குக் கொண்டுவருகிறோம். உதாரணமாக, 1913-14இன் தாராளவாத அரசாங்கம் கார்சன் பிரபு, அவரது நண்பர்கள் ஆகியோரை இராணுவத்தின் விசுவாசத்துடன் தவறான வழியில் தலையிட்டுக் கெடுத்ததற்காக வழக்குத் தொடுப்பதன் அவசியத்தை விவாதித்திருக்கவே கூடாது என்பதை நம்பவே முடியவில்லை. நாம் இங்கு முன்வைத்த முறைப்படி முடிவெடுத்தவர் யார் என்று தெளிவாகத் திட்டமான மூலத்திற்குச் செல்லமுடியும். அதற்கான பொறுப்பு தெளிவானது, அந்தச் சமயத்திலிருக்கும் அரசாங்கம் தான் எடுக்கும் நடவடிக்கையை நியாயப்படுத்த வேண்டும்.

ஒரு வழக்கைத் தொடங்கும் நடவடிக்கையை தொடங்கிவிட்டுப் பிறகு சிலநாட்களில் அதைக் கைவிட முடிவு செய்தால் என்ன ஆகும்? இங்கும் முக்கியமான வழக்குகள் அரசியல் பண்பையே பெற்றுள்ளன. தவறான அடையாளத்தினால் அந்த நபர்மீது வழக்குத் தொடுக்கப்பட்டதென காவல் ஆய்வுகளின் ஆவணக்காப்பகம் நிறுவிய (கண்டிப்பாக அவ்விதம் நிறுவியே இருக்கும்) அடால்ஃப் பெக்-கிற்கு எதிரான வழக்கைத் தள்ளுபடி செய்ய ஒருவரும் ஆட்சேபித்திருக்க மாட்டார். ஆனால் திரு. ஜே. ஆர். கேம்பெல் மீதான வழக்கு போன்றதொன்று கைவிடப்பட்டது எப்படி? சில சூத்திரங்களைக் கடைப்பிடிக்க வேண்டும் என்று நினைக்கிறேன்.

(1) வழக்கினைக் கைவிடுதல் பற்றிய முறையான அறிவிப்பைத் தவிர நடுவருடனோ குற்றநடுவருடனோ எவ்விதத் தொடர்பும் இருக்கலாகாது.

(2) அக் கைவிடப்படுதலுக்கான அடிப்படைகள் குறித்து அலுவலகரீதியான அறிவிப்பு செய்யப்படுதல் வேண்டும்.

(3) வழக்கு கைவிடப்படுதல், குறிப்பாக அரசியல் விஷயங்களில், அன்றைய அரசாங்கத்தின் பொறுப்பை உள்ளடக்கியிருக்கிறது என்று புரிந்துகொள்வது அவசியம்.

(4) வழக்கினைப் பின்வாங்கிக் கொள்வதை நடுவரோ குற்றநடுவரோ மறுப்பதற்கு உரிமை இருக்கக்கூடாது; இல்லையென்றால், முதல்படியில் அவர் உடனே வழக்குத் தொடுப்பவர் ஆகிறார், அடுத்து அந்த வழக்கின் நடுவர் ஆகிறார்.

(5) இப்படிப்பட்ட எல்லா வழக்குகளும் அலுவல்ரீதியாகச் சட்டமன்றத்துக்கும் நீதிஅமைச்சத்தின் சட்டமன்ற ஆலோசனைக் குழுவுக்கும் தெரிவிக்கப்பட வேண்டும். குறித்த அளவு விளம்பரம், அரசாங்கம் எந்த அடிப்படையில் இந்த நிலைப்பாட்டை எடுக்கிறது என்பது பற்றிய அதிகாரப்பூர்வமான வெளியீடு என இப்போது நம்மிடம், இந்த அதிகாரத்தின் தவறான பயன்பாட்டுக்கு எதிரான பாதுகாப்புகள் போதிய அளவு உள்ளன என்று நினைக்கிறேன். தவறோ, அநீதியோ செய்யப்பட்டிருந்தால், அதை எதிர்க்கக்கூடிய வழி நம்மிடம் உள்ளது, அப்படிப்பட்ட எதிர்ப்பை எந்த இடத்தில் செய்வது தக்கதோ அந்த ஓரிடத்தில் அது செய்யப்படும். இப்போதுள்ள முறையின் அரை வெளிச்ச நிலையைவிட இப்படிப்பட்ட சூழல் மிகவும் வேண்டத்தக்கது என்று நினைக்கிறேன். *(On all this see debate on the Campbell case in the House of Commons, Parliamentary Debates, fifth series, vol. 177, No. 128, October 8, 1924, pp. 381 ff.)*

அரசியலிலிருந்து சட்ட நிர்வாகத்தைச் சுதந்திரமாக வைப்பதன் உயிரான முக்கியத்துவத்தை ஒருவரும் மறுக்கவில்லை. ஆனால் அதுவும், இங்கிலாந்தில், உதாரணமாக, தலைமை வழக்கறிஞர், "வழக்குத் தொடுக்கும் விஷயங்களில் தன் முடிவைச் செய்யும்போது எவ்வித அரசியல் செல்வாக்கிலிருந்தும் முழுவதும் சுதந்திரமாக இருந்துள்ளார்" என்று சொல்வதும் ஒன்றல்ல. *(Cf. the remarks of Sir R. Horne in the debate cited in the note above, pp. 581-2).* ஒரு வழக்கு, தன் இயல்புப்படியே, அரசியல் தன்மை கொண்டது என்றால், அரசியல் செல்வாக்குத் தவிர்க்க இயலாதது. ஏனெனில் அப்படிப்பட்ட வழக்குகளில் குற்றம்சாட்டுதல், உசிதப்படி நிகழ்வதே அன்றி, எந்த அரசாங்கமும், கொள்கை விஷயங்களை அந்த உசிதம் உடனடியாக பாதிக்கிறது என்றால், தனது தலைமை வழக்கறிஞரின் சொல்லுக்குப் பணியமுடியாது. அப்படியில்லை என்றால், சட்டவிலக்கு நடவடிக்கைகள் தெளிவாகவே நியாயமற்றவை. ஏனெனில் அப்படிப்பட்ட எல்லாச் செயல்களும், கண்டிப்பாக உசிதம் என்ற அடிப்படையிலேயே சட்டத்தின் போக்கில் நிகழும் வெளிப்படையான குறுக்கீடுகள் ஆகும். தவறிழைக்கப்பட்ட மனிதர்களிடமிருந்து சாதாரண வழக்கில் அவர்கள் பெற்றிருக்கும் உரிமைகளை அவை எடுத்துக் கொள்கின்றன, ஏனெனில் அவற்றை ஒழிப்பதை விரும்பத்தக்கதாக நிர்வாகம் கருதுகிறது. நீதிநிர்வாகத்தை எவ்வித அரசியல் செல்வாக்கிலிருந்தும் சுதந்திரமாக ஆக்குவதற்கு ஒரே வழி, வழக்குத் தொடுக்கும் முழுச் செயல்முறையையும் அன்றைய அரசாங்கத்துக்கு பதில்சொல்லத் தேவையற்ற நிரந்தர அதிகாரி ஒருவரின் கையில் கொடுத்தால் போதுமானது. நான் ஏற்கெனவே இந்த முடிவை விவாதித்திருக்கிறேன். அதில் அடங்கியுள்ள பணி கொள்கை

சம்பந்தமான பிரச்சினையை எழுப்பும் என்பதைப் புரிந்துகொண்டால், அதைப் பயன்படுத்த முடியாது என்று வாதிட்டுள்ளேன். ஏனெனில் கொள்கைகள் இறுதியாக நிர்ணயிக்கப்படுகின்ற ஒரே இடம் சட்டமன்றமே ஆகும். ஒரு நிரந்தர அதிகாரி மூன்றாம் எட்வர்டின் சட்டவிதியின் பேரில் ஓர் அரசியல் நபரின்மீது வழக்குத் தொடுத்தார். *(The case of Mr. George Lansbury in 1913)*, அவ்வழக்கு கடற் கொள்ளைக்காரர்களுக்கு எதிரானது. உடனே பாராளுமன்றத்தில் விவாதங்களுக்கு இடம் அளிக்கக்கூடியது. பாராளுமன்றம் அவருடைய நடவடிக்கை ஒவ்வாததென்று நினைத்தால், தெளிவாகவே அது அவருடைய செயலைக் கண்டிக்கும். ஆனால் அப்படி நடந்தவுடனே, நீதிமன்றச் சார்பானதாகக் கருதப்பட்ட ஒரு பணி, எல்லாச் சந்தேகங்களுக்கும் அப்பால், உறுதியான அரசியல் நிகழ்வாகக் கருதப்படும் ஒன்றில் சேர்ந்துவிடும். அப்படிப்பட்ட நிகழ்வு எந்த அரசியல்சாராத அதிகாரிக்கும் அழிவுண்டாக்கக்கூடியதாக இருக்கும். இதைப்போன்றதொரு அடுத்த வழக்கில் அவர் செயல்படத் தயங்குவார். அதன் சிறப்புகளை வைத்து எடைபோடாமல், தனக்குக் கஷ்டத்தை உண்டாக்கக்கூடிய அதன் விளைவுகளை வைத்து எடைபோடுவார். அந்தக் கஷ்டத்துக்கு எதிராக அவருக்கு மெய்யான பாதுகாப்பு எதுவும் இல்லை. ஏனெனில் அவரது செயல்களின்மீது எவ்வித அமைச்சகப் போர்வையையும் போர்த்தமுடியாது. அவரது நிலை சகிக்கமுடியாத ஒன்று ஆகிவிடும். போதிய பாதுகாப்பு இன்றி அவர் தாக்கப்படுவார். அவரது பதவி பண்பில் நீதித்துறை சார்ந்தது என்ற புனைவை விரைந்து கைவிடவேண்டிய தேவை வரும். ஏனெனில் அவர் தன்னை விளக்கிக் கொள்ள முனைந்த உடனே, அவர் கொள்கை அடிப்படையில் செயல்படுகிறார் என்பது தெளிவாகும். அவர் நிர்வாகத்துடன் போதுமானபடி அமைப்புறாத் தொடர்பிலுள்ள, அதன் ஒரு கிளையாக வெளிப்படுத்தப்படுவார். நீதிமன்றத்தின் நிர்வாகத் தூய்மை என்பது சர் ராபர்ட் ஹாரின் கொள்கையில் காணப்படாதது. ஏனெனில் அதன் முடிவு நடக்கவேண்டிய கலந்தாலோசனையை, எந்த ஓர் அமைப்பிலும் தவிர்க்கமுடியாத ஆலோசனைகளை, பொதுமக்கள் பார்வையிலிருந்து மறைப்பதாகவே இருக்கும். மிக எளிய பகுப்பாய்வும் அவற்றின் அவசர முக்கியத்துவத்தை வெளிப்படுத்தும்போது அவை மறைந்து போனதற்கு அவற்றை மறைத்துவைத்ததுதான் நிரூபணம் என்று எவருமே உடன்படமாட்டார்.

இயல் பதினொன்று - சர்வதேச ஒழுங்கமைப்பு

1. சர்வதேச ஒழுங்கமைப்பின் அடிப்படை

நவீன நாகரிகத்தின் பெருக்கம், அரசியல் ஞானமின்மையும் ஒழுக்க அபாயமும் என்ற இரண்டுமே வெளிப்படுகின்ற தேசிய, இறையாண்மை அரசை ஒரு நிறுவனத் தேவை ஆக்கிவிட்டது என்று இந்த நூலின் முந்திய இயல் ஒன்றில் நான் வாதிட்டிருந்தேன். நம்மைச் சுற்றியுள்ள மெய்ம்மைகளால் நாம் சர்வதேசச் சோதனைக்கு ஒப்புக் கொடுத்துள்ளோம். அரசுகள் பொருளாதாரத்தில் ஒன்றையொன்று சார்ந்துள்ள நிலையை ஏற்கத் தள்ளப்பட்டுள்ளோம். தூய உள்நாட்டு அக்கறைகளுக்கு அப்பால், பொதுவான ஆட்சிகளை நிலைநிறுத்தல்தான் திருப்திகரமான சர்வதேச ஏற்பாடுகளை இயலச்செய்கின்ற ஒரே வழி என்று பார்க்க முனைந்துள்ளோம். உலக மோதல்களில் உள்ளடங்கியிருப்பது என்ன என்ற அனுபவம் இந்தத் தலைமுறையின் சிறந்தவர்களுக்குத் தற்கொலைக்கு ஒரே நியாயமான மாற்று, போரை இல்லாமல் ஆக்குவதுதான் என்று மெய்ப்பித்துள்ளது. மேலும் அரசியல் பொருளாதாரத்தை உள்ளடக்கியுள்ளது, உலகச் சந்தை மெய்யாக உருவானதால் எழுகின்ற பொது அக்கறைப்பட்ட விஷயங்களுக்கு ஒரு பொதுவான தீர்வுதான் அந்த உலகச் சந்தையின் விளைவுகள் என்றும் நாம் அறிந்துள்ளோம். அதாவது, கச்சாப் பொருள்களின் அளிப்பு, கலால்வரிகள், அல்லது புலம் பெயர்தல் போன்றவை உலகம் முழுவதையும் பாதிக்கின்றன, எந்த அரசுமே தனக்குத் தானே உலகமாக தனது விதிகள் அடிப்படையில் வாழ்ந்துவிட முடியாது என்பதையும் இது காட்டுகிறது. ஓர் அரசின் பணி, அரசுகளின் பொது வாழ்க்கையின்மீது நேரடியாக மோதும்போது

ஏதோ ஒருவிதமான, ஓர் அளவிலான சர்வதேசக் கட்டுப்பாடு நிபந்தனையாகிறது.

இந்த நோக்குதான், வெர்சேய்ல் சமாதான உடன்படிக்கையில் சர்வதேசச் சங்கம் வேண்டும் என்ற ஒப்பந்தத்தையும் சேர்க்க வேண்டிய நிலையை ஏற்படுத்தியது. அதன் அசல் வடிவத்தில் அந்தப் பத்திரத்தின் ஆழமான குறைகளை ஆராய நான் இங்கு முற்படவில்லை. அந்த விஷயத்தின்மீது குற்றம் சாட்டுவது பொதுவானது என்பதால் சர்வதேசச் சங்கத்தின் செயல்படுதிறன் என்பது அதன் உள்ளடக்கும் தன்மையைப் பெருமளவு சார்ந்துள்ளது என்பதை நான் இங்கு வாதிடத் தேவையில்லை; அதுவும் ரஷ்யா அமெரிக்கா போன்ற அரசுகள் அதில் இன்மை அதன் நோக்கங்களின் பூர்த்திக்கு அழிவு தருவதாக உள்ளது. அல்லது அந்தச் சங்கம் நீதிமுறையில் எல்லா அரசுகளுக்கும் மேலானதா அல்லது அது வெறும் இறையாண்மை மிக்க நாடுகளின் கூட்டுதானா என்ற தொழில்நுட்பக் கேள்வியின்மீது இங்கு கவனம் செலுத்தவும் தேவையில்லை. சாராம்சத்தில் அது முதல்நிலையினதாகவே காட்டக்கூடியதாக உள்ளது, அதன் செயல்பாடுகள் மேலும் போதிய அளவு நடைபெறும்போது அது தெளிவாகும் என்று நான் நினைக்கிறேன். ஏனெனில் அதற்குத் தன் உறுப்பினர்களைக் கட்டக்கூடிய சக்தி உள்ளது; ஏற்கெனவே அதன் அதிகார வீச்சுக்குள்ளான செயல்பாட்டு வட்டங்கள் உள்ளன. அதற்குள்ளாக அது உருவாக்கும் கடப்பாடுகளைத் தவிர்த்தல் கொள்கையளவில் சாத்தியமில்லை என்றாலும், குறைந்தபட்சம் நடைமுறையில் சாத்தியமாவது கடினம் என்ற நிலை உள்ளது. ஆனால் சர்வதேச விஷயங்களில் அரசு இறைமை என்பது உண்மையில் காலமாகிப் போன விஷயம் என்பது தேசிய முற்சார்பினால் தீவிரமாகப் பாதிக்கப்பட்ட ஒரு தலைமுறையினை இன்னும் தொல்லைப்படுத்துகிறது; சர்வதேசச் சீரமைப்பின் பிரச்சினைகளை வேறொரு கோணத்திலிருந்து அணுகுவது மேலும் அறிவுடைமையாகவும் மேலும் பயனுள்ளதாகவும் தோன்றுகிறது.

தான் செய்யவேண்டிய பணிகள், அந்தப் பணிகளின் நிகழ்த்துதலுக்குத் தேவையான உறுப்புகள் என்பவற்றை விவாதிப்பதுதான் அந்தக் கோணம். அவற்றின் இயல்பை ஆராய்வதன் மூலம் நாம் தூய அருவமான சிந்தனைகளைப் பகுப்பதில் ஈடுபடுவதைவிட தேசியத்தை எது நாகரிகத்துடன் சமரசப்படுத்துகிறது என்பதன் பண்பைப் பற்றிப் புரிந்து கொள்ள முடியும். பரந்த நிலையில், நவீன நாகரிகத்தில் பொது அக்கறைக்கான விஷயங்களை மூன்று பொது வகைகளில் பிரிக்கலாம். அரசியல் பிரச்சினைகள், பொருளாதாரப் பிரச்சினைகள், சமூகப் பிரச்சினைகள். இந்த வகைகள் ஒன்றையொன்று விலக்கியவை என்றோ, அவை போதிய அளவு ஒன்றிலொன்று நிழலாக மறைகின்றன

என்றோ நான் கூறவரவில்லை. ஆனால் நாம் விடைகாண வேண்டிய கேள்விகளின் மிகப் பெரும்பான்மை நியாயமாக இவை மூன்றிற்குள் ஒன்றில் அடங்குகின்றன. ஒவ்வொன்றிற்குள்ளும் அடங்கும் முக்கிய விஷயங்களைப் பட்டியலிடவும், அவற்றின் பொது அக்கறைக்கான முக்கியத்துவம் பற்றிச் சொல்லவும் முயற்சி செய்கிறேன். ஒரு பொதுவான பார்வையை முதலில் முன்வைக்கலாம். நிகழ்கின்ற பிரச்சினைகளில் பல, முக்கியமான இரண்டு மூன்று அரசுகள் தொடர்பானவையாகவே உள்ளன. அவற்றின் சர்வதேச அக்கறை என்பது சிறிதாகவும் தொலைவாகவும் உள்ளது; இதற்கு நல்ல உதாரணம், டான்யூப் நதியின் போக்குவரத்தைக் கட்டுப்படுத்தும் சர்வதேச ஆணையத்தின் பணி. இரண்டு நிபந்தனைகளின்பேரில், அப்பிரச்சினைகளில் முதன்மையாகச் சம்பந்தப்பட்ட கட்சிகளிடமே அவற்றின் தீர்வையும் விட்டுவிடலாம்; ஒரு பொது முறைப்படியாக அது அடையப்பட வேண்டும், அதன் சாராம்சமும், அந்தச் சாராம்சத்தின் நிர்வாகமும் ஒரு பொது சர்வதேசத் தலைமையதிகாரத்தினால் ஒப்புக் கொள்ளப்படவும், அதன் ஆய்வுக்கு உட்படவும் வேண்டும். அதாவது, சர்வதேசச் சங்கம், அதன் இயல்பான அர்த்தத்தில் அரசு என ஆகின்ற வாய்ப்பில்லை. அது நேரடி நிர்வாகத்தின் மீதான அக்கறையைவிட, பிற அரசுகள் செய்யமுனைகின்ற தீர்வுகளை விளக்குவது அல்லது ஏற்பது என்பதில் கவனம் செலுத்தும். ஆகவே செயலுக்கான முகவர் என்பதைவிட அது கொள்கைக்கான மூலமாகவே இருக்கும்; ஆனால், நான் பின்னர் காட்டப்போவதுபோல, இறுதிநிலையில், சமூகத்தில் திட்டமான செயல் பிறக்கின்ற இறுதி வைப்பாக அது கருதப்பட வேண்டும்.

II. சர்வதேச ஒழுங்கமைப்பின் பணிகள் - அரசியல்

முதலில் நான் சர்வதேசச் சங்கத்தின் அரசியல் பணிகளை எடுத்துக் கொள்கிறேன்; அந்த அரசியல் பணிகளிலும் கேள்வியின்றிச் சர்வதேச முக்கியத்துவம் வாய்ந்தவையாக இருப்பனவற்றை முதலில் விவாதிக்கலாம்.

(I) எல்லா உடன்படிக்கைகளும், அவற்றின் எல்லையும் இயல்பும் எதுவாக இருப்பினும், சங்கத்தில் பதிவு செய்யப்படவேண்டும் என்பது தெளிவு. பதிவு செய்தால், அந்த உடன்படிக்கைகளால் பிற அரசுகள்மீது ஏற்படும் விளைவுகளின் சாராம்சம் பற்றிக் கேள்வியைச் சங்கத்தில் எழுப்ப முடியும் என்பதனால் மட்டுமல்ல, சர்வதேச ஏற்பாடுகளில் இரகசியம் என்பது அமைதிச் சூழலுக்கு அழிவுண்டாக்குவது என்பதாலும்தான்

இது தேவையாகிறது. மேலும் சில வகை உடன்படிக்கைகள், அவற்றின் காரணகாரிய இயல்பினால், வெறுப்பூட்டக் கூடியவை. எனவே அவை சங்கத்தின் செயல்பாட்டினால் சட்டப்படி செல்லாதது ஆக்கப்பட வேண்டியவை. உதாரணமாக, 1914க்கு முன் ஃபிரான்ஸ் ரஷ்யாவுடன் கூட்டு இராணுவ நடவடிக்கைக்குத் தன்னைக் கட்டுப்படுத்திக் கொண்டது போல, ஓர் அரசு மற்றொன்றுடன் கூட்டு இராணுவ நடவடிக்கைக்கு இணைத்துக் கொள்கின்ற உடன்படிக்கைகள் மன்னிக்க இயலாதவை. பதிவு செய்வதைக் கட்டாயமாக்குவதால் இரகசிய ஏற்பாடுகள் தடுக்கப்படுவதை உறுதி செய்ய முடியும் என்று நான் கூறவில்லை. ஆனால் வெளிப்படையாகப் பதிவுசெய்து, சர்வதேச அளவில் ஒப்புக் கொள்ளப்பட்ட உடன்படிக்கைகள்தான் சங்கத்தினால் அனுமதிக்கப்படும் என்றால், அவற்றை உருவாக்கியவர்கள் மறைக்க முயற்சி செய்த ஏற்பாடுகளின் வெளிப்பாடு அவற்றை முன்பிருப்பதைவிட வலுவற்றதாகச் செய்யும். 1904இல் ஆங்கில-ஃபிரெஞ்சு நட்புறவின் துல்லியமான நிபந்தனைகள் அது நிகழ்ந்தபோதே வெளிப்பட்டிருந்தால், 1914இன் போர்ச் சூழலை ஏற்படுத்துவது மேலும் கடினமாக இருந்திருக்கும். இரகசியம் சந்தேகத்தை வளர்க்கிறது, சந்தேகம் அச்சத்தின் செவிலி. கட்டாயமாக வெளிப்படுத்துதலின் விளைவு, ஒரு கடுமையான குற்றத்தின் பொறுப்பை இன்றிருக்கும் சூழ்நிலையில்கூட, உலகின் பிரதிகூலமான கருத்திற்கு எதிர்நிற்க விரும்பாத வல்லரசுகளின்மீது சுமத்துவதாகும். இப்படிப்பட்ட வெளிப்படுத்தல், சங்கத்தில் தான் வெளியிடப்பட்ட மூன்று மாதத்திற்குள் எந்த உடன்படிக்கையும் நியாயம் என்று கருதப்படக்கூடாது என்பதற்குத் தேவையான காரணத்தை அளிக்கிறது. ஏனெனில் அப்போது உடன்படிக்கையின் புதிய ஏற்பாடுகளினால் பாதகமான நிலைக்கு அரசுகள் ஆட்படுமாயின், அதற்கு எதிராகக் கருத்தைத் தெரிவிப்பதற்குப் போதிய காலம் இருக்கிறது. இதுவே சர்வதேசச் சங்கத்தின் மன்றத்தில் முறையீடுசெய்ய நியாயமான காரணம் என்று நான் நினைக்கிறேன்.

(2) எல்லைகள்: எல்லைகளை நிர்ணயிக்கச் சங்கத்தின் அதிகாரம் எப்போதுமே பயன்படுத்தப்பட வேண்டும். வரையப்படும் கோட்டினைச் சம்பந்தப்பட்ட அரசுகள் ஒப்புக் கொண்டால், சங்கம் அதனை உடன்படுகின்ற மூலமாக இருப்பதற்குமேல் ஒன்றுமில்லை. போலந்துக்கும் ஜெர்மனிக்கும் இடையிலுள்ளதுபோல, சண்டையிடக்கூடிய பிரச்சினையாக இருந்தால், ஒரு நியாயமான, நடுநிலையான தீர்வுக்குச் சங்கத்தின் அதிகாரம் ஒன்றே மூலமாகும். மேலும் சங்கத்தின் வாயிலாகத்தான் ராஜதந்திரங்களின் சிந்தனைகளால் எழக்கூடிய இடர்களை அவற்றின் வாயிலாகத் தவிர்க்கமுடியும் என்று நாம் நம்பக்கூடிய நடுநிலைப் பிரதேசங்களின் அமைப்பைப்

போதிய அளவு உருவாக்க முடியும். உதாரணமாக, உறுதியாக ஜெர்மன் பிரதேசமாக இருக்கக்கூடிய ரைன்லாந்து போன்ற ஒன்றைக் கவனிப்போம். படையெடுப்புக்கு அது அளிக்கக்கூடிய வாய்ப்புகளினால் ஃபிரெஞ்சுப் பாதுகாப்புக்கு அது அபாயத்தைத் தருவதாக இருக்கிறது. இராணுவ அர்த்தத்தில் அதை நடுநிலைப்படுத்த முடியுமானால், ஜெர்மனியின் அரசியல் அல்லது பொருளாதார நலன்கள் பாதிக்கப்படமாட்டா. ஆனால் அப்படிப்பட்ட இராணுவஅழிப்புச் செயலை ஓர் சார்பற்ற அதிகாரத்தினால்தான் செய்ய இயலும். மேலும் பால்கன் நாடுகளில் போல, எப்போதுமே, ஒவ்வோர் அரசும் தங்கள் தங்கள் நோக்கத்தில் விளக்கங்களைத் தருகின்ற சமூக, தேசிய நிமித்தங்களை எடையிட்டே எல்லைகளை வகுக்க வேண்டியிருக்கிறது. அவ்விதம் செய்யப்பட்ட மாற்றங்கள் நியாயமானவையாக இருப்பதற்குச் சர்வதேசச் சங்கம் மட்டுமே சிறந்த உறுதியாகும். அந்த உறுதிப்பாடு, முழுமையானதல்ல; ஏனென்றால், சைலீசியாவில் மக்கள் வாக்கெடுப்பின் முடிவுகளைச் சங்கத்தின் தீர்வே படுமோசமாக மீறியது. பொதுவாக, இனச்சார்பான பிரச்சினைகளை முடிவுக்குக் கொண்டுவர முனையும் எல்லா எல்லைக்கோடுகளும் பெரும்பான்மையினர் விதிப்படி இயல வேண்டும் என்பதற்காகச் சங்கம் தனக்கே ஒரு சுயமறுப்புச் சட்டத்தை உருவாக்கிக் கொள்ள வேண்டியிருக்கலாம். மெய்யான வாக்கெடுப்பு, ஓர் ஆங்கிலப் பொதுத் தேர்தலில் நடப்பது போன்ற முழுமையான இரகசியப் பாதுகாப்புடன் நடத்தப்பட வேண்டும்.

(3) ஆயுதக்குறைப்பு: இலட்சியப்பூர்வமாக, ஆயுதக்குறைப்புப் பிரச்சினைக்குத் தீர்வு என்பது எந்த அரசுமே தனது உள்நாட்டுக்காவல் பிரச்சினைகளுக்குத் தேவையான ஆயுதப் படைகளுக்குமேல் வைத்திருக்கக்கூடாது என்ற நிலைப்பாடாகும்; ஆனால் நடைமுறையில் அந்தத் தீர்வு இக்காலத்தில் ஒரு கற்பனைசார் விஷயமாகும். ஆனால் ஆயுத அளவு விஷயத்தில் நமது அனுபவம் ஏற்கெனவே நமக்கு சில தெளிவான பாடங்களைப் புகட்டியுள்ளது. போருக்கு எதிராக ஆயத்தம் செய்தல், போருக்குப் பாதுகாப்பு அல்ல என்று காட்டியுள்ளது; மாறாக, ஆயத்தம் செய்தல் என்பது போருக்கான தவிர்க்கவியலாத முன்னுரை. ஆங்கில-ஜெர்மன் கடற்படைப் போட்டியின் வரலாறு இந்தவிதத்தில் இறுதியான உதாரணமாகும். தொடர்ந்த உறுப்பினராக இருத்தலைக் கடைப்பிடிக்கின்ற நிபந்தனையினால் சங்கத்தின் ஆதரவு கிடைக்கும். அதன் ஆதரவின் கீழ் ஏதாவது ஒரு ஒப்புக்கொண்ட, விகிதாச்சாரமான தற்பாதுகாப்பு முறை இருந்தாலொழிய, கட்டுப்பாடற்ற ஆயுதங்களின் அதிகாரத்தினால் எழுகின்ற சந்தேகத்தின் சூழலுக்கு எதிராக முறையான பாதுகாப்புக் கிடையாது என்பது தெளிவு. அப்படியானால் நமது

அண்மை அனுபவங்களினால் எழுகின்ற கட்டுப்பாட்டின் கொள்கைகள் என்ன? அவை ஐந்து எனக் கருதுகிறேன்.

1. எந்த அரசும் கட்டாயப்படுத்திச் சேர்க்கப்பட்ட படையை வைத்திருக்கலாகாது. வயதுவந்தோர் மக்கள்தொகைக்கு ஆயுதப் பயிற்சி அளித்தல், ஆற்றல்மிக்கதொரு அரசுக்குத் தனது படைகளைத் தன் செல்வாக்கினை விரிவுபடுத்தப் பயன்படுத்த அழைப்பதற்கு நிகராகும். 1914 போரில் கட்டாய ஆள்சேர்ப்புச் சூழலில், பிரெஞ்சு, ஜெர்மன் குடிமக்களிடையிலான எண்ணிக்கையின் தொடர்பு அப்போர் உருவாக ஒரு முக்கியக் காரணமாகும். முழுமையான தொழில்சார் இராணுவம் பொது மக்கள் தொகையை இராணுவத்திலிருந்து விலகுமாறு செயல்படுகிறது. அதேபோல, ஊதியமற்ற படைகள் கொண்ட பிரிட்டிஷ் பிரதேச இராணுவம் போன்றவையும் தடுக்கப்பட வேண்டும் என்பது தெளிவு.

2. ஆயுதங்களின் உற்பத்தி, தரைப்படைக்கானாலும் கப்பற்படைக்கானாலும், அரசாங்கங்கள் அளவில் நிற்கவேண்டும். 1914க்கு முந்திய ஆயுதங்களின் வளையத்தின் வரலாற்றுடன் (*Cf. H. N. Brailsford, The War of Steel and Gold, chap. ii, pp. 88 f.*) நெருக்கமான தொடர்புடையவர்கள், தனியார் தொழிற்படைகள் தாங்கள் அரசாங்கங்களில் போர்மனப்பான்மையைத் தூண்டி வாழ அனுமதிக்கப் பட்டதன் அழிவு விளைவுகளை உணர்ந்திருப்பார்கள்; போருக்குப் பிறகும் கூட வெர்சேய்ல் உடன்படிக்கையினால் உருவாக்கப்பட்ட புதிய நாடுகள் போருக்கேற்ற சூழலுக்குள் அந்த அமைப்பின் உள்ளார்ந்த தீமைகளால் உள்ளிழுக்கப்பட்டன என்பது தெளிவு. ஆஸ்திரியாவில் ஆயுதங்களைச் செய்வது டிரியனான் உடன்படிக்கையினால் தடைசெய்யப்பட்டது; ஆனால் இப்போது சுயேச்சை பெற்றுள்ள அடுத்துவந்த அரசுகளுக்காக அங்கே ஆயுதங்கள் செய்யப்பட்டன என்பதில் சந்தேகமில்லை என்று தோன்றுகிறது.

3. மேலும், சில குறிப்பிட்ட வகையான தளவாடங்களை, இதற்கு வெளிப்படையான உதாரணம் விஷவாயு, உற்பத்தி செய்வதைத் தடைசெய்வது அவசியம். மேலும் நாகரிகப்படுத்தலின் போர்முறை என்பதில் ஸ்விஃப்ட்டில் காணப்படுவது போன்ற ஒரு நாகரிகமற்ற குறிப்பு முரண் சந்தேகமின்றி இருக்கிறது. ஆனால் விஷவாயுவைப் பயன்படுத்துவது, அல்லது பாதுகாப்பற்ற நகரங்களை வானிலிருந்து குண்டு வீசித் தாக்குவது போன்றவற்றைப் பார்த்தவர்கள் மனித இயற்கையின் ஆரம்ப நல்லுணர்வுகளையும் அழிக்கக்கூடிய காட்டுமிராண்டித் தனங்களைக் கட்டவிழ்த்துவிடுகிறார்கள் என்பதில் சந்தேகப்படாமல் இருக்க முடியாது. அறிவியலின் முன்னேற்றங்கள் அதிகரிக்கும்போது, இப்படிப்பட்ட பயன்பாடுகளின் விளைவுகள்

மேலும் அழிவுண்டாக்கக் கூடியவையாக உள்ளன. இந்த விஷயம் முழு மனித இனத்தின் எதிர்காலத்தையே பாதிக்கும் அளவுக்குக் கடுமையாகிவிட்டது; இந்தக் கண்டுபிடிப்புகள் தடையின்றிச் சென்றால், உதாரணமாக, வேதியியலாளர் தனது கண்டுபிடிப்புகளை முப்பதாண்டுகளில் முழுமைப்படுத்திவிடுவார் என்றால், அதற்குப் பிறகு போரின் விளைவுகள் நாகரிகத்தை வெறும் அலங்கோலமாக மாற்றி, மேன்மைப் பண்புகள் கட்டுக்கதையாகி இருக்கும்.

4. அரசுகளுக்கிடையில் ஒருபகுதி மக்கள் தொகை அடிப்படையிலும், மற்றொரு பகுதி பாதுகாக்கவேண்டிய வணிகத்தின் அளவு, பரப்பு அடிப்படையிலும் ஏற்கப்பட்ட அளவிலான ஆயுத விற்பனை இருக்கவேண்டும். இப்படி அனுமதிக்கப்பட்ட ஆயுதங்களைப் பங்கீடுசெய்தல் போரின் சாத்தியத்தை தீவிரமாகக் குறைத்துவிடாது; அமைதிக் காலத்தில் போருக்கான செலவை அது குறைக்கும் என்பதுதான் அதிகபட்ச நன்மை. ஆனால் தற்பாதுகாப்பின் அளவை வெளிப்படை யாக்குகின்ற மிகப் பெரிய சிறப்பு அதற்கு இருக்கிறது; அந்த வெளிப்படைத் தன்மையின் விளைவு, போர்ச்சூழலை உண்டாக்குகின்ற அபாயகரமான சந்தேகங்களைக் குறைக்கும். மேலும் பொதுமக்கள் பணத்தை அது அமைதி நோக்கங்களுக்காகத் திறந்துவிடுகிறது; இது, குறிப்பாகக் கல்வி வட்டத்தில், எதிர்பாராமல் ஏற்படுகின்ற எல்லையற்ற முக்கியத்துவத்தை உடையது.

5. சங்கத்தின் குறிப்பான ஒப்புதல் இன்றி எந்தக் கடற்படை அல்லது இராணுவ அடித்தளமும் கட்டப்படக்கூடாது என்பது உயிரானது. ஜெர்மனி ஹெலிகோலாண்டைப் பலப்படுத்துவது, பிரிட்டன் சிங்கப்பூரை பலப்படுத்துவது போன்ற முயற்சிகள், உள்நாட்டு முக்கியத்துவத்திற்கு அப்பாற்பட்ட கேள்விகளை எழுப்புகின்றன. ஹெலிகோலாந்தின் எதிர்கால முக்கியத்துவத்தை சாலிஸ்பரி பிரபு அறிந்திருந்தால் அவர் அதை சான்சிபாருக்கு பதிலாக மாற்றிக் கொண்டிருக்க மாட்டார்; பலம் வாய்ந்த சிங்கப்பூர், தவிர்க்கமுடியாத வகையில் ஜப்பானால் தனது பாதுகாப்புக்கு இடையூறாகக் கருதப்படும். வெளியிலிருக்கும் காலனியச் சொத்துகளை உடைய அரசுகள் அங்கெல்லாம் பலப்படுத்தல்களை மிகுதிப்படுத்தினால், அவற்றின் அண்டை நாடுகளும் அதேபோல எதிர்வினை புரிய நேரும், அதனால் நாம் பழையகாலப் போர்களைவிட மிகுதியாகத் தொல்லை தரக்கூடிய ஆயுதப்போட்டியின் புதிய வடிவத்தினால் அச்சுறுத்தப் படுவோம். சிங்கப்பூரில் தனக்கு ஒரு கப்பற்படைத் தளத்திற்கான தேவை இருக்கிறதென்று பிரிட்டன் கருதினால், அதை ஒரு சுயேச்சையான தீர்ப்பு மன்றத்தின்முன் அதற்கான காரணங்களை முன்வைக்க வேண்டும். பிரிட்டனுக்கே முடிவெடுப்பதில் இறுதி அதிகாரத்தைத்

தருவது, சர்வதேச அமைப்பின் எவ்விதக் கொள்கையையும் தொடக்கத்திலேயே முறியடிப்பதாகும்.

ஆயுத ஒழிப்பு சர்வதேசச் சங்கத்திற்கான விஷயம் என்று முடிவு செய்த பிறகு, மேற்சொன்ன விதிகளைக் கடைப்பிடிப்பதற்கான முறையைக் கையாள்வது முக்கியமாகிறது. அவை எழுப்புகின்ற பிரச்சினைகளைச் சமாளிப்பதற்கான தன்மையைச் சாதாரண நிர்வாகம் எதுவும் எதிர்பார்க்க முடியாது. அவை நிபுணர்களின் நிலைக்குழு ஒன்றின் அமைப்பை உள்ளடக்கியுள்ளன. அவர்கள் அவற்றின் பயன்பாட்டை அவ்வப்போது சர்வதேசச் சங்கத்திற்குத் தெரிவிப்பார்கள். அவ்விதம் தெரிவிக்க அவர்களுக்கு உள்ளாய்வு செய்வதற்கான உரிமை இருக்கவேண்டும்; ஆய்வு செய்வதற்கோ, அவர்கள் உள் நுழைவதற்கான உரிமை இருக்கவேண்டும். ஆகவே சங்கத்தின் நிர்வாக அமைப்பின்கீழ், இப்படிப்பட்ட பணிகளை மேற்கொள்ளக்கூடிய ஆயுதக் குறைப்பு ஆணையம் ஒன்று இருக்கவேண்டும். அது விசாரணைக்கான ஆணையமாக இருக்குமே அன்றி, செயல்படு அமைப்பாக இருக்காது; தனது உயர் அதிகாரிகளால் தனக்கு அதிகாரமளிக்கப்பட்டவற்றை மட்டுமே அது செய்யும். சங்கத்திற்குள் இப்படிப்பட்ட செயலாற்று அமைப்பு ஒருவித நிர்வாக அதிகாரமாகப் பணிசெய்கிறது. இதை உருவாக்குவதற்கான நோக்கங்கள் குறைவல்ல. அது சங்கத்திற்கு ஒரு கண்போலிருந்து செயல்படும். தங்கள் கடப்பாடுகளைத் தவிர்க்க முனைவதில் ஆர்வம் காட்டுகின்ற அரசுகள் அளிக்கின்ற விஷயங்களின் அடிப்படையில் அல்லாது, தனது சுயேச்சையான நோக்குகளை அது அளிக்கும். குற்றச்சட்டம் எப்படி கொலைகள் செய்யப்படுவதைத் தடுப்பதில்லையோ அதுபோலக் கடமைத் தவிர்ப்பை இப்படிப்பட்ட ஆணையம் தடுத்துவிடும் என்று சொல்லமுடியாது. ஆனால் அவற்றிற்கு எதிரான ஒரு பாதுகாப்பாகவேனும் அது பணிபுரியும். *(This is, of course, provided for by Article IX of the Covenant of the League.)*

(4) இன, மதச் சிறுபான்மையினரை நடத்துதல்: பத்தொன்பதாம் நூற்றாண்டில் கூர்மையான வடிவத்தில் எழுப்பப்பட்ட மிக முக்கியமான பிரச்சினை. வெர்சேய்ல் உடன்படிக்கையின் நிபந்தனைகளால் வலிமையளிக்கப்பட்ட விஷயமும் ஆகும். எந்தப் புவியியல் எல்லைகளும், எப்படி வரையப்பட்டாலும், தனிச்சிறப்பான பண்புகளைக் கொண்டவர்களாக உரிமைகொண்டாடும் ஒவ்வொரு குழு மக்களுக்கும் பிரதேசத் தன்னாட்சியை அளிக்கமுடியாது; பொருளாதார அடிப்படையில் அப்படிப்பட்ட பிரிவினை விரும்பத்தக்கதும் அல்ல. ஆனால், மேலே நான் காட்ட முனைந்தபடி, ஒரு ஆக்கப்பூர்வமான வாழ்க்கையைச் சாத்தியமாக்குகின்ற உரிமைகளைச் சிறுபான்மையினருக்கு அளிப்பதை உறுதிப்படுத்த வேண்டும். ஓர்

அரசியலமைப்பில் உரிமைகளுக்கான மசோதாவை நுழைப்பதால் மட்டும் அவை அடையப் பெறுவதில்லை. போலந்திலும் ருமேனியாவிலும், ஹங்கேரியிலும், யுகோஸ்லாவியாவிலும், சட்டத்தின்முன் சமத்துவம் என்பது இருந்ததுமில்லை, அப்படி இருப்பதை உறுதிப்படுத்துவதற்கான முயற்சியும் மேற்கொள்ளப்பட்டதில்லை. அதை உண்மையாக்குவதற்கான ஒரே வழி, சங்கத்தின் பாதுகாப்பை அந்தச் சிறுபான்மையினருக்கு அளிப்பதுதான். அந்தப் பாதுகாப்பு எவ்வித உரிமைகளைக் காக்கவேண்டும் என்பது அரசுக்கு அரசு மாறுபடுகிறது. சில நாடுகளில் அது மொழிப் பாதுகாப்பை உள்ளடக்கியுள்ளது; ஜெர்மானியர்கள், செக் அல்லது போலிஷ் மொழியைப் பேசுவதற்குக் கட்டாயப்படுத்தப்படுவதை விரும்புவதில்லை. இன்னும் சிலவற்றில், மிக முக்கியமானதான மதப்பாதுகாப்பை அது வேண்டுகிறது; ருமேனிய யூதர்கள், தங்கள் மதம் பொது மக்கள் தொகையினரின் மதத்திற்கு வேறுபட்டிருப்பதால் தாங்கள் பல்கலைக்கழகங்களில் விலக்கப்படுவதை விரும்புவதில்லை. சிறுபான்மையினர் சங்கத்திடம் தாங்கள் நடத்தப்படும் முறைக்கு எதிர்ப்பைத் தெரிவிப்பதற்கான உரிமைகளை நிறுவுவது பொதுவாகத் தேவைப்படுகிறது. அர்த்தமுள்ள புகார்களைப் புலனாய்வு செய்கின்ற கடமை அதைத் தொடர்ந்து சங்கத்திற்கு ஏற்படுகிறது. அப்படிப்பட்ட புலனாய்வு, கேட்புகளுக்குப் பிறகு பரிந்துரைகளை அளிப்பதை உள்ளடக்கியிருக்க வேண்டும். அப்படிப்பட்ட பரிந்துரைகளைப் பெற்ற, சங்கத்தில் உறுப்பினராக இருக்கும் எந்த அரசுக்கும் அவற்றைக் கொள்கையளவிலும் விரிவாகவும் நடைமுறைப்படுத்த மேற்கொள்கின்ற உள்ளார்ந்த கடமை இருக்கிறது.

ஒரு விருப்பமில்லாத அரசின்மீது சங்கம் தனது பரிந்துரைகளை நிர்ப்பந்தப் படுத்த முடியுமா? அந்த இலக்கிற்காகப் போர் தொடுக்க வேண்டிவரும் என்பதால் கொஞ்ச காலத்திற்கு அப்படிப்பட்ட நிர்ப்பந்தம் சாத்தியமில்லை. ஆனால் வேண்டுமென்று கொள்ளப்பட்ட முடிவினால் ஓர் அரசு அவற்றை நடைமுறைப்படுத்த முன்வராவிட்டால், பொருளாதாரப் புறக்கணிப்புக்கு உட்படுத்தப்படலாம். அது அயல்நாடுகளில் கடன்பெறுவதைத் தடுக்கலாம்; அயல்நாட்டு அரசுகளின் பணச்சந்தைகளின் பட்டியலில் இருந்து அதன் பத்திரங்கள் நீக்கப்படலாம்; மிக மோசமான விஷயங்களில், அது இந்த அரசுகளோடு வியாபாரம் செய்வது தடுக்கப்படலாம். சங்கத்தின் உறுப்பினர் பதவியிலிருந்து தற்காலிகமாக விலக்கிவைத்தலும் ஒரு பயனுள்ள தண்டனைதான்; ஏனெனில் ஒத்திசையாத ஒரு நாடு உலகத்தின் பொதுக்கருத்தை எதிர்க்கிறது என்று அது அறிவிப்பதாகும்.

சிறுபான்மையினர் பற்றிய விஷயம் ஒரு உள்நாட்டுப் பிரச்சினை என்பதிலிருந்து எப்போது சங்கம் தலையிடவேண்டிய ஒன்றாக மாறுகிறது என்பது ஓர் ஆர்வத்தை ஏற்படுத்தும் கேள்வியாகும். உதாரணமாக, 1919இன் சமாதான ஆணையத்திடம் அயர்லாந்து முறையிட்டதுபோல, எகிப்து அல்லது இந்தியா சங்கத்திற்கு முறையீடு செய்வதாக வைத்துக் கொள்வோம். ஃபிலிப்பைன்ஸோ, ஹைட்டியோ, சான் டொமினிகோவோ சரியாகவோ தவறாகவோ அமெரிக்கா அவர்களைத் துன்புறுத்தியதாக நம்பி சங்கத்திடம் அதற்கு எதிராக உதவி கேட்கின்றன என்று கொள்வோம். இப்படிப்பட்ட சந்தர்ப்பங்களில் சங்கத்தின் கடமை என்ன? இங்கே அதற்கு முன்னால் ஒரு கேள்வி கேட்கப்படவேண்டும். எகிப்து அல்லது இந்தியாவிடமிருந்து எதை முறையீடு என்று கொள்ளவேண்டும்? தெளிவாகவே ஏதோ திருப்தியற்ற சிறுபான்மைச் சங்கம் கேட்கப்படுவதற்கு உரிமை கொண்டது அல்ல; அது பிரதிநிதியாக இருக்க முன்வரும் சமுதாயத்தில் தான் பெரும்பான்மையாக முடிந்தவரை ஆவதுதான் அது செய்யவேண்டிய பணி. ஓர் அலுவலகம் சார்ந்த முறையீடு என்பது அந்த அரசின் தேர்ந்தெடுக்கப்பட்ட சட்டமன்றத்தில் குறிப்பிட்ட சிறுபான்மையின் பிரதிநிதிகளாக இருப்பவர்களில் பெரும்பான்மையினர் கொடுக்கும் முறையீடு என்று கொள்ளலாம். அவர்கள் ஒடுக்கப்படுவதாகப் புகார் அளித்தால் அப்படிப்பட்ட குறைகளைப் புலனாய்வு செய்வது சங்கத்தின் கடமை என்று நினைக்கிறேன். இந்த நோக்குக்கு எதிரான ஒரே விஷயம் கௌரவத்தைப் பற்றியதுதான். 1919இல் இங்கிலாந்து, அயர்லாந்துடன் தனக்குள்ள உறவுகளை அயல்நாட்டினர் புலனாய்வு செய்வதை விரும்பவில்லை; அமெரிக்கா ஃபிலிப்பைன்ஸுக்குத் தான் சொந்தமாகத் தேர்ந்தெடுக்கும் நேரத்தில் வருவதற்குச் சுதந்திரம் கேட்கிறது. ஆனால் கௌரவத்தின்மீது மட்டும் கட்டப்படும் வழக்கு, நிற்கச் சாத்தியமில்லை என்று நினைக்கிறேன். சர் ஹென்றி கேம்பெல்-பானர்மன் கூறியதுபோல, எந்த மக்களும் மற்ற மக்கள்மீது ஆட்சிசெலுத்தும் அளவுக்கு நல்லவர்கள் அல்ல; அந்த மற்றவர்களின் தேர்ந்தெடுக்கப்பட்ட பிரதிநிதிகள் தங்கள் மீதான மேலாட்சியை எதிர்க்க ஒன்று சேர்ந்தால் குறைந்தபட்சம் முதல் எண்ணத்திலேயே புலனாய்வுக்கான ஒரு வழக்கு இருக்கிறது.

இப்படிப்பட்ட விஷயங்களில், சங்கத்தின் வேலை சுயேச்சையான ஒரு விசாரணையை மேற்கொள்வது என்று கருதுகிறேன். அப்படிப்பட்ட எல்லாப் புலனாய்வுகளும் அந்த வேலைக்கான புலனாய்வுகளாகத்தான் இருக்க வேண்டும்; அவை கட்டுப்படுத்தும் தன்மை பெற்ற பொதுவான பரிந்துரைகளின் வடிவில் இருக்கவேண்டும். இந்தியாவிலிருந்து இங்கிலாந்து வெளியேற வேண்டும் அல்லது கொரியாவை ஜப்பான் திருப்பித் தந்துவிட வேண்டும் என்று ஆணையிடுகின்ற எந்தச்

சங்கமும் அவை நடைபெறும் என்று நம்பமுடியாது; தனது முடிவுகளையும் ஆலோசனைகளையும் அது அதிகபட்சமாக வெளியிடத்தான் முடியும். அந்தப் பணி சிறப்புறச் செய்யப்பட்டால், அந்த அறிக்கை பற்றிப் பொதுக் கருத்து மேலோங்குவதைத் தடுக்க எந்த அரசாங்கத்தாலும் முடியாது. மேலும் அது மற்றொரு முக்கிய நோக்கத்தையும் நிறைவேற்றும். நவீன உலகத்தில் பாதிக்கு மேற்பட்ட கடினங்கள் அயல்நாட்டு விஷயங்களைப் பற்றிய நமது அறியாமையினால்தான் வருகின்றன; நாம் நம்புகின்ற அறிவில் பெரும்பாலும் ஒருதலைச்சார்பான அறிக்கைகளிலிருந்து வருவித்துக் கொள்ளப்படுபவைதான். ஆங்கிலேயர்கள், இந்தியா நன்றாக ஆட்சிசெய்யப்படுகிறது என்று நம்புகிறார்கள், காரணம் அதை ஆட்சி செய்வது அவர்கள்தான்; ஆனால் இயல்பாகவே இந்தியர்கள் அதற்குச் சமமாக, அவர்கள் நன்கு ஆட்சிசெய்யப்படவில்லை, காரணம் தங்களிடம் ஆட்சி இல்லை என்று கருதுகிறார்கள். உண்மையான சுயேச்சையான ஒரு விசாரணைதான் ஒருவரை மற்றொருவர் நோக்குநிலைக்கு விழிப்புத்தர முடியும். ஆனால் அந்த விசாரணை உண்மையாகவே சுதந்திரமாக நடைபெற வேண்டும். ஹங்கேரி சிறுபான்மையினரை நடத்தும் முறை பற்றி அறிய ஒரு ரோமன் கத்தோலிக்கரையோ, ஃபிலிப்பைன்ஸின் எதிர்காலத்தைப் பற்றி அறிக்கையிட ஓர் ஆங்கிலோஇந்தியக் குடிமகனையோ அனுப்புவதால் பயனில்லை. ஒருதலைச் சார்பும் தவறும் நம்மிடம் எப்போதும் உண்டு; ஆனால் அவை மிகக் குறைவாக இருக்கும் நிலைக்குச் சங்கம் பாடுபட வேண்டும்.

(5) பிற்பட்ட மக்களை நடத்துதல்: சிறுபான்மையினர் பிரச்சினையோடு நெருக்கமான தொடர்புடையது அடிமை இனங்கள் பற்றியது. 1914 போரின் விளைவாக மோதலில் வெற்றி பெற்றவர்களுக்குக் கொடுக்கப்பட்ட காலனிகளுக்கும் பிரதேசங்களுக்குமான தனிக் கட்டளை அமைப்பை அரசியலில் வலியுறுத்துவதன் வாயிலாக இங்கே, சங்கம் ஏற்கெனவே ஓரளவு பொறுப்பினை ஏற்றுள்ளது. இந்தப் பிரதேசங்கள் மூன்று பொதுவான குழுக்களாகப் பிரிக்கப்பட்டுள்ளன. முதல் குழுவுக்கு ஈராக், பாலஸ்தீன் உதாரணங்கள். அந்தச் சமுதாயம் குறித்த வளர்ச்சி நிலையை அடைந்துள்ளது என்று ஏற்கப்பட்டதன் விளைவாக, முறையான சுதந்திரத் தேசங்களாக அவற்றின் இருப்பு ஏற்கப்படலாம். ஆனால் அவை நிர்வாக விஷயங்களில் கட்டளை அமைப்பின் அறிவுரையையும் உதவியையும் ஏற்கவேண்டும். கட்டளை அமைப்பு, அவற்றைத் தற்காலிகப் பாதுகாப்புக்குரிய நாடுகள் என்று கருதலாம். இரண்டாவது குழுவில், அந்தப் பிரதேசம் எவ்விதப் பிரதிநிதித்துவ நிறுவனங்களும் இன்றி பிரிட்டிஷ் பேரரசின் முடியரசுக் காலனி எனப்படுபவை போன்று ஆக்கப்படும். கட்டளை அமைப்பு

மதச்சுதந்திரத்திற்குப் பொறுப்பேற்கும். அடிமைத்தனத்தை நீக்கவும், அடிமை வியாபாரத்தைத் தடுக்கவும், கள்ள மது விற்பனையையும், ஆயுத விற்பனையையும் தடுக்கவும் எல்லா நில பேரங்களிலும், சொந்தக் குடிமக்களின் நலன்களைப் பாதுகாக்கவும்; அரண் அமைப்புகளை நிறுவுதல், கடற்படை, இராணுவ அடித்தளங்களை அமைத்தல் ஆகியவற்றைச் செய்யாமலிருக்கவும்; போலீசுக்கும் தற்காப்புக்கும் தேவையான அளவு மட்டுமே உள்நாட்டினருக்கு ஆயுதப் பயிற்சி அளிக்கவும் அது உடன்படுகிறது. வணிகச் சுதந்திரமும் பாதுகாக்கப் படுகிறது. இப்படிப்பட்ட கட்டளை ஆட்சிக்கு டோகோலாந்து, காமரூன்கள் ஆகியவை உதாரணங்கள். மூன்றாவது வகை நவூரு போன்ற சிறிய அளவு அல்லது தென்மேற்கு ஆப்பிரிக்கா போன்று மிகக் குறைந்த மக்கள்தொகை ஆகியவை போன்ற பிரதேசங்களைப் பற்றியது. அவை கட்டளை அதிகாரத்தின் பிரதேசத்தோடு ஒன்றாக இணைக்கப்பட்டு, அது செய்கின்ற சட்டங்களுக்கு உட்படுமாறு ஆக்கப்படுகின்றன. இந்த மூன்று வகைகளிலும் கட்டளை அதிகாரம் தனது பணியைப் பற்றிச் சங்கத்திற்கு ஆண்டறிக்கை அளிக்க வேண்டும்; சங்கம் ஏற்கெனவே ஒன்பது உறுப்பினர்களைக் கொண்ட ஒரு நிரந்தரக் கட்டளை ஆணையத்தை இந்த அமைப்பின் செயல்பாட்டை விரிவாக ஆராய்வதற்காக அமைத்துள்ளது. அவற்றில் ஐந்து கட்டளை உரிமையற்ற அரசுகள். நான்கு கட்டளை அரசுகள். நான்கு கட்டளை அரசுகளின் சார்பாக அமரும் உறுப்பினர்கள் அந்த அரசின் பணியில் கண்டிப்பாக இருக்கலாகாது.

இந்தக் கொள்கைகள் உள்நாட்டு இனங்களின் அரசாங்கத்திற்காக இதுவரை முன்வைக்கப்பட்ட முறைகளைவிட மிகவும் முன்னேற்றமானவற்றைப் பொதுவாக முன்வைக்கின்றன. உதாரணமாக, இவற்றை ஆப்பிரிக்கக் கண்டத்தை ஊடுருவும்போது மெய்யாகச் செய்யப்பட்ட விதிகளுடன் (Cf. L. S. Woolf, Empire and Commerce in Africa; Norman Leys, Kenya.) ஒப்பிடும் ஒருவர், ஒரு புதிய சூழலுக்கான சாத்தியம் உருவாக்கப்பட்டுள்ளது என்பதை அறிந்துகொள்வார். ஆனால் குறிப்பாகத் தெரிவிக்கப்பட்டுள்ள கொள்கைகளுக்கும், அவற்றை நடைமுறைப்படுத்த எடுக்கப்பட்ட நடவடிக்கைகளுக்கும் இடையில் ஒரு பெரிய இடைவெளி இன்னும் நிலைத்துள்ளது என்பதை இங்குக் கூறலாம். கட்டளை அதிகாரத்தினால் ஆண்டறிக்கை தயாரிக்கப்படுகிறது; ஆய்வு செய்யவேண்டிய நாட்டின் நடத்தை நன்றாக இருக்கிறது என்று அவ்வப்போது அறிக்கைகள் அனுப்பப் படுகின்றன; ஆனால் புந்தல்வார்ட்ஸ் கலகத்தின் மீது தென் ஆப்பிரிக்காவின் போக்கு இப்படிப்பட்ட அறிக்கைகள் நமது நோக்கிலுள்ள இலக்கை அடையச் சிறந்த வழிதானா என்று மிகப் பெரும்பான்மையான தன்னிச்சையான

நோக்கர்களைச் சந்தேகப்பட வைக்கின்றது. மெய்யாகவே அவை நிறைவு செய்யப்பட இரண்டு வெளிப்படையான வழிகள் உள்ளன. முதலில், சங்கத்தின் கட்டளை அதிகாரப் பிரதேசம் ஒவ்வொன்றுக்கும் அந்த இடத்தில் உடனடியாகத் தூதுவராகச் செயல்படக்கூடிய ஆணையர் ஒருவரை நியமிக்க வேண்டும். கட்டளை அதிகார அரசிலிருந்து எப்போதுமே வேறுபட்டதொரு அரசைச் சேர்ந்தவராக அவர் இருப்பார். அதன் பணியைக் கண்காணிப்பதும் தனியாகத் தனது சொந்த அறிக்கை ஒன்றைச் சங்கத்திற்குச் சமர்ப்பிப்பதும் அவரது வேலை. கட்டளை அதிகாரம் செய்யும் ஒழுங்குமுறைகள் அனைத்தும் அவரது பார்வைக்கு ஒப்புதலுக்காக அனுப்பப்பட வேண்டும். ஒருவேளை அவர் ஒப்புதல் தராவிட்டால், அவை நிரந்தரக் கடடளை ஆணையத்தினால் உறுதிசெய்யப் படவோ மறுக்கப்படவோ வேண்டும். புந்தல்வார்ட்ஸ் எழுச்சியைப் போல, தொல்லை எழும்போது, உடனடியாக ஒரு தனித்த நீதிமன்ற விசாரணையைச் செய்து நேரடியாகச் சங்கத்திற்கு அனுப்புவது அவரது பணியாக இருக்கவேண்டும். அந்தப் பிரதேசத்தின் பெரும்பாலோர் பேசும் வழக்கமான மொழியையே எப்போதும் அவர் பேசவேண்டும். வெவ்வேறு மொழிகளைப் பேசுகின்ற மக்களுக்கெனத் தனித்த அலுவலர்களை அவர் வைத்திருக்கவேண்டும். இதனால், கட்டளை அதிகாரங்களின் வேலையைச் சுதந்திரமாகவும் தொடர்ந்தும் சங்கம் சோதித்துக் கொள்ள முடியும்; அவற்றின் பணியை விவாதிப்பது இப்போதுள்ளதுபோல், அவை என்ன சொல்ல நினைக்கின்றனவோ அவற்றின் அடிப்படையில் அமையாது. உண்மையாகவே அது தொல்லைகளை ஆராயலாம்; ஆனால் இப்போது, அது புலனாய்வை மேற்கொள்ளுமானால், ஏற்புடைய சாட்சியங்களில் பெரும்பாலானவை ஏற்கெனவே அழிக்கப்பட்டிருக்கும். இறந்த மனிதர்களால் பிறரைப் போலக் கதைசொல்ல இயலாது. மேலும் இந்தக் கட்டளை அமைப்பு முறை ஏன் சொந்த இனங்கள் முதன்மையாக வாழும் எல்லாப் பிரதேசங்களுக்கும் விரிவுபடுத்தப்படக் கூடாது என்பதற்கு எக் காரணமும் இல்லை. டோகோலாந்தைச் சங்கம் கட்டுப்பாட்டில் வைத்திருக்க என்னென்ன காரணங்கள் உள்ளனவோ அவை, கென்யாவை அது கட்டுப்பாட்டில் வைத்திருக்கவும் உள்ளன; உடன்படிக்கையில் ஏற்கெனவே இந்த விரிவினைச் சிரமமின்றிச் செய்ய ஏற்பாடுகள் உள்ளன. *(Article XXIII, Clause (b). "...the Members of the League...undertake to secure just treatment of the native inhabitants of territories under their control".)*

இப்படிப்பட்ட நோக்காய்வு அமைப்பு, முதல் முக்கியத்துவம் உடையது என்று நான் நம்புகிறேன்; ஆனால் தன்னளவில் போதுமைக்கு இது உத்திரவாதம் அளிக்காது. கட்டளைகளை நிர்வகிப்பதில் ஈடுபடுத்தப்படும் அதிகாரிகளின் தன்மையும் முக்கியமானது. ஆனால், ஒரு கட்டளை அதிகாரத்தின் காலனியச் சேவையில் நியமனங்களைச்

சங்கம் கட்டுப்படுத்த இயலாது; ஆனால் தேவைப்பட்டால், அப்படி நியமிக்கப்பட்ட அதிகாரிகள் மீது, ஏற்புடைய புலனாய்வுக்குப் பிறகு, சேவையிலிருந்து நீக்கம் உள்ளிட்ட ஒழுங்கு நடவடிக்கைகளை எடுக்கவேண்டும் என்று அது கேட்கமுடியும். மேலும் அது, அங்கு நிர்வகிக்கச் செல்ல இருக்கும் அதிகாரிகள் இனவியலிலும் மானிடவியலிலும் போதிய அளவு பயிற்சி பெற்றிருக்க வேண்டும், அந்தப் பிரதேசத்தின் மொழியைப் பேசத் தெரிந்திருக்க வேண்டும் என்று வலியுறுத்தலாம். பிரதேச வழக்காறுகளை நன்கறிந்திருப்பது இம்மாதிரி விஷயங்களை நிர்வகிக்க மிகவும் தேவை என்பது ஆய்விலிருந்து பெறப்படும் பாடம்; அந்த இடத்திற்குச் சென்றபிறகு உடனே அவற்றைப் பற்றிய செய்திகள் எல்லாவற்றையும் கற்றுக் கொள்வேன் என்பவன் ஒரு மேதையாகத்தான் இருக்கவேண்டும். (Cf. the remarks of W. H. R. Rivers in the Depopulation of Melanesia, and the remarks, passim, of Sir F. Lugard in his great work, The Dual Mandate in Tropical Africa.) மேலும் அங்குக் குடியேறி வணிகம் செய்யும் வெள்ளையர்கள் எவரும் நீதித்துறை அதிகாரத்தைப் பெற்றிருக்கக் கூடாது என்பது முக்கியமானது. அவர்கள் அங்கு இலாபத்துக்காக இருப்பவர்கள். அப்படிப்பட்ட பிரதேசங்களின் வணிகத்தின் வரலாற்றிலிருந்து சுதேசிகளுக்கு நீதி செய்வார்கள் என்பதை நம்பமுடியாது என்பது வெளிப்படை. அதேபோல, இயலும் வரை, கட்டாய உழைப்பிலும் ஈடுபடுத்த அனுமதிக்கலாகாது; தனிநபர்களுக்குக் குறித்த அளவு வேலையைக் குறித்த காலத்தில் முடிக்கவேண்டும் என்று சுமத்தியுள்ளபோது அதில் சுதேசிகளைக் கூலிக்கு அமர்த்தலாகாது. ஆனால் சாலை அமைத்தல் போன்ற பொதுப்பணிகள் நடக்குமிடங்களில் விஷயம் வேறு, ஆனால் சேர்க்கப்பட்ட எல்லா உழைப்பாளருக்கும் இயல்பான உழைப்புக்கூலி தரப்பட வேண்டும் என்பது மிகமுக்கியமான ஒரு விதி.

(6) **ஆக்கிரமிப்பு, போர்கள், சண்டைகள்:** சர்வதேசச் சங்கத்தின் மதிப்பு, தெளிவாகவே, போரைத் தடுக்கின்ற அதன் ஆற்றலைப் பொறுத்திருக்கிறது. முதலில், ஒவ்வொரு உறுப்புநாடும், சங்கத்தின் பிற உறுப்புநாடுகளின் எல்லைகள், இருக்கும் சுதந்திரம் ஆகியவற்றிற்குப் பிறரின் ஆக்கிரமிப்பிலிருந்து உறுதியளிக்க வேண்டும்; இந்தக் கடப்பாட்டை உறுப்பினர்கள் பூர்த்திசெய்யக்கூடிய முறைகள் பற்றி ஆலோசனை அளிப்பது சர்வதேசச் சங்கத்தின் மன்றத்தின் பணியாகும். (Article X of the Covenant.) இரண்டாவது, தனது உறுப்பு நாடுகள் பாதிக்கப்படுகின்றவோ இல்லையோ, போர் அல்லது போர் அச்சுறுத்தல் என்பது சங்கம் அக்கறை காட்ட வேண்டிய விஷயம்; அப்படிப்பட்ட அவசரநிலை ஏற்பட்டால் சங்கத்தின் மன்றம் உடனடியாகக் கூட்டப்படவேண்டும். சங்கத்தின் ஒவ்வொரு உறுப்பினருக்கும் சர்வதேச சமாதானத்தை அச்சுறுத்த முனைகின்ற

சூழ்நிலைகளை சங்கத்தின் அல்லது அதன் மன்றத்தின் கவனத்திற்குக் கொண்டுவரும் "நட்புரிமை" இருக்கிறது. *(Article XI of the Covenant.)* சங்கத்தின் உறுப்பினர்களிடையே பூசல் ஏற்பட்டால், சாதாரண அரசுமுறைமையிலான வழிமுறைகள் தோல்வியடைந்தால், அந்தப் பூசலை சமரசப்படுத்துவதற்கோ, நீதிமன்ற முறையிலான தீர்ப்புக்கோ அந்தப் பிரச்சினையை ஏற்புடைய விதத்தில் தீர்க்க அது பொருத்தமானதாயின் அவ்வாறு செய்ய அவர்கள் ஒப்புக் கொள்கிறார்கள்; அப்படிப்பட்ட முடிவுரைக்கப்பட்டு மூன்று மாதங்கள் வரை அவர்கள் போரில் ஈடுபடுவதில்லை என்று ஒப்புக் கொள்கிறார்கள். மேலும் அவர்கள் அந்தப் பூசலை மன்றத்திற்குச் சமர்ப்பித்த நாளிலிருந்து உச்சமாக ஆறுமாதத்திற்குள் அந்தத் தீர்ப்பை வழங்கியாக வேண்டும். *(Article XII of the Covenant.)* ஒரு தீர்ப்புரையின் ஷரத்துகளைச் சங்கத்தின் உறுப்பினர்கள் நன்னம்பிக்கையுடன் கடைப்பிடிக்கவேண்டும். அவ்வாறு செய்வதில் தோல்வி ஏற்பட்டால், மன்றத்திற்குக் கீழ்ப்படியாக உறுப்பினர்மீது நடவடிக்கை எடுப்பதை மன்றத்தின் உறுப்பினர்கள் ஒப்புக் கொள்கிறார்கள். *(Article XIII of the Covenant.)* அப்படிப்பட்ட நடுவர் தீர்ப்புக்கு ஒரு நிரந்தர சர்வதேச நீதிமன்றம் ஏற்படுத்தப்பட்டிருக்கிறது. *(Ibid, Article XIV.)*

ஆனால் பூசலின் வேர், சங்கத்தின் உறுப்பினர்கள் நடுவர் தீர்ப்புக்கு விடத் தயாராக இல்லாத சண்டைகளில் இருக்கிறது என்பது வெளிப்படையான விஷயம். அம்மாதிரி நிலையில், உறுப்பினர்கள் அந்த விஷயத்தை மன்றத்திடம் விடுவதற்கு ஒப்புக் கொள்கிறார்கள். அப்படிச் சமர்ப்பித்தலுக்கு பூசலிடும் இரு கட்சிகளில் ஒன்று, சங்கத்தின் பொதுச் செயலருக்கு அறிவிப்புத் தர வேண்டும். பிறகு முழு விசாரணைக்கான ஏற்பாடுகள் செய்யப்படுகின்றன. மன்றம் எவ்வாறு பூசலைத் தீர்க்கலாம் என்பதற்கான வழிமுறைகளைத் தேடுகிறது. அது தோல்வியுற்றால், ஒரு மனதாகவோ அல்லது பெரும்பான்மை வாக்குகள் கொண்டோ அடையப்பட்ட முடிவுகள், பரிந்துரைகள் ஆகியவற்றின் ஓர் அறிக்கையை வெளியிடுகிறது; கருத்து வேறுபடும் உறுப்பினர்கள் ஒரு சிறுபான்மையினர் அறிக்கையை வெளியிட உரிமை உண்டு. மன்றத்தின் அறிக்கை ஒருமனதாக இருந்தால், கருத்துவேறுபடும் ஒரே கட்சி அதற்கு ஒப்புக் கொள்கிறது, பிற உறுப்பினர்கள் அதன்மீது போர்தொடுப்பதில்லை என்று உறுதி எடுத்துக் கொள்கிறார்கள். ஒரு மனதான அறிக்கை வெளியிடப் படாவிட்டால், அந்தக் கட்சிகள் தங்கள் தங்கள் செயல்முறைகளை மேற்கொள்ளலாம். ஒரு பூசலின் விஷயம் உள்நாட்டைப் பற்றியது, சர்வதேசப் பிரச்சினை அல்ல என்றால் மன்றம் செயல்படுவதில்லை; ஒருவேளை சரியென நினைத்தால், மன்றத்தின் உறுப்பு அரசுகளும், கூட்டத்தின் பெரும்பான்மையும் அந்த அறிக்கையில் முன்வைக்கப்பட்டவற்றுக்கு

ஒருமித்த கருத்தினராக இருந்தால் மன்றத்தின் அதிகாரங்களின் துணையோடு, அதைச் சங்கத்தின் கூட்டத்தின் பார்வைக்கு வைக்கலாம். பிறகு சங்கத்தின் சார்பாக அந்தக் கூட்டம் செயல்படும். இப்படிப்பட்ட முடிவுகள் எடுக்கப்படும்போது, பூசலில் சம்பந்தப்பட்ட நாடுகள் வாக்களிப்பதில் பங்கேற்பதில்லை. (Article XV of the Covenant.)

சங்கத்தின் உறுப்பினர்களைக் கட்டுப்படுத்துகின்ற சங்கச் சட்டம் பற்றி இவ்வளவுதான்; அதை அமுல்படுத்தும் முறைமை பற்றி நாம் விவாதிப்பதற்கு முன்னால், அது எவ்வளவு தொலைவுக்கு நம்மைக் கொண்டுசெல்கிறது என்பதைக் காண்பது நலம். கௌரவச் சார்பான கடினமானப் பிரச்சினைகளை எழுப்பாத வரை, பூசல்களின் தீர்வுக்கான கருவியை ஒப்பந்தம் அளிக்கிறது; குறிப்பாக உடன்படிக்கைகளிலிருந்து அல்லது சர்வதேசச் சட்டத்திலிருந்து எழுகின்ற ஒருசார்பற்ற நீதிமுறையில் நிரந்தரமாகத் தீர்க்கக்கூடிய பிரச்சினைகளைத் தீர்க்கும். தீர்ப்புக்குக் கொண்டுவர முடியாத பிரச்சினைகளில், மன்றம் ஒருமித்த கருத்துடையதாக இருந்தால், அது பிரச்சினையை முடிக்குமாறு வலியுறுத்துகிறது. மன்றத்தில் கருத்து வேறுபாடு இருக்கும்போது மீண்டும் போருக்கான வழியையே திறந்துவிடுகிறது. இந்த நிபந்தனைகளின் கீழ் ஏற்கெனவே கொஞ்சம் முக்கியமான பணி செய்யப்பட்டிருக்கிறது என்பதை எவரும் மறுக்கமாட்டார்கள். ஹாலந்து தீவுகளைப் பற்றி ஃபின்லாந்துக்கும் ஸ்வீடனுக்கும் ஏற்பட்ட பிரச்சினை, அல்பேனியாவின் வடக்கு எல்லை பற்றி யூகோஸ்லாவியாவிற்கும் அல்பேனியாவுக்கும் ஏற்பட்ட பிரச்சினை ஆகியவை இந்த வழிகளின் வாயிலாக முறையாகவும் நியாயமாகவும் தீர்க்கப்பட்டன. ஆனால் 1923 கோடையில் கிரேக்க நாட்டுக்கும் இத்தாலிக்கும் ஏற்பட்ட பிரச்சினை இத்தாலி கோர்ஃபுவில் குண்டு போடுவதில் முடிந்தது. அது, மேற்கண்ட விதிகளைப் பயன்படுத்துவது அவ்வளவு எளிதல்ல என்பதைக் காட்டுகிறது. நிபந்தனைகள் ஒருபுறமிருக்க, குறிப்பாக எந்த மாதிரிப் பூசல்கள் தீர்க்கமுடியக்கூடியவை, ஒரு சண்டையின்போது ஆக்கிரமிப்பவரை எப்படி வரையறுப்பது என்பவை பற்றி வரையறுக்க அவற்றிற்கு ஒரு இணைப்புத் தேவைப்படுகிறது. மேலும் இந்த நிபந்தனைகள், சங்கத்தின் உறுப்பினர் அல்லாத நாடுகளைக் கட்டுப்படுத்துவதில்லை. குறிப்பாக அமெரிக்கா, ரஷ்யா என்ற இரண்டு வல்லரசுகளின் நிலைப்பாடும் நாகரிகத்தின் எதிர்காலத்தினைப் பற்றிய முடிவாக இருக்கும். (I assume that Germany will become a member of the League in 1925.)

இந்த விஷயங்கள் ஒவ்வொன்றையும் தனித்தனியாக நோக்குவோம். சமாதானத்துக்கான நலன்களுக்கு ஏற்ப, சங்கத்தின் ஒழுங்குமுறைகளின்படி, சர்வதேச நீதிமன்றத்தின் தீர்ப்பினாலோ

சமரச ஏற்பாட்டினாலோ முடிவுக்குக் கொண்டுவர முடியாத பூசல் எதுவும் இருக்கக் கூடாது என்பதை நாம் வலியுறுத்தியாக வேண்டுவது முக்கியமானது. ஏனெனில், ஒரு தேசியஅரசு ஒரு குறிப்பிட்ட பிரச்சினை அதன் கௌரவத்தைப் பாதிக்கிறது, ஆகவே சர்வதேசத் தீர்ப்புமுறைக்குக் கட்டுப்பட இயலாது என்ற நிலையை மேற்கொள்ளும்போது, தனிப்பட்ட இருவர் சண்டையில் சண்டைதொடங்குபவரின் மனநிலையையே அது ஏற்றுக்கொள்கிறது. ஆஸ்திரிய நாட்டின் "கௌரவம்", 1914இல் செர்பியா மீது போர் தொடுத்ததால் நியாயம் என மெய்ப்பிக்கப்படவில்லை; இத்தாலிய "கௌரவம்" கோர்ஃபூவின் மீது குண்டுவீசியதால் நிறுவப்படவில்லை. ஒவ்வொருமுறையும், கௌரவம் என்ற நச்சுப்புகைக்குள் நிஜமான பிரச்சினைகள் சூழப்பட்டதால், அவை தவிர்க்கப்பட்டன; அதனால் அவற்றுள் அடங்கிய மெய்ம்மைகளை வைத்து ஆராய முடியாமல் போயிற்று. பதினெட்டாம் நூற்றாண்டில் ஒரு பெரிய பிரபு தனக்கு அவமானம் ஏற்பட்டால் அதை இரத்தத்தின் மூலமாகத்தான் சரிப்படுத்திக் கொள்ளமுடியும் என்ற கொள்கை இருந்தது. இன்று ஒரு தேசிய அரசு தவறுக்கு ஆட்படுகிறது, அல்லது தவறாக நடத்தப்பட்டிருக்கிறது என்று நம்புகிறது என்றால், அது தனக்கான சட்டத்தை ஏற்படுத்திக் கொள்ள முடியும் என்பதும் அதுபோலத்தான் இருக்கிறது. "தேசிய கௌரவம்" என்பது வெப்லன் மிகச் சரியாகச் சொன்னதுபோல, "ஒரு மூடுமந்திரப் பிரதேசத்தில் நடக்கிறது, மதத்தின் எல்லைகளைத் தொடுகிறது". (Veblan, the Nature of Peace, p. 29.) ஏனெனில் அவமதிப்புக்கு ஆளான ஒரு கூட்டுக்குழும ஆளுமை, சாதுரிய நடத்தையின் விதிகளின் வழிமுறைகள் எது ஒன்றாலும் அது சரிசெய்யப்பட்டுவிடுகிறது என்று எவரும் கடுமையாக நம்புவதில்லை. ஓர் அவமதிப்பை ஏற்படுத்திய சம்பவங்கள் என்ன என்பதைப் பார்வையிலிருந்து இழந்துவிடுகின்ற சில நடைமுறைகள் ஒரு சாதாரண மனிதனின் தேசப்பற்றினைத் தூண்டி எழுப்பும் வரை பொதுவாகவே அவ்வித அவமதிப்பு நடவடிக்கை நிகழ்ந்துள்ளது என்பதை அவன் அறிவதுமில்லை. அந்த கௌரவம், ஒழுக்கமுறையின் நுணுக்கங்களுக்கு உடன்படாது அதிருப்தியுற்றால், அது போருக்குச் செல்கிறது. அதில் ஆதிப்பாவத்தையும் மீறிய தங்களுக்குப் பொருத்தமான எந்தவித வரன்முறை அளவையும் தாண்டிச் சாதாரண மனிதர்களே அதற்கான அபராதத்தைச் செலுத்துகிறார்கள்.

ஆகவே பூசல்களில் சங்கத்தின் நீதிமுறை எல்லைகளை இப்போதிருப்பதைவிட, இன்னும் பரந்தநிலையில் வரையறுப்பது தேவை என்று நான் நம்புகிறேன். (1) சட்டமுறைப்படியோ சமரசத்தினாலோ, அல்லது சங்கத்தின் மன்றத்தினால் ஒருமித்த முடிவுசெய்த தீர்ப்பினாலோ இப்போது தீர்வுகாணக்கூடிய

பூசல்களின்மீது அதற்கு இன்று இருப்பதைப் போன்ற நீதி எல்லை மட்டும் போதாது, (2) எல்லாப் பூசல்களும் தன் அதிகாரத்திற்கு உட்பட்டவை என்று அது கொள்ளவேண்டும். மிகக்குறைந்த பெரும்பான்மையினால் தீர்மானிக்கப்படும் முடிவுகளையும் பூசலிடும் அரசுகள் ஏற்றுக் கொள்ளவேண்டும். ஏனெனில் ஒரு கட்சியோ அல்லது இரண்டுமோ அந்த முடிவு நியாயமற்றது என்று கருதினாலும்கூட, வரலாற்று அனுபவத்தின் ஒளியில், போருக்கான முடிவை விட அது நல்லதே ஆகும். போர் செய்வது என்ற முடிவு, ஒரு முடிவே அல்ல, அல்லது வெற்றிபெறுகின்ற தேசியஅரசின் மிகப் பரந்த குடிமக்களுக்குக் கெடுதல் இழைத்து, ஒரு சிறுகுழுவின் நலனைப் பாதுகாக்கும் விஷயமாகும். ஆகவே சங்கத்திற்கு உலகளாவிய தீர்ப்பெல்லை இருப்பது அடிப்படையாகும். அதற்குப் பிறகு, பிரச்சினை அந்த அதிகாரங்களைப் பற்றிக் கேள்வி கேட்பதற்குப் பதிலாக, அதன் அதிகாரங்களை நிர்வகிப்பதைச் சீரமைப்பதாக ஆகிவிடுகிறது.

ஒரு முக்கிய விஷயத்தை இங்குக் குறிப்பிடலாம். கட்டாய முடிவுக்குக் கொண்டுவருதல்தான் விதி என்றால், பூசலின் இரண்டு பரந்த பரப்புகள் உடனே நம் பார்வைக்கு வருகின்றன. (1) வெர்சேய்ல் உடன்படிக்கையின் இப்போதுள்ள முடிவுகள் தற்காலிகமானவை என்பதால், அந்த உடன்படிக்கையோடு தொடர்புடைய பிரச்சினைகள் உள்ளன. சங்கத்தின் இப்போதைய அரசியலமைப்பு, பிரிவு பத்தின்படி, தேசிய அரசுகளின் இப்போதுள்ள எல்லைகளை விதிமுறைப்படுத்தி ஏற்றுக் கொள்வது, வெளிப்படையான அநீதியை நகலெடுப்பதாகிறது; தேசிய அரசுகள் பல, இந்த நீதிக்குப் பணிவதைவிட, சங்கத்தைப் புறந்தள்ளிப் போருக்கு ஆயத்தம் செய்யலாம். (2) ஜப்பானியர்களை ஆஸ்திரேலியாவிற்குள் அனுமதித்தல், அல்லது கென்யாவுக்குள் இந்தியர்களை அனுமதித்தல் போன்ற பிரச்சினைகளும் உள்ளன, இவற்றைச் சமரச ஏற்பாட்டினால் தாளில் ஒப்பமிட்டு ஒப்புக்கொள்ள வைக்கலாம்; ஆனால் இரண்டிலுமே வெள்ளை இனத்தவர்கள் தங்கள் பார்வைக்கு எதிராக வெளியிலிருந்து முன்வைக்கப்படுகின்ற எந்தத் தீர்வையும் ஒப்புக் கொள்ளாமல் போரிடவே செய்வார்கள். ஆகவே இரண்டு பார்வைகளில் எதுவும் நீடித்து இருக்கக்கூடிய ஒன்று என நான் கருதவில்லை. வெர்சேய்ல் உடன்படிக்கையைப் படிக்கின்ற எவரும் பல இடங்களில் அது மிகக் கொடுமையான அநீதியை உள்ளடக்கியுள்ளது என்பதைச் சந்தேகப்படாமல் இருக்க இயலாது. ஆனால் இங்கு முன்வைக்கப்பட்ட அமைப்பினைப் போன்ற ஒன்றில் அந்த அநீதிகள் பரிகாரம் செய்யப்படுவதற்கான வாய்ப்பு இருக்கிறது என்பதையும் யாரும் மறுக்க மாட்டார்கள். மாறாகப் போரினால் அந்தப் பரிகாரத்தை ஏற்படுத்திவிடலாம் என்று குறைந்தபட்சம் கருதவும் மாட்டார்கள். அரசுகளின் எல்லைகள் தொடர்பான அநீதிகள் உள்ளன. இவற்றைப்

பலவகைகளில் தீர்க்க வழியுண்டு என்று நினைக்கிறேன். இதிலுள்ள இடர்ப்பாடுகள், பொருளாதாரம் சார்ந்தவை என்றால், உதாரணமாக, எல்லைகளை மறுசீரமைப்பதால் ஒரு நாடு பிறநாடுகளால் சூழப்பட்டு அடைப்புக்குள்ளாகிறது என்றால், மிக அருகில் கிடைக்கக்கூடிய துறைமுகத்தைப் பயன்படுத்தும் ஷரத்துகளுக்கு மற்றவை ஒப்புதல் அளிக்கவேண்டும். அவை போர்த்தந்திரம் சார்ந்தவை என்றால், நடுநிலைப் பிரதேசங்களை அமைப்பதன் வாயிலாக வழிசெய்யலாம். ஒரு தேசிய அல்லது மதச் சிறுபான்மையினர் சம்பந்தப்பட்ட பிரச்சினை என்றால், மேலே வலியுறுத்திய விதிமுறைகள் மிகப் பொருத்தமாக அமைகின்றன. ஏற்கப்பட்ட விதிமுறைகளின்படி அதன் சீரமைப்பை அனுமதித்து கொஞ்சகாலத்தில் பத்தாம் பிரிவினைத் திருத்தவேண்டுவது அவசியமாகிறது; இப்போதுள்ள நிலைப்படி, அது ஒரு போர்க்கால உணர்வைப் பிரதிபலிக்கிறது. ஆனால் இந்த உணர்வுகள் மங்கிமறையும் போது சங்கத்தின் ஒப்பந்தத்தின் எல்லைகளுக்குள் திருத்தத்தை மேற்கொள்ள வாய்ப்பிருக்கிறது; படைபலத்தினைப் பயன்படுத்தும்போது குறித்த ஒரு அல்லது வரையறுக்கப்பட்ட எல்லைக்குள் அது நிறுத்தப்படாது என்பதனால் அதற்குப் பதிலாக மேற்கூறிய முறை தெளிவாகவே ஆதரிக்கப்படக் கூடியது.

ஜப்பானியர்களை ஆஸ்திரேலியாவில் அனுமதிக்கின்ற பிரச்சினை என்ற உதாரணம் போன்றவை இறுதியான தொல்லைகளைத் தருகின்றவையாக நான் நம்பவில்லை. பிரச்சினை அவ்வளவு எளிதானதன்று. இறுதியாகச் சர்வதேசப் புலம்பெயர்தல் பற்றிய பிரச்சினைகள் சர்வதேசச் சங்கத்தின் எல்லைக்குள் வருவது தவிர்க்கவியலாதது என்று நான் நினைக்கிறேன். இப்படிப்பட்ட பிரச்சினைகளைக் கொள்கையளவில் முடிவு செய்வது என்பது அவற்றை நிர்வாகத் தொழில்நுட்ப நிலையில் முடிவு செய்வதிலிருந்து மிகவும் வேறுபட்டது என்பது தெளிவு. ஆஸ்திரேலியர்கள், ஜப்பானிலிருந்து தாங்கள் முழுவதுமாக வெளியேற்றப்படுவதை ஒப்புக் கொண்டாலொழிய ஜப்பானியர்களை ஒட்டுமொத்தமாக விலக்குவது முடியாது. இது பொருளாதார உறவுகளைப் பொறுத்தவரை சாத்தியமில்லாத ஒரு நிலை. ஆனால் ஜப்பானியர்களை ஆஸ்திரேலியா அனுமதிக்கும்போது, *(1)* ஆண்டுதோறும் எத்தனை புலம் பெயர்பவர்களை நிலையாகக் குடியேற அனுமதிக்கலாம் *(2)* ஆஸ்திரேலியப் பிரதேசத்திற்குள் அவர்கள் வந்தபிறகு கடைப்பிடிக்க வேண்டிய நிபந்தனைகள் *(3)* சில குறிப்பிட்ட இடவளையங்களில் அவர்கள் தனியாகப் பிரிந்து வசிக்கும் நிலை ஆகியவற்றைக் கருத வேண்டும். வெள்ளை ஆஸ்திரேலியா என்ற இலட்சியம் முற்றிலும் புரிந்துகொள்ளக் கூடிய ஒன்றுதான்; வெள்ளை ஆஸ்திரேலியா என்ற

தரம் சார்ந்திருக்கக் கூடிய நிபந்தனைகளைக் கடைப்பிடிப்பதில் அங்குக் குடியேறுபவர்கள் கடைப்பிடிக்க வேண்டியவற்றை யதார்த்தமாக இருக்க முனையும் சர்வதேசச் சங்கம் எதுவும் கேட்காமல் இருககமுடியாது. ஆனால் இதற்கு மறுதலையும் உண்மைதான்; உதாரணமாக ஆப்பிரிக்காவின் பின்நிலங்களில் குடியேறுகின்ற வெள்ளையர்கள் அங்குத் தங்களுக்குத் தொடர்பற்ற நாகரிகம் இருப்பதால் தாங்கள் பழக்கப்பட்டுள்ள நாகரிகத்தையே அங்கும் பாதுகாப்பதற்காகத் தங்கள் அதிகாரத்தைப் பயன்படுத்தவேண்டும் என்று கட்டளை அதிகாரத்தைக் கேட்கமுடியாது.

இப்படி எல்லாவித சர்ச்சைகளும் சங்கத்தின் எல்லைக்குள் வரவேண்டும் என்று சொன்னால், சங்கம் சம்பந்தப்படுகின்ற ஆக்கிரமிப்பு நடவடிக்கையை எவ்விதம் வரையறுப்பது? ஆக்கிரமிப்பாளர்களைக் கண்டுபிடிக்க மூன்று விதமான செயல்வகைகள் உள்ளன என்று நினைக்கிறேன். (1) சங்கத்தின் அதிகார எல்லையை ஏற்க மறுக்கின்ற ஓர் அதிகாரம், ஆக்கிரமிப்பு நாடுதான். (2) சங்கத்தின் அதிகார எல்லையை ஒப்புக் கொண்ட பின்னும், அது செய்த தீர்ப்பு ஒன்றை ஏற்க மறுக்கும் நாடும் ஆக்கிரமிப்பு நாடுதான். (3) முதலாவது, இரண்டாவது வகைகளில் வரக்கூடிய ஓர் அதிகாரம், சங்கம் தன்னைப் போருக்கு ஆயத்தப்படுத்திக் கொள்ளும் இடைவெளியில் தனது தளவாடங்களைப் பெருக்கிக் கொள்கின்ற அல்லது அதன் திறன்களை அதிகரித்துக் கொள்கின்ற எந்த நாடும் ஆக்கிரமிப்பு நாடுதான். இம்மாதிரி வகைகளில் தங்களை நிறுத்திக் கொள்கின்ற அரசுகளுக்கு எதிராகச் சங்கம் செயல்படும்போது தனது ஆணைக்குட்பட்ட எல்லாத் தலைமை அதிகாரத்தையும் பயன்படுத்தியாக வேண்டும்.

சங்கம் தனது தலைமையதிகாரத்தைச் செலுத்தும் முறைகளுக்கு முன்னதாக எழுகின்ற ஒரு பொதுவான கேள்வியை நாம் நோக்க வேண்டும். அந்தக் கேள்விக்கு இரு பக்கங்கள் உள்ளன. முதலில், சங்கத்தின் உறுப்பினரல்லாத நாடுகளைச் சமாளிக்கும் பிரச்சினை உள்ளது. கொஞ்ச காலத்திற்கு, அமெரிக்கா சங்கத்தில் கண்டிப்பாகச் சேராது. ஒரு வேளை, ஜப்பானுடன் அது ஒரு நெருக்கடியில் ஈடுபட்டு, அது போராக மாறும் என்ற நிலை வந்தால் என்ன செய்வது? விடை தெளிவானது. வேறெந்த நாட்டையும் போலவே அமெரிக்காவும் சங்கத்தின் சமரசத்திற்கு ஒப்புக் கொள்ள வேண்டும். அதை அமெரிக்கா ஒப்புக் கொள்ளாவிட்டால், இதேவிதச் செய்கையைச் செய்த இங்கிலாந்து, ஃபிரான்சு அல்லது இத்தாலியை விட அதன் நிலைப்பாட்டை வேறுவிதமாக நோக்கமுடியாது. ஏனெனில் ஓர் அமெரிக்க ஜப்பானியப் போர் ஏற்பட்டால் அந்த இரு நாடுகளுடன் விளைவுகள் நிற்காது. மேலும் போரிடும் நாட்டுக்கு அது தனது

அழிவு விளைவுகளை ஏற்றுத்தான் போரில் ஈடுபடுகிறது என்பதைத் தொடர்ந்து உணர்த்த வேண்டும். இப்படிப்பட்ட போரில், ஒருவேளை கனடா அல்லது ஆஸ்திரேலியாதான் அமெரிக்காவின் பக்கமிருந்து போரிடப் போகிறது, சங்கத்தின் ஆணைகளை அந்நாடு ஏற்க மறுக்கிறது என்றால், இப்படி நேரிட்டால், (கட்டாயம் நேரிட வாய்ப்பு உள்ளது) அது சங்கத்தை அழித்துவிடும். அந்த அழிவினால் ஏற்படப்போகின்ற விளைவுகளை நான் விவரிக்க வேண்டியதில்லை. ஆனால் சர்வதேசச் சங்கம் அழிந்தால், சர்வதேசச் சோதனையும் ஒரு முடிவுக்கு வந்துவிடும். பிறகு நாம் 1914க்கு முந்திய சூழலுக்குத் திரும்ப வேண்டியதுதான். அது போர் ஏற்படத் தவிர்க்க முடியாத மூலம் என்பது நமக்குத் தெரியும்.

பொதுக் கேள்வியின் இரண்டாவது பக்கம், உறுப்பு நாடுகள் சங்கத்தின் நீதி எல்லையை அல்லது அதன் பரிந்துரைகளை, தங்கள் வெளிப்படையான கடப்பாடுகளுக்கு எதிராக, ஏற்றுக் கொள்ள மறுக்கின்ற நிலை. அப்படிப்பட்ட சாத்தியம் ஏற்படாது என்று நான் மறுக்க இயலாது; சங்கத்தின் பொதுவான சட்டக் கடமையை வலியுறுத்தும்போதே எல்லாவற்றிலும் இது உள்ளடங்கியிருந்த பிரச்சினைதான். இதற்கு எதிராகச் சொல்லக்கூடியது இதுதான்: சங்கம் பெறக்கூடிய விசுவாசத்தின் அளவு, (அ) தனது பணியினல் அது ஏற்படுத்தக்கூடிய நம்பிக்கை (ஆ) அதனிடம் உள்ள அனுசரித்து நடத்தலுக்கான பரிசுகள் ஆகியவற்றைப் பொறுத்துள்ளது. தெளிவாகவே, சங்கம் தனது வெற்றியின் அளவுக்குக் காரணமான, தனது நல்லெண்ணத்தைத் தனது உறுப்பினர்களுக்கு நிரூபிக்க முடியும் என்றால், அது தனது தலைமையதிகாரத்தை இழப்பதற்கு வாய்ப்பில்லை; கட்டுக்கு அடங்காத ஓர் உறுப்பினரின் நிலையை அது சாத்தியமற்றதாக்கினால், பயத்தின் உள்நோக்கம் போதுமானதாக இருக்கும். ஆனால் வெளிப்படையாக, எந்த ஒரு நிலைப்பாட்டுக்கும் உத்திரவாதம் இல்லை. அரசில் இருப்பவரோ, சர்வதேசச் சங்கத்தில் இருப்பவரோ, அதிகாரத்தை எதிர்க்கவேண்டும் என்று முடிவு செய்துவிட்டால் இயல்பாகவே எதிர்க்கவே செய்வார்; வேண்டுமென்றே சட்டத்தை மீறுபவர்களிடமிருந்து எந்தச் சட்டமும் தப்புவதில்லை. நாம் செய்யக்கூடியதெல்லாம், அப்படிப்பட்ட மீறல்கள் ஏற்படும் வாய்ப்பினைக் குறைப்பது மட்டும்தான்.

இவ்வளவுதான் சங்கத்தின் நீதிஅதிகார எல்லை என்றால், தனது பணிகளை ஆற்ற அதற்கு வேண்டிய அதிகாரங்களை நாம் விசாரணை செய்ய வேண்டியிருக்கிறது. இப்போதிருக்கும் அனுமதிகள் சங்கத்தின் ஒப்பந்தத்தில் பதினாறாம் பிரிவில் வரையறுக்கப்பட்டுள்ளன. அவை பொதுவாக மூன்றுதான். (1) மேற்கண்ட நிலைமைகளின்கீழ் போரில் ஈடுபடும் எந்த தேசிய அரசும் சங்கத்தின் உறுப்பினர்களுடன்

எல்லாவிதப் பொருளாதாரத் தொடர்புகளும் துண்டிக்கப்படுவதாலும், நிதிசார்ந்த, வணிகம் சார்ந்த, அல்லது தனிப்பட்ட எவ்விதத் தொடர்புகளும் இல்லாற் செய்யப்படுவதாலும் தண்டிக்கப்படுகிறது. (2) ஒப்பந்தத்தைப் பாதுகாக்க எவ்விதத் திறன்மிக்க கப்பற்படை, இராணுவம், விமானப்படை ஆகியவற்றைச் சங்கத்தின் உறுப்பினர்கள் தனித்தனியாக அளிக்கவேண்டும் என்பதை மன்றம் பரிந்துரை செய்யும். (3) சங்கத்திற்கு (2)இன்படி உதவுகின்ற எந்த அரசுக்கும் சங்கத்தின் எல்லா உறுப்பினர்களாலும் அதன் பிரதேசத்தின் வழியாகச் செல்லுதல் அளிக்கப்படவேண்டும். ஒப்பந்தத்தை மீறிய எந்த அரசையும் மன்றத்தின் ஒருமித்த வாக்கினால் அதன் உறுப்பினர் தகுதியிலிருந்து நீக்கிவிடலாம் என்பது சங்கத்தின் அதிகாரத்தை மிகுதிப்படுத்தும் ஒரு துணை அனுமதி.

விதி என்ற அளவிலேனும் இந்த அனுமதிகள் யாரையும் தங்கள் கொள்கைத் திறத்தினால் திருப்திப்படுத்தும் அளவுக்கு ஆற்றல் வாய்ந்தவையாக உள்ளன. ஒரு பகுதி, அனுமதிகளின் அளிப்புக்கருவி எப்போதும் தெளிவற்றதாகவே விடப்படவேண்டும்; கீழ்ப்படிய மறுக்கும் ஒரு பிரிட்டனுக்கும் அதேபோன்ற அல்பேனியாவுக்கும் எதிராக ஒரே அளவிலான தாக்குதலைச் செய்வது நகைப்புக்கு இடமாகும். ஆனால் இப்படிப்பட்ட அளிப்புகளின் இயல்பை மனத்திற்கொண்டு நோக்கும்போது, அவை செய்யப்படத்தான் வேண்டுமா என்ற கேள்வி முதல் முக்கியத்துவம் பெறுவதாகும். தெளிவாகவே முதற்கண், சம்பந்தப்பட்ட ஒவ்வொரு அரசின் இராணுவக் கடப்பாடுகளும் வரையறுக்கப்பட வேண்டும். இந்த அனுமதிகளை வழங்குவதில் எவ்விதக் கடற்படை, தரைப்படை, விமானப்படை அளவுகளைத் தான் பயன்படுத்த நம்ப முடியும் என்பதைச் சங்கம் அறிந்துகொள்வது அவசியம். இவற்றைச் சங்கம் வெளியிடவும் வேண்டும். அப்போதுதான் சங்கத்தின் தாக்கும் திறனை உறுப்பினர்கள் அறிந்துகொள்ள முடியும். ஆனால் இப்படிக் கடப்பாடு கொண்ட அரசுகள் அவற்றை நிறைவேற்றுமா? இங்கும் நாம் அனுமான உலகத்தில்தான் பயணிக்க வேண்டும். அவை நிறைவேற்றவில்லை என்றால் சங்கம் கண்டிப்பாக ஏளனத்திற்கு ஆளாகி ஒரு முடிவுக்கு வந்துவிடும். பலத்தைப் பயன்படுத்தியாக வேண்டும், ஆனால் தன் உறுப்பினர்களை அதற்காக நம்ப முடியாது என்றால் அது பயனற்றது. ஆனால் இப்படிப்பட்டத் தோல்வி பெரும்பாலும் நிகழாது, ஏனெனில் சங்கம் இராணுவ நடவடிக்கைகளை முடிவு செய்யும்போது, அவற்றிற்கான வழிவகைகளை அளிப்பவர்கள் அதிலுள்ள அரசுகள்தான். அவை தங்களை ஏளனத்திற்கு ஆட்படுத்திக் கொள்ள மாட்டா. அவை தவறு செய்யலாம்; ஆனால் எதிர்நோக்கும் பிரச்சினை ஆயுதப்

படைபலத்தைப் பயன்படுத்தும் அளவுக்கு மிகக் கடுமையானது என்றால் அவை தவறுவது பெரும்பாலும் நிகழாது.

பொருளாதார நடவடிக்கையின் பயன்பாடு, மற்றொரு, சற்றே குறைந்த கடினமான, சூழலில் நிகழக்கூடியது. சங்கத்திடம் உள்ள மிகத் திறன் வாய்ந்த ஆயுதம் பெரும்பாலும் இதுதான்; ஏனெனில் பொருளாதாரம் சார்ந்த ஓர் உலக முறைமைக்கு இடையில் எந்த அரசும் அப்படிப்பட்ட நடவடிக்கைகள் உள்ளடக்கும் அபராதத்தை எந்த அரசும் தாங்க இயலாது. அதன் நன்மதிப்பு அமைப்பு முற்றிலும் சிதைந்துபோகும். ஏற்றுமதிக்கான எல்லா மூலங்களையும் அது இழந்துவிடும். தேவையான உணவுப் பொருள்களையோ கச்சாப் பொருள்களையோ அது இறக்குமதி செய்ய முடியாது. உதாரணமாக இத்தாலியை எடுத்துக் கொண்டால், அதற்கு நிலக்கரி, தாமிரம், இரும்புப் பற்றாக்குறை ஏற்படும்; இவை எல்லாவற்றையும் விட, மேற்கண்ட பொருள்கள் இல்லாமல் போர் என்பது சாத்தியமாகாது. 1914ஆம் ஆண்டு தொடங்கி ஏற்பட்ட தடையினால் பெரும்பாலான ஐரோப்பிய அரசுகள் சரக்குகளும் சேவைகளும் தடையின்றிப் பரவிச் செல்வதைக் கட்டுப்படுத்துவது ஒரு அடிப்படையான அதிகாரம் என்பதை உணர்ந்துள்ளன. அதிக முயற்சியின்றி அந்த ஆயுதத்தைப் பயன்படுத்த இயலும். மேலும் விளைவுகளை வேகமாக ஏற்படுத்த வல்லது. ரஷ்யா அமெரிக்கா போன்ற சுயபூர்த்தியுள்ள நாடுகள் அன்றி சங்கத்தின் உறுப்பினராக இருக்கின்ற எந்த நாடும் அதன் கடுமையான பயன்பாட்டை நீண்டகாலம் தாங்கமுடியுமா என்பது சந்தேகம்தான். அதன் அமைதியான பண்பும், அதைப் பயன்படுத்த ஒத்துழைத்தால் போரில் ஏற்படுகின்ற உயிரிழப்பு போன்றவை இல்லாத நிலையும், முக்கியமான சந்தர்ப்பங்களில் சங்கம் பயன்படுத்தக்கூடிய மிகப் பொதுவான வகையான நடவடிக்கை என்று தோன்றச் செய்கிறது. மேலும் அரசுகள் ஒத்துழைக்க மறுக்கின்ற வகையான நடவடிக்கையும் அல்ல இது.

III. சர்வதேச ஒழுங்கமைப்பின் பணிகள் - சமூகம்

சர்வதேசச் சங்க ஒப்பந்தத்தின் XXIII முதல் XXV வரையிலான பிரிவுகளில் சில பொதுவான சமூக நல விஷயங்கள் அதன் மேற்பார்வையின் கீழ் விடப்படுகின்றன. பொதுமக்கள் நோக்கில் அவை கொள்ளப்பட்ட கவனத்தைவிட மிக அதிகமான முக்கியத்துவம் அவற்றிற்கு உள்ளது என்று நான் நம்புகிறேன். ஏனெனில் ஒரு பகுதியாக, அவற்றின் தொடர்பில் ஒருபுறம் சங்கம் ஏற்கெனவே சந்தித்த

சர்வதேச உடன்படிக்கைகளோ மறுபுறம் சுமாராக ஒருசீர்மைத்தான சர்வதேசக் கருத்துகளின் தொகுதியோ உள்ளன என்பதால் அவை பணிகளின் ஓர் அமைப்பு ஆகின்றன; சங்கத்தின் மிக ஆற்றல் வாய்ந்த பணிகளுக்கு வெற்றி என்பது சர்வதேச அமைப்பில் விசுவாச மாற்றத்தில் முடிவடையக் கூடிய ஒரு செயற்பாட்டுக் களத்தை அவை முன்னிறுத்துகின்றன. இப்போது வரையறுக்கப்பட்டது போல, ஏற்கெனவே விவாதிக்கப்பட்ட விஷயங்களை ஒதுக்கிவிட்டு நோக்கினால், இந்தச் சமூகப் பணிகளை ஆறு பொதுவான குழுக்களில் பிரிக்கலாம்.

(1) சங்கத்தின் உறுப்புநாடுகளின் பிரதேசங்களிலும், அவை தொடர்பு வைத்திருக்கும் பிற நாடுகளிலும், ஆண்கள், பெண்கள், சிறார்களுக்கு நியாயமான, மனிதாபிமானம் மிக்க உழைப்பு நிலைமைகளை ஏற்படுத்திப் பாதுகாக்க வேண்டும், இதற்குத் தேவையான ஏற்புடைய சர்வதேச நிறுவனங்களைச் சங்கம் உருவாக்க வேண்டும்.

(2) பெண்கள் குழந்தைகள் கடத்தலிலும், தீமை பயக்கின்ற அபினி போன்ற போதைமருந்துகள் கடத்தலிலும் உள்ள உடன்படிக்கைகளை மேற்பார்வை செய்வதும் அமுல்படுத்துவதும் சங்கத்தின் பணி.

(3) (அ) தகவல்தொடர்பிலும் பிரயாணத்திலும் சுதந்திரம் (ஆ) சங்கத்தின் உறுப்பினர்களுக்குச் சமத்துவ வணிக வாய்ப்பு என்பவற்றை அடைதலும் காத்தலும்.

(4) சர்வதேச அளவில் நோய் பரவினால் சங்கம் அதைக் கட்டுப்படுத்தவும் தடைசெய்யவும் நடவடிக்கை எடுக்க வேண்டும்.

(5) அவற்றின் ஒப்புதலினாலே, சங்கம் தனது மேற்பார்வையை ரோமிலுள்ள விவசாய நிறுவனம் போல, இருக்கும் சர்வதேச அமைப்புகள்மீது விரிவுபடுத்தல், மேலும் அப்படிப்பட்ட மேற்பார்வை ஆற்றப்படாத இடத்தில் மன்றம் விரும்பக்கூடிய விதத்தில் எவ்விதம் உதவமுடியுமோ அவ்விதம் உதவுதல்; எதிர்காலத்தில் எல்லா சர்வதேச அமைப்புகளும் அதன் வழிகாட்டுதலின்கீழ் கொண்டுவரப்படும்.

(6) "உலகம் முழுவதும் உடல்நலத்தை மேம்படுத்தல், நோயைத் தடுத்தல், துன்பத்தைக் குறைத்தல்" என்ற இலக்கோடு செயல்படும் செஞ்சிலுவை அமைப்புகளை மேம்படுத்தலும் அவற்றுக்கு உதவுதலும்.

இது மிகவும் பேராவல் கொண்ட திட்டம்தான்; ஆனால் சிறிது தயக்கத்தோடு, ரஷ்யாவைப் போல, போரின் கட்சிசார்ந்த சூழலோடு தொடர்பின்றி இல்லாமல், சங்கம் இதற்கு ஒரு பருமையான உருவத்தை அளிக்க உண்மையாக முயற்சி செய்துள்ளது என்று கூறலாம். நான் கீழே

சங்கத்தின் பொருளாதாரச் செயல்பாடுகளைப் பற்றிச் சொல்வேன். ஆனால் சர்வதேசப் பணியின் இந்தப் பகுதியை விளக்குகின்ற முயற்சியின் வகையை இங்கு குறித்துக் கொள்வது பயனுடையது. போர்க்கைதிகளை அவர்களின் தாய்நாட்டுக்கு அனுப்பவும், அதேபோல, ரஷ்யாவிலிருந்தும் அண்மைக்கிழக்கிலிருந்தும் வந்த அகதிகளின் துன்பம் துடைக்கவும் மிகுந்த முயற்சிசெய்யப்பட்டுள்ளது. வெள்ளை அடிமைக் கடத்தல், துருக்கிக்கும் ஆசியா மைனருக்கும் பெண்களையும் சிறார்களையும் நாடு கடத்தல் ஆகிய பயங்கரங்களைத் துடைப்பதில் ஓரளவு சாதிக்கப்பட்டுள்ளது. அபினி, கொக்கேய்ன் ஆகியவற்றின் கடத்தலைக் கட்டுப்படுத்துகின்ற முயற்சியில் ஆலோசனை மன்றங்கள் சந்தித்துள்ளன; ஆனால் இதுவரை வெளிப்படுத்தப்பட்டவை, ஒருவேளை வணிகப் பாசாங்கினால் சர்வதேச மனச்சாட்சிக்கு அளிக்கப்பட்ட மரியாதையின் அளவைக் காட்டுவது என்றாலும், இந்த விஷயத்தில் முன் எப்போதையும் விட மிகப்பெரிய அளவு நல்லெண்ணத்திற்கான அடையாளங்கள் உள்ளன. கிழக்கு ஐரோப்பாவில் டைஃபஸ் பரவுவதைத் தடுக்க ஒரு மெய்யான முயற்சியே மேலும் செய்யப்பட்டுள்ளது, இந்த விஷயத்தில் சங்கம் மட்டுமே திறம்படச் செயல்படக்கூடியதாக இருக்கும். ஆஸ்திரியா, ஹங்கேரி இவற்றின் நிதிசார் மீட்டுருவாக்கங்கள் மிகத் திட்டமான சாதனைகள். ஐரோப்பியக் கலாச்சாரத்தின் பொது அறிவார்த்த வாழ்க்கையைப் பேணுவதற்கு ஒருவேளை முயற்சி குறைவாக இருக்கலாம், ஆனால் சிறிய அளவிலான உதவிசெய்கின்ற சந்தர்ப்பங்களுக்குக் குறைவில்லை. ஒட்டுமொத்தமாக, நலவாழ்வை அமைப்பதற்கு ஒரு நிஜமான தொடக்கம் நிகழ்ந்துள்ளது என்று சொல்வது நியாயமாக இருக்கும் என்று நினைக்கிறேன். அதன் முக்கியத்துவத்தை அறிவிப்பதைவிட முயற்சியை இன்னும் தீவிரமாக மேற்கொள்வதுதான் பிரச்சினை.

இந்தத் தீவிர மேற்கொள்ளல் எந்த திசையில் செல்லவேண்டும்? சில சாத்தியங்கள் தாமாகவே முன்வந்து நிற்கின்றன. முதலில், சங்கத்தின் பாதுகாப்பின்கீழ், நிரந்தர ஆணையங்கள், கட்டளையிலும் அறிவார்த்தமான ஒத்துழைப்பிலும் இருப்பனவற்றுக்கு இணையாகத் தேவைப்படுகின்றன. அவற்றின் முக்கியத்துவம் குறித்த காலத்துக்கு அப்பால் மிகவும் பெரிதாக இருக்கும்.

(1) பிற்பட்ட நாடுகளின் கல்விப்பணிக்காக ஓர் ஆணையத்தின் தேவை இருக்கிறது. இது சிறப்புத் தொழில்நுட்பப் பிரச்சினைகள் உள்ளடங்கியுள்ள கட்டளை அதிகாரப் பிரதேசங்களுக்கு மட்டுமல்ல, நியாயமற்ற அளவிற்கு மிகவும் கல்வி பின்தங்கியிருக்கின்ற பால்கன்கள் போன்ற பகுதிகளுக்கும் இது பொருந்தும். சாதாரண மக்களுக்கும்

சங்கத்தின் பணியின் முழுத் தாக்கத்தைப் பற்றிய தெளிவை உண்டாக்க வேண்டுமானால், சங்கத்தின் எல்லா உறுப்பினர்களிடையிலும் கல்வி முயற்சியில் ஒரு பொதுவான குறைந்தபட்சத்தை உருவாக்க வேண்டும். நமது கல்வி அமைப்புகள் இப்போதுள்ள தங்கள் குறுகிய மாநிலப் பற்றைக் கடந்து வரவேண்டுமானால் நாம் வெவ்வேறு அரசுகளுக்கிடையில் ஆசிரியர்களையும் மாணவர்களையும் பரிமாறிக்கொள்ள வேண்டும். தங்களிடம் போதிய அலுவலர்களும் முறைகளும் இல்லை என்ற குறையை உணர்கின்ற அரசுகளுக்கு நாம் ஆலோசனை அளிக்க இயல வேண்டும், சாத்தியமான இடங்களில் ஆசிரியர்களைப் போதிய அளவு அளிக்க உதவி செய்ய வேண்டும். இப்போது கொஞ்ச அளவில் கலாச்சாரப் பரிமாற்றம் உள்ளது; ஆனால் இப்போது அதன் அமைப்பு சர்வதேச நன்மைக்கான ஓர் வாயிலாக இருப்பதைவிட குறித்த தேசியச் செல்வாக்கை மேம்படுத்துவதில் மட்டுமே இயக்கப்படுகிறது.

(2) இரண்டாவதாக, பிற்பட்ட பகுதிகளில் மருத்துவப் பணியைச் சீரமைப்பதை முதன்மையாகக் கொண்ட ஒரு நிரந்தர மருத்துவ ஆணையம் தேவை. அதன்கீழ் உள்ள துணைக்குழுக்கள் அந்தப் பகுதிகளில் மெய்யாகவே மருத்துவப் பணியில் ஈடுபட்டிருக்க வேண்டும். இப்போது மிகச் சிறிய அளவில் சீனாவில் யேல் மருத்துவக் கல்லூரி போன்ற அமைப்புகள் செய்கின்ற பணியை உலகத் தேவைகளுக்கென ஒருசீர்மைப்பட்ட வழியில் தொடர்புபடுத்துகின்ற, ஆராய்ந்து தீர்மானித்த இலக்குடன் ஒருங்கமைக்க வேண்டும். இப்படிப்பட்ட ஆணையம் நியூ யார்க்கில் திரு. ராக்ஃபெல்லர் அறக்கட்டளை போன்றவற்றுடன் தொடர்புகளை வளர்த்துக் கொள்ளலாம். அது இப்போதுள்ள மருத்துவ அமைப்புக்கு அறிவுரை வழங்கவும் அதைப்பற்றி அறிக்கை அளிக்கவும் செய்யலாம். குறிப்பிட்ட மருத்துவப் பிரச்சினைகளில் நிபுணர்களின் விசாரணைகளை அது ஒழுங்குபடுத்தலாம். உதாரணமாக, அண்மையில் அமெரிக்காவில் குழந்தைகளில் ரிக்கெட்ஸ் இல்லாமல் செய்ய மேற்கொள்ளப்பட்ட தடுப்புப் பணி பற்றிய அறிவின் முக்கியத்துவத்தை யூகோஸ்லாவியாவில் உள்ள மருத்துவர்களுக்குக் கொண்டுசெல்லலாம். (See J. B. Haldane in the Nation for November 7, 1924.) மருத்துவத்துறையின் வெவ்வேறு கிளைகளில் ஏற்பட்டுள்ள முன்னேற்றங்களைப் பற்றிய கவனமாகத் தயாரிக்கப்பட்ட அறிக்கைகளின் வரிசை ஒன்று இப்படிப்பட்ட முன்னேற்றங்களைப் பற்றிச் சற்றும் அறியாத பிரதேசங்களில் நடைமுறை நோக்கங்களுக்கு மிகவும் உதவியாக இருக்கும்.

(3) மூன்றாவதாக, அதிகாரப்பூர்வமான புள்ளியியல் பற்றிய ஒரு சர்வதேச ஆணையம் ஒன்று வேண்டும். சமூகப் பிரச்சினைகளில் அளவு அடிப்படையிலான அறிவின் மிகுந்த முக்கியத்துவத்தை நான் ஏற்கெனவே வலியுறுத்தியுள்ளேன்; அது கட்டப்படுகின்ற பரப்பு மிகப் பெரியதாக இருக்கும்போது அதன் முக்கியத்துவமும் அதிகரிக்கிறது. இப்போது அந்தப் பரப்பு மிகச் சிறியதாக இருக்கிறது. காரணம், வடிவத்திலும் முறையிலும் உள்ள வேற்றுமைகள் காரணமாக, இப்போது ஒரு நாட்டின் புள்ளிவிவரத்தை மற்றொரு நாட்டின் புள்ளிவிவரங்களோடு ஒப்பிட முடிவதில்லை. ஆங்கில, அமெரிக்க நகரங்களில் குழந்தை மரணங்களின் வீதத்தை இன்று ஒப்பிட முடியும், ஆனால் ஒத்த தொழில்களில் எவ்வித யதார்த்தமான முறையிலும் ஊதியவீதங்களை ஒப்பிட முடியாது. ஆகவே இருவிதப் பணிகள் ஒப்படைக்கப்பெற்ற ஒரு சர்வதேச அமைப்பு நமக்குத் தேவை. (அ) புள்ளிவிவரங்களைச் சேகரிப்பதிலும் தருவதிலும் ஒரேசீரான முறைகளை மேலும் மேலும் ஏற்றுக் கொள்ளுதல், (ஆ) இந்த அடிப்படையில் நாடுகளை ஒப்பிட்டுப் பெறும் முடிவுகளை வைத்து அறிக்கைகள் தயாரித்தல். இதற்கு ஜெனிவாவில் ஒரு சிறிய நிரந்தர அலுவலர் குழு தேவை. அவர்கள் அரசாங்க அதிகாரிகள், பிற நிபுணர்களுடன் ஓர் அமைப்புற்ற தொடர்ச்சியான வழியில் தொடர்பு வைத்திருக்க வேண்டும். இப்போது உலகத்தை எதிர்நோக்கியுள்ள பொருளாதார ஒத்துழைப்புப் பற்றிய பிரச்சினைகளை நாம் ஒரு சீரான முறையில் சமாளிக்க வேண்டுமானால் அப்படிப்பட்ட முயற்சி உண்மையிலேயே மிகவும் அவசரமானது.

(4) நான்காவதாக, சட்டத்தின் மீதான ஒரு சர்வதேச ஆணையம் ஒன்று வேண்டும். அது சர்வதேச நீதிமன்றத்தின் இறுதிக் கட்டுப்பாட்டின்கீழ் அமரும். மூன்று விஷயங்களை ஏற்படுத்த அது முனையும். (அ) தனிப்பட்ட, மற்றும் பொது சர்வதேசச் சட்டத்தைத் தொகுப்பதில் அது உதவி செய்யும். (ஆ) சட்டத்தின் பிரிவுகளில் ஒரேமாதிரித் தன்மையை வளர்க்க அது முயற்சி செய்யும். உதாரணமாக, பணநோட்டுகள், பில்கள், அல்லது பொதுக் குழுமங்களின் கூட்டிணைப்பு. அப்படிப்பட்ட கூட்டிணைப்பு விரும்பத் தக்கதாகவே இருக்கிறது. (இ) சட்டம் பற்றிய கேள்விகளுக்கு அது ஓர் அறிவுரைதரும் அமைப்பாக இருக்கும். தனிப்பட்ட அரசின் உயர்தலைமையைப் பேணிக் காப்பது தேவை என்றாலும், நிபுணர்களின் சர்வதேசக் கருத்துகளைக் கேட்டறிதல் விரும்பத்தக்க ஒன்றே ஆகும். இந்த வகைக் கேள்விக்கு உதாரணங்கள், அந்நியர்கள் தொடர்பான சட்டமியற்றல் பற்றியது; அயல்நாட்டவர்களைத் திருமணம் செய்துகொள்ளும் பெண்களின் சட்ட நிலை பற்றியது; தாங்கள் குற்றமிழைத்த அரசிலிருந்து ஓடிவிட்ட அரசியல் குற்றவாளிகள் பற்றியது, இப்படிப்பட்டவை. இப்படிப்பட்ட

ஆணையத்திற்கு மேலும், அமைப்புரீதியான எவ்விதத் திணறச் செய்கின்ற கவசமும் தேவையில்லை. ஒரு சிறிய நிரந்தர அலுவலர் அமைப்பு, சிறப்பு விசாரணைகளுக்கான துணை ஆணையங்களைத் தொடங்கத் தேவையான அதிகாரம் இவ்வளவுதான் அதற்குத் தேவை. பொதுவாக, இந்தத் துணை ஆணையங்களில் அரசாங்கப் பிரதிநிதிகள் மட்டுமே இருப்பது போதுமானதல்ல, குறித்த பிரச்சினைகளைத் தீர்ப்பதில் சிறப்புத் திறன் பெற்றதற்காக சட்ட அமைப்புகளிலிருந்து அனுப்பப்படும் நபர்களும் அதில் இடம் பெற வேண்டும்.

IV. சர்வதேச ஒழுங்கமைப்பின் பணிகள் - பொருளாதாரம்

பொருளாதாரக் கேள்விகளைக் கணக்கில் எடுத்துக்கொள்வதில் தோல்வியுறும் எந்த சர்வதேச அமைப்பும் திறன்மிக்கதாக இருக்க இயலாது என்பது தெளிவு. தேசியத்திற்கும் தொழிலியத்திற்கும் உள்ள தொடர்பு இப்போது மிகவும் சிக்கலானது, ஒன்றில் எழும் பிரச்சினைகளைத் தீர்க்கவேண்டுமென்றால் அதற்கேற்ற நிலையில் குறிப்பாக மற்றதனால் எழுப்பப்படும் பிரச்சினைகளைத் தீர்த்தாலன்றி முடியாது என்னும் அளவுக்கு அவை ஒன்றிணைந்து பின்னப்பட்டுள்ளன என்று முன் இயல் ஒன்றில் நான் வாதிட்டிருக்கிறேன். அதன் ஒருபகுதியேனும் குறைந்தபட்சம் வெர்சேய்ல் உடன்படிக்கையின் தொழிலுழைப்புப் பகுதியினாலும், சர்வதேசச் சங்கத்தின் ஒப்பந்தத்தின்கீழ் சர்வதேசத் தொழில் அலுவலகத்தின் உருவாக்கத்தாலும் ஏற்கப்பட்டுள்ளது. ஓர் எல்லைப்பகுதி மட்டுமின்றி, ஒரு சுங்கவரியும்கூடப் பொருளாதார மோதலுக்குக் காரணமாக அமையலாம் என்பதை விளக்க ஒரு விவாதம் தேவையில்லை; நவீனகால அரசியல் செயலாட்சியில் விவாதப் பொருள்கள் மேலும் மேலும் பொருளாதாரக் கேள்விகளைச் சார்ந்து அமைகின்றன. ஆங்கில-ரஷ்ய உறவுகள், உதாரணமாக, 1917க்கு முன்பு ரஷ்யா வாங்கிய கடன்கள் என்னும் பிரச்சினையால் நஞ்சு ஊட்டப்பட்டுள்ளன. மெசபடேமியாவின் எல்லையும், மெக்சிகோவின் அந்தஸ்தும் அவற்றின் எண்ணெய்க் கிணறுகளோடு தொடர்புபட்டுள்ளன. பெரிய வல்லரசுகள் சீனாவோடு கொள்ளும் உறவு, அதன் மிகப் பெரிய, பயன்படுத்தப்படாத இயற்கை வளங்களால் நிர்ணயிக்கப்படுகிறது. உலக ஒழுங்கமைப்பு ஒன்றில் இத்தாலியின் எதிர்காலம், அது மின்சக்தியை அளிக்கக்கூடிய திறனைப் பொறுத்துள்ளது; அதன் பிரதேசங்களில் நிலக்கரிப் படிவம் எதுவும் இல்லாத நிலை, மிக முக்கியம் வாய்ந்த அரசியல் பிரச்சினையான எரிபொருள்

பிரச்சினையைத் தொழில்துறையில் ஏற்படுத்துகிறது. இதுபோலவே அயல்நாட்டு முதலீடு சார்ந்த பெரிய பிரச்சினைகளும், வணிகக் கப்பல்துறை சார்ந்த பிரச்சினையும். எகிப்து, பிரிட்டனின் பாதுகாப்பின்கீழ் வந்ததுபோல, அயல்நாட்டில் முதலீடு செய்யக்கூடிய திறமை ஓர் அரசை மற்றொன்றின் அரசியல் ஆதிக்கத்தின்கீழ்க் கொண்டுவரலாம். ஒரு தேசியஅரசின் வணிகக்கப்பல்கள் மற்றொரு நாட்டினதைவிடக் குறைந்த சுமையேற்றுக் கூலி பெற்றால், உதாரணமாக, அமெரிக்கா பனாமா கால்வாயில் கட்டுப்பாடு செய்யும்போது வெவ்வேறான கூலிகளை வசூலிப்பதால் உண்டாகும் இலாபம் போன்றவற்றால், மிகத் தீவிரமான சர்வதேசச் சிக்கல்கள் ஏற்படலாம். இறுதியாக, நியாயமான ஒரேசீர்த்தன்மை கொண்ட உழைப்பு நிலைமைகள் இல்லாவிட்டால், தொழில்சார் போட்டி என்பது நியாயமான நிலை என்பதை நெருங்கமுடியும். ஆங்கிலச் சுரங்கத் தொழிலாளியின் தினசரி வேலைநேரம் 7 மணி, ஜெர்மன் சுரங்கத் தொழிலாளியின் தினசரி வேலைநேரம் 8 மணி என்றால், பொதுவாக, ஆங்கிலநாட்டு நிலக்கரியின் விலை அதிகமாகத்தான் இருக்கும்; இதேபோன்ற நிலையினால், ஆங்கிலப் பருத்திக் கூட்டுறவு அதிகாரி அவரது விலையை பம்பாய், ஒசாகா ஆகியவற்றின் ஆலைச் சொந்தக்காரர்களின் விலையோடு ஒப்பிடும்போது அவர்களுக்கு எதிராகத் தனது சந்தையை நிலைநிறுத்த முடிவதில்லை.

பரவியிருக்கும் மிகப்பல பல்வேறுதன்மைகளுக்குள் நான் ஒரு சில சான்றுகளை மட்டுமே எடுத்துக் கொள்கிறேன். இவையெல்லாம், இப்போதிருக்கும் தனது அமைப்பில் உள்ளதைவிட மேலும் பரந்துபட்ட பொருளாதாரக் கட்டுப்பாட்டினைச் சங்கம் மேற்கொள்ளவேண்டும் என்பதையே காட்டுகின்றன. பொருளாதார வகைமைகளின் மிகப் பரந்த வகையான சுட்டிக்காட்டலைத்தான் நான் இங்கு முயற்சி செய்ய முடியும். அவற்றின்மீது சங்கத்தின் செல்வாக்கு மிக உச்சமாக இருக்கவேண்டும். எவ்வித மிகச் சுருங்கிய காலத்திற்குள்ளும் அப்படிப்பட்ட உச்சநிலைச் செல்வாக்கினை அடைந்துவிட முடியும் என்று நான் வாதிக்கவில்லை. அரசியல் விஷயங்களின் பகுதியில், சங்கத்தின் திறனும் நல்லெண்ணமும் சந்தேகமின்றி நிறுவப்படுகின்ற வரை, எந்த தேசிய அரசும் தனது பொருளாதார அக்கறைகள் மீதான இறைமையைக் கைவிட விரும்பாது. இந்த வகைமைகள் சிலவற்றில் சங்கத்தின் அதிகாரம் முழுமையான கட்டுப்பாடு என்பதைவிட, பரிந்துரைகள் செய்யும் தலைமையிலும், முடிவுகளைக் காண்பதிலும், வளர்ந்துசெல்லலாம். அவற்றைத் தனிப்பட்ட நாடுகளின் நல்லெண்ணம் தங்கள் பொருளாக மாற்றிக் கொள்ளவேண்டும். ஆனால் இப்படிப்பட்ட விஷயத்தின் ஓரிரண்டு வகைமைகளைச் சுருக்கமாக விவாதிப்பது குறைந்தபட்சம் சங்கம்

எந்தப் பிரதேசத்திற்குள் செல்லவேண்டும் என்று சுட்டிக்காட்டுகின்ற நோக்கத்தையாவது நிறைவேற்றும்.

I. சர்வதேச முதலீடு.

சர்வதேச முதலீட்டின் ஆற்றலை நான் விரிவாகச் சொல்லவேண்டிய அவசியம் இல்லை. தென் ஆப்பிரிக்கா, எகிப்து ஆகியவற்றுடன் ஆங்கிலேயர்களின் விவகாரங்கள், ஹைட்டி, சான் டொமிங்கோ, மெக்சிகோவுடன் அமெரிக்காவின் விவகாரங்கள், ரஷ்யாவுடன் ஃபிரான்சின் விவகாரங்கள் ஆகியவை விளைவுகளை இப்போது கணிக்க முடியாத ஒரு பெருவணிகத்திற்கான வெறும் உதாரணங்கள். *(Cf. Mr. H. N. Brailsford's War of Steel and Gold, chaps. ii, iii and viii, for a full discussion of these matters.)* அவற்றின் பொருளைப் பற்றிய எந்த ஆராயச்சியும் கட்டுப்பாட்டின் இருமடியானதொரு அமைப்பு வேண்டும் என்பதைத்தான் காட்டுகிறது. *(1)* ஒரு கடன் ஓர் அரசுக்கு அளிக்கப்படும்போது, ஒற்றை அரசின் முதலீட்டாளர்கள் செய்தாலும் சரி, அல்லது **1924** இலையுதிர் காலத்தில் டாவஸ் திட்டத்தின்கீழ் ஜெர்மனிக்கு அளிக்கப்பட்ட கடன் போல, ஒரு கொடைஅமைப்பின் ஏதோ ஒரு பகுதி அளிப்பதானாலும் சரி, அதன் ஷரத்துகளைச் சங்கம் அங்கீகரிக்கவேண்டும். *(2)* கடனைத் திருப்பி அளித்தல் முறை, ஒருபோதும் ஒரு வல்லரசை உள்ளடக்கியிருக்கக் கூடாது. அது, பிரிட்டனின் ஆக்கிரமிப்பின்கீழ் எகிப்தின் சுதந்திரம் அழிக்கப்பட்டதுபோல அந்த அரசின் அரசியல் சுதந்திரத்தை அழித்துவிடும். *(3)* எந்த ஒரு சிறப்பு அரசின் குடிமக்களுக்கும் பொருளாதாரச் சலுகைகளின் கொடையை அது தன்னகத்தே கொண்டிருக்கக் கூடாது; மொராக்கோ, பெர்ஷியா ஆகிய நாடுகளுக்கு அளிக்கப்பட்ட சலுகைகளின் வரலாறு விளக்குவதுபோன்ற பிரச்சினை அங்குதான் ஆரம்பமாகிறது. *(4)* கடன் கொடுக்கப்பட்ட தொகை, உதாரணமாக, இரயில்வேக்காக சுழல்பங்குகளை வாங்குவது போன்று அதைப் பெற்ற நாட்டிற்கு வெளியே செலவிடப்படுகிறது என்றால், அந்த முடிவைக் கடன்பெற்ற நாடு, சங்கம் இதற்காகவே நியமித்த ஆலோசனைக் குழுவின் இசைவுடன் அதைச் செய்யவேண்டும். *(5)* சங்கத்தின் அனுமதி இன்றி ஒரு கடனில் பங்குபெற்ற முதலீட்டாளர்கள் எவரின் சார்பாகவும் எந்த அரசும் செயல்பட உரிமை இல்லை. *(6)* குறிப்பிட்ட ஓர் அரசு தனது பணிகளை உறுப்பினர் என்ற முறையில் முழு அளவில் நிகழ்த்தாத உறுப்பினராக இருக்கும் பட்சத்தில், குறிப்பாக, சர்வதேசத் தொழிலாளர் அலுவலகத்தின் விதிகளின்படியான கடப்பாடுகளை ஏற்காத பட்சத்தில், எந்த அரசும் தனது குடிமக்களை அந்த அரசின் கடனில் முதலீடு செய்யுமாறு அனுமதிக்கலாகாது.

ஆனால் ஓர் அரசின் கடன்கள் இப்படிப் பாதுகாக்கப்பட்டாலும், அத்துடன் சர்வதேச முதலீட்டின் பிரச்சினைகள் முடிந்துவிடுவதில்லை. அயல்நாடுகளில், குறிப்பாகப் பின்தங்கிய பிரதேசங்களில், தொழில்வணிகர்களின் செயல்பாடுகளை மேற்பார்வையிடும் முறைகளைச் சீரமைப்பது முக்கியமானது. காங்கோ அல்லது புட்டுமேயோவின் வரலாற்றைப் படிக்கும் எவரும் ஏன் அப்படிப்பட்ட மேற்பார்வை தேவை என்பதைச் சிரமமின்றிப் புரிந்துகொள்ளலாம். ஆனால் இவை, தங்கள் விளைவுகள் ஒவ்வொரு நிலையிலும் நுண்ணாய்வை வேண்டுகின்ற ஒரு தொடரின் கடைசி விஷயங்கள்தான். இந்தக் கட்டுப்பாட்டின் அடிப்படைகள் செறிவாக திரு. பிரெயில்ஸ்ஃபோர்டினால் கூறப்பட்டுள்ளன. "நமது கொடியின் சலுகையின்கீழ், ஒரு தனிமனிதனோ அல்லது குழுமமோ அயல்நாட்டில் வாணிகம் செய்யவோ, பணம் கடன் அளிக்கவோ முற்பட்டால், எந்த அளவிலேனும் நாம் அவரது வணிகத்தொழிலைப் பாதுகாக்கவோ அங்கீகரிக்கவோ விரும்பினால், அது ஆய்வுக்கு உட்பட வேண்டும், இப்போது சர்வதேச ஒழுக்கம் கட்டளையிடும் தரங்களுக்கேற்ற விதிகளை அது கடைப்பிடிக்கவேண்டும்" என்று அவர் எழுதுகிறார். (op. cit., p. 241.) பிரெயில்ஸ்ஃபோர்டு எழுதியது 1914இல். அப்போது சர்வதேசச் சங்கம் போன்ற ஒன்று நடைமுறைப் படுவதற்கான வாய்ப்பு தென்படவில்லை; நமது சொந்தக் காலத்தின் தேவை, ஓர் அரசு செய்ததன் அடிப்படையிலான கடப்பாடாக இருக்கலாகாது, சங்கத்தின் பாதுகாப்பின் கீழ் அமைந்த இணக்கமாக இருக்கவேண்டும். அது பின்வருவது போன்ற ஏதோ ஒரு அமைப்பினைக் கொண்டிருக்கும். (1) ஒவ்வோர் அரசும் அயல்நாட்டில் ஈடுபட்டுள்ள வணிக ஏற்பாடுகள் பற்றிய ஒரு பதிவேட்டை வைத்திருக்க வேண்டும். அந்தப் பதிவேட்டில் அங்கீகாரம் பெற்ற நிறுவனங்களுக்கு ஒரு பகுதியும், பின்வரும் காரணங்களுக்காக அங்கீகாரம் மறுக்கப்பட்ட நிறுவனங்களுக்கு ஒரு பகுதியும் இருக்கவேண்டும்; பதிவுக்கான செலவு, இப்போது குழுமங்களின் பதிவுக்குச் செய்யப்படுவது போன்ற ஓர் ஆண்டுக்கட்டணத்தினால் ஈடுசெய்யப்படவேண்டும். (2) பதிவேடு ஆண்டுதோறும் திருத்தம் செய்யப்பட வேண்டும், பொதுமக்கள் பார்வையிட அனுமதிக்கப்படுவதாக இருக்கவேண்டும் அன்றன்றுவரை பதிவுசெய்யப்பட்ட அதன் நகல் ஒன்று சங்கத்தின் தலைமையகத்தில் இருக்க வேண்டும். (3) (அ) சர்வதேசத் தொழில் அலுவலகம் நிறுவியுள்ள உழைப்பு நிபந்தனைகளைப் பின்பற்றாதவர்கள் (ஆ) சர்வதேசச் சங்கத்தின், குறிப்பாக கட்டளை அதிகாரங்களின் கீழ் உள்ள கடப்பாடுகள் (இ) அடிமைத்தனம் நீடிக்கின்ற நாடுகளுடன் வணிக முயற்சியில் ஈடுபடுபவர்கள் (ஈ) உள்நாட்டு அல்லது அயல்நாட்டுப் போரில் ஈடுபட்டுள்ள ஓர் அரசில் பொருளாதார

அல்லது இராணுவக் குறுக்கீட்டினை மேற்கொள்பவர்கள் ஆகிய தனிநபர் அல்லது குழுமத்திற்கு அனுமதி மறுக்கப்பட வேண்டும். (4) ஒரு குழுமம் அங்கீகாரம் கேட்டு மறுக்கப்பட்டால், அது நீதிமன்றங்களில் மேல்முறையீடு செய்வதற்கு அனுமதிக்கப்பட வேண்டும். (5) ஓர் அங்கீகாரத்திற்கு எதிரான முறையீடு ஏற்கெனவே சங்கத்தில் செய்யப்பட்டிருந்தால் அந்த முறையீட்டைச் சர்வதேச நீதிமன்றம் விசாரிக்கவேண்டும். தோல்வியுள்ளால், முறையீடு செய்தவர் செலவுகளை ஏற்கவேண்டும். முறையீடு ஏற்கப்பட்டால், குழுமம் தன்னைப் பதிவுசெய்து கொண்ட அரசு அந்தச் செலவுகளை ஏற்கவேண்டும். (6) (அ) தனது பங்குகளை சங்கத்தின் எந்த உறுப்புநாட்டின் பங்குச் சந்தையிலும் மேற்கோளிடுதல் (ஆ) அங்கீகார மறுப்புக்கு எதிரான முறையீடு தவிரப் பிறவற்றுக்கு வழக்காடச் செல்லுதல் (இ) சங்கத்தின் எந்த உறுப்புநாட்டின் தூதர் அலுவலகம் அல்லது துணைத் தூதர் அலுவலகத்தின் சேவையைப் பெறுதல் (ஈ) கட்டளைப் பிரதேசம் எதற்குள்ளும் நுழைதல் ஆகிய உரிமைகள் அங்கீகாரம் மறுக்கப்பட்ட எந்தக் குழுமத்திற்கும் கிடையாது. இந்த விதியை மீறுகின்ற, நுழைய முனையும் முகவருக்குத் தண்டனையாகச் சிறை அல்லது அதிகஅபராதம் விதிக்கப்படலாம்.

மேற்சுட்டிய அமைப்பு போன்ற ஒன்று எல்லாவிதத்திலும் முழுமையானது எனக் கூற முடியாது. ஏனெனில் அனுபவம் இதற்கு உகந்த வேறுபல வாய்ப்புகளைக் காட்டும். ஆனால் இப்படிப்பட்ட பதிவேடு டான் பசிஃபிகோ அல்லது மானிஸ்மன் சகோதரர்கள் போன்ற விரும்பத்தகாத வணிகர்களுக்கு, தேசிய கௌரவத்தைத் தனதுசொந்த இலாபத்திற்குப் பயன்படுத்துபவர்களுக்குக் கடுமையான தடைகளை ஏற்படுத்தும். நியாயமான வணிகத்தை அது எவ்வகையிலும் பாதிக்காது என்று நினைக்கிறேன். இயல்பானதொரு நாகரிகமான அரசுடன் வணிகத்தில் ஈடுபடும் எந்த நிறுவனமும் போகிற போக்கில் அங்கீகாரம் பெறவே செய்யும்; விலக்கப்பட்டவை, பெரும்பாலும், சமத்துவமற்ற நிலைமைகளில் பிற்பட்ட பிரதேசங்களில் வணிகம் செய்பவையாகவே இருக்கும். சர்வதேச விஷயங்களில் இவை போன்றவற்றிற்கு வணிக அந்தஸ்தை மறுத்தல் என்பது அங்கீகாரம் பெற்ற நிறுவனங்களின் கௌரவத்தை ஏற்பதாகும்; அது, வணிகத்தொழில் நிறுவனங்களில் வெகுவாகத் தேவைப்படும் ஓர் ஒழுக்கக்கூறினை அறிமுகப்படுத்துவதாகும். பலசமயங்களில் அங்கீகாரம் பெறாமல் செய்யப்படும் முயற்சிக்கே சாத்தியப்படும் இலாபங்கள் மிக அதிகமாக இருந்து அவர்களை அபாயத்தை மேற்கொள்ளத் தூண்டும் என்பதை நான் மறுக்கவில்லை; அவர்களில் சிலரேனும் இங்கு முன்வைக்கப்பட்ட பாதுகாப்பு நடவடிக்கைகளைத் தவிர்க்கவும் செய்வார்கள். ஆனால் குறைந்தபட்சம் இந்தமாதிரி

துணிகரச் செயல்களில் ஈடுபடக்கூடிய பெரும்பான்மையினரை நாம் தடுத்தவர்கள் ஆவோம்; அப்படிச் செய்வதன் ஆதாயம், அயல்நாட்டு முதலீட்டின் வரலாற்றை நடுநிலையோடு நோக்குபவர்களுக்குச் சந்தேகமின்றித் தெளிவுபடும்.

2. சுங்கவரிக் கட்டணங்கள்.

நான் இங்கு உட்செல்ல முடியாத காரணங்களால், ஒரு குறித்த அரசின் உள்நாட்டுத் தொழில்களைப் பாதுகாக்கின்ற வரிகளுக்கு எதிராக, வருவாய்க்கான ஒரு வரி மட்டுமே சர்வதேச அமைதிக்குத் தெளிவாக வழியாகத் தோன்றுகிறது. *(The best general statement against tariffs that I know will be found in Professor E. Cannan's Wealth (1914), chap. xiv.)* ஆனால் பிரிட்டனையும் ஹாலந்தையும் தவிர, நீண்ட காலத்துக்கு, சங்கத்தின் உறுப்பு நாடுகளில் பெரும்பான்மையானவை, சுருக்கமாகப் பொருளாதாரக் கோல்பெர்ட்டியம் என்று சொல்லப்படுவதைத் தங்கள் ஆதாயத்திற்காகப் பயன்படுத்த முனைவார்கள் என்பது பெரும்பாலும் தெளிவு. ஆகவே சங்கத்தின் வேலை, தனது உறுப்பினர்களுக்கு எதிராகப் பொருளாதார வேற்றுமைப் படுத்தலுக்கு ஒரு வழியாக ஒரு சுங்கவரியைத் தடுப்பதோ, அல்லது ஒரு சுங்க வரியை ஒப்பந்தத்தின் கீழ் எழுகின்ற பொருளாதாரக் கடப்பாடுகளைக் கடைப்பிடிக்காத அதன் உறுப்பினர்களைத் தண்டிக்கும் ஒரு வழியாகப் பயன்படுத்துவதோ மட்டுமே என்று ஆகிவிடுகிறது. ஆகவே சங்கம், தனது உறுப்பினர்களில் ஏதேனுமொருநாடு பயன்படுத்தும் எந்த வரியின்கீழும் யாவரையும் நடத்துவதில் சமத்துவத்தை நோக்கிச் செல்லவேண்டும்; பிற அரசுகளுக்குப் பாதகமாகச் செயல்படுவதால் வணிக அமைப்புகளைப் பற்றிய கூற்றுகளில் "மிகவும் சாதகமான தேசம்" என்பவற்றை நீக்கிவிட வேண்டும். இதன் அடிப்படை எண்ணம், தன் ஆட்சிப் பிரதேசங்கள் பிரிட்டனுக்குச் சாதகமான சலுகைகளை அளிப்பதைத் தடை செய்யவேண்டும் என்பதும், பிரிட்டனும் அதே போல் நடக்கவேண்டும் என்பதும் ஆகும். ஏனெனில் இவை தொடர்புள்ள அரசுகளுக்கிடையில் ஒரு மூடிய பொருளாதார அமைப்பினை எழுப்ப முயற்சி செய்கின்றன; வரலாற்று நிலையில் இது, சர்வதேச உறவுகளில் கொடிய விளைவை உண்டாக்கியிருக்கிறது.

3. பிற பொருளாதாரப் பணிகள்

ஆனால் இந்தப் புள்ளிக்கு அப்பால் வரிகளைப் பற்றி விவாதிக்க இயலாமை, இரண்டு மிகத் தீவிரமான பொருளாதார முக்கியத்துவம்

வாய்ந்த வழிவகைகளைச் சங்கம் ஆராயாமல் விடுமாறு தடை செய்யவில்லை என்று நான் நினைக்கிறேன். தங்கள் வாழ்க்கைத் தரங்களைக் கூலி மூலமாகவோ, உழைப்புநேரம் மூலமாகவோ, தொழிலக நிலைமைகள் வாயிலாகவோ எப்படி அளந்தாலும் அவை மிகமிகக் குறைவாக உள்ள நாடுகளிலிருந்து மேற்கண்டவை நன்றாக இருக்கக்கூடிய நாடுகளிலிருந்து பெறப்படும் சரக்குகளின் விலையைவிட மிகக் குறைவான விலையில் பெற முடியும் தன்மையிலான நாடுகள் உள்ளன. இந்தியாவில் தொழிற்சாலை உழைப்பு, உதாரணமாக, எவ்விதப் பொறுப்பான வழியிலும் இனிமேல்தான் தொழிற்சங்கங்கள் என்பதன் அர்த்தத்தைப் புரிந்துகொள்ள வேண்டியுள்ளது; அதன் கூலிவீதத்தின் தரம் சகிக்கமுடியாத நிலையில் உள்ளது, அதன் வேலைநேரமோ இங்கிலாந்தில் 1844இன் பத்துமணி நேரச் சட்டத்துக்கு முன்னால் இருந்த நிலையை நினைவுபடுத்தும் விதமாக உள்ளது. (The reader should compare Engels' Condition of the Working Class in England in 1844 with Miss Gladys Broughton's Labour in Indian Industry.) சரியான நிலைமைகளில் உற்பத்திப் பொருள்களைவிட இப்படிப்பட்ட உழைப்பின் உற்பத்திப் பொருள்கள் மிகக் குறைவான விலையில் விற்கப்படும்போது நாம் என்ன செய்யலாம்? சர்வதேசத் தொழில் அலுவலகத்தின் பரிந்துரையின் பேரில் அப்படிப்பட்ட அரசினால் பிரிட்டனின் வணிக வாரிய அமைப்பினை ஒத்த ஓர் அமைப்பினைக், குறித்த காலத்திற்குள், ஆனால் தொழிற்சாலை நிலைமைகளின் முழுப் பரப்பையும் கருத்தில் கொள்ளுமாறு, விரிவான அதிகாரம் படைத்ததாக உருவாக்கச் செய்வதற்கு, சங்கத்தின் மன்றத்திற்கு உள்ளார்ந்த அதிகாரம் இருக்க வேண்டும். இந்த வணிக வாரியங்கள் சர்வதேசத் தொழில் அலுவலகத்தினால் போதுமானதென ஏற்கப்பட்ட தொழில்தரங்களை அத்தொழில்களுக்குப் பயன்படுத்தவேண்டும், அவற்றை நிறுவிய பன்னிரண்டு மாதத்திற்குள் அப்படி இருக்கிறது என்று சான்றளிக்கப் படவும் வேண்டும். தேவையான மேம்படுத்தல்கள் செய்யப்படவில்லை என்று மன்றத்திற்குத் தெரியவந்தால், உறுப்பினர் நாடுகளுக்குக் கீழ்ப்படியாத அரசிடமிருந்து இறக்குமதி செய்யப்படக் கூடாதென்ற பொதுத் தடையாணையை விதிக்க அதிகாரம் அதற்கு இருக்கவேண்டும். இப்படிப்பட்ட கொள்கை, நியாயமான, மனிதாபிமான நிலைமைகளைத் தொழிலில் ஏற்படுத்தவும் பாதுகாக்கவும் வேண்டும் என்ற ஒப்பந்தத்தின் உறுதிமொழியிலிருந்து தர்க்கரீதியாகப் பெறப்படுகிறது என்று நான் நம்புகிறேன். (Article XXIII (a) of the Covenant of the League.)

இரண்டாவது பிரச்சினை, இறுதி நிலையில் இல்லை என்றாலும், உடனடியான, மேலும் அதிக நீடித்த விளைவுகளை உடையது

என்று நம்புகிறேன். கட்டளைப் பிரதேசங்களில் அல்லது இதுவரை சுரண்டப்படாத பகுதிகளிலிருந்து கச்சாப்பொருள்களைப் பயன்படுத்திக் கொள்வதைப் பற்றியது அது. இலாபம் ஈட்டுவதை மட்டுமே இறுதி நோக்கமாக நாம் கொள்ளவில்லை என்றால், ஏற்கெனவே நாகரிகம் படைத்த நாடுகளில் நிகழ்ந்திருப்பது போன்ற இயற்கை வளங்கள் வீணாகுதலை அப்படிப்பட்ட பகுதிகளில் நாம் ஏன் அனுமதிக்கவேண்டும் என்பது புரியவில்லை. இப்படிப்பட்ட இடங்களில் எல்லாம், சங்கம் அனுமதித்த நிபந்தனைகளின் பேரில் மட்டுமே சுரண்டுதல் நிகழ வேண்டும்; அந்த நிபந்தனைகள் கடைப்பிடிக்கப்படுவதை உறுதிப்படுத்திக் கொள்ள அவ்வப்போது சங்கம் ஆய்வு செய்யவேண்டும். உதாரணமாக, மெசபடேமியாவில் எண்ணெய் பெரிய அளவில் இருப்பதாகக் கண்டுபிடிக்கப்பட்டால், அதை எடுக்கும் அனுமதியைப் பெறுகின்ற குழுமம் அதன் உற்பத்திக்கான தொழில்நுட்பச் சூழல்களை நிர்ணயிக்கக்கூடாது. சங்கத்தினால் அதற்கென நியமிக்கப்பட்ட ஓர் ஆணையத்தினால்தான், சுதந்திரமான நிபுணர்களின் சான்றளித்தலின் உதவியுடன், அது நிர்ணயிக்கப்பட வேண்டும். நிலநடுக்கோட்டு ஆப்பிரிக்காவில் தங்கம் கண்டுபிடிக்கப்பட்டால், அதன் உற்பத்தியும் இப்படிப்பட்ட முறையிலேயே நிகழ வேண்டும். ஆகவே இந்த அர்த்தத்தில் சங்கம் தன்னை எதிர்காலத்துக்கான ஓர் அறக்காவல் அமைப்பாகத் தன்னைக் கருதிக் கொள்வதில் தவறில்லை; அப்படிப்பட்ட அறக்காவல் தன்மையை அது வலியுறுத்துகின்ற அளவுக்கு சர்வதேச உறவுகளில் தீவிரமான உராய்வு ஏற்படும் ஒரு மூலத்தை அது நீக்கிவிடுவதாகும்.

அமைப்புறாத பகுதிகளில் இயற்கை மூலவளங்களைக் கட்டுப்படுத்தும் இந்தப் பிரச்சினை, இயல்பான நாடுகளில் அவற்றைக் கட்டுப்படுத்தும் மிகச் சிக்கலான கேள்வியை எழுப்புகிறது. இங்கே குறைந்தபட்சம், நாம் மேலே செல்வதற்கான ஏதோ சிறிய, ஆனால் முக்கியமான அனுபவம் இருக்கிறது. போர் ஆண்டுகளில் (அ) தேவை ஏற்படும் சமயத்தில் சேவையை ஒழுங்குபடுத்துவது, (ஆ) அந்தத் தேவையை நிர்ணயிப்பதற்கு சர்வதேசக் (*to be accurate, inter-allied*) கருவியமைப்புகளை ஏற்படுத்துவது ஆகியவை சாத்தியம் என்று நாம் அறிந்து கொண்டோம். சர் ஆர்தர் சால்டரின் கப்பல் சரக்கேற்றலில் உடன்படிக்கை உறவின் கட்டுப்பாடு, அவசியக் கச்சாப்பொருள்களின் மொத்த வாங்குதலின் பிரிட்டிஷ் அரசாங்கப் பதிவேடு ஆகியவற்றைப் படிப்பவர்கள் எவரும், இப்படிப்பட்ட முறைகள் நிரந்தரமாக இடைத்தரகர்களை விலக்கும் ஓர் அமைப்பினை எதிர்நோக்குகின்றன என்னும் உணர்வின்றி இருக்கமுடியாது. (*Cf. J. A. Salter, Allied Shipping Control; and E. M. H. Lloyd, Experiments in State Control*). தொடர்ச்சியான பல ஆண்டுகளில் ஒப்புக் கொள்ள விலைப்படி அரசே சரக்குகளை

வாங்கியும், சங்கத்தின் வாயிலாக வாங்கியும், மொத்த இருப்பை முன் தேவை என்ற விதிப்படி விநியோகித்தும் வருவது இடைத்தரகர்களை விலக்குவதற்கு உதவும். இப்படிப்பட்ட சாத்தியத்தினை ஆராய்வது, இரண்டு காரணங்களால் முக்கியம் என்று தோன்றுகிறது. முதலில் அத்தியாவசியப் பொருள்களின் உலக விலையளவை நிலையாகப் பேணுவதை அது சாத்தியமாக்குகிறது; இரண்டாவதாக, அப்படிக் கட்டுப் படுத்தப்பட்ட சரக்குகளில் தேவையற்ற, அதிகச்செலவு பிடிக்கின்ற போட்டியை நீக்குவதற்கான சாத்தியக்களத்தைக் கொண்டு வருகிறது.

இந்தக் கொள்கையின் உட்குறிப்புகளை நான் ஆராய முயல்வதற்கு முன்னால், இந்த இலக்கை நோக்கிய ஆர்வத்தைத் தூண்டுகின்ற மறைமுக முயற்சிகள் சில ஏற்கெனவே உள்ளன என்பதைக் குறிப்பிடுவது தகுதியானது. 1904இல் திரு. லூபின் சர்வதேச விவசாய நிறுவனத்தை நிறுவியபோது, அவருடைய மனத்திலிருந்த நோக்கங்களில் உலக உணவு அளிப்புகளின் ஊகமுறை பேரங்களைக் குறைப்பதும் ஒன்று. அந்த பேரங்களில் ஈடுபடும் சட்டத்திற்கு எதிரான குழுவினர், பிரத்தியேக உரிமையினர் ஆகியவர்களுக்கு எதிராக அந்தச் சர்வதேச அமைப்பை முன்மொழிந்தார். வேறு எங்கும் போலவே இங்கும், சர்வதேச அரசாங்கத்தின் வேகத்தைமீறி, சர்வதேச வணிக அமைப்புகள் செயல்பட்டன. ஒயிட் சீ மற்றும் பால்டிக் கான்ஃபெரன்ஸ் போன்ற அமைப்புகள், இண்டர்நேஷனல் ரெயில் சிண்டிகேட் போன்றவை, கண்ணாடித் தொழிலில் காண்டினென்டல் கமெர்ஷியல் யூனியன் போன்ற அமைப்புகள் ஆகியவை பல ஆண்டுகளாக, ஒப்புக்கொண்ட விற்பனைப் பகுதி, ஒப்புக்கொண்ட உற்பத்திவெளியீடு, ஒப்புக்கொண்ட விலை ஆகியவற்றின் அடிப்படையில் தங்கள் செயல்பாடுகளை நிகழ்த்தி வந்தன. (Cf. L. S. Woolf, International Government, chap. vi, for a wealth of material upon this subject.) அவர்களுடைய நோக்கம், குறைந்தபட்ச அபாயத்தை எதிர்கொண்டு அதிகபட்ச இலாபத்தை ஈட்டுவதுதான். ஒரு நியாயமான விலையில் தேவையான சரக்குகளை முழுவதுமாக அளிப்பதற்கு அரசாங்கங்கள் ஏன் சங்கத்தின் இந்தக் கருவியைப் பொருத்தமான பிரதேசங்களில் தங்கள் மக்களுக்கு உதவிசெய்யப் பயன்படுத்திக் கொள்ளக்கூடாது என்பதற்கு எந்தவிதக் காரண-காரியமுறை விளக்கமும் இல்லை.

இப்படிப்பட்ட செயல்முறைகள் இயற்றப்படும் முறை எவ்வித ஒரேசீரான பாணியையும் பின்பற்றி இருக்காது, அல்லது இழப்புப் பரிகார ஆணையம் போன்று முழுஅதிகாரம் கொண்ட இதற்கேயான ஓர் அமைப்பிடம் இது ஒப்படைக்கப்படுவதற்கும் இல்லை. இது சங்கத்தினால் நியமிக்கப்பட்டு, ஆனால் சங்கத்தின்

ஒவ்வொரு உறுப்புநாட்டின் நிர்வாகத்தின் வாயிலாகவும் பணி செய்து, அறிக்கையைச் சங்கத்திடம் அளிக்கின்ற வரிசையான ஓர் ஆலோசனைக் குழுக்களின் தொடராக இருக்கும் வாய்ப்பு அதிகம். சர் ஆர்தர் சால்டர் சுட்டிக்காட்டியிருப்பது போல, (Op. cit., p. 254) பின்னவை இந்த அமைப்புகளின் செல்வாக்கிற்குத் தங்கள் செயல்கள் உட்பட்டு, ஒன்றிணைக்கப்படும். ஆனால் அவை பரஸ்பரச் செல்வாக்கினால் அன்றி, நேரடியாகக் கூட்டாக இயக்கப்படாது. உதாரணமாக, ஆங்கில அரசாங்கம் உலகத்தின் கோதுமையின் மொத்த அளிப்பில் தன் மக்களுக்கு வேண்டிய பங்கினைத் தனியாக ஃபிரான்சிடமிருந்து வாங்கிக் கொள்ளும்; ஆனால் ஃபிரான்ஸ் என்ன செய்து கொண்டிருக்கிறது என்ற முழு அறிவின் வெளிச்சத்தில் அவ்வாறு வாங்கும் என்பதோடு, தனது செயலினால் ஃபிரான்சுக்கு ஏற்படும் தாக்கத்தையும் உணர்ந்தே செய்யும். இதேபோல, இத்தாலி, பிரிட்டனிடமிருந்து நிலக்கரி வாங்குவதற்கு ஒப்பந்தம் செய்யலாம்; ஆனால் அந்த வாங்குதலின் முடிவு, தென் அமெரிக்கக் குடியரசுகளின் கொள்கைமீது ஏற்படுத்தக்கூடிய அதன் விளைவினை அறிந்த ஓர் அமைப்பினால் செய்யப்படும். அரசாங்கங்கள் மனப்பூர்வமாகவும் தொடர்ச்சியாகவும் மிகப்பெரிய பொருளாதாரப் பிரச்சினைகளில் கூட்டுத் தீர்வுக்கு இணக்கமாகப் பாடுபடும் என்ற சர்வதேச அமைப்பின் உயிரான கொள்கை அடிப்படை இதனால் நிரூபிக்கப்படும்.

இதிலிருந்து யூகிக்கப்படும் குறித்த சில விதிகளைப் போகிற போக்கில் இங்கே குறித்துக் கொள்ளலாம். ஏனெனில் அவற்றின் முடிவுகள் இந்த விவாதத்தின் பிற்பட்ட நிலையை ஆதாரமாகக் கொண்டவை. மிகப் பெரிய பொருளாதாரப் பிரச்சினைகளையும் தீர்ப்பதில் அரசாங்கங்கள் ஒத்துழைப்பது சாத்தியம் என்று நான் வலியுறுத்தியுள்ளேன். அந்தத் தீர்வு பெரும்பாலும் ஒரு நிர்வாக அமைப்பினால் தீர்க்கப்படுவது அல்ல, 'அதில் உள்ளடங்கிய அரசியல் செயல்பாட்டிற்குப் பொறுப்பான தனித்தனி அரசுகளின் கூட்டு ஆலோசனையால்தான் அது மிகச் சிறப்பாக இயலும். பொதுவாக அப்படிப்பட்ட ஆலோசனை பழைய அரசியல் முறைப்படியான அயல்நாட்டு அலுவலகங்களின் வாயிலாக அல்ல, அவ்வவற்றிற்குரிய சிறப்புத் துறைகளின் நேரடித் தொடர்பினால் நிகழ்வது சிறப்பு. பிரிட்டிஷ் வணிக வாரியம், ஃபிரெஞ்சு வணிக அமைச்சகத்துடன் நேரடித் தொடர்பு கொள்ள வேண்டும்; இத்தாலிய விவசாய அமைச்சர், ஜெர்மன் விவசாய அமைச்சருடன் சேர்ந்து நடவடிக்கைகளை ஒருங்கிணைக்க வேண்டும். நேரடித் தொடர்பு உருவாக நிரந்தரத் தொடர்புக்கான நிறுவனங்கள் தேவை. எப்போதாவது துறைத் தலைவர்கள் சந்திப்பு நிகழ்வது போதாது. பொறுப்பான நிரந்தர அலுவலர்கள் நெருக்கமாக ஒருவரை ஒருவர் அறிய வேண்டும்,

ஒருவர் மனத்தை மற்றவர் உணர வேண்டும், இந்தத் தொடர்ந்த உறவுகளிலிருந்து தங்கள் சொந்த அரசுகளின் பணிக்கு ஒரு சர்வதேசத் தேவையின் உணர்வைப் பயன்படுத்துகின்ற சாத்தியத்தைச் சேகரிக்க வேண்டும். அதற்கு, சர் ஆர்தர் சால்டர் சரியாகவே வற்புறுத்தியதுபோல (*Op. cit., p. 258*), "தங்கள் தங்கள் நாடுகளில் கொள்கைகள் வடிவமைக்கப்பட்டு தனியுருப் பெறுவதற்கு முன்னால் தொடக்க நிலைகளிலேயே கொள்கையை வெளிப்படையாக விவாதிக்க இயலச் செய்யும் அளவுக்கு" அலுவலர்களுக்கிடையில் ஒரு மிகப் பெரிய அளவிலான பரஸ்பர நம்பிக்கை உருவாக வேண்டும். இதனால் விவாதத்தில் ஒரு நிர்வாகத்தின் கௌரவத்தை மறைமுகமாகக் குற்றம் சாட்டும் அபாயத்தைத் தவிர்க்கிறோம்; பொதுமக்கள் பார்வைக்கு அது வெளியாவதைத் தடுக்கிறோம். அரசாங்கங்கள் தங்களை ஏதோ ஒரு பார்வைக்கு உட்படுத்திக் கொள்வதற்கு முன்னால் ஒரு பொதுவான முடிவு அடையப் படுவதற்கான அடிப்படையை நாம் பெறுகிறோம். எந்த அதிகாரிகளும், தங்கள் தங்கள் நாடுகளைக் கட்டுப்படுத்த முடியாது, கூடவும் கூடாது; ஆனால் உடன்படிக்கையின் குறிப்புகள் தெரிந்தால், ஏறத்தாழ எல்லைகள் தெளிவாக வகுக்கப்பட்ட ஒரு கொள்கையின்படி தீர்வுகளைச் செய்கின்ற அலுவலர்களுக்கு அதிகாரங்களை நிலையாக அளிப்பது மிகவும் எளிதாகிவிடுகிறது. அரசாங்கங்களின் சந்திப்புகள் அப்போது தங்கள் கோட்டுருக்கள் ஏற்கெனவே ஒழுங்கமைக்கப்பட்ட திட்டங்களுக்கு ஒப்புதல் தருகின்ற அலுவல்முறைச் சந்தர்ப்பங்கள் ஆகின்றன. இப்படிச் செய்யப்பட்ட திட்டங்கள், அலுவலர்கள், தங்கள் நெருங்கிய தொடர்பினால், பிற நோக்குநிலைகளைப் புரிந்து கொள்ளவும் எடைபோடவும் கற்றுக் கொண்டிருப்பார்கள் ஆதலினால் ஓர் சர்வதேசியத்தின் உள்ளாற்றலை இயல்பாகவே கொண்டுள்ளதாகலாம்.

அரசுகளின் அயல்நாட்டு அலுவலகங்களுக்கு வெளியே தொடர்பு வைத்துக் கொள்வதன் முக்கியத்துவத்தை நான் வலியுறுத்துகிறேன். அரசுகளுக்கிடையில் தொடர்பு மூலங்களைப் பெருக்குகின்ற சர்வதேச நிர்வாக முறையைக் கட்டுவதற்கு மெய்யான முக்கியத்துவம் உள்ளது என நம்புகிறேன். செயல்களை வட்டாரமயப் படுத்தும்போது, அது பெரும்பாலும் கௌரவம் என்ற அடிப்படையில் அல்லாமல், தொழில்நுட்ப அடிப்படையில் சந்திக்கப்படும், அதனால் அவ்விதத் தொழில்நுட்பம் வளர்வதற்கான வாய்ப்பும் அதிகம். அரசியல்நடத்தையின் இயல்பான முறைகள் பிரச்சினைகளை மையப் படுத்துகின்ற முறையிலே அவற்றின் விளைவுகள் தங்களுக்கான இயல்பான அதிகாரத்தைவிட மிக அதிகமான முக்கியத்துவத்தைப் பெற்றுவிட நேரிடலாம். டவுனிங் தெருவில் எண்ணெய் பற்றிய பிரச்சினை ஏற்பட்டால் அது ஒயிட்ஹாலில் பெறும் முக்கியத்துவத்தை

விட மிகப் பெரிய முக்கியத்துவம் உள்ளதாகத் தோன்றலாம். தொழில்நுணுக்கம் அற்பமானதை அதன் நிஜமான தோற்றத்தில் வைத்துக் காட்டுகிறது. ஓர் அயல்நாட்டு அலுவலகம் இரயில்வேயின் ஒரு சச்சரவைச் சமாளிப்பதற்காகக் கொண்டுவரப்பட்டால், இரயில்வேக்கு அப்பாலான பிரச்சினைகளைப் பற்றிய விவாதம் அந்தச் சூழலில் ஊடுருவத் தொடங்கிவிடுகிறது. தொழில்நுணுக்க முறைப்படி விவாதத்தை நிறுத்திக் கொண்டால், அதை உணர்ச்சிமயப் படுத்தாத ஒரு நன்மையும் நமக்குக் கிடைக்கிறது. அதை எளிதில் பத்திரிகையின் பரபரப்புத் தன்மை கொள்ளவிடாமல் செய்யலாம். கடந்த சில ஆண்டுகளாக மிகப்பல சர்வதேச ஆலோசனைக் கூட்டங்களை நஞ்சு ஊட்டிவந்த அறிக்கை, மானக்கேடு ஆகியவற்றின் நச்சுப்புகையினால் இனிமேல் சூழப்படாமல் தடுக்கலாம். வெற்றியின் இயல்பு ஒரு செய்தியாகும் அளவுக்குப் புரிந்துகொள்ளப் படாத நிலையில், வெற்றி என்பதே உண்மையில் இல்லாமல் போகிறது. 1924இன் லண்டன் கலந்தாய்வு போன்ற விஷயங்கள் செயல்பட்ட முறையை நோக்கிய எவரும், அவர்களது மிகச் சிறந்த வேலை இரண்டு அல்லது மூன்றுபேர் ஓர் அமைதியான அறையில், பேரத்திற்காக அல்லாமல், இருவருக்கும் திருப்திகரமான தீர்வினைக் கண்டறிய முற்பட்டபோதுதான் ஏற்பட்டது என்பதை அறிவார்கள்; நீண்ட காலத்திற்குக் கலந்துரையாடும் பழக்கம் வெற்றியை அடையக்கூடிய பரஸ்பர நம்பிக்கைப் பாலங்களைக் கட்டும் என்பதைப் புரிந்துகொள்வது கடினமல்ல.

4. புலம் பெயர்தல்

மக்கள் இடம்விட்டு இடம் செல்லுதல் தொடர்பாக ஏற்படுகின்ற குறித்த சில சிறப்புப் பிரச்சினைகளின் விளைவுகள் மிகப் பெரியதாக இருக்கலாம். ஒரு பகுதி, சில குறித்த அரசுகளுக்குள் புலம் பெயர்தலுக்கு இடப்படும் நிறவேற்றுமைத் தடையினால் இந்தச் சிக்கல் விளக்கமாகிறது என்பதை ஏற்கெனவே சொல்லியிருக்கிறேன். ஆனால் ஒரு பகுதி அது தனது சொந்த அரசையும் அமைப்பையும் தனது ஆதாயத்துக்காக விட்டுவிட்டுத் தான் சந்திக்கப்போவது என்ன என்ற முழு அறிவுடன், புலம்பெயர்ந்து வருபவருக்குப் பொதுப் பாதுகாப்பு என்ன என்பதை விவாதிப்பதை உள்ளடக்கியிருக்கிறது; ஒரு பொதுவான வழியில் அல்லது போதியதான நிபந்தனைகளின்பேரில் சீனாவிலிருந்து புலம்பெயர்ந்தோர் தென் ஆப்பிரிக்காவுக்குச் சென்றது போன்ற நகர்வுகளைத் தவிர்ப்பதையும் உள்ளடக்கியிருக்கிறது. சங்கம் எந்த அளவுக்கு விரைந்து இப் பிரச்சினைகளின்மீது கவனம் செலுத்துகிறதோ அந்த அளவுக்குச் சங்கத்துக்கு நல்லது. அது,

மன்றத்தின் பாதுகாப்பின்கீழ் புலம்பெயர்வு பற்றிய, மிகத் திட்டமான பணிகளுக்கான ஒரு நிரந்தர ஆணையத்தை நிறுவ வேண்டியிருக்கிறது.

(1) புலம்பெயர்வோர் செல்லுகின்ற நாட்டில் அதேபோன்ற வேலைக்கு அளிக்கப்படும் ஊதியமும் தொழிலுக்கான நிலைமைகளும் சமமாக இல்லாவிட்டால் பிற்பட்ட அல்லது கட்டளைப் பகுதிகளிலிருந்து புலம்பெயர்தலைத் தடுக்கின்ற அதிகாரம் அந்த ஆணையத்திற்கு இருக்கவேண்டும்.

(2) புலம்பெயர்வோரை ஏற்றிச் செல்கின்ற கப்பல்களைப் பார்வையிட்டு குறைந்தபட்ச அளவு இடவசதியை அளிப்பதை வலியுறுத்தவேண்டும்.

(3) அதற்கு (அ) வெவ்வேறு நாடுகளில் உள்ள புலம்பெயர்வு அலுவலகங்களின் பணியை ஆய்வு செய்ய அதிகாரம் தரப்பட வேண்டும் (ஆ) அந்தப் பணியைச் செய்ய அவர்களுக்கு உரிமம் வழங்கும் அதிகாரமும் தரப்பட வேண்டும்; தவறாகச் செயல்பட்டால் அந்த உரிமம் ரத்துசெய்யப்பட வேண்டும்.

(4) புலம்பெயர்வோர் இறங்கும் துறைமுகங்களில் அவர்களுக்கான இடவசதியை ஆய்வு செய்யவும் முறையான அதிகாரத் தலைமைக்கு அதை மேம்படுத்த ஆலோசனை அளிக்கவும் அதற்கு உரிமை இருக்க வேண்டும். மேம்படுத்தாவிட்டால் அதைப் பற்றிய மெய்ம்மைகள் வெளியிடப்படும்.

(5) ஒவ்வோராண்டு தொடக்கத்திலும் ஒவ்வோர் அரசும் ஏற்றுக் கொள்ளத் தயாராக இருக்கும் புலம்பெயர்வோர் மொத்த எண்ணிக்கை, வேலை காலியிடங்கள், அப்படிப்பட்ட வேலைகளை ஏற்பதற்கான நிபந்தனைகள் பற்றிய அறிக்கையை அது பெற வேண்டும்; கிடைத்த தகவல்களை ஒவ்வோர் அரசிலும் உள்ள உபஆணையங்கள் வாயிலாக வெளியிடவேண்டும். குடிபெயர முன்வருகின்ற ஒவ்வொரு நபருக்கும் ஒவ்வாரு புலம்பெயர்வு அலுவலகமும் இந்தத் தகவல்களை அளிக்கக் கட்டாயப்படுத்த வேண்டும்.

(6) சங்கத்தின் உறுப்பினர்களின் ஒப்புதலினால் அது அயல்நாட்டுத் துணைத் தூதரின் தலைமையகங்களுடன் இசைந்து ஒரு வெளியேற்று விடுதி போலச் செயல்பட்டு, எத்தனை பேரை ஏற்றுக் கொள்வார்களோ அவர்களுக்குமேல் பெயரா வண்ணம் தடைசெய்ய வேண்டும். இந்த இடத்தில் சங்கம் கணிக்கமுடியாத அளவு நன்மையைச் செய்யக்கூடிய இடமிருக்கிறது என்று நம்பலாம். நான் முன்வைத்த அதிகாரங்கள் வெகு தொலைவு செல்லக்கூடியவை அல்ல; ஆனால் விவேகத்தோடு பயன்படுத்தினால், அவை வேறு பரந்த அதிகாரத்தின் மையமாக

மாறும். அதிலிருந்து இறுதியாகத் தாங்கள் சார்ந்திருக்க வேண்டிய பரப்புக்கேற்ப மக்கள்தொகையின் சீரமைக்கப்பட்ட விநியோகம் அமையுமாறு ஒரு நாள் முயற்சி எழக்கூடும்.

5. தொழில் நிலைமைகள்

வெர்சேய்ல் உடன்படிக்கையின் கீழ் ஏற்கெனவே ஒரு சர்வதேசத் தொழில் அலுவலகம் அமைக்கப்பட்டிருக்கிறது. அதன் நோக்கம் உலகம் முழுவதிலும் உள்ள உழைக்கும் வர்க்கத்தின் வாழ்க்கைத் தரத்தினைப் பாதுகாப்பதும் மேம்படுத்துவதும் ஆகும். இந்த இயலின் பிற்பகுதியில் அந்த அலுவலகம் செயல்பட ஏற்றுள்ள முறைகள், அது தன் பணிகளைச் செய்யப் பயன்படுத்தும் நிறுவனங்கள் ஆகியவை பற்றி விவாதிப்பேன். இங்கே, சங்கம் ஏன் இப்படிப்பட்ட பணிகளை மேற்கொள்ள வேண்டியது தேவை என்பதை நோக்கினால் போதுமானது. உலகச் சந்தை ஒன்று இருக்கிறது, அந்தச் சந்தையில் ஒரு பொதுவான தளத்திலான தொழில்நிலைமைகளை உருவாக்கப் போட்டியின் அழுத்தம் முனைகிறது என்பதைச் சொல்லியிருக்கிறேன். ஆனால் அந்தத் தளம் என்னவாக இருக்கவேண்டும் என்பதை நிர்ணயிப்பதுதான் முதல் முக்கியப் பணி. நீண்டகால அளவில், ஜெர்மனியில் குறைக்கப்பட்ட ஊதியங்கள் என்றால் இங்கிலாந்திலும் குறைக்கப்பட்ட ஊதியங்கள்தான்; ஜப்பானியப் பருத்தித் தொழிற்சாலைகளில் நீண்டநேர வேலை என்றால், லங்காஷயர் பருத்தித் தொழிற்சாலைகளிலும் அதேநிலைதான். ஃபிரெஞ்சு மாலுமிகள் மோசமான நிலைமையில் வாழ்கிறார்கள் என்றால், இத்தாலி தன் மாலுமிகளுக்குச் சரியான வாழிடங்களை அளிக்காது. உண்மையில் உலகச் சந்தை என்பதன் இறுதியான அர்த்தம், எந்த அரசில் உற்பத்திக்கான மிகக் குறைந்த செலவு செய்யும் நிலைமை நிலவுகிறதோ அதுவே பிற அரசுகளிலும் உற்பத்திநிலைமைகளை நிர்ணயிக்கும். ஆகவே உலகம் முழுவதும் உழைப்பாளர்களுக்கென ஒரு குறைந்தபட்சத் தரத்தினை ஏற்படுத்த வேண்டும். அதற்குக் கீழ் எந்த அரசும் தனது உழைப்பாளர்கள் வீழ்ந்துவிட அனுமதிக்கலாகாது. இதில் குறைந்தபட்ச சுகாதார நிலைமைகள், வேலைநேரம், ஊதியவிகிதம் ஆகியவை அடக்கம். மேலும் உலகம் முழுவதும் குழந்தைத் தொழிலாளர்கள் இல்லாமல் செய்யப்படுவதும், தொழிற்சாலைகளில் கட்டாயமாக வாரம் ஒருமுறை ஓய்வு நிலைநிறுத்தப்படுவதும் அடக்கம். வெள்ளை பாஸ்பரம் போன்ற அபாயகரமான பொருள்கள் கண்டுபிடிக்கப்பட்டால், அவை தொழிற்சாலை நடைமுறைகளில் எங்குமே பயன்படுத்தப் படலாகாது என்பதும் அர்த்தம். தொழிலாளர்களின் வர்க்கங்கள் இப்படிப்பட்ட பாதுகாப்புகளுக்காகவும்

சர்வதேச ஒழுங்கமைப்பு | 793

தங்கள் உழைப்பை ஒன்று சேர்ந்து விற்பதற்காகவும், ஒன்று சேரலாம் என்பதும் அர்த்தம். மேலும் தங்கள் உழைப்புநிலைமைகள் பற்றிய கூட்டு பேரம் அவர்களுக்கு அனுமதிக்கப்படவேண்டும். நான் நன்கு தெரிந்த உதாரணங்களைத்தான் எடுத்துக் கொள்கிறேன்; சர்வதேசத் தொழில் அலுவலகத்தின் ஆண்டுக் கருத்தரங்கின் முதல் மூன்று தொடர்களில் பதினேழு உடன்படிக்கைகள் நிறைவேற்றப்பட்டன. (Cf. E. B. Behrens, The International Labour Office, Appendix VII, for a full list of these up to April 1924.) சர்வதேசத் தொழில் அலுவலகம் பொறுப்பாக இருந்து ஆற்றியவற்றைவிடச் சங்கத்தில் மதிப்புமிக்க வேலை எதுவும் நிறைவேற்றப் படவில்லை என்று பொதுவாகச் சொல்லலாம். அது தோன்றிய பிறகு சந்தித்த கடினமான ஐந்தாண்டுகள் தொழிலாளர் வர்க்கத்தின் வரலாற்றில் ஒரு குறிப்பிடத்தக்க யுகம் என்று கூறலாம்.

இந்தப் பிரச்சினைகள்மீதான சர்வதேசச் சட்டமியற்றல் பற்றி ஒரு வார்த்தை. செயல்பாடுகளின் சில குறித்த பகுதிகளுக்குள் சர்வதேசத் தொழில் அலுவலகம் தனது உறுப்பினர்களைத் தனது ஒரு குறித்த கொள்கையின், வேறு எந்தக் கொள்கைக்கும் அல்ல, ஆனால் மிகக் குறைந்தபட்ச அளவுக்கு மட்டும் உறுதியாகக் கட்டுப்படுத்த வேண்டும். ஆனால் அந்தக் கொள்கை மிகக் குறைந்தபட்ச அளவுக்கு மட்டுமே இருக்கமுடியும். தானே சட்டங்களை அமுல்படுத்துகின்ற முறையில் நேரடியாக அது சட்டங்களை இயற்ற முடியாது. தனது உறுப்பு நாடுகளின் சட்ட மன்றங்கள், பொதுச் சேவை அமைப்புகள் வாயிலாகவே தனது சட்டங்களை நடைமுறைப்படுத்த முனைய முடியும். இப்போது செய்வதுபோலவே, இனிமேலும், கட்டுப்படுத்துகின்ற முறைமைகளை மட்டுமல்லாமல், சில குறித்த நிலைமைகள், உலகளாவிய நிலையில் இப்போது நடைமுறைப்படுத்தக் காலம் வரவில்லையானாலும் விரும்பத்தக்கவை என்ற பரிந்துரைகளையும் அது முன்வைக்கவேண்டும்; அப்படிப்பட்ட பரிந்துரைகள், உறுப்புநாடுகளில் அவற்றை நடைமுறைப் படுத்தவேண்டி அழுத்தம் தருகின்ற பொதுக்கருத்துக்குத் தாங்கள் தருகின்ற ஊக்கத்தினால் மதிப்பு மிக்கவையாக இருக்கும். ஆனாலும் சர்வதேசத் தொழில்சார் சட்டமியற்றல் பிரச்சினை, ஒரேசமயத்தில் நுணுக்கமான, அதேசமயம் சிக்கலான சிக்கல்களை எழுப்புகிறது என்பதை உணரவேண்டும். அதன் தரங்கள் ஒரு குறிப்பிட்ட எல்லைக்குக் கீழ்ச் செல்லல் ஆகாது என்ற குறைந்தபட்சத்தை ஓர் அரசின்மீது நாம் திணிக்கலாம். ஆனால் முதலில் அந்தக் குறைந்தபட்சத் தரங்களே உச்சபட்சத் தரங்கள் ஆகிவிடாமல் பார்த்துக் கொள்ள வேண்டும்; இரண்டாவது, மிகப் பெரிய மாறுபாடுகள் கொண்ட நிலைமையிலும் முன்மொழியப்பட்ட சட்டம் திறன்மிக்க நடைமுறைப்

படுத்தலுக்கு ஏற்றதாக வடிவமைக்கப்படுவதில் போதிய கவனம் கொள்ளப்படுகிறதா என்பதையும் நோக்கவேண்டும்.

இரண்டாவது பிரச்சினை ஒரு பகுதியளவேனும், அரசாங்கத்தின் பிரதிநிதிகளை மட்டுமன்றி, சம்பந்தப்பட்டக் கட்சிகளைச் சட்டத்தின் ஒப்பந்தத்திற்கு உடன்படுமாறு செய்வதால் நிறைவேற்றப்படுகிறது. மறுபகுதி, 1920இல் ஜெனோவாவில் நடந்த கடல்துறையினர் கலந்தாய்வில் நடந்ததுபோல, குறிப்பிட்ட சிக்கலானப் பிரச்சினைகளை எதிர்கொள்ள சிறப்பு நிபுணர் குழுக்களை அமைப்பதால் சரியாகும். முதல் உபாயம் மிக மதிப்புள்ள ஒன்று. அது மிக விரிந்த கோணங்களிலிருந்து தொழில்துறைக் கருத்து வெளிப்பாட்டை ஓர் அதிகாரப்பூர்வ முறையில் சாத்தியமாக்குகிறது என்பது மட்டுமல்ல; அரசாங்கத்தின் அதிகாரப்பூர்வ நோக்கிலிருந்து மிக அழுத்தமாக மறுப்பினை வெளிப்படுத்துவதையும் சாத்தியமாக்குகிறது. உதாரணமாக ஜப்பானின் அரசாங்கப் பிரதிநிதி ஒருவர் ஜப்பானிலுள்ள தொழிலாளர்கள் நிலையின் வசீகரமான தோற்றத்தைச் சித்திரப்படுத்தும்போது, இவ்வுபாயம், ஜப்பானியத் தொழிலாளர்களின் பிரதிநிதி அவ்விளக்கத்தை முறைப்படி மறுப்பதைச் சாத்தியமாக்குகிறது என்றமுறையில் இது மதிப்புமிக்கது. (Behrens, op. cit., p. 121.) மேலும் சர்வதேசத் தொடர்பின் வாயிலாக இப்பிரச்சினைகள் யாவும் உலகப் பொதுவான பிரச்சினைகள், உண்மையான கூட்டு நடவடிக்கைதான் அவற்றைத் தீர்க்கமுடியும் என்று தைரியமூட்டுவதால் அதிகமான இலாபமும் ஏற்படுகிறது. மாநாடு முழுஅளவில் அரசாங்கம் சார்ந்ததாக இருந்தால், அது இவ்வளவு அதிகாரப்பூர்வமானதாக இருக்க இயலாது. ஆனால் ஓர் அதிகாரி, உதாரணமாக ஓர் அரசாங்கத்தின் தொழில் அமைச்சர் ஏதோ ஒரு குறித்த சட்டம் தனது அரசில் சாத்தியமில்லை என்று வாதிடும்போது, அந்த வாதத்தை அவரது அரசின் தொழிலாளர்கள் பிரதிநிதி ஒருவர் தனது வாதத்தினால் முறியடிக்கும் தன்மை, வாதத்தைக் காரசாரமாக ஆக்குவதோடு, அந்தச் சட்டத்துக்கு மறுப்புகளை வடிவமைப்பதில் கவனம் செலுத்துவதற்கும் மெய்யாகக் கொண்டுசெல்கிறது. இந்தச் செயல்முறையைச் சங்கத்தின் சட்டமன்றத்திலேயே பயனுள்ள முறையில் ஏற்றுக் கொள்ளலாம் என்று பின்னால் வாதிடுவேன்.

6. இறுதியாக

சங்கத்திற்குள் எல்லாவிதமான பொருளாதார விசாரணைகளும் மேற்கொள்ளப்பட வேண்டும் என்பது அதிமுக்கியமானது. உலக முழுவதுமுள்ள சட்டமியற்றல் நடவடிக்கைகள் அறிவின்

அடிப்படையில் எழுகின்றன; ஆனால் நாம் சந்திக்க இருக்கின்ற பிரச்சினைகள் பற்றி நமக்கு எவ்வளவு குறைந்த அறிவிருக்கிறது என்பது திகைக்க வைப்பதாக உள்ளது. பணநிதி, முதலீடு, வரிகளின் விளைவு, உற்பத்தித் திறன், தொழிலாளர் நிலைமைகள் இவை போன்ற பிரச்சினைகளைப் பற்றிய நமது மிகக் குறைவான அறிவை அறியாமையின் பெருங்கடல் சூழ்ந்திருக்கிறது. இம்மாதிரிப் பணிகளில் தனது இயலுமையைச் சங்கம் பலவிதச் சூழல்களில் ஏற்கெனவே காட்டியிருக்கிறது. நிலைமைகளை மேலாய்வு செய்வது மட்டுமல்ல, ஒரு சிறப்பு அறிக்கையைத் தயாரிக்க நிபுணர்களை அதனால் வருவிக்க இயலும்; தன்னிடமுள்ள அறிவின் அர்த்தத்தை விவாதிக்க ஒரு சிறப்புக் குழுவை அதனால் அழைக்க இயலும். "தொழில் வாழ்க்கை உழைப்பு ஆகியவற்றின் சர்வதேச நிலைமைகள் தொடர்பான எல்லாத் துறைகளிலும் தகவலைச் சேகரித்தலும் வெளியிடுதலும்" என்பதைச் சர்வதேசத் தொழில் அலுவலகத்தின் மையப் பணிகள் இரண்டில் ஒன்றாக வெர்சேய்ல் உடன்படிக்கை ஆக்கியது. (In Article 396). பொருளாதார வாழ்க்கையின் எல்லாக் கூறுகளுக்கும் ஏன் அந்த அதிகாரத்தை விரித்துக் கொள்ளக்கூடாது என்பது கேள்வி. எங்கெல்லாம் ஒன்றின் நிகழ்வோ பொருளோ சர்வதேச உறவுகளை பாதிக்கிறதோ அங்கெல்லாம் சங்கத்தின் புலனாய்வுக்குத் தகுதியான விஷயம் உள்ளது என்று பொருள். மேலும் தனித்தனி அரசுகளுடைய ஆதரவில் மேற்கொள்ளப்படும் ஆய்வினைவிட சங்கத்தின் ஆய்வு அதன் தோற்றமூலத்திலிருந்து முற்றுமுழுதாகவும் சார்பற்றதாகவும் இருக்கும் என்ற ஒரு கூடுதல் மதிப்பும் இருக்கிறது. அந்தப் பண்பினால் அதன் மெய்ம்மைகள் நோயினைத் தடுக்கும் தன்மை பெற்றிருக்கும். ஒரு போலந்து நாட்டவரோ ஜெர்மானியரோ சைலீசிய நிலக்கரிச் சுரங்கங்களின் பணியைப் பற்றிய விசாரணை மேற்கொண்டால் அதைப் பற்றிச் சந்தேகப்படாதவர்கள் ஒருசிலரே இருப்பார்கள்; ஆனால் அதில் போலந்து, ஜெர்மன் நாட்டவர்கள் அற்ற சங்கத்தின் ஒரு சுயேச்சையான குழு வெளியிடுகின்ற அறிக்கையை வெகுசிலரே நம்புவதற்குத் தயக்கம் கொள்வார்கள். மெய்ம்மைகளைக் கண்டுபிடிப்பதே ஞானத்திற்கு உத்திரவாதம் என்று நான் வாதிடவில்லை. ஆனால் அந்த ஞானம் ஒரு நிபுணத்துவமான மெய்ம்மை கண்டறியும் முகமையினால் அன்றி இயலாது என்பதன்றியும் அதற்குச் சங்கமே தன்இயற்கையில் ஒரு சிறந்த மெய்ம்மை கண்டறி முகமையாகவும் உள்ளது என்று நான் கூறுவேன். இந்த இலக்கை நோக்கி அது பரவலாகப் பயன்படுத்தப்பட்டால், சர்வதேசக் கொள்கையின் அடித்தளங்கள் விவேகம் மிக்கதாக இருக்கும்.

V. சர்வதேச ஒழுங்கமைப்பின் நிறுவனங்கள்

சர்வதேச அமைப்பின் பணிகளின் இப்படிப்பட்டக் கோட்டுருவம் குறைந்தபட்சம் செயல்பாட்டுக்குத் தேவையான உறுப்புகளைச் சுட்டிக்காட்ட உதவுகிறது. சர்வதேசச் சங்கத்திற்குத் தெளிவாகவே நான்கு திட்டவட்டமான நிறுவனங்களின் தேவை இருக்கிறது. சர்வதேசக் கொள்கையின் பொதுக் கூறுகளை வடிவமைக்க அதற்கு ஒரு சட்டமன்றம் அல்லது பேரவை தேவைப்படுகிறது; போக்குகளின் கோவையைச் சட்டமன்றத்திற்குள் அனுப்பவும் சட்டமன்றச் செயல்களின் இடைவெளிகளில் தீர்வுகளைச் செய்யவும் அதற்கு ஒரு நிர்வாக அமைப்பு அல்லது மன்றம் தேவையாகிறது; நிகழ்வுகளின் ஆயத்தத்திற்கும் தேவைப்படும் விசாரணைகளைச் செய்வதற்கும் அதற்கு ஒரு குடிமக்கள்சேவை அமைப்பு அல்லது செயலகம் தேவைப்படுகிறது; இறுதியாக, அதன் செயல்பாடுகளின் சட்ட உட்குறிப்புகளுக்கு விளக்கம் தருவதற்காக ஒரு நீதியமைப்பு தேவைப்படுகிறது.

ஆனால் இந்த முறையில் ஜனநாயக அரசாங்கத்திற்குரிய சொற்களைப் பயன்படுத்துவதனால் இந்த நிறுவனங்கள் நவீன அரசின் உள்ளாட்சி நிறுவனங்களைப் போன்றவை என்று அர்த்தமல்ல. அந்தச் சாத்தியத்தை இரண்டு நிமித்தங்கள் இல்லாமற் செய்கின்றன.

முதலில், சர்வதேசச் சங்கம் என்பது தேசிய அரசுகளின் சங்கம்தான். அவை அரசியல்ரீதியாகச் சமமற்றவை, ஆனால் நீதிபரிபாலன அளவில் சமமானவை; ஆகவே அவற்றின் பிரதிநிதிகள், அடிப்படையில் அரசாங்கத்தின் பிரதிநிதிகளே. ஆனால் ஒவ்வொரு அரசும் தனது சார்பாளர்களைத் தேர்ந்தெடுக்க முடிவு செய்தாலும், அவர்கள் பொதுமக்கள் சபையின் ஓர் உறுப்பினரைப் போலச் செயல்பட முடியாது அவர்களுக்குக் கற்பிக்கப்பட்ட தீர்ப்பு சிறப்பாகச் சான்றளிக்கப்பட்டதாகக் கருதத்தக்கது; அவர்களுடைய தலைமையதிகாரத்தை யாரிடமிருந்து பெறுகிறார்களோ அவர்களுடைய ஆணைகளின்படி அவர்கள் நடந்து கொள்ளவேண்டும்.

இரண்டாவது, சங்கத்தின் செயல்கள், பெரும்பான்மை ஆட்சி என்ற இயல்பான நடைமுறையைப் பின்பற்ற முடியாது. தான் செய்யும் பெரும்பாலானவற்றில் அதன் வேலை தன் கொள்கைக்கு ஒவ்வொரு தேசிய அரசையும் இணங்கவைப்பதுதான்; இவற்றைக் கொள்கைக்கு வெறும் வாக்குகள் எண்ணிக்கையால் கட்டுகின்ற முயற்சி, சங்கத்தின் இருப்புக்கே அழிவைத் தருவதாகும். ஓர் எதிர்க்கட்சிமீது விதிகளைத் திணிக்கின்ற சட்டமியற்றும் அமைப்பாக இருப்பதைவிட தொடர்ந்த

ஆலோசனைக்கான பாதையாக அது இருக்கிறது. கருத்துகளை எண்ணுவதைவிட அது அவற்றை எடையிடுகிறது. அதன் எந்த நிர்வாக அர்த்தத்திலும் அது ஒரு மீ-அரசு அல்ல. அதைவிட, உடன்பாடின்மை ஏற்படும்போது ஒரு சரிசமத்துவமான சமரசத்திற்கு வழியை நாடுகின்ற அரசாங்கத் தூதுவர்களின் ஒரு நிரந்தரக் கூட்டமைப்பு அது எனலாம். பொதுவான பிரச்சினைகளுக்குப் பொதுவான தீர்வுக் கருவிகள் வேண்டும் என்பதும், அரசியல்வாதிகள் தீர்வுகளைக் காணும் முயற்சியில் தங்கள் மனங்களை ஈடுபடுத்த முனையும்போது பொதுவான தீர்வுகள் சிறப்பாக அடையப்படுகின்றன என்பதும் அறிந்தவைதான். சில சந்தர்ப்பங்களில், சந்தேகமின்றி, சங்கம் தனது நோக்குகளின் சாராம்சத்திலிருந்து வேறுபடும் அரசுகளை ஏற்கச் செய்ய வலியுறுத்த வேண்டியும் வரலாம். ஆனால் பொதுவாக அதன் முயற்சி, அது உள்ளடக்கியுள்ள ஆர்வங்களின் தனது இயற்கையின்படி, ஒரு சட்டமன்றத்திற்குரிய பிரிக்கும் ஆதரவு என்னும் பண்புக்கு அந்நியமான ஒரு பாதையைத் தேடவேண்டும். அதன் பிரச்சினைகள் ஆம் அல்லது இல்லை என்ற நேரடியான விடையை ஏற்பதாக இருந்தால், முக்கியமாக, அதற்கு ஒருமனதான ஏற்பினை அடைகின்ற ஓர் அணுகுமுறை தேவை; வேறிடங்களில், பெரும்பாலான அதன் பிரச்சினைகளுக்கு அளவுசார்ந்த விதமான தீர்வுகள் தேவைப்படும். உதாரணமாக, அது தனது உறுப்பு நாடுகளில் குழந்தைகள் உழைப்பை முழுமையாகத் தடைசெய்யலாம்; ஆனால் சட்டமன்றத்தின் தன்மைசார்ந்த விதமான எளிமையை அதனால் அடைய முடியாது என்பதால் சர்வதேச உழைப்புக்கான ஊதிய விதிகளை நிறுவ அது முயற்சி செய்யாது,

இந்த நிறுவனங்களைத் தனித்தனியாக நோக்க முயற்சி செய்வதற்கு முன்பு மற்றொரு குறிப்புரையை நான் தரலாம். சங்கத்தின் அங்கங்கள் செய்த தீர்வுகளைச் சட்டமாக, அச்சொல்லின் முழு அர்த்தத்தில் கொள்ள வேண்டும். அதாவது, அவை அதன் உறுப்புநாடுகளைக் கட்டுப்படுத்தும் முடிவுகள். ஆனால் ஒரு காவல்நடுவரின் தீர்ப்பு அவர் சிறைசெய்கின்ற பிரதிவாதியைக் கட்டுப்படுத்துவது போன்றதல்ல இவை. பொதுவாக, முடிவுகளை அமுல்படுத்த நாடவேண்டிய நீதிமன்றம் எதுவும் பொதுவாக இருக்காது. அதனால் அந்த முடிவுகளின் சட்ட அதிகாரம் அகற்றப்பட முடியாது என்று நான் நம்புகிறேன். ஓர் அரசின் உள்ளக வாழ்க்கையிலிருந்து பெறப்படுகின்ற முறையிலிருந்து வேறுபட்டதொரு செயல்முறை வாயிலாக அவற்றின் நடைமுறைப்படுத்தல் நிகழ்த்தப்படுகிறது என்றுதான் அர்த்தம். உதாரணமாக, இத்தாலி ஏதோ ஒரு பிரச்சினையின் வாதியாக இருக்கிறது, ஆனால் சர்வதேச நிரந்தர நீதிமன்றத்தின் கண்டறிதல்களை அது ஏற்க மறுக்கிறது என்று வைத்துக் கொள்வோம். மேலும்

இத்தாலியை ஏற்கச் செய்கின்ற செயல்முறை நாம் முன்னாலறிந்த எந்த ஒரு முறையையும்விட மிகச் சிக்கலானது என்றும் கொள்வோம். இருப்பினும் இறுதிநிலையில் சங்கத்தின் முடிவுகள் நடைமுறைப்படுத்தப்பட வேண்டியவையே; மேலும் தேவை காரணமாக, அவற்றின் பின்னால் சங்க உறுப்பினர்களின் கூட்டு அதிகாரம் வரிசையில் நிற்கிறது. இப்படிப்பட்ட கூட்டு அதிகாரம் செயலுக்கு அழைக்கப்பட முடியாதது என்று சொல்வது, இறுதியாகப் பாராளுமன்றத்தின் சில சட்டங்கள் நடைமுறைப் படுத்தப்படாது என்று சொல்வதற்கு ஒப்பாகும். தேசமோ, சர்வதேசமோ, சட்டம் என்பது நல்லெண்ணம் என்ற அனுமானத்தின் பேரில் அமைகிறது. அதனால் பாதிக்கப்படுகின்ற எவரும் அது செய்வதை ஏற்றுக் கொள்வார்கள் என்ற யூகத்தை அது கொள்ளவேண்டி யிருக்கிறது. ஏற்க மறுக்கின்ற விளிம்புநிலை உதாரணங்கள் சில இருக்கலாம்; இந்த மாதிரி நிகழ்வுகளைக் குறைந்தபட்ச அளவாகக் குறைக்கும் விதத்தில் அதன் சாராம்சத்தை அமைப்பதுதான் வெற்றிகரமான சட்டமியற்றலின் இரகசியம். இப்பிரச்சினை, ஏதோ ஓர் அரசுக்குள் இருக்கும் உறவுகளைவிட, அரசுகளுக்கிடையிலான உறவுகளில் மிகவும் சிக்கலாகிறது என்பது ஒப்புக் கொள்ளவேண்டிய ஒன்று; பாதிக்கப்படும் நலன்கள் பரந்துபட்டவை ஆகின்றன, கடைசி பட்சமாக முறையீடுகளால் வேண்டப்படும் அனுமதிகளும் மிகச் சிக்கலானவையும் மிகத் தொலைவிலானவையும் ஆகின்றன. ஆனாலும் சிக்கல் என்னவோ பண்பு அடிப்படைக்குப் பதிலாக அளவு அடிப்படையையே கொண்டுள்ளது. செய்வதன் அடிப்படை இரண்டிலும் ஒன்றுதான். தவறு தண்டிக்கப்படுகிறது, சச்சரவுகள் தீர்க்கப்படுகின்றன, தரங்கள் உருவாக்கப்படுகின்றன. ஒன்றில் மற்றத்தைப் போலவே நாகரிகத்தின் வாழ்க்கையைச் சாத்தியமாக்கக்கூடிய நடத்தைப் பாணிகளைத்தான் பார்க்கிறோம். ஆகவே ஒன்றில், மற்றதைப் போலவே அந்த நடத்தைப் பாணிகளுக்கு சட்டம் என்ற பெயரைத் தருகிறோம். இவை அனுபவத்தின் பகுப்பாய்வினால் நிறுவப்பட்ட நடத்தை விதிகள் ஆகும்.

I. பேரவை(The Assembly). ஒவ்வோர் உறுப்புநாடும் தனது குரலை ஒலிப்பதற்குச் சங்கத்தில் ஓர் அமைப்பு வேண்டும். ஆகவே பேரவையில் ஒவ்வோர் அரசின் சார்பாளர்களும் கலந்துகொள்வர். ஒவ்வோர் அரசுக்கும் மூன்று சார்பாளர்களுக்கு மேல் இருக்கலாகாது, அவர்கள் தங்கள் நாட்டுக்கான ஒற்றை வாக்கினைப் பகிர்ந்துகொள்ளவேண்டும். ஆகவே பேரவைக்குள் எல்லா உறுப்புநாடுகளும் சமம்; ஓர் அமைப்பாக அதன் அதிகாரம், சங்கத்தின் அதிகாரத்திற்குள் உள்ள ஒவ்வொரு விஷயத்துக்கும் நீள்கிறது. குறித்த இடைவெளிகளில் பேரவை கூடவேண்டும்,

நடைமுறையில் குறித்த இடைவெளி என்பது ஓர் ஆண்டாகக் கொள்ளப்படுகிறது. தேவைப் பட்டால் பிற சமயங்களிலும் கூடலாம். அதன் முன்னுள்ள எல்லாப் பிரச்சினைகளும் ஒருமனதாகத் தீர்க்கப்பட வேண்டும். இதற்கு விதிவிலக்கு, புதிய உறுப்பினர்கள் சேர்க்கை மட்டுமே. அதற்கு மூன்றில் இருபங்கு பெரும்பான்மை தேவை; மன்றத்திற்கு நிரந்தரமல்லாத உறுப்பினர்களைத் தேர்ந்தெடுப்பதற்கும் மூன்றிலிருபங்கு பெரும்பான்மை வேண்டும்; நடைமுறை சம்பந்தப்பட்ட கேள்விகளைப் பற்றிய அளவில் சாதாரணப் பெரும்பான்மை போதுமானது. பேரவை, மன்றத்துடன் சேர்ந்து நிரந்தர சர்வதேச நீதிமன்றத்தின் நடுவர்களைத் தேர்ந்தெடுக்கிறது; திருத்தம் தேவைப்பட்டால் அது ஒப்பந்தத்தைத் திருத்திக் கொள்ளும்; மன்றம் தனக்கு அளிக்கின்ற, அல்லது தொடர்புடைய கட்சிகளே அளிக்கின்ற வழக்குகளை அது கவனிக்கிறது; சர்வதேசச் சங்கத்தின் ஆண்டு வரவுசெலவுத் திட்டத்தைப் பேரவை ஏற்கிறது, பிறகு உறுப்பு நாடுகளுக்கிடையில் செலவுகளைப் பிரிக்கிறது; சங்கத்தின் பணியைப் பற்றிய ஆண்டு அறிக்கையையும், அதன் முடிவுகளை அமல் படுத்த எடுக்கப்பட்ட நடவடிக்கைகளையும் ஒருங்கே கவனிக்கிறது. எந்த உறுப்பு நாடும் இரண்டு ஆண்டுகள் முன்னறிவிப்புக் கொடுத்து சங்கத்திலிருந்து விலகலாம். ஆனால் அதற்குள் அது ஒப்பந்தத்தின்கீழ் தனது கடப்பாடுகளைப் பூர்த்திசெய்திருக்க வேண்டும். ஒப்பந்தத்திற்கான தனது பொறுப்பை உடைப்பதன் வாயிலாகவோ ஒப்பந்தத்திற்குச் செய்யப்பட்ட முறையான திருத்தம் ஒன்றைப் புறக்கணிப்பதன் வாயிலாகவோ அது உறுப்பினர் நிலையிலிருந்து நீங்குகிறது. (Covenant, Articles I, III, V, XV, XIX.)

தனது அசலான இயற்கைப்படி சங்கம் என்னவாக இருக்கிறது என்ற தர்க்கத்தின் உட்குறிப்பாகவே பெரும்பாலான இந்த அதிகாரங்களும் வடிவங்களும் உள்ளன. ஆனால் வடிவத்திலும் சாராம்சத்திலும் சில கடுமையான பிரச்சினைகள் எழுகின்றன. அவற்றைப் பற்றிச் சற்றே விளக்கமாக விவாதிப்பது அவசியம். முதலில் உறுப்பினர்களாக எந்த நாடுகளை அனுமதிப்பது? இதற்குக் கருதத்தக்க ஒரே விடையாக நான் நினைப்பது, அதனால் தான் பெறக்கூடிய கடப்பாடுகளை ஒப்புக்கொள்ள விருப்பமாக உள்ள ஒவ்வோர் அரசும் அனுமதிக்கப்பட வேண்டும்; தனது அரசாங்கத் தத்துவம் பெரும்பாலான உறுப்பு நாடுகளிலிருந்து மிகவும் வேறாக உள்ள ரஷ்யா போன்றவற்றிற்கும் இது பொருந்தும். அதேபோல, எந்தவித நிலையான அரசாங்கத்தையும் பெறுவதில் இடர்ப்பாட்டைச் சந்திக்கின்ற மெக்சிகோ போன்ற நாடுகளுக்கும் பொருந்தும். முதலாவதற்கு அதன் பண்பின் அடிப்படையில் வரும் ஆட்சேபணை என்பது, இறுதியாக ஸ்பெயின், இத்தாலி போன்ற நாடுகளின்

உறுப்பினர்த் தன்மைக்குமான மறுப்புதான்; அங்கு பொதுமக்கள் ஒப்புதலினால் அமையாத அரசாங்கங்கள் பதவி வகிக்கின்றன; மெக்சிகோவுக்கான ஆட்சேபணைகள், தென் அமெரிக்க நாடுகள் சிலவற்றிற்கும் பொருந்தும். அங்கு ஆட்சியின் நிலைத்தன்மை என்பது மெய்யாக என்பதைவிட ஒரு தோற்றமாகவே உள்ளது. மெக்சிகோவை உறுப்புநாடாகக் கொண்டது, மெய்யாகவே, ஒரு சிறப்பு முக்கியத்துவத்தைப் பெற்றுள்ளது. ஏனெனில் சங்கத்தில் அதன் நுழைவு, அதற்கு ஒருவேளை தொலைவிலிருந்தாலும் ஆனால் உண்மையில் நிலவுகின்ற அமெரிக்க ஆக்கிரமிப்பிலிருந்து அதன் பாதுகாப்புக்கான ஓர் உத்திரவாதம். விலகிக் கொள்வதற்கான அனுமதியும் கடினமல்ல. அறிவிக்கையின் காலம் என்பது, ஓர் எச்சரிக்கைக் காலம்; சங்கத்தின் ஓர் உறுப்பினருக்கு எதிரான நடவடிக்கை என்பது எல்லாருக்கும் எதிரான நடவடிக்கையே ஆகும் என்பதால் ஒற்றைக் கையாக இருக்க விரும்புகிற நாடு ஒன்று எப்போதுமே தடுக்கப்படுகிறது. ஆகவே சங்கமே ஓர் நிஜமாக ஆக்கப்பட முடியாது என்று சம்பவங்கள் நிரூபித்தாலொழிய அதிலிருந்து விலகுவது எந்த நாட்டுக்கும் நன்மை அல்ல.

பரந்த நோக்கில், இவையெல்லாம் எளிய விஷயங்கள். சார்புநிலையில் ஒருசில முக்கியமற்ற வினாக்களுக்கு மட்டும் விலக்களித்து, பிற எல்லா விதிகளுக்கும் ஏகமனதான தன்மை வேண்டும் என்பதுதான் அதைவிட மேலும் கடினமானது. ஒருமனதான ஒப்புதலுக்கான கோரிக்கை என்பது திறமான அரசாங்கத்தின் அழிவுக்குக் காரணமாகிவிடும் என்பது அரசுகளின் வரலாற்றில் பாலபாடம்; போலந்தின் சுதந்திரத் தடைவாக்கு (லிபரம் வீட்டோ) அதன் அழிவுக்குக் குறைந்தபட்சக் காரணமல்ல. முடிவான செயல் என்பது மிகவும் கடுமையாகத் தேவைப்பட்ட இடத்திலும், அதற்கு அழிவு உண்டாக்கக்கூடியதாக அமெரிக்கச் சட்டமேலவையில் மூன்றில் இரண்டுபங்கு வாக்குகள் தேவைப்படுகின்ற நிலை அமைந்தது. பலவீனமாகத் தென்படுகின்ற இதன் வலிமையைக் குறைக்க இரண்டு முக்கியமான கருத்துகள் உள்ளன என்று கூறலாம்.

(1) அதன் உறுப்பினர்நிலைத் தன்மையின்படி, கடுமையான பிரச்சினைகளில் மட்டுமே தன் உறுப்புநாடுகளை ஏற்கவைத்து, பேரவை திறம்படச் செயல்படும். சுதந்திரமாக அளிக்கப்படாத ஒப்புதலினால் எழாத எந்தக் குற்றத்தீர்ப்பும் உண்மையாகாது. சங்கமுடிவுகளை ஒழுக்கக் கடப்பாடுகளாக ஓர் அரசு ஏற்கவேண்டும் என்றால், அதன் சொந்த விருப்பம்தான் செய்யப்படும் முடிவுகளில் இடம் பெறுகிறது என்பதை அதற்கு உணர்த்தவேண்டும்.

(2) இரண்டாவதாக, இறுதியில் ஒருமனதான ஒப்புதல் இல்லை என்றாலும் சங்கத்தின் உறுப்பினர்களைச் செயலுக்குக் கட்டுப்படுத்துவதற்குப் பேரவைக்கு ஒரு வழி இருக்கிறது. உதாரணமாக, பசிபிக் சர்வதேசச் சச்சரவுகளைத் தீர்ப்பதற்கான ஒழுங்குமுறை (Passed unanimously at the Fifth Assembly on October 2, 1924.), பின்னொப்புதலுக்கு முன்பு ஒரு வரைவினை ஒருமனதான ஏற்புக்காக வைத்திருந்தது. ஆனால் அது கேட்கக்கூடிய ஆயுதக்குறைப்பு மாநாடு வெற்றிபெறும் என்ற யூகத்தினால், மன்றத்தின் நிரந்தர உறுப்பினர்களும், பத்து உறுப்பு நாடுகளும் அதைப் பின்னொப்புதல் செய்ததால், அது சங்கத்தின் உறுப்பினர்களைக் கட்டுப்படுத்துவது ஆகிறது. (Article 21 of the Protocol.) இம்மாதிரிச் சூழ்நிலையில், உதாரணமாக, பிரிட்டன் அந்த ஒழுங்குமுறையை ஏற்பதில் கருத்து வேறுபட்டாலும், அதன் கடப்பாட்டை ஏற்றுக் கொள்ளும் நிர்ப்பந்தத்திற்கு உள்ளாகிறது. ஆகவே, ஒருமனதான ஏற்பு என்ற விதி தான் தோன்றுவதைவிடத் தொல்லை குறைவானதாகவே உள்ளது.

பேரவையின் அமைப்பு, அது ஜனநாயகத்தன்மை கொண்டதாக இல்லை என்ற அடிப்படையில் உணர்ச்சிமயமாக விமரிசனம் செய்யப் பட்டது. அங்கு பிரதிநிதிகளாக உள்ளவை வெறும் அரசாங்கங்கள் மட்டுமே எனப்பட்டது; ஆகவே அரசுச் சார்பாளர்கள் குழுவின் அதிகாரிகள் சட்டமன்றத்தினால் அல்லது வேறொரு ஒத்த அமைப்பினால் தேர்ந்தெடுக்கப்பட வேண்டும், அதனால் அது ஒரு தற்காலிக நிர்வாக அமைப்பின் பிராணியாக மாறிப்போவது தடுக்கப்படுகிறது. ஆனால் இப்படிப்பட்ட விமரிசனத்திற்கு விடை, இறுதியானது என்று தோன்றுகிறது. தனது உறுப்பினர்களின் தன்மைக்கு ஏற்ற தனது சொந்த ஏற்பாடுகளைச் செய்துகொள்வதிலிருந்து எந்த அரசையும் தடுப்பதற்கு எதுவுமில்லை; தென் ஆப்பிரிக்கா, தனது சார்பாளர்களில் ஒருவராக மற்றொரு அரசின் குடிமகன் ஒருவரைத் தேர்ந்தெடுத்துள்ளது. இரண்டாமிடத்தில், அந்தந்தச் சமயத்திற்குரிய அரசுதான் தனது அரசுக்குரிய அயல்நாட்டுக் கொள்கையை உருவாக்குகிறது என்பதால், அதன் பொறுப்புகளை ஆற்றவேண்டியவரை அது நிச்சயிப்பது என்பது தவிர்க்கவியலாதது. தனது சட்டமன்றத்திற்கு ஒரு கொள்கையையும், ஜெனிவாவிலுள்ள பேரவையில் ஒருவேளை முற்றிலும் வேறானதொன்றையும் சமர்ப்பித்தால் அது ஓர் அரசாங்கமாகச் செயல்பட முடியாது. எனினும் விமரிசனத்தில் இந்த அளவான யதார்த்தத்தை நான் நம்புகிறேன். சங்கத்தினால் ஏற்பட்ட விளைவுகளில் ஒன்று, அயல்நாட்டுக் கொள்கையில் தொடர்ச்சி வேண்டியிருப்பது முக்கியமாகிய நிலை; அதன் சாராம்சத்தை அன்றைய அரசாங்கத்திற்கும் எதிர்க்கட்சிக்கும் இடையில் பெருமளவு ஒப்புதல் பெற்ற விஷயமாக ஆக்கினால்தான்

இதைச் சாதிக்கமுடியும். ஒவ்வோர் அரசின் சார்பாளர்களிலும் ஒருவர் எதிர்க்கட்சியிலிருந்து நியமிக்கப்பட்டவராக இருந்தால் இதனைச் செய்வது எளிதாகும். சர்வதேசத் தொழில் அலுவலகம் இதைப் போன்றதொரு செயல்முறையின் பெரிய பயனைக் காட்டியுள்ளது. வேறுபடும் விஷயங்களினால் பெரும்பாலும் பாதிக்கப்பட இருக்கும் அமைப்பின் முன்னால் அந்தத் தகவல்களை வெளியிடச் செய்கின்ற அரிய வாய்ப்பினை அது அளிக்கிறது. இயல்பானக் கட்சி உறவுநிலையின் களத்திலிருந்து அது அயல்நாட்டு விஷயங்களை வெளியில் எடுத்துவிட முயலுகிறது. ஏனெனில் ஒரு தேசியச் சார்பாளர் குழுவுக்குள் இறுதியில் ஏற்படும் கருத்துவேறுபாடு, அதை அனுப்பும் அரசின் பெருமளவு தலைமையதிகாரத்தை இழக்கச் செய்துவிடும். அப்படிப்பட்ட நிலை ஒருவேளை இருந்தால், அரசாங்கத்தின் ஒருமை என்ற அலங்கார முகப்பினால் அது மறைக்கப்படாமல், சர்வதேசக் கருத்து மன்றத்தின் முன்னால் அறிவிக்கப்படுவது மிகவும் பயன்தரத்தக்கதாக இருக்கும். இப்படிப்பட்ட விஷயங்களில் எல்லாம், வாக்களிக்கும் அதிகாரத்தை அரசாங்கப் பிரதிநிதியே பயன்படுத்த வேண்டும் என்பது தெளிவு.

பேரவையின் உறுப்பினர்கள் பெரும்பாலும் சீரானமுறையில், அதிகாரிகளாக அல்லாமல், அரசியல்வாதிகளாகவே இருந்துள்ளனர். இப்படித்தான் இருக்கவும் வேண்டும் என்று நான் கருதுகிறேன். உயர்கொள்கையின் எல்லா விஷயங்களிலும், பொதுமக்களிடையே அதிகாரி அறிவிப்பதைத் தவிர அதற்குமேல் ஒன்றும் செய்ய இயலாது, ஆனால் அரசியல்வாதி விமரிசனம் செய்யவும் வாதிடவும் முடியும். மேலும் ஓர் அதிகாரியிடம் நம்பிச் சொல்வதற்கு அப்பாலான நிலையை எய்திவிடும் ஒன்றையும் உறுதியளிக்கும் அதிகாரம் அரசியல்வாதிக்கு இருக்கிறது; அதிகாரி, தனது பார்வையிலுள்ள குறிப்பிட்ட விஷயங்களைத் தாண்டிப் பேச இயலாது. கூடுதல் அறிவுரைத்தலைப் பெறுவதற்காக தந்தியையோ தொலைபேசியையோ நாடி ஒரு பிரதிநிதி காத்திருப்பதால் விவாதம் முடக்கப்படும். ஆனால் ஓர் அரசாங்கத்தின் சார்பாக எந்த அரசியல் ஆளுமைகள் பிரதிநிதிகளாக வருவார்கள் என்பது கொஞ்சம் முக்கியமான விஷயம். மெய்யாகவே உயிரான முக்கியத்துவம் உடைய சந்தர்ப்பங்களில் தனது பிரதிநிதிகள் குழுவுக்குத் தலைவராக நாட்டின் பிரதமரே இருக்க வேண்டும் என்று நானே கருதுகிறேன். சாதாரண நேரங்களில், அவரது இடத்தில் அயல்நாட்டுச் செயலர் வருவார். பொதுவாகப் பேரவையின் பணி என்பது வழக்கமான ஒரேமாதிரியான விஷயம்தான், அது முன்னதன் நேரத்தை எடுத்துக் கொள்ளத் தேவையில்லை. ஆனால் பெரிய விஷயங்கள் ஏற்பட்டால், அதன் அதிகாரிகளால் பேரவைக்குத் தலைமையதிகாரம் அதிகமாக அளிக்கப்படுகிறது,

அப்போது அதன் வேலையின் தரமும் சிறப்பாகவே இருக்கும். இதற்கு மாறாக, எப்போதுமே அயல்நாட்டுச் செயலர் தனக்குரிய இடத்தில் இருப்பார்; தேசிய அரசாங்கங்களில் சங்கத்தின் பணிக்கென ஒரு தனித்த துறையை ஒதுக்குவது என்பது அந்த வேலைக்கும் இயல்பான அயல்நாட்டுக் கொள்கைக்கும் ஒரு வேறுபாட்டை ஏற்படுத்துவதாகும். உண்மையில், அப்படி இருப்பதுமில்லை. இயல்பான அயல்நாட்டுக் கொள்கை என்பது இயல்பான சர்வதேசச் சங்கத்தின் கொள்கையாக இருக்கவேண்டும்; நிரந்தர அதிகாரிகளும் அயல்நாட்டு அமைச்சர்களும் சங்கத்தின் அனுபவத்தினால், தங்கள் தினசரிப் பணியில் பேரவையின் உள்ளுணர்வை ஊடுருவ விட்டால்தான் அப்படி நிகழும். அலுவலர்கள் பிரிப்பு, இந்த விதத்தில், பணிகளின் பகுப்பாக மாறிவிடுகின்ற அபாயம் இருக்கிறது; சங்கத்தின் சுருக்கமான வரலாற்றில்கூட, ஜெனிவாவிலிருந்து ஓர் அரசின் அயல்நாட்டு அமைச்சர் இல்லாமல் போனதால், பேரவையின் உறுப்பினர்-அமைச்சரின் அணுகுமுறை, இழைவமைதியிலிருந்து அவருடைய கொள்கையை வேறாக மாற்றமுனைந்துவிட்டது. இந்த நோக்கத்துக்காக பிரதிநிதிக்குழுவின் மூன்றாவது உறுப்பினராக அயல் அலுவலகத்தின் நிரந்தரத் தலைவரை ஆக்குவது பற்றியும் சொல்லவேண்டியிருக்கிறது. ஏனெனில், இறுதியாக, கொள்கைமீது அவரது தாக்கம் அவருடைய தற்காலிகத் தலைவருடையதைவிட மிக ஆழமாகவும் தொடர்ச்சியாகவும் இருக்கிறது. அதனால் பேரவையுடனான நேரடித் தொடர்பு இன்மை, குறிப்பாக அதன் வளரும் ஆண்டுகளில், அரைப்பிரக்ஞையுடன்கூடிய வெறுப்பு அதன்மீது வளர்வதென்ற அர்த்தமாகும்.

தனது முறையான அமைப்பு என்னவாக இருக்கிறதோ அதிலிருந்து எந்தப் பேரவையும் வேறுபட்டுத்தான் இருக்கும்; தன்னைத் தொடங்கிவைத்த கூற்றுகளால் அது வாழ்வதில்லை, தனது அனுபவத்தினால் தோற்றுவிக்கப்பட்ட பழக்கங்களால்தான் வாழ்கிறது. சங்கத்தின் பேரவையின் இயற்கை பற்றி இப்போதே குறித்த சில உய்த்துணர்தல்களை துணிந்து உரைப்பது நியாயமானது. மொழிகளின் வேறுபாட்டினால் ஏற்பட்ட தடையை அது கடக்க முடிந்துள்ளது. அது நேர்மையாக முன்மொழிவுகளை விவாதிக்க முடியும், நேர்மையாக மனக்குறைகளை வெளியிட முடியும். குறுகிய மனப்பான்மை கொண்ட விசுவாசங்களைத் தாண்டக்கூடிய பொதுமக்கள் கருத்தினைத் தனக்கென ஈர்க்கமுடியும். மனித இனத்தின் சிறப்பான உள்உந்தல்களுக்கு ஒரு மதிப்புமிக்க ஒலிப்புக் கருவியை அது அளிக்கிறது. பெரிய அரசிலிருந்து வந்தாலும், சிறிய நாட்டிலிருந்து வந்தாலும், சம்பவங்களின் அழுத்தங்களுக்கிடையில் கேட்கப்படாமலே போய்விடக்கூடிய தங்கள் நோக்குகள்மீது பிறரது கவனத்தை ஈர்ப்பதற்கான வாய்ப்பை மிகப் பெரிய ஆளுமைகளுக்கு அது அளிக்கிறது; அவற்றின்

வெளிப்படுத்தும் சூழல்களால் அந்த நோக்குகளை சம்பவங்களாக அது ஆக்குகிறது. சமமான விவாதக் களத்தில் ஒரு சிறிய அரசு, மிகப்பெரிய வல்லரசைச் சந்திக்க இயலச் செய்கிறது. வேறெவற்றையும் விட உடனடி ஆர்வங்களோ, வரன்முறையான பாரபட்சங்களோ அற்ற அமைப்புகளுக்குப் பிரச்சினைகளை ஆய்வுசெய்ய அனுமதி அளிக்கிறது. அதன் தலைமையதிகாரத்தைத் தவிர்ப்பவர்கள் பகுத்தறிவின் முடிவுகளுக்கு அஞ்சுபவர்கள் என்ற பார்வைக்கு நியாயமான மனிதர்களை இணங்கச் செய்து நீதியின் ஆகிருதியை அது உயரச் செய்கிறது. பேரவையின் பதிவேட்டை நுண்ணாய்வு செய்கின்ற எந்த ஒரு நோக்கரும், சந்தேகமின்றி, கடுமையான பழிக்கு இடமிருப்பதைக் காண்பார். ஆனால் யாவற்றுக்கும் மேலாக, அதற்கு வேறு எந்த மதிப்பு இல்லாவிட்டாலும், மிகப் பெரிய அரசு என்பதன் அதிகாரத்திற்கு அது ஒரு தடையாக இருக்கிறது என்ற காரணத்தினால் அது மிகவும் மதிப்புக்குரியது என்பதை உணர்வார். அந்த அரசை அது பொதுப்பார்வைக்குள் தள்ளிவிட்டு, பகுப்பாய்வுக்கும் விமரிசனத்திற்கும் அது பணிந்து நடக்குமாறு செய்கிறது. இறுதியாக, நம் முன் நிற்கின்ற அபாயங்களுக்கு எதிரான நிஜமான பரிகாரங்கள் இவைதான். ஏனெனில் கடைசியாகத் தோல்வியடைகின்ற அரசுகள் பிறவற்றை விலக்கி, தாங்களே தங்களுக்கு சர்வாதிகாரி என்ற நிலையை உருவாக்க முனைபவைதான்.

2. மன்றம்(The Council). சங்கத்தின் மன்றத்தைப் பகுத்து ஆராய்ச்சி செய்வது தவிர்க்க வியலாமல் பேரவையை ஆய்வு செய்வதைவிட மிகவும் கடினமான பணி ஆகும். மன்றத்தின் அமைப்பு தெரிந்தே முழுமையற்றதாக உள்ளது. ரஷ்யா, ஜெர்மனி, அமெரிக்க ஐக்கியநாடு ஆகியவை அதில் பிரதிநிதிகள் ஆகும் வரையில் அது முழுமையை அடைந்துவிட்டதாகச் சொல்ல முடியாது.

இறுதியாக அவை, சேர்ந்து கொள்வதாக நாம் வைத்துக் கொண்டால், மன்றத்தின் அடிப்படையில் ஒரு எளிய, ஆனால் மிகஅவசியமான கொள்கை இருக்கிறது. இயல்பாகவே அதை இரு பகுப்புகளாகப் பகுத்துவிடலாம். ஒன்று, பெரிய வல்லரசுகளின் பிரதிநிதிகள் அடங்கிய நிரந்தரமான பகுதி; மற்றொன்று சிறிய நாடுகளின் பிரதிநிதிகள் அடங்கிய தற்காலிகப் பகுதி. இது ஒரு தவிர்க்கமுடியாத பகுப்பு என்று நான் நினைக்கிறேன். உலகத்தை இருக்கின்றவாறேதான் எடுத்துக் கொள்ளவேண்டும். உதாரணமாக, பிரிட்டனுக்காக சிலியோ, பெல்ஜியமோ செய்யும் முடிவுகள் செல்லுபடி ஆகத் தக்கவையாக இருக்காது. பெரிய அரசின் முக்கியத்துவத்தை அறிந்தேற்று, ஆனால் மன்றத்தில் அதற்கு இறுதி அதிகாரத்தை மறுப்பதில்தான் ஆதாயத்தின் எச்சம் உள்ளது. தற்காலிக உறுப்பினர்களின் எண்ணிக்கையைவிட

நிரந்தர உறுப்பினர்கள் எண்ணிக்கையில் இரண்டு குறைவாக்குவதால் இதனைச் செய்யலாம். *(At present the numbers are four and six respectively; if Russia, Germany and the United States were to join, the Council would, I assume, be increased by the addition of three other lesser States.)* பேரவையைப் போன்றே மன்றத்தின் அதிகாரமும் ஒப்பந்தத்தின் வீச்சைப் பொறுத்தே உள்ளது; அதே பேரவை போலவே, நடைமுறைத் தன்மை பற்றியவை, பிறகு வேறுசில ஒன்றிரண்டு விஷயங்களைத் தவிர, அதன் முடிவுகள் ஏகமனதாக இருக்கவேண்டும். ஒருமனதான முடிவு என்னும் விதி, மொத்தத்தில், இப்போது தென்படுவதைவிட மிகச்சிறிய தடையாகவே அமையலாம். ஏனெனில், முதல்நிலையில், மிக நிஜமான ஆபத்தாகிய மன்றத்திற்குள் கூட்டணிகள் அமைவதிலிருந்து அது பாதுகாக்கும். பிறகு, ஒன்றுபடுவதற்கு விருப்பமிருக்கும் வரை, ஒருமனதான தீர்மானம் என்பது இயலக்கூடியது என்பது பிரிட்டிஷ் பேரரசின் அனுபவத்தினால் நிரூபிக்கப்பட்ட யூகம். மன்றம், ஆண்டுக்கு ஒருமுறை கூடியாக வேண்டும்; ஆனால் உண்மையில், சங்கத்தின் அடித்தளம் அமைந்ததிலிருந்து அது ஆண்டுக்குக் குறைந்தது ஆறுமுறையேனும் கூடியிருக்கிறது. சச்சரவுகளைத் தீர்ப்பதில் அதன் தலைமையதிகாரம் குறிப்பிடத்தக்கது.

(1) பூசலிடும் நாடுகள் சமரசத்திற்கோ, நீதிமன்ற முடிவிற்கோ ஒத்துவரவில்லை என்றால், தங்கள் சச்சரவினை அவை மன்றத்திற்குச் சமர்ப்பிக்க வேண்டும். பின்னது ஓர் ஒப்புதலுக்குக் கொண்டுவர இயலவில்லை என்றால், அது ஏகமனதாகவோ அல்லது பெரும்பான்மை வாக்கினாலோ பரிந்துரைகளுடன் கூடிய மெய்ம்மைகளின் அறிக்கை ஒன்றை வெளியிடலாம்; சண்டையிடும் கட்சிகள் தவிர, அறிக்கை ஏகமனதானது என்றால், அவற்றில் ஒரு கட்சி பரிந்துரைகளை நடைமுறைப்படுத்துகிறது என்றால், அடுத்தது அதன்மீது போர்தொடுக்க முடியாது. ஏகமனதான தன்மை இல்லை என்றால், மன்றத்தின் முடிவுகளை வெளியிட்ட மூன்று மாதங்களுக்குப் பிறகு போரில் ஈடுபடலாம். ஏற்பட்ட சச்சரவு உள்நாட்டு விஷயம் என்று ஒரு கட்சி கோரிக்கை விடுத்து அதை மன்றம் ஒப்புக் கொண்டால், அதன் நீதியெல்லை முடிந்துவிடுகிறது; ஆகவே அது ஓர் அரசின் உள்நாட்டு விஷயங்களில் தலையிட முடியாது. அது தன்னிச்சையாகவோ, அல்லது இரு கட்சிகளில் ஒன்றின் வேண்டுகோளினாலோ ஒரு சச்சரவினைப் பேரவைக்கும் கொண்டு செல்லலாம், அப்போது மன்றத்தின் அதே தீர்ப்பு அதிகாரங்களைப் பேரவை கைக்கொண்டுவிடும். அப்படிப்பட்டக் கொண்டுசெல்லல் நிகழ்ந்தால், மன்றத்தின் உறுப்புநாடுகள் ஏகமனதாக இருக்கவேண்டும், மேலும் பிற நாடுகளின் சார்பாளர்களில் பெரும்பான்மையினர் அந்த அறிக்கைமீதும் பரிந்துரைகள்மீதும் ஒன்றுபட வேண்டும்.

ஓர் உறுப்புநாட்டின் சச்சரவினைத் தீர்க்க புதிய உறுப்பு நாடுகள் தற்காலிகநிலையில் சேர்க்கப்படலாம். அந்த அழைப்பு ஏற்கப்பட்டால், இயல்பான நடைமுறை பொருந்தும்; அழைப்பு ஏற்கப்படாவிட்டால், போர் ஏற்பட்டால், சங்கம் முழுமையும் அதில் ஈடுபடுகிறது என்று பொருள். *(Covenant of the League, Articles IV, XII, XIII, XV, XVI, XVII.)*

தெளிவாகவே சங்கத்தின் நிஜமான சுழலச்சு மன்றம்தான். நிர்வாக முடிவின் மெய்யான மூலமும் அதுவே. பூசல்களைத் தீர்ப்பதில் முதன்மையான காரணி அது. அதன் செயல்களின்மீதுதான் முழுமையாகப் பேரவையின் ஆக்கத்திறன் அடங்கியிருக்கிறது. அது தன் பார்வையில் கொண்டுள்ள நோக்கங்களுக்கு ஏற்றதாக அதன் அமைப்பு எவ்வளவு தூரம் அமைந்துள்ளது? முதலில் நாம் சில குறைகளைக் குறித்துக் கொள்வோம். மன்றத்தின் முக்கிய வேலையில் ஏகமனது என்ற விதி தேவை என்று நான் வலியுறுத்தினேன்; அதன் சிறு அளவிலான பணிகளுக்கு அது தேவையில்லை எனக் கருதலாம். சில சமூகச் செயல்பாடுகளை மேற்கொள்ள ஒருமனதான தன்மை தேவையில்லை. உதாரணமாக, தீங்கு பயக்கும் போதை மருந்துகள் கடத்தலை ஒடுக்குவதில். இம்மாதிரிச் செயல்களில்தான் பயனுள்ள பணிகள் பலவற்றுக்கு இடமிருக்கிறது என்று நான் ஏற்கெனவே கூறியுள்ளேன். இம்மாதிரி சந்தர்ப்பங்களில் மூன்றிலிரண்டு பெரும்பான்மையை ஏற்றுக் கொள்ளும் கடப்பாடு போதுமானது எனக் கொள்ளலாம். மேலும் ஒரு பூசல் உள்நாட்டினதா இல்லையா என்பதை மன்றமே தீர்மானிக்க வேண்டியதில்லை; உதாரணமாக, இங்கிலாந்து எகிப்தில் நடக்கும் மோதலை உள்நாட்டு விஷயம் என்று கருதுகிறது என்றால், ஃபிரான்சின் பார்வை மொராக்கோவில் அதன் சொந்த இருப்பினால் பாதிக்கப்படக்கூடும். ஆகவே இம்மாதிரி விஷயங்களை நிரந்தர நீதிமன்றத்திடம் விட்டுவிடுவது நல்லது. அதன் முடிவின்படி மன்றம் நடந்துகொள்ளலாம். மூன்றாவதாக, சங்கத்தின் உறுப்பினர் அல்லாத நாடுகள், தங்கள் சண்டையும் உறுப்பினர் அல்லாத ஒரு நாட்டுடன் இருந்தாலும், சமாதானத்திற்காக மன்றத்திடம் முறையிடும் உரிமை இருக்கவேண்டும்; நன்கு தெரிந்த உதாரணம் ஒன்றையே நோக்கினால், அமெரிக்க ஐக்கிய நாடு மெக்சிகோவின் மீது போர்தொடுக்குமானால், அதைத் தன்னுடன் இணைத்துக் கொள்ளுமானால், அந்த இணைப்பு, தென் அமெரிக்கக் குடியரசுகளின் நிலைப்பாட்டை மிக ஆழமாக மாற்றிவிடும். அந்தத் தீர்ப்பில் அவற்றின் ஆர்வத்தினை மட்டுமே சங்கத்தின் கூட்டுத் தலைமையதிகாரம் தர இயலுமாறு வலியுறுத்தப்பட வேண்டியது என்றாகும். *(By Article XVII the League may invite non-members to submit to its authority. I am anxious that the invitation may be made merely upon request from one of the parties to the dispute.)*

வேறு சில முக்கியமான கேள்விகள் தாங்களாக முன்வருகின்றன. மன்றத்தின் கூட்டங்களில் யாரால் அரசுகள் பிரதிநிதித்துவப் படுத்தப்பட வேண்டும்? இயன்றவரை, பேரவையைப் பற்றிக் கூறும்போது நான் ஏற்கெனவே விளக்கிய காரணங்களின்படி, ஒவ்வோர் அரசின் அயல்நாட்டுச் செயலர் முக்கியமாகச் சார்பாளராக இருக்கவேண்டும். ஆனால் இந்த விதிக்குத் தேவையான விதிவிலக்குகள் சில உள்ளன; உதாரணமாக, ஜப்பானிய அயல்நாட்டு அமைச்சர் தொலைவின் காரணமாக இப்போது வரமுடியவில்லை. ஆனால் தூதுவர்கள், துணைஅமைச்சர்கள் முதலானோர் பிரதிநிதிகளாக வந்தால் பொதுவாகத் திருப்திகரமாக இருப்பதில்லை. அவர்களுடைய அறிவுறுத்தல்கள் அவ்வளவு நெகிழ்ச்சித் திறம் உள்ளனவாக இருப்பதில்லை. அவர்கள் சர்வதேச உறவுகள் என்பதன் அர்த்தத்தை அவற்றின் சாராம்சத்துடன் நேரடித் தொடர்பினால் அமைச்சர் கற்றுக்கொள்ள உதவிசெய்வதில்லை. மன்றத்தின் கூட்டங்களில் ஏற்படும் தொடர்ச்சியான சந்திப்பினால் வளர்கின்ற பொதுவான மனத்திலிருந்து அவர்கள் விடுபட்டுவிடுகிறார்கள்; பொதுவாக எந்த அரசாங்கத்துக்கும் அதன் அயல்நாட்டு விஷயங்களை நடத்துகின்றவருக்குப் பதிலாக வேறு நபர்களிடம் அதன் சர்வதேசக் கொள்கையை விடுவது என்பது மோசமான விஷயம். பிரிட்டனின் அயல்நாட்டு அலுவலகத்தில் செசில் பிரபு தலைமைதாங்கிய போது அத்துறையில் நிலவிய ஒன்றிலிருந்து இப்போதுள்ள பார்வைக் கோணத்தின் வேறுபாட்டை நிச்சயமாக அறிந்தேற்பது என்பது சாத்தியம், அந்த வேறுபாடும் விரும்புகின்ற விஷயத்தைவிட அணுகுமுறையில் முக்கியம் குறைந்ததன்று.

விளம்பரம் பற்றிய கேள்வி மேலும் சிக்கலானது. பேரவைக்குப் பொருந்துகின்ற அவதானங்கள் இங்குப் பொருந்தாதவை என்பது வெளிப்படை. பேரவையின் உயிரே விளம்பரம்தான்; மன்றத்திலோ முடிவெடுப்பதற்கு முன்னால் விளம்பரம், குறிப்பாக ஒரு சச்சரவின் தீர்வின்போது, நன்மையைவிடத் தீமையையே அதிகம் செய்யும். அதேசமயம் மன்றம் என்பது மூடிய கதவுகளுக்குப் பின்னால் விவாதம் செய்கின்ற, தான் அருள்பாலித்து விளக்க விரும்பாத அதிகாரப்பூர்வ அறிவிப்புகளை வெளியிட்டுக் கொண்டிருக்கும் ஒரு அமைப்பாக இழிந்துவிடவும் கூடாது. ஆகவே எல்லா முடிவுகளையும் அவை எப்படி அடையப்பட்டன என்ற அதிகாரப்பூர்வமான விளக்கங்களுடன் வெளியிடுவது முக்கியமானது; எம். பிராண்டிங் கூறியதுபோல, "மன்றத்தின் முடிவுகள் விமரிசனத்திலிருந்து காப்பாற்றப்படுவதற்குக் காரண விளக்கங்கள்தான் மிகச் சிறந்த வழிகள்". (Proceedings of the Second Assembly, September, 1921.) மேலும் (1) ஒரு சச்சரவுக்கான இரு கட்சியினரின் எல்லாக் கூற்றுகளையும் (2) கட்டளை அதிகாரங்களின் நடத்தை பற்றி அதற்குச் சமர்ப்பிக்கப்பட்டுள்ள எல்லாக் கேள்விகளையும்

(3) பிரிவு XXIIIஇன் கீழ் சங்கத்தின் செயல்பாடுகள் தொடர்பான எல்லாக் கேள்விகளையும் மன்றம் பொதுவெளியில் கேட்க இயலும் என்பது தெளிவு. மன்றத்தின் பதினான்காவது கூட்டத்தில் ஜெனரல் ஜெலிகோவ்ஸ்கி பற்றி பால்ஃபர் பிரபுவின் வெளிப்படையான கண்டனத்தைக் கேட்டவர்கள் எவரும் விளம்பரத்தின் ஆரோக்கியமான விளைவைப் பற்றிச் சந்தேகப்படாமல் இருக்கமுடியாது; ஆஸ்திரியாவின் நிதிசார்ந்த மீளமைப்பு பற்றிய விவாதம் போன்ற நுட்பமான இயற்கை கொண்ட விவாதங்கள் நடக்கும்போது மட்டுமே இரகசியம் போற்றப்பட வேண்டும் என்பது ஒரு பொதுவான விதி.

மன்றத்திற்கும் பேரவைக்குமான தொடர்பு என்பது பெருமுக்கியத்துவம் வாய்ந்த ஒரு விஷயம். பாராளுமன்ற அரசாங்கத்துடன் ஒப்பிடுவது போன்ற ஆர்வமூட்டுகின்ற ஒப்பீடுகளை இங்கே ஒதுக்கிவிடுவது தேவை. மன்றம் என்பது ஓர் அமைச்சரவை போன்றது, அதேசமயம் அது ஒரு சட்டமன்றமும்கூட; இந்த ஒன்றிணைந்த இயற்கையில் இதற்கு முன்னுள்ள எந்த நிறுவனத்தையும் இது ஒத்திருக்கவில்லை. பேரவை இது இல்லாமல் செயல்பட இயலாது என்பதால் அதை இது ஆதிக்கம் கொள்கிறது; ஆனால் சில குறித்த களங்களில், பேரவையின் கட்டுப்பாட்டுக்கும் இது உட்படக்கூடியது. ஆண்டுதோறும் இதன் வேலையைப் பற்றிய அறிக்கை சங்கத்தின் பொதுச் செயலரால் வெளியிடப்படுகிறது; பேரவையில் நிகழும் இதன் விவாதங்கள், ஆண்டு மதிப்பீடுகள் பற்றிய பொதுமக்கள் சபை விவாதங்களை ஒத்திருக்கிறது. ஆனால் பேரவையில் நிகழும் விவாதம் ஒருவேளை மன்றத்தின்மீது செல்வாக்குச் செலுத்தலாம் என்றாலும், கட்டாயம் அவ்வாறு இருக்க வேண்டியதில்லை; பின்னது தன் முடிவுகளின்படி நிற்கலாம், அவ்வாறு நிற்குமானால், அவற்றினால் வீழ்ச்சியடையாது. ஆகவே ஒவ்வொரு விஷயத்திலும், ஆற்றலிலும் அதிகாரத் தலைமையிலும் பேரவை என்பது மன்றத்தைவிடக் குறைந்தது என்பது தெளிவு. அதன் இயல்பான கூட்டங்களை அன்றி, அதன் பிரத்தியேகக் கூட்டத் தொடர்கள் நடைமுறை நோக்கங்களுக்கு மன்றத்தின் விருப்பத்தை அல்லது ஒரு சச்சரவின் இரு கட்சிகளில் ஒன்றின் முறையீட்டைச் சார்ந்திருக்கின்றன. ஆகவே பொதுவாக அதன் பெயரால், சங்கத்தின் ஓர் ஒன்பது உறுப்பினர்கள் உலகக் கொள்கையின் சாராம்சத்தைத் தீர்மானிக்கிறார்கள்.

இது போதியதொரு உறவுமுறைதானா? சங்கம் பணியாற்றவேண்டிய நிலைமைகளை நாம் நினைவில் வைக்க வேண்டும். பேரவை போன்றதொரு மிக விரிந்த ஓர் அமைப்பு, அதேசமயம் தொலைவின் இடர்ப்பாடுகளுக்குக் கட்டுப்பட்டது, இயற்கையாகவே அடிக்கடி கூட்டப்பட இயலாது. அதன் உறுப்பினர்களுக்கு, அவர்களுடைய

முடிவுகள் முதிர்ந்த அவதானிப்புகளுக்குப் பிறகு வரவேண்டுமெனில் விவாதிக்க வேண்டிய விஷயங்களைப் பற்றி நியாயமான அவகாச முன்னறிவிப்புத் தரவேண்டும். தவிர்க்கவியலாமல், இடைப்பட்ட காலங்களில், முடிவெடுத்தலின் அடிப்படையாக மன்றமே அமையவேண்டியுள்ளது; எழக்கூடிய பிரச்சினைகளை அது வெற்றிகரமாகச் சந்திக்க வேண்டுமானால், அதன் அதிகாரம் நெகிழ்ச்சியுடையதாக இருக்கவேண்டும். சுருங்கச் சொன்னால், இங்கிலாந்தில் பிரத்தியேக அதிகாரம் என்று சொல்லப்படுவது அதற்கு இருக்க வேண்டும்; அந்த அதிகாரத்தின் எல்லைகள், தக்க சூழல் நேரிடும்போது, பேரவையால் தீர்மானிக்கப்படும். ஆனால் உதாரணமாக, ஒருமுறை தீர்ப்புச் செய்யப்பட்ட சச்சரவுகள் மறுபடியும் பேரவையினால் மறுதிறப்புச் செய்யப்படப் பொதுவாக அனுமதிக்கப்பட இயலாது. அப்படி ஒரு வாய்ப்பு இருப்பதாகத் தெரிந்தால், மன்றத்தின் தீர்ப்பினால் வருத்தப்பட்ட ஒவ்வொரு கட்சியும் சச்சரவை மறுகேட்புச் செய்யவேண்டும் என்று பேரவைக்கு முறையீடு செய்யும். நாம் எதிர் கொள்ளும் சூழல்களில் முன்னுதாரண முடிவுகளே பின்பற்றப்பட வேண்டும் என்பது ஒரு தவிர்க்கமுடியாத விதி. ஆகவே பேரவை என்பது விமரிசனம் செய்யப்படும் கருவியாக இருக்குமே அன்றி, கட்டுப்படுத்தும் ஒரு கருவியாக இருக்க இயலாது. நீதித்துறை எல்லைகளின் வேற்றுமைகள் பிரச்சினையின் இயற்கைக்குள் நிலைகொண்டுள்ளன. மேலும், அந்தச் சூழல், அனுபவத்தின் இரண்டு காரணிகளால் மெதுவாக மாற்றத்துக்குட்படும் என்பதை நினைவில் வைக்கவேண்டும். மன்றம் முன்னுதாரணங்களைச் சேகரிக்கும், அவை, மெதுவாக, இன்னும் கேட்டால் பாதி நினைவற்ற நிலையில், அதன் புத்தாக்க ஆற்றலை எல்லைக்குட்படுத்தும்; நிரந்தர நீதிமன்றத்தின் பணி தொடரும்போது, மன்றம் செயல்பட வேண்டிய எல்லைகளை எடுத்துக்காட்டுகின்ற சட்ட முடிவுகளின் பெருங்குவியல் ஒன்று சேர்ந்திருக்கும். ஆனால் சட்டம் பற்றிய கேள்விகளில் நீதிமன்றத்தின் நிர்ணயத்தை ஏற்கும்படியாக மன்றத்தை சங்கத்தின் ஒப்பந்தம் கட்டுப்படுத்த வேண்டும் என்பது முக்கியமானது. அப்படி நடக்கவில்லையானால், நீதிமன்றத்தின் முடிவுகள் வெறும் கருத்து வெளிப்பாடுகளாக மாறிவிடும். வலுவானவையாக இருப்பினும், வசதியற்றவை என்றால் புறக்கணிக்கப்பட ஏதுவாகும். இந்நிலை, நீதிமன்றத்தின் தலைமையதிகாரத்துக்கு மிக இன்றியமையாததை இழக்கச் செய்துவிடும். ஏனெனில் பிறகு நீதிமன்றத்தை அது நடுவர்களின் அமைப்பாக இருப்பதற்கு பதிலாகச் சட்ட ஆலோசகர்களின் அமைப்பாக மாற்றிவிடும். மன்றத்தைச் சட்டத்திற்குக் கட்டுப்பட்டதாக ஆக்குவதுதான் அதன் கண்டறிதல்கள் நீதியுடன்

இசைந்தததாக ஆக்குவதற்கு உறுதியான வழி என்பதை நாம் வலியுறுத்தலாம்.

மன்றத்தின்மீது பேரவை நியாயமாகச் செலுத்தக்கூடிய அதிகாரம் ஒன்றை இங்குக் கூறலாம். முக்கிய விஷயங்களில் மன்றத்தின் முடிவுகளே 'முடிவான தீர்மானங்கள்' என்று கருதப்பட வேண்டும் என்றாலும், தம்மளவில் முக்கியமானவை என்றாலும் ஒப்பளவில் குறைந்த முக்கியத்துவம் உடைய விஷயங்களுக்கு இதனை நீட்டவேண்டிய அவசியமில்லை. உதாரணமாக, இடம்பெயர்தல், உடல்நலம், உடன்படிக்கைகளின் பதிவு, ஆப்பிரிக்காவில் சாராயக்கடத்தல் போன்ற பல பிரச்சினைகளை மன்றம் சமாளித்திருக்கிறது என்றாலும், இவற்றில் எதுவும் கடுமையான கருத்து வேறுபாடுகளுக்குக் கொண்டுசெல்பவை அல்ல. இப்படிப்பட்ட பண்புடைய பிரச்சினைகளின்மீதான முடிவுகளைப் பேரவை மீள்பார்வைக்கு உட்படுத்தலாம் என்று ஆலோசிக்கலாம். பொதுச் செயலரின் ஆண்டறிக்கையில் அவை ஆண்டுதோறும் இடம்பெற்றுப் பார்வைமுன் வரும்; மூன்றிலிரண்டு பங்கு வாக்கினால் அதற்கு மன்றத்தின் முடிவை மறுபரிசீலனை செய்யும் அதிகாரம் வழங்கப்பட்டால் பேரவையின் அதிகாரங்களுக்கு அது ஒரு பயனுள்ள சேர்க்கையாக இருக்கும். உதாரணத்துக்கு ரஷ்யாவுக்குப் பஞ்ச நிவாரணம் அளிக்கின்ற கேள்வி எழுந்தபோது சிறு அரசுகள் அதை வாக்குவன்மையுடன் ஆதரித்தாலும் வல்லரசுகளின் எதிர்ப்பினால் அது கைவிடப்பட்டது. இப்படிப்பட்ட விஷயங்களில் முன்னதை மீதூர்ந்து செல்வதற்குப் பெரிய அரசு ஒன்றின் அரசியல் அல்லது பொருளாதார அவதானங்களை, சிறியதொரு அரசின் மனிதாபிமான கவனிப்புகளால் இடப்பெயர்ச்சி செய்ய வேண்டும். ஹாலந்தின் கட்டளையினால் பிரிட்டன் இந்தியாவை விடுதலை செய்யும் என்று எதிர்பார்க்க முடியாது; ஆனால் நார்வே அல்லது டென்மார்க் வேண்டுகின்றபோது மிகப் பெரிய பொருளாதார இழப்பு இருந்தாலும், பிரிட்டனின் ஆன்மாவுக்கு, அல்லது ஜப்பானின் ஆன்மாவுக்கு அபினி கடத்தல் போன்ற ஒன்றைக் கைவிடுவது நல்லது. ஒப்பந்தத்தின் XXIIIஆம் பிரிவில் தொகுக்கப்பட்டுள்ள பணிகளின் வீச்சை நோக்கும் எவரும் இதற்காகவேனும் குறைந்தபட்சம் பேரவை தனது முதன்மையைத் தக்கவைத்துக் கொள்ளவேண்டும் என்று நம்புவார்கள். இப்படிப்பட்ட விஷயங்களுக்கு எவ்வளவு தொலைவு அப்பால்வரை ஒரு மறுபரிசீலனை அமைப்பாக அதன் திறன் செல்லுபடியாகும் என்பது, மிகத் தெளிவாகவே, சர்வதேச ஒத்துழைப்பின் பழக்கங்களை எவ்வளவு நன்றாக வடிவமைக்கிறது என்பதன் வெற்றியைப் பொறுத்தது. பகுதியளவேனும் குறைந்தபட்சம், இது ஒரு கௌரவப் பிரச்சினை;

ஒத்துழைப்பின் பழக்கங்கள் வளரும்போதுதான் கௌரவம் பின்னுக்குச் சென்று நீதிக்கு வழிவிடும்.

தொடங்கியதிலிருந்து மன்றத்தின் பதிவேட்டைக் காண்பவர்கள், இரண்டு முடிவுகளுக்குத் தள்ளப்படுவார்கள். அதன் வரலாற்றில் முதல் ஐந்து ஆண்டுகள்வரை அது போர்உணர்வின் கொடையினால் ஊடுருவப் பட்டிருந்தது. அந்த மனப்பான்மைக்குப் பணிந்து, சார் சமவெளி, சைலீசியா போன்ற பிரச்சினைகளில் அது மிகப்பெரிய தவறுகளைச் செய்யும் குற்றவாளி ஆனது; அதே உணர்வுக்குப் பணிந்து ஃபிரான்ஸ் ரூர் சமவெளிமீது படையெடுத்தபோது, சங்கத்தின் குறுக்கீட்டை அது வேண்டினாலும், அதை மன்றம் கண்டுகொள்ளாமல் விட்டு, இதுபோன்ற பிரச்சினைகளில் தோல்வியுற்றது. இரண்டாவதாகத் தனது செல்வாக்கு கட்டப்பட வேண்டிய பெரும் சிக்கல்களைக் கையாளும்போது தொடர்ச்சியாக ஒரு தைரியமின்மையைக் காட்டியது. ஆலந்து தீவுகள் சிக்கல் *(Geneva, June 1921)*, அல்பேனியப் போர் முன்னணி *(Paris, Novmeber 16, 1921)* போன்றவற்றைத் தீர்க்கின்ற சிறிய விஷயங்களில் அது வெற்றிபெற்றது. **1923**இன் கிரேக்க-இத்தாலியப் பூசல், ரூரில் ஃபிரான்சு-ஜெர்மன் பிரச்சினை, **1924**இன் ஆங்கில-எகிப்தியப் பூசல் போன்ற பெரிய விஷயங்களில் அது வெற்றி பெறவில்லை. இந்தக் கடைசி இடர்ப்பாடு, மன்றத்தின் எல்லா பலவீனங்களையும் அவற்றின் தெளிவான பார்வையில் வெளிச்சமிட்டுக் காட்டியது. எகிப்தின் சர்வதேச நிலை, சூடானின் நிர்வாகத்தில் அதன் பங்கு ஆகியவற்றை நிச்சயமின்மையின் ஒரு புறநிழல் கவிந்திருந்தது; இவையிரண்டுமே உடனடியாகச் சட்ட மற்றும் சார்பற்ற நிலைப்பாட்டிலிருந்து தீர்க்கப்பட்டிருக்க வேண்டியவை, ஆனால் இரண்டையுமே சங்கத்தின் பார்வைக்கு வைக்காமல் இங்கிலாந்து தானே தீர்த்துவிட்டது. மேலும், எகிப்து, சங்கத்தின் உறுப்புநாடு அல்ல; சட்டமன்றம் ஒருமனதாக சங்கத்திடம் முறையிட்டாலும், அந்த முறையீடு செய்யப்பட்ட சமயத்தில் பதவியே ஏற்காத ஒரு நிர்வாகத்தின் இசைவு அதற்குக் கிடைக்கவில்லை; எனினும் தொழில்நுட்ப மற்றும் நிர்வாக அர்த்தத்தில் "அரசாங்கம்" என்ற ஒன்றிலிருந்து அது வெளிப்படவில்லை என்ற காரணத்தைக் காட்டி சங்கத்தின் செயலகம் அந்த முறையீட்டை அதிகாரப்பூர்வமானது என ஏற்கவில்லை. வேறு வார்த்தைகளில் சொன்னால், சங்கம் மிகக் குறுகிய சட்ட அடிப்படைகளில் பெரிய பிரச்சினைகளைத் தனது குறுக்கீடு இன்றித் தீர்க்கப்படும்விதமாக நழுவ விட்டது. பாதிக்கப்பட்ட கட்சி ஒரு சிறிய அரசு என்றபோதும், ஒரு பெரிய அரசு தனது கௌரவம் என்ற பெயரால் செயல்பட்டுக் கொண்டிருந்த நேரத்திலும் பெரிய அரசின் விருப்பத்திற்குச் சங்கம் பணிந்த நிலை, அந்தச் செயல்பாட்டின் துரதிருஷ்டம் ஆயிற்று. ஆனால் இப்படி கௌரவத்தின் பெயரால் ஆகும் நடவடிக்கையைத்

தடுப்பதற்காகத்தான் சங்கத்தின் மன்றத்திற்குக் குறுக்கிடும் அதிகாரமே தரப்பட்டது. ஆங்கில-எகிப்திய விஷயம் போன்றவற்றில் தலையிட மறுப்பு, ரூர் விஷயத்தில் மௌனம், கிரீஸ், இத்தாலி விஷயத்தில் பலவீனம் ஆகியவை மன்றத்தின்மீதான நம்பகமான தன்மையைக் குலைத்துவிட்டன. திரு. ராம்சே மெக்டொனால்டு கூறியதுபோல, "ஒரு தேசம் தனது விருப்பத்தாலும் மனவுறுதியாலும் உலகத்தின் பிறபகுதிகள்மீது ஆணவத்துடன் அதிகாரம் செலுத்துவது சரி என்ற நமது மனங்களிலுள்ள புரட்சிகரமான பயனற்ற எண்ணங்களைக் காலிசெய்ய வேண்டும்" என்பது தேவை. (Speech at Port Talbot, in the Times, November 29, 1924.) ஆனால் அப்படிப்பட்ட ஆக்கிரமிப்புகள் முயற்சிக்கப்படும்போது மன்றம் திடமாக அதில் குறுக்கீடு செய்ய முனைந்தால்தான் நமது மனங்களும் அப்படிப்பட்ட சிந்தனைகளிலிருந்து விடுபடும். அப்படிப்பட்ட கொள்கை சங்கத்தை உடைத்துவிடும் என்று நாம் ஏற்றுக் கொண்டாலும், அதை உடனே மீளமைப்பது ஒன்றும் இயலாதது அல்ல; இப்படிப்பட்ட குறுக்கீடு கொள்கின்ற தலைமையதிகாரத்தை மன்றம் அடையும்வரை, பெரிய வல்லரசுகள் அதை ஒரு நடுவராக நோக்காமல், அவ்வப்போதான ஆதரவு என்றுதான் நோக்கும்.

3. செயலகம் (The Secretariat). ஒப்பந்தத்தின் VIஆம் பிரிவின்படி சங்கத்தின் நிர்வாக அலுவலர் அமைப்பு ஒரு பொதுச் செயலர், அவரது உதவிக்குத் தேவையான பிறர் ஆகியோரைக் கொண்டுள்ளது. 1919இல் வெர்சேய்லின் சமாதான மாநாட்டில் முதல் பொதுச் செயலர் நியமிக்கப்பட்டார்; அவருக்கு அடுத்தவர், பேரவையில் பெரும்பான்மையினர் ஒப்புதலுடன் மன்றத்தினால் நியமிக்கப்பட வேண்டும். அவரது கடமைகள், ஏறத்தாழப் பத்து பெரும் பிரிவுகளுக்குள் அடங்குகின்றன.

(1) மன்றத்திலும் பேரவையிலும் செய்யப்படும் முடிவுகளைப் பதிவுசெய்பவராகப் பணிபுரிகிறார்.

(2) சங்கச் செயலகத்தின் பொதுவான பணிகளை ஒருங்கிணைக்கிறார்.

(3) மன்றத்தின் பணியைப் பற்றிய ஓர் ஆண்டறிக்கையைப் பேரவையில் வைப்பதற்காகத் தயார் செய்கிறார்.

(4) சங்கத்தின் எந்த உறுப்பினரின் வேண்டுகோளின்படியும், ஒப்பந்தத்தின் பிரிவு XIஇன் கீழ், மோதலை முன்னுணர்த்துகின்ற எந்த ஒரு அவசரச் சூழலிலும் மன்றத்தின் கூட்டத்திற்கு ஏற்பாடு செய்கிறார்.

(5) பிரிவு XVஇன் கீழ் எந்த ஒரு சச்சரவின் எந்தஒரு கட்சியும் அளிக்கும் சமர்ப்பித்தல் அறிவிப்பைப் பெறுகிறார், பிறகு அதன்

புலனாய்வுக்கும் விவாதத்திற்கும் தேவையான ஏற்பாடுகளைச் செய்கிறார்.

(6) சங்கத்தின் எந்த உறுப்பினரும் செய்யும் எல்லா உடன்படிக்கைகளையும் அவர் பெற்று, பதிவுக்குப் பின்னர், வெளியிடுகிறார். (Article XVIII.)

(7) ஒப்பந்தத்தின் திருத்தங்கள் செயல்விளைவு பெறும் நாளை சங்கத்தின் உறுப்பினர்களுக்குத் தெரிவிக்கிறார். (Article XXVI.)

(8) நிரந்தரச் செயலகத்தின் அலுவலகங்கள் வாயிலாகச் சங்கத்தின் முடிவுகளை நடைமுறைப்படுத்த ஏற்பாடு செய்கிறார். (Article II)

(9) மன்றத்தின் ஒப்புதலோடு செயலகத்தின் உறுப்பினர்களையும் அலுவலர்களையும் நியமிக்கிறார். (Article V)

(10) சங்கத்தின் ஆதரவின்கீழ் கூடும் எல்லா அமைப்புகளுக்குமான பணிநிரலை அவர் தயாரிக்கிறார்.

செயலகத்தின் முக்கியத்துவத்தை மிகைப்படுத்தி மதிப்பிடுவது தெளிவாகவே கடினம்தான். (It comprises at the present time (1924) some three hundred persons.) அதன் பணிகள் மிகவும் பெரியவை, சிக்கலானவை; சங்க எந்திரத்தின் சக்கரங்களுக்கு அது எண்ணெயிடுகிறது; சங்கத்தின் போதுமையின் மீச்சிறு அளவல்ல அதன் பணித்திறனைச் சார்ந்திருப்பது. ஆனால் அது குறித்த சில நன்கு வரையறுக்கப்பட்ட எல்லைகளுக்குள்தான் பணிசெய்கிறது. இது ஒரு சர்வதேச மக்கள் சேவை. எனவே சங்கத்தின் உறுப்பு நாடுகள் எல்லாவற்றின் குடிமக்களையும் தனக்குள் கொண்டுள்ளது. ஆகவே தன்னை அமைத்துக் கொள்ள அதற்கு சாதுரியத்தின் ஒற்றை மரபு என ஒன்று இல்லை; தனது நடைமுறையை, ஒவ்வொன்றிலிருந்தும் மற்றது மாறாத உலகளாவிய பழக்கவழக்கங்களிலிருந்தே பெறமுடியும். மேலும் அது ஒரு நிர்வாக அமைப்பாக இருந்தாலும், அது தானே நிறைவேற்றுவதில்லை; நிறைவேற்றுகின்ற செயல்முறையை அது சீரமைக்கத்தான் முடியும். நிறைவேற்றும் பொறுப்பு சங்கத்தின் உறுப்பினர்களுக்குத் தனித்தனியாக உரியது. தான் தகுதியானதென்று கருதுகின்ற ஒரு முயற்சியை அது தானே மேற்கொள்ள முடிவதில்லை. அதன் பணி, முதலில், பேரவையினால் அதற்கு ஒதுக்கப்படுகின்ற நிதித் திட்டத்தினாலும், இரண்டாவதாக, அதன் பணியில் உறுப்பு நாடுகள் எந்த அளவு திறனோடு ஒத்துழைப்புத் தருகின்றன என்பதனாலும் வரையறுக்கப்படுகிறது. ஆயினும், இந்த வரையறைக்கு உட்பட்டும், அது சங்கத்தில் ஒரு வளரும் பங்கினைப் பெற்றுள்ளது; அது செய்வதில் பெரும்பான்மைப் பணிக்கு ஒரு தனித்த அரசின் மக்கள் சேவையில்

இதுவரை அறியப்படாத அளவுக்குக் கலந்துரையாடும் திறனும், அறிவிப்பதில் மென்னயமும் தேவை.

செயலகம் தனது கடமைகளை எப்படிச் செய்யப் போகிறது? அதன் உள்ளமைப்பு என்ற முழுத் தொழில்நுட்பப் பிரச்சினை பற்றி நான் இங்கு விவாதிக்கப் போவதில்லை; பதிலாக, அதன் பணியில் எவ்வித முறைகள் அடங்கியுள்ளன, அந்த முறைகளின் முக்கியத்துவம் என்ன என்று கண்டுபிடிக்க முனைகிறேன். இதன் பணியில் விசாரணையின் வேலைதான் தலையாய மெய்ம்மையாக உள்ளது. சமூக, அரசியல் வாழ்க்கையின் ஒவ்வொரு பாதையினைப் பற்றியும், செயலகம் தகவல்களைச் சேகரிக்கிறது. அதன் அடிப்படையில் சங்கத்தின் முடிவுகள் எடுக்கப்பட இருக்கின்றன. எப்படி இதைச் செய்வது? முதலில், அது நேரடியாகப் பதில்சொல்ல வேண்டிய பிரச்சினைகள் இருக்கும். வேறு பிரச்சினைகளில் நேரடிப் புலனாய்வை விட, இருக்கும் அறிவை ஒருங்கிணைப்பதே போதுமானது. வேறு சிலவற்றில், அப்பிரச்சினைகளின் பகுப்பாய்வுக்காகவே அமைக்கப்பட்ட வெளி நிபுணர்கள் குழுவின் புலனாய்வு தேவைப்படும். மேலும் சிலவற்றில், தேவைப்படுவது நிபுணர்கள் குழு ஒன்றின் பரிந்துரைகளை முன்வைத்தல். சங்கம் அவற்றின்படி நடக்கவேண்டுமா இல்லையா என்பதை முடிவுசெய்யும். அது மிக உயர்வான திறமை பெற்ற மனிதர்களால் அமைக்கப்பட்டதாக இருக்கவேண்டும் என்பதைப் புரிந்துகொள்வதற்கு இப்படிப்பட்ட பணியின் உட்குறிப்புகளைக் கோடிட்டுக் காட்டுவது தேவை. தங்கள் சொந்த நாட்டிலேயே பொதுமக்கள் சேவையின் உச்சமான பதவிகளை அடையத் தகுதியில்லாதவர்களால் சங்கத்தின் செயலகம் அமைக்கப்பட முடியாது என்பது தெளிவு. ஆகவே ஒவ்வொரு உறுப்புநாட்டிலிருந்தும் தனது பதவிகளுக்கு மிகச் சிறந்த மனிதர்களைக் கவரக்கூடிய அடிப்படைகள் மீதுதான் சங்கம் தனது செயலகத்தைக் கட்ட வேண்டும் என்பது பெறப்படுகிறது. அதன் ஊதியம், அதன் காலஅளவுப் பாதுகாப்பு, அதன் வேலைநிலைமை, யாவும் சங்கத்தின் மிகச்சிறந்த தேசியப் பொதுமக்கள் சேவைக்கான திறன் பெற்றோரைவிடக் குறைந்ததாக இருக்கலாகாது. தனது பதவிகளில் ஒவ்வொரு உறுப்புநாட்டின் குடிமக்களுக்கும் இடமிருக்குமாறு அது பார்த்துக்கொள்ள வேண்டும்; ஆனால் உச்சியில், அது தேசத்தைவிடத் தகுதியையே முக்கியமானதாகக் கருதவேண்டும். மேலும் இந்த விஷயத்தில் செயலகத்தின் வெற்றி, உலகமுழுவதுமுள்ள ஆய்வு அமைப்புகளோடும் தான் அக்கறைப்படும் துறைகளின் தனித்த நிபுணர்களோடும் அதற்குள்ள தொடர்புகளையும் சார்ந்திருக்கிறது. ஒரு பகுதியளவில், அப்படிப்பட்டத் தொடர்புகளை இந்த இயலின் முற்பகுதியில் நான் கூறிய நிரந்தர ஆலோசனை

ஆணையங்களிடம் கேட்டுப் பெறமுடியும்; ஒருபகுதியளவில், சர்வதேசத் தொழில் அலுவலகம் செய்வதைப் போல, உலகம் முழுவதும் தொடர்பாளர்களை ஏற்படுத்திச் செயலகத்துக்கு முக்கியமான நடப்புகளை அதனுடன் தொடர்பில் வைத்திருக்கச் செய்யலாம்; மற்றொரு பகுதியளவில், பிரஸல்ஸ் நிதி மாநாடு போன்ற சிறப்பு மாநாடுகள் நடத்தி, நிபுணர்கள் கருத்துகள் அதை நோக்கிச் செலுத்தப்படும் விதமாக வழியமைக்கலாம்.

இந்த முறைகள் தம்மளவில் போதுமானவை என்று நான் கருதவில்லை. சங்கம் திறம்படச் செயல்பட வேண்டுமாயின், ஒவ்வோர் அரசிலும் அது ஒரு நோக்கரைக் கொண்டிருக்கவேண்டும். அவர் அந்த அரசின் தூதுவர் போன்ற அதிகாரங்களையும் உரிமைகளையும் பெற்றிருக்கவேண்டும். அவர் ஓர் அறிவுமையமாக விளங்குவதோடு, தேசிய வாழ்க்கைக்கும் ஜெனிவாவுக்கும் இடையில் இணைப்பு அலுவலராகச் செயல்படவேண்டும். சங்கத்திற்காக அவர் அந்தந்த இடத்தில் விசாரணைகள் ஏற்பாடுசெய்ய இயலவேண்டும். உதாரணமாக, சர்வதேசத் தொழில் அலுவலகத்தின் ஏதோ ஒரு மரபினைக் கடைப்பிடிக்கலாகாது என்று வலியுறுத்த அவருக்கு அதிகாரம் இருக்க வேண்டும். தான் அதிகாரம் அளிக்கப்பெற்ற அரசுக்கும் சங்கத்துக்கும் இடையில் பேச்சுவார்த்தை ஏற்பட வாயிலாக அவர் அமைய வேண்டும். அதாவது சங்கத்தின் உறுப்பினர்கள் இடையே அதன் காட்சியுருவாக அவர் இருக்கவேண்டும். மேலும் இப்படிப்பட்ட நோக்கர்களின் சம்பிரதாய முக்கியத்துவத்தையும் குறைக்கலாகாது. ஒவ்வோர் அரசிலும் தங்களைச் சுற்றிச் சர்வதேசியத்தில் ஆர்வமுடைய ஆடவர் பெண்டிரைக் கூட்டுவது உயர் முக்கியத்துவம் வாய்ந்த ஒரு சேவையாகும். இம்மாதிரி நோக்கர்கள், தாங்கள் அனுப்பப்படும் நாட்டுக்குரிய குடிமக்களாக ஒருபோதும் ஆகமாட்டார்கள். சாதாரணத் தூதுவர்கள் போன்று தங்கள் பணிக்கு அவர்கள் ஜெனிவாவிலிருந்து வழிமொழியப்படுவார்கள்; நாடு திரும்பும்போது அவர்கள் அதன் செயல்பாடுகளுக்கு ஓர் அறிவையும் தங்கள் பண்புக்கு உயர்முக்கியத்துவம் கொண்ட புத்துணர்ச்சியையும் அளிப்பார்கள். சங்கம் பாரபட்சமான தகவல்கள் அடிப்படையில் செயல்படுவதையும், தவறான மூலங்களில் உதவியைத் தேடுவதையும் மீண்டும் மீண்டும் தடுப்பார்கள். அவர்களுடைய இரகசிய அறிக்கைகள் செயலகத்தின் விசாரணை முடிவுகளைச் சங்கத்திற்கு உச்சபட்ச ஆதாயம் தருபவையாக்கப் பெருமளவு உதவு செய்யும்.

ஆனால் செயலாகம் வெறுமனே புலனாய்வு செய்தால் போதாது. பேச்சுவார்த்தை நடத்தும் பொறுப்பும் அதனிடம் ஒப்படைக்கப்பட்டுள்ளது என்று குறித்துள்ளேன். பொதுச் செயலர்

ஒரு சச்சரவின்போது மன்றத்தின் கூட்டத்திற்கு அழைப்பு விடுக்கும் விதத்தில் இந்தக்கடமை ஒரு பகுதி சட்டப்பூர்வமானது எனலாம்; மறுபகுதி, சங்கத்தின் முடிவுகளைப் பூர்த்திசெய்ய மேற்கொள்ளும் வழக்கமான நடைமுறைப்பணி. இரண்டு வகையிலும், நான் சுட்டிக்காட்டிய நோக்கர்கள் உயர்மதிப்புள்ள ஒரு பங்கினை வகிக்கலாம். மேலும் பிறசில அவதானங்களும் எழுகின்றன. முதலில், சங்கத்தின் ஒப்பந்தம் எழக்கூடிய எல்லா அவரசநிலைகளையும் கையாளமுடியாது என்பது தெளிவு; உதாரணமாக, அது ஓர் உறுப்புநாடு, உறுப்பினரல்லாத நாட்டிற்கு எதிராக ஒரு முறையீடு வைக்கக்கூடும் எனக் காணமுடிந்த அதனால், உறுப்பினரல்லாத ஒரு நாடு உறுப்புநாட்டின்மீதும் முறையீட்டைச் செய்ய இயலும் எனக் காண முடியவில்லை. ஆனால் வெறுமனே தொழில்நுட்ப அடிப்படையில் எவ்வித இடர்ப்பாடும் சங்கத்தின் பார்வையிலிருந்து தப்ப விடலாகாது. இம்மாதிரி அவசர விஷயங்களில், ஓர் உறுப்பினரின் வேண்டுகோளின்படி மன்றம் விடுக்கும் அழைப்புகள் அன்றி, சட்டப்பூர்வமாக ஏற்கவேண்டாதது என்றாலும் தனது பண்பிலிருந்து அவருக்குப் புறக்கணிப்பது விவேகமற்றது என்று தோன்றுகின்ற எந்த முறையீட்டையும் வைத்து மன்றத்தின் தலைவரின் ஒப்புதலுடன் மன்றத்தின் கூட்டத்தை அழைப்பது பொதுச் செயலரின் கடமையாக இருக்கவேண்டும். இம்மாதிரி அதிகாரங்களை அளிப்பதனால் எவ்விதத் தேவையற்ற அபாயமும் ஏற்படப் போவதில்லை. கூட்டத்தின்போது, எவ்வித நடவடிக்கையும் எடுக்கத் தேவையில்லை என்று முடிவுசெய்வது மன்றத்திடம்தான் உள்ளது; பொதுச் செயலர் கூட்டத்திற்கு மன்றத்தை அழைக்கலாகாது என்று முடிவெடுப்பது பேரவையின் அடுத்த கூட்டத்தில் விவாதத்திற்கு இயலக்கூடிய ஒரு கருவியை அளிக்கும். மெதுவாக, முன்னுதாரணங்களின் ஒரு குவியல் சேர்ந்துவிடும். அது பொதுச் செயலர் தனது முடிவை எடுக்க வழிகாட்டும்; சுதந்திரமாகச் செயல்படும் அதிகாரிகளிடம் அப்படிப்பட்ட ஒரு சேம அதிகாரம் இருப்பது, சங்கத்தை அதனிடமிருந்தே காப்பாற்றும். ஏனெனில் எப்போதும் மன்றம் ஏதாவதொரு சச்சரவைக் கண்டும் காணாமல் போய்விடும் ஓர் அபாயம் இருக்கிறது, அவ்வாறு நேர்வது அது தனது அதிகார எல்லைக்கு அப்பால் இருக்கிறது என்பதால் அல்ல, ஒவ்வோர் உறுப்பு நாடும் பிறவற்றின் மென்னய உணர்ச்சிகளை காயப்படுத்தலாகாது என்ற உணர்வில்தான். இப்படிப்பட்ட ஒழுங்குமுறை எதிலிருந்தும் நாம் தற்காத்துக் கொள்ளவேண்டும்.

இன்னொரு முக்கியமான அவதானிப்பு எழுகிறது. சங்கத்தின் தலைமையதிகாரம் தன் உறுப்புநாடுகளுடைய அயல்நாட்டு அலுவலகங்களுடன் அது நிலைநிறுத்தக்கூடிய உறவினைச்

சார்ந்திருக்கும் என்றால், அவற்றிடமிருந்து அது வெளிநம்பகத்தன்மை என்று சொல்லக்கூடிய ஒன்றைப் பெறவேண்டியிருக்கும் என்பதோடு, அது அவற்றைத் தங்கள் சொந்தப் பிரச்சினைகளையே உலக உறவுகளின்மீது அவை ஏற்படுத்தக்கூடிய தாக்கத்தின் கோணத்திலிருந்து பார்க்கத் தூண்டுமாறு செய்யவும் வேண்டும். அந்த முயற்சியின் கடினத்தை நான் வலியுறுத்தத் தேவையில்லை. அதற்குள் தெளிவாக உள்ளடங்கியிருப்பதாக நான் கருதுவது, உறுப்பு நாடுகளின் அதிகாரிகளை அவர்களின் இயல்பான கடமைகளின் பகுதியாகத் தற்காலிகச் சேவைக்கு அனுப்பிவைக்கும் இடமாகச் சங்கத்தின் செயலகத்தை மேம்படுத்த வேண்டும் என்பதே. உதாரணமாக, தனதுநாட்டின் அயல்நாட்டு அலுவலகத்தில் நிரந்தரத் தலைவராகப் பணிபுரிந்த ஒருவர், சங்கத்தின் சேவையில் இரண்டு ஆண்டுகள் செலவிட்டிராவிட்டால், தனது நாட்டு தேசியக் கொள்கையையே அவரால் மேலும் பரந்துவிரிந்த, மேலும் ஆக்கப்பூர்வமான நோக்குநிலையிலிருந்து காணமுடியும் என்று நாம் உறுதியாகக் கூறலாம். ஜெனிவாவில் தொடர்ந்து வசிப்பது நனவிலி நிலையில் அவருக்குள் நிர்ப்பந்தப் படுத்துகின்ற சர்வதேசப் பார்வையிலிருந்து அவர் பலவற்றையும் கற்றுக் கொண்டிருக்கலாம். சங்கத்தைப் பணி செய்யவைக்க உதவும் விதத்தில் அவர் அதன்மீது நம்பிக்கைவைக்கக் கற்றுக் கொள்வார்; தான் பரஸ்பரம் கலந்துபேசவேண்டிய கருவிகளில் இதுவும் ஒன்றுதான் என்ற எண்ணத்திலிருந்து மாறுவார். நீடித்த உடன்பணியாற்றும் தோழமையின் நெருக்கத்தில் லண்டனிலோ பாரிஸிலோ டோக்கியோவிலோ கேள்வியின்றி ஏற்கப்படும் கற்பிதங்களை ஏற்காத மனிதர்களை அறிந்துகொள்ள முன்வருவார். ஒரு தேசியக் கொள்கை தனது சொந்த அரசின் நலன்களைப் பாதிக்கின்ற முறையில் மட்டும் அல்லாமல், சங்கத்தின் ஒட்டுமொத்த ஆர்வங்களை எவ்விதம் அது பாதிக்கிறது என்று அறிந்துகொள்வார். மானிடத்தின் தேவைகள் மிகவும் இன்றியமையாதது ஆக்கியுள்ள ஓர் உலகளாவிய பார்வையில் அளிக்கப்படும் தாராளக் கல்வியாகவே அத்தகைய சேவை அமைந்திருக்கும். ஏனெனில் ஜெனிவாவில் இருப்பதைப் போன்ற ஒரு சர்வதேச மனம் உறுப்புநாடுகளின் மக்கள்சேவையில் வேர் கொண்டால் ஒழிய, அந்நாட்டு ராஜதந்திரத்தின் பிரக்ஞையில் சங்கத்தை அதன் பகுதியாகவே இருக்கின்ற ஒன்று, அதற்கு அந்நியமானதல்ல என்ற உணர்வுடன் வளர்க்க முடியாது.

ஒரு பிரச்சினை பற்றிச் சிறிது சிறப்பாகக் கூறுவது பொருத்தமாக இருக்கும். சங்கத்தின் செயலகம் வெவ்வேறு அரசுகளிலிருந்து உருவமைக்கப்படுகிறது. ஓர் அதிகாரி, ஆங்கிலேயரோ, ஃபிரெஞ்சுக்காரரோ முதிர்ந்த வயதினை அடைந்த பின்பே

ஜெனிவாவுக்கு வருபவர், தேசியச் சார்புநிலையிலிருந்து தன்னை அகற்றிக் கொள்ள முடியும் என்பதை மறுக்கின்ற சில பேர் இருக்கலாம். ஆங்கிலேயரான ஒரு சங்க அதிகாரி ஆங்கிலக்கண்ணாடியின் மூலமாகத்தான் சங்கப் பிரச்சினைகளைக் காண்பார் என்று இதனால் அர்த்தப்படுமானால் நான் அது முற்றிலும் உண்மையல்ல என்றுதான் கூறுவேன். ஏனெனில் ஒரு பிரச்சினை சங்கத்தினால் கையாளப்பட்டுக் கொண்டிருக்கும்போது, அதுவும் குறிப்பாக அது இயற்கையில் விமரிசனப் பண்புடையதானால், முன்னரே விதிதருமுறையில் அமைந்த “ஆங்கிலப் பார்வை” என ஒன்று கிடையாது. உதாரணமாக, பிளாக்பர்னின் மார்லி பிரபு போயர் போரை எதிர்த்த காரணத்தினால் அவர் ஆங்கில நோக்குநிலையை எடுக்கவில்லை என்று எவரும் கூறமுடியாது; அமெரிக்க ஐக்கியநாடு சங்கத்தில் சேர்வதை எவரும் இப்போது அமெரிக்கருக்கு எதிரானது என்று வாதிட மாட்டார் என்று நம்புகிறேன். ஒரு ஆங்கில மக்கள் சேவைப் பணியாளர், அச்சேவை தனது கடமை என்றால், பூசலிடும் கட்சிகளிடையே நடுநிலையாக இருப்பதைவிட ஒரு சங்க உறுப்பினர் சார்பற்று இருப்பது கடினமல்ல என்பது காரணகாரியத்தன்மை உள்ளது. பின்னவர் தனக்குக் கூறப்பட்டதைச் செய்கின்ற ஓர் உணர்ச்சியற்ற நிபுணர் அல்ல. பெரும்பாலான சமயங்களில், தான் பணிசெய்கின்ற அமைச்சருக்கு எதிரான வலுவான அரசியல் பார்வைகளைக் குறித்த அளவில் அவர் கொண்டிருக்கிறார். ஆனால், அவர் ஒரு பாரம்பரியத்தின் பகுதியாக இருப்பவர், அதன் நிர்ப்பந்தப்படுத்தும் சக்தியினால், தனது கருத்துகளை ஒருபுறம் ஒதுக்கிவைக்கிறார். பார்வையில் வைக்கவேண்டிய இலக்கு அவருக்குச் சொல்லப்படுகிறது, அவரும் சமரசமற்ற விசுவாசத்துடன் அந்த இலக்கிற்காகப் பாதையைத் தேடிச்செல்கிறார். இப்படிப்பட்ட விசுவாசம் வலுவாக இல்லாவிட்டாலும் கூட, பிரிட்டன் போன்ற சில நாடுகளில், கட்சிச் சார்பினைவிட தேசியச்சார்பு என்பது மிக ஆழ்ந்த உணர்ச்சியாக இருக்கலாம் என்பது உண்மை. ஆனால் இதெல்லாம் நினைவிலிருந்தாலும், சங்கத்தின் ஓர் அதிகாரி உண்மையில் நல்ல ஃபிரெஞ்சுக்காரராக இருக்கலாம், அதேசமயம் அவர் அதன் பிரச்சினைகளை ஃபிரெஞ்சு நலன்களுக்கு அதிக எடையிட்டு அதன் சார்பாக மட்டுமே நடக்காத அளவுக்கு சங்கப் பிரச்சினைகளை நோக்கக் கற்றுக் கொண்டிருக்கலாம் என்ற சாத்தியத்திற்கு எதிராக அது செல்லவில்லை. மேலும் எவ்வித தர்க்கரீதியான நோக்கிலும், அவரது பார்வைகள் நனவற்ற நிலையிலேயே பிற மரபுகளிலிருந்து வரும் கருத்துகளின் அழுத்தத்திற்கு உட்பட்டு ஒரு குறித்த அளவுக்கு அவரது பாரபட்சத்தன்மையின் கூர்மையை மழுங்கச் செய்துவிடும். சங்கத்தின் முதல் பொதுச்செயலர் ஓர் ஆங்கிலேயர்; ஆனால் அவர் செய்திருப்பனவற்றின் பதிவுகள் பற்றிய ஒரு நுண்ணாய்வு,

குறிப்பாகச் சங்கத்தில் அவரது ஆண்டறிக்கைகள், அச்செயலர் ஒரு ஃபிரெஞ்சுக்காரரராகவோ ஸ்வீடன் நாட்டவராகவோ இருந்திருந்தாலும் அவை வேறுபட்டிருக்கும், அல்லது முடிவுகள் வேறாக இருந்திருக்கும் என்பதைக் காட்டவில்லை.

செயலகத்தைப் பற்றிக் கடைசியாக ஒரு குறிப்புரையைக் கூறலாம். நான் கண்டவாறு, அதன் பணிகளுக்குள், பேரவைக் கூட்டங்களின் நிகழ்நிரல்களுக்கான ஆயத்தங்கள் உள்ளன. அப்படிப்பட்ட நிகழ்ச்சித் திட்டத்தில் விஷயங்களில் மூன்று பிரிவுகள் உள்ளன. முன் கூட்டம் ஒன்றில் பேரவையினால் முடிவுசெய்யப்பட்ட விஷயங்கள் உள்ளன; மன்றம் அறிமுகப்படுத்திய விஷயங்கள் உள்ளன; உறுப்பினர் நாடு ஒன்றின் முன்னெடுப்பினால் அறிமுகப்படுத்தப்பட்ட விஷயங்களும் உள்ளன. பேரவையின் பணிக்குத் தொடர்பான எல்லா ஆவணங்களையும் சார்பாளர்களிடம் செயலகம் சுற்றுக்கு விடுகிறது. இங்கே, செயலகத்தின் முன்னெடுப்பு மிக அடிப்படையான முக்கியத்துவம் வாய்ந்த செயல்துறை ஒன்று இருக்கிறது எனலாம். செயலகத்தின் பணி முடிவானதாக இருக்கக்கூடிய பேரவையின் நிகழ்நிரல் தொடர்பான இரண்டுவிதமான முன்னெடுப்பு வகைகள் உள்ளன.

(1) உறுப்புநாடுகள் கவனத்தில் கொள்ளத் தகுதியானவை என்று அது நம்புகின்ற துறைகளை, அவற்றின் அவதானிப்புக்கான அடிப்படைகளுடன் சேர்த்து, சார்பாளர்களுக்கு அது சுட்டிக்காட்டலாம். அப்படிச் செய்வதால் அந்தத் துறைகள் பற்றிப் பேரவையில் மெய்யான விவாதங்கள் நிகழலாம், அல்லது பின்னால் விவாதத்திற்கு இட்டுச்செல்லக்கூடிய ஒரு சர்வதேச விளம்பரம் அவற்றுக்குக் கிடைக்கலாம். இப்படிப்பட்ட ஆலோசனையால் வேறொரு முக்கிய நிகழ்வும் ஏற்படுகிறது. அவை சங்கத்தின் உடனடித் தீர்வு பெறுகின்ற அளவுக்கான முதிர்வை எய்தவில்லை என்றாலும், அவை முக்கியமானவை என்று சுட்டிக்காட்டப்பட்ட நிலையில் விஷயங்களின் அழுத்தத்தில் அவை நோக்கப்படாமல் செல்கின்ற தன்மை தவிர்க்கப்படும்.

(2) சார்பாளர்களுக்குப் பொருத்தமான ஆவணங்களை அனுப்பும்போது செயலகம் அவை சுட்டக்கூடிய துறைகள்மீது வேறு எதுவும் தகவல் தேவைப்படுகிறதா என்பதையும் விசாரிக்கலாம். அதாவது, விஸ்கான்ஸின் அரசின் மேற்தகவல் அலுவலகம் தனது கௌரவத்தின் உச்சத்தில் இருந்தபோது ஆற்றிய பணியை ஒத்த ஒரு பங்கினை அது ஆற்றவேண்டும். *(See an article by Mr. C. McCarthy in P. S. Reinsch, Readings on American State Government, pp. 63-73.)* போதிய முடிவுகளை எடுப்பதற்குத் தேவையான எல்லாத் தகவல்களையும் பிரதிநிதிகள் பெற்றிருக்கிறார்கள் என்ற உறுதிப்பாட்டைவிடப்

பேரவையின் பணிக்கு மேலும் தேவையானது எதுவுமில்லை. மேலும் பேரவைக்கு வெறுமனே அரசாங்கத் தகவல்கள் மட்டும் போதுமானவை அல்ல, அரசாங்கத்தின் கருத்துக்கு எதிராக வெளிப்படுத்தப்பட்ட பார்வைகளும் தேவை. இது நவீன அரசின் பாராளுமன்றத்தில் விண்ணப்பங்களைப் பெறுவதற்காக உள்ள நடைமுறையை ஒத்த ஒன்றினைப் பேரவையில் ஏற்படுத்துவதற்கான சாத்தியத்தை முன்வைக்கிறது. பேரவைக்கூட்டத்தின் நிகழ்ச்சிநிரல் உறுப்பினர்களுக்கு அனுப்பப்படும்போது பெறப்பட்ட விண்ணப்பங்கள் பற்றிய தகவலையும் அனுப்பலாம்; அவற்றில் ஒன்றின் அல்லது சிலவற்றின்மீது அக்கறையுள்ள அரசுகள் செயலகத்தில் அவற்றின்மீதான தகவலைக் கேட்கலாம், அல்லது தகுதியென்று நினைத்தால், அவை எழுப்புகின்ற கேள்விகளை அவர்கள் பேரவையிலேயே முன்வைக்கலாம். உலகக் கருத்தினைக் கையாளுகின்ற ஒரு அமைப்பில் கேட்கப்பட இயலாமல் போக வாய்ப்புள்ள அரசுகளின் சிறுபான்மை இயக்கங்களைக் கேட்குமாறு செய்கின்ற செயல்முறையைப் பயனுள்ள வழியில் இது சேர்க்கும். இதனால் சிறுபான்மையினர், குறைந்தபட்சம் தங்கள் பார்வைகளைச் சங்கத்தின் உறுப்பினர்களுக்குக் கிடைக்குமாறு செய்ய வைக்கலாம்; தாங்கள் ஆட்சி செய்கின்ற மக்களின் எழுச்சிமிக்க ஆதரவு தங்களுக்கு இருப்பதாக வலியுறுத்துகின்ற அரசாங்கங்களின் இயல்பான போக்கிற்கு எதிராகக் கொஞ்சமேனும் பாதுகாப்பு இருக்குமாறு நாம் செய்ய வேண்டும்.

4. சர்வதேச நீதிமன்றம்(The International Court of Justice). ஒரு நிரந்தர நீதி அமைப்பின்றி சர்வதேசச் சங்கம் எதுவும் அமைப்பில் முழுமை பெற்றதாகச் சொல்லிக் கொள்ள முடியாது. "சர்வதேசச் சங்கம் தேசங்களின் சட்டத்தை மறுபடி கட்டவும், விரிவாக்கவும் வேண்டும். எந்த ஒரு விதிகளைச் செய்கின்ற, அல்லது சட்டமியற்றுகின்ற தலைமையதிகாரமும் இதற்குப் போதுமானதல்ல. "ஒரு கேள்வியின் மீதான நீதிமன்றத் தீர்வுகளின் தொகுப்பு" என்று ஃபிரெஞ்சுமொழியில் சொல்லப்படுவதற்கு ஏற்ப, தொடர்ந்த கொள்கைவிதிகளின் மரபை உருவாக்குவதற்கு முறையான வரையறையும் செயற்படுத்தலும் ஆக்கப்பூர்வமான விளக்கங்களால் உயிர்ப்புடன் வைக்கப்பட வேண்டும். வெவ்வேறுபட்ட, தன்னிச்சையான தலைமையதிகாரங்களின் தனித்தனி முடிவுகள், எவ்வளவுதான் மரியாதைக்குரியவையாக இருந்தாலும் மேற்சொன்னதுபோன்ற கொள்கைவிதியை உருவாக்கமுடியாது" என்று சர் ஃபிரடெரிக் போலக் கூறுகிறார். (The League of Nations (2nd edition), p. 252. I have here to record my great obligations to this invaluable book. On the Court the best technical description *is an article by M. O. Hudson in the Harvard Law Review, xxxv, p.245.)* ஆனால் இந்த முக்கியக் காரணத்திற்காக மட்டுமே ஒரு நிரந்தர சர்வதேச நீதிமன்றம் இன்றியமையாதது என்று கூறவில்லை. பிரச்சினைகள் தங்கள் இயற்கைப்படி சட்டத் தொடர்பானவையாக இருந்தால், நீதிவழங்கும் அமைப்பு உறுப்புநாடுகளின் அரசாங்கங்களுக்குத் தொடர்பற்றதாக இருக்க வேண்டும் என்பது முக்கியம். நகராட்சி சார்ந்த காரணங்களில் நீதித்துறையின் சுதந்திரத்திற்காகக் கூறப்படும் காரணம் ஒவ்வொன்றும், மேலும் கூடுதலான ஆற்றலுடன் சர்வதேசக் காரணங்களுக்கும் பொருந்தும். அரசியல்வாதிகளின் அமைப்போ, அரசாங்கங்களால் அந்தந்தச் சமயத்தில் ஏற்படுத்தப்படும் நீதிபதிகள் அமைப்போ சட்டத்துறைப் பிரச்சினைகளைத் தீர்ப்பது, ஒருபோதும், நிலைமாறும் சூழல்களுக்கு ஏற்ப மாற்றமடையாத நீதிமன்றத்தின் நடுநிலைத்தன்மைக்கு ஒப்பாகாது. பிரிட்டிஷ் பேரரசிலுள்ள பிரிவி கவுன்சிலின் நீதிக்குழு, ஒப்புதல் மூலமாக நீதிவழங்கும் அதிகாரம் பெறுகிறது அதன் முன்னால் பேரரசின் உறுப்பு நாடுகள் அழைக்கப்பட முடியும், ஆனால் அது நிர்வாக நோக்கமோ விழைவோ கொண்ட தன்மையிலிருந்து விடுபட்டது. சர் ஃபிரடெரிக் போலக் பொருத்தமாகவே சுட்டிக்காட்டியுள்ளதுபோல, அது போன்ற ஒரு அமைப்புதான் சங்கத்துக்குத் தேவை.

சர்வதேச நிரந்தர நீதிமன்றம் ஒப்பந்தத்தின் பிரிவு XIVஇன் கீழ் உருவாக்கப்பட்டது. சம்பந்தப்பட்ட கட்சிகள் அதனிடம் சமர்ப்பிக்க ஒப்புக் கொண்டால், எந்தச் சர்வதேசச் சச்சரவையும் கேட்கவும் தீர்க்கவும் தகுதி பெற்ற அமைப்பு இது; மன்றமோ பேரவையோ அதனிடம் கேட்கும் எந்தக் கேள்விக்கும் அது அறிவுரைக் கருத்து வழங்கலாம். இந்நீதிமன்றத்தின் நடுவர்கள் ஒருவிதச் சிக்கலான நடைமுறை வாயிலாக நியமிக்கப்படுகிறார்கள். முதலில், தேசியக் குழுக்களாக அல்லது தங்கள் நாட்டின்சார்பாகப் பிரதிநிதிகளாக இல்லாத வேறு அரசுசார் குழுக்களாக தி ஹேக் நகரத் தீர்ப்புமன்றத்தின் நீதிபதி உறுப்பினர்கள் அளிக்கும் வரையறுக்கப்பட்ட வேட்பாளர்கள் பட்டியல் உள்ளது. (வேட்பாளர்களாக முன்மொழியப்படுதற்குக் குறித்த சில சட்டத் தகுதிகள் தேவைப்படுகின்றன.) இந்தப் பட்டியலிலிருந்து பதினைந்து நடுவர்கள் (இவர்களில் நால்வர் துணைநடுவர்கள்) மன்றம், பேரவை இரண்டின் உறுப்பினர்களாலும் தேர்ந்தெடுக்கப்படுகிறார்கள். தேர்ந்தெடுக்கப்பட ஒருசேர இரண்டிலும் தனித்தனியே முழுப் பெரும்பான்மை தேவை. *(If after a third ballot, there are still vacancies, a much more elaborate mechanism of choice comes into play. This has not yet been necessary. For details, cf. Hudson, op. cit.)* நடுவர்கள் ஒன்பது ஆண்டுக்காலத்துக்குப் பணிபுரிவர். எந்த அரசிலிருந்தும் ஒன்றுக்கு மேற்பட்ட குடிமக்கள் நீதிமன்றத்தில் இருக்கலாகாது; வழக்காடுகின்ற எந்த அரசுக்கும்

தன் வழக்கின் நோக்கங்களுக்காகத் தன் உறுப்பினரை அங்கு இருத்திக் கொள்ளலாம். நீதிமன்ற அமர்வு தி ஹேக்-கில் நிகழ்கிறது; குறைந்தபட்சம் ஆண்டுக்கு ஒரு அமர்வேனும் நிகழவேண்டும். நீதிமன்ற முறைமையின் தொடர்ச்சிக்காக, லண்டனில் உயர்நீதி மன்றம் விடுமுறைக்காலத்திலும் ஒரு நடுவரை இருத்திவைப்பதுபோல், சர்வதேச நீதிமன்றத்தின் தலைவரும் பதிவாளரும் தங்கள் அலுவலர்களுடன் தி ஹேக்-கில் வசிக்க வேண்டும்.

நீதிமன்றத்தின் அதிகாரம் முழுமையாகத் திருப்திகரமான வழியில் தீர்மானிக்கப்படவில்லை. (1) சச்சரவுகளிலிருந்து எழும் சட்டக் கேள்விகளுக்கு மன்றம் அதனிடம் கருத்துகள் கேட்கும் (2) சங்கத்தின் உறுப்பினர்கள் தங்கள் தேர்வின்படி, நீதிமன்றத்தின் சட்ட அதிகாரத்தைக் கட்டாயமானது என்று அதற்கென உள்ள ஒரு சட்டவிதியின் துணைக்கூறின்படி கையெழுத்திட்டு ஏற்றுக் கொள்ளலாம் என்றாலும் ஒப்பந்தத்தின் பிரிவு XIVஇன்கீழ் அது இரண்டு கட்சிகளும் தன்னிடம் கொண்டுவரும் வழக்குகளைத்தான் கையாள முடியும். (Eighteen States have done so, but none of the great States is included in the list.)

பிறகு, பொதுவாக, நீதிமன்றம் ஐந்துவகை வினாக்களைத்தான் கையாள முடியும் எனத் தோன்றுகிறது. (1) உடன்படிக்கைகளுக்கு அது விளக்கம் அளிக்கும்; (2) சர்வதேசச் சட்டத்தில் எழும் சந்தேகங்களை அது தீர்த்துவைக்கும்; (3) மேலே குறிப்பிட்ட எல்லைகளுக்கு உட்பட்டு, சர்வதேசக் கடப்பாடுகளில் மீறல்கள் ஏற்படும்போது எப்படிச் சரிசெய்யலாம் என்று காட்டும்; (4) அப்படிப்பட்ட கடப்பாட்டின் மீறலைக் கட்டமைக்கின்ற எந்தச் சூழலின் இருப்பையும் நிர்ணயிக்கும்; (5) மன்றம் அல்லது பேரவை அதற்கு அளிக்கும் எந்தக் கேள்வி பற்றியும் சங்கத்திற்கு அறிவுரை நல்கும், ஆனால் தொடர்புடைய அமைப்பு ஆதரித்தாலொழிய அதன் அறிவுரை கட்டுப்படுத்துவதல்ல. (5)இன் கீழ் அதற்கு அளிக்கப்பட்ட ஒரு வகைமாதிரியான விஷயம் 1922இல் சர்வதேசத் தொழில் அலுவலகத்தின் மூன்றாவது மாநாட்டுக்கு ஹாலந்தின் உழைப்பாளர் பிரதிநிதி சங்கத்தின் தொழில் ஒப்பந்தத்தின் பிரிவு IIIஇல் விதிக்கப்பட்டுள்ள நிபந்தனைகளின்படி நியமிக்கப்பட்டாரா என்பது பற்றியது. அரசு சாராப் பிரதிநிதிகள் மிக அதிகப் பிரதிநிதித்துவம் வாய்ந்த தொழில் அமைப்புகளிலிருந்து தேர்ந்தெடுக்கப்பட வேண்டும் என்று அந்தப் பிரிவு சொல்கிறது. (Cf. Behrens, op. cit., pp. 124-5. the International Court is also, under clauses 415-20 and 423 of the Treaty of Versailles, the source of appeal for Complaints about the fulfilment of matters relating to the organisation of labour.)

இறுதியாக, நீதிமன்றம் பயன்படுத்துகின்ற சட்டம் நான்கு மூலங்களிலிருந்து அமைக்கப்பட்டது என்பதைக் குறிப்பிட வேண்டும். (1) வழக்கிடும் அரசுகளால் செய்யப்பட்ட சர்வதேச மரபுகளில் ஏற்றுக் கொள்ளப்பட்ட விதிகள்; (2) சட்டமாக ஏற்கக்கூடிய அளவுக்கு மிகப் பொதுவாக இருக்கக்கூடிய சர்வதேச மரபு; (3) நாகரிக உலகில் அறிந்தேற்கப் பட்டுள்ள பொதுவான சட்ட விதிகள்; (4) சட்டவிதிகளை உருவாக்குவதில் வழிகாட்டிகளாக ஏற்கப்பட்ட சர்வதேசச் சட்ட நிபுணர்களின் சட்ட முடிவுகளும் கொள்கைவிதிகளும்.

நோக்கர் ஒருவர் நீதிமன்றத்தைப் பற்றிச் சொல்வதற்காகத் தூண்டப்படும் முக்கியக் கருத்துரை, மன்றத்திற்கும் பேரவைக்கும் அளிக்கப்பட்டுள்ள அதிகாரங்களால் தனது திறமையைப் பயன்படுத்துவதில் தேவையற்று அது ஒடுக்கப்படுகிறது என்பதாக இருக்கலாம் என நான் நினைக்கிறேன். அது மெய்யாகவும் தொடர்ச்சியாகவும் அதிகாரப்பூர்வமாக இருக்கவேண்டுமெனில், தனது அறிவுரைக் கருத்துரைகள் கட்டுப்படுத்துவனவாக இருக்கவேண்டும் என்பதில் அது உறுதியாக இருக்கவேண்டும்; இல்லாவிட்டால், அது புறக்கணிப்பதால் வருத்தமுறலாகாது என்று அதன் உறுப்பினர்கள் எது ஏற்கத்தகுந்ததாக இருக்கிறதென்று தவிர்க்கவியலாமல் தேடத் தலைப்படுவார்கள். இரண்டாவதாக, எழுப்பப்படும் விஷயம் உள்நாட்டினதோ இல்லையோ, சச்சரவுகளுக்கு இடமளிக்கின்ற எல்லாக் கேள்விகளுக்கும் நியாயம் கூற அதற்குக் கட்டாய உரிமை வழங்கப்படவேண்டும். ஏனெனில் இப்படிப்பட்ட விஷயங்களை மன்றத்திற்கு விடுவது, அரசுகளைத் தங்கள் சொந்தச் சூழலை வைத்து உள்ளடங்கியுள்ள மெய்ம்மைகளைப் பற்றி அக்கறைப்படாமல் ஒரு முன்னுதாரணத்தின் விளைவினை ஏற்படுத்துவதாகும். மூன்றாவதாக, அதுதான் சச்சரவுகளைத் தீர்க்கின்ற இயல்பான முறையாக இருக்கவேண்டும். இப்போது நீதிமன்றத்திற்கு உடன்படலாம் அல்லது உடன்படாமல் இருக்கலாம் என வாய்ப்பளிக்கின்ற விதி, சங்கத்தின் எல்லா உறுப்பினர்களையும் கட்டாயமாகக் கட்டுப்படுத்துவதாக மாற்றப்பட வேண்டும்; இல்லாவிட்டால் அவற்றின் போக்கு, சிறிய அரசுகளுக்கு நீதிமன்றம் தீர்ப்பளிக்க வேண்டும், ஆனால் பெரிய அரசுகள் மன்றத்தை நாட வேண்டும் என்பதாகக் கண்டிப்பாக மாறிவிடும். இது நீதிமன்றத்தின் கௌரவத்தைப் பெரிதும் குறைத்துவிடும் என்பதைக் காட்டவேண்டியுள்ளது. பிரேசில் மட்டுமல்ல, பிரிட்டனும்கூட நீதிமன்றத்திற்குக் கட்டுப்பட வேண்டும் என்பதுதான் அதன் செயல்பாட்டை மனித இனத்தின் பழக்கங்களின் ஒரு நிலைத்த பகுதியாக உருவாக்கும்.

மேலும் வெர்சேயில் உடன்படிக்கையின் தொழில்சார் பகுதிகளுக்கு விளக்கம் அளிப்பதற்கு அப்பால், நீதிமன்றத்தின் சட்ட எல்லை என்பது அசலானதாகும் என்பதைக் கவனிக்க வேண்டும்; பொதுவாக அது இப்படித்தான் இருக்கவும் வேண்டும் என்பது தெளிவு. ஆனால் நீதிமன்றம் நகராட்சி நீதிஎல்லைகளுக்குப் பல வழிகளில் மிகுந்த மதிப்புள்ள விஷயங்களை அளிக்கமுடியும் என்று நான் நம்புகிறேன். ஒப்பந்தத்தின் பிரிவு III இன்கீழ், சர் எஃப். போலக் ஆலோசனை கூறியவாறு *(Op. cit., p. 173)* மன்றம் அதற்குச் சர்வதேசச் சட்டத்தினைத் தொகுத்து பலப்படுத்துகின்ற பணியையும் காலத்திற்குக் காலம் அனுபவத்தின் ஒளியில் அதன் சாராம்சத்தைத் திருத்தியமைக்கின்ற பணியையும் அளிக்க வேண்டும். யாருமே இதை எளிய காரியம் என்றோ மிகக் குறுகிய கால அளவில் செய்துமுடிக்கக்கூடியது என்றோ கணிக்க மாட்டார்கள். ஆனால் இதன் வெற்றிகரமான சாதனை, ஓர் அளவற்ற சர்வதேசச் சேவை ஆவது மட்டுமல்ல, அது நீதிமன்றத்துக்கு மிகப்பெரிய நற்பெயரையும் அளிக்கும்; இப்போது பொருளிலும் பயன்பாட்டிலும் விரிந்து கிடக்கும் ஒன்றிற்கு அது விரும்பத்தக்க ஒருசீர்த்தன்மையையும் அளிக்கும். மேலும் அதற்குப் பவிதமான பிரச்சினைகளில் மேல் முறையீட்டு நீதியெல்லை அளிக்கும்போது நன்மை செய்யாமல் இருக்காது. உதாரணமாக இப்போது சட்டப்படி, ஓர் அயல்நாட்டு இறைமை ஒரு சொத்தினைத் தனது அரசின் பொதுச் சொத்து என்று உரிமைகோரும்போது அவரது அறிவிப்பு புலனாய்வுக்கு உட்படாது, நீதியெல்லையின் விளைவுக்கும் அது உட்படாது. *(The Parliament Belge (1880), 5 P.D. 197.)* ஏன் அப்படிப்பட்ட அறிவிப்பைச் சவாலுக்கு உட்படுத்தக்கூடாது என்பதற்கு எவ்வித நல்ல காரணமும் இல்லை. நிரந்தர நீதிமன்றத்தினால் மெய்ம்மைகள் சாதாரண வழியில் போல நிர்ணயிக்கப்படலாகாது, அதற்கு மேலும் ஒரு காரணம், இப்போதைய கொள்கை, நான் முன்பே சுட்டிக்காட்டியபடி, இறையாண்மை குறித்த செவ்வியல் கொள்கையின் வருந்தத்தக்க பயனாக உள்ளது. அதே போல, ஒரு புலம்பெயர்ந்த அயல்நாட்டவர் ஓர் உடன்படிக்கையை மீறிவிட்டவர் என்று சாட்டப்பட்டுத் தடுப்புக்காவலில் வைக்கப்படும் போது தேசிய முடிவு மீதான மேல்முறையீடு நிரந்தர நீதிமன்றத்திற்குச் செய்யப் படலாம். *(As in the Chinese Exclusion Case, 130 U.S. 581.)* அதேபோல, நகராட்சிச் சட்டத்தின் கீழ், நகராட்சி எல்லைக்கு வெளியில் அந்நியச் சொத்து அழிக்கப்பட்டால், அரசின் மிக உச்சமான நீதிமன்றத்திலிருந்தும் நீதியின் அடிப்படையில் ஒரு முறையீடு பெறப்பட வேண்டும்; *(Zuron v. Denman (1848), 2 EX. 167; and compare Carre v. Fracis Times & Co. (1902), A.C. 176.)* காரணம், அழிக்கப்பட்ட சொத்து மிக எளிதாக சட்டப்பூர்வமாக வாதியின் அரசின் சட்டங்களின்கீழ் பயன்படுத்தப்பட்டிருக்க முடியும். அரசின்

செயல், அதன் பலவேறு வடிவங்களில் ஒன்றில், நீதிபரிபாலனத்திற்குத் தடையென வலியுறுத்தப்படுகிறது என்றால், ஒரு வாதி நகராட்சி நீதிமன்றத்திலிருந்து நிரந்தர நீதிமன்றத்திற்கு அதன்மீது வழக்குத் தொடுக்க முடியவேண்டும் என்பதே இம்மாதிரி வழக்குகளிலிருந்து பொதுவாகக் கிடைக்கும் சாராம்சம். இந்த வழியில்தான் தனிநபர் தன்னை இறையாண்மை அரசுகளின் பொறுப்பின்மையிலிருந்து தற்காத்துக் கொள்ள முடியும்.

ஓர் ஏற்புடைய தீர்ப்புமன்றத்தினால் திட்டமாக விளக்கம் தரப்படுகின்ற ஆற்றலினால் சர்வதேசச் சட்டம் உலகளாவிய அளவில் செல்லுபடியாகக் கூடியதாக இருக்கவேண்டும் என்பதைத்தான் உண்மையில், நான் இங்கே வேண்டுகிறேன். இந்த வகையில்தான் நாம் ஹாப்ஸ் தொடங்கி வைத்த மரபான தேசங்களின் சட்டம் என்பது வேறுவடிவத்தில் தோன்றும் இயற்கைச் சட்டம் என்பதிலிருந்து தப்பிக்கமுடியும். *(Leviathan, Part III, chap. XXX.)* முறையீட்டுக்கான சூழல்களை நாம் சற்றே கடுமையாகக் குறைக்க வேண்டும் என்பது மெய்தான்; அதேசமயம், சர்வதேச நீதிமன்றத்தின் முடிவுகள் எல்லா உள்நாட்டு நீதிமன்றங்களின்மீதும் கட்டுப்படுத்துவதாகவும், தங்கள் அதிகாரத்தினால் அங்கே நிறைவேற்றப்படுவதாகவும் இருக்கவேண்டும் என்பதும் மெய்தான். இந்த வேண்டுகோளுக்கு நல்ல காரணம் இருக்கிறது. சர்வதேசச் சட்டம் என்பது சட்டமே அல்ல என்ற புகழ்பெற்ற நகைச்சுவைமொழி, வரலாற்றில் அந்தச் சட்டத்தின் கௌரவத்தின்மீதும் செல்வாக்கு எல்லைமீதும் கடுமையானத் தாக்குதலை ஏற்படுத்திவிட்டது. அது நிரந்தரமாகப் பயன்படுத்தக்கூடிய ஓர் நாட்டு எல்லை இல்லாததால், அதற்கு உள்நாட்டுச் சட்டங்களின் உறுதிப்பாடும் அதிகாரங்களும் இல்லாமல்போய், அதன் நடைமுறை விளைவு பலவீனமடைந்து விட்டது. ரோமானிய நீதிபரிபாலனத்தின் பொற்காலத்தில் நீதிபதிகளின் பிரகடனம் என்று சொல்லப்பட்டது எத்தகைய விளைவை ஏற்படுத்தியதோ அதேபோன்றதொரு விளைவைப் பொதுவாகச் சட்டத்தில் சர்வதேச நீதிமன்றம் ஏற்படுத்த முடியும் என்று நினைக்கிறேன். அதற்கு, சட்டத்தின் பலவிதமான மூலங்களிலிருந்து எடுக்கப்பட்ட கொள்கைகளின் மோதல்களை அது அளிக்கும் தீர்ப்பு உட்கொண்டுள்ளது என்றால் ஒரு தேசிய அரசின் உச்சத் தீர்ப்புமன்றம் சொல்வது கடைசி வார்த்தை ஆகிவிடக்கூடாது என்பதை ஒத்துக் கொள்வது அவசியம். பெரும்பாலான மிகஅறுதியான தீர்ப்புகள் எல்லாம் தங்கள் முன்னுதாரணங்களிலிருந்து சிரமப்பட்டு வெளியேற நேரிடுகிறது என்றால் நாம் கூறும் ஒருசீர்த்தன்மை இப்போதுள்ள சட்டஆட்சியின் நெகிழ்ச்சித்தன்மையை அழித்துவிடும் என்று கருதக் காரணமில்லை. சட்டச் செயல்முறைக்கு இறையாண்மையின் சாக்குப்போக்குகளை

அனுமதித்து அதனால் ஏற்படும் நீதி மறுப்பினைத் தடுப்பதற்கு இச்செயல்முறை மிக மதிப்புள்ளதாக இருக்கும். இறைமைகள், தனிநபரோ, கூட்டமைப்புகளோ, பிற தனிநபர்கள் அல்லது கூட்டமைப்பு உயிர்மைகளிலிருந்து வேறுபடும் என்றால், அவற்றைக் கையாள ஒரு சிறப்பு நீதிமன்றத்தை அமைப்பதுதான் அவற்றைச் சந்திக்கச் சிறந்த வழி. இவ்வாறு செய்வதால் அரசாங்கத்தின் பெயரால் செய்யப்படும் நடப்புகள் சிறப்புப் புனிதத்தன்மை பெற்றவை என்ற கருத்தை முடிவுக்குக் கொண்டுவர முடியும். இந்த இலக்கை அடைவதற்குச் சர்வதேச நீதிமன்றம் உதவும் என்றாலே அது மிக முக்கியமான சாதனைகளைச் சாதித்துவிட்டது என்று அர்த்தம்.

மேலும் ஒரு கேள்வி மீதியிருக்கிறது. சர்வதேசச் சங்கத்தின்கீழ், ஒரு நிரந்தரச் சட்ட ஆணையத்தின் தேவையைப் பற்றிச் சொல்லியிருக்கிறேன்; அப்படிப்பட்ட அமைப்பு சர்வதேச நீதிமன்றத்துடன் மிகவும் நெருக்கமாக இணைந்து செயல்பட வேண்டும் என்பதும் தெளிவு. பின்னதுதான் அதன் உறுப்பினர்களை நியமிக்கக்கூடிய மிகச் சிறந்த சாத்தியமுள்ள அமைப்பாக இருக்கும். ஆணையத்தின் கண்டுபிடிப்புகளை சங்கத்திற்கு அளிக்கின்ற வாயிலாகவும் இருக்கும். அதன் கருத்தின்படி, எங்குப் புலனாய்வு விரும்பத்தக்கதோ, அந்தப் பிரச்சினைகளுக்குள் விசாரணை செய்யத் தனது சொந்த அமைப்பாக அதையே பயன்படுத்திக் கொள்ளவும் இயலும். தீர்ப்புக்காகத் தன் முன் வழக்குகள் வரும்போது கண்டுபிடிப்புகளைப் பதிவுசெய்யும் அமைப்பாக மட்டுமன்றி, குறைந்தபட்சம் அதற்குச் சமமாக பொதுவாக சட்டத்தின் மேம்பாட்டைத் தூண்டுவதில் அக்கறை கொண்ட அமைப்பாகவும் நீதிமன்றம் நோக்கப்படலாம். இந்தவிதத்தில் அதனிடத்தில் ஒரு பெரிய ஆயுதமே இருக்கிறது. சரியான விதத்தில் மேற்கொண்டால், சட்ட விசாரணை என்பது எதிர்கால முன்னேற்றத்திற்கான ஒரு பெரிய மூலாதாரம் ஆகும். சர்வதேச நீதிமன்றத்தின் பார்வையின்கீழ் அது வழிகாட்டி நடத்திச் செல்லக்கூடிய ஒத்த அமைப்புகள் பல உள்ளன என்பதையும் சுட்டிக்காட்டலாம். இதற்கு நல்ல உதாரணம், சர்வதேசச் சிறைகள் மாநாடு. குற்றவியல் நிர்வாகத்தின் மிக வருந்தத்தக்க கூறுகளில் ஒன்று, அதன் மேம்பாட்டில் நீதிபதிகள் வகிக்கின்ற மிகச்சிறிய பங்கு ஆகும். சர்வதேச நீதிமன்றம் இப்படிப்பட்ட மாநாடு ஒன்றை ஏற்பாடு செய்தால், அதனுடைய கண்டுபிடிப்புகளையும் அவற்றின் பயன்களையும் தேசிய நீதிமன்றங்களின் கவனத்திற்குக் கொண்டுவந்தால், குறைந்தபட்சம் அதனால் தீங்கு எதுவும் இல்லை, நன்மையே சாத்தியமாகும். ஒருவேளை அது கருத்துப் பரிமாற்றம் நிகழக்கூடிய விஷயங்களின் விவாதத்திற்காக, உதாரணமாக, மிக முக்கியத்துவம் வாய்ந்த பொருளாகிய நீதித்துறைச் சுதந்திரத்தின்

பாதுகாப்பு என்பதற்காக, சர்வதேச நடுவர்களின் மாநாடுகள் நிகழ்வதைத் தொடங்கலாம். சுருக்கமாக, வெறும் நீதிமன்ற அமைப்பாக மட்டுமின்றி, சர்வதேச நீதிமன்றத்திற்குத் தேவைக்கேற்ற எதிர்வினை புரியும் அமைப்பாகச் சட்டத்தை உருவாக்குவதில் அக்கறை கொண்ட நிறுவனமாக ஒரு பெரிய களம் காத்திருக்கிறது. இந்த நோக்கத்தை நோக்கி அது முக்கியமாகப் பாடுபடும்போது, சங்கத்தினை அதன் நோக்கத்தின் பூர்த்தியை அதிகரிக்குமாறு உதவிசெய்ய மேலும் வாய்ப்பிருக்கிறது.

5. சர்வதேசத் தொழில் அலுவலகம்(The International Labour Office). சங்கம், வெற்றிபெற வேண்டுமானால், மேலும் மேலும் அது பொருளாதாரப் பணிகளை மேற்கொள்ள வேண்டும் என்று ஆலோசனை கூறியிருக்கிறேன். அதன் செயல்பாட்டின் இந்தக் கூறின் ஒருபகுதி, செயலகத்தின் பொருளாதாரப் பிரிவினாலும், மற்றொரு பகுதி மிக முக்கியமாக, சர்வதேசத் தொழில் அலுவலகத்தினாலும் பார்த்துக் கொள்ளப்படுகிறது. (Part XIII of the Treaty of Versailles deals with the principles of its organisaition; its standing orders were adopted at the Washington Conference, on November 3, 1922. They are conveniently reprinted as Appendix V and VI of Mr. E. Behrens* International Labour Office.) பின்னதில் இரண்டு பகுதிகள் உள்ளன. தனது உறுப்புநாடுகளின் பிரதிநிதிகளின் கலந்தாய்வுக் கூட்டம் என ஒன்று; ஜெனிவாவில் உள்ள நிரந்தர அமைப்பு என மற்றொன்று. அலுவலகத்தில் உறுப்பினராக இருப்பதென்பது, சங்கத்தின் உறுப்பினராக இருப்பது மட்டும் அல்ல, ஆனால் சங்கத்தின் உறுப்பினர்கள் யாவரும் முன்னதன் உறுப்பினர்களும் ஆவர்; ஆனால் ரஷ்யா அமெரிக்கா போன்ற அரசுகளும் சங்கத்தின் மிகப் பெரிய கடப்பாடுகளை ஏற்பதைத் தவிர்த்து, தொழில் அலுவலகத்தின் விதிகளின்படி, இதில்மட்டும் உறுப்பினர் ஆவதற்கான கடப்பாடுகளை மேற்கொள்ள முடியும். இவ்விதிகளின்படி, ஜெர்மனி சில ஆண்டுகளுக்குச் சங்கத்தின் உறுப்பினர் இல்லையென்றாலும் தொழில் அலுவலகத்தின் உறுப்பினராக இருந்தது.

சர்வதேசத் தொழில் அலுவலகம், 1922இன் வரைவுத் திருத்தம் முன்னொப்புதல் பெறப்பட்டால் (பெறப்படும் என்றே தோன்றுகிறது, Cf. Behrens, op. cit., 184n), முப்பத்திரண்டு பேர் அடங்கிய அமைப்பினால் நிர்வாகம் செய்யப்படும். இவர்களில் பதினாறுபேர் அரசாங்கத்தின் பிரதிநிதிகள்; முதன்மையான தொழில் முக்கியத்துவம் உடைய அரசுகளால் நியமிக்கப்படுபவர்கள் எட்டுப் பேர்; இப்படி நியமித்த அரசுகள் அல்லாத நாடுகளின் அரசாங்கப் பிரதிநிதிகளால் நியமிக்கப்படுபவர்கள் மீதிப்பேர். பதினாறுபேரில், ஆறுபேர் ஐரோப்பிய நாடுகள் அல்லாதவற்றிலிருந்து வருவார்கள்

என்றும் கூறப்பட்டுள்ளது. மீதியிருக்கும் பதினாறுபேரில், எட்டுப்பேர் முதலாளிகளின் சார்பாக வருபவர்கள் எட்டுப் பேர். தொழிலாளர்களின் சார்பாக வருவோர் எட்டுப் பேர். இவர்கள் ஆலோசனைக் கூட்டத்தில் அந்தந்த வகுப்பினர் இடையிலிருந்து தேர்ந்தெடுக்கப்படுவார்கள், இவர்களிலும் இரண்டிரண்டு பேர் ஐரோப்பிய நாடுகள் அல்லாதவற்றிலிருந்து வரவேண்டும். நிர்வாக அமைப்பு மூன்றாண்டுகளுக்குப் பதவியில் இருக்கும்; கூட்டங்களுக்கும் செயல்முறைகளுக்குமான நேரங்களை அது நிச்சயித்துக் கொள்ளும்; பன்னிரண்டு அல்லது அதற்கு மேற்பட்ட உறுப்பினர்கள் விரும்பினால் சிறப்புக்கூட்டம் நடத்தப்பெறலாம். மாநாட்டில் அதன் வழிமுறைகள் ஒப்புக் கொள்ளப்படுவதை வைத்து, காலியிடங்களும் பதிலீடுகளும் அதன் சொந்த வாக்கினால் நிரப்பப் பெறுவர். தான் இந்த அலுவலகத்தின் உறுப்பினராக இருப்பதால் மேற்கொள்ளும் கடப்பாட்டினைப் பூர்த்திசெய்யும் நிலையில் அலுவலகத்தின் ஒவ்வொரு உறுப்பினரும் தனது பணியைப் பற்றிய அறிக்கை ஒன்றினை அலுவலகத்திற்கு ஆண்டுதோறும் அளிப்பார். அறிக்கையின் வடிவத்தை அறிவுறுத்தும் உரிமை அலுவலகத்தைச் சேர்ந்தது. உறுப்பினர்கள் தங்கள் கடப்பாடுகளைப் பூர்த்தி செய்யாமை பற்றிய புகார்களைத் தொழில்சார்ந்த கூட்டமைப்புகளிலிருந்து அது பெற்று, அப்படிப்பட்ட புகார்களை அந்தந்த அரசுக்கு அனுப்புகிறது; அது அளிக்கும் பதில் திருப்திகரமாக இல்லை என்றால், அதற்கு அந்தப் புகாரைப் பிரசுரிக்கவும் விடையிறுக்கவும் உரிமை உண்டு. ஓர் உறுப்பினர் மற்றொரு உறுப்பினரைப் பற்றியும் இதே போன்ற புகாரை அலுவலகத்தில் அளிக்கலாம். அது தகுதியானதென நினைத்தால், அதை விசாரிக்க ஓர் ஆணையத்தை அமைக்கலாம்; (For the construction of the Commission see Article 412 of the Treaty of Versailles.) ஒவ்வொரு உறுப்பினரும் அந்த ஆணையத்திற்கு எல்லா வசதிகளையும் செய்துதர உறுதிபூண்டவர்கள். ஆணையம் பிறகு அறிக்கை அளித்து, புகாரைக் கையாளுவது பற்றிய பரிந்துரைகளையும் தருகிறது; இவை ஏற்றுக் கொள்ளப்படாவிட்டால், வழக்க நிரந்தர நீதிமன்றத்திற்குச் செல்கிறது. பிறகு ஆணையத்தின் கண்டுபிடிப்புகளை உறுதிப்படுத்தவும், மாற்றவும், தலைகீழாக்கவுமான கடமை நீதிமன்றத்திற்கு ஏற்படுகிறது. அது தனது பரிந்துரைகளை நிறைவேற்றப் பொருத்தமான பொருளாதார வழிமுறைகளைத் தருகிறது. எந்த உறுப்பினரும் தவறுகின்ற அரசுக்கு இந்த வழிமுறைகளைப் பயன்படுத்தலாம். நிர்வாக அமைப்பு பொதுச் செயல்பாடுகளை இயக்குகிறது. தொழில் அலுவலகத்தின் நிதித் தேவைகளைக் கட்டுப்படுத்துகிறது. நிர்வாக மேலாண்மை ஓர் இயக்குநரிடம் ஒப்படைக்கப்படுகிறது.

இந்த இயக்குநர் அலுவலகத்தின் பொது மேலாண்மைக்குப் பொறுப்பானவர். அதன் அலுவலர்களையும் நியமிக்கிறார். சட்டவிதியின்படி, அலுவலர்களில் பெண்களும் இருக்கவேண்டும். அலுவலகத்தின் பணிகள் மூன்று பிரதான வகைமைகளுக்குள் வருகின்றன.

(1) சர்வதேசப் பொருளாதார வாழ்க்கையின் எல்லாக் கூறுகளைப் பற்றியும் தகவல்களை அது சேமித்து விநியோகிக்கிறது. குறிப்பாக மாநாட்டின்முன் வைக்கப்பட வேண்டிய கேள்விகளை ஆராய்கிறது. தனது ஆர்வத்தின் வீச்சுக்குள் வரக்கூடிய பிரச்சினைகளைப் பற்றிய விவாதங்களை நடத்துகிறது, முடிவுகளை வெளியிடுகிறது;

(2) மாநாட்டின் கூட்டங்களுக்கான நிகழ்நிரலைத் தயாரிக்கிறது;

(3) உறுப்பினர்கள் தங்கள் கடப்பாடுகளைப் பூர்த்தி செய்யாமை பற்றிய புகார்களை அது பெறுகிறது. அதன் பணி நோக்கத்தின்படி அலுவலகம் மூன்று பிரிவுகளாகப் பிரிக்கப் பட்டுள்ளது. செயல்தந்திரப் பிரிவு அரசாங்கங்களுடன் கடிதத்தொடர்புகளை நடத்துகிறது, மாநாடுகளின் அடிப்படைகளை ஆயத்தப்படுத்துகிறது; புலனாய்வு மற்றும் இணைப்புப் பிரிவு தகவல்களைச் சேகரிப்பதையும் விநியோகிப்பதையும் செய்கிறது; ஆய்வுப் பிரிவு பொதுவான அறிவியல்சார்ந்த புலனாய்வின் பொறுப்பில் உள்ளது. இதனுடன் இரு வகையான அறிவுறுத்தும் ஆணையங்கள் இணைந்துள்ளன. (1) ஆலோசனைக்கான ஆணையங்கள், இதற்கு 1920இன் சர்வதேசக் கடற்படை ஆணையம் ஓர் உதாரணம். தொடர்புள்ள ஆர்வங்களிலிருந்து சமமான எண்ணிக்கையில் பிரதிநிதிகள் இவற்றில் இருப்பர். நிர்வாக அமைப்பு முடிவு செய்த ஆய்வுரிமை வரம்புகளுக்குள் அதற்குப் பரிந்துரைகளை இவர்கள் அளிக்கிறார்கள். (2) தொழில்நுட்ப ஆணையங்கள். சான்றாக உடல் ஊனமுற்ற படைவீரர்கள், மாலுமிகள் நலம் மற்றும் பணியமர்த்தல் பிரச்சினை பற்றிய ஆணையம். இதில் அலுவலகத்தின் இயக்குநரால் தேர்ந்தெடுக்கப்பட்ட, அவருக்குப் பொறுப்பான நிபுணர்கள் மட்டுமே அமர்த்தப் பெறுவர். (On the Commissions see Mr. Behrens' very interesting account, op. cit., chap. vii.) பல நாடுகளில் தொடர்பு அலுவலகங்கள் உள்ளன, பிறவற்றில் சிறப்புப் பிரதிநிதிகள் உள்ளனர். இவர்களால் ஜெனிவாவிலுள்ள அலுவலகத்தில் அவ்வப்போது நிகழும் உடனடிச் செய்திகள் பகிர்ந்துகொள்ளப் படுகின்றன. மறுதலையாக, அலுவலகத்தின் உறுப்பினர்கள் பலர் அந்த அலுவலகத்தின் நியமிக்கப்பட்டத் தூதுவர்களுடன் தொடர்பில் உள்ளனர். ஆகவே மையத்திலிருந்து விளிம்புக்குத் தொடர்பு பேணப்படுகிறது. அலுவலர்கள், மிக வெவ்வேறான தேசங்களைச் சேர்ந்தவர்கள் என்பதைக் குறிப்பிடவேண்டும்; (In 1923 it had twenty eight

different nationalities among its members.) அவர்கள், உயர் அலுவல்களைத் தவிரப் பிறவற்றுக்குத் தேர்வு, தேர்ந்தெடுப்பு ஆகியவற்றின் இணைப்பால் சாத்தியமான இடங்களில் சேர்க்கப்படுகின்றனர். மொழி இடர்ப்பாடுகளைக் கடப்பதில் இந்த வழிமுறை மிகவும் அசாதாரண வெற்றியைப் பெற்றுள்ளது என்று தோன்றுகிறது.

கலந்தாய்வுக் கூட்டம்தான் அலுவலகத்தின் பணிகளில் உச்சமானதும் முடிமணியானதும் ஆகும். குறைந்தபட்சம் அது ஆண்டுக்கு ஒருமுறை நிகழ்கிறது. ஒவ்வோர் உறுப்புநாடும் நான்கு பிரதிநிதிகளை அனுப்புகின்றனர். அவர்களில் இருவர் அரசாங்கப் பிரதிநிதிகள், ஒருவர் தொழிலாளர்கள் சார்பு, மற்றொருவர் முதலாளிகள் சார்பு. பின்னிரண்டு பேரும் தங்கள் தங்கள் நாடுகளின் மிக முக்கியமான நிறுவனங்களிலிருந்து வரவேண்டும் என வலியுறுத்தப்பட்டுள்ளது. *(In the event of objection being taken to any nomination the Conference as a whole is, by decision of the Permanent Court, competent to decide on eligibility.)* ஒவ்வொரு பிரதிநிதியுடனும் மாநாட்டின் விஷயங்கள் ஒவ்வொன்றிற்கும் இரண்டு ஆலோசகர்கள் வரமுடியும். ஆனால் ஆலோசகர்கள் வாக்களிக்க முடியாது; ஆகவே எந்தக் குறிப்பிட்ட பிரச்சினையும் ஒரு நிபுணரால் அதற்குள்ள மூன்று கோணங்களில் ஒன்றினால் கையாளப்பட வாய்ப்பு உள்ளது. மாநாட்டுக்கு ஒரு தலைவர் இருப்பார், மூன்று துணைத் தலைவர்கள் இருப்பர். மாநாட்டின் மூன்று வகுப்பினரிலும் அவர்கள் வெவ்வேறு தேசங்களைச் சேர்ந்தவர்களாக இருக்கவேண்டும். தலைவர் வாதிடவும் வாக்களிக்கவும் செய்வதில்லை. அவர் மாநாட்டின் வேலையைச் சீரமைப்பதுடன், அதன் நிலையாணைகளைச் செயல்படுத்துகிறார். எந்த ஒரு பிரதிநிதியும் தீர்மானங்களைக் கொண்டுவரலாம், ஆனால் அவரது கருத்து இரண்டு நாட்களுக்கு முன்னால் அறிவிக்கப்பட வேண்டும்; ஆனால் செலவினங்கள் பற்றிய மொழிவுகள் முதலில் நிர்வாக அமைப்பு முன்னால் வைக்கப்படுகின்றன. அது அவற்றைச் சோதித்து அதன் நிதிசார் குறிப்புகளை மாநாட்டில் அறிவிக்கிறது. கைகளை உயர்த்தி வாக்களிக்கலாம். கலந்துகொள்ளும் பிரதிநிதிகளில் பாதிப்பேருக்குக் குறைவாக வாக்களித்தால் வாக்கு மதிப்பிழக்கும். முடிப்புக்கும், அவசரத் தீர்மானங்களைக் கொண்டுவருவதற்குமான முறைகளும் உள்ளன. மாநாட்டில் செயல்முறைகளின் ஒழுங்குமுறை இருபத்து நான்கு உறுப்பினர்கள் கொண்ட தேர்வுக் குழுவினால் செய்யப்படுகிறது; இவர்களில் பன்னிரண்டுபேர் அரசாங்கத்தினர், ஆறுபேர் முதலாளிகள் சார்பானவர், ஆறுபேர் தொழிலாளர்கள் சார்பினர். ஒரு அரசுக்கு ஒன்றுக்கு மேல் உறுப்பினர் இருக்கலாகாது. இவர்கள் அந்தந்த வகைமைகளைச் சேர்ந்த சார்பாளர்கள் குழுக்களினால் தேர்ந்தெடுக்கப்படுகின்றனர். சார்பாளர்களின் நம்பிக்கைச்

சான்றிதழ்களுக்கான குழு ஒன்று உள்ளது; மற்றொரு குழுவில் சார்பாளர்கள் இருக்கமாட்டார்கள், அது வரைவு பற்றியது. அதன் பணி பரிந்துரைகளையும், மாநாட்டின் முடிவுகளிலிருந்து மரபுகளையும் வரைந்து தருவது ஆகும்; பிரதிநிதிகளின் சிறுசிறு குழுக்கள் தேர்வுக் குழுவுடன் சேர்ந்து, மாநாட்டின் பணிகளுக்குத் தேவையான பிற குழுக்களைத் தேர்ந்தெடுக்கின்றன. ஒவ்வொரு குழுவுக்கும் தலைமை தாங்குபவர் இருப்பார். சிறுபான்மையினர், அவ்வாறு இருப்பின், தடுக்கவும், தனது கருத்து வேற்றுமையை ஒரு தனி அறிக்கையாகத் தரவும் உரிமை உண்டு. மாநாட்டின் அலுவலகப் பணிகள் யாவும் தொழில் அலுவலகத்தின் அலுவலர்களால் நிகழ்த்தப்படுகின்றன.

மாநாட்டின் முடிவுகள் இருவடிவங்கள் கொள்கின்றன; அவை வரைவு உடன்படிக்கைகளாக இருக்கலாம் அல்லது பரிந்துரைகளாக இருக்கலாம். இவற்றில் எதுவும் ஏற்கப்படுவதற்கு, மாநாட்டில் உள்ளவர்கள் மூன்றில் இருபங்கினர் பெரும்பான்மையில் வாக்களிக்கவேண்டும். இப்படி வரையப்பட்ட சட்ட வரைவு முக்கிய மாற்றம் எதுவும் இன்றி உறுப்பு நாடுகளின் சட்டத்தில் நடைமுறையில் எழுதப்படலாம். அதில் உட்பொருளின் எல்லா விவரங்களும், ஓர் இயல்பான ஆங்கிலச் சட்டவிதியின் புறனடையும் உள்ளன. உடன்படிக்கைகள் அல்லது விதிமுறைகள், முன்னொப்புதல் பெற்றபின்னர், தங்கள் முழுவடிவத்தில் ஏற்கப்பட வேண்டும், அவை குறைந்தபட்சம் பத்தாண்டுகளுக்கு நடைமுறையில் இருக்கும். ஒவ்வோர் அரசும் தங்கள் சட்ட வரைவுகளை அவற்றுக்கேற்ற சட்டமன்றக் குழுவில் சமர்ப்பிக்க வேண்டும் என்றாலும், அது முன்னொப்புதல் தரத் தேவையில்லை. அதனால் அதன் இறைமை அதிகாரம் கேடுறாமல் இருக்கிறது. உடன்படிக்கையிலிருந்து பரிந்துரை வெறும் கொள்கைக் கூற்றாக இருப்பதில் வேறுபடுகின்றது. அவற்றை அரசுகள் எந்த அளவுக்குப் பின்பற்ற முடியுமோ அவ்விதம் செய்யவேண்டும்; அவற்றின் முன்னொப்புதல் பகுதியளவாகவோ முழுமையாகவோ இருக்கலாம். அவை ரத்து செய்யப்படாமைக்குக் காலக்கெடு எதுவுமில்லை. அவையும், சட்ட வரைவு போலவே ஒவ்வோர் அரசிலும் உள்ள தகுதியுடைய முன்னொப்புதல் தரும் அதிகாரத்திடம் ஓராண்டுக்குள் அதிகபட்சமாக பதினெட்டு மாதங்களுக்குள் சமர்ப்பிக்கப்படலாம். ஆனால் இவற்றில் எந்த வழிமுறையும் மாநாட்டு முடிவுகளை இந்தத் தலைமைஅதிகாரங்களிடம் கண்டிப்பாகச் சமர்ப்பிக்கும் தன்மை உடையதாக இல்லை என்பது நோக்கத் தக்கது; வாரத்திற்கு நாற்பத்தெட்டு மணி நேரம் குறித்த சட்ட வரைவு, மாநாட்டில் மிகமுக்கியமான ஒரே முடிவு இதுதான், இதுவரை முன்னொப்புதலுக்கு மன்றத்தின் நிரந்தர உறுப்பினர்களாக உள்ள எந்த உறுப்புநாட்டிலும்

வைக்கப்படவில்லை என்பது குறிப்பிடத்தக்கது. *(Though Belgium claims-on what grounds I do not know-to have applied the substance of this Convention without formal ratification. See the table in Behrens, op. cit., Appendix VII.)*

சர்வதேசச் சங்கத்தின் உறுப்பமைப்பு பற்றிய இப்படிப்பட்ட வெறுமையான கோட்டுரு, அதன் இயங்குமுறையின் பகுதியாக உள்ள, எப்படிப் பார்த்தாலும் மிக முக்கியமான மட்டுமல்ல, மிக வெற்றி பெற்ற ஒன்றிற்கு நியாயம் செய்யவில்லை. அதைப் பற்றிய எந்த விவாதமும் இரண்டு தொடர்புள்ள கேள்விக் குழுக்களை உள்ளடக்கியுள்ளது. முதலில், நாம் தொழில் அலுவலகம் உண்மையாக என்ன செய்தது என்பதன் முக்கியத்துவத்தை விசாரணை செய்யவேண்டும்; இரண்டாவதாக, அது நோக்கில் கொண்டிருக்கும் இலக்கின் வெற்றிக்கென அது கையில் வைத்திருக்கும் அதிகாரங்களின் மதிப்பினை நாம் ஆராயவேண்டும். அதன் மெய்யான சாதனையை இரு பிரிவுகளாகப் பிரிக்கலாம். முதலில், அதன் மாநாடுகளின் சட்டமியற்றல்-அப்படிச் சொல்லக்கூடுமாயின்: இரண்டாவதாக, ஒருவேளை முதல்முதலாக, அதனிடம் இருக்கும் மிகப் பெரிய தகவல் களஞ்சியமும் அது செய்துள்ள ஆய்வும் யாவருக்கும் கிடைக்குமாறு செய்யப்பட்டுள்ளன. அதன் சட்டமியற்றல் மிக அகன்ற ஒரு பரப்பைக் கொண்டுள்ளது. ஆனால், அதன் முதல் மூன்று மாநாடுகளில் சட்ட வரைவுகள் மிகுதியாகச் செய்யப்பட்டன, நான்காவது, ஐந்தாவதில் பரிந்துரைகள் மட்டுமே ஏற்கப்பட்டன. உழைப்பு நேரம், குழந்தைகளைப் பணியமர்த்தல், விவசாயத் தொழிலாளர்கள் சங்கம் வைப்பதற்கான உரிமை, வெள்ளை ஈயப்பயன்பாடு, தொழிலில் வாரம் ஒருமுறை ஓய்வு, பெண்கள் இரவில் பணிசெய்தல், கடலில் இளைஞர்களுக்கு மருத்துவச் சோதனை போன்ற பல துறைகளில் அது சட்டமியற்றியுள்ளது; முதல் மூன்று மாநாடுகளில், பரிந்துரைகள் அன்றி, பதினேழு சட்ட வரைவுகள் ஏற்கப்பட்டன. இவற்றில் பாராட்டத்தக்கது எஸ்தோனியா. ஏனெனில் அதன் சட்டமன்றம் அவற்றில் பதினைந்து வரைவுகளுக்கு முன்னொப்புதல் தந்து ஏற்றுள்ளது; பிரிட்டன் பதினொன்றினை ஏற்றது; ஜப்பான் ஏழினை; இத்தாலி ஐந்தினை; ஃபிரான்ஸ் ஒன்றே ஒன்றினை; ஃபின்லாந்து, ஹாலந்து, ஸ்வீடன் போன்ற சிறு நாடுகள் சிலவும் முன்னொப்புதல் தருவதில் நல்ல பதிவினைப் பெற்றுள்ளன. உறுப்பு நாடுகளில் சில, உதாரணமாக சிலி, மேலும் ஜெர்மனி, இத்தாலி, ஹாலந்து போன்றவை, முன்னொப்புதலை உள்ளடக்கிய வேறுபல நடவடிக்கைகளை அறிமுகப் படுத்தியுள்ளன. வன்மையான, பொருளியல் மெய்ம்மையில் இந்தச் சட்ட வரைவுகளின் மதிப்பு என்ன? அவை பரந்த அளவில் நோக்கினால், மூன்று பொது நோக்கங்களை அடைவதற்காக உள்ளன. முதலில், தொழில் வாழ்க்கையின் குறைக்கமுடியாத குறைந்தபட்சத்

தரத்தினை அறிவிப்பனவாக உள்ளன. அந்தத் தரம் நவீன அரசுகளின் பொதுப் பிரக்ஞைக்கு ஏற்புடையதாக உள்ளது. இரண்டாவது, சம்பந்தப்பட்ட ஒவ்வோர் அரசிலும் தொழிலாளர் இயக்கத்தின் மிக நிஜமான ஆயுதமாக உள்ளன; ஏனெனில் சமூக மேம்பாட்டை அடைகின்ற நோக்கத்திற்கான நிஜமான மதிப்புடைய கொள்கைக்கு ஓர் சுட்டியாக அமைகின்றன. மூன்றாவதாக, உலகமுழுவதுமுள்ள ஏழை வகுப்பினரின் நலன்களுக்குத் தேவையான சட்டமியற்றலின் தரங்களை பிற்பட்ட அரசுகளின்மீது வற்புறுத்துகின்ற வழியாக உள்ளன.

ஆனால் இப்போது அமைந்திருக்கின்ற சட்ட வரைவுகளின் முறையில் வெளிப்படையான இடைவெளிகள் உள்ளன. முன்னொப்புதலுக்குச் சமர்ப்பித்தலின் கடமை கட்டாயமானதாக இருக்கவேண்டும்; ஒவ்வோர் அரசின் அரசாங்கமும் அப்படிச் சமர்ப்பிக்காவிட்டால், தொழில் அலுவலகத்தின் நிர்வாக அமைப்பிடம் ஒரு திருப்திகரமான விளக்கத்தை அளிக்குமாறு அழைக்கப்பட வேண்டும். மேலும், முன்னொப்புதல் முழுமை பெற்ற பிறகு, இப்போதுள்ளதைவிட மேலும் முழுமையான ஆய்வுக்கான செயல்முறை ஒன்று தேவைப்படுகிறது. தாங்கள் முன்னொப்புதல் அளித்த ஒப்பந்தங்களை நிறைவேற்றத் தவறிய அரசுகளுக்கு எதிராகப் புகார் அளிக்கும் கருவி ஒன்று இப்போது உள்ளது; ஆனால் அது கடைசிபட்சமான கருவியே ஆகும், மேலும் அது மிக நுணுக்கமான தவிர்ப்பதன் வழிகளைக் கையாள முடியவில்லை. ஆண்டுதோறும், ஒருபுறம் அரசாங்கமும், மறுபுறம் பிரதிநிதித்துவம் வாய்ந்த தொழில்சார்ந்த சங்கங்களும் வேலை செய்வதாகக் கருதப்படுகின்ற விதிமுறைகளின் செயல்முறை பற்றித் தொழில் அலுவலகத்துக்கு அறிக்கை அளித்தால் மிகப் பெரிய ஆதாயமாக இருக்கும்; தொழில் அலுவலகமே, மூன்று அல்லது ஐந்து ஆண்டுகளுக்கு ஒருமுறை அவற்றின் செயல்முறையை வலிந்து செயல்படுத்துகின்ற நிர்வாக முறைகளைப் புலனாய்வு செய்யவேண்டும். மேலும் அவற்றில் பல திருப்திகரமாக இருக்கவேண்டுமென்றால், ஒவ்வோர் அரசிலும் வலிமையான தொழிற்சங்கங்களின் இருப்பினை முழுவதுமாகச் சார்ந்துள்ளன என்பதை அறிந்துகொள்ள வேண்டும்; உதாரணமாக, ஜப்பானிலும் ஹங்கேரியிலும் சட்டமே, அல்லது சட்ட நிர்வாகமே நடைமுறையில் தொழிற்சங்கங்களின் இருப்பினை முற்றிலும் தடைசெய்கிறது. மேலும், மாநாட்டில் ஒரு சட்ட வரைவு ஏற்றுக் கொள்ளப்பட்ட பிறகு, முன்னொப்புதல் அதையொட்டி விரைவாக நிகழ்ந்தால், அவற்றை ஆதரிப்பவர்களால் அவை பொறுப்பாக நடைமுறைப்படுத்தப்படும். இதுவரை அரசுகள் சட்ட வரைவுகளுக்கு முக்கியமான பரிந்துரைகள் என்பதற்குமேல் மதிப்பளிக்கவில்லை என்பதை அவற்றை ஏற்றுக் கொள்வதற்கும் முன்னொப்புதலுக்கும்

இடையிலான அகன்ற இடைவெளி காட்டுகிறது. ஆனால் அந்த நோக்கம் பரிந்துரையினாலேயே ஆக்கப்பட்டுவிட்டது என்பதால் சட்ட வரைவின் மிகப் பெரிய கடப்பாடு மேலும் நன்கு புலப்படும் விதமாகக் கையாளப்பட வேண்டும்.

கலந்தாய்வு பற்றிய மற்றொரு விஷயம் முக்கியமானது. இப்போது ஒவ்வோர் அரசின் அரசாங்கமும் அதிகாரப்பூர்வமற்ற பிரதிநிதிகளை இருமடங்கு சார்பு அமைப்புகளின் ஒப்புதலோடுதான் கொண்டிருக்கிறது என்றாலும், பின்னவர்களையும் தானே நியமித்துவிடுகிறது. தொழில் அமைப்பு அதிகாரமிக்கதாக இருக்கின்ற இங்கிலாந்து ஜெர்மனி போன்ற நாடுகளில், யார் பிரதிநிதியாக இருக்கவேண்டும் என்பதைப் பற்றித் தனது நோக்கு பெரும்பாலும் மேலோங்கும் என்பது ஓரளவு உறுதியான நிலையில் அது ஒருவேளை விதிவிலக்காகாது; ஆனால் ஹாலந்தின் இடர்ப்பாடு காட்டுவதுபோல விஷயம் இப்படி இருப்பதில்லை. ஆகவே தொழில்சார் சங்கங்கங்களை-எஜமானர்களுடையதாக இருந்தாலும், தொழிலாளர்களுடையதாக இருந்தாலும், நேரடியாகத் தங்கள் பிரதிநிதிகளைத் தாங்களே நியமித்துக் கொள்ள அனுமதிப்பது திருப்திகரமானது. இல்லாவிட்டால் தொழிற்சங்கங்கள் குறிப்பாக பலவீனமாக இருக்கின்ற அரசுகளில் தொழிலாளர்களுடைய வாக்குகளைத் தனது சொந்த நோக்கத்திற்கு நம்பியிருக்கின்ற அரசாங்கமே அவர்களின் பிரதிநிதிகளைத் தானே தேர்ந்தெடுக்கும் நிலை ஏற்பட்டுவிடுகின்ற நிஜமான ஆபத்து இருக்கிறது. எஜமானர்களின் பிரதிநிதிகள் சம்பந்தமான பிரச்சினை வேறு. சந்தேகமின்றி, தொழிலில் உண்மையாக ஈடுபட்டிருக்கும் மனிதர்களின் வருகைதான் மாநாட்டில் தேவையே தவிர வணிகத்தொழில் நிறுவனங்களின் நிரந்தர அதிகாரிகளின் வருகையல்ல. “பின்னவர்கள் நீண்ட காலம் பிடிக்கின்ற அரசியலாளர்களின் நோக்குநிலையைக் கடைப்பிடிப்பதைவிட, அவர்கள் மேலதிகாரிகளின் ஏற்பினைப் பெற்றுத் தரும் கட்சி மதிப்பெண்களை விரைவாகப் பெறவே முயற்சி செய்வார்கள்” என்று திரு. பெரென்ஸ் கூறுகிறார். *(Op. cit., p. 118.)* அரசாங்கப் பிரதிநிதிகளைப் பொறுத்தவரை, தொலைவின் பிரச்சினை அனுமதிக்கும் அளவுக்குப் பெரும்பாலும் தொழில் அமைச்சரும் அவரது முதன்மை ஆலோசகராகவுமே அவர்கள் இருக்கவேண்டும். ஒவ்வோர் அரசிலும் அப்போதிருக்கும் அரசாங்கத்துக்கு மாநாட்டின் முக்கியத்துவத்தை வேறு எந்த வகையிலும் நன்கு உணர்த்த முடியாது. அந்த வழியினால்தான், எல்லாவற்றுக்கும் மேலாக, முறையான தொடர்புப் பாலங்கள் கட்டப்படும். சட்ட வரைவுகள் திறமான பயனுள்ளவையாக இயலச்செய்கின்ற சர்வதேச அதிகாரப் பொறுப்பும் உருவாக்கப்படும்.

தொழில் அலுவலகத்தினால் நிகழ்த்தப்பட்ட, பெரும்பாலும் மிகுந்த ஆர்வத்தைத் தூண்டுகின்ற பணி, ஆய்வே ஆகும். இங்கு நிச்சயமாக அதன் முயற்சிக்கான அடிப்படை முதல் முக்கியத்துவம் கொண்டதொரு இராஜதந்திர நடவடிக்கையில் ஈடுபடுவதைக் கொண்டுள்ளது. ஏனெனில் அதன் கொள்கை, பிரச்சினைகளில் ஆர்வமுள்ளவர்கள் பலவேறு அரசுகளின் அரசாங்க அலுவலகங்களின் வழியாகச் செல்லாமல் கட்சி நபர்களுடன் நேரடியாகத் தொடர்புகொள்ளும் உரிமையாகும். அதிகாரப்பூர்வ மூலங்கள் அளிக்கத் தயாராக இருக்கின்ற அறிவின் அடிப்படையில் அமைந்தால் அதன் முடிவுகள் முழுமையாக அமைவதற்கு அடிப்படையான தகவல்கள் போதியதாக இருக்காது என்ற ஒரு புரிந்துகொள்ளலை அது முன்வைக்கிறது. இதன் விளைவாக, தொழில் அலுவலகம் சேகரித்த தகவலே பல பிரச்சினைகளில் தக்கதொரு தீர்ப்புக்குத் தேவையான ஒரே நிஜமான மூலம் ஆயிற்று; ஆகவே அதன் தலைமையகமே விதிகளை வருவிப்பதற்கான பரந்த அடிப்படையைத் தேடுகின்ற எவ்விதத் தொழில் ஆய்வுக்கும் உலகில் மிக முக்கியமான மையமாக ஆகத் தக்கதாயிற்று. மேலும் அதன் பிரசுரங்கள் மிக வேறுபட்ட விரிந்த பல மனங்களின் விளைபொருள் என்பதால் ஒரு குறித்த தேசிய நோக்கிற்குச் சிறப்பு அழுத்தம் தருகின்ற அபாயத்திலிருந்து பெரும்பாலும் அது விடுபட்டுள்ளது. இங்கு எழுகின்ற முக்கியமான கேள்வி தொழில் அலுவலகம் எப்படிப்பட்ட ஆய்வினை மேற்கொள்ள வேண்டும் என்பது. "சில குறித்த கருத்துகளையும் காரணங்களையும் முன்வைக்கின்ற நாயகர்கள் தங்கள் நலன்களுக்கு ஆதரவாகவும் தங்கள் குறித்த இலக்குகளை அடைவதற்கும் தேவையான புள்ளிவிவரங்களைச் சேகரிப்பதற்கும் தொகுப்பதற்கும் சர்வதேசத் தொழில் அலுவலகத்தை ஒரு கருவியாக ஆக்கிவிடுவார்கள் என்ற ஓர் அபாயம் எப்போதுமே இருக்கிறது" என்று தனது அறிக்கையில் இயக்குநர் குறிப்பிடுகிறார். (Report of the Director to the Third Conference (1921), p. 236.) சந்தேகமின்றி விஷயம் அதுதான்; கருவிகள் ஒரு சிறப்பு வகையானதாக இருக்கும்போது, ஆய்வுகள் மேற்கொள்ளப் பெறவேண்டும் என்று கேட்கும் உரிமை பெற்ற அவற்றைக் கொஞ்சம் அக்கறையுடன் சீரமைக்கவேண்டிய பொறுப்பை அது உள்ளடக்கியிருக்கிறது. உதாரணமாக, எச்சரிக்கையான பாதுகாப்புகள் இல்லாவிட்டால், ஒரு குறித்த வணிகத்தின் உற்பத்தியில் ஒப்பியல் புள்ளியியல் ஆய்வினை ஒருவர் அதிக வேலைநேரத்தை ஆதரிக்கவோ திறன்மிக்கத் தொழிலாளர்களை நீர்த்துப்போகச் செய்யவோ பயன்படுத்தலாம் என்பதை எளிதாகவே மனத்தில் கொள்ள முடியும்.

பொதுவாக, கடைப்பிடிக்கவேண்டிய முறைகள் பின்வரும் வழிகளில் அமைய வேண்டும் என்று நினைக்கிறேன்: *(1)* மாநாட்டில்

கேட்கப்படுகின்ற எல்லா வகையான புலனாய்வுகளையும் மேற்கொள்ளவேண்டும்; (2) நிர்வாக அமைப்பு கேட்கின்ற எல்லாப் புலனாய்வுகளையும் மேற்கொள்ள வேண்டும்; (3) மாநாட்டின் மூன்று குழுக்களில் ஒன்றின் பெரும்பான்மையினர் கேட்கின்ற எல்லாப் புலனாய்வுகளையும் (இது நிர்வாக அமைப்பின் பெரும்பான்மையினர் ஒப்புதலுக்கு உட்பட்டது) மேற்கொள்ள வேண்டும். சிற்றளவு முக்கியத்துவம் பெற்றதாயின், பிற புலனாய்வுகள் தெளிவாகவே இயக்குநரின் நோக்கினை ஒட்டியதாக இருக்கும். அவை முக்கியத்துவம் வாய்ந்தவை என்றால், அவற்றுக்கு மறுப்பு ஏற்கப்பட்டால், இயக்குநர் நடவடிக்கை குறித்த தனது சொந்தப் பரிந்துரையுடன் அவற்றை நிர்வாக அமைப்பிடம் சமர்ப்பிக்க வேண்டும். பிரிட்டனில், தொழிலகங்களின் தலைமை ஆய்வாளர் தருகின்ற ஆண்டறிக்கைகள் போல, அலுவலகத்தின் ஒட்டுமொத்தமான இயல்பான வேலை தனது பண்பில் தொடர்ச்சியுடன் இருக்கவேண்டும் என்பது தெளிவு; குறித்த கோரிக்கைக்கு ஏற்பத்தான் மிகப் பெரிய அளவினதான புலனாய்வுகள் மேற்கொள்ளப்பட வேண்டும். அப்படிப்பட்டப் பேரளவினதான விசாரணைகள் தங்கள் விஷயத்தினால் ஆண்டு அறிக்கைகளில் மாற்றத்தை அனுமதிக்குமானால், அது அலுவலகத்தின் பணிக்கு மிகவும் சிறப்பளிப்பதாகும். மேலும் இயன்றவரை, அது ஒரு முடிவெடுக்கும் அமைப்பு என்பதைவிட அதிகமாக மெய்ம்மை தேடும் அமைப்பாகவே இருக்கவேண்டும்; ஏனெனில் அதன் செல்வாக்கும் கௌரவமும் அது எழச் செய்கின்ற நம்பிக்கையையே சார்ந்திருக்கும். பொதுவாக, மாநாடுதான் முடிவுகளை எடுக்க உகந்தது, அம்முடிவுகளை எடுக்க அடிப்படையான பொருள்களை அளிப்பது அலுவலகத்தின் வேலை. அல்லது மாற்றாக, நான் ஏற்கெனவே பேசியுள்ள நிபுணர்கள் கொண்ட அறிவுரைக் குழுக்களினால் முடிவுகள் அடையப்பட வேண்டும்.

ஆனால் அலுவலகம் தனது ஆய்வுகளின் எல்லைகள் குறித்துக் குறுகிய பார்வையைக் கொண்டுவிடக்கூடாது என்பது முதலில் முக்கியமானது. தொழில் என்பது தான் இருத்தப்பட்டிருக்கும் ஒட்டுமொத்தச் சமூகச் சூழலிலிருந்து பிரித்துவிடக்கூடிய ஓர் அருவப் பொருள் அல்ல. உதாரணமாக, அலுவலகம் தொழிற்கல்வி பற்றி ஈடுபட்டுள்ளது; ஆனால் முழுமையாகக் கல்விக்கு அவற்றின் ஏற்புடைமை பற்றி விளக்காமல் அது அந்த விஷயம் பற்றிய மெய்ம்மைகளைச் சேகரித்துவிட இயலாது. ஒரேசமயத்தில் தொழிற்சங்க அமைப்பின்மீது அவற்றின் தாக்கத்தை விவாதிக்காமல் அது உழைப்பு மன்றங்களின் இயற்கையையும் பணிகளையும் விளக்கிவிட முடியாது. உதாரணமாக, விவாதிப்பதற்கான குறிப்பிடத்தக்க பேரளவினைக் கொண்ட நிறுவனங்களுடன் சேர்ந்து, "குழுமச் சங்கம்" என்பதன் தாயகம் அமெரிக்காதான்; ஆனால் தொழிற்சங்கவாதம்

தனது நேரியவடிவில் வளரக்கூடாது என்பதற்காகத் தடையாக உருவாக்கப்பட்ட கொலரேடோவிலுள்ள இரும்புவேலைகள் போன்று, எந்த அளவுக்கு அவை வேண்டுமென்றே கருதிச் செய்யப்பட்டன என்பதையும் கணக்கில் கொள்ளாவிட்டால் அவற்றின் நேர்வைப் பற்றிய விவாதம் பயனற்றது. இதேபோல்தான் பரந்தநிலையில் வேலையின்மை பற்றிய பிரச்சினையும். இன்று இந்த அலுவலகம், செலாவணிப் பண முறைகளுக்கும் அதன் நேர்வுக்கும் உள்ள உறவைப் பற்றி ஆராயாமல் அதன் காரணங்களைப் பற்றிப் பயனுள்ள முறையில் ஆராயமுடியாது. இதனால் சங்கத்தின் பொருளாதாரப் பகுதியுடன் இந்த அலுவலகத்துக்கு நெருங்கிய தொடர்பு இருக்கவேண்டும் என்பது புலனாகிறது; ஆனால் அப்படிப்பட்ட ஒத்துழைப்புக்கு அப்பால், தனது மெய்ம்மைகள் எந்த திசையில் கொண்டுசென்றாலும் அங்குப் பிரச்சினைகள் கிளைத்துச் செல்வதைப் பின்பற்றிச் செல்லவேண்டிய கடமை தொழில் அலுவலகத்திற்கு இருப்பதையும் காட்டுகின்றன.

கடைசியாக ஒரு குறிப்பைச் சொல்லலாம். மிகவும் பரந்துபட்ட, ஒற்றுமையற்ற மொழிகளைப் பேசுகின்ற ஐம்பது உறுப்பினர்களுக்கு மேல் கொண்ட ஓர் அமைப்பு, எவ்விதம் தனது பணியைத் திறன்மிக்க, நீடித்த வழியில் தெரியச்செய்யலாம் என்பதைப் பற்றி மெய்யாகவே அக்கறைப் பட்டுத்தான் தீரும். ஒரு பகுதி, அலுவலகத்தின் அதிமுக்கிய வெளியீடுகளை உறுப்பினர் அரசுகளின் மொழிகளில் மொழிபெயர்ப்பதால் இது சாதிக்கப்படுகிறது; ஒரு பகுதி, இயக்குநரையும் அவருடைய முதன்மைச் சகபணியாளர்களையும் பேச்சினாலும் பேட்டியினாலும் அலுவலகத்தின் பணிகளையும் சாதனைகளையும் விளக்குகின்ற ஒரு சேவைப்பணியின் பிரதிநிதிகள் ஆக்கும் முயற்சியும் செய்யப்படுகிறது; மீண்டும் ஒரு பகுதி, சங்கத்தின் பணியை, குறிப்பாக அதன் மாநாடுகளைப் பத்திரிகைகளில் விளம்பரப்படுத்துவதன் வாயிலாகச் சாதிக்கப்படுகிறது. இவை எல்லாமே நல்லதற்குத்தான். ஆனால் இந்த முறைகள் யாவும், ஒன்றாகக் கையாளப்பட்டாலும் இறுதிநிலையில் போதியதல்ல. அலுவலகத்தின் மாநாடுகள் ஜெனிவாவில் மட்டும் நடத்தப்பட்டால் போதாது, அவ்வப்போது அதன் செல்வாக்கு இருக்கும் ஒவ்வொரு நாட்டிலும் நடத்தப்பட வேண்டும். அது எக்காலத்திலும் வெளியிடப் போகும் பிரசுரங்களைவிட, ஜப்பான், தென் அமெரிக்கா, பால்கன்கள் ஆகியவற்றில் தனது இருப்பை உயிருள்ள ஒன்றாகக் காட்டிக் கொண்டாலே போதுமானது; குறிப்பாக, முன்னேற்றத்தின் வாகனத்திலுள்ள ஜெனிவா அல்லது வாஷிங்டனைப் போன்றே, தொழில்நிலைமைகள் மோசமாக இருக்கின்ற நாடுகளிலும், அது சந்திக்க வேண்டும். முழு மாநாட்டை ஏற்பாடு செய்வது போலவே அதே அடிப்படையில் சிறப்புப் பிரதேச மாநாடுகளை பலவற்றை

ஏற்பாடு செய்வதால் மேலும் பலவற்றைச் செய்ய முடியும். அவற்றில் அந்தந்த வட்டார இடர்ப்பாடுகளை விவாதிக்க முடியும், முறையான மாநாட்டில் பரிந்துரைகள் செய்யும் அதே வடிவத்தில் தீர்மானங்களை நிறைவேற்றலாம். மேலும் தொழில் அலுவலகத்தின் முக்கியமான முறையான வெளியீடுகள் அனைத்தும் படிக்கப்பட வாய்ப்புள்ள மொழிகள் அனைத்திலும் கிடைக்கவேண்டும். ஒருவேளை அதற்காக, இருப்பனவற்றை மொழிபெயர்ப்பதைவிட, சிறப்புச் சஞ்சிகைகளை வெளியிடலாம்; இலக்குகளுக்காகச் சரியான வழிமுறைகளைத் தேர்ந்தெடுப்பதே இங்குப் பிரச்சினை. அலுவலகம் மட்டுமல்ல, சங்கமும் கூட, மொழிகளைத் தடைக் கற்களாகக் காண்பதைவிட்டு, கடந்துசெல்லப்பட வேண்டியவை என்று சிந்திக்கின்ற வழக்கத்தை ஏற்படுத்திக் கொள்வது முக்கியம். அலுவலகப் பயன்பாட்டிற்கான மொழியை எல்லைக்குட்படுத்துவதற்கு எல்லாக்காரணமும் உண்டு; ஆனால் பயன்பாட்டுச் சாத்தியமுள்ள மொழிகளை எல்லைக்குட்படுத்தக் காரணம் எதுவும் இல்லை. தொழிலில் மிக முன்னேறிய நாடுகளிலுள்ளதைப் போன்ற தீவிர வகைசார்ந்த பிரச்சினைகளைத் தொழில் அலுவலகம், நீண்ட காலத்துக்குச் சந்திக்க வாய்ப்பில்லை. ஆகவே தனது செல்வாக்கு மேலும் அதிகமாகத் தேவைப்படுகின்ற பிரதேசங்களில் தனது செல்வாக்கினைப் பெருக்கிக் கொள்ள இதுவே தகுந்த காரணமாகும்.

VI. முடிவுரை

நாம் இங்குக் குறிப்பிட்டதுபோல நீண்டவிளைவுடைய சர்வதேச அரசாங்கம் உலக வரலாற்றில் ஒரு புதிய சோதனையாகும். சமாதானத்துக்கான தகுதிப்பாட்டை ஒரு நிபந்தனையாக வைக்காமல் பல நூற்றாண்டுகளாக மனிதர்கள் சமாதானத்துக்கான வழிகளைத் தேடி வந்திருக்கிறார்கள். அந்த மரபில் கௌரவமான இடத்தைப் பெறுகின்ற பெயர்கள் - பாஸ்டல், பென், ஆபி சென்ட் பியர் போன்றவர்கள், நமது சொந்தத் தலைமுறைக்குக் கூட உடோபிய (கனவுலக)ச் சிந்தனையாளர்களின் வகையைச் சேர்ந்தவர்களாகத் தென்பட்டிருக்கிறார்கள். ஆனால், ஒரு நூற்றாண்டில் கனவுலகமாகத் (உடோபியாவாகத்) தோன்றுவது அடுத்த நூற்றாண்டின் யதார்த்தமாக மாறுகிறது; நாம் இங்கு முன்வைத்த கருதுகோள்கள் யாவும் கனவுத்தன்மை உடையவை என்று விட்டுவிடப்பட்டால், அவை தேவையற்றவை என்றோ நடைமுறைச் சாத்தியமற்றவை என்றோ பொருளல்ல. நாம் மிக அதிகமாக நமது பழைய மரபுகளின்

சிறைக்கைதிகளாக இருப்பதால் ஒரு புதிய உலகத்தில் நமது இருப்பையே பலசமயங்களில் நாம் உணர்வதில்லை.

நிச்சயமாக, சர்வதேச அரசாங்கத்தின் கொள்கைகளுக்கு எதிராக முன்வைக்கப்பட்டக் கோரிக்கைகள் அனைத்தும் அவை பயன்படுத்தப்பட்ட நிலையிலேயே பொய்யானவை என்று காட்டமுடியும். சம்பந்தப்பட்ட நாடுகளின் தேசிய நலன்கள் ஒன்றும் குறையவில்லை; அவற்றின் நிர்வாகச் சுதந்திரம் பாதுகாப்பாகவே இருந்துள்ளது. மனிதர்களுக்குக் குழந்தைகள், உறவினர்களின் மீதான அன்பு நெப்போலியன் காலத்தில் இருந்ததைவிட இப்போது நிஜத்தன்மை குறைந்ததாக இருக்கமுடியாது. ஒரு நாடு முடியாட்சிக்கு உட்பட்டிருப்பதா குடியரசாக வேண்டுமா என்னும் உரிமை மாறவில்லை. தான் அவற்றினால் பாதிக்கப்படுவதால் தான் சம்பந்தப்பட்ட முடிவுகளைத் தானேதான் ஒரு நாடு எடுக்கிறதே ஒழியப் பிற நாடுகள் அல்ல; அதைப் பற்றிய தொடர்புள்ளவை மட்டும், முன்னை விட இப்போதும், அது முழுத் தன்னாட்சியை வைத்திருக்கும் விஷயங்கள்தான். சர்வதேச அமைப்பாக்கத்தினால் புவியியல்சார்ந்த குறுகிய எல்லைகளை நம்மால் கடக்கமுடியும் என்று நாம் கற்றுக் கொண்டிருக்கிறோம். உலகத்தின் கூலிக்காரர்களுடையதைப் போல, போர்முனைகளால் தடுக்கப்பட்ட, முறியடிக்கப்பட்ட ஆர்வங்களை நாம் ஒன்றிணைக்க முடியும். தேசத்தின் கௌரவம் என்ற பெயரால் சர்வதேச அரசாங்கத்திற்கு எதிராகக் கிளர்ச்சிகள் செய்யப்படும் போதெல்லாம் அக்கலகங்களைச் செய்பவர்கள், உதாரணமாக, எகிப்திற்கு எதிராக இங்கிலாந்து போல, எதையோ மறைக்கும் காரணத்திற்காகச் செய்கிறார்கள் என்பதையும் நாம் அறிந்துள்ளோம். சுருக்கமாக, முன் தலைமுறைக்கு நிரந்தரமான, எல்லை வகுக்கப்பெறாத பின்னிலங்களாகக் காட்சியளித்த நாடுகளுக்கு இடையிலான பிரதேசங்கள், இப்போது ஏற்கெனவே வரைநிலைமாக்கப்பட்டு, மேலாய்வு செய்யப்பட்டு, சீரமைத்த அரசாங்க ஆட்சிக்கு இடமளிக்க இயலாதவை அல்ல என்று புரிந்து கொண்டிருக்கிறோம்.

ஆனால் வழக்கறிஞரையும் சந்தேகவாதியையும் தொல்லை செய்யக்கூடிய இரண்டு பெரிய பிரச்சினைகள் உள்ளன. சட்டவல்லுநரால் இறைமை என்பதைப் புரிந்துகொள்ளமுடியும். பொறுப்பின்மையின் கம்பீரமான உடைகளுக்குள் தன்னை அழகுபடுத்திக்கொண்டு, தனது சொந்த விருப்பத்தை மட்டும் அறிவித்துக்கொண்டு தனது விருப்பத்தைத் தவிர வேறொன்றுக்கும் கட்டுப்படாத ஓர் அரசு என்னும் கருத்தை அவரால் புரிந்துகொள்ளமுடியும். பாதி சட்டப்பூர்வமான, பாதி

ஒழுக்கவியலான, இந்த மறைபொருளான கடப்பாடுகளின் பரப்பில் தனக்குத்தானே கீழ்ப்படிந்து கொள்கின்ற, ஆனால் பிறர்மீதான சார்பின் கட்டாயத்துக்கு உள்ளாகின்ற ஓர் அரசுக்கும் பதினேழாம் நூற்றாண்டின் தொடக்கம் முதலாகச் சட்டம், நீதிசார்ந்த கருத்துகளின் எளிமைக்கும் சம்பந்தமில்லை. சர்வதேசச் சட்டத்தில் இறையாண்மை அவருக்கு திட்டமான பார்வை மூலங்களை அளித்தது. அவருக்கு யாரால் அரசு கட்டுப்பாட்டில் உள்ளது என்பது தெரியும். ஹெகல் பொருள்களின் "உள்வாழும் ஒருமை" என்று கூறியது, அதனால் கணிக்கக்கூடிய அளவுகளுக்குக் குறைக்கப்பட்டது. உலகத்தின் பாதுகாவலனாக இருந்த அரசு, ஆனால் எந்தச் சீரான ஒழுக்க உலகிலும் (Bosanquet, Philosophical Theory of the State, pp. 324-5.) ஒரு காரணியாக இல்லாத அரசு, தனக்குப் பின் மரபுகளின் எல்லாவித அனுமதிகளையும் கொண்டிருந்தது. அதற்கு அவர்தான் பாதுகாவலரும் விளக்கவுரையாளருமாக இருந்தார். இந்தப் பருமையான கடினமான யதார்த்தத்திலிருந்து, வரையறையின்றித் தன் பருன்மையின்மீது பலவற்றில் ஒன்றாக இருக்கின்ற தன்மை அளிக்கப்பட்ட அரசு, ஒரு சர்வதேசச் சமூகத்திற்கு மாறிச் செல்வது, பகலின் பிரகாசத்தைவிட்டு எல்லாப் பொருள்களும் தெளிவற்றதாகவும் இருண்டதாகவும் உள்ள ஓர் மங்கிய உலகிற்குள் செல்வதாயிற்று.

ஆனால், மெய்ம்மைகள்தான் இந்த இயக்கத்தை நிர்ப்பந்தப்படுத்துகின்றன. அரசுகள் தங்கள் இறைமையைச் செயல்படுத்த முயற்சி செய்ய ஆரம்பித்ததுமே அந்த இறைமை ஒரு புனைகதை என்பது தெரியவந்து விடுகிறது. அவர்களின் விருப்பங்கள் ஒன்றையொன்று சந்திக்கின்றன; அவற்றினால் தங்கள் இலக்கிற்கு ஒரு தெளிவான நேரான பாதையை வகுக்க முடியவில்லை. அவர்கள் விருப்பங்கள் சந்திக்கின்றன, ஏனெனில் அவர்களின் உறவுகள் மேலும் மேலும் நெருக்கமாக ஆகின்றன, இறையாண்மை அரசின் நிறுவனங்கள் அந்த நெருக்கமான உறவுகளின் ஒழுக்கத் தேவைகளை வெளியிடுவதில்லை. ஆகவே நமக்குத் தங்கள் தொடர்புகளால் உருவாகிய ஒழுக்கமுறைமையை உள்ளடக்கிய தேவையான நிறுவனங்கள் உள்ளன. ஆன்மிக ஒருமைகளின் வாகனம் ஒன்றை அவை கட்டுவதையும் அவற்றுக்குத் தொடர்புடைய தனித்தனி விருப்பங்களை ஒன்றாகக் கட்ட முடிவெடுக்கும் அதிகாரங்களை அளிப்பதையும் பார்க்கிறோம். சுருக்கமாக, ஓர் அரசின் இறைமை என்பது சில குறிதத நோக்கங்களையும் கடப்பாடுகளையும் மட்டுமே நிறைவேற்றுகின்ற அதிகாரம் என்பதைப் பார்க்கிறோம்; பெருஞ்சமூகத்தின் எழுச்சியோடு, அந்த நோக்கங்கள், கடப்பாடுகள் யாவும் தங்கள் மிகப் பரந்த கோட்டுருவில், ஒற்றை அரசுக்குச் செல்வாக்கு இருக்கின்ற, ஆனால் இறுதியான அதிகாரம் இல்லாத, ஒரு கருவியினால் மட்டும் வரையறைக்குச் சாத்தியப்படுகின்றன. அந்த வழக்கறிஞர் உண்மையில்,

இறையாண்மை கொண்டதனி அரசு, ஒரு பரந்துவிரிந்த சமுதாயத்தில் தான் ஒரு பகுதியாக உள்ள வட்டார முக்கியத்துவம் கொண்ட ஒருமையாக மாறுவதைப் பார்த்துக் கொண்டிருக்கிறார், அந்தப் பரந்து விரிந்த சமுதாயம், மனிதர்களின் பொது மனச்சாட்சியாக மாறும்போது, தனது இலக்கைப் பூர்த்திசெய்யத் தேவையான அதிகாரத்தையும் தலைமையையும் தானே எடுத்துக் கொள்ளும். தொடக்கத்தில் அது மிக மெதுவாகவும் ஒருவரும் அறியாமலும்தான் நகரும்; இந்தப் பரிமாற்றத்தினால் இடர்ப்படுகின்ற அந்த வழக்கறிஞர் நவீன அரசும் சீர்திருத்தத்திலிருந்து முழுமையாகவே பிறந்துவிடவில்லை என்பதை நினைவில் வைப்பது தகும். மனிதர்கள், உடனே நற்செய்திக்குப் பதிலாக போடினைக் கொள்ளவில்லை; அப்படி ஏற்றபோது, அவருடைய நற்செய்தி பயன்படுத்தாமல் இருந்தால் மட்டுமே உண்மையாக இருக்கும் என்பதைக் கண்டுபிடித்தார்கள். சர்வதேசப் பின்னணியில் அரசுகளின் வரலாறும் இதுதான். நெப்போலியன் கீழ் ஃபிரான்ஸ் போல, ஹோஹன்சாலர்ன் கீழ் ஜெர்மனி போல, அரசுகள் தங்கள் இறைமைக்குச் சாராம்சம் தர முற்படலாம் என்ற அபாயம் இருப்பதால், அவற்றுக்கு எதிராக அமைப்புற்ற உலகத்தின் ஒழுக்கப் பிரக்ஞை என்னும் ஆயுதம் எடுப்பதை நாம் செய்திருக்கிறோம். ஆனால் வழக்கறிஞர் ஒழுக்கப் பிரக்ஞை என்பது சட்டத்துக்கான பார்வை ஆதாரமாகப் போதாது என்று உணர்கிறார்.

ஏனெனில் அவர் ஹாப்ஸுடன் வாதிடுகிறார், "கத்தியற்ற ஒப்பந்தங்கள் வெறும் வார்த்தைகள்தான், அவற்றுக்கு மனிதனை இழப்பிலிருந்து விடுவிக்கும் சக்தி இல்லை." ஆனால் ஒப்பந்தத்திற்குள் கத்தி இருக்கிறது; அதன் பயன்பாட்டினைச் சீரமைக்கும் விதம்தான் கடந்த காலத்திலிருந்து வேறுபட்டது. இந்த இடத்தில் சந்தேகவாதி குறுக்கிடுகிறார். இந்த விஷயத்தைச் செய்யமுடியாது என்கிறார். கடைசிபட்சமாக, ஆங்கிலேயர்கள் ஃபிரெஞ்சுக்காரர்கள், ஜெர்மானியர்கள் அல்லது செர்பியர்கள், இத்தாலியர்கள் ஆகியோரின் கட்டளைக்குப் போரிட மாட்டார்கள். தங்கள் வீட்டில் தாங்கள் மட்டுமே எஜமானர்களாக இருப்பார்கள்; அந்த வீடு உலகம் என்றால், அவர்கள் உலகத்திற்கே எஜமானர்களாக இருப்பார்கள். நீதிக்காகப் பிற அரசுகளை நம்புவது, உடைந்த நாணலை நம்புவதுபோல. அவர்களுடைய நலன்களும் ஆங்கிலேயர் நலன்களும் ஒன்றல்ல; அவர்களின் தேவைகள், ஆங்கிலத் தேவைகள் அல்ல. மனித இயற்கையிடம் சரியான பகுத்தறிவின் தீர்வுகளை அடித்து எடுக்கக்கூடிய ஆக்கக்கூறுகள் இல்லை. உலகம் பெரும் படைகளின் பின்னால் இருக்கிறது, தாளின்மீது நேர்த்தியாக எழுதுவது, வெற்றிகளைப் பெறுவதல்ல.

மாக்கியவெல்லியின் விஷம் நம் இரத்தத்தில் இருக்கிறது; உறுதியாகவே வரலாற்றின் பதிவைப் படித்தவன் அவரது துயர்நோக்கிற்கு உரியவன் ஆவான். ஆக்டன் பிரபு, "மிகப் பெரும்பாலான வெற்றிகரமான மனிதர்கள், சர் ஹென்றி டெய்லர் மனச்சாட்சியின் மிக பலவீனமான நுண்ணுணர்வு என்று கூறியதை மறுத்துரைக்கிறார்கள்" (*History of Freedom, p. 219.*) என்று எழுதி, தேசங்களின் உறவு ஒழுக்கவிதிகளால் திட்டமாகக் கட்டுப்படுத்த முடியாதது என்ற கிரே பிரபுவின் புகழ்பெற்ற கூற்றை மேற்கோள் காட்டுகிறார். மனிதர்கள் அவ்வப்போது மிக உணர்ச்சிகரமாகத் தாங்கள் தேடும் இலக்கைப் பற்றிக் கவலைப்பட்டாலும் அதை அடைகின்ற வழிவகை பற்றி அக்கறையின்றி இருப்பார்கள் என்று இதனால் அர்த்தமாகுமென்றால் எவரும் இதன் உண்மையை மறுக்கமாட்டார்கள். ஆனால் மனிதர்கள் யாவருக்கும் டோக்வில் கூறியவாறு ஒரு அறிவார்ந்த தாய்நாடு இருக்கிறது, மனித இனத்தின் வரலாறு என்பது அதற்கு அவர்களின் விசுவாசத்தின் வரலாறுதான். மத்திய காலத்தின் துண்டுதுண்டான சமுதாயங்களின் பயன்பாடுதான் அரசுகளின் பயன்பாடும்; அவர்கள் உருவாக்கும் தடைகளால் அதிகாரத்தின் கவர்ந்துகொள்ளும் தன்மைக்கு எதிராக சுயநிர்வாகத்தை அடைய முயற்சிசெய்கிறார்கள். ஆனால் ஒழுக்க இழப்பின்றி அந்தச் சமுதாயங்கள் எவ்விதம் ஒரு பெரிய அமைப்புக்குள் தழுவிக் கொள்ளப்பட முடியுமோ, அதுபோலவே நமது காலத்தின் அரசுகளும் அவர்களுடையதைவிடப் பெரிய, அதற்கு அப்பாலான தேவைகளின் அழுத்தத்திற்கு வளைந்துகொடுப்பார்கள். அவர்கள் தங்கள் உரிமையைக் கைவிட வேண்டும், அல்லது நாம் வாழ முற்படுகின்ற அளவுகோலினை விட்டுவிட வேண்டும். ஏனெனில், அந்த அளவுகோலின் உள்ளார்ந்த இயற்கையின்படி நமது நோக்கங்களின் தேடலில் தனிப்பட்ட நலன்கள் தியாகம் செய்யப்படவேண்டும்; அல்லது, அந்த நோக்கத்தினை அடைவதனால்தான் தனிப்பட்ட நலன்களும் அடையப்படும். வரலாற்றின் முடிவுகளால் ஏதாவது பாடமிருப்பின், நாம் வழிவகைகளில் அக்கறையின்றி இலக்குகளை அடைய முடியாது என்ற யாவற்றுக்கும் மேலான பாடம்தான் அது; ஏனெனில் வழிவகைகள் இலக்கினுள் புகுந்து அதை மாற்றிவிடுகின்றன. பலவேறு அரசுகளும் இருக்கும் உலகத்தில் தான் பிழைத்திருக்க விரும்பும் எந்த அரசுக்கும் தனிப்பட்ட வெற்றி என்ற இலக்கு சாத்தியமில்லாதது. அந்த வரையற்ற பூதத்தினைக் கருத்தின்றித் தேடுவது என்பது இறுதியில் நம் இருப்பினை அழிப்பதாகும். அது பதினான்காம் லூயியை அழித்தது; நெப்போலியனை அழித்தது; ஜெர்மனியை அழித்தது. அவர்களை அழித்ததற்குக் காரணம், அவர்கள் பொது நலனுக்கும் மேலாகத் தங்கள் தனிப்பட்ட நலனை உயர்த்திப் பிடித்தார்கள். தங்கள்

விழைவுகளின் வாயிலாகத்தான் அவர்கள் நன்மையைக் கண்டார்கள்; அந்தக் குருட்டுத்தனம், இறுதியில் தனக்கே உரிய தண்டனையையும் கொண்டுவந்தது.

தீமை மெய்யானது, மனிதர்கள் அனுபவித்த வலியை ஈடுசெய்ய முடியாது என்பதை நாம் மறுக்கத் தேவையில்லை. உலகில் படிப்படியாக மலர்கின்ற நோக்கம் ஒன்று உண்டு, நாம் என்ன செய்தாலும் அது தன்னைத்தான் அறிந்துகொள்ளும் என்றும் நாம் வலியுறுத்தத் தேவையில்லை. உலகத்தில் இருக்கும் நன்னோக்கம் எதுவும், நன்மையின் ஆன்மா எதுவும், மனிதர்கள் கவனமாகச் செய்த முயற்சியின் பலன்தான். அதுதான் நம்பிக்கையின் அடித்தளமும் ஆகும். தீவிர உணர்ச்சிக்கும் வேற்றுமைகளுக்கும் இடையில், மேலும் வேற்றுமைகளின் தீவிர உணர்ச்சிக்கு இடையில், மனித இனத்தை ஒன்றாக, பிரிக்கமுடியாததாக ஆக்குகின்ற ஆர்வங்களை மங்கலாக, ஆயினும் பாதுகாப்பாக நம்மால் உய்த்துணர முடிகிறது. ஏனெனில் மக்களின் நலன்கள் தேசிய அரசின் புவியியல் எல்லைகளால் மேலும் மேலும் குறைவாக நிர்ணயிக்கப்படுகின்றன. சமூக அமைப்பு அந்த வரையறுத்த எல்லைகளைக் கடந்துவிட்டது. உலகத்தின் தொழிலாளர் வர்க்கங்கள் செர்பியாவுக்கும் ஆஸ்திரியாவுக்குமான ஒரு சண்டை என்பது அவர்களுடைய சண்டை அல்ல என்பதைக் காணத் தொடங்கியிருக்கிறார்கள்; உலகத்தின் விஞ்ஞானிகள் தங்கள் அறிவின் மேம்பாடு சர்வதேச ஒத்துழைப்பின் விளைவு என்பதை அறிவார்கள்; நுகர்பவர், தான் விரும்பினாலும் விரும்பாவிட்டாலும் ஓர் உலகக்குடிமகன் என்பதைப் புரிந்துகொள்கிறார். மனித இனத்தின் இறுதி அலகுகளாக அரசுகள் எந்த நிஜமான அல்லது நீடித்த வழியிலும் அந்தக் குழுப் பிரக்ஞைகளை வெளியிட முடியாது. சந்தேகமின்றி, அவர்கள் மனிதன் தனது சொந்தக் குழுவை நேசிக்கும் இயல்பூக்கத்தைப் பயன்படுத்திக் கொண்டு, தங்கள் ஆணைகளுக்குக் கீழ்ப்படிவது சரியான நடத்தைக்குச் சமம் என்ற நம்பிக்கையை உருவாக்கி அவனை ஏமாற்றுவார்கள். ஆனால் அவ்வாறு சுரண்டும் ஆற்றலுக்குக் காலம் அனுபவத்தினால் நிர்ணயிக்கப்பட்டுவிட்டது.

தேசிய அரசின் நிலையை மனித இனத்தின் மாறுபட்ட பல குழுவாக்கங்களில் ஒன்றுதான் என்று புதிய விகிதங்களில் காணுமாறு நாம் செலுத்தப்படுகிறோம் என்பது உண்மை. பழைய கட்டமைப்புக்கு அடியில் இதுவரை தாங்கள் பாதிநனவில் அறிந்த தேவைகளை வெளிப்படுத்துகின்ற, ஆனால் மேலும் பெரியதொரு வளர்ச்சிக்கு ஆவலாக இருக்கின்ற புதிய உறுப்புகள் வளர்வதை நாம் காண்கிறோம். நாம் இதுவரை அறிந்ததைவிட உடனடியாக மேலும் ஒன்றிணைந்த மேலும் பலவாறான ஒரு நிலையில் தேசிய அரசு பிறருடன் ஒரு

முறைமையில் இணையும்போதுதான் அவை தங்கள் முதிர்ச்சியை அடையமுடியும். ஆனால் ஒன்றிணைவது என்பது முதன்மையைத் தியாகம் செய்து அதற்குப் பதிலாக ஒத்துழைப்பை வைப்பதாகும். ஒத்துழைப்பு என்பது ஒழுக்கவிதி, ஒழுக்கவிதி என்பது தரங்களைக் குறிக்கும். கடந்தகாலத்தில் போருக்குப் புறப்படுவதற்குக் காரணமான மருட்சிகளைத் தவிர்ப்பதற்கான நமது ஆற்றலை நன்கு பெருக்கும் விதமான கருவிகளை நாம் உருவாக்கிக் கொண்டிருக்கிறோம். வாழ்வின் அழகையும் மகிழ்வையும் தாங்கள் சாதிக்கின்ற ஒரு வாழ்க்கையைக் கனவுகாணுமாறு எளிய மக்கள் கல்வியால் செலுத்தப்படுகிறார்கள். ஒருகாலத்தில் மாறாமல் இருந்த கிழக்கு இப்போது புதிய மிகப்பெரிய எல்லைகளை அறியத் தொடங்கியிருக்கிறது. ஆப்பிரிக்காவில் மிக எளிய மக்களைப் பழைய காலத்தில் உட்படுத்திய சோதனைகளின் கசப்பான தவறுகளை இப்போது நாம் தவிர்க்க முனைந்து வருகிறோம். நாம் வெற்றிபெறுவோம் என்று முடிவாகச் சொல்லும் காலம் இன்னும் வரவில்லை; நாம் வெற்றி பெறத்தான் வேண்டும் உரிமை கோருவதற்குக்கூட காலத்தில் முந்தித்தான் இருக்கிறோம். ஆனால் குறைந்த பட்சம், மனிதனை மனிதன் சுரண்டுவதைப் பொறுத்துக் கொள்ளமுடியாத ஒரு தன்மை உலகில் வளர்வதைக் காண்கிறோம். உலகின் செல்வங்கள் ஒரு சிலரின் உடைமை, மற்றவர்களுக்கு வாழ்க்கை என்பது எல்லையற்ற ஒரு கொடுமை என்பதை எதிர்க்கின்ற ஒரு முழுமையான உணர்வு, பரவலாகவும் ஆழமாகவும் உணரப்படுவதைப் பார்க்கிறோம். சமத்துவத்தின் சிறப்பினை நாம் கண்டறிந்து விட்டோம்; சுதந்திரத்தின் பெயரால் நம்மீது வைக்கப்பட்ட கோரிக்கைகளைவிட சமத்துவம் முன்வைக்கும் கோரிக்கைகள் குறைவாக இருக்கப்போவதில்லை.

ஆகவே சர்வதேச விஷயங்களில் அரசின் இறையாண்மை என்பது மறையும் நிலையில் இருக்கிறது, காரணம் அது தனது நோக்கத்தை அங்கு நிறைவேற்றிவிட்டது. தனிமனிதனின் விசுவாசத்தை அது இப்போதெல்லாம் தழுவவோ பெறவோ முடிவதில்லை; அவனது வாழ்க்கையின் அனுபவங்களுக்கேற்ப விசுவாசங்களும் மாறுபடுகின்றன. உலகத்தின் பிரக்ஞைக்குள் அவன் வளரும்போது, தனது ஆளுமையின் சேவைக்கு அதனைக் குறுக்கிக் கொள்கிறான். அரசு மதத்தின் தளையிலிருந்து விடுதலையை வேண்டியபோது அது பயன்படுத்திய கருவிகள் இன்று நியாயமற்றவை என்பதை அறிகிறான். அவனுக்கு இன்று ஏகாதிபத்தியக் கொள்கை தேவையில்லை, கூட்டாட்சிக் கொள்கையே தேவை. எல்லாமே ஒன்றையொன்று சார்ந்திருக்கும் உலகில் சுயேச்சைத் தன்மையின் பயனின்மையை அவன் காண்கிறான். அவனுக்குச் சில அக்கறைகள் உள்ளன, அவற்றில் அவன் பிற எவரின் குறுக்கீட்டையும் விரும்புவதில்லை.

தனது சொந்தபந்தங்களைப் பற்றிய அவனைச் சுற்றியுள்ள பல பிரச்சினைகளில் சுயநிர்ணயத் தன்மையை அவன் வேண்டுகிறான். அதற்கப்பால், பெரிய பிரச்சினைகள் உள்ளன, அவை மனித இனத்திற்குப் பொதுவானவை. சுய ஆட்சியின் முரண் என்னவெனில், சுதந்திரமாக இருக்கவேண்டுமாயின், அவன் மனிதர்களுக்கிடையே கூட்டிணக்க வாழ்வுக்கு விதிகளை வகுப்பதில் அவன் பிறருடன் பங்குகொள்ளவேண்டும். ஆனால் அந்த விதிகள் இல்லாமல் கூட்டிணக்கம் இல்லை, கூட்டிணக்கம் இல்லாமல் சுதந்திரம் இல்லை என்று வாழ்க்கை மிகக் கடுமையான பாணியில் போதித்திருக்கிறது. நாம் ஒன்றுசேர்ந்து திட்டமிட்டு உலகத்தை உருவாக்க வேண்டும். அல்லது அழிவை ஏற்றுக்கொள்ள வேண்டும். இது ஓர் இரக்கமற்ற மாற்றுதான். தங்கள் கால்கள் படுபாதாளத்திற்கு எவ்வளவு அருகில் இருக்கின்றன என்று மக்களை அது உணரவைக்கிறது. அதேசமயம் அதுவே அவர்களின் மீட்புக்கு வழிகாட்டும் மாற்றாகவும் இருக்கிறது.

பெயர்ச் சுட்டி

அரிஸ்டாடில் 94, 183, 207, 230, 246, 411, 576, 689
அர்னால்டு, மேத்யூ 638, 700
ஆக்டன் பிரபு 234, 843
ஆஸ்டின், ஜான் 104
எலியட், டபிள்யூ. ஜி. 355, 398
எம்மாட் பிரபு 360, 361
ஓகில்வீ, சர் ஆண்ட்ரூ 508, 516
ஃபைனர், ஹெர்மன் 437
ஃபிட்ஸ்கிப்பன் 437
ஃப்ராங்ஃபர்ட்டர் 21
கிரீன், டி. எச். 23, 406
கிரே, ஜே. சி. 111
கிளார்க், நீதிபதி, திரு. 527
கிளே, ஹென்றி 687
கோப்டன், ரிச்சர்டு 317
கோஹன் 20, 518
கோல், ஜி, டி, எச். 134, 146, 212, 216, 217, 366, 377, 583, 588, 589, 655
சால்டர், சர் ஆர்தர் 698, 789, 790
செசில் பிரபு 266, 808
டானி 16, 21, 310
டுகுவிட் 415, 742
டைசி 107, 109, 415, 425, 523
டிரெல், ஜார்ஜ் 368
தாமஸ், ஆல்பர்ட் 529
தோரூ 257
பர்க், எட்மண்ட் 467
பவுண்ட் 21, 33, 34

பிராட்லி, எஃப். எச். 162
பிரெயில்ஸ்ஃபோர்டு 16, 783
பிராண்டீஸ் 658
பிராண்டிங் 717, 722, 808
பிரைட், ஜான் 467, 486, 532
பெரிக்ளிஸ் 233
பெந்தம், ஜெரமி 59, 103
பெவரிட்ஜ், சர் வில்லியம் 535, 536
போடின் 37, 99, 100, 103
போலக், சர் ஃபிரடெரிக் 182, 821, 822, 825
மாக்கியவெல்லி 180, 305, 843
மார்க்ஸ், கார்ல் 59, 60, 64, 246, 308, 661
மார்ஷல் 100
மாரிஸ், வில்லியம் 308, 309, 611
மாண்டெஸ்கியூ 158, 174, 413, 415
மாடிசன், ஜேம்ஸ் 38, 246
மில் 110, 188, 223, 322, 326, 375, 687, 689, 691
வில்லிசன் ஜே. எஸ். 458
மெக்கார்டி, நீதிபதி, திரு. 713, 714
மெக்காலே பிரபு 170, 231
மெக்டெனால்டு 813
மைட்லண்ட் 740, 741, 742, 744
ரூஸோ 23, 59, 60, 64, 78, 79, 82, 100, 103, 127, 128, 132, 256, 270, 354, 375, 702
ரோயர் கொலார்ட் 121
லாக், ஜான் 23, 64, 174, 269
லிப்மன், வால்டர் 375, 379
லீஸ் - ஸ்மித் 453, 454
லோவல் 201
வாலஸ், கிரஹாம் 21, 255, 377, 454, 584
வினோக்ரடாஃப், சர் 389
விண்டாம் 264
வீவர், சர் லாரன்ஸ் 639
வுல்ஃப், லெனார்டு 20, 200, 328, 717
வெப், திரு. 459 - 465, 556, 568, 620, 663, 743
வெப், திருமதி 459 - 465, 556, 568, 620, 663, 743
வெப்ஸ்டர், டேனியல் 715

வெப்லன் 70, 274, 769
வெல்ஸ், எச். ஜி. 724, 741
ஜேம்ஸ், வில்லியம் 69, 535, 704
ஹாமில்டன், சர் இயான் 537
ஹாமில்டன், அலெக்சாண்டர் 218
ஹார்கூர்ட், சர் 350
ஹால்டேன் 19, 21, 291, 312, 507, 637
ஹாப்ஸ், தாமஸ் 64, 69, 99, 103, 105, 124, 156, 180, 269, 354, 826
ஹாப்சன் 289, 636, 659
ஹெகல் 23, 37, 78, 100, 322, 841
ஹார்ன், சர் 661
ஹோம்ஸ், நீதிபதி, திரு. 21, 392, 705, 711, 743, 747
ஷா, பெர்னாட் 280, 682
ஷா, பிரபு 524
ஸ்மித், ஆடம் 269, 635

பொருள் சுட்டி

அதிகாரப் பகிர்வு 166, 257, 430
அதிகாரப் பிரிவினை 136, 174
அதிகாரத்தலைமை 38, 54, 164, 214, 252, 339, 557
அரசியலமைப்புச் சட்டம் 423
அராஜகம் 141, 320
அரசிலிநிலை 63, 100, 169, 224, 270, 357
அமெரிக்க ஐக்கிய நாடு 28, 39, 103, 453, 807
ஆஸ்திரியா 124, 252, 320, 322, 339, 340, 371, 758, 777, 809, 844
இங்கிலாந்து 28, 39, 84, 115, 123, 144, 196, 226, 250, 253, 319, 320, 322, 325, 327, 333, 336, 421, 448, 603, 697, 762, 772, 807, 812, 835, 840
இந்தியா 11, 47, 206, 266, 320, 323, 324, 328, 331, 342, 351, 457, 531, 680, 762, 763, 786, 811
இராணுவச் சட்டம் 422, 716, 720
இழப்பீடு 120, 437, 529, 531, 693, 695, 732
இறையாண்மை 20, 25, 35-38, 44, 47, 49, 93, 99-105, 109-111, 113, 117, 119

123, 124, 155, 205, 251, 318, 320, 325, 326, 401, 403, 529, 530, 571, 753, 754, 825, 826, 841, 842, 845

இறைமை 16, 20, 45-49, 97-111, 117, 122-124, 131, 322, 333, 341, 384, 401, 754, 781, 825, 827, 832, 840, 842

இறையாட்சி 14, 44, 45, 48, 98-106, 108, 109, 111, 114, 121, 205, 326, 328, 337, 383, 384, 530

ஒப்பந்தம் 232, 253, 390, 480, 491, 654-656, 678, 743, 768, 789, 810, 817

ஃபிரான்ஸ் 28, 47, 84, 117, 190, 226, 251, 319, 347, 417, 536, 558, 706, 756, 789, 812, 833, 842

காப்பீடு 177, 271, 429, 448, 457, 523, 555, 568, 676-680

கில்டு 149

கீழ்ப்படிதல் 34, 68, 77, 103, 107, 108, 374, 535

குற்றவியல் 827

சங்கங்கள் 116, 117, 125, 126, 128, 142, 208, 211, 384, 447, 449, 494, 562, 606, 615, 616, 624

சமதர்மம் 15, 270, 271, 580

சட்ட அறிவுரை 731, 736

சட்ட ஆலோசனை 226, 561, 730, 731

சட்டத்துறை 35, 104, 652, 653, 672, 674, 674, 736, 737, 741, 822

சட்ட வல்லுநர் 105

சட்டவிலக்கு 720, 721, 751

சர்வதேசச் சங்கம் 18, 45, 47, 329, 698, 754-757, 760, 766, 771-773, 775, 780, 783, 797, 800, 804, 821, 827, 833

சிறுபான்மையினர் 120, 329, 332, 435, 437, 439, 761-763, 767, 771, 821, 832

செய்தி 41, 150, 171, 227, 228, 245, 246, 268, 286, 711, 766, 830

சொத்துரிமை 32, 51, 52, 206, 216, 238, 260, 261, 269, 272, 273, 277-279, 304-306, 313, 314, 388, 681, 684, 685, 687, 694

தலைமையதிகாரம் 25, 199, 247, 258, 340, 345, 348, 354, 356, 357, 359, 360, 363, 371, 379, 386, 395, 396, 412, 413, 420, 459, 460, 489, 507, 545, 575, 607, 803, 806, 807, 817

தலைமை அதிகாரம் 209

தொழிற்சங்கவாதம் 837

தொழிலமைப்பு 134, 138, 298

தொழிலகம் 661

நடுவர் 32, 33, 104, 131, 146, 149, 174, 196, 206, 213, 253, 280, 321, 420, 422, 496, 517, 527, 652, 703-707, 710, 711, 713, 714, 722-729, 739

746, 747, 750, 767, 800, 810, 822, 828

நிர்வாக அமைப்பு 331, 412, 418, 435, 449, 460, 470, 483, 484, 522, 671, 699, 797, 829-831, 837

நிர்வாகக் குழு 395, 591, 613, 668

நீதிபதி 16, 120, 200, 245, 280, 282, 287, 291, 292, 296, 390, 394, 406, 412-414, 418, 419, 531, 534, 701-711, 713-717, 722, 726, 729, 730, 739, 743, 747, 822, 827

நீதியெல்லை 806, 825

பஞ்சாப் 423

பஞ்சாயம் 721, 722

பால்கன்கள் 777, 838

பிரபுக்கள் ஆட்சி 67, 190

பிரிட்டன் 31, 38, 44, 47, 112, 306, 417, 693, 759, 802, 811, 819, 833

பிற்பட்ட மக்கள் 763

பெருந்தொழில் 185, 233, 245, 248, 282, 287, 297-300, 329, 331, 425, 453, 510, 582

பெல்ஜியம் 101, 109, 123

பேரம் 141, 250, 251, 282, 283, 340, 604

மக்களாட்சி 67

பொதுமக்கள் சேவை 142, 296, 297, 429, 466, 534, 536, 543, 666, 672, 815

மையமழித்தல் 137, 217, 256, 309

மையமழிப்பு 124, 518

ரஷ்யா 24, 31, 39, 43, 49, 50, 53, 55, 68, 85, 92, 103, 151, 175, 195, 196, 231, 250, 264, 272, 281, 325, 333, 340, 396, 660, 680, 692, 693, 697, 719, 754, 756, 768, 775, 776, 780, 782, 800, 805, 811, 828

வட்டார ஆட்சி 560, 565

வணிகக்குழுச் சமதர்மம் 580

வெர்சேய்ல் உடன்படிக்கை 363, 758, 760, 770, 780, 793, 796, 825

ஜனநாயகம் 15, 24, 25, 39, 41, 52, 75, 95, 188, 190, 459

ஜூரி ஜூரர் 497, 722, 723

ஜெர்மனி 16, 19, 28, 29, 40, 41, 45, 65, 122, 124, 200, 279, 319, 321, 323, 328, 347, 359, 360, 427, 429, 457, 458, 521, 531, 536, 546, 547, 558, 560, 606, 637, 706, 731, 738, 742, 756, 757, 759, 782, 793, 805, 828, 833, 835, 842, 843

ஹெரால்டு ஜோசப் லாஸ்கி

பிறப்பு: 1893 ஜூன் 30, மான்செஸ்டர், இங்கிலாந்து.

மறைவு: 1950 மார்ச் 24, லண்டன்.

பிரிட்டிஷ் அரசியல் விஞ்ஞானி, போதனையாளர், பிரிட்டிஷ் தொழிற்கட்சியின் முக்கிய உறுப்பினர். பிரிட்டனில் 1930களின் பொருளாதாரச் சீர்குலைவின்போது ஏற்பட்ட அரசியல் நெருக்கடியை விளக்கும் முயற்சியில் மார்க்சியவாதியாக மாறியவர்.

மான்செஸ்டரில் தாராளவாத யூத மத்தியதர வகுப்புக் குடும்பத்தில் பிறந்த லாஸ்கி, பருத்தி ஏற்றும் வியாபாரி ஒருவரின் மகனாவார். பெற்றோர் அனுமதி இன்றியே 1911இல் அவர் ஃப்ரீடா கெரி என்னும் கிறித்துவப் பெண்ணை மணந்துகொண்டார். 1911இல் ஆக்ஸ்ஃபோர்டு நியூகாலேஜில் சேர்வதற்கு முன்பு சிறிதுகாலம் பல்கலைக்கழகக் கல்லூரியில் மனித இனவளத் துறையில் படித்தார். ஆக்ஸ்ஃபோர்டில் பட்டம் பெற்ற பிறகு, டெய்லி ஹெரால்டு பத்திரிகையில் வேலைசெய்தார். பின்னர் மாண்ட்ரியாலில் மெக்கில் பல்கலைக்கழகத்தில் அரசியல் அறிவியல் கற்பிக்க (1914-16) இங்கிலாந்தை விட்டுச் சென்றார். அதன்பின் ஹார்வர்ட் பல்கலைக்கழகத்தில் இடம்பெற்று, 1916 முதல் 1920

வரை கற்பித்தபோது, அமெரிக்க ஐக்கிய நாட்டின் உச்சமன்ற நீதிபதிகளான ஆலிவர் வெண்டல் ஹோம்ஸ், லூயி பிராண்டீஸ் ஆகியோருடனும், பின்னர் நீதிமன்றத்தில் நியமிக்கப்பட்ட ஃபெலிக்ஸ் ஃபிராங்ஃபர்ட்டருடனும் நட்புக் கொண்டார். இக்காலப் பகுதியில் *Authority in the Modern State (1919), The Foundations of Sovereignty, and Other Essays (1921)* ஆகிய நூல்களை எழுதினார். இரண்டிலும் அவர் சர்வ அதிகாரம் வாய்ந்த இறையாண்மை அரசு என்ற கருத்தைத் தாக்கி, அதற்கு எதிராக அரசியல் பன்மைவாதத்தினை முன்வைத்தார். ஆனால் தமது அரசியலின் இலக்கணம் (Grammar of Politics) நூலில் (1925) "அரசு, சமூகத்தின் அடிப்படைக் கருவி" என்ற நோக்கில், அதற்கு எதிரான நிலைப்பாட்டை மேற்கொண்டார்.

1920இல் இங்கிலாந்து திரும்பிய அவர், 1923இல் தொழிற்கட்சித் தேர்தல் பிரச்சாரத்தில் தீவிரப் பணியாளராக மாறினார். 1926இல் லண்டன் ஸ்கூல் ஆஃப் இகொனொமிக்ஸ் அண்டு பொலிட்டிக்கல் சயின்ஸ் - இல் பதவியேற்று, தமது மறைவு வரை அரசியல் அறிவியலை போதித்தார். பொருளாதாரப் பெருஞ்சரிவின் போது ஆளும் வகுப்பினர் சீர்திருத்தத்தை காலப்போக்கில் மேற்கொள்ள மாட்டார்கள் என்ற அவரது சந்தேகத்தினால் மார்க்சியத்தைத் தழுவினார். *The State in Theory and Practice (1935), The Rise of European Liberalism: An Essay in Interpretation (1936), and Parliamentary Government in England: A Commentary (1938)* ஆகிய நூல்களில் முதலாளித்துவத்தின் பொருளாதார இடர்ப்பாடுகள் அரசியல் ஜனநாயகத்தின் அழிவுக்குக் கொண்டுசெல்லும் என்று வாதிட்டார். ஜெர்மனியிலும் இத்தாலியிலும் எழுச்சிபெற்று வந்த ஃபாசிசத்தின் தொல்லைக்குக் கிடைக்கக்கூடிய, சாத்தியமான மாற்று, சமதர்மம் (சோஷலிசம்) மட்டுமே என்று நோக்கினார். இரண்டாம் உலகப் போரின்போது இங்கிலாந்து முழுவதும் சொற்பொழிவாற்றி வந்தார். மேலும் வின்ஸ்டன் சர்ச்சிலுக்குத் துணைப் பிரதமராக (1942-45) இருந்த கிளமெண்ட் ஆட்லீக்கு உதவியாளராகப் பணியாற்றினார். *Reflections on the Revolution of Our Time (1943) and Faith, Reason, and Civilization: An Essay in Historical Analysis (1944)* ஆகிய நூல்களில் பரந்த அளவில் பொருளாதாரச் சீர்திருத்தங்கள் வேண்டும் என்பதை வலியுறுத்தினார்.

1945இல் தொழிற்கட்சித் தலைவராகத் தேர்ந்தெடுக்கப்பட்டார். அந்த ஆண்டு தொழிற்கட்சியின் முடிவான தேர்தல் வெற்றியினால் தமது கோரிக்கைகள் ஓரளவு நிறைவேற்றப்பட்டன என்று நினைத்தார். ஆனால் கட்சித் தலைவராக அவர் இருந்த காலப்பகுதி குழப்பம்மிக்கதாக இருந்தது. அப்போது பிரதமராகிவிட்ட ஆட்லீயிடம் தாம் இராஜிநாமா செய்வதாகவும், தொழிற்கட்சி ஆலோசனை மன்றமே

அரசாங்கத்துக்குக் கொள்கை வகுக்கலாம் எனவும் கூறினார். ஆட்லீயோ அவர் சிலகாலம் அமைதியாக இருப்பது நல்லது என்று அறிவுரை கூறினார்.

லாஸ்கியின் மற்றப் பல படைப்புகளில் The American Presidency: An Interpretation (1940), நீளமான மற்றும் முரண்பாட்டுக்குரிய The American Democracy: A Commentary and Interpretation (1948) ஆகியவை முக்கியமானவை.

குறிப்புகள்